ਮੋਇਆਂ ਦੀ ਜਾਗ

ਮੋਇਆਂ ਦੀ ਜਾਗ

ਨਾਵਲ

ਲਿਓ ਤਾਲਸਤਾਏ

ਅਨੁਵਾਦਕ
ਡਾ. ਕਰਨਜੀਤ ਸਿੰਘ

ਨਵਯੁਗ

ਮੋਇਆਂ ਦੀ ਜਾਗ (ਨਾਵਲ)
ਲਿਓ ਤਾਲਸਤਾਏ

ਅਨੁਵਾਦਕ : ਡਾ. ਕਰਨਜੀਤ ਸਿੰਘ

NAVYUG PUBLISHERS
K-24, Hauz Khas, New Delhi-110 016
Phones : 011-26802488, 26518248
E-mail : navyugpublishers@gmail.com

© 2015

ISBN-978-81-7599-302-0

ਪ੍ਰਕਾਸ਼ਕ : **ਨਵਯੁਗ ਪਬਲਿਸ਼ਰਜ਼**
K-24, ਹੌਜ਼ ਖ਼ਾਸ, ਨਵੀਂ ਦਿੱਲੀ-110016
ਫ਼ੋਨ : 26802488, ਘਰ : 26518248

ਟਾਈਪ ਸੈਟਿੰਗ : **ਜਨਤਕ ਪ੍ਰੈੱਸ**
ਪਲੱਈਅਰ ਗਾਰਡਨ ਮਾਰਕੀਟ, ਚਾਂਦਨੀ ਚੌਕ,
ਦਿੱਲੀ-110 006
ਫ਼ੋਨ ਨੰਬਰ : 23281350, 23283518
E-mail : jantakpress@yahoo.com

ਛਾਪਕ : **ਐਚ. ਐਸ. ਆਫਸੈਟ**
ਦਰਿਆ ਗੰਜ, ਨਵੀਂ ਦਿੱਲੀ-110 002

ਮੁੱਲ : 600/- ਰੁਪਏ

ਭਾਰਤ ਵਿਚ ਲਿਓ ਤਾਲਸਤਾਏ

"ਲਿਓ ਤਾਲਸਤਾਏ ਯੂਰਪ ਦੇ ਉਹਨਾਂ ਲੇਖਕਾਂ ਵਿਚੋਂ ਹੈ ਜਿਨ੍ਹਾਂ ਦਾ ਨਾਂ ਤੇ ਜਿਨ੍ਹਾਂ ਦੀਆਂ ਕਿਰਤਾਂ ਸ਼ਾਇਦ ਭਾਰਤ ਵਿਚ ਸਭ ਤੋਂ.ਵਧ ਪ੍ਰਸਿਧ ਹਨ," ਜਵਾਹਰ ਲਾਲ ਨਹਿਰੂ ਨੇ ਲਿਖਿਆ ਸੀ। ਮੋਹਨਦਾਸ ਕਰਮਚੰਦ ਗਾਂਧੀ ਤਾਲਸਤਾਏ ਨੂੰ "ਪਛਮ ਦਾ ਸਭ ਤੋਂ ਸਿਰਕੱਢ ਚਿੰਤਕ ਤੇ ਸਭ ਤੋਂ ਮਹਾਨ ਲੇਖਕ" ਸਮਝਦਾ ਸੀ। "ਮਨੁਖਤਾ ਦਾ ਗੁਰੂ"— ਰਾਬਿੰਦਰਨਾਥ ਟੈਗੋਰ ਨੇ ਤਾਲਸਤਾਏ ਨੂੰ ਇਹਨਾਂ ਲਫਜ਼ਾਂ ਨਾਲ ਯਾਦ ਕੀਤਾ ਸੀ। ਮਾਸਕੋ ਦੇ ਬੋਲਸ਼ੋਈ ਥੇਟਰ ਵਿਚ ੧੯੭੮ ਵਿਚ ਲਿਓ ਤਾਲਸਤਾਏ ਦੀ ੧੫੦ ਵੀਂ ਵਰ੍ਹੇਗੰਢ ਨੂੰ ਸਮਰਪਤ ਇਕ ਸਮਾਗਮ ਨੂੰ ਸੰਬੋਧਨ ਕਰਦਿਆਂ, ਭਾਰਤੀ ਸਾਹਿਤ ਅਕਾਦਮੀ ਦੇ ਪ੍ਰਧਾਨ, ਉਮਾਸ਼ੰਕਰ ਜੋਸ਼ੀ ਨੇ ਆਖਿਆ ਸੀ, "ਰੂਸ ਨੂੰ ਛੱਡ ਕੇ ਸ਼ਾਇਦ ਕੋਈ ਹੋਰ ਐਸਾ ਦੇਸ਼ ਨਹੀਂ ਜਿਹੜਾ ਲਿਓ ਤਾਲਸਤਾਏ ਨੂੰ ਇਸ ਤਰ੍ਹਾਂ ਆਪਣਾ ਹੀ ਲੇਖਕ ਮੰਨਦਾ ਹੋਵੇ ਜਿਸ ਤਰ੍ਹਾਂ ਭਾਰਤ ਮੰਨਦਾ ਹੈ।"

ਤਾਲਸਤਾਏ ਦਾ ਨਾਂ ਭਾਰਤ ਵਿਚ ੧੯ ਵੀਂ ਸਦੀ ਦੇ ਅਖੀਰ ਜਾਣਿਆ ਜਾਣ ਲੱਗਾ, ਜਦੋਂ ਕੌਮੀ ਆਜ਼ਾਦੀ ਦੀ ਲਹਿਰ ਆਪਣੀ ਚੜ੍ਹਤ ਵੱਲ ਜਾ ਰਹੀ ਸੀ ਅਤੇ ਸਮਾਜਕ ਪ੍ਰਗਤੀ ਦੇ ਆਸ਼ਿਆਂ ਨੂੰ ਅਰਪਤ ਸਾਹਿਤ ਉਭਰ ਰਿਹਾ ਤੇ ਸ਼ਕਤੀਸ਼ਾਲੀ ਬਣ ਰਿਹਾ ਸੀ। ਉਹ ਇਕ ਮਹਾਨ ਮਾਨਵਵਾਦੀ, ਸਚਾਈ ਤੇ ਇਨਸਾਫ ਦੇ ਝੰਡਬਰਦਾਰ, ਧੱਕੇਸ਼ਾਹੀ ਵਿਰੁਧ ਜੂਝਣ ਵਾਲੇ ਅਤੇ ਮਿਹਨਤੀ ਲੋਕਾਂ ਦੇ ਹਿਤਾਂ ਦੀ ਹਮਾਇਤ ਕਰਨ ਵਾਲੇ ਦੇ ਰੂਪ ਵਿਚ ਭਾਰਤ ਵਿਚ ਜਣਿਆ ਜਾਣ ਲੱਗਾ। ਤਾਲਸਤਾਏ ਭਾਰਤ ਅਤੇ ਦੂਜੀਆਂ ਬਸਤੀਆਂ ਤੇ ਗੁਲਾਮ ਦੇਸਾਂ ਦੇ ਲੋਕਾਂ ਦੀ ਤਰਸਯੋਗ ਹਾਲਤ ਬਾਰੇ ਦਿਲੋਂ ਫਿਕਰਮੰਦ ਸੀ ਅਤੇ ਉਸ ਨੂੰ ਉਹਨਾਂ ਦੀ ਕੌਮੀ ਆਜ਼ਾਦੀ ਦੇ ਸੰਗਰਾਮ ਨਾਲ ਹਾਰਦਿਕ ਹਮਦਰਦੀ ਸੀ। ਉਸ ਦੇ "ਹਿੰਦੂ ਨੂੰ ਸੰਦੇਸ਼" ਅਤੇ "ਚੀਨੀਆਂ ਨੂੰ ਸੰਦੇਸ਼" ਸੰਸਾਰ ਭਰ ਵਿਚ ਗੂੰਜ ਉਠੇ ਸਨ। ਲਿਓ ਤਾਲਸਤਾਏ ਦੇ ਬਹੁਤ ਸਾਰੇ ਹੋਰ ਲੇਖਾਂ ਨੇ ਭਾਰਤੀਆਂ ਅਤੇ ਬਹੁਤ ਸਾਰੀਆਂ ਦੂਜੀਆਂ ਪੂਰਬੀ ਕੌਮਾਂ ਨੂੰ ਪ੍ਰੇਰਿਆ, ਉਹਨਾਂ ਦੇ ਦਿਲਾਂ ਵਿਚ ਆਜ਼ਾਦੀ ਦੀ ਆਸ ਦੀ ਜੋਤ ਜਗਾਈ, ਅਤੇ ਬਹੁਤ ਸਾਰੇ ਦੂਜੇ ਦੇਸ਼ਾਂ ਵਿਚ ਇਹਨਾਂ ਦੇ ਸੰਘਰਸ਼ ਨਾਲ ਇਕਮੁਠਤਾ ਦੀ ਭਾਵਨਾ ਪੈਦਾ ਕੀਤੀ।

ਮੋਹਨਦਾਸ ਕਰਮਚੰਦ ਗਾਂਧੀ ਨਾਲ ਆਪਣੇ ਸੰਬੰਧਾਂ ਦੀ ਬਦੌਲਤ ਲਿਓ ਤਾਲਸਤਾਏ ਕਰੋੜਾਂ ਹੀ ਭਾਰਤੀ ਲੋਕਾਂ ਦੇ ਖਾਸ ਕਰਕੇ ਨੇੜੇ ਹੋ ਗਿਆ।

੧੯੨੧ ਵਿਚ, ਲਿਓ ਤਾਲਸਤਾਏ ਵੱਲ ਆਪਣੇ ਵਤੀਰੇ ਬਾਰੇ ਪੁੱਛੇ ਜਾਣ ਉਤੇ, ਗਾਂਧੀ ਜੀ ਨੇ ਆਖਿਆ ਸੀ: "ਤਾਲਸਤਾਏ ਦਾ ਸਤਿਕਾਰ ਕਰਦਿਆਂ ਮੈਂ ਆਪਣੇ ਆਪ ਨੂੰ ਉਸ ਦਾ ਪੈਰੋਕਾਰ ਸਮਝਦਾ ਹਾਂ, ਮੈਂ ਉਸ ਦਾ ਸ਼ੁਕਰਗੁਜ਼ਾਰ ਤੇ ਰਿਣੀ ਹਾਂ।"

ਭਾਰਤ ਦੀਆਂ ਸਭਿਆਚਾਰਕ ਸ਼ਖਸੀਅਤਾਂ ਨੇ ਧਾਰਮਿਕ ਕੱਟੜਤਾ, ਪੁਜਾਰੀ ਵਰਗ ਦੇ ਦੰਭ ਤੇ ਪਖੰਡ ਵਿਰੁਧ ਤਾਲਸਤਾਏ ਦੇ ਲੇਖਾਂ ਦੀ, ਅਮੀਰਸ਼ਾਹੀ ਤੇ ਪਿਛਾਂਹ-ਖਿਚੂ ਪੁਜਾਰੀ ਵਰਗ ਵਿਰੁਧ ਉਸ ਦੇ ਡਟਵੇਂ ਸੰਗਰਾਮ ਦੀ ਵੀ ਪ੍ਰਸ਼ੰਸਾ ਕੀਤੀ। ਧਾਰਮਿਕ ਕੱਟੜਤਾ ਦੀ ਮ.ਕ. ਗਾਂਧੀ ਨੇ ਜੋ ਨੁਕਤਾਚੀਨੀ ਕੀਤੀ ਉਸ ਵਿਚ ਬੰਦਾ ਜ਼ਾਰਸ਼ਾਹੀ ਰੂਸ ਵਿਚ ਚਰਚ ਦੇ ਪਿਛਾਂਹਖਿਚੂ ਸਨਾਤਨਵਾਦ ਵਿਰੁਧ ਤਾਲਸਤਾਏ ਦੇ ਰੋਹਭਰੇ ਸੰਦੇਸ਼ ਦੀ ਗੂੰਜ ਪਛਾਣੇ ਬਿਨਾਂ ਨਹੀਂ ਰਹਿ ਸਕਦਾ। ਸਭ ਨੂੰ ਪਤਾ ਹੈ ਕਿ ਖ਼ੁਦ ਗਾਂਧੀ ਜੀ ਨੇ ਇਕ ਤੋਂ ਵਧੇਰੇ ਵਾਰ ਇਸ ਮਾਮਲੇ ਵਿਚ ਲਿਓ ਤਾਲਸਤਾਏ ਨਾਲ ਆਪਣੀ ਇਕਮੁਠਤਾ ਉਤੇ ਜ਼ੋਰ ਦਿੱਤਾ ਸੀ।

ਤਾਲਸਤਾਏ ਨੂੰ ਕਾਫਰ ਗਰਦਾਨ ਕੇ ਈਸਾਈ ਧਰਮ ਵਿਚੋਂ ਖਾਰਜ ਕਰ ਦੇਣ ਮਗਰੋਂ ਧਾਰਮਿਕ ਸੁਧਾਰਵਾਦ ਦੇ ਪੈਂਤੜੇ ਤੋਂ ਕੰਮ ਕਰਨ ਵਾਲੀਆਂ ਭਾਰਤ ਦੀਆਂ ਕਈ ਉਘੀਆਂ ਸਭਿਆਚਾਰਕ ਸ਼ਖਸੀਅਤਾਂ ਵਲੋਂ ਉਸ ਨੂੰ ਜੋ ਸਮਰਥਨ ਮਿਲਿਆ, ਉਹ ਇਸ ਸੰਬੰਧ ਵਿਚ ਬੇਹੱਦ ਸੰਕੇਤਕ ਗੱਲ ਹੈ।

ਭਾਰਤ ਵਿਚ ਆਮ ਕਰ ਕੇ ਤਾਲਸਤਾਏ ਦੀ ਤੁਲਨਾ ਰਾਬਿੰਦਰ ਟੈਗੋਰ ਨਾਲ ਕੀਤੀ ਜਾਂਦੀ ਹੈ ਅਤੇ ਕਿਹਾ ਜਾਣਾ ਚਾਹੀਦਾ ਹੈ ਕਿ ਇਸ ਤੁਲਨਾ ਲਈ ਕੁਝ ਆਧਾਰ ਮੌਜੂਦ ਹੈ। ਤਾਲਸਤਾਏ ਤੇ ਟੈਗੋਰ ਦੋਵੇਂ ਹੀ ਪ੍ਰਕਿਰਤੀ ਤੇ ਇਸ ਨਾਲ ਇਕਮਿਕ ਹੋ ਰਹੀ ਮਨੁਖੀ ਚੇਤਨਾ ਨੂੰ ਪੂਰਨ ਸੁੰਦਰਤਾ ਤੇ ਸਚਾਈ ਦੀ ਕਸੌਟੀ ਸਮਝਦੇ ਸਨ। ਲਿਓ ਤਾਲਸਤਾਏ ਵਾਂਗ ਹੀ, ਟੈਗੋਰ ਨੇ ਬਸਤੀਵਾਦ, ਸਾਮਰਾਜ, ਨਸਲੀ ਵਿਤਕਰੇ ਅਤੇ ਪਛਮੀ ਸਭਿਅਤਾ ਦੇ ਨੈਤਿਕ ਪਤਨ ਦੀ ਤਿੱਖੀ ਆਲੋਚਨਾ ਕੀਤੀ। ਰੂਸ ਵਿਚ ਤਾਲਸਤਾਏ ਅਤੇ ਇਸ ਤਰ੍ਹਾਂ ਭਾਰਤ ਵਿਚ ਟੈਗੋਰ ਲੋਕਾਂ ਦੀ ਜ਼ਮੀਰ ਤੇ ਆਵਾਜ਼ ਸਨ, ਸਮਾਜ ਦੀਆਂ ਜਮਹੂਰੀ ਪਰਤਾਂ ਦੇ ਹਿਤਾਂ ਨੂੰ ਅੱਗੇ ਲਿਜਾਣ ਵਾਲੇ, ਸਚਾਈ ਤੇ ਇਨਸਾਫ ਦੇ ਝੰਡਾਬਰਦਾਰ, ਬਦੀ ਤੇ ਦਮਨ ਦੇ ਵਿਰੋਧੀ ਸਨ।

ਲੇਖਕ ਦੇ ਰੂਪ ਵਿਚ ਤਾਲਸਤਾਏ ਨੇ ਭਾਰਤੀ ਲੋਕਾਂ ਦਾ ਧਿਆਨ ਸਭ ਤੋਂ ਪਹਿਲਾਂ ਆਪਣੀਆਂ ਕਹਾਣੀਆਂ, ਪਰੀ-ਕਹਾਣੀਆਂ ਅਤੇ ਨੀਤੀ-ਕਥਾਵਾਂ ਨਾਲ ਖਿਚਿਆ ਜਿਨ੍ਹਾਂ ਦੀ ਗਿਲੇ-ਗੁਜ਼ਾਰੀਆਂ ਦੀ ਸਰਲਤਾ, ਆਮ ਸੂਝ-ਬੂਝ ਅਤੇ ਮਾਨਵੀ ਤੇ ਵਿਦਿਅਕ ਮਨੋਰਥਾਂ ਨੇ ਪਾਠਕਾਂ ਨੂੰ ਪ੍ਰਭਾਵਤ ਕੀਤਾ। ਉਸ ਸਮੇਂ ਭਾਰਤੀ ਜਨਤਾ ਲਿਓ ਤਾਲਸਤਾਏ ਦੀਆਂ ਰਚਨਾਵਾਂ ਦੇ ਇਸ ਪੱਖ ਨੂੰ ਸਮਝਣ ਲਈ ਚੰਗੀ ਤਰ੍ਹਾਂ ਤਿਆਰ ਸੀ। ਇਹ ਕੋਈ ਸਬੱਬੀ ਗੱਲ ਨਹੀਂ ਕਿ ਖੁਦ ਗਾਂਧੀ ਜੀ ਨੇ ਆਪਣੀ ਮਾਤਭਾਸ਼ਾ ਗੁਜਰਾਤੀ ਵਿਚ ਤਾਲਸਤਾਏ ਦੀਆਂ ਕੁਝ ਲਿਖਤਾਂ ਦਾ ਅਨੁਵਾਦ ਕੀਤਾ।

ਤਾਲਸਤਾਏ ਦੀਆਂ ਕਹਾਣੀਆਂ "ਪਰਵਾਰ ਦੀ ਖੁਸ਼ੀ" ਅਤੇ "ਕਰੇਟਜ਼ਰ ਦਾ

ਸੋਨਾਟਾ" ਨੇ ਭਾਰਤੀ ਪਾਠਕ ਦੀ ਡੂੰਘੀ ਦਿਲਚਸਪੀ ਜਗਾਈ ਜੋ ਕਿ ਐਸੇ ਸਮਾਜ ਵਾਸਤੇ ਜਿਹੜਾ ਮਧਕਾਲੀ ਮੁਤੱਸਬਾਂ ਵਿਚ ਜਕੜਿਆ ਹੋਇਆ ਸੀ ਇਕ ਕਿਸਮ ਦਾ ਇਲਹਾਮ ਹੋ ਨਿਬੜੀਆਂ। ਪਿਆਰ, ਵਿਆਹ ਅਤੇ ਪਰਵਾਰ ਬਾਰੇ ਇਕ ਨਵੇਂ ਦ੍ਰਿਸ਼ਟੀਕੋਣ ਨੇ ਅਗਾਂਹਵਧੂ ਭਾਰਤੀ ਲੇਖਕਾਂ ਉਤੇ ਜਿਹੜੇ ਭਾਰਤੀ ਸਮਾਜ ਵਿਚ ਨਵੀਆਂ, ਖਰੀਆਂ ਨੈਤਿਕ ਕਦਰਾਂ-ਕੀਮਤਾਂ ਸਥਾਪਤ ਕਰਨ ਲਈ ਯਤਨਸ਼ੀਲ ਸਨ, ਡੂੰਘਾ ਪ੍ਰਭਾਵ ਪਾਇਆ।

ਮਹਾਨ ਅਕਤੂਬਰ ਸਮਾਜਵਾਦੀ ਇਨਕਲਾਬ ਨਾਲ ਰੂਸ ਦੇ ਲੋਕਾਂ ਦੇ ਜੀਵਨ, ਉਹਨਾਂ ਦੇ ਸਭਿਆਚਾਰ ਅਤੇ ਖਾਸ ਕਰ ਕੇ ਲਿਓ ਤਾਲਸਤਾਏ ਦੀ ਵਿਰਾਸਤ ਵਿਚ ਭਾਰਤੀਆਂ ਦੀ ਦਿਲਚਸਪੀ ਵਿਚ ਵਾਧਾ ਹੋਇਆ। ਬਹੁਤ ਸਾਰੇ ਭਾਰਤੀ ਲੇਖਕਾਂ ਨੇ ਜਿਹੜੇ ਅਜਿਹਾ ਸਾਹਿਤ ਸਿਰਜਣਾ ਚਾਹੁੰਦੇ ਸਨ ਜੋ ਉਹਨਾਂ ਦੇ ਦੇਸਵਾਸੀਆਂ ਦੇ ਦਿਲਾਂ ਵਿਚ ਗੌਰਵ ਦੀ ਭਾਵਨਾ, ਬਸਤੀਵਾਦੀ ਗੁਲਾਮੀ ਤੇ ਆਤਮਕ ਅਧੋਗਤੀ ਵਿਰੁਧ ਰੋਸ ਪੈਦਾ ਕਰਦਾ, ਤਾਲਸਤਾਏ ਦੇ ਰਚਨਾਤਮਕ ਅਨੁਭਵ ਦਾ ਸਹਾਰਾ ਲਿਆ। ਮਿਸਾਲ ਵਾਸਤੇ, ਪ੍ਰੇਮ ਚੰਦ ਨੇ ਭਾਰਤ ਵਿਚ ਅਜਿਹੇ ਲੇਖਕਾਂ ਦੇ ਉਭਰਨ ਦੀ ਕਲਪਨਾ ਕੀਤੀ ਜਿਹੜੇ, ਲਿਓ ਤਾਲਸਤਾਏ ਵਾਂਗ, ਭਾਰਤ ਦੀ ਜਨਤਾ ਨੂੰ ਆਪਣੀ ਆਜ਼ਾਦੀ ਵਾਸਤੇ ਦ੍ਰਿੜ੍ਹ ਸੰਗਰਾਮ ਲਈ ਪ੍ਰੇਰਨਾ ਦੇ ਸਕਣ। ੧੯੧੯ ਵਿਚ ਉਸ ਨੇ ਲਿਖਿਆ ਸੀ ਕਿ ਜੇ ਰੂਸ ਦੇ ਕਿਰਤੀ ਲੋਕ ਇਨਕਲਾਬ ਕਰ ਸਕਦੇ ਹਨ, ਤਾਂ ਭਾਰਤੀ ਲੋਕ ਵੀ ਜਬਰ ਤੋਂ ਛੁਟਕਾਰਾ ਪਾ ਸਕਦੇ ਹਨ। "ਸਿਰਫ ਲੋਕਾਂ ਨੂੰ ਇਸ ਕੰਮ ਲਈ ਤਿਆਰ ਕਰਨ ਦੀ ਲੋੜ ਹੈ, ਉਹਨਾਂ ਉਤੇ ਉਸ ਕਿਸਮ ਦਾ ਪ੍ਰਭਾਵ ਪਾਉਣਾ ਚਾਹੀਦਾ ਹੈ ਜਿਸ ਤਰ੍ਹਾਂ ਦਾ ਤਾਲਸਤਾਏ, ਤੁਰਗੇਨੇਵ, ਚੈਖ਼ੋਵ ਅਤੇ ਗੋਰਕੀ ਨੇ ਪਾਇਆ।" ੧੯੨੪ ਵਿਚ ਪ੍ਰੇਮ ਚੰਦ ਨੇ ਬਸਤੀਵਾਦੀਆਂ ਨਾਲ ਨਾਮਿਲਵਰਤਨ ਦੇ ਵਿਚਾਰਾਂ ਦਾ ਪਰਚਾਰ ਕਰਨ ਲਈ ਇਕ ਪੁਸਤਕ-ਮਾਲਾ ਵਿਚ ਤਾਲਸਤਾਏ ਦੀਆਂ ਕਹਾਣੀਆਂ ਦਾ ਹਿੰਦੀ ਵਿਚ ਇਕ ਸੰਗ੍ਰਹਿ ਪ੍ਰਕਾਸ਼ਤ ਕੀਤਾ।

* * *

ਲਿਓ ਤਾਲਸਤਾਏ ਦੀਆਂ ਰਚਨਾਵਾਂ ਦੇ ਪਹਿਲੇ—ਕਦੇ ਕਦਾਈਂ—ਅਨੁਵਾਦ ਭਾਰਤ ਵਿਚ ੧੯ ਵੀਂ ਸਦੀ ਦੇ ਅਖੀਰ, ੨੦ ਵੀਂ ਸਦੀ ਦੇ ਆਰੰਭ ਵਿਚ ਪ੍ਰਕਾਸ਼ਤ ਹੋਏ। ਜਿਵੇਂ ਅਸੀਂ ਜ਼ਿਕਰ ਕਰ ਚੁੱਕੇ ਹਾਂ ਕਿ ਭਾਰਤ ਵਿਚ ਰੂਸ ਦੇ ਇਸ ਪ੍ਰਤਿਭਾਸ਼ਾਲੀ ਲੇਖਕ ਦੀਆਂ ਰਚਨਾਵਾਂ ਨੂੰ ਅਨੁਵਾਦ ਕਰਨ ਤੇ ਲੋਕਾਂ ਤੱਕ ਪਹੁੰਚਾਉਣ ਦੇ ਮੋਢੀਆਂ ਵਿਚੋਂ ਇਕ ਸਨ ਗਾਂਧੀ ਜੀ। ਪਰ, ਭਾਰਤ ਵਿਚ ਤਾਲਸਤਾਏ ਦੀਆਂ ਰਚਨਾਵਾਂ ਨੂੰ ਅਨੁਵਾਦ ਕਰਨ ਤੇ ਲੋਕਾਂ ਤੱਕ ਪਹੁੰਚਾਉਣ ਦੇ ਕੰਮ ਨੇ ਮਹਾਨ ਅਕਤੂਬਰ ਸਮਾਜਵਾਦੀ ਇਨਕਲਾਬ ਤੋਂ ਮਗਰੋਂ ਹੀ ਸਚਮੁਚ ਇਕ ਵਿਸ਼ਾਲ ਰੂਪ ਧਾਰਨ ਕੀਤਾ। ਅਨੁਵਾਦਕਾਂ ਦੀ ਪੇਸ਼ਾਵਰ ਕੁਸ਼ਲਤਾ

ਅਤੇ ਅਨੁਵਾਦਾਂ ਦੀ ਗੁਣਾਤਮਕ ਵਿਸ਼ੇਸ਼ਤਾ ਵਿਚ ਵਾਧਾ ਹੋ ਰਿਹਾ ਹੈ। ਖੁਲ੍ਹੇ ਅਨੁਵਾਦ ਤੋਂ ਲੈ ਕੇ ਜਦੋਂ ਕਾਰਜ ਨੂੰ ਭਾਰਤ ਦੀ ਕੌਮੀ ਧਰਤੀ ਉਤੇ ਲੈ ਆਂਦਾ ਜਾਂਦਾ ਸੀ, ਜਾਂ ਜਦੋਂ ਅਨੁਵਾਦਕ ਮੂਲ ਵੱਲ ਗੰਭੀਰ ਵਤੀਰਾ ਨਹੀਂ ਸੀ ਰੱਖਦਾ, ਪਾਠ ਨੂੰ ਸੰਖੇਪ ਕਰਦਾ, ਇਸ ਵਿਚ ਵਾਧੇ ਤੇ ਅਦਲਾ-ਬਦਲੀ ਕਰ ਲੈਂਦਾ ਸੀ ਬੇਹੱਦ ਕਲਾਤਮਕ, ਤੇ ਠੀਕ ਠੀਕ ਅਨੁਵਾਦਾਂ ਤੱਕ ਜਿਨ੍ਹਾਂ ਵਿਚ ਪਾਤਰਾਂ, ਸ਼ੈਲੀ ਅਤੇ ਮੂਲ ਰਚਨਾਂ ਦੇ ਵਿਚਾਰਾਂ ਦੀ ਮੌਲਿਕਤਾ ਤੇ ਵਿਲੱਖਣ ਪ੍ਰਕਿਰਤੀ ਨੂੰ ਕਾਇਮ ਰਖਿਆ ਜਾਂਦਾ ਹੈ—ਭਾਰਤ ਵਿਚ ਤਾਲਸਤਾਏ ਦੇ ਵਿਰਸੇ ਦੇ ਵਿਸ਼ੇਸ਼ਗ ਬਣਨ ਦੀ ਅਜਿਹੀ ਹੈ ਇਕ ਸੌ ਸਾਲ ਦੀ ਲੰਮੀ ਯਾਤਰਾ। ਪਿਛਲੇ ਕੁਝ ਸਾਲਾਂ ਵਿਚ ਭਾਰਤ ਅਤੇ ਸੋਵੀਅਤ ਯੂਨੀਅਨ ਵਿਚ ਤਾਲਸਤਾਏ ਦੀਆਂ ਰਚਨਾਵਾਂ ਦੇ ਉਚ ਕੋਟੀ ਦੇ ਅਨੁਵਾਦ ਸਾਮ੍ਹਣੇ ਆਏ ਹਨ। ਲਿਓ ਤਾਲਸਤਾਏ ਦੀਆਂ ਰਚਨਾਵਾਂ ਦੇ ਕਈ ਭਾਰਤੀ ਅਨੁਵਾਦਕਾਂ ਨੂੰ ਜਵਾਹਰ ਲਾਲ ਨਹਿਰੂ ਪੁਰਸਕਾਰ ਮਿਲ ਚੁੱਕੇ ਹਨ।

ਭਾਰਤ ਅਤੇ ਸੋਵੀਅਤ ਯੂਨੀਅਨ ਵਿਚ ਹੋ ਰਹੇ ਮਹਾਨ ਕੰਮ, ਲਿਓ ਤਾਲਸਤਾਏ ਦੀਆਂ ਰਚਨਾਵਾਂ ਦੇ ਭਾਰਤ ਦੀਆਂ ਕੌਮੀ ਭਾਸ਼ਾਵਾਂ ਵਿਚ ਅਨੁਵਾਦ ਦੇ ਕੰਮ ਦਾ ਅਧਿਅਨ ਕਰਨਾ ਤੇ ਇਸ ਨੂੰ ਸਮਝਣਾ ਇਕ ਅਤਿਅੰਤ ਅਹਿਮ ਕਾਰਜ ਹੈ, ਅਤੇ ਇਸ ਦਾ ਸਫਲ ਨਿਪਟਾਰਾ ਕਈ ਪੱਖਾਂ ਤੋਂ ਸੋਵੀਅਤ ਤੇ ਭਾਰਤੀ ਵਿਦਵਾਨਾਂ ਦੇ ਸਾਂਝੇ ਜਤਨਾਂ ਉਤੇ ਨਿਰਭਰ ਹੈ।

* * *

ਲਿਓ ਤਾਲਸਤਾਏ ਦੀਆਂ ਰਚਨਾਤਮਕ ਲਭਤਾਂ ਕਿਹੜੀਆਂ ਹਨ ਜੋ ਭਾਰਤ ਵਿਚ ਸਾਹਿਤਕ ਪ੍ਰਕਿਰਿਆ ਦੇ ਵਿਕਾਸ ਲਈ ਅਤਿਅੰਤ ਮਹੱਤਵਪੂਰਨ ਸਨ ਅਤੇ ਅਜੇ ਵੀ ਹਨ?

ਬਿਨਾਂ ਕਿਸੇ ਅਤਿਕਥਨੀ ਦੇ ਆਖਿਆ ਜਾ ਸਕਦਾ ਹੈ ਕਿ ਭਾਰਤ ਦੇ ਸਾਹਿਤਕ ਤੇ ਆਤਮਕ ਜੀਵਨ ਉਤੇ ਜਿੰਨਾਂ ਲਾਭਦਾਇਕ ਪ੍ਰਭਾਵ ਤਾਲਸਤਾਏ ਨੇ ਪਾਇਆ ਹੈ ਕਿਸੇ ਹੋਰ ਰੂਸੀ ਲੇਖਕ ਨੇ ਨਹੀਂ ਪਾਇਆ। ਲਿਓ ਤਾਲਸਤਾਏ ਦਾ ਰਚਨਾਤਮਕ ਕੰਮ, ਜਿਸ ਨੇ ਇਕ ਮੌਲਿਕ ਵਿਧੀ ਨਾਲ ਰੂਸ ਵਿਚ ਜਮਹੂਰੀ ਵਿਚਾਰਾਂ ਅਤੇ ਇਨਕਲਾਬੀ ਪ੍ਰਵਿਰਤੀਆਂ ਦੇ ਵਾਧੇ ਨੂੰ ਪ੍ਰਤਿਬਿੰਬਤ ਕੀਤਾ, ਕਿਸੇ ਵੀ ਹੋਰ ਰੂਸੀ ਜਾਂ ਬਦੇਸੀ ਲੇਖਕ ਦੇ ਰਚਨਾਤਮਕ ਕੰਮ ਦੇ ਮੁਕਾਬਲੇ ਭਾਰਤੀ ਲੇਖਕਾਂ ਦੇ ਵਧੇਰੇ ਨੇੜੇ ਸੀ ਅਤੇ ਵਧੇਰੇ ਸਮਝ ਵਿਚ ਆਉਣ ਵਾਲਾ ਸੀ।

ਸਮਾਜ ਦੀਆਂ ਵਿਸ਼ਾਲ ਦਿਲਚਸਪੀਆਂ, ਮਾਨਿਸਕ ਸਥਿਤੀਆਂ ਅਤੇ ਆਤਮਕ ਲੋੜਾਂ ਨੂੰ ਆਪਣੀ ਰਚਨਾਤਮਕ ਕਿਰਤ ਵਿਚ ਪ੍ਰਤਿਬਿੰਬਤ ਕਰਨ ਦਾ ਜਤਨ ਕਰਦਿਆਂ, ਬਹੁਤ ਸਾਰੇ ਭਾਰਤੀ ਲੇਖਕ ਲਿਓ ਤਾਲਸਤਾਏ ਕੋਲੋਂ ਜੀਵਨ ਦੇ ਸੱਚ ਦਾ

ਵਰਨਣ ਕਰਨਾ ਸਿਖਦੇ ਹਨ, ਤਾਲਸਤਾਇ ਦੇ ਯਥਾਰਥਵਾਦ ਦੇ ਕਲਾਤਮਕ ਨੇਮਾਂ ਵਿਚ ਨਿਪੁੰਨਤਾ ਪ੍ਰਾਪਤ ਕਰਨ ਦਾ ਜਤਨ ਕਰਦੇ ਹਨ ਜਿਹੜਾ ਉਹਨਾਂ ਨੂੰ, ਪ੍ਰਥਮ ਰੂਪ ਵਿਚ, ਆਪਣੀ ਸੁਹਿਰਦਤਾ, ਬਦੀ ਦੀ ਦ੍ਰਿੜ੍ਹ ਨਿੰਦਾ, ਸਮਾਜਕ ਬੇਇਨਸਾਫੀ ਅਤੇ ਸਮਾਜ ਦੀਆਂ ਬੁਰਾਈਆਂ ਦੀ ਬੇਕਿਰਕ ਆਲੋਚਨਾ ਸਦਕਾ ਖਿੱਚ ਪਾਉਂਦਾ ਹੈ।

ਭਾਰਤੀ ਲੇਖਕ ਤਾਲਸਤਾਇ ਕੋਲੋਂ ਮਨੁਖ ਦੀਆਂ ਭਾਵਨਾਵਾਂ ਅਤੇ ਮਾਨਸਿਕ ਸਥਿਤੀਆਂ ਦੇ ਸੰਸਾਰ ਵਿਚ ਡੂੰਘਾ ਧਸ ਜਾਣ ਦੀ ਕਲਾ—ਤਾਲਸਤਾਇ ਦੀ ਮਨੋਵਿਗਿਆਨਕ ਵਿਸ਼ਲੇਸ਼ਣ ਕਰਨ ਦੀ ਵਿਧੀ ਦੇ ਇਕ ਵਿਸ਼ੇਸ਼ ਰੂਪ ਦੇ ਨਾਤੇ "ਆਤਮਾ ਦੀ ਦਵੰਦਾਤਮਕਤਾ" ਸਿਖਦੇ ਹਨ। ਤਾਲਸਤਾਇ ਦੀਆਂ ਯਥਾਰਥਵਾਦੀ ਪ੍ਰੰਪਰਾਵਾਂ ਉਹਨਾਂ ਲੇਖਕਾਂ ਦੀ ਰਚਨਾ ਵਿਚ ਅਤਿਅੰਤ ਲਾਭਦਾਇਕ ਢੰਗ ਨਾਲ ਵਿਕਸਤ ਹੁੰਦੀਆਂ ਹਨ ਜਿਹੜੇ ਨੈਤਿਕ ਤੇ ਮਨੋਵਿਗਿਆਨਕ ਸਮਸਿਆਵਾਂ ਨੂੰ ਸਮਾਜਕ ਖਾਸੇ ਵਾਲੀਆਂ ਸਮਸਿਆਵਾਂ ਨਾਲ ਇਕਜਿੰਦ ਕਰ ਕੇ ਜੋੜਨਾ ਚਾਹੁੰਦੇ ਹਨ, ਮਨੋਵਿਗਿਆਨਕ ਵਿਸ਼ਲੇਸ਼ਣ ਨੂੰ ਇਸ ਆਸ਼ੇ ਲਈ ਵਰਤਣਾ ਚਾਹੁੰਦੇ ਹਨ ਕਿ ਨਾਇਕਾਂ ਨੂੰ ਚੁਗਿਰਦੇ ਦੇ ਸੰਸਾਰ ਨਾਲ ਜਟਿਲ ਸੰਬੰਧਾਂ ਵਿਚ ਰਖ ਕੇ ਉਹਨਾਂ ਦਾ ਯਥਾਰਥਕ ਚਿਤ੍ਰਣ ਸਿਰਜ ਸਕਣ।

ਲਿਓ ਤਾਲਸਤਾਇ ਵਲੋਂ ਉਸ ਕਲਾ ਦੇ ਪਰਚਾਰ ਨੂੰ ਜੋ ਬੁਨਿਆਦੀ ਨੈਤਿਕ ਸਮਸਿਆਵਾਂ ਨਾਲ ਸੰਬੰਧ ਰਖਦੀ ਹੈ, ਮਨੁਖ ਤੇ ਸਮਾਜ ਦੀ ਪ੍ਰਕਿਰਤੀ ਨੂੰ ਬਦਲਣ ਦੇ ਇਕ ਮੁਖ ਸਾਧਨ ਵਜੋਂ ਨੈਤਿਕ ਪਰੀਪੂਰਨਤਾ ਬਾਰੇ ਉਸ ਦੇ ਵਿਚਾਰਾਂ ਨੂੰ, ਇਸ ਗੱਲ ਨੂੰ ਕਿ ਹਰ ਵਿਅਕਤੀ ਦੀ ਆਤਮਾ ਵਿਚ ਨੇਕੀ ਦਾ ਵਾਸ ਹੈ, ਭਾਰਤ ਵਿਚ ਵਿਸ਼ਾਲ ਹੁੰਗਾਰਾ ਮਿਲਦਾ ਹੈ। ਤਾਲਸਤਾਇ ਦਾ ਮਾਨਵਵਾਦ, ਉਸ ਦੀਆਂ ਰਚਨਾਵਾਂ ਦੀ ਉੱਚੀ ਨੈਤਿਕ ਵਿਲੱਖਣਤਾ, ਬਲਵਾਨ ਦੀ, "ਹਨੇਰੇ ਦੀ ਸ਼ਕਤੀ" ਦੀ, ਆਰਥਤ, ਪੈਸੇ ਦੀ ਸ਼ਕਤੀ ਦੀ ਜੋ ਮਨੁਖੀ ਆਤਮਾ ਨੂੰ ਭ੍ਰਿਸ਼ਟ ਕਰਦੀ ਹੈ, ਹਿਰਦੇਹੀਨਤਾ ਤੇ ਨਿਰਦੈਤਾ ਦੀ ਆਲੋਚਨਾ—ਲਿਓ ਤਾਲਸਤਾਇ ਦੇ ਸੰਸਾਰ ਦ੍ਰਿਸ਼ਟੀਕੋਣ ਦੇ ਇਹਨਾਂ ਸਭ ਲਛਣਾਂ ਨੂੰ ਭਾਰਤੀ ਸੂਝ-ਬੂਝ ਦੀ ਦ੍ਰਿਸ਼ਟੀ ਨਾਲ ਵੇਖਦੇ ਹਨ।

ਨਾਵਲ "ਮੋਇਆਂ ਦੀ ਜਾਗ" ਤਾਲਸਤਾਇ ਦੀ ਆਖਰੀ ਸਾਲਾਂ ਦੀ ਸਭ ਤੋਂ ਵੱਡੀ ਰਚਨਾ ਹੈ। ਸੰਸਾਰ ਦੇ ਪ੍ਰਸਿਧ ਸਾਹਿਤਕਾਰਾਂ ਨੇ ਇਸ ਦੀ ਰੱਜ ਕੇ ਪ੍ਰਸ਼ੰਸਾ ਕੀਤੀ ਸੀ। ਵੱਖੋ ਵੱਖ ਪ੍ਰਵਿਰਤੀਆਂ ਨਾਲ ਸੰਬੰਧ ਰਖਣ ਵਾਲੇ ਵੱਖ ਵੱਖ ਦੇਸਾਂ ਦੇ ਲੇਖਕਾਂ ਨੇ ਲਿਓ ਤਾਲਸਤਾਇ ਦੇ ਆਖਰੀ ਨਾਵਲ ਦੀ ਭਾਰੀ ਵਿਚਾਰਧਾਰਕ ਤੇ ਕਲਾਤਮਕ ਮਹੱਤਤਾ ਨੂੰ ਇਕਮੱਤ ਹੋ ਕੇ ਮੰਨਿਆ ਜਿਹੜਾ ਰੂਸੀ ਤੇ ਸੰਸਾਰ ਸਾਹਿਤ ਦੇ "ਸੁਨਹਿਰੀ ਜੁਗ," ਆਲੋਚਨਾਤਮਕ ਯਥਾਰਥਵਾਦ ਦੇ ਪ੍ਰਫੁਲਤ ਹੋਣ ਦੇ ਜੁਗ ਦੀ ਠੀਕ ਹੀ ਸਿਖਰ ਸੀ। ਰੋਮਾਂ ਰੋਲਾਂ ਨੇ ਲਿਖਿਆ ਸੀ : "'ਮੋਇਆਂ ਦੀ ਜਾਗ' ਇਕ ਤਰ੍ਹਾਂ ਨਾਲ ਲਿਓ ਤਾਲਸਤਾਇ ਦਾ ਕਲਾਤਮਕ ਵਸੀਅਤਨਾਮਾ ਹੈ। ਇਹ ਉਸ ਦੇ ਜੀਵਨ ਦੇ ਅੰਤਮ ਦੌਰ ਉਤੇ ਛਾਇਆ ਹੋਇਆ ਹੈ ਜਦ ਕਿ "ਜੰਗ ਤੇ ਅਮਨ" ਇਸ ਦੀ ਪ੍ਰੌਢਤਾ ਦੀ ਸਿਖਰ ਹੈ। ਇਹ

ਆਖਰੀ ਚੋਟੀ ਹੈ, ਸ਼ਾਇਦ ਸਭ ਤੋਂ ਉੱਚੀ, ਜੇ ਸਭ ਤੋਂ ਔਖੀ ਨਹੀਂ ਤਾਂ।* ਤਾਲਸਤਾਏ ਨੇ ੧੮੮੯-੧੮੯੯ ਵਿਚ "ਮੋਇਆਂ ਦੀ ਜਾਗ" ਦੀ ਰਚਨਾ ਕੀਤੀ। ਨੌਜਵਾਨ ਅਮੀਰਜ਼ਾਦੇ ਨੇਖਲੀਊਦੋਵ ਨੂੰ ਜਿਹੜਾ ਕਾਤੀਊਸ਼ਾ ਮਾਸਲੋਵਾ ਦੀ ਤ੍ਰਾਸਦੀ ਦਾ ਕਾਰਨ ਬਣਿਆ ਜਿਸ ਦਾ ਉਸ ਨੇ ਕੁਆਰ ਤੋੜਿਆ ਸੀ, ਜਿਊਰੀ ਦੇ ਮੈਂਬਰ ਦੀ ਹੈਸੀਅਤ ਵਿਚ ਅਦਾਲਤ ਵਿਚ ਉਸ ਦੀ ਹੋਣੀ ਦਾ ਫੈਸਲਾ ਕਰਨਾ ਪਿਆ। ਇਸ ਵਿਸ਼ੇ ਵਿਚ, ਲਿਓ ਤਾਲਸਤਾਏ ਨੇ ਸਮਾਜਕ ਬੇਇਨਸਾਫੀ ਉਤੇ ਆਧਾਰਤ ਜੀਵਨ ਦੀ ਸਾਰੀ ਵਿਰੋਧਾਭਾਸੀ ਪ੍ਰਕਿਰਤੀ ਨੂੰ ਪ੍ਰਗਟ ਕੀਤਾ ਹੈ। ਨਾਇਕ ਦੀ ਚੇਤਨਤਾ ਵਿਚ ਇਕ ਬੁਨਿਆਦੀ ਤੇ ਅਚਨਚੇਤੀ ਤਬਦੀਲੀ ਵਾਪਰਦੀ ਹੈ। ਆਪਣੇ ਗੁਨਾਹ ਦਾ ਪਸ਼ਚਾਤਾਪ ਕਰਨ ਲਈ ਉਸ ਨੇ ਕਾਤੀਊਸ਼ਾ ਨਾਲ ਵਿਆਹ ਕਰਾਉਣ ਦਾ ਨਿਰਣਾ ਕਰ ਲਿਆ। ਪਰ, ਲਿਓ ਤਾਲਸਤਾਏ ਵਾਸਤੇ ਕਾਤੀਊਸ਼ਾ ਮਾਸਲੋਵਾ ਦੀ, ਜੋ ਜੀਵਨ ਦੇ ਰਸਾਤਲ ਵਿਚ ਜਾ ਡਿੱਗੀ ਸੀ, ਆਤਮਕ ਜਾਗ੍ਰਤੀ, "ਮੋਇਆਂ ਦੀ ਜਾਗ" ਕਲਾਤਮਕ ਰੂਪ ਵਿਚ ਵਧੇਰੇ ਅਹਿਮ ਅਤੇ ਅਸੂਲੀ ਤੌਰ ਤੇ ਨਵੀਂ ਚੀਜ਼ ਸੀ।

ਕਲਾਤਮਕ ਪ੍ਰਭਾਵ ਪਾਉਣ ਦੀ ਮਹਾਨ ਸ਼ਕਤੀ ਨਾਲ ਲੇਖਕ ੧੯ ਵੀਂ ਸਦੀ ਦੇ ਦੂਜੇ ਅੱਧ ਦੇ ਜ਼ਾਰਸ਼ਾਹੀ ਰੂਸ ਦਾ ਯਥਾਰਥ ਅਣਗਿਣਤ ਪਾਤਰਾਂ ਰਾਹੀਂ ਪੇਸ਼ ਕਰਦਾ ਹੈ ਜਿਨ੍ਹਾਂ ਨੂੰ ਨੇਖਲਿਊਦੋਵ ਸੇਂਟ ਪੀਟਰਸਬਰਗ ਦੇ ਸ਼ਾਹੀ ਮਹਿਲਾਂ ਅਤੇ ਆਲੀਸ਼ਾਨ ਹਵੇਲੀਆਂ ਤੋਂ ਲੈ ਕੇ ਗਰੀਬ ਪਿੰਡਾਂ ਅਤੇ ਮੁਜਰਮਾਂ ਦੇ ਆਰਜ਼ੀ ਟਿਕਾਣਿਆਂ ਉਤੇ ਭਟਕਦਿਆਂ ਫਿਰਦਿਆਂ ਮਿਲਿਆ। ਨਾਵਲ ਦੇ ਪਾਤਰਾਂ ਦੀ ਮਾਨਸਿਕਤਾ ਵਿਚ ਡੂੰਘਾ ਉਤਰ ਕੇ ਅਤੇ ਉਹਨਾਂ ਦੇ ਸੋਚਣ ਦੇ ਢੰਗ ਨੂੰ ਦਰਸਾ ਕੇ ਤਾਲਸਤਾਏ ਉਸ ਦੌਰ ਦੇ ਯਥਾਰਥ ਦੇ ਕੂੜ ਅਤੇ ਅਨਿਆਂ ਦਾ ਪੜਦਾਚਾਕ ਕਰਨ ਦੀ ਕੋਸ਼ਿਸ਼ ਕਰਦਾ ਹੈ। ਪਾਜ ਉਘਾੜਨ ਦੀ ਸਮੁਚੀ ਸ਼ਕਤੀ ਨੂੰ ਤਾਲਸਤਾਏ ਨੇ ਸਮਾਜਕ ਨੇਮਾਂ ਤੇ ਰਾਜ ਸੱਤਾ ਦੀਆਂ ਸੰਸਥਾਵਾਂ ਅਦਾਲਤਾਂ, ਚਰਚ, ਜੇਲ੍ਹਾਂ, ਰਾਠਸ਼ਾਹੀ ਦੇ ਵਿਸ਼ੇਸ਼ ਹੱਕ, ਨਿੱਜੀ ਜਾਇਦਾਦ, ਪੈਸਾ ਅਤੇ ਵੇਸਵਾਗਮਨ ਵਿਰੁਧ ਸੇਧਿਆ ਹੋਇਆ ਸੀ। ਆਮ ਲੋਕਾਂ—ਕਿਸਾਨਾਂ, ਦੇਸ ਬਦਰ ਹੋਇਆਂ ਅਤੇ ਇਨਕਲਾਬੀਆਂ—ਦੀਆਂ ਹੋਣੀਆਂ ਦੀ ਕਲਾਤਮਕ ਖੋਜ ਕਰਦਿਆਂ ਲਿਓ ਤਾਲਸਤਾਏ ਉਹਨਾਂ ਨੂੰ ਹੱਕਾਂ ਤੋਂ ਮਹਿਰੂਮ ਰਖਣ ਤੇ ਉਹਨਾਂ ਉਤੇ ਹੁੰਦੇ ਜਬਰ ਉਤੇ ਜ਼ੋਰ ਦੇਂਦਾ ਹੈ ਜਿਸ ਨਾਲ ਲੋਕਾਂ ਦੀਆਂ ਆਤਮਕ ਸ਼ਕਤੀਆਂ ਨੂੰ ਜਕੜਿਆ ਹੋਇਆ ਸੀ।

ਲਿਓ ਤਾਲਸਤਾਏ ਨੇ ਸਮਾਜ ਵਿਚ ਬੇਗਾਨਗੀ ਨੂੰ ਅਨੁਭਵ ਕੀਤਾ ਅਤੇ ਇਸ ਨਾਲ ਆਦਮੀ ਲਈ ਆਪਣੇ ਆਲੇ ਦੁਆਲੇ ਵਾਪਰਦੀ ਹਰ ਚੀਜ਼ ਲਈ ਉਸ ਦੀ ਜ਼ਾਤੀ ਜ਼ਿੰਮੇਦਾਰੀ ਦੀ ਸਮਸਿਆ ਬੇਹੱਦ ਅਹਿਮ ਬਣ ਗਈ। ਆਤਮਕ ਸੰਤਾਪ ਦਾ ਅਤੇ ਜਾਗ੍ਰਤੀ ਤੇ ਅਚਾਨਕ ਨੈਤਿਕ ਤਬਦੀਲੀ ਅਤੇ ਅੰਤ ਵਿਚ ਆਪਣੇ ਚੁਗਿਰਦੇ ਨਾਲੋਂ

---

* ਰੋਮਾਂ ਰੋਲਾਂ, ਸੰਗ੍ਰਹਿਤ ਰਚਨਾ, ਜਿਲਦ ੧੪, ਪੰਨੇ ੨੮੫-੧੮੬, ਲੈਨਿਨਗ੍ਰਾਦ ੧੯੭੯।—ਸੰਪਾ:

ਤੋੜ-ਵਿਛੋੜੇ ਦਾ ਏਹੋ ਕਾਰਨ ਹੈ। ਨਾਵਲ ਦੀਆਂ ਇਹ ਖਾਸੀਅਤਾਂ ਇਸ ਨੂੰ ਭਾਰਤੀ ਪਾਠਕਾਂ ਤੇ ਲੇਖਕਾਂ ਲਈ ਖਾਸ ਤੌਰ ਤੇ ਨਵੀਨਤਮ ਤੇ ਨਿਕਟੀ ਬਣਾ ਦੇਂਦੀਆਂ ਹਨ।

ਤਾਲਸਤਾਏ ਦੁਆਰਾ ਕਿਸਾਨ ਵਿਸ਼ੇ ਨੂੰ ਹੱਥ ਵਿਚ ਲੈਣਾ ਭਾਰਤ ਨੂੰ, ਜਿਸ ਦੇ ਲੋਕਾਂ ਦੀ ਭਾਰੀ ਬਹੁਗਿਣਤੀ ਪਿੰਡਾਂ ਵਿਚ ਰਹਿੰਦੀ ਹੈ, ਖਾਸ ਕਰ ਕੇ ਖਿੱਚ ਪਾਉਂਦਾ ਹੈ। ਉਸ ਨੇ ਰੂਸੀ ਤੇ ਸੰਸਾਰ ਸਾਹਿਤ ਵਿਚ ਇਕ ਅਸਲ ਕਿਸਾਨ ਨੂੰ, ਜਿਵੇਂ ਕਿ ਇਨਕਲਾਬੀ ਜਮਹੂਰੀਅਤਪਸੰਦ ਤੇ ਸਾਹਿਤ ਆਲੋਚਕ, ਨ. ਗ. ਚੇਰਨੀਸ਼ੇਵਸਕੀ ਨੇ ਕਿਹਾ ਹੈ, "ਕਿਸਾਨ ਦ੍ਰਿਸ਼ਟੀਕੋਣ" ਨੂੰ ਉਜਾਗਰ ਕਰਦਿਆਂ, ਪਿੰਡਾਂ ਦੇ ਕਿਰਤੀਆਂ ਦੇ ਜੀਵਨ ਤੇ ਕੰਮ ਨੂੰ, ਜਿਹੜੀ ਜ਼ਮੀਨ ਉਹ ਵਾਹੁੰਦੇ ਹਨ ਉਸ ਉਤੇ ਉਹਨਾਂ ਦੇ ਹੱਕ ਦੇ ਦਾਅਵੇ ਨੂੰ, ਉਹਨਾਂ ਦੀਆਂ ਦੁਖ ਤਕਲੀਫ਼ਾਂ ਤੇ ਖੁਸ਼ੀਆਂ ਗ਼ਮੀਆਂ ਵੱਲ ਹਮਦਰਦੀ ਭਰੇ ਵਤੀਰੇ ਨੂੰ ਪੇਸ਼ ਕੀਤਾ ਹੈ। ਇਸ ਪ੍ਰਸੰਗ ਵਿਚ ਹੀ ੧੯੨੦-੧੯੩੦ ਵਿਆਂ ਦੇ ਜਮਹੂਰੀ ਸੋਚ ਵਾਲੇ ਭਾਰਤੀ ਲੇਖਕਾਂ ਵਲੋਂ ਲਿਓ ਤਾਲਸਤਾਏ ਨੂੰ ਅਤਿ ਨਿੱਘਾ ਹੁੰਗਾਰਾ ਮਿਲਿਆ ਜਿਹੜੇ ਪੇਂਡੂ ਗਰੀਬਾਂ ਦੀ ਤਬਾਹਕੁਨ ਹਾਲਤ ਵੱਲ ਜਨਤਾ ਦਾ ਧਿਆਨ ਖਿਚਣਾ ਅਤੇ ਆਪਣੀਆਂ ਰਚਨਾਵਾਂ ਨਾਲ ਕਿਸਾਨ ਤੇ ਉਹਦੇ ਗਮਾਂ ਦੁਖਾਂ ਲਈ ਹਮਦਰਦੀ ਜਗਾਉਣਾ ਚਾਹੁੰਦੇ ਸਨ।

ਅੱਜ ਆਜ਼ਾਦ ਭਾਰਤ ਵਿਚ ਅਗਾਂਹਵਧੂ ਲੇਖਕ ਤਾਲਸਤਾਏ ਤੋਂ ਸਾਹਿਤ ਰਚਨਾ ਦੀ ਕਲਾ, ਸੱਚੀ ਦੇਸਭਗਤੀ ਤੇ ਸੂਰਮਗਤੀ ਦੀ ਸਿਖਿਆ ਲੈਂਦੇ ਹਨ ਅਤੇ ਉਸ ਨੂੰ ਵਡਿਆਉਂਦੇ ਸਲਾਹੁੰਦੇ ਹਨ।

ਅੱਜ ਤਾਲਸਤਾਏ ਬਸਤੀਵਾਦ ਤੇ ਸਾਮਰਾਜ ਵਿਰੁਧ, ਨਸਲੀ ਵਿਤਕਰੇ ਵਿਰੁਧ, ਜੰਗ ਵਿਰੁਧ ਜਿਸ ਨੂੰ ਉਹ ਮਨੁਖੀ ਸੁਭਾ ਦੇ ਵਿਰੋਧੀ ਸਮਝਦਾ ਸੀ, ਇਕ ਐਸੀ ਭਿਆਨਕ ਬੁਰਾਈ ਜਿਸ ਨੂੰ ਸਦਾ ਲਈ ਖਤਮ ਕਰਨਾ ਜ਼ਰੂਰੀ ਹੈ, ਇਸ ਸਭ ਵਿਰੁਧ ਆਪਣੀ ਭਾਵਕ ਅਪੀਲ ਸਦਕਾ ਕਰੋੜਾਂ ਭਾਰਤੀਆਂ ਦੇ ਦਿਲਾਂ ਵਿਚ ਵਸਦਾ ਹੈ। ਜੰਗ ਵਿਰੁਧ ਲਿਓ ਤਾਲਸਤਾਏ ਦੇ ਦ੍ਰਿੜ੍ਹ ਰੋਸ ਨੂੰ ਢੇਰ ਚਿਰ ਪਹਿਲਾ ਤੋਂ ਭਾਰਤ ਵਿਚੋਂ ਡੂੰਘੀ ਹਮਦਰਦੀ ਪ੍ਰਾਪਤ ਹੋ ਰਹੀ ਹੈ।

ਲਿਓ ਤਾਲਸਤਾਏ ਦੀ ਪਹਿਲੀ ਰਚਨਾ, ਜਿਹੜੀ ਪੰਜਾਬੀ ਪਾਠਕਾਂ ਨੂੰ ਪ੍ਰਾਪਤ ਹੋਈ, "ਮੋਇਆਂ ਦੀ ਜਾਗ" ਸੀ ਜਿਸ ਨੂੰ ਪੰਜਾਬੀ ਦੇ ਮਹਾਨ ਕਵੀ ਤੇ ਲੇਖਕ ਪ੍ਰੋ. ਪੂਰਨ ਸਿੰਘ ਨੇ ੧੯੩੦ ਵਿਚ ਅਨੁਵਾਦ ਕੀਤਾ। ਇਹ ਸ਼ਾਇਦ ਅੰਗ੍ਰੇਜ਼ੀ ਵਿਚ ਪ੍ਰਕਾਸ਼ਤ ਕਿਸੇ ਸੰਖੇਪ ਰੂਪ ਤੋਂ ਕੀਤਾ ਅਨੁਵਾਦ ਸੀ। ਲਿਓ ਤਾਲਸਤਾਏ ਦੇ ਕੁਝ ਲੇਖ ਵੀ ਅਨੁਵਾਦ ਹੋਏ ਜਿਹੜੇ ੧੯੩੪ ਵਿਚ "ਜ਼ਮੀਨ ਤੇ ਕਿਰਤੀ" ਨਾਂ ਹੇਠ ਪੁਸਤਕ ਰੂਪ ਵਿਚ ਛਪੇ। ਪਿਛਲੇ ਪੰਜ ਦਹਾਕਿਆਂ ਦੇ ਸਮੇਂ ਵਿਚ ਲਿਓ ਤਾਲਸਤਾਏ ਦੀਆਂ ਬਹੁਤ ਸਾਰੀਆਂ ਕਹਾਣੀਆਂ ਅਤੇ ਨਾਵਲ, ਜਿਨ੍ਹਾਂ ਵਿਚ ਸੰਸਾਰ ਸਾਹਿਤ ਦਾ ਸ਼ਾਹਕਾਰ "ਜੰਗ ਤੇ ਅਮਨ" ਵੀ ਸ਼ਾਮਲ ਹੈ, ਭਾਰਤ ਵਿਚ ਪੰਜਾਬੀ ਭਾਸ਼ਾ ਵਿਚ ਅਨੁਵਾਦ ਹੋ ਕੇ ਛੱਪ ਚੁੱਕੇ ਹਨ। ਉਸ ਦੀਆਂ ਕੁਝ ਕਹਾਣੀਆਂ ਤੇ ਛੋਟੇ ਨਾਵਲ ਮਾਸਕੋ ਤੋਂ ਅਨੁਵਾਦ ਹੋ ਕੇ ਪੰਜਾਬੀ ਵਿਚ

ਛਪ ਚੁੱਕੇ ਹਨ। ਹੁਣ "ਰਾਦੂਗਾ" ਪ੍ਰਕਾਸ਼ਨ ਵਲੋਂ "ਮੋਇਆਂ ਦੀ ਜਾਗ" ਦਾ ਪੂਰਾ ਪਾਠ ਪੰਜਾਬੀ ਪਾਠਕਾਂ ਦੀ ਭੇਟ ਕੀਤਾ ਜਾ ਰਿਹਾ ਹੈ ਜੋ ਲਿਓ ਤਾਲਸਤਾਏ ਵਲੋਂ ਫਤਿਹ ਕੀਤੀ ਉੱਚ ਪਰਬਤ-ਮਾਲਾ ਦੀ ਇਕ ਚੋਟੀ ਹੈ।

ਸਾਲ ਤੇ ਦਹਾਕੇ ਬੀਤਦੇ ਜਾ ਰਹੇ ਹਨ, ਇਕ ਪੀੜ੍ਹੀ ਦੂਜੀ ਦੀ ਥਾਂ ਲੈਂਦੀ ਹੈ, ਪਰ ਤਾਲਸਤਾਏ ਦੀ ਸ਼ੋਭਾ ਪਹਿਲਾਂ ਵਾਂਗ ਹੀ ਉਜਲੀ ਹੈ। ਅਤੇ ਹੁਣ ਭਾਰਤ ਵਿਚ, ਕੌਮੀ ਆਜ਼ਾਦੀ ਦੇ ਸੰਗਰਾਮ ਦੇ ਸਾਲ੍ਹਾਂ ਵਾਂਗ ਹੀ, ਤਾਲਸਤਾਏ ਦੇ ਸ਼ਬਦ ਕਰੋੜਾਂ ਲੋਕਾਂ ਨੂੰ ਪ੍ਰੇਰਨਾ ਦੇਂਦੇ ਹਨ, ਅਤੇ ਉਹਨਾਂ ਦੇ ਦਿਲਾਂ ਅੰਦਰ ਮਨੁਖ ਵਿਚ, ਉਸ ਦੇ ਚੰਗੇਰੇ ਭਵਿਖ ਵਿਚ, ਅਮਨ, ਮਿੱਤਰਤਾ ਤੇ ਪ੍ਰਗਤੀ ਦੇ ਉਤਮ ਆਦਰਸ਼ਾਂ ਵਿਚ ਵਿਸ਼ਵਾਸ ਜਗਾਉਂਦੇ ਹਨ।

ਯੇਵਗੇਨੀ ਚੇਲੀਸ਼ੇਵ
ਕਾਰਸਪਾਂਡਿੰਗ ਮੈਂਬਰ,
ਸੋਵੀਅਤ ਯੂਨੀਅਨ ਦੀ ਵਿਗਿਆਨ
ਅਕਾਦਮੀ
ਮੀਤ-ਪ੍ਰਧਾਨ
ਸੋਵੀਅਤ-ਭਾਰਤ ਮਿੱਤਰਤਾ ਸਭਾ

ਭਾਗ ਪਹਿਲਾ

ਸੰਤ ਮੱਤੀ, ਅਧਿਆਇ ੧੮, ਪਦ ੨੧।

ਤਦ ਪਤਰਸ ਉਹਦੇ ਕੋਲ ਆਇਆ ਤੇ
ਪੁਛਿਆ, ਹੇ ਪ੍ਰਭੂ, ਮੇਰਾ
ਭਰਾ ਕਿੱਨੀ ਵਾਰੀ ਮੇਰੇ ਖਿਲਾਫ ਪਾਪ
ਕਰਦਾ ਰਹੇ, ਅਤੇ ਮੈਂ ਉਸ
ਨੂੰ ਮਾਫ ਕਰਾਂ? ਸਤ ਵਾਰ ਤੱਕ?
ਪਦ ੨੨। ਯਿਸੂ ਨੇ ਉਸ ਨੂੰ ਆਖਿਆ, "ਮੈਂ ਤੈਨੂੰ
ਇਹ ਨਹੀਂ ਕਹਿੰਦਾ
ਕਿ ਸਤ ਵਾਰ: ਸਗੋਂ ਸਤ ਦੇ ਸਤਰ ਗੁਣਾਂ ਤੱਕ।"

ਸੰਤ ਮੱਤੀ, ਅਧਿਆਇ ੭, ਪਦ ੩।

ਅਤੇ ਤੂੰ ਆਪਣੇ ਭਰਾ ਦੀ ਅੱਖ ਵਿਚ ਤੀਲਾ ਕਿਉਂ ਵੇਖਦਾ ਹੈਂ, ਪਰ ਆਪਣੀ ਅੱਖ ਵਿਚਲਾ ਛਤੀਰ ਨਹੀਂ ਵੇਖਦਾ?

ਸੰਤ ਯੂਹੰਨਾ, ਅਧਿਆਇ ੮, ਪਦ ੭।

ਉਸ ਨੂੰ, ਜਿਹੜਾ ਤੁਹਾਡੇ ਵਿਚੋਂ ਗੁਨਾਹੀ ਨਹੀਂ, ਉਸ ਉਤੇ ਸਭ ਤੋਂ ਪਹਿਲਾਂ ਪੱਥਰ ਮਾਰਨ ਦਿਓ।

ਸੰਤ ਲੂਕਾ, ਅਧਿਆਇ ੬, ਪਦ ੪੦।

ਚੇਲਾ ਆਪਣੇ ਗੁਰੂ ਨਾਲੋਂ ਵੱਡਾ ਨਹੀਂ; ਪਰ ਜਿਹੜਾ
ਵੀ ਪਰੀਪੂਰਨ ਹੋਵੇਗਾ ਉਹ ਆਪਣੇ ਗੁਰੂ ਦੇ ਸਮਾਨ ਹੋਵੇਗਾ।

ਲੱਖਾਂ ਹੀ ਲੋਕਾਂ ਨੇ ਧਰਤੀ ਦੇ ਉਸ ਛੋਟੇ ਜਿਹੇ ਟੁਕੜੇ ਨੂੰ ਜਿੱਥੇ ਉਹ ਰਹਿੰਦੇ ਸਨ ਕੁਰੂਪ ਬਣਾ ਦੇਣ ਵਿਚ ਕੋਈ ਕਸਰ ਨਹੀਂ ਸੀ ਰਹਿਣ ਦਿੱਤੀ। ਪੱਥਰ ਬੀੜ ਕੇ ਫਰਸ਼ ਪਾ ਲਏ ਸਨ। ਜਿੱਥੇ ਕਿਤੇ ਵੀ ਘਾਹ ਦੀ ਕੋਈ ਤਿੜ ਫੁੱਟੀ ਉਸ ਨੂੰ ਕੱਟ-ਵੱਢ ਦਿੱਤਾ ਸੀ। ਰੁੱਖਾਂ ਦੀਆਂ ਟਹਿਣੀਆਂ ਛਾਂਗ ਸੁੱਟੀਆਂ ਸਨ। ਪੰਛੀਆਂ ਅਤੇ ਜੰਗਲੀ ਜਾਨਵਰਾਂ ਨੂੰ ਭਜਾ ਦਿੱਤਾ ਸੀ। ਵਾਤਾਵਰਣ ਨੂੰ ਕੋਲੇ ਤੇ ਤੇਲ ਦੇ ਧੂੰਏਂ ਨਾਲ ਗੰਧਲਾ ਕਰ ਦਿੱਤਾ ਸੀ। ਫੇਰ ਵੀ ਬਸੰਤ ਆਖਰ ਬਸੰਤ ਹੀ ਸੀ। ਸ਼ਹਿਰ ਵਿਚ ਵੀ ਬਸੰਤ ਨੇ ਆਪਣੇ ਰੰਗ ਡੋਹਲੇ ਸਨ। ਧੁਪ ਖਿੜੀ ਸੀ। ਜਿਸ ਥਾਂ ਤੋਂ ਘਾਹ ਜੜ੍ਹੋਂ ਨਹੀਂ ਸੀ ਪੁਟਿਆ ਜਾ ਸਕਿਆ ਉਥੇ ਉਹ ਮੁੜ ਪੁੰਗਰ ਪਿਆ ਸੀ ਅਤੇ ਹਰ ਪਾਸੇ ਹਰਿਆਲੀ ਹੋ ਗਈ ਸੀ। ਬੀੜੀਆਂ ਹੋਈਆਂ ਸਿਲਾਂ ਦੇ ਵਿਚ ਵਿਚ ਅਤੇ ਸੜਕਾਂ ਦੇ ਕੰਢੇ ਕੰਢੇ ਬਣੇ ਹੋਏ ਲਾਨਾਂ ਵਿਚ। ਬਰਚੇ, ਪਾਪਲਰ ਤੇ ਬਰਡ-ਚੇਰੀ ਦੇ ਰੁਖਾਂ ਉਤੇ ਮੁਲਾਇਮ ਤੇ ਮਹਿਕਦੀਆਂ ਕਰੂੰਬਲਾਂ ਫੁੱਟ ਰਹੀਆਂ ਸਨ। ਲਾਈਮ ਦੇ ਰੁੱਖਾਂ ਦੀਆਂ ਭਰੀਆਂ ਹੋਈਆਂ ਡੋਡੀਆਂ ਪਾਟ ਰਹੀਆਂ ਸਨ। ਬਸੰਤ ਦੀ ਖੁਸ਼ੀ ਵਿਚ ਮਸਤੇ ਚਿੜੀਆਂ, ਕਾਂ ਤੇ ਕਬੂਤਰ ਆਪਣੇ ਆਲ੍ਹਣੇ ਬਣਾ ਰਹੇ ਸਨ। ਧੁੱਪ ਨਾਲ ਨਿਘੀਆਂ ਹੋਈਆਂ ਮੱਖੀਆਂ ਕੰਧਾਂ ਨਾਲ ਭੀਂ ਭੀਂ ਕਰਦੀਆਂ ਫਿਰਦੀਆਂ ਸਨ। ਸਭ ਖੁਸ਼ ਸਨ : ਕੀ ਪੌਦੇ, ਪੰਖੇਰੂ, ਕੀ ਕੀੜੇ-ਮਕੌੜੇ ਅਤੇ ਕੀ ਬੱਚੇ। ਪਰ ਲੋਕਾਂ ਅਰਥਾਤ ਬਾਲਗ ਮਰਦਾਂ ਤੇ ਔਰਤਾਂ ਨੇ ਆਪਣੇ ਆਪ ਨੂੰ ਅਤੇ ਇਕ ਦੂਜੇ ਨੂੰ ਛਲਣਾ ਤੇ ਦੁਖੀ ਕਰਨਾ ਨਹੀਂ ਸੀ ਛੱਡਿਆ। ਉਹਨਾਂ ਦੇ ਖਿਆਲ ਵਿਚ ਬਸੰਤ ਦੀ ਇਸ ਪ੍ਰਭਾਤ ਦੀ ਕੋਈ ਅਹਿਮੀਅਤ ਨਹੀਂ ਸੀ, ਇਹ ਉਹਨਾਂ ਵਾਸਤੇ ਪਵਿਤਰ ਨਹੀਂ ਸੀ। ਸਾਰੇ ਜੀਵਾਂ ਦੇ ਸੁਖ ਆਰਾਮ ਵਾਸਤੇ ਸਿਰਜੇ ਰੱਬ ਦੇ ਇਸ ਸੰਸਾਰ ਦੀ ਖੂਬਸੂਰਤੀ ਨੂੰ ਉਹ ਅਨੁਭਵ ਨਹੀਂ ਸੀ ਕਰਦੇ ਜਿਹੜੀ ਖੂਬਸੂਰਤੀ ਸ਼ਾਂਤੀ, ਪ੍ਰੇਮ ਅਤੇ ਸਦਭਾਵਨਾ ਦੀ ਪ੍ਰੇਰਨਾ ਦਾ ਸੋਮਾ ਹੈ। ਉਹਨਾਂ ਵਾਸਤੇ ਉਹ ਜੁਗਤਾਂ ਹੀ ਪਵਿਤਰ ਤੇ ਮਹੱਤਵਪੂਰਨ ਸਨ ਜਿਹੜੀਆਂ ਉਹਨਾਂ ਨੇ ਦੂਜਿਆਂ ਨੂੰ ਲੱਤ ਹੇਠ ਰਖਣ ਲਈ ਘੜੀਆਂ ਸਨ।

ਏਸੇ ਤਰ੍ਹਾਂ ਗੁਬੇਰਨੀਆ ਦੀ ਜੇਲ੍ਹ ਦੇ ਦਫਤਰ ਵਿਚ, ਬੰਦਿਆਂ ਅਤੇ ਜਾਨਵਰਾਂ ਦੇ ਹਿੱਸੇ ਬਸੰਤ ਦਾ ਇਹ ਸੁਹੱਪਣ ਅਤੇ ਖੁਸ਼ੀ ਨਹੀਂ ਸੀ ਆਈ ਜਿਸ ਨੂੰ ਪਵਿਤਰ ਤੇ ਅਹਿਮ ਸਮਝਿਆ ਜਾਂਦਾ ਸੀ, ਸਗੋਂ ਇਕ ਦਿਨ ਪਹਿਲਾਂ, ਵਾਜਬੀ ਟਿਕਟ ਲੱਗਾ ਹੋਇਆ,

ਰਜਿਸਟਰਡ ਨੋਟਿਸ ਆਇਆ ਸੀ ਜਿਸ ਵਿਚ ਹੁਕਮ ਦਿੱਤਾ ਗਿਆ ਸੀ ਕਿ ਅੱਜ ੨੮ ਅਪ੍ਰੈਲ ਨੂੰ, ਸਵੇਰੇ ੯ ਵਜੇ, ਇਸ ਵੇਲੇ ਜੇਲ੍ਹ ਵਿਚ ਬੰਦ ਤਿੰਨ ਕੈਦੀਆਂ, ਇਕ ਮਰਦ ਅਤੇ ਦੋ ਔਰਤਾਂ ਨੂੰ ਅਦਾਲਤ ਦੇ ਕਮਰੇ ਵਿਚ ਲਿਆਂਦਾ ਜਾਏ। (ਇਹਨਾਂ ਵਿਚੋਂ ਇਕ ਔਰਤ ਦੀ, ਮੁਖ ਮੁਜਰਮ ਦੇ ਨਾਤੇ, ਵੱਖਰੀ ਸੁਣਵਾਈ ਹੋਣੀ ਸੀ।) ਇਸ ਕਰਕੇ ਇਸ ਵੇਲੇ, ੨੮ ਅਪ੍ਰੈਲ ਨੂੰ ਸਵੇਰ ਦੇ ਅੱਠ ਵਜੇ, ਮੁਖ ਵਾਰਡਰ ਜੇਲ੍ਹ ਦੇ ਔਰਤਾਂ ਵਾਲੇ ਹਿੱਸੇ ਦੇ ਹਨੇਰੇ ਬੋ-ਮਾਰਦੇ ਲਾਂਘੇ ਵਿਚ ਦਾਖਲ ਹੋਇਆ ਸੀ। ਉਸ ਦੇ ਪਿਛੇ ਪਿਛੇ ਕੁੰਡਲਾਂ ਵਾਲੇ ਬੱਗੇ ਵਾਲਾਂ ਵਾਲੀ ਇਕ ਵਾਰਡਰ ਔਰਤ ਸੀ ਜਿਸ ਦੇ ਚਿਹਰੇ ਤੋਂ ਉਹਦੇ ਦੁਖਾਂ ਮੁਸੀਬਤਾਂ ਦੀ ਝਲਕ ਪੈਂਦੀ ਸੀ। ਉਸ ਨੇ ਜਿਹੜੀ ਵਰਦੀ ਪਾਈ ਹੋਈ ਸੀ ਉਸ ਦੀਆਂ ਬਾਹਵਾਂ ਨੂੰ ਸੁਨਹਿਰੀ ਪੱਟੀ ਲੱਗੀ ਹੋਈ ਸੀ ਤੇ ਕਮਰ ਦੁਆਲੇ ਨੀਲੀ ਪੇਟੀ ਬੰਨ੍ਹੀ ਹੋਈ ਸੀ।

"ਮਾਸਲੋਵਾ ਨੂੰ ਲਿਜਾਣਾ ਏ?" ਇਸਤ੍ਰੀ ਵਾਰਡਰ ਨੇ ਇਕ ਕੋਠੜੀ ਦੇ ਬੂਹੇ ਅੱਗੇ ਆ ਕੇ ਪੁੱਛਿਆ।

ਲੋਹੇ ਦੇ ਜੰਦਰੇ ਦੀ ਖੜ ਖੜ ਹੋਈ ਤੇ ਵਾਰਡਰ ਨੇ ਕੋਠੜੀ ਦਾ ਬੂਹਾ ਖੋਹਲਿਆ। ਲਾਂਘੇ ਨਾਲੋਂ ਵੀ ਬਹੁਤੀ ਤੂਸਾਂ ਛੱਡਦੀ ਹਵਾ ਦਾ ਫਰਾਟਾ ਆਇਆ—ਤੇ "ਮਾਸਲੋਵਾ! ਅਦਾਲਤ ਨੂੰ ਚੱਲ," ਆਖ ਕੇ ਵਾਰਡਰ ਨੇ ਬੂਹਾ ਫੇਰ ਬੰਦ ਕਰ ਦਿੱਤਾ।

ਰੁਮਕਦੀ ਪੌਣ ਸਦਕਾ ਜੇਲ੍ਹ ਦੇ ਹਾਤੇ ਵਿਚ ਵੀ ਖੇਤਾਂ ਦੀ ਸੱਜਰੀ ਜਾਨ ਪਾ ਦੇਣ ਵਾਲੀ ਹਵਾ ਆ ਗਈ ਸੀ। ਪਰ ਲਾਂਘੇ ਵਿਚ ਰੋਗਾਣੂਆਂ ਦੀ ਭਰੀ ਹਵਾ ਵਿਚੋਂ ਮਲ-ਮੂਤਰ, ਲੁਕ ਅਤੇ ਸੜ੍ਹਿਆਂਦ ਦੀਆਂ ਤੂਸਾਂ ਆਉਂਦੀਆਂ ਸਨ ਜਿਸ ਨਾਲ ਹਰ ਉਸ ਬੰਦੇ ਦਾ ਜਿਸ ਨੂੰ ਪਹਿਲੀ ਵਾਰ ਏਥੇ ਆਉਣਾ ਪੈਂਦਾ ਸੀ ਨਕ ਵਿਚ ਦਮ ਆ ਜਾਂਦਾ ਅਤੇ ਬੁਰਾ ਹਾਲ ਹੋ ਜਾਂਦਾ ਸੀ। ਇਸਤ੍ਰੀ ਵਾਰਡਰ ਵੀ ਏਹੋ ਮਹਿਸੂਸ ਕਰਦੀ ਸੀ, ਹਾਲਾਂਕਿ ਉਹ ਗੰਦੀ ਹਵਾ ਦੀ ਆਦੀ ਹੋ ਗਈ ਸੀ। ਉਹ ਅਜੇ ਥੋੜਾ ਹੀ ਚਿਰ ਪਹਿਲਾਂ ਬਾਹਰੋਂ ਆਈ ਸੀ, ਅਤੇ ਲਾਂਘੇ ਵਿਚ ਵੜਦਿਆਂ ਹੀ ਉਹ ਥੱਕੀ ਥੱਕੀ ਤੇ ਅਲਸਾਈ ਜਿਹੀ ਮਹਿਸੂਸ ਕਰਨ ਲੱਗ ਪਈ ਸੀ।

ਕੋਠੜੀ ਦੇ ਅੰਦਰੋਂ ਦੌੜ ਭਜ ਤੇ ਔਰਤਾਂ ਦੇ ਗੱਲਾਂ ਕਰਨ ਤੇ ਫਰਸ਼ ਉਤੇ ਨੰਗੇ ਪੈਰਾਂ ਦੀ ਠਪ ਠਪ ਦੀ ਆਵਾਜ਼ ਆਈ।

"ਛੇਤੀ ਕਰ, ਹੁਣ!" ਵਾਰਡਰ ਨੇ ਬੂਹੇ ਵਿਚੋਂ ਕੜਕ ਕੇ ਆਖਿਆ।

ਦੋ ਕੁ ਮਿੰਟ ਮਗਰੋਂ ਭਾਰੀ ਭਰਵੀਂ ਛਾਤੀ ਵਾਲੀ ਇਕ ਦਰਮਿਆਨੇ ਕੱਦ ਦੀ ਔਰਤ ਛੋਹਲੇ ਕਦਮੀਂ ਦਰਵਾਜ਼ਿਓਂ ਬਾਹਰ ਨਿਕਲੀ ਅਤੇ ਵਾਰਡਰ ਕੋਲ ਆ ਖੜੀ ਹੋਈ। ਉਸ ਨੇ ਚਿੱਟੀ ਜੈਕਟ ਤੇ ਸਕਰਟ ਦੇ ਉਤੇ ਭੂਰੇ ਰੰਗ ਦਾ ਚੋਗਾ ਪਾਇਆ ਹੋਇਆ ਸੀ। ਉਸ ਦੇ ਪੈਰੀਂ ਲਿਨਿਨ ਦੀਆਂ ਜੁਰਾਬਾਂ ਅਤੇ ਕੈਦੀਆਂ ਵਾਲੇ ਬੂਟ ਸਨ, ਤੇ ਸਿਰ ਉਤੇ ਚਿੱਟਾ ਰੁਮਾਲ ਬੰਨ੍ਹਿਆ ਹੋਇਆ ਸੀ ਜਿਸ ਦੇ ਹੇਠੋਂ ਕਾਲੇ ਵਾਲਾਂ ਦੀਆਂ ਥੋੜੀਆਂ ਜਿਹੀਆਂ ਲਿਟਾਂ ਨੂੰ ਆਪਣੀ ਮਰਜ਼ੀ ਨਾਲ ਵਾਹ ਕੇ ਮੱਥੇ ਉਤੇ ਕੀਤਾ ਹੋਇਆ ਸੀ।

ਔਰਤ ਦਾ ਚਿਹਰਾ ਬੱਗਾ ਪੂਣੀ ਸੀ, ਖਾਸ ਕਰਕੇ ਉਹਨਾਂ ਲੋਕਾਂ ਦੇ ਚਿਹਰੇ ਵਾਂਗ ਜਿਹੜੇ ਲੰਮਾ ਸਮਾਂ ਹਨੇਰੇ ਕਮਰੇ ਵਿਚ ਬੰਦ ਰਹੇ ਹੁੰਦੇ ਹਨ ਅਤੇ ਜਿਨ੍ਹਾਂ ਨੂੰ ਵੇਖ ਕੇ ਕੋਠੜੀ ਵਿਚ ਰੱਖੇ ਹੋਏ ਆਲੂਆਂ ਵਿਚੋਂ ਫੁਟ ਨਿਕਲੇ ਸੂਇਆਂ ਦਾ ਚੇਤਾ ਆ ਜਾਂਦਾ ਹੈ। ਉਹਦੇ ਛੋਟੇ ਛੋਟੇ ਚੌੜੇ ਹੱਥਾਂ ਦਾ, ਅਤੇ ਉਹਦੇ ਗਾਊਨ ਦੇ ਚੌੜੇ ਕਾਲਰ ਹੇਠੋਂ ਨਜ਼ਰ ਆਉਂਦੀ ਉਹਦੀ ਭਰਵੀਂ ਗਰਦਨ ਦਾ ਰੰਗ ਵੀ ਚਿੱਟਾ ਸੀ। ਉਹਦੀਆਂ ਕਾਲੀਆਂ ਚਮਕਦੀਆਂ ਅੱਖਾਂ, ਇਕ ਵਿਚ ਮਾੜਾ ਜਿਹਾ ਭੈਂਗ ਸੀ, ਉਹਦੇ ਚਿਹਰੇ ਦੀ ਰੁੱਖੀ ਪਿਲੱਤਣ ਦੇ ਮੁਕਾਬਲੇ ਬੜੀਆਂ ਖਿੱਚ ਪਾਉਂਦੀਆਂ ਜਾਪਦੀਆਂ ਸਨ। ਉਹ ਆਪਣੀ ਭਰਵੀਂ ਹਿੱਕ ਨੂੰ ਫੁਲਾਈ, ਸਿੱਧੀ ਤਣੀ ਖਲੋਤੀ ਸੀ। ਆਪਣੇ ਸਿਰ ਨੂੰ ਮਾੜਾ ਜਿਹਾ ਪਿਛਾਂਹ ਵੱਲ ਸੁਟ ਕੇ, ਉਹ ਕਿਸੇ ਵੀ ਹੁਕਮ ਦਾ ਪਾਲਣ ਕਰਨ ਨੂੰ ਤਿਆਰ ਜੇਲ੍ਹ ਦੇ ਵਾਰਡਰ ਦੀਆਂ ਅੱਖਾਂ ਵਿਚ ਅੱਖਾਂ ਪਾਈ ਲਾਂਘੇ ਵਿਚ ਖੜੀ ਸੀ। ਵਾਰਡਰ ਬੂਹੇ ਨੂੰ ਜੰਦਰਾ ਮਾਰਨ ਹੀ ਵਾਲਾ ਸੀ ਕਿ ਇਕ ਝੁਰੜਾਏ ਚਿਹਰੇ ਅਤੇ ਕਠੋਰ ਨਜ਼ਰਾਂ ਵਾਲੀ ਬੁੱਢੀ ਔਰਤ ਨੇ ਆਪਣਾ ਧੌਲਾ ਸਿਰ ਬਾਹਰ ਕਢਿਆ ਅਤੇ ਮਾਸਲੋਵਾ ਨਾਲ ਗੱਲੀਂ ਲੱਗ ਪਈ। ਪਰ ਵਾਰਡਰ ਨੇ ਬੂਹੇ ਦੇ ਤਖਤੇ ਨਾਲ ਬੁੱਢੀ ਔਰਤ ਦਾ ਸਿਰ ਪਿਛਾਂਹ ਧੱਕ ਕੇ ਦਰਵਾਜ਼ਾ ਬੰਦ ਕਰ ਦਿੱਤਾ। ਕੋਠੜੀ ਵਿਚੋਂ ਇਕ ਔਰਤ ਦੇ ਹੱਸਣ ਦੀ ਆਵਾਜ਼ ਆਈ, ਅਤੇ ਮਾਸਲੋਵਾ ਵੀ ਮੁਸਕ੍ਰਾ ਪਈ ਅਤੇ ਕੋਠੜੀ ਦੇ ਬੂਹੇ ਵਿਚ ਨਿੱਕੇ ਜਿਹੇ ਸੀਖਦਾਰ ਝਰੋਖੇ ਵੱਲ ਮੂੰਹ ਕਰ ਲਿਆ। ਬੁੱਢੀ ਔਰਤ ਨੇ ਅੰਦਰਲੇ ਪਾਸਿਓਂ ਝਰੋਖੇ ਕੋਲ ਆਪਣਾ ਮੂੰਹ ਕੀਤਾ ਅਤੇ ਭਰੜਾਈ ਜਿਹੀ ਆਵਾਜ਼ ਵਿਚ ਆਖਿਆ :

"ਧਿਆਨ ਰੱਖੀਂ, ਤੇ ਜਦੋਂ ਉਹ ਤੈਨੂੰ ਪੁੱਛਗਿੱਛ ਕਰਨ ਲੱਗੇ ਤਾਂ ਇਕੋ ਗੱਲ ਆਖੀ ਜਾਈਂ ਤੇ ਉਹਦੇ ਤੇ ਹੀ ਅੜੀ ਰਹੀਂ। ਕੋਈ ਵਾਧੂ ਘਾਟੂ ਗੱਲ ਨਾ ਆਖੀਂ।"

"ਠੀਕ ਏ, ਹੁਣ ਨਾਲੋਂ ਭੈੜੀ ਹਾਲਤ ਹੋਰ ਕੀ ਹੋਣੀ ਏਂ। ਮੇਰੀ ਤਾਂ ਬਸ ਇਕੋ ਕਾਮਨਾ ਏ ਕਿ ਗੱਲ ਹੰਨੇ ਜਾਂ ਬੰਨੇ ਨਿਬੜ ਜਾਵੇ।"

"ਸਾਨੂੰ ਪਤਾ ਏ, ਗੱਲ ਤਾਂ ਨਿਬੜ ਹੀ ਜਾਣੀ ਏ," ਵੱਡੇ ਵਾਰਡਰ ਨੇ ਵੱਡੇ ਅਫਸਰਾਂ ਵਾਂਗ ਭਰੋਸੇ ਨਾਲ ਮਖੌਲ ਕਰਦਿਆਂ ਆਖਿਆ। "ਚਲ ਹੁਣ, ਤੁਰ ਅਗਾਂਹ!"

ਬੁੱਢੀ ਔਰਤ ਦੀਆਂ ਅੱਖਾਂ ਝਰੋਖੇ ਵਿਚੋਂ ਦਿਸਣੋਂ ਹਟ ਗਈਆਂ, ਅਤੇ ਮਾਸਲੋਵਾ ਲਾਂਘੇ ਦੇ ਵਿਚਕਾਰ ਆ ਗਈ ਤੇ ਛੋਟੇ ਛੋਟੇ ਕਦਮ ਪੁਟਦੀ ਵੱਡੇ ਵਾਰਡਰ ਦੇ ਪਿੱਛੇ ਪਿੱਛੇ ਤੁਰ ਪਈ। ਉਹ ਪੱਥਰ ਦੀਆਂ ਪੌੜੀਆਂ ਉਤਰੇ ; ਮਰਦਾਂ ਦੇ ਵਾਰਡ ਦੀਆਂ ਹੋਰ ਵੀ ਗੰਦੀਆਂ ਅਤੇ ਰੌਲੇਂ ਗੌਲੇ ਭਰੀਆਂ ਕੋਠੜੀਆਂ ਅੱਗੋਂ ਲੰਘੇ, ਜਿੰਨ੍ਹਾਂ ਦੇ ਬੂਹਿਆਂ ਦੇ ਸਾਰਿਆਂ ਝਰੋਖਿਆਂ ਵਿਚੋਂ ਨਜ਼ਰਾਂ ਉਹਨਾਂ ਦਾ ਪਿੱਛਾ ਕਰ ਰਹੀਆਂ ਸਨ। ਮਰਦਾਂ ਦੀ ਬੈਰਕ ਨੂੰ ਪਾਰ ਕਰ ਕੇ ਉਹ ਦਫਤਰ ਵਿਚ ਦਾਖਲ ਹੋਏ ਜਿਥੇ ਦੋ ਪਹਿਰੇਦਾਰ ਸਿਪਾਹੀ ਆਪਣੀਆਂ ਰਫਲਾਂ ਚੁੱਕੀ ਉਹਦੀ ਉਡੀਕ ਵਿਚ ਖੜੇ ਸਨ। ਦਫਤਰ ਵਿਚ ਕੰਮ ਕਰਦੇ

ਇਕ ਬਾਬੂ ਨੇ ਸਿਪਾਹੀ ਨੂੰ ਇਕ ਕਾਗ਼ਜ਼ ਫੜਾਇਆ ਜਿਸ ਵਿਚੋਂ ਤਮਾਕੂ ਦੀ ਮੁਸ਼ਕ ਆ ਰਹੀ ਸੀ। ਤੇ ਫੇਰ ਕੈਦਣ ਵਲ ਇਸ਼ਾਰਾ ਕਰ ਕੇ ਬੋਲਿਆ :

"ਲੈ ਜਾ ਏਹਨੂੰ।"

ਸਿਪਾਹੀ ਨੇ ਕਾਗ਼ਜ਼ ਆਪਣੇ ਕੋਟ ਦੇ ਕੱਫ ਵਿਚ ਦੱਬ ਲਿਆ। ਇਹ ਸਿਪਾਹੀ ਨੀਜ਼ੂਨੀ ਨੋਵਗੋਰੋਦ ਦਾ ਰਹਿਣ ਵਾਲਾ ਕਿਸਾਨ ਸੀ ਜਿਸ ਦੇ ਲਾਲ ਚਿਹਰੇ ਉਤੇ ਮਾਤਾ ਦੇ ਦਾਗ ਸਨ। ਉਸ ਦਾ ਸਾਥੀ ਚੂਵਾਸ਼ ਸੀ ਜਿਸ ਦੀਆਂ ਗਲ੍ਹਾਂ ਦੀਆਂ ਹੱਡੀਆਂ ਬਾਹਰ ਆਈਆਂ ਹੋਈਆਂ ਸਨ। ਸਿਪਾਹੀ ਨੇ ਕੈਦਣ ਵੱਲ ਵੇਖਦਿਆਂ ਆਪਣੇ ਸਾਥੀ ਨੂੰ ਅੱਖ ਮਾਰੀ ਤੇ ਉਹ ਕੈਦਣ ਨੂੰ ਲੈ ਕੇ ਜੇਲ੍ਹ ਦਾ ਹਾਤਾ ਪਾਰ ਕਰ ਕੇ ਬਾਹਰਲੇ ਵੱਡੇ ਫਾਟਕ ਦੇ ਛੋਟੇ ਦਰਵਾਜ਼ੇ ਵਿਚੋਂ ਨਿਕਲ ਕੇ ਸੜਕ ਉਤੇ ਆ ਗਏ। ਪੱਥਰਾਂ ਦੀ ਬਣੀ ਸੜਕ ਦੇ ਵਿਚਕਾਰ ਤੁਰਦੇ ਹੋਏ ਉਹ ਸ਼ਹਿਰ ਨੂੰ ਹੋ ਪਏ।

ਬੱਘੀਆਂ ਵਾਲੇ, ਦੁਕਾਨਦਾਰ, ਬਾਵਰਚਣਾਂ, ਮਜ਼ਦੂਰ, ਦਫਤਰਾਂ ਦੇ ਬਾਬੂ ਤੁਰੇ ਤੁਰੇ ਜਾਂਦੇ ਖਲੋ ਜਾਂਦੇ ਅਤੇ ਉਤਸੁਕਤਾ ਭਰਪੂਰ ਨਜ਼ਰਾਂ ਨਾਲ ਕੈਦਣ ਵੱਲ ਵੇਖਣ ਲੱਗ ਜਾਂਦੇ। ਕਈ ਸਿਰ ਮਾਰਦੇ ਹੋਏ ਆਪਣੇ ਮਨ ਵਿਚ ਸੋਚਦੇ, "ਏਹ ਨਤੀਜਾ ਨਿਕਲਦੈ ਮਾੜੇ ਕੰਮਾਂ ਦਾ। ਜੇ ਇਹਦਾ ਚਾਲ ਚਲਣ ਚੰਗਾ ਹੁੰਦਾ, ਜਿਵੇਂ ਮੇਰਾ ਹੈ, ਤਾਂ ਆਹ ਦਿਨ ਕਿਉਂ ਵੇਖਣਾ ਪੈਂਦਾ।" ਬੱਚੇ ਵੀ ਖਲੋ ਜਾਂਦੇ ਅਤੇ ਇਸ ਕੈਦਣ ਨੂੰ ਡਾਕੂ ਸਮਝ ਕੇ ਸਹਿਮੀਆਂ ਸਹਿਮੀਆਂ ਨਜ਼ਰਾਂ ਨਾਲ ਉਹਦੇ ਵੱਲ ਵੇਖਦੇ। ਪਰ ਇਹ ਸੋਚ ਕੇ ਕਿ ਸਿਪਾਹੀਆਂ ਨੇ ਉਸ ਨੂੰ ਫੜਿਆ ਹੋਇਆ ਹੈ ਤੇ ਉਹ ਕੋਈ ਨੁਕਸਾਨ ਨਹੀਂ ਕਰ ਸਕਦੀ ਉਹਨਾਂ ਦਾ ਡਰ ਲਹਿ ਜਾਂਦਾ। ਇਕ ਕਿਸਾਨ ਜਿਹੜਾ ਆਪਣਾ ਲਕੜ ਦਾ ਕੋਲਾ ਵੇਚ ਕੇ ਤੇ ਢਾਬੇ ਤੋਂ ਚਾਹ ਦਾ ਘੁਟ ਪੀ ਕੇ ਵਾਪਸ ਜਾ ਰਿਹਾ ਸੀ, ਉਸ ਦੇ ਨੇੜੇ ਆਇਆ, ਅਤੇ ਉਸ ਨੇ ਆਪਣੀ ਛਾਤੀ ਉਤੇ ਸਲੀਬ ਦਾ ਨਿਸ਼ਾਨ ਬਣਾਉਣ ਪਿਛੋਂ ਇਕ ਕਾਪਕ ਕੈਦਣ ਦੀ ਤਲੀ ਉਤੇ ਰੱਖ ਦਿੱਤਾ। ਕੈਦਣ ਦਾ ਚਿਹਰਾ ਲਾਲ ਤੇ ਸਿਰ ਨੀਵਾਂ ਹੋ ਗਿਆ ਅਤੇ ਉਸ ਨੇ ਮੂੰਹ ਵਿਚ ਕੁਝ ਬੁੜ ਬੁੜ ਕੀਤਾ।

ਆਪਣੇ ਵੱਲ ਮੁੜਦੀਆਂ ਨਜ਼ਰਾਂ ਨੂੰ ਮਹਿਸੂਸ ਕਰਦਿਆਂ, ਕੈਦਣ ਨੇ ਉਸ ਪਾਸੇ ਮੂੰਹ ਕੀਤੇ ਬਗੈਰ ਹੀ, ਹਰ ਉਸ ਬੰਦੇ ਨੂੰ ਟੇਢੀ ਨਜ਼ਰ ਨਾਲ ਵੇਖਿਆ ਜਿਹੜਾ ਉਹਦੇ ਵੱਲ ਝਾਕ ਰਿਹਾ ਸੀ। ਉਹ ਇਸ ਗੱਲ ਤੋਂ ਖੁਸ਼ ਸੀ ਕਿ ਲੋਕਾਂ ਦਾ ਧਿਆਨ ਉਹਦੇ ਵੱਲ ਖਿਚਿਆ ਜਾ ਰਿਹਾ ਸੀ। ਮੁਕਾਬਲਤਨ ਸੱਜਰੀ ਹਵਾ ਨੇ ਵੀ ਉਸ ਨੂੰ ਖਿੜਾ ਦਿੱਤਾ ਸੀ, ਪਰ ਉਹਦੇ ਪੈਰ ਤੁਰਨ ਦੇ ਆਦੀ ਨਹੀਂ ਸੀ ਰਹੇ, ਅਤੇ ਜੇਲ੍ਹ ਦੇ ਕੁਚੱਜੇ ਬਣੇ ਬੂਟ ਪਾਈ ਉੱਚੇ ਨੀਵੇਂ ਪੱਥਰਾਂ ਉਤੇ ਤੁਰਨਾ ਤਕਲੀਫਦਿਹ ਮਹਿਸੂਸ ਕਰ ਕੇ, ਉਹ ਵੇਖ ਵੇਖ ਕੇ ਅਤੇ ਬੜੇ ਸੁਬਕ ਅੰਦਾਜ਼ ਨਾਲ ਕਦਮ ਟਿਕਾਉਂਦੀ ਸੀ। ਅਨਾਜ ਦੇ ਇਕ ਵਪਾਰੀ ਦੀ ਦੁਕਾਨ ਅੱਗੋਂ ਲੰਘਦਿਆਂ, ਜਿਸ ਦੇ ਸਾਮ੍ਹਣੇ ਕੁਝ ਕਬੂਤਰ ਗੁਟਕਦੇ ਫਿਰਦੇ ਸਨ ਤੇ ਜਿਨ੍ਹਾਂ ਨੂੰ ਕੋਈ ਵੀ ਛੇੜਦਾ ਨਹੀਂ ਸੀ, ਕੈਦਣ ਦਾ ਪੈਰ ਇਸ ਨੀਲੇ ਸਲੇਟੀ ਪੰਛੀ ਨੂੰ ਬਸ ਛੂਹ ਹੀ ਚਲਿਆ ਸੀ। ਕਬੂਤਰ ਨੇ ਖੰਭ ਫੜਫੜਾਏ ਅਤੇ ਆਪਣੇ ਖੰਭਾਂ ਨਾਲ ਉਸ

ਨੂੰ ਪੱਖੀ ਝਲਦਾ ਹੋਇਆ ਉਹਦੇ ਕੰਨ ਦੇ ਕੋਲੋਂ ਦੀ ਉਡ ਕੇ ਲੰਘ ਗਿਆ। ਉਹ ਮੁਸਕ੍ਰਾ ਪਈ, ਅਤੇ ਫੇਰ ਜਦੋਂ ਉਸ ਨੂੰ ਆਪਣੀ ਹਾਲਤ ਦਾ ਚੇਤਾ ਆ ਗਿਆ ਤਾਂ ਉਸ ਨੇ ਇਕ ਡੂੰਘਾ ਹੌਕਾ ਭਰਿਆ।

੨

ਕੈਦਣ ਮਾਸਲੋਵਾ ਦੀ ਜ਼ਿੰਦਗੀ ਦੀ ਕਹਾਣੀ ਬੜੀ ਸਾਧਾਰਨ ਜਿਹੀ ਹੈ।

ਮਾਸਲੋਵਾ ਦੀ ਮਾਂ ਇਕ ਡੇਰੀ ਫਾਰਮ ਤੇ ਕੰਮ ਕਰਦੀ ਇਕ ਪੇਂਡੂ ਔਰਤ ਦੀ ਅਣਵਿਆਹੀ ਧੀ ਸੀ। ਇਹ ਫਾਰਮ ਜਾਗੀਰਾਂ ਦੀਆਂ ਮਾਲਕਣਾਂ, ਦੋ ਕੁਆਰੀਆਂ ਤੇ ਵਡੇਰੀ ਉਮਰ ਦੀਆਂ ਭੈਣਾਂ ਦੀ ਮਲਕੀਅਤ ਸੀ। ਮਾਸਲੋਵਾ ਦੀ ਮਾਂ ਹਰ ਸਾਲ ਇਕ ਨਿਆਣਾ ਜੰਮਦੀ ਸੀ, ਤੇ ਜਿਵੇਂ ਪਿੰਡਾਂ ਦੇ ਲੋਕ ਅਕਸਰ ਕਰਦੇ ਹਨ, ਇਹਨਾਂ ਸਾਰੇ ਹੀ ਅਣਚਾਹੇ ਬੱਚਿਆਂ ਵੱਲੋਂ ਉਹਨਾਂ ਦੇ ਨਾਂ-ਸੰਸਕਾਰ ਤੋਂ ਮਗਰੋਂ, ਉਹਨਾਂ ਦੀ ਮਾਂ ਅੱਖਾਂ ਮੀਟ ਰਖਦੀ ਸੀ। ਗੱਲ ਬੜੀ ਸਾਫ ਸੀ ਕਿ ਇਹ ਬੱਚੇ ਕੰਮ ਵਿਚ ਰੁਕਾਵਟ ਬਣਦੇ ਸਨ। ਨਤੀਜਾ ਇਹ ਹੁੰਦਾ ਕਿ ਉਹ ਭੁਖ ਦੇ ਹੱਥੋਂ ਹੀ ਮਰ ਜਾਂਦੇ।

ਪੰਜ ਬੱਚੇ ਏਸੇ ਹੀ ਤਰ੍ਹਾਂ ਮਰ ਗਏ ਸਨ। ਉਹਨਾਂ ਸਾਰਿਆਂ ਨੂੰ ਬਪਤਿਸਮਾ ਦਿੱਤਾ ਗਿਆ ਸੀ ਅਤੇ ਫੇਰ ਰੱਜਵਾਂ ਖਾਣ ਨੂੰ ਨਾ ਦਿੱਤਾ ਗਿਆ, ਤੇ ਬਸ ਉਹਨਾਂ ਨੂੰ ਮੌਤ ਦੇ ਮੂੰਹ ਧੱਕ ਦਿੱਤਾ। ਛੇਵੀਂ ਬੱਚੀ ਨਾਲ, ਜਿਸਦਾ ਪਿਓ ਇਕ ਜਿਪਸੀ ਘੁਮੱਕੜ ਸੀ, ਵੀ ਏਹੋ ਹੋਣੀ ਵਾਪਰਨੀ ਸੀ ਜੇ ਇਕ ਹੋਰ ਘਟਨਾ ਨਾ ਵਾਪਰਦੀ। ਗੱਲ ਇਹ ਹੋਈ ਕਿ ਇਕ ਕੁਆਰੀ ਮਲਕਜ਼ਾਦੀ ਡੇਰੀ ਦੀਆਂ ਨੌਕਰਾਣੀਆਂ ਨੂੰ ਝਾੜਣ-ਝੰਬਣ ਲਈ ਫਾਰਮ ਤੇ ਆ ਗਈ ਕਿਉਂਕਿ ਜਿਹੜੀ ਉਹਨਾਂ ਨੇ ਕਰੀਮ ਭੇਜੀ ਸੀ ਉਸ ਵਿਚੋਂ ਗੋਹੇ ਦੀ ਮੁਸ਼ਕ ਆਉਂਦੀ ਸੀ। ਨੌਜਵਾਨ ਔਰਤ ਇਕ ਜੂਹਣੇ, ਤੰਦਰੁਸਤ, ਨਵੇਂ ਜੰਮੇ ਬਾਲ ਨੂੰ ਲੈ ਕੇ ਗਊਆਂ ਦੇ ਵਾਰੇ ਵਿਚ ਲੰਮੀ ਪਈ ਹੋਈ ਸੀ। ਵੱਡੀ ਮਲਕਜ਼ਾਦੀ ਨੇ ਇਸ ਔਰਤ ਨੂੰ ਵਾਰੇ ਵਿਚ ਲੰਮਿਆਂ ਪੈਣ ਦੇਣ ਲਈ (ਜਿਸ ਨੇ ਹੁਣੇ ਹੀ ਬੱਚੇ ਨੂੰ ਜਨਮ ਦਿੱਤਾ ਸੀ) ਨੌਕਰਾਣੀਆਂ ਨੂੰ ਇਕ ਵਾਰੀ ਹੋਰ ਡਾਂਟਿਆ ਫਿਟਕਾਰਿਆ, ਅਤੇ ਉਹ ਜਾਣ ਹੀ ਲੱਗੀ ਸੀ ਕਿ ਬਾਲ ਨੂੰ ਵੇਖਦੇ ਸਾਰ, ਉਹਦਾ ਦਿਲ ਪਸੀਜ ਗਿਆ, ਅਤੇ ਉਹ ਬਾਲੜੀ ਦੀ ਧਰਮ-ਮਾਤਾ ਬਣਨ ਨੂੰ ਤਿਆਰ ਹੋ ਗਈ। ਆਪਣੀ ਨਿੱਕੀ ਜਿਹੀ ਧਰਮ ਦੀ ਧੀ 'ਤੇ ਤਰਸ ਖਾ ਕੇ ਉਸ ਨੇ ਉਹਦੀ ਜੰਮਣ ਵਾਲੀ ਨੂੰ ਦੁਧ ਅਤੇ ਥੋੜੇ

ਜਿਹੇ ਪੈਸੇ ਦਿੱਤੇ ਤਾਂ ਜੋ ਉਹ ਬੱਚੀ ਨੂੰ ਪਾਲ ਪੋਸ ਸਕੇ। ਬੱਚੀ ਜੀਊਂਦੀ ਰਹਿ ਗਈ। ਬੁੱਢੀਆਂ ਤੀਵੀਆਂ "ਬਚਾ ਲਈ" ਆਖ ਕੇ ਉਹਦੀ ਗੱਲ ਕਰਦੀਆਂ ਸਨ।

ਜਦੋਂ ਬੱਚੀ ਤਿੰਨ ਵਰ੍ਹਿਆਂ ਦੀ ਹੋਈ ਤਾਂ ਉਹਦੀ ਮਾਂ ਬੀਮਾਰ ਪੈ ਗਈ ਤੇ ਮਰ ਗਈ। ਅਤੇ ਕੁਆਰੀਆਂ ਮਲਕਜ਼ਾਦੀਆਂ ਨੇ ਬੁੱਢੀ ਨਾਨੀ ਕੋਲੋਂ ਬੱਚੀ ਲੈ ਲਈ, ਜਿਸ ਉਤੇ ਉਹ ਸਿਰਫ ਇਕ ਭਾਰ ਹੀ ਸੀ। ਕਾਲੀਆਂ ਅੱਖਾਂ ਵਾਲੀ ਨਿੱਕੀ ਜਿਹੀ ਬੱਚੀ ਬੇਹੱਦ ਸੁਹਣੀ ਨਿਕਲੀ, ਤੇ ਏਡੀ ਖੁਸ਼ ਰਹਿਣੀ ਕਿ ਮਲਕਜ਼ਾਦੀਆਂ ਦਾ ਦਿਲ ਪਰਚਿਆ ਰਹਿੰਦਾ ਜਿਵੇਂ ਕੋਈ ਖਿਡੌਣਾ ਮਿਲ ਗਿਆ ਹੋਵੇ।

ਛੋਟੀ ਮਲਕਜ਼ਾਦੀ, ਸੋਫ਼ੀਆ ਇਵਾਨੋਵਨਾ, ਜਿਹੜੀ ਬੱਚੀ ਦੀ ਧਰਮ ਦੀ ਮਾਂ ਬਣੀ ਸੀ, ਦੋਵਾਂ ਭੈਣਾਂ ਵਿਚੋਂ ਬਹੁਤੀ ਨਰਮਦਿਲ ਸੀ। ਵੱਡੀ, ਮਾਰੀਆ ਇਵਾਨੋਵਨਾ, ਦਿਲ ਦੀ ਰਤਾ ਕਠੋਰ ਸੀ। ਸੋਫ਼ੀਆ ਇਵਾਨੋਵਨਾ ਬਾਲੜੀ ਨੂੰ ਸੁਹਣੇ ਸੁਹਣੇ ਕਪੜੇ ਪਾਉਂਦੀ ਅਤੇ ਉਸ ਨੂੰ ਲਿਖਣਾ ਪੜ੍ਹਨਾ ਸਿਖਾਉਂਦੀ। ਉਹ ਚਾਹੁੰਦੀ ਸੀ ਕਿ ਬੱਚੀ ਗੋਦ ਲਏ ਬੱਚਿਆਂ ਵਾਂਗ ਪੜ੍ਹ ਲਿਖ ਜਾਏ। ਮਾਰੀਆ ਇਵਾਨੋਵਨਾ ਦਾ ਖਿਆਲ ਸੀ ਕਿ ਬੱਚੀ ਨੂੰ ਕੰਮ-ਕਾਜ ਕਰਨਾ ਸਿਖਾਇਆ ਜਾਏ, ਅਤੇ ਇਕ ਚੰਗੀ ਨੌਕਰਾਣੀ ਬਣਨ ਦੀ ਸਿਖਲਾਈ ਦਿੱਤੀ ਜਾਏ। ਉਹ ਸਖ਼ਤ ਸੁਭਾ ਵਾਲੀ ਸੀ। ਉਹ ਬੱਚੀ ਨੂੰ ਸਜ਼ਾ ਦੇਂਦੀ, ਅਤੇ ਜਦੋਂ ਗੁੱਸੇ ਵਿਚ ਹੁੰਦੀ ਤਾਂ ਬਾਲੜੀ ਨੂੰ ਦੋ ਟਿਕਾ ਵੀ ਦੇਂਦੀ ਸੀ। ਇਹਨਾਂ ਦੋ ਵੱਖ ਵੱਖ ਪ੍ਰਭਾਵਾਂ ਹੇਠਾਂ ਜਵਾਨ ਹੋ ਕੇ, ਬੱਚੀ ਅੱਧੀ ਨੌਕਰਾਣੀ ਅਤੇ ਅੱਧੀ ਮਲਕਜ਼ਾਦੀ ਬਣ ਗਈ। ਉਸ ਨੂੰ ਉਹ ਕਾਤੀਊਸ਼ਾ ਆਖ ਕੇ ਬੁਲਾਉਂਦੀਆਂ ਸਨ। ਇਹ ਨਾਂ ਕਾਤੇਨਕਾ ਨਾਲੋਂ ਘਟ ਸਭਿਅ ਤਾਂ ਜ਼ਰੂਰ ਸੀ, ਪਰ ਕਾਤਕਾ ਜਿੰਨਾ ਬਹੁਤਾ ਮਾਮੂਲੀ ਨਾਂ ਵੀ ਨਹੀਂ ਸੀ। ਉਹ ਸੀਣਾ ਪ੍ਰੋਣਾ ਕਰਦੀ, ਕਮਰਿਆਂ ਦੀ ਸਫਾਈ ਕਰਦੀ, ਖੜੀਆ ਮਿੱਟੀ ਨਾਲ ਦੇਵ-ਮੂਰਤੀਆਂ ਦੇ ਧਾਤ ਦੇ ਡੱਬਿਆਂ ਨੂੰ ਪਾਲਿਸ਼ ਕਰਦੀ, ਉਹ ਕਾਫੀ ਭੁੰਨਦੀ, ਪੀਸਦੀ ਤੇ ਤਿਆਰ ਕਰਦੀ, ਅਤੇ ਛੋਟੇ ਮੋਟੇ ਕਪੜੇ ਧੋ ਲੈਂਦੀ। ਕਈ ਵਾਰੀ ਮਲਕਜ਼ਾਦੀਆਂ ਕੋਲ ਜਾ ਬਹਿੰਦੀ ਤੇ ਉਹਨਾਂ ਨੂੰ ਕੁਝ ਪੜ੍ਹ ਕੇ ਸੁਣਾਉਂਦੀ।

ਭਾਵੇਂ ਉਸ ਨੂੰ ਇਕ ਤੋਂ ਵਧ ਰਿਸ਼ਤੇ ਆਏ ਪਰ ਉਸ ਨੇ ਵਿਆਹ ਨਾ ਕਰਾਇਆ। ਉਹ ਮਹਿਸੂਸ ਕਰਦੀ ਸੀ ਕਿ ਜਿਹੜੇ ਕਾਮੇ ਉਹਦੇ ਨਾਲ ਵਿਆਹ ਕਰਾਉਣ ਦੀ ਇੱਛਾ ਜ਼ਾਹਿਰ ਕਰਦੇ ਸਨ ਉਹਨਾਂ ਵਿਚੋਂ ਕਿਸੇ ਇਕ ਦੀ ਵਹੁਟੀ ਬਣ ਕੇ ਜ਼ਿੰਦਗੀ ਕਟਣਾ ਉਹਦੇ ਵਾਸਤੇ ਔਖਾ ਹੋਵੇਗਾ। ਸੁਖ-ਰਹਿਣੀ ਜ਼ਿੰਦਗੀ ਨੇ ਉਸ ਦੀਆਂ ਆਦਤਾਂ ਵਿਗਾੜ ਦਿੱਤੀਆਂ ਹੋਈਆਂ ਸਨ।

ਏਸੇ ਤਰ੍ਹਾਂ ਜ਼ਿੰਦਗੀ ਬੀਤਦੀ ਗਈ ਤੇ ਉਹ ਸੋਲ੍ਹਾਂ ਵਰ੍ਹਿਆਂ ਦੀ ਹੋ ਗਈ। ਇਹਨਾਂ ਦਿਨਾਂ ਵਿਚ ਹੀ ਇਕ ਦਿਨ ਦੋਵਾਂ ਮਲਕਜ਼ਾਦੀਆਂ ਦਾ ਭਤੀਜਾ ਕੁਝ ਦਿਨ ਰਹਿਣ ਵਾਸਤੇ ਉਹਨਾਂ ਕੋਲ ਆ ਗਿਆ। ਉਹ ਇਕ ਅਮੀਰ ਨੌਜਵਾਨ ਪ੍ਰਿੰਸ ਸੀ ਤੇ ਯੂਨੀਵਰਸਿਟੀ ਵਿਚ ਪੜ੍ਹਦਾ ਸੀ। ਕਾਤੀਊਸ਼ਾ ਉਸ ਨੂੰ ਆਪਣਾ ਦਿਲ ਦੇ ਬੈਠੀ ਭਾਵੇਂ ਇਹ ਗੱਲ ਉਹ

ਆਪਣੇ ਮਨ ਵਿਚ ਵੀ ਮੰਨਣ ਦੀ ਹਿੰਮਤ ਨਹੀਂ ਸੀ ਕਰਦੀ।

ਦੋ ਸਾਲਾਂ ਮਗਰੋਂ ਫੇਰ ਏਹੋ ਭਤੀਜਾ ਆਪਣੀ ਰੈਜਮੈਂਟ ਵਿਚ ਸ਼ਾਮਲ ਹੋਣ ਲਈ ਜਾਂਦਾ ਹੋਇਆ ਚਾਰ ਦਿਨ ਆਪਣੀਆਂ ਭੂਆ ਕੋਲ ਅਟਕ ਗਿਆ ਸੀ। ਅਤੇ ਜਿਸ ਦਿਨ ਉਸ ਨੇ ਓਥੋਂ ਤੁਰਨਾ ਸੀ ਉਸ ਤੋਂ ਪਹਿਲੀ ਰਾਤ ਉਸ ਨੇ ਕਾਤੀਊਸ਼ਾ ਦਾ ਕੁਆਰਪਨ ਤੋੜ ਦਿੱਤਾ, ਤੇ ਉਸ ਨੂੰ ਸੌ ਰੂਬਲ ਦਾ ਇਕ ਨੋਟ ਫੜਾਇਆ, ਤੇ ਪਤਰਾ ਵਾਚ ਗਿਆ। ਪੰਜ ਮਹੀਨੇ ਮਗਰੋਂ ਕਾਤੀਊਸ਼ਾ ਨੂੰ ਪੱਕਾ ਯਕੀਨ ਹੋ ਗਿਆ ਕਿ ਉਹਨੂੰ ਹਮਲ ਠਹਿਰ ਗਿਆ ਹੈ।

ਉਸ ਤੋਂ ਮਗਰੋਂ ਉਹਨੂੰ ਹਰ ਚੀਜ਼ ਘਿਣਾਉਣੀ ਲੱਗਣ ਲੱਗ ਪਈ। ਸਿਰਫ ਇਕੋ ਗੱਲ ਰਹਿ ਰਹਿ ਕੇ ਮਨ ਵਿਚੋਂ ਆਉਂਦੀ ਸੀ ਕਿ ਹੋਣ ਵਾਲੀ ਨਮੋਸ਼ੀ ਤੋਂ ਉਹ ਕਿਵੇਂ ਬਚੇ। ਮਾਲਕਣਾਂ ਦੀ ਸੇਵਾ ਕਰਨ ਨੂੰ ਵੀ ਹੁਣ ਉਹਦਾ ਜੀਅ ਨਹੀਂ ਸੀ ਕਰਦਾ ਤੇ ਉਹ ਬੇਦਿਲੀ ਤੇ ਬੇਪ੍ਰਵਾਹੀ ਨਾਲ ਕੰਮ ਕਰਨ ਲੱਗ ਪਈ ਸੀ। ਇਕ ਵਾਰ ਤਾਂ, ਪਤਾ ਨਹੀਂ-ਇਹ ਕਿਵੇਂ ਹੋ ਗਿਆ, ਉਸ ਨੇ ਦੋਵਾਂ ਮਾਲਕਣਾਂ ਨਾਲ ਬੜੀ ਬਦਤਮੀਜ਼ੀ ਵੀ ਕਰ ਦਿੱਤੀ ਸੀ। ਮਗਰੋਂ ਉਹ ਭਾਵੇਂ ਇਸ ਗੱਲ ਤੇ ਪਛਤਾਈ ਵੀ ਸੀ, ਅਤੇ ਮਾਲਕਣਾਂ ਨੂੰ ਆਖਿਆ ਸੀ ਕਿ ਉਸ ਨੂੰ ਛੁੱਟੀ ਕਰ ਦੇਣ।

ਮਾਲਕਣਾਂ ਉਸ ਕੋਲੋਂ ਪਹਿਲਾਂ ਹੀ ਸਤੀਆਂ ਬੈਠੀਆਂ ਸਨ, ਇਸ ਕਰਕੇ ਉਸ ਨੂੰ ਛੁੱਟੀ ਮਿਲਣ ਵਿਚ ਦੇਰ ਨਹੀਂ ਸੀ ਲੱਗੀ। ਫੇਰ ਉਸ ਨੇ ਇਕ ਪੁਲਸ ਅਫਸਰ ਦੇ ਘਰ ਨੌਕਰਾਣੀ ਦਾ ਕੰਮ ਕਰ ਲਿਆ। ਪਰ ਓਥੇ ਸਿਰਫ ਤਿੰਨ ਮਹੀਨੇ ਹੀ ਰਹੀ ਕਿਉਂਕਿ ਪੁਲਸ ਅਫਸਰ, ਪੰਜਾਹ ਸਾਲਾਂ ਦੀ ਉਮਰ ਦੇ ਆਦਮੀ ਨੇ, ਉਹਦੇ ਨਾਲ ਛੇੜ–ਛਾੜ ਸ਼ੁਰੂ ਕਰ ਦਿੱਤੀ ਸੀ। ਅਤੇ ਇਕ ਵਾਰ, ਜਦੋਂ ਉਹ ਅਫਸਰ ਹੱਥ ਧੋ ਕੇ ਉਹਦੇ ਮਗਰ ਹੀ ਪੈ ਗਿਆ ਤਾਂ ਕਾਤੀਊਸ਼ਾ ਭੜਕ ਪਈ ਸੀ, ਉਸ ਨੂੰ "ਉਲੂ" ਅਤੇ "ਬੁੱਢਾ ਸ਼ੈਤਾਨ" ਆਖਿਆ ਸੀ, ਅਤੇ ਏਡੇ ਜ਼ੋਰ ਨਾਲ ਧੱਕਾ ਦਿੱਤਾ ਸੀ ਕਿ ਉਹ ਚਿਤੜਾਂ ਭਾਰ ਜਾ ਡਿੱਗਾ। ਉਹਦੀ ਬਦਤਮੀਜ਼ੀ ਕਰਕੇ ਉਸ ਨੂੰ ਓਥੋਂ ਕੱਢ ਦਿੱਤਾ ਗਿਆ ਸੀ। ਕੋਈ ਹੋਰ ਥਾਂ ਲਭਣਾ ਬੇਕਾਰ ਸੀ ਕਿਉਂਕਿ ਉਹਦੇ ਵਿਅੰਮ ਦੇ ਦਿਨ ਨੇੜੇ ਆ ਰਹੇ ਸਨ। ਇਸ ਕਰਕੇ ਉਹ ਇਕ ਪੇਂਡੂ ਦਾਈ ਤੇ ਨਾਜਾਇਜ਼ ਸ਼ਰਾਬ ਦਾ ਧੰਦਾ ਕਰਨ ਵਾਲੀ ਦੇ ਘਰ ਚਲੀ ਗਈ ਸੀ। ਏਥੇ ਜਣੇਪਾ ਤਾਂ ਸੌਖਾ ਹੀ ਹੋ ਗਿਆ ਸੀ, ਪਰ ਉਸ ਦਾਈ ਕੋਲੋਂ, ਜਿਸ ਕੋਲ ਪਿੰਡ ਵਿਚ ਇਕ ਬਿਮਾਰ ਔਰਤ ਦਾ ਕੇਸ ਸੀ, ਕਾਤੀਊਸ਼ਾ ਨੂੰ ਲਾਗ ਲੱਗ ਗਈ, ਅਤੇ ਉਹਦੇ ਨਵਜਾਤ ਮੁੰਡੇ ਨੂੰ ਅਨਾਥ ਆਸ਼ਰਮ ਦੇ ਹਸਪਤਾਲ ਲਿਜਾਣਾ ਪਿਆ ਜਿਥੇ, ਉਸ ਬੁੱਢੀ ਔਰਤ ਦੇ ਕਹਿਣ ਮੁਤਾਬਿਕ ਜਿਹੜੀ ਬਾਲ ਨੂੰ ਲੈ ਕੇ ਗਈ ਸੀ, ਜਾਂਦਿਆਂ ਹੀ ਮੁੰਡੇ ਦੀ ਮੌਤ ਹੋ ਗਈ।

ਜਦੋਂ ਕਾਤੀਊਸ਼ਾ ਦਾਈ ਕੋਲ ਗਈ ਸੀ ਉਹਦੇ ਕੋਲ ਕੁਲ ਇਕ ਸੌ ਸਤਾਈ ਰੂਬਲ ਸਨ। ਸਤਾਈ ਉਹਦੀ ਆਪਣੀ ਕਮਾਈ ਦੇ ਅਤੇ ਸੌ ਰੂਬਲ ਉਹਦਾ ਕੁਆਰ ਤੋੜਨ ਵਾਲੇ ਦਾ ਦਿੱਤਾ ਹੋਇਆ। ਜਦੋਂ ਉਹ ਦਾਈ ਦੇ ਘਰੋਂ ਗਈ ਉਹਦੇ ਕੋਲ ਸਿਰਫ ਛੇ ਰੂਬਲ ਸਨ।

ਉਹਨੂੰ ਪੈਸਾ ਸਾਂਭਣਾ ਨਹੀਂ ਸੀ ਆਉਂਦਾ। ਉਸ ਨੇ ਕੁਝ ਆਪਣੇ ਉਤੇ ਖਰਚ ਕਰ ਲਿਆ ਤੇ ਕੁਝ ਜਿੰਨ੍ਹੇ ਮੰਗਿਆ ਉਹਨੂੰ ਦੇ ਦਿੱਤਾ। ਦੋ ਮਹੀਨੇ ਉਹਨੂੰ ਖਾਣ ਪੀਣ ਨੂੰ ਦੇਣ ਅਤੇ ਉਹਦੀ ਸੇਵਾ ਸੰਭਾਲ ਕਰਨ ਬਦਲੇ ਚਾਲੀ ਰੂਬਲ ਦਾਈ ਨੇ ਲੈ ਲਏ ਸਨ, ਪੰਝੀ ਰੂਬਲ ਉਹਦੇ ਬੱਚੇ ਨੂੰ ਅਨਾਥ ਆਸ਼ਰਮ ਪਹੁੰਚਾਉਣ ਤੇ ਲੱਗੇ, ਅਤੇ ਚਾਲੀ ਦਾਈ ਨੇ ਇਕ ਗਊ ਖਰੀਦਣ ਵਾਸਤੇ ਹੱਥ-ਹੁਦਾਰ ਲੈ ਲਏ। ਕੋਈ ਵੀਹ ਕੁ ਰੂਬਲ ਕਪੜੇ ਲੀੜਿਆਂ, ਮਠਿਆਈ ਤੇ ਹੋਰ ਨਿਕ-ਸੁਕ ਉਤੇ ਖਰਚ ਹੋ ਗਏ। ਡੰਗ ਤੋਰਨ ਲਈ ਕੋਲ ਕੁਝ ਨਾ ਹੋਣ ਕਰ ਕੇ, ਕਾਤੀਊਸ਼ਾ ਲਈ ਇਕ ਵਾਰੀ ਫੇਰ ਕੋਈ ਨੌਕਰੀ ਲਭਣੀ ਜ਼ਰੂਰੀ ਸੀ, ਅਤੇ ਮਹਿਕਮਾ ਜੰਗਲਾਤ ਦੇ ਇਕ ਅਫਸਰ ਦੇ ਘਰ ਉਹਨੂੰ ਕੰਮ ਮਿਲ ਗਿਆ। ਇਹ ਅਫਸਰ ਵਿਆਹਿਆ ਹੋਇਆ ਸੀ, ਪਰ ਉਹ ਵੀ ਪਹਿਲੇ ਦਿਨ ਤੋਂ ਹੀ ਉਸ ਨੂੰ ਜਿੱਚ ਕਰਨ ਲੱਗ ਪਿਆ। ਕਾਤੀਊਸ਼ਾ ਨੂੰ ਉਹ ਚੰਗਾ ਨਹੀਂ ਸੀ ਲਗਦਾ ਅਤੇ ਹਰ ਵੇਲੇ ਉਹਦੇ ਕੋਲੋਂ ਕਤਰਾਉਣ ਦੀ ਕੋਸ਼ਿਸ਼ ਕਰਦੀ ਰਹਿੰਦੀ ਸੀ। ਪਰ ਉਹ, ਉਹਦਾ ਮਾਲਕ ਸੀ ਜਿਹੜਾ ਉਸਨੂੰ ਜਿਥੇ ਚਾਹੇ ਭੇਜ ਸਕਦਾ ਸੀ। ਇਸ ਤੋਂ ਇਲਾਵਾ ਉਹ ਬਹੁਤ ਹੰਢਿਆ-ਵਰਤਿਆ ਅਤੇ ਖਚਰਾ ਬੰਦਾ ਸੀ, ਅਤੇ ਉਹਨੇ ਉਸ ਨੂੰ ਕਾਬੂ ਕਰ ਹੀ ਲਿਆ। ਪਰ ਉਹਦੀ ਵਹੁਟੀ ਨੂੰ ਪਤਾ ਲੱਗ ਗਿਆ, ਅਤੇ ਉਸ ਨੇ ਕਾਤੀਊਸ਼ਾ ਨੂੰ ਤੇ ਆਪਣੇ ਘਰ ਵਾਲੇ ਨੂੰ ਇਕੋ ਕਮਰੇ ਵਿਚੋਂ ਜਾ ਫੜਿਆ ਤੇ ਕਾਤੀਊਸ਼ਾ ਨੂੰ ਮਾਰਨਾ ਕੁਟਣਾ ਸ਼ੁਰੂ ਕਰ ਦਿੱਤਾ! ਕਾਤੀਊਸ਼ਾ ਨੇ ਅੱਗੋਂ ਆਪਣਾ ਬਚਾ ਕਰਨ ਲਈ ਹੱਥ ਚੁੱਕ ਲਿਆ ਤੇ ਉਹਨਾਂ ਦੀ ਲੜਾਈ ਹੋ ਪਈ। ਕਾਤੀਊਸ਼ਾ ਨੂੰ ਉਹਦੀ ਤਨਖਾਹ ਦਿੱਤੇ ਬਿਨਾਂ ਹੀ ਘਰੋਂ ਕੱਢ ਦਿੱਤਾ ਗਿਆ। ਫੇਰ ਉਹ ਸ਼ਹਿਰ ਵਿਚ ਆਪਣੀ ਮਾਸੀ ਕੋਲ ਜਾ ਕੇ ਰਹਿਣ ਲੱਗੀ। ਉਹਦਾ ਮਾਸੜ, ਇਕ ਜਿਲਦਸਾਜ਼ ਸੀ ਜਿਹੜਾ ਇਕ ਵੇਲੇ ਬੜਾ ਸੌਖਾ ਸੀ। ਪਰ ਫੇਰ ਉਹਦੇ ਸਾਰੇ ਗਾਹਕ ਟੁਟ ਗਏ ਤੇ ਉਹਨੂੰ ਸ਼ਰਾਬ ਪੀਣ ਦਾ ਐਬ ਲੱਗ ਗਿਆ। ਤੇ ਹੁਣ ਜੋ ਕੁਝ ਵੀ ਉਹਦੇ ਹੱਥ ਲੱਗਦਾ ਸੀ ਸ਼ਰਾਬਖਾਨੇ ਜਾ ਖਰਚਦਾ ਸੀ।

ਮਾਸੀ ਨੇ ਇਕ ਛੋਟੀ ਜਿਹੀ ਲਾਂਡਰੀ ਖੋਹਲੀ ਹੋਈ ਸੀ, ਅਤੇ ਆਪਣਾ, ਆਪਣੇ ਬੱਚਿਆਂ ਦਾ ਅਤੇ ਆਪਣੇ ਗਏ ਗੁਜ਼ਰੇ ਖਾਵੰਦ ਦਾ ਗੁਜ਼ਾਰਾ ਤੋਰਦੀ ਸੀ। ਉਸ ਨੇ ਕਾਤੀਊਸ਼ਾ ਨੂੰ ਧੋਬਣ ਦਾ ਕੰਮ ਕਰਨ ਵਾਸਤੇ ਆਖਿਆ ਸੀ, ਪਰ ਇਹ ਵੇਖ ਕੇ ਕਿ ਉਹਦੀ ਮਾਸੀ ਦੀਆਂ ਧੋਬਣਾਂ ਕਿਸ ਤਰ੍ਹਾਂ ਦੀ ਦੁਖਾਂ ਤੇ ਮੁਸੀਬਤਾਂ ਭਰੀ ਜ਼ਿੰਦਗੀ ਬਿਤਾ ਰਹੀਆਂ ਸਨ, ਕਾਤੀਊਸ਼ਾ ਦਾ ਦਿਲ ਨਹੀਂ ਸੀ ਮੰਨਿਆ ਅਤੇ ਉਹਨੇ ਰੁਜ਼ਗਾਰ ਦਫਤਰ ਵਿਚ ਅਰਜ਼ੀ ਦੇ ਦਿੱਤੀ ਸੀ। ਇਕ ਔਰਤ ਦੇ ਘਰ ਉਹਨੂੰ ਨੌਕਰੀ ਮਿਲ ਗਈ। ਇਸ ਔਰਤ ਨਾਲ ਉਹਦੇ ਦੋ ਪੁਤ ਰਹਿੰਦੇ ਸਨ ਜਿਹੜੇ ਜਿਮਨੇਜ਼ੀਅਮ ਸਕੂਲ ਵਿਚ ਪੜ੍ਹਦੇ ਸਨ। ਕਾਤੀਊਸ਼ਾ ਨੂੰ ਉਸ ਘਰ ਵਿਚ ਆਇਆਂ ਹਫਤਾ ਹੀ ਹੋਇਆ ਸੀ ਜਦੋਂ ਵੱਡੇ ਮੁੰਡੇ ਨੇ, ਮੁੱਛਾਂ ਵਾਲੇ ਧਹਿਗੜ-ਧੁੱਲੇ ਨੇ, ਪੜ੍ਹਾਈ ਛੱਡ ਦਿੱਤੀ ਅਤੇ ਹਰ ਵੇਲੇ ਉਹਦੇ ਅੱਗੇ ਪਿਛੇ ਫਿਰਨ ਲੱਗਾ ਤੇ ਉਹਨੂੰ ਪਰੇਸ਼ਾਨ ਕਰਨ ਲੱਗਾ। ਉਹਦੀ ਮਾਂ ਨੇ ਵੇਖਿਆ ਤਾਂ

ਸਾਰਾ ਕਸੂਰ ਕਾਤੀਊਸ਼ਾ ਦੇ ਮੱਥੇ ਮੜ੍ਹ ਦਿੱਤਾ, ਤੇ ਉਹਨੂੰ ਨੋਟਿਸ ਦੇ ਦਿੱਤਾ। ਗੱਲ ਇਹ ਹੋਈ ਕਿ ਕੋਈ ਨਵੀਂ ਨੌਕਰੀ ਲਭਣ ਦੀਆਂ ਬਹੁਤ ਸਾਰੀਆਂ ਵਿਅਰਥ ਕੋਸ਼ਿਸ਼ਾਂ ਕਰਨ ਮਗਰੋਂ ਕਾਤੀਊਸ਼ਾ ਫੇਰ ਉਸੇ ਰੁਜ਼ਗਾਰ ਦਫਤਰ ਚਲੀ ਗਈ। ਓਥੇ ਉਹਨੂੰ ਇਕ ਔਰਤ ਮਿਲ ਪਈ ਜਿਸ ਨੇ ਆਪਣੀਆਂ ਨੰਗੀਆਂ, ਗਦਰਾਈਆਂ ਬਾਹਵਾਂ ਉਤੇ ਗਜਰੇ ਚੜ੍ਹਾਏ ਹੋਏ ਸਨ ਅਤੇ ਆਪਣੀਆਂ ਬਹੁਤੀਆਂ ਉਂਗਲਾਂ ਵਿਚ ਮੁੰਦਰੀਆਂ ਪਾਈਆਂ ਹੋਈਆਂ ਸਨ। ਇਹ ਗੱਲ ਸੁਣ ਕੇ ਕਿ ਕਾਤੀਊਸ਼ਾ ਨੂੰ ਨੌਕਰੀ ਦੀ ਸਖ਼ਤ ਲੋੜ ਹੈ, ਉਸ ਔਰਤ ਨੇ ਉਹਨੂੰ ਆਪਣਾ ਪੱਤਾ ਦਿੱਤਾ ਅਤੇ ਉਹਨੂੰ ਆਪਣੇ ਘਰ ਆਉਣ ਲਈ ਕਿਹਾ। ਕਾਤੀਊਸ਼ਾ ਉਹਦੇ ਘਰ ਗਈ। ਉਸ ਔਰਤ ਨੇ ਬੜੇ ਪਿਆਰ ਨਾਲ ਉਹਦਾ ਸਵਾਗਤ ਕੀਤਾ, ਕੇਕ ਅਤੇ ਮਿਠੀ ਅੰਗੂਰੀ ਸ਼ਰਾਬ ਉਹਦੇ ਅੱਗੇ ਰੱਖੀ, ਫੇਰ ਇਕ ਰੁੱਕਾ ਲਿਖਿਆ ਤੇ ਆਪਣੀ ਨੌਕਰਾਣੀ ਨੂੰ ਦੇ ਕੇ ਉਹਨੂੰ ਕਿਸੇ ਕੋਲ ਭੇਜਿਆ। ਤ੍ਰਿਕਾਲਾਂ ਨੂੰ ਇਕ ਲੰਮਾ ਜਿਹਾ ਆਦਮੀ ਕਮਰੇ ਵਿਚ ਆਇਆ। ਲੰਮੇ ਧੌਲੇ ਵਾਲ ਤੇ ਚਿੱਟੀ ਦਾੜ੍ਹੀ, ਲਿਸ਼ਕਦੀਆਂ ਅੱਖਾਂ। ਉਹ ਫੌਰਨ ਮੁਸਕ੍ਰਾ ਕੇ ਕਾਤੀਊਸ਼ਾ ਦੇ ਨੇੜੇ ਢੁਕ ਕੇ ਬਹਿ ਗਿਆ ਤੇ ਉਹਦੇ ਨਾਲ ਹਾਸਾ ਮਖੌਲ ਕਰਨ ਲੱਗ ਪਿਆ। ਘਰ ਦੀ ਮਾਲਕ ਨੇ ਉਸ ਨੂੰ ਨਾਲ ਵਾਲੇ ਕਮਰੇ ਵਿਚ ਸੱਦਿਆ। ਤੇ ਕਾਤੀਊਸ਼ਾ ਨੇ ਸੁਣਿਆ, ਉਹ ਆਖ ਰਹੀ ਸੀ, "ਹੁਣੇ ਹੁਣੇ ਪਿੰਡੋਂ ਆਈ ਏ ਕੂਲੀ ਲਗਰ ਵਰਗੀ।" ਫੇਰ ਉਸ ਨੇ ਕਾਤੀਊਸ਼ਾ ਨੂੰ ਸੱਦ ਕੇ ਦੱਸਿਆ ਕਿ ਇਹ ਆਦਮੀ ਇਕ ਲੇਖਕ ਹੈ, ਬੜਾ ਅਮੀਰ ਹੈ ਤੇ ਜੇ ਉਹ ਉਹਦੇ ਦਿਲ ਲੱਗ ਗਈ ਤਾਂ ਉਹਦੇ ਵਾਸਤੇ ਅਸਮਾਨ ਦੇ ਤਾਰੇ ਵੀ ਤੋੜ ਕੇ ਲਿਆ ਸਕਦਾ ਹੈ। ਕਾਤੀਊਸ਼ਾ ਉਸ ਨੂੰ ਪਸੰਦ ਆ ਗਈ ਸੀ ਅਤੇ ਉਹਨੇ ਪੰਜੀ ਰੂਬਲ ਕਾਤੀਊਸ਼ਾ ਦੇ ਦਿੱਤੇ ਅਤੇ ਅਕਸਰ ਮਿਲਦੇ ਰਹਿਣ ਦਾ ਵਾਅਦਾ ਕਰ ਕੇ ਚਲਾ ਗਿਆ। ਪੰਜੀ ਰੂਬਲ ਪਲਾਂ ਵਿਚ ਹੀ ਉਡ-ਪੁਡ ਗਏ। ਕੁਝ ਰੂਬਲ ਉਸ ਨੇ ਆਪਣੀ ਰਿਹਾਇਸ਼ ਤੇ ਰੋਟੀ ਪਾਣੀ ਦੇ ਖਰਚ ਬਦਲੇ ਆਪਣੀ ਮਾਸੀ ਨੂੰ ਦੇ ਦਿੱਤੇ ਤੇ ਬਾਕੀ ਉਹਨੇ ਤਨ ਦੇ ਕਪੜੇ, ਹੈਟ ਅਤੇ ਰਿਬਨ ਖਰੀਦਣ ਤੇ ਖਰਚ ਕਰ ਦਿੱਤੇ। ਕੁਝ ਦਿਨ ਮਗਰੋਂ ਲੇਖਕ ਨੇ ਉਹਨੂੰ ਸੱਦ ਭੇਜਿਆ ਤੇ ਉਹ ਚਲੀ ਗਈ। ਉਹਨੇ ਉਸ ਨੂੰ ਪੰਜੀ ਰੂਬਲ ਹੋਰ ਦਿੱਤੇ ਅਤੇ ਆਖਿਆ ਕਿ ਉਹ ਉਹਦੇ ਰਹਿਣ ਵਾਸਤੇ ਅੱਡਰੀ ਥਾਂ ਦਾ ਇੰਤਜ਼ਾਮ ਕਰ ਦੇਵੇਗਾ।

ਲੇਖਕ ਨੇ ਕਾਤੀਊਸ਼ਾ ਵਾਸਤੇ ਕਿਰਾਏ ਤੇ ਥਾਂ ਲੈ ਲਈ ਤੇ ਉਹ ਉਸ ਵਿਚ ਚਲੀ ਗਈ। ਗੁਆਂਢ ਵਿਚ ਇਕ ਦੁਕਾਨ ਉਤੇ ਕਰਿੰਦੇ ਦਾ ਕੰਮ ਕਰਨ ਵਾਲਾ ਇਕ ਗਭਰੂ ਰਹਿੰਦਾ ਸੀ ਜਿਹੜਾ ਬੜਾ ਹੀ ਰੌਣਕੀ ਬੰਦਾ ਸੀ। ਛੇਤੀ ਹੀ ਕਾਤੀਊਸ਼ਾ ਉਹਦੇ ਉਤੇ ਡੁਲ੍ਹ ਪਈ। ਉਸ ਨੇ ਇਹ ਗੱਲ ਲੇਖਕ ਨੂੰ ਵੀ ਦੱਸ ਦਿੱਤੀ ਅਤੇ ਆਪਣੇ ਵਾਸਤੇ ਆਪ ਇਕ ਛੋਟਾ ਜਿਹਾ ਕਮਰਾ ਕਿਰਾਏ ਲੈ ਕੇ ਉਹਦੇ ਵਿਚ ਰਹਿਣ ਲੱਗੀ। ਦੁਕਾਨਦਾਰ ਦੇ ਕਰਿੰਦੇ ਨੇ ਕਾਤੀਊਸ਼ਾ ਨਾਲ ਇਕਰਾਰ ਕੀਤਾ ਕਿ ਉਹਦੇ ਨਾਲ ਉਹ ਵਿਆਹ ਕਰਵਾਏਗਾ। ਪਰ ਇਕ ਦਿਨ ਅਚਾਨਕ ਹੀ ਉਹ ਕਾਤੀਊਸ਼ਾ ਨਾਲ ਗੱਲ ਕੀਤੇ ਬਿਨਾਂ ਹੀ ਕਾਰੋਬਾਰ ਲਈ ਨੀਜ਼ੂਨੀ ਨੋਵਗੋਰੋਦ ਚਲਾ-ਗਿਆ। ਜ਼ਾਹਿਰ ਹੈ ਕਿ ਉਹ ਉਸ ਨੂੰ ਧੱਕਾ ਦੇ ਗਿਆ

ਸੀ ਅਤੇ ਕਾਤੀਊਸ਼ਾ ਇਕੱਲੀ ਰਹਿ ਗਈ ਸੀ। ਉਸ ਦਾ ਆਪਣੇ ਤੌਰ ਤੇ ਉਸ ਕਮਰੇ ਵਿਚ ਰਹੀ ਜਾਣ ਦਾ ਇਰਾਦਾ ਤਾਂ ਸੀ, ਪਰ ਪੁਲਸ ਨੇ ਉਸ ਨੂੰ ਦੱਸਿਆ ਕਿ ਉਸ ਹਾਲਤ ਵਿਚ ਉਸ ਨੂੰ ਪੀਲਾ (ਵੇਸਵਾ ਦਾ) ਕਾਰਡ ਲੈਣਾ ਪਵੇਗਾ ਅਤੇ ਡਾਕਟਰੀ ਮੁਆਇਨਾ ਕਰਾਉਣਾ ਪਵੇਗਾ। ਉਹ ਵਾਪਸ ਆਪਣੀ ਮਾਸੀ ਦੇ ਘਰ ਆ ਗਈ। ਉਹਦੀ ਸੂਹਣੀ ਪੁਸ਼ਾਕ, ਉਹਦਾ ਹੈਟ, ਅਤੇ ਬਿਨਾਂ ਬਾਹਵਾਂ ਦੇ ਫਰਾਕ, ਵੇਖ ਕੇ ਉਹਦੀ ਮਾਸੀ ਨੇ ਉਹਦਾ ਆਦਰ ਮਾਣ ਕੀਤਾ ਤੇ ਉਹਨੂੰ ਧੋਬਣ ਦਾ ਕੰਮ ਕਰਨ ਲਈ ਨਹੀਂ ਆਖਿਆ। ਉਹਦੇ ਵਿਚਾਰਾਂ ਅਨੁਸਾਰ ਇਹ ਕੰਮ ਹੁਣ ਉਹਦੀ ਭਣੇਵੀਂ ਦੇ ਲਾਇਕ ਨਹੀਂ ਸੀ। ਧੋਬਣ ਬਣਨਾ ਹੈ ਜਾਂ ਨਹੀਂ ਬਣਨਾ, ਇਹ ਸਵਾਲ ਕਾਤੀਊਸ਼ਾ ਦੇ ਮਨ ਵਿਚ ਪੈਦਾ ਹੀ ਨਹੀਂ ਸੀ ਹੋਇਆ। ਉਸ ਨੇ ਲਿੱਸੀਆਂ ਜਿਹੀਆਂ, ਸਖ਼ਤ ਕੰਮ ਦੀਆਂ ਭੰਨੀਆਂ ਧੋਬਣਾਂ ਵੱਲ ਤਰਸਭਰੀਆਂ ਨਜ਼ਰਾਂ ਨਾਲ ਵੇਖਿਆ ਸੀ ਜਿਨ੍ਹਾਂ ਵਿਚੋਂ ਕੁਝ ਪਹਿਲਾਂ ਹੀ ਦਿਕ ਦੀਆਂ ਮਾਰੀਆਂ ਹੋਈਆਂ ਸਨ। ਉਹ ਆਪਣੀਆਂ ਪਤਲੀਆਂ ਪਤਲੀਆਂ ਬਾਹਵਾਂ ਨਾਲ ਭੱਠ ਵਾਂਗ ਤਪਦੀ ਬੈਠਕ ਵਿਚ ਕਪੜੇ ਧੋ ਰਹੀਆਂ ਸਨ ਜਾਂ ਇਸਤ੍ਰੀ ਕਰ ਰਹੀਆਂ ਸਨ। ਇਹ ਕਮਰਾ ਹਮੇਸ਼ਾ ਹੀ ਤੀਹ ਡਿਗਰੀ ਤਾਪਮਾਨ ਵਾਲੀ ਸਬੂਣੀ ਭਾਫ ਨਾਲ ਭਰਿਆ ਰਹਿੰਦਾ ਸੀ ਤੇ ਗਰਮੀਆਂ ਸਰਦੀਆਂ ਇਸ ਵਿਚ ਹਵਾ ਪੈਂਦੀ ਸੀ। ਉਹਦਾ ਇਹ ਸੋਚ ਕੇ ਤ੍ਰਾਹ ਨਿਕਲ ਗਿਆ ਕਿ ਖਬਰੇ ਉਹਦੇ ਭਾਗਾਂ ਵਿਚ ਵੀ ਏਹੋ ਕੁਝ ਹੀ ਲਿਖਿਆ ਹੋਇਆ ਹੈ।

ਠੀਕ ਏਹੋ ਵਕਤ ਸੀ ਜਦੋਂ ਕਾਤੀਊਸ਼ਾ ਡਾਢੀ ਬਿਪਤਾ ਦੇ ਮੂੰਹ ਆਈ ਹੋਈ ਸੀ, ਕੋਈ "ਰਖਵਾਲਾ" ਸਾਮ੍ਹਣੇ ਨਜ਼ਰ ਨਹੀਂ ਸੀ ਆਉਂਦਾ, ਤੇ ਉਹ ਇਕ ਦੱਲੀ ਦੇ ਅੱਡੇ ਲੱਗ ਗਈ।

ਕੁਝ ਚਿਰ ਹੋਇਆ ਕਾਤੀਊਸ਼ਾ ਸਿਗਰਟ ਪੀਣ ਲੱਗ ਪਈ ਸੀ ਅਤੇ ਜਦੋਂ ਦਾ ਉਹ ਦੁਕਾਨਦਾਰ ਦਾ ਕਰਿੰਦਾ ਗਭਰੂ ਉਸ ਨੂੰ ਛੱਡ ਕੇ ਚਲਾ ਗਿਆ ਸੀ ਉਸ ਨੂੰ ਦਿਨੋ ਦਿਨ ਵਧੇਰੇ ਸ਼ਰਾਬ ਪੀਣ ਦੀ ਆਦਤ ਪੈਂਦੀ ਜਾ ਰਹੀ ਸੀ। ਉਹ ਬਹੁਤੀ ਸ਼ਰਾਬ ਇਸ ਕਰਕੇ ਨਹੀਂ ਸੀ ਪੀਂਦੀ ਕਿ ਉਸ ਨੂੰ ਕੋਈ ਸਵਾਦ ਆਉਂਦਾ ਸੀ ਸਗੋਂ ਇਸ ਕਰ ਕੇ ਪੀਂਦੀ ਸੀ ਕਿ ਇਸ ਨਾਲ ਉਹ ਦੁਖ ਭੁਲ ਜਾਂਦੇ ਸਨ ਜਿਹੜੇ ਉਹ ਸਹਿ ਰਹੀ ਸੀ। ਉਹ ਆਪਣੇ ਆਪ ਨੂੰ ਬੰਦਸ਼ਾਂ ਤੋਂ ਆਜ਼ਾਦ ਮਹਿਸੂਸ ਕਰਨ ਲੱਗ ਪੈਂਦੀ ਸੀ ਤੇ ਆਪਣੀ ਯੋਗਤਾ ਉਤੇ ਉਸ ਨੂੰ ਵਧੇਰੇ ਵਿਸ਼ਵਾਸ ਹੋ ਜਾਂਦਾ ਸੀ। ਸੋਫੀ ਹਾਲਤ ਵਿਚ ਉਸ ਦਾ ਇਹ ਵਿਸ਼ਵਾਸ ਗੁਆਚ ਜਾਂਦਾ ਸੀ। ਸ਼ਰਾਬ ਤੋਂ ਬਗੈਰ ਉਹ ਉਦਾਸ ਰਹਿੰਦੀ ਅਤੇ ਸ਼ਰਮਸਾਰੀ ਮਹਿਸੂਸ ਕਰਨ ਲੱਗ ਪੈਂਦੀ ਸੀ।

ਦੱਲੀ ਵੰਨ ਸੁਵੰਨੀਆਂ ਖਾਣ ਦੀਆਂ ਚੀਜ਼ਾਂ ਲੈ ਆਈ ਜਿਹੜੀਆਂ ਉਸ ਨੇ ਮਾਸੀ ਨੂੰ ਖੁਆਈਆਂ। ਇਸ ਦੇ ਨਾਲ ਹੀ ਉਸ ਨੇ ਸ਼ਰਾਬ ਵੀ ਪਿਆਈ ਸੀ। ਤੇ ਜਦੋਂ ਕਾਤੀਊਸ਼ਾ ਨਸ਼ੇ ਵਿਚ ਗੁਟ ਹੋ ਗਈ ਤਾਂ ਉਹਨੇ ਕਾਤੀਊਸ਼ਾ ਨਾਲ ਗੱਲ ਕੀਤੀ ਕਿ ਉਹ ਉਸ ਨੂੰ ਸ਼ਹਿਰ ਦੀ ਇਕ ਸਭ ਤੋਂ ਵੱਡੇ ਚਕਲੇ ਵਿਚ ਕੰਮ ਦੁਆ ਦੇਵੇਗੀ ਅਤੇ ਸਮਝਾਇਆ ਕਿ

ਇਸ ਕੰਮ ਦੇ ਕੀ ਕੀ ਫਾਇਦੇ ਹੋਣਗੇ। ਕਾਤੀਊਸ਼ਾ ਦੇ ਸਾਮ੍ਹਣੇ ਦੋ ਹੀ ਰਾਹ ਸਨ। ਜਾਂ ਤਾਂ ਉਹ ਕਿਸੇ ਦੀ ਨੌਕਰੀ ਕਰੇ ਤੇ ਅਪਮਾਨ ਸਹਾਰੇ, ਘਰ ਦੇ ਮਰਦਾਂ ਤੋਂ ਪ੍ਰੇਸ਼ਾਨ ਹੋਵੇ ਤੇ ਕਦੇ ਕਦੇ ਲੁਕ ਛਿਪ ਕੇ ਉਹਨਾਂ ਨਾਲ ਵਿਭਚਾਰ ਕਰੇ। ਜਾਂ ਫੇਰ ਆਰਾਮ ਨਾਲ ਚਕਲੇ ਵਿਚ ਬਹਿ ਜਾਵੇ, ਜਿਸ ਨੂੰ ਕਾਨੂੰਨੀ ਪ੍ਰਵਾਨਗੀ ਹੈ, ਅਤੇ ਸ਼ਰੇਆਮ ਬਕਾਇਦਾ ਸਰੀਰ ਵੇਚੇ ਅਤੇ ਚੰਗੇ ਪੈਸੇ ਬਣਾਵੇ। ਉਸ ਨੇ ਦੂਸਰਾ ਰਾਹ ਚੁਣ ਲਿਆ। ਇਸ ਤੋਂ ਇਲਾਵਾ, ਉਸ ਨੂੰ ਜਾਪਿਆ ਕਿ ਇਸ ਤਰੀਕੇ ਨਾਲ ਉਹ ਆਪਣੀ ਪਤ ਲੁਟਣ ਵਾਲੇ ਕੋਲੋਂ, ਦੁਕਾਨਦਾਰ ਦੇ ਕਰਿੰਦੇ ਕੋਲੋਂ, ਅਤੇ ਉਹਨਾਂ ਸਭਨਾਂ ਲੋਕਾਂ ਕੋਲੋਂ ਬਦਲਾ ਲੈ ਸਕੇਗੀ ਜਿਨ੍ਹਾਂ ਨੇ ਉਸ ਦੀ ਜ਼ਿੰਦਗੀ ਨੂੰ ਨਰਕ ਬਣਾ ਦਿੱਤਾ ਹੈ। ਉਸ ਨੂੰ ਇਸ ਤਰ੍ਹਾਂ ਦਾ ਫੈਸਲਾ ਕਰਨ ਦੀ ਪ੍ਰੇਰਨਾ ਦੇਣ ਵਾਲੀ ਇਕ ਗੱਲ ਹੋਰ ਵੀ ਸੀ। ਉਹ ਸੀ ਦੱਲੀ ਦਾ ਉਸ ਨੂੰ ਇਹ ਆਖਣਾ ਕਿ ਇਹ ਕੰਮ ਕਰਕੇ ਉਹ ਜਿਵੇਂ ਜੀਅ ਕਰੇ ਪਾ-ਹੰਢਾ ਸਕਦੀ ਹੈ—ਮਖਮਲ, ਰੇਸ਼ਮ, ਸਾਟਿਨ, ਨੀਵੇਂ ਗੱਲੇ ਵਾਲੀ ਪੁਸ਼ਾਕ ਜਿਹੜੀ ਨਾਚ ਕਰਨ ਵਾਲੀਆਂ ਪਾਉਂਦੀਆਂ ਹਨ—ਜੋ ਵੀ ਉਹ ਪਸੰਦ ਕਰੇ। ਕਾਤੀਊਸ਼ਾ ਨੇ ਕਲਪਨਾ ਵਿਚ ਵੇਖਿਆ ਕਿ ਉਸ ਨੇ ਕਾਲੀ ਮਖਮਲ ਦੀ ਝਾਲਰ ਵਾਲੀ ਲਿਸ਼ਕਾਂ ਮਾਰਦੀ ਰੇਸ਼ਮ ਦੀ ਪੀਲੀ ਪੁਸ਼ਾਕ ਪਾਈ ਹੋਈ ਹੈ ਜਿਸ ਦਾ ਗਲਮਾ ਨੀਵਾਂ ਹੈ ਤੇ ਬਾਹਵਾਂ ਅੱਧੀਆਂ ਹਨ। ਉਹਦਾ ਦਿਲ ਲਲਚਾ ਗਿਆ ਤੇ ਉਹਨੇ ਆਪਣਾ ਪਾਸਪੋਰਟ ਦੱਲੀ ਦੇ ਹਵਾਲੇ ਕਰ ਦਿੱਤਾ। ਓਸੇ ਸ਼ਾਮ ਦੱਲੀ ਨੇ ਇਕ ਬੱਘੀ ਲਈ ਅਤੇ ਕਾਤੀਊਸ਼ਾ ਨੂੰ ਮਾਦਾਮ ਕਿਤਾਯੇਵਾ ਦੇ ਬਦਨਾਮ ਘਰ ਵਿਚ ਲੈ ਆਂਦਾ।

ਉਸ ਦਿਨ ਤੋਂ ਕਾਤੀਊਸ਼ਾ ਮਾਸਲੋਵਾ ਵਾਸਤੇ ਜੋ ਜ਼ਿੰਦਗੀ ਸ਼ੁਰੂ ਹੋਈ ਉਹ ਮਨੁਖੀ ਅਤੇ ਦੈਵੀ ਨੇਮਾਂ ਦੇ ਖਿਲਾਫ ਇਕ ਸਦੀਵੀ ਗੁਨਾਹ ਦੀ ਜ਼ਿੰਦਗੀ ਸੀ। ਉਹ ਜ਼ਿੰਦਗੀ ਜਿਹੜੀ ਲੱਖਾਂ ਹੀ ਔਰਤਾਂ ਜੀਊ ਰਹੀਆਂ ਹਨ ਅਤੇ ਆਪਣੀ ਪਰਜਾ ਦੀ ਭਲਾਈ ਦਾ ਦਮ ਭਰਨ ਵਾਲੀ ਸਰਕਾਰ ਇਸ ਜ਼ਿੰਦਗੀ ਨੂੰ ਸਿਰਫ ਪ੍ਰਵਾਨਗੀ ਹੀ ਨਹੀਂ ਸਰਪ੍ਰਸਤੀ ਵੀ ਦੇਂਦੀ ਹੈ। ਇਸ ਜ਼ਿੰਦਗੀ ਦਾ ਨਤੀਜਾ ਇਹ ਹੈ ਕਿ ਦਸਾਂ ਵਿਚੋਂ ਨੌਂ ਔਰਤਾਂ ਪੀੜਭਰੇ ਰੋਗਾਂ, ਵੇਲੇ ਤੋਂ ਪਹਿਲਾਂ ਦੀ ਸਰੀਰਕ ਤਬਾਹੀ ਅਤੇ ਮੌਤ ਦਾ ਸ਼ਿਕਾਰ ਹੋ ਜਾਂਦੀਆਂ ਹਨ।

ਚਕਲੇ ਵਿਚ ਲੌਡੇ ਵੇਲੇ ਤੱਕ ਗੂੜ੍ਹੀ ਨੀਂਦ ਤੋਂ ਮਗਰੋਂ ਰਾਤ ਦੀਆਂ ਸਰਗਰਮੀਆਂ ਸ਼ੁਰੂ ਹੁੰਦੀਆਂ ਹਨ। ਤਿੰਨ ਚਾਰ ਵਜੇ ਦੇ ਵਿਚਕਾਰ ਇਹ ਵੇਸਵਾਵਾਂ ਗੰਦੇ ਬਿਸਤਰਿਆਂ ਤੋਂ ਥੱਕੀਆਂ ਟੁੱਟੀਆਂ ਉਠਦੀਆਂ ਹਨ। ਸੋਡੇ ਦੀਆਂ ਬੋਤਲਾਂ ਖੁਲ੍ਹਦੀਆਂ ਹਨ। ਕਾਫੀ ਦੇ ਪਿਆਲੇ ਖਣਕਦੇ ਹਨ। ਸੌਣ ਵਾਲੇ ਕਪੜੇ ਜਾਂ ਚੋਗੇ ਗਾਊਨ ਪਾਈ, ਬੇਦਿਲੀ ਜਿਹੀ ਨਾਲ ਕਮਰਿਆਂ ਵਿਚ ਏਧਰ ਓਧਰ ਟਹਿਲਦੀਆਂ ਹਨ। ਤਣੇ ਹੋਏ ਪਰਦਿਆਂ ਪਿਛੋਂ ਸੁਸਤ ਨਜ਼ਰਾਂ ਨਾਲ ਖਿੜਕੀਆਂ ਵਿਚੋਂ ਬਾਹਰ ਝਾਕਦੀਆਂ, ਇਕ ਦੂਜੀ ਨਾਲ ਝਗੜਦੀਆਂ ਹਨ ਪਰ ਇਹਨਾਂ ਝਗੜਿਆਂ ਵਿਚ ਕੋਈ ਜਾਨ ਨਹੀਂ ਹੁੰਦੀ। ਇਸ ਤੋਂ ਪਿਛੋਂ ਨਹਾਉਣ ਧੋਣ, ਬਦਨ ਤੇ ਵਾਲਾਂ ਨੂੰ ਅਤਰ ਫਲੇਲ ਤੇ ਕਰੀਮਾਂ ਮਲਣ, ਪਾਉਣ ਵਾਸਤੇ ਚੁਣ ਚੁਣ ਕੇ

ਕਪੜੇ ਕੱਢਣ, ਇਹਨਾਂ ਬਾਰੇ ਮਾਲਕਣ ਨਾਲ ਤੂੰ ਤੂੰ ਮੈਂ ਮੈਂ ਕਰਨ ਵਿਚ ਕੁਝ ਵਕਤ ਲੰਘਦਾ ਹੈ। ਫੇਰ ਉਹ ਸ਼ੀਸ਼ੇ ਅੱਗੇ ਖਲੋ ਕੇ ਸਿਰ ਤੋਂ ਪੈਰਾਂ ਤੱਕ ਆਪਣੇ ਬਦਨ ਨੂੰ ਨਿਹਾਰਦੀਆਂ, ਮੂੰਹ ਤੇ ਸੁਰਖੀ ਪਾਉਡਰ ਮਲਦੀਆਂ ਅਤੇ ਭਰਵੱਟੇ ਬਣਾਉਂਦੀਆਂ ਹਨ। ਇਸ ਤੋਂ ਪਿਛੋਂ ਭਰਪੂਰ, ਸਵਾਦੀ ਅਤੇ ਥਿੰਦਾਈ ਵਾਲੇ ਖਾਣੇ ਦੇ ਦੌਰ ਚਲਦੇ ਹਨ। ਫੇਰ ਉਹ ਸਰੀਰ ਦੇ ਬਹੁਤੇ ਹਿੱਸਿਆਂ ਨੂੰ ਨੰਗਾ ਕਰਨ ਵਾਲਾ ਭੜਕੀਲਾ ਰੇਸ਼ਮੀ ਲਿਬਾਸ ਪਾ ਕੇ ਬੈਠਕ ਵਿਚ ਆ ਜਾਂਦੀਆਂ ਹਨ—ਖੂਬ ਸਜੀ ਹੋਈ ਤੇ ਜਗਮਗ ਕਰਦੀ ਬੈਠਕ ਵਿਚ। ਇਸ ਤੋਂ ਪਿਛੋਂ ਰੰਡੀਬਾਜ਼ੀ ਦੇ ਸ਼ੌਕੀਨਾਂ ਦੀ ਆਮਦ ਸ਼ੁਰੂ ਹੋ ਜਾਂਦੀ ਹੈ। ਖੱਟੀਆਂ ਮਿੱਠੀਆਂ ਗੋਲੀਆਂ ਨਾਲ ਸ਼ਰਾਬ ਦਾ ਦੌਰ ਚਲਦਾ ਹੈ। ਨਾਚ ਗਾਣਾ ਸ਼ੁਰੂ ਹੁੰਦਾ ਹੈ। ਇਸ ਤੋਂ ਪਿਛੋਂ ਤਰ੍ਹਾਂ ਤਰ੍ਹਾਂ ਦੇ ਲੋਕ ਇਹਨਾਂ ਦੇ ਸਰੀਰਾਂ ਨਾਲ ਕਾਮ ਕ੍ਰੀੜਾ ਕਰਦੇ ਹਨ। ਬੁੱਢੇ ਤੇ ਜਵਾਨ ਤੇ ਅਧਖੜ ਉਮਰ ਦੇ, ਗਭਰੂ ਤੇ ਕਮਜ਼ੋਰ ਬੁੱਢੇ, ਕੁਆਰੇ ਤੇ ਵਿਆਹੇ, ਵਪਾਰੀ ਤੇ ਬਾਬੂ, ਆਰਮੇਨੀ, ਯਹੂਦੀ, ਤਾਤਾਰ, ਅਮੀਰ ਤੇ ਗਰੀਬ, ਰੋਗੀ ਤੇ ਤੰਦਰੁਸਤ ਸਭ ਇਹਨਾਂ ਵਿਚ ਸ਼ਾਮਲ ਹਨ। ਕੋਈ ਸ਼ਰਾਬੀ ਹੁੰਦਾ ਹੈ ਤੇ ਕੋਈ ਸੋਫੀ, ਕੋਈ ਅੱਖੜ ਹੁੰਦਾ ਹੈ ਤੇ ਕੋਈ ਪਿਆਰ ਨਾਲ ਪੁਚਕਾਰਨ ਵਾਲਾ, ਕੋਈ ਫੌਜੀ ਤੇ ਕੋਈ ਸ਼ਹਿਰੀ, ਵਿਦਿਆਰਥੀ ਤੇ ਸਕੂਲ ਦਾ ਪਾੜ੍ਹਾ—ਸਭਨਾਂ ਵਰਗਾਂ, ਉਮਰਾਂ ਤੇ ਖਸਲਤਾਂ ਵਾਲੇ ਲੋਕ ਆਪਣੀ ਅੱਗ ਮੱਠੀ ਕਰਦੇ ਹਨ। ਏਥੇ ਇਕ ਚੀਕ ਚਿਹਾੜਾ ਮੱਚਿਆ ਰਹਿੰਦਾ ਹੈ, ਟਿੱਚਰਾਂ ਮਜ਼ਾਕ ਹੁੰਦੇ ਹਨ, ਲੜਾਈਆਂ ਝਗੜੇ ਹੁੰਦੇ ਹਨ। ਗਾਣਾ ਵਜਾਣਾ ਚਲਦਾ ਹੈ। ਸਿਗਰਟਾਂ ਫੂਕੀਆਂ ਜਾਂਦੀਆਂ ਹਨ। ਸ਼ਰਾਬਾਂ ਉਡਦੀਆਂ ਹਨ। ਸ਼ਾਮ ਵੇਲੇ ਤੋਂ ਲੈ ਕੇ ਦਿਨ ਦੇ ਚੜ੍ਹਾ ਤੱਕ ਹਰ ਕਿਸਮ ਦੇ ਦੌਰ ਤੇ ਦੌਰ ਚਲਦੇ ਹਨ। ਸਵੇਰ ਹੋਣ ਤੱਕ ਕੋਈ ਆਰਾਮ ਨਹੀਂ। ਦਿਨ ਚੜ੍ਹਦਾ ਹੈ ਤਾਂ ਨੀਂਦ ਨਾਲ ਬੋਝਲ ਅੱਖਾਂ ਬੰਦ ਹੋ ਜਾਂਦੀਆਂ ਹਨ। ਹਰ ਰੋਜ਼ ਤੇ ਹਰ ਹਫਤੇ ਏਹੋ ਕੁਝ ਹੁੰਦਾ ਹੈ। ਫੇਰ ਹਫਤੇ ਦੇ ਅਖੀਰ, ਸਰਕਾਰੀ ਨੇਮ ਮੁਤਾਬਿਕ, ਥਾਣੇ ਵਿਚ ਹਾਜ਼ਰੀ ਭਰੀ ਜਾਂਦੀ ਹੈ ਜਿਥੇ ਡਾਕਟਰ—ਸਰਕਾਰੀ ਨੌਕਰ—ਕਦੇ ਗੰਭੀਰਤਾ ਤੇ ਸਖਤੀ ਨਾਲ, ਕਦੇ ਦਿਲਲੱਗੀ ਤੇ ਹੋਛੇਪਨ ਨਾਲ ਇਹਨਾਂ ਔਰਤਾਂ ਦਾ ਮੁਆਇਨਾ ਕਰਦੇ ਹਨ। ਕਈ ਵਾਰੀ ਉਸ ਸ਼ਰਮ-ਹਯਾ ਨੂੰ ਪੂਰੀ ਤਰ੍ਹਾਂ ਛਿੱਕੇ ਟੰਗ ਦਿੱਤਾ ਜਾਂਦਾ ਹੈ ਜਿਹੜੀ ਮਨੁਖ ਨੂੰ ਹੀ ਨਹੀਂ ਸਗੋਂ ਪਸ਼ੂਆਂ ਨੂੰ ਆਤਮ ਰਖਿਆ ਲਈ ਮਿਲੀ ਹੁੰਦੀ ਹੈ। ਫੇਰ ਡਾਕਟਰ ਇਹਨਾਂ ਨੂੰ ਲਿਖਤੀ ਆਗਿਆ ਦੇ ਦੇਂਦੇ ਹਨ ਕਿ ਜਿਹੜਾ ਗੁਨਾਹ ਉਹ ਤੇ ਉਹਨਾਂ ਦੀਆਂ ਜੋਟੀਦਾਰ ਸਾਰਾ ਹਫਤਾ ਕਰਦੀਆਂ ਰਹੀਆਂ ਹਨ ਉਹ ਅੱਗੋਂ ਵੀ ਕਰ ਸਕਦੀਆਂ ਹਨ। ਇਸ ਤੋਂ ਮਗਰੋਂ ਅਗਲਾ ਹਫਤਾ ਸ਼ੁਰੂ ਹੋ ਜਾਂਦਾ ਹੈ। ਹਰ ਰਾਤ ਓਸੇ ਤਰ੍ਹਾਂ ਹੁੰਦਾ ਹੈ ਗਰਮੀਆਂ ਹੋਣ ਜਾਂ ਸਰਦੀਆਂ, ਕੰਮ ਦਾ ਦਿਨ ਹੋਵੇ ਜਾਂ ਛੁਟੀ ਦਾ। ਸਦਾ ਓਹੋ ਕੁਝ ਹੁੰਦਾ ਰਹਿੰਦਾ ਹੈ।

ਅਤੇ ਇਸ ਤਰ੍ਹਾਂ ਕਾਤੀਊਸ਼ਾ ਮਾਸਲੋਵਾ ਦੇ ਜੀਵਨ ਦੇ ਸਤ ਸਾਲ ਬੀਤ ਗਏ। ਇਸ ਦੌਰਾਨ ਉਹਨੇ ਇਕ ਦੋ ਵਾਰੀ ਮਕਾਨ ਬਦਲਿਆ ਸੀ ਅਤੇ ਇਕ ਵਾਰੀ ਹਸਪਤਾਲ ਵੀ ਗਈ ਸੀ। ਚਕਲੇ ਵਿਚ ਉਹਦੇ ਜੀਵਨ ਦੇ ਸਤਵੇਂ ਸਾਲ ਅਤੇ ਕੁਆਰਪਨ ਟੁਟਣ ਮਗਰੋਂ

ਅਠਵੇਂ ਸਾਲ, ਜਦੋਂ ਉਹ ਛੱਬੀ ਵਰ੍ਹਿਆਂ ਦੀ ਸੀ, ਉਹ ਘਟਨਾ ਵਾਪਰੀ ਜਿਸ ਕਰਕੇ ਉਹਨੂੰ ਜੇਲ੍ਹ ਵਿਚ ਸੁੱਟਿਆ ਗਿਆ ਸੀ। ਤੇ ਜਿਸ ਬਦਲੇ ਜੇਲ੍ਹ ਦੇ ਗਲਘੋਟੂ ਵਾਤਾਵਰਣ ਵਿਚ ਚੋਰਾਂ ਅਤੇ ਕਾਤਲਾਂ ਦੇ ਨਾਲ ਛੇ ਮਹੀਨੇ ਤੋਂ ਵਧ ਤੱਕ ਰਖਣ ਮਗਰੋਂ ਅੱਜ ਉਸ ਨੂੰ ਅਦਾਲਤ ਵਿਚ ਪੇਸ਼ ਹੋਣ ਲਈ ਲਿਜਾਇਆ ਜਾ ਰਿਹਾ ਸੀ।

੩

ਜਦੋਂ ਮਾਸਲੋਵਾ, ਦੋ ਪਹਿਰੇਦਾਰਾਂ ਦੀ ਨਿਗਰਾਨੀ ਹੇਠ, ਲੰਮੇ ਸਫਰ ਕਾਰਨ ਥੱਕੀ ਟੁੱਟੀ ਹੋਈ, ਅਦਾਲਤ ਦੇ ਸਾਮ੍ਹਣੇ ਪੁਜੀ ਉਸ ਵੇਲੇ ਪ੍ਰਿੰਸ ਦਮਿਤਰੀ ਇਵਾਨੋਵਿਚ ਨੇਖਲੀਊਦੋਵ, ਕਾਤੀਊਸ਼ਾ ਨੂੰ ਪਾਲਣ ਵਾਲੀਆਂ ਭੂਆ, ਦਾ ਭਤੀਜਾ ਜਿਸ ਨੇ ਉਹਦਾ ਕੁਆਰਪਨ ਤੋੜਿਆ ਸੀ, ਆਪਣੇ ਪਲੰਘ ਉਤੇ ਲੰਮਾ ਪਿਆ ਹੋਇਆ ਸੀ। ਇਕ ਉੱਚਾ ਕਮਾਨੀਦਾਰ ਪਲੰਘ ਜਿਸ ਉਤੇ ਖੰਭਾਂ ਵਾਲਾ ਗੱਦਾ ਵਿਛਿਆ ਹੋਇਆ ਸੀ। ਉਸ ਨੇ ਸੂਹਣੀ ਜਿਹੀ ਸਾਫ ਸੁਥਰੀ ਸੂਤੀ ਨਾਈਟ ਸ਼ਰਟ ਪਾਈ ਹੋਈ ਸੀ ਜਿਸ ਉਤੇ ਇਕ ਵੀ ਵੱਟ ਨਹੀਂ ਸੀ ਪਿਆ ਹੋਇਆ। ਪਲੰਘ ਤੇ ਪਿਆ ਸਿਗਰਟ ਦੇ ਕਸ਼ ਲਾਉਂਦਾ ਉਹ ਇਹ ਸੋਚ ਰਿਹਾ ਸੀ ਕਿ ਅੱਜ ਉਸ ਨੇ ਕੀ ਕੀ ਕੰਮ ਕਰਨਾ ਹੈ ਅਤੇ ਕਲ੍ਹ ਦਾ ਦਿਨ ਕਿਵੇਂ ਲੰਘਿਆ ਸੀ।

ਉਸ ਨੂੰ ਕੋਰਚਾਗਿਨਾਂ ਦੇ ਅਮੀਰ ਅਤੇ ਖਾਨਦਾਨੀ ਪਰਵਾਰ ਨਾਲ ਬਿਤਾਈ ਸ਼ਾਮ ਦਾ ਚੇਤਾ ਆ ਗਿਆ। ਹਰ ਕਿਸੇ ਦੀ ਆਸ ਸੀ ਕਿ ਇਸ ਪਰਵਾਰ ਦੀ ਧੀ ਨੂੰ ਉਹ ਵਿਆਹ ਲਵੇਗਾ। ਉਸ ਨੇ ਇਕ ਹਉਕਾ ਭਰਿਆ, ਅਤੇ ਸਿਗਰਟ ਦੇ ਰਹਿੰਦੇ ਟੁਕੜੇ ਨੂੰ ਸੁਟ ਕੇ, ਉਹ ਚਾਂਦੀ ਦੀ ਡੱਬੀ ਵਿਚੋਂ ਇਕ ਹੋਰ ਸਿਗਰਟ ਕੱਢਣ ਲੱਗਾ ਹੀ ਸੀ, ਪਰ, ਅਪਣਾ ਵਿਚਾਰ ਬਦਲ ਕੇ, ਉਸ ਨੇ ਆਪਣੀਆਂ ਮੁਲਾਇਮ ਤੇ ਗੋਰੀਆਂ ਲੱਤਾਂ ਹੇਠਾਂ ਕੀਤੀਆਂ, ਆਪਣੇ ਸਲੀਪਰ ਪਏ, ਆਪਣਾ ਸਿਲਕੀ ਡ੍ਰੇਸਿੰਗ ਗਾਊਨ ਆਪਣੇ ਮੋਟੇ ਤਕੜੇ ਮੋਢਿਆਂ ਉਤੇ ਸੁੱਟਿਆ, ਅਤੇ, ਉਦਾਸ ਜਿਹਾ ਛੋਹਲੇ ਛੋਹਲੇ ਕਦਮੀਂ, ਕਪੜੇ ਬਦਲਣ ਵਾਲੇ ਕਮਰੇ ਵਿਚ ਚਲਾ ਗਿਆ। ਕਮਰੇ ਵਿਚੋਂ ਯੂਡੀਕਲੋਨ ਅਤੇ ਫਿਕਸਾਟੋਇਰ ਵਗੈਰਾ ਦੀ ਬਣਾਉਟੀ ਮਹਿਕ ਆ ਰਹੀ ਸੀ। ਉਥੇ ਉਸ ਨੇ ਇਕ ਖਾਸ ਮੰਜਨ ਮਲ ਕੇ ਬੜੇ ਧਿਆਨ ਨਾਲ ਆਪਣੇ ਦੰਦ ਸਾਫ ਕੀਤੇ (ਉਸ ਦੇ ਬਹੁਤੇ ਦੰਦਾਂ ਦੀਆਂ ਖੋੜਾਂ ਭਰੀਆਂ ਹੋਈਆਂ ਸਨ), ਅਤੇ ਖੁਸ਼ਬੂਦਾਰ ਪਾਣੀ ਨਾਲ ਕੁਰਲੀਆਂ ਕੀਤੀਆਂ। ਇਸ ਤੋਂ ਮਗਰੋਂ ਉਹਨੇ ਖੁਸ਼ਬੂਦਾਰ ਸਾਬਣ ਨਾਲ ਆਪਣੇ ਹੱਥ ਧੋਤੇ, ਬੜੇ ਧਿਆਨ ਨਾਲ

ਆਪਣੇ ਲੰਮੇ ਲੰਮੇ ਨਹੁੰ ਸਾਫ ਕੀਤੇ। ਵੱਡੇ ਸਾਰੇ ਸੰਗਮਰਮਰੀ ਵਾਸ਼ਬੇਸਨ ਅੱਗੇ ਖਲੋ ਕੇ ਆਪਣਾ ਮੂੰਹ ਧੋਤਾ ਤੇ ਮੋਟੀ ਤਕੜੀ ਧੌਣ ਸਾਫ ਕੀਤੀ, ਅਤੇ ਤੀਜੇ ਕਮਰੇ ਵਿਚ ਚਲਾ ਗਿਆ ਜਿਥੇ ਨਹਾਉਣ ਵਾਸਤੇ ਫੁਹਾਰਾ ਲੱਗਾ ਹੋਇਆ ਸੀ। ਆਪਣੇ ਗੁਦਗੁਦੇ, ਗੋਰੇ ਅਤੇ ਗਠਵੇਂ ਸਰੀਰ ਨੂੰ ਤਾਜ਼ਾਦਮ ਕਰ ਕੇ ਉਸਨੇ ਖੁਰਦਰੇ ਤੌਲੀਏ ਨਾਲ ਮਲ ਮਲ ਕੇ ਪੂੰਝਿਆ। ਉਸ ਨੇ ਵਧੀਆ ਕੱਛ ਬੁਨੈਣ ਪਾਈ ਅਤੇ ਲਿਸ਼ਕਾਂ ਮਾਰਦੇ ਬੂਟ ਪਾ ਲਏ, ਅਤੇ ਆਪਣੀ ਨਿੱਕੀ ਨਿੱਕੀ ਕਾਲੀ ਦਾੜ੍ਹੀ ਤੇ ਘੁੰਗਰਾਲੇ ਵਾਲਾਂ ਨੂੰ ਬੁਰਸ਼ ਕਰਨ ਸ਼ੀਸ਼ੇ ਅੱਗੇ ਜਾ ਬੈਠਾ। ਮੱਥੇ ਉਤੋਂ ਉਹਦੇ ਵਾਲ ਵਿਰਲੇ ਹੋਣੇ ਸ਼ੁਰੂ ਹੋ ਗਏ ਸਨ।

ਉਸ ਵਲੋਂ ਵਰਤੀ ਗਈ ਹਰ ਚੀਜ਼, ਉਸ ਦੇ ਬਣਾਓ ਸ਼ਿੰਗਾਰ ਦੀ ਹਰ ਚੀਜ਼—ਉਸ ਦੀਆਂ ਚੱਦਰਾਂ, ਉਹਦੇ ਕਪੜੇ, ਬੂਟ, ਨਕਟਾਈ, ਪਿੰਨ, ਸ਼ਟਡ—ਸਭ ਤੋਂ ਵਧੀਆ ਕੁਆਲਟੀ ਦੀ, ਬਹੁਤ ਸਾਦਾ, ਸਾਧਾਰਨ, ਹੰਢਣਸਾਰ, ਅਤੇ ਕੀਮਤੀ ਸੀ।

ਵੱਖ ਵੱਖ ਤਰ੍ਹਾਂ ਦੀਆਂ ਦਸ ਟਾਈਆਂ ਅਤੇ ਪਿੰਨਾਂ ਵਿਚੋਂ ਜਿਹੜਾ ਵੀ ਓਹਦੇ ਹੱਥ ਵਿਚ ਆ ਗਿਆ ਉਹਨੇ ਚੁਕ ਲਿਆ ਸੀ। ਇਕ ਵੇਲਾ ਸੀ ਜਦੋਂ ਇਹ ਸਭ ਨਵੀਆਂ ਨਵੀਆਂ ਚੀਜ਼ਾਂ ਉਹਦੇ ਲਈ ਦਿਲ-ਖਿਚਵੀਆਂ ਸਨ। ਪਰ ਹੁਣ ਇਹਨਾਂ ਚੀਜ਼ਾਂ ਨਾਲ ਉਹਨੂੰ ਪਹਿਲਾਂ ਵਾਲਾ ਮੋਹ ਨਹੀਂ ਸੀ ਰਿਹਾ। ਨੇਖਲੀਊਦੋਵ ਨੇ ਕਪੜੇ ਪਾਏ ਜਿਹੜੇ ਬੁਰਸ਼ ਮਾਰ ਕੇ, ਉਹਦੇ ਲਈ ਤਿਆਰ ਕਰ ਕੇ ਕੁਰਸੀ ਉਤੇ ਟਿਕਾਏ ਹੋਏ ਸਨ। ਅਤੇ ਜੇ ਬਿਲਕੁਲ ਤਾਜ਼ਾਦਮ ਨਹੀਂ, ਤਾਂ ਨਹਾ ਧੋ ਕੇ ਤੇ ਕਪੜਿਆਂ ਉਤੇ ਅਤਰ ਛਿੜਕ ਕੇ, ਉਹ ਖਾਣਾ ਖਾਣ ਵਾਲੇ ਕਮਰੇ ਵਿਚ ਚਲਾ ਗਿਆ। ਚੌਕੋਰ ਕਮਰੇ ਵਿਚ, ਜਿਸ ਦੇ ਫਰਸ਼ ਨੂੰ ਇਕ ਦਿਨ ਪਹਿਲਾਂ ਹੀ ਤਿੰਨ ਬੰਦਿਆਂ ਨੇ ਪਾਲਸ਼ ਕੀਤਾ ਸੀ, ਇਕ ਮੇਜ਼ ਪਿਆ ਸੀ। ਇਸ ਦੀਆਂ ਲੱਤਾਂ ਉਤੇ ਸ਼ੇਰ ਦੇ ਪੰਜਿਆਂ ਦੀਆਂ ਸ਼ਕਲਾਂ ਸਨ। ਇਸ ਲਈ ਬੜਾ ਰੁਹਬਦਾਰ ਲੱਗਦਾ ਸੀ। ਅਤੇ ਉਹਦੇ ਨਾਲ ਦੀ ਹੀ ਇਕ ਵੱਡੀ ਸਾਰੀ ਬਲੂਤ ਦੀ ਅਲਮਾਰੀ ਪਈ ਸੀ। ਮੇਜ਼ ਉਤੇ ਕਢਾਈ ਕੀਤੇ ਨਾਂ ਵਾਲਾ ਇਕ ਖ਼ੂਬਸੂਰਤ, ਮਾਇਆ ਲੱਗਿਆ ਕਪੜਾ ਵਿਛਿਆ ਹੋਇਆ ਸੀ। ਮਹਿਕਾਂ ਛੱਡਦੀ ਕਾਫੀ ਨਾਲ ਭਰਿਆ ਹੋਇਆ ਚਾਂਦੀ ਦਾ ਇਕ ਕਾਫੀਦਾਨ, ਇਕ ਚੀਨੀਦਾਨ, ਉਬਲੀ ਹੋਈ ਕਰੀਮ ਦਾ ਇਕ ਜੱਗ, ਅਤੇ ਸੱਜਰੇ ਰੋਲਾਂ, ਰੋਟੀਆਂ ਅਤੇ ਬਿਸਕੁਟਾਂ ਨਾਲ ਲੱਦਿਆ ਹੋਇਆ ਇਕ ਛਿੱਕੂ ਮੇਜ਼ ਉਤੇ ਰਖਿਆ ਹੋਇਆ ਸੀ, ਅਤੇ ਪਲੇਟ ਦੇ ਕੋਲ Revue des deux Mondes ਦਾ ਸੱਜਰਾ ਅੰਕ, ਅਖਬਾਰ ਤੇ ਕੁਝ ਚਿੱਠੀਆਂ ਪਈਆਂ ਸਨ। ਨੇਖਲੀਊਦੋਵ ਆਪਣੀਆਂ ਚਿੱਠੀਆਂ ਨੂੰ ਖੋਹਲਣ ਹੀ ਲੱਗਿਆ ਸੀ ਕਿ ਇਕ ਹੱਟੀ ਕੱਟੀ, ਅਧਖੜ ਉਮਰ ਦੀ ਔਰਤ, ਜਿਸ ਨੇ ਮਾਤਮੀ ਪਹਿਰਾਵਾ ਅਤੇ ਸਿਰ ਤੇ ਜਾਲੀ ਵਾਲੀ ਟੋਪੀ ਪਾਈ ਹੋਈ ਸੀ, ਕਮਰੇ ਵਿਚ ਆ ਟਪਕੀ। ਇਹ ਅਗਰਾਫੇਨਾ ਪੇਤਰੋਵਨਾ ਸੀ, ਨੇਖਲੀਊਦੋਵ ਦੀ ਮਰਹੂਮ ਮਾਂ ਦੀ ਸਾਬਕਾ ਨਿਜੀ ਨੌਕਰਾਣੀ। ਥੋੜਾ ਚਿਰ ਹੋਇਆ ਉਹਦੀ ਮਾਲਕਣ ਏਸੇ ਹੀ ਘਰ

ਵਿਚ ਪੂਰੀ ਹੋ ਗਈ ਸੀ, ਅਤੇ ਉਹ ਪੁਤ ਕੋਲ ਘਰ ਦੀ ਸਾਂਭ ਸੰਭਾਲ ਕਰਨ ਵਾਸਤੇ ਰਹਿ ਪਈ ਸੀ।

ਅਗਰਾਫੇਨਾ ਪੇਤਰੋਵਨਾ ਨੇਖਲੀਊਦੋਵ ਦੀ ਮਾਂ ਨਾਲ ਵੱਖ ਵੱਖ ਸਮਿਆਂ ਤੇ ਤਕਰੀਬਨ ਦਸ ਸਾਲ ਬਦੇਸ਼ਾਂ ਵਿਚ ਗੁਜ਼ਾਰ ਚੁੱਕੀ ਸੀ, ਅਤੇ ਉਹਦੀ ਨੁਹਾਰ ਤੇ ਚੱਜ ਆਚਾਰ ਵਿਚ ਖਾਨਦਾਨੀ ਔਰਤਾਂ ਵਾਲੀ ਛੁਹ ਸੀ। ਉਹ ਹਾਲੇ ਬੱਚੀ ਹੀ ਸੀ ਜਦੋਂ ਉਹ ਨੇਖਲੀਊਦੋਵ ਪਰਵਾਰ ਨਾਲ ਰਹਿਣ ਲੱਗ ਪਈ ਸੀ, ਅਤੇ ਦਮਿਤਰੀ ਇਵਾਨੋਵਿਚ ਨੂੰ ਓਦੋਂ ਤੋਂ ਜਾਣਦੀ ਸੀ ਜਦੋਂ ਹਾਲੇ ਉਹਨੂੰ ਮਿਤਨਕਾ ਆਖ ਕੇ ਵਾਜ ਮਾਰੀ ਜਾਂਦੀ ਸੀ।

"ਸ਼ੁਭ ਪ੍ਰਭਾਤ, ਦਮਿਤਰੀ ਇਵਾਨੋਵਿਚ!"

"ਸ਼ੁਭ ਪ੍ਰਭਾਤ, ਅਗਰਾਫੇਨਾ ਪੇਤਰੋਵਨਾ! ਏਹ ਕੀ ਏ?" ਨੇਖਲੀਊਦੋਵ ਨੇ ਪੁਛਿਆ।

"ਪ੍ਰਿੰਸੈਸ ਵਲੋਂ ਇਕ ਚਿੱਠੀ—ਜਾਂ ਮਾਂ ਵਲੋਂ ਜਾਂ ਧੀ ਵਲੋਂ। ਥੋੜਾ ਚਿਰ ਪਹਿਲਾਂ ਨੌਕਰਾਣੀ ਲੈ ਕੇ ਆਈ ਏ ਤੇ ਮੇਰੇ ਕਮਰੇ ਵਿਚ ਉਡੀਕਦੀ ਏ," ਭਾਵਪੂਰਤ ਮੁਸਕ੍ਰਾਹਟ ਨਾਲ ਚਿੱਠੀ ਉਸ ਨੂੰ ਫੜਾਉਂਦਿਆਂ, ਅਗਰਾਫੇਨਾ ਪੇਤਰੋਵਨਾ ਨੇ ਜਵਾਬ ਦਿੱਤਾ।

"ਠੀਕ ਏ, ਇਕ ਸਕਿੰਟ!" ਨੇਖਲੀਊਦੋਵ ਨੇ, ਚਿੱਠੀ ਫੜਦਿਆਂ ਆਖਿਆ। ਅਗਰਾਫੇਨਾ ਪੇਤਰੋਵਨਾ ਨੂੰ ਮੁਸਕ੍ਰਾਉਂਦਿਆਂ ਵੇਖ ਕੇ, ਉਹਦੇ ਮੱਥੇ ਤੇ ਤਿਊੜੀਆਂ ਚੜ੍ਹ ਗਈਆਂ ਸਨ।

ਇਸ ਮੁਸਕ੍ਰਾਹਟ ਦਾ ਮਤਲਬ ਇਹ ਸੀ ਕਿ ਚਿੱਠੀ ਸਭ ਤੋਂ ਛੋਟੀ ਪ੍ਰਿੰਸੈਸ ਕੋਰਚਾਗਿਨਾ ਵਲੋਂ ਸੀ। ਅਗਰਾਫੇਨਾ ਪੇਤਰੋਵਨਾ ਸਮਝਦੀ ਸੀ ਕਿ ਦਮਿਤਰੀ ਇਵਾਨੋਵਿਚ ਨੇ ਇਹਦੇ ਨਾਲ ਵਿਆਹ ਕਰਾਉਣਾ ਹੈ। ਉਸ ਦੇ ਇਸ ਅੰਦਾਜ਼ੇ ਤੋਂ ਨੇਖਲੀਊਦੋਵ ਨੂੰ ਖਿੱਝ ਚੜ੍ਹਦੀ ਸੀ।

"ਫੇਰ ਮੈਂ ਆਖਾਂ ਉਹਨੂੰ ਪਈ ਉਡੀਕੇ," ਅਤੇ ਅਗਰਾਫੇਨਾ ਪੇਤਰੋਵਨਾ ਨੇ ਮੇਜ਼ ਝਾੜਨ ਵਾਲੇ ਬੁਰਸ਼ ਨੂੰ ਟਿਕਾਣੇ ਸਿਰ ਰਖਿਆ ਤੇ ਕਮਰੇ ਵਿਚੋਂ ਬਾਹਰ ਤਿਲਕ ਗਈ।

ਨੇਖਲੀਊਦੋਵ ਨੇ ਰੁੱਕਾ ਖੋਹਲਿਆ ਅਤੇ ਇਸ ਨੂੰ ਪੜ੍ਹਨ ਲੱਗਾ। ਰੁੱਕੇ ਵਿਚੋਂ ਅਤਰ ਦੀ ਮਹਿਕ ਆ ਰਹੀ ਸੀ।

ਰੁੱਕਾ ਇਕ ਖੁਰਦਰੇ ਸਿਰਿਆਂ ਵਾਲੇ ਮੋਟੇ ਜਿਹੇ ਸਲੇਟੀ ਰੰਗ ਦੇ ਕਾਗਜ਼ ਉਤੇ ਲਿਖਿਆ ਹੋਇਆ ਸੀ। ਲਿਖਾਈ ਟੇਡੀ ਤੇ ਵਿਰਲੀ ਵਿਰਲੀ ਸੀ। ਲਿਖਿਆ ਸੀ:

"ਤੁਹਾਡੀ ਯਾਦਾਸ਼ਤ ਦਾ ਕੰਮ ਕਰਨ ਦੀ ਜ਼ਿੰਮੇਦਾਰੀ ਸਾਂਭ ਕੇ, ਤੁਹਾਨੂੰ ਇਹ ਯਾਦ ਕਰਾਉਣ ਦੀ ਖੁਲ੍ਹ ਲੈਂਦੀ ਹਾਂ ਕਿ ਅੱਜ ੨੮ ਅਪ੍ਰੈਲ ਦੇ ਦਿਨ ਤੁਸੀਂ ਜਿਊਰੀ ਦੇ ਮੈਂਬਰ

ਦੀ ਹੈਸੀਅਤ ਵਿਚ ਕਾਨੂੰਨ ਅਦਾਲਤ ਵਿਚ ਹਾਜ਼ਰ ਹੋਣਾ ਹੈ, ਅਤੇ, ਨਤੀਜੇ ਦੇ ਤੌਰ ਤੇ, ਕਿਸੇ ਵੀ ਤਰ੍ਹਾਂ ਸਾਡੇ ਅਤੇ ਕੋਲੋਸੋਵ ਦੇ ਨਾਲ ਚਿਤਰਾਂ ਦੀ ਨੁਮਾਇਸ਼ ਵੇਖਣ ਨਹੀਂ ਜਾ ਸਕਦੇ, ਜਿਵੇਂ, ਆਪਣੀ ਸੁਭਾਵਿਕ ਚੰਚਲਤਾ ਨਾਲ, ਤੁਸੀਂ ਕੱਲ੍ਹ ਇਕਰਾਰ ਕਰ ਲਿਆ ਸੀ ; à moins que vous ne soyez disposé à payer à la cour d'assises les 300 roubles d'amende, que vous vous refusez pour votre cheval*. ਇਹ ਮੈਨੂੰ ਕੱਲ੍ਹ ਰਾਤ ਤੁਹਾਡੇ ਚਲੇ ਜਾਣ ਮਗਰੋਂ ਯਾਦ ਆਇਆ ਸੀ, ਇਸ ਕਰਕੇ ਭੁਲ ਨਾ ਜਾਣਾ।

ਪ੍ਰਿੰ. ਮ. ਕੋਰਚਾਗਿਨਾ।"

ਚਿੱਠੀ ਲਿਖ ਚੁਕਣ ਮਗਰੋਂ ਦੂਜੇ ਪਾਸੇ ਲਿਖਿਆ ਹੋਇਆ ਸੀ :

"Maman vous fait dire que votre couvert vous attendra jusqu'à la nuit. Venez absolument à quelle heure que cela soit.**

"ਮ. ਕ."

ਨੇਖਲੀਊਦੋਵ ਨੇ ਮੂੰਹ ਜਿਹਾ ਬਣਾਇਆ। ਇਹ ਰੁੱਕਾ ਉਸੇ ਹੀ ਉਸਤਾਦੀ ਭਰੀ ਚਾਲ ਦਾ ਅਗਲਾ ਕਦਮ ਸੀ ਜਿਹੜੀ ਪ੍ਰਿੰਸੈਸ ਕੋਰਚਾਗਿਨਾ ਦੋ ਮਹੀਨਿਆਂ ਤੋਂ ਖੇਡ ਰਹੀ ਸੀ ਤਾਂ ਜੋ ਉਸ ਨੂੰ ਸੂਖਮ ਤੰਦਾਂ ਵਿਚ ਪੱਕੀ ਤੋਂ ਪੱਕੀ ਤਰ੍ਹਾਂ ਜਕੜ ਲਵੇ। ਪਰ, ਉਸ ਆਮ ਜੱਕੋਤੱਕੇ ਤੋਂ ਇਲਾਵਾ ਜਿਸ ਵਿਚ ਆਪਣੀ ਜਵਾਨੀ ਬਿਤਾ ਚੁਕੇ ਲੋਕ ਪੈ ਜਾਂਦੇ ਹਨ ਜੇ ਕਿਸੇ ਨਾਲ ਬਹੁਤ ਮੁਹੱਬਤ ਨਾ ਹੋ ਜਾਏ, ਨੇਖਲੀਊਦੋਵ ਆਪਣਾ ਮਨ ਬਣਾ ਲੈਣ ਦੇ ਬਾਵਜੂਦ ਜੇ ਇਕਦਮ ਹੀ ਵਿਆਹ ਦੀ ਤਜਵੀਜ਼ ਨਹੀਂ ਸੀ ਪੇਸ਼ ਕਰ ਸਕਿਆ, ਤਾਂ ਇਸ ਦੇ ਮਾਕੂਲ ਕਾਰਨ ਸਨ। ਇਹ ਗੱਲ ਨਹੀਂ ਸੀ ਕਿ ਦਸ ਸਾਲ ਪਹਿਲਾਂ ਉਸ ਨੇ ਮਾਸਲੋਵਾ ਦਾ ਕੁਆਰ ਤੋੜਿਆ ਸੀ ਤੇ ਉਸ ਨੂੰ ਧੱਕਾ ਦੇ ਛਡਿਆ ਸੀ। ਇਸ ਗੱਲ ਨੂੰ ਉਹ ਬਿਲਕੁਲ ਭੁਲ ਚੁੱਕਾ ਸੀ, ਅਤੇ ਇਸ ਨੂੰ ਉਹ ਵਿਆਹ ਨਾ ਕਰਾਉਣ ਦਾ

---

* ਸਮੇਂ ਸਿਰ ਹਾਜ਼ਰ ਨਾ ਹੋਣ ਬਦਲੇ ਜੇ ੩੦੦ ਰੂਬਲ ਜੁਰਮਾਨਾ ਦੇਣਾ ਮਨਜ਼ੂਰ ਹੋਵੇ, ਉਸ ੩੦੦ ਨਾਲ ਘੋੜਾ ਖਰੀਦਣ ਦੀ ਥਾਂ, ਜਿਵੇਂ ਕਿ ਤੁਹਾਡਾ ਇਰਾਦਾ ਹੈ, ਤਾਂ ਗੱਲ ਵੱਖਰੀ ਹੈ। (ਫਰਾਂਸੀਸੀ)—ਸੰਪਾ :

** ਮਾਂ ਨੇ ਕਿਹਾ ਹੈ ਕਿ ਤੁਹਾਨੂੰ ਲਿਖ ਦੇਵਾਂ ਕਿ ਤੁਹਾਡਾ ਖਾਣਾ ਰਾਤ ਤੱਕ ਲੱਗਾ ਰਹੇਗਾ। ਜਦੋਂ ਜੀ ਕਰੇ, ਜ਼ਰੂਰ ਆਓ। (ਫਰਾਂਸੀਸੀ)—ਸੰਪਾ :

ਕੋਈ ਕਾਰਨ ਨਹੀਂ ਸੀ ਸਮਝਦਾ। ਨਹੀਂ! ਕਾਰਨ ਇਹ ਸੀ ਕਿ ਉਹਦੀ ਇਕ ਵਿਆਹੀ ਹੋਈ ਔਰਤ ਨਾਲ ਆਸ਼ਨਾਈ ਸੀ, ਅਤੇ ਉਹ ਆਪ ਭਾਵੇਂ ਯਾਰੀ ਟੁਟ ਗਈ ਸਮਝਦਾ ਸੀ, ਪਰ ਉਹ ਔਰਤ ਇਹ ਰਿਸ਼ਤਾ ਟੁੱਟਾ ਮੰਨਣ ਲਈ ਤਿਆਰ ਨਹੀਂ ਸੀ।

ਨੇਖਲੀਊਦੋਵ ਔਰਤਾਂ ਦੇ ਮਾਮਲੇ ਵਿਚ ਕੁਝ ਸ਼ਰਮਾਕਲ ਸੀ, ਅਤੇ ਉਹਦੇ ਏਸੇ ਹੀ ਸ਼ਰਮਾਕਲਪਨ ਕਰਕੇ ਇਸ ਵਿਆਹੀ ਔਰਤ ਦੇ ਦਿਲ ਵਿਚ ਉਸ ਨੂੰ ਛੂਹਣ ਦੀ ਇੱਛਾ ਜਾਗ ਪਈ। ਇਹ ਔਰਤ ਉਸ ਹਲਕੇ ਦੇ ਕੁਲੀਨਾਂ ਦੇ ਮੁਖੀ ਦੀ ਵਹੁਟੀ ਸੀ ਜਿਸ ਹਲਕੇ ਵਿਚ ਨੇਖਲੀਊਦੋਵ ਨੂੰ ਵੋਟ ਦੇਣ ਦਾ ਹੱਕ ਸੀ। ਇਸ ਔਰਤ ਨੇ ਉਸ ਦੇ ਦਿਲ ਨੂੰ ਮੋਹ ਲਿਆ ਸੀ, ਉਹ ਵਧੇਰੇ ਤੋਂ ਵਧੇਰੇ ਉਹਦੀ ਨੇੜ੍ਹਤਾ ਵਿਚ ਉਲਝਦਾ ਗਿਆ ਪਰ ਨਾਲ ਹੀ ਹਰ ਰੋਜ਼ ਇਹ ਗੱਲ ਉਹਦੇ ਵਾਸਤੇ ਕਿਰਕਿਰੀ ਤੇ ਬੇਸੁਆਦੀ ਵੀ ਹੁੰਦੀ ਗਈ। ਪ੍ਰੇਮ ਦੇ ਲੋਭ ਵਿਚ ਫਸ ਜਾਣ ਕਰ ਕੇ ਨੇਖਲੀਊਦੋਵ ਆਪਣੇ ਆਪ ਨੂੰ ਗੁਨਾਹਗਾਰ ਵੀ ਮਹਿਸੂਸ ਕਰਦਾ ਸੀ, ਪਰ ਉਸ ਔਰਤ ਦੀ ਰਜ਼ਾਮੰਦੀ ਬਗੈਰ ਇਹ ਤਅਲੁਕ ਤੋੜਨ ਦੀ ਹਿੰਮਤ ਵੀ ਨਹੀਂ ਸੀ ਪੈਂਦੀ। ਏਹੋ ਕਾਰਨ ਸੀ ਕਿ ਉਹ ਮੁਟਿਆਰ ਪ੍ਰਿੰਸੈਸ ਕੋਰਚਾਗਿਨਾ ਅੱਗੇ ਵਿਆਹ ਦੀ ਤਜਵੀਜ਼ ਰਖਣਾ ਚਾਹੁੰਦਾ ਹੋਇਆ ਵੀ ਰੱਖ ਨਹੀਂ ਸੀ ਸਕਦਾ।

ਮੇਜ਼ ਉਤੇ ਪਈਆਂ ਚਿੱਠੀਆਂ ਵਿਚ ਇਸ ਔਰਤ ਦੇ ਪਤੀ ਦੀ ਇਕ ਚਿੱਠੀ ਪਈ ਸੀ। ਉਹਦੀ ਲਿਖਾਈ ਅਤੇ ਡਾਕਖਾਨੇ ਦੀ ਮੋਹਰ ਵੇਖ ਕੇ ਨੇਖਲੀਊਦੋਵ ਦਾ ਚਿਹਰਾ ਲਾਲ ਹੋ ਗਿਆ ਤੇ ਉਸ ਨੂੰ ਆਪਣੇ ਅੰਦਰੋਂ ਇਕ ਸੇਕ ਜਿਹਾ ਆਉਂਦਾ ਮਹਿਸੂਸ ਹੋਇਆ। ਉਸ ਨਾਲ ਸਦਾ ਹੀ ਇਸ ਤਰ੍ਹਾਂ ਹੁੰਦਾ ਸੀ। ਜਦੋਂ ਵੀ ਉਸ ਨੂੰ ਕਿਸੇ ਕਿਸਮ ਦੇ ਖਤਰੇ ਦਾ ਅਹਿਸਾਸ ਹੁੰਦਾ ਉਹਦਾ ਜੋਸ਼ ਉਬਲੇ ਖਾਣ ਲੱਗ ਜਾਂਦਾ। ਪਰ ਉਹਦਾ ਜੋਸ਼ ਛੇਤੀ ਹੀ ਮੱਠਾ ਪੈ ਗਿਆ। ਜਿਸ ਇਲਾਕੇ ਵਿਚ ਉਸ ਦੀ ਜਾਗੀਰ ਦਾ ਸਭ ਤੋਂ ਵੱਡਾ ਹਿੱਸਾ ਸੀ ਉਸ ਇਲਾਕੇ ਦੇ ਕੁਲੀਨਾਂ ਦੇ ਮੁਖੀ ਨੇ ਨੇਖਲੀਊਦੋਵ ਨੂੰ ਖਤ ਵਿਚ ਸਿਰਫ ਏਨੀ ਗੱਲ ਹੀ ਲਿਖੀ ਸੀ ਕਿ ਮਈ ਦੇ ਅਖੀਰ ਇਕ ਖਾਸ ਮੀਟਿੰਗ ਹੋਣ ਵਾਲੀ ਹੈ, ਅਤੇ ਉਹ ਸਕੂਲਾਂ ਤੇ ਸੜਕਾਂ ਨਾਲ ਸੰਬੰਧ ਰਖਦੀਆਂ ਇਹਨਾਂ ਬਹਿਸਾਂ ਵਿਚ donner un cour d'épaule ਜ਼ਰੂਰ ਆਵੇ ਕਿਉਂਕਿ ਆਸ ਸੀ ਕਿ ਪਿਛਾਂਹਖਿਚੂ ਪਾਰਟੀ ਵਲੋਂ ਤਕੜਾ ਵਿਰੋਧ ਕੀਤਾ ਜਾਏਗਾ।

ਮੁਖੀਆ ਉਦਾਰਵਾਦੀ ਸੀ, ਅਤੇ ਆਪਣੇ ਵਿਚਾਰਾਂ ਨਾਲ ਸਹਿਮਤੀ ਰੱਖਣ ਵਾਲੇ ਕੁਝ ਲੋਕਾਂ ਨਾਲ ਮਿਲ ਕੇ ਉਸ ਨੇ ਅਲੈਕਸਾਂਦਰ ਤੀਜੇ ਦੇ ਅਧੀਨ ਚੱਲੀ ਪਿਛਾਖੜ ਦੀ ਜ਼ਬਰਦਸਤ ਲਹਿਰ ਦੇ ਖਿਲਾਫ ਜਦੋ ਜਹਿਦ ਕੀਤੀ ਸੀ; ਅਤੇ ਇਸ ਸੰਗਰਾਮ ਵਿਚ

---

* ਮਦਦ ਦੇਣ ਵਾਸਤੇ (ਫਰਾਂਸੀਸੀ)—**ਸੰਪਾ:**

ਏਨਾ ਖੁਭ ਗਿਆ ਸੀ ਕਿ ਉਸ ਨੂੰ ਆਪਣੇ ਪਰਵਾਰ ਦੀ ਮੰਦਹਾਲੀ ਦੀ ਉੱਕਾ ਹੀ ਕੋਈ ਪ੍ਰਵਾਹ ਨਹੀਂ ਸੀ।

ਨੇਖਲੀਊਦੋਵ ਨੂੰ ਉਹ ਸਭ ਭਿਆਨਕ ਘੜੀਆਂ ਯਾਦ ਆ ਗਈਆਂ ਜਿਨ੍ਹਾਂ ਵਿਚੋਂ ਦੀ ਉਹ ਇਸ ਆਦਮੀ ਦੀ ਖਾਤਰ ਲੰਘਿਆ ਸੀ। ਉਸ ਨੂੰ ਯਾਦ ਆਇਆ ਕਿ ਕਿਵੇਂ ਇਕ ਦਿਨ ਉਸ ਨੇ ਸੋਚਿਆ ਸੀ ਕਿ ਉਹਦੇ ਖਾਵੰਦ ਨੇ ਉਸ ਨੂੰ ਵੇਖ ਲਿਆ ਹੈ ਤੇ ਉਹ ਉਸ ਨੂੰ ਡੂਅਲ ਲੜਨ ਦੀ ਵੰਗਾਰ ਸੁਟਣ ਵਾਲਾ ਹੈ, ਅਤੇ ਕਿਵੇਂ ਉਸ ਨੇ ਹਵਾ ਵਿਚ ਗੋਲੀ ਦਾਗਣ ਦਾ ਮਨ ਬਣਾ ਲਿਆ ਸੀ। ਉਹ ਡਰਾਉਣਾ ਦ੍ਰਿਸ਼ ਵੀ ਯਾਦ ਆਇਆ ਜਿਹੜਾ ਉਸ ਨੇ ਇਸ ਔਰਤ ਸਦਕਾ ਵੇਖਿਆ ਸੀ ਜਦੋਂ ਉਹ ਘੋਰ ਨਿਰਾਸ਼ਾ ਵਿਚ ਘਿਰੀ ਡੁਬ ਮਰਨ ਦੇ ਇਰਾਦੇ ਨਾਲ ਦੌੜ ਕੇ ਪਾਰਕ ਵਿਚ ਨਿਕਲ ਆਈ ਸੀ ਅਤੇ ਨੇਖਲੀਊਦੋਵ ਨੂੰ ਦੌੜ ਕੇ ਉਸ ਨੂੰ ਲਭਣ ਜਾਣਾ ਪਿਆ ਸੀ। "ਮੈਂ ਹੁਣ ਨਹੀਂ ਜਾ ਸਕਦਾ, ਅਤੇ ਜਿੰਨਾਂ ਚਿਰ ਉਹਦੇ ਵਲੋਂ ਕੋਈ ਜਵਾਬ ਨਹੀਂ ਆਉਂਦਾ ਮੈਂ ਕੁਝ ਨਹੀਂ ਕਰ ਸਕਦਾ," ਨੇਖਲੀਊਦੋਵ ਨੇ ਸੋਚਿਆ। ਇਕ ਹਫਤਾ ਪਹਿਲਾਂ ਉਸ ਨੇ ਉਹਨੂੰ ਇਕ ਫੈਸਲਾਕੁਨ ਖ਼ਤ ਲਿਖਿਆ ਸੀ। ਉਸ ਵਿਚ ਉਹਨੇ ਮੰਨਿਆ ਸੀ ਕਿ ਉਹ ਕਸੂਰਵਾਰ ਹੈ ਅਤੇ ਇਹਦੇ ਬਦਲੇ ਪਸ਼ਚਾਤਾਪ ਕਰਨ ਨੂੰ ਤਿਆਰ ਹੈ। ਪਰ ਇਸ ਦੇ ਨਾਲ ਹੀ ਲਿਖਿਆ ਸੀ ਕਿ ਉਹ ਆਪਣੇ ਸੰਬੰਧਾਂ ਨੂੰ, ਉਹਦੇ ਆਖਣ ਅਨੁਸਾਰ "ਉਹਦੇ ਆਪਣੇ ਭਲੇ ਲਈ" ਟੁਟ ਗਏ ਸਮਝਦਾ ਹੈ। ਇਸ ਖ਼ਤ ਦਾ ਅਜੇ ਤੱਕ ਉਹਨੂੰ ਕੋਈ ਜਵਾਬ ਨਹੀਂ ਸੀ ਮਿਲਿਆ। ਹੋ ਸਕਦਾ ਹੈ ਇਹ ਇਕ ਚੰਗਾ ਲਛਣ ਹੋਵੇ, ਕਿਉਂਕਿ ਜੇ ਉਹ ਆਪਣੇ ਸੰਬੰਧ ਤੋੜਨ ਲਈ ਸਹਿਮਤ ਨਾ ਹੁੰਦੀ ਤਾਂ ਉਹਨੇ ਫੌਰਨ ਜਵਾਬ ਲਿਖਣਾ ਸੀ, ਜਾਂ ਸਗੋਂ ਆਪ ਹੀ ਆ ਜਾਣਾ ਸੀ, ਜਿਵੇਂ ਉਸ ਨੇ ਪਹਿਲਾਂ ਇਕ ਵਾਰੀ ਕੀਤਾ ਸੀ। ਨੇਖਲੀਊਦੋਵ ਨੇ ਸੁਣਿਆ ਸੀ ਕਿ ਕੋਈ ਅਫਸਰ ਉਹਦੇ ਉਤੇ ਡੋਰੇ ਪਾ ਰਿਹਾ ਹੈ ਅਤੇ ਭਾਵੇਂ ਇਸ ਗੱਲ ਨੇ ਉਹਦੀ ਈਰਖਾ ਜਗਾ ਕੇ ਉਹਨੂੰ ਦੁਖੀ ਕੀਤਾ ਸੀ, ਤਾਂ ਵੀ ਇਸ ਤੋਂ ਉਸ ਨੂੰ ਉਸ ਝੂਠ ਫਰੇਬ ਵਿਚ ਬਚ ਨਿਕਲਣ ਦੀ ਆਸ ਨਾਲ ਉਤਸਾਹ ਮਿਲਿਆ ਸੀ ਜਿਸ ਵਿਚ ਉਹ ਜੀਵਨ ਬਿਤਾ ਰਿਹਾ ਸੀ।

ਦੂਜੀ ਚਿੱਠੀ ਉਹਦੀ ਜਾਗੀਰ ਦੇ ਮੁਖੀ ਕਾਰ ਮੁਖਤਾਰ ਵੱਲੋਂ ਸੀ। ਮੁਖਤਾਰ ਨੇ ਨੇਖਲੀਊਦੋਵ ਨੂੰ ਲਿਖਿਆ ਸੀ ਕਿ ਉਸ ਨੂੰ ਜਾਗੀਰ ਤੇ ਜ਼ਰੂਰ ਆਉਣਾ ਚਾਹੀਦਾ ਹੈ ਤਾਂ ਜੋ ਕਬਜ਼ਾ ਸੰਭਾਲੇ ਅਤੇ ਨਾਲੇ ਇਹ ਫੈਸਲਾ ਕਰੇ ਕਿ ਅੱਗੇ ਤੋਂ ਜ਼ਮੀਨ ਦਾ ਪ੍ਰਬੰਧ ਉਸੇ ਹੀ ਤਰ੍ਹਾਂ ਕਰਨਾ ਹੈ ਜਿਵੇਂ ਉਹਦੀ ਮਾਂ ਦੇ ਜੀਊਂਦੇ ਜੀ ਹੁੰਦਾ ਰਿਹਾ ਸੀ, ਜਾਂ ਜਿਵੇਂ ਉਸ ਨੇ (ਮੁਖਤਾਰ ਨੇ) ਮਰਹੂਮ ਪ੍ਰਿੰਸੈਸ ਨੂੰ ਸਲਾਹ ਦਿੱਤੀ ਸੀ। ਅਤੇ ਹੁਣ ਉਸ ਨੇ ਪ੍ਰਿੰਸ ਨੂੰ ਵੀ ਓਹੋ ਸਲਾਹ ਦਿੱਤੀ ਸੀ ਕਿ ਚੰਗਾ ਹੋਵੇ ਜੇ ਆਪਣੇ ਸੰਦਾਂ-ਔਜ਼ਾਰਾਂ ਤੇ ਮਾਲ ਡੰਗਰ ਵਿਚ ਵਾਧਾ ਕਰ ਲਵੇ, ਅਤੇ ਇਸ ਵੇਲੇ ਕਿਸਾਨਾਂ ਨੂੰ ਪਟੇ ਉਤੇ ਦਿੱਤੀ ਸਾਰੀ ਜ਼ਮੀਨ 'ਤੇ ਆਪ ਵਾਹੀ ਕਰੇ। ਮੁਖਤਾਰ ਨੇ ਲਿਖਿਆ ਸੀ ਕਿ ਜਾਇਦਾਦ ਦਾ ਪ੍ਰਬੰਧ ਕਰਨ ਦਾ ਇਹ ਕਿਤੇ ਵਧੇਰੇ ਲਾਹੇਵੰਦਾ ਢੰਗ ਹੋਵੇਗਾ। ਇਸ ਦੇ ਨਾਲ ਹੀ, ਉਹਨੇ

ਤਿੰਨ ਹਜ਼ਾਰ ਰੂਬਲ ਦੀ ਰਕਮ ਜਿਹੜੀ ਪਹਿਲੀ ਨੂੰ ਭੇਜੀ ਜਾਣੀ ਸੀ ਨਾ ਭੇਜ ਸਕਣ ਲਈ ਮਾਫੀ ਮੰਗੀ ਸੀ। ਇਹ ਰਕਮ ਅਗਲੀ ਡਾਕ ਵਿਚ ਭੇਜੀ ਜਾਏਗੀ। ਹੋਈ ਢਿਲ ਦਾ ਕਾਰਨ ਇਹ ਸੀ ਕਿ ਉਹ ਕਿਸਾਨਾਂ ਕੋਲੋਂ ਰਕਮ ਨਹੀਂ ਸੀ ਉਗਰਾਹ ਸਕਿਆ। ਉਹਨਾਂ ਦਾ ਕੋਈ ਇਤਬਾਰ ਨਹੀਂ ਸੀ ਰਿਹਾ ਇਸ ਕਰਕੇ ਉਹਨੂੰ ਸਰਕਾਰੀ ਅਫਸਰਾਂ ਅੱਗੇ ਅਪੀਲ ਕਰਨੀ ਪਈ। ਇਹ ਚਿੱਠੀ ਪ੍ਰੇਸ਼ਾਨ ਕਰਨ ਵਾਲੀ ਸੀ ਅਤੇ ਖੁਸ਼ੀ ਦੇਣ ਵਾਲੀ ਵੀ। ਉਸ ਨੂੰ ਇਸ ਗੱਲ ਤੇ ਖੁਸ਼ੀ ਮਹਿਸੂਸ ਹੋਈ ਕਿ ਉਹ ਏਡੀ ਵੱਡੀ ਜਾਇਦਾਦ ਦਾ ਮਾਲਕ ਹੈ, ਅਤੇ ਤੱਦ ਵੀ ਉਹ ਪ੍ਰੇਸ਼ਾਨ ਸੀ, ਕਿਉਂਕਿ ਨੇਖਲੀਊਦੋਵ ਹਰਬਰਟ ਸਪੈਂਸਰ ਦਾ ਜ਼ਬਰਦਸਤ ਪ੍ਰਸੰਸਕ ਸੀ। ਆਪ ਇਕ ਵੱਡੀ ਜਾਇਦਾਦ ਦਾ ਵਾਰਸ ਹੋਣ ਕਰ ਕੇ, ਉਹ ਉਸ ਦ੍ਰਿਸ਼ਟੀਕੋਣ ਤੋਂ ਖਾਸ ਕਰ ਕੇ ਟੁੰਬਿਆ ਗਿਆ ਸੀ ਜਿਹੜਾ ਸਪੈਂਸਰ ਨੇ ਆਪਣੀ "Social Statics" ਵਿਚ ਪੇਸ਼ ਕੀਤਾ ਹੈ। ਸਪੈਂਸਰ ਨੇ ਲਿਖਿਆ ਹੈ ਕਿ ਇਨਸਾਫ ਨਿੱਜੀ ਜ਼ਮੀਨ-ਮਾਲਕੀ ਦੀ ਆਗਿਆ ਨਹੀਂ ਦੇਂਦਾ। ਅਤੇ ਆਪਣੀ ਉਮਰ ਦੀ ਸਪਸ਼ਟ ਦ੍ਰਿੜ੍ਹਤਾ ਨਾਲ, ਉਸ ਨੇ ਸਿਰਫ ਦਲੀਲਾਂ ਹੀ ਨਹੀਂ ਸੀ ਦਿੱਤੀਆਂ ਕਿ ਜ਼ਮੀਨ ਨੂੰ ਨਿੱਜੀ ਜਾਇਦਾਦ ਨਹੀਂ ਸਮਝਿਆ ਜਾ ਸਕਦਾ, ਅਤੇ ਯੂਨੀਵਰਸਿਟੀ ਵਿਚ ਇਸ ਵਿਸ਼ੇ ਉਤੇ ਮਜ਼ਮੂਨ ਹੀ ਨਹੀਂ ਸੀ ਲਿਖੇ, ਸਗੋਂ ਆਪਣੇ ਨਿਸਚੇ ਉਤੇ ਅਮਲ ਵੀ ਕੀਤਾ ਸੀ। ਜ਼ਮੀਨੀ ਜਾਇਦਾਦ ਦੀ ਮਾਲਕੀ ਨੂੰ ਗ਼ਲਤ ਸਮਝਦਿਆਂ ਹੋਇਆਂ, ਉਸ ਨੇ ਆਪਣੇ ਪਿਓ ਕੋਲੋਂ ਵਿਰਸੇ ਵਿਚ ਮਿਲੀ ੨੦੦ ਦੇਸੀਆਤਿਨ* ਜ਼ਮੀਨ ਕਿਸਾਨਾਂ ਨੂੰ ਦੇ ਦਿੱਤੀ ਸੀ। ਆਪਣੀ ਮਾਂ ਦੀਆਂ ਵੱਡੀਆਂ ਜਾਗੀਰਾਂ ਦੀ ਵਿਰਾਸਤ ਵਾਲਾ ਹੋ ਕੇ, ਅਤੇ ਇਸ ਤਰ੍ਹਾਂ ਜ਼ਮੀਨਾਂ ਦਾ ਮਾਲਕ ਬਣ ਕੇ, ਉਸ ਨੇ ਦੋ ਵਿਚੋਂ ਇਕ ਰਾਹ ਚੁਣਨਾ ਸੀ। ਜਾਂ ਤਾਂ ਆਪਣੀ ਜਾਇਦਾਦ ਵੰਡ ਦੇਵੇ ਜਿਵੇਂ ਕੋਈ ਦਸ ਸਾਲ ਪਹਿਲਾਂ ਉਹਨੇ ਆਪਣੇ ਪਿਓ ਦੀ ੨੦੦ ਦੇਸੀਆਤਿਨ ਜ਼ਮੀਨ ਵੰਡ ਛੱਡੀ ਸੀ, ਜਾਂ ਚੁਪ ਚਾਪ ਇਹ ਇਕਬਾਲ ਕਰ ਲਵੇ ਕਿ ਉਹਦੇ ਪਹਿਲੇ ਵਿਚਾਰ ਗ਼ਲਤ ਅਤੇ ਝੂਠੇ ਸਨ।

ਉਹ ਪਹਿਲਾ ਰਾਹ ਵੀ ਨਹੀਂ ਸੀ ਚੁਣ ਸਕਦਾ, ਕਿਉਂਕਿ ਜਾਗੀਰਾਂ ਤੋਂ ਬਿਨਾਂ ਉਹਦੇ ਕੋਲ ਉਪਜੀਵਕਾ ਦਾ ਹੋਰ ਕੋਈ ਸਾਧਨ ਨਹੀਂ ਸੀ (ਉਹਨੇ ਸਰਕਾਰੀ ਪਦਵੀ ਤੇ ਨੌਕਰੀ ਕਰਨ ਦੀ ਪ੍ਰਵਾਹ ਨਹੀਂ ਸੀ ਕੀਤੀ); ਨਾਲੇ, ਉਸ ਨੂੰ ਐਸ਼ੀਪ੍ਰਸਤੀ ਦੀਆਂ ਆਦਤਾਂ ਪੈ ਚੁੱਕੀਆਂ ਸਨ ਜਿਹੜੀਆਂ, ਉਹਦਾ ਯਕੀਨ ਸੀ, ਉਹਨੇ ਛੱਡ ਨਹੀਂ ਸਕਣੀਆਂ। ਇਸ ਤੋਂ ਇਲਾਵਾ, ਉਹਦੇ ਅੰਦਰ ਪਹਿਲਾਂ ਵਾਲਾ ਉਤਸਾਹ ਵੀ ਨਹੀਂ ਸੀ ਰਿਹਾ; ਉਸ ਦੇ ਮਜ਼ਬੂਤ ਨਿਸਚੇ, ਜਵਾਨੀ ਵਾਲੀ ਦ੍ਰਿੜ੍ਹਤਾ, ਅਤੇ ਕੋਈ ਅਸਾਧਾਰਨ ਕੰਮ ਕਰਨ ਦੀ ਤੀਬਰ ਤਾਂਘ ਸਭ ਕੁਝ ਉਡ-ਪੁਡ ਗਿਆ ਸੀ: ਜਿਥੋਂ ਤੱਕ ਦੂਜੇ ਰਾਹ ਦਾ ਸਵਾਲ ਸੀ, ਅਰਥਾਤ, ਜ਼ਮੀਨ ਦੀ ਮਾਲਕੀ ਦੇ ਬੇਨਿਆਈਂ ਹੋਣ ਬਾਰੇ ਉਹਨਾਂ ਸਪਸ਼ਟ ਅਤੇ ਲਾਜਵਾਬ

* ੧.੦੯ ਹੈਕਟਰ ਦੇ ਬਰਾਬਰ। —**ਸੰਪਾ :**

ਸਬੂਤਾਂ ਵਲੋਂ ਜਿਹੜੇ ਉਸ ਨੇ ਸਪੈਂਸਰ ਦੀ "Social Statics" ਵਿਚੋਂ ਹਾਸਿਲ ਕੀਤੇ ਸਨ, ਅਤੇ ਬਾਦ ਵਿਚ ਜਿਨ੍ਹਾਂ ਦੀ ਸ਼ਾਨਦਾਰ ਪੁਸ਼ਟੀ ਉਸ ਨੇ ਹੈਨਰੀ ਜਾਰਜ ਦੀਆਂ ਲਿਖਤਾਂ ਵਿਚ ਹੁੰਦੀ ਵੇਖੀ ਸੀ, ਆਪਣੀਆਂ ਅੱਖਾਂ ਬੰਦ ਕਰ ਲੈਣਾ—ਇਹ ਰਾਹ ਅਖ਼ਤਿਆਰ ਕਰਨਾ ਉਹਦੇ ਵਾਸਤੇ ਅਸੰਭਵ ਸੀ।

ਏਹੋ ਕਾਰਨ ਸੀ ਕਿ ਮੁਖ਼ਤਾਰ ਦੀ ਚਿੱਠੀ ਉਹਨੂੰ ਭਾਈ ਨਹੀਂ ਸੀ।

੪

ਕਾਫ਼ੀ ਪੀ ਕੇ, ਨੇਖ਼ਲੀਊਦੋਵ ਸੰਮਨ ਉਤੇ ਨਜ਼ਰ ਮਾਰਨ ਅਤੇ ਇਹ ਵੇਖਣ ਕਿ ਅਦਾਲਤ ਵਿਚ ਉਸ ਨੇ ਕਿੱਨੇ ਵਜੇ ਹਾਜ਼ਰ ਹੋਣਾ ਹੈ, ਅਤੇ ਪ੍ਰਿੰਸੇਸ ਦੇ ਰੁੱਕੇ ਦਾ ਜਵਾਬ ਲਿਖਣ ਲਈ ਆਪਣੇ ਪੜ੍ਹਨ ਵਾਲੇ ਕਮਰੇ ਵਿਚ ਗਿਆ। ਆਪਣੇ ਸਟੂਡੀਓ ਵਿਚੋਂ ਲੰਘਦਿਆਂ, ਜਿਥੇ ਈਜ਼ਲ ਦੇ ਸਾਮ੍ਹਣੇ ਇਕ ਅਧੂਰੀ ਤਸਵੀਰ ਪਈ ਸੀ, ਅਤੇ ਕੰਧਾਂ ਉਤੇ ਕੁਝ ਖਾਕੇ ਲਟਕੇ ਹੋਏ ਸਨ, ਉਹਦੇ ਦਿਲ ਦਿਮਾਗ਼ ਉਤੇ ਕਲਾ ਵਿਚ ਭਾਵਾਂ ਨੂੰ ਪ੍ਰਗਟਾਉਣ ਦੇ ਯੋਗ ਨਾ ਹੋਣ ਦਾ ਅਹਿਸਾਸ, ਆਪਣੀ ਅਯੋਗਤਾ ਦਾ ਅਹਿਸਾਸ ਤਾਰੀ ਹੋ ਗਿਆ। ਪਿਛੇ ਜਿਹੇ ਤੋਂ ਉਹਨੂੰ ਇਹ ਅਹਿਸਾਸ ਅਕਸਰ ਹੀ ਹੁੰਦਾ ਰਿਹਾ ਸੀ ਅਤੇ ਉਹ ਸਮਝਦਾ ਸੀ ਕਿ ਇਸ ਦਾ ਕਾਰਨ ਉਸ ਦਾ ਬਹੁਤ ਸੂਖਮ ਹੱਦ ਤੱਕ ਵਿਕਸਤ ਹੋ ਗਿਆ ਸੁਹਜ-ਸਵਾਦ ਹੈ। ਕੁਝ ਵੀ ਹੋਵੇ, ਇਸ ਅਹਿਸਾਸ ਨਾਲ ਉਹਦਾ ਮਨ ਬੜਾ ਦੁਖੀ ਹੋਇਆ ਸੀ।

ਅਜ ਤੋਂ ਸਤ ਸਾਲ ਪਹਿਲਾਂ ਉਸ ਨੇ ਫ਼ੌਜ ਦੀ ਨੌਕਰੀ ਛਡ ਦਿੱਤੀ ਸੀ। ਉਸ ਦਾ ਪੱਕਾ ਯਕੀਨ ਸੀ ਕਿ ਉਹਦੇ ਵਿਚ ਕਲਾ ਦੀ ਪ੍ਰਤਿਭਾ ਹੈ, ਅਤੇ ਆਪਣੇ ਇਸ ਕਲਾਤਮਕ ਦ੍ਰਿਸ਼ਟੀਕੋਣ ਦੀ ਸਿਖਰ ਤੋਂ ਉਹ ਬਾਕੀ ਹਰ ਸਰਗਰਮੀ ਨੂੰ ਕੁਝ ਨਫਰਤ ਦੀ ਨਜ਼ਰ ਨਾਲ ਵੇਖਦਾ ਸੀ। ਅਤੇ ਹੁਣ ਇਹ ਸਿਧ ਹੋ ਗਿਆ ਸੀ ਕਿ ਉਸ ਨੂੰ ਅਜਿਹਾ ਕਰਨ ਦਾ ਕੋਈ ਹੱਕ ਨਹੀਂ ਸੀ, ਅਤੇ ਇਸ ਕਰਕੇ ਉਹਨੂੰ ਹਰ ਉਹ ਗੱਲ ਦੁਖੀ ਕਰਦੀ ਸੀ ਜਿਹੜੀ ਉਸ ਨੂੰ ਇਸ ਸਭ ਕੁਝ ਦਾ ਚੇਤਾ ਕਰਾਉਂਦਾ ਸੀ। ਉਸ ਨੇ ਦੁਖੀ ਦਿਲ ਨਾਲ ਸਟੂਡੀਓ ਦੇ ਕੀਮਤੀ ਸਾਜ਼-ਸਾਮਾਨ ਵੱਲ ਵੇਖਿਆ, ਅਤੇ ਜਦੋਂ ਉਸ ਆਪਣੇ ਪੜ੍ਹਨ ਵਾਲੇ ਕਮਰੇ ਵਿਚ ਪੈਰ ਪਾਇਆ ਤਾਂ ਉਹ ਖਿੜੇ ਹੋਏ ਰੌ ਵਿਚ ਨਹੀਂ ਸੀ। ਪੜ੍ਹਨ ਵਾਲਾ ਕਮਰਾ ਇਕ ਵੱਡਾ ਤੇ ਸ਼ਾਨਦਾਰ ਕਮਰਾ ਸੀ ਜਿਸ ਵਿਚ ਸੁਖ, ਆਰਾਮ ਦੀ ਹਰ ਚੀਜ਼ ਮੌਜੂਦ ਸੀ ਅਤੇ ਵੇਖਣ ਨੂੰ ਵੀ ਬੇਹੱਦ ਖ਼ੂਬਸੂਰਤ ਸੀ।

ਆਪਣੀ ਵੱਡੀ ਸਾਰੀ ਲਿਖਣ ਵਾਲੀ ਮੇਜ਼ ਦੇ ਖਾਨੇ ਵਿਚੋਂ ਜਿਸ ਉਤੇ "ਜ਼ਰੂਰੀ" ਦਾ ਲੇਬਲ ਲਗਿਆ ਹੋਇਆ ਸੀ, ਉਸਨੂੰ ਸੰਮਨ ਇਕ ਦਮ ਮਿਲ ਗਿਆ। ਉਸ ਨੇ ਗਿਆਰਾਂ ਵਜੇ ਅਦਾਲਤ ਵਿਚ ਹਾਜ਼ਰ ਹੋਣਾ ਸੀ। ਨੇਖ਼ਲੀਊਦੋਵ ਪ੍ਰਿੰਸੇਸ ਨੂੰ ਜਵਾਬ

ਵਿਚ, ਸੱਦਾ ਦੇਣ ਲਈ ਉਹਦਾ ਧੰਨਵਾਦ ਕਰਨ ਅਤੇ ਖਾਣੇ ਲਈ ਪੁਜਣ ਦੀ ਕੋਸ਼ਿਸ਼ ਕਰਨ ਦਾ ਇਕਰਾਰ ਦੇਣ ਦੀ ਇੱਛਾ ਨਾਲ ਰੁੱਕਾ ਲਿਖਣ ਬਹਿ ਗਿਆ। ਇਕ ਰੁੱਕਾ ਲਿਖ ਕੇ, ਉਸ ਨੇ ਪਾੜ ਦਿੱਤਾ ਕਿਉਂਕਿ ਇਸ ਵਿਚੋਂ ਬਹੁਤੀ ਹੀ ਅਪਣਤ ਝਲਕਦੀ ਸੀ। ਉਸ ਨੇ ਇਕ ਹੋਰ ਰੁੱਕਾ ਲਿਖਿਆ, ਪਰ ਇਸ ਵਿਚ ਬਹੁਤਾ ਹੀ ਰੁੱਖਾਪਨ ਆ ਗਿਆ ਸੀ। ਉਹਦਾ ਡਰ ਸੀ ਕਿਧਰੇ ਇਸ ਤੋਂ ਉਹ ਨਾਰਾਜ਼ ਹੀ ਨਾ ਹੋ ਜਾਵੇ ਇਸ ਕਰਕੇ ਉਹਨੇ ਉਹ ਵੀ ਪਾੜ ਦਿੱਤਾ। ਉਹਨੇ ਬਿਜਲੀ ਦੀ ਘੰਟੀ ਦਾ ਬਟਨ ਦੱਬਿਆ ਅਤੇ ਉਹਦਾ ਨੌਕਰ ਕਮਰੇ ਵਿਚ ਹਾਜ਼ਰ ਹੋ ਗਿਆ। ਇਹ ਇਕ ਵਡੇਰੀ ਉਮਰ ਦਾ, ਉਦਾਸ ਨਜ਼ਰਾਂ ਵਾਲਾ ਆਦਮੀ ਸੀ ਜਿਸ ਨੇ ਗੱਲ੍ਹਮੁੱਛੇ ਰਖੇ ਹੋਏ ਸਨ ਅਤੇ ਠੋਡੀ ਤੇ ਮੁੱਛਾਂ ਦੇ ਵਾਲ ਮੁੰਨੇ ਹੋਏ ਸਨ ਅਤੇ ਸਲੇਟੀ ਰੰਗ ਦਾ ਕੈਲੀਕੋ ਦਾ ਬਣਿਆ ਐਪਰਨ ਪਾਇਆ ਹੋਇਆ ਸੀ।

"ਬਘੀ ਮੰਗਵਾਓ, ਮਿਹਰਬਾਨੀ ਕਰਕੇ।"

"ਜੀ, ਸਰਕਾਰ।"

"ਤੇ ਕੋਰਚਾਗਿਨਾ ਦੀ ਨੌਕਰਾਣੀ ਨੂੰ ਆਖੋ ਜਿਹੜੀ ਉਡੀਕਦੀ ਪਈ ਏ ਕਿ ਸੱਦਾ ਪਤਰ ਲਈ ਮੈਂ ਮਸ਼ਕੂਰ ਆਂ ਤੇ ਆਉਣ ਦੀ ਕੋਸ਼ਿਸ਼ ਕਰਾਂਗਾਂ।"

"ਜੀ, ਸਰਕਾਰ।"

"ਹੈ ਤਾਂ ਗੁਸਤਾਖੀ, ਪਰ ਮੈਂ ਲਿਖ ਨਹੀਂ ਸਕਦਾ, ਕੋਈ ਗੱਲ ਨਹੀਂ, ਮੈਂ ਅੱਜ ਉਹਨੂੰ ਮਿਲ ਲਵਾਂਗਾ," ਨੇਖਲੀਊਦੋਵ ਨੇ ਸੋਚਿਆ, ਅਤੇ ਆਪਣਾ ਓਵਰਕੋਟ ਫੜਨ ਤੁਰ ਪਿਆ।

ਜਦੋਂ ਉਹ ਘਰੋਂ ਬਾਹਰ ਨਿਕਲਿਆ ਤਾਂ ਬੱਘੀ ਵਾਲਾ, ਜਿਸ ਨੂੰ ਉਹ ਜਾਣਦਾ ਸੀ, ਬੂਹੇ ਅੱਗੇ ਉਹਦੀ ਉਡੀਕ ਵਿਚ ਖੜਾ ਸੀ। ਇਸ ਬੱਘੀ ਦੇ ਪਹੀਆਂ ਨੂੰ ਰਬੜ ਦੇ ਟਾਇਰ ਚੜ੍ਹੇ ਹੋਏ ਸਨ।

"ਕੱਲ੍ਹ ਤੁਸੀਂ ਪ੍ਰਿੰਸ ਕੋਰਚਾਗਿਨ ਦੇ ਘਰੋਂ ਮਸਾਂ ਗਏ ਹੀ ਸੀ," ਬੱਘੀ ਵਾਲੇ ਨੇ ਅੱਧਾ ਕੁ ਉਹਦੇ ਵੱਲ ਮੁੜ ਕੇ ਆਖਿਆ, "ਜਦੋਂ ਮੈਂ ਬੱਘੀ ਲੈ ਕੇ ਅਪੜ ਗਿਆ ਸੀ, ਤੇ ਬੂਹੇ ਅੱਗੇ ਖੜੇ ਦਰਬਾਨ ਨੇ ਆਖਿਆ, 'ਹੁਣੇ ਗਏ ਨੇ।'"

"ਬੱਘੀਆਂ ਵਾਲੇ ਵੀ ਕੋਰਚਾਗਿਨਾ ਪਰਵਾਰ ਨਾਲ ਮੇਰੇ ਸੰਬੰਧਾਂ ਤੋਂ ਜਾਣੂ ਨੇ," ਨੇਖਲੀਊਦੋਵ ਨੂੰ ਖਿਆਲ ਆਇਆ, ਅਤੇ ਇਕ ਵਾਰੀ ਫੇਰ ਇਹ ਸਵਾਲ ਉਹਦੇ ਸਾਮ੍ਹਣੇ ਆ ਖੜਾ ਹੋਇਆ ਕਿ ਉਹ ਪ੍ਰਿੰਸੇਸ ਕੋਰਚਾਗਿਨਾ ਨਾਲ ਵਿਆਹ ਕਰੇ ਜਾਂ ਨਾ। ਅਤੇ ਉਹ ਇਸ ਦਾ ਕੋਈ ਫੈਸਲਾ ਨਾ ਕਰ ਸਕਿਆ, ਜਿਵੇਂ ਅਜਕਲ ਉਹ ਹੋਰ ਬਹੁਤ ਸਾਰੇ ਸਵਾਲਾਂ ਦਾ ਨਹੀਂ ਸੀ ਕਰ ਸਕਿਆ।

ਆਮ ਰੂਪ ਵਿਚ ਵਿਆਹ ਦੇ ਪੱਖ ਵਿਚ, ਘਰੇਗੀ ਸੁਖ ਸਹੂਲਤਾਂ ਤੋਂ ਇਲਾਵਾ, ਇਕ ਇਹ ਦਲੀਲ ਸੀ ਕਿ ਇਹ ਜਿਨਸੀ ਜ਼ਿੰਦਗੀ ਦੀਆਂ ਬੇਕਾਇਦਗੀਆਂ ਦੂਰ ਕਰ ਕੇ ਸਦਾਚਾਰਕ ਜੀਵਨ ਬਤੀਤ ਕਰਨਾ ਸੰਭਵ ਬਣਾਉਂਦਾ ਹੈ। ਅਤੇ ਮੁਖ ਕਰ ਕੇ ਇ

ਗੱਲ ਸੀ ਕਿ ਨੇਖਲੀਊਦੋਵ ਨੂੰ ਇਹ ਆਸ ਸੀ, ਕਿ ਟੱਬਰਦਾਰੀ—ਬਾਲ ਬੱਚੇ ਨਾਲ—ਉਸ ਦੀ ਇਸ ਵੇਲੇ ਦੀ ਸਖਣੀ ਜ਼ਿੰਦਗੀ ਦਾ ਕੋਈ ਨਿਸ਼ਾਨਾ ਬਣ ਜਾਵੇਗਾ। ਇਹ ਸ਼ਾਦੀ ਦੇ ਹੱਕ ਵਿਚ ਆਮ ਦਲੀਲਾਂ ਸਨ, ਅਤੇ ਵਿਆਹ ਦੇ ਖਿਲਾਫ ਆਮ ਵਿਚਾਰ ਸੀ, ਜਿਹੜਾ ਆਪਣੀ ਪਹਿਲੀ ਜੁਆਨੀ ਲੰਘਾ ਚੁੱਕੇ ਸਭਨਾਂ ਛੜਿਆਂ ਵਿਚ ਹੁੰਦਾ ਹੈ, ਆਜ਼ਾਦੀ ਗੁਆ ਬਹਿਣ ਦਾ ਡਰ, ਅਤੇ ਉਸ ਰੱਹਸਮਈ ਜੀਵ, ਜਿਸ ਨੂੰ ਔਰਤ ਕਹਿੰਦੇ ਹਨ, ਦਾ ਅਚੇਤ ਭੈ।

ਇਸ ਖਾਸ ਮਾਮਲੇ ਵਿਚ, ਮਿੱਸੀ ਨਾਲ ਵਿਆਹ ਕਰਾਉਣ ਦੇ ਪੱਖ ਵਿਚ (ਉਹਦਾ ਨਾਂ ਮਾਰੀਆ ਸੀ, ਪਰ ਜਿਵੇਂ ਕੁਝ ਤਬਕਿਆਂ ਵਿਚ ਆਮ ਹੁੰਦਾ ਹੈ, ਉਹਦਾ ਉਪਨਾਮ ਰਖਿਆ ਗਿਆ ਸੀ) ਦਲੀਲ ਇਹ ਸੀ ਕਿ ਉਹ ਇਕ ਚੰਗੇ ਟੱਬਰ ਵਿਚ ਜੰਮੀ ਪਲੀ ਹੈ, ਅਤੇ ਹਰ ਗੱਲ ਵਿਚ—ਗੱਲ ਕਰਨ ਦਾ, ਤੁਰਨ ਫਿਰਨ ਦਾ, ਹੱਸਣ ਦਾ ਅੰਦਾਜ਼—ਆਮ ਕੁੜੀਆਂ ਨਾਲੋਂ ਵਖਰੀ ਹੈ। (ਕਿਸੇ ਗੈਰ ਮਾਮੂਲੀ ਗੱਲ ਕਰ ਕੇ ਨਹੀਂ, ਸਗੋਂ ਆਪਣੀ "ਚੰਗੀ ਨਸਲ" ਕਰਕੇ—ਇਸ ਗੁਣ ਵਾਸਤੇ ਜਿਸ ਦੀ ਉਹ ਭਾਵੇਂ ਬਹੁਤ ਕਦਰ ਕਰਦਾ ਸੀ ਉਹ ਕੋਈ ਹੋਰ ਲਫਜ਼ ਨਹੀਂ ਸੀ ਲਭ ਸਕਦਾ)। ਅਤੇ ਇਸ ਤੋਂ ਇਲਾਵਾ, ਉਹ ਕਿਸੇ ਹੋਰ ਨਾਲੋਂ ਵਧ ਉਹਦੇ ਬਾਰੇ ਸੋਚਦੀ ਸੀ ਅਤੇ ਇਸ ਲਈ ਪ੍ਰਤੱਖ ਤੌਰ ਤੇ ਉਹਨੂੰ ਸਮਝਦੀ ਸੀ। ਉਸ ਨੂੰ ਇਸ ਤਰ੍ਹਾਂ ਸਮਝ ਸਕਣਾ, ਅਰਥਾਤ, ਉਹਦੀ ਵੱਡੀ ਯੋਗਤਾ ਨੂੰ ਮਾਨਤਾ ਦੇਣਾ, ਨੇਖਲੀਊਦੋਵ ਵਾਸਤੇ ਇਸ ਗੱਲ ਦਾ ਸਬੂਤ ਸੀ ਕਿ ਉਹ ਚੰਗੀ ਸਿਆਣੀ ਅਤੇ ਸਹੀ ਨਿਰਣਾ ਕਰ ਸਕਣ ਵਾਲੀ ਹੈ। ਮਿੱਸੀ ਨਾਲ ਵਿਆਹ ਦੇ ਖਿਲਾਫ ਖਾਸ ਕਰਕੇ, ਦਲੀਲ ਇਹ ਸੀ ਕਿ ਉਸ ਤੋਂ ਵੀ ਵਡੇਰੀਆਂ ਸਿਫਤਾਂ ਵਾਲੀ ਕੁੜੀ ਲਭ ਪੈਣ ਦੀ ਪੂਰੀ ਸੰਭਾਵਨਾ ਹੋ ਸਕਦੀ ਸੀ ਜਿਹੜੀ ਉਹਦੇ ਵਧੇਰੇ ਲਾਇਕ ਹੋਵੇਗੀ। ਨਾਲੇ ਉਹ ਸਤਾਈ ਵਰ੍ਹਿਆਂ ਦੀ ਹੋ ਚੁੱਕੀ ਸੀ ਇਸ ਕਰਕੇ ਯਕੀਨਨ ਉਹ ਪਹਿਲਾ ਬੰਦਾ ਨਹੀਂ ਜਿਸ ਨੂੰ ਉਸ ਪਿਆਰ ਕੀਤਾ ਹੋਵੇ। ਇਹ ਮਗਰਲਾ ਵਿਚਾਰ ਉਹਦੇ ਵਾਸਤੇ ਦੁਖਦਾਈ ਸੀ। ਉਸ ਦੇ ਅਭਿਮਾਨ ਨੂੰ ਇਹ ਖਿਆਲ ਹਜ਼ਮ ਨਹੀਂ ਸੀ ਹੋ ਸਕਦਾ ਕਿ ਉਸ ਨੇ ਕਿਸੇ ਹੋਰ ਆਦਮੀ ਨੂੰ ਵੀ ਪਿਆਰ ਕੀਤਾ ਹੈ, ਭਾਵੇਂ ਇਹ ਬੀਤੇ ਸਮੇਂ ਦੀ ਗੱਲ ਹੀ ਸਹੀ। ਬੇਸ਼ਕ ਉਸ ਨੂੰ ਇਸ ਗੱਲ ਦਾ ਪਤਾ ਨਹੀਂ ਸੀ ਹੋ ਸਕਦਾ ਕਿ ਨੇਖਲੀਊਦੋਵ ਨਾਲ ਉਸ ਦਾ ਮੇਲ ਹੋ ਜਾਵੇਗਾ, ਪਰ ਤਾਂ ਵੀ ਇਸ ਖਿਆਲ ਤੋਂ ਹੀ ਠੇਸ ਪਹੁੰਚਦੀ ਸੀ ਕਿ ਉਹ ਕਿਸੇ ਹੋਰ ਨੂੰ ਪਿਆਰ ਕਰ ਸਕਦੀ ਸੀ।

ਇਸ ਤਰ੍ਹਾਂ ਉਹਦੇ ਨਾਲ ਵਿਆਹ ਕਰਾਉਣ ਦੇ ਖਿਲਾਫ ਵੀ ਓਨੀਆਂ ਹੀ ਦਲੀਲਾਂ ਸਨ ਜਿੰਨੀਆਂ ਇਸ ਦੇ ਹੱਕ ਵਿਚ। ਕੁਝ ਵੀ ਸੀ, ਨੇਖਲੀਊਦੋਵ ਵਾਸਤੇ ਇਹ ਇਕੋ ਜਿਹੀਆਂ ਵਜ਼ਨਦਾਰ ਸਨ। ਉਹ ਆਪਣੇ ਆਪ ਉਤੇ ਹੱਸ ਛਡਦਾ ਤੇ ਆਪਣੇ ਆਪ ਨੂੰ ਅਜਿਹਾ ਖੋਤਾ ਆਖਦਾ ਜਿਸ ਨੂੰ ਇਹ ਪਤਾ ਨਾ ਲੱਗੇ ਕਿ ਘਾਹ ਦੀ ਕਿਹੜੀ ਭਰੀ ਨੂੰ ਮੂੰਹ ਮਾਰੇ।

"ਕੁਝ ਵੀ ਹੋਵੇ, ਜਿੰਨਾਂ ਚਿਰ ਮੈਨੂੰ ਮਾਰੀਆ ਵਾਸੀਲੀਯੇਵਨਾ (ਮੁਖੀਏ ਦ

ਵਹੁਟੀ) ਵਲੋਂ ਕੋਈ ਜਵਾਬ ਨਹੀਂ ਮਿਲਦਾ, ਅਤੇ ਇਹ ਮਾਮਲਾ ਪੂਰੀ ਤਰ੍ਹਾਂ ਖਤਮ ਨਹੀਂ ਹੋ ਜਾਂਦਾ, ਮੈਂ ਕੁਝ ਨਹੀਂ ਕਰ ਸਕਦਾ," ਉਸ ਨੇ ਸੋਚਿਆ।

ਅਤੇ ਇਹ ਨਿਸਚਾ ਕਿ ਉਹ ਆਪਣੇ ਫੈਸਲੇ ਨੂੰ ਪਿੱਛੇ ਪਾ ਸਕਦਾ ਹੈ, ਤੇ ਸਗੋਂ ਪਿੱਛੇ ਪਾਉਣਾ ਚਾਹੀਦਾ ਹੈ, ਉਸ ਨੂੰ ਧਰਵਾਸ ਦੇਣ ਵਾਲਾ ਸੀ।

"ਖੈਰ, ਇਹ ਸਭ ਕੁਝ ਬਾਅਦ ਵਿਚ ਸੋਚਾਂਗਾ," ਉਸ ਨੇ ਮਨ ਵਿਚ ਸੋਚਿਆ, ਜਦੋਂ ਕਿ ਬੱਘੀ ਪੱਕੀ ਪਟੜੀ ਉੱਤੇ ਚਲਦੀ ਹੌਲੀ ਜਿਹੀ ਅਦਾਲਤ ਦੇ ਦਰਵਾਜ਼ੇ ਅੱਗੇ ਆ ਰੁਕੀ।

"ਹੁਣ ਮੈਨੂੰ ਆਪਣੇ ਸਮਾਜਕ ਫਰਜ਼ ਈਮਾਨਦਾਰੀ ਨਾਲ ਪੂਰੇ ਕਰਨੇਂ ਚਾਹੀਦੇ ਹਨ ਜਿਵੇਂ ਕਿ ਮੈਂ ਹਮੇਸ਼ਾ ਹੀ ਕਰਦਾ ਆਇਆ ਹਾਂ, ਅਤੇ ਜਿਵੇਂ ਕਿ ਮੈਂ ਇੰਜ ਕਰਨਾ ਠੀਕ ਸਮਝਦਾ ਹਾਂ। ਇਸ ਦੇ ਇਲਾਵਾ, ਆਮ ਕਰਕੇ ਇਹ ਕੰਮ ਦਿਲਚਸਪ ਵੀ ਹੁੰਦਾ ਹੈ।" ਅਤੇ ਬੂਹੇ ਅੱਗੇ ਖੜੇ ਚੌਕੀਦਾਰ ਅੱਗੋਂ ਦੀ ਲੰਘ ਕੇ, ਉਹ ਅਦਾਲਤ ਦੇ ਲਾਂਘੇ ਵਿਚ ਆ ਗਿਆ।

੫

ਜਦੋਂ ਨੇਖਲੀਊਦੋਵ ਓਥੇ ਪੁਜਾ ਤਾਂ ਅਦਾਲਤ ਦੇ ਲਾਂਘਿਆਂ ਵਿਚ ਬੜੀ ਗਹਿਮਾ ਗਹਿਮੀ ਸੀ। ਸਾਹੋ ਸਾਹ ਹੋਏ ਚਪੜਾਸੀ, ਤਰ੍ਹਾਂ ਤਰ੍ਹਾਂ ਦੇ ਸੁਨੇਹੇ ਤੇ ਕਾਗ਼ਜ਼-ਪੱਤਰ ਲੈ ਕੇ, ਵਾਹੋਦਾਹੀ ਕਦੇ ਏਧਰ ਕਦੇ ਓਧਰ, ਆਪਣੇ ਪੈਰ ਘਸੀਟਦੇ ਫਿਰਦੇ ਸਨ। ਦਰਬਾਨ, ਐਡਵੋਕੇਟ, ਤੇ ਅਦਾਲਤੀ ਅਫਸਰ ਏਧਰ ਓਧਰ ਆਉਂਦੇ ਜਾਂਦੇ ਸਨ। ਮੁਦਈ, ਅਤੇ ਮੁਦਾਲਾ ਜਿਹੜੇ ਹਿਰਾਸਤ ਵਿਚ ਨਹੀਂ ਸਨ, ਉਦਾਸ ਨਿੰਮੋਝੂਣ ਕੰਧਾਂ ਦੇ ਨਾਲ ਨਾਲ ਫਿਰ ਰਹੇ ਸਨ ਜਾਂ ਬੈਠੇ ਉਡੀਕ ਕਰ ਰਹੇ ਸਨ।

"ਜ਼ਿਲ੍ਹਾ ਅਦਾਲਤ ਕਿਧਰ ਏ?" ਨੇਖਲੀਊਦੋਵ ਨੇ ਇਕ ਚਪੜਾਸੀ ਕੋਲੋਂ ਪੁੱਛਿਆ।

"ਕਿਹੜੀ? ਦੀਵਾਨੀ ਅਦਾਲਤ ਜਾਂ ਫੌਜਦਾਰੀ ਅਦਾਲਤ?"

"ਮੈਂ ਜਿਊਰੀ ਦਾ ਮੈਂਬਰ ਆਂ।"

"ਫੌਜਦਾਰੀ ਅਦਾਲਤ। ਇੰਜ ਆਖੋ ਨਾ। ਤਾਂ ਫੇਰ ਤੁਸੀਂ, ਏਥੋਂ ਸੱਜੇ ਜਾਓ, ਤੇ ਫੇਰ ਖੱਬੇ ਪਾਸੇ ਮੁੜ ਕੇ, ਦੂਜਾ ਦਰਵਾਜ਼ਾ।"

ਨੇਖਲੀਊਦੋਵ ਦੱਸੇ ਅਨੁਸਾਰ ਚਲਾ ਗਿਆ।

ਦੱਸੇ ਗਏ ਦਰਵਾਜ਼ੇ ਅੱਗੇ ਦੋ ਬੰਦੇ ਉਡੀਕ ਵਿਚ ਖੜੇ ਸਨ। ਇਹਨਾਂ ਵਿਚੋਂ ਇਕ, ਉੱਚਾ ਲੰਮਾ ਤੇ ਮੋਟਾ ਤਕੜਾ, ਮਿਹਰਬਾਨ ਦਿਲ ਵਾਲਾ ਬੰਦਾ ਇਕ ਵਪਾਰੀ ਸੀ। ਪ੍ਰਤੱਖ ਤੌਰ ਤੇ ਕੁਝ ਥੋੜਾ ਬਹੁਤ ਖਾ ਆਇਆ ਸੀ ਤੇ ਪੀ ਵੀ ਆਇਆ ਸੀ, ਤੇ ਬੜਾ

ਪ੍ਰਸੰਨ-ਚਿੱਤ ਸੀ। ਦੂਜਾ ਯਹੂਦੀ ਸੀ ਅਤੇ ਕਿਸੇ ਦੁਕਾਨਦਾਰ ਦਾ ਕਰਿੰਦਾ ਸੀ। ਉਹ ਉੱਨ ਦੇ ਭਾਅ ਦੀਆਂ ਗੱਲਾਂ ਕਰ ਰਹੇ ਸਨ। ਨੇਖਲੀਊਦੋਵ ਉਹਨਾਂ ਦੇ ਕੋਲ ਆਇਆ ਤੇ ਉਹਨਾਂ ਪਾਸੋਂ ਪੁੱਛਿਆ ਕਿ ਜਿਊਰੀ ਦੇ ਮੈਂਬਰਾਂ ਦਾ ਕਮਰਾ ਏਹੋ ਹੀ ਹੈ।

"ਏਹੋ ਹੈ, ਸ੍ਰੀਮਾਨ ਜੀ, ਏਹੋ। ਸਾਡੇ ਵਿਚੋਂ ਹੀ ਇਕ ਜੇ? ਜਿਊਰੀ ਦੇ ਮੈਂਬਰ ਹੋ ਤੁਸੀਂ?" ਹੱਸ ਕੇ ਅੱਖਾਂ ਮਾਰਦਿਆਂ ਵਪਾਰੀ ਨੇ ਪੁਛਿਆ। "ਵਾਹ, ਬਹੁਤ ਹੱਛਾ, ਅਸੀਂ ਇਕੱਠੇ ਰਲ ਕੇ ਕੰਮ ਕਰਾਂਗੇ," ਨੇਖਲੀਊਦੋਵ ਵਲੋਂ ਹਾਂ ਵਿਚ ਜਵਾਬ ਸੁਣ ਕੇ ਉਹਨੇ ਆਖਿਆ। "ਮੇਰਾ ਨਾਂ ਬਕਲਾਸ਼ੋਵ ਏ, ਦੂਜੀ ਵਪਾਰੀ ਗਿਲਡ ਦਾ ਮੈਂਬਰ," ਉਸ ਨੇ ਆਪਣਾ ਚੌੜਾ, ਗੁਦਗਦਾ, ਬੇਹਿਸ ਜਿਹਾ ਹੱਥ ਅੱਗੇ ਵਧਾਉਂਦਿਆਂ ਆਖਿਆ: "ਜੋ ਕਰ ਸਕਦੇ ਹੋਏ ਅਸੀਂ ਕਰਾਂਗੇ!... ਤੇ ਜਨਾਬ ਦੀ ਤਾਰੀਫ?"

ਨੇਖਲੀਊਦੋਵ ਨੇ ਆਪਣਾ ਨਾਂ ਦੱਸਿਆ ਤੇ ਜਿਊਰੀ ਦੇ ਮੈਂਬਰਾਂ ਦੇ ਕਮਰੇ ਦੇ ਅੰਦਰ ਹੋ ਗਿਆ।

ਛੋਟੇ ਜਿਹੇ ਕਮਰੇ ਵਿਚ ਵੱਖ ਵੱਖ ਤਰ੍ਹਾਂ ਦੇ ਕੋਈ ਦਸ ਵਿਅਕਤੀ ਸਨ। ਉਹ ਹਾਲੇ ਮਸਾਂ ਪੁਜੇ ਹੀ ਸਨ। ਅਤੇ ਕੁਝ ਬੈਠੇ ਹੋਏ ਸਨ, ਬਾਕੀ ਦੇ ਏਧਰ ਓਧਰ ਟਹਿਲ ਰਹੇ, ਇਕ ਦੂਜੇ ਵੱਲ ਵੇਖ ਰਹੇ ਅਤੇ ਇਕ ਦੂਜੇ ਨਾਲ ਜਾਣ-ਪਛਾਣ ਕਰ ਰਹੇ ਸਨ। ਇਹਨਾਂ ਵਿਚ ਹੀ ਇਕ ਰਿਟਾਇਰ ਹੋ ਚੁੱਕਾ ਕਰਨਲ ਸੀ ਜਿਸ ਨੇ ਵਰਦੀ ਪਾਈ ਹੋਈ ਸੀ। ਕੁਝ ਬੰਦਿਆਂ ਨੇ ਫਰਾਕ-ਕੋਟ, ਕੁਝ ਨੇ ਜੈਕਟਾਂ ਅਤੇ ਇਕ ਨੇ ਕਿਸਾਨਾਂ ਵਾਲੇ ਕਪੜੇ ਪਾਏ ਹੋਏ ਸਨ।

ਸਾਰਿਆਂ ਦੇ ਚਿਹਰਿਆਂ ਤੋਂ ਸਮਾਜਕ ਫਰਜ਼ ਪੂਰਾ ਕਰਨ ਦੀ ਪ੍ਰਾਪਤ ਹੋਈ ਸੰਭਾਵਨਾ ਦੀ ਇਕ ਖਾਸ ਤਰ੍ਹਾਂ ਦੀ ਤਸੱਲੀ ਝਲਕਦੀ ਸੀ, ਹਾਲਾਂਕਿ ਇਹਨਾਂ ਵਿਚੋਂ ਕਈਆਂ ਨੂੰ ਆਪਣਾ ਕਾਰੋਬਾਰ ਛੱਡ ਕੇ ਆਉਣਾ ਪਿਆ ਸੀ, ਅਤੇ ਇਹਨਾਂ ਵਿਚੋਂ ਬਹੁਤੇ ਇਸ ਗੱਲ ਤੇ ਕੁੜ੍ਹ ਵੀ ਰਹੇ ਸਨ।

ਜਿਊਰੀ ਦੇ ਮੈਂਬਰ ਆਪਸ ਵਿਚ ਮੌਸਮ ਦੀਆਂ, ਜਲਦੀ ਸ਼ੁਰੂ ਹੋ ਗਈ ਬਹਾਰ ਦੀਆਂ ਅਤੇ ਪੇਸ਼ ਹੋਣ ਵਾਲੇ ਮੁਕਦਮਿਆਂ ਦੀਆਂ ਗੱਲਾਂ ਕਰ ਰਹੇ ਸਨ। ਕਈਆਂ ਦੀ ਜਾਣ-ਪਛਾਣ ਹੋ ਗਈ ਸੀ ਤੇ ਬਾਕੀ ਅੰਦਾਜ਼ਾ ਹੀ ਲਾ ਰਹੇ ਸਨ ਕਿ ਫਲਾਣਾ ਕੌਣ ਹੈ, ਫਲਾਣਾ ਕੌਣ ਹੈ। ਜਿਹੜੇ ਨੇਖਲੀਊਦੋਵ ਦੇ ਵਾਕਫ ਨਹੀਂ ਸਨ ਉਹਨਾਂ ਨੇ ਛੇਤੀ ਛੇਤੀ ਆਪਣੀ ਜਾਣ-ਪਛਾਣ ਕਰਵਾਈ। ਪ੍ਰਤੱਖ ਤੌਰ ਤੇ ਉਹ ਇਸ ਗੱਲ ਨੂੰ ਇਕ ਮਾਣ ਸਮਝ ਰਹੇ ਸਨ ਅਤੇ ਨੇਖਲੀਊਦੋਵ ਇਸ ਗੱਲ ਨੂੰ ਆਪਣਾ ਹੱਕ ਸਮਝ ਰਿਹਾ ਸੀ ਜਿਵੇਂ ਕਿ ਓਪਰੇ ਬੰਦਿਆਂ ਵਿਚ ਉਹ ਹਮੇਸ਼ਾ ਕਰਦਾ ਹੁੰਦਾ ਸੀ। ਜੇ ਉਸ ਕੋਲੋਂ ਪੁੱਛਿਆ ਜਾਂਦਾ ਕਿ ਉਹ ਬਹੁਗਿਣਤੀ ਲੋਕਾਂ ਨਾਲੋਂ ਆਪਣੇ ਆਪ ਨੂੰ ਵੱਡਾ ਕਿਉਂ ਸਮਝਦਾ ਹੈ ਤਾਂ ਉਸ ਨੇ ਕੋਈ ਜਵਾਬ ਨਹੀਂ ਸੀ ਦੇ ਸਕਣਾ। ਉਹਨੇ ਜ਼ਿੰਦਗੀ ਵਿਚ ਕੋਈ ਵੱਡੀਆਂ ਪ੍ਰਾਪਤੀਆਂ ਨਹੀਂ ਸੀ ਕੀਤੀਆਂ ਹੋਈਆਂ। ਉਹ ਬੜੀ ਚੰਗੀ ਤਰ੍ਹਾਂ ਜਾਣਦਾ ਸੀ ਕਿ ਇਹ ਹਕੀਕਤ ਵਡਿਤਣ ਦਾ ਦਾਅਵਾ ਕਰਨ ਦਾ ਕੋਈ ਕਾਰਨ ਨਹੀਂ ਹੋ ਸਕਦੀ ਕਿ ਉਹ ਚੰਗੇ ਉਚਾਰਨ ਨਾਲ

ਅੰਗ੍ਰੇਜ਼ੀ, ਫਰਾਂਸੀਸੀ ਅਤੇ ਜਰਮਨ ਬੋਲ
ਪਾਏ ਹੋਏ ਹਨ, ਟਾਈ ਲਾਈ ਹੋਈ ਹੈ ਤੇ ਸ਼
ਉਸ ਨੇ ਸਭ ਤੋਂ ਮਹਿੰਗੀਆਂ ਦੁਕਾਨਾਂ ਤੋਂ ਖਰੀਦੀਆ
ਦਿੱਤੇ ਜਾਂਦੇ ਆਦਰ ਮਾਣ ਨੂੰ ਆਪਣਾ ਹੱਕ ਸਮਝਦਾ ਹੋਇ
ਕਰਦਾ ਸੀ। ਤੇ ਜੇ ਉਸ ਨੂੰ ਇਹ ਆਦਰ ਮਾਣ ਨਹੀਂ ਸੀ ਮਿਲ
ਪਹੁੰਚਦੀ ਸੀ। ਜਿਊਰੀ ਦੇ ਮੈਂਬਰਾਂ ਦੇ ਕਮਰੇ ਵਿਚ ਉਸ ਨੂੰ ਇਹ
ਮਿਲਿਆ। ਇਸ ਲਈ ਉਹਦੀਆਂ ਭਾਵਨਾਵਾਂ ਨੂੰ ਸੱਟ ਵੱਜੀ ਸੀ। ਜਿਊਰੀ
ਨਾਲ ਇਕ ਆਦਮੀ ਐਸਾ ਸੀ ਜਿਸ ਨੂੰ ਉਹ ਜਾਣਦਾ ਸੀ। ਇਹਦਾ ਨਾਂ ਸੀ ਪਿ
ਗੇਰਾਸੀਮੋਵਿਚ, ਜਿਹੜਾ ਕਦੇ ਉਸ ਦੀ ਭੈਣ ਦੇ ਬੱਚਿਆਂ ਨੂੰ ਟਿਊਸ਼ਨ ਪੜ੍ਹਾਉਣ ਵਾਲਾ ਉਸਤਾਦ ਸੀ। ਨੇਖਲੀਊਦੋਵ ਨੂੰ ਉਹਦੇ ਕੁਲ-ਨਾਂ ਦਾ ਪਤਾ ਨਹੀਂ ਸੀ, ਅਤੇ ਇਸ ਬਾਰੇ ਸਗੋਂ ਉਹ ਡੀਂਗ ਮਾਰਦਾ ਸੀ। ਇਹ ਬੰਦਾ ਹੁਣ ਇਕ ਪਬਲਿਕ ਸਕੂਲ ਵਿਚ ਮਾਸਟਰ ਲੱਗਾ ਹੋਇਆ ਸੀ। ਨੇਖਲੀਊਦੋਵ ਉਹਦੀ ਨੇੜ੍ਹਤਾ, ਉਹਦਾ ਆਤਮ-ਸੰਤੁਸ਼ਟ ਲੋਕਾਂ ਵਾਲਾ ਹਾਸਾ—ਸੰਖੇਪ ਵਿਚ, ਉਹਦੀ "ਉਜੱਡਤਾ" ਜਿਵੇਂ ਕਿ ਉਹਦੀ ਭੈਣ ਆਖਿਆ ਕਰਦੀ ਸੀ, ਬਰਦਾਸ਼ਤ ਨਹੀਂ ਸੀ ਕਰ ਸਕਿਆ।

"ਵਾਹ, ਵਾਹ! ਤੁਸੀਂ ਵੀ ਕੁੜਿਕੀ ਵਿਚ ਆ ਗਏ।" ਇਹ ਸਨ ਸ਼ਬਦ ਜਿਨ੍ਹਾਂ ਨਾਲ ਪਿਤਰ ਗੇਰਾਸੀਮੋਵਿਚ ਨੇ ਨੇਖਲੀਊਦੋਵ ਦਾ ਸਵਾਗਤ ਕੀਤਾ ਤੇ ਜ਼ੋਰਦਾਰ ਠਹਾਕਾ ਮਾਰਿਆ। "ਸੋ ਤੁਸੀਂ ਇਸ ਵਿਚੋਂ ਨਿਕਲ ਨਹੀਂ ਸਕੇ?"

"ਮੈਂ ਕਦੇ ਇਸ ਵਿਚੋਂ ਨਿਕਲਣ ਦੀ ਕੋਸ਼ਿਸ਼ ਹੀ ਨਹੀਂ ਕੀਤੀ," ਗੰਭੀਰਤਾ ਨਾਲ, ਅਤੇ ਕੁਰੱਖਤ ਆਵਾਜ਼ ਵਿਚ ਨੇਖਲੀਊਦੋਵ ਨੇ ਜਵਾਬ ਦਿੱਤਾ।

"ਖੈਰ, ਮੈਂ ਤਾਂ ਇਸ ਨੂੰ ਸਮਾਜਕ ਭਾਵਨਾ ਕਹਿੰਦਾ ਹਾਂ। ਪਰ ਰਤਾ ਠਹਿਰ ਜਾਓ ਜਿੱਨਾ ਚਿਰ ਭੁਖ ਨਹੀਂ ਲੱਗਦੀ ਜਾਂ ਨੀਂਦ ਨਹੀਂ ਜ਼ੋਰ ਪਾਉਂਦੀ; ਫੇਰ ਤੁਸੀਂ ਹੋਰ ਹੀ ਸੁਰ ਵਿਚ ਬੋਲੋਗੇ।"

"ਇਹ ਪਾਦਰੀ ਦਾ ਬੱਚਾ ਹੁਣ ਅੱਗੋਂ ਮੇਰੇ ਮੋਢਿਆਂ ਤੇ ਥਾਪੀ ਦੇਵੇਗਾ," ਨੇਖਲੀਊਦੋਵ ਨੇ ਸੋਚਿਆ, ਅਤੇ ਉਦਾਸ ਜਿਹਾ ਮੂੰਹ ਲੈ ਕੇ ਪਰੇ ਚਲਾ ਗਿਆ, ਜਿਵੇਂ ਉਸ ਨੇ ਹੁਣੇ ਹੁਣੇ ਹੀ ਆਪਣੇ ਸਾਰੇ ਰਿਸ਼ਤੇਦਾਰਾਂ ਦੇ ਮਰ ਜਾਣ ਦੀ ਖਬਰ ਸੁਣੀ ਹੋਵੇ। ਉਹ ਇਕ ਟੋਲੀ ਕੋਲ ਆ ਗਿਆ ਜਿਸ ਨੇ ਇਕ ਘੋਨ ਮੋਨ, ਲੰਮੇ ਉਚੇ ਰੋਅਬ-ਦਾਬ ਵਾਲੇ ਬੰਦੇ ਦੁਆਲੇ ਘੇਰਾ ਪਾਇਆ ਹੋਇਆ ਸੀ ਜਿਹੜਾ ਬੜੇ ਜੋਸ਼ ਨਾਲ ਕੋਈ ਗੱਲ ਸੁਣਾ ਰਿਹਾ ਸੀ। ਕਿਸੇ ਮੁਕਦਮੇ ਦੀ ਗੱਲ ਕਰ ਰਿਹਾ ਸੀ ਜਿਹੜਾ ਦੀਵਾਨੀ ਅਦਾਲਤ ਵਿਚ ਚੱਲ ਰਿਹਾ ਸੀ। ਬਾਰ ਬਾਰ ਉਹ ਬੜਾ ਸਵਾਦ ਲੈ ਲੈ ਕੇ ਜੱਜਾਂ ਦਾ ਅਤੇ ਇਕ ਮਸ਼ਹੂਰ ਵਕੀਲ ਦਾ ਨਾਂ ਲੈਂਦਾ ਸੀ ਜਿਸ ਤੋਂ ਪਤਾ ਲੱਗਦਾ ਸੀ ਕਿ ਉਸ ਨੂੰ ਮੁਕਦਮੇ ਬਾਰੇ ਸਾਰੀ ਜਾਣਕਾਰੀ ਹੈ। ਉਹ ਆਖ ਰਿਹਾ ਸੀ ਕਿ ਉਸ ਮਸ਼ਹੂਰ ਵਕੀਲ ਨੇ ਏਡੀ ਹੁਸ਼ਿਆਰੀ ਨਾਲ ਮੁਕਦਮਾ ਲੜਿਆ ਕਿ ਕੇਸ ਦਾ ਸਾਰਾ ਪਾਸਾ ਹੀ ਪਲਟ ਗਿਆ।

ਪਣੇ ਮੁਖਾਲਿਫ ਨੂੰ ਚੋਖੀ

ਾ।

ਾਂ ਦੇ ਚਿਹਰਿਆਂ ਤੇ ਆਦਰ
ਕੋਸ਼ਿਸ਼ ਵੀ ਕੀਤੀ ਪਰ ਉਸ
ਬਾਰੇ ਸਭ ਕੁਝ ਸਿਰਫ ਓਸੇ ਨੂੰ

ਵੀ ਉਹਨੂੰ ਢੇਰ ਚਿਰ ਉਡੀਕਣਾ
ਇਆ ਅਤੇ ਸਭ ਉਸ ਦੀ ਉਡੀਕ

ਅਦਾਲਤ ਦਾ ਪ੍ਰਧਾਨ ਸਮੇਂ ਤੋਂ ਕੁਝ ਪਹਿਲਾਂ ਪਹੁੰਚ ਗਿਆ ਸੀ। ਉਹ ਇਕ ਉੱਚਾ ਲੰਮਾ, ਹੱਟਾ ਕੱਟਾ ਆਦਮੀ ਸੀ ਜਿਸ ਦੇ ਲੰਮੇ ਲੰਮੇ ਸਫੇਦ ਗੱਲ੍ਹ-ਮੁੱਛੇ ਸਨ। ਬੇਸ਼ਕ ਸ਼ਾਦੀਸ਼ੁਦਾਹ ਸੀ ਪਰ ਉਹਦੀ ਜ਼ਿੰਦਗੀ ਬੜੀ ਆਚਰਣ-ਹੀਣ ਸੀ। ਉਹਦੀ ਵਹੁਟੀ ਦਾ ਵੀ ਇਹੋ ਹਾਲ ਸੀ। ਇਸ ਕਰਕੇ ਕਿਸੇ ਨੂੰ ਰੋਕਣ ਟੋਕਣ ਵਾਲਾ ਕੋਈ ਨਹੀਂ ਸੀ। ਅੱਜ ਸਵੇਰੇ ਇਸ ਆਦਮੀ ਨੂੰ ਸਵਿਟਜ਼ਰਲੈਂਡ ਦੀ ਇਕ ਕੁੜੀ ਵਲੋਂ ਇਕ ਰੁੱਕਾ ਆਇਆ ਸੀ। ਇਹ ਕੁੜੀ ਪਹਿਲਾਂ ਉਸ ਦੇ ਘਰ ਬੱਚਿਆਂ ਨੂੰ ਪੜ੍ਹਾਉਣ ਲਈ ਰੱਖੀ ਉਸਤਾਨੀ ਹੁੰਦੀ ਸੀ, ਅਤੇ ਇਸ ਵੇਲੇ ਦਖਣੀ ਰੂਸ ਤੋਂ ਪੀਟਰਸਬਰਗ ਜਾ ਰਹੀ ਸੀ। ਉਸ ਨੇ ਲਿਖਿਆ ਸੀ ਕਿ ਉਹ ਹੋਟਲ "ਇਤਾਲ਼ੀਆ" ਵਿਚ ਤਿੰਨ ਅਤੇ ਛੇ ਵਜੇ ਦੇ ਦਰਮਿਆਨ ਉਸ ਨੂੰ ਉਡੀਕੇਗੀ। ਇਸ ਕਰਕੇ ਉਹਦੀ ਇੱਛਾ ਸੀ ਕਿ ਜਿੰਨੀ ਛੇਤੀ ਸੰਭਵ ਹੋਵੇ ਅਦਾਲਤ ਦੀ ਬੈਠਕ ਸ਼ੁਰੂ ਕਰੇ ਅਤੇ ਇਸ ਨੂੰ ਮੁਕਾਵੇ, ਤਾਂ ਜੋ ਛੇ ਵਜੇ ਤੋਂ ਪਹਿਲਾਂ ਨਿੱਕੀ ਜਿਹੀ ਕੱਕੇ ਵਾਲਾਂ ਵਾਲੀ ਕਲਾਰਾ ਵਾਸੀਲੀਏਵਨਾ ਨੂੰ ਮਿਲਣ ਜਾਣ ਦਾ ਵਕਤ ਕੱਢ ਸਕੇ। ਪਿਛਲੀਆਂ ਗਰਮੀਆਂ ਵਿਚ ਪਿੰਡ ਰਹਿੰਦਿਆਂ ਉਹਨਾਂ ਦੀ ਯਾਰੀ ਲੱਗ ਗਈ ਸੀ।

ਉਹ ਆਪਣੇ ਨਿਜੀ ਕਮਰੇ ਵਿਚ ਗਿਆ, ਅੰਦਰੋਂ ਹੋੜਾ ਲਾਇਆ, ਇਕ ਅਲਮਾਰੀ ਵਿਚੋਂ ਡੰਬਲਾਂ ਦਾ ਜੋੜਾ ਕਢਿਆ ਤੇ ਆਪਣੀਆਂ ਬਾਹਵਾਂ ਨੂੰ ਵੀਹ ਵੀਹ ਵਾਰੀ ਉਪਰ ਵੱਲ, ਹੇਠਾਂ ਵੱਲ, ਸਾਮ੍ਹਣੇ, ਅਤੇ ਸੱਜੇ ਖੱਬੇ ਹਿਲਾਇਆ। ਫੇਰ ਡੰਬਲਾਂ ਨੂੰ ਆਪਣੇ ਸਿਰ ਤੋਂ ਉੱਚਾ ਕਰਕੇ, ਤਿੰਨ ਵਾਰੀ ਮਾੜਾ ਜਿਹਾ ਆਪਣੇ ਗੋਡਿਆਂ ਨੂੰ ਝੁਕਾਇਆ।

"ਬੰਦੇ ਨੂੰ ਕੋਈ ਹੋਰ ਚੀਜ਼ ਏਨਾ ਤੰਦਰੁਸਤ ਨਹੀਂ ਰਖਦੀ ਜਿੰਨੀ ਕਸਰਤ ਅਤੇ ਠੰਡੇ ਪਾਣੀ ਨਾਲ ਇਸ਼ਨਾਨ," ਉਸ ਨੇ ਆਪਣੇ ਖੱਬੇ ਹੱਥ ਨਾਲ, ਜਿਸ ਦੀ ਵੱਡੀ ਉਂਗਲੀ ਉਤੇ ਉਸ ਨੇ ਸੋਨੇ ਦੀ ਮੁੰਦਰੀ ਪਾਈ ਹੋਈ ਸੀ, ਆਪਣੀ ਸੱਜੀ ਬਾਂਹ ਦੇ ਡੌਲਿਆਂ ਨੂੰ ਟੋਂਹਦਿਆਂ, ਆਖਿਆ। ਉਸ ਨੇ ਅਜੇ moulinée ਵਰਜ਼ਿਸ਼ ਕਰਨੀ ਸੀ (ਕਿਉਂਕਿ ਉਹ ਹਮੇਸ਼ਾ ਹੀ ਲੰਮੀ ਬੈਠਕ ਤੋਂ ਪਹਿਲਾਂ ਇਹ ਦੋ ਕਸਰਤਾਂ ਕਰਦਾ ਹੁੰਦਾ ਸੀ) ਕਿ ਦਰਵਾਜ਼ੇ ਨੂੰ ਕਿਸੇ ਨੇ ਬਾਹਰ ਵੱਲ ਖਿਚਿਆ। ਪ੍ਰਧਾਨ ਨੇ ਛੇਤੀ ਨਾਲ ਡੰਬਲ ਪਰੇ ਰੱਖੇ ਅਤੇ ਇਹ ਆਖਦਿਆਂ ਬੂਹਾ ਖੋਹਲਿਆ, "ਮਾਫ ਕਰਨਾ ਤੁਹਾਨੂੰ ਉਡੀਕਣਾ ਪਿਆ।"

ਅਦਾਲਤ ਦਾ ਇਕ ਮੈਂਬਰ ਕਮਰੇ ਵਿਚ ਆਇਆ। ਮਧਰਾ ਕੱਦ, ਉੱਚੇ ਉਠੇ ਮੋਢੇ, ਸੋਨੇ ਦੀਆਂ ਐਨਕਾਂ ਤੇ ਤਿਊੜੀਆਂ ਚੜ੍ਹੀਆਂ ਹੋਈਆਂ।

"ਮਾਤਵੇਈ ਨਿਕੀਤਿਚ ਫੇਰ ਨਹੀਂ ਪੁਜਾ ਹਾਲੇ," ਉਸ ਦੇ ਬੋਲਾਂ ਵਿਚ ਖਿੱਝ ਸੀ।

"ਆਇਆ ਨਹੀਂ ਹਾਲੇ?" ਪ੍ਰਧਾਨ ਨੇ ਆਪਣੀ ਵਰਦੀ ਪਾਉਂਦਿਆਂ ਆਖਿਆ। "ਉਹ ਹਮੇਸ਼ਾ ਦੇਰ ਨਾਲ ਆਉਂਦੈ।"

"ਹੈਰਾਨੀ ਦੀ ਗੱਲ ਏ, ਉਹਨੂੰ ਕੋਈ ਸ਼ਰਮ ਹੀ ਨਹੀਂ," ਉਸ ਮੈਂਬਰ ਨੇ ਬੈਠਦਿਆਂ ਹੋਇਆਂ ਅਤੇ ਸਿਗਰਟ ਕਢਦਿਆਂ, ਗੁੱਸੇ ਨਾਲ ਆਖਿਆ।

ਵੇਲੇ ਦੇ ਬਹੁਤ ਹੀ ਪਾਬੰਦ, ਇਸ ਮੈਂਬਰ ਦੀ ਅੱਜ ਸਵੇਰੇ ਆਪਣੀ ਵਹੁਟੀ ਨਾਲ ਇਕ ਝੜਪ ਹੋ ਗਈ ਸੀ। ਉਸ ਨੇ ਮਹੀਨਾ ਮੁਕਣ ਤੋਂ ਪਹਿਲਾਂ ਹੀ ਆਪਣੇ ਖਰਚੇ ਦੇ ਪੈਸੇ ਮੁਕਾ ਲਏ ਸਨ ਅਤੇ ਉਹਦੇ ਕੋਲੋਂ ਕੁਝ ਪੈਸੇ ਅਗਾਊਂ ਮੰਗੇ ਸਨ। ਪਰ ਉਹ ਉਸ ਨੂੰ ਕੌਡੀ ਦਵਾਲ ਨਹੀਂ ਸੀ। ਤੇ ਇਸ ਗੱਲੋਂ ਉਹਨਾਂ ਵਿਚਕਾਰ ਝਗੜਾ ਹੋ ਪਿਆ ਸੀ। ਉਹਦੀ ਘਰ ਵਾਲੀ ਨੇ ਆਖਿਆ ਸੀ ਕਿ ਜੇ ਉਸ ਨੇ ਇਸ ਤਰ੍ਹਾਂ ਹੀ ਕਰਨਾ ਹੈ ਤਾਂ ਉਹ ਅੱਜ ਰੋਟੀ-ਟੁਕ ਦੀ ਕੋਈ ਆਸ ਨਾ ਰੱਖੇ। ਘਰ ਉਹਦੇ ਵਾਸਤੇ ਰੋਟੀ ਸ਼ੋਟੀ ਨਹੀਂ ਹੋਵੇਗੀ। ਇਹ ਗੱਲ ਸੁਣਦਿਆਂ ਹੀ ਉਹ ਘਰੋਂ ਨਿਕਲ ਆਇਆ ਸੀ। ਉਹ ਇਸ ਗੱਲੋਂ ਡਰਦਾ ਸੀ ਕਿ ਬੀਵੀ ਆਪਣੀ ਧਮਕੀ ਨੂੰ ਅਮਲੀ ਰੂਪ ਵੀ ਦੇ ਸਕਦੀ ਹੈ, ਕਿਉਂਕਿ ਉਹ ਕੁਝ ਵੀ ਕਰ ਵਿਖਾਉਣ ਦੇ ਕਾਬਿਲ ਸੀ। "ਸਦਾਚਾਰਕ ਜ਼ਿੰਦਗੀ ਜਿਊਣ ਦਾ ਇਹ ਫਲ ਏ," ਉਸ ਨੇ ਲਿਸ਼ਕਦੀਆਂ ਅੱਖਾਂ, ਨਰੋਈ ਸਿਹਤ ਵਾਲੇ, ਹਸਮੁਖ ਤੇ ਦਿਆਲੂ ਪ੍ਰਧਾਨ ਵੱਲ ਵੇਖਦਿਆਂ ਸੋਚਿਆ। ਪ੍ਰਧਾਨ, ਆਪਣੀਆਂ ਅਰਕਾਂ ਨੂੰ ਮੇਜ਼ ਉਤੇ ਟਿਕਾਈ ਆਪਣੇ ਕੂਲੇ ਗੋਰੇ ਹੱਥਾਂ ਨਾਲ ਆਪਣੀ ਵਰਦੀ ਦੇ ਫੁਲਬੋਟੀਆਂ ਵਾਲੇ ਕਾਲਰ ਤੋਂ ਉਪਰ ਆਪਣੀਆਂ ਸੰਘਣੀਆਂ ਚਿੱਟੀਆਂ ਗੱਲ੍ਹਮੁਛਾਂ ਸਵਾਰ ਰਿਹਾ ਸੀ। "ਇਹ ਹਮੇਸ਼ਾ ਸੰਤੁਸ਼ਟ ਤੇ ਖੁਸ਼ ਹੁੰਦਾ ਹੈ, ਅਤੇ ਮੈਂ ਦੁਖੀ ਰਹਿੰਦਾ ਹਾਂ।"

ਕੋਈ ਦਸਤਾਵੇਜ਼ ਲੈ ਕੇ ਸਕੱਤਰ ਅੰਦਰ ਆਇਆ।

"ਬਹੁਤ ਬਹੁਤ ਸ਼ੁਕਰੀਆ," ਪ੍ਰਧਾਨ ਨੇ ਸਿਗਰਟ ਸੁਲਘਾਉਂਦੇ ਹੋਏ ਆਖਿਆ। "ਕਿਹੜਾ ਮੁਕਦਮਾ ਪਹਿਲਾਂ ਸ਼ੁਰੂ ਕੀਤਾ ਜਾਏ?"

"ਮੇਰਾ ਤਾਂ ਖਿਆਲ ਏ, ਜ਼ਹਿਰ ਵਾਲਾ," ਸਕੱਤਰ ਨੇ ਬੇਰੁਖ਼ੀ ਜਿਹੀ ਨਾਲ ਜਵਾਬ ਦਿੱਤਾ।

"ਠੀਕ ਹੈ; ਜ਼ਹਿਰ ਵਾਲਾ ਮੁਕਦਮਾ ਹੀ ਸਹੀ," ਪ੍ਰਧਾਨ ਨੇ ਇਹ ਸੋਚਦਿਆਂ ਆਖਿਆ ਕਿ ਉਹ ਚਾਰ ਵਜੇ ਤੱਕ ਇਸ ਮੁਕਦਮੇ ਨੂੰ ਨਿਪਟਾ ਲਵੇਗਾ ਅਤੇ ਫੇਰ ਚਲਾ ਜਾਵੇਗਾ। "ਤੇ ਮਾਤਵੇਈ ਨਿਕੀਤਿਚ ਆ ਗਏ?"

"ਹਾਲੇ ਨਹੀਂ।"

"ਤੇ ਬਰੇਵੇ?"

"ਉਹ ਤਾਂ ਆ ਗਏ," ਸਕੱਤਰ ਨੇ ਜਵਾਬ ਦਿੱਤਾ।

"ਫੇਰ ਜੇ ਉਹ ਨਜ਼ਰ ਆਉਣ ਤਾਂ ਉਹਨਾਂ ਨੂੰ ਦੱਸ ਦੇਣਾ ਕਿ ਅਸੀਂ ਜ਼ਹਿਰ ਦੇ ਮੁਕਦਮੇ ਨਾਲ ਕਾਰਵਾਈ ਸ਼ੁਰੂ ਕਰਾਂਗੇ।"

ਬਰੇਵੇ ਛੋਟਾ ਸਰਕਾਰੀ ਵਕੀਲ ਸੀ ਜਿਸ ਦੇ ਹੱਥ ਵਿਚ ਇਹ ਮੁਕਦਮਾ ਸੀ।

ਲਾਂਘੇ ਵਿਚ ਸਕੱਤਰ ਬਰੇਵੇ ਨੂੰ ਮਿਲ ਪਿਆ, ਜਿਹੜਾ ਮੋਢੇ ਉਤਾਂਹ ਨੂੰ ਚੁੱਕੀ, ਵਰਦੀ ਦੇ ਬਟਨ ਖੋਹਲੀ, ਇਕ ਕੱਛ ਹੇਠਾ ਬੈਗ ਦੱਬੀ, ਦੂਜੀ ਬਾਂਹ ਨੂੰ ਹਥੇਲੀ ਸਾਮ੍ਹਣੇ ਕਰ ਕੇ ਹੁਲਾਰਦਾ ਹੋਇਆ, ਠੱਪ ਠੱਪ ਅੱਡੀਆਂ ਮਾਰਦਾ ਦਵਾਦਵ ਤੁਰਿਆ ਜਾ ਰਿਹਾ ਸੀ।

"ਮਿਖਾਇਲ ਪੇਤਰੋਵਿਚ ਪੁੱਛ ਰਹੇ ਹਨ ਕਿ ਤੁਸੀਂ ਤਿਆਰ ਹੋ?" ਸਕੱਤਰ ਨੇ ਪੁੱਛਿਆ।

"ਬਿਲਕੁਲ, ਮੈਂ ਹਰ ਵਕਤ ਤਿਆਰ ਆਂ," ਛੋਟੇ ਸਰਕਾਰੀ ਵਕੀਲ ਨੇ ਆਖਿਆ। "ਕਿਹੜਾ ਕੇਸ ਲੈਣਾ ਹੈ ਪਹਿਲਾਂ?"

"ਜ਼ਹਿਰ ਵਾਲਾ ਮੁਕਦਮਾ।"

"ਬਿਲਕੁਲ ਠੀਕ," ਛੋਟੇ ਸਰਕਾਰੀ ਵਕੀਲ ਨੇ ਆਖਿਆ। ਪਰ ਉਹ ਇਸ ਨੂੰ ਠੀਕ ਉੱਕਾ ਹੀ ਨਹੀਂ ਸੀ ਸਮਝਦਾ। ਉਸ ਨੇ ਰਾਤ ਇਕ ਹੋਟਲ ਵਿਚ ਇਕ ਮਿੱਤਰ ਨਾਲ ਬਿਤਾਈ ਸੀ ਜਿਸ ਦੀ ਵਿਦੈਗੀ ਪਾਰਟੀ ਸੀ। ਤੜਕੇ ਦੇ ਦੋ ਵਜੇ ਤੱਕ ਉਹ ਤਾਸ਼ ਖੇਡਦੇ ਅਤੇ ਬੇਤਹਾਸ਼ਾ ਸ਼ਰਾਬ ਪੀਂਦੇ ਰਹੇ ਸਨ, ਤੇ ਫੇਰ ਉਹ ਉਸ ਚਕਲੇ ਵਿਚ ਚਲੇ ਗਏ ਜਿਥੇ ਛੇ ਮਹੀਨੇ ਪਹਿਲਾਂ ਮਾਸਲੋਵਾ ਰਹਿੰਦੀ ਹੁੰਦੀ ਸੀ। ਇਸ ਕਰਕੇ ਉਹ ਇਸ ਜ਼ਹਿਰ ਦੇ ਕੇਸ ਉਤੇ ਨਜ਼ਰ ਨਹੀਂ ਸੀ ਮਾਰ ਸਕਿਆ ਅਤੇ ਹੁਣ ਇਸ ਤੇ ਝਾਤੀ ਮਾਰਨਾ ਚਾਹੁੰਦਾ ਸੀ। ਸਕੱਤਰ ਨੂੰ ਇਸ ਗੱਲ ਦਾ ਪਤਾ ਸੀ, ਏਸੇ ਕਰਕੇ ਉਹਨੇ ਪ੍ਰਧਾਨ ਨੂੰ ਜ਼ਹਿਰ ਦੇ ਮੁਕਦਮੇ ਨਾਲ ਕਾਰਵਾਈ ਸ਼ੁਰੂ ਕਰਨ ਦੀ ਸਲਾਹ ਦਿੱਤੀ ਸੀ। ਸਕੱਤਰ ਵਿਚਾਰ ਦੇ ਪੱਖੋਂ ਉਦਾਰਵਾਦੀ, ਸਗੋਂ ਉਗਰਵਾਦੀ ਸੀ। ਬਰੇਵੇ ਇਕ ਕਨਜ਼ਰਵੇਟਿਵ ਸੀ, ਅਤੇ ਰੂਸ ਵਿਚ ਰਹਿੰਦੇ ਸਾਰੇ ਜਰਮਨ ਲੋਕਾਂ ਵਾਂਗ, ਰੂਸੀ ਸਨਾਤਨੀ ਗਿਰਜੇ ਦਾ ਖਾਸ ਕਰ ਕੇ ਹਮਾਇਤੀ ਸੀ। ਸਕੱਤਰ ਉਸ ਨੂੰ ਪਸੰਦ ਨਹੀਂ ਸੀ ਕਰਦਾ ਤੇ ਉਹਨੂੰ ਇਸ ਪਦਵੀ ਤੇ ਵੇਖ ਕੇ ਈਰਖਾ ਕਰਦਾ ਸੀ।

"ਹੱਛਾ, ਤੇ ਸਕੋਪਤਸੀ* ਕ਼ੇਸ ਬਾਰੇ ਕੀ ਖਿਆਲ ਜੇ?" ਸਕੱਤਰ ਨੇ ਪੁੱਛਿਆ।

"ਮੈਂ ਪਹਿਲਾਂ ਹੀ ਆਖਿਆ ਏ ਕਿ ਗਵਾਹਾਂ ਤੋਂ ਬਗੈਰ ਮੈਂ ਨਹੀਂ ਕੁਝ ਕਰ ਸਕਦਾ, ਤੇ ਏਹੋ ਗੱਲ ਮੈਂ ਅਦਾਲਤ ਨੂੰ ਕਹਿ ਦਿਆਂਗਾ।"

"ਇਸ ਗੱਲ ਨਾਲ ਕੀ ਫਰਕ ਪੈਂਦਾ ਏ?"

"ਮੈਂ ਨਹੀਂ ਕਰ ਸਕਦਾ ਕੁਝ," ਜ਼ੋਰ ਜ਼ੋਰ ਦੀ ਆਪਣਾ ਹੱਥ ਹਿਲਾਉਂਦਿਆਂ ਬਰੇਵੇ ਨੇ ਆਖਿਆ ਅਤੇ ਇਕ ਤਰ੍ਹਾਂ ਨਾਲ ਦੌੜ ਕੇ ਆਪਣੇ ਨਿਜੀ ਕਮਰੇ ਵਿਚ ਜਾ ਵੜਿਆ।

ਉਹ ਇਕ ਬਹੁਤ ਹੀ ਨਿਗੂਣੇ ਗਵਾਹ ਦੇ ਗ਼ੈਰ-ਹਾਜ਼ਰ ਹੋਣ ਕਰਕੇ ਸਕੋਪਤਸੀ ਦੇ ਮੁਕਦਮੇ ਨੂੰ ਟਾਲ ਰਿਹਾ ਸੀ। ਉਸ ਦਾ ਅਸਲੀ ਕਾਰਨ ਇਹ ਸੀ ਕਿ ਜੇ ਉਹਨਾਂ ਦਾ ਮੁਕਦਮਾ ਬੁਧੀਮਾਨਾਂ ਦੀ ਜਿਊਰੀ ਅੱਗੇ ਪੇਸ਼ ਕੀਤਾ ਗਿਆ ਤਾਂ ਮੁਮਕਿਨ ਹੈ ਕਿ ਉਹ ਬਰੀ ਹੋ ਜਾਣ। ਇਸ ਲਈ ਪ੍ਰਧਾਨ ਦੀ ਸਹਿਮਤੀ ਨਾਲ ਇਹ ਮਾਮਲਾ ਇਕ ਛੋਟੇ ਕਸਬੇ ਵਿਖੇ ਅਗਾਮੀ ਬੈਠਕ ਵਿੰਚ ਪੇਸ਼ ਕੀਤਾ ਜਾਣਾ ਸੀ, ਜਿਥੇ ਜਿਊਰੀ ਵਿਚ ਕਿਸਾਨ ਬਹੁਤੇ ਹੋਣਗੇ ਤੇ ਇਸ ਲਈ ਦੋਸ਼ ਸਿਧ ਹੋਣ ਦੀਆਂ ਬਹੁਤੀਆਂ ਸੰਭਾਵਨਾਵਾਂ ਸਨ।

ਲਾਂਘੇ ਵਿਚ ਹਲਚਲ ਵਧ ਗਈ ਸੀ। ਲੋਕਾਂ ਨੇ ਬਹੁਤਾ ਕਰਕੇ ਦੀਵਾਨੀ ਅਦਾਲਤ ਦੀਆਂ ਬਰੂਹਾਂ ਅੱਗੇ ਭੀੜ ਕੀਤੀ ਹੋਈ ਸੀ। ਏਥੇ ਇਕ ਮੁਕਦਮੇ ਦੀ ਸੁਣਵਾਈ ਹੋ ਰਹੀ ਸੀ ਜਿਸ ਬਾਰੇ ਇਕ ਪਤਵੰਤਾ ਆਦਮੀ ਜਿਹੜਾ ਅਦਾਲਤੀ ਮਾਮਲਿਆਂ ਵਿਚ ਬੜੀ ਦਿਲਚਸਪੀ ਲੈਣ ਵਾਲਾ ਸੀ ਬਹਿਸ ਕਰ ਰਿਹਾ ਸੀ। ਮੁਕਦਮੇ ਦੀ ਸੁਣਵਾਈ ਦੌਰਾਨ ਜਦੋਂ ਕੁਝ ਸਮੇਂ ਲਈ ਅਦਾਲਤ ਉਠ ਗਈ ਤਾਂ ਕਚਹਿਰੀ ਵਿਚੋਂ ਉਹ ਬੁੱਢੀ ਔਰਤ ਨਿਕਲੀ ਜਿਸ ਕੋਲੋਂ ਇਕ ਪ੍ਰਤਿਭਾ ਵਾਲੇ ਐਡਵੋਕੇਟ ਸਦਕਾ ਉਹਦੀ ਜਾਇਦਾਦ ਖੁੱਸ ਗਈ ਸੀ ਅਤੇ ਵਕੀਲ ਦੇ ਮੁਵੱਕਲ, ਵਪਾਰੀ ਆਦਮੀ ਨੂੰ ਦੇ ਦਿੱਤੀ ਗਈ ਜਿਸ ਦਾ ਉਸ ਉਤੇ ਕਿਸੇ ਤਰ੍ਹਾਂ ਦਾ ਕੋਈ ਹੱਕ ਨਹੀਂ ਸੀ। ਜੱਜ ਇਸ ਮਾਮਲੇ ਬਾਰੇ ਸਭ ਕੁਝ ਜਾਣਦੇ ਸਨ; ਅਤੇ ਐਡਵੋਕੇਟ ਤੇ ਉਹਦੇ ਮੁਵੱਕਲ ਨੂੰ ਹੋਰ ਵੀ ਬਹੁਤੀ ਚੰਗੀ ਤਰ੍ਹਾਂ ਇਸ ਗੱਲ ਦਾ ਪਤਾ ਸੀ। ਪਰ ਜਿਹੜਾ ਨੁਕਤਾ ਉਹਨਾਂ ਫੜਿਆ ਉਹ ਐਸਾ ਸੀ ਕਿ ਬੁੱਢੀ ਔਰਤ ਦੀ ਜਾਇਦਾਦ ਉਹਦੇ ਕੋਲੋਂ ਲੈਣੀ ਅਤੇ ਵਪਾਰੀ ਦੇ ਹਵਾਲੇ ਕਰਨੀ ਲਾਜ਼ਮੀ ਹੋ ਗਈ ਸੀ। ਬੁੱਢੀ ਔਰਤ ਬੜੀ ਰਿਸ਼ਟ-ਪੁਸ਼ਟ ਸੀ। ਉਸ ਨੇ ਸੁਹਣੇ ਜਚਦੇ ਫੱਬਦੇ ਕਪੜੇ ਪਾਏ ਹੋਏ ਸਨ ਅਤੇ ਆਪਣੀ ਟੋਪੀ ਉਤੇ ਕਈ ਫੁਲ ਟੰਗੇ ਹੋਏ ਸਨ। ਦਰਵਾਜ਼ੇ ਵਿਚੋਂ ਬਾਹਰ ਆ ਕੇ ਉਹ ਰੁਕ ਗਈ, ਅਤੇ ਆਪਣੀਆਂ ਮਧਰੀਆਂ ਜਿਹੀਆਂ ਗੁਦਗੁਦੀਆਂ ਬਾਹਵਾਂ ਫੈਲਾ ਕੇ ਅਤੇ ਆਪਣੇ ਐਡਵੋਕੇਟ ਵੱਲ ਮੂੰਹ ਕਰ ਕੇ ਉਹ ਬੋਲੀ ਜਾ ਰਹੀ ਸੀ: "ਇਸ ਦਾ ਕੀ ਮਤਲਬ ਹੋਇਆ ਭਲਾ? ਜ਼ਰਾ ਖਿਆਲ ਤਾਂ ਕਰੋ, ਇਹ ਕਿਸ ਤਰ੍ਹਾਂ ਹੋ ਸਕਦਾ ਹੈ?" ਐਡਵੋਕੇਟ ਉਹਦੀ ਟੋਪੀ ਦੇ ਫੁਲਾਂ ਵੱਲ ਵੇਖੀ ਜਾ ਰਿਹਾ ਸੀ। ਜ਼ਾਹਿਰ ਸੀ ਕਿ

---

* ਇਕ ਧਾਰਮਿਕ ਫਿਰਕਾ।—ਸੰਪਾ:

ਉਹ ਉਸ ਦੀਆਂ ਗੱਲਾਂ ਨਹੀਂ ਸੀ ਸੁਣ ਰਿਹਾ ਸਗੋਂ ਕਿਸੇ ਹੋਰ ਮਸਲੇ ਬਾਰੇ ਸੋਚ ਰਿਹਾ ਸੀ।

ਦੀਵਾਨੀ ਅਦਾਲਤ ਦੇ ਦਰਵਾਜ਼ੇ ਵਿਚੋਂ ਬਾਹਰ ਆਉਂਦੀ ਬੁੱਢੀ ਔਰਤ ਦੇ ਮਗਰ ਮਗਰ ਉਹ ਪ੍ਰਸਿਧ ਐਡਵੋਕੇਟ ਨਿਕਲਿਆ। ਉਸ ਦੀ ਨੀਵੇਂ ਗਲਮੇਂ ਦੀ ਵਾਸਕਟ ਹੇਠੋਂ ਉਹਦੀ ਮਾਇਆ ਲੱਗੀ ਕਮੀਜ਼ ਦਾ ਅੱਗਾ ਲਿਸ਼ ਲਿਸ਼ ਕਰਦਾ ਦਿਸਦਾ ਸੀ। ਉਸ ਨੇ ਮੁਕਦਮਾ ਕੁਝ ਇਸ ਤਰ੍ਹਾਂ ਲੜਿਆ ਸੀ ਕਿ ਫੁਲਾਂ ਵਾਲੀ ਬੁੱਢੀ ਔਰਤ ਕੋਲ ਜੋ ਕੁਝ ਸੀ ਖੁਸ ਗਿਆ ਅਤੇ ਵਪਾਰੀ ਨੂੰ, ਜਿਸ ਨੇ ਦਸ ਹਜ਼ਾਰ ਵਕੀਲ ਨੂੰ ਦਿੱਤੇ ਸਨ, ਇਕ ਲੱਖ ਤੋਂ ਵਧ ਰੂਬਲ ਮਿਲ ਗਏ। ਉਹ ਛੋਹਲੇ ਛੋਹਲੇ ਕਦਮ ਰਖਦਾ ਆਉਂਦਾ ਸੀ ਅਤੇ ਉਹਦੇ ਚਿਹਰੇ ਤੋਂ ਇਕ ਤਸੱਲੀ ਤੇ ਆਤਮ-ਵਿਸ਼ਵਾਸ ਝਲਕ ਰਿਹਾ ਸੀ, ਅਤੇ ਸਾਰੀਆਂ ਨਜ਼ਰਾਂ ਆਪਣੇ ਵੱਲ ਮੁੜੀਆਂ ਮਹਿਸੂਸ ਕਰਕੇ, ਉਸ ਦਾ ਸਾਰਾ ਵਜੂਦ ਆਖਦਾ ਜਾਪਦਾ ਸੀ: "ਮੈਨੂੰ ਇਸ ਤਰ੍ਹਾਂ ਦੇ ਆਦਰ-ਮਾਣ ਦੀ ਉੱਕਾ ਹੀ ਕੋਈ ਲੋੜ ਨਹੀਂ।"

੭

ਆਖਰ ਮਾਤਵੇਈ ਨਿਕੀਤਿਚ ਵੀ ਪਹੁੰਚ ਗਿਆ, ਅਤੇ ਦਰਬਾਨ ਜਿਊਰੀ ਦੇ ਕਮਰੇ ਵਿਚ ਆਇਆ। ਇਹ ਇਕ ਪਤਲਾ ਜਿਹਾ, ਲੰਮੀ ਗਰਦਨ ਤੇ ਟੇਢਾ ਜਿਹਾ ਹੋ ਕੇ ਤੁਰਨ ਵਾਲਾ ਬੰਦਾ ਸੀ ਜਿਸ ਦਾ ਹੇਠਲਾ ਬੁਲ੍ਹ ਇਕ ਪਾਸੇ ਨੂੰ ਲਟਕਿਆ ਹੋਇਆ ਸੀ। ਇਹ ਦਰਬਾਨ ਇਕ ਇਮਾਨਦਾਰ ਬੰਦਾ ਸੀ ਤੇ ਇਸ ਨੇ ਯੂਨੀਵਰਸਿਟੀ ਦੀ ਪੜ੍ਹਾਈ ਕੀਤੀ ਹੋਈ ਸੀ, ਪਰ ਉਹ ਬਹੁਤੇ ਦਿਨ ਇਕ ਨੌਕਰੀ ਤੇ ਲਗਾ ਨਹੀਂ ਸੀ ਰਹਿ ਸਕਦਾ ਕਿਉਂਕਿ ਕਦੇ ਕਦੇ ਉਹਦੀ ਸ਼ਰਾਬ ਪੀਣ ਦੀ ਜਿਵੇਂ ਝੜੀ ਹੀ ਲੱਗ ਜਾਂਦੀ ਸੀ। ਤਿੰਨ ਮਹੀਨੇ ਹੋਏ, ਇਕ ਕਿਸੇ ਕਾਉਂਟੈਸ ਨੇ ਜਿਹੜੀ ਉਸ ਦੀ ਵਹੁਟੀ ਉਤੇ ਮਿਹਰਬਾਨ ਸੀ, ਉਸ ਨੂੰ ਇਹ ਨੌਕਰੀ ਦਿਵਾ ਦਿੱਤੀ ਸੀ। ਅਤੇ ਉਹ ਇਸ ਥਾਂ ਏਨਾ ਬਹੁਤਾ ਚਿਰ ਟਿਕੇ ਰਹਿਣ ਉਤੇ ਬੜਾ ਖੁਸ਼ ਸੀ।

"ਕਿਉਂ ਸ੍ਰੀਮਾਨ ਜੀ, ਸਾਰੇ ਪਹੁੰਚ ਗਏ?" ਉਸ ਨੇ ਆਪਣੀ ਕਮਾਨੀਦਾਰ ਐਨਕ ਨੂੰ ਨੱਕ ਤੇ ਟਿਕਾਉਂਦਿਆਂ ਅਤੇ ਚਾਰੇ ਪਾਸੇ ਵੇਖਦਿਆਂ ਪੁੱਛਿਆ।

"ਮੇਰਾ ਖਿਆਲ ਹੈ, ਸਭ ਆ ਗਏ," ਰੌਣਕੀ ਵਪਾਰੀ ਨੇ ਕਿਹਾ।

"ਠੀਕ ਏ, ਹਾਜ਼ਰੀ ਲੈਂਦੇ ਆਂ," ਅਤੇ ਉਸ ਨੇ ਆਪਣੀ ਜੇਬ ਵਿਚੋਂ ਇਕ ਸੂਚੀ ਕੱਢ ਕੇ, ਕਦੇ ਐਨਕ ਦੇ ਵਿਚੋਂ ਦੀ ਅਤੇ ਕਦੇ ਐਨਕ ਦੇ ਉਤੋਂ ਦੀ, ਬੰਦਿਆਂ ਵੱਲ ਝਾਕਦਿਆਂ, ਨਾਮ ਪੜ੍ਹਨੇ ਸ਼ੁਰੂ ਕਰ ਦਿੱਤੇ।

"ਰਾਜ ਕੌਂਸਲ ਦੇ ਮੈਂਬਰ, ਇ.ਮ. ਨਿਕੀਫੋਰੋਵ।"

"ਮੈਂ ਹਾਜ਼ਰ ਹਾਂ," ਉਸ ਪ੍ਰਭਾਵਸ਼ਾਲੀ ਆਦਮੀ ਨੇ ਆਖਿਆ ਜਿਹੜਾ ਅਦਾਲਤੀ

ਤੌਰ ਤਰੀਕਿਆਂ ਤੋਂ ਚੰਗਾ ਜਾਣੂ ਸੀ।

"ਰਿਟਾਇਰਡ ਕਰਨਲ ਇਵਾਨ ਸੇਮੀਓਨੋਵਿਚ ਇਵਾਨੋਵ !"

"ਹਾਜ਼ਰ !" ਰਿਟਾਇਰ ਹੋ ਚੁਕੇ ਅਫਸਰ ਦੀ ਵਰਦੀ ਵਾਲੇ ਪਤਲੇ ਜਿਹੇ ਆਦਮੀ ਨੇ ਆਖਿਆ।

"ਦੂਜੀ ਗਿਲਡ ਦੇ ਵਪਾਰੀ, ਪਿਓਤਰ ਬਕਲਾਸ਼ੋਵ !"

"ਅਸੀਂ ਐਧਰ ਆਂ, ਤਿਆਰ ਬਰ ਤਿਆਰ !" ਖੁਸ਼ਮਿਜ਼ਾਜ ਵਪਾਰੀ ਨੇ ਖੁਲ੍ਹ ਕੇ ਮੁਸਕ੍ਰਾਉਂਦਿਆਂ ਆਖਿਆ।

"ਗਾਰਦ ਲੈਫਟੀਨੈਂਟ, ਪ੍ਰਿੰਸ ਦਮਿਤਰੀ ਨੇਖਲੀਊਦੋਵ !"

"ਮੈਂ ਮੌਜੂਦ ਹਾਂ," ਨੇਖਲੀਊਦੋਵ ਨੇ ਜਵਾਬ ਦਿੱਤਾ।

ਆਪਣੀ ਨੱਕ ਉਤੇ ਟਿਕੀ ਐਨਕ ਦੇ ਉਪਰੋਂ ਦੀ ਝਾਕਦਿਆਂ, ਦਰਬਾਨ ਨੇ ਹਲੀਮੀ ਅਤੇ ਖੁਸ਼ ਅਸਲੂਬੀ ਨਾਲ ਸਿਰ ਨਿਵਾਇਆ, ਜਿਵੇਂ ਉਹ ਉਸ ਨੂੰ ਦੂਜਿਆਂ ਨਾਲੋਂ ਨਿਖੇੜਨਾ ਚਾਹੁੰਦਾ ਹੋਵੇ।

"ਕਪਤਾਨ ਯੂਰੀ ਦਮਿਤਰੀਏਵਿਚ ਦਾਨਚੇਨਕੋ, ਵਪਾਰੀ ਗਰੀਗੋਰੀ ਯੇਫੀਮੋਵਿਚ ਕੂਲੇਸ਼ੋਵ," ਵਗੈਰਾ, ਵਗੈਰਾ।

ਦੋ ਨੂੰ ਛੱਡ ਕੇ ਬਾਕੀ ਸਭ ਮੌਜੂਦ ਸਨ।

"ਤੇ ਹੁਣ ਕਿਰਪਾ ਕਰ ਕੇ ਸ੍ਰੀਮਾਨ ਜੀ, ਅਦਾਲਤ ਵਿਚ ਪਧਾਰੋ,' ਦਰਬਾਨ ਨੇ ਪ੍ਰੇਮ ਭਾਵ ਨਾਲ ਹੱਥ ਨੂੰ ਹਿਲਾ ਕੇ ਦਰਵਾਜ਼ੇ ਵੱਲ ਇਸ਼ਾਰਾ ਕਰਦਿਆਂ ਆਖਿਆ।

ਇਕ ਦੂਜੇ ਨੂੰ ਲੰਘਣ ਦੇਣ ਲਈ ਰੁਕਦੇ ਹੋਏ, ਸਾਰੇ ਦਰਵਾਜ਼ੇ ਵੱਲ ਤੁਰ ਪਏ। ਫੇਰ ਉਹ ਲਾਂਘੇ ਵਿਚੋਂ ਦੀ ਹੁੰਦੇ ਹੋਏ ਅਦਾਲਤ ਵਿਚ ਪਹੁੰਚ ਗਏ।

ਅਦਾਲਤ ਦਾ ਕਮਰਾ ਇਕ ਵੱਡਾ ਤੇ ਲੰਮਾ ਸਾਰਾ ਕਮਰਾ ਸੀ। ਇਕ ਸਿਰੇ ਉਤੇ ਤਿੰਨ ਪੌੜੀਆਂ ਵਾਲਾ ਇਕ ਥੜਾ ਬਣਿਆ ਹੋਇਆ ਸੀ। ਥੜੇ ਉਤੇ ਇਕ ਮੇਜ਼ ਪਿਆ ਸੀ ਜਿਸ ਉਪਰ ਗੂੜ੍ਹੇ ਰੰਗ ਦੇ ਬਾਰਡਰ ਵਾਲਾ ਹਰੇ ਰੰਗ ਦਾ ਮੇਜ਼ਪੋਸ਼ ਵਿਛਿਆ ਹੋਇਆ ਸੀ। ਮੇਜ਼ ਦੇ ਪਿੱਛੇ ਬਾਹਾਂ ਵਾਲੀਆਂ ਤਿੰਨ ਕੁਰਸੀਆਂ ਪਈਆਂ ਸਨ। ਇਹ ਬਲੂਤ ਦੀਆਂ ਬਣੀਆਂ ਕੁਰਸੀਆਂ ਸਨ ਜਿਨ੍ਹਾਂ ਦੀਆਂ ਉੱਚੀਆਂ ਢੋਆਂ ਦੀ ਨਕਾਸ਼ੀ ਕੀਤੀ ਹੋਈ ਸੀ। ਇਹਨਾਂ ਕੁਰਸੀਆਂ ਦੇ ਪਿੱਛੇ ਕੰਧ ਉਤੇ ਜਨਰਲ ਦੀ ਵਰਦੀ ਵਿਚ ਸ਼ਹਿਨਸ਼ਾਹ ਦਾ ਸ਼ੋਖ ਰੰਗਾਂ ਵਿਚ ਬਣਾਇਆ ਗਿਆ ਆਦਮਕੱਦ ਪੋਰਟ੍ਰੇਟ ਟੰਗਿਆ ਹੋਇਆ ਸੀ। ਚਿਤਰ ਵਿਚ ਸ਼ਹਿਨਸ਼ਾਹ ਨੂੰ ਵਰਦੀ ਅਤੇ ਮੋਢਿਆਂ ਉਤੇ ਪੱਟਾ ਪਾਈ, ਇਕ ਕਦਮ ਅਗਾਂਹ ਵਧਾ ਕੇ, ਅਤੇ ਤਲਵਾਰ ਦੀ ਮੁਠ ਨੂੰ ਹੱਥ ਪਾਈ ਖਲੋਤਾ ਵਿਖਾਇਆ ਗਿਆ ਸੀ। ਸੱਜੀ ਨੁਕਰ ਵਿਚ ਇਕ ਚੌਖਟਾ ਸੀ ਜਿਸ ਵਿਚ ਕੰਡਿਆਂ ਦੇ ਮੁਕਟ ਵਾਲੀ ਈਸਾ ਦੀ ਮੂਰਤੀ ਸੀ। ਇਸ ਚੌਖਟੇ ਦੇ ਹੇਠਾਂ ਸੀ ਬਾਈਬਲ ਦਾ ਪਾਠ ਕਰਨ ਲਈ ਇਕ ਮੇਜ਼। ਓਸੇ ਹੀ ਪਾਸੇ ਛੋਟੇ ਸਰਕਾਰੀ ਵਕੀਲ ਦੀ ਮੇਜ਼ ਸੀ। ਇਸ ਮੇਜ਼ ਦੇ ਸਾਮ੍ਹਣੇ, ਖੱਬੇ ਪਾਸੇ ਸਕੱਤਰ ਦੀ ਮੇਜ਼ ਸੀ। ਅਤੇ ਉਸ ਤੋਂ ਪਰੇ ਲੋਕਾਂ ਦੇ ਬਹਿਣ ਦੀ ਥਾਂ ਦੇ ਨੇੜੇ ਬਲੂਤ ਦਾ ਇਕ ਜੰਗਲਾ

ਜਿਸ ਦੇ ਪਿੱਛੇ ਸੀ ਕੈਦੀਆਂ ਦਾ ਕਟਹਿਰਾ। ਅਜੇ ਤੱਕ ਕਟਹਿਰੇ ਵਿਚ ਕੋਈ ਨਹੀਂ ਸੀ। ਥੜ੍ਹੇ ਦੇ ਸੱਜੇ ਪਾਸੇ ਜਿਊਰੀ ਦੇ ਮੈਂਬਰਾਂ ਲਈ ਉੱਚੀ ਢੋ ਵਾਲੀਆਂ ਕੁਰਸੀਆਂ ਦੀਆਂ ਦੋ ਕਤਾਰਾਂ ਸਨ ਅਤੇ ਹੇਠਾਂ ਫਰਸ਼ ਉਤੇ ਵਕੀਲਾਂ ਦੀਆਂ ਮੇਜ਼ਾਂ। ਇਹ ਸਭ ਕੁਝ ਅਦਾਲਤ ਦੇ ਕਮਰੇ ਦੇ ਸਾਮ੍ਹਣੇ ਹਿੱਸੇ ਵਿਚ ਹੀ ਸੀ। ਇਸ ਹਿੱਸੇ ਨੂੰ ਕਮਰੇ ਵਿਚਕਾਰ ਇਕ ਜੰਗਲੇ ਨਾਲ ਪਿਛਲੇ ਹਿੱਸੇ ਤੋਂ ਵੱਖ ਕ਼ੀਤਾ ਹੋਇਆ ਸੀ।

ਪਿਛਲੇ ਸਾਰੇ ਹਿੱਸੇ ਵਿਚ ਬੈਂਚਾਂ ਦੀਆਂ ਕਤਾਰਾਂ ਸਨ। ਸਭ ਤੋਂ ਅਗਲੇ ਬੈਂਚਾ ਉਤੇ ਚਾਰ ਔਰਤਾਂ ਤੇ ਦੋ ਆਦਮੀ ਬੈਠੇ ਹੋਏ ਸਨ। ਇਹ ਔਰਤਾਂ ਜਾਂ ਤਾਂ ਨੌਕਰਾਣੀਆਂ ਸਨ ਜਾਂ ਫੈਕਟਰੀ ਵਿਚ ਕੰਮ ਕਰਦੀਆਂ ਮਜ਼ਦੂਰਨਾਂ। ਆਦਮੀ ਦੋਵੇਂ ਮਜ਼ਦੂਰ ਸਨ। ਇਸ ਕਮਰੇ ਦੇ ਠਾਠ-ਬਾਠ ਦਾ ਸਭ ਉਤੇ ਏਨਾ ਪ੍ਰਤੱਖ ਛੱਪਾ ਸੀ ਕਿ ਜੇ ਉਹ ਗੱਲ ਵੀ ਕਰਦੇ ਸਨ ਤੇ ਘੁਸਰ ਮੁਸਰ ਕਰ ਕੇ।

ਜਿਊਰੀ ਦੇ ਮੈਂਬਰਾਂ ਦੇ ਦਾਖਲ ਹੋਣ ਤੋਂ ਝੱਟ ਮਗਰੋਂ ਪੇਸ਼ਕਾਰ ਅੰਦਰ ਆਇਆ ਜਿਹੜਾ ਇਕ ਪਾਸੇ ਨੂੰ ਝੁਕ ਕੇ ਤੁਰਦਾ ਸੀ। ਸਾਮ੍ਹਣੇ ਆ ਕੇ ਉਹ ਉੱਚੀ ਆਵਾਜ਼ ਵਿਚ ਇਉਂ ਬੋਲਿਆ ਜਿਵੇਂ ਓਥੇ ਬੈਠੇ ਸਭਨਾਂ ਲੋਕਾਂ ਦਾ ਤ੍ਰਾਹ ਕੱਢਣਾ ਹੋਵੇ :

"ਅਦਾਲਤ ਆ ਰਹੀ ਹੈ।"

ਸਾਰੇ ਖੜੇ ਹੋ ਗਏ। ਜੱਜ ਸਾਹਿਬਾਨ ਥੜੇ ਉਪਰ ਚੜ੍ਹ ਗਏ। ਸਭ ਤੋਂ ਅੱਗੇ ਗਠਵੇਂ ਸਰੀਰ ਅਤੇ ਗੱਲ੍ਹਮੁੱਛਾਂ ਵਾਲਾ ਪ੍ਰਧਾਨ ਜੱਜ ਸੀ। ਉਸ ਦੇ ਪਿਛੇ ਦੂਸਰਾ ਸੁਨਿਹਰੀ ਚਸ਼ਮੇ ਵਾਲਾ ਉਹ ਜੱਜ ਸੀ ਜਿਹੜਾ ਹਮੇਸ਼ਾ ਉਦਾਸ ਰਹਿੰਦਾ ਸੀ। ਇਸ ਵੇਲੇ ਉਸ ਨੇ ਹੋਰ ਵੀ ਬਹੁਤਾ ਮੂੰਹ ਲਟਕਾਇਆ ਹੋਇਆ ਸੀ। ਇਸ ਦਾ ਕਾਰਨ ਇਹ ਸੀ ਕਿ ਹੁਣੇ ਹੁਣੇ ਉਸ ਨੂੰ ਜੱਜ ਦੀ ਪਦਵੀ ਦਾ ਉਮੀਦਵਾਰ ਉਹਦਾ ਸਾਲਾ ਮਿਲਿਆ ਸੀ ਜਿਸ ਨੇ ਉਹਨੂੰ ਦੱਸਿਆ ਸੀ ਕਿ ਉਹ ਆਪਣੀ ਭੈਣ (ਜੱਜ ਦੀ ਪਤਨੀ) ਨੂੰ ਮਿਲ ਕੇ ਆ ਰਿਹਾ ਹੈ ਅਤੇ ਉਸ ਨੇ ਉਹਨੂੰ ਕਿਹਾ ਹੈ ਕਿ ਅੱਜ ਉਹਨਾਂ ਦੇ ਦੁਪਹਿਰ ਦੀ ਰੋਟੀ ਨਹੀਂ ਬਣੇਗੀ।

"ਸੋ ਆਪਾਂ ਨੂੰ ਕਿਸੇ ਢਾਬੇ ਤੇ ਜਾਣਾ ਪਏਗਾ," ਸਾਲੇ ਨੇ ਹੱਸ ਕੇ ਕਿਹਾ ਸੀ।

"ਇਹਦੇ ਵਿਚ ਹੱਸਣ ਵਾਲੀ ਕਿਹੜੀ ਗੱਲ ਹੋਈ?" ਉਦਾਸ ਜੱਜ ਨੇ ਕਿਹਾ ਤੇ ਉਹ ਹੋਰ ਵੀ ਉਦਾਸ ਹੋ ਗਿਆ।

ਫੇਰ ਸਭ ਤੋਂ ਪਿਛੋਂ ਤੀਸਰਾ ਜੱਜ ਆਇਆ। ਓਹੋ ਮਾਤਵੇਈ ਨਿਕੀਤਿਚ ਜਿਹੜਾ ਹਮੇਸ਼ਾ ਦੇਰ ਨਾਲ ਆਉਂਦਾ ਸੀ। ਉਸ ਨੇ ਦਾੜ੍ਹੀ ਰੱਖੀ ਹੋਈ ਸੀ ਅਤੇ ਉਹਦੀਆਂ ਮੋਟੀਆਂ ਮੋਟੀਆਂ, ਗੋਲ ਮੋਲ ਮਿਹਰਬਾਨ ਅੱਖਾਂ ਸਨ। ਉਹਨੂੰ ਮਿਹਦੇ ਦੀ ਸੋਜ ਦੀ ਬੀਮਾਰੀ ਸੀ ਅਤੇ ਆਪਣੇ ਡਾਕਟਰ ਦੀ ਸਲਾਹ ਨਾਲ ਅੱਜ ਸਵੇਰੇ ਉਹਨੇ ਇਕ ਨਵਾਂ ਇਲਾਜ ਸ਼ੁਰੂ ਕੀਤਾ ਸੀ ਜਿਸ ਕਰਕੇ ਉਹਨੂੰ ਬਹੁਤਾ ਚਿਰ ਘਰ ਰਹਿਣਾ ਪਿਆ। ਇਸ ਵੇਲੇ ਜਦੋਂ ਉਹ ਥੜੇ ਉਤੇ ਚੜ੍ਹ ਰਿਹਾ ਸੀ ਤਾਂ ਉਹ ਆਪਣੇ ਧਿਆਨ ਵਿਚ ਮਸਤ ਸੀ। ਅਸਲ ਗੱਲ ਇਹ ਸੀ ਕਿ ਉਸ ਨੂੰ ਇਕ ਆਦਤ ਸੀ ਆਪਣੇ ਆਪ ਨੂੰ ਤਰ੍ਹਾਂ ਤਰ੍ਹਾਂ ਦੇ ਸਵਾਲ ਕਰਨਾ ਤੇ

ਅਜੀਬ ਅਜੀਬ ਢੰਗਾਂ ਨਾਲ ਉਹਨਾਂ ਦੇ ਜਵਾਬ ਹਾਸਿਲ ਕਰਨਾ। ਹੁਣੇ ਹੀ ਉਸ ਨੇ ਆਪਣੇ ਆਪ ਨੂੰ ਇਹ ਸਵਾਲ ਪਾਇਆ ਸੀ ਕਿ ਨਵੇਂ ਇਲਾਜ ਨਾਲ ਉਸ ਨੂੰ ਫਾਇਦਾ ਹੋਵੇਗਾ ਜਾਂ ਨਹੀਂ। ਜਵਾਬ ਵਿਚ ਉਸ ਨੇ ਇਹ ਸੋਚਿਆ ਸੀ ਕਿ ਦਰਵਾਜ਼ੇ ਤੋਂ ਲੈ ਕੇ ਆਪਣੀ ਕੁਰਸੀ ਤੱਕ ਉਹ ਜਿੰਨੇ ਕਦਮ ਰਖੇਗਾ ਜੇ ਉਹਨਾਂ ਦੀ ਗਿਣਤੀ ਤਿੰਨ ਨਾਲ ਪੂਰੀ ਪੂਰੀ ਤਕਸੀਮ ਹੋ ਗਈ ਤਾਂ ਇਸ ਦਵਾਈ ਨਾਲ ਉਹਦੀ ਸੋਜ ਠੀਕ ਹੋ ਜਾਏਗੀ। ਉਸ ਨੇ ਛੱਬੀ ਕਦਮ ਰੱਖੇ ਸਨ ਪਰ ਕੁਰਸੀ ਦੇ ਨੇੜੇ ਆ ਕੇ ਇਕ ਛੋਟਾ ਕਦਮ ਹੋਰ ਪੁੱਟ ਕੇ ਉਸ ਨੇ ਸਤਾਈ ਪੂਰੇ ਕਰ ਲਏ।

ਤਿੱਲੇ ਦੀ ਕਢਾਈ ਵਾਲੇ ਕਾਲਰਾਂ ਵਾਲੀਆਂ ਵਰਦੀਆਂ ਵਿਚ, ਪ੍ਰਧਾਨ ਤੇ ਉਹਦੇ ਸਾਥੀ ਜੱਜਾਂ ਦੀਆਂ ਸ਼ਕਲਾਂ ਦਾ ਬੜਾ ਰੋਅਬ ਸੀ। ਜਾਪਦਾ ਸੀ ਉਹ ਆਪ ਵੀ ਇਸ ਤਰ੍ਹਾਂ ਹੀ ਮਹਿਸੂਸ ਕਰ ਰਹੇ ਸਨ। ਉਹ ਜਲਦੀ ਜਲਦੀ ਹਰੇ ਕਪੜੇ ਵਾਲੇ ਮੇਜ਼ ਦੇ ਪਿਛੇ ਉੱਚੀ ਢੋ ਵਾਲੀਆਂ ਕੁਰਸੀਆਂ ਉਤੇ ਇਉਂ ਜਾ ਕੇ ਬੈਠੇ ਸਨ ਜਿਵੇਂ ਆਪਣੇ ਤੇਜ ਪ੍ਰਤਾਪ ਤੋਂ ਆਪ ਹੀ ਪ੍ਰਭਾਵਤ ਹੋ ਗਏ ਹੋਣ। ਮੇਜ਼ ਉਤੇ ਇਕ ਤਿਕੋਣੀ ਚੀਜ਼ ਪਈ ਸੀ ਜਿਸ ਦੇ ਸਿਰ ਉਤੇ ਇਕ ਬਾਜ਼ ਬਣਿਆ ਹੋਇਆ ਸੀ। ਇਸ ਤੋਂ ਬਿਨਾਂ ਸ਼ੀਸ਼ੇ ਦੇ ਦੋ ਫੁਲਦਾਨ ਸਨ ਜਿਹੜੇ ਬੂਫੇ ਵਿਚ ਮਿਠੀਆਂ ਗੋਲੀਆਂ ਰਖਣ ਵਾਸਤੇ ਪਏ ਬਰਤਨਾਂ ਵਰਗੇ ਸਨ। ਇਸ ਦੇ ਨਾਲ ਹੀ ਇਕ ਕਲਮਦਾਨ, ਕਲਮਾਂ, ਕੋਰੇ ਕਾਗਜ਼ ਅਤੇ ਰੰਗ ਬਰੰਗੀਆਂ ਨਵੀਆਂ ਘੜੀਆਂ ਪੈਨਸਿਲਾਂ ਰੱਖੀਆਂ ਹੋਈਆਂ ਸਨ। ਜੱਜਾਂ ਦੇ ਪਿੱਛੇ ਛੋਟਾ ਸਰਕਾਰੀ ਵਕੀਲ ਅੰਦਰ ਆਇਆ। ਉਸ ਨੇ ਇਕ ਬਾਂਹ ਦੇ ਹੇਠਾਂ ਬੈਗ ਦੱਬਿਆ ਹੋਇਆ ਸੀ। ਦੂਜੀ ਬਾਂਹ ਨੂੰ ਉਹ ਅੱਗੇ ਪਿੱਛੇ ਝੁਲਾਉਂਦਾ ਹੋਇਆ ਛੋਹਲੇ ਕਦਮੀ ਆਪਣੀ ਕੁਰਸੀ ਤੇ ਜਾ ਬੈਠਾ ਜਿਹੜੀ ਖਿੜਕੀ ਦੇ ਨੇੜੇ ਕਰਕੇ ਸੀ। ਇਕ ਮਿੰਟ ਵੀ ਜ਼ਾਇਆ ਕੀਤੇ ਬਗੈਰ ਉਹ ਫੌਰਨ ਆਪਣੇ ਕਾਗਜ਼ਾਂ ਉਤੇ ਨਜ਼ਰ ਮਾਰਨ ਲੱਗ ਪਿਆ। ਉਹ ਚਾਹੁੰਦਾ ਸੀ ਕਿ ਕਾਰਵਾਈ ਸ਼ੁਰੂ ਹੋਣ ਤੋਂ ਪਹਿਲਾਂ ਆਪਣਾ ਕੇਸ ਚੰਗੀ ਤਰ੍ਹਾਂ ਤਿਆਰ ਕਰ ਲਵੇ। ਇਸ ਛੋਟੇ ਸਰਕਾਰੀ ਵਕੀਲ ਨੇ ਹਾਲੇ ਤੱਕ ਸਿਰਫ ਚਾਰ ਮੁਕਦਮਿਆਂ ਦੀ ਹੀ ਪੈਰਵੀ ਕੀਤੀ ਸੀ। ਉਹ ਲਾਲਸਾ ਵਾਲਾ ਬੰਦਾ ਸੀ ਅਤੇ ਉਹਨੇ ਦਿਲ ਵਿਚ ਪੱਕੀ ਧਾਰੀ ਹੋਈ ਸੀ ਕਿ ਇਕ ਦਿਨ ਕਿਸੇ ਉੱਚੇ ਅਹੁਦੇ ਤੇ ਪਹੁੰਚਣਾ ਜ਼ਰੂਰ ਹੈ। ਇਸ ਕਰਕੇ ਉਹ ਜ਼ਰੂਰੀ ਸਮਝਦਾ ਸੀ ਕਿ ਮੁਕਦਮੇ ਦੀ ਪੈਰਵੀ ਕਰ ਕੇ ਜੁਰਮ ਸਾਬਤ ਕਰੇ। ਜ਼ਹਿਰ ਦਿੱਤੇ ਜਾਣ ਵਾਲੇ ਮਾਮਲੇ ਦੀ ਉਸ ਨੂੰ ਮੋਟੀ ਮੋਟੀ ਜਾਣਕਾਰੀ ਸੀ, ਪਰ ਹਾਲੇ ਵੀ ਕੁਝ ਤੱਥ ਉਸ ਨੂੰ ਚਾਹੀਦੇ ਸਨ ਜਿਹੜੇ ਉਸ ਨੇ ਛੇਤੀ ਛੇਤੀ ਕਾਗਜ਼ ਉਤੇ ਲਿਖਣੇ ਸ਼ੁਰੂ ਕਰ ਦਿੱਤੇ ਸਨ।

ਥੜੇ ਦੇ ਸਾਮ੍ਹਣੇ ਪਾਸੇ ਸਕੱਤਰ ਬੈਠਾ ਸੀ। ਜਿਹੜੇ ਵੀ ਕਾਗਜ਼-ਪੱਤਰ ਦੀ ਲੋੜ ਪੈ ਸਕਦੀ ਸੀ ਉਸ ਨੇ ਉਹ ਤਿਆਰ ਕਰ ਕੇ ਰਖ ਲਏ ਸਨ ਅਤੇ ਬੈਠਾ ਇਕ ਲੇਖ ਪੜ੍ਹ ਰਿਹਾ ਸੀ। ਕਿਸੇ ਅਖਬਾਰ ਵਿਚ ਛੱਪਿਆ ਇਹ ਓਹੋ ਲੇਖ ਸੀ ਜਿਸ ਉਤੇ ਸੈਂਸਰ ਨੇ ਪਾਬੰਦੀ ਲਾ ਦਿੱਤੀ ਸੀ। ਉਸ ਨੇ ਇਕ ਦਿਨ ਪਹਿਲਾਂ ਇਹ ਲੇਖ ਹਾਸਿਲ ਕਰ ਕੇ ਪੜ੍ਹ ਤਾਂ ਲਿਆ ਸੀ ਪਰ ਇਕ ਵਾਰੀ ਹੋਰ ਉਹਦੇ ਉਤੇ ਨਜ਼ਰ ਮਾਰ ਲੈਣਾ ਚਾਹੁੰਦਾ ਸੀ। ਕਾਰਨ

ਇਹ ਸੀ ਕਿ ਉਹ ਦਾੜ੍ਹੀ ਵਾਲੇ ਜੱਜ ਨਾਲ ਜਿਹੜਾ ਉਸ ਦੇ ਵਿਚਾਰਾਂ ਵਾਲਾ ਬੰਦਾ ਸੀ ਇਸ ਲੇਖ ਬਾਰੇ ਗਲਬਾਤ ਕਰਨਾ ਚਾਹੁੰਦਾ ਸੀ।

੮

ਪ੍ਰਧਾਨ ਨੇ ਕੁਝ ਕਾਗਜ਼ਾਂ ਉਤੇ ਨਜ਼ਰ ਮਾਰੀ। ਫੇਰ ਪੇਸ਼ਕਾਰ ਤੇ ਸਕੱਤਰ ਨੂੰ ਕੁਝ ਸਵਾਲ ਪੁੱਛੇ ਜਿਨ੍ਹਾਂ ਦਾ 'ਹਾਂ' ਵਿਚ ਜਵਾਬ ਹਾਸਿਲ ਕਰਨ ਮਗਰੋਂ ਉਸ ਨੇ ਕੈਦੀਆਂ ਨੂੰ ਪੇਸ਼ ਕਰਨ ਦਾ ਹੁਕਮ ਦਿੱਤਾ।

ਇਕਦਮ ਜੰਗਲੇ ਪਿਛਲਾ ਦਰਵਾਜ਼ਾ ਖੁਲ੍ਹਿਆ ਅਤੇ ਹੱਥਾਂ ਵਿਚ ਨੰਗੀਆਂ ਤਲਵਾਰਾਂ ਫੜੀ ਅਤੇ ਸਿਰਾਂ ਉਤੇ ਟੋਪੀਆਂ ਪਾਈ ਦੋ ਜਾਂਦਾਰਮ* ਅੰਦਰ ਆਏ ਜਿਨ੍ਹਾਂ ਦੇ ਪਿੱਛੇ ਪਿੱਛੇ ਕੈਦੀ ਸਨ : ਇਕ ਆਦਮੀ ਅਤੇ ਦੋ ਔਰਤਾਂ। ਆਦਮੀ ਦੇ ਵਾਲ ਲਾਖੇ ਸਨ ਤੇ ਚਿਹਰੇ ਉਤੇ ਦਾਗ। ਉਸ ਨੇ ਕੈਦੀਆਂ ਵਾਲਾ ਚੋਗਾ ਪਾਇਆ ਹੋਇਆ ਸੀ ਜਿਹੜਾ ਉਹਨੂੰ ਬਹੁਤ ਵੱਡਾ ਸੀ, ਲੰਬਾਈ ਦੇ ਰੁਖ਼ ਵੀ ਅਤੇ ਚੌੜਾਈ ਦੇ ਰੁਖ ਵੀ। ਉਸ ਨੇ ਆਪਣੀਆਂ ਬਾਹਵਾਂ ਵੱਖੀਆਂ ਦੇ ਨਾਲ ਸਿਧੀਆਂ ਤਣੀਆਂ ਹੋਈਆਂ ਸਨ ਤੇ ਹੱਥਾਂ ਦੇ ਅੰਗੂਠੇ ਬਾਹਰ ਵੱਲ ਅਕੜਾਏ ਹੋਏ ਸਨ ਤੇ ਇਸ ਤਰ੍ਹਾਂ ਚੋਗੇ ਦੀਆਂ ਬਾਹਵਾਂ, ਜਿਹੜੀਆਂ ਬਹੁਤ ਹੀ ਲੰਮੀਆਂ ਸਨ, ਨੂੰ ਆਪਣੇ ਹੱਥਾਂ ਉਤੇ ਤਿਲਕ ਆਉਣ ਤੋਂ ਰੋਕਿਆ ਹੋਇਆ ਸੀ। ਜੱਜਾਂ ਅਤੇ ਦਰਸ਼ਕਾਂ ਵੱਲ ਵੇਖੇ ਬਗ਼ੈਰ ਉਸ ਨੇ ਦ੍ਰਿੜ੍ਹਤਾ ਨਾਲ ਬੈਂਚ ਉਤੇ ਨਜ਼ਰ ਮਾਰੀ ਅਤੇ, ਉਸ ਦੇ ਦੂਜੇ ਸਿਰੇ ਉਤੇ ਪਹੁੰਚ ਕੇ, ਦੂਜਿਆਂ ਵਾਸਤੇ ਖੁਲ੍ਹੀ ਥਾਂ ਛੱਡ ਕੇ, ਬਿਲਕੁਲ ਸਿਰੇ ਉਤੇ ਸੰਭਲ ਕੇ ਬਹਿ ਗਿਆ। ਫੇਰ ਉਸ ਨੇ ਪ੍ਰਧਾਨ ਉਤੇ ਆਪਣੀਆਂ ਨਜ਼ਰਾਂ ਗੱਡੀਆਂ ਅਤੇ ਉਸ ਦੀਆਂ ਗੱਲ੍ਹਾਂ ਦੇ ਪੱਠੇ ਇਉਂ ਫਰਕਣ ਲੱਗੇ ਜਿਵੇਂ ਕੁਝ ਘੁਸਰ ਮੁਸਰ ਕਰ ਰਿਹਾ ਹੋਵੇ। ਉਹਦੇ ਮਗਰ ਮਗਰ ਆਉਣ ਵਾਲੀ ਔਰਤ ਨੇ ਵੀ ਕੈਦੀਆਂ ਵਾਲਾ ਚੋਗਾ ਪਾਇਆ ਹੋਇਆ ਸੀ, ਅਤੇ ਆਪਣੇ ਸਿਰ ਉਤੇ ਕੈਦੀਆਂ ਵਾਲਾ ਰੁਮਾਲ ਬੰਨ੍ਹਿਆ ਹੋਇਆ ਸੀ। ਉਹ ਵਡੇਰੀ ਉਮਰ ਦੀ ਜ਼ਨਾਨੀ ਸੀ ਜਿਸ ਦੇ ਚਿਹਰੇ ਦਾ ਰੰਗ ਪੀਲਾ ਸੀ। ਉਸ ਦੀਆਂ ਨਾ ਝਿੰਮਣੀਆਂ ਸਨ ਨਾ ਭਰਵੱਟੇ ਅਤੇ ਅੱਖਾਂ ਲਾਲ ਸਨ। ਉਹ ਬਿਲਕੁਲ ਸ਼ਾਂਤ ਅਡੋਲ ਲੱਗਦੀ ਸੀ। ਉਹਦਾ ਚੋਗਾ ਕਿਸੇ ਚੀਜ਼ ਨਾਲ ਅੜ ਗਿਆ ਤਾਂ ਉਸ ਨੇ ਬਿਨਾਂ ਕਿਸੇ ਕਾਹਲ ਦੇ, ਧਿਆਨ ਨਾਲ ਉਸ ਨੂੰ ਛੁਡਾਇਆ, ਤੇ ਆਰਾਮ ਨਾਲ ਬਹਿ ਗਈ।

ਕੈਦੀਆਂ ਵਿਚ ਤੀਜੀ ਸੀ ਮਾਸਲੋਵਾ।

---

* ਹਥਿਆਰਬੰਦ ਪੁਲਸ ਦੇ ਬੰਦੇ।—ਸੰਪਾ :

ਜਿਵੇਂ ਹੀ ਉਹ ਅਦਾਲਤ ਦੇ ਕਮਰੇ ਵਿਚ ਦਾਖਲ ਹੋਈ, ਸਭਨਾਂ ਲੋਕਾਂ ਦੀਆਂ ਨਜ਼ਰਾਂ ਉਹਦੇ ਵੱਲ ਭੌਂ ਗਈਆਂ, ਅਤੇ ਉਹਦੇ ਗੋਰੇ ਮੂੰਹ, ਉਹਦੀਆਂ ਚੰਗਿਆੜੇ ਛੱਡਦੀਆਂ ਲਿਸ਼ਕਦੀਆਂ ਕਾਲੀਆਂ ਅੱਖਾਂ, ਅਤੇ ਜੇਲ੍ਹ ਦੇ ਚੋਗੇ ਹੇਠੋਂ ਉਭਰੀਆਂ ਉਹਦੀਆਂ ਛਾਤੀਆਂ ਉਤੇ ਗੱਡੀਆਂ ਗਈਆਂ। ਉਹ ਜਾਂਦਾਰਮ ਵੀ ਜਿਹਦੇ ਅੱਗੋਂ ਦੀ ਲੰਘ ਕੇ ਉਹ ਆਪਣੀ ਥਾਂ ਵੱਲ ਵਧੀ ਸੀ ਓਨਾ ਚਿਰ ਟਿਕਟਿਕੀ ਬੰਨ੍ਹ ਕੇ ਉਹਦੇ ਵੱਲ ਵੇਖਦਾ ਰਿਹਾ ਜਿੰਨਾ ਚਿਰ ਉਹ ਬਹਿ ਨਹੀਂ ਗਈ। ਅਤੇ ਫੇਰ, ਜਿਵੇਂ ਕਸੂਰਵਾਰ ਮਹਿਸੂਸ ਕਰਦਿਆਂ, ਛੇਤੀ ਨਾਲ ਮੂੰਹ ਦੂਜੇ ਪਾਸੇ ਕਰ ਲਿਆ, ਆਪਣੇ ਆਪ ਨੂੰ ਛੰਡਿਆ, ਅਤੇ ਆਪਣੇ ਸਾਮ੍ਹਣੇ ਵਾਲੀ ਖਿੜਕੀ ਵੱਲ ਝਾਕਣ ਲੱਗ ਪਿਆ।

ਪ੍ਰਧਾਨ ਜੱਜ ਓਨਾ ਚਿਰ ਚੁਪ ਬੈਠਾ ਰਿਹਾ ਜਿੰਨਾਂ ਚਿਰ ਕੈਦੀ ਆਪੋ ਆਪਣੀ ਥਾਂ ਬਹਿ ਨਹੀਂ ਗਏ। ਅਤੇ ਜਦੋਂ ਮਾਸਲੋਵਾ ਵੀ ਬਹਿ ਗਈ ਤਾਂ ਪ੍ਰਧਾਨ ਨੇ ਸਕੱਤਰ ਨੂੰ ਸੰਬੋਧਨ ਕੀਤਾ।

ਫੇਰ ਰੋਜ਼ ਹੋਣ ਵਾਲੀ ਕਾਰਵਾਈ ਸ਼ੁਰੂ ਹੋਈ। ਜਿਊਰੀ ਦੇ ਮੈਂਬਰਾਂ ਦੀ ਗਿਣਤੀ ਹੋਈ। ਜਿਹੜੇ ਨਹੀਂ ਆਏ ਸਨ ਉਹਨਾਂ ਬਾਰੇ ਟੀਕਾ ਟਿਪਣੀ ਕੀਤੀ ਗਈ ਅਤੇ ਉਹਨਾਂ ਕੋਲੋਂ ਵਸੂਲ ਕੀਤੇ ਜਾਣ ਵਾਲੇ ਜੁਰਮਾਨੇ ਮਿਥੇ ਗਏ। ਜਿਨ੍ਹਾਂ ਨੇ ਛੁੱਟੀ ਵਾਸਤੇ ਅਰਜ਼ੀਆਂ ਦਿੱਤੀਆਂ ਹੋਈਆਂ ਸਨ ਉਹਨਾਂ ਬਾਰੇ ਫੈਸਲਾ ਲਿਆ ਗਿਆ। ਅਤੇ ਫੇਰ ਜਿਊਰੀ ਦੇ ਰਾਖਵੇਂ ਮੈਂਬਰ ਥਾਪੇ ਗਏ।

ਪ੍ਰਧਾਨ ਨੇ ਕਾਗਜ਼ ਦੇ ਕੁਝ ਟੁਕੜੇ ਲਏ, ਉਹਨਾਂ ਨੂੰ ਦੂਹਰਾ ਚੌਹਰਾ ਕੀਤਾ ਅਤੇ ਇਕ ਸ਼ੀਸ਼ੇ ਦੇ ਫੁਲਦਾਨ ਵਿਚ ਸੁੱਟ ਦਿੱਤਾ। ਫੇਰ ਉਸ ਨੇ ਆਪਣੀ ਵਰਦੀ ਦੇ ਤਿੱਲੇ ਦੀ ਕਢਾਈ ਵਾਲੇ ਕਫ ਰਤਾ ਕੁ ਉਪਰ ਕੀਤੇ ਜਿਸ ਨਾਲ ਉਹਦੇ ਗੁਟ ਦੇ ਸੰਘਣੇ ਵਾਲ ਨਜ਼ਰ ਆਉਣ ਲੱਗ ਪਏ। ਇਸ ਤੋਂ ਮਗਰੋਂ ਉਹਨੇ ਇਕ ਮਦਾਰੀ ਦੇ ਅੰਦਾਜ਼ ਨਾਲ, ਕਾਗਜ਼ ਦੇ ਟੋਟਿਆਂ ਨੂੰ ਇਕ ਇਕ ਕਰ ਕੇ ਫੁਲਦਾਨ ਵਿਚੋਂ ਕੱਢਣਾ ਅਤੇ ਖੋਹਲਣਾ ਸ਼ੁਰੂ ਕੀਤਾ। ਇਸ ਤੋਂ ਮਗਰੋਂ, ਆਪਣੇ ਕਫਾਂ ਨੂੰ ਹੇਠਾਂ ਕਰ ਕੇ, ਪ੍ਰਧਾਨ ਨੇ ਪਾਦਰੀ ਨੂੰ ਬੇਨਤੀ ਕੀਤੀ ਕਿ ਉਹ ਜਿਊਰੀ ਨੂੰ ਹਲਫ ਦਿਵਾਏ।

ਬੁੱਢਾ ਪਾਦਰੀ ਮੂਰਤੀ ਹੇਠਲੇ ਭਾਸ਼ਨ-ਮੰਚ ਕੋਲ ਆਇਆ। ਉਸ ਦਾ ਮੂੰਹ ਫੁਲਿਆ ਹੋਇਆ ਸੀ ਤੇ ਰੰਗ ਪੀਲਾ ਜ਼ਰਦ। ਪਾਦਰੀ ਨੇ ਗੱਲ ਵਿਚ ਭੂਰੇ ਰੰਗ ਦਾ ਚੋਲਾ ਪਾਇਆ ਸੀ। ਸੀਨੇ ਉਤੇ ਸੋਨੇ ਦੀ ਸਲੀਬ ਤੇ ਛੋਟਾ ਜਿਹਾ ਤਮਗਾ ਲਟਕ ਰਿਹਾ ਸੀ। ਉਹ ਤੁਰਦਾ ਇਉਂ ਸੀ ਜਿਵੇਂ ਆਕੜੀਆਂ ਹੋਈਆਂ ਬੋਝਲ ਲੱਤਾਂ ਨੂੰ ਜ਼ੋਰ ਲਾ ਕੇ ਘਸੀਟ ਰਿਹਾ ਹੋਵੇ।

ਜਿਊਰੀ ਦੇ ਮੈਂਬਰ ਆਪਣੀਆਂ ਥਾਵਾਂ ਤੋਂ ਉਠੇ ਤੇ ਭਾਸ਼ਨ-ਮੰਚ ਦੇ ਕੋਲ ਇਕੱਠੇ ਹੋ ਗਏ।

"ਆਓ, ਕਿਰਪਾ ਕਰਕੇ," ਪਾਦਰੀ ਨੇ ਆਪਣੇ ਪਿਲਪਲੇ ਹੱਥ ਨਾਲ ਛਾਤੀ ਤੇ ਲਟਕਦੀ ਸਲੀਬ ਨੂੰ ਫੜਦਿਆਂ ਆਖਿਆ ਅਤੇ ਜਿਊਰੀ ਦੇ ਮੈਂਬਰਾਂ ਦੀ ਮੰਚ ਦੇ ਨੇੜੇ ਹੋ ਜਾਣ ਦੀ ਉਡੀਕ ਕਰਨ ਲੱਗਾ।

ਇਹ ਪਾਦਰੀ ਛਤਾਲੀ ਸਾਲਾਂ ਤੋਂ ਇਹ ਪਾਦਰੀਪੁਣਾ ਕਰ ਰਿਹਾ ਸੀ ਅਤੇ ਤਿੰਨਾਂ ਸਾਲਾਂ ਨੂੰ ਉਸੇ ਤਰ੍ਹਾਂ ਆਪਣੀ ਜੁਬਲੀ ਮਨਾਉਣ ਦੀਆਂ ਤਿਆਰੀਆਂ ਕਰ ਰਿਹਾ ਸੀ ਜਿਵੇਂ ਥੋੜਾ ਚਿਰ ਪਹਿਲਾਂ ਇਲਾਕੇ ਦੇ ਵੱਡੇ ਗਿਰਜੇ ਦੇ ਲਾਟ-ਪਾਦਰੀ ਨੇ ਆਪਣੀ ਜੁਬਲੀ ਮਨਾਈ ਸੀ। ਜਦੋਂ ਤੋਂ ਇਹ ਫੌਜਦਾਰੀ ਅਦਾਲਤ ਬਣੀ ਸੀ ਓਦੋਂ ਤੋਂ ਹੀ ਉਹ ਏਥੇ ਕੰਮ ਕਰ ਰਿਹਾ ਸੀ, ਅਤੇ ਉਹਨੂੰ ਇਸ ਗੱਲ ਦਾ ਬੜਾ ਮਾਣ ਸੀ ਕਿ ਉਸ ਨੇ ਹਜ਼ਾਰਾਂ ਹੀ ਬੰਦਿਆਂ ਨੂੰ ਹਲਫ ਦਵਾਇਆ ਹੈ, ਅਤੇ ਆਪਣੀ ਬਜ਼ੁਰਗਵਾਰ ਉਮਰ ਦੇ ਬਾਵਜੂਦ ਉਹ ਚਰਚ ਦੀ, ਮਾਤਭੂਮੀ ਦੀ, ਅਤੇ ਆਪਣੇ ਪਰਵਾਰ ਦੀ ਭਲਾਈ ਲਈ ਹਾਲੇ ਵੀ ਲਗਾਤਾਰ ਮਿਹਨਤ ਕਰ ਰਿਹਾ ਹੈ। ਉਹਨੂੰ ਆਸ ਸੀ ਕਿ ਉਹ ਪਰਵਾਰ ਲਈ, ਆਪਣੇ ਮਕਾਨ ਤੋਂ ਇਲਾਵਾ, ਵਿਆਜੀ ਹੁੰਡੀਆਂ ਦੀ ਸ਼ਕਲ ਵਿਚ ਤੀਹ ਹਜ਼ਾਰ ਰੂਬਲ ਛੱਡ ਜਾਵੇਗਾ। ਇਹ ਗੱਲ ਉਸ ਨੂੰ ਕਦੇ ਨਹੀਂ ਸੀ ਅਹੁੜੀ ਕਿ ਉਹਦੀ ਪੁਜ਼ੀਸ਼ਨ ਵਾਲੇ ਬੰਦੇ ਲਈ ਇਹ ਨਾਮੁਨਾਸਬ ਹੈ ਕਿ ਲੋਕਾਂ ਨੂੰ ਅੰਜੀਲ ਦੀਆਂ ਕਸਮਾਂ ਖੁਆਏ ਜੋ ਕਸਮ ਖਾਣ ਦੀ ਮਨਾਹੀ ਕਰਦੀ ਹੈ। ਇਸ ਗੱਲ ਦੀ ਉਹਨੂੰ ਉੱਕਾ ਹੀ ਕੋਈ ਪ੍ਰੇਸ਼ਾਨੀ ਨਹੀਂ ਸੀ। ਇਸ ਦੇ ਉਲਟ, ਉਸ ਨੂੰ ਆਪਣਾ ਇਹ ਜਾਣਿਆ-ਪਛਾਣਿਆ ਕਿੱਤਾ ਪਸੰਦ ਸੀ, ਜਿਸ ਸਦਕਾ ਉਸ ਦੀ ਕਈ ਵਾਰੀ ਚੰਗੇ ਚੰਗੇ ਲੋਕਾਂ ਨਾਲ ਵਾਕਫੀਅਤ ਹੋ ਗਈ ਸੀ। ਉਸ ਨੂੰ ਇਸ ਗੱਲ ਦੀ ਘਟ ਖੁਸ਼ੀ ਨਹੀਂ ਸੀ ਕਿ ਹੁਣ ਉਹਦੀ ਉਸ ਪ੍ਰਸਿਧ ਐਡਵੋਕੇਟ ਨਾਲ ਜਾਣ-ਪਛਾਣ ਹੋ ਗਈ ਸੀ, ਜਿਸ ਨੇ ਵੱਡੇ ਵੱਡੇ ਫੁਲਾਂ ਵਾਲੀ ਟੋਪੀ ਵਾਲੀ ਬੁੱਢੀ ਔਰਤ ਦੇ ਖਿਲਾਫ ਇਕੋ ਹੀ ਮੁਕਦਮੇ ਬਦਲੇ ਦੱਸ ਹਜ਼ਾਰ ਰੂਬਲ ਕਮਾਈ ਕਰ ਕੇ ਉਹਦੇ ਦਿਲ ਵਿਚ ਵੱਡੇ ਸਤਿਕਾਰ ਦੀ ਥਾਂ ਬਣਾ ਲਈ ਸੀ।

ਜਦੋਂ ਉਹ ਸਾਰੇ ਜਣੇ ਥੜੇ ਦੀਆਂ ਪੌੜੀਆਂ ਚੜ੍ਹ ਗਏ, ਤਾਂ ਪਾਦਰੀ ਨੇ ਆਪਣੇ ਚੋਗੇ ਉਪਰਲੇ ਰਸਮੀ ਪੱਟੇ ਦੇ ਥਿੰਦੇ ਗਲਮੇ ਵਿਚੋਂ ਆਪਣਾ ਗੰਜਾ ਧੌਲਾ ਸਿਰ ਟੇਡਾ ਕਰ ਕੇ ਲੰਘਾਇਆ, ਅਤੇ ਆਪਣੇ ਵਿਰਲੇ ਵਿਰਲੇ ਵਾਲਾਂ ਨੂੰ ਸਵਾਰ ਕੇ ਉਸ ਨੇ ਇਕ ਵਾਰ ਫੇਰ ਜਿਊਰੀ ਨੂੰ ਸੰਬੋਧਨ ਕੀਤਾ।

"ਹੁਣ ਆਪਣੀਆਂ ਸੱਜੀਆਂ ਬਾਹਵਾਂ ਇਸ ਤਰ੍ਹਾਂ ਉੱਚੀਆਂ ਕਰੋ ਤੇ ਆਪਣੀਆਂ ਉਂਗਲਾਂ ਨੂੰ ਇਸ ਤਰੀਕੇ ਨਾਲ ਜੋੜ ਕੇ ਰਖੋ," ਉਸ ਨੇ ਆਪਣੀ ਕੰਬਦੀ ਬੁਢਿਆਂ ਵਾਲੀ ਆਵਾਜ਼ ਵਿਚ ਆਖਿਆ। ਉਸ ਨੇ ਆਪਣਾ ਮੋਟਾ ਪਿਲਪਲਾ ਹੱਥ ਉਪਰ ਕਰਦਿਆਂ, ਅਤੇ ਅੰਗੂਠੇ ਤੇ ਦੋ ਉਂਗਲਾਂ ਨੂੰ ਇਉਂ ਜੋੜ ਕੇ ਵਿਖਾਇਆ ਜਿਵੇਂ ਕਿਸੇ ਚੀਜ਼ ਦੀ ਚੁਟਕੀ ਭਰਨੀ ਹੋਵੇ। "ਹੁਣ ਮੇਰੇ ਪਿੱਛੇ ਪਿੱਛੇ ਆਖੋ, 'ਮੈਂ ਸਰਵਸ਼ਕਤੀਮਾਨ ਈਸ਼ਵਰ ਦੀ, ਉਸ ਦੀ ਪਾਵਨ ਅੰਜੀਲ ਦੀ, ਅਤੇ ਆਪਣੇ ਪ੍ਰਭੂ ਦੀ ਜੀਵਨਬਖ਼ਸ਼ ਸਲੀਬ ਦੀ ਕਸਮ ਖਾਂਦਾ ਤੇ ਇਕਰਾਰ ਕਰਦਾ ਹਾਂ ਕਿ ਇਸ ਕੰਮ ਵਿਚ ਜਿਹੜਾ,' ਹਰ ਵਾਕ ਮਗਰੋਂ ਰੁਕ ਰੁਕ ਕੇ ਉਹ ਆਖਦਾ ਸੀ—"ਆਪਣੀ ਬਾਂਹ ਨੂੰ ਹੇਠਾਂ ਨਾ ਆਉਣ ਦਿਓ; ਇਹਨੂੰ ਇਸ ਤਰ੍ਹਾਂ ਰਖੋ," ਉਸ ਨੇ ਇਕ ਨੌਜਵਾਨ ਨੂੰ ਆਖਿਆ ਜਿਸ ਨੇ ਆਪਣੀ ਬਾਂਹ ਨੀਵੀਂ ਕਰ ਲਈ ਸੀ—"'ਕਿ ਇਸ ਕੰਮ ਵਿਚ ਜਿਹੜਾ...'"

ਗੱਲ੍ਹਮੁੱਛਾਂ ਵਾਲੇ ਪ੍ਰਭਾਵਸ਼ਾਲੀ ਆਦਮੀ ਨੇ, ਕਰਨਲ ਨੇ, ਵਪਾਰੀ, ਅਤੇ ਕਈ ਹੋਰਾਂ ਨੇ, ਆਪਣੀਆਂ ਬਾਹਵਾਂ ਤੇ ਉਂਗਲਾਂ ਨੂੰ ਉਵੇਂ ਹੀ ਰਖਿਆ ਜਿਵੇਂ ਪਾਦਰੀ ਨੇ ਉਹਨਾਂ ਨੂੰ ਸਮਝਾਇਆ ਸੀ, ਬਹੁਤ ਉੱਚਾ ਕਰਕੇ, ਬਹੁਤ ਹੀ ਠੀਕ ਠੀਕ ਜਿਵੇਂ ਉਹਨਾਂ ਨੂੰ ਇਉਂ ਕਰਨਾ ਚੰਗਾ ਲੱਗਾ ਹੋਵੇ। ਦੂਜਿਆਂ ਨੇ ਇਹ ਕੰਮ ਬੇਦਿਲੀ ਤੇ ਬੇਪ੍ਰਵਾਹੀ ਨਾਲ ਕੀਤਾ ਸੀ। ਕਈਆਂ ਨੇ ਲਫ਼ਜ਼ਾਂ ਨੂੰ ਉੱਚੀ ਉੱਚੀ, ਅਤੇ ਅੱਖੜ ਅੰਦਾਜ਼ ਵਿਚ ਦੁਹਰਾਇਆ, ਜਿਵੇਂ ਉਹ ਆਖ ਰਹੇ ਹੋਣ, "ਸਭ ਕੁਝ ਦੇ ਬਾਵਜੂਦ, ਮੈਨੂੰ ਸਾਫ ਗੱਲ ਕਰਨੀ ਚਾਹੀਦੀ ਹੈ ਤੇ ਮੈਂ ਕਰਾਂਗਾ!" ਦੂਜੇ ਬਹੁਤ ਹੌਲੀ ਹੌਲੀ ਅਤੇ ਸੁਸਤ ਜਿਹੇ ਮਿਣਮਿਣ ਕਰਦੇ ਸਨ, ਅਤੇ ਫੇਰ, ਜਿਵੇਂ ਸਹਿਮੇ ਹੋਏ, ਛੇਤੀ ਛੇਤੀ ਬੋਲ ਕੇ ਪਾਦਰੀ ਦੇ ਨਾਲ ਮਿਲ ਜਾਂਦੇ ਸਨ। ਕਈਆਂ ਨੇ ਆਪਣੀਆਂ ਉਂਗਲਾਂ ਨੂੰ ਇਉਂ ਘੁੱਟੀ ਰਖਿਆ ਸੀ ਜਿਵੇਂ ਕਿਸੇ ਅਦਿਖ ਚੀਜ਼ ਦੀ ਚੁਟਕੀ ਜਿਹੜੀ ਉਹਨਾਂ ਫੜੀ ਹੋਈ ਸੀ ਡਿਗ ਪੈਣ ਦਾ ਡਰ ਹੋਵੇ। ਬਾਕੀ ਲੋਕ ਆਪਣੀਆਂ ਉਂਗਲਾਂ ਨੂੰ ਖੋਹਲਦੇ ਜੋੜਦੇ ਰਹੇ ਸਨ। ਬੁੱਢੇ ਪਾਦਰੀ ਤੋਂ ਇਲਾਵਾ ਹਰ ਕੋਈ ਆਪਣੇ ਆਪ ਨੂੰ ਬੇਤੁਕਾ ਜਿਹਾ ਮਹਿਸੂਸ ਕਰਦਾ ਸੀ। ਪਰ ਪਾਦਰੀ ਨੂੰ ਇਹ ਯਕੀਨ ਸੀ ਕਿ ਉਹ ਬਹੁਤ ਹੀ ਲਾਭਦਾਇਕ ਤੇ ਅਹਿਮ ਫਰਜ਼ ਪੂਰਾ ਕਰ ਰਿਹਾ ਹੈ। ਹਲਫ ਲੈਣ ਤੋਂ ਮਗਰੋਂ, ਪ੍ਰਧਾਨ ਨੇ ਜਿਊਰੀ ਨੂੰ ਇਕ ਮੁਖੀਆ ਚੁਣ ਲੈਣ ਦੀ ਬੇਨਤੀ ਕੀਤੀ। ਜਿਊਰੀ ਦੇ ਮੈਂਬਰ, ਦਰਵਾਜ਼ੇ ਵਿਚ ਜਮਘਟਾ ਜਿਹਾ ਬਣਾ ਕੇ, ਸਲਾਹ ਮਸ਼ਵਰਾ ਕਰਨ ਵਾਲੇ ਕਮਰੇ ਵਿਚ ਚਲੇ ਗਏ। ਉਥੇ ਪੁਜਦਿਆਂ ਹੀ ਲਗਪਗ ਸਾਰੇ ਹੀ ਇਕ ਦਮ ਸਿਗਰਟ ਪੀਣ ਲੱਗ ਪਏ। ਕਿਸੇ ਨੇ ਮੁਖੀਆ ਪਦ ਲਈ ਪ੍ਰਭਾਵਸ਼ਾਲੀ ਆਦਮੀ ਦਾ ਨਾਂ ਤਜਵੀਜ਼ ਕੀਤਾ, ਤੇ ਉਹ ਸਰਬ-ਸਮਤੀ ਨਾਲ ਪ੍ਰਵਾਨ ਹੋ ਗਿਆ। ਫੇਰ ਜਿਊਰੀ ਦੇ ਮੈਂਬਰਾਂ ਨੇ ਆਪਣੀਆਂ ਸਿਗਰਟਾਂ ਬੁਝਾਈਆਂ ਤੇ ਉਹਨਾਂ ਨੂੰ ਸੁਟ ਕੇ ਅਦਾਲਤ ਵਿਚ ਮੁੜ ਆਏ। ਪ੍ਰਭਾਵਸ਼ਾਲੀ ਆਦਮੀ ਨੇ ਪ੍ਰਧਾਨ ਨੂੰ ਸੂਚਨਾ ਦਿੱਤੀ ਕਿ ਉਹ ਮੁਖੀਆ ਚੁਣਿਆ ਗਿਆ ਹੈ, ਅਤੇ ਸਾਰੇ ਹੀ ਇਕ ਵਾਰੀ ਫੇਰ ਦੋਹਾਂ ਕਤਾਰਾਂ ਵਿਚ ਉੱਚੀ ਢੋ ਵਾਲੀਆਂ ਕੁਰਸੀਆਂ ਤੇ ਬਹਿ ਗਏ।

ਸਭ ਕੰਮ ਨਿਰਵਿਘਨ, ਜਲਦੀ ਜਲਦੀ, ਅਤੇ ਇਕ ਖਾਸ ਗੰਭੀਰਤਾ ਸਹਿਤ ਪੂਰਾ ਹੋ ਗਿਆ। ਅਤੇ ਇਸ ਬਾਕਾਇਦਗੀ, ਠੁਕ-ਜੁਗਤ, ਅਤੇ ਗੰਭੀਰਤਾ ਤੋਂ ਪ੍ਰਤੱਖ ਰੂਪ ਵਿਚ ਉਹ ਸਾਰੇ ਖੁਸ਼ ਸਨ ਜਿੰਨ੍ਹਾਂ ਨੇ ਇਸ ਵਿਚ ਹਿੱਸਾ ਲਿਆ ਸੀ। ਇਸ ਨਾਲ ਇਹ ਪ੍ਰਭਾਵ ਹੋਰ ਮਜ਼ਬੂਤ ਹੋ ਗਿਆ ਸੀ ਕਿ ਉਹ ਇਕ ਗੰਭੀਰ ਅਤੇ ਵਡਮੁਲਾ ਸਮਾਜਕ ਕਰੱਤਵ ਪਾਲ ਰਹੇ ਸਨ। ਨੇਖਲੀਊਦੋਵ ਨੇ ਵੀ ਇਸ ਤਰ੍ਹਾਂ ਹੀ ਮਹਿਸੂਸ ਕੀਤਾ ਸੀ।

ਜਿਵੇਂ ਹੀ ਜਿਊਰੀ ਦੇ ਮੈਂਬਰ ਆਪੋ ਆਪਣੀ ਥਾਂ ਬਹਿ ਗਏ, ਪ੍ਰਧਾਨ ਨੇ ਉਹਨਾਂ ਦੇ ਅਧਿਕਾਰਾਂ, ਫਰਜ਼ਾਂ, ਅਤੇ ਜ਼ੁੰਮੇਵਾਰੀਆਂ ਬਾਰੇ ਇਕ ਭਾਸ਼ਨ ਦਿੱਤਾ। ਭਾਸ਼ਨ ਦੇਂਦਾ ਹੋਇਆ ਉਹ ਆਪਣੀ ਪੁਜ਼ੀਸ਼ਨ ਬਦਲਦਾ ਰਿਹਾ ਸੀ: ਕਦੇ ਉਹ ਆਪਣੇ ਸੱਜੇ ਹੱਥ ਝੁਕ ਜਾਂਦਾ, ਕਦੇ ਆਪਣੇ ਖੱਬੇ ਹੱਥ, ਕਦੇ ਉਹ ਪਿਛਾਂਹ ਵੱਲ ਉਲਰ ਜਾਂਦਾ, ਕਦੇ ਆਪਣੀ

ਕੁਰਸੀ ਦੀਆਂ ਬਾਹਵਾਂ ਉਤੇ, ਕਦੇ ਕਾਗ਼ਜ਼-ਪਤਰ ਨੂੰ ਸਵਾਰ ਕੇ ਰੱਖਦਾ, ਕਦੇ ਆਪਣੀ ਪੈਨਸਿਲ ਫੜ ਲੈਂਦਾ, ਕਦੇ ਕਾਗ਼ਜ਼ ਕਟਣ ਵਾਲਾ ਚਾਕੂ।

ਉਸ ਨੇ ਉਹਨਾਂ ਨੂੰ ਦੱਸਿਆ ਕਿ ਉਹਨਾਂ ਨੂੰ ਇਹ ਹੱਕ ਹੈ ਕਿ ਪ੍ਰਧਾਨ ਰਾਹੀਂ ਕੈਦੀਆਂ ਤੋਂ ਪੁਛ-ਪੜਤਾਲ ਕਰ ਸਕਣ, ਕਾਗ਼ਜ਼ ਤੇ ਪੈਨਸਿਲਾਂ ਵਰਤ ਸਕਣ, ਅਤੇ ਸਬੂਤ ਵਜੋਂ ਪੇਸ਼ ਕੀਤੀਆਂ ਵਸਤਾਂ ਦੀ ਜਾਂਚ-ਪੜਤਾਲ ਕਰ ਸਕਣ। ਉਹਨਾਂ ਦਾ ਫਰਜ਼ ਹੈ ਕਿ ਉਹ ਨਿਹੱਕੀ ਨਹੀਂ ਸਗੋਂ ਹੱਕੀ ਨਿਰਣਾ ਦੇਣ। ਉਹਨਾਂ ਦੀ ਜ਼ੁੰਮੇਵਾਰੀ ਦਾ ਮਤਲਬ ਇਹ ਸੀ ਕਿ ਜੇ ਉਹਨਾਂ ਦੀ ਬਹਿਸ ਨੂੰ ਗੁਪਤ ਰਖਣ ਦੀ ਉਲੰਘਣਾ ਕੀਤੀ ਗਈ ਜਾਂ ਬਾਹਰ ਦੇ ਬੰਦਿਆਂ ਨਾਲ ਵਿਚਾਰ ਵਟਾਂਦਰਾ ਕੀਤਾ ਗਿਆ ਤਾਂ ਉਹਨਾਂ ਨੂੰ ਸਜ਼ਾ ਦਿੱਤੀ ਜਾ ਸਕੇਗੀ।

ਸਾਰਿਆਂ ਨੇ ਸਤਿਕਾਰ ਪੂਰਨ ਧਿਆਨ ਨਾਲ ਭਾਸ਼ਨ ਸੁਣਿਆ। ਵਪਾਰੀ, ਆਪਣੇ ਆਲੇ ਦੁਆਲੇ ਬਰਾਂਡੀ ਦੀ ਬੂ ਖਿਲਾਰਦਾ ਅਤੇ ਉੱਚੀ ਉੱਚੀ ਆਉਂਦੀਆਂ ਹਿਟਕੀਆਂ ਨੂੰ ਰੋਕਣ ਦਾ ਜਤਨ ਕਰਦਾ ਹੋਇਆ, ਹਰ ਵਾਕ ਉਤੇ ਸਮਰਥਨ ਵਿਚ ਸਿਰ ਹਿਲਾ ਦੇਂਦਾ ਸੀ।

੯

ਆਪਣਾ ਭਾਸ਼ਨ ਖਤਮ ਕਰ ਲੈਣ ਮਗਰੋਂ ਪ੍ਰਧਾਨ ਨੇ ਕੈਦੀਆਂ ਨੂੰ ਸੰਬੋਧਨ ਕੀਤਾ।

"ਸੀਮੋਨ ਕਾਰਤੀਨਕਿਨ, ਖੜੇ ਹੋ ਜਾਓ," ਉਸ ਨੇ ਕਿਹਾ।

ਸੀਮੋਨ ਉੱਛਲ ਕੇ ਖੜਾ ਹੋ ਗਿਆ। ਉਹਦੀਆਂ ਗੱਲ੍ਹਾਂ ਦੇ ਪੱਠੇ ਤੇਜ਼ੀ ਨਾਲ ਫਰਕਣ ਲੱਗ ਪਏ ਸਨ।

"ਤੁਹਾਡਾ ਨਾਂ?"

"ਸੀਮੋਨ ਪੇਤਰੋਵਿਚ ਕਾਰਤੀਨਕਿਨ," ਉਸ ਨੇ ਛੇਤੀ ਛੇਤੀ, ਬੇਸੁਰੀ ਆਵਾਜ਼ ਵਿਚ ਆਖਿਆ। ਪ੍ਰਤੱਖ ਸੀ ਕਿ ਉਹਨੇ ਜਵਾਬ ਤਿਆਰ ਕੀਤਾ ਹੋਇਆ ਸੀ।

"ਤੁਹਾਡੀ ਸ਼੍ਰੇਣੀ?"

"ਕਿਸਾਨ।"

"ਕਿਹੜੀ ਗੁਬੇਰਨੀਆ, ਜ਼ਿਲਾ, ਤੇ ਤਹਿਸੀਲ?"

"ਤੁਲਾ ਗੁਬੇਰਨੀਆ, ਕਰਾਪੀਵੇਨਸਕੀ ਜ਼ਿਲ੍ਹਾ, ਕੂਪੀਆਨਸਕੀ ਤਹਿਸੀਲ, ਪਿੰਡ ਬੋਰਕੀ।"

"ਤੁਹਾਡੀ ਉਮਰ?"

"ਚੌਤੀਵਾਂ ਸਾਲ; ਜਨਮ ਅਠਾਰਾਂ ਸੌ..."

"ਧਰਮ ਕਿਹੜਾ?"

"ਧਰਮ ਸਾਡਾ ਰੂਸੀ, ਸਨਾਤਨੀ ਚਰਚ।"

"ਵਿਆਹੇ ਹੋਏ?"

"ਜੀ ਨਹੀਂ, ਸਰਕਾਰ।"

"ਕੰਮ ਕੀ ਕਰਦੇ ਹੋ?"

"ਹੋਟਲ "ਮਾਵਰੀਤਾਨੀਆ" ਵਿਚ ਟਹਿਲੂਏ ਦਾ ਕੰਮ।"

"ਪਹਿਲਾਂ ਕਦੇ ਤੁਹਾਡੇ ਉਤੇ ਕੋਈ ਮੁਕਦਮਾ ਬਣਿਐ?"

"ਕਦੇ ਨਹੀਂ, ਕਿਉਂਕਿ, ਪਹਿਲੀਆਂ ਵਿਚ ਜਿਵੇਂ ਅਸੀਂ ਰਹਿੰਦੇ ਸਾਂ..."

"ਸੋ ਪਹਿਲਾਂ ਤੁਹਾਡੇ ਉਤੇ ਕਦੇ ਮੁਕਦਮਾ ਨਹੀਂ ਬਣਿਆ?"

"ਰੱਬ ਜਾਣਦੈ! ਕਦੇ ਨਹੀਂ।"

"ਦਾਵ੍ਹੇ ਦੀ ਨਕਲ ਤੁਹਾਨੂੰ ਮਿਲ ਗਈ?"

"ਮਿਲ ਗਈ।"

"ਬਹਿ ਜਾਓ।"

"ਯੇਵਫੀਮੀਆ ਇਵਾਨੋਵਨਾ ਬੋਚਕੋਵਾ," ਅਗਲੇ ਕੈਦੀ ਨੂੰ ਸੰਬੋਧਨ ਕਰਦਿਆਂ ਪ੍ਰਧਾਨ ਨੇ ਆਖਿਆ।

ਪਰ ਸੀਮੋਨ ਅਜੇ ਵੀ ਬੋਚਕੋਵਾ ਦੇ ਸਾਮ੍ਹਣੇ ਖੜਾ ਸੀ।

"ਕਾਰਤੀਨਕਿਨ, ਬਹਿ ਜਾਓ!"

ਕਾਰਤੀਨਕਿਨ ਖਲੋਤਾ ਰਿਹਾ।

"ਕਾਰਤੀਨਕਿਨ, ਬਹਿ ਜਾਓ!"

ਪਰ ਕਾਰਤੀਨਕਿਨ ਸਿਰਫ ਓਦੋਂ ਹੀ ਬੈਠਾ ਜਦੋਂ ਪੇਸ਼ਕਾਰ ਇਕ ਪਾਸੇ ਸਿਰ ਸੁੱਟੀ ਅਤੇ ਅੱਖਾਂ ਟੱਡੀ, ਉਹਦੇ ਕੋਲ ਦੌੜਿਆ ਆਇਆ ਅਤੇ ਦਰਦਨਾਕ ਲਹਿਜੇ ਨਾਲ ਘੁਸਰ ਮੁਸਰ ਕੀਤੀ, "ਬਹਿ ਜਾ, ਬਹਿ ਜਾ!"

ਫੇਰ ਉਹ ਓਸੇ ਹੀ ਤਰ੍ਹਾਂ ਛੇਤੀ ਨਾਲ ਬਹਿ ਗਿਆ ਜਿਵੇਂ ਉਹ ਛੇਤੀ ਨਾਲ ਉੱਠਿਆ ਸੀ। ਆਪਣੇ ਚੋਗੇ ਨੂੰ ਆਪਣੇ ਦੁਆਲੇ ਲਪੇਟਿਆ, ਅਤੇ ਉਸ ਦੀਆਂ ਗੱਲ੍ਹਾਂ ਫੇਰ ਫਰਕਣ ਲੱਗ ਪਈਆਂ।

"ਤੁਹਾਡਾ ਨਾਂ?" ਪ੍ਰਧਾਨ ਨੇ ਇਕ ਡੂੰਘਾ ਸਾਹ ਭਰਦਿਆਂ, ਕੈਦਣ ਵੱਲ ਵੇਖੇ ਬਿਨਾਂ, ਪਰ ਆਪਣੇ ਸਾਮ੍ਹਣੇ ਪਏ ਕਾਗਜ਼ ਉਤੇ ਨਜ਼ਰ ਮਾਰਦਿਆਂ, ਪੁੱਛਿਆ। ਪ੍ਰਧਾਨ ਆਪਣੇ ਕੰਮ ਵਿਚ ਏਨਾ ਤਾਕ ਸੀ ਕਿ ਇਸ ਨੂੰ ਛੇਤੀ ਛੇਤੀ ਨਿਪਟਾਉਣ ਲਈ ਉਹ ਇਕੋ ਵੇਲੇ ਦੋ ਕੰਮ ਕਰਦਾ ਜਾਂਦਾ ਸੀ।

ਬੋਚਕੋਵਾ ਤਰਤਾਲੀ ਵਰ੍ਹਿਆਂ ਦੀ ਸੀ ਅਤੇ ਕਾਲੋਮਨਾ ਸ਼ਹਿਰ ਦੀ ਰਹਿਣ ਵਾਲੀ ਸੀ। ਉਹ ਵੀ ਹੋਟਲ "ਮਾਵਰੀਤਾਨੀਆ" ਵਿਚ ਨੌਕਰੀ ਕਰਦੀ ਸੀ।

"ਮੇਰੇ 'ਤੇ ਪਹਿਲਾਂ ਕਦੇ ਕੋਈ ਮੁਕਦਮਾ ਨਹੀਂ ਬਣਿਆ, ਅਤੇ ਦਾਵ੍ਹੇ ਦੀ ਨਕਲ

ਮੈਨੂੰ ਮਿਲ ਗਈ ਹੈ," ਉਸ ਨੇ ਦਲੇਰੀ ਨਾਲ ਜਵਾਬ ਦਿੱਤੇ ਸਨ, ਐਸੀ ਆਵਾਜ਼ ਵਿਚ ਜਿਵੇਂ ਉਹ ਹਰ ਜਵਾਬ ਨਾਲ ਇਹ ਵੀ ਆਖਣਾ ਚਾਹੁੰਦੀ ਹੋਵੇ, "ਹਾਂ, ਯੇਵਫੀਮੀਆ ਬੋਚਕੋਵਾ, ਅਤੇ ਦਾਵ੍ਹਾ ਮਿਲ ਗਿਆ ਹੈ, ਅਤੇ ਕੋਈ ਪ੍ਰਵਾਹ ਨਹੀਂ ਕਿ ਕਿਸੇ ਨੂੰ ਇਸ ਦਾ ਪਤਾ ਹੈ, ਅਤੇ ਕੋਈ ਵਾਹਯਾਤੀ ਬਰਦਾਸ਼ਤ ਨਹੀਂ ਕਰਾਂਗੀ।"

ਉਸ ਨੇ ਆਖੇ ਜਾਣ ਦੀ ਉਡੀਕ ਨਹੀਂ ਸੀ ਕੀਤੀ ਅਤੇ ਜਿਉਂ ਹੀ ਉਸ ਨੇ ਆਖਰੀ ਸਵਾਲ ਦਾ ਜਵਾਬ ਦੇ ਲਿਆ ਉਹ ਬਹਿ ਗਈ।

"ਤੁਹਾਡਾ ਨਾਂ?" ਨਾਰੀ ਪ੍ਰੇਮੀ ਪ੍ਰਧਾਨ ਨੇ ਤੀਜੇ ਮੁਜਰਮ ਨੂੰ ਖਾਸ ਕੋਮਲਤਾ ਨਾਲ ਸੰਬੋਧਨ ਕਰਦਿਆਂ, ਆਖਿਆ। "ਤੁਹਾਨੂੰ ਖੜੇ ਹੋਣਾ ਪਵੇਗਾ," ਉਸ ਨੇ ਨਰਮੀ ਤੇ ਕੋਮਲਤਾ ਨਾਲ ਆਖਿਆ ਜਦੋਂ ਉਹਨੇ ਵੇਖਿਆ ਕਿ ਮਾਸਲੋਵਾ ਆਪਣੀ ਥਾਂ ਤੇ ਬੈਠੀ ਹੋਈ ਸੀ।

ਮਾਸਲੋਵਾ ਛੇਤੀ ਨਾਲ ਖੜੀ ਹੋ ਗਈ, ਉਹ ਆਪਣੇ ਉਭਰਵੇਂ ਸੀਨੇ ਨੂੰ ਤਣ ਕੇ, ਆਪਣੀਆਂ ਕਾਲੀਆਂ ਅੱਖਾਂ ਵਿਚੋਂ ਤਿਰਛੀ ਮੁਸਕ੍ਰਾਉਂਦੀ ਨਜ਼ਰ ਸੁਟ ਕੇ ਸਿੱਧਾ ਪ੍ਰਧਾਨ ਦੇ ਮੂੰਹ ਵੱਲ ਵੇਖਣ ਲੱਗੀ।

"ਤੁਹਾਡਾ ਨਾਂ ਕੀ ਏ?"

"ਲੀਊਬੋਵ*," ਉਸ ਨੇ ਛੇਤੀ ਨਾਲ ਆਖਿਆ।

ਨੇਖਲੀਊਦੋਵ ਨੇ ਆਪਣੀ ਕਮਾਨੀਦਾਰ ਐਨਕ ਨੱਕ ਉਤੇ ਟਿੱਕਾ ਲਈ ਸੀ, ਤੇ ਜਦੋਂ ਕੈਦੀਆਂ ਤੋਂ ਸਵਾਲ ਪੁੱਛੇ ਜਾ ਰਹੇ ਸਨ, ਉਹ ਉਹਨਾਂ ਵੱਲ ਵੇਖਦਾ ਰਿਹਾ ਸੀ। "ਨਹੀਂ, ਇਹ ਸੰਭਵ ਨਹੀਂ," ਉਸ ਨੇ ਸੋਚਿਆ। ਉਸ ਦੀਆਂ ਨਜ਼ਰਾਂ ਕੈਦਣ ਉਤੇ ਟਿਕੀਆਂ ਹੋਈਆਂ ਸਨ। "ਲੀਊਬੋਵ! ਇਹ ਕਿਸ ਤਰ੍ਹਾਂ ਹੋ ਸਕਦੈ?" ਉਹਨੇ ਉਸ ਔਰਤ ਦਾ ਜਵਾਬ ਸੁਣ ਕੇ ਆਪਣੇ ਮਨ ਵਿਚ ਸੋਚਿਆ।

ਪ੍ਰਧਾਨ ਸਵਾਲ ਪੁੱਛੀ ਜਾਣਾ ਚਾਹੁੰਦਾ ਸੀ, ਪਰ ਐਨਕਾਂ ਵਾਲੇ ਮੈਂਬਰ ਨੇ, ਗੁੱਸੇ ਨਾਲ ਕੁਝ ਘੁਸਰ ਮੁਸਰ ਕਰਦਿਆਂ, ਟੋਕਿਆ। ਪ੍ਰਧਾਨ ਨੇ ਸਿਰ ਹਿਲਾਇਆ, ਤੇ ਇਕ ਵਾਰ ਫੇਰ ਕੈਦਣ ਨੂੰ ਸੰਬੋਧਨ ਕੀਤਾ।

"ਲੀਊਬੋਵ ਕਿਵੇਂ?" ਉਸਨੇ ਆਖਿਆ। "ਤੁਸੀਂ ਏਥੇ ਤਾਂ ਇਸ ਤਰ੍ਹਾਂ ਨਹੀਂ ਲਿਖਵਾਇਆ।"

ਕੈਦਣ ਖਾਮੋਸ਼ ਰਹੀ।

"ਮੈਂ ਤੁਹਾਨੂੰ ਇਹ ਪੁਛਦਾਂ ਕਿ ਤੁਹਾਡਾ ਅਸਲੀ ਨਾਂ ਕੀ ਏ?"

"ਤੁਹਾਡਾ ਬਪਤਿਸਮੇ ਵੇਲੇ ਦਾ ਨਾਂ?" ਗੁੱਸੇ ਵਿਚ ਆਏ ਮੈਂਬਰ ਨੇ ਪੁੱਛਿਆ।

"ਪਹਿਲਾਂ ਮੈਨੂੰ ਕਾਤੇਰੀਨਾ ਕਹਿੰਦੇ ਸਨ।"

"ਨਹੀਂ, ਇਹ ਨਹੀਂ ਹੋ ਸਕਦਾ," ਨੇਖਲੀਊਦੋਵ ਨੇ ਆਪਣੇ ਆਪ ਨੂੰ ਆਖਿਆ;

---

* ਮੁਹੱਬਤ। —ਸੰਪਾ:

ਤੇ ਇਸ ਦੇ ਬਾਵਜੂਦ ਉਸ ਨੂੰ ਹੁਣ ਯਕੀਨ ਹੋ ਗਿਆ ਸੀ ਕਿ ਇਹ ਓਹੋ ਹੀ ਸੀ, ਓਹੋ ਕੁੜੀ, ਅੱਧੀ-ਮਾਲਕ, ਅੱਧੀ-ਨੌਕਰਾਣੀ ਜਿਸ ਨਾਲ ਕਦੇ ਉਹਨੂੰ ਮੁਹੱਬਤ ਹੋ ਗਈ ਸੀ, ਸੱਚੀ ਮੁਹੱਬਤ। ਅਤੇ ਅੰਨ੍ਹੇ ਵੇਗ ਦੀ ਘੜੀ ਜਿਸ ਦਾ ਉਹਨੇ ਕੁਆਰ ਤੋੜ ਦਿੱਤਾ ਸੀ, ਤੇ ਫੇਰ ਉਸ ਨੂੰ ਛੱਡ ਗਿਆ ਸੀ ਤੇ ਕਦੇ ਯਾਦ ਵੀ ਨਹੀਂ ਸੀ ਕੀਤਾ—ਕਿਉਂਕਿ ਯਾਦ ਬੜੀ ਦੁਖਦਾਈ ਹੋਣੀ ਸੀ। ਉਸ ਨੇ ਆਪਣੀ ਨਜ਼ਰ ਵਿਚ ਮੁਜਰਮ ਹੋ ਜਾਣਾ ਸੀ। ਉਸ ਨੂੰ ਇਹ ਮੰਨਣਾ ਪੈਂਦਾ ਕਿ ਉਸ ਨੇ, ਜਿਸ ਨੂੰ ਆਪਣੀ ਇਮਾਨਦਾਰੀ ਉਤੇ ਏਡਾ ਮਾਣ ਸੀ ਇਸ ਔਰਤ ਨਾਲ ਘਿਣਾਉਣੇ ਸ਼ਰਮਨਾਕ ਤਰੀਕੇ ਦਾ ਸਲੂਕ ਕੀਤਾ ਸੀ।

ਹਾਂ, ਇਹ ਓਹੋ ਸੀ। ਹੁਣ ਉਸ ਨੇ ਉਹਦੇ ਚਿਹਰੇ ਵਿਚੋਂ ਉਸ ਅਨੋਖੀ, ਰਹਸਮਈ ਵਿਲੱਖਣਤਾ ਨੂੰ ਸਾਫ ਸਪਸ਼ਟ ਵੇਖ ਲਿਆ ਸੀ ਜਿਹੜੀ ਹਰ ਇਕ ਚਿਹਰੇ ਨੂੰ ਬਾਕੀ ਸਾਰੇ ਚਿਹਰਿਆਂ ਨਾਲੋਂ ਨਿਖੇੜਦੀ ਹੈ; ਕੋਈ ਅਨੋਖੀ ਚੀਜ਼, ਜਿਸ ਵਰਗੀ ਕੋਈ ਨਹੀਂ ਹੁੰਦੀ, ਜਿਹੜੀ ਹੋਰ ਕਿਧਰੇ ਨਹੀਂ ਵਿਖਾਈ ਦੇਂਦੀ। ਰੋਗੀ ਪਿਲੱਤਣ ਵਾਲੇ ਪਿਲਪਲੇ ਚਿਹਰੇ ਦੇ ਬਾਵਜੂਦ ਇਹ, ਇਹ ਪਿਆਰੀ ਪਿਆਰੀ ਅਨੋਖੀ ਵਿਲੱਖਣਤਾ ਉਸ ਵਿਚ ਸੀ। ਉਹਦੇ ਬੁਲ੍ਹਾਂ ਉਤੇ, ਮਾੜਾ ਜਿਹਾ ਟੀਰ ਮਾਰਦੀਆਂ ਉਹਦੀਆਂ ਅੱਖਾਂ ਵਿਚ, ਆਵਾਜ਼ ਵਿਚ, ਖਾਸ ਕਰਕੇ ਭੋਲੀ ਮੁਸਕਾਨ ਅਤੇ ਸਿਰਫ ਚਿਹਰੇ ਉਤੋਂ ਹੀ ਨਹੀਂ ਸਗੋਂ ਪੂਰੇ ਬਦਨ ਵਿਚੋਂ ਟਪਕਦੇ ਤਤਪਰਤਾ ਦੇ ਹਾਵਭਾਵ ਵਿਚ ਸੀ।

"ਤੁਹਾਨੂੰ ਦੱਸਣਾ ਹੀ ਓਹੋ ਚਾਹੀਦਾ ਸੀ," ਪ੍ਰਧਾਨ ਨੇ ਇਕ ਵਾਰੀ ਫੇਰ ਕੋਮਲ ਆਵਾਜ਼ ਵਿਚ ਆਖਿਆ। "ਪਿਤਰੀ ਨਾਂ ਕੀ ਏ?"

"ਮੈਂ ਨਾਜਾਇਜ਼ ਆਂ," ਮਾਸਲੋਵਾ ਨੇ ਜਵਾਬ ਦਿੱਤਾ।

"ਤੇ ਤੁਹਾਨੂੰ ਤੁਹਾਡੇ ਧਰਮ-ਪਿਤਾ ਦੇ ਨਾਂ ਨਾਲ ਨਹੀਂ ਸੀ ਸੱਦਿਆ ਜਾਂਦਾ?"

"ਹਾਂ, ਮਿਖਾਇਲੋਵਨਾ।"

"ਤੇ ਇਹਦਾ ਜੁਰਮ ਕੀ ਹੋ ਸਕਦਾ ਏ?" ਸੌਖੀ ਤਰ੍ਹਾਂ ਸਾਹ ਵੀ ਨਾ ਲੈ ਸਕਦਾ, ਨੇਖਲੀਊਦੋਵ ਸੋਚੀ ਜਾ ਰਿਹਾ ਸੀ।

"ਤੁਹਾਡਾ ਪਰਵਾਰਕ ਨਾਂ—ਮੇਰਾ ਮਤਲਬ ਏ ਕੁਲ ਨਾਂ," ਪ੍ਰਧਾਨ ਨੇ ਅੱਗੋਂ ਪੁੱਛਿਆ।

"ਮੇਰੀ ਮਾਂ ਦੇ ਕੁਲ ਨਾਂ ਨਾਲ ਮੈਨੂੰ ਸੱਦਿਆ ਜਾਂਦਾ ਸੀ, ਮਾਸਲੋਵਾ।"

"ਸ਼੍ਰੇਣੀ ਕਿਹੜੀ?"

"ਮੇਸ਼ਚਾਨਕਾ।"*

"ਧਰਮ—ਸਨਾਤਨੀ ਚਰਚ?"

"ਸਨਾਤਨੀ ਚਰਚ।"

"ਕਿੱਤਾ? ਤੁਹਾਡਾ ਕਿੱਤਾ ਕੀ ਸੀ?"

---

* ਸ਼ਹਿਰ ਦੀ ਹੇਠਲੀ ਮਧ-ਸ਼੍ਰੇਣੀ।—ਸੰਪਾ:

ਮਾਸਲੋਵਾ ਖਾਮੋਸ਼ ਰਹੀ।

"ਮੁਲਾਜ਼ਮਤ ਕੀ ਸੀ ਤੁਹਾਡੀ?"

"ਮੈਂ ਇਕ ਅੱਡੇ ਵਿਚ ਕੰਮ ਕਰਦੀ ਸਾਂ," ਉਹਨੇ ਜਵਾਬ ਦਿੱਤਾ।

"ਕਿਹੜੇ ਅੱਡੇ ਵਿਚ?" ਐਨਕਾਂ ਵਾਲੇ ਮੈਂਬਰ ਨੇ ਸਖ਼ਤੀ ਨਾਲ ਪੁੱਛਿਆ।

"ਤੁਸੀਂ ਆਪ ਜਾਣਦੇ ਓ," ਉਸ ਨੇ ਆਖਿਆ, ਤੇ ਮੁਸਕ੍ਰਾ ਪਈ। ਫੇਰ, ਕਮਰੇ ਵਿਚ ਚੁਫੇਰੇ ਤਰਦੀ ਨਜ਼ਰ ਮਾਰ ਕੇ, ਉਸ ਨੇ ਮੁੜ ਪ੍ਰਧਾਨ ਉਤੇ ਨਜ਼ਰਾਂ ਟਿਕਾ ਲਈਆਂ।

ਉਸ ਦੇ ਚਿਹਰੇ ਦੇ ਹਾਵਭਾਵ ਏਡੇ ਗੈਰ-ਮਾਮੂਲੀ ਸਨ, ਉਸ ਦੇ ਬੋਲੇ ਹੋਏ ਲਫਜ਼ਾਂ ਦੇ ਅਰਥਾਂ ਵਿਚ, ਇਸ ਮੁਸਕਾਨ ਵਿਚ, ਕਮਰੇ ਵਿਚ ਚੁਫੇਰੇ ਮਾਰੀ ਇਸ ਤਰਦੀ ਨਜ਼ਰ ਵਿਚ, ਕੁਝ ਏਡਾ ਖੌਫਨਾਕ ਤੇ ਤਰਸਯੋਗ ਸੀ, ਕਿ ਪ੍ਰਧਾਨ ਸ਼ਰਮ ਨਾਲ ਪਾਣੀ ਪਾਣੀ ਹੋ ਗਿਆ, ਅਤੇ ਇਕ ਪਲ ਲਈ ਅਦਾਲਤ ਵਿਚ ਮੁਕੰਮਲ ਖਾਮੋਸ਼ੀ ਤਾਰੀ ਹੋ ਗਈ। ਇਹ ਖਾਮੋਸ਼ੀ ਉਦੋਂ ਟੁਟੀ ਜਦੋਂ ਲੋਕਾਂ ਵਿਚੋਂ ਕੋਈ ਹੱਸਿਆ, ਤੇ ਫੇਰ ਕਿਸੇ ਨੇ ਆਖਿਆ, "ਛੀਹ!" ਅਤੇ ਪ੍ਰਧਾਨ ਨੇ ਨਜ਼ਰਾਂ ਉਪਰ ਕੀਤੀਆਂ ਤੇ ਪੁੱਛਿਆ:

"ਤੁਹਾਡੇ ਤੇ ਪਹਿਲਾਂ ਕਦੇ ਕੋਈ ਮੁਕਦਮਾ ਤਾਂ ਨਹੀਂ ਚਲਿਆ?"

"ਨਹੀਂ," ਮਾਸਲੋਵਾ ਨੇ ਪੋਲੇ ਜਿਹੇ ਜਵਾਬ ਦਿੱਤਾ, ਤੇ ਹੌਕਾ ਲਿਆ।

"ਤੁਹਾਨੂੰ ਦਾਵ੍ਹੇ ਦੀ ਨਕਲ ਮਿਲ ਗਈ?"

"ਮਿਲ ਗਈ," ਉਹਨੇ ਜਵਾਬ ਦਿੱਤਾ।

"ਬਹਿ ਜਾਓ।"

ਕੈਦਣ ਆਪਣੇ ਚੋਗੇ ਦੀ ਕੰਨੀ ਫੜਨ ਲਈ ਪਿਛਾਂਹ ਨੂੰ ਇਸ ਤਰੀਕੇ ਨਾਲ ਝੁਕੀ ਜਿਵੇਂ ਕੋਈ ਸਭਿਅ ਮਲਕਜ਼ਾਦੀ ਆਪਣੀ ਸਕਰਟ ਦਾ ਪੱਲਾ ਫੜਦੀ ਹੈ, ਅਤੇ ਆਪਣੇ ਨਿੱਕੇ ਨਿੱਕੇ ਗੋਰੇ ਹੱਥ ਆਪਣੇ ਚੋਗੇ ਦੀਆਂ ਬਾਹਾਂ ਵਿਚ ਦੇ ਕੇ ਬਹਿ ਗਈ। ਉਹਦੀ ਨਜ਼ਰ ਹਾਲੇ ਵੀ ਪ੍ਰਧਾਨ ਉਤੇ ਗੱਡੀ ਹੋਈ ਸੀ।

ਗਵਾਹਾਂ ਨੂੰ ਸੱਦਿਆ ਗਿਆ, ਅਤੇ ਕੁਝ ਇਕਨਾਂ ਨੂੰ ਬਾਹਰ ਭੇਜ ਦਿੱਤਾ ਗਿਆ। ਮਾਹਿਰ ਦੇ ਤੌਰ ਤੇ ਕੰਮ ਕਰਨ ਵਾਲਾ ਡਾਕਟਰ ਵੀ ਚੁਣ ਲਿਆ ਗਿਆ ਸੀ ਤੇ ਉਹਨੂੰ ਅਦਾਲਤ ਵਿਚ ਸੱਦ ਲਿਆ ਗਿਆ ਸੀ।

ਫੇਰ ਸਕੱਤਰ ਉਠ ਕੇ ਖੜਾ ਹੋਇਆ ਅਤੇ ਕਾਨੂੰਨੀ ਦਾਵ੍ਹਾ ਪੜ੍ਹ ਕੇ ਸੁਣਾਉਣ ਲੱਗਾ। ਉਸ ਨੇ ਉੱਚੀ ਆਵਾਜ਼ ਵਿਚ ਸਾਫ ਸਾਫ (ਭਾਵੇਂ ਉਹ "ਲ" ਤੇ "ਰ" ਦਾ ਉਚਾਰਨ ਇਕੋ ਤਰ੍ਹਾਂ ਕਰਦਾ ਸੀ) ਪੜ੍ਹਿਆ, ਪਰ ਏਨੀ ਛੋਹਲੀ ਛੋਹਲੀ ਕਿ ਲਫਜ਼ ਇਕ ਦੂਜੇ ਵਿਚ ਰਲਗਡ ਹੁੰਦੇ ਗਏ ਤੇ ਇਕ ਬੇਮਤਲਬ ਅਕਾਊ ਭਾਸ਼ਨ ਦਾ ਰੂਪ ਧਾਰ ਗਏ।

ਜੱਜ ਆਪਣੀਆਂ ਕੁਰਸੀਆਂ ਦੀ ਕਦੇ ਇਕ ਬਾਂਹ ਤੇ ਉਲਰ ਜਾਂਦੇ, ਕਦੇ ਦੂਜੀ ਉਤੇ, ਕਦੇ ਮੇਜ਼ ਉਤੇ, ਕਦੇ ਫੇਰ ਪਿਛਾਂਹ ਉਲਰ ਜਾਂਦੇ। ਕਦੇ ਉਹ ਆਪਣੀਆਂ ਅੱਖਾਂ ਬੰਦ ਕਰਦੇ ਤੇ ਕਦੇ ਖੋਹਲਦੇ ਅਤੇ ਇਕ ਦੂਜੇ ਦੇ ਕੰਨਾਂ ਵਿਚ ਘੁਸਰ ਮੁਸਰ ਕਰਦੇ। ਇਕ ਜਾਂਦਾਰਮ ਬਾਰ ਬਾਰ ਉਬਾਸੀਆਂ ਰੋਕਣ ਦੀ ਕੋਸ਼ਿਸ਼ ਕਰ ਰਿਹਾ ਸੀ।

ਮੁਲਜ਼ਮ ਕਾਰਤੀਨਕਿਨ ਦੀਆਂ ਗੱਲ੍ਹਾਂ ਪਹਿਲਾਂ ਵਾਂਗ ਹੀ ਫਰਕ ਰਹੀਆਂ ਸਨ। ਬੋਚਕੋਵਾ ਬਿਲਕੁਲ ਆਰਾਮ ਨਾਲ ਤਣੀ ਬੈਠੀ ਸੀ, ਸਿਰਫ ਕਦੇ ਕਦੇ ਰੁਮਾਲ ਹੇਠਾਂ ਆਪਣਾ ਸਿਰ ਖੁਰਕ ਲੈਂਦੀ ਸੀ।

ਮਾਸਲੋਵਾ ਅਹਿਲ ਬੈਠੀ ਦਾਵ੍ਹਾ ਪੜ੍ਹਨ ਵਾਲੇ ਵੱਲ ਝਾਕੀ ਜਾ ਰਹੀ ਸੀ। ਸਿਰਫ ਕਦੇ ਕਦੇ ਉਹ ਮਾੜਾ ਜਿਹਾ ਤ੍ਰਬਕਦੀ ਜਿਵੇਂ ਜਵਾਬ ਦੇਣਾ ਚਾਹੁੰਦੀ ਹੋਵੇ, ਸ਼ਰਮ ਨਾਲ ਉਹਦਾ ਮੂੰਹ ਲਾਲ ਹੋ ਜਾਂਦਾ, ਲੰਮੇ ਲੰਮੇ ਹੌਕੇ ਭਰਦੀ, ਅਤੇ ਆਪਣੇ ਹੱਥਾਂ ਨੂੰ ਕਦੇ ਕਿਵੇਂ ਰਖਦੀ ਕਦੇ ਕਿਵੇਂ, ਚੁਫੇਰੇ ਝਾਕਦੀ, ਅਤੇ ਫੇਰ ਆਪਣੀਆਂ ਨਜ਼ਰਾਂ ਪੜ੍ਹਨ ਵਾਲੇ ਉਤੇ ਗੱਡ ਦੇਂਦੀ।

ਨੇਖਲੀਊਦੋਵ ਸਾਮ੍ਹਣੀ ਕਤਾਰ ਵਿਚ ਇਕ ਸਿਰੇ ਤੋਂ ਦੂਜੀ ਥਾਂ ਆਪਣੀ ਉੱਚੀ ਢੋ ਵਾਲੀ ਕੁਰਸੀ ਉਤੇ ਬੈਠਾ ਹੋਇਆ ਸੀ ਤੇ ਆਪਣੀ ਕਮਾਨੀਦਾਰ ਐਨਕ ਨੂੰ ਹੱਥ ਵਿਚ ਫੜ ਕੇ ਮਾਸਲੋਵਾ ਵੱਲ ਝਾਕੀ ਜਾ ਰਿਹਾ ਸੀ। ਉਹਦੇ ਅੰਦਰ ਇਕ ਗੁੰਝਲਦਾਰ ਤੇ ਦੁਖਦਾਈ ਕਸ਼ਮਕਸ਼ ਚਲ ਰਹੀ ਸੀ।

੧੦

ਕਾਨੂੰਨੀ ਦਾਵ੍ਹੇ ਵਿਚ ਲਿਖਿਆ ਗਿਆ ਸੀ:

"੧੭ ਜਨਵਰੀ ੧੮੮... ਨੂੰ, ਹੋਟਲ "ਮਾਵਰੀਤਾਨੀਆ" ਵਿਚ ਸਾਇਬੇਰੀਆ ਦੇ ਕੁਰਗਾਨ ਸ਼ਹਿਰ ਦੇ ਵਾਸੀ ਦੂਜੀ ਵਪਾਰੀ ਗਿਲਡ ਦੇ ਮੈਂਬਰ, ਫੇਰਾਪੋਨਤ ਯੇਮੇਲਿਆਨੋਵਿਚ ਸਮੇਲਕੋਵ ਦੀ ਅਚਾਨਕ ਮੌਤ ਹੋ ਗਈ।

"ਸ਼ਹਿਰ ਦੇ ਚੌਥੇ ਵਾਰਡ ਦੇ ਪੁਲਸ-ਡਾਕਟਰ ਨੇ ਤਸਦੀਕ ਕੀਤਾ ਕਿ ਮੌਤ ਦਿਲ ਦੀ ਨਾੜ ਪਾਟ ਜਾਣ ਕਾਰਨ ਹੋਈ। ਇਸ ਦੀ ਵਜਾਹ ਇਹ ਸੀ ਕਿ ਉਸ ਨੇ ਬੇਇੰਤਹਾ ਸ਼ਰਾਬ ਪੀ ਲਈ ਸੀ। ਸਮੇਲਕੋਵ ਦੀ ਦਿਹ ਨੂੰ ਦਫਨਾ ਦਿੱਤਾ ਗਿਆ।

"ਕੁਝ ਦਿਨ ਮਗਰੋਂ ਸਾਇਬੇਰੀਆ ਦਾ ਇਕੋ ਹੋਰ ਵਪਾਰੀ ਤਿਮੋਖਿਨ, ਜਿਹੜਾ ਸਮੇਲਕੋਵ ਦਾ ਦੋਸਤ ਸੀ ਤੇ ਓਸੇ ਹੀ ਸ਼ਹਿਰ ਦਾ ਰਹਿਣ ਵਾਲਾ ਸੀ, ਦੌਰਾ ਕਰਦਾ ਪੀਟਰਸਬਰਗ ਤੋਂ ਆਇਆ। ਸਮੇਲਕੋਵ ਦੀ ਮੌਤ ਦੇ ਹਾਲਾਤ ਨੂੰ ਸੁਣ ਕੇ ਉਸ ਨੂੰ ਸ਼ੱਕ ਹੋਇਆ ਅਤੇ ਉਸ ਨੇ ਅਧਿਕਾਰੀਆਂ ਨੂੰ ਸੂਚਿਤ ਕੀਤਾ ਕਿ ਸਮੇਲਕੋਵ ਨੂੰ ਜ਼ਹਿਰ ਦੇ ਕੇ ਮਾਰਿਆ ਗਿਆ ਹੈ ਜਿਸ ਦਾ ਮਕਸਦ ਉਹਦਾ ਰੁਪਿਆ ਚੁਰਾਉਣਾ ਸੀ।

"ਮੁਢਲੀ ਤਫਤੀਸ਼ ਨਾਲ ਉਸ ਦਾ ਸ਼ੱਕ ਠੀਕ ਸਾਬਤ ਹੋ ਗਿਆ। ਪਤਾ ਲੱਗਿਆ:

"੧) ਕਿ ਆਪਣੀ ਮੌਤ ਤੋਂ ਥੋੜਾ ਚਿਰ ਪਹਿਲਾਂ ਸਮੇਲਕੋਵ ਨੇ ਆਪਣੇ ਬੈਂਕਾਂ ਵਿਚੋਂ ੩੮੦੦ ਰੂਬਲ ਕਢਵਾਏ ਸਨ। ਪਰ ਜਦੋਂ ਉਹਦੀ ਮੌਤ ਪਿਛੋਂ ਉਹਦੇ ਕਬਜ਼ੇ ਵਿਚੋਂ

ਨਿਕਲੀਆਂ ਚੀਜ਼ਾਂ ਦੀ ਲਿਸਟ ਬਣਾਈ ਗਈ ਤਾਂ ਉਹਦੇ ਕੋਲੋਂ ੩੧੨ ਰੂਬਲ ੧੯ ਕਾਪੀਕ ਨਿਕਲੇ ਸਨ।

"੨) ਕਿ ਸਮੇਲਕੋਵ ਨੇ ਆਪਣੀ ਮੌਤ ਤੋਂ ਪਹਿਲਾਂ ਸਾਰਾ ਦਿਨ ਤੇ ਸਾਰੀ ਰਾਤ ਕੰਜਰੀ ਲੀਊਬਕਾ (ਕਾਤੇਰੀਨਾ ਮਾਸਲੋਵਾ) ਨਾਲ ਚਕਲੇ ਵਿਚ ਅਤੇ ਹੋਟਲ "ਮਾਵਰੀਤਾਨੀਆ" ਦੇ ਆਪਣੇ ਕਮਰੇ ਵਿਚ ਬਿਤਾਈ। ਉਹਦੀ ਬੇਨਤੀ ਉਤੇ ਤੇ ਉਹਦੀ ਗੈਰ-ਹਾਜ਼ਰੀ ਵਿਚ ਕਾਤੇਰੀਨਾ ਮਾਸਲੋਵਾ, ਪੈਸੇ ਲੈਣ ਲਈ ਚਕਲੇ ਤੋਂ ਇਸ ਕਮਰੇ ਵਿਚ ਆਈ ਸੀ। ਹੋਟਲ ਦੇ ਦੋ ਨੌਕਰਾਂ, ਯੇਵਫੀਮੀਆ ਬੋਚਕੋਵਾ ਅਤੇ ਸੀਮੋਨ ਕਾਰਤੀਨਕਿਨ ਦੀ ਮੌਜੂਦਗੀ ਵਿਚ ਮਾਸਲੋਵਾ ਨੇ ਸਮੇਲਕੋਵ ਤੋਂ ਲਿਆਂਦੀ ਕੁੰਜੀ ਨਾਲ ਪੈਸਿਆਂ ਵਾਲਾ ਸੂਟਕੇਸ ਖੋਹਲਿਆ ਅਤੇ ਬੰਦ ਕੀਤਾ ਸੀ। ਬੋਚਕੋਵਾ ਤੇ ਕਾਰਤੀਨਕਿਨ ਦਾ ਕਹਿਣਾ ਸੀ ਕਿ ਜਦੋਂ ਸੂਟਕੇਸ ਖੋਹਲਿਆ ਗਿਆ ਤਾਂ ਉਹਨਾਂ ਨੇ ਉਸ ਵਿਚ ਸੌ ਰੂਬਲ ਦੇ ਨੋਟਾਂ ਦੀਆਂ ਗੱਡੀਆਂ ਵੇਖੀਆਂ ਸਨ।

"੩) ਕਿ ਚਕਲੇ ਤੋਂ ਹੋਟਲ "ਮਾਵਰੀਤਾਨੀਆ" ਮੁੜਦਿਆਂ, ਕੰਜਰੀ ਲਿਊਬਕਾ ਸਮੇਲਕੋਵ ਦੇ ਨਾਲ ਆਈ ਸੀ। ਉਸ ਨੇ ਕਾਰਤੀਨਕਿਨ ਦੇ ਕਹਿਣ ਉਤੇ ਬਰਾਂਡੀ ਦੇ ਗਲਾਸ ਵਿਚ ਇਕ ਚਿੱਟਾ ਪਾਊਡਰ ਪਾ ਦਿੱਤਾ ਅਤੇ ਸਮੇਲਕੋਵ ਨੂੰ ਪੀਣ ਵਾਸਤੇ ਦੇ ਦਿੱਤਾ। ਇਹ ਪਾਊਡਰ ਵੀ ਕਾਰਤੀਨਕਿਨ ਨੇ ਹੀ ਉਸ ਨੂੰ ਦਿੱਤਾ ਸੀ।

"੪) ਕਿ ਅਗਲੀ ਸਵੇਰ ਲੀਊਬਕਾ (ਕਾਤੇਰੀਨਾ ਮਾਸਲੋਵਾ) ਨੇ ਆਪਣੀ ਮਾਲਕਣ ਕੋਲ (ਗਵਾਹ ਕਿਤਾਯੇਵਾ, ਚਕਲੇ ਦੀ ਮਾਲਕ) ਹੀਰੇ ਦੀ ਇਕ ਅੰਗੂਠੀ ਵੇਚੀ। ਮਾਸਲੋਵਾ ਦਾ ਕਹਿਣਾ ਹੈ ਕਿ ਇਹ ਅੰਗੂਠੀ ਸਮੇਲਕੋਵ ਨੇ ਆਪ ਉਸ ਨੂੰ ਦਿੱਤੀ ਸੀ।

"੫) ਕਿ ਹੋਟਲ ਦੀ ਨੌਕਰਾਣੀ, ਯੇਵਫੀਮੀਆ ਬੋਚਕੋਵਾ ਨੇ ਸਮੇਲਕੋਵ ਦੀ ਮੌਤ ਤੋਂ ਅਗਲੇ ਦਿਨ ੧੮੦੦ ਰੂਬਲ ਬੈਂਕ ਦੇ ਚਾਲੂ ਖਾਤੇ ਵਿਚ ਜਮ੍ਹਾਂ ਕਰਵਾਏ।

"ਸਮੇਲਕੋਵ ਦੀ ਦਿਹ ਦੇ ਪੋਸਟਮਾਰਟਮ, ਅਤੇ ਉਸ ਦੇ ਅੰਦਰੋਂ ਨਿਕਲੇ ਮੁਆਦ ਦੇ ਰਸਾਇਣੀ ਵਿਸ਼ਲੇਸ਼ਣ ਤੋਂ ਉਸ ਦੇ ਅੰਦਰ ਜ਼ਹਿਰ ਹੋਣ ਦਾ ਪਤਾ ਲੱਗਾ ਅਤੇ ਇਸ ਤੋਂ ਇਹ ਨਿਰਣਾ ਹੋ ਗਿਆ ਕਿ ਮੌਤ ਜ਼ਹਿਰ ਦੇਣ ਨਾਲ ਹੋਈ ਸੀ।

"ਮੁਲਜ਼ਮ ਮਾਸਲੋਵਾ, ਬੋਚਕੋਵਾ ਤੇ ਕਾਰਤੀਨਕਿਨ, ਸਾਰਿਆਂ ਨੇ ਕਿਹਾ ਹੈ ਕਿ ਉਹ ਬੇਕਸੂਰ ਹਨ। ਮਾਸਲੋਵਾ ਦਾ ਬਿਆਨ ਸੀ ਕਿ ਜਿਸ ਵੇਲੇ ਵਪਾਰੀ ਸਮੇਲਕੋਵ ਚਕਲੇ ਵਿਚ ਸੀ ਜਿਥੇ ਉਹ "ਕੰਮ ਕਰਦੀ ਹੈ," ਜਿਵੇਂ ਉਹ ਆਖਦੀ ਹੈ, ਤਾਂ ਉਸ ਨੂੰ ਅਸਲ ਵਿਚ ਵਪਾਰੀ ਨੇ ਕੁਝ ਪੈਸੇ ਲਿਆ ਦੇਣ ਵਾਸਤੇ ਹੋਟਲ "ਮਾਵਰੀਤਾਨੀਆ" ਭੇਜਿਆ ਸੀ, ਅਤੇ ਵਪਾਰੀ ਵੱਲੋਂ ਦਿੱਤੀ ਗਈ ਕੁੰਜੀ ਨਾਲ ਸੂਟਕੇਸ ਖੋਹਲ ਕੇ, ਉਸ ਨੇ ਚਾਲੀ ਰੂਬਲ ਕੱਢੇ ਸਨ, ਜਿਵੇਂ ਉਸ ਨੂੰ ਆਖਿਆ ਗਿਆ ਸੀ, ਪਰ ਕੁਝ ਵੀ ਹੋਰ ਨਹੀਂ ਸੀ ਕੱਢਿਆ। ਉਸ ਨੇ ਕਿਹਾ ਸੀ ਕਿ ਬੋਚਕੋਵਾ ਤੇ ਕਾਰਤੀਨਕਿਨ, ਜਿਨ੍ਹਾਂ ਦੀ ਮੌਜੂਦਗੀ ਵਿਚ ਉਸ ਨੇ ਸੂਟਕੇਸ ਖੋਹਲਿਆ ਤੇ ਬੰਦ ਕੀਤਾ, ਇਸ ਬਿਆਨ ਦੀ ਸਚਾਈ

ਦੀ ਤਸਦੀਕ ਕਰ ਸਕਦੇ ਹਨ। ਆਪਣੇ ਬਿਆਨ ਵਿਚ ਉਸ ਨੇ ਅਗੇ ਆਖਿਆ ਕਿ ਜਦੋਂ ਉਹ ਦੂਜੀ ਵਾਰੀ ਹੋਟਲ ਵਿਚ ਆਈ ਸੀ ਤਾਂ ਉਸ ਨੇ, ਸੀਮੋਨ ਕਾਰਤੀਨਕਿਨ ਦੀ ਸ਼ਹਿ ਉਤੇ, ਕਿਸੇ ਤਰ੍ਹਾਂ ਦਾ ਪਾਊਡਰ ਜਿਹੜਾ ਉਹਦੇ ਖਿਆਲ ਵਿਚ ਨੀਂਦ-ਲਿਆਊ ਸੀ, ਬਰਾਂਡੀ ਦੇ ਗਲਾਸ ਵਿਚ ਸਮੇਲਕੋਵ ਨੂੰ ਜ਼ਰੂਰ ਦਿੱਤਾ ਸੀ। ਉਹਦਾ ਖਿਆਲ ਸੀ ਕਿ ਇਸ ਨਾਲ ਉਹ ਸੌਂ ਜਾਵੇਗਾ ਅਤੇ ਉਹ ਉਸ ਤੋਂ ਬਚ ਕੇ ਨਿਕਲ ਜਾਵੇਗੀ। ਜਿਥੋਂ ਤੱਕ ਮੁੰਦਰੀ ਦਾ ਸਵਾਲ ਹੈ, ਉਸ ਨੇ ਕਿਹਾ ਕਿ ਸਮੇਲਕੋਵ ਨੇ ਉਸ ਦੀ ਮਾਰ ਕੁਟਾਈ ਕੀਤੀ, ਤੇ ਜਦੋਂ ਉਹ ਰੋਈ ਕੁਰਲਾਈ ਅਤੇ ਉਥੋਂ ਚਲੇ ਜਾਣ ਦੀ ਧਮਕੀ ਦਿੱਤੀ ਤਾਂ ਇਹ ਅੰਗੂਠੀ ਉਹਨੇ ਆਪ ਉਸ ਨੂੰ ਦਿੱਤੀ ਸੀ।

ਜਦੋਂ ਜਿਰਾਹ ਹੋਈ ਤਾਂ ਮੁਲਜ਼ਮ ਯੇਵਫੀਮੀਆ ਬੋਚਕੋਵਾ ਦਾ ਬਿਆਨ ਸੀ ਕਿ ਉਸ ਨੂੰ ਗੁਆਚੇ ਪੈਸਿਆਂ ਬਾਰੇ ਕੁਝ ਪਤਾ ਨਹੀਂ। ਉਹ ਤਾਂ ਸਮੇਲਕੋਵ ਦੇ ਕਮਰੇ ਵਿਚ ਗਈ ਹੀ ਨਹੀਂ, ਸਗੋਂ ਲੀਊਬਕਾ ਆਪ ਹੀ ਸਭ ਕੁਝ ਓਥੇ ਕਰਦੀ ਰਹੀ ਸੀ। ਜੇ ਕੋਈ ਚੀਜ਼ ਚੁਰਾਈ ਗਈ ਹੈ ਤਾਂ ਇਹ ਜ਼ਰੂਰ ਲੀਊਬਕਾ ਨੇ ਉਸ ਵੇਲੇ ਚੁਰਾਈ ਹੋਵੇਗੀ ਜਿਸ ਵੇਲੇ ਉਹ ਵਪਾਰੀ ਦੀ ਕੁੰਜੀ ਲੈ ਕੇ ਉਹਦੇ ਵਾਸਤੇ ਪੈਸੇ ਲੈਣ ਆਈ ਸੀ।"

ਇਸ ਗੱਲ ਉਤੇ ਮਾਸਲੋਵਾ ਤ੍ਰਭਕੀ। ਉਸ ਨੇ ਮੂੰਹ ਟੱਡਿਆ ਅਤੇ ਬੋਚਕੋਵਾ ਵੱਲ ਵੇਖਣ ਲੱਗੀ।

"ਜਦੋਂ," ਸਕੱਤਰ ਨੇ ਅੱਗੇ ਪੜ੍ਹਿਆ, "ਇਕ ਹਜ਼ਾਰ ਅੱਠ ਸੌ ਰੂਬਲ ਦੀ ਬੈਂਕ ਵਾਲੀ ਰਸੀਦ ਬੋਚਕੋਵਾ ਨੂੰ ਵਿਖਾਈ ਗਈ, ਅਤੇ ਉਹਦੇ ਕੋਲੋਂ ਪੁੱਛਿਆ ਗਿਆ ਕਿ ਉਸ ਨੇ ਏਡੀ ਰਕਮ ਕਿਥੋਂ ਲਈ ਹੈ ਤਾਂ ਉਸ ਨੇ ਆਖਿਆ ਕਿ ਇਹ ਬਾਰਾਂ ਵਰ੍ਹਿਆਂ ਦੀ ਉਹਦੀ ਆਪਣੀ ਕਮਾਈ ਦੇ, ਤੇ ਸੀਮੋਨ ਦੀ ਕਮਾਈ ਦੇ ਪੈਸੇ ਹਨ। ਤੇ ਇਸ ਸੀਮੋਨ ਨਾਲ ਉਹ ਵਿਆਹ ਕਰਾਉਣ ਵਾਲੀ ਹੈ। ਮੁਲਜ਼ਮ, ਸੀਮੋਨ ਕਾਰਤੀਨਕਿਨ ਨੇ, ਜਦੋਂ ਪਹਿਲਾਂ ਪੁੱਛ-ਪੜਤਾਲ ਕੀਤੀ ਗਈ, ਮੰਨਿਆ ਕਿ ਉਹਨੇ ਅਤੇ ਬੋਚਕੋਵਾ ਨੇ, ਮਾਸਲੋਵਾ ਦੀ ਸ਼ਹਿ ਉਤੇ, ਜਿਹੜੀ ਚਕਲੇ ਤੋਂ ਕੁੰਜੀ ਲੈ ਕੇ ਆਈ ਸੀ, ਪੈਸੇ ਚੁਰਾਏ ਸਨ, ਅਤੇ ਆਪਣੇ, ਬੋਚਕੋਵਾ ਤੇ ਮਾਸਲੋਵਾ ਵਿਚਕਾਰ ਇਕੋ ਜਿੰਨੇ ਵੰਡ ਲਏ ਸਨ।"

ਏਥੇ ਮਾਸਲੋਵਾ ਇਕ ਵਾਰ ਫੇਰ ਤ੍ਰਭਕੀ, ਅਤੇ ਸਗੋਂ ਖੜੀ ਵੀ ਹੋ ਗਈ, ਸ਼ਰਮ ਨਾਲ ਲਾਲ ਸੂਹੀ ਹੋਈ ਹੋਈ, ਤੇ ਬੋਲਣ ਲੱਗ ਪਈ, ਪਰ ਪੇਸ਼ਕਾਰ ਨੇ ਉਸ ਨੂੰ ਚੁਪ ਕਰਾ ਦਿੱਤਾ।

"ਅਖੀਰ," ਸਕੱਤਰ ਪੜ੍ਹੀ ਜਾ ਰਿਹਾ ਸੀ, "ਕਾਰਤੀਨਕਿਨ ਨੇ ਇਕਬਾਲ ਕੀਤਾ ਕਿ ਉਸ ਨੇ ਸਮੇਲਕੋਵ ਨੂੰ ਸੁਆ ਦੇਣ ਲਈ ਪਾਊਡਰ ਦਿੱਤਾ ਸੀ। ਜਦੋਂ ਦੂਜੀ ਵਾਰੀ ਪੜਤਾਲ ਹੋਈ ਤਾਂ ਉਹ ਮੁਕਰ ਗਿਆ ਤੇ ਕਿਹਾ ਕਿ ਪੈਸਾ ਚੋਰੀ ਕਰਨ ਜਾਂ ਮਾਸਲੋਵਾ ਨੂੰ ਪਾਊਡਰ ਦੇਣ ਨਾਲ ਉਹਦਾ ਕੋਈ ਵਾਸਤਾ ਨਹੀਂ, ਤੇ ਇਹ ਸਭ ਕੁਝ ਉਸ ਨੇ ਆਪ ਇਕੱਲੀ ਨੇ ਹੀ ਕੀਤਾ ਹੈ। ਬੋਚਕੋਵਾ ਵਲੋਂ ਬੈਂਕ ਵਿਚ ਰੱਖੇ ਪੈਸਿਆਂ ਬਾਰੇ, ਉਸ ਨੇ ਵੀ ਉਹੋ ਗੱਲ ਆਖੀ ਜੋ ਬੋਚਕੋਵਾ ਨੇ ਆਖੀ ਸੀ—ਅਰਥਾਤ, ਕਿ ਇਹ ਪੈਸੇ ਬਾਰਾਂ ਵਰ੍ਹਿਆਂ

ਦੀ ਨੌਕਰੀ ਦੌਰਾਨ ਉਹਨਾਂ ਦੋਵਾਂ ਨੂੰ ਹੋਟਲ ਵਿਚ ਠਹਿਰਣ ਵਾਲਿਆਂ ਵਲੋਂ ਬਖਸ਼ੀਸ਼ ਦੇ ਰੂਪ ਵਿਚ ਮਿਲੇ ਹੋਏ ਸਨ।"

ਇਸ ਤੋਂ ਮਗਰੋਂ ਮੁਲਜ਼ਮਾਂ ਨਾਲ ਹੋਈ ਜਿਰਾਹ, ਗਵਾਹਾਂ ਦੇ ਹਲਫੀਆ ਬਿਆਨਾਂ, ਅਤੇ ਮਾਹਿਰਾਂ ਦੀ ਰਾਏ ਦਾ ਵੇਰਵਾ ਬਿਆਨ ਕੀਤਾ ਗਿਆ ਸੀ।

ਕਾਨੂੰਨੀ ਦਾਵ੍ਹੇ ਦੇ ਅੰਤ ਵਿਚ ਲਿਖਿਆ ਸੀ :

"ਉਪਰੋਕਤ ਦੇ ਫਲਸਰੂਪ, ਬੋਰਕੀ ਪਿੰਡ ਦੇ ਕਿਸਾਨ, ਸੀਮੋਨ ਕਾਰਤੀਨਕਿਨ ਉਮਰ ਤੇਤੀ ਸਾਲ; ਮੇਸ਼ਚਾਨਕਾ ਯੇਵਫੀਮੀਆ ਬੋਚਕੋਵਾ, ਉਮਰ ਤਰਤਾਲੀ ਸਾਲ; ਅਤੇ ਮੇਸ਼ਚਾਨਕਾ ਕਾਤੇਰੀਨਾ ਮਾਸਲੋਵਾ, ਉਮਰ ਸਤਾਈ ਸਾਲ, ਉਤੇ ਇਹ ਫਰਦ–ਜੁਰਮ ਲਾਗੂ ਹੁੰਦਾ ਹੈ ਕਿ ਉਹਨਾਂ ਨੇ ੧੭ ਜਨਵਰੀ ੧੮੮... ਨੂੰ ਰਲ ਕੇ ਉਪਰੋਕਤ ਵਪਾਰੀ, ਸਮੇਲਕੋਵ ਦੇ ਪੈਸੇ ਅਤੇ ਢਾਈ ਹਜ਼ਾਰ ਰੂਬਲ ਦੇ ਮੁਲ ਦੀ ਹੀਰੇ ਦੀ ਅੰਗੂਠੀ ਚੋਰੀ ਕਰਨ, ਅਤੇ ਇਸ ਵਪਾਰੀ, ਸਮੇਲਕੋਵ ਨੂੰ ਮਾਰ ਦੇਣ ਦੇ ਇਰਾਦੇ ਨਾਲ, ਤਾਂ ਜੋ ਇਹ ਆਪਣਾ ਜੁਰਮ ਲੁਕਾ ਸਕਣ, ਜ਼ਹਿਰ ਦਿੱਤੀ, ਅਤੇ ਇਸ ਤਰ੍ਹਾਂ ਉਸ ਦੀ ਮੌਤ ਹੋ ਗਈ।

"ਇਸ ਜੁਰਮ ਉਤੇ ਤਾਜ਼ੀਰਾਤ ਦੀ ਦਫਾ ੧੪੫੩ (ਪੈਰਾ ੪ ਤੇ ੫) ਆਇਦ ਹੁੰਦੀ ਹੈ। ਇਸ ਲਈ, ਜ਼ਾਬਤਾ ਫੌਜਦਾਰੀ ਦਫਾ ੨੦੧ ਅਨੁਸਾਰ ਕਿਸਾਨ ਸੀਮੋਨ ਕਾਰਤੀਨਕਿਨ, ਮੇਸ਼ਚਾਨਕਾ ਯੇਵਫੀਮੀਆ ਬੋਚਕੋਵਾ, ਅਤੇ ਮੇਸ਼ਚਾਨਕਾ ਕਾਤੇਰੀਨਾ ਮਾਸਲੋਵਾ ਨੂੰ ਜ਼ਿਲਾ ਅਦਾਲਤ ਵਿਖੇ ਜਿਊਰੀ ਵਲੋਂ ਸਮਾਇਤ ਸਪੁਰਦ ਕੀਤਾ ਜਾਂਦਾ ਹੈ।"

ਇਸ ਪ੍ਰਕਾਰ ਸਕੱਤਰ ਨੇ ਲੰਮਾ ਕਾਨੂੰਨੀ ਦਾਵ੍ਹਾ ਸਮਾਪਤ ਕੀਤਾ, ਅਤੇ ਕਾਗਜ਼ ਵਲ੍ਹੇਟ ਕੇ, ਆਪਣੇ ਹੱਥਾਂ ਨਾਲ ਆਪਣੇ ਲੰਮੇ ਵਾਲਾ ਨੂੰ ਸੰਵਾਰਦਾ ਹੋਇਆ, ਆਪਣੀ ਥਾਂ ਤੇ ਬਹਿ ਗਿਆ। ਸਾਰਿਆਂ ਨੇ ਇਹ ਸੋਚ ਕੇ ਸੁਖ ਦਾ ਸਾਹ ਲਿਆ ਕਿ ਹੁਣ ਪੁੱਛਗਿੱਛ ਸ਼ੁਰੂ ਹੋਵੇਗੀ ਅਤੇ ਛੇਤੀ ਹੀ ਸਾਰਾ ਮਾਮਲਾ ਖੁਲ੍ਹ ਕੇ ਸਾਮ੍ਹਣੇ ਆ ਜਾਇਗਾ ਅਤੇ ਇਨਸਾਫ ਦੀ ਪੂਰਤੀ ਹੋ ਜਾਏਗੀ। ਇਕੱਲਾ ਨੇਖਲੀਊਦੋਵ ਹੀ ਇਹਨਾਂ ਭਾਵਨਾਵਾਂ ਵਿਚ ਸ਼ਰੀਕ ਨਹੀਂ ਸੀ। ਉਹਦਾ ਤਾਂ ਰੋਮ ਰੋਮ ਉਸ ਦੇ ਖਿਆਲ ਤੋਂ ਭੈਭੀਤ ਹੋਇਆ ਪਿਆ ਸੀ ਜੋ ਕੁਝ ਇਸ ਮਾਸਲੋਵਾ ਨੇ ਕੀਤਾ ਹੋ ਸਕਦਾ ਸੀ ਜਿਸ ਨੂੰ ਉਹ ਦਸ ਸਾਲ ਹੋਏ ਇਕ ਮਾਸੂਮ ਤੇ ਮਨਮੋਹਣੀ ਮੁਟਿਆਰ ਦੇ ਰੂਪ ਵਿਚ ਜਾਣਦਾ ਸੀ।

੧੧

ਜਦੋਂ ਕਾਨੂੰਨੀ ਦਾਵ੍ਹਾ ਪੜ੍ਹਿਆ ਗਿਆ, ਤਾਂ ਪ੍ਰਧਾਨ ਨੇ, ਮੈਂਬਰਾਂ ਨਾਲ ਮਸ਼ਵਰਾ ਕਰਨ ਮਗਰੋਂ, ਅਜਿਹੇ ਹਾਵਭਾਵ ਨਾਲ ਕਾਰਤੀਨਕਿਨ ਨੂੰ ਸੰਬੋਧਨ ਕੀਤਾ ਜਿਹੜਾ

ਸਪਸ਼ਟ ਰੂਪ ਵਿਚ ਆਖਦਾ ਸੀ : "ਹੁਣੇ ਅਸੀਂ ਨਿੱਕੇ ਨਿੱਕੇ ਵੇਰਵਿਆਂ ਤੱਕ ਸਾਰੀ ਦੀ ਸਾਰੀ ਸੱਚਾਈ ਦਾ ਪਤਾ ਲਾ ਲਵਾਂਗੇ।"

"ਕਿਸਾਨ ਸੀਮੋਨ ਕਾਰਤੀਨਕਿਨ," ਉਸ ਨੇ ਖੱਬੇ ਪਾਸੇ ਵੱਲ ਕੋਡੇ ਹੁੰਦਿਆ ਆਖਿਆ।

ਸੀਮੋਨ ਕਾਰਤੀਨਕਿਨ ਖੜਾ ਹੋ ਗਿਆ। ਉਸ ਨੇ ਆਪਣੀਆਂ ਬਾਹਵਾਂ ਸਿੱਧੀਆਂ ਕਰ ਲਈਆਂ, ਅਤੇ ਆਪਣੇ ਪੂਰੇ ਸਰੀਰ ਨੂੰ ਅਗਾਂਹ ਵੱਲ ਝੁਕਾ ਦਿੱਤਾ। ਉਸ ਦੀਆਂ ਗੱਲ੍ਹਾਂ ਹਾਲੇ ਵੀ ਹਿੱਲੀ ਜਾ ਰਹੀਆਂ ਸਨ, ਹਾਲਾਂਕਿ ਉਹ ਕੋਈ ਗੱਲ ਨਹੀਂ ਸੀ ਕਰ ਰਿਹਾ।

"ਤੁਹਾਡੇ 'ਤੇ ਇਹ ਇਲਜ਼ਾਮ ਹੈ ਕਿ ੧੭ ਜਨਵਰੀ, ੧੯੮... ਨੂੰ ਤੁਸੀਂ, ਯੇਵਫੀਮੀਆ ਬੋਚਕੋਵਾ ਅਤੇ ਕਾਤੇਰੀਨਾ ਮਾਸਲੋਵਾ ਨਾਲ ਮਿਲ ਕੇ, ਵਪਾਰੀ ਸਮੇਲਕੋਵ ਦੇ ਸੂਟਕੇਸ ਵਿਚੋਂ ਪੈਸੇ ਚੋਰੀ ਕੀਤੇ। ਇਸ ਤੋਂ ਮਗਰੋਂ ਸੰਖਿਆ ਲਿਆਂਦਾ ਤੇ ਕਾਤੇਰੀਨਾ ਮਾਸਲੋਵਾ ਨੂੰ ਬਰਾਂਡੀ ਦੇ ਗਲਾਸ ਵਿਚ ਪਾ ਕੇ ਵਪਾਰੀ ਸਮੇਲਕੋਵ ਨੂੰ ਦੇਣ ਵਾਸਤੇ ਮਨਾ ਲਿਆ, ਅਤੇ ਇਸ ਤਰ੍ਹਾਂ ਸਮੇਲਕੋਵ ਦੀ ਮੌਤ ਹੋ ਗਈ। ਤੁਸੀਂ ਆਪਣਾ ਜੁਰਮ ਕਬੂਲ ਕਰਦੇ ਹੋ?" ਪ੍ਰਧਾਨ ਨੇ ਸੱਜੇ ਪਾਸੇ ਟੇਢੇ ਹੁੰਦਿਆਂ ਆਖਿਆ।

"ਨਹੀਂ, ਬਿਲਕੁਲ ਨਹੀਂ, ਕਿਉਂਕਿ ਸਾਡਾ ਕੰਮ ਮਹਿਮਾਨਾਂ ਦੀ ਸੇਵਾ ਕਰਨਾ ਹੈ, ਤੇ..."

"ਇਹ ਸਭ ਕੁਝ ਤੁਸੀਂ ਬਾਦ ਵਿਚ ਦੱਸਿਓ। ਤੁਸੀਂ ਆਪਣੇ ਆਪ ਨੂੰ ਦੋਸ਼ੀ ਮੰਨਦੇ ਹੋ?"

"ਬਿਲਕੁਲ ਨਹੀਂ, ਜਨਾਬ। ਮੈਂ ਸਿਰਫ..."

"ਮਗਰੋਂ ਦੱਸਿਆ ਜੇ। ਤੁਸੀਂ ਆਪਣੇ ਆਪ ਨੂੰ ਦੋਸ਼ੀ ਮੰਨਦੇ ਜੇ?" ਪ੍ਰਧਾਨ ਨੇ ਧੀਰਜ ਤੇ ਦ੍ਰਿੜ੍ਹਤਾ ਨਾਲ ਪੁਛਿਆ।

"ਏਹੋ ਜਿਹਾ ਕੰਮ ਨਹੀਂ ਕਰ ਸਕਦਾ ਮੈਂ, ਕਿਉਂਕਿ..."

ਪੇਸ਼ਕਾਰ ਫੇਰ ਦੌੜ ਕੇ ਸੀਮੋਨ ਕਾਰਤਿਨਕਿਨ ਕੋਲ ਆਇਆ ਅਤੇ ਦਰਦ-ਭਰੇ ਅੰਦਾਜ਼ ਨਾਲ ਘੁਸਰ ਮੁਸਰ ਕਰ ਕੇ ਉਹਨੂੰ ਚੁੱਪ ਕਰਾ ਦਿੱਤਾ।

ਪ੍ਰਧਾਨ ਨੇ ਇਸ ਅੰਦਾਜ਼ ਨਾਲ ਜਿਵੇਂ ਕਿਹਾ ਹੋਵੇ "ਇਹ ਕੰਮ ਤਾਂ ਮੁੱਕਾ" ਆਪਣਾ ਹੱਥ ਹਿਲਾਇਆ ਜਿਸ ਵਿਚ ਉਸ ਨੇ ਕਾਗ਼ਜ਼ ਫੜਿਆ ਹੋਇਆ ਸੀ, ਅਤੇ ਆਪਣੀ ਅਰਕ ਨੂੰ ਦੂਜੀ ਥਾਂ ਟਿਕਾ ਕੇ ਉਸ ਨੇ ਯੇਵਫੀਮੀਆ ਬੋਚਕੋਵਾ ਨੂੰ ਸੰਬੋਧਨ ਕੀਤਾ।

"ਯੇਵਫੀਮੀਆ ਬੋਚਕੋਵਾ, ਤੁਹਾਡੇ ਤੇ ਇਲਾਜ਼ਾਮ ਹੈ ਕਿ ੧੭ ਜਨਵਰੀ ੧੯੮... ਨੂੰ, ਹੋਟਲ "ਮਾਵਰੀਤਾਨੀਆ" ਵਿਚ, ਸੀਮੋਨ ਕਾਰਤੀਨਕਿਨ ਅਤੇ ਕਾਤੇਰੀਨਾ ਮਾਸਲੋਵਾ ਨਾਲ ਮਿਲ ਕੇ, ਤੁਸੀਂ ਵਪਾਰੀ ਸਮੇਲਕੋਵ ਦੇ ਸੂਟਕੇਸ ਵਿਚੋਂ ਉਹਦੇ ਪੈਸੇ ਅਤੇ ਅੰਗੂਠੀ ਚੁਰਾਈ, ਪੈਸੇ ਆਪਸ ਵਿਚ ਵੰਡ ਲਏ, ਵਪਾਰੀ ਸਮੇਲਕੋਵ ਨੂੰ ਜ਼ਹਿਰ ਦਿੱਤੀ ਜਿਸ ਨਾਲ ਉਹਦੀ ਮੌਤ ਹੋ ਗਈ। ਤੁਸੀਂ ਜੁਰਮ ਕਬੂਲ ਕਰਦੇ ਹੋ?"

"ਮੈਂ ਕੋਈ ਜੁਰਮ ਨਹੀਂ ਕੀਤਾ," ਦਲੇਰੀ ਤੇ ਦ੍ਰਿੜ੍ਹਤਾ ਨਾਲ ਕੇਦਣ ਨੇ ਜਵਾਬ ਦਿੱਤਾ। "ਮੈਂ ਉਹਦੇ ਕਮਰੇ ਦੇ ਨੇੜੇ ਨਹੀਂ ਗਈ, ਪਰ ਇਹ ਕਾਰੇਹੱਥੀ ਜਦੋਂ ਅੰਦਰ ਗਈ ਤਾਂ ਏਸੇ ਹੀ ਸਭ ਕੁਝ ਕੀਤਾ।"

"ਇਹ ਗੱਲ ਤੁਸੀਂ ਮਗਰੋਂ ਦੱਸਿਓ," ਪ੍ਰਧਾਨ ਨੇ ਫੇਰ ਧੀਰਜ ਤੇ ਦ੍ਰਿੜ੍ਹਤਾ ਨਾਲ ਆਖਿਆ। "ਸੋ ਤੁਸੀਂ ਕਹਿੰਦੇ ਹੋ ਕਿ ਤੁਸਾਂ ਕੋਈ ਜੁਰਮ ਨਹੀਂ ਕੀਤਾ?"

"ਮੈਂ ਕੋਈ ਪੈਸੇ ਨਹੀਂ ਲਏ ਤੇ ਨਾ ਮੈਂ ਪੀਣ ਨੂੰ ਕੁਝ ਦਿੱਤਾ, ਨਾ ਮੈਂ ਕਮਰੇ ਵਿਚ ਗਈ। ਜੇ ਮੈਂ ਅੰਦਰ ਗਈ ਹੁੰਦੀ ਤਾਂ ਉਹਨੂੰ ਧੱਕੇ ਮਾਰ ਕੇ ਬਾਹਰ ਕੱਢ ਦੇਂਦੀ।"

"ਸੋ ਤੁਸੀਂ ਆਪਣੇ ਆਪ ਨੂੰ ਦੋਸ਼ੀ ਨਹੀਂ ਮੰਨਦੇ?"

"ਬਿਲਕੁਲ ਨਹੀਂ।"

"ਬਹੁਤ ਅੱਛਾ।"

"ਕਾਤੇਰੀਨਾ ਮਾਸਲੋਵਾ," ਤੀਜੇ ਮੁਲਜ਼ਮ ਨੂੰ ਸੰਬੋਧਨ ਕਰਦਿਆਂ, ਪ੍ਰਧਾਨ ਨੇ ਆਖਣਾ ਸ਼ੁਰੂ ਕੀਤਾ, "ਤੁਹਾਡੇ ਉਤੇ ਇਹ ਇਲਜ਼ਾਮ ਹੈ ਕਿ ਤੁਸੀਂ, ਵਪਾਰੀ ਸਮੇਲਕੋਵ ਦੇ ਸੂਟਕੇਸ ਦੀ ਕੁੰਜੀ ਲੈ ਕੇ ਚਕਲੇ ਤੋਂ ਆਏ, ਅਤੇ ਉਹਦੇ ਸੂਟਕੇਸ ਵਿਚੋਂ ਪੈਸੇ ਅਤੇ ਅੰਗੂਠੀ ਚੁਰਾ ਲਈ।" ਉਸ ਨੇ ਇਹ ਗੱਲ ਜ਼ਬਾਨੀ ਰਟੇ ਸਬਕ ਵਾਂਗ ਆਪਣੇ ਖੱਬੇ ਬੈਠੇ ਮੈਂਬਰ ਵੱਲ ਝੁਕਦਿਆਂ, ਆਖੀ ਜਿਹੜਾ ਉਹਦੇ ਕੰਨ ਵਿਚ ਮਿਣਮਿਣ ਕਰ ਰਿਹਾ ਸੀ। ਉਹ ਦੱਸ ਰਿਹਾ ਸੀ ਕਿ ਸਾਰਵਾਨ ਸ਼ਹਾਦਤ ਦੀਆਂ ਚੀਜ਼ਾਂ ਵਿਚੋਂ ਦਰਜ ਇਕ ਸ਼ੀਸ਼ੀ ਗੁਮ ਹੋ ਗਈ ਸੀ। "ਉਹਦੇ ਸੂਟਕੇਸ ਵਿਚੋਂ ਪੈਸੇ ਅਤੇ ਅੰਗੂਠੀ ਚੁਰਾ ਲਈ," ਉਹਨੇ ਫਿਰ ਕਿਹਾ, "ਇਸ ਦੀ ਵੰਡੀ ਪਾ ਲਈ। ਇਸ ਤੋਂ ਮਗਰੋਂ, ਸਮੇਲਕੋਵ ਨਾਲ ਹੋਟਲ "ਮਾਵਰੀਤਾਨੀਆ" ਆ ਕੇ, ਤੁਸੀਂ ਉਹਨੂੰ ਸ਼ਰਾਬ ਵਿਚ ਜ਼ਹਿਰ ਦਿੱਤੀ ਜਿਸ ਨਾਲ ਉਹਦੀ ਮੌਤ ਹੋ ਗਈ। ਤੁਸੀਂ ਆਪਣਾ ਜੁਰਮ ਕਬੂਲ ਕਰਦੇ ਹੋ?"

"ਮੈਂ ਕਿਸੇ ਗੱਲ ਦੀ ਮੁਜਰਮ ਨਹੀਂ।" ਉਸ ਨੇ ਛੇਤੀ ਛੇਤੀ ਕਹਿਣਾ ਸ਼ੁਰੂ ਕੀਤਾ। "ਜਿਵੇਂ ਮੈਂ ਪਹਿਲਾਂ ਆਖਿਆ ਸੀ, ਇਕ ਵਾਰ ਫੇਰ ਆਖਦੀ ਆਂ, ਮੈਂ ਨਹੀਂ ਲਏ, ਨਹੀਂ ਲਏ, ਨਹੀਂ ਲਏ, ਮੈਂ ਕੁਝ ਨਹੀਂ ਲਿਆ, ਤੇ ਅੰਗੂਠੀ ਉਹਨੇ ਮੈਨੂੰ ਆਪ ਦਿੱਤੀ ਸੀ..."

"ਤੁਸੀਂ ਢਾਈ ਹਜ਼ਾਰ ਰੂਬਲ ਚੋਰੀ ਕਰਨ ਦਾ ਦੋਸ਼ ਨਹੀਂ ਮੰਨਦੇ?" ਪ੍ਰਧਾਨ ਨੇ ਪੁੱਛਿਆ।

"ਮੈਂ ਆਖਿਆ ਏ ਨਾ ਕਿ ਚਾਲੀ ਰੂਬਲ ਤੋਂ ਸਿਵਾਏ ਮੈਂ ਕੁਝ ਨਹੀਂ ਲਿਆ।"

"ਹੱਛਾ, ਤੇ ਇਹ ਦੋਸ਼ ਮੰਨਦੇ ਹੋ ਕਿ ਤੁਸੀਂ ਵਪਾਰੀ ਸਮੇਲਕੋਵ ਨੂੰ ਸ਼ਰਾਬ ਵਿਚ ਪਾਊਡਰ ਮਿਲਾ ਕੇ ਪਿਲਾਇਆ ਸੀ?"

"ਇਹ ਮੈਂ ਮੰਨਦੀ ਆਂ। ਸਿਰਫ, ਮੈਂ ਉਹਨਾਂ ਦੇ ਦੱਸੇ ਉਤੇ ਵਿਸ਼ਵਾਸ ਕੀਤਾ। ਇਹਨਾਂ ਆਖਿਆ ਸੀ ਕਿ ਇਹ ਨੀਂਦ ਲਿਆਉਣ ਵਾਲੀ ਦਵਾਈ ਹੈ, ਤੇ ਇਹਦੇ ਨਾਲ ਕੋਈ ਨੁਕਸਾਨ ਨਹੀਂ ਹੁੰਦਾ। ਮੈਂ ਕਦੇ ਸੋਚਿਆ ਵੀ ਨਹੀਂ ਸੀ, ਕਦੇ ਚਾਹਿਆ ਨਹੀਂ ਸੀ... ਰੱਬ ਨੂੰ ਹਾਜ਼ਰ ਨਾਜ਼ਰ ਜਾਣ ਕੇ ਕਹਿਨੀ ਆਂ ਮੈਂ ਇਹ ਨਹੀਂ ਸਾਂ ਚਾਹੁੰਦੀ," ਉਸ ਨੇ ਆਖਿਆ।

"ਸੋ ਤੁਸੀਂ ਇਹ ਦੋਸ਼ ਨਹੀਂ ਮੰਨਦੇ ਕਿ ਵਪਾਰੀ ਸਮੇਲਕੋਵ ਦਾ ਪੈਸਾ ਤੇ ਅੰਗੂਠੀ ਚੋਰੀ ਕੀਤੀ, ਪਰ ਪੁੜੀ ਘੋਲ ਕੇ ਉਹਨੂੰ ਪਿਆਉਣ ਦਾ ਇਕਬਾਲ ਕਰਦੇ ਹੋ ?" ਪ੍ਰਧਾਨ ਨੇ ਆਖਿਆ।

"ਹਾਂ, ਮੈਂ ਮੰਨਦੀ ਆਂ। ਪਰ ਮੈਂ ਸਮਝਿਆ ਸੀ ਇਹ ਨੀਂਦ ਦੀ ਦਵਾਈ ਏ। ਮੈਂ ਸਿਰਫ ਉਹਨੂੰ ਸਵਾਉਣ ਵਾਸਤੇ ਇਹ ਦਿੱਤੀ ਸੀ ; ਇਸ ਤੋਂ ਵਧ ਨਾ ਮੈਂ ਸੋਚਿਆ ਸੀ ਨਾ ਚਾਹਿਆ ਸੀ।"

"ਬਹੁਤ ਹੱਛਾ," ਪ੍ਰਧਾਨ ਨੇ ਆਖਿਆ। ਪ੍ਰੱਤਖ ਤੌਰ ਤੇ ਉਹ ਪ੍ਰਾਪਤ ਨਤੀਜਿਆਂ ਤੋਂ ਸੰਤੁਸ਼ਟ ਸੀ। "ਹੁਣ ਸਾਨੂੰ ਇਹ ਦੱਸੋ ਕਿ ਇਹ ਹੋਇਆ ਕਿਵੇਂ," ਤੇ ਉਹਨੇ ਆਪਣੀ ਕੁਰਸੀ ਨਾਲ ਢੋ ਲਾ ਲਈ ਅਤੇ ਆਪਣੇ ਹੱਥ ਮੇਜ਼ ਤੇ ਟਿਕਾ ਲਏ। "ਸਭ ਕੁਝ ਦੱਸੋ, ਕਿਵੇਂ ਹੋਇਆ। ਸਾਫ ਸਾਫ ਸਭ ਕੁਝ ਮੰਨ ਲੈਣ ਨਾਲ ਤੁਹਾਨੂੰ ਹੀ ਫਾਇਦਾ ਹੋਵੇਗਾ।"

ਮਾਸਲੋਵਾ ਚੁਪ ਚਾਪ ਸਿੱਧਾ ਪ੍ਰਧਾਨ ਵੱਲ ਵੇਖਦੀ ਰਹੀ।

"ਦੱਸੋ, ਇਹ ਕਿਵੇਂ ਹੋਇਆ।"

"ਕਿਵੇਂ ਹੋਇਆ ?" ਅਚਨਚੇਤ ਮਾਸਲੋਵਾ ਨੇ ਛੇਤੀ ਛੇਤੀ ਆਖਣਾ ਸ਼ੁਰੂ ਕੀਤਾ। "ਮੈਂ ਹੋਟਲ ਵਿਚ ਆਈ ਤੇ ਮੈਨੂੰ ਕਮਰੇ ਵ੍ਹਿਚ ਭੇਜ ਦਿੱਤਾ ਗਿਆ। ਉਹ ਉਥੇ ਹੀ ਸੀ, ਸ਼ਰਾਬ ਨਾਲ ਰੱਜਿਆ ਹੋਇਆ।" ਜਦੋਂ ਉਹਨੇ ਲਫਜ਼ ਉਹ ਬੋਲਿਆ ਤਾਂ ਉਸ ਦੀਆਂ ਟੱਡੀਆਂ ਹੋਈਆਂ ਅੱਖਾਂ ਭੈਭੀਤ ਹੋ ਗਈਆਂ। "ਮੈਂ ਓਥੋਂ ਚਲੀ ਜਾਣਾ ਚਾਹੁੰਦੀ ਸਾਂ, ਪਰ ਉਹ ਮੈਨੂੰ ਜਾਣ ਨਹੀਂ ਸੀ ਦੇਂਦਾ।"

ਉਹ ਚੁਪ ਹੋ ਗਈ ਜਿਵੇਂ ਉਹਦੇ ਕੋਲੋਂ ਤੰਦ ਖੁਸ ਗਈ ਹੋਵੇ ਜਾਂ ਕੁਝ ਚੇਤੇ ਕਰਦੀ ਹੋਵੇ।

"ਹੱਛਾ, ਤੇ ਫੇਰ ?"

"ਫੇਰ ? ਮੈਂ ਥੋੜਾ ਚਿਰ ਅਟਕੀ ਤੇ ਮੁੜ ਘਰ ਚਲੀ ਗਈ।"

ਇਹ ਸੁਣ ਕੇ ਛੋਟੇ ਸਰਕਾਰੀ ਵਕੀਲ ਨੇ ਕੁਚੱਜੇ ਜਿਹੇ ਢੰਗ ਨਾਲ ਇਕ ਅਰਕ ਉਤੇ ਟੇਢੇ ਹੋ ਕੇ ਰਤਾ ਕੁ ਸਿਰ ਉੱਚਾ ਕੀਤਾ।

"ਤੁਸੀਂ ਕੋਈ ਸਵਾਲ ਪੁਛਣਾ ਚਾਹੁੰਦੇ ਹੋ ?" ਪ੍ਰਧਾਨ ਨੇ ਪੁੱਛਿਆ ; ਅਤੇ ਹਾਂ ਵਿਚ ਜਵਾਬ ਮਿਲਣ ਤੇ ਉਸ ਨੇ ਛੋਟੇ ਸਰਕਾਰੀ ਵਕੀਲ ਨੂੰ ਇਸ਼ਾਰਾ ਕੀਤਾ ਕਿ ਉਹ ਬੋਲ ਸਕਦਾ ਹੈ।

"ਮੈਂ ਪੁਛਣਾ ਚਾਹੁੰਦਾ ਹਾਂ ਕਿ ਕੀ ਮੁਲਜ਼ਮਾ ਦੀ ਸੀਮੋਨ ਕਾਰਤੀਨਕਿਨ ਨਾਲ ਪਹਿਲਾਂ ਕੋਈ ਜਾਣ ਪਛਾਣ ਸੀ ?" ਛੋਟੇ ਸਰਕਾਰੀ ਵਕੀਲ ਨੇ ਮਾਸਲੋਵਾ ਵੱਲ ਵੇਖੇ ਬਗੈਰ ਆਖਿਆ, ਅਤੇ ਸਵਾਲ ਕਰ ਕੇ ਉਹਨੇ ਆਪਣੇ ਬੁਲ੍ਹ ਘੁਟ ਲਏ ਤੇ ਤਿਊੜੀਆਂ ਚੜ੍ਹਾ ਲਈਆਂ।

ਪ੍ਰਧਾਨ ਨੇ ਸਵਾਲ ਦੁਹਰਾਇਆ। ਮਾਸਲੋਵਾ ਸਹਿਮੀ ਹੋਈ ਨਜ਼ਰ ਨਾਲ ਛੋਟੇ ਸਰਕਾਰੀ ਵਕੀਲ ਵੱਲ ਝਾਕੀ।

"ਸੀਮੋਨ ਨਾਲ ? ਹਾਂ," ਉਹਨੇ ਆਖਿਆ।

"ਮੈਂ ਜਾਣਨਾ ਚਾਹਾਂਗਾ ਕਿ ਕਾਰਤੀਨਕਿਨ ਨਾਲ ਮੁਲਜ਼ਮਾ ਦੀ ਜਾਣ-ਪਛਾਣ ਕਿਸ ਤਰ੍ਹਾਂ ਦੀ ਸੀ ? ਕੀ ਉਹ ਦੋਵੇਂ ਆਮ ਹੀ ਮਿਲਦੇ-ਗਿਲਦੇ ਸਨ ?"

"ਕਿਸ ਤਰ੍ਹਾਂ ਦੀ ਜਾਣ ਪਛਾਣ ?... ਉਹ ਮੈਨੂੰ ਹੋਟਲ ਦੇ ਮਹਿਮਾਨਾਂ ਵਾਸਤੇ ਬੁਲਾਉਂਦਾ ਸੀ। ਕੋਈ ਖ਼ਾਸ ਜਾਣ-ਪਛਾਣ ਉੱਕਾ ਹੀ ਨਹੀਂ ਸੀ," ਮਾਸਲੋਵਾ ਨੇ ਜਵਾਬ ਦਿੱਤਾ, ਉਸ ਦੀਆਂ ਬੇਚੈਨ ਨਜ਼ਰਾਂ ਪ੍ਰਧਾਨ ਤੋਂ ਛੋਟੇ ਸਰਕਾਰੀ ਵਕੀਲ ਵੱਲ ਅਤੇ ਛੋਟੇ ਸਰਕਾਰੀ ਵਕੀਲ ਤੋਂ ਪ੍ਰਧਾਨ ਵੱਲ ਭਟਕ ਰਹੀਆਂ ਸਨ।

"ਮੈਂ ਜਾਣਨਾ ਚਾਹੁੰਦਾ ਹਾਂ ਕਿ ਕਾਰਤੀਨਕਿਨ ਮਹਿਮਾਨਾਂ ਵਾਸਤੇ ਸਿਰਫ ਮਾਸਲੋਵਾ ਨੂੰ ਹੀ ਕਿਉਂ ਬੁਲਾਉਂਦਾ ਸੀ, ਤੇ ਹੋਰ ਕਿਸੇ ਕੁੜੀ ਨੂੰ ਕਿਉਂ ਨਹੀਂ ?" ਛੋਟੇ ਸਰਕਾਰੀ ਵਕੀਲ ਨੇ ਅੱਧ-ਮੀਟੀਆਂ ਅੱਖਾਂ ਅਤੇ ਬੁੱਲ੍ਹਾਂ ਉਤੇ ਸ਼ੈਤਾਨੀ ਖਚਰੀ ਮੁਸਕਾਨ ਲਿਆ ਕੇ ਆਖਿਆ।

"ਮੈਨੂੰ ਨਹੀਂ ਪਤਾ। ਮੈਨੂੰ ਕੀ ਪਤਾ ਹੋਵੇ ?" ਮਾਸਲੋਵਾ ਨੇ ਸਹਿਮੀ ਨਜ਼ਰ ਚੁਫੇਰੇ ਸੁਟਦਿਆਂ, ਅਤੇ ਇਕ ਪਲ ਲਈ ਆਪਣੀਆਂ ਅੱਖਾਂ ਨੇਖਲੀਊਦੋਵ ਤੇ ਗੱਡ ਕੇ ਆਖਿਆ। "ਜਿਸਨੂੰ ਚਾਹੁੰਦਾ ਸੀ, ਸੱਦ ਲੈਂਦਾ ਸੀ।"

"ਸਚਮੁਚ ਉਹਨੇ ਮੈਨੂੰ ਪਛਾਣ ਤਾਂ ਨਹੀਂ ਲਿਆ ?" ਨੇਖਲੀਊਦੋਵ ਨੂੰ ਭੈ ਜਿਹਾ ਆਇਆ ਤੇ ਉਹਦਾ ਲਹੂ ਸਿਰ ਵੱਲ ਨੂੰ ਦੌੜ ਪਿਆ। ਪਰ ਮਾਸਲੋਵਾ ਨੇ ਧਿਆਨ ਪਰੇ ਕਰ ਲਿਆ। ਉਸ ਨੂੰ ਇਹ ਦੂਜਿਆਂ ਨਾਲੋਂ ਕੋਈ ਵਖਰਾ ਨਹੀਂ ਸੀ ਲੱਗਾ। ਅਤੇ ਇਕ ਵਾਰੀ ਫੇਰ ਬੇਚੈਨੀ ਨਾਲ ਆਪਣੀਆਂ ਨਜ਼ਰਾਂ ਛੋਟੇ ਸਰਕਾਰੀ ਵਕੀਲ ਉਤੇ ਗੱਡ ਲਈਆਂ।

"ਸੋ ਮੁਲਜ਼ਮਾ ਇਸ ਗੱਲ ਤੋਂ ਇਨਕਾਰੀ ਹੈ ਕਿ ਕਾਰਤੀਨਕਿਨ ਨਾਲ ਉਸ ਦੇ ਕੋਈ ਡੂੰਘੇ ਸੰਬੰਧ ਸਨ ? ਬਹੁਤ ਹੱਛਾ, ਮੈਂ ਕੁਝ ਹੋਰ ਨਹੀਂ ਪੁਛਣਾ।"

ਅਤੇ ਛੋਟੇ ਸਰਕਾਰੀ ਵਕੀਲ ਨੇ ਲਿਖਣ ਵਾਲੇ ਮੇਜ਼ ਤੇ ਆਪਣੀ ਅਰਕ ਹਟਾਈ ਅਤੇ ਕੁਝ ਲਿਖਣ ਲੱਗ ਪਿਆ। ਅਸਲ ਵਿਚ, ਉਸ ਨੇ ਲਿਖਿਆ ਕੁਝ ਨਹੀਂ ਸੀ, ਸਿਰਫ ਆਪਣੀ ਕਲਮ ਨਾਲ ਆਪਣੇ ਲਿਖੇ ਨੋਟਾਂ ਉਤੇ ਕਲਮ ਫੇਰੀ ਸੀ, ਜਦੋਂ ਉਹਨੇ ਇਕ ਸਿਆਣਪ ਭਰਿਆ ਸਵਾਲ ਪੁਛਣ ਤੋਂ ਮਗਰੋਂ ਪੈਰੋਕਾਰਾਂ ਤੇ ਐਡਵੋਕੇਟਾਂ ਨੂੰ ਆਪਣੇ ਨੋਟਾਂ ਵਿਚ ਕੋਈ ਟਿਪਣੀ ਲਿਖਦਿਆਂ ਵੇਖਿਆ ਜਿਹੜੀ ਅਗੋਂ ਚਲ ਕੇ ਉਹਨਾਂ ਦੇ ਵਿਰੋਧੀ ਦੀ ਦਲੀਲ ਨੂੰ ਕਟ ਸਕੇ।

ਪ੍ਰਧਾਨ ਨੇ ਮੁਲਜ਼ਮਾ ਨੂੰ ਇਕਦਮ ਹੀ ਸੰਬੋਧਨ ਨਹੀਂ ਕੀਤਾ, ਕਿਉਂਕਿ ਉਹ ਐਨਕਾਂ ਵਾਲੇ ਮੈਂਬਰ ਨੂੰ ਪੁੱਛ ਰਿਹਾ ਸੀ ਕਿ ਉਹ ਸਹਿਮਤ ਹੈ ਜਾਂ ਨਹੀਂ ਕਿ ਇਹ ਸਵਾਲ (ਜਿਹੜੇ ਪਹਿਲਾਂ ਹੀ ਤਿਆਰ ਕੀਤੇ ਗਏ ਅਤੇ ਲਿਖੇ ਹੋਏ ਹਨ) ਪੁਛੇ ਜਾਣ।

"ਹੱਛਾ ! ਫੇਰ ਅੱਗੋਂ ਕੀ ਹੋਇਆ ?" ਉਸ ਨੇ ਕਿਹਾ।

"ਮੈਂ ਘਰ ਆ ਗਈ," ਮਾਸਲੋਵਾ ਨੇ, ਰਤਾ ਵਧੇਰੇ ਦਲੇਰੀ ਨਾਲ, ਪਰ ਸਿਰਫ ਪ੍ਰਧਾਨ ਵੱਲ ਹੀ, ਵੇਖਦਿਆਂ ਆਖਿਆ, "ਪੈਸੇ ਮਾਲਕਣ ਨੂੰ ਦਿੱਤੇ, ਤੇ ਮੰਜੇ ਤੇ ਜਾ

ਪਈ। ਮਸਾਂ ਮੇਰੀ ਅੱਖ ਲੱਗੀ ਹੀ ਹੋਵੇਗੀ ਕਿ ਸਾਡੀ ਇਕ ਕੁੜੀ, ਬੇਰਤਾ, ਨੇ ਮੈਨੂੰ ਜਗਾਇਆ। 'ਜਾ, ਤੇਰਾ ਵਪਾਰੀ ਫੇਰ ਆਇਆ ਈ!' ਮੈਂ ਜਾਣਾ ਨਹੀਂ ਸੀ ਚਾਹੁੰਦੀ, ਪਰ ਮਾਲਕਣ ਨੇ ਮੈਨੂੰ ਜਾਣ ਦਾ ਹੁਕਮ ਦਿੱਤਾ। ਉਹ"—ਉਹਨੇ ਫੇਰ ਪ੍ਰਤੱਖ ਸਹਿਮ ਜਿਹੇ ਨਾਲ "ਉਹ" ਸ਼ਬਦ ਬੋਲਿਆ—"ਉਹ ਸਾਡੀਆਂ ਕੁੜੀਆਂ ਨੂੰ ਖਵਾਉਂਦਾ ਪਿਆਉਂਦਾ ਰਿਹਾ ਸੀ, ਤੇ ਫੇਰ ਹੋਰ ਸ਼ਰਾਬ ਮੰਗਾਉਣੀ ਚਾਹੁੰਦਾ ਸੀ, ਪਰ ਉਹਦੇ ਪੈਸੇ ਸਾਰੇ ਖਰਚ ਹੋ ਗਏ ਸਨ। ਮਾਲਕਣ ਉਹਦੇ ਤੇ ਇਤਬਾਰ ਨਹੀਂ ਸੀ ਕਰਦੀ। ਉਸ ਵੇਲੇ ਉਹਨੇ ਮੈਨੂੰ ਆਪਣੇ ਕਮਰੇ ਵਿਚ ਭੇਜਿਆ, ਅਤੇ ਦੱਸਿਆ ਕਿ ਪੈਸੇ ਕਿੱਥੇ ਪਏ ਹਨ ਤੇ ਕਿੰਨੇ ਲਿਆਉਣੇ ਹਨ। ਸੋ ਮੈਂ ਚਲੀ ਗਈ।"

ਪ੍ਰਧਾਨ ਆਪਣੇ ਖੱਬੇ ਪਾਸੇ ਬੈਠੇ ਮੈਂਬਰ ਦੇ ਕੰਨਾਂ ਵਿਚ ਘੁਸਰ ਮੁਸਰ ਕਰ ਰਿਹਾ ਸੀ, ਪਰ ਇਹ ਜ਼ਾਹਿਰ ਕਰਨ ਲਈ ਕਿ ਜਿਵੇਂ ਉਹਨੇ ਸੁਣ ਲਿਆ ਹੈ ਉਹਨੇ ਮਾਸਲੋਵਾ ਦੇ ਆਖਰੀ ਲਫਜ਼ ਦੁਹਰਾਏ।

"ਸੋ ਤੁਸੀਂ ਚਲੇ ਗਏ। ਹੱਛਾ, ਅੱਗੋਂ ਕੀ ਹੋਇਆ?"

"ਮੈਂ ਗਈ, ਤੇ ਓਹੋ ਕੁਝ ਕੀਤਾ ਜੋ ਉਹਨੇ ਮੈਨੂੰ ਆਖਿਆ ਸੀ। ਉਹਦੇ ਕਮਰੇ ਵਿਚ ਗਈ। ਮੈਂ ਇਕੱਲੀ ਨਹੀਂ ਸਾਂ ਗਈ, ਸਗੋਂ ਸੀਮੋਨ ਕਾਰਤੀਨਕਿਨ ਤੇ ਉਹਨੂੰ," ਉਸ ਨੇ ਬੋਚਕੋਵਾ ਵੱਲ ਇਸ਼ਾਰਾ ਕਰ ਕੇ ਕਿਹਾ, "ਵੀ ਸੱਦ ਲਿਆ ਸੀ।"

"ਝੂਠ, ਇਹ ਕੋਰਾ ਝੂਠ ਏ, ਮੈਂ ਅੰਦਰ ਪੈਰ ਨਹੀਂ ਪਾਇਆ," ਬੋਚਕੋਵਾ ਬੋਲਣ ਲੱਗ ਪਈ, ਪਰ ਉਹਨੂੰ ਚੁੱਪ ਕਰਾ ਦਿੱਤਾ ਗਿਆ।

"ਇਹਨਾਂ ਦੇ ਸਾਮ੍ਹਣੇ ਮੈਂ ਦਸਾਂ ਦਸਾਂ ਦੇ ਚਾਰ ਨੋਟ ਕੱਢੇ," ਮਾਸਲੋਵਾ, ਬੋਚਕੋਵਾ ਵੱਲ ਵੇਖਿਆਂ ਬਗੈਰ, ਤਿਊੜੀਆਂ ਚਾੜ੍ਹਦੀ ਬੋਲੀ ਗਈ।

"ਹੱਛਾ, ਪਰ ਮੁਲਜ਼ਮਾ ਨੇ ਇਹ ਨਾ ਵੇਖਿਆ," ਇਕ ਵਾਰੀ ਫੇਰ ਛੋਟੇ ਸਰਕਾਰੀ ਵਕੀਲ ਨੇ ਪੁੱਛਿਆ, "ਕਿ ਜਦੋਂ ਉਹ ਚਾਲੀ ਰੂਬਲ ਕੱਢ ਰਹੀ ਸੀ ਉਸ ਵੇਲੇ ਓਥੇ ਕਿੰਨੀ ਰਕਮ ਸੀ?"

ਜਦੋਂ ਛੋਟੇ ਸਰਕਾਰੀ ਵਕੀਲ ਨੇ ਉਹਨੂੰ ਸੰਬੋਧਨ ਕੀਤਾ ਮਾਸਲੋਵਾ ਨੂੰ ਕੰਬਣੀ ਆ ਗਈ। ਉਹ ਨਹੀਂ ਸੀ ਜਾਣਦੀ ਕਿ ਕਿਉਂ ਪਰ ਉਹਨੇ ਮਹਿਸੂਸ ਕੀਤਾ ਕਿ ਉਹ ਆਦਮੀ ਉਹਦਾ ਮੰਦਾ ਲੋਚਦਾ ਸੀ।

"ਮੈਂ ਗਿਣੇ ਨਹੀਂ ਸਨ, ਪਰ ਸੌ ਸੌ ਦੇ ਕੁਝ ਨੋਟ ਵੇਖੇ ਜ਼ਰੂਰ ਸਨ।"

"ਵਾਹ! ਮੁਲਜ਼ਮਾ ਨੇ ਸੌ ਸੌ ਰੂਬਲ ਦੇ ਨੋਟ ਵੇਖੇ ਸਨ। ਮੈਂ ਹੋਰ ਕੁਝ ਨਹੀਂ ਪੁੱਛਣਾ।"

"ਹੱਛਾ, ਸੋ ਤੁਸੀਂ ਪੈਸੇ ਲੈ ਆਂਦੇ," ਪ੍ਰਧਾਨ ਨੇ ਘੜੀ ਉਤੇ ਨਜ਼ਰ ਮਾਰਦਿਆਂ ਕਿਹਾ।

"ਜੀ ਹਾਂ।"

"ਹੱਛਾ, ਤੇ ਫੇਰ?"

5-24

"ਫੇਰ ਉਹ ਮੈਨੂੰ ਆਪਣੇ ਨਾਲ ਵਾਪਸ ਲੈ ਆਇਆ," ਮਾਸਲੋਵਾ ਨੇ ਆਖਿਆ।

"ਹੱਛਾ, ਤੇ ਤੁਸੀਂ ਉਸ ਨੂੰ ਉਹ ਪਾਊਡਰ ਕਿਵੇਂ ਦਿੱਤਾ? ਉਹਦੀ ਸ਼ਰਾਬ ਵਿਚ ਪਾ ਕੇ?"

"ਕਿਵੇਂ ਦਿੱਤਾ? ਸ਼ਰਾਬ ਵਿਚ ਪਾ ਦਿੱਤਾ ਤੇ ਸ਼ਰਾਬ ਉਹਨੂੰ ਫੜਾ ਦਿੱਤੀ।"

"ਇਹ ਤੁਸਾਂ ਉਸ ਨੂੰ ਕਿਉਂ ਦਿੱਤਾ?"

ਉਸ ਨੇ ਇਕਦਮ ਹੀ ਜਵਾਬ ਨਹੀਂ ਦਿੱਤਾ, ਸਗੋਂ ਡੂੰਘਾ ਤੇ ਲੰਮਾ ਹੌਂਕਾ ਭਰਿਆ।

"ਉਹ ਮੈਨੂੰ ਜਾਣ ਨਹੀਂ ਸੀ ਦੇਂਦਾ," ਇਕ ਪਲ ਦੀ ਚੁੱਪ ਮਗਰੋਂ ਉਹਨੇ ਆਖਿਆ, "ਤੇ ਮੈਂ ਬਿਲਕੁਲ ਥੱਕ ਟੁੱਟ ਗਈ ਸਾਂ, ਤੇ ਇਸ ਕਰਕੇ ਮੈਂ ਲਾਂਘੇ ਵਿਚ ਗਈ ਤੇ ਸੀਮੋਨ ਨੂੰ ਆਖਿਆ: 'ਕਾਸ਼! ਉਹ ਮੈਨੂੰ ਚਲੀ ਜਾਣ ਦੇਵੇ, ਮੈਂ ਬਹੁਤ ਥੱਕ ਗਈ ਆਂ।' ਤੇ ਉਹਨੇ ਕਿਹਾ: 'ਅਸੀਂ ਵੀ ਉਹਦੇ ਕੋਲੋਂ ਤੰਗ ਆ ਗਏ ਆਂ। ਅਸੀਂ ਉਹਨੂੰ ਨੀਂਦ ਦੀ ਦਵਾਈ ਦੇਣ ਬਾਰੇ ਸੋਚ ਰਹੇ ਸਾਂ। ਉਹ ਸੌਂ ਜਾਵੇਗਾ ਤੇ ਫੇਰ ਤੂੰ ਚਲੀ ਜਾਵੀਂ।' ਮੈਂ ਆਖਿਆ 'ਬਿਲਕੁਲ ਠੀਕ।' ਮੈਂ ਸੋਚਿਆ ਸੀ ਇਹ ਨੁਕਸਾਨਦਿਹ ਨਹੀਂ। ਤੇ ਉਹਨੇ ਮੈਨੂੰ ਪੁੜੀ ਫੜਾਈ। ਮੈਂ ਅੰਦਰ ਗਈ। ਉਹ ਪਰਦੇ ਦੇ ਉਹਲੇ ਲੰਮਾ ਪਿਆ ਸੀ। ਉਸ ਨੇ ਓਸੇ ਵੇਲੇ ਬਰਾਂਡੀ ਮੰਗੀ। ਮੈਂ ਮੇਜ਼ ਤੋਂ ਲਿਕਰ ਬਰਾਂਡੀ ਦੀ ਬੋਤਲ ਚੁੱਕੀ, ਦੋ ਗਲਾਸਾਂ ਵਿਚ ਪਾਈ, ਇਕ ਉਹਦੇ ਲਈ ਤੇ ਦੂਜਾ ਆਪਣੇ ਲਈ, ਅਤੇ ਪਾਊਡਰ ਉਹਦੇ ਗਲਾਸ ਵਿਚ ਪਾ ਦਿੱਤਾ ਤੇ ਉਸ ਨੂੰ ਫੜਾ ਦਿੱਤਾ। ਜੇ ਮੈਨੂੰ ਪਤਾ ਹੁੰਦਾ, ਤਾਂ ਮੈਂ ਇਹ ਉਸ ਨੂੰ ਕਿਵੇਂ ਦੇ ਸਕਦੀ ਸਾਂ?"

"ਹੱਛਾ, ਤੇ ਮੁੰਦਰੀ ਤੁਹਾਡੇ ਕੋਲ ਕਿਵੇਂ ਆ ਗਈ?" ਪ੍ਰਧਾਨ ਨੇ ਪੁੱਛਿਆ।

"ਇਹ ਮੈਨੂੰ ਉਹਨੇ ਆਪ ਦਿੱਤੀ ਸੀ।"

"ਕਦੋਂ ਦਿੱਤੀ ਸੀ ਉਸ ਨੇ ਤੁਹਾਨੂੰ?"

"ਜਦੋਂ ਅਸੀਂ ਉਹਦੇ ਕਮਰੇ ਵਿਚ ਵਾਪਸ ਆਏ ਸਾਂ। ਮੈਂ ਜਾਣਾ ਚਾਹੁੰਦੀ ਸਾਂ, ਤੇ ਉਹਨੇ ਮੇਰੇ ਸਿਰ ਤੇ ਮੁੱਕਾ ਮਾਰਿਆ ਤੇ ਮੇਰੀ ਕੰਘੀ ਤੋੜ ਸੁੱਟੀ। ਮੈਨੂੰ ਗੁੱਸਾ ਆ ਗਿਆ ਤੇ ਮੈਂ ਕਿਹਾ ਮੈਂ ਹੁਣੇ ਚਲੀ ਆਂ, ਤੇ ਉਹਨੇ ਆਪਣੀ ਉਂਗਲੀ ਤੋਂ ਮੁੰਦਰੀ ਲਾਹੀ ਤੇ ਮੈਨੂੰ ਦੇ ਦਿੱਤਾ ਤਾਂ ਜੋ ਮੈਂ ਨਾ ਜਾਵਾਂ," ਉਸ ਨੇ ਆਖਿਆ।

ਇਸ ਤੇ ਛੋਟਾ ਸਰਕਾਰੀ ਵਕੀਲ ਇਕ ਵਾਰੀ ਫੇਰ ਮਾੜਾ ਜਿਹਾ ਉੱਚਾ ਹੋਇਆ ਅਤੇ, ਸਾਦਗੀ ਭਰੇ ਅੰਦਾਜ਼ ਨਾਲ, ਕੁਝ ਸਵਾਲ ਪੁੱਛਣ ਦੀ ਆਗਿਆ ਮੰਗੀ। ਇਜਾਜ਼ਤ ਮਿਲ ਗਈ। ਉਸ ਨੇ ਆਪਣੀ ਗਰਦਨ ਰਤਾ ਕੁ ਅਗਾਂਹ ਨੂੰ ਝੁਕਾਈ ਜਿਸ ਨਾਲ ਉਹਦਾ ਕਢਾਈ ਵਾਲਾ ਕਾਲਰ ਕੁਝ ਲੁਕ ਗਿਆ। ਉਸ ਨੇ ਕਿਹਾ:

"ਮੈਂ ਜਾਣਨਾ ਚਾਹੁੰਦਾ ਹਾਂ ਕਿ ਮੁਲਜ਼ਮਾ ਕਿੰਨੇ ਚਿਰ ਵਾਸਤੇ ਵਪਾਰੀ ਸਮੇਲਕੋਵ ਦੇ ਕਮਰੇ ਵਿਚ ਰਹੀ।"

ਮਾਸਲੋਵਾ ਫੇਰ ਤ੍ਰਹਿ ਗਈ ਜਾਪਦੀ ਸੀ। ਉਸ ਨੇ ਫੇਰ ਬੇਚੈਨ ਹੋ ਕੇ ਛੋਟੇ ਸਰਕਾਰੀ ਵਕੀਲ ਤੋਂ ਪ੍ਰਧਾਨ ਤੱਕ ਨਜ਼ਰ ਮਾਰੀ, ਅਤੇ ਛੇਤੀ ਨਾਲ ਆਖਿਆ:

"ਮੈਨੂੰ ਯਾਦ ਨਹੀਂ, ਕਿੰਨਾ ਚਿਰ।"

"ਠੀਕ; ਪਰ ਮੁਲਜ਼ਮਾ ਨੂੰ ਇਹ ਯਾਦ ਹੈ ਕਿ ਸਮੇਲਕੋਵ ਕੋਲੋਂ ਕਮਰੇ 'ਚੋਂ ਨਿਕਲਣ ਮਗਰੋਂ ਉਹ ਹੋਟਲ ਵਿਚ ਹੋਰ ਕਿਧਰੇ ਵੀ ਗਈ ਸੀ?"

ਮਾਸਲੋਵਾ ਨੇ ਇਕ ਪਲ ਸੋਚਿਆ। "ਹਾਂ, ਮੈਂ ਉਹਦੇ ਨਾਲ ਵਾਲੇ ਖਾਲੀ ਕਮਰੇ ਵਿਚ ਗਈ ਸਾਂ।"

"ਤੁਸੀਂ ਕਿਉਂ ਗਏ ਸੀ ਓਥੇ?" ਛੋਟੇ ਸਰਕਾਰੀ ਵਕੀਲ ਨੇ, ਆਪਣੇ ਆਪ ਨੂੰ ਭੁਲ ਕੇ ਉਸ ਨੂੰ ਸਿੱਧਾ ਸੰਬੋਧਨ ਕਰ ਕੇ ਪੁੱਛਿਆ।

"ਘੜੀ ਪਲ ਆਰਾਮ ਕਰਨ, ਜਿੰਨਾ ਚਿਰ ਬੱਘੀ ਨਹੀਂ ਸੀ ਆ ਜਾਂਦੀ।"

"ਤੇ ਕਾਰਤੀਨਕਿਨ ਉਸ ਕਮਰੇ ਵਿਚ ਮੁਲਜ਼ਮਾ ਦੇ ਨਾਲ ਸੀ ਜਾਂ ਨਹੀਂ?"

"ਉਹ ਅੰਦਰ ਆਂ ਗਿਆ ਸੀ।"

"ਕਿਉਂ ਆ ਗਿਆ ਸੀ ਕਮਰੇ ਵਿਚ?"

"ਵਪਾਰੀ ਦੀ ਥੋੜੀ ਜਿਹੀ ਬਰਾਂਡੀ ਬਚ ਗਈ ਸੀ। ਉਸ ਨੂੰ ਅਸੀਂ ਰਲ ਕੇ ਮੁਕਾ ਦਿੱਤਾ।"

"ਹੂੰ, ਰਲ ਕੇ ਮੁਕਾਇਆ! ਬਹੁਤ ਹੱਛਾ! ਤੇ ਮੁਲਜ਼ਮਾ ਨੇ ਕਾਰਤੀਨਕਿਨ ਨਾਲ ਕੋਈ ਗੱਲ ਕੀਤੀ, ਜੇ ਕੀਤੀ, ਤਾਂ ਕੀ ਗੱਲ ਕੀਤੀ?"

ਅਚਾਨਕ ਮਾਸਲੋਵਾ ਦੀ ਤਿਊੜੀ ਚੜ੍ਹ ਗਈ। ਉਹ ਲਾਲ ਸੂਹੀ ਹੋ ਗਈ, ਤੇ ਛੇਤੀ ਨਾਲ ਆਖਣ ਲੱਗੀ:

"ਕੀ ਗੱਲ ਕੀਤੀ? ਮੈਂ ਕੋਈ ਗੱਲ ਨਹੀਂ ਕੀਤੀ। ਜੋ ਕੁਝ ਹੋਇਆ, ਮੈਂ ਦੱਸ ਦਿੱਤਾ ਹੈ। ਤੇ ਹੋਰ ਮੈਨੂੰ ਕੁਝ ਪਤਾ ਨਹੀਂ। ਜੋ ਚਾਹੁੰਦੇ ਹੋ ਕਰ ਲਓ। ਮੇਰਾ ਕੋਈ ਕਸੂਰ ਨਹੀਂ, ਤੇ ਬਸ।"

"ਮੈਂ ਹੋਰ ਕੁਝ ਨਹੀਂ ਪੁੱਛਣਾ," ਛੋਟੇ ਸਰਕਾਰੀ ਵਕੀਲ ਨੇ ਆਖਿਆ, ਅਤੇ ਗੈਰਕੁਦਰਤੀ ਢੰਗ ਨਾਲ ਆਪਣੇ ਮੋਢੇ ਉਤਾਂਹ ਚੁੱਕਦਿਆਂ, ਉਹ ਆਪਣੀ ਤਕਰੀਰ ਦੇ ਨੋਟਾਂ ਵਿਚ ਲਿਖਣ ਲੱਗ ਪਿਆ ਕਿ, ਮੁਲਜ਼ਮਾ ਦੀ ਆਪਣੀ ਗਵਾਹੀ ਮੁਤਾਬਿਕ, ਉਹ ਕਾਰਤੀਨਕਿਨ ਦੇ ਨਾਲ ਖਾਲੀ ਕਮਰੇ ਵਿਚ ਗਈ ਸੀ।

ਕੁਝ ਚਿਰ ਖਾਮੋਸ਼ੀ ਰਹੀ।

"ਤੁਸੀਂ ਹੋਰ ਕੁਝ ਤਾਂ ਨਹੀਂ ਆਖਣਾ?"

"ਮੈਂ ਸਭ ਕੁਝ ਕਹਿ ਦਿੱਤਾ ਹੈ," ਉਸ ਨੇ ਹੌਕਾ ਭਰ ਕੇ ਆਖਿਆ, ਤੇ ਬਹਿ ਗਈ।

ਇਸ ਤੋਂ ਮਗਰੋਂ ਪ੍ਰਧਾਨ ਨੇ ਕੁਝ ਲਿਖਿਆ, ਅਤੇ ਆਪਣੇ ਖੱਬੇ ਪਾਸੇ ਬੈਠੇ ਮੈਂਬਰ ਦੀ ਘੁਸਰ ਮੁਸਰ ਸੁਣ ਕੇ ਉਸ ਨੇ ਦੱਸ ਮਿੰਟ ਵਾਸਤੇ ਅਦਾਲਤ ਬਰਖ਼ਾਸਤ ਕਰਨ ਦਾ ਐਲਾਨ ਕੀਤਾ ਅਤੇ ਛੇਤੀ ਨਾਲ ਉੱਠਿਆ, ਅਤੇ ਅਦਾਲਤ ਵਿਚੋਂ ਬਾਹਰ ਚਲਾ ਗਿਆ। ਮਿਹਰ-ਭਰੀਆਂ ਅੱਖਾਂ ਤੇ ਦਾੜ੍ਹੀ ਵਾਲੇ ਲੰਮੇ ਸਾਰੇ ਮੈਂਬਰ ਨੇ ਇਹ ਗੱਲ ਆਖੀ ਸੀ ਕਿ

ਉਹ ਮਿਹਦੇ ਵਿਚ ਮਾਮੂਲੀ ਗੜਬੜ ਕਾਰਨ, ਮਾੜੀ ਜਿਹੀ ਮਾਲਸ਼ ਕਰਨਾ ਚਾਹੁੰਦਾ ਸੀ ਅਤੇ ਇਕ ਦੋ ਬੂੰਦਾਂ ਦਵਾਈ ਲੈਣਾ ਚਾਹੁੰਦਾ ਸੀ। ਤੇ ਏਸੇ ਵਜ੍ਹਾ ਕਰਕੇ ਕਾਰਵਾਈ ਥੋੜੇ ਚਿਰ ਵਾਸਤੇ ਰੋਕਣੀ ਪਈ ਸੀ।

ਜਿਸ ਵੇਲੇ ਜੱਜ ਉਠੇ, ਤਾਂ ਵਕੀਲ, ਜਿਊਰੀ ਦੇ ਮੈਂਬਰ ਅਤੇ ਗਵਾਹ ਵੀ ਉੱਠ ਖੜੇ ਹੋਏ। ਸਾਰੇ ਇਸ ਗੱਲ ਤੇ ਖੁਸ਼ ਸਨ ਕਿ ਇਸ ਅਹਿਮ ਕੰਮ ਦਾ ਇਕ ਹਿੱਸਾ ਨਿਬੜ ਗਿਆ ਸੀ। ਇੰਜ ਸੋਚਦੇ ਉਹ ਵੱਖ ਵੱਖ ਪਾਸਿਆਂ ਵੱਲ ਹਿਲਣੇ ਸ਼ੁਰੂ ਹੋ ਗਏ।

ਨੇਖਲੀਊਦੋਵ ਜਿਊਰੀ ਦੇ ਮੈਂਬਰਾਂ ਦੇ ਕਮਰੇ ਵਿਚ ਚਲਾ ਗਿਆ, ਤੇ ਖਿੜਕੀ ਦੇ ਕੋਲ ਹੋ ਕੇ ਬਹਿ ਗਿਆ।

੧੨

ਹਾਂ, ਇਹ ਕਾਤੀਊਸ਼ਾ ਹੀ ਸੀ!

ਨੇਖਲੀਊਦੋਵ ਤੇ ਕਾਤੀਊਸ਼ਾ ਵਿਚਕਾਰ ਸੰਬੰਧਾਂ ਦੀ ਕਹਾਣੀ ਇਸ ਤਰ੍ਹਾਂ ਹੈ।

ਜਦੋਂ ਨੇਖਲੀਊਦੋਵ ਨੇ ਕਾਤੀਊਸ਼ਾ ਨੂੰ ਪਹਿਲੀ ਵਾਰੀ ਵੇਖਿਆ ਸੀ ਉਹ ਯੂਨੀਵਰਸਿਟੀ ਵਿਚ ਤੀਜੇ ਸਾਲ ਦਾ ਵਿਦਿਆਰਥੀ ਸੀ, ਅਤੇ ਗਰਮੀਆਂ ਦੀਆਂ ਛੁਟੀਆਂ ਉਹ ਆਪਣੀਆਂ ਭੂਆ ਕੋਲ ਬਿਤਾਉਣ ਗਿਆ ਸੀ। ਇਹਨਾਂ ਛੁੱਟੀਆਂ ਵਿਚ ਉਹੋ ਭੋਂ-ਪੱਟੇ ਬਾਰੇ ਇਕ ਨਿਬੰਧ ਲਿਖ ਰਿਹਾ ਸੀ। ਇਸ ਤੋਂ ਪਹਿਲਾਂ ਉਹ ਹਮੇਸ਼ਾ ਹੀ ਗਰਮੀਆਂ ਦੇ ਦਿਨ ਮਾਸਕੋ ਦੇ ਨੇੜੇ ਆਪਣੀ ਮਾਂ ਦੀ ਵੱਡੀ ਜਾਗੀਰ ਉਤੇ ਆਪਣੀ ਮਾਂ ਤੇ ਭੈਣ ਨਾਲ ਬਿਤਾਇਆ ਕਰਦਾ ਸੀ। ਪਰ ਓਸ ਵਰ੍ਹੇ ਉਹਦੀ ਭੈਣ ਵਿਆਹੀ ਗਈ ਸੀ ਤੇ ਉਹਦੀ ਮਾਂ ਦੇਸ ਤੋਂ ਬਾਹਰ ਕਿਸੇ ਸਵਾਸਥ-ਕੇਂਦਰ ਚਲੀ ਗਈ ਸੀ। ਕਿਉਂਕਿ ਨੇਖਲੀਊਦੋਵ ਨੇ ਆਪਣਾ ਨਿਬੰਧ ਲਿਖਣਾ ਸੀ, ਇਸ ਲਈ ਗਰਮੀਆਂ ਆਪਣੀਆਂ ਭੂਆ ਕੋਲ ਕਟਣ ਦਾ ਫੈਸਲਾ ਕਰ ਲਿਆ। ਉਹਨਾਂ ਦੀ ਨਿਵੇਕਲੀ ਜਾਗੀਰ ਤੇ ਬੜੀ ਚੁਪ ਸ਼ਾਂਤੀ ਸੀ, ਅਤੇ ਉਥੇ ਉਹਦੇ ਮਨ ਦੀ ਇਕਾਗਰਤਾ ਨੂੰ ਕਿਸੇ ਭੰਗ ਨਹੀਂ ਸੀ ਕਰਨਾ। ਉਹਦੀਆਂ ਭੂਆ ਆਪਣੇ ਭਤੀਜੇ ਤੇ ਵਾਰਸ ਨੂੰ ਬਹੁਤ ਪਿਆਰ ਕਰਦੀਆਂ ਸਨ, ਅਤੇ ਉਹ ਵੀ, ਉਹਨਾਂ ਨੂੰ, ਉਹਨਾਂ ਦੇ ਸਿਧੇ-ਸਾਦੇ, ਪੁਰਾਣੇ ਜੀਵਨ ਢੰਗ ਨੂੰ ਪਸੰਦ ਕਰਦਾ ਸੀ।

ਉਹਨਾਂ ਗਰਮੀਆਂ ਵਿਚ ਆਪਣੀਆਂ ਭੂਆ ਦੀ ਜਾਗੀਰ ਉਤੇ, ਨੇਖਲੀਊਦੋਵ ਉਸ ਉਮਾਹਭਰਪੂਰ ਅਵਸਥਾ ਵਿਚੋਂ ਲੰਘਿਆ ਜਦੋਂ ਇਕ ਨੌਜਵਾਨ ਆਪਣੇ ਆਪ, ਕਿਸੇ ਹੋਰ ਦੀ ਅਗਵਾਈ ਦੇ ਬਗੈਰ ਹੀ, ਪਹਿਲੀ ਵਾਰ ਜ਼ਿੰਦਗੀ ਦੀ ਸਾਰੀ ਸੁੰਦਰਤਾ ਅਤੇ ਵਿਸ਼ੇਸ਼ਤਾ ਨੂੰ ਅਤੇ ਇਸ ਵਿਚ ਮਨੁਖ ਨੂੰ ਸੌਂਪੇ ਗਏ ਕਾਰਜ ਦੀ ਮਹੱਤਤਾ ਨੂੰ ਅਨੁਭਵ ਕਰਦਾ ਹੈ। ਅਤੇ ਆਪਣੇ ਆਪ ਲਈ ਤੇ ਸਮੂਹ ਸੰਸਾਰ ਲਈ ਪਰੀਪੂਰਨਤਾ ਵੱਲ ਅਸੀਮਤ ਪ੍ਰਗਤੀ

•ਦੀ ਸੰਭਾਵਨਾ ਨੂੰ ਸਮਝ ਕੇ, ਆਪਣੇ ਆਪ ਨੂੰ, ਕੇਵਲ ਆਸਵੰਦੀ ਨਾਲ ਹੀ ਨਹੀਂ ਸਗੋਂ ਆਪਣੀ ਕਲਪਨਾ ਵਿਚ ਆਈ ਪਰੀਪੂਰਨਤਾ ਨੂੰ ਪ੍ਰਾਪਤ ਕਰਨ ਦੇ ਪੂਰਨ ਨਿਸਚੇ ਨਾਲ, ਇਸ ਕਾਰਜ ਦੇ ਅਰਪਤ ਕਰ ਦੇਂਦਾ ਹੈ। ਓਸ ਵਰ੍ਹੇ, ਜਦੋਂ ਹਾਲੇ ਉਹ ਯੂਨੀਵਰਸਿਟੀ ਵਿਚ ਪੜ੍ਹਦਾ ਸੀ, ਉਸ ਨੇ ਸਪੈਂਸਰ ਦੀ "Social statics" ਪੜ੍ਹ ਲਈ ਸੀ। ਜ਼ਮੀਨ ਦੀ ਮਾਲਕੀ ਬਾਰੇ ਸਪੈਂਸਰ ਦੇ ਵਿਚਾਰਾਂ ਨੇ ਖਾਸ ਤੌਰ 'ਤੇ ਉਸ ਨੂੰ ਪ੍ਰਭਾਵਤ ਕੀਤਾ ਸੀ। ਇਸ ਦਾ ਵੱਡਾ ਕਾਰਨ ਇਹ ਸੀ ਕਿ ਉਹ ਆਪ ਵੱਡੀਆਂ ਜਾਗੀਰਾਂ ਦਾ ਵਾਰਸ ਸੀ। ਉਹਦਾ ਪਿਓ ਅਮੀਰ ਨਹੀਂ ਸੀ, ਪਰ ਉਹਦੀ ਮਾਂ ਨੂੰ ਲਗ ਭਗ ਦਸ ਹਜ਼ਾਰ ਦੇਸੀਆਤਿਨ ਜ਼ਮੀਨ ਉਹਦੇ ਦਾਜ ਵਿਚ ਮਿਲੀ ਸੀ। ਉਸ ਵੇਲੇ ਉਹਨੇ ਜ਼ਮੀਨ ਦੀ ਨਿਜੀ ਮਾਲਕੀ ਦੀ ਕੁਲ ਬੇਰਹਿਮੀ ਤੇ ਬੇਇਨਸਾਫੀ ਨੂੰ ਪੂਰੀ ਤਰ੍ਹਾਂ ਅਨੁਭਵ ਕਰ ਲਿਆ ਹੋਇਆ ਸੀ। ਨੇਖਲੀਊਦੋਵ ਅਜਿਹੇ ਲੋਕਾਂ ਵਿਚੋਂ ਇਕ ਸੀ ਜਿਨ੍ਹਾਂ ਨੂੰ ਜ਼ਮੀਰ ਦੀ ਆਵਾਜ਼ ਸੁਣ ਕੇ ਕੀਤੀ ਕੁਰਬਾਨੀ ਉਚਤਮ ਆਤਮਕ ਆਨੰਦ ਦੇਂਦੀ ਹੈ। ਉਸ ਨੇ ਫੈਸਲਾ ਕੀਤਾ ਕਿ ਉਹ ਆਪਣੀ ਜਾਇਦਾਦ ਦੇ ਸਾਰੇ ਹੱਕ ਛੱਡ ਦੇਵੇਗਾ ਅਤੇ ਆਪਣੇ ਪਿਓ ਕੋਲੋਂ ਵਿਰਸੇ ਵਿਚ ਮਿਲੀ ਜ਼ਮੀਨ ਕਿਸਾਨ ਕਾਮਿਆਂ ਦੇ ਹਵਾਲੇ ਕਰ ਦੇਵੇਗਾ। ਜ਼ਮੀਨ ਦਾ ਏਹੋ ਹੀ ਮਸਲਾ ਸੀ ਜਿਸ ਬਾਰੇ ਉਹ ਆਪਣਾ ਨਿਬੰਧ ਲਿਖ ਰਿਹਾ ਸੀ।

ਓਸ ਸਾਲ ਆਪਣੀਆਂ ਭੂਆ ਦੇ ਪਿੰਡ ਉਹਦੇ ਜੀਵਨ ਦਾ ਨਿਤ-ਨੇਮ ਇਹ ਰਿਹਾ ਸੀ। ਉਹ ਵੱਡੇ ਤੜਕੇ ਉਠ ਪੈਂਦਾ—ਕਈ ਵਾਰੀ ਤਿੰਨ ਵਜੇ ਹੀ—ਅਤੇ ਸੂਰਜ ਚੜ੍ਹਨ ਤੋਂ ਪਹਿਲਾਂ ਤੜਕੇ ਦੀ ਧੁੰਦ ਵਿਚ ਹੀ ਪਹਾੜੀ ਦੇ ਹੇਠਾਂ ਦਰਿਆ ਵਿਚ ਨਹਾਉਣ ਜਾਂਦਾ। ਜਦੋਂ ਉਹ ਵਾਪਸ ਆਉਂਦਾ, ਘਾਹ ਤੇ ਫੁਲਾਂ ਉਤੇ ਤ੍ਰੇਲ ਅਜੇ ਵੀ ਚਮਕ ਰਹੀ ਹੁੰਦੀ ਸੀ। ਕਈ ਵਾਰੀ, ਕਾਫੀ ਪੀਣ ਤੋਂ ਪਿਛੋਂ, ਉਹ ਆਪਣੀਆਂ ਹਵਾਲਾ ਪੁਸਤਕਾਂ ਤੇ ਕਾਗਜ਼ ਪਤਰ ਲੈ ਕੇ ਆਪਣੇ ਨਿਬੰਧ ਦੇ ਕੰਮ ਵਿਚ ਲੱਗ ਜਾਂਦਾ, ਪਰ ਬਹੁਤੀ ਵਾਰੀ, ਲਿਖਣ ਪੜ੍ਹਨ ਦੀ ਥਾਂ, ਉਹ ਫੇਰ ਘਰੋਂ ਨਿਕਲ ਜਾਂਦਾ ਅਤੇ ਖੇਤਾਂ ਜੰਗਲਾਂ ਵਿਚ ਫਿਰਦਾ ਰਹਿੰਦਾ। ਰੋਟੀ ਵੇਲੇ ਤੋਂ ਪਹਿਲਾਂ ਉਹ ਬਾਗ਼ ਵਿਚ ਕਿਧਰੇ ਲੰਮਾ ਪੈ ਜਾਂਦਾ ਅਤੇ ਸੌਂ ਜਾਂਦਾ। ਰੋਟੀ ਖਾਂਦਿਆਂ ਆਪਣੇ ਹਾਸੇ-ਮਜ਼ਾਕ ਨਾਲ ਆਪਣੀਆਂ ਭੂਆ ਨੂੰ ਹਸਾਉਂਦਾ ਤੇ ਉਹਨਾਂ ਦਾ ਮਨੋਰੰਜਨ ਕਰਦਾ। ਫੇਰ ਘੋੜੇ ਦੀ ਸਵਾਰੀ ਕਰਦਾ, ਜਾਂ ਦਰਿਆ ਤੇ ਕਿਸ਼ਤੀ ਚਲਾਉਣ ਚਲਾ ਜਾਂਦਾ, ਅਤੇ ਤਰਕਾਲਾਂ ਨੂੰ ਪੜ੍ਹਨ ਬੈਠ ਜਾਂਦਾ ਜਾਂ ਆਪਣੀਆਂ ਭੂਆ ਕੋਲ ਬੈਠਾ ਤਾਸ਼ ਖੇਡਦਾ ਰਹਿੰਦਾ।

ਕਈ ਰਾਤਾਂ ਨੂੰ, ਖਾਸ ਕਰਕੇ ਚਾਨਣੀਆਂ ਰਾਤਾਂ ਨੂੰ, ਉਸ ਨੂੰ ਸਿਰਫ ਏਸੇ ਕਰਕੇ ਹੀ ਨੀਂਦ ਨਾ ਆਉਂਦੀ ਕਿ ਉਹਦੇ ਅੰਦਰੋਂ ਜ਼ਿੰਦਗੀ ਦਾ ਜਜ਼ਬਾਤੀ ਆਨੰਦ ਉਛਲ ਉਛਲ ਡੁਲ੍ਹਦਾ ਸੀ। ਅਤੇ ਸੌਣ ਦੀ ਥਾਂ ਉਹ ਆਪਣੇ ਸੁਪਨਿਆਂ ਤੇ ਖਿਆਲਾਂ ਵਿਚ ਮਸਤ, ਕਈ ਵਾਰੀ ਲੋਅ ਲੱਗਣ ਵੇਲੇ ਤੱਕ, ਬਾਗ਼ ਵਿਚ ਟਹਿਲਦਾ ਰਹਿੰਦਾ।

ਤੇ ਇਸ ਤਰ੍ਹਾਂ ਖੁਸ਼ੀ ਖੁਸ਼ੀ ਤੇ ਅਮਨ ਚੈਨ ਨਾਲ ਉਸ ਨੇ ਉਹਨਾਂ ਦੀ ਅੱਧੀ-ਨੌਕਰਾਣੀ ਤੇ ਅੱਧੀ ਕੁਲੀਨ-ਮੁਟਿਆਰ, ਕਾਲੀਆਂ ਅੱਖਾਂ ਵਾਲੀ, ਚੁਸਤ-ਚਾਲ

ਕਾਤੀਊਸ਼ਾ ਵੱਲ ਕੋਈ ਖਾਸ ਧਿਆਨ ਦਿੱਤੇ ਬਗ਼ੈਰ, ਆਪਣੀਆਂ ਭੂਆ ਕੋਲ ਆਪਣੇ ਕਿਆਮ ਦਾ ਪਹਿਲਾ ਮਹੀਨਾ ਬਿਤਾ ਲਿਆ।

ਉਸ ਵੇਲੇ (ਉੱਨ੍ਹੀਆਂ ਦੀ ਉਮਰੇ) ਆਪਣੀ ਮਾਂ ਦੇ ਖੰਭਾਂ ਹੇਠ ਪਲਿਆ, ਨੇਖਲੀਊਦੋਵ ਹਾਲੇ ਬਿਲਕੁਲ ਪਾਕ ਪਵਿਤਰ ਸੀ। ਜੇ ਕੋਈ ਔਰਤ ਉਹਦੇ ਸੁਪਨਿਆਂ ਵਿਚ ਆਈ ਵੀ ਤਾਂ ਸਿਰਫ ਇਕ ਪਤਨੀ ਦੇ ਰੂਪ ਵਿਚ ਹੀ ਆਈ। ਬਾਕੀ ਸਭ ਔਰਤਾਂ ਜਿਨ੍ਹਾਂ ਨਾਲ, ਉਹਦੇ ਆਪਣੇ ਵਿਚਾਰਾਂ ਅਨੁਸਾਰ, ਉਹਦਾ ਵਿਆਹ ਨਹੀਂ ਸੀ ਹੋ ਸਕਦਾ, ਉਹਦੇ ਵਾਸਤੇ ਔਰਤਾਂ ਨਹੀਂ, ਬਸ ਆਮ ਇਨਸਾਨ ਸਨ। ਪਰ ਉਹਨਾਂ ਗਰਮੀਆਂ ਵਿਚ ਮਿਅਰਾਜ ਦੇ ਦਿਨ, ਉਹਦੀਆਂ ਭੂਆ ਦੀ ਇਕ ਗੁਆਂਢਣ ਤੇ ਉਹਦਾ ਪਰਵਾਰ—ਦੋ ਜਵਾਨ ਧੀਆਂ ਤੇ ਇਕ ਸਕੂਲ ਪੜ੍ਹਦਾ ਮੁੰਡਾ—ਤੇ ਉਹਨਾਂ ਦਾ ਇਕ ਮਹਿਮਾਨ ਜਿਹੜਾ ਕਿਸਾਨ ਟੱਬਰ ਵਿਚ ਜੰਮਿਆਂ ਪਲਿਆ ਕਲਾਕਾਰ ਸੀ ਓਥੇ ਦਿਹਾੜੀ ਕੱਟਣ ਆ ਗਏ। ਚਾਹ ਪੀਣ ਮਗਰੋਂ ਉਹ ਸਾਰੇ ਹੀ ਮਕਾਨ ਦੇ ਸਾਮ੍ਹਣੇ ਮੈਦਾਨ ਵਿਚ, ਜਿਥੋਂ ਘਾਹ ਕੱਟ ਦਿੱਤਾ ਗਿਆ ਹੋਇਆ ਸੀ, ਖੇਡਣ ਚਲੇ ਗਏ। ਉਹ ਛੂਹਣ ਛੁਹਾਈ ਖੇਡਦੇ ਸਨ। ਕਾਤੀਊਸ਼ਾ ਵੀ ਉਹਨਾਂ ਨਾਲ ਰਲ ਕੇ ਖੇਡਣ ਲੱਗ ਪਈ। ਦੌੜਦਿਆਂ ਭਜਦਿਆਂ ਅਤੇ ਹਾਣੀ ਬਦਲਦਿਆਂ ਇਕ ਵਾਰ ਨੇਖਲੀਊਦੋਵ ਨੇ ਕਾਤੀਊਸ਼ਾ ਨੂੰ ਛੂਹ ਲਿਆ ਤੇ ਉਹ ਉਸ ਦੀ ਹਾਣੀ ਬਣ ਗਈ। ਹੁਣ ਤੱਕ ਉਸ ਨੂੰ ਕਾਤੀਊਸ਼ਾ ਦੀਆਂ ਤਕਣੀਆਂ ਚੰਗੀਆਂ ਲੱਗਣ ਲੱਗ ਪਈਆਂ ਸਨ, ਪਰ ਉਹਦੇ ਨਾਲ ਕੋਈ ਬਹੁਤ ਨੇੜੇ ਦੇ ਸੰਬੰਧਾਂ ਦੀ ਸੰਭਾਵਨਾ ਉਹਦੇ ਚਿੱਤ ਖਿਆਲ ਵਿਚ ਨਹੀਂ ਸੀ।

"ਏਹਨਾਂ ਦੋਹਾਂ ਨੂੰ ਤਾਂ ਜਦੋਂ ਤਾਈਂ ਠੇਡਾ ਨਾ ਲੱਗੇ ਫੜ ਸਕਣਾ ਮੁਮਕਿਨ ਨਹੀਂ," ਹਸਮੁਖ ਨੌਜਵਾਨ ਕਲਾਕਾਰ ਨੇ ਆਖਿਆ, ਜਿਸ ਦੀ ਛੂਹਣ ਦੀ ਵਾਰੀ ਆ ਗਈ ਸੀ। ਉਸ ਦੀਆਂ ਲੱਤਾਂ ਮੱਧਰੀਆਂ, ਵਿੰਗੀਆਂ ਟੇਡੀਆਂ ਸਨ, ਪਰ ਮਜ਼ਬੂਤ। ਆਖਰ ਉਹ ਕਿਸਾਨ ਸੀ। ਇਸ ਕਰਕੇ ਉਹ ਬੜਾ ਤੇਜ਼ ਦੌੜ ਸਕਦਾ ਸੀ।

"ਤੁਸੀਂ... ਤੇ ਫੜ ਨਾ ਸਕੋ।" ਕਾਤੀਊਸ਼ਾ ਨੇ ਕਿਹਾ ਸੀ।

"ਇਕ, ਦੋ, ਤਿੰਨ!"

ਉਸ ਨੇ ਤਿੰਨ ਵਾਰੀ ਤਾੜੀ ਮਾਰੀ। ਕਾਤੀਊਸ਼ਾ ਨੇ, ਜਿਸ ਦਾ ਹਾਸਾ ਬੰਦ ਨਹੀਂ ਸੀ ਹੋ ਰਿਹਾ, ਕਲਾਕਾਰ ਦੀ ਪਿੱਠ ਪਿੱਛੇ ਨੇਖਲੀਊਦੋਵ ਨਾਲ ਥਾਂ ਬਦਲੀ, ਅਤੇ ਆਪਣੇ ਨਿੱਕੇ ਜਿਹੇ ਖਰਵੇ ਹੱਥ ਨਾਲ ਉਹਦਾ ਵੱਡਾ ਸਾਰਾ ਹੱਥ ਘੁਟ ਕੇ ਖੱਬੇ ਪਾਸੇ ਦੌੜ ਗਈ। ਉਹਦਾ ਮਾਇਆ ਲੱਗਾ ਪੇਟੀਕੋਟ ਸਰ ਸਰ ਪਿਆ ਕਰਦਾ ਸੀ।

ਨੇਖਲੀਊਦੋਵ ਤੇਜ਼ੀ ਨਾਲ ਸੱਜੇ ਪਾਸੇ ਦੌੜਿਆ। ਉਹ ਕਲਾਕਾਰ ਤੋਂ ਬਚਣ ਦੀ ਕੋਸ਼ਿਸ਼ ਵਿਚ ਸੀ। ਪਰ ਜਦੋਂ ਉਹਨੇ ਚੁਫੇਰੇ ਨਜ਼ਰ ਮਾਰੀ ਤਾਂ ਵੇਖਿਆ ਕਿ ਕਲਾਕਾਰ ਕਾਤੀਊਸ਼ਾ ਦੇ ਪਿੱਛੇ ਦੌੜ ਰਿਹਾ ਸੀ। ਕਾਤੀਊਸ਼ਾ ਆਪਣੀਆਂ ਗੱਠਵੀਆਂ ਮਜ਼ਬੂਤ ਲੱਤਾਂ ਨਾਲ ਤੇਜ਼ ਦੌੜਦੀ ਹੋਈ ਉਸ ਨੂੰ ਡਾਹੀ ਨਹੀਂ ਸੀ ਦੇਂਦੀ। ਉਹਨਾਂ ਦੇ ਸਾਮ੍ਹਣੇ ਡੇਕ ਦੀ ਇਕ ਝਾੜੀ ਸੀ। ਕਾਤੀਊਸ਼ਾ ਨੇ ਨੇਖਲੀਊਦੋਵ ਨੂੰ ਸਿਰ ਨਾਲ ਇਸ਼ਾਰਾ ਕੀਤਾ ਕਿ ਇਸ

ਦੇ ਪਿੱਛੇ ਉਹਦੇ ਨਾਲ ਆ ਰਲੇ। ਉਸ ਨੇ ਇਸ਼ਾਰਾ ਸਮਝ ਲਿਆ ਅਤੇ ਝਾੜੀ ਦੇ ਪਿਛੇ ਦੌੜ ਗਿਆ। ਪਰ ਉਸ ਨੂੰ ਪਤਾ ਨਹੀਂ ਸੀ ਕਿ ਓਥੇ ਛੋਟਾ ਜਿਹਾ ਟੋਆ ਹੈ ਜਿਸ ਵਿਚ ਬਿਛੂ ਬੂਟੀ ਉੱਗੀ ਹੋਈ ਹੈ। ਉਸ ਨੇ ਠੇਡਾ ਖਾਧਾ ਤੇ ਤ੍ਰੇਲ ਨਾਲ ਨਾਲ ਭਿੱਜੀਆਂ ਬੂਟੀਆਂ ਵਿਚ ਜਾ ਡਿਗਾ। ਕੰਡੇ ਉਹਦੇ ਹੱਥਾਂ ਵਿਚ ਚੁਭ ਗਏ, ਪਰ ਉਹ ਆਪਣੀ ਬਦ-ਕਿਸਮਤੀ ਉਤੇ ਹੱਸਦਾ ਹੋਇਆ, ਝਟ ਪਟ ਉਠ ਖੜਾ ਹੋਇਆ।

ਨਮ ਬਲੈਕਬੇਰੀ ਵਰਗੀਆਂ ਕਾਲੀਆਂ ਅੱਖਾਂ ਤੇ ਖੁਸ਼ੀ ਨਾਲ ਚਮਕਦੇ ਚਿਹਰੇ ਵਾਲੀ ਕਾਤੀਊਸ਼ਾ ਉਹਦੇ ਵੱਲ ਉਡਦੀ ਆ ਰਹੀ ਸੀ, ਤੇ ਉਹਨਾਂ ਦੋਵਾਂ ਨੇ ਇਕ ਦੂਜੇ ਦੇ ਹੱਥ ਫੜ ਲਏ।

"ਚੁਭ ਤਾਂ ਨਹੀਂ ਗਏ ਕਿਤੇ ?" ਉਸ ਨੇ ਆਪਣੇ ਦੂਜੇ ਹੱਥ ਨਾਲ ਵਾਲ ਸੰਵਾਰਦਿਆਂ ਉਹਦੀਆਂ ਅਖਾਂ ਵਿਚ ਅੱਖਾਂ ਪਾ ਕੇ ਆਖਿਆ। ਉਹਨੂੰ ਹੌਂਕਣੀ ਚੜ੍ਹੀ ਹੋਈ ਸੀ ਅਤੇ ਉਹਦੇ ਬੁਲ੍ਹਾਂ ਤੇ ਇਕ ਮੁਸਕਾਨ ਖੇਡ ਰਹੀ ਸੀ।

"ਮੈਨੂੰ ਕੀ ਪਤਾ ਸੀ ਕਿ ਏਥੇ ਟੋਇਆ ਏ," ਉਸ ਨੇ ਮੁਸਕਰਾ ਕੇ ਆਖਿਆ, ਤੇ ਉਹਦਾ ਹੱਥ ਆਪਣੇ ਹੱਥ ਵਿਚ ਫੜੀ ਰੱਖਿਆ।

ਉਹ ਉਸ ਦੇ ਹੋਰ ਨੇੜੇ ਹੋ ਗਈ, ਤੇ ਉਹ ਆਪ ਵੀ, ਪਤਾ ਨਹੀਂ ਕਿਵੇਂ, ਉਹਦੇ ਵੱਲ ਝੁਕ ਗਿਆ। ਉਹ ਪਰੇ ਨਹੀਂ ਸੀ ਹਟੀ, ਤੇ ਉਹਨੇ ਉਹਦਾ ਹੱਥ ਹੋਰ ਘੁੱਟਿਆ ਤੇ ਉਹਦੇ ਬੁਲ੍ਹਾਂ ਤੇ ਬੁਲ੍ਹ ਰੱਖ ਦਿੱਤੇ।

"ਵਾਹ ਭਈ! ਕਮਾਲ ਕਰ ਦਿੱਤੀ ਊ!" ਉਸ ਨੇ ਆਖਿਆ ਅਤੇ ਇਕ ਝਟਕੇ ਨਾਲ ਆਪਣਾ ਹੱਥ ਛੁਡਾ ਕੇ ਉਹ ਦੌੜ ਕੇ ਉਹਦੇ ਕੋਲੋਂ ਪਰੇ ਹੋ ਗਈ।

ਚਿੱਟੀ ਡੇਕ ਦੀਆਂ ਦੋ ਟਹਿਣੀਆਂ ਤੋੜ ਕੇ ਜਿਸ ਤੋਂ ਫੁਲ ਕਿਰਨੇ ਸ਼ੁਰੂ ਹੋ ਗਏ ਸਨ, ਉਹ ਆਪਣੇ ਭਖਦੇ ਚਿਹਰੇ ਨੂੰ ਪੱਖੀ ਝੱਲਣ ਲੱਗ ਪਈ। ਇਸ ਤੋਂ ਮਗਰੋਂ, ਪਿਛੇ ਮੂੰਹ ਕਰ ਕੇ ਉਹਦੇ ਵੱਲ ਵੇਖਦੀ ਹੋਈ, ਆਪਣੇ ਅਗਲੇ ਪਾਸੇ ਆਪਣੀਆਂ ਬਾਹਵਾਂ ਨੂੰ ਫੁਰਤੀ ਨਾਲ ਏਧਰ ਓਧਰ ਮਾਰਦੀ ਹੋਈ, ਉਹ ਪਰੇ ਚਲੀ ਗਈ ਤੇ ਦੂਜੇ ਖਿਡਾਰੀਆਂ ਨਾਲ ਜਾ ਰਲੀ।

ਇਸ ਤੋਂ ਮਗਰੋਂ ਨੇਖਲੀਊਦੋਵ ਤੇ ਕਾਤੀਊਸ਼ਾ ਵਿਚਕਾਰ ਉਹ ਵਿਲੱਖਣ ਰਿਸ਼ਤਾ ਬਣ ਗਿਆ ਜਿਹੜਾ ਆਮ ਕਰਕੇ ਇਕ ਪਾਕ ਪਵਿਤਰ ਗਭਰੂ ਅਤੇ ਮੁਟਿਆਰ ਵਿਚਕਾਰ ਬਣ ਜਾਂਦਾ ਹੈ ਜਿਹੜੇ ਇਕ ਦੂਜੇ ਵੱਲ ਖਿਚੇ ਜਾਂਦੇ ਹਨ।

ਜਦੋਂ ਕਾਤੀਊਸ਼ਾ ਕਮਰੇ ਵਿਚ ਆਉਂਦੀ, ਜਾਂ ਫਿਰ ਜਦੋਂ ਉਹ ਦੂਰੋਂ ਹੀ ਉਹਦਾ ਚਿੱਟਾ ਐਪਰਨ ਵੇਖ ਲੈਂਦਾ, ਤਾਂ ਨੇਖਲੀਊਦੋਵ ਦੀਆਂ ਨਜ਼ਰਾਂ ਵਿਚ ਹਰ ਚੀਜ਼ ਲਿਸ਼ਕਣ ਲੱਗ ਪੈਂਦੀ, ਓਸੇ ਤਰ੍ਹਾਂ ਜਿਸ ਤਰ੍ਹਾਂ ਸੂਰਜ ਚੜ੍ਹਦਾ ਹੈ ਤਾਂ ਹਰ ਚੀਜ਼ ਵਧੇਰੇ ਦਿਲਚਸਪ, ਵਧੇਰੇ ਅਨੰਦਮਈ, ਵਧੇਰੇ ਅਹਿਮ ਜਾਪਣ ਲੱਗ ਪੈਂਦੀ ਹੈ। ਸਾਰੀ ਜ਼ਿੰਦਗੀ ਹੀ ਖੁਸ਼ੀ ਨਾਲ ਭਰਪੂਰ ਜਾਪਣ ਲੱਗਦੀ। ਅਤੇ ਕਾਤੀਊਸ਼ਾ ਨੂੰ ਵੀ ਇਸ ਤਰ੍ਹਾਂ ਹੀ ਮਹਿਸੂਸ ਹੁੰਦਾ ਸੀ। ਪਰ ਕਾਤੀਊਸ਼ਾ ਦੀ ਮੌਜੂਦਗੀ ਨਾਲ ਹੀ ਨੇਖਲੀਊਦੋਵ ਦੇ ਮਨ 'ਤੇ ਇਹ ਅਸਰ

ਨਹੀਂ ਸੀ ਹੁੰਦਾ। ਮਹਿਜ਼ ਇਸ ਖਿਆਲ ਦਾ ਵੀ ਕਿ ਕਾਤੀਊਸ਼ਾ ਹੈ (ਅਤੇ ਉਹਦੇ ਲਈ ਮਹਿਜ਼ ਇਸ ਖਿਆਲ ਦਾ ਕਿ ਨੇਖਲੀਊਦੋਵ ਹੈ) ਏਹੋ ਅਸਰ ਹੁੰਦਾ ਸੀ।

ਭਾਵੇਂ ਉਹਨੂੰ ਆਪਣੀ ਮਾਂ ਦੀ ਕੋਈ ਦਿਲ–ਦੁਖਾਊ ਚਿੱਠੀ ਆਈ ਹੁੰਦੀ, ਜਾਂ ਉਹਦੇ ਨਿਬੰਧ ਦਾ ਕੰਮ ਨਾ ਮੁਕ ਰਿਹਾ ਹੁੰਦਾ ਜਾਂ ਬੇਵਜਾਹ ਹੀ ਉਹ ਉਦਾਸੀ ਛਾ ਜਾਂਦੀ ਜਿਹੜੀ ਨੌਜਵਾਨਾਂ ਤੇ ਅਕਸਰ ਛਾ ਜਾਂਦੀ ਹੈ, ਉਸ ਨੂੰ ਸਿਰਫ ਏਨਾ ਯਾਦ ਕਰਨ ਦੀ ਲੋੜ ਹੁੰਦੀ ਕਿ ਕਾਤੀਊਸ਼ਾ ਹੈ ਅਤੇ ਉਹ ਉਸ ਨੂੰ ਮਿਲੇਗਾ, ਉਹਦੀ ਸਾਰੀ ਉਦਾਸੀ ਛਾਈਂ ਮਾਈਂ ਹੋ ਜਾਂਦੀ।

ਕਾਤੀਊਸ਼ਾ ਨੂੰ ਘਰ ਵਿਚ ਬੜਾ ਕੰਮ ਰਹਿੰਦਾ ਸੀ, ਪਰ ਤਾਂ ਵੀ ਉਹ ਪੜ੍ਹਨ ਵਾਸਤੇ ਥੋੜੀ ਬਹੁਤੀ ਵਿਹਲ ਕੱਢ ਹੀ ਲੈਂਦੀ ਸੀ। ਨੇਖਲੀਊਦੋਵ ਨੇ ਦੋਸਤੋਯੇਵਸਕੀ ਤੇ ਤੁਰਗੇਨੇਵ ਦੀਆਂ ਰਚਨਾਵਾਂ (ਜਿਹੜੀਆਂ ਉਹਨੇ ਆਪ ਹੁਣੇ ਹੀ ਪੜ੍ਹੀਆਂ ਸਨ) ਉਸ ਨੂੰ ਪੜ੍ਹਨ ਵਾਸਤੇ ਦਿੱਤੀਆਂ। ਉਸ ਨੂੰ ਤੁਰਗੇਨੇਵ ਦੀ "ਖਾਮੋਸ਼ ਖੂੰਜਾ" ਬਹੁਤ ਚੰਗੀ ਲੱਗੀ ਸੀ। ਜਦੋਂ ਕੋਈ ਘੜੀ ਪਲ ਹੱਥ ਲੱਗ ਜਾਂਦਾ ਤਾਂ ਉਹ ਦੋਵੇਂ ਲਾਂਘੇ ਵਿਚ, ਬਰਾਂਡੇ ਵਿਚ ਜਾਂ ਵਿਹੜੇ ਵਿਚ, ਅਤੇ ਆਮ ਕਰਕੇ ਉਸ ਦੀਆਂ ਭੂਆ ਦੀ ਬੁੱਢੀ ਨੌਕਰਾਣੀ ਮਾਤਰੀਓਨਾ ਪਾਵਲੋਵਨਾ ਦੇ ਕਮਰੇ ਵਿਚ ਗਲਬਾਤ ਕਰ ਲੈਂਦੇ। ਨੇਖਲੀਊਦੋਵ ਕਦੇ ਕਦੇ ਉਹਨਾਂ ਨਾਲ ਵਪ੍ਰੀਕੂਸਕੂ* ਚਾਹ ਵੀ ਪੀ ਲੈਂਦਾ ਸੀ। ਕਾਤੀਊਸ਼ਾ ਏਸੇ ਕਮਰੇ ਵਿਚ ਰਹਿੰਦੀ ਸੀ। ਮਾਤਰੀਓਨਾ ਪਾਵਲੋਵਨਾ ਦੀ ਹਾਜ਼ਰੀ ਵਿਚ ਇਹ ਗਲੱਾਂਬਾਤਾਂ ਅਤਿਅੰਤ ਸੁਖਦਾਈ ਹੁੰਦੀਆਂ ਸਨ। ਜਦੋਂ ਉਹ ਇਕੱਲੇ ਹੁੰਦੇ ਤਾਂ ਬਿਲਕੁਲ ਬੇਸਵਾਦ। ਉਹਨਾਂ ਦੀਆਂ ਨਜ਼ਰਾਂ ਇਕ ਦਮ ਉਸ ਤੋਂ ਬਹੁਤ ਵਖਰੀਆਂ ਤੇ ਕਿਤੇ ਵਧੇਰੇ ਅਹਿਮ ਗੱਲਾਂ ਕਰਨ ਲੱਗ ਪੈਂਦੀਆਂ ਜਿਹੜੀਆਂ ਉਹਨਾਂ ਦੀ ਜ਼ਬਾਨ ਕਰਦੀ। ਉਹਨਾਂ ਦੇ ਬੁਲ੍ਹ ਫਿਲਕ ਜਾਂਦੇ ਅਤੇ ਉਹਨਾਂ ਨੂੰ ਕਿਸੇ ਗੱਲੋਂ ਇਕ ਤਰ੍ਹਾਂ ਦਾ ਭੈ ਲੱਗਣ ਲੱਗਦਾ ਜਿਸ ਕਰਕੇ ਉਹ ਛੇਤੀ ਹੀ ਵਿਛੜ ਜਾਂਦੇ।

ਆਪਣੀਆਂ ਭੂਆ ਕੋਲ ਉਸ ਦੇ ਪਹਿਲੇ ਕਿਆਮ ਦਾ ਬਾਕੀ ਬਚਦਾ ਸਾਰਾ ਵਕਤ ਨੇਖਲੀਊਦੋਵ ਅਤੇ ਕਾਤੀਊਸ਼ਾ ਵਿਚਕਾਰ ਇਹ ਸੰਬੰਧ ਬਣੇ ਰਹੇ। ਉਹਦੀਆਂ ਭੂਆ ਨੂੰ ਇਸ ਦਾ ਪਤਾ ਲੱਗ ਗਿਆ ਸੀ ਤੇ ਉਹ ਡਰ ਗਈਆਂ ਸਨ ਅਤੇ ਉਹਨਾਂ ਨੇ ਨੇਖਲੀਊਦੋਵ ਦੀ ਮਾਂ ਪ੍ਰਿੰਸੈਸ ਯੇਲੇਨਾ ਇਵਾਨੋਵਨਾ ਨੂੰ ਲਿਖ ਵੀ ਦਿੱਤਾ ਸੀ। ਉਹਦੀ ਭੂਆ ਮਾਰੀਆ ਇਵਾਨੋਵਨਾ ਨੂੰ ਇਹ ਡਰ ਸੀ ਕਿ ਕਾਤੀਊਸ਼ਾ ਨਾਲ ਉਹਦੇ ਨਾਜਾਇਜ਼ ਸੰਬੰਧ ਬਣ ਜਾਣਗੇ, ਪਰ ਉਹਦਾ ਡਰ ਬੇਬੁਨਿਆਦ ਸੀ ਕਿਉਂਕਿ ਨੇਖਲੀਊਦੋਵ, ਆਪ ਇਸ ਗੱਲੋਂ ਅਣਜਾਣ, ਉਸ ਨੂੰ ਇਸ ਤਰ੍ਹਾਂ ਦੀ ਮੁਹੱਬਤ ਕਰਦਾ ਸੀ ਜਿਸ ਤਰ੍ਹਾਂ ਸਿਰਫ ਪਾਕ ਪਵਿਤਰ ਲੋਕ ਹੀ ਕਰ ਸਕਦੇ ਹਨ। ਅਤੇ ਏਸੇ ਗੱਲ ਵਿਚ ਹੀ ਉਹਨਾਂ ਦਾ ਬਚਾਓ ਸੀ—

---

* ਰੂਸੀ ਕਿਸਾਨਾਂ ਵਿਚ ਰਵਾਜ ਸੀ (ਖੰਡ ਦੇ ਕਾਲ ਦੇ ਦਿਨੀਂ ਆਮ ਹੋ ਗਿਆ ਸੀ) ਕਿ ਚਾਹ ਪੀਣ ਵਾਲਾ ਚੀਨੀ ਦਾ ਇਕ ਟੁਕੜਾ ਮੂੰਹ ਵਿਚ ਰੱਖ ਲੈਂਦਾ ਤੇ ਚਾਹ ਦੇ ਘੁਟ ਭਰਦਾ ਰਹਿੰਦਾ। ਇਉਂ ਪੀਂਦਿਆਂ ਪੀਂਦਿਆਂ ਹੀ ਚਾਹ ਵਿਚ ਮਿਠਾ ਘੁਲਦਾ ਰਹਿੰਦਾ ਸੀ।—**ਸੰਪਾ:**

ਉਸ ਦਾ ਤੇ ਕਾਤੀਊਸ਼ਾ ਦਾ। ਸਿਰਫ ਇਹ ਗੱਲ ਹੀ ਨਹੀਂ ਕਿ ਉਹ ਉਸ ਨੂੰ ਸਰੀਰਕ ਤੌਰ ਤੇ ਪ੍ਰਾਪਤ ਕਰਨ ਦੀ ਕੋਈ ਇੱਛਾ ਹੀ ਮਹਿਸੂਸ ਨਹੀਂ ਸੀ ਕਰਦਾ, ਸਗੋਂ ਇਸ ਖਿਆਲ ਨਾਲ ਹੀ ਉਹਦਾ ਲੂੰ ਲੂੰ ਕੰਬ ਜਾਂਦਾ ਸੀ। ਸੋਫੀਆ ਇਵਾਨੋਵਨਾ ਵਧੇਰੇ ਕਾਵਿਕ ਸੁਭਾ ਵਾਲੀ ਸੀ। ਉਹ ਜਾਣਦੀ ਸੀ ਕਿ ਦਮਿਤਰੀ ਦ੍ਰਿੜ੍ਹ ਸੁਭਾ ਵਾਲਾ ਸੱਚਾ ਸੁਚਾ ਗਭਰੂ ਹੈ, ਇਸ ਲਈ ਉਹ ਮੁਟਿਆਰ ਦੀ ਮੁਹੱਬਤ ਵਿਚ ਫਸ ਕੇ ਉਹਦੇ ਖਾਨਦਾਨ ਜਾਂ ਉਹਦੀ ਔਕਾਤ ਦਾ ਖਿਆਲ ਕੀਤੇ ਬਿਨਾਂ ਹੀ ਵਿਆਹ ਕਰ ਸਕਦਾ ਹੈ। ਅਤੇ ਇਹ ਡਰ ਨਿਰਮੂਲ ਵੀ ਨਹੀਂ ਸੀ।

ਜੇ ਉਸ ਵੇਲੇ ਨੇਖਲੀਊਦੋਵ ਕਾਤੀਊਸ਼ਾ ਲਈ ਆਪਣੀ ਮੁਹੱਬਤ ਤੋਂ ਸੁਚੇਤ ਹੁੰਦਾ, ਤੇ ਖਾਸ ਕਰਕੇ ਉਸ ਨੂੰ ਆਖਿਆ ਜਾਂਦਾ ਕਿ ਉਸ ਨੂੰ ਕਿਸੇ ਵੀ ਹਾਲਤ ਵਿਚ ਆਪਣੀ ਜ਼ਿੰਦਗੀ ਉਹਦੇ ਵਰਗੀ ਔਕਾਤ ਵਾਲੀ ਕੁੜੀ ਦੀ ਜ਼ਿੰਦਗੀ ਨਾਲ ਨਹੀਂ ਜੋੜਨੀ ਚਾਹੀਦੀ, ਤਾਂ ਇਹ ਗੱਲ ਹੋ ਕੇ ਰਹਿਣੀ ਸੀ। ਆਪਣੀ ਸਾਧਾਰਨ ਸਾਫਦਿਲੀ ਨਾਲ ਉਹ ਨੇ ਇਸ ਨਤੀਜੇ ਤੇ ਪਹੁੰਚ ਜਾਣਾ ਸੀ ਕਿ ਜੇ ਉਸ ਨੂੰ ਕਿਸੇ ਕੁੜੀ ਨਾਲ ਮੁਹੱਬਤ ਹੈ ਤਾਂ ਕੋਈ ਵਜਾਹ ਨਹੀਂ ਕਿ ਉਹਦੇ ਨਾਲ ਵਿਆਹ ਨਾ ਕਰੇ। ਪਰ ਉਹਦੀਆਂ ਭੂਆ ਨੇ ਆਪਣੇ ਡਰ ਤੌਖਲਿਆਂ ਦਾ ਉਹਦੇ ਅੱਗੇ ਜ਼ਿਕਰ ਨਹੀਂ ਸੀ ਕੀਤਾ। ਤੇ ਜਦੋਂ ਉਹ ਚਲਾ ਗਿਆ ਉਸ ਵੇਲੇ ਵੀ ਉਹ ਕਾਤੀਊਸ਼ਾ ਲਈ ਆਪਣੀ ਮੁਹੱਬਤ ਤੋਂ ਸੁਚੇਤ ਨਹੀਂ ਸੀ।

ਉਹਦਾ ਯਕੀਨ ਸੀ ਕਿ ਕਾਤੀਊਸ਼ਾ ਲਈ ਜੋ ਕੁਝ ਉਹ ਮਹਿਸੂਸ ਕਰਦਾ ਹੈ ਉਹ ਜੀਵਨ ਦੀ ਖੁਸ਼ੀ ਦਾ ਕੇਵਲ ਇਕ ਰੂਪ ਹੈ ਜੋ ਉਹਦੀ ਪੂਰੀ ਹੋਂਦ ਵਿਚ ਸਮਾਇਆ ਹੋਇਆ ਹੈ, ਅਤੇ ਇਹ ਪਿਆਰੀ, ਹਸਮੁਖ ਮੁਟਿਆਰ ਉਹਦੀ ਇਸ ਖੁਸ਼ੀ ਵਿਚ ਭਾਈਵਾਲ ਹੈ। ਇਸ ਦੇ ਬਾਵਜੂਦ ਜਦੋਂ ਉਹ ਜਾ ਰਿਹਾ ਸੀ ਤੇ ਕਾਤੀਊਸ਼ਾ ਉਹਦੀਆਂ ਭੂਆ ਨਾਲ ਪੋਰਚ ਵਿਚ ਖਲੋਤੀ ਸੀ, ਅਤੇ ਆਪਣੀਆਂ ਕਾਲੀਆਂ, ਮਾੜਾ ਜਿਹਾ ਟੀਰ ਮਾਰਦੀਆਂ ਅਥਰੂਆਂ ਭਰੀਆਂ ਅਖਾਂ ਨਾਲ ਵੇਖ ਰਹੀ ਸੀ, ਓਦੋਂ ਉਸ ਨੇ ਮਹਿਸੂਸ ਕੀਤਾ ਸੀ ਕਿ ਆਖਰਕਾਰ ਉਹ ਕੁਝ ਖੂਬਸੂਰਤ, ਕੁਝ ਅਨਮੋਲ ਵਸਤੂ ਛੱਡ ਕੇ ਜਾ ਰਿਹਾ ਹੈ, ਕੋਈ ਐਸੀ ਵਸਤੂ ਜਿਹੜੀ ਫੇਰ ਉਸ ਨੂੰ ਨਹੀਂ ਸੀ ਮਿਲਣੀ। ਤੇ ਉਹ ਬੜਾ ਉਦਾਸ ਹੋ ਗਿਆ ਸੀ।

"ਅਲਵਿਦਾ, ਕਾਤੀਊਸ਼ਾ, ਸ਼ੁਕਰੀਆ ਸਭ ਕਾਸੇ ਲਈ," ਉਸ ਨੇ ਬੱਘੀ ਵਿਚ ਬਹਿੰਦਿਆਂ, ਸੋਫੀਆ ਇਵਾਨੋਵਨਾ ਦੀ ਟੋਪੀ ਉਤੋਂ ਦੀ ਵੇਖਦਿਆਂ ਆਖਿਆ।

"ਰੱਬ ਰਾਖਾ, ਦਮਿਤਰੀ ਇਵਾਨੋਵਿਚ," ਉਸ ਨੇ ਆਪਣੀ ਮਧੁਰ, ਕੋਮਲ ਆਵਾਜ਼ ਵਿਚ ਆਖਿਆ ਤੇ ਆਪਣੀਆਂ ਅੱਖਾਂ ਵਿਚ ਆਏ ਅਥਰੂ ਪੀ ਗਈ। ਫੇਰ ਉਹ ਦੌੜ ਕੇ ਡਿਉੜੀ ਵਿਚ ਚਲੀ ਗਈ ਤਾਂ ਜੋ ਉਹ ਬੜੇ ਆਰਾਮ ਨਾਲ ਰੋ ਸਕੇ।

੧੩

ਇਸ ਤੋਂ ਮਗਰੋਂ, ਨੇਖਲੀਊਦੋਵ ਤਿੰਨ ਸਾਲ ਤੱਕ ਕਾਤੀਊਸ਼ਾ ਨੂੰ ਨਹੀਂ ਮਿਲਿਆ। ਜਦੋਂ ਉਹ ਉਸ ਨੂੰ ਫੇਰ ਮਿਲਿਆ ਤਾਂ ਉਸ ਨੂੰ ਫੌਜੀ ਅਫਸਰ ਬਣਿਆਂ ਥੋੜਾ ਹੀ ਚਿਰ ਹੋਇਆ ਸੀ ਅਤੇ ਉਹ ਆਪਣੀ ਰੈਜਮੈਂਟ ਵਿਚ ਆਪਣਾ ਪਦ ਸੰਭਾਲਣ ਜਾ ਰਿਹਾ ਸੀ। ਜਾਂਦਾ ਹੋਇਆ ਰਸਤੇ ਵਿਚ ਉਹ ਆਪਣੀਆਂ ਭੂਆ ਕੋਲ ਕੁਝ ਦਿਨ ਲਈ ਆ ਗਿਆ। ਪਰ ਹੁਣ ਉਹ ਓਸ ਨੇਖਲੀਊਦੋਵ ਨਾਲੋਂ ਬਿਲਕੁਲ ਵਖਰਾ ਨੌਜਵਾਨ ਸੀ ਜਿਸ ਨੇ ਤਿੰਨ ਸਾਲ ਪਹਿਲਾਂ ਉਹਨਾਂ ਨਾਲ ਗਰਮੀਆਂ ਕੱਟੀਆਂ ਸਨ।

ਉਸ ਵੇਲੇ ਉਹ ਕਿਸੇ ਵੀ ਚੰਗੇ ਉਦੇਸ਼ ਲਈ ਕੁਰਬਾਨੀ ਕਰਨ ਲਈ ਤਿਆਰ ਇਕ ਇਮਾਨਦਾਰ, ਬੇਗਰਜ਼ ਗਭਰੇਟ ਸੀ। ਇਸ ਵੇਲੇ ਉਹ ਆਪਣੇ ਹੀ ਮੌਜ-ਮੇਲੇ ਲਈ ਫਿਕਰਮੰਦ, ਇਕ ਵਿਗੜਿਆ ਹੋਇਆ, ਉਪਰੋਂ ਸਨਿਮਰ ਪਰ ਅੰਦਰੋਂ ਹਉਮੈਂਵਾਦੀ ਗਭਰੂ ਸੀ। ਉਸ ਵੇਲੇ ਉਹਨੂੰ ਰੱਬ ਦਾ ਸੰਸਾਰ ਇਕ ਰਹੱਸ ਜਾਪਦਾ ਸੀ ਜਿਸ ਨੂੰ ਖੋਹਲਣ ਲਈ ਉਤਸਾਹ ਤੇ ਖੁਸ਼ੀ ਨਾਲ ਉਸ ਨੇ ਕੋਸ਼ਿਸ਼ ਕੀਤੀ ਸੀ। ਇਸ ਵੇਲੇ ਜ਼ਿੰਦਗੀ ਵਿਚ ਹਰ ਚੀਜ਼ ਸਾਫ ਤੇ ਸਰਲ ਜਾਪਦੀ ਸੀ। ਉਹਦੇ ਆਪਣੇ ਜੀਵਨ ਢੰਗ ਦੀਆਂ ਹਾਲਤਾਂ ਹਰ ਚੀਜ਼ ਨੂੰ ਅਰਥ ਦੇਂਦੀਆਂ ਸਨ। ਉਸ ਵੇਲੇ ਉਹ ਕੁਦਰਤ ਨਾਲ, ਅਤੇ ਉਹਨਾਂ ਸਭਨਾਂ ਨਾਲ ਜਿਹੜੇ ਉਸ ਤੋਂ ਪਹਿਲਾਂ ਹੋਏ ਸਨ ਤੇ ਆਪਣੇ ਵਿਚਾਰਾਂ ਅਤੇ ਭਾਵਾਂ ਦਾ ਖਜ਼ਾਨਾ ਮਨੁਖਤਾ ਨੂੰ ਦੇ ਗਏ ਸਨ—ਫਿਲਾਸਫਰ ਅਤੇ ਕਵੀ—ਸਾਂਝ ਪਾਉਣ ਦੀ ਮਹੱਤਤਾ ਤੇ ਲੋੜ ਨੂੰ ਮਹਿਸੂਸ ਕਰਦਾ ਸੀ। ਜਿਸ ਗੱਲ ਨੂੰ ਉਹ ਹੁਣ ਲੋੜੀਂਦਾ ਤੇ ਅਹਿਮ ਸਮਝਦਾ ਸੀ ਉਹ ਸੀ ਮਨੁਖੀ ਸੰਸਥਾਵਾਂ ਅਤੇ ਆਪਣੇ ਸਾਥੀਆਂ ਨਾਲ ਮੇਲ-ਜੋਲ। ਉਸ ਵੇਲੇ ਔਰਤਾਂ ਰੱਹਸ-ਭਰੀਆਂ ਅਤੇ ਮਨਮੋਹਣੀਆਂ ਜਾਪਦੀਆਂ ਸਨ—ਉਸ ਰੱਹਸ ਕਰਕੇ ਮਨਮੋਹਣੀਆਂ ਜਿਹੜਾ ਉਹਨਾਂ ਦੇ ਦੁਆਲੇ ਪਸਰਿਆਂ ਹੋਇਆ ਸੀ। ਹੁਣ ਉਹਦੇ ਲਈ ਔਰਤਾਂ ਦਾ, ਆਪਣੇ ਟੱਬਰ ਦੀਆਂ ਔਰਤਾਂ ਤੇ ਆਪਣੇ ਮਿਤਰਾਂ ਦੀਆਂ ਪਤਨੀਆਂ ਨੂੰ ਛੱਡ ਕੇ ਸਾਰੀਆਂ ਔਰਤਾਂ ਦਾ, ਇਕ ਖਾਸ ਮਕਸਦ ਸੀ। ਔਰਤਾਂ ਆਨੰਦ ਦਾ ਸਭ ਤੋਂ ਚੰਗਾ ਸਾਧਨ ਸਨ ਜਿਹੜਾ ਆਨੰਦ ਉਹ ਮਾਣ ਚੁੱਕਾ ਹੋਇਆ ਸੀ। ਓਦੋਂ ਪੈਸੇ ਦੀ ਲੋੜ ਨਹੀਂ ਸੀ ਕਿਉਂਕਿ ਉਸ ਨੂੰ ਉਸ ਤੋਂ ਤੀਜਾ ਹਿੱਸਾ ਵੀ ਨਹੀਂ ਸੀ ਚਾਹੀਦਾ ਜਿੰਨੇ ਉਹਦੀ ਮਾਂ ਉਸ ਨੂੰ ਦੇਂਦੀ ਸੀ, ਅਤੇ ਆਪਣੇ ਪਿਓ ਤੋਂ ਵਿਰਸੇ ਵਿਚ ਮਿਲੀ ਜਾਇਦਾਦ ਨੂੰ ਠੁਕਰਾ ਦੇਣਾ ਅਤੇ ਕਿਸਾਨਾਂ ਵਿਚ ਵੰਡ ਦੇਣਾ ਸੰਭਵ ਸੀ। ਪਰ ਹੁਣ ਜਿਹੜੇ ਪੰਦਰਾਂ ਸੌ ਰੂਬਲ ਮਹੀਨਾ ਮਾਂ ਤੋਂ ਮਿਲਦੇ ਸਨ ਉਹ ਵੀ ਥੋੜੇ ਸਨ, ਅਤੇ ਇਸ ਬਾਰੇ ਉਹ ਪਹਿਲਾਂ ਹੀ ਮਾਂ ਨਾਲ ਕੁਝ ਦਿਲ-ਦੁਖਾਂਵੀਆਂ ਗੱਲਾਂ ਕਰ ਚੁੱਕਾ ਸੀ। ਓਦੋਂ ਉਹ ਆਪਣੀ ਆਤਮਾ ਨੂੰ ਹੀ **ਆਪਣੇ ਆਪੇ** ਦੇ ਰੂਪ ਵਿਚ ਵੇਖਦਾ ਸੀ; ਹੁਣ ਉਹ ਆਪਣੀ ਤਕੜੀ ਮਜ਼ਬੂਤ ਪਸ਼ੂ **ਮੈਂ** ਨੂੰ ਹੀ ਆਪਣਾ ਆਪਾ ਸਮਝਦਾ ਸੀ।

ਅਤੇ ਇਹ ਸਾਰੀ ਭਿਆਨਕ ਤਬਦੀਲੀ ਇਸ ਕਰਕੇ ਆ ਗਈ ਸੀ ਕਿ ਉਸ ਨੇ

ਆਪਣੇ ਆਪ ਉਤੇ ਵਿਸ਼ਵਾਸ ਕਰਨਾ ਛੱਡ ਦਿੱਤਾ ਸੀ ਅਤੇ ਦੂਜਿਆਂ ਉਤੇ ਵਿਸ਼ਵਾਸ ਕਰਨ ਲੱਗ ਪਿਆ ਸੀ। ਇੰਜ ਉਸ ਨੇ ਇਸ ਲਈ ਕੀਤਾ ਸੀ ਕਿ ਆਪਣੇ ਆਪ ਉਤੇ ਵਿਸ਼ਵਾਸ ਕਰਕੇ ਜਿਊਣਾ ਬੜਾ ਔਖਾ ਸੀ। ਆਪਣੇ ਆਪ ਉਤੇ ਵਿਸ਼ਵਾਸ ਕਰਦਿਆਂ, ਬੰਦੇ ਨੂੰ ਹਰ ਮਸਲੇ ਦਾ ਫੈਸਲਾ, ਆਪਣੀ ਪਸ਼ੂ **ਮੈਂ** ਦੇ ਹੱਕ ਵਿਚ ਨਹੀਂ, ਜਿਹੜੀ ਹਮੇਸ਼ਾ ਹੀ ਸੌਖੇ ਆਨੰਦ ਦੀ ਭਾਲ ਵਿਚ ਰਹਿੰਦੀ ਹੈ, ਸਗੋਂ ਲਗਪਗ ਹਰ ਵਾਰੀ ਇਸ ਦੇ ਖਿਲਾਫ ਹੀ ਕਰਨਾ ਪੈਂਦਾ ਹੈ। ਦੂਜਿਆਂ ਉਤੇ ਵਿਸ਼ਵਾਸ ਕੀਤਿਆਂ, ਫੈਸਲਾ ਕਰਨ ਵਾਲੀ ਕੋਈ ਗੱਲ ਰਹਿ ਹੀ ਨਹੀਂ ਜਾਂਦੀ। ਸਭ ਕੁਝ ਦਾ ਪਹਿਲਾਂ ਹੀ ਫੈਸਲਾ ਹੋ ਚੁੱਕਾ ਹੁੰਦਾ ਹੈ ਤੇ ਹਮੇਸ਼ਾ ਹੀ ਆਤਮਕ ਆਪੇ ਦੇ ਖਿਲਾਫ ਅਤੇ ਪਸ਼ੂ **ਮੈਂ** ਦੇ ਹੱਕ ਵਿਚ। ਏਥੇ ਹੀ ਬਸ ਨਹੀਂ ਸੀ। ਆਪਣੇ ਆਪ ਉਤੇ ਵਿਸ਼ਵਾਸ ਕੀਤਿਆਂ, ਹਮੇਸ਼ਾ ਹੀ ਉਸ ਦੇ ਆਲੇ ਦੁਆਲੇ ਦੇ ਲੋਕ ਉਹਦੀ ਨਿੰਦਾ ਨਿਖੇਧੀ ਕਰਦੇ ਸਨ ਅਤੇ ਦੂਜਿਆਂ ਉਤੇ ਵਿਸ਼ਵਾਸ ਕੀਤਿਆਂ, ਉਸ ਦੀ ਸ਼ਲਾਘਾ ਹੁੰਦੀ ਸੀ।

ਇਸ ਤਰ੍ਹਾਂ ਜਦੋਂ ਨੇਖਲੀਊਦੋਵ ਜ਼ਿੰਦਗੀ ਦੇ ਗੰਭੀਰ ਮਾਮਲਿਆਂ—ਰੱਬ, ਸੱਚ, ਅਮੀਰੀ, ਗਰੀਬੀ—ਬਾਰੇ ਸੋਚਦਾ, ਪੜ੍ਹਦਾ ਤੇ ਗੱਲਾਂ ਕਰਦਾ, ਉਸ ਦੇ ਆਲੇ ਦੁਆਲੇ ਦੇ ਸਭ ਲੋਕ ਇਹਨਾਂ ਨੂੰ ਬੇਮਤਲਬ ਅਤੇ ਸਗੋਂ ਕੁਝ ਕੁਝ ਹਾਸੋਹੀਣੀ ਗੱਲ ਸਮਝਦੇ। ਅਤੇ ਉਹਦੀ ਮਾਂ ਤੇ ਭੂਆ ਉਸ ਨੂੰ, ਪਿਆਰੀ ਜਿਹੀ ਚੋਭ ਨਾਲ, notre cher philosophe* ਆਖਦੀਆਂ ਸਨ। ਪਰ ਜਦੋਂ ਉਹ ਨਾਵਲ ਪੜ੍ਹਦਾ, ਬੇਹੂਦਾ ਲਤੀਫੇ ਸੁਣਾਉਂਦਾ, ਫਰਾਂਸੀਸੀ ਥੇਟਰ ਵਿਚ ਮਜ਼ਾਕੀਆ ਸੰਗੀਤ-ਨ੍ਰਿਤ ਨਾਟਕ ਵੇਖਣ ਚਲਾ ਜਾਂਦਾ ਅਤੇ ਖ਼ੁਸ਼ ਹੋ ਕੇ ਟਿੱਚਰਾਂ ਮਸ਼ਕਰੀਆਂ ਦੁਹਰਾਉਂਦਾ, ਤਾਂ ਸਭ ਉਹਦੀ ਵਡਿਆਈ ਕਰਦੇ ਤੇ ਉਹਨੂੰ ਹਲਾਸ਼ੇਰੀ ਦੇਂਦੇ। ਜਦੋਂ ਉਹ ਆਪਣੀਆਂ ਲੋੜਾਂ ਨੂੰ ਘਟਾਉਣਾ ਠੀਕ ਸਮਝਦਾ ਸੀ ਅਤੇ ਪੁਰਾਣਾ ਓਵਰਕੋਟ ਪਾਈ ਫਿਰਦਾ ਸੀ ਤੇ ਸ਼ਰਾਬ ਨਹੀਂ ਸੀ ਪੀਂਦਾ, ਤਾਂ ਸਾਰੇ ਇਸ ਗੱਲ ਨੂੰ ਅਵੱਲੀ ਅਤੇ ਵਿਖਾਵਾ ਸਮਝਦੇ ਸਨ। ਪਰ ਜਦੋਂ ਉਸ ਨੇ ਸ਼ਿਕਾਰ ਖੇਡਣ ਉਤੇ ਪੈਸਾ ਰੋੜ੍ਹਿਆ, ਅਤੇ ਆਪਣੇ ਵਾਸਤੇ ਇਕ ਖਾਸ ਤੇ ਸ਼ਾਨਦਾਰ ਪੜ੍ਹਨ-ਕਮਰਾ ਸਜਾਉਣ ਬਣਾਉਣ ਲਈ ਵੱਡੀਆਂ ਰਕਮਾਂ ਖਰਚੀਆਂ ਤਾਂ ਹਰ ਇਕ ਨੇ ਉਹਦੇ ਸੁਹਜ-ਸਵਾਦ ਦੀ ਪ੍ਰਸੰਸਾ ਕੀਤੀ ਅਤੇ ਉਹਦੇ ਸ਼ੌਕ ਦੀ ਦਾਦ ਦੇਣ ਲਈ ਉਸ ਨੂੰ ਕੀਮਤੀ ਸੁਗਾਤਾਂ ਪੇਸ਼ ਕੀਤੀਆਂ। ਜਦੋਂ ਉਹ ਪਾਕ ਦਾਮਨ ਸੀ ਅਤੇ ਜਿੰਨਾ ਚਿਰ ਵਿਆਹ ਨਹੀਂ ਸੀ ਹੁੰਦਾ ਇਸ ਤਰ੍ਹਾਂ ਹੀ ਰਹਿਣਾ ਚਾਹੁੰਦਾ ਸੀ, ਉਹਦੇ ਰਿਸ਼ਤੇਦਾਰਾਂ ਨੂੰ ਉਹਦੀ ਸਿਹਤ ਦੀ ਚਿੰਤਾ ਹੁੰਦੀ ਸੀ, ਅਤੇ ਏਥੋਂ ਤੱਕ ਕਿ ਜਦੋਂ ਉਹਦੀ ਮਾਂ ਨੂੰ ਪਤਾ ਲੱਗਾ ਕਿ ਉਹ ਇਕ "ਅਸਲੀ" ਆਦਮੀ ਬਣ ਗਿਆ ਹੈ ਅਤੇ ਕਿਸੇ ਫਰਾਂਸੀਸੀ ਔਰਤ ਨੂੰ ਆਪਣੇ ਦੋਸਤ ਕੋਲੋਂ ਪਟਾ ਲਿਆ ਹੈ ਤਾਂ ਉਸ ਨੂੰ ਰੰਜ ਨਹੀਂ ਸਗੋਂ ਖ਼ੁਸ਼ੀ ਹੋਈ ਸੀ। ਜਿਥੋਂ ਤੱਕ ਕਾਤੀਊਸ਼ਾ

---

* ਸਾਡਾ ਪਿਆਰਾ ਫਿਲਾਸਫਰ (ਫਰਾਂਸੀਸੀ)—**ਸੰਪਾ:**

ਦੇ ਕਿੱਸੇ ਦਾ ਸਵਾਲ ਸੀ, ਕਿ ਉਹ ਸ਼ਾਇਦ ਉਹਦੇ ਨਾਲ ਵਿਆਹ ਕਰ ਲਵੇ, ਇਸ ਖ਼ਿਆਲ ਨਾਲ ਹੀ ਪ੍ਰਿੰਸੈਸ ਸਹਿਮ ਜਾਂਦੀ।

ਏਸੇ ਹੀ ਤਰ੍ਹਾਂ, ਜਦੋਂ ਨੇਖਲੀਉਦੋਵ ਬਾਲਗ ਹੋ ਗਿਆ ਅਤੇ, ਜ਼ਮੀਨ ਦੀ ਨਿੱਜੀ ਮਾਲਕੀ ਨੂੰ ਗਲਤ ਸਮਝਣ ਕਰਕੇ, ਆਪਣੇ ਪਿਓ ਤੋਂ ਵਿਰਸੇ ਵਿਚ ਮਿਲੀ ਛੋਟੀ ਜਿਹੀ ਜਾਗੀਰ ਕਿਸਾਨਾਂ ਨੂੰ ਦੇ ਦਿੱਤੀ, ਤਾਂ ਉਹਦੀ ਮਾਂ ਅਤੇ ਬਾਕੀ ਟੱਬਰ ਨੂੰ ਇਸ ਗਲੋਂ ਬੜੀ ਮਾਯੂਸੀ ਹੋਈ। ਇਸ ਦੇ ਨਾਲ ਹੀ ਉਹਦੇ ਸਾਰੇ ਰਿਸ਼ਤੇਦਾਰਾਂ ਨੂੰ ਉਸ ਦਾ ਮੌਜੂ ਬਣਾਉਣ ਦਾ ਬਹਾਨਾ ਮਿਲ ਗਿਆ ਸੀ। ਉਸ ਨੂੰ ਲਗਾਤਾਰ ਇਹ ਗੱਲ ਆਖੀ ਗਈ ਕਿ ਜ਼ਮੀਨ ਦੇ ਮਾਲਕ ਬਣ ਕੇ ਇਹ ਕਿਸਾਨ ਅਮੀਰ ਨਹੀਂ ਸਨ ਹੋਏ, ਸਗੋਂ, ਇਸ ਦੇ ਉਲਟ, ਸ਼ਰਾਬ ਦੇ ਤਿੰਨ ਠੇਕੇ ਖੋਹਲ ਕੇ ਅਤੇ ਕੰਮ ਕਾਰ ਕਰਨਾ ਬੰਦ ਕਰ ਕੇ, ਹੋਰ ਗਰੀਬ ਹੋ ਗਏ ਸਨ। ਪਰ ਜਦੋਂ ਨੇਖਲੀਉਦੋਵ ਗਾਰਦ ਵਿਚ ਭਰਤੀ ਹੋਇਆ ਅਤੇ ਆਪਣੇ ਅਮੀਰਜ਼ਾਦੇ ਸਾਥੀਆਂ ਵਿਚ ਬਹਿ ਕੇ ਏਨਾ ਖਰਚ ਕੀਤਾ ਤੇ ਜੂਆ ਖੇਡਿਆ ਕਿ ਉਹਦੀ ਮਾਂ, ਯੇਲੇਨਾ ਇਵਾਨੋਵਨਾ, ਨੂੰ ਆਪਣੀ ਮੂਲ ਪੂੰਜੀ ਨੂੰ ਹੱਥ ਲਾਉਣਾ ਪਿਆ, ਤਾਂ ਉਹਨੂੰ ਤਕਰੀਬਨ ਕੋਈ ਦੁਖ ਨਹੀਂ ਸੀ ਹੋਇਆ। ਇਸ ਨੂੰ ਉਹ ਬਿਲਕੁਲ ਕੁਦਰਤੀ ਅਤੇ ਸਗੋਂ ਚੰਗਾ ਸਮਝਦੀ ਸੀ ਕਿ ਅਯਾਸ਼ੀ ਦੀਆਂ ਆਦਤਾਂ ਜਵਾਨੀ ਵਿਚ ਹੀ ਪੈਣੀਆਂ ਚਾਹੀਦੀਆਂ ਹਨ ਅਤੇ ਚੰਗੀ ਸੰਗਤ ਵਿਚ ਹੀ ਰੰਗ ਰਲੀਆਂ ਮਨਾਉਣੀਆਂ ਚਾਹੀਦੀਆਂ ਹਨ।

ਪਹਿਲਾਂ ਪਹਿਲ ਨੇਖਲੀਉਦੋਵ ਨੇ ਆਪਣੇ ਆਪ ਨਾਲ ਜਦੋ ਜਹਿਦ ਕੀਤੀ। ਪਰ ਇਹ ਜਦੋ ਜਹਿਦ ਬਹੁਤ ਕਠਨ ਸੀ ਕਿਉਂਕਿ ਜਿਹੜੀ ਵੀ ਗੱਲ ਨੂੰ ਉਹ, ਆਪਣੇ ਵਿਸ਼ਵਾਸ ਅਨੁਸਾਰ, ਚੰਗੀ ਸਮਝਦਾ ਸੀ ਦੂਜੇ ਉਸ ਨੂੰ ਬੁਰਾ ਸਮਝਦੇ ਸਨ, ਅਤੇ ਇਸ ਦੇ ਉਲਟ, ਜਿਹੜੀ ਵੀ ਗੱਲ ਨੂੰ ਉਹ, ਆਪਣੇ ਵਿਸ਼ਵਾਸ ਅਨੁਸਾਰ, ਬੁਰਾ ਸਮਝਦਾ ਸੀ ਉਹਨੂੰ ਉਹਦੇ ਇਰਦ ਗਿਰਦ ਦੇ ਸਭ ਲੋਕ ਚੰਗੀ ਸਮਝਦੇ ਸਨ। ਅਤੇ ਅਖੀਰ ਨੇਖਲੀਉਦੋਵ ਨੇ ਗੋਡੇ ਟੇਕ ਦਿੱਤੇ, ਅਰਥਾਤ, ਉਸ ਨੇ ਆਪਣੇ ਆਪੇ ਉਤੇ ਵਿਸ਼ਵਾਸ ਕਰਨਾ ਛੱਡ ਦਿੱਤਾ ਅਤੇ ਦੂਜਿਆਂ ਉਤੇ ਵਿਸ਼ਵਾਸ ਕਰਨਾ ਸ਼ੁਰੂ ਕਰ ਦਿੱਤਾ। ਪਹਿਲਾਂ ਪਹਿਲ ਆਪਣੇ ਆਪ ਤੇ ਵਿਸ਼ਵਾਸ ਕਰਨਾ ਛੱਡ ਦੇਣਾ ਦੁਖਦਾਈ ਲੱਗਾ ਸੀ, ਪਰ ਇਹ ਥੋੜੇ ਹੀ ਚਿਰ ਦੀ ਗੱਲ ਸੀ। ਉਸ ਵੇਲੇ ਉਹਨੇ ਸਿਗਰਟ ਤੇ ਸ਼ਰਾਬ ਪੀਣ ਦੀ ਆਦਤ ਪਾ ਲਈ, ਅਤੇ ਛੇਤੀ ਹੀ ਉਹਨੇ ਇਸ ਦੁਖਦਾਈ ਅਹਿਸਾਸ ਉਤੇ ਕਾਬੂ ਪਾ ਲਿਆ। ਉਸ ਨੂੰ ਇਉਂ ਲੱਗਾ ਜਿਵੇਂ ਉਹਦੇ ਮਨ ਤੋਂ ਮਣਾ ਮੂੰਹੀਂ ਭਾਰ ਲਹਿ ਗਿਆ ਹੋਵੇ।

ਅਤੇ ਨੇਖਲੀਉਦੋਵ ਨੇ, ਆਪਣੇ ਲਗਨ ਵਾਲੇ ਸੁਭਾ ਸਦਕਾ, ਆਪਣੇ ਆਪ ਨੂੰ ਨਿਰਸੰਕੋਚ ਹੋ ਕੇ ਇਸ ਨਵੀਂ ਜੀਵਨ ਜਾਚ ਦੇ ਅਰਪਨ ਕਰ ਦਿੱਤਾ ਜਿਸ ਨੂੰ ਉਸ ਦੇ ਆਲੇ ਦੁਆਲੇ ਦੇ ਸਭ ਲੋਕ ਬੜਾ ਸਲਾਹੁੰਦੇ ਸਨ। ਅਤੇ ਆਪਣੀ ਆਤਮਾ ਦੀ ਆਵਾਜ਼ ਜੋ ਕੁਝ ਹੋਰ ਹੀ ਮੰਗ ਕਰਦੀ ਸੀ ਦਾ ਗਲਾ ਘੁਟ ਕੇ ਚੁਪ ਕਰਾ ਦਿੱਤਾ। ਇਸ ਗੱਲ

ਦਾ ਆਰੰਭ ਓਦੋਂ ਹੋਇਆ ਸੀ ਜਦੋਂ ਉਹ ਪੀਟਰਸਬਰਗ ਆ ਕੇ ਰਹਿਣ ਲੱਗ ਪਿਆ ਸੀ, ਪਰ ਇਹ ਸਿਖਰ ਨੂੰ ਓਦੋਂ ਪੁਜੀ ਜਦੋਂ ਉਹ ਫੌਜ ਵਿਚ ਭਰਤੀ ਹੋ ਗਿਆ।

ਫੌਜੀ ਜੀਵਨ ਆਮ ਕਰਕੇ ਲੋਕਾਂ ਨੂੰ ਭ੍ਰਿਸ਼ਟ ਕਰ ਦੇਂਦਾ ਹੈ, ਉਹਨਾਂ ਨੂੰ ਪੂਰਨ ਸਿੱਥਲਤਾ ਦੀਆਂ ਹਾਲਤਾਂ ਵਿਚ ਪਾ ਦੇਂਦਾ ਹੈ, ਯਾਨੀ, ਉਹਨਾਂ ਲਈ ਕੋਈ ਉਚਿੱਤ ਤੇ ਲਾਹੇਵੰਦਾ ਕੰਮ ਰਹਿੰਦਾ ਹੀ ਨਹੀਂ। ਉਹਨਾਂ ਨੂੰ ਉਹਨਾਂ ਦੇ ਆਮ ਮਨੁਖੀ ਫਰਜ਼ਾਂ ਤੋਂ ਆਜ਼ਾਦ ਕਰ ਦੇਂਦਾ ਹੈ, ਜਿਸ ਦੀ ਥਾਂ ਰੈਜਮੈਂਟ, ਵਰਦੀ, ਝੰਡੇ ਦੇ ਸਤਿਕਾਰ ਦੇ ਮਹਿਜ਼ ਰਸਮੀ ਫਰਜ਼ ਆਇਦ ਕਰ ਦੇਂਦਾ ਹੈ। ਅਤੇ ਇਕ ਹੱਥ ਉਹਨਾਂ ਨੂੰ ਦੂਜੇ ਲੋਕਾਂ ਉਤੇ ਨਿਰਪੇਖ ਤਾਕਤ ਦੇ ਕੇ, ਨਾਲ ਹੀ ਉਹਨਾਂ ਨੂੰ ਆਪਣੇ ਤੋਂ ਵੱਡੇ ਰੁਤਬਿਆਂ ਵਾਲਿਆਂ ਦੀ ਗੁਲਾਮਾਂ ਵਾਲੀ ਵਫਾਦਾਰੀ ਦੀਆਂ ਹਾਲਤਾਂ ਵਿਚ ਸੁਟ ਦੇਂਦਾ ਹੈ।

ਪਰ ਜਦੋਂ, ਫੌਜੀ ਨੌਕਰੀ, ਇਸ ਦੇ ਤਮਗ਼ਿਆਂ, ਵਰਦੀਆਂ ਤੇ ਝੰਡਿਆਂ ਤੋਂ ਇਸ ਵਲੋਂ ਪ੍ਰਵਾਣਿਤ ਹਿੰਸਾ ਤੇ ਕਟ ਵੱਢ ਤੋਂ ਪੈਦਾ ਹੋਈ ਆਮ ਭ੍ਰਿਸ਼ਟਤਾ ਵਿਚ ਅਮੀਰੀ ਅਤੇ ਸ਼ਾਹੀ ਖਾਨਦਾਨ ਦੇ ਜੀਆਂ ਨਾਲ ਨਿਕਟਵਰਤੀ ਮੇਲ ਜੋਲ ਤੋਂ ਪੈਦਾ ਹੋਈ ਭ੍ਰਿਸ਼ਟਤਾ ਵੀ ਆ ਰਲਦੀ ਹੈ (ਜਿਵੇਂ ਕਿ ਗਾਰਦ ਦੀ ਚੋਣਵੀਂ ਰੈਜਮੈਂਟ ਵਿਚ ਹੁੰਦਾ ਹੈ ਜਿਸ ਵਿਚ ਸਾਰੇ ਅਫਸਰ ਅਮੀਰ ਤੇ ਚੰਗੇ ਘਰਾਣਿਆਂ ਵਿਚੋਂ ਹੁੰਦੇ ਹਨ), ਤੇ ਜਿਹੜੇ ਲੋਕ ਇਸ ਦਾ ਸ਼ਿਕਾਰ ਬਣ ਜਾਂਦੇ ਹਨ ਉਹਨਾਂ ਵਿਚ ਇਹ ਭ੍ਰਿਸ਼ਟਤਾ ਘੋਰ ਹਉਮੈਂ ਦੇ ਰੋਗ ਦੀ ਹਾਲਤ ਤੱਕ ਪਹੁੰਚ ਜਾਂਦੀ ਹੈ। ਅਤੇ ਨੇਖਲੀਊਦੋਵ ਹਉਮੈਂ ਦੇ ਰੋਗ ਦੀ ਇਸ ਹਾਲਤ ਨੂੰ ਓਦੋਂ ਪਹੁੰਚ ਗਿਆ ਜਦੋਂ ਉਹ ਫੌਜ ਵਿਚ ਭਰਤੀ ਹੋਇਆ ਅਤੇ ਉਵੇਂ ਹੀ ਰਹਿਣ ਲੱਗ ਪਿਆ ਜਿਵੇਂ ਉਹਦੇ ਸਾਥੀ ਰਹਿੰਦੇ ਸਨ।

ਉਸ ਨੂੰ ਕੋਈ ਹੋਰ ਕੰਮ ਨਹੀਂ ਸੀ ਸਿਵਾਏ ਇਸ ਦੇ ਕਿ ਦੂਜੇ ਲੋਕਾਂ ਦੀ ਬਣਾਈ ਤੇ ਚੰਗੀ ਤਰ੍ਹਾਂ ਝਾੜੀ ਸਵਾਰੀ ਸ਼ਾਨਦਾਰ ਵਰਦੀ ਪਾ ਕੇ, ਅਤੇ ਦੂਜੇ ਲੋਕਾਂ ਦੇ ਬਣਾਏ ਤੇ ਸਾਫ ਕੀਤੇ ਅਤੇ ਉਸ ਦੇ ਹੱਥ ਫੜਾਏ ਹਥਿਆਰ ਲੈ ਕੇ, ਵਧੀਆ ਘੋੜੇ ਤੇ ਸਵਾਰ ਹੋ ਕੇ ਪ੍ਰੇਡ ਕਰਨ ਜਾਵੇ। ਇਸ ਘੋੜੇ ਨੂੰ ਵੀ ਦੂਜੇ ਲੋਕ ਹੀ ਖੁਆਉਂਦੇ ਪਿਆਉਂਦੇ, ਸਿਧਾਉਂਦੇ ਤੇ ਪਾਲਦੇ ਸਨ। ਉਥੇ, ਆਪਣੇ ਵਰਗੇ ਦੂਜੇ ਲੋਕਾਂ ਵਾਂਗ, ਉਹ ਤਲਵਾਰ ਘੁਮਾਉਂਦਾ, ਤੇ ਤੋਪ ਚਲਾਉਂਦਾ ਸੀ, ਤੇ ਹੋਰਾਂ ਨੂੰ ਇਹ ਕੁਝ ਕਰਨਾ ਸਿਖਾਉਂਦਾ ਸੀ। ਉਸ ਨੂੰ ਹੋਰ ਕੋਈ ਕੰਮ ਨਹੀਂ ਸੀ, ਅਤੇ ਉੱਚੀਆਂ ਪਦਵੀਆਂ ਵਾਲੇ ਬੰਦੇ, ਨੌਜਵਾਨ ਤੇ ਬੁੱਢੇ, ਜ਼ਾਰ ਤੇ ਉਹਦੇ ਨਿਕਵਰਤੀ, ਨਾ ਕੇਵਲ ਇਸ ਪੇਸ਼ੇ ਨੂੰ ਪ੍ਰਵਾਨ ਕਰਦੇ ਸਨ ਸਗੋਂ ਇਹਦੇ ਲਈ ਉਹਦੀ ਪ੍ਰਸ਼ੰਸਾ ਤੇ ਉਹਦਾ ਧੰਨਵਦ ਕਰਦੇ ਸਨ। ਇਸ ਤੋਂ ਇਲਾਵਾ ਜੋ ਕੁਝ ਚੰਗਾ ਤੇ ਅਹਿਮ ਸਮਝਿਆ ਜਾਂਦਾ ਸੀ ਉਹ ਸੀ ਅਫਸਰਾਂ ਦੀ ਕਲੱਬ ਵਿਚ ਅਤੇ ਚੰਗੇ ਚੰਗੇ ਰੈਸਟੋਰਾਨਾਂ ਵਿਚ ਜਾ ਕੇ ਖਾਣਾ, ਤੇ ਖਾਸ ਕਰਕੇ ਸ਼ਰਾਬ ਪੀਣਾ, ਬਹੁਤ ਸਾਰਾ ਪੈਸਾ ਉਜਾੜਨਾ ਜਿਹੜਾ ਪਤਾ ਨਹੀਂ ਕਿਥੋਂ ਆਉਂਦਾ ਸੀ। ਤੇ ਫੇਰ ਥੇਟਰ, ਨਾਚ ਪਾਰਟੀਆਂ, ਔਰਤਾਂ, ਤੇ ਇਸ ਤੋਂ ਮਗਰੋਂ ਫੇਰ ਘੋੜਸਵਾਰੀ, ਤਲਵਾਰ ਫੇਰਨਾ ਤੇ ਛਾਲਾਂ ਮਾਰਨੀਆਂ ਤੇ ਫੇਰ ਪੈਸੇ ਦਾ ਉਜਾੜਾ—ਸ਼ਰਾਬ, ਜੂਆ, ਤੇ ਤੀਵੀਆਂ।

ਇਸ ਕਿਸਮ ਦੀ ਜ਼ਿੰਦਗੀ ਫੌਜੀਆਂ ਨੂੰ ਦੂਜਿਆਂ ਨਾਲੋਂ ਵਧ ਭ੍ਰਿਸ਼ਟ ਬਣਾ ਦੇਂਦੀ ਹੈ। ਕਿਉਂਕਿ ਜੇ ਫੌਜੀ ਤੋਂ ਇਲਾਵਾ ਕੋਈ ਦੂਸਰਾ ਅਜਿਹੀ ਜ਼ਿੰਦਗੀ ਬਿਤਾਉਂਦਾ ਹੈ ਤਾਂ ਉਹ ਆਪਣੇ ਹਿਰਦੇ ਦੀਆਂ ਡੂੰਘਾਣਾਂ ਵਿਚ ਇਸ ਤੇ ਸ਼ਰਮਿੰਦਗੀ ਮਹਿਸੂਸ ਕੀਤੇ ਬਿਨਾਂ ਨਹੀਂ ਰਹਿ ਸਕਦਾ। ਇਸ ਦੇ ਉਲਟ, ਫੌਜੀ ਆਦਮੀ ਇਸ ਕਿਸਮ ਦੀ ਜ਼ਿੰਦਗੀ ਤੇ ਮਾਣ ਕਰਦਾ ਹੈ, ਖਾਸ ਕਰਕੇ ਜੰਗ ਦੇ ਦਿਨਾਂ ਵਿਚ ਜਿਵੇਂ ਕਿ ਨੇਖਲੀਊਦੋਵ ਦਾ ਹਾਲ ਸੀ ਜਿਹੜਾ ਤੁਰਕਾਂ ਨਾਲ ਜੰਗ ਦਾ ਐਲਾਨ ਹੋਣ ਤੋਂ ਥੋੜਾ ਹੀ ਚਿਰ ਮਗਰੋਂ ਫੌਜ ਵਿਚ ਭਰਤੀ ਹੋਇਆ ਸੀ। "ਅਸੀਂ ਜੰਗ ਵਿਚ ਆਪਣੀਆਂ ਜਾਨਾਂ ਵਾਰਨ ਲਈ ਤਿਆਰ ਹਾਂ, ਅਤੇ ਇਸ ਕਰਕੇ, ਰੰਗੀਲਾ ਤੇ ਬੇਪਰਵਾਹੀ ਦਾ ਜੀਵਨ, ਸਾਡੇ ਲਈ ਨਾ ਕੇਵਲ ਮੁਆਫੀ ਦੇ ਕਾਬਲ ਹੈ, ਸਗੋਂ ਉੱਕਾ ਹੀ ਜ਼ਰੂਰੀ ਹੈ। ਤੇ ਇਸ ਕਰਕੇ ਅਸੀਂ ਇਸ ਤਰ੍ਹਾਂ ਦਾ ਜੀਵਨ ਗੁਜ਼ਾਰਦੇ ਹਾਂ।"

ਆਪਣੀ ਜ਼ਿੰਦਗੀ ਦੇ ਇਸ ਦੌਰ ਵਿਚ ਨੇਖਲੀਊਦੋਵ ਦੇ ਇਸ ਕਿਸਮ ਦੇ ਧੁੰਦਲੇ ਧੁੰਦਲੇ ਵਿਚਾਰ ਸਨ, ਅਤੇ ਉਹ ਆਪਣੇ ਆਪ ਨੂੰ ਉਹਨਾਂ ਇਖਲਾਕੀ ਜਕੜਾਂ ਤੋਂ ਆਜ਼ਾਦ ਕਰ ਲੈਣ ਦੀ ਖੁਸ਼ੀ ਮਹਿਸੂਸ ਕਰਦਾ ਸੀ ਜਿਨ੍ਹਾਂ ਵਿਚ ਪਹਿਲੇ ਉਸ ਨੇ ਆਪਣੇ ਆਪ ਨੂੰ ਬੰਨ੍ਹਿਆ ਹੋਇਆ ਸੀ। ਅਤੇ ਉਹ ਜਿਸ ਅਵਸਥਾ ਵਿਚ ਜੀਵਨ ਬਿਤਾ ਰਿਹਾ ਸੀ ਉਹ ਸੀ ਘੋਰ ਹਉਮੈਂ ਦੀ ਸਦੀਵੀ ਹਾਲਤ।

ਉਹ ਏਸੇ ਅਵਸਥਾ ਵਿਚ ਸੀ ਜਦੋਂ, ਤਕਰੀਬਨ ਤਿੰਨ ਸਾਲ ਬੀਤ ਜਾਣ ਮਗਰੋਂ, ਉਹ ਇਕ ਵਾਰ ਮੁੜ ਆਪਣੀਆਂ ਭੂਆ ਨੂੰ ਮਿਲਣ ਆਇਆ ਸੀ।

੧੪

ਨੇਖਲੀਊਦੋਵ ਆਪਣੀਆਂ ਭੂਆ ਨੂੰ ਮਿਲਣ ਗਿਆ ਕਿਉਂਕਿ ਉਹਨਾਂ ਦੀ ਜਾਗੀਰ ਉਸ ਸੜਕ ਦੇ ਨਾਲ ਹੀ ਪੈਂਦੀ ਸੀ ਜਿਸ ਤੋਂ ਉਸ ਨੇ ਆਪਣੀ ਰੈਜਮੈਂਟ ਵਿਚ ਪਹੁੰਚਣ ਲਈ ਲੰਘਣਾ ਸੀ (ਰੈਜਮੈਂਟ ਪਹਿਲਾਂ ਹੀ ਮਹਾਜ਼ ਤੇ ਚਲੀ ਗਈ ਹੋਈ ਸੀ)। ਪਹਿਲੀ ਗੱਲ ਕਿ ਉਹਨਾਂ ਨੇ ਬੜੇ ਪਿਆਰ ਨਾਲ ਆਉਣ ਲਈ ਆਖਿਆ ਸੀ, ਤੇ ਦੂਜੇ ਖਾਸ ਕਰਕੇ ਇਸ ਲਈ ਕਿ ਉਹ ਕਾਤੀਊਸ਼ਾ ਨੂੰ ਵੇਖਣਾ ਚਾਹੁੰਦਾ ਸੀ। ਖਬਰੇ ਆਪਣੇ ਧੁਰ ਅੰਦਰ ਉਸ ਨੇ ਕਾਤੀਊਸ਼ਾ ਦੇ ਖਿਲਾਫ ਉਹ ਮਨਹੂਸ ਗੋਂਦਾਂ ਗੁੰਦ ਲਈਆਂ ਸਨ ਜਿਹੜੀਆਂ ਹੁਣ ਉਸ ਦੇ ਬੇਲਗਾਮ ਪਸ਼ੂ—ਆਪੇ ਨੇ ਉਸ ਨੂੰ ਸੁਝਾਈਆਂ ਸਨ। ਪਰ ਉਹ ਇਸ ਬਾਰੇ ਚੇਤਨ ਨਹੀਂ ਸੀ। ਉਹ ਤਾਂ ਸਿਰਫ ਮੁੜ ਉਸ ਥਾਂ ਜਾਣ ਦਾ ਇੱਛਕ ਸੀ ਜਿਥੇ ਉਹ ਏਡਾ ਖੁਸ਼ ਰਿਹਾ ਸੀ। ਆਪਣੀਆਂ ਕੁਝ ਹਾਸੋਹੀਣੀਆਂ, ਪਰ ਪਿਆਰੇ, ਕੋਮਲ ਦਿਲ

ਵਾਲੀਆਂ ਬੁੱਢੀਆਂ ਭੂਆ ਨੂੰ ਮਿਲਣਾ ਚਾਹੁੰਦਾ ਸੀ ਜਿਹੜੀਆਂ ਸਦਾ ਹੀ, ਉਸ ਨੂੰ ਪਿਆਰ ਤੇ ਪ੍ਰਸੰਸਾ ਦੇ ਵਾਤਾਵਰਣ ਵਿਚ ਘੇਰੀ ਰਖਦੀਆਂ ਤੇ ਉਸ ਨੂੰ ਪਤਾ ਤੱਕ ਨਾ ਲੱਗਦਾ। ਉਹ ਪਿਆਰੀ ਕਾਤੀਊਸ਼ਾ ਨੂੰ ਮਿਲਣਾ ਚਾਹੁੰਦਾ ਸੀ ਜਿਸ ਦੀ ਬੜੀ ਮਿਠੀ ਤੇ ਨਿਘੀ ਯਾਦ ਉਸ ਨੇ ਸਾਂਭੀ ਹੋਈ ਸੀ।

ਉਹ ਮਾਰਚ ਦੇ ਅਖੀਰ, ਈਸਟਰ ਤੋਂ ਪਹਿਲੇ ਸ਼ੁਕਰਵਾਰ ਪਹੁੰਚਾ। ਬਰਫ ਪਿਘਲ ਨਾਲ ਸੜਕਾਂ ਤੋਂ ਲੰਘਣਾ ਔਖਾ ਹੋ ਗਿਆ ਸੀ। ਮੀਂਹ ਪੈ ਰਿਹਾ ਸੀ, ਇਸ ਕਰਕੇ ਉਹਦੇ ਕਪੜੇ ਗੜੁਚ ਹੋ ਗਏ ਸਨ ਤੇ ਉਸ ਨੂੰ ਪਾਲਾ ਲੱਗ ਰਿਹਾ ਸੀ, ਪਰ ਤਾਂ ਵੀ ਉਸ ਵੇਲੇ ਉਹ ਸਦਾ ਵਾਂਗ ਹੀ ਟਹਿਕਿਆ ਹੋਇਆ ਤੇ ਉਤਸਾਹ ਵਿਚ ਸੀ। "ਉਹ ਹਾਲੇ ਵੀ ਉਹਨਾਂ ਦੇ ਨਾਲ ਹੈ?" ਉਸ ਨੇ ਸੋਚਿਆ ਜਦੋਂ ਉਸ ਦੀ ਬੱਘੀ ਜਾਣੇ-ਪਛਾਣੇ, ਪੁਰਾਣੀ ਕਿਸਮ ਦੇ ਵਿਹੜੇ ਵਿਚ ਲੰਘੀ। ਵਿਹੜੇ ਦੇ ਚਾਰੇ ਪਾਸੇ ਜਿਹੜਾ ਇਸ ਵੇਲੇ ਛੱਤਾਂ ਤੋਂ ਡਿਗੀ ਬਰਫ ਨਾਲ ਭਰਿਆ ਪਿਆ ਸੀ ਇੱਟਾਂ ਦੀ ਨੀਵੀਂ ਜਿਹੀ ਕੰਧ ਸੀ। ਉਹਨੂੰ ਆਸ ਸੀ ਕਿ ਜਦੋਂ ਉਸ ਨੇ ਸਲੈਜ ਦੀਆਂ ਟੱਲੀਆਂ ਦੀ ਆਵਾਜ਼ ਸੁਣੀ ਤਾਂ ਉਹ ਬਾਹਰ ਆਵੇਗੀ। ਪਰ ਉਹ ਨਹੀਂ ਸੀ ਆਈ। ਬਾਲਟੀਆਂ ਫੜੀ ਤੇ ਘੱਗਰਿਆਂ ਨੂੰ ਉਪਰ ਅੜੁੰਗੀ, ਨੰਗੇ ਪੈਰੀਂ ਦੋ ਔਰਤਾਂ ਪਾਸੇ ਵਾਲੇ ਦਰਵਾਜ਼ਿਓਂ ਬਾਹਰ ਆਈਆਂ। ਪ੍ਰਤੱਖ ਤੌਰ ਤੇ ਉਹ ਫਰਸ਼ ਸਾਫ ਕਰ ਰਹੀਆਂ ਸਨ। ਉਹ ਸਾਮ੍ਹਣੇ ਵਾਲੇ ਦਰਵਾਜ਼ੇ ਵਿਚ ਵੀ ਨਹੀਂ ਸੀ, ਅਤੇ ਸਿਰਫ ਤਿਖੋਨ ਹੀ ਬਾਹਰ ਆਇਆ ਸੀ। ਉਸ ਨੇ ਐਪਰਨ ਪਾਇਆ ਹੋਇਆ ਸੀ ਤੇ ਜ਼ਾਹਿਰ ਸੀ ਕਿ ਉਹ ਵੀ ਸਫਾਈ ਕਰਨ ਵਿਚ ਰੁੱਝਾ ਹੋਇਆ ਸੀ। ਉਸ ਦੀ ਭੂਆ ਸੋਫੀਆ ਇਵਾਨੋਵਨਾ ਇਕੱਲੀ ਹੀ ਉਸ ਨੂੰ ਡਿਓੜੀ ਵਿਚ ਮਿਲੀ। ਉਸ ਨੇ ਰੇਸ਼ਮੀ ਪੁਸ਼ਾਕ ਤੇ ਤਣੀਆਂ ਵਾਲੀ ਟੋਪੀ ਪਾਈ ਹੋਈ ਸੀ।

"ਆਹ ਤੇ ਬੜਾ ਚੰਗਾ ਕੀਤਾ, ਤੂੰ ਆ ਗਿਓਂ," ਸੋਫੀਆ ਇਵਾਨੋਵਨਾ ਨੇ ਉਹਦਾ ਮੂੰਹ ਚੁੰਮਦਿਆਂ ਆਖਿਆ। "ਮਾਰੀਆ ਤਕੜੀ ਨਹੀਂ, ਗਿਰਜੇ ਵਿਚ ਥੱਕ ਗਈ ਸੀ; ਅਸੀਂ ਪ੍ਰਸ਼ਾਦ ਲੈਣ ਗਈਆਂ ਸਾਂ।"

"ਵਧਾਈਆਂ, ਭੂਆ ਸੋਫੀਆ," ਨੇਖਲੀਊਦੋਵ ਨੇ ਸੋਫੀਆ ਇਵਾਨੋਵਨਾ ਦੇ ਹੱਥਾਂ ਨੂੰ ਚੁੰਮਦਿਆਂ ਆਖਿਆ। "ਉਫ, ਮਾਫ ਕਰਨਾ, ਮੈਂ ਤਾਂ ਤੁਹਾਨੂੰ ਭਿਓਂ ਦਿੱਤਾ।"

"ਆਪਣੇ ਕਮਰੇ ਵਿਚ ਜਾ, ਤੂੰ ਤਾਂ ਗੜੁਚ ਹੋਇਆ ਪਿਐਂ। ਹੁਣ ਤਾਂ ਮੁੱਛਾਂ ਫੁਟ ਪਈਆਂ ਸੁਖ ਨਾਲ... ਕਾਤੀਊਸ਼ਾ! ਕਾਤੀਊਸ਼ਾ! ਘੁਟ ਕਾਫੀ ਦਾ ਲਿਆ, ਝਟ ਦੇ ਕੇ।"

"ਹੁਣੇ ਲਿਆਈ," ਲਾਂਘੇ ਵਿਚੋਂ ਚੰਗੀ ਤਰ੍ਹਾਂ ਜਾਣੀ-ਪਛਾਣੀ ਤੇ ਮਧੁਰ ਆਵਾਜ਼ ਆਈ, ਤੇ ਨੇਖਲੀਊਦੋਵ ਦਾ ਦਿਲ ਭੁੜਕ ਉਠਿਆ, "ਉਹ ਏਥੇ ਹੀ ਏ!" ਤੇ ਇਉਂ ਲੱਗਾ ਜਿਵੇਂ ਬੱਦਲਾਂ ਓਹਲਿਓਂ ਸੂਰਜ ਨਿਕਲ ਆਇਆ ਹੋਵੇ। ਨੇਖਲੀਊਦੋਵ, ਤਿਖੋਨ ਦੇ ਪਿਛੇ ਪਿਛੇ, ਖੁਸ਼ੀ ਖੁਸ਼ੀ, ਆਪਣੇ ਕਪੜੇ ਬਦਲਣ ਵਾਸਤੇ, ਆਪਣੇ ਪੁਰਾਣੇ ਕਮਰੇ ਵਿਚ ਚਲਾ ਗਿਆ।

ਉਹਦਾ ਜੀਅ ਕੀਤਾ ਕਿ ਤਿਖੋਨ ਨੂੰ ਪੁੱਛੇ ਕਿ ਕਾਤੀਊਸ਼ਾ ਦਾ ਹਾਲ ਕੀ ਹੈ, ਉਹ ਕੀ ਕਰ ਰਹੀ ਹੈ, ਵਿਆਹ ਕਰਵਾਉਣਾ ਹੈ ਕਿ ਨਹੀਂ। ਪਰ ਤਿਖੋਨ ਏਡਾ ਸਤਿਕਾਰਿਤ ਸੀ ਅਤੇ ਉਸ ਵੇਲੇ ਏਡਾ ਦ੍ਰਿੜ੍ਹ ਸੀ, ਆਪ ਜਗ ਵਿਚੋਂ ਪਾਣੀ ਉਹਦੇ ਹੱਥਾਂ ਤੇ ਪਾਉਣ ਲਈ ਉਹ ਡਟ ਕੇ ਇਉਂ ਅੜਿਆ ਰਿਹਾ ਸੀ ਕਿ ਨੇਖਲੀਊਦੋਵ ਉਹਦੇ ਕੋਲੋਂ ਕਾਤੀਊਸ਼ਾ ਬਾਰੇ ਕੁਝ ਪੁਛਣ ਦਾ ਫੈਸਲਾ ਨਾ ਕਰ ਸਕਿਆ। ਸਗੋਂ ਉਸ ਨੇ ਤਿਖੋਨ ਦੇ ਪੋਤਿਆਂ ਦੋਹਤਿਆਂ ਬਾਰੇ, ਬੁੱਢੇ ਅਖੌਤੀ "ਭਰਾ ਦੇ ਘੋੜੇ" ਬਾਰੇ ਅਤੇ ਕੁੱਤੇ ਪੋਲਕਾਨ ਬਾਰੇ ਪੁਛਗਿੱਛ ਕੀਤੀ। ਸਭ ਰਾਜ਼ੀ ਬਾਜ਼ੀ ਸਨ ਸਿਵਾਏ ਪੋਲਕਾਨ ਦੇ ਜਿਹੜਾ ਪਿਛਲੇ ਸਾਲ ਪਾਗਲ ਹੋ ਕੇ ਮਰ ਗਿਆ ਸੀ।

ਉਸ ਨੇ ਆਪਣੇ ਸਾਰੇ ਗਿੱਲੇ ਕਪੜੇ ਲਾਹ ਲਏ ਸਨ। ਅਤੇ ਦੂਸਰੇ ਕਪੜੇ ਪਾਉਣ ਹੀ ਲੱਗਾ ਸੀ ਕਿ ਨੇਖਲੀਊਦੋਵ ਨੂੰ ਛੁਹਲੇ ਛੁਹਲੇ ਕਦਮਾਂ ਦੀ ਅਤੇ ਬੂਹੇ ਉਤੇ ਠੱਕ ਠੱਕ ਦੀ ਆਵਾਜ਼ ਸੁਣਾਈ ਦਿੱਤੀ। ਨੇਖਲੀਊਦੋਵ ਇਸ ਕਦਮ-ਚਾਪ ਤੋਂ ਅਤੇ ਠੱਕ ਠੱਕ ਤੋਂ ਵਾਕਫ ਸੀ। ਇੰਜ ਤੁਰਨ ਵਾਲਾ ਅਤੇ ਠੱਕ ਠੱਕ ਕਰਨ ਵਾਲਾ ਉਸ ਤੋਂ ਬਿਨਾਂ ਹੋਰ ਕੋਈ ਨਹੀਂ ਸੀ ਹੋ ਸਕਦਾ।

ਆਪਣੇ ਗਿੱਲੇ ਵੱਡੇ ਕੋਟ ਨੂੰ ਆਪਣੇ ਮੋਢਿਆਂ ਉਤੇ ਸੁਟ ਕੇ, ਉਸ ਨੇ ਬੂਹਾ ਖੋਲ੍ਹਿਆ।

"ਆ ਜਾਓ।"

ਇਹ ਤਾਂ ਓਹੋ ਸੀ, ਕਾਤੀਊਸ਼ਾ। ਓਹੋ ਕਾਤੀਊਸ਼ਾ, ਪਰ ਪਹਿਲਾਂ ਨਾਲੋਂ ਵਧੇਰੇ ਦਿਲਕਸ਼। ਮਾੜਾ ਜਿਹਾ ਟੀਰ ਮਾਰਦੀਆਂ ਭੋਲੀਆਂ-ਭਾਲੀਆਂ ਕਾਲੀਆਂ ਅੱਖਾਂ ਨੇ ਮੁਸਕ੍ਰਾ ਕੇ ਉਹਦੇ ਵੱਲ ਵੇਖਿਆ। ਪਹਿਲਾਂ ਵਾਂਗ ਹੀ, ਹੁਣ ਵੀ ਉਸ ਨੇ ਸਫੈਦ ਐਪਰਨ ਪਾਇਆ ਹੋਇਆ ਸੀ। ਉਹ ਉਸ ਦੀਆਂ ਭੂਆ ਕੋਲੋਂ ਉਹਦੇ ਵਾਸਤੇ ਖੁਸ਼ਬੂਦਾਰ ਸਾਬਣ ਦੀ ਇਕ ਟਿੱਕੀ, ਜਿਸ ਤੋਂ ਕਾਗਜ਼ ਹੁਣੇ ਲਾਹਿਆ ਗਿਆ ਸੀ, ਤੇ ਦੋ ਤੌਲੀਏ, ਇਕ ਲੰਮਾ ਰੂਸੀ ਕਢਾਈ ਵਾਲਾ, ਤੇ ਦੂਜਾ ਹੱਥ ਮੂੰਹ ਪੂੰਝਣ ਵਾਲਾ, ਲੈ ਕੇ ਆਈ ਸੀ। ਮੋਹਰ-ਛਾਪ ਵਾਲਾ ਅਣ-ਵਰਤਿਆ ਸਾਬਣ, ਤੌਲੀਏ, ਅਤੇ ਉਹ ਆਪ—ਸਭ ਕੁਝ ਇਕੋ ਜਿਹਾ ਸਾਫ, ਸੱਜਰਾ, ਬੇਦਾਗ ਤੇ ਖੁਸ਼ਗਵਾਰ ਸੀ। ਉਸ ਨੂੰ ਵੇਖਣ ਦੀ ਨਾ ਸਾਂਭੀ ਜਾਣ ਵਾਲੀ ਖੁਸ਼ੀ ਦੀ ਮੁਸਕਾਨ ਨਾਲ ਕਾਤੀਊਸ਼ਾ ਦੀਆਂ ਪਿਆਰੀਆਂ, ਨਿੱਗਰ ਤੇ ਲਾਲ ਬੁਲ੍ਹੀਆਂ ਪਹਿਲਾਂ ਵਾਂਗ ਹੀ ਭੀਚੀਆਂ ਗਈਆਂ।

"ਆਓ, ਜੀ ਆਇਆਂ ਨੂੰ, ਦੀਮਿਤਰੀ ਇਵਾਨੋਵਿਚ!" ਉਸ ਨੇ ਬੜੀ ਮੁਸ਼ਕਲ ਨਾਲ ਆਖਿਆ। ਉਹਦੇ ਚਿਹਰੇ ਤੇ ਗੁਲਾਬੀ ਭਾਹ ਖਿੰਡ ਗਈ ਸੀ।

"ਸ਼ੁਭ ਪ੍ਰਭਾਤ। ਕੀ ਹਾਲ ਏ...?" ਤੇ ਉਹ ਜੱਕੋ-ਤਕਿਆਂ ਵਿਚ ਪੈ ਗਿਆ ਸੀ। "ਤੇਰਾ" ਆਖੇ ਕਿ "ਤੁਹਾਡਾ"। ਉਹਦੇ ਵਾਂਗ ਹੀ ਉਹਦੇ ਚਿਹਰੇ ਦਾ ਰੰਗ ਵੀ ਲਾਲ ਹੋ ਗਿਆ ਸੀ। "ਜ਼ਿੰਦਾ ਅਤੇ ਠੀਕ ਠਾਕ?"

"ਹਾਂ, ਰੱਬ ਦੀ ਮਿਹਰ ਨਾਲ... ਤੇ ਆਹ ਜੇ ਤੁਹਾਡੇ ਮਨ-ਪਸੰਦ ਦਾ ਗੁਲਾਬੀ

ਸਾਬਣ, ਤੇ ਤੌਲੀਏ ਤੁਹਾਡੀਆਂ ਭੂਆ ਨੇ ਭੇਜੇ ਨੇ।" ਉਸ ਨੇ ਸਾਬਣ ਮੇਜ਼ ਤੇ ਰਖਦਿਆਂ ਤੇ ਤੌਲੀਏ ਕੁਰਸੀ ਦੀ ਢੋ ਤੇ ਲਟਕਾਉਂਦਿਆਂ ਆਖਿਆ।

"ਏਥੇ ਸਭ ਕੁਝ ਹੈ," ਮਹਿਮਾਨ ਦੀ ਆਤਮ ਨਿਰਭਰਤਾ ਦੀ ਹਮਾਇਤ ਵਿਚ ਤਿਖੋਨ ਨੇ ਆਖਿਆ, ਅਤੇ ਨੇਖਲੀਊਦੋਵ ਦੇ ਖੁਲ੍ਹੇ ਸ਼ਿੰਗਾਰਦਾਨ ਵੱਲ ਇਸ਼ਾਰਾ ਕੀਤਾ ਜਿਹੜਾ ਬੁਰਸ਼ਾਂ, ਸੁਗੰਧਾਂ, ਕਰੀਮਾਂ, ਚਾਂਦੀ ਰੰਗੇ ਢੱਕਣਾਂ ਵਾਲੀਆਂ ਅਨੇਕ ਸ਼ੀਸ਼ੀਆਂ ਤੇ ਸ਼ਿੰਗਾਰ ਦੀਆਂ ਹੋਰ ਤਰ੍ਹਾਂ ਤਰ੍ਹਾਂ ਦੀਆਂ ਚੀਜ਼ਾਂ ਨਾਲ ਭਰਿਆ ਹੋਇਆ ਸੀ।

"ਮੇਰੀਆਂ ਭੂਆ ਦਾ ਧੰਨਵਾਦ ਕਰਨਾ। ਮੈਂ ਬੜਾ ਖੁਸ਼ ਆਂ ਏਥੇ ਆ ਕੇ!" ਨੇਖਲੀਊਦੋਵ ਨੇ ਆਖਿਆ। ਉਹਦਾ ਦਿਲ ਪਿਆਰ ਤੇ ਕੋਮਲਤਾ ਨਾਲ ਭਰ ਉਛਲਿਆ ਸੀ ਜਿਵੇਂ ਓਦੋਂ ਹੋਇਆ ਸੀ।

ਇਹਨਾਂ ਲਫਜ਼ਾਂ ਦੇ ਜਵਾਬ ਵਿਚ ਉਹਨੇ ਸਿਰਫ ਮੁਸਕ੍ਰਾ ਦਿੱਤਾ ਅਤੇ ਚਲੀ ਗਈ।

ਭੂਆ ਨੇ, ਜਿਹੜੀਆਂ ਨੇਖਲੀਊਦੋਵ ਨੂੰ ਸਦਾ ਪਿਆਰ ਕਰਦੀਆਂ ਸਨ, ਇਸ ਵਾਰੀ ਪਹਿਲਾਂ ਨਾਲੋਂ ਵੀ ਬਹੁਤੇ ਨਿਘ ਨਾਲ ਜੀ ਆਇਆਂ ਕਿਹਾ। ਦਮਿਤਰੀ ਲੜਾਈ ਨੂੰ ਜਾ ਰਿਹਾ ਸੀ, ਜਿਥੇ ਉਹ ਫੱਟੜ ਹੋ ਸਕਦਾ ਸੀ ਜਾਂ ਮਾਰਿਆ ਵੀ ਜਾ ਸਕਦਾ ਸੀ। ਇਸ ਗੱਲ ਨਾਲ ਉਹਨਾਂ ਦਾ ਦਿਲ ਪੰਘਰ ਪਿਆ ਸੀ।

ਨੇਖਲੀਊਦੋਵ ਨੇ ਆਪਣੀਆਂ ਭੂਆ ਕੋਲ ਇਕ ਦਿਨ ਤੇ ਇਕ ਰਾਤ ਹੀ ਅਟਕਣ ਦਾ ਬੰਦੋਬਸਤ ਕੀਤਾ ਸੀ, ਪਰ ਜਦੋਂ ਉਹਨੇ ਕਾਤੀਊਸ਼ਾ ਨੂੰ ਵੇਖਿਆ ਤਾਂ ਉਹ ਦੋ ਦਿਨ ਮਗਰੋਂ ਆਉਣ ਵਾਲੇ ਈਸਟਰ ਤੱਕ ਉਹਨਾਂ ਕੋਲ ਠਹਿਰਣ ਲਈ ਸਹਿਮਤ ਹੋ ਗਿਆ। ਤੇ ਆਪਣੇ ਦੋਸਤ ਸ਼ੇਨਬੋਕ ਨੂੰ ਤਾਰ ਦੇ ਦਿੱਤੀ, ਜਿਸ ਨੂੰ ਉਸ ਨੇ ਓਦੇਸਾ ਮਿਲਣਾ ਸੀ, ਅਤੇ ਤਾਰ ਰਾਹੀਂ ਆਖ ਦਿੱਤਾ ਕਿ ਉਹ ਏਥੇ ਆ ਮਿਲੇ।

ਨੇਖਲੀਊਦੋਵ ਨੇ ਜਿਉਂ ਹੀ ਕਾਤੀਊਸ਼ਾ ਨੂੰ ਵੇਖਿਆ, ਉਹਦੇ ਦਿਲ ਵਿਚ ਉਹਦੇ ਵਾਸਤੇ ਪੁਰਾਣੇ ਜਜ਼ਬੇ ਇਕ ਵਾਰ ਫੇਰ ਜਾਗ ਪਏ। ਪਹਿਲਾਂ ਵਾਂਗ ਹੀ, ਫੇਰ ਉਹ ਉਸ ਦੇ ਚਿੱਟੇ ਐਪਰਨ ਨੂੰ ਵੇਖ ਕੇ ਭਾਵਕ ਹੋ ਜਾਂਦਾ ਸੀ। ਉਸ ਦੀ ਕਦਮ-ਚਾਪ, ਉਸ ਦੀ ਆਵਾਜ਼, ਉਸ ਦੇ ਹਾਸੇ ਨਾਲ ਉਹਦੇ ਦਿਲ ਵਿਚ ਖੁਸ਼ੀ ਦੇ ਭਾਵ ਜਾਗ ਉਠਦੇ ਸਨ। ਉਹ ਉਸ ਦੀਆਂ ਕਾਲੀਆਂ, ਬਲੈਕਬੇਰੀ ਵਰਗੀਆਂ ਕਾਲੀਆਂ ਅੱਖਾਂ ਵੇਖ ਕੇ ਉਹਦੇ ਵਲ ਖਿਚਿਆ ਜਾਂਦਾ ਸੀ, ਖਾਸ ਕਰਕੇ ਜਦੋਂ ਉਹ ਮੁਸਕ੍ਰਾਉਂਦੀ ਸੀ। ਅਤੇ ਸਭ ਤੋਂ ਵੱਡੀ ਗੱਲ, ਜਦੋਂ ਉਹ ਮਿਲਦੇ ਤੇ ਉਹ ਸ਼ਰਮ ਨਾਲ ਲਾਲ ਸੂਹੀ ਹੋ ਜਾਂਦੀ ਤਾਂ ਉਸ ਨੂੰ ਵੇਖ ਕੇ ਉਹਨੂੰ ਹਫੜਾ ਦਫੜੀ ਜਿਹੀ ਪੈ ਜਾਂਦੀ। ਉਸ ਨੇ ਮਹਿਸੂਸ ਕੀਤਾ ਕਿ ਉਸ ਨੂੰ ਉਹਦੇ ਨਾਲ ਪਿਆਰ ਹੋ ਗਿਆ ਹੈ, ਪਰ ਪਹਿਲਾਂ ਵਰਗਾ ਨਹੀਂ। ਓਦੋਂ ਇਹ ਪਿਆਰ ਉਹਦੇ ਵਾਸਤੇ ਇਕ ਰੱਹਸ ਸੀ। ਉਹ ਆਪਣੇ ਆਪ ਕੋਲ ਵੀ ਨਹੀਂ ਸੀ ਮੰਨਦਾ ਕਿ ਉਹ ਪਿਆਰ ਕਰਦਾ ਹੈ। ਓਦੋਂ ਉਹ ਇਸ ਗੱਲ ਦਾ ਕਾਇਲ ਸੀ ਕਿ ਬੰਦਾ ਕੇਵਲ ਇਕੋ ਵਾਰ ਹੀ ਪਿਆਰ ਕਰ ਸਕਦਾ ਹੈ। ਹੁਣ ਉਹ ਜਾਣਦਾ ਸੀ ਕਿ ਉਸ ਨੂੰ ਪਿਆਰ ਹੋ ਗਿਆ ਹੈ ਤੇ ਇਸ ਗਲੋਂ ਖੁਸ਼ ਸੀ, ਅਤੇ ਉਹਨੂੰ ਧੁੰਦਲਾ ਜਿਹਾ ਗਿਆਨ ਸੀ ਕਿ ਇਹ

ਪਿਆਰ ਕੀ ਹੈ ਅਤੇ ਇਸ ਦਾ ਕੀ ਨਤੀਜਾ ਨਿਕਲ ਸਕਦਾ ਹੈ। ਵੈਸੇ ਉਹ ਇਸ ਨੂੰ ਆਪਣੇ ਆਪ ਕੋਲੋਂ ਲੁਕਾਉਣ ਦੀ ਕੋਸ਼ਿਸ਼ ਕਰਦਾ ਸੀ।

ਹਰ ਆਦਮੀ ਵਾਂਗ, ਨੇਖਲੀਊਦੋਵ ਦੇ ਅੰਦਰ ਵੀ ਦੋ ਆਪੇ ਸਨ ; ਇਕ ਆਤਮਕ ਜਿਹੜਾ ਆਪਣੇ ਵਾਸਤੇ ਸਿਰਫ ਉਸ ਕਿਸਮ ਦੀ ਖੁਸ਼ੀ ਢੂੰਡਦਾ ਸੀ ਜਿਸ ਵਿਚ ਸਾਰਿਆਂ ਦੀ ਖੁਸ਼ੀ ਹੋਵੇ। ਦੂਜਾ ਪਸ਼ੂ ਆਪਾ, ਜੋ ਕੇਵਲ ਆਪਣੇ ਲਈ ਹੀ ਖੁਸ਼ੀ ਢੂੰਡਦਾ ਸੀ, ਅਤੇ ਇਹਦੇ ਵਾਸਤੇ ਬਾਕੀ ਸਾਰੇ ਸੰਸਾਰ ਦੀਆਂ ਖੁਸ਼ੀਆਂ ਕੁਰਬਾਨ ਕਰਨ ਲਈ ਤਿਆਰ ਸੀ। ਹਉਮੈਂ ਦੇ ਰੋਗ ਦੇ ਇਸ ਦੌਰ ਵਿਚ, ਜਿਹੜਾ ਪੀਟਰਸਬਰਗ ਤੇ ਫੌਜੀ ਜੀਵਨ ਤੋਂ ਪੈਦਾ ਹੋਇਆ ਸੀ, ਇਸ ਪਸ਼ੂ ਆਪੇ ਦਾ ਹੱਥ ਉਤੇ ਸੀ ਅਤੇ ਇਸ ਨੇ ਉਹਦੇ ਅੰਦਰਲੇ ਆਤਮਕ ਆਪੇ ਨੂੰ ਪੂਰੀ ਤਰ੍ਹਾਂ ਕੁਚਲ ਕੇ ਰਖ ਦਿੱਤਾ ਸੀ। ਪਰ ਜਦੋਂ ਉਸ ਨੇ ਕਾਤੀਊਸ਼ਾ ਨੂੰ ਵੇਖਿਆ ਤੇ ਉਸੇ ਤਰ੍ਹਾਂ ਦਾ ਅਹਿਸਾਸ ਪੈਦਾ ਹੋਇਆ ਜਿਸ ਤਰ੍ਹਾਂ ਦਾ ਉਸ ਨੇ ਤਿੰਨ ਵਰ੍ਹੇ ਪਹਿਲਾਂ ਅਨੁਭਵ ਕੀਤਾ ਸੀ, ਉਹਦੇ ਅੰਦਰਲੇ ਆਤਮਕ ਮਨੁਖ ਨੇ ਇਕ ਵਾਰੀ ਫੇਰ ਆਪਣਾ ਸਿਰ ਚੁੱਕਿਆ ਅਤੇ ਆਪਣੇ ਹੱਕਾਂ ਦਾ ਮੁਤਾਲਬਾ ਕਰਨ ਲੱਗਾ। ਅਤੇ ਈਸਟਰ ਤੱਕ, ਪੂਰੇ ਦੋ ਦਿਨ ਉਹਦੇ ਅੰਦਰ ਇਕ ਅਚੇਤ, ਨਿਰੰਤਰ ਸੰਗਰਾਮ ਚਲਦਾ ਰਿਹਾ।

ਆਪਣੀ ਆਤਮਾ ਦੀਆਂ ਡੂੰਘਾਈਆਂ ਵਿਚ ਉਹ ਸਮਝਦਾ ਸੀ ਕਿ ਉਸ ਨੂੰ ਚਲੇ ਜਾਣਾ ਚਾਹੀਦਾ ਹੈ, ਕਿ ਆਪਣੀਆਂ ਭੂਆ ਕੋਲ ਅਟਕਣ ਦੀ ਕੋਈ ਅਸਲ ਵਜਾਹ ਨਹੀਂ। ਉਹ ਜਾਣਦਾ ਸੀ ਕਿ ਇਸ ਵਿਚੋਂ ਕੋਈ ਚੰਗਾ ਸਿੱਟਾ ਨਹੀਂ ਨਿਕਲਣਾ, ਤੇ ਇਸ ਦੇ ਬਾਵਜੂਦ ਓਥੇ ਏਡਾ ਸੁਖ ਸਵਾਦ ਤੇ ਏਡਾ ਅਨੰਦ ਸੀ, ਕਿ ਉਸ ਨੇ ਹਕੀਕਤਾਂ ਨੂੰ ਇਮਾਨਦਾਰੀ ਨਾਲ ਪ੍ਰਵਾਨ ਨਾ ਕੀਤਾ ਅਤੇ ਅਟਕਿਆ ਰਿਹਾ ਸੀ।

ਈਸਟਰ ਦੀ ਸੰਧਿਆ ਨੂੰ, ਪਾਦਰੀ ਤੇ ਡੀਕਨ ਪੂਜਾ-ਪਾਠ ਲਈ ਘਰ ਆਏ ਸਨ। ਉਹਨਾਂ ਨੂੰ ਗਿਰਜੇ ਅਤੇ ਇਹਨਾਂ ਬੁੱਢੀਆਂ ਸੁਆਣੀਆਂ ਦੇ ਘਰ ਵਿਚਲਾ ਤਿੰਨ ਵੇਰਸਤ ਦਾ ਪੈਂਡਾ ਕਰਨ ਲਈ, ਬਰਫ-ਬੱਘੀ ਵਿਚ ਬੈਠਿਆਂ ਚਿੱਕੜ ਤੇ ਨੰਗੀ ਜ਼ਮੀਨ ਉਤੋਂ ਲੰਘਦਿਆਂ ਬੜੀ ਭਾਰੀ ਤਕਲੀਫ (ਇਸ ਤਰ੍ਹਾਂ ਉਹਨਾਂ ਆਖਿਆ ਸੀ) ਉਠਾਉਣੀ ਪਈ ਸੀ।

ਨੇਖਲੀਊਦੋਵ ਆਪਣੀਆਂ ਭੂਆ ਅਤੇ ਨੌਕਰਾਂ ਨਾਲ ਪੂਜਾ-ਪਾਠ ਵਿਚ ਸ਼ਾਮਲ ਹੋਇਆ। ਅਤੇ ਕਾਤੀਊਸ਼ਾ ਵੱਲ ਵੇਖਦਾ ਰਿਹਾ ਸੀ ਜਿਹੜੀ ਬੂਹੇ ਦੇ ਨੇੜੇ ਖੜੀ ਸੀ ਅਤੇ ਪਾਦਰੀਆਂ ਵਾਸਤੇ ਧੂਪਦਾਨ ਲਿਆ ਲਿਜਾ ਰਹੀ ਸੀ। ਇਸ ਤੋਂ ਮਗਰੋਂ, ਪਾਦਰੀਆਂ ਤੇ ਆਪਣੀਆਂ ਭੂਆ ਨੂੰ ਈਸਟਰ ਦਾ ਚੁੰਮਣ ਦੇ ਕੇ, ਉਹ ਬਿਸਤਰੇ ਤੇ ਪੈਣ ਹੀ ਵਾਲਾ ਸੀ ਕਿ ਉਸ ਨੇ ਬੁੱਢੀ ਨੌਕਰਾਣੀ ਮਾਤਰੀਓਨਾ ਪਾਵਲੋਵਨਾ ਤੇ ਕਾਤੀਊਸ਼ਾ ਜਿਹੜੀਆਂ ਅੱਧੀ ਰਾਤ ਦੀ ਪ੍ਰਾਰਥਨਾ ਤੋਂ ਮਗਰੋਂ ਈਸਟਰ ਦੇ ਕੇਕ ਤੇ ਮਠਿਆਈ ਨੂੰ ਪਾਦਰੀ ਦੀ ਪਵਿਤਰ ਛੋਹ ਲੁਆਉਣ ਲਈ ਗਿਰਜੇ ਜਾਣ ਦੀ ਤਿਆਰੀ ਕਰ ਰਹੀਆਂ ਸਨ। "ਮੈਂ ਵੀ ਚਲਦਾ ਆਂ," ਉਸ ਨੇ ਸੋਚਿਆ।

ਗਿਰਜੇ ਨੂੰ ਜਾਂਦੀ ਸੜਕ ਨਾ ਤਾਂ ਬਰਫ-ਬੱਘੀ ਦੇ ਕਾਬਲ ਸੀ ਨਾ ਹੀ ਪਹੀਆਂ

ਵਾਲੀ ਬੱਘੀ ਦੇ। ਇਸ ਕਰਕੇ ਨੇਖਲੀਊਦੋਵ ਨੇ, ਜਿਹੜਾ ਆਪਣੀਆਂ ਭੂਆ ਦੇ ਘਰ ਆਪਣੇ ਹੀ ਘਰ ਵਾਂਗ ਰਹਿੰਦਾ ਬਹਿੰਦਾ ਸੀ, ਬੁੱਢੇ ਘੋੜੇ, "ਭਰਾ ਦੇ ਘੋੜੇ" ਉਤੇ ਕਾਠੀ ਪਾਉਣ ਦਾ ਹੁਕਮ ਦਿੱਤਾ, ਅਤੇ ਬਿਸਤਰੇ ਉਤੇ ਪੈਣ ਦੀ ਥਾਂ ਉਸ ਨੇ ਆਪਣੀ ਸ਼ਾਨਦਾਰ ਵਰਦੀ, ਘੁਟਵੀਂ ਬਿਰਜਸ, ਅਤੇ ਆਪਣਾ ਵੱਡਾ ਕੋਟ ਪਾ ਲਿਆ, ਅਤੇ ਬੁੱਢੇ, ਪਲੇ ਹੋਏ ਤੇ ਭਾਰੀ ਭਰਕਮ ਘੋੜੇ ਉਤੇ ਪਲਾਕੀ ਮਾਰ ਕੇ ਚੜ੍ਹ ਗਿਆ। ਘੋੜਾ ਸਾਰਾ ਰਸਤਾ ਲਗਾਤਾਰ ਹਿਣਕਦਾ ਗਿਆ ਸੀ। ਹਨੇਰੇ ਵਿਚ ਚਿੱਕੜ ਤੇ ਬਰਫ ਨੂੰ ਮਿਧਦਾ ਘੋੜੇ ਤੇ ਸਵਾਰ ਨੇਖਲੀਊਦੋਵ ਗਿਰਜੇ ਵੱਲ ਜਾ ਰਿਹਾ ਸੀ।

੧੫

ਇਸ ਤੋਂ ਪਿਛੋਂ ਜੀਵਨ ਭਰ ਇਹ ਤੜਕਸਾਰ ਦੀ ਪ੍ਰਾਰਥਨਾ ਨੇਖਲੀਊਦੋਵ ਲਈ ਸਭ ਤੋਂ ਉਜਲੀ ਤੇ ਸਭ ਤੋਂ ਉਘੜਵੀਂ ਯਾਦ ਬਣੀ ਰਹੀ।

ਜਦੋਂ ਉਸ ਨੇ ਹਨੇਰੇ ਦੀ ਕਾਲਖ ਵਿਚੋਂ, ਜਿਸ ਨੂੰ ਕਿਧਰੇ ਕਿਧਰੇ ਚਿੱਟੀ ਬਰਫ ਦੇ ਢੇਰ ਚੀਰਦੇ ਸਨ, ਗਿਰਜੇ ਦੇ ਚਾਰ ਚੁਫੇਰੇ ਦੀਵਿਆਂ ਦੀ ਕਤਾਰ ਨਾਲ ਜਗਮਗ ਜਗਮਗ ਕਰਦੇ ਗਿਰਜੇ ਦੇ ਵਿਹੜੇ ਵਿਚ ਪੈਰ ਪਾਇਆ ਓਦੋਂ ਪ੍ਰਾਰਥਨਾ ਸਭਾ ਸ਼ੁਰੂ ਹੋ ਚੁੱਕੀ ਸੀ।

ਕਿਸਾਨ, ਮਾਰੀਆ ਇਵਾਨੋਵਨਾ ਦੇ ਭਤੀਜੇ ਨੂੰ ਪਛਾਣਦੇ ਸਾਰ ਹੀ, ਉਸ ਦੇ ਘੋੜੇ ਨੂੰ, ਜਿਹੜਾ ਚਾਨਣ ਨੂੰ ਵੇਖ ਕੇ ਆਪਣੇ ਕੰਨ ਖੜੇ ਕਰ ਰਿਹਾ ਸੀ, ਉਹਦੇ ਉਤਰਨ ਵਾਸਤੇ ਇਕ ਸੁੱਕੀ ਥਾਂ ਤੇ ਲੈ ਗਏ। ਫੇਰ ਘੋੜੇ ਨੂੰ ਕਿੱਲੇ ਨਾਲ ਬੰਨ੍ਹਿਆ, ਤੇ ਉਹਨੂੰ ਗਿਰਜੇ ਵਿਚ ਲੈ ਗਏ। ਗਿਰਜਾ ਜਸ਼ਨ ਮਨਾ ਰਹੇ ਲੋਕਾਂ ਨਾਲ ਖਚਾ ਖਚ ਭਰਿਆ ਹੋਇਆ ਸੀ।

ਸੱਜੇ ਪਾਸੇ ਕਿਸਾਨ ਖੜੇ ਸਨ, ਬੁੱਢੇ ਲੋਕ ਜਿਨ੍ਹਾਂ ਘਰ ਬਣਾਏ ਕਾਫਤਾਨ ਪਾਏ ਹੋਏ ਸਨ ਅਤੇ ਆਪਣੀਆਂ ਲੱਤਾਂ ਉਤੇ ਸਾਫ ਚਿੱਟੀ ਲਿਨਿਨ ਦੀਆਂ ਪੱਟੀਆਂ ਵਲ੍ਹੇਟੀਆਂ ਹੋਈਆਂ ਸਨ ਤੇ ਪੱਠੇ ਦੇ ਬੂਟ ਪਾਏ ਹੋਏ ਸਨ। ਨੌਜਵਾਨ ਸਨ ਜਿਨ੍ਹਾਂ ਨੇ ਨਵੇਂ ਗਰਮ ਕਾਫਤਾਨ ਪਾਏ ਹੋਏ ਸਨ, ਕਮਰ ਦੁਆਲੇ ਸ਼ੋਖ ਰੰਗ ਦੇ ਕਮਰਬੰਦ ਅਤੇ ਲੰਮੇ ਬੂਟ ਪਾਏ ਹੋਏ ਸਨ। ਖੱਬੇ ਪਾਸੇ ਨੌਜਵਾਨ ਔਰਤਾਂ ਖੜੀਆਂ ਸਨ, ਸਿਰਾਂ ਉਤੇ ਲਾਲ ਰੇਸ਼ਮੀ ਰੁਮਾਲ, ਗੱਲ ਵਿਚ ਕਾਲੀ ਮਖਮਲ ਦੀਆਂ ਜੈਕਟਾਂ, ਸ਼ੋਖ ਲਾਲ ਰੰਗ ਦੀਆਂ ਸ਼ਮੀਜ਼ਾਂ, ਹਰੀਆਂ, ਨੀਲੀਆਂ ਤੇ ਲਾਲ ਸਕਰਟਾਂ ਅਤੇ ਪੈਰੀਂ ਵੱਡੇ ਬੂਟ ਜਿਨ੍ਹਾਂ ਦੇ ਤਲਿਆਂ ਹੇਠ ਪੱਤਰੀਆਂ ਲੱਗੀਆਂ ਹੋਈਆਂ ਸਨ। ਇਹਨਾਂ ਦੇ ਪਿੱਛੇ ਬੁੱਢੀਆਂ ਔਰਤਾਂ ਖੜੀਆਂ ਸਨ, ਵਧੇਰੇ ਸਫਿਆਨਾ ਪਹਿਰਾਵਿਆਂ ਵਿਚ, ਚਿੱਟੇ ਰੁਮਾਲ, ਘਰੀਂ ਬਣਾਏ ਕਾਫਤਾਨ, ਗੂੜ੍ਹੇ

ਰੰਗਾਂ ਦੀਆਂ ਘਰ ਬਣਾਈਆਂ ਪੁਰਾਣੇ ਫੈਸ਼ਨ ਦੀਆਂ ਘਗਰੀਆਂ, ਅਤੇ ਚਮੜੇ ਜਾਂ ਪੱਠੇ ਦੇ ਨਵੇਂ ਬੂਟ। ਸੁਹਣੇ ਸੁਹਣੇ ਕਪੜਿਆਂ ਵਿਚ, ਤੇਲ ਨਾਲ ਚੋਪੜੀਆਂ ਪਟੀਆਂ ਵਾਲੇ ਬੱਚੇ, ਇਹਨਾਂ ਦੇ ਵਿਚਕਾਰ ਤੁਰੇ ਫਿਰਦੇ ਸਨ।

ਮਰਦ, ਸਲੀਬ ਦਾ ਨਿਸ਼ਾਨ ਬਣਾਉਂਦੇ ਹੋਏ, ਆਪਣੇ ਸਿਰ ਨਿਵਾਉਂਦੇ ਅਤੇ ਆਪਣੇ ਵਾਲਾਂ ਨੂੰ ਪਿਛਾਂਹ ਵੱਲ ਛੰਡਦੇ ਹੋਏ ਫੇਰ ਉਤਾਂਹ ਕਰਦੇ। ਔਰਤਾਂ ਨੇ, ਖਾਸ ਕਰਕੇ ਬੁੱਢੀਆਂ ਔਰਤਾਂ ਨੇ, ਮੋਮਬੱਤੀਆਂ ਦੇ ਘੇਰੇ ਵਿਚਲੀ ਇਕ ਮੂਰਤੀ ਉਤੇ ਆਪਣੀਆਂ ਬੁਝੀਆਂ ਬੁਝੀਆਂ ਨਜ਼ਰਾਂ ਗੱਡੀਆਂ ਹੋਈਆਂ ਸਨ, ਅਤੇ ਆਪਣੀਆਂ, ਕੱਠੀਆਂ ਕੀਤੀਆਂ ਉਂਗਲਾਂ ਨੂੰ ਆਪਣੇ ਸਿਰਾਂ ਦੇ ਰੁਮਾਲ, ਆਪਣੇ ਮੋਢਿਆਂ ਅਤੇ ਆਪਣੇ ਢਿੱਡਾਂ ਉਤੇ ਜ਼ੋਰ ਨਾਲ ਦਬਾ ਕੇ ਸਲੀਬ ਦਾ ਨਿਸ਼ਾਨ ਬਣਾਉਂਦੀਆਂ ਸਨ। ਇਸ ਦੇ ਨਾਲ ਹੀ ਕੁਝ ਮਿਣ ਮਿਣ ਕਰਦੀਆਂ, ਸਿਰ ਨਿਵਾਉਂਦੀਆਂ ਜਾਂ ਗੋਡੇ ਪਰਨੇ ਹੋ ਕੇ ਮੱਥਾ ਟੇਕਦੀਆਂ ਸਨ। ਬੱਚੇ, ਵੱਡਿਆਂ ਦੀ ਨਕਲੇ ਰੀਸੇ, ਉਸ ਵੇਲੇ ਬੜੀ ਗੰਭੀਰਤਾ ਨਾਲ ਪ੍ਰਾਰਥਨਾ ਕਰਦੇ ਜਦੋਂ ਓਹਨਾਂ ਨੂੰ ਪਤਾ ਹੁੰਦਾ ਕਿ ਉਹਨਾਂ ਨੂੰ ਕੋਈ ਵੇਖ ਰਿਹਾ ਹੈ। ਸੁਨਹਿਰੀ ਮੂਰਤੀਦਾਨ ਜਿਨ੍ਹਾਂ ਵਿਚ ਮੂਰਤੀਆਂ ਪਈਆਂ ਸਨ ਸੁਨਹਿਰੀ ਕੁੰਡਲ ਪਾ ਕੇ ਸਜਾਈਆਂ ਲੰਮੀਆਂ ਲੰਮੀਆਂ ਮੋਮਬੱਤੀਆਂ ਨਾਲ ਚੁਫੇਰਿਓਂ ਜਗਮਗਾਉਂਦੇ ਝਿਲਮਿਲ ਝਿਲਮਿਲ ਕਰਦੇ ਸਨ। ਸ਼ਮਾਦਾਨ ਪਤਲੀਆ ਪਤਲੀਆਂ ਮੋਮਬੱਤੀਆਂ ਨਾਲ ਭਰੇ ਹੋਏ ਸਨ। ਅਤੇ ਸੰਗੀਤ ਮੰਡਲੀ ਦੇ ਸ਼ੌਕੀਆ ਸੰਗੀਤਕਾਰ ਆਪਣੀਆਂ ਭਾਰੀਆਂ ਤੇ ਬਰੀਕ ਆਵਾਜ਼ਾਂ ਨਾਲ ਬੇਹੱਦ ਮਨਮੋਹਣੀਆਂ ਤਰਜ਼ਾਂ ਵਿਚ ਭਜਨ ਗਾ ਰਹੇ ਸਨ।

ਨੇਖਲੀਊਦੋਵ ਅਗਾਂਹ ਲੰਘ ਗਿਆ। ਗਿਰਜੇ ਦੇ ਵਿਚਕਾਰ ਰਈਸ ਲੋਕ ਖੜੇ ਸਨ : ਆਪਣੀ ਵਹੁਟੀ ਤੇ ਪੁਤਰ ਨਾਲ ਇਕ ਜਾਗੀਰਦਾਰ (ਉਹਦੇ ਪੁਤਰ ਨੇ ਜਹਾਜ਼ੀਆਂ ਵਾਲਾ ਸੂਟ ਪਾਇਆ ਹੋਇਆ ਸੀ), ਪੁਲਸ ਅਫਸਰ, ਤਾਰ ਬਾਬੂ, ਇਕ ਵਪਾਰੀ ਜਿਸ ਨੇ ਲੰਮੇ ਬੂਟ ਪਾਏ ਹੋਏ ਸਨ, ਤੇ ਪਿੰਡ ਦਾ ਮੁਖੀਆ ਜਿਸ ਦੀ ਛਾਤੀ ਉਤੇ ਮੈਡਲ ਲੱਗਾ ਹੋਇਆ ਸੀ। ਅਤੇ ਵੇਦੀ ਦੇ ਸੱਜੇ ਪਾਸੇ ਵੱਲ, ਜਾਗੀਰਦਾਰ ਦੀ ਵਹੁਟੀ ਦੇ ਐਨ ਪਿਛੇ ਖੜੀ ਸੀ ਮਾਤਰੀਓਨਾ ਪਾਵਲੋਵਨਾ ਜਿਸ ਨੇ ਚਮਕਦਾਰ ਕਾਸ਼ਨੀ ਰੰਗ ਦੀ ਪੁਸ਼ਾਕ ਪਾਈ ਹੋਈ ਸੀ ਅਤੇ ਝਾਲਰ ਵਾਲੀ ਚਿੱਟੀ ਸ਼ਾਲ ਕੀਤੀ ਹੋਈ ਸੀ। ਉਹਦੇ ਨਾਲ ਖੜੀ ਸੀ ਕਾਤੀਊਸ਼ਾ ਜਿਸ ਨੇ ਪਲੇਟ ਪਾ ਕੇ ਕਸਵੀਂ ਚੋਲੀ ਤੇ ਝਾਲਰ ਲੱਗੀ ਚਿੱਟੀ ਫਰਾਕ ਪਾਈ ਹੋਈ ਅਤੇ ਨੀਲੀ ਪੇਟੀ ਬੰਨ੍ਹੀ ਹੋਈ ਸੀ। ਕਾਲੇ ਕੇਸਾਂ ਵਿਚ ਉਸ ਨੇ ਲਾਲ ਰਿਬਨ ਬੰਨ੍ਹਿਆ ਹੋਇਆ ਸੀ।

ਗਿਰਜੇ ਦਾ ਵਾਤਾਵਰਣ ਜਸ਼ਨੀ ਜਲੌਂ ਵਾਲਾ ਸੀ। ਸਭ ਕੁਝ ਹੁਲਾਸਮਈ, ਉੱਜਲਾ, ਗੰਭੀਰ ਤੇ ਖੂਬਸੂਰਤ ਜਾਪਦਾ ਸੀ। ਪਾਦਰੀ ਨੇ ਜ਼ਰੀਦਾਰ ਚੋਗਾ ਪਾਇਆ ਹੋਇਆ ਸੀ ਜਿਸ ਤੇ ਸੁਨਹਿਰੀ ਸਲੀਬਾਂ ਬਣੀਆਂ ਹੋਈਆਂ ਸਨ। ਡੀਕਨ, ਛੋਟਾ ਪਾਦਰੀ, ਅਤੇ ਗਾਇਕਾਂ ਨੇ ਚਿੱਟੇ ਤੇ ਸੁਨਹਿਰੀ ਗੋਟੇ ਦੀ ਕਢਾਈ ਵਾਲੀਆਂ ਪੁਸ਼ਾਕਾਂ ਪਾਈਆਂ ਹੋਈਆਂ ਸਨ। ਸ਼ੌਕੀਆ ਸੰਗੀਤ ਮੰਡਲੀ ਦੇ ਲੋਕਾਂ ਨੇ ਵਧੀਆ ਤੋਂ ਵਧੀਆ ਕਪੜੇ ਪਾਏ ਹੋਏ ਸਨ

ਤੇ ਸਿਰ ਦੇ ਵਾਲ ਤੇਲ ਨਾਲ ਚੋਪੜੇ ਹੋਏ ਸਨ। ਭਜਨਾਂ ਦੀਆਂ ਮਨਮੋਹਣੀਆਂ ਧੁਨਾਂ ਉਠ ਰਹੀਆਂ ਸਨ। ਜਾਪਦਾ ਸੀ ਜਿਵੇਂ ਨ੍ਰਿਤ ਸੰਗੀਤ ਵਜ ਰਿਹਾ ਹੋਵੇ। ਪਾਦਰੀਆਂ ਦੇ ਹੱਥਾਂ ਵਿਚ ਇਕ ਮੋਟੀ ਸਾਰੀ ਮੋਮਬੱਤੀ ਸੀ ਜਿਸ ਦੇ ਚੁਫੇਰੇ ਸਜਾਵਟੀ ਫੁਲ ਬਣਾਏ ਗਏ ਸਨ। ਉਹ ਲੋਕਾਂ ਨੂੰ ਅਸ਼ੀਰਵਾਦ ਦੇ ਰਹੇ ਸਨ। ਤੇ ਵਾਰ ਵਾਰ ਉਠਦੀਆਂ ਆਵਾਜ਼ਾਂ, "ਪ੍ਰਭੂ ਯਿਸੂ ਜਾਗ ਪਏ! ਪ੍ਰਭੂ ਯਿਸੂ ਜਾਗ ਪਏ!" ਗਿਰਜੇ ਵਿਚ ਗੂੰਜ ਰਹੀਆਂ ਸਨ। ਸਭ ਕੁਝ ਖੂਬਸੂਰਤ ਸੀ, ਪਰ ਸਭ ਤੋਂ ਵਧ ਖੂਬਸੂਰਤ ਸੀ ਕਾਤੀਊਸ਼ਾ ਜਿਹੜੀ ਚਿੱਟੀ ਪੁਸ਼ਾਕ, ਨੀਲੀ ਪੇਟੀ ਅਤੇ ਕੇਸਾਂ ਵਿਚ ਲਾਲ ਰਿਬਨ ਪਾਈ ਖੜੀ ਸੀ। ਉਸ ਉਤੇ ਇਕ ਮਸਤੀ ਦਾ ਆਲਮ ਸੀ ਤੇ ਉਹਦੇ ਨੈਣ ਡਲ੍ਹਕਾਂ ਮਾਰ ਰਹੇ ਸਨ।

ਉਹ ਨੇਖਲੀਊਦੋਵ ਵੱਲ ਨਹੀਂ ਵੇਖ ਰਹੀ ਸੀ। ਪਰ ਨੇਖਲੀਊਦੋਵ ਜਾਣਦਾ ਸੀ ਕਿ ਕਾਤੀਊਸ਼ਾ ਨੂੰ ਉਹਦੀ ਮੌਜੂਦਗੀ ਦਾ ਅਹਿਸਾਸ ਹੈ। ਇਹ ਗੱਲ ਉਸ ਨੇ ਓਦੋਂ ਭਾਂਪ ਲਈ ਸੀ ਜਦੋਂ ਵੇਦੀ ਵੱਲ ਜਾਂਦਾ ਹੋਇਆ ਉਹ ਉਸ ਦੇ ਕੋਲੋਂ ਦੀ ਲੰਘਿਆ ਸੀ। ਉਹਦੇ ਕੋਲ ਉਸ ਨੂੰ ਆਖਣ ਵਾਲੀ ਕੋਈ ਗੱਲ ਤਾਂ ਨਹੀਂ ਸੀ ਪਰ ਉਹਨੇ ਖੜੇ ਪਹਿਰ ਇਕ ਘੜ ਲਈ ਤੇ ਉਹਦੇ ਕੋਲ ਦੀ ਲੰਘਦਿਆਂ ਉਹਦੇ ਕੰਨ ਵਿਚ ਆਖਿਆ,

"ਭੂਆ ਕਹਿੰਦੀ ਸੀ ਕਿ ਉਹ ਭੋਜ-ਪ੍ਰਾਰਥਨਾ ਤੋਂ ਪਿਛੋਂ ਹੀ ਆਪਣਾ ਵਰਤ ਖੋਹਲੇਗੀ।"

ਜਵਾਨ ਲਹੂ ਕਾਤੀਊਸ਼ਾ ਦੇ ਪਿਆਰੇ ਪਿਆਰੇ ਚਿਹਰੇ ਵੱਲ ਦੌੜ ਪਿਆ ਸੀ, ਜਿਵੇਂ ਕਿ ਉਸ ਨੂੰ ਵੇਖਦਿਆਂ ਹੀ ਹਮੇਸ਼ਾ ਹੁੰਦਾ ਸੀ। ਹੱਸਦੀਆਂ ਤੇ ਖੁਸ਼ ਖੁਸ਼, ਕਾਲੀਆਂ ਅੱਖਾਂ ਨੇ ਭੋਲੇ ਭਾ ਉਪਰ ਵੇਖਿਆ ਅਤੇ ਨਜ਼ਰਾਂ ਨੇਖਲੀਊਦੋਵ ਤੇ ਗੱਡੀਆਂ ਰਹਿ ਗਈਆਂ।

"ਮੈਨੂੰ ਪਤੈ," ਉਸ ਨੇ ਮੁਸਕ੍ਰਾ ਕੇ ਆਖਿਆ।

ਉਸ ਪਲ ਛੋਟਾ ਪਾਦਰੀ ਆਪਣੇ ਹੱਥ ਵਿਚ ਅੰਮ੍ਰਿਤ ਵਾਲਾ ਤਾਂਬੇ ਦਾ ਬਰਤਨ ਫੜੀ ਬਾਹਰ ਜਾ ਰਿਹਾ ਸੀ। ਉਸ ਨੇ ਕਾਤੀਊਸ਼ਾ ਵੱਲ ਕੋਈ ਧਿਆਨ ਨਾ ਦਿੱਤਾ ਤੇ, ਉਹਦਾ ਚੋਲਾ ਉਹਦੇ ਨਾਲ ਖਹਿ ਗਿਆ ਸੀ। ਪ੍ਰਤੱਖ ਤੌਰ ਤੇ ਉਹ ਕਾਤੀਊਸ਼ਾ ਨਾਲ ਇਸ ਕਰਕੇ ਖਹਿ ਗਿਆ ਕਿ ਉਹ ਆਦਰਯੋਗ ਫਾਸਲੇ ਤੇ ਰਹਿ ਕੇ ਨੇਖਲੀਊਦੋਵ ਅੱਗੋਂ ਲੰਘਣਾ ਚਾਹੁੰਦਾ ਸੀ। ਅਤੇ ਨੇਖਲੀਊਦੋਵ ਹੈਰਾਨ ਸੀ ਕਿ ਉਸ ਨੂੰ, ਛੋਟੇ ਪਾਦਰੀ ਨੂੰ, ਏਨੀ ਸਮਝ ਨਹੀਂ ਸੀ ਕਿ ਏਥੋਂ ਦੀ ਹਰ ਚੀਜ਼ ਦੀ ਕੀ ਸਾਰੇ ਸੰਸਾਰ ਦੀ ਹਰ ਚੀਜ਼ ਦੀ ਹੋਂਦ ਕੇਵਲ ਕਾਤੀਊਸ਼ਾ ਵਾਸਤੇ ਹੈ। ਹੋਰ ਕਿਸੇ ਵੀ ਚੀਜ਼ ਵਲ ਬੇਧਿਆਨੀ ਵਰਤੀ ਜਾ ਸਕਦੀ ਹੈ, ਪਰ ਉਹਦੇ ਵਲ ਨਹੀਂ। ਕਿਉਂਕਿ ਉਹ ਤਾਂ ਸਾਰੇ ਸੰਸਾਰ ਦਾ ਕੇਂਦਰ ਬਿੰਦੂ ਹੈ। ਮੂਰਤੀਆਂ ਦੇ ਚੌਖਟਿਆਂ ਦੁਆਲੇ ਸੋਨਾ ਉਹਦੇ ਲਈ ਹੀ ਝੰਮ ਝੰਮ ਕਰਦਾ ਹੈ। ਸ਼ਮ੍ਹਾਦਾਨਾਂ ਵਿਚ ਇਹ ਸਾਰੀਆਂ ਮੋਮਬੱਤੀਆਂ ਉਹਦੇ ਲਈ ਹੀ ਜੱਗ ਰਹੀਆਂ ਹਨ। ਉਹਦੇ ਲਈ ਹੀ ਗਾਏ ਜਾ ਰਹੇ ਹਨ ਇਹ ਅਨੰਦਮਈ ਭਜਨ, "ਪ੍ਰਭੂ ਯਿਸੂ ਦੇ ਦਰਸ਼ਨ ਕਰੋ! ਖੁਸ਼ੀਆਂ ਮਨਾਓ, ਹੇ ਲੋਕੋ!" ਸਭ ਕੁਝ—ਸੰਸਾਰ ਵਿਚ ਜੋ ਕੁਝ ਵੀ ਚੰਗਾ ਹੈ—ਸਭ ਉਹਦੇ ਲਈ ਹੈ। ਤੇ ਉਹਨੂੰ ਜਾਪਦਾ ਸੀ, ਕਿ ਕਾਤੀਊਸ਼ਾ ਇਹ ਜਾਣਦੀ ਸੀ ਕਿ

ਇਹ ਸਭ ਕੁਝ ਉਹਦੇ ਵਾਸਤੇ ਹੈ। ਨੇਖਲੀਊਦੋਵ ਨੂੰ ਇਸ ਤਰ੍ਹਾਂ ਜਾਪਿਆ ਸੀ ਜਦੋਂ ਉਸ ਨੇ ਉਸ ਦੇ ਸੁਡੌਲ ਬਦਨ ਵੱਲ, ਉਸ ਦੀ ਕਸਵੀਂ ਚਿੱਟੀ ਪੁਸ਼ਾਕ ਵੱਲ, ਅਤੇ ਉਸ ਦੇ ਚਿਹਰੇ ਦੇ ਮਸਤੀ ਤੇ ਖੁਸ਼ੀ ਭਰੇ ਹਾਵਾਭਾਵਾਂ ਵੱਲ ਵੇਖਿਆ ਤਾਂ ਉਹਨੇ ਸਮਝ ਲਿਆ ਕਿ ਜੋ ਸੰਗੀਤ ਉਹਦੀ ਆਤਮਾ ਨੂੰ ਲਰਜ਼ਾ ਰਿਹਾ ਹੈ ਠੀਕ ਉਹੋ ਸੰਗੀਤ ਉਹਦੀ ਆਤਮਾ ਵਿਚ ਵੀ ਗੂੰਜ ਰਿਹਾ ਹੈ।

ਪਹਿਲੀ ਅਤੇ ਚਿਰਾਕੇ ਹੋਣ ਵਾਲੀ ਦੂਜੀ ਪ੍ਰਾਰਥਨਾ ਦੇ ਵਿਚਕਾਰਲੇ ਸਮੇਂ ਨੇਖਲੀਊਦੋਵ ਗਿਰਜੇ ਤੋਂ ਤੁਰ ਪਿਆ। ਲੋਕ ਉਸ ਨੂੰ ਰਾਹ ਦੇਣ ਲਈ ਪਿੱਛੇ ਹਟਦੇ ਗਏ ਅਤੇ ਸਿਰ ਝੁਕਾ ਝੁਕਾ ਕੇ ਸਲਾਮ ਕਰਨ ਲੱਗੇ। ਕੁਝ ਲੋਕ ਉਸ ਨੂੰ ਜਾਣਦੇ ਸਨ। ਜਿਹੜੇ ਨਹੀਂ ਜਾਣਦੇ ਸਨ ਉਹ ਦੂਜਿਆਂ ਕੋਲੋਂ ਪੁਛ ਰਹੇ ਸਨ ਕਿ ਉਹ ਕੌਣ ਹੈ। ਪੌੜੀਆਂ ਤੇ ਆ ਕੇ ਉਹ ਖੜਾ ਹੋ ਗਿਆ। ਉਥੇ ਖੜੇ ਮੰਗਤੇ ਕਾਵਾਂ-ਰੌਲੀ ਪਾਉਂਦੇ ਹੋਏ ਉਹਦੇ ਇਰਦ ਗਿਰਦ ਇਕੱਠੇ ਹੋ ਗਏ। ਉਸ ਨੇ ਬਟੂਆ ਕਢਿਆ ਤੇ ਜਿੰਨਾ ਵੀ ਉਸ ਵਿਚ ਭਾਨ ਸੀ ਸਾਰਾ ਹੀ ਉਹਨਾਂ ਵਿਚ ਵੰਡ ਦਿੱਤਾ ਤੇ ਪੌੜੀਆਂ ਉੱਤਰ ਗਿਆ।

ਪਹੁ ਫੁਟ ਰਹੀ ਸੀ, ਪਰ ਹਾਲੇ ਸੂਰਜ ਨੇ ਵਿਖਾਲੀ ਨਹੀਂ ਸੀ ਦਿੱਤੀ। ਲੋਕ ਗਿਰਜੇ ਦੇ ਕਬਰਸਤਾਨ ਦੀਆਂ ਕਬਰਾਂ ਉਤੇ ਬਹਿ ਗਏ। ਕਾਤਿਊਸ਼ਾ ਹਾਲੇ ਵੀ ਅੰਦਰ ਹੀ ਸੀ ਅਤੇ ਨੇਖਲੀਊਦੋਵ ਖਲੋਤਾ ਉਸ ਦੀ ਉਡੀਕ ਕਰ ਰਿਹਾ ਸੀ।

ਲੋਕ ਅਜੇ ਵੀ ਅੰਦਰੋਂ ਨਿਕਲ ਰਹੇ ਸਨ ਅਤੇ ਗਿਰਜੇ ਦੇ ਕਬਰਸਤਾਨ ਵਿਚ ਖਿੰਡਦੇ ਜਾ ਰਹੇ ਸਨ। ਪੱਥਰਾਂ ਦੀਆਂ ਪੌੜੀਆਂ ਉਤੇ ਉਹਨਾਂ ਦੇ ਕਿੱਲਾਂ ਵਾਲੇ ਬੂਟਾਂ ਦੀ ਠੱਪ ਠੱਪ ਹੁੰਦੀ ਸੀ।

ਇਕ ਬਹੁਤ ਹੀ ਬਿਰਧ ਆਦਮੀ ਨੇ ਜਿਸ ਦਾ ਸਿਰ ਹਿਲ ਰਿਹਾ ਸੀ ਨੇਖਲੀਊਦੋਵ ਨੂੰ ਰੋਕ ਲਿਆ। ਇਹ ਉਸ ਦੀਆਂ ਭੂਆ ਦਾ ਮਿਠਾਈ ਬਣਾਉਣ ਵਾਲਾ ਸੀ ਤੇ ਉਹ ਈਸਟਰ ਦਾ ਚੁੰਮਣ ਦੇਣ ਅੱਗੇ ਵਧਿਆ ਸੀ। ਉਸ ਦੀ ਘਰ ਵਾਲੀ ਨੇ ਜਿਸ ਦਾ ਮੂੰਹ ਝੁਰੜੀਆਂ ਨਾਲ ਭਰਿਆ ਹੋਇਆ ਸੀ ਆਪਣੇ ਰੁਮਾਲ ਵਿਚੋਂ ਇਕ ਆਂਡਾ ਕਢਿਆ ਜਿਸ ਉਤੇ ਪੀਲਾ ਰੰਗ ਕੀਤਾ ਹੋਇਆ ਸੀ ਅਤੇ ਨੇਖਲੀਊਦੋਵ ਨੂੰ ਦਿੱਤਾ। ਇਕ ਮੁਸਕ੍ਰਾਉਂਦਾ ਹੋਇਆ ਹੱਟਾ-ਕੱਟਾ ਗਭਰੂ ਕਿਸਾਨ ਜਿਸ ਨੇ ਨਵੀਂ ਜੈਕਟ ਪਾ ਕੇ ਹਰੀ ਪੇਟੀ ਲਾਈ ਹੋਈ ਸੀ ਨੇਖਲੀਊਦੋਵ ਦੇ ਲਾਗੇ ਆ ਕੇ ਖੜਾ ਹੋਇਆ।

"ਪ੍ਰਭੂ ਯਿਸੂ ਜਾਗ ਪਏ," ਉਸ ਨੇ ਹੱਸਦੀਆਂ ਨਜ਼ਰਾਂ ਨਾਲ ਕਿਹਾ ਅਤੇ ਨੇਖਲੀਊਦੋਵ ਦੇ ਨੇੜੇ ਆ ਕੇ ਇਕ ਵਚਿਤਰ ਪਰ ਮਧੁਰ ਮਹਿਕ ਖਿਲਾਰ ਦਿੱਤੀ ਜਿਹੜੀ ਸਿਰਫ ਕਿਸਾਨ ਕੋਲੋਂ ਹੀ ਆ ਸਕਦੀ ਹੈ ਤੇ ਆਪਣੇ ਤਕੜੇ ਸੱਜਰੇ ਬੁਲ੍ਹਾਂ ਨਾਲ ਤਿੰਨ ਵਾਰੀ ਉਹਦਾ ਮੂੰਹ ਚੁੰਮ ਲਿਆ। ਮੂੰਹ ਚੁੰਮਦਿਆਂ ਉਹਦੀ ਕੁੰਡਲਾਂ ਵਾਲੀ ਦਾੜ੍ਹੀ ਉਸ ਨੂੰ ਕੁਤਕੁਤਾੜੀਆਂ ਕਰਦੀ ਰਹੀ ਸੀ।

ਜਿਸ ਵੇਲੇ ਕਿਸਾਨ ਨੇਖਲੀਊਦੋਵ ਨੂੰ ਚੁੰਮ ਰਿਹਾ ਸੀ ਅਤੇ ਉਸ ਨੂੰ ਗੂੜ੍ਹਾ ਭੂਰਾ ਆਂਡਾ ਭੇਟ ਕਰ ਰਿਹਾ ਸੀ, ਉਸ ਵੇਲੇ ਉਸ ਨੂੰ ਕਾਸ਼ਨੀ ਪੁਸ਼ਾਕ ਵਾਲੀ ਮਾਤਰੀਓਨਾ

ਪਾਵਲੋਵਨਾ ਅਤੇ ਲਾਲ ਰਿਬਨਾਂ ਤੇ ਕਾਲੇ ਵਾਲਾਂ ਵਾਲਾ ਖੂਬਸੂਰਤ ਸਿਰ ਵਿਖਾਈ ਦਿੱਤਾ।

ਕਾਤੀਊਸ਼ਾ ਨੇ ਆਪਣੇ ਸਾਮ੍ਹਣੇ ਦੇ ਲੋਕਾਂ ਦੇ ਸਿਰਾਂ ਉਤੋਂ ਦੀ ਉਸ ਨੂੰ ਵੇਖ ਲਿਆ ਸੀ। ਤੇ ਨੇਖਲੀਊਦੋਵ ਨੇ ਵੇਖਿਆ ਕਿ ਇਕ ਦਮ ਉਸ ਦਾ ਚਿਹਰਾ ਚਹਿਕ ਟਹਿਕ ਪਿਆ ਸੀ।

ਉਹ ਮਾਤਰੀਓਨਾ ਪਾਵਲੋਵਨਾ ਦੇ ਨਾਲ ਅੰਦਰੋਂ ਨਿਕਲ ਕੇ ਪੋਰਚ ਤੇ ਆ ਗਈ ਸੀ ਅਤੇ ਓਥੇ ਖਲੋ ਕੇ ਮੰਗਤਿਆਂ ਨੂੰ ਖੈਰਾਤ ਵੰਡਣ ਲੱਗ ਪਈ ਸੀ। ਇਕ ਮੰਗਤਾ ਜਿਸ ਦੇ ਨੱਕ ਉਤੇ ਇਕ ਲਾਲ ਸੁਰਖ਼ ਫੋੜਾ ਸੀ ਉਹਦੇ ਕੋਲ ਆਇਆ। ਉਹਨੇ ਉਸ ਨੂੰ ਕੁਝ ਦਿੱਤਾ, ਉਸ ਦੇ ਹੋਰ ਨੇੜੇ ਹੋ ਗਈ, ਅਤੇ ਕਿਸੇ ਕਿਸਮ ਦੀ ਕੋਈ ਘਿਰਣਾ ਜ਼ਾਹਿਰ ਕੀਤੇ ਬਿਨਾਂ ਸਗੋਂ ਹਾਲੇ ਵੀ ਖੁਸ਼ੀ ਨਾਲ ਚਮਕਦੀਆਂ ਅੱਖਾਂ ਨਾਲ, ਤਿੰਨ ਵਾਰੀ ਉਸ ਨੂੰ ਚੁੰਮ ਲਿਆ। ਅਤੇ ਜਿਸ ਵੇਲੇ ਉਹ ਇਹ ਕੁਝ ਕਰ ਰਹੀ ਸੀ ਉਹਦੀਆਂ ਨਜ਼ਰਾਂ ਨੇਖਲੀਊਦੋਵ ਦੀਆਂ ਨਜ਼ਰਾਂ ਨਾਲ ਇਉਂ ਮਿਲੀਆਂ ਜਿਵੇਂ ਉਹ ਪੁੱਛ ਰਹੀ ਹੋਵੇ, "ਮੈਂ ਠੀਕ ਕਰ ਰਹੀ ਆਂ ਨਾ?"

"ਹਾਂ, ਪਿਆਰੀ ਹਾਂ, ਇਹ ਠੀਕ ਏ। ਸਭ ਕੁਝ ਠੀਕ ਏ, ਸਭ ਕੁਝ ਖੂਬਸੂਰਤ ਏ। ਮੈਂ ਤੈਨੂੰ ਪਿਆਰ ਕਰਦਾ ਹਾਂ।"

ਉਹ ਗਿਰਜੇ ਦੇ ਪੋਰਚ ਦੀਆਂ ਪੌੜੀਆਂ ਉੱਤਰ ਆਈਆਂ, ਤੇ ਨੇਖਲੀਊਦੋਵ ਉਹਨਾਂ ਦੇ ਕੋਲ ਆ ਗਿਆ। ਉਹ ਉਸ ਨੂੰ ਈਸਟਰ ਦਾ ਚੁੰਮਣ ਨਹੀਂ ਸੀ ਦੇਣਾ ਚਾਹੁੰਦਾ, ਸਗੋਂ ਸਿਰਫ ਉਹਦੇ ਹੋਰ ਨੇੜੇ ਹੋਣਾ ਚਾਹੁੰਦਾ ਸੀ।

ਮਾਤਰੀਓਨਾ ਪਾਵਲੋਵਨਾ ਨੇ ਆਪਣਾ ਸਿਰ ਝੁਕਾਇਆ, ਤੇ ਮੁਸਕ੍ਰਾ ਕੇ ਆਖਿਆ, "ਪ੍ਰਭੂ ਯਿਸੂ ਜਾਗ ਪਏ!" ਅਤੇ ਉਹਦੇ ਅੰਦਾਜ਼ ਵਿਚ ਇਹ ਭਾਵ ਲੁੱਕਿਆ ਹੋਇਆ ਸੀ, "ਅੱਜ ਅਸੀਂ ਸਾਰੇ ਬਰਾਬਰ ਆਂ।" ਉਸ ਨੇ ਵਲ੍ਹੇਟ ਕੇ ਗੇਂਦ ਬਣਾਏ ਹੋਏ ਆਪਣੇ ਰੁਮਾਲ ਨਾਲ ਆਪਣਾ ਮੂੰਹ ਪੂੰਝਿਆ, ਅਤੇ ਆਪਣੇ ਬੁਲ੍ਹ ਉਹਦੇ ਵੱਲ ਵਧਾਏ।

"ਹਾਂ, ਹਾਂ, ਜਾਗ ਪਏ।" ਨੇਖਲੀਊਦੋਵ ਨੇ ਉਸ ਨੂੰ ਚੁੰਮਦਿਆਂ ਜਵਾਬ ਦਿੱਤਾ।

ਫੇਰ ਉਸ ਨੇ ਕਾਤੀਊਸ਼ਾ ਵੱਲ ਵੇਖਿਆ। ਉਹਦਾ ਚਿਹਰਾ ਲਾਲ ਹੋ ਗਿਆ ਸੀ, ਤੇ ਓਹ ਹੋਰ ਨੇੜੇ ਆ ਗਈ।

"ਪ੍ਰਭੂ ਯਿਸੂ ਜਾਗ ਪਏ, ਦਮਿਤਰੀ ਇਵਾਨੋਵਿਚ।"

"ਹਾਂ, ਹਾਂ, ਜਾਗ ਪਏ," ਨੇਖਲੀਊਦੋਵ ਨੇ ਜਵਾਬ ਦਿੱਤਾ, ਤੇ ਉਹਨਾਂ ਇਕ ਦੂਜੇ ਨੂੰ ਦੋ ਵਾਰ ਚੁੰਮਿਆ, ਫੇਰ ਰੁਕ ਗਏ ਜਿਵੇਂ ਸੋਚ ਰਹੇ ਹੋਣ ਕਿ ਤੀਜਾ ਚੁੰਮਣ ਜ਼ਰੂਰੀ ਹੈ ਜਾਂ ਨਹੀਂ, ਅਤੇ ਇਹ ਫੈਸਲਾ ਕਰਕੇ ਕਿ ਇਹ ਜ਼ਰੂਰੀ ਹੈ, ਤੀਜੀ ਵਾਰੀ ਚੁੰਮਿਆ ਅਤੇ ਮੁਸਕ੍ਰਾ ਪਏ।

"ਤੁਸੀਂ ਪਾਦਰੀ ਦੇ ਨਹੀਂ ਜਾ ਰਹੀਆਂ?" ਨੇਖਲੀਊਦੋਵ ਨੇ ਪੁੱਛਿਆ।

"ਨਹੀਂ, ਅਸੀਂ ਥੋੜਾ ਚਿਰ ਏਥੇ ਬਾਹਰ ਬੈਠਾਂਗੀਆਂ, ਦਮਿਤਰੀ ਇਵਾਨੋਵਿਚ,

ਕਾਤੀਉਸ਼ਾ ਨੇ ਕੋਸ਼ਿਸ਼ ਕਰਕੇ ਆਖਿਆ, ਮਾਣੋ ਉਸ ਨੇ ਕੋਈ ਖੁਸ਼ੀ ਭਰਿਆ ਕਾਰਜ ਨੇਪਰੇ ਚਾੜ੍ਹ ਲਿਆ ਹੋਵੇ। ਉਸ ਨੇ ਪੂਰੀ ਹਿਕ ਦੇ ਜ਼ੋਰ ਇਕ ਡੂੰਘਾ ਸਾਹ ਭਰ ਕੇ, ਸਿੱਧਾ ਉਹਦੇ ਚਿਹਰੇ ਵੱਲ ਵੇਖਿਆ ਅਤੇ ਮਾੜਾ ਜਿਹਾ ਟੀਰ ਮਾਰਦੀਆਂ ਉਹਦੀਆਂ ਅਖਾਂ ਵਿਚ ਇਕ ਸ਼ਰਧਾ ਭਾਵ, ਕੁਆਰਪਨ ਦੀ ਪਵਿਤਰਤਾ, ਅਤੇ ਮੁਹੱਬਤ ਛਲਕ ਰਹੀ ਸੀ।

ਆਦਮੀ ਤੇ ਔਰਤ ਦੀ ਮੁਹੱਬਤ ਵਿਚ ਹਮੇਸ਼ਾ ਹੀ ਇਕ ਪਲ ਆਉਂਦਾ ਹੈ ਜਦੋਂ ਇਹ ਮੁਹੱਬਤ ਆਪਣੇ ਜੋਬਨ ਤੇ ਪੁਜੀ ਹੁੰਦੀ ਹੈ—ਉਹ ਪਲ ਜਦੋਂ ਇਹ ਅਚੇਤ, ਤਰਕਹੀਣ ਹੁੰਦੀ ਹੈ ਅਤੇ ਇਹਦੇ ਵਿਚ ਕੋਈ ਕਾਮੁਕਤਾ ਨਹੀਂ ਹੁੰਦੀ। ਈਸਟਰ ਦੀ ਉਸ ਰਾਤ ਨੇਖਲੀਊਦੋਵ ਲਈ ਅਜਿਹਾ ਪਲ ਆ ਗਿਆ ਸੀ। ਹੁਣ ਜਦੋਂ ਉਹ ਕਾਤੀਉਸ਼ਾ ਦਾ ਚੇਤਾ ਕਰਦਾ ਸੀ, ਇਹ ਪਲ ਬਾਕੀ ਸਭ ਪਲਾਂ ਨਾਲੋਂ ਉਭਰ ਕੇ ਸਾਮ੍ਹਣੇ ਆਉਂਦਾ ਸੀ। ਮੁਲਾਇਮ ਚਿਕਨੇ ਕਾਲੇ ਵਾਲ, ਉਹਦੇ ਕੁਆਰੇ ਜੋਬਨ ਦੀ ਸੁਡੌਲਤਾ ਨੂੰ ਪੂਰੀ ਢੁਕਦੀ ਚਿੱਟੀ ਕਸਵੀ ਪੁਸ਼ਾਕ, ਉਹਦੀ ਹਿੱਕ ਦੀਆਂ ਗੁਲਾਈਆਂ ਜਿਹੜੀ ਅਜੇ ਭਰੀ ਨਹੀਂ ਸੀ, ਲਾਲ ਸੂਹੀਆਂ ਗੱਲ੍ਹਾਂ, ਰਾਤ ਦੇ ਉਨੀਂਦੇ ਦੀ ਖੁਮਾਰੀ ਨਾਲ ਚੜ੍ਹੀਆਂ ਹੋਈਆਂ ਕੋਮਲ ਚਮਕਦੀਆਂ ਕਾਲੀਆਂ ਅੱਖਾਂ ਅਤੇ ਉਸ ਦੇ ਪੂਰੇ ਵਜੂਦ ਉਤੇ ਦੋ ਉਘੜਵੀਆਂ ਵਿਲੱਖਣਤਾਵਾਂ ਦੀ ਮੋਹਰ ਛਾਪ ਸੀ, ਪਵਿਤਰਤਾ ਅਤੇ ਬੇਦਾਗ਼ ਮੁਹੱਬਤ—ਮੁਹੱਬਤ ਸਿਰਫ ਉਹਦੇ ਲਈ ਹੀ ਨਹੀਂ (ਇਹ ਉਹ ਜਾਣਦਾ ਸੀ) ਸਗੋਂ ਹਰ ਇਕ ਲਈ ਤੇ ਹਰ ਚੀਜ਼ ਲਈ, ਸਿਰਫ ਚੰਗਿਆਂ ਲਈ ਹੀ ਨਹੀਂ ਸਗੋਂ ਸੰਸਾਰ ਵਿਚ ਹਰ ਕਿਸੇ ਲਈ, ਉਸ ਮੰਗਤੇ ਲਈ ਵੀ ਜਿਸ ਨੂੰ ਉਸ ਨੇ ਚੁੰਮਿਆ ਸੀ।

ਉਹ ਜਾਣਦਾ ਸੀ ਕਿ ਉਹਦੇ ਅੰਦਰ ਉਹ ਮੁਹੱਬਤ ਸੀ, ਕਿਉਂਕਿ ਉਸ ਰਾਤ ਅਤੇ ਸਵੇਰ ਉਹ ਆਪਣੇ ਅੰਦਰ ਵੀ ਇਸ ਮੁਹੱਬਤ ਨੂੰ ਅਨੁਭਵ ਕਰਦਾ ਰਿਹਾ ਸੀ, ਅਤੇ ਉਹ ਜਾਣਦਾ ਸੀ ਕਿ ਇਸ ਮੁਹੱਬਤ ਦੇ ਨਾਤੇ ਉਹ ਉਹਦੇ ਨਾਲ ਇਕ ਹੋ ਗਿਆ ਹੈ।

ਆਹ! ਕਾਸ਼ ਇਹ ਸਭ ਕੁਝ ਏਥੇ ਹੀ ਬਸ ਹੋ ਜਾਂਦਾ, ਉਸ ਬਿੰਦੂ ਤੇ ਜਿਥੇ ਇਹ ਉਸ ਰਾਤ ਪਹੁੰਚ ਗਿਆ ਸੀ! "ਹਾਂ, ਉਹ ਸਭ ਕੁਝ ਜੋ ਭਿਅੰਕਰ ਹੈ ਈਸਟਰ ਦੀ ਰਾਤ ਤੋਂ ਪਿਛੋਂ ਵਾਪਰਿਆ ਸੀ।" ਉਸ ਨੇ ਸੋਚਿਆ, ਜਦੋਂ ਉਹ ਜਿਊਰੀ ਦੇ ਮੈਂਬਰਾਂ ਦੇ ਕਮਰੇ ਵਿਚ ਖਿੜਕੀ ਕੋਲ ਬੈਠਾ ਹੋਇਆ ਸੀ।

੧੬

ਗਿਰਜੇ ਤੋਂ ਵਾਪਸ ਆ ਕੇ ਨੇਖਲੀਊਦੋਵ ਨੇ ਆਪਣੀਆਂ ਭੂਆ ਦੇ ਨਾਲ ਹੀ ਵਰਤ ਤੋੜਿਆ ਅਤੇ ਵੋਦਕਾ ਦਾ ਇਕ ਗਲਾਸ ਤੇ ਥੋੜੀ ਜਿਹੀ ਵਾਈਨ ਪੀਤੀ। ਉਹਨੂੰ ਆਪਣੀ ਰੈਜਮੈਂਟ ਨਾਲ ਰਹਿ ਕੇ ਸ਼ਰਾਬ ਪੀਣ ਦੀ ਆਦਤ ਪੈ ਗਈ ਸੀ। ਅਤੇ ਆਪਣੇ ਕਮਰੇ

ਵਿਚ ਜਾ ਕੇ, ਉਹ ਉਹਨਾਂ ਹੀ ਕਪੜਿਆਂ ਵਿਚ ਜਿਹੜੇ ਉਸ ਪਾਏ ਹੋਏ ਸਨ ਸੌਂ ਗਿਆ। ਦਰਵਾਜ਼ੇ ਉਤੇ ਠੱਕ ਠੁੱਕ ਹੋਣ ਨਾਲ ਉਸ ਨੂੰ ਜਾਗ ਆ ਗਈ। ਉਹ ਜਾਣਦਾ ਸੀ ਕਿ ਉਸ ਨੇ ਠੁੱਕ ਠੱਕ ਕੀਤਾ ਹੈ, ਤੇ ਉਹ ਆਪਣੀਆਂ ਅੱਖਾਂ ਮਲਦਾ ਤੇ ਆਕੜਾਂ ਭੰਨਦਾ ਉਠ ਬੈਠਾ।

"ਕਾਤੀਊਸ਼ਾ, ਤੂੰ ਏਂ? ਆ ਜਾ ਅੰਦਰ," ਉਸ ਨੇ ਆਖਿਆ।

ਕਾਤੀਊਸ਼ਾ ਨੇ ਬੂਹਾ ਖ੍ਹੋਲਿਆ।

"ਖਾਣਾ ਤਿਆਰ ਏ," ਉਸ ਨੇ ਆਖਿਆ। ਉਸ ਨੇ ਹਾਲੇ ਵੀ ਓਹੋ ਚਿੱਟਾ ਪਹਿਰਾਵਾ ਪਾਇਆ ਹੋਇਆ ਸੀ, ਪਰ ਉਹਦੇ ਵਾਲਾਂ ਵਿਚ ਰਿਬਨ ਨਹੀਂ ਸੀ। ਉਸ ਨੇ ਮੁਸਕ੍ਰਾ ਕੇ ਉਹਦੇ ਵੱਲ ਵੇਖਿਆ ਜਿਵੇਂ ਉਸ ਨੇ ਉਹਨੂੰ ਕੋਈ ਖੁਸ਼ਖਬਰੀ ਸੁਣਾਈ ਹੋਵੇ।

"ਹੁਣੇ ਆਇਆ ਮੈਂ," ਉਸ ਨੇ ਆਪਣੇ ਵਾਲ ਸਵਾਰਨ ਲਈ ਕੰਘੀ ਫੜਨ ਵਾਸਤੇ ਉਠਦਿਆਂ, ਜਵਾਬ ਦਿੱਤਾ।

ਇਕ ਮਿੰਟ ਤੋਂ ਉਹ ਅਹਿਲ ਖੜੀ ਸੀ। ਨੇਖਲੀਊਦੋਵ ਨੇ ਇਹ ਵੇਖ ਕੇ, ਆਪਣੀ ਕੰਘੀ ਪਰੇ ਵਗਾਹ ਮਾਰੀ ਅਤੇ ਉਹਦੇ ਵੱਲ ਇਕ ਕਦਮ ਵਧਿਆ, ਪਰ ਓਸੇ ਹੀ ਪਲ ਉਸ ਨੇ ਅਚਾਨਕ ਮੂੰਹ ਭਵਾਇਆ ਅਤੇ ਲਾਂਘੇ ਦੇ ਵਿਚਕਾਰ ਕਾਲੀਨ ਉਤੇ ਤੇਜ਼ ਤੇਜ਼ ਤੇ ਪੋਲੇ ਪੋਲੇ ਕਦਮ ਧਰਦੀ ਚਲੀ ਗਈ।

"ਮੈਂ ਵੀ ਬੁਧੂ ਆਂ," ਨੇਖਲੀਊਦੋਵ ਨੇ ਸੋਚਿਆ। "ਮੈਂ ਉਸ ਨੂੰ ਰੋਕਿਆ ਕਿਉਂ ਨਹੀਂ?"

ਅਤੇ ਉਹ ਦੌੜਿਆ ਤੇ ਉਹਦੇ ਨਾਲ ਜਾ ਮਿਲਿਆ।

ਉਹ ਕੀ ਚਾਹੁੰਦਾ ਸੀ ਉਸ ਨੂੰ ਆਪ ਨੂੰ ਵੀ ਨਹੀਂ ਸੀ ਪਤਾ। ਪਰ ਉਸ ਨੇ ਮਹਿਸੂਸ ਕੀਤਾ ਕਿ ਜਦੋਂ ਉਹ ਉਹਦੇ ਕਮਰੇ ਵਿਚ ਆਈ ਸੀ ਉਸ ਨੂੰ ਕੁਝ ਕਰਨਾ ਚਾਹੀਦਾ ਸੀ, ਕੁਝ ਐਸਾ ਜੋ ਏਹੋ ਜਿਹੇ ਮੌਕਿਆਂ ਤੇ ਆਮ ਕਰਕੇ ਕੀਤਾ ਜਾਂਦਾ ਹੈ, ਤੇ ਉਹਨੇ ਉਹ ਕੁਝ ਨਹੀਂ ਸੀ ਕੀਤਾ।

"ਕਾਤੀਊਸ਼ਾ, ਠਹਿਰ ਜਾ," ਉਸ ਨੇ ਆਖਿਆ।

ਕਾਤੀਊਸ਼ਾ ਨੇ ਮੁੜ ਕੇ ਪਿੱਛੇ ਵੇਖਿਆ।

"ਕੀ ਗੱਲ?" ਉਸ ਨੇ ਖਲੋਂਦਿਆ ਆਖਿਆ।

"ਕੁਝ ਨਹੀਂ, ਸਿਰਫ —" ਅਤੇ ਬੜੀ ਕੋਸ਼ਿਸ਼ ਕਰ ਕੇ, ਇਹ ਯਾਦ ਕਰ ਕੇ ਕਿ ਐਸੀ ਹਾਲਤ ਵਿਚ ਮਰਦ ਆਮ ਕਰਕੇ ਕੀ ਕਰਦੇ ਹਨ, ਉਸ ਨੇ ਉਹਦੀ ਕਮਰ ਦੁਆਲੇ ਆਪਣੀ ਬਾਂਹ ਵਲਾ ਦਿੱਤੀ।

ਉਹ ਅਹਿਲ ਖੜੀ ਰਹੀ ਤੇ ਉਹਦੀਆਂ ਅੱਖਾਂ ਵਿਚ ਝਾਕਣ ਲੱਗੀ।

"ਨਾ ਕਰੋ, ਦੀਮਤਰੀ ਇਵਾਨੋਵਿਚ, ਨਾ ਕਰੋ," ਸ਼ਰਮ ਨਾਲ ਅੱਖਾਂ ਵਿਚੋਂ ਅਥਰੂ ਕੇਰਦਿਆਂ ਅਤੇ ਆਪਣੇ ਮਜ਼ਬੂਤ ਸਖ਼ਤ ਹੱਥ ਨਾਲ ਉਹਦੀ ਬਾਂਹ ਨੂੰ ਪਰੇ ਧਕਦਿਆਂ, ਉਸ ਨੇ ਆਖਿਆ।

ਨੇਖਲੀਊਦੋਵ ਨੇ ਉਸ ਨੂੰ ਛੱਡ ਦਿੱਤਾ, ਅਤੇ ਇਕ ਪਲ ਵਾਸਤੇ ਉਸ ਨੂੰ ਨਾ ਸਿਰਫ ਬੇਚੈਨੀ ਤੇ ਸ਼ਰਮਿੰਦਗੀ ਦਾ ਅਹਿਸਾਸ ਹੀ ਹੋਇਆ ਸਗੋਂ ਆਪਣੇ ਆਪ ਤੋਂ ਗਿਲ਼ਾਨੀ ਵੀ ਹੋਈ। ਇਸ ਵੇਲੇ ਉਹਨੂੰ ਆਪਣੇ ਅੰਦਰਲੇ ਉਤੇ ਵਿਸ਼ਵਾਸ ਕਰ ਲੈਣਾ ਚਾਹੀਦਾ ਸੀ। ਪਰ ਉਹ ਨਾ ਸਮਝਿਆ ਕਿ ਇਸ ਬੇਚੈਨੀ ਤੇ ਸ਼ਰਮਿੰਦਗੀ ਦਾ ਕਾਰਨ ਇਹ ਸੀ ਕਿ ਉਸ ਦੀ ਆਤਮਾ ਦੀਆਂ ਸਭ ਤੋਂ ਉਤਮ ਭਾਵਨਾਵਾਂ ਸੁਤੰਤਰ ਹੋਣ ਦੀ ਮੰਗ ਕਰ ਰਹੀਆਂ ਹਨ। ਉਸ ਨੇ ਸੋਚਿਆ ਕਿ ਇਹ ਸਿਰਫ ਉਸ ਦੀ ਮੂਰਖਤਾ ਹੈ, ਅਤੇ ਉਸ ਨੂੰ ਓਸੇ ਤਰ੍ਹਾਂ ਕਰਨਾ ਚਾਹੀਦਾ ਹੈ ਜਿਸ ਤਰ੍ਹਾਂ ਕੋਈ ਹੋਰ ਕਰੇਗਾ। ਉਹ ਫੇਰ ਉਹਦੇ ਨਾਲ ਜਾ ਰਲਿਆ ਅਤੇ ਉਹਦੀ ਗਰਦਨ ਚੁੰਮ ਲਈ।

ਇਹ ਚੁੰਮੀ ਡੇਕ ਦੀ ਝਾੜੀ ਦੇ ਉਹਲੇ ਉਸ ਦੇ ਪਹਿਲੇ ਸੁਤੇ-ਸਿਧ ਲਏ ਚੁੰਮਣ ਨਾਲੋਂ ਬਹੁਤ ਵੱਖਰੀ ਸੀ। ਅਜ ਸਵੇਰੇ ਹੀ ਗਿਰਜੇ ਦੇ ਹਾਤੇ ਵਿਚ ਲਏ ਚੁੰਮਣ ਨਾਲੋਂ ਵੀ ਬਹੁਤ ਵਖਰੀ ਸੀ। ਇਹ ਇਕ ਭਿਆਨਕ ਚੁੰਮੀ ਸੀ, ਤੇ ਕਾਤੀਊਸ਼ਾ ਨੇ ਇਸ ਤਰ੍ਹਾਂ ਹੀ ਮਹਿਸੂਸ ਕੀਤਾ ਸੀ।

"ਕੀ ਕਰਦੇ ਓ ਤੁਸੀਂ?" ਉਹ ਇਸ ਅੰਦਾਜ਼ ਨਾਲ ਚੀਕੀ ਮਾਨੋ ਨੇਖਲੀਊਦੋਵ ਨੇ ਕੋਈ ਬੜੀ ਵਡਮੁਲੀ ਚੀਜ਼ ਤੋੜ ਦਿੱਤੀ ਹੋਵੇ ਅਤੇ ਉਹ ਛੇਤੀ ਨਾਲ ਦੌੜ ਗਈ।

ਉਹ ਖਾਣਾ ਖਾਣ ਵਾਲੇ ਕਮਰੇ ਵਿਚ ਆ ਗਿਆ। ਬਣੀਆਂ ਠਣੀਆਂ ਉਹਦੀਆਂ ਭੂਆ, ਉਹਨਾਂ ਦਾ ਪਰਵਾਰਿਕ ਡਾਕਟਰ, ਅਤੇ ਇਕ ਗੁਆਂਢੀ ਪਹਿਲਾਂ ਹੀ ਉਥੇ ਮੌਜੂਦ ਸਨ। ਸਭ ਕੁਝ ਸਾਧਾਰਨ ਹੀ ਜਾਪਦਾ ਸੀ, ਪਰ ਨੇਖਲੀਊਦੋਵ ਦੇ ਅੰਦਰ ਇਕ ਤੂਫਾਨ ਮੱਚਿਆ ਹੋਇਆ ਸੀ। ਉਸ ਨੂੰ ਕੋਈ ਸਮਝ ਨਹੀਂ ਸੀ ਆ ਰਹੀ ਕਿ ਕੀ ਗੱਲਾਂ ਹੋ ਰਹੀਆਂ ਸਨ, ਤੇ ਉਹ ਬੇਤੁਕੇ ਜਿਹੇ ਜਵਾਬ ਦੇਈ ਜਾਂਦਾ ਸੀ। ਉਹ ਸਿਰਫ ਕਾਤੀਊਸ਼ਾ ਬਾਰੇ ਹੀ ਸੋਚ ਰਿਹਾ ਸੀ। ਉਹ ਉਸ ਆਖਰੀ ਚੁੰਮਣ ਦੀ ਝਰਨਾਹਟ ਦਾ ਚੇਤਾ ਕਰਦਾ ਰਿਹਾ ਜਦੋਂ ਉਸ ਨੇ ਲਾਂਘੇ ਵਿਚ ਉਸ ਨੂੰ ਫੜ ਲਿਆ ਸੀ। ਕਿਸੇ ਹੋਰ ਗੱਲ ਬਾਰੇ ਉਹ ਸੋਚ ਹੀ ਨਹੀਂ ਸੀ ਸਕਦਾ। ਜਦੋਂ ਉਹ ਕਮਰੇ ਵਿਚ ਆਈ ਤਾਂ ਉਸ ਨੇ, ਚੁਫੇਰੇ ਵੇਖੇ ਬਗੈਰ, ਆਪਣੀ ਪੂਰੀ ਹੋਂਦ ਨਾਲ ਉਹਦੀ ਮੌਜੂਦਗੀ ਨੂੰ ਮਹਿਸੂਸ ਕਰ ਲਿਆ ਸੀ। ਉਹ ਉਸ ਵੱਲ ਵੇਖਣਾ ਚਾਹੁੰਦਾ ਸੀ ਪਰ ਮੁਸ਼ਕਲ ਨਾਲ ਇਸ ਖਾਹਿਸ਼ ਨੂੰ ਦਬਾ ਸਕਿਆ।

ਰੋਟੀ ਖਾ ਕੇ ਉਹ ਫੌਰਨ ਆਪਣੇ ਕਮਰੇ ਵਿਚ ਚਲਾ ਗਿਆ। ਓਥੇ ਘਰ ਵਿਚੋਂ ਆਉਂਦੀ ਹਰ ਆਵਾਜ਼ ਨੂੰ ਸੁਣਦਾ ਹੋਇਆ ਅਤੇ ਉਸ ਦੀ ਕਦਮ-ਚਾਪ ਦੀ ਆਸ ਕਰਦਾ ਹੋਇਆ, ਬੜਾ ਬੇਚੈਨ ਜਿਹਾ ਢੇਰ ਚਿਰ ਤੱਕ ਕਮਰੇ ਵਿਚ ਟਹਿਲਦਾ ਰਿਹਾ। ਉਸ ਦੇ ਅੰਦਰਲੇ ਪਸ਼ੂ-ਮਨੁਖ ਨੇ ਇਸ ਵੇਲੇ ਸਿਰਫ ਆਪਣਾ ਸਿਰ ਹੀ ਨਹੀਂ ਸੀ ਉੱਚਾ ਕੀਤਾ ਸਗੋਂ ਉਹ ਉਸ ਦੀ ਪਹਿਲੀ ਫੇਰੀ ਦੇ ਦਿਨਾਂ ਵਾਲੇ ਹੀ ਨਹੀਂ ਅੱਜ ਸਵੇਰ ਵਾਲੇ ਆਤਮਕ ਮਨੁਖ ਨੂੰ ਪੈਰਾਂ ਹੇਠ ਦਰੜ ਸੁਟਣ ਵਿਚ ਸਫਲ ਹੋ ਗਿਆ ਸੀ। ਇਸ ਵੇਲੇ ਉਹਦੇ ਅੰਦਰਲੇ ਉਸ ਭਿਆਨਕ ਪਸ਼ੂ ਮਨੁਖ ਦਾ ਬੋਲ ਬਾਲਾ ਸੀ। ਭਾਵੇਂ ਉਸ ਨੇ ਸਾਰਾ ਦਿਨ ਉਹਦੇ ਉਤੇ ਨਿਗਾਹ ਰੱਖੀ ਪਰ ਉਹ ਉਸ ਨੂੰ ਇਕੱਲੀ ਨੂੰ ਨਾ ਮਿਲ ਸਕਿਆ। ਉਹ

ਸ਼ਾਇਦ ਉਸ ਤੋਂ ਕਤਰਾਉਣ ਦੀ ਕੋਸ਼ਿਸ਼ ਕਰ ਰਹੀ ਸੀ। ਪਰ ਤਰਕਾਲਾਂ ਵੇਲੇ ਕਾਤੀਊਸ਼ਾ ਨੂੰ ਉਹਦੇ ਨਾਲ ਵਾਲੇ ਕਮਰੇ ਵਿਚ ਜਾਣਾ ਪਿਆ ਸੀ। ਡਾਕਟਰ ਨੂੰ ਰਾਤ ਅਟਕ ਜਾਣ ਵਾਸਤੇ ਆਖਿਆ ਗਿਆ ਸੀ, ਤੇ ਉਹ ਉਹਦੇ ਵਾਸਤੇ ਮੰਜਾ ਬਿਸਤਰਾ ਕਰਨ ਆਈ ਸੀ। ਜਦੋਂ ਨੇਖਲੀਊਦੋਵ ਨੇ ਉਹਦੇ ਅੰਦਰ ਜਾਣ ਦੀ ਆਵਾਜ਼ ਸੁਣੀ, ਤਾਂ ਉਹ ਵੀ ਦੱਬੇ ਪੈਰੀਂ ਅਤੇ ਸਾਹ ਰੋਕੀ ਉਹਦੇ ਮਗਰ ਕਮਰੇ ਵਿਚ ਚਲਾ ਗਿਆ ਮਾਣੋ ਉਹ ਕੋਈ ਜੁਰਮ ਕਰਨ ਚਲਿਆ ਹੋਵੇ।

ਉਹ ਸਿਰ੍ਹਾਣੇ ਉਤੇ ਇਕ ਸਾਫ ਧੋਤਾ ਹੋਇਆ ਉਛਾੜ ਚੜ੍ਹਾ ਰਹੀ ਸੀ। ਉਸ ਨੇ ਆਪਣੀਆਂ ਬਾਹਵਾਂ ਨੂੰ ਉਛਾੜ ਦੇ ਅੰਦਰ ਕਰ ਕੇ ਇਸ ਨੂੰ ਦੋ ਨੁਕਰਾਂ ਤੋਂ ਫੜਿਆ ਹੋਇਆ ਸੀ। ਉਸ ਨੇ ਭੌਂ ਕੇ ਵੇਖਿਆ ਤੇ ਮੁਸਕ੍ਰਾ ਪਈ। ਇਹ ਪਹਿਲਾਂ ਵਰਗੀ ਖੁਸ਼ੀ ਤੇ ਖੇੜੇ ਵਾਲੀ ਮੁਸਕਾਨ ਨਹੀਂ ਸੀ ਸਗੋਂ ਡਰੀ ਸਹਿਮੀ ਅਤੇ ਤਰਸ ਮੰਗਦੀ ਮੁਸਕਾਨ ਸੀ। ਜਾਪਦਾ ਸੀ ਕਿ ਮੁਸਕਾਨ ਉਸ ਨੂੰ ਕਹਿ ਰਹੀ ਹੋਵੇ ਕਿ ਜੋ ਕੁਝ ਉਹ ਕਰ ਰਿਹਾ ਹੈ ਚੰਗਾ ਨਹੀਂ। ਪਲ ਦਾ ਪਲ ਉਹ ਅਟਕਿਆ। ਸੰਗਰਾਮ ਦੀ ਸੰਭਾਵਨਾ ਅਜੇ ਵੀ ਬਾਕੀ ਸੀ। ਕਾਤੀਊਸ਼ਾ ਲਈ ਉਸ ਦੀ ਅਸਲ ਮੁਹੱਬਤ ਦੀ ਆਵਾਜ਼ ਹਾਲੇ ਵੀ, ਭਾਵੇਂ ਕਮਜ਼ੋਰ ਹੀ ਸੀ, **ਉਹਦੀ**, **ਉਹਦੀਆਂ** ਭਾਵਨਾਵਾਂ ਦੀ, **ਉਹਦੀ** ਜ਼ਿੰਦਗੀ ਦੀ ਗੱਲ ਕਰ ਰਹੀ ਸੀ। ਇਕ ਹੋਰ ਆਵਾਜ਼ ਆਖ ਰਹੀ ਸੀ, "ਵੇਖੀਂ, **ਆਪਣੀ** ਖੁਸ਼ੀ ਦਾ, **ਆਪਣੇ** ਆਨੰਦ ਦਾ ਮੌਕਾ ਹਥੋਂ ਨਾ ਜਾਣ ਦੇਵੀਂ!" ਅਤੇ ਇਸ ਦੂਸਰੀ ਆਵਾਜ਼ ਨੇ ਪਹਿਲੀ ਆਵਾਜ਼ ਦਾ ਪੂਰੀ ਤਰ੍ਹਾਂ ਗਲਾ ਘੁਟ ਦਿੱਤਾ। ਉਹ ਪੱਕੀ ਧਾਰ ਕੇ ਉਹਦੇ ਨੇੜੇ ਹੋ ਗਿਆ। ਇਕ ਭਿਆਨਕ, ਬੇਮੁਹਾਰਾ ਪਸ਼ੂ ਜਜ਼ਬਾ ਉਹਦੇ ਦਿਲ–ਦਿਮਾਗ ਉਤੇ ਭਾਰੂ ਹੋ ਗਿਆ ਸੀ।

ਉਹਦੇ ਲੱਕ ਦੁਆਲੇ ਆਪਣੀ ਬਾਂਹ ਪਾ ਕੇ ਉਹਨੇ ਉਸ ਨੂੰ ਮੰਜੇ ਉਤੇ ਬਿਠਾ ਲਿਆ। ਫਿਰ ਇਹ ਮਹਿਸੂਸ ਕਰਦਿਆਂ ਕਿ ਅਜੇ ਕੁਝ ਹੋਰ ਕਰਨ ਵਾਲਾ ਹੈ, ਉਹ ਉਹਦੇ ਨਾਲ ਢੁਕ ਕੇ ਬਹਿ ਗਿਆ।

"ਦਮਿਤਰੀ ਇਵਾਨੋਵਿਚ, ਪਿਆਰੇ! ਮਿਹਰਬਾਨੀ ਕਰਕੇ ਮੈਨੂੰ ਜਾਣ ਦਿਓ," ਉਸ ਨੇ ਤਰਸਯੋਗ ਢੰਗ ਨਾਲ ਆਖਿਆ। "ਮਾਤਰੀਓਨਾ ਪਾਵਲੋਵਨਾ ਆ ਰਹੀ ਏ," ਆਪਣੇ ਆਪ ਨੂੰ ਉਸ ਨਾਲੋਂ ਤੋੜਦੀ ਹੋਈ ਉਹ ਚੀਕੀ। ਸਚਮੁਚ ਹੀ ਕੋਈ ਦਰਵਾਜ਼ੇ ਵੱਲ ਆ ਰਿਹਾ ਸੀ।

"ਚੰਗਾ ਫੇਰ, ਮੈਂ ਰਾਤ ਨੂੰ ਤੇਰੇ ਕੋਲ ਆਵਾਂਗਾ," ਉਸ ਨੇ ਹੌਲੀ ਜਿਹੀ ਆਖਿਆ, "ਤੂੰ 'ਕਲੀ ਹੋਵੇਂਗੀ ਨਾ?"

"ਤੁਸੀਂ ਕੀ ਕਹਿੰਦੇ ਓ? ਬਿਲਕੁਲ ਨਹੀਂ! ਕੋਈ ਲੋੜ ਨਹੀਂ!" ਉਸ ਨੇ ਆਖਿਆ, ਪਰ ਸਿਰਫ ਆਪਣੇ ਬੁਲ੍ਹਾਂ ਨਾਲ। ਉਸ ਦੇ ਪੂਰੇ ਵਜੂਦ ਦੀ ਤੂਫਾਨੀ ਬੇਚੈਨੀ ਨੇ ਕੋਈ ਬਹੁਤ ਹੀ ਵੱਖਰੀ ਗੱਲ ਆਖੀ ਸੀ।

ਬੂਹੇ ਅੱਗੇ ਆਉਣ ਵਾਲੀ ਮਾਤਰੀਓਨਾ ਪਾਵਲੋਵਨਾ ਹੀ ਸੀ। ਆਪਣੀਆਂ ਬਾਹਵਾਂ ਉਤੇ ਕੰਬਲ ਰੱਖੀ ਉਹ ਕਮਰੇ ਵਿਚ ਆਈ ਤੇ ਮੁਲਾਮਤੀ ਢੰਗ ਨਾਲ ਨੇਖਲੀਊਦੋਵ ਵੱਲ

ਵੇਖਿਆ, ਅਤੇ ਕਾਤੀਊਸ਼ਾ ਨੂੰ ਗੁੱਸੇ ਨਾਲ ਝਾੜਨ ਲੱਗ ਪਈ ਕਿ ਉਹ ਕੋਈ ਹੋਰ ਕੰਬਲ ਕਿਉਂ ਲੈ ਆਈ ਸੀ।

ਨੇਖਲੀਊਦੋਵ ਚੁਪ ਚਾਪ ਬਾਹਰ ਨਿਕਲ ਗਿਆ, ਪਰ ਉਸ ਨੂੰ ਕੋਈ ਸ਼ਰਮ ਮਹਿਸੂਸ ਨਹੀਂ ਸੀ ਹੋਈ। ਉਸ ਨੂੰ ਮਾਤਰੀਓਨਾ ਪਾਵਲੋਵਨਾ ਦੇ ਚਿਹਰੇ ਤੋਂ ਦਿੱਸਦਾ ਸੀ ਕਿ ਉਹ ਉਸ ਨੂੰ ਫਿਟਕਾਰਾਂ ਪਾ ਰਹੀ ਹੈ, ਉਹ ਜਾਣਦਾ ਸੀ ਕਿ ਉਸ ਦਾ ਦੋਸ਼ ਦੇਣਾ ਵਾਜਿਬ ਹੈ, ਤੇ ਮਹਿਸੂਸ ਕਰਦਾ ਸੀ ਕਿ ਉਹ ਗ਼ਲਤ ਕੰਮ ਕਰ ਰਿਹਾ ਹੈ। ਪਰ ਇਹ ਨਵੀਂ, ਨੀਵੀਂ, ਪਸ਼ੂ ਉਤੇਜਨਾ ਆਪਣੇ ਆਪ ਨੂੰ ਕਾਤੀਊਸ਼ਾ ਲਈ ਅਸਲੀ ਪਿਆਰ ਦੀਆਂ ਪੁਰਾਣੀਆਂ ਸਭਨਾਂ ਭਾਵਨਾਵਾਂ ਤੋਂ ਆਜ਼ਾਦ ਕਰ ਕੇ, ਹਾਵੀ ਹੋ ਗਈ ਸੀ ਤੇ ਕਿਸੇ ਹੋਰ ਭਾਵਨਾ ਦੀ ਕੋਈ ਗੁੰਜਾਇਸ਼ ਨਹੀਂ ਸੀ ਰਹਿ ਗਈ। ਹੁਣ ਉਸ ਨੂੰ ਪਤਾ ਸੀ ਕਿ ਇਸ ਭਾਵਨਾ ਦੀ ਸੰਤੁਸ਼ਟੀ ਲਈ ਉਸ ਨੇ ਕੀ ਕਰਨਾ ਹੈ, ਅਤੇ ਸੋਚ ਰਿਹਾ ਸੀ ਕਿ ਇਹਦੇ ਵਾਸਤੇ ਮੌਕਾ ਕਿਵੇਂ ਹੱਥ ਆਵੇ।

ਸਾਰੀ ਸ਼ਾਮ ਉਹ ਸ਼ੁਦਾਈਆਂ ਵਾਂਗ ਫਿਰਦਾ ਰਿਹਾ, ਕਦੇ ਆਪਣੀਆਂ ਭੂਆ ਦੇ ਕਮਰੇ ਵਿਚ, ਕਦੇ ਆਪਣੇ ਕਮਰੇ ਵਿਚ, ਤੇ ਕਦੇ ਬਾਹਰ ਡਿਓੜ੍ਹੀ ਵਿਚ। ਹਰ ਪਲ ਉਹ ਇਕੋ ਗੱਲ ਸੋਚਦਾ ਰਿਹਾ ਕਿ ਕਾਤੀਊਸ਼ਾ ਨਾਲ ਇਕੱਲਿਆਂ ਕਿਵੇਂ ਮੇਲ ਹੋਵੇ। ਪਰ ਉਹ ਉਸ ਤੋਂ ਕਤਰਾਉਂਦੀ ਸੀ, ਅਤੇ ਮਾਤਰੀਓਨਾ ਪਾਵਲੋਵਨਾ ਕਾਤੀਊਸ਼ਾ ਉਤੇ ਕਰੜੀ ਨਿਗਾਹ ਰਖ ਰਹੀ ਸੀ।

੧੭

ਇਸ ਤਰ੍ਹਾਂ ਤਰਕਾਲਾਂ ਲੰਘੀਆਂ ਤੇ ਰਾਤ ਪੈ ਗਈ। ਡਾਕਟਰ ਬਿਸਤਰੇ ਤੇ ਜਾ ਪਿਆ। ਨੇਖਲੀਊਦੋਵ ਦੀਆਂ ਭੂਆ ਵੀ ਆਪਣੇ ਮੰਜਿਆਂ ਤੇ ਜਾ ਪਈਆਂ। ਨੇਖਲੀਊਦੋਵ ਨੂੰ ਪਤਾ ਸੀ ਕਿ ਮਾਤਰੀਓਨਾ ਪਾਵਲੋਵਨਾ ਇਸ ਵੇਲੇ ਉਹਨਾਂ ਦੇ ਕੋਲ ਉਹਨਾਂ ਦੇ ਸੌਣ-ਕਮਰੇ ਵਿਚ ਹੈ, ਇਸ ਕਰਕੇ ਇਹ ਪੱਕੀ ਗੱਲ ਸੀ ਕਿ ਕਾਤੀਊਸ਼ਾ ਨੌਕਰਾਣੀਆਂ ਦੀ ਬੈਠਕ ਵਿਚ ਇਕੱਲੀ ਹੋਵੇਗੀ। ਉਹ ਫੇਰ ਡਿਓੜੀ ਵਿਚ ਆ ਗਿਆ। ਬਾਹਰ ਹਨੇਰਾ ਸੀ, ਸਿਲ੍ਹ ਸੀ ਅਤੇ ਨਿਘ ਸੀ। ਬਹਾਰ ਦੀ ਰੁਤ ਦੀ ਚਿੱਟੀ ਚਿੱਟੀ ਧੁੰਦ ਜਿਹੜੀ ਆਖ਼ਰੀ ਬਰਫ ਨੂੰ ਉਡਾਉਂਦੀ ਹੈ ਜਾਂ ਆਖ਼ਰੀ ਬਰਫ ਦੇ ਪਿਘਲਣ ਤੋਂ ਪੈਦਾ ਹੁੰਦੀ ਹੈ, ਵਾਤਾਵਰਣ ਵਿਚ ਫੈਲੀ ਹੋਈ ਸੀ। ਬਾਹਰਲੇ ਬੂਹੇ ਤੋਂ ਕੋਈ ਸੌ ਕੁ ਕਦਮਾਂ ਦੀ ਵਿੱਥ ਤੇ, ਪਹਾੜੀ ਹੇਠਲੇ ਦਰਿਆ ਤੋਂ ਇਕ ਅਜੀਬ ਕਿਸਮ ਦੀ ਆਵਾਜ਼ ਆ ਰਹੀ ਸੀ। ਇਹ ਬਰਫ ਟੁਟਣ ਦੀ ਆਵਾਜ਼ ਸੀ।

ਨੇਖਲੀਊਦੋਵ ਪੌੜੀਆਂ ਉੱਤਰਿਆ ਅਤੇ ਚਮਕਦੀ ਬਰਫ ਵਾਲੇ ਚਲ੍ਹਿਆਂ ਨੂੰ ਟੱਪਦਾ

ਹੋਇਆ, ਨੌਕਰਾਣੀਆਂ ਦੇ ਕਮਰੇ ਦੀ ਬਾਰੀ ਕੋਲ ਆ ਗਿਆ। ਉਹਦਾ ਦਿਲ ਉਹਦੀ ਛਾਤੀ ਵਿਚ ਇਉਂ ਜ਼ੋਰ ਜ਼ੋਰ ਦੀ ਧੜਕ ਰਿਹਾ ਸੀ ਕਿ ਉਸ ਨੂੰ ਇਹਦੀ ਆਵਾਜ਼ ਸੁਣਦੀ ਜਾਪਦੀ ਸੀ। ਉਹਦਾ ਸਾਹ ਕਦੇ ਰੁਕ ਜਾਂਦਾ ਕਦੇ ਉੱਚੇ ਹੌਕੇ ਬਣ ਬਣ ਨਿਕਲਦਾ। ਨੌਕਰਾਣੀਆਂ ਦੇ ਕਮਰੇ ਵਿਚ ਇਕ ਛੋਟੀ ਜਿਹੀ ਲੈਂਪ ਬਲ ਰਹੀ ਸੀ। ਅਤੇ ਸੋਚਾਂ ਵਿਚ ਮਗਨ ਕਾਤੀਊਸ਼ਾ ਆਪਣੇ ਸਾਮ੍ਹਣੇ ਵੇਖਦੀ ਹੋਈ ਮੇਜ਼ ਦੇ ਕੋਲ ਇਕੱਲੀ ਬੈਠੀ ਹੋਈ ਸੀ। ਨੇਖਲੀਊਦੋਵ ਕਿੰਨਾ ਹੀ ਚਿਰ ਅਹਿਲ ਖਲੋਤਾ ਰਿਹਾ ਅਤੇ ਇਸ ਗੱਲ ਦੀ ਉਡੀਕ ਕਰਦਾ ਰਿਹਾ ਕਿ ਉਹ, ਇਹ ਨਾ ਜਾਣਦੀ ਹੋਈ ਕਿ ਉਸ ਨੂੰ ਕੋਈ ਵੇਖ ਰਿਹਾ ਹੈ, ਕੀ ਕਰਦੀ ਹੈ। ਇਕ ਦੋ ਮਿੰਟ ਉਹ ਨਹੀਂ ਹਿੱਲੀ। ਫੇਰ ਉਸ ਨੇ ਨਜ਼ਰ ਉਤਾਂਹ ਕੀਤੀ, ਮੁਸਕ੍ਰਾਈ ਅਤੇ ਆਪਣਾ ਸਿਰ ਛੰਡਿਆ ਮਾਣੋ ਆਪਣੇ ਆਪ ਨੂੰ ਝਿੜਕ ਰਹੀ ਹੋਵੇ। ਫੇਰ ਉਸ ਨੇ ਬੈਠਣ ਦਾ ਰੁਖ਼ ਬਦਲਿਆ ਤੇ ਆਪਣੀਆਂ ਦੋਵੇਂ ਬਾਂਹਵਾਂ ਮੇਜ਼ ਉਤੇ ਟਿਕਾ ਲਈਆਂ ਤੇ ਫੇਰ ਆਪਣੇ ਸਾਮ੍ਹਣੇ ਹੇਠਾਂ ਵੱਲ ਝਾਕਣ ਲੱਗ ਪਈ।

ਉਹ ਖੜਾ ਰਿਹਾ ਤੇ ਉਹਦੇ ਵੱਲ ਵੇਖਦਾ ਰਿਹਾ ਤੇ ਸੁਤੇ ਸਿਧ ਹੀ ਆਪਣੇ ਦਿਲ ਦੀ ਧੜਕਣ ਤੇ ਉਹਨਾਂ ਅਜੀਬ ਅਜੀਬ ਆਵਾਜ਼ਾਂ ਨੂੰ ਸੁਣਦਾ ਰਿਹਾ ਜਿਹੜੀਆਂ ਦਰਿਆ ਤੋਂ ਆਉਂਦੀਆਂ ਸਨ। ਓਥੇ, ਦਰਿਆ ਉਤੇ, ਚਿੱਟੀ ਧੁੰਦ ਦੇ ਹੇਠਾਂ, ਲਗਾਤਾਰ ਕੰਮ ਹੋ ਰਿਹਾ ਸੀ ਅਤੇ ਕਈ ਤਰ੍ਹਾਂ ਦੀਆਂ ਆਵਾਜ਼ਾਂ ਆ ਰਹੀਆਂ ਸਨ। ਜਿਵੇਂ ਕੋਈ ਹਟਕੋਰੇ ਭਰਦਾ ਹੋਵੇ, ਜਿਵੇਂ ਕੁਝ ਤਿੜਕ ਰਿਹਾ, ਡਿੱਗ ਰਿਹਾ, ਟੋਟੇ ਟੋਟੇ ਹੋ ਰਿਹਾ ਹੋਵੇ। ਬਰਫ ਦੇ ਨਿੱਕੇ ਨਿੱਕੇ ਟੁਕੜਿਆਂ ਦੀ ਛਣਕਾਰ ਜਿਹੜੀ ਸ਼ੀਸ਼ੇ ਵਾਂਗ ਉਹਨਾਂ ਦੇ ਇਕ ਦੂਜੇ ਨਾਲ ਟਕਰਾ ਜਾਣ ਨਾਲ ਪੈਦਾ ਹੁੰਦੀ ਸੀ, ਵੀ ਇਹਨਾਂ ਆਵਾਜ਼ਾਂ ਵਿਚ ਆ ਰਲਦੀ ਸੀ।

ਓਥੇ ਖੜਾ ਉਹ ਕਾਤੀਊਸ਼ਾ ਦੇ ਗੰਭੀਰ, ਪੀੜਤ ਚਿਹਰੇ ਨੂੰ ਵੇਖ ਰਿਹਾ ਸੀ ਜਿਹੜਾ ਉਸ ਦੀ ਆਤਮਾ ਵਿਚ ਚਲ ਰਹੇ ਘੋਲ ਦਾ ਭੇਤ ਖੋਹਲ ਰਿਹਾ ਸੀ। ਉਹਨੂੰ ਉਹਦੇ ਉਤੇ ਤਰਸ ਆ ਗਿਆ। ਪਰ, ਭਾਵੇਂ ਇਹ ਗੱਲ ਅਜੀਬ ਹੀ ਜਾਪੇ, ਇਸ ਤਰਸ ਨਾਲ ਉਹਦੀ ਇੱਛਾ ਕੇਵਲ ਪ੍ਰਚੰਡ ਹੀ ਹੋਈ ਸੀ।

ਉਹਦੇ ਰੋਮ ਰੋਮ ਵਿਚ ਇਕੋ ਇੱਛਾ ਵੱਸ ਗਈ ਸੀ।

ਉਸ ਨੇ ਬਾਰੀ ਨੂੰ ਠਕੋਰਿਆ। ਉਹ ਇਉਂ ਤ੍ਰਭਕੀ ਜਿਵੇਂ ਉਸ ਨੂੰ ਬਿਜਲੀ ਦੇ ਕਰੰਟ ਦਾ ਝਟਕਾ ਲੱਗਾ ਹੋਵੇ। ਉਹਦਾ ਸਾਰਾ ਸਰੀਰ ਕੰਬ ਗਿਆ ਅਤੇ ਉਹਦਾ ਚਿਹਰਾ ਖੌਫਜ਼ਦਾ ਹੋ ਗਿਆ। ਫੇਰ ਉਹ ਉੱਛਲ ਕੇ ਖੜੀ ਹੋਈ, ਬਾਰੀ ਦੇ ਨੇੜੇ ਆਈ, ਅਤੇ ਆਪਣਾ ਚਿਹਰਾ ਸ਼ੀਸ਼ੇ ਦੇ ਨਾਲ ਲਾ ਕੇ ਵੇਖਿਆ। ਉਹਦੇ ਚਿਹਰੇ ਉਤੇ ਛਾਇਆ ਸਹਿਮ ਓਦੋਂ ਵੀ ਦੂਰ ਨਹੀਂ ਹੋਇਆ ਜਦੋਂ ਉਸ ਨੇ ਆਪਣੇ ਦੋਵਾਂ ਹੱਥਾਂ ਨੂੰ ਖੋਪਿਆਂ ਵਾਂਗ ਆਪਣੀਆਂ ਅੱਖਾਂ ਨਾਲ ਲਾ ਕੇ ਅਤੇ ਸ਼ੀਸ਼ੇ ਵਿਚੋਂ ਦੀ ਝਾਕ ਕੇ, ਨੇਖਲੀਊਦੋਵ ਨੂੰ ਪਛਾਣ ਲਿਆ ਸੀ। ਕਾਤੀਊਸ਼ਾ ਦਾ ਚਿਹਰਾ ਜਿੰਨਾ ਇਸ ਵੇਲੇ ਗੰਭੀਰ ਸੀ ਪਹਿਲਾਂ ਕਦੇ ਨਹੀਂ ਸੀ ਹੋਇਆ। ਨੇਖਲੀਊਦੋਵ ਨੇ ਇਸ ਤਰ੍ਹਾਂ ਪਹਿਲਾਂ ਕਦੇ ਨਹੀਂ ਸੀ ਵੇਖਿਆ। ਉਹ

ਮੁਸਕ੍ਰਾਈ, ਪਰ ਸਿਰਫ ਉਸ ਦੀ ਮੁਸਕ੍ਰਾਹਟ ਦੇ ਜਵਾਬ ਵਿਚ, ਪਰ ਉਹਦੇ ਦਿਲ ਵਿਚ ਕੋਈ ਮੁਸਕਾਨ ਨਹੀਂ ਸੀ, ਕੇਵਲ ਭੈ ਸੀ। ਨੇਖਲੀਊਦੋਵ ਨੇ ਹੱਥ ਨਾਲ ਉਸ ਨੂੰ ਇਸ਼ਾਰਾ ਕੀਤਾ ਕਿ ਉਹ ਬਾਹਰ ਵਿਹੜੇ ਵਿਚ ਉਹਦੇ ਕੋਲ ਆਵੇ। ਉਸ ਨੇ ਸਿਰ ਮਾਰਿਆ ਕਿ ਨਹੀਂ, ਨਹੀਂ ਆਉਣਾ, ਅਤੇ ਉਹ ਬਾਰੀ ਦੇ ਸ਼ੀਸ਼ੇ ਪਿਛੇ ਖਲੋਤੀ ਰਹੀ। ਉਸ ਨੇ ਆਪਣਾ ਮੂੰਹ ਬਾਰੀ ਦੇ ਸ਼ੀਸ਼ੇ ਕੋਲ ਕੀਤਾ ਅਤੇ ਉਸ ਨੂੰ ਕਹਿਣ ਹੀ ਵਾਲਾ ਸੀ ਕਿ ਉਹ ਬਾਹਰ ਆਵੇ, ਪਰ ਉਹ ਓਸੇ ਪੱਲ ਦਰਵਾਜ਼ੇ ਵੱਲ ਮੁੜ ਗਈ। ਪ੍ਰਤੱਖ ਸੀ ਕਿ ਅੰਦਰੋਂ ਕਿਸੇ ਨੇ ਉਸ ਨੂੰ ਵਾਜ ਮਾਰੀ ਸੀ। ਨੇਖਲੀਊਦੋਵ ਬਾਰੀ ਤੋਂ ਪਰੇ ਹਟ ਗਿਆ। ਧੁੰਦ ਏਨੀ ਸੰਘਣੀ ਸੀ ਕਿ ਮਕਾਨ ਤੋਂ ਪੰਜ ਕਦਮਾਂ ਦੀ ਵਿੱਥ ਤੋਂ ਬਾਰੀਆਂ ਵਿਖਾਈ ਨਹੀਂ ਦੇਂਦੀਆਂ ਸਨ। ਸਿਰਫ ਸੰਘਣਾ ਕਾਲਾ ਹਨੇਰਾ ਸੀ ਜਿਸ ਵਿਚੋਂ ਲੈਂਪ ਦੀ ਲਾਲ ਲਾਲ ਤੇ ਵੱਡੀ ਸਾਰੀ ਲਾਟ ਹੀ ਵਿਖਾਈ ਦੇਂਦੀ ਸੀ। ਦਰਿਆ ਤੋਂ ਓਹੀ ਅਜੀਬ ਆਵਾਜ਼ਾਂ ਆ ਰਹੀਆਂ ਸਨ, ਹਟਕੋਰਿਆਂ ਦੀਆਂ, ਖੜ ਖੜ ਦੀਆਂ, ਤਿੜ ਤਿੜ ਦੀਆਂ ਤੇ ਛਣ ਛਣ ਦੀਆਂ। ਧੁੰਦ ਵਿਚ ਕਿਧਰੇ ਨੇੜੇ ਹੀ ਇਕ ਕੁਕੜ ਨੇ ਬਾਂਗ ਦਿੱਤੀ। ਦੂਜੇ ਨੇ ਜਵਾਬ ਵਿਚ ਬਾਂਗ ਦਿੱਤੀ, ਤੇ ਫੇਰ ਦੂਰ ਪਿੰਡ ਵਿਚ ਕੁਕੜਾਂ ਦੀ ਬਾਂਗ ਦੀ ਆਵਾਜ਼ ਆਉਣ ਲੱਗ ਪਈ ਤੇ ਅਖੀਰ ਸਾਰੀਆਂ ਆਵਾਜ਼ਾਂ ਮਿਲ ਕੇ ਇਕ ਆਵਾਜ਼ ਬਣ ਗਈਆਂ। ਤੇ ਫੇਰ ਚਾਰ ਚੁਫੇਰੇ ਚੁੱਪ ਛਾ ਗਈ। ਸਿਰਫ ਦਰਿਆ ਦੀਆਂ ਆਵਾਜ਼ਾਂ ਸੁਣ ਰਹੀਆਂ ਸਨ। ਉਸ ਰਾਤ ਕੁਕੜਾਂ ਨੇ ਇਹ ਦੂਜੀ ਵਾਰੀ ਬਾਂਗ ਦਿੱਤੀ ਸੀ।

ਨੇਖਲੀਊਦੋਵ ਮਕਾਨ ਦੀ ਨੁਕਰ ਦੇ ਪਿਛੇ ਏਧਰ ਓਧਰ ਟਹਿਲ ਰਿਹਾ ਸੀ। ਇਕ ਦੋ ਵਾਰੀ ਉਹਦਾ ਪੈਰ ਚਲ੍ਹੇ ਵਿਚ ਵੀ ਜਾ ਪਿਆ। ਇਸ ਤੋਂ ਮਗਰੋਂ ਉਹ ਫੇਰ ਬਾਰੀ ਕੋਲ ਆ ਗਿਆ। ਲੈਂਪ ਹਾਲੇ ਵੀ ਬਲ ਰਹੀ ਸੀ, ਤੇ ਉਹ ਫੇਰ ਮੇਜ਼ ਦੇ ਕੋਲ ਇਕੱਲੀ ਬੈਠੀ ਸੀ ਜਿਵੇਂ ਉਸ ਨੂੰ ਸਮਝ ਨਾ ਆਉਂਦੀ ਹੋਵੇ ਕਿ ਕੀ ਕਰੇ। ਉਹ ਮਸਾਂ ਬਾਰੀ ਕੋਲ ਅਪੜਿਆ ਹੀ ਸੀ ਕਿ ਉਸ ਨੇ ਉਤਾਂਹ ਨਜ਼ਰ ਕਰ ਕੇ ਵੇਖਿਆ। ਉਸ ਨੇ ਠੱਕ ਠੱਕ ਕੀਤਾ। ਬਿਨਾਂ ਵੇਖਿਆਂ ਦੇ ਕਿ ਕੌਣ ਹੈ ਉਹ ਇਕ ਦਮ ਕਮਰੇ ਤੋਂ ਬਾਹਰ ਦੌੜ ਪਈ। ਨੇਖਲੀਊਦੋਵ ਨੇ ਫਟਾਕ ਕਰਕੇ ਬਾਹਰਲਾ ਬੂਹਾ ਖੁਲ੍ਹਣ ਦੀ ਆਵਾਜ਼ ਸੁਣੀ। ਉਹ ਡਿਉੜੀ ਦੇ ਲਾਗੇ ਉਹਦੀ ਉਡੀਕ ਵਿਚ ਸੀ, ਅਤੇ ਉਹਦੇ ਆਉਂਦਿਆਂ ਹੀ ਨੇਖਲੀਊਦੋਵ ਨੇ ਬਿਨਾਂ ਕੁਝ ਬੋਲੇ ਚਾਲੇ ਦੇ ਉਹਦੇ ਲਕ ਦੁਆਲੇ ਆਪਣੀਆਂ ਬਾਂਹਵਾਂ ਵਲਾ ਦਿੱਤੀਆਂ। ਉਹ ਉਸ ਨੂੰ ਚੰਬੜ ਗਈ, ਆਪਣਾ ਮੂੰਹ ਉਪਰ ਕੀਤਾ ਅਤੇ ਉਹਦੇ ਬੁਲ੍ਹਾਂ ਨਾਲ ਬੁਲ੍ਹ ਜੋੜ ਦਿੱਤੇ। ਉਹ ਪਾਸੇ ਵਾਲੀ ਡਿਉੜੀ ਦੀ ਨੁਕਰ ਦੇ ਪਿਛੇ ਖਲੋਤੇ ਸਨ। ਏਥੋਂ ਸਾਰੀ ਬਰਫ ਪਿਘਲ ਗਈ ਹੋਈ ਸੀ। ਨੇਖਲੀਊਦੋਵ ਦੇ ਅੰਗ ਅੰਗ ਵਿਚ ਕੜਵੱਲਾਂ ਪਾਉਂਦੀ ਤੇ ਅਤ੍ਰਿਪਤ ਕਾਮਨਾ ਉਛਾਲੇ ਮਾਰ ਰਹੀ ਸੀ। ਅਚਾਨਕ ਇਕ ਵਾਰੀ ਫੇਰ ਓਸੇ ਤਰ੍ਹਾਂ ਫਟਾਕ ਦੀ ਆਵਾਜ਼ ਆਈ ਤੇ ਬੂਹਾ ਖੁਲ੍ਹਿਆ। ਮਾਤਰੀਓਨਾ ਪਾਵਲੋਵਨਾ ਨੇ ਗੁੱਸਾ ਉਗਲਦੀ ਆਵਾਜ਼ ਵਿਚ ਪੁਕਾਰਿਆ :

"ਕਾਤੀਊਸ਼ਾ!"

ਉਸ ਨੇ ਆਪਣੇ ਆਪ ਨੂੰ ਉਹਦੀ ਜੱਫ਼ੀ ਵਿਚੋਂ ਛੁਡਾਇਆ ਤੇ ਨੌਕਰਾਣੀਆਂ ਦੇ ਕਮਰੇ ਵਿਚ ਮੁੜ ਆਈ। ਨੇਖਲੀਊਦੋਵ ਨੇ ਹੋੜੇ ਦੇ ਕੜਿਕ ਕਰਨ ਦੀ ਆਵਾਜ਼ ਸੁਣੀ ਤੇ ਫੇਰ ਮੁਕੰਮਲ ਚੁਪ ਵਰਤ ਗਈ। ਲਾਲ ਬੱਤੀ ਬੁਝ ਗਈ ਅਤੇ ਸਿਰਫ ਧੁੰਦ ਰਹਿ ਗਈ ਸੀ ਤੇ ਜਾਂ ਦਰਿਆ ਉਤੋਂ ਖੜ ਖੜ ਸਰ ਸਰ ਦੀਆਂ ਆਵਾਜ਼ਾਂ ਆ ਰਹੀਆਂ ਸਨ।

ਨੇਖਲੀਊਦੋਵ ਬਾਰੀ ਕੋਲ ਆਇਆ, ਕੋਈ ਵੀ ਵਿਖਾਈ ਨਹੀਂ ਸੀ ਦੇਂਦਾ। ਉਸ ਨੇ ਠੱਕ ਠੱਕ ਕੀਤਾ ਪਰ ਕੋਈ ਜਵਾਬ ਨਾ ਮਿਲਿਆ। ਉਹ ਮੂਹਰਲੇ ਦਰਵਾਜ਼ਿਓਂ ਮਕਾਨ ਵਿਚ ਵਾਪਸ ਚਲਾ ਗਿਆ, ਪਰ ਉਸ ਨੂੰ ਨੀਂਦ ਨਾ ਆਈ। ਉਸ ਨੇ ਆਪਣੇ ਬੂਟ ਲਾਹੇ ਤੇ ਨੰਗੇ ਪੈਰ ਲਾਂਘੇ ਵਿਚੋਂ ਦੀ ਕਾਤੀਊਸ਼ਾ ਦੇ ਬੂਹੇ ਤੱਕ ਗਿਆ ਜਿਹੜਾ ਮਾਤਰੀਓਨਾ ਪਾਵਲੋਵਨਾ ਦੇ ਕਮਰੇ ਦੇ ਨਾਲ ਲੱਗਦਾ ਸੀ। ਉਸ ਨੇ ਨਿਸਚਿੰਤ ਹੋ ਕੇ ਸੁੱਤੀ ਮਾਤਰੀਓਨਾ ਪਾਵਲੋਵਨਾ ਦੇ ਘੁਰਾੜਿਆਂ ਦੀ ਆਵਾਜ਼ ਸੁਣੀ। ਉਹ ਅਗਾਂਹ ਜਾਣ ਹੀ ਲੱਗਾ ਸੀ ਕਿ ਮਾਤਰੀਓਨਾ ਪਾਵਲੋਵਨਾ ਨੇ ਖੰਘਿਆ ਅਤੇ ਆਪਣੇ ਚੀਕਦੇ ਮੰਜੇ ਉਤੇ ਪਾਸਾ ਮੋੜਿਆ। ਉਹਦੇ ਦਿਲ ਦੀ ਧੜਕਨ ਜਿਵੇਂ ਬੰਦ ਹੋ ਗਈ ਹੋਵੇ ਤੇ ਉਹ ਪੰਜ ਕੁ ਮਿੰਟ ਓਥੇ ਦਾ ਓਥੇ ਖੜਾ ਰਿਹਾ। ਜਦੋਂ ਸਾਰੇ ਚੁਪ ਚਾਂ ਵਰਤ ਗਈ ਅਤੇ ਉਹ ਫੇਰ ਆਰਾਮ ਨਾਲ ਘੁਰਾੜੇ ਮਾਰਨ ਲੱਗ ਪਈ ਤਾਂ ਉਹ ਬੜੇ ਧਿਆਨ ਨਾਲ ਫੱਟਿਆਂ ਤੇ ਪੈਰ ਰਖਣ ਦੀ ਕੋਸ਼ਿਸ਼ ਕਰਦਾ ਹੋਇਆ ਤਾਂ ਜੋ ਚੀਂ ਚੀਂ ਨਾ ਕਰਨ, ਅੱਗੇ ਵਧ ਗਿਆ ਤੇ ਕਾਤੀਊਸ਼ਾ ਦੇ ਬੂਹੇ ਅੱਗੇ ਆ ਗਿਆ। ਏਨੀ ਖਾਮੋਸ਼ੀ ਕਿ ਸੂਈ ਡਿਗਦੀ ਦੀ ਆਵਾਜ਼ ਵੀ ਸੁਣਾਈ ਦੇ ਜਾਵੇ। ਉਹ ਸ਼ਾਇਦ ਜਾਗਦੀ ਸੀ, ਨਹੀਂ ਤਾਂ ਨੇਖਲੀਊਦੋਵ ਨੂੰ ਉਸ ਦੇ ਸਾਹਾਂ ਦੀ ਆਵਾਜ਼ ਸੁਣਾਈ ਦੇਂਦੀ। ਪਰ ਜਿਉਂ ਹੀ ਉਸ ਨੇ ਹੌਲੀ ਜਿਹੀ ਆਖਿਆ, "ਕਾਤੀਊਸ਼ਾ!" ਉਹ ਬੁੜਕ ਉੱਠੀ ਅਤੇ ਬੂਹੇ ਕੋਲ ਆ ਕੇ ਛਿੱਥੀ ਜਿਹੀ ਪੈ ਕੇ ਆਖਣ ਲੱਗੀ ਕਿ ਉਹ ਚਲਾ ਜਾਵੇ।

"ਕੀ ਕਰਦੇ ਓ? ਇਹ ਗੱਲ ਠੀਕ ਨਹੀਂ। ਤੁਹਾਡੀਆਂ ਭੂਆ. ਸੁਣ ਲੈਣਗੀਆਂ।" ਇਹ ਉਹਦੇ ਬੋਲ ਸਨ, ਪਰ ਉਹਦਾ ਸਾਰਾ ਵਜੂਦ ਆਖ ਰਿਹਾ ਸੀ। "ਮੈਂ ਸਾਰੀ ਦੀ ਸਾਰੀ ਤੁਹਾਡੀ ਆਂ।"

ਅਤੇ ਨੇਖਲੀਊਦੋਵ ਨੂੰ ਸਿਰਫ ਇਹੋ ਗੱਲ ਸਮਝ ਆਈ ਸੀ।

"ਖੋਹਲ ਦੇ! ਮੈਨੂੰ ਇਕ ਮਿੰਟ ਅੰਦਰ ਆ ਲੈਣ ਦੇ! ਮਿੰਨਤ ਵਾਲੀ ਗੱਲ ਏ!" ਉਹਨੂੰ ਨਹੀਂ ਸੀ ਪਤਾ ਕਿ ਉਹ ਕੀ ਆਖੀ ਜਾ ਰਿਹਾ ਸੀ।

ਉਹ ਚੁਪ ਖੜੀ ਸੀ। ਫੇਰ ਉਸ ਨੂੰ ਹੋੜਾ ਲਭਦੇ ਉਹਦੇ ਹੱਥ ਦਾ ਖੜਾਕ ਸੁਣਿਆ। ਹੋੜੇ ਨੇ ਕੜਿਕ ਕੀਤਾ ਤੇ ਉਹ ਬੂਹਾ ਲੰਘ ਕੇ ਅੰਦਰ ਹੋ ਗਿਆ।

ਉਸ ਨੇ ਜਿਸ ਹਾਲ ਵਿਚ ਵੀ ਕਾਤੀਊਸ਼ਾ ਸੀ—ਆਪਣੀ ਖਰਵੀ ਤੇ ਸਖ਼ਤ ਸ਼ਮੀਜ਼ ਵਿਚ ਤੇ ਬਾਹਾਂ ਤੋਂ ਨੰਗੀ—ਉਹਦਾ ਜੱਫਾ ਭਰਿਆ, ਉਸ ਨੂੰ ਚੁੱਕਿਆ, ਤੇ ਬਾਹਰ ਲੈ ਆਂਦਾ।

"ਹਾਏ, ਕੀ ਕਰਦੇ ਓ?" ਉਸ ਨੇ ਹੌਲੀ ਜਿਹੀ ਆਖਿਆ।

ਪਰ ਉਸ ਨੇ ਉਹਦੀ ਇਕ ਵੀ ਨਾ ਸੁਣੀ ਤੇ ਉਹਨੂੰ ਆਪਣੇ ਕਮਰੇ ਵਿਚ ਲੈ ਆਇਆ।

"ਹਾਏ, ਨਾ ਕਰੋ! ਛੱਡ ਦਿਓ ਮੈਨੂੰ!" ਉਸ ਨੇ ਆਖਿਆ, ਤੇ ਆਪ ਹੋਰ ਘੁਟ ਕੇ ਉਹਦੇ ਨਾਲ ਚੰਬੜ ਗਈ।

. . . .

ਜਦੋਂ ਉਹ ਲੜਖੜਾਉਂਦੀ ਹੋਈ ਤੇ ਚੁਪ ਚਾਪ, ਉਹਦੀ ਕਿਸੇ ਗੱਲ ਦਾ ਕੋਈ ਜਵਾਬ ਨਾ ਦੇਂਦੀ ਹੋਈ, ਓਹਦੇ ਕੋਲੋਂ ਚਲੀ ਗਈ, ਤਾਂ ਉਹ ਫੇਰ ਡਿਉੜੀ ਵਿਚ ਆ ਗਿਆ ਤੇ ਓਥੇ ਖਲੋਤਾ ਜੋ ਕੁਝ ਹੋਇਆ ਸੀ ਉਸ ਦੇ ਅਰਥ ਸਮਝਣ ਦੀ ਕੋਸ਼ਿਸ਼ ਕਰਨ ਲੱਗਾ।

ਬਾਹਰ ਚਾਨਣਾ ਹੋ ਗਿਆ ਸੀ। ਹੇਠੋਂ ਦਰਿਆ ਤੋਂ, ਟੁਟਦੀ ਬਰਫ ਦੀ ਤਿੜ ਤਿੜ, ਖਣ ਖਣ ਦੀ ਆਵਾਜ਼ ਹੋਰ ਵੀ ਉੱਚੀ ਹੋ ਗਈ ਸੀ। ਹੁਣ ਤਾਂ ਕਲ ਕਲ ਦੀ ਆਵਾਜ਼ ਵੀ ਸੁਣਨ ਲੱਗ ਪਈ ਸੀ। ਧੁੰਦ ਮਿਟਣੀ ਸ਼ੁਰੂ ਹੋ ਗਈ ਸੀ, ਅਤੇ ਇਸ ਦੇ ਉਪਰੋਂ ਨਿੰਮ੍ਹਾਂ ਨਿੰਮ੍ਹਾਂ ਚਾਨਣ ਖਲੇਰਦਾ ਦਾਤੀ ਵਰਗਾ ਚੰਨ ਕੁਝ ਕੁਝ ਕਾਲਾ ਤੇ ਅਣੋਖਾ ਲੱਗ ਰਿਹਾ ਸੀ।

"ਇਸ ਦਾ ਕੀ ਮਤਲਬ ਹੋਇਆ? ਇਹ ਕੋਈ ਬਹੁਤ ਵੱਡੀ ਖੁਸ਼ੀ ਹੈ ਜਾਂ ਬਹੁਤ ਵੱਡੀ ਬਦਕਿਸਮਤੀ, ਜਿਹੜੀ ਮੇਰੀ ਝੋਲੀ ਆ ਪਈ ਹੈ?" ਉਸ ਨੇ ਆਪਣੇ ਆਪੇ ਕੋਲੋਂ ਪੁਛਿਆ। "ਸਾਰਿਆਂ ਨਾਲ ਇਸ ਤਰ੍ਹਾਂ ਹੁੰਦਾ ਹੈ—ਹਰ ਕੋਈ ਇਸ ਤਰ੍ਹਾਂ ਕਰਦਾ ਹੈ," ਉਸ ਨੇ ਆਪਣੇ ਆਪ ਨੂੰ ਜਵਾਬ ਦਿੱਤਾ, ਅਤੇ ਬਿਸਤਰੇ ਤੇ ਜਾ ਪਿਆ।

੧੯

ਅਗਲੇ ਦਿਨ ਸੁਹਣਾ ਸੁਣੱਖਾ ਤੇ ਹਮੂੰ ਹਮੂੰ ਕਰਦਾ ਸ਼ੇਨਬੋਕ ਨੇਖਲੀਊਦੋਵ ਦੀਆਂ ਭੂਆ ਦੇ ਘਰ ਉਹਨੂੰ ਆ ਮਿਲਿਆ। ਉਸ ਨੇ ਆਪਣੇ ਸੁੱਚਜੇ ਤੇ ਮਿਲਣਸਾਰ ਸੁਭਾ ਸਦਕਾ, ਆਪਣੀ ਹਸਮੁਖਤਾ, ਆਪਣੀ ਦਰਿਆ-ਦਿਲੀ ਅਤੇ ਦਮਿਤਰੀ ਲਈ ਆਪਣੇ ਪਿਆਰ ਸਦਕਾ ਉਹਨਾਂ ਦੇ ਦਿਲ ਜਿੱਤ ਲਏ ਸਨ। ਬੁੱਢੀਆਂ ਸੁਆਣੀਆਂ ਉਸ ਦੀ ਦਰਿਆ-ਦਿਲੀ ਤੋਂ ਪ੍ਰਭਾਵਤ ਤਾਂ ਹੋਈਆਂ ਸਨ ਪਰ ਕੁਝ ਕੁਝ ਉਲਝਣ ਵਿਚ ਵੀ ਪੈ ਗਈਆਂ ਸਨ। ਉਹਨਾਂ ਨੂੰ ਇਹ ਦਰਿਆ-ਦਿਲੀ ਸੁਭਾਵਿਕ ਨਹੀਂ ਸੀ ਜਾਪਦੀ। ਬੂਹੇ ਤੇ ਅੰਨ੍ਹੇ ਮੰਗਤੇ ਭੀਖ ਮੰਗਣ ਆਏ ਤਾਂ ਉਹਨੇ ਰੂਬਲ ਫੜਾ ਦਿੱਤਾ। ਨੌਕਰਾਂ ਨੂੰ ਪੰਦਰਾਂ ਰੂਬਲ ਬਖਸ਼ੀਸ਼ ਵਿਚ ਦੇ ਛੱਡੇ। ਅਤੇ ਜਦੋਂ ਸੋਫੀਆ ਇਵਾਨੋਵਨਾ ਦੇ ਪਾਲਤੂ ਕੁੱਤੇ ਨੇ ਆਪਣੇ ਪੰਜੇ ਤੇ ਸੱਟ ਲੁਆ ਲਈ ਤੇ ਜ਼ਖ਼ਮ ਵਿਚੋਂ ਲਹੂ ਵਗਣ ਲੱਗ ਪਿਆ ਤੇ ਉਹਨੇ ਆਪਣਾ ਕਢਾਈ ਵਾਲਾ ਕੈਮਬਰਿਕ ਦਾ ਰੁਮਾਲ ਕੱਢਿਆ ਤੇ ਲੀਰ ਲਾਹ ਕੇ ਕੁੱਤੇ ਦੇ ਪੈਰ ਉਤੇ ਪੱਟੀ ਬੰਨ੍ਹ ਦਿੱਤੀ (ਸੋਫੀਆ ਇਵਾਨੋਵਨਾ ਜਾਣਦੀ ਸੀ ਕਿ ਇਹ ਰੁਮਾਲ ਘਟੋ ਘਟ ਪੰਦਰਾਂ ਰੂਬਲ ਦਰਜਨ ਦੇ ਹਿਸਾਬ ਆਉਂਦੇ ਹਨ)। ਨੇਖਲੀਊਦੋਵ ਦੀਆਂ

ਭੂਆ ਨੇ ਏਹੋ ਜਿਹਾ ਬੰਦਾ ਪਹਿਲਾਂ ਕਦੇ ਨਹੀਂ ਸੀ ਵੇਖਿਆ। ਉਹਨਾਂ ਨੂੰ ਕੀ ਪਤਾ ਸੀ ਕਿ ਸ਼ੇਨਬੋਕ ਦੋ ਲੱਖ ਰੂਬਲ ਦਾ ਕਰਜ਼ਾਈ ਹੈ ਜਿਹੜੇ ਉਹਨੇ ਕਦੇ ਵਾਪਸ ਨਹੀਂ ਕਰਨੇ। ਇਸ ਕਰਕੇ ਪੰਝੀ ਤੀਹ ਰੂਬਲ ਹੋਰ ਚਲੇ ਜਾਣ ਨਾਲ ਉਸ ਨੂੰ ਕੋਈ ਫਰਕ ਨਹੀਂ ਸੀ ਪੈਂਦਾ।

ਸ਼ੇਨਬੋਕ ਸਿਰਫ ਇਕੋ ਦਿਨ ਠਹਿਰਿਆ ਤੇ ਅਗਲੇ ਦਿਨ ਨੇਖਲੀਊਦੋਵ ਤੋਂ ਵਿਛੜ ਗਿਆ। ਉਹ ਇਕ ਦਿਨ ਵੀ ਹੋਰ ਨਹੀਂ ਸੀ ਅਟਕ ਸਕਦੇ, ਕਿਉਂਕਿ ਉਹਨਾਂ ਦੀ ਛੁਟੀ ਮੁਕਣ ਵਾਲੀ ਸੀ ਤੇ ਉਹਨਾਂ ਨੇ ਆਪਣੀ ਰੈਜਮੈਂਟ ਵਿਚ ਹਾਜ਼ਰ ਹੋਣਾ ਸੀ।

ਆਪਣੀਆਂ ਭੂਆ ਕੋਲ ਨੇਖਲੀਊਦੋਵ ਦਾ ਇਹ ਆਖਰੀ ਦਿਨ ਸੀ। ਬੀਤੀ ਰਾਤ ਦੀ ਘਟਨਾ ਉਹਦੀ ਯਾਦ ਵਿਚ ਅੱਜੇ ਘੁੰਮ ਰਹੀ ਸੀ ਜਿਸ ਕਰਕੇ ਉਹਦੇ ਦਿਲ ਵਿਚ ਦੋ ਭਾਵਨਾਵਾਂ ਵਿਚਾਲੇ ਘੋਲ ਚਲ ਰਿਹਾ ਸੀ। ਇਕ ਸੀ ਪਸ਼ੂ ਮੁਹੱਬਤ ਦੀ, ਕਾਮੁਕਿਤਾ ਦੀ ਭਖ਼ਦੀ ਯਾਦ ਜਿਸ ਵਿਚ ਮੋਰਚਾ ਫਤਿਹ ਕਰ ਲੈਣ ਦੀ ਇਕ ਤ੍ਰਿਪਤੀ ਸੀ (ਭਾਵੇਂ ਇਸ ਨਾਲ ਉਹਦੀਆਂ ਸਭੇ ਆਸਾਂ ਪੂਰੀਆਂ ਨਹੀਂ ਸੀ ਹੋਈਆਂ)। ਦੂਜੀ ਸੀ ਇਸ ਗੱਲ ਦੀ ਚੇਤਨਤਾ ਕਿ ਉਸ ਨੇ ਜੋ ਕੁਝ ਕੀਤਾ ਹੈ ਬਹੁਤ ਬੁਰਾ ਕੀਤਾ ਹੈ। ਤੇ ਇਸ ਦਾ ਪਸ਼ਚਾਤਾਪ ਕਰਨਾ ਪਵੇਗਾ, ਕਾਤੀਊਸ਼ਾ ਦੀ ਖਾਤਰ ਨਹੀਂ, ਆਪਣੀ ਖਾਤਰ।

ਨੇਖਲੀਊਦੋਵ ਦਾ ਹਉਮੈਂ ਰੋਗ ਇਸ ਵੇਲੇ ਜਿਸ ਮੰਜ਼ਿਲ ਤੇ ਪਹੁੰਚ ਚੁੱਕਾ ਸੀ ਓਥੇ ਉਹ ਆਪਣੇ ਸਿਵਾਏ ਹੋਰ ਕਿਸੇ ਗੱਲ ਬਾਰੇ ਸੋਚ ਹੀ ਨਹੀਂ ਸੀ ਸਕਦਾ। ਉਹ ਸੋਚ ਰਿਹਾ ਸੀ ਕਿ ਜੋ ਕੁਝ ਉਸ ਨੇ ਕੀਤਾ ਹੈ ਜੇ ਉਹਦਾ ਪਤਾ ਲੱਗ ਗਿਆ ਤਾਂ ਉਸਨੂੰ ਕਿੰਨਾ ਕੁ ਕਸੂਰਵਾਰ ਮੰਨਿਆ ਜਾਏਗਾ, ਮੰਨਿਆ ਵੀ ਜਾਏਗਾ ਜਾਂ ਨਹੀਂ। ਪਰ ਉਸ ਨੇ ਇਹ ਨਹੀਂ ਸੀ ਸੋਚਿਆ ਕਿ ਕਾਤੀਊਸ਼ਾ ਦੇ ਦਿਲ 'ਤੇ ਇਸ ਵੇਲੇ ਕੀ ਬੀਤ ਰਹੀ ਹੈ, ਤੇ ਅੱਗੋਂ ਉਹਨੂੰ ਕੀ ਕੁਝ ਭੁਗਤਣਾ ਪਵੇਗਾ।

ਉਸ ਨੇ ਵੇਖਿਆ ਕਿ ਸ਼ੇਨਬੋਕ ਨੂੰ ਕਾਤੀਊਸ਼ਾ ਨਾਲ ਉਹਦੇ ਤਅਲੁਕਾਤ ਦਾ ਪਤਾ ਲੱਗ ਗਿਆ ਸੀ। ਇਹਦੇ ਨਾਲ ਉਹ ਹੋਰ ਵੀ ਆਕੜ ਆਕੜ ਬਹਿੰਦਾ ਸੀ।

"ਹੱਛਾ, ਸਮਝ ਗਿਆ ਮੈਂ ਪਈ ਤੈਨੂੰ ਭੂਆ ਨਾਲ ਅਚਾਨਕ ਹੀ ਏਨਾ ਪਿਆਰ ਕਿਉਂ ਹੋ ਗਿਆ ਕਿ ਹਫਤਾ ਹੋ ਚਲਿਐ ਏਥੇ ਬੈਠੇ ਨੂੰ," ਸ਼ੇਨਬੋਕ ਨੇ ਆਖਿਆ ਜਦੋਂ ਉਹਨੇ ਕਾਤੀਊਸ਼ਾ ਨੂੰ ਵੇਖਿਆ ਸੀ। "ਪਰ ਮੈਨੂੰ ਕੋਈ ਹੈਰਾਨੀ ਨਹੀਂ ਹੋਈ, ਤੇਰੀ ਥਾਂ ਮੈਂ ਹੁੰਦਾ ਤਾਂ ਮੈਂ ਵੀ ਏਹੋ ਕੁਝ ਕਰਦਾ। ਕੁੜੀ ਸੁਹਣੀ ਏ।"

ਨੇਖਲੀਊਦੋਵ ਵੀ ਸੋਚ ਰਿਹਾ ਸੀ ਕਿ ਭਾਵੇਂ ਉਹਦੇ ਵਾਸਤੇ ਆਪਣੇ ਪਿਆਰ ਦੀਆਂ ਸਾਰੀਆਂ ਹਸਰਤਾਂ ਪੂਰੀਆਂ ਕਰਨ ਤੋਂ ਪਹਿਲਾਂ ਚਲੇ ਜਾਣਾ ਅਫਸੋਸ ਵਾਲੀ ਗੱਲ ਹੈ, ਤਾਂ ਵੀ ਵਿਛੜ ਜਾਣ ਦੀ ਕਤਈ ਲੋੜ ਦਾ ਆਪਣਾ ਹੀ ਫਾਇਦਾ ਹੈ। ਇਸ ਨਾਲ ਉਹ ਰਿਸ਼ਤਾ ਅਚਾਨਕ ਟੁਟ ਜਾਏਗਾ ਜਿਸ ਨੂੰ ਕਾਇਮ ਰਖਣਾ ਉਹਦੇ ਵਾਸਤੇ ਬੜਾ ਮੁਸ਼ਕਲ ਹੋਣਾ ਸੀ। ਫੇਰ ਉਸ ਨੇ ਸੋਚਿਆ ਕਿ ਕਾਤੀਊਸ਼ਾ ਨੂੰ ਕੁਝ ਪੈਸੇ ਦੇਣੇ ਚਾਹੀਦੇ ਹਨ। ਉਹਦੇ ਵਾਸਤੇ ਨਹੀਂ, ਇਸ ਵਾਸਤੇ ਨਹੀਂ ਕਿ ਉਹਨੂੰ ਲੋੜ ਪੈ ਸਕਦੀ ਹੈ। ਸਗੋਂ

ਇਸ ਕਰਕੇ ਕਿ ਇਸ ਤਰ੍ਹਾਂ ਕਰਨ ਦਾ ਰਵਾਜ ਹੈ ਤੇ ਜੇ ਉਹ ਉਸ ਦਾ ਕੁਆਰ ਤੋੜ ਕੇ ਉਸ ਨੂੰ ਪੈਸੇ ਨਹੀਂ ਦੇਂਦਾ ਤਾਂ ਉਹ ਹਰਾਮਖੋਰ ਆਦਮੀ ਸਮਝਿਆ ਜਾਏਗਾ। ਇਸ ਕਰਕੇ ਉਹਨੇ ਉਸ ਨੂੰ ਪੈਸੇ ਦੇ ਦਿਤੇ। ਓਨੇ ਜਿੰਨੇ ਉਸ ਨੂੰ ਉਹਦੀ ਤੇ ਆਪਣੀ ਪੁਜ਼ੀਸ਼ਨ ਨੂੰ ਧਿਆਨ ਵਿਚ ਰਖਦਿਆਂ ਮੁਨਾਸਿਬ ਜਾਪੇ।

ਜਿਸ ਦਿਨ ਉਹਨੇ ਜਾਣਾ ਸੀ ਉਸ ਦਿਨ ਉਹ ਰੋਟੀ ਖਾਣ ਮਗਰੋਂ ਲਾਂਘੇ ਵਿਚ ਖਲੋਤਾ ਕਾਤੀਊਸ਼ਾ ਨੂੰ ਉਡੀਕਦਾ ਰਿਹਾ। ਜਦੋਂ ਕਾਤੀਊਸ਼ਾ ਨੇ ਉਹਨੂੰ ਵੇਖਿਆ ਤਾਂ ਉਹ ਸ਼ਰਮ ਨਾਲ ਲਾਲ ਸੂਹੀ ਹੋ ਗਈ। ਅੱਖ ਦੇ ਇਸ਼ਾਰੇ ਨਾਲ ਨੌਕਰਾਣੀਆਂ ਦੇ ਕਮਰੇ ਦੇ ਖੁਲ੍ਹੇ ਬੂਹੇ ਵੱਲ ਉਹਦਾ ਧਿਆਨ ਦੁਆ ਕੇ ਉਹ ਲੰਘ ਜਾਣਾ ਚਾਹੁੰਦੀ ਸੀ, ਪਰ ਨੇਖਲੀਊਦੋਵ ਨੇ ਉਹਨੂੰ ਰੋਕ ਲਿਆ।

"ਮੈਂ ਅਲਵਿਦਾ ਆਖਣ ਆਇਆਂ," ਉਸ ਨੇ ਇਕ ਲਫ਼ਾਫ਼ੇ ਨੂੰ ਜਿਸ ਵਿਚ ਸੌ ਰੂਬਲ ਦਾ ਇਕ ਨੋਟ ਸੀ ਆਪਣੇ ਹੱਥ ਵਿਚ ਮਰੋੜਦਿਆਂ ਹੋਇਆਂ ਆਖਿਆ। "ਆਹ, ਮੈਂ..."

ਉਹ ਸਮਝ ਗਈ ਕਿ ਉਸ ਦਾ ਮਤਲਬ ਕੀ ਸੀ। ਉਸ ਨੇ ਮੱਥੇ ਉਤੇ ਤਿਊੜੀਆਂ ਚੜ੍ਹਾ ਕੇ, ਅਤੇ ਆਪਣਾ ਸਿਰ ਛੰਡ ਕੇ ਉਹਦਾ ਹੱਥ ਝਟਕ ਦਿੱਤਾ।

"ਨਹੀਂ, ਨਹੀਂ, ਲੈ ਫੜ ਲੈ!" ਉਸ ਦੇ ਬੋਲ ਥਿੜਕੇ, ਅਤੇ ਉਸ ਨੇ ਲਫ਼ਾਫ਼ਾ ਉਹਦੀ ਅੰਗੀ ਵਿਚ ਘਸੋੜ ਦਿੱਤਾ। ਫੇਰ ਕਰਾਹੁੰਦਾ ਤੇ ਤਿਊੜੀਆਂ ਵੱਟਦਾ ਦੌੜ ਕੇ ਆਪਣੇ ਕਮਰੇ ਵਿਚ ਚਲਾ ਗਿਆ ਜਿਵੇਂ ਉਹ ਸੱਟ ਲੁਆ ਬੈਠਾ ਹੋਵੇ।

ਢੇਰ ਚਿਰ ਤੱਕ ਉਹ ਏਧਰ ਓਧਰ ਫਿਰਦਾ ਰਿਹਾ ਜਿਵੇਂ ਪੀੜ ਨਾਲ ਤਰਲੋ ਮੱਛੀ ਹੋ ਰਿਹਾ ਹੋਵੇ। ਸਗੋਂ ਜਿਸ ਵੇਲੇ ਇਸ ਆਖਰੀ ਝਾਕੀ ਦਾ ਖਿਆਲ ਆਉਂਦਾ ਤਾਂ ਜ਼ੋਰ ਜ਼ੋਰ ਦੀ ਕਰਾਹੁਣ ਤੇ ਪੈਰ ਪਟਕਣ ਲੱਗ ਜਾਂਦਾ।

"ਪਰ ਮੈਂ ਹੋਰ ਕਰ ਵੀ ਕੀ ਸਕਦਾ ਸਾਂ? ਹਮੇਸ਼ਾ ਇਸ ਤਰ੍ਹਾਂ ਹੀ ਹੁੰਦੈ। ਸ਼ੇਨਬੋਕ ਤੇ ਉਸ ਮਾਸਟਰਨੀ ਨਾਲ ਇਸ ਤਰ੍ਹਾਂ ਹੀ ਹੋਇਆ ਸੀ। ਉਸ ਨੇ ਆਪ ਮੈਨੂੰ ਇਹ ਗੱਲ ਸੁਣਾਈ ਸੀ। ਚਾਚੇ ਗਰੀਸ਼ਾ ਨਾਲ ਵੀ ਏਹੋ ਕੁਝ ਹੋਇਆ। ਅਤੇ ਮੇਰੇ ਪਿਓ ਨਾਲ ਵੀ ਜਦੋਂ ਉਹ ਪਿੰਡ ਰਹਿੰਦਾ ਸੀ। ਉਹਦਾ ਤਾਂ ਇਕ ਕਿਸਾਨ ਔਰਤ ਤੋਂ ਉਹ ਨਾਜਾਇਜ਼ ਪੁਤਰ ਮਿਤੇਨਕਾ ਹੋ ਗਿਆ ਸੀ ਜਿਹੜਾ ਹਾਲੇ ਜਿਊਂਦਾ ਹੈ। ਤੇ ਜੇ ਸਾਰੇ ਹੀ ਇਸ ਤਰ੍ਹਾਂ ਕਰਦੇ ਨੇ... ਖੈਰ, ਮੇਰਾ ਖਿਆਲ ਏ, ਇਸ ਤਰ੍ਹਾਂ ਹੀ ਕਰਨਾ ਚਾਹੀਦਾ ਸੀ।" ਇਸ ਤਰ੍ਹਾਂ ਉਸ ਨੇ ਆਪਣੇ ਮਨ ਨੂੰ ਸ਼ਾਂਤ ਕਰਨ ਦੀ ਕੋਸ਼ਿਸ਼ ਕੀਤੀ, ਪਰ ਵਿਅਰਥ। ਜੋ ਕੁਝ ਹੋਇਆ ਸੀ ਉਹਦਾ ਚੇਤਾ ਉਹਦੀ ਜ਼ਮੀਰ ਨੂੰ ਝੁਲਸ ਰਿਹਾ ਸੀ।

ਆਪਣੀ ਆਤਮਾ ਵਿਚ—ਆਪਣੀ ਆਤਮਾ ਦੀਆਂ ਡੂੰਘਾਈਆਂ ਵਿਚ—ਉਹ ਜਾਣਦਾ ਸੀ ਕਿ ਉਸ ਨੇ ਇਕ ਕਮੀਨੀ, ਨਿਰਦਈ ਅਤੇ ਬੁਜ਼ਦਿਲਾਂ ਵਾਲੀ ਹਰਕਤ ਕੀਤੀ ਹੈ। ਅਤੇ ਆਪਣੀ ਇਸ ਕਰਤੂਤ ਦਾ ਗਿਆਨ ਉਸ ਨੂੰ, ਨਾ ਸਿਰਫ ਦੂਜਿਆਂ ਦੀ ਸ਼ਿਕਾਇਤ ਕਰਨ ਤੋਂ ਹੀ, ਸਗੋਂ ਦੂਜਿਆਂ ਦੀਆਂ ਅੱਖਾਂ ਵਿਚ ਅੱਖਾਂ ਪਾ ਕੇ ਵੇਖਣ ਤੋਂ

ਵੀ ਰੋਕੇਗਾ। ਅਤੇ ਆਪਣੇ ਆਪ ਨੂੰ ਉਹ ਉੱਚਾ ਸੁੱਚਾ, ਖਾਨਦਾਨੀ, ਉਦਾਰ-ਚਿੱਤ ਬੰਦਾ ਨਹੀਂ ਸਮਝ ਸਕੇਗਾ ਜਿਵੇਂ ਉਹ ਆਪਣੇ ਆਪ ਨੂੰ ਸਮਝਦਾ ਸੀ, ਅਤੇ ਸਮਝਣਾ ਲਾਜ਼ਮੀ ਸੀ ਤਾਂ ਜੋ ਉਹ ਦਲੇਰੀ ਤੇ ਖੁਸ਼ੀ ਭਰਿਆ ਜੀਵਨ ਗੁਜ਼ਾਰ ਸਕੇ। ਇਸ ਮਸਲੇ ਦਾ ਇਕੋ ਹੱਲ ਸੀ ਕਿ ਇਹਦੇ ਬਾਰੇ ਸੋਚਿਆ ਹੀ ਨਾ ਜਾਏ। ਤੇ ਉਸ ਨੇ ਇਸ ਤਰ੍ਹਾਂ ਹੀ ਕੀਤਾ।

ਜਿਸ ਜ਼ਿੰਦਗੀ ਵਿਚ ਉਸ ਨੇ ਹੁਣ ਪੈਰ ਰਖਿਆ ਸੀ, ਉਸ ਦੇ ਨਵੇਂ ਆਲੇ ਦੁਆਲੇ ਨੇ, ਨਵੇਂ ਮਿਤਰਾਂ ਨੇ, ਜੰਗ ਨੇ, ਇਹਨਾਂ ਸਭ ਗੱਲਾਂ ਨੇ ਇਹ ਘਟਨਾ ਭੁਲ ਜਾਣ ਵਿਚ ਉਸ ਦੀ ਸਹਾਇਤਾ ਕੀਤੀ। ਤੇ ਜਿਵੇਂ ਜਿਵੇਂ ਵਕਤ ਗੁਜ਼ਰਦਾ ਗਿਆ ਇਹ ਗੱਲ ਉਸ ਦੇ ਮਨੋ ਲਹਿੰਦੀ ਗਈ। ਤੇ ਅਖੀਰ ਉਹ ਇਸ ਨੂੰ ਪੂਰੀ ਤਰ੍ਹਾਂ ਭੁਲ ਭੁਲਾ ਗਿਆ।

ਜਦੋਂ ਜੰਗ ਤੋਂ ਮਗਰੋਂ, ਉਹ ਕਾਤੀਊਸ਼ਾ ਨੂੰ ਮਿਲਣ ਦੀਆਂ ਆਸਾਂ ਨਾਲ ਆਪਣੀਆਂ ਭੂਆ ਨੂੰ ਮਿਲਣ ਚਲਾ ਗਿਆ ਸੀ, ਅਤੇ ਇਹ ਸੁਣਿਆ ਸੀ ਕਿ ਕਾਤੀਊਸ਼ਾ ਹੁਣ ਉਹਨਾਂ ਕੋਲ ਨਹੀਂ ਸੀ ਰਹਿੰਦੀ, ਕਿ ਉਹਦੇ ਰਵਾਨਾ ਹੋਣ ਤੋਂ ਛੇਤੀ ਹੀ ਮਗਰੋਂ ਉਹ ਨਿਆਣਾ ਜੰਮਣ ਵਾਸਤੇ ਉਹਨਾਂ ਨੂੰ ਛੱਡ ਕੇ ਚਲੀ ਗਈ ਸੀ, ਕਿ ਉਸ ਨੇ ਇਕ ਬਚੇ ਨੂੰ ਜਨਮ ਦਿੱਤਾ ਸੀ ਅਤੇ ਅਖੀਰ ਉਹ ਉੱਕਾ ਹੀਂ ਵਿਗੜ ਗਈ ਸੀ ਤਾਂ ਨੇਖਲੀਊਦੋਵ ਦੇ ਦਿਲ ਵਿਚੋਂ ਪੀੜ ਦੀਆਂ ਟੀਸਾਂ ਉਠੀਆਂ ਸਨ। ਉਹਦੇ ਗਰਭ ਦੇ ਸਮੇਂ ਤੋਂ ਅੰਦਾਜ਼ਾ ਲਾਇਆਂ ਬੱਚਾ ਨੇਖਲੀਊਦੋਵ ਦਾ ਹੋ ਵੀ ਸਕਦਾ ਸੀ ਤੇ ਨਹੀਂ ਵੀ। ਉਹਦੀਆਂ ਭੂਆ ਨੇ ਕਾਤੀਊਸ਼ਾ ਤੇ ਊਜ ਲਾਈ ਸੀ ਤੇ ਆਖਿਆ ਸੀ ਕਿ ਉਸ ਨੂੰ ਇਹ ਗੱਲਾਂ ਆਪਣੀ ਮਾਂ ਦੇ ਖੋਟੇ ਸੁਭਾ ਤੋਂ ਵਿਰਸੇ ਵਿਚ ਮਿਲੀਆਂ ਸਨ। ਉਹ ਉਹਨਾਂ ਦੀ ਇਹ ਰਾਏ ਸੁਣ ਕੇ ਖੁਸ਼ ਹੋਇਆ ਸੀ। ਉਹਨੂੰ ਜਾਪਿਆ ਕਿ ਉਹ ਗੁਨਾਹ ਤੋਂ ਬਰੀ ਹੋ ਗਿਆ ਹੈ। ਪਹਿਲਾਂ ਉਸ ਨੂੰ ਖਿਆਲ ਆਇਆ ਕਿ ਕਾਤੀਊਸ਼ਾ ਨੂੰ, ਉਹਦੇ ਬੱਚੇ ਨੂੰ ਲਭਣ ਦੀ ਕੋਸ਼ਿਸ਼ ਕਰੇ। ਪਰ ਫੇਰ ਇਸ ਕਰਕੇ ਉਸ ਨੂੰ ਲਭਣ ਦੀ ਕੋਸ਼ਿਸ਼ ਨਾ ਕੀਤੀ ਕਿ ਉਹਦੇ ਬਾਰੇ ਸੋਚਦਿਆਂ ਹੀ ਉਹ ਬੜੀ ਸ਼ਰਮਿੰਦਗੀ ਤੇ ਪੀੜ ਮਹਿਸੂਸ ਕਰਨ ਲੱਗ ਪੈਂਦਾ ਸੀ। ਉਹਨੇ ਤਾਂ ਸਗੋਂ ਇਹਦੇ ਬਾਰੇ ਸੋਚਣਾ ਹੀ ਛੱਡ ਦਿੱਤਾ ਅਤੇ ਇਸ ਤਰ੍ਹਾਂ ਆਪਣੇ ਗੁਨਾਹ ਨੂੰ ਭੁਲ ਜਾਣ ਦਾ ਹੀਲਾ ਕੀਤਾ।

ਤੇ ਅੱਜ ਇਹ ਅਜੀਬ ਮੌਕਾ ਮੇਲ ਹੋਇਆ ਸੀ ਜਿਸ ਨੇ ਉਸ ਨੂੰ ਸਭ ਕੁਝ ਯਾਦ ਕਰਾ ਦਿੱਤਾ ਸੀ, ਅਤੇ ਉਹਦੇ ਕੋਲੋਂ ਤਕਾਜ਼ਾ ਕੀਤਾ ਸੀ ਕਿ ਉਸ ਨਿਰਦਈ ਤੇ ਜਾਬਰ ਕਮੀਨਗੀ ਦਾ ਇਕਬਾਲ ਕਰੇ ਜਿਸ ਕਾਰਨ ਉਹ ਦਸ ਸਾਲ ਚੁਪ ਕਰਕੇ ਆਪਣੀ ਆਤਮਾ ਉਤੇ ਅਜਿਹੇ ਗੁਨਾਹ ਦਾ ਭਾਰ ਚੁੱਕੀ ਫਿਰਦਾ ਰਿਹਾ। ਪਰ ਹਾਲੇ ਉਹ ਇਸ ਤਰ੍ਹਾਂ ਦੀ ਕੋਈ ਗੱਲ ਮੰਨਣ ਨੂੰ ਤਿਆਰ ਨਹੀਂ ਸੀ। ਉਸ ਨੂੰ ਸਿਰਫ ਇਕੋ ਡਰ ਮਾਰ ਰਿਹਾ ਸੀ ਕਿ ਕਿਧਰੇ ਹੁਣ ਉਹਦੇ ਢੋਲ ਦਾ ਪੋਲ ਨਾ ਖੁਲ੍ਹ ਜਾਵੇ, ਅਤੇ ਕਾਤੀਊਸ਼ਾ ਜਾਂ ਉਹਦਾ ਵਕੀਲ ਸਾਰੀ ਕਹਾਣੀ ਨਾ ਸੁਣਾ ਦੇਵੇ ਤੇ ਭਰੀ ਮਹਿਫਲ ਵਿਚ ਉਸ ਨੂੰ ਪਾਣੀ ਪਾਣੀ ਨਾ ਕਰ ਦੇਵੇ।

੧੯

ਇਸ ਮਾਨਸਿਕ ਹਾਲਤ ਵਿਚ ਨੇਖਲੀਊਦੋਵ. ਅਦਾਲਤ ਵਿਚੋਂ ਨਿਕਲਿਆ ਅਤੇ ਜਿਊਰੀ ਦੇ ਮੈਂਬਰਾਂ ਦੇ ਕਮਰੇ ਵਿਚ ਆ ਗਿਆ। ਉਹ ਖਿੜਕੀ ਦੇ ਕੋਲ ਬੈਠਾ ਆਪਣੇ ਆਲੇ ਦੁਆਲੇ ਹੋ ਰਹੀਆਂ ਗੱਲਾਂ ਸੁਣ ਰਿਹਾ ਸੀ ਤੇ ਸਿਗਰਟ ਫੂਕੀ ਜਾ ਰਿਹਾ ਸੀ।

ਜਾਪਦਾ ਸੀ ਕਿ ਹਸਮੁਖ ਵਪਾਰੀ ਸਮੇਲਕੋਵ ਤੇ ਦਿਲੋਂ ਖੁਸ਼ ਸੀ। ਕਹਿੰਦਾ ਸੀ ਉਹਨੂੰ ਮੌਜਾਂ ਲੁਟਣ ਦਾ ਤਰੀਕਾ ਆਉਂਦਾ ਹੈ।

"ਬੱਲੇ ਓਏ ਸ਼ੇਰਾ! ਏਹਨੂੰ ਕਹਿੰਦੇ ਨੇ ਐਸ਼! ਸਾਇਬੇਰੀਅਨ ਲੋਕਾਂ ਦੀ ਐਸ਼! ਪੀਣ ਦੀ ਜਾਚ ਸੀ ਜਨਾਬ ਉਹਨੂੰ! ਫੇਰ ਛੋਕਰੀ ਵੀ ਕੈਸੀ ਲੱਭੀ!"

ਮੁਖੀਆ ਆਪਣੀ ਧਾਰਨਾ ਬਿਆਨ ਕਰ ਰਿਹਾ ਸੀ ਕਿ ਕਿਸੇ ਨਾ ਕਿਸੇ ਤਰ੍ਹਾਂ ਮਾਹਿਰਾਂ ਦੇ ਨਿਰਣੇ ਅਹਿਮ ਗੱਲਾਂ ਹਨ। ਪਿਓਤਰ ਗੇਰਾਸੀਮੋਵਿਚ ਕਿਸੇ ਗੱਲ ਬਾਰੇ ਯਹੂਦੀ ਕਾਰਿੰਦੇ ਨਾਲ ਮਜ਼ਾਕ ਕਰ ਰਿਹਾ ਸੀ, ਅਤੇ ਉਹ ਦੋਵੇਂ ਖਿੜਖਿੜਾ ਕੇ ਹੱਸ ਪਏ ਸਨ। ਨੇਖਲੀਊਦੋਵ ਨੇ ਉਸ ਨੂੰ ਪੁੱਛੇ ਗਏ ਸਭਨਾਂ ਸਵਾਲਾਂ ਦਾ ਇਕ ਅੱਧੇ ਲਫਜ਼ ਵਿਚ ਹੀ ਜਵਾਬ ਦਿੱਤਾ ਸੀ ਤੇ ਉਹ ਸਿਰਫ ਇਕੋ ਗੱਲ ਚਾਹੁੰਦਾ ਸੀ ਕਿ ਉਸ ਨੂੰ ਕੋਈ ਨਾ ਬੁਲਾਵੇ ਚਲਾਵੇ।

ਜਦੋਂ ਪੇਸ਼ਕਾਰ ਲੰਗ ਮਾਰਦਾ ਆਇਆ ਤੇ ਜਿਊਰੀ ਦੇ ਮੈਂਬਰਾਂ ਨੂੰ ਅਦਾਲਤ ਵਿਚ ਵਾਪਸ ਜਾਣ ਲਈ ਆਵਾਜ਼ ਦਿੱਤੀ, ਓਦੋਂ ਨੇਖਲੀਊਦੋਵ ਦੇ ਰੋਮ ਰੋਮ ਵਿਚ ਇਹ ਸਹਿਮ ਬਹਿ ਗਿਆ ਸੀ ਕਿ ਉਹ ਮੁਨਸਿਫ ਨਹੀਂ ਸਗੋਂ ਮੁਲਜ਼ਮ ਬਣ ਕੇ ਅੰਦਰ ਜਾ ਰਿਹਾ ਹੈ। ਉਹ ਆਪਣੇ ਦਿਲ ਦੀ ਡੂੰਘਾਈ ਵਿਚ ਇਹ ਮਹਿਸੂਸ ਕਰਦਾ ਸੀ ਕਿ ਉਹ ਇਕ ਬਦਮਾਸ਼ ਹੈ ਜਿਸ ਨੂੰ ਲੋਕਾਂ ਦੇ ਮੱਥੇ ਲੱਗਣ ਤੋਂ ਸ਼ਰਮ ਆਉਣੀ ਚਾਹੀਦੀ ਹੈ। ਤਾਂ ਵੀ, ਸਿਰਫ ਆਦਤ ਦੇ ਬਲ ਬੋਤੇ, ਉਹ ਆਪਣੇ ਆਪ ਠਰ੍ਹੰਮੇ ਵਾਲੇ ਅੰਦਾਜ਼ ਨਾਲ ਥੜੇ ਉਤੇ ਚੜ੍ਹ ਗਿਆ, ਅਤੇ ਆਪਣੀ ਲੱਤ ਉਤੇ ਲੱਤ ਰਖ ਕੇ ਮੁਖੀਏ ਦੇ ਨਾਲ ਬਹਿ ਗਿਆ ਅਤੇ ਆਪਣੀ ਕਮਾਨੀਦਾਰ ਐਨਕ ਨਾਲ ਖੇਡਣ ਲੱਗ ਪਿਆ।

ਮੁਲਜ਼ਮਾਂ ਨੂੰ ਵੀ ਬਾਹਰ ਖੜਿਆ ਗਿਆ ਸੀ, ਤੇ ਹੁਣ ਫੇਰ ਉਹਨਾਂ ਨੂੰ ਅੰਦਰ ਲਿਆਂਦਾ ਗਿਆ।

ਅਦਾਲਤ ਵਿਚ ਕੁਝ ਨਵੇਂ ਚਿਹਰੇ ਸਨ। ਇਹ ਗਵਾਹ ਸਨ ਅਤੇ ਨੇਖਲੀਊਦੋਵ ਨੇ ਵੇਖਿਆ ਕਿ ਮਾਸਲੋਵਾ ਇਕ ਬਹੁਤ ਮੋਟੀ ਸਾਰੀ ਔਰਤ ਤੋਂ ਆਪਣੀ ਨਜ਼ਰ ਨਹੀਂ ਸੀ ਹਟਾਉਂਦੀ। ਇਹ ਔਰਤ ਰੇਸ਼ਮ ਤੇ ਮਖਮਲ ਦਾ ਬਹੁਤ ਭੜਕੀਲਾ ਲਿਬਾਸ ਪਾਈ, ਸਿਰ ਉਤੇ ਵੱਡੀ ਸਾਰੀ ਬੋਅ ਵਾਲਾ ਉੱਚਾ ਹੈਟ ਰੱਖੀ, ਅਤੇ ਅਰਕ ਤੱਕ ਨੰਗੀ ਆਪਣੀ ਬਾਂਹ ਵਿਚ ਇਕ ਬਹੁਤ ਹੀ ਖੂਬਸੂਰਤ ਪਰਸ ਲਟਕਾਈ ਕਟਹਿਰੇ ਦੇ ਨਾਲ ਪਹਿਲੀ ਕਤਾਰ ਵਿਚ ਬੈਠੀ ਹੋਈ ਸੀ। ਬਾਅਦ ਵਿਚ ਉਸ ਨੂੰ ਪਤਾ ਲੱਗਾ ਕਿ ਇਹ

ਵੀ ਇਕ ਗਵਾਹ ਸੀ। ਉਸ ਚਕਲੇ ਦੀ ਮਾਲਕ ਜਿਸ ਨਾਲ ਮਾਸਲੋਵਾ ਸੰਬੰਧ ਰਖਦੀ ਸੀ।

ਗਵਾਹਾਂ ਦੀ ਜਾਂਚ-ਪੜਤਾਲ ਸ਼ੁਰੂ ਹੋਈ। ਉਹਨਾਂ ਕੋਲੋਂ ਉਹਨਾਂ ਦੇ ਨਾਂ, ਧਰਮ, ਆਦਿ ਬਾਰੇ ਪੁੱਛਿਆ ਗਿਆ। ਇਸ ਤੋਂ ਮਗਰੋਂ, ਥੋੜੀ ਪੁੱਛਗਿੱਛ ਤੋਂ ਬਾਅਦ ਕਿ ਗਵਾਹਾਂ ਦੀ ਜਿਰਹ ਕਿਵੇਂ ਕੀਤੀ ਜਾਏ, ਸੌਂਹ ਚੁਕਾਈ ਜਾਏ ਜਾਂ ਨਾ, ਬੁੱਢਾ ਪਾਦਰੀ ਇਕ ਵਾਰੀ ਫੇਰ ਔਖਾ ਹੋ ਕੇ ਆਪਣੀਆਂ ਲੱਤਾਂ ਘਸੀਟਦਾ ਹੋਇਆ ਅੰਦਰ ਆਇਆ। ਉਸ ਨੇ ਫੇਰ ਆਪਣੀ ਛਾਤੀ ਉਤੇ ਸੋਨੇ ਦੀ ਸਲੀਬ ਨੂੰ ਠੀਕ ਕਰਦਿਆਂ ਹੋਇਆਂ ਗਵਾਹਾਂ ਅਤੇ ਮਾਹਿਰਾਂ ਨੂੰ ਉਸੇ ਤਰੀਕੇ ਨਾਲ ਸੌਂਹ ਚੁਕਾਈ। ਉਸ ਦੇ ਚਿਹਰੇ ਤੇ ਉਹੋ ਵਿਸ਼ਵਾਸ ਸੀ ਕਿ ਉਹ ਕੋਈ ਲਾਭਦਾਇਕ ਤੇ ਅਹਿਮ ਕੰਮ ਕਰ ਰਿਹਾ ਹੈ।

ਗਵਾਹਾਂ ਦੇ ਸੌਂਹ ਚੁੱਕ ਲੈਣ ਮਗਰੋਂ, ਚਕਲੇ ਦੀ ਮਾਲਕ ਕਿਤਾਯੇਵਾ ਤੋਂ ਬਿਨਾਂ ਸਾਰਿਆਂ ਨੂੰ ਇਕ ਵਾਰੀ ਫੇਰ ਬਾਹਰ ਲੈ ਗਏ। ਉਸ ਨੂੰ ਪੁੱਛਿਆ ਗਿਆ ਕਿ ਇਸ ਵਾਰਦਾਤ ਬਾਬਤ ਉਸ ਨੂੰ ਕੀ ਕੁਝ ਪਤਾ ਹੈ। ਹਰ ਵਾਕ ਉਤੇ ਕਿਤਾਯੇਵਾ ਆਪਣਾ ਸਿਰ ਤੇ ਵੱਡਾ ਸਾਰਾ ਟੋਪ ਹਿਲਾ ਦੇਂਦੀ, ਅਤੇ ਖੇਖਣਹਾਰੀਆਂ ਵਾਂਗ ਮੁਸਕ੍ਰਾ ਦੇਂਦੀ। ਜਰਮਨ ਉਚਾਰਨ ਢੰਗ ਨਾਲ ਬੋਲਦਿਆਂ, ਉਸ ਨੇ ਬਹੁਤ ਵਿਸਥਾਰ ਨਾਲ਼ ਸਿਆਣੀਆਂ ਗੱਲਾਂ ਕੀਤੀਆਂ।

ਸਭ ਤੋਂ ਪਹਿਲਾਂ, ਹੋਟਲ ਦਾ ਨੌਕਰ ਸੀਮੋਨ, ਜਿਸ ਨੂੰ ਉਹ ਜਾਣਦੀ ਸੀ, ਇਕ ਅਮੀਰ ਸਾਇਬੇਰੀਅਨ ਵਪਾਰੀ ਵਾਸਤੇ ਇਕ ਕੁੜੀ ਲੈਣ ਉਹਦੇ ਅੱਡੇ ਤੇ ਆਇਆ ਸੀ। ਅਤੇ ਉਸ ਨੇ ਲੀਊਬੋਵ ਨੂੰ ਭੇਜਿਆ ਸੀ। ਕੁਝ ਮਗਰੋਂ ਲੀਊਬੋਵ ਵਪਾਰੀ ਦੇ ਨਾਲ ਵਾਪਸ ਆ ਗਈ। ਵਪਾਰੀ ਪਹਿਲਾਂ ਹੀ ਥੋੜਾ ਜਿਹਾ "ਉੱਚੀਆਂ ਹਵਾਵਾਂ ਵਿਚ" ਉਡ ਰਿਹਾ ਸੀ—ਜਦੋਂ ਉਸ ਨੇ ਇਹ ਗੱਲ ਆਖੀ ਤਾਂ ਉਹ ਮੁਸਕ੍ਰਾ ਪਈ ਸੀ—ਤੇ ਉਹ ਹੋਰ ਪੀਂਦਾ ਰਿਹਾ ਤੇ ਕੁੜੀਆਂ ਨੂੰ ਪਿਆਉਂਦਾ ਰਿਹਾ। ਉਹਦੇ ਕੋਲ ਪੈਸੇ ਮੁਕ ਗਏ ਤਾਂ ਓਸੇ ਲੀਊਬੋਵ ਨੂੰ ਆਪਣੇ ਕਮਰੇ ਵਿਚ ਭੇਜਿਆ। ਉਹਦੀ ਇਸ ਵੱਲ "ਖਾਸ਼ ਦਿਲਚਸਪੀ" ਹੋ ਗਈ ਸੀ। ਉਸ ਨੇ ਮੁਲਜ਼ਮ ਵੱਲ ਵੇਖਦਿਆਂ ਇਹ ਗੱਲ ਆਖੀ।

ਨੇਖਲੀਊਦੋਵ ਨੂੰ ਲੱਗਾ ਕਿ ਇਸ ਗੱਲ ਤੇ ਮਾਸਲੋਵਾ ਮੁਸਕ੍ਰਾ ਪਈ ਸੀ, ਤੇ ਇਸ ਮੁਸਕਾਨ ਤੋਂ ਉਹਦਾ ਦਿਲ ਕੱਚਾ ਜਿਹਾ ਹੋ ਗਿਆ ਸੀ। ਉਹਦੇ ਮਨ ਵਿਚ ਤਰਸ ਤੇ ਕਰਹਿਤ ਦਾ ਮਿਲਿਆ ਜੁਲਿਆ ਇਕ ਅਜੀਬ, ਧੁੰਦਲਾ ਜਿਹਾ ਅਹਿਸਾਸ ਜਾਗਿਆ।

"ਤੇ ਮਾਸਲੋਵਾ ਬਾਰੇ ਤੁਹਾਡੀ ਕੀ ਰਾਏ ਹੈ?" ਅਦਾਲਤੀ ਪਦਵੀ ਦੇ ਇਕ ਉਮੀਦਵਾਰ ਨੇ ਸੰਗਦਿਆਂ ਤੇ ਝਿਜਕਦਿਆਂ ਪੁੱਛਿਆ, ਜਿਸ ਨੂੰ ਮਾਸਲੋਵਾ ਦੀ ਵਕਾਲਤ ਕਰਨ ਦਾ ਕੰਮ ਦਿੱਤਾ ਗਿਆ ਸੀ।

"ਬਹੁਤ ਚੰਗਾ ਲੜਕੀ ਹੈ," ਕਿਤਾਯੇਵਾ ਨੇ ਜਵਾਬ ਦਿੱਤਾ। "ਪੜ੍ਹਾ ਲਿਖਾ ਹੈ ਤੇ ਬਣੀ ਠਣੀ ਰਹਿੰਦੀ ਹੈ। ਚੰਗੇ ਪਰਵਾਰ ਵਿਚ ਪਲਿਆ ਹੈ ਤੇ ਫਰਾਂਸੀਸੀ ਪੜ੍ਹ ਸਕਦਾ ਹੈ।

ਕਦੇ ਕਦੇ ਕੁਛ ਜਾਂਦਾ ਪੀ ਲੈਂਦਾ ਹੈ, ਪਰ ਕਦੇ ਵੀ ਹੋਸ਼ ਹਵਾਸ ਨਹੀਂ ਭੁਲਦੀ। ਬਹੁਤ ਹੀ ਚੰਗਾ ਲੜਕੀ ਹੈ।"

ਕਾਤੀਊਸ਼ਾ ਨੇ ਮਾਲਕਣ ਵੱਲ ਵੇਖਿਆ, ਫੇਰ ਅਚਾਨਕ ਆਪਣੀਆਂ ਨਜ਼ਰਾਂ ਜਿਊਰੀ ਵੱਲ ਮੋੜ ਲਈਆਂ ਅਤੇ ਨੇਖਲੀਊਦੋਵ ਉਤੇ ਗੱਡ ਦ੍ਰਿੱਤੀਆਂ। ਉਹਦਾ ਚਿਹਰਾ ਗੰਭੀਰ ਤੇ ਸਗੋਂ ਕਠੋਰ ਹੋ ਗਿਆ। ਉਹਦੀਆਂ ਗੰਭੀਰ ਅੱਖਾਂ ਵਿਚੋਂ ਇਕ ਵਿਚ ਟੀਰ ਸੀ। ਕੁਝ ਚਿਰ ਵਾਸਤੇ ਅਜੀਬ ਢੰਗ ਨਾਲ ਵੇਖਦੀਆਂ ਦੋਵੇਂ ਅੱਖਾਂ ਨੇਖਲੀਊਦੋਵ ਵੱਲ ਝਾਕਦੀਆਂ ਰਹੀਆਂ। ਨੇਖਲੀਊਦੋਵ ਡਰਿਆ ਸਹਿਮਿਆ ਹੋਣ ਦੇ ਬਾਵਜੂਦ, ਉਜਲੀ ਤੇ ਪਾਰਦਰਸ਼ੀ ਸਫੈਦੀ ਵਾਲੀਆਂ ਇਹਨਾਂ ਟੀਰੀਆਂ ਅੱਖਾਂ ਤੋਂ ਨਜ਼ਰ ਪਰੇ ਨਾ ਹਟਾ ਸਕਿਆ। ਉਹਨੂੰ ਉਸ ਭਿਆਨਕ ਧੁੰਦਲੀ ਰਾਤ ਦੇ ਹੇਠਾਂ ਦਰਿਆਂ ਤੇ ਟੁਟਦੀ ਬਰਫ ਦਾ, ਅਤੇ ਖਾਸ ਕਰਕੇ ਦਾਤੀ ਵਰਗੇ ਘਟਦੇ ਪੱਖ ਦੇ ਚੰਨ ਦਾ ਖਿਆਲ ਆਇਆ ਜਿਹੜਾ ਤੜਕਸਾਰ ਚੜ੍ਹ ਆਇਆ ਸੀ ਤੇ ਕੁਝ ਕੁਝ ਕਾਲਾਂ ਤੇ ਡਰਾਉਣਾ ਚਾਨਣ ਸੁਟ ਰਿਹਾ ਸੀ। ਇਸ ਵੇਲੇ ਉਹਦੇ ਵੱਲ ਅਤੇ ਉਸ ਤੋਂ ਅਗਾਂਹ ਵੱਲ ਵੇਖ ਰਹੀਆਂ ਇਹਨਾਂ ਦੋ ਕਾਲੀਆਂ ਅੱਖਾਂ ਨੇ ਉਹਨੂੰ ਇਕ ਡਰਾਉਣੀ ਕਾਲੀ ਕਿਸੇ ਚੀਜ਼ ਦਾ ਚੇਤਾ ਕਰਵਾ ਦਿੱਤਾ।

"ਉਸ ਨੇ ਮੈਨੂੰ ਪਛਾਣ ਲਿਐ," ਉਹਨੇ ਸੋਚਿਆ, ਤੇ ਉਹ ਪਿਛਾਂਹ ਨੂੰ ਸੁੰਗੜ ਗਿਆ ਜਿਵੇਂ ਉਹਨੂੰ ਕੋਈ ਧੱਕਾ ਦੇਣ ਲੱਗਾ ਹੋਵੇ। ਪਰ ਉਸ ਨੇ ਉਹਨੂੰ ਪਛਾਣਿਆ ਨਹੀਂ ਸੀ। ਉਸ ਨੇ ਸਹਿਜੇ ਜਿਹੇ ਇਕ ਹੌਕਾ ਲਿਆ ਤੇ ਫੇਰ ਪ੍ਰਧਾਨ ਵੱਲ ਵੇਖਿਆ। ਨੇਖਲੀਊਦੋਵ ਨੇ ਵੀ ਹੌਕਾ ਲਿਆ। "ਉਫ, ਕਾਸ਼ ਇਹ ਸਭ ਕੁਝ ਜਲਦੀ ਜਲਦੀ ਮੁਕ ਜਾਂਦਾ," ਉਸ ਨੇ ਸੋਚਿਆ ਸੀ। ਇਸ ਵੇਲੇ ਉਸ ਨੂੰ ਉਸੇ ਤਰ੍ਹਾਂ ਦੀ ਕਰਹਿਤ ਤੇ ਤਰਸ ਅਤੇ ਖਿੱਝ ਮਹਿਸੂਸ ਹੋਈ ਸੀ ਜਿਸ ਤਰ੍ਹਾਂ ਦੀ ਸ਼ਿਕਾਰ ਖੇਡਦਿਆਂ ਹੋਈ ਸੀ ਜਦੋਂ ਉਹਨੂੰ ਇਕ ਜ਼ਖਮੀ ਪੰਛੀ ਨੂੰ ਹੱਥੀਂ ਮਾਰਨ ਲਈ ਮਜਬੂਰ ਹੋਣਾ ਪਿਆ ਸੀ। ਜ਼ਖਮੀ ਪੰਛੀ ਸ਼ਿਕਾਰ ਵਾਲੇ ਝੋਲੇ ਵਿਚ ਫੜਫੜਾਉਂਦਾ ਹੈ। ਬੰਦਾ ਅਵਾਜ਼ਾਰ ਹੁੰਦਾ ਹੈ ਤੱਦ ਵੀ ਉਸ ਨੂੰ ਤਰਸ ਆਉਂਦਾ ਹੈ, ਤੇ ਬੰਦਾ ਛੇਤੀ ਨਾਲ ਪੰਛੀ ਨੂੰ ਮਾਰ ਦੇਂਦਾ ਹੈ ਤੇ ਇਸ ਬਾਰੇ ਭੁਲ ਭੁਲਾ ਜਾਂਦਾ ਹੈ।

ਜਿਸ ਵੇਲੇ ਨੇਖਲੀਊਦੋਵ ਬੈਠਾ ਹੋਇਆ ਗਵਾਹਾਂ ਨਾਲ ਹੁੰਦੀ ਜਿਰਹਾ ਸੁਣ ਰਿਹਾ ਸੀ ਉਹਦੇ ਦਿੱਲ ਵਿਚੋਂ ਇਸ ਤਰ੍ਹਾਂ ਦੇ ਮਿਲੇ-ਜੁਲੇ ਭਾਵ ਉਠ ਰਹੇ ਸਨ।

੨੦

ਪਰ, ਜਿਵੇਂ ਉਸ ਨੂੰ ਚਿੜਾਉਣਾ ਹੋਵੇ, ਕਾਰਵਾਈ ਬਹੁਤ ਲਮਕ ਗਈ ਸੀ। ਜਿਸ ਵੇਲੇ ਗਵਾਹਾਂ ਦੀ ਅੱਡੋ ਅੱਡ ਪੁੱਛਗਿੱਛ ਹੋ ਗਈ ਅਤੇ ਅਖੀਰ ਵਿਚ ਮਾਹਿਰਾਂ ਨਾਲ

ਜਿਰਹ ਮੁਕ ਗਈ, ਅਤੇ ਛੋਟੇ ਸਰਕਾਰੀ ਵਕੀਲ ਨੇ ਅਤੇ ਦੋਵਾਂ ਐਡਵੋਕੇਟਾਂ ਨੇ ਬੜੇ ਗੰਭੀਰ ਅੰਦਾਜ਼ ਨਾਲ ਕਿੰਨੇ ਸਾਰੇ ਬੇਕਾਰ ਸਵਾਲ ਪੁੱਛ ਲਏ, ਤਾਂ ਪ੍ਰਧਾਨ ਨੇ ਜਿਊਰੀ ਨੂੰ ਉਹਨਾਂ ਚੀਜ਼ਾਂ ਵਸਤਾਂ ਦੀ ਜਾਂਚ-ਪੜਤਾਲ ਕਰਨ ਲਈ ਆਖਿਆ ਜਿਹੜੀਆਂ ਸਾਰਵਾਨ ਸ਼ਹਾਦਤ ਵਜੋਂ ਪੇਸ਼ ਕੀਤੀਆਂ ਗਈਆਂ ਸਨ। ਇਹਨਾਂ ਵਸਤਾਂ ਵਿਚ ਗੁਲਾਬ ਦੀ ਕਾਟ ਵਾਲੇ ਇਕ ਛੋਟੇ ਜਿਹੇ ਹੀਰੇ ਵਾਲੀ ਬਹੁਤ ਵੱਡੀ ਅੰਗੂਠੀ ਸੀ ਜਿਹੜੀ ਪ੍ਰਤੱਖ ਤੌਰ ਤੇ ਪਹਿਲੀ ਉਂਗਲੀ ਵਿਚ ਪਾਈ ਹੋਈ ਹੋਵੇਗੀ। ਇਕ ਟੈਸਟ ਟਿਊਬ ਸੀ ਜਿਸ ਵਿਚ ਜ਼ਹਿਰ ਦਾ ਵਿਸ਼ਲੇਸ਼ਣ ਕੀਤਾ ਗਿਆ ਸੀ। ਇਹਨਾਂ ਚੀਜ਼ਾਂ ਨਾਲ ਸਰਕਾਰੀ ਮੋਹਰਾਂ ਲੱਗੇ ਲੇਬਲ ਲਾਏ ਹੋਏ ਸਨ।

ਜਿਊਰੀ ਦੇ ਮੈਂਬਰ ਇਹਨਾਂ ਚੀਜ਼ਾਂ ਉਤੇ ਨਜ਼ਰ ਮਾਰਨ ਲਈ ਤਿਆਰ ਹੋਏ ਹੀ ਸਨ ਕਿ ਛੋਟੇ ਸਰਕਾਰੀ ਵਕੀਲ ਨੇ ਖੜੇ ਹੋ ਕੇ ਮੰਗ ਕੀਤੀ ਕਿ ਇਹਨਾਂ ਚੀਜ਼ਾਂ ਦੀ ਜਾਂਚ ਕਰਨ ਤੋਂ ਪਹਿਲਾਂ ਲਾਸ਼ ਦੇ ਡਾਕਟਰੀ ਮੁਆਇਨੇ ਦੀ ਰਿਪੋਰਟ ਪੜ੍ਹ ਦਿੱਤੀ ਜਾਏ।

ਪ੍ਰਧਾਨ, ਜੱਜ ਜਿੱਨੀ ਛੇਤੀ ਹੋ ਸਕਦਾ ਸੀ ਕੰਮ ਨਿਬੇੜ ਰਿਹਾ ਸੀ ਤਾਂ ਜੋ ਉਹ ਆਪਣੀ ਸਵਿਸ ਕੁੜੀ ਨੂੰ ਮਿਲ ਸਕੇ। ਇਹ ਗੱਲ ਉਹ ਚੰਗੀ ਤਰ੍ਹਾਂ ਜਾਣਦਾ ਸੀ ਕਿ ਇਸ ਕਾਗਜ਼ ਦੇ ਪੜ੍ਹਨ ਦਾ ਸਿਵਾਏ ਥਕਾਵਟ ਪੈਦਾ ਕਰਨ ਤੇ ਖਾਣੇ ਦੇ ਵਕਤ ਨੂੰ ਪਿੱਛੇ ਪਾਉਣ ਦੇ ਕੋਈ ਅਸਰ ਨਹੀਂ ਸੀ ਹੋਣਾ। ਅਤੇ ਛੋਟਾ ਸਰਕਾਰੀ ਵਕੀਲ ਸਿਰਫ ਇਸ ਵਾਸਤੇ ਪੜ੍ਹਵਾਉਣਾ ਚਾਹੁੰਦਾ ਸੀ ਕਿ ਕਾਨੂੰਨ ਨੇ ਉਸ ਨੂੰ ਇਹ ਮੰਗ ਕਰਨ ਦਾ ਹੱਕ ਦਿੱਤਾ ਹੋਇਆ ਹੈ। ਤਾਂ ਵੀ ਜੱਜ ਕੋਲ ਆਪਣੀ ਰਜ਼ਾਮੰਦੀ ਜ਼ਾਹਿਰ ਕਰਨ ਤੋਂ ਬਿਨਾਂ ਕੋਈ ਹੋਰ ਚਾਰਾ ਨਹੀਂ ਸੀ।

ਸਕੱਤਰ ਨੇ ਡਾਕਟਰੀ ਰਿਪੋਰਟ ਕੱਢੀ ਅਤੇ ਇਕ ਵਾਰੀ ਫੇਰ 'ਰ' ਤੇ 'ਲ' ਵਿਚ ਕੋਈ ਨਿਖੇੜ ਨਾ ਕਰਦਿਆਂ, ਆਪਣੀ ਰੁੱਖੀ ਥਥਲਾਉਂਦੀ ਆਵਾਜ਼ ਵਿਚ ਪੜ੍ਹਨੀ ਸ਼ੁਰੂ ਕੀਤੀ:

"ਬਾਹਰੀ ਮੁਆਇਨੇ ਤੋਂ ਸਿਧ ਹੋਇਆ ਕਿ:

"੧) ਫੇਰਾਪੋਨਤ ਸਮੇਲਕੋਵ ਦਾ ਕੱਦ ਛੇ ਫੁਟ ਪੰਜ ਇੰਚ ਸੀ।"

"ਮਾੜਾ ਨਹੀਂ। ਬੜਾ ਸੁਹਣਾ ਕੱਦ ਏ," ਵਪਾਰੀ ਨੇ ਦਿਲਚਸਪੀ ਲੈਂਦਿਆਂ ਨੇਖਲੀਊਦੋਵ ਦੇ ਕੰਨਾਂ ਵਿਚ ਘੁਸਰ ਮੁਸਰ ਕੀਤਾ।

"੨) ਉਹ ਚਾਲੀ ਕੁ ਵਰ੍ਹਿਆਂ ਦੀ ਉਮਰ ਦਾ ਲੱਗਦਾ ਸੀ।

"੩) ਸਰੀਰ ਫੁਲਿਆ ਹੋਇਆ ਜਾਪਦਾ ਸੀ।

"੪) ਜਿਲਦ ਦਾ ਰੰਗ ਹਰਿਆਲੀ ਉੱਤੇ ਸੀ ਤੇ ਕਈ ਥਾਈਂ ਕਾਲੇ ਦਾਗ ਸਨ।

"੫) ਚਮੜੀ ਉਤੇ ਛੋਟੇ ਵੱਡੇ ਛਾਲੇ ਸਨ ਤੇ ਕਈ ਥਾਵਾਂ ਤੋਂ ਚਮੜੀ ਦੇ ਵੱਡੇ ਵੱਡੇ ਹਿੱਸੇ ਉਚੜ ਗਏ ਸਨ।

"੬) ਵਾਲ ਭੂਰੇ ਸਨ, ਸੰਘਣੇ ਸਨ ਤੇ ਹੱਥ ਲਾਇਆਂ ਆਰਾਮ ਨਾਲ ਚਮੜੀ ਤੋਂ ਵੱਖ ਹੋ ਜਾਂਦੇ ਸਨ।

"੭) ਡੇਲੇ ਬਾਹਰ ਨੂੰ ਆਏ ਹੋਏ ਅਤੇ ਪੁਤਲੀਆਂ ਧੁੰਦਲੀਆਂ ਹੋ ਗਈਆਂ ਸਨ।

"੮) ਨਾਸਾਂ ਵਿਚੋਂ, ਦੋਹਾਂ ਕੰਨਾਂ ਵਿਚੋਂ, ਅਤੇ ਮੂੰਹ ਵਿਚੋਂ ਸੀਰਮਾ ਰਿਸਿਆ ਹੋਇਆ ਸੀ। ਮੂੰਹ ਅੱਧਾ ਖੁਲ੍ਹਾ ਸੀ।

"੯) ਮੂੰਹ ਤੇ ਛਾਤੀ ਦੇ ਫੂਲ ਜਾਣ ਕਾਰਨ ਧੌਣ ਤਕਰੀਬਨ ਦਿਸਦੀ ਹੀ ਨਹੀਂ ਸੀ।"

ਤੇ ਵਗੈਰਾ, ਵਗੈਰਾ।

ਸਤਾਈ ਪੈਰਿਆਂ ਨਾਲ ਚਾਰ ਸਫੇ ਭਰੇ ਹੋਏ ਸਨ। ਇਹਨਾਂ ਵਿਚ ਵਪਾਰੀ ਜਿਹੜਾ ਸ਼ਹਿਰ ਵਿਚ ਮੌਜਾ ਮਾਣਦਾ ਰਿਹਾ ਸੀ ਦੀ ਭਿਆਨਕ, ਵੱਡੀ ਸਾਰੀ, ਮੋਟੀ, ਫੂਲੀ ਹੋਈ ਅਤੇ ਗਲ ਸੜ ਰਹੀ ਦਿਹ ਦੇ ਬਾਹਰੀ ਮੁਆਇਨੇ ਦੇ ਵੇਰਵਿਆਂ ਦਾ ਵਰਣਨ ਕੀਤਾ ਗਿਆ ਸੀ। ਨੇਖਲੀਊਦੋਵ ਨੂੰ ਜਿਹੜੀ ਬੇਹਿਸਾਬ ਘਿਣ ਮਹਿਸੂਸ ਹੋ ਰਹੀ ਸੀ ਲਾਸ਼ ਦਾ ਵਿਸਥਾਰ ਦੇਣ ਨਾਲ ਉਹ ਹੋਰ ਵਧ ਗਈ। ਕਾਤੀਊਸ਼ਾ ਦੀ ਜ਼ਿੰਦਗੀ, ਲਾਸ਼ ਦੀਆਂ ਨਾਸਾਂ ਵਿਚੋਂ ਰਿਸਿਆ ਸੀਰਮਾ, ਬਾਹਰ ਨੂੰ ਨਿਕਲੇ ਹੋਏ ਡੇਲੇ, ਅਤੇ ਕਾਤੀਊਸ਼ਾ ਨਾਲ ਉਸ ਦਾ ਆਪਣਾ ਸਲੂਕ, ਸਭ ਕੁਝ ਉਸ ਨੂੰ ਇਕੋ ਸਿਲਸਲੇ ਵਿਚ ਬੱਝੀ ਗੱਲ ਜਾਪਦੀ ਸੀ। ਉਸ ਨੇ ਮਹਿਸੂਸ ਕੀਤਾ ਕਿ ਉਹ ਇਸ ਕਿਸਮ ਦੀਆਂ ਚੀਜ਼ਾਂ ਵਿਚ ਘਿਰਿਆ ਹੋਇਆ ਅਤੇ ਇਹਨਾਂ ਵਿਚ ਡੁਬਿਆ ਹੋਇਆ ਸੀ। ਜਦੋਂ ਬਾਹਰੀ ਮੁਆਇਨੇ ਦੀ ਰਿਪੋਰਟ ਪੜ੍ਹੀ ਗਈ ਤਾਂ ਪ੍ਰਧਾਨ ਨੇ ਸੁਖ ਦਾ ਸਾਹ ਲਿਆ ਅਤੇ ਇਸ ਆਸ ਨਾਲ ਸਿਰ ਚੁੱਕਿਆ ਕਿ ਇਹ ਕੰਮ ਮੁਕ ਗਿਆ ਹੈ। ਪਰ ਸਕੱਤਰ ਇਕ ਦਮ ਅੰਦਰੂਨੀ ਮੁਆਇਨੇ ਦਾ ਬਿਰਤਾਂਤ ਪੜ੍ਹਨ ਲੱਗ ਪਿਆ।

ਪ੍ਰਧਾਨ ਨੇ ਫੇਰ ਆਪਣੇ ਹੱਥ ਉਤੇ ਸਿਰ ਸੁਟ ਲਿਆ ਤੇ ਅੱਖਾਂ ਬੰਦ ਕਰ ਲਈਆਂ। ਨੇਖਲੀਊਦੋਵ ਦੇ ਨਾਲ ਬੈਠੇ ਵਪਾਰੀ ਦੀਆਂ ਅੱਖਾਂ ਮਿਟਦੀਆਂ ਜਾਂਦੀਆਂ ਸਨ ਅਤੇ ਉਹਦਾ ਸਰੀਰ ਰਹਿ ਰਹਿ ਕੇ ਅਗਾਂਹ ਨੂੰ ਉਲਰ ਜਾਂਦਾ ਸੀ। ਮੁਲਜ਼ਮ ਤੇ ਜਾਂਦਾਰਮ ਬਿਲਕੁਲ ਖਾਮੋਸ਼ ਬੈਠੇ ਸਨ।

"ਅੰਦਰੂਨੀ ਮੁਆਇਨੇ ਤੋਂ ਪਤਾ ਲੱਗਾ ਸੀ ਕਿ:

"੧) ਖੋਪਰੀ ਦੀਆਂ ਹੱਡੀਆਂ ਤੋਂ ਚਮੜੀ ਆਸਾਨੀ ਨਾਲ ਲੱਥ ਜਾਂਦੀ ਸੀ, ਤੇ ਜੰਮਿਆ ਹੋਇਆ ਲਹੂ ਕਿੱਤੇ ਨਹੀਂ ਸੀ।

"੨) ਖੋਪਰੀ ਦੀਆਂ ਹੱਡੀਆਂ ਔਸਤ ਮੁਟਾਈ ਦੀਆਂ ਅਤੇ ਨਰੋਈ ਹਾਲਤ ਵਿਚ ਸਨ।

"੩) ਦਿਮਾਗ ਦੀ ਝਿੱਲੀ ਉਤੇ ਤਕਰੀਬਨ ਚਾਰ ਚਾਰ ਇੰਚ ਲੰਮੇ ਦੋ ਬੇਰੰਗ ਨਿਸ਼ਾਨ ਸਨ, ਤੇ ਝਿੱਲੀ ਫਿੱਕੀ ਜਿਹੀ ਸਫੈਦੀ ਉੱਤੇ ਸੀ," ਆਦਿ...... ਅਤੇ ਇਸ ਤਰ੍ਹਾਂ ਤੇਰਾਂ ਪੈਰੇ ਹੋਰ ਲਿਖੇ ਹੋਏ ਸਨ।

ਇਸ ਤੋਂ ਪਿਛੋਂ ਸ਼ਾਹਦੀ ਭਰਨ ਵਾਲਿਆਂ ਦੇ ਨਾਂ ਤੇ ਉਹਨਾਂ ਦੇ ਦਸਖ਼ਤ ਸਨ। ਅਤੇ ਡਾਕਟਰਾਂ ਦਾ ਨਿਰਣਾ ਸੀ ਜਿਸ ਵਿਚ ਕਿਹਾ ਗਿਆ ਸੀ ਕਿ ਪੋਸਟ-ਮਾਰਟਮ ਵੇਲੇ

ਮਿਹਦੇ ਵਿਚ ਅਤੇ ਕੁਝ ਘਟ ਮਾਤਰਾ ਵਿਚ ਓਝਰੀ ਤੇ ਗੁਰਦਿਆਂ ਵਿਚ ਜੋ ਤਬਦੀਲੀਆਂ ਵੇਖਣ ਵਿਚ ਆਈਆਂ ਅਤੇ ਜਿਹੜੀਆਂ ਸਰਕਾਰੀ ਰਿਪੋਰਟ ਵਿਚ ਬਿਆਨ ਕੀਤੀਆਂ ਗਈਆਂ ਹਨ, ਉਹਨਾਂ ਤੋਂ ਇਸ ਨਤੀਜੇ ਤੇ ਪੁਜਣ ਦੀ ਵੱਡੀ ਸੰਭਾਵਨਾ ਬਣਦੀ ਹੈ ਕਿ ਸਮੇਲਕੋਵ ਦੀ ਮੌਤ ਜ਼ਹਿਰ ਨਾਲ ਹੋਈ ਜਿਹੜੀ ਉਹਦੇ ਮਿਹਦੇ ਵਿਚ ਅਲਕੋਹਲ ਵਿਚ ਘੁਲ ਗਈ ਸੀ। ਮਿਹਦੇ ਦੀ ਹਾਲਤ ਤੋਂ ਇਹ ਫੈਸਲਾ ਕਰਨਾ ਔਖਾ ਸੀ ਕਿ ਕਿਹੜੀ ਜ਼ਹਿਰ ਦਿੱਤੀ ਗਈ ਸੀ। ਪਰ ਇਹ ਮੰਨ ਲੈਣਾ ਜ਼ਰੂਰੀ ਹੈ ਕਿ ਜ਼ਹਿਰ ਅਲਕੋਹਲ ਵਿਚ ਘੁਲ ਕੇ ਅੰਦਰ ਗਈ ਸੀ ਕਿਉਂਕਿ ਸਮੇਲਕੋਵ ਦੇ ਮਿਹਦੇ ਵਿਚੋਂ ਬਹੁਤ ਸਾਰੀ ਸ਼ਰਾਬ ਨਿਕਲੀ ਸੀ।

"ਵੇਖਿਆ, ਚੰਗੀ ਪੀਤੀ ਸੂ," ਹੁਣੇ ਹੁਣੇ ਜਾਗੇ ਵਪਾਰੀ ਨੇ ਫੇਰ ਘੁਸਰ ਮੁਸਰ ਕੀਤਾ।

ਇਹ ਰਿਪੋਰਟ ਪੜ੍ਹਨ ਉਤੇ ਪੂਰਾ ਘੰਟਾ ਲੱਗ ਗਿਆ ਸੀ, ਪਰ ਛੋਟੇ ਸਰਕਾਰੀ ਵਕੀਲ ਦੀ ਇਹਦੇ ਨਾਲ ਤਸੱਲੀ ਨਹੀਂ ਸੀ ਹੋਈ। ਜਦੋਂ ਇਹ ਪੂਰੀ ਪੜ੍ਹ ਲਈ ਗਈ ਅਤੇ ਪ੍ਰਧਾਨ ਨੇ ਉਸ ਨੂੰ ਇਹ ਆਖ ਕੇ ਸੰਬੋਧਨ ਕੀਤਾ :

"ਮੇਰਾ ਖਿਆਲ ਏ ਕਿ ਅੰਦਰੂਨੀ ਅੰਗਾਂ ਦੇ ਮੁਆਇਨੇ ਦੀ ਰਿਪੋਰਟ ਪੜ੍ਹਨ ਦੀ ਲੋੜ ਨਹੀਂ।"

ਤਾਂ ਉਹਨੇ ਪ੍ਰਧਾਨ ਵੱਲ ਵੇਖੇ ਬਿਨਾਂ ਹੀ ਕਰੁੱਖਤ ਲਹਿਜੇ ਨਾਲ ਜਵਾਬ ਦਿੱਤਾ :

"ਮੈਂ ਦਰਖ਼ਾਸਤ ਕਰਾਂਗਾ ਕਿ ਇਹ ਰਿਪੋਰਟ ਪੜ੍ਹੀ ਜਾਏ।"

ਛੋਟਾ ਸਰਕਾਰੀ ਵਕੀਲ ਥੋੜਾ ਜਿਹਾ ਉੱਚਾ ਹੋਇਆ। ਉਸ ਦੇ ਤੌਰ ਤਰੀਕੇ ਤੋਂ ਲੱਗਦਾ ਸੀ ਮਾਣੋ ਆਖ ਰਿਹਾ ਹੋਵੇ ਕਿ ਇਸ ਰਿਪੋਰਟ ਨੂੰ ਪੜ੍ਹਵਾਉਣਾ ਉਹਦਾ ਹੱਕ ਹੈ ਅਤੇ ਉਹ ਇਸ ਹੱਕ ਦੀ ਮੰਗ ਕਰੇਗਾ। ਤੇ ਜੇ ਇਹ ਹੱਕ ਉਸ ਨੂੰ ਨਾ ਦਿੱਤਾ ਗਿਆ ਤਾਂ ਇਹ ਗੱਲ ਅਪੀਲ ਦਾ ਆਧਾਰ ਬਣੇਗੀ।

ਵੱਡੀ ਸਾਰੀ ਦਾੜ੍ਹੀ ਅਤੇ ਮਿਹਰਬਾਨ ਅੱਖਾਂ, ਜਿਨ੍ਹਾਂ ਦੇ ਹੇਠਾਂ ਥੈਲੀਆਂ ਲਮਕੀਆਂ ਹੋਈਆਂ ਸਨ, ਵਾਲੇ ਅਦਾਲਤ ਦੇ ਮੈਂਬਰ ਨੇ ਜਿਸ ਨੂੰ ਟੱਟੀਆਂ ਲੱਗੀਆਂ ਹੋਈਆਂ ਸਨ, ਸਖ਼ਤ ਥਕਾਵਟ ਮਹਿਸੂਸ ਕਰਦਿਆਂ ਪ੍ਰਧਾਨ ਨੂੰ ਸੰਬੋਧਨ ਕੀਤਾ :

"ਇਹਦੇ ਪੜ੍ਹਨ ਦੀ ਕੀ ਲੋੜ ਏ? ਐਵੇਂ ਲਮਕਾਉਣ ਵਾਲੀ ਗੱਲ ਏ। ਏਹਨਾਂ ਨਵੇਂ ਅਫਸਰਾਂ ਨੂੰ ਕੰਮ ਮੁਕਾਉਣਾ ਨਹੀਂ ਆਉਂਦਾ, ਵਰ੍ਹਿਆਂ ਪਿਛੋਂ ਜਾਚ ਆਉਂਦੀ ਏ।"

ਸੁਨਹਿਰੀ ਐਨਕਾਂ ਵਾਲਾ ਮੈਂਬਰ ਕੁਝ ਨਹੀਂ ਬੋਲਿਆ, ਸਗੋਂ ਸਿਰਫ ਉਦਾਸੀ ਭਰੀ ਦ੍ਰਿੜ੍ਹਤਾ ਨਾਲ ਆਪਣੇ ਸਾਮ੍ਹਣੇ ਵੇਖੀ ਗਿਆ। ਉਸ ਨੂੰ ਕਿਸੇ ਚੰਗੀ ਗੱਲ ਦੀ ਆਸ ਨਹੀਂ ਸੀ, ਨਾ ਆਪਣੀ ਵਹੁਟੀ ਕੋਲੋਂ ਤੇ ਨਾ ਹੀ ਜ਼ਿੰਦਗੀ ਕੋਲੋਂ।

ਰਿਪੋਰਟ ਪੜ੍ਹੀ ਜਾਣ ਲੱਗੀ :

"੧੫ ਫਰਵਰੀ, ੧੮੮... ਈਸਵੀ ਨੂੰ, ਮੈਂ, ਨਿਮਨ ਹਸਤਾਖਰਿਤ ਨੇ ਡਾਕਟਰੀ ਵਿਭਾਗ ਵਲੋਂ ਜ਼ਿੰਮੇ ਲਾਇਆ ਗਿਆ, ਨੰਬਰ ੬੩੮ ਦਾ," ਸਕੱਤਰ ਨੇ ਆਪਣੀ ਆਵਾਜ਼

ਨੂੰ ਸਿਖਰ ਤੇ ਲਿਜਾਂਦਿਆਂ ਦ੍ਰਿੜ੍ਹਤਾ ਨਾਲ ਬੋਲਣਾ ਸ਼ੁਰੂ ਕੀਤਾ ਮਾਣੋ ਉਹ ਸਭ ਹਾਜ਼ਰ ਲੋਕਾਂ ਉਤੇ ਛਾ ਗਈ ਗਨੂਦਗੀ ਨੂੰ ਛੰਡਣਾ ਚਾਹੁੰਦਾ ਹੋਵੇ, "ਸਹਾਇਕ ਮੈਡੀਕਲ ਇੰਸਪੈਕਟਰ ਦੀ ਮੌਜੂਦਗੀ ਵਿਚ, ਅੰਦਰੂਨੀ ਅੰਗਾਂ ਦਾ ਮੁਆਇਨਾ ਕੀਤਾ:

"੧) ਸੱਜਾ ਫੇਫੜਾ ਅਤੇ ਦਿਲ (੬ ਪਾਊਂਡ ਦੇ ਸ਼ੀਸ਼ੇ ਦੇ ਜਗ ਵਿਚ)।
੨) ਮਿਹਦੇ ਦਾ ਮੁਆਦ (੬ ਪਾਊਂਡ ਦੇ ਸ਼ੀਸ਼ੇ ਦੇ ਜੱਗ ਵਿਚ)।
੩) ਖੁਦ ਮਿਹਦਾ (੬ ਪਾਊਂਡ ਦੇ ਸ਼ੀਸ਼ੇ ਦੇ ਜੱਗ ਵਿਚ)।
੪) ਕਲੇਜਾ, ਪਿੱਤਾ, ਤੇ ਗੁਰਦੇ (੩ ਪਾਊਂਡ ਦੇ ਸ਼ੀਸ਼ੇ ਦੇ ਜੱਗ ਵਿਚ)।
੫) ਅੰਤੜੀਆਂ (੬ ਪਾਊਂਡ ਦੇ ਮਿੱਟੀ ਦੇ ਕੁੱਜੇ ਵਿਚ)।"

ਏਥੇ ਆ ਕੇ ਪ੍ਰਧਾਨ ਨੇ ਇਕ ਮੈਂਬਰ ਦੇ ਕੰਨ ਵਿਚ ਗੱਲ ਕੀਤੀ, ਫੇਰ ਦੂਜੇ ਵੱਲ ਟੇਢਾ ਹੋਇਆ, ਅਤੇ ਉਹਨਾਂ ਦੀ ਰਜ਼ਾਮੰਦੀ ਲੈ ਕੇ, ਉਸ ਨੇ ਆਖਿਆ:

"ਅਦਾਲਤ ਸਮਝਦੀ ਹੈ ਕਿ ਇਸ ਰਿਪੋਰਟ ਨੂੰ ਪੜ੍ਹਨ ਦੀ ਲੋੜ ਨਹੀਂ।"

ਸਕੱਤਰ ਨੇ ਪੜ੍ਹਨਾ ਬੰਦ ਕਰ ਦਿੱਤਾ ਅਤੇ ਕਾਗ਼ਜ਼ ਵਲ੍ਹੇਟ ਲਿਆ, ਅਤੇ ਛੋਟਾ ਸਰਕਾਰੀ ਵਕੀਲ ਗੁੱਸੇ ਵਿਚ ਆ ਕੇ ਕੁਝ ਲਿਖਣ ਲੱਗ ਪਿਆ।

"ਜਿਊਰੀ ਦੇ ਸਤਿਕਾਰਯੋਗ ਮੈਂਬਰ ਹੁਣ ਸਾਰਵਾਨ ਸ਼ਹਾਦਤ ਦੀਆਂ ਵਸਤਾਂ ਦੀ ਜਾਂਚ-ਪੜਤਾਲ ਕਰ ਸਕਦੇ ਹਨ," ਪ੍ਰਧਾਨ ਨੇ ਆਖਿਆ।

ਮੁਖੀਆ ਤੇ ਕਈ ਜਣੇ ਹੋਰ ਉਠੇ ਅਤੇ ਮੇਜ਼ ਕੋਲ ਆ ਗਏ। ਉਹਨਾਂ ਨੂੰ ਪਤਾ ਨਹੀਂ ਸੀ ਲੱਗਦਾ ਕਿ ਆਪਣੇ ਹੱਥਾਂ ਦਾ ਕੀ ਕਰਨ। ਉਹਨਾਂ ਨੇ ਵਾਰੀ ਵਾਰੀ ਅੰਗੂਠੀ, ਸ਼ੀਸ਼ੇ ਦੇ ਫੁਲਦਾਨਾਂ ਅਤੇ ਟੈਸਟ ਟਿਊਬ ਉਤੇ ਨਜ਼ਰ ਮਾਰੀ। ਵਪਾਰੀ ਨੇ ਤਾਂ ਮੁੰਦਰੀ ਪਾ ਕੇ ਵੀ ਵੇਖੀ।

"ਵਾਹ! ਉਂਗਲੀ ਸੀ ਕੋਈ," ਉਸ ਨੇ ਆਪਣੀ ਥਾਂ ਤੇ ਵਾਪਸ ਆਉਂਦਿਆਂ ਕਿਹਾ; "ਖੀਰੇ ਵਰਗੀ," ਉਸ ਨੇ ਦੋ ਸ਼ਬਦ ਹੋਰ ਜੋੜ ਦਿੱਤੇ। ਪ੍ਰਤੱਖ ਸੀ ਕਿ ਉਸ ਨੇ ਆਪਣੇ ਮਨ ਵਿਚ ਉਸ ਦਿਓ ਵਪਾਰੀ ਦਾ ਜਿਹੜਾ ਬਿੰਬ ਸਾਕਾਰ ਕੀਤਾ ਸੀ ਉਸ ਤੋਂ ਉਹਦਾ ਜੀਅ ਖੁਸ਼ ਹੋ ਗਿਆ ਸੀ।

੨੧

ਜਦੋਂ ਸਾਰਵਾਨ ਸ਼ਹਾਦਤ ਦੀਆਂ ਚੀਜ਼ਾਂ ਦੀ ਜਾਂਚ-ਪੜਤਾਲ ਮੁਕ ਗਈ, ਤਾਂ ਪ੍ਰਧਾਨ ਨੇ ਐਲਾਨ ਕੀਤਾ ਕਿ ਪੜਤਾਲ ਹੁਣ ਖਤਮ ਹੋ ਗਈ ਹੈ, ਅਤੇ ਤੁਰਤ ਹੀ ਛੋਟੇ ਸਰਕਾਰੀ ਵਕੀਲ ਨੂੰ ਇਸ ਆਸ ਨਾਲ ਅੱਗੇ ਗੱਲ ਕਰਨ ਲਈ ਆਖਿਆ ਕਿ ਉਹ ਵੀ ਤਾਂ ਇਕ ਆਦਮੀ ਹੈ, ਹੋ ਸਕਦਾ ਹੈ ਕਿ ਉਹਦਾ ਵੀ ਸਿਗਰਟ ਪੀਣ ਜਾਂ ਰੋਟੀ

ਖਾਣ ਨੂੰ ਜੀਅ ਕਰਦਾ ਹੋਵੇ ਤੇ ਉਹ ਦੂਜਿਆਂ ਉਤੇ ਵੀ ਕੁਝ ਰਹਿਮ ਕਰੇ। ਪਰ ਛੋਟੇ ਸਰਕਾਰੀ ਵਕੀਲ ਨੇ ਨਾ ਆਪਣੇ ਉਤੇ ਹੀ ਰਹਿਮ ਕੀਤਾ ਤੇ ਨਾ ਕਿਸੇ ਹੋਰ ਉਤੇ। ਉਹ ਸੁਭਾਵਿਕ ਹੀ ਬੜਾ ਬੇਅਕਲ ਸੀ, ਪਰ ਇਸ ਦੇ ਨਾਲ ਹੀ, ਬਦਕਿਸਮਤੀ ਨਾਲ ਉਸ ਨੇ ਗੋਲਡ ਮੈਡਲ ਲੈ ਕੇ ਸਕੂਲ ਦੀ ਪੜ੍ਹਾਈ ਮੁਕਾਈ ਸੀ ਅਤੇ ਯੂਨੀਵਰਸਿਟੀ ਵਿਚ ਰੋਮਨ ਕਾਨੂੰਨ ਦਾ ਅਧਿਅਨ ਕਰਦਿਆਂ ਦਾਸਤਾ ਬਾਰੇ ਆਪਣੇ ਨਿਬੰਧ ਉਤੇ ਪੁਰਸਕਾਰ ਪ੍ਰਾਪਤ ਕੀਤਾ ਸੀ। ਇਸ ਕਰਕੇ ਉਚਤਮ ਡਿਗਰੀ ਲੈ ਕੇ (ਔਰਤਾਂ ਸੰਬੰਧੀ ਉਹਦੀ ਸਫਲਤਾ ਵੀ ਇਸ ਵਿਚ ਸਹਾਈ ਸੀ) ਉਹਦੇ ਅੰਦਰ ਆਤਮ-ਵਿਸ਼ਵਾਸ ਤੇ ਆਤਮ-ਸੰਤੁਸ਼ਟਤਾ ਕੁਟ ਕੁਟ ਕੇ ਭਰੇ ਹੋਏ ਸਨ ਅਤੇ ਉਹਦੀ ਮੂਰਖਤਾ ਸਭ ਹੱਦਾਂ ਬੰਨੇ ਟਪ ਗਈ ਸੀ। ਜਦੋਂ ਉਸ ਨੂੰ ਬੋਲਣ ਲਈ ਆਖਿਆ ਗਿਆ, ਉਹ ਆਪਣੀ ਕਢਾਈ ਵਾਲੀ ਵਰਦੀ ਵਿਚ ਆਪਣੀ ਸੂਰਤ ਦਾ ਸਾਰਾ ਬਾਂਕਪਨ ਵਿਖਾਉਂਦਾ ਹੋਇਆ ਸਹਿਜ ਨਾਲ ਖੜਾ ਹੋਇਆ। ਮੇਜ਼ ਉਤੇ ਦੋਵੇਂ ਹੱਥ ਟੇਕ ਕੇ, ਅਤੇ ਸਿਰ ਨੂੰ ਮਾੜਾ ਜਿਹਾ ਨੀਵਾਂ ਕਰ ਕੇ ਉਸ ਨੇ ਕਮਰੇ ਵਿਚ ਚੁਫੇਰੇ ਨਜ਼ਰ ਮਾਰੀ। ਫੇਰ ਮੁਲਜ਼ਮਾਂ ਤੋਂ ਨਜ਼ਰਾਂ ਬਚਾਉਂਦਾ ਹੋਇਆ, ਉਹ ਆਪਣੀ ਤਕਰੀਰ ਪੜ੍ਹਨ ਲੱਗਾ, ਜਿਹੜੀ ਉਸ ਨੇ ਓਦੋਂ ਤਿਆਰ ਕੀਤੀ ਸੀ ਜਦੋਂ ਰਿਪੋਰਟਾਂ ਪੜ੍ਹੀਆਂ ਜਾ ਰਹੀਆਂ ਸਨ।

"ਜਿਊਰੀ ਦੇ ਸਤਿਕਾਰਯੋਗ ਮੈਂਬਰੋ! ਜਿਹੜਾ ਮਾਮਲਾ ਇਸ ਵੇਲੇ ਤੁਹਾਡੇ ਅੱਗੇ ਪੇਸ਼ ਹੋਇਆ ਹੈ ਉਹ, ਜੇ ਮੈਨੂੰ ਆਖਣ ਦੀ ਆਗਿਆ ਦਿਓ, ਬਹੁਤ ਹੀ ਵਿਲੱਖਣ ਹੈ।"

ਉਸ ਦਾ ਵਿਚਾਰ ਸੀ ਕਿ, ਛੋਟੇ ਸਰਕਾਰੀ ਵਕੀਲ ਦੀ ਤਕਰੀਰ ਹਮੇਸ਼ਾ ਹੀ ਜਨਤਕ ਮਹੱਤਤਾ ਵਾਲੀ ਹੋਣੀ ਚਾਹੀਦੀ ਹੈ। ਉਹਨਾਂ ਵਕੀਲਾਂ ਦੀਆਂ ਉਘੀਆਂ ਤਕਰੀਰਾਂ ਵਾਂਗ ਜਿਹੜੇ ਨਾਮੀ ਵਕੀਲ ਬਣ ਚੁੱਕੇ ਹੁੰਦੇ ਹਨ। ਇਹ ਠੀਕ ਹੈ ਕਿ ਅੱਜ ਸਰੋਤਿਆਂ ਵਿਚ ਸ਼ਾਮਲ ਸਨ ਤਿੰਨ ਔਰਤਾਂ—ਇਕ ਦਰਜ਼ਣ, ਇਕ ਬਾਵਰਚਣ ਅਤੇ ਇਕ ਸੀਮੋਨ ਦੀ ਭੈਣ—ਅਤੇ ਇਕ ਬੱਘੀ ਵਾਲਾ। ਪਰ ਇਸ ਨਾਲ ਕੀ ਫਰਕ ਪੈਂਦਾ ਸੀ। ਮਸ਼ਹੂਰੀਆਂ ਦਾ ਮੁੱਢ ਇਸ ਤਰ੍ਹਾਂ ਵੀ ਬੱਝਿਆ ਕਰਦਾ ਹੈ। ਛੋਟੇ ਸਰਕਾਰੀ ਵਕੀਲ ਦਾ ਇਕ ਇਹ ਅਸੂਲ ਹੁੰਦਾ ਹੈ, ਹਮੇਸ਼ਾ ਹੀ ਮਾਮਲੇ ਦੀ ਜੜ ਨੂੰ ਫੜਨਾ। ਅਰਥਾਤ, ਜੁਰਮ ਦੀ ਮਨੋਵਿਗਿਆਨਕ ਮਹੱਤਤਾ ਦੀਆਂ ਗਹਿਰਾਈਆਂ ਵਿਚ ਉਤਰਨਾ ਅਤੇ ਸਮਾਜ ਦੇ ਨਾਸੂਰਾਂ ਨੂੰ ਨੰਗਾ ਕਰਨਾ।

"ਤੁਸੀਂ ਆਪਣੇ ਸਾਮ੍ਹਣੇ, ਜਿਊਰੀ ਦੇ ਸਤਿਕਾਰਯੋਗ ਮੈਂਬਰੋ, ਉਹ ਜੁਰਮ ਵੇਖ ਰਹੇ ਹੋ ਜਿਹੜਾ, ਜੇ ਮੈਨੂੰ ਆਖਣ ਦੀ ਆਗਿਆ ਹੋਵੇ, ਸਾਡੀ ਸਦੀ ਦੇ ਅੰਤ ਦਾ ਲਖਾਇਕ ਹੈ; ਜਿਸ ਵਿਚ, ਇਕ ਤਰ੍ਹਾਂ ਨਾਲ, ਉਸ ਬਹੁਤ ਹੀ ਦੁਖਦਾਈ ਵਰਤਾਰੇ ਦੇ ਖਾਸ ਲਛਣ ਮੌਜੂਦ ਹਨ। ਇਹ ਵਰਤਾਰਾ ਹੈ ਭ੍ਰਿਸ਼ਟਾਚਾਰ ਜਿਸ ਦਾ ਸਾਡੇ ਅਜੋਕੇ ਸਮਾਜ ਦੇ ਉਹ ਅਨਸਰ ਸ਼ਿਕਾਰ ਹਨ ਜਿਨ੍ਹਾਂ ਨੂੰ, ਜੇ ਮੈਂ ਆਖ ਸਕਾਂ ਤਾਂ, ਇਸ ਅਮਲ ਦੀਆਂ ਝੁਲਸਵੀਆਂ ਲਾਟਾਂ ਖਾਸ ਤੌਰ ਤੇ ਲਪੇਟ ਵਿਚ ਲੈ ਰਹੀਆਂ ਹਨ..."

ਛੋਟੇ ਸਰਕਾਰੀ ਵਕੀਲ ਨੇ ਬੜੀ ਲੰਮੀ ਤਕਰੀਰ ਕੀਤੀ। ਇਕ ਪਾਸੇ ਤਾਂ ਉਹ ਇਹ

ਕੋਸ਼ਿਸ਼ ਕਰਦਾ ਰਿਹਾ ਕਿ ਕੋਈ ਵੀ ਪ੍ਰਭਾਵਸ਼ਾਲੀ ਫਿਕਰਾ ਜਿਹੜਾ ਉਹਨੇ ਮਨ ਵਿਚ ਸੋਚਿਆ ਸੀ ਭੁਲ ਨਾ ਜਾਵੇ। ਦੂਜੇ ਪਾਸੇ, ਇਹ ਕਿ ਉਸ ਨੂੰ ਵਿਚ ਰੁਕ ਕੇ ਸਾਹ ਨਾ ਲੈਣਾ ਪਵੇ। ਇਸ ਤਰ੍ਹਾਂ ਉਹ ਸਵਾ ਘੰਟਾ ਇਕੋ ਸਾਹ ਆਪਣੀ ਤਕਰੀਰ ਕਰਦਾ ਗਿਆ। ਉਹ ਸਿਰਫ ਇਕੋ ਵਾਰ ਰੁਕਿਆ, ਅਤੇ ਥੋੜਾ ਚਿਰ ਖਲੋਤਾ ਆਪਣਾ ਥੁਕ ਅੰਦਰ ਲੰਘਾਉਂਦਾ ਰਿਹਾ, ਪਰ ਛੇਤੀ ਹੀ ਉਹ ਸੰਭਲ ਗਿਆ ਅਤੇ ਹੋਰ ਵੀ ਜੋਸ਼ ਨਾਲ ਬੋਲ ਕੇ ਪਏ ਵਿਘਨ ਦੀ ਕਸਰ ਪੂਰੀ ਕਰ ਲਈ। ਕਿਸੇ ਵੇਲੇ ਉਹ ਕਦਮ ਅੱਗੇ ਪਿੱਛੇ ਰਖਦਾ ਅਤੇ ਜਿਊਰੀ ਦੇ ਮੈਂਬਰਾਂ ਵੱਲ ਵੇਖਦਾ ਹੋਇਆ ਸੂਖਮ ਤੇ ਗੁੱਝੇ ਇਸ਼ਾਰਿਆਂ ਦੀ ਜ਼ਬਾਨ ਵਿਚ ਬੋਲਦਾ। ਕਿਸੇ ਵੇਲੇ ਆਪਣੀ ਕਾਪੀ ਉਤੇ ਨਜ਼ਰ ਮਾਰਦਾ ਹੋਇਆ ਬਿਲਕੁਲ ਵਿਹਾਰਕ ਅੰਦਾਜ਼ ਵਿਚ ਗੱਲ ਕਰਦਾ, ਅਤੇ ਕਦੇ ਸਰੋਤਿਆਂ ਤੋਂ ਲੈ ਕੇ ਜਿਊਰੀ ਦੇ ਮੈਂਬਰਾਂ ਉਤੇ ਨਜ਼ਰ ਸੁਟਦਾ ਹੋਇਆ ਉੱਚੀ ਉੱਚੀ ਇਲਜ਼ਾਮ ਲਾਉਣ ਦੇ ਅੰਦਾਜ਼ ਵਿਚ ਬੋਲਦਾ। ਪਰ ਉਸ ਨੇ ਮੁਲਜ਼ਮਾਂ ਵੱਲ ਨਹੀਂ ਵੇਖਿਆ, ਜਿਹੜੇ ਤਿੰਨੇ ਦੇ ਤਿੰਨੇ ਟਿਕਟਿਕੀ ਬੰਨ੍ਹ ਕੇ ਉਹਦੇ ਵੱਲ ਝਾਕ ਰਹੇ ਸਨ। ਓਹਨੀਂ ਦਿਨੀਂ ਉਸ ਦੇ ਪੇਸ਼ੇ ਵਿਚ ਜਿਹੜੀ ਵੀ ਗੱਲ ਦਾ ਨਵਾਂ ਖ਼ਬਤ ਸੀ ਉਸ ਦੀ ਤਕਰੀਰ ਵਿਚ ਉਹਦਾ ਹਵਾਲਾ ਸੀ; ਹਰ ਉਹ ਗੱਲ ਜਿਹੜੀ ਓਦੋਂ ਵਿਗਿਆਨਕ ਸਿਆਣਪ ਦਾ ਹਰਫੇ ਆਖਰ ਸਮਝੀ ਜਾਂਦੀ ਸੀ। ਕੁਝ ਗੱਲਾਂ ਉਹ ਵੀ ਸਨ ਜਿਹੜੀਆਂ ਹਾਲੇ ਵੀ ਇੰਜ ਸਮਝੀਆਂ ਜਾਂਦੀਆਂ ਹਨ ਜਿਵੇਂ ਜੱਦੀ ਅਤੇ ਪੈਦਾਇਸ਼ੀ ਮੁਜਰਮ ਲੋਂਬਰੋਜ਼ੋ ਅਤੇ ਤਾਰਦ, ਕ੍ਰਮ-ਵਿਕਾਸ ਅਤੇ ਹੋਂਦ ਲਈ ਜਦੋ ਜਹਿਦ, ਹਿਪਨੋਟਿਜ਼ਮ ਅਤੇ ਹਿਪਨਾਟਿਕ ਅਸਰ, ਸ਼ਾਰਕੋ ਅਤੇ ਪਤਨਵਾਦੀ ਰੁਝਾਨ।

ਉਸ ਦੀ ਵਿਆਖਿਆ ਅਨੁਸਾਰ, ਵਪਾਰੀ ਸਮੇਲਕੋਵ ਇਕ ਕਿਸਮ ਦਾ ਤਕੜਾ ਬੀਬਾ ਤੇ ਸ਼ਰੀਫ ਰੂਸੀ ਸੀ, ਜਿਹੜਾ, ਪਾਤਾਲ ਤੱਕ ਗਰਕੇ ਹੋਏ ਬੰਦਿਆਂ ਦੇ ਚੁੰਗਲ ਵਿਚ ਫਸ ਕੇ, ਆਪਣੇ ਦਰਿਆ-ਦਿਲ, ਵਿਸ਼ਵਾਸੀ ਸੁਭਾ ਕਰਕੇ ਬਰਬਾਦ ਹੋ ਗਿਆ ਸੀ।

ਸੀਮੋਨ ਕਾਰਤੀਨਕਿਨ ਭੂਮੀ-ਗੁਲਾਮੀ ਦੀ ਪਿਤਾ-ਪੁਰਖੀ ਪੈਦਾਇਸ਼ ਸੀ, ਇਕ ਲਿਤਾੜਿਆ ਹੋਇਆ, ਅਣਜਾਣ, ਬੇਅਸੂਲਾ ਬੰਦਾ, ਜਿਸ ਦਾ ਕੋਈ ਧਰਮ ਵੀ ਨਹੀਂ ਸੀ। ਯੇਵਫੀਮੀਆ ਉਹਦੀ ਰਖੇਲ ਸੀ, ਅਤੇ ਜੱਦੀ ਖਸਲਤਾਂ ਦੀ ਸ਼ਿਕਾਰ ਸੀ, ਗਿਰਾਵਟ ਦੀਆਂ ਸਭੇ ਨਿਸ਼ਾਨੀਆਂ ਉਹਦੇ ਵਿਚ ਵੇਖੀਆਂ ਜਾ ਸਕਦੀਆਂ ਸਨ। ਇਸ ਮਾਮਲੇ ਨੂੰ ਮੁਖ ਕਰਕੇ ਚੁਕਣਾ ਦੇਣ ਵਾਲੀ ਮਾਸਲੋਵਾ ਹੈ, ਜਿਹੜੀ ਪਤਨ ਦੇ ਵਰਤਾਰੇ ਦੇ ਸਭ ਤੋਂ ਘਟੀਆ ਰੂਪ ਦੀ ਨੁਮਾਇੰਦਗੀ ਕਰਦੀ ਹੈ।

"ਇਸ ਔਰਤ ਨੇ," ਉਹਨੇ ਮਾਸਲੋਵਾ ਵੱਲ ਨਜ਼ਰ ਨਾ ਮਾਰਦਿਆਂ ਆਖਿਆ, "ਜਿਵੇਂ ਅੱਜ ਇਸ ਅਦਾਲਤ ਵਿਚ ਅਸੀਂ ਉਹਦੀ ਮਾਲਕਣ ਤੋਂ ਸੁਣ ਚੁਕੇ ਹਾਂ, ਵਿਦਿਆ ਪ੍ਰਾਪਤ ਕੀਤੀ ਹੋਈ ਹੈ, ਅਤੇ ਇਹ ਸਿਰਫ ਪੜ੍ਹ ਲਿਖ ਹੀ ਨਹੀਂ ਸਕਦੀ ਸਗੋਂ ਫਰਾਂਸੀਸੀ ਵੀ ਜਾਣਦੀ ਹੈ। ਇਹ ਯਤੀਮ ਹੈ, ਤੇ ਇਸ ਗੱਲ ਦੀ ਪੂਰੀ ਸੰਭਾਵਨਾ ਹੈ ਕਿ ਇਹਦੇ ਅੰਦਰ ਜੁਰਮ ਕਰਨ ਦੇ ਬੀਜ ਮੌਜੂਦ ਹੋਣ। ਇਹ ਇਕ ਰੌਸ਼ਨ ਖਿਆਲ, ਖਾਨਦਾਨੀ

ਟੱਬਰ ਵਿਚ ਪਲੀ ਸੀ, ਅਤੇ ਇਮਾਨਦਾਰੀ ਦੇ ਕੰਮ ਨਾਲ ਹੀ ਜ਼ਿੰਦਗੀ ਗੁਜ਼ਾਰ ਸਕਦੀ ਸੀ, ਪਰ ਆਪਣੀਆਂ ਹਿਤਕਾਰਨਾਂ ਦਾ ਸਾਥ ਛੱਡ ਕੇ, ਉਸ ਨੇ ਆਪਣੀ ਕਾਮ-ਵਾਸ਼ਨਾ ਅੱਗੇ ਗੋਡੇ ਟੇਕ ਦਿੱਤੇ ਸਨ। ਇਸ ਵਾਸ਼ਨਾ ਨੂੰ ਸੰਤੁਸ਼ਟ ਕਰਨ ਲਈ ਉਹ ਚਕਲੇ ਵਿਚ ਚਲੀ ਗਈ, ਜਿਥੇ ਉਸ ਨੇ ਆਪਣੀ ਵਿਦਿਆ ਸਦਕਾ ਆਪਣੀਆਂ ਸਾਥਣਾਂ ਵਿਚ ਵਿਸ਼ੇਸ਼ ਥਾਂ ਬਣਾ ਲਈ, ਅਤੇ ਖਾਸ ਕਰਕੇ ਇਸ ਗੱਲ ਦਾ ਸਦਕਾ, ਜਿਵੇਂ ਕਿ ਜਿਊਰੀ ਦੇ ਸਤਿਕਾਰਯੋਗ ਮੈਂਬਰ ਉਸ ਦੀ ਮਾਲਕਣ ਪਾਸੋਂ ਸੁਣ ਚੁੱਕੇ ਹਨ, ਕਿ ਉਹਦੇ ਵਿਚ ਉਸ ਭੇਦਭਰੀ ਸਮਰਥਾ ਨਾਲ ਆਉਣ ਵਾਲੇ ਗਾਹਕਾਂ ਨੂੰ ਪ੍ਰਭਾਵਤ ਕਰਨ ਦੀ ਸ਼ਕਤੀ ਸੀ ਜਿਸ ਦੀ ਵਿਗਿਆਨ ਨੇ, ਖਾਸ ਕਰਕੇ ਸ਼ਾਰਕੋ ਦੀ ਪਰਪਾਟੀ ਨੇ ਪਿਛੇ ਜਿਹੇ ਹੀ ਖੋਜ ਕੀਤੀ ਹੈ ਅਤੇ ਜਿਸ ਨੂੰ ਹਿਪਨਾਟਿਕ ਅਸਰ ਆਖਿਆ ਜਾਂਦਾ ਹੈ। ਏਹੋ ਤਰੀਕਾ ਵਰਤ ਕੇ, ਇਹ ਇਸ ਰੂਸੀ ਵੀਰ ਨੂੰ, ਇਸ ਨੇਕ-ਦਿਲ ਸਾਦਕੋ ਨੂੰ*, ਅਮੀਰ ਵਪਾਰੀ ਨੂੰ ਕਾਬੂ ਕਰ ਲਿਆ ਅਤੇ ਉਸ ਦੇ ਵਿਸ਼ਵਾਸ ਨੂੰ ਪਹਿਲਾਂ ਉਸ ਦਾ ਮਾਲ ਲੁਟਣ ਲਈ ਅਤੇ ਫੇਰ ਬੇਰਹਿਮੀ ਨਾਲ ਉਸ ਨੂੰ ਮਾਰਨ ਲਈ ਵਰਤਿਆ।"

"ਖੈਰ, ਜ਼ਾਹਿਰ ਹੈ ਕਿ ਹੁਣ ਮਿਰਚ ਮਸਾਲਾ ਲਾ ਕੇ ਗੱਲਾਂ ਕਰ ਰਿਹੈ," ਪ੍ਰਧਾਨ ਨੇ ਗੰਭੀਰ ਮੈਂਬਰ ਵੱਲ ਰਤਾ ਕੁ ਝੁਕ ਕੇ, ਮੁਸਕ੍ਰਾਉਂਦਿਆਂ ਆਖਿਆ।

"ਪਰਲੇ ਦਰਜੇ ਦਾ ਮਿੱਟੀ ਦਾ ਮਾਧੂ ਐ!" ਗੰਭੀਰ ਮੈਂਬਰ ਨੇ ਕਿਹਾ।

ਓਧਰ ਛੋਟਾ ਸਰਕਾਰੀ ਵਕੀਲ ਤਕਰੀਰ ਕਰੀ ਜਾ ਰਿਹਾ ਸੀ: "ਜਿਊਰੀ ਦੇ ਸਤਿਕਾਰਯੋਗ ਮੈਂਬਰੋ," ਆਪਣੇ ਸਰੀਰ ਨੂੰ ਬੜੀ ਸ਼ਾਨ ਨਾਲ ਏਧਰ ਓਧਰ ਘੁਮਾਉਂਦਿਆ, "ਇਹਨਾਂ ਬੰਦਿਆਂ ਦੀ ਕਿਸਮਤ ਹੀ ਨਹੀਂ, ਸਗੋਂ ਕੁਝ ਹੱਦ ਤੱਕ ਸਮਾਜ ਦੀ ਕਿਸਮਤ ਵੀ ਤੁਹਾਡੇ ਹੱਥਾਂ ਵਿਚ ਹੈ ਜਿਸ ਉਤੇ ਤੁਹਾਡੇ ਫੈਸਲੇ ਦਾ ਅਸਰ ਪਵੇਗਾ। ਇਸ ਜੁਰਮ ਦੀ ਪੂਰੀ ਮਹੱਤਤਾ ਨੂੰ, ਉਸ ਖਤਰੇ ਨੂੰ ਪੂਰੀ ਤਰ੍ਹਾਂ ਸਮਝੋ ਜਿਹੜਾ ਸਮਾਜ ਸਾਮ੍ਹਣੇ ਉਹਨਾਂ ਲੋਕਾਂ ਕਾਰਨ ਮੂੰਹ ਟੱਡੀ ਖੜਾ ਹੈ ਜਿਨ੍ਹਾਂ ਨੂੰ ਮੈਂ ਤੁਹਾਡੀ ਇਜਾਜ਼ਤ ਨਾਲ ਬੀਮਾਰ ਵਿਅਕਤੀ ਆਖ ਸਕਦਾ ਹਾਂ। ਮਾਸਲੋਵਾ ਇਸ ਦੀ ਇਕ ਮਿਸਾਲ ਹੈ। ਸਮਾਜ ਨੂੰ ਬੀਮਾਰੀ ਦੀ ਲਾਗ ਲੱਗਣ ਤੋਂ ਬਚਾਓ; ਸਮਾਜ ਦੇ ਮਾਸੂਮ ਤੇ ਨਰੋਏ ਅਨਸਰਾਂ ਨੂੰ ਛੂਤ ਤੋਂ ਬਚਾਓ, ਤਬਾਹੀ ਤੋਂ ਬਚਾਓ।"

ਅਤੇ ਜਿਵੇਂ ਹੋਣ ਵਾਲੇ ਫੈਸਲੇ ਦੀ ਮਹੱਤਤਾ ਦੇ ਪ੍ਰਭਾਵ ਹੇਠ, ਛੋਟਾ ਸਰਕਾਰੀ ਵਕੀਲ ਆਪਣੀ ਕੁਰਸੀ ਤੇ ਢਹਿ ਪਿਆ। ਪ੍ਰਤੱਖ ਸੀ ਕਿ ਉਹ ਆਪਣੀ ਤਕਰੀਰ ਤੋਂ ਬਹੁਤ ਖੁਸ਼ ਸੀ।

ਅਲੰਕਾਰਾਂ ਦੇ ਹਾਰ ਸ਼ਿੰਗਾਰ ਨੂੰ ਲਾਹਿਆਂ, ਤਕਰੀਰ ਦਾ ਭਾਵ ਇਹ ਸੀ ਕਿ ਮਾਸਲੋਵਾ ਨੇ, ਵਪਾਰੀ ਦਾ ਵਿਸ਼ਵਾਸ ਜਿੱਤ ਕੇ ਉਹਨੂੰ ਮੰਤਰ ਮੁਗਧ ਕਰ ਲਿਆ ਅਤੇ ਸਾਰਾ ਪੈਸਾ ਸਾਂਭਣ ਲਈ ਉਹਦੀ ਕੁੰਜੀ ਲੈ ਕੇ ਉਹਦੇ ਕਮਰੇ ਵਿਚ ਗਈ। ਪਰ ਚੋਰੀ

---

* ਨੋਵਗੋਰੋਦ ਲੜੀ ਦੇ ਇਕ ਪੁਰਾਤਨ ਰੂਸੀ ਲੋਕ ਗੀਤ-ਨਾਟ ਦਾ ਨਾਇਕ।—**ਸੰਪਾ:**

ਕਰਦਿਆਂ ਸੀਮੋਨ ਤੇ ਯੇਵਫੀਮੀਆ ਵਲੋਂ ਫੜੇ ਜਾਣ ਕਰਕੇ, ਇਹ ਰਕਮ ਉਹਨਾਂ ਨਾਲ ਹਿੱਸੇ ਪੱਤੀ ਵੰਡਣੀ ਪਈ। ਫੇਰ ਇਸ ਜੁਰਮ ਦਾ ਸਬੂਤ ਮਿਟਾ ਦੇਣ ਲਈ, ਉਹ ਵਪਾਰੀ ਦੇ ਨਾਲ ਉਹਦੇ ਕਮਰੇ ਵਿਚ ਆ ਗਈ ਤੇ ਓਥੇ ਉਹਨੂੰ ਜ਼ਹਿਰ ਦੇ ਦਿੱਤਾ।

ਛੋਟੇ ਸਰਕਾਰੀ ਵਕੀਲ ਦੀ ਤਕਰੀਰ ਤੋਂ ਮਗਰੋਂ, ਇਕ ਅੱਧਖੜ ਉਮਰ ਦਾ ਆਦਮੀ ਖੜਾ ਹੋਇਆ। ਉਸ ਨੇ ਫਰਾਕ ਕੋਟ ਅਤੇ ਚੌੜੇ ਮੋਢਿਆਂ ਵਾਲੀ ਵਾਸਕਟ ਪਾਈ ਹੋਈ ਸੀ ਜਿਸ ਵਿਚੋਂ ਮਾਇਆ ਲੱਗੀ ਚਿੱਟੀ ਕਮੀਜ਼ ਦਾ ਵੱਡਾ ਸਾਰਾ ਅੱਧ-ਘੇਰਾ ਵਿਖਾਈ ਦੇ ਰਿਹਾ ਸੀ। ਵਕੀਲਾਂ ਦੇ ਬੈਂਚ ਤੋਂ ਉਠ ਕੇ ਉਸ ਨੇ ਕਾਰਤੀਨਕਿਨ ਤੇ ਬੋਚਕੋਵਾ ਦੀ ਸਫਾਈ ਵਿਚ ਇਕ ਬਿਆਨ ਦਿੱਤਾ। ਉਹਨਾਂ ਨੇ ਤਿੰਨ ਸੌ ਰੂਬਲ ਫੀਸ ਦੇ ਕੇ ਇਹ ਵਕੀਲ ਕੀਤਾ ਹੋਇਆ ਸੀ। ਉਸ ਨੇ ਉਹਨਾਂ ਦੋਵਾਂ ਨੂੰ ਬੇਗੁਨਾਹ ਸਾਬਤ ਕਰਨ ਦੀ ਕੋਸ਼ਿਸ਼ ਕੀਤੀ, ਅਤੇ ਸਾਰਾ ਦੋਸ਼ ਮਾਸਲੋਵਾ ਦੇ ਮੱਥੇ ਮੜ੍ਹ ਦਿੱਤਾ।

ਉਸ ਨੇ ਮਾਸਲੋਵਾ ਦੇ ਇਹਨਾਂ ਬਿਆਨਾਂ ਦੀ ਸਚਾਈ ਤੋਂ ਇਨਕਾਰ ਕੀਤਾ ਕਿ ਜਦੋਂ ਉਹਨੇ ਪੈਸੇ ਲਏ ਸਨ ਤਾਂ ਬੋਚਕੋਵਾ ਤੇ ਕਾਰਤੀਨਕਿਨ ਉਸ ਦੇ ਨਾਲ ਸਨ। ਉਸ ਨੇ ਇਸ ਗੱਲ ਉਤੇ ਬਹੁਤ ਜ਼ੋਰ ਦਿੱਤਾ ਕਿ ਉਹ ਆਪ ਜ਼ਹਿਰ ਦੇਣ ਦੀ ਕਸੂਰਵਾਰ ਹੈ ਇਸ ਲਈ ਉਹਦੀ ਸ਼ਹਾਦਤ ਨਹੀਂ ਮੰਨੀ ਜਾ ਸਕਦੀ। ਵਕੀਲ ਨੇ ਆਖਿਆ ਕਿ ਦੋ ਇਮਾਨਦਾਰ ਤੇ ਮਿਹਨਤੀ ਬੰਦੇ ਮੁਸਾਫਰਾਂ ਕੋਲੋਂ ਤਿੰਨ ਤੋਂ ਪੰਜ ਰੂਬਲ ਦਿਹਾੜੀ ਬਖਸ਼ੀਸ਼ ਹਾਸਿਲ ਕਰਕੇ ਅਠਾਰਾਂ ਸੌ ਰੂਬਲ ਆਸਾਨੀ ਨਾਲ ਕਮਾ ਸਕਦੇ ਹਨ। ਵਪਾਰੀ ਦਾ ਪੈਸਾ ਮਾਸਲੋਵਾ ਨੇ ਚੋਰੀ ਕੀਤਾ ਹੈ ਅਤੇ ਕਿਸੇ ਨੂੰ ਦੇ ਦਿੱਤਾ ਜਾਂ ਗੁਆ ਲਿਆ ਹੈ, ਕਿਉਂਕਿ ਉਹ ਨਾਰਮਲ ਹਾਲਤ ਵਿਚ ਨਹੀਂ ਸੀ। ਜ਼ਹਿਰ ਦੇਣ ਦਾ ਕੰਮ ਇਕੱਲੀ ਮਾਸਲੋਵਾ ਨੇ ਹੀ ਕੀਤਾ ਹੈ।

ਇਸ ਲਈ ਉਹਨੇ ਜਿਊਰੀ ਅੱਗੇ ਬੇਨਤੀ ਕੀਤੀ ਕਿ ਕਾਰਤੀਨਕਿਨ ਤੇ ਬੋਚਕੋਵਾ ਨੂੰ ਪੈਸਾ ਚੁਰਾਉਣ ਦੇ ਜੁਰਮ ਤੋਂ ਬਰੀ ਕੀਤਾ ਜਾਏ। ਤੇ ਜੇ ਉਹਨਾਂ ਨੂੰ ਚੋਰੀ ਦੇ ਜੁਰਮ ਵਿਚੋਂ ਬਰੀ ਨਹੀਂ ਕੀਤਾ ਜਾ ਸਕਦਾ, ਤਾਂ ਘਟੋ ਘਟ ਇਹ ਮੰਨ ਲੈਣ ਕਿ ਜ਼ਹਿਰ ਦੇਣ ਵਿਚ ਉਹਨਾਂ ਦਾ ਕਿਸੇ ਤਰ੍ਹਾਂ ਵੀ ਕੋਈ ਹੱਥ ਨਹੀਂ।

ਅਖੀਰ ਵਿਚ, ਛੋਟੇ ਸਰਕਾਰੀ ਵਕੀਲ ਉਤੇ ਇਕ ਚੋਟ ਕਰਦਿਆਂ, ਵਕੀਲ ਨੇ ਆਖਿਆ ਕਿ ਜੱਦੀ ਰੁਚੀਆਂ ਬਾਰੇ ਵਿਗਿਆਨਕ ਤੱਥਾਂ ਦੀ ਵਿਆਖਿਆ ਬੜੀ ਚੰਗੀ ਹੈ ਪਰ ਉਸ ਵਿਦਵਾਨ ਮਿਤਰ ਦੇ ਸਿਆਣੇ ਵਿਚਾਰ ਇਸ ਮਾਮਲੇ ਉਤੇ ਲਾਗੂ ਨਹੀਂ ਹੁੰਦੇ, ਕਿਉਂਕਿ ਬੋਚਕੋਵਾ ਦੇ ਮਾਪਿਆਂ ਬਾਰੇ ਕੁਝ ਵੀ ਪਤਾ ਨਹੀਂ।

ਛੋਟੇ ਸਰਕਾਰੀ ਵਕੀਲ ਨੇ ਗੁਸੇ ਭਰੀਆਂ ਨਜ਼ਰਾਂ ਨਾਲ ਵੇਖਦਿਆਂ ਕੁਝ ਲਿਖਿਆ, ਅਤੇ ਨਫਰਤ ਭਰੀ ਹੈਰਾਨੀ ਨਾਲ ਆਪਣੇ ਮੋਢਿਆਂ ਨੂੰ ਛੰਡਿਆ।

ਇਸ ਤੋਂ ਪਿਛੋਂ ਮਾਸਲੋਵਾ ਦਾ ਵਕੀਲ ਉੱਠਿਆ, ਅਤੇ ਝੇਂਪਦਿਆਂ ਝਿਜਕਦਿਆਂ ਉਸ ਦੀ ਸਫਾਈ ਵਿਚ ਬੋਲਣ ਲੱਗਾ। ਇਸ ਗੱਲ ਤੋਂ ਕਿ ਪੈਸਾ ਚੋਰੀ ਕਰਨ ਵਿਚ ਉਸ ਨੇ

ਹਿੱਸਾ ਲਿਆ ਸੀ ਇਨਕਾਰ ਕੀਤੇ ਬਗੈਰ, ਉਸ ਨੇ ਉਸ ਹਕੀਕਤ ਉਤੇ ਜ਼ੋਰ ਦਿੱਤਾ ਕਿ ਸਮੇਲਕੋਵ ਨੂੰ ਜ਼ਹਿਰ ਦੇਣ ਦਾ ਉਹਦਾ ਕੋਈ ਇਰਾਦਾ ਨਹੀਂ ਸੀ। ਉਹਨੇ ਉਸ ਨੂੰ ਸਿਰਫ ਇਸ ਕਰਕੇ ਪਾਊਡਰ ਦਿੱਤਾ ਕਿ ਉਸ ਨੂੰ ਨੀਂਦ ਆ ਜਾਵੇ। ਉਸ ਨੇ ਇਹ ਦੱਸ ਕੇ ਕੁਝ ਖੁਸ਼-ਬਿਆਨੀ ਕਰਨ ਦੀ ਕੋਸ਼ਿਸ਼ ਕੀਤੀ ਕਿ ਕਿਵੇਂ ਉਹ ਆਦਮੀ ਜਿਹੜਾ ਸਜ਼ਾ ਤੋਂ ਬੱਚ ਗਿਆ ਸੀ ਮਾਸਲੋਵਾ ਨੂੰ ਬਦਕਾਰੀ ਦੀ ਜ਼ਿੰਦਗੀ ਵਿਚ ਧੱਕ ਗਿਆ। ਅਤੇ ਆਪਣੇ ਗੁਨਾਹ ਦਾ ਸਾਰਾ ਭਾਰ ਮਾਸਲੋਵਾ ਨੂੰ ਸਹਿਣਾ ਪਿਆ ਹੈ, ਪਰ ਮਨੋਵਿਗਿਆਨ ਦੀ ਦੁਨੀਆਂ ਦੀ ਇਹ ਸੈਰ ਏਡੀ ਅਸਫਲ ਰਹੀ ਕਿ ਇਸ ਤੋਂ ਹਰ ਕੋਈ ਬੇਆਰਾਮੀ ਮਹਿਸੂਸ ਕਰਨ ਲੱਗਾ। ਜਦੋਂ ਉਸ ਨੇ ਮਰਦਾਂ ਦੀ ਬੇਰਹਿਮੀ ਅਤੇ ਔਰਤਾਂ ਦੀ ਲਾਚਾਰੀ ਬਾਰੇ ਕੁਝ ਆਖਿਆ ਤਾਂ ਪ੍ਰਧਾਨ ਨੇ ਉਸ ਨੂੰ ਅਸਲ ਲੀਹ ਤੇ ਪਾਉਣ ਲਈ ਇਹ ਆਖ ਕੇ ਉਹਦੀ ਮਦਦ ਕੀਤੀ ਕਿ ਉਹ ਆਪਣੇ ਆਪ ਨੂੰ ਇਸ ਮਾਮਲੇ ਦੇ ਤੱਥਾਂ ਤੱਕ ਹੀ ਸੀਮਤ ਰਖੇ।

ਜਦੋਂ ਉਸ ਨੇ ਗੱਲ ਮੁਕਾ ਲਈ, ਤਾਂ ਛੋਟਾ ਸਰਕਾਰੀ ਵਕੀਲ ਜਵਾਬ ਦੇਣ ਲਈ ਖੜਾ ਹੋ ਗਿਆ। ਉਸ ਨੇ ਪਹਿਲੇ ਵਕੀਲ ਦੇ ਖਿਲਾਫ ਆਪਣੀ ਪੁਜ਼ੀਸ਼ਨ ਦੀ ਇਹ ਆਖ ਕੇ ਪੁਸ਼ਟੀ ਕੀਤੀ ਕਿ ਜੇ ਬੋਚਕੋਵਾ ਦੇ ਮਾਪਿਆਂ ਦਾ ਕੋਈ ਅਤਾ ਪਤਾ ਨਹੀਂ ਤਾਂ ਵੀ ਖਾਨਦਾਨੀ ਰੁਝਾਨ ਦੇ ਸਿਧਾਂਤ ਦੀ ਸਚਾਈ ਇਸ ਨਾਲ ਕਿਸੇ ਵੀ ਤਰ੍ਹਾਂ ਰੱਦੀ ਨਹੀਂ ਜਾਂਦੀ, ਕਿਉਂਕਿ ਖਾਨਦਾਨੀ ਰੁਝਾਨ ਦੇ ਨੇਮ ਵਿਗਿਆਨ ਨੇ ਇਸ ਹੱਦ ਤੱਕ ਸਿਧ ਕਰ ਦਿੱਤੇ ਹਨ ਕਿ ਅਸੀਂ ਸਿਰਫ ਖਾਨਦਾਨੀ ਰੁਝਾਨ ਤੋਂ ਜੁਰਮ ਦਾ ਨਤੀਜਾ ਹੀ ਨਹੀਂ ਕਢ ਸਕਦੇ, ਸਗੋਂ ਜੁਰਮ ਤੋਂ ਖਾਨਦਾਨੀ ਰੁਝਾਨ ਦਾ ਨਿਰਣਾ ਵੀ ਕਰ ਸਕਦੇ ਹਾਂ। ਜਿਥੋਂ ਤੱਕ ਮਾਸਲੋਵਾ ਦੀ ਸਫਾਈ ਵਿਚ ਦਿੱਤੇ ਗਏ ਇਸ ਬਿਆਨ ਦਾ ਸਵਾਲ ਸੀ ਕਿ ਉਸ ਨੂੰ ਕਿਸੇ ਫਰਜ਼ੀ (ਉਸ ਨੇ ਲਫਜ਼ "ਫਰਜ਼ੀ" ਉਤੇ ਖਾਸ ਖੁਣਸੀ ਤਰੀਕੇ ਨਾਲ ਜ਼ੋਰ ਦਿੱਤਾ) ਝਾਂਸੇਬਾਜ਼ ਨੇ ਉਸ ਦੀ ਪੱਤ ਲੁਟ ਕੇ ਉਹਨੂੰ ਵਿਭਚਾਰ ਦੇ ਚਿਕੜ ਵਿਚ ਸੁੱਟਿਆ ਸੀ, ਉਸ ਨੇ ਇਸ ਬਾਰੇ ਸਿਰਫ ਏਨਾ ਹੀ ਆਖਿਆ ਕਿ ਉਹਨਾਂ ਦੇ ਸਾਮ੍ਹਣੇ ਮੌਜੂਦ ਸ਼ਹਾਦਤ ਤੋਂ ਬਹੁਤੀ ਸੰਭਾਵਨਾ ਇਸ ਗੱਲ ਦੀ ਜਾਪਦੀ ਹੈ ਕਿ ਇਸ ਨੇ ਬਹੁਤ ਸਾਰੇ ਬਲੀ ਦੇ ਬਕਰਿਆਂ ਨੂੰ ਜਿਹੜੇ ਇਹਦੇ ਕਾਬੂ ਆ ਗਏ ਝਾਂਸੇ ਦੇ ਕੇ ਫਸਾਇਆ ਹੈ। ਇਹ ਆਖ ਕੇ ਉਹ ਜੇਤੂ ਅੰਦਾਜ਼ ਵਿਚ ਬਹਿ ਗਿਆ।

ਇਸ ਤੋਂ ਪਿਛੋਂ ਮੁਲਜ਼ਮਾਂ ਨੂੰ ਆਪਣੀ ਸਫਾਈ ਵਿਚ ਬੋਲਣ ਦਾ ਮੌਕਾ ਦਿੱਤਾ ਗਿਆ।

ਯੇਵਫੀਮੀਆ ਬੋਚਕੋਵਾ ਨੇ ਇਕ ਵਾਰੀ ਫੇਰ ਆਖਿਆ ਕਿ ਉਸ ਨੂੰ ਕਿਸੇ ਗੱਲ ਦਾ ਕੁਝ ਪਤਾ ਨਹੀਂ ਤੇ ਉਹਨੇ ਕਿਸੇ ਕੰਮ ਵਿਚ ਹਿੱਸਾ ਨਹੀਂ ਲਿਆ। ਉਹਨੇ ਡਟ ਕੇ ਸਾਰਾ ਦੋਸ਼ ਮਾਸਲੋਵਾ ਦੇ ਮੱਥੇ ਮੜ੍ਹਿਆ। ਸੀਮੋਨ ਕਾਰਤੀਨਕਿਨ ਨੇ ਸਿਰਫ ਇਕੋ ਗੱਲ ਕਈ ਵਾਰੀ ਆਖੀ :

"ਤੁਹਾਡੀ ਮਰਜ਼ੀ, ਪਰ ਮੈਂ ਬੇਕਸੂਰ ਆਂ, ਇਹ ਬੇਇਨਸਾਫੀ ਏ।"

ਮਾਸਲੋਵਾ ਨੇ ਆਪਣੀ ਸਫਾਈ ਵਿਚ ਕੁਝ ਨਹੀਂ ਆਖਿਆ। ਜਦੋਂ ਪ੍ਰਧਾਨ ਨੇ ਉਸ ਨੂੰ

ਆਖਿਆ ਕਿ ਉਹ ਆਪਣੀ ਸਫਾਈ ਵਿਚ ਕੁਝ ਕਹਿ ਸਕਦੀ ਹੈ, ਤਾਂ ਉਹਨੇ ਸਿਰਫ ਆਪਣੀਆਂ ਨਜ਼ਰਾਂ ਉਪਰ ਕੀਤੀਆਂ, ਸ਼ਿਕਾਰ ਹੋਏ ਜਾਨਵਰ ਵਾਂਗ ਕਮਰੇ ਵਿਚ ਚੁਫੇਰੇ ਨਜ਼ਰ ਮਾਰੀ, ਅਤੇ, ਸਿਰ ਨੀਵਾਂ ਕਰ ਕੇ, ਉੱਚੀ ਉੱਚੀ ਰੋਣ ਤੇ ਸਿਸਕੀਆਂ ਕਰਨ ਲੱਗ ਪਈ।

"ਕੀ ਆਖਿਆ ਤੁਸਾਂ?" ਵਪਾਰੀ ਨੇ ਨੇਖਲੀਊਦੋਵ ਦੇ ਮੂੰਹੋਂ ਕੋਈ ਅਜੀਬ ਜਿਹੀ ਆਵਾਜ਼ ਸੁਣ ਕੇ ਉਸ ਨੂੰ ਪੁੱਛਿਆ। ਉਹ ਜ਼ੋਰ ਨਾਲ ਸਿਸਕੀਆਂ ਨੂੰ ਨੱਪਣ ਘੁਟਣ ਦੀ ਕੋਸ਼ਿਸ਼ ਕਰ ਰਿਹਾ ਸੀ।

ਨੇਖਲੀਊਦੋਵ ਨੇ ਆਪਣੀ ਵਰਤਮਾਨ ਹਾਲਤ ਦੀ ਅਹਿਮੀਅਤ ਨੂੰ ਹਾਲੇ ਨਹੀਂ ਸੀ ਸਮਝਿਆ। ਉਸ ਨੇ ਇਹ ਸਮਝਿਆ ਸੀ ਕਿ ਇਹ ਸਿਸਕੀਆਂ ਤੇ ਉਹਦੀਆਂ ਅੱਖਾਂ ਵਿਚ ਭਰੇ ਹੋਏ ਅਥਰੂ ਉਹਦੀਆਂ ਨਸਾਂ ਦੀ ਕਮਜ਼ੋਰੀ ਹੈ। ਉਸ ਨੇ ਆਪਣੇ ਅਥਰੂ ਲੁਕਾਉਣ ਲਈ ਨੱਕ ਉਤੇ ਐਨਕ ਟਿਕਾ ਲਈ, ਰੁਮਾਲ ਕਢਿਆ ਅਤੇ ਨੱਕ ਸਾਫ ਕਰਨ ਲੱਗ ਪਿਆ।

ਜੇ ਕਿਸੇ ਨੂੰ ਅਦਾਲਤ ਵਿਚ ਮੇਰੀ ਕਰਤੂਤ ਦਾ ਪਤਾ ਲੱਗ ਗਿਆ ਤੇ ਬੜੀ ਬਦਨਾਮੀ ਹੋਵੇਗਾ! ਇਸ ਗੱਲ ਦਾ ਡਰ ਉਸ ਦੇ ਅੰਦਰ ਉਠਦੇ ਹਰ ਭਾਵ ਵਿਚਾਰ ਉਤੇ ਭਾਰੂ ਹੋ ਗਿਆ ਸੀ। ਇਹ ਡਰ ਜਿੰਨਾ ਇਸ ਘੜੀ ਮਾਰੂ ਸੀ ਪਹਿਲਾਂ ਕਦੇ ਨਹੀਂ ਸੀ ਹੋਇਆ।

੨੨

ਮੁਲਜ਼ਮਾਂ ਦੇ ਆਖਰੀ ਬਿਆਨ ਸੁਣਨ ਤੋਂ ਮਗਰੋਂ ਇਸ ਗੱਲ ਦਾ ਫੈਸਲਾ ਕੀਤਾ ਗਿਆ ਕਿ ਜਿਊਰੀ ਦੇ ਮੈਂਬਰਾਂ ਨੂੰ ਸਵਾਲ ਕਿਸ ਰੂਪ ਵਿਚ ਪੁੱਛੇ ਜਾਣ। ਇਸ ਕੰਮ ਨੂੰ ਵੀ ਕੁਝ ਵਕਤ ਲੱਗ ਗਿਆ ਸੀ। ਅਖੀਰ ਸਵਾਲ ਤਿਆਰ ਹੋ ਗਏ ਤੇ ਪ੍ਰਧਾਨ ਨੇ ਸਾਰੀ ਗੱਲ ਦਾ ਸਾਰ ਪੇਸ਼ ਕਰਨ ਲਈ ਬੋਲਣਾ ਸ਼ੁਰੂ ਕੀਤਾ।

ਜਿਊਰੀ ਦੇ ਮੈਂਬਰਾਂ ਅੱਗੇ ਮਾਮਲਾ ਪੇਸ਼ ਕਰਨ ਤੋਂ ਪਹਿਲਾਂ ਉਹ ਕੁਝ ਚਿਰ ਨਿਘੇ ਤੇ ਦੋਸਤਾਨਾ ਅੰਦਾਜ਼ ਨਾਲ ਬੋਲਿਆ ਤੇ ਮੈਂਬਰਾਂ ਨੂੰ ਸਮਝਾਇਆ ਕਿ ਚੋਰੀ ਚੋਰੀ ਹੁੰਦੀ ਹੈ ਤੇ ਡਾਕਾ ਡਾਕਾ ਹੁੰਦਾ ਹੈ। ਜਿਥੇ ਜੰਦਰਾ ਲੱਗਾ ਹੋਵੇ ਉਥੋਂ ਚੋਰੀ ਕਰਨਾ ਵੀ ਚੋਰੀ ਹੈ ਤੇ ਜਿਥੇ ਜੰਦਰਾ ਨਾ ਲੱਗਾ ਹੋਵੇ ਉਥੋਂ ਚੋਰੀ ਕਰਨਾ ਵੀ ਚੋਰੀ ਹੈ। ਫਰਕ ਸਿਰਫ ਇਹ ਹੈ ਕਿ ਪਹਿਲੀ ਚੋਰੀ ਐਸੀ ਥਾਂ ਹੋਈ ਜਿਥੇ ਜੰਦਰਾ ਸੀ ਤੇ ਦੂਜੀ ਐਸੀ ਥਾਂ ਜਿਥੇ ਜੰਦਰਾ ਨਹੀਂ ਸੀ। ਇਹ ਗੱਲਾਂ ਸਮਝਾਉਂਦਿਆਂ ਉਸ ਨੇ ਕਈ ਵਾਰੀ ਨੇਖਲੀਊਦੋਵ ਵੱਲ ਵੇਖਿਆ ਸੀ ਮਾਣੋ ਉਹ ਇਹਨਾਂ ਅਹਿਮ ਸਚਾਈਆਂ ਨੂੰ ਉਹਦੇ ਦਿਮਾਗ ਵਿਚ ਬਿਠਾ ਦੇਣਾ

ਚਾਹੁੰਦਾ ਹੋਵੇ। ਉਹ ਸਮਝਦਾ ਸੀ ਕਿ ਇਹਨਾਂ ਗੱਲਾਂ ਨੂੰ ਸਮਝ ਕੇ ਨੇਖਲੀਊਦੋਵ ਜਿਊਰੀ ਦੇ ਆਪਣੇ ਸਾਥੀ ਮੈਂਬਰਾਂ ਨੂੰ ਵੀ ਸਮਝਾ ਦੇਵੇਗਾ। ਜਦੋਂ ਉਸ ਨੇ ਸੋਚਿਆ ਕਿ ਇਹ ਸਚਾਈਆਂ ਜਿਊਰੀ ਦੇ ਮੈਂਬਰਾਂ ਦੇ ਦਿਲ ਦਿਮਾਗ਼ ਵਿਚ ਚੰਗੀ ਤਰ੍ਹਾਂ ਘਰ ਕਰ ਗਈਆਂ ਹਨ, ਤਾਂ ਉਸ ਨੇ ਇਕ ਹੋਰ ਸਚਾਈ ਦੀ ਵਿਆਖਿਆ ਕੀਤੀ—ਉਹ ਇਹ ਕਿ ਕਤਲ ਇਕ ਐਸਾ ਅਮਲ ਹੈ ਜਿਸ ਦੇ ਨਤੀਜੇ ਵਜੋਂ ਮਨੁਖ ਦੀ ਮੌਤ ਹੋ ਜਾਂਦੀ ਹੈ, ਤੇ ਇਸ ਕਰਕੇ ਜ਼ਹਿਰ ਦੇਣ ਦੇ ਅਮਲ ਨੂੰ ਕਤਲ ਵੀ ਆਖਿਆ ਜਾ ਸਕਦਾ ਹੈ। ਜਦੋਂ, ਉਹਦੇ ਖਿਆਲ ਵਿਚ, ਇਹ ਸਚਾਈ ਵੀ ਜਿਊਰੀ ਦੀ ਪਕੜ ਵਿਚ ਆ ਗਈ, ਤਾਂ ਉਹ ਸਮਝਾਉਣ ਲੱਗਾ ਕਿ ਜੇ ਚੋਰੀ ਤੇ ਕਤਲ ਇਕੱਠੇ ਹੀ ਕੀਤੇ ਜਾਣ ਤਾਂ ਜੁਰਮਾਂ ਦਾ ਇਹ ਜੋੜ ਚੋਰੀ ਬਮਹਿ ਕਤਲ ਹੋਵੇਗੀ।

ਭਾਵੇਂ ਉਹ ਆਪ ਛੇਤੀ ਤੋਂ ਛੇਤੀ ਕੰਮ ਨਿਬੇੜਨ ਲਈ ਕਾਹਲਾ ਸੀ, ਕਿਉਂਕਿ ਉਹਨੂੰ ਪਤਾ ਸੀ ਕਿ ਉਹਦੀ ਸਵਿਸ ਕੁੜੀ ਉਸ ਨੂੰ ਉਡੀਕ ਰਹੀ ਹੋਵੇਗੀ, ਪਰ ਉਹ ਆਪਣੇ ਪੇਸ਼ੇ ਦਾ ਏਡਾ ਆਦੀ ਹੋ ਗਿਆ ਹੋਇਆ ਸੀ ਕਿ ਇਕ ਵਾਰੀ ਬੋਲਣ ਲੱਗ ਪਏ ਤਾਂ ਉਹ ਹਟਦਾ ਹੀ ਨਹੀਂ ਸੀ। ਉਹ ਬੜੇ ਵਿਸਥਾਰ ਨਾਲ ਜਿਊਰੀ ਦੇ ਮੈਂਬਰਾਂ ਉਤੇ ਜ਼ੋਰ ਦੇਂਦਾ ਗਿਆ ਸੀ ਕਿ ਜੇ ਮੁਲਜ਼ਮ ਉਹਨਾਂ ਨੂੰ ਕਸੂਰਵਾਰ ਲੱਗਣ ਤਾਂ ਉਹਨਾਂ ਦੇ ਦੋਸ਼ੀ ਹੋਣ ਦਾ ਫੈਸਲਾ ਦੇਣਾ ਉਹਨਾਂ ਦਾ ਹੱਕ ਹੈ; ਤੇ ਜੇ ਉਹ ਉਹਨਾਂ ਨੂੰ ਕਸੂਰਵਾਰ ਨਾ ਲੱਗਣ ਤਾਂ ਨਿਰਦੋਸ਼ ਹੋਣ ਦਾ ਫੈਸਲਾ ਦੇਣਾ ਉਹਨਾਂ ਦਾ ਹੱਕ ਹੈ। ਅਤੇ ਜੇ ਉਹਨਾਂ ਨੂੰ ਲੱਗੇ ਕਿ ਉਹ ਇਕ ਜੁਰਮ ਦੇ ਕਸੂਰਵਾਰ ਹਨ ਦੂਜੇ ਦੇ ਨਹੀਂ, ਤਾਂ ਉਹ ਇਕ ਜੁਰਮ ਵਿਚ ਦੋਸ਼ੀ ਤੇ ਦੂਜੇ ਵਿਚ ਨਿਰਦੋਸ਼ ਹੋਣ ਦਾ ਫੈਸਲਾ ਦੇ ਸਕਦੇ ਹਨ। ਫੇਰ ਉਸ ਨੇ ਸਮਝਾਇਆ ਕਿ ਭਾਵੇਂ ਇਹ ਹੱਕ ਉਹਨਾਂ ਨੂੰ ਦਿੱਤਾ ਗਿਆ ਹੈ ਪਰ ਉਹਨਾਂ ਨੂੰ ਇਸ ਦੀ ਵਰਤੋਂ ਸੋਚ ਸਮਝ ਕੇ ਕਰਨੀ ਚਾਹੀਦੀ ਹੈ। ਉਹ ਇਹ ਗੱਲ ਦੱਸਣ ਵਾਲਾ ਸੀ ਕਿ ਜੇ ਉਹ ਉਹਨਾਂ ਕੋਲੋਂ ਪੁੱਛੇ ਗਏ ਕਿਸੇ ਵੀ ਸਵਾਲ ਦਾ ਜਵਾਬ ਹਾਂ ਵਿਚ ਦੇਣਗੇ ਤਾਂ ਉਹ ਸਵਾਲ ਵਿਚ ਸ਼ਾਮਲ ਹਰ ਗੱਲ ਦੀ ਪੁਸ਼ਟੀ ਕਰ ਦੇਣਾ ਹੋਵੇਗਾ। ਇਸ ਕਰਕੇ ਜੇ ਉਹ ਪੂਰੇ ਸਵਾਲ ਦੀ ਪੁਸ਼ਟੀ ਨਾ ਕਰਨਾ ਚਾਹੁੰਦੇ ਹੋਣ ਤਾਂ ਉਹਨਾਂ ਨੂੰ ਚਾਹੀਦਾ ਹੈ ਕਿ ਉਹ ਸਵਾਲ ਦੇ ਉਸ ਹਿੱਸੇ ਦਾ ਜ਼ਿਕਰ ਕਰ ਦੇਣ ਜਿਸ ਨੂੰ ਉਹ ਪ੍ਰਵਾਨ ਨਾ ਕਰਨਾ ਚਾਹੁੰਣ। ਪਰ ਕੰਧ ਨਾਲ ਲੱਗੀ ਘੜੀ ਤੇ ਨਜ਼ਰ ਮਾਰਦਿਆਂ, ਤੇ ਇਹ ਵੇਖਦਿਆਂ ਕਿ ਤਿੰਨ ਵਜਣ ਵਿਚ ਪੰਜ ਮਿੰਟ ਰਹਿ ਗਏ ਹਨ, ਉਸ ਨੇ ਹੋਰ ਢਿਲ ਮੱਠ ਤੋਂ ਬਗੈਰ ਭਾਸ਼ਨ ਨੂੰ ਸਮੇਟ ਦੇਣ ਦਾ ਫੈਸਲਾ ਕਰ ਲਿਆ।

"ਇਸ ਮਾਮਲੇ ਦੇ ਤੱਥ ਹੇਠ ਲਿਖੇ ਅਨੁਸਾਰ ਹਨ," ਪ੍ਰਧਾਨ ਨੇ ਕਹਿਣਾ ਸ਼ੁਰੂ ਕੀਤਾ, ਅਤੇ ਉਹ ਸਭ ਕੁਝ ਦਹੁਰਾ ਦਿੱਤਾ ਜੋ ਕੁਝ ਪਹਿਲਾਂ ਵਕੀਲ, ਛੋਟਾ ਸਰਕਾਰੀ ਵਕੀਲ, ਅਤੇ ਗਵਾਹ ਕਈ ਵਾਰੀ ਆਖ ਚੁੱਕੇ ਸਨ।

ਪ੍ਰਧਾਨ ਬੋਲ ਰਿਹਾ ਸੀ ਅਤੇ ਉਹਦੇ ਸੱਜੇ ਖੱਬੇ ਬੈਠੇ ਮੈਂਬਰ ਬੜੇ ਗਹੁ ਨਾਲ ਉਸ ਨੂੰ ਸੁਣ ਰਹੇ ਸਨ। ਪਰ ਵਿਚ ਵਿਚ ਉਹ ਕੰਧ ਤੇ ਲੱਗੀ ਘੜੀ ਵੱਲ ਵੇਖ

ਲੈਂਦੇ ਸਨ ਕਿਉਂਕਿ ਉਹਨਾਂ ਦੇ ਵਿਚਾਰ ਵਿਚ ਤਕਰੀਰ ਭਾਵੇਂ ਚੰਗੀ ਸੀ—ਮਤਲਬ ਹੈ ਜਿਹੋ ਜਿਹੀ ਹੋਣੀ ਚਾਹੀਦੀ ਸੀ—ਪਰ ਬਹੁਤ ਲੰਮੀ ਹੋ ਗਈ ਸੀ। ਛੋਟੇ ਸਰਕਾਰੀ ਵਕੀਲ ਦਾ, ਵਕੀਲਾਂ ਦਾ, ਅਤੇ ਦਰ ਅਸਲ ਅਦਾਲਤ ਵਿਚ ਬੈਠੇ ਹਰ ਕਿਸੇ ਦਾ ਏਹੋ ਪ੍ਰਭਾਵ ਸੀ। ਪ੍ਰਧਾਨ ਨੇ ਸੰਖੇਪ ਸਾਰ ਮੁਕਾਇਆ।

ਜਾਪਦਾ ਸੀ ਕਿ ਸਭ ਕੁਝ ਆਖਿਆ ਜਾ ਚੁੱਕਾ ਹੈ। ਪਰ ਨਹੀਂ, ਪ੍ਰਧਾਨ ਹਾਲੇ ਬੋਲਣ ਦਾ ਆਪਣਾ ਹੱਕ ਛੱਡਣ ਨੂੰ ਤਿਆਰ ਨਹੀਂ ਸੀ। ਆਪਣੀ ਹੀ ਆਵਾਜ਼ ਦੇ ਪ੍ਰਭਾਵਸ਼ਾਲੀ ਅੰਦਾਜ਼ ਨੂੰ ਸੁਣਨਾ ਉਹਨੂੰ ਬੜਾ ਸੁਖਾਵਾਂ ਲੱਗ ਰਿਹਾ ਸੀ। ਇਸ ਲਈ ਉਸ ਨੂੰ ਇਹ ਜ਼ਰੂਰੀ ਜਾਪਿਆ ਕਿ ਜਿਊਰੀ ਨੂੰ ਦਿੱਤੇ ਗਏ ਹੱਕਾਂ ਦੀ ਮਹਾਨਤਾ ਬਾਰੇ ਕੁਝ ਸ਼ਬਦ ਹੋਰ ਆਖੇ। ਸਮਝਾਵੇ ਕਿ ਇਹ ਹੱਕ ਉਹਨਾਂ ਨੂੰ ਕੇਡੀ ਸਾਵਧਾਨੀ ਨਾਲ ਵਰਤਣੇ ਚਾਹੀਦੇ ਹਨ ਅਤੇ ਕਿਵੇਂ ਉਹਨਾਂ ਨੂੰ, ਇਹਨਾਂ ਦੀ ਗ਼ਲਤ ਵਰਤੋਂ ਨਹੀਂ ਕਰਨੀ ਚਾਹੀਦੀ ਕਿਉਂਕਿ ਉਹਨਾਂ ਨੇ ਹਲਫ ਲਿਆ ਹੈ ਕਿ ਉਹ ਸਮਾਜ ਦੀ ਜ਼ਮੀਰ ਹਨ, ਕਿ ਜਿਊਰੀ ਦੇ ਕਮਰੇ ਦੇ ਰਾਜ਼ ਨੂੰ ਪਵਿਤਰ ਸਮਝਿਆ ਜਾਣਾ ਚਾਹੀਦਾ ਹੈ, ਵਗੈਰਾ।

ਜਿਸ ਵੇਲੇ ਤੋਂ ਪ੍ਰਧਾਨ ਨੇ ਆਪਣੀ ਤਕਰੀਰ ਸ਼ੁਰੂ ਕੀਤੀ ਸੀ, ਮਾਸਲੋਵਾ ਨੇ, ਜਿਵੇਂ ਇਕ ਵੀ ਲਫਜ਼ ਖੁੰਝ ਜਾਣ ਤੋਂ ਡਰਦਿਆਂ, ਉਹਦੇ ਤੋਂ ਆਪਣੀਆਂ ਨਜ਼ਰਾਂ ਨਹੀਂ ਸੀ ਹਟਾਈਆਂ। ਤੇ ਇਸ ਤਰ੍ਹਾਂ ਨੇਖਲੀਊਦੋਵ ਨੂੰ ਉਹਦੇ ਨਾਲ ਨਜ਼ਰਾਂ ਮਿਲ ਜਾਣ ਦਾ ਕੋਈ ਡਰ ਨਹੀਂ ਸੀ, ਅਤੇ ਉਹ ਪੂਰਾ ਵਕਤ ਉਹਦੇ ਵੱਲ ਵੇਖਦਾ ਰਿਹਾ ਸੀ। ਉਹਦਾ ਮਨ ਉਹਨਾਂ ਹਾਲਤਾਂ ਵਿਚੋਂ ਦੀ ਲੰਘਿਆ ਜਦੋਂ ਇਕ ਪਿਆਰਾ ਚਿਹਰਾ ਜਿਸ ਨੂੰ ਅਸੀਂ ਕਈ ਵਰ੍ਹਿਆਂ ਤੋਂ ਨਹੀਂ ਵੇਖਿਆ ਹੁੰਦਾ ਵਿਛੋੜੇ ਦੇ ਸਮੇਂ ਵਿਚ ਆਈਆਂ ਬਾਹਰਲੀਆਂ ਤਬਦੀਲੀਆਂ ਕਰਕੇ ਪਹਿਲਾਂ ਅਜੀਬ ਲੱਗਦਾ ਹੈ, ਤੇ ਫੇਰ ਹੌਲੀ ਹੌਲੀ ਉਹ ਹੋਰ ਆਪਣੇ ਪੁਰਾਣੇ ਰੂਪ ਵਿਚ ਉਘੜ ਆਉਂਦਾ ਹੈ, ਜਦੋਂ ਸਮੇਂ ਨਾਲ ਆਈਆਂ ਤਬਦੀਲੀਆਂ ਲੋਪ ਹੋ ਜਾਂਦੀਆਂ ਹਨ, ਅਤੇ ਸਾਡੀਆਂ ਆਤਮਕ ਅੱਖਾਂ ਸਾਮ੍ਹਣੇ ਇਕ ਅਸਾਧਾਰਨ, ਵਿਲੱਖਣ, ਆਤਮਕ ਵਿਅਕਤੀ ਦਾ ਕੇਵਲ ਅਸਲੀ ਚਿਹਰਾ ਮੋਹਰਾ ਹੀ ਉਜਾਗਰ ਹੁੰਦਾ ਹੈ।

ਨੇਖਲੀਊਦੋਵ ਠੀਕ ਏਸੇ ਹੀ ਅਨੁਭਵ ਵਿਚੋਂ ਲੰਘਿਆ ਸੀ।

ਹਾਂ, ਕੈਦੀਆਂ ਵਾਲੇ ਚੋਗੇ ਦੇ ਬਾਵਜੂਦ, ਮੋਟੇ ਹੋ ਗਏ ਬਦਨ, ਭਰਵੇਂ ਹਿੱਕ ਉਭਾਰਾਂ ਅਤੇ ਚਿਹਰੇ ਦੇ ਹੇਠਲੇ ਹਿਸੇ ਦੇ ਭਰਵੇਂਪਨ ਦੇ ਬਾਵਜੂਦ, ਮੱਥੇ ਅਤੇ ਪੁੜਪੜੀਆਂ ਤੇ ਥੋੜੀਆਂ ਜਿਹੀਆਂ ਝੁਰੜੀਆਂ ਦੇ ਬਾਵਜੂਦ, ਸੁੱਜੀਆਂ ਅੱਖਾਂ ਦੇ ਬਾਵਜੂਦ, ਇਹ ਪੱਕੇ ਤੌਰ ਤੇ ਉਹੋ ਕਾਤੀਊਸ਼ਾ ਸੀ ਜਿਸ ਨੇ, ਈਸਟਰ ਦੀ ਰਾਤ ਨੂੰ ਨੇਖਲੀਊਦੋਵ ਵੱਲ ਜਿਸ ਨੂੰ ਉਹ ਮੁਹੱਬਤ ਕਰਦੀ ਸੀ, ਖੁਸ਼ੀ ਤੇ ਜ਼ਿੰਦਗੀ ਨਾਲ ਭਰਪੂਰ ਆਪਣੀਆਂ ਪਿਆਰੀਆਂ ਹੱਸਦੀਆਂ ਅੱਖਾਂ ਨਾਲ ਹੇਠਾਂ ਤੋਂ ਉਪਰ ਤੱਕ ਡਾਢੀ ਮਾਸੂਮੀਅਤ ਨਾਲ ਵੇਖਿਆ ਸੀ।

"ਕੇਡਾ ਅਜੀਬ ਸਬੱਬ ਬਣਿਆ ਕਿ ਏਨੇ ਵਰ੍ਹਿਆਂ ਬਾਅਦ, ਇਹ ਮੁਕਦਮਾ ਅੱਜ ਹੀ ਪੇਸ਼ ਹੋਇਆ ਜਦੋਂ ਮੈਂ ਜਿਊਰੀ ਦਾ ਮੈਂਬਰ ਹਾਂ। ਦਸ ਵਰ੍ਹਿਆਂ ਤੋਂ ਮੈਂ ਉਸ ਨੂੰ ਨਹੀਂ

ਸੀ ਵੇਖਿਆ। ਅਤੇ ਜੇ ਮੈਂ ਉਸ ਨੂੰ ਦੁਬਾਰਾ ਵੇਖਿਆ ਤਾਂ ਮੁਜਰਮਾਂ ਦੇ ਕਟਹਿਰੇ ਵਿਚ। ਅਤੇ ਇਸ ਸਭ ਕੁਝ ਦਾ ਅੰਤ ਕਿਵੇਂ ਹੋਵੇਗਾ? ਉਫ। ਕਾਸ਼, ਉਹ ਮੁਕਦਮੇ ਨੂੰ ਛੇਤੀ ਖਤਮ ਕਰਦੇ।"

ਫੇਰ ਵੀ ਪਛਤਾਵੇ ਦੇ ਜਿਹੜੇ ਭਾਵ ਉਹਦੇ ਅੰਦਰ ਉਠਣ ਲੱਗ ਪਏ ਸਨ ਉਹਨਾਂ ਨੂੰ ਉਸ ਨੇ ਆਪਣੇ ਉਤੇ ਹਾਵੀ ਨਹੀਂ ਹੋਣ ਦਿੱਤਾ। ਉਸ ਨੇ ਇਸ ਸਭ ਕੁਝ ਨੂੰ ਇਕ ਸਬੱਬੀ ਘਟਨਾ ਸਮਝਣ ਦਾ ਜਤਨ ਕੀਤਾ ਜਿਹੜੀ ਉਹਦੇ ਜੀਵਨ ਦੇ ਤੌਰ ਤਰੀਕਿਆਂ ਉਤੇ ਕੋਈ ਅਸਰ ਕੀਤੇ ਬਿਨਾਂ ਬੀਤ ਜਾਏਗੀ। ਉਸ ਨੂੰ ਆਪਣੀ ਹਾਲਤ ਉਸ ਕਤੂਰੇ ਵਰਗੀ ਲੱਗ ਰਹੀ ਸੀ ਜਿਸ ਦਾ ਮਾਲਕ ਉਸ ਨੂੰ ਗਿਚੀਓਂ ਫੜ ਕੇ ਉਹਦਾ ਨੱਕ ਉਸ ਦੇ ਪਾਏ ਗੰਦ ਉਤੇ ਰਗੜਦਾ ਹੈ। ਕਤੂਰਾ ਚਊਂ ਚਊਂ ਕਰਦਾ ਹੈ, ਪਿਛੇ ਹਟਦਾ ਹੈ ਅਤੇ ਆਪਣੇ ਕਾਰੇ ਦੇ ਨਤੀਜਿਆਂ ਤੋਂ ਵਧ ਤੋਂ ਵਧ ਦੂਰ ਭਜਣਾ ਚਾਹੁੰਦਾ ਹੈ, ਪਰ ਬੇਰਹਿਮ ਮਾਲਕ ਉਸ ਨੂੰ ਹਿਲਣ ਨਹੀਂ ਦੇਂਦਾ।

ਤੇ ਇਸ ਤਰ੍ਹਾਂ ਨੇਖਲੀਊਦੋਵ ਨੇ, ਜੋ ਕੁਝ ਉਸ ਨੇ ਕੀਤਾ ਸੀ ਉਸ ਦੀ ਪੂਰੀ ਕਰਹਿਤ ਨੂੰ ਮਹਿਸੂਸ ਕਰਦਿਆਂ, ਮਾਲਕ ਦਾ ਤਕੜਾ ਹੱਥ ਵੀ ਮਹਿਸੂਸ ਤਾਂ ਕੀਤਾ, ਪਰ ਉਸ ਨੇ ਹਾਲੇ ਆਪਣੇ ਕਰਮ ਦੀ ਅਹਿਮੀਅਤ ਨੂੰ ਨਹੀਂ ਸੀ ਸਮਝਿਆ ਤੇ ਮਾਲਕ ਦੇ ਹੱਥ ਨੂੰ ਪਛਾਣਿਆ ਨਹੀਂ ਸੀ। ਉਹ ਇਹ ਵਿਸ਼ਵਾਸ ਨਹੀਂ ਸੀ ਕਰਨਾ ਚਾਹੁੰਦਾ ਕਿ ਜੋ ਕੁਝ ਉਸ ਦੇ ਸਾਮ੍ਹਣੇ ਹੋ ਰਿਹਾ ਹੈ ਉਹ ਉਸ ਦੇ ਕੀਤੇ ਦਾ ਫਲ ਹੈ। ਪਰ ਮਾਲਕ ਦੇ ਬੇਕਿਰਕ ਅਤੇ ਅਦਿੱਖ ਹੱਥ ਨੇ ਉਸ ਨੂੰ ਫੜਿਆ ਹੋਇਆ ਸੀ, ਤੇ ਨੇਖਲੀਊਦੋਵ ਦਾ ਮੱਥਾ ਠਣਕ ਪਿਆ ਸੀ ਕਿ ਉਸ ਨੇ ਬਚ ਨਹੀਂ ਸਕਣਾ। ਉਸ ਨੇ ਹਾਲੇ ਹਿੰਮਤ ਨਹੀਂ ਸੀ ਹਾਰੀ ਅਤੇ ਆਪਣੇ ਆਪ ਠਰ੍ਹੰਮੇ ਵਾਲੇ ਅੰਦਾਜ਼ ਵਿਚ ਬੇਪਰਵਾਹੀ ਨਾਲ ਲੱਤ ਉਤੇ ਲੱਤ ਰਖ ਕੇ ਪਹਿਲੀ ਕਤਾਰ ਵਿਚ ਆਪਣੀ ਦੂਜੀ ਕੁਰਸੀ ਉਤੇ ਬੈਠਾ ਹੋਇਆ ਸੀ ਅਤੇ ਆਪਣੀ ਕਮਾਨੀਦਾਰ ਐਨਕ ਨਾਲ ਖੇਡ ਰਿਹਾ ਸੀ। ਤੱਦ ਵੀ ਇਸ ਵਿਚਕਾਰ, ਉਸ ਨੂੰ ਆਪਣੀ ਆਤਮਾ ਦੀਆਂ ਡੂੰਘਾਈਆਂ ਵਿਚ, ਸਿਰਫ ਆਪਣੀ ਇਸ ਖਾਸ ਹਰਕਤ ਦਾ ਹੀ ਨਹੀਂ ਸਗੋਂ ਆਪਣੀ ਪੂਰੀ ਦੀ ਪੂਰੀ ਆਪਹੁਦਰੀ, ਖੋਟ ਦੀ ਭਰੀ, ਜ਼ਾਲਮ ਤੇ ਵਿਹਲੀ ਜ਼ਿੰਦਗੀ ਦੀ ਬੇਰਹਿਮੀ, ਬੁਜ਼ਦਿਲੀ ਅਤੇ ਨੀਚਤਾ ਦਾ ਅਹਿਸਾਸ ਹੋ ਰਿਹਾ ਸੀ। ਇਕ ਭਿਆਨਕ ਪਰਦਾ ਸੀ ਜਿਸ ਨੇ ਪਤਾ ਨਹੀਂ ਕਿਸ ਤਰੀਕੇ ਨਾਲ ਉਸ ਦੇ ਇਸ ਗੁਨਾਹ ਨੂੰ, ਤੇ ਉਸ ਤੋਂ ਮਗਰੋਂ ਦੀ ਬਾਰ੍ਹਾਂ ਸਾਲ ਦੀ ਜ਼ਿੰਦਗੀ ਨੂੰ ਉਹਦੇ ਕੋਲੋਂ ਲੁਕਾਇਆ ਹੋਇਆ ਸੀ, ਉਸ ਪਰਦੇ ਨੇ ਹਿਲਣਾ ਸ਼ੁਰੂ ਕਰ ਦਿੱਤਾ ਸੀ, ਤੇ ਜੋ ਕੁਝ ਇਸ ਦੇ ਓਹਲੇ ਲੁਕਿਆ ਹੋਇਆ ਸੀ ਉਸ ਨੂੰ ਨਜ਼ਰ ਆਉਣ ਲੱਗ ਗਿਆ ਸੀ।

੨੩

ਅਖੀਰ ਪ੍ਰਧਾਨ ਨੇ ਆਪਣੀ ਤਕਰੀਰ ਖਤਮ ਕੀਤੀ, ਅਤੇ ਆਪਣੇ ਇਕ ਮਾਣਮੱਤੇ ਅੰਦਾਜ਼ ਨਾਲ ਸਵਾਲਾਂ ਵਾਲੀ ਸੂਚੀ ਚੁੱਕੀ ਅਤੇ ਮੁਖੀਏ ਨੂੰ ਫੜਾ ਦਿੱਤੀ ਜਿਹੜਾ ਫੜਨ ਲਈ ਅੱਗੇ ਵਧ ਆਇਆ ਸੀ। ਜਿਊਰੀ ਦੇ ਮੈਂਬਰ, ਸਲਾਹ ਮਸ਼ਵਰਾ ਕਰਨ ਵਾਲੇ ਕਮਰੇ ਵਿਚ ਜਾ ਸਕਣ ਦੀ ਖੁਸ਼ੀ ਵਿਚ, ਇਕ ਇਕ ਕਰਕੇ ਉਠੇ, ਅਤੇ ਅਦਾਲਤ ਵਿਚੋਂ ਨਿਕਲ ਗਏ। ਉਹ ਇਉਂ ਵਿਖਾਈ ਦੇ ਰਹੇ ਸਨ ਜਿਵੇਂ ਕਿਸੇ ਗੱਲੋਂ ਸ਼ਰਮਿੰਦੇ ਹੋਣ, ਤੇ ਹੁਣ ਉਹਨਾਂ ਨੂੰ ਫੇਰ ਸਮਝ ਨਹੀਂ ਸੀ ਆਉਂਦਾ ਕਿ ਆਪਣੇ ਹੱਥਾਂ ਦਾ ਕੀ ਕਰਨ। ਉਹਨਾਂ ਦੇ ਅੰਦਰ ਜਾਣ ਤੇ ਦਰਵਾਜ਼ਾ ਜਿਉਂ ਹੀ ਬੰਦ ਹੋਇਆ, ਇਕ ਸਿਪਾਹੀ ਦਰਵਾਜ਼ੇ ਕੋਲ ਆਇਆ, ਮਿਆਨ ਵਿਚੋਂ ਆਪਣੀ ਤਲਵਾਰ ਖਿੱਚੀ, ਅਤੇ ਆਪਣੇ ਮੋਢੇ ਨਾਲ ਸਿਧੀ ਖੜੀ ਕਰ ਕੇ, ਬੂਹੇ ਅੱਗੇ ਖੜਾ ਹੋ ਗਿਆ। ਜੱਜ ਖੜੇ ਹੋਏ ਤੇ ਬਾਹਰ ਨਿਕਲ ਗਏ। ਮੁਲਜ਼ਮਾਂ ਨੂੰ ਵੀ ਬਾਹਰ ਲੈ ਆਂਦਾ ਗਿਆ।

ਜਿਊਰੀ ਦੇ ਮੈਂਬਰਾਂ ਨੇ ਸਲਾਹ ਮਸ਼ਵਰਾ ਕਰਨ ਵਾਲੇ ਕਮਰੇ ਵਿਚ ਆ ਕੇ ਪਹਿਲਾ ਕੰਮ ਜੋ ਕੀਤਾ ਉਹ ਇਹ ਸੀ ਕਿ ਪਹਿਲਾਂ ਵਾਂਗ ਹੀ ਆਪਣੀਆਂ ਸਿਗਰਟਾਂ ਕੱਢੀਆਂ ਅਤੇ ਸੂਟੇ ਲਾਉਣ ਲੱਗ ਪਏ। ਆਪਣੀ ਸਥਿਤੀ ਦੀ ਅਸੁਭਾਵਕਤਾ ਅਤੇ ਇਸ ਦੇ ਕੂੜ ਦਾ ਅਹਿਸਾਸ, ਜਿਹੜਾ ਉਹਨਾਂ ਸਭਨਾਂ ਨੂੰ ਘਟ ਜਾਂ ਵਧ ਮਾਤਰਾ ਵਿਚ ਅਦਾਲਤ ਵਿਚ ਆਪਣੀਆਂ ਕੁਰਸੀਆਂ ਤੇ ਬੈਠਿਆਂ ਹੋਇਆ ਸੀ, ਉਸ ਵੇਲੇ ਮਿਟ ਗਿਆ ਜਿਸ ਵੇਲੇ ਉਹ ਸਲਾਹ ਮਸ਼ਵਰਾ ਕਰਨ ਵਾਲੇ ਕਮਰੇ ਵਿਚ ਦਾਖਲ ਹੋਏ ਸਨ ਅਤੇ ਸਿਗਰਟਾਂ ਪੀਣ ਲੱਗ ਪਏ ਸਨ। ਉਹਨਾਂ ਨੂੰ ਸੁਖ ਦਾ ਸਾਹ ਆਇਆ ਅਤੇ ਬਹਿੰਦੇ ਸਾਰ ਹੀ ਇਕ ਦਮ ਹੀ ਜੋਸ਼ ਨਾਲ ਗੱਲਬਾਤ ਕਰਨ ਵਿਚ ਰੁਝ ਗਏ।

"ਏਹ ਕੁੜੀ ਦਾ ਕਸੂਰ ਨਹੀਂ। ਉਹਨੂੰ ਇਹਦੇ ਵਿਚ ਵਲ ਲਿਐ," ਨੇਕਦਿਲ ਵਪਾਰੀ ਨੇ ਆਖਿਆ। "ਸਾਨੂੰ ਮੰਗ ਕਰਨੀ ਚਾਹੀਦੀ ਏ ਕਿ ਉਹਦੇ ਤੇ ਰਹਿਮ ਕੀਤਾ ਜਾਵੇ।"

"ਏਸੇ ਹੀ ਗੱਲ ਤੇ ਅਸਾਂ ਵਿਚਾਰ ਕਰਨੀ ਏ," ਮੁਖੀਏ ਨੇ ਆਖਿਆ। "ਸਾਨੂੰ ਆਪਣੇ ਨਿੱਜੀ ਪ੍ਰਭਾਵਾਂ ਨੂੰ ਹਾਵੀ ਨਹੀਂ ਹੋਣ ਦੇਣਾ ਚਾਹੀਦਾ।"

"ਪ੍ਰਧਾਨ ਨੇ ਸਾਰ-ਅੰਸ਼ ਚੰਗਾ ਪੇਸ਼ ਕੀਤਾ ਸੀ," ਕਰਨਲ ਨੇ ਕਿਹਾ।

"ਚੰਗਾ ਸੀ! ਮੈਂ ਤਾਂ ਸੌਂ ਹੀ ਚਲਿਆ ਸਾਂ।"

"ਵੱਡੀ ਗੱਲ ਇਹ ਐ ਕਿ ਜੇ ਮਾਸਲੋਵਾ ਉਹਨਾਂ ਨਾਲ ਰਲੀ ਨਾ ਹੁੰਦੀ ਤਾਂ ਨੌਕਰਾਂ ਨੂੰ ਪੈਸੇ ਬਾਰੇ ਪਤਾ ਹੀ ਨਹੀਂ ਸੀ ਹੋ ਸਕਦਾ," ਯਹੂਦੀ ਅਸਲੇ ਦੇ ਕਾਰਿੰਦੇ ਨੇ ਆਖਿਆ।

"ਤੁਸੀਂ ਕੀ ਸਮਝਦੇ ਓ ਕਿ ਚੋਰੀ ਉਹਨੇ ਕੀਤੀ ਏ?" ਜਿਊਰੀ ਦੇ ਇਕ ਮੈਂਬਰ ਨੇ ਪੁੱਛਿਆ।

"ਮੈਂ ਕਦੇ ਯਕੀਨ ਨਾ ਕਰਾਂ," ਨੇਕਦਿਲ ਵਪਾਰੀ ਬੋਲਿਆ। "ਇਹ ਸਭ ਲਾਲ ਅੱਖਾਂ ਵਾਲੀ ਚੁੜੇਲ ਦਾ ਕਾਰਾ ਏ।"

"ਸਭ ਛਟੇ ਫੂਕੇ ਨੇ," ਕਰਨਲ ਨੇਂ ਆਖਿਆ।

"ਪਰ ਉਹ ਤਾਂ ਕਹਿੰਦੀ ਏ ਕਿ ਉਹਨੇ ਕਮਰੇ ਵਿਚ ਪੈਰ ਹੀ ਨਹੀਂ ਪਾਇਆ।"

"ਤੁਸੀਂ ਉਹਦੇ ਤੇ ਵਿਸ਼ਵਾਸ ਕਰਦੇ ਓ। ਮੈਂ ਤਾਂ ਕਦੇ ਵਿਸ਼ਵਾਸ ਨਾ ਕਰਾਂ ਚੰਦਰੀ ਤੇ, ਭਾਵੇਂ ਸੂਰਜ ਏਧਰ ਦਾ ਓਧਰੋਂ ਨਿਕਲ ਆਵੇ।"

"ਵਿਸ਼ਵਾਸ ਕਰੋ ਜਾਂ ਨਾ, ਇਹਦੇ ਨਾਲ ਮਸਲਾ ਤਾਂ ਹੱਲ ਨਹੀਂ ਹੁੰਦਾ," ਕਾਰਿੰਦੇ ਨੇ ਆਖਿਆ।

"ਕੁੜੀ ਕੋਲ ਕੁੰਜੀ ਸੀ।"

"ਫੇਰ ਕੀ ਹੋਇਆ?" ਵਪਾਰੀ ਨੇ ਜਵਾਬ ਮੋੜਿਆ।

"ਤੇ ਅੰਗੂਠੀ?"

"ਓਹਦੇ ਬਾਰੇ ਦੱਸਿਆ ਤਾਂ ਹੈ ਉਹਨੇ," ਵਪਾਰੀ ਫੇਰ ਚੀਕਿਆ "ਆਪਣੀ ਹੀ ਕਿਸਮ ਦੇ ਸੁਭਾ ਵਾਲਾ ਬੰਦਾ ਸੀ, ਤੇ ਉਤੋਂ ਦੋ ਘੁਟ ਪੀਤੀ ਹੋਈ। ਪਹਿਲਾਂ ਉਹਨੂੰ ਇਕ ਠੋਕ ਬੈਠਾ, ਤੇ ਮਗਰੋਂ ਉਹਨੂੰ ਅਫ਼ਸੋਸ ਹੋਇਆ। ਗੱਲ ਬਿਲਕੁਲ ਕੁਦਰਤੀ ਏ। 'ਛੱਡ ਪਰ੍ਹਾਂ ਗੁੱਸੇ ਨੂੰ,' ਉਹਨੇ ਕਿਹਾ, 'ਲੈ ਫੜ ਆਹ, ਫੜ ਲੈ।' ਕਹਿੰਦੇ ਨੇ ਪਈ ਛੇ ਫੁਟ ਪੰਜ ਇੰਚ ਕੱਦ ਸੀ ਉਹਦਾ। ਭਾਰ ਵੀ ਢਾਈ ਤਿੰਨ ਮਣ ਹੋਵੇਗਾ ਮੇਰਾ ਖਿਆਲ।"

"ਗੱਲ ਇਹ ਨਹੀਂ," ਪਿਓਤਰ ਗੇਰਾਸੀਮੋਵਿਚ ਨੇ ਆਖਿਆ। "ਸਵਾਲ ਇਹ ਐ ਕਿ ਸਾਰਾ ਕੰਮ ਇਹਦੀ ਕਾਢ ਤੇ ਸ਼ਹਿ ਨਾਲ ਹੋਇਆ ਜਾਂ ਨੌਕਰਾਂ ਦੀ।"

"ਇਕੱਲੇ ਨੌਕਰ ਇਹ ਕੰਮ ਨਹੀਂ ਸੀ ਕਰ ਸਕਦੇ। ਕੁੰਜੀ ਤਾਂ ਉਹਦੇ ਕੋਲ ਸੀ।"

ਚੋਖਾ ਚਿਰ ਇਸ ਤਰ੍ਹਾਂ ਦੀਆਂ ਇਧਰ ਉਧਰ ਦੀਆਂ ਗੱਲਾਂ ਹੁੰਦੀਆਂ ਰਹੀਆਂ।

ਅਖੀਰ ਮੁਖੀਏ ਨੇ ਆਖਿਆ, "ਮਾਫ ਕਰਨਾ, ਸਜਣੋਂ, ਬਹੁਤਾ ਚੰਗਾ ਨਾ ਹੋਵੇ ਜੇ ਅਸੀਂ ਮੇਜ਼ ਕੋਲ ਆਪਣੀਆਂ ਕੁਰਸੀਆਂ ਤੇ ਬਹਿ ਜਾਈਏ ਤੇ ਇਸ ਮਾਮਲੇ ਤੇ ਵਿਚਾਰ ਕਰੀਏ? ਆਓ ਮਿਹਰਬਾਨੀ ਕਰਕੇ।" ਤੇ ਉਹ ਕੁਰਸੀ ਤੇ ਬਹਿ ਗਿਆ।

"ਕੁਝ ਵੀ ਕਰ ਸਕਦੀਆਂ ਨੇ, ਇਹ ਕੰਜਰੀਆਂ," ਕਾਰਿੰਦੇ ਨੇ ਆਖਿਆ, ਅਤੇ ਆਪਣੀ ਰਾਏ ਦੀ ਪੁਸ਼ਟੀ ਕਰਨ ਲਈ ਕਿ ਵੱਡੀ ਮੁਜਰਮ ਮਾਸਲੋਵਾ ਹੈ; ਉਸ ਨੇ ਕਹਾਣੀ ਸੁਣਾਉਣੀ ਆਰੰਭ ਦਿੱਤੀ ਕਿਵੇਂ ਬੂਲੇਵਾਰ ਉਤੇ ਉਹਦੇ ਇਕ ਦੋਸਤ ਨੂੰ ਇਕ ਕੰਜਰੀ ਮਿਲ ਗਈ ਜਿਸ ਨੇ ਉਹਦੀ ਘੜੀ ਚੁਰਾ ਲਈ।

ਇਹਦੇ ਨਾਲ ਮਿਲਦਾ-ਜੁਲਦਾ ਇਕ ਵਧੇਰੇ ਦਿਲ-ਖਿਚਵਾਂ ਕਿੱਸਾ ਕਰਨਲ ਨੇ ਸੁਣਾ ਦਿੱਤਾ। ਚਾਂਦੀ ਦੇ ਇਕ ਸਮਾਵਾਰ ਦੀ ਚੋਰੀ ਦਾ ਕਿੱਸਾ।

"ਸਜਣੋਂ, ਮੇਰੀ ਬੇਨਤੀ ਹੈ ਕਿ ਸਵਾਲਾਂ ਵੱਲ ਧਿਆਨ ਦਿਓ," ਮੁਖੀਏ ਨੇ ਆਪਣੀ

ਪੈਨਸਿਲ ਨਾਲ ਮੇਜ਼ ਠਕੋਰਦਿਆਂ ਆਖਿਆ।

ਸਾਰੇ ਚੁਪ ਹੋ ਗਏ।

ਸਵਾਲ ਹੇਠ ਲਿਖੇ ਅਨੁਸਾਰ ਪੇਸ਼ ਕੀਤੇ ਗਏ ਸਨ :

੧) ਕੀ ਪਿੰਡ ਬੋਰਕੀ, ਜ਼ਿਲਾ ਕਰਾਪੀਵੇਨਸਕੀ ਦਾ, ਤੇਤੀ ਵਰ੍ਹਿਆਂ ਦੀ ਉਮਰ ਦਾ ਕਿਸਾਨ, ਸੀਮੋਨ ਪੇਤਰੋਵਿਚ ਕਾਰਤੀਨਕਿਨ, ਦੂਜੇ ਬੰਦਿਆਂ ਨਾਲ ਰਲ ਕੇ, ੧੭ ਜਨਵਰੀ ੧੮੮... ਨੂੰ,... ਸ਼ਹਿਰ ਵਿਚ, ਵਪਾਰੀ ਸਮੇਲਕੋਵ ਨੂੰ, ਉਸ ਨੂੰ ਲੁਟਣ ਦੇ ਮਕਸਦ ਵਾਸਤੇ ਜਾਨੋਂ ਮਾਰ ਦੇਣ ਦੇ ਇਰਾਦੇ ਨਾਲ ਬਰਾਂਡੀ ਵਿਚ ਜ਼ਹਿਰ ਦੇਣ ਦਾ ਮੁਜਰਮ ਹੈ ਜਿਸ ਨਾਲ ਸਮੇਲਕੋਵ ਦੀ ਮੌਤ ਹੋ ਗਈ, ਅਤੇ ਉਹਦੇ ਕਬਜ਼ੇ ਵਿਚੋਂ ਤਕਰੀਬਨ ਢਾਈ ਹਜ਼ਾਰ ਰੂਬਲ ਨਕਦ ਤੇ ਇਕ ਹੀਰੇ ਵਾਲੀ ਅੰਗੂਠੀ ਚੋਰੀ ਕਰ ਲਈ?

੨) ਕੀ ਤਰਤਾਲੀ ਵਰ੍ਹਿਆਂ ਦੀ ਉਮਰ ਦੀ, ਯੇਵਫੀਮੀਆ ਇਵਾਨੋਵਨਾ ਬੋਚਕੋਵਾ ਉਪਰ ਬਿਆਨ ਕੀਤਾ ਜੁਰਮ ਕਰਨ ਦੀ ਮੁਜਰਮ ਹੈ?

੩) ਕੀ ਸਤਾਈ ਵਰ੍ਹਿਆਂ ਦੀ ਉਮਰ ਦੀ, ਕਾਤੇਰੀਨਾ ਮਿਖਾਇਲੋਵਨਾ ਮਾਸਲੋਵਾ ਪਹਿਲੇ ਸਵਾਲ ਵਿਚ ਬਿਆਨ ਕੀਤਾ ਜੁਰਮ ਕਰਨ ਦੀ ਮੁਜਰਮ ਹੈ?

੪) ਜੇ ਕਰ ਮੁਲਜ਼ਮ ਯੇਵਫੀਮੀਆ ਬੋਚਕੋਵਾ ਪਹਿਲੇ ਸਵਾਲ ਅਨੁਸਾਰ ਮੁਜਰਮ ਨਹੀਂ, ਤਾਂ ਕੀ ਉਹ ੧੭ ਜਨਵਰੀ ੧੮੮..., ਨੂੰ... ਸ਼ਹਿਰ ਵਿਚ, ਜਿਥੇ ਉਹ ਹੋਟਲ "ਮਾਵਰੀਤਾਨੀਆ" ਵਿਚ ਨੌਕਰ ਸੀ, ਉਸ ਹੋਟਲ ਵਿਚ ਠਹਿਰੇ ਹੋਏ, ਵਪਾਟੀ ਸਮੇਲਕੋਵ ਦੇ ਤਾਲੇਬੰਦ ਸੂਟਕੇਸ ਵਿਚੋਂ, ਜਿਹੜਾ ਉਸ ਵਲੋਂ ਲਏ ਹੋਏ ਕਮਰੇ ਵਿਚ ਸੀ, ਢਾਈ ਹਜ਼ਾਰ ਰੂਬਲ ਚੋਰੀ ਕਰਨ ਦੀ ਮੁਜਰਮ ਹੈ, ਜਿਸ ਮਕਸਦ ਲਈ ਉਸ ਨੇ ਆਪਣੀ ਲਿਆਂਦੀ ਤੇ ਤਾਲੇ ਨੂੰ ਲੱਗ ਗਈ ਕੁੰਜੀ ਨਾਲ ਸੂਟਕੇਸ ਖੋਹਲਿਆ?

ਮੁਖੀਏ ਨੇ ਪਹਿਲਾ ਸਵਾਲ ਪੜ੍ਹਿਆ।

"ਕਿਉਂ, ਸਜਣੋਂ, ਕੀ ਖਿਆਲੇ ਏ ਤੁਹਾਡਾ?"

ਇਸ ਸਵਾਲ ਦਾ ਜਵਾਬ ਫੌਰਨ ਦਿੱਤਾ ਗਿਆ। ਸਾਰਿਆਂ ਨੇ ਇਕਮੱਤ ਹੋ ਕੇ ਆਖਿਆ, "ਹਾਂ ਮੁਜਰਮ ਹੈ।" ਸਭ ਦਾ ਵਿਸ਼ਵਾਸ ਸੀ ਕਿ ਕਾਰਤੀਨਕਿਨ ਦਾ ਜ਼ਹਿਰ ਦੇਣ ਤੇ ਚੋਰੀ ਕਰਨ, ਦੋਹਾਂ ਕੰਮਾਂ ਵਿਚ ਹੱਥ ਹੈ। ਸਿਰਫ ਇਕ ਬੁਢੇ ਆਰਤੇਲਸ਼ੀਕ* ਦੀ ਰਾਏ ਵਖਰੀ ਸੀ ਜਿਸ ਨੇ ਸਭਨਾਂ ਸਵਾਲਾਂ ਦਾ ਜਵਾਬ ਬਰੀ ਕਰਨ ਦੇ ਹੱਕ ਵਿਚ ਦਿੱਤਾ ਸੀ।

ਮੁਖੀਏ ਨੇ ਸੋਚਿਆ ਕਿ ਉਹ ਸਮਝਿਆ ਨਹੀਂ, ਤੇ ਉਸ ਨੂੰ ਉਹ ਸਾਰੀਆਂ ਗੱਲਾਂ ਸਪਸ਼ਟ ਕਰਨ ਲੱਗ ਪਿਆ ਜਿਹੜੀਆਂ ਕਾਰਤੀਨਕਿਨ ਅਤੇ ਬੋਚਕੋਵਾ ਦੇ ਜੁਰਮ ਵੱਲ ਸੰਕੇਤ ਕਰਦੀਆਂ ਸਨ। ਪਰ ਆਰਤੇਲਸ਼ੀਕ ਨੇ ਜਵਾਬ ਦਿੱਤਾ ਕਿ ਉਹ ਸਾਰੀ ਗੱਲ

---

* ਕਾਰੀਗਰ ਸਹਿਕਾਰਤਾ, ਅਰਤੇਲ ਦਾ ਮੈਂਬਰ, ਜਿਸ ਵਿਚ ਮੈਂਬਰ ਮੁਨਾਫਿਆਂ ਤੇ ਘਾਟਿਆਂ ਵਿਚ ਭਿਆਲ ਹੁੰਦੇ ਹਨ।—**ਸੰਪਾ:**

ਸਮਝਦਾ ਹੈ ਪਰ ਤਾਂ ਵੀ ਉਹ ਏਹੋ ਚੰਗਾ ਸਮਝਦਾ ਹੈ ਕਿ ਉਹਦੇ ਉਤੇ ਰਹਿਮ ਕੀਤਾ ਜਾਵੇ। "ਅਸੀਂ ਸਾਰੇ ਮਹਾਤਮਾ ਨਹੀਂ," ਉਸ ਨੇ ਆਖਿਆ, ਅਤੇ ਆਪਣੀ ਰਾਏ ਉਤੇ ਡੱਟਿਆ ਰਿਹਾ।

ਬੋਚਕੋਵਾ ਬਾਰੇ ਦੂਸਰੇ ਸਵਾਲ ਦਾ ਜਵਾਬ, ਬਹੁਤ ਸਾਰੀ ਬਹਿਸ ਵਿਆਖਿਆ ਮਗਰੋਂ, ਇਹ ਸੀ, "ਮੁਜਰਮ ਨਹੀਂ।" ਕਿਉਂਕਿ ਜ਼ਹਿਰ ਦੇਣ ਵਿਚ ਉਹਦਾ ਹੱਥ ਹੋਣ ਬਾਰੇ ਕੋਈ ਸਪਸ਼ਟ ਸਬੂਤ ਨਹੀਂ ਸੀ। ਇਸ ਤੱਥ ਉਤੇ ਉਹਦੇ ਵਕੀਲ ਨੇ ਵੀ ਬੜਾ ਡਟਵਾਂ ਜ਼ੋਰ ਦਿੱਤਾ ਸੀ।

ਮਾਸਲੋਵਾ ਨੂੰ ਬਰੀ ਕਰਾਉਣ ਲਈ ਉਤਸੁਕ, ਵਪਾਰੀ ਨੇ ਇਸ ਗੱਲ ਤੇ ਜ਼ੋਰ ਦਿੱਤਾ ਕਿ ਬੋਚਕੋਵਾ ਹੀ ਅਸਲ ਵਿਚ ਇਸ ਸਾਰੇ ਪੁਆੜੇ ਦੀ ਜੜ੍ਹ ਹੈ। ਜਿਊਰੀ ਦੇ ਬਹੁਤੇ ਮੈਂਬਰਾਂ ਦੀ ਵੀ ਏਹੋ ਰਾਏ ਸੀ। ਪਰ ਮੁਖੀਏ ਨੇ, ਕਾਨੂੰਨ ਦਾ ਸਖ਼ਤੀ ਨਾਲ ਪਾਲਣ ਕਰਨ ਦੀ ਇੱਛਾ ਰਖਦਿਆਂ, ਐਲਾਨ ਕਰ ਦਿੱਤਾ ਕਿ ਉਹਨਾਂ ਕੋਲ ਇਸ ਗੱਲ ਦੀ ਕੋਈ ਬੁਨਿਆਦ ਨਹੀਂ ਕਿ ਬੋਚਕੋਵਾ ਨੂੰ ਜ਼ਹਿਰ ਦੇਣ ਵਾਲੀ ਜੁੰਡੀ ਵਿਚ ਸ਼ਾਮਲ ਸਮਝਿਆ ਜਾਏ। ਬਹੁਤ ਸਾਰੀ ਲੈ ਦੇ ਮਗਰੋਂ, ਮੁਖੀਏ ਦੀ ਰਾਏ ਮੰਨ ਲਈ ਗਈ।

ਚੌਥੇ ਸਵਾਲ ਦਾ, ਜਿਹੜਾ ਬੋਚਕੋਵਾ ਬਾਰੇ ਸੀ, ਜਵਾਬ ਸੀ, "ਮੁਜਰਮ" ਪਰ ਆਰਤੇਲਸ਼ੀਕ ਦੇ ਜ਼ੋਰ ਦੇਣ ਉਤੇ, ਉਹਦੇ ਤੇ ਰਹਿਮ ਕਰਨ ਦੀ ਸਫਾਰਸ਼ ਕੀਤੀ ਗਈ।

ਤੀਜੇ ਸਵਾਲ ਉਤੇ, ਜਿਹੜਾ ਮਾਸਲੋਵਾ ਬਾਰੇ ਸੀ, ਬੜੀ ਸਖ਼ਤ ਗਰਮਾ ਗਰਮੀ ਹੋਈ। ਮੁਖੀਏ ਦਾ ਵਿਚਾਰ ਸੀ ਕਿ ਉਹ ਜ਼ਹਿਰ ਦੇਣ ਤੇ ਚੋਰੀ ਕਰਨ, ਦੋਹਾਂ ਗੱਲਾਂ ਦੀ ਮੁਜਰਮ ਹੈ, ਜਿਸ ਗੱਲ ਤੇ ਵਪਾਰੀ ਰਾਜ਼ੀ ਨਹੀਂ ਸੀ ਹੁੰਦਾ। ਕਰਨਲ, ਕਾਰਿੰਦੇ ਤੇ ਬੁੱਢੇ ਆਰਤੇਲਸ਼ੀਕ ਨੇ ਵਪਾਰੀ ਦੀ ਹਮਾਇਤ ਕੀਤੀ ਸੀ। ਬਾਕੀ ਦੇ ਡਾਵਾਂਡੋਲ ਜਾਪਦੇ ਸਨ। ਨਤੀਜਾ ਇਹ ਹੋਇਆ ਮੁਖੀਏ ਦੀ ਰਾਏ ਭਾਰੂ ਹੋਣ ਲੱਗ ਪਈ। ਇਸ ਦਾ ਮੁਖ ਕਾਰਨ ਇਹ ਸੀ ਕਿ ਜਿਊਰੀ ਦੇ ਸਾਰੇ ਮੈਂਬਰ ਥੱਕ ਗਏ ਸਨ, ਤੇ ਉਹਨਾਂ ਨੇ ਉਸ ਦ੍ਰਿਸ਼ਟੀਕੋਣ ਨੂੰ ਪਹਿਲ ਦਿੱਤੀ ਜਿਹੜਾ ਉਹਨਾਂ ਨੂੰ ਜਲਦੀ ਕਿਸੇ ਫੈਸਲੇ ਤੱਕ ਪਹੁੰਚਾਵੇ ਤੇ ਉਹਨਾਂ ਦੀ ਖਲਾਸੀ ਹੋਵੇ।

ਜਿਹੜੇ ਤੱਥ ਅਦਾਲਤੀ ਪੜਤਾਲ ਵੇਲੇ ਸਾਮ੍ਹਣੇ ਆਏ ਸਨ ਅਤੇ ਮਾਸਲੋਵਾ ਬਾਰੇ ਜੋ ਕੁਝ ਉਹ ਪਹਿਲਾਂ ਜਾਣਦਾ ਸੀ ਉਸ ਤੋਂ ਨੇਖਲੀਊਦੋਵ ਦਾ ਪੱਕਾ ਯਕੀਨ ਸੀ ਕਿ ਉਹ ਚੋਰੀ ਅਤੇ ਜ਼ਹਿਰ ਦੇਣ ਦੇ ਦੋਹਾਂ ਮਾਮਲਿਆਂ ਵਿਚ ਬੇਕਸੂਰ ਹੈ। ਅਤੇ ਉਸ ਨੂੰ ਯਕੀਨ ਸੀ ਕਿ ਬਾਕੀ ਦੇ ਸਭ ਲੋਕ ਵੀ ਏਸੇ ਸਿੱਟੇ ਤੇ ਪੁਜਣਗੇ। ਜਦੋਂ ਉਸ ਨੇ ਵੇਖਿਆ ਕਿ ਵਪਾਰੀ ਦੀ ਕੁਚੱਜੀ ਹਮਾਇਤ (ਜਿਸ ਦਾ ਪ੍ਰਤੱਖ ਆਧਾਰ ਇਹ ਸੀ ਕਿ ਉਹ ਮਾਸਲੋਵਾ ਦੀ ਸਰੀਰਕ ਖ਼ੂਬਸੂਰਤੀ ਦਾ ਪ੍ਰਸ਼ੰਸਕ ਹੋ ਗਿਆ ਜਿਸ ਗੱਲ ਨੂੰ ਉਸ ਨੇ ਲੁਕਾ ਕੇ ਰਖਣ ਦੀ ਵੀ ਕੋਸ਼ਿਸ਼ ਨਹੀਂ ਸੀ ਕੀਤੀ) ਅਤੇ ਮੁਖੀਏ ਦੀ ਜ਼ਿੱਦ, ਅਤੇ ਖਾਸ ਕਰਕੇ ਹਰ ਇਕ ਦਾ ਅਕੇਵਾਂ ਥਕੇਵਾਂ, ਸਭ ਗੱਲਾਂ ਉਸ ਨੂੰ ਮੁਜਰਮ ਕਰਾਰ ਦੇਣ ਵੱਲ ਲਿਜਾ ਰਹੀਆਂ

ਹਨ, ਤਾਂ ਉਹਦੇ ਮਨ ਵਿਚ ਆਪਣੀ ਰਾਏ ਪੇਸ਼ ਕਰਨ ਦੀ ਤਾਂਘ ਪੈਦਾ ਹੋਈ ਸੀ। ਪਰ ਉਹ ਇਸ ਗਲੋਂ ਡਰਦਾ ਸੀ ਕਿ ਐਸਾ ਨਾ ਹੋਵੇ ਜੇ ਮਾਸਲੋਵਾ ਨਾਲ ਉਹਦੇ ਤਅਲੁਕਾਤ ਤੋਂ ਪਰਦਾ ਚੁੱਕਿਆ ਜਾਵੇ। ਇਸ ਦੇ ਬਾਵਜੂਦ ਉਸ ਨੇ ਮਹਿਸੂਸ ਕੀਤਾ ਕਿ ਉਹ ਗੱਲ ਨੂੰ ਇਸ ਤਰ੍ਹਾਂ ਛਡ ਨਹੀਂ ਸਕਦਾ ਅਤੇ ਉਸ ਨੂੰ ਮੂੰਹਤੋੜ ਜਵਾਬ ਦੇਣਾ ਚਾਹੀਦਾ ਹੈ। ਉਹਦਾ ਚਿਹਰਾ ਲਾਲ ਹੋ ਗਿਆ, ਫੇਰ ਪੀਲਾ ਹੋ ਗਿਆ ਤੇ ਉਹ ਕੁਝ ਆਖਣ ਹੀ ਵਾਲਾ ਸੀ ਕਿ ਪਿਓਤਰ ਗੇਰਾਸੀਮੋਵਿਚ, ਮੁਖੀਏ ਦੇ ਦਬਦਬਾ ਵਾਲੇ ਤੌਰ ਤਰੀਕੇ ਤੋਂ ਚਿੜ ਕੇ, ਇਤਰਾਜ਼ ਉਠਾਉਣ ਲੱਗ ਪਿਆ, ਅਤੇ ਠੀਕ ਉਹੋ ਗੱਲ ਆਖ ਦਿੱਤੀ ਜਿਹੜੀ ਨੇਖਲੀਊਦੋਵ ਦੇ ਮੂੰਹ ਵਿਚ ਸੀ।

"ਮੈਨੂੰ ਇਜਾਜ਼ਤ ਦਿਓ," ਉਸ ਨੇ ਆਖਿਆ। "ਤੁਸੀਂ ਕੌਂਹਦੇ ਓ ਕਿ ਚੋਰੀ ਮਾਸਲੋਵਾ ਨੇ ਕੀਤੀ ਏ ਕਿਉਂਕਿ ਉਹਦੇ ਕੋਲ ਕੁੰਜੀ ਸੀ। ਪਰ ਕੀ ਇਹ ਨਹੀਂ ਹੋ ਸਕਦਾ ਕਿ ਉਹਦੇ ਮਗਰੋਂ ਨੌਕਰਾਂ ਨੇ ਕੋਈ ਹੋਰ ਚਾਬੀ ਲਭ ਕੇ ਸੂਟਕੇਸ ਖੋਹਲ ਲਿਆ ਹੋਵੇ?"

"ਕਿਉਂ ਨਹੀਂ। ਹੋ ਸਕਦੈ," ਵਪਾਰੀ ਨੇ ਆਖਿਆ।

"ਉਹ ਪੈਸੇ ਲਿਜਾ ਹੀ ਨਹੀਂ ਸਕਦੀ, ਕਿਉਂਕਿ ਜੋ ਉਹਦੀ ਪੁਜ਼ੀਸ਼ਨ ਸੀ, ਉਸ ਵਿਚ ਉਹਨੇ ਇਸ ਰਕਮ ਦਾ ਕੀ ਕਰਨਾ ਸੀ।"

"ਏਹੋ ਗੱਲ ਤੇ ਮੈਂ ਕਹਿਨਾਂ," ਵਪਾਰੀ ਬੋਲਿਆ।

"ਬਹੁਤੀ ਸੰਭਾਵਨਾ ਇਸ ਗੱਲ ਦੀ ਏ ਕਿ ਮਾਸਲੋਵਾ ਦੇ ਹੋਟਲ ਆਉਣ ਨਾਲ ਨੌਕਰਾਂ ਨੂੰ ਇਸ ਗੱਲ ਦਾ ਖਿਆਲ ਆ ਗਿਆ, ਤੇ ਉਹਨਾਂ ਨੇ ਮੌਕਾ ਹੱਥੋਂ ਨਾ ਜਾਣ ਦਿੱਤਾ, ਤੇ ਦੋਸ਼ ਸਾਰਾ ਉਹਦੇ ਮੱਥੇ ਮੜ੍ਹ ਦਿੱਤਾ।"

ਪਿਓਤਰ ਗੇਰਾਸੀਮੋਵਿਚ ਏਨਾ ਖਿੱਝ ਕੇ ਬੋਲਿਆ ਕਿ ਮੁਖੀਆ ਵੀ ਚਿੜ ਗਿਆ। ਉਹ ਅੜੀਅਲ ਢੰਗ ਨਾਲ ਵਿਰੋਧੀ ਵਿਚਾਰ ਦੀ ਹਮਾਇਤ ਕਰੀ ਗਿਆ। ਪਰ ਪਿਓਤਰ ਗੇਰਾਸੀਮੋਵਿਚ ਦਾ ਬੋਲਣ ਦਾ ਢੰਗ ਏਡਾ ਕਾਇਲ ਕਰਨ ਵਾਲਾ ਸੀ ਕਿ ਬਹੁ-ਗਿਣਤੀ ਉਹਦੇ ਨਾਲ ਸਹਿਮਤ ਹੋ ਗਈ, ਅਤੇ ਫੈਸਲਾ ਹੋਇਆ ਕਿ ਮਾਸਲੋਵਾ ਪੈਸਾ ਚੁਰਾਉਣ ਦੀ ਮੁਜਰਮ ਨਹੀਂ, ਅਤੇ ਅੰਗੂਠੀ ਵੀ ਉਸ ਨੂੰ ਦਿੱਤੀ ਗਈ ਸੀ। ਪਰ ਜਦੋਂ ਉਹਦੇ ਵਲੋਂ ਜ਼ਹਿਰ ਦੇਣ ਦਾ ਸਵਾਲ ਉਠਾਇਆ ਗਿਆ ਤਾਂ ਉਸ ਦੇ ਜ਼ੋਰਦਾਰ ਹਮਾਇਤੀ, ਵਪਾਰੀ ਨੇ ਆਖਿਆ ਕਿ ਉਸ ਨੂੰ ਬਰੀ ਕੀਤਾ ਜਾਣਾ ਚਾਹੀਦਾ ਹੈ ਕਿਉਂਕਿ ਉਹਦੇ ਸਾਮ੍ਹਣੇ ਜ਼ਹਿਰ ਦੇਣ ਦਾ ਕੋਈ ਮਕਸਦ ਹੀ ਨਹੀਂ ਸੀ। ਪਰ ਮੁਖੀਏ ਨੇ ਆਖਿਆ ਕਿ ਉਸ ਨੂੰ ਬਰੀ ਕਰਨਾ ਸੰਭਵ ਨਹੀਂ ਕਿਉਂਕਿ ਉਸ ਨੇ ਆਪ ਪੁੜੀ ਦੇਣ ਦਾ ਜੁਰਮ ਕਬੂਲ ਕੀਤਾ ਹੈ।

"ਹਾਂ, ਪਰ ਇਹ ਸੋਚ ਕੇ ਕਿ ਇਹ ਅਫੀਮ ਏ," ਵਪਾਰੀ ਨੇ ਕਿਹਾ।

"ਅਫੀਮ ਵੀ ਬੰਦੇ ਦੀ ਜਾਨ ਲੈ ਸਕਦੀ ਏ," ਕਰਨਲ ਨੇ ਆਖਿਆ। ਉਹ ਅਸਲ ਗੱਲ ਨੂੰ ਛੱਡ ਕੇ ਏਧਰ ਓਧਰ ਦੀਆਂ ਮਾਰਨ ਦਾ ਸ਼ੌਕੀਨ ਸੀ, ਤੇ ਉਹ ਦੱਸਣ ਲੱਗ

ਪਿਆ ਕਿਵੇਂ ਰਤਾ ਵਾਧੂ ਅਫ਼ੀਮ ਖਾ ਲੈਣ ਨਾਲ ਉਹਦੀ ਸਾਲੇਹਾਰ ਮਰ ਹੀ ਚਲੀ ਸੀ। ਇਹ ਤਾਂ ਭਲੇ ਨੂੰ ਡਾਕਟਰ ਨੇੜੇ ਹੀ ਸੀ ਤੇ ਵੇਲੇ ਸਿਰ ਉਪਾ ਹੋ ਗਿਆ। ਕਰਨਲ ਨੇ ਆਪਣੀ ਕਹਾਣੀ ਏਡੇ ਪ੍ਰਭਾਵਸ਼ਾਲੀ ਤਰੀਕੇ ਨਾਲ, ਏਡੇ ਠਰ੍ਹੰਮੇ ਤੇ ਮਾਣ ਸ਼ਾਨ ਨਾਲ ਸੁਣਾਈ ਕਿ ਉਸ ਨੂੰ ਟੋਕਣ ਦੀ ਕਿਸੇ ਨੂੰ ਹਿੰਮਤ ਹੀ ਨਾ ਪਈ। ਸਿਰਫ਼ ਕਾਰਿੰਦੇ ਨੇ, ਜਿਸ ਨੂੰ ਆਪਣੀ ਕਹਾਣੀ ਸੁਣਾਉਣ ਦੀ ਲਿਲ੍ਹ ਲੱਗੀ ਹੋਈ ਸੀ, ਆਪਣੀ ਗੱਲ ਨਾਲ ਉਹਦੀ ਗੱਲ ਟੁਕਣ ਦਾ ਫ਼ੈਸਲਾ ਕੀਤਾ।

"ਕਈ ਤਾਂ ਏਡੇ ਗਿੱਝ ਜਾਂਦੇ ਨੇ," ਉਹਨੇ ਗੱਲ ਛੇੜੀ, "ਕਿ ਉਹ ਚਾਲੀ ਬੂੰਦਾਂ ਤੱਕ ਲੈ ਸਕਦੇ ਨੇ। ਮੇਰਾ ਇਕ ਰਿਸ਼ਤੇਦਾਰ ਏ..."

ਪਰ ਕਰਨਲ ਕਦੋਂ ਆਪਣੇ ਆਪ ਨੂੰ ਟੋਕੇ ਜਾਣ ਦੀ ਆਗਿਆ ਦੇ ਸਕਦਾ ਸੀ। ਉਹ ਆਪਣੀ ਸਾਲੇਹਾਰ ਉਤੇ ਅਫ਼ੀਮ ਦੇ ਅਸਰ ਦੀ ਕਹਾਣੀ ਸੁਣਾਈ ਗਿਆ।

"ਪਰ, ਪੰਜ ਵਜਣ ਵਾਲੇ ਜੇ, ਸਜਣੋਂ," ਜਿਊਰੀ ਦੇ ਇਕ ਮੈਂਬਰ ਨੇ ਆਖਿਆ।

"ਹੱਛਾ, ਸਜਣੋਂ, ਕੀ ਆਖੀਏ ਫੇਰ?" ਮੁਖੀਏ ਨੇ ਪੁੱਛਿਆ। "ਆਖ ਦੇਈਏ ਪਈ ਮੁਜਰਮ ਏ, ਪਰ ਚੋਰੀ ਕਰਨ ਦਾ ਇਰਾਦਾ ਨਹੀਂ ਸੀ? ਤੇ ਉਹਨੇ ਕੋਈ ਚੋਰੀ ਨਹੀਂ ਕੀਤੀ? ਠੀਕ ਏ?"

ਪਿਓਤਰ ਗੇਰਾਸੀਮੋਵਿਚ, ਆਪਣੀ ਜਿੱਤ ਦੀ ਖ਼ੁਸ਼ੀ ਵਿਚ, ਸਹਿਮਤ ਹੋ ਗਿਆ।

"ਪਰ ਉਹਦੇ ਲਈ ਰਹਿਮ ਦੀ ਸਫ਼ਾਰਸ਼ ਕਰਨੀ ਚਾਹੀਦੀ ਏ," ਵਪਾਰੀ ਨੇ ਆਖਿਆ।

ਸਾਰੇ ਸਹਿਮਤ ਹੋ ਗਏ। ਸਿਰਫ਼ ਬੁੱਢੇ ਆਰਤੇਲਸ਼ੀਕ ਦੀ ਅੜੀ ਸੀ ਕਿ ਉਹਨਾਂ ਨੂੰ ਕਹਿਣਾ ਚਾਹੀਦਾ ਹੈ "ਮੁਜਰਮ ਨਹੀਂ।"

"ਇਹਦਾ ਵੀ ਓਹੋ ਮਤਲਬ ਏ," ਮੁਖੀਏ ਨੇ ਸਮਝਾਇਆ। "ਚੋਰੀ ਕਰਨ ਦਾ ਇਰਾਦਾ ਨਹੀਂ ਸੀ, ਅਤੇ ਕੋਈ ਚੋਰੀ ਨਹੀਂ ਕੀਤੀ। ਇਸ ਕਰਕੇ, ਮੁਜਰਮ ਨਹੀਂ—ਗੱਲ ਸਾਫ਼ ਏ।"

"ਠੀਕ ਏ। ਇਹਦੇ ਨਾਲ ਕੰਮ ਹੋ ਜਾਏਗਾ। ਅਤੇ ਅਸੀਂ ਉਹਦੇ ਉਤੇ ਰਹਿਮ ਕਰਨ ਦੀ ਸਫ਼ਾਰਸ਼ ਕਰਦੇ ਆਂ," ਵਪਾਰੀ ਨੇ ਖ਼ੁਸ਼ ਹੋ ਕੇ ਆਖਿਆ।

ਉਹ ਸਾਰੇ ਏਨੇ ਥੱਕੇ ਹੋਏ ਸਨ ਤੇ ਬਹਿਸ ਕਰਦੇ ਹੋਏ ਇਉਂ ਭੰਬਲਭੂਸਿਆਂ ਵਿਚ ਪੈ ਗਏ ਸਨ, ਕਿ ਕਿਸੇ ਨੂੰ ਵੀ ਇਹ ਗੱਲ ਨਾਲ ਜੋੜਨ ਦਾ ਖ਼ਿਆਲ ਨਹੀਂ ਆਇਆ ਕਿ ਪੁੜੀ ਦੇਣ ਦਾ ਜੁਰਮ ਤਾਂ ਉਸ ਨੇ ਕੀਤਾ ਪਰ ਉਹਦਾ ਜਾਨ ਲੈਣ ਦਾ ਇਰਾਦਾ ਨਹੀਂ ਸੀ।

ਨੇਖ਼ਲੀਊਦੋਵ ਦੇ ਅੰਦਰ ਏਡੀ ਹਲਚਲ ਮੱਚੀ ਹੋਈ ਸੀ ਕਿ ਉਹਦਾ ਇਸ ਗਲਤੀ ਵੱਲ ਧਿਆਨ ਹੀ ਨਹੀਂ ਸੀ ਗਿਆ। ਇਸ ਕਰਕੇ ਜਿਸ ਤਰ੍ਹਾਂ ਫ਼ੈਸਲਾ ਹੋਇਆ ਸੀ ਜਵਾਬ ਲਿਖੇ ਗਏ ਅਤੇ ਅਦਾਲਤ ਅੱਗੇ ਹਾਜ਼ਰ ਕਰ ਦਿੱਤੇ ਗਏ।

ਰਾਬਲੇ ਇਕ ਵਕੀਲ ਬਾਰੇ ਲਿਖਦਾ ਹੈ ਜਿਸ ਨੇ ਇਕ ਮੁਕਦਮਾ ਲੜਦਿਆਂ ਸਭ

ਤਰ੍ਹਾਂ ਦੇ ਕਾਨੂੰਨਾਂ ਦੇ ਹਵਾਲੇ ਦਿੱਤੇ, ਵੀਹ ਸਫੇ ਕਾਨੂੰਨ-ਗ੍ਰੰਥਾਂ ਵਿਚੋਂ ਲਾਤੀਨੀ ਪੜ੍ਹ ਮਾਰੀ, ਤੇ ਮਗਰੋਂ ਜੱਜਾਂ ਅੱਗੇ ਤਜਵੀਜ਼ ਰੱਖ ਦਿੱਤੀ ਕਿ ਪਾਸਾ ਸੁਟਿਆ ਜਾਏ ਤੇ ਜੇ ਟਾਂਕ ਆਵੇ ਤਾਂ ਮੁਦਾਲਾ ਸੱਚਾ, ਜੇ ਜਿਸਤ ਆਵੇ ਤਾਂ ਮੁਦਈ ਸੱਚਾ।

ਇਸ ਮਾਮਲੇ ਵਿਚ ਵੀ ਗੱਲ ਕੁਝ ਇਸ ਤਰ੍ਹਾਂ ਦੀ ਹੀ ਸੀ। ਫੈਸਲਾ ਇਸ ਕਰਕੇ ਨਹੀਂ ਸੀ ਹੋ ਗਿਆ ਕਿ ਸਾਰੇ ਇਸ ਤੇ ਸਹਿਮਤ ਸਨ, ਸਗੋਂ ਇਸ ਕਰਕੇ ਹੋ ਗਿਆ ਕਿ ਪ੍ਰਧਾਨ, ਜਿਸ ਨੇ ਏਡੇ ਵਿਸਥਾਰ ਵਿਚ ਜਾ ਕੇ ਸੰਖੇਪ ਸਾਰ ਪੇਸ਼ ਕੀਤਾ ਸੀ, ਇਹ ਦੱਸਣਾ ਭੁਲ ਗਿਆ ਜੋ ਉਹ ਅਜਿਹੇ ਮੌਕਿਆਂ ਤੇ ਹਮੇਸ਼ਾ ਦੱਸਦਾ ਹੁੰਦਾ ਹੈ। ਉਹ ਇਹ ਕਿ ਜਵਾਬ ਇਹ ਵੀ ਹੋ ਸਕਦਾ ਹੈ, "ਹਾਂ, ਮੁਜਰਮ, ਪਰ ਜਾਨ ਲੈਣਾ ਦਾ ਕੋਈ ਇਰਾਦਾ ਨਹੀਂ ਸੀ।" ਪਰ ਕਿਉਂਕਿ ਕਰਨਲ ਨੇ ਆਪਣੀ ਸਾਲੇਹਾਰ ਦੀ ਬੜੀ ਲੰਮੀ ਚੌੜੀ ਕਹਾਣੀ ਸੁਣਾਈ ਸੀ; ਕਿਉਂਕਿ ਨੇਖਲੀਉਦੋਵ ਏਡਾ ਪ੍ਰੇਸ਼ਾਨ ਸੀ ਕਿ ਉਹਦਾ ਇਸ ਪਾਸੇ ਧਿਆਨ ਹੀ ਨਾ ਗਿਆ ਕਿ "ਜਾਨ ਲੈਣ ਦਾ ਕੋਈ ਇਰਾਦਾ ਨਹੀਂ" ਦੀ ਮਸ਼ਰੂਤ ਧਾਰਾ ਭੁਲਾ ਦਿੱਤੀ ਗਈ ਸੀ; ਉਸਨੇ ਸੋਚਿਆ ਕਿ "ਚੋਰੀ ਕਰਨ ਦਾ ਇਰਾਦਾ ਨਹੀਂ ਸੀ" ਸ਼ਬਦ ਇਲਜ਼ਾਮ ਨੂੰ ਰੱਦ ਕਰਦੇ ਹਨ। ਇਕ ਕਾਰਨ ਇਹ ਵੀ ਸੀ ਕਿ ਪਿਓਤਰ ਗੇਰਾਸੀਮੋਵਿਚ ਉਸ ਵੇਲੇ ਕਮਰੇ ਵਿਚੋਂ ਚਲਾ ਗਿਆ ਸੀ ਜਿਸ ਵੇਲੇ ਸਵਾਲ ਤੇ ਜਵਾਬ ਪੜ੍ਹ ਕੇ ਸੁਣਾਏ ਜਾ ਰਹੇ ਸਨ, ਅਤੇ ਮੁਖ ਵਜਾਹ ਇਹ ਸੀ ਕਿ ਥੱਕੇ ਹੋਏ ਤੇ ਛੇਤੀ ਤੋਂ ਛੇਤੀ ਵਿਹਲੇ ਹੋਣ ਦੇ ਇਛੱਕ, ਸਾਰੇ ਹੀ ਉਸ ਫੈਸਲੇ ਤੇ ਸਹਿਮਤ ਹੋਣ ਲਈ ਤਿਆਰ ਸਨ ਜਿਸ ਨਾਲ ਫੌਰਨ ਮਾਮਲਾ ਖਤਮ ਹੋ ਜਾਵੇ।

ਜਿਊਰੀ ਦੇ ਮੈਂਬਰਾਂ ਨੇ ਘੰਟੀ ਵਜਾਈ। ਜਾਂਦਾਰਮ ਨੇ ਜਿਹੜਾ ਆਪਣੀ ਤਲਵਾਰ ਸੂਤ ਕੇ ਦਰਵਾਜ਼ੇ ਤੋਂ ਬਾਹਰ ਖੜਾ ਸੀ ਤਲਵਾਰ ਮਿਆਨ ਵਿਚ ਪਾ ਲਈ ਅਤੇ ਇਕ ਪਾਸੇ ਹੋ ਗਿਆ। ਜੱਜ ਆਪਣੀਆਂ ਥਾਵਾਂ ਤੇ ਜਾ ਬੈਠੇ ਅਤੇ ਜਿਊਰੀ ਦੇ ਮੈਂਬਰ ਇਕ ਇਕ ਕਰ ਕੇ ਅੰਦਰ ਆ ਗਏ।

ਮੁਖੀਆ ਗੰਭੀਰਤਾ ਨਾਲ ਕਾਗ਼ਜ਼ ਲੈ ਕੇ ਅੰਦਰ ਆਇਆ, ਅਤੇ ਪ੍ਰਧਾਨ ਨੂੰ ਫੜਾ ਦਿੱਤਾ ਜਿਸ ਨੇ ਇਸ ਉਤੇ ਨਜ਼ਰ ਮਾਰੀ, ਅਤੇ, ਹੈਰਾਨੀ ਨਾਲ ਆਪਣੀਆਂ ਬਾਹਾਂ ਪਸਾਰਦਾ ਹੋਇਆ, ਆਪਣੇ ਸਾਥੀਆਂ ਨਾਲ ਮਸ਼ਵਰਾ ਕਰਨ ਲੱਗਾ। ਪ੍ਰਧਾਨ ਹੈਰਾਨ ਸੀ ਕਿ ਜਿਊਰੀ ਨੇ, ਇਕ ਮਸ਼ਰੂਤ ਵਾਕ—"ਚੋਰੀ ਕਰਨ ਦਾ ਇਰਾਦਾ ਨਹੀਂ ਸੀ"—ਲਿਖ ਕੇ, ਦੂਜਾ ਮਸ਼ਰੂਤ ਵਾਕ—"ਜਾਨ ਲੈਣ ਦਾ ਕੋਈ ਇਰਾਦਾ ਨਹੀਂ"—ਨਹੀਂ ਸੀ ਲਿਖਿਆ! ਜਿਊਰੀ ਦੇ ਫੈਸਲੇ ਤੋਂ ਇਹ ਮਤਲਬ ਨਿਕਲਦਾ ਸੀ ਕਿ ਮਾਸਲੋਵਾ ਨੇ ਨਾ ਕੋਈ ਚੋਰੀ ਕੀਤੀ ਹੈ ਨਾ ਡਾਕਾ ਮਾਰਿਆ ਹੈ, ਤੇ ਇਸ ਦੇ ਬਾਵਜੂਦ ਬਿਨਾਂ ਕਿਸੇ ਪ੍ਰਤੱਖ ਕਾਰਨ ਦੇ ਇਕ ਆਦਮੀ ਨੂੰ ਜ਼ਹਿਰ ਦੇ ਦਿੱਤੀ ਸੀ।

"ਵੇਖੋ, ਕੀ ਬੇਹੂਦਾ ਫੈਸਲਾ ਦਿੱਤਾ ਜੇ ਜਿਊਰੀ ਦੇ ਮੈਂਬਰਾਂ ਨੇ," ਉਸ ਨੇ ਆਪਣੇ ਖੱਬੇ ਪਾਸੇ ਬੈਠੇ ਮੈਂਬਰ ਦੇ ਕੰਨ ਵਿਚ ਆਖਿਆ। "ਇਸ ਦਾ ਮਤਲਬ ਹੈ ਸਾਇਬੇਰੀਆ ਵਿਚ ਬਾਮੁਸ਼ੱਕਤ ਕੈਦ, ਤੇ ਉਹ ਬੇਕਸੂਰ ਏ।"

"ਕਿਵੇਂ, ਬੇਕਸੂਰ ਕਿਵੇਂ ?" ਗੰਭੀਰ ਮੈਂਬਰ ਨੇ ਪੁੱਛਿਆ।

"ਹਾਂ, ਉਹ ਬੇਕਸੂਰ ਏ, ਬਿਲਕੁਲ ਬੇਕਸੂਰ। ਮੇਰਾ ਖਿਆਲ ਏ ਕਿ ਇਹ ਦਫਾ ੮੧੮ ਲਾਉਣ ਦਾ ਮਾਮਲਾ ਏ।" (ਦਫਾ ੮੧੮ ਵਿਚ ਲਿਖਿਆ ਹੈ ਕਿ ਜੇ ਅਦਾਲਤ ਜਿਊਰੀ ਦੇ ਫੈਸਲੇ ਨੂੰ ਹੱਕੀ ਨਾ ਸਮਝੇ ਤਾਂ ਇਸ ਨੂੰ ਰੱਦ ਕਰ ਦੇਵੇ।)

"ਤੁਹਾਡਾ ਕੀ ਖਿਆਲ ਏ ?" ਪ੍ਰਧਾਨ ਨੇ ਰਹਿਮਦਿਲ ਮੈਂਬਰ ਕੋਲੋਂ ਪੁੱਛਿਆ।

ਰਹਿਮਦਿਲ ਮੈਂਬਰ ਨੇ ਇਕ ਦਮ ਹੀ ਜਵਾਬ ਨਹੀਂ ਦਿੱਤਾ। ਉਸ ਨੇ ਆਪਣੇ ਸਾਮ੍ਹਣੇ ਪਏ ਕਾਗਜ਼ ਦੇ ਨੰਬਰ ਵੱਲ ਵੇਖਿਆ ਅਤੇ ਅੰਕੜਿਆਂ ਨੂੰ ਜੋੜਿਆ। ਕੁਲ ਜੋੜ ਤਿੰਨਾਂ ਉਤੇ ਤਕਸੀਮ ਨਹੀਂ ਸੀ ਹੁੰਦਾ। ਉਸ ਨੇ ਆਪਣੇ ਮਨ ਵਿਚ ਫੈਸਲਾ ਕੀਤਾ ਸੀ ਕਿ ਜੇ ਇਹ ਗਿਣਤੀ ਤਿੰਨਾਂ ਨਾਲ ਤਕਸੀਮ ਹੋ ਗਈ ਤਾਂ ਉਹ ਪ੍ਰਧਾਨ ਦੀ ਤਜਵੀਜ਼ ਨਾਲ ਸਹਿਮਤ ਹੋ ਜਾਏਗਾ ਪਰ ਭਾਵੇਂ ਇਹ ਜੋੜ ਤਕਸੀਮ ਨਹੀਂ ਸੀ ਹੁੰਦਾ, ਤਾਂ ਵੀ ਉਹਦੀ ਨੇਕਦਿਲੀ ਨੇ ਉਸ ਨੂੰ ਸਹਿਮਤ ਕਰਵਾ ਦਿੱਤਾ।

"ਮੈਂ ਵੀ ਸੋਚਦਾਂ ਕਿ ਇਸ ਤਰ੍ਹਾਂ ਕੀਤਾ ਜਾਏ," ਉਸ ਨੇ ਆਖਿਆ।

"ਤੇ ਤੁਸੀਂ ?" ਪ੍ਰਧਾਨ ਨੇ ਗੰਭੀਰ ਮੈਂਬਰ ਨੂੰ ਸੰਬੋਧਨ ਕਰਕੇ ਪੁੱਛਿਆ।

"ਕਿਸੇ ਵੀ ਹਾਲਤ ਵਿਚ ਨਹੀਂ," ਉਸ ਨੇ ਠੋਕਵਾਂ ਜਵਾਬ ਦਿੱਤਾ। "ਅਖਬਾਰ ਨਿੱਤ ਲਿਖਦੇ ਰਹਿੰਦੇ ਨੇ ਕਿ ਜਿਊਰੀਆਂ ਮੁਲਜ਼ਮਾਂ ਨੂੰ ਬਰੀ ਕਰ ਦੇਂਦੀਆਂ ਹਨ। ਜੇ ਜੱਜ ਵੀ ਏਹ ਕੰਮ ਕਰਨ ਲੱਗ ਪਏ ਤਾਂ ਉਹ ਕੀ ਆਖਣਗੇ ? ਮੈਂ ਇਸ ਗੱਲ ਨਾਲ ਕਿਸੇ ਹਾਲਤ ਵਿਚ ਵੀ ਸਹਿਮਤ ਨਹੀਂ ਹੋਵਾਂਗਾ।"

ਪ੍ਰਧਾਨ ਨੇ ਆਪਣੀ ਘੜੀ ਵੱਲ ਵੇਖਿਆ। "ਅਫਸੋਸ ਦੀ ਗੱਲ ਏ, ਪਰ ਕੀ ਕੀਤਾ ਜਾਏ ?" ਅਤੇ ਉਸ ਨੇ ਸਵਾਲ ਪੜ੍ਹ ਕੇ ਸੁਣਾਉਣ ਲਈ ਮੁਖੀਏ ਨੂੰ ਫੜਾ ਦਿੱਤੇ।

ਸਾਰੇ ਖੜੇ ਹੋ ਗਏ, ਅਤੇ ਮੁਖੀਏ ਨੇ, ਕਦੇ ਇਕ ਪੈਰ ਅਤੇ ਕਦੇ ਦੂਜੇ ਪੈਰ ਉਤੇ ਭਾਰ ਪਾਉਂਦਿਆਂ, ਖੰਘ ਕੇ ਗਲਾ ਸਾਫ ਕੀਤਾ ਅਤੇ ਸਵਾਲ ਤੇ ਜਵਾਬ ਪੜ੍ਹੇ। ਸਾਰੀ ਅਦਾਲਤ ਨੇ—ਸਕੱਤਰ, ਵਕੀਲ, ਅਤੇ ਸਰਕਾਰੀ ਵਕੀਲ ਵੀ—ਮੂੰਹ ਵਿਚ ਉਂਗਲਾਂ ਪਾ ਲਈਆਂ ਸਨ।

ਮੁਲਜ਼ਮ ਨਿਰਜਿੰਦ ਜਿਹੇ ਹੋਏ ਬੈਠੇ ਸਨ। ਪ੍ਰਤੱਖ ਸੀ ਕਿ ਉਹਨਾਂ ਨੂੰ ਜਵਾਬਾਂ ਦੀ ਕੋਈ ਸਮਝ ਨਹੀਂ ਸੀ ਆਈ। ਸਾਰੇ ਜਣੇ ਫੇਰ ਬਹਿ ਗਏ, ਅਤੇ ਪ੍ਰਧਾਨ ਨੇ ਸਰਕਾਰੀ ਵਕੀਲ ਕੋਲੋਂ ਪੁੱਛਿਆ ਕਿ ਮੁਲਜ਼ਮਾਂ ਨੂੰ ਕੀ ਕੀ ਸਜ਼ਾ ਦਿੱਤੀ ਜਾਵੇ।

ਸਰਕਾਰੀ ਵਕੀਲ ਨੇ, ਮਾਸਲੋਵਾ ਨੂੰ ਮੁਜਰਮ ਕਰਾਰ ਦੇਣ ਵਿਚ ਆਪਣੀ ਆਸ ਤੋਂ ਬਾਹਰੀ ਕਾਮਯਾਬੀ ਉਤੇ ਖੁਸ਼ ਹੁੰਦਿਆਂ ਅਤੇ ਇਸ ਨੂੰ ਨਿਰੋਲ ਆਪਣੇ ਬੋਲਣ ਦੇ ਵਧੀਆ ਢੰਗ ਦਾ ਨਤੀਜਾ ਸਮਝਦਿਆਂ ਜ਼ਰੂਰੀ ਸੂਚਨਾ ਉਤੇ ਝਾਤੀ ਮਾਰੀ, ਤੇ ਖੜਾ ਹੋ ਕੇ ਬੋਲਣ ਲੱਗਾ :

"ਮੈਂ ਚਾਹਵਾਂਗਾ ਕਿ ਸੀਮੋਨ ਕਾਰਤੀਨਕਿਨ ਨੂੰ ਦਫਾ ੧੪੫੨, ਅਤੇ ਦਫਾ ੧੪੫੩ ਦੇ ਪੈਰਾ ੪ ਅਨੁਸਾਰ ਸਜ਼ਾ ਦਿੱਤੀ ਜਾਵੇ। ਯੇਵਫੀਮੀਆ ਬੋਚਕੋਵਾ ਨੂੰ ਦਫਾ ੧੬੫੯

ਅਨੁਸਾਰ। ਕਾਤੇਰੀਨਾ ਮਾਸਲੋਵਾ ਨੂੰ ਦਫਾ ੧੪੫੪ ਅਨੁਸਾਰ।"

ਤਿੰਨੇ ਹੀ ਸਜ਼ਾਵਾਂ ਦਿੱਤੀਆਂ ਜਾ ਸਕਦੀਆਂ ਸਖ਼ਤ ਤੋਂ ਸਖ਼ਤ ਸਜ਼ਾਵਾਂ ਸਨ।

"ਸਜ਼ਾ ਉਤੇ ਵਿਚਾਰ ਕਰਨ ਲਈ ਅੰਦਾਲਤ ਬਰਖ਼ਾਸਤ ਕੀਤੀ ਜਾਂਦੀ ਹੈ," ਪ੍ਰਧਾਨ ਨੇ ਕੁਰਸੀ ਤੋਂ ਉਠਦਿਆਂ ਆਖਿਆ।

ਉਸ ਦੇ ਮਗਰ ਹੀ ਸਾਰੇ ਖੜੇ ਹੋ ਗਏ, ਅਤੇ ਕੰਮ ਸੁਹਣੀ ਤਰ੍ਹਾਂ ਨਿਬੜ ਜਾਣ ਦੇ ਸੁਖਾਵੇਂ ਅਹਿਸਾਸ ਨਾਲ, ਕਮਰੇ ਵਿਚੋਂ ਬਾਹਰ ਜਾਣ ਲੱਗ ਪਏ ਜਾਂ ਅੰਦਰ ਹੀ ਇਧਰ ਉਧਰ ਫਿਰਨ ਲੱਗ ਪਏ।

"ਪਤਾ ਜੇ, ਹਜ਼ੂਰ। ਅਸੀਂ ਇਕ ਸ਼ਰਮਨਾਕ ਗ਼ਲਤੀ ਕੀਤੀ ਏ?" ਪਿਓਤਰ ਗੇਰਾਸੀਮੋਵਿਚ ਨੇ, ਨੇਖਲੀਊਦੋਵ ਦੇ ਨੇੜੇ ਹੁੰਦਿਆਂ ਆਖਿਆ ਜਿਸ ਨੂੰ ਮੁਖੀਆ ਕੁਝ ਦੱਸ ਰਿਹਾ ਸੀ। "ਅਸੀਂ ਉਹਨੂੰ ਕੈਦ ਬਾ-ਮੁਸ਼ੱਕਤ ਦੇ ਬੈਠੇ ਆਂ।"

"ਕੀ ਕਹਿੰਦੇ ਓ ਤੁਸੀਂ?" ਨੇਖਲੀਊਦੋਵ ਨੇ ਹੈਰਾਨੀ ਪ੍ਰਗਟ ਕੀਤੀ। ਇਸ ਵਾਰੀ, ਉਸਤਾਦ ਦੇ ਅਣਸੁਖਾਵੇ ਜਾਣੇ-ਪਛਾਣੇ ਢੰਗ ਵੱਲ ਉਹਦਾ ਧਿਆਨ ਨਹੀਂ ਗਿਆ।

"ਹਾਂ, ਗੱਲ ਇਹ ਹੈ," ਉਸ ਨੇ ਆਖਿਆ, "ਅਸੀਂ ਆਪਣੇ ਜਵਾਬ 'ਦੋਸ਼ੀ' ਦੇ ਨਾਲ ਇਹ ਨਹੀਂ ਲਿਖਿਆ ਕਿ ਜਾਨ ਲੈਣ ਦਾ ਕੋਈ ਇਰਾਦਾ ਨਹੀਂ ਸੀ। ਸਕੱਤਰ ਨੇ ਮੈਨੂੰ ਹੁਣੇ ਦੱਸਿਐ ਕਿ ਸਰਕਾਰੀ ਵਕੀਲ ਉਹਨੂੰ ਪੰਦਰਾਂ ਸਾਲ ਦੀ ਕੈਦ ਬਾ-ਮੁਸ਼ੱਕਤ ਦਿਵਾਉਣਾ ਚਾਹੁੰਦੈ।"

"ਹਾਂ, ਪਰ ਫੈਸਲਾ ਹੀ ਇਸ ਤਰ੍ਹਾਂ ਹੋਇਆ ਸੀ," ਮੁਖੀਏ ਨੇ ਕਿਹਾ।

ਪਿਓਤਰ ਗੇਰਾਸੀਮੋਵਿਚ ਇਸ ਉਤੇ ਬਹਿਸਣ ਲੱਗ ਪਿਆ। ਉਹਦਾ ਕਹਿਣਾ ਸੀ ਕਿ ਕਿਉਂਕਿ ਉਸ ਨੇ ਪੈਸੇ ਚੋਰੀ ਨਹੀਂ ਕੀਤੇ, ਇਸ ਤੋਂ ਸੁਭਾਵਿਕ ਹੀ ਇਹ ਮਤਲਬ ਨਿਕਲਦਾ ਹੈ ਕਿ ਉਹਦਾ ਕਤਲ ਕਰਨ ਦਾ ਕੋਈ ਇਰਾਦਾ ਨਹੀਂ ਸੀ।

"ਪਰ ਮੈਂ ਬਾਹਰ ਆਉਣ ਤੋਂ ਪਹਿਲਾਂ ਜਵਾਬ ਪੜ੍ਹ ਕੇ ਸੁਣਾਏ ਸਨ," ਮੁਖੀਏ ਨੇ ਆਪਣਾ ਪੱਖ ਪੂਰਦਿਆਂ ਆਖਿਆ, "ਤੇ ਕਿਸੇ ਨੇ ਕੋਈ ਇਤਰਾਜ਼ ਨਹੀਂ ਸੀ ਕੀਤਾ।"

"ਮੈਂ ਉਸੇ ਹੀ ਵੇਲੇ ਬਾਹਰ ਨਿਕਲ ਗਿਆ ਸਾਂ," ਪਿਓਤਰ ਗੇਰਾਸੀਮੋਵਿਚ ਨੇ ਨੇਖਲੀਊਦੋਵ ਨੂੰ ਸੰਬੋਧਨ ਕਰ ਕੇ ਆਖਿਆ, "ਤੇ ਬੇਧਿਆਨੀ ਵਿਚ ਤੁਸੀਂ ਇਹ ਸੋਚਿਆ ਹੀ ਨਹੀਂ ਹੋਣਾ।"

"ਮੈਨੂੰ ਉੱਕਾ ਹੀ ਖਿਆਲ ਨਹੀਂ," ਨੇਖਲੀਊਦੋਵ ਨੇ ਕਿਹਾ।

"ਉਫ, ਖਿਆਲ ਨਹੀਂ ਆਇਆ।"

"ਪਰ ਅਸੀਂ ਇਸ ਨੂੰ ਠੀਕ ਕਰ ਸਕਦੇ ਆਂ," ਨੇਖਲੀਊਦੋਵ ਨੇ ਆਖਿਆ।

"ਨਹੀਂ, ਹੁਣ ਨਹੀਂ। ਗੱਲ ਖਤਮ ਹੋਈ ਹੁਣ।"

ਨੇਖਲੀਊਦੋਵ ਨੇ ਮੁਲਜ਼ਮਾਂ ਵੱਲ ਵੇਖਿਆ। ਉਹ, ਜਿਨ੍ਹਾਂ ਦੀ ਹੋਣੀ ਦਾ ਫੈਸਲਾ ਕੀਤਾ ਜਾ ਰਿਹਾ ਸੀ, ਹਾਲੇ ਵੀ ਕਟਹਿਰੇ ਦੇ ਪਿੱਛੇ ਸਿਪਾਹੀਆਂ ਦੇ ਸਾਮ੍ਹਣੇ ਪੱਥਰ ਦੀ ਮੂਰਤ ਬਣੇ ਬੈਠੇ ਸਨ। ਮਾਸਲੋਵਾ ਮੁਸਕ੍ਰਾ ਰਹੀ ਸੀ। ਨੇਖਲੀਊਦੋਵ ਦੀ ਆਤਮਾ ਵਿਚ

ਇਕ ਭੈੜਾ ਅਹਿਸਾਸ ਪਲਸੇਟੇ ਮਾਰਨ ਲੱਗਾ। ਹੁਣ ਤੱਕ, ਉਸ ਦੇ ਬਰੀ ਹੋ ਜਾਣ ਦੀ ਆਸ ਵਿਚ ਅਤੇ ਇਹ ਸੋਚਦਿਆਂ ਕਿ ਉਹ ਸ਼ਹਿਰ ਵਿਚ ਰਹੇਗੀ, ਉਹ ਜੱਕੋ-ਤੱਕੀ ਵਿਚ ਸੀ ਕਿ ਉਹਦੇ ਵੱਲ ਕੀ ਵਤੀਰਾ ਅਪਣਾਏ। ਉਹਦੇ ਨਾਲ ਕਿਸੇ ਤਰ੍ਹਾਂ ਦਾ ਵੀ ਰਿਸ਼ਤਾ ਬਹੁਤ ਔਖੀ ਗੱਲ ਹੋਣੀ ਸੀ। ਪਰ ਸਾਇਬੇਰੀਆ ਤੇ ਕੈਦ ਬਾ-ਮੁਸ਼ੱਕਤ ਨੇ ਇਕ ਦਮ ਉਹਦੇ ਨਾਲ ਕਿਸੇ ਵੀ ਤਰ੍ਹਾਂ ਦੇ ਰਿਸ਼ਤੇ ਦੀ ਹਰ ਸੰਭਾਵਨਾ ਮੁਕਾ ਦਿੱਤੀ। ਜ਼ਖ਼ਮੀ ਪੰਛੀ ਸ਼ਿਕਾਰ ਵਾਲੇ ਥੈਲੇ ਵਿਚ ਖੰਭ ਮਾਰਨੇ ਬੰਦ ਕਰ ਦੇਵੇਗਾ, ਤੇ ਉਸ ਨੂੰ ਉਹਦੀ ਹੋਂਦ ਦਾ ਚੇਤਾ ਭੁਲ ਜਾਏਗਾ।

੨੪

ਪਿਓਤਰ ਗੇਰਾਸੀਮੋਵਿਚ ਦਾ ਕਿਆਸ ਠੀਕ ਨਿਕਲਿਆ।

ਪ੍ਰਧਾਨ ਇਕ ਕਾਗਜ਼ ਲਈ ਸਲਾਹ ਮਸ਼ਵਰਾ ਕਰਨ ਵਾਲੇ ਕਮਰੇ ਵਿਚੋਂ ਵਾਪਸ ਆਇਆ, ਤੇ ਉਸ ਨੇ ਪੜ੍ਹਿਆ :

"੨੮ ਅਪ੍ਰੈਲ, ੧੮੮... ਬਾਹੁਕਮ ਸ਼ਹਿਨਸ਼ਾਹ ਜਹਾਪਨਾਹ, ਫੌਜਦਾਰੀ ਅਦਾਲਤ, ਜਿਊਰੀ ਦੇ ਫੈਸਲੇ ਦੇ ਸਹਾਰੇ, ਜ਼ਾਬਤਾ ਅਦਾਲਤ ਫੌਜਦਾਰੀ ਦੀ ਦਫਾ ੭੭੧ ਦੇ ਪੈਰਾ ੩, ਅਤੇ ਦਫਾ ੭੭੬ ਤੇ ੭੭੭ ਦੇ ਪੈਰਾ ੩ ਮੁਤਾਬਿਕ, ਹੁਕਮ ਸਾਦਰ ਕਰਦੀ ਹੈ ਕਿ ਕਿਸਾਨ, ਸੀਮੋਨ ਕਾਰਤੀਨਕਿਨ, ਉਮਰ ਤੇਤੀ ਸਾਲ, ਅਤੇ ਮੇਸ਼ਚਾਨਕਾ*, ਕਾਤੇਰੀਨਾ ਮਾਸਲੋਵਾ, ਉਮਰ ਸਤਾਈ ਸਾਲ ਨੂੰ ਜਾਇਦਾਦ ਦੇ ਸਾਰੇ ਹੱਕਾਂ ਤੋਂ ਮਹਿਰੂਮ ਕੀਤਾ ਜਾਏ, ਅਤੇ ਜ਼ਾਬਤੇ ਦੀ ਦਫਾ ੨੮ ਦੇ ਸਿੱਟੇ ਵਜੋਂ ਕਾਰਤੀਨਕਿਨ ਨੂੰ ਅੱਠ, ਮਾਸਲੋਵਾ ਨੂੰ ਚਾਰ ਸਾਲ ਦੀ ਬਾ-ਮੁਸ਼ੱਕਤ ਕੈਦ ਸਾਇਬੇਰੀਆ ਭੇਜਿਆ ਜਾਏ। ਮੇਸ਼ਚਾਨਕਾ, ਬੋਚਕੋਵਾ, ਉਮਰ ਤਰਤਾਲੀ ਸਾਲ ਨੂੰ ਸਾਰੇ ਹੀ ਖਾਸ ਜ਼ਾਤੀ ਅਤੇ ਪ੍ਰਾਪਤ ਕੀਤੀ ਜਾਇਦਾਦ ਦੇ ਹੱਕਾਂ ਤੋਂ ਮਹਿਰੂਮ ਕੀਤਾ ਜਾਏ, ਅਤੇ ਜ਼ਾਬਤੇ ਦੀ ਦਫਾ ੪੯ ਅਨੁਸਾਰ ਤਿੰਨ ਸਾਲ ਜੇਲ੍ਹ ਵਿਚ ਬੰਦ ਰਖਿਆ ਜਾਏ। ਮੁਕਦਮੇ ਦਾ ਖਰਚ ਮੁਲਜ਼ਮਾਂ ਉਤੇ ਇਕੋ ਜਿਹਾ ਪਵੇਗਾ ; ਜੇ ਉਹਨਾਂ ਦੀ ਜਾਇਦਾਦ ਤੋਂ ਖਰਚਾ ਪੂਰਾ ਨਾ ਹੋ ਸਕੇ ਤਾਂ ਸਰਕਾਰੀ ਖਜ਼ਾਨੇ ਵਿਚੋਂ ਪੂਰਾ ਕੀਤਾ ਜਾਏਗਾ। ਸਾਰਵਾਨ ਸ਼ਹਾਦਤ ਦੀਆਂ ਚੀਜ਼ਾਂ ਵੇਚੀਆਂ ਜਾਣ, ਅੰਗੂਠੀ ਵਾਪਸ ਕੀਤੀ ਜਾਏ, ਸ਼ੀਸ਼ੇ ਦੇ ਭਾਂਡੇ ਜ਼ਾਇਆ ਕਰ ਦਿੱਤੇ ਜਾਣ।"

ਕਾਰਤੀਨਕਿਨ ਆਪਣੀਆਂ ਬਾਹਵਾਂ ਨੂੰ ਸੱਜੇ ਖੱਬੇ ਸਰੀਰ ਦੇ ਨਾਲ ਜੋੜੀ ਖੜਾ ਸੀ ਅਤੇ ਉਹਦੇ ਬੁਲ੍ਹ ਫਰਕ ਰਹੇ ਸਨ। ਬੋਚਕੋਵਾ ਬਿਲਕੁਲ ਸ਼ਾਂਤਚਿੱਤ ਜਾਪਦੀ ਸੀ।

---

* ਜ਼ਾਰਸ਼ਾਹੀ ਰੂਸ ਵਿਚ ਛੋਟੇ ਵਪਾਰੀਆਂ, ਕਾਰੀਗਰਾਂ, ਛੋਟੇ ਅਫਸਰਾਂ, ਅਧਿਕਾਰੀਆਂ ਆਦਿ ਦਾ ਸ਼ਹਿਰੀ ਵਰਗ।—**ਸੰਪਾ :**

ਸਜ਼ਾ ਸੁਣਦਿਆਂ ਸਾਰ ਹੀ ਮਾਸਲੋਵਾ ਦਾ ਚਿਹਰਾ ਲਾਲ ਸੁਰਖ ਹੋ ਗਿਆ ਸੀ।

"ਮੇਰਾ ਕੋਈ ਕਸੂਰ ਨਹੀਂ, ਕੋਈ ਕਸੂਰ ਨਹੀਂ!" ਉਹ ਅਚਨਚੇਤ ਇਉਂ ਕੁਰਲਾ ਉੱਠੀ ਕਿ ਸਾਰਾ ਹਾਲ ਗੂੰਜ ਉਠਿਆ। "ਇਹ ਗੁਨਾਹ ਏ! ਮੇਰਾ ਕੋਈ ਕਸੂਰ ਨਹੀਂ! ਮੈਂ ਕਦੇ ਨਹੀਂ ਸੀ ਚਾਹਿਆ—ਮੈਂ ਕਦੇ ਨਹੀਂ ਸੀ ਸੋਚਿਆ। ਮੈਂ ਸੱਚ ਬੋਲ ਰਹੀ ਆਂ। ਸੱਚ!" ਅਤੇ ਬੈਂਚ ਉਤੇ ਢਹਿੰਦੀ ਹੋਈ ਉਹ ਜ਼ਾਰ ਜ਼ਾਰ ਰੋਣ ਅਤੇ ਉੱਚੀ ਉੱਚੀ ਹਟਕੋਰੇ ਭਰਨ ਲੱਗੀ।

ਕਾਰਤੀਨਕਿਨ ਤੇ ਬੋਚਕੋਵਾ ਬਾਹਰ ਵੀ ਚਲੇ ਗਏ ਸਨ ਤੇ ਉਹ ਹਾਲੇ ਓਥੇ ਬੈਠੀ ਰੋ ਕੁਰਲਾ ਰਹੀ ਸੀ। ਇਸ ਕਰਕੇ ਜਾਂਦਾਰਮ ਨੂੰ ਉਸ ਦੇ ਚੋਲੇ ਦੀ ਬਾਹ ਫੜ ਕੇ ਹਿਲਾਉਣਾ ਪਿਆ।

"ਨਹੀਂ; ਇਸ ਨੂੰ ਇਉਂ ਨਹੀਂ ਛੱਡਿਆ ਜਾ ਸਕਦਾ," ਨੇਖਲੀਊਦੋਵ ਨੇ ਆਪਣੇ ਆਪ ਨੂੰ ਆਖਿਆ। ਉਹ ਆਪਣੇ ਭੈੜੇ ਖਿਆਲਾਂ ਨੂੰ ਉੱਕਾ ਹੀ ਭੁਲ ਗਿਆ ਸੀ। ਉਹ ਛੋਹਲੇ ਛੋਹਲੇ ਕਦਮ ਰੱਖਦਾ ਉਹਦੇ ਮਗਰ ਲਾਂਘੇ ਵੱਲ ਵਧਿਆ। ਉਹ ਨਹੀਂ ਸੀ ਜਾਣਦਾ ਕਿਉਂ, ਪਰ ਉਹ ਉਸ ਨੂੰ ਇਕ ਵਾਰੀ ਹੋਰ ਵੇਖਣਾ ਚਾਹੁੰਦਾ ਸੀ। ਦਰਵਾਜ਼ੇ ਵਿਚ ਬਹੁਤ ਭੀੜ-ਭੜੱਕਾ ਸੀ। ਇਸ ਕੰਮ ਨੂੰ ਮੁਕਾ ਕੇ ਪ੍ਰਸੰਨ ਹੋਏ ਐਡਵੋਕੇਟ ਤੇ ਜਿਊਰੀ ਦੇ ਮੈਂਬਰ ਬਾਹਰ ਜਾ ਰਹੇ ਸਨ, ਇਸ ਕਰਕੇ ਉਹਨੂੰ ਕੁਝ ਮਿੰਟ ਇੰਤਜ਼ਾਰ ਕਰਨੀ ਪਈ, ਤੇ ਅਖੀਰ ਜਦੋਂ ਉਹ ਲਾਂਘੇ ਵਿਚ ਆਇਆ ਤਾਂ ਉਹ ਸਾਮ੍ਹਣੇ ਕਾਫੀ ਦੂਰ ਨਿਕਲ ਗਈ ਸੀ। ਉਹ ਛੇਤੀ ਛੇਤੀ ਉਹਦੇ ਮਗਰ ਹੋਇਆ। ਲੋਕਾਂ ਦੀਆਂ ਨਜ਼ਰਾਂ ਵਲੋਂ ਜਿਹੜੀਆਂ ਉਹਦਾ ਪਿੱਛਾ ਕਰ ਰਹੀਆਂ ਸਨ ਉਹ ਬੇਧਿਆਨਾ ਸੀ। ਉਹ ਉਹਦੇ ਨਾਲ ਜਾ ਰਲਿਆ, ਅੱਗੇ ਲੰਘ ਗਿਆ, ਤੇ ਫੇਰ ਖਲੋ ਗਿਆ। ਉਹ ਰੋਣੋਂ ਚੁਪ ਹੋ ਗਈ ਸੀ ਅਤੇ ਆਪਣੇ ਰੁਮਾਲ ਦੀ ਕੰਨੀ ਨਾਲ ਆਪਣੇ ਲਾਲ ਹੋਏ ਚਿਹਰੇ ਨੂੰ ਪੂੰਝਦੀ ਹੋਈ ਉਭੇ ਉਭੇ ਸਾਹ ਹੀ ਲੈ ਰਹੀ ਸੀ। ਉਹ ਉਸ ਵੱਲ ਧਿਆਨ ਕੀਤੇ ਬਗ਼ੈਰ ਅਗਾਂਹ ਲੰਘ ਗਈ। ਇਸ ਮਗਰੋਂ ਉਹ ਛੇਤੀ ਨਾਲ ਪ੍ਰਧਾਨ ਨੂੰ ਮਿਲਣ ਲਈ ਵਾਪਸ ਮੁੜ ਪਿਆ। ਪ੍ਰਧਾਨ ਅਦਾਲਤ ਵਿਚੋਂ ਜਾ ਚੁੱਕਾ ਸੀ।

ਨੇਖਲੀਊਦੋਵ, ਉਹਦਾ ਪਿੱਛਾ ਕਰਦਾ ਡਿਉੜੀ ਵਿਚ, ਐਨ ਉਸ ਵੇਲੇ ਉਹਦੇ ਕੋਲ ਪੁਜਾ ਜਦੋਂ ਉਸ ਨੇ ਆਪਣਾ ਹਲਕੇ ਰੰਗ ਦਾ ਓਵਰਕੋਟ ਪਾ ਲਿਆ ਸੀ ਅਤੇ ਇਕ ਸੇਵਾਦਾਰ ਕੋਲੋਂ ਆਪਣੀ ਸੈਰ ਵਾਲੀ ਸੋਟੀ ਫੜ ਰਿਹਾ ਸੀ ਜਿਸ ਤੇ ਚਾਂਦੀ ਦੀ ਮੁਠ ਚੜ੍ਹੀ ਹੋਈ ਸੀ।

"ਪ੍ਰਧਾਨ ਜੀ," ਨੇਖਲੀਊਦੋਵ ਨੇ ਆਖਿਆ। "ਜਿਹੜੇ ਮੁਕਦਮੇ ਦਾ ਹੁਣੇ ਫੈਸਲਾ ਹੋਇਐ, ਉਹਦੇ ਬਾਰੇ ਮੈਂ ਇਕ ਦੋ ਗੱਲਾਂ ਕਰ ਸਕਦਾਂ? ਮੈਂ ਵੀ ਜਿਊਰੀ ਦਾ ਇਕ ਮੈਂਬਰ ਆਂ।"

"ਹਾਂ, ਹਾਂ, ਬਿਲਕੁਲ, ਪ੍ਰਿੰਸ ਨੇਖਲੀਊਦੋਵ। ਬੜੀ ਖੁਸ਼ੀ ਨਾਲ। ਮੇਰਾ ਖਿਆਲ ਏ ਅਸੀਂ ਪਹਿਲਾਂ ਵੀ ਮਿਲੇ ਹਾਂ," ਪ੍ਰਧਾਨ ਨੇ, ਨੇਖਲੀਊਦੋਵ ਦਾ ਹੱਥ ਘੁਟਦਿਆਂ ਅਤੇ

ਖ਼ੁਸ਼ੀ ਖ਼ੁਸ਼ੀ ਉਸ ਸ਼ਾਮ ਦਾ ਚੇਤਾ ਕਰਦਿਆਂ, ਜਦੋਂ ਉਹ ਨੇਖਲੀਊਦੋਵ ਨੂੰ ਪਹਿਲੀ ਵਾਰੀ ਮਿਲਿਆ ਸੀ, ਅਤੇ ਏਡੇ ਚਾਅ ਨਾਲ ਨੱਚਿਆ ਸੀ ਕਿ ਕਿਸੇ ਨੌਜਵਾਨ ਨੇ ਕੀ ਨੱਚਣਾ ਹੈ ਆਖਿਆ। "ਮੈਂ ਤੁਹਾਡੀ ਕੀ ਮਦਦ ਕਰ ਸਕਦਾਂ?"

"ਮਾਸਲੋਵਾ ਨਾਲ ਸੰਬੰਧ ਰਖਦੇ ਜਵਾਬ ਵਿਚ ਇਕ ਗ਼ਲਤੀ ਹੋ ਗਈ ਏ। ਉਹ ਜ਼ਹਿਰ ਦੇਣ ਦੀ ਕਸੂਰਵਾਰ ਨਹੀਂ, ਤੇ ਇਸ ਦੇ ਬਾਵਜੂਦ ਬਾ-ਮੁਸ਼ੱਕਤ ਕੈਦ ਦੀ ਸਜ਼ਾ ਦਿੱਤੀ ਗਈ ਹੈ," ਨੇਖਲੀਊਦੋਵ ਨੇ ਫਿਕਰਮੰਦੀ ਤੇ ਉਦਾਸੀ ਦੇ ਭਾਵ ਨਾਲ ਆਖਿਆ।

"ਅਦਾਲਤ ਨੇ ਉਹਨਾਂ ਜਵਾਬਾਂ ਅਨੁਸਾਰ, ਜਿਹੜੇ ਤੁਸਾਂ ਦਿੱਤੇ ਸਨ, ਸਜ਼ਾ ਦਿੱਤੀ ਏ," ਪ੍ਰਧਾਨ ਨੇ ਬਾਹਰਲੇ ਬੂਹੇ ਵੱਲ ਤੁਕਦਿਆਂ ਆਖਿਆ। "ਭਾਵੇਂ ਉਹ ਜਵਾਬ ਮੁਕੱਮਦੇ ਦੇ ਤਥਾਂ ਨਾਲ ਮੇਲ ਨਹੀਂ ਖਾਂਦੇ।"

ਤੇ ਉਹਨੂੰ ਯਾਦ ਆਇਆ ਕਿ ਉਹ ਜਿਊਰੀ ਨੂੰ ਸਮਝਾਉਣ ਲੱਗਾ ਸੀ ਕਿ ਫੈਸਲੇ "ਕਸੂਰਵਾਰ" ਦਾ ਮਤਲਬ, ਜੇ ਇਸ ਨਾਲ "ਜਾਨ ਲੈਣ ਦਾ ਕੋਈ ਇਰਾਦਾ ਨਹੀਂ" ਸ਼ਬਦ ਨਾ ਜੋੜੇ ਜਾਣ, ਇਰਾਦੇ ਨਾਲ ਕੀਤੇ ਕਤਲ ਦਾ ਕਸੂਰ ਹੁੰਦਾ ਹੈ, ਪਰ ਕੰਮ ਨਿਬੇੜਨ ਦੀ ਕਾਹਲ ਵਿਚ ਉਸ ਨੇ ਇੰਜ ਨਹੀਂ ਸੀ ਕੀਤਾ।

"ਇਹ ਠੀਕ ਏ, ਪਰ ਕੀ ਗ਼ਲਤੀ ਠੀਕ ਨਹੀਂ ਕੀਤੀ ਜਾ ਸਕਦੀ?"

"ਅਪੀਲ ਕਰਨ ਦੀ ਵਜਾਹ ਹਮੇਸ਼ਾ ਲੱਭੀ ਜਾ ਸਕਦੀ ਏ। ਤੁਹਾਨੂੰ ਕਿਸੇ ਐਡਵੋਕੇਟ ਨਾਲ ਗੱਲ ਕਰਨੀ ਪਏਗੀ," ਪ੍ਰਧਾਨ ਨੇ ਮਾੜਾ ਜਿਹਾ ਇਕ ਪਾਸੇ ਜਿਹੇ ਨੂੰ ਕਰ ਕੇ ਟੋਪ ਸਿਰ ਤੇ ਰੱਖਦਿਆਂ ਅਤੇ ਬੂਹੇ ਵੱਲ ਤੁਰਦੇ ਜਾਂਦਿਆਂ ਆਖਿਆ।

"ਇਹ ਤਾਂ ਬੜੀ ਭਿਆਨਕ ਗੱਲ ਹੋਈ।"

"ਪਰ, ਵੇਖੋ ਨਾ, ਮਾਸਲੋਵਾ ਸਾਮ੍ਹਣੇ ਦੋ ਹੀ ਸੰਭਾਵਨਾਵਾਂ ਸਨ," ਪ੍ਰਧਾਨ ਨੇ ਆਖਿਆ। ਪ੍ਰਤੱਖ ਰੂਪ ਵਿਚ ਉਹ ਨੇਖਲੀਊਦੋਵ ਨਾਲ ਵਧ ਤੋਂ ਵਧ ਸਾਊ ਤੇ ਖ਼ੁਸ਼ਗਵਾਰ ਲਹਿਜੇ ਨਾਲ ਗੱਲ ਕਰਨ ਦਾ ਚਾਹਵਾਨ ਸੀ। ਫੇਰ ਆਪਣੇ ਕੋਟ ਦੇ ਕਾਲਰ ਉਤੇ ਆਪਣੀਆਂ ਗੱਲ੍ਹਮੁਛਾਂ ਸਵਾਰਦਿਆਂ, ਉਸ ਨੇ ਆਪਣਾ ਹੱਥ ਮਾੜਾ ਜਿਹਾ ਨੇਖਲੀਊਦੋਵ ਦੀ ਬਾਹ ਹੇਠਾਂ ਕਰ ਲਿਆ, ਅਤੇ ਬਾਹਰਲੇ ਦਰਵਾਜ਼ੇ ਵੱਲ ਕਦਮ ਵਧਾਉਂਦਿਆਂ ਹੋਇਆਂ, ਆਖਿਆ, "ਤੁਸੀਂ ਵੀ ਚਲ ਰਹੇ ਓ?"

"ਹਾਂ," ਨੇਖਲੀਊਦੋਵ ਨੇ ਜਲਦੀ ਨਾਲ ਆਪਣਾ ਕੋਟ ਪਾਉਂਦਿਆਂ ਤੇ ਉਹਦੇ ਨਾਲ ਤੁਰਦਿਆਂ, ਆਖਿਆ।

ਉਹ ਬਾਹਰ ਉਜਲੀ, ਸੁਹਾਵਣੀ ਧੁਪ ਵਿਚ ਆ ਗਏ, ਅਤੇ ਸੜਕ ਉਤੇ ਪਹੀਆਂ ਦੀ ਖੜ ਖੜ ਕਾਰਨ ਉਹਨਾਂ ਨੂੰ ਉੱਚੀ ਆਵਾਜ਼ ਵਿਚ ਗੱਲਬਾਤ ਕਰਨੀ ਪਈ।

"ਵੇਖੋ ਨਾ, ਹਾਲਤ ਬੜੀ ਅਜੀਬ ਏ," ਪ੍ਰਧਾਨ ਨੇ ਉੱਚੀ ਆਵਾਜ਼ ਵਿਚ ਆਖਿਆ। "ਏਸ ਮਾਸਲੋਵਾ ਦੇ ਸਾਮ੍ਹਣੇ ਦੋਹਾਂ ਵਿਚੋਂ ਇਕ ਹੀ ਰਾਹ ਏ: ਜਾਂ ਤਾਂ ਬਿਲਕੁਲ ਬਰੀ ਤੇ ਸਿਰਫ ਚੰਦ ਦਿਨਾਂ ਦੀ ਕੈਦ, ਜਾਂ ਪਹਿਲੀ ਨਜ਼ਰਬੰਦੀ ਨੂੰ ਧਿਆਨ ਵਿਚ ਰਖਦਿਆਂ, ਖਬਰੇ ਕੁਝ ਵੀ ਨਾ—ਜਾਂ ਕੈਦ ਬਾ-ਮੁਸ਼ੱਕਤ। ਵਿਚਕਾਰਲਾ ਕੋਈ ਰਾਹ ਹੈ ਹੀ ਨਹੀਂ।

ਜੇ ਕਰ ਤੁਸੀਂ "ਜਾਨ ਲੈਣ ਦੇ ਇਰਾਦੇ ਨਾਲ ਨਹੀਂ" ਲਫ਼ਜ਼ ਹੋਰ ਲਿਖ ਦੇਂਦੇ, ਉਸ ਨੇ ਬਰੀ ਹੋ ਜਾਣਾ ਸੀ।"

"ਹਾਂ, ਇਸ ਗ਼ਲਤੀ ਲਈ ਮੈਨੂੰ ਮਾਫ਼ ਨਹੀਂ ਕੀਤਾ ਜਾ ਸਕਦਾ," ਨੇਖਲੀਊਦੋਵ ਨੇ ਆਖਿਆ।

"ਏਹੋ ਤਾਂ ਸਾਰੀ ਗੱਲ ਏ ਵਿਚੋਂ," ਪ੍ਰਧਾਨ ਨੇ ਮੁਸਕ੍ਰਾ ਕੇ ਆਖਿਆ, ਤੇ ਆਪਣੀ ਘੜੀ ਵੱਲ ਵੇਖਿਆ।

ਆਪਣੀ ਕਲਾਰਾ ਨਾਲ ਮਿਥਿਆ ਵਕਤ ਪੂਰਾ ਹੋਣ ਵਿਚ ਸਿਰਫ਼ ਪੌਣਾ ਘੰਟਾ ਬਾਕੀ ਰਹਿ ਗਿਆ ਸੀ।

"ਹੁਣ, ਜੇ ਚਾਹੋ ਤਾਂ ਐਡਵੋਕੇਟਾਂ ਨਾਲ ਗੱਲ ਕਰ ਵੇਖੋ। ਅਪੀਲ ਕਰਨ ਵਾਸਤੇ ਕੋਈ ਵਜਾਹ ਲਭਣੀ ਪਵੇਗੀ, ਪਰ ਇਹ ਕੰਮ ਕੋਈ ਅਖਾ ਨਹੀਂ ਹੁੰਦਾ।" ਤੇ ਫੇਰ ਇਕ ਬੱਘੀ ਵਾਲੇ ਨੂੰ ਸੰਬੋਧਨ ਕਰਕੇ ਆਖਿਆ, "ਦਵੋਰੀਆਨਸਕਾਯਾ ਤੱਕ, ਤੀਹ ਕਾਪੀਕ; ਮੈਂ ਕਦੇ ਇਸ ਤੋਂ ਵਧ ਨਹੀਂ ਦਿੱਤੇ।"

"ਠੀਕ ਏ, ਸਰਕਾਰ! ਬਹਿ ਜਾਓ।"

"ਚੰਗਾ ਫੇਰ, ਸ਼ੁਭ ਸ਼ਾਮ। ਜੇ ਮੇਰੀ ਕੋਈ ਲੋੜ ਪਵੇ ਤਾਂ ਦਵੋਰੀਆਨਸਕਾਯਾ ਤੇ ਦਵੋਰਨੀਕੋਵ ਭਵਨ ਯਾਦ ਰਖਣਾ। ਯਾਦ ਰਖਣਾ ਸੌਖਾ ਈ ਐ।"

ਅਤੇ ਮਿਹਰਭਰੇ ਅੰਦਾਜ਼ ਨਾਲ ਸਿਰ ਨਿਵਾ ਕੇ ਉਹ ਬੱਘੀ ਵਿਚ ਬੈਠਾ ਅਤੇ ਚਲਾ ਗਿਆ।

੨੫

ਪ੍ਰਧਾਨ ਨਾਲ ਉਹਦੀ ਗੱਲਬਾਤ, ਅਤੇ ਸੱਜਰੀ ਹਵਾ ਨੇ ਨੇਖਲੀਊਦੋਵ ਦੇ ਮਨ ਨੂੰ ਕੁਝ ਧੀਰਜ ਦਿੱਤਾ। ਹੁਣ ਉਸ ਨੂੰ ਖ਼ਿਆਲ ਆਇਆ ਕਿ ਜਿਹੜੇ ਭਾਵ ਉਹਦੇ ਮਨ ਵਿਚ ਪੈਦਾ ਹੁੰਦੇ ਰਹੇ ਸਨ ਉਹਨਾਂ ਵਿਚ ਉਸ ਅਸਾਧਾਰਨ ਵਾਤਾਵਰਣ ਨੇ ਜਿਸ ਵਿਚ ਉਹ ਸਵੇਰ ਤੋਂ ਘਿਰਿਆ ਹੋਇਆ ਸੀ ਲੋੜੋਂ ਵਧ ਤੀਖਣਤਾ ਪੈਦਾ ਕਰ ਦਿਤੀ ਸੀ।

"ਬੇਸ਼ਕ ਇਹ ਇਕ ਅਜੀਬ ਤੇ ਹੈਰਾਨਕੁੰਨ ਸਬੱਬ ਬਣ ਗਿਐ ਤੇ ਇਹ ਗੱਲ ਉੱਕਾ ਹੀ ਲਾਜ਼ਮੀ ਏ ਕਿ ਉਸ ਦੇ ਨਸੀਬੇ ਦਾ ਭਾਰ ਹੌਲਾ ਕਰਨ ਲਈ ਮੈਂ ਜੋ ਕਰ ਸਕਦਾ ਹਾਂ ਕਰਾਂ, ਤੇ ਕਰਾਂ ਵੀ ਛੇਤੀ ਤੋਂ ਛੇਤੀ। ਹਾਂ, ਫ਼ੌਰਨ! ਏਥੋਂ ਅਦਾਲਤ ਵਿਚੋਂ ਹੀ ਪਤਾ ਕਰ ਲੈਣਾ ਚਾਹੀਦੈ ਕਿ ਫਾਨਾਰਿਨ ਜਾਂ ਮੀਕੀਸ਼ਿਨ ਕਿਥੇ ਰਹਿੰਦੇ ਨੇ," ਦੋ ਪ੍ਰਸਿਧ ਐਡਵੋਕੇਟਾਂ ਦੇ ਨਾਮ ਯਾਦ ਕਰਦਿਆਂ ਉਸ ਨੇ ਸੋਚਿਆ।

ਉਹ ਵਾਪਸ ਅਦਾਲਤ ਵਿਚ ਆ ਗਿਆ, ਆਪਣਾ ਓਵਰਕੋਟ ਲਾਹਿਆ, ਤੇ

ਪੌੜੀਆਂ ਚੜ੍ਹ ਗਿਆ। ਪਹਿਲੇ ਲਾਂਘੇ ਵਿਚ ਹੀ ਉਹਨੂੰ ਫਾਨਾਰਿਨ ਆਪ ਮਿਲ ਪਿਆ। ਉਸ ਨੇ ਉਹਨੂੰ ਰੋਕਿਆ ਤੇ ਆਖਿਆ ਕਿ ਮੈਂ ਕਿਸੇ ਕੰਮ ਲਈ ਤੁਹਾਨੂੰ ਹੀ ਮਿਲਣ ਚੱਲਿਆ ਸੀ। ਫਾਨਾਰਿਨ ਨੇਖਲੀਊਦੋਵ ਨੂੰ ਸ਼ਕਲੋਂ ਤੇ ਨਾਂ ਤੋਂ ਜਾਣਦਾ ਸੀ। ਉਸ ਨੇ ਕਿਹਾ ਕਿ ਮੈਨੂੰ ਬੜੀ ਖੁਸ਼ੀ ਹੋਵੇਗੀ ਜੇ ਮੈਂ ਤੁਹਾਡਾ ਕੋਈ ਕੰਮ ਸਵਾਰ ਸਕਾਂ।

"ਹੈ ਤਾਂ ਭਾਵੇਂ ਮੈਂ ਥੱਕਿਆ ਹੋਇਆ, ਪਰ ਜੇ ਬਹੁਤਾ ਵਕਤ ਨਹੀਂ ਲੱਗਣਾ ਤਾਂ ਦੱਸੋ ਕੀ ਕੰਮ ਏ? ਆ ਜਾਓ ਅੰਦਰ!"

ਤੇ ਉਹ ਨੇਖਲੀਊਦੋਵ ਨੂੰ ਇਕ ਕਮਰੇ ਵਿਚ ਲੈ ਗਿਆ ਜੋ ਸ਼ਾਇਦ ਕਿਸੇ ਜੱਜ ਦਾ ਨਿੱਜੀ ਕਮਰਾ ਸੀ। ਉਹ ਮੇਜ਼ ਦੇ ਕੋਲ ਕਰਕੇ ਬਹਿ ਗਏ।

"ਦੱਸੋ, ਕੀ ਕੰਮ ਏ?"

"ਸਭ ਤੋਂ ਪਹਿਲੀ ਗੱਲ ਤਾਂ ਮੈਂ ਇਹ ਕਹਿਣੀ ਚਾਹੁੰਦਾ ਹਾਂ ਕਿ ਗੱਲ ਕਿਤੇ ਬਾਹਰ ਨਾ ਨਿਕਲੇ। ਮੈਂ ਚਾਹੁੰਦਾ ਹਾਂ ਕਿ ਕਿਸੇ ਨੂੰ ਸੂਹ ਨਾ ਲੱਗੇ ਕਿ ਮੇਰੀ ਇਸ ਮਾਮਲੇ ਵਿਚ ਕੋਈ ਦਿਲਚਸਪੀ ਏ।"

"ਇਹ ਤਾਂ ਖੈਰ ਕੁਦਰਤੀ ਗੱਲ ਏ। ਹੱਛਾ..."

"ਮੈਂ ਅੱਜ ਜਿਊਰੀ ਵਿਚ ਬੈਠਾ ਸਾਂ, ਅਤੇ ਅਸੀਂ ਇਕ ਔਰਤ ਨੂੰ ਕੈਦ ਬਾ-ਮੁਸ਼ੱਕਤ ਦੀ ਸਜ਼ਾ ਦੇ ਦਿੱਤੀ ਏ, ਵਿਚਾਰੀ ਬੇਗੁਨਾਹ ਔਰਤ ਏ। ਮੈਂ ਇਸ ਗੱਲੋਂ ਬੜਾ ਪ੍ਰੇਸ਼ਾਨ ਹਾਂ।"

ਨੇਖਲੀਊਦੋਵ ਦਾ ਚਿਹਰਾ ਅਚਨਚੇਤ ਹੀ ਲਾਲ ਹੋ ਗਿਆ ਤੇ ਉਹ ਭੰਬਲ ਭੂਸਿਆਂ ਵਿਚ ਪੈ ਗਿਆ। ਫਾਨਾਰਿਨ ਨੇ ਇਕ ਤੇਜ਼ ਦੌੜਦੀ ਨਜ਼ਰ ਉਹਦੇ ਵੱਲ ਵੇਖਿਆ, ਤੇ ਫੇਰ ਨੀਵੀਂ ਪਾ ਕੇ ਸੁਣਨ ਲੱਗਾ।

"ਹੱਛਾ, ਫੇਰ?" ਉਸ ਨੇ ਆਖਿਆ।

"ਅਸੀਂ ਇਕ ਬੇਗੁਨਾਹ ਔਰਤ ਨੂੰ ਸਜ਼ਾ ਦਿੱਤੀ ਏ, ਤਾਂ ਮੈਂ ਚਾਹੁੰਨਾ ਕਿ ਉਤਲੀ ਅਦਾਲਤ ਵਿਚ ਅਪੀਲ ਕਰਾਂ।"

"ਸੈਨੇਟ ਕੋਲ," ਫਾਨਾਰਿਨ ਉਸ ਨੂੰ ਦਰੁੱਸਤ ਕਰਦਿਆਂ ਕਿਹਾ।

"ਹਾਂ, ਤੇ ਮੈਂ ਚਾਹੁੰਦਾ ਕਿ ਇਸ ਮਾਮਲੇ ਨੂੰ ਤੁਸੀਂ ਆਪਣੇ ਹੱਥ ਵਿਚ ਲਓ।"

ਨੇਖਲੀਊਦੋਵ ਔਖੀ ਗੱਲ ਨੂੰ ਛੇਤੀ ਮੁਕਾਉਣਾ ਚਾਹੁੰਦਾ ਸੀ, ਤੇ ਉਹਨੇ ਨਾਲ ਹੀ ਕਿਹਾ:

"ਏਸ ਮਾਮਲੇ ਦਾ ਖਰਚ ਮੈਂ ਝੱਲਾਂਗਾ। ਜੋ ਵੀ ਖਰਚ ਹੋਵੇ ਕਰਾਂਗਾ, ਦੇਵਾਂਗਾ।"

"ਕੋਈ ਨਹੀਂ, ਇਹ ਅਸੀਂ ਨਜਿਠ ਲਵਾਂਗੇ," ਐਡਵੋਕੇਟ ਨੇ, ਅਜਿਹੇ ਮਾਮਲਿਆਂ ਵਿਚ ਨੇਖਲੀਊਦੋਵ ਦੀ ਨਾਤਜਰਬਾਕਾਰੀ ਉਤੇ ਨਿਵਾਜਵੇਂ ਢੰਗ ਨਾਲ ਮੁਸਕ੍ਰਾਉਂਦਿਆਂ ਆਖਿਆ।

"ਮਾਮਲਾ ਹੈ ਕੀ?"

ਨੇਖਲੀਊਦੋਵ ਨੇ ਜੋ ਕੁਝ ਹੋਇਆ ਬੀਤਿਆ ਸੀ ਬਿਆਨ ਕਰ ਦਿੱਤਾ।

"ਠੀਕ ਏ। ਭਲਕੇ ਮੈਂ ਬੈਠਾਂਗਾ ਤੇ ਸਾਰਾ ਕੇਸ ਵੇਖਾਂਗਾ। ਤੁਸੀਂ ਪਰਸੋਂ, ਨਹੀਂ,

ਚੰਗਾ ਇਹ ਹੈ ਕਿ ਵੀਰਵਾਰ ਨੂੰ ਆਉਣਾ। ਸ਼ਾਮ ਦੇ ਛੇ ਵਜੇ ਨਾਲ ਤੇ ਮੈਂ ਤੁਹਾਨੂੰ ਇਸ ਗੱਲ ਦਾ ਜਵਾਬ ਦੇਵਾਂਗਾ। ਠੀਕ? ਚਲੋ ਹੁਣ ਚੱਲੀਏ। ਮੈਂ ਏਥੋਂ ਕੁਝ ਥੋੜਾ ਜਿਹੀ ਪੁੱਛ-ਪੜਤਾਲ ਕਰਨੀ ਏ।"

ਨੇਖਲੀਊਦੋਵ ਨੇ ਉਹਦੇ ਕੋਲੋਂ ਵਿਦਾ ਲਈ ਤੇ ਬਾਹਰ ਨਿਕਲ ਗਿਆ।

ਐਡਵੋਕੇਟ ਨਾਲ ਗੱਲਬਾਤ ਨੇ, ਤੇ ਇਸ ਹਕੀਕਤ ਨੇ ਕਿ ਉਹਨੇ ਮਾਸਲੋਵਾ ਦੇ ਬਚਾਓ ਲਈ ਕੁਝ ਕੀਤਾ ਸੀ, ਉਹਨੂੰ ਹੋਰ ਵੀ ਢਾਰਸ ਦਿੱਤੀ। ਉਹ ਸੜਕ ਉਤੇ ਆ ਗਿਆ ਸੀ। ਮੌਸਮ ਖ਼ੂਬਸੂਰਤ ਸੀ ਤੇ ਬਹਾਰ ਦੀ ਹਵਾ ਵਿਚ ਇਕ ਲੰਮਾ ਸਾਹ ਖਿੱਚ ਕੇ ਉਹ ਖੜ ਗਿਆ। ਇਕ-ਦਮ ਬੱਘੀਆਂ ਦੇ ਕੋਚਵਾਨ ਉਹਦੇ ਦੁਆਲੇ ਆਣ ਹੋਏ, ਪਰ ਉਹ ਪੈਦਲ ਹੀ ਤੁਰ ਪਿਆ। ਇਕਦਮ ਕਾਤੀਊਸ਼ਾ ਦੀਆਂ ਅਤੇ ਉਹਦੇ ਨਾਲ ਕੀਤੇ ਉਸ ਦੇ ਸਲੂਕ ਦੀਆਂ ਤਸਵੀਰਾਂ ਅਤੇ ਯਾਦਾਂ ਦਾ ਇਕ ਹਜੂਮ ਉਹਦੇ ਦਿਮਾਗ ਵਿਚ ਵਾਵਰੋਲੇ ਬਣ ਕੇ ਉਭਰਨ ਲੱਗਾ, ਅਤੇ ਉਹ ਨਿਰਾਸ਼ ਹੋ ਗਿਆ ਤੇ ਉਹਨੂੰ ਹਰ ਚੀਜ਼ ਉਦਾਸ ਉਦਾਸ ਜਾਪਣ ਲੱਗੀ। "ਨਹੀਂ, ਇਹ ਸਭ ਗੱਲਾਂ ਮਗਰੋਂ ਸੋਚੀਆਂ ਜਾਣਗੀਆਂ," ਉਸ ਨੇ ਆਪਣੇ ਮਨ ਵਿਚ ਕਿਹਾ, "ਇਸ ਵੇਲੇ ਮੈਨੂੰ ਇਹਨਾਂ ਅਸੁਖਾਵੇਂ ਪ੍ਰਭਾਵਾਂ ਤੋਂ ਪਿੱਛਾ ਛੁਡਾਉਣਾ ਚਾਹੁੰਦੇ।"

ਉਸ ਨੂੰ ਕੋਰਚਾਗਿਨਾਂ ਦੇ ਘਰ ਦਾਅਵਤ ਦਾ ਚੇਤਾ ਆ ਗਿਆ ਤੇ ਉਸ ਨੇ ਆਪਣੀ ਘੜੀ ਵੇਖੀ। ਹਾਲੇ ਪਹੁੰਚਣ ਦਾ ਵਕਤ ਹੈ ਸੀ। ਉਸ ਨੇ ਲੰਘਦੀ ਹੋਈ ਇਕ ਕੋਨਕਾ* ਦੀ ਆਵਾਜ਼ ਸੁਣੀ ਤੇ ਇਸ ਤੇ ਚੜ੍ਹਨ ਲਈ ਦੌੜ ਪਿਆ, ਤੇ ਛਾਲ ਮਾਰ ਕੇ ਸਵਾਰ ਹੋ ਗਿਆ। ਚੌਕ ਵਿਚ ਜਾ ਕੇ ਉਹ ਛਾਲ ਮਾਰ ਕੇ ਹੇਠਾਂ ਉਤਰ ਆਇਆ, ਇਕ ਚੰਗੀ ਜਿਹੀ ਬੱਘੀ ਲਈ, ਅਤੇ ਦਸ ਮਿੰਟਾਂ ਪਿਛੋਂ ਉਹ ਕੋਰਚਾਗਿਨਾਂ ਦੇ ਵੱਡੇ ਸਾਰੇ ਮਕਾਨ ਦੇ ਬੂਹੇ ਅੱਗੇ ਸੀ।

੨੬

"ਆਓ, ਲੰਘ ਆਓ, ਹਜ਼ੂਰ," ਕੋਰਚਾਗਿਨਾਂ ਦੇ ਵੱਡੇ ਸਾਰੇ ਮਕਾਨ ਦੇ ਮੋਟੇ ਜਿਹੇ ਦਰਬਾਨ ਨੇ, ਮਿਤਰ ਭਾਵ ਨਾਲ ਆਖਿਆ ਤੇ ਬੂਹਾ ਖੋਹਲਿਆ। ਬਲੂਤ ਦੇ ਬੂਹੇ ਦੇ ਕਬਜ਼ੇ ਵਲੈਤੀ ਸਨ ਇਸ ਕਰਕੇ ਤਖਤੇ ਦੇ ਪਿੱਛੇ ਹਟਣ ਦੀ ਕੋਈ ਆਵਾਜ਼ ਨਹੀਂ ਆਈ। "ਤੁਹਾਡੀ ਉਡੀਕ ਹੋ ਰਹੀ ਏ। ਉਹ ਲੋਕ ਖਾਣਾ ਖਾ ਰਹੇ ਨੇ ਪਰ ਤੁਸੀਂ ਅੰਦਰ ਜਾ ਸਕਦੇ ਓ।"

---

* ਰੇਲ ਦੀ ਪਟੜੀ ਉਤੇ ਚਲਦੀ ਘੋੜਾ-ਗੱਡੀ। —**ਸੰਪਾ:**

ਦਰਬਾਨ ਪੌੜੀਆਂ ਤਕ ਗਿਆ ਤੇ ਘੰਟੀ ਵਜਾਈ।

"ਕੋਈ ਹੋਰ ਲੋਕ ਵੀ ਆਏ ਹੋਏ ਨੇ?" ਨੇਖਲੀਊਦੋਵ ਨੇ ਆਪਣਾ ਓਵਰਕੋਟ ਲਾਹੁੰਦਿਆਂ ਆਖਿਆ।

"ਬਸ ਸ੍ਰੀ ਕੋਲੋਸੋਵ ਤੇ ਮਿਖਾਇਲ ਸੇਰਗੇਯੇਵਿਚ ਤੇ ਆਪਣੇ ਘਰ ਦੇ ਜੀਅ।"

ਇਕ ਬਹੁਤ ਹੀ ਖ਼ੂਬਸੂਰਤ ਨੌਕਰ ਨੇ, ਜਿਸ ਨੇ ਫਰਾਕ-ਕੋਟ ਤੇ ਚਿੱਟੇ ਦਸਤਾਨੇ ਪਾਏ ਹੋਏ ਸਨ, ਪੌੜੀਆਂ ਦੇ ਗਲਿਆਰੇ ਵਿਚੋਂ ਹੇਠਾਂ ਵੇਖਿਆ।

"ਕਿਰਪਾ ਕਰਕੇ ਉਪਰ ਆ ਜਾਓ, ਹਜ਼ੂਰ," ਉਸ ਨੇ ਆਖਿਆ। "ਤੁਹਾਡੀ ਉਡੀਕ ਹੋ ਰਹੀ ਏ।"

ਨੇਖਲੀਊਦੋਵ ਉਪਰ ਗਿਆ ਅਤੇ ਸ਼ਾਨਦਾਰ ਵੱਡੇ ਸਾਰੇ ਬਾਲ ਰੂਮ ਵਿਚੋਂ ਲੰਘ ਕੇ, ਜਿਸ ਤੋਂ ਉਹ ਚੰਗੀ ਤਰ੍ਹਾਂ ਜਾਣੂ ਸੀ, ਡਾਈਨਿੰਗ ਰੂਮ ਵਿਚ ਪਹੁੰਚ ਗਿਆ। ਓਥੇ ਸਾਰਾ ਕੋਰਚਾਗਿਨ ਪਰਵਾਰ—ਸਿਵਾਏ ਮਾਂ ਸੋਫੀਆ ਵਾਸੀਲੀਯੇਵਨਾ ਦੇ ਜਿਹੜੀ ਆਪਣੇ ਖਾਸ ਕਮਰੇ ਵਿਚੋਂ ਕਦੇ ਨਹੀਂ ਸੀ ਨਿਕਲਦੀ—ਮੇਜ਼ ਦੁਆਲੇ ਬੈਠਾ ਹੋਇਆ ਸੀ। ਮੇਜ਼ ਦੇ ਸਿਰੇ ਉਤੇ ਵੱਡਾ ਕੋਰਚਾਗਿਨ ਬੈਠਾ ਹੋਇਆ ਸੀ। ਉਸ ਦੇ ਖੱਬੇ ਹੱਥ ਡਾਕਟਰ, ਤੇ ਸੱਜੇ ਹੱਥ ਇਕ ਮਹਿਮਾਨ, ਇਵਾਨ ਇਵਾਨੋਵਿਚ ਕੋਲੋਸੋਵ, ਗੁਬੇਰਨੀਆ ਦੇ ਰਾਠਾਂ ਦਾ ਸਾਬਕਾ ਮੁਖੀ, ਇਸ ਵੇਲੇ ਇਕ ਬੈਂਕ ਦਾ ਡਾਇਰੈਕਟਰ, ਕੋਰਚਾਗਿਨ ਦਾ ਇਕ ਉਦਾਰਵਾਦੀ ਦੋਸਤ। ਖੱਬੇ ਪਾਸੇ ਅਗਲੀ ਕੁਰਸੀ ਤੇ ਬੈਠੀ ਸੀ ਮਿਸ ਰੇਡਰ, ਮਿੱਸੀ ਦੀ ਛੋਟੀ ਭੈਣ ਨੂੰ ਘਰ ਪੜ੍ਹਾਉਣ ਵਾਲੀ ਉਸਤਾਨੀ, ਤੇ ਚਾਰ ਸਾਲਾਂ ਦੀ ਬੱਚੀ ਆਪ। ਉਹਨਾਂ ਦੇ ਸਾਮ੍ਹਣੇ ਸੀ ਮਿੱਸੀ ਦਾ ਭਰਾ, ਪੇਤੀਆ, ਕੋਰਚਾਗਿਨਾਂ ਦਾ ਇਕੋ ਇਕ ਪੁਤਰ ਜੋ ਜਿਮਨੇਜ਼ੀਅਮ ਸਕੂਲ ਵਿਚ ਛੇਵੀਂ ਵਿਚ ਪੜ੍ਹਦਾ ਸੀ। ਉਹਦੇ ਇਮਤਿਹਾਨਾਂ ਕਰਕੇ ਹੀ ਸਾਰਾ ਟੱਬਰ ਅੱਜੇ ਤੱਕ ਸ਼ਹਿਰ ਵਿਚ ਸੀ। ਉਹਦੇ ਨਾਲ ਬੈਠਾ ਹੋਇਆ ਸੀ ਯੂਨੀਵਰਸਿਟੀ ਦਾ ਇਕ ਵਿਦਿਆਰਥੀ ਜਿਹੜਾ ਇਸ ਮੁੰਡੇ ਨੂੰ ਘਰ ਪੜ੍ਹਾਉਂਦਾ ਸੀ, ਉਹਦੇ ਸਾਮ੍ਹਣੇ ਸੀ ਕਾਤੇਰੀਨਾ ਅਲੇਕਸੇਯੇਵਨਾ, ਚਾਲੀ ਵਰ੍ਹਿਆਂ ਦੀ ਮੁਟਿਆਰ, ਇਕ ਸਲਾਵ-ਹਿਤੈਸ਼ੀ। ਅਤੇ ਮਿੱਸੀ ਦਾ ਰਿਸ਼ਤਿਓਂ ਭਰਾ, ਮਿਖਾਇਲ ਸੇਰਗੇਯੇਵਿਚ ਤੇਲੇਗਿਨ, ਜਿਸ ਨੂੰ ਆਮ ਕਰਕੇ ਮੀਸ਼ਾ ਆਖਕੇ ਬੁਲਾਇਆ ਜਾਂਦੀ ਸੀ। ਅਤੇ ਮੇਜ਼ ਦੇ ਹੇਠਲੇ ਸਿਰੇ ਉਤੇ ਮਿੱਸੀ ਆਪ ਬੈਠੀ ਹੋਈ ਸੀ ਤੇ ਉਹਦੇ ਨਾਲ ਵਾਲੀ ਥਾਂ ਖਾਲੀ ਪਈ ਸੀ।

"ਵਾਹਵਾਹ, ਬਹਿ ਜਾ। ਅਸੀਂ ਹਾਲੇ ਮੱਛੀ ਨੂੰ ਹੀ ਹੱਥ ਲਾਇਐ," ਵੱਡੇ ਕੋਰਚਾਗਿਨ ਨੇ ਮੁਸ਼ਕਲ ਨਾਲ ਅਤੇ ਆਪਣੇ ਨਕਲੀ ਦੰਦਾਂ ਨਾਲ ਹੌਲੀ ਹੌਲੀ ਚਿੱਥ ਕੇ ਖਾਂਦਿਆਂ, ਅਤੇ ਆਪਣੀਆਂ ਲਾਲ ਸੁਰਖ਼ ਅੱਖਾਂ ਨਾਲ (ਜਿਨ੍ਹਾਂ ਉਤੇ ਕੋਈ ਝਿੰਮਣੀ ਨਹੀਂ ਸੀ ਦਿਸਦੀ) ਨੇਖਲੀਊਦੋਵ ਵੱਲ ਵੇਖਦਿਆਂ ਆਖਿਆ। "ਸਤੇਪਾਨ," ਉਸ ਨੇ ਹੱਟੇ ਕੱਟੇ, ਠਾਠ ਬਾਠ ਵਾਲੇ ਖਾਨਸਾਮੇ ਨੂੰ ਸੰਬੋਧਨ ਕਰਦਿਆਂ, ਭਰੇ ਹੋਏ ਮੂੰਹ ਨਾਲ ਆਖਿਆ ਅਤੇ ਖਾਲੀ ਥਾਂ ਵੱਲ ਅੱਖਾਂ ਨਾਲ ਇਸ਼ਾਰਾ ਕੀਤਾ।

ਭਾਵੇਂ ਨੇਖਲੀਊਦੋਵ ਬੁੱਢੇ ਕੋਰਚਾਗਿਨ ਨੂੰ ਬੜੀ ਚੰਗੀ ਤਰ੍ਹਾਂ ਜਾਣਦਾ ਸੀ, ਤੇ ਉਹਨੂੰ

ਕਈ ਵਾਰੀ ਖਾਣਾ ਖਾਂਦਿਆਂ ਵੇਖ ਚੁੱਕਾ ਸੀ, ਪਰ ਅੱਜ ਸਵਾਦ ਨਾਲ ਚਟਖਾਰੇ ਲੈਂਦੇ ਬੁਲ੍ਹਾਂ ਨਾਲ ਲਾਲ ਹੋਇਆ ਉਹਦਾ ਮੂੰਹ, ਵਾਸਕਟ ਵਿਚ ਅੜਾਏ ਹੋਏ ਨੈਪਕਿਨ ਦੇ ਉਪਰ ਮੋਟੀ ਧੌਣ, ਅਤੇ ਬਹੁਤਾ ਖਾ ਖਾ ਕੇ ਪਲੇ ਹੋਏ ਫੌਜੀ ਜਨਰਲ ਦਾ ਸਰੀਰ, ਉਸ ਨੂੰ ਬਹੁਤ ਹੀ ਅਸੁਖਾਵਾਂ ਲੱਗਾ ਸੀ। ਨੇਖਲੀਊਦੋਵ ਨੂੰ ਸੁਤੇ ਸਿਧ ਹੀ ਉਹ ਸਭ ਕੁਝ ਯਾਦ ਆ ਗਿਆ ਜੋ ਉਹ ਇਸ ਆਦਮੀ ਦੀ ਬੇਰਹਿਮੀ ਬਾਰੇ ਜਾਣਦਾ ਸੀ, ਜਿਹੜਾ, ਜਦੋਂ ਇਕ ਸੂਬੇ ਦਾ ਗਵਰਨਰ ਸੀ, ਬਿਨਾਂ ਕਿਸੇ ਕਾਰਨ ਦੇ ਲੋਕਾਂ ਨੂੰ ਕੋਰੜੇ ਮਰਵਾਇਆ ਕਰਦਾ ਤੇ ਫਾਹੇ ਲਵਾਇਆ ਕਰਦਾ ਸੀ। ਸਿਰਫ ਇਸ ਕਰਕੇ ਕਿ ਉਹ ਆਪ ਅਮੀਰ ਸੀ ਤੇ ਉਹਨੂੰ ਕਿਸੇ ਦੀ ਖੁਸ਼ਾਮਦ ਕਰਨ ਦੀ ਲੋੜ ਨਹੀਂ ਸੀ।

"ਹੁਣੇ, ਹਜ਼ੂਰ," ਸਤੇਪਾਨ ਨੇ ਅਲਮਾਰੀ ਵਿਚੋਂ, ਜਿਹੜੀ ਚਾਂਦੀ ਦੇ ਅਨੇਕ ਭਾਂਡਿਆਂ ਤੇ ਫੁਲਦਾਨਾਂ ਨਾਲ ਸੱਜੀ ਹੋਈ ਸੀ, ਇਕ ਵੱਡੀ ਸਾਰੀ ਸੂਪ ਵਾਲੀ ਕੜਛੀ ਕੱਢਦਿਆਂ ਆਖਿਆ। ਤੇ ਉਹਨੇ ਸੁਹਣੇ ਸੁਨੱਖੇ ਗੱਲ੍ਹ ਮੁੱਛਾਂ ਵਾਲੇ ਨੌਕਰ ਨੂੰ ਆਪਣੇ ਸਿਰ ਨਾਲ ਇਸ਼ਾਰਾ ਕੀਤਾ, ਜਿਹੜਾ ਇਕਦਮ ਹੀ ਮਿੱਸੀ ਦੇ ਨਾਲ ਵਾਲੀ ਖਾਲੀ ਥਾਂ ਦੇ ਅੱਗੇ ਅਣਵਰਤੇ ਛੁਰੀਆਂ ਕਾਂਟੇ ਤੇ ਮਾਇਆ ਲੱਗਾ ਨੈਪਕਿਨ ਰਖਣ ਲੱਗ ਪਿਆ ਜਿਹੜਾ ਕਾਰੀਗਰੀ ਨਾਲ ਜੋੜਿਆ ਹੋਇਆ ਸੀ ਤੇ ਜਿਸ ਦੇ ਉਪਰਲੇ ਹਿੱਸੇ ਉਤੇ ਖਾਨਦਾਨੀ ਚਿੰਨ੍ਹ ਦੀ ਕਢਾਈ ਕੀਤੀ ਹੋਈ ਸੀ।

ਨੇਖਲੀਊਦੋਵ ਨੇ ਹਰ ਇਕ ਨਾਲ ਹੱਥ ਮਿਲਾਇਆ, ਅਤੇ ਵੱਡੇ ਕੋਰਚਾਗਿਨ ਤੇ ਸੁਆਣੀਆਂ ਤੋਂ ਬਿਨਾਂ, ਸਾਰੇ ਹੀ, ਜਦੋਂ ਉਹ ਉਹਨਾਂ ਕੋਲ ਪਹੁੰਚਿਆ, ਉਠ ਕੇ ਮਿਲਦੇ ਰਹੇ। ਅਤੇ ਮੇਜ਼ ਦੁਆਲੇ ਚੱਕਰ ਲਾਉਣਾ, ਉਹਨਾਂ ਸਭਨਾਂ ਲੋਕਾਂ ਨਾਲ ਹੱਥ ਮਿਲਾਉਣਾ, ਜਿਨ੍ਹਾਂ ਵਿਚੋਂ ਕਈਆਂ ਨਾਲ ਉਹਨੇ ਕਦੇ ਗੱਲ ਵੀ ਨਹੀਂ ਸੀ ਕੀਤੀ, ਇਸ ਵੇਲੇ ਅਜੀਬ ਤੇ ਅਸੁਖਾਵਾਂ ਜਾਪਦਾ ਸੀ। ਉਸ ਨੇ ਪਛੜ ਕੇ ਆਉਣ ਲਈ ਮਾਫੀ ਮੰਗੀ, ਤੇ ਉਹ ਮਿੱਸੀ ਤੇ ਕਾਤੇਰੀਨਾ ਅਲੇਕਸੇਯੇਵਨਾ ਦੇ ਵਿਚਕਾਰ ਬਹਿਣ ਹੀ ਲੱਗਾ ਸੀ, ਪਰ ਵੱਡਾ ਕੋਰਚਾਗਿਨ ਜ਼ਿੱਦ ਕਰਨ ਲੱਗਾ ਕਿ ਜੇ ਉਹਨੇ ਵੋਦਕਾ ਦਾ ਇਕ ਹਾੜਾ ਨਹੀਂ ਲੈਣਾ ਤਾਂ ਘਟੋ ਘਟ ਨਾਲ ਵਾਲੀ ਮੇਜ਼ ਉਤੋਂ ਕੁਝ ਥੋੜਾ ਬਹੁਤ ਲੈ ਕੇ ਆਪਣੀ ਭੁਖ ਤਾਂ ਜ਼ਰੂਰ ਚਮਕਾ ਲਵੇ। ਉਸ ਮੇਜ਼ ਉਤੇ ਵੱਡੀ ਝੀਂਗਾ ਮੱਛੀ, ਕੇਵੀਅਰ, ਪਨੀਰ, ਤੇ ਲੂਣ ਵਾਲੀ ਹੈਰਿੰਗ ਮੱਛੀ ਪਈ ਸੀ। ਜਿੱਨਾਂ ਚਿਰ ਉਹਨੇ ਖਾਣਾ ਸ਼ੁਰੂ ਨਹੀਂ ਕੀਤਾ ਨੇਖਲੀਊਦੋਵ ਨੂੰ ਪਤਾ ਨਹੀਂ ਸੀ ਕਿ ਉਹਨੂੰ ਕਿੱਨੀ ਕੁ ਭੁਖ ਲੱਗੀ ਹੈ, ਤੇ ਬਾਅਦ ਵਿਚ, ਥੋੜੀ ਜਿਹੀ ਬ੍ਰੈਡ ਤੇ ਪਨੀਰ ਖਾ ਲੈਣ ਮਗਰੋਂ, ਉਹਨੇ ਡਟ ਕੇ ਰੋਟੀ ਖਾਧੀ।

"ਕਿਉਂ ਜੀ, ਪੁਟੀਆਂ ਸਮਾਜ ਦੀਆਂ ਜੜ੍ਹਾਂ ਬਣਾ ਕੇ?" ਕੋਲੋਸੋਵ ਨੇ ਵਿਅੰਗ ਨਾਲ ਉਹ ਫਿਕਰਾ ਕੱਸਦਿਆਂ ਪੁੱਛਿਆ ਜਿਹੜਾ ਇਕ ਪਿਛਾਂਹਖਿਚੂ ਅਖਬਾਰ ਨੇ ਜਿਊਰੀ ਵਲੋਂ ਮੁਕਦਮਿਆਂ ਦੀ ਸੁਣਵਾਈ ਉਤੇ ਚੋਟ ਕਰਦਿਆਂ ਵਰਤਿਆ ਸੀ। "ਮੁਜਰਮ ਬਰੀ ਤੇ ਬੇਗੁਨਾਹ ਨੂੰ ਸਜ਼ਾ, ਹੈਂ?"

"ਜੜ੍ਹਾਂ ਪੁਟੀਆਂ, ਜੜ੍ਹਾਂ ਪੁਟੀਆਂ," ਪ੍ਰਿੰਸ ਕੋਰਚਾਗਿਨ ਨੇ ਹੱਸਦਿਆਂ ਹੋਇਆਂ

ਦੁਹਰਾਇਆ। ਉਸ ਨੂੰ ਆਪਣੇ ਉਦਾਰਵਾਦੀ ਮਿੱਤਰ ਤੇ ਸਾਥੀ ਦੀ ਸਿਆਣਪ ਤੇ ਸਿਖਿਆ ਵਿਚ ਪੱਕਾ ਵਿਸ਼ਵਾਸ ਸੀ।

ਅੱਖੜ ਜਾਪਣ ਦਾ ਖਤਰਾ ਸਹੇੜ ਕੇ ਵੀ, ਨੇਖਲੀਊਦੋਵ ਨੇ ਕੋਲੋਸੋਵ ਦੇ ਸਵਾਲ ਦਾ ਜਵਾਬ ਨਹੀਂ ਦਿੱਤਾ, ਅਤੇ ਬੈਠ ਕੇ ਭਾਫ ਛੱਡਦਾ ਸੂਪ ਖਾਣ ਲੱਗ ਪਿਆ।

"ਰੋਟੀ ਖਾਣ ਦਿਓ ਉਹਨੂੰ," ਮਿੱਸੀ ਨੇ ਮੁਸਕ੍ਰਾ ਕੇ ਆਖਿਆ। ਉਸ ਨੇ ਸ਼ਬਦ "ਉਹਨੂੰ" ਦੀ ਵਰਤੋਂ ਇਸ ਕਰਕੇ ਕੀਤੀ ਸੀ ਕਿ ਨੇਖਲੀਊਦੋਵ ਨਾਲ ਆਪਣੀ ਨੇੜਤਾ ਦਾ ਚੇਤਾ ਕਰਾ ਦੇਵੇ।

ਕੋਲੋਸੋਵ ਉੱਚੀ ਉੱਚੀ ਤੇ ਜੋਸ਼ ਨਾਲ ਜਿਊਰੀ ਵਲੋਂ ਸੁਣੇ ਗਏ ਮੁਕਦਮੇ ਦੇ ਖਿਲਾਫ ਉਸ ਲੇਖ ਦੇ ਨੁਕਤੇ ਬਿਆਨ ਕਰੀ ਗਿਆ ਜਿਸ ਨੂੰ ਪੜ੍ਹ ਕੇ ਉਹਦੇ ਅੰਦਰ ਨਫਰਤ ਜਾਗੀ ਸੀ। ਮਿੱਸੀ ਦਾ ਰਿਸ਼ਤਿਓਂ ਭਰਾ, ਮਿਖਾਇਲ ਸੇਰਗੇਯੇਵਿਚ ਉਹਦੀਆਂ ਸਾਰੀਆਂ ਗੱਲਾਂ ਦੀ ਹਾਂ ਵਿਚ ਹਾਂ ਮਿਲਾਈ ਗਿਆ, ਅਤੇ ਓਸੇ ਅਖਬਾਰ ਦੇ ਇਕ ਹੋਰ ਲੇਖ ਵਿਚਲੀਆਂ ਗੱਲਾਂ ਕਰੀ ਗਿਆ।

ਮਿੱਸੀ, ਹਮੇਸ਼ਾ ਵਾਂਗ ਹੀ, ਬੜੀ distinguée * ਸੀ ਤੇ ਉਸ ਨੇ ਬੜੇ ਸੁਹਣੇ, ਸਾਊ ਢੰਗ ਦੇ, ਕਪੜੇ ਪਾਏ ਹੋਏ ਸਨ।

"ਤੁਸੀਂ ਖ਼ੂਬ ਥੱਕੇ ਹੋਵੋਗੇ ਤੇ ਭੁਖ ਵੀ ਖ਼ੂਬ ਲੱਗੀ ਹੋਵੇਗੀ," ਉਸ ਨੇ ਆਖਿਆ ਜਦੋਂ ਉਸ ਨੇ ਵੇਖਿਆ ਕਿ ਨੇਖਲੀਊਦੋਵ ਨੇ ਜੋ ਕੁਝ ਉਹਦੇ ਮੂੰਹ ਵਿਚ ਸੀ ਸੰਘੋਂ ਹੇਠਾਂ ਕਰ ਲਿਆ ਹੈ।

"ਕੋਈ ਖਾਸ ਨਹੀਂ। ਤੇ ਤੁਹਾਨੂੰ? ਚਿਤਰ ਵੇਖਣ ਗਏ ਸੀ?" ਉਸ ਨੇ ਪੁੱਛਿਆ।

"ਨਹੀਂ, ਅਸੀਂ ਇਹ ਪ੍ਰੋਗਰਾਮ ਮੁਲਤਵੀ ਕਰ ਦਿੱਤਾ ਸੀ। ਅਸੀਂ ਸਾਲਾਮਾਤੋਵਾਂ ਦੇ ਟੈਨਿਸ ਖੇਡਦੇ ਰਹੇ। ਇਹ ਬਿਲਕੁਲ ਠੀਕ ਏ ਕਿ ਮਿਸਟਰ ਕਰੁਕਸ ਬਹੁਤ ਵਧੀਆ ਖੇਡਦੇ ਨੇ।"

ਨੇਖਲੀਊਦੋਵ ਏਥੇ ਇਸ ਕਰ ਕੇ ਆਇਆ ਸੀ ਕਿ ਉਹਦਾ ਧਿਆਨ ਹੋਰ ਪਾਸੇ ਚਲਾ ਜਾਵੇ, ਕਿਉਂਕਿ ਉਸ ਨੂੰ ਇਸ ਘਰ ਵਿਚ ਆਉਣਾ ਚੰਗਾ ਲੱਗਦਾ ਸੀ। ਸਿਰਫ ਇਸ ਕਰਕੇ ਹੀ ਨਹੀਂ ਕਿ ਇਸ ਥਾਂ ਦੇ ਸੁਚੱਜੇ ਠਾਠ ਬਾਠ ਦਾ ਉਸ ਉਤੇ ਚੰਗਾ ਅਸਰ ਹੁੰਦਾ ਸੀ ਸਗੋਂ ਪਿਆਰ ਭਰੀ ਚਾਪਲੂਸੀ ਦੇ ਵਾਤਾਵਰਣ ਕਰਕੇ ਵੀ ਜਿਸ ਵਿਚ ਅਣਜਾਣਿਆਂ ਹੀ ਉਹ ਘਿਰ ਜਾਂਦਾ ਹੈ। ਪਰ ਅਜੀਬ ਗੱਲ ਸੀ ਕਿ ਅੱਜ ਇਸ ਘਰ ਦੀ ਹਰ ਚੀਜ਼ ਤੋਂ ਉਸ ਨੂੰ ਘਿਣ ਆ ਰਹੀ ਸੀ। ਹਰ ਚੀਜ਼ ਤੋਂ, ਦਰਬਾਨ, ਚੌੜੀਆਂ ਪੌੜੀਆਂ, ਫੁੱਲਾਂ, ਨੌਕਰਾਂ, ਮੇਜ਼ ਦੀ ਸਜਾਵਟ ਤੋਂ ਲੈ ਕੇ ਖ਼ੁਦ ਮਿੱਸੀ ਤੱਕ ਤੋਂ, ਜਿਹੜੀ ਅੱਜ ਨਾ ਸੁੰਦਰ ਜਾਪ ਰਹੀ ਸੀ ਨਾ ਸੁਭਾਵਿਕ। ਕੋਲੋਸੋਵ ਦੇ ਉਦਾਰਵਾਦ ਦਾ ਆਤਮ–ਵਿਸ਼ਵਾਸੀ ਤੇ ਹੋਛਾ ਅੰਦਾਜ਼ ਵੀ ਅਸੁਖਾਵਾਂ ਸੀ, ਜਿਵੇਂ ਕਿ ਵੱਡੇ ਕੋਰਚਾਗਿਨ ਦਾ ਕਾਮੁਕ, ਆਤਮ–ਸੰਤੁਸ਼ਟ,

* ਜੱਚ ਰਹੀ।—**ਸੰਪਾ**:

ਸਾਨੂੰ ਵਰਗਾ ਚਿਹਰਾ ਮੋਹਰਾ, ਅਤੇ ਸਲਾਵ-ਹਿਤੈਸ਼ੀ, ਕਾਤੇਰੀਨਾ ਅਲੇਕਸੇਯੇਵਨਾ ਦੇ ਫਰਾਂਸੀਸੀ ਵਿਚ ਆਖੇ ਬੋਲ। ਉਸਤਾਨੀ ਤੇ ਵਿਦਿਆਰਥੀ ਦੀਆਂ ਲਾਚਾਰ ਤਕਣੀਆਂ ਵੀ ਸੁਖਾਵੀਆਂ ਨਹੀਂ ਸਨ, ਪਰ ਸਭ ਤੋਂ ਵਧ ਅਸੁਖਾਵਾਂ ਸੀ ਪੜਨਾਂਵ "ਉਹਨੂੰ" ਜਿਹੜਾ ਮਿੱਸੀ ਨੇ ਵਰਤਿਆ ਸੀ।... ਨੇਖਲੀਊਦੋਵ ਫੇਰ ਚਿਰ ਤੋਂ ਮਿੱਸੀ ਨੂੰ ਦੋ ਤਰੀਕਿਆਂ ਨਾਲ ਸਮਝਣ ਵਿਚ ਡੱਕੋਡੋਲੇ ਖਾ ਰਿਹਾ ਸੀ। ਕਦੇ ਉਹ ਉਸ ਵੱਲ ਇਉਂ ਵੇਖਦਾ ਮਾਣੋ ਚੰਨ ਚਾਨਣੀ ਵਿਚੋਂ ਵੇਖ ਰਿਹਾ ਹੋਵੇ ਤੇ ਉਸ ਨੂੰ ਉਹਦੇ ਸੁਹੱਪਣ ਬਗੈਰ ਕੋਈ ਹੋਰ ਚੀਜ਼ ਨਾ ਦਿੱਸਦੀ। ਓਦੋਂ ਉਸ ਨੂੰ ਉਹ ਚੁਸਤ ਸੁਹਣੀ, ਤੇ ਹੁਸ਼ਿਆਰ ਤੇ ਭੋਲੀ-ਭਾਲੀ ਲੱਗਦੀ ਸੀ, ਫੇਰ ਅਚਨਚੇਤ ਹੀ, ਮਾਣੋ ਉਹਦੇ ਉਤੇ ਤਿੱਖੀ ਧੁਪ ਪੈਂਦੀ ਹੋਵੇ, ਉਹ ਉਸ ਦੇ ਨੁਕਸ ਵੇਖਦਾ ਅਤੇ ਇਹਨਾਂ ਨੂੰ ਵੇਖਣੋਂ ਰਹਿ ਨਾ ਸਕਦਾ। ਅੱਜ ਉਹਦੇ ਲਈ ਏਹੋ ਜਿਹਾ ਹੀ ਦਿਨ ਸੀ। ਅੱਜ ਉਹਨੇ ਉਸ ਦੇ ਚਿਹਰੇ ਦੇ ਸਾਰੇ ਵੱਟ ਵੇਖ ਲਏ ਸਨ। ਉਸ ਦਾ ਵਾਲਾਂ ਨੂੰ ਕੁੰਡਲ ਪਾਉਣ ਦਾ ਤਰੀਕਾ ਵੇਖਿਆ ਸੀ, ਉਹਦੀਆਂ ਨੁਕੀਲੀਆਂ ਕੂਹਣੀਆਂ ਤੇ ਖਾਸ ਕਰਕੇ, ਇਹ ਵੇਖਿਆ ਸੀ ਕਿ ਉਹਦਾ ਅੰਗੂਠੇ ਦਾ ਨਹੁੰ ਕੇਡਾ ਵੱਡਾ ਹੈ ਜਿਸ ਤੋਂ ਉਸ ਨੂੰ ਉਹਦੇ ਪਿਓ ਦੇ ਓਸੇ ਤਰ੍ਹਾਂ ਦੇ ਨਹੁੰ ਚੇਤੇ ਆ ਗਏ ਸਨ।

"ਟੈਨਿਸ ਖੁਸ਼ਕ ਖੇਡ ਹੈ," ਕੋਲੋਸੋਵ ਨੇ ਆਖਿਆ। "ਜਦੋਂ ਅਸੀਂ ਨਿਆਣੇ ਸਾਂ ਅਸੀਂ ਲਾਪਟਾ* ਖੇਡਦੇ ਹੁੰਦੇ ਸਾਂ। ਉਹ ਕਿਤੇ ਬਹੁਤੀ ਦਿਲਚਸਪ ਖੇਡ ਹੈ।"

"ਨਹੀਂ, ਨਹੀਂ, ਤੁਸੀਂ ਖੇਡ ਕੇ ਵੇਖੀ ਹੀ ਨਹੀਂ। ਇਹ ਤਾਂ ਲੋਹੜੇ ਦੀ ਦਿਲਚਸਪ ਖੇਡ ਐ," ਮਿੱਸੀ ਨੇ ਆਖਿਆ। ਨੇਖਲੀਊਦੋਵ ਨੂੰ ਜਾਪਿਆ ਸੀ ਕਿ ਉਹਨੇ ਲਫਜ਼ "ਲੋਹੜੇ ਦੀ" ਉਤੇ ਬੜੇ ਨਖਰੇ ਨਾਲ ਜ਼ੋਰ ਦਿੱਤਾ ਸੀ।

ਇਸ ਤੋਂ ਪਿਛੋਂ ਇਕ ਬਹਿਸ ਛਿੜ ਪਈ ਜਿਸ ਵਿਚ ਮਿਖਾਇਲ ਸੇਰਗੇਯੇਵਿਚ, ਕਾਤੇਰੀਨਾ ਅਲੇਕਸੇਯੇਵਨਾ, ਤੇ ਬਾਕੀ ਸਾਰੇ ਜਣੇ ਹਿੱਸਾ ਲੈਣ ਲੱਗੇ, ਸਿਵਾਏ ਉਸਤਾਨੀ, ਵਿਦਿਆਰਥੀ ਮੁੰਡੇ ਅਤੇ ਬੱਚਿਆਂ ਦੇ ਜਿਹੜੇ ਮੂੰਹ ਬੰਦ ਕਰ ਕੇ ਅਤੇ ਅੱਕੇ ਥੱਕੇ ਹੋਏ ਬੈਠੇ ਸਨ।

"ਉਫ, ਇਹ ਬਹਿਸ ਤਾਂ ਕਦੇ ਮੁਕਣੀ ਨਹੀਂ!" ਵੱਡੇ ਕੋਰਚਾਗਿਨ ਨੇ ਉੱਚੀ ਹੱਸਦਿਆਂ ਆਖਿਆ, ਆਪਣੀ ਵਾਸਕਟ ਵਿਚੋਂ ਨੈਪਕਿਨ ਬਾਹਰ ਖਿਚਿਆ, ਕੁਰਸੀ ਨੂੰ ਧੱਕ ਕੇ ਪਰੇ ਕੀਤਾ ਜਿਸ ਦੀ ਰਗੜ ਨਾਲ ਖੜਾਕ ਜਿਹਾ ਹੋਇਆ ਤੇ ਜਿਸ ਨੂੰ ਓਸੇ ਵੇਲੇ ਨੌਕਰ ਨੇ ਫੜ ਲਿਆ, ਤੇ ਉਹ ਮੇਜ਼ ਤੋਂ ਉਠ ਗਿਆ। ਉਹਦੇ ਮਗਰੇ ਹੀ ਬਾਕੀ ਸਾਰੇ ਉਠ ਪਏ, ਅਤੇ ਇਕ ਹੋਰ ਮੇਜ਼ ਕੋਲ ਚਲੇ ਗਏ ਜਿਸ ਉਤੇ ਕਟੋਰਿਆਂ ਵਿਚ ਖੁਸ਼ਬੂਦਾਰ ਕੋਸਾ ਪਾਣੀ ਰਖਿਆ ਹੋਇਆ ਸੀ। ਉਹਨਾਂ ਨੇ ਚੂਲੀ ਕੀਤੀ ਤੇ ਮੁੜ ਬਹਿਸ ਕਰਨ ਜੁਟ ਪਏ ਜਿਸ ਵਿਚ ਕਿਸੇ ਦੀ ਵੀ ਦਿਲਚਸਪੀ ਨਹੀਂ ਸੀ।

"ਇਹ ਗੱਲ ਠੀਕ ਨਹੀਂ?" ਮਿੱਸੀ ਨੇ ਇਸ ਗੱਲ ਦੀ ਪੁਸ਼ਟੀ ਕਰਨ ਲਈ

---

* ਗੁੱਲੀ—ਡੰਡੇ ਨਾਲ ਮਿਲਦੀ ਜੁਲਦੀ ਖੇਡ।—ਅਨੁ:

ਵੰਗਾਰਦਿਆਂ ਕਿ ਬੰਦੇ ਦਾ ਸੁਭਾ ਹੋਰ ਕਿਸੇ ਤਰ੍ਹਾਂ ਵੀ ਏਨੀ ਚੰਗੀ ਤਰ੍ਹਾਂ ਨਹੀਂ ਸਾਮ੍ਹਣੇ ਆਉਂਦਾ ਜਿੰਨਾ ਖੇਡਦਿਆਂ, ਨੇਖਲੀਊਦੋਵ ਨੂੰ ਆਖਿਆ। ਉਸ ਨੇ ਉਹੋ ਹੀ ਸੋਚੀਂ ਡੁਬੀ ਅਤੇ, ਜਿਵੇਂ ਉਹਨੂੰ ਜਾਪਿਆ ਸੀ, ਨਾਰਾਜ਼ ਜਿਹੀ ਤਕਣੀ ਵੇਖੀ ਜਿਸ ਦਾ ਉਹਨੂੰ ਡਰ ਸੀ, ਅਤੇ ਉਹ ਪਤਾ ਕਰਨਾ ਚਾਹੁੰਦੀ ਸੀ ਕਿ ਇਸ ਦਾ ਕਾਰਨ ਕੀ ਹੈ।

"ਸੱਚੀ, ਮੈਂ ਕੁਝ ਕਹਿ ਨਹੀਂ ਸਕਦਾ। ਮੈਂ ਇਹਦੇ ਬਾਰੇ ਕਦੇ ਸੋਚਿਆ ਹੀ ਨਹੀਂ," ਨੇਖਲੀਊਦੋਵ ਨੇ ਜਵਾਬ ਦਿੱਤਾ।

"ਮੰਮੀ ਵੱਲ ਚਲੀਏ?" ਮਿੱਸੀ ਨੇ ਪੁੱਛਿਆ।

"ਹਾਂ, ਹਾਂ," ਉਸ ਨੇ ਇਸ ਅੰਦਾਜ਼ ਨਾਲ ਆਖਿਆ ਜਿਸ ਤੋਂ ਸਾਫ ਪਤਾ ਲੱਗਦਾ ਸੀ ਕਿ ਉਹ ਜਾਣਾ ਨਹੀਂ ਚਾਹੁੰਦਾ ਅਤੇ ਇਕ ਸਿਗਰਟ ਕੱਢੀ।

ਉਸ ਨੇ ਸਵਾਲੀਆ ਨਜ਼ਰਾਂ ਨਾਲ ਚੁਪ ਚਾਪ ਉਹਦੇ ਵੱਲ ਵੇਖਿਆ, ਤੇ ਉਹ ਸ਼ਰਮਿੰਦਾ ਹੋ ਗਿਆ। "ਆਪਣੇ ਗੌਂ ਨੂੰ ਅਗਲਿਆਂ ਦੇ ਘਰ ਆਉਣਾ, ਤੇ ਆ ਕੇ ਉਹਨਾਂ ਨੂੰ ਅਕਾਉਣਾ ਸਤਾਉਣਾ।" ਉਸ ਨੇ ਆਪਣੇ ਮਨ ਵਿਚ ਸੋਚਿਆ, ਤੇ ਫੇਰ ਮਿਲਾਪੜਾ ਬਣਨ ਦੀ ਕੋਸ਼ਿਸ਼ ਕਰਦਿਆਂ, ਆਖਿਆ ਕਿ ਜੇ ਪ੍ਰਿੰਸੈਸ ਆਗਿਆ ਦੇਣਗੇ ਤਾਂ ਉਹ ਬੜੀ ਖੁਸ਼ੀ ਨਾਲ ਜਾਵੇਗਾ।

"ਹਾਂ, ਹਾਂ, ਮੰਮੀ ਖੁਸ਼ ਹੋਣਗੇ। ਤੁਸੀਂ ਸਿਗਰਟ ਵੀ ਪੀ ਸਕਦੇ ਓ ਓਥੇ, ਇਵਾਨ ਇਵਾਨੋਵਿਚ ਵੀ ਓਥੇ ਹੀ ਏ।"

ਘਰ ਦੀ ਮਾਲਕਣ, ਪ੍ਰਿੰਸੈਸ ਸੋਫੀਆ ਵਾਸੀਲੀਯੇਵਨਾ, ਲੰਮੀ ਪਈ ਰਹਿਣ ਵਾਲੀ ਸੁਆਣੀ ਸੀ। ਅੱਠ ਸਾਲ ਹੋ ਗਏ ਸਨ ਕਿ ਕਿਸੇ ਮਹਿਮਾਨ ਦੇ ਆਉਣ ਤੇ ਉਹ ਲੈਸਾਂ ਤੇ ਰਿਬਨ ਪਾਈ, ਮਖਮਲ, ਗਿਲਟ, ਤੇ ਹਾਥੀ ਦੰਦ, ਕਾਂਸੀ, ਲਾਖ ਦੀਆਂ ਬਣੀਆਂ ਚੀਜ਼ਾਂ ਤੇ ਫੁਲਾਂ ਵਿਚ ਘਿਰੀ ਪਈ ਰਹਿੰਦੀ ਸੀ, ਕਦੇ ਬਾਹਰ ਨਹੀਂ ਸੀ ਜਾਂਦੀ, ਅਤੇ ਉਹਦੇ ਕਹਿਣ ਅਨੁਸਾਰ, ਸਿਰਫ ਨਿਕਟਵਰਤੀ ਮਿੱਤਰਾਂ ਨੂੰ ਹੀ ਮਿਲਦੀ ਸੀ, ਅਰਥਾਤ, ਉਹਨਾਂ ਨੂੰ ਜਿਹੜੇ ਉਹਦੇ ਖਿਆਲ ਅਨੁਸਾਰ ਭੀੜ ਵਿਚ ਵੀ ਪਛਾਣੇ ਜਾਣ। ਨੇਖਲੀਊਦੋਵ ਉਹਨਾਂ ਮਿੱਤਰਾਂ ਵਿਚ ਗਿਣਿਆ ਜਾਂਦਾ ਸੀ ਕਿਉਂਕਿ ਉਸ ਨੂੰ ਸਿਆਣਾ ਸਮਝਿਆ ਜਾਂਦਾ ਸੀ, ਕਿਉਂਕਿ ਉਹਦੀ ਮਾਂ ਇਸ ਪਰਵਾਰ ਦੀ ਗਹਿਰੀ ਦੋਸਤ ਸੀ, ਅਤੇ ਇਸ ਲਈ ਕਿ ਜੇ ਮਿੱਸੀ ਉਹਦੇ ਨਾਲ ਵਿਆਹ ਕਰਵਾਏ ਤਾਂ ਉਹਦੇ ਲਈ ਚੰਗਾ ਵਰ ਸੀ।

ਸੋਫੀਆ ਵਾਸੀਲੀਯੇਵਨਾ ਦੇ ਕਮਰੇ ਵਿਚ ਜਾਣ ਲਈ ਵੱਡੀ ਤੇ ਛੋਟੀ ਬੈਠਕ ਵਿਚੋਂ ਲੰਘਣਾ ਪੈਂਦਾ ਸੀ। ਵੱਡੀ ਬੈਠਕ ਵਿਚ ਮਿੱਸੀ, ਜਿਹੜੀ ਨੇਖਲੀਊਦੋਵ ਦੇ ਅੱਗੇ ਅੱਗੇ ਜਾ ਰਹੀ ਸੀ, ਆਕੜ ਕੇ ਖਲੋ ਗਈ, ਅਤੇ ਇਕ ਛੋਟੀ ਜਿਹੀ ਸੁਨਹਿਰੀ ਝਾਲ ਵਾਲੀ ਕੁਰਸੀ ਦੀ ਢੋ ਨੂੰ ਫੜ ਕੇ, ਉਹਦੇ ਵੱਲ ਵੇਖਣ ਲੱਗੀ।

ਮਿੱਸੀ ਨੂੰ ਉਹਦੇ ਨਾਲ ਵਿਆਹ ਕਰਾਉਣ ਦੀ ਖੁਤਖੁਤੀ ਲੱਗੀ ਹੋਈ ਸੀ, ਤੇ ਕਿਉਂਕਿ ਨੇਖਲੀਊਦੋਵ ਉਸ ਦੇ ਹਾਣ ਪ੍ਰਵਾਨ ਸੀ ਤੇ ਮਿੱਸੀ ਵੀ ਉਸ ਨੂੰ ਪਸੰਦ ਕਰਦੀ ਸੀ, ਇਸ ਕਰਕੇ ਇਹ ਸੋਚ ਉਹਦੀ ਰਗ ਰਗ ਵਿਚ ਰਚ ਗਈ ਸੀ ਕਿ ਉਹ ਉਸ ਦਾ

ਹੋਣਾ ਚਾਹੀਦਾ ਹੈ (ਉਹ ਉਸ ਦੀ ਨਹੀਂ)। ਉਹ ਉਸ ਅਚੇਤ ਪਰ ਸਿਰੜੀ ਖਚਰਪੁਣੇ ਨਾਲ ਜਿਹੜਾ ਆਮ ਕਰਕੇ ਮਾਨਸਿਕ ਰੋਗੀਆਂ ਵਿਚ ਵਿਖਾਈ ਦੇਂਦਾ ਹੈ ਆਪਣੇ ਨਿਸ਼ਾਨੇ ਕੋਲ ਪਹੁੰਚ ਰਹੀ ਸੀ, ਤੇ ਇਸ ਵੇਲੇ ਉਹ ਉਹਦੇ ਨਾਲ ਗੱਲੀਂ ਲੱਗ ਪਈ ਸੀ ਤਾਂ ਜੋ ਉਹਦੇ ਕੋਲੋਂ ਉਹਦੇ ਇਰਾਦਿਆਂ ਬਾਰੇ ਪੁੱਛੇ।

"ਮੈਂ ਵੇਖਦੀ ਪਈ ਆਂ ਕਿ ਤੁਹਾਨੂੰ ਕੁਝ ਹੋ ਗਿਐ," ਉਸ ਨੇ ਆਖਿਆ। "ਦੱਸੋ ਤਾਂ ਸਹੀ, ਆਖਰ ਗੱਲ ਕੀ ਏ?"

ਉਸ ਨੂੰ ਅਦਾਲਤ ਵਾਲੀ ਮੁਲਾਕਾਤ ਦਾ ਚੇਤਾ ਆ ਗਿਆ, ਤੇ ਉਹਦੀ ਤਿਊੜੀ ਚੜ੍ਹ ਗਈ ਤੇ ਚਿਹਰਾ ਲਾਲ ਹੋ ਗਿਆ।

"ਹਾਂ, ਕੁਝ ਹੋ ਗਿਆ ਏ," ਉਸ ਨੇ ਸੱਚ ਬੋਲਣ ਦੀ ਇੱਛਾ ਨਾਲ ਆਖਿਆ, "ਬਹੁਤ ਹੀ ਅਜੀਬ, ਅਣੋਖੀ ਤੇ ਗੰਭੀਰ ਘਟਨਾ।"

"ਉਹ ਕੀ? ਦੱਸ ਨਹੀਂ ਸਕਦੇ ਭਲਾ?"

"ਇਸ ਵੇਲੇ ਨਹੀਂ। ਮਿਹਰਬਾਨੀ ਕਰਕੇ ਮੈਨੂੰ ਦੱਸਣ ਵਾਸਤੇ ਨਾ ਆਖੋ। ਮੈਨੂੰ ਹਾਲੇ ਇਹਦੇ ਉਤੇ ਪੂਰੀ ਤਰ੍ਹਾਂ ਵਿਚਾਰ ਕਰਨ ਦਾ ਮੌਕਾ ਨਹੀਂ ਮਿਲਿਆ।" ਤੇ ਉਹਦਾ ਚਿਹਰਾ ਹੋਰ ਵੀ ਲਾਲ ਹੋ ਗਿਆ।

"ਤੇ ਤੁਸੀਂ ਮੈਨੂੰ ਦੱਸੋਗੇ ਨਹੀਂ?" ਉਸ ਦਾ ਮੂੰਹ ਵੱਟਿਆ ਗਿਆ ਤੇ ਉਹਨੇ ਉਹ ਕੁਰਸੀ ਪਿਛਾਂਹ ਧੱਕੀ ਜਿਹੜੀ ਉਹਨੇ ਫੜੀ ਹੋਈ ਸੀ।

"ਨਹੀਂ, ਨਹੀਂ ਦੱਸ ਸਕਦਾ," ਉਸ ਨੇ ਇਹ ਮਹਿਸੂਸ ਕਰਦਿਆਂ ਜਵਾਬ ਦਿੱਤਾ ਕਿ ਇਹ ਲਫਜ਼ ਉਹਦੇ ਲਈ ਵੀ ਇਕ ਜਵਾਬ ਸਨ ਕਿ ਇਸ ਗੱਲ ਨੂੰ ਕਬੂਲ ਕਰ ਲਵੇ ਕਿ ਉਹਦੇ ਨਾਲ ਸਚਮੁੱਚ ਹੀ ਕੋਈ ਅਹਿਮ ਘਟਨਾ ਵਾਪਰ ਗਈ ਹੈ।

"ਹੱਛਾ, ਆਓ ਫੇਰ!"

ਉਸ ਨੇ ਆਪਣਾ ਸਿਰ ਇਉਂ ਛੰਡਿਆ ਜਿਵੇਂ ਬੇਕਾਰ ਸੋਚਾਂ ਤੋਂ ਪਿੱਛਾ ਛੁਡਾਉਣਾ ਚਾਹੁੰਦੀ ਹੋਵੇ, ਅਤੇ ਆਮ ਨਾਲੋਂ ਵਧੇਰੇ ਕਾਹਲੇ ਕਦਮ ਪੁਟਦੀ ਉਹਦੇ ਅੱਗੇ ਅੱਗੇ ਤੁਰ ਪਈ।

ਨੇਖਲੀਊਦੋਵ ਨੇ ਸੋਚਿਆ ਕਿ ਮਿੱਸੀ ਨੇ ਆਪਣੇ ਅਥਰੂ ਡੱਕ ਕੇ ਰਖਣ ਲਈ ਆਪਣਾ ਮੂੰਹ ਬਹੁਤਾ ਹੀ ਘੁਟ ਲਿਆ ਸੀ। ਉਸ ਨੂੰ ਇਸ ਗੱਲ ਦੀ ਸ਼ਰਮ ਮਹਿਸੂਸ ਹੋਈ ਕਿ ਉਹਨੇ ਉਸ ਦਾ ਦਿਲ ਦੁਖਾਇਆ ਹੈ, ਤੇ ਇਸ ਦੇ ਬਾਵਜੂਦ ਉਹਨੂੰ ਪਤਾ ਸੀ ਕਿ ਜੇ ਉਸ ਨੇ ਮਾੜੀ ਜਿਹੀ ਵੀ ਕਮਜ਼ੋਰੀ ਵਿਖਾਈ ਤਾਂ ਉਹ ਤਬਾਹ ਹੋ ਜਾਏਗਾ, ਮਤਲਬ ਇਹ ਕਿ ਉਹਦੇ ਨਾਲ ਬੱਝ ਜਾਵੇਗਾ। ਅਤੇ ਅੱਜ ਉਹ ਹੋਰ ਕਿਸੇ ਵੀ ਗੱਲ ਨਾਲੋਂ ਬਹੁਤਾ ਇਸ ਗੱਲੋਂ ਡਰਦਾ ਸੀ। ਇਸ ਲਈ ਉਹ ਚੁਪ ਚਾਪ ਉਹਦੇ ਮਗਰ ਮਗਰ ਪ੍ਰਿੰਸੈਸ ਦੇ ਕਮਰੇ ਵਿਚ ਚਲਾ ਗਿਆ।

ਪ੍ਰਿੰਸੈਸ ਸੋਫੀਆ ਵਾਸੀਲੀਯੇਵਨਾ ਆਪਣਾ ਰੋਟੀ ਪਾਣੀ ਖਾਣ ਦਾ ਕੰਮ ਮੁਕਾ ਚੁੱਕੀ ਸੀ। ਬਹੁਤ ਹੀ ਵੰਨ ਸੁਵੰਨਾ ਤੇ ਸਵਾਦੀ ਅਤੇ ਬਹੁਤ ਹੀ ਪੌਸ਼ਟਿਕ ਖਾਣਾ ਜਿਹੜਾ ਉਹ ਇਕੱਲੀ ਹੀ ਖਾਂਦੀ ਸੀ ਤਾਂ ਜੋ ਇਹ ਅਣਕਾਵ੍ਰਿਕ ਕੰਮ ਕਰਦਿਆਂ ਉਸ ਨੂੰ ਕੋਈ ਵੇਖੇ ਨਾ। ਉਹਦੇ ਕਾਊਚ ਦੇ ਕੋਲ ਇਕ ਛੋਟੀ ਜਿਹੀ ਮੇਜ਼ ਉਤੇ ਕਾਫੀ ਪਈ ਸੀ, ਤੇ ਉਹ ਪਾਖ਼ੀਤੋਸ* ਦੇ ਕਸ਼ ਲਾ ਰਹੀ ਸੀ। ਪ੍ਰਿੰਸੈਸ ਸੋਫੀਆ ਵਾਸੀਲੀਯੇਵਨਾ ਲੰਮੇ ਕਾਲੇ ਵਾਲਾਂ, ਮੋਟੀਆਂ ਮੋਟੀਆਂ ਕਾਲੀਆਂ ਅੱਖਾਂ, ਅਤੇ ਲੰਮੇ ਦੰਦਾਂ ਵਾਲੀ ਲੰਮੀ ਪਤਲੀ ਔਰਤ ਸੀ ਅਤੇ ਹਾਲੇ ਵੀ ਜਵਾਨ ਹੋਣ ਦਾ ਵਿਖਾਵਾ ਕਰਦੀ ਸੀ।

ਡਾਕਟਰ ਨਾਲ ਉਹਦੇ ਸੰਬੰਧਾਂ ਦੀਆਂ ਗੱਲਾਂ ਹੋਣ ਲੱਗ ਪਈਆਂ ਸਨ। ਪਹਿਲਾਂ ਨੇਖਲੀਊਦੋਵ ਨੂੰ ਆਮ ਕਰਕੇ ਇਹ ਗੱਲ ਭੁਲੀ ਰਹਿੰਦੀ ਸੀ, ਪਰ ਜਦੋਂ ਉਸ ਨੇ ਡਾਕਟਰ ਨੂੰ ਉਹਦੇ ਕਾਊਚ ਦੇ ਕੋਲ ਬੈਠਿਆਂ ਵੇਖਿਆ ਜਿਸ ਦੀ ਥਿੰਦੀ, ਲਿਸ਼ਕਦੀ ਦਾੜ੍ਹੀ ਅੱਧ ਵਿਚੋਂ ਦੋ ਹਿਸਿਆਂ ਵਿਚ ਵੰਡੀ ਹੋਈ ਸੀ ਤਾਂ ਉਸ ਨੂੰ ਇਹਨਾਂ ਸੰਬੰਧਾਂ ਦੀਆਂ ਅਫਵਾਹਾਂ ਦਾ ਨਾ ਸਿਰਫ ਚੇਤਾ ਹੀ ਆ ਗਿਆ ਸੀ, ਸਗੋਂ ਇਸ ਤੋਂ ਸਖ਼ਤ ਨਫਰਤ ਵੀ ਹੋ ਗਈ ਸੀ।

ਮੇਜ਼ ਦੇ ਕੋਲ, ਸੋਫੀਆ ਵਾਸੀਲੀਯੇਵਨਾ ਦੇ ਨਾਲ ਇਕ ਨੀਵੀਂ, ਨਰਮ ਆਰਾਮ ਕੁਰਸੀ ਉਤੇ ਬੈਠਾ ਕੋਲੋਸੋਵ ਆਪਣੀ ਕਾਫੀ ਹਿਲਾ ਰਿਹਾ ਸੀ। ਮੇਜ਼ ਉਤੇ ਸ਼ਰਾਬ ਦਾ ਇਕ ਗਲਾਸ ਪਿਆ ਸੀ।

ਮਿੱਸੀ ਨੇਖਲੀਊਦੋਵ ਦੇ ਨਾਲ ਅੰਦਰ ਆਈ ਸੀ, ਪਰ ਓਥੇ ਠਹਿਰੀ ਨਹੀਂ।

"ਜਦੋਂ ਮੰਮੀ ਥੱਕ ਜਾਵੇ ਤੇ ਤੁਹਾਨੂੰ ਬਾਹਰ ਕੱਢ ਦੇਵੇ, ਤਾਂ ਮੇਰੇ ਕੋਲ ਆ ਜਾਣਾ," ਉਸ ਨੇ ਕੋਲੋਸੋਵ ਅਤੇ ਨੇਖਲੀਊਦੋਵ ਨੂੰ ਸੰਬੋਧਨ ਕਰਦਿਆਂ ਆਖਿਆ। ਉਹ ਇਸ ਤਰ੍ਹਾਂ ਗੱਲ ਕਰ ਰਹੀ ਸੀ ਜਿਵੇਂ ਕੁਝ ਹੋਇਆ ਹੀ ਨਾ ਹੋਵੇ। ਤੇ ਉਹ ਖੁਸ਼ ਖੁਸ਼ ਮੁਸਕ੍ਰਾਉਂਦੀ ਹੋਈ ਤੇ ਮੋਟੇ ਗ਼ਲੀਚੇ ਉਤੇ ਪੋਲੇ ਪੋਲੇ ਕਦਮ ਰੱਖਦੀ ਹੋਈ ਚਲੀ ਗਈ।

"ਕੀ ਹਾਲ ਚਾਲ ਏ, ਮੇਰੇ ਦੋਸਤ? ਬਹਿ ਜਾਓ, ਕੋਈ ਗੱਲਬਾਤ ਸੁਣਾਓ," ਪ੍ਰਿੰਸੈਸ ਸੋਫੀਆ ਵਾਸੀਲੀਯੇਵਨਾ ਨੇ ਝੂਠੀ ਅਤੇ ਬਣਾਉਟੀ ਪਰ ਆਪਣੀ ਸੁਭਾਵਿਕ ਲੱਗਦੀ ਮੁਸਕਾਨ ਨਾਲ ਆਖਿਆ, ਤੇ ਉਹਦੇ ਲੰਮੇ ਖੂਬਸੂਰਤ ਦੰਦ ਵਿਖਾਈ ਦੇਣ ਲੱਗ ਪਏ—ਹੂ-ਬਹੂ ਉਸ ਦੇ ਅਸਲੀ ਦੰਦਾਂ ਵਰਗੇ ਸ਼ਾਨਦਾਰ ਨਕਲੀ ਦੰਦ। "ਸੁਣਿਐ ਤੁਸੀਂ ਅਦਾਲਤ ਵਿਚੋਂ ਬੜੇ ਨਿਰਾਸ ਹੋ ਕੇ ਆਏ ਹੋ। ਮੈਂ ਸਮਝਦੀ ਆਂ ਕਿ ਇਹ ਗੱਲ

---

* ਇਕ ਪਾਸੇ ਤੋਂ ਅੱਧੀ ਖੋਖਲੀ ਸਿਗਰਟ।—**ਸੰਪਾ:**

ਦਿਲ ਵਾਲੇ ਬੰਦਿਆਂ ਲਈ ਬਹੁਤ ਹੀ ਔਖੀ ਹੁੰਦੀ ਏ," ਉਸ ਨੇ ਫਰਾਂਸੀਸੀ ਵਿਚ ਆਖਿਆ।

"ਹਾਂ, ਏਹ ਗੱਲ ਤਾਂ ਠੀਕ ਏ," ਨੇਖਲੀਊਦੋਵ ਨੇ ਆਖਿਆ। "ਬੰਦਾ ਅਕਸਰ ਮਹਿਸੂਸ ਕਰਦਾ ਹੈ ਕਿ..., ਮਹਿਸੂਸ ਕਰਦਾ ਹੈ ਕਿ ਉਸ ਨੂੰ ਫੈਸਲਾ ਦੇਣ ਦਾ ਕੋਈ ਹੱਕ ਨਹੀਂ।"

"Comme c'est vrai,"* ਉਹ ਚਿੱਲਾਈ, ਮਾਣੋ ਇਸ ਗੱਲ ਦੀ ਸਚਾਈ ਤੋਂ ਦੰਗ ਰਹਿ ਗਈ ਹੋਵੇ। ਉਸ ਦੀ ਆਦਤ ਸੀ ਕਿ ਉਹ ਜਿਨ੍ਹਾਂ ਨਾਲ ਵੀ ਗਲਬਾਤ ਕਰਦੀ ਚਲਾਕੀ ਨਾਲ ਉਹਨਾਂ ਦੀ ਚਾਪਲੂਸੀ ਕਰਦੀ।

"ਹੱਛਾ, ਤੁਹਾਡੇ ਉਸ ਚਿਤਰ ਦਾ ਕੀ ਬਣਿਆ? ਮੇਰੀ ਉਹਦੇ ਵਿਚ ਬੜੀ ਦਿਲਚਸਪੀ ਏ। ਜੇ ਕਰ ਮੈਂ ਏਡੀ ਨਿਤਾਣੀ ਨਾ ਹੁੰਦੀ, ਤਾਂ ਹੁਣ ਨੂੰ ਕਦੇ ਦੀ ਵੇਖ ਲੈਂਦੀ ਉਹਨੂੰ," ਉਸ ਨੇ ਆਖਿਆ।

"ਮੈਂ ਉਹਨੂੰ ਛੱਡ ਦਿੱਤੈ ਵਿੱਚੇ ਹੀ," ਨੇਖਲੀਊਦੋਵ ਨੇ ਰੁੱਖਾ ਜਿਹਾ ਜਵਾਬ ਦਿੱਤਾ। ਉਸ ਨੂੰ ਉਹਦੀ ਚਾਪਲੂਸੀ ਦਾ ਝੂਠ ਅੱਜ ਏਨਾ ਪ੍ਰਤੱਖ ਜਾਪਦਾ ਸੀ ਜਿੰਨੀ ਉਹਦੀ ਉਮਰ ਜਿਸ ਨੂੰ ਉਹ ਲੁਕਾਉਣ ਦੀ ਕੋਸ਼ਿਸ਼ ਕਰ ਰਹੀ ਸੀ। ਉਹ ਆਪਣੇ ਆਪ ਨੂੰ ਐਸੀ ਹਾਲਤ ਵਿਚ ਨਾ ਲਿਆ ਸਕਿਆ ਕਿ ਨਰਮੀ ਨਾਲ ਪੇਸ਼ ਆ ਸਕੇ।

"ਬੜੀ ਮਾੜੀ ਗੱਲ ਏ! ਤੁਹਾਨੂੰ ਪਤੈ, ਰੇਪਿਨ ਨੇ ਮੈਨੂੰ ਆਪ ਆਖਿਆ ਸੀ ਕਿ ਇਹਦੇ ਕੋਲ ਅਸਲ ਕਲਾ-ਪ੍ਰਤਿਭਾ ਏ," ਉਸ ਨੇ ਕੋਲੋਸੋਵ ਨੂੰ ਸੰਬੋਧਨ ਕਰਦਿਆਂ ਆਖਿਆ।

"ਇਸ ਨੂੰ ਇਉਂ ਝੂਠ ਬੋਲਦਿਆਂ ਸ਼ਰਮ ਕਿਉਂ ਨਹੀਂ ਆਉਂਦੀ," ਨੇਖਲੀਊਦੋਵ ਨੇ ਸੋਚਿਆ ਤੇ ਉਹਦੇ ਮੱਥੇ ਤੇ ਵੱਟ ਪੈ ਗਏ।

ਜਦੋਂ ਉਸ ਨੂੰ ਇਸ ਗੱਲ ਦਾ ਯਕੀਨ ਹੋ ਗਿਆ ਕਿ ਨੇਖਲੀਊਦੋਵ ਖ਼ੁਸ਼ੀ ਦੇ ਰੌਂ ਵਿਚ ਨਹੀਂ ਅਤੇ ਉਹਨੂੰ ਦਿਲਚਸਪ ਤੇ ਸਿਆਣੀ ਗਲਬਾਤ ਵਿਚ ਨਹੀਂ ਪਾਇਆ ਜਾ ਸਕਦਾ, ਤਾਂ ਸੋਫੀਆ ਵਾਸੀਲੀਯੇਵਨਾ ਨੇ ਕੋਲੋਸੋਵ ਨੂੰ ਸੰਬੋਧਨ ਕੀਤਾ ਅਤੇ ਇਕ ਨਵੇਂ ਨਾਟਕ ਬਾਰੇ ਉਹਦੀ ਰਾਏ ਪੁੱਛਣ ਲੱਗ ਪਈ। ਉਸ ਨੇ ਅਜਿਹੇ ਅੰਦਾਜ਼ ਨਾਲ ਗੱਲ ਤੋਰੀ ਜਿਵੇਂ ਕੋਲੋਸੋਵ ਦੀ ਰਾਏ ਉਸ ਦੇ ਸਾਰੇ ਸ਼ੱਕ-ਸ਼ੁਬ੍ਹੇ ਦੂਰ ਕਰ ਦੇਵੇਗੀ, ਅਤੇ ਉਹਦੀ ਰਾਏ ਦਾ ਇਕ ਇਕ ਲਫਜ਼ ਅਕੱਟ ਹੋਵੇਗਾ। ਕੋਲੋਸੋਵ ਨੇ ਨਾਟਕ ਦੀ ਨਿਖੇਧੀ ਕੀਤੀ ਅਤੇ ਇਸ ਮੌਕੇ ਦਾ ਫਾਇਦਾ ਉਠਾ ਕੇ ਕਲਾ ਬਾਰੇ ਆਪਣੀਆਂ ਧਾਰਨਾਵਾਂ ਪੇਸ਼ ਕੀਤੀਆਂ। ਪ੍ਰਿੰਸੈਸ ਸੋਫੀਆ ਵਾਸੀਲੀਯੇਵਨਾ ਹੈਰਾਨ ਹੋ ਰਹੀ ਸੀ ਕਿ ਕੋਲੋਸੋਵ ਦੇ ਵਿਚਾਰ ਸਹੀ ਸਨ। ਉਹ ਨਾਟਕ ਦੇ ਕਰਤਾ ਦਾ ਪੱਖ ਲੈਣ ਦੀ ਕੋਸ਼ਿਸ਼ ਕਰਦੀ ਪਰ ਝਟ ਹੀ ਹਥਿਆਰ ਸੁਟ ਦੇਂਦੀ ਜਾਂ ਸਮਝੌਤੇ ਦਾ ਕੋਈ ਰਾਹ ਲਭ ਲੈਂਦੀ। ਨੇਖਲੀਊਦੋਵ ਵੇਖ ਤੇ ਸੁਣ ਰਿਹਾ

---

* ਕੇਡੀ ਇਮਾਨਦਾਰੀ ਦੀ ਗੱਲ ਏ (ਫਰਾਂਸੀਸੀ)।—ਸੰਪਾ:

ਸੀ, ਪਰ ਉਸ ਨੇ ਜੋ ਕੁਝ ਵੇਖਿਆ ਤੇ ਸੁਣਿਆ ਉਹ ਉਸ ਤੋਂ ਵਖਰਾ ਸੀ ਜੋ ਉਸ ਦੇ ਸਾਮ੍ਹਣੇ ਹੋ ਰਿਹਾ ਸੀ।

ਕਦੇ ਸੋਫ਼ੀਆ ਵਾਸੀਲੀਏਵਨਾ ਅਤੇ ਕਦੇ ਕੋਲੋਸੋਵ ਦੀ ਗੱਲ ਸੁਣਦਿਆਂ, ਨੇਖਲੀਊਦੋਵ ਨੇ ਸਭ ਤੋਂ ਪਹਿਲਾਂ ਵੇਖਿਆ ਕਿ ਦੋਵਾਂ ਵਿਚੋਂ ਕਿਸੇ ਨੂੰ ਵੀ ਨਾ ਨਾਟਕ ਬਾਰੇ ਕਿਸੇ ਗੱਲ ਦੀ ਪ੍ਰਵਾਹ ਹੈ ਨਾ ਇਕ ਦੂਜੇ ਬਾਰੇ, ਤੇ ਜੇ ਉਹ ਗੱਲਾਂ ਕਰਦੇ ਸਨ ਤਾਂ ਸਿਰਫ ਰੋਟੀ ਖਾਣ ਤੋਂ ਮਗਰੋਂ ਗਲੇ ਤੇ ਜ਼ਬਾਨ ਦੀ ਪੱਠਿਆਂ ਨੂੰ ਹਿਲਾਉਣ ਜੁਲਾਉਣ ਦੀ ਸਰੀਰਕ ਇੱਛਾ ਦੀ ਪੂਰਤੀ ਲਈ ਹੀ ਕਰਦੇ ਸਨ। ਦੂਜੀ ਗੱਲ ਕਿ ਕੋਲੋਸੋਵ, 'ਵੋਦਕਾ, ਵਾਈਨ ਅਤੇ ਲਿੱਕਰ ਪੀ ਕੇ, ਮਾੜਾ ਜਿਹਾ ਨਸ਼ੇ ਵਿਚ ਆਇਆ ਹੋਇਆ ਸੀ—ਕਿਸਾਨਾਂ ਵਾਂਗ ਨਸ਼ਈ ਨਹੀਂ ਜਿਹੜੇ ਕਦੇ ਕਦਾਈਂ ਪੀਂਦੇ ਹਨ, ਸਗੋਂ ਉਹਨਾਂ ਲੋਕਾਂ ਵਾਂਗ ਜਿਨ੍ਹਾਂ ਨੂੰ ਸ਼ਰਾਬ ਪੀਣ ਦੀ ਆਦਤ ਪਈ ਹੁੰਦੀ ਹੈ। ਉਹ ਨਾ ਤਾਂ ਲੜਖੜਾ ਰਿਹਾ ਸੀ ਤੇ ਨਾ ਹੀ ਕੋਈ ਅਬਾ ਤਬਾ ਬੋਲਦਾ ਸੀ, ਪਰ ਉਸ ਦੀ ਹਾਲਤ ਐਸੀ ਸੀ ਜਿਸ ਨੂੰ ਸਾਧਾਰਨ ਨਹੀਂ ਸੀ ਕਿਹਾ ਜਾ ਸਕਦਾ। ਉਹ ਰਤਾ ਜੋਸ਼ ਵਿਚ ਆਇਆ ਹੋਇਆ ਸੀ ਤੇ ਆਪਣੇ ਆਪ ਵਿਚ ਮਸਤ ਸੀ। ਤੀਸਰੇ ਨੇਖਲੀਊਦੋਵ ਨੇ ਇਹ ਵੀ ਵੇਖਿਆ ਕਿ ਗੱਲਾਂਬਾਤਾਂ ਕਰਦੀ ਹੋਈ ਪ੍ਰਿੰਸੇਸ ਸੋਫ਼ੀਆ ਵਾਸੀਲੀਏਵਨਾ ਬੇਚੈਨ ਹੋਈ ਬਾਰੀ ਵੱਲ ਝਾਕ ਰਹੀ ਸੀ ਜਿਸ ਰਾਹੀਂ ਧੁਪ ਦੀ ਇਕ ਤਿਰਛੀ ਕਿਰਨ ਉਹਦੇ ਵੱਲ ਰੀਂਗਦੀ ਆ ਰਹੀ ਸੀ ਤੇ ਜਿਸ ਨੇ ਉਸ ਦੇ ਬੁੱਢੇ ਚਿਹਰੇ ਨੂੰ ਖ਼ੂਬ ਚਮਕਾ ਦੇਣਾ ਸੀ।

"ਕੇਡੀ ਸੱਚੀ ਗੱਲ ਏ," ਉਸ ਨੇ ਕੋਲੋਸੋਵ ਦੀ ਕਿਸੇ ਗੱਲ ਬਾਰੇ ਆਖਿਆ ਅਤੇ ਆਪਣੇ ਕਾਊਚ ਦੇ ਕੋਲ ਹੀ ਬਿਜਲੀ ਦੀ ਘੰਟੀ ਦਾ ਬਟਨ ਦੱਬਿਆ।

ਡਾਕਟਰ ਉਠਿਆ ਤੇ ਬਿਨਾਂ ਕੁਝ ਆਖੇ ਸੁਣੇ ਕਮਰੇ ਵਿਚੋਂ ਇਉਂ ਨਿਕਲ ਗਿਆ ਜਿਵੇਂ ਘਰ ਦਾ ਹੀ ਬੰਦਾ ਹੋਵੇ। ਸੋਫ਼ੀਆ ਵਾਸੀਲੀਏਵਨਾ ਦੀਆਂ ਨਜ਼ਰਾਂ ਨੇ ਉਹਦਾ ਪਿੱਛਾ ਕੀਤਾ, ਅਤੇ ਉਹ ਗੱਲਾਂ ਕਰਦੀ ਰਹੀ।

"ਫਿਲਪ, ਮਿਹਰਬਾਨੀ ਕਰਕੇ ਆਹ ਪਰਦੇ ਖਿੱਚ ਦੇ," ਉਸ ਨੇ ਖਿੜਕੀ ਵੱਲ ਇਸ਼ਾਰਾ ਕਰਦਿਆਂ ਉਸ ਖ਼ੂਬਸੂਰਤ ਨੌਕਰ ਨੂੰ ਆਖਿਆ ਜਿਹੜਾ ਘੰਟੀ ਸੁਣ ਕੇ ਅੰਦਰ ਆਇਆ ਸੀ।

"ਨਹੀਂ, ਤੁਸੀਂ ਭਾਵੇਂ ਕੁਝ ਆਖੋ, ਉਸ ਵਿਚ ਕੁਝ ਰਹੱਸਮਈ ਹੈ। ਬਿਨਾਂ ਰੱਹਸਮਈਤਾ ਦੇ ਕਵਿਤਾ ਹੋ ਹੀ ਨਹੀਂ ਸਕਦੀ," ਉਸ ਨੇ ਆਖਿਆ। ਉਸ ਦੀ ਇਕ ਕਾਲੀ ਅੱਖ ਗੁੱਸੇ ਨਾਲ ਨੌਕਰ ਦੀਆਂ ਹਰਕਤਾਂ ਨੂੰ ਵੇਖ ਰਹੀ ਸੀ ਜਿਹੜਾ ਪਰਦੇ ਖਿੱਚ ਰਿਹਾ ਸੀ।

"ਬਿਨਾਂ ਕਵਿਤਾ ਦੇ, ਰਹੱਸਮਈਤਾ ਭਰਮ ਹੈ, ਬਿਨਾਂ ਰਹੱਸਮਈਤਾ ਦੇ ਕਵਿਤਾ ਵਾਰਤਕ ਹੈ," ਉਸ ਨੇ ਆਖਿਆ। ਉਹਦੇ ਚਿਹਰੇ ਤੇ ਇਕ ਉਦਾਸ ਮੁਸਕਾਨ ਫਿਰ ਗਈ ਸੀ। ਉਸ ਨੇ ਹਾਲੇ ਵੀ ਨੌਕਰ ਅਤੇ ਪਰਦਿਆਂ ਵਲੋਂ ਨਜ਼ਰਾਂ ਨਹੀਂ ਸੀ ਹਟਾਈਆਂ।

"ਫਿਲਪ, ਇਹ ਪਰਦਾ ਨਹੀਂ, ਔਹ ਵੱਡੀ ਖਿੜਕੀ ਵਾਲਾ," ਉਸ ਦੀ ਆਵਾਜ਼

ਵਿਚ ਇਕ ਪੀੜ ਸੀ। ਸੋਫੀਆ ਵਾਸੀਲੀਯੇਵਨਾ ਨੂੰ ਪ੍ਰਤੱਖ ਤੌਰ ਤੇ ਆਪਣੇ ਆਪ ਉਤੇ ਤਰਸ ਆ ਰਿਹਾ ਸੀ ਕਿ ਉਸ ਨੂੰ ਇਹ ਲਫਜ਼ ਆਖਣ ਲਈ ਹਿੰਮਤ ਕਰਨੀ ਪਈ ਸੀ, ਅਤੇ ਤਰਤ ਹੀ ਆਪਣੇ ਭਾਵਾਂ ਨੂੰ ਸ਼ਾਂਤ ਕਰਨ ਲਈ, ਉਸ ਨੇ ਆਪਣੀਆਂ ਹੀਰਿਆਂ ਨਾਲ ।।ਜੀਆਂ ਉਂਗਲਾਂ ਨਾਲ, ਖੁਸ਼ਬੂਦਾਰ ਪਾਖੀਤੋਸ ਨੂੰ ਆਪਣੇ ਬੁਲ੍ਹਾਂ ਨਾਲ ਲਾਇਆ।

ਚੌੜੀ ਚਕਲੀ ਛਾਤੀ, ਗਠਵੇਂ ਸਰੀਰ ਵਾਲੇ ਤੇ ਖੂਬਸੂਰਤ ਫਿਲਪ ਨੇ ਮਾੜਾ ਜਿਹਾ ਸਿਰ ਝੁਕਾਇਆ ਜਿਵੇਂ ਮਾਫੀ ਮੰਗਦਾ ਹੋਵੇ। ਤੇ ਫੇਰ ਮੋਟੀਆਂ ਤੇ ਮਜ਼ਬੂਤ ਪਿੰਡਲੀਆਂ ਵਾਲਾ ਨੌਕਰ ਹੁਕਮ 'ਤੇ ਫੁੱਲ ਚੜ੍ਹਾਉਂਦਾ ਚੁਪ ਚਾਪ ਪੋਲੇ ਪੋਲੇ ਪੈਰ ਧਰਦਾ ਗ਼ਲੀਚੇ ਦੇ ਦੂਜੇ ਪਾਸੇ ਦੂਸਰੀ ਖਿੜਕੀ ਕੋਲ ਪਹੁੰਚਿਆ, ਅਤੇ ਪ੍ਰਿੰਸੈਸ ਵੱਲ ਵੇਖਦਾ ਹੋਇਆ ਸਾਵਧਾਨੀ ਨਾਲ ਪਰਦੇ ਨੂੰ ਇਉਂ ਠੀਕ-ਠਾਕ ਕਰਨ ਲੱਗਾ ਕਿ ਇਕ ਵੀ ਕਿਰਨ ਪ੍ਰਿੰਸੈਸ ਦੇ ਚਿਹਰੇ ਉਤੇ ਆ ਕੇ ਪੈਣ ਦੀ ਹਿੰਮਤ ਨਾ ਕਰੇ। ਪਰ ਇਸ ਵਾਰ ਵੀ ਉਹਦੀ ਤਸੱਲੀ ਨਹੀਂ ਸੀ ਹੋਈ, ਤੇ ਇਕ ਵਾਰੀ ਫੇਰ ਉਸ ਨੂੰ ਰਹੱਸਮਈਤਾ ਬਾਰੇ ਗਲਬਾਤ ਵਿੱਚੇ ਛੱਡ ਕੇ, ਦੁਖੀ ਅੰਦਾਜ਼ ਨਾਲ ਆਪਣੇ ਬੇਅਕਲੇ ਫਿਲਪ ਨੂੰ ਸਮਝਾਉਣਾ ਪਿਆ ਜਿਹੜਾ ਏਡੀ ਬੇਰਹਿਮੀ ਨਾਲ ਉਸ ਨੂੰ ਦੁਖ ਦੇ ਰਿਹਾ ਸੀ। ਇਕ ਪਲ ਲਈ ਫਿਲਪ ਦੀਆਂ ਅੱਖਾਂ ਵਿਚੋਂ ਲਾਟਾਂ ਉਠਣ ਲੱਗ ਪਈਆਂ ਸਨ।

"'ਤੈਨੂੰ ਸ਼ੈਤਾਨ ਦੀ ਮਾਰ। ਕੀ ਚਾਹੁੰਦੀ ਏਂ ਤੂੰ?' ਖਬਰੇ ਉਹਦੇ ਮਨ ਵਿਚ ਇਹ ਗੱਲ ਆਈ ਹੋਵੇ," ਨੇਖਲੀਊਦੋਵ ਨੇ ਸੋਚਿਆ ਜਿਹੜਾ ਇਸ ਸਾਰੇ ਨਜ਼ਾਰੇ ਨੂੰ ਵੇਖਦਾ ਰਿਹਾ ਸੀ। ਪਰ ਤਕੜੇ ਤੇ ਖੂਬਸੂਰਤ ਫਿਲਪ ਨੇ ਇਕ ਦਮ ਆਪਣੀ ਬੇਸਬਰੀ ਨੂੰ ਛੁਪਾ ਲਿਆ, ਅਤੇ ਚੁਪ ਚਾਪ ਬੁੱਢੜ, ਕਮਜ਼ੋਰ, ਖੇਖਣਹਾਰੀ ਸੋਫੀਆ ਵਾਸੀਲੀਯੇਵਨਾ ਦੇ ਹੁਕਮਾਂ ਦਾ ਪਾਲਣ ਕਰਨ ਲੱਗ ਪਿਆ।

"ਇਸ ਵਿਚ ਕੋਈ ਸ਼ੱਕ ਨਹੀਂ ਕਿ ਡਾਰਵਿਨ ਦੇ ਸਿਧਾਂਤ ਵਿਚ ਢੇਰ ਸਾਰੀ ਸਚਾਈ ਏ," ਕੋਲੋਸੋਵ ਨੇ ਨੀਵੀਂ ਕੁਰਸੀ ਉਤੇ ਪਿਛਾਂਹ ਵੱਲ ਉਲਰਦਿਆਂ ਅਤੇ ਮਿਟਦੀਆਂ ਜਾਂਦੀਆਂ ਅੱਖਾਂ ਨਾਲ ਸੋਫੀਆ ਵਾਸੀਲੀਯੇਵਨਾ ਵੱਲ ਝਾਕਦਿਆਂ, ਆਖਿਆ। "ਪਰ ਉਹ ਹੱਦ ਪਾਰ ਕਰ ਗਿਆ। ਹਾਂ।"

"ਤੇ ਤੁਸੀਂ ਜੱਦੀ ਪੁਸ਼ਤੀ ਗੁਣਾਂ ਔਗੁਣਾਂ ਵਿਚ ਯਕੀਨ ਰਖਦੇ ਓ?" ਸੋਫੀਆ ਵਾਸੀਲੀਯੇਵਨਾ ਨੇ ਨੇਖਲੀਊਦੋਵ ਨੂੰ ਸੰਬੋਧਨ ਕਰ ਕੇ ਪੁੱਛਿਆ, ਜਿਸ ਦੀ ਚੁੱਪ ਉਸ ਨੂੰ ਚੁਭਦੀ ਸੀ।

"ਜੱਦੀ ਪੁਸ਼ਤੀ ਗੁਣਾਂ ਔਗੁਣਾਂ ਵਿਚ?" ਉਸ ਨੇ ਪੁੱਛਿਆ "ਨਹੀਂ, ਮੈਂ ਨਹੀਂ ਯਕੀਨ ਕਰਦਾ।" ਇਸ ਘੜੀ ਉਸ ਦਾ ਪੂਰਾ ਦਿਮਾਗ ਅਜੀਬ ਅਜੀਬ ਬਿੰਬਾਂ ਨਾਲ ਭਰਿਆ ਹੋਇਆ ਸੀ ਜਿਹੜੇ ਕਿਸੇ ਬੇਹਿਸਾਬ ਤਰੀਕੇ ਨਾਲ ਉਹਦੀ ਕਲਪਨਾ ਵਿਚ ਸਾਕਾਰ ਹੋ ਉਠੇ ਸਨ। ਇਸ ਪਲ ਉਸ ਨੂੰ ਤਕੜੇ ਤੇ ਖੂਬਸੂਰਤ, ਕਿਸੇ ਕਲਾਕਾਰ ਦੇ ਮਾਡਲ ਵਾਂਗ ਖੂਬਸੂਰਤ, ਫਿਲਪ ਦੇ ਨਾਲ ਕੋਲੋਸੋਵ ਦਾ ਨਗਨ ਆਕਾਰ ਵਿਖਾਈ ਦੇ ਰਿਹਾ ਸੀ ਜਿਸ ਦਾ ਢਿੱਡ ਹਦਵਾਣੇ ਵਰਗਾ ਸੀ, ਸਿਰ ਗੰਜਾ, ਅਤੇ ਬਾਹਵਾਂ ਸੁਕ ਕੇ ਲਕੜ

ਹੋਈਆਂ। ਇਵੇਂ ਹੀ ਧੁੰਦਲੇ ਜਿਹੇ ਰੂਪ ਸੋਫੀਆ ਵਾਸੀਲੀਯੇਵਨਾ ਦੇ ਮੋਢੇ, ਜਿਹੜੇ ਇਸ ਵੇਲੇ ਰੇਸ਼ਮ ਤੇ ਮਖਮਲ ਨਾਲ ਕੱਜੇ ਹੋਏ ਸਨ, ਉਸ ਦੀ ਕਲਪਨਾ ਵਿਚ ਉਸ ਰੂਪ ਵਿਚ ਉਭਰੇ ਜਿਹੜਾ ਉਹਨਾਂ ਦਾ ਯਥਾਰਥ ਰੂਪ ਹੋਵੇਗਾ। ਪਰ ਕਲਪਨਾ ਵਿਚ ਉਭਰਿਆ ਇਹ ਚਿਤਰ ਬਹੁਤ ਭਿਆਨਕ ਸੀ ਅਤੇ ਉਸ ਨੇ ਇਸ ਨੂੰ ਮਨ ਵਿਚੋਂ ਧੱਕ ਬਾਹਰ ਕਰਨ ਦੀ ਕੋਸ਼ਿਸ਼ ਕੀਤੀ।

ਸੋਫੀਆ ਵਾਸੀਲੀਯੇਵਨਾ ਨੇ ਆਪਣੀਆਂ ਨਜ਼ਰਾਂ ਨਾਲ ਉਹਦਾ ਜਾਇਜ਼ਾ ਲਿਆ।

"ਪਰ ਤੁਹਾਨੂੰ ਤਾਂ ਮਿੱਸੀ ਉਡੀਕਦੀ ਏ," ਉਸ ਨੇ ਕਿਹਾ। "ਜਾਓ ਜਾ ਕੇ ਵੇਖੋ ਉਹਨੂੰ। ਤੁਹਾਡੇ ਨਾਲ ਉਹ ਸ਼ੂਮਨ ਦੀ ਕੋਈ ਨਵੀਂ ਧੁਨ ਵਜਾਉਣਾ ਚਾਹੁੰਦੀ ਏ, ਬਹੁਤ ਹੀ ਦਿਲਚਸਪ ਏ।"

"ਉਹ ਕੁਝ ਨਹੀਂ ਵਜਾਉਣਾ ਚਾਹੁੰਦੀ। ਇਹ ਸਭ ਕਿਸੇ ਨਾ ਕਿਸੇ ਕਾਰਨ ਝੂਠ ਬੋਲਦੀ ਏ," ਨੇਖਲੀਊਦੋਵ ਨੇ ਖੜੇ ਹੁੰਦਿਆਂ ਅਤੇ ਸੋਫੀਆ ਵਾਸੀਲੀਯੇਵਨਾ ਦਾ ਪਾਰਦਰਸ਼ੀ ਤੇ ਹੱਡਲ, ਅੰਗੂਠੀਆਂ ਨਾਲ ਭਰਿਆ ਹੱਥ ਘੁਟਦਿਆਂ, ਸੋਚਿਆ।

ਕਾਤੇਰੀਨਾ ਅਲੇਕਸੇਯੇਵਨਾ ਉਸ ਨੂੰ ਬੈਠਕ ਵਿਚ ਮਿਲ ਪਈ ਅਤੇ ਸਦਾ ਵਾਂਗ, ਇਕ ਦਮ ਫਰਾਂਸੀਸੀ ਵਿਚ ਬੋਲਣ ਲੱਗ ਪਈ:

"ਮੈਨੂੰ ਦਿਸਦੈ ਕਿ ਜਿਊਰੀ ਦੇ ਮੈਂਬਰ ਦੇ ਫਰਜ਼ ਨਿਭਾਉਣ ਕਰਕੇ ਤੁਸੀਂ ਉਦਾਸ ਲੱਗਦੇ ਓ।"

"ਹਾਂ, ਮਾਫ ਕਰਨਾ, ਅੱਜ ਮੇਰਾ ਰੌ ਠੀਕ ਨਹੀਂ। ਤੇ ਮੈਨੂੰ ਕੋਈ ਹੱਕ ਨਹੀਂ ਕਿ ਆਪਣੀ ਮੌਜੂਦਗੀ ਨਾਲ ਦੂਜਿਆਂ ਦਾ ਮਨ ਖਰਾਬ ਕਰਾਂ," ਨੇਖਲੀਊਦੋਵ ਨੇ ਆਖਿਆ।

"ਪਰ ਤੁਸੀਂ ਉਦਾਸ ਕਿਓ ਜੇ?"

"ਨਾ ਹੀ ਪੁੱਛੋ ਮੈਨੂੰ ਇਹ ਗੱਲ," ਉਸ ਨੇ ਆਪਣੀ ਟੋਪੀ ਲਭਦਿਆਂ ਆਖਿਆ।

"ਯਾਦ ਜੇ, ਤੁਸੀਂ ਕਿਵੇਂ ਆਖਦੇ ਹੁੰਦੇ ਸੀ ਕਿ ਸਾਨੂੰ ਹਮੇਸ਼ਾ ਸੱਚ ਬੋਲਣਾ ਚਾਹੀਦਾ ਏ? ਅਤੇ ਕੇਡੀਆਂ ਜ਼ਾਲਮ ਸਚਾਈਆਂ ਤੁਸੀਂ ਸਾਨੂੰ ਦੱਸਿਆ ਕਰਦੇ ਸੀ! ਹੁਣ ਕਿਉਂ ਨਹੀਂ ਬੋਲਣਾ ਚਾਹੁੰਦੇ?... ਮਿੱਸੀ ਦਾ ਚੇਤਾ ਜੇ?" ਉਸ ਨੇ ਮਿੱਸੀ ਵੱਲ ਮੂੰਹ ਕਰਦਿਆਂ ਕਿਹਾ ਜਿਹੜੀ ਹੁਣੇ ਅੰਦਰ ਆਈ ਸੀ।

"ਓਦੋਂ ਅਸੀਂ ਖੇਡ ਰਹੇ ਸਾਂ," ਨੇਖਲੀਊਦੋਵ ਨੇ ਗੰਭੀਰਤਾ ਨਾਲ ਆਖਿਆ। "ਖੇਡਦਿਆਂ ਹੋਇਆਂ ਬੰਦਾ ਸੱਚ ਬੋਲ ਸਕਦੈ, ਪਰ ਹਕੀਕਤ ਵਿਚ ਅਸੀਂ ਏਡੇ ਭੈੜੇ ਹਾਂ... ਮੇਰਾ ਮਤਲਬ ਹੈ ਕਿ ਮੈਂ ਏਡਾ ਭੈੜਾ ਹਾਂ ਕਿ ਮੈਂ, ਘਟੋ ਘਟ ਮੈਂ, ਸੱਚ ਨਹੀਂ ਬੋਲ ਸਕਦਾ।"

"ਨਾ, ਨਾ, ਗੱਲ ਨੂੰ ਬਦਲੋ ਨਾ, ਸਗੋਂ ਦੱਸੋ ਸਾਨੂੰ ਕਿ ਅਸੀਂ ਏਡੇ ਭੈੜੇ ਕਿਉਂ ਆਂ," ਕਾਤੇਰੀਨਾ ਅਲੇਕਸੇਯੇਵਨਾ ਨੇ ਆਪਣੇ ਲਫਜ਼ਾਂ ਵਿਚ ਹੋਰ ਫੇਰ ਕਰਦਿਆਂ ਇਉਂ ਆਖਿਆ ਜਿਵੇਂ ਉਸ ਨੇ ਵੇਖਿਆ ਹੀ ਨਾ ਹੋਵੇ ਕਿ ਨੇਖਲੀਊਦੋਵ ਕਿੰਨਾ ਕੁ ਗੰਭੀਰ ਹੈ।

"ਇਸ ਨਾਲੋਂ ਭੈੜੀ ਗੱਲ ਹੋਰ ਕੋਈ ਨਹੀਂ ਕਿ ਬੰਦਾ ਚੰਗੇ ਰੌ ਵਿਚ ਨਾ ਹੋਣ ਦਾ

ਇਕਬਾਲ ਕਰੇ," ਮਿੱਸੀ ਨੇ ਆਖਿਆ। "ਮੈਂ ਕਦੇ ਨਹੀਂ ਇਸ ਤਰ੍ਹਾਂ ਕਰਦੀ, ਤੇ ਏਸੇ ਕਰਕੇ ਮੈਂ ਹਮੇਸ਼ਾ ਖ਼ੁਸ਼ ਰਹਿੰਦੀ ਆਂ। ਕਿਉਂ, ਮੇਰੇ ਨਾਲ ਆ ਰਹੇ ਓ? ਅਸੀਂ ਤੁਹਾਡੀ mauvaise humeur (ਢਹਿੰਦੀ ਕਲਾ) ਨੂੰ ਦੂਰ ਕਰਨ ਦੀ ਕੋਸ਼ਿਸ਼ ਕਰਾਂਗੇ।"

ਨੇਖਲੀਊਦੋਵ ਨੂੰ ਇਉਂ ਮਹਿਸੂਸ ਹੋਇਆ ਜਿਵੇਂ ਘੋੜਾ ਉਸ ਵੇਲੇ ਮਹਿਸੂਸ ਕਰਦਾ ਹੈ ਜਦੋਂ ਉਹਦੇ ਪਿੰਡੇ ਉਤੇ ਹੱਥ ਫੇਰਿਆ ਜਾਂਦਾ ਹੈ ਤਾਂ ਜੋ ਉਹ ਮੂੰਹ ਵਿਚ ਲਗਾਮ ਤੇ ਸਾਜ਼ ਪੁਆ ਲਵੇ। ਅਤੇ ਅੱਜ ਉਹ ਆਖੇ ਲੱਗਣ ਨੂੰ ਪਹਿਲਾਂ ਸਦਾ ਨਾਲੋਂ ਘਟ ਤਿਆਰ ਸੀ। ਉਸ ਨੇ ਬਹਾਨਾ ਬਣਾਇਆ ਕਿ ਉਹਦੇ ਲਈ ਘਰ ਪਹੁੰਚਣਾ ਜ਼ਰੂਰੀ ਹੈ ਅਤੇ ਉਸ ਨੇ ਆਗਿਆ ਮੰਗੀ। ਮਿੱਸੀ ਨੇ ਜਿੰਨਾ ਚਿਰ ਉਹਦਾ ਹੱਥ ਫੜ ਰੱਖਿਆ ਓਨਾ ਚਿਰ ਆਮ ਕਰਕੇ ਨਹੀਂ ਸੀ ਫੜਦੀ।

"ਯਾਦ ਰੱਖੋ ਕਿ ਜਿਹੜੀ ਗੱਲ ਤੁਹਾਡੇ ਲਈ ਅਹਿਮ ਏ ਉਹ ਤੁਹਾਡੇ ਦੋਸਤਾਂ ਵਾਸਤੇ ਵੀ ਅਹਿਮ ਏ," ਉਸ ਨੇ ਆਖਿਆ। "ਭਲਕੇ ਆਉਗੇ?"

"ਸ਼ਾਇਦ ਨਹੀਂ," ਨੇਖਲੀਊਦੋਵ ਨੇ ਆਖਿਆ, ਅਤੇ ਸ਼ਰਮਿੰਦਗੀ ਦੇ ਅਹਿਸਾਸ ਨਾਲ, ਉਸ ਨੂੰ ਖ਼ੁਦ ਪਤਾ ਨਹੀਂ ਸੀ ਕਿ ਉਹਦੇ ਕਰਕੇ ਜਾਂ ਆਪਣੇ ਕਰਕੇ, ਉਹਦਾ ਮੂੰਹ ਲਾਲ ਹੋ ਗਿਆ ਤੇ ਉਹ ਛੇਤੀ ਨਾਲ ਚਲਾ ਗਿਆ।

"ਏਹ ਕੀ ਗੱਲ ਹੋਈ? Comme cela m'intrigue",* ਕਾਤੇਰੀਨਾ ਅਲੇਕਸੇਯੇਵਨਾ ਨੇ ਆਖਿਆ। "ਮੈਂ ਇਹਦੇ ਬਾਰੇ ਸਾਰਾ ਪਤਾ ਕਰਾਂਗੀ। ਮੇਰਾ ਖਿਆਲ ਏ ਕਿ ਏਹ ਕੋਈ affaire d'amour-propre: il est très susceptible, notre cher Mitya!"**

"Plutôt une affaire d'amour sale,"*** ਮਿੱਸੀ ਆਖਣ ਹੀ ਵਾਲੀ ਸੀ, ਪਰ ਚੁੱਪ ਕਰ ਗਈ ਤੇ ਹੇਠਾਂ ਨੂੰ ਵੇਖ਼ਣ ਲੱਗ ਪਈ। ਉਹਦੇ ਚਿਹਰੇ ਦੀ ਸਾਰੀ ਰੌਣਕ ਜਾਂਦੀ ਰਹੀ ਸੀ। ਇਹ ਚਿਹਰਾ ਉਸ ਤੋਂ ਬਿਲਕੁਲ ਵੱਖਰਾ ਸੀ ਜਿਸ ਨਾਲ ਮਿੱਸੀ ਨੇ ਉਹਦੇ ਵੱਲ ਵੇਖਿਆ ਸੀ। ਏਥੋਂ ਤੱਕ ਕਿ ਕਾਤੇਰੀਨਾ ਅਲੇਕਸੇਯੇਵਨਾ ਨੂੰ ਵੀ ਉਸ ਨੇ ਅਜਿਹੇ ਉਜੱਡ ਦੁਅਰਥੇ ਸ਼ਬਦ ਨਾ ਆਖੇ, ਸਗੋਂ ਸਿਰਫ ਏਨਾ ਹੀ ਕਿਹਾ:

"ਮਾੜੇ ਚੰਗੇ ਦਿਨ ਸਾਰਿਆਂ 'ਤੇ ਹੀ ਆਉਂਦੇ ਨੇ।"

"ਭਲਾ ਹੋ ਸਕਦੈ ਕਿ ਉਹ ਵੀ ਧੋਖਾ ਦੇ ਜਾਵੇਗਾ?" ਉਸ ਨੇ ਸੋਚਿਆ, "ਜੋ ਕੁਝ ਹੋਇਆ ਹੈ ਉਸ ਸਭ ਕੁਝ ਤੋਂ ਮਗਰੋਂ, ਉਹਦੇ ਵਾਸਤੇ ਏਹ ਬਹੁਤ ਮਾੜੀ ਗੱਲ ਹੋਵੇਗੀ।"

---

* ਮੈਨੂੰ ਤਾਂ ਏਹਦਾ ਫਿਕਰ ਲੱਗ ਗਿਐ!—ਫਰਾਂਸੀਸੀ।—ਸੰਪਾ:

** ਸਵੈਮਾਨ ਦਾ ਮਾਮਲਾ ਏ। ਬੜਾ ਕੋਮਲਚਿੱਤ ਏ ਸਾਡਾ ਪਿਆਰਾ ਮਿਤੀਆ!—ਫਰਾਂਸੀਸੀ—ਸੰਪਾ:

*** ਮੈਨੂੰ ਤਾਂ ਕੋਈ ਮੁਆਸ਼ਕਾ ਲਗਦੈ।—ਫਰਾਂਸੀਸੀ——ਸੰਪਾ:

ਜੇ ਮਿੱਸੀ ਨੂੰ ਇਹ ਗੱਲ ਸਮਝਾਉਣੀ ਪੈਂਦੀ ਕਿ "ਜੋ ਕੁਝ ਹੋਇਆ ਹੈ ਉਸ ਸਭ ਕੁਝ ਤੋਂ ਮਗਰੋਂ" ਦਾ ਕੀ ਮਤਲਬ ਤਾਂ ਉਹ ਸਪਸ਼ਟ ਰੂਪ ਵਿਚ ਕੁਝ ਵੀ ਨਾ ਆਖ ਸਕਦੀ, ਅਤੇ ਇਸ ਦੇ ਬਾਵਜੂਦ ਉਹ ਜਾਣਦੀ ਸੀ ਕਿ ਉਸ ਨੇ ਸਿਰਫ ਉਹਦੀਆਂ ਆਸਾਂ ਹੀ ਨਹੀਂ ਸੀ ਜਗਾਈਆਂ ਸਗੋਂ ਲਗਪਗ ਉਹਦੇ ਨਾਲ ਕੌਲ 'ਕਰਾਰ ਵੀ ਕਰ ਲਏ ਸਨ। ਇਹਦੇ ਲਈ ਕੋਈ ਖਾਸ ਲਫਜ਼ ਨਹੀਂ ਸੀ ਵਰਤੇ ਗਏ ਸਿਰਫ ਨਜ਼ਰਾਂ ਤੇ ਮੁਸਕਾਨਾਂ ਅਤੇ ਇਸ਼ਾਰੇ; ਅਤੇ ਖਾਮੋਸ਼ੀ ਪਰ ਤਾਂ ਵੀ ਉਹ ਉਸ ਨੂੰ ਆਪਣਾ ਹੋ ਗਿਆ ਸਮਝਦੀ ਸੀ, ਅਤੇ ਉਸ ਨੂੰ ਗੁਆ ਲੈਣਾ ਡਾਢਾ ਔਖਾ ਲੱਗਦਾ ਸੀ।

੨੮

"ਸ਼ਰਮਨਾਕ ਤੇ ਹੋਛਾ ਹੋਛਾ ਤੇ ਸ਼ਰਮਨਾਕ।" ਨੇਖਲੀਊਦੋਵ ਜਾਣੀਆਂ ਪਛਾਣੀਆਂ ਸੜਕਾਂ ਉਤੇ ਘਰ ਨੂੰ ਤੁਰਿਆ ਜਾਂਦਾ ਆਪਣੇ ਆਪ ਨਾਲ ਗੱਲਾਂ ਕਰੀ ਜਾ ਰਿਹਾ ਸੀ। ਮਿੱਸੀ ਨਾਲ ਗੱਲ ਕਰਦਿਆਂ ਉਹਨੂੰ ਆਪਣੇ ਮਨ ਉਤੇ ਭਾਰ ਦਾ ਜੋ ਅਹਿਸਾਸ ਹੋਇਆ ਸੀ ਉਹ ਉਸ ਦਾ ਪਿੱਛਾ ਨਹੀਂ ਸੀ ਛੱਡਦਾ। ਉਸ ਨੇ ਮਹਿਸੂਸ ਕੀਤਾ ਕਿ ਜੇ ਬਾਹਰੋਂ ਵੇਖਿਆ ਜਾਏ ਤਾਂ, ਇਕ ਤਰ੍ਹਾਂ ਨਾਲ, ਉਹ ਸੱਚਾ ਸੀ ਕਿਉਂਕਿ ਉਹਨੇ ਕਦੇ ਵੀ ਕੋਈ ਐਸੀ ਗੱਲ ਉਹਨੂੰ ਨਹੀਂ ਸੀ ਆਖੀ ਜਿਸ ਦਾ ਉਹ ਪਾਬੰਦ ਹੋਵੇ, ਕਦੇ ਕੋਈ ਪੇਸ਼ਕਸ਼ ਨਹੀਂ ਸੀ ਕੀਤੀ; ਪਰ ਉਹ ਜਾਣਦਾ ਸੀ ਕਿ ਅਸਲ ਵਿਚ ਉਹਨੇ ਆਪਣੇ ਆਪ ਨੂੰ ਉਹਦੇ ਨਾਲ ਬੰਨ੍ਹ ਲਿਆ ਸੀ, ਉਹਨੇ ਉਸ ਦੀਆਂ ਆਸਾਂ ਜਗਾਈਆਂ ਸਨ। ਤੇ ਇਸ ਦੇ ਬਾਵਜੂਦ ਅੱਜ ਉਹਦਾ ਰੋਮ ਰੋਮ ਮਹਿਸੂਸ ਕਰਦਾ ਸੀ ਕਿ ਉਹ ਉਹਦੇ ਨਾਲ ਵਿਆਹ ਨਹੀਂ ਕਰ ਸਕਦਾ। "ਸ਼ਰਮਨਾਕ ਤੇ ਹੋਛਾ, ਹੋਛਾ ਤੇ ਸ਼ਰਮਨਾਕ!" ਉਸ ਨੇ ਮਿੱਸੀ ਨਾਲ ਆਪਣੇ ਤਅਲੁਕਾਤ ਬਾਰੇ ਹੀ ਨਹੀਂ, ਸਗੋਂ ਹਰ ਗੱਲ ਬਾਰੇ, ਇਹ ਲਫਜ਼ ਆਪਣੇ ਮਨ ਵਿਚ ਦੁਹਰਾਏ। "ਸਭ ਕੁਝ ਹੋਛਾ ਅਤੇ ਸ਼ਰਮਨਾਕ ਹੈ," ਉਸ ਨੇ ਬੁੜ ਬੁੜ ਕੀਤਾ ਅਤੇ ਆਪਣੇ ਮਕਾਨ ਦੀ ਡਿਉੜੀ ਵਿਚ ਲੰਘ ਗਿਆ।

"ਮੈਂ ਰੋਟੀ ਨਹੀਂ ਖਾਣੀ," ਉਸ ਨੇ ਆਪਣੇ ਨੌਕਰ ਕੋਰਨੇਈ ਨੂੰ ਆਖਿਆ ਜਿਹੜਾ ਖਾਣਾ ਖਾਣ ਦੇ ਕਮਰੇ ਵਿਚ ਉਹਦੇ ਮਗਰ ਮਗਰ ਆ ਗਿਆ ਸੀ ਜਿਥੇ ਚਾਹ ਤੇ ਖਾਣਾ ਰੱਖ ਦਿੱਤਾ ਹੋਇਆ ਸੀ। "ਤੁਸੀਂ ਜਾ ਸਕਦੇ ਓ।"

"ਜੀ ਸਾਹਿਬ," ਕੋਰਨੇਈ ਨੇ ਆਖਿਆ, ਪਰ ਉਹ ਗਿਆ ਨਹੀਂ ਸਗੋਂ ਮੇਜ਼ ਉਤੋਂ ਖਾਣ ਪੀਣ ਦਾ ਸਾਮਾਨ ਚੁਕਣ ਲੱਗ ਪਿਆ। ਨੇਖਲੀਊਦੋਵ ਨੇ ਉਹਦੇ ਵੱਲ ਵੇਖਿਆ ਅਤੇ ਉਹਦੇ ਮਨ ਵਿਚ ਇਕ ਮੰਦਭਾਵਨਾ ਜਿਹੀ ਪੈਦਾ ਹੋਈ। ਉਹ ਚਾਹੁੰਦਾ ਸੀ ਕਿ ਕੋਈ ਵੀ ਉਹਦੇ ਕੋਲ ਨਾ ਆਵੇ, ਅਤੇ ਉਸ ਨੂੰ ਜਾਪਦਾ ਇਹ ਸੀ ਕਿ ਹਰ ਕੋਈ ਉਸ ਨੂੰ ਜਾਣ ਬੁਝ ਕੇ ਪ੍ਰੇਸ਼ਾਨ ਕਰ ਰਿਹਾ ਹੈ। ਜਦੋਂ ਕੋਰਨੇਈ ਖਾਣ ਪੀਣ ਦੀਆਂ ਚੀਜ਼ਾਂ ਵਸਤਾਂ ਲੈ ਕੇ

ਚਲਾ ਗਿਆ ਤਾਂ ਨੇਖਲੀਊਦੋਵ ਸਮਾਵਾਰ ਕੋਲ ਹੋਇਆ ਅਤੇ ਉਹ ਆਪਣੇ ਲਈ ਚਾਹ ਦਾ ਘੁਟ ਬਣਾਉਣ ਹੀ ਲੱਗਾ ਸੀ ਕਿ ਅਗਰਾਫੇਨਾ ਪੇਤਰੋਵਨਾ ਦੇ ਕਦਮਾਂ ਦੀ ਆਵਾਜ਼ ਸੁਣ ਕੇ ਉਹ ਜਲਦੀ ਨਾਲ ਬੈਠਕ ਵਿਚ ਚਲਾ ਗਿਆ ਤਾਂ ਜੋ ਉਹ ਵੇਖ ਨਾ ਲਵੇ, ਅਤੇ ਦਰਵਾਜ਼ਾ ਬੰਦ ਕਰ ਲਿਆ। ਤਿੰਨ ਮਹੀਨੇ ਹੋਏ ਨੇਖਲੀਊਦੋਵ ਦੀ ਮਾਂ ਨੇ ਏਸੇ ਹੀ ਕਮਰੇ ਵਿਚ ਅੰਤਮ ਸਵਾਸ ਲਏ ਸਨ। ਕਮਰੇ ਅੰਦਰ ਆ ਕੇ, ਜਿਥੇ ਰਿਫਲੈਕਟਰ ਪਲੇਟਾਂ ਵਾਲੇ ਦੋ ਲੈਂਪ ਬਲ ਰਹੇ ਸਨ, ਇਕ ਉਸ ਦੇ ਪਿਤਾ ਦੇ ਪੋਰਟ੍ਰੇਟ ਉਤੇ ਚਾਨਣ ਸੁੱਟ ਰਿਹਾ ਸੀ ਅਤੇ ਦੂਜਾ ਉਹਦੀ ਮਾਂ ਦੇ ਪੋਰਟ੍ਰੇਟ ਉਤੇ, ਉਸ ਨੂੰ ਯਾਦ ਆਇਆ ਕਿ ਆਪਣੀ ਮਾਂ ਨਾਲ ਉਸ ਦੇ ਆਖਰੀ ਸੰਬੰਧ ਕਿਸ ਤਰ੍ਹਾਂ ਦੇ ਸਨ। ਤੇ ਉਸ ਨੂੰ ਉਹ ਵੀ ਅਸੁਭਾਵਿਕ ਤੇ ਗਿਲਾਨੀ ਪੈਦਾ ਕਰਨ ਵਾਲੇ ਜਾਪੇ। ਤੇ ਇਹ ਗੱਲ ਵੀ ਸ਼ਰਮਨਾਕ ਤੇ ਹੋਛੀ ਸੀ। ਉਸ ਨੂੰ ਯਾਦ ਆਇਆ ਕਿਵੇਂ, ਉਸ ਦੀ ਬੀਮਾਰੀ ਦੇ ਆਖਰੀ ਦਿਨਾਂ ਵਿਚ, ਬਸ ਉਹਦੀ ਏਹੋ ਕਾਮਨਾ ਸੀ ਕਿ ਮਾਂ ਮਰ ਜਾਵੇ। ਉਸ ਨੇ ਆਪਣੇ ਆਪ ਨੂੰ ਆਖਿਆ ਸੀ ਕਿ ਉਸ ਨੇ ਇਹ ਕਾਮਨਾ ਆਪਣੀ ਮਾਂ ਦੀ ਖਾਤਰ ਹੀ ਕੀਤੀ ਸੀ, ਤਾਂ ਜੋ ਉਹਦਾ ਦੁਖ ਤੋਂ ਖਹਿੜਾ ਛੁੱਟ ਜਾਵੇ, ਪਰ ਅਸਲ ਵਿਚ ਉਸ ਨੇ ਇਹ ਕਾਮਨਾ ਆਪਣੀ ਖਾਤਰ ਹੀ ਕੀਤੀ ਸੀ ਤਾਂ ਜੋ ਉਹਦਾ ਦੁਖ ਵੇਖਣ ਤੋਂ ਮੁਕਤੀ ਮਿਲ ਜਾਵੇ।

ਉਸ ਦੀ ਇਕ ਸੁਖਾਵੀਂ ਯਾਦ ਦਾ ਚੇਤਾ ਕਰਨ ਦੀ ਇੱਛਾ ਨਾਲ, ਉਹਨੇ ਉਸ ਦੇ ਪੋਰਟ੍ਰੇਟ ਵੱਲ ਨਜ਼ਰ ਮਾਰੀ ਜਿਹੜਾ ਇਕ ਪ੍ਰਸਿਧ ਕਲਾਕਾਰ ਨੇ ਪੰਜ ਹਜ਼ਾਰ ਰੂਬਲ ਲੈ ਕੇ ਬਣਾਇਆ ਸੀ। ਉਸ ਨੂੰ ਨੀਵੇਂ ਗਲਮੇ ਵਾਲੇ ਕਾਲੇ ਮਖਮਲੀ ਲਿਬਾਸ ਵਿਚ ਚਿਤਰਿਆ ਗਿਆ ਸੀ, ਤੇ ਕਲਾਕਾਰ ਨੇ ਪ੍ਰਤੱਖ ਤੌਰ ਤੇ ਛਾਤੀਆਂ ਦੀਆਂ ਗੁਲਾਈਆਂ, ਉਹਨਾਂ ਦੇ ਵਿਚਕਾਰਲੀ ਥਾਂ, ਅੱਖਾਂ ਚੁੰਧਿਆ ਦੇਣ ਵਾਲੇ ਖੂਬਸੂਰਤ ਮੋਢੇ ਅਤੇ ਗਰਦਨ ਨੂੰ ਖਾਸ ਧਿਆਨ ਦੇ ਕੇ ਚਿਤਰਿਆ ਸੀ। ਇਹ ਬਿਲਕੁਲ ਸ਼ਰਮਾਨਕ ਤੇ ਹੋਛਾ ਸੀ। ਅੱਧ ਨਗਨ ਸੁਹੱਪਣ ਦੇ ਰੂਪ ਵਿਚ ਉਸ ਦੀ ਮਾਂ ਦਾ ਇਹ ਚਿਤਰ ਇਕ ਘਿਣਾਉਣੀ ਤੇ ਅਪਮਾਨਜਨਕ ਚੀਜ਼ ਲੱਗਦਾ ਸੀ। ਇਹ ਹੋਰ ਵੀ ਘਿਣਾਉਣਾ ਲੱਗਦਾ ਸੀ ਕਿਉਂਕਿ ਤਿੰਨ ਮਹੀਨੇ ਪਹਿਲਾਂ, ਏਸੇ ਹੀ ਕਮਰੇ ਵਿਚ, ਸੁਕ ਕੇ ਮਮੀ ਹੋ ਗਈ ਏਹੋ ਔਰਤ ਪਈ ਸੀ, ਅਤੇ ਇਹ ਕਮਰਾ ਹੀ ਨਹੀਂ ਸਗੋਂ ਸਾਰਾ ਮਕਾਨ ਹੀ ਨੱਕ ਵਿਚ ਦਮ ਲਿਆ ਦੇਣ ਵਾਲੀ ਬੋ ਨਾਲ ਭਰਿਆ ਪਿਆ ਸੀ ਜਿਸ ਨੂੰ ਮਿਟਾਉਣਾ ਕਿਸੇ ਵੀ ਤਰ੍ਹਾਂ ਸੰਭਵ ਨਹੀਂ ਸੀ। ਉਸ ਨੂੰ ਜਾਪਿਆ ਜਿਵੇਂ ਹਾਲੇ ਵੀ ਉਹੋ ਬੋ ਆ ਰਹੀ ਹੋਵੇ। ਤੇ ਉਸ ਨੂੰ ਯਾਦ ਆਇਆ ਕਿਵੇਂ ਆਪਣੀ ਮੌਤ ਤੋਂ ਇਕ ਦਿਨ ਪਹਿਲਾਂ ਉਸ ਨੇ ਆਪਣੇ ਹੱਡਲ ਤੇ ਬੇਰੰਗ ਨਿੱਕੇ ਜਿਹੇ ਹੱਥ ਨਾਲ ਨੇਖਲੀਊਦੋਵ ਦਾ ਹੱਥ ਫੜ ਲਿਆ ਸੀ ਅਤੇ ਉਹਦੀਆਂ ਅੱਖਾਂ ਵਿਚ ਝਾਕਦਿਆਂ ਆਖਿਆ ਸੀ, "ਮੈਨੂੰ ਦੋਸ਼ ਨਾ ਦੇ, ਮਿਤੀਆ, ਜੇ ਮੈਂ ਉਹ ਕੁਝ ਨਹੀਂ ਕੀਤਾ ਜੋ ਕਰਨਾ ਚਾਹੀਦਾ ਸੀ," ਤੇ ਕਿਵੇਂ ਦੁਖੜੇ ਸਹਿ ਕੇ ਬੇਨੂਰ ਜਿਹੀਆਂ ਉਹਦੀਆਂ ਅੱਖਾਂ ਵਿਚੋਂ ਅਥਰੂ ਵਗ ਤੁਰੇ ਸਨ। "ਉਫ, ਏਡਾ ਹੋਛਾ!" ਉਸ ਨੇ ਖੂਬਸੂਰਤ ਮਰਮਰੀ ਮੋਢਿਆਂ ਤੇ ਬਾਹਵਾਂ, ਅਤੇ ਬੁਲ੍ਹਾਂ ਤੇ ਜੇਤੂ ਮੁਸਕਾਨ ਵਾਲੀ ਇਸ ਅੱਧ-ਨੰਗੀ ਔਰਤ

ਵੱਲ ਇਕ ਵਾਰੀ ਫੇਰ ਵੇਖਦਿਆਂ, ਆਪਣੇ ਆਪ ਨੂੰ ਆਖਿਆ। ਪੋਰਟ੍ਰੇਟ ਦੀਆਂ ਅੱਧ–ਨੰਗੀਆਂ ਛਾਤੀਆਂ ਨੇ ਉਸ ਨੂੰ ਇਕ ਹੋਰ ਨੌਜਵਾਨ ਔਰਤ ਦਾ ਚੇਤਾ ਕਰਵਾ ਦਿੱਤਾ ਜਿਸ ਨੂੰ ਉਸ ਨੇ ਕੁਝ ਦਿਨ ਪਹਿਲਾਂ ਏਸੇ ਹੀ ਤਰ੍ਹਾਂ ਅੱਧ–ਨੰਗੀ ਹਾਲਤ ਵਿਚ ਵੇਖਿਆ ਸੀ। ਇਹ ਸੀ ਮਿੱਸੀ, ਜਿਸ ਨੇ ਉਸ ਨੂੰ ਠੀਕ ਉਸ ਵੇਲੇ ਆਪਣੇ ਕਮਰੇ ਵਿਚ ਸੱਦਣ ਦਾ ਬਹਾਨਾ ਘੜ ਲਿਆ ਸੀ ਜਿਸ ਵੇਲੇ ਉਹ ਨਾਚ ਲਈ ਤਿਆਰ ਹੋਈ ਸੀ, ਤਾਂ ਜੋ ਉਸ ਨੂੰ ਉਹ ਨਾਚ ਵਾਲੇ ਲਿਬਾਸ ਵਿਚ ਵੇਖ ਸਕੇ। ਉਸ ਨੂੰ ਉਹਦੇ ਖ਼ੂਬਸੂਰਤ ਮੋਢਿਆਂ ਤੇ ਬਾਹਵਾਂ ਦਾ ਚੇਤਾ ਕਰ ਕੇ ਘਿਣ ਆ ਗਈ। ਤੇ ਉਹ ਗੁਸਤਾਖ਼, ਉਸ ਦਾ ਜਾਨਵਰ ਪਿਓ ਜਿਹੜਾ ਪਤਾ ਨਹੀਂ ਕੀ ਕੀ ਕਰਦਾ ਰਿਹਾ ਸੀ, ਤੇ ਉਸ ਦੀਆਂ ਬੇਰਹਿਮੀਆਂ, ਅਤੇ ਉਹਦੀ ਮਾਂ ਦੀ bel esprit*, ਉਸ ਦੀ ਸੰਦੇਹਜਨਕ ਨੇਕਨਾਮੀ! ਇਹ ਸ਼ਭ ਕੁਝ ਗਿਲਾਨੀ ਭਰਿਆ ਸੀ ਤੇ ਉਸ ਨੂੰ ਸ਼ਰਮਿੰਦਾ ਕਰਨ ਵਾਲਾ ਸੀ। ਸ਼ਰਮਨਾਕ ਤੇ ਹੋਛਾ, ਹੋਛਾ ਤੇ ਸ਼ਰਮਨਾਕ!

"ਨਹੀਂ, ਨਹੀਂ," ਉਸ ਨੇ ਸੋਚਿਆ, "ਮੈਨੂੰ ਆਜ਼ਾਦੀ ਦੀ ਲੋੜ ਏ। ਕੋਰਚਾਗਿਨਾਂ ਅਤੇ ਮਾਰੀਆ ਵਾਸੀਲੀਯੇਵਨਾ ਨਾਲ ਇਹਨਾਂ ਸਾਰੇ ਝੂਠੇ ਸੰਬੰਧਾਂ ਤੋਂ ਅਤੇ ਵਿਰਾਸਤ ਤੋਂ ਅਤੇ ਬਾਕੀ ਸਭ ਕੁਝ ਤੋਂ ਆਜ਼ਾਦੀ ਦੀ।... ਹਾਂ ਮੈਂ ਸੁਖ ਦਾ ਸਾਹ ਲੈਣਾ ਚਾਹੁੰਦਾ ਹਾਂ। ਮੈਨੂੰ ਬਦੇਸ ਚਲੇ ਜਾਣਾ, ਰੋਮ ਚਲੇ ਜਾਣਾ ਅਤੇ ਆਪਣੇ ਚਿੱਤਰ ਉਤੇ ਕੰਮ ਕਰਨਾ ਚਾਹੀਦਾ ਹੈ।" ਫੇਰ ਉਸ ਨੂੰ ਆਪਣੀ ਕਲਾ ਪ੍ਰਤਿਭਾ ਬਾਰੇ ਆਪਣੇ ਸ਼ੰਕਿਆਂ ਦਾ ਚੇਤਾ ਆਇਆ। "ਖੈਰ, ਕੋਈ ਨਹੀਂ, ਰਤਾ ਸੁਖ ਦਾ ਸਾਹ ਆ ਲਵੇ! ਪਹਿਲਾਂ ਕਸਤਨਤੁਨੀਆ, ਫੇਰ ਰੋਮ। ਬਸ ਆਹ ਜਿਊਰੀ ਦਾ ਕੰਮ ਨਿਬੜ ਲਵੇ, ਤੇ ਪਹਿਲਾਂ ਕਿਸੇ ਵਕੀਲ ਦਾ ਬੰਦੋਬਸਤ ਹੋ ਜਾਏ।"

ਫੇਰ ਅਚਨਚੇਤ ਕੀ ਹੋਇਆ ਕਿ ਮਾੜਾ ਜਿਹਾ ਟੀਰ ਮਾਰਦੀਆਂ ਕਾਲੀਆਂ ਅੱਖਾਂ ਵਾਲੀ ਮੁਲਜ਼ਮਾ ਦੀ ਤਸਵੀਰ ਬੇਹੱਦ ਸਪਸ਼ਟ ਰੂਪ ਵਿਚ ਉਹਦੇ ਮਨ ਵਿਚ ਉਭਰੀ, ਅਤੇ ਕਿਵੇਂ ਉਹ ਕੁਰਲਾਉਣ ਲੱਗ ਪਈ ਸੀ ਜਦੋਂ ਮੁਲਜ਼ਮਾਂ ਨੂੰ ਆਪਣੀ ਸਫਾਈ ਵਿਚ ਆਖਰੀ ਲਫਜ਼ ਕਹਿਣ ਦਾ ਮੌਕਾ ਦਿੱਤਾ ਗਿਆ ਸੀ। ਉਸ ਨੇ ਜਲਦੀ ਨਾਲ ਆਪਣੀ ਸਿਗਰਟ ਬੁਝਾਈ, ਉਸ ਨੂੰ ਦੱਬਾ ਕੇ ਰਾਖਦਾਨੀ ਵਿਚ ਸੁੱਟਿਆ, ਇਕ ਹੋਰ ਸਿਗਰਟ ਸੁਲਘਾਈ ਅਤੇ ਕਮਰੇ ਵਿਚ ਏਧਰ ਓਧਰ ਫਿਰਨ ਲੱਗ ਪਿਆ। ਉਹਦੇ ਨਾਲ ਬਿਤਾਈਆਂ ਘੜੀਆਂ ਦੀਆਂ ਝਾਕੀਆਂ ਇਕ ਇਕ ਕਰਕੇ ਉਹਦੇ ਮਨ ਵਿਚ ਸਾਕਾਰ ਹੁੰਦੀਆਂ ਗਈਆਂ। ਉਸ ਨੂੰ ਉਹਦੇ ਨਾਲ ਆਪਣੀ ਆਖਰੀ ਮੁਲਾਕਾਤ ਦਾ, ਉਸ ਪਸ਼ੂ ਵੇਗ ਦਾ ਜਿਹੜਾ ਉਹਦੇ ਉਤੇ ਸਵਾਰ ਹੋ ਗਿਆ ਸੀ, ਅਤੇ ਇਸ ਦੀ ਤ੍ਰਿਪਤੀ ਤੋਂ ਮਗਰੋਂ ਹੋਈ ਮਾਯੂਸੀ ਦਾ ਚੇਤਾ ਆਇਆ। ਉਸ ਨੂੰ ਚਿੱਟੀ ਪੁਸ਼ਾਕ ਅਤੇ ਨੀਲੀ ਪੇਟੀ ਦਾ, ਤੜਕਸਾਰ ਦੀ ਪ੍ਰਾਰਥਨਾ ਦਾ ਚੇਤਾ ਆਇਆ। "ਪਰ ਮੈਂ ਤਾਂ ਉਸ ਨੂੰ ਮੁਹੱਬਤ ਕਰਦਾ ਸੀ, ਉਸ ਰਾਤ ਸੱਚੇ ਤੇ

---

* ਹਾਜ਼ਰ ਜਵਾਬੀ (ਫਰਾਂਸੀਸੀ)। —**ਸੰਪਾ:**

ਪਵਿੱਤਰ ਪਿਆਰ ਨਾਲ ਮੁਹੱਬਤ ਕਰਦਾ ਸੀ ; ਮੈਂ ਉਸ ਤੋਂ ਪਹਿਲਾਂ ਵੀ ਉਹਨੂੰ ਮੁਹੱਬਤ ਕਰਦਾ ਸਾਂ। ਹਾਂ, ਮੈਂ ਓਦੋਂ ਵੀ ਉਸ ਨੂੰ ਮੁਹੱਬਤ ਕਰਦਾ ਸਾਂ ਜਦੋਂ ਮੈਂ ਆਪਣੀਆਂ ਭੂਆ ਕੋਲ ਠਹਿਰਿਆ ਹੋਇਆ ਸਾਂ ਅਤੇ ਆਪਣਾ ਨਿਬੰਧ ਲਿਖ ਰਿਹਾ ਸਾਂ।" ਤੇ ਉਸ ਨੂੰ ਆਪਣੇ ਬਾਰੇ ਯਾਦ ਆਇਆ ਜਿਸ ਤਰ੍ਹਾਂ ਦਾ ਓਦੋਂ ਉਹ ਸੀ। ਉਸ ਨੂੰ ਜਾਪਿਆ ਜਿਵੇਂ ਉਹਦੇ ਚੁਫੇਰੇ ਉਸ ਤਾਜ਼ਗੀ, ਉਸ ਜਵਾਨੀ ਅਤੇ ਜੀਵਨ ਦੀ ਭਰਪੂਰਤਾ ਦੀ ਮਹਿਕ ਖਿੰਡੀ ਹੋਵੇ, ਅਤੇ ਉਹ ਡਾਢਾ ਉਦਾਸ ਹੋ ਗਿਆ।

ਜੋ ਕੁਝ ਉਹ ਉਸ ਵੇਲੇ ਸੀ ਅਤੇ ਜੋ ਕੁਝ ਉਹ ਇਸ ਵੇਲੇ ਸੀ, ਇਸ ਵਿਚ ਓੜਕਾਂ ਦਾ ਫਰਕ ਸੀ। ਇਹ ਫਰਕ ਜੇ ਉਸ ਤੋਂ ਵਡਾ ਨਹੀਂ ਤਾਂ ਓਡਾ ਜ਼ਰੂਰ ਸੀ ਜੇਡਾ ਉਸ ਰਾਤ ਗਿਰਜੇ ਵਾਲੀ ਕਾਤੀਊਸ਼ਾ ਤੇ ਉਸ ਵੇਸਵਾ ਵਿਚ ਸੀ ਜਿਹੜੀ ਉਸ ਵਪਾਰੀ ਨੂੰ ਸ਼ਰਾਬ ਪਿਲਾਉਂਦੀ ਰਹੀ ਸੀ ਤੇ ਜਿਸ ਨੂੰ ਅੱਜ ਸਵੇਰੇ ਉਹਨਾਂ ਨੇ ਸਜ਼ਾ ਸੁਣਾਈ ਸੀ। ਉਸ ਵੇਲੇ ਉਹ ਆਜ਼ਾਦ ਅਤੇ ਜੋਸ਼ੀਲਾ ਸੀ ਅਤੇ ਉਹਦੇ ਸਾਮ੍ਹਣੇ ਅਣਗਿਣਤ ਸੰਭਾਵਨਾਵਾਂ ਦੇ ਦਰ ਖੁਲ੍ਹੇ ਸਨ। ਇਸ ਵੇਲੇ ਉਹ ਆਪਣੇ ਆਪ ਨੂੰ ਬੇਹੂਦਾ, ਖੋਖਲੀ, ਨਕਾਰਾ, ਹੋਛੀ ਜ਼ਿੰਦਗੀ ਦੇ ਫੰਦਿਆਂ ਵਿਚ ਫਾਥਾ ਮਹਿਸੂਸ ਕਰਦਾ ਸੀ ਜਿਸ ਵਿਚੋਂ ਉਸ ਨੂੰ ਨਿਕਲਣ ਦਾ, ਜੇ ਉਹ ਚਾਹੁੰਦਾ ਵੀ, ਕੋਈ ਰਾਹ ਨਹੀਂ ਸੀ ਦਿੱਸਦਾ। ਪਰ ਉਸ ਨੇ ਕਦੇ ਚਾਹਿਆ ਨਹੀਂ ਸੀ। ਉਸ ਨੂੰ ਯਾਦ ਆਇਆ ਕਿ ਇਕ ਸਮਾਂ ਸੀ ਜਦੋਂ ਉਸ ਨੂੰ ਆਪਣੀ ਸਾਫਗੋਈ ਉਤੇ ਬੜਾ ਮਾਣ ਹੁੰਦਾ ਸੀ, ਕਿਵੇਂ ਉਸ ਨੇ ਇਹ ਅਸੂਲ ਬਣਾਇਆ ਹੋਇਆ ਸੀ ਕਿ ਹਮੇਸ਼ਾ ਸੱਚ ਬੋਲੇਗਾ, ਅਤੇ ਸਚਮੁਚ ਹੀ ਸੱਚ ਬੋਲਿਆ ਸੀ, ਅਤੇ ਹੁਣ ਕਿਵੇਂ ਉਹ ਗਲ ਗਲ ਤੱਕ ਝੂਠਾਂ ਵਿਚ, ਅਤਿ ਭਿਆਨਕ ਝੂਠਾਂ ਦੀ ਦਲਦਲ ਵਿਚ ਧਸ ਗਿਆ ਸੀ— ਉਹ ਝੂਠ ਜਿਨ੍ਹਾਂ ਨੂੰ ਉਹਦੇ ਆਸ ਪਾਸ ਦੇ ਲੋਕ ਸੱਚ ਸਮਝਦੇ ਸਨ। ਅਤੇ ਜਿਥੋਂ ਤੱਕ ਉਹਦੀ ਸਮਝ ਸੀ ਉਸ ਨੂੰ ਇਹਨਾਂ ਝੂਠਾਂ ਵਿਚੋਂ ਨਿਕਲਣ ਦਾ ਕੋਈ ਰਾਹ ਨਹੀਂ ਸੀ ਦਿੱਸਦਾ। ਉਹ ਜਿਲ੍ਹਣ ਵਿਚ ਫਸ ਗਿਆ ਸੀ, ਇਸ ਨਾਲ ਹਿਲ ਮਿਲ ਗਿਆ ਸੀ, ਇਸ ਵਿਚੋਂ ਸਵਾਦ ਲੈਂਦਾ ਸੀ।

ਮਾਰੀਆ ਵਾਸੀਲੀਯੇਵਨਾ ਅਤੇ ਉਹਦੇ ਖਾਵੰਦ ਨਾਲ ਆਪਣੇ ਸੰਬੰਧਾਂ ਨੂੰ ਕਿਵੇਂ ਇਸ ਤਰੀਕੇ ਨਾਲ ਤੋੜੇ ਕਿ ਉਹਦੀਆਂ ਤੇ ਉਹਦੇ ਬੱਚਿਆਂ ਦੀਆਂ ਅੱਖਾਂ ਵਿਚ ਅੱਖਾਂ ਪਾ ਕੇ ਵੇਖ ਸਕੇ? ਝੂਠ ਦਾ ਸਹਾਰਾ ਲਏ ਬਗੈਰ ਮਿੱਸੀ ਨਾਲੋਂ ਆਪਣੇ ਸੰਬੰਧ ਕਿਵੇਂ ਤੋੜੇ? ਉਹ ਮੰਨਦਾ ਹੈ ਕਿ ਜ਼ਮੀਨ ਦੀ ਨਿੱਜੀ ਮਾਲਕੀ ਗੈਰ-ਵਾਜਿਬ ਹੈ ਪਰ ਫਿਰ ਵੀ ਉਹ ਆਪਣੀ ਮਾਂ ਦੀ ਮੌਰੂਸੀ ਜ਼ਮੀਨ ਸਾਂਭੀ ਬੈਠਾ ਹੈ। ਇਸ ਆਪਾ ਵਿਰੋਧ ਵਿਚੋਂ ਉਹ ਆਪਣੇ ਆਪ ਨੂੰ ਕਿਵੇਂ ਬਾਹਰ ਕੱਢੇ? ਕਾਤੀਊਸ਼ਾ ਨਾਲ ਕੀਤੇ ਆਪਣੇ ਗੁਨਾਹ ਦਾ ਪਸ਼ਚਾਤਾਪ ਕਿਵੇਂ ਕਰੇ? ਕਾਤੀਊਸ਼ਾ ਨੂੰ ਕਿਸੇ ਵੀ ਤਰ੍ਹਾਂ ਇਸ ਹਾਲਤ ਵਿਚ ਨਹੀਂ ਛੱਡਿਆ ਜਾ ਸਕਦਾ। ਇਹ ਨਹੀਂ ਹੋ ਸਕਦਾ ਕਿ ਉਹ ਉਸ ਔਰਤ ਨੂੰ ਧੱਕਾ ਦੇ ਦੇਵੇ ਜਿਸ ਨੂੰ ਉਹ ਪਿਆਰ ਕਰਦਾ ਸੀ, ਅਤੇ ਸਾਇਬੇਰੀਆ ਦੀ ਬਾ-ਮੁਸ਼ੱਕਤ ਕੈਦ ਤੋਂ ਬਚਾਉਣ ਲਈ ਇਕ ਵਕੀਲ ਨੂੰ ਪੈਸਾ ਦੇ ਕੇ ਨਿਸਚਿੰਤ ਹੋ ਕੇ ਬੈਠਾ ਰਹੇ। ਉਹ ਤਾਂ ਬਾ-ਮੁਸ਼ੱਕਤ ਕੈਦ

ਦੀ ਹਕਦਾਰ ਹੀ ਨਹੀਂ ਸੀ। ਪੈਸੇ ਅਦਾ ਕਰ ਕੇ ਇਸ ਗੁਨਾਹ ਦਾ ਪਸ਼ਚਾਤਾਪ? ਕੀ ਉਸ ਨੇ ਓਦੋਂ ਨਹੀਂ ਸੀ ਸੋਚਿਆ ਕਿ ਉਹ ਆਪਣੇ ਗੁਨਾਹ ਦਾ ਪਸ਼ਚਾਤਾਪ ਕਰ ਰਿਹਾ ਹੈ ਜਦੋਂ ਉਸ ਨੇ ਉਸ ਨੂੰ ਪੈਸੇ ਦਿੱਤੇ ਸਨ?

ਤੇ ਉਹ ਪਲ ਹੂ-ਬਹੂ ਉਹਦੀ ਕਲਪਨਾ ਵਿਚ ਸਾਕਾਰ ਹੋ ਗਿਆ ਜਦੋਂ ਉਸ ਨੇ ਉਸ ਨੂੰ ਲਾਂਘੇ ਵਿਚ ਰੋਕ ਕੇ, ਪੈਸੇ ਉਹਦੀ ਅੰਗੀ ਵਿਚ ਤੁੰਨ ਦਿੱਤੇ ਸਨ ਅਤੇ ਦੌੜ ਗਿਆ ਸੀ। "ਉਫ, ਉਹ ਪੈਸੇ!" ਉਸ ਨੇ ਓਸੇ ਹੀ ਘਿਣ ਤੇ ਸ਼ਰਮਿੰਦਗੀ ਨਾਲ ਸੋਚਿਆ ਜਿਹੜੀ ਉਸ ਨੇ ਉਸ ਵੇਲੇ ਮਹਿਸੂਸ ਕੀਤੀ ਸੀ। "ਉਫ, ਪਿਆਰੀ! ਉਫ, ਕੇਡੀ ਸ਼ਰਮ ਦੀ ਗੱਲ!" ਉਹ ਉੱਚੀ ਉੱਚੀ ਬੋਲਿਆ ਜਿਵੇਂ ਉਹ ਉਸ ਵੇਲੇ ਬੋਲਿਆ ਸੀ। "ਕੇਵਲ ਇਕ ਗੁੰਡਾ, ਇਕ ਬਦਮਾਸ਼ ਹੀ, ਇਸ ਤਰ੍ਹਾਂ ਦਾ ਕੰਮ ਕਰ ਸਕਦਾ ਹੈ। ਤੇ ਮੈਂ—ਤੇ ਮੈਂ ਓਹੋ ਬਦਮਾਸ਼ ਹਾਂ, ਓਹੋ ਗੁੰਡਾ!" ਉਹ ਉੱਚੀ ਉੱਚੀ ਬੋਲੀ ਗਿਆ। "ਪਰ ਕੀ ਏਹ ਮੁਮਕਿਨ ਹੈ?"—ਉਹ ਚੁਪ ਹੋ ਗਿਆ ਤੇ ਅਹਿਲ ਖੜਾ ਰਿਹਾ—"ਕੀ ਏਹ ਮੁਮਕਿਨ ਹੈ ਕਿ ਮੈਂ ਸਚਮੁਚ ਹੀ ਇਕ ਬਦਮਾਸ਼ ਹੋਵਾਂ? ਭਲਾ, ਹੋਰ ਮੈਂ ਕੌਣ ਹਾਂ?" ਉਸ ਨੇ ਆਪਣੇ ਆਪ ਨੂੰ ਜਵਾਬ ਦਿੱਤਾ। "ਤੇ ਫੇਰ, ਸਿਰਫ ਏਨੀ ਹੀ ਗੱਲ ਹੈ?" ਉਹ ਆਪਣੇ ਆਪ ਨੂੰ ਮੁਜਰਮ ਠਹਿਰਾਈ ਗਿਆ। "ਮਾਰੀਆ ਵਾਸੀਲੀਯੇਵਨਾ ਅਤੇ ਉਹਦੇ ਖਾਵੰਦ ਵੱਲ ਮੇਰਾ ਰਵਈਆ ਨੀਚ ਤੇ ਘਿਣਾਉਣਾ ਨਹੀਂ ਸੀ? ਅਤੇ ਜਾਇਦਾਦ ਵੱਲ ਮੇਰਾ ਵਤੀਰਾ? ਉਸ ਦੌਲਤ ਨੂੰ, ਜਿਸ ਨੂੰ ਮੈਂ ਗੈਰ-ਕਾਨੂੰਨੀ ਸਮਝਦਾ ਹਾਂ, ਇਹ ਆਖ ਕੇ ਵਰਤ ਲੈਣਾ ਕਿ ਇਹ ਮੈਨੂੰ ਮੇਰੀ ਮਾਂ ਕੋਲੋਂ ਮਿਲੀ ਹੈ? ਅਤੇ ਮੇਰੀ ਸਾਰੀ ਦੀ ਸਾਰੀ ਵਿਹਲੜ, ਤ੍ਰਿਸਕਾਰਯੋਗ ਜ਼ਿੰਦਗੀ? ਅਤੇ ਸਭ ਤੋਂ ਵੱਡੀ ਗੱਲ ਕਾਤੀਊਸ਼ਾ ਨਾਲ ਮੇਰਾ ਵਿਹਾਰ। ਬਦਮਾਸ਼ ਅਤੇ ਗੁੰਡਾ! ਲੋਕ ਜਿਵੇਂ ਚਾਹੁਣ ਮੇਰੇ ਬਾਰੇ ਫੈਸਲਾ ਦੇਣ, ਮੈਂ ਉਹਨਾਂ ਨੂੰ ਧੋਖਾ ਦੇ ਸਕਦਾ ਹਾਂ, ਪਰ ਮੈਂ ਆਪਣੇ ਆਪ ਨੂੰ ਧੋਖਾ ਨਹੀਂ ਦੇ ਸਕਦਾ।"

ਅਤੇ ਅਚਾਨਕ ਉਸ ਨੂੰ ਸਮਝ ਆ ਗਿਆ ਕਿ ਪਿਛਲੇ ਕੁਝ ਦਿਨਾਂ ਤੋਂ, ਤੇ ਖਾਸ ਕਰਕੇ ਅੱਜ ਹਰ ਇਕ ਲਈ—ਪ੍ਰਿੰਸ, ਤੇ ਸੋਫੀਆ ਵਾਸੀਲੀਯੇਵਨਾ, ਕੋਰਨੇਈ ਅਤੇ ਮਿੱਸੀ ਲਈ—ਜਿਹੜੀ ਨਫਰਤ ਉਹ ਮਹਿਸੂਸ ਕਰ ਰਿਹਾ ਸੀ, ਉਹ ਉਹਦੀ ਆਪਣੇ ਆਪ ਨਾਲ ਨਫ਼ਰਤ ਸੀ। ਅਤੇ ਅਜੀਬ ਗੱਲ ਇਹ ਸੀ ਕਿ ਉਹਦੇ ਵਾਸਤੇ ਆਪਣੀ ਕਮੀਨਗੀ ਦੇ ਇਸ ਅਹਿਸਾਸ ਵਿਚ ਕੁਝ ਐਸੀ ਚੀਜ਼ ਸੀ ਜਿਸ ਵਿਚ ਪੀੜ ਵੀ ਸੀ, ਖ਼ੁਸ਼ੀ ਵੀ ਸੀ ਅਤੇ ਸ਼ਾਂਤੀ ਵੀ।

ਨੇਖਲੀਊਦੋਵ ਦੀ ਜ਼ਿੰਦਗੀ ਵਿਚ ਇਕ ਤੋਂ ਵਧੇਰੇ ਵਾਰੀ ਇਸ ਤਰ੍ਹਾਂ ਦੀ ਗੱਲ ਹੋਈ ਸੀ ਜਿਸ ਨੂੰ ਉਹ "ਆਤਮਾ ਦੀ ਸਫਾਈ" ਕਹਿੰਦਾ ਸੀ। ਆਤਮਾ ਦੀ ਸਫਾਈ ਤੋਂ ਉਹਦਾ ਮਤਲਬ ਸੀ ਮਨ ਦੀ ਉਹ ਹਾਲਤ ਜਿਸ ਵਿਚ, ਢੇਰ ਚਿਰ ਦੀ ਸਿੱਥਲ ਅੰਦਰੂਨੀ ਜ਼ਿੰਦਗੀ, ਇਸ ਜ਼ਿੰਦਗੀ ਦੀ ਬੇਹਰਕਤੀ ਤੋਂ ਮਗਰੋਂ, ਉਹ ਉਸ ਸਾਰੇ ਮਿੱਟੀ ਘੱਟੇ ਨੂੰ ਝਾੜਨਾ ਸ਼ੁਰੂ ਕਰਦਾ ਸੀ ਜਿਹੜਾ ਉਸ ਦੀ ਆਤਮਾ ਵਿਚ ਜਮ੍ਹਾ ਹੋ ਗਿਆ ਹੁੰਦਾ

ਸੀ ਤੇ ਜਿਸ ਕਰਕੇ ਇਕ ਠਹਿਰਾਓ ਆ ਗਿਆ ਹੁੰਦਾ ਸੀ।

ਅਜਿਹੀ ਜਾਗ੍ਰਿਤੀ ਤੋਂ ਮਗਰੋਂ, ਨੇਖਲੀਊਦੋਵ ਹਮੇਸ਼ਾ ਆਪਣੇ ਵਾਸਤੇ ਕੁਝ ਨੇਮ ਬਣਾਉਂਦਾ ਜਿਨ੍ਹਾਂ ਉਤੇ ਅੱਗੋਂ ਵਾਸਤੇ ਉਸ ਨੇ ਅਮਲ ਕਰਨਾ ਹੁੰਦਾ। ਆਪਣੀ ਡਾਇਰੀ ਲਿਖਦਾ, ਅਤੇ ਇਕ ਨਵੀਂ ਜ਼ਿੰਦਗੀ ਜਿਉਣਾ ਆਰੰਭ ਕਰਦਾ ਜਿਸ ਵਿਚ, ਉਸ ਨੂੰ ਆਸ ਹੁੰਦੀ, ਕਦੇ ਕੋਈ ਤਬਦੀਲੀ ਨਹੀਂ ਆਵੇਗੀ। ਉਹ ਇਸ ਨੂੰ turning a new leaf»* ਆਖਦਾ ਸੀ। ਪਰ ਹਰ ਵਾਰੀ ਉਹ ਸੰਸਾਰਕ ਲਾਲਸਾਵਾਂ ਦੇ ਚੁੰਗਲ ਵਿਚ ਫਸ ਜਾਂਦਾ ਅਤੇ ਉਸ ਨੂੰ ਪਤਾ ਵੀ ਨਾ ਲੱਗਦਾ ਕਿ ਉਹ ਕਦੋਂ ਇਕ ਵਾਰ ਫੇਰ ਡਿਗ ਪਿਆ ਹੁੰਦਾ, ਤੇ ਆਮ ਕਰਕੇ ਪਹਿਲਾਂ ਨਾਲੋਂ ਵੀ ਨੀਵਾਂ।

ਇਸ ਤਰ੍ਹਾਂ ਆਪਣੇ ਜੀਵਨ ਵਿਚ ਕਈ ਵਾਰੀ ਉਹ ਉਪਰ ਉਠਿਆ ਸੀ ਤੇ ਉਹਨੇ ਆਪਣੀ ਧੂੜ ਝਾੜੀ ਸੀ। ਪਹਿਲੀ ਵਾਰੀ ਇਸ ਤਰ੍ਹਾਂ ਉਹਨਾਂ ਗਰਮੀਆਂ ਵਿਚ ਹੋਇਆ ਸੀ ਜਿਹੜੀਆਂ ਓਹਨੇ ਆਪਣੀਆਂ ਭੂਆਂ ਕੋਲ ਕੱਟੀਆਂ ਸਨ। ਇਹ ਬੜੀ ਜੀਵੰਤ ਤੇ ਉਮਾਹਭਰੀ ਜਾਗ੍ਰਿਤੀ ਸੀ ਅਤੇ ਇਸ ਦਾ ਅਸਰ ਵੀ ਕਾਫੀ ਦੇਰ ਤੱਕ ਰਿਹਾ ਸੀ। ਉਸ ਤੋਂ ਪਿਛੋਂ ਇਹ ਜਾਗ੍ਰਿਤੀ ਓਦੋਂ ਆਈ ਜਦੋਂ ਉਹ ਜੰਗ ਦੇ ਦਿਨੀਂ ਆਪਣੀ ਜਾਨ ਵਾਰਨ ਲਈ ਤਿਆਰ ਹੋ ਕੇ ਫੌਜ ਵਿਚ ਭਰਤੀ ਹੋਇਆ ਸੀ। ਪਰ ਆਪਣੇ ਉਤੇ ਲਾਈ ਹੋਈ ਇਕ ਰੋਕ ਛੇਤੀ ਹੀ ਟੁਟ ਗਈ। ਫੇਰ ਜਾਗ੍ਰਿਤੀ ਦਾ ਵਕਤ ਓਦੋਂ ਆਇਆ ਜਦੋਂ ਉਹ ਫੌਜ ਦੀ ਨੌਕਰੀ ਛੱਡ ਕੇ ਬਦੇਸ ਚਲਾ ਗਿਆ ਅਤੇ ਆਪਣੇ ਆਪ ਨੂੰ ਕਲਾ ਦੇ ਅਰਪਤ ਕਰ ਦਿੱਤਾ।

ਉਸ ਤੋਂ ਬਾਅਦ ਕੋਈ ਝਾੜ ਪੂੰਝ ਕੀਤਿਆਂ ਬੜਾ ਚਿਰ ਹੋ ਗਿਆ ਸੀ, ਤੇ ਇਸ ਕਰਕੇ ਉਸ ਦੀ ਆਤਮਾ ਦੀਆਂ ਮੰਗਾਂ ਤੇ ਉਸ ਜੀਵਨ ਵਿਚ ਜਿਹੜਾ ਉਹ ਜਿਊਂ ਰਿਹਾ ਸੀ ਜਿੰਨੀ ਬੇਜੋੜਤਾ ਇਸ ਵੇਲੇ ਸੀ ਪਹਿਲਾਂ ਕਦੇ ਵੀ ਨਹੀਂ ਸੀ। ਜਦੋਂ ਉਸ ਨੇ ਵੇਖਿਆ ਕਿ ਪਾੜਾ ਏਨਾ ਵੱਡਾ ਹੈ ਤਾਂ ਉਸ ਦੀਆਂ ਅੱਖਾਂ ਟੱਡੀਆਂ ਰਹਿ ਗਈਆਂ ਸਨ।

ਪਾੜਾ ਏਨਾ ਵੱਡਾ ਸੀ, ਤੇ ਗੰਦਗੀ ਏਨੀ ਪੂਰੀ ਤਰ੍ਹਾਂ ਫੈਲ ਚੁੱਕੀ ਹੋਈ ਸੀ ਕਿ ਉਹ ਕੋਈ ਸੁਧੀ ਕਰ ਸਕਣ ਦੀ ਸੰਭਾਵਨਾ ਤੋਂ ਹੀ ਢੇਰੀ ਢਾਹ ਬੈਠਾ ਸੀ। "ਤੂੰ ਆਪਣੇ ਆਪ ਨੂੰ ਸੁਧਾਰਨ ਦੀ ਅਤੇ ਚੰਗੇਰਾ ਬਣਾਉਣ ਦੀ ਪਹਿਲਾਂ ਕੋਸ਼ਿਸ਼ ਨਹੀਂ ਕੀਤੀ? ਅਤੇ ਇਸ ਦਾ ਕੋਈ ਵੀ ਫਾਇਦਾ ਨਹੀਂ ਹੋਇਆ?" ਵਰਗਲਾਉਣ ਵਾਲੇ ਅੰਦਰਲੇ ਨੇ ਘੁਸਰ ਮੁਸਰ ਕੀਤਾ। "ਐਵੇਂ ਹੋਰ ਟੱਕਰਾਂ ਮਾਰਨ ਦਾ ਕੀ ਫਾਇਦਾ? ਤੂੰ ਕੋਈ ਇਕੱਲਾ ਨਹੀਂ, ਏਸ ਹਮਾਮ ਵਿਚ ਸਭ ਨੰਗੇ ਨੇ, ਜ਼ਿੰਦਗੀ ਹੈ ਈ ਏਹੋ ਜਿਹੀ," ਆਵਾਜ਼ ਨੇ ਘੁਸਰ ਮੁਸਰ ਕੀਤਾ। ਪਰ ਨੇਖਲੀਊਦੋਵ ਦੇ ਅੰਦਰ, ਇਕੋ ਇੱਕ ਸੱਚੀ, ਇਕੋ ਇਕ ਬਲਵਾਨ, ਇਕੋ ਇਕ ਅਮਰ, ਆਜ਼ਾਦ ਆਤਮਕ ਹੋਂਦ ਜਾਗ ਚੁੱਕੀ ਹੋਈ ਸੀ, ਅਤੇ ਉਹ ਇਸ ਤੇ ਵਿਸ਼ਵਾਸ ਕੀਤੇ ਬਿਨਾਂ ਨਹੀਂ ਸੀ ਰਹਿ ਸਕਦਾ। ਜੋ ਕੁਝ ਉਹ ਬਣਨਾ

---

* ਨਵਾਂ ਪੰਨਾ ਪਲਟਾਉਣਾ। (ਅੰਗ੍ਰੇਜ਼ੀ)—ਸੰਪਾ:

ਚਾਹੁੰਦਾ ਸੀ ਅਤੇ ਜੋ ਕੁਝ ਉਹ ਸੀ, ਉਸ ਵਿਚ ਭਾਵੇਂ ਓੜਕਾਂ ਦਾ ਫਰਕ ਸੀ ਪਰ ਇਸ ਨਵੀਂ ਜਾਗੀ ਆਤਮਕ ਹੋਂਦ ਨੂੰ ਕੁਝ ਵੀ ਅਜਿੱਤ ਨਹੀਂ ਸੀ ਜਾਪਦਾ।

"ਕੁਝ ਵੀ ਹੋਵੇ ਮੈਂ ਇਸ ਝੂਠ ਦੇ ਤੂੰਬੇ ਉਡਾ ਦਿਆਂਗਾ ਜਿਸ ਨੇ ਮੈਨੂੰ ਜੂੜਿਆ ਹੋਇਆ ਹੈ। ਸਭ ਨੂੰ ਸਚਾਈ ਦੱਸਾਂਗਾ ਤੇ ਕਰਾਂਗਾ ਵੀ ਉਹ ਜੋ ਸੱਚ ਹੈ," ਉਸ ਨੇ ਡਟਵੀਂ, ਉੱਚੀ ਆਵਾਜ਼ ਵਿਚ ਆਖਿਆ। "ਮੈਂ ਮਿੱਸੀ ਨੂੰ ਸਚੋ ਸੱਚ ਦੱਸ ਦੇਵਾਂਗਾ, ਦੱਸ ਦਿਆਂਗਾ ਉਸ ਨੂੰ ਕਿ ਮੈਂ ਲੁੱਚਾ ਲਫੰਗਾ ਹਾਂ ਤੇ ਉਹਦੇ ਨਾਲ ਵਿਆਹ ਨਹੀਂ ਕਰ ਸਕਦਾ, ਅਤੇ ਐਵੇਂ ਖਾਹਮੁਖਾਹ ਉਸ ਨੂੰ ਪ੍ਰੇਸ਼ਾਨ ਕੀਤਾ ਹੋਇਆ ਹੈ। ਮੈਂ ਮਾਰੀਆ ਵਾਸੀਲੀਯੇਵਨਾ ਨੂੰ ਦੱਸਾਂਗਾ... ਨਹੀਂ, ਉਹਦੇ ਦੱਸਣ ਵਾਲੀ ਕੋਈ ਗੱਲ ਨਹੀਂ। ਮੈਂ ਉਸ ਦੇ ਖਾਵੰਦ ਨੂੰ ਦੱਸਾਂਗਾ ਕਿ ਮੈਂ ਇਕ ਬਦਮਾਸ਼ ਹਾਂ ਤੇ ਮੈਂ ਉਸ ਨੂੰ ਧੋਖਾ ਦੇਂਦਾ ਰਿਹਾ ਹਾਂ। ਵਿਰਾਸਤ ਦਾ ਇਸ ਤਰ੍ਹਾਂ ਨਿਬੇੜਾ ਕਰਾਂਗਾ ਕਿ ਸੱਚ ਨੂੰ ਕਬੂਲ ਕਰ ਲਵਾਂ। ਉਹਨੂੰ, ਕਾਤੀਊਸ਼ਾ ਨੂੰ, ਮੈਂ ਦੱਸ ਦੇਵਾਂਗਾ ਕਿ ਮੈਂ ਬਦਮਾਸ਼ ਆਦਮੀ ਹਾਂ ਅਤੇ ਉਹਦੇ ਖਿਲਾਫ ਗੁਨਾਹ ਕੀਤਾ ਹੈ, ਤੇ ਉਹਦਾ ਦੁਖ ਵੰਡਾਉਣ ਲਈ ਜੋ ਵੀ ਕਰ ਸਕਦਾ ਹਾਂ ਕਰਾਂਗਾ। ਹਾਂ, ਮੈਂ ਉਸ ਨੂੰ ਮਿਲਾਂਗਾ ਤੇ ਆਖਾਂਗਾ ਕਿ ਮੈਨੂੰ ਮਾਫ ਕਰ ਦੇਵੇ... ਹਾਂ, ਮੈਂ ਉਹਦੇ ਕੋਲੋਂ ਮਾਫੀ ਮੰਗ ਲਵਾਂਗਾ, ਜਿਵੇਂ ਬੱਚੇ ਮਾਫੀ ਮੰਗਦੇ ਨੇ"... ਉਹ ਚੁਪ ਹੋ ਗਿਆ—"ਜੇ ਲਾਜ਼ਮੀ ਹੋਇਆ ਤਾਂ ਉਹਦੇ ਨਾਲ ਵਿਆਹ ਕਰ ਲਵਾਂਗਾ।"

ਉਹ ਫੇਰ ਚੁਪ ਹੋ ਗਿਆ। ਉਸ ਨੇ ਹੱਥ ਜੋੜੇ ਜਿਵੇਂ ਆਪਣੇ ਬਚਪਨ ਵਿਚ ਜੋੜਦਾ ਹੁੰਦਾ ਸੀ, ਆਪਣੀਆਂ ਅੱਖਾਂ ਉਪਰ ਵੱਲ ਕੀਤੀਆਂ ਅਤੇ ਕਿਸੇ ਨੂੰ ਸੰਬੋਧਨ ਕਰ ਕੇ ਆਖਿਆ:

"ਹੇ ਪ੍ਰਭੂ ਮੇਰੀ ਸਹਾਇਤਾ ਕਰੋ, ਮੈਨੂੰ ਸੁਮੱਤ ਬਖ਼ਸ਼ੋ। ਆਓ, ਮੇਰੇ ਅੰਦਰ ਆ ਕੇ ਵੱਸੋ, ਅਤੇ ਮੈਨੂੰ ਮਨ ਦੀ ਮੈਲ ਤੋਂ ਪਾਕ ਪਵਿਤਰ ਕਰ ਦਿਓ!"

ਉਸ ਨੇ ਈਸ਼ਵਰ ਅੱਗੇ ਅਰਦਾਸ ਕੀਤੀ ਕਿ ਉਹਦੀ ਸਹਾਇਤਾ ਕਰੇ, ਉਹਦੇ ਅੰਦਰ ਵਾਸ ਕਰੇ ਅਤੇ ਉਹਦੀ ਆਤਮਾ ਦੀ ਮੈਲ ਧੋ ਦੇਵੇ, ਅਤੇ ਜਿਹੜੀ ਗੱਲ ਵਾਸਤੇ ਉਹ ਅਰਦਾਸ ਕਰ ਰਿਹਾ ਸੀ ਉਹ ਤਾਂ ਪਹਿਲਾਂ ਹੀ ਹੋ ਚੁੱਕੀ ਸੀ। ਉਹਦੇ ਅੰਦਰਲਾ ਰੱਬ ਉਹਦੀ ਚੇਤਨਾ ਵਿਚ ਜਾਗ ਪਿਆ ਸੀ। ਉਸ ਨੇ ਆਪਣੇ ਆਪ ਨੂੰ ਉਹਦੇ ਨਾਲ ਅਭੇਦ ਹੋਇਆ ਮਹਿਸੂਸ ਕੀਤਾ ਸੀ, ਅਤੇ ਇਸ ਕਰਕੇ ਸਿਰਫ ਆਜ਼ਾਦੀ, ਜੀਵਨ ਦੀ ਭਰਪੂਰਤਾ ਤੇ ਖੁਸ਼ੀ ਹੀ ਨਹੀਂ, ਸਗੋਂ ਨੇਕੀ ਦੀ ਸਾਰੀ ਤਾਕਤ ਵੀ ਮਹਿਸੂਸ ਕਰ ਲਈ ਸੀ। ਉਸ ਨੇ ਮਹਿਸੂਸ ਕੀਤਾ ਕਿ ਉਹ ਅਜਿਹਾ ਸਭ ਕੁਝ, ਸਭ ਕੁਝ ਚੰਗਾ, ਕਰਨ ਦੇ ਸਮਰਥ ਹੈ ਜੋ ਇਕ ਆਦਮੀ ਕਰ ਸਕਦਾ ਹੈ।

ਜਦੋਂ ਉਹ ਆਪਣੇ ਮਨ ਨਾਲ ਇਹ ਸਾਰੀਆਂ ਗੱਲਾਂ ਕਰ ਰਿਹਾ ਸੀ ਉਹਦੀਆਂ ਅੱਖਾਂ ਵਿਚੋਂ ਅਥਰੂ ਛਲਕ ਆਏ ਸਨ। ਚੰਗੇ ਤੇ ਭੈੜੇ ਅਥਰੂ। ਚੰਗੇ ਇਸ ਕਰਕੇ ਕਿ ਇਹ ਉਹਦੇ ਅੰਦਰਲੇ ਆਤਮਕ ਮਨੁਖ ਦੇ ਜਾਗ ਪੈਣ ਦੀ ਖੁਸ਼ੀ ਦੇ ਅਥਰੂ ਸਨ, ਉਹ ਮਨੁਖ ਜਿਹੜਾ ਏਨੇ ਵਰ੍ਹਿਆਂ ਤੋਂ ਸੁੱਤਾ ਹੋਇਆ ਸੀ। ਤੇ ਭੈੜੇ ਅਥਰੂ ਇਸ ਕਰਕੇ ਕਿ ਇਹ

ਆਪਣੀ ਹੀ ਚੰਗਿਆਈ ਉਤੇ ਵਹਿ ਤੁਰੀ ਆਪਣੀ ਭਾਵੁਕਤਾ ਦੇ ਅਥਰੂ ਸਨ।

ਉਸ ਨੂੰ ਗਰਮੀ ਲੱਗੀ, ਤੇ ਉਹ ਖਿੜਕੀ ਕੋਲ ਚਲਾ ਗਿਆ ਤੇ ਖਿੜਕੀ ਖੋਹਲ ਦਿੱਤੀ। ਖਿੜਕੀ ਬਾਗ਼ ਵੱਲ ਖੁਲ੍ਹਦੀ ਸੀ। ਖਿੜੀ ਹੋਈ, ਖਾਮੋਸ਼ ਚਾਨਣੀ ਰਾਤ ਸੀ, ਕੋਈ ਚੀਜ਼ ਖੜ ਖੜ ਕਰਦੀ ਲੰਘੀ ਅਤੇ ਉਸ ਤੋਂ ਪਿਛੋਂ ਫੇਰ ਖਾਮੋਸ਼ੀ। ਖਿੜਕੀ ਦੇ ਐਨ ਹੇਠਾਂ ਲੰਮੇ ਸਾਰੇ ਨਿਪੱਤਰੇ ਪਾਪਲਰ ਦਾ ਪਰਛਾਵਾਂ ਪੈ ਰਿਹਾ ਸੀ, ਅਤੇ ਸਾਫ ਥਾਂ ਪਈ ਬੱਜਰੀ ਉਤੇ ਇਕ ਇਕ ਟਹਿਣੀ ਦੀਆਂ ਉਘੜਵੀਆਂ ਰੇਖਾਵਾਂ ਸਪਸ਼ਟ ਵਿਖਾਈ ਦੇਂਦੀਆਂ ਸਨ। ਖੱਬੇ ਪਾਸੇ ਇਕ ਢਾਰੇ ਦੀ ਛੱਤ ਚੰਨ ਚਾਨਣੀ ਵਿਚ ਚਿੱਟੀ ਦੁਧ ਵਿਖਾਈ ਦੇਂਦੀ ਸੀ। ਸਾਮ੍ਹਣੇ ਬਾਗ਼ ਦੀ ਕੰਧ ਦਾ ਕਾਲਾ ਪਰਛਾਵਾਂ ਰੁੱਖਾਂ ਦੀਆਂ ਇਕ ਦੂਜੀ ਵਿਚ ਉਲਝੀਆਂ ਹੋਇਆਂ ਟਹਿਣੀਆਂ ਵਿਚੋਂ ਵਿਖਾਈ ਦੇ ਰਿਹਾ ਸੀ। ਨੇਖਲੀਊਦੋਵ ਨੇ ਛੱਤ ਉਤੇ, ਚਾਨਣੀ ਵਿਚ ਡੁੱਬੇ ਬਾਗ ਉਤੇ, ਅਤੇ ਪਾਪਲਰ ਦੇ ਪਰਛਾਵਿਆਂ ਉਤੇ ਨਜ਼ਰ ਮਾਰੀ, ਅਤੇ ਸੱਜਰੀ, ਨਵੀਂ ਰੂਹ ਫੂਕ ਦੇਣ ਵਾਲੀ ਹਵਾ ਦਾ ਘੁਟ ਭਰਿਆ।

"ਕਿੰਨਾ ਸੁਖਦਾਈ, ਕਿੰਨਾ ਸੁਖਦਾਈ; ਹੇ ਈਸ਼ਵਰ, ਕਿੰਨਾ ਸੁਖਦਾਈ!" ਉਸ ਨੇ ਆਖਿਆ। ਉਸ ਦਾ ਭਾਵ ਉਸ ਤੋਂ ਸੀ ਜੋ ਕੁਝ ਉਹਦੀ ਆਤਮਾ ਵਿਚ ਹੋ ਬੀਤ ਰਿਹਾ ਸੀ।

੨੯

ਮਾਸਲੋਵਾ ਸ਼ਾਮ ਦੇ ਛੇ ਵਜੇ ਜਾ ਕੇ ਆਪਣੀ ਕੋਠੜੀ ਵਿਚ ਪਹੁੰਚੀ। ਉਹ ਥੱਕੀ ਟੁੱਟੀ ਹੋਈ ਸੀ। ਉਸ ਦਿਨ ਪੱਥਰੀਲੀ ਸੜਕ ਉਤੇ ਦਸ ਮੀਲ ਤੁਰਨ ਕਰਕੇ ਉਹਦੇ ਪੈਰ ਪੀੜ ਕਰਨ ਲੱਗ ਪਏ ਸਨ ਕਿਉਂਕਿ ਉਸ ਨੂੰ ਬਹੁਤਾ ਤੁਰਨ ਦੀ ਆਦਤ ਨਹੀਂ ਸੀ। ਆਸੋਂ ਬਾਹਰੀ ਸਖ਼ਤ ਸਜ਼ਾ ਨੇ ਉਹਦੇ ਵਿਚ ਸਾਹ-ਸਤ ਨਹੀਂ ਸੀ ਰਹਿਣ ਦਿੱਤਾ ਤੇ ਭੁਖ ਨਾਲ ਉਹਦੀਆਂ ਆਂਦਰਾਂ ਲੂਸ ਰਹੀਆਂ ਸਨ।

ਮੁਕਦਮੇ ਦੀ ਸੁਣਵਾਈ ਵੇਲੇ ਜਦੋਂ ਪਹਿਲੀ ਵਾਰ ਕੁਝ ਚਿਰ ਦੀ ਛੁਟੀ ਹੋਈ ਸੀ ਤੇ ਸਿਪਾਹੀ ਉਹਦੇ ਕੋਲ ਹੀ ਰੋਟੀ ਤੇ ਉਬਲੇ ਹੋਏ ਆਂਡੇ ਖਾ ਰਹੇ ਸਨ ਓਦੋਂ ਉਹਦੇ ਮੂੰਹ ਵਿਚ ਪਾਣੀ ਆ ਗਿਆ ਸੀ। ਉਹਨੇ ਮਹਿਸੂਸ ਕੀਤਾ ਸੀ ਕਿ ਉਹਨੂੰ ਭੁੱਖ ਲੱਗੀ ਹੋਈ ਹੈ। ਪਰ ਉਹਨਾਂ ਕੋਲੋਂ ਕੁਝ ਮੰਗ ਕੇ ਖਾਣ ਨੂੰ ਉਸ ਨੇ ਆਪਣੀ ਸ਼ਾਨ ਦੇ ਸ਼ਾਇਆਂ ਨਹੀਂ ਸੀ ਸਮਝਿਆ। ਤਿੰਨ ਘੰਟੇ ਮਗਰੋਂ ਉਹਦੀ ਭੁਖ ਮਰ ਗਈ ਸੀ ਅਤੇ ਉਹ ਆਪਣੇ ਆਪ ਨੂੰ ਨਿਸੱਤੀ ਜਿਹੀ ਮਹਿਸੂਸ ਕਰ ਰਹੀ ਸੀ। ਏਹੋ ਵੇਲਾ ਸੀ ਜਦੋਂ ਉਹਨੂੰ ਆਸੋਂ ਬਾਹਰੀ ਸਜ਼ਾ ਸੁਣਾਈ ਗਈ ਸੀ। ਪਹਿਲਾਂ ਤਾਂ ਉਹਨੇ ਸੋਚਿਆ ਕਿ ਉਸਨੂੰ ਚੰਗੀ ਤਰ੍ਹਾਂ ਸਮਝ ਨਹੀਂ ਆਈ। ਉਹ ਸੋਚ ਵੀ ਨਹੀਂ ਸੀ ਸਕਦੀ ਕਿ ਉਹ ਐਸੀ ਮੁਜਰਮ ਹੈ ਜਿਸ

ਨੂੰ ਸਾਇਬੇਰੀਆ ਭੇਜਿਆ ਜਾਏ, ਤੇ ਜੋ ਕੁਝ ਉਸ ਨੇ ਸੁਣਿਆ ਉਸ ਤੇ ਉਹਨੂੰ ਯਕੀਨ ਨਹੀਂ ਸੀ ਆਇਆ। ਪਰ ਜੱਜਾਂ ਤੇ ਜਿਊਰੀ ਦੇ ਮੈਂਬਰਾਂ ਦੇ ਸ਼ਾਂਤ ਵਿਹਾਰਕ ਰੰਗ ਢੰਗ ਦੇ ਚਿਹਰਿਆਂ ਨੂੰ ਵੇਖ ਕੇ, ਜਿਨ੍ਹਾਂ ਨੇ ਇਹ ਖਬਰ ਇਉਂ ਸੁਣੀ ਸੀ ਜਿਉਂ ਇਹ ਬਿਲਕੁਲ ਸੁਭਾਵਿਕ ਤੇ ਆਸ ਅਨੁਕੂਲ ਹੋਵੇ, ਉਹ ਰੋਹ ਵਿਚ ਆ ਗਈ ਤੇ ਸਾਰੀ ਅਦਾਲਤ ਨੂੰ ਉੱਚੀ ਉੱਚੀ ਕਨਪਾੜਵੀਂ ਆਵਾਜ਼ ਵਿਚ ਕਹਿਣ ਲੱਗੀ ਕਿ ਉਹਦਾ ਕੋਈ ਕਸੂਰ ਨਹੀਂ। ਇਹ ਵੇਖ ਕੇ ਕਿ ਉਹਦੀਆਂ ਵਿਲਕਣੀਆਂ ਨੂੰ ਵੀ ਸੁਭਾਵਕ ਗੱਲ ਸਮਝਿਆ ਗਿਆ ਸੀ ਜਿਸ ਦੀ ਪਹਿਲਾਂ ਹੀ ਉਮੀਦ ਹੀ ਹੋਵੇ, ਤੇ ਜਿਸ ਨਾਲ ਹਾਲਾਤ ਵਿਚ ਕੋਈ ਤਬਦੀਲੀ ਨਹੀਂ ਸੀ ਆਉਣੀ, ਉਹ ਨਿਰਾਸ ਹੋਈ ਰੋਣ ਲੱਗ ਪਈ। ਉਸ ਨੇ ਮਹਿਸੂਸ ਕੀਤਾ ਕਿ ਉਸ ਨਾਲ ਹੋਈ ਕਠੋਰ ਤੇ ਹੈਰਾਨਕੁਨ ਬੇਇਨਸਾਫੀ ਅੱਗੇ ਉਸ ਨੂੰ ਗੋਡੇ ਟੇਕ ਦੇਣੇ ਚਾਹੀਦੇ ਹਨ। ਉਸ ਨੂੰ ਸਭ ਤੋਂ ਵੱਡੀ ਹੈਰਾਨੀ ਇਸ ਗੱਲ ਦੀ ਸੀ ਕਿ ਨੌਜਵਾਨ ਬੰਦਿਆਂ ਨੇ—ਜਾਂ ਕਿਸੇ ਵੀ ਹਾਲਤ ਵਿਚ, ਬੁਢਿਆਂ ਨੇ ਨਹੀਂ—ਓਹਨਾਂ ਬੰਦਿਆਂ ਨੇ ਜਿਹੜੇ ਹਰ ਪਲ ਸਨੇਹੀ ਨਜ਼ਰਾਂ ਨਾਲ ਉਹਦੇ ਵੱਲ ਵੇਖਦੇ ਰਹੇ ਸਨ (ਉਹਨਾਂ ਵਿਚ ਹੀ ਇਕ ਸੀ ਛੋਟਾ ਸਰਕਾਰੀ ਵਕੀਲ, ਜਿਸ ਨੂੰ ਉਹਨੇ ਬਿਲਕੁਲ ਵਖਰੇ ਹੀ ਰੌਂ ਵਿਚ ਵੇਖਿਆ ਸੀ) ਉਸ ਨੂੰ ਸਜ਼ਾ ਦਿੱਤੀ ਸੀ। ਜਿਸ ਵੇਲੇ ਮੁਕਦਮੇ ਦੀ ਸੁਣਵਾਈ ਤੋਂ ਪਹਿਲਾਂ ਅਤੇ ਵਿਚਕਾਰ ਕੁਝ ਸਮੇਂ ਦੀ ਛੁਟੀ ਵੇਲੇ ਉਹ ਮੁਲਜ਼ਮਾਂ ਦੇ ਕਮਰੇ ਵਿਚ ਬੈਠੀ ਹੋਈ ਸੀ, ਉਸ ਨੇ ਵੇਖਿਆ ਸੀ ਇਹ ਬੰਦੇ ਖੁਲ੍ਹੇ ਬੂਹੇ ਤੇ ਝਾਤੀ ਮਾਰਦੇ ਸਨ ਤੇ ਵਿਖਾਵਾ ਕਰਦੇ ਸਨ ਜਿਵੇਂ ਕਿਸੇ ਕੰਮ ਲਈ ਉਹਨਾਂ ਨੇ ਓਥੋਂ ਦੀ ਲੰਘਣਾ ਹੀ ਸੀ, ਜਾਂ ਕਮਰੇ ਦੇ ਅੰਦਰ ਆ ਜਾਂਦੇ ਸਨ ਤੇ ਸਨੇਹ-ਭਰੀਆਂ ਨਜ਼ਰਾਂ ਨਾਲ ਉਹਦੇ ਵੱਲ ਵੇਖਦੇ ਸਨ। ਤੇ ਫੇਰ, ਪਤਾ ਨਹੀਂ ਕਿਉਂ, ਇਹਨਾਂ ਹੀ ਬੰਦਿਆਂ ਨੇ ਉਸ ਨੂੰ ਬਾ-ਮੁਸ਼ੱਕਤ ਕੈਦ ਦੀ ਸਜ਼ਾ ਸੁਣਾ ਦਿੱਤੀ ਸੀ, ਭਾਵੇਂ ਉਹ ਆਪਣੇ ਉਤੇ ਲੱਗੇ ਇਲਜ਼ਾਮ ਦੇ ਮਾਮਲੇ ਵਿਚ ਬੇਗੁਨਾਹ ਸੀ। ਪਹਿਲਾਂ ਤਾਂ ਉਹ ਰੋਈ ਕੁਰਲਾਈ, ਪਰ ਫੇਰ ਚੁਪ ਹੋ ਗਈ ਅਤੇ ਵਾਪਸ ਲਿਜਾਏ ਜਾਣ ਦੀ ਉਡੀਕ ਵਿਚ ਮੁਲਜ਼ਮਾਂ ਦੇ ਕਮਰੇ ਵਿਚ ਡੌਰ-ਭੌਰ ਬੈਠੀ ਰਹੀ। ਹੁਣ ਉਹਦਾ ਸਿਰਫ ਇਕੋ ਕੰਮ ਨੂੰ ਜੀਅ ਕਰਦਾ ਸੀ—ਸਿਗਰਟ ਪੀਣ ਨੂੰ। ਉਹਦਾ ਇਹ ਹਾਲ ਸੀ ਜਦੋਂ ਬੋਚਕੋਵਾ ਤੇ ਕਾਰਤੀਨਕਿਨ ਨੂੰ ਸਜ਼ਾ ਸੁਣਾਏ ਜਾਣ ਮਗਰੋਂ ਓਸੇ ਕਮਰੇ ਵਿਚ ਲਿਆਂਦਾ ਗਿਆ। ਬੋਚਕੋਵਾ ਤਾਂ ਪੈਂਦੀ ਸੱਟੇ ਹੀ ਉਹਦੀ ਝਾੜ ਝੰਬ ਕਰਨ, ਤੇ ਉਸ ਨੂੰ "ਮੁਜਰਮ" ਆਖਣ ਲੱਗ ਪਈ।

"ਦੱਸ ਹੁਣ, ਕੀ ਲੱਭਾ ਤੈਨੂੰ? ਦੇ ਲਈ ਆਪਣੀ ਸਫਾਈ ਤੂੰ? ਕੰਜਰੀਏ! ਤੇਰੇ ਨਾਲ ਓਹੋ ਹੋਈ, ਜੋ ਹੋਣੀ ਚਾਹੀਦੀ ਸੀ। ਸਾਇਬੇਰੀਆ ਵਿਚ ਜਾ ਕੇ ਛੱਡ ਦੇਵੇਂਗੀ ਸਾਰੀ ਅੜਕ ਮੜਕ, ਡਰ ਨਾ!"

ਮਾਸਲੋਵਾ ਆਪਣੇ ਚੋਗੇ ਦੀਆਂ ਬਾਹਵਾਂ ਵਿਚ ਆਪਣੇ ਹੱਥ ਦੇ ਕੇ, ਸਿਰ ਨੀਵਾਂ ਸੁਟ ਕੇ ਤੇ ਆਪਣੇ ਸਾਮ੍ਹਣੇ ਗੰਦੇ ਫਰਸ਼ ਵੱਲ ਝਾਕਦੀ ਹੋਈ ਅਹਿਲ ਬੈਠੀ ਸੀ। ਓਹਨੇ ਸਿਰਫ ਏਨਾ ਹੀ ਆਖਿਆ:

"ਮੈਂ ਤੁਹਾਨੂੰ ਕੁਝ ਆਖਦੀ ਨਹੀਂ, ਤੁਸੀਂ ਮੈਨੂੰ ਕੁਝ ਨਾ ਆਖੋ... ਵੇਖੋ ਨਾ, ਮੈਂ ਤੁਹਾਨੂੰ ਕੁਝ ਨਹੀਂ ਆਖਦੀ,," ਉਸ ਨੇ ਇਹ ਲਫਜ਼ ਕਈ ਵਾਰੀ ਦੁਹਰਾਏ ਅਤੇ ਫੇਰ ਚੁਪ ਕਰ ਗਈ। ਉਹਦੀ ਓਦੋਂ ਮਾੜੀ ਜਿਹੀ ਜਾਨ ਵਿਚ ਜਾਨ ਆਈ ਜਦੋਂ ਬੋਚਕੋਵਾ ਅਤੇ ਕਾਰਤੀਨਕਿਨ ਨੂੰ ਓਥੋਂ ਲੈ ਗਏ ਅਤੇ ਇਕ ਚੌਕੀਦਾਰ ਨੇ ਤਿੰਨ ਰੂਬਲ ਲਿਆ ਕੇ ਉਹਨੂੰ ਫੜਾਏ।

"ਮਾਸਲੋਵਾ ਤੂੰ ਈ ਏਂ?" ਉਹਨੇ ਪੁਛਿਆ। "ਲੈ ਫੜ, ਤੇਰੀ ਮਾਲਕਣ ਨੇ ਘਲਾਏ ਆ," ਉਸ ਨੇ ਪੈਸੇ ਫੜਾਉਂਦਿਆਂ ਆਖਿਆ।

"ਕਿਹੜੀ ਮਾਲਕਣ ਨੇ?"

"ਤੂੰ ਆਹ ਫੜ ਲਾ ਖਾਂ। ਮੈਂ ਕਲਾਮ ਨਹੀਂ ਕਰਨਾ ਤੇਰੇ ਨਾਲ।"

ਇਹ ਪੈਸੇ ਚਕਲੇ ਦੀ ਮਾਲਕਣ, ਕਿਤਾਯੇਵਾ ਨੇ ਭੇਜੇ ਸਨ। ਜਦੋਂ ਉਹ ਅਦਾਲਤ ਵਿਚੋਂ ਬਾਹਰ ਜਾ ਰਹੀ ਸੀ ਓਦੋਂ ਉਹਨੇ ਪੇਸ਼ਕਾਰ ਨੂੰ ਪੁੱਛਿਆ ਸੀ ਕਿ ਉਹ ਮਾਸਲੋਵਾ ਨੂੰ ਥੋੜੇ ਜਿਹੇ ਪੈਸੇ ਭੇਜ ਸਕਦੀ ਹੈ ਜਾਂ ਨਹੀਂ। ਪੇਸ਼ਕਾਰ ਨੇ ਆਖਿਆ ਕਿ ਭੇਜ ਸਕਦੀ ਹੈ। ਇਜਾਜ਼ਤ ਮਿਲ ਜਾਣ ਤੇ, ਉਸ ਨੇ ਆਪਣੇ ਗੁਦਗੁਦੇ ਗੋਰੇ ਹੱਥ ਤੋਂ ਤਿੰਨ ਬਟਨਾਂ ਵਾਲਾ ਸਾਬਰ ਦਾ ਦਸਤਾਨਾ ਲਾਹਿਆ, ਆਪਣੀ ਰੇਸ਼ਮੀ ਸਕਰਟ ਦੀਆਂ ਪਿਛਲੀਆਂ ਚੋਣਾਂ ਵਿਚੋਂ ਇਕ ਸ਼ਾਨਦਾਰ ਬਟੂਆ ਕਢਿਆ, ਅਤੇ ਇਸ ਵਿਚੋਂ ਕਿਸੇ ਵਿਆਜੀ ਕਾਗ਼ਜ਼ਾਂ ਨਾਲੋਂ ਲਾਹੇ ਹੋਏ ਕੂਪਨਾਂ ਦਾ ਇਕ ਬੰਡਲ ਕੱਢਿਆ ਜਿਹੜੇ ਉਸਨੇ ਚਕਲੇ ਵਿਚ ਕਮਾਏ ਸਨ। ਇਸ ਵਿਚੋਂ ਢਾਈ ਰੂਬਲ ਦਾ ਇਕ ਕੂਪਨ ਲਭਿਆ ਅਤੇ ਵੀਹ ਵੀਹ ਦੇ ਦੋ ਅਤੇ ਦਸ ਕੋਪੀਕ ਦਾ ਇਕ ਸਿੱਕਾ ਨਾਲ ਜੋੜ ਕੇ ਸਾਰੇ ਪੈਸੇ ਪੇਸ਼ਕਾਰ ਨੂੰ ਫੜਾ ਦਿੱਤੇ। ਪੇਸ਼ਕਾਰ ਨੇ ਇਕ ਚੌਕੀਦਾਰ ਨੂੰ ਆਵਾਜ਼ ਦਿੱਤੀ, ਤੇ ਉਹਦੇ ਸਾਮ੍ਹਣੇ ਹੀ ਉਹ ਪੈਸੇ ਉਹਦੇ ਹਵਾਲੇ ਕਰ ਦਿੱਤੇ।

"ਮਿਹਰਬਾਨੀ ਕਰਕੇ, ਠੀਕ ਠੀਕ ਦੇ ਦੇਣਾ," ਕਾਰੋਲੀਨਾ ਅਲਬੇਰਤੋਵਨਾ ਕਿਤਾਯੇਵਾ ਨੇ ਆਖਿਆ।

ਉਸ ਦੀ ਬੇਵਿਸ਼ਵਾਸੀ ਨਾਲ ਚੌਕੀਦਾਰ ਦਾ ਦਿਲ ਦੁਖਿਆ ਸੀ ਤੇ ਏਸੇ ਕਰਕੇ ਹੀ ਉਹ ਮਾਸਲੋਵਾ ਨੂੰ ਏਡਾ ਖਰਵਾ ਬੋਲਿਆ ਸੀ।

ਮਾਸਲੋਵਾ ਪੈਸੇ ਲੈ ਕੇ ਖੁਸ਼ ਹੋ ਗਈ ਸੀ ਕਿਉਂਕਿ ਇਹਦੇ ਨਾਲ ਉਹਨੂੰ ਉਹ ਚੀਜ਼ ਮਿਲ ਸਕਦੀ ਸੀ ਜਿਸ ਦੀ ਇਸ ਵੇਲੇ ਤਲਬ ਸੀ।

"ਜੇ ਕਿਤੇ ਸਿਗਰਟ ਮਿਲ ਜਾਏ ਤੇ ਇਕ ਦੋ ਕਸ਼ ਲਾ ਸਕਾਂ!" ਉਸ ਨੇ ਸੋਚਿਆ, ਅਤੇ ਉਹਦੀਆਂ ਸਾਰੀਆਂ ਸੋਚਾਂ ਇਕੋ ਸਿਗਰਟ ਪੀਣ ਦੀ ਤਾਂਘ ਉਤੇ ਕੇਂਦਰਿਤ ਹੋ ਗਈਆਂ। ਉਹ ਸਿਗਰਟ ਲਈ ਇਉਂ ਤੜਪ ਰਹੀ ਸੀ ਕਿ ਜਦੋਂ ਲਾਂਘੇ ਵਿਚ ਖੁਲ੍ਹਦੇ ਕਮਰਿਆਂ ਦੇ ਦਰਵਾਜ਼ੇ ਵਿਚੋਂ ਤਮਾਕੂ ਦੀ ਮੁਸ਼ਕ ਉਹਦੇ ਤੱਕ ਪਹੁੰਚੀ ਤਾਂ ਉਹਨੇ ਲਲਚਾਈ ਹੋਈ ਨੇ ਹਵਾ ਵਿਚ ਲੰਮੇ ਲੰਮੇ ਸਾਹ ਭਰੇ ਸਨ। ਪਰ ਉਹਨੂੰ ਬੜਾ ਚਿਰ ਉਡੀਕਣਾ ਪਿਆ ਕਿਉਂਕਿ ਜਿਹੜੇ ਸਕੱਤਰ ਨੇ ਉਸ ਨੂੰ ਜਾਣ ਦਾ ਹੁਕਮ ਦਿੱਤਾ ਸੀ, ਉਹ ਸੈਸ਼ਰ

ਵਲੋਂ ਵਰਜਿਤ ਇਕ ਲੇਖ ਬਾਰੇ ਇਕ ਵਕੀਲ ਨਾਲ ਗੱਲਾਂ ਕਰਦਾ ਅਤੇ ਸਗੋਂ ਬਹਿਸਦਾ ਹੋਇਆ ਮੁਲਜ਼ਮਾਂ ਬਾਰੇ ਭੁਲ ਹੀ ਗਿਆ ਸੀ। ਮੁਕਦਮੇ ਤੋਂ ਪਿਛੋਂ ਬੁੱਢੇ ਤੇ ਜਵਾਨ ਕਈ ਮਰਦ ਉਸ ਨੂੰ ਵੇਖਣ ਆਏ ਸਨ ਅਤੇ ਉਹਨਾਂ ਨੇ ਹੌਲੀ ਹੌਲੀ ਇਕ ਦੂਜੇ ਦੇ ਕੰਨਾਂ ਵਿਚ ਘੁਸਰ ਮੁਸਰ ਕੀਤੀ ਸੀ। ਪਰ ਉਸ ਨੇ ਉਹਨਾਂ ਵੱਲ ਕੋਈ ਧਿਆਨ ਨਹੀਂ ਸੀ ਦਿੱਤਾ।

ਅਖੀਰ ਪੰਜ ਕੁ ਵਜੇ ਨਾਲ, ਉਸ ਨੂੰ ਜਾਣ ਦੀ ਇਜਾਜ਼ਤ ਮਿਲੀ, ਅਤੇ ਉਸ ਦੇ ਰਾਖੇ ਸਿਪਾਹੀ ਨੀਜ਼ਨੀ ਨੋਵਗੋਰੋਦ ਦਾ ਬੰਦਾ ਅਤੇ ਚੂਵਾਸ਼—ਉਸ ਨੂੰ ਪਿਛਲੇ ਦਰਵਾਜ਼ਿਓਂ ਲੈ ਗਏ। ਫੇਰ, ਹਾਲੇ ਉਹ ਅਦਾਲਤ ਦੀ ਡਿਉੜੀ ਵਿਚ ਹੀ ਸੀ ਕਿ ਉਸ ਨੇ ਉਹਨਾਂ ਨੂੰ ਵੀਹ ਕਾਪੀਕ ਦਿੱਤੇ ਤੇ ਆਖਿਆ ਕਿ ਉਸ ਨੂੰ ਦੋ ਰੋਲ ਤੇ ਕੁਝ ਸਿਗਰਟਾਂ ਲਿਆ ਦੇਣ। ਚੂਵਾਸ਼ ਹੱਸ ਪਿਆ। ਉਹਨੇ ਪੈਸੇ ਫੜੇ ਤੇ ਆਖਿਆ :

"ਠੀਕ ਏ, ਮੈਂ ਲਿਆਉਨਾ," ਅਤੇ ਸੱਚੀਂ ਹੀ ਉਸ ਨੇ ਉਹਨੂੰ ਰੋਲ ਤੇ ਸਿਗਰਟਾਂ ਲਿਆ ਦਿੱਤੀਆਂ ਤੇ ਇਮਾਨਦਾਰੀ ਨਾਲ ਬਚਦੇ ਪੈਸੇ ਮੋੜ ਦਿੱਤੇ।

ਉਸ ਨੂੰ ਰਾਹ ਵਿਚ ਸਿਗਰਟ ਨਾ ਪੀਣ ਦਿੱਤੀ ਗਈ, ਅਤੇ ਉਹ ਆਪਣੀ ਤਲਬ ਨੂੰ ਪੂਰਾ ਕੀਤੇ ਬਿਨਾਂ ਹੀ ਜੇਲ੍ਹ ਵੱਲ ਕਦਮ ਪੁੱਟੀ ਗਈ। ਜਿਸ ਵੇਲੇ ਉਹਨੂੰ ਜੇਲ੍ਹ ਦੇ ਫਾਟਕ ਤੇ ਲਿਆਂਦਾ ਗਿਆ, ਉਸ ਵੇਲੇ ਇਕ ਸੌ ਮੁਜਰਮਾਂ ਨੂੰ ਜਿਹੜੇ ਰੇਲ ਗੱਡੀ ਰਾਹੀਂ ਏਥੇ ਪੁਜੇ ਸਨ ਅੰਦਰ ਲਿਆਂਦਾ ਜਾ ਰਿਹਾ ਸੀ।

ਮੁਜਰਮਾਂ ਨੇ—ਦਾੜ੍ਹੀ ਵਾਲੇ, ਘੋਨ ਮੋਨ, ਬੁੱਢੇ, ਜਵਾਨ, ਰੂਸੀ, ਗੈਰ-ਰੂਸੀ, ਕਈਆਂ ਦੇ ਅੱਧੇ ਸਿਰ ਵੀ ਮੁੰਨੇ ਹੋਏ ਸਨ, ਅਤੇ ਉਹਨਾਂ ਦੇ ਪੈਰੀਂ ਬੇੜੀਆਂ ਵੀ ਛਣਕ ਰਹੀਆਂ ਸਨ—ਦਲਾਨ ਨੂੰ ਘੱਟੇ ਮਿੱਟੀ, ਰੌਲੇ ਗੌਲੇ ਅਤੇ ਮੁੜ੍ਹਕੇ ਦੀ ਤੇਜ਼ਾਬੀ ਬੋ ਨਾਲ ਭਰ ਦਿੱਤਾ। ਮਾਸਲੋਵਾ ਦੇ ਅੱਗੋਂ ਦੀ ਲੰਘਦੇ ਹੋਏ, ਸਾਰੇ ਮੁਜਰਮ ਅੱਖਾਂ ਟੱਡ ਟੱਡ ਉਹਦੇ ਵੱਲ ਵੇਖਦੇ ਸਨ, ਅਤੇ ਕਈ ਤਾਂ ਉਹਦੇ ਕੋਲ ਵੀ ਆ ਗਏ ਅਤੇ ਲੰਘਦੇ ਲੰਘਦੇ ਮੋਢਾ ਮਾਰ ਗਏ।

"ਓਏ, ਰੰਨ ਫੱਨੇ ਜੇ," ਇਕ ਨੇ ਆਖਿਆ।

"ਸਲਾਮ, ਸੁਹਣਿਓਂ," ਇਕ ਹੋਰ ਨੇ ਉਸ ਨੂੰ ਅੱਖ ਮਾਰਦਿਆਂ ਆਖਿਆ।

ਇਕ ਕਾਲਾ ਜਿਹਾ ਮੁੱਛਲ, ਜਿਸ ਦਾ ਬਾਕੀ ਚਿਹਰਾ ਅਤੇ ਧੌਣ ਦਾ ਪਿਛਲਾ ਪਾਸਾ ਸਫ਼ਾ ਚੱਟ ਸੀ, ਪੈਰੀਂ ਪਈਆਂ ਬੇੜੀਆਂ ਨੂੰ ਖੜਕਾਉਂਦਾ ਭੁੜਕ ਕੇ ਉਹਦੇ ਨੇੜੇ ਆਇਆ ਤੇ ਉਹਨੂੰ ਜੱਫੀ ਪਾ ਲਈ।

"ਕਿਉਂ, ਪਛਾਣਿਆ ਨਹੀਂ ਮਿੱਤਰਾਂ ਨੂੰ? ਆ ਜਾ, ਆ ਜਾ, ਐਵੇਂ ਆਕੜ ਨਾ ਵਿਖਾ," ਉਹ ਆਪਣੇ ਦੰਦ ਵਿਖਾਉਂਦਾ ਹੋਇਆ ਗਰਜਿਆ। ਜਦੋਂ ਉਹਨੇ ਉਸ ਨੂੰ ਧੱਕ ਕੇ ਪਰ੍ਹਾਂ ਕੀਤਾ ਉਹਦੀਆਂ ਅੱਖਾਂ ਵਿਚੋਂ ਲਾਟਾਂ ਉੱਠ ਰਹੀਆਂ ਸਨ।

"ਓਏ ਬਦਮਾਸ਼ਾ! ਕੀ ਕਰਦਾ ਏਂ ਓਏ?" ਛੋਟਾ ਇੰਸਪੈਕਟਰ ਪਿਛੋਂ ਆ ਕੇ ਕੜਕਿਆ।

ਮੁਜਰਮ ਪਿੱਛੇ ਹਟਿਆ ਤੇ ਭੁੜਕ ਕੇ ਪਰੇ ਹੋ ਗਿਆ। ਛੋਟੇ ਇੰਸਪੈਕਟਰ ਨੇ ਮਾਸਲੋਵਾ ਨੂੰ ਪੁੱਛਿਆ:

"ਤੂੰ ਕੀ ਕਰ ਰਹੀ ਏਂ ਏਥੇ?"

ਮਾਸਲੋਵਾ ਆਖਣ ਵਾਲੀ ਸੀ ਕਿ ਉਹਨੂੰ ਅਦਾਲਤ ਤੋਂ ਵਾਪਸ ਲਿਆਂਦਾ ਗਿਆ ਹੈ, ਪਰ ਉਹ ਏਨੀ ਥੱਕੀ ਹੋਈ ਸੀ ਕਿ ਉਸ ਤੋਂ ਕੁਝ ਬੋਲਿਆ ਹੀ ਨਹੀਂ ਗਿਆ।

"ਇਹ ਅਦਾਲਤ ਤੋਂ ਵਾਪਸ ਆ ਰਹੀ ਏ, ਜਨਾਬ," ਇਕ ਸਿਪਾਹੀ ਨੇ ਅੱਗੇ ਵਧ ਕੇ ਸਲੂਟ ਮਾਰਦਿਆਂ ਆਖਿਆ।

"ਠੀਕ ਏ, ਵੱਡੇ ਵਾਰਡਰ ਦੇ ਹਵਾਲੇ ਕਰ ਦੇ। ਮੈਂ ਨਹੀਂ ਰਖਦਾ ਏਹੋ ਜਿਹੀ ਸ਼ੈ ਨੂੰ।"

"ਜੋ ਹੁਕਮ ਜਨਾਬ ਦਾ।"

"ਸੋਕੋਲੋਵ! ਸੰਭਾਲ ਲੈ ਏਹਨੂੰ!" ਛੋਟਾ ਇੰਸਪੈਕਟਰ ਚੀਕਿਆ।

ਵੱਡਾ ਵਾਰਡਰ ਆਇਆ, ਗੁੱਸੇ ਨਾਲ ਮਾਸਲੋਵਾ ਨੂੰ ਮੋਢੇ ਤੋਂ ਧੱਕਾ ਦਿੱਤਾ, ਅਤੇ ਆਪਣੇ ਸਿਰ ਨਾਲ ਉਹਨੂੰ ਆਪਣੇ ਮਗਰ ਆਉਣ ਦਾ ਇਸ਼ਾਰਾ ਕਰਕੇ, ਔਰਤਾਂ ਦੇ ਵਾਰਡ ਦੇ ਲਾਂਘੇ ਵਿਚ ਲੈ ਗਿਆ। ਓਥੇ ਓਹਦੀ ਤਲਾਸ਼ੀ ਲਈ ਗਈ, ਅਤੇ ਕਿਉਂਕਿ ਉਹਦੇ ਕੋਲ ਐਸੀ ਚੀਜ਼ ਕੋਈ ਨਹੀਂ ਸੀ ਜਿਸ ਦੀ ਮਨਾਹੀ ਹੋਵੇ (ਉਹਨੇ ਆਪਣੀਆਂ ਸਿਗਰਟਾਂ ਇਕ ਰੋਲ ਦੇ ਅੰਦਰ ਲੁਕਾ ਲਈਆਂ ਸਨ), ਇਸ ਕਰਕੇ ਉਹਨੂੰ ਓਸੇ ਕੋਠੜੀ ਵਿਚ ਪਹੁੰਚਾ ਦਿੱਤਾ ਗਿਆ ਜਿਥੋਂ ਉਹ ਸਵੇਰੇ ਗਈ ਸੀ।

੩੦

ਜਿਸ ਕੋਠੜੀ ਵਿਚ ਮਾਸਲੋਵਾ ਬੰਦ ਸੀ ਉਹ ਇੱਕੀ ਫੁਟ ਲੰਮਾ ਅਤੇ ਸੋਲਾਂ ਫੁਟ ਚੌੜਾ ਇਕ ਵੱਡਾ ਸਾਰਾ ਕਮਰਾ ਸੀ। ਇਸ ਦੀਆਂ ਦੋ ਖਿੜਕੀਆਂ ਸਨ ਤੇ ਅੰਦਰ ਇਕ ਵੱਡਾ ਸਾਰਾ ਟੁੱਟਾ ਭੱਜਾ ਆਤਸ਼ਦਾਨ ਸੀ। ਤਿੰਨਾਂ ਵਿਚੋਂ ਦੋ ਹਿਸੇ ਥਾਂ ਹੇਠਾਂ ਉਤੇ ਬੀੜੇ ਫੱਟਿਆਂ ਨੇ ਮੱਲੀ ਹੋਈ ਸੀ। ਇਹ ਫੱਟੇ ਵਿੰਗ ਤੜਿੰਗੇ ਤੇ ਸੁੰਗੜ ਗਏ ਹੋਏ ਸਨ। ਦਰਵਾਜ਼ੇ ਦੇ ਸਾਮ੍ਹਣੇ ਗੂੜ੍ਹੇ ਰੰਗਾਂ ਵਾਲੀ ਇਕ ਮੂਰਤੀ ਲਟਕ ਰਹੀ ਸੀ ਜਿਸ ਦੇ ਨਾਲ ਇਕ ਮੋਮਬੱਤੀ ਖੜੀ ਕੀਤੀ ਹੋਈ ਸੀ ਅਤੇ ਸਦਾਬਹਾਰ ਫੁਲਾਂ ਦਾ ਇਕ ਗੁੱਛਾ ਲਟਕ ਰਿਹਾ ਸੀ। ਖੱਬੇ ਪਾਸੇ, ਦਰਵਾਜ਼ੇ ਦੇ ਪਿੱਛੇ ਫਰਸ਼ ਦੇ ਕਾਲੇ ਹੋ ਗਏ ਹਿਸੇ ਵਿਚ ਬੂ ਮਾਰਦਾ ਟੱਪ ਪਿਆ ਸੀ। ਮੁਆਇਨਾ ਹੋ ਗਿਆ ਸੀ ਅਤੇ ਔਰਤਾਂ ਨੂੰ ਰਾਤ ਵਾਸਤੇ ਅੰਦਰ ਬੰਦ ਕਰ ਦਿੱਤਾ ਗਿਆ ਸੀ।

ਇਸ ਕਮਰੇ ਵਿਚ ਕੁਲ ਪੰਦਰਾਂ ਜਣੇ ਸਨ ਜਿਨ੍ਹਾਂ ਵਿਚ ਤਿੰਨ ਬੱਚੇ ਸਨ।

ਹਾਲੇ ਕਾਫ਼ੀ ਚਾਨਣਾ ਸੀ। ਸਿਰਫ਼ ਦੋ ਹੀ ਔਰਤਾਂ ਲੰਮੀਆਂ ਪਈਆਂ ਹੋਈਆਂ ਸਨ। ਇਕ ਦਿੱਕ ਦੀ ਮਾਰੀ ਹੋਈ ਚੋਰੀ ਦੇ ਜੁਰਮ ਵਿਚ ਕੈਦ ਸੀ ਅਤੇ ਇਕ ਬੁਧੂ ਇਸ ਕਰਕੇ ਫੜੀ ਹੋਈ ਸੀ ਕਿ ਉਹਦੇ ਕੋਲ ਪਾਸਪੋਰਟ ਨਹੀਂ ਸੀ। ਇਹ ਔਰਤ ਬਹੁਤਾ ਚਿਰ ਸੌਂ ਕੇ ਹੀ ਗੁਜ਼ਾਰਦੀ ਸੀ। ਦਿੱਕ ਦੀ ਰੋਗਣ ਸੁੱਤੀ ਨਹੀਂ ਸੀ ਹੋਈ ਸਗੋਂ ਅੱਖਾਂ ਟੱਡੀ ਲੰਮੀ ਪਈ ਹੋਈ ਸੀ। ਆਪਣਾ ਚੋਗਾ ਉਹਨੇ ਗੁੱਛਾ-ਮੁੱਛਾ ਕਰ ਕੇ ਆਪਣੇ ਸਿਰ ਹੇਠ ਰਖਿਆ ਹੋਇਆ ਸੀ ਅਤੇ ਸੰਘ ਵਿਚ ਖਰਖਰੀ ਛੇੜਦੀ ਬਲਗਮ ਨੂੰ ਬਾਹਰ ਆਉਣੋਂ ਰੋਕਣ ਦੀ ਕੋਸ਼ਿਸ਼ ਕਰ ਰਹੀ ਸੀ ਤਾਂ ਜੋ ਉਸ ਨੂੰ ਖੰਘ ਨਾ ਆਵੇ।

ਕੁਝ ਹੋਰ ਔਰਤਾਂ, ਜਿਨ੍ਹਾਂ ਵਿਚੋਂ ਬਹੁਤੀਆਂ ਨੇ ਸਿਰਫ਼ ਕੋਰੇ ਸੂਤੀ ਕਪੜੇ ਦੀਆਂ ਸ਼ਮੀਜ਼ਾਂ ਹੀ ਪਾਈਆਂ ਹੋਈਆਂ ਸਨ ਬਾਰੀ ਵਿਚ ਖੜੀਆਂ ਹੇਠਾਂ ਵਿਹੜੇ ਵਿਚ ਮੁਜਰਮਾਂ ਵੱਲ ਵੇਖ ਰਹੀਆਂ ਸਨ, ਤੇ ਤਿੰਨ ਜਣੀਆਂ ਬੈਠੀਆਂ ਕੁਝ ਸਿਊਂ ਰਹੀਆਂ ਸਨ। ਇਹਨਾਂ ਤਿੰਨਾਂ ਵਿਚ ਹੀ ਉਹ ਬੁੱਢੀ ਔਰਤ ਸੀ ਜਿਹੜੀ ਸਵੇਰੇ ਮਾਸਲੋਵਾ ਨੂੰ ਛੱਡ ਕੇ ਆਈ ਸੀ—ਕੋਰਾਬਲੀਓਵਾ, ਲੰਮੀ ਝੰਮੀ, ਤਕੜੀ, ਕਠੋਰ ਚਿਹਰਾ, ਤਿਊੜੀਆਂ ਚੜ੍ਹੀਆਂ ਹੋਈਆਂ, ਝੁਰੜੀਆਂ, ਢਿਲਕੀ ਹੋਈ ਠੋਡੀ, ਪੁੜਪੜੀਆਂ ਤੋਂ ਚਿੱਟੇ ਹੋ ਰਹੇ, ਕੱਕੇ ਵਾਲਾਂ ਦੀ ਇਕ ਛੋਟੀ ਜਿਹੀ ਗੁੱਤ, ਤੇ ਹੱਲ੍ਹ ਉਤੇ ਇਕ ਮੌਹਕਾ ਜਿਸ ਤੇ ਵਾਲ ਉੱਗੇ ਹੋਏ ਸਨ। ਇਸ ਔਰਤ ਨੂੰ ਸਾਇਬੇਰੀਆ ਵਿਚ ਬਾ-ਮੁਸ਼ੱਕਤ ਕੈਦ ਦੀ ਸਜ਼ਾ ਸੁਣਾਈ ਗਈ ਸੀ ਕਿਉਂਕਿ ਇਹਨੇ ਇਕ ਕੁਹਾੜੇ ਨਾਲ ਆਪਣੇ ਖਸਮ ਨੂੰ ਮਾਰ ਦਿੱਤਾ ਸੀ ਜਿਹੜਾ ਇਹਦੀ ਧੀ ਦੇ ਮਗਰ ਪਿਆ ਹੋਇਆ ਸੀ। ਕੋਠੜੀ ਵਿਚ ਔਰਤਾਂ ਦੀ ਇਹ ਸਰਦਾਰ ਸੀ ਤੇ ਇਸ ਨੇ ਉਹਨਾਂ ਨਾਲ ਸ਼ਰਾਬ ਦਾ ਧੰਦਾ ਕਰਨ ਦਾ ਰਾਹ ਲਭ ਲਿਆ ਸੀ। ਉਸ ਨੇ ਐਨਕ ਲਾਈ ਹੋਈ ਸੀ ਤੇ ਕੁਝ ਸਿਊਂ ਰਹੀ ਸੀ। ਉਸ ਦੀਆਂ ਵੱਡੀਆਂ ਵੱਡੀਆਂ ਉਂਗਲਾਂ ਵਿਚ ਕਿਸਾਨ ਔਰਤਾਂ ਵਾਂਗ ਫੜੀ ਹੋਈ ਸੂਈ ਦੀ ਨੋਕ ਉਹਦੇ ਆਪਣੇ ਵੱਲ ਸੀ। ਉਹਦੇ ਨਾਲ ਹੀ ਇਕ ਹੋਰ ਔਰਤ ਬੈਠੀ ਕੈਨਵੈਸ ਦਾ ਇਕ ਥੈਲਾ ਸਿਊਂ ਰਹੀ ਸੀ। ਇਹ ਰੇਲਵੇ ਦੇ ਇਕ ਵਾਚਮੈਨ ਦੀ ਵਹੁਟੀ ਸੀ, ਜਿਸ ਨੂੰ ਤਿੰਨ ਮਹੀਨਿਆਂ ਦੀ ਕੈਦ ਇਸ ਕਰਕੇ ਹੋਈ ਕਿ ਉਹ ਲੰਘ ਰਹੀ ਇਕ ਗੱਡੀ ਨੂੰ ਝੰਡੀ ਵਿਖਾਉਣ ਲਈ ਬਾਹਰ ਨਾ ਨਿਕਲੀ ਜਿਸ ਦੇ ਨਤੀਜੇ ਵਜੋਂ ਇਕ ਐਕਸੀਡੈਂਟ ਹੋ ਗਿਆ। ਉਹ ਇਕ ਮੱਧਰੀ ਜਿਹੀ, ਫੀਨੇ ਨੱਕ ਵਾਲੀ ਔਰਤ ਸੀ ਜਿਸ ਦੀਆਂ ਨਿੱਕੀਆਂ ਨਿੱਕੀਆਂ ਕਾਲੀਆਂ ਅੱਖਾਂ ਸਨ, ਨੇਕਦਿਲ ਤੇ ਗਲਾਧੜ। ਤੋਪੇ-ਟਾਂਕੇ ਲਾ ਰਹੀਆਂ ਇਹਨਾਂ ਔਰਤਾਂ ਵਿਚ ਤੀਜੀ ਸੀ ਫੇਦੋਸੀਆ, ਬਿਲਕੁਲ ਇਕ ਮੁਟਿਆਰ, ਗੋਰਾ ਗੁਲਾਬੀ ਰੰਗ, ਬਹੁਤ ਸੁਹਣੀ, ਨੀਲੀਆਂ ਅੱਖਾਂ ਵਿਚ ਬੱਚਿਆਂ ਵਰਗੀ ਚਮਕ, ਕੱਕੇ ਵਾਲਾਂ ਦੀਆਂ ਦੋ ਲੰਮੀਆਂ ਗੁੱਤਾਂ ਜਿਨ੍ਹਾਂ ਨੂੰ ਉਹਨੇ ਆਪਣੇ ਸਿਰ ਦੁਆਲੇ ਵਲਿਆ ਹੋਇਆ ਸੀ। ਇਸ ਨੂੰ ਆਪਣੇ ਘਰ ਵਾਲੇ ਨੂੰ ਜ਼ਹਿਰ ਦੇਣ ਦੀ ਕੋਸ਼ਿਸ਼ ਕਰਨ ਦੇ ਜੁਰਮ ਵਿਚ ਜੇਲ੍ਹ ਵਿਚ ਪਾਇਆ ਗਿਆ ਸੀ। ਇਹ ਕੰਮ ਉਹਨੇ ਆਪਣੇ ਵਿਆਹ ਤੋਂ ਛੇਤੀ ਹੀ ਮਗਰੋਂ ਕੀਤਾ ਸੀ। ਸੋਲਾਂ ਸਾਲ ਦੀ ਉਮਰ ਵਿਚ ਉਹਦੀ ਮਰਜ਼ੀ ਬਗੈਰ ਹੀ ਉਸ ਨੂੰ ਵਿਆਹ ਦਿੱਤਾ ਗਿਆ ਸੀ। ਪਰ ਉਹਨਾਂ ਅੱਠਾਂ

ਮਹੀਨਿਆਂ ਵਿਚ ਜਿਹੜੇ ਉਹਨੇ ਜ਼ਮਾਨਤ ਉਤੇ ਰਹਿ ਕੇ ਬਾਹਰ ਕੱਟੇ ਸਨ, ਉਹਨੇ ਆਪਣੇ ਖਾਵੰਦ ਦਾ ਗੁੱਸਾ ਗਿਲਾ ਹੀ ਨਹੀਂ ਸੀ ਦੂਰ ਕਰ ਦਿੱਤਾ ਸਗੋਂ ਉਸ ਨੂੰ ਪਿਆਰ ਵੀ ਕਰਨ ਲੱਗ ਪਈ ਸੀ। ਇਸ ਕਰਕੇ ਜਦੋਂ ਉਹਦਾ ਮੁਕਦਮਾ ਚੱਲਿਆ ਓਦੋਂ ਤੱਕ ਉਹ ਇਕਜਾਨ ਹੋ ਚੁੱਕੇ ਸਨ। ਭਾਵੇਂ ਉਹਦੇ ਘਰ ਵਾਲੇ ਨੇ, ਉਹਦੇ ਸਹੁਰੇ ਨੇ, ਤੇ ਖਾਸ ਕਰਕੇ ਉਹਦੀ ਸੱਸ ਨੇ, ਜਿਹੜੀ ਉਹਦੇ ਤੇ ਜਾਨ ਵਾਰਨ ਲੱਗ ਪਈ ਸੀ, ਉਸ ਨੂੰ ਬਰੀ ਕਰਾਉਣ ਲਈ ਜੋ ਹੋ ਸਕਦਾ ਸੀ ਕੀਤਾ, ਪਰ ਉਹਨੂੰ ਬਾ-ਮੁਸ਼ੱਕਤ ਸਾਇਬੇਰੀਆ ਦੀ ਸਜ਼ਾ ਹੋ ਹੀ ਗਈ। ਨੇਕਦਿਲ, ਖੁਸ਼ਰਹਿਣੀ, ਸਦਾ ਮੁਸਕ੍ਰਾਉਂਦੀ ਫੇਦੋਸੀਆ ਦਾ ਸੌਣ ਵਾਲਾ ਫੱਟਾ ਮਾਸਲੋਵਾ ਦੇ ਫੱਟੇ ਦੇ ਨਾਲ ਸੀ ਤੇ ਉਹ ਉਸ ਨੂੰ ਏਨਾ ਪਿਆਰ ਕਰਨ ਲੱਗ ਪਈ ਸੀ ਕਿ ਉਹਦੀ ਸਾਂਭ ਸੰਭਾਲ ਕਰਨਾ, ਉਹਦਾ ਕੰਮ ਧੰਦਾ ਕਰ ਦੇਣਾ ਉਹਨੇ ਆਪਣਾ ਫਰਜ਼ ਬਣਾ ਲਿਆ। ਦੋ ਹੋਰ ਔਰਤਾਂ ਆਪੋ ਆਪਣੇ ਫੱਟਿਆਂ ਉਤੇ ਵਿਹਲੀਆਂ ਬੈਠੀਆਂ ਸਨ। ਇਕ ਚਾਲ੍ਹੀਆਂ ਕੁ ਵਰ੍ਹਿਆਂ ਦੀ ਔਰਤ ਦਾ ਪੀਲਾ ਤੇ ਲਿੱਸਾ ਜਿਹਾ ਮੂੰਹ ਸੀ, ਜੋ ਕਦੇ ਜ਼ਰੂਰ ਬਹੁਤ ਸੁਹਣੀ ਹੁੰਦੀ ਹੋਵੇਗੀ। ਉਹ ਆਪਣੇ ਬਾਲ ਨੂੰ ਕੁਛੜ ਲੈ ਕੇ ਬੈਠੀ ਸੀ ਅਤੇ ਗੋਰਾ ਤੇ ਢਿਲਕਿਆ ਮੰਮਾ ਉਹਦੇ ਮੂੰਹ ਵਿਚ ਦਿੱਤਾ ਹੋਇਆ ਸੀ। ਉਸ ਦਾ ਜੁਰਮ ਇਹ ਸੀ ਕਿ ਜਦੋਂ ਇਕ ਜਬਰੀ ਭਰਤੀ ਕੀਤੇ ਰੰਗਰੂਟ ਨੂੰ (ਕਿਸਾਨਾਂ ਦੇ ਵਿਚਾਰ ਅਨੁਸਾਰ) ਗੈਰ-ਕਾਨੂੰਨੀ ਤੌਰ ਤੇ ਉਹਨਾਂ ਦੇ ਪਿੰਡੋਂ ਲਿਜਾਇਆ ਜਾ ਰਿਹਾ ਸੀ, ਅਤੇ ਲੋਕਾਂ ਨੇ ਪੁਲਸ ਅਫਸਰ ਨੂੰ ਰੋਕ ਲਿਆ ਤੇ ਜਬਰੀ ਭਰਤੀ ਕੀਤੇ ਰੰਗਰੂਟ ਨੂੰ ਛੁਡਾ ਦਿੱਤਾ, ਓਦੋਂ ਉਹਨੇ (ਗੈਰ-ਕਾਨੂੰਨੀ ਤੌਰ ਤੇ ਲਿਜਾਏ ਜਾ ਰਹੇ ਗਭਰੂ ਦੀ ਚਾਚੀ) ਸਭ ਤੋਂ ਪਹਿਲਾਂ ਉਸ ਘੋੜੇ ਦੀ ਲਗਾਮ ਫੜ ਲਈ ਸੀ ਜਿਸ ਉਤੇ ਉਸ ਨੂੰ ਬਿਠਾਇਆ ਹੋਇਆ ਸੀ। ਦੂਜੀ ਵਿਹਲੀ ਬੈਠੀ ਔਰਤ ਇਕ ਮਿਹਰਬਾਨ ਦਿਲ ਵਾਲੀ, ਕੁੱਬੀ ਹੋ ਗਈ, ਧੌਲੇ ਵਾਲਾਂ ਵਾਲੀ ਬੁੱਢੜੀ ਸੀ। ਉਹ ਆਤਸ਼ਦਾਨ ਦੇ ਪਿੱਛੇ ਫੱਟੇ ਉਤੇ ਬੈਠੀ ਹੋਈ ਸੀ ਤੇ ਚਾਰ ਸਾਲਾਂ ਦੇ ਮੋਟੇ ਸਾਰੇ ਮੁੰਡੇ ਨੂੰ ਫੜਨ ਦਾ ਢੌਂਗ ਕਰ ਰਹੀ ਸੀ ਜਿਹੜਾ ਹੱਸ ਹੱਸ ਲੋਟ ਪੋਟ ਹੁੰਦਾ ਉਹਦੇ ਅੱਗੇ ਪਿੱਛੇ ਦੌੜ ਰਿਹਾ ਸੀ। ਮੁੰਡੇ ਨੇ ਇਕ ਛੋਟੀ ਜਿਹੀ ਕਮੀਜ਼ ਪਾਈ ਹੋਈ ਸੀ ਤੇ ਉਹਦੇ ਵਾਲ ਮੁੰਨੇ ਹੋਏ ਸਨ। ਬੁੱਢੀ ਦੇ ਅੱਗੋਂ ਭਜ ਭਜ ਲੰਘਦਾ ਉਹ ਆਖੀ ਜਾਂਦਾ ਸੀ, "ਵਾਹ ਜੀ ਵਾਹ, ਨਹੀਂ ਫੜਿਆ ਗਿਆ!"

ਇਸ ਬੁੱਢੀ ਔਰਤ ਤੇ ਇਸ ਦੇ ਮੁੰਡੇ ਦਾ ਜੁਰਮ ਸਾੜਫੂਕ ਦੀ ਕਾਰਵਾਈ ਕਰਨਾ ਸੀ। ਉਹ ਆਪਣੀ ਸਜ਼ਾ ਤਾਂ ਬੜੀ ਖਿੜੇ ਮੱਥੇ ਭੁਗਤ ਰਹੀ ਸੀ, ਪਰ ਆਪਣੇ ਮੁੰਡੇ ਦਾ ਫਿਕਰ ਉਹਨੂੰ ਵੱਢ ਵੱਢ ਖਾਂਦਾ ਸੀ, ਤੇ ਖਾਸ ਕਰਕੇ ਉਸ ਨੂੰ ਆਪਣੇ "ਬੁੱਢੇ" ਦੀ ਚਿੰਤਾ ਲੱਗੀ ਰਹਿੰਦੀ। ਉਹ ਡਰਦੀ ਸੀ ਕਿ ਬੁੱਢੇ ਨੂੰ ਜੂੰਆਂ ਪੈ ਜਾਣੀਆਂ ਹਨ ਕਿਉਂਕਿ ਨੂੰਹ ਘਰ ਨਹੀਂ ਸੀ ਇਸ ਲਈ ਉਹਨੂੰ ਨਹਾਉਣ ਧੁਆਉਣ ਵਾਲਾ ਕੋਈ ਨਹੀਂ।

ਇਹਨਾਂ ਸਤ ਔਰਤਾਂ ਤੋਂ ਇਲਾਵਾ, ਚਾਰ ਹੋਰ ਇਕ ਖੁਲ੍ਹੀ ਬਾਰੀ ਅਗੇ ਸੀਖਾਂ ਨੂੰ ਫੜੀ ਖਲੋਤੀਆਂ ਸਨ। ਇਹ ਉਹਨਾਂ ਮੁਜਰਮਾਂ ਨੂੰ ਸੈਣਤਾਂ ਕਰ ਰਹੀਆਂ ਤੇ ਆਵਾਜ਼ਾਂ ਮਾਰ ਰਹੀਆਂ ਸਨ ਜਿਹੜੇ ਮਾਸਲੋਵਾ ਨੂੰ ਜੇਲ੍ਹ ਦੀ ਡਿਉੜੀ ਵਿਚ ਮਿਲੇ ਸਨ, ਤੇ ਜਿਹੜੇ

ਹੁਣ ਵਿਹੜੇ ਵਿਚੋਂ ਦੀ ਲੰਘ ਰਹੇ ਸਨ। ਇਹਨਾਂ ਵਿਚੋਂ ਇਕ ਔਰਤ ਭਾਰੇ ਤੇ ਢਿਲਕੇ ਹੋਏ ਸਰੀਰ ਵਾਲੀ ਸੀ, ਲਾਲ ਵਾਲ ਅਤੇ ਪੀਲੇ ਜ਼ਰਦ ਚਿਹਰੇ ਉਤੇ, ਉਹਦੇ ਹੱਥਾਂ ਉਤੇ, ਤੇ ਉਹਦੀ ਮੋਟੀ ਧੌਣ ਉਤੇ ਚਟਾਕ ਸਨ ਜਿਹੜੇ ਉਹਦੇ ਖੁਲ੍ਹੇ ਹੋਏ ਬਟਨਾਂ ਵਾਲੇ ਕਾਲਰ ਵਿਚੋਂ ਝਾਕ ਰਹੇ ਸਨ। ਉਸ ਨੇ ਉੱਚੀ, ਭਰੜਾਈ ਹੋਈ ਆਵਾਜ਼ ਵਿਚ ਕੋਈ ਲੁੱਚੀ ਗੱਲ ਆਖੀ, ਅਤੇ ਘੱਗੀ ਆਵਾਜ਼ ਵਿਚ ਹਿੜ ਹਿੜ ਕਰਨ ਲੱਗ ਪਈ। ਇਹ ਔਰਤ ਚੋਰੀ ਦੇ ਜੁਰਮ ਵਿਚ ਸਜ਼ਾ ਭੁਗਤ ਰਹੀ ਸੀ। ਉਹਦੇ ਨਾਲ ਖੜੀ ਸੀ ਇਕ ਬੇਡੌਲ ਸਾਂਵਲੇ ਰੰਗ ਦੀ ਠਿਗਣੀ ਜਿਹੀ ਔਰਤ ਜਿਹੜੀ ਦਸਾਂ ਸਾਲਾਂ ਦੇ ਬੱਚੇ ਤੋਂ ਵੱਡੀ ਨਹੀਂ ਸੀ ਲੱਗਦੀ। ਇਹਦਾ ਧੜ ਲੰਮਾ ਤੇ ਲੱਤਾਂ ਛੋਟੀਆਂ ਸਨ, ਦਾਗਾਂ ਭਰਿਆ ਲਾਲ ਮੂੰਹ, ਕਾਲੀਆਂ ਅੱਖਾਂ ਵਿਚਲੀ ਵਿੱਥ ਬਹੁਤ ਜ਼ਿਆਦਾ, ਤੇ ਬੁਲ੍ਹ ਮੋਟੇ ਜਿਹੜੇ ਉਹਦੇ ਲੰਮੇ ਚਿੱਟੇ ਦੰਦਾਂ ਨੂੰ ਲੁਕਾ ਨਹੀਂ ਸੀ ਸਕਦੇ। ਵਿਹੜੇ ਵਿਚ ਜੋ ਕੁਝ ਹੋ ਰਿਹਾ ਸੀ ਉਸ ਨੂੰ ਵੇਖ ਕੇ ਉਹ ਰਹਿ ਰਹਿ ਕੇ ਚੀਕਵੀਂ ਆਵਾਜ਼ ਵਿਚ ਹੱਸ ਪੈਂਦੀ। ਉਹਦੇ ਉਤੇ ਚੋਰੀ ਤੇ ਸਾੜ ਫੂਕ ਦੇ ਜੁਰਮ ਦਾ ਮੁਕਦਮਾ ਸੀ। ਉਹਨੂੰ ਹਾਰ ਸ਼ਿੰਗਾਰ ਦਾ ਬੜਾ ਚਾਅ ਸੀ ਇਸ ਕਰਕੇ ਉਹਦੀ ਅੱਲ ਪੈ ਗਈ ਸੀ ਖ਼ਰੋਸ਼ਾਵਕਾ।* ਉਹਦੇ ਪਿਛੇ, ਬਹੁਤ ਮੈਲੀ ਕੁਚੈਲੀ, ਸਲੇਟੀ ਸ਼ਮੀਜ਼ ਪਾਈ ਇਕ ਪਤਲੀ ਜਿਹੀ ਔਰਤ ਖੜੀ ਸੀ ਜਿਸ ਦੀ ਹਾਲਤ ਬੜੀ ਤਰਸਯੋਗ ਸੀ। ਇਹ ਔਰਤ ਗਰਭਵਤੀ ਸੀ ਅਤੇ ਚੋਰੀ ਦਾ ਮਾਲ ਲੁਕਾਉਣ ਬਦਲੇ ਇਹਦੇ ਉਤੇ ਮੁਕਦਮਾ ਚਲਣਾ ਸੀ। ਇਹ ਔਰਤ ਚੁਪ-ਚਾਪ ਖੜੀ ਸੀ, ਪਰ ਜੋ ਕੁਝ ਹੇਠਾਂ ਹੋ ਰਿਹਾ ਸੀ ਉਸ ਉਤੇ ਖੁਸ਼ ਹੋ ਕੇ ਮੁਸਕ੍ਰਾ ਰਹੀ ਸੀ। ਇਹਨਾਂ ਦੇ ਨਾਲ ਹੀ ਖੜੀ ਸੀ ਇਕ ਮੱਧਰੇ ਕੱਦ ਦੀ, ਗਠਵੇਂ ਸਰੀਰ ਵਾਲੀ ਕਿਸਾਨ ਔਰਤ ਜਿਸ ਦੀਆਂ ਅੱਖਾਂ ਬੜੀਆਂ ਉਭਰਵੀਆਂ ਤੇ ਚਿਹਰਾ ਖੁਸ਼-ਮਿਜ਼ਾਜ ਸੀ। ਇਹ ਉਸ ਮੁੰਡੇ ਦੀ ਜਿਹੜਾ ਬੁੱਢੀ ਔਰਤ ਨਾਲ ਖੇਡ ਰਿਹਾ ਸੀ, ਅਤੇ ਸੱਤਾਂ ਵਰ੍ਹਿਆਂ ਦੀ ਇਕ ਕੁੜੀ ਦੀ ਮਾਂ ਸੀ। ਇਹ ਬੱਚੇ ਇਸ ਕਰਕੇ ਜੇਲ੍ਹ ਵਿਚ ਉਹਦੇ ਨਾਲ ਸਨ ਕਿ ਉਹਦਾ ਕੋਈ ਸਾਕ ਸੰਬੰਧੀ ਨਹੀਂ ਸੀ ਜਿਸ ਕੋਲ ਇਹਨਾਂ ਨੂੰ ਛੱਡ ਆਉਂਦੀ। ਇਹ ਔਰਤ ਨਾਜਾਇਜ਼ ਸ਼ਰਾਬ ਵੇਚਣ ਦੇ ਜੁਰਮ ਵਿਚ ਸਜ਼ਾ ਭੁਗਤ ਰਹੀ ਸੀ। ਉਹ ਬਾਰੀ ਤੋਂ ਰਤਾ ਕੁ ਹਟਵੀਂ ਖੜੀ ਜੁਰਾਬਾਂ ਉਣ ਰਹੀ ਸੀ, ਤੇ ਭਾਵੇਂ ਉਹ ਦੂਜੇ ਮੁਲਜ਼ਮਾਂ ਦੀਆਂ ਗੱਲਾਂ ਸੁਣਦੀ ਸੀ ਪਰ ਉਹਨਾਂ ਦੀ ਨਿਖੇਧੀ ਕਰਦੀ ਸਿਰ ਛੰਡ ਦੇਂਦੀ, ਮੱਥੇ ਵੱਟ ਚਾੜ੍ਹਦੀ, ਅਤੇ ਆਪਣੀਆਂ ਅੱਖਾਂ ਮੀਟ ਲੈਂਦੀ। ਪਰ ਉਹਦੀ ਸੱਤਾਂ ਵਰ੍ਹਿਆਂ ਦੀ ਧੀ, ਜਿਸ ਦੇ ਗੱਲ ਨਿੱਕੀ ਜਿਹੀ ਸ਼ਮੀਜ਼ ਸੀ, ਚਿੱਟੇ ਵਾਲ ਖਿਲਰੇ ਹੋਏ ਸਨ, ਆਪਣੀਆਂ ਅੱਖਾਂ ਦੀ ਟਿਕ-ਟਿਕੀ ਬੰਨ੍ਹ ਕੇ, ਲਾਲ ਵਾਲਾਂ ਵਾਲੀ ਔਰਤ ਦੀ ਸਕਰਟ ਫੜੀ ਖਲੋਤੀ ਸੀ ਅਤੇ ਔਰਤਾਂ ਤੇ ਮਰਦ ਕੈਦੀ ਜਿਹੜੀਆਂ ਗੰਦੀਆਂ ਗਾਲ੍ਹਾਂ ਦੀ ਵਾਛੜ ਇਕ ਦੂਜੇ ਤੇ ਕਰ ਰਹੇ ਸਨ ਉਹਨਾਂ ਨੂੰ ਬੜੇ ਧਿਆਨ ਨਾਲ ਸੁਣਦੀ ਪਈ ਅਤੇ ਪੋਲੇ ਪੋਲੇ ਦੁਹਰਾ ਰਹੀ ਸੀ ਜਿਵੇਂ ਉਹਨਾਂ ਨੂੰ ਜ਼ਬਾਨੀ

* ਖ਼ਰੋਸ਼ਾ, ਸੁਹਣਾ ਤੋਂ ਬਣਿਆਂ ਲਫਜ਼।—**ਸੰਪਾ:**

ਯਾਦ ਕਰ ਰਹੀ ਹੋਵੇ। ਬਾਰ੍ਹਵੀਂ ਕੈਦਣ, ਜਿਸ ਦਾ ਇਸ ਸਭ ਕੁਝ ਵੱਲ ਕੋਈ ਧਿਆਨ ਨਹੀਂ ਸੀ, ਡੀਕਨ ਦੀ ਧੀ ਸੀ। ਉੱਚੀ ਲੰਮੀ, ਡੀਲ-ਡੌਲ ਵਾਲੀ ਕੁੜੀ ਜਿਸ ਨੇ ਆਪਣੇ ਹਰਾਮੀ ਬੱਚੇ ਨੂੰ ਖੂਹ ਵਿਚ ਡੋਬ ਦਿੱਤਾ ਸੀ। ਉਸ ਦੇ ਪੈਰ ਨੰਗੇ ਸਨ ਤੇ ਸਿਰਫ ਇਕ ਮੈਲੀ ਜਿਹੀ ਸ਼ਮੀਜ਼ ਪਾਈ ਹੋਈ ਸੀ। ਉਹਦੇ ਕੱਕੇ ਵਾਲਾਂ ਦੀ ਮੋਟੀ ਸਾਰੀ ਛੋਟੀ ਜਿਹੀ ਗੁੱਤ ਖੁਲ੍ਹ ਗਈ ਸੀ ਅਤੇ ਬੇਢੰਗੀ ਜਿਹੀ ਲਟਕ ਰਹੀ ਸੀ। ਕਿਸੇ ਵੱਲ ਵੀ ਨਾ ਵੇਖਦੀ ਹੋਈ, ਉਹ ਕੋਠੜੀ ਦੀ ਖਾਲੀ ਥਾਂ ਵਿਚ ਕਦੇ ਇਕ ਪਾਸੇ ਜਾਂਦੀ ਕਦੇ ਦੂਜੇ ਪਾਸੇ, ਅਤੇ ਹਰ ਵਾਰੀ ਹੀ ਕੰਧ ਦੇ ਕੋਲ ਪਹੁੰਚ ਕੇ ਅਚਨਚੇਤ ਝਟਕਾ ਖਾ ਕੇ ਮੁੜ ਪੈਂਦੀ।

੩੧

ਜਦੋਂ ਜੰਦਰੇ ਦੀ ਖੜਖੜ ਹੋਈ ਅਤੇ ਮਾਸਲੋਵਾ ਦੇ ਅੰਦਰ ਲੰਘਣ ਲਈ ਕੋਠੜੀ ਦਾ ਬੂਹਾ ਖੁੱਲ੍ਹਿਆ, ਤਾਂ ਸਭਨਾਂ ਦੀਆਂ ਨਜ਼ਰਾਂ ਉਹਦੇ ਵੱਲ ਹੋ ਗਈਆਂ। ਏਥੋਂ ਤੱਕ ਕਿ ਡੀਕਨ ਦੀ ਧੀ ਵੀ ਪਲ ਦੀ ਪਲ ਖਲੋ ਗਈ ਅਤੇ ਤਿਊੜੀਆਂ ਚੜ੍ਹਾ ਕੇ ਮਾਸਲੋਵਾ ਵੱਲ ਵੇਖਣ ਲੱਗੀ। ਪਰ, ਬਿਨਾਂ ਕੁਝ ਬੋਲਿਆਂ, ਉਹ ਫੇਰ ਵੱਡੇ ਵੱਡੇ ਕਦਮ ਪੁਟਦੀ ਏਧਰ ਓਧਰ ਤੁਰਨ ਲੱਗ ਪਈ। ਕੋਰਾਬਲੀਓਵਾ ਨੇ ਆਪਣੀ ਸੂਈ ਥੈਲੇ ਨਾਲ ਅੜੁੰਗ ਦਿੱਤੀ ਅਤੇ ਆਪਣੀਆਂ ਐਨਕਾਂ ਵਿਚੋਂ ਦੀ ਸਵਾਲੀਆ ਨਜ਼ਰਾਂ ਨਾਲ ਮਾਸਲੋਵਾ ਵੱਲ ਵੇਖਿਆ।

"ਜਾਹ ਨੀਂ, ਫੇਰ ਆ ਗਈ! ਤੇ ਮੈਂ ਸੋਚਦੀ ਸਾਂ ਤੂੰ ਬਰੀ ਹੋ ਜਾਏਂਗੀ।" ਉਸ ਨੇ ਲਗਪਗ ਮਰਦਾਵੀਂ ਆਵਾਜ਼ ਵਰਗੀ ਖਰਵ੍ਹੀ ਭਾਰੀ ਆਵਾਜ਼ ਵਿਚ ਆਖਿਆ। "ਮਾੜੇ ਦਿਨਾਂ ਦੀ ਗੱਲ।"

ਉਸ ਨੇ ਆਪਣੀਆਂ ਐਨਕਾਂ ਲਾਹੀਆਂ ਤੇ ਹੱਥਲਾ ਕੰਮ ਫੱਟੇ ਉਤੇ ਆਪਣੇ ਕੋਲ ਰੱਖ ਲਿਆ।

"ਤੇ ਏਥੇ ਮੈਂ ਤੇ ਬੁੱਢੀ ਚਾਚੀ ਆਖ ਰਹੀਆਂ ਸਾਂ, 'ਖਬਰੇ, ਉਹਨੂੰ ਹੁਣੇ ਹੀ ਛੱਡ ਦੇਣ।' ਆਂਹਦੇ ਨੇ, ਏਦਾਂ ਵੀ ਹੋ ਜਾਂਦੈ। ਕਈਆਂ ਨੂੰ ਤਾਂ ਸਗੋਂ ਢੇਰ ਸਾਰਾ ਪੈਸਾ ਵੀ ਮਿਲ ਜਾਂਦਾ ਏ। ਇਹ ਸਭ ਕਰਮਾਂ ਦੀਆਂ ਗੱਲਾਂ ਨੇ," ਵਾਚਮੈਨ ਦੀ ਵਹੁਟੀ ਮਿੱਠੀਆਂ ਮਿੱਠੀਆਂ ਗੱਲਾਂ ਕਰਨ ਲੱਗ ਪਈ। "ਤੇ ਏਧਰ ਵੇਖੋ ਕੀ ਗੱਲ ਬਣ ਗਈ। ਸਾਡੇ ਕਿਆਫੇ ਸਾਰੇ ਝੂਠੇ ਹੀ ਨਿਕਲੇ। ਨੀਲੀ ਛੱਤਰੀ ਵਾਲੇ ਦੀ ਮਰਜ਼ੀ ਹੋਰ ਹੀ ਸੀ, ਅੜੀਏ," ਉਹ ਬੜੀ ਪਿਆਰੀ ਤੇ ਸੁਰੀਲੀ ਆਵਾਜ਼ ਵਿਚ ਬੋਲਦੀ ਗਈ।

"ਹੈਂ ਨੀ, ਸੱਚੀਂ ਮੁੱਚੀਂ ਤੈਨੂੰ ਸਜ਼ਾ ਸੁਣਾ ਦਿੱਤੀ ਨੇ?" ਫੇਦੋਸੀਆ ਨੇ ਆਪਣੀਆਂ ਬੱਚਿਆਂ ਵਰਗੀਆਂ ਨੀਲੀਆਂ ਅੱਖਾਂ ਨਾਲ ਮਾਸਲੋਵਾ ਵੱਲ ਵੇਖਦਿਆਂ ਪਿਆਰਭਰੀ ਚਿੰਤਾ

ਨਾਲ ਪੁੱਛਿਆ, ਅਤੇ ਉਹਦੇ ਚਮਕਦੇ ਜਵਾਨ ਚਿਹਰੇ ਦਾ ਰੰਗ ਇਉਂ ਬਦਲ ਗਿਆ ਮਾਨੋ ਉਹ ਰੋ ਪੈਣ ਲੱਗੀ ਹੋਵੇ।

ਮਾਸਲੋਵਾ ਨੇ ਕੋਈ ਜਵਾਬ ਨਹੀਂ ਦਿੱਤਾ, ਸਗੋਂ ਉਹ ਦੂਜੇ ਸਿਰੇ ਤੋਂ ਦੂਜੇ ਫੱਟੇ ਉਤੇ ਗਈ ਜੋ ਉਹਦੀ ਥਾਂ ਸੀ ਅਤੇ ਕੋਰਾਬਲੀਓਵਾ ਦੇ ਕੋਲ ਬਹਿ ਗਈ।

"ਕੁਝ ਖਾਣ ਨੂੰ ਹੈ ਤੇਰੇ ਕੋਲ?" ਫੇਦੋਸੀਆ ਨੇ ਆਪਣੀ ਥਾਂ ਤੋਂ ਉਠ ਕੇ ਤੇ ਮਾਸਲੋਵਾ ਦੇ ਕੋਲ ਆ ਕੇ ਪੁੱਛਿਆ।

ਮਾਸਲੋਵਾ ਮੂੰਹੋਂ ਕੁਝ ਨਹੀਂ ਬੋਲੀ, ਸਗੋਂ ਰੋਲ ਮੰਜੇ ਉਤੇ ਰੱਖ ਕੇ ਉਹਨੇ ਆਪਣਾ ਧੂੜ ਭਰਿਆ ਚੋਗਾ ਲਾਹਿਆ ਤੇ ਘੁੰਗਰਾਲੇ ਕਾਲੇ ਕੇਸਾਂ ਤੋਂ ਰੁਮਾਲ ਹਟਾਇਆ।

ਉਹ ਬੁੱਢੀ ਕੁੱਬੀ ਔਰਤ ਜਿਹੜੀ ਫੱਟੇ ਦੇ ਸਾਮ੍ਹਣੇ ਪਾਸੇ ਮੁੰਡੇ ਨਾਲ ਖੇਡ ਰਹੀ ਸੀ ਉਠ ਕੇ ਮਾਸਲੋਵਾ ਦੇ ਨੇੜੇ ਆਈ ਤੇ ਉਹਦੇ ਸਾਮ੍ਹਣੇ ਖਲੋ ਗਈ। "ਹੱਕ, ਹਾ," ਉਸ ਨੇ ਤਰਸ ਵਿਚ ਆ ਕੇ ਆਪਣਾ ਸਿਰ ਛੰਡਦਿਆਂ ਆਖਿਆ।

ਮੁੰਡਾ ਵੀ ਉਹਦੇ ਕੋਲ ਆ ਗਿਆ, ਤੇ ਆਪਣਾ ਉਤਲਾ ਬੁਲ੍ਹ ਬਾਹਰ ਨੂੰ ਕੱਢ ਕੇ, ਅੱਖਾਂ ਪਾੜ ਪਾੜ ਮਾਸਲੋਵਾ ਦੇ ਲਿਆਂਦੇ ਰੋਲਾਂ ਵੱਲ ਝਾਕਣ ਲੱਗਾ। ਉਸ ਦਿਨ ਜੋ ਕੁਝ ਉਹਦੇ ਨਾਲ ਹੋਇਆ ਬੀਤਿਆ ਸੀ ਉਸ ਤੋਂ ਮਗਰੋਂ ਜਦੋਂ ਮਾਸਲੋਵਾ ਨੇ ਇਹ ਸਾਰੇ ਦੁਖ ਦਰਦ ਵੰਡਾਉਣੇ ਚਿਹਰੇ ਵੇਖੇ ਤਾਂ ਉਹਦੇ ਬੁਲ੍ਹ ਫਰਕ ਉੱਠੇ ਤੇ ਉਹਦਾ ਜੀਅ ਕੀਤਾ ਕਿ ਰੋਵੇ ਪਰ ਉਸ ਬੁੱਢੀ ਔਰਤ ਤੇ ਮੁੰਡੇ ਦੇ ਕੋਲ ਆ ਜਾਣ ਤੱਕ ਉਹ ਆਪਣੇ ਆਪ ਨੂੰ ਸੰਭਾਲ ਚੁੱਕੀ ਸੀ। ਜਦੋਂ ਉਸ ਨੇ ਬੁੱਢੀ ਦੇ ਮੂੰਹੋਂ ਪਿਆਰ ਤੇ ਤਰਸ ਭਰੀ "ਹੱਕ ਹਾ" ਸੁਣੀ ਅਤੇ ਰੋਲਾਂ ਤੋਂ ਉਹਦੇ ਮੂੰਹ ਵੱਲ ਮੁੜਦੀਆਂ ਮੁੰਡੇ ਦੀਆਂ ਗੰਭੀਰ ਅੱਖਾਂ ਵਿਚ ਅੱਖਾਂ ਮਿਲੀਆਂ ਤਾਂ ਉਹ ਬਰਦਾਸ਼ਤ ਨਾ ਕਰ ਸਕੀ, ਉਸ ਦਾ ਚਿਹਰਾ ਕੰਬਣ ਲੱਗ ਪਿਆ ਤੇ ਉਹ ਭੁੱਬਾਂ ਮਾਰ ਕੇ ਰੋਣ ਲੱਗ ਪਈ।

"ਮੈਂ ਆਖਿਆ ਨਹੀਂ ਸੀ, ਕੋਈ ਚੰਗਾ ਜਿਹਾ ਵਕੀਲ ਕਰੀਂ?" ਕੋਰਾਬਲੀਓਵਾ ਨੇ ਆਖਿਆ। "ਫੇਰ ਕੀ ਹੋਇਆ? ਦੇਸ ਨਿਕਾਲਾ?" ਉਸ ਨੇ ਪੁੱਛਿਆ।

ਮਾਸਲੋਵਾ ਕੋਈ ਜਵਾਬ ਨਾ ਦੇ ਸਕੀ, ਸਗੋਂ ਉਸ ਨੇ ਇਕ ਰੋਲ ਵਿਚੋਂ ਸਿਗਰਟਾਂ ਵਾਲੀ ਡੱਬੀ ਕੱਢੀ ਜਿਸ ਉਤੇ ਇਕ ਗੁਲਾਬੀ ਚਿਹਰੇ ਵਾਲੀ ਔਰਤ ਦੀ ਤਸਵੀਰ ਬਣੀ ਹੋਈ ਸੀ, ਵਾਲ ਬਹੁਤ ਉਪਰ ਵੱਲ ਚੁੱਕ ਕੇ ਸਜਾਏ ਹੋਏ ਸਨ ਅਤੇ ਅੱਗੋਂ ਨੀਵੇਂ ਗਲਮੇ ਵਾਲੀ ਫਰਾਕ ਪਾਈ ਹੋਈ ਸੀ। ਮਾਸਲੋਵਾ ਨੇ ਸਿਗਰਟਾਂ ਵਾਲੀ ਡੱਬੀ ਕੋਰਾਬਲੀਓਵਾ ਨੂੰ ਫੜਾ ਦਿੱਤੀ। ਉਸ ਨੇ ਡੱਬੀ ਵੱਲ ਵੇਖਿਆ ਅਤੇ ਆਪਣਾ ਸਿਰ ਛੰਡਿਆ। ਇਸ ਦਾ ਵੱਡਾ ਕਾਰਨ ਇਹ ਸੀ ਕਿ ਉਹਨੂੰ ਇਹ ਗੱਲ ਪਸੰਦ ਨਹੀਂ ਸੀ ਕਿ ਮਾਸਲੋਵਾ ਅਜਿਹੀਆਂ ਭੈੜੀਆਂ ਵਾਦੀਆਂ ਤੇ ਪੈਸਾ ਖਰਚ ਕਰੇ। ਪਰ ਤਾਂ ਵੀ ਉਹਨੇ ਇਕ ਸਿਗਰਟ ਕੱਢੀ, ਲੈਂਪ ਨਾਲ ਸੁਲਘਾਈ, ਇਕ ਕਸ਼ ਲਿਆ ਤੇ ਫੇਰ ਮਾਸਲੋਵਾ ਨੂੰ ਫੜਾ ਦਿੱਤੀ। ਰੋਂਦੀ ਹੋਈ ਮਾਸਲੋਵਾ ਹਾਬੜਿਆਂ ਵਾਂਗ ਤਮਾਕੂ ਦਾ ਧੂਆਂ ਅੰਦਰ ਖਿਚਣ ਲੱਗੀ।

"ਕੈਦ ਬਾ-ਮੁਸ਼ੱਕਤ," ਉਸ ਨੇ ਧੂਆਂ ਛੱਡਦਿਆਂ ਤੇ ਹਟਕੋਰੇ ਭਰਦਿਆਂ ਬੁੜਬੁੜ

ਕੀਤਾ।

"ਕੋਈ ਡਰ ਭਓ ਨਹੀਂ ਏਹਨਾਂ ਨੂੰ ਰੱਬ ਦਾ, ਲਹੂਪੀਣਿਆਂ ਕਸਾਈਆਂ ਨੂੰ?" ਕੋਰਾਬਲੀਓਵਾ ਨੇ ਬੁੜ ਬੁੜ ਕੀਤਾ। "ਬੰਨ੍ਹ ਦਿੱਤਾ ਵਿਚਾਰੀ ਨਿਰਦੋਸ਼ ਨੂੰ।"

ਏਨੇ ਨੂੰ ਜਿਹੜੀਆਂ ਔਰਤਾਂ ਹਾਲੇ ਵੀ ਬਾਰੀ ਕੋਲ ਖਲੋਤੀਆਂ ਹੋਈਆਂ ਸਨ ਉਹਨਾਂ ਦੇ ਉੱਚੀ ਉੱਚੀ ਠਹਾਕੇ ਮਾਰਨ ਦੀ ਆਵਾਜ਼ ਆਈ। ਛੋਟੀ ਕੁੜੀ ਵੀ ਹੱਸ ਪਈ, ਅਤੇ ਉਹਦੀ ਬੱਚਿਆਂ ਵਾਲੀ ਨਿੰਮ੍ਹੀ ਨਿੰਮ੍ਹੀ ਹਾਸੀ ਦੂਜੀਆਂ ਦੇ ਖਰਵੇ ਤੇ ਚੀਕਵੇਂ ਹਾਸੇ ਵਿਚ ਇਕਮਿਕ ਹੋ ਗਈ। ਬਾਹਰ ਕਿਸੇ ਮੁਜਰਮ ਨੇ ਕੋਈ ਐਸੀ ਹਰਕਤ ਕੀਤੀ ਸੀ ਜਿਸ ਤੋਂ ਵੇਖਣ ਵਾਲੇ ਇਉਂ ਹੱਸਣ ਲੱਗ ਪਏ ਸਨ।

"ਵੇਖੋ ਨੀਂ, ਘੋਨਮੋਨ ਕੁੱਤਾ, ਕੀ ਕਰਨ ਡਿਹੈ," ਲਾਖੇ ਵਾਲਾਂ ਵਾਲੀ ਔਰਤ ਨੇ ਆਖਿਆ, ਤੇ ਉਹਦੀ ਹੱਸਦੀ ਹੋਈ ਦੀ ਮੋਟੀ ਸਾਰੀ ਦਿਹ ਝੋਲੇ ਖਾਣ ਲੱਗੀ ਪਈ ਤੇ ਉਹ ਸੀਖਾਂ ਨਾਲ ਮੂੰਹ ਜੋੜ ਕੇ ਬੇਹੂਦਾ ਗੰਦੀਆਂ ਗਾਲ੍ਹਾਂ ਕਢਣ ਲੱਗ ਪਈ।

"ਉਫ, ਮੋਟੀ ਭੇਡ ਹਿੜ ਹਿੜ ਕਰਨ ਡਹੀ ਹੋਈ ਏ। ਕਾਹਦਾ ਹਾਸਾ ਆਉਂਦਾ ਏ ਏਹਨੂੰ?" ਕੋਰਾਬਲੀਓਵਾ ਨੇ ਲਾਖੇ ਵਾਲਾਂ ਵਾਲੀ ਵੱਲ ਸੈਣਤ ਕਰ ਕੇ ਆਖਿਆ, ਤੇ ਫੇਰ ਮਾਸਲੋਵਾ ਵੱਲ ਮੂੰਹ ਕਰ ਕੇ ਪੁੱਛਣ ਲੱਗੀ, "ਕਿੰਨੇ ਵਰ੍ਹਿਆਂ ਦੀ?"

"ਚਾਰ," ਮਾਸਲੋਵਾ ਨੇ ਆਖਿਆ ਤੇ ਅਥਰੂ ਉਹਦੀਆਂ ਅੱਖਾਂ ਵਿਚੋਂ ਇਉਂ ਪਰਲ ਪਰਲ ਵਗਣ ਲੱਗੇ ਕਿ ਇਕ ਗਲੇਡੂ ਸਿਗਰਟ ਉਤੇ ਆ ਪਿਆ। ਉਸ ਨੇ ਇਸ ਸਿਗਰਟ ਨੂੰ ਗੁੱਸੇ ਨਾਲ ਮਰੋੜ ਕੇ ਸੁਟ ਦਿੱਤਾ ਅਤੇ ਦੂਜੀ ਸੁਲਘਾ ਲਈ।

ਭਾਵੇਂ ਵਾਚਮੈਨ ਦੀ ਵਹੁਟੀ ਸਿਗਰਟ ਨਹੀਂ ਸੀ ਪੀਂਦੀ, ਪਰ ਉਹਨੇ ਮਾਸਲੋਵਾ ਦੀ ਸੁੱਟੀ ਹੋਈ ਸਿਗਰਟ ਚੁੱਕ ਲਈ, ਅਤੇ ਗੱਲਾਂ ਕਰਦੀ ਇਸ ਨੂੰ ਸਿਧਿਆਂ ਕਰਨ ਲੱਗ ਪਈ।

"ਵੇਖਿਆ ਈ, ਬੀਬੀ ਰਾਣੀ, ਠੀਕ ਆਂਹਦੇ ਨੂੰ," ਉਸਨੇ ਆਖਿਆ। "ਸੱਚ ਤਾਂ ਕਿਤੇ ਪਰ ਲਾ ਕੇ ਉੱਡ ਗਿਐ। ਜੋ ਜੀਅ ਆਉਂਦੈ ਕਰਦੇ ਨੇ। ਅਸੀਂ ਏਥੇ ਕਿਆਫੇ ਲਾ ਰਹੀਆਂ ਸਾਂ ਪਈ ਤੂੰ ਛੁਟ ਜਾਏਂਗੀ। ਕੋਰਾਬਲੀਓਵਾ ਆਖਣ ਲੱਗੀ, 'ਉਹਨੇ ਛੁਟ ਜਾਣਾ ਏ।' ਮੈਂ ਆਖਿਆ 'ਨਹੀਂ, ਨਹੀਂ, ਬੀਬੀ, ਮੇਰਾ ਦਿਲ ਕਹਿੰਦੈ ਉਹਨਾਂ ਨੇ ਨਹੀਂ ਛਡਣਾ,' ਤੇ ਓਹੋ ਗੱਲ ਹੋਈ," ਉਹ ਬੋਲੀ ਗਈ। ਪ੍ਰਤੱਖ ਸੀ ਕਿ ਉਹ ਆਪਣੀ ਆਵਾਜ਼ ਸੁਣ ਕੇ ਹੀ ਖੁਸ਼ ਹੋਈ ਜਾ ਰਹੀ ਸੀ।

ਬਾਰੀ ਦੇ ਕੋਲ ਖੜੀਆਂ ਔਰਤਾਂ ਵੀ ਹੁਣ ਮਾਸਲੋਵਾ ਦੇ ਕੋਲ ਆ ਗਈਆਂ। ਜਿਹੜੇ ਮੁਜਰਮ ਉਹਨਾਂ ਦਾ ਜੀਅ ਪਰਚਾ ਰਹੇ ਸਨ ਉਹ ਚਲੇ ਗਏ ਸਨ। ਨਾਜਾਇਜ਼ ਸ਼ਰਾਬ ਦਾ ਧੰਦਾ ਕਰਨ ਦੇ ਜੁਰਮ ਵਿਚ ਕੈਦ ਹੋਈ ਅੱਖਾਂ ਪਾੜ ਪਾੜ ਕੇ ਵੇਖਣ ਵਾਲੀ ਔਰਤ ਅਤੇ ਉਹਦੀ ਕੁੜੀ ਸਭ ਤੋਂ ਪਹਿਲਾਂ ਆਈਆਂ ਸਨ।

"ਏਡੀ ਸਖਤ ਸਜ਼ਾ ਕਿਉਂ?" ਔਰਤ ਨੇ ਮਾਸਲੋਵਾ ਦੇ ਕੋਲ ਬਹਿੰਦਿਆਂ ਅਤੇ ਕਾਹਲੀ ਕਾਹਲੀ ਸਲਾਈਆਂ ਚੜ੍ਹਾਉਂਦਿਆਂ ਪੁੱਛਿਆ।

"ਏਡੀ ਸਖ਼ਤ ਕਿਉਂ ? ਏਸ ਕਰਕੇ ਕਿ ਪੱਲੇ ਪੈਸਾ ਨਹੀਂ। ਹੋਰ ਕੀ! ਕੋਲ ਪੈਸੇ ਹੁੰਦੇ, ਤੇ ਕੋਈ ਚੰਗਾ ਜਿਹਾ ਵਕੀਲ ਕੀਤਾ ਹੁੰਦਾ ਜਿਹੜਾ ਉਹਨਾਂ ਦੀ ਚਕਰੀ ਭੂਆ ਦੇਂਦਾ, ਤਾਂ ਉਹਨਾਂ ਬਰੀ ਕਰ ਦੇਣਾ ਸੀ, ਬਸ," ਕੋਰਾਬਲੀਓਵਾ ਨੇ ਆਖਿਆ। "ਕੀ ਨਾਂ ਏ ਉਹਦਾ, ਉਸ ਲੰਮੇ ਨੱਕ ਵਾਲੇ ਜੱਤਲ ਜਿਹੇ ਦਾ। ਉਹ ਤਾਂ ਇਉਂ ਛੁਡਾ ਲੈਂਦਾ ਜਿਵੇਂ ਮੱਖਣ ਵਿਚੋਂ ਵਾਲ ਕਢੀਦਾ ਏ। ਜੇ ਕਿਤੇ ਉਹਨੂੰ ਕੀਤਾ ਹੁੰਦਾ!"

"ਉਹਨੂੰ, ਏਹਦੇ ਵਿਚ ਕੀ ਝੂਠ ਏ," ਖ਼ਰੋਸ਼ਾਵਕਾ ਨੇ ਹੀਂ ਹੀਂ ਕਰਦਿਆਂ ਤੇ ਉਹਨਾਂ ਦੇ ਲਾਗੇ ਬਹਿੰਦਿਆਂ ਆਖਿਆ। "ਏਹ ਵੀ ਪਤਾ ਜੇ, ਹਜ਼ਾਰ ਰੂਬਲਾਂ ਤੋਂ ਘਟ ਉਹ ਗੱਲ ਹੀ ਨਹੀਂ ਕਰਦਾ।"

"ਜਾਪਦੈ ਤੇਰੇ ਪੁਠੇ ਦਿਨ ਆਏ ਹੋਏ ਨੇ," ਸਾੜਫੂਕ ਦੇ ਜੁਰਮ ਵਿਚ ਆਈ ਔਰਤ ਵਿਚੋਂ ਬੋਲੀ। "ਸੋਚਣ ਦੀ ਗੱਲ ਏ: ਗਭਰੂ ਦੀ ਵਹੁਟੀ ਨੂੰ ਉਧਾਲ ਲੈਣਾ, ਤੇ ਉਹਨੂੰ ਕਿਰਮਾਂ ਦਾ ਖਾਜਾ ਬਣਨ ਲਈ ਜੇਲ੍ਹ ਪਾ ਦੇਣਾ, ਤੇ ਮੈਨੂੰ ਵੀ, ਬੁੱਢੇ ਵਾਰੇ—" ਉਹ ਖਬਰੇ ਸੌਵੀਂ ਵਾਰੀ ਆਪਣੀ ਕਹਾਣੀ ਸੁਣਾਉਣ ਲੱਗ ਪਈ ਸੀ। "ਜਾਂ ਬਗਲੀ ਪਾ ਕੇ ਮੰਗਣ ਲੱਗ ਪਓ, ਜਾਂ ਜੇਲ੍ਹ ਭੁਗਤੋ। ਮੰਗਤੇ ਤੇ ਕੈਦੀ ਬਣਦਿਆਂ ਚਿਰ ਨਹੀਂ ਲੱਗਦਾ।"

"ਜਾਪਦੈ, ਸਾਰਿਆਂ ਦਾ ਇਕੋ ਹੀ ਹਾਲ ਏ," ਸ਼ਰਾਬ ਵੇਚਣ ਵਾਲੀ ਨੇ ਆਖਿਆ, ਅਤੇ ਆਪਣੀ ਕੁੜੀ ਦੇ ਸਿਰ ਵੱਲ ਵੇਖ ਕੇ ਉਹਨੇ ਆਪਣੀਆਂ ਸਲਾਈਆਂ ਹੇਠਾਂ ਰੱਖ ਦਿੱਤੀਆਂ, ਨਿਆਣੀ ਨੂੰ ਖਿੱਚ ਕੇ ਆਪਣੇ ਗੋਡਿਆਂ ਵਿਚ ਬਿਠਾਇਆ ਤੇ ਛੋਹਲੀ ਛੋਹਲੀ ਉਂਗਲਾਂ ਚਲਾਉਂਦੀ ਉਹਦਾ ਸਿਰ ਫੋਲਣ ਲੱਗ ਪਈ। "ਅਖੇ ਤੂੰ ਸ਼ਰਾਬ ਕਿਉਂ ਵੇਚਦੀ ਏਂ? ਸੱਚੀ ਗੱਲ," ਉਹ ਬੋਲਦੀ ਗਈ। "ਪਰ, ਬੰਦਾ ਨਿਆਣਿਆਂ ਦੇ ਢਿੱਡ ਨੂੰ ਝੁਲਕਾ ਕਿਵੇਂ ਦੇਵੇ?"

ਇਹ ਲਫਜ਼ ਸੁਣ ਕੇ ਮਾਸਲੋਵਾ ਦਾ ਪੀਣ ਨੂੰ ਚਿੱਤ ਕਰ ਆਇਆ।

"ਘੁਟ ਕੁ ਸ਼ਰਾਬ ਹੋਵੇ ਨਾ," ਉਸ ਨੇ ਆਪਣੇ ਚੋਗੇ ਦੀਆਂ ਬਾਹਵਾਂ ਨਾਲ ਅਥਰੂ ਪੂੰਝਦਿਆਂ ਕੋਰਾਬਲੀਓਵਾ ਨੂੰ ਆਖਿਆ। ਹੁਣ ਉਹਦੀਆਂ ਸਿਸਕੀਆਂ ਵੀ ਮੱਠੀਆਂ ਪੈ ਗਈਆਂ ਸਨ।

"ਲਿਆ ਪੈਸੇ। ਏਹ ਵੀ ਕੋਈ ਗੱਲ ਹੋਈ," ਕੋਰਾਬਲੀਓਵਾ ਨੇ ਆਖਿਆ।

੩੨

ਮਾਸਲੋਵਾ ਨੇ ਪੈਸੇ ਕੱਢੇ ਜਿਹੜੇ ਉਹਨੇ ਰੋਲ ਵਿਚ ਹੀ ਲੁਕਾਏ ਹੋਏ ਸਨ ਅਤੇ ਕੂਪਨ ਕੋਰਾਬਲੀਓਵਾ ਨੂੰ ਫੜਾ ਦਿੱਤਾ। ਕੋਰਾਬਲੀਓਵਾ ਭਾਵੇਂ ਆਪ ਪੜ੍ਹ ਨਹੀਂ ਸੀ ਸਕਦੀ ਪਰ

ਉਹਨੇ ਖ਼ਰੋਸ਼ਾਵਕਾ ਤੇ ਯਕੀਨ ਕਰਕੇ ਕੂਪਨ ਰਖ ਲਿਆ। ਖ਼ਰੋਸ਼ਾਵਕਾ ਸਭ ਕੁਝ ਜਾਣਦੀ ਸੀ ਤੇ ਉਹਨੇ ਦੱਸਿਆ ਕਿ ਇਹ ਦੋ ਰੂਬਲ ਪੰਜਾਹ ਕਾਪੀਕ ਦੇ ਮੁਲ ਦਾ ਕੂਪਨ ਹੈ। ਤੇ ਫੇਰ ਕੋਰਾਬਲੀਓਵਾ ਨੇ ਧੂੰਆਂਕਸ਼ ਦੇ ਝਰੋਖੇ ਦੀ ਤਾਕੀ ਖੋਹਲੀ ਜਿਥੇ ਉਹਨੇ ਵੋਦਕਾ ਦੀ ਇਕ ਬੋਤਲ ਲੁਕਾਈ ਹੋਈ ਸੀ। ਇਹ ਵੇਖ ਕੇ ਜਿਹੜੀਆਂ ਔਰਤਾਂ ਦੀਆਂ ਥਾਵਾਂ ਹਟਵੀਆਂ ਸਨ ਉਹ ਚਲੀਆਂ ਗਈਆਂ। ਮਾਸਲੋਵਾ ਨੇ ਆਪਣੇ ਲਿਬਾਸ ਤੇ ਰੁਮਾਲ ਤੋਂ ਮਿੱਟੀ ਘੱਟਾ ਝਾੜਿਆ, ਉਠ ਕੇ ਫੱਟੇ ਉਤੇ ਹੋ ਗਈ ਅਤੇ ਰੋਲ ਖਾਣ ਲੱਗ ਪਈ।

"ਮੈਂ ਤੇਰੇ ਵਾਸਤੇ ਚਾਹ ਰੱਖੀ ਸੀ," ਫੇਦੋਸੀਆ ਨੇ ਇਕ ਮੈਲੇ ਜਿਹੇ ਕਪੜੇ ਵਿਚ ਲਪੇਟੀ ਟੀਨ ਦੀ ਚਾਹਦਾਨੀ ਅਤੇ ਮਗ ਫੱਟੇ ਤੋਂ ਲਾਹੁੰਦਿਆਂ ਆਖਿਆ, "ਪਰ ਮੇਰਾ ਖਿਆਲ ਏ, ਠੰਡੀ ਹੋ ਗਈ ਹੋਣੀ ਏ।"

ਚਾਹ ਦਾ ਪਾਣੀ ਬਿਲਕੁਲ ਠੰਡਾ ਹੋ ਗਿਆ ਸੀ ਤੇ ਇਹਦੇ ਵਿਚੋਂ ਚਾਹ ਨਾਲੋਂ ਬਹੁਤਾ ਟੀਨ ਦਾ ਸਵਾਦ ਆਉਂਦਾ ਸੀ, ਪਰ ਤਾਂ ਵੀ ਮਾਸਲੋਵਾ ਨੇ ਮਗ ਭਰਿਆ ਤੇ ਰੋਲ ਦੇ ਨਾਲ ਘੁਟ ਭਰਨ ਲੱਗ ਪਈ।

"ਫਿਨਾਸ਼ਕਾ, ਲੈ ਫੜ," ਉਸ ਨੇ ਰੋਲ ਨਾਲੋਂ ਇਕ ਟੁਕੜਾ ਤੋੜ ਕੇ ਮੁੰਡੇ ਨੂੰ ਫੜਾਉਂਦਿਆਂ ਆਖਿਆ ਜਿਹੜਾ ਖਲੋਤਾ ਹੋਇਆ ਉਹਦੇ ਮੂੰਹ ਵੱਲ ਵੇਖ ਰਿਹਾ ਸੀ। ਓਧਰ ਕੋਰਾਬਲੀਓਵਾ ਨੇ ਵੋਦਕਾ ਦੀ ਇਕ ਸ਼ੀਸ਼ੀ ਤੇ ਇਕ ਮਗ ਮਾਸਲੋਵਾ ਨੂੰ ਫੜਾਇਆ ਤੇ ਉਹਨੇ ਘੁਟ ਘੁਟ ਉਹਨੂੰ ਤੇ ਖ਼ਰੋਸ਼ਾਵਕਾ ਨੂੰ ਵੀ ਦਿੱਤੀ। ਇਹਨਾਂ ਤਿੰਨਾਂ ਹੀ ਕੈਦਣਾਂ ਨੂੰ ਕੋਠੜੀ ਦੀਆਂ ਅਮੀਰਜ਼ਾਦੀਆਂ ਸਮਝਿਆ ਜਾਂਦਾ ਸੀ ਕਿਉਂਕਿ ਉਹਨਾਂ ਕੋਲ ਥੋੜੇ ਬਹੁਤੇ ਪੈਸੇ ਰਹਿੰਦੇ ਸਨ ਤੇ ਜੋ ਕੁਝ ਵੀ ਉਹਨਾਂ ਕੋਲ ਖਾਣ ਪੀਣ ਨੂੰ ਹੁੰਦਾ ਉਹ ਆਪਸ ਵਿਚ ਵੰਡ ਲੈਂਦੀਆਂ ਸਨ।

ਪਲਾਂ ਵਿਚ ਹੀ ਮਾਸਲੋਵਾ ਚਮਕ ਪਈ ਅਤੇ ਉਹਨੇ ਜੋ ਕੁਝ ਅਦਾਲਤ ਵਿਚ ਹੋਇਆ ਸੀ ਬੜੇ ਜੋਸ਼ ਨਾਲ, ਸਰਕਾਰੀ ਵਕੀਲ ਦੀਆਂ ਸਾਂਗਾਂ ਲਾ ਲਾ ਕੇ ਸੁਣਾਇਆ। ਉਸ ਨੇ ਇਹ ਵੀ ਦੱਸਿਆ ਕਿ ਕਿਹੜੀ ਗੱਲ ਨੇ ਉਸ ਨੂੰ ਸਭ ਤੋਂ ਬਹੁਤਾ ਦੰਗ ਕੀਤਾ ਸੀ, ਅਰਥਾਤ, ਕਿਵੇਂ ਸਾਰੇ ਹੀ ਉਹਦੇ ਅੱਗੇ ਪਿਛੇ ਫਿਰਦੇ ਸਨ। ਉਹਨੇ ਆਖਿਆ ਕਿ ਅਦਾਲਤ ਵਿਚ ਉਹ ਸਾਰੇ ਬੜੀ ਉਤਸੁਕਤਾ ਨਾਲ ਉਹਦੇ ਵੱਲ ਵੇਖਦੇ ਰਹੇ ਅਤੇ ਮੁਲਜ਼ਮਾਂ ਵਾਲੇ ਕਮਰੇ ਵਿਚ ਵੀ ਝਾਤੀ ਮਾਰਨ ਆਉਂਦੇ ਰਹੇ।

"ਇਕ ਚੌਕੀਦਾਰ ਨੇ ਤਾਂ ਆਖ ਹੀ ਦਿੱਤਾ: 'ਇਹ ਸਾਰੇ ਤੈਨੂੰ ਵੇਖਣ ਆਉਂਦੇ ਨੇ।' ਕੋਈ ਜਣਾ ਅੰਦਰ ਆਉਂਦਾ, 'ਫਲਾਣਾ ਕਾਗਜ਼ ਜਾਂ ਕੁਝ ਹੋਰ ਕਿਥੇ ਆ; ਪਰ ਮੈਂ ਵੇਖਦੀ ਕਿ ਉਹਨੂੰ ਕਾਗਜ਼ ਕੂਗਜ਼ ਕੋਈ ਨਹੀਂ ਸੀ ਚਾਹੀਦਾ, ਉਹ ਤਾਂ ਮੇਰੇ ਵੱਲ ਇਉਂ ਵੇਖ ਰਿਹਾ ਹੁੰਦਾ ਜਿਵੇਂ ਅਗਲੇ ਨੂੰ ਖਾ ਜਾਣਾ ਹੋਵੇ," ਉਸ ਨੇ ਆਪਣਾ ਸਿਰ ਛੰਡਦਿਆਂ ਆਖਿਆ। "ਪੱਕੇ ਉਸਤਾਦ।"

"ਆਹੋ, ਬਿਲਕੁਲ ਏਸੇ ਤਰ੍ਹਾਂ," ਵਾਚਮੈਨ ਦੀ ਵਹੁਟੀ ਦੀ ਟੁਣਕਦੀ ਆਵਾਜ਼ ਆਈ, "ਜਿਵੇਂ ਗੁੜ ਦੁਆਲੇ ਮੱਖੀਆਂ ਹੋਣ। ਹੋਰ ਏਹਨਾਂ ਨੂੰ ਭਾਵੇਂ ਕੁਝ ਵੀ ਨਾ ਮਿਲੇ।

ਰੋਟੀ ਭਾਵੇਂ ਨਾ ਖਾਣ ਏਸ ਕੰਮੋਂ ਨਹੀਂ ਖੁੰਝਦੇ।"

"ਏਥੇ ਵੀ ਏਹੋ ਹਾਲੇ ਏ," ਮਾਸਲੋਵਾ ਨੇ ਆਖਿਆ। "ਮੈਨੂੰ ਵਾਪਸ ਲੈ ਕੇ ਆਏ ਹੀ ਸੀ ਜਦੋਂ ਰੇਲਵੇ ਦਾ ਇਕ ਟੋਲਾ ਅੰਦਰ ਆਇਆ। ਉਹਨਾਂ ਮੈਨੂੰ ਇਉਂ ਜਿੱਚ ਕੀਤਾ, ਕਿ ਸਮਝ ਨਾ ਆਵੇ ਇਹਨਾਂ ਕੋਲੋਂ ਖਹਿੜਾ ਕਿੱਦਾਂ ਛੁਡਾਵਾਂ। ਭਲਾ ਹੋਵੇ ਛੋਟੇ ਇੰਸਪੈਕਟਰ ਦਾ, ਉਹਨੇ ਗਲੋਂ ਲਾਹੇ। ਇਕ ਤਾਂ ਇਉਂ ਚੰਬੜਿਆ ਪਈ ਮਸਾਂ ਹੀ ਤੋੜ ਕੇ ਲਾਹਿਆ।"

"ਕਿਹੋ ਜਿਹਾ ਸੀ ਉਹ?" ਖਰੋਸ਼ਾਵਕਾ ਨੇ ਪੁੱਛਿਆ।

"ਕਾਲਾ ਧੂਤ, ਮੁੱਛਲ।"

"ਏਹ ਓਹੋ ਈ ਹੋਣੈ।"

"ਓਹੋ ਕੌਣ?"

"ਸ਼ਚੇਗਲੋਵ, ਹੋਰ ਕੌਣ, ਜਿਹੜਾ ਹੁਣੇ ਲੰਘਿਆ ਸੀ।"

"ਏਹ ਸ਼ਚੇਗਲੋਵ ਕੌਣ ਏ?"

"ਲਓ, ਏਹਨੂੰ ਸ਼ਚੇਗਲੋਵ ਦਾ ਈ ਨਹੀਂ ਪਤਾ। ਦੋ ਵਾਰੀ ਸਾਇਬੇਰੀਆ ਤੋਂ ਭੱਜ ਆਇਆ ਸੀ ਉਹ। ਹੁਣ ਫੇਰ ਫੜ ਲਿਆ ਉਹਨਾਂ, ਪਰ ਉਹਨੇ ਫੇਰ ਭਜ ਜਾਣੈ। ਵਾਰਡਰਾਂ ਦਾ ਸਾਹ ਸੁਕਿਆ ਰਹਿੰਦੈ ਡਰਦਿਆਂ ਓਹਦੇ ਕੋਲੋਂ।" ਖਰੋਸ਼ਾਵਕਾ ਨੇ ਆਖਿਆ, ਜਿਸ ਦਾ ਮਰਦ ਕੈਦੀਆਂ ਨਾਲ ਚਿੱਠੀ ਪੱਤਰ ਹੁੰਦਾ ਸੀ ਤੇ ਉਹਨੂੰ ਸਭ ਪਤਾ ਸੀ ਕਿ ਜੇਲ੍ਹ ਵਿਚ ਕੀ ਕੁਝ ਹੁੰਦਾ ਰਹਿੰਦਾ ਹੈ। "ਉਹਨੇ ਭੱਜ ਜਾਣੈ, ਸਾਫ ਗੱਲ ਏ।"

"ਭੱਜ ਜਾਣੈ ਤਾਂ ਸਾਨੂੰ ਤੇ ਨਾਲ ਨਹੀਂ ਲੈ ਜਾਣਾ ਉਹਨੇ," ਮਾਸਲੋਵਾ ਨੂੰ ਸੰਬੋਧਨ ਕਰਦਿਆਂ ਕੋਰਾਬਲੀਓਵਾ ਨੇ ਆਖਿਆ। "ਹੱਛਾ, ਚੰਗਾ, ਹੁਣ ਤੂੰ ਇਹ ਦੱਸ ਪਈ ਵਕੀਲ ਦਰਖਾਸ਼ ਬਾਰੇ ਕੀ ਆਖਦੈ। ਏਹੋ ਵੇਲਾ ਈ ਦਰਖਾਸ਼ ਦੇਣ ਦਾ।"

ਮਾਸਲੋਵਾ ਨੇ ਜਵਾਬ ਦਿੱਤਾ ਕਿ ਇਸ ਗੱਲ ਦਾ ਉਹਨੂੰ ਕੁਝ ਪਤਾ ਨਹੀਂ।

ਇਹ ਗੱਲਾਂ ਹੋ ਰਹੀਆਂ ਸਨ ਜਦੋਂ ਲਾਖੇ ਵਾਲਾਂ ਵਾਲੀ ਔਰਤ ਇਸ "ਅਮੀਰਸ਼ਾਹੀ" ਕੋਲ ਆਈ। ਉਸ ਨੇ ਆਪਣੇ ਦੋਵੇਂ ਚਟਾਕ ਖਾਧੇ ਹੱਥ ਆਪਣੇ ਸੰਘਣੇ ਵਾਲਾਂ ਵਿਚ ਦਿੱਤੇ ਹੋਏ ਸਨ ਅਤੇ ਆਪਣੇ ਨਹੁੰਆਂ ਨਾਲ ਆਪਣਾ ਸਿਰ ਖੁਰਕ ਰਹੀ ਸੀ।

"ਮੈਂ ਤੈਨੂੰ ਦੱਸਦੀ ਆਂ ਸਭ ਕੁਝ, ਕਾਤੇਰੀਨਾ," ਉਹ ਆਖਣ ਲੱਗੀ। "ਸਭ ਤੋਂ ਪਹਿਲੀ ਗੱਲ, ਤੂੰ ਇਹ ਲਿਖ ਕਿ ਜਿਹੜੀ ਸਜ਼ਾ ਦਿੱਤੀ ਗਈ ਏ ਤੂੰ ਇਹਨੂੰ ਠੀਕ ਨਹੀਂ ਸਮਝਦੀ, ਤੇ ਫੇਰ ਸਰਕਾਰੀ ਵਕੀਲ ਨੂੰ ਨੋਟਿਸ ਦੇ ਦੇ।"

"ਤੂੰ ਕੀ ਲੈਣ ਆਈ ਏਂ ਏਥੇ?" ਕੋਰਾਬਲੀਓਵਾ ਨੇ ਗੁੱਸੇ ਨਾਲ ਆਖਿਆ। "ਵੋਦਕਾ ਦੀ ਵਾਸ਼ਨਾ ਆ ਗਈ ਹੋਣੀ ਏ, ਹੈਂ? ਲੁਤਰ ਲੁਤਰ ਕਰਨ ਦੀ ਨਹੀਂ ਲੋੜ ਕੋਈ। ਤੇਰੀਆਂ ਨਸੀਹਤਾਂ ਤੋਂ ਬਿਨਾਂ ਈ ਸਾਨੂੰ ਪਤੈ, ਕੀ ਕਰਨਾ ਏ।"

"ਤੇਰੇ ਨਾਲ ਕੌਣ ਗੱਲ ਕਰਦੀ ਏ। ਤੂੰ ਕਾਹਦੇ ਵਾਸਤੇ ਟੰਗਾਂ ਅੜੌਨੀ ਏਂ ਵਿਚ?"

"ਵੋਦਕਾ ਨੇ ਪਾਣੀ ਲੈ ਆਂਦਾ ਸੂ ਮੂੰਹ ਵਿਚ, ਤਾਹੀਓਂ ਤਾਂ ਪਾਸੇ ਮਰੋੜਦੀ ਆ ਗਈ ਏ ਏਥੇ।"

"ਚਲ ਹੱਛਾ, ਪਾ ਦੇ ਸੂ ਘੁਟ ਏਹਨੂੰ," ਮਾਸਲੋਵਾ ਨੇ ਆਖਿਆ ਜਿਹੜੀ ਹਰ ਵੇਲੇ ਆਪਣੀ ਹਰ ਚੀਜ਼ ਦੂਜਿਆਂ ਨਾਲ ਵੰਡ ਕੇ ਖਾਣ ਨੂੰ ਤਿਆਰ ਰਹਿੰਦੀ ਸੀ।

"ਮੈਂ ਦੇਊਂ ਏਹਨੂੰ ਕੁਝ।"

"ਆ ਜਾ, ਫੇਰ," ਲਾਖੇ ਵਾਲਾਂ ਵਾਲੀ ਨੇ ਕੋਰਾਬਲੀਓਵਾ ਵੱਲ ਕਦਮ ਵਧਾਉਂਦਿਆਂ ਆਖਿਆ। "ਸਮਝਦੀ ਹੋਵੇਂਗੀ ਮੈਂ ਤੇਰੇ ਵਰਗੀਆਂ ਕੋਲੋਂ ਡਰਦੀ ਆਂ?"

"ਕਾਤਲ ਡੈਣ।"

"ਆਪ ਹੋਵੇਂਗੀ।"

"ਗਸਤੀ।"

"ਮੈਂ? ਗਸਤੀ? ਡੈਣ! ਕਾਤਲ!" ਲਾਖੇ ਵਾਲਾਂ ਵਾਲੀ ਚੀਕੀ।

"ਦਫਾ ਹੋ ਜਾ, ਮੈਂ ਤੈਨੂੰ ਕਹਿੰਦੀ ਆਂ," ਕੋਰਾਬਲੀਓਵਾ ਨੇ ਉਸ ਨੂੰ ਤਾੜਿਆ, ਪਰ ਲਾਖੇ ਵਾਲਾਂ ਵਾਲੀ ਉਹਦੇ ਹੋਰ ਨੇੜੇ ਆ ਗਈ ਅਤੇ ਕੋਰਾਬਲੀਓਵਾ ਨੇ ਉਹਦੀ ਹਿਕ ਵਿਚ ਹੁਝ ਮਾਰ ਦਿੱਤੀ। ਲਾਖੇ ਵਾਲਾਂ ਵਾਲੀ ਔਰਤ ਤਾਂ ਜਿਵੇਂ ਏਸੇ ਗੱਲ ਦੀ ਉਡੀਕ ਵਿਚ ਸੀ। ਉਹਨੇ ਝਪੱਟਾ ਮਾਰ ਕੇ ਇਕ ਹੱਥ ਨਾਲ ਕੋਰਾਬਲੀਓਵਾ ਨੂੰ ਵਾਲਾਂ ਤੋਂ ਫੜ ਲਿਆ ਅਤੇ ਦੂਜੇ ਹੱਥ ਨਾਲ ਉਹਦੇ ਮੂੰਹ ਤੇ ਚਪੇੜ ਕੱਢ ਮਾਰੀ। ਕੋਰਾਬਲੀਓਵਾ ਨੇ ਉਹਦਾ ਹੱਥ ਫੜ ਲਿਆ, ਅਤੇ ਮਾਸਲੋਵਾ ਤੇ ਖ਼ਰੋਸ਼ਾਵਕਾ ਲਾਖੇ ਵਾਲਾਂ ਵਾਲੀ ਨੂੰ ਉਹਦੀਆਂ ਬਾਹਵਾਂ ਤੋਂ ਕਾਬੂ ਕਰ ਕੇ ਉਹਨੂੰ ਪਿਛਾਂਹ ਹਟਾਉਣ ਦੀ ਕੋਸ਼ਿਸ਼ ਕਰਨ ਲੱਗੀਆਂ, ਪਰ ਉਹਨੇ ਪਲ ਦੀ ਪਲ ਉਹਦੇ ਵਾਲ ਛੱਡ ਦਿੱਤੇ ਪਰ ਓਸੇ ਹੀ ਵੇਲੇ ਫੇਰ ਆਪਣੀ ਮੁਠ ਦੁਆਲੇ ਉਹਦੇ ਵਾਲਾਂ ਨੂੰ ਮਰੋੜਾ ਚਾੜ੍ਹਿਆ। ਕੋਰਾਬਲੀਓਵਾ ਦਾ ਸਿਰ ਇਕ ਪਾਸੇ ਝੁਕਿਆ ਹੋਇਆ ਸੀ ਅਤੇ ਉਹ ਇਕ ਹੱਥ ਨਾਲ ਘਸੁੰਨ ਮੁਕੀਆਂ ਮਾਰ ਰਹੀ ਸੀ ਅਤੇ ਲਾਖੇ ਵਾਲਾਂ ਵਾਲੀ ਔਰਤ ਦੇ ਹੱਥ ਨੂੰ ਦੰਦੀ ਵਢਣ ਦੀ ਕੋਸ਼ਿਸ਼ ਕਰ ਰਹੀ ਸੀ। ਚੀਕ ਚਿਹਾੜਾ ਪਾਉਂਦੀਆਂ ਬਾਕੀ ਔਰਤਾਂ ਉਹਨਾਂ ਦੇ ਗਿਰਦ ਜਮ੍ਹਾਂ ਹੋ ਗਈਆਂ ਸਨ ਅਤੇ ਉਹਨਾਂ ਨੂੰ ਛੁਡਾਉਣ ਦੀ ਕੋਸ਼ਿਸ਼ ਕਰ ਰਹੀਆਂ ਸਨ। ਏਥੋਂ ਤੱਕ ਕਿ ਦਿੱਕ ਦੀ ਮਾਰੀ ਔਰਤ ਵੀ ਓਥੇ ਆ ਗਈ ਸੀ ਅਤੇ ਖਲੋਤੀ ਖੰਘੀ ਜਾ ਰਹੀ ਤੇ ਲੜਾਈ ਵੇਖ ਰਹੀ ਸੀ। ਬੱਚਿਆਂ ਨੇ ਕਾਵਾਂ-ਰੌਲੀ ਪਾ ਦਿੱਤੀ ਅਤੇ ਇਕ ਦੂਜੇ ਦੇ ਉਤੇ ਜਾ ਡਿੱਗੇ। ਆਵਾਜ਼ ਸੁਣ ਕੇ ਇਕ ਜ਼ਨਾਨਾ ਵਾਰਡਰ ਤੇ ਇਕ ਜੇਲ੍ਹਰ ਆ ਗਿਆ। ਲੜਨ ਵਾਲੀਆਂ ਨੂੰ ਛੁਡਾਇਆ ਗਿਆ, ਅਤੇ ਕੋਰਾਬਲੀਓਵਾ ਆਪਣੀ ਗੁੱਤ ਖੋਹਲ ਕੇ ਸਿਰ ਦੇ ਪੁੱਟੇ ਗਏ ਵਾਲ ਸਾਫ ਕਰਨ ਲੱਗ ਪਈ ਅਤੇ ਲਾਖੇ ਵਾਲਾਂ ਵਾਲੀ ਨੇ, ਆਪਣੀ ਪਾਟ ਗਈ ਸ਼ਮੀਜ਼ ਨੂੰ ਆਪਣੀ ਪੀਲੀ ਹੋਈ ਛਾਤੀ ਉਤੇ ਕਰ ਲਿਆ, ਤੇ ਦੋਵੇਂ ਉੱਚੀ ਉੱਚੀ ਰੋਣ ਕੁਰਲਾਉਣ ਲੱਗ ਪਈਆਂ।

"ਮੈਂ ਜਾਣਦੀ ਆਂ, ਇਹ ਸਭ ਵੋਦਕਾ ਬੋਲਦੀ ਏ। ਸਬਰ ਕਰ, ਭਲਕੇ ਇੰਸਪੈਕਟਰ ਨੂੰ ਦੱਸਾਂਗੀ, ਉਹ ਆਪੇ ਸਿੱਝੇਗਾ ਤੇਰੇ ਨਾਲ। ਮੈਨੂੰ ਭਲਾ ਮੁਸ਼ਕ ਨਹੀਂ ਆਉਂਦੀ? ਸੁਣ ਲੈ ਕੰਨ ਖੋਹਲ ਕੇ, ਏਹਨੂੰ ਚੁੱਕ ਕੇ ਸੁਟ ਦੇ ਬਾਹਰ ਕਿਤੇ, ਨਹੀਂ ਤਾਂ ਬੁਰੀ ਹੋਵੇਗੀ ਤੇਰੇ ਨਾਲ," ਵਾਰਡਰ ਨੇ ਆਖਿਆ। "ਅਸੀਂ ਵਿਹਲੇ ਨਹੀਂ ਬੈਠੇ ਤੁਹਾਡੇ ਝਗੜੇ ਨਿਬੇੜਨ

ਲਈ। ਚਲੋ ਆਪੋ ਆਪਣੀ ਥਾਂ ਤੇ ਬਹਿ ਜਾਓ ਚੁਪ ਕਰ ਕੇ।"

ਪਰ ਚੁਪ ਚਾਂ ਛੇਤੀ ਹੀ ਨਹੀਂ ਸੀ ਹੋ ਗਈ। ਢੇਰ ਚਿਰ ਤੱਕ ਔਰਤਾਂ ਬਹਿਸਦੀਆਂ ਰਹੀਆਂ ਤੇ ਇਕ ਦੂਜੀ ਨੂੰ ਸਮਝਾਉਂਦੀਆਂ ਰਹੀਆਂ ਕਿ ਕਸੂਰਵਾਰ ਕੌਣ ਹੈ। ਅਖੀਰ ਵਾਰਡਰ ਤੇ ਜੇਲ੍ਹਰ ਚਲੇ ਗਏ, ਔਰਤਾਂ ਚੁਪ ਹੋ ਗਈਆਂ ਅਤੇ ਆਪੋ ਆਪਣੇ ਫੱਟਿਆਂ ਵਲ ਤੁਰ ਪਈਆਂ, ਅਤੇ ਬੁੱਢੀ ਔਰਤ ਮੂਰਤੀ ਕੋਲ ਚਲੀ ਗਈ ਅਤੇ ਪ੍ਰਾਰਥਨਾ ਕਰਨ ਲੱਗ ਪਈ।

"ਕੱਠੀਆਂ ਹੋ ਗਈਆਂ ਦੋਵੇਂ ਦੱਸ ਨੰਬਰਨੀਆਂ," ਅਚਾਨਕ ਹੀ ਲਾਖੇ ਵਾਲਾਂ ਵਾਲੀ ਔਰਤ ਕਮਰੇ ਦੇ ਦੂਜੇ ਸਿਰੇ ਉਤੇ ਆਪਣੇ ਫੱਟੇ ਤੋਂ ਘਗਿਆਈ ਆਵਾਜ਼ ਵਿਚ ਬੋਲੀ ਤੇ ਨਾਲ ਹੀ ਇਕ ਇਕ ਲਫਜ਼ ਉਤੇ ਮਣ ਮਣ ਦਾ ਫੱਕੜ।

"ਵੇਖੀਂ ਕਿਤੇ ਫੇਰ ਨਾ ਖੁੰਬ ਠਪਾ ਬਹੀਂ," ਕੋਰਾਬਲੀਓਵਾ ਨੇ ਜਵਾਬ ਮੋੜਿਆ ਤੇ ਨਾਲ ਹੀ ਗਾਲ੍ਹਾਂ ਕੱਢ ਦਿੱਤੀਆਂ, ਤੇ ਦੋਵੇਂ ਫੇਰ ਚੁਪ ਕਰ ਗਈਆਂ।

"ਜੇ ਉਹ ਮੈਨੂੰ ਫੜ ਨਾ ਲੈਂਦੀਆਂ, ਮੈਂ ਤੇਰੇ ਡੇਲੇ ਕੱਢ ਕੇ ਰੱਖ ਦੇਂਦੀ," ਲਾਖੇ ਵਾਲਾਂ ਵਾਲੀ ਫੇਰ ਛਿੜ ਪਈ। ਅਤੇ ਕੋਰਾਬਲੀਓਵਾ ਨੇ ਵੀ ਨਹਿਲੇ ਤੇ ਦਹਿਲਾ ਮਾਰ ਕੇ ਭਾਜੀ ਮੋੜ ਦਿੱਤੀ।

ਉਸ ਤੋਂ ਮਗਰੋਂ ਫੇਰ ਥੋੜਾ ਚਿਰ ਖਾਮੋਸ਼ੀ ਤੇ ਫੇਰ ਗਾਲੀ ਗਲੋਚ। ਪਰ ਹੁਣ ਇਹ ਚੁਪ ਲੰਮੀ ਤੋਂ ਲੰਮੇਰੀ ਹੁੰਦੀ ਜਾਂਦੀ ਸੀ, ਅਤੇ ਅਖੀਰ ਮੁਕੰਮਲ ਖਾਮੋਸ਼ੀ ਹੋ ਗਈ।

ਬਾਕੀ ਸਭੇ ਬਿਸਤਰਿਆਂ ਵਿਚ ਸਨ ਤੇ ਕਈ ਘੁਰਾੜੇ ਵੀ ਮਾਰਨ ਲੱਗ ਪਈਆਂ ਸਨ। ਪਰ ਬੁੱਢੀ ਔਰਤ, ਜਿਹੜੀ ਸਦਾ ਹੀ ਲੰਮਾ ਚਿਰ ਅਰਦਾਸਾਂ ਕਰਦੀ ਰਹਿੰਦੀ ਸੀ, ਮੂਰਤੀ ਅੱਗੇ ਮੱਥਾ ਟੇਕੀ ਜਾਂਦੀ ਸੀ ਅਤੇ ਡੀਕਨ ਦੀ ਧੀ, ਜਿਹੜੀ ਵਾਰਡਰ ਦੇ ਜਾਣ ਮਗਰੋਂ ਉਠ ਬੈਠੀ ਸੀ, ਫੇਰ ਕਮਰੇ ਵਿਚ ਟਹਿਲਣ ਲੱਗ ਪਈ ਸੀ।

ਮਾਸਲੋਵਾ ਦੀ ਅੱਖ ਨਹੀਂ ਸੀ ਲੱਗੀ ਤੇ ਉਹ ਸੋਚੀ ਜਾ ਰਹੀ ਸੀ ਕਿ ਹੁਣ ਉਹ ਇਕ ਮੁਜਰਮ ਹੈ ਜਿਸ ਨੂੰ ਬਾ–ਮੁਸ਼ੱਕਤ ਕੈਦ ਦੀ ਸਜ਼ਾ ਮਿਲੀ ਹੈ, ਅਤੇ ਉਸ ਨੂੰ ਦੋ ਵਾਰੀ ਇਸ ਦਾ ਚੇਤਾ ਕਰਾਇਆ ਗਿਆ ਸੀ, ਇਕ ਵਾਰੀ ਬੋਚਕੋਵਾ ਵਲੋਂ ਅਤੇ ਦੂਜੀ ਵਾਰੀ ਲਾਖੇ ਵਾਲਾਂ ਵਾਲੀ ਵਲੋਂ, ਅਤੇ ਉਹਦਾ ਇਹ ਗੱਲ ਮੰਨਣ ਨੂੰ ਜੀਅ ਨਹੀਂ ਸੀ ਕਰਦਾ। ਕੋਰਾਬਲੀਓਵਾ ਨੇ ਜਿਹੜੀ ਉਹਦੇ ਵੱਲ ਪਿੱਠ ਕਰ ਕੇ ਪਈ ਸੀ, ਉਹਦੇ ਵੱਲ ਪਾਸਾ ਮੋੜਿਆ।

"ਮੇਰੇ ਚਿੱਤ ਚੇਤੇ ਵੀ ਨਹੀਂ ਸੀ ਇਹ ਗੱਲ," ਮਾਸਲੋਵਾ ਨੇ ਹੌਲੀ ਜਿਹੀ ਆਖਿਆ। "ਹੋਰ ਲੋਕ ਕੀ ਕੁਝ ਕਰਦੇ ਫਿਰਦੇ ਨੇ, ਪਰ ਕੋਈ ਨਹੀਂ ਪੁੱਛਦਾ।"

"ਫਿਕਰ ਨਾ ਕਰ, ਕੁੜੀਏ। ਲੋਕ ਸਾਇਬੇਰੀਆ ਵਿਚ ਵੀ ਰਹਿੰਦੇ ਈ ਨੇ। ਤੇ ਤੂੰ ਓਥੇ ਕਿਤੇ ਗੁਆਚ ਨਹੀਂ ਚੱਲੀ," ਕੋਰਾਬਲੀਓਵਾ ਨੇ ਉਹਨੂੰ ਧਰਵਾਸ ਦੇਣ ਦੀ ਕੋਸ਼ਿਸ਼ ਕਰਦਿਆਂ ਆਖਿਆ।

"ਪਤਾ ਏ ਮੈਨੂੰ ਕਿ ਮੈਂ ਗੁਆਚ ਨਹੀਂ ਚਲੀ, ਪਰ ਤਾਂ ਵੀ ਔਖਾ ਲੱਗਦੈ। ਮੈਂ ਤੇ

ਸੁਖ ਰਹਿਣੀ ਹੋ ਰਹੀ ਆਂ, ਮੇਰੇ ਨਸੀਬਾਂ ਵਿਚ ਤਾਂ ਇਹ ਨਹੀਂ ਸੀ ਚਾਹੀਦਾ।"

"ਉਫ, ਰੱਬ ਦੇ ਹੁਕਮ ਨੂੰ ਕੌਣ ਟਾਲ ਸਕਦੈ," ਕੋਰਾਬਲੀਓਵਾ ਨੇ ਹੌਕਾ ਭਰ ਕੇ ਆਖਿਆ। "ਕੋਈ ਨਹੀਂ ਟਾਲ ਸਕਦਾ, ਮੇਰੀ ਰਾਣੋ।"

"ਜਾਣਦੀ ਆਂ, ਚਾਚੀ, ਤਾਂ ਵੀ ਸਬਰ ਕਰਨਾ ਔਖਾ।"

ਕੁਝ ਚਿਰ ਵਾਸਤੇ ਉਹ ਚੁੱਪ ਹੋ ਗਈਆਂ।

"ਸੁਣਦੀ ਏਂ, ਓਸ ਨਿਰਲੱਜ ਨੂੰ?" ਕੋਰਾਬਲੀਓਵਾ ਨੇ ਕਮਰੇ ਦੇ ਦੂਜੇ ਸਿਰੇ ਤੋਂ ਆਉਂਦੀ ਇਕ ਆਵਾਜ਼ ਵੱਲ ਧਿਆਨ ਦੁਆ ਕੇ ਮਾਸਲੋਵਾ ਨੂੰ ਆਖਿਆ।

ਇਹ ਲਾਖੇ ਵਾਲਾਂ ਵਾਲੀ ਔਰਤ ਦੇ ਨੱਪੇ ਘੁੱਟੇ ਹੌਕਿਆਂ ਦੀ ਆਵਾਜ਼ ਸੀ। ਇਹ ਔਰਤ ਇਸ ਕਰਕੇ ਰੋ ਰਹੀ ਸੀ ਕਿ ਉਹਨੂੰ ਗਾਲ੍ਹਾਂ ਤਾਂ ਪੈ ਗਈਆਂ ਪਰ ਵੋਦਕਾ ਦਾ ਘੁਟ ਨਾ ਮਿਲਿਆ ਜਿਸ ਦੀ ਉਹਨੂੰ ਡਾਢੀ ਲੋੜ ਸੀ। ਨਾਲੇ ਉਹਨੂੰ ਚੇਤੇ ਆ ਗਿਆ ਸੀ ਕਿਵੇਂ ਸਾਰੀ ਉਮਰ ਹੀ ਉਹਨੂੰ ਗਾਲ੍ਹਾਂ ਪੈਂਦੀਆਂ, ਮਸ਼ਕਰੀਆਂ ਹੁੰਦੀਆਂ, ਝਾੜ ਝੰਬ ਹੁੰਦੀ ਤੇ ਮਾਰ ਕੁੱਟ ਪੈਂਦੀ ਰਹੀ ਸੀ। ਆਪਣੇ ਮਨ ਨੂੰ ਧੀਰਜ ਦੇਣ ਦੀ ਕੋਸ਼ਿਸ਼ ਵਿਚ ਉਸ ਨੇ ਫੈਕਟਰੀ ਦੇ ਮਜ਼ਦੂਰ, ਫੇਦਕਾ ਮੋਲੋਦੇਨਕੋਵ ਨਾਲ ਆਪਣੇ ਪਿਆਰ ਦਾ ਚੇਤਾ ਕੀਤਾ ਜੋ ਕਿ ਉਹਦਾ ਪਹਿਲਾ ਪਿਆਰ ਸੀ, ਪਰ ਨਾਲ ਹੀ ਉਸ ਨੂੰ ਇਹ ਵੀ ਯਾਦ ਆ ਗਿਆ ਕਿ ਇਸ ਪਿਆਰ ਦਾ ਅੰਤ ਕੀ ਹੋਇਆ ਸੀ। ਇਸ ਮੋਲੋਦੇਨਕੋਵ ਨੇ ਇਕ ਦਿਨ ਹਾਸੇ ਹਾਸੇ ਵਿਚ, ਸ਼ਰਾਬੀ ਹੋਏ ਨੇ ਉਹਦੇ ਕੋਮਲ ਅੰਗ ਉਤੇ ਗੰਧਕ ਦਾ ਤੇਜ਼ਾਬ ਡੋਲ੍ਹ ਦਿੱਤਾ, ਤੇ ਫੇਰ ਉਸ ਨੂੰ ਪੀੜ ਨਾਲ ਲੁਛਦਿਆਂ ਵੇਖ ਕੇ ਆਪਣੇ ਯਾਰਾਂ ਬਾਸ਼ਾਂ ਨਾਲ ਠਹਾਕੇ ਮਾਰ ਮਾਰ ਹੱਸਣ ਲੱਗਾ। ਇਸ ਗੱਲ ਦਾ ਚੇਤਾ ਆਉਂਦਿਆਂ ਉਹਨੂੰ ਆਪਣੇ ਆਪ ਉਤੇ ਤਰਸ ਆ ਗਿਆ। ਫੇਰ ਇਹ ਖਿਆਲ ਕਰ ਕੇ ਕਿ ਸੁਣਦਾ ਕੋਈ ਨਹੀਂ ਉਹ ਬੱਚਿਆਂ ਵਾਂਗ ਰੋਣ ਲੱਗ ਪਈ, ਨੱਕ ਨਾਲ ਸੁਰਕੜੇ ਮਾਰਦੀ ਤੇ ਖਾਰੇ ਅਥਰੂ ਅੰਦਰ ਲੰਘਾਈ ਜਾਂਦੀ।

"ਮੈਨੂੰ ਤਾਂ ਉਹਦੇ ਤੇ ਤਰਸ ਆਉਂਦੈ।" ਮਾਸਲੋਵਾ ਨੇ ਆਖਿਆ।

"ਬਿਲਕੁਲ, ਤਰਸ ਤਾਂ ਆਉਂਦੈ ਪਰ ਉਹਨੂੰ ਵੀ ਦਖਲ ਨਹੀਂ ਸੀ ਦੇਣਾ ਚਾਹੀਦਾ।"

੩੩

ਅਗਲੀ ਸਵੇਰ ਜਦੋਂ ਨੇਖਲੀਊਦੋਵ ਸੁੱਤਾ ਉਠਿਆ ਤਾਂ ਉਸ ਨੂੰ ਸਭ ਤੋਂ ਪਹਿਲਾਂ ਇਸ ਗੱਲ ਦਾ ਅਹਿਸਾਸ ਹੋਇਆ ਕਿ ਕਲ੍ਹ ਉਹਦੇ ਨਾਲ ਕੁਝ ਵਾਪਰਿਆ ਸੀ। ਅਤੇ ਇਸ ਗੱਲ ਦਾ ਚੇਤਾ ਆਉਣ ਤੋਂ ਪਹਿਲਾਂ ਕਿ ਕੀ ਵਾਪਰਿਆ ਸੀ, ਉਸ ਨੂੰ ਇਹ ਵੀ ਮਹਿਸੂਸ ਹੋਇਆ ਕਿ ਕੋਈ ਚੰਗੀ ਤੇ ਅਹਿਮ ਗੱਲ ਵਾਪਰੀ ਸੀ। "ਕਾਤੀਊਸ਼ਾ!

ਮੁਕੱਦਮਾ।" ਹਾਂ, ਉਸ ਨੂੰ ਝੂਠ ਬੋਲਣਾ ਬੰਦ ਕਰਨਾ ਚਾਹੀਦਾ ਹੈ ਅਤੇ ਸਾਰੀ ਗੱਲ ਸੱਚੋ ਸੱਚ ਦੱਸ ਦੇਣੀ ਚਾਹੀਦੀ ਹੈ। ਅਜੀਬ ਮੌਕਾ ਮੇਲ ਹੋਇਆ ਕਿ ਓਸੇ ਹੀ ਦਿਨ ਸਵੇਰੇ ਉਸ ਨੂੰ **marêchal de noblesse** ਦੀ ਵਹੁਟੀ, ਮਾਰੀਆ ਵਾਸੀਲੀਯੇਵਨਾ ਵਲੋਂ ਇਕ ਚਿੱਠੀ ਮਿਲੀ ਜਿਸ ਦੀ ਬੜੇ ਚਿਰ ਤੋਂ ਉਡੀਕ ਸੀ—ਓਹੋ ਚਿੱਠੀ ਜਿਸ ਦੀ ਉਹਨੂੰ ਖਾਸ ਕਰਕੇ ਲੋੜ ਸੀ। ਉਸ ਨੇ ਉਹਨੂੰ ਪੂਰੀ ਖੁਲ੍ਹ ਦੇ ਦਿੱਤੀ ਸੀ ਅਤੇ ਉਹਦੇ ਹੋਣ ਵਾਲੇ ਵਿਆਹ ਵਿਚ ਉਹਦੇ ਲਈ ਖੁਸ਼ੀ ਦੀ ਕਾਮਨਾ ਕੀਤੀ ਸੀ।

"ਵਿਆਹ!" ਉਸ ਨੇ ਵਿਅੰਗ ਨਾਲ ਦੁਹਰਾਇਆ। "ਇਸ ਵੇਲੇ ਤਾਂ ਮੈਂ ਵਿਆਹ ਬਾਰੇ ਸੋਚ ਵੀ ਨਹੀਂ ਸਕਦਾ।"

ਅਤੇ ਉਸ ਨੂੰ ਯਾਦ ਆਇਆ ਕਿ ਇਕ ਦਿਨ ਪਹਿਲਾਂ ਉਹਨੇ ਕੀ ਕੀ ਇਰਾਦੇ ਬਣਾਏ ਸਨ। ਖਾਵੰਦ ਨੂੰ ਸਭ ਕੁਝ ਦੱਸ ਦੇਵੇਂ, ਇਸ ਗੱਲ ਦਾ ਇਕਬਾਲ ਕਰ ਲਵੇ, ਅਤੇ ਆਖੇ ਕਿ ਕਿਸੇ ਵੀ ਤਰੀਕੇ ਨਾਲ ਉਹ ਉਹਦੀ ਤਸੱਲੀ ਕਰਾਉਣ ਨੂੰ ਤਿਆਰ ਹੈ। ਪਰ ਉਸ ਸਵੇਰ ਇਹ ਸਾਰੀਆਂ ਗੱਲਾਂ ਏਡੀਆਂ ਸੌਖੀਆਂ ਨਹੀਂ ਸੀ ਜਾਪਦੀਆਂ ਜੇਡੀਆਂ ਕਲ੍ਹ ਜਾਪਦੀਆਂ ਸਨ। "ਤੇ ਨਾਲੇ ਇਕ ਬੰਦੇ ਨੂੰ ਉਹ ਸਭ ਕੁਝ ਦੱਸ ਕੇ ਜਿਸ ਦਾ ਉਹਨੂੰ ਇਲਮ ਨਹੀਂ ਉਹਦੀ ਖੁਸ਼ੀ ਕਿਉਂ ਬਰਬਾਦ ਕੀਤੀ ਜਾਵੇ। ਹਾਂ, ਜੇ ਕਰ ਉਹ ਆਉਂਦਾ ਤੇ ਪੁੱਛਦਾ ਤਾਂ ਉਹ ਸਭ ਕੁਝ ਦੱਸ ਦੇਂਦਾ, ਪਰ ਜਾਣ ਬੁਝ ਕੇ ਇਸ ਮਕਸਦ ਲਈ ਜਾਣਾ ਅਤੇ ਦੱਸਣਾ—ਨਹੀਂ! ਇਹ ਗੱਲ ਜ਼ਰੂਰੀ ਨਹੀਂ ਸੀ।"

ਤੇ ਮਿੱਸੀ ਨੂੰ ਸਭ ਸਚਾਈ ਬਿਆਨ ਕਰ ਦੇਣਾ ਵੀ ਅੱਜ ਸਵੇਰ ਓਨਾ ਹੀ ਮੁਸ਼ਕਲ ਜਾਪਦਾ ਸੀ। ਫੇਰ ਓਹੋ ਮਸਲਾ ਕਿ ਗੱਲ ਛੇੜਨਾ ਅਸੰਭਵ ਸੀ। ਇਸ ਨਾਲ ਉਹਦਾ ਅਪਮਾਨ ਹੋ ਜਾਣਾ ਸੀ। ਨਾਲੇ ਜ਼ਿੰਦਗੀ ਦੇ ਕਈ ਮਾਮਲਿਆਂ ਵਾਂਗ, ਜ਼ਰੂਰੀ ਸੀ ਕਿ ਕੁਝ ਆਖਿਆ ਨਾ ਜਾਂਦਾ, ਸਿਰਫ ਕਿਆਸ ਉਤੇ ਛੱਡ ਦਿੱਤਾ ਜਾਂਦਾ। ਸਿਰਫ ਇਕ ਗੱਲ ਬਾਰੇ ਇਰਾਦਾ ਪੱਕਾ ਸੀ। ਉਹਨਾਂ ਦੇ ਘਰ ਨਹੀਂ ਜਾਣਾ ਅਤੇ ਜੇ ਕਿਸੇ ਪੁੱਛਿਆ ਤਾਂ ਸੱਚ ਸੱਚ ਦੱਸ ਦੇਣਾ।

ਪਰ ਕਾਤੀਊਸ਼ਾ ਦੇ ਮਾਮਲੇ ਵਿਚ ਹੁਣ ਕੋਈ ਗੱਲ ਓਹਲੇ ਵਿਚ ਨਹੀਂ ਰਹਿਣੀ ਚਾਹੀਦੀ।

"ਮੈਂ ਜੇਲ੍ਹ ਵਿਚ ਜਾਵਾਂਗਾ ਤੇ ਸਭ ਕੁਝ ਉਸ ਨੂੰ ਦੱਸ ਦੇਵਾਂਗਾ ਤੇ ਉਹਦੇ ਕੋਲੋਂ ਮਾਫੀ ਮੰਗ ਲਵਾਂਗਾ। ਤੇ ਜੇ ਲੋੜ ਹੋਈ... ਹਾਂ, ਜੇ ਲੋੜ ਹੋਈ, ਮੈਂ ਉਹਦੇ ਨਾਲ ਵਿਆਹ ਕਰਾ ਲਵਾਂਗਾ," ਉਸ ਨੇ ਸੋਚਿਆ।

ਇਸ ਖਿਆਲ ਦੇ ਆਉਂਦਿਆਂ ਹੀ ਕਿ, ਸਦਾਚਾਰਕ ਤਸੱਲੀ ਵਾਸਤੇ ਉਹ ਹਰ ਕੁਰਬਾਨੀ ਕਰਨ ਤੇ ਵਿਆਹ ਕਰਵਾ ਲੈਣ ਨੂੰ ਤਿਆਰ ਹੈ, ਇਕ ਵਾਰੀ ਫੇਰ ਉਸ ਨੂੰ ਆਪਣਾ ਆਪ ਚੰਗਾ ਚੰਗਾ ਲੱਗਣ ਲੱਗ ਗਿਆ।

ਮੁਦਤਾਂ ਹੋ ਗਈਆਂ ਸਨ ਉਸ ਨੂੰ ਅਜਿਹੇ ਉਤਸਾਹ ਨਾਲ ਕਿਸੇ ਦਿਨ ਦਾ ਮੂੰਹ ਵੇਖਿਆਂ। ਜਦੋਂ ਅਗਰਾਫੇਨਾ ਪੇਤਰੋਵਨਾ ਅੰਦਰ ਆਈ ਤਾਂ ਉਹਨੇ ਉਸ ਤੋਂ ਵਧੇਰੇ

ਦ੍ਰਿੜ੍ਹਤਾ ਨਾਲ ਜਿੰਨੀ ਦੇ ਉਹ ਆਪਣੇ ਆਪ ਨੂੰ ਯੋਗ ਸਮਝਦਾ ਸੀ ਉਹਨੂੰ ਆਖ ਦਿੱਤਾ ਸੀ ਕਿ ਹੁਣ ਉਸ ਨੂੰ ਨਾ ਇਸ ਘਰ ਦੀ ਲੋੜ ਹੈ ਨਾ ਹੀ ਉਹਦੀਆਂ ਸੇਵਾਵਾਂ ਦੀ। ਸਾਰੇ ਅੰਦਰੋਂ ਅੰਦਰ ਇਹ ਸਮਝਦੇ ਸਨ ਕਿ ਏਡਾ ਵੱਡਾ ਤੇ ਮਹਿੰਗਾ ਘਰ–ਬਾਰ ਉਸ ਨੇ ਇਸ ਕਰਕੇ ਸੰਭਾਲ ਰਖਿਆ ਸੀ ਕਿ ਉਹਦਾ ਵਿਆਹ ਕਰਾਉਣ ਦਾ ਖ਼ਿਆਲ ਹੈ। ਇਸ ਕਰਕੇ ਮਕਾਨ ਛੱਡ ਦੇਣ ਦੀ ਇਕ ਖਾਸ ਮਹੱਤਤਾ ਸੀ। ਅਗਰਾਫੇਨਾ ਪਤੇਰੋਵਨਾ ਹੱਕੀ ਬੱਕੀ ਜਿਹੀ ਉਹਦੇ ਵੱਲ ਵੇਖਦੀ ਰਹਿ ਗਈ।

"ਮੈਂ ਤੁਹਾਡਾ ਬੜਾ ਸ਼ੁਰਗੁਜ਼ਾਰ ਹਾਂ, ਅਗਰਾਫੇਨਾ ਪੇਤਰੋਵਨਾ, ਕਿ ਤੁਸਾਂ ਮੇਰੀ ਸੇਵਾ ਸੰਭਾਲ ਵਾਸਤੇ ਏਨਾ ਕੁਝ ਕੀਤਾ। ਪਰ ਹੁਣ ਮੈਨੂੰ ਨਾ ਤਾਂ ਏਡੇ ਵੱਡੇ ਮਕਾਨ ਦੀ ਲੋੜ ਹੈ ਤੇ ਨਾ ਹੀ ਬਹੁਤੇ ਨੌਕਰਾਂ–ਚਾਕਰਾਂ ਦੀ। ਜੇ ਕਰ ਤੁਸੀਂ ਮੇਰੀ ਕੋਈ ਮਦਦ ਕਰਨਾ ਚਾਹੁੰਦੇ ਹੋ ਤਾਂ ਕਿਰਪਾ ਕਰਕੇ ਚੀਜ਼ਾਂ ਵਸਤਾਂ ਨੂੰ ਸੰਭਾਲ ਦਿਓ। ਇਹਨਾਂ ਨੂੰ ਓਸੇ ਤਰ੍ਹਾਂ ਥਾਓਂ ਥਾਈਂ ਟਿਕਾ ਦਿਓ ਜਿਸ ਤਰ੍ਹਾਂ ਇਹ ਮੇਰੀ ਮਾਂ ਦੇ ਵੇਲੇ ਹੁੰਦੀਆਂ ਸਨ, ਤੇ ਜਦੋਂ ਨਤਾਸ਼ਾ ਆਵੇਗੀ ਤਾਂ ਬਾਕੀ ਸਾਰਾ ਬੰਦੋਬਸਤ ਉਹ ਆਪੇ ਕਰ ਲਵੇਗੀ।" ਨਤਾਸ਼ਾ ਨੇਖਲੀਊਦੋਵ ਦੀ ਭੈਣ ਸੀ।

ਅਗਰਾਫੇਨਾ ਪੇਤਰੋਵਨਾ ਨੇ ਆਪਣਾ ਸਿਰ ਹਿਲਾਇਆ। "ਚੀਜ਼ਾਂ ਵਸਤਾਂ ਨੂੰ ਸੰਭਾਲ ਦੇਵਾਂ? ਪਰ ਇਹਨਾਂ ਦੀ ਫ਼ੇਰ ਲੋੜ ਪੈ ਸਕਦੀ ਏ," ਉਸ ਨੇ ਆਖਿਆ।

"ਨਹੀਂ, ਨਹੀਂ ਲੋੜ ਪੈਂਦੀ, ਅਗਰਾਫੇਨਾ ਪੇਤਰੋਵਨਾ, ਇਹਨਾਂ ਦੀ ਲੋੜ ਨਹੀਂ ਪੈਣ ਲੱਗੀ," ਨੇਖਲੀਊਦੋਵ ਨੇ ਉਸ ਦੇ ਜਵਾਬ ਵਿਚ ਆਖਿਆ ਜੋ ਉਸ ਦੇ ਸਿਰ ਹਿਲਾਉਣ ਦਾ ਭਾਵ ਸੀ।" ਕਿਰਪਾ ਕਰਕੇ, ਕੋਰਨੇਈ ਨੂੰ ਵੀ ਆਖ ਦਿਓ ਕਿ ਮੈਂ ਉਹਨੂੰ ਦੋ ਮਹੀਨਿਆਂ ਦੀ ਤਨਖਾਹ ਦੇ ਦੇਵਾਂਗਾਂ, ਪਰ ਮੈਨੂੰ ਹੁਣ ਉਹਦੀ ਲੋੜ ਨਹੀਂ।"

"ਅਫ਼ਸੋਸ ਦੀ ਗੱਲ ਏ, ਦਮਿਤਰੀ ਇਵਾਨੋਵਿਚ, ਕਿ ਤੁਸੀਂ ਇਸ ਤਰ੍ਹਾਂ ਕਰ ਰਹੇ ਓ," ਉਸ ਨੇ ਆਖਿਆ। "ਮੰਨ ਲਓ ਤੁਸੀਂ ਪ੍ਰਦੇਸ ਚੱਲੇ ਓ, ਤਾਂ ਵੀ ਤੁਹਾਨੂੰ ਘਰ ਮਕਾਨ ਦੀ ਫੇਰ ਲੋੜ ਪਵੇਗੀ।"

"ਤੁਹਾਡਾ ਖਿਆਲ ਗ਼ਲਤ ਏ, ਅਗਰਾਫੇਨਾ ਪੇਤਰੋਵਨਾ, ਮੈਂ ਪ੍ਰਦੇਸ ਕਿਧਰੇ ਨਹੀਂ ਚੱਲਿਆ। ਜੇ ਮੈਂ ਕਿਸੇ ਪਾਸੇ ਗਿਆ ਤਾਂ ਉਹ ਬਿਲਕੁਲ ਹੋਰ ਹੀ ਪਾਸਾ ਹੋਵੇਗਾ।"

ਅਚਾਨਕ ਉਹਦਾ ਚਿਹਰਾ ਲਾਲ–ਸੂਹਾ ਹੋ ਗਿਆ।

"ਹਾਂ, ਇਹਨੂੰ ਦੱਸ ਦੇਣਾ ਚਾਹੀਦਾ ਹੈ," ਉਸ ਨੇ ਸੋਚਿਆ। "ਕੁਝ ਲੁਕਾਉਣ ਦੀ ਲੋੜ ਨਹੀਂ, ਹਰ ਇਕ ਨੂੰ ਦੱਸ ਦੇਣਾ ਚਾਹੀਦਾ ਹੈ।"

"ਕਲ੍ਹ ਮੇਰੇ ਨਾਲ ਇਕ ਬੜੀ ਅਜੀਬ ਤੇ ਖਾਸ ਗੱਲ ਹੋਈ। ਤੁਹਾਨੂੰ ਮੇਰੀ ਭੂਆ ਮਾਰੀਆ ਇਵਾਨੋਵਨਾ ਦੀ ਕਾਤੀਊਸ਼ਾ ਦਾ ਚੇਤਾ ਏ?"

"ਕੀ ਗੱਲਾਂ ਕਰਦੇ ਓ। ਮੈਂ ਉਹਨੂੰ ਸਿਊਣ ਪਰੋਣ ਦਾ ਕੰਮ ਸਿਖਾਇਆ ਸੀ।"

"ਖੈਰ, ਕਲ੍ਹ ਅਦਾਲਤ ਵਿਚ ਇਸ ਕਾਤੀਊਸ਼ਾ ਦਾ ਮੁਕੱਦਮਾ ਪੇਸ਼ ਹੋਇਆ ਸੀ ਤੇ ਮੈਂ ਜਿਊਰੀ ਦਾ ਮੈਂਬਰ ਸਾਂ।"

"ਹਾਏ ਮੇਰਿਆ ਰੱਬਾ! ਆਹ ਤੇ ਗਜ਼ਬ ਦੀ ਗੱਲ ਹੋਈ!" ਅਗਰਾਫੇਨਾ ਪੇਤਰੋਵਨਾ ਕੂਕ ਉੱਠੀ। "ਕਾਹਦਾ ਮੁਕੱਦਮ ਬਣ ਗਿਆ ਉਹਦੇ ਉਤੇ?"

"ਕਤਲ ਦਾ। ਇਹ ਸਭ ਮੇਰੀ ਕਰਤੂਤ ਏ।"

"ਅਜੀਬ ਗੱਲ ਏ। ਤੁਹਾਡੀ ਕਰਤੂਤ ਕਿਵੇਂ ਹੋਈ ਏਹ?" ਅਗਰਾਫੇਨਾ ਪੇਤਰੋਵਨਾ ਨੇ ਆਖਿਆ। ਉਹਦੀਆਂ ਬੁੱਢੀਆਂ ਅੱਖਾਂ ਵਿਚੋਂ ਵੀ ਚੰਗਿਆੜੇ ਉਡਣ ਲੱਗੇ।

ਉਸ ਨੂੰ ਕਾਤੀਊਸ਼ਾ ਦੇ ਕਿੱਸੇ ਦਾ ਪਤਾ ਸੀ।

"ਹਾਂ, ਇਹ ਸਭ ਮੇਰਾ ਕਸੂਰ ਹੈ, ਤੇ ਏਸੇ ਗੱਲ ਨੇ ਮੇਰੀਆਂ ਸਾਰੀਆਂ ਸਕੀਮਾਂ ਬਦਲ ਦਿੱਤੀਆਂ ਨੇ।"

"ਤੁਹਾਨੂੰ ਏਹਦੇ ਨਾਲ ਕੀ ਫਰਕ ਪੈਂਦਾ ਹੋਇਆ ਭਲਾ?" ਅਗਰਾਫੇਨਾ ਪੇਤਰੋਵਨਾ ਨੇ ਮੁਸਕਾਨ ਨੂੰ ਨੱਪ ਘੁਟ ਕੇ ਰੱਖਦਿਆਂ ਆਖਿਆ।

"ਫਰਕ ਏਹ ਪੈਂਦਾ ਏ ਕਿ ਉਹਨੂੰ ਏਸ ਰਾਹੇ ਪਾਉਣ ਦਾ ਕਸੂਰਵਾਰ ਹੋਣ ਕਰਕੇ ਮੈਨੂੰ ਉਹਦੀ ਹਰ ਤਰ੍ਹਾਂ ਨਾਲ ਮਦਦ ਕਰਨੀ ਚਾਹੀਦੀ ਏ।"

"ਏਹ ਤੁਹਾਡੀ ਆਪਣੀ ਨੇਕ ਭਾਵਨਾ ਦੀ ਗੱਲ ਏ, ਉਂਜ ਤੁਹਾਡਾ ਕੋਈ ਖਾਸ ਕਸੂਰ ਤਾਂ ਨਹੀਂ। ਸਾਰਿਆਂ ਨਾਲ ਈ ਏਦਾਂ ਹੁੰਦੈ, ਤੇ ਜੇ ਬੰਦਾ ਸਿਆਣਾ ਹੋਵੇ ਤਾਂ ਸਭ ਕੁਝ ਠੀਕ-ਠਾਕ ਹੋ ਜਾਂਦੈ ਤੇ ਭੁਲ-ਭੁਲਾ ਜਾਂਦੈ।" ਅਗਰਾਫੇਨਾ ਪੇਤਰੋਵਨਾ ਨੇ ਗੰਭੀਰਤਾ ਤੇ ਸਖ਼ਤੀ ਨਾਲ ਆਖਿਆ। "ਤੁਸੀਂ ਇਸ ਗੱਲ ਨੂੰ ਆਪਣੇ ਜ਼ੁੰਮੇ ਕਿਉਂ ਲਵੋ? ਕੋਈ ਲੋੜ ਨਹੀਂ। ਮੈਂ ਸੁਣਿਆ ਸੀ ਕਿ ਉਹ ਕੁਰਾਹੇ ਪੈ ਗਈ ਏ ਪਰ ਇਹਦੇ ਵਾਸਤੇ ਕਸੂਰਵਾਰ ਕੌਣ ਏ?"

"ਇਹ ਮੇਰਾ ਕਸੂਰ ਏ। ਏਸੇ ਕਰਕੇ ਮੈਂ ਇਹਦੀ ਤਲਾਫੀ ਕਰਨਾ ਚਾਹੁੰਦਾਂ।"

"ਇਹ ਔਖਾ ਕੰਮ ਏ।"

"ਇਹ ਮੈਂ ਜਾਣਾ ਮੇਰਾ ਕੰਮ। ਪਰ ਜੇ ਤੁਸੀਂ ਆਪਣੇ ਬਾਰੇ ਸੋਚਦੇ ਹੋ, ਤਾਂ ਮੈਂ ਤੁਹਾਨੂੰ ਦੱਸਾਂ ਕਿ ਮੇਰੀ ਮਾਂ ਦੀ ਇਹ ਖਾਹਿਸ਼ ਸੀ..."

"ਮੈਂ ਆਪਣੇ ਬਾਰੇ ਨਹੀਂ ਸੋਚਦੀ। ਉਹ ਮਰਨ ਵਾਲੀ ਇਉਂ ਸਖ਼ੀ-ਦਿਲ ਹੋ ਕੇ ਮੇਰੇ ਨਾਲ ਵਰਤੀ ਕਿ ਮੇਰੀ ਕੋਈ ਖਾਹਿਸ਼ ਰਹੀ ਹੀ ਨਹੀਂ। ਲਿਜ਼ਾਨਕਾ (ਉਹਦੀ ਵਿਆਹੀ ਹੋਈ ਭਤੀਜੀ) ਮੈਨੂੰ ਬੁਲਾਉਂਦੀ ਰਹੀ ਏ, ਤੇ ਜਦੋਂ ਮੇਰੀ ਲੋੜ ਨਾ ਰਹੀ ਮੈਂ ਉਹਦੇ ਕੋਲ ਚਲੀ ਜਾਊਂ। ਸਿਰਫ ਏਹੋ ਅਫਸੋਸ ਏ ਕਿ ਤੁਸੀਂ ਇਸ ਗੱਲ ਨੂੰ ਦਿਲ ਤੇ ਲਾ ਲਿਆ। ਇਹੋ ਜਿਹੀਆਂ ਗੱਲਾਂ ਸਾਰਿਆਂ ਨਾਲ ਵਾਪਰਦੀਆਂ ਨੇ।"

"ਖੈਰ, ਮੈਂ ਇਸ ਤਰ੍ਹਾਂ ਨਹੀਂ ਸੋਚਦਾ। ਤੇ ਮੈਂ ਫੇਰ ਮਿੰਨਤ ਕਰਦਾ ਹਾਂ ਕਿ ਤੁਸੀਂ ਇਸ ਮਕਾਨ ਨੂੰ ਕਿਰਾਏ ਚਾੜ੍ਹਨ ਵਿਚ ਮੇਰੀ ਮਦਦ ਕਰੋ ਅਤੇ ਚੀਜ਼ਾਂ-ਵਸਤਾਂ ਨੂੰ ਸਾਂਭ ਦਿਓ। ਤੇ ਮਿਹਰਬਾਨੀ ਕਰਕੇ ਮੇਰੇ ਨਾਲ ਨਾਰਾਜ਼ ਨਾ ਹੋਵੋ। ਜੋ ਕੁਝ ਤੁਸਾਂ ਮੇਰਾ ਵਾਸਤੇ ਕੀਤਾ ਏ ਉਹਦੇ ਲਈ ਮੈਂ ਬਹੁਤ, ਬਹੁਤ ਸ਼ੁਕਰਗੁਜ਼ਾਰ ਆਂ।"

ਅਤੇ ਕੇਡੀ ਅਜੀਬ ਗੱਲ ਸੀ ਕਿ ਜਿਸ ਪਲ ਨੇਖਲੀਊਦੋਵ ਨੇ ਇਹ ਮੰਨ ਲਿਆ

ਕਿ ਉਹ ਆਪ ਹੀ ਏਡਾ ਭੈੜਾ ਤੇ ਘਿਣਾਉਣਾ ਹੈ, ਉਸ ਨੂੰ ਦੂਜਿਆਂ ਤੋਂ ਕਰਹਿਤ ਆਉਣੋਂ ਹਟ ਗਈ। ਇਸ ਦੇ ਉਲਟ, ਉਹ ਅਗਰਾਫੇਨਾ ਪੇਤਰੋਵਨਾ ਅਤੇ ਕੋਰਨੇਈ ਲਈ ਪਿਆਰ ਤੇ ਸਤਿਕਾਰ ਮਹਿਸੂਸ ਕਰਨ ਲੱਗਾ। ਉਹ ਚਾਹੁੰਦਾ ਸੀ ਕਿ ਕੋਰਨੇਈ ਕੋਲ ਵੀ ਜਾਵੇ ਤੇ ਇਕਬਾਲ ਕਰ ਲਵੇ, ਪਰ ਕੋਰਨੇਈ ਦਾ ਵਰਤਾਓ ਅਜਿਹੇ ਦਬ-ਦਬਾ ਵਾਲਾ ਤੇ ਆਦਰ ਭਾਵ ਵਾਲਾ ਸੀ ਕਿ ਉਸ ਨੂੰ ਇੰਜ ਕਰਨ ਦਾ ਹੌਸਲਾ ਨਾ ਪਿਆ।

ਅਦਾਲਤ ਨੂੰ ਜਾਂਦਿਆਂ ਰਾਹ ਵਿਚ, ਪਹਿਲੇ ਹੀ ਦਿਨ ਵਾਲੀਆਂ ਸੜਕਾਂ ਤੋਂ ਓਸੇ ਹੀ ਬਘੀ ਵਿਚ ਲੰਘਦਿਆਂ ਹੋਇਆਂ, ਨੇਖਲੀਊਦੋਵ ਹੈਰਾਨ ਸੀ ਕਿ ਹੁਣ ਉਹ ਆਪਣੇ ਆਪ ਨੂੰ ਕੋਈ ਦੂਸਰਾ ਆਦਮੀ ਮਹਿਸੂਸ ਕਰ ਰਿਹਾ ਸੀ।

ਮਿੱਸੀ ਨਾਲ ਵਿਆਹ, ਜੋ ਹਾਲੇ ਕਲ੍ਹ ਐਨ ਸੰਭਵ ਜਾਪਦਾ ਸੀ, ਇਸ ਵੇਲੇ ਬਿਲਕੁਲ ਅਸੰਭਵ ਪ੍ਰਤੀਤ ਹੋ ਰਿਹਾ ਸੀ। ਇਕ ਦਿਨ ਪਹਿਲਾਂ, ਉਹ ਮਹਿਸੂਸ ਕਰਦਾ ਸੀ ਕਿ ਉਹ ਇਉਂ ਕਰਨ ਦੀ ਹਾਲਤ ਵਿਚ ਹੈ ਅਤੇ ਉਸ ਨੂੰ ਕੋਈ ਸ਼ੱਕ ਨਹੀਂ ਸੀ ਕਿ ਉਹਦੇ ਨਾਲ ਵਿਆਹ ਕਰਾ ਕੇ ਉਹ ਖ਼ੁਸ਼ ਹੋਵੇਗੀ। ਅੱਜ ਉਹ ਮਹਿਸੂਸ ਕਰਦਾ ਸੀ ਕਿ ਉਹ ਮਿੱਸੀ ਨਾਲ ਸਿਰਫ ਵਿਆਹ ਕਰਾਉਣ ਦੇ ਹੀ ਨਹੀਂ ਸਗੋਂ ਨਜ਼ਦੀਕੀ ਰਿਸ਼ਤਾ ਰਖਣ ਦੇ ਵੀ ਕਾਬਿਲ ਨਹੀਂ। "ਜੇ ਉਸ ਨੂੰ ਪਤਾ ਲੱਗ ਜਾਏ ਕਿ ਮੈਂ ਕਿਸ ਤਰ੍ਹਾਂ ਦਾ ਬੰਦਾ ਹਾਂ ਤਾਂ ਉਹ ਕਿਸੇ ਹਾਲਤ ਵਿਚ ਵੀ ਮੈਨੂੰ ਕਬੂਲ ਨਾ ਕਰੇ। ਤੇ ਹਾਲੇ ਕਲ੍ਹ ਦੀ ਗੱਲ ਹੈ ਕਿ ਮੈਨੂੰ ਉਸ ਬੰਦੇ ਨਾਲ ਅੱਖ-ਮਟੱਕਾ ਕਰਨ ਦੀ ਉਹਦੇ ਖਿਲਾਫ ਸ਼ਿਕਾਇਤ ਸੀ। ਪਰ ਨਹੀਂ, ਜੇ ਉਹ ਮੈਨੂੰ ਕਬੂਲ ਕਰ ਵੀ ਲਵੇ, ਤਾਂ ਮੈਂ, ਖ਼ੁਸ਼ੀ ਤਾਂ ਇਕ ਪਾਸੇ ਰਹੀ, ਚੈਨ ਕਿਵੇਂ ਲੈ ਸਕਦਾ ਹਾਂ ਜਦੋਂ ਮੈਨੂੰ ਪਤਾ ਹੋਵੇ ਕਿ ਕਾਤੀਊਸ਼ਾ ਜੇਲ੍ਹ ਵਿਚ ਹੈ ਤੇ ਭਲਕੇ ਜਾਂ ਪਰਸੋਂ ਹੋਰ ਕੈਦੀਆਂ ਨਾਲ ਸਾਇਬੇਰੀਆ ਤੋਰ ਦਿੱਤੀ ਜਾਵੇਗੀ। ਉਹ, ਮੇਰੀ ਬਰਬਾਦ ਕੀਤੀ ਹੋਈ, ਔਰਤ ਬਾ-ਮੁਸ਼ੱਕਤ ਕੈਦ ਭੁਗਤਣ ਸਾਇਬੇਰੀਆ ਜਾ ਰਹੀ ਹੋਵੇਗੀ, ਤੇ ਮੈਂ ਵਧਾਈਆਂ ਕ਼ਬੂਲ ਕਰ ਰਿਹਾ ਹੋਵਾਂਗਾ ਅਤੇ ਆਪਣੀ ਜਵਾਨ ਬੀਵੀ ਨਾਲ ਮਹਿਮਾਨੀਆਂ ਖਾਂਦਾ ਹੋਵਾਂਗਾ, ਤੇ ਜਾਂ marêchal de noblesse ਨਾਲ, ਜਿਸ ਨੂੰ ਮੈਂ ਉਹਦੀ ਬੀਵੀ ਨਾਲ ਸੰਬੰਧ ਰੱਖ ਕੇ ਬੇਹਯਾਈ ਨਾਲ ਧੋਖਾ ਦਿੱਤਾ, ਸਥਾਨਕ ਮੀਟਿੰਗਾਂ ਵਿਚ ਸਕੂਲਾਂ ਦੀ ਇਲਾਕਈ ਕੌਂਸਲ ਵਲੋਂ ਮੁਆਇਨੇ ਦੀਆਂ ਤਜਵੀਜ਼ਾਂ ਦੇ ਹੱਕ ਵਿਚ ਤੇ ਖਿਲਾਫ ਵੋਟਾਂ ਗਿਣਦਾ ਹੋਵਾਂਗਾ ਤੇ ਉਸ ਤੋਂ ਮਗਰੋਂ ਲੁਕ ਕੇ ਉਹਦੀ ਵਹੁਟੀ ਨੂੰ ਮਿਲਣ ਜਾਵਾਂਗਾ (ਕੇਡਾ ਨੀਚ ਖਿਆਲ!)। ਜਾਂ ਮੈਂ ਚਿਤਰ ਬਣਾਉਣ ਬੈਠ ਜਾਵਾਂਗਾ, ਜਿਹੜਾ ਕਦੇ ਵੀ ਮੁਕੰਮਲ ਨਹੀਂ ਹੋਣਾ, ਕਿਉਂਕਿ ਮੈਨੂੰ ਕੋਈ ਹੱਕ ਨਹੀਂ ਕਿ ਅਜਿਹੇ ਕੰਮਾਂ 'ਤੇ ਵਕਤ ਬਰਬਾਦ ਕਰਾਂ ਤੇ ਹੁਣ ਇਸ ਤਰ੍ਹਾਂ ਦਾ ਕੋਈ ਕੰਮ ਮੈਂ ਕਰ ਵੀ ਨਹੀਂ ਸਕਦਾ।" ਉਹ ਆਪਣੇ ਅੰਦਰ ਆਈ ਤਬਦੀਲੀ ਨੂੰ ਮਹਿਸੂਸ ਕਰਕੇ ਖ਼ੁਸ਼ ਹੁੰਦਾ ਹੋਇਆ ਆਪਣੇ ਆਪ ਨਾਲ ਗੱਲਾਂ ਕਰੀ ਗਿਆ।

"ਹੁਣ ਪਹਿਲਾ ਕੰਮ," ਉਸ ਨੇ ਸੋਚਿਆ, "ਏਹ ਹੈ ਕਿ ਵਕੀਲ ਨੂੰ ਮਿਲਾਂ ਤੇ

ਉਹਦੇ ਫੈਸਲੇ ਦਾ ਪਤਾ ਕਰਾਂ, ਤੇ ਫੇਰ... ਫੇਰ ਜੇਲ੍ਹ ਵਿਚ ਜਾ ਕੇ ਉਸ ਨੂੰ ਮਿਲਾਂ, ਕਲ੍ਹ ਦੀ ਮੁਜਰਮ ਨੂੰ, ਤੇ ਸਭ ਕੁਝ ਉਸ ਨੂੰ ਆਖ ਸੁਣਾਵਾਂ।"

ਅਤੇ ਜਦੋਂ ਉਸ ਨੇ ਆਪਣੇ ਮਨ ਵਿਚ ਇਸ ਗੱਲ ਦੀ ਕਲਪਨਾ ਕੀਤੀ ਕਿ ਕਿਵੇਂ ਉਹ ਉਸ ਨੂੰ ਮਿਲੇਗਾ ਅਤੇ ਸਭ ਕੁਝ ਉਸ ਨੂੰ ਦੱਸੇਗਾ, ਉਹਦੇ ਅੱਗੇ ਆਪਣੇ ਗੁਨਾਹ ਦਾ ਇਕਬਾਲ ਕਰੇਗਾ, ਅਤੇ ਉਸ ਨੂੰ ਆਖੇਗਾ ਕਿ ਉਹ ਇਸ ਦਾ ਪਸ਼ਚਾਤਾਪ ਕਰਨ ਲਈ ਜੋ ਕਰ ਸਕਦਾ ਹੈ ਕਰੇਗਾ ਤੇ ਉਹਦੇ ਨਾਲ ਵਿਆਹ ਕਰਵਾ ਲਏਗਾ, ਤਾਂ ਉਹਦੇ ਰੋਮ ਰੋਮ ਵਿਚੋਂ ਅਭਿਮਾਨ ਦੀ ਇਕ ਖਾਸ ਖੁਸ਼ੀ ਝਰਨ ਲੱਗੀ ਤੇ ਉਹਦੀਆਂ ਅੱਖਾਂ ਵਿਚ ਅਥਰੂ ਆ ਗਏ।

੩੪

ਅਦਾਲਤ ਵਿਚ ਪਹੁੰਚ ਕੇ, ਨੇਖਲੀਊਦੋਵ ਲਾਂਘੇ ਵਿਚ ਕਲ੍ਹ ਵਾਲੇ ਪੇਸ਼ਕਾਰ ਨੂੰ ਮਿਲਿਆ ਤੇ ਉਸ ਨੂੰ ਪੁਛਿਆ ਕਿ ਜਿਨ੍ਹਾਂ ਕੈਦੀਆਂ ਨੂੰ ਕਲ੍ਹ ਸਜ਼ਾਵਾਂ ਸੁਣਾਈਆਂ ਗਈਆਂ ਸਨ ਉਹ ਕਿੱਥੇ ਹਨ ਅਤੇ ਉਹਨਾਂ ਨੂੰ ਮਿਲਣ ਦੀ ਇਜਾਜ਼ਤ ਦੇਣਾ ਕਿਸ ਦੇ ਹੱਥ ਵੱਸ ਹੈ। ਪੇਸ਼ਕਾਰ ਨੇ ਉਸ ਨੂੰ ਦੱਸਿਆ ਕਿ ਸਜ਼ਾਯਾਫਤਾ ਕੈਦੀਆਂ ਨੂੰ ਵੱਖ ਵੱਖ ਥਾਵਾਂ ਤੇ ਰਖਿਆ ਗਿਆ ਹੈ, ਅਤੇ ਜਿਨ੍ਹਾਂ ਚਿਰ ਕਤਈ ਤੌਰ ਤੇ ਉਹਨਾਂ ਨੂੰ ਸਜ਼ਾ ਨਹੀਂ ਸੁਣਾ ਦਿੱਤੀ ਜਾਂਦੀ, ਉਹਨਾਂ ਨੂੰ ਮਿਲਣ ਦੀ ਇਜਾਜ਼ਤ ਸਰਕਾਰੀ ਵਕੀਲ ਹੀ ਦੇ ਸਕਦਾ ਹੈ।

"ਬੈਠਕ ਤੋਂ ਪਿਛੋਂ ਮੈਂ ਤੁਹਾਨੂੰ ਮਿਲ ਲਊਂ ਤੇ ਨਾਲ ਲੈ ਚਲੂੰ, ਹਾਲੇ ਤਾਂ ਸਰਕਾਰੀ ਵਕੀਲ ਆਇਆ ਈ ਨਹੀਂ। ਬੈਠਕ ਤੋਂ ਮਗਰੋਂ। ਹਾਲੇ ਅਦਾਲਤ ਵਿਚ ਪਹੁੰਚੋ। ਅਦਾਲਤ ਲੱਗਣ ਵਾਲੀ ਏ।"

ਨੇਖਲੀਊਦੋਵ ਨੇ ਪੇਸ਼ਕਾਰ ਦੀ ਹਮਦਰਦੀ ਲਈ, ਜਿਹੜਾ ਅੱਜ ਉਸ ਨੂੰ ਖਾਸ ਤੌਰ ਤੇ ਦਰਦਮੰਦ ਜਾਪਿਆ ਸੀ, ਸ਼ੁਕਰੀਆ ਅਦਾ ਕੀਤਾ ਅਤੇ ਜਿਊਰੀ ਦੇ ਕਮਰੇ ਵਿਚ ਚਲਾ ਗਿਆ।

ਜਿਸ ਵੇਲੇ ਉਹ ਕਮਰੇ ਦੇ ਲਾਗੇ ਪੁਜਾ ਤਾਂ ਜਿਊਰੀ ਦੇ ਦੂਜੇ ਮੈਂਬਰ ਅਦਾਲਤ ਜਾਣ ਵਾਸਤੇ ਓਥੋਂ ਨਿਕਲਣੇ ਸ਼ੁਰੂ ਹੋ ਗਏ ਸਨ। ਵਪਾਰੀ ਨੇ ਕਲ੍ਹ ਵਾਂਗ ਹੀ ਕੁਝ ਥੋੜਾ ਬਹੁਤ ਖਾ ਪੀ ਲਿਆ ਸੀ ਤੇ ਉਹ ਖਿੜਿਆ ਹੋਇਆ ਸੀ ਤੇ ਉਹਨੇ ਨੇਖਲੀਊਦੋਵ ਨਾਲ ਇਉਂ ਦੁਆ-ਸਲਾਮ ਕੀਤੀ ਜਿਵੇਂ ਉਸ ਦਾ ਪੁਰਾਣਾ ਦੋਸਤ ਹੋਵੇ। ਅਤੇ ਅੱਜ ਪਿਓਤਰ ਗੇਰਾਸੀਮੋਵਿਚ ਦੀ ਬੇਤਕੱਲੁਫੀ ਤੇ ਠਹਾਕਿਆਂ ਤੋਂ ਨੇਖਲੀਊਦੋਵ ਦੇ ਮਨ ਵਿਚ ਕੋਈ ਅਸੁਖਾਵਾਂ ਅਹਿਸਾਸ ਨਹੀਂ ਜਾਗਿਆ ਸੀ।

ਨੇਖਲੀਊਦੋਵ ਦਾ ਜੀਅ ਤਾਂ ਕਰਦਾ ਸੀ ਕਿ ਜਿਊਰੀ ਦੇ ਸਾਰੇ ਮੈਂਬਰਾਂ ਨੂੰ ਕਲ੍ਹ ਵਾਲੀ ਮੁਲਜ਼ਮ ਨਾਲ ਆਪਣੇ ਤਅਲੁਕਾਤ ਬਾਰੇ ਸਭ ਕੁਝ ਦੱਸ ਦੇਵੇ। "ਸੱਚ ਤਾਂ ਇਹ ਹੈ,", ਉਸ ਨੇ ਸੋਚਿਆ, "ਕਿ ਮੈਨੂੰ ਕਲ੍ਹ ਹੀ ਪੇਸ਼ੀ ਦੌਰਾਨ ਉਠਣਾ ਚਾਹੀਦਾ ਸੀ ਅਤੇ ਆਪਣਾ ਸਾਰਾ ਕਸੂਰ ਸਭ ਦੇ ਸਾਮ੍ਹਣੇ ਕਬੂਲ ਕਰ ਲੈਣਾ ਚਾਹੀਦਾ ਸੀ।" ਪਰ ਜਦੋਂ ਉਹ ਜਿਊਰੀ ਦੇ ਦੂਜੇ ਮੈਂਬਰਾਂ ਨਾਲ ਅਦਾਲਤ ਵਿਚ ਦਾਖ਼ਲ ਹੋਇਆ ਅਤੇ ਓਸੇ ਤਰ੍ਹਾਂ ਦੀ ਕਾਰਵਾਈ ਹੁੰਦੀ ਵੇਖੀ ਜਿਹੋ ਜਿਹੀ ਕਲ੍ਹ ਹੋਈ ਸੀ—"ਅਦਾਲਤ ਆ ਰਹੀ ਹੈ," ਇਕ ਵਾਰੀ ਫੇਰ ਐਲਾਨ ਹੋਇਆ, ਫੇਰ ਕਢਾਈ ਵਾਲੇ ਕਾਲਰਾਂ ਵਾਲੇ ਤਿੰਨ ਆਦਮੀ ਥੜੇ ਉਤੇ ਚੜ੍ਹੇ, ਓਸੇ ਤਰ੍ਹਾਂ ਜਿਊਰੀ ਦੇ ਮੈਂਬਰ ਆਪਣੀਆਂ ਉੱਚੀ ਢੋ ਵਾਲੀਆਂ ਕੁਰਸੀਆਂ ਤੇ ਬੈਠੇ, ਓਹੋ ਸਿਪਾਹੀ, ਓਹੋ ਪੋਰਟ੍ਰੇਟ, ਓਹੋ ਪਾਦਰੀ—ਤਾਂ ਨੇਖਲੀਊਦੋਵ ਨੇ ਮਹਿਸੂਸ ਕੀਤਾ ਕਿ ਭਾਵੇਂ ਇਹ ਕਰਨਾ ਤਾਂ ਚਾਹੀਦਾ ਸੀ, ਪਰ ਉਸ ਨੇ ਇਸ ਸਾਰੀ ਗੰਭੀਰਤਾ ਨੂੰ ਤੋੜਨ ਦੇ ਕਲ੍ਹ ਵੀ ਸਮਰਥ ਨਹੀਂ ਸੀ ਹੋਣਾ ਜਿਵੇਂ ਅੱਜ ਨਹੀਂ ਸੀ।

ਮੁਕਦਮੇ ਦੀ ਪੇਸ਼ੀ ਦੀਆਂ ਤਿਆਰੀਆਂ ਓਸੇ ਤਰ੍ਹਾਂ ਹੀ ਹੋਈਆਂ ਸਨ ਜਿਸ ਤਰ੍ਹਾਂ ਕਲ੍ਹ ਹੋਈਆਂ ਸਨ। ਸਿਰਫ ਇਕ ਫਰਕ ਸੀ ਕਿ ਅੱਜ ਜਿਊਰੀ ਨੇ ਹਲਫ ਨਹੀਂ ਸੀ ਲਿਆ ਅਤੇ ਪ੍ਰਧਾਨ ਨੇ ਭਾਸ਼ਨ ਨਹੀਂ ਸੀ ਦਿੱਤਾ।

ਅੱਜ ਅਦਾਲਤ ਦੇ ਸਾਮ੍ਹਣੇ ਸੰਨ੍ਹ ਲਾ ਕੇ ਚੋਰੀ ਕਰਨ ਦਾ ਮਾਮਲਾ ਪੇਸ਼ ਸੀ। ਨੰਗੀਆਂ ਤਲਵਾਰਾਂ ਵਾਲੇ ਦੋ ਸਿਪਾਹੀਆਂ ਦੀ ਨਿਗਰਾਨੀ ਹੇਠ, ਮੁਲਜ਼ਮ ਇਕ ਪਤਲਾ ਜਿਹਾ, ਵੀਹਾਂ ਵਰ੍ਹਿਆਂ ਦਾ ਮਾੜਚੂ ਜਿਹਾ ਗਭਰੂ ਸੀ ਜਿਸ ਦਾ ਚਿਹਰਾ ਪੀਲਾ ਭੂਕ ਸੀ ਜਿਵੇਂ ਲਹੂ ਹੀ ਨਾ ਹੋਵੇ, ਅਤੇ ਜਿਸ ਨੇ ਸਲੇਟੀ ਚੋਗ਼ਾ ਪਾਇਆ ਹੋਇਆ ਸੀ। ਉਹ ਮੁਲਜ਼ਮਾਂ ਦੇ ਕਟਹਿਰੇ ਵਿਚ ਇਕੱਲਾ ਬੈਠਾ ਸੀ ਤੇ ਅੱਖਾਂ ਨੀਵੀਆਂ ਪਾਈ ਅਦਾਲਤ ਵਿਚ ਦਾਖ਼ਲ ਹੋਣ ਵਾਲੇ ਹਰ ਬੰਦੇ ਵੱਲ ਝਾਕੀ ਜਾਂਦਾ ਸੀ। ਇਸ ਗਭਰੂ ਉਤੇ ਆਪਣੇ ਇਕ ਸਾਥੀ ਨਾਲ ਮਿਲ ਕੇ ਇਕ ਢਾਰੇ ਦਾ ਜੰਦਰਾ ਤੋੜਨ ਅਤੇ ਤਿੰਨ ਰੂਬਲ ਸਤਾਹਠ ਕਾਪੀਕ ਦੇ ਮੁਲ ਦੀਆਂ ਪੁਰਾਣੀਆਂ ਦਰੀਆਂ ਚੁਰਾ ਲੈਣ ਦਾ ਇਲਜ਼ਾਮ ਸੀ। ਦਾਹਵੇ ਦੇ ਮੁਤਾਬਿਕ, ਇਕ ਪੁਲਸ ਵਾਲੇ ਨੇ ਇਸ ਗਭਰੂ ਨੂੰ ਉਸ ਵੇਲੇ ਰੋਕ ਲਿਆ ਸੀ ਜਦੋਂ ਉਹ ਆਪਣੇ ਸਾਥੀ ਨਾਲ ਜਾ ਰਿਹਾ ਸੀ ਜਿਸ ਨੇ ਦਰੀਆਂ ਆਪਣੇ ਮੋਢੇ ਉਤੇ ਚੁੱਕੀਆਂ ਹੋਈਆਂ ਸਨ। ਉਹਨਾਂ ਨੇ ਇਕਦਮ ਇਕਬਾਲ ਕਰ ਲਿਆ ਸੀ ਤੇ ਇਸ ਕਰਕੇ ਦੋਵਾਂ ਨੂੰ ਬੰਦ ਕਰ ਦਿੱਤਾ ਗਿਆ ਸੀ। ਗਭਰੂ ਦੇ ਨਾਲ ਦਾ, ਜੰਦਰੇਸਾਜ਼, ਜੇਲ੍ਹ ਵਿਚ ਹੀ ਮਰ ਗਿਆ, ਇਸ ਕਰਕੇ ਇਕੱਲੇ ਗਭਰੂ ਉਤੇ ਮੁਕਦਮਾ ਚਲ ਰਿਹਾ ਸੀ। ਪੁਰਾਣੀਆਂ ਦਰੀਆਂ ਸਾਰਵਾਨ ਸ਼ਹਾਦਤ ਦੀਆਂ ਚੀਜ਼ਾਂ ਵਜੋਂ ਮੇਜ਼ ਉਤੇ ਰੱਖੀਆਂ ਹੋਈਆਂ ਸਨ।

ਕਾਰਵਾਈ ਓਸੇ ਹੀ ਢੰਗ ਨਾਲ ਚਲਾਈ ਗਈ ਜਿਵੇਂ ਇਕ ਦਿਨ ਪਹਿਲਾਂ ਚਲਾਈ ਗਈ ਸੀ। ਦੋਹਾਂ ਪਾਸਿਆਂ ਦੀਆਂ ਗਵਾਹੀਆਂ, ਸਬੂਤ, ਇਸਤਗਾਸੇ ਦੇ ਗਵਾਹਾਂ ਦੀ ਪੇਸ਼ੀ, ਸੌਂਹਾਂ, ਸਵਾਲ, ਮਾਹਿਰ ਤੇ ਜਿਰਹਾ ਦਾ ਸਿਲਸਲਾ। ਪ੍ਰਧਾਨ ਨੇ, ਸਰਕਾਰੀ ਵਕੀਲ ਨੇ, ਜਾਂ ਵਕੀਲ ਨੇ ਜੋ ਵੀ ਸਵਾਲ ਪੁਛੇ ਉਹਨਾਂ ਦੇ ਜਵਾਬ ਵਿਚ

ਸਮੇਂ ਸਮੇਂ ਪੁਲਸ ਵਾਲੇ ਨੇ (ਗਵਾਹਾਂ ਵਿਚੋਂ ਇਕ) ਹਰ ਵਾਰੀ "ਏਦਾਂ ਹੀ" ਜਾਂ "ਕਹਿ ਨਹੀਂ ਸਕਦਾ" ਲਫ਼ਜ਼ਾਂ ਉਤੇ ਇਤਰਾਜ਼ ਕੀਤਾ। ਬਾਵਜੂਦ ਇਸ ਦੇ ਕਿ ਜ਼ਾਬਤੇ ਨੇ ਉਸ ਦੀ ਹੋਸ਼ ਮਾਰੀ ਹੋਈ ਸੀ ਤੇ ਉਸਨੂੰ ਮਸ਼ੀਨ ਬਣਾ ਦਿੱਤਾ ਹੋਇਆ ਸੀ, ਇਸ ਮੁਲਜ਼ਮ ਦੀ ਗ੍ਰਿਫ਼ਤਾਰੀ ਬਾਰੇ ਜ਼ਬਾਨ ਖੋਹਲਣ ਤੋਂ ਉਹਦਾ ਜੱਕੋਤੱਕਾ ਪ੍ਰਤੱਖ ਸੀ।

ਇਕ ਹੋਰ ਗਵਾਹ, ਇਕ ਬੁੱਢਾ ਮਕਾਨ ਮਾਲਕ ਤੇ ਦਰੀਆਂ ਦਾ ਮਾਲਕ, ਵੇਖਣ ਨੂੰ ਬੜਾ ਅੜਬ ਬੁੱਢਾ ਸੀ, ਪਰ ਜਦੋਂ ਉਹਨੂੰ ਪੁੱਛਿਆ ਗਿਆ ਕਿ ਦਰੀਆਂ ਉਹਦੀਆਂ ਹਨ ਜਾਂ ਨਹੀਂ, ਤਾਂ ਉਹਨੇ ਬੜੇ ਜੱਕੋਤੱਕਿਆਂ ਨਾਲ ਹੀ ਉਹਨਾਂ ਨੂੰ ਆਪਣੀਆਂ ਮੰਨਿਆ ਸੀ। ਜਦੋਂ ਸਰਕਾਰੀ ਵਕੀਲ ਨੇ ਉਹਨੂੰ ਪੁੱਛਿਆ ਕਿ ਉਹਨੇ ਇਹ ਦਰੀਆਂ ਕੀ ਕਰਨੀਆਂ ਸਨ, ਇਹ ਉਹਦੇ ਕਿਸ ਕੰਮ ਸਨ, ਤਾਂ ਉਹ ਔਖਾ ਹੋ ਕੇ ਬੋਲਿਆ :

"ਢੱਠੇ ਖੂਹ ਵਿਚ ਪੈਣ ਇਹ ਦਰੀਆਂ। ਮੈਨੂੰ ਨਹੀਂ ਚਾਹੀਦੀਆਂ। ਜੇ ਪਤਾ ਹੁੰਦਾ ਮੈਨੂੰ ਪਈ ਇਹਨਾਂ ਵਾਸਤੇ ਇਉਂ ਖੱਜਲ-ਖੁਆਰੀ ਹੋਣੀ ਏ, ਮੈਂ ਇਹਨਾਂ ਨੂੰ ਲਭਣ ਕਾਹਨੂੰ ਤੁਰਨਾ ਸੀ, ਸਗੋਂ ਇਹਨਾਂ ਦੇ ਨਾਲ ਇਕ ਦੋ ਦਸਾਂ ਦਸਾਂ ਦੇ ਨੋਟ ਵੀ ਰੱਖ ਦੇਂਦਾ, ਤਾਂ ਜੋ ਮੇਰੀ ਧੂਹ ਘਸੀਟ ਤੇ ਨਾ ਹੁੰਦੀ ਤੇ ਇਹ ਸਵਾਲ ਜਿੱਚ ਨਾ ਕਰਦੇ। ਕੋਈ ਪੰਜ ਰੂਬਲ ਮੈਂ ਬੱਘੀ ਤੇ ਖਰਚ ਕਰ ਆਇਆਂ। ਉਤੋਂ ਮੇਰਾ ਜੀ ਰਾਜ਼ੀ ਨਹੀਂ। ਮੈਂ ਹਰਨੀਆਂ ਤੇ ਗੰਠੀਏ ਦਾ ਮਰੀਜ਼ ਆਂ।"

ਇਹ ਸਨ ਬਿਆਨ ਗਵਾਹਾਂ ਦਾ, ਮੁਲਜ਼ਮ ਨੇ ਆਪ ਹੀ ਸਭ ਕੁਝ ਮੰਨ ਲਿਆ। ਅਤੇ ਕੁੜਿਕੀ ਵਿਚ ਫਸੇ ਜਾਨਵਰ ਵਾਂਗ, ਬੁਧੂਆਂਹਾਰ ਚੁਫੇਰੇ ਵੇਖਦਿਆਂ, ਉਸ ਨੇ ਜੋ ਕੁਝ ਹੋਇਆ ਸੀ, ਅਟਕ ਅਟਕ ਕੇ ਸ਼ੁਰੂ ਤੋਂ ਅਖੀਰ ਤੱਕ ਸੁਣਾ ਦਿੱਤਾ।

ਮਾਮਲਾ ਸਾਫ ਸੀ, ਪਰ ਛੋਟੇ ਸਰਕਾਰੀ ਵਕੀਲ ਨੇ, ਬੀਤੇ ਦਿਨ ਵਾਂਗ ਹੀ ਆਪਣੇ ਮੋਢੇ ਚੜ੍ਹਾਉਂਦਿਆਂ ਹੋਇਆਂ, ਚਲਾਕ ਮੁਲਜ਼ਮ ਨੂੰ ਬਹਿਕਾਉਣ ਲਈ ਗਿਣੇ ਮਿਥੇ ਗੁੰਝਲਦਾਰ ਜਿਹੇ ਸਵਾਲ ਪੁੱਛੇ।

ਆਪਣੀ ਤਕਰੀਰ ਵਿਚ ਉਸ ਨੇ ਸਾਬਤ ਕੀਤਾ ਕਿ ਚੋਰੀ ਇਕ ਵਸਦੇ-ਰਸਦੇ ਘਰ ਵਿਚੋਂ ਕੀਤੀ ਗਈ ਹੈ ਅਤੇ ਤਾਲਾ ਤੋੜਿਆ ਗਿਆ ਹੈ, ਅਤੇ ਦਲੀਲ ਦਿੱਤੀ ਕਿ ਇਸ ਕਾਰਨ ਗਭਰੂ ਨੂੰ ਸਖ਼ਤ ਸਜ਼ਾ ਦਿੱਤੀ ਜਾਣੀ ਚਾਹੀਦੀ ਹੈ।

ਅਦਾਲਤ ਵਲੋਂ ਮੁਕਰਰ ਕੀਤੇ ਸਫਾਈ ਦੇ ਵਕੀਲ ਦਾ ਵਿਚਾਰ ਸੀ ਕਿ ਚੋਰੀ ਰਿਹਾਇਸ਼ੀ ਮਕਾਨ ਵਿਚੋਂ ਨਹੀਂ ਕੀਤੀ ਗਈ ਅਤੇ, ਭਾਵੇਂ ਜੁਰਮ ਤੋਂ ਇਨਕਾਰ ਨਹੀਂ ਕੀਤਾ ਜਾ ਸਕਦਾ, ਤਾਂ ਵੀ ਮੁਲਜ਼ਮ ਸਮਾਜ ਵਾਸਤੇ ਏਡਾ ਖਤਰਨਾਕ ਨਹੀਂ ਜੇਡਾ ਸਰਕਾਰੀ ਵਕੀਲ ਨੇ ਜ਼ੋਰ ਦੇ ਕੇ ਆਖਿਆ ਹੈ।

ਪ੍ਰਧਾਨ ਪਹਿਲੇ ਦਿਨ ਵਾਂਗ ਹੀ ਨਿਰਪੱਖਤਾ ਤੇ ਇਨਸਾਫ ਦੀ ਤਸਵੀਰ ਬਣਿਆ ਰਿਹਾ ਅਤੇ ਜਿਊਰੀ ਦੇ ਮੈਂਬਰਾਂ ਨੂੰ ਉਹਨਾਂ ਤੱਥਾਂ ਬਾਰੇ ਸਮਝਾਇਆ ਬੁਝਾਇਆ ਜਿੰਨ੍ਹਾਂ ਤੋਂ ਉਹ ਸਾਰੇ ਵਾਕਫ ਸਨ। ਇਹ ਹੋ ਹੀ ਨਹੀਂ ਸੀ ਸਕਦਾ ਕਿ ਨਾ ਜਾਣਦੇ ਹੁੰਦੇ। ਪਹਿਲੇ ਦਿਨ ਵਾਂਗ ਹੀ, ਅਦਾਲਤ ਵਿਚੋਂ ਬਰਖ਼ਾਸਤ ਵੀ ਹੁੰਦੀ ਸੀ, ਉਹ ਫੇਰ ਸਿਗਰਟ

ਪੀਂਦੇ ਸਨ, ਫੇਰ ਪੇਸ਼ਕਾਰ ਪੁਕਾਰਦਾ ਸੀ, "ਅਦਾਲਤ ਆ ਰਹੀ ਹੈ," ਅਤੇ ਫੇਰ, ਸੌਂ ਜਾਣ ਤੋਂ ਬਚਣ ਦੀ ਕੋਸ਼ਿਸ਼ ਕਰਦਿਆਂ, ਦੋ ਸਿਪਾਹੀ ਆਪਣੀਆਂ ਨੰਗੀਆਂ ਤਲਵਾਰਾਂ ਲੈ ਕੇ ਮੁਲਜ਼ਮ ਤੇ ਪਹਿਰਾ ਦੇਣ ਲੱਗਦੇ ਸਨ।

ਅਦਾਲਤੀ ਕਾਰਵਾਈ ਤੋਂ ਪਤਾ ਲੱਗਦਾ ਸੀ ਕਿ ਇਸ ਗਭਰੂ ਨੂੰ ਉਹਦੇ ਪਿਓ ਨੇ ਛੋਟੀ ਉਮਰੇ ਹੀ ਤਮਾਕੂ ਦੀ ਫੈਕਟਰੀ ਵਿਚ ਕੰਮ ਸਿਖਣ ਲਾ ਦਿੱਤਾ ਜਿਥੇ ਉਹ ਪੰਜ ਸਾਲ ਕੰਮ ਕਰਦਾ ਰਿਹਾ ਸੀ। ਇਸ ਸਾਲ ਇਕ ਹੜਤਾਲ ਤੋਂ ਮਗਰੋਂ ਮਾਲਕ ਨੇ ਉਸ ਨੂੰ ਕੱਢ ਦਿੱਤਾ, ਅਤੇ, ਆਪਣੀ ਨੌਕਰੀ ਗੁਆ ਕੇ ਉਹ ਸ਼ਹਿਰ ਵਿਚ ਵਿਹਲਾ ਆਵਾਰਾ ਫਿਰਦਾ ਰਿਹਾ ਤੇ ਜੋ ਕੁਝ ਪੱਲੇ ਸੀ ਉਹਦੀ ਸ਼ਰਾਬ ਪੀ ਗਿਆ। ਠੇਕੇ ਵਿਚ ਉਹਨੂੰ ਆਪਣੇ ਵਰਗਾ ਇਕ ਹੋਰ ਮਿਲ ਪਿਆ ਜਿਹੜਾ ਇਸ ਮੁਲਜ਼ਮ ਤੋਂ ਪਹਿਲਾਂ ਆਪਣੀ ਨੌਕਰੀ ਗੁਆ ਬੈਠਾ ਹੋਇਆ ਸੀ। ਉਹ ਜੰਦਰੇਸਾਜ਼ੀ ਦਾ ਕੰਮ ਕਰਦਾ ਸੀ ਤੇ ਸ਼ਰਾਬੀ ਕਬਾਬੀ ਸੀ। ਇਕ ਰਾਤ ਇਹਨਾਂ ਦੋਵਾਂ ਨੇ, ਸ਼ਰਾਬੀ ਹਾਲਤ ਵਿਚ, ਇਕ ਢਾਰੇ ਦਾ ਜੰਦਰਾ ਤੋੜਿਆ ਤੇ ਜਿਹੜੀ ਚੀਜ਼ ਪਹਿਲਾਂ ਹੱਥ ਵਿਚ ਆਈ ਉਹੋ ਚੁੱਕ ਲਿਆਂਦੀ। ਉਹਨਾਂ ਨੇ ਇਹ ਸਭ ਕੁਝ ਮੰਨ ਲਿਆ ਸੀ ਤੇ ਉਹਨਾਂ ਨੂੰ ਜੇਲ੍ਹ ਵਿਚ ਪਾ ਦਿੱਤਾ ਗਿਆ ਸੀ, ਜਿਥੇ ਜੰਦਰੇਸਾਜ਼ ਮੁਕੱਦਮਾ ਚਲਣ ਤੋਂ ਪਹਿਲਾਂ ਹੀ ਮਰ ਗਿਆ। ਇਸ ਗਭਰੂ ਉਤੇ ਇਸ ਵੇਲੇ ਇਉਂ ਮੁਕਦਮਾ ਚਲਾਇਆ ਜਾ ਰਿਹਾ ਸੀ ਜਿਵੇਂ ਕਿਤੇ ਉਹ ਖਤਰਨਾਕ ਬੰਦਾ ਹੋਵੇ, ਜਿਸ ਤੋਂ ਸਮਾਜ ਨੂੰ ਬਚਾਉਣਾ ਚਾਹੀਦਾ ਹੈ।

"ਐਨ ਓਨਾ ਹੀ ਖਤਰਨਾਕ ਜਿੰਨੀ ਕਲ੍ਹ ਵਾਲੀ ਮੁਲਜ਼ਮ ਖਤਰਨਾਕ ਸੀ," ਨੇਖਲੀਊਦੋਵ ਨੇ, ਜੋ ਕੁਝ ਉਸ ਦੇ ਸਾਮ੍ਹਣੇ ਹੋ ਰਿਹਾ ਸੀ ਉਸ ਨੂੰ ਸੁਣਦਿਆਂ, ਸੋਚਿਆ। "ਇਹ ਖਤਰਨਾਕ ਨੇ, ਤੇ ਅਸੀਂ ਖਤਰਨਾਕ ਨਹੀਂ?... ਮੈਂ, ਲੁੱਚਾ, ਲਚਰ, ਫਰੇਬੀ, ਅਤੇ ਅਸੀਂ ਸਾਰੇ, ਉਹ ਸਾਰੇ ਜਿਹੜੇ ਜਾਣਦੇ ਹਨ ਕਿ ਮੈਂ ਕੀ ਹਾਂ, ਨਾ ਸਿਰਫ ਇਹ ਕਿ ਮੈਨੂੰ ਨਫਰਤ ਨਹੀਂ ਕਰਦੇ ਸਗੋਂ ਮੇਰਾ ਆਦਰ ਮਾਣ ਕਰਦੇ ਨੇ? ਪਰ ਜੇ ਇਹ ਗਭਰੂ ਇਸ ਕਮਰੇ ਵਿਚ ਬੈਠੇ ਸਭਨਾਂ ਲੋਕਾਂ ਵਿਚੋਂ ਸਮਾਜ ਵਾਸਤੇ ਸਭ ਤੋਂ ਵਧ ਖਤਰਨਾਕ ਹੈ, ਤਾਂ ਇਕ ਵਾਰ ਜਦੋਂ ਇਹ ਫੜਿਆ ਗਿਐ, ਹੁਣ ਸਮਝਦਾਰੀ ਕੀ ਕਹਿੰਦੀ ਹੈ ਅਤੇ ਇਹਦੇ ਨਾਲ ਕੀ ਕਰਨਾ ਚਾਹੀਦਾ ਹੈ?

"ਇਹ ਗੱਲ ਸਾਫ ਹੈ ਕਿ ਇਹ ਗਭਰੂ ਕੋਈ ਖਾਸ ਬਦਮਾਸ਼ ਨਹੀਂ ਸਗੋਂ ਬੜਾ ਆਮ ਜਿਹਾ ਗਭਰੂ ਹੈ—ਸਾਰਿਆਂ ਨੂੰ ਇਹ ਦਿਸਦੈ—ਤੇ ਜੋ ਕੁਝ ਉਹ ਬਣ ਗਿਆ ਹੈ ਉਸ ਦਾ ਕਾਰਨ ਸਿਰਫ ਇਹ ਹੈ ਕਿ ਉਹ ਏਹੋ ਜਿਹੇ ਹਾਲਾਤ ਵਿਚ ਫਸ ਗਿਆ ਜਿਹੜੇ ਏਹੋ ਜਿਹੇ ਲੋਕਾਂ ਨੂੰ ਜਨਮ ਦੇਂਦੇ ਨੇ। ਇਸ ਲਈ ਅਜਿਹੇ ਮੁੰਡਿਆਂ ਨੂੰ ਵਿਗੜਨ ਤੋਂ ਰੋਕਣ ਲਈ ਅਜਿਹੇ ਹਾਲਾਤ ਦਾ ਫਸਤਾ ਵੱਢਣਾ ਚਾਹੀਦਾ ਹੈ ਜਿਹੜੇ ਇਹਨਾਂ ਬਦਕਿਸਮਤ ਲੋਕਾਂ ਨੂੰ ਪੈਦਾ ਕਰਦੇ ਨੇ।

"ਪਰ ਅਸੀਂ ਕੀ ਕਰਦੇ ਹਾਂ? ਅਸੀਂ ਇਸ ਇਕ ਮੁੰਡੇ ਉਤੇ ਜਿਹੜਾ ਸਬੱਬ ਨਾਲ ਸਾਡੇ ਕਾਬੂ ਆ ਗਿਆ ਟੁਟ ਪੈਂਦੇ ਹਾਂ ਅਤੇ, ਇਹ ਜਾਣਦੇ ਹੋਏ ਕਿ ਇਹਦੇ ਵਰਗੇ ਹੋਰ

ਹਜ਼ਾਰਾਂ ਨੂੰ ਕੋਈ ਹੱਥ ਨਹੀਂ ਲਾਉਂਦਾ, ਉਸ ਨੂੰ ਜੇਲ੍ਹ ਵਿਚ ਸੁੱਟ ਦੇਂਦੇ ਹਾਂ ਜਿਥੇ ਉਹ ਜਾਂ ਬਿਲਕੁਲ ਬੇਕਾਰ ਵਿਹਲਾ ਬੈਠਾ ਰਹੇਗਾ ਜਾਂ ਦੂਜਿਆਂ ਦੀ ਸੰਗਤ ਵਿਚ ਜਿਹੜੇ ਉਹਦੇ ਵਾਂਗ ਹੀ ਕਮਜ਼ੋਰ ਤੇ ਗਿਰੇ ਹੋਏ ਨੇ ਫਜ਼ੂਲ ਤੇ ਨੁਕਸਾਨਦਿਹ ਕੰਮ ਕਰਨ ਲਈ ਮਜਬੂਰ ਹੋਵੇਗਾ। ਤੇ ਫੇਰ ਅਸੀਂ ਉਸ ਨੂੰ ਸਰਕਾਰੀ ਖਰਚੇ ਉਤੇ ਤੇ ਇਕ ਵਾਰੀ ਫੇਰ ਉਹਨਾਂ ਦੇ ਨਾਲ ਹੀ ਜਿਹੜੇ ਵਿਗੜੇ ਹੋਏ ਲੋਕ ਨੇ ਮਾਸਕੋ ਤੋਂ ਇਰਕੁਤਸਕ ਗੁਬੇਰਨੀਆ ਭੇਜ ਦੇਵਾਂਗੇ।

"ਤੇ ਸਿਰਫ ਏਹੋ ਗੱਲ ਨਹੀਂ ਕਿ ਅਸੀਂ ਉਹਨਾਂ ਹਾਲਤਾਂ ਨੂੰ ਮਿਟਾਉਣ ਲਈ ਕੁਝ ਨਹੀਂ ਕਰਦੇ ਜਿਨ੍ਹਾਂ ਵਿਚ ਅਜਿਹੇ ਲੋਕ ਪੈਦਾ ਹੁੰਦੇ ਨੇ, ਸਗੋਂ ਅਸੀਂ ਉਹਨਾਂ ਸੰਸਥਾਵਾਂ ਦੀ ਪਿੱਠ ਠੋਕਦੇ ਆਂ ਜਿਹੜੀਆਂ ਅਜਿਹੇ ਹਾਲਾਤ ਪੈਦਾ ਕਰਦੀਆਂ ਨੇ। ਅਜਿਹੀਆਂ ਸੰਸਥਾਵਾਂ ਤੋਂ ਸਾਰੇ ਜਾਣੂ ਨੇ: ਇਹ ਨੇ ਕਾਰਖਾਨੇ, ਖਾਤੇ ਤੇ ਫੈਕਟਰੀਆਂ, ਠੇਕੇ ਤੇ ਸ਼ਰਾਬਖਾਨਿਆਂ ਵਾਲੀਆਂ ਸਰਾਵਾਂ ਤੇ ਚਕਲੇ। ਅਸੀਂ ਅਜਿਹੀਆਂ ਸੰਸਥਾਵਾਂ ਨੂੰ ਕਾਇਮ ਹੀ ਨਹੀਂ ਰੱਖਦੇ, ਅਸੀਂ ਸਗੋਂ ਉਹਨਾਂ ਨੂੰ ਲਾਜ਼ਮੀ ਸਮਝਦੇ ਹੋਏ, ਉਹਨਾਂ ਨੂੰ ਹੌਸਲਾ ਦੇਂਦੇ ਆਂ ਤੇ ਉਹਨਾਂ ਨੂੰ ਨੇਮ-ਮਰਯਾਦਾ ਵਿਚ ਬੰਨ੍ਹਦੇ ਆਂ।

"ਇਸ ਤਰ੍ਹਾਂ ਅਸੀਂ ਇਕ ਨਹੀਂ, ਸਗੋਂ ਲੱਖਾਂ ਕਰੋੜਾਂ ਦੀ ਗਿਣਤੀ ਵਿਚ ਅਜਿਹੇ ਲੋਕਾਂ ਨੂੰ ਪਾਲਦੇ ਹਾਂ, ਤੇ ਫੇਰ ਉਹਨਾਂ ਵਿਚੋਂ ਇਕ ਨੂੰ ਫੜ ਕੇ, ਅਸੀਂ ਇਸ ਨੂੰ ਵੱਡਾ ਮਾਹਰਕਾ ਮਾਰ ਲਿਆ ਸਮਝਦੇ ਹਾਂ ਅਤੇ ਸੋਚਦੇ ਹਾਂ ਕਿ ਅਸੀਂ ਆਪਣੀ ਰਖਿਆ ਕਰ ਲਈ ਹੈ। ਤੇ ਇਕ ਵਾਰੀ ਜਦੋਂ ਮੁਜਰਮ ਨੂੰ ਮਾਸਕੋ ਤੋਂ ਇਰਕੁਤਸਕ ਗੁਬੇਰਨੀਆ ਭੇਜ ਦਿੱਤਾ ਤਾਂ ਸਾਨੂੰ ਹੋਰ ਕੁਝ ਕਰਨ ਦੀ ਲੋੜ ਨਹੀਂ ਰਹਿ ਗਈ," ਨੇਖਲੀਊਦੋਵ ਨੇ ਬੇਨਜ਼ੀਰ ਸਪਸ਼ਟ ਤੇ ਸਾਫ ਰੂਪ ਵਿਚ ਸੋਚਿਆ ਜਿਸ ਵੇਲੇ ਉਹ ਕਰਨਲ ਦੇ ਨਾਲ ਬੈਠਾ ਵਕੀਲ, ਸਰਕਾਰੀ ਵਕੀਲ, ਅਤੇ ਪ੍ਰਧਾਨ ਦੀਆਂ ਉੱਚੀਆਂ ਨੀਵੀਆਂ ਹੁੰਦੀਆਂ ਆਵਾਜ਼ਾਂ ਸੁਣ ਰਿਹਾ ਸੀ ਤੇ ਆਪਣੇ ਆਪ ਵਿਚ ਮਸਤ ਹੋਇਆਂ ਦੀਆਂ ਅਦਾਵਾਂ ਵੇਖ ਰਿਹਾ ਸੀ। "ਪਰ ਇਸ ਵਿਖਾਵੇ ਉਤੇ ਕੇਡੀ ਵੱਡੀ ਅਤੇ ਜ਼ੋਰਦਾਰ ਕੋਸ਼ਿਸ਼ ਕਰਨੀ ਪੈਂਦੀ ਏ," ਨੇਖਲੀਊਦੋਵ ਬੈਠਾ ਸੋਚੀ ਜਾ ਰਿਹਾ ਸੀ ਅਤੇ ਲੰਮੇ ਚੌੜੇ ਕਮਰੇ ਵੱਲ, ਤਸਵੀਰਾਂ, ਲੈਂਪਾਂ, ਆਰਾਮ ਕੁਰਸੀਆਂ, ਵਰਦੀਆਂ, ਮੋਟੀਆਂ ਕੰਧਾਂ ਅਤੇ ਖਿੜਕੀਆਂ ਵੱਲ ਝਾਕੀ ਜਾ ਰਿਹਾ ਸੀ। ਉਸ ਨੂੰ ਇਸ ਗੱਲ ਦੀ ਵੀ ਚੇਤਨਾ ਸੀ ਕਿ ਇਹ ਇਮਾਰਤ ਕੇਡੀ ਲੰਮੀ ਚੌੜੀ ਹੈ ਤੇ ਇਸ ਗੱਲ ਦੀ ਵੀ ਕਿ ਇਹ ਸੰਸਥਾ ਉਸ ਤੋਂ ਵੀ ਲੰਮੀ ਚੌੜੀ ਹੈ: ਫੌਜ ਦੀ ਫੌਜ ਅਫਸਰ, ਬਾਬੂ, ਚੌਕੀਦਾਰ ਅਤੇ ਚਪੜਾਸੀ ਸਿਰਫ ਏਥੇ ਹੀ ਨਹੀਂ ਸਗੋਂ ਰੂਸ ਦੇ ਚੱਪੇ ਚੱਪੇ ਵਿਚ ਜਿਹੜੇ ਉਹ ਨਾਟਕ ਖੇਡਣ ਦੀਆਂ ਤਨਖਾਹਾਂ ਲੈ ਰਹੇ ਹਨ ਜਿਸ ਦਾ ਕਿਸੇ ਨੂੰ ਕੁਝ ਫਾਇਦਾ ਨਹੀਂ। "ਇਸ ਕੰਮ ਉਤੇ ਜ਼ਾਇਆ ਕੀਤੀ ਜਾਂਦੀ ਕੋਸ਼ਿਸ਼ ਦਾ ਜੇ ਸੌਵਾਂ ਹਿੱਸਾ ਵੀ," ਉਸ ਨੇ ਸੋਚਿਆ, "ਇਹਨਾਂ ਆਵਾਰਾ ਬੰਦਿਆਂ ਦੀ ਸਹਾਇਤਾ ਉਤੇ ਖਰਚ ਕੀਤਾ ਜਾਏ ਜਿਨ੍ਹਾਂ ਨੂੰ ਅਸੀਂ ਇਉਂ ਵੇਖਦੇ ਹਾਂ ਜਿਵੇਂ ਸਾਡੇ ਆਰਾਮ ਅਤੇ ਸੁਖ ਲਈ ਲੋੜੀਂਦੇ ਹੱਥ ਪੈਰ ਹੋਣ, ਤਾਂ ਕੀ ਹੋਵੇ?"

"ਜੇ ਕਿਸੇ ਨੇ ਇਸ ਮੁੰਡੇ ਉਤੇ ਤਰਸ ਕੀਤਾ ਹੁੰਦਾ ਅਤੇ ਉਸ ਵੇਲੇ ਇਸ ਦੀ ਕੁਝ ਮਦਦ ਕੀਤੀ ਹੁੰਦੀ ਜਦੋਂ ਗਰੀਬੀ ਨੇ ਉਸ ਨੂੰ ਸ਼ਹਿਰ ਵੱਲ ਧੱਕ ਦਿੱਤਾ ਸੀ, ਤਾਂ ਏਨਾ ਹੀ ਕਾਫੀ ਹੋਣਾ ਸੀ," ਨੇਖਲੀਊਦੋਵ ਨੇ ਗਭਰੂ ਦੇ ਮਰੀਅਲ ਤੇ ਸਹਿਮੇ ਹੋਏ ਚਿਹਰੇ ਵੱਲ ਵੇਖਦਿਆਂ ਸੋਚਿਆ। "ਜਾਂ ਮਗਰੋਂ ਹੀ, ਜਦੋਂ ਫੈਕਟਰੀ ਵਿਚ ਬਾਰਾਂ ਘੰਟੇ ਕੰਮ ਕਰਨ ਤੋਂ ਪਿਛੋਂ ਉਹ ਆਪਣੇ ਵੱਡੇ ਸਾਥੀਆਂ ਨਾਲ ਸ਼ਰਾਬਖਾਨੇ ਜਾਣ ਲੱਗ ਪਿਆ ਸੀ, ਜੇ ਕਿਸੇ ਨੇ ਅੱਗੇ ਹੋ ਕੇ ਉਹਨੂੰ ਆਖਿਆ ਹੁੰਦਾ, ਵਾਨੀਆ, ਨਾ ਜਾ ਓਥੇ, ਇਹ ਚੰਗੀ ਗੱਲ ਨਹੀਂ, ਤਾਂ ਉਹ ਨਾ ਜਾਂਦਾ, ਪੁਠੇ ਰਾਹ ਨਾ ਪੈਂਦਾ, ਅਤੇ ਨਾ ਵਿਗੜਦਾ।

"ਪਰ ਨਹੀਂ, ਇਸ ਸਿਖਾਂਦਰੂ ਨੂੰ ਆਪਣੇ ਉਤੇ ਤਰਸ ਖਾਣ ਵਾਲਾ ਉਹਨਾਂ ਵਰ੍ਹਿਆਂ ਵਿਚ ਕੋਈ ਨਾ ਮਿਲਿਆ ਜਦੋਂ ਇਹ ਵਿਚਾਰਾ ਕਿਸੇ ਜਾਨਵਰ ਵਾਂਗ ਸ਼ਹਿਰ ਵਿਚ ਰਹਿੰਦਾ ਸੀ, ਅਤੇ ਸਿਰ ਮੁਨਾ ਕੇ ਤਾਂ ਜੋ ਜੂਆਂ ਨਾ ਪੈਣ, ਫੈਕਟਰੀ ਦੇ ਕਾਮਿਆਂ ਦਾ ਮੁੰਡੂ ਬਣਿਆ ਫਿਰਦਾ ਸੀ। ਇਸ ਦੇ ਉਲਟ, ਜਦੋਂ ਉਹ ਸ਼ਹਿਰ ਆ ਗਿਆ ਤਾਂ ਉਸ ਨੇ ਪੁਰਾਣੇ ਕਾਮਿਆਂ ਤੇ ਆਪਣੇ ਸਾਥੀਆਂ ਕੋਲੋਂ ਏਹੋ ਹੀ ਸੁਣਿਆ ਵੇਖਿਆ ਸੀ ਕਿ ਜਿਹੜਾ ਵੀ ਠੱਗੀ ਕਰਦਾ ਹੈ, ਸ਼ਰਾਬ ਪੀਂਦਾ ਹੈ, ਗਾਲ੍ਹਾਂ ਕਢਦਾ ਹੈ, ਜਿਹੜਾ ਵੀ ਦੂਜਿਆਂ ਨੂੰ ਫਾਂਟਾ ਚਾੜ੍ਹਦਾ ਹੈ, ਜਿਹੜਾ ਵੀ ਰੰਗ-ਰਲੀਆਂ ਮਾਣਦਾ ਹੈ, ਓਹੋ ਵਧੀਆ ਆਦਮੀ ਹੁੰਦਾ ਹੈ।

"ਜਦੋਂ ਉਹ ਬੀਮਾਰ ਹੋ ਗਿਆ ਅਤੇ ਘਾਤਕ ਮਜ਼ਦੂਰੀ, ਸ਼ਰਾਬ ਅਤੇ ਅਯਾਸ਼ੀ ਨੇ ਉਹਦਾ ਸਰੀਰ ਗਾਲ ਦਿੱਤਾ, ਉਹ ਸ਼ਹਿਰ ਵਿਚ ਬੇਮਤਲਬ ਟੱਕਰਾਂ ਮਾਰਦਾ, ਲਟਬੌਰਾ ਹੋਇਆ ਫਿਰਦਾ ਜਿਵੇਂ ਕੋਈ ਸੁਪਨੇ ਵਿਚ ਫਿਰਦਾ ਹੈ। ਉਹ ਕਿਸੇ ਢਾਰੇ ਜਿਹੇ ਵਿਚ ਜਾ ਵੜਦਾ ਹੈ ਤੇ ਕੁਝ ਪੁਰਾਣੀਆਂ ਦਰੀਆਂ ਚੁਕ ਲੈਂਦਾ ਹੈ ਜਿਹੜੀਆਂ ਕਿਸੇ ਦੇ ਕੰਮ ਦੀਆਂ ਨਹੀਂ; ਅਤੇ ਏਥੇ ਬੈਠੇ ਅਸੀਂ, ਰੱਜੇ-ਪੁੱਜੇ ਤੇ ਪੜ੍ਹੇ-ਲਿਖੇ ਲੋਕ, ਇਹ ਵਿਚਾਰਨ ਦੀ ਥਾਂ ਕਿ ਉਹਨਾਂ ਕਾਰਨਾਂ ਨੂੰ ਕਿਵੇਂ ਦੂਰ ਕੀਤਾ ਜਾਏ ਜਿੰਨ੍ਹਾਂ ਨੇ ਇਸ ਗਭਰੂ ਨੂੰ ਉਸ ਦੀ ਹੁਣ ਵਾਲੀ ਹਾਲਤ ਤੱਕ ਪਹੁੰਚਾਇਆ, ਇਸ ਨੂੰ ਸਜ਼ਾ ਦੇ ਕੇ ਹੀ ਹਾਲਾਤ ਦਾ ਸੁਧਾਰ ਕਰਨ ਬਾਰੇ ਸੋਚ ਰਹੇ ਹਾਂ।

"ਗਜ਼ਬ ਹੋ ਗਿਆ! ਏਥੇ ਕੋਈ ਨਹੀਂ ਜਾਣਦਾ ਕਿ ਵਡੇਰੀ ਚੀਜ਼ ਕਿਹੜੀ ਹੈ—ਬੇਰਹਿਮੀ ਜਾਂ ਬੇਹੂਦਗੀ। ਜਾਪਦਾ ਹੈ, ਦੋਵੇਂ ਹੀ ਵਧ ਤੋਂ ਵਧ ਉੱਚੇ ਦਰਜੇ ਤੱਕ ਪਹੁੰਚੀਆਂ ਹੋਈਆਂ ਨੇ।"

ਨੇਖਲੀਊਦੋਵ ਨੇ ਇਹ ਸਭ ਕੁਝ ਸੋਚਿਆ ਤੇ ਹੁਣ ਉਹ ਜੋ ਕੁਝ ਹੋ ਰਿਹਾ ਸੀ ਉਸ ਨੂੰ ਸੁਣ ਨਹੀਂ ਸੀ ਰਿਹਾ। ਜੋ ਕੁਝ ਉਸ ਦੇ ਸਾਮ੍ਹਣੇ ਉਜਾਗਰ ਹੋਇਆ ਸੀ ਉਸ ਤੋਂ ਉਹਦੇ ਲੂੰ-ਕੰਡੇ ਖੜੇ ਹੋ ਗਏ ਸਨ। ਉਸ ਨੂੰ ਸਮਝ ਨਹੀਂ ਸੀ ਆਉਂਦੀ ਕਿ ਇਹ ਸਭ ਕੁਝ ਉਹ ਪਹਿਲਾਂ ਕਿਉਂ ਨਹੀਂ ਸੀ ਵੇਖ ਸਕਿਆ, ਅਤੇ ਦੂਜਿਆਂ ਨੂੰ ਇਹ ਸਭ ਕੁਝ ਕਿਉਂ ਵਿਖਾਈ ਨਹੀਂ ਦੇਂਦਾ।

ਵਿਚਕਾਰ ਜਦੋਂ ਅਦਾਲਤ ਬਰਖ਼ਾਸਤ ਹੋਈ ਤਾਂ ਨੇਖਲੀਊਦੋਵ ਉੱਠਿਆ ਅਤੇ ਬਾਹਰ ਲਾਂਘੇ ਵਿਚ ਚਲਾ ਗਿਆ। ਉਸ ਦਾ ਮੁੜਕੇ ਅਦਾਲਤ ਵਿਚ ਆਉਣ ਦਾ ਇਰਾਦਾ ਨਹੀਂ ਸੀ। ਪਏ ਕਰਨ ਉਹਦੇ ਨਾਲ ਜੋ ਉਹਨਾਂ ਦਾ ਜੀਅ ਕਰੇ, ਉਹ ਇਸ ਭਿਆਨਕ ਤੇ ਲੋੜ੍ਹੇ ਦੀ ਬੇਹੂਦਗੀ ਵਿਚ ਹੁਣ ਸ਼ਾਮਲ ਨਹੀਂ ਹੋ ਸਕਦਾ।

ਸਰਕਾਰੀ ਵਕੀਲ ਦੇ ਦਫਤਰ ਦਾ ਥਾਂ ਟਿਕਾਣਾ ਪੁੱਛ ਕੇ, ਉਹ ਸਿੱਧਾ ਉਹਦੇ ਵੱਲ ਚਲਾ ਗਿਆ। ਚਪੜਾਸੀ ਉਹਨੂੰ ਅੰਦਰ ਨਹੀਂ ਸੀ ਜਾਣ ਦੇਣਾ ਚਾਹੁੰਦਾ। ਉਹ ਆਖ ਰਿਹਾ ਸੀ ਕਿ ਸਾਹਿਬ ਮਸਰੂਫ ਹੈ, ਪਰ ਨੇਖਲੀਊਦੋਵ ਨੇ ਉਹਦੀ ਗੱਲ ਵੱਲ ਕੰਨ ਨਹੀਂ ਧਰਿਆ ਅਤੇ ਦਰਵਾਜ਼ੇ ਕੋਲ ਗਿਆ, ਤੇ ਉਸ ਦੇ ਇਕ ਅਧਿਕਾਰੀ ਨੂੰ ਬੇਨਤੀ ਕੀਤੀ ਕਿ ਉਹ ਸਰਕਾਰੀ ਵਕੀਲ ਨੂੰ ਉਹਦੇ ਆਉਣ ਦੀ ਖਬਰ ਕਰ ਦੇਵੇ। ਨਾਲ ਹੀ ਉਸ ਨੇ ਦੱਸਿਆ ਕਿ ਉਹ ਜਿਊਰੀ ਦਾ ਮੈਂਬਰ ਹੈ ਤੇ ਉਸ ਨੇ ਇਕ ਬੜੀ ਜ਼ਰੂਰੀ ਗੱਲ ਕਰਨੀ ਹੈ। ਉਸ ਦੇ ਖ਼ਿਤਾਬ ਤੇ ਉਹਦੀ ਸੁਹਣੀ ਪੁਸ਼ਾਕ ਨੇ ਉਹਦੀ ਸਹਾਇਤਾ ਕੀਤੀ। ਅਧਿਕਾਰੀ ਨੇ ਸਰਕਾਰੀ ਵਕੀਲ ਨੂੰ ਖਬਰ ਕਰ ਦਿੱਤੀ ਤੇ ਨੇਖਲੀਊਦੋਵ ਨੂੰ ਅੰਦਰ ਬੁਲਾ ਲਿਆ ਗਿਆ। ਸਰਕਾਰੀ ਵਕੀਲ ਆਪਣੀ ਕੁਰਸੀ ਤੇ ਬੈਠਾ ਰਿਹਾ ਤੇ ਉਸ ਨੇ ਨੇਖਲੀਊਦੋਵ ਨੂੰ ਬੈਠਣ ਲਈ ਨਹੀਂ ਆਖਿਆ। ਨੇਖਲੀਊਦੋਵ ਨੇ ਉਸ ਨੂੰ ਮਿਲਣ ਦੀ ਜੋ ਜ਼ਿੱਦ ਕੀਤੀ ਸੀ, ਪ੍ਰਤੱਖ ਤੌਰ ਤੇ ਉਹ ਉਸ ਤੋਂ ਖਿਝਿਆ ਹੋਇਆ ਸੀ।

"ਮੈਂ ਤੁਹਾਡੇ ਵਾਸਤੇ ਕੀ ਕਰ ਸਕਦਾ ਹਾਂ," ਸਰਕਾਰੀ ਵਕੀਲ ਨੇ ਕਠੋਰ ਆਵਾਜ਼ ਵਿਚ ਪੁੱਛਿਆ।

"ਮੈਂ ਜਿਊਰੀ ਦਾ ਮੈਂਬਰ ਹਾਂ, ਮੇਰਾ ਨਾਂ ਨੇਖਲੀਊਦੋਵ ਏ, ਅਤੇ ਮੁਲਜ਼ਮ ਮਾਸਲੋਵਾ ਨੂੰ ਮਿਲਣਾ ਮੇਰੇ ਵਾਸਤੇ ਨਿਹਾਇਤ ਜ਼ਰੂਰੀ ਹੈ," ਨੇਖਲੀਊਦੋਵ ਨੇ ਛੇਤੀ ਛੇਤੀ, ਦ੍ਰਿੜ੍ਹਤਾ ਨਾਲ ਆਖਿਆ। ਉਹਦਾ ਚਿਹਰਾ ਲਾਲ ਹੋ ਗਿਆ ਸੀ ਤੇ ਉਹ ਮਹਿਸੂਸ ਕਰ ਰਿਹਾ ਸੀ ਕਿ ਜਿਹੜਾ ਕਦਮ ਉਹ ਚੁੱਕ ਰਿਹਾ ਹੈ ਉਸ ਦਾ ਉਹਦੀ ਜ਼ਿੰਦਗੀ ਉਤੇ ਫੈਸਲਾਕੁਨ ਅਸਰ ਹੋਵੇਗਾ।

ਸਰਕਾਰੀ ਵਕੀਲ ਮਧਰੇ ਕੱਦ ਦਾ ਕਾਲਾ ਜਿਹਾ ਬੰਦਾ ਸੀ ਜਿਸ ਦੇ ਛੋਟੇ ਛੋਟੇ ਭੂਰੇ ਵਾਲ 'ਤੇ ਨੱਚਦੀਆਂ, ਚਮਕਦਾਰ ਅੱਖਾਂ ਸਨ ਅਤੇ ਬਾਹਰ ਨੂੰ ਨਿਕਲੀ ਠੋਡੀ ਉਤੇ ਸੰਘਣੀ ਨਿੱਕੀ ਨਿੱਕੀ ਦਾੜ੍ਹੀ ਸੀ।

"ਮਾਸਲੋਵਾ ? ਹਾਂ, ਹਾਂ, ਯਾਦ ਆ ਗਿਆ। ਜ਼ਹਿਰ ਦੇਣ ਦੇ ਜੁਰਮ ਵਿਚ।" ਸਰਕਾਰੀ ਵਕੀਲ ਨੇ ਠਰ੍ਹੰਮੇ ਨਾਲ ਆਖਿਆ। "ਪਰ ਤੁਸੀਂ ਉਸ ਨੂੰ ਕਿਉਂ ਮਿਲਣਾ ਚਾਹੁੰਦੇ ਓ ?" ਅਤੇ ਫੇਰ, ਜਿਵੇਂ ਉਹ ਆਪਣੇ ਸਵਾਲ ਨੂੰ ਨਰਮ ਕਰਨਾ ਚਾਹੁੰਦਾ ਹੋਵੇ, ਉਸ ਨੇ ਆਖਿਆ, "ਮੈਂ ਓਨਾ ਚਿਰ ਇਜਾਜ਼ਤ ਨਹੀਂ ਦੇ ਸਕਦਾ ਜਿੰਨਾ ਚਿਰ ਪਤਾ ਨਾ

ਲੱਗੇ ਕਿ ਤੁਹਾਨੂੰ ਇਸ ਗੱਲ ਦੀ ਕੀ ਲੋੜ ਏ।"

"ਮੈਨੂੰ ਇਕ ਖਾਸ ਤੇ ਅਹਿਮ ਵਜਾਹ ਕਰਕੇ ਇਸ ਦੀ ਲੋੜ ਏ," ਨੇਖਲੀਊਦੋਵ ਨੇ ਕਹਿਣਾ ਸ਼ੁਰੂ ਕੀਤਾ। ਉਹਦੇ ਚਿਹਰੇ ਤੇ ਲਾਲੀ ਫਿਰ ਗਈ ਸੀ।

"ਹੱਛਾ?" ਸਰਕਾਰੀ ਵਕੀਲ ਨੇ ਆਪਣੀਆਂ ਅੱਖਾਂ ਉਪਰ ਕਰ ਕੇ ਅਤੇ ਗਹੁ ਨਾਲ ਨੇਖਲੀਊਦੋਵ ਵੱਲ ਵੇਖਦਿਆਂ ਆਖਿਆ। "ਉਸ ਦੇ ਮਾਮਲੇ ਦੀ ਸੁਣਵਾਈ ਹੋ ਗਈ ਜਾਂ ਨਹੀਂ?"

"ਕਲ੍ਹ ਸੁਣਵਾਈ ਹੋਈ ਸੀ ਅਤੇ ਨਾਜਾਇਜ਼ ਤੌਰ ਤੇ ਚਾਰ ਸਾਲ ਦੀ ਬਾ-ਮੁਸ਼ੱਕਤ ਕੈਦ ਦੀ ਸਜ਼ਾ ਹੋ ਗਈ। ਉਹ ਬੇਗੁਨਾਹ ਏ।"

"ਹੱਛਾ? ਜੇ ਹਾਲੇ ਕਲ੍ਹ ਹੀ ਸਜ਼ਾ ਹੋਈ ਏ," ਸਰਕਾਰੀ ਵਕੀਲ ਨੇ ਮਾਸਲੋਵਾ ਦੇ ਬੇਗੁਨਾਹ ਹੋਣ ਬਾਰੇ ਨੇਖਲੀਊਦੋਵ ਦੀ ਗੱਲ ਵੱਲ ਕੋਈ ਧਿਆਨ ਨਾ ਦੇਂਦੇ ਹੋਏ ਆਖਿਆ "ਤਾਂ ਉਹ ਹਾਲੇ ਹਵਾਲਾਤ ਵਿਚ ਹੀ ਹੋਣੀ ਚਾਹੀਦੀ ਹੈ, ਜਿੰਨਾ ਚਿਰ ਆਖਰੀ ਤੌਰ ਤੇ ਸਜ਼ਾ ਨਹੀਂ ਹੋ ਜਾਂਦੀ। ਓਥੇ ਖਾਸ ਖਾਸ ਦਿਨਾਂ ਨੂੰ ਹੀ ਮੁਲਾਕਾਤ ਦੀ ਇਜਾਜ਼ਤ ਹੈ। ਮੈਂ ਸਲਾਹ ਦੇਵਾਂਗਾ ਕਿ ਓਥੇ ਜਾ ਕੇ ਪਤਾ ਕਰੋ।"

"ਪਰ ਮੇਰਾ ਉਸ ਨੂੰ ਛੇਤੀ ਤੋਂ ਛੇਤੀ ਮਿਲਣਾ ਜ਼ਰੂਰੀ ਹੈ," ਨੇਖਲੀਊਦੋਵ ਨੇ ਆਖਿਆ। ਓਹਦਾ ਹੇਠਲਾ ਜਬਾੜ੍ਹਾ ਫਰਕਣ ਲੱਗ ਪਿਆ ਸੀ ਜਦੋਂ ਉਸ ਨੂੰ ਮਹਿਸੂਸ ਹੋਇਆ ਕਿ ਫੈਸਲਾਕੁਨ ਘੜੀ ਆਉਣ ਵਾਲੀ ਹੈ।

"ਕਿਉਂ ਜ਼ਰੂਰੀ ਹੈ?" ਕੁਝ ਬੇਸਬਰੀ ਜਿਹੀ ਨਾਲ ਆਪਣੇ ਭਰਵੱਟੇ ਚੜ੍ਹਾਉਂਦਿਆਂ, ਸਰਕਾਰੀ ਵਕੀਲ ਨੇ ਪੁੱਛਿਆ।

"ਕਿਉਂਕਿ ਉਸ ਬੇਗੁਨਾਹ ਨੂੰ ਕੈਦ ਬਾ-ਮੁਸ਼ੱਕਤ ਦੀ ਸਜ਼ਾ ਹੋ ਗਈ ਹੈ, ਤੇ ਏਹ ਮੇਰਾ ਕਸੂਰ ਏ," ਨੇਖਲੀਊਦੋਵ ਨੇ ਕੰਬਦੀ ਆਵਾਜ਼ ਵਿਚ ਕਿਹਾ। ਉਹ ਮਹਿਸੂਸ ਕਰ ਰਿਹਾ ਸੀ ਕਿ ਮੈਂ ਐਸੀ ਗੱਲ ਆਖ ਰਿਹਾ ਹਾਂ ਜਿਸ ਦੀ ਲੋੜ ਨਹੀਂ ਸੀ।

"ਉਹ ਕਿਸ ਤਰ੍ਹਾਂ?" ਸਰਕਾਰੀ ਵਕੀਲ ਨੇ ਪੁੱਛਿਆ।

"ਕਿਉਂਕਿ ਮੈਂ ਉਹਦੇ ਨਾਲ ਛਲ ਕੀਤਾ ਅਤੇ ਉਹਨੂੰ ਹੁਣ ਵਾਲੀ ਹਾਲਤ ਤੱਕ ਪਹੁੰਚਾ ਦਿੱਤਾ। ਜੇ ਮੈਂ ਇਸ ਤਰ੍ਹਾਂ ਦੀ ਕਰਤੂਤ ਨਾ ਕੀਤੀ ਹੁੰਦੀ ਤਾਂ ਉਹਦੀ ਅਜ ਇਹ ਹਾਲਤ ਨਾ ਹੁੰਦੀ ਤੇ ਉਹਦੇ ਉਤੇ ਇਸ ਕਿਸਮ ਦਾ ਇਲਜ਼ਾਮ ਨਾ ਲੱਗਦਾ।"

"ਫੇਰ ਵੀ, ਮੈਨੂੰ ਤਾਂ ਸਮਝ ਨਹੀਂ ਆਉਂਦਾ ਕਿ ਇਸ ਗੱਲ ਦਾ ਉਹਦੇ ਨਾਲ ਮੁਲਾਕਾਤ ਕਰਨ ਨਾਲ ਕੀ ਵਾਸਤਾ ਹੈ।"

"ਵਾਸਤਾ ਇਹ ਹੈ ਕਿ ਮੈਂ ਉਹਦੇ ਮਗਰ ਜਾਣਾ, ਅਤੇ... ਉਹਦੇ ਨਾਲ ਵਿਆਹ ਕਰਾਉਣਾ ਚਾਹੁੰਦਾ ਹਾਂ," ਨੇਖਲੀਊਦੋਵ ਨੇ ਖਿੜਕਦੀ ਆਵਾਜ਼ ਵਿਚ ਆਖਿਆ। ਆਪਣੇ ਵਿਹਾਰ ਦੇ ਖਿਆਲ ਨਾਲ ਉਹਦੀਆਂ ਅੱਖਾਂ ਵਿਚ ਅਥਰੂ ਆ ਚੱਲੇ ਸਨ।

"ਹੱਛਾ? ਸੱਚੀਂਮੁੱਚੀਂ।" ਸਰਕਾਰੀ ਵਕੀਲ ਨੇ ਆਖਿਆ। "ਇਹ ਤਾਂ ਵਾਕਈ

ਬਹੁਤ ਵਖਰੀ ਕਿਸਮ ਦੀ ਗੱਲ ਹੈ। ਮੇਰਾ ਖਿਆਲ ਹੈ ਕਿ ਤੁਸੀਂ ਕਰਾਸਨੋਪੇਰਸਕ ਊਯੇਜ਼ਦ* ਪ੍ਰਸ਼ਾਸਨ ਦੇ ਮੈਂਬਰ ਹੋ?" ਉਸ ਨੇ ਪੁੱਛਿਆ, ਮਾਣੋ ਉਸ ਨੂੰ ਯਾਦ ਆ ਗਿਆ ਹੋਵੇ ਕਿ ਉਸ ਨੇ ਇਸ ਨੇਖਲੀਊਦੋਵ ਦਾ ਨਾਂ ਪਹਿਲਾਂ ਸੁਣਿਆ ਹੋਇਆ ਹੈ ਜਿਹੜਾ ਇਸ ਵੇਲੇ ਏਡੀ ਅਜੀਬ ਗੱਲ ਆਖ ਰਿਹਾ ਸੀ।

"ਮਾਫ ਕਰਨਾ, ਪਰ ਮੇਰਾ ਨਹੀਂ ਖਿਆਲ ਕਿ ਉਸ ਗੱਲ ਦਾ ਮੇਰੀ ਬੇਨਤੀ ਨਾਲ ਕੋਈ ਵਾਸਤਾ ਹੈ," ਨੇਖਲੀਊਦੋਵ ਨੇ ਗੁੱਸੇ ਨਾਲ ਲਾਲ ਹੁੰਦਿਆਂ ਆਖਿਆ।

"ਬਿਲਕੁਲ ਨਹੀਂ," ਸਰਕਾਰੀ ਵਕੀਲ ਨੇ ਆਖਿਆ। ਉਸ ਦੇ ਬੁਲ੍ਹਾਂ ਉਤੇ ਮੀਸਣਿਆਂ ਵਾਲੀ ਮੁਸਕਾਨ ਸੀ ਤੇ ਸ਼ਰਮਸਾਰ ਤਾਂ ਉਹ ਹੈ ਹੀ ਨਹੀਂ ਸੀ। "ਸਿਰਫ ਤੁਹਾਡੀ ਇੱਛਾ ਬੜੀ ਅਲੋਕਾਰ ਤੇ ਬੜੀ ਵਖਰੀ ਕਿਸਮ ਦੀ ਹੈ।"

"ਖੈਰ, ਪਰ ਕੀ ਮੈਨੂੰ ਇਜਾਜ਼ਤ ਮਿਲ ਸਕਦੀ ਹੈ?"

"ਇਜਾਜ਼ਤ? ਹਾਂ, ਮੈਂ ਹੁਣੇ ਤੁਹਾਨੂੰ ਮੁਲਾਕਾਤ ਕਰਨ ਦਾ ਪਾਸ ਬਣਾ ਦੇਂਦਾ ਹਾਂ। ਜ਼ਰਾ ਬੈਠਣ ਦੀ ਖੇਚਲ ਕਰੋ।"

ਉਹ ਮੇਜ਼ ਕੋਲ ਗਿਆ, ਤੇ ਕੁਰਸੀ ਤੇ ਬੈਠ ਕੇ ਲਿਖਣ ਲੱਗ ਪਿਆ।

"ਕਿਰਪਾ ਕਰ ਕੇ ਬਹਿ ਜਾਓ।"

ਨੇਖਲੀਊਦੋਵ ਖਲੋਤਾ ਰਿਹਾ।

ਨੇਖਲੀਊਦੋਵ ਨੂੰ ਦਾਖਲ ਹੋਣ ਦੇਣ ਦਾ ਇਜਾਜ਼ਤਨਾਮਾ ਲਿਖ ਕੇ ਤੇ ਉਹਦੇ ਹੱਥ ਫੜਾ ਕੇ, ਸਰਕਾਰੀ ਵਕੀਲ ਨੇ ਉਤਸੁਕਤਾ ਨਾਲ ਉਹਦੇ ਵੱਲ ਵੇਖਿਆ।

"ਮੈਂ ਇਹ ਵੀ ਦੱਸਣਾ ਚਾਹੁੰਦਾ ਹਾਂ," ਨੇਖਲੀਊਦੋਵ ਨੇ ਆਖਿਆ," ਕਿ ਮੈਂ ਹੁਣ ਬੈਠਕਾਂ ਵਿਚ ਸ਼ਾਮਲ ਨਹੀਂ ਹੋ ਸਕਦਾ।"

"ਤਾਂ ਫੇਰ, ਜਿਵੇਂ ਤੁਸੀਂ ਜਾਣਦੇ ਹੋ, ਤੁਹਾਨੂੰ ਅਦਾਲਤ ਸਾਮ੍ਹਣੇ ਜਾਇਜ਼ ਕਾਰਨ ਪੇਸ਼ ਕਰਨੇ ਹੋਣਗੇ।"

"ਮੇਰੇ ਕਾਰਨ ਇਹ ਹਨ ਕਿ ਮੈਂ ਇਸ ਸਾਰੀ ਅਦਾਲਤੀ ਕਾਰਵਾਈ ਨੂੰ ਬੇਫਾਇਦਾ ਹੀ ਨਹੀਂ ਸਗੋਂ ਗੈਰ-ਇਖਲਾਕੀ ਵੀ ਸਮਝਦਾ ਹਾਂ।"

"ਹੱਛਾ," ਸਰਕਾਰੀ ਵਕੀਲ ਨੇ ਓਸੇ ਤਰ੍ਹਾਂ ਮੀਸਣਿਆਂ ਵਾਂਗ ਮੁਸਕ੍ਰਾਉਂਦਿਆਂ ਆਖਿਆ, ਜਿਵੇਂ ਇਹ ਪ੍ਰਗਟ ਕਰਦਾ ਹੋਵੇ ਕਿ ਇਸ ਕਿਸਮ ਦੇ ਐਲਾਨ ਬਾਰੇ ਉਹ ਚੰਗੀ ਤਰ੍ਹਾਂ ਜਾਣਦਾ ਸੀ ਤੇ ਇਸ ਤੋਂ ਉਹਨੂੰ ਅਜੀਬ ਸੁਆਦ ਆਇਆ ਹੈ। "ਠੀਕ ਏ, ਪਰ ਤੁਸੀਂ ਜ਼ਰੂਰ ਸਮਝਦੇ ਹੋਵੋਗੇ ਕਿ ਮੈਂ, ਸਰਕਾਰੀ ਵਕੀਲ ਹੋਣ ਦੇ ਨਾਤੇ, ਇਸ ਗੱਲੇ ਤੁਹਾਡੇ ਨਾਲ ਸਹਿਮਤ ਨਹੀਂ ਹੋ ਸਕਦਾ। ਇਸ ਲਈ ਮੈਂ ਤੁਹਾਨੂੰ ਸਲਾਹ ਦੇਵਾਂਗਾ ਕਿ ਅਦਾਲਤ ਨੂੰ ਇਕ ਅਰਜ਼ੀ ਲਿਖੋ। ਉਹ ਤੁਹਾਡੇ ਇਸ ਖਿਆਲ ਉਤੇ ਵਿਚਾਰ ਕਰੇਗੀ

ਤੇ ਵੇਖੇਗੀ ਕਿ ਇਹ ਜਾਇਜ਼ ਹੈ ਜਾਂ ਨਾਜਾਇਜ਼, ਤੇ ਜੇ ਨਾਜਾਇਜ਼ ਹੋਇਆ ਤਾਂ ਜੁਰਮਾਨਾ ਕਰੇਗੀ। ਸੋ ਅਦਾਲਤ ਨੂੰ ਅਰਜ਼ੀ ਲਿਖੋ।"

"ਮੈਂ ਜੋ ਆਖਣਾ ਸੀ ਆਖ ਦਿਤਾ ਹੈ ਤੇ ਹੋਰ ਕਿਧਰੇ ਮੈਂ ਨਹੀਂ ਜਾਣਾ," ਨੇਖਲੀਊਦੋਵ ਨੇ ਗੁੱਸੇ ਵਿਚ ਆਖਿਆ।

"ਠੀਕ ਏ ਫੇਰ, ਆਦਾਬ," ਸਰਕਾਰੀ ਵਕੀਲ ਨੇ ਸਿਰ ਨਿਵਾ ਕੇ ਆਖਿਆ। ਜ਼ਾਹਿਰ ਸੀ ਕਿ ਉਹ ਇਸ ਅਜੀਬ ਕਿਸਮ ਦੇ ਮਹਿਮਾਨ ਕੋਲੋਂ ਪਿੱਛਾ ਛੁਡਾਉਣ ਲਈ ਕਾਹਲਾ ਸੀ।

"ਏਹ ਕੌਣ ਆ ਵੜਿਆ ਸੀ ਏਥੇ?" ਅਦਾਲਤ ਦੇ ਇਕ ਮੈਂਬਰ ਨੇ ਪੁੱਛਿਆ ਜਿਹੜਾ ਨੇਖਲੀਊਦੋਵ ਦੇ ਕਮਰੇ ਤੋਂ ਬਾਹਰ ਹੁੰਦਿਆਂ ਹੀ ਅੰਦਰ ਆ ਗਿਆ ਸੀ।

"ਨੇਖਲੀਊਦੋਵ, ਤੁਸੀਂ ਜਾਣਦੇ ਓ, ਓਹੋ ਜਿਹੜਾ ਕਰਾਸਨੋਪੇਰਸਕ ਊਯੇਜ਼ਦ ਪ੍ਰੀਸ਼ਦ ਦੀਆਂ ਮੀਟਿੰਗਾਂ ਵ੍ਰਿਚ ਹਰ ਕਿਸਮ ਦੇ ਅਜੀਬ ਅਜੀਬ ਬਿਆਨ ਦੇਂਦਾ ਹੁੰਦਾ ਸੀ। ਰਤਾ ਖਿਆਲ ਕਰੋ! ਇਹ ਜਿਊਰੀ ਦਾ ਮੈਂਬਰ ਜੇ, ਅਤੇ ਮੁਲਜ਼ਮਾਂ ਵਿਚ ਇਕ ਔਰਤ ਜਾਂ ਕੁੜੀ ਏ ਜਿਹਨੂੰ ਬਾ-ਮੁਸ਼ੱਕਤ ਕੈਦ ਦੀ ਸਜ਼ਾ ਹੋਈ ਏ, ਤੇ ਕਹਿੰਦਾ ਏ ਇਹਨੇ ਉਹਨੂੰ ਛਲ ਨਾਲ ਆਪਣੇ ਝਾਂਸੇ ਵਿਚ ਫਸਾ ਲਿਆ ਸੀ, ਤੇ ਹੁਣ ਉਹਦੇ ਨਾਲ ਵਿਆਹ ਕਰਨਾ ਚਾਹੁੰਦੈ।"

"ਇਹ ਗੱਲ ਨਹੀਂ ਹੋ ਸਕਦੀ?"

"ਮੈਨੂੰ ਤਾਂ ਓਸ ਏਹੋ ਆਖਿਐ। ਤੇ ਅਜੀਬ ਕਿਸਮ ਦੀ ਘਬਰਾਹਟ ਦੀ ਹਾਲਤ ਵਿਚ।"

"ਅਜਕਲ ਦੇ ਨੌਜਵਾਨ ਕੁਝ ਉਲਾਰ ਜਿਹੇ ਹੁੰਦੇ ਨੇ।"

"ਪਰ ਉਹ ਕੋਈ ਬਹੁਤਾ ਜਵਾਨ ਤਾਂ ਨਹੀਂ।"

"ਠੀਕ ਏ, ਤੇ ਕਿਵੇਂ ਅਕਾ ਮਾਰਦਾ ਹੈ ਤੁਹਾਡਾ ਉਹ ਮਸ਼ਹੂਰ ਇਵਾਸ਼ੇਨਕੋਵ। ਗੋਡੇ ਲੁਆ ਦੇਂਦਾ ਏ ਅਗਲਿਆਂ ਦੇ। ਉਹਦੀਆਂ ਗੱਲਾਂ ਹੀ ਨਹੀਂ ਮੁਕਣ ਵਿਚ ਆਉਂਦੀਆਂ।"

"ਉਫ, ਅਜਿਹੇ ਬੰਦਿਆਂ ਦਾ ਬਸ ਮੂੰਹ ਬੰਦ ਕਰਾ ਦੇਣਾ ਚਾਹੀਦੈ, ਵਰਨਾ ਤਾਂ ਇਹ ਅਸਲੀ ਅੜਿਕਾ ਡਾਹੁਣ ਵਾਲੇ ਹੋ ਨਿਬੜਦੇ ਨੇ।"

੩੬

ਸਰਕਾਰੀ ਵਕੀਲ ਕੋਲੋਂ ਉਠ ਕੇ ਨੇਖਲੀਊਦੋਵ ਸਿੱਧਾ ਹਵਾਲਾਤ ਵਿਚ ਪਹੁੰਚ ਗਿਆ। ਪਰ, ਓਥੇ ਕੋਈ ਮਾਸਲੋਵਾ ਨਹੀਂ ਸੀ, ਅਤੇ ਇੰਸਪੈਕਟਰ ਨੇ ਨੇਖਲੀਊਦੋਵ

ਨੂੰ ਸਮਝਾਇਆ ਕਿ ਉਹ ਸ਼ਾਇਦ ਪੁਰਾਣੀ ਜੇਲ੍ਹ ਵਿਚ ਹੋਵੇ ਜਿਥੋਂ ਮੁਜਰਮਾਂ ਨੂੰ ਕੈਦ ਬਾ-ਮੁਸ਼ੱਕਤ ਲਈ ਭੇਜਿਆ ਜਾਂਦਾ ਹੈ। ਇਸ ਕਰਕੇ ਨੇਖਲੀਊਦੋਵ ਓਥੇ ਗਿਆ। ਕਾਤੇਰੀਨਾ ਮਾਸਲੋਵਾ ਸਚਮੁਚ ਓਥੇ ਹੀ ਸੀ।

ਸਰਕਾਰੀ ਵਕੀਲ ਭੁਲ ਗਿਆ ਸੀ ਕਿ ਛੇ ਮਹੀਨੇ ਪਹਿਲਾਂ ਜਾਂਦਾਰਮਾਂ ਨੇ ਰਾਜਸੀ ਮਾਮਲੇ ਦੇ ਸੰਬੰਧ ਵਿੱਚ ਅਤਿ ਕਰ ਦਿੱਤੀ ਜਾਪਦੀ ਸੀ ਜਿਸ ਕਰਕੇ ਜੇਲ੍ਹ ਵਿਦਿਆਰਥੀਆਂ, ਡਾਕਟਰਾਂ, ਮਜ਼ਦੂਰਾਂ, ਵੱਖ ਵੱਖ ਕੋਰਸਾਂ ਵਿਚ ਪੜ੍ਹਦੀਆਂ ਕੁੜੀਆਂ ਅਤੇ ਇਸਤ੍ਰੀ ਕੰਪੋਡਰਾਂ ਨਾਲ ਭਰੀ ਪਈ ਸੀ। ਇਹ ਜੇਲ੍ਹ ਉੱਥੋਂ ਕਾਫੀ ਦੂਰ ਸੀ, ਅਤੇ ਨੇਖਲੀਊਦੋਵ ਮਸਾਂ ਤ੍ਰਿਕਾਲਾਂ ਵੇਲੇ ਪੁਰਾਣੀ ਜੇਲ੍ਹ ਪੁੱਜਾ ਸੀ। ਉਹ ਵੱਡੀ ਸਾਰੀ, ਹਨੇਰੀ ਜਿਹੀ ਇਮਾਰਤ ਵੱਲ ਜਾ ਰਿਹਾ ਸੀ, ਪਰ ਸੰਤਰੀ ਨੇ ਉਸ ਨੂੰ ਰੋਕ ਲਿਆ ਅਤੇ ਘੰਟੀ ਵਜਾ ਦਿੱਤਾ। ਘੰਟੀ ਦੀ ਆਵਾਜ਼ ਸੁਣ ਕੇ ਇਕ ਜੇਲ੍ਹਰ ਆਇਆ। ਨੇਖਲੀਊਦੋਵ ਨੇ ਉਸ ਨੂੰ ਆਪਣਾ ਪਾਸ ਵਿਖਾਇਆ, ਪਰ ਜੇਲ੍ਹਰ ਨੇ ਕਿਹਾ ਕਿ ਇੰਸਪੈਕਟਰ ਦੀ ਆਗਿਆ ਬਿਨਾਂ ਉਹ ਅੰਦਰ ਨਹੀਂ ਜਾ ਸਕਦਾ। ਨੇਖਲੀਊਦੋਵ ਇੰਸਪੈਕਟਰ ਨੂੰ ਮਿਲਣ ਗਿਆ। ਜਦੋਂ ਉਹ ਪੌੜੀਆਂ ਚੜ੍ਹ ਰਿਹਾ ਸੀ ਤਾਂ ਉਸ ਨੂੰ ਪਿਆਨੋ ਦੀ ਆਵਾਜ਼ ਸੁਣਾਈ ਦਿੱਤੀ। ਕੋਈ ਪਿਆਨੋ ਉਤੇ ਬੜੀ ਗੁੰਝਲਦਾਰ ਸੰਗੀਤ ਧੁਨ ਵਜਾ ਰਿਹਾ ਸੀ। ਜਦੋਂ ਇਕ ਖਿਝੀ ਹੋਈ ਨੌਕਰਾਣੀ ਨੇ, ਜਿਸ ਦੀ ਇਕ ਅੱਖ ਉਤੇ ਪੱਟੀ ਬੱਝੀ ਹੋਈ ਸੀ, ਉਹਦੇ ਵਾਸਤੇ ਬੂਹਾ ਖੋਹਲਿਆ, ਤਾਂ ਇਹ ਆਵਾਜ਼ਾਂ ਕਮਰੇ ਵਿਚੋਂ ਆਉਂਦੀਆਂ ਅਤੇ ਉਹਦੇ ਕੰਨਾਂ ਨਾਲ ਟਕਰਾਉਂਦੀਆਂ ਜਾਪਦੀਆਂ ਸਨ। ਇਹ ਲਿਸਟ ਦੀ ਇਕ ਜੋਸ਼ੀਲੀ ਧੁਨ ਸੀ ਜਿਸ ਤੋਂ ਹਰ ਕੋਈ ਤੰਗ ਆ ਗਿਆ ਹੋਇਆ ਸੀ। ਵਜਾਈ ਤਾਂ ਨਿਪੁੰਨਤਾ ਨਾਲ ਜਾ ਰਹੀ ਸੀ, ਪਰ ਇਕ ਖਾਸ ਹੱਦ ਤੱਕ ਹੀ। ਜਦੋਂ ਉਹ ਹੱਦ ਆ ਜਾਂਦੀ ਸੀ ਤਾਂ ਫੇਰ ਓਸੇ ਹਿਸੇ ਨੂੰ ਹੀ ਦੁਹਰਾਇਆ ਜਾ ਰਿਹਾ ਸੀ। ਨੇਖਲੀਊਦੋਵ ਨੇ ਅੱਖ ਤੇ ਪੱਟੀ ਬੰਨ੍ਹੀ ਫਿਰਦੀ ਨੌਕਰਾਣੀ ਨੂੰ ਪੁੱਛਿਆ ਕਿ ਇੰਸਪੈਕਟਰ ਘਰ ਹੈ ਜਾਂ ਨਹੀਂ।

ਉਸ ਦਾ ਜਵਾਬ ਸੀ ਕਿ ਉਹ ਘਰ ਨਹੀਂ।

"ਛੇਤੀ ਹੀ ਆ ਜਾਣਗੇ?"

ਜੋਸ਼ੀਲੀ ਧੁਨ ਬੰਦ ਹੋ ਗਈ ਸੀ, ਪਰ ਫੇਰ ਸ਼ੁਰੂ ਹੋ ਗਈ ਅਤੇ ਫੇਰ ਓਸੇ ਹੀ ਤਰ੍ਹਾਂ ਉੱਚੀ ਉੱਚੀ ਤੇ ਓਸੇ ਹੀ ਹੱਦ ਤੱਕ ਜਿਥੇ ਜਾ ਕੇ ਉਹ ਜਾਦੂ ਅਸਰ ਹੋ ਜਾਂਦੀ ਸੀ।

"ਪੁੱਛ ਕੇ ਦੱਸਦੀ ਆਂ," ਤੇ ਨੌਕਰਾਣੀ ਚਲੀ ਗਈ।

ਧੁਨ ਅਜੇ ਪੂਰੇ ਜੋਬਨ ਵਿਚ ਆਈ ਹੀ ਸੀ, ਪਰ ਅਚਾਨਕ, ਟੂਣੇਹਾਰ ਹੱਦ ਤੱਕ ਪੁਜਣ ਤੋਂ ਪਹਿਲਾਂ, ਬੰਦ ਹੋ ਗਈ, ਅਤੇ ਉਸ ਦੀ ਥਾਂ ਇਕ ਆਵਾਜ਼ ਆਈ:

"ਆਖ ਦੇ ਕਿ ਘਰ ਨਹੀਂ ਤੇ ਨਾ ਹੀ ਆਉਣਾ ਏ। ਉਹ ਕਿਸੇ ਨੂੰ ਮਿਲਣ ਗਏ ਨੇ। ਮੇਰਾ ਸਿਰ ਕਾਹਦੇ ਲਈ ਖਾਂਦੇ ਨੇ ਇਹ?" ਦਰਵਾਜ਼ੇ ਪਿਛਿਓਂ ਇਕ ਜ਼ਨਾਨਾ ਆਵਾਜ਼ ਆਈ। ਤੇ ਇਸ ਤੋਂ ਪਿਛੋਂ ਫੇਰ ਜੋਸ਼ੀਲੀ ਧੁਨ ਵੱਜੀ ਅਤੇ ਬੰਦ ਹੋ ਗਈ। ਫੇਰ ਇਕ ਕੁਰਸੀ ਨੂੰ ਪਿਛੇ ਖਿਸਕਾਉਣ ਦੀ ਆਵਾਜ਼ ਆਈ। ਗੱਲ ਸਾਫ ਸੀ ਕਿ ਚਿੜੀ ਹੋਈ

ਪਿਆਨੋ-ਵਾਦਕ ਇਸ ਕੁਵੇਲੇ ਆਏ ਅਕਾਊ ਮਹਿਮਾਨ ਦੀ ਝਾੜ-ਝੰਭ ਕਰਨਾ ਚਾਹੁੰਦੀ ਸੀ।

"ਪਾਪਾ ਘਰ ਨਹੀਂ," ਖਿਝੀ ਹੋਈ, ਪੀਲੀ ਭੂਕ, ਬੀਮਾਰ ਜਿਹੀ ਕੁੜੀ ਨੇ, ਜਿਸ ਦੇ ਵਾਲਾਂ ਨੂੰ ਕੁੰਡਲ ਪਏ ਹੋਏ ਸਨ ਅਤੇ ਬੇਨੂਰ ਜਿਹੀਆਂ ਅੱਖਾਂ ਦੁਆਲੇ ਘੇਰੇ ਪਏ ਹੋਏ ਸਨ, ਡਿਉੜੀ ਵਿਚ ਆਉਂਦਿਆਂ ਕਿਹਾ। ਪਰ ਜਦੋਂ ਉਹਨੇ ਬਾਹਰ ਇਕ ਸੁਹਣੇ ਜਿਹੇ ਕੋਟ ਵਾਲੇ ਜਵਾਨ ਮਰਦ ਨੂੰ ਵੇਖਿਆ ਤਾਂ ਉਹਦੇ ਬੋਲਾਂ ਵਿਚ ਨਰਮੀ ਆ ਗਈ। "ਅੰਦਰ ਆ ਜਾਓ... ਕੀ ਚਾਹੀਦਾ ਏ ਤੁਹਾਨੂੰ?"

"ਮੈਂ ਇਸ ਜੇਲ੍ਹ ਵਿਚ ਇਕ ਕੈਦਣ ਨੂੰ ਮਿਲਣਾ ਚਾਹੁੰਦਾ ਹਾਂ।"

"ਸਿਆਸੀ ਕੈਦੀ ਤਾਂ ਨਹੀਂ?"

"ਨਹੀਂ, ਸਿਆਸੀ ਨਹੀਂ। ਮੇਰੇ ਕੋਲ ਸਰਕਾਰੀ ਵਕੀਲ ਦਾ ਦਿੱਤਾ ਪਾਸ ਹੈ।"

"ਖੈਰ, ਮੈਨੂੰ ਤਾਂ ਪਤਾ ਨਹੀਂ ਤੇ ਪਾਪਾ ਘਰ ਨਹੀਂ। ਪਰ ਤੁਸੀਂ ਅੰਦਰ ਆ ਜਾਓ ਨਾ," ਉਸ ਨੇ ਫੇਰ ਆਖਿਆ। "ਜਾਂ ਫੇਰ ਛੋਟੇ ਸਾਹਿਬ ਨੂੰ ਮਿਲ ਲਓ। ਉਹ ਇਸ ਵੇਲੇ ਦਫਤਰ ਵਿਚ ਈ ਨੇ। ਉਹਨਾਂ ਨਾਲ ਗੱਲ ਕਰੋ। ਕੀ ਨਾਂ ਏ ਤੁਹਾਡਾ?"

"ਸ਼ੁਕਰੀਆ," ਨੇਖਲੀਊਦੋਵ ਨੇ ਉਸ ਦੇ ਸਵਾਲ ਦਾ ਜਵਾਬ ਦਿੱਤੇ ਬਿਨਾਂ ਹੀ ਆਖਿਆ ਤੇ ਚਲਾ ਗਿਆ।

ਉਹਦੇ ਜਾਣ ਬਾਦ ਦਰਵਾਜ਼ਾ ਅਜੇ ਬੰਦ ਨਹੀਂ ਸੀ ਹੋਇਆ ਕਿ ਉਸੇ ਹੀ ਜੋਸ਼ੀਲੀ ਸੰਗੀਤਕ ਧੁਨ ਦੀ ਆਵਾਜ਼ ਫੇਰ ਆਉਣ ਲੱਗ ਪਈ। ਇਹ ਸੰਗੀਤ ਨਾ ਓਸ ਥਾਂ ਨਾਲ ਮੇਲ ਖਾਂਦਾ ਸੀ ਨਾ ਹੀ ਉਸ ਰੋਗਣ ਕੁੜੀ ਦੀ ਸ਼ਕਲ ਸੂਰਤ ਨਾਲ ਜਿਹੜੀ ਢੀਠ ਬਣ ਕੇ ਧੁਨ ਵਜਾਈ ਜਾ ਰਹੀ ਸੀ। ਵਿਹੜੇ ਵਿਚ ਨੇਖਲੀਊਦੋਵ ਨੂੰ ਇਕ ਅਫਸਰ ਮਿਲ ਪਿਆ ਜਿਸ ਨੇ ਮੁੱਛਾਂ ਨੂੰ ਫਿਕਸਰ ਲਾ ਕੇ ਵਟ ਚਾੜ੍ਹਿਆ ਹੋਇਆ ਸੀ। ਉਸ ਕੋਲੋਂ ਉਹਨੇ ਛੋਟੇ ਇੰਸਪੈਕਟਰ ਬਾਰੇ ਪੁੱਛਿਆ। ਉਹ ਆਪ ਹੀ ਛੋਟਾ ਇੰਸਪੈਕਟਰ ਨਿਕਲ ਆਇਆ। ਉਸ ਨੇ ਪਾਸ ਉੱਤੇ ਨਜ਼ਰ ਮਾਰੀ ਤੇ ਆਖਿਆ ਕਿ ਹਵਾਲਾਤ ਦੇ ਪਾਸ ਨਾਲ ਉਹ ਏਥੇ ਮੁਲਾਕਾਤ ਦੀ ਇਜਾਜ਼ਤ ਨਹੀਂ ਦੇ ਸਕਦਾ। ਨਾਲੇ ਹੁਣ ਵਕਤ ਵੀ ਬਹੁਤ ਹੋ ਗਿਆ ਹੈ।

"ਕਿਰਪਾ ਕਰ ਕੇ ਭਲਕੇ ਆ ਜਾਣਾ। ਭਲਕੇ ਦਸ ਵਜੇ ਹਰ ਕਿਸੇ ਨੂੰ ਮਿਲਣ ਦੀ ਇਜਾਜ਼ਤ ਏ। ਤੁਸੀਂ ਆ ਜਾਣਾ, ਅਤੇ ਇੰਸਪੈਕਟਰ ਸਾਹਿਬ ਆਪ ਵੀ ਘਰ ਹੋਣਗੇ। ਫੇਰ ਤੁਸੀਂ ਜਾਂ ਤਾਂ ਸਾਂਝੇ ਮਿਲਣ-ਕਮਰੇ ਵਿਚ ਗਲਬਾਤ ਕਰ ਸਕਦੇ ਓ, ਜਾਂ, ਜੇ ਇੰਸਪੈਕਟਰ ਸਾਹਿਬ ਇਜਾਜ਼ਤ ਦੇ ਦੇਣ, ਦਫਤਰ ਵਿਚ ਮਿਲ ਸਕਦੇ ਓ।"

ਤੇ ਇਸ ਤਰ੍ਹਾਂ ਨੇਖਲੀਊਦੋਵ ਉਸ ਦਿਨ ਮਿਲਣ ਵਿਚ ਕਾਮਯਾਬ ਨਾ ਹੋ ਸਕਿਆ ਅਤੇ ਘਰ ਮੁੜ ਆਇਆ। ਮਾਸਲੋਵਾ ਨੂੰ ਮਿਲਣ ਦੇ ਵਿਚਾਰ ਨਾਲ ਉਹ ਏਨਾ ਵਿਆਕੁਲ ਹੋਇਆ ਫਿਰਦਾ ਸੀ ਕਿ ਸੜਕ ਉੱਤੇ ਜਾਂਦਿਆਂ ਉਸ ਨੂੰ ਅਦਾਲਤ ਦਾ ਹੁਣ ਕੋਈ ਚਿੱਤ ਖਿਆਲ ਹੀ ਨਹੀਂ ਸੀ, ਸਗੋਂ ਉਸ ਨੂੰ ਸਰਕਾਰੀ ਵਕੀਲ ਤੇ ਛੋਟੇ ਇੰਸਪੈਕਟਰ ਨਾਲ ਹੋਈਆਂ ਆਪਣੀਆਂ ਗੱਲਾਂਬਾਤਾਂ ਯਾਦ ਆ ਰਹੀਆਂ ਸਨ। ਉਹ ਉਸ ਨੂੰ ਮਿਲਣ ਦੀ

ਕੋਸ਼ਿਸ਼ ਕਰ ਰਿਹਾ ਸੀ, ਅਤੇ ਸਰਕਾਰੀ ਵਕੀਲ ਨੂੰ ਸਾਰੀ ਗੱਲ ਦੱਸ ਦਿੱਤੀ ਅਤੇ ਉਹਨੂੰ ਮਿਲਣ ਦੀ ਖਾਤਰ ਦੋਹਾਂ ਜੇਲ੍ਹਾਂ ਵਿਚ ਗਿਆ ਸੀ, ਇਸ ਗੱਲ ਨੇ ਉਸ ਨੂੰ ਏਨਾ ਜਜ਼ਬਾਤੀ ਕਰ ਦਿੱਤਾ ਕਿ ਦੇਰ ਚਿਰ ਤੱਕ ਉਹਦੇ ਦਿਲ ਨੂੰ ਸ਼ਾਂਤੀ ਨਹੀਂ ਸੀ ਆਈ। ਘਰ ਵੜਦਿਆਂ ਹੀ ਉਸ ਨੇ ਆਪਣੀ ਡਾਇਰੀ ਕੱਢੀ, ਜਿਸ ਨੂੰ ਮੁਦਤ ਤੋਂ ਉਹਨੇ ਹੱਥ ਨਹੀਂ ਸੀ ਲਾਇਆ, ਇਸ ਵਿਚੋਂ ਕੁਝ ਵਾਕ ਪੜ੍ਹੇ, ਅਤੇ ਫੇਰ ਲਿਖਿਆ:

"ਦੋ ਸਾਲਾਂ ਤੋਂ ਮੈਂ ਆਪਣੀ ਡਾਇਰੀ ਵਿਚ ਕੁਝ ਨਹੀਂ ਲਿਖਿਆ ਅਤੇ ਸੋਚਿਆ ਸੀ ਕਿ ਮੈਂ ਏਹੋ ਜਿਹੀ ਬਚਗਾਨਾ ਹਰਕਤ ਫੇਰ ਕਦੇ ਨਹੀਂ ਕਰਾਂਗਾ। ਤਾਂ ਵੀ ਇਹ ਬਚਗਾਨਾ ਗੱਲ ਨਹੀਂ, ਸਗੋਂ ਆਪਣੇ ਆਪੇ ਨਾਲ, ਉਸ ਵਾਸਤਵਿਕ ਦੈਵੀ ਆਪੇ ਨਾਲ ਜਿਹੜਾ ਹਰ ਮਨੁਖ ਦੇ ਅੰਦਰ ਹੁੰਦਾ ਹੈ, ਗੱਲਬਾਤ ਕਰਨਾ ਹੈ। ਇਹ ਸਾਰਾ ਵਕਤ ਮੇਰਾ ਇਹ **ਆਪਾ** ਸੁੱਤਾ ਰਿਹਾ ਸੀ ਅਤੇ ਕੋਈ ਨਹੀਂ ਸੀ ਜਿਸ ਨਾਲ ਮੈਂ ਗਲਬਾਤ ਕਰਦਾ। ੨੮ ਅਪ੍ਰੈਲ ਦੀ ਇਕ ਅਸਾਧਾਰਨ ਘਟਨਾ ਨੇ, ਅਦਾਲਤ ਵਿਚ ਮੈਨੂੰ ਜਗਾ ਦਿੱਤਾ, ਜਦੋਂ ਮੈਂ ਜਿਊਰੀ ਦੇ ਮੈਂਬਰ ਦੀ ਹੈਸੀਅਤ ਵਿਚ ਓਥੇ ਮੌਜੂਦ ਸਾਂ। ਮੈਂ ਉਸ ਨੂੰ ਮੁਲਜ਼ਮਾਂ ਦੇ ਕਟਹਿਰੇ ਵਿਚ ਵੇਖਿਆ, ਕਾਤੀਊਸ਼ਾ ਨੂੰ ਜਿਸ ਨੂੰ ਮੈਂ ਝਾਂਸਾ ਦੇ ਕੇ ਖਰਾਬ ਕੀਤਾ ਸੀ, ਕੈਦੀਆਂ ਵਾਲੇ ਕਪੜਿਆਂ ਵਿਚ। ਇਕ ਅਜੀਬ ਗ਼ਲਤੀ ਅਤੇ ਮੇਰੇ ਆਪਣੇ ਕਸੂਰ ਕਾਰਨ ਉਸ ਨੂੰ ਬਾ-ਮੁਸ਼ੱਕਤ ਕੈਦ ਦੀ ਸਜ਼ਾ ਹੋ ਗਈ। ਮੈਂ ਹੁਣੇ ਹੀ ਸਰਕਾਰੀ ਵਕੀਲ ਕੋਲ ਅਤੇ ਜੇਲ੍ਹ ਹੋ ਕੇ ਆਇਆ ਹਾਂ, ਪਰ ਮੈਨੂੰ ਮੁਲਾਕਾਤ ਕਰਨ ਦੀ ਇਜਾਜ਼ਤ ਨਾ ਮਿਲੀ। ਪਰ ਮੈਂ ਫੈਸਲਾ ਕਰ ਲਿਆ ਹੈ ਕਿ ਉਸ ਨੂੰ ਮਿਲਣ ਲਈ, ਉਹਦੇ ਅਗੇ ਆਪਣੇ ਗੁਨਾਹ ਦਾ ਇਕਬਾਲ ਕਰਨ ਤੇ ਇਸ ਦਾ ਪਸ਼ਚਾਤਾਪ ਕਰਨ ਲਈ—ਭਾਵੇਂ ਵਿਆਹ ਕਰਵਾ ਕੇ ਹੀ—ਜੋ ਵੀ ਮੈਂ ਕਰ ਸਕਦਾ ਹਾਂ ਕਰਾਂਗਾ। ਈਸ਼ਵਰ ਮੇਰੀ ਸਹਾਇਤਾ ਕਰੇ! ਮੈਂ ਬਹੁਤ ਖੁਸ਼ ਹਾਂ, ਮੇਰੀ ਆਤਮਾ ਸ਼ਾਂਤ ਹੈ।"

੩੭

ਉਸ ਰਾਤ ਮਾਸਲੋਵਾ ਨੂੰ ਬੜੀ ਦੇਰ ਤੱਕ ਨੀਂਦ ਨਹੀਂ ਆਈ ਅਤੇ ਅੱਖਾਂ ਖੋਹਲੀ ਲੰਮੀ ਪਈ ਰਹੀ, ਅਤੇ ਉਸ ਦਰਵਾਜ਼ੇ ਵੱਲ ਝਾਕਦਿਆਂ ਜਿਸ ਦੇ ਸਾਮ੍ਹਣੇ ਡੀਕਨ ਦੀ ਧੀ ਤੁਰੀ ਫਿਰਦੀ ਸੀ, ਅਤੇ ਲਾਗੇ ਪਈ ਲਾਖੇ ਵਾਲਾਂ ਵਾਲੀ ਦੇ ਸਾਹਾਂ ਦੀ ਆਵਾਜ਼ ਸੁਣਦਿਆ ਉਹ ਸੋਚੀਂ ਪਈ ਹੋਈ ਸੀ।

ਉਹ ਸੋਚ ਰਹੀ ਸੀ ਕਿ ਸਾਖਾਲਿਨ ਵਿਖੇ ਕਿਸੇ ਮੁਜਰਮ ਨਾਲ ਵਿਆਹ ਨਹੀਂ ਕਰੇਗੀ, ਪਰ ਉਹ ਆਪ ਹੀ ਕਿਸੇ ਨਾ ਕਿਸੇ ਤਰ੍ਹਾਂ ਕਿਸੇ ਜੇਲ੍ਹ ਅਧਿਕਾਰੀ ਨਾਲ, ਕਲਰਕ ਨਾਲ, ਵਾਰਡਰ ਨਾਲ ਜਾਂ, ਵਾਰਡਰ ਦੇ ਸਹਾਇਕ ਨਾਲ ਹੀ, ਮਾਮਲਾ ਤੈਅ

ਕਰ ਲਵੇਗੀ। ਸਾਰੇ ਇਕੋ ਹੀ ਥੈਲੀ ਦੇ ਚੱਟੇ ਵੱਟੇ ਨੇ। "ਸਿਰਫ ਏਨੀ ਗੱਲ ਏ ਕਿ ਮੈਂ ਲਿੱਸੀ ਨਾ ਹੋ ਜਾਵਾਂ ਵਰਨਾ ਮੈਂ ਤਬਾਹ ਹੋ ਜਾਵਾਂਗੀ।" ਉਸ ਨੂੰ ਯਾਦ ਆਇਆ ਕਿ ਉਹਦਾ ਵਕੀਲ ਕਿਵੇਂ ਉਹਦੇ ਵੱਲ ਵੇਖਦਾ ਸੀ, ਤੇ ਪ੍ਰਧਾਨ ਵੀ ਤੇ ਉਹ ਬੰਦੇ ਵੀ ਜਿਹੜੇ ਉਹਨੂੰ ਮਿਲੇ ਸਨ ਤੇ ਉਹ ਜਿਹੜੇ ਅਦਾਲਤ ਵਿਚ ਆਏ ਹੀ ਏਸ ਮਤਲਬ ਲਈ ਸਨ। ਉਸ ਨੂੰ ਯਾਦ ਆਇਆ ਕਿਵੇਂ ਉਹਦੀ ਸਾਥਣ ਬੇਰਥਾ, ਜਿਹੜੀ ਜੇਲ੍ਹ ਵਿਚ ਉਹਨੂੰ ਮਿਲਣ ਆਈ ਸੀ, ਨੇ ਉਹਨੂੰ ਉਸ ਵਿਦਿਆਰਥੀ ਬਾਰੇ ਦੱਸਿਆ ਸੀ ਜਿਸ ਨੂੰ ਉਹਨੇ ਕਿਤਾਯੇਵਾ ਦੇ ਘਰ ਹੁੰਦਿਆਂ "ਪਿਆਰ ਕੀਤਾ" ਸੀ ਅਤੇ ਜਿਸ ਨੇ ਉਹਦੇ ਬਾਰੇ ਪੁੱਛ-ਗਿੱਛ ਕੀਤੀ ਸੀ ਤੇ ਉਹਦੇ ਨਾਲ ਬੜੀ ਹਮਦਰਦੀ ਜਤਾਈ ਸੀ। ਫੇਰ ਉਸ ਨੂੰ ਲਾਖੇ ਵਾਲਾਂ ਵਾਲੀ ਔਰਤ ਨਾਲ ਹੋਈ ਲੜਾਈ ਦਾ ਖਿਆਲ ਆ ਗਿਆ ਤੇ ਉਹਦੇ ਤੇ ਤਰਸ ਆਇਆ। ਉਸ ਨੂੰ ਨਾਨਬਾਈ ਦਾ ਖਿਆਲ ਆਇਆ ਜਿਸ ਨੇ ਉਸ ਨੂੰ ਇਕ ਵਾਧੂ ਰੋਲ ਭੇਜ ਦਿੱਤਾ ਸੀ। ਉਸ ਨੂੰ ਕਈਆਂ ਦਾ ਖਿਆਲ ਆਇਆ, ਜੇ ਨਹੀਂ ਆਇਆ ਤਾਂ ਸਿਰਫ ਨੇਖਲੀਊਦੋਵ ਦਾ। ਉਸ ਨੇ ਆਪਣੇ ਬਚਪਨ ਤੇ ਆਪਣੀ ਜਵਾਨੀ ਦੇ ਦਿਨਾਂ ਦਾ ਅਤੇ ਨੇਖਲੀਊਦੋਵ ਨਾਲ ਆਪਣੇ ਪਿਆਰ ਦਾ ਕਦੇ ਚੇਤਾ ਨਹੀਂ ਸੀ ਕੀਤਾ। ਉਹਨਾਂ ਨੂੰ ਯਾਦ ਕਰਨਾ ਬੜੀ ਦੁਖਦਾਈ ਗੱਲ ਹੁੰਦੀ। ਇਹ ਯਾਦਾਂ ਉਹਦੀ ਆਤਮਾ ਦੀ ਧੁਰ ਡੂੰਘਾਈ ਵਿਚ ਅਛੂਤੀਆਂ ਪਈਆਂ ਸਨ। ਉਹ ਉਸਨੂੰ ਭੁਲ ਗਈ ਹੋਈ ਸੀ ਤੇ ਉਸ ਨੂੰ ਕਦੇ ਵੀ ਉਹਦੀ ਯਾਦ ਨਹੀਂ ਸੀ ਆਈ। ਉਹ ਤਾਂ ਕਦੇ ਸੁਪਨੇ ਵਿਚ ਵੀ ਨਹੀਂ ਸੀ ਆਇਆ। ਅੱਜ, ਅਦਾਲਤ ਵਿਚ, ਉਸ ਨੇ ਉਹਨੂੰ ਪਛਾਣਿਆ ਨਹੀਂ ਸੀ। ਇਸ ਕਰਕੇ ਹੀ ਨਹੀਂ ਕਿ ਜਦੋਂ ਉਹਨੇ ਉਸ ਨੂੰ ਆਖਰੀ ਵਾਰ ਵੇਖਿਆ ਸੀ ਤਾਂ ਉਹਨੇ ਵਰਦੀ ਪਾਈ ਹੋਈ ਸੀ, ਉਹਦੀ ਦਾੜ੍ਹੀ ਨਹੀਂ ਸੀ, ਸਿਰਫ ਨਿੱਕੀਆਂ ਨਿੱਕੀਆਂ ਮੁੱਛਾਂ ਸਨ ਅਤੇ ਸੰਘਣੇ, ਘੁੰਗਰਾਲੇ, ਭਾਵੇਂ ਛੋਟੇ ਛੋਟੇ ਹੀ, ਵਾਲ ਸਨ, ਅਤੇ ਹੁਣ ਉਹ ਅਧਖੜ ਉਮਰ ਦਾ ਦਾੜ੍ਹੀ ਵਾਲਾ ਬੰਦਾ ਸੀ। ਸਗੋਂ ਇਸ ਕਰਕੇ ਕਿ ਉਹਨੇ ਉਹਦੇ ਬਾਰੇ ਕਦੇ ਸੋਚਿਆ ਹੀ ਨਹੀਂ ਸੀ। ਉਸ ਨੇ ਉਹਦੀ ਯਾਦ ਉਸ ਭਿਆਨਕ ਹਨੇਰੀ ਰਾਤ ਨੂੰ ਦਫਨਾ ਦਿੱਤੀ ਸੀ ਜਦੋਂ ਉਹ, ਫੌਜ ਤੋਂ ਮੁੜਦਾ ਹੋਇਆ, ਆਪਣੀਆਂ ਭੂਆ ਨੂੰ ਮਿਲਣ ਲਈ ਰੁਕੇ ਬਗੈਰ ਹੀ ਗੱਡੀ ਚੜ੍ਹਿਆ ਕੋਲੋਂ ਦੀ ਲੰਘ ਗਿਆ ਸੀ।

ਕਾਤੀਊਸ਼ਾ ਨੂੰ ਉਸ ਵੇਲੇ ਪਤਾ ਸੀ ਕਿ ਉਹਦੇ ਬੱਚਾ ਠਹਿਰ ਗਿਆ ਹੈ। ਜਿੰਨਾਂ ਚਿਰ ਉਹਨੂੰ ਆਸ ਰਹੀ ਕਿ ਉਹ ਆਵੇਗਾ, ਉਸ ਨੇ ਆਪਣੇ ਦਿਲ ਦੇ ਹੇਠਾਂ ਪਏ ਬੱਚੇ ਨੂੰ ਬੋਝ ਨਹੀਂ ਸੀ ਸਮਝਿਆ। ਸਗੋਂ ਆਮ ਕਰਕੇ ਉਹ ਹੈਰਾਨ ਹੁੰਦੀ ਅਤੇ ਟੁੰਬੀ ਜਾਂਦੀ ਸੀ ਜਦੋਂ ਆਪਣੇ ਅੰਦਰ ਉਹ ਇਸ ਦੀ ਪੋਲੀ ਪੋਲੀ ਤੇ ਅਚਨਚੇਤੀ ਹਿਲਜੁਲ ਮਹਿਸੂਸ ਕਰਦੀ, ਪਰ ਓਸ ਰਾਤ ਸਭ ਕੁਝ ਬਦਲ ਗਿਆ ਸੀ, ਅਤੇ ਬੱਚਾ ਬਸ ਇਕ ਭਾਰ ਬਣ ਕੇ ਰਹਿ ਗਿਆ ਸੀ।

ਉਹਦੀਆਂ ਭੂਆ ਨੂੰ ਨੇਖਲੀਊਦੋਵ ਦੀ ਉਡੀਕ ਸੀ। ਉਹਨਾਂ ਨੇ ਉਸ ਨੂੰ ਆਖਿਆ ਸੀ ਕਿ ਲੰਘਦਾ ਹੋਇਆ ਮਿਲ ਜਾਵੇ। ਪਰ ਉਸ ਨੇ ਤਾਰ ਭੇਜ ਦਿੱਤੀ ਕਿ ਉਹ ਨਹੀਂ ਆ

ਸਕਦਾ ਕਿਉਂਕਿ ਉਸ ਨੇ ਮਿਥੇ ਸਮੇਂ ਉਤੇ ਪੀਟਰਸਬਰਗ ਪਹੁੰਚਣਾ ਹੈ। ਜਦੋਂ ਕਾਤੀਊਸ਼ਾ ਨੇ ਇਹ ਗੱਲ ਸੁਣੀ ਤਾਂ ਉਹਨੇ ਸਟੇਸ਼ਨ ਤੇ ਜਾ ਕੇ ਉਸ ਨੂੰ ਮਿਲਣ ਦੀ ਆਪਣੇ ਮਨ ਵਿਚ ਧਾਰ ਲਈ। ਗੱਡੀ ਰਾਤ ਦੇ ਦੋ ਵਜੇ ਲੰਘਣੀ ਸੀ। ਜਦੋਂ ਬੁੱਢੀਆਂ ਮਾਲਕਣਾਂ ਬਿਸਤਰਿਆਂ ਉਤੇ ਜਾ ਪਈਆਂ ਤਾਂ ਰਸੋਈ ਕਰਨ ਵਾਲੀ ਦੀ ਧੀ, ਨਿੱਕੀ ਜਿਹੀ ਕੁੜੀ ਮਾਸ਼ਕਾ ਨੂੰ ਆਪਣੇ ਨਾਲ ਚਲਣ ਲਈ ਮਨਾ ਕੇ, ਉਸ ਨੇ ਆਪਣੇ ਪੁਰਾਣੇ ਬੂਟ ਪਏ, ਸਿਰ ਉਤੇ ਸ਼ਾਲ ਸੁੱਟੀ, ਫਰਾਕ ਨੂੰ ਹੱਥ ਨਾਲ ਰਤਾ ਉਪਰ ਨੂੰ ਕੀਤਾ ਤੇ ਸਟੇਸ਼ਨ ਨੂੰ ਦੌੜ ਪਈ।

ਪਤਝੜ ਦੀ ਹਨੇਰੀ ਰਾਤ ਸੀ, ਮੀਂਹ ਵਰ੍ਹਦਾ ਸੀ ਤੇ ਹਵਾ ਚਲਦੀ ਸੀ। ਕਦੇ ਨਿਘੀਆਂ ਨਿਘੀਆਂ ਤੇ ਮੋਟੀਆਂ ਮੋਟੀਆਂ ਕਣੀਆਂ ਦਾ ਮੀਂਹ ਵਰ੍ਹਨ ਲੱਗ ਪੈਂਦਾ ਕਦੇ ਬੰਦ ਹੋ ਜਾਂਦਾ। ਖੇਤਾਂ ਮੈਦਾਨਾਂ ਵਿਚ ਹੱਥ ਨੂੰ ਹੱਥ ਪਸਾਰਿਆ ਨਜ਼ਰ ਨਹੀਂ ਸੀ ਆਉਂਦਾ, ਅਤੇ ਜੰਗਲ ਵਿਚ ਏਨਾ ਹਨੇਰ ਘੁਪ-ਘੇਰ ਸੀ ਕਿ ਕਾਤੀਊਸ਼ਾ ਚੰਗੀ ਤਰ੍ਹਾਂ ਜਾਣਦੀ ਹੋਈ ਵੀ ਰਾਹ ਭੁਲ ਗਈ ਤੇ ਛੋਟੇ ਸਟੇਸ਼ਨ ਤੇ ਜਾ ਅਪੜੀ ਜਿਥੇ ਗੱਡੀ ਸਿਰਫ ਤਿੰਨ ਮਿੰਟ ਖਲੋਣੀ ਸੀ। ਉਹਨੂੰ ਉਮੀਦ ਸੀ ਕਿ ਉਹ ਵੇਲੇ ਸਿਰ ਪਹੁੰਚ ਜਾਏਗੀ, ਪਰ ਉਹਦੇ ਪੁਜਣ ਤੱਕ ਦੂਜੀ ਘੰਟੀ ਵੱਜ ਗਈ ਸੀ। ਪਲੇਟਫਾਰਮ ਉਤੇ ਦੌੜ ਭੱਜ ਕਰ ਕੇ ਕਾਤੀਊਸ਼ਾ ਨੇ ਉਸ ਨੂੰ ਇਕ ਦਮ ਪਹਿਲੇ ਦਰਜੇ ਦੇ ਡੱਬੇ ਦੀ ਇਕ ਬਾਰੀ ਵਿਚੋਂ ਵੇਖ ਲਿਆ। ਇਸ ਡੱਬੇ ਵਿਚ ਚਾਨਣ ਬਹੁਤ ਸੀ। ਦੋ ਅਫਸਰ ਮਖਮਲੀ ਗੱਦਿਆਂ ਵਾਲੀਆਂ ਸੀਟਾਂ ਉਤੇ ਇਕ ਦੂਜੇ ਦੇ ਆਮ੍ਹੋ-ਸਾਮ੍ਹਣੇ ਬੈਠੇ ਤਾਸ਼ ਖੇਡ ਰਹੇ ਸਨ, ਅਤੇ ਦੋਵਾਂ ਦੇ ਵਿਚਕਾਰ ਪਏ ਮੇਜ਼ ਉਤੇ ਦੋ ਮੋਟੀਆਂ ਸਾਰੀਆਂ ਮੋਮਬੱਤੀਆਂ ਜੱਗ ਰਹੀਆਂ ਸਨ ਜਿਨ੍ਹਾਂ ਦੀ ਮੋਮ ਪਿਘਲ ਕੇ ਹੇਠਾਂ ਡਿੱਗ ਰਹੀ ਸੀ। ਘੁਟਵੀਂ ਬਿਰਜਸ ਅਤੇ ਚਿੱਟੀ ਕਮੀਜ਼ ਪਾਈ, ਨੇਖਲੀਊਦੋਵ ਢੋ ਉਤੇ ਉਲਰਿਆ ਹੋਇਆ ਕੁਰਸੀ ਦੀ ਬਾਂਹ ਉਤੇ ਬੈਠਾ ਸੀ, ਅਤੇ ਕਿਸੇ ਗੱਲੋਂ ਹੱਸ ਰਿਹਾ ਸੀ। ਕਾਤੀਊਸ਼ਾ ਨੇ ਉਹਨੂੰ ਪਛਾਣਦਿਆਂ ਸਾਰ ਹੀ ਆਪਣੇ ਸੁੰਨ ਹੋਏ ਹੱਥਾਂ ਨਾਲ ਡੱਬੇ ਦੀ ਬਾਰੀ ਉਤੇ ਠੱਕ ਠੱਕ ਕੀਤਾ ਪਰ ਐਨ ਉਸੇ ਹੀ ਵੇਲੇ ਆਖਰੀ ਘੰਟੀ ਵੱਜ ਗਈ, ਅਤੇ ਪਿਛਾਂਹ ਵੱਲ ਮਾੜਾ ਜਿਹਾ ਝਟਕਾ ਖਾ ਕੇ ਡੱਬੇ ਇਕ ਦੂਜੇ ਦੇ ਪਿਛੇ ਹੌਲੀ ਹੌਲੀ ਅੱਗੇ ਸਰਕਣ ਲੱਗੇ। ਇਕ ਖਿਡਾਰੀ ਨੇ ਆਪਣੇ ਪੱਤੇ ਹੱਥ ਵਿਚ ਫੜੀ ਉਠ ਕੇ ਬਾਹਰ ਵੇਖਿਆ। ਉਸ ਨੇ ਫੇਰ ਬਾਰੀ ਨੂੰ ਠਕੋਰਿਆ ਅਤੇ ਆਪਣਾ ਚਿਹਰਾ ਬਾਰੀ ਨਾਲ ਲਾ ਦਿੱਤਾ, ਪਰ ਡੱਬਾ ਅੱਗੇ ਵਧਦਾ ਗਿਆ ਤੇ ਉਹ ਅੰਦਰ ਝਾਕਦੀ ਹੋਈ ਨਾਲ ਨਾਲ ਤੁਰਦੀ ਗਈ। ਅਫਸਰ ਨੇ ਬਾਰੀ ਦਾ ਸ਼ੀਸ਼ਾ ਹੇਠਾਂ ਕਰਨ ਦੀ ਕੋਸ਼ਿਸ਼ ਕੀਤੀ, ਪਰ ਕਰ ਨਾ ਸਕਿਆ। ਨੇਖਲੀਊਦੋਵ ਨੇ ਉਸ ਨੂੰ ਧੱਕ ਕੇ ਇਕ ਪਾਸੇ ਕੀਤਾ ਤੇ ਬਾਰੀ ਦਾ ਸ਼ੀਸ਼ਾ ਆਪ ਹੇਠਾਂ ਕਰਨ ਲੱਗ ਪਿਆ। ਗੱਡੀ ਤੇਜ਼ ਹੋ ਗਈ ਸੀ ਇਸ ਕਰਕੇ ਉਹਨੂੰ ਛੋਹਲੀ ਛੋਹਲੀ ਤੁਰਨਾ ਪੈ ਰਿਹਾ ਸੀ। ਗੱਡੀ ਹੋਰ ਵੀ ਤੇਜ਼ ਹੋ ਗਈ ਅਤੇ ਬਾਰੀ ਖੁਲ੍ਹ ਗਈ। ਪਰ ਠੀਕ ਉਸੇ ਵੇਲੇ ਗਾਰਡ ਨੇ ਉਸ ਨੂੰ ਧੱਕ ਕੇ ਇਕ ਪਾਸੇ ਕੀਤਾ, ਅਤੇ ਛਾਲ ਮਾਰ ਕੇ ਗੱਡੀ ਦੇ ਅੰਦਰ ਹੋ ਗਿਆ। ਕਾਤੀਊਸ਼ਾ ਪਲੇਟਫਾਰਮ ਦੇ ਗਿੱਲੇ

ਫੱਟਿਆਂ ਉਤੇ ਦੌੜਦੀ ਜਾ ਰਹੀ ਸੀ, ਅਤੇ ਜਦੋਂ ਉਹ ਸਿਰੇ ਉਤੇ ਆ ਗਈ ਤਾਂ ਉਹ ਦੌੜ ਕੇ ਪੌੜੀਆਂ ਉਤਰਦੀ ਹੋਈ ਡਿਗਦੀ ਡਿਗਦੀ ਮਸਾਂ ਹੀ ਬਚੀ। ਹੁਣ ਉਹ ਗੱਡੀ ਦੇ ਨਾਲ ਨਾਲ ਭੱਜੀ ਜਾ ਰਹੀ ਸੀ ਭਾਵੇਂ ਪਹਿਲੇ ਦਰਜੇ ਦੇ ਡੱਬੇ ਉਸ ਤੋਂ ਬਹੁਤ ਅੱਗੇ ਨਿਕਲ ਗਏ ਸਨ ਅਤੇ ਦੂਜੇ ਦਰਜੇ ਦੇ ਡੱਬੇ ਤੇਜ਼ੀ ਨਾਲ ਰਿੜ੍ਹਦੇ ਜਾ ਰਹੇ ਸਨ, ਅਤੇ ਅਖੀਰ ਤੀਜੇ ਦਰਜੇ ਦੇ ਡੱਬੇ ਹੋਰ ਵੀ ਤੇਜ਼ ਰਫਤਾਰ ਨਾਲ ਨਿਕਲ ਗਏ। ਪਰ ਕਾਤੀਊਸ਼ਾ ਭੱਜੀ ਜਾ ਰਹੀ ਸੀ, ਅਤੇ ਜਦੋਂ ਆਖਰੀ ਡੱਬਾ ਵੀ ਨਿਕਲ ਗਿਆ ਜਿਸ ਦੇ ਪਿਛੇ ਲੈਂਪਾਂ ਬਲ ਰਹੀਆਂ ਸਨ, ਕਾਤੀਊਸ਼ਾ ਉਸ ਟੈਂਕੀ ਕੋਲ ਪਹੁੰਚ ਚੁੱਕੀ ਸੀ ਜਿਥੋਂ ਇੰਜਨ ਪਾਣੀ ਲੈਂਦੇ ਸਨ। ਹਵਾ ਬੜੀ ਤੇਜ਼ ਚਲ ਰਹੀ ਸੀ ਜਿਸ ਨਾਲ ਉਹਦੀ ਸ਼ਾਲ ਉਡ ਉਡ ਜਾਂਦੀ ਸੀ ਅਤੇ ਉਹਦੀ ਸਕਰਟ ਵਲੇਵੇਂ ਖਾਂਦੀ ਉਹਦੀਆਂ ਲੱਤਾਂ ਨਾਲ ਚੰਬੜਦੀ ਜਾ ਰਹੀ ਸੀ। ਉਹਦੇ ਸਿਰ ਤੋਂ ਸ਼ਾਲ ਹਵਾ ਨਾਲ ਉਡ ਗਈ, ਪਰ ਕਾਤੀਊਸ਼ਾ ਹਾਲੇ ਵੀ ਭੱਜੀ ਜਾ ਰਹੀ ਸੀ।

"ਮਾਸੀ ਮਿਖਾਇਲੋਵਨਾ, ਤੇਰੀ ਸ਼ਾਲ ਉਡ ਗਈ!" ਕੁੜੀ ਨੇ ਚੀਕਦਿਆਂ ਆਖਿਆ ਜਿਹੜੀ ਉਹਦੇ ਨਾਲ ਨਾਲ ਭੱਜਣ ਦੀ ਕੋਸ਼ਿਸ਼ ਕਰ ਰਹੀ ਸੀ।

"ਉਹ ਜਗਮਗ ਕਰਦੇ ਡੱਬੇ ਵਿਚ ਮਖਮਲੀ ਆਰਾਮ ਕੁਰਸੀ ਉਤੇ ਬੈਠਾ ਹਾਸਾ ਠੱਠਾ ਕਰ ਰਿਹੈ ਤੇ ਸ਼ਰਾਬ ਪੀ ਰਿਹੈ ਤੇ ਮੈਂ, ਬਾਹਰ ਏਥੇ ਚਿਕੜ ਵਿਚ, ਹਨੇਰੇ ਵਿਚ, ਮੀਂਹ ਹਨੇਰੀ ਵਿਚ ਖਲੋਤੀ ਆਂ ਤੇ ਅਥਰੂ ਕੇਰ ਰਹੀ ਆਂ," ਉਹਦੇ ਮਨ ਵਿਚ ਆਈ। ਕਾਤੀਊਸ਼ਾ ਖਲੋ ਗਈ, ਆਪਣਾ ਸਿਰ ਪਿਛਾਂਹ ਸੁਟਿਆ, ਅਤੇ ਇਸ ਨੂੰ ਦੋਹਾਂ ਹੱਥਾਂ ਵਿਚ ਫੜ ਕੇ ਉੱਚੀ ਉੱਚੀ ਭੁਬਾਂ ਮਾਰਨ ਲੱਗੀ।

"ਚਲਾ ਗਿਆ!" ਉਹ ਕੁਰਲਾਈ।

ਬੱਚੀ ਡਰ ਗਈ ਤੇ ਉਹਦੀ ਗੜੁਚ ਫਰਾਕ ਫੜ ਕੇ ਉਹਦੇ ਨਾਲ ਚੰਬੜ ਗਈ।

"ਚਲ ਘਰ ਨੂੰ ਚਲੀਏ," ਉਹਨੇ ਆਖਿਆ।

"ਜਦੋਂ ਅਗਲੀ ਗੱਡੀ ਲੰਘੇ, ਓਦੋਂ ਡੱਬੇ ਦੇ ਹੇਠ, ਤੇ ਕਹਾਣੀ ਖਤਮ," ਕਾਤੀਊਸ਼ਾ ਕੁੜੀ ਦੀ ਗੱਲ ਵੱਲ ਧਿਆਨ ਦਿੱਤੇ ਬਿਨਾਂ ਸੋਚ ਰਹੀ ਸੀ।

ਤੇ ਉਹਨੇ ਆਪਣੇ ਮਨ ਨਾਲ ਫੈਸਲਾ ਕਰ ਲਿਆ ਕਿ ਉਹ ਇਸ ਤਰ੍ਹਾਂ ਹੀ ਕਰੇਗੀ। ਪਰ ਤਾਹੀਓਂ, ਜਿਵੇਂ ਕਿ ਵੱਡੀ ਹਲਚਲ ਤੋਂ ਪਿਛੋਂ ਅਮਨ ਚੈਨ ਦਾ ਪਲ ਆਉਣ ਤੇ ਹਮੇਸ਼ਾ ਹੁੰਦਾ ਹੈ, ਉਸ ਦੀ ਕੁਖ ਵਿੱਚ ਬੱਚਾ—ਉਹਦਾ ਬੱਚਾ—ਅਚਨਚੇਤ ਹਿਲਿਆ। ਉਸ ਹੁਝਕਾ ਜਿਹਾ ਮਾਰਿਆ, ਹੌਲੀ ਜਿਹੀ ਆਪਣੇ ਆਪ ਨੂੰ ਪਸਾਰਿਆ, ਅਤੇ ਫੇਰ ਕਿਸੇ ਪਤਲੀ, ਸੂਖਮ ਅਤੇ ਤਿੱਖੀ ਚੀਜ਼ ਨਾਲ ਹੁਝਕਾ ਮਾਰਿਆ। ਅਚਾਨਕ ਹੀ ਉਹ ਸਭ ਕੁਝ ਜੋ ਇਕ ਪਲ ਪਹਿਲਾਂ ਉਸ ਨੂੰ ਏਡਾ ਦੁਖੀ ਕਰ ਰਿਹਾ ਸੀ, ਜਿਸ ਕਾਰਨ ਉਸ ਨੂੰ ਜਿਊਣਾ ਅਸੰਭਵ ਜਾਪਦਾ ਸੀ, ਉਹਦੇ ਖਿਲਾਫ ਉਹਦੀ ਸਾਰੀ ਤਲਖੀ ਮਿਟ ਗਈ। ਅਤੇ ਉਸ ਤੋਂ ਬਦਲਾ ਲੈਣ ਦੀ ਖਾਹਿਸ਼, ਭਾਵੇਂ ਜਾਨ ਤੇ ਖੇਡ ਕੇ ਹੀ, ਛਾਈਂ–

ਮਾਈਂ ਹੋ ਗਈ। ਉਹਦੇ ਮਨ ਨੂੰ ਧਰਵਾਸ ਆ ਗਿਆ। ਕਾਤੀਊਸ਼ਾ ਉਠ ਕੇ ਖੜੀ ਹੋਈ, ਆਪਣੇ ਸਿਰ ਉਤੇ ਸ਼ਾਲ ਕੀਤੀ ਅਤੇ ਘਰ ਨੂੰ ਮੁੜ ਪਈ।

ਮੀਂਹ ਵਿਚ ਭਿੱਜੀ, ਚਿੱਕੜ ਨਾਲ ਲਿਬੜੀ ਅਤੇ ਥੱਕੀ ਟੁੱਟੀ ਉਹ ਵਾਪਸ ਆ ਗਈ। ਅਤੇ ਓਸੇ ਦਿਨ ਤੋਂ ਹੀ ਉਹ ਤਬਦੀਲੀ ਆਉਣੀ ਸ਼ੁਰੂ ਹੋ ਗਈ ਜਿਸ ਨੇ ਉਸ ਨੂੰ ਹੁਣ ਵਾਲੀ ਹਾਲਤ ਨੂੰ ਪਹੁੰਚਾ ਦਿੱਤਾ। ਓਸ ਭਿਆਨਕ ਰਾਤ ਤੋਂ ਉਸ ਦਾ ਨੇਕੀ ਵਿਚੋਂ ਵਿਸ਼ਵਾਸ ਹੀ ਉੱਡ ਗਿਆ। ਉਹ ਆਪ ਨੇਕੀ ਵਿਚ ਵਿਸ਼ਵਾਸ ਰੱਖਦੀ ਸੀ, ਅਤੇ ਉਹਦਾ ਯਕੀਨ ਸੀ ਕਿ ਦੂਸਰੇ ਲੋਕ ਵੀ ਇਸ ਵਿਚ ਵਿਸ਼ਵਾਸ ਰੱਖਦੇ ਹਨ, ਪਰ ਓਸ ਰਾਤ ਤੋਂ ਮਗਰੋਂ ਉਸ ਨੂੰ ਯਕੀਨ ਹੋ ਗਿਆ ਕਿ ਨੇਕੀ ਵਿਚ ਕੋਈ ਵੀ ਵਿਸ਼ਵਾਸ ਨਹੀਂ ਕਰਦਾ, ਅਤੇ ਰੱਬ ਬਾਰੇ ਤੇ ਨੇਕੀ ਬਾਰੇ ਜੋ ਕੁਝ ਵੀ ਆਖਿਆ ਜਾਂਦਾ ਹੈ ਉਹ ਸਭ ਫਰੇਬ ਅਤੇ ਝੂਠ ਹੈ। ਜਿਸ ਨੂੰ ਉਸ ਨੇ ਪਿਆਰ ਕੀਤਾ ਤੇ ਜਿਹੜਾ ਉਸ ਨੂੰ ਪਿਆਰ ਕਰਦਾ ਸੀ, ਹਾਂ, ਉਹ ਇਹ ਗੱਲ ਜਾਣਦੀ ਸੀ, ਉਸ ਨੇ ਉਸ ਨੂੰ ਮਾਣਨ ਤੋਂ ਮਗਰੋਂ ਧੱਕਾ ਦੇ ਦਿੱਤਾ ਸੀ। ਉਸ ਦੇ ਪਿਆਰ ਨੂੰ ਧੋਖਾ ਦਿੱਤਾ ਸੀ। ਇਸ ਦੇ ਬਾਵਜੂਦ ਜਿੰਨੇ ਲੋਕਾਂ ਨੂੰ ਉਹ ਜਾਣਦੀ ਸੀ ਉਹਨਾਂ ਵਿਚ ਉਹ ਸਭ ਤੋਂ ਚੰਗਾ ਸੀ। ਬਾਕੀ ਤਾਂ ਉਸ ਤੋਂ ਵੀ ਗਏ ਗੁਜ਼ਰੇ ਸਨ। ਜੋ ਕੁਝ ਮਗਰੋਂ ਵਾਪਰਿਆ ਸੀ ਉਸ ਨੇ ਉਹਦੇ ਇਸ ਵਿਸ਼ਵਾਸ ਨੂੰ ਕਦਮ ਕਦਮ ਤੇ ਹੋਰ ਪੱਕਾ ਕੀਤਾ ਸੀ। ਉਸ ਦੀਆਂ ਭੂਆ, ਧਰਮਾਤਮਾ ਸੁਆਣੀਆਂ ਨੇ ਉਸ ਨੂੰ ਘਰੋਂ ਕੱਢ ਦਿੱਤਾ ਜਦੋਂ ਉਹ ਪਹਿਲਾਂ ਵਾਂਗ ਹੀ ਉਹਨਾਂ ਦੀ ਸੇਵਾ ਕਰਨ ਜੋਗੀ ਨਾ ਰਹੀ। ਅਤੇ ਜਿਹੜਾ ਕੋਈ ਵੀ ਉਹਨੂੰ ਮਿਲਿਆ ਸੀ, ਉਹਨਾਂ ਵਿਚੋਂ ਔਰਤਾਂ ਨੇ ਉਸ ਨੂੰ ਪੈਸਾ ਕਮਾਉਣ ਲਈ ਵਰਤਿਆ ਅਤੇ ਮਰਦਾਂ ਨੇ, ਬੁੱਢੇ ਪੁਲਸ ਅਫਸਰ ਤੋਂ ਲੈ ਕੇ ਜੇਲ੍ਹ ਦੇ ਵਾਰਡਰਾਂ ਤੱਕ, ਉਸ ਨੂੰ ਰੰਗ-ਰਲੀਆਂ ਮਨਾਉਣ ਦੀ ਚੀਜ਼ ਸਮਝਿਆ ਅਤੇ ਦੁਨੀਆਂ ਵਿਚ ਕਿਸੇ ਨੂੰ ਵੀ ਅਯਾਸ਼ੀ ਤੋਂ ਬਿਨਾਂ ਕਿਸੇ ਹੋਰ ਚੀਜ਼ ਦੀ ਪ੍ਰਵਾਹ ਨਹੀਂ। ਉਸ ਬੁੱਢੇ ਲੇਖਕ ਨੇ ਜਿਸ ਕੋਲ ਉਸ ਨੇ ਆਪਣੀ ਆਜ਼ਾਦ ਜ਼ਿੰਦਗੀ ਦਾ ਦੂਜਾ ਵਰ੍ਹਾ ਕੱਟਿਆ ਸੀ ਉਸ ਦਾ ਇਹ ਵਿਸ਼ਵਾਸ ਪੱਕਾ ਕਰ ਦਿੱਤਾ ਸੀ। ਉਸ ਨੇ ਕਾਤੀਊਸ਼ਾ ਨੂੰ ਸਾਫ ਆਖਿਆ ਸੀ ਕਿ ਜ਼ਿੰਦਗੀ ਦੀ ਖੁਸ਼ੀ ਏਸੇ ਚੀਜ਼ ਦਾ ਹੀ ਨਾਂ ਹੈ, ਅਤੇ ਉਹ ਇਸ ਨੂੰ ਕਾਵਿਕ ਅਤੇ ਸੁਹਜਾਤਮਕ ਆਖਦਾ ਸੀ।

ਹਰ ਕੋਈ ਆਪਣੇ ਆਪ ਵਾਸਤੇ, ਆਪਣੇ ਮੌਜ-ਮੇਲੇ ਵਾਸਤੇ ਜਿਊਂਦਾ ਸੀ, ਅਤੇ ਰੱਬ ਤੇ ਨੇਕੀ ਬਾਰੇ ਸਾਰੀਆਂ ਗੱਲਾਂ ਫਰੇਬ ਸਨ। ਤੇ ਜੇ ਕਦੇ ਉਹਦੇ ਮਨ ਵਿਚ ਕੋਈ ਸ਼ੰਕਾ ਉਠਦਾ ਅਤੇ ਉਹ ਸੋਚਦੀ ਕਿ ਦੁਨੀਆਂ ਵਿਚ ਹਰ ਪਾਸੇ ਏਡੀ ਬਦਇੰਤਜ਼ਾਮੀ ਕਿਉਂ ਹੈ ਕਿ ਸਾਰੇ ਇਕ ਦੂਜੇ ਦਾ ਦਿਲ ਦੁਖਾਉਂਦੇ ਹਨ ਅਤੇ ਇਕ ਦੂਜੇ ਨੂੰ ਦੁਖ ਦੇਂਦੇ ਹਨ, ਤਾਂ ਉਹ ਸੋਚਦੀ ਇਸ ਗੱਲ ਤੇ ਵਿਚਾਰ ਨਾ ਕਰਨਾ ਹੀ ਸਭ ਤੋਂ ਚੰਗਾ ਹੈ; ਅਤੇ ਜੇ ਉਹ ਉਦਾਸ ਹੋ ਜਾਵੇ ਤਾਂ ਸਿਗਰਟ ਪੀਵੇ ਜਾਂ ਸ਼ਰਾਬ ਪੀਵੇ ਜਾਂ, ਸਭ ਤੋਂ ਚੰਗਾ ਹੈ, ਕਿਸੇ ਆਦਮੀ ਨਾਲ ਹਮਬਿਸਤਰੀ ਕਰੇ, ਅਤੇ ਉਦਾਸੀ ਮਿਟ ਜਾਏਗੀ।

ਐਤਵਾਰ ਤੜਕੇ ਪੰਜ ਵਜੇ, ਜਦੋਂ ਜੇਲ੍ਹ ਦੇ ਇਸਤ੍ਰੀ ਵਾਰਡ ਦੇ ਲਾਂਘੇ ਵਿਚੋਂ ਸੀਟੀ ਦੀ ਆਵਾਜ਼ ਆਈ ਤਾਂ ਕੋਰਾਬਲੀਓਵਾ ਨੇ, ਜਿਹੜੀ ਪਹਿਲਾਂ ਹੀ ਜਾਗਦੀ ਸੀ, ਮਾਸਲੋਵਾ ਨੂੰ ਉਠਾਇਆ।

"ਮੁਸ਼ੱਕਤੀ ਮੁਜਰਮ!" ਸੋਚ ਕੇ ਮਾਸਲੋਵਾ ਦਾ ਲੂੰ ਲੂੰ ਕੰਬ ਉਠਿਆ। ਅੱਖਾਂ ਮਲਦਿਆਂ ਉਹਨੇ ਹਵਾ ਵਿਚ ਬੇਅਖਤਿਆਰ ਹੀ ਸਾਹ ਲਿਆ ਜਿਹੜੀ ਸਵੇਰੇ ਵੇਲੇ ਬੁਰੀ ਤਰ੍ਹਾਂ ਬਦਬੂ ਮਾਰ ਰਹੀ ਸੀ। ਉਹ ਚਾਹੁੰਦੀ ਸੀ ਫੇਰ ਸੌਂ ਜਾਏ ਅਤੇ ਸੁਪਨਿਆਂ ਦੀ ਦੁਨੀਆਂ ਵਿਚ ਗੁਆਚ ਜਾਏ। ਪਰ ਭੈ ਦਾ ਸਦਕਾ ਉਹਦੀ ਨੀਂਦ ਉਡ-ਪੁਡ ਗਈ ਸੀ। ਉਹ ਉਠ ਕੇ ਬਹਿ ਗਈ ਅਤੇ ਚੌਕੜੀ ਮਾਰ ਕੇ ਚੁਫੇਰੇ ਵੇਖਣ ਲੱਗੀ। ਸਭ ਔਰਤਾਂ ਜਾਗ ਪਈਆਂ ਹੋਈਆਂ ਸਨ, ਸਿਰਫ ਬੱਚੇ ਹੀ ਸੁੱਤੇ ਹੋਏ ਸਨ। ਸ਼ਰਾਬ ਦੇ ਧੰਦੇ ਦੇ ਜੁਰਮ ਵਿਚ ਕੈਦ ਹੋਈ ਔਰਤ ਇਕ ਚੋਗਾ ਬੱਚਿਆਂ ਹੇਠੋਂ ਬੜੇ ਆਰਾਮ ਨਾਲ ਖਿੱਚ ਰਹੀ ਸੀ ਤਾਂ ਜੋ ਉਹ ਜਾਗ ਨਾ ਪੈਣ। ਜਿਸ ਔਰਤ ਨੇ ਰੰਗਰੂਟ ਨੂੰ ਛੁਡਾਇਆ ਸੀ ਉਹ ਨਿਆਣੇ ਦੇ ਪੋਤੜਿਆਂ ਦੇ ਕੰਮ ਆਉਣ ਵਾਲੇ ਪੁਰਾਣੇ ਕਪੜੇ ਸੁਕਣੇ ਪਾ ਰਹੀ ਸੀ, ਅਤੇ ਨਿਆਣਾ ਨੀਲੀਆਂ ਅੱਖਾਂ ਵਾਲੀ ਫੇਦੋਸੀਆ ਦੇ ਕੁਛੜ ਰੋ ਰੋ ਕੇ ਫਾਹਵਾ ਹੋ ਰਿਹਾ ਸੀ ਜਿਹੜੀ ਉਸ ਨੂੰ ਪੁਚਕਾਰ ਪੁਚਕਾਰ ਕੇ ਚੁਪ ਕਰਾ ਰਹੀ ਸੀ। ਦਿੱਕ ਦੀ ਮਾਰੀ ਔਰਤ ਖੰਘ ਰਹੀ ਸੀ। ਹੱਥ ਉਹਨੇ ਆਪਣੀ ਛਾਤੀ ਉਤੇ ਰੱਖੇ ਹੋਏ ਸਨ ਅਤੇ ਮੂੰਹ ਉਹਦਾ ਲਾਲ ਸੁਰਖ਼ ਹੋਇਆ ਪਿਆ ਸੀ। ਵਿਚ ਵਿਚ ਖੰਘ ਦੇ ਰੁਕਣ ਵੇਲੇ ਉਹ ਉੱਚੀ ਉੱਚੀ ਸੂਕਰਾਂ ਮਾਰਨ ਵਾਂਗ ਲੰਮੇ ਲੰਮੇ ਸਾਹ ਲੈਂਦੀ। ਮੋਟੀ, ਲਾਖੇ ਵਾਲਾਂ ਵਾਲੀ ਔਰਤ ਗੋਡੇ ਚੁੱਕ ਕੇ ਲੱਕ ਪਰਨੇ ਲੰਮੀ ਪਈ, ਉੱਚੀ ਉੱਚੀ ਤੇ ਖਿੜ ਖਿੜ ਹੱਸਦੀ ਕੋਈ ਸੁਪਨਾ ਸੁਣਾ ਰਹੀ ਸੀ। ਸਾੜਫੂਕ ਦੀ ਮੁਜਰਮ ਬੁੱਢੀ ਮੂਰਤੀ ਦੇ ਸਾਮ੍ਹਣੇ ਖਲੋਤੀ ਸਿਰ ਨਿਵਾਉਂਦੀ ਤੇ ਸਲੀਬ ਦੇ ਨਿਸ਼ਾਨ ਬਣਾਈ ਜਾ ਰਹੀ ਸੀ ਅਤੇ ਕੁਝ ਲਫਜ਼ ਮੁੜ ਮੁੜ ਦੁਹਰਾਈ ਜਾ ਰਹੀ ਸੀ। ਡੀਕਨ ਦੀ ਧੀ, ਆਪਣੀ ਫੱਟੇ ਉਤੇ ਬੈਠੀ ਬੁੱਝੀਆਂ ਬੁੱਝੀਆਂ ਤੇ ਉਨੀਂਦੀਆਂ ਨਜ਼ਰਾਂ ਨਾਲ ਸਾਮ੍ਹਣੇ ਵੇਖ ਰਹੀ ਸੀ। ਖਰੋਸ਼ਾਵਕਾ ਆਪਣੀਆਂ ਉਂਗਲਾਂ ਦੁਆਲੇ ਆਪਣੇ ਕਾਲੇ, ਤੇਲ ਲੱਗੇ, ਸਖ਼ਤ ਵਾਲਾਂ ਦੇ ਕੰਡਲ ਬਣਾ ਰਹੀ ਸੀ।

ਲਾਂਘੇ ਵਿਚੋਂ ਖੜੱਪ ਖੜੱਪ ਕਰ ਕੇ ਕਿਸੇ ਦੇ ਤੁਰਨ ਦੀ ਆਵਾਜ਼ ਆਈ। ਬੂਹਾ ਖੁਲ੍ਹਿਆ ਅਤੇ ਦੋ ਮੁਜਰਮ—ਸਫਾਈ ਕਰਨ ਵਾਲੇ—ਆਏ। ਉਹਨਾਂ ਨੇ ਜੈਕਟਾਂ ਤੇ ਪਤਲੂਣਾਂ ਪਾਈਆਂ ਹੋਈਆਂ ਸਨ ਜਿਹੜੀਆਂ ਗਿੱਟਿਆਂ ਤੱਕ ਹੀ ਪਹੁੰਚਦੀਆਂ ਸਨ। ਉਹਨਾਂ ਦੇ ਚਿਹਰਿਆਂ ਉਤੇ ਗੁੱਸਾ ਤੇ ਗੰਭੀਰਤਾ ਸੀ। ਉਹਨਾਂ ਨੇ ਸੜ੍ਹਿਆਂਦ ਮਾਰਦਾ ਟੱਪ ਚੁੱਕਿਆ ਤੇ ਕੋਠੜੀ ਵਿਚੋਂ ਬਾਹਰ ਲੈ ਗਏ। ਔਰਤਾਂ ਲਾਂਘੇ ਵਿਚ ਨਲਕਿਆਂ ਉਤੇ ਹੱਥ ਮੂੰਹ ਧੋਣ ਗਈਆਂ। ਓਥੇ ਵੀ ਲਾਖੇ ਵਾਲਾਂ ਵਾਲੀ ਔਰਤ ਫੇਰ ਕਿਸੇ ਦੂਜੀ ਕੋਠੜੀ ਦੀ ਔਰਤ ਨਾਲ ਝਗੜ ਪਈ। ਫੇਰ ਓਹੋ ਗਾਲੀ ਗਲੋਚ, ਕਾਂਵਾਂ ਰੌਲੀ ਤੇ ਮਿਹਣੇ ਉਲਾਹਮੇ।

"ਤੂੰ ਕੋਠੀ ਬੰਦ ਤਾਂ ਨਹੀਂ ਹੋਣਾ ਚਾਹੁੰਦੀ ਸਗੋਂ?" ਇਕ ਬੁੱਢਾ ਜੇਲ੍ਹਰ ਲਾਖੇ ਵਾਲਾਂ ਵਾਲੀ ਔਰਤ ਦੀ ਨੰਗੀ, ਮੋਟੀ ਪਿੱਠ ਉਤੇ ਧੱਫਾ ਮਾਰਦਾ ਕੜਕਿਆ ਜਿਸ ਦੀ ਆਵਾਜ਼ ਸਾਰੇ ਲਾਂਘੇ ਵਿਚ ਗੂੰਜ ਗਈ। "ਮੁੜਕੇ ਨਾ ਤੇਰੀ ਕੋਈ ਸ਼ਿਕਾਇਤ ਆਵੇ, ਸੁਣਿਆਂ?"

"ਵਾਹ ਵੇ! ਸੁਗਲੀ ਬੁੱਢਿਆ," ਇਸ ਔਰਤ ਨੇ ਉਹਦੀ ਗੱਲ ਨੂੰ ਲਾਡ ਸਮਝ ਕੇ ਆਖਿਆ।

"ਚਲੋ ਛੇਤੀ ਕਰੋ ਹੁਣ; ਸੂਰਜ ਚੜ੍ਹੇ ਦੀ ਪ੍ਰਾਰਥਨਾ ਵਾਸਤੇ ਤਿਆਰ ਹੋ ਜਾਓ।"

ਕਪੜੇ ਪਾ ਕੇ ਤੇ ਵਾਲ ਬਣਾ ਕੇ ਮਾਸਲੋਵਾ ਅਜੇ ਤਿਆਰ ਨਹੀਂ ਸੀ ਹੋਈ ਜਦੋਂ ਇੰਸਪੈਕਟਰ ਛੋਟੇ ਇੰਸਪੈਕਟਰਾਂ ਨੂੰ ਆਪਣੇ ਨਾਲ ਲੈ ਕੇ ਆ ਗਿਆ।

"ਮੁਆਇਨੇ ਲਈ ਬਾਹਰ ਆ ਜਾਓ," ਇਕ ਜੇਲ੍ਹਰ ਕੂਕਿਆ।

ਦੂਜੀਆਂ ਕੋਠੜੀਆਂ ਵਿਚੋਂ ਦੂਜੀਆਂ ਕੈਦਣਾਂ ਬਾਹਰ ਆ ਗਈਆਂ ਅਤੇ ਲਾਂਘੇ ਵਿਚ ਦੋ ਕਤਾਰਾਂ ਬਣਾ ਕੇ ਖਲੋ ਗਈਆਂ। ਹਰ ਔਰਤ ਨੇ ਆਪਣੇ ਤੋਂ ਅਗਲੀ ਔਰਤ ਦੇ ਮੋਢਿਆਂ ਉਤੇ ਆਪਣੇ ਹੱਥ ਟਿਕਾਏ ਹੋਏ ਸਨ। ਉਹਨਾਂ ਦੀ ਗਿਣਤੀ ਕੀਤੀ ਗਈ।

ਮੁਆਇਨੇ ਤੋਂ ਮਗਰੋਂ ਇਸਤ੍ਰੀ ਵਾਰਡਰ ਇਹਨਾਂ ਕੈਦਣਾਂ ਨੂੰ ਗਿਰਜੇ ਵੱਲ ਲੈ ਤੁਰੀ। ਮਾਸਲੋਵਾ ਅਤੇ ਫੇਦੋਸੀਆ ਵੱਖ ਵੱਖ ਕੋਠੜੀਆਂ ਦੀਆਂ ਸੌ ਤੋਂ ਵਧ ਔਰਤਾਂ ਦੀ ਇਕ ਕਤਾਰ ਦੇ ਵਿਚਕਾਰ ਜਾ ਰਹੀਆਂ ਸਨ। ਸਭਨਾਂ ਨੇ ਚਿੱਟੀਆਂ ਸਕਰਟਾਂ ਅਤੇ ਚਿੱਟੀਆਂ ਜੈਕਟਾਂ ਪਾਈਆਂ ਹੋਈਆਂ ਸਨ ਤੇ ਸਿਰਾਂ ਉਤੇ ਚਿੱਟੇ ਰੁਮਾਲ ਬੰਨ੍ਹੇ ਹੋਏ ਸਨ। ਸਿਰਫ ਥੋੜੀਆਂ ਜਿਹੀਆਂ ਸਨ ਜਿਨ੍ਹਾਂ ਨੇ ਆਪਣੇ ਰੰਗਦਾਰ ਕਪੜੇ ਪਾਏ ਹੋਏ ਸਨ। ਇਹ ਔਰਤਾਂ ਆਪਣੇ ਬੱਚਿਆਂ ਨੂੰ ਨਾਲ ਲੈ ਕੇ ਆਪਣੇ ਮੁਜਰਮ ਖਾਵੰਦਾਂ ਦੇ ਨਾਲ ਸਾਇਬੇਰੀਆ ਜਾ ਰਹੀਆਂ ਸਨ। ਹੇਠਾਂ ਤੋਂ ਉਪਰ ਤੱਕ ਸਾਰੀਆਂ ਪੌੜੀਆਂ ਇਸ ਜਲੂਸ ਨਾਲ ਭਰੀਆਂ ਹੋਈਆਂ ਸਨ। ਪੋਲੇ ਪੋਲੇ ਕਦਮਾਂ ਦੀ ਆਵਾਜ਼ ਗੱਲਾਂ ਦੀ ਅਤੇ ਕਦੇ ਕਦੇ ਹਾਸੇ ਦੀ ਆਵਾਜ਼ ਵਿਚ ਘੁਲਮਿਲ ਜਾਂਦੀ ਸੀ। ਪੌੜੀਆਂ ਦੇ ਗਲਿਆਰੇ ਤੋਂ ਮੁੜਨ ਲੱਗਿਆਂ ਮਾਸਲੋਵਾ ਨੇ ਆਪਣੀ ਵੈਰਨ, ਬੋਚਕੋਵਾ ਨੂੰ ਸਾਮ੍ਹਣੇ ਵੇਖ ਲਿਆ ਅਤੇ ਫੇਦੋਸੀਆ ਨੂੰ ਇਸ਼ਾਰਾ ਕਰ ਕੇ ਵਿਖਾਇਆ। ਜਿਸ ਵੇਲੇ ਉਹ ਪੌੜੀਆਂ ਉਤਰ ਗਈਆਂ ਤਾਂ ਔਰਤਾਂ ਨੇ ਗੱਲਾਂ ਕਰਨੀਆਂ ਬੰਦ ਕਰ ਦਿੱਤੀਆਂ, ਅਤੇ ਸਲੀਬ ਦੇ ਨਿਸ਼ਾਨ ਬਣਾਉਂਦੀਆਂ ਤੇ ਸਿਜਦੇ ਕਰਦੀਆਂ ਉਹ ਗਿਰਜੇ ਵਿਚ ਜਾ ਵੜੀਆਂ ਜਿਹੜਾ ਸੁਨਹਿਰੀ ਝਾਲ ਨਾਲ ਝਮ ਝਮ ਕਰ ਰਿਹਾ ਸੀ। ਗਿਰਜੇ ਵਿਚ ਹਾਲੇ ਹੋਰ ਕੋਈ ਨਹੀਂ ਸੀ ਪੁਜਾ। ਔਰਤਾਂ ਦੇ ਪਿਛੋਂ ਆਪਣੇ ਸਲੇਟੀ ਚੋਗਿਆਂ ਵਿਚ ਮਰਦ ਆਏ: ਉਹ ਵੀ ਜਿਹੜੇ ਹੋਰ ਕਿਧਰੇ ਭੇਜੇ ਜਾਣ ਦੀ ਉਡੀਕ ਕਰ ਰਹੇ ਸਨ, ਉਹ ਵੀ ਜਿਹੜੇ ਜੇਲ੍ਹ ਵਿਚ ਆਪਣੀ ਸਜ਼ਾ ਭੁਗਤ ਰਹੇ ਸਨ, ਤੇ ਉਹ ਵੀ ਜਿਨ੍ਹਾਂ ਨੂੰ ਉਹਨਾਂ ਦੇ ਕਮਿਊਨਾਂ ਵਿਚੋਂ ਬਦਰ ਕੀਤਾ ਗਿਆ ਸੀ। ਜ਼ੋਰ

ਜ਼ੋਰ ਦੀ ਖੰਘਦੇ ਹੋਏ ਉਹ ਗਿਰਜੇ ਵਿਚ ਖੱਬੇ ਪਾਸੇ ਅਤੇ ਵਿਚਕਾਰ ਜਮਘਟਾ ਬਣਾ ਕੇ ਆਪੋ ਆਪਣੀਆਂ ਥਾਵਾਂ ਤੇ ਖੜੇ ਹੋ ਗਏ। ਉਪਰ ਗੈਲਰੀ ਦੇ ਇਕ ਪਾਸੇ ਸਾਇਬੇਰੀਆ ਵਿਚ ਬਾ-ਮੁਸ਼ੱਕਤ ਕੈਦ ਦੀ ਸਜ਼ਾ ਵਾਲੇ ਬੰਦੇ ਖੜੇ ਸਨ ਜਿਨ੍ਹਾਂ ਨੂੰ ਦੂਜਿਆਂ ਨਾਲੋਂ ਪਹਿਲਾਂ ਗਿਰਜੇ ਵਿਚ ਲੈ ਆਂਦਾ ਗਿਆ ਸੀ। ਹਰ ਇਕ ਦਾ ਅੱਧਾ ਸਿਰ ਮੁੰਨਿਆ ਹੋਇਆ ਸੀ, ਅਤੇ ਉਹਨਾਂ ਦੇ ਪੈਰਾਂ ਦੀਆਂ ਬੇੜੀਆਂ ਦੀ ਖਣਕਾਰ ਉਹਨਾਂ ਦੀ ਮੌਜੂਦਗੀ ਦੀ ਖਬਰ ਦੇਂਦੀ ਸੀ। ਗੈਲਰੀ ਦੇ ਦੂਜੇ ਪਾਸੇ, ਹਵਾਲਾਤ ਵਿਚ ਰੱਖੇ ਹੋਏ ਬੰਦੇ ਖੜੇ ਸਨ ਜਿਨ੍ਹਾਂ ਦੇ ਸਿਰ ਨਹੀਂ ਸਨ ਮੁੰਨੇ ਹੋਏ। ਇਹਨਾਂ ਨੂੰ ਬੇੜੀਆਂ ਵੀ ਨਹੀਂ ਸੀ ਪਾਈਆਂ ਹੋਈਆਂ।

ਜੇਲ੍ਹ ਦੇ ਗਿਰਜੇ ਨੂੰ ਇਕ ਧਨੀ ਵਪਾਰੀ ਨੇ ਦੁਬਾਰਾ ਬਣਵਾਇਆ ਸੀ ਅਤੇ ਇਸ ਦੀ ਸਜਾਵਟ ਉਤੇ ਲੱਖਾਂ ਰੂਬਲ ਖਰਚ ਕੀਤੇ ਸਨ। ਅਤੇ ਹੁਣ ਇਹ ਉਜਲੇ ਰੰਗਾਂ ਤੇ ਸੁਨਹਿਰੀ ਝਾਲ ਨਾਲ ਝਮ ਝਮ ਕਰ ਰਿਹਾ ਸੀ।

ਕੁਝ ਚਿਰ ਤੱਕ ਗਿਰਜੇ ਵਿਚ ਚੁਪ ਵਰਤੀ ਰਹੀ ਅਤੇ ਸਿਰਫ ਕਿਸੇ ਦੇ ਖੰਘਣ, ਨੱਕ ਸਾਫ ਕਰਨ, ਬੱਚਿਆਂ ਦੇ ਰੋਣ ਅਤੇ ਕਦੇ ਕਦੇ ਬੇੜੀਆਂ ਹਥਕੜੀਆਂ ਦੇ ਖੜਕਣ ਦੀ ਹੀ ਆਵਾਜ਼ ਆਉਂਦੀ ਰਹੀ ਸੀ। ਪਰ ਆਖਰ ਵਿਚਕਾਰ ਖੜੇ ਕੈਦੀਆਂ ਵਿਚ ਹਿਲਜੁਲ ਹੋਈ ਅਤੇ ਇਕ ਦੂਜੇ ਨਾਲ ਜੁੜ ਕੇ ਉਹਨਾਂ ਨੇ ਗਿਰਜੇ ਦੇ ਕੇਂਦਰ ਵਿਚ ਇਕ ਰਾਹ ਬਣਾ ਦਿੱਤਾ। ਜੇਲ੍ਹ ਇੰਸਪੈਕਟਰ ਲੰਘ ਕੇ ਹਰ ਇਕ ਦੇ ਸਾਮ੍ਹਣੇ ਗਿਰਜੇ ਦੇ ਵਿਚਕਾਰ ਆਪਣੀ ਥਾਂ ਜਾ ਖੜਾ ਹੋਇਆ।

੩੯

ਪੂਜਾ ਪਾਠ ਸ਼ੁਰੂ ਹੋਇਆ।

ਪੂਜਾ ਪਾਠ ਦਾ ਸਿਲਸਲਾ ਇਸ ਤਰ੍ਹਾਂ ਸੀ ਕਿ ਪਾਦਰੀ ਨੇ, ਜਿਸ ਨੇ ਜ਼ਰੀ ਦੇ ਕਪੜੇ ਦਾ ਇਕ ਅਜੀਬ ਤੇ ਬੜਾ ਹੀ ਬੇਆਰਾਮ ਕਰਨ ਵਾਲਾ ਚੋਲਾ ਪਾਇਆ ਹੋਇਆ ਸੀ, ਇਕ ਤਸ਼ਤਰੀ ਉਤੇ ਰੋਟੀ ਦੇ ਨਿੱਕੇ ਨਿੱਕੇ ਟੁਕੜੇ ਕੱਟ ਕੇ ਸਜਾਏ ਅਤੇ ਫੇਰ ਉਹਨਾਂ ਨੂੰ ਵੱਖ ਵੱਖ ਨਾਵਾਂ ਤੇ ਭਜਨਾਂ ਨੂੰ ਦੁਹਰਾਉਂਦਿਆਂ ਹੋਇਆਂ ਅੰਗੂਰੀ ਸ਼ਰਾਬ ਦੇ ਇਕ ਕੱਪ ਵਿਚ ਪਾ ਦਿੱਤਾ। ਓਧਰ ਡੀਕਨ ਨੇ ਪਹਿਲਾਂ ਸਲਾਵ ਭਾਸ਼ਾ ਵਿਚ ਭਜਨ ਪੜ੍ਹੇ ਜਿਨ੍ਹਾਂ ਨੂੰ ਸਮਝਣਾ ਉਂਜ ਹੀ ਔਖਾ ਸੀ ਪਰ ਬਹੁਤ ਤੇਜ਼ ਪੜ੍ਹਨ ਕਰਕੇ ਉਹ ਹੋਰ ਵੀ ਦੁਰਬੋਧ ਹੋ ਗਏ, ਅਤੇ ਫੇਰ ਕੈਦੀਆਂ ਨਾਲ ਸੁਰ ਮਿਲਾ ਕੇ ਉਹਨਾਂ ਨੂੰ ਗਾਇਆ। ਇਹਨਾਂ ਭਜਨਾਂ ਵਿਚ ਮੁਖ ਕਰਕੇ ਸ਼ਹਿਨਸ਼ਾਹ ਤੇ ਉਹਦੇ ਪਰਵਾਰ ਦੀ ਭਲਾਈ ਦੀ ਇੱਛਾ

ਪ੍ਰਗਟਾਈ ਗਈ ਸੀ। ਹੋਰ ਭਜਨਾਂ ਦੇ ਨਾਲ ਵੀ ਤੇ ਵਖਰਿਆਂ ਵੀ, ਅਰਦਾਸ ਦੀਆਂ ਇਹਨਾਂ ਬੇਨਤੀਆਂ ਨੂੰ ਲੋਕਾਂ ਨੇ ਮੱਥੇ ਟੇਕਦਿਆਂ ਕਈ ਵਾਰੀ ਦੁਹਰਾਇਆ। ਇਸ ਤੋਂ ਇਲਾਵਾ, ਡੀਕਨ ਨੇ ਅਜੀਬ ਤਰੀਕੇ ਨਾਲ ਖਿਚਾਅ ਭਰੀ ਆਵਾਜ਼ ਵਿਚ "ਨਬੀਆਂ ਦੀਆਂ ਕਰਨੀਆਂ" ਵਿਚੋਂ ਕਈ ਸਲੋਕ ਪੜ੍ਹੇ ਪਰ ਤਣਾਓ ਭਰੀ ਆਵਾਜ਼ ਕਰਕੇ ਇਹਨਾਂ ਨੂੰ ਸਮਝਣਾ ਸੰਭਵ ਨਹੀਂ ਸੀ। ਅਤੇ ਇਸ ਤੋਂ ਪਿਛੋਂ ਪਾਦਰੀ ਨੇ ਆਪ ਸੰਤ ਮਾਰਕ ਦੀ ਇੰਜੀਲ ਦਾ ਇਕ ਭਾਗ ਬੜਾ ਨਿਖੇੜ ਨਿਖੇੜ ਕੇ ਪੜ੍ਹਿਆ ਜਿਸ ਵਿਚ ਇਹ ਦੱਸਿਆ ਗਿਆ ਹੈ ਕਿ ਕਿਵੇਂ ਯਿਸੂ, ਮੁਰਦਿਆਂ ਵਿਚੋਂ ਉਠ ਕੇ, ਆਪਣੇ ਪਿਤਾ ਪਰਮੇਸ਼ਰ ਦੇ ਸੱਜੇ ਹੱਥ ਉਤੇ ਬੈਠਣ ਲਈ ਸਵਰਗ ਵੱਲ ਉਠਾਏ ਜਾਣ ਤੋਂ ਪਹਿਲਾਂ, ਮਰੀਅਮ ਮੈਗਡੇਲੀਨਾ ਨੂੰ ਦਰਸ਼ਨ ਦੇਂਦਾ ਹੈ ਜਿਸ ਵਿਚੋਂ ਉਸ ਨੇ ਸੱਤ ਭੂਤ ਕੱਢੇ ਸਨ। ਅਤੇ ਫੇਰ ਉਸਨੇ ਆਪਣੇ ਯਾਰ੍ਹਾਂ ਚੇਲਿਆਂ ਨੂੰ ਕਿਵੇਂ ਦਰਸ਼ਨ ਦਿੱਤੇ, ਅਤੇ ਕਿਵੇਂ ਉਸ ਨੇ ਉਹਨਾਂ ਨੂੰ ਹੁਕਮ ਦਿੱਤਾ ਕਿ ਜਾਓ ਸਾਰੇ ਸੰਸਾਰ ਵਿਚ ਜਾ ਕੇ ਇਹ ਸ਼ੁਭ ਸਮਾਚਾਰ ਸੁਣਾਓ। ਨਾਲ ਹੀ ਇਹ ਐਲਾਨ ਕੀਤਾ ਕਿ ਜਿਹੜਾ ਵਿਸ਼ਵਾਸ ਨਹੀਂ ਕਰੇਗਾ ਉਸ ਉਤੇ ਸਜ਼ਾ ਦਾ ਹੁਕਮ ਕੀਤਾ ਜਾਵੇਗਾ ਅਤੇ ਜਿਹੜਾ ਵਿਸ਼ਵਾਸ ਕਰੇ ਅਤੇ ਬਪਤਿਸਮਾ ਲਵੇ ਉਹ ਬਚਾਇਆ ਜਾਵੇਗਾ। ਅਤੇ ਇਸ ਦੇ ਇਲਾਵਾ ਆਖਿਆ ਸੀ ਕਿ ਉਹ ਲੋਕਾਂ ਉਤੇ ਹੱਥ ਰਖ ਕੇ ਉਹਨਾਂ ਅੰਦਰੋਂ ਭੂਤਾਂ ਨੂੰ ਕਢਣਗੇ ਤੇ ਉਹਨਾਂ ਨੂੰ ਰਾਜ਼ੀ ਕਰਨਗੇ, ਨਵੀਆਂ ਨਵੀਆਂ ਬੋਲੀਆਂ ਬੋਲਣਗੇ, ਸੱਪਾਂ ਨੂੰ ਹੱਥ ਉਤੇ ਚੁੱਕ ਲੈਣਗੇ, ਤੇ ਜੇ ਉਹ ਜ਼ਹਿਰ ਵੀ ਪੀ ਲੈਣ ਤਾਂ ਉਹਨਾਂ ਦਾ ਕੁਝ ਨਹੀਂ ਵਿਗੜੇਗਾ।

ਪੂਜਾ ਪਾਠ ਦੀ ਮੂਲ ਧਾਰਨਾ ਇਹ ਸੀ ਕਿ ਪਾਦਰੀ ਵਲੋਂ ਕੱਟੇ ਗਏ ਅਤੇ ਅੰਗੂਰੀ ਸ਼ਰਾਬ ਵਿਚ ਸੁੱਟੇ ਗਏ ਰੋਟੀ ਦੇ ਟੁਕੜੇ, ਜਦੋਂ ਇਕ ਖਾਸ ਮਰਯਾਦਾ ਨਾਲ ਇਹਨਾਂ ਉਤੇ ਅਰਦਾਸ ਤੇ ਰੀਤੀ ਅਨੁਸਾਰ ਪੂਜਾ ਕੀਤੀ ਜਾਏਗੀ, ਈਸ਼ਵਰ ਦੇ ਲਹੂ ਤੇ ਮਾਸ ਦਾ ਰੂਪ ਧਾਰ ਲੈਣਗੇ। ਰੀਤ ਮਰਯਾਦਾ ਵਿਚ ਸ਼ਾਮਲ ਸੀ ਪਾਦਰੀ ਦਾ, ਜਿਸ ਦਾ ਤਿੱਲੇ ਵਾਲਾ ਚੋਲਾ ਅੜਿਕਾ ਬਣਿਆ ਹੋਇਆ ਸੀ, ਬਾਕਾਇਦਗੀ ਨਾਲ ਆਪਣੀਆਂ ਬਾਹਵਾਂ ਉਪਰ ਚੁਕਣਾ ਤੇ ਉਹਨਾਂ ਨੂੰ ਤਣੀ ਰਖਣਾ, ਅਤੇ ਫੇਰ ਗੋਡਿਆਂ ਪਰਨੇ ਹੋਣਾ ਅਤੇ ਮੇਜ਼ ਨੂੰ ਤੇ ਇਸ ਉਤੇ ਪਈਆਂ ਚੀਜ਼ਾਂ ਨੂੰ ਚੁੰਮਣਾ। ਪਰ ਮੁਖ ਗੱਲ ਇਹ ਸੀ ਕਿ ਉਹ ਇਕ ਰੁਮਾਲ ਨੂੰ ਉਸ ਦੀਆਂ ਦੋ ਨੁਕਰਾਂ ਤੋਂ ਫੜਦਾ ਅਤੇ ਇਕ ਲੈਅ ਨਾਲ ਪੋਲੇ ਪੋਲੇ ਚਾਂਦੀ ਦੀ ਤਸ਼ਤਰੀ ਅਤੇ ਸੋਨੇ ਦੇ ਕੱਪ ਉਤੇ ਲਹਿਰਾਉਂਦਾ। ਧਾਰਨਾ ਇਹ ਸੀ ਕਿ ਇਸ ਪੜਾ ਉਤੇ ਆ ਕੇ ਰੋਟੀ ਅਤੇ ਸ਼ਰਾਬ ਨੇ ਮਾਸ ਤੇ ਲਹੂ ਦਾ ਰੂਪ ਧਾਰ ਲੈਣਾ ਹੈ। ਇਸ ਕਰਕੇ ਪੂਜਾ ਦਾ ਇਹ ਹਿੱਸਾ ਅਤਿਅੰਤ ਗੰਭੀਰਤਾ ਨਾਲ ਸਿਰੇ ਚਾੜ੍ਹਿਆ ਗਿਆ।

"ਪ੍ਰਭੂ ਦੀ ਅਤਿਅੰਤ ਪੂਜਨੀਕ, ਅਤਿਅੰਤ ਪਵਿਤਰ, ਅਤੇ ਅਤਿਅੰਤ ਪਾਵਨ ਮਾਂ ਵਾਸਤੇ," ਸੁਨਹਿਰੀ ਦੀਵਾਰ ਪਿਛਿਓਂ ਪਾਦਰੀ ਦੀ ਆਵਾਜ਼ ਆਈ। ਅਤੇ ਭਜਨ ਮੰਡਲੀ ਨੇ ਗੰਭੀਰਤਾ ਨਾਲ ਗਾਉਣਾ ਸ਼ੁਰੂ ਕੀਤਾ। ਗੀਤ ਦਾ ਭਾਵ ਸੀ ਕਿ ਕੁਆਰੀ ਮਰੀਅਮ ਦੀ ਮਹਿਮਾ ਕਰਨਾ ਬਹੁਤ ਠੀਕ ਗੱਲ ਹੈ ਜਿਸ ਨੇ ਆਪਣੇ

ਕੁਆਰਪਨ ਨੂੰ ਗੁਆਏ ਬਗੈਰ ਯਿਸੂ ਨੂੰ ਜਨਮ ਦਿੱਤਾ। ਅਤੇ ਇਸ ਕਾਰਨ ਉਹ ਕਿਸੇ ਵੀ ਚੇਰੂਬਿਮ* ਨਾਲੋਂ ਵਡੇਰੇ ਆਦਰ ਸਨਮਾਨ ਦੇ ਅਤੇ ਕਿਸੇ ਵੀ ਸੇਰਾਫਿਮ** ਨਾਲੋਂ ਵਡੇਰੀ ਮਹਿਮਾ ਦੇ ਯੋਗ ਹੈ। ਇਸ ਤੋਂ ਪਿਛੋਂ, ਸਮਝ ਲਿਆ ਗਿਆ ਕਿ ਤਬਦੀਲੀ ਮੁਕੰਮਲ ਹੋ ਗਈ ਹੈ, ਅਤੇ ਪਾਦਰੀ ਨੇ, ਤਸ਼ਤਰੀ ਉਤੋਂ ਰੁਮਾਲ ਹਟਾ ਕੇ, ਰੋਟੀ ਦੇ ਵਿਚਲੇ ਟੁਕੜੇ ਨੂੰ ਕੱਟ ਕੇ ਚਾਰ ਹਿੱਸੇ ਕਰ ਦਿੱਤੇ। ਅਤੇ ਇਸ ਨੂੰ ਪਹਿਲਾਂ ਸ਼ਰਾਬ ਵਿਚ ਪਾਇਆ ਤੇ ਫੇਰ ਆਪਣੇ ਮੂੰਹ ਵਿਚ। ਇਸ ਦਾ ਮਤਲਬ ਸੀ ਉਸ ਨੇ ਈਸ਼ਵਰ ਦੇ ਮਾਸ ਦੀ ਬੋਟੀ ਖਾ ਲਈ ਹੈ ਅਤੇ ਉਸ ਦੇ ਲਹੂ ਦਾ ਘੁਟ ਭਰ ਲਿਆ ਹੈ। ਇਸ ਤੋਂ ਪਿਛੋਂ ਪਾਦਰੀ ਨੇ ਪਰਦਾ ਖਿਚਿਆ, ਪਾਰਟੀਸ਼ਨ ਵਿਚਲਾ ਬੂਹਾ ਖੋਹਲਿਆ ਅਤੇ ਸੋਨੇ ਦੇ ਕੱਪ ਨੂੰ ਆਪਣੇ ਹੱਥਾਂ ਵਿਚ ਲੈ ਕੇ ਬੂਹਿਓਂ ਬਾਹਰ ਆਇਆ ਅਤੇ ਉਹਨਾਂ ਸਾਰਿਆਂ ਨੂੰ ਜਿਹੜੇ ਇਸ ਗੱਲ ਦੇ ਇੱਛਕ ਸਨ ਸੱਦਾ ਦਿੱਤਾ ਕਿ ਉਹ ਕੱਪ ਵਿਚੋਂ ਈਸ਼ਵਰ ਦਾ ਮਾਸ ਤੇ ਲਹੂ ਲੈ ਲੈਣ।

ਕੁਝ ਬੱਚਿਆਂ ਨੇ ਵੀ ਇੱਛਾ ਪ੍ਰਗਟ ਕੀਤੀ।

ਬੱਚਿਆਂ ਕੋਲੋਂ ਉਹਨਾਂ ਦੇ ਨਾਂ ਪੁੱਛ ਕੇ, ਪਾਦਰੀ ਨੇ ਸਾਵਧਾਨੀ ਨਾਲ ਸ਼ਰਾਬ ਵਿਚ ਭਿੱਜੇ ਹੋਏ ਰੋਟੀ ਦੇ ਟੁਕੜੇ ਇਕ ਚਿਮਚੇ ਨਾਲ ਕੱਪ ਵਿਚੋਂ ਕੱਢੇ ਅਤੇ ਬੱਚਿਆਂ ਦੇ ਮੂੰਹ ਵਿਚ ਧੱਕ ਦਿੱਤੇ। ਵਾਰੀ ਵਾਰੀ ਸਾਰੇ ਬੱਚਿਆਂ ਨਾਲ ਉਸ ਨੇ ਇੰਜ ਹੀ ਕੀਤਾ, ਅਤੇ ਡੀਕਨ, ਬੱਚਿਆਂ ਦੇ ਮੂੰਹ ਪੂੰਝਦਾ ਹੋਇਆ, ਖੁਸ਼ੀ ਭਰਪੂਰ ਆਵਾਜ਼ ਵਿਚ ਗਾਉਂਦਾ ਗਿਆ ਕਿ ਬੱਚੇ ਈਸ਼ਵਰ ਦਾ ਮਾਸ ਖਾ ਰਹੇ ਹਨ ਅਤੇ ਈਸ਼ਵਰ ਦਾ ਲਹੂ ਪੀ ਰਹੇ ਹਨ। ਇਸ ਤੋਂ ਮਗਰੋਂ ਪਾਦਰੀ ਕੱਪ ਨੂੰ ਪਾਰਟੀਸ਼ਨ ਦੇ ਪਿੱਛੇ ਲੈ ਗਿਆ ਅਤੇ ਓਥੇ ਜਾ ਕੇ ਬਾਕੀ ਬਚਦਾ ਸਾਰਾ ਲਹੂ ਪੀ ਲਿਆ ਅਤੇ ਈਸ਼ਵਰ ਦੇ ਮਾਸ ਦੀਆਂ ਬਚਦੀਆਂ ਬੋਟੀਆਂ ਖਾ ਲਈਆਂ। ਇਸ ਮਗਰੋਂ ਉਹ ਬੜੇ ਧਿਆਨ ਨਾਲ ਆਪਣੀਆਂ ਮੁੱਛਾਂ ਚੱਟ ਕੇ ਅਤੇ ਆਪਣਾ ਮੂੰਹ ਤੇ ਕੱਪ ਪੂੰਝ ਕੇ ਛੋਹਲੇ ਕਦਮੀਂ, ਖੁਸ਼ ਖੁਸ਼, ਪਾਰਟੀਸ਼ਨ ਪਿਛਿਓਂ ਸਾਮ੍ਹਣੇ ਆ ਗਿਆ। ਉਹਦੇ ਕਰੋਮ ਦੇ ਬੂਟਾਂ ਦੇ ਤਲੇ ਚੀਂ ਚੀਂ ਕਰ ਰਹੇ ਸਨ।

ਇਸ ਇਸਾਈ ਪੂਜਾ ਪਾਠ ਦਾ ਮੁਖ ਹਿੱਸਾ ਹੁਣ ਸਮਾਪਤ ਹੋ ਗਿਆ ਸੀ, ਪਰ ਪਾਦਰੀ ਨੇ, ਬਦਨਸੀਬ ਕੈਦੀਆਂ ਨੂੰ ਧੀਰਜ ਦੀ ਇੱਛਾ ਨਾਲ, ਇਕ ਹੋਰ ਸਾਧਾਰਨ ਪੂਜਾ ਇਹਦੇ ਨਾਲ ਜੋੜ ਦਿੱਤੀ। ਇਸ ਪੂਜਾ ਵਿਚ ਇਹ ਗੱਲ ਸ਼ਾਮਲ ਸੀ ਕਿ ਪਾਦਰੀ ਇਕ ਮੂਰਤੀ· ਜਿਸ ਉਤੇ ਸੋਨੇ ਦਾ ਪਤਰਾ ਚੜ੍ਹਿਆ ਹੋਇਆ ਸੀ ਕੋਲ ਗਿਆ (ਜਿਸ ਦਾ ਮੂੰਹ ਤੇ ਹੱਥ ਕਾਲੇ ਸਨ) ਜਿਸ ਦੇ ਆਸ ਪਾਸ ਦਰਜਨਾਂ ਹੀ ਮੋਮਬੱਤੀਆਂ ਨੇ ਉਜਾਲਾ ਕੀਤਾ ਹੋਇਆ ਸੀ। ਖਿਆਲ ਕੀਤਾ ਜਾਂਦਾ ਸੀ ਕਿ ਇਹ ਮੂਰਤੀ ਉਸ ਈਸ਼ਵਰ ਦਾ ਰੂਪ ਹੈ

ਜਿਸ ਦਾ ਮਾਸ ਪਾਦਰੀ ਖਾ ਰਿਹਾ ਸੀ। ਮੂਰਤੀ ਅੱਗੇ ਜਾ ਕੇ ਉਹ ਇਕ ਅਜੀਬ, ਬੇਸੁਰੀ ਆਵਾਜ਼ ਵਿਚ ਹੇਠਲੇ ਬੋਲ ਗੁਣਗੁਣਾਉਣ ਲੱਗ ਪਿਆ :

"ਯਿਸੂ ਪ੍ਰੀਤਮ, ਨਬੀਆਂ ਰਸੂਲਾਂ ਨੇ ਜਿਸ ਦਾ ਜੱਸ ਗਾਇਆ। ਯਿਸੂ ਪਿਆਰੇ, ਸ਼ਹੀਦਾਂ ਨੇ ਜਿਸ ਦੀ ਉਸਤਤੀ ਕੀਤੀ, ਹੇ ਸਰਬ-ਸ਼ਕਤੀਮਾਨ ਪਾਤਸ਼ਾਹ, ਮੇਰੀ ਰਖਿਆ ਕਰੋ। ਮੇਰੇ ਤਾਰਨਹਾਰ ਯਿਸੂ, ਮਹਾਨ ਸੁੰਦਰ ਸਰੂਪ ਯਿਸੂ, ਦਰ ਤੇ ਪੁਕਾਰ ਕਰਨ ਵਾਲਿਆਂ ਦੇ ਸਿਰ ਤੇ ਮਿਹਰ ਦਾ ਹੱਥ ਰੱਖੋ। ਤਾਰਨਹਾਰ ਯਿਸੂ, ਅਰਾਧਨਾ ਦੇ ਸਪੂਤ ਯਿਸੂ, ਆਪਣੇ ਸੰਤਾਂ ਦੀ ਰਖਿਆ ਕਰੋ। ਆਪਣੇ ਸਾਰੇ ਨਬੀਆਂ ਦੀ ਰਖਿਆ ਕਰੋ, ਤੇ ਉਹਨਾਂ ਨੂੰ ਸਵਰਗੀ ਸੁਖ ਦੀ ਬਖ਼ਸ਼ਿਸ਼ ਕਰੋ। ਹੇ ਯਿਸੂ, ਮਨੁਖ ਮਾਤਰ ਨੂੰ ਪ੍ਰੇਮ ਕਰਨ ਵਾਲੇ ਯਿਸੂ।"

ਫੇਰ ਉਹ ਚੁੱਪ ਹੋ ਗਿਆ, ਇਕ ਲੰਮਾ ਸਾਹ ਲਿਆ, ਸਲੀਬ ਦਾ ਨਿਸ਼ਾਨ ਬਣਾਇਆ ਅਤੇ ਮੱਥਾ ਟੇਕਿਆ। ਗਿਰਜੇ ਵਿਚ ਹਾਜ਼ਰ ਹਰ ਇਕ ਨੇ—ਇੰਸਪੈਕਟਰ, ਵਾਰਡਰ, ਕੈਦੀ—ਉਸੇ ਤਰ੍ਹਾਂ ਕੀਤਾ। ਉਪਰੋਂ ਬੇੜੀਆਂ ਦੇ ਖੜਕਣ ਦੀ ਆਵਾਜ਼ ਨਿਰੰਤਰ ਆਉਂਦੀ ਰਹੀ।

ਉਸ ਨੇ ਪ੍ਰਾਰਥਨਾ ਫੇਰ ਸ਼ੁਰੂ ਕੀਤੀ : "ਫਰਿਸ਼ਤਿਆਂ ਦੇ ਸਿਰਜਨਹਾਰ, ਸਮੂਹ ਸ਼ਕਤੀਆਂ ਦੇ ਮਾਲਕ, ਬੇਅੰਤ ਯਿਸੂ, ਫਰਿਸ਼ਤਿਆਂ ਨੂੰ ਅਚੰਭਤ ਕਰਨ ਵਾਲੇ, ਮਹਾਨ ਸ਼ਕਤੀਵਰ ਯਿਸੂ, ਸਾਡੇ ਪਿਤਰਾਂ ਦਾ ਉਧਾਰ ਕਰਨ ਵਾਲੇ, ਯਿਸੂ ਪ੍ਰੀਤਮ ਪਿਆਰੇ, ਸਾਡੇ ਪੁਰਖਿਆ ਨੇ ਤੇਰੀ ਕੀਰਤੀ ਕੀਤੀ, ਹੇ ਯਿਸੂ, ਤੇਰੀ ਮਹਿਮਾ ਅਪਾਰ। ਸਾਹਾਂ ਦੇ ਬਾਹੂਬਲ ਮਹਾਨ ਦਿਆਲੂ ਯਿਸੂ, ਨਬੀਆਂ ਨੂੰ ਪੂਰਤੀ ਬਖਸ਼ਣ ਵਾਲੇ, ਆ ਚਮਤਕਾਰੀ ਯਿਸੂ, ਸ਼ਹੀਦਾਂ ਨੂੰ ਬਲ ਬਖ਼ਸ਼ਣ ਵਾਲੇ ਮਹਾਨ ਸਨਿਮਰ ਯਿਸੂ, ਭਿਕਸ਼ੂਆਂ ਨੂੰ ਆਨੰਦ ਦੇ ਬਖਸ਼ਿੰਦ। ਮਹਾ ਕਿਰਪਾਲੂ ਯਿਸੂ, ਪਾਦਰੀਆਂ ਦੇ ਚੋਜੀ ਪ੍ਰੀਤਮ, ਮਹਾਨ ਦਾਤੇ ਯਿਸੂ, ਵਰਤਧਾਰੀਆਂ ਨੂੰ ਸੰਤੋਖ ਬਖ਼ਸ਼ਣ ਵਾਲੇ, ਸਰਬਤ ਦੇ ਪਿਆਰੇ ਯਿਸੂ, ਨਿਆਂ-ਕਾਰੀਆਂ ਦੀ ਖੁਸ਼ੀ ਦੇ ਸੋਮੇ, ਪਰਮ ਪਵਿਤਰ ਯਿਸੂ, ਜਤੀਆਂ ਸਤੀਆਂ ਦੇ ਜਤ ਸਤ। ਹੇ ਆਦਿ ਜੁਗਾਦੀ ਯਿਸੂ, ਪਾਪੀਆਂ ਦੇ ਤਾਰਨਹਾਰ, ਹੇ ਯਿਸੂ ਪਰਮੇਸ਼ਰ ਦੇ ਪੁਤਰ, ਮੇਰੇ ਉਤੇ ਮਿਹਰ ਕਰੋ।"

ਜਿੰਨੀ ਵਾਰੀ ਉਹਨੇ ਲਫਜ਼ "ਯਿਸੂ" ਦੁਹਰਾਇਆ ਉਹਦੀ ਆਵਾਜ਼ ਹੋਰ ਵੀ ਬਹੁਤੀ ਘਗਿਆਉਂਦੀ ਗਈ। ਅਖੀਰ ਉਹ ਚੁਪ ਕਰ ਗਿਆ। ਆਪਣੇ ਸਿਲਕੀ ਅੰਦਰਸ ਵਾਲੇ ਚੋਲੇ ਨੂੰ ਉਤਾਂਹ ਚੁੱਕ ਕੇ ਤੇ ਇਕ ਗੋਡੇ ਦੇ ਭਾਰ ਹੋ ਕੇ ਉਸ ਨੇ ਧਰਤੀ ਉਤੇ ਮੱਥਾ ਟੇਕਿਆ। ਫੇਰ ਭਜਨ ਮੰਡਲੀ ਨੇ ਗਾਉਣਾ ਸ਼ੁਰੂ ਕੀਤਾ ਅਤੇ ਇਹਨਾਂ ਲਫਜ਼ਾਂ ਨੂੰ ਦੁਹਰਾਉਣ ਲੱਗੀ : ਹੇ ਯਿਸੂ, ਪਰਮੇਸ਼ਰ ਦੇ ਪੁਤਰ, ਮੇਰੇ ਉਤੇ ਮਿਹਰ ਕਰੋ।" ਅਤੇ ਕੈਦੀਆਂ ਨੇ ਮੱਥਾ ਟੇਕਿਆ ਤੇ ਖੜੇ ਹੋ ਗਏ। ਉਹਨਾਂ ਨੇ ਆਪਣੇ ਸਿਰਾਂ ਉਤੇ ਬਚੇ ਹੋਏ ਵਾਲਾਂ ਨੂੰ ਝਟਕੇ ਨਾਲ ਛੰਡ ਕੇ ਪਿਛਾਂਹ ਵੱਲ ਕੀਤਾ। ਬੇੜੀਆਂ ਫੇਰ ਛਣਕੀਆਂ ਜਿਹੜੀਆਂ ਕੈਦੀਆਂ ਦੇ ਪਤਲੇ ਪਤਲੇ ਗਿੱਟਿਆਂ ਨੂੰ ਰਗੜਾਂ ਲਾ ਰਹੀਆਂ ਸਨ।

ਢੇਰ ਚਿਰ ਤੱਕ ਇਸ ਤਰ੍ਹਾਂ ਹੁੰਦਾ ਰਿਹਾ। ਪਹਿਲਾਂ ਸਿਫਤ-ਸਲਾਹ ਸ਼ੁਰੂ ਹੋਈ ਜਿਹੜੀ ਇਹਨਾਂ ਸ਼ਬਦਾਂ ਨਾਲ ਸਮਾਪਤ ਹੋਈ "ਮੇਰੇ ਉਤੇ ਮਿਹਰ ਕਰੋ।" ਫੇਰ ਹੋਰ ਸਿਫਤ-ਸਲਾਹ ਜਿਸ ਦੇ ਅਖੀਰ ਉਤੇ "ਅਲੇਲੂਈਆ" ਆਖਿਆ ਗਿਆ। ਕੈਦੀਆਂ ਨੇ ਸਲੀਬ ਦੇ ਨਿਸ਼ਾਨ ਬਣਾਏ ਅਤੇ ਸਿਜਦੇ ਕੀਤੇ। ਪਹਿਲਾਂ ਹਰ ਵਾਕ ਉਤੇ, ਫੇਰ ਹਰ ਦੂਜੇ ਵਾਕ ਉਤੇ, ਤੇ ਫੇਰ ਤੀਜੇ ਵਾਕ ਉਤੇ। ਜਦੋਂ ਸ਼ਿਫਤ ਸਲਾਹੁਤਾ ਦੀ ਸਮਾਪਤੀ ਹੋਈ ਅਤੇ ਪਾਦਰੀ ਨੇ ਸੁਖ ਦਾ ਸਾਹ ਲੈਂਦਿਆਂ ਪੁਸਤਕ ਬੰਦ ਕੀਤੀ ਤੇ ਪਾਰਟੀਸ਼ਨ ਦੇ ਪਿੱਛੇ ਚਲਾ ਗਿਆ ਤਾਂ ਸਾਰਿਆਂ ਨੂੰ ਹੀ ਬੜੀ ਖੁਸ਼ੀ ਹੋਈ। ਬਸ ਹੁਣ ਆਖਰੀ ਕੰਮ ਬਾਕੀ ਰਹਿ ਗਿਆ ਸੀ। ਪਾਦਰੀ ਨੇ ਮੇਜ਼ ਉਤੋਂ ਇਕ ਵੱਡੀ ਸਾਰੀ ਝਾਲਫਿਰੀ ਸਲੀਬ ਚੁੱਕੀ ਜਿਸ ਦੇ ਸਿਰਿਆਂ ਉਤੇ ਮੀਨਾਕਾਰੀ ਵਾਲੇ ਲਾਕਟ ਲੱਗੇ ਹੋਏ ਸਨ ਤੇ ਇਸ ਨੂੰ ਲੈ ਕੇ ਗਿਰਜੇ ਦੇ ਵਿਚਕਾਰ ਆ ਗਿਆ। ਸਭ ਤੋਂ ਪਹਿਲਾਂ ਇੰਸਪੈਕਟਰ ਆਇਆ ਤੇ ਉਸ ਨੇ ਸਲੀਬ ਨੂੰ ਚੁੰਮਿਆ। ਉਸ ਤੋਂ ਮਗਰੋਂ ਛੋਟੇ ਇੰਸਪੈਕਟਰ ਨੇ ਤੇ ਵਾਰਡਰਾਂ ਨੇ, ਤੇ ਉਹਦੇ ਬਾਦ ਧਕਮ ਧੱਕਾ ਹੁੰਦੇ, ਇਕ ਦੂਜੇ ਨੂੰ ਗਾਲ੍ਹਾਂ ਕਢਦੇ ਕੈਦੀਆਂ ਨੇ। ਇੰਸਪੈਕਟਰ ਨਾਲ ਗੱਲੀਂ ਲੱਗਾ ਪਾਦਰੀ ਸਲੀਬ ਨੂੰ ਅਗਾਂਹ ਕਰਦਾ ਰਿਹਾ ਤੇ ਉਹਦਾ ਹੱਥ ਕਦੇ ਕਿਸੇ ਕੈਦੀ ਦੇ ਮੂੰਹ ਨੂੰ ਜਾ ਲੱਗਦਾ ਕਦੇ ਕਿਸੇ ਦੇ ਨੱਕ ਨੂੰ ਜਾ ਛੋਂਹਦਾ। ਸਭ ਲੋਕ ਸਲੀਬ ਤੇ ਪਾਦਰੀ ਦਾ ਹੱਥ, ਦੋਹਾਂ ਨੂੰ ਚੁੰਮਣ ਦੀ ਕੋਸ਼ਿਸ਼ ਕਰ ਰਹੇ ਸਨ। ਇਸ ਤਰ੍ਹਾਂ ਇਸਾਈ ਪੂਜਾ ਪਾਠ ਦੀ ਸਮਾਪਤੀ ਹੋਈ, ਜਿਸ ਦਾ ਮਨੋਰਥ ਆਪਣੇ ਇਹਨਾਂ ਭੁਲੇ ਭਟਕੇ ਵੀਰਾਂ ਭਰਾਵਾਂ ਨੂੰ ਧਰਵਾਸ ਦੇਣਾ ਤੇ ਉਹਨਾਂ ਦਾ ਉਧਾਰ ਕਰਨਾ ਸੀ।

੪੦

ਤੇ ਜਿਹੜੇ ਗਿਰਜੇ ਵਿਚ ਮੌਜੂਦ ਸਨ, ਪਾਦਰੀ ਤੇ ਇੰਸਪੈਕਟਰ ਤੋਂ ਲੈ ਕੇ ਮਾਸਲੋਵਾ ਤੱਕ, ਉਹਨਾਂ ਵਿਚੋਂ ਕਿਸੇ ਨੂੰ ਵੀ ਇਸ ਗੱਲ ਦੀ ਚੇਤਨਾ ਨਹੀਂ ਸੀ ਕਿ ਉਸ ਯਿਸ਼ੂ ਨੇ, ਜਿਸ ਦਾ ਨਾਂ ਪਾਦਰੀ ਨੇ ਮੁੜ ਮੁੜ ਲਿਆ ਹੈ, ਜਿਸ ਦੀ ਉਹਨੇ ਵਚਿਤਰ ਤੇ ਅਨੋਖੇ ਸ਼ਬਦਾਂ ਵਿਚ ਸਿਫਤ ਸਲਾਹ ਕੀਤੀ ਹੈ, ਹਰ ਉਸ ਗੱਲ ਤੋਂ ਵਰਜਿਆ ਸੀ ਜਿਹੜੀ ਏਥੇ ਕੀਤੀ ਜਾ ਰਹੀ ਹੈ। ਉਸ ਨੇ ਰੋਟੀ ਤੇ ਸ਼ਰਾਬ ਉਤੇ ਇਹਨਾਂ ਅਰਥ-ਹੀਨ ਮੰਤਰ-ਟੂਣਿਆਂ ਦੀ ਹੀ ਮਨਾਹੀ ਨਹੀਂ ਸੀ ਕੀਤੀ ਸਗੋਂ ਮਨੁਖ ਨੂੰ ਮੰਦਰਾਂ ਵਿਚ ਪ੍ਰਾਰਥਨਾ ਕਰਨ, ਦੂਜੇ ਮਨੁਖਾਂ ਨੂੰ ਆਪਣਾ ਗੁਰੂ ਆਖਣ ਤੋਂ ਵੀ ਸਾਫ ਸਾਫ ਮਨਾਹ ਕੀਤਾ ਸੀ। ਉਸ ਨੇ ਆਖਿਆ ਸੀ ਕਿ ਹਰ ਕਿਸੇ ਨੂੰ ਇਕਾਂਤ ਵਿਚ ਪ੍ਰਾਰਥਨਾ ਕਰਨੀ ਚਾਹੀਦੀ ਹੈ। ਮੰਦਰ ਖੜੇ ਕਰਨ ਦੀ ਉਸ ਨੇ ਇਹ ਆਖ ਕੇ ਮਨਾਹੀ ਕੀਤੀ ਸੀ ਕਿ ਉਹ ਮੰਦਿਰਾਂ ਨੂੰ ਢਾਹੁਣ ਆਇਆ ਹੈ ਅਤੇ ਬੰਦੇ ਨੂੰ ਮੰਦਰ ਵਿਚ ਨਹੀਂ ਸਗੋਂ ਆਤਮਾ ਵਿਚ ਝਾਕ ਕੇ ਸੱਚੇ ਅਰਥਾਂ ਵਿਚ ਭਗਤੀ

ਕਰਨੀ ਚਾਹੀਦੀ ਹੈ। ਫੇਰ ਸਭ ਤੋਂ ਵੱਡੀ ਗੱਲ ਇਹ ਕਿ ਉਹਨੇ ਨਾ ਸਿਰਫ ਇਨਸਾਫ ਦੀ ਕੁਰਸੀ ਤੇ ਬਹਿਣ, ਲੋਕਾਂ ਨੂੰ ਜੇਲ੍ਹੀਂ ਪਾਉਣ, ਤਸੀਹੇ ਦੇਣ, ਫਾਹੇ ਲਾਉਣ ਦੀ ਹੀ ਮਨਾਹੀ ਕੀਤੀ ਸੀ, ਸਗੋਂ ਹਰ ਕਿਸਮ ਦੀ ਹਿੰਸਾ ਤੋਂ ਇਹ ਆਖ ਕੇ ਵਰਜਿਆ ਸੀ ਕਿ ਉਹ ਬੰਦਿਆਂ ਨੂੰ ਮੁਕਤ ਕਰਨ ਵਾਸਤੇ ਆਇਆ ਹੈ।

ਹਾਜ਼ਰ ਲੋਕਾਂ ਵਿਚੋਂ ਕੋਈ ਵੀ ਇਸ ਗਲੋਂ ਸੁਚੇਤ ਨਹੀਂ ਸੀ ਜਾਪਦਾ ਕਿ ਜੋ ਕੁਝ ਓਥੇ ਹੋ ਰਿਹਾ ਸੀ ਉਹ ਸਭ ਤੋਂ ਵੱਡਾ ਕੁਫਰ, ਅਤੇ ਓਸੇ ਹੀ ਯਿਸੂ ਨਾਲ ਮਜ਼ਾਕ ਸੀ ਜਿਸ ਦਾ ਨਾਂ ਲੈ ਕੇ ਇਹ ਸਭ ਕੁਝ ਕੀਤਾ ਜਾ ਰਿਹਾ ਸੀ। ਕੋਈ ਇਸ ਗੱਲ ਨੂੰ ਸਮਝਦਾ ਨਹੀਂ ਸੀ ਜਾਪਦਾ ਕਿ ਸਿਰਿਆਂ ਉਤੇ ਮੀਨਾਕਾਰੀ ਦੇ ਲਾਕਟਾਂ ਵਾਲੀ ਝਾਲਫਿਰੀ ਸਲੀਬ, ਜਿਸ ਨੂੰ ਪਾਦਰੀ ਲੋਕਾਂ ਦੇ ਚੁੰਮਣ ਵਾਸਤੇ ਉਹਨਾਂ ਅੱਗੇ ਪੇਸ਼ ਕਰਦਾ ਸੀ, ਉਸ ਸੂਲੀ ਦੇ ਚਿੰਨ੍ਹ ਤੋਂ ਵਧ ਕੁਝ ਨਹੀਂ ਜਿਸ ਉਤੇ ਯਿਸੂ ਨੂੰ ਉਸ ਸਭ ਕੁਝ ਨੂੰ ਰੱਦ ਕਰਨ ਬਦਲੇ ਫਾਹੇ ਲਾਇਆ ਗਿਆ ਜੋ ਕੁਝ ਏਥੇ ਹੋ ਰਿਹਾ ਸੀ। ਇਹ ਖਿਆਲ ਏਥੇ ਮੌਜੂਦ ਲੋਕਾਂ ਵਿਚੋਂ ਕਿਸੇ ਦੇ ਵੀ ਮਨ ਵਿਚ ਨਹੀਂ ਸੀ ਆਇਆ ਕਿ ਇਹ ਪਾਦਰੀ, ਜਿਹੜੇ ਇਹ ਸਮਝਦੇ ਸਨ ਕਿ ਉਹ ਰੋਟੀ ਤੇ ਸ਼ਰਾਬ ਦੇ ਰੂਪ ਵਿਚ ਯਿਸੂ ਦਾ ਮਾਸ ਖਾ ਰਹੇ ਅਤੇ ਲਹੂ ਪੀ ਰਹੇ ਹਨ, ਸੱਚ ਮੁਚ ਹੀ ਉਸ ਦਾ ਮਾਸ ਖਾਣ ਅਤੇ ਉਸ ਦਾ ਲਹੂ ਪੀਣ ਦੇ ਅਪਰਾਧੀ ਹਨ। ਇਸ ਕਰਕੇ ਨਹੀਂ ਕਿ ਉਹ ਖਾ ਰਹੇ ਅਤੇ ਪੀ ਰਹੇ ਸਨ, ਸਗੋਂ ਇਸ ਕਰਕੇ ਕਿ ਉਹ "ਇਹਨਾਂ ਸਾਧਾਰਨ ਲੋਕਾਂ" ਨੂੰ ਗੁਮਰਾਹ ਕਰ ਰਹੇ ਸਨ ਜਿੱਨ੍ਹਾਂ ਨਾਲ ਉਸ ਨੇ ਆਪਣੇ ਆਪ ਨੂੰ ਇਕਮਿਕ ਕੀਤਾ ਹੋਇਆ ਸੀ। ਉਹਨਾਂ ਨੂੰ ਸਭ ਤੋਂ ਵੱਡੀਆਂ ਬਖਸ਼ਿਸ਼ਾਂ ਤੋਂ ਵਿਰਵਾ ਰਖ ਰਹੇ ਅਤੇ ਉਹਨਾਂ ਉਤੇ ਅਤਿ ਕਹਿਰਾਂ ਦਾ ਜ਼ੁਲਮ ਢਾਹ ਰਹੇ ਹਨ, ਅਤੇ ਇਸ ਕਰਕੇ ਕਿ ਉਹ ਇਹਨਾਂ ਲੋਕਾਂ ਪਾਸੋਂ ਮਹਾਨ ਖੁਸ਼ੀ ਦਾ ਸਮਾਚਾਰ ਲੁਕਾ ਰਹੇ ਹਨ ਜਿਹੜਾ ਉਹ ਲੈ ਕੇ ਆਇਆ ਸੀ।

ਪਾਦਰੀ ਨੇ ਇਹ ਸਾਰਾ ਕੰਮ ਸਾਫ ਜ਼ਮੀਰ ਨਾਲ ਕੀਤਾ ਸੀ ਕਿਉਂਕਿ ਬਚਪਨ ਤੋਂ ਹੀ ਉਹਦੇ ਅੰਦਰ ਇਹ ਵਿਸ਼ਵਾਸ ਭਰ ਦਿੱਤਾ ਗਿਆ ਸੀ ਕਿ ਇਹ ਇਕ ਸੱਚਾ ਧਰਮ ਹੈ ਜਿਸ ਉਤੇ ਪੁਰਾਣੇ ਵਕਤਾਂ ਦੇ ਸਾਰੇ ਸੰਤ ਮਹਾਤਮਾਂ ਵਿਸ਼ਵਾਸ ਕਰਦੇ ਰਹੇ ਅਤੇ ਅੱਜੇ ਵੀ ਗਿਰਜੇ ਤੇ ਰਾਜ ਤੇ ਅਧਿਕਾਰੀ ਵਿਸ਼ਵਾਸ ਕਰਦੇ ਹਨ। ਉਸ ਦਾ ਇਹ ਵਿਸ਼ਵਾਸ ਨਹੀਂ ਸੀ ਕਿ ਰੋਟੀ ਮਾਸ ਬਣ ਜਾਂਦੀ ਹੈ, ਕਿ ਏਨੀ ਵਾਰੀ ਦੁਹਰਾਏ ਲਫਜ਼ਾਂ ਦਾ ਆਤਮਾ ਨੂੰ ਕੋਈ ਲਾਭ ਪਹੁੰਚਦਾ ਹੈ, ਜਾਂ ਕਿ ਉਸ ਨੇ ਸਚਮੁਚ ਹੀ ਰੱਬ ਦਾ ਇਕ ਟੁਕੜਾ ਨਿਗਲ ਲਿਆ ਹੈ। ਕੋਈ ਵੀ ਇਸ ਉਤੇ ਵਿਸ਼ਵਾਸ ਨਹੀਂ ਸੀ ਕਰ ਸਕਦਾ। ਪਰ ਉਸ ਦਾ ਵਿਸ਼ਵਾਸ ਸੀ ਕਿ ਬੰਦੇ ਨੂੰ ਇਸ ਦਾ ਵਿਸ਼ਵਾਸ ਕਰਾ ਚਾਹੀਦਾ ਹੈ। ਉਸ ਦੇ ਇਸ ਯਕੀਨ ਨੂੰ ਬਹੁਤਾ ਮਜ਼ਬੂਤ ਕਰਨ ਵਾਲੀ ਇਹ ਹਕੀਕਤ ਸੀ ਕਿ ਇਸ ਵਿਸ਼ਵਾਸ ਦੀਆਂ ਮੰਗਾਂ ਪੂਰੀਆਂ ਕਰਕੇ, ਪਿਛਲੇ ਅਠਾਰਾਂ ਸਾਲਾਂ ਵਿਚ ਉਹ ਏਨੀ ਕਮਾਈ ਕਰਨ ਦੇ ਕਾਬਿਲ ਹੋ ਗਿਆ ਸੀ ਕਿ ਆਪਣੇ ਪਰਵਾਰ ਦਾ ਗੁਜ਼ਾਰਾ ਚਲਾ ਸਕੇ ਅਤੇ ਆਪਣੇ ਪੁਤਰ ਨੂੰ ਜਿਮਨੇਜ਼ੀਅਮ, ਅਤੇ ਆਪਣੀ ਧੀ ਨੂੰ ਪਾਦਰੀਆਂ ਦੀਆਂ ਧੀਆਂ ਦੇ ਸਕੂਲ ਵਿਚ ਪੜ੍ਹਨ

ਭੇਜ ਸਕੇ। ਛੀਕਨ ਦਾ ਵਿਸ਼ਵਾਸ ਪਾਦਰੀ ਵਾਂਗ ਹੀ ਸਗੋਂ ਉਸ ਨਾਲੋਂ ਵਧੇਰੇ ਹੀ ਪੱਕਾ ਸੀ, ਕਿਉਂਕਿ ਉਹ ਇਸ ਧਰਮ ਦੇ ਸਿੱਧਾਂਤਾਂ ਦਾ ਤੱਤ ਭੁਲ ਗਿਆ ਹੋਇਆ ਸੀ ਅਤੇ ਕੇਵਲ ਏਨਾ ਹੀ ਜਾਣਦਾ ਸੀ ਕਿ ਪਿਤਰਾਂ ਵਾਸਤੇ ਅਰਦਾਸਾਂ, ਸਮੂਹਿਕ ਅਰਦਾਸਾਂ ਦੀ, ਏਕੇਥਿਸਟਸ* ਦੇ ਨਾਲ ਤੇ ਇਸ ਤੋਂ ਬਗੈਰ, ਸਭ ਦੀ ਨਿਸਚਿਤ ਕੀਮਤ ਹੈ ਜਿਸ ਨੂੰ ਅਸਲੀ ਇਸਾਈ ਹੱਸ ਕੇ ਅਦਾ ਕਰਦਾ ਹੈ। ਇਸ ਲਈ ਉਹ ਆਪਣੇ "ਮਿਹਰ ਕਰੋ, ਮਿਹਰ ਕਰੋ" ਨੂੰ ਬੜੀ ਖੁਸ਼ੀ ਨਾਲ ਉਚਾਰਦਾ ਸੀ ਅਤੇ ਜੋ ਕੁਝ ਕਿਹਾ ਗਿਆ ਉਸ ਨੂੰ ਓਸੇ ਹੀ ਦ੍ਰਿੜ੍ਹ ਨਿਸਚੇ ਨਾਲ ਮੰਨਦਾ ਹੈ ਤੇ ਉਚਾਰਦਾ ਹੈ ਜਿਸ ਨਾਲ ਦੂਜੇ ਲੋਕ ਬਾਲਣ, ਆਟਾ ਜਾਂ ਆਲੂ ਵੇਚਦੇ ਹਨ। ਜੇਲ੍ਹ ਦਾ ਇੰਸਪੈਕਟਰ ਅਤੇ ਵਾਰਡਰ, ਭਾਵੇਂ ਉਹਨਾਂ ਨੇ ਇਹਨਾਂ ਸਿਧਾਂਤਾਂ ਤੇ ਜੋ ਕੁਝ ਗਿਰਜੇ ਵਿਚ ਹੁੰਦਾ ਸੀ ਦਾ ਅਰਥ ਨਾ ਕਦੇ ਸਮਝਿਆ ਸੀ ਨਾ ਵਿਚਾਰਿਆ ਸੀ, ਵਿਸ਼ਵਾਸ ਕਰਦੇ ਸਨ ਕਿ ਉਹਨਾਂ ਨੂੰ ਵਿਸ਼ਵਾਸ ਕਰਨਾ ਚਾਹੀਦਾ ਹੈ ਕਿਉਂਕਿ ਉੱਚ ਅਧਿਕਾਰੀ ਤੇ ਜ਼ਾਰ ਆਪ ਵਿਸ਼ਵਾਸ ਕਰਦਾ ਹੈ। ਇਸ ਦੇ ਇਲਾਵਾ, ਉਹ ਮਹਿਸੂਸ ਕਰਦੇ ਸਨ, ਭਾਵੇਂ ਧੁੰਦਲਾ ਜਿਹਾ ਹੀ (ਅਤੇ ਖ਼ੁਦ ਸਮਝਾ ਨਹੀਂ ਸਕਦੇ ਸਨ ਕਿ ਕਿਉਂ) ਕਿ ਇਹ ਮਤ ਉਹਨਾਂ ਦੇ ਬੇਰਹਿਮ ਕਾਰਿਆਂ ਨੂੰ ਉਚਿਤ ਠਹਿਰਾਉਂਦਾ ਹੈ। ਇਸ ਮਤ ਤੋਂ ਬਗੈਰ ਆਪਣੀ ਸਾਫ ਜ਼ਮੀਰ ਨਾਲ ਲੋਕਾਂ ਨੂੰ ਤਸੀਹੇ ਦੇਣ ਲਈ ਆਪਣੀ ਪੂਰੀ ਤਾਕਤ ਦੀ ਵਰਤੋਂ ਕਰ ਸਕਣਾ, ਜਿਵੇਂ ਉਹ ਇਸ ਵੇਲੇ ਕਰ ਰਹੇ ਸਨ, ਉਹਨਾਂ ਵਾਸਤੇ ਬੜਾ ਮੁਸ਼ਕਲ, ਖਬਰੇ ਅਸੰਭਵ ਹੀ ਹੋਣਾ ਸੀ। ਇੰਸਪੈਕਟਰ ਅਜਿਹਾ ਨੇਕ-ਦਿਲ ਆਦਮੀ ਸੀ ਕਿ ਜੇ ਇਹ ਮਤ ਪਿੱਠ ਨਾ ਠੋਕਦਾ ਹੁੰਦਾ ਤਾਂ ਉਹਨੇ ਇਸ ਤਰ੍ਹਾਂ ਜਿਊਂ ਨਹੀਂ ਸੀ ਸਕਣਾ ਜਿਵੇਂ ਇਸ ਵੇਲੇ ਉਹ ਜਿਊਂ ਰਿਹਾ ਸੀ। ਇਸ ਲਈ ਉਹ ਅਹਿਲ ਖੜਾ ਸੀ, ਜੋਸ਼ ਨਾਲ ਸਿਰ ਨਿਵਾਉਂਦਾ ਅਤੇ ਸਲੀਬ ਦਾ ਨਿਸ਼ਾਨ ਬਣਾਉਂਦਾ ਸੀ। ਜਿਸ ਵੇਲੇ ਦੇਵਤਿਆਂ ਬਾਰੇ ਗੀਤ ਗਾਇਆ ਜਾ ਰਿਹਾ ਸੀ ਉਸ ਨੇ ਭਾਵਕ ਹੋਣ ਦਾ ਜਤਨ ਕੀਤਾ ਸੀ, ਅਤੇ ਜਦੋਂ ਬੱਚਿਆਂ ਨੇ ਪ੍ਰਸ਼ਾਦ ਪ੍ਰਾਪਤ ਕੀਤਾ ਉਸ ਨੇ ਇਕ ਬੱਚੇ ਨੂੰ ਚੁੱਕ ਲਿਆ ਸੀ ਅਤੇ ਪਾਦਰੀ ਕੋਲ ਲੈ ਗਿਆ ਸੀ।

ਕੈਦੀਆਂ ਵਿਚੋਂ ਬਹੁਤਿਆਂ ਦਾ ਇਹ ਵਿਸ਼ਵਾਸ ਸੀ ਕਿ ਇਹਨਾਂ ਗਿਲਟ ਦੀਆਂ ਮੂਰਤੀਆਂ, ਇਹਨਾਂ ਵਸਤਰਾਂ, ਮੋਮਬੱਤੀਆਂ, ਕੱਪਾਂ, ਸਲੀਬਾਂ, ਵਾਰ ਵਾਰ ਦੁਹਰਾਏ ਜਾਂਦੇ ਇਹਨਾਂ ਸਮਝੋਂ-ਬਾਹਰੇ ਸ਼ਬਦਾਂ—"ਯਿਸੂ ਪ੍ਰੀਤਮ ਪਿਆਰੇ" ਤੇ "ਮਿਹਰ ਕਰੋ" ਵਿਚ ਕੋਈ ਰਹੱਸਮਈ ਸ਼ਕਤੀ ਹੈ ਜਿਸ ਨਾਲ ਇਸ ਜ਼ਿੰਦਗੀ ਵਿਚ ਤੇ ਅਗਲੀ ਜ਼ਿੰਦਗੀ ਵਿਚ ਵਧੇਰੇ ਸੁਖ ਸਹੂਲਤਾਂ ਪ੍ਰਾਪਤ ਹੋ ਸਕਦੀਆਂ ਹਨ। ਕੇਵਲ ਥੋੜੇ ਜਿਹੇ ਬੰਦਿਆਂ ਨੂੰ ਹੀ ਇਸ ਮੱਤ ਦੇ ਅਨੁਯਾਈਆਂ ਨਾਲ ਹੋ ਰਿਹਾ ਫਰੇਬ ਸਪਸ਼ਟ ਵਿਖਾਈ ਦੇਂਦਾ ਸੀ, ਅਤੇ ਉਹ ਆਪਣੇ ਮਨ ਵਿਚ ਹੱਸ ਛਡਦੇ ਸਨ। ਪਰ ਬਹੁਤਿਆਂ ਨੂੰ ਇੱਛਤ ਸੁਖ ਸਹੂਲਤਾਂ ਪ੍ਰਾਪਤ ਕਰਨ ਲਈ, ਪ੍ਰਾਰਥਨਾਵਾਂ, ਪੂਜਾ ਪਾਠ, ਅਤੇ ਮੋਮਬੱਤੀਆਂ ਆਦਿ ਦੀ ਸਹਾਇਤਾ

---

* ਭਜਨ।—**ਸੰਪਾ:**

ਨਾਲ ਕਈ ਜਤਨ ਕਰ ਕੇ ਅਤੇ ਉਹਨਾਂ ਨੂੰ ਪ੍ਰਾਪਤ ਨਾ ਕਰ ਕੇ (ਉਹਨਾਂ ਦੀਆਂ ਅਰਦਾਸਾਂ ਸੁਣੀਆਂ ਨਹੀਂ ਸਨ ਗਈਆਂ) ਇਸ ਗੱਲ ਦਾ ਨਿਹਚਾ ਹੋ ਗਿਆ ਸੀ ਕਿ ਸਫਲ ਨਾ ਹੋ ਸਕਣਾ ਸਬੱਬੀ ਗੱਲ ਸੀ, ਅਤੇ ਇਹ ਸੰਸਥਾ, ਜਿਸ ਨੂੰ ਪੜ੍ਹੇ ਲਿਖੇ ਅਤੇ ਲਾਟ ਪਾਦਰੀਆਂ ਨੇ ਪ੍ਰਵਾਨ ਕੀਤਾ ਹੋਇਆ ਹੈ, ਜੇ ਇਸ ਜ਼ਿੰਦਗੀ ਵਾਸਤੇ ਨਹੀਂ ਤਾਂ ਘਟੋ ਘਟ ਅਗਲੇ ਜੀਵਨ ਵਾਸਤੇ ਬਹੁਤ ਮਹੱਤਵਪੂਰਨ ਤੇ ਜ਼ਰੂਰੀ ਹੈ।

ਮਾਸਲੋਵਾ ਦਾ ਵੀ ਏਹੋ ਵਿਸ਼ਵਾਸ ਸੀ। ਉਸ ਨੂੰ ਦੂਜਿਆਂ ਵਾਂਗ ਹੀ ਸ਼ਰਧਾ ਤੇ ਅਕੇਵੇਂ ਦਾ ਰਲਵਾਂ ਮਿਲਵਾਂ ਅਹਿਸਾਸ ਹੋ ਰਿਹਾ ਸੀ। ਪਹਿਲਾਂ ਉਹ ਜੰਗਲੇ ਦੇ ਪਿਛੇ ਝੁਰਮਟ ਵਿਚ ਖਲੋ ਗਈ ਸੀ, ਤਾਂ ਜੋ ਆਪਣੀਆਂ ਸਾਥਣਾਂ ਤੋਂ ਬਿਨਾਂ ਹੋਰ ਕੋਈ ਵਿਖਾਈ ਨਾ ਦੇਵੇ, ਪਰ ਜਦੋਂ ਪ੍ਰਸ਼ਾਦ ਲੈਣ ਵਾਲੇ ਅਗਾਂਹ ਵਧ ਗਏ, ਉਹ ਤੇ ਫੇਦੋਸੀਆ ਸਾਮ੍ਹਣੇ ਆ ਗਈਆਂ, ਤੇ ਇੰਸਪੈਕਟਰ ਉਹਨਾਂ ਦੀ ਨਜ਼ਰ ਪਿਆ। ਉਹਦੇ ਪਿਛੇ, ਵਾਰਡਰਾਂ ਵਿਚ ਖਲੋਤਾ, ਬਹੁਤ ਛੋਟੀ ਛੋਟੀ ਦਾੜ੍ਹੀ ਅਤੇ ਚਿੱਟੇ ਵਾਲਾਂ ਵਾਲਾ ਇਕ ਮੱਧਰਾ ਜਿਹਾ ਕਿਸਾਨ ਖਲੋਤਾ ਨਜ਼ਰ ਆਇਆ। ਇਹ ਫੇਦੋਸੀਆ ਦਾ ਘਰ ਵਾਲਾ ਸੀ ਤੇ ਉਹ ਟਿਕਟਿਕੀ ਬੰਨ੍ਹ ਕੇ ਆਪਣੀ ਵਹੁਟੀ ਨੂੰ ਵੇਖ ਰਿਹਾ ਸੀ। ਏਕੇਥਿਸਟਸ ਵੇਲੇ ਮਾਸਲੋਵਾ ਉਸ ਨੂੰ ਘੋਖਵੀਂ ਨਜ਼ਰ ਨਾਲ ਵੇਖਦੀ ਰਹੀ ਅਤੇ ਫੇਦੋਸੀਆ ਦੇ ਕੰਨਾਂ ਵਿਚ ਘੁਸਰ ਮੁਸਰ ਕਰਦੀ ਰਹੀ ਸੀ, ਅਤੇ ਫੇਰ ਓਦੋਂ ਹੀ ਸਿਰ ਨਿਵਾਉਂਦੀ ਤੇ ਸਲੀਬ ਦਾ ਨਿਸ਼ਾਨ ਬਣਾਉਂਦੀ ਜਦੋਂ ਬਾਕੀ ਸਾਰੇ ਇੰਜ ਕਰਦੇ ਸਨ।

੪੧

ਨੇਖਲੀਊਦੋਵ ਘਰੋਂ ਸਵੱਖ਼ਤੇ ਨਿਕਲ ਪਿਆ। ਗਲੀ ਵਿਚ ਪਿੰਡ ਦਾ ਇਕ ਕਿਸਾਨ ਛਕੜੇ ਉਤੇ ਜਾ ਰਿਹਾ ਸੀ ਤੇ ਪੇਸ਼ੇ ਦੇ ਖਾਸ ਅੰਦਾਜ਼ ਨਾਲ ਹੋਕਾ ਦੇ ਰਿਹਾ ਸੀ। "ਦੁੱਧ ਲੈ ਲਓ, ਦੁੱਧ।"

ਇਕ ਦਿਨ ਪਹਿਲਾਂ ਬਸੰਤ ਰੁਤ ਦਾ ਪਹਿਲਾ ਨਿੱਘਾ ਮੀਂਹ ਗਿਆ ਸੀ, ਤੇ ਹੁਣ ਜਿਥੇ ਜਿਥੇ ਪਟੜੀ ਨਹੀਂ ਸੀ ਬਣੀ ਹੋਈ ਓਥੇ ਓਥੇ ਹਰੇ ਹਰੇ ਘਾਹ ਦੀਆਂ ਤਿੜ੍ਹਾਂ ਫੁਟ ਪਈਆਂ ਸਨ। ਬਾਗ਼ਾਂ ਵਿਚ ਬਰਚੇ ਦੇ ਰੁਖ ਇਉਂ ਲੱਗਦੇ ਸਨ ਜਿਉਂ ਹਰੀ ਹਰੀ ਲੂਈਂ ਫੁਟ ਨਿਕਲੀ ਹੋਵੇ। ਬਰਡ-ਚੇਰੀ ਤੇ ਪਾਪਲਰ ਦੇ ਰੁੱਖਾਂ ਨੇ ਆਪਣੀਆਂ ਲੰਮੀਆਂ ਲੰਮੀਆਂ ਮਹਿਕਦੀਆਂ ਪੱਤੀਆਂ ਖੋਹਲ ਦਿੱਤੀਆਂ ਸਨ, ਅਤੇ ਦੁਕਾਨਾਂ ਤੇ ਰਿਹਾਇਸ਼ੀ ਮਕਾਨਾਂ ਦੀਆਂ ਖਿੜਕੀਆਂ ਦੇ ਦੂਹਰੇ ਫਰੇਮ ਖੋਹਲੇ ਜਾ ਰਹੇ ਸਨ ਤੇ ਖਿੜਕੀਆਂ ਦੇ ਸ਼ੀਸ਼ਿਆਂ ਨੂੰ ਸਾਫ ਕੀਤਾ ਜਾ ਰਿਹਾ ਸੀ। ਮੰਡੀ ਵਿਚ, ਜਿਹੜੀ ਨੇਖਲੀਊਦੋਵ ਦੇ ਰਾਹ ਵਿਚ ਪੈਂਦੀ ਸੀ, ਛੱਪਰਾਂ ਦੀਆਂ ਕਤਾਰਾਂ ਸਾਮ੍ਹਣੇ ਭੀੜ ਦਾ ਮੋਢੇ ਨਾਲ ਮੋਢਾ ਖਹਿ ਰਿਹਾ

ਸੀ ਅਤੇ ਚੀਥੜੇ ਪਾਈ ਫਿਰਦੇ ਲੋਕ ਵੱਡੇ ਬੂਟ, ਜਿਹੜੇ ਉਹਨਾਂ ਕੱਛਾਂ ਵਿਚ ਦਿੱਤੇ ਹੋਏ ਸਨ, ਅਤੇ ਪਤਲੂਨਾਂ ਤੇ ਵਾਸਕਟਾਂ, ਜਿਹੜੀਆਂ ਉਹਨਾਂ ਮੋਢਿਆਂ ਉਤੇ ਲਮਕਾਈਆਂ ਹੋਈਆਂ ਸਨ, ਵੇਚ ਰਹੇ ਸਨ।

ਫੈਕਟਰੀਆਂ ਤੋਂ ਵਿਹਲੇ ਹੋ ਚੁੱਕੇ ਲੋਕਾਂ ਨੇ ਸਾਫ ਸੁਥਰੇ ਕੋਟ ਤੇ ਚਮਕਦੇ ਬੂਟ ਪਾ ਕੇ, ਅਤੇ ਔਰਤਾਂ ਨੇ ਸਿਰਾਂ ਉਤੇ ਚਮਕਦੇ ਸਿਲਕੀ ਰੁਮਾਲ ਅਤੇ ਗਲ ਵਿਚ ਕੱਢ ਦੇ ਮੋਤੀਆਂ ਵਾਲੀਆਂ ਜਾਕਟਾਂ ਪਾ ਕੇ, ਸ਼ਰਾਬਖਾਨਿਆਂ ਦੇ ਦਰਵਾਜ਼ਿਆਂ ਅੱਗੇ ਝੁਰਮਟ ਪਾਇਆ ਹੋਇਆ ਸੀ। ਪੁਲਸ ਵਾਲੇ ਜਿਨ੍ਹਾਂ ਦੀਆਂ ਵਰਦੀਆਂ ਉਤੇ ਪੀਲੀਆਂ ਡੋਰੀਆਂ ਲੱਗੀਆਂ ਸਨ ਤੇ ਗਲਾਂ ਵਿਚ ਪਸਤੌਲ ਲਟਕ ਰਹੇ ਸਨ ਡਿਊਟੀ ਦੇ ਰਹੇ ਸਨ। ਉਹ ਕਿਸੇ ਬਦ-ਅਮਨੀ ਤੇ ਗੜਬੜ ਦੀ ਉਡੀਕ ਵਿਚ ਸਨ ਜਿਹੜੀ ਉਹਨਾਂ ਦੀ ਅਵਾਜ਼ਾਰੀ ਨੂੰ ਦੂਰ ਕਰੇ ਜਿਸ ਨੇ ਉਹਨਾਂ ਦਾ ਨੱਕ ਵਿਚ ਦਮ ਕੀਤਾ ਹੋਇਆ ਸੀ। ਬੂਲੇਵਾਰਾਂ ਦੀਆਂ ਪਟੜੀਆਂ ਅਤੇ ਨਵੀਂ ਨਵੀਂ ਫੁਟ ਨਿਕਲੀ ਘਾਹ ਉਤੇ, ਬੱਚੇ ਤੇ ਕੁੱਤੇ ਖੇਡ ਰਹੇ ਸਨ, ਅਤੇ ਆਯਾ ਬੈਂਚਾਂ ਉਤੇ ਬੈਠੀਆਂ ਹੱਸ ਹੱਸ ਗੱਪਾਂ ਲੜਾ ਰਹੀਆਂ ਸਨ।

ਸੜਕਾਂ ਉਤੇ, ਜਿਹੜੀਆਂ ਛਾਂਦਾਰ ਪਾਸਿਆਂ ਤੋਂ ਹਾਲੇ ਨਿਰਮਲ ਤੇ ਸਿਲ੍ਹੀਆਂ ਸਨ ਪਰ ਵਿਚਕਾਰੋਂ ਸੁੱਕ ਗਈਆਂ ਸਨ, ਭਾਰੀ ਛਕੜਿਆਂ ਦੀ ਖੜਖੜ ਲਗਾਤਾਰ ਸੁਣ ਰਹੀ ਸੀ, ਬੱਘੀਆਂ ਦੌੜ ਰਹੀਆਂ ਸਨ, ਤੇ ਠਕ ਠਕ ਕਰਦੀਆਂ ਕੋਨਕੀ ਆ ਜਾ ਰਹੀਆਂ ਸਨ। ਵਾਤਾਵਰਣ ਵਿਚ ਗਿਰਜੇ ਦੀਆਂ ਘੰਟੀਆਂ ਦੀ ਟਨ ਟਨ ਲਰਜ਼ ਰਹੀ ਸੀ ਜਿਹੜੀ ਲੋਕਾਂ ਨੂੰ ਪੂਜਾ ਪਾਠ ਵਿਚ ਹਾਜ਼ਰ ਹੋਣ ਦਾ ਸੱਦਾ ਦੇ ਰਹੀ ਸੀ ਜਿਸ ਤਰ੍ਹਾਂ ਦਾ ਪੂਜਾ ਪਾਠ ਇਸ ਵੇਲੇ ਜੇਲ੍ਹ ਵਿਚ ਹੋ ਰਿਹਾ ਸੀ। ਅਤੇ ਲੋਕ, ਐਤਵਾਰ ਵਾਲੇ ਸੁਹਣੇ ਸੁਹਣੇ ਕਪੜਿਆਂ ਵਿਚ ਸਜੇ ਹੋਏ ਆਪਣੇ ਇਲਾਕੇ ਦੇ ਗਿਰਜਿਆਂ ਨੂੰ ਜਾ ਰਹੇ ਸਨ।

ਬੱਘੀ ਨੇਖਲੀਊਦੋਵ ਨੂੰ ਜੇਲ੍ਹ ਤੱਕ ਨਹੀਂ, ਸਗੋਂ ਉਸ ਆਖਰੀ ਮੋੜ ਤੱਕ ਹੀ ਲੈ ਕੇ ਗਈ ਜਿਥੋਂ ਜੇਲ੍ਹ ਨੂੰ ਰਾਹ ਜਾਂਦਾ ਸੀ।

ਕਈ ਬੰਦੇ—ਮਰਦ ਤੇ ਔਰਤਾਂ—ਜੇਲ੍ਹ ਤੋਂ ਕੋਈ ਸੌ ਕਦਮ ਉਰੇ ਇਸ ਮੋੜ ਉਤੇ ਖੜੇ ਸਨ। ਇਹਨਾਂ ਵਿਚੋਂ ਬਹੁਤਿਆਂ ਨੇ ਨਿੱਕੇ ਨਿੱਕੇ ਬੰਡਲ ਚੁੱਕੇ ਹੋਏ ਸਨ। ਸੱਜੇ ਪਾਸੇ ਕਈ ਨੀਵੀਆਂ ਜਿਹੀਆਂ ਲਕੜ ਦੀਆਂ ਇਮਾਰਤਾਂ ਸਨ। ਖੱਬੇ ਪਾਸੇ ਇਕ ਦੋ-ਮੰਜ਼ਲਾ ਮਕਾਨ ਸੀ ਜਿਸ ਉਤੇ ਇਕ ਸਾਈਨਬੋਰਡ ਲੱਗਾ ਹੋਇਆ ਸੀ। ਵੱਡੀ ਸਾਰੀ ਇੱਟਾਂ ਦੀ ਇਮਾਰਤ, ਜੋ ਕਿ ਜੇਲ੍ਹ ਦੀ ਇਮਾਰਤ ਸੀ, ਬਿਲਕੁਲ ਸਾਮ੍ਹਣੇ ਸੀ, ਪਰ ਮੁਲਾਕਾਤੀਆਂ ਨੂੰ ਉਹਦੇ ਨੇੜੇ ਜਾਣ ਦੀ ਇਜਾਜ਼ਤ ਨਹੀਂ ਸੀ। ਉਹਦੇ ਸਾਮ੍ਹਣੇ ਪਹਿਰਾ ਦੇ ਰਿਹਾ ਇਕ ਸੰਤਰੀ ਟਹਿਲ ਰਿਹਾ ਸੀ, ਤੇ ਜਿਹੜਾ ਵੀ ਉਹਦੇ ਕੋਲ ਦੀ ਲੰਘਣ ਦੀ ਕੋਸ਼ਿਸ਼ ਕਰਦਾ ਉਹ ਡਾਂਟ ਦੇਂਦਾ।

ਸੰਤਰੀ ਦੇ ਸਾਮ੍ਹਣੇ, ਸੱਜੇ ਪਾਸੇ ਦੀਆਂ ਲਕੜ ਦੀਆਂ ਇਮਾਰਤਾਂ ਦੇ ਫਾਟਕ 'ਤੇ ਇਕ ਵਾਰਡਰ ਬੈਂਚ ਤੇ ਬੈਠਾ ਹੋਇਆ ਸੀ ਜਿਸ ਨੇ ਸੁਨਹਿਰੀ ਡੋਰੀਆਂ ਵਾਲੀ ਵਰਦੀ ਪਾਈ ਹੋਈ ਸੀ ਤੇ ਹੱਥਾਂ ਵਿਚ ਕਾਪੀ ਫੜੀ ਹੋਈ ਸੀ। ਮੁਲਾਕਾਤੀ ਉਹਦੇ ਕੋਲ ਆਉਂਦੇ

ਤੇ ਉਹਨਾਂ ਬੰਦਿਆਂ ਦੇ ਨਾਮ ਦੱਸਦੇ ਜਿਨ੍ਹਾਂ ਨੂੰ ਉਹਨਾਂ ਮਿਲਣਾ ਹੁੰਦਾ, ਅਤੇ ਉਹ ਨਾਂ ਲਿਖ ਲੈਂਦਾ। ਨੇਖਲੀਊਦੋਵ ਵੀ ਉਹਦੇ ਕੋਲ ਗਿਆ ਅਤੇ ਕਾਤੇਰੀਨਾ ਮਾਸਲੋਵਾ ਦਾ ਨਾਂ ਲਿਖਵਾ ਦਿੱਤਾ। ਵਾਰਡਰ ਨੇ ਨਾਂ ਲਿਖ ਲਿਆ।

"ਅੰਦਰ ਕਿਉਂ ਨਹੀਂ ਜਾਣ ਦੇਂਦੇ?" ਨੇਖਲੀਊਦੋਵ ਨੇ ਪੁੱਛਿਆ।

"ਪੂਜਾ ਹੋ ਰਹੀ ਏ। ਸਮਾਪਤੀ ਹੋ ਜਾਣ ਮਗਰੋਂ ਜਾਣ ਦੇਣਗੇ।"

ਨੇਖਲੀਊਦੋਵ ਉਡੀਕਵਾਨਾਂ ਦੀ ਭੀੜ ਵਿਚ ਮੁੜ ਆਇਆ। ਪਾਟੇਂ ਪੁਰਾਣੇ ਕਪੜਿਆਂ, ਤੋੜੇ ਮਰੋੜੇ ਹੈਟ, ਅਤੇ ਸਾਰੇ ਚਿਹਰੇ ਉਤੇ ਲਾਲ ਲਾਲ ਘਰਾਲਾਂ ਅਤੇ ਬਿਨਾਂ ਜੁਰਾਬਾਂ ਦੇ ਪਾਟੇ ਪੁਰਾਣੇ ਬੂਟਾਂ ਵਾਲਾ ਬੰਦਾ ਭੀੜ ਵਿਚੋਂ ਨਿਕਲਿਆ ਅਤੇ ਜੇਲ੍ਹ ਵੱਲ ਤੁਰ ਪਿਆ।

"ਕਿਧਰ ਚਲਿਐਂ ਤੂੰ?" ਰਫਲ ਵਾਲੇ ਸੰਤਰੀ ਦੀ ਕੜਕਵੀਂ ਆਵਾਜ਼ ਆਈ।

"ਕਿਉਂ ਚੀਕਦਾ ਏਂ ਤੂੰ," ਆਵਾਰਾ ਜਿਹੇ ਬੰਦੇ ਨੇ ਆਖਿਆ। ਉਸ ਨੂੰ ਸੰਤਰੀ ਦੇ ਆਖੇ ਦੀ ਕੋਈ ਸ਼ਰਮ ਨਹੀਂ ਸੀ ਪਰ ਤਾਂ ਵੀ ਉਹ ਪਿਛਾਂਹ ਮੁੜ ਪਿਆ ਸੀ। "ਨਹੀਂ ਜਾਣ ਦੇਵੇਂਗਾ ਤਾਂ ਮੈਂ ਉਡੀਕ ਲਊਂ। ਤੈਨੂੰ ਭੌਂਕਣ ਦੀ ਲੋੜ ਨਹੀਂ, ਵੱਡੇ ਜਰਨੈਲ ਨੂੰ।"

ਭੀੜ ਖੁਸ਼ੀ ਨਾਲ ਹੱਸ ਪਈ। ਮੁਲਾਕਾਤੀਆਂ ਵਿਚੋਂ ਬਹੁਤੇ ਲੋਕਾਂ ਦੇ ਕਪੜਿਆਂ ਦਾ ਬੁਰਾ ਹੀ ਹਾਲ ਸੀ। ਕਈਆਂ ਦੇ ਤਾਂ ਲੰਗਾਰ ਲੱਥੇ ਹੋਏ ਸਨ। ਪਰ ਕੁਝ ਮਰਦ ਔਰਤਾਂ ਐਸੇ ਵੀ ਸਨ ਜਿਹੜੇ ਖਾਂਦੇ ਪੀਂਦੇ ਘਰਾਂ ਦੇ ਜਾਪਦੇ ਸਨ। ਨੇਖਲੀਊਦੋਵ ਦੇ ਨਾਲ ਇਕ ਘੋਨ ਮੋਨ, ਹੱਟਾ ਕੱਟਾ, ਤੇ ਲਾਲ ਗੱਲ੍ਹਾਂ ਵਾਲਾ ਆਦਮੀ ਖੜਾ ਸੀ ਜਿਸ ਨੇ ਹੱਥਾਂ ਵਿਚ ਇਕ ਬੰਡਲ ਫੜਿਆ ਹੋਇਆ ਸੀ। ਜ਼ਾਹਿਰ ਸੀ ਕਿ ਇਹਦੇ ਵਿਚ ਕੱਛੇ ਬੁਨੈਣਾਂ ਸਨ। ਨੇਖਲੀਊਦੋਵ ਨੇ ਉਹਨੂੰ ਪੁੱਛਿਆ ਕਿ ਉਹ ਭਲਾ ਪਹਿਲੀ ਵਾਰੀ ਆਇਆ ਸੀ ਏਥੇ। ਆਦਮੀ ਨੇ ਜਵਾਬ ਦਿੱਤਾ ਕਿ ਉਹ ਹਰ ਐਤਵਾਰ ਨੂੰ ਆਉਂਦਾ ਹੈ ਅਤੇ ਉਹ ਗੱਲੀਂ ਲੱਗ ਪਏ। ਉਹ ਇਕ ਬੈਂਕ ਦਾ ਦਰਬਾਨ ਸੀ, ਉਹ ਆਪਣੇ ਭਰਾ ਨੂੰ ਮਿਲਣ ਆਇਆ ਸੀ ਜਿਹੜਾ ਜਾਲ੍ਹਸਾਜ਼ੀ ਦੇ ਜੁਰਮ ਵਿਚ ਫੜਿਆ ਗਿਆ ਸੀ। ਹਸਮੁਖ ਜਿਹੇ ਉਸ ਬੰਦੇ ਨੇ ਨੇਖਲੀਊਦੋਵ ਨੂੰ ਆਪਣੇ ਜੀਵਨ ਦੀ ਸਾਰੀ ਕਹਾਣੀ ਸੁਣਾ ਦਿੱਤੀ, ਤੇ ਆਪਣੇ ਵਲੋਂ ਉਹਨੂੰ ਕੁਝ ਪੁੱਛਣ ਹੀ ਲੱਗਿਆ ਸੀ ਕਿ ਇਕ ਵਿਦਿਆਰਥੀ ਤੇ ਮੂੰਹ ਉਤੇ ਜਾਲੀਦਾਰ ਪੱਲੇ ਵਾਲੀ ਇਕ ਔਰਤ ਨੇ ਉਹਨਾਂ ਦਾ ਧਿਆਨ ਖਿੱਚਿਆ। ਉਹ ਰਬੜ ਦੇ ਟਾਇਰਾਂ ਵਾਲੀ ਬੱਘੀ ਵਿਚ ਓਥੇ ਆਏ ਸਨ ਜਿਸ ਦੇ ਅੱਗੇ ਇਕ ਪਲਿਆ ਹੋਇਆ ਲਾਖਾ ਘੋੜਾ ਜੁੱਪਿਆ ਹੋਇਆ ਸੀ। ਵਿਦਿਆਰਥੀ ਨੇ ਇਕ ਵੱਡਾ ਸਾਰਾ ਬੰਡਲ ਚੁੱਕਿਆ ਹੋਇਆ ਸੀ। ਉਹ ਨੇਖਲੀਊਦੋਵ ਦੇ ਕੋਲ ਆਇਆ ਤੇ ਪੁੱਛਣ ਲੱਗਾ ਕਿ ਉਹ ਆਪਣੇ ਲਿਆਂਦੇ ਹੋਏ ਰੋਲ ਕੈਦੀਆਂ ਨੂੰ ਦੇ ਸਕਦਾ ਹੈ। ਜੇ ਦੇ ਸਕਦਾ ਹੈ ਤਾਂ ਕਿਵੇਂ?! ਮੇਰੀ ਮੰਗੇਤਰ ਦੀ ਇਹ ਇੱਛਾ ਸੀ। ਇਹ ਮੁਟਿਆਰ ਮਲਕਜ਼ਾਦੀ ਮੇਰੀ

ਮੰਗੇਤਰ ਹੈ। ਇਹਦੇ ਮਾਪਿਆਂ ਨੇ ਕੈਦੀਆਂ ਵਾਸਤੇ ਕੁਝ ਰੋਲ ਲੈ ਆਉਣ ਲਈ ਆਖਿਆ ਸੀ।

"ਮੈਂ ਆਪ ਏਥੇ ਪਹਿਲੀ ਵਾਰੀ ਆਇਆਂ," ਨੇਖਲੀਊਦੋਵ ਨੇ ਆਖਿਆ, "ਤੇ ਮੈਨੂੰ ਇਸ ਦਾ ਇਲਮ ਨਹੀਂ। ਚੰਗਾ ਹੋਵੇ ਜੇ ਤੁਸੀ ਉਸ ਆਦਮੀ ਨੂੰ ਪੁੱਛੋ," ਤੇ ਉਸ ਨੇ ਸੱਜੇ ਪਾਸੇ ਬੈਠੇ ਵਾਰਡਰ ਵੱਲ ਇਸ਼ਾਰਾ ਕੀਤਾ ਜਿਸ ਦੀ ਵਰਦੀ ਨੂੰ ਸੁਨਹਿਰੀ ਡੋਰੀਆਂ ਲੱਗੀਆਂ ਹੋਈਆਂ ਸਨ ਅਤੇ ਜਿਸ ਨੇ ਹੱਥ ਵਿਚ ਕਾਪੀ ਫੜੀ ਹੋਈ ਸੀ।

ਜਦੋਂ ਉਹ ਗੱਲਾਂ ਕਰ ਰਹੇ ਸਨ, ਲੋਹੇ ਦਾ ਇਕ ਵੱਡਾ ਸਾਰਾ ਫਾਟਕ ਖੁਲ੍ਹਿਆ ਜਿਸ ਵਿਚ ਇਕ ਖਿੜਕੀ ਸੀ। ਇਕ ਬਾਵਰਦੀ ਅਫਸਰ, ਤੇ ਉਹਦੇ ਪਿਛੇ ਪਿਛੇ ਇਕ ਵਾਰਡਰ ਬਾਹਰ ਆਏ। ਜੇਲ੍ਹਰ ਨੇ ਜਿਸ ਦੇ ਕੋਲ ਕਾਪੀ ਸੀ ਉੱਚੀ ਆਵਾਜ਼ ਵਿਚ ਐਲਾਨ ਕੀਤਾ ਕਿ ਹੁਣ ਮੁਲਾਕਾਤੀ ਅੰਦਰ ਜਾ ਸਕਦੇ ਹਨ। ਸੰਤਰੀ ਇਕ ਪਾਸੇ ਹੋ ਗਿਆ, ਅਤੇ ਸਾਰੇ ਮੁਲਾਕਾਤੀ ਫਾਟਕ ਵੱਲ ਇਉਂ ਦੌੜੇ ਜਿਵੇਂ ਡਰਦੇ ਹੋਣ ਕਿ ਕਿਤੇ ਉਹ ਪਛੜ ਨਾ ਜਾਣ। ਜਿਵੇਂ ਜਿਵੇਂ ਮੁਲਾਕਾਤੀ ਅੰਦਰ ਲੰਘਦੇ ਜਾਂਦੇ ਸਨ ਫਾਟਕ ਵਿਚ ਖਲੋਤਾ ਇਕ ਵਾਰਡਰ, ਉਹਨਾਂ ਨੂੰ ਗਿਣੀ ਜਾਂਦਾ ਸੀ—ਸੋਲਾਂ, ਸਤਾਰਾਂ, ਆਦਿ, ਆਦਿ। ਜੇਲ੍ਹ ਦੇ ਅੰਦਰ ਇਕ ਹੋਰ ਵਾਰਡਰ ਖਲੋਤਾ ਸੀ ਜਿਹੜਾ ਅਗਲੇ ਦਰਵਾਜ਼ੇ ਵਿਚੋਂ ਲੰਘਣ ਵਾਲੇ ਮੁਲਾਕਾਤੀਆਂ ਨੂੰ ਆਪਣੇ ਹੱਥ ਨਾਲ ਛੋਹ ਛੋਹ ਕੇ ਗਿਣ ਰਿਹਾ ਸੀ ਤਾਂ ਜੋ ਜਿਸ ਵੇਲੇ ਉਹ ਵਾਪਸ ਜਾਣ ਤਾਂ ਇਕ ਵੀ ਮੁਲਾਕਾਤੀ ਪਿਛੇ ਜੇਲ੍ਹ ਵਿਚ ਨਾ ਰਹਿ ਜਾਏ ਅਤੇ ਇਕ ਵੀ ਕੈਦੀ ਬਾਹਰ ਨਾ ਚਲਿਆ ਜਾਏ। ਵਾਰਡਰ ਨੇ, ਇਹ ਵੇਖਿਆਂ ਬਗੈਰ ਹੀ ਕਿ ਉਹ ਕਿਸ ਨੂੰ ਛੋਹ ਰਿਹਾ ਹੈ, ਨੇਖਲੀਊਦੋਵ ਦੀ ਪਿੱਠ ਉਤੇ ਹੱਥ ਮਾਰਿਆ, ਅਤੇ ਨੇਖਲੀਊਦੋਵ ਨੂੰ ਉਹਦੇ ਹੱਥ ਦੀ ਛੋਹ ਆਪਣੀ ਨਿਰਾਦਰੀ ਮਹਿਸੂਸ ਹੋਈ ਪਰ ਇਹ ਯਾਦ ਕਰ ਕੇ ਕਿ ਉਹ ਕਿਹੜੇ ਕੰਮ ਲਈ ਆਇਆ ਹੈ ਉਹ ਆਪਣੀ ਖਿੱਝ ਤੇ ਨਿਰਾਦਰੀ ਦੇ ਅਹਿਸਾਸ ਤੋਂ ਸ਼ਰਮਿੰਦਾ ਹੋ ਗਿਆ।

ਅੰਦਰ ਲੰਘਣ ਵਾਲੇ ਦਰਵਾਜ਼ਿਆਂ ਦੇ ਸਾਮ੍ਹਣੇ ਪਹਿਲਾਂ ਇਕ ਬਹੁਤ ਵੱਡਾ ਮਹਿਰਾਬਦਾਰ ਕਮਰਾ ਸੀ। ਇਸ ਕਮਰੇ ਦੀਆਂ ਛੋਟੀਆਂ ਛੋਟੀਆਂ ਖਿੜਕੀਆਂ ਸਨ ਜਿਨ੍ਹਾਂ ਨੂੰ ਲੋਹੇ ਦੀਆਂ ਸੀਖਾਂ ਚੜ੍ਹੀਆਂ ਹੋਈਆਂ ਸਨ। ਇਹ ਮੁਲਾਕਾਤ ਕਰਨ ਵਾਲਾ ਕਮਰਾ ਸੀ। ਕਮਰੇ ਅੰਦਰ ਸੂਲੀ ਲਟਕੇ ਈਸਾ ਦੀ ਇਕ ਵੱਡੀ ਸਾਰੀ ਤਸਵੀਰ ਵੇਖ ਕੇ ਨੇਖਲੀਊਦੋਵ ਦੰਗ ਰਹਿ ਗਿਆ ਸੀ।

"ਇਹ ਕਾਹਦੇ ਵਾਸਤੇ ?" ਉਸ ਨੇ ਸੋਚਿਆ। ਸੁਤੇ–ਸਿਧ ਹੀ ਉਹਦੇ ਮਨ ਵਿਚ ਖਿਆਲ ਆਇਆ ਕਿ ਜਿਸ ਦੀ ਇਹ ਤਸਵੀਰ ਹੈ ਉਸ ਦਾ ਸੰਬੰਧ ਆਜ਼ਾਦੀ ਨਾਲ ਹੈ, ਕੈਦ ਨਾਲ ਨਹੀਂ।

ਉਹ ਬਹੁਤੀ ਕਾਹਲੀ ਕਰਨ ਵਾਲੇ ਮੁਲਾਕਾਤੀਆਂ ਨੂੰ ਰਾਹ ਦੇਂਦਾ ਹੋਇਆ, ਹੌਲੀ ਹੌਲੀ ਅੱਗੇ ਵਧਦਾ ਗਿਆ। ਇਸ ਇਮਾਰਤ ਵਿਚ ਬੁਰੇ ਕੰਮ ਕਰਨ ਵਾਲੇ ਲੋਕ ਵੀ ਬੰਦ

ਸਨ ਜਿਨ੍ਹਾਂ ਪ੍ਰਤਿ ਉਹਦੇ ਮਨ ਵਿਚ ਭੈ ਦਾ ਅਹਿਸਾਸ ਜਾਗਿਆ। ਅਤੇ ਅਜਿਹੇ ਲੋਕਾਂ ਲਈ ਹਮਦਰਦੀ ਜਿਹੜੇ, ਕਾਤੀਊਸ਼ਾ ਤੇ ਉਸ ਮੁੰਡੇ ਵਾਂਗ ਜਿਨ੍ਹਾਂ ਨੂੰ ਕਲ੍ਹ ਹੀ ਸਜ਼ਾ ਹੋਈ ਸੀ, ਬੇਕਸੂਰੇ ਹੀ ਕੈਦ ਕੀਤੇ ਹੋਏ ਸਨ। ਤੇ ਇਹਨਾਂ ਭਾਵਾਂ ਦੇ ਨਾਲ ਹੀ ਹੋਣ ਵਾਲੀ ਮੁਲਾਕਾਤ ਬਾਰੇ ਸੋਚਦਿਆਂ ਹੀ ਉਹਦਾ ਦਿਲ ਪੰਘਰ ਗਿਆ ਤੇ ਉਸ ਨੂੰ ਸੰਗ ਜਿਹੀ ਆਉਣ ਲੱਗ ਪਈ। ਮੁਲਾਕਾਤੀਆਂ ਦੇ ਕਮਰੇ ਦੇ ਦੂਜੇ ਸਿਰੇ ਉਤੇ ਇਕ ਜੇਲ੍ਹਰ ਖੜਾ ਸੀ ਜਿਹੜਾ ਆਪਣੇ ਕੋਲੋਂ ਲੰਘਣ ਵਾਲਿਆਂ ਨੂੰ ਕੁਝ ਆਖ ਰਿਹਾ ਸੀ, ਪਰ ਆਪਣੀਆਂ ਸੋਚਾਂ ਵਿਚ ਡੁੱਬੇ ਨੇਖਲੀਊਦੋਵ ਨੇ ਉਹਦੀ ਗੱਲ ਵੱਲ ਕੋਈ ਧਿਆਨ ਨਹੀਂ ਦਿੱਤਾ, ਅਤੇ ਮੁਲਾਕਾਤੀਆਂ ਦੀ ਕਤਾਰ ਦੇ ਪਿੱਛੇ ਪਿੱਛੇ ਤੁਰਿਆ ਜਾਂਦਾ ਜੇਲ੍ਹ ਦੇ ਔਰਤਾਂ ਵਾਲੇ ਪਾਸੇ ਦੀ ਥਾਂ ਜਿਥੇ ਉਸ ਨੇ ਜਾਣਾ ਸੀ ਮਰਦਾਂ ਵਾਲੇ ਪਾਸੇ ਪਹੁੰਚ ਗਿਆ।

ਜਿਹੜੇ ਬਹੁਤੀ ਕਾਹਲੀ ਕਰ ਰਹੇ ਸਨ ਉਹਨਾਂ ਨੂੰ ਉਸ ਨੇ ਅੱਗੇ ਲੰਘ ਜਾਣ ਦਿੱਤਾ, ਤੇ ਉਹ ਆਪ ਸਭ ਤੋਂ ਮਗਰੋਂ ਕਮਰੇ ਵਿਚ ਦਾਖਲ ਹੋਇਆ ਸੀ। ਇਸ ਕਮਰੇ ਦਾ ਬੂਹਾ ਖੋਹਲਦਿਆਂ ਹੀ ਨੇਖਲੀਊਦੋਵ ਭੌਂਚੱਕਾ ਰਹਿ ਗਿਆ। ਸੈਂਕੜੇ ਲੋਕਾਂ ਦੇ ਕੰਨ ਪਾੜਵੇਂ ਚੀਕ-ਚਿਹਾੜੇ ਨੇ ਅਸਮਾਨ ਸਿਰ ਤੇ ਚੁੱਕਿਆ ਹੋਇਆ ਸੀ। ਇਸ ਦਾ ਕਾਰਨ ਕੀ ਸੀ ਉਸ ਨੂੰ ਇਕਦਮ ਹੀ ਸਮਝ ਨਹੀਂ ਸੀ ਆਇਆ। ਪਰ ਜਦੋਂ ਉਹ ਲੋਕਾਂ ਦੇ ਹੋਰ ਨੇੜੇ ਆ ਗਿਆ ਤਾਂ ਉਸ ਨੇ ਵੇਖਿਆ ਕਿ ਸਾਰੇ ਜਣੇ ਕਮਰੇ ਨੂੰ ਦੋ ਹਿਸਿਆਂ ਵਿਚ ਵੰਡਦੀ ਜਾਲੀ ਵੱਲ ਇਉਂ ਲਪਕ ਰਹੇ ਸਨ ਜਿਵੇਂ ਗੁੜ ਨੂੰ ਮੱਖੀਆਂ ਪੈਂਦੀਆਂ ਹਨ, ਅਤੇ ਉਸ ਨੂੰ ਸਾਰੀ ਗੱਲ ਦੀ ਸਮਝ ਆ ਗਈ। ਫਰਸ਼ ਤੋਂ ਲੈ ਕੇ ਛੱਤ ਤੱਕ ਅਤੇ ਇਕ ਸਿਰੇ ਤੋਂ ਦੂਜੇ ਸਿਰੇ ਤੱਕ, ਇਕ ਨਹੀਂ ਦੋ ਜਾਲੀਆਂ ਨੇ ਇਸ ਕਮਰੇ ਨੂੰ ਦੋ ਹਿੱਸਿਆਂ ਵਿਚ ਵੰਡਿਆ ਹੋਇਆ ਸੀ ਜਿਸ ਦੀਆਂ ਖਿੜਕੀਆਂ ਉਸ ਦਰਵਾਜ਼ੇ ਦੇ ਸਾਮ੍ਹਣੇ ਸਨ ਜਿਸ ਵਿਚੋਂ ਉਹ ਲੰਘ ਕੇ ਆਇਆ ਸੀ। ਦੋਹਾਂ ਜਾਲੀਆਂ ਦੇ ਵਿਚਕਾਰ ਸਤ ਫੁਟ ਦਾ ਫਾਸਲਾ ਸੀ ਜਿਸ ਵਿਚ ਵਾਰਡਰ ਅੱਗੇ ਪਿੱਛੇ ਤੁਰੇ ਫਿਰਦੇ ਸਨ। ਪਰਲੀ ਜਾਲੀ ਦੇ ਦੂਜੇ ਪਾਸੇ ਕੈਦੀ ਸਨ ਅਤੇ ਉਰਲੀ ਜਾਲੀ ਦੇ ਉਰਾਰ ਮੁਲਾਕਾਤੀ। ਉਹਨਾਂ ਦੇ ਵਿਚਕਾਰ ਦੋ ਜਾਲੀਆਂ ਤੇ ਸੱਤ ਫੁਟ ਦਾ ਫਾਸਲਾ ਸੀ ਇਸ ਕਰਕੇ ਉਹ ਇਕ ਦੂਜੇ ਨੂੰ ਕੁਝ ਫੜਾ ਨਹੀਂ ਸੀ ਸਕਦੇ, ਅਤੇ ਕਮਜ਼ੋਰ ਨਜ਼ਰ ਵਾਲਾ ਤਾਂ ਦੂਜੇ ਪਾਸੇ ਖੜੇ ਬੰਦੇ ਨੂੰ ਪਛਾਣ ਵੀ ਨਹੀਂ ਸੀ ਸਕਦਾ। ਗੱਲ ਕਰਨਾ ਵੀ ਔਖਾ ਸੀ। ਬੰਦੇ ਨੂੰ ਸੰਘ ਪਾੜ ਕੇ ਬੋਲਣਾ ਪੈਂਦਾ ਸੀ ਤਾਂ ਜੋ ਉਹਦੀ ਗੱਲ ਸੁਣੀ ਜਾ ਸਕੇ।

ਦੋਵੇਂ ਪਾਸੇ ਚਿਹਰੇ ਜਾਲੀਆਂ ਦੇ ਨਾਲ ਜੁੜੇ ਹੋਏ ਸਨ—ਪਤਨੀਆਂ ਤੇ ਪਤੀਆਂ ਦੇ ਚਿਹਰੇ, ਪਿਓਆਂ ਤੇ ਮਾਵਾਂ ਦੇ ਚਿਹਰੇ, ਬੱਚਿਆਂ ਦੇ ਚਿਹਰੇ, ਇਕ ਦੂਜੇ ਨੂੰ ਵੇਖਣ ਪਛਾਣਨ ਦੀ ਕੋਸ਼ਿਸ਼ ਕਰ ਰਹੇ ਸਨ। ਕੋਸ਼ਿਸ਼ ਕਰ ਰਹੇ ਸਨ ਕਿ ਕਹਿਣ ਵਾਲੀ ਗੱਲ ਇਸ ਤਰੀਕੇ ਨਾਲ ਆਖ ਸਕਣ ਕਿ ਉਹ ਸੁਣਨ ਵਾਲੇ ਨੂੰ ਸਮਝ ਆ ਜਾਵੇ।

ਹਰ ਕਿਸੇ ਦੀ ਕੋਸ਼ਿਸ਼ ਸੀ ਕਿ ਜਿਸ ਨਾਲ ਗੱਲ ਹੋ ਰਹੀ ਹੈ ਉਹ ਸੁਣ ਸਕੇ, ਅਤੇ ਹਰ ਇਕ ਦੇ ਨਾਲ ਖਲੋਤੇ ਬੰਦੇ ਦੀ ਵੀ ਏਹੋ ਕੋਸ਼ਿਸ਼ ਸੀ। ਇਸ ਕਰਕੇ ਉਹ ਇਕ ਦੂਜੇ ਨਾਲੋਂ ਉੱਚਾ ਬੋਲਣ ਦੀ ਪੂਰੀ ਵਾਹ ਲਾਉਂਦੇ ਸਨ। ਨਤੀਜੇ ਵਜੋਂ ਇਹ ਕਾਵਾਂ-ਰੌਲੀ ਮੱਚੀ ਹੋਈ ਸੀ ਜਿਸ ਤੋਂ ਅੰਦਰ ਆਉਂਦਿਆਂ ਹੀ ਨੇਖਲੀਊਦੋਵ ਭੌਂਚੱਕਾ ਰਹਿ ਗਿਆ ਸੀ। ਕੁਝ ਵੀ ਸੁਣ ਸਕਣਾ ਅਸੰਭਵ ਸੀ। ਸਿਰਫ ਚਿਹਰਿਆਂ ਤੋਂ ਹੀ ਅੰਦਾਜ਼ਾ ਲਾਇਆ ਜਾ ਸਕਦਾ ਸੀ ਕਿ ਕਹਿਣ ਵਾਲਾ ਕੀ ਆਖ ਰਿਹਾ ਹੈ ਅਤੇ ਬੋਲਣ ਵਾਲਿਆਂ ਦੇ ਆਪਸੀ ਰਿਸ਼ਤੇ ਦਾ ਅੰਦਾਜ਼ਾ ਵੀ ਏਸੇ ਗੱਲ ਤੋਂ ਹੀ ਹੋ ਸਕਦਾ ਸੀ। ਨੇਖਲੀਊਦੋਵ ਦੇ ਨਾਲ ਇਕ ਬੁੱਢੀ ਔਰਤ ਜਿਸ ਨੇ ਆਪਣੇ ਸਿਰ ਉਤੇ ਰੁਮਾਲ ਬੰਨ੍ਹਿਆ ਹੋਇਆ ਸੀ ਜਾਲੀ ਨਾਲ ਚੰਬੜੀ ਖਲੋਤੀ ਸੀ। ਉਸ ਦੀ ਠੋਡੀ ਹਿੱਲੀ ਜਾ ਰਹੀ ਸੀ ਤੇ ਉਹ ਪੀਲੇ ਭੂਕ ਨੌਜਵਾਨ ਨੂੰ ਸੰਘ ਪਾੜ ਪਾੜ ਕੇ ਕੁਝ ਆਖ ਰਹੀ ਸੀ। ਉਸ ਨੌਜਵਾਨ ਦਾ ਅੱਧਾ ਸਿਰ ਮੁੰਨਿਆ ਹੋਇਆ ਸੀ ਤੇ ਉਹ ਭਰਵੱਟੇ ਚਾੜ੍ਹ ਕੇ ਬੜੇ ਧਿਆਨ ਨਾਲ ਸੁਣ ਰਿਹਾ ਸੀ। ਇਸ ਬੁੱਢੀ ਔਰਤ ਦੇ ਨਾਲ ਲਗਵਾਂ ਇਕ ਨੌਜਵਾਨ ਖੜਾ ਸੀ ਜਿਸ ਨੇ ਕਿਸਾਨਾਂ ਵਾਲਾ ਕੋਟ ਪਾਇਆ ਹੋਇਆ ਸੀ। ਉਹ ਮਾਯੂਸੀ ਵਿਚ ਮੁੜ ਮੁੜ ਸਿਰ ਮਾਰਦਾ ਹੋਇਆ ਪਰਲੇ ਪਾਸੇ ਖੜੇ ਇਕ ਆਪਣੀ ਸ਼ਕਲ ਵਰਗੇ ਆਦਮੀ ਦੀ ਗੱਲ ਸੁਣ ਰਿਹਾ ਸੀ ਜਿਸ ਦਾ ਮੂੰਹ ਲੱਥਾ ਹੋਇਆ ਸੀ ਅਤੇ ਦਾੜ੍ਹੀ ਬੱਗੀ ਹੋ ਰਹੀ ਸੀ। ਉਹਦੇ ਨਾਲ ਖੜਾ ਸੀ ਇਕ ਹੋਰ ਆਦਮੀ ਜਿਸ ਦੀਆਂ ਲੀਰਾਂ ਲਮਕ ਰਹੀਆਂ ਸਨ ਤੇ ਜਿਹੜਾ ਬਾਹਵਾਂ ਮਾਰ ਮਾਰ ਕੇ ਚਿੱਲਾ ਰਿਹਾ ਸੀ ਅਤੇ ਹੱਸੀ ਜਾ ਰਿਹਾ ਸੀ। ਉਹਦੇ ਨਾਲ ਸੀ ਇਕ ਔਰਤ ਜਿਸ ਨੇ ਮੋਢਿਆਂ ਉਤੇ ਇਕ ਵਧੀਆ ਊਨੀ ਸ਼ਾਲ ਰੱਖੀ ਹੋਈ ਸੀ। ਉਹ ਇਕ ਬੱਚੇ ਨੂੰ ਗੋਦ ਵਿਚ ਲਈ ਫਰਸ਼ ਉਤੇ ਬੈਠੀ ਸੀ ਅਤੇ ਜ਼ਾਰ ਜ਼ਾਰ ਰੋਈ ਜਾਂਦੀ ਸੀ। ਜ਼ਾਹਿਰ ਸੀ ਕਿ ਉਸ ਨੇ ਧੌਲੇ ਸਿਰ ਵਾਲੇ ਉਸ ਆਦਮੀ ਨੂੰ ਜਿਹੜਾ ਦੂਜੇ ਪਾਸੇ ਖੜਾ ਸੀ ਪਹਿਲੀ ਵਾਰੀ ਜੇਲ੍ਹ ਵਾਲੇ ਕਪੜਿਆਂ ਵਿਚ ਅਤੇ ਮੁੰਨੇ ਹੋਏ ਸਿਰ ਅਤੇ ਬੇੜੀਆਂ ਵਿਚ ਬੱਝਾ ਵੇਖਿਆ ਸੀ। ਉਹਦੇ ਨਾਲ ਬੈਂਕ ਦਾ ਦਰਬਾਨ ਖੜਾ ਸੀ ਜਿਸ ਨਾਲ ਨੇਖਲੀਊਦੋਵ ਨੇ ਬਾਹਰ ਗੱਲ ਕੀਤੀ ਸੀ। ਉਹ ਪੂਰੇ ਜ਼ੋਰ ਨਾਲ ਚੀਕ ਚੀਕ ਕੇ ਗੰਜੇ ਸਿਰ ਵਾਲੇ ਕੈਦੀ ਨੂੰ ਕੁਝ ਆਖ ਰਿਹਾ ਸੀ ਜਿਸ ਦੀਆਂ ਅੱਖਾਂ ਚਮਕ ਰਹੀਆਂ ਸਨ।

ਜਦੋਂ ਨੇਖਲੀਊਦੋਵ ਨੇ ਸਮਝ ਲਿਆ ਕਿ ਉਸ ਨੂੰ ਅਜਿਹੀਆਂ ਹਾਲਤਾਂ ਵਿਚ ਗੱਲ ਕਰਨੀ ਪਵੇਗੀ ਤਾਂ ਉਹਦੇ ਰੋਮ ਰੋਮ ਵਿਚੋਂ ਉਹਨਾਂ ਲੋਕਾਂ ਦੇ ਖਿਲਾਫ ਨਫਰਤ ਜਾਗ ਪਈ ਜਿਹੜੇ ਅਜਿਹੀਆਂ ਹਾਲਤਾਂ ਪੈਦਾ ਕਰਨ ਤੇ ਕਾਇਮ ਰਖਣ ਦੇ ਜ਼ਿੰਮੇਦਾਰ ਸਨ। ਉਹ ਹੈਰਾਨ ਸੀ ਕਿ ਇਸ ਭਿਅੰਕਰ ਹਾਲਤ ਵਿਚ ਵੀ ਕੋਈ ਐਸਾ ਵਿਖਾਈ ਨਹੀਂ ਦੇਂਦਾ ਜਿਹੜਾ ਮਨੁਖੀ ਭਾਵਨਾਵਾਂ ਦੀ ਇਸ ਨਿਰਾਦਰੀ ਤੋਂ ਬੇਜ਼ਾਰ ਹੋਵੇ। ਸਿਪਾਹੀਆਂ, ਇੰਸਪੈਕਟਰ, ਅਤੇ ਖੁਦ ਕੈਦੀ, ਸਭ ਦਾ ਵਿਹਾਰ ਇਸ ਤਰ੍ਹਾਂ ਸੀ ਜਿਵੇਂ ਉਹ ਇਸ ਸਭ ਕੁਝ ਨੂੰ ਜ਼ਰੂਰੀ ਸਮਝਦੇ ਸਨ।

ਨੇਖਲੀਊਦੋਵ ਕੋਈ ਪੰਜ ਮਿੰਟ ਇਸ ਕਮਰੇ ਵਿਚ ਖੜਾ ਰਿਹਾ। ਇਹ ਵੇਖ ਕੇ ਕਿ ਉਹ ਕਿੰਨਾ ਲਾਚਾਰ ਹੈ ਅਤੇ ਉਹਦੇ ਖਿਆਲ ਬਾਕੀ ਸਭ ਲੋਕਾਂ ਨਾਲੋਂ ਕਿੰਨੇ ਵਖਰੇ

ਹਨ, ਉਹਦੇ ਮਨ 'ਤੇ ਇਕ ਅਜੀਬ ਜਿਹੀ ਉਦਾਸੀ ਛਾ ਗਈ। ਜਿਸ ਤਰ੍ਹਾਂ ਸਮੁੰਦਰੀ ਜਹਾਜ਼ ਵਿਚ ਸਫਰ ਕਰਨ ਵਾਲੇ ਦਾ ਦਿਲ ਕੱਚਾ ਹੋਣ ਲੱਗ ਪੈਂਦਾ ਹੈ, ਏਸੇ ਹੀ ਤਰ੍ਹਾਂ ਇਖਲਾਕੀ ਬੇਬਸੀ ਕਾਰਨ ਉਹਦਾ ਦਿਲ ਕੱਚਾ ਹੋਣ ਲੱਗ ਪਿਆ।

੪੨

"ਪਰ ਮੈਂ ਜਿਹੜੇ ਕੰਮ ਆਇਆਂ ਉਹ ਕਰਨਾ ਚਾਹੀਦੈ," ਉਸ ਨੇ ਦਿਲ ਤਕੜਾ ਕਰਨ ਦੀ ਕੋਸ਼ਿਸ਼ ਕਰਦਿਆਂ, ਮਨ ਹੀ ਮਨ ਵਿਚ ਆਖਿਆ! "ਹੁਣ ਕੀ ਕੀਤਾ ਜਾਏ?"

ਉਸ ਨੇ ਏਧਰ ਓਧਰ ਨਜ਼ਰ ਮਾਰੀ ਤਾਂ ਜੋ ਕੋਈ ਅਧਿਕਾਰੀ ਵਿਖਾਈ ਦੇਵੇ। ਇਕ ਪਤਲਾ ਤੇ ਠਿਗਣਾ ਜਿਹਾ ਮੁੱਛਾਂ ਵਾਲਾ ਆਦਮੀ ਜਿਸ ਨੇ ਅਫਸਰਾਂ ਵਾਲੀ ਵਰਦੀ ਪਾਈ ਹੋਈ ਸੀ ਲੋਕਾਂ ਦੇ ਪਿੱਛੇ ਟਹਿਲ ਰਿਹਾ ਸੀ। ਉਹ ਉਸ ਦੇ ਕੋਲ ਗਿਆ।

"ਹਜ਼ੂਰ, ਮੈਂ ਪੁੱਛ ਸਕਦਾ ਹਾਂ," ਉਸ ਨੇ ਅੰਤਾਂ ਦੇ ਤਣਾਓ ਨਾਲ ਭਰੀ ਨਿਮਰਤਾ ਨਾਲ ਆਖਿਆ, "ਔਰਤਾਂ ਨੂੰ ਕਿਥੇ ਰੱਖਿਆ ਜਾਂਦਾ ਹੈ ਤੇ ਉਹਨਾਂ ਨੂੰ ਕਿੱਥੇ ਮਿਲਿਆ ਜਾ ਸਕਦਾ ਹੈ?"

"ਔਰਤਾਂ ਦੇ ਵਿੰਗ ਵਿਚ ਜਾਣਾ ਚਾਹੁੰਦੇ ਓ?"

"ਜੀ, ਮੈਂ ਇਕ ਕੈਦੀ ਔਰਤ ਨੂੰ ਮਿਲਣਾ ਚਾਹੁੰਦਾ ਹਾਂ," ਨੇਖਲੀਊਦੋਵ ਨੇ ਓਸੇ ਖਿਚਾ ਭਰੀ ਨਿਮਰਤਾ ਨਾਲ ਆਖਿਆ।

"ਤੁਹਾਨੂੰ ਇਹ ਗੱਲ ਹਾਲ ਕਮਰੇ ਵਿਚ ਹੀ ਦੱਸਣੀ ਚਾਹੀਦੀ ਸੀ। ਖੈਰ ਕਿਸ ਨੂੰ ਮਿਲਣਾ ਚਾਹੁੰਦੇ ਓ?"

"ਜਿਸ ਕੈਦੀ ਨੂੰ ਮੈਂ ਮਿਲਣਾ ਚਾਹੁੰਦਾ ਹਾਂ ਉਹਦਾ ਨਾਂ ਹੈ ਕਾਤੇਰੀਨਾ ਮਾਸਲੋਵਾ।"

"ਰਾਜਸੀ ਕੈਦੀ ਏ?" ਅਫਸਰ ਨੇ ਪੁਛਿਆ।

"ਨਹੀਂ, ਉਹ ਤਾਂ ਬਸ..."

"ਹੱਛਾ, ਸਜ਼ਾ ਹੋ ਚੁੱਕੀ ਏ ਉਹਨੂੰ?"

"ਜੀ, ਪਰਸੋਂ ਸਜ਼ਾ ਸੁਣਾਈ ਗਈ ਸੀ," ਨੇਖਲੀਊਦੋਵ ਨੇ ਮਸਕੀਨਾਂ ਵਾਂਗ ਜਵਾਬ ਦਿੱਤਾ। ਜਾਪਦਾ ਸੀ ਕਿ ਉਹਦਾ ਵਤੀਰਾ ਲਿਹਾਜ਼ੀ ਏ ਤੇ ਉਹ ਡਰਦਾ ਸੀ ਕਿ ਕਿਧਰੇ ਇੰਸਪੈਕਟਰ ਦਾ ਰੌਂ ਵਿਗੜ ਨਾ ਜਾਵੇ।

"ਔਰਤਾਂ ਦੇ ਵਿੰਗ ਵਿਚ ਜਾਣਾ ਜੇ ਤਾਂ ਮਿਹਰਬਾਨੀ ਕਰ ਕੇ ਇਸ ਤਰਫ ਚਲੇ ਜਾਓ," ਅਧਿਕਾਰੀ ਨੇ ਆਖਿਆ। ਉਸ ਨੇ ਨੇਖਲੀਊਦੋਵ ਦੇ ਰੰਗ-ਰੂਪ ਤੋਂ ਫੈਸਲਾ ਕਰ ਲਿਆ ਸੀ ਕਿ ਇਸ ਆਦਮੀ ਦੀ ਮਦਦ ਕੀਤੀ ਜਾਏ। "ਸਿਦੋਰੋਵ, ਇਹਨਾਂ ਨੂੰ

ਔਰਤਾਂ ਦੇ ਵਿੰਗ ਵਿਚ ਲੈ ਜਾ," ਉਸ ਮੁੱਛਲ ਕਾਰਪੋਰਲ ਨੂੰ ਸੰਬੋਧਨ ਕਰ ਕੇ ਆਖਿਆ ਜਿਸ ਦੀ ਛਾਤੀ ਉਤੇ ਮੈਡਲ ਲਟਕ ਰਹੇ ਸਨ।

"ਹੱਛਾ, ਹਜ਼ੂਰ।"

ਠੀਕ ਉਸੇ ਵੇਲੇ ਜਾਲੀ ਦੇ ਨੇੜਿਓਂ ਹੀ ਕਿਸੇ ਦੀਆਂ ਦਿਲ ਚੀਰਵੀਆਂ ਭੁੱਬਾਂ ਦੀ ਆਵਾਜ਼ ਆਈ।

ਨੇਖਲੀਊਦੋਵ ਨੂੰ ਏਥੋਂ ਦੀ ਹਰ ਚੀਜ਼ ਅਜੀਬ ਲੱਗ ਰਹੀ ਸੀ। ਪਰ ਸਭ ਤੋਂ ਅਜੀਬ ਗੱਲ ਤਾਂ ਇਹ ਸੀ ਕਿ ਉਸ ਨੂੰ ਇੰਸਪੈਕਟਰ ਤੇ ਮੁਖ ਵਾਰਡਰਾਂ ਦਾ ਸ਼ੁਕਰਗੁਜ਼ਾਰ ਹੋਣਾ ਪੈ ਰਿਹਾ ਸੀ, ਉਹਨਾਂ ਦਾ ਅਹਿਸਾਨ ਝੱਲਣਾ ਪੈ ਰਿਹਾ ਸੀ—ਉਹਨਾਂ ਹੀ ਲੋਕਾਂ ਦਾ ਜਿਹੜੇ ਇਸ ਇਮਾਰਤ ਵਿਚ ਬੇਰਹਿਮ ਕਾਲੀਆਂ ਕਰਤੂਤਾਂ ਕਰ ਰਹੇ ਸਨ।

ਕਾਰਪੋਰਲ ਨੇਖਲੀਊਦੋਵ ਨੂੰ ਕਮਰੇ ਵਿਚੋਂ ਬਾਹਰ ਲਾਂਘੇ ਵਿਚ ਲੈ ਆਇਆ ਅਤੇ ਇਸ ਦੇ ਦੂਜੇ ਸਿਰੇ ਤੋਂ ਖੁਲ੍ਹਦੇ ਦਰਵਾਜ਼ੇ ਰਾਹੀਂ ਔਰਤਾਂ ਦੇ ਮੁਲਾਕਾਤੀ-ਕਮਰੇ ਵਿਚ ਪਹੁੰਚਾ ਦਿੱਤਾ।

ਇਸ ਕਮਰੇ ਨੂੰ ਵੀ ਓਸੇ ਤਰ੍ਹਾਂ ਦੋ ਜਾਲੀਆਂ ਨਾਲ ਦੋ ਭਾਗਾਂ ਵਿਚ ਵੰਡਿਆ ਹੋਇਆ ਸੀ ਜਿਸ ਤਰ੍ਹਾਂ ਮਰਦਾਂ ਦੇ ਕਮਰੇ ਨੂੰ ਵੰਡਿਆ ਹੋਇਆ ਸੀ। ਪਰ ਇਹ ਕਮਰਾ ਬਹੁਤ ਛੋਟਾ ਸੀ। ਏਥੇ ਮੁਲਾਕਾਤੀ ਵੀ ਥੋੜੇ ਹੀ ਸਨ ਤੇ ਕੈਦੀ ਵੀ ਥੋੜੇ ਹੀ, ਪਰ ਸ਼ੋਰ-ਸ਼ਰਾਬਾ ਤੇ ਚੀਕ-ਚਿਹਾੜਾ ਮਰਦਾਂ ਦੇ ਕਮਰੇ ਵਾਂਗ ਹੀ ਸੀ। ਏਥੇ ਵੀ ਇਕ ਅਧਿਕਾਰੀ ਦੋਹਾਂ ਜਾਲੀਆਂ ਦੇ ਵਿਚਕਾਰ ਟਹਿਲ ਰਿਹਾ ਸੀ, ਬਸ ਫਰਕ ਇਹ ਸੀ ਕਿ ਏਥੇ ਅਧਿਕਾਰੀ ਇਕ ਇਸਤ੍ਰੀ ਵਾਰਡਰ ਸੀ। ਇਸ ਨੇ ਵਰਦੀ ਵਾਲੀ ਜੈਕਟ ਪਾਈ ਹੋਈ ਸੀ ਜਿਸ ਨੂੰ ਨੀਲੀ ਮਗਜ਼ੀ ਲੱਗੀ ਹੋਈ ਸੀ ਤੇ ਜਿਸ ਦੀਆਂ ਬਾਹਵਾਂ ਨੂੰ ਸੁਨਹਿਰੀ ਡੋਰੀ ਲੱਗੀ ਹੋਈ ਸੀ ਅਤੇ ਨਾਲ ਹੀ ਉਸ ਨੇ ਨੀਲੇ ਰੰਗ ਦੀ ਪੇਟੀ ਬੰਨ੍ਹੀ ਹੋਈ ਸੀ। ਮਰਦਾਂ ਦੇ ਕਮਰੇ ਵਾਂਗ ਹੀ, ਏਥੇ ਵੀ ਲੋਕ ਦੋਵੇਂ ਪਾਸੇ ਜਾਲੀਆਂ ਦੇ ਨਾਲ ਜੁੜੇ ਖੜੇ ਸਨ। ਉਰਲੇ ਪਾਸੇ ਸ਼ਹਿਰ ਦੇ ਲੋਕ ਜਿਨ੍ਹਾਂ ਵੰਨ ਸੁਵੰਨੇ ਕਪੜੇ ਪਾਏ ਹੋਏ ਸਨ ਅਤੇ ਪਰਲੇ ਪਾਸੇ ਕੈਦਣਾਂ ਜਿਨ੍ਹਾਂ ਵਿਚੋਂ ਕਈਆਂ ਨੇ ਜੇਲ੍ਹ ਵਾਲੇ ਚਿੱਟੇ ਕੱਪੜੇ ਪਾਏ ਹੋਏ ਸਨ ਅਤੇ ਕਈਆਂ ਨੇ ਆਪਣੀਆਂ ਰੰਗੀਨ ਪੁਸ਼ਾਕਾਂ। ਕਮਰੇ ਦੇ ਇਕ ਸਿਰੇ ਤੋਂ ਲੈ ਕੇ ਦੂਜੇ ਸਿਰੇ ਤੱਕ ਲੋਕ ਜਾਲੀ ਨਾਲ ਮੂੰਹ ਜੋੜੀ ਖੜੇ ਸਨ। ਕੁਝ ਲੋਕ ਪੱਬਾਂ ਭਾਰ ਹੋ ਕੇ ਦੂਜਿਆਂ ਦੇ ਸਿਰਾਂ ਦੇ ਉਤੋਂ ਦੀ ਗੱਲਾਂ ਕਰ ਰਹੇ ਸਨ ਤਾਂ ਜੋ ਉਹਨਾਂ ਦੀ ਆਵਾਜ਼ ਸੁਣੀ ਜਾਏ, ਅਤੇ ਕਈ ਫਰਸ਼ ਤੇ ਬੈਠੇ ਗੱਲਾਂ ਕਰ ਰਹੇ ਸਨ।

ਕੈਦਣਾਂ ਵਿਚੋਂ ਸਭ ਤੋਂ ਬਹੁਤਾ ਧਿਆਨ ਖਿਚਣ ਵਾਲੀ ਇਕ ਪਤਲੀ ਜਿਹੀ, ਖੁੱਥੜ ਝਾਟੇ ਵਾਲੀ ਜਿਪਸੀ ਔਰਤ ਸੀ। ਇਸ ਕਰਕੇ ਕਿ ਇਕ ਤਾਂ ਉਹ ਕੰਨ-ਪਾੜਵੀਆਂ ਚੀਕਾਂ ਮਾਰ ਮਾਰ ਗੱਲਾਂ ਕਰਦੀ ਸੀ ਤੇ ਦੂਜੇ ਉਹਦੀ ਨੁਹਾਰ ਹੀ ਇਸ ਤਰ੍ਹਾਂ ਦੀ ਸੀ। ਉਹਦਾ ਰੁਮਾਲ ਉਹਦੇ ਘੁੰਗਰਾਲੇ ਵਾਲਾਂ ਤੋਂ ਖਿਸਕ ਕੇ ਲਹਿ ਗਿਆ ਸੀ ਅਤੇ ਉਹ ਕੈਦਣਾਂ ਦੇ ਐਨ ਵਿਚਕਾਰ ਇਕ ਖੰਭੇ ਦੇ ਕੋਲ ਖਲੋਤੀ ਉੱਚੀ ਉੱਚੀ ਕੁਝ ਆਖ ਰਹੀ ਸੀ ਤੇ

ਨਾਲੇ ਛੇਤੀ ਛੇਤੀ ਹੱਥਾਂ ਬਾਹਾਂ ਨੂੰ ਹਿਲਾ ਹਿਲਾ ਇਸ਼ਾਰੇ ਕਰ ਰਹੀ ਸੀ। ਉਹ ਇਕ ਜਿਪਸੀ ਨਾਲ ਗੱਲ ਕਰ ਰਹੀ ਸੀ ਜਿਸ ਨੇ ਨੀਲਾ ਕੋਟ ਪਾਇਆ ਹੋਇਆ ਸੀ ਅਤੇ ਲੱਕ ਤੋਂ ਰਤਾ ਹੇਠਾਂ ਕਰ ਕੇ ਕਸਵੀਂ ਪੇਟੀ ਬੰਨ੍ਹੀ ਹੋਈ ਸੀ। ਇਸ ਜਿਪਸੀ ਆਦਮੀ ਦੇ ਨਾਲ ਇਕ ਸਿਪਾਹੀ ਜ਼ਮੀਨ ਉਤੇ ਬੈਠਾ ਇਕ ਕੈਦਣ ਨਾਲ ਗੱਲਾਂ ਕਰ ਰਿਹਾ ਸੀ। ਸਿਪਾਹੀ ਦੇ ਨਾਲ ਇਕ ਨੌਜਵਾਨ ਕਿਸਾਨ ਜਾਲੀ ਨਾਲ ਲੱਗਾ ਖੜਾ ਸੀ। ਇਸ ਦੀ ਦਾੜ੍ਹੀ ਦਾ ਰੰਗ ਕੱਕਾ ਸੀ ਤੇ ਚਿਹਰਾ ਲਾਲ ਹੋਇਆ ਪਿਆ ਸੀ। ਉਸ ਨੇ ਬੜੀ ਮੁਸ਼ਕਲ ਨਾਲ ਆਪਣੇ ਅਥਰੂ ਰੋਕੇ ਹੋਏ ਸਨ। ਇਕ ਖ਼ੂਬਸੂਰਤ, ਚਮਕਦਾਰ ਨੀਲੀਆਂ ਅੱਖਾਂ ਤੇ ਕੱਕੇ ਵਾਲਾਂ ਵਾਲੀ ਕੈਦਣ ਉਹਦੇ ਨਾਲ ਗੱਲਾਂ ਕਰ ਰਹੀ ਸੀ। ਇਹ ਸਨ ਫੇਦੋਸੀਆ ਤੇ ਉਹਦਾ ਪਤੀ। ਉਹਨਾਂ ਦੇ ਅੱਗੇ ਇਕ ਅਵਾਰਾਗਰਦ ਜਿਹਾ ਆਦਮੀ ਚੌੜੇ ਮੂੰਹ ਮੱਥੇ ਵਾਲੀ ਇਕ ਔਰਤ ਨਾਲ ਗੱਲਾਂ ਕਰ ਰਿਹਾ ਸੀ। ਉਹਨਾਂ ਤੋਂ ਅੱਗੇ ਦੋ ਔਰਤਾਂ ਸਨ, ਫੇਰ ਇਕ ਆਦਮੀ ਸੀ, ਉਸ ਤੋਂ ਪਿਛੋਂ ਫੇਰ ਇਕ ਔਰਤ ਸੀ ਤੇ ਹਰ ਇਕ ਦੇ ਸਾਮ੍ਹਣੇ ਇਕ ਕੈਦਣ ਖੜੀ ਸੀ। ਮਾਸਲੋਵਾ ਇਹਨਾਂ ਵਿਚ ਨਹੀਂ ਸੀ। ਪਰ ਕੈਦਣਾਂ ਦੇ ਪਿਛੇ ਬਾਰੀ ਦੇ ਨੇੜੇ ਕੋਈ ਖਲੋਤਾ ਹੋਇਆ ਸੀ, ਅਤੇ ਨੇਖਲੀਊਦੋਵ ਦਾ ਦਿਲ ਕਹਿੰਦਾ ਸੀ ਕਿ ਇਹ ਮਾਸਲੋਵਾ ਹੈ। ਉਹਦੇ ਦਿਲ ਦੀ ਧੜਕਣ ਤੇਜ਼ ਹੋ ਗਈ ਅਤੇ ਸਾਹ ਫੁਲਣ ਲੱਗਾ। ਫੈਸਲਾਕੁਨ ਘੜੀ ਆ ਪਹੁੰਚੀ ਸੀ। ਉਹ ਜਾਲੀ ਦੇ ਕੋਲ ਗਿਆ ਅਤੇ ਉਸ ਨੇ ਮਾਸਲੋਵਾ ਨੂੰ ਪਛਾਣ ਲਿਆ। ਉਹ ਨੀਲੀਆਂ ਅੱਖਾਂ ਵਾਲੀ ਫੇਦੋਸੀਆ ਦੇ ਪਿਛੇ ਖੜੀ ਸੀ, ਅਤੇ ਉਹਦੀਆਂ ਗੱਲਾਂ ਸੁਣ ਸੁਣ ਕੇ ਮੁਸਕ੍ਰਾ ਰਹੀ ਸੀ। ਇਸ ਵੇਲੇ ਉਸ ਨੇ ਜੇਲ੍ਹ ਵਾਲਾ ਗਾਊਨ ਨਹੀਂ ਸੀ ਪਾਇਆ ਹੋਇਆ, ਸਗੋਂ ਚਿੱਟੀ ਪੁਸ਼ਾਕ ਪਹਿਨੀ ਹੋਈ ਸੀ ਜਿਹੜੀ ਲੱਕ ਤੋਂ ਪੇਟੀ ਨਾਲ ਘੁਟ ਕੇ ਬੰਨ੍ਹੀ ਹੋਈ ਸੀ ਅਤੇ ਛਾਤੀਆਂ ਤੋਂ ਬਹੁਤ ਫੁੱਲੀ ਹੋਈ ਸੀ। ਉਸ ਦੇ ਰੁਮਾਲ ਹੇਠੋਂ ਕਾਲੇ ਕੁੰਡਲ ਓਸੇ ਤਰ੍ਹਾਂ ਨਜ਼ਰ ਆਉਂਦੇ ਸਨ ਜਿਸ ਤਰ੍ਹਾਂ ਅਦਾਲਤ ਵਿਚ ਨਜ਼ਰ ਆ ਰਹੇ ਸਨ।

"ਬਸ, ਹੁਣ ਇਕ ਪਲ ਵਿਚ ਫੈਸਲਾ ਹੋ ਜਾਏਗਾ," ਉਸ ਨੇ ਸੋਚਿਆ। "ਮੈਂ ਉਸ ਨੂੰ ਕਿਵੇਂ ਬੁਲਾਵਾਂ? ਜਾਂ ਉਹ ਆਪੇ ਆ ਜਾਏਗੀ?"

ਉਹ ਆਪ ਨਹੀਂ ਆਈ। ਉਹ ਤਾਂ ਕਲਾਰਾ ਦੀ ਉਡੀਕ ਕਰ ਰਹੀ ਸੀ। ਉਸ ਨੂੰ ਤਾਂ ਇਸ ਗੱਲ ਦਾ ਚਿੱਤ-ਖਿਆਲ ਵੀ ਨਹੀਂ ਸੀ ਕਿ ਇਹ ਆਦਮੀ ਉਸ ਨੂੰ ਮਿਲਣ ਆਇਆ ਹੈ।

"ਤੁਸੀਂ ਕਿਸ ਨੂੰ ਮਿਲਣਾ ਚਾਹੁੰਦੇ ਓ?" ਜਾਲੀਆਂ ਵਿਚਕਾਰ ਟਹਿਲ ਰਹੀ ਵਾਰਡਰ ਨੇ ਨੇਖਲੀਊਦੋਵ ਦੇ ਨੇੜੇ ਆ ਕੇ ਪੁੱਛਿਆ।

"ਕਾਤੇਰੀਨਾ ਮਾਸਲੋਵਾ ਨੂੰ," ਨੇਖਲੀਊਦੋਵ ਬੜੀ ਮੁਸ਼ਕਲ ਨਾਲ ਹੀ ਇਹ ਲਫਜ਼ ਬੋਲ ਸਕਿਆ।

"ਮਾਸਲੋਵਾ, ਤੈਨੂੰ ਕੋਈ ਮਿਲਣ ਆਇਐ," ਵਾਰਡਰ ਚਿੱਲਾਈ।

੪੩

ਮਾਸਲੋਵਾ ਨੇ ਆਸ ਪਾਸ ਵੇਖਿਆ, ਅਤੇ ਧੌਣ ਉੱਚੀ ਕਰ ਕੇ ਤੇ ਛਾਤੀ ਚੌੜੀ ਕਰ ਕੇ, ਉਹ ਜਾਲੀ ਦੇ ਨੇੜੇ ਆ ਗਈ। ਉਸ ਦੇ ਹਾਵ ਭਾਵ ਵਿਚ ਓਹੋ ਤਤਪਰਤਾ ਸੀ ਜਿਸ ਤੋਂ ਨੇਖਲੀਊਦੋਵ ਚੰਗੀ ਤਰ੍ਹਾਂ ਜਾਣੂੰ ਸੀ। ਉਸ ਨੇ ਦੋ ਕੈਦਣਾਂ ਵਿਚਕਾਰ ਥਾਂ ਬਣਾਈ, ਅਤੇ ਅਚੰਭਿਤ ਤੇ ਸਵਾਲੀਆ ਨਜ਼ਰਾਂ ਨਾਲ ਨੇਖਲੀਊਦੋਵ ਵੱਲ ਝਾਕਣ ਲੱਗੀ।

ਪਰ ਨੇਖਲੀਊਦੋਵ ਦੇ ਪਹਿਰਾਵੇ ਤੋਂ ਇਹ ਅੰਦਾਜ਼ਾ ਲਾ ਕੇ ਕਿ ਉਹ ਕੋਈ ਅਮੀਰ ਆਦਮੀ ਹੈ, ਉਹ ਮੁਸਕ੍ਰਾਈ।

"ਤੁਸੀਂ ਮੈਨੂੰ ਮਿਲਣਾ ਚਾਹੁੰਦੇ ਓ?" ਉਸ ਨੇ ਆਪਣੇ ਮੁਸਕ੍ਰਾਉਂਦੇ ਚਿਹਰੇ ਨੂੰ ਜਾਲੀ ਦੇ ਹੋਰ ਨੇੜੇ ਕਰ ਕੇ ਪੁੱਛਿਆ। ਉਸ ਦੀਆਂ ਅੱਖਾਂ ਵਿਚ ਓਹੋ ਮਾੜਾ ਜਿਹਾ ਟੀਰ ਸੀ।

"ਮੈਂ... ਮੈਂ... ਮਿਲਣਾ ਚਾਹੁੰਦਾ ਸਾਂ..." ਨੇਖਲੀਊਦੋਵ ਨੂੰ ਸਮਝ ਨਹੀਂ ਸੀ ਆਉਂਦਾ ਕਿ "ਤੁਹਾਨੂੰ" ਆਖੇ ਜਾਂ "ਤੈਨੂੰ" ਪਰ ਅਖੀਰ ਉਸ ਨੇ "ਤੁਹਾਨੂੰ" ਆਖਣ ਦਾ ਫੈਸਲਾ ਕੀਤਾ। "ਮੈਂ ਤੁਹਾਨੂੰ ਮਿਲਣਾ ਚਾਹੁੰਦਾ ਸਾਂ, ਮੈਂ..." ਉਹ ਆਪਣੀ ਆਮ ਆਵਾਜ਼ ਨਾਲੋਂ ਵਧ ਉੱਚਾ ਨਹੀਂ ਸੀ ਬੋਲ ਰਿਹਾ।

"ਬਕਵਾਸ ਨਾ ਕਰ!" ਅਵਾਰਾਗਰਦ ਕੜਕਿਆ ਜਿਹੜਾ ਉਹਦੇ ਲਾਗੇ ਖੜਾ ਸੀ। "ਤੂੰ ਚੁੱਕਿਆ ਸੀ ਜਾਂ ਨਹੀਂ?"

"ਬੜੀ ਮਾੜੀ ਹੋ ਗਈ ਏ, ਮਰਨ ਵਾਲੀ," ਦੂਜੇ ਪਾਸੇ ਕੋਈ ਹੋਰ ਚਿੱਲਾ ਰਿਹਾ ਸੀ।

ਨੇਖਲੀਊਦੋਵ ਦੇ ਬੋਲ ਮਾਸਲੋਵਾ ਨੂੰ ਨਹੀਂ ਸੁਣੇ। ਪਰ ਜਦੋਂ ਉਹ ਬੋਲ ਰਿਹਾ ਸੀ ਤਾਂ ਉਹਦੇ ਚਿਹਰੇ ਦੇ ਹਾਵਭਾਵ ਉਸ ਨੂੰ ਕਿਸੇ ਗੱਲ ਦਾ ਚੇਤਾ ਕਰਵਾ ਗਏ ਜਿਸ ਨੂੰ ਉਹ ਚੇਤੇ ਨਹੀਂ ਕਰਨਾ ਚਾਹੁੰਦੀ ਸੀ। ਉਸ ਦੇ ਚਿਹਰੇ ਤੋਂ ਮੁਸਕਾਨ ਗਾਇਬ ਹੋ ਗਈ ਤੇ ਉਹਦੇ ਭਰਵੱਟਿਆਂ ਵਿਚ ਪੀੜਾ ਦੀ ਇਕ ਡੂੰਘੀ ਲਕੀਰ ਖਿੱਚੀ ਗਈ।

"ਤੁਸੀਂ ਕੀ ਆਖ ਰਹੇ ਓ ਕੁਝ ਸੁਣਦਾ ਨਹੀਂ," ਉਸ ਨੇ ਆਪਣੇ ਭਰਵੱਟਿਆਂ ਨੂੰ ਸੁੰਗੇੜਦਿਆਂ ਅਤੇ ਮੱਥੇ ਉਤੇ ਹੋਰ ਤਿਊੜੀਆਂ ਚਾੜ੍ਹਦੀਆਂ ਆਖਿਆ।

"ਮੈਂ ਇਸ ਕਰਕੇ ਆਇਆ ਸਾਂ..." ਨੇਖਲੀਊਦੋਵ ਨੇ ਕਿਹਾ।

"ਠੀਕ ਏ, ਮੈਂ ਆਪਣਾ ਫਰਜ਼ ਪੂਰਾ ਕਰ ਰਿਹਾ ਹਾਂ, ਮੈਂ ਆਪਣੇ ਗੁਨਾਹ ਦਾ ਇਕਬਾਲ ਕਰ ਰਿਹਾ ਹਾਂ," ਉਸ ਨੇ ਸੋਚਿਆ। ਅਤੇ ਇਹ ਖਿਆਲ ਆਉਂਦਿਆਂ ਹੀ ਉਹਦੀਆਂ ਅੱਖਾਂ ਵਿਚ ਅਥਰੂ ਆ ਗਏ, ਉਸ ਦਾ ਗੱਚ ਭਰ ਆਇਆ, ਅਤੇ ਦੋਹਾਂ ਹੱਥਾਂ ਨਾਲ ਜਾਲੀ ਨੂੰ ਫੜਦਿਆਂ ਉਸ ਨੇ ਆਪਣੇ ਅਥਰੂ ਪੀ ਜਾਣ ਦੀ ਕੋਸ਼ਿਸ਼ ਕੀਤੀ।

"ਜਿਥੇ ਤੇਰਾ ਕੋਈ ਮਤਲਬ ਨਹੀਂ ਓਥੇ ਤੂੰ ਆਪਣੀ ਟੰਗ ਕਿਉਂ ਅੜਾਈ?" ਉਹਦੇ ਇਕ ਪਾਸੇ ਕੋਈ ਜਣਾ ਕੜਕਿਆ।

"ਰੱਬ ਜਾਣਦੈ, ਮੈਨੂੰ ਕਿਸੇ ਗੱਲ ਦਾ ਪਤਾ ਨਹੀਂ," ਦੂਜੇ ਪਾਸਿਓਂ ਇਕ ਕੈਦਣ ਵਿਲਕੀ।

ਮਾਸਲੋਵਾ ਨੇ ਉਹਦੇ ਅੰਦਰ ਮੱਚੀ ਹਲਚਲ ਨੂੰ ਭਾਂਪ ਲਿਆ ਤੇ ਉਸ ਨੂੰ ਪਛਾਣ ਲਿਆ।

"ਸ਼ਕਲ ਤਾਂ ਉਹਦੇ ਵਰਗੀ... ਪਰ ਨਹੀਂ, ਯਾਦ ਨਹੀਂ," ਉਹ ਉਹਦੇ ਵੱਲ ਵੇਖੇ ਬਗੈਰ ਹੀ ਚੀਕ ਉੱਠੀ। ਉਸ ਦਾ ਲਾਲ ਹੋਇਆ ਮੂੰਹ ਹੋਰ ਵੀ ਉਦਾਸ ਹੋ ਗਿਆ।

"ਮੈਂ ਇਸ ਕਰਕੇ ਆਇਆ ਹਾਂ ਕਿ ਤੇਰੇ ਕੋਲੋਂ ਮਾਫ਼ੀ ਮੰਗਾਂ," ਉਸ ਨੇ ਉੱਚੀ ਪਰ ਰੁੱਖੀ ਆਵਾਜ਼ ਵਿਚ ਆਖਿਆ ਜਿਵੇਂ ਕੋਈ ਜ਼ਬਾਨੀ ਰਟਿਆ ਸਬਕ ਪੜ੍ਹ ਦੇਂਦਾ ਹੈ।

ਇਹ ਲਫ਼ਜ਼ ਆਖ ਕੇ ਉਹ ਸ਼ਰਮਿੰਦਾ ਜਿਹਾ ਹੋ ਗਿਆ ਤੇ ਚਾਰ ਚੁਫੇਰੇ ਵੇਖਣ ਲੱਗਾ, ਪਰ ਫੌਰਨ ਉਸ ਦੇ ਦਿਮਾਗ਼ ਵਿਚ ਖਿਆਲ ਆਇਆ ਕਿ ਜੇ ਮੈਂ ਸ਼ਰਮਸਾਰ ਹੋ ਰਿਹਾ ਹਾਂ ਤਾਂ ਇਹ ਹੋਰ ਵੀ ਚੰਗੀ ਗੱਲ ਹੈ। ਇਹ ਸ਼ਰਮਸਾਰੀ ਮੈਨੂੰ ਬਰਦਾਸ਼ਤ ਕਰਨੀ ਹੀ ਪੈਣੀ ਹੈ। ਤੇ ਉਸ ਨੇ ਉੱਚੀ ਆਵਾਜ਼ ਵਿਚ ਕਹਿਣਾ ਸ਼ੁਰੂ ਕੀਤਾ :

"ਮੈਨੂੰ ਮਾਫ਼ ਕਰ ਦੇ। ਮੈਂ ਤੇਰੇ ਨਾਲ ਬੜਾ ਕਹਿਰ ਕਮਾਇਆ ਹੈ।"

ਉਹ ਅਹਿਲ ਖੜੀ ਸੀ ਅਤੇ ਆਪਣੀਆਂ ਭੈਂਗੀਆਂ ਅੱਖਾਂ ਨਾਲ ਉਹਦੇ ਵੱਲ ਵੇਖੀ ਜਾਂਦੀ ਸੀ।

ਨੇਖਲੀਊਦੋਵ ਕੋਲੋਂ ਅੱਗੇ ਗੱਲ ਨਹੀਂ ਸੀ ਕੀਤੀ ਜਾਂਦੀ। ਉਹ ਜਾਲੀ ਤੋਂ ਇਕ ਪਾਸੇ ਹੋ ਗਿਆ ਅਤੇ ਸਿਸਕੀਆਂ ਨੂੰ ਦਬਾਉਣ ਦੀ ਕੋਸ਼ਿਸ਼ ਕਰਨ ਲੱਗਾ ਜਿਨ੍ਹਾਂ ਨੇ ਉਹਦਾ ਸਾਹ ਘੁੱਟਿਆ ਹੋਇਆ ਸੀ।

ਜਿਹੜੇ ਇੰਸਪੈਕਟਰ ਨੇ ਨੇਖਲੀਊਦੋਵ ਨੂੰ ਔਰਤਾਂ ਦੇ ਵਿੰਗ ਵੱਲ ਭੇਜਿਆ ਸੀ ਉਹ ਕਮਰੇ ਵਿਚ ਆਇਆ। ਜਾਪਦਾ ਸੀ ਕਿ ਉਹ ਨੇਖਲੀਊਦੋਵ ਵਿਚ ਦਿਲਚਸਪੀ ਲੈਣ ਲੱਗ ਪਿਆ ਸੀ। ਜਦੋਂ ਉਸ ਨੇ ਵੇਖਿਆ ਕਿ ਨੇਖਲੀਊਦੋਵ ਜਾਲੀ ਦੇ ਕੋਲ ਨਹੀਂ ਖੜਾ ਤਾਂ ਉਸ ਨੇ ਪੁੱਛਿਆ ਕਿ ਜਿਸ ਔਰਤ ਨੂੰ ਉਹ ਮਿਲਣਾ ਚਾਹੁੰਦਾ ਸੀ ਉਹਦੇ ਨਾਲ ਉਹ ਗੱਲ ਕਿਉਂ ਨਹੀਂ ਕਰਦਾ। ਨੇਖਲੀਊਦੋਵ ਨੇ ਨੱਕ ਸਾਫ਼ ਕੀਤਾ, ਆਪਣੇ ਆਪ ਨੂੰ ਝੰਜੋੜਿਆ ਅਤੇ ਸ਼ਾਂਤ ਅਡੋਲ ਜਾਪਣ ਦੀ ਕੋਸ਼ਿਸ਼ ਕਰਦਿਆਂ ਆਖਿਆ :

"ਏਹਨਾਂ ਜਾਲੀਆਂ ਵਿਚੋਂ ਦੀ ਗੱਲ ਕਰਨਾ ਬੜਾ ਮੁਸ਼ਕਲ ਹੈ, ਕੁਝ ਸੁਣਦਾ ਹੀ ਨਹੀਂ।"

ਇਕ ਵਾਰ ਫੇਰ ਇੰਸਪੈਕਟਰ ਨੇ ਇਕ ਪਲ ਵਿਚਾਰ ਕੀਤਾ ਤੇ ਕਿਹਾ :

"ਥੋੜ੍ਹੇ ਚਿਰ ਵਾਸਤੇ ਉਹਨੂੰ ਬਾਹਰ ਵੀ ਲਿਆਂਦਾ ਜਾ ਸਕਦੈ... ਮਾਰੀਆ

ਕਾਰਲੋਵਨਾ," ਉਸ ਨੇ ਵਾਰਡਰ ਨੂੰ ਆਖਿਆ, "ਮਾਸਲੋਵਾ ਨੂੰ ਬਾਹਰ ਲੈ ਆਓ।"

ਅਗਲੇ ਪਲ ਮਾਸਲੋਵਾ ਪਾਸੇ ਵਾਲੇ ਦਰਵਾਜ਼ਿਓਂ ਬਾਹਰ ਆਈ। ਪੋਲੇ ਪੋਲੇ ਕਦਮ ਧਰਦੀ, ਉਹ ਨੇਖਲੀਊਦੋਵ ਦੇ ਨੇੜੇ ਆ ਕੇ ਖਲੋ ਗਈ। ਉਸ ਨੇ ਆਪਣੇ ਭਰਵੱਟਿਆਂ ਹੇਠੋਂ ਨਜ਼ਰਾਂ ਉਤਾਂਹ ਕਰ ਕੇ ਉਂਹਦੇ ਵੱਲ ਵੇਖਿਆ। ਓਹਦੇ ਮੱਥੇ ਉਤੇ ਉਹਦੇ ਕਾਲੇ ਵਾਲਾਂ ਦੇ ਕੁੰਡਲ ਓਸੇ ਤਰ੍ਹਾਂ ਬਣੇ ਹੋਏ ਸਨ ਜਿਸ ਤਰ੍ਹਾਂ ਦੋ ਦਿਨ ਪਹਿਲਾਂ ਬਣੇ ਹੋਏ ਸਨ। ਉਸ ਦਾ ਚਿਹਰਾ ਬੀਮਾਰ ਜਿਹਾ ਤੇ ਫੁਲਿਆ ਹੋਣ ਦੇ ਬਾਵਜੂਦ ਦਿਲਕਸ਼ ਤੇ ਬਿਲਕੁਲ ਅਡੋਲ ਸੀ। ਪਰ ਉਸ ਦੀਆਂ ਸੁੱਜੀਆਂ ਹੋਈਆਂ ਪਲਕਾਂ ਹੇਠੋਂ ਉਹਦੀਆਂ ਚਮਕਦੀਆਂ ਕਾਲੀਆਂ ਅੱਖਾਂ ਅਜੀਬ ਅੰਦਾਜ਼ ਨਾਲ ਵੇਖ ਰਹੀਆਂ ਸਨ।

"ਤੁਸੀਂ ਏਥੇ ਗਲਬਾਤ ਕਰ ਸਕਦੇ ਓ," ਇੰਸਪੈਕਟਰ ਨੇ ਆਖਿਆ ਅਤੇ ਇਕ ਪਾਸੇ ਹੋ ਗਿਆ।

ਕੰਧ ਦੇ ਨਾਲ ਇਕ ਬੈਂਚ ਪਿਆ ਸੀ। ਨੇਖਲੀਊਦੋਵ ਉਸ ਵੱਲ ਤੁਰ ਪਿਆ।

ਮਾਸਲੋਵਾ ਨੇ ਇੰਸਪੈਕਟਰ ਵੱਲ ਸਵਾਲੀਆ ਨਜ਼ਰਾਂ ਨਾਲ ਵੇਖਿਆ, ਤੇ ਫੇਰ, ਹੈਰਾਨੀ ਨਾਲ ਆਪਣੇ ਮੋਢੇ ਚੜ੍ਹਾਉਂਦੀ ਹੋਈ, ਨੇਖਲੀਊਦੋਵ ਦੇ ਪਿੱਛੇ ਬੈਂਚ ਵੱਲ ਤੁਰ ਪਈ, ਅਤੇ ਆਪਣੀ ਸਕਰਟ ਨੂੰ ਸੰਭਾਲ ਕੇ ਠੀਕ ਕਰਦੀ ਹੋਈ ਉਹਦੇ ਕੋਲ ਬਹਿ ਗਈ।

"ਮੈਂ ਜਾਣਦਾ ਹਾਂ ਕਿ ਤੁਹਾਡੇ ਵਾਸਤੇ ਮੈਨੂੰ ਮਾਫ ਕਰ ਦੇਣਾ ਸੌਖਾ ਨਹੀਂ," ਉਸ ਨੇ ਕਹਿਣਾ ਸ਼ੁਰੂ ਕੀਤਾ ਪਰ ਚੁੱਪ ਹੋ ਗਿਆ। ਉਹਦਾ ਗੱਚ ਭਰ ਆਇਆ ਸੀ। "ਬੇਸ਼ਕ ਮੈਂ ਭਾਵੇਂ ਆਪਣੇ ਕੀਤੇ ਨੂੰ ਤਾਂ ਮੇਟ ਨਹੀਂ ਸਕਦਾ, ਪਰ ਹੁਣ ਜੋ ਮੈਂ ਕਰ ਸਕਦਾ ਹਾਂ ਕਰਾਂਗਾ। ਦੱਸੋ ਮੈਨੂੰ..."

"ਤੁਸਾਂ ਮੈਨੂੰ ਲਭ ਕਿਵੇਂ ਲਿਆ?" ਉਸ ਨੇ ਉਹਦੇ ਸਵਾਲ ਦਾ ਜਵਾਬ ਦਿੱਤੇ ਬਗ਼ੈਰ ਪੁੱਛਿਆ। ਉਹਦੀਆਂ ਟੀਰੀਆਂ ਅੱਖਾਂ ਨਾ ਤਾਂ ਉਹਦੇ ਵੱਲ ਵੇਖ ਹੀ ਰਹੀਆਂ ਸਨ ਨਾ ਉਸ ਤੋਂ ਪਰੇ ਹਟ ਰਹੀਆਂ ਸਨ।

"ਹੇ ਪ੍ਰਮਾਤਮਾ, ਮੇਰੇ ਸਿਰ ਤੇ ਹੱਥ ਰੱਖ। ਦੱਸ ਮੈਨੂੰ ਕਿ ਮੈਂ ਕੀ ਕਰਾਂ," ਨੇਖਲੀਊਦੋਵ ਨੇ ਉਹਦੇ ਵੱਲ ਵੇਖਦਿਆਂ ਆਪਣੇ ਮਨ ਵਿਚ ਆਖਿਆ। ਮਾਸਲੋਵਾ ਦਾ ਚਿਹਰਾ ਹੁਣ ਬਦਲ ਗਿਆ ਸੀ ਤੇ ਉਸ ਉਤੇ ਪਹਿਲਾਂ ਵਾਲੀ ਕੋਮਲਤਾ ਨਹੀਂ ਸੀ ਰਹੀ।

"ਮੈਂ ਪਰਸੋਂ ਜਿਊਰੀ ਦੇ ਮੈਂਬਰਾਂ ਵਿਚ ਸਾਂ," ਉਸ ਨੇ ਆਖਿਆ। "ਤੁਸਾਂ ਮੈਨੂੰ ਪਛਾਣਿਆ ਨਹੀਂ ਸੀ?"

"ਨਹੀਂ, ਮੈਂ ਨਹੀਂ ਪਛਾਤਾ। ਪਛਾਣਨ ਜੋਗਾ ਵਕਤ ਹੀ ਕਿਥੇ ਸੀ। ਮੈਂ ਤਾਂ ਤੁਹਾਡੇ ਵੱਲ ਵੇਖਿਆ ਵੀ ਨਹੀਂ ਸੀ," ਉਸ ਨੇ ਆਖਿਆ:

"ਤੁਹਾਨੂੰ ਬੱਚਾ ਹੋਣ ਵਾਲਾ ਸੀ, ਹੈਂ?" ਉਸ ਨੇ ਪੁੱਛਿਆ ਤੇ ਉਸ ਦਾ ਮੂੰਹ ਲਾਲ ਹੋ ਗਿਆ।

"ਸ਼ੁਕਰ ਰੱਬ ਦਾ। ਉਹ ਜੰਮਦਾ ਹੀ ਮਰ ਗਿਆ," ਉਸ ਦੇ ਚਿਹਰੇ ਤੋਂ ਨਜ਼ਰਾਂ ਹਟਾਉਂਦਿਆਂ ਉਹਨੇ ਖ਼ਫੇ ਹੁੰਦਿਆਂ ਦੋ ਟੂਕ ਜਵਾਬ ਦਿੱਤਾ।

"ਕੀ ਮਤਲਬ? ਕਿਉਂ?"

"ਮੈਂ ਆਪ ਏਨੀ ਬੀਮਾਰ ਸਾਂ ਕਿ ਮਰਦੀ ਮਰਦੀ ਬਚੀ," ਉਸ ਨੇ ਨਜ਼ਰਾਂ ਉਪਰ ਕੀਤੇ ਬਗ਼ੈਰ ਹੀ ਆਖਿਆ।

"ਮੇਰੀਆਂ ਭੂਆ ਨੇ ਤੁਹਾਨੂੰ ਜਾਣ ਕਿਵੇਂ ਦਿੱਤਾ?"

"ਬੱਚੇ ਵਾਲੀ ਨੌਕਰਾਣੀ ਨੂੰ ਕੌਣ ਰਖਦੈ? ਜਦੋਂ ਉਹਨਾਂ ਨੂੰ ਪਤਾ ਲੱਗਾ ਉਹਨਾਂ ਓਸੇ ਵੇਲੇ ਜਵਾਬ ਦੇ ਦਿੱਤਾ। ਪਰ ਹੁਣ ਇਹ ਗੱਲਾਂ ਕਰਨ ਦਾ ਕੀ ਫੈਦਾ? ਮੈਨੂੰ ਕੁਝ ਵੀ ਯਾਦ ਨਹੀਂ। ਮੈਂ ਸਭ ਕੁਝ ਭੁਲ ਗਈ ਆਂ। ਸਭ ਕੁਝ ਖਤਮ ਹੋ ਗਿਐ।"

"ਨਹੀਂ, ਅਜੇ ਖਤਮ ਨਹੀਂ ਹੋਇਆ। ਮੈਂ ਆਪਣੇ ਗੁਨਾਹ ਦਾ ਪਸ਼ਚਾਤਾਪ ਕਰਨਾ ਚਾਹੁੰਦਾ ਹਾਂ।"

"ਪਸ਼ਚਾਤਾਪ ਕਰਨ ਵਾਲੀ ਕਿਹੜੀ ਗੱਲ ਏ। ਜੋ ਹੋਣਾ ਸੀ ਹੋ ਗਿਆ ਤੇ ਗੱਲ ਮੁੱਕੀ," ਉਸ ਨੇ ਆਖਿਆ ਅਤੇ ਅਚਾਨਕ ਹੀ—ਨੇਖਲੀਊਦੋਵ ਦੀ ਆਸ ਦੇ ਉਲਟ—ਉਸ ਨੇ ਅਸੁਖਾਵੀਂ, ਭਰਮਾਊ ਤੇ ਤਰਸਯੋਗ ਮੁਕਸਾਨ ਨਾਲ ਉਹਦੇ ਵੱਲ ਵੇਖਿਆ।

ਮਾਸਲੋਵਾ ਨੇ ਕਦੇ ਇਹ ਆਸ ਨਹੀਂ ਸੀ ਕੀਤੀ ਕਿ ਉਹ ਨੇਖਲੀਊਦੋਵ ਨੂੰ ਫੇਰ ਮਿਲੇਗੀ, ਅਤੇ ਏਥੇ, ਇਸ ਘੜੀ ਮਿਲਣ ਦਾ ਉਹਨੂੰ ਚਿੱਤ-ਖ਼ਿਆਲ ਵੀ ਨਹੀਂ ਸੀ। ਇਸ ਲਈ ਨੇਖਲੀਊਦੋਵ ਨੂੰ ਪਛਾਣਦੇ ਸਾਰ ਹੀ ਪੁਰਾਣੀਆਂ ਯਾਦਾਂ ਸੁਤੇ ਸਿਧ ਜਾਗ ਪਈਆਂ ਜਿਨ੍ਹਾਂ ਨੂੰ ਉਸ ਨੇ ਕਦੇ ਵੀ ਦਿਮਾਗ਼ ਵਿਚ ਲਿਆਉਣਾ ਨਹੀਂ ਸੀ ਚਾਹਿਆ। ਪਹਿਲੇ ਹੀ ਪਲ ਭਾਵਾਂ ਤੇ ਵਿਚਾਰਾਂ ਦੇ ਉਸ ਨਵੇਂ ਅਦਭੁਤ ਸੰਸਾਰ ਦੀ ਤਸਵੀਰ ਉਹਦੀਆਂ ਅੱਖਾਂ ਅੱਗੋਂ ਲੰਘ ਗਈ ਜਿਸ ਦਾ ਬੂਹਾ ਇਕ ਖ਼ੂਬਸੂਰਤ ਗਭਰੂ ਨੇ ਉਹਦੇ ਵਾਸਤੇ ਖੋਹਲਿਆ ਸੀ। ਇਹ ਗਭਰੂ ਉਸ ਨੂੰ ਮੁਹੱਬਤ ਕਰਦਾ ਸੀ ਤੇ ਉਹ ਉਸ ਨੂੰ ਪਿਆਰ ਕਰਦੀ ਸੀ। ਇਸ ਤੋਂ ਮਗਰੋਂ ਉਸ ਨੂੰ ਉਸ ਗਭਰੂ ਦੀ ਬੇਰਹਿਮੀ ਯਾਦ ਆਈ, ਅਤਿ ਦਰਜੇ ਦੀ ਬੇਰਹਿਮੀ ਤੇ ਫੇਰ ਉਹ ਅਪਮਾਨ ਤੇ ਦੁਖ ਤਕਲੀਫਾਂ ਯਾਦ ਆਈਆਂ ਜਿਨ੍ਹਾਂ ਦਾ ਇਕ ਸਿਲਸਲਾ ਉਸ ਜਾਦੂਮਈ ਆਨੰਦ ਤੋਂ ਪਿਛੋਂ ਸ਼ੁਰੂ ਹੋ ਗਿਆ ਸੀ ਅਤੇ ਜਿਨ੍ਹਾਂ ਸਭਨਾਂ ਦਾ ਸੋਮਾ ਵੀ ਇਹ ਜਾਦੂਮਈ ਆਨੰਦ ਹੀ ਸੀ। ਉਸ ਦਾ ਦਿਲ ਤੜਫ ਉੱਠਿਆ। ਪਰ ਉਹ ਇਸ ਸਭ ਕੁਝ ਨੂੰ ਸਮਝ ਨਾ ਸਕੀ ਤੇ ਉਹਨੇ ਇਸ ਵੇਲੇ ਵੀ ਓਹੋ ਕੁਝ ਕੀਤਾ ਜੋ ਕੁਝ ਹਮੇਸ਼ਾ ਕਰਨ ਦੀ ਉਹਦੀ ਆਦਤ ਸੀ। ਉਸ ਨੇ ਇਹਨਾਂ ਯਾਦਾਂ ਨੂੰ ਆਪਣੇ ਦੁਰਾਚਾਰੀ ਜੀਵਨ ਦੀ ਧੁੰਦ ਵਿਚ ਗਲੇਫ ਕੇ ਇਹਨਾਂ ਤੋਂ ਆਪਣਾ ਪਿੱਛਾ ਛੁਡਾ ਲਿਆ। ਉਸ ਨੇ ਇਸ ਆਦਮੀ ਨੂੰ ਵੇਖਦਿਆਂ ਸਾਰ, ਜਿਹੜਾ ਇਸ ਵੇਲੇ ਉਹਦੇ ਕੋਲ ਬੈਠਾ ਸੀ, ਉਸ ਗਭਰੂ ਨਾਲ ਇਹਦਾ ਸੰਬੰਧ ਜੋੜਿਆ ਜਿਸ ਨੂੰ ਉਸ ਨੇ ਮੁਹੱਬਤ ਕੀਤੀ ਸੀ। ਪਰ ਇਹ ਮਹਿਸੂਸ ਕਰ ਕੇ ਕਿ ਇਸ ਤਰ੍ਹਾਂ ਕਰਨ ਨਾਲ ਉਸ ਦਾ ਮਨ ਦੁਖੀ ਹੁੰਦਾ ਹੈ ਉਹਨੇ ਫੇਰ ਇਹਨਾਂ ਦੋਹਾਂ ਵਿਚਲਾ ਸੰਬੰਧ ਤੋੜ ਲਿਆ। ਹੁਣ ਇਹ ਖ਼ੂਬਸੂਰਤ

ਪਹਿਰਾਵੇ ਵਾਲਾ ਬਣਿਆ ਠਣਿਆ ਆਦਮੀ; ਜਿਸ ਨੇ ਦਾੜ੍ਹੀ ਤੇ ਇਤਰ ਛਿੜਕਿਆ ਹੋਇਆ ਸੀ, ਉਹ ਨੇਖਲੀਊਦੋਵ ਨਹੀਂ ਸੀ ਜਿਸ ਨੂੰ ਉਸ ਨੇ ਪਿਆਰ ਕੀਤਾ ਸੀ, ਸਗੋਂ 'ਐਸੇ ਆਦਮੀਆਂ ਵਿਚੋਂ ਇਕ ਸੀ ਜਿਹੜੇ ਜਦੋਂ ਉਹਨਾਂ ਨੂੰ ਲੋੜ ਹੁੰਦੀ ਹੈ ਏਹੋ ਜਿਹੀਆਂ ਔਰਤਾਂ ਨੂੰ ਵਰਤਦੇ ਹਨ ਅਤੇ ਉਹਦੇ ਵਰਗੀਆਂ ਔਰਤਾਂ ਜਿਵੇਂ ਉਹਨਾਂ ਨੂੰ ਲਾਭ ਹੁੰਦਾ ਹੈ ਉਹਨਾਂ ਆਦਮੀਆਂ ਨੂੰ ਵਰਤਦੀਆਂ ਹਨ। ਜੇ ਉਸ ਨੇ ਹੁਣ ਉਹਦੇ ਵੱਲ ਇਉਂ ਭਰਮਾਊ ਮੁਸਕਾਨ ਨਾਲ ਵੇਖਿਆ ਸੀ ਤਾਂ ਇਸ ਦਾ ਏਹੋ ਕਾਰਨ ਸੀ। ਉਹ ਖਾਮੋਸ਼ ਬੈਠੀ ਇਸ ਗੱਲ ਤੇ ਵਿਚਾਰ ਕਰ ਰਹੀ ਸੀ ਕਿ ਉਹਦੇ ਵਾਸਤੇ ਇਸ ਆਦਮੀ ਨੂੰ ਵਰਤ ਸਕਣ ਦਾ ਸਭ ਤੋਂ ਚੰਗਾ ਤਰੀਕਾ ਕਿਹੜਾ ਹੈ।

"ਉਹ ਸਭ ਕੁਝ ਬੀਤ ਚੁੱਕਿਆ," ਉਸ ਨੇ ਆਖਿਆ। "ਹੁਣ ਤਾਂ ਮੈਂ ਕੈਦ ਬਾ-ਮੁਸ਼ੱਕਤ ਦੀ ਸਜ਼ਾ ਭੁਗਤਣੀ ਏ।" ਤੇ ਜਦੋਂ ਉਸ ਨੇ ਇਹ ਭਿਆਨਕ ਸ਼ਬਦ ਆਖੇ ਉਹਦੇ ਬੁਲ੍ਹ ਫਰਕਣ ਲੱਗ ਪਏ।

"ਮੈਨੂੰ ਪਤਾ ਸੀ, ਮੈਨੂੰ ਯਕੀਨ ਸੀ ਕਿ ਤੁਹਾਡਾ ਕੋਈ ਕਸੂਰ ਨਹੀਂ," ਨੇਖਲੀਊਦੋਵ ਨੇ ਆਖਿਆ।

"ਮੈਂ ਬਿਲਕੁਲ ਬੇਕਸੂਰ ਹਾਂ। ਮੈਂ ਕੋਈ ਚੋਰ ਆਂ, ਡਾਕੂ ਆਂ? ਏਥੇ ਸਾਰੇ ਕਹਿੰਦੇ ਨੇ ਕਿ ਸਾਰੀ ਗੱਲ ਵਕੀਲ ਦੀ ਏ," ਉਸ ਨੇ ਦੱਸਿਆ। "ਕਿਸੇ ਆਖਿਆ ਸੀ ਕਿ ਦਰਖਾਸਤ ਦੇਣੀ ਚਾਹੀਦੀ ਏ। ਪਰ ਕਹਿੰਦੇ ਨੇ ਪੈਸੇ ਬੜੇ ਲੱਗਦੇ ਨੇ।"

"ਹਾਂ, ਬਿਲਕੁਲ ਠੀਕ ਗੱਲ ਹੈ," ਨੇਖਲੀਊਦੋਵ ਨੇ ਆਖਿਆ। "ਮੈਂ ਇਕ ਵਕੀਲ ਨਾਲ ਗੱਲ ਕਰ ਲਈ ਹੈ।"

"ਪੈਸੇ ਦੀ ਕੋਈ ਪਰਵਾਹ ਨਹੀਂ ਕਰਨੀ ਚਾਹੀਦੀ। ਵਕੀਲ ਚੰਗਾ ਹੋਣਾ ਚਾਹੀਦੈ," ਉਸ ਨੇ ਆਖਿਆ।

"ਜੋ ਕੁਝ ਵੀ ਹੋ ਸਕਿਆ ਮੈਂ ਕਰਾਂਗਾ।"

ਉਹ ਚੁਪ ਹੋ ਗਏ।

ਤੇ ਮਾਸਲੋਵਾ ਇਕ ਵਾਰੀ ਫੇਰ ਓਸੇ ਅੰਦਾਜ਼ ਨਾਲ ਮੁਸਕਰਾਈ।

"ਤੇ ਮੈਂ ਪੁਛਣਾ ਚਾਹੁੰਦੀ ਸਾਂ... ਜੇ ਥੋੜੇ ਜਿਹੇ ਪੈਸੇ ਦੇ ਸਕੋ... ਬਹੁਤੇ ਨਹੀਂ... ਦਸ ਕੁ ਰੂਬਲ," ਉਸ ਨੇ ਅਚਾਨਕ ਆਖਿਆ।

"ਹਾਂ, ਹਾਂ," ਨੇਖਲੀਊਦੋਵ ਨੇ ਘਬਰਾਹਟ ਜਿਹੀ ਨਾਲ ਆਖਿਆ ਅਤੇ ਉਸ ਨੇ ਆਪਣਾ ਬਟੂਆ ਕੱਢਿਆ।

ਮਾਸਲੋਵਾ ਨੇ ਜਲਦੀ ਨਾਲ ਇੰਸਪੈਕਟਰ ਵੱਲ ਵੇਖਿਆ ਜਿਹੜਾ ਕਮਰੇ ਵਿਚ ਇਧਰ ਉਧਰ ਟਹਿਲ ਰਿਹਾ ਸੀ।

"ਓਹਦੇ ਸਾਮ੍ਹਣੇ ਨਾ ਫੜਾਇਓ। ਉਹ ਲੈ ਲਵੇਗਾ।"

ਜਿਵੇਂ ਹੀ ਇੰਸਪੈਕਟਰ ਦੀ ਉਹਨਾਂ ਵੱਲ ਪਿਠ ਹੋਈ ਨੇਖਲੀਊਦੋਵ ਨੇ ਬਟੂਏ ਵਿਚੋਂ ਨੋਟ ਕੱਢਿਆ, ਪਰ ਅਜੇ ਉਹਨੇ ਮਾਸਲੋਵਾ ਨੂੰ ਫੜਾਇਆ ਨਹੀਂ ਸੀ ਕਿ ਇੰਸਪੈਕਟਰ ਦਾ

ਧਿਆਨ ਫੇਰ ਉਹਨਾਂ ਵੱਲ ਹੋ ਗਿਆ ਸੀ। ਨੇਖਲੀਊਦੋਵ ਨੇ ਨੋਟ ਨੂੰ ਆਪਣੀ ਮੁਠ ਵਿਚ ਗੁੱਛਾ ਮੁੱਛਾ ਕਰ ਲਿਆ।

"ਇਹ ਔਰਤ ਤਾਂ ਮਰ ਚੁੱਕੀ ਹੈ," ਨੇਖਲੀਊਦੋਵ ਨੇ ਸੋਚਿਆ। ਉਹ ਉਸ ਚਿਹਰੇ ਵੱਲ ਵੇਖ ਰਿਹਾ ਸੀ ਜਿਹੜਾ ਕਿਸੇ ਵੇਲੇ ਬੜਾ ਪਿਆਰਾ ਹੁੰਦਾ ਸੀ, ਪਰ ਇਸ ਵੇਲੇ ਕੁਰੂਪ ਤੇ ਫੁੱਲਿਆ ਹੋਇਆ ਸੀ। ਅਤੇ ਮਾਸਲੋਵਾ ਦੀਆਂ ਕਾਲੀਆਂ ਟੀਰੀਆਂ ਅੱਖਾਂ ਵਿਚ ਇਕ ਮਨਹੂਸ ਚਮਕ ਸੀ ਜਿਹੜੀਆਂ ਕਦੇ ਉਸ ਦੇ ਹੱਥ ਵੱਲ ਵੇਖਦੀਆਂ ਸਨ ਜਿਸ ਵਿਚ ਉਸ ਨੇ ਨੋਟ ਫੜਿਆ ਹੋਇਆ ਸੀ, ਕਦੇ ਤੁਰੇ ਫਿਰਦੇ ਇੰਸਪੈਕਟਰ ਦਾ ਪਿੱਛਾ ਕਰਦੀਆਂ ਸਨ। ਇਕ ਪਲ ਦੀ ਪਲ ਨੇਖਲੀਊਦੋਵ ਦੁਚਿੱਤੀ ਵਿਚ ਪੈ ਗਿਆ।

ਬੀਤੀ ਰਾਤ ਨੇਖਲੀਊਦੋਵ ਅੰਦਰੋਂ ਇਕ ਸ਼ੈਤਾਨੀ ਆਵਾਜ਼ ਆਉਂਦੀ ਰਹੀ ਸੀ। ਹੁਣ ਫੇਰ ਉਹੀ ਆਵਾਜ਼ ਆ ਰਹੀ ਸੀ ਜਿਹੜੀ ਉਸ ਨੂੰ ਇਸ ਗਲੋਂ ਹੋੜ ਕੇ ਕਿ ਕਰਨਾ ਕੀ ਚਾਹੀਦਾ ਹੈ ਇਸ ਗੱਲ ਵੱਲ ਮੋੜ ਰਹੀ ਸੀ ਕਿ ਨਤੀਜਾ ਕੀ ਹੋਵੇਗਾ ਅਤੇ ਵਿਹਾਰਕ ਗੱਲ ਕਿਹੜੀ ਹੋਵੇਗੀ।

"ਤੂੰ ਇਸ ਔਰਤ ਦਾ ਕੁਝ ਨਹੀਂ ਕਰ ਸਕਦਾ," ਆਵਾਜ਼ ਨੇ ਕਿਹਾ। "ਤੂੰ ਸਿਰਫ ਆਪਣੇ ਗਲ ਵਿਚ ਪੱਥਰ ਬੰਨ੍ਹ ਲਵੇਂਗਾ ਜਿਹੜਾ ਤੈਨੂੰ ਲੈ ਡੁਬੇਗਾ ਤੇ ਤੂੰ ਦੂਜਿਆਂ ਦੇ ਵੀ ਕੰਮ ਨਹੀਂ ਆ ਸਕੇਂਗਾ। ਇਹ ਬਿਹਤਰ ਨਹੀਂ ਕਿ ਜਿੰਨੇ ਪੈਸੇ ਕੋਲ ਹੈਨ ਉਹਨੂੰ ਫੜਾ ਦੇ, ਅਲਵਿਦਾ ਆਖ, ਤੇ ਸਦਾ ਵਾਸਤੇ ਇਹਦੇ ਕੋਲੋਂ ਪਲਾ ਛੁਡਾ?" ਆਵਾਜ਼ ਨੇ ਘੁਸਰ ਮੁਸਰ ਕੀਤਾ।

ਅਤੇ ਇਸ ਦੇ ਬਾਵਜੂਦ ਉਸ ਨੂੰ ਮਹਿਸੂਸ ਹੋਇਆ ਕਿ ਇਸ ਵੇਲੇ, ਏਸੇ ਹੀ ਪਲ, ਉਸ ਦੀ ਆਤਮਾ ਵਿਚ ਕੋਈ ਅਹਿਮ ਟੁਟ ਭੱਜ ਹੋ ਰਹੀ ਹੈ। ਉਸ ਦਾ ਅੰਦਰਲਾ ਜੀਵਨ, ਇਕ ਤਰ੍ਹਾਂ ਨਾਲ, ਡੱਕੋਡੋਲੇ ਖਾ ਰਿਹਾ ਹੈ ਅਤੇ ਮਾਮੂਲੀ ਤੋਂ ਮਾਮੂਲੀ ਕੋਸ਼ਿਸ਼ ਉਸ ਨੂੰ ਲੈ ਕੇ ਡੁਬ ਵੀ ਸਕਦੀ ਹੈ ਤੇ ਉਸ ਨੂੰ ਉਭਾਰ ਵੀ ਸਕਦੀ ਹੈ, ਤੇ ਉਹਨੇ ਉਸ ਪਰਮੇਸ਼ਰ ਨੂੰ ਆਪਣੀ ਸਹਾਇਤਾ ਲਈ ਬੁਲਾ ਕੇ ਇਹ ਕੋਸ਼ਿਸ਼ ਕੀਤੀ ਜਿਸ ਦੀ ਹੋਂਦ ਉਸ ਨੇ ਇਕ ਦਿਨ ਪਹਿਲਾਂ ਆਪਣੀ ਆਤਮਾ ਵਿਚ ਮਹਿਸੂਸ ਕੀਤੀ ਸੀ। ਪਰਮੇਸ਼ਰ ਨੇ ਫੌਰਨ ਉਸ ਦੀ ਸੁਣ ਲਈ। ਉਸ ਨੇ ਸਭ ਕੁਝ ਹੁਣੇ, ਏਸੇ ਹੀ ਵੇਲੇ, ਉਸ ਨੂੰ ਆਖ ਦੇਣ ਦਾ ਨਿਰਣਾ ਕੀਤਾ।

"ਕਾਤੀਊਸ਼ਾ, ਮੈਂ ਤੇਰੇ ਕੋਲੋਂ ਮਾਫੀ ਮੰਗਣ ਆਇਆ ਹਾਂ ਤੇ ਤੂੰ ਮੇਰੀ ਗੱਲ ਦਾ ਕੋਈ ਜਵਾਬ ਨਹੀਂ ਦਿੱਤਾ। ਕੀ ਤੂੰ ਮੈਨੂੰ ਮਾਫ ਕਰ ਦਿੱਤਾ? ਕੀ ਤੂੰ ਕਦੇ ਵੀ ਮੈਨੂੰ ਮਾਫ ਕਰ ਸਕੇਂਗੀ?" ਉਸ ਨੇ ਅਚਾਨਕ ਹੀ "ਤੂੰ" ਆਖ ਕੇ ਪੁੱਛਿਆ।

ਮਾਸਲੋਵਾ ਨੇ ਉਹਦੀ ਗੱਲ ਵੱਲ ਕੰਨ ਨਹੀਂ ਦਿੱਤਾ। ਉਹ ਉਸ ਦੇ ਹੱਥ ਵੱਲ ਤੇ ਇੰਸਪੈਕਟਰ ਵੱਲ ਵੇਖਦੀ ਰਹੀ। ਜਦੋਂ ਇੰਸਪੈਕਟਰ ਦਾ ਧਿਆਨ ਦੂਜੇ ਪਾਸੇ ਹੋਇਆ, ਉਸ ਨੇ ਇਕਦਮ ਹੱਥ ਵਧਾ ਕੇ ਨੋਟ ਫੜਿਆ ਤੇ ਆਪਣੀ ਪੇਟੀ ਹੇਠ ਲੁਕਾ ਲਿਆ।

"ਕੀ ਫਜ਼ੂਲ ਗੱਲਾਂ ਕਰ ਰਹੇ ਓ?" ਉਸ ਨੇ ਮੁਸਕ੍ਰਾ ਕੇ ਆਖਿਆ। ਨੇਖਲੀਊਦੋਵ

ਨੂੰ ਜਾਪਿਆ ਇਸ ਮੁਸਕਾਨ ਵਿਚ ਤ੍ਰਿਸਕਾਰ ਦੀ ਭਾਵਨਾ ਸੀ।

ਨੇਖਲੀਊਦੋਵ ਨੇ ਮਹਿਸੂਸ ਕੀਤਾ ਕਿ ਮਾਸਲੋਵਾ ਦੀ ਆਤਮਾ ਵਿਚ ਕੋਈ ਬੈਠਾ ਹੋਇਆ ਹੈ ਜਿਹੜਾ ਉਸ ਦਾ ਦੁਸ਼ਮਣ ਹੈ, ਅਤੇ ਜਿਹੜਾ ਉਸ ਦੀ ਇਸ ਹਾਲਤ ਵਿਚ ਪਿੱਠ ਠੋਕ ਰਿਹਾ ਹੈ, ਅਤੇ ਜੋ ਨੇਖਲੀਊਦੋਵ ਨੂੰ ਮਾਸਲੋਵਾ ਦੇ ਦਿੱਲ ਤੱਕ ਪਹੁੰਚਣ ਨਹੀਂ ਦੇਂਦਾ।

ਪਰ ਅਜੀਬ ਗੱਲ ਇਹ ਹੈ ਕਿ ਇਸ ਤੋਂ ਨੇਖਲੀਊਦੋਵ ਨੂੰ ਘਿਰਣਾ ਨਹੀਂ ਸੀ ਹੋਈ, ਸਗੋਂ ਕਿਸੇ ਨਵੀਂ, ਵਚਿਤਰ ਤਾਕਤ ਨੇ ਉਸ ਨੂੰ ਮਾਸਲੋਵਾ ਦੇ ਹੋਰ ਨੇੜੇ ਖਿੱਚ ਲਿਆਂਦਾ ਸੀ। ਉਹ ਮਹਿਸੂਸ ਕਰਦਾ ਸੀ ਕਿ ਮਾਸਲੋਵਾ ਦੀ ਆਤਮਾ ਨੂੰ ਜਗਾਉਣਾ ਉਸ ਦਾ ਫਰਜ਼ ਹੈ। ਉਹ ਇਹ ਵੀ ਜਾਣਦਾ ਸੀ ਕਿ ਇਹ ਕੰਮ ਬੇਹੱਦ ਮੁਸ਼ਕਲ ਹੋਵੇਗਾ, ਪਰ ਏਹੋ ਮੁਸ਼ਕਲ ਹੀ ਉਸ ਨੂੰ ਉਹਦੇ ਵੱਲ ਖਿੱਚ ਰਹੀ ਸੀ। ਇਸ ਵੇਲੇ ਉਹਦੇ ਮਨ ਵਿਚ ਮਾਸਲੋਵਾ ਬਾਰੇ ਜੋ ਭਾਵ ਪੈਦਾ ਹੋ ਰਹੇ ਸਨ ਉਹ ਪਹਿਲਾਂ ਕਦੇ ਵੀ ਉਹਦੇ ਜਾਂ ਕਿਸੇ ਹੋਰ ਬਾਰੇ ਨਹੀਂ ਪੈਦਾ ਹੋਏ ਸਨ। ਉਸ ਦੀਆਂ ਭਾਵਨਾਵਾਂ ਵਿਚ ਕੋਈ ਸਵਾਰਥ ਨਹੀਂ ਸੀ। ਉਹ ਆਪਣੇ ਵਾਸਤੇ ਉਹਦੇ ਕੋਲੋਂ ਕੁਝ ਵੀ ਨਹੀਂ ਸੀ ਚਾਹੁੰਦਾ। ਉਸ ਦੀ ਸਿਰਫ ਇਹ ਇੱਛਾ ਸੀ ਕਿ ਉਹ ਉਸ ਤਰ੍ਹਾਂ ਦੀ ਨਾ ਰਹੇ ਜਿਸ ਤਰ੍ਹਾਂ ਦੀ ਉਹ ਇਸ ਵੇਲੇ ਹੈ। ਉਹ ਇਕ ਵਾਰੀ ਫੇਰ ਜਾਗ ਪਵੇ ਤੇ ਓਹੋ ਕੁਝ ਬਣ ਜਾਵੇ ਜੋ ਉਹ ਪਹਿਲਾਂ ਹੁੰਦੀ ਸੀ।

"ਕਾਤੀਊਸ਼ਾ, ਤੂੰ ਇਸ ਤਰ੍ਹਾਂ ਦੀਆਂ ਗੱਲਾਂ ਕਿਉਂ ਕਰਦੀ ਹੈਂ? ਮੈਂ ਤੈਨੂੰ ਜਾਣਦਾ ਹਾਂ। ਮੈਨੂੰ ਪਾਨੋਵੋ ਦੇ ਉਹ ਦਿਨ ਯਾਦ ਨੇ, ਤੂੰ ਯਾਦ ਏਂ।"

"ਬੀਤੀਆਂ ਗੱਲਾਂ ਨੂੰ ਚੇਤੇ ਕਰਨ ਦਾ ਕੀ ਲਾਭ?" ਉਸ ਨੇ ਰੁੱਖਾ ਜਿਹਾ ਜਵਾਬ ਦਿੱਤਾ।

"ਮੈਂ ਇਸ ਵਾਸਤੇ ਯਾਦ ਕਰ ਰਿਹਾ ਹਾਂ ਕਿ ਜੋ ਕੁਝ ਵਿਗੜ ਗਿਆ ਹੈ ਉਸ ਨੂੰ ਠੀਕ ਕਰਾਂ, ਆਪਣੇ ਗੁਨਾਹ ਦਾ ਪਸ਼ਚਾਤਾਪ ਕਰਾਂ, ਕਾਤੀਊਸ਼ਾ," ਤੇ ਹਾਲੇ ਇਹ ਗੱਲ ਉਹਦੇ ਮੂੰਹ ਵਿਚ ਹੀ ਸੀ ਕਿ ਉਹ ਉਹਦੇ ਨਾਲ ਵਿਆਹ ਕਰੇਗਾ, ਪਰ ਦੋਹਾਂ ਦੀਆਂ ਅੱਖਾਂ ਮਿਲੀਆਂ ਤੇ ਉਸ ਨੂੰ ਮਾਸਲੋਵਾ ਦੀਆਂ ਅੱਖਾਂ ਵਿਚ ਕੁਝ ਭਿਆਨਕ, ਬੜਾ ਅਸ਼ਲੀਲ, ਬੜਾ ਘਿਰਨਾਯੋਗ ਨਜ਼ਰ ਆਇਆ ਤੇ ਉਹ ਅੱਗੇ ਬੋਲ ਨਾ ਸਕਿਆ।

ਠੀਕ ਓਸੇ ਵੇਲੇ ਮੁਲਾਕਾਤੀ ਵਾਪਸ ਜਾਣੇ ਸ਼ੁਰੂ ਹੋ ਗਏ। ਇੰਸਪੈਕਟਰ ਨੇ ਨੇਖਲੀਊਦੋਵ ਕੋਲ ਆ ਕੇ ਆਖਿਆ ਕਿ ਮੁਲਾਕਾਤ ਦਾ ਵਕਤ ਖ਼ਤਮ ਹੋ ਗਿਆ ਹੈ। ਮਾਸਲੋਵਾ ਹੁਕਮ ਦੀ ਪਾਲਣਾ ਕਰਦੀ ਖੜੀ ਹੋ ਗਈ ਤੇ ਇਸ ਗੱਲ ਦੀ ਉਡੀਕ ਕਰਨ ਲੱਗੀ ਕਿ ਕਦੋਂ ਉਸ ਨੂੰ ਜਾਣ ਵਾਸਤੇ ਆਖਿਆ ਜਾਂਦਾ ਹੈ।

"ਰੱਬ ਰਾਖਾ। ਮੈਂ ਤੇਰੇ ਨਾਲ ਬਹੁਤ ਸਾਰੀਆਂ ਗੱਲਾਂ ਕਰਨੀਆਂ ਹਨ। ਪਰ, ਵੇਖੇਂ ਨਾ, ਏਸ ਵੇਲੇ ਸੰਭਵ ਨਹੀਂ," ਨੇਖਲੀਊਦੋਵ ਨੇ ਆਪਣਾ ਹੱਥ ਅੱਗੇ ਵਧਾਉਂਦਿਆਂ ਆਖਿਆ। "ਮੈਂ ਫੇਰ ਆਵਾਂਗਾ।"

"ਮੇਰਾ ਤਾਂ ਖਿਆਲ ਏ ਕਿ ਤੁਸਾਂ ਜੋ ਕੁਝ ਕਹਿਣਾ ਸੀ ਕਹਿ ਦਿਤਾ ਏ।"

ਉਸ ਨੇ ਉਹਦਾ ਹੱਥ ਤਾਂ ਫੜਿਆ ਪਰ ਘੁੱਟਿਆ ਨਹੀਂ।

"ਨਹੀਂ, ਮੈਂ ਤੈਨੂੰ ਫੇਰ ਮਿਲਣ ਦੀ ਕੋਸ਼ਿਸ਼ ਕਰਾਂਗਾ, ਕਿਸੇ ਐਸੀ ਥਾਂ ਜਿਥੇ ਅਸੀਂ ਗੱਲਾਂ ਕਰ ਸਕੀਏ। ਫੇਰ ਮੈਂ ਤੈਨੂੰ ਜੋ ਕੁਝ ਕਹਿਣਾ ਹੈ ਆਖਾਂਗਾ। ਇਹ ਬੜੀ ਅਹਿਮ ਗੱਲ ਹੈ।"

"ਠੀਕ ਏ ਫੇਰ, ਜ਼ਰੂਰ ਆਉਣਾ।" ਉਸ ਨੇ ਜਵਾਬ ਵਿਚ ਕਿਹਾ ਤੇ ਇਸ ਤਰ੍ਹਾਂ ਮੁਸਕ੍ਰਾਈ ਜਿਸ ਤਰ੍ਹਾਂ ਉਹਨਾਂ ਆਦਮੀਆਂ ਸਾਮ੍ਹਣੇ ਮੁਸਕ੍ਰਾਉਂਦੀ ਸੀ ਜਿਨ੍ਹਾਂ ਨੂੰ ਉਹ ਖ਼ੁਸ਼ ਕਰਨਾ ਚਾਹੁੰਦੀ ਹੁੰਦੀ ਸੀ।

"ਤੁਹਾਨੂੰ ਮੈਂ ਆਪਣੀ ਭੈਣ ਨਾਲੋਂ ਵੀ ਵਧ ਅਜ਼ੀਜ਼ ਸਮਝਦਾ ਹਾਂ," ਨੇਖਲੀਊਦੋਵ ਨੇ ਆਖਿਆ।

"ਅਜੀਬ ਗੱਲ ਏ," ਉਸ ਨੇ ਆਪਣਾ ਸਿਰ ਝਟਕਦਿਆਂ ਆਖਿਆ ਅਤੇ ਜਾਲੀ ਦੇ ਪਿੱਛੇ ਚਲੀ ਗਈ।

੪੪

ਆਪਣੀ ਪਹਿਲੀ ਮੁਲਾਕਾਤ ਸਮੇਂ ਨੇਖਲੀਊਦੋਵ ਦਾ ਖਿਆਲ ਸੀ ਕਿ ਕਾਤੀਊਸ਼ਾ ਨੇ ਜਿਉਂ ਹੀ ਮੈਨੂੰ ਵੇਖਿਆ ਤੇ ਉਹਨੂੰ ਪਤਾ ਲਗਿਆ ਕਿ ਮੈਂ ਕਿੰਨਾ ਪਛਤਾ ਰਿਹਾ ਹਾਂ ਤੇ ਉਹ ਜਾਣ ਗਈ ਕਿ ਮੈਂ ਉਸ ਦੀ ਖਿਦਮਤ ਕਰਨਾ ਚਾਹੁੰਦਾ ਹਾਂ ਤਾਂ ਕਾਤੀਊਸ਼ਾ ਖ਼ੁਸ਼ ਹੋਵੇਗੀ। ਉਸ ਦਾ ਦਿਲ ਟੁੰਬਿਆ ਜਾਏਗਾ ਤੇ ਉਹ ਫੇਰ ਕਾਤੀਊਸ਼ਾ ਬਣ ਜਾਏਗੀ। ਪਰ ਉਸ ਦੀ ਹੈਰਾਨੀ ਦੀ ਕੋਈ ਹੱਦ ਨਾ ਰਹੀ ਜਦੋਂ ਉਸ ਨੇ ਵੇਖਿਆ ਕਿ ਕਾਤੀਊਸ਼ਾ ਦਾ ਤਾਂ ਨਾਮੋਨਿਸ਼ਾਨ ਬਾਕੀ ਨਹੀਂ ਰਿਹਾ ਅਤੇ ਉਹਦੀ ਥਾਂ ਤੇ ਸਿਰਫ ਮਾਸਲੋਵਾ ਹੈ ਤਾਂ ਉਸ ਦੀ ਖਾਨਿਓਂ ਗਈ ਤੇ ਉਹਦਾ ਦਿਲ ਡਹਿਲ ਗਿਆ।

ਸਭ ਤੋਂ ਵਧ ਹੈਰਾਨੀ ਦੀ ਗੱਲ ਇਹ ਸੀ ਕਿ ਕਾਤੀਊਸ਼ਾ ਨੂੰ ਆਪਣੀ ਹਾਲਤ ਉਤੇ ਮਾਸਾ ਵੀ ਸ਼ਰਮ ਨਹੀਂ ਸੀ। ਇਸ ਗੱਲ ਤੇ ਨਹੀਂ ਕਿ ਉਹ ਕੈਦਣ ਸੀ (ਇਸ ਦੀ ਤਾਂ ਉਹਨੂੰ ਸ਼ਰਮ ਸੀ), ਸਗੋਂ ਇਸ ਗੱਲ ਤੇ ਕਿ ਉਹ ਇਕ ਵੇਸਵਾ ਸੀ। ਲੱਗਦਾ ਸੀ ਕਿ ਉਸ ਨੂੰ ਇਸ ਗੱਲ ਤੇ ਤਸੱਲੀ ਹੀ ਨਹੀਂ ਸਗੋਂ ਮਾਣ ਵੀ ਸੀ। ਤੇ ਇਸ ਤੋਂ ਬਿਨਾਂ ਹੋਰ ਕੁਝ ਹੋ ਵੀ ਨਹੀਂ ਸੀ ਸਕਦਾ। ਹਰ ਆਦਮੀ ਨੂੰ ਆਪਣਾ ਕੰਮ ਅਹਿਮ ਤੇ ਚੰਗਾ ਲੱਗਦਾ ਹੈ। ਜੇ ਇਸ ਤਰ੍ਹਾਂ ਨਾ ਸਮਝੇ ਤਾਂ ਉਹਦੇ ਵਾਸਤੇ ਉਹ ਕੰਮ ਕਰਨਾ ਮੁਸ਼ਕਲ ਹੋ ਜਾਵੇ। ਇਸ ਲਈ ਆਦਮੀ ਭਾਵੇਂ ਕਿਸੇ ਵੀ ਹਾਲਤ ਵਿਚ ਹੋਵੇ ਉਹ ਆਮ ਕਰਕੇ ਮਨੁਖਾ ਜੀਵਨ ਬਾਰੇ ਇਕ ਖਾਸ ਦ੍ਰਿਸ਼ਟੀਕੋਣ ਬਣਾ ਲੈਂਦਾ ਹੈ ਜਿਸ ਵਿਚ ਉਸ ਨੂੰ ਆਪਣਾ ਕੰਮ ਅਹਿਮ ਤੇ ਚੰਗਾ ਜਾਪਣ ਲੱਗ ਪੈਂਦਾ ਹੈ।

ਆਮ ਕਰਕੇ ਇਹ ਸਮਝਿਆ ਜਾਂਦਾ ਹੈ ਕਿ ਚੋਰ-ਚਕਾਰ, ਕਾਤਲ, ਜਾਸੂਸ, ਕੰਜਰੀਆਂ, ਵਗੈਰਾ ਆਪਣੇ ਪੇਸ਼ੇ ਨੂੰ ਬੁਰਾ ਮੰਨ ਕੇ ਇਸ ਤੋਂ ਸ਼ਰਮਸਾਰ ਹੁੰਦੇ ਹਨ। ਪਰ ਸਚਾਈ ਇਸ ਦੇ ਉਲਟ ਹੈ। ਜਿਨ੍ਹਾਂ ਲੋਕਾਂ ਨੂੰ ਹੋਣੀ ਜਾਂ ਉਹਨਾਂ ਦੇ ਕੁਕਰਮ ਇਕ ਖਾਸ ਹਾਲਤ ਵਿਚ ਸੁਟ ਦੇਂਦੇ ਹਨ ਉਹ ਜੀਵਨ ਦਾ ਇਕ ਐਸਾ ਦ੍ਰਿਸ਼ਟੀਕੋਣ ਬਣਾ ਲੈਂਦੇ ਹਨ ਜਿਸ ਵਿਚ ਉਹਨਾਂ ਨੂੰ ਆਪਣੀ ਹਾਲਤ, ਭਾਵੇਂ ਇਹ ਕਿੰਨੀ ਵੀ ਬੁਰੀ ਕਿਉਂ ਨਾ ਹੋਵੇ, ਚੰਗੀ ਤੇ ਸਵੀਕਾਰਨਯੋਗ ਜਾਪਣ ਲੱਗਦੀ ਹੈ। ਆਪਣੇ ਦ੍ਰਿਸ਼ਟੀਕੋਣ ਉਤੇ ਡਟੇ ਰਹਿਣ ਲਈ, ਇਹ ਲੋਕ ਸੁਭਾਵਕ ਹੀ ਉਹਨਾਂ ਲੋਕਾਂ ਦੇ ਹਲਕੇ ਵਿਚ ਉਠਦੇ ਬਹਿੰਦੇ ਹਨ ਜਿਹੜੇ ਉਹਨਾਂ ਵਰਗਾ ਹੀ ਦ੍ਰਿਸ਼ਟੀਕੋਣ ਰੱਖਦੇ ਹਨ ਤੇ ਉਹਨਾਂ ਵਰਗੀ ਹੀ ਹਾਲਤ ਵਿਚ ਰਹਿੰਦੇ ਹਨ। ਜਦੋਂ ਚੋਰ ਆਪਣੀ ਉਸਤਾਦੀ ਦੀਆਂ ਫੜਾਂ ਮਾਰਦੇ ਹਨ, ਕੰਜਰੀਆਂ ਆਪਣੀ ਬਦਇਖਲਾਕੀ ਦੀ ਸ਼ੇਖੀ ਮਾਰਦੀਆਂ ਹਨ, ਜਾਂ ਕਾਤਲ ਆਪਣੀ ਬੇਰਹਿਮੀ ਦੀਆਂ ਡੀਂਗਾਂ ਮਾਰਦੇ ਹਨ ਤਾਂ ਅਸੀਂ ਮੂੰਹ ਵਿਚ ਉਂਗਲਾਂ ਪਾ ਲੈਂਦੇ ਹਾਂ। ਪਰ ਸਾਡੀ ਹੈਰਾਨੀ ਦਾ ਕਾਰਨ ਸਿਰਫ ਇਹ ਹੁੰਦਾ ਹੈ ਕਿ ਜਿਸ ਹਲਕੇ, ਜਿਸ ਮਾਹੌਲ ਵਿਚ ਇਹ ਲੋਕ ਰਹਿੰਦੇ ਹਨ ਉਹ ਸੀਮਤ ਹੁੰਦਾ ਹੈ, ਅਤੇ ਮੁਖ ਕਾਰਨ ਇਹ ਕਿ ਅਸੀਂ ਆਪ ਇਸ ਦਾਇਰੇ ਤੋਂ ਬਾਹਰ ਹੁੰਦੇ ਹਾਂ। ਪਰ ਜਦੋਂ ਅਮੀਰ ਲੋਕ ਆਪਣੀ ਦੌਲਤ ਦੀਆਂ ਫੜਾਂ ਮਾਰਦੇ ਹਨ—ਜੋ ਕਿ ਲੁਟ ਖਸੁਟ ਹੈ, ਫੌਜਾਂ ਦੇ ਕਮਾਂਡਰ ਆਪਣੀਆਂ ਜਿੱਤਾਂ ਦੀਆਂ ਸ਼ੇਖੀਆਂ ਮਾਰਦੇ ਹਨ—ਜੋ ਕਿ ਕਤਲ ਹੈ, ਅਤੇ ਉੱਚੀਆਂ ਕੁਰਸੀਆਂ ਤੇ ਬੈਠੇ ਲੋਕ ਆਪਣੀ ਸ਼ਕਤੀ ਦੀਆਂ ਡੀਂਗਾਂ ਮਾਰਦੇ ਹਨ—ਜੋ ਕਿ ਹਿੰਸਾ ਹੈ, ਤਾਂ ਕੀ ਗੱਲ ਓਹੋ ਹੀ ਨਹੀਂ ਹੁੰਦੀ ? ਜੇ ਸਾਨੂੰ ਜ਼ਿੰਦਗੀ ਦਾ, ਨੇਕੀ ਤੇ ਬਦੀ ਦਾ ਤੋੜਿਆ ਮਰੋੜਿਆ ਦ੍ਰਿਸ਼ਟੀਕੋਣ ਵਿਖਾਈ ਨਹੀਂ ਦੇਂਦਾ, ਜਿਸ ਦਾ ਆਪਣੀ ਹਾਲਤ ਦੀ ਸਫਾਈ ਵਿਚ ਇਹ ਲੋਕ ਪਾਲਣ ਕਰਦੇ ਹਨ, ਤਾਂ ਇਸ ਦਾ ਕਾਰਨ ਸਿਰਫ ਇਹ ਹੈ ਕਿ ਅਜਿਹੀਆਂ ਤੋੜੀਆ ਮਰੋੜੀਆਂ ਧਾਰਨਾਵਾਂ ਵਾਲੇ ਲੋਕਾਂ ਦਾ ਹਲਕਾ ਬਹੁਤ ਵਿਸ਼ਾਲ ਹੈ ਅਤੇ ਅਸੀਂ ਆਪ ਇਸ ਦਾ ਹਿੱਸਾ ਹੁੰਦੇ ਹਾਂ।

ਏਸੇ ਹੀ ਢੰਗ ਨਾਲ ਮਾਸਲੋਵਾ ਨੇ ਜੀਵਨ ਬਾਰੇ ਅਤੇ ਆਪਣੀ ਹਾਲਤ ਬਾਰੇ ਇਕ ਦ੍ਰਿਸ਼ਟੀਕੋਣ ਕਾਇਮ ਕਰ ਲਿਆ ਸੀ। ਉਹ ਇਕ ਵੇਸਵਾ ਸੀ ਜਿਸ ਨੂੰ ਕੈਦ ਬਾ-ਮੁਸ਼ੱਕਤ ਦੀ ਸਜ਼ਾ ਹੋਈ ਸੀ, ਪਰ ਜੀਵਨ ਬਾਰੇ ਆਪਣੀ ਧਾਰਨਾ ਸਦਕਾ ਉਹ ਆਪਣੇ ਆਪ ਤੋਂ ਸੰਤੁਸ਼ਟ ਸੀ ਅਤੇ ਸਗੋਂ ਆਪਣੀ ਹਾਲਤ ਉਤੇ ਉਸ ਨੂੰ ਮਾਣ ਵੀ ਸੀ।

ਇਸ ਧਾਰਨਾ ਅਨੁਸਾਰ ਸਾਰੇ ਹੀ ਮਰਦਾਂ—ਭਾਵੇਂ ਉਹ ਬੁੱਢੇ ਹੋਣ ਜਾਂ ਜਵਾਨ, ਸਕੂਲ ਦੇ ਵਿਦਿਆਰਥੀ ਹੋਣ ਜਾਂ ਜਰਨੈਲ, ਪੜ੍ਹੇ ਲਿਖੇ ਹੋਣ ਜਾਂ ਅਨਪੜ੍ਹ—ਸਾਰੇ ਮਰਦਾਂ ਦੀ ਸਭ ਤੋਂ ਵੱਡੀ ਖੁਸ਼ਨਸੀਬੀ ਦਿਲਕਸ਼ ਔਰਤ ਨਾਲ ਲਿੰਗ-ਭੋਗ ਕਰਨਾ ਹੈ। ਇਸ ਲਈ ਸਾਰੇ ਮਰਦ ਅਸਲ ਵਿਚ ਇਸ ਤੋਂ ਬਿਨਾਂ ਹੋਰ ਕਿਸੇ ਗੱਲ ਦੇ ਇੱਛਕ ਹੀ ਨਹੀਂ ਹੁੰਦੇ ਭਾਵੇਂ ਉਹ ਹੋਰ ਹੋਰ ਗੱਲਾਂ ਵਿਚ ਰੁੱਝੇ ਹੋਣ ਦਾ ਪਰਪੰਚ ਕਰਦੇ ਹਨ। ਮਾਸਲੋਵਾ ਇਕ ਦਿਲਕਸ਼ ਔਰਤ ਸੀ ਤੇ ਇਹ ਗੱਲ ਉਸ ਦੀ ਸਮਰਥਾ ਵਿਚ ਸੀ ਕਿ ਮਰਦਾਂ ਦੀ

ਇਹ ਖਾਹਿਸ਼ ਪੂਰੀ ਕਰੇ ਜਾਂ ਨਾ ਕਰੇ। ਏਸੇ ਕਰਕੇ ਹੀ ਉਹ ਇਕ ਅਹਿਮ ਤੇ ਜ਼ਰੂਰੀ ਵਿਅਕਤੀ ਸੀ। ਉਸ ਦਾ ਸਾਰੇ ਦਾ ਸਾਰਾ ਪਹਿਲਾ ਤੇ ਵਰਤਮਾਨ ਜੀਵਨ ਇਸ ਗੱਲ ਦੀ ਪੁਸ਼ਟੀ ਕਰਦਾ ਸੀ ਕਿ ਉਸ ਦੀ ਧਾਰਨਾ ਠੀਕ ਹੈ।

ਆਪਣੀ ਜ਼ਿੰਦਗੀ ਦੇ ਪਿਛਲੇ ਦਸਾਂ ਸਾਲਾਂ ਵਿਚ, ਉਹ ਜਿਥੇ ਕਿਤੇ ਵੀ ਸੀ ਉਸ ਨੇ ਏਹੋ ਵੇਖਿਆ ਕਿ ਸਾਰੇ ਮਰਦਾਂ ਨੂੰ—ਨੇਖਲੀਊਦੋਵ ਅਤੇ ਬੁੱਢੇ ਪੁਲਸ ਅਫਸਰ ਤੋਂ ਲੈ ਕੇ ਜੇਲ੍ਹ ਦੇ ਦਰੋਗਿਆਂ ਤੱਕ—ਉਸ ਦੀ ਲੋੜ ਸੀ। ਇਸ ਦਾ ਕਾਰਨ ਇਹ ਸੀ ਕਿ ਜਿਨ੍ਹਾਂ ਮਰਦਾਂ ਨੂੰ ਉਹਦੀ ਲੋੜ ਨਹੀਂ ਸੀ ਉਹਨਾਂ ਵੱਲ ਨਾ ਉਹਨੇ ਕਦੇ ਧਿਆਨ ਦਿੱਤਾ ਸੀ ਤੇ ਨਾ ਹੀ ਉਹਨਾਂ ਦੀ ਪ੍ਰਵਾਹ ਕੀਤੀ ਸੀ। ਇਸ ਕਰਕੇ ਉਹਨੂੰ ਸਾਰੀ ਦੁਨੀਆਂ ਦੇ ਲੋਕ ਲਿੰਗ-ਭੋਗ ਲਈ ਬੇਚੈਨ ਨਜ਼ਰ ਆਉਂਦੇ ਸਨ ਜਿਹੜੇ ਹਰ ਸੰਭਵ ਤਰੀਕੇ ਨਾਲ—ਫਰੇਬ, ਜ਼ੋਰ ਜ਼ਬਰਦਸਤੀ, ਪੈਸਾ, ਜਾਂ ਮੱਕਾਰੀ—ਉਸ ਨੂੰ ਆਪਣੇ ਕਬਜ਼ੇ ਵਿਚ ਲੈਣ ਦੀ ਕੋਸ਼ਿਸ਼ ਕਰ ਰਹੇ ਸਨ।

ਸੋ ਇਹ ਸੀ ਜ਼ਿੰਦਗੀ ਬਾਰੇ ਮਾਸਲੋਵਾ ਦਾ ਦ੍ਰਿਸ਼ਟੀਕੋਣ, ਅਤੇ ਇਸ ਦ੍ਰਿਸ਼ਟੀਕੋਣ ਤੋਂ ਉਹ ਕੋਈ ਅਤਿ ਘਟੀਆ ਵਿਅਕਤੀ ਨਹੀਂ ਸਗੋਂ ਬਹੁਤ ਮਹੱਤਵਪੂਰਨ ਵਿਅਕਤੀ ਸੀ। ਅਤੇ ਮਾਸਲੋਵਾ ਲਈ ਇਹ ਦ੍ਰਿਸ਼ਟੀਕੋਣ ਹੋਰ ਕਿਸੇ ਵੀ ਚੀਜ਼ ਨਾਲੋਂ ਵਧੇਰੇ ਕੀਮਤੀ ਸੀ। ਉਹ ਇਸ ਨੂੰ ਕੀਮਤੀ ਕਿਉਂ ਨਾ ਸਮਝਦੀ। ਜੇ ਉਹ ਜ਼ਿੰਦਗੀ ਦਾ ਇਹ ਦ੍ਰਿਸ਼ਟੀਕੋਣ ਗੁਆ ਬਹਿੰਦੀ ਤਾਂ ਇਸ ਦੇ ਨਾਲ ਉਸ ਦੀ ਸਾਰੀ ਮਹੱਤਤਾ ਵੀ ਖਤਮ ਹੋ ਜਾਂਦੀ। ਅਤੇ ਆਪਣੀ ਜ਼ਿੰਦਗੀ ਨੂੰ ਮਹੱਤਵਪੂਰਨ ਬਣਾਈ ਰਖਣ ਲਈ, ਉਹ ਸੁਭਾਵਿਕ ਹੀ ਅਜਿਹੇ ਲੋਕਾਂ ਨਾਲ ਜੁੜੀ ਹੋਈ ਸੀ ਜਿਹੜੇ ਜ਼ਿੰਦਗੀ ਨੂੰ ਓਸੇ ਹੀ ਦ੍ਰਿਸ਼ਟੀਕੋਣ ਤੋਂ ਵੇਖਦੇ ਸਨ ਜਿਸ ਤੋਂ ਉਹ ਆਪ ਵੇਖਦੀ ਸੀ। ਇਹ ਮਹਿਸੂਸ ਕਰਕੇ ਕਿ ਨੇਖਲੀਊਦੋਵ ਉਸ ਨੂੰ ਕਿਸੇ ਹੋਰ ਦੁਨੀਆਂ ਵਿਚ ਲੈ ਜਾਣਾ ਚਾਹੁੰਦਾ ਹੈ ਉਸ ਨੇ ਉਹਦਾ ਵਿਰੋਧ ਕੀਤਾ। ਉਸ ਨੇ ਵੇਖ ਲਿਆ ਸੀ ਕਿ ਇਸ ਤਰ੍ਹਾਂ ਉਹ ਜ਼ਿੰਦਗੀ ਵਿਚ ਆਪਣੀ ਥਾਂ ਗੁਆ ਲਏਗੀ ਅਤੇ ਨਾਲ ਹੀ ਠਰ੍ਹੰਮਾ ਤੇ ਆਤਮ-ਸਨਮਾਨ ਵੀ ਜਾਂਦਾ ਰਹੇਗਾ ਜਿਹੜਾ ਹੁਣ ਵਾਲੀ ਹਾਲਤ ਤੋਂ ਉਸ ਨੂੰ ਮਿਲਦਾ ਸੀ। ਏਸੇ ਕਰਕੇ ਹੀ ਉਸ ਨੇ ਆਪਣੀ ਚੜ੍ਹਦੀ ਜਵਾਨੀ ਦੀਆਂ ਅਤੇ ਨੇਖਲੀਊਦੋਵ ਨਾਲ ਆਪਣੇ ਪਹਿਲੇ ਸੰਬੰਧਾਂ ਦੀਆਂ ਯਾਦਾਂ ਨੂੰ ਆਪਣੇ ਦਿਲ-ਦਿਮਾਗ਼ ਵਿਚੋਂ ਕੱਢ ਦਿੱਤਾ ਸੀ। ਇਹ ਯਾਦਾਂ ਉਸ ਦੇ ਸੰਸਾਰ ਬਾਰੇ ਵਰਤਮਾਨ ਦ੍ਰਿਸ਼ਟੀਕੋਣ ਨਾਲ ਮੇਲ ਨਹੀਂ ਸੀ ਖਾਂਦੀਆਂ। ਇਸ ਲਈ ਉਹਦੇ ਮਨ ਵਿਚੋਂ ਮਿਟ ਗਈਆਂ ਸਨ। ਜਾਂ ਇਉਂ ਆਖੋ ਕਿ ਉਹ ਕਿਧਰੇ ਦੱਬੀਆਂ ਪਈਆਂ ਸਨ ਅਤੇ ਕਦੇ ਕਿਸੇ ਨੇ ਉਹਨਾਂ ਨੂੰ ਛੇੜਿਆ ਨਹੀਂ ਸੀ। ਉਹਨਾਂ ਨੂੰ ਬੰਦ ਕਰ ਕੇ ਉਪਰ ਪਲੱਸਤਰ ਕਰ ਦਿੱਤਾ ਗਿਆ ਸੀ ਤਾਂ ਜੋ ਉਹਨਾਂ ਦੇ ਬਾਹਰ ਆਉਣ ਦਾ ਕੋਈ ਰਾਹ ਨਾ ਰਹਿ ਜਾਏ। ਬਿਲਕੁਲ ਇਸ ਤਰ੍ਹਾਂ ਜਿਸ ਤਰ੍ਹਾਂ ਸ਼ਹਿਦ ਦੀਆਂ ਮੱਖੀਆਂ, ਆਪਣੀ ਮਿਹਨਤ ਦੇ ਫਲ ਨੂੰ ਸੰਭਾਲ ਰਖਣ ਲਈ, ਕਈ ਵਾਰੀ ਛੱਤੇ ਨੂੰ ਉਪਰੋਂ ਬੰਦ ਕਰ ਦੇਂਦੀਆਂ ਹਨ। ਇਸ ਵਾਸਤੇ ਅੱਜ ਵਾਲਾ ਨੇਖਲੀਊਦੋਵ ਉਹ ਆਦਮੀ ਨਹੀਂ ਸੀ ਜਿਸ ਨੂੰ ਕਦੇ ਉਹਨੇ ਸੱਚੀ ਮੁਹੱਬਤ ਕੀਤੀ ਸੀ, ਸਗੋਂ ਇਕ

ਅਮੀਰ ਆਦਮੀ ਸੀ ਜਿਸ ਤੋਂ ਉਹ ਫ਼ਾਇਦਾ ਉਠਾ ਸਕਦੀ ਹੈ ਅਤੇ ਉਸ ਨੂੰ ਉਠਾਉਣਾ ਚਾਹੀਦਾ ਹੈ ਅਤੇ ਜਿਸ ਨਾਲ ਉਹਦੇ ਸੰਬੰਧ ਅਜਿਹੇ ਹੀ ਹੋ ਸਕਦੇ ਹਨ ਜਿਸ ਤਰ੍ਹਾਂ ਦੇ ਆਮ ਮਰਦਾਂ ਨਾਲ ਰਹੇ ਹਨ।

"ਨਹੀਂ, ਮੈਂ ਅਸਲੀ ਗੱਲ ਤਾਂ ਉਹਦੇ ਨਾਲ ਕਰ ਹੀ ਨਹੀਂ ਸਕਿਆ," ਬਾਕੀ ਮੁਲਾਕਾਤੀਆਂ ਦੇ ਨਾਲ ਹੀ ਉਸ ਨੇ ਬਾਹਰ ਜਾਣ ਵਾਲੇ ਦਰਵਾਜ਼ੇ ਵੱਲ ਵਧਦਿਆਂ ਸੋਚਿਆ। "ਇਹ ਤਾਂ ਮੈਂ ਉਸਨੂੰ ਦੱਸਿਆ ਹੀ ਨਹੀਂ ਕਿ ਮੈਂ ਉਹਦੇ ਨਾਲ ਵਿਆਹ ਕਰਾਂਗਾ। ਮੈਂ ਉਸ ਨੂੰ ਇਹ ਗੱਲ ਆਖੀ ਹੀ ਨਹੀਂ, ਪਰ ਮੈਂ ਜ਼ਰੂਰ ਅਖਾਂਗਾ," ਉਸ ਨੇ ਸੋਚਿਆ।

ਫਾਟਕ ਤੇ ਖੜੇ ਦੋ ਵਾਰਡਰ ਮੁਲਾਕਾਤੀਆਂ ਨੂੰ ਬਾਹਰ ਕੱਢ ਰਹੇ ਸਨ। ਉਹ ਇਕ ਇਕ ਕਰ ਕੇ ਗਿਣ ਰਹੇ ਸਨ ਅਤੇ ਹਰ ਇਕ ਨੂੰ ਆਪਣੇ ਹੱਥ ਨਾਲ ਛੋਂਹਦੇ ਸਨ ਤਾਂ ਜੋ ਕੋਈ ਅੰਦਰਲਾ ਵਾਧੂ ਆਦਮੀ ਬਾਹਰ ਨਾ ਚਲਾ ਜਾਏ ਅਤੇ ਨਾ ਹੀ ਕੋਈ ਅੰਦਰ ਰਹਿ ਜਾਏ। ਹੁਣ ਫੇਰ ਨੇਖਲੀਊਦੋਵ ਦੀ ਪਿੱਠ ਤੇ ਹੱਥ ਵੱਜਾ ਸੀ ਪਰ ਉਸ ਨੇ ਬੁਰਾ ਨਹੀਂ ਮਨਾਇਆ, ਸਗੋਂ ਉਹਦਾ ਇਸ ਪਾਸੇ ਧਿਆਨ ਹੀ ਨਹੀਂ ਗਿਆ।

੪੫

ਨੇਖਲੀਊਦੋਵ ਆਪਣੇ ਸਮੁਚੇ ਬਾਹਰੀ ਜੀਵਨ ਨੂੰ ਨਵੀਂ ਤਰਤੀਬ ਦੇਣਾ ਚਾਹੁੰਦਾ ਸੀ। ਉਹ ਚਾਹੁੰਦਾ ਸੀ ਕਿ ਆਪਣੇ ਨੌਕਰਾਂ ਨੂੰ ਛੁੱਟੀ ਕਰ ਦੇਵੇ, ਆਪਣਾ ਵੱਡਾ ਮਕਾਨ ਕਿਰਾਏ ਚਾੜ੍ਹ ਦੇਵੇ ਅਤੇ ਆਪ ਹੋਟਲ ਵਿਚ ਕਮਰਾ ਲੈ ਕੇ ਓਥੇ ਚਲਾ ਜਾਵੇ। ਪਰ ਅਗਰਾਫੇਨਾ ਪੇਤਰੋਵਨਾ ਨੇ ਆਖਿਆ ਕਿ ਸਿਆਲ ਤੋਂ ਪਹਿਲਾਂ ਕੋਈ ਵੀ ਅਦਲ ਬਦਲ ਕਰਨ ਦਾ ਕੋਈ ਫਾਇਦਾ ਨਹੀਂ। ਕੋਈ ਵੀ ਗਰਮੀਆਂ ਵਿਚ ਸ਼ਹਿਰ ਅੰਦਰ ਮਕਾਨ ਕਿਰਾਏ ਤੇ ਨਹੀਂ ਲਵੇਗਾ। ਤੇ ਨਾਲੇ ਉਸ ਨੇ ਆਪ ਵੀ ਤਾਂ ਕਿਤੇ ਰਹਿਣਾ ਹੈ ਤੇ ਆਪਣੀਆਂ ਚੀਜ਼ਾਂ ਵਸਤਾਂ ਵੀ ਰਖਣੀਆਂ ਹਨ। ਤੇ ਇਸ ਤਰ੍ਹਾਂ ਆਪਣਾ ਜੀਵਨ ਢੰਗ ਬਦਲਣ ਦੀਆਂ ਉਹਦੀਆਂ ਸਭ ਕੋਸ਼ਿਸ਼ਾਂ ਬੇਕਾਰ ਗਈਆਂ (ਉਹ ਵਿਦਿਆਰਥੀ ਵਾਂਗ ਸਿੱਧਾ ਸਾਦਾ ਜੀਵਨ ਗੁਜ਼ਾਰਨਾ ਚਾਹੁੰਦਾ ਸੀ)। ਸਿਰਫ ਏਨਾ ਹੀ ਨਹੀਂ ਕਿ ਸਭ ਕੁਝ ਜਿਉਂ ਦਾ ਤਿਉਂ ਹੀ ਰਿਹਾ ਸਗੋਂ ਅਚਾਨਕ ਹੀ ਘਰ ਵਿਚ ਇਕ ਨਵੀਂ ਸਰਗਰਮੀ ਸ਼ੁਰੂ ਹੋ ਗਈ। ਉੱਨ ਤੇ ਫਰ ਦੇ ਬਣੇ ਸਾਰੇ ਕਪੜੇ ਕਢ ਕੇ ਉਹਨਾਂ ਨੂੰ ਹਵਾ ਲਵਾਈ ਗਈ ਅਤੇ ਝਾੜਿਆ ਗਿਆ। ਚੌਕੀਦਾਰ, ਤੇ ਉਹਦਾ ਸਹਾਇਕ, ਰਸੋਈਆ ਤੇ ਕੋਰਨੇਈ ਆਪ ਇਸ ਕੰਮ ਲੱਗ ਗਏ। ਤਰ੍ਹਾਂ ਤਰ੍ਹਾਂ ਦੇ ਫਰ ਦੇ ਕਪੜੇ ਜਿਹੜੇ ਕਦੇ ਵਰਤੇ ਨਹੀਂ ਸੀ ਗਏ, ਅਤੇ ਵੰਨ ਸੁਵੰਨੀਆਂ ਵਰਦੀਆਂ ਨੂੰ ਕੱਢ ਕੇ ਰੱਸੀ ਉਤੇ ਲਟਕਾ ਦਿੱਤਾ ਗਿਆ।

ਫੇਰ ਗ਼ਲੀਚਿਆਂ ਤੇ ਮੇਜ਼ਾਂ ਕੁਰਸੀਆਂ ਨੂੰ ਬਾਹਰ ਕੱਢਿਆ ਗਿਆ, ਅਤੇ ਚੌਕੀਦਾਰ ਤੇ ਉਹਦੇ ਸਹਾਇਕ ਨੇ ਆਪਣੀਆਂ ਕਮੀਜ਼ਾਂ ਦੀਆਂ ਬਾਹਵਾਂ ਡੌਲਿਆਂ ਤੱਕ ਚੜ੍ਹਾ ਲਈਆਂ ਅਤੇ ਡੰਡੇ ਫੜ ਕੇ ਇਕ ਤਾਲ ਨਾਲ ਗ਼ਲੀਚੇ ਝਾੜਨ ਲੱਗੇ ਅਤੇ ਸਭ ਕਮਰਿਆਂ ਵਿਚ ਫਰਨੈਲ ਦੀ ਮੁਸ਼ਕ ਖਿਲਰ ਗਈ। ਜਦੋਂ ਨੇਖਲੀਊਦੋਵ ਵਿਹੜੇ ਵਿਚੋਂ ਲੰਘਦਾ ਜਾਂ ਖਿੜਕੀ ਵਿਚੋਂ ਬਾਹਰ ਨਿਗਾਹ ਮਾਰਦਾ ਤੇ ਜੋ ਕੁਝ ਹੋ ਰਿਹਾ ਸੀ ਉਸ ਨੂੰ ਵੇਖਦਾ ਤਾਂ ਉਹ ਇਸ ਗੱਲ ਤੋਂ ਹੈਰਾਨ ਰਹਿ ਜਾਂਦਾ ਕਿ ਘਰ ਵਿਚ ਏਨੀਆਂ ਸਾਰੀਆਂ ਚੀਜ਼ਾਂ ਵਸਤਾਂ ਪਈਆਂ ਸਨ, ਅਤੇ ਇਹ ਸਭ ਦੀਆਂ ਸਭ ਬੇਕਾਰ ਸਨ। ਨੇਖਲੀਊਦੋਵ ਨੇ ਸੋਚਿਆ ਕਿ ਇਹਨਾਂ ਦਾ ਇਕੋ ਹੀ ਲਾਭ ਹੈ ਕਿ ਇਹਨਾਂ ਨਾਲ ਅਗਰਾਫੇਨਾ ਪੇਤਰੋਵਨਾ, ਕੋਰਨੇਈ, ਚੌਕੀਦਾਰ, ਉਹਦੇ ਸਹਾਇਕ, ਅਤੇ ਰਸੋਈਏ ਦੀ ਕਸਰਤ ਹੋ ਜਾਂਦੀ ਹੈ।

ਪਰ ਇਸ ਵੇਲੇ ਜਦੋਂ ਹਾਲੇ ਮਾਸਲੋਵਾ ਦੇ ਮਾਮਲੇ ਦਾ ਕੋਈ ਫੈਸਲਾ ਨਹੀਂ ਹੋਇਆ," ਉਹਨੇ ਸੋਚਿਆ, "ਆਪਣਾ ਰਹਿਣ ਸਹਿਣ ਦਾ ਤਰੀਕਾ ਬਦਲਣ ਦਾ ਕੋਈ ਫਾਇਦਾ ਵੀ ਤਾਂ ਨਹੀਂ। ਇਸ ਤੋਂ ਇਲਾਵਾ, ਇਹ ਕੰਮ ਮੁਸ਼ਕਲ ਵੀ ਹੈ। ਜਦੋਂ ਉਹ ਬਰੀ ਹੋ ਗਈ ਜਾਂ ਉਸ ਨੂੰ ਸਾਇਬੇਰੀਆ ਭੇਜ ਦਿੱਤਾ ਗਿਆ ਅਤੇ ਮੈਂ ਉਹਦੇ ਮਗਰ ਚਲਾ ਗਿਆ ਤਾਂ ਇਹ ਆਪਣੇ ਆਪ ਬਦਲ ਜਾਏਗਾ।"

ਮਿੱਥੇ ਹੋਏ ਦਿਨ ਨੇਖਲੀਊਦੋਵ ਬੱਘੀ ਵਿਚ ਬਹਿ ਕੇ ਵਕੀਲ ਫਾਨਾਰਿਨ ਦੇ ਘਰ ਪਹੁੰਚ ਗਿਆ। ਬੜਾ ਆਲੀਸ਼ਾਨ ਮਕਾਨ ਸੀ ਜਿਹੜਾ ਵੱਡੇ ਵੱਡੇ ਖਜੂਰ ਦੇ ਰੁਖਾਂ ਅਤੇ ਹੋਰ ਵੇਲਾਂ ਬੂਟਿਆਂ ਨਾਲ ਸਜਿਆ ਹੋਇਆ ਸੀ। ਬੜੇ ਖ਼ੂਬਸੂਰਤ ਪਰਦੇ ਲੱਗੇ ਹੋਏ ਸਨ। ਅਸਲ ਵਿਚ, ਏਥੇ ਐਸ਼ੋ-ਇਸ਼ਰਤ ਦੀ ਹਰ ਕੀਮਤੀ ਚੀਜ਼ ਮੌਜੂਦ ਸੀ ਜਿਸ ਤੋਂ ਪਤਾ ਲੱਗਦਾ ਸੀ ਕਿ ਉਸ ਕੋਲ ਮੁਫਤ ਦਾ ਪੈਸਾ ਬਹੁਤ ਹੈ (ਬਿਨਾਂ ਮਿਹਨਤ ਦੇ ਕਮਾਇਆ ਗਿਆ ਪੈਸਾ) ਅਤੇ ਜਿਸ ਦਾ ਵਿਖਾਲਾ ਸਿਰਫ ਉਹ ਲੋਕ ਹੀ ਕਰਦੇ ਹਨ ਜਿਹੜੇ ਰਾਤੋ ਰਾਤ ਅਮੀਰ ਹੋ ਜਾਂਦੇ ਹਨ। ਉਡੀਕ-ਕਮਰੇ ਵਿਚ, ਉਸ ਨੇ ਵੇਖਿਆ, ਮੇਜ਼ਾਂ ਦੇ ਆਸ ਪਾਸ ਬਹੁਤ ਸਾਰੇ ਲੋਕ ਬੈਠੇ ਹੋਏ ਸਨ ਜਿਸ ਤਰ੍ਹਾਂ ਕਿਸੇ ਡਾਕਟਰ ਦੇ ਉਡੀਕ-ਕਮਰੇ ਵਿਚ ਬੈਠੇ ਹੁੰਦੇ ਹਨ। ਸਭ ਦੇ ਚਿਹਰੇ ਉਦਾਸ ਸਨ। ਉਹਨਾਂ ਦੇ ਮਨਪਰਚਾਵੇ ਲਈ ਮੇਜ਼ਾਂ ਉਤੇ ਤਸਵੀਰਾਂ ਵਾਲੇ ਅਖਬਾਰਾਂ ਰਸਾਲੇ ਪਏ ਹੋਏ ਸਨ ਤੇ ਸਾਰੇ ਇਸ ਗੱਲ ਦੀ ਉਡੀਕ ਵਿਚ ਸਨ ਕਿ ਕਦੋਂ ਉਹਨਾਂ ਦੀ ਵਾਰੀ ਆਵੇ ਅਤੇ ਉਹ ਵਕੀਲ ਨਾਲ ਗੱਲ ਕਰਨ। ਵਕੀਲ ਦਾ ਮੁਨਸ਼ੀ ਕਮਰੇ ਵਿਚ ਇਕ ਉੱਚੀ ਸਾਰੀ ਮੇਜ਼ ਦੇ ਸਾਮ੍ਹਣੇ ਬੈਠਾ ਸੀ। ਉਹ ਨੇਖਲੀਊਦੋਵ ਨੂੰ ਪਛਾਣਦੇ ਸਾਰ ਹੀ ਉਠ ਕੇ ਉਹਦੇ ਕੋਲ ਆਇਆ ਤੇ ਆਖਣ ਲੱਗਾ ਕਿ ਉਹ ਹੁਣੇ ਹੀ ਜਾ ਕੇ ਉਸ ਦੇ ਆਉਣ ਦੀ ਖਬਰ ਕਰ ਦੇਂਦਾ ਹੈ। ਪਰ ਮੁਨਸ਼ੀ ਅਜੇ ਦਰਵਾਜ਼ੇ ਕੋਲ ਪਹੁੰਚਿਆ ਵੀ ਨਹੀਂ ਸੀ ਕਿ ਬੂਹਾ ਖੁਲ੍ਹਿਆ ਤੇ ਉੱਚੀ ਉੱਚੀ ਅਤੇ ਜੋਸ਼ ਨਾਲ ਹੋ ਰਹੀਆਂ ਗੱਲਾਂ ਦੀ ਆਵਾਜ਼ ਸੁਣਾਈ ਦਿੱਤੀ। ਇਕ ਅਧਖੜ ਉਮਰ ਦਾ, ਹੱਟਾ ਕੱਟਾ, ਲਾਲ ਚਿਹਰੇ ਤੇ ਸੰਘਣੀਆਂ ਮੁੱਛਾਂ ਵਾਲਾ ਇਕ ਆਦਮੀ ਜਿਸ ਨੇ ਨਵੇਂ ਨਕੋਰ ਕਪੜੇ ਪਾਏ ਹੋਏ ਸਨ, ਅਤੇ ਫਾਨਾਰਿਨ ਆਪ ਗੱਲਾਂ ਕਰ ਰਹੇ ਸਨ। ਦੋਹਾਂ ਦੇ

ਚਿਹਰਿਆਂ ਦੇ ਹਾਵਭਾਵ ਐਸੇ ਸਨ ਜਿਨ੍ਹਾਂ ਤੋਂ ਪਤਾ ਲੱਗਦਾ ਸੀ ਕਿ ਉਹਨਾਂ ਵਿਚਕਾਰ ਹੁਣੇ ਹੀ ਕੋਈ ਸੌਦਾ ਹੋਇਆ ਹੈ ਜਿਹੜਾ ਲਾਭਦਾਇਕ ਤਾਂ ਹੈ ਪਰ ਇਮਾਨਦਾਰੀ ਵਾਲਾ ਨਹੀਂ।

"ਮਾਫ ਕਰਨਾ ਹਜ਼ੂਰ, ਕਸੂਰ ਤੁਹਾਡਾ ਆਪਣਾ ਹੀ ਸੀ," ਫਾਨਾਰਿਨ ਨੇ ਮੁਸਕ੍ਰਾਉਂਦੇ ਹੋਏ ਆਖਿਆ।

"ਸਾਡੇ ਵਿਚੋਂ ਦਿਓਤਾ ਕੌਣ ਏ ਜੀ। ਜੇ ਏਹ ਗੱਲ ਹੁੰਦੀ ਤਾਂ ਸਾਰੇ ਸੁਰਗਾਂ ਨੂੰ ਨਾ ਜਾਂਦੇ।"

"ਹਾਂ, ਹਾਂ, ਇਹ ਗੱਲ ਤਾਂ ਸਭ ਜਾਣਦੇ ਨੇ," ਅਤੇ ਉਹ ਦੋਵੇਂ ਨਕਲੀ ਜਿਹਾ ਹਾਸਾ ਹੱਸ ਪਏ।

"ਹੈਂ, ਪ੍ਰਿੰਸ! ਅੰਦਰ ਆਓ ਹਜ਼ੂਰ ਕਿਰਪਾ ਕਰ ਕੇ," ਫਾਨਾਰਿਨ ਨੇ ਨੇਖਲੀਊਦੋਵ ਨੂੰ ਵੇਖ ਕੇ ਆਖਿਆ, ਅਤੇ ਵਪਾਰੀ ਨੂੰ ਇਕ ਵਾਰੀ ਫੇਰ ਸਿਰ ਹਿਲਾ ਕੇ ਵਿਦਾ ਆਖੀ ਤੇ ਨੇਖਲੀਊਦੋਵ ਨੂੰ ਆਪਣੇ ਕਮਰੇ ਵਿਚ ਲੈ ਆਇਆ। ਕਮਰੇ ਵਿਚ ਹਰ ਚੀਜ਼ ਆਪਣੇ ਸਹੀ ਟਿਕਾਣੇ ਉਤੇ ਰੱਖੀ ਹੋਈ ਸੀ। "ਸਿਗਰਟ ਪੀਓਗੇ?" ਵਕੀਲ ਨੇ ਨੇਖਲੀਊਦੋਵ ਦੇ ਸਾਮ੍ਹਣੇ ਬੈਠਦਿਆਂ ਆਖਿਆ। ਉਹ ਆਪਣੀ ਮੁਸਕ੍ਰਾਹਟ ਨੂੰ ਦਬਾਉਣ ਦੀ ਕੋਸ਼ਿਸ਼ ਕਰ ਰਿਹਾ ਸੀ। ਜ਼ਾਹਿਰ ਸੀ ਕਿ ਹੁਣੇ ਹੁਣੇ ਹੋਏ ਸੌਦੇ ਦੀ ਸਫਲਤਾ ਉਤੇ ਹਾਲੇ ਵੀ ਉਹਦਾ ਦਿਲ ਨੱਚ ਟੱਪ ਰਿਹਾ ਸੀ।

"ਸ਼ੁਕਰੀਆ। ਮੈਂ ਮਾਸਲੋਵਾ ਦੇ ਕੇਸ ਬਾਰੇ ਮਿਲਣ ਆਇਆ ਹਾਂ।"

"ਹਾਂ, ਹਾਂ, ਹੁਣੇ ਲਓ! ਇਹ ਮੋਟੀਆਂ ਗੋਗੜਾਂ ਵਾਲੇ ਕੇਡੇ ਲੁੱਚੇ ਬੰਦੇ ਹੁੰਦੇ ਜੇ!" ਉਸ ਨੇ ਆਖਿਆ। "ਏਸ ਬੰਦੇ ਨੂੰ ਵੇਖਿਆ ਜੇ? ਕਰੋੜ-ਪਤੀ ਜੇ ਤੇ ਗੱਲ ਕਰਦੈ 'ਦਿਓਤਾ ਕੌਣ ਏ ਜੀ!' ਫੇਰ ਵੀ ਕੌਡੀ ਕੌਡੀ ਨੂੰ ਦਾੜ੍ਹ ਹੇਠ ਦੱਬਦਾ ਜੇ।"

"ਉਹ ਕਹਿੰਦਾ ਹੈ 'ਦਿਓਤਾ ਕੌਣ ਏ' ਤੇ ਤੂੰ ਕਹਿੰਦਾ ਏ 'ਕੌਡੀ ਕੌਡੀ ਨੂੰ ਦਾੜ੍ਹ ਹੇਠ ਦੱਬਦੇ,'" ਨੇਖਲੀਊਦੋਵ ਸੋਚ ਰਿਹਾ ਸੀ। ਉਸ ਦੇ ਦਿਲ ਵਿਚ ਇਸ ਆਦਮੀ ਲਈ ਅਥਾਹ ਘਿਰਣਾ ਪੈਦਾ ਹੋ ਗਈ ਸੀ ਜਿਹੜਾ ਹਸ ਹਸ ਗੱਲਾਂ ਕਰ ਕੇ ਇਹ ਵਿਖਾਉਣਾ ਚਾਹੁੰਦਾ ਸੀ ਕਿ ਉਹ ਤੇ ਨੇਖਲੀਊਦੋਵ ਇਕ ਧੜੇ ਦੇ ਬੰਦੇ ਨੇ ਅਤੇ ਉਹਦੇ ਬਾਕੀ ਮੁਵੱਕਲ ਦੂਜੇ ਧੜੇ ਦੇ।

"ਜਾਨ ਖਾ ਲਈ ਜੇ ਮੇਰੀ ਏਹਨੇ। ਪਰਲੇ ਦਰਜੇ ਦਾ ਬਦਮਾਸ਼! ਮੈਂ ਦਿਲ ਦਾ ਭਾਰ ਤਾਂ ਹੌਲਾ ਕਰਨਾ ਹੀ ਸੀ," ਵਕੀਲ ਨੇ ਆਖਿਆ, ਮਾਣੋ ਇਸ ਗੱਲ ਦੀ ਮਾਫੀ ਮੰਗ ਰਿਹਾ ਹੋਵੇ ਕਿ ਉਹ ਐਸੀਆਂ ਗੱਲਾਂ ਕਰਨ ਲੱਗ ਪਿਆ ਹੈ ਜਿਨ੍ਹਾਂ ਦਾ ਹੱਥਲੇ ਕੰਮ ਨਾਲ ਕੋਈ ਸੰਬੰਧ ਨਹੀਂ। "ਖੈਰ, ਮਤਲਬ ਦੀ ਗੱਲ ਕਰੀਏ। ਮੈਂ ਕੇਸ ਨੂੰ ਬੜੇ ਧਿਆਨ ਨਾਲ ਪੜ੍ਹਿਆ ਹੈ ਅਤੇ ਜਿਵੇਂ ਤੁਰਗੇਨੇਵ ਨੇ ਇਕ ਥਾਂ ਲਿਖਿਆ ਹੈ "ਉਸ ਨਾਲ ਸਹਿਮਤ ਨਹੀਂ।" ਮੇਰਾ ਮਤਲਬ ਹੈ ਕਿ ਉਸ ਅਨਾੜੀ ਵਕੀਲ ਨੇ ਅਪੀਲ ਕਰਨ ਦਾ ਕੋਈ ਵਾਜਬ ਆਧਾਰ ਹੀ ਨਹੀਂ ਰਹਿਣ ਦਿੱਤਾ।"

"ਫੇਰ, ਕੀ ਹੋ ਸਕਦਾ ਹੈ?"

"ਇਕ ਮਿੰਟ। ਉਸ ਨੂੰ ਆਖ ਦਿਓ," ਉਸ ਨੇ ਆਪਣੇ ਮੁਨਸ਼ੀ ਨੂੰ ਆਖਿਆ ਜਿਹੜਾ ਹੁਣੇ ਹੁਣੇ ਅੰਦਰ ਆਇਆ ਸੀ, "ਕਿ ਮੈਂ ਜੋ ਗੱਲ ਆਖ ਦੇਵਾਂ ਉਹ ਪੱਥਰ ਤੇ ਲੀਕ ਹੁੰਦੀ ਏ। ਜੇ ਉਹ ਕਰ ਸਕਦੇ, ਭਲੀ ਗੱਲ, ਜੇ ਨਹੀਂ ਤਾਂ ਕੋਈ ਲੋੜ ਨਹੀਂ।"

"ਪਰ ਉਹ ਰਾਜ਼ੀ ਨਹੀਂ ਹੁੰਦਾ।"

"ਠੀਕ ਹੈ। ਕੋਈ ਗੱਲ ਨਹੀਂ," ਤੇ ਉਹਦਾ ਚਿਹਰਾ ਜਿਹੜਾ ਹੁਣੇ ਖਿੜਿਆ ਹੋਇਆ ਅਤੇ ਸ਼ਾਂਤ ਸੀ ਇਕ ਦਮ ਰੁੱਖਾ ਤੇ ਕਰੋਧੀ ਹੋ ਗਿਆ।

"ਲਓ, ਤੇ ਲੋਕ ਕਹਿੰਦੇ ਜੇ ਕਿ ਵਕੀਲ ਕਖ ਭੰਨ ਕੇ ਦੂਹਰਾ ਨਹੀਂ ਕਰਦੇ ਤੇ ਘਰ ਭਰ ਲੈਂਦੇ ਨੇ।" ਉਸ ਨੇ ਇਕ ਪਲ ਰੁਕ ਕੇ, ਅਤੇ ਆਪਣੇ ਹਾਵਭਾਵ ਵਿਚ ਪਹਿਲਾਂ ਵਰਗੀ ਹਸਮੁਖਤਾ ਲਿਆਉਣ ਦੀ ਕੋਸ਼ਿਸ਼ ਕਰਦਿਆਂ ਆਖਿਆ। "ਇਕ ਦਿਵਾਲੀਏ ਕਰਜ਼ਾਈ ਨੂੰ ਮੈਂ ਇਕ ਝੂਠੇ ਮੁਕਦਮੇ ਵਿਚੋਂ ਬਰੀ ਕਰਾ ਲਿਆ ਸੀ। ਹੁਣ ਇਹ ਸਭ ਲੋਕ ਮੂੰਹ ਚੁੱਕੀ ਏਧਰ ਭੱਜੇ ਆਉਂਦੇ ਜੇ। ਇਹਨਾਂ ਨੂੰ ਇਹ ਸਮਝ ਨਹੀਂ ਆਉਂਦੀ ਕਿ ਹਰ ਮੁਕਦਮੇ ਵਾਸਤੇ ਸਾਨੂੰ ਲਹੂ ਪਸੀਨਾ ਇਕ ਕਰਨਾ ਪੈਂਦਾ ਹੈ। ਅਸੀਂ ਵੀ ਤਾਂ, ਜਿਵੇਂ ਕਿਸੇ ਲੇਖਕ ਨੇ ਕਿਹਾ ਹੈ, "ਆਪਣੀ ਦਵਾਤ ਵਿਚ ਆਪਣੇ ਮਾਸ ਦੀ ਬੋਟੀ ਛਡ ਜਾਂਦੇ ਹਾਂ।"

"ਖੈਰ, ਜਿਥੋਂ ਤੱਕ ਤੁਹਾਡੇ ਕੇਸ ਦਾ ਸੰਬੰਧ ਏ, ਮੇਰਾ ਮਤਲਬ ਏ, ਜਿਸ ਕੇਸ ਵਿਚ ਤੁਹਾਡੀ ਦਿਲਚਸਪੀ ਏ, ਇਸ ਦੀ ਪੈਰਵੀ ਬੜੇ ਨਾਮਾਕੂਲ ਢੰਗ ਨਾਲ ਹੋਈ ਏ। ਅਪੀਲ ਕਰਨ ਦੀ ਕੋਈ ਵਾਜਬ ਬੁਨਿਆਦ ਹੀ ਨਹੀਂ ਰਹਿਣ ਦਿੱਤੀ। ਤੱਦ ਵੀ," ਉਹ ਆਖੀ ਗਿਆ, "ਅਸੀਂ ਸਜ਼ਾ ਘਟਾਉਣ ਦੀ ਅਪੀਲ ਕਰਨ ਦੀ ਕੋਸ਼ਿਸ਼ ਤਾਂ ਕਰ ਹੀ ਸਕਦੇ ਆਂ। ਇਸ ਬਾਰੇ ਮੈਂ ਇਹ ਗੱਲਾਂ ਲਿਖੀਆਂ ਜੇ।"

ਉਸ ਨੇ ਕਿੰਨੇ ਸਾਰੇ ਕਾਗਜ਼ ਚੁੱਕੇ ਜਿਨ੍ਹਾਂ ਉਤੇ ਕੁਝ ਲਿਖਿਆ ਹੋਇਆ ਸੀ ਅਤੇ ਤੇਜ਼ ਤੇਜ਼ ਪੜ੍ਹਨ ਲੱਗਾ। ਕਈ ਫਿਕਰਿਆਂ ਉਤੇ ਉਹ ਖਾਸ ਜ਼ੋਰ ਦੇਂਦਾ ਸੀ ਅਤੇ ਕਈ ਥਾਈਂ ਰੁੱਖੀ ਕਾਨੂੰਨੀ ਸ਼ਬਦਾਵਲੀ ਨੂੰ ਛੱਡੀ ਜਾਂਦਾ ਸੀ।

"ਅਪੀਲ ਦੀ ਅਦਾਲਤ ਦੇ ਮਹਿਕਮਾ ਫੌਜਦਾਰੀ, ਵਗੈਰਾ, ਵਗੈਰਾ ਦੇ ਨਾਂ। ਫਲਾਂ ਫਲਾਂ ਫੈਸਲੇ ਅਨੁਸਾਰ ਸਜ਼ਾ ਦਿੱਤੀ ਗਈ, ਆਦਿ। ਫਲਾਂ ਫਲਾਂ ਮਾਸਲੋਵਾ ਨੂੰ ਇਸ ਗੱਲ ਦੀ ਮੁਜਰਮ ਕਰਾਰ ਦਿੱਤਾ ਗਿਆ ਹੈ ਕਿ ਉਸ ਨੇ ਵਪਾਰੀ ਸਮੇਲਕੋਵ ਨੂੰ ਜ਼ਹਿਰ ਦਿੱਤੀ ਜਿਸ ਨਾਲ ਉਹਦੀ ਮੌਤ ਹੋ ਗਈ ਅਤੇ ਜ਼ਾਬਤਾ ਫੌਜਦਾਰੀ ਦੀ ਦਫਾ ੧੪੫੪ ਮੁਤਾਬਿਕ ਉਸ ਨੂੰ ਕੈਦ ਬਾ-ਮੁੱਸ਼ਕਤ ਦੀ ਸਜ਼ਾ ਦਿੱਤੀ ਜਾਂਦੀ ਹੈ ਵਗੈਰਾ, ਵਗੈਰਾ।"

ਉਸ ਨੇ ਬੋਲਣਾ ਬੰਦ ਕਰ ਦਿੱਤਾ। ਜ਼ਾਹਿਰ ਸੀ ਕਿ ਉਹ ਆਪਣੇ ਹੀ ਲਿਖੇ ਹੋਏ ਨੂੰ ਸੁਣ ਸੁਣ ਕੇ ਖੁਸ਼ ਹੋ ਰਿਹਾ ਸੀ ਹਾਲਾਂਕਿ ਇਹ ਕੰਮ ਉਹ ਰੋਜ਼ ਕਰਦਾ ਸੀ।

"ਅਦਾਲਤ ਵਿਚ ਮੁਕਦਮੇ ਦੀ ਸੁਣਵਾਈ ਵੇਲੇ ਜੋ ਰੁਕਾਵਟਾਂ ਪਈਆਂ ਅਤੇ ਗ਼ਲਤੀਆਂ

ਹੋਈਆਂ, ਇਹ ਵਾਕ ਸਿੱਧਾ ਉਸ ਗੱਲ ਦਾ ਨਤੀਜਾ ਹੈ," ਉਸ ਨੇ ਪ੍ਰਭਾਵਸ਼ਾਲੀ ਢੰਗ ਨਾਲ ਆਖਿਆ। "ਅਤੇ ਇਸ ਸਜ਼ਾ ਨੂੰ ਰੱਦ ਕਰਾਉਣ ਦੀ ਬੁਨਿਆਦ ਹੈ। ਪਹਿਲੀ ਗੱਲ, ਸਮੇਲਕੋਵ ਦੀਆਂ ਅੰਤੜੀਆਂ ਦੇ ਮੁਆਇਨੇ ਦੀ ਡਾਕਟਰੀ ਰਿਪੋਰਟ ਪੜ੍ਹਦਿਆਂ ਪ੍ਰਧਾਨ ਨੇ ਸ਼ੁਰੂ ਵਿਚ ਹੀ ਰੋਕ ਦਿੱਤਾ ਸੀ।" ਇਕ ਨੁਕਤਾ ਇਹ ਹੈ।"

"ਪਰ ਇਸ ਨੂੰ ਪੜ੍ਹਨ ਦੀ ਮੰਗ ਤਾਂ ਸਰਕਾਰੀ ਵਕੀਲ ਨੇ ਕੀਤੀ ਸੀ," ਨੇਖਲੀਊਦੋਵ ਨੇ ਹੈਰਾਨ ਹੁੰਦਿਆਂ ਆਖਿਆ।

"ਇਸ ਨਾਲ ਕੋਈ ਫਰਕ ਨਹੀਂ ਪੈਂਦਾ। ਇਸ ਨੂੰ ਸਫਾਈ ਦੀ ਖਾਤਰ ਪੜ੍ਹਾਏ ਜਾਣ ਦੇ ਵੀ ਕਾਰਨ ਹੋ ਸਕਦੇ ਸਨ।"

"ਪਰ ਇਸ ਦੀ ਤਾਂ ਕਿਸੇ ਨੂੰ ਵੀ ਲੋੜ ਨਹੀਂ ਸੀ।"

"ਇਸ ਦੇ ਬਾਵਜੂਦ, ਇਹ ਅਪੀਲ ਦਾ ਇਕ ਆਧਾਰ ਹੈ। ਅੱਗੇ ਚਲੀਏ ਦੂਜੀ ਗੱਲ," ਉਹ ਪੜ੍ਹਦਾ ਗਿਆ, "ਜਦੋਂ ਮਾਸਲੋਵਾ ਦੇ ਵਕੀਲ ਨੇ ਉਸ ਦੀ ਸਫਾਈ ਵਿਚ ਬੋਲਦਿਆਂ, ਮਾਸਲੋਵਾ ਦੀ ਸ਼ਖਸੀਅਤ ਉਤੇ ਚਾਨਣ ਪਾਉਣ ਦੀ ਕੋਸ਼ਿਸ਼ ਕਰਦਿਆਂ, ਉਸ ਦੀ ਗਿਰਾਵਟ ਦੇ ਕਾਰਨਾਂ ਦੀ ਗੱਲ ਛੇੜੀ ਤਾਂ ਪ੍ਰਧਾਨ ਨੇ ਉਸ ਨੂੰ ਇਹ ਆਖ ਕੇ ਬੋਲਣੋਂ ਰੋਕ ਦਿੱਤਾ ਕਿ ਇਹਨਾਂ ਗੱਲਾਂ ਦਾ ਮੁਕਦਮੇ ਨਾਲ ਕੋਈ ਸੰਬੰਧ ਨਹੀਂ ਤੇ ਇਹ ਅਸਲ ਮਜ਼ਮੂਨ ਤੋਂ ਲਾਂਭੇ ਜਾਣਾ ਹੈ। ਇਸ ਦੇ ਬਾਵਜੂਦ, ਮੁਜਰਮ ਦੇ ਗੁਣਾਂ ਔਗੁਣਾਂ ਅਤੇ ਆਮ ਰੂਪ ਵਿਚ ਉਹਦੇ ਸਦਾਚਾਰਕ ਦ੍ਰਿਸ਼ਟੀਕੋਣ ਦਾ ਸਪਸ਼ਟੀਕਰਨ ਫੌਜਦਾਰੀ ਮੁਕਦਮਿਆਂ ਵਿਚ ਬੁਨਿਆਦੀ ਅਹਿਮੀਅਤ ਰਖਦਾ ਹੈ। ਕੁਝ ਵੀ ਨਾ ਹੋਵੇ ਤਾਂ ਇਸ ਤੋਂ ਕਿਸੇ ਨੂੰ ਮੁਜਰਮ ਠਹਿਰਾਉਣ ਦਾ ਮਸਲਾ ਹਲ ਕਰਨ ਵਿਚ ਮਦਦ ਮਿਲਦੀ ਹੈ। ਸੈਨੇਟ ਨੇ ਇਸ ਗੱਲ ਵੱਲ ਬਾਰ ਬਾਰ ਧਿਆਨ ਦੁਆਇਆ ਹੈ।" ਇਹ ਹੈ ਦੂਸਰਾ ਨੁਕਤਾ।" ਉਸ ਨੇ ਨੇਖਲੀਊਦੋਵ ਵੱਲ ਵੇਖਦਿਆਂ ਆਖਿਆ।

"ਪਰ ਸਫਾਈ ਦਾ ਵਕੀਲ ਏਡੇ ਖਰਾਬ ਤਰੀਕੇ ਨਾਲ ਗੱਲ ਕਰ ਰਿਹਾ ਸੀ ਕਿ ਕਿਸੇ ਦੇ ਕੁਝ ਪੱਲੇ ਨਹੀਂ ਸੀ ਪੈਂਦਾ," ਨੇਖਲੀਊਦੋਵ ਨੇ ਆਖਿਆ। ਉਹ ਹੋਰ ਵੀ ਜ਼ਿਆਦਾ ਹੈਰਾਨ ਹੋ ਗਿਆ ਸੀ।

"ਉਹ ਤਾਂ ਮੂਰਖ ਹੈ, ਉਸ ਨੇ ਅਕਲ ਦੀ ਗੱਲ ਕਿਉਂ ਕਰਨੀ ਹੋਈ," ਫਾਨਾਰਿਨ ਨੇ ਹਸਦਿਆਂ ਹੋਇਆਂ ਆਖਿਆ। "ਪਰ ਫਿਰ ਵੀ ਇਹ ਗੱਲ ਅਪੀਲ ਦੀ ਇਕ ਵਜਾਹ ਹੋ ਸਕਦੀ ਹੈ। ਤੀਜੀ ਗੱਲ, ਪ੍ਰਧਾਨ ਨੇ ਆਪਣੇ ਵਲੋਂ ਸਾਰੀ ਗੱਲ ਦਾ ਸਾਰ ਪੇਸ਼ ਕਰਦਿਆਂ, ਜਿਊਰੀ ਨੂੰ ਇਹ ਗੱਲ ਨਾ ਦੱਸੀ ਕਿ ਕਿਹੜੇ ਕਾਨੂੰਨੀ ਨੁਕਤੇ ਜੁਰਮ ਦੀ ਬੁਨਿਆਦ ਬਣਦੇ ਹਨ। ਇਹ ਗੱਲ ਜ਼ਾਬਤਾ ਫੌਜਦਾਰੀ ਦੀ ਦਫਾ ੮੦੧ ਦੇ ਪੈਰਾ ੧ ਦੀ ਸਿੱਧੀ ਉਲੰਘਣਾ ਹੈ। ਉਸ ਨੇ ਇਸ ਗੱਲ ਦਾ ਜ਼ਿਕਰ ਨਾ ਕੀਤਾ ਕਿ ਇਸ ਹਕੀਕਤ ਨੂੰ ਮੰਨ ਕੇ ਵੀ ਕਿ ਮਾਸਲੋਵਾ ਨੇ ਸਮੇਲਕੋਵ ਨੂੰ ਜ਼ਹਿਰ ਦਿੱਤੀ, ਜਿਊਰੀ ਨੂੰ ਇਹ ਹੱਕ ਹੈ ਕਿ ਉਸ ਨੂੰ ਕਤਲ ਦੀ ਮੁਜਰਮ ਨਾ ਠਹਿਰਾਵੇ ਕਿਉਂਕਿ ਇਸ ਗੱਲ ਦਾ ਕੋਈ ਸਬੂਤ ਨਹੀਂ ਮਿਲਦਾ ਕਿ ਉਸ ਦਾ ਇਰਾਦਾ ਸਮੇਲਕੋਵ ਨੂੰ ਮਾਰ ਦੇਣ ਦਾ ਸੀ, ਅਤੇ ਉਸ ਉਤੇ

ਸਿਰਫ ਲਾਪ੍ਰਵਾਹੀ ਦਾ ਦੋਸ਼ ਲਾਵੇ ਜਿਸ ਦੇ ਨਤੀਜੇ ਵਜੋਂ ਵਪਾਰੀ ਦੀ ਮੌਤ ਹੋ ਗਈ ਜੋ ਕਿ ਉਹ ਚਾਹੁੰਦੀ ਨਹੀਂ ਸੀ।" ਇਹ ਹੈ ਸਭ ਤੋਂ ਵੱਡਾ ਨੁਕਤਾ।"

"ਹਾਂ, ਪਰ ਇਸ ਗੱਲ ਦਾ ਸਾਨੂੰ ਖ਼ੁਦ ਨੂੰ ਪਤਾ ਹੋਣਾ ਚਾਹੀਦਾ ਸੀ। ਇਹ ਸਾਡੀ ਗ਼ਲਤੀ ਹੈ।"

"ਆਖਰੀ ਤੇ ਚੌਥੀ ਗੱਲ," ਵਕੀਲ ਨੇ ਅੱਗੇ ਗੱਲ ਤੋਰੀ। "'ਜਿਊਰੀ ਵਲੋਂ ਦਿੱਤੇ ਗਏ ਜਵਾਬ ਵਿਚ ਪ੍ਰਤੱਖ ਆਪਾ-ਵਿਰੋਧ ਨਜ਼ਰ ਆਉਂਦਾ ਹੈ। ਮਾਸਲੋਵਾ ਉਤੇ ਇਲਜ਼ਾਮ ਲਾਇਆ ਗਿਆ ਹੈ ਕਿ ਉਸ ਨੇ ਲਾਲਚ ਵਿਚ ਆ ਕੇ ਸਮੇਲਕੋਵ ਨੂੰ ਜ਼ਹਿਰ ਦਿੱਤੀ, ਅਤੇ ਇਹੋ ਹੀ ਇਕੋ ਇਕ ਕਾਰਨ ਸੀ ਜੋ ਉਸ ਨੇ ਉਸ ਨੂੰ ਮਾਰ ਦਿੱਤਾ। ਜਿਊਰੀ ਨੇ ਆਪਣੇ ਫੈਸਲੇ ਵਿਚ ਮਾਸਲੋਵਾ ਨੂੰ ਪੈਸੇ ਚੁਰਾਉਣ ਅਤੇ ਕੀਮਤੀ ਚੀਜ਼ਾਂ ਚੋਰੀ ਕਰਨ ਵਿਚ ਸ਼ਾਮਲ ਹੋਣ ਦੇ ਕਿਸੇ ਵੀ ਇਰਾਦੇ ਤੋਂ ਬਰੀ ਕੀਤਾ ਹੈ। ਇਸ ਦਾ ਇਹ ਮਤਲਬ ਹੈ ਜਿਊਰੀ ਦਾ ਇਰਾਦਾ ਇਹ ਵੀ ਸੀ ਕਿ ਉਸ ਨੂੰ ਕਤਲ ਕਰਨ ਦੇ ਇਲਜ਼ਾਮ ਤੋਂ ਬਰੀ ਕਰੇ ਅਤੇ ਸਿਰਫ ਇਕ ਗ਼ਲਤਫਹਿਮੀ ਸਦਕਾ ਅਤੇ ਜਵਾਬ ਵਿਚ ਠੀਕ ਢੰਗ ਨਾਲ ਇਹ ਗੱਲ ਨਾ ਆਖ ਸਕੀ। ਇਸ ਗ਼ਲਤਫਹਿਮੀ ਦਾ ਕਾਰਨ ਪ੍ਰਧਾਨ ਵਲੋਂ ਸਾਰ ਪੇਸ਼ ਕਰਨ ਵਿਚ ਰਹਿ ਗਿਆ ਅਧੂਰਾਪਨ ਹੈ। ਇਸ ਲਈ ਜਿਊਰੀ ਵਲੋਂ ਇਸ ਕਿਸਮ ਦਾ ਜਵਾਬ ਜ਼ਰੂਰੀ ਬਣਾਉਂਦਾ ਹੈ ਕਿ ਜ਼ਾਬਤਾ ਫੌਜਦਾਰੀ ਦੀ ਦਫਾ ੮੧੬ ਅਤੇ ੮੦੮ ਨੂੰ ਅਮਲ ਵਿਚ ਲਿਆਂਦਾ ਜਾਏ, ਯਾਨੀ, ਪ੍ਰਧਾਨ ਜਿਊਰੀ ਨੂੰ ਉਸ ਦੀ ਗ਼ਲਤੀ ਸਮਝਾਏ, ਅਤੇ ਮੁਕਦਮੇ ਉਤੇ ਦੁਬਾਰਾ ਜਿਰਹਾ ਹੋਵੇ ਅਤੇ ਨਵੇਂ ਸਿਰੇ ਫੈਸਲਾ ਲਿਆ ਜਾਵੇ।'"

"ਫੇਰ ਪ੍ਰਧਾਨ ਨੇ ਇਸ ਤਰ੍ਹਾਂ ਕੀਤਾ ਕਿਉਂ ਨਹੀਂ?"

"ਮੈਂ ਵੀ ਇਹ ਜਾਣਨਾ ਚਾਹੁੰਦਾ ਹਾਂ ਕਿ ਉਸ ਨੇ ਕਿਉਂ ਇਸ ਤਰ੍ਹਾਂ ਨਹੀਂ ਕੀਤਾ," ਫਾਨਾਰਿਨ ਨੇ ਹੱਸਦਿਆਂ ਆਖਿਆ।

"ਤਾਂ ਫਿਰ ਸੈਨੇਟ ਇਸ ਗ਼ਲਤੀ ਨੂੰ ਦਰੁਸਤ ਕਰੇਗੀ?"

"ਇਸ ਗੱਲ ਤੇ ਨਿਰਭਰ ਹੈ ਕਿ ਉਸ ਵੇਲੇ ਪ੍ਰਧਾਨ ਕੌਣ ਹੁੰਦਾ ਹੈ। ਖੈਰ, ਅੱਗੇ ਲਿਖਿਆ ਹੈ," ਉਸ ਨੇ ਤੇਜ਼ ਤੇਜ਼ ਪੜ੍ਹਨਾ ਸ਼ੁਰੂ ਕੀਤਾ, "'ਇਸ ਕਿਸਮ ਦਾ ਨਿਰਣਾ ਅਦਾਲਤ ਨੂੰ ਇਹ ਹੱਕ ਨਹੀਂ ਦੇਂਦਾ ਕਿ ਮਾਸਲੋਵਾ ਨੂੰ ਇਕ ਮੁਜਰਮ ਸਮਝ ਕੇ ਸਜ਼ਾ ਦੇਵੇ, ਅਤੇ ਉਹਦੇ ਕੇਸ ਉਤੇ ਜ਼ਾਬਤਾ ਫੌਜਦਾਰੀ ਅਦਾਲਤ ਦੀ ਦਫਾ ੭੭੧ ਦਾ ਪੈਰਾ ੩ ਲਾਗੂ ਕਰੇ। ਇਹ ਸਾਡੇ ਫੌਜਦਾਰੀ ਕਾਨੂੰਨ ਦੀ ਪੱਕੀ ਤੇ ਘੋਰ ਉਲੰਘਣਾ ਹੈ। ਉਪਰੋਕਤ ਆਧਾਰ ਉਤੇ, ਮੈਂ ਆਪ ਪਾਸ ਅਪੀਲ ਕਰਾਂਗਾ ਕਿ ਜ਼ਾਬਤਾ ਫੌਜਦਾਰੀ ਦੀ ਦਫਾ ੯੦੯, ੯੧੦, ੯੧੨ ਪੈਰਾ ੨ ਅਤੇ ਦਫਾ ੯੨੮ ਅਨੁਸਾਰ ਸਜ਼ਾ ਰੱਦ ਕੀਤੀ ਜਾਵੇ, ਆਦਿ, ਆਦਿ... ਅਤੇ ਓਸੇ ਅਦਾਲਤ ਦੇ ਦੂਜੇ ਵਿਭਾਗ ਵਿਚ ਮੁਕਦਮਾ ਦਾਖਲ ਕਰ ਕੇ ਨਵੇਂ ਸਿਰੇ ਜਾਂਚ ਪੜਤਾਲ ਕਰਾਈ ਜਾਏ।'" ਐ ਲਓ! ਜੋ ਕੁਝ ਹੋ ਸਕਦਾ ਸੀ ਮੈਂ ਕਰ ਦਿੱਤਾ ਹੈ, ਪਰ, ਸੱਚੀ ਗੱਲ ਜੇ, ਮੈਨੂੰ ਸਫਲਤਾ ਦੀ ਬਹੁਤੀ ਆਸ ਨਹੀਂ, ਭਾਵੇਂ ਸਾਰੀ ਗੱਲ

ਇਸ ਤੇ ਨਿਰਭਰ ਹੈ ਕਿ ਸੈਨੇਟ ਵਿਚ ਕਿਹੜੇ ਕਿਹੜੇ ਮੈਂਬਰ ਮੌਜੂਦ ਹੁੰਦੇ ਹਨ। ਜੇ ਕੋਈ ਤੁਹਾਡਾ ਅਸਰ ਰਸੂਖ਼ ਹੈ ਤਾਂ ਵਰਤ ਵੇਖੋ।"

"ਕੁਝ ਮੈਂਬਰਾਂ ਨੂੰ ਤਾਂ ਮੈਂ ਜ਼ਰੂਰ ਜਾਣਦਾ ਹਾਂ।"

"ਚੰਗੀ ਗੱਲ। ਪਰ ਜੋ ਕੁਝ ਵੀ ਕਰਨਾ ਹੈ ਛੇਤੀ ਕਰੋ। ਵਰਨਾ ਇਹ ਸਭ ਲੋਕ ਆਪਣੀ ਬਵਾਸੀਰ ਦਾ ਇਲਾਜ ਕਰਾਉਣ ਚਲੇ ਜਾਣਗੇ ਤੇ ਫੇਰ ਉਹਨਾਂ ਦੇ ਮੁੜਨ ਤੱਕ ਪੂਰੇ ਤਿੰਨ ਮਹੀਨੇ ਉਡੀਕ ਕਰਨੀ ਪਵੇਗੀ। ਤੇ ਜੇ ਸਫਲਤਾ ਨਾ ਮਿਲੀ ਤਾਂ ਸਾਡੇ ਕੋਲ ਮਹਾਰਾਜ ਹਜ਼ੂਰ ਅੱਗੇ ਅਪੀਲ ਕਰਨ ਦੀ ਸੰਭਾਵਨਾ ਅਜੇ ਬਾਕੀ ਹੈ। ਪਰ ਉਹ ਗੱਲ ਵੀ ਤਿਕੜਮਬਾਜ਼ੀ ਤੇ ਨਿਰਭਰ ਹੈ। ਉਸ ਮਾਮਲੇ ਵਿਚ ਵੀ ਬੰਦਾ ਹਾਜ਼ਰ ਹੈ। ਮੇਰਾ ਮਤਲਬ ਹੈ ਅਪੀਲ ਲਿਖਣ ਵਾਸਤੇ, ਤਿਕੜਮਬਾਜ਼ੀ ਵਾਸਤੇ ਨਹੀਂ।"

"ਸ਼ੁਕਰੀਆ ਤੁਹਾਡਾ। ਅਤੇ ਫੀਸ?"

"ਮੇਰਾ ਮੁਨਸ਼ੀ ਤੁਹਾਨੂੰ ਦਰਖਾਸਤ ਵੀ ਦੇ ਦੇਵੇਗਾ ਤੇ ਫੀਸ ਵੀ ਦੱਸ ਦੇਵੇਗਾ।"

"ਇਕ ਗੱਲ ਹੋਰ। ਇਸ ਔਰਤ ਨੂੰ ਜੇਲ੍ਹ ਵਿਚ ਮਿਲਣ ਵਾਸਤੇ ਮੈਨੂੰ ਸਰਕਾਰੀ ਵਕੀਲ ਨੇ ਇਕ ਪਾਸ ਦਿੱਤਾ ਸੀ। ਪਰ ਸੁਣਿਆ ਹੈ ਕਿ ਕਿਸੇ ਹੋਰ ਵਕਤ ਅਤੇ ਆਮ ਦੀ ਥਾਂ ਕਿਸੇ ਦੂਸਰੇ ਕਮਰੇ ਵਿਚ ਮੁਲਾਕਾਤ ਕਰਨ ਵਾਸਤੇ, ਮੈਨੂੰ ਗਵਰਨਰ ਤੋਂ ਇਜਾਜ਼ਤ ਲੈਣੀ ਪਵੇਗੀ। ਕੀ ਇਹ ਜ਼ਰੂਰੀ ਹੈ?"

"ਹਾਂ, ਮੇਰਾ ਖਿਆਲ ਹੈ। ਪਰ ਅਜਕਲ ਗਵਰਨਰ ਬਾਹਰ ਗਿਆ ਹੋਇਆ ਹੈ ਅਤੇ ਉਸ ਦੀ ਥਾਂ ਡਿਪਟੀ-ਗਵਰਨਰ ਕੰਮ ਕਰਦਾ ਹੈ। ਪਰ ਉਹ ਐਸਾ ਕਾਠ ਦਾ ਉਲੂ ਜੇ ਕਿ ਤੁਹਾਡੇ ਵਾਸਤੇ ਉਹਦੇ ਨਾਲ ਗੱਲ ਕਰਨਾ ਵੀ ਔਖਾ ਹੋਵੇਗਾ।

"ਉਹਦਾ ਨਾਂ ਮਾਸਲੇਨੀਕੋਵ ਏ?"

"ਹਾਂ।"

"ਮੈਂ ਉਹਨੂੰ ਜਾਣਦਾ ਹਾਂ," ਨੇਖਲੀਊਦੋਵ ਨੇ ਆਖਿਆ ਤੇ ਉਠ ਖੜਾ ਹੋਇਆ।

ਐਨ ਉਸੇ ਵੇਲੇ ਇਕ ਬੇਹੱਦ ਬਦਸੂਰਤ ਔਰਤ ਹਨੇਰੀ ਵਾਂਗ ਕਮਰੇ ਵਿਚ ਦਾਖਲ ਹੋਈ। ਹੱਡੀਆਂ ਨਿਕਲੀਆਂ ਹੋਈਆਂ, ਫੀਨਾ ਨੱਕ, ਪੀਲਾ ਭੂਕ ਚਿਹਰਾ ਅਤੇ ਕੱਦ ਮਧਰਾ। ਇਹ ਵਕੀਲ ਦੀ ਵਹੁਟੀ ਸੀ। ਜਾਪਦਾ ਸੀ ਕਿ ਉਹਨੂੰ ਆਪਣੀ ਬਦਸੂਰਤੀ ਦੀ ਮਾਸਾ ਵੀ ਪ੍ਰੇਸ਼ਾਨੀ ਨਹੀਂ। ਉਸ ਨੇ ਸਿਰਫ ਬੇਮਿਸਾਲ ਚਮਕ ਦਮਕ ਵਾਲੀ ਪੁਸ਼ਾਕ ਹੀ ਨਹੀਂ ਸੀ ਪਾਈ ਹੋਈ ਸਗੋਂ ਜਾਪਦਾ ਸੀ ਕਿ ਉਸ ਨੇ ਰੇਸ਼ਮ ਵੀ ਤੇ ਮਖਮਲ ਵੀ, ਪੀਲਾ ਵੀ ਤੇ ਹਰਿਆ ਵੀ ਸਭ ਕੁਝ ਆਪਣੇ ਦੁਆਲੇ ਚਾੜ੍ਹ ਲਿਆ ਸੀ, ਤੇ ਆਪਣੇ ਵਿਰਲੇ ਵਿਰਲੇ ਵਾਲਾਂ ਨੂੰ ਕੁੰਡਲ ਪਾਏ ਹੋਏ ਸਨ। ਉਸ ਨੇ ਬੜੇ ਠਾਠ ਨਾਲ ਕਮਰੇ ਵਿਚ ਪੈਰ ਧਰਿਆ ਅਤੇ ਇਕ ਘਸਮੈਲੇ ਜਿਹੇ ਰੰਗ ਵਾਲਾ, ਲੰਮਾ ਸਾਰਾ ਆਦਮੀ, ਜਿਸ ਨੇ ਸਿਲਕੀ ਕਾਲਰਾਂ ਵਾਲਾ ਕੋਟ ਪਾਇਆ ਹੋਇਆ ਸੀ ਅਤੇ ਚਿੱਟੀ ਟਾਈ ਲਾਈ ਹੋਈ ਸੀ, ਮੁਸਕ੍ਰਾਉਂਦਾ ਹੋਇਆ ਉਹਦੇ ਮਗਰ ਮਗਰ ਅੰਦਰ ਆਇਆ। ਇਹ ਕੋਈ ਲੇਖਕ ਸੀ। ਨੇਖਲੀਊਦੋਵ ਨੇ ਪਹਿਲਾਂ ਉਸ ਨੂੰ ਵੇਖਿਆ ਹੋਇਆ ਸੀ।

"ਅਨਾਤੋਲ," ਉਸ ਨੇ ਇਕ ਹੋਰ ਕਮਰੇ ਦਾ ਬੂਹਾ ਖੋਹਲਦਿਆਂ ਆਖਿਆ, "ਤੁਸੀਂ ਮੇਰੇ ਕਮਰੇ ਵਿਚ ਆਓ। ਇਹ ਨੇ ਸੇਮਿਓਨ ਇਵਾਨੋਵਿਚ, ਜਿਨ੍ਹਾਂ ਨੇ ਆਪਣੀ ਕਵਿਤਾ ਪੜ੍ਹ ਕੇ ਸੁਣਾਉਣ ਦਾ ਵਾਅਦਾ ਕੀਤਾ ਹੈ। ਤੇ ਤੁਹਾਨੂੰ ਜ਼ਰੂਰ ਆਉਣਾ ਪਵੇਗਾ ਤੇ ਗਾਰਸ਼ਿਨ ਬਾਰੇ ਕੁਝ ਪੜ੍ਹ ਕੇ ਸੁਣਾਉਣਾ ਪਵੇਗਾ।"

ਨੇਖਲੀਊਦੋਵ ਜਾਣ ਹੀ ਵਾਲਾ ਸੀ ਕਿ ਉਸ ਔਰਤ ਨੇ ਆਪਣੇ ਪਤੀ ਦੇ ਕੰਨ ਕੁਝ ਘੁਸਰ ਮੁਸਰ ਕੀਤੀ, ਤੇ ਇਕਦਮ ਨੇਖਲੀਊਦੋਵ ਨੂੰ ਸੰਬੋਧਨ ਕਰਕੇ ਕਹਿਣ ਲੱਗੀ: "ਮਾਫ ਕਰਨਾ, ਪ੍ਰਿੰਸ, ਮੈਂ ਤੁਹਾਨੂੰ ਜਾਣਦੀ ਹਾਂ, ਤੇ ਇਸ ਕਰ ਕੇ ਜਾਣ ਪਛਾਣ ਕਰਵਾਉਣ ਦੀ ਕੋਈ ਲੋੜ ਨਹੀਂ ਸਮਝਦੀ। ਮੇਰੀ ਬੇਨਤੀ ਹੈ ਕਿ ਤੁਸੀਂ ਵੀ ਸਾਡੀ ਸੇਵਰ ਦੀ ਸਾਹਿਤਕ ਮਿਲਣੀ ਵਿਚ ਸ਼ਾਮਲ ਹੋਵੋ। ਬੈਠਕ ਬਹੁਤ ਹੀ ਦਿਲਚਸਪ ਹੋਵੇਗੀ। ਕਵਿਤਾ ਪੜ੍ਹਨ ਵਿਚ ਅਨਾਤੋਲ ਨੂੰ ਕਮਾਲ ਹਾਸਲ ਹੈ।"

"ਵੇਖਿਆ ਜੇ, ਮੈਨੂੰ ਕਿਹੜੇ ਕਿਹੜੇ ਕੰਮ ਕਰਨੇ ਪੈਂਦੇ ਨੇ," ਫਾਨਾਰਿਨ ਨੇ ਆਪਣੇ ਹੱਥ ਪਸਾਰਦਿਆਂ ਅਤੇ ਮੁਸਕ੍ਰਾ ਕੇ ਆਪਣੀ ਪਤਨੀ ਵੱਲ ਇਸ਼ਾਰਾ ਕਰਦਿਆਂ ਆਖਿਆ। ਜਿਵੇਂ ਉਹ ਇਹ ਵਿਖਾ ਰਿਹਾ ਹੋਵੇ ਕਿ ਏਡੀ ਮਨਮੋਹਣੀ ਸੂਰਤ ਦੀ ਗੱਲ ਮੋੜਨਾ ਕਿਵੇਂ ਸੰਭਵ ਹੈ।

ਨੇਖਲੀਊਦੋਵ ਨੇ ਬੜੀ ਨਿਮਰਤਾ ਨਾਲ ਦਿੱਤੇ ਮਾਣ ਲਈ ਵਕੀਲ ਦੀ ਪਤਨੀ ਦਾ ਧੰਨਵਾਦ ਕੀਤਾ। ਉਸ ਦੀ ਤਕਣੀ ਵਿਚ ਉਦਾਸੀ ਤੇ ਗੰਭੀਰਤਾ ਸੀ। ਉਸ ਨੇ ਮਜਬੂਰੀ ਜ਼ਾਹਿਰ ਕੀਤੀ ਕਿ ਉਹ ਅਟਕ ਨਹੀਂ ਸਕਦਾ ਅਤੇ ਬਾਹਰ ਨਿਕਲ ਆਇਆ।

"ਆਪਣੇ ਆਪ ਨੂੰ ਪਤਾ ਨਹੀਂ ਕੀ ਸਮਝਦੇ!" ਉਹਦੇ ਚਲੇ ਜਾਣ ਮਗਰੋਂ ਵਕੀਲ ਦੀ ਪਤਨੀ ਨੇ ਆਖਿਆ।

ਉਡੀਕ-ਕਮਰੇ ਵਿਚ ਮੁਨਸ਼ੀ ਨੇ ਲਿਖੀ ਹੋਈ ਦਰਖ਼ਾਸਤ ਉਸ ਦੇ ਹੱਥ ਫੜਾਈ ਅਤੇ ਆਖਿਆ ਕਿ ਵਕੀਲ ਦੀ ਫੀਸ ਇਕ ਹਜ਼ਾਰ ਰੂਬਲ ਹੋਵੇਗੀ। ਉਸ ਨੇ ਇਹ ਵੀ ਦੱਸਿਆ ਕਿ ਸ੍ਰੀਮਾਨ ਫਾਨਾਰਿਨ ਆਮ ਕਰਕੇ ਇਸ ਕਿਸਮ ਦਾ ਕੰਮ ਹੱਥ ਵਿਚ ਨਹੀਂ ਲੈਂਦੇ, ਪਰ ਉਹਨਾਂ ਦੀ ਖਾਤਰ ਇਸ ਕੰਮ ਦੀ ਜ਼ਿੰਮੇਵਾਰੀ ਲਈ ਏ।

"ਤੇ ਇਸ ਦਰਖ਼ਾਸਤ ਨੂੰ ਕੀ ਕਰਨਾ ਹੈ? ਇਹਦੇ ਉਤੇ ਦਸਖ਼ਤ ਕੌਣ ਕਰੇਗਾ?"

"ਮੁਲਜ਼ਮਾ ਆਪ ਦਸਖ਼ਤ ਕਰ ਸਕਦੀ ਏ। ਅਤੇ ਜੇ ਇਸ ਵਿਚ ਕੋਈ ਮੁਸ਼ਕਲ ਹੋਵੇ ਤਾਂ ਜਨਾਬ ਫਾਨਾਰਿਨ ਕਰ ਦੇਣਗੇ। ਉਸ ਹਾਲਤ ਵਿਚ ਮੁਲਜ਼ਮਾ ਕੋਲੋਂ ਵਕਾਲਤਨਾਮਾ ਲਿਖਵਾਉਣਾ ਪਵੇਗਾ।"

"ਨਹੀਂ, ਨਹੀਂ, ਇਹਦੀ ਲੋੜ ਨਹੀਂ। ਮੈਂ ਦਰਖ਼ਾਸਤ ਲੈ ਜਾਵਾਂਗਾ ਤੇ ਉਸਦੇ ਦਸਖ਼ਤ ਕਰਵਾ ਲਿਆਵਾਂਗਾ," ਨੇਖਲੀਊਦੋਵ ਨੇ ਆਖਿਆ। ਉਹ ਮੁਲਾਕਾਤ ਵਾਸਤੇ ਬਾਕਾਇਦਾ ਮਿਥੇ ਹੋਏ ਦਿਨ ਤੋਂ ਪਹਿਲਾਂ ਉਸ ਨੂੰ ਮਿਲਣ ਦੇ ਬਹਾਨੇ ਉਤੇ ਖੁਸ਼ ਸੀ।

ਬੱਝੇ ਹੋਏ ਵਕਤ ਉਤੇ ਜੇਲ੍ਹ ਦੇ ਲਾਂਘਿਆਂ ਵਿਚ ਵਾਰਡਰਾਂ ਦੀਆਂ ਸੀਟੀਆਂ ਦੀ ਆਵਾਜ਼ ਗੂੰਜੀ। ਕੋਠੜੀਆਂ ਦੇ ਲੋਹੇ ਦੇ ਦਰਵਾਜ਼ਿਆਂ ਦੀ ਖੜ ਖੜ ਹੋਈ। ਨੰਗੇ ਪੈਰੀਂ ਤੁਰਨ ਦੀ ਆਵਾਜ਼ ਸੁਣਾਈ ਦਿੱਤੀ। ਅੱਡੀਆਂ ਦੀ ਠੱਪ ਠੱਪ ਹੋਈ ਅਤੇ ਮਿਹਤਰਾਂ ਦਾ ਕੰਮ ਕਰਨ ਵਾਲੇ ਕੈਦੀ ਲਾਂਘਿਆਂ ਵਿਚੋਂ ਦੀ ਗੁਜ਼ਰੇ ਤੇ ਹਵਾ ਨੂੰ ਤੂਸਾਂ ਮਾਰਦੀ ਬਦਬੂ ਨਾਲ ਭਰ ਗਏ। ਕੈਦੀਆਂ ਨੇ ਮੂੰਹ ਹੱਥ ਧੋਤਾ, ਕਪੜੇ ਪਾਏ, ਅਤੇ ਮੁਆਇਨੇ ਵਾਸਤੇ ਬਾਹਰ ਆ ਗਏ ਤੇ ਬਾਅਦ ਵਿਚ ਚਾਹ ਵਾਸਤੇ ਉਬਲਦਾ ਪਾਣੀ ਲੈਣ ਚਲੇ ਗਏ।

ਸਾਰੀਆਂ ਕੋਠੜੀਆਂ ਵਿਚ ਨਾਸ਼ਤੇ ਵੇਲੇ ਬੜੇ ਜੋਸ਼–ਖਰੋਸ਼ ਨਾਲ ਗੱਲਾਂ ਹੋ ਰਹੀਆਂ ਸਨ। ਗੱਲਾਂ ਦਾ ਕੇਂਦਰ ਦੋ ਕੈਦੀ ਸਨ ਜਿਨ੍ਹਾਂ ਨੂੰ ਅਜ ਕੋਰੜੇ ਮਾਰੇ ਜਾਣੇ ਸਨ। ਇਹਨਾਂ ਵਿਚ ਇਕ ਵਾਸੀਲੀਯੇਵ ਸੀ। ਉਹ ਥੋੜਾ ਬਹੁਤ ਪੜ੍ਹਿਆ ਲਿਖਿਆ ਨੌਜਵਾਨ ਸੀ ਤੇ ਕਲਰਕ ਸੀ ਜਿਸ ਨੇ ਈਰਖਾ ਵਿਚ ਆ ਕੇ ਆਪਣੀ ਰਖੇਲ ਨੂੰ ਮਾਰ ਦਿੱਤਾ ਸੀ। ਉਸ ਦੇ ਸਾਥੀ ਕੈਦੀ ਉਸ ਨੂੰ ਬਹੁਤ ਪਸੰਦ ਕਰਦੇ ਸਨ ਕਿਉਂਕਿ ਇਕ ਤਾਂ ਉਹ ਹਸਮੁਖ ਤੇ ਦਰਿਆ–ਦਿਲ ਸੀ ਤੇ ਦੂਜਾ ਜੇਲ੍ਹ ਦੇ ਅਧਿਕਾਰੀਆਂ ਅੱਗੇ ਡਟ ਕੇ ਖਲੋ ਜਾਂਦਾ ਸੀ। ਉਹ ਨੇਮ ਕਾਨੂੰਨ ਜਾਣਦਾ ਸੀ ਤੇ ਉਹਨਾਂ ਉਤੇ ਅਮਲ ਕਰਵਾਉਣ ਲਈ ਅੜ ਖਲੋਂਦਾ ਸੀ। ਇਸ ਕਰਕੇ ਉਹ ਅਧਿਕਾਰੀਆਂ ਦੀਆਂ ਅੱਖਾਂ ਵਿਚ ਰੜਕਦਾ ਸੀ।

ਤਿੰਨ ਹਫਤੇ ਹੋਏ ਇਕ ਮਿਹਤਰ ਕੋਲੋਂ ਇਕ ਵਾਰਡਰ ਦੀ ਨਵੀਂ ਵਰਦੀ ਉਤੇ ਮਾੜਾ ਜਿਹਾ ਸ਼ੋਰਬਾ ਡੁਲ੍ਹ ਗਿਆ ਤੇ ਉਸ ਨੇ ਮਿਹਤਰ ਦੇ ਚਪੇੜ ਕੱਢ ਮਾਰੀ। ਵਾਸੀਲੀਯੇਵ ਨੇ ਮਿਹਤਰ ਦੀ ਹਮਾਇਤ ਕੀਤੀ। ਉਸ ਦਾ ਕਹਿਣਾ ਸੀ ਕਿ ਇਸੇ ਕੈਦੀ ਦੇ ਚਪੇੜ ਮਾਰਨਾ ਕਾਨੂੰਨ ਦੀ ਖਿਲਾਫ–ਵਰਜ਼ੀ ਹੈ।

"ਮੈਂ ਸਿਖਾਊਂ ਤੈਨੂੰ ਕਾਨੂੰਨ," ਵਾਰਡਰ ਨੇ ਆਖਿਆ ਅਤੇ ਲੋਹੇ–ਲਾਖਾ ਹੋ ਕੇ ਗਾਲ੍ਹਾਂ ਕਢਣ ਲੱਗ ਪਿਆ। ਅੱਗੋਂ ਵਾਸੀਲੀਯੇਵ ਵੀ ਨਹਿਲੇ ਤੇ ਦਹਿਲਾ ਮਾਰੀ ਗਿਆ। ਵਾਰਡਰ ਉਸ ਦੇ ਜੜਨ ਹੀ ਵਾਲਾ ਸੀ ਕਿ ਵਾਸੀਲੀਯੇਵ ਨੇ ਉਹਦੇ ਦੋਵੇਂ ਹੱਥ ਫੜ ਲਏ, ਕੁਝ ਚਿਰ ਘੁਟ ਕੇ ਫੜੀ ਰੱਖੇ, ਫੇਰ ਮਰੋੜਾ ਚਾੜ੍ਹ ਕੇ ਉਹਦਾ ਮੂੰਹ ਦੂਜੇ ਪਾਸੇ ਕੀਤਾ ਅਤੇ ਧੱਕਾ ਦੇ ਕੇ ਬੂਹਿਓਂ ਬਾਹਰ ਕਰ ਦਿੱਤਾ। ਵਾਰਡਰ ਨੇ ਇੰਸਪੈਕਟਰ ਕੋਲ ਜਾ ਸ਼ਿਕਾਇਤ ਕੀਤੀ ਤੇ ਉਹਨੇ ਵਾਸੀਲੀਯੇਵ ਨੂੰ ਕੋਠੀ–ਬੰਦ ਕਰਨ ਦਾ ਹੁਕਮ ਚਾੜ੍ਹ ਦਿੱਤਾ।

ਕੋਠੀਬੰਦ ਕਰਨ ਲਈ ਨਿੱਕੀਆਂ ਨਿੱਕੀਆਂ ਹਨੇਰੀਆਂ ਕੋਠੜੀਆਂ ਦੀ ਇਕ ਕਤਾਰ ਸੀ ਜਿਨ੍ਹਾਂ ਨੂੰ ਬਾਹਰੋਂ ਜੰਦਰਾ ਲੱਗਾ ਰਹਿੰਦਾ ਸੀ। ਇਹਨਾਂ ਕੋਠੜੀਆਂ ਅੰਦਰ ਨਾ ਕੋਈ ਮੰਜਾ, ਨਾ ਕੁਰਸੀ, ਨਾ ਮੇਜ਼। ਇਸ ਕਰਕੇ ਕੈਦੀਆਂ ਨੂੰ ਭੁੰਜੇ ਹੀ, ਗੰਦੇ ਫਰਸ਼ ਉਤੇ ਬੈਠਣਾ ਤੇ ਲੰਮੇ ਪੈਣਾ ਪੈਂਦਾ ਸੀ। ਇਹਨਾਂ ਕੋਠੜੀਆਂ ਵਿਚ ਚੂਹਿਆਂ ਦੀਆਂ ਹੇੜਾਂ ਦੀਆਂ ਹੇੜਾਂ ਫਿਰਦੀਆਂ ਰਹਿੰਦੀਆਂ ਸਨ। ਅਤੇ ਉਹ ਏਨੇ ਨਿਡਰ ਸਨ ਕਿ ਕੈਦੀਆਂ

ਦੇ ਉਤੇ ਦੌੜਦੇ ਫਿਰਦੇ ਸਨ ਤੇ ਉਹਨਾਂ ਕੋਲੋਂ ਰੋਟੀ ਤੱਕ ਖੋਹ ਲਿਜਾਂਦੇ ਸਨ। ਕੈਦੀ ਰਤਾ ਕੁ ਹਿਲਣਾ ਜੁਲਣਾ ਬੰਦ ਕਰਦੇ ਤਾਂ ਚੂਹੇ ਉਸ ਉਤੇ ਧਾਵਾ ਬੋਲ ਦੇਂਦੇ। ਵਾਸੀਲੀਯੇਵ ਨੇ ਕਿਹਾ ਕਿ ਉਹ ਕੋਠੀ-ਬੰਦ ਨਹੀਂ ਹੋਵੇਗਾ ਕਿਉਂਕਿ ਉਸ ਨੇ ਕੋਈ ਕਸੂਰ ਨਹੀਂ ਕੀਤਾ। ਪਰ ਉਹਨਾਂ ਨੇ ਉਸ ਨੂੰ ਜ਼ਬਰਦਸਤੀ ਲਿਜਾਣਾ ਚਾਹਿਆ। ਫੇਰ ਵਾਸੀਲੀਯੇਵ ਵੀ ਲੱਤਾਂ ਬਾਹਵਾਂ ਮਾਰਨ ਲੱਗਾ ਅਤੇ ਦੋ ਹੋਰ ਕੈਦੀ ਉਸ ਨੂੰ ਵਾਰਡਰਾਂ ਕੋਲੋਂ ਛੁਡਾਉਣ ਲਈ ਉਹਦੀ ਮਦਦ ਨੂੰ ਆ ਗਏ। ਸਾਰੇ ਵਾਰਡਰ ਇਕੱਠੇ ਹੋ ਗਏ। ਇਹਨਾਂ ਵਿਚ ਹੀ ਇਕ ਪਿਤਰੋਵ ਨਾਂ ਦਾ ਵਾਰਡਰ ਸੀ ਜਿਹੜਾ ਆਪਣੇ ਬਾਹੂਬਲ ਕਰਕੇ ਬੜਾ ਉਘਾ ਸੀ। ਉਹਨਾਂ ਨੇ ਕੈਦੀਆਂ ਨੂੰ ਹੇਠਾਂ ਸੁਟ ਲਿਆ ਅਤੇ ਧੂਹ ਘਸੀਟ ਕੇ ਕੋਠੀਬੰਦ ਕਰ ਦਿੱਤਾ। ਓਸੇ ਵੇਲੇ ਗਵਰਨਰ ਨੂੰ ਖਬਰ ਕੀਤੀ ਗਈ ਕਿ ਜੇਲ੍ਹ ਵਿਚ ਇਕ ਤਰ੍ਹਾਂ ਦੀ ਬਗਾਵਤ ਹੋ ਗਈ ਹੈ। ਉਸ ਨੇ ਇਕ ਹੋਰ ਹੁਕਮ ਭੇਜਿਆ ਕਿ ਦੋਵਾਂ ਵੱਡੇ ਕਸੂਰਵਾਰਾਂ, ਵਾਸੀਲੀਯੇਵ ਅਤੇ ਦੂਜੇ ਅਵਾਰਾਗਰਦ ਨੀਪੋਮਨਿਸ਼ੀ ਨੂੰ ਕੋਰੜੇ ਲਾਏ ਜਾਣ। ਦੋਹਾਂ ਨੂੰ ਬਰਚੇ ਦੇ ਡੰਡੇ ਨਾਲ ਤੀਹ ਤੀਹ ਕੋਰੜੇ ਮਾਰੇ ਜਾਣੇ ਸਨ।

ਸਜ਼ਾ ਉਸ ਕਮਰੇ ਵਿਚ ਦਿੱਤੀ ਜਾਣੀ ਸੀ ਜਿਹੜਾ ਕੈਦਣਾਂ ਦੀਆਂ ਮੁਲਾਕਾਤਾਂ ਲਈ ਵਰਤਿਆ ਜਾਂਦਾ ਸੀ।

ਤ੍ਰਿਕਾਲਾਂ ਤੋਂ ਹੀ ਜੇਲ੍ਹ ਵਿਚ ਸਾਰੇ ਖਬਰ ਫੈਲ ਗਈ ਸੀ ਅਤੇ ਸਾਰੀਆਂ ਕੋਠੜੀਆਂ ਵਿਚ ਇਸ ਬਾਰੇ ਜੋਸ਼-ਖ਼ਰੋਸ਼ ਨਾਲ ਗੱਲਾਂ ਹੋ ਰਹੀਆਂ ਸਨ।

ਕੋਰਾਬਲੀਓਵਾ, ਖਰੋਸ਼ਾਵਕਾ, ਫੇਦੋਸੀਆ, ਅਤੇ ਮਾਸਲੋਵਾ ਇਕ ਨੁਕਰੇ ਬੈਠੀਆਂ ਚਾਹ ਪੀ ਰਹੀਆਂ ਸਨ। ਸਭਨਾਂ ਨੇ ਸ਼ਰਾਬ ਪੀਤੀ ਹੋਈ ਸੀ ਜਿਸ ਕਰਕੇ ਉਹਨਾਂ ਦੇ ਚਿਹਰੇ ਲ਼ਾਲ ਸਨ ਅਤੇ ਪਟਾਕ ਪਟਾਕ ਗੱਲਾਂ ਕਰ ਰਹੀਆਂ ਸਨ। ਮਾਸਲੋਵਾ ਨੂੰ ਅਜਕਲ ਸ਼ਰਾਬ ਪਹੁੰਚਦੀ ਰਹਿੰਦੀ ਸੀ ਤੇ ਉਹ ਆਪਣੀਆਂ ਸਾਥਣਾਂ ਸਹੇਲੀਆਂ ਨੂੰ ਰੱਜਵੀਂ ਪਿਆਉਂਦੀ ਰਹਿੰਦੀ ਸੀ।

"ਉਹਨੇ ਕੋਈ ਦੰਗਾ ਫਸਾਦ ਤਾਂ ਨਹੀਂ ਸੀ ਕੀਤਾ," ਖੰਡ ਦੀ ਇਕ ਡਲੀ ਨੂੰ ਆਪਣੇ ਮਜ਼ਬੂਤ ਦੰਦਾਂ ਨਾਲ ਟੁਕ ਟੁਕ ਖਾਂਦੀ ਹੋਈ ਕੋਰਾਬਲੀਓਵਾ ਨੇ ਆਖਿਆ। ਉਹ ਵਾਸੀਲੀਯੇਵ ਦੀ ਗੱਲ ਕਰ ਰਹੀ ਸੀ। "ਉਹ ਆਪਣੇ ਸਾਥੀ ਦੀ ਬਾਂਹ ਬਣਿਆ ਸੀ। ਅਜਕੱਲ ਕੈਦੀਆਂ ਨੂੰ ਮਾਰਨ ਕੁਟਣ ਦਾ ਕੋਈ ਕਾਨੂੰਨ ਨਹੀਂ।"

"ਨੀਂ ਸੁਣਿਐਂ, ਬੰਦਾ ਬੜਾ ਚੰਗਾ ਏ," ਫੇਦੋਸੀਆ ਕਹਿਣ ਲੱਗੀ। ਉਹ ਫੱਟੇ ਦੇ ਸਾਮ੍ਹਣੇ, ਜਿਸ ਉਤੇ ਚਾਹਦਾਨੀ ਰੱਖੀ ਹੋਈ ਸੀ, ਲਕੜ ਦੇ ਇਕ ਗੱਟੂ ਉਤੇ ਬੈਠੀ ਹੋਈ ਸੀ। ਉਸ ਦਾ ਸਿਰ ਨੰਗਾ ਸੀ ਤੇ ਉਸ ਨੇ ਆਪਣੀਆਂ ਲੰਮੀਆਂ ਗੁੱਤਾਂ ਸਿਰ ਦੁਆਲੇ ਲਪੇਟੀਆਂ ਹੋਈਆਂ ਸਨ।

"ਹਾਂ, ਪਰ ਤੂੰ ਉਹਦੇ ਨਾਲ ਗੱਲ ਕਰ ਖਾਂ," ਵਾਚਮੈਨ ਦੀ ਵਹੁਟੀ ਨੇ ਮਾਸਲੋਵਾ ਨੂੰ ਆਖਿਆ। "ਉਹਦੇ" ਤੋਂ ਉਸ ਦਾ ਮਤਲਬ ਸੀ ਨੇਖਲੀਊਦੋਵ ਨਾਲ।

"ਜ਼ਰੂਰ ਕਰਾਂਗੀ। ਉਹ ਮੇਰੀ ਖਾਤਰ ਸਭ ਕੁਝ ਕਰਨ ਨੂੰ ਤਿਆਰ ਏ।" ਮਾਸਲੋਵਾ

ਨੇ ਆਪਣਾ ਸਿਰ ਹਿਲਾ ਕੇ ਮੁਸਕ੍ਰਾਉਂਦੇ ਹੋਏ ਆਖਿਆ।

"ਠੀਕ ਏ, ਪਰ ਉਸ ਆਉਣਾ ਕਦੋਂ ਏ? ਤੇ ਇਹ ਲੋਕ ਤਾਂ ਕੈਦੀਆਂ ਨੂੰ ਲੈਣ ਵੀ ਚਲੇ ਗਏ ਨੇ," ਫੇਦੋਸੀਆ ਨੇ ਆਖਿਆ। "ਹਾਏ, ਮੈਂ ਮਰ ਜਾਂ," ਉਸ ਨੇ ਹੌਂਕਾ ਭਰਦਿਆਂ ਆਖਿਆ।

"ਮੈਂ ਇਕ ਵਾਰੀ ਪਿੰਡ ਵਿਚ ਇਕ ਕਿਸਾਨ ਦੇ ਕੋਰੜੇ ਪੈਂਦੇ ਵੇਖੇ ਸਨ। ਮੇਰੇ ਸਹੁਰੇ ਨੇ ਮੈਨੂੰ ਪਿੰਡ ਦੇ ਮੁਖੀਏ ਕੋਲ ਭੇਜਿਆ। ਹੈਂ, ਮੈਂ ਗਈ, ਤੇ ਓਥੇ..." ਵਾਚਮੈਨ ਦੀ ਵਹੁਟੀ ਨੇ ਆਪਣੀ ਲੰਮੀ ਕਹਾਣੀ ਛੇੜ ਲਈ। ਏਨੇ ਨੂੰ ਉਪਰ ਵਾਲੇ ਲਾਂਘੇ ਵਿਚੋਂ ਗੱਲਾਂ ਕਰਨ ਦੀਆਂ ਆਵਾਜ਼ਾਂ ਤੇ ਪੈਰਾਂ ਦੀ ਠੱਕ ਠੱਕ ਸੁਣਾਈ ਦੇਣ ਲੱਗ ਪਈ ਤੇ ਉਹਨੂੰ ਚੁਪ ਕਰਨਾ ਪਿਆ।

ਸਾਰੀਆਂ ਜਣੀਆਂ ਚੁਪ ਹੋ ਗਈਆਂ ਤੇ ਕੰਨ ਲਾ ਕੇ ਆ ਰਹੀਆਂ ਆਵਾਜ਼ਾਂ ਨੂੰ ਸੁਣਨ ਲੱਗੀਆਂ।

"ਖਿੱਚ ਕੇ ਲਈ ਜਾਂਦੇ ਨੇ ਉਹਨੂੰ, ਜਮਦੂਤ?" ਖਰੋਸ਼ਾਵਕਾ ਨੇ ਆਖਿਆ। "ਏਹ ਤਾਂ ਮਾਰ ਦੇਣਗੇ ਉਹਨੂੰ, ਜ਼ਰੂਰ ਮਾਰ ਦੇਣਗੇ। ਵਾਰਡਰ ਤਾਂ ਉਹਦੇ ਮਗਰ ਹਲਕਾਏ ਫਿਰਦੇ ਨੇ, ਡਰਦਾ ਜੂ ਨਾ ਹੋਇਆ ਉਹਨਾਂ ਕੋਲੋਂ!"

ਉਪਰ ਸਾਰੇ ਚੁਪ ਚਾਂ ਹੋ ਗਈ ਅਤੇ ਵਾਚਮੈਨ ਦੀ ਵਹੁਟੀ ਨੇ ਆਪਣੀ ਕਹਾਣੀ ਫੇਰ ਛੇੜ ਲਈ ਤੇ ਅੰਤ ਤੱਕ ਸੁਣਾਈ। ਆਖਣ ਲੱਗੀ ਕਿ ਜਦੋਂ ਉਹ ਹਵੇਲੀ ਵਿਚ ਗਈ ਤਾਂ ਕਿਸਾਨ ਨੂੰ ਕਰੋੜੇ ਮਾਰੇ ਜਾ ਰਹੇ ਸਨ। ਵੇਖ ਕੇ ਉਹਨੂੰ ਏਨਾ ਡਰ ਆਇਆ ਕਿ ਉਹਦਾ ਅੰਦਰ ਬਾਹਰ ਨੂੰ ਆਉਣ ਲੱਗਾ। ਆਦਿ, ਆਦਿ। ਖਰੋਸ਼ਾਵਕਾ ਦੱਸਣ ਲੱਗੀ ਕਿ ਕਿਵੇਂ ਸ਼ਚੇਗਲੋਵ ਨੂੰ ਇਕ ਵਾਰੀ ਕੋਰੜੇ ਮਾਰੇ ਗਏ ਸਨ ਤੇ ਉਹਨੇ ਸੀ ਤੱਕ ਨਹੀਂ ਸੀ ਕੀਤੀ। ਇਸ ਤੋਂ ਮਗਰੋਂ ਫੇਦੋਸੀਆ ਨੇ ਚਾਹ ਵਾਲੇ ਭਾਂਡੇ ਚੁੱਕ ਕੇ ਪਰੇ ਰੱਖੇ ਅਤੇ ਵਾਚਮੈਨ ਦੀ ਵਹੁਟੀ ਆਪਣੀ ਸਿਲਾਈ ਦਾ ਕੰਮ ਲੈ ਕੇ ਬਹਿ ਗਈ। ਮਾਸਲੋਵਾ ਆਪਣੇ ਗੋਡਿਆਂ ਦੁਆਲੇ ਆਪਣੀਆਂ ਬਾਹਵਾਂ ਵਲ ਕੇ, ਉਦਾਸ ਤੇ ਗੁਆਚੀ ਗੁਆਚੀ, ਫੱਟੇ ਤੇ ਬੈਠੀ ਹੋਈ ਸੀ। ਉਹ ਸੋਚ ਹੀ ਰਹੀ ਸੀ ਕਿ ਲੰਮੀ ਪੈ ਜਾਵੇ ਤੇ ਘੜੀ ਪਲ ਸੌਂ ਜਾਣ ਦੀ ਕੋਸ਼ਿਸ਼ ਕਰੇ ਕਿ ਇਕ ਔਰਤ ਵਾਰਡਰ ਨੇ ਆ ਕੇ ਦਫਤਰ ਚਲਣ ਲਈ ਆਖਿਆ। ਓਥੇ ਕੋਈ ਮਿਲਣ ਵਾਲਾ ਆਇਆ ਹੋਇਆ ਸੀ।

"ਚੇਤੇ ਰੱਖੀਂ, ਹੁਣ ਸਾਡੇ ਬਾਰੇ ਗੱਲ ਕਰਨਾ ਨਾ ਭੁਲੀਂ," ਬੁੱਢੀ ਔਰਤ, ਮੈਨਸ਼ੋਵਾ, ਬੋਲੀ। ਮਾਸਲੋਵਾ ਧੁੰਦਲੇ ਜਿਹੇ ਸ਼ੀਸ਼ੇ ਸਾਮ੍ਹਣੇ ਖੜੀ ਆਪਣੇ ਸਿਰ ਦਾ ਰੁਮਾਲ ਠੀਕ ਕਰ ਰਹੀ ਸੀ। "ਘਰ ਨੂੰ ਅੱਗ ਅਸਾਂ ਨਹੀਂ ਸੀ ਲਾਈ, ਸਗੋਂ ਓਸ ਆਪੇ ਲਾਈ ਸੀ, ਚੰਡਾਲ ਨੇ। ਉਹਦੇ ਕਰਿੰਦੇ ਨੇ ਆਪ ਉਹਨੂੰ ਅੱਗ ਲਾਉਂਦਿਆਂ ਵੇਖਿਆ, ਤੇ ਉਹ ਮੁੱਕਰ ਕੇ ਨਰਕ ਦਾ ਭਾਗੀ ਨਹੀਂ ਬਣਨ ਲੱਗਾ। ਉਹਨੂੰ ਆਖੀਂ ਸੂ ਮੇਰੇ ਮਿਤਰੀ ਨੂੰ ਮਿਲ ਕੇ ਪੁੱਛੇ। ਮਿਤਰੀ ਸਾਰੀ ਗੱਲ ਸਾਫ ਸਾਫ ਦੱਸ ਦੇਵੇਗਾ। ਸੋਚ ਤਾਂ ਸਹੀ, ਅਸੀਂ ਏਥੇ ਜੇਲ੍ਹ ਵਿਚ ਤਾੜੇ ਹੋਏ ਆਂ, ਜਦੋਂ ਅਸੀ ਸੁਫਨੇ ਵਿਚ ਵੀ ਬੁਰਾ ਨਹੀਂ ਚਿਤਵਿਆ, ਤੇ ਉਹ ਪਾਜੀ

ਸ਼ਰਾਬਖਾਨੇ ਵਿਚ ਕਿਸੇ ਹੋਰ ਦੀ ਰੰਨ ਨਾਲ ਬੈਠਾ ਮੌਜਾਂ ਕਰਦਾ ਹੋਣੈ।"

"ਏਹ ਕਾਨੂੰਨ ਦੀ ਗੱਲ ਨਹੀਂ," ਕੋਰਾਬਲੀਓਵਾ ਨੇ ਆਖਿਆ।

"ਕਰਾਂਗੀ ਗੱਲ, ਜ਼ਰੂਰ ਕਰਾਂਗੀ," ਮਾਸਲੋਵਾ ਨੇ ਜਵਾਬ ਦਿੱਤਾ। "ਘੁਟ ਕੁ ਹੋਰ ਪੀ ਲਵਾਂ, ਹੌਸਲਾ ਬਣਿਆ ਰਹੂ," ਉਸ ਨੇ ਅੱਖ ਮਾਰਦਿਆਂ ਆਖਿਆ।

ਕੋਰਾਬਲੀਓਵਾ ਨੇ ਅੱਧਾ ਕੱਪ ਵੋਦਕਾ ਨਾਲ ਭਰ ਦਿੱਤਾ ਜਿਸ ਨੂੰ ਮਾਸਲੋਵਾ ਨੇ ਅੰਦਰ ਸੁਟ ਲਿਆ। ਫੇਰ ਆਪਣਾ ਮੂੰਹ ਪੂੰਝਦੀ ਹੋਈ, ਤੇ ਮੁੜ ਮੁੜ "ਹੌਸਲਾ ਬਣਿਆ ਰਹੂ। ਹੌਸਲਾ ਬਣਿਆ ਰਹੂ" ਆਖਦੀ ਹੋਈ ਉਹ ਸਿਰ ਛੰਡਦੀ, ਮੁਸਕ੍ਰਾਉਂਦੀ, ਖੁਸ਼ ਖੁਸ਼ ਲਾਂਘੇ ਵਿਚ ਵਾਰਡਰ ਦੇ ਪਿੱਛੇ ਪਿੱਛੇ ਹੋ ਤੁਰੀ।

੪੭

ਨੇਖਲੀਊਦੋਵ ਬੜੇ ਚਿਰ ਤੋਂ ਹਾਲ ਵਿਚ ਬੈਠਾ ਉਡੀਕ ਰਿਹਾ ਸੀ।

ਜੇਲ੍ਹ ਪਹੁੰਚ ਕੇ ਉਸ ਨੇ ਵੱਡੇ ਦਰਵਾਜ਼ੇ ਦੇ ਬਾਹਰ ਲੱਗੀ ਘੰਟੀ ਦੱਬੀ। ਉਸ ਵੇਲੇ ਡਿਊਟੀ ਦੇ ਰਿਹਾ ਵਾਰਡਰ ਉਹਦੇ ਕੋਲ ਆਇਆ ਤੇ ਉਸ ਨੇ ਉਹ ਪਾਸ ਉਹਨੂੰ ਫੜਾ ਦਿੱਤਾ ਜਿਹੜਾ ਵੱਡੇ ਸਰਕਾਰੀ ਵਕੀਲ ਨੇ ਉਸ ਨੂੰ ਦਿੱਤਾ ਸੀ।

"ਕਿਸ ਨੂੰ ਮਿਲਣੈ?"

"ਕੈਦਣ ਮਾਸਲੋਵਾ ਨੂੰ।"

"ਇਸ ਵੇਲੇ ਨਹੀਂ ਮਿਲ ਸਕਦੇ। ਇੰਸਪੈਕਟਰ ਸਾਹਿਬ ਵਿਹਲੇ ਨਹੀਂ।"

"ਉਹ ਦਫਤਰ ਵਿਚ ਹੀ ਨੇ?" ਨੇਖਲੀਊਦੋਵ ਨੇ ਪੁਛਿਆ।

"ਨਹੀਂ, ਏਥੇ ਮੁਲਾਕਾਤੀਆਂ ਵਾਲੇ ਕਮਰੇ ਵਿਚ," ਵਾਰਡਰ ਨੇ ਆਖਿਆ। ਉਹ ਕੁਝ ਘਬਰਾ ਗਿਆ ਲੱਗਦਾ ਸੀ।

"ਕਿਉਂ, ਅੱਜ ਮੁਲਾਕਾਤ ਦਾ ਦਿਨ ਏ?"

"ਨਹੀਂ, ਕੋਈ ਖਾਸ ਕੰਮ ਏ।"

"ਫੇਰ ਉਹਨਾਂ ਨੂੰ ਕਿਵੇਂ ਮਿਲਿਆ ਜਾ ਸਕਦੈ?"

"ਜਦੋਂ ਬਾਹਰ ਨਿਕਲਣਗੇ ਓਦੋਂ ਪੁਛ ਲੈਣਾ। ਠਹਿਰੋ ਜ਼ਰਾ," ਵਾਰਡਰ ਨੇ ਆਖਿਆ।

ਏਨੇ ਨੂੰ ਇਕ ਸਾਰਜੈਂਟ-ਮੇਜਰ ਇਕ ਪਾਸੇ ਵਾਲੇ ਦਰਵਾਜ਼ੇ ਵਿਚੋਂ ਬਾਹਰ ਆਇਆ। ਮੁਲਾਇਮ, ਚਮਕਦਾਰ ਚਿਹਰਾ, ਤੇ ਮੁੱਛਾਂ ਤਮਾਕੂ ਦੇ ਧੂਏਂ ਨਾਲ ਪੀਲੀਆਂ ਹੋਈਆਂ ਪਈਆਂ। ਵਰਦੀ ਉਤੇ ਸੁਨਹਿਰੀ ਡੋਰੀਆਂ ਝਮ ਝਮ ਕਰ ਰਹੀਆਂ ਸਨ। ਉਹ ਆਉਂਦਾ ਹੀ ਵਾਰਡਰ ਨੂੰ ਸੰਬੋਧਨ ਕਰ ਕੇ ਕੜਕਿਆ:

"ਕਿਸੇ ਨੂੰ ਅੰਦਰ ਆਉਣ ਦੇਣ ਦਾ ਕੀ ਕੰਮ? ਦਫਤਰ ਵਿਚ..."

"ਮੈਨੂੰ ਦੱਸਿਆ ਗਿਆ ਸੀ ਕਿ ਇੰਸਪੈਕਟਰ ਸਾਹਿਬ ਏਥੇ ਹਨ," ਨੇਖਲੀਊਦੋਵ ਨੇ ਆਖਿਆ। ਸਾਰਜੈਂਟ-ਮੇਜਰ ਨੂੰ ਇਉਂ ਜੋਸ਼ ਵਿਚ ਆਇਆ ਵੇਖ ਕੇ ਉਹ ਹੈਰਾਨ ਸੀ।

ਠੀਕ ਉਸੇ ਪਲ ਅੰਦਰਲਾ ਬੂਹਾ ਖੁਲ੍ਹਿਆ ਅਤੇ ਪਿਤਰੋਵ ਬਾਹਰ ਆਇਆ। ਹਫਿਆ ਹੋਇਆ ਤੇ ਮੁੜ੍ਹਕੇ ਨਾਲ ਗੜੁੱਚ।

"ਯਾਦ ਰੱਖੂ," ਉਸ ਨੇ ਸਾਰਜੈਂਟ-ਮੇਜਰ ਨੂੰ ਸੰਬੋਧਨ ਕਰ ਕੇ ਮਿਣ ਮਿਣ ਕੀਤਾ।

ਸਾਰਜੈਂਟ-ਮੇਜਰ ਨੇ ਨਜ਼ਰ ਨਾਲ ਹੀ ਨੇਖਲੀਊਦੋਵ ਵੱਲ ਇਸ਼ਾਰਾ ਕੀਤਾ। ਪਿਤਰੋਵ ਮੱਥੇ ਉਤੇ ਤਿਊੜੀਆਂ ਚਾੜ੍ਹ ਕੇ ਪਿਛਲੇ ਪਾਸੇ ਦੇ ਦਰਵਾਜ਼ੇ ਵਿਚੋਂ ਬਾਹਰ ਚਲਾ ਗਿਆ।

"ਕੌਣ ਯਾਦ ਰੱਖੂ? ਏਹ ਸਾਰੇ ਏਡੇ ਘਬਰਾਏ ਕਿਉਂ ਫਿਰਦੇ ਨੇ? ਸਾਰਜੈਂਟ-ਮੇਜਰ ਨੇ ਉਹਦੇ ਵੱਲ ਇਸ਼ਾਰਾ ਕਿਉਂ ਕੀਤਾ ਸੀ?" ਨੇਖਲੀਊਦੋਵ ਨੇ ਸੋਚਿਆ।

ਸਾਰਜੈਂਟ-ਮੇਜਰ ਨੇ, ਇਕ ਵਾਰੀ ਫੇਰ ਨੇਖਲੀਊਦੋਵ ਨੂੰ ਸੰਬੋਧਨ ਕਰ ਕੇ ਆਖਿਆ, "ਤੁਸੀਂ ਏਥੇ ਕਿਸੇ ਨੂੰ ਨਹੀਂ ਮਿਲ ਸਕਦੇ। ਮਿਹਰਬਾਨੀ ਕਰ ਕੇ ਓਧਰ ਦਫਤਰ 'ਚ ਚਲੇ ਜਾਓ।" ਨੇਖਲੀਊਦੋਵ ਤੁਰਨ ਹੀ ਵਾਲਾ ਸੀ ਕਿ ਪਿਛਲੇ ਪਾਸੇ ਦਾ ਦਰਵਾਜ਼ਾ ਖੁਲ੍ਹਿਆ ਤੇ ਇੰਸਪੈਕਟਰ ਅੰਦਰ ਆਇਆ। ਉਹ ਆਪਣੇ ਮਾਤਹਿਤਾਂ ਨਾਲੋਂ ਵੀ ਬਹੁਤਾ ਬੌਖਲਾਇਆ ਹੋਇਆ ਲੱਗਦਾ ਸੀ ਅਤੇ ਲੰਮੇ ਲੰਮੇ ਸਾਹ ਲੈ ਰਿਹਾ ਸੀ। ਨੇਖਲੀਊਦੋਵ ਨੂੰ ਵੇਖ ਕੇ ਉਸ ਨੇ ਵਾਰਡਰ ਨੂੰ ਆਖਿਆ:

"ਫੇਦੋਤੋਵ, ਔਰਤਾਂ ਦੇ ਵਾਰਡਰ ਤੋਂ ੫ ਨੰਬਰ ਕੋਠੜੀ ਵਿਚੋਂ ਮਾਸਲੋਵਾ ਨੂੰ ਦਫਤਰ ਬੁਲਾ ਲਿਆ।"

"ਮਿਹਰਬਾਨੀ ਕਰ ਕੇ, ਤੁਸੀਂ ਏਧਰ ਆ ਜਾਓ।" ਉਸ ਨੇ ਨੇਖਲੀਊਦੋਵ ਨੂੰ ਆਖਿਆ। ਉਹ ਪੌੜੀਆਂ ਚੜ੍ਹ ਕੇ ਇਕ ਛੋਟੇ ਜਿਹੇ ਕਮਰੇ ਵਿਚ ਚਲੇ ਗਏ ਜਿਸ ਦੀ ਇਕੋ ਖਿੜਕੀ ਸੀ ਤੇ ਜਿਸ ਵਿਚ ਲਿਖਣ ਵਾਸਤੇ ਮੇਜ਼ ਤੇ ਕੁਝ ਕੁਰਸੀਆਂ ਪਈਆਂ ਸਨ। ਇੰਸਪੈਕਟਰ ਬਹਿ ਗਿਆ।

"ਬੜੀਆਂ ਸਖ਼ਤ ਜ਼ੁਮੇਵਾਰੀਆਂ ਨੇ ਮੇਰੀਆਂ, ਬਹੁਤ ਸਖ਼ਤ," ਉਸ ਨੇ ਸਿਗਰਟ ਕੱਢਦਿਆਂ ਨੇਖਲੀਊਦੋਵ ਨੂੰ ਸੰਬੋਧਨ ਕਰ ਕੇ ਆਖਿਆ।

"ਦਿਸਦਾ ਪਿਐ, ਤੁਸੀਂ ਥੱਕੇ ਹੋਏ ਓ," ਨੇਖਲੀਊਦੋਵ ਨੇ ਕਿਹਾ।

"ਮੈਂ ਤਾਂ ਇਸ ਨੌਕਰੀ ਤੋਂ ਹੀ ਥੱਕਿਆ ਹੋਇਆਂ। ਬਹੁਤ ਸਖ਼ਤ ਜ਼ੁਮੇਵਾਰੀਆਂ ਨੇ। ਮੈਂ ਜਿੱਨਾਂ ਇਹਨਾਂ ਦਾ ਭਾਰ ਹੌਲਾ ਕਰਨ ਦੀ ਕੋਸ਼ਿਸ਼ ਕਰਦਾ ਆਂ ਹਾਲਤ ਓਨੀ ਹੀ ਵਿਗੜ ਜਾਂਦੀ ਏ। ਮੈਂ ਤਾਂ ਬਸ ਏਹੋ ਸੋਚਦਾਂ ਕਿਸੇ ਤਰ੍ਹਾਂ ਇਸ ਤੋਂ ਛੁਟਕਾਰਾ ਪਾਵਾਂ। ਬੜੀਆਂ ਭਾਰੀਆਂ ਜ਼ੁਮੇਵਾਰੀਆਂ ਨੇ!"

ਨੇਖਲੀਊਦੋਵ ਨੂੰ ਨਹੀਂ ਸੀ ਪਤਾ ਕਿ ਇੰਸਪੈਕਟਰ ਦੀ ਖਾਸ ਔਕੜ ਕੀ ਸੀ। ਪਰ ਉਸ ਨੇ ਵੇਖਿਆ ਕਿ ਅੱਜ ਉਹਦੀ ਹਾਲਤ ਖਾਸ ਕਰਕੇ ਉਦਾਸੀ

ਤੇ ਲਾਚਾਰੀ ਵਾਲੀ ਸੀ। ਉਸ ਉਤੇ ਤਰਸ ਆਉਂਦਾ ਸੀ।

"ਹਾਂ, ਮੇਰਾ ਵੀ ਏਹੋ ਖਿਆਲ ਏ ਕਿ ਤੁਹਾਡੀਆਂ ਜ਼ਿੰਮੇਵਾਰੀਆਂ ਬੜੀਆਂ ਸ਼ਖ਼ਤ ਨੇ," ਉਸ ਨੇ ਆਖਿਆ। "ਪਰ ਤੁਸੀਂ ਇਹ ਨੌਕਰੀ ਕਰਦੇ ਹੀ ਕਿਉਂ ਹੋ?"

"ਕੀ ਕਰਾਂ, ਬਾਲ ਬੱਚਾ ਜੋ ਹੋਇਆ, ਤੇ ਆਮਦਨੀ ਦਾ ਹੋਰ ਕੋਈ ਸਾਧਨ ਨਹੀਂ।"

"ਪਰ, ਜੇ ਕੰਮ ਏਨਾ ਹੀ ਸਖ਼ਤ ਏ..."

"ਫੇਰ ਵੀ, ਤੁਸੀਂ ਜਾਣਦੇ ਓ, ਬੰਦਾ ਕੁਝ ਨਾ ਕੁਝ ਤਾਂ ਸਵਾਰ ਹੀ ਸਕਦੈ। ਜਿਥੋਂ ਤਾਈਂ ਹੋ ਸਕਦੈ ਮੈਂ ਨਰਮੀ ਤੋਂ ਕੰਮ ਲੈਂਦਾ ਹਾਂ। ਮੇਰੀ ਥਾਂ ਕੋਈ ਹੋਰ ਹੋਵੇ ਉਹ ਬਿਲਕੁਲ ਵੱਖਰੀ ਤਰ੍ਹਾਂ ਕੰਮ ਕਰੇ। ਵੇਖੋ ਨਾ, ਏਥੇ ਦੋ ਹਜ਼ਾਰ ਤੋਂ ਬਹੁਤੇ ਬੰਦੇ ਨੇ। ਤੇ ਬੰਦੇ ਵੀ ਇਹ ਕਿਸ ਤਰ੍ਹਾਂ ਦੇ ਨੇ! ਬੰਦੇ ਨੂੰ ਜਾਚ ਹੋਣੀ ਚਾਹੀਦੀ ਏ ਪਈ ਏਹਨਾਂ ਨੂੰ ਕਾਬੂ ਵਿਚ ਕਿਵੇਂ ਰਖਣਾ ਏ। ਆਖਰਕਾਰ, ਇਹ ਵੀ ਇਨਸਾਨ ਹੋਏ, ਇਹਨਾਂ ਉਤੇ ਤਰਸ ਤਾਂ ਆ ਹੀ ਜਾਣਾ ਹੋਇਆ। ਪਰ ਤਾਂ ਵੀ ਇਹਨਾਂ ਨੂੰ ਨੱਥ ਕੇ ਰਖਣਾ ਪੈਂਦਾ ਏ।"

ਅਤੇ ਇੰਸਪੈਕਟਰ ਨੇਖਲੀਊਦੋਵ ਨੂੰ ਦੱਸਣ ਲੱਗ ਪਿਆ ਕਿ ਕੁਝ ਦਿਨ ਹੋਏ ਕੈਦੀ ਆਪਸ ਵਿਚ ਲੜ ਪਏ ਸਨ ਤੇ ਇਸ ਲੜਾਈ ਵਿਚ ਇਕ ਜਣੇ ਦੀ ਮੌਤ ਹੋ ਗਈ।

ਵਾਰਡਰ ਮਾਸਲੋਵਾ ਨੂੰ ਲੈ ਕੇ ਅੰਦਰ ਆ ਗਿਆ ਤੇ ਕਹਾਣੀ ਵਿਚ ਹੀ ਰਹਿ ਗਈ।

ਮਾਸਲੋਵਾ ਦੀ ਨਜ਼ਰ ਅਜੇ ਇੰਸਪੈਕਟਰ ਉਤੇ ਨਹੀਂ ਪਈ ਸੀ ਕਿ ਨੇਖਲੀਊਦੋਵ ਨੇ ਉਸ ਨੂੰ ਦਰਵਾਜ਼ੇ ਵਿਚੋਂ ਦੀ ਵੇਖ ਲਿਆ। ਉਹਦਾ ਚਿਹਰਾ ਲਾਲ ਸੁਰਖ਼ ਸੀ ਅਤੇ ਉਹ ਆਪਣਾ ਸਿਰ ਛੰਡਦੀ ਤੇ ਮੁਸਕ੍ਰਾਉਂਦੀ ਹੋਈ, ਵਾਰਡਰ ਦੇ ਪਿੱਛੇ ਪਿੱਛੇ ਛੋਹਲੀ ਛੋਹਲੀ ਤੁਰੀ ਆ ਰਹੀ ਸੀ। ਜਦੋਂ ਉਹਦਾ ਧਿਆਨ ਇੰਸਪੈਕਟਰ ਵੱਲ ਗਿਆ ਤਾਂ ਅਚਾਨਕ ਉਹਦੇ ਤੌਰ ਬਦਲ ਗਏ। ਉਸ ਨੇ ਡਰੀਆਂ ਸਹਿਮੀਆਂ ਨਜ਼ਰਾਂ ਨਾਲ ਇੰਸਪੈਕਟਰ ਵੱਲ ਝਾਕਿਆ, ਪਰ ਛੇਤੀ ਹੀ, ਉਹ ਸੰਭਲ ਗਈ, ਅਤੇ ਬੜੀ ਨਿਧੜਕ ਹੋ ਕੇ ਮੁਸਕ੍ਰਾਉਂਦੀ ਹੋਈ ਨੇਖਲੀਊਦੋਵ ਨਾਲ ਗੱਲਾਂ ਕਰਨ ਲੱਗੀ।

"ਸੁਣਾਓ, ਕੀ ਹਾਲ ਏ ਤੁਹਾਡਾ?" ਉਸ ਨੇ ਆਪਣੇ ਬੋਲ ਲਮਕਾ ਕੇ ਪੁੱਛਿਆ ਅਤੇ ਮੁਸਕ੍ਰਾ ਕੇ ਬੜੇ ਜੋਸ਼ ਤੇ ਤਪਾਕ ਨਾਲ ਉਹਦੇ ਨਾਲ ਹੱਥ ਮਿਲਾਇਆ, ਉਸ ਤਰ੍ਹਾਂ ਨਹੀਂ ਜਿਸ ਤਰ੍ਹਾਂ ਪਹਿਲੀ ਵਾਰ ਮਿਲਣ ਸਮੇਂ ਮਿਲਾਇਆ ਸੀ।

"ਮੈਂ ਇਕ ਦਰਖ਼ਾਸਤ ਲੈ ਕੇ ਆਇਆ ਹਾਂ। ਇਸ ਤੇ ਤੇਰੇ ਦਸਖ਼ਤ ਚਾਹੀਦੇ ਨੇ," ਨੇਖਲੀਊਦੋਵ ਨੇ ਆਖਿਆ। ਜਿਸ ਨਿਧੱੜਕਤਾ ਨਾਲ ਅਜ ਉਹ ਉਸ ਨੂੰ ਮਿਲੀ ਸੀ ਉਸ ਤੋਂ ਨੇਖਲੀਊਦੋਵ ਕੁਝ ਕੁਝ ਹੈਰਾਨ ਸੀ। "ਵਕੀਲ ਨੇ ਦਰਖ਼ਾਸਤ ਲਿਖੀ ਹੈ ਜਿਸ ਉਤੇ ਤੇਰੇ ਦਸਖ਼ਤ ਹੋ ਜਾਣ ਮਗਰੋਂ ਅਸੀਂ ਇਸ ਨੂੰ ਪੀਟਰਸਬਰਗ ਭੇਜ ਦੇਵਾਂਗੇ।"

"ਠੀਕ ਏ। ਜੋ ਆਖੋ ਮੈਂ ਕਰਨ ਨੂੰ ਤਿਆਰ ਆਂ," ਉਸ ਨੇ ਅੱਖ ਮਾਰ ਕੇ ਮੁਸਕ੍ਰਾਉਂਦਿਆਂ ਆਖਿਆ।

ਨੇਖਲੀਊਦੋਵ ਨੇ ਇਕ ਤਹਿ ਕੀਤਾ ਕਾਗਜ਼ ਆਪਣੀ ਜੇਬ ਵਿਚੋਂ ਕੱਢਿਆ ਅਤੇ ਮੇਜ਼ ਕੋਲ ਹੋ ਗਿਆ।

"ਆਗਿਆ ਦਿਓ ਤਾਂ ਇਹ ਏਥੇ ਬਹਿ ਕੇ ਦਸਖ਼ਤ ਕਰ ਦੇਵੇ?" ਨੇਖਲੀਊਦੋਵ ਨੇ ਇੰਸਪੈਕਟਰ ਨੂੰ ਸੰਬੋਧਨ ਕਰਦਿਆਂ ਆਖਿਆ।

"ਹਾਂ, ਹਾਂ, ਬਹਿ ਜਾਓ। ਆਹ ਲੈ ਕਲਮ। ਲਿਖ ਸਕਦੀ ਏਂ?" ਇੰਸਪੈਕਟਰ ਨੇ ਪੁੱਛਿਆ।

"ਇਕ ਵੇਲਾ ਸੀ ਜਦੋਂ ਲਿਖ ਸਕਦੀ ਸਾਂ," ਉਸ ਨੇ ਆਖਿਆ। ਅਤੇ ਆਪਣੀ ਸਕਰਟ ਤੇ ਆਪਣੀ ਜੈਕਟ ਦੀਆਂ ਬਾਹਵਾਂ ਨੂੰ ਠੀਕ ਕਰ ਕੇ, ਉਹ ਮੁਸਕ੍ਰਾਉਂਦੀ ਹੋਈ ਮੇਜ਼ ਕੋਲ ਬਹਿ ਗਈ। ਆਪਣੇ ਛੋਟੇ ਜਿਹੇ ਚੁਸਤ ਹੱਥ ਵਿਚ ਬੇਢੱਬੇ ਜਿਹੇ ਤਰੀਕੇ ਨਾਲ ਕਲਮ ਫੜੀ, ਅਤੇ ਹਸ ਕੇ ਨੇਖਲੀਊਦੋਵ ਵੱਲ ਵੇਖਿਆ।

ਨੇਖਲੀਊਦੋਵ ਨੇ ਉਹਨੂੰ ਦੱਸਿਆ ਕਿ ਕੀ ਲਿਖਣਾ ਹੈ ਅਤੇ ਕਿੱਥੇ ਦਸਖ਼ਤ ਕਰਨੇ ਹਨ।

ਉਸ ਨੇ ਦਵਾਤ ਵਿਚੋਂ ਟੋਬਾ ਲਿਆ, ਸਾਵਧਾਨੀ ਨਾਲ ਸਿਆਹੀ ਦੀਆਂ ਵਾਧੂ ਬੂੰਦਾਂ ਨੂੰ ਝਾੜਿਆ, ਅਤੇ ਆਪਣਾ ਨਾਂ ਲਿਖ ਦਿੱਤਾ।

"ਬੱਸ?" ਉਸ ਨੇ ਆਖਿਆ। ਉਹ ਕਦੇ ਨੇਖਲੀਊਦੋਵ ਵੱਲ ਵੇਖਦੀ ਸੀ ਅਤੇ ਕਦੇ ਇੰਸਪੈਕਟਰ ਵੱਲ ਅਤੇ ਕਲਮ ਨੂੰ ਕਦੇ ਕਲਮਦਾਨ ਤੇ ਰੱਖਦੀ ਸੀ ਅਤੇ ਕਦੇ ਕਾਗਜ਼ ਉਤੇ।

"ਮੈਂ ਤੁਹਾਡੇ ਨਾਲ ਇਕ ਗੱਲ ਕਰਨੀ ਹੈ," ਨੇਖਲੀਊਦੋਵ ਨੇ ਉਸ ਦੇ ਹੱਥੋਂ ਕਲਮ ਫੜਦਿਆਂ ਆਖਿਆ।

"ਠੀਕ ਏ, ਦੱਸੋ ਫੇਰ," ਉਸ ਨੇ ਆਖਿਆ। ਅਤੇ ਇਕ ਦਮ ਹੀ, ਜਿਵੇਂ ਕਿਸੇ ਗੱਲ ਦਾ ਚੇਤਾ ਆ ਗਿਆ ਹੋਵੇ ਜਾਂ ਨੀਂਦ ਆ ਰਹੀ ਹੋਵੇ, ਉਹ ਗੰਭੀਰ ਹੋ ਗਈ।

ਇੰਸਪੈਕਟਰ ਉਠ ਕੇ ਕਮਰੇ ਵਿਚੋਂ ਬਾਹਰ ਨਿਕਲ ਗਿਆ। ਨੇਖਲੀਊਦੋਵ ਤੇ ਮਾਸਲੋਵਾ ਪਿੱਛੇ ਇਕੱਲੇ ਰਹਿ ਗਏ ਸਨ।

੪੮

ਜਿਹੜਾ ਵਾਰਡਰ ਮਾਸਲੋਵਾ ਨੂੰ ਨਾਲ ਲੈ ਕੇ ਆਇਆ ਸੀ, ਉਹ ਥੋੜਾ ਜਿਹਾ ਦੂਰ ਹਟ ਕੇ ਖਿੜਕੀ ਦੇ ਵਾਧੇ ਉੱਤੇ ਬਹਿ ਗਿਆ ਸੀ। ਨੇਖਲੀਊਦੋਵ ਵਾਸਤੇ ਫੈਸਲੇ ਦੀ ਘੜੀ ਆ ਪਹੁੰਚੀ ਸੀ। ਉਹ ਏਨੇ ਦਿਨ ਆਪਣੇ ਆਪ ਨੂੰ ਇਸ ਗੱਲੇ ਕੋਸਦਾ ਰਿਹਾ ਸੀ ਕਿ ਉਹਨੇ ਮਾਸਲੋਵਾ ਨਾਲ ਪਹਿਲੀ ਮੁਲਾਕਾਤ ਦੇ ਮੌਕੇ ਹੀ ਮੁਖ ਗੱਲ ਨਹੀਂ ਸੀ ਕੀਤੀ। ਹੁਣ ਉਸ ਨੇ ਇਹ ਆਖਣ ਦਾ ਪੱਕਾ ਇਰਾਦਾ ਕਰ ਲਿਆ ਹੋਇਆ ਸੀ ਕਿ ਉਹ ਉਹਦੇ ਨਾਲ ਵਿਆਹ ਕਰੇਗਾ। ਮਾਸਲੋਵਾ ਮੇਜ਼ ਦੇ ਪਰਲੇ ਪਾਸੇ ਬੈਠੀ ਹੋਈ ਸੀ। ਨੇਖਲੀਊਦੋਵ

ਉਸ ਦੇ ਸਾਮ੍ਹਣੇ ਬੈਠਾ ਹੋਇਆ ਸੀ। ਕਮਰੇ ਵਿਚ ਚਾਨਣ ਸੀ, ਅਤੇ ਨੇਖਲੀਊਦੋਵ ਨੇ ਪਹਿਲੀ ਵਾਰੀ ਉਸ ਦੇ ਚਿਹਰੇ ਨੂੰ ਨੇੜਿਓਂ ਹੋ ਕੇ ਵੇਖਿਆ ਸੀ। ਉਸ ਨੇ ਸਾਫ ਸਾਫ ਵੇਖਿਆ ਕਿ ਮਾਸਲੋਵਾ ਦੀਆਂ ਅੱਖਾਂ ਦੁਆਲੇ ਸ਼ਾਹੀਆਂ ਪਈਆਂ ਹੋਈਆਂ ਸਨ, ਮੂੰਹ ਦੇ ਆਸ ਪਾਸ ਵੱਟ ਪੈ ਗਏ ਸਨ ਅਤੇ ਪਲਕਾਂ ਸੁੱਜੀਆਂ ਹੋਈਆਂ ਸਨ। ਨੇਖਲੀਊਦੋਵ ਨੂੰ ਉਹਦੇ ਉਤੇ ਏਨਾ ਤਰਸ ਆਇਆ ਜਿੰਨਾ ਪਹਿਲਾਂ ਕਦੇ ਨਹੀਂ ਸੀ ਆਇਆ।

ਵਾਰਡਰ ਕੋਈ ਯਹੂਦੀ ਲੱਗਦਾ ਸੀ ਜਿਸ ਨੇ ਬੱਗੇ ਰੰਗ ਦੀਆਂ ਗੱਲ੍ਹਮੁੱਛਾਂ ਰੱਖੀਆਂ ਹੋਈਆਂ ਸਨ। ਨੇਖਲੀਊਦੋਵ ਨੇ ਮੇਜ਼ ਉਤੇ ਅਗਾਂਹ ਵੱਲ ਝੁਕ ਕੇ ਹੌਲੀ ਜਿਹੀ ਆਖਿਆ ਤਾਂ ਜੋ ਵਾਰਡਰ ਇਹ ਸੁਣ ਨਾ ਲਵੇ:

"ਜੇ ਇਸ ਦਰਖ਼ਾਸਤ ਦਾ ਕੁਝ ਨਾ ਬਣਿਆ ਤਾਂ ਅਸੀਂ ਮਹਾਰਾਜ ਅੱਗੇ ਅਪੀਲ ਕਰਾਂਗੇ। ਜੋ ਕੁਝ ਵੀ ਹੋ ਸਕਦੈ ਕੀਤਾ ਜਾਇਗਾ।"

"ਜੇ ਸ਼ੁਰੂ ਵਿਚ ਹੀ ਕੋਈ ਢੱਜ ਦਾ ਵਕੀਲ ਕੀਤਾ ਹੁੰਦਾ ਤਾਂ ਇਹ ਨੌਬਤ ਹੀ ਨਾ ਆਉਂਦੀ," ਉਹ ਵਿਚੋਂ ਬੋਲ ਪਈ। "ਮੇਰਾ ਵਕੀਲ ਤਾਂ ਨਿਰਾ ਬੁੱਧੂ ਸੀ। ਮੇਰੀਆਂ ਤਾਰੀਫਾਂ ਤੋਂ ਬਿਨਾਂ ਕੁਝ ਨਾ ਹੋਇਆ ਉਹਦੇ ਕੋਲੋਂ," ਉਸ ਨੇ ਆਖਿਆ ਤੇ ਹੱਸ ਪਈ। "ਜੇ ਉਸ ਵੇਲੇ ਉਹਨਾਂ ਨੂੰ ਪਤਾ ਲੱਗ ਜਾਂਦਾ ਕਿ ਮੇਰੀ ਤੁਹਾਡੇ ਨਾਲ ਜਾਣ-ਪਛਾਣ ਏ ਤਾਂ ਗੱਲ ਹੀ ਹੋਰ ਬਣ ਜਾਣੀ ਸੀ। ਤੇ ਹੁਣ? ਸਾਰੇ ਏਹੋ ਸੋਚਦੇ ਨੇ ਕਿ ਮੈਂ ਚੋਰ ਆਂ।"

"ਅੱਜ ਇਹ ਕਿੰਨੇ ਅਜੀਬ ਤਰੀਕੇ ਨਾਲ ਗੱਲਾਂ ਕਰ ਰਹੀ ਹੈ," ਨੇਖਲੀਊਦੋਵ ਨੂੰ ਖ਼ਿਆਲ ਆਇਆ। ਉਹ ਆਪਣੇ ਮਨ ਦੀ ਗੱਲ ਕਰਨ ਹੀ ਵਾਲਾ ਸੀ ਕਿ ਮਾਸਲੋਵਾ ਫੇਰ ਬੋਲਣ ਲੱਗ ਪਈ:

"ਮੈਂ ਤੁਹਾਡੇ ਨਾਲ ਇਕ ਗੱਲ ਕਰਨੀ ਏ। ਸਾਡੇ ਏਥੇ ਇਕ ਬੁੱਢੀ ਔਰਤ ਏ। ਪਤਾ ਜੇ ਏਡੀ ਚੰਗੀ ਏ, ਏਡੀ ਚੰਗੀ ਏ ਕਿ ਕੀ ਦੱਸਾਂ। ਸਾਰੇ ਹੈਰਾਨ ਹੁੰਦੇ ਨੇ। ਨਾ ਕੋਈ ਗੱਲ ਨਾ ਬਾਤ ਤੇ ਉਹਨੂੰ ਐਵੇਂ ਜੇਲ੍ਹ ਵਿਚ ਸੁੱਟਿਆ ਹੋਇਆ ਨੇ, ਤੇ ਉਹਦੇ ਪੁੱਤਰ ਨੂੰ ਵੀ। ਸਾਰਿਆਂ ਨੂੰ ਪਤਾ ਹੈ ਕਿ ਉਹਨਾਂ ਦਾ ਕੋਈ ਕਸੂਰ ਨਹੀਂ, ਪਰ ਉਹਨਾਂ ਉਤੇ ਇਲਜ਼ਾਮ ਲਾਇਆ ਗਿਐ ਕਿ ਉਹਨਾਂ ਨੇ ਇਕ ਮਕਾਨ ਨੂੰ ਅੱਗ ਲਾਈ ਸੀ। ਪਤਾ ਜੇ, ਜਦੋਂ ਉਹਨੇ ਸੁਣਿਆ ਕਿ ਮੇਰੀ ਤੁਹਾਡੇ ਨਾਲ ਜਾਣ ਪਛਾਣ ਏ, ਤਾਂ ਆਖਣ ਲੱਗੀ, 'ਉਹਨਾਂ ਨੂੰ ਕਹਿ ਮੇਰੇ ਮੁੰਡੇ ਨੂੰ ਮਿਲਣ, ਉਹ ਉਹਨਾਂ ਨੂੰ ਸਭ ਕੁਝ ਦੱਸ ਦੇਵੇਗਾ'।" ਗੱਲਾਂ ਕਰਦੀ ਕਰਦੀ ਮਾਸਲੋਵਾ ਆਪਣਾ ਸਿਰ ਕਦੇ ਸੱਜੇ ਕਦੇ ਖੱਬੇ ਪਾਸੇ ਮੋੜ ਕੇ ਨੇਖਲੀਊਦੋਵ ਵੱਲ ਵੇਖਦੀ ਰਹੀ। "ਉਹਨਾਂ ਦਾ ਨਾਂ ਮੈਨਸ਼ੋਵ ਏ। ਕਰੋਗੇ ਇਹ ਕੰਮ? ਏਡੀ ਚੰਗੀ ਏ ਵਿਚਾਰੀ ਬੁੱਢੀ ਕਿ ਕੀ ਦੱਸਾਂ! ਤੁਹਾਨੂੰ ਵੇਖਦਿਆਂ ਹੀ ਪਤਾ ਲੱਗ ਜਾਣੈ ਕਿ ਉਹ ਨਿਰਦੋਸ਼ ਏ। ਏਹ ਕੰਮ ਤੁਸੀਂ ਜ਼ਰੂਰ ਕਰੋਗੇ, ਤੁਸੀਂ ਬੜੇ ਚੰਗੇ ਹੋ!" ਮਾਸਲੋਵਾ ਨੇ ਮੁਸਕ੍ਰਾ ਕੇ ਉਹਦੇ ਵੱਲ ਵੇਖਿਆ ਤੇ ਫੇਰ ਨਜ਼ਰਾਂ ਝੁਕਾ ਲਈਆਂ।

"ਠੀਕ ਏ। ਮੈਂ ਪਤਾ ਕਰਾਂਗਾ," ਨੇਖਲੀਊਦੋਵ ਨੇ ਆਖਿਆ। ਮਾਸਲੋਵਾ ਨੂੰ ਇਉਂ ਬਹੁਤ ਹੀ ਬੇਤਕੱਲਫ ਹੋ ਕੇ ਗੱਲਾਂ ਕਰਦਿਆਂ ਵੇਖ ਉਸਦੀ ਹੈਰਾਨੀ ਪਲੋ ਪਲ ਵਧਦੀ ਜਾ

ਰਹੀ ਸੀ। "ਪਰ ਮੈਂ ਆਪ ਤੁਹਾਡੇ ਨਾਲ ਇਕ ਗੱਲ ਕਰਨ ਆਇਆ ਹਾਂ। ਯਾਦ ਜੇ ਮੈਂ ਪਿਛਲੀ ਵਾਰੀ ਕੀ ਆਖਿਆ ਸੀ?"

"ਪਿਛਲੀ ਵਾਰੀ ਤੁਸਾਂ ਬਹੁਤ ਸਾਰੀਆਂ ਗੱਲਾਂ ਕੀਤੀਆਂ ਸਨ। ਕੀ ਆਖਿਆ ਸੀ ਤੁਸੀਂ?" ਮਾਸਲੋਵਾ ਨੇ ਕਿਹਾ। ਉਹ ਹਾਲੇ ਵੀ ਮੁਸਕ੍ਰਾ ਰਹੀ ਸੀ ਅਤੇ ਆਪਣਾ ਸਿਰ ਸੱਜੇ ਖੱਬੇ ਹਿਲਾ ਰਹੀ ਸੀ।

"ਮੈਂ ਆਖਿਆ ਸੀ ਕਿ ਮੈਂ ਤੁਹਾਡੇ ਕੋਲੋਂ ਮਾਫੀ ਮੰਗਣ ਆਇਆ ਹਾਂ," ਉਸ ਨੇ ਗੱਲ ਸ਼ੁਰੂ ਕੀਤੀ।

"ਇਸ ਦਾ ਕੀ ਫਾਇਦਾ? ਮਾਫੀ, ਮਾਫੀ, ਏਹਦੇ ਨਾਲ ਕੀ ਸੌਰੇਗਾ? ਏਹਦੇ ਨਾਲੋਂ ਤਾਂ ਚੰਗਾ ਹੈ ਕਿ..."

"ਮੈਂ ਆਪਣੇ ਗੁਨਾਹ ਦਾ ਪਸ਼ਚਾਤਾਪ ਕਰਨਾ ਚਾਹੁੰਦਾ ਹਾਂ। ਸਿਰਫ ਗੱਲਾਂ ਬਾਤਾਂ ਨਾਲ ਹੀ ਨਹੀਂ, ਸਗੋਂ ਕੁਝ ਕਰ ਕੇ। ਮੈਂ ਤੁਹਾਡੇ ਨਾਲ ਵਿਆਹ ਕਰਾਉਣ ਦਾ ਫੈਸਲਾ ਕਰ ਲਿਆ ਹੈ।"

ਅਚਨਚੇਤ ਮਾਸਲੋਵਾ ਦੇ ਚਿਹਰੇ ਤੇ ਡੈ ਛਾ ਗਿਆ। ਉਸ ਦੀਆਂ ਭੈਂਗੀਆਂ ਨਜ਼ਰਾਂ ਨੇਖਲੀਊਦੋਵ ਦੇ ਚਿਹਰੇ ਉਤੇ ਗੱਡੀਆਂ ਗਈਆਂ ਸਨ ਪਰ ਫੇਰ ਵੀ ਇਉਂ ਲੱਗਦਾ ਸੀ ਜਿਵੇਂ ਉਹ ਵੇਖ ਨਾ ਰਹੀਆਂ ਹੋਣ।

"ਉਹ ਕਿਉਂ?" ਉਸ ਨੇ ਗੁੱਸੇ ਨਾਲ ਤਿਊੜੀ ਚੜ੍ਹਾ ਕੇ ਪੁੱਛਿਆ।

"ਮੈਂ ਮਹਿਸੂਸ ਕਰਦਾ ਹਾਂ ਕਿ ਰੱਬ ਦੇ ਹਜ਼ੂਰ ਇਹ ਮੇਰਾ ਫਰਜ਼ ਹੈ।"

"ਕਿਹੜਾ ਰੱਬ ਲਭ ਪਿਐ ਹੁਣ ਤੁਹਾਨੂੰ? ਏਹ ਕੀ ਬੋਲ ਰਹੇ ਓ ਊਟ ਪਟਾਂਗ? ਰੱਬ? ਕਿਹੜਾ ਰੱਬ? ਤੁਹਾਨੂੰ ਉਸ ਵੇਲੇ ਯਾਦ ਕਰਨਾ ਚਾਹੀਦਾ ਸੀ ਰੱਬ ਨੂੰ," ਮਾਸਲੋਵਾ ਨੇ ਆਖਿਆ ਅਤੇ ਉਸ ਦਾ ਮੂੰਹ ਖੁਲ੍ਹੇ ਦਾ ਖੁਲ੍ਹਾ ਰਹਿ ਗਿਆ।

ਨੇਖਲੀਊਦੋਵ ਨੂੰ ਹੁਣ ਪਤਾ ਲੱਗਾ ਕਿ ਮਾਸਲੋਵਾ ਦੇ ਮੂੰਹ ਵਿਚੋਂ ਸ਼ਰਾਬ ਦੀ ਹਵਾੜ ਆ ਰਹੀ ਸੀ, ਤੇ ਉਹਨੂੰ ਸਮਝ ਆ ਗਈ ਕਿ ਮਾਸਲੋਵਾ ਏਨੀ ਚਾਮ੍ਹਲੀ ਜਿਹੀ ਕਿਉਂ ਸੀ।

"ਤਹੰਮਲ ਤੋਂ ਕੰਮ ਲੈ," ਉਸ ਨੇ ਆਖਿਆ।

"ਤਹੰਮਲ ਤੋਂ ਕੰਮ ਲੈਣ ਦਾ ਕੀ ਮਤਲਬ? ਤੂੰ ਸਮਝਦਾ ਏਂ ਕਿ ਮੈਂ ਨਸ਼ੇ ਵਿਚ ਆਂ। ਹਾਂ, ਮੈਂ ਨਸ਼ੇ ਵਿਚ ਆਂ, ਪਰ ਤਾਂ ਵੀ ਮੈਨੂੰ ਪਤਾ ਏ ਕਿ ਮੈਂ ਕੀ ਆਖ ਰਹੀ ਆਂ," ਉਹ ਕਾਹਲੀ ਕਾਹਲੀ ਬੋਲਣ ਲੱਗ ਪਈ। ਉਹਦਾ ਚਿਹਰਾ ਲਾਲ ਸੁਰਖ ਹੋ ਗਿਆ ਸੀ। "ਮੈਂ ਇਕ ਮੁਜਰਮ ਆਂ। ਮੈਂ ਜਣੇ ਖਣੇ ਕੋਲੋਂ ਮਰਵਾ... ਫਿਰਦੀ ਆਂ, ਤੇ ਤੂੰ ਭਲਾ ਮਾਣਸ ਏਂ, ਪ੍ਰਿੰਸ ਏਂ। ਮੈਨੂੰ ਹੱਥ ਲਾ ਕੇ ਆਪਣੇ ਆਪ ਨੂੰ ਨਾਪਾਕ ਕਰਨ ਦੀ ਤੈਨੂੰ ਕੋਈ ਲੋੜ ਨਹੀਂ। ਤੂੰ ਜਾ ਆਪਣੀਆਂ ਪ੍ਰਿੰਸੈਸਾਂ ਕੋਲ। ਮੇਰੀ ਕੀਮਤ ਤਾਂ ਦਸ ਰਬਲ ਏ।"

"ਤੂੰ ਜਿੰਨੀਆਂ ਮਰਜ਼ੀ ਏ ਕਠੋਰ ਗੱਲਾਂ ਕਰ। ਪਰ ਜੋ ਮੇਰੇ ਦਿਲ ਤੇ ਬੀਤ ਰਹੀ ਹੈ ਉਹ ਮੈਂ ਹੀ ਜਾਣਦਾ ਹਾਂ," ਨੇਖਲੀਊਦੋਵ ਨੇ ਹੌਲੀ ਜਿਹੀ ਆਖਿਆ। ਉਹਦੇ ਰੋਮ ਰੋਮ

ਵਿਦ ਕਾਂਬਾ ਛਿੜਿਆ ਹੋਇਆ ਸੀ। "ਤੂੰ ਸੋਚ ਵੀ ਨਹੀਂ ਸਕਦੀ ਕਿ ਮੈਂ ਆਪਣੇ ਆਪ ਨੂੰ ਤੇਰੇ ਬਾਰੇ ਵਿਚ ਕੇਡਾ ਵੱਡਾ ਮੁਜਰਮ ਸਮਝਦਾ ਹਾਂ।"

"ਮੁਜਰਮ ਸਮਝਦਾ ਹਾਂ," ਮਾਸਲੋਵਾ ਨੇ ਗੁੱਸੇ ਨਾਲ ਨੇਖਲੀਊਦੋਵ ਦੀ ਸਾਂਗ ਲਾਉਂਦਿਆਂ ਆਖਿਆ। "ਓਦੋਂ ਤਾਂ ਤੂੰ ਆਪਣੇ ਆਪ ਨੂੰ ਮੁਜਰਮ ਨਾ ਸਮਝਿਆ। ਓਦੋਂ ਤਾਂ ਸੌ ਰੂਬਲ ਦਾ ਨੋਟ ਸੁੱਟ ਕੇ ਚਲਦਾ ਬਣਿਆ। ਲੈ ਫੜ... ਤੇਰੀ ਕੀਮਤ!"

"ਮੈਨੂੰ ਪਤਾ ਹੈ, ਮੈਨੂੰ ਪਤਾ ਹੈ, ਪਰ ਹੁਣ ਕੀ ਹੋ ਸਕਦਾ ਹੈ?" ਨੇਖਲੀਊਦੋਵ ਨੇ ਆਖਿਆ। "ਮੈਂ ਫੈਸਲਾ ਕਰ ਲਿਆ ਹੈ ਕਿ ਤੈਨੂੰ ਛੱਡ ਕੇ ਨਹੀਂ ਜਾਵਾਂਗਾ, ਤੇ ਜੋ ਮੈਂ ਆਖਿਆ ਹੈ, ਪੂਰਾ ਕਰ ਕੇ ਰਹਾਂਗਾ।"

"ਤੇ ਮੈਂ ਕਹਿੰਦੀ ਆਂ ਕਿ ਤੂੰ ਨਹੀਂ ਕਰੇਂਗਾ," ਉਸ ਨੇ ਆਖਿਆ ਤੇ ਉੱਚੀ ਉੱਚੀ ਹੱਸਣ ਲੱਗ ਪਈ।

"ਕਾਤੀਊਸ਼ਾ!" ਉਹਦੇ ਹੱਥ ਨੂੰ ਛੂੰਹਦਿਆਂ ਨੇਖਲੀਊਦੋਵ ਨੇ ਕਹਿਣਾ ਸ਼ੁਰੂ ਕੀਤਾ।

"ਚਲਾ ਜਾ ਏਥੋਂ। ਮੈਂ ਮੁਜਰਮ ਆਂ ਤੇ ਤੂੰ ਏਂ ਪ੍ਰਿੰਸ। ਤੇਰਾ ਏਥੇ ਕੀ ਕੰਮ," ਉਸ ਨੇ ਆਪਣਾ ਹੱਥ ਛੁਡਾਉਂਦਿਆਂ ਚੀਕ ਕੇ ਆਖਿਆ। ਗੁੱਸੇ ਨਾਲ ਉਹਦਾ ਤੌਰ ਬਤੌਰ ਹੀ ਬਦਲ ਗਿਆ ਸੀ। "ਤੂੰ ਮੇਰੇ ਰਾਹੀਂ ਆਪਣੇ ਆਪ ਨੂੰ ਬਚਾਉਣਾ ਚਾਹੁੰਦਾ ਏਂ," ਉਹ ਬੋਲੀ ਜਾ ਰਹੀ ਸੀ। ਉਹਦੇ ਦਿਲ ਵਿਚ ਇਕ ਤੂਫਾਨ ਮੱਚਿਆ ਹੋਇਆ ਸੀ ਤੇ ਉਹ ਆਪਣਾ ਸਾਰਾ ਗੁਬਾਰ ਕੱਢ ਲੈਣਾ ਚਾਹੁੰਦੀ ਸੀ। "ਇਸ ਜਹਾਨ ਵਿਚ ਤੂੰ ਮੈਨੂੰ ਮਾਣਿਆ ਭੋਗਿਆ, ਅਤੇ ਅਗਲੇ ਜਹਾਨ ਵਿਚ ਮੇਰੇ ਰਾਹੀਂ ਹੀ ਨਿਸਤਾਰਾ ਚਾਹੁੰਦਾ ਏਂ। ਮੈਨੂੰ ਤੇਰੇ ਨਾਲ ਨਫਰਤ ਏ—ਤੇਰੀਆਂ ਐਨਕਾਂ ਨਾਲ, ਤੇਰੀ ਇਸ ਮੋਟੀ ਗੰਦੀ ਸੂਰਤ ਨਾਲ ਨਫਰਤ ਏ। ਜਾ, ਚਲਾ ਜਾ ਏਥੋਂ!" ਉਹ ਚਿੱਲਾਈ ਅਤੇ ਜ਼ੋਰ ਦੇ ਝਟਕੇ ਨਾਲ ਖੜੀ ਹੋ ਗਈ।

ਵਾਰਡਰ ਉਹਨਾਂ ਦੇ ਕੋਲ ਆਇਆ।

"ਕਿਉਂ ਐਵੇਂ ਅਸਮਾਨ ਸਿਰ ਤੇ ਚੁਕਿਐ ਤੂੰ? ਏਦਾਂ ਕਰੇਂਗੀ ਤਾਂ..."

"ਰਹਿਣ ਦਿਓ, ਮਿਹਰਬਾਨੀ ਕਰ ਕੇ," ਨੇਖਲੀਊਦੋਵ ਨੇ ਆਖਿਆ।

"ਏਹਨੂੰ ਕੁਝ ਹੋਸ਼ ਕਰਨੀ ਚਾਹੀਦੀ ਏ," ਵਾਰਡਰ ਨੇ ਆਖਿਆ।

"ਠਹਿਰ ਜਾਓ ਪਲ ਕੁ," ਨੇਖਲੀਊਦੋਵ ਨੇ ਆਖਿਆ। ਵਾਰਡਰ ਵਾਪਸ ਖਿੜਕੀ ਕੋਲ ਚਲਾ ਗਿਆ।

ਮਾਸਲੋਵਾ ਫੇਰ ਬਹਿ ਗਈ। ਉਸ ਨੇ ਨਜ਼ਰਾਂ ਨੀਵੀਆਂ ਪਾਈਆਂ ਹੋਈਆਂ ਸਨ ਅਤੇ ਆਪਣੇ ਨਿੱਕੇ ਨਿੱਕੇ ਹੱਥਾਂ ਦੀ ਘੁਟ ਕੇ ਕੜਿੰਗੜੀ ਪਾਈ ਹੋਈ ਸੀ। ਨੇਖਲੀਊਦੋਵ ਉਹਦੇ ਕੋਲ ਖੜਾ ਸੀ। ਉਸ ਨੂੰ ਸਮਝ ਨਹੀਂ ਸੀ ਆਉਂਦੀ ਕਿ ਕੀ ਕਰੇ।

"ਤੈਨੂੰ ਮੇਰੇ ਤੇ ਯਕੀਨ ਨਹੀਂ ਆਉਂਦਾ?" ਉਸ ਨੇ ਕਿਹਾ।

"ਕਿ ਤੁਸੀਂ ਮੇਰੇ ਨਾਲ ਵਿਆਹ ਕਰਨਾ ਚਾਹੁੰਦੇ ਹੋ? ਇਹ ਗੱਲ ਕਦੇ ਨਹੀਂ ਹੋਣੀ। ਮੈਂ ਫਾਹ ਭਾਵੇਂ ਲੈ ਲਵਾਂ ਪਰ ਤੁਹਾਡੇ ਨਾਲ ਵਿਆਹ ਨਾ ਕਰਾਵਾਂ। ਗੱਲ ਖਤਮ!"

"ਖ਼ੈਰ, ਕੋਈ ਗੱਲ ਨਹੀਂ। ਮੈਂ ਫੇਰ ਵੀ ਤੇਰੀ ਸੇਵਾ ਕਰਦਾ ਰਹਾਂਗਾ।"

"ਤੁਸੀਂ ਜਾਣੋ ਤੁਹਾਡਾ ਕੰਮ। ਪਰ ਮੈਂ ਦੱਸ ਦੇਵਾਂ ਕਿ ਮੈਨੂੰ ਤੁਹਾਡੇ ਕੋਲੋਂ ਕਿਸੇ ਚੀਜ਼ ਦੀ ਲੋੜ ਨਹੀਂ। ਇਹ ਮੈਂ ਸੱਚ ਆਖ ਰਹੀ ਆਂ," ਉਸ ਨੇ ਕਿਹਾ।

"ਹਾਏ, ਮੈਂ ਮਰ ਕਿਉਂ ਨਾ ਗਈ ਓਦੋਂ?" ਉਸ ਨੇ ਆਖਿਆ ਤੇ ਵਿਲਕ ਵਿਲਕ ਕੇ ਰੋਣ ਲੱਗ ਪਈ।

ਨੇਖਲੀਊਦੋਵ ਵਿਚ ਬੋਲਣ ਦੀ ਹਿੰਮਤ ਨਹੀਂ ਸੀ। ਉਸ ਨੂੰ ਰੋਂਦੀ ਵੇਖ ਕੇ ਉਹਦੀਆਂ ਅੱਖਾਂ ਵੀ ਭਰ ਆਈਆਂ ਸਨ।

ਮਾਸਲੋਵਾ ਨੇ ਨਜ਼ਰਾਂ ਉਪਰ ਕਰ ਕੇ ਉਸ ਵੱਲ ਵੇਖਿਆ ਅਤੇ ਹੈਰਾਨ ਰਹਿ ਗਈ। ਤੇ ਉਹ ਆਪਣਾ ਰੁਮਾਲ ਕੱਢ ਕੇ ਆਪਣੇ ਅਥਰੂ ਪੂੰਝਣ ਲੱਗ ਪਈ।

ਵਾਰਡਰ ਨੇ ਫੇਰ ਆ ਕੇ ਉਹਨਾਂ ਨੂੰ ਆਖਿਆ ਕਿ ਮੁਲਾਕਤ ਦਾ ਵਕਤ ਖ਼ਤਮ ਹੋ ਗਿਆ ਹੈ। ਮਾਸਲੋਵਾ ਖੜੀ ਹੋ ਗਈ।

"ਤੁਸੀਂ ਇਸ ਵੇਲੇ ਬੇਚੈਨ ਹੋ। ਹੋ ਸਕਿਆ ਤਾਂ ਮੈਂ ਭਲਕੇ ਫੇਰ ਆਵਾਂਗਾ—ਤੁਸੀਂ ਇਸ ਗੱਲ ਤੇ ਵਿਚਾਰ ਕਰਨਾ," ਨੇਖਲੀਊਦੋਵ ਨੇ ਆਖਿਆ।

ਮਾਸਲੋਵਾ ਨੇ ਕੋਈ ਜਵਾਬ ਨਹੀਂ ਦਿੱਤਾ, ਅਤੇ ਉਹਦੇ ਵੱਲ ਵੇਖੇ ਬਗੈਰ ਵਾਰਡਰ ਦੇ ਮਗਰ ਮਗਰ ਕਮਰੇ ਤੋਂ ਬਾਹਰ ਚਲੀ ਗਈ।

"ਵਾਹ, ਕੁੜੀਏ, ਹੁਣ ਤਾਂ ਤੇਰੀਆਂ ਮੌਜਾਂ ਨੇ," ਮਾਸਲੋਵਾ ਕੋਠੜੀ ਵਿਚ ਆਈ ਤਾਂ ਕੋਰਾਬਲੀਓਵਾ ਨੇ ਕਿਹਾ। "ਜਾਪਦਾ ਏ, ਉਹ ਤੇਰੇ ਉਤੇ ਡੁਲ੍ਹਿਆ ਫਿਰਦੈ। ਜਿੰਨਾ ਚਿਰ ਗੇੜੇ ਕਢਦਾ ਏ, ਇਹਦਾ ਪੂਰਾ ਪੂਰਾ ਫਾਇਦਾ ਉਠਾ। ਉਹਦੀ ਮਦਦ ਨਾਲ ਛੁੱਟ ਜਾਏਂਗੀ। ਅਮੀਰ ਲੋਕ ਸਭ ਕੁਝ ਕਰ ਸਕਦੇ ਨੇ।"

"ਹਾਂ, ਗੱਲ ਤਾਂ ਠੀਕ ਏ," ਵਾਚਮੈਨ ਦੀ ਘਰ ਵਾਲੀ ਨੇ ਆਪਣੀ ਸੁਰੀਲੀ ਆਵਾਜ਼ ਨਾਲ ਹਾਮੀ ਭਰੀ। "ਜਦੋਂ ਕੋਈ ਗਰੀਬ ਆਦਮੀ ਵਿਆਹ ਕਰਨਾ ਚਾਹੇ ਤਾਂ ਸੌ ਮੁਸੀਬਤਾਂ ਰਾਹ ਵਿਚ ਖੜੀਆਂ ਹੁੰਦੀਆਂ ਨੇ। ਪਰ ਅਮੀਰ ਆਦਮੀ ਦੀ ਜ਼ਬਾਨ ਹਿਲਣ ਦੀ ਢਿਲ ਕਿ ਝੱਟ ਵਿਆਹ ਹੋ ਜਾਂਦੈ। ਕੁੜੇ, ਮੈਂ ਇਕ ਏਹੋ ਜਿਹੇ ਅਮੀਰਜ਼ਾਦੇ ਨੂੰ ਜਾਣਦੀ ਆਂ। ਪਤਾ ਈ ਕੀ ਕੀਤਾ ਉਹਨੇ?"

"ਹੱਛਾ, ਤੇ ਮੇਰੇ ਬਾਰੇ ਵੀ ਕੋਈ ਗੱਲ ਕੀਤੀ ਉਹਦੇ ਨਾਲ?" ਬੁੱਢੀ ਔਰਤ ਨੇ ਪੁੱਛਿਆ।

ਪਰ ਮਾਸਲੋਵਾ ਨੇ ਆਪਣੀਆਂ ਸਾਥਣਾਂ ਨੂੰ ਕਿਸੇ ਸਵਾਲ ਦਾ ਜਵਾਬ ਨਹੀਂ ਦਿੱਤਾ। ਉਹ ਫੱਟੇ ਉਤੇ ਜਾ ਲੰਮੀ ਪਈ ਤੇ ਤ੍ਰਿਕਾਲਾਂ ਤੱਕ ਓਥੇ ਹੀ ਪਈ ਰਹੀ। ਸਾਰਾ ਵਕਤ ਉਹਦੀਆਂ ਭੈਂਗੀਆਂ ਨਜ਼ਰਾਂ ਕਮਰੇ ਦੀ ਇਕ ਨੁਕਰੇ ਗੱਡੀਆਂ ਰਹੀਆਂ। ਉਹਦੀ ਆਤਮਾ ਵਿਚ ਇਕ ਸਖ਼ਤ ਕਸ਼ਮਕਸ਼ ਜਾਰੀ ਸੀ। ਨੇਖਲੀਊਦੋਵ ਦੀਆਂ ਗੱਲਾਂ ਨਾਲ ਮਾਸਲੋਵਾ

ਨੂੰ ਉਸ ਦੁਨੀਆ ਦਾ ਚੇਤਾ ਆ ਗਿਆ ਸੀ ਜਿਸ ਵਿਚ ਉਹਨੇ ਦੁਖ ਦਰਦ ਝੱਲਿਆ ਸੀ ਤੇ ਜਿਸ ਦੁਨੀਆ ਨੂੰ ਉਹ ਬਿਨਾਂ ਸਮਝਿਆਂ, ਘਿਰਣਾ ਕਰਦੀ ਹੋਈ ਛੱਡ ਕੇ ਆ ਗਈ ਸੀ। ਉਹ ਇਕ ਬੇਖੁਦੀ ਦੀ ਹਾਲਤ ਵਿਚ ਰਹਿ ਰਹੀ ਸੀ ਤੇ ਹੁਣ ਇਸ ਬੇਖੁਦੀ ਵਿਚੋਂ ਜਾਗ ਪਈ ਸੀ। ਪਰ ਜੋ ਕੁਝ ਹੋਇਆ ਬੀਤਿਆ ਸੀ ਉਸ ਦੀ ਯਾਦ ਨੂੰ ਸਾਂਭ ਕੇ ਜਿਊਣਾ ਸੰਭਵ ਨਹੀਂ ਸੀ। ਇਹ ਤਾਂ ਬਹੁਤ ਵੱਡੇ ਤਸੀਹੇ ਝਲਣ ਵਾਲੀ ਗੱਲ ਸੀ। ਇਸ ਕਰਕੇ ਸ਼ਾਮ ਨੂੰ ਉਸ ਨੇ ਫੇਰ ਵੋਦਕਾ ਲਈ ਅਤੇ ਆਪਣੀਆਂ ਸਾਥਣਾਂ ਨਾਲ ਬਹਿ ਕੇ ਪੀਤੀ।

੪੯

"ਹੱਛਾ, ਤਾਂ ਇਹ ਗੱਲ ਏ, ਹੈਂ ਇਹ ਗੱਲ ਏ," ਜੇਲ੍ਹ ਵਿਚੋਂ ਨਿਕਲਦਿਆਂ ਨੇਖਲੀਊਦੋਵ ਨੇ ਸੋਚਿਆ। ਉਸ ਨੂੰ ਹੁਣ ਜਾ ਕੇ ਸਮਝ ਆਇਆ ਸੀ ਕਿ ਉਸ ਨੇ ਕਿੰਨਾ ਭਿਆਨਕ ਜੁਰਮ ਕੀਤਾ ਹੈ। ਜੇ ਉਸ ਨੇ ਆਪਣੇ ਗੁਨਾਹ ਦਾ ਪਸ਼ਚਾਤਾਪ ਕਰਨ ਦੀ ਕੋਸ਼ਿਸ਼ ਨਾ ਕੀਤੀ ਹੁੰਦੀ ਤਾਂ ਉਸ ਨੂੰ ਕਦੇ ਪਤਾ ਹੀ ਨਹੀਂ ਸੀ ਲੱਗਣਾ ਕਿ ਉਸ ਨੇ ਕੇਡਾ ਘੋਰ ਅਪਰਾਧ ਕੀਤਾ ਸੀ। ਏਥੇ ਹੀ ਬਸ ਨਹੀਂ, ਖੁਦ ਮਾਸਲੋਵਾ ਨੂੰ ਵੀ ਕਦੇ ਇਹ ਮਹਿਸੂਸ ਨਹੀਂ ਸੀ ਹੋਣਾ ਕਿ ਉਹਦੇ ਨਾਲ ਏਡਾ ਵੱਡਾ ਜ਼ੁਲਮ ਹੋਇਆ ਸੀ। ਸਿਰਫ ਹੁਣ ਜਾ ਕੇ ਇਸ ਹਕੀਕਤ ਦੀ ਪੂਰੀ ਭਿਅੰਕਰਤਾ ਨੰਗੀ ਹੋਈ ਸੀ। ਨੇਖਲੀਊਦੋਵ ਨੂੰ ਸਿਰਫ ਹੁਣ ਸਮਝ ਆਈ ਸੀ ਕਿ ਉਹਨੇ ਇਸ ਔਰਤ ਦੀ ਆਤਮਾ ਨੂੰ ਕਿਵੇਂ ਮਸਲ ਕੇ ਰੱਖ ਦਿੱਤਾ ਸੀ। ਤੇ ਮਾਸਲੋਵਾ ਨੇ ਵੀ ਹੁਣ ਵੇਖਿਆ ਸੀ ਤੇ ਉਸ ਨੂੰ ਹੁਣ ਸਮਝ ਆਈ ਸੀ ਕਿ ਉਹਦੇ ਨਾਲ ਕੇਡੀ ਵਧੀਕੀ ਹੋਈ ਸੀ। ਹੁਣ ਤੱਕ ਨੇਖਲੀਊਦੋਵ ਸਵੈ–ਪ੍ਰਸੰਸਾ ਦੀਆਂ ਭਾਵਨਾਵਾਂ ਨਾਲ ਖੇਡਦਾ ਰਿਹਾ ਸੀ। ਉਹ ਤਾਂ ਆਪਣੇ ਮਨ ਵਿਚ ਪੈਦਾ ਹੋਏ ਪਸ਼ਚਾਤਾਪ ਕਰਨ ਦੇ ਖਿਆਲ ਨੂੰ ਸ਼ਰਧਾ ਭਾਵ ਨਾਲ ਵੇਖਦਾ ਰਿਹਾ ਸੀ। ਪਰ ਹੁਣ ਭੈ ਨਾਲ ਉਹਦਾ ਰੋਮ ਰੋਮ ਕੰਬ ਉਠਿਆ ਸੀ। ਹੁਣ ਉਹ ਮਾਸਲੋਵਾ ਨੂੰ ਛੱਡ ਨਹੀਂ ਸਕਦਾ, ਉਸ ਨੇ ਸੋਚਿਆ, ਪਰ ਉਸ ਨੂੰ ਇਹ ਸਮਝ ਨਹੀਂ ਸੀ ਆ ਰਿਹਾ ਕਿ ਉਹਨਾਂ ਦੇ ਇਕ ਦੂਜੇ ਨਾਲ ਇਸ ਰਿਸ਼ਤੇ ਦਾ ਕੀ ਬਣੇਗਾ।

ਉਹ ਬਾਹਰ ਨਿਕਲਣ ਹੀ ਵਾਲਾ ਸੀ ਕਿ ਅਸੁਖਾਵੇਂ ਚਿਹਰੇ ਵਾਲਾ ਇਕ ਵਾਰਡਰ ਉਹਦੇ ਕੋਲ ਆਇਆ ਤੇ ਭੇਤਭਰੇ ਅੰਦਾਜ਼ ਨਾਲ ਉਸ ਨੂੰ ਇਕ ਰੁੱਕਾ ਫੜਾਇਆ। ਉਹਦੀ ਛਾਤੀ ਉਤੇ ਸਲੀਬ ਤੇ ਤਮਗੇ ਚਮਕ ਰਹੇ ਸਨ।

"ਕਿਸੇ ਨੇ ਆਹ ਰੁੱਕਾ ਫੜਾਇਐ ਤੁਹਾਡੇ ਲਈ, ਹਜ਼ੂਰ।" ਉਸ ਨੇ ਲਿਫਾਫਾ ਨੇਖਲੀਊਦੋਵ ਦੇ ਹੱਥ ਵਿਚ ਦੇਂਦਿਆਂ ਆਖਿਆ।

"ਕਿਸ ਨੇ?"

"ਪੜ੍ਹੋਗੇ ਤਾਂ ਪਤਾ ਲੱਗ ਜਾਵੇਗਾ। ਸਿਆਸੀ ਕੈਦੀ ਏ। ਮੈਂ ਓਸੇ ਵਾਰਡ ਵਿਚ ਕੰਮ ਕਰਦਾ ਹਾਂ। ਏਸੇ ਕਰਕੇ ਉਸ ਔਰਤ ਨੇ ਮੈਨੂੰ ਇਹ ਰੁੱਕਾ ਦੇਣ ਲਈ ਆਖਿਐ। ਹੈ ਤਾਂ ਭਾਵੇਂ ਕਾਨੂੰਨ ਦੀ ਖ਼ਿਲਾਫ਼ਵਰਜ਼ੀ, ਪਰ ਤਾਂ ਵੀ ਬੰਦੇ ਨੂੰ ਬੰਦੇ ਨਾਲ ਹਮਦਰਦੀ ਹੁੰਦੀ ਏ..." ਵਾਰਡਰ ਦੇ ਗੱਲ ਕਰਨ ਦੇ ਢੰਗ ਵਿਚ ਸੁਭਾਵਿਕਤਾ ਨਹੀਂ ਸੀ।

ਨੇਖਲੀਊਦੋਵ ਇਸ ਗੱਲੋਂ ਹੈਰਾਨ ਸੀ ਕਿ ਉਸ ਵਾਰਡ ਦਾ ਵਾਰਡਰ ਜਿਸ ਵਿਚ ਸਿਆਸੀ ਕੈਦੀ ਰੱਖੇ ਹੋਏ ਸਨ ਰੁੱਕੇ ਪਹੁੰਚਾ ਰਿਹਾ ਸੀ ਤੇ ਉਹ ਵੀ ਜੇਲ੍ਹ ਦੀ ਚਾਰ ਦੀਵਾਰੀ ਦੇ ਅੰਦਰ, ਖੁਲ੍ਹਮ ਖੁਲ੍ਹਾ ਸਭ ਦੇ ਸਾਮ੍ਹਣੇ। ਉਸ ਵੇਲੇ ਨੇਖਲੀਊਦੋਵ ਨੂੰ ਇਹ ਨਹੀਂ ਸੀ ਪਤਾ ਕਿ ਇਹ ਆਦਮੀ ਵਾਰਡਰ ਵੀ ਹੈ ਤੇ ਜਾਸੂਸ ਵੀ। ਪਰ, ਉਸ ਨੇ ਰੁੱਕਾ ਫੜ ਲਿਆ ਅਤੇ ਜੇਲ੍ਹ ਤੋਂ ਬਾਹਰ ਆ ਕੇ ਇਸ ਨੂੰ ਪੜ੍ਹਿਆ। ਰੁੱਕਾ ਨਵੀਂ ਲਿਖਾਈ ਵਿਚ ਨਿਧੜਕ ਹੋ ਕੇ ਲਿਖਿਆ ਗਿਆ ਸੀ।

"ਇਹ ਪਤਾ ਲੱਗਣ ਉਤੇ ਕਿ ਆਪ ਏਥੇ ਆਉਂਦੇ ਹੋ ਅਤੇ ਇਕ ਫੌਜਦਾਰੀ ਦੇ ਮੁਲਜ਼ਮ ਦੇ ਮੁਕਦਮੇ ਵਿਚ ਆਪ ਦੀ ਦਿਲਚਸਪੀ ਹੈ; ਮੇਰੇ ਦਿਲ ਵਿਚ ਇਹ ਇੱਛਾ ਜਾਗੀ ਕਿ ਆਪ ਨੂੰ ਮਿਲਾਂ। ਮੈਨੂੰ ਮਿਲਣ ਵਾਸਤੇ ਪਾਸ ਲਓ। ਆਪ ਨੂੰ ਮਿਲ ਜਾਏਗਾ। ਮੁਲਾਕਾਤ ਸਮੇਂ ਮੈਂ ਆਪ ਨੂੰ ਉਸ ਔਰਤ ਬਾਰੇ ਜਿਸ ਦੀ ਤੁਸੀਂ ਮਦਦ ਕਰ ਰਹੇ ਹੋ ਅਤੇ ਆਪਣੇ ਦਲ ਬਾਰੇ ਬਹੁਤ ਕੁਝ ਦੱਸ ਸਕਾਂਗੀ। ਆਪ ਦੀ ਕਿਰੱਤਗ, ਵੇਰਾ ਬੋਗੋਦੂਖੋਵਸਕਾਯਾ।

ਵੇਰਾ ਬੋਗੋਦੂਖੋਵਸਕਾਯਾ ਨੋਵਗੋਰੋਦ ਗੁਬੇਰਨੀਆ ਦੇ ਇਕ ਪਸਿੱਤੇ ਪਿੰਡ ਵਿਚ ਅਧਿਆਪਕਾ ਦਾ ਕੰਮ ਕਰਦੀ ਸੀ। ਇਕ ਵਾਰੀ ਨੇਖਲੀਊਦੋਵ ਅਤੇ ਉਹਦੇ ਕੁਝ ਦੋਸਤ ਰਿੱਛ ਦਾ ਸ਼ਿਕਾਰ ਕਰਨ ਗਏ ਉਸ ਪਿੰਡ ਵਿਚ ਠਹਿਰੇ ਸਨ। ਓਥੇ ਇਸ ਔਰਤ ਨੇ ਨੇਖਲੀਊਦੋਵ ਕੋਲੋਂ ਕੁਝ ਆਰਥਕ ਮਦਦ ਮੰਗੀ ਸੀ ਤਾਂ ਜੋ ਆਪਣੀ ਪੜ੍ਹਾਈ ਅੱਗੋਂ ਜਾਰੀ ਰੱਖ ਸਕੇ। ਨੇਖਲੀਊਦੋਵ ਨੇ ਉਸ ਦੀ ਲੋੜੀਂਦੀ ਮਦਦ ਕੀਤੀ ਸੀ ਤੇ ਇਸ ਔਰਤ ਬਾਰੇ ਸਭ ਕੁਝ ਭੁਲ-ਭੁਲਾ ਗਿਆ ਸੀ। ਹੁਣ ਇਉਂ ਜਾਪਦਾ ਸੀ ਕਿ ਇਹ ਔਰਤ ਸਿਆਸੀ ਮੁਜਰਮ ਹੈ ਤੇ ਜੇਲ੍ਹ ਵਿਚ ਹੈ (ਸ਼ਾਇਦ ਜੇਲ੍ਹ ਵਿਚ ਹੀ ਉਹਨੇ ਨੇਖਲੀਊਦੋਵ ਦੀ ਕਹਾਣੀ ਸੁਣੀ ਸੀ) ਅਤੇ ਉਸ ਦੀ ਮਦਦ ਕਰਨਾ ਚਾਹੁੰਦੀ ਹੈ। ਉਹਨਾਂ ਦਿਨਾਂ ਵਿਚ ਜ਼ਿੰਦਗੀ ਕਿੱਨੀ ਸਰਲ ਤੇ ਸੌਖੀ ਸੀ, ਤੇ ਹੁਣ ਹਰ ਚੀਜ਼ ਕਿੱਨੀ ਕਠਨ ਤੇ ਗੁੰਝਲਦਾਰ ਹੋ ਗਈ ਹੈ। ਨੇਖਲੀਊਦੋਵ ਨੂੰ ਉਹਨਾਂ ਦਿਨਾਂ ਦੀ ਯਾਦ ਆ ਗਈ ਜਦੋਂ ਬੋਗੋਦੂਖੋਵਸਕਾਯਾ ਨਾਲ ਉਹਦੀ ਜਾਣ-ਪਛਾਣ ਹੋਈ ਸੀ। ਇਸ ਯਾਦ ਨਾਲ ਉਹਦਾ ਦਿਲ ਗਦ ਗਦ ਹੋ ਉੱਠਿਆ ਤੇ ਸਾਰੀ ਝਾਕੀ ਸਪਸ਼ਟ ਉਹਦੀਆਂ ਅੱਖਾਂ ਅੱਗੋਂ ਦੀ ਲੰਘ ਗਈ। ਲੈਂਟ ਤੋਂ ਥੋੜੇ ਹੀ ਦਿਨ ਪਹਿਲਾਂ ਦੀ ਗੱਲ ਹੈ। ਜਿੱਥੇ ਇਹ ਘਟਨਾ ਵਾਪਰੀ ਉਹ ਥਾਂ ਰੇਲਵੇ ਸਟੇਸ਼ਨ ਤੋਂ ੬੦ ਵੇਰਸਤ ਦੂਰ ਸੀ। ਉਸ ਦਿਨ ਸ਼ਿਕਾਰ ਚੰਗਾ ਹੋ ਗਿਆ ਸੀ। ਉਹਨਾਂ ਨੇ ਦੋ ਰਿੱਛ ਮਾਰ ਲਏ ਸਨ। ਅਤੇ ਆਪਣੀ ਵਾਪਸੀ ਦੇ ਸਫ਼ਰ ਤੇ ਪੈਣ ਤੋਂ ਪਹਿਲਾਂ ਸਾਰੇ ਜਣੇ ਬੈਠੇ ਰੋਟੀ ਖਾ ਰਹੇ ਸਨ। ਜਿਸ ਘਰ ਵਿਚ ਉਹ ਅਟਕੇ ਹੋਏ ਸਨ ਉਸ ਦੇ ਮਾਲਕ

ਨੇ ਆ ਕੇ ਆਖਿਆ ਸੀ ਕਿ ਡੀਕਨ ਦੀ ਧੀ ਪ੍ਰਿੰਸ ਨੇਖਲੀਊਦੋਵ ਨਾਲ ਗੱਲ ਕਰਨਾ ਚਾਹੁੰਦੀ ਹੈ।

"ਸੁਹਣੀ ਏ ?" ਕਿਸੇ ਨੇ ਪੁੱਛਿਆ।

"ਬਸ ਬਸ, ਚੁਪ ਰਹਿ," ਨੇਖਲੀਊਦੋਵ ਨੇ ਆਖਿਆ ਅਤੇ ਉਠ ਖੜਾ ਹੋਇਆ। ਉਹਦੇ ਚਿਹਰੇ ਉਤੇ ਗੰਭੀਰਤਾ ਦਾ ਪ੍ਰਭਾਵ ਸੀ। ਆਪਣਾ ਮੂੰਹ ਪੂੰਝਦਾ ਹੋਇਆ, ਅਤੇ ਇਹ ਸੋਚਦਾ ਹੋਇਆ ਕਿ ਡੀਕਨ ਦੀ ਧੀ ਨੂੰ ਉਹਦੇ ਨਾਲ ਕੀ ਕੰਮ ਹੋ ਸਕਦਾ ਹੈ, ਉਹ ਮਕਾਨ ਦੇ ਉਸ ਹਿੱਸੇ ਵਿਚ ਆ ਗਿਆ ਜਿਥੇ ਘਰ ਵਾਲੇ ਰਹਿੰਦੇ ਸਨ।

ਉਥੇ ਉਸ ਨੇ ਵੇਖਿਆ ਕਿ ਨਮਦੇ ਦੀ ਟੋਪੀ ਅਤੇ ਗਰਮ ਕਪੜੇ ਪਾਈ ਇਕ ਕੁੜੀ ਖੜੀ ਹੈ। ਕੁੜੀ ਗੱਠਵੇਂ ਬਦਨ ਵਾਲੀ ਸੀ ਪਰ ਬਦਸੂਰਤ। ਸਿਰਫ ਕਮਾਨ ਵਰਗੇ ਭਰਵੱਟਿਆਂ ਹੇਠਾਂ ਉਹਦੀਆਂ ਅੱਖਾਂ ਹੀ ਖ਼ੂਬਸੂਰਤ ਸਨ।

"ਲੈ ਕੁੜੀਏ, ਕਰ ਲੈ ਗੱਲ," ਬੁੱਢੀ ਮਾਲਕਣ ਨੇ ਕਿਹਾ, "ਏਹ ਈ ਪ੍ਰਿੰਸ। ਮੈਂ ਇੱਚਰ ਬਾਹਰ ਚਲੀ ਜਾਨੀ ਆਂ।"

"ਮੈਂ ਤੁਹਾਡੀ ਕੀ ਸੇਵਾ ਕਰ ਸਕਦਾ ਹਾਂ ?" ਨੇਖਲੀਊਦੋਵ ਨੇ ਪੁੱਛਿਆ।

"ਮੈਂ... ਮੈਂ... ਮੈਂ ਵੇਖ ਰਹੀ ਆਂ ਕਿ ਤੁਸੀਂ ਅਮੀਰ ਆਦਮੀ ਜੇ ਤੇ ਸ਼ਿਕਾਰ ਵਰਗੇ ਫਜ਼ੂਲ ਕੰਮਾਂ ਉਤੇ ਆਪਣਾ ਪੈਸਾ ਰੋੜ੍ਹ ਰਹੇ ਜੇ," ਕੁੜੀ ਨੇ ਗੱਲ ਸ਼ੁਰੂ ਕੀਤੀ। ਉਹ ਬੜੀ ਘਬਰਾਈ ਹੋਈ ਸੀ। "ਮੈਂ ਜਾਣਦੀ ਆਂ... ਮੈਨੂੰ ਤਾਂ ਸਿਰਫ ਇਕੋ ਚੀਜ਼ ਚਾਹੀਦੀ ਏ... ਮੈਂ ਲੋਕਾਂ ਦੇ ਕਿਸੇ ਕੰਮ ਆ ਸਕਾਂ। ਪਰ ਮੈਂ ਕੁਝ ਕਰ ਨਹੀਂ ਸਕਦੀ ਕਿਉਂਕਿ ਮੈਨੂੰ ਬਹੁਤਾ ਕੁਝ ਪਤਾ ਹੀ ਨਹੀਂ।"

ਕੁੜੀ ਦੀਆਂ ਅੱਖਾਂ ਵਿਚੋਂ ਸਚਾਈ ਅਤੇ ਦਿਆਲਤਾ ਡੁਲ੍ਹ ਡੁਲ੍ਹ ਪੈਂਦੀ ਸੀ, ਅਤੇ ਜਿਸ ਦ੍ਰਿੜ੍ਹਤਾ, ਪਰ ਤਾਂ ਵੀ ਸੰਕੋਚ, ਨਾਲ ਉਹ ਗੱਲ ਕਰ ਰਹੀ ਸੀ ਉਹ ਦਿਲ ਨੂੰ ਟੁੰਬਦੀ ਸੀ। ਨੇਖਲੀਊਦੋਵ ਨੇ, ਜਿਵੇਂ ਕਿ ਉਹਦੇ ਨਾਲ ਅਕਸਰ ਹੁੰਦਾ ਸੀ, ਇਕਦਮ ਆਪਣੇ ਆਪ ਨੂੰ ਉਸ ਕੁੜੀ ਦੀ ਹਾਲਤ ਵਿਚ ਮਹਿਸੂਸ ਕੀਤਾ। ਉਹਨੇ ਕੁੜੀ ਦੀ ਹਾਲਤ ਨੂੰ ਸਮਝ ਲਿਆ ਤੇ ਉਹਦੇ ਦਿਲ ਵਿਚ ਹਮਦਰਦੀ ਜਾਗ ਪਈ।

"ਮੈਂ ਤੁਹਾਡੇ ਵਾਸਤੇ ਕੀ ਕਰ ਸਕਦਾ ਹਾਂ ?"

"ਮੈਂ ਇਕ ਉਸਤਾਨੀ ਹਾਂ, ਪਰ ਮੈਂ ਚਾਹੁੰਦੀ ਹਾਂ ਕਿ ਯੂਨੀਵਰਸਿਟੀ ਦੀ ਪੜ੍ਹਾਈ ਕਰਾਂ, ਤੇ ਮੈਨੂੰ ਇਸ ਦੀ ਆਗਿਆ ਨਹੀਂ ਮਿਲਦੀ। ਇਹ ਮਤਲਬ ਨਹੀਂ ਕਿ ਮੈਨੂੰ ਆਗਿਆ ਨਹੀਂ ਮਿਲਦੀ, ਆਗਿਆ ਤਾਂ ਹੈ, ਪਰ ਮੇਰੇ ਕੋਲ ਪੜ੍ਹਾਈ ਦਾ ਕੋਈ ਸਾਧਨ ਨਹੀਂ। ਪੈਸੇ ਨਹੀਂ। ਤੁਸੀਂ ਮੈਨੂੰ ਪੈਸੇ ਦਿਓ, ਤੇ ਪੜ੍ਹਾਈ ਖਤਮ ਕਰ ਲੈਣ ਮਗਰੋਂ ਮੈਂ ਰਕਮ ਵਾਪਸ ਕਰ ਦੇਵਾਂਗੀ। ਮੈਨੂੰ ਖਿਆਲ ਆਉਂਦਾ ਰਿਹਾ ਏ ਕਿ ਅਮੀਰ ਲੋਕ ਰਿੱਛਾਂ ਦਾ ਸ਼ਿਕਾਰ ਕਰਦੇ ਨੇ ਅਤੇ ਕਿਸਾਨਾਂ ਨੂੰ ਸ਼ਰਾਬ ਪਿਆਉਂਦੇ ਨੇ। ਇਹ ਮਾੜੀ ਗੱਲ ਏ। ਇਹ ਲੋਕ ਕੋਈ ਨੇਕ ਕੰਮ ਕਿਉਂ ਨਹੀਂ ਕਰਦੇ ? ਮੈਨੂੰ ਸਿਰਫ ਅੱਸੀ ਰੂਬਲ ਚਾਹੀਦੇ ਨੇ... ਪਰ ਜੇ ਤੁਸੀਂ ਨਹੀਂ ਦੇਣਾ ਚਾਹੁੰਦੇ ਤਾਂ ਨਾ ਸਹੀ," ਉਸ ਨੇ ਕੁਝ ਗੁੱਸੇ ਜਿਹੇ ਨਾਲ ਆਖਿਆ।

"ਨਹੀਂ, ਨਹੀਂ, ਮੈਂ ਤਾਂ ਸਗੋਂ ਤੁਹਾਡਾ ਸ਼ੁਕਰਗੁਜ਼ਾਰ ਹਾਂ ਕਿ ਤੁਸੀਂ ਮੈਨੂੰ ਇਹ ਮੌਕਾ ਦਿੱਤਾ। ਮੈਂ ਹੁਣੇ ਪੈਸੇ ਲਿਆਉਂਦਾ ਹਾਂ," ਨੇਖਲੀਊਦੋਵ ਨੇ ਆਖਿਆ।

ਉਹ ਲਾਂਘੇ ਵਿਚ ਆ ਗਿਆ ਜਿਥੇ ਉਸ ਨੂੰ ਉਹਦਾ ਇਕ ਸਾਥੀ ਮਿਲ ਗਿਆ ਜਿਹੜਾ ਉਥੇ ਖਲੋਤਾ ਉਹਨਾਂ ਦੀਆਂ ਗੱਲਾਂ ਸੁਣ ਰਿਹਾ ਸੀ। ਉਹ ਨੇਖਲੀਊਦੋਵ ਨੂੰ ਮਸ਼ਕਰੀਆਂ ਕਰਨ ਲੱਗ ਪਿਆ। ਉਸ ਦੀਆਂ ਮਸ਼ਕਰੀਆਂ ਦੀ ਕੋਈ ਪ੍ਰਵਾਹ ਨਾ ਕਰਦਿਆਂ, ਨੇਖਲੀਊਦੋਵ ਨੇ ਆਪਣੇ ਬਟੂਏ ਵਿਚੋਂ ਪੈਸੇ ਕੱਢੇ ਅਤੇ ਉਸ ਕੁੜੀ ਨੂੰ ਫੜਾ ਦਿੱਤੇ।

"ਨਹੀਂ, ਨਹੀਂ, ਮੇਰਾ ਸ਼ੁਕਰੀਆ ਕਰਨ ਦੀ ਕੀ ਲੋੜ, ਸ਼ੁਕਰੀਆ ਤਾਂ ਸਗੋਂ ਮੈਨੂੰ ਕਰਨਾ ਚਾਹੀਦਾ ਹੈ ਤੁਹਾਡਾ," ਨੇਖਲੀਊਦੋਵ ਨੇ ਕਿਹਾ।

ਇਹਨਾਂ ਸਾਰੀਆਂ ਗੱਲਾਂ ਦਾ ਯਾਦ ਆ ਜਾਣਾ ਉਸ ਨੂੰ ਚੰਗਾ ਚੰਗਾ ਲੱਗਾ ਸੀ। ਉਸ ਨੂੰ ਇਹ ਯਾਦ ਕਰ ਕੇ ਖੁਸ਼ੀ ਹੋਈ ਸੀ ਕਿ ਕਿਵੇਂ ਇਕ ਅਫਸਰ ਨੇ ਇਸ ਗੱਲ ਬਾਰੇ ਨੇਖਲੀਊਦੋਵ ਨੂੰ ਇਕ ਭੱਦਾ ਜਿਹਾ ਮਜ਼ਾਕ ਕਰਨ ਦੀ ਕੋਸ਼ਿਸ਼ ਕੀਤੀ ਸੀ ਤੇ ਉਹ ਉਹਦੇ ਨਾਲ ਝਗੜ ਪਿਆ ਸੀ। ਉਸ ਦੇ ਇਕ ਹੋਰ ਮਿੱਤਰ ਨੇ ਨੇਖਲੀਊਦੋਵ ਦਾ ਪੱਖ ਲਿਆ ਸੀ ਤੇ ਇਸ ਦਾ ਨਤੀਜਾ ਇਹ ਹੋਇਆ ਕਿ ਉਹਨਾਂ ਵਿਚਕਾਰ ਗੂੜ੍ਹੀ ਦੋਸਤੀ ਹੋ ਗਈ ਸੀ। ਸ਼ਿਕਾਰ ਦੀ ਉਹ ਮੁਹਿੰਮ ਵੀ ਬੜੀ ਸਫਲ ਤੇ ਖੁਸ਼ੀ ਦੇਣ ਵਾਲੀ ਸੀ। ਤੇ ਉਸ ਰਾਤ ਜਦੋਂ ਉਹ ਰੇਲਵੇ ਸਟੇਸ਼ਨ ਤੇ ਮੁੜ ਆਏ ਸਨ ਤਾਂ ਉਹਦਾ ਦਿਲ ਕਿਵੇਂ ਬਾਗ਼ ਬਾਗ਼ ਸੀ... ਜੰਗਲ ਵਿਚ ਇਕ ਤੰਗ ਜਿਹਾ ਰਾਹ ਹੈ ਜਿਸ ਉਤੇ ਬਰਫ-ਗੱਡੀਆਂ ਦੀ ਇਕ ਕਤਾਰ ਨਜ਼ਰ ਆਉਂਦੀ ਹੈ। ਹਰ ਬਰਫ-ਗੱਡੀ ਦੇ ਅੱਗੇ ਦੋ ਘੋੜੇ ਜੁਪੇ ਹੋਏ ਹਨ। ਤੇਜ਼ ਤੇਜ਼ ਰਿੜ੍ਹਦੀਆਂ ਜਾਂਦੀਆਂ ਇਹ ਬਰਫ-ਗੱਡੀਆਂ ਕਦੇ ਉੱਚੇ ਉੱਚੇ ਰੁੱਖਾਂ ਵਿਚੋਂ ਦੀ ਲੰਘਦੀਆਂ ਹਨ ਤੇ ਕਦੇ ਨੀਵੇਂ ਨੀਵੇਂ ਫਰ ਦੇ ਰੁੱਖਾਂ ਵਿਚੋਂ ਦੀ। ਫਰ ਦੇ ਰੁਖਾਂ ਦੀਆਂ ਟਹਿਣੀਆਂ ਉਤੇ ਜੰਮੀ ਬਰਫ ਦੀਆਂ ਵੱਡੀਆਂ ਵੱਡੀਆਂ ਗਾਚੀਆਂ ਹਨ ਜਿਨ੍ਹਾਂ ਦੇ ਭਾਰ ਨਾਲ ਟਹਿਣੀਆਂ ਝੁੱਕ ਝੁੱਕ ਜਾਂਦੀਆਂ ਹਨ। ਹਨੇਰੇ ਵਿਚ ਲਾਲ ਚਾਨਣ ਦੀ ਚਮਕ ਪੈਦਾ ਹੁੰਦੀ ਹੈ। ਕਿਸੇ ਨੇ ਖੁਸ਼ਬੂਦਾਰ ਸਿਗਰਟ ਸੁਲਘਾਈ ਹੈ। ਰਿੱਛਾਂ ਨੂੰ ਹਿੱਕਣ ਵਾਲਾ, ਓਸਿਪ, ਕਦੇ ਇਕ ਬਰਫ-ਗੱਡੀ ਵਿਚ ਜਾ ਬਹਿੰਦਾ ਹੈ ਕਦੇ ਦੂਜੀ ਵਿਚ, ਉਹ ਗੋਡੇ ਗੋਡੇ ਬਰਫ ਵਿਚ ਧਸ ਜਾਂਦਾ ਹੈ। ਅਤੇ ਚੀਜ਼ਾਂ ਵਸਤਾਂ ਨੂੰ ਥਾਂ ਟਿਕਾਣੇ ਰਖਦਾ ਹੋਇਆ ਉਹ ਗੱਲਾਂ ਕਰੀ ਜਾਂਦਾ ਹੈ। ਬਾਰਾਂਸਿੰਗਿਆਂ ਦੀਆਂ ਗੱਲਾਂ ਜਿਹੜੇ ਇਸ ਵੇਲੇ ਡੂੰਘੀ ਬਰਫ ਵਿਚ ਤੁਰੇ ਫਿਰਦੇ ਹਨ ਅਤੇ ਐਸਪਨ ਦੇ ਰੁਖਾਂ ਤੋਂ ਸੱਕ-ਛਿਲਕੇ ਲਾਹ ਰਹੇ ਹਨ। ਰਿੱਛਾਂ ਦੀਆਂ ਗੱਲਾਂ ਕਰਦਾ ਹੈ ਜਿਹੜੇ ਆਪਣੇ ਡੂੰਘੇ ਲੁਕਵੇਂ ਘੁਰਨਿਆਂ ਵਿਚ ਸੁੱਤੇ ਪਏ ਹੋਣਗੇ ਅਤੇ ਉਹਨਾਂ ਦੇ ਮਘੋਰਿਆ ਵਿਚੋਂ ਉਹਨਾਂ ਦੇ ਸਾਹਾਂ ਦੀ ਗਰਮ ਗਰਮ ਹਵਾੜ ਨਿਕਲ ਰਹੀ ਹੋਵੇਗੀ।

ਇਹ ਸਭ ਕੁਝ ਨੇਖਲੀਊਦੋਵ ਦੀ ਕਲਪਨਾ ਵਿਚੋਂ ਦੀ ਘੁੰਮ ਜਾਂਦਾ ਹੈ। ਪਰ ਜਿਹੜੀ ਗੱਲ ਉਹਨੂੰ ਸਭ ਤੋਂ ਬਹੁਤੀ ਯਾਦ ਆਉਂਦੀ ਹੈ ਉਹ ਹੈ ਸਿਹਤ, ਸਰੀਰਕ ਬੱਲ, ਅਤੇ ਬੇਫਿਕਰੀ ਦਾ ਖੁਸ਼ੀ ਭਰਪੂਰ ਅਹਿਸਾਸ। ਕਕਰੀਲੀ ਹਵਾ ਵਿਚ ਉਹ ਏਨੇ ਡੂੰਘੇ ਸਾਹ ਲੈਂਦਾ ਹੈ ਕਿ ਛਾਤੀ ਫੁਲਣ ਨਾਲ ਉਹਦਾ ਫਰ ਦਾ ਕੋਟ ਤੰਗ ਤੰਗ ਮਹਿਸੂਸ ਹੋਣ

ਲੱਗਦਾ ਹੈ। ਰੁੱਖਾਂ ਦੀਆਂ ਨੀਵੀਆਂ ਟਹਿਣੀਆਂ ਤੋਂ ਕੂਲੀ ਕੂਲੀ ਬਰਫ ਉਹਦੇ ਚਿਹਰੇ ਉਤੇ ਡਿਗਦੀ ਹੈ। ਉਹਦਾ ਸਰੀਰ ਨਿਘਾ ਹੈ, ਚਿਹਰੇ ਉਤੇ ਤਾਜ਼ਗੀ ਹੈ, ਅਤੇ ਉਹਦੀ ਆਤਮਾ ਉਤੇ ਕੋਈ ਭਾਰ ਨਹੀਂ, ਨਾ ਕਿਸੇ ਫਿਕਰ ਚਿੰਤਾ ਦਾ, ਨਾ ਆਤਮ-ਗਿਲਾਨੀ ਦਾ, ਨਾ ਭੈ ਦਾ, ਨਾ ਕਿਸੇ ਲਾਲਸਾ ਦਾ... ਕੇਡੇ ਸੁਹਣੇ ਸਨ ਉਹ ਦਿਹਾੜੇ। ਅਤੇ ਹੁਣ, ਹੇ ਰੱਬਾ, ਕੇਡਾ ਕਲੇਸ਼ ਹੈ, ਕੇਡੀ ਮੁਸੀਬਤ ਹੈ!

ਜ਼ਾਹਿਰ ਸੀ ਕਿ ਵੇਰਾ ਏਫਰੇਮੋਵਨਾ ਕੋਈ ਇਨਕਲਾਬੀ ਔਰਤ ਸੀ ਤੇ ਏਸੇ ਕਰਕੇ ਜੇਲ੍ਹ ਵਿਚ ਬੰਦ ਸੀ। ਉਹ ਉਸ ਨੂੰ ਜ਼ਰੂਰ ਮਿਲੇਗਾ, ਖਾਸ ਕਰਕੇ ਇਸ ਲਈ ਵੀ ਕਿ ਉਹਨੇ ਮਾਸਲੋਵਾ ਬਾਰੇ ਉਸ ਨੂੰ ਸਲਾਹ ਮਸ਼ਵਰਾ ਦੇਣ ਦਾ ਵਾਅਦਾ ਕੀਤਾ ਹੈ।

੫੦

ਨੇਖਲੀਊਦੋਵ ਅਗਲੇ ਦਿਨ ਸਵੇਰੇ ਸਵਖ਼ਤੇ ਹੀ ਜਾਗ ਪਿਆ। ਜਦੋਂ ਉਹਨੂੰ ਬੀਤੇ ਕਲ੍ਹ ਦੀਆਂ ਸਾਰੀਆਂ ਗੱਲਾਂ ਯਾਦ ਆਈਆਂ ਤਾਂ ਉਸ ਨੂੰ ਇਕ ਭੈ ਨੇ ਜਕੜ ਲਿਆ।

ਪਰ, ਇਸ ਭੈ ਦੇ ਬਾਵਜੂਦ, ਉਹ ਆਪਣੇ ਸ਼ੁਰੂ ਕੀਤੇ ਹੋਏ ਕੰਮ ਨੂੰ ਜਾਰੀ ਰਖਣ ਲਈ ਪਹਿਲਾਂ ਨਾਲੋਂ ਵੀ ਵਧੇਰੇ ਦ੍ਰਿੜ੍ਹ ਸੀ।

ਆਪਣੇ ਫਰਜ਼ ਨੂੰ ਸਮਝਦਾ ਹੋਇਆ ਉਹ ਘਰੋਂ ਨਿਕਲਿਆ ਤੇ ਮਾਸਲੇਨੀਕੋਵ ਨੂੰ ਮਿਲਣ ਤੁਰ ਪਿਆ। ਉਹ ਉਹਦੇ ਕੋਲੋਂ ਜੇਲ੍ਹ ਵਿਚ ਮਾਸਲੋਵਾ ਨੂੰ ਮਿਲਣ ਦੀ, ਅਤੇ ਮੇਨਸ਼ੋਵਾਂ—ਮਾਂ ਤੇ ਪੁੱਤ—ਨੂੰ ਮਿਲਣ ਦੀ, ਜਿਨ੍ਹਾਂ ਬਾਰੇ ਮਾਸਲੋਵਾ ਨੇ ਉਹਦੇ ਨਾਲ ਗੱਲ ਕੀਤੀ ਸੀ, ਇਜਾਜ਼ਤ ਲੈਣੀ ਚਾਹੁੰਦਾ ਸੀ। ਇਸ ਤੋਂ ਇਲਾਵਾ, ਉਹ ਬੋਗੋਦੂਖੋਵਸਕਾਯਾ ਨੂੰ ਮਿਲਣ ਦੀ ਵੀ ਇਜ਼ਾਜਤ ਲੈਣੀ ਚਾਹੁੰਦਾ ਸੀ ਜਿਹੜੀ ਸ਼ਾਇਦ ਮਾਸਲੋਵਾ ਦੀ ਮਦਦ ਕਰ ਸਕਦੀ ਸੀ।

ਨੇਖਲੀਊਦੋਵ ਦੀ ਇਸ ਮਾਸਲੇਨੀਕੋਵ ਨਾਲ ਬੜੀ ਪੁਰਾਣੀ ਜਾਣ-ਪਛਾਣ ਸੀ। ਰੈਜਮੈਂਟ ਵਿਚ ਉਹ ਇਕੱਠੇ ਹੀ ਰਹੇ ਸਨ। ਉਸ ਵੇਲੇ ਮਾਸਲੇਨੀਕੋਵ ਰੈਜਮੈਂਟ ਵਿਚ ਖਜ਼ਾਨਚੀ ਦਾ ਕੰਮ ਕਰਦਾ ਸੀ। ਉਹ ਬੜਾ ਨੇਕ-ਦਿਲ ਅਤੇ ਉਦਮੀ ਅਫਸਰ ਸੀ। ਰੈਜਮੈਂਟ ਅਤੇ ਸ਼ਾਹੀ ਪਰਵਾਰ ਤੋਂ ਬਿਨਾਂ ਉਹ ਨਾ ਕਿਸੇ ਨੂੰ ਜਾਣਦਾ ਸੀ ਨਾ ਹੀ ਜਾਣਨ ਦਾ ਇਛੱਕ ਸੀ। ਹੁਣ ਜਦੋਂ ਨੇਖਲੀਊਦੋਵ ਉਹਨੂੰ ਮਿਲਿਆ ਤਾਂ ਉਹ ਰੈਜਮੈਂਟ ਛੱਡ ਕੇ ਪ੍ਰਬੰਧ-ਵਿਭਾਗ ਵਿਚ ਅਫਸਰ ਲੱਗਾ ਹੋਇਆ ਸੀ। ਉਸ ਨੇ ਇਕ ਅਮੀਰ ਤੇ ਚੁਸਤ ਚਲਾਕ ਔਰਤ ਨਾਲ ਵਿਆਹ ਕਰਾ ਲਿਆ ਸੀ ਜਿਸ ਨੇ ਉਸ ਨੂੰ ਆਪਣੇ ਕੰਮ ਵਿਚ ਇਹ ਤਬਦੀਲੀ ਕਰਨ ਲਈ ਮਜਬੂਰ ਕਰ ਦਿੱਤਾ ਸੀ।

ਉਹਦੀ ਵਹੁਟੀ ਉਹਦਾ ਮਖੌਲ ਉਡਾਉਂਦੀ ਤੇ ਉਹਨੂੰ ਲਾਡ ਪਿਆਰ ਵੀ ਕਰਦੀ

ਜਿਵੇਂ ਉਹ ਉਸ ਦਾ ਕੋਈ ਪਾਲਤੂ ਜਾਨਵਰ ਹੋਵੇ। ਨੇਖਲੀਊਦੋਵ ਸਰਦੀਆਂ ਵਿਚ ਉਹਨਾਂ ਨੂੰ ਮਿਲਣ ਗਿਆ ਸੀ, ਪਰ ਉਹ ਮੀਆਂ ਬੀਵੀ ਦੋਵੇਂ ਹੀ ਏਡੇ ਰੁੱਖੇ ਜਿਹੇ ਹੋ ਕੇ ਮਿਲੇ ਕਿ ਨੇਖਲੀਊਦੋਵ ਫੇਰ ਕਦੇ ਉਹਨਾਂ ਦੇ ਘਰ ਨਹੀਂ ਗਿਆ।

ਨੇਖਲੀਊਦੋਵ ਨੂੰ ਵੇਖਦਿਆਂ ਹੀ, ਮਾਸਲੇਨੀਕੋਵ ਦਾ ਚਿਹਰਾ ਚਮਕ ਪਿਆ। ਉਹਦਾ ਚਿਹਰਾ ਉਵੇਂ ਹੀ ਚਰਬੀ ਚੜ੍ਹਿਆ ਤੇ ਲਾਲ ਸੁਰਖ਼ ਸੀ, ਸਰੀਰ ਵੀ ਉਵੇਂ ਹੀ ਗਦਰਾਇਆ ਹੋਇਆ, ਅਤੇ ਕਪੜੇ ਵੀ ਉਵੇਂ ਹੀ ਸੁਹਣੇ ਫਬਵੇਂ ਪਾਏ ਹੋਏ ਸਨ ਜਿਵੇਂ ਫੌਜ ਦੇ ਦਿਨਾਂ ਵਿਚ ਪਾਉਂਦਾ ਸੀ। ਓਦੋਂ ਉਹ ਨਵੇਂ ਤੋਂ ਨਵੇਂ ਫੈਸ਼ਨ ਦੀ ਬਣੀ ਸਾਫ ਸੁਥਰੀ ਵਰਦੀ ਪਾਉਂਦਾ ਹੁੰਦਾ ਸੀ ਜਿਹੜੀ ਛਾਤੀ ਤੇ ਮੋਢਿਆਂ ਤੋਂ ਕੱਸਵੀਂ ਹੁੰਦੀ ਸੀ। ਇਸ ਵੇਲੇ ਉਹਨੇ ਸਿਵਲ ਦੇ ਕਪੜੇ ਪਾਏ ਹੋਏ ਸਨ ਜਿਹੜੇ ਨਵੇਂ ਤੋਂ ਨਵੇਂ ਫੈਸ਼ਨ ਅਨੁਸਾਰ ਬਣੇ ਹੋਏ ਸਨ। ਉਹਦੇ ਪਲੇ ਹੋਏ ਸਰੀਰ ਨੂੰ ਪੂਰੀ ਤਰ੍ਹਾਂ ਫਿੱਟ ਜਿਨ੍ਹਾਂ ਵਿਚ ਉਹਦੀ ਚੌੜੀ ਛਾਤੀ ਉਭਰੀ ਹੋਈ ਦਿਸਦੀ ਸੀ। ਦੋਵਾਂ ਦੀ ਉਮਰ ਵਿਚ ਕਾਫੀ ਫਰਕ ਸੀ (ਮਾਸਲੇਨੀਕੋਵ ਚਾਲੀ ਸਾਲਾਂ ਦਾ ਸੀ)। ਪਰ ਇਸ ਦੇ ਬਾਵਜੂਦ ਦੋਵੇਂ ਇਕ ਦੂਜੇ ਨੂੰ "ਤੂੰ" ਕਹਿ ਕੇ ਸੰਬੋਧਨ ਕਰਦੇ ਸਨ।

"ਵਾਹ ਵਾਹ! ਅੱਜ ਤਾਂ ਬੜੀ ਕਿਰਪਾ ਕੀਤੀ ਬਈ! ਚੱਲ, ਪਹਿਲਾਂ ਮੇਰੀ ਬੀਵੀ ਨੂੰ ਮਿਲ ਲੈ। ਮੈਂ ਇਕ ਮੀਟਿੰਗ ਵਿਚ ਜਾਣੈ, ਪਰ ਅਜੇ ਦਸ ਮਿੰਟ ਬਾਕੀ ਨੇ। ਵੇਖੇਂ ਨਾ, ਚੀਫ ਅਜਕਲ ਬਾਹਰ ਗਿਆ ਹੋਇਐ, ਤੇ ਮੈਂ ਉਹਦੀ ਥਾਂ ਗੁਬੇਰਨੀਆ ਦੇ ਪ੍ਰਬੰਧ-ਵਿਭਾਗ ਦਾ ਮੁਖੀ ਆਂ," ਉਸ ਨੇ ਆਖਿਆ। ਉਹਦੇ ਕੋਲੋਂ ਆਪਣੀ ਖੁਸ਼ੀ ਲੁਕਾਈ ਨਹੀਂ ਸੀ ਜਾਂਦੀ।

"ਮੈਂ ਇਕ ਕੰਮ ਵਾਸਤੇ ਆਇਆਂ ਤੇਰੇ ਕੋਲ।"

"ਕੀ ਕੰਮ ਐ?" ਮਾਸਲੇਨੀਕੋਵ ਨੇ ਅਚਾਨਕ ਚੌਕਸ ਹੋ ਕੇ ਕੁਝ ਤੌਖਲੇ ਭਰੀ ਤੇ ਸਖ਼ਤ ਆਵਾਜ਼ ਵਿਚ ਪੁੱਛਿਆ।

"ਜੇਲ੍ਹ ਵਿਚ ਕੋਈ ਹੈ, ਜਿਸ ਵਿਚ ਮੇਰੀ ਡੂੰਘੀ ਦਿਲਚਸਪੀ ਏ।" ('ਜੇਲ੍ਹ' ਦਾ ਨਾਂ ਸੁਣਦਿਆਂ ਹੀ ਮਾਸਲੇਨੀਕੋਵ ਦਾ ਚਿਹਰਾ ਤਣਿਆ ਗਿਆ)। "ਮੈਂ ਉਸ ਨੂੰ ਮਿਲਣਾ ਚਾਹੁੰਦਾ ਹਾਂ, ਪਰ ਮੁਲਾਕਾਤੀਆਂ ਦੇ ਕਮਰੇ ਵਿਚ ਨਹੀਂ, ਸਗੋਂ ਦਫਤਰ ਵਿਚ। ਤੇ ਉਹ ਵੀ ਉਸ ਵੇਲੇ ਨਹੀਂ ਜਦੋਂ ਸਭ ਲਈ ਮੁਲਾਕਾਤ ਕਰਨ ਦਾ ਵਕਤ ਹੁੰਦਾ ਹੈ। ਮੈਨੂੰ ਪਤਾ ਲੱਗਾ ਹੈ ਕਿ ਇਸ ਦੀ ਇਜਾਜ਼ਤ ਤੇਰੇ ਕੋਲੋਂ ਲੈਣੀ ਹੁੰਦੀ ਏ।"

"ਜ਼ਰੂਰ, mon cher,* ਜੋ ਆਖੇਂਗਾ ਕਰਾਂਗੇ," ਮਾਸਲੇਨੀਕੋਵ ਨੇ ਆਪਣੇ ਦੋਵੇਂ ਹੱਥ ਨੇਖਲੀਊਦੋਵ ਦੇ ਗੋਡਿਆਂ ਤੇ ਰੱਖ ਕੇ ਆਖਿਆ, ਮਾਣੋ ਆਪਣੇ ਠਾਠ ਬਾਠ ਵਿਚ ਹਲੀਮੀ ਪੈਦਾ ਕਰਨਾ ਚਾਹੁੰਦਾ ਹੋਵੇ। "ਪਰ ਇਹ ਯਾਦ ਰੱਖੀਂ ਕਿ ਮੈਂ ਸਿਰਫ ਇਕ ਘੰਟੇ ਵਾਸਤੇ ਸ਼ਹਿਨਸ਼ਾਹ ਈ।"

---

* ਮੇਰੇ ਪਿਆਰੇ (ਫਰਾਂਸੀਸੀ)—ਸੰਪਾ:

"ਫੇਰ ਮੈਨੂੰ ਆਰਡਰ ਲਿਖ ਦੇਵੇਂਗਾ ਤਾਂ ਜੋ ਮੈਂ ਉਸ ਔਰਤ ਨੂੰ ਮਿਲ ਸਕਾਂ ?"

"ਏਹ ਔਰਤ ਏ ?"

"ਹਾਂ।"

"ਕਿਹੜੇ ਜੁਰਮ ਵਿਚ ਕੈਦ ਏ ?"

"ਜ਼ਹਿਰ ਦੇਣ ਦੇ ਜੁਰਮ ਵਿਚ। ਪਰ ਉਹਨੂੰ ਨਾਜਾਇਜ਼ ਸਜ਼ਾ ਹੋਈ ਏ।"

"ਹਾਂ, ਵੇਖ ਲੈ, ਏਹੋ ਜੇ ਤੁਹਾਡੀ ਜਿਊਰੀ ਦਾ ਇਨਸਾਫ, ils n'en font point d'autres,"* ਪਤਾ ਨਹੀਂ ਕਿਉਂ, ਉਸ ਨੇ ਫਰਾਂਸੀਸੀ ਵਿਚ ਆਖਿਆ। "ਮੈਨੂੰ ਪਤਾ ਏ ਕਿ ਤੂੰ ਮੇਰੇ ਨਾਲ ਸਹਿਮਤ ਨਹੀਂ, ਪਰ ਕੀ ਕੀਤਾ ਜਾਏ, c'est mon opinion bien arrêtée"** ਉਸਨੇ ਆਪਣੀ ਰਾਏ ਜ਼ਾਹਿਰ ਕਰਦਿਆਂ ਆਖਿਆ। ਇਹ ਰਾਏ ਉਹ ਇਕ ਪਿਛਾਂਹਖਿਚੂ ਅਖਬਾਰ ਵਿਚ ਪਿਛਲੇ ਬਾਰਾਂ ਮਹੀਨਿਆਂ ਤੋਂ ਪੜ੍ਹਦਾ ਆਇਆ ਸੀ। "ਮੈਂ ਜਾਣਦਾ ਹਾਂ ਕਿ ਤੂੰ ਉਦਾਰਵਾਦੀ ਏਂ।"

"ਪਤਾ ਨਹੀਂ, ਮੈਂ ਉਦਾਰਵਾਦੀ ਹਾਂ ਜਾਂ ਨਹੀਂ," ਨੇਖਲੀਊਦੋਵ ਨੇ ਮੁਸਕ੍ਰਾਉਂਦੇ ਹੋਏ ਆਖਿਆ। ਜਦੋਂ ਵੀ ਲੋਕ ਉਹਨੂੰ ਇਕ ਰਾਜਨੀਤਕ ਪਾਰਟੀ ਨਾਲ ਜੋੜਦੇ ਅਤੇ ਉਦਾਰਵਾਦੀ ਕਹਿੰਦੇ, ਉਹਨੂੰ ਸਦਾ ਹੀ ਬੜੀ ਹੈਰਾਨੀ ਹੁੰਦੀ। ਉਹਦਾ ਕਹਿਣਾ ਸਿਰਫ ਇਹ ਸੀ ਕਿ ਸਜ਼ਾ ਦੇਣ ਤੋਂ ਪਹਿਲਾਂ ਮੁਲਜ਼ਮ ਨੂੰ ਸਫਾਈ ਦੇਣ ਦਾ ਪੂਰਾ ਮੌਕਾ ਮਿਲਣਾ ਚਾਹੀਦਾ ਹੈ, ਕਿ ਜਦੋਂ ਤੱਕ ਜੁਰਮ ਸਾਬਤ ਹੋ ਕੇ ਸਜ਼ਾ ਨਹੀਂ ਹੋ ਜਾਂਦੀ ਓਦੋਂ ਤੱਕ ਕਾਨੂੰਨ ਦੀਆਂ ਨਜ਼ਰਾਂ ਵਿਚ ਸਭ ਬਰਾਬਰ ਹਨ, ਕਿ ਕਿਸੇ ਨਾਲ ਵੀ ਭੈੜਾ ਸਲੂਕ ਨਹੀਂ ਹੋਣਾ ਚਾਹੀਦਾ ਤੇ ਉਸ ਨੂੰ ਮਾਰਿਆ ਕੁੱਟਿਆ ਨਹੀਂ ਜਾਣਾ ਚਾਹੀਦਾ, ਤੇ ਖਾਸ ਕਰਕੇ ਉਹਨਾਂ ਨਾਲ ਜਿਨ੍ਹਾਂ ਦਾ ਜੁਰਮ ਅਜੇ ਸਾਬਤ ਹੀ ਨਹੀਂ ਹੋਇਆ ਹੁੰਦਾ। "ਪਤਾ ਨਹੀਂ, ਮੈਂ ਉਦਾਰਵਾਦੀ ਹਾਂ ਜਾਂ ਨਹੀਂ, ਪਰ ਮੈਨੂੰ ਏਨਾ ਜ਼ਰੂਰ ਪਤੈ ਕਿ ਵਰਤਮਾਨ ਅਦਾਲਤੀ ਪ੍ਰਬੰਧ ਕਿੰਨਾ ਵੀ ਮਾੜਾ ਹੋਵੇ, ਇਹ ਪੁਰਾਣੇ ਪ੍ਰਬੰਧ ਨਾਲੋਂ ਚੰਗੇਰਾ ਹੈ।"

"ਵਕੀਲ ਕਿਹੜਾ ਕੀਤਾ ਹੈ ਤੂੰ ?"

"ਮੈਂ ਫਾਨਾਰਿਨ ਨਾਲ ਗੱਲ ਕੀਤੀ ਏ।"

"ਹਾਏ, ਹਾਏ! ਫਾਨਾਰਿਨ ਨਾਲ!" ਮਾਸਲੇਨੀਕੋਵ ਨੇ ਮੂੰਹ ਬਣਾ ਕੇ ਆਖਿਆ। ਉਸ ਨੂੰ ਯਾਦ ਆਇਆ ਕਿ ਏਸੇ ਫਾਨਾਰਿਨ ਨੇ ਪਿਛਲੇ ਸਾਲ ਉਸ ਨਾਲ ਜਿਰਹਾ ਕੀਤੀ ਸੀ ਜਦੋਂ ਉਹ ਇਕ ਮੁਕਦਮੇ ਵਿਚ ਗਵਾਹ ਪੇਸ਼ ਹੋਇਆ ਸੀ, ਅਤੇ ਬੜੇ ਸਨਿਮਰ ਲਹਿਜੇ ਵਿਚ ਅੱਧਾ ਘੰਟਾ ਉਹ ਇਹਦਾ ਮੌਜੂ ਉਡਾਉਂਦਾ ਰਿਹਾ ਸੀ। "ਮੈਂ ਸਲਾਹ ਦੇਵਾਂਗਾ ਕਿ ਇਸ ਵਕੀਲ ਨਾਲ ਕੋਈ ਵਾਸਤਾ ਨਾ ਰੱਖੀਂ। ਫਾਨਾਰਿਨ ਤਾਂ est un homme tarée***

---

* ਹੋਰ ਕੁਝ ਤਾਂ ਉਹ ਕਰਦੇ ਹੀ ਨਹੀਂ। (ਫਰਾਂਸੀਸੀ)—**ਸੰਪਾ**:

** ਇਹ ਮੇਰੀ ਪੱਕੀ ਰਾਏ ਹੈ। (ਫਰਾਂਸੀਸੀ)—**ਸੰਪਾ**:

*** ਬਦਨਾਮ ਆਦਮੀ ਹੈ। (ਫਰਾਂਸੀਸੀ)—**ਸੰਪਾ**:

"ਮੈਂ ਇਕ ਹੋਰ ਬੇਨਤੀ ਵੀ ਕਰਨੀ ਏ," ਨੇਖਲੀਊਦੋਵ ਨੇ ਉਹਦੀ ਕਿਸੇ ਗੱਲ ਦੇ ਜਵਾਬ ਵਿਚ ਕੁਝ ਬੋਲੇ ਬਿਨਾਂ ਆਖਿਆ। "ਇਕ ਹੋਰ ਕੁੜੀ ਵੀ ਹੈ ਜਿਸ ਨੂੰ ਮੈਂ ਬੜੇ ਚਿਰ ਤੋਂ ਜਾਣਦਾ ਹਾਂ। ਉਸਤਾਨੀ ਸੀ, ਬੜੀ ਵਿਚਾਰੀ ਜਿਹੀ ਕੁੜੀ ਹੈ। ਉਹ ਵੀ ਜੇਲ੍ਹ ਵਿਚ ਹੈ। ਤੇ ਮੈਨੂੰ ਮਿਲਣਾ ਚਾਹੁੰਦੀ ਹੈ। ਉਸ ਨੂੰ ਮਿਲਣ ਦਾ ਪਾਸ ਬਣਾ ਦੇਵੇਂਗਾ?"

ਮਾਸਲੇਨੀਕੋਵ ਨੇ ਆਪਣਾ ਸਿਰ ਇਕ ਪਾਸੇ ਝੁਕਾ ਲਿਆ ਤੇ ਸੋਚਣ ਲੱਗ ਪਿਆ।

"ਸਿਆਸੀ ਕੈਦੀ ਏ?"

"ਹਾਂ, ਮੈਨੂੰ ਤਾਂ ਏਹੋ ਦੱਸਿਆ ਗਿਆ ਹੈ।"

"ਗੱਲ ਏਹ ਐ ਕਿ ਸਿਆਸੀ ਕੈਦੀਆਂ ਨੂੰ ਸਿਰਫ ਉਹਨਾਂ ਦੇ ਰਿਸ਼ਤੇਦਾਰ ਹੀ ਮਿਲ ਸਕਦੇ ਨੇ। ਪਰ ਖੈਰ, ਮੈਂ ਤੈਨੂੰ ਇਕ ਖੁਲ੍ਹਾ ਪਾਸ ਬਣਾ ਦੇਵਾਂਗਾ। Je sais que vous n'abuserez pas* ਕੀ ਨਾਂ ਏ ਤੇਰੀ ਆਸ਼੍ਰਿਤ ਦਾ? ਬੋਗੋਦੂਖੋਵਸਕਾਯਾ? Elle est jolie?"**

"Hideuse."***

ਮਾਸਲੇਨੀਕੋਵ ਨੇ ਇਉਂ ਸਿਰ ਮਾਰਿਆ ਜਿਵੇਂ ਇਹ ਗੱਲ ਚੰਗੀ ਨਾ ਲੱਗੀ ਹੋਵੇ ਅਤੇ ਉਹ ਉਠ ਕੇ ਮੇਜ਼ ਕੋਲ ਗਿਆ ਤੇ ਇਕ ਕਾਗ਼ਜ਼ ਲੈ ਕੇ, ਜਿਸ ਉਤੇ ਉਹਦਾ ਸਿਰਨਾਵਾਂ ਛੱਪਿਆ ਹੋਇਆ ਸੀ, ਲਿਖਣ ਬਹਿ ਗਿਆ।

"ਰੁਕੇ ਵਾਲੇ, ਪ੍ਰਿੰਸ ਦਮਿਤਰੀ ਇਵਾਨੋਵਿਚ ਨੇਖਲੀਊਦੋਵ ਨੂੰ ਕੈਦਣ ਮਾਸਲੋਵਾ, ਅਤੇ ਮੈਡੀਕਲ ਅਸਿਸਟੈਂਟ, ਬੋਗੋਦੂਖੋਵਸਕਾਯਾ ਨਾਲ ਜੇਲ੍ਹ ਦੇ ਦਫਤਰ ਵਿਚ ਮੁਲਾਕਾਤ ਕਰਨ ਦੀ ਇਜਾਜ਼ਤ ਹੈ।" ਰੁੱਕਾ ਲਿਖ ਕੇ ਉਸ ਨੇ ਹੇਠਾਂ ਬੜੀ ਤੇਜ਼ੀ ਨਾਲ ਕਲਮ ਝਰੀਟ ਕੇ ਦਸਖ਼ਤ ਕਰ ਦਿੱਤੇ।

"ਹੁਣ ਤੈਨੂੰ ਵੇਖਣ ਦਾ ਮੌਕਾ ਮਿਲੇਗਾ ਕਿ ਸਾਡੇ ਏਥੇ ਕਿੰਨਾ ਚੰਗਾ ਪ੍ਰਬੰਧ ਤੇ ਇੰਤਜ਼ਾਮ ਹੈ। ਵੈਸੇ ਇਸ ਤਰ੍ਹਾਂ ਦਾ ਇੰਤਜ਼ਾਮ ਤੇ ਅਮਨ-ਅਮਾਨ ਰਖਣਾ ਖਾਲਾ ਜੀ ਦਾ ਵਾੜਾ ਨਹੀਂ। ਕੈਦੀਆਂ ਦੀ ਗਿਣਤੀ ਬਹੁਤ ਜ਼ਿਆਦਾ ਹੈ, ਖਾਸ ਕਰਕੇ ਉਹਨਾਂ ਦੀ ਜਿਨ੍ਹਾਂ ਨੂੰ ਬਦਰ ਕੀਤਾ ਜਾਣਾ ਹੈ। ਪਰ ਮੈਂ ਕਰੜੀ ਨਿਗਾਹ ਰੱਖਦਾ ਹਾਂ ਤੇ ਕੰਮ ਬੜੀ ਲਗਨ ਨਾਲ ਕਰਦਾ ਹਾਂ। ਤੂੰ ਵੇਖੇਂਗਾ ਕਿ ਕੈਦੀ ਬੜੇ ਆਰਾਮ ਨਾਲ ਰਹਿੰਦੇ ਨੇ ਤੇ ਖ਼ੁਸ਼ ਨੇ। ਪਰ ਇਹਨਾਂ ਨੂੰ ਕਾਬੂ ਵਿਚ ਰਖਣ ਦਾ ਢੰਗ ਆਉਣਾ ਚਾਹੀਦੈ। ਕੁਝ ਦਿਨ ਹੋਏ ਇਕ ਮਾੜੀ ਜਿਹੀ ਗੜਬੜ ਹੋ ਗਈ ਸੀ। ਇਕ ਕੈਦੀ ਨੇ ਹੁਕਮ-ਅਦੂਲੀ ਕੀਤੀ। ਮੇਰੀ ਥਾਂ ਕੋਈ ਹੋਰ ਹੁੰਦਾ ਤਾਂ ਇਸ ਨੂੰ ਬਗਾਵਤ ਆਖ ਦੇਂਦਾ ਅਤੇ ਕਈਆਂ ਦੀ ਬੁਰੀ ਹਾਲਤ ਕਰਦਾ। ਪਰ ਸਾਡੇ ਏਥੇ ਚੁਪ-ਚਾਪ ਸਭ ਕੁਝ ਠੀਕ ਹੋ ਗਿਆ। ਅਸਲ ਵਿਚ ਇਕ

* ਮੈਂ ਜਾਣਦਾ ਹਾਂ ਕਿ ਤੂੰ ਇਹਦੀ ਨਜਾਇਜ਼ ਵਰਤੋਂ ਨਹੀਂ ਕਰੇਂਗਾ। (ਫਰਾਂਸੀਸੀ)—**ਸੰਪਾ:**

** ਸੁਹਣੀ ਹੈ? (ਫਰਾਂਸੀਸੀ)—**ਸੰਪਾ:**

*** ਬਦਸੂਰਤ (ਫਰਾਂਸੀਸੀ)—**ਸੰਪਾ:**

ਪਾਸੇ ਪਿਆਰ ਭਰੀ ਚਿੰਤਾ ਹੋਣੀ ਚਾਹੀਦੀ ਹੈ, ਦੂਜੇ ਪਾਸੇ ਦ੍ਰਿੜ੍ਹਤਾ ਤੇ ਤਾਕਤ।" ਉਸ ਨੇ ਆਪਣੇ ਮੋਟੇ, ਗੋਰੇ ਤੇ ਫਰੋਜ਼ਾ ਮੁੰਦਰੀ ਵਾਲੇ ਹੱਥ ਦਾ ਘਸੁੰਨ ਵੱਟਦਿਆਂ ਆਖਿਆ ਜਿਹੜਾ ਮਾਇਆ ਲੱਗੀ ਕਮੀਜ਼ ਦੀਆਂ ਬਾਹਾਂ ਦੇ ਕੱਫ ਵਿਚੋਂ ਝਾਕ ਰਿਹਾ ਸੀ। ਕਫਾਂ ਉਤੇ ਸੋਨੇ ਦੇ ਸ਼ਟੱਡ ਲੱਗੇ ਹੋਏ ਸਨ। "ਪਿਆਰ ਭਰੀ ਚਿੰਤਾ ਅਤੇ ਦ੍ਰਿੜ੍ਹ ਤਾਕਤ।"

"ਖੈਰ, ਇਸ ਬਾਰੇ ਮੈਂ ਕੀ ਕਹਿ ਸਕਦਾ ਹਾਂ," ਨੇਖਲੀਊਦੋਵ ਨੇ ਆਖਿਆ। "ਮੈਂ ਦੋ ਵਾਰੀ ਹੋ ਆਇਆ ਹਾਂ, ਦੋਵੇਂ ਵਾਰੀ ਮਨ ਬੜਾ ਖਰਾਬ ਹੋਇਆ ਹੈ।"

"ਜਾਣਦਾ ਏਂ, ਤੈਨੂੰ ਕਾਊਂਟੈਸ ਪਾਸੇਕ ਨੂੰ ਮਿਲਣਾ ਚਾਹੀਦੈ," ਮਾਸਲੇਨੀਕੋਵ ਨੇ ਕਿਹਾ। ਉਹ ਹੁਣ ਜੋਸ਼ ਨਾਲ ਬੋਲ ਰਿਹਾ ਸੀ। "ਉਸ ਨੇ ਆਪਣਾ ਆਪ ਏਸੇ ਕਿਸਮ ਦੇ ਕੰਮਾਂ ਦੇ ਅਰਪਤ ਕੀਤਾ ਹੋਇਆ ਹੈ। Elle fait beaucoup de bien.* ਉਸ ਦੀ ਬਦੌਲਤ, ਅਤੇ ਮੈਂ ਆਪਣੀ ਸਿਫਤ ਨਹੀਂ ਕਰਦਾ ਕਿਸੇ ਹੱਦ ਤੱਕ ਸ਼ਾਇਦ ਮੇਰੀ ਬਦੌਲਤ ਵੀ, ਜੇਲ੍ਹ ਵਿਚ ਸਭ ਕੁਝ ਬਦਲ ਗਿਆ ਹੈ। ਐਸੀ ਤਬਦੀਲੀ ਆ ਗਈ ਹੈ ਕਿ ਹੁਣ ਪਹਿਲਾਂ ਵਰਗੀਆਂ ਭਿਅੰਕਰ ਗੱਲਾਂ ਨਹੀਂ ਹੁੰਦੀਆਂ। ਕੈਦੀ ਸਚਮੁਚ ਬੜੇ ਸੁਖ ਆਰਾਮ ਨਾਲ ਰਹਿੰਦੇ ਨੇ। ਖੈਰ, ਤੂੰ ਆਪ ਅੱਖੀਂ ਵੇਖ ਲਵੇਂਗਾ। ਜਿਥੋਂ ਤੱਕ ਫਾਨਾਰਿਨ ਦਾ ਸੰਬੰਧ ਹੈ, ਮੈਂ ਉਸ ਨੂੰ ਜ਼ਾਤੀ ਤੌਰ ਤੇ ਨਹੀਂ ਜਾਣਦਾ। ਇਸ ਤੋਂ ਇਲਾਵਾ ਮੇਰੀ ਸਮਾਜੀ ਪੁਜ਼ੀਸ਼ਨ ਐਸੀ ਹੈ ਕਿ ਸਾਡੇ ਰਾਹ ਵੱਖੋ ਵੱਖਰੇ ਹਨ। ਪਰ ਉਹ ਹੈ ਸਚਮੁਚ ਹੀ ਮਾੜਾ ਬੰਦਾ। ਅਦਾਲਤ ਵਿਚ ਵੀ ਉਹ ਐਸੀਆਂ ਐਸੀਆਂ ਫਜ਼ੂਲ ਗੱਲਾਂ ਕਰਨ ਲੱਗ ਪੈਂਦਾ ਹੈ ਕਿ ਪੁੱਛੋ ਕੁਝ ਨਾ!"

"ਹੱਛਾ, ਸ਼ੁਕਰੀਆ," ਕਾਗ਼ਜ਼ ਫੜ ਕੇ ਅਤੇ ਉਹਦੀਆਂ ਗੱਲਾਂ ਵੱਲ ਧਿਆਨ ਦਿੱਤੇ ਬਿਨਾਂ ਹੀ ਨੇਖਲੀਊਦੋਵ ਨੇ ਆਪਣੇ ਸਾਬਕਾ ਸਾਥੀ-ਅਫਸਰ ਤੋਂ ਵਿਦਾ ਲਈ।

"ਤੇ ਮੇਰੀ ਪਤਨੀ ਨੂੰ ਨਹੀਂ ਮਿਲ ਕੇ ਜਾਏਂਗਾ?"

"ਮਾਫ ਕਰਨਾ, ਇਸ ਵੇਲੇ ਮੇਰੇ ਕੋਲ ਵਕਤ ਨਹੀਂ।"

"ਵੇਖ ਲੈ, ਉਹਨੇ ਮੈਨੂੰ ਮਾਫ ਨਹੀਂ ਉ ਕਰਨਾ," ਮਾਸਲੇਨੀਕੋਵ ਨੇ ਉਹਦੇ ਨਾਲ ਨਾਲ ਪੌੜੀਆਂ ਦੇ ਅੱਧ ਤੱਕ ਉਤਰਦਿਆਂ ਆਖਿਆ। ਜਿਨ੍ਹਾਂ ਲੋਕਾਂ ਨੂੰ ਉਹ ਦੂਜੇ ਦਰਜੇ ਦੀ ਅਹਿਮੀਅਤ ਦੇਂਦਾ ਸੀ ਉਹਨਾਂ ਨੂੰ ਉਹ ਏਥੋਂ ਤੱਕ ਹੀ ਛੱਡਣ ਆਉਂਦਾ ਹੁੰਦਾ ਸੀ। ਨੇਖਲੀਊਦੋਵ ਨੂੰ ਉਹ ਏਨੀ ਹੀ ਅਹਿਮੀਅਤ ਦੇਂਦਾ ਸੀ। "ਜ਼ਿਆਦਾ ਨਹੀਂ ਤਾਂ ਪਲ ਦੀ ਪਲ ਮਿਲਦਾ ਜਾ।"

ਪਰ ਨੇਖਲੀਊਦੋਵ ਆਪਣੀ ਥਾਂ ਡਟਿਆ ਰਿਹਾ ਸੀ। ਦਰਬਾਨ ਨੇ ਦੌੜ ਕੇ ਉਸ ਨੂੰ ਉਹਦੀ ਛੜੀ ਤੇ ਓਵਰ ਕੋਟ ਫੜਾਇਆ ਅਤੇ ਚੌਕੀਦਾਰ ਨੇ ਦਰਵਾਜ਼ਾ ਖੋਹਲ ਦਿੱਤਾ। ਇੱਚਰ ਨੇਖਲੀਊਦੋਵ ਮੁੜ ਮੁੜ ਏਹੋ ਆਖੀ ਗਿਆ ਕਿ ਉਹਦੇ ਕੋਲ ਵਕਤ ਨਹੀਂ। ਦਰਵਾਜ਼ੇ ਦੇ ਬਾਹਰ ਪੁਲਸ ਦਾ ਸਿਪਾਹੀ ਡਿਊਟੀ ਤੇ ਖੜਾ ਸੀ।

---

* ਉਹ ਭਲਾਈ ਦੇ ਬੜੇ ਕੰਮ ਕਰਦੀ ਹੈ। (ਫਰਾਂਸੀਸੀ)—ਸੰਪਾ:

"ਠੀਕ ਹੈ ਫੇਰ, ਵੀਰਵਾਰ ਨੂੰ ਜ਼ਰੂਰ ਆਈਂ। ਮੇਰੀ ਪਤਨੀ ਦਾਅਵਤ ਦੇ ਰਹੀ ਏ। ਮੈਂ ਕਹਿ ਦਿਆਂਗਾ ਕਿ ਤੂੰ ਆ ਰਿਹਾ ਏਂ," ਪੌੜੀਆਂ ਵਿਚੋਂ ਹੀ ਮਾਸਲੇਨੀਕੋਵ ਨੇ ਆਖਿਆ।

੫੧

ਮਾਸਲੇਨੀਕੋਵ ਦੇ ਘਰੋਂ ਬੱਘੀ ਵਿਚ ਬਹਿ ਕੇ ਨੇਖਲੀਊਦੋਵ ਸਿੱਧਾ ਜੇਲ੍ਹ ਆਇਆ ਅਤੇ ਇੰਸਪੈਕਟਰ ਦੇ ਘਰ ਪਹੁੰਚ ਗਿਆ। ਹੁਣ ਉਸ ਨੂੰ ਪਤਾ ਸੀ ਕਿ ਇੰਸਪੈਕਟਰ ਦਾ ਘਰ ਕਿੱਥੇ ਹੈ। ਇਕ ਵਾਰੀ ਫੇਰ ਓਸੇ ਘਟੀਆ ਕਿਸਮ ਦੇ ਪਿਆਨੋ ਦੀ ਆਵਾਜ਼ ਉਹਦੇ ਕੰਨਾਂ ਵਿਚ ਪਈ। ਪਰ ਇਸ ਵੇਲੇ ਪਹਿਲਾਂ ਵਾਲੀਆਂ ਭਾਵਕ ਧੁਨਾਂ ਨਹੀਂ ਸੀ ਵਜਾਈਆਂ ਜਾ ਰਹੀਆਂ। ਇਸ ਵੇਲੇ ਕਲੇਮੇਨਟੀ ਦੀਆਂ ਸੰਗੀਤ ਰਚਨਾਵਾਂ ਵਜਾਈਆਂ ਜਾ ਰਹੀਆਂ ਸਨ, ਪਰ ਓਸੇ ਜੋਸ਼, ਓਸੇ ਸਪਸ਼ਟਤਾ ਤੇ ਓਸੇ ਤੀਬਰਤਾ ਨਾਲ। ਨੌਕਰਾਣੀ ਨੇ, ਜਿਸ ਦੀ ਇਕ ਅੱਖ ਉਤੇ ਪੱਟੀ ਬੰਨ੍ਹੀ ਹੋਈ ਸੀ, ਦੱਸਿਆ ਕਿ ਇੰਸਪੈਕਟਰ ਸਾਹਿਬ ਘਰ ਹੀ ਹਨ ਅਤੇ ਉਹ ਨੇਖਲੀਊਦੋਵ ਨੂੰ ਇਕ ਛੋਟੀ ਬੈਠਕ ਵਿਚ ਲੈ ਗਈ। ਬੈਠਕ ਵਿਚ ਇਕ ਸੋਫ਼ਾ ਪਿਆ ਸੀ ਜਿਸ ਦੇ ਸਾਮ੍ਹਣੇ ਇਕ ਮੇਜ਼ ਰੱਖੀ ਹੋਈ ਸੀ ਜਿਸ ਉਤੇ ਇਕ ਵੱਡੀ ਸਾਰੀ ਲੈਂਪ ਰੱਖੀ ਹੋਈ ਸੀ। ਲੈਂਪ ਨੂੰ ਗੁਲਾਬੀ ਰੰਗ ਦੇ ਕਾਗਜ਼ ਦਾ ਸ਼ੇਡ ਲੱਗਾ ਹੋਇਆ ਸੀ ਜਿਹੜਾ ਇਕ ਪਾਸੇ ਤੋਂ ਸੜ ਗਿਆ ਸੀ। ਲੈਂਪ ਦੇ ਹੇਠਾਂ ਕਰੋਸ਼ੀਏ ਦੇ ਕੰਮ ਵਾਲਾ ਇਕ ਰੁਮਾਲ ਵਿਛਿਆ ਹੋਇਆ ਸੀ। ਇੰਸਪੈਕਟਰ ਕਮਰੇ ਵਿਚ ਆਇਆ। ਉਸ ਦੇ ਚਿਹਰੇ ਤੋਂ ਸਦਾ ਵਾਂਗ ਹੀ ਉਦਾਸੀ ਤੇ ਥਕਾਵਟ ਝਲਕ ਰਹੀ ਸੀ।

"ਬੈਠੋ! ਦੱਸੋ ਮੈਂ ਤੁਹਾਡੀ ਕੀ ਸੇਵਾ ਕਰ ਸਕਦਾਂ?" ਉਸ ਨੇ ਆਪਣੀ ਵਰਦੀ ਦੇ ਕੋਟ ਦਾ ਵਿਚਲਾ ਬਟਨ ਖੋਹਲਦਿਆਂ ਆਖਿਆ।

"ਮੈਂ ਹੁਣੇ ਹੁਣੇ ਡਿਪਟੀ-ਗਵਰਨਰ ਸਾਹਿਬ ਨੂੰ ਮਿਲ ਕੇ ਆਇਆ ਹਾਂ। ਉਹਨਾਂ ਨੇ ਇਹ ਆਰਡਰ ਦਿਤਾ ਹੈ। ਮੈਂ ਕੈਦਣ ਮਾਸਲੋਵਾ ਨੂੰ ਮਿਲਣਾ ਚਾਹੁੰਦਾ ਹਾਂ।"

"ਮਾਰਕੋਵਾ?" ਇੰਸਪੈਕਟਰ ਨੇ ਪੁੱਛਿਆ। ਸੰਗੀਤ ਕਰਕੇ ਉਹ ਨਾਂ ਚੰਗੀ ਤਰ੍ਹਾਂ ਸੁਣ ਨਹੀਂ ਸੀ ਸਕਿਆ।

"ਮਾਸਲੋਵਾ!"

"ਹੱਛਾ, ਹਾਂ!" ਇੰਸਪੈਕਟਰ ਉਠ ਕੇ ਉਸ ਦਰਵਾਜ਼ੇ ਕੋਲ ਗਿਆ ਜਿਥੋਂ ਕਲੇਮੇਨਟੀ ਦੇ ਸੰਗੀਤ ਦੀਆਂ ਧੁਨਾਂ ਆ ਰਹੀਆਂ ਸਨ।

"ਮਾਰੀਆ, ਰਤਾ ਮਿੰਟ ਕੁ ਲਈ ਬੰਦ ਨਹੀਂ ਕਰ ਦੇਂਦੀ?" ਉਸ ਨੇ ਆਖਿਆ। ਉਸ ਦੇ ਕਹਿਣ ਦੇ ਅੰਦਾਜ਼ ਤੋਂ ਪਤਾ ਲੱਗਦਾ ਸੀ ਕਿ ਇਹ ਸੰਗੀਤ ਉਹਦੀ ਜਾਨ ਦਾ ਖੌ ਬਣਿਆ ਹੋਇਆ ਹੈ। "ਇਕ ਲਫ਼ਜ਼ ਨਹੀਂ ਸੁਣਾਈ ਦੇਂਦਾ।"

ਪਿਆਨੋ ਬੰਦ ਹੋ ਗਿਆ। ਪਰ ਉਹਦੀ ਥਾਂ ਕਦਮਾਂ ਦੀ ਆਵਾਜ਼ ਆਉਣ ਲੱਗੀ ਜਿਸ ਤੋਂ ਤੁਰਨ ਵਾਲੇ ਦੀ ਨਰਾਜ਼ਗੀ ਦਾ ਪਤਾ ਲੱਗਦਾ ਸੀ। ਇਸ ਤੋਂ ਮਗਰੋਂ ਕਿਸੇ ਨੇ ਦਰਵਾਜ਼ੇ ਵਿਚੋਂ ਵੇਖਿਆ।

ਜਾਪਦਾ ਸੀ ਕਿ ਥੋੜੇ ਚਿਰ ਦੀ ਖਾਮੋਸ਼ੀ ਨਾਲ ਇੰਸਪੈਕਟਰ ਨੇ ਸੁਖ ਦਾ ਸਾਹ ਲਿਆ ਹੋਵੇ। ਉਸ ਨੇ ਹਲਕੇ ਜਿਹੇ ਤਮਾਕੂ ਵਾਲੀ ਇਕ ਸਿਗਰਟ ਸੁਲਘਾਈ, ਅਤੇ ਨੇਖਲੀਊਦੋਵ ਨੂੰ ਵੀ ਪੇਸ਼ ਕੀਤੀ। ਨੇਖਲੀਊਦੋਵ ਨੇ ਇਨਕਾਰ ਕਰ ਦਿੱਤਾ।

"ਮੈਂ ਮਾਸਲੋਵਾ ਨੂੰ ਮਿਲਣਾ ਚਾਹੁੰਦਾ ਹਾਂ।"

"ਮਾਸਲੋਵਾ! ਮਾਸਲੋਵਾ ਨੂੰ ਅਜ ਮਿਲਣਾ ਬਹੁਤ ਠੀਕ ਨਹੀਂ," ਇੰਸਪੈਕਟਰ ਨੇ ਆਖਿਆ।

"ਕਿਉਂ? ਕੀ ਗੱਲ?"

"ਵੇਖੋ ਨਾ, ਇਹ ਅਸਲ ਵਿਚ ਤੁਹਾਡਾ ਆਪਣਾ ਕਸੂਰ ਹੈ," ਇੰਸਪੈਕਟਰ ਨੇ ਆਖਿਆ। ਉਹਦੇ ਬੁਲ੍ਹਾਂ ਤੇ ਹਲਕੀ ਜਿਹੀ ਮੁਸਕਾਨ ਸੀ। "ਵੇਖੋ, ਪ੍ਰਿੰਸ, ਉਹਦੇ ਹੱਥਾਂ ਵਿਚ ਕੋਈ ਪੈਸਾ ਨਾ ਦਿਓ। ਜੇ ਤੁਸੀਂ ਚਾਹੁੰਦੇ ਹੋ ਤਾਂ ਮੈਨੂੰ ਫੜਾ ਛੱਡੋ। ਉਹਦੇ ਵਾਸਤੇ ਮੈਂ ਸਾਂਭ ਛੱਡਾਂਗਾ। ਕਲ੍ਹ ਤੁਸੀਂ ਉਸ ਨੂੰ ਜ਼ਰੂਰ ਕੁਝ ਪੈਸੇ ਦਿੱਤੇ ਹੋਣਗੇ। ਉਹਨਾਂ ਪੈਸਿਆਂ ਨਾਲ ਉਹਨੇ ਸ਼ਰਾਬ ਖਰੀਦ ਲਈ—ਇਸ ਬੀਮਾਰੀ ਨੂੰ ਅਸੀਂ ਜੜ੍ਹੋਂ ਨਹੀਂ ਪੁਟ ਸਕਦੇ—ਤੇ ਅੱਜ ਉਹ ਕੁਝ ਨਸ਼ੇ ਵਿਚ ਏ। ਸਗੋਂ ਲੋਕਾਂ ਨਾਲ ਹੱਥੋ ਪਾਈ ਹੁੰਦੀ ਫਿਰਦੀ ਏ।"

"ਸਚਮੁਚ?"

"ਹਾਂ, ਹਾਂ, ਮੈਂ ਠੀਕ ਕਹਿ ਰਿਹਾਂ। ਮਜਬੂਰ ਹੋ ਕੇ ਮੈਨੂੰ ਉਹਦੇ ਨਾਲ ਕੁਝ ਸਖ਼ਤੀ ਕਰਨੀ ਪਈ। ਮੈਂ ਉਸ ਨੂੰ ਕਿਸੇ ਦੂਜੀ ਕੋਠੜੀ ਵਿਚ ਬੰਦ ਕਰ ਦਿਤੈ। ਵੈਸੇ ਤਾਂ ਉਹ ਬੜੇ ਸ਼ਾਂਤ ਸੁਭਾ ਵਾਲੀ ਔਰਤ ਏ। ਪਰ ਮਿਹਰਬਾਨੀ ਕਰ ਕੇ ਉਸ ਨੂੰ ਪੈਸੇ ਵੈਸੇ ਨਾ ਦਿਓ। ਇਹ ਲੋਕ ਏਡੇ..."

ਇਕ ਦਿਨ ਪਹਿਲਾਂ ਜੋ ਕੁਝ ਹੋਇਆ ਸੀ ਨੇਖਲੀਊਦੋਵ ਦੀ ਕਲਪਨਾ ਵਿਚ ਸਾਕਾਰ ਹੋ ਉਠਿਆ ਤੇ ਇਕ ਵਾਰੀ ਫੇਰ ਉਸ ਨੂੰ ਭੈ ਨੇ ਜਕੜ ਲਿਆ।

"ਤੇ ਬੋਗੋਦੂਖੋਵਸਕਾਯਾ, ਸਿਆਸੀ ਕੈਦਣ ਨੂੰ ਤਾਂ ਮੈਂ ਮਿਲ ਸਕਦਾ ਹਾਂ?"

"ਹਾਂ, ਜੇ ਤੁਸੀਂ ਮਿਲਣਾ ਚਾਹੁੰਦੇ ਓ।" ਇੰਸਪੈਕਟਰ ਨੇ ਆਖਿਆ। "ਕਿਉਂ, ਕੀ ਚਾਹੀਦਾ ਏ ਤੈਨੂੰ?" ਉਸ ਨੇ ਪੰਜ ਛੇ ਸਾਲ ਦੀ ਬੱਚੀ ਨੂੰ ਪੁੱਛਿਆ ਜਿਹੜੀ ਕਮਰੇ ਅੰਦਰ ਆ ਗਈ ਸੀ ਤੇ ਆਪਣੇ ਪਿਓ ਵੱਲ ਤੁਰੀ ਆਉਂਦੀ ਸੀ। ਪਰ ਉਹਦਾ ਧਿਆਨ ਨੇਖਲੀਊਦੋਵ ਵੱਲ ਸੀ ਤੇ ਇਕ ਟੱਕ ਉਸ ਨੂੰ ਵੇਖੀ ਜਾ ਰਹੀ ਸੀ। "ਵੇਖ, ਵੇਖ, ਡਿੱਗ ਨਾ ਪਵੀਂ।" ਇੰਸਪੈਕਟਰ ਨੇ ਮੁਸਕ੍ਰਾ ਕੇ ਬੱਚੀ ਨੂੰ ਆਖਿਆ। ਉਹ ਪਿਓ ਵੱਲ ਦੌੜ ਪਈ ਸੀ ਤੇ ਬੇਧਿਆਨੀ ਕਾਰਨ ਉਹਦਾ ਪੈਰ ਗ਼ਲੀਚੇ ਵਿਚ ਅੜ ਗਿਆ ਸੀ।

"ਠੀਕ ਏ। ਜੇ ਕਰ ਮੈਂ ਮਿਲ ਸਕਦਾ ਹਾਂ ਤਾਂ ਜ਼ਰੂਰ ਮਿਲਾਂਗਾ।"

"ਜ਼ਰੂਰ ਮਿਲ ਸਕਦੇ ਹੋ।"

ਇੰਸਪੈਕਟਰ ਨੇ ਬੱਚੀ ਨੂੰ ਕੁੱਛੜ ਚੁਕ ਲਿਆ। ਉਹ ਹਾਲੇ ਵੀ ਨੇਖਲੀਊਦੋਵ ਵੱਲ ਝਾਕੀ ਜਾਂਦੀ ਸੀ। ਫੇਰ ਉਹ ਆਪਣੀ ਥਾਂ ਤੋਂ ਉੱਠਿਆ ਅਤੇ ਸਹਿਜ ਨਾਲ ਬੱਚੀ ਨੂੰ ਇਕ ਪਾਸੇ ਤੋਰ ਕੇ ਆਪ ਡਿਉੜੀ ਵਿਚ ਆ ਗਿਆ।

ਨੌਕਰਾਣੀ ਦੀ ਮਦਦ ਨਾਲ ਹਾਲੇ ਉਹਨੇ ਓਵਰਕੋਟ ਪਾਇਆ ਹੀ ਸੀ, ਅਤੇ ਉਹ ਦਰਵਾਜ਼ੇ ਤੱਕ ਪੁੱਜੇ ਹੀ ਸਨ ਕਿ ਕਲੇਮੇਨਟੀ ਦੀ ਸੰਗੀਤ ਰਚਨਾ ਦੀਆਂ ਧੁਨਾਂ ਫੇਰ ਗੂੰਜਣ ਲੱਗ ਪਈਆਂ।

"ਸੰਗੀਤਸ਼ਾਲਾ ਵਿਚ ਸਿਖਿਆ ਲੈਂਦੀ ਏ। ਪਰ ਓਥੇ ਏਨੀ ਬਦਇੰਤਜ਼ਾਮੀ ਹੈ ਕਿ ਪੁੱਛੋ ਕੁਝ ਨਾ। ਕੁੜੀ ਨੂੰ ਸੰਗੀਤ ਦੀ ਰੱਬੀ ਦਾਤ ਮਿਲੀ ਹੋਈ ਏ," ਪੌੜੀਆਂ ਉੱਤਰਦਿਆਂ ਇੰਸਪੈਕਟਰ ਨੇ ਆਖਿਆ। "ਉਹ ਰਾਗ-ਰੰਗ ਦੇ ਪ੍ਰੋਗਰਾਮਾਂ ਵਿਚ ਹਿੱਸਾ ਲੈਣਾ ਚਾਹੁੰਦੀ ਏ।"

ਇੰਸਪੈਕਟਰ ਤੇ ਨੇਖਲੀਊਦੋਵ ਜੇਲ੍ਹ ਵਿਚ ਪਹੁੰਚੇ। ਉਹਨਾਂ ਦੇ ਨਜ਼ਰ ਆਉਂਦਿਆਂ ਹੀ ਫਾਟਕ ਖੁਲ੍ਹ ਗਏ। ਵਾਰਡਰਾਂ ਨੇ ਸਲੂਟ ਕੀਤੇ ਤੇ ਉਹਨਾਂ ਦੀਆਂ ਨਜ਼ਰਾਂ ਇੰਸਪੈਕਟਰ ਦਾ ਪਿੱਛਾ ਕਰਦੀਆਂ ਰਹੀਆਂ। ਚਾਰ ਆਦਮੀ ਜਿਨ੍ਹਾਂ ਦੇ ਸਿਰ ਅੱਧੇ ਮੁੰਨੇ ਹੋਏ ਸਨ ਕਿਸੇ ਚੀਜ਼ ਨਾਲ ਭਰੇ ਟੱਪ ਚੁੱਕੀ ਲਈ ਜਾਂਦੇ ਸਨ। ਇੰਸਪੈਕਟਰ ਨੂੰ ਵੇਖਦਿਆਂ ਹੀ ਉਹ ਦਬਕ ਕੇ ਇਕ ਪਾਸੇ ਹਟ ਗਏ। ਉਹਨਾਂ ਵਿਚੋਂ ਇਕ ਦੀਆਂ ਗੁੱਸੇ ਨਾਲ ਤਿਊੜੀਆਂ ਚੜ੍ਹ ਗਈਆਂ ਸਨ ਤੇ ਉਹਦੀਆਂ ਕਾਲੀਆਂ ਕਾਲੀਆਂ ਅੱਖਾਂ ਚਮਕ ਰਹੀਆਂ ਸਨ।

"ਬੇਸ਼ਕ, ਇਸ ਤਰ੍ਹਾਂ ਦੇ ਗੁਣ ਨੂੰ ਵਧਣ ਫੁਲਣ ਦਾ ਮੌਕਾ ਮਿਲਣਾ ਚਾਹੀਦਾ ਹੈ, ਇਸ ਨੂੰ ਮਰਨ ਨਹੀਂ ਦੇਣਾ ਚਾਹੀਦਾ। ਪਰ ਫੇਰ ਵੀ, ਤੁਸੀਂ ਜਾਣਦੇ ਓ, ਛੋਟੇ ਜਿਹੇ ਮਕਾਨ ਵਿਚ ਬੰਦਾ ਤੰਗ ਪੈ ਜਾਂਦਾ ਹੈ।" ਇੰਸਪੈਕਟਰ ਗੱਲ ਕਰੀ ਜਾਂਦਾ ਸੀ। ਇਹਨਾਂ ਕੈਦੀਆਂ ਵੱਲ ਉਸ ਨੇ ਕੋਈ ਧਿਆਨ ਨਹੀਂ ਸੀ ਦਿੱਤਾ। ਥੱਕਾ-ਟੁੱਟਾ, ਆਪਣੇ ਪੈਰ ਘਸੀਟਦਾ ਉਹ ਨੇਖਲੀਊਦੋਵ ਦੇ ਮਗਰ ਹਾਲ ਵਿਚ ਆ ਗਿਆ ਸੀ।

"ਤੁਸੀਂ ਕਿਸ ਨੂੰ ਮਿਲਣਾ ਚਾਹੁੰਦੇ ਓ?"

"ਬੋਗੋਦੂਖੋਵਸਕਾਯਾ ਨੂੰ।"

"ਉਹ। ਉਹ ਤਾਂ ਬੁਰਜ ਵਿਚ ਏ। ਕੁਝ ਚਿਰ ਉਡੀਕਣਾ ਪਏਗਾ ਤੁਹਾਨੂੰ," ਉਸ ਨੇ ਆਖਿਆ।

"ਜੇ ਸੰਭਵ ਹੋਵੇ ਤਾਂ ਏਨੇ ਚਿਰ ਵਿਚ ਮੈਂ ਮੈਨਸ਼ੋਵ, ਮਾਂ ਪੁਤ, ਨੂੰ ਮਿਲ ਲਵਾਂ? ਉਹ ਜਿਨ੍ਹਾਂ ਉਤੇ ਸਾੜ-ਫੂਕ ਕਰਨ ਦਾ ਇਲਜ਼ਾਮ ਏ।"

"ਹਾਂ, ਹਾਂ, ੨੧ ਨੰਬਰ ਦੀ ਕੋਠੜੀ ਵਿਚ ਨੇ। ਉਹਨਾਂ ਨੂੰ ਬੁਲਵਾਇਆ ਜਾ ਸਕਦੈ।"

"ਪਰ ਕੀ ਉਹਨਾਂ ਦੀ ਕੋਠੜੀ ਵਿਚ ਹੀ ਮਿਲ ਲੈਣਾ ਮੁਮਕਿਨ ਨਹੀਂ?"

"ਮੈਂ ਸਮਝਦਾਂ ਕਿ ਮੁਲਾਕਾਤ ਕਰਨ ਵਾਲੇ ਕਮਰੇ ਵਿਚ ਜ਼ਿਆਦਾ ਠੀਕ ਰਹੇਗਾ।"

"ਨਹੀਂ। ਮੈਂ ਕੋਠੜੀ ਵਿਚ ਮਿਲਣਾ ਪਸੰਦ ਕਰਾਂਗਾ। ਓਥੇ ਜ਼ਿਆਦਾ ਦਿਲਚਸਪ

ਰਹੇਗਾ।"

"ਹੱਛਾ, ਏਥੇ ਵੀ ਤੁਹਾਨੂੰ ਕੋਈ ਦਿਲਚਸਪ ਚੀਜ਼ ਲਭ ਗਈ!"

ਠੀਕ ਇਸ ਵੇਲੇ, ਪਾਸੇ ਵਾਲੇ ਦਰਵਾਜ਼ੇ ਵਿਚੋਂ ਉਸ ਦਾ ਸਹਾਇਕ ਦਾਖਲ ਹੋਇਆ। ਖੂਬ ਚੁਸਤ ਪੁਸ਼ਾਕ ਵਾਲਾ ਅਫਸਰ ਸੀ ਉਹ।

"ਵੇਖੋ, ਪ੍ਰਿੰਸ ਨੂੰ ੨੧ ਨੰਬਰ ਕੋਠੜੀ ਵਿਚ ਮੈਨਸ਼ੋਵ ਕੋਲ ਲੈ ਜਾਓ," ਇੰਸਪੈਕਟਰ ਨੇ ਆਪਣੇ ਸਹਾਇਕ ਨੂੰ ਆਖਿਆ। "ਤੇ ਫੇਰ ਇਹਨਾਂ ਨੂੰ ਦਫਤਰ ਵਿਚ ਲੈ ਆਉਣਾ। ਤੇ ਮੈਂ ਜਾ ਕੇ ਉਸ ਨੂੰ ਬੁਲਵਾਉਂਦਾ ਹਾਂ। ਕੀ ਨਾਂ ਏ ਉਹਦਾ?"

"ਵੇਰਾ ਬੋਗੋਦੂਖੋਵਸਕਾਯਾ।"

ਸਹਾਇਕ ਇੰਸਪੈਕਟਰ ਇਕ ਕੱਕੇ ਵਾਲਾਂ ਵਾਲਾ ਨੌਜਵਾਨ ਸੀ ਜਿਸ ਨੇ ਮੁੱਛਾਂ ਚੋਪੜ ਕੇ ਲਿਸ਼ਕਾਈਆਂ ਹੋਈਆਂ ਸਨ। ਉਸ ਦੇ ਕਪੜਿਆਂ ਵਿਚੋਂ ਯੂਡੀਕਲੋਨ ਦੀ ਮਹਿਕ ਆ ਰਹੀ ਸੀ।

"ਇਸ ਪਾਸੇ, ਹਜ਼ੂਰ।" ਉਸ ਨੇ ਨੇਖਲੀਊਦੋਵ ਨੂੰ ਆਖਿਆ। ਉਹਦੇ ਬੁਲ੍ਹਾਂ ਉਤੇ ਇਕ ਮਧੁਰ ਮੁਸਕਾਨ ਖੇਡ ਗਈ ਸੀ। "ਸਾਡੀ ਜੇਲ੍ਹ ਵਿਚ ਤੁਹਾਨੂੰ ਕੋਈ ਦਿਲਚਸਪੀ ਹੈ?"

"ਹਾਂ, ਹਾਂ, ਦਿਲਚਸਪੀ ਹੈ। ਨਾਲੇ ਮੈਂ ਇਹ ਆਪਣਾ ਫਰਜ਼ ਸਮਝਦਾ ਹਾਂ ਕਿ ਉਸ ਸ਼ਖਸ ਦੀ ਮਦਦ ਕਰਾਂ ਜਿਹੜਾ ਏਥੇ ਬੰਦ ਹੈ। ਤੇ ਜਿਸ ਬਾਰੇ ਮੈਨੂੰ ਦੱਸਿਆ ਗਿਆ ਹੈ ਕਿ ਉਹ ਬੇਗੁਨਾਹ ਹੈ।"

ਸਹਾਇਕ ਇੰਸਪੈਕਟਰ ਨੇ ਆਪਣੇ ਮੋਢੇ ਛੰਡੇ।

"ਹਾਂ, ਇਸ ਤਰ੍ਹਾਂ ਵੀ ਹੋ ਜਾਂਦੈ।" ਉਸ ਨੇ ਹੌਲੀ ਜਿਹੀ ਆਖਿਆ ਅਤੇ ਬੜੇ ਤਪਾਕ ਨਾਲ ਇਕ ਪਾਸੇ ਹੋ ਗਿਆ ਤਾਂ ਜੋ ਮਹਿਮਾਨ ਲਾਂਘੇ ਵਿਚ ਦਾਖਲ ਹੋ ਸਕੇ। ਲਾਂਘੇ ਵਿਚੋਂ ਨਕ ਸਾੜਵੀਂ ਬਦਬੂ ਆ ਰਹੀ ਸੀ। "ਪਰ ਕਈ ਵਾਰੀ ਇਸ ਤਰ੍ਹਾਂ ਵੀ ਹੁੰਦੈ ਕਿ ਇਹ ਲੋਕ ਝੂਠ ਬੱਕ ਦੇਂਦੇ ਨੇ। ਇਸ ਪਾਸੇ ਚੱਲੋ।"

ਕੋਠੜੀਆਂ ਦੇ ਦਰਵਾਜ਼ੇ ਖੁਲ੍ਹੇ ਸਨ ਤੇ ਕਈ ਕੈਦੀ ਲਾਂਘੇ ਵਿਚ ਖੜੇ ਸਨ। ਵਾਰਡਰਾਂ ਦੇ ਸਲੂਟ ਦੇ ਜਵਾਬ ਵਿਚ ਸਹਾਇਕ ਇੰਸਪੈਕਟਰ ਨੇ ਮਾੜਾ ਜਿਹਾ ਸਿਰ ਹਿਲਾ ਛੱਡਿਆ ਅਤੇ ਕਨੰਖੀਆਂ ਨਾਲ ਕੈਦੀਆਂ ਵੱਲ ਵੇਖਿਆ। ਕੈਦੀ ਜਾਂ ਤਾਂ ਸਰਕ ਕੇ ਆਪਣੀਆਂ ਕੋਠੜੀਆਂ ਅੰਦਰ ਚਲੇ ਗਏ ਜਾਂ ਦੀਵਾਰ ਨਾਲ ਲੱਗ ਕੇ ਬਾਹਵਾਂ ਲਮਕਾ ਕੇ ਫੌਜੀਆਂ ਵਾਂਗ ਤਣ ਕੇ ਖੜੇ ਹੋ ਗਏ। ਉਹਨਾਂ ਦੀਆਂ ਨਜ਼ਰਾਂ ਅਫਸਰ ਉਤੇ ਹੀ ਟਿਕੀਆਂ ਰਹੀਆਂ। ਇਕ ਲਾਂਘੇ ਨੂੰ ਪਾਰ ਕਰ ਕੇ, ਸਹਾਇਕ ਇੰਸਪੈਕਟਰ ਨੇਖਲੀਊਦੋਵ ਨੂੰ ਖੱਬੇ ਪਾਸੇ ਦੂਸਰੇ ਲਾਂਘੇ ਵਿਚ ਲੈ ਗਿਆ। ਦੋਹਾਂ ਲਾਂਘਿਆਂ ਦੇ ਵਿਚਕਾਰ ਲੋਹੇ ਦਾ ਇਕ ਦਰਵਾਜ਼ਾ ਸੀ।

ਇਹ ਲਾਂਘਾ ਹੋਰ ਵੀ ਬਹੁਤਾ ਤੰਗ ਅਤੇ ਹਨੇਰਾ ਸੀ। ਏਥੇ ਬਦਬੂ ਵੀ ਪਹਿਲੇ ਲਾਂਘੇ ਨਾਲੋਂ ਕਿਤੇ ਵਧ ਸੀ। ਲਾਂਘੇ ਦੇ ਦੋਵੇਂ ਪਾਸੇ ਦਰਵਾਜ਼ੇ ਸਨ ਜਿਨ੍ਹਾਂ ਵਿਚ ਛੋਟੀਆਂ ਛੋਟੀਆਂ ਇਕ ਇੰਚ ਵਿਆਸ ਦੀਆਂ ਮੋਰੀਆਂ ਸਨ। ਇਸ ਲਾਂਘੇ ਵਿਚ ਸਿਰਫ ਇਕੋ ਹੀ

ਬੁੱਢਾ ਵਾਰਡਰ ਡਿਊਟੀ ਦੇ ਰਿਹਾ ਸੀ ਜਿਸ ਦਾ ਚਿਹਰਾ ਉਦਾਸ ਤੇ ਝੁਰੜੀਆਂ ਨਾਲ ਭਰਿਆ ਹੋਇਆ ਸੀ।

"ਮੈਨਸ਼ੋਵ ਕਿਥੇ ਹੈ?" ਸਹਾਇਕ ਇੰਸਪੈਕਟਰ ਨੇ ਪੁੱਛਿਆ।

"ਖੱਬੇ ਪਾਸੇ ਅੱਠਵੀਂ ਕੋਠੜੀ ਵਿਚ।"

੫੨

"ਮੈਂ ਅੰਦਰ ਝਾਤ ਮਾਰ ਸਕਦਾਂ?" ਨੇਖਲੀਊਦੋਵ ਨੇ ਪੁੱਛਿਆ।

"ਹਾਂ, ਹਾਂ, ਕਿਉਂ ਨਹੀਂ," ਸਹਾਇਕ ਇੰਸਪੈਕਟਰ ਨੇ ਮੁਸਕ੍ਰਾਉਂਦੇ ਹੋਏ ਜਵਾਬ ਦਿੱਤਾ ਤੇ ਕੋਈ ਗੱਲ ਪੁੱਛਣ ਵਾਸਤੇ ਵਾਰਡਰ ਵੱਲ ਮੁੜ ਗਿਆ। ਨੇਖਲੀਊਦੋਵ ਨੇ ਇਕ ਨਿੱਕੀ ਜਿੱਹੀ ਮੋਰੀ ਵਿਚੋਂ ਝਾਤ ਮਾਰੀ ਅਤੇ ਵੇਖਿਆ ਕਿ ਨਿੱਕੀ ਨਿੱਕੀ ਕਾਲੀ ਦਾੜ੍ਹੀ ਵਾਲਾ ਉੱਚਾ ਲੰਮਾ ਗਭਰੂ ਆਪਣੇ ਹੇਠਲੇ ਕਪੜਿਆਂ ਵਿਚ ਹੀ ਕੋਠੜੀ ਦੇ ਅੰਦਰ ਟਹਿਲ ਰਿਹਾ ਸੀ। ਦਰਵਾਜ਼ੇ ਉਤੇ ਕਿਸੇ ਦੇ ਆਉਣ ਦਾ ਖੜਾਕ ਸੁਣ ਕੇ ਉਸ ਨੇ ਤਿਊੜੀ ਚਾੜ੍ਹ ਕੇ ਉੱਪਰ ਵੇਖਿਆ, ਪਰ ਕੋਠੜੀ ਅੰਦਰ ਟਹਿਲਦਾ ਰਿਹਾ।

ਨੇਖਲੀਊਦੋਵ ਨੇ ਇਕ ਹੋਰ ਮੋਰੀ ਵਿਚ ਝਾਤੀ ਮਾਰੀ। ਅੰਦਰੋਂ ਉਸ ਨੂੰ ਇਕ ਮੋਟੀ ਜਿਹੀ, ਸਹਿਮੀ ਹੋਈ ਅੱਖ ਨਜ਼ਰ ਆਈ ਜਿਹੜੀ ਮੋਰੀ ਵਿਚੋਂ ਬਾਹਰ ਉਹਦੇ ਵੱਲ ਵੇਖ ਰਹੀ ਸੀ। ਨੇਖਲੀਊਦੋਵ ਛੇਤੀ ਨਾਲ ਇਕ ਪਾਸੇ ਹਟ ਗਿਆ। ਤੀਜੀ ਕੋਠੜੀ ਵਿਚ ਉਸ ਨੇ ਵੇਖਿਆ ਕਿ ਇਕ ਬਹੁਤ ਮੱਧਰਾ ਜਿਹਾ ਆਦਮੀ ਆਪਣੇ ਕੈਦੀਆਂ ਵਾਲੇ ਚੋਗੇ ਨਾਲ ਸਿਰ ਮੂੰਹ ਕੱਜੀ ਫੱਟੇ ਉਤੇ ਸੁੱਤਾ ਪਿਆ ਸੀ। ਚੌਥੀ ਕੋਠੜੀ ਵਿਚ ਪੀਲੇ ਭੂਕ ਤੇ ਚੌੜੇ ਮੂੰਹ ਮੱਥੇ ਵਾਲਾ ਆਦਮੀ ਆਪਣੇ ਗੋਡਿਆਂ ਉਤੇ ਅਰਕਾਂ ਟੇਕੀ ਅਤੇ ਆਪਣਾ ਸਿਰ ਹੇਠਾਂ ਸੁੱਟੀ ਬੈਠਾ ਹੋਇਆ ਸੀ। ਕਦਮਾਂ ਦੀ ਆਵਾਜ਼ ਸੁਣ ਕੇ ਉਸ ਆਦਮੀ ਨੇ ਸਿਰ ਉਤਾਂਹ ਕੀਤਾ ਅਤੇ ਵੇਖਿਆ। ਉਸ ਦੇ ਚਿਹਰੇ ਉਤੇ, ਖਾਸ ਕਰਕੇ ਉਹਦੀਆਂ ਵੱਡੀਆਂ ਵੱਡੀਆਂ ਅੱਖਾਂ ਵਿਚ, ਘੋਰ ਨਿਰਾਸ਼ਾ ਦਾ ਪਰਛਾਵਾਂ ਸੀ। ਸਾਫ ਦਿਸਦਾ ਸੀ ਕਿ ਉਹਨੂੰ ਇਸ ਗੱਲ ਵਿਚ ਵੀ ਕੋਈ ਦਿਲਚਸਪੀ ਨਹੀਂ ਕਿ ਉਸ ਦੀ ਕੋਠੜੀ ਦਾ ਮੁਆਇਨਾ ਕੌਣ ਕਰ ਰਿਹਾ ਹੈ। ਕੋਈ ਵੀ ਹੋਵੇ, ਕੈਦੀ ਨੂੰ ਪ੍ਰਤੱਖ ਰੂਪ ਵਿਚ ਉਸ ਕੋਲੋਂ ਕਿਸੇ ਭਲਿਆਈ ਦੀ ਆਸ ਨਹੀਂ ਸੀ। ਨੇਖਲੀਊਦੋਵ ਡਰ ਗਿਆ ਸੀ ਅਤੇ ਉਹ ਹੋਰ ਕਿਸੇ ਵੀ ਮੋਰੀ ਵਿਚ ਝਾਤੀ ਮਾਰੇ ਬਿਨਾਂ ਮੈਨਸ਼ੋਵ ਦੀ ੨੧ ਨੰਬਰ ਕੋਠੜੀ ਅੱਗੇ ਪਹੁੰਚ ਗਿਆ। ਵਾਰਡਰ ਨੇ ਜੰਦਰਾ ਲਾਹਿਆ ਤੇ ਦਰਵਾਜ਼ਾ ਖੋਹਲਿਆ। ਲੰਮੀ ਧੌਣ, ਮਜ਼ਬੂਤ ਪੱਠਿਆਂ, ਨਿੱਕੀ ਨਿੱਕੀ ਦਾੜ੍ਹੀ, ਅਤੇ ਗੋਲ ਗੋਲ ਸੁਹਿਰਦ ਅੱਖਾਂ ਵਾਲਾ ਇਕ ਗਭਰੂ ਫੱਟੇ ਦੇ ਕੋਲ ਖਲੋਤਾ ਜਲਦੀ ਜਲਦੀ ਆਪਣਾ ਚੋਗਾ ਪਾ ਰਿਹਾ ਸੀ। ਨੌਜਵਾਨ ਨੇ ਡਰੇ ਸਹਿਮੇ ਚਿਹਰੇ ਨਾਲ ਆਉਣ

ਵਾਲਿਆਂ ਵੱਲ ਵੇਖਿਆ। ਨੇਖਲੀਊਦੋਵ ਦਾ ਧਿਆਨ ਗੋਲ ਸੁਹਿਰਦ ਅੱਖਾਂ ਵੱਲ ਖਾਸ ਕਰਕੇ ਖਿਚਿਆ ਗਿਆ ਸੀ ਜਿਹੜੀਆਂ ਡਰੀਆਂ ਸਹਿਮੀਆਂ ਤੇ ਸਵਾਲੀਆਂ ਨਜ਼ਰਾਂ ਨਾਲ ਕਦੇ ਉਸ ਵੱਲ ਵੇਖਦੀਆਂ, ਕਦੇ ਸਹਾਇਕ ਇੰਸਪੈਕਟਰ ਵੱਲ, ਕਦੇ ਵਾਰਡਰ ਵੱਲ ਅਤੇ ਕਦੇ ਫੇਰ ਉਸ ਵੱਲ।

"ਇਹ ਸੱਜਣ ਤੇਰੇ ਮੁਕਦਮੇ ਬਾਰੇ ਤੇਰੇ ਕੋਲੋਂ ਕੁਝ ਪੁੱਛਗਿੱਛ ਕਰਨਾ ਚਾਹੁੰਦੇ ਨੇ।"

"ਬੜੀ ਮਿਹਰਬਾਨੀ।"

"ਹਾਂ, ਤੁਹਾਡੇ ਬਾਰੇ ਮੈਨੂੰ ਦੱਸਿਆ ਗਿਆ ਸੀ," ਨੇਖਲੀਊਦੋਵ ਨੇ ਕੋਠੜੀ ਵਿਚੋਂ ਲੰਘ ਕੇ ਗੰਦੀਆਂ ਸੀਖਾਂ ਵਾਲੀ ਖਿੜਕੀ ਕੋਲ ਜਾਂਦਿਆਂ ਆਖਿਆ। "ਮੈਂ ਚਾਹੁੰਦਾ ਹਾਂ ਕਿ ਸਾਰੀ ਗੱਲ ਤੁਹਾਡੇ ਆਪਣੇ ਮੂਹੋਂ ਸੁਣਾਂ।

ਮੈਨਸ਼ੋਵ ਵੀ ਖਿੜਕੀ ਦੇ ਕੋਲ ਆ ਗਿਆ ਅਤੇ ਇਕ ਦਮ ਆਪਣੀ ਕਹਾਣੀ ਸੁਣਾਉਣ ਲੱਗ ਪਿਆ। ਪਹਿਲਾਂ ਤਾਂ ਉਹ ਸਹਾਇਕ ਇੰਸਪੈਕਟਰ ਵੱਲ ਝੇਂਪਿਆ ਹੋਇਆ ਵੇਖ ਰਿਹਾ ਸੀ, ਪਰ ਫੇਰ ਹੌਲੀ ਹੌਲੀ ਉਹ ਨਿਧੜਕ ਹੋ ਗਿਆ। ਜਦੋਂ ਸਹਾਇਕ ਇੰਸਪੈਕਟਰ ਕੁਝ ਹੁਕਮ ਦੇਣ ਲਈ ਕੋਠੜੀ ਵਿਚੋਂ ਬਾਹਰ ਲਾਂਘੇ ਵਿਚ ਆ ਗਿਆ, ਤਾਂ ਉਹ ਬਿਲਕੁਲ ਬੇਖੌਫ ਹੋ ਕੇ ਗੱਲ ਕਰਨ ਲੱਗ ਪਿਆ ਸੀ। ਉਸ ਦੇ ਉਚਾਰਨ ਤੇ ਕਹਾਣੀ ਸੁਣਾਉਣ ਦੇ ਅੰਦਾਜ਼ ਤੋਂ ਪਤਾ ਲੱਗਦਾ ਸੀ ਕਿ ਇਹ ਨੌਜਵਾਨ ਬੜਾ ਹੀ ਸਾਧਾਰਨ, ਭਲਾਮਾਣਸ ਕਿਸਾਨ ਹੈ। ਨੇਖਲੀਊਦੋਵ ਇਸ ਗੱਲ ਤੋਂ ਬੜਾ ਹੈਰਾਨ ਹੋਇਆ ਜਾਪਦਾ ਸੀ ਕਿ ਉਸ ਨੂੰ ਇਹ ਕਹਾਣੀ ਜੇਲ੍ਹ ਦੇ ਅੰਦਰ, ਇਸ ਅਪਮਾਨਜਨਕ ਲਿਬਾਸ ਵਿਚ, ਇਕ ਕੈਦੀ ਸੁਣਾ ਰਿਹਾ ਹੈ। ਨੇਖਲੀਊਦੋਵ ਉਸ ਦੀਆਂ ਗੱਲਾਂ ਵੀ ਸੁਣ ਰਿਹਾ ਸੀ ਅਤੇ ਨਾਲ ਹੀ ਉਹ ਆਪਣੇ ਆਸ ਪਾਸ ਨਜ਼ਰ ਮਾਰ ਕੇ ਵੇਖ ਰਿਹਾ ਸੀ। ਸੌਣ ਵਾਲਾ ਫੱਟਾ ਨੀਵਾਂ ਸੀ ਤੇ ਇਸ ਉਤੇ ਪਰਾਲੀ ਦਾ ਗੱਦਾ ਵਿਛਿਆ ਹੋਇਆ ਸੀ। ਖਿੜਕੀ ਨੂੰ ਲੋਹੇ ਦੀਆਂ ਮੋਟੀਆਂ ਮੋਟੀਆਂ ਸੀਖਾਂ ਲੱਗੀਆਂ ਹੋਈਆਂ ਸਨ। ਦੀਵਾਰ ਗੰਦੀ ਅਤੇ ਸਲ੍ਹਾਬੀ ਹੋਈ ਸੀ। ਅਤੇ ਕੈਦੀਆਂ ਵਾਲੇ ਚੋਗੇ ਤੇ ਬੂਟਾਂ ਵਿਚ ਇਸ ਬਦਨਸੀਬ ਕਰੂਪ ਕਿਸਾਨ ਦੀ ਸ਼ਕਲ ਸੂਰਤ ਨੂੰ ਵੇਖ ਕੇ ਤਰਸ ਆਉਂਦਾ ਸੀ। ਨੇਖਲੀਊਦੋਵ ਦਾ ਦਿਲ ਪਲ ਪਲ ਵਧੇਰੇ ਉਦਾਸ ਹੁੰਦਾ ਗਿਆ। ਇਹ ਨੇਕ ਤੇ ਭਲਾ ਲੋਕ ਕਿਸਾਨ ਜੋ ਕੁਝ ਆਖ ਰਿਹਾ ਸੀ ਉਸ ਦਾ ਜੀਅ ਨਹੀਂ ਸੀ ਕਰਦਾ ਕਿ ਇਸ ਨੂੰ ਸੱਚ ਮੰਨੇ। ਇਹ ਸੋਚ ਕੇ ਹੀ ਲੂੰ ਕੰਡੇ ਖੜੇ ਹੋ ਜਾਂਦੇ ਹਨ ਕਿ ਇਸ ਤਰ੍ਹਾਂ ਵੀ ਹੋ ਸਕਦਾ ਹੈ ਕਿ ਇਕ ਐਸੇ ਆਦਮੀ ਨੂੰ ਜਿਸ ਦਾ ਕਸੂਰ ਇਸ ਤੋਂ ਸਿਵਾਏ ਕੁਝ ਨਹੀਂ ਕਿ ਉਹਦੇ ਆਪਣੇ ਨਾਲ ਦੁਰ-ਵਿਹਾਰ ਕੀਤਾ ਗਿਆ ਹੈ, ਫੜ ਕੇ ਮੁਜਰਮਾਂ ਵਾਲੇ ਕਪੜੇ ਪੁਆ ਦਿੱਤੇ ਜਾਣ ਤੇ ਇਸ ਤਰ੍ਹਾਂ ਦੀ ਭਿਅੰਕਰ ਥਾਂ ਤੇ ਰੱਖਿਆ ਜਾਏ। ਪਰ ਇਸ ਖਿਆਲ ਨਾਲ ਹੋਰ ਵੀ ਬਹੁਤਾ ਦਿਲ ਹਿੱਲ ਜਾਂਦਾ ਹੈ ਕਿ ਸੱਚੀ ਜਾਪਦੀ ਇਹ ਕਹਾਣੀ, ਜਿਹੜੀ ਚਿਹਰੇ ਉਤੇ ਏਡੇ ਸਰਲ ਸੁਭਾਵਿਕ ਹਾਵ ਭਾਵ ਲਿਆ ਕੇ ਸੁਣਾਈ ਗਈ ਸੀ, ਝੂਠ ਹੋ ਸਕਦੀ ਹੈ ਅਤੇ ਇਸ ਨੌਜਵਾਨ ਦੀ ਘੜੀ ਹੋਈ ਹੋ ਸਕਦੀ ਹੈ। ਕਹਾਣੀ ਇਸ ਪ੍ਰਕਾਰ ਸੀ। ਨੌਜਵਾਨ ਦਾ ਵਿਆਹ ਹੋਇਆ

ਤਾਂ ਥੋੜੇ ਚਿਰ ਮਗਰੋਂ ਹੀ, ਪਿੰਡ ਵਿਚਲੀ ਸ਼ਰਾਬ ਦੀ ਦੁਕਾਨ ਦੇ ਕਾਰਿੰਦੇ ਨੇ ਇਸ ਗਭਰੂ ਦੀ ਵਹੁਟੀ ਨੂੰ ਹੱਥਾਂ ਤੇ ਪਾ ਲਿਆ। ਮੁੰਡੇ ਨੇ ਥਾਂ ਥਾਂ ਟੱਕਰਾਂ ਮਾਰੀਆਂ ਕਿ ਉਹਦੇ ਨਾਲ ਇਨਸਾਫ ਹੋਵੇ। ਪਰ ਸ਼ਰਾਬ ਦੀ ਦੁਕਾਨ ਦਾ ਕਾਰਿੰਦਾ ਹਰ ਥਾਂ ਅਫਸਰਾਂ ਨੂੰ ਵੱਢੀ ਚਾੜ੍ਹਦਾ ਅਤੇ ਸਾਫ ਬਚ ਨਿਕਲਦਾ। ਇਕ ਵਾਰ ਉਹ ਆਪਣੀ ਵਹੁਟੀ ਨੂੰ ਜ਼ੋਰ-ਜ਼ਬਰਦਸਤੀ ਚੁੱਕ ਕੇ ਲੈ ਆਇਆ, ਪਰ ਉਹ ਅਗਲੇ ਹੀ ਦਿਨ ਭੱਜ ਗਈ। ਉਹ ਫੇਰ ਸ਼ਰਾਬ ਦੀ ਦੁਕਾਨ ਦੇ ਕਾਰਿੰਦੇ ਕੋਲ ਤਰਲਾ ਮਾਰਨ ਗਿਆ ਕਿ ਉਸ ਨੂੰ ਵਾਪਸ ਭੇਜ ਦੇਵੇ। ਉਹ ਓਥੇ ਹੀ ਸੀ। ਅੰਦਰ ਵੜਦਿਆਂ ਉਹਨੇ ਉਸ ਨੂੰ ਵੇਖ ਵੀ ਲਿਆ ਸੀ। ਪਰ ਸ਼ਰਾਬ ਦੀ ਦੁਕਾਨ ਦੇ ਕਾਰਿੰਦੇ ਨੇ ਕਿਹਾ ਕਿ ਕੁੜੀ ਓਥੇ ਨਹੀਂ ਤੇ ਉਹ ਚਲਾ ਜਾਵੇ। ਮੁੰਡਾ ਜਾਵੇ ਨਾ, ਸੋ ਸ਼ਰਾਬ ਦੀ ਦੁਕਾਨ ਦੇ ਕਾਰਿੰਦੇ ਤੇ ਨੌਕਰ ਨੇ ਮੁੰਡੇ ਨੂੰ ਮਾਰ ਮਾਰ ਕੇ ਲਹੂ ਲੁਹਾਣ ਕਰ ਦਿੱਤਾ। ਅਗਲੇ ਦਿਨ ਦੁਕਾਨ ਵਿਚ ਅੱਗ ਲੱਗ ਗਈ। ਕਾਰਿੰਦੇ ਨੇ ਇਸ ਨੌਜਵਾਨ ਤੇ ਉਹਦੀ ਮਾਂ ਉਤੇ ਅੱਗ ਲਾਉਣ ਦਾ ਇਲਜ਼ਾਮ ਲਾ ਦਿੱਤਾ। ਹਕੀਕਤ ਇਹ ਸੀ ਕਿ ਜਿਸ ਵੇਲੇ ਅੱਗ ਲੱਗੀ ਉਹ ਮੁੰਡਾ ਕਿਸੇ ਦੋਸਤ ਨੂੰ ਮਿਲਣ ਗਿਆ ਹੋਇਆ ਸੀ।

"ਇਹ ਠੀਕ ਗੱਲ ਏ ਕਿ ਅੱਗ ਤੂੰ ਨਹੀਂ ਲਾਈ?"

"ਮੇਰੇ ਤਾਂ ਕਦੇ ਖਾਬ-ਖਿਆਲ ਵਿਚ ਵੀ ਨਹੀਂ ਆਈ ਇਹ ਗੱਲ, ਹਜ਼ੂਰ। ਅੱਗ ਜ਼ਰੂਰ ਮੇਰੇ ਦੁਸ਼ਮਣ ਨੇ ਆਪੇ ਲਾਈ ਹੋਵੇਗੀ। ਮੈਂ ਸੁਣਿਆ ਹੈ ਕਿ ਕੁਝ ਚਿਰ ਪਹਿਲਾਂ ਹੀ ਉਹਨੇ ਦੁਕਾਨ ਦਾ ਬੀਮਾ ਕਰਵਾਇਆ ਸੀ। ਉਹ ਕਹਿੰਦੇ ਨੇ ਕਿ ਅੱਗ ਮੈਂ ਤੇ ਮੇਰੀ ਮਾਂ ਨੇ ਲਾਈ ਏ। ਇਹ ਵੀ ਆਖਦੇ ਨੇ ਕਿ ਅਸੀਂ ਉਹਨੂੰ ਮਾਰਨ ਦੀ ਧਮਕੀ ਦਿੱਤੀ ਸੀ। ਇਹ ਸੱਚ ਏ ਕਿ ਮੈਂ ਇਕ ਵਾਰੀ ਉਹਨੂੰ ਗਾਲ੍ਹਾਂ ਕੱਢੀਆਂ ਸਨ। ਮੇਰੇ ਸਬਰ ਦਾ ਪਿਆਲਾ ਭਰ ਗਿਆ ਸੀ। ਪਰ ਮੈਂ ਉਹਦੇ ਮਕਾਨ ਨੂੰ ਅੱਗ ਨਹੀਂ ਲਾਈ। ਉਸ ਨੇ ਆਪ ਹੀ ਅੱਗ ਲਾਈ ਤੇ ਮਗਰੋਂ ਇਲਜ਼ਾਮ ਸਾਡੇ ਮੱਥੇ ਮੜ੍ਹ ਦਿੱਤਾ। ਜਦੋਂ ਅੱਗ ਲੱਗੀ ਮੈਂ ਤਾਂ ਉਸ ਵੇਲੇ ਓਥੇ ਹੀ ਨਹੀਂ ਸੀ। ਪਰ ਉਸ ਨੇ ਜਾਣਬੁਝ ਕੇ ਇਹ ਸਾਰੀ ਵਿਉਂਤ ਬਣਾ ਕੇ ਅੱਗ ਉਸ ਵੇਲੇ ਲਾਈ ਜਦੋਂ ਥੋੜਾ ਚਿਰ ਪਹਿਲਾਂ ਹੀ ਮੈਂ ਤੇ ਮੇਰੀ ਮਾਂ ਓਥੋਂ ਦੀ ਲੰਘੇ ਸਾਂ।"

"ਸੱਚੀ ਗੱਲ ਹੈ?"

"ਪਰਮਾਤਮਾ ਸਾਖੀ ਏ, ਮੈਂ ਸੱਚ ਬੋਲ ਰਿਹਾਂ। ਸਾਡੇ ਹਾਲ ਤੇ ਰਹਿਮ ਕਰੋ, ਹਜ਼ੂਰ..." ਉਹ ਝੁਕ ਕੇ ਪੈਰਾਂ ਉਤੇ ਸਿਰ ਰੱਖਣ ਲੱਗਾ ਸੀ ਪਰ ਨੇਖਲੀਊਦੋਵ ਨੇ ਬੜੀ ਮੁਸ਼ਕਲ ਨਾਲ ਉਸ ਨੂੰ ਰੋਕਿਆ। "ਮੇਰੇ ਉਤੇ ਤਰਸ ਕਰੋ... ਮੈਂ ਬੇਕਸੂਰਾ ਹੀ ਏਥੇ ਪਿਆ ਪਿਆ ਤਬਾਹ ਹੋ ਜਾਵਾਂਗਾ।"

ਤੇ ਅਚਾਨਕ ਉਹਦੀਆਂ ਗੱਲ੍ਹਾਂ ਫਰਕਣ ਲੱਗ ਪਈਆਂ। ਉਸ ਨੇ ਆਪਣੇ ਚੋਗੇ ਦੀਆਂ ਬਾਹਵਾਂ ਵਿਚ ਮੂੰਹ ਲੁਕੋ ਲਿਆ ਅਤੇ ਰੋਣ ਲੱਗ ਪਿਆ। ਰੋਂਦਾ ਰੋਂਦਾ ਉਹ ਆਪਣੀ ਗੰਦੀ ਕਮੀਜ਼ ਦੀ ਬਾਂਹ ਨਾਲ ਅਥਰੂ ਪੂੰਝ ਰਿਹਾ ਸੀ।

"ਹੋ ਗਈ ਗੱਲ?" ਸਹਾਇਕ ਇੰਸਪੈਕਟਰ ਨੇ ਪੁੱਛਿਆ।

"ਹਾਂ।... ਕੋਈ ਨਹੀਂ, ਫਿਕਰ ਨਾ ਕਰ। ਜਿੰਨੀ ਵਾਹ ਲੱਗੀ ਲਾਵਾਂਗੇ।" ਨੇਖਲੀਊਦੋਵ ਨੇ ਕਿਹਾ ਤੇ ਬਾਹਰ ਆ ਗਿਆ। ਮੈਨਸ਼ੋਵ ਬੂਹੇ ਦੇ ਕੋਲ ਖੜਾ ਸੀ, ਇਸ ਕਰਕੇ ਵਾਰਡਰ ਨੇ ਦਰਵਾਜ਼ਾ ਬੰਦ ਕਰਨ ਲੱਗਿਆਂ ਉਸ ਨੂੰ ਧੱਕਾ ਦੇ ਕੇ ਪਰੇ ਕੀਤਾ। ਜਿਸ ਵੇਲੇ ਵਾਰਡਰ ਦਰਵਾਜ਼ੇ ਨੂੰ ਜੰਦਰਾ ਮਾਰ ਰਿਹਾ ਸੀ ਉਸ ਵੇਲੇ ਮੈਨਸ਼ੋਵ ਨਿੱਕੀ ਜਿਹੀ ਮੋਰੀ ਥਾਣੀ ਬਾਹਰ ਝਾਕ ਰਿਹਾ ਸੀ।

੫੩

ਚੌੜੇ ਸਾਰੇ ਲਾਂਘੇ ਵਿਚੋਂ ਦੀ ਵਾਪਸ ਆਉਂਦਿਆਂ ਉਹ ਬਹੁਤ ਸਾਰੇ ਕੈਦੀਆਂ ਕੋਲੋਂ ਦੀ ਲੰਘੇ (ਰੋਟੀ ਵੇਲਾ ਹੋ ਗਿਆ ਸੀ ਤੇ ਕੋਠੜੀਆਂ ਦੇ ਦਰਵਾਜ਼ੇ ਖੁਲ੍ਹੇ ਸਨ)। ਕੈਦੀਆਂ ਨੇ ਹਲਕੇ ਪੀਲੇ ਰੰਗ ਦੇ ਚੋਗੇ, ਚੌੜੀ ਮੋਹਰੀ ਵਾਲੀਆਂ ਨਿਕਰਾਂ ਅਤੇ ਕੈਦੀਆਂ ਵਾਲੇ ਬੂਟ ਪਾਏ ਹੋਏ ਸਨ ਅਤੇ ਬੜੀ ਉਤਸੁਕਤਾ ਨਾਲ ਨੇਖਲੀਊਦੋਵ ਵੱਲ ਵੇਖ ਰਹੇ ਸਨ। ਨੇਖਲੀਊਦੋਵ ਦੇ ਮਨ ਵਿਚ ਇਕ ਅਜੀਬ ਤਰ੍ਹਾਂ ਦਾ ਮਿਲਗੋਭਾ ਜਿਹਾ ਅਹਿਸਾਸ ਪੈਦਾ ਹੋ ਰਿਹਾ ਸੀ। ਉਸ ਦੇ ਦਿਲ ਵਿਚ ਇਹਨਾਂ ਕੈਦੀਆਂ ਲਈ ਹਮਦਰਦੀ ਜਾਗ ਰਹੀ ਸੀ ਅਤੇ ਜਿਨ੍ਹਾਂ ਲੋਕਾਂ ਨੇ ਇਹਨਾਂ ਨੂੰ ਏਥੇ ਬੰਦ ਕੀਤਾ ਹੋਇਆ ਸੀ ਉਹਨਾਂ ਦੇਂ ਵਿਹਾਰ ਤੋਂ ਭੈ ਆ ਰਿਹਾ ਤੇ ਉਲਝਣ ਹੋ ਰਹੀ ਸੀ। ਇਸ ਦੇ ਨਾਲ ਹੀ, ਪਤਾ ਨਹੀਂ ਕਿਉਂ ਉਹ ਆਪਣੇ ਆਪ ਨੂੰ ਇਹ ਸਭ ਕੁਝ ਬੜੇ ਆਰਾਮ ਨਾਲ ਵੇਖੀ ਜਾਣ ਲਈ ਸ਼ਰਮਸਾਰ ਮਹਿਸੂਸ ਕਰ ਰਿਹਾ ਸੀ।

ਇਕ ਲਾਂਘੇ ਵਿਚ ਕੋਈ ਆਦਮੀ ਆਪਣੀ ਜੁੱਤੀ ਨਾਲ ਖੜੱਪ ਖੜੱਪ ਕਰਦਾ ਦੌੜ ਕੇ ਇਕ ਕੋਠੜੀ ਦੇ ਦਰਵਾਜ਼ੇ ਤੇ ਆਇਆ। ਇਸ ਕੋਠੜੀ ਵਿਚੋਂ ਕਈ ਜਣੇ ਬਾਹਰ ਆ ਗਏ ਅਤੇ ਨੇਖਲੀਊਦੋਵ ਅੱਗੇ ਸਿਰ ਨਿਵਾਉਂਦੇ ਹੋਏ ਉਹਦਾ ਰਾਹ ਰੋਕ ਕੇ ਖੜੇ ਹੋ ਗਏ।

"ਸਾਡੇ ਉਤੇ ਮਿਹਰਬਾਨੀ ਕਰੋ, ਸਰਕਾਰ—ਸਾਨੂੰ ਨਹੀਂ ਪਤਾ ਕਿ ਹਜ਼ੂਰ ਦਾ ਸ਼ੁਭਨਾਮ ਕੀ ਏ—ਕਿਵੇਂ ਨਾ ਕਿਵੇਂ ਸਾਡਾ ਫੈਸਲਾ ਕਰ ਦਿਓ।"

"ਮੈਂ ਕੋਈ ਅਫਸਰ ਨਹੀਂ। ਮੈਨੂੰ ਤੁਹਾਡੇ ਮਾਮਲੇ ਦਾ ਕੁਝ ਨਹੀਂ ਪਤਾ।"

"ਖੈਰ ਤਦ ਵੀ, ਤੁਸੀਂ ਬਾਹਰੋਂ ਆਏ ਹੋ। ਕਿਸੇ ਨਾਲ ਗੱਲ ਕਰੋ—ਲੋੜ ਹੋਵੇ ਤਾਂ ਕਿਸੇ ਅਫਸਰ ਨਾਲ ਵੀ," ਕਿਸੇ ਨੇ ਗੁੱਸੇ ਭਰੀ ਆਵਾਜ਼ ਵਿਚ ਆਖਿਆ। "ਦੂਜਾ ਮਹੀਨਾ ਜਾ ਰਿਹਾ ਏ। ਬਿਨਾਂ ਵਜਾਹ ਅਸੀਂ ਏਥੇ ਮੁਸੀਬਤ ਵਿਚ ਫਾਥੇ ਹੋਏ ਆਂ।"

"ਕੀ ਮਤਲਬ? ਕਿਉਂ?" ਨੇਖਲੀਊਦੋਵ ਨੇ ਪੁੱਛਿਆ।

"ਕਿਉਂ? ਸਾਨੂੰ ਆਪ ਨੂੰ ਪਤਾ ਨਹੀਂ ਕਿਉਂ। ਪਰ ਦੋ ਮਹੀਨੇ ਹੋ ਚੱਲੇ ਨੇ ਸਾਨੂੰ ਏਥੇ ਡੱਕਿਆਂ ਨੂੰ।"

"ਹਾਂ, ਇਹ ਠੀਕ ਕਹਿੰਦਾ ਏ। ਵਜਾਹ ਇਹ ਐ ਕਿ ਇਕ ਹਾਦਸਾ ਹੋ ਗਿਆ ਸੀ।" ਸਹਾਇਕ ਇੰਸਪੈਕਟਰ ਨੇ ਆਖਿਆ। "ਇਹ ਲੋਕ ਇਸ ਕਰਕੇ ਫੜੇ ਗਏ ਸਨ ਕਿ ਇਹਨਾਂ ਕੋਲ ਪਾਸਪੋਰਟ ਨਹੀਂ ਸਨ। ਅਸਲ ਵਿਚ ਤਾਂ ਇਹਨਾਂ ਨੂੰ ਇਹਨਾਂ ਦੇ ਆਪਣੇ ਇਲਾਕੇ ਵਿਚ ਵਾਪਸ ਭੇਜਿਆ ਜਾਣਾ ਸੀ ਪਰ ਓਥੋਂ ਦੀ ਜੇਲ੍ਹ ਨੂੰ ਅੱਗ ਲੱਗ ਗਈ ਸੀ। ਓਥੋਂ ਦੇ ਅਧਿਕਾਰੀਆਂ ਨੇ ਸਾਨੂੰ ਲਿਖ ਦਿੱਤਾ ਕਿ ਹਾਲੇ ਇਹਨਾਂ ਨੂੰ ਨਾ ਭੇਜੀਏ। ਸੋ ਬਾਕੀ ਸਭ ਲੋਕ ਤਾਂ ਆਪੋ ਆਪਣੇ ਇਲਾਕਿਆਂ ਵਿਚ ਭੇਜ ਦਿੱਤੇ ਗਏ ਨੇ, ਪਰ ਇਹਨਾਂ ਨੂੰ ਏਥੇ ਰਖਿਆ ਹੋਇਐ।"

"ਹੈਂ! ਬਸ ਏਨੀ ਗੱਲ ਬਦਲੇ ਹੀ?" ਦਰਵਾਜ਼ੇ ਅੱਗੇ ਖੜੇ ਹੁੰਦਿਆਂ ਨੇਖਲੀਊਦੋਵ ਨੇ ਹੈਰਾਨੀ ਨਾਲ ਆਖਿਆ।

ਕੋਈ ਚਾਲੀ ਆਦਮੀਆਂ ਦੀ ਭੀੜ ਨੇ, ਸਾਰੇ ਕੈਦੀਆਂ ਵਾਲੇ ਕਪੜਿਆਂ ਵਿਚ, ਨੇਖਲੀਊਦੋਵ ਅਤੇ ਸਹਾਇਕ ਇੰਸਪੈਕਟਰ ਨੂੰ ਘੇਰਿਆ ਹੋਇਆ ਸੀ ਅਤੇ ਕਈ ਜਣੇ ਇਕੋ ਵੇਲੇ ਹੀ ਗੱਲ ਕਰਨ ਲੱਗ ਪਏ ਸਨ। ਸਹਾਇਕ ਇੰਸਪੈਕਟਰ ਨੇ ਉਹਨਾਂ ਨੂੰ ਚੁੱਪ ਕਰਾਇਆ।

"ਇਕ ਜਣਾ ਬੋਲੇ ਤੁਹਾਡੇ ਵਿਚੋਂ।"

ਪੰਜਾਹ ਕੁ ਵਰ੍ਹਿਆਂ ਦਾ ਇਕ ਉੱਚਾ ਲੰਮਾ ਪ੍ਰਭਾਵਸ਼ਾਲੀ ਕਿਸਾਨ ਭੀੜ ਵਿਚੋਂ ਨਿਕਲ ਕੇ ਅੱਗੇ ਆਇਆ। ਉਸ ਨੇ ਨੇਖਲੀਊਦੋਵ ਨੂੰ ਦੱਸਿਆ ਕਿ ਉਹਨਾਂ ਸਭਨਾਂ ਨੂੰ ਘਰੋ ਘਰੀ ਭੇਜ ਦੇਣ ਦਾ ਹੁਕਮ ਦਿੱਤਾ ਗਿਆ ਸੀ ਤੇ ਉਹਨਾਂ ਨੂੰ ਹੁਣ ਇਸ ਕਰਕੇ ਜੇਲ੍ਹ ਵਿਚ ਸੁੱਟਿਆ ਹੋਇਐ ਕਿ ਉਹਨਾਂ ਕੋਲ ਪਾਸਪੋਰਟ ਨਹੀਂ। ਹਕੀਕਤ ਇਹ ਹੈ ਕਿ ਪਾਸਪੋਰਟਾਂ ਦੀ ਮਿਆਦ ਪੁਗ ਚੁੱਕੀ ਹੈ ਤੇ ਉਹਨਾਂ ਦੀ ਮਿਆਦ ਵਧਵਾਉਣ ਵਿਚ ਪੰਦਰਾਂ ਕੁ ਦਿਨ ਦੀ ਦੇਰ ਗਈ ਹੈ। ਇਹ ਕੋਈ ਨਵੀਂ ਗੱਲ ਨਹੀਂ। ਹਰ ਸਾਲ ਏਸੇ ਤਰ੍ਹਾਂ ਥੋੜੀ ਬਹੁਤ ਦੇਰ ਹੋ ਜਾਂਦੀ ਰਹੀ ਏ ਪਰ ਕਦੇ ਕਿਸੇ ਨੇ ਕੁਝ ਨਹੀਂ ਆਖਿਆ। ਪਰ ਐਤਕਾਂ ਸਾਨੂੰ ਫੜ ਲਿਆ ਸੂ ਤੇ ਮੁਜਰਮਾਂ ਵਾਂਗ ਜੇਲ੍ਹ ਵਿਚ ਬੰਦ ਕੀਤਿਆਂ ਦੂਜਾ ਮਹੀਨਾ ਜਾ ਰਿਹਾ ਹੈ।

"ਅਸੀਂ ਸਾਰੇ ਪੱਥਰਘਾੜੇ ਆਂ ਤੇ ਸਾਰੇ ਇਕੋ ਹੀ ਆਰਟੇਲ* ਦੇ ਮੈਂਬਰ ਆਂ। ਸਾਨੂੰ ਦੱਸਿਆ ਗਿਐ ਕਿ ਸਾਡੇ ਜ਼ਿਲ੍ਹੇ ਦੀ ਜੇਲ੍ਹ ਨੂੰ ਅੱਗ ਲੱਗ ਗਈ ਏ, ਪਰ ਇਹਦੇ ਵਿਚ ਸਾਡਾ ਕੀ ਕਸੂਰ। ਮਿਹਰਬਾਨੀ ਕਰ ਕੇ ਸਾਡੀ ਕੁਝ ਮਦਦ ਕਰੋ।"

ਨੇਖਲੀਊਦੋਵ ਨੇ ਇਹ ਸਭ ਕੁਝ ਸੁਣਿਆ, ਪਰ ਉਸ ਨੂੰ ਸਮਝ ਕੁਝ ਨਹੀਂ ਆਇਆ ਕਿ ਇਹ ਬੁੱਢਾ ਕੀ ਆਖ ਰਿਹਾ ਹੈ। ਉਹਦਾ ਧਿਆਨ ਤਾਂ ਇਸ ਆਦਮੀ ਦੀ ਗੱਲ੍ਹ ਉਤੇ ਰੀਂਗਦੀ ਜਾਂਦੀ ਇਕ ਮੋਟੀ ਸਾਰੀ, ਭੂਰੇ ਰੰਗ ਦੀ, ਕਈ ਲੱਤਾਂ ਵਾਲੀ ਜੂੰ ਉਤੇ ਟਿਕਿਆ ਹੋਇਆ ਸੀ।

"ਇਹ ਕੀ ਗੱਲ ਹੋਈ? ਏਡੀ ਮਾਮੂਲੀ ਗੱਲ ਬਦਲੇ ਵੀ?" ਨੇਖਲੀਊਦੋਵ ਨੇ

ਸਹਾਇਕ ਇੰਸਪੈਕਟਰ ਨੂੰ ਸੰਬੋਧਨ ਕਰ ਕੇ ਆਖਿਆ।

"ਹਾਂ, ਇਹ ਪ੍ਰਬੰਧਕਾਂ ਦਾ ਕਸੂਰ ਹੇ। ਇਹਨਾਂ ਨੂੰ ਇਹਨਾਂ ਦੇ ਘਰੀਂ ਵਾਪਸ ਭੇਜ ਦਿੱਤਾ ਜਾਣਾ ਚਾਹੀਦਾ ਸੀ," ਸਹਾਇਕ ਇੰਸਪੈਕਟਰ ਨੇ ਠੰਡੇ ਦਿਲ ਨਾਲ ਆਖਿਆ।

ਇਸ ਤੋਂ ਪਹਿਲਾਂ ਕਿ ਸਹਾਇਕ ਇੰਸਪੈਕਟਰ ਆਪਣੀ ਗੱਲ ਖ਼ਤਮ ਕਰ ਲੈਂਦਾ ਇਕ ਮਧਰਾ ਜਿਹਾ ਆਦਮੀ ਭੀੜ ਵਿਚੋਂ ਨਿਕਲ ਕੇ ਸਾਮ੍ਹਣੇ ਆਇਆ। ਉਸ ਨੇ ਵੀ ਕੈਦੀਆਂ ਵਾਲੇ ਕਪੜੇ ਪਾਏ ਹੋਏ ਸਨ ਤੇ ਉਹ ਭਾਵੁਕ ਹੋਇਆ ਹੋਇਆ ਸੀ। ਉਸ ਨੇ ਅਜੀਬ ਜਿਹਾ ਮੂੰਹ ਬਣਾ ਕੇ ਆਖਿਆ ਕਿ ਬਿਨਾਂ ਕਿਸੇ ਕਸੂਰ ਦੇ ਉਹਨਾਂ ਨਾਲ ਬੁਰਾ ਸਲੂਕ ਕੀਤਾ ਜਾਂਦਾ ਹੈ।

"ਕੁੱਤਿਆਂ ਨਾਲੋਂ ਵੀ ਮਾੜਾ..." ਉਹ ਆਖ ਰਿਹਾ ਸੀ।

"ਬਸ, ਬਸ ਹੁਣ। ਬਥੇਰਾ ਬੋਲ ਲਿਆ। ਜ਼ਬਾਨ ਬੰਦ ਰੱਖ ਵਰਨਾ ਤੂੰ ਜਾਣਦਾ ਏਂ..."

"ਕੀ ਜਾਣਦਾਂ ਮੈਂ?" ਨਾਟਾ ਆਦਮੀ ਬੁਰੀ ਤਰ੍ਹਾਂ ਚਿੱਲਾਇਆ, "ਸਾਡਾ ਕਸੂਰ ਕੀ ਏ?"

"ਚੁੱਪ ਹੋ ਜਾ!" ਸਹਾਇਕ ਇੰਸਪੈਕਟਰ ਕੜਕਿਆ ਅਤੇ ਮਧਰਾ ਆਦਮੀ ਚੁੱਪ ਹੋ ਗਿਆ।

"ਪਰ ਇਸ ਸਭ ਕੁਝ ਦਾ ਮਤਲਬ ਕੀ ਏ?" ਲਾਂਘੇ ਵਿਚ ਤੁਰਿਆ ਜਾਂਦਾ ਨੇਖਲੀਊਦੋਵ ਆਪਣੇ ਮਨ ਵਿਚ ਸੋਚ ਰਿਹਾ ਸੀ। ਕੋਠੜੀਆਂ ਦੇ ਦਰਵਾਜ਼ਿਆਂ ਦੇ ਝਰੋਖਿਆਂ ਵਿਚੋਂ ਸੈਂਕੜੇ ਅੱਖਾਂ ਉਸ ਨੂੰ ਵੇਖ ਰਹੀਆਂ ਸਨ। ਲਾਂਘੇ ਵਿਚ ਮਿਲਦੇ ਕੈਦੀਆਂ ਦੀਆਂ ਅੱਖਾਂ ਉਸ ਨੂੰ ਇਕਟੱਕ ਵੇਖੀ ਜਾਂਦੀਆਂ ਸਨ। ਨੇਖਲੀਊਦੋਵ ਨੂੰ ਇਉਂ ਮਹਿਸੂਸ ਹੋ ਰਿਹਾ ਸੀ ਜਿਵੇਂ ਦੋਵੇਂ ਪਾਸਿਆਂ ਤੋਂ ਉਸ ਨੂੰ ਛਮਕਾਂ ਵੱਜ ਰਹੀਆਂ ਹੋਣ।

"ਕੀ ਇਹ ਸਚਮੁਚ ਮੁਮਕਿਨ ਹੈ ਕਿ ਬਿਲਕੁਲ ਨਿਰਦੋਸ਼ ਲੋਕਾਂ ਨੂੰ ਵੀ ਏਥੇ ਰਖਿਆ ਜਾਂਦਾ ਹੈ?" ਲਾਂਘੇ ਵਿਚੋਂ ਬਾਹਰ ਨਿਕਲਣ ਲੱਗਿਆਂ ਨੇਖਲੀਊਦੋਵ ਨੇ ਪੁੱਛਿਆ।

"ਤੁਸੀਂ ਕੀ ਚਾਹੁੰਦੇ ਓ, ਅਸੀਂ ਕੀ ਕਰੀਏ? ਇਹ ਲੋਕ ਝੂਠ ਵੀ ਬੜਾ ਬੋਲਦੇ ਨੇ। ਇਹਨਾਂ ਦੀ ਗੱਲ ਸੁਣ ਕੇ ਲੱਗਦਾ ਏ ਜਿਵੇਂ ਇਹ ਸਭ ਮਾਸੂਮ ਬੇਕਸੂਰ ਹੋਣ," ਸਹਾਇਕ ਇੰਸਪੈਕਟਰ ਨੇ ਆਖਿਆ। "ਪਰ ਕਈ ਵਾਰੀ ਸਚਮੁਚ ਹੀ ਬੇਕਸੂਰੇ ਬੱਝ ਜਾਂਦੇ ਨੇ।"

"ਪਰ ਇਹਨਾਂ ਦਾ ਤਾਂ ਕੋਈ ਕਸੂਰ ਨਹੀਂ।"

"ਹਾਂ, ਇਹ ਤਾਂ ਮੰਨਣਾ ਪਵੇਗਾ। ਫੇਰ ਵੀ ਇਹ ਲੋਕ ਬੜੇ ਵਿਗੜੇ ਹੋਏ ਨੇ। ਕੋਈ ਕੋਈ ਤਾਂ ਪਰਲੇ ਦਰਜੇ ਦੇ ਸਿਰਲੱਥ ਹੁੰਦੇ ਨੇ। ਸਾਨੂੰ ਉਹਨਾਂ ਉਤੇ ਕਰੜੀ ਨਿਗਾਹ ਰਖਣੀ ਪੈਂਦੀ ਏ। ਕੱਲ੍ਹ ਦੀ ਗੱਲ ਏ, ਏਹੋ ਜਿਹੇ ਦੋ ਜਣਿਆਂ ਨੂੰ ਸਜ਼ਾ ਦੇਣੀ ਪਈ ਸੀ।"

"ਸਜ਼ਾ? ਉਹ ਕਿਵੇਂ?"

"ਬਰਚੇ ਦਾ ਡੰਡਾ ਫੜ ਕੇ ਕਰੋੜੇ ਲਾਉਣੇ ਪਏ। ਹੁਕਮ ਮਿਲਿਆ ਸੀ।"

"ਪਰ ਜਿਸਮਾਨੀ ਸਜ਼ਾ ਤਾਂ ਕਾਨੂੰਨੀ ਤੌਰ ਤੇ ਖਤਮ ਕਰ ਦਿੱਤੀ ਗਈ ਹੈ।"

"ਉਹਨਾਂ ਵਾਸਤੇ ਕੋਈ ਮਨਾਹੀ ਨਹੀਂ ਜਿਨ੍ਹਾਂ ਕੋਲੋਂ ਹੱਕ ਖੋਹ ਲਏ ਗਏ ਹੋਣ। ਉਹਨਾਂ ਨੂੰ ਇਹ ਸਜ਼ਾ ਦਿੱਤੀ ਜਾ ਸਕਦੀ ਏ।"

ਕੱਲ੍ਹ ਹਾਲ ਵਿਚ ਉਡੀਕ ਕਰਦਿਆਂ ਨੇਖਲੀਊਦੋਵ ਨੇ ਜੋ ਕੁਝ ਵੇਖਿਆ ਸੀ, ਉਸ ਨੂੰ ਉਹਦਾ ਖਿਆਲ ਆ ਗਿਆ। ਹੁਣ ਉਸ ਨੂੰ ਸਮਝ ਆਈ ਕਿ ਉਸ ਵੇਲੇ ਸਜ਼ਾ ਦਿੱਤੀ ਜਾ ਰਹੀ ਸੀ। ਉਤਸੁਕਤਾ, ਉਦਾਸੀ, ਪ੍ਰੇਸ਼ਾਨੀ ਤੇ ਕਰਹਿਤ ਦੇ ਰਲੇ ਮਿਲੇ ਭਾਵਾਂ ਨਾਲ ਉਸ ਦਾ ਜੀਅ ਕੱਚਾ ਹੋਣ ਲਗ ਪਿਆ। ਇਸ ਤੋਂ ਪਹਿਲਾਂ ਉਹਨੂੰ ਏਡੀ ਬੇਚੈਨੀ ਕਦੇ ਨਹੀਂ ਸੀ ਹੋਈ।

ਸਹਾਇਕ ਇੰਸਪੈਕਟਰ ਦੀ ਗੱਲ ਸੁਣੇ ਬਗ਼ੈਰ ਅਤੇ ਭੌਂ ਕੇ ਵੇਖੇ ਬਿਨਾਂ, ਉਹ ਜਲਦੀ ਨਾਲ ਲਾਂਘੇ ਵਿਚੋਂ ਨਿਕਲਿਆ ਅਤੇ ਦਫਤਰ ਵੱਲ ਹੋ ਪਿਆ। ਇੰਸਪੈਕਟਰ ਦਫਤਰ ਵਿਚ ਹੀ ਸੀ ਪਰ ਕਿਸੇ ਦੂਜੇ ਕੰਮ ਵਿਚ ਰੁੱਝ ਜਾਣ ਕਾਰਨ ਉਹ ਬੋਗੋਦੂਖੋਵਸਕਾਯਾ ਨੂੰ ਸੱਦ ਭੇਜਣਾ ਭੁਲ ਗਿਆ ਸੀ। ਜਦੋਂ ਨੇਖਲੀਊਦੋਵ ਨੇ ਕਮਰੇ ਵਿਚ ਪੈਰ ਰੱਖਿਆ ਤਾਂ ਉਸ ਨੂੰ ਯਾਦ ਆਇਆ ਕਿ ਉਸ ਨੇ ਉਹਨੂੰ ਬੁਲਾ ਰੱਖਣ ਦਾ ਵਾਅਦਾ ਕੀਤਾ ਸੀ।

"ਬੈਠ ਜਾਓ ਤੁਸੀਂ। ਮੈਂ ਹੁਣੇ ਉਸ ਨੂੰ ਸੱਦ ਭੇਜਦਾ ਹਾਂ," ਉਸ ਨੇ ਆਖਿਆ।

੫੪

ਦੱਫਤਰ ਦੇ ਦੋ ਕਮਰੇ ਸਨ। ਪਹਿਲੇ ਕਮਰੇ ਦੀ ਇਕ ਨੁਕਰ ਵਿਚ ਕੈਦੀਆਂ ਨੂੰ ਮਾਪਣ ਲਈ ਇਕ ਕਾਲੇ ਰੰਗ ਦਾ ਸਟੈਂਡ ਰਖਿਆ ਹੋਇਆ ਸੀ। ਕਮਰੇ ਦੀਆਂ ਦੋ ਗੰਦੀਆਂ ਜਿਹੀਆਂ ਬਾਰੀਆਂ ਸਨ ਤੇ ਅੰਦਰ ਇਕ ਵੱਡੀ ਸਾਰੀ ਟੁੱਟੀ ਭੱਜੀ ਅੰਗੀਠੀ ਸੀ। ਕਮਰੇ ਦੀ ਦੂਜੀ ਨੁਕਰ ਵਿਚ ਈਸਾ ਦੀ ਇਕ ਵੱਡੀ ਸਾਰੀ ਮੂਰਤੀ ਲਟਕਾਈ ਹੋਈ ਹੈ ਜਿਵੇਂ ਕਿ ਉਹਦੇ ਉਪਦੇਸ਼ਾਂ ਦੀ ਖਿੱਲੀ ਉਡਾਉਣੀ ਹੋਵੇ। ਜਿੰਨ੍ਹੀ ਥਾਈਂ ਲੋਕਾਂ ਨੂੰ ਤਸੀਹੇ ਦਿੱਤੇ ਜਾਂਦੇ ਹਨ ਓਹਨੀਂ ਥਾਈਂ ਈਸਾ ਦੀ ਮੂਰਤੀ ਟੰਗ ਰੱਖਣੀ ਆਮ ਗੱਲ ਹੈ। ਇਸ ਕਮਰੇ ਵਿਚ ਕੁਝ ਵਾਰਡਰ ਖੜੇ ਸਨ। ਦੂਜੇ ਕਮਰੇ ਵਿਚ ਕੋਈ ਵੀਹ ਕੁ ਬੰਦੇ, ਮਰਦ ਤੇ ਔਰਤਾਂ, ਟੋਲੀਆਂ ਅਤੇ ਜੋੜਿਆਂ ਵਿਚ ਬੈਠੇ ਹੌਲੀ ਹੌਲੀ ਗੱਲਾਂ ਕਰ ਰਹੇ ਸਨ। ਬਾਰੀ ਦੇ ਕੋਲ ਇਕ ਬਾਬੂ ਮੇਜ਼ ਰੱਖੀ ਹੋਈ ਸੀ।

ਇੰਸਪੈਕਟਰ ਮੇਜ਼ ਦੇ ਅੱਗੇ ਜਾ ਬੈਠਾ ਅਤੇ ਆਪਣੇ ਕੋਲ ਬੈਠਣ ਲਈ ਨੇਖਲੀਊਦੋਵ ਨੂੰ ਕੁਰਸੀ ਪੇਸ਼ ਕੀਤੀ। ਨੇਖਲੀਊਦੋਵ ਬਹਿ ਗਿਆ ਅਤੇ ਕਮਰੇ ਵਿਚ ਬੈਠੇ ਲੋਕਾਂ ਵੱਲ ਝਾਕਣ ਲੱਗਾ।

ਸਭ ਤੋਂ ਪਹਿਲਾਂ ਉਹਦੀ ਨਜ਼ਰ ਇਕ ਨੌਜਵਾਨ ਵੱਲ ਖਿੱਚੀ ਗਈ। ਨੌਜਵਾਨ ਦਾ

ਚਿਹਰਾ ਬੜਾ ਪਿਆਰਾ ਪਿਆਰਾ ਸੀ ਤੇ ਉਹਨੇ ਇਕ ਛੋਟੀ ਜੈਕਟ ਪਾਈ ਹੋਈ ਸੀ। ਉਹ ਕਾਲੇ ਭਰਵੱਟਿਆਂ ਵਾਲੀ ਇਕ ਅਧਖੜ ਉਮਰ ਦੀ ਔਰਤ ਦੇ ਸਾਮ੍ਹਣੇ ਖਲੋਤਾ, ਬੜੀ ਉਤਸੁਕਤਾ ਨਾਲ ਹੱਥ ਹਿਲਾ ਹਿਲਾ ਕੇ ਉਹਨੂੰ ਕੁਝ ਦੱਸ ਰਿਹਾ ਸੀ। ਉਹਨਾਂ ਦੇ ਕੋਲ ਹੀ ਇਕ ਬੁੱਢਾ, ਜਿਸ ਨੇ ਨੀਲੀਆਂ ਐਨਕਾਂ ਲਾਈਆਂ ਹੋਈਆਂ ਸਨ, ਇਕ ਨੌਜਵਾਨ ਔਰਤ ਦਾ ਹੱਥ ਫੜੀ ਬੈਠਾ ਸੀ। ਇਸ ਔਰਤ ਨੇ ਕੈਦੀਆਂ ਵਾਲੇ ਕਪੜੇ ਪਾਏ ਹੋਏ ਸਨ ਤੇ ਉਹ ਬੁੱਢੇ ਨੂੰ ਕੋਈ ਗੱਲ ਸੁਣਾ ਰਹੀ ਸੀ। ਇਕ ਡਰਿਆ ਸਹਿਮਿਆ ਸਕੂਲ ਪੜ੍ਹਦਾ ਬੱਚਾ ਟਿਕਟਿਕੀ ਬੰਨ੍ਹ ਕੇ ਬੁੱਢੇ ਆਦਮੀ ਵੱਲ ਵੇਖ ਰਿਹਾ ਸੀ। ਇਕ ਨੁਕਰ ਵਿਚ ਪ੍ਰੇਮੀਆਂ ਦਾ ਇਕ ਜੋੜਾ ਬੈਠਾ ਸੀ। ਕੁੜੀ ਭਰ ਜਵਾਨ ਤੇ ਸੁਹਣੀ ਸੁਣੱਖੀ ਸੀ। ਛੋਟੇ ਛੋਟੇ ਸੁਨਹਿਰੀ ਵਾਲ, ਚਿਹਰੇ ਤੇ ਬੜਾ ਉਤਸਾਹ ਤੇ ਰੌਣਕ, ਤੇ ਸੁਹਣੇ ਫੱਬਵੇਂ ਕਪੜੇ ਉਸ ਪਾਏ ਹੋਏ ਸਨ। ਨੌਜਵਾਨ ਦੇ ਵੀ ਸੁਹਣੇ ਨੈਣ ਨਕਸ਼ ਤੇ ਲਹਿਰੀਏ ਵਾਲ ਸਨ ਅਤੇ ਉਹਨੇ ਰਬੜ ਦੀ ਜੈਕਟ ਪਾਈ ਹੋਈ ਸੀ। ਨੁਕਰ ਵਿਚ ਬੈਠੇ ਉਹ ਇਕ ਦੂਜੇ ਦੇ ਕੰਨਾਂ ਵਿਚ ਘੁਸਰ ਮੁਸਰ ਕਰ ਰਹੇ ਸਨ। ਲੱਗਦਾ ਸੀ ਜਿਵੇਂ ਪਿਆਰ ਵਿਚ ਡੁੱਬਿਆਂ ਨੂੰ ਆਪਣੀ ਕੋਈ ਸੁਧ-ਬੁਧ ਹੀ ਨਾ ਰਹੀ ਹੋਵੇ। ਮੇਜ਼ ਦੇ ਬਿਲਕੁਲ ਨੇੜੇ ਚਿੱਟੇ ਵਾਲਾਂ ਵਾਲੀ ਇਕ ਔਰਤ ਬੈਠੀ ਹੋਈ ਸੀ ਜਿਸ ਨੇ ਕਾਲੇ ਰੰਗ ਦੇ ਕਪੜੇ ਪਾਏ ਹੋਏ ਸਨ। ਪ੍ਰਤੱਖ ਸੀ ਕਿ ਇਹ ਔਰਤ ਦਿੱਕ ਦੇ ਰੋਗੀ ਉਸ ਨੌਜਵਾਨ ਦੀ ਮਾਂ ਹੈ ਜਿਹੜਾ ਰਬੜ ਦੀ ਜੈਕਟ ਪਾਈ ਉਹਦੇ ਕੋਲ ਬੈਠਾ ਹੋਇਆ ਸੀ। ਉਹ ਕੁਝ ਆਖਣ ਦਾ ਹੀਲਾ ਕਰ ਰਹੀ ਸੀ ਪਰ ਸਿਸਕੀਆਂ ਉਹਦੇ ਮੂਹੋਂ ਗੱਲ ਨਹੀਂ ਸੀ ਨਿਕਲਣ ਦੇਂਦੀਆਂ। ਕਈ ਵਾਰੀ ਉਸ ਨੇ ਗੱਲ ਛੇੜੀ ਪਰ ਹਰ ਵਾਰੀ ਉਸ ਨੂੰ ਚੁਪ ਕਰਨਾ ਪਿਆ। ਨੌਜਵਾਨ ਨੂੰ ਸਮਝ ਨਹੀਂ ਸੀ ਆਉਂਦੀ ਕਿ ਕੀ ਕਰੇ। ਉਸ ਦੇ ਹੱਥ ਵਿਚ ਇਕ ਕਾਗ਼ਜ਼ ਸੀ ਜਿਸ ਨੂੰ ਗੁੱਸੇ ਨਾਲ ਕਦੇ ਉਹ ਤਹਿ ਕਰ ਲੈਂਦਾ ਅਤੇ ਕਦੇ ਮਰੋੜਨ ਲੱਗ ਪੈਂਦਾ। ਉਹਨਾਂ ਦੇ ਕੋਲ ਹੀ ਇਕ ਗਦਰਾਏ ਬਦਨ ਵਾਲੀ ਖ਼ੂਬਸੂਰਤ ਤੇ ਨਿੱਖਰੇ ਹੋਏ ਚਿਹਰੇ ਵਾਲੀ ਕੁੜੀ ਬੈਠੀ ਸੀ। ਕੁੜੀ ਦੀਆਂ ਅੱਖਾਂ ਬੜੀਆਂ ਮੋਟੀਆਂ ਮੋਟੀਆਂ ਸਨ। ਉਸ ਨੇ ਸਲੇਟੀ ਰੰਗ ਦੇ ਕਪੜੇ ਪਾਏ ਹੋਏ ਸਨ ਤੇ ਬਿਨਾਂ ਬਾਹਵਾਂ ਦੇ ਕੋਟ ਪਾਇਆ ਹੋਇਆ ਸੀ। ਉਹ ਕੋਲ ਬੈਠੀ ਰੋਈ ਜਾਂਦੀ ਮਾਂ ਦੇ ਮੋਢੇ ਨੂੰ ਪਲੋਸ ਕੇ ਚੁੱਪ ਕਰਵਾ ਰਹੀ ਸੀ। ਇਸ ਮੁਟਿਆਰ ਦਾ ਅੰਗ ਅੰਗ ਖ਼ੂਬਸੂਰਤ ਸੀ : ਉਹਦੇ ਵੱਡੇ ਵੱਡੇ ਗੋਰੇ ਹੱਥ, ਉਹਦੇ ਛੋਟੇ ਛੋਟੇ ਲਹਿਰੀਏ ਵਾਲ, ਉਹਦਾ ਤਿੱਖਾ ਨੱਕ, ਉਹਦੇ ਬੁਲ੍ਹ। ਪਰ ਸਭ ਤੋਂ ਵਧ ਮਨਮੋਹਣੀਆਂ ਸਨ ਉਹਦੀਆਂ ਅੱਖਾਂ, ਕੋਮਲਤਾ ਤੇ ਨਿਰਛੱਲਤਾ ਨਾਲ ਡੁਲ੍ਹ ਡੁਲ੍ਹ ਪੈਂਦੀਆਂ ਸ਼ਰਬਤੀ ਰੰਗ ਦੀਆਂ ਅੱਖਾਂ। ਜਿਸ ਵੇਲੇ ਨੇਖਲੀਊਦੋਵ ਕਮਰੇ ਅੰਦਰ ਆਇਆ ਸੀ ਤਾਂ ਇਹ ਖ਼ੂਬਸੂਰਤ ਅੱਖਾਂ ਪਲ ਦੀ ਪਲ ਮਾਂ ਵਲੋਂ ਹਟ ਕੇ ਉਹਦੀਆਂ ਅੱਖਾਂ ਨਾਲ ਜਾ ਟਕਰਾਈਆਂ ਸਨ। ਪਰ ਉਸ ਨੇ ਇਕ ਦਮ ਨਜ਼ਰਾਂ ਪਰੇ ਹਟਾ ਲਈਆਂ ਸਨ ਅਤੇ ਮਾਂ ਨੂੰ ਕੁਝ ਆਖਿਆ ਸੀ। ਪ੍ਰੇਮੀਆਂ ਤੋਂ ਥੋੜਾ ਜਿਹਾ ਹਟਵਾਂ ਇਕ ਕਾਲੇ ਰੰਗ ਦਾ, ਉਲਝੇ ਹੋਏ ਵਾਲਾਂ ਤੇ ਉਦਾਸ ਚਿਹਰੇ ਵਾਲਾ ਆਦਮੀ ਗੁੱਸੇ ਵਿਚ ਆ ਕੇ ਇਕ ਮੁਲਾਕਾਤੀ ਨਾਲ ਗੱਲਾਂ ਕਰ ਰਿਹਾ ਸੀ। ਮੁਲਾਕਾਤੀ

ਦੀ ਦਾੜ੍ਹੀ ਮੁੱਛ ਕੋਈ ਨਹੀਂ ਸੀ ਤੇ ਵੇਖਣ ਨੂੰ ਉਹ ਕੋਈ ਖੁਸਰਾ ਲੱਗਦਾ ਸੀ। ਇੰਸਪੈਕਟਰ ਦੇ ਕੋਲ ਬੈਠਾ ਨੇਖਲੀਊਦੋਵ ਤਣਾਓ ਭਰੀ ਉਤਸੁਕਤਾ ਨਾਲ ਆਪਣੇ ਆਲੇ ਦੁਆਲੇ ਵੇਖ ਰਿਹਾ ਸੀ। ਘੋਨ-ਮੋਨ ਸਿਰ ਵਾਲਾ ਇਕ ਛੋਟਾ ਜਿਹਾ ਮੁੰਡਾ ਉਹਦੇ ਕੋਲ ਆਇਆ ਤੇ ਬਰੀਕ ਜਿਹੀ ਆਵਾਜ਼ ਵਿਚ ਉਹਦੇ ਨਾਲ ਗੱਲਾਂ ਕਰਨ ਲੱਗ ਪਿਆ।

"ਤੁਸੀਂ ਕੀਹਨੂੰ ਉਡੀਕ ਰਹੇ ਜੇ?"

ਨੇਖਲੀਊਦੋਵ ਸਵਾਲ ਸੁਣ ਕੇ ਹੈਰਾਨ ਰਹਿ ਗਿਆ, ਪਰ ਮੁੰਡੇ ਦੇ ਨਿੱਕੇ ਜਿਹੇ ਮੂੰਹ ਉਤੇ ਗੰਭੀਰਤਾ ਛਾਈ ਵੇਖ ਕੇ, ਤੇ ਉਹਦੀਆਂ ਚਮਕਦਾਰ ਤੇ ਚੁਸਤ ਅੱਖਾਂ ਵੱਲ ਵੇਖ ਕੇ ਜਿਹੜੀਆਂ ਟਿਕਟਿਕੀ ਬੰਨ੍ਹ ਕੇ ਉਹਦੇ ਵੱਲ ਝਾਕ ਰਹੀਆਂ ਸਨ, ਉਸ ਨੇ ਗੰਭੀਰਤਾ ਨਾਲ ਜਵਾਬ ਦਿੱਤਾ ਕਿ ਉਹ ਆਪਣੀ ਜਾਣ-ਪਛਾਣ ਦੀ ਇਕ ਔਰਤ ਨੂੰ ਉਡੀਕ ਰਿਹਾ ਹੈ।

"ਤੇ ਭਲਾ, ਉਹ ਤੁਹਾਡੀ ਭੈਣ ਲੱਗਦੀ ਏ?" ਮੁੰਡੇ ਨੇ ਪੁੱਛਿਆ।

"ਨਹੀਂ, ਭੈਣ ਤਾਂ ਨਹੀਂ ਲੱਗਦੀ," ਨੇਖਲੀਊਦੋਵ ਨੇ ਹੈਰਾਨ ਹੋ ਕੇ ਜਵਾਬ ਦਿੱਤਾ। "ਤੇ ਤੂੰ ਏਥੇ ਕੀਹਦੇ ਨਾਲ ਆਇਐਂ?" ਉਸ ਨੇ ਮੁੰਡੇ ਕੋਲੋਂ ਪੁੱਛਿਆ।

"ਮੈਂ ਮਾਂ ਦੇ ਨਾਲ। ਉਹ ਸਿਆਸੀ ਕੈਦੀ ਏ," ਉਹਨੇ ਮਾਣ ਨਾਲ ਜਵਾਬ ਦਿੱਤਾ।

"ਮਾਰੀਆ ਪਾਵਲੋਵਨਾ, ਲੈ ਜਾ ਕੋਲੀਆ ਨੂੰ," ਇੰਸਪੈਕਟਰ ਨੇ ਆਖਿਆ। ਪ੍ਰਤੱਖ ਤੌਰ ਤੇ ਉਹ ਨੇਖਲੀਊਦੋਵ ਦਾ ਮੁੰਡੇ ਨਾਲ ਗੱਲਾਂ ਕਰਨਾ ਕਾਨੂੰਨ ਵਿਰੋਧੀ ਸਮਝਦਾ ਸੀ।

ਮਾਰੀਆ ਪਾਵਲੋਵਨਾ ਉਹੀ ਖੂਬਸੂਰਤ ਅੱਖਾਂ ਵਾਲੀ ਕੁੜੀ ਸੀ ਜਿਸ ਵੱਲ ਨੇਖਲੀਊਦੋਵ ਦਾ ਧਿਆਨ ਖਿੱਚਿਆ ਗਿਆ ਸੀ। ਉੱਚੀ ਲੰਮੀ, ਸਿੱਧੀ ਤਣ ਕੇ ਉਹ ਖੜੀ ਹੋਈ ਅਤੇ ਬੜੀ ਦ੍ਰਿੜ੍ਹਤਾ ਨਾਲ ਮਰਦਾਂ ਵਾਂਗ ਕਦਮ ਪੁਟਦੀ ਨੇਖਲੀਊਦੋਵ ਤੇ ਮੁੰਡੇ ਦੇ ਕੋਲ ਆਈ।

"ਕੀ ਪੁੱਛਦਾ ਏ ਤੁਹਾਨੂੰ—ਤੁਸੀਂ ਕੌਣ ਹੋ?" ਉਸ ਨੇ ਸਿੱਧਾ ਨੇਖਲੀਊਦੋਵ ਦੇ ਚਿਹਰੇ ਵੱਲ ਤਕਦਿਆਂ ਪੁੱਛਿਆ। ਉਸ ਦੇ ਬੁਲ੍ਹਾਂ ਤੇ ਹਲਕੀ ਜਿਹੀ ਮੁਸਕਾਨ ਸੀ ਤੇ ਉਹਦੀਆਂ ਮੋਟੀਆਂ ਮੋਟੀਆਂ ਸੁਹਿਰਦ ਅੱਖਾਂ ਵਿਚੋਂ ਵਿਸ਼ਵਾਸ ਛਲਕਦਾ ਸੀ। ਇਹ ਗੱਲ ਉਸ ਨੇ ਏਡੇ ਸਾਧਾਰਨ ਅੰਦਾਜ਼ ਵਿਚ ਪੁੱਛੀ ਸੀ ਜਿਸ ਤੋਂ ਕੋਈ ਸ਼ੱਕ ਹੀ ਨਹੀਂ ਸੀ ਰਹਿ ਜਾਂਦਾ ਕਿ ਇਸ ਮੁਟਿਆਰ ਦੇ ਹਰ ਇਕ ਨਾਲ ਭੈਣਾਂ ਵਰਗੇ ਸੰਬੰਧ ਹਨ ਅਤੇ ਹੋਣੇ ਚਾਹੀਦੇ ਹਨ। "ਇਹ ਸਭੋ ਕੁਝ ਜਾਣਨਾ ਚਾਹੁੰਦਾ ਏ," ਉਸ ਨੇ ਏਨੇ ਪਿਆਰ ਤੇ ਸੁਹਿਰਦਤਾ ਨਾਲ ਮੁਸਕ੍ਰਾ ਕੇ ਮੁੰਡੇ ਵੱਲ ਵੇਖਦਿਆਂ ਆਖਿਆ ਕਿ ਜਵਾਬ ਵਿਚ ਮੁੰਡਾ ਤੇ ਨੇਖਲੀਊਦੋਵ ਸੁਤੇ-ਸਿਧ ਹੀ ਮੁਸਕ੍ਰਾ ਪਏ।

"ਹਾਂ, ਮੈਨੂੰ ਪੁੱਛਦਾ ਸੀ ਕਿ ਮੈਂ ਕਿਸ ਨੂੰ ਮਿਲਣ ਆਇਆਂ।"

"ਮਾਰੀਆ ਪਾਵਲੋਵਨਾ, ਓਪਰੇ ਬੰਦਿਆਂ ਨਾਲ ਗੱਲਾਂ ਕਰਨਾ ਕਾਨੂੰਨ ਦੇ ਖਿਲਾਫ ਏ। ਤੁਹਾਨੂੰ ਪਤਾ ਏ ਨਾ?" ਇੰਸਪੈਕਟਰ ਨੇ ਕਿਹਾ।

"ਠੀਕ ਏ, ਠੀਕ ਏ," ਉਸ ਨੇ ਆਖਿਆ ਅਤੇ ਕੋਲੀਆ ਦੇ ਨਿੱਕੇ ਜਿਹੇ ਹੱਥ

ਨੂੰ ਆਪਣੇ ਵੱਡੇ ਸਾਰੇ ਗੋਰੇ ਹੱਥ ਵਿਚ ਫੜਿਆ ਤੇ ਦਿੱਕ ਦੇ ਰੋਗੀ ਦੀ ਮਾਂ ਕੋਲ ਆ ਗਈ। ਕੋਲੀਆ ਉਸ ਦੇ ਚਿਹਰੇ ਵੱਲ ਵੇਖੀ ਜਾ ਰਿਹਾ ਸੀ।

"ਇਹ ਨਿੱਕਾ ਜਿਹਾ ਮੁੰਡਾ ਕੌਣ ਏ?" ਨੇਖਲੀਊਦੋਵ ਨੇ ਇੰਸਪੈਕਟਰ ਕੋਲੋਂ ਪੁੱਛਿਆ।

"ਇਹਦੀ ਮਾਂ ਸਿਆਸੀ ਕੈਦਣ ਹੈ। ਇਹ ਜੇਲ੍ਹ ਵਿਚ ਹੀ ਜੰਮਿਆ ਹੈ," ਇੰਸਪੈਕਟਰ ਨੇ ਪ੍ਰਸੰਨਤਾ ਦੇ ਅੰਦਾਜ਼ ਨਾਲ ਆਖਿਆ, ਜਿਵੇਂ ਉਹ ਇਹ ਦੱਸ ਕੇ ਖੁਸ਼ ਹੋ ਰਿਹਾ ਹੋਵੇ ਕਿ ਉਹਦੀ ਸੰਸਥਾ ਕੇਡੀ ਵਿਚਿਤਰ ਹੈ।

"ਇਹ ਗੱਲ ਸੰਭਵ ਹੈ?"

"ਹਾਂ, ਕਿਉਂ ਨਹੀਂ। ਤੇ ਹੁਣ ਇਹ ਮਾਂ ਦੇ ਨਾਲ ਹੀ ਸਾਇਬੇਰੀਆ ਜਾ ਰਿਹੈ।"

"ਤੇ ਇਹ ਮੁਟਿਆਰ?"

"ਮੈਂ ਤੁਹਾਡੇ ਸਵਾਲ ਦਾ ਜਵਾਬ ਨਹੀਂ ਦੇ ਸਕਦਾ," ਇੰਸਪੈਕਟਰ ਨੇ ਆਪਣੇ ਮੋਢੇ ਛੰਡਦਿਆਂ ਆਖਿਆ। "ਲਓ, ਬੋਗੋਦੂਖੋਵਸਕਾਯਾ ਆ ਗਈ।"

੫੫

ਕਮਰੇ ਦੇ ਪਿਛਲੇ ਪਾਸਿਓਂ ਇਕ ਦਰਵਾਜ਼ੇ ਵਿਚੋਂ ਮਟਕ ਮਟਕ ਹੁਲਾਰੇ ਖਾਂਦੀ ਵੇਰਾ ਅੰਦਰ ਆਈ। ਲਿੱਸਾ ਜਿਹਾ ਸਰੀਰ ਤੇ ਪੀਲਾ ਚਿਹਰਾ, ਮੋਟੀਆਂ ਮੋਟੀਆਂ ਸੁਹਿਰਦ ਅੱਖਾਂ।

"ਬਹੁਤ ਬਹੁਤ ਸ਼ੁਕਰੀਆ ਤੁਹਾਡੇ ਆਉਣ ਦਾ," ਨੇਖਲੀਊਦੋਵ ਦਾ ਹੱਥ ਘੁੱਟਦਿਆਂ ਉਹਨੇ ਆਖਿਆ। "ਸੋ ਤੁਸੀਂ ਯਾਦ ਰਖਿਆ ਮੈਨੂੰ? ਆਓ, ਕਿਤੇ ਬਹਿ ਚੱਲੀਏ।"

"ਖ਼ਿਆਲ ਵੀ ਨਹੀਂ ਸੀ ਕਿ ਤੁਹਾਨੂੰ ਇਸ ਹਾਲਤ ਵਿਚ ਵੇਖਾਂਗਾ।"

"ਵਾਹ, ਮੈਂ ਬਹੁਤ ਖ਼ੁਸ਼ ਆਂ। ਇਸ ਹਾਲਤ ਵਿਚ ਏਡਾ ਸੁਖ ਏ, ਏਡਾ ਮਜ਼ਾ ਏ ਕਿ ਮੇਰੀ ਕਿਸੇ ਇਸ ਤੋਂ ਚੰਗੀ ਚੀਜ਼ ਦੀ ਇੱਛਾ ਹੀ ਨਹੀਂ," ਆਪਣੀ ਬੇਹੱਦ ਪਤਲੀ ਜਿਹੀ ਧੌਣ ਘੁਮਾਉਂਦਿਆਂ, ਜਿਸ ਨੂੰ ਉਹਦੇ ਬਲਾਊਜ਼ ਦੇ ਪਾਟੇ ਪੁਰਾਣੇ, ਵਟੋ ਵੱਟ, ਗੰਦੇ ਕਾਲਰ ਨੇ ਢੱਕਿਆ ਹੋਇਆ ਸੀ, ਨੇਖਲੀਊਦੋਵ ਤੇ ਨਜ਼ਰਾਂ ਗੱਡ ਕੇ ਉਸ ਨੇ ਆਖਿਆ। ਇਸ ਵੇਲੇ ਵੀ ਸਦਾ ਵਾਂਗ ਹੀ ਉਸ ਦੀਆਂ ਮੋਟੀਆਂ ਮੋਟੀਆਂ, ਸੁਹਿਰਦ ਤੇ ਗੋਲ ਗੋਲ ਅੱਖਾਂ ਵਿਚ ਭੈ ਦਾ ਪਰਛਾਵਾਂ ਸੀ।

ਨੇਖਲੀਊਦੋਵ ਨੇ ਉਸ ਨੂੰ ਪੁੱਛਿਆ ਕਿ ਉਹ ਜੇਲ੍ਹ ਵਿਚ ਕਿਵੇਂ ਆ ਪਹੁੰਚੀ। ਜਵਾਬ ਵਿਚ ਉਸ ਨੇ ਬੜੇ ਜੋਸ਼ ਖਰੋਸ਼ ਨਾਲ ਆਪਣਾ ਕਿੱਸਾ ਸੁਣਾਉਣਾ ਸ਼ੁਰੂ ਕਰ ਦਿੱਤਾ।

ਉਸ ਦੇ ਭਾਸ਼ਨ ਵਿਚ ਬਹੁਤ ਸਾਰੇ ਖਾਸ ਲਫਜ਼ ਮੁੜ ਮੁੜ ਆਉਂਦੇ ਸਨ ਜਿਵੇਂ ਪਰਾਪੇਗੰਡਾ, ਗੜਬੜ, ਦਲ, ਵਿਭਾਗ ਤੇ ਉਪ-ਵਿਭਾਗ ਆਦਿ। ਉਸ ਦਾ ਖਿਆਲ ਸੀ ਕਿ ਹਰ ਕੋਈ ਇਹਨਾਂ ਲਫਜ਼ਾਂ ਤੋਂ ਜਾਣੂ ਹੈ, ਪਰ ਨੇਖਲੀਊਦੋਵ ਨੇ ਇਹ ਪਹਿਲਾਂ ਕਦੇ ਨਹੀਂ ਸੁਣੇ ਸਨ।

ਉਸ ਨੇ ਉਹਨੂੰ ਨਾਰੋਦੋਵੋਲਸਤਵੋ* ਦੇ ਸਾਰੇ ਭੇਤ ਦੱਸ ਦਿੱਤੇ। ਪ੍ਰਤੱਖ ਰੂਪ ਵਿਚ ਉਸ ਨੂੰ ਇਹ ਯਕੀਨ ਸੀ ਕਿ ਇਹਨਾਂ ਬਾਰੇ ਜਾਣ ਕੇ ਨੇਖਲੀਊਦੋਵ ਨੂੰ ਖੁਸ਼ੀ ਹੋਵੇਗੀ। ਪਰ ਨੇਖਲੀਊਦੋਵ ਕਦੇ ਉਹਦੀ ਪਤਲੀ ਜਿਹੀ ਧੌਣ ਵੱਲ ਵੇਖਦਾ, ਕਦੇ ਉਹਦੇ ਵਿਰਲੇ ਤੇ ਉਲਝੇ ਹੋਏ ਵਾਲਾਂ ਵੱਲ। ਤੇ ਉਹ ਹੈਰਾਨ ਹੋ ਰਿਹਾ ਸੀ ਕਿ ਉਹ ਇਹ ਸਾਰੀਆਂ ਗੱਲਾਂ ਕਿਉਂ ਕਰਦੀ ਰਹੀ ਸੀ ਤੇ ਹੁਣ ਉਹਨਾਂ ਬਾਰੇ ਉਸ ਨੂੰ ਕਿਉਂ ਦੱਸ ਰਹੀ ਸੀ। ਉਸ ਨੂੰ ਇਸ ਕੁੜੀ ਉਤੇ ਤਰਸ ਆ ਗਿਆ ਸੀ। ਪਰ ਤਰਸ ਦਾ ਇਹ ਭਾਵ ਉਸ ਤਰ੍ਹਾਂ ਦਾ ਨਹੀਂ ਸੀ ਜਿਹੜਾ ਉਸ ਨਿਰਦੋਸ਼ ਕਿਸਾਨ ਮੈਨਸ਼ੋਵ ਬਾਰੇ ਉਹਦੇ ਮਨ ਵਿਚ ਪੈਦਾ ਹੋਇਆ ਸੀ ਜਿਹੜਾ ਇਸ ਸੜ੍ਹਾਂਦ ਮਾਰੀ ਜੇਲ੍ਹ ਵਿਚ ਸੜ ਰਿਹਾ ਹੈ। ਇਸ ਉਤੇ ਤਰਸ ਇਸ ਕਰਕੇ ਆਉਂਦਾ ਸੀ ਕਿ ਇਸ ਕੁੜੀ ਦਾ ਦਿਮਾਗ਼ ਭੰਬਲ-ਭੂਸਿਆਂ ਵਿਚ ਪਿਆ ਹੋਇਆ ਹੈ। ਇਹ ਸਾਫ ਸੀ ਕਿ ਉਹ ਆਪਣੇ ਆਪ ਨੂੰ ਇਕ ਐਸੀ ਵੀਰਾਂਗਣ ਸਮਝਦੀ ਸੀ ਜਿਹੜੀ ਆਪਣੇ ਉਦੇਸ਼ ਦੀ ਪ੍ਰਾਪਤੀ ਲਈ ਜਾਨ ਦੀ ਬਾਜ਼ੀ ਲਾਉਣ ਨੂੰ ਤਿਆਰ ਹੋਵੇ। ਤੱਦ ਵੀ ਉਹ ਇਹ ਗੱਲ ਨਹੀਂ ਸੀ ਸਮਝਾ ਸਕਦੀ ਕਿ ਉਸ ਦਾ ਉਦੇਸ਼ ਕੀ ਹੈ ਅਤੇ ਇਸ ਦੀ ਸਫਲਤਾ ਕਿਸ ਗੱਲ ਵਿਚ ਹੈ।

ਜਿਸ ਕੰਮ ਵਾਸਤੇ ਵੇਰਾ ਨੇ ਨੇਖਲੀਊਦੋਵ ਨੂੰ ਮਿਲਣਾ ਚਾਹਿਆ ਸੀ ਉਹ ਇਸ ਪ੍ਰਕਾਰ ਸੀ। ਕੋਈ ਪੰਜ ਮਹੀਨੇ ਪਹਿਲਾਂ ਸ਼ੁਸਤੋਵਾ ਨਾਂ ਦੀ ਉਹਦੀ ਇਕ ਸਹੇਲੀ, ਜਿਹੜੀ ਬੋਗੋਦੂਖੋਵਸਕਾਯਾ ਦੇ ਕਹਿਣ ਅਨੁਸਾਰ, ਉਹਨਾਂ ਦੇ "ਉਪ-ਵਿਭਾਗ" ਦੀ ਮੈਂਬਰ ਵੀ ਨਹੀਂ ਸੀ, ਗ੍ਰਿਫਤਾਰ ਕੀਤੀ ਗਈ ਸੀ ਅਤੇ ਪੀਟਰ-ਪਾਲ ਕਿਲ੍ਹੇ ਵਿਚ ਕੈਦ ਸੀ। ਉਹਨੂੰ ਇਸ ਕਰਕੇ ਫੜਿਆ ਗਿਆ ਸੀ ਕਿ ਉਹਦੇ ਕੋਲੋਂ ਕੁਝ ਗੈਰ-ਕਾਨੂੰਨੀ ਕਿਤਾਬਾਂ ਤੇ ਕਾਗਜ਼ ਨਿਕਲੇ ਸਨ ਜਿਹੜੇ ਉਸ ਨੇ ਕਿਸੇ ਹੋਰ ਨੂੰ ਦੇਣ ਵਾਸਤੇ ਰੱਖੇ ਹੋਏ ਸਨ। ਆਪਣੀ ਉਸ ਸਹੇਲੀ ਦੀ ਗ੍ਰਿਫਤਾਰੀ ਲਈ ਵੇਰਾ ਕਿਸੇ ਹੱਦ ਤੱਕ ਆਪਣੇ ਆਪ ਨੂੰ ਕਸੂਰਵਾਰ ਸਮਝਦੀ ਸੀ। ਇਸ ਲਈ ਉਹਨੇ ਨੇਖਲੀਊਦੋਵ ਦਾ ਤਰਲਾ ਕੀਤਾ ਸੀ ਕਿ ਉਹਦਾ ਅਸਰ ਰਸੂਖ਼ ਵਾਲੇ ਲੋਕਾਂ ਨਾਲ ਮੇਲ ਜੋਲ ਹੈ, ਇਸ ਲਈ ਉਹਨੂੰ ਛੁਡਾਉਣ ਲਈ ਜੋ ਹੋ ਸਕਦਾ ਹੈ ਕਰੇ। ਇਸ ਤੋਂ ਇਲਾਵਾ, ਬੋਗੋਦੂਖੋਵਸਕਾਯਾ ਨੇ ਉਸ ਕੋਲ ਇਹ ਗੱਲ ਵੀ ਛੇੜੀ ਕਿ ਉਸ ਦੇ ਇਕ ਹੋਰ ਮਿੱਤਰ ਗੁਰਕੇਵਿਚ ਨੂੰ, ਆਪਣੀ ਮਾਂ ਨੂੰ ਮਿਲਣ ਦੀ ਇਜਾਜ਼ਤ ਲੈ ਦੇਵੇ। ਉਹ ਵੀ ਪੀਟਰ-ਪਾਲ ਕਿਲ੍ਹੇ ਵਿਚ ਹੀ ਬੰਦ ਸੀ। ਨਾਲੇ ਉਸ ਨੂੰ

---

* ਸ਼ਬਦਾਰਥ, "ਲੋਕਾਂ ਦੀ ਰਜ਼ਾ"—ਪਿਛਲੀ ਸਦੀ ਦੇ ਅੱਸੀਵਿਆਂ ਵਿਚ ਇਕ ਇਨਕਲਾਬੀ ਲਹਿਰ।--ਸੰਪਾ:

ਕੁਝ ਵਿਗਿਆਨਕ ਪੁਸਤਕਾਂ ਭੇਜਣ ਦਾ ਇੰਤਜ਼ਾਮ ਕਰ ਦੇਵੇ ਜਿਹੜੀਆਂ ਉਸ ਨੂੰ ਆਪਣੇ ਅਧਿਅਨ ਵਾਸਤੇ ਚਾਹੀਦੀਆਂ ਸਨ।

ਨੇਖਲੀਊਦੋਵ ਨੇ ਉਸ ਨੂੰ ਵਚਨ ਦਿੱਤਾ ਕਿ ਜਦੋਂ ਵੀ ਪੀਟਰਸਬਰਗ ਗਿਆ ਓਦੋਂ ਜੋ ਕੁਝ ਹੋ ਸਕਿਆ ਉਹ ਕਰੇਗਾ।

ਜਿਥੋਂ ਤੱਕ ਉਸ ਦੀ ਆਪਣੀ ਹਡਬੀਤੀ ਦਾ ਸਵਾਲ ਹੈ ਉਸ ਨੇ ਉਹਨੂੰ ਇਹ ਕੁਝ ਦੱਸਿਆ ਸੀ। ਦਾਈ ਦਾ ਕੋਰਸ ਮੁਕੰਮਲ ਕਰ ਲੈਣ ਮਗਰੋਂ ਉਹਦਾ ਨਾਰੋਦੋਵੋਲਸਤਵੋ ਦੇ ਅਨੁਯਾਈਆਂ ਦੇ ਇਕ ਦਲ ਨਾਲ ਸੰਬੰਧ ਜੁੜ ਗਿਆ। ਇਹ ਲੋਕ ਇਸ਼ਤਿਹਾਰ ਲਿਖਦੇ ਅਤੇ ਫੈਕਟਰੀਆਂ ਵਿਚ ਪਰਚਾਰ ਕਰਨ ਦੇ ਕੰਮ ਵਿਚ ਲੱਗੇ ਰਹਿੰਦੇ ਸਨ। ਫੇਰ ਇਕ ਦਿਨ ਉਹਨਾਂ ਦੇ ਦਲ ਦਾ ਇਕ ਅਹਿਮ ਮੈਂਬਰ ਫੜਿਆ ਗਿਆ, ਉਹਨਾਂ ਦੇ ਕਾਗ਼ਜ਼ ਪੱਤਰ ਕਾਬੂ ਆ ਗਏ ਤੇ ਸਾਰੇ ਸੰਬੰਧਤ ਬੰਦੇ ਗ੍ਰਿਫਤਾਰ ਕਰ ਲਏ ਗਏ।

"ਮੈਂ ਵੀ ਫੜੀ ਗਈ। ਹੁਣ ਮੈਨੂੰ ਸ਼ਹਿਰ-ਬਦਰ ਕੀਤਾ ਜਾਏਗਾ। ਪਰ ਕੀ ਫਰਕ ਪੈਂਦਾ ਏ? ਮੈਂ ਬੇਹੱਦ ਖੁਸ਼ ਆਂ।" ਉਸ ਨੇ ਆਪਣੀ ਕਹਾਣੀ ਮੁਕਾਈ। ਉਹਦੇ ਬੁੱਲ੍ਹਾਂ ਤੇ ਦਰਦਵੰਦ ਮੁਸਕਾਨ ਫਿਰ ਗਈ।

ਨੇਖਲੀਊਦੋਵ ਨੇ ਮੋਟੀਆਂ ਮੋਟੀਆਂ ਅੱਖਾਂ ਵਾਲੀ ਕੁੜੀ ਬਾਰੇ ਕੁਝ ਗੱਲਾਂ ਪੁੱਛੀਆਂ। ਵੇਰਾ ਨੇ ਦੱਸਿਆ ਕਿ ਇਹ ਕੁੜੀ ਇਕ ਜਨਰਲ ਦੀ ਧੀ ਹੈ ਤੇ ਬੜੇ ਚਿਰ ਤੋਂ ਇਨਕਲਾਬੀ ਪਾਰਟੀ ਨਾਲ ਜੁੜੀ ਹੋਈ ਹੈ। ਇਹ ਜੇਲ੍ਹ ਵਿਚ ਇਸ ਕਰਕੇ ਬੰਦ ਹੈ ਕਿ ਇਸ ਨੇ ਇਕ ਜਾਂਦਾਰਮ ਨੂੰ ਗੋਲੀ ਮਾਰ ਦੇਣ ਦੇ ਜੁਰਮ ਦਾ ਇਕਬਾਲ ਕਰ ਲਿਆ ਸੀ। ਇਹ ਕੁਝ ਸਾਜ਼ਸ਼ੀਆਂ ਨਾਲ ਇਕ ਘਰ ਵਿਚ ਰਹਿੰਦੀ ਸੀ ਜਿਥੇ ਉਹਨਾਂ ਨੇ ਇਕ ਗੁਪਤ ਛਾਪਾਖਾਨਾ ਲਾਇਆ ਹੋਇਆ ਸੀ। ਇਕ ਰਾਤ ਪੁਲਸ ਉਸ ਮਕਾਨ ਦੀ ਤਲਾਸ਼ੀ ਲੈਣ ਆ ਗਈ। ਮਕਾਨ ਵਿਚ ਰਹਿਣ ਵਾਲਿਆਂ ਨੇ ਮੁਕਾਬਲਾ ਕਰਨ ਦੀ ਧਾਰ ਲਈ, ਬੱਤੀਆਂ ਬੁਝਾ ਦਿੱਤੀਆਂ, ਤੇ ਉਹਨਾਂ ਸਭ ਚੀਜ਼ਾਂ ਨੂੰ ਬਰਬਾਦ ਕਰਨਾ ਸ਼ੁਰੂ ਕਰ ਦਿੱਤਾ ਜਿਨ੍ਹਾਂ ਕਾਰਨ ਉਹਨਾਂ ਉਤੇ ਕੋਈ ਇਲਜ਼ਾਮ ਲੱਗ ਸਕਦਾ ਸੀ। ਪੁਲਸ ਬੂਹੇ ਭੰਨ ਕੇ ਅੰਦਰ ਆ ਵੜੀ ਤੇ ਇਕ ਸਾਜ਼ਸ਼ੀ ਨੇ ਗੋਲੀ ਚਲਾ ਦਿੱਤੀ ਜਿਸ ਨਾਲ ਸਿਪਾਹੀ ਨੂੰ ਘਾਤਕ ਫੱਟ ਲੱਗ ਗਿਆ। ਜਦੋਂ ਪੁੱਛਗਿੱਛ ਹੋਈ ਤਾਂ ਇਸ ਕੁੜੀ ਨੇ ਆਖਿਆ ਕਿ ਗੋਲੀ ਮੈਂ ਚਲਾਈ ਸੀ, ਹਾਲਾਂ ਕਿ ਉਹਨੇ ਕਦੇ ਰਿਵਾਲਵਰ ਫੜ ਕੇ ਨਹੀਂ ਵੇਖਿਆ। ਹੋਰ ਕੁਝ ਤਾਂ ਕੀ ਕਦੇ ਕੀੜੀ ਨਹੀਂ ਮਾਰੀ ਹੋਣੀ। ਪਰ ਉਹ ਆਪਣੇ ਬਿਆਨ ਉਤੇ ਡਟੀ ਰਹੀ ਤੇ ਹੁਣ ਬਾ-ਮੁਸ਼ੱਕਤ ਕੈਦ ਦੀ ਸਜ਼ਾ ਦੇ ਕੇ ਇਸ ਨੂੰ ਸਾਇਬੇਰੀਆ ਭੇਜਿਆ ਜਾ ਰਿਹਾ ਹੈ।

"ਬੜੀ ਪਰੁਪਕਾਰਨ ਏ, ਬੜੇ ਚੰਗੇ ਸੁਭਾ ਦੀ," ਵੇਰਾ ਨੇ ਉਹਦੀ ਸਿਫਤ ਕਰਦਿਆਂ ਆਖਿਆ।

ਵੇਰਾ ਜੋ ਤੀਜੀ ਗੱਲ ਕਰਨਾ ਚਾਹੁੰਦੀ ਸੀ ਉਹ ਸੀ ਮਾਸਲੋਵਾ ਬਾਰੇ। ਮਾਸਲੋਵਾ ਦੇ ਜੀਵਨ ਅਤੇ ਨੇਖਲੀਊਦੋਵ ਨਾਲ ਉਸ ਦੇ ਸੰਬੰਧ ਬਾਰੇ ਉਹ ਜਾਣਦੀ ਸੀ—ਜੇਲ੍ਹ ਵਿਚ ਇਸ ਤਰ੍ਹਾਂ ਦੀਆਂ ਗੱਲਾਂ ਦਾ ਸਭ ਨੂੰ ਪਤਾ ਲੱਗ ਜਾਂਦਾ ਹੈ। ਉਸ ਨੇ ਨੇਖਲੀਊਦੋਵ

ਨੂੰ ਸਲਾਹ ਦਿੱਤੀ ਕਿ ਉਹ ਮਾਸਲੋਵਾ ਨੂੰ ਜਾਂ ਤਾਂ ਸਿਆਸੀ ਕੈਦੀਆਂ ਦੇ ਵਾਰਡ ਵਿਚ ਬਦਲਵਾਉਣ ਲਈ ਕੁਝ ਕਰੇ ਜਾਂ ਹਸਪਤਾਲ ਦੇ ਵਾਰਡ ਵਿਚ ਜਿਥੇ ਉਹ ਬੀਮਾਰਾਂ ਦੀ ਟਹਿਲ ਸੇਵਾ ਕਰ ਸਕੇ। ਇਸ ਵੇਲੇ ਉਸ ਵਾਰਡ ਵਿਚ ਰੋਗੀ ਬਹੁਤ ਹਨ ਤੇ ਹੋਰ ਨਰਸਾਂ ਦੀ ਲੋੜ ਹੈ।

ਨੇਖਲੀਊਦੋਵ ਨੇ ਇਹ ਸਲਾਹ ਦੇਣ ਵਾਸਤੇ ਉਹਦਾ ਧੰਨਵਾਦ ਕੀਤਾ ਤੇ ਆਖਿਆ ਕਿ ਉਹ ਇਸ ਤੇ ਅਮਲ ਕਰਨ ਦੀ ਕੋਸ਼ਿਸ਼ ਕਰੇਗਾ।

੫੬

ਇੰਸਪੈਕਟਰ ਨੇ ਉਹਨਾਂ ਦੀ ਗਲਬਾਤ ਵਿਚ ਵਿਘਨ ਪਾ ਦਿੱਤਾ ਜਿਸ ਨੇ ਉਠ ਕੇ ਐਲਾਨ ਕਰ ਦਿੱਤਾ ਸੀ ਕਿ ਮੁਲਾਕਾਤ ਦਾ ਵਕਤ ਖ਼ਤਮ ਹੋ ਗਿਆ ਹੈ ਅਤੇ ਕੈਦੀਆਂ ਤੇ ਉਹਨਾਂ ਦੇ ਮੁਲਾਕਾਤੀਆਂ ਨੂੰ ਇਕ ਦੂਜੇ ਤੋਂ ਵਿਦਾ ਲੈਣੀ ਚਾਹੀਦੀ ਹੈ। ਨੇਖਲੀਊਦੋਵ ਨੇ ਵੇਰਾ ਬੋਗੋਦੂਖੋਵਸਕਾਯਾ ਕੋਲੋਂ ਵਿਦਾ ਲਈ ਅਤੇ ਦਰਵਾਜ਼ੇ ਤੇ ਆ ਕੇ ਖੜਾ ਹੋ ਗਿਆ ਤੇ ਉਥੋਂ ਦਾ ਨਜ਼ਾਰਾ ਵੇਖਣ ਲੱਗਾ।

"ਸੱਜਣੋਂ, ਵਕਤ ਖ਼ਤਮ ਹੋ ਗਿਐ, ਵਕਤ ਖਤਮ ਹੋ ਗਿਐ!" ਇੰਸਪੈਕਟਰ ਆਖ ਰਿਹਾ ਸੀ। ਉਹ ਕਦੇ ਖੜਾ ਹੋ ਜਾਂਦਾ ਕਦੇ ਫੇਰ ਬਹਿ ਜਾਂਦਾ।

ਇੰਸਪੈਕਟਰ ਦਾ ਹੁਕਮ ਸੁਣ ਕੇ ਕੈਦੀ ਹੋਰ ਵੀ ਜੋਸ਼ ਨਾਲ ਗੱਲਾਂਬਾਤਾਂ ਕਰਨ ਲੱਗੇ। ਕੋਈ ਵੀ ਉੱਠ ਕੇ ਕਮਰੇ ਵਿਚੋਂ ਬਾਹਰ ਨਹੀਂ ਗਿਆ। ਕੁਝ ਲੋਕ ਖੜੇ ਹੋ ਗਏ ਤੇ ਖੜੇ ਖੜੇ ਗੱਲਾਂ ਕਰਦੇ ਰਹੇ। ਕੁਝ ਬੈਠੇ ਬੈਠੇ ਹੀ ਗੱਲਾਂ ਕਰੀ ਜਾ ਰਹੇ ਸਨ। ਕਈਆਂ ਨੇ ਰੋਣਾ ਸ਼ੁਰੂ ਕਰ ਦਿੱਤਾ ਅਤੇ ਇਕ ਦੂਜੇ ਤੋਂ ਵਿਦਾ ਲੈਣ ਲੱਗ ਪਏ। ਮਾਂ ਅਤੇ ਉਹਦੇ ਦਿੱਕ ਦੇ ਰੋਗੀ ਪੁਤਰ ਦਾ ਵਿਛੜਨਾ ਖਾਸ ਕਰਕੇ ਬੜਾ ਦੁਖਦਾਈ ਸੀ। ਨੌਜਵਾਨ ਕਾਗ਼ਜ਼ ਦੇ ਪੁਰਜ਼ੇ ਨੂੰ ਮਰੋੜੀ ਜਾਂਦਾ ਸੀ ਤੇ ਉਹਦੇ ਚਿਹਰੇ ਤੋਂ ਲੱਗਦਾ ਸੀ ਕਿ ਉਹ ਗੁੱਸੇ ਵਿਚ ਹੈ। ਉਹ ਸਿਰਤੋੜ ਜਤਨ ਕਰ ਰਿਹਾ ਸੀ ਕਿ ਉਸ ਦੀ ਮਾਂ ਦੀ ਭਾਵੁਕਤਾ ਦਾ ਉਹਦੇ ਉਤੇ ਕੋਈ ਅਸਰ ਨਾ ਹੋਵੇ। ਮਾਂ ਨੇ ਇਹ ਸੁਣਦਿਆਂ ਹੀ ਕਿ ਉਠ ਕੇ ਜਾਣ ਦਾ ਵਕਤ ਹੋ ਗਿਆ ਹੈ ਆਪਣਾ ਸਿਰ ਪੁਤਰ ਦੇ ਮੋਢਿਆਂ ਉਤੇ ਰੱਖ ਦਿੱਤਾ ਤੇ ਉਚੀ ਉਚੀ ਹਟਕੋਰੇ ਭਰਨ ਲੱਗੀ। ਵੱਡੀਆਂ ਵੱਡੀਆਂ ਤੇ ਸੁਹਿਰਦ ਅੱਖਾਂ ਵਾਲੀ ਕੁੜੀ—ਨੇਖਲੀਊਦੋਵ ਸੁਤੇ ਸਿਧ ਹੀ ਉਹਦੇ ਵੱਲ ਵੇਖੀ ਜਾ ਰਿਹਾ ਸੀ—ਹਟਕੋਰੇ ਭਰਦੀ ਮਾਂ ਦੇ ਸਾਮ੍ਹਣੇ ਖਲੋਤੀ ਸੀ ਤੇ ਉਹਨੂੰ ਧਰਵਾਸ ਦੇਂਦੀ ਹੋਈ ਕੁਝ ਆਖ ਰਹੀ ਸੀ। ਨੀਲੀਆਂ ਐਨਕਾਂ ਵਾਲਾ ਬੁੱਢਾ ਆਪਣੀ ਧੀ ਦਾ ਹੱਥ ਫੜੀ ਖਲੋਤਾ ਸੀ ਤੇ ਉਹ ਜੋ ਕੁਝ ਕਹਿੰਦੀ ਸੀ ਉਹਦੇ ਜਵਾਬ ਵਿਚ ਸਿਰ ਹਿਲਾਈ ਜਾਂਦਾ ਸੀ। ਨੌਜਵਾਨ ਪ੍ਰੇਮੀ ਉਠ ਖੜੇ ਹੋਏ ਸਨ ਅਤੇ

ਇਕ ਦੂਜੇ ਦਾ ਹੱਥ ਫੜੀ, ਚੁਪ ਚਾਪ ਇਕ ਦੂਜੇ ਦੀਆਂ ਅੱਖਾਂ ਵਿਚ ਵੇਖੀ ਜਾ ਰਹੇ ਸਨ।

"ਏਥੇ ਏਹੋ ਹੀ ਦੋਵੇਂ ਖੁਸ਼ ਨੇ," ਨੇਖਲੀਊਦੋਵ ਦੇ ਕੋਲ ਖੜੇ ਇਕ ਨੌਜਵਾਨ ਨੇ, ਜਿਸ ਨੇ ਛੋਟਾ ਜਿਹਾ ਕੋਟ ਪਾਇਆ ਹੋਇਆ ਸੀ, ਪ੍ਰੇਮੀਆਂ ਵੱਲ ਇਸ਼ਾਰਾ ਕਰ ਕੇ ਆਖਿਆ। ਉਹ ਵੀ ਇਕ ਦੂਜੇ ਤੋਂ ਵਿਛੜਨ ਵਾਲੇ ਲੋਕਾਂ ਨੂੰ ਵੇਖ ਰਿਹਾ ਸੀ।

ਇਹ ਮਹਿਸੂਸ ਕਰ ਕੇ ਕਿ ਨੇਖਲੀਊਦੋਵ ਤੇ ਨੌਜਵਾਨ ਟਿਕਟਿਕੀ ਬੰਨ੍ਹ ਕੇ ਉਹਨਾਂ ਨੂੰ ਵੇਖ ਰਹੇ ਹਨ, ਪ੍ਰੇਮੀਆਂ ਨੇ—ਰਬੜ ਦੀ ਜੈਕਟ ਵਾਲਾ ਗਭਰੂ ਅਤੇ ਖੂਬਸੂਰਤ ਮੁਟਿਆਰ—ਆਪਣੀਆਂ ਬਾਹਵਾਂ ਪਸਾਰੀਆਂ ਅਤੇ ਇਕ ਦੂਜੇ ਦਾ ਹੱਥ ਫੜੀ ਚੱਕਰ ਤੇ ਚੱਕਰ ਕੱਢਦੇ ਨਚਣ ਲੱਗ ਪਏ।

"ਅੱਜ ਰਾਤੀਂ ਇਹਨਾਂ ਦਾ ਵਿਆਹ ਹੋਵੇਗਾ, ਏਥੇ ਜੇਲ੍ਹ ਵਿਚ ਹੀ। ਤੇ ਫੇਰ ਇਹ ਮੁਟਿਆਰ ਮੁੰਡੇ ਦੇ ਨਾਲ ਹੀ ਸਾਇਬੇਰੀਆ ਚਲੀ ਜਾਵੇਗੀ," ਉਸ ਨੌਜਵਾਨ ਨੇ ਦੱਸਿਆ।

"ਕੌਣ ਹੈ ਇਹ?"

"ਮੁਜਰਮ ਹੈ। ਬਾ-ਮੁਸ਼ੱਕਤ ਕੈਦ ਦੀ ਸਜ਼ਾ ਹੋਈ ਏ। ਚਲੋ, ਘਟੋ ਘਟ ਇਹ ਦੋਵੇਂ ਤਾਂ ਮਾੜੀ ਮੋਟੀ ਖੁਸ਼ੀ ਮਾਣਨਗੇ। ਉਂਜ ਤਾਂ ਏਥੇ ਦੁਖ ਹੀ ਦੁਖ ਨੇ," ਤਪਦਿਕ ਦੇ ਰੋਗੀ ਦੀ ਮਾਂ ਦੇ ਹਟਕੋਰੇ ਸੁਣਦਿਆਂ ਉਸ ਨੌਜਵਾਨ ਨੇ ਆਖਿਆ।

"ਬਸ, ਭਲਿਓ ਲੋਕੋ, ਮਿਹਰਬਾਨੀ ਕਰੋ ਹੁਣ, ਮਿਹਰਬਾਨੀ! ਮੈਨੂੰ ਕੋਈ ਸਖ਼ਤ ਕਦਮ ਚੁਕਣ ਵਾਸਤੇ ਮਜਬੂਰ ਨਾ ਕਰੋ," ਇੰਸਪੈਕਟਰ ਨੇ ਕਿਹਾ ਤੇ ਕਈ ਵਾਰੀ ਏਹੋ ਲਫਜ਼ ਦੁਹਰਾਏ। "ਮਿਹਰਬਾਨੀ ਕਰੋ!" ਉਹ ਕਮਜ਼ੋਰ, ਹਿਚਕਚਾਉਂਦੀ ਆਵਾਜ਼ ਵਿਚ ਆਖ ਰਿਹਾ ਸੀ। "ਵਕਤ ਕਦੋਂ ਦਾ ਖ਼ਤਮ ਹੋ ਗਿਆ ਏ। ਆਖਰ ਮਤਲਬ ਕੀ ਹੋਇਆ ਤੁਹਾਡਾ? ਇਹ ਗੱਲ ਨਹੀਂ ਜੇ ਚਲਣ ਲੱਗੀ... ਹੁਣ ਮੈਂ ਆਖਰੀ ਵਾਰੀ ਆਖ ਰਿਹਾਂ ਤੁਹਾਨੂੰ," ਉਸ ਨੇ ਥੱਕੀ ਹੋਈ ਆਵਾਜ਼ ਵਿਚ ਆਖਿਆ ਅਤੇ ਆਪਣੀ ਬਰਾਜ਼ੀਲੀ ਸਿਗਰਟ ਬੁਝਾ ਕੇ ਦੂਸਰੀ ਸੁਲਘਾ ਲਈ।

ਦੂਜਿਆਂ ਨੂੰ ਦੁਖ ਦੇਣ ਲਈ, ਆਪਣੇ ਆਪ ਨੂੰ ਇਸ ਗੱਲ ਲਈ ਜ਼ਿਮੇਵਾਰ ਨਾ ਮਹਿਸੂਸ ਕਰਦਿਆਂ, ਦਲੀਲਾਂ ਭਾਵੇਂ ਕਿੰਨੀਆਂ ਵੀ ਚਤਰ, ਪੁਰਾਣੀਆਂ, ਅਤੇ ਆਮ ਹੋਣ, ਤਾਂ ਵੀ ਇਹ ਪ੍ਰਤੱਖ ਸੀ ਕਿ ਇੰਸਪੈਕਟਰ ਨੂੰ ਇਸ ਗੱਲ ਦੀ ਚੇਤਨਾ ਸੀ ਕਿ ਇਸ ਕਮਰੇ ਵਿਚ ਜੋ ਦੁਖ ਤੇ ਪੀੜਾ ਵਿਖਾਈ ਦੇ ਰਹੀ ਹੈ ਉਹਦੇ ਲਈ ਕਸੂਰਵਾਰ ਬੰਦਿਆਂ ਵਿਚੋਂ ਉਹ ਵੀ ਇਕ ਹੈ। ਅਤੇ ਜ਼ਾਹਿਰ ਹੈ ਕਿ ਇਹ ਗੱਲ ਉਸ ਨੂੰ ਤਕਲੀਫ ਪਹੁੰਚਾਉਂਦੀ ਸੀ।

ਆਖਰ ਕੈਦੀ ਤੇ ਉਹਨਾਂ ਨੂੰ ਮਿਲਣ ਵਾਲੇ ਨਿਖੜਨੇ ਸ਼ੁਰੂ ਹੋਏ। ਕੈਦੀ ਅੰਦਰ ਵਾਲੇ ਦਰਵਾਜ਼ਿਓਂ ਤੇ ਮੁਲਾਕਾਤੀ ਬਾਹਰ ਵਾਲੇ ਦਰਵਾਜ਼ਿਓਂ ਜਾਣ ਲੱਗੇ। ਰਬੜ ਦੀ ਜੈਕਟ ਵਾਲਾ ਆਦਮੀ, ਦਿੱਕ ਦਾ ਰੋਗੀ ਨੌਜਵਾਨ ਅਤੇ ਉਲਝੇ ਹੋਏ ਵਾਲਾਂ ਵਾਲਾ ਆਦਮੀ, ਸਭ ਚਲੇ ਗਏ। ਮਾਰੀਆ ਪਾਵਲੋਵਨਾ ਵੀ ਉਸ ਮੁੰਡੇ ਨਾਲ ਚਲੀ ਗਈ ਜਿਹੜਾ ਜੇਲ੍ਹ ਵਿਚ ਹੀ ਪੈਦਾ ਹੋਇਆ ਸੀ।

ਮੁਲਾਕਾਤੀ ਵੀ ਬਾਹਰ ਨਿਕਲ ਗਏ। ਨੇਖਲੀਊਦੋਵ ਦੇ ਅੱਗੇ ਅੱਗੇ ਨੀਲੀਆਂ ਐਨਕਾਂ ਵਾਲਾ ਬੁੱਢਾ ਲੱਤਾਂ ਘਸੀਟਦਾ ਬਾਹਰ ਹੋ ਗਿਆ।

"ਹਾਂ, ਬੜੀ ਅਜੀਬ ਹਾਲਤ ਏ," ਨੇਖਲੀਊਦੋਵ ਦੇ ਨਾਲ ਨਾਲ ਪੌੜੀਆਂ ਉਤਰਦਿਆਂ ਗਲਾਧੜ ਨੌਜਵਾਨ ਨੇ ਆਖਿਆ, ਜਿਵੇਂ ਉਹ ਟੁੱਟੀ ਗਲਬਾਤ ਨੂੰ ਅੱਗੇ ਤੋਰਨਾ ਚਾਹੁੰਦਾ ਹੋਵੇ। "ਫੇਰ ਵੀ ਸਾਨੂੰ ਇੰਸਪੈਕਟਰ ਦੇ ਸ਼ੁਕਰਗੁਜ਼ਾਰ ਹੋਣਾ ਚਾਹੀਦੈ। ਨੇਕ ਆਦਮੀ ਏ, ਕੜੇ-ਕਾਨੂੰਨਾਂ ਦੀ ਬਹੁਤੀ ਪਰਵਾਹ ਨਹੀਂ ਕਰਦਾ। ਇਹ ਲੋਕ ਜੇ ਇਕ ਦੂਜੇ ਨਾਲ ਗਲਾਂਬਾਤਾਂ ਕਰ ਲੈਣ ਤਾਂ ਇਹਨਾਂ ਦੇ ਦਿਲ ਦਾ ਭਾਰ ਕੁਝ ਹੌਲਾ ਹੋ ਜਾਂਦਾ ਏ।"

"ਦੂਸਰੀਆਂ ਜੇਲ੍ਹਾਂ ਵਿਚ ਇਸ ਤਰ੍ਹਾਂ ਦੀਆਂ ਮੁਲਾਕਾਤਾਂ ਨਹੀਂ ਹੁੰਦੀਆਂ?"

"ਬਿਲਕੁਲ ਨਹੀਂ। ਓਥੇ 'ਕੱਲੇ ਨਾਲ 'ਕੱਲਾ ਗੱਲ ਕਰਦਾ ਹੈ, ਤੇ ਉਹ ਵੀ ਸੀਖਾਂ ਵਾਲੀ ਬਰੀ ਅੱਗੇ ਖਲੋ ਕੇ।"

ਨੇਖਲੀਊਦੋਵ ਇਸ ਨੌਜਵਾਨ ਨਾਲ ਗੱਲਾਂ ਕਰਦਾ ਕਰਦਾ ਹਾਲ ਵਿਚ ਪਹੁੰਚ ਗਿਆ। ਨੌਜਵਾਨ ਨੇ ਆਪਣਾ ਨਾਂ ਮੇਦਿਨਤਸੇਵ ਦੱਸਿਆ ਸੀ। ਥੱਕਿਆ ਹਾਰਿਆ ਇੰਸਪੈਕਟਰ ਵੀ ਓਥੇ ਉਹਨਾਂ ਦੇ ਕੋਲ ਆ ਗਿਆ।

"ਜੇ ਤੁਸੀਂ ਮਾਸਲੋਵਾ ਨੂੰ ਮਿਲਣਾ ਚਾਹੁੰਦੇ ਓ ਤਾਂ ਕਿਰਪਾ ਕਰ ਕੇ ਭਲਕੇ ਆ ਜਾਣਾ," ਉਸ ਨੇ ਆਖਿਆ। ਪ੍ਰਤੱਖ ਸੀ ਕਿ ਉਹ ਨੇਖਲੀਊਦੋਵ ਨਾਲ ਆਦਰ ਸਨਮਾਨ ਨਾਲ ਪੇਸ਼ ਆਉਣਾ ਚਾਹੁੰਦਾ ਸੀ।

"ਬਹੁਤ ਅੱਛਾ," ਨੇਖਲੀਊਦੋਵ ਨੇ ਜਵਾਬ ਦਿੱਤਾ ਤੇ ਛੇਤੀ ਛੇਤੀ ਓਥੋਂ ਨਿਕਲ ਗਿਆ।

ਪ੍ਰਤੱਖ ਤੌਰ ਤੇ ਬੇਕਸੂਰ ਮੈਨਸ਼ੋਵ ਦੀ ਪੀੜਾ ਬੜੀ ਭਿਆਨਕ ਸੀ। ਪਰ ਉਸ ਦੀ ਸਰੀਰਕ ਪੀੜ ਏਡੀ ਭਿਆਨਕ ਨਹੀਂ ਸੀ ਜੇਡੀ ਮਾਨਸਿਕ ਵਿਆਕੁਲਤਾ, ਰੱਬ ਵਿਚ ਅਤੇ ਨੇਕੀ ਵਿਚ ਬੇਵਿਸ਼ਵਾਸੀ। ਜਦੋਂ ਉਹ ਇਹਨਾਂ ਲੋਕਾਂ ਦੀ ਨਿਰਦੈਤਾ ਨੂੰ ਵੇਖਦਾ ਜਿਹੜੇ ਉਹਨੂੰ ਬਿਨਾਂ ਕਿਸੇ ਕਾਰਨ ਦੇ ਤਸੀਹੇ ਦੇ ਰਹੇ ਸਨ ਤਾਂ ਸੁਤੇ ਸਿਧ ਹੀ ਉਹਦੇ ਮਨ ਵਿਚ ਇਹ ਵਿਆਕੁਲਤਾ ਤੇ ਬੇਵਿਸ਼ਵਾਸੀ ਸਿਰ ਚੁੱਕ ਲੈਂਦੀ।

ਸੈਂਕੜੇ ਹੀ ਬੇਕਸੂਰ ਲੋਕਾਂ ਨੂੰ ਭਿਆਨਕ ਨਿਰਾਦਰ ਤੇ ਪੀੜਾ ਵਿਚੋਂ ਦੀ ਸਿਰਫ ਇਸ ਕਰਕੇ ਲੰਘਣਾ ਪੈਂਦਾ ਸੀ ਕਿ ਕੋਈ ਗੱਲ ਕਾਗਜ਼ ਉਤੇ ਉਸ ਤਰ੍ਹਾਂ ਨਹੀਂ ਸੀ ਲਿਖੀ ਗਈ ਜਿਸ ਤਰ੍ਹਾਂ ਲਿਖੀ ਜਾਣੀ ਚਾਹੀਦੀ ਸੀ। ਭਿਆਨਕ ਸਨ ਜਾਬਰ ਬਣ ਚੁੱਕੇ ਉਹ ਵਾਰਡਰ ਜਿਨ੍ਹਾਂ ਦਾ ਕੰਮ ਆਪਣੇ ਭਰਾਵਾਂ ਨੂੰ ਤਸੀਹੇ ਦੇਣਾ ਸੀ, ਤੇ ਜਿੰਨ੍ਹਾਂ ਨੂੰ ਇਹ ਯਕੀਨ ਸੀ ਕਿ ਉਹ ਇਕ ਮਹੱਤਵਪੂਰਨ ਤੇ ਲਾਭਦਾਇਕ ਫਰਜ਼ ਪੂਰਾ ਕਰ ਰਹੇ ਹਨ। ਪਰ ਸਭ ਤੋਂ ਭਿਆਨਕ ਜਾਪਦਾ ਸੀ ਇਹ ਮਰੀਅਲ ਜਿਹਾ, ਵਡੇਰੀ ਉਮਰ ਦਾ, ਨੇਕਦਿਲ ਇੰਸਪੈਕਟਰ ਜਿਹੜਾ ਮਾਂ ਨੂੰ ਪੁੱਤਰ ਨਾਲੋਂ, ਪਿਓ ਨੂੰ ਧੀ ਨਾਲੋਂ ਵੱਖ ਕਰਨ ਲਈ ਮਜਬੂਰ ਸੀ। ਆਖਰ ਇਹ ਲੋਕ ਵੀ ਉਸ ਤਰ੍ਹਾਂ ਹੀ ਸਨ ਜਿਸ ਤਰ੍ਹਾਂ ਉਹ ਆਪ ਤੇ ਉਹਦੇ ਧੀਆਂ ਪੁੱਤਰ ਸਨ।

"ਇਹ ਸਭ ਕੁਝ ਕਾਹਦੇ ਵਾਸਤੇ?" ਨੇਖਲੀਊਦੋਵ ਨੇ ਆਪਣੇ ਮਨ ਕੋਲੋਂ ਪੁੱਛਿਆ। ਜਦੋਂ ਵੀ ਉਹ ਜੇਲ੍ਹ ਆਉਂਦਾ ਸੀ ਉਹਦਾ ਜੀਅ ਕੱਚਾ ਹੋਣ ਲੱਗ ਪੈਂਦਾ ਜਿਵੇਂ ਹੁਣੇ ਹੀ ਉਸ ਨੂੰ ਉਲਟੀ ਆ ਜਾਵੇਗੀ, ਅਤੇ ਅੱਜ ਉਹ ਪਹਿਲਾਂ ਹਮੇਸ਼ਾ ਨਾਲੋਂ ਵਧ ਇੰਜ ਮਹਿਸੂਸ ਕਰ ਰਿਹਾ ਸੀ। ਉਹਨੂੰ ਆਪਣੇ ਮਨ ਕੋਲੋਂ ਪੁੱਛੇ ਸਵਾਲ ਦਾ ਕੋਈ ਜਵਾਬ ਨਾ ਲਭ ਸਕਿਆ।

੫੭

ਅਗਲੇ ਦਿਨ ਨੇਖਲੀਊਦੋਵ ਵਕੀਲ ਨੂੰ ਮਿਲਣ ਗਿਆ, ਅਤੇ ਮੈਨਸ਼ੋਵ ਮਾਂ ਪੁੱਤ ਦੇ ਕੇਸ ਬਾਰੇ ਉਹਦੇ ਨਾਲ ਗੱਲ ਕੀਤੀ ਤੇ ਮਿੰਨਤ ਕੀਤੀ ਕਿ ਉਹ ਉਹਨਾਂ ਦਾ ਮੁਕਦਮਾ ਲੜੇ। ਵਕੀਲ ਨੇ ਇਕਰਾਰ ਕੀਤਾ ਕਿ ਉਹ ਕੇਸ ਉਤੇ ਨਜ਼ਰ ਮਾਰੇਗਾ, ਤੇ ਜੇ ਗੱਲ ਉਸ ਤਰ੍ਹਾਂ ਹੀ ਹੋਈ ਜਿਸ ਤਰ੍ਹਾਂ ਨੇਖਲੀਊਦੋਵ ਨੇ ਦੱਸੀ ਹੈ, ਜਿਸ ਦੀ ਬੜੀ ਸੰਭਾਵਨਾ ਹੈ, ਤਾਂ ਉਹ ਉਹਨਾਂ ਦਾ ਮੁਕਦਮਾ ਮੁਫਤ ਲੜੇਗਾ। ਫੇਰ ਨੇਖਲੀਊਦੋਵ ਨੇ ਉਹਦੇ ਨਾਲ ਉਹਨਾਂ ਇਕ ਸੌ ਤੀਹ ਬੰਦਿਆਂ ਦੀ ਗੱਲ ਕੀਤੀ ਜਿਹੜੇ ਗ਼ਲਤੀ ਨਾਲ ਜੇਲ੍ਹ ਵਿਚ ਬੰਦ ਕੀਤੇ ਹੋਏ ਸਨ। ਪਲ ਦੀ ਪਲ ਵਕੀਲ ਚੁੱਪ ਰਿਹਾ। ਜ਼ਾਹਿਰ ਸੀ ਕਿ ਉਹ ਠੀਕ ਜਵਾਬ ਦੇਣਾ ਚਾਹੁੰਦਾ ਸੀ।

"ਕਿਸ ਦਾ ਕਸੂਰ ਏ? ਕਿਸੇ ਦਾ ਵੀ ਨਹੀਂ," ਉਸ ਨੇ ਫੈਸਲਾਕੁਨ ਢੰਗ ਨਾਲ ਆਖਿਆ। "ਸਰਕਾਰੀ ਵਕੀਲ ਨੂੰ ਪੁੱਛੋ, ਉਹ ਆਖੇਗਾ ਕਿ ਇਹ ਗਵਰਨਰ ਦਾ ਕਸੂਰ ਏ; ਗਵਰਨਰ ਨੂੰ ਪੁੱਛੋ, ਉਹ ਸਰਕਾਰੀ ਵਕੀਲ ਦਾ ਕਸੂਰ ਦੱਸੇਗਾ। ਕਿਸੇ ਦਾ ਵੀ ਕਸੂਰ ਨਹੀਂ।"

"ਮੈਂ ਹੁਣੇ ਡਿਪਟੀ-ਗਵਰਨਰ ਨੂੰ ਮਿਲਣ ਚਲਿਆ ਹਾਂ। ਮੈਂ ਉਹਦੇ ਨਾਲ ਗੱਲ ਕਰਾਂਗਾ।"

"ਇਸ ਦਾ ਕੋਈ ਫਾਇਦਾ ਨਹੀਂ," ਵਕੀਲ ਨੇ ਮੁਸਕ੍ਰਾਉਂਦੇ ਹੋਏ ਆਖਿਆ। "ਉਹ ਤਾਂ ਐਸਾ—ਤੁਹਾਡਾ ਕੋਈ ਰਿਸ਼ਤੇਦਾਰ ਜਾਂ ਦੋਸਤ ਤਾਂ ਨਹੀਂ?—ਐਸਾ ਖੋਤੇ ਦਾ ਖੁਰ ਏ ਕਿ ਪੁੱਛੋ ਕੁਝ ਨਾ। ਪਰ ਫੇਰ ਵੀ ਚਾਤਰ ਬਥੇਰਾ ਏ।"

ਨੇਖਲੀਊਦੋਵ ਨੂੰ ਉਹ ਗੱਲ ਯਾਦ ਆ ਗਈ ਜਿਹੜੀ ਮਾਸਲੇਨੀਕੋਵ ਨੇ ਵਕੀਲ ਬਾਰੇ ਆਖੀ ਸੀ, ਅਤੇ ਬਿਨਾਂ ਕੋਈ ਜਵਾਬ ਦਿੱਤੇ ਦੇ ਉਸ ਨੇ ਅਲਵਿਦਾ ਆਖੀ ਤੇ ਮਾਸਲੇਨੀਕੋਵ ਨੂੰ ਮਿਲਣ ਚਲਾ ਗਿਆ।

ਮਾਸਲੇਨੀਕੋਵ ਨਾਲ ਉਸ ਨੇ ਦੋ ਗੱਲਾਂ ਕਰਨੀਆਂ ਸਨ। ਇਕ ਤਾਂ ਇਹ ਕਿ ਮਾਸਲੋਵਾ ਨੂੰ ਜੇਲ੍ਹ ਦੇ ਹਸਪਤਾਲ ਵਿਚ ਬਦਲ ਦਿੱਤਾ ਜਾਵੇ ਅਤੇ ਦੂਜੀ ਉਹਨਾਂ ਇਕ ਸੌ ਤੀਹ ਬੰਦਿਆਂ ਬਾਰੇ ਜਿਨ੍ਹਾਂ ਨੂੰ ਬਿਨਾਂ ਕਿਸੇ ਕਸੂਰ ਦੇ, ਸਿਰਫ ਪਾਸਪੋਰਟ ਨਾ ਹੋਣ

ਕਰ ਕੇ, ਜੇਲ੍ਹ ਵਿਚ ਬੰਦ ਕੀਤਾ ਹੋਇਆ ਸੀ। ਐਸੇ ਆਦਮੀ ਕੋਲੋਂ ਜਿਸ ਲਈ ਉਹਦੇ ਮਨ ਵਿਚ ਕੋਈ ਆਦਰ ਭਾਵ ਨਹੀਂ ਸੀ ਕੋਈ ਰਿਆਇਤ ਮੰਗਣ ਜਾਣਾ ਬੜਾ ਔਖਾ ਕੰਮ ਸੀ, ਪਰ ਮਰਦਾ ਕੀ ਨਹੀਂ ਕਰਦਾ। ਆਪਣਾ ਕੰਮ ਕਰਾਉਣ ਦਾ ਏਹੋ ਇਕ ਤਰੀਕਾ ਸੀ ਤੇ ਉਸ ਨੂੰ ਇਹ ਵਰਤਣਾ ਪਿਆ।

ਜਿਸ ਵੇਲੇ ਬੱਘੀ ਵਿਚ ਬੈਠਾ ਨੇਖਲੀਊਦੋਵ ਮਾਸਲੇਨੀਕੋਵ ਦੇ ਘਰ ਪੁੱਜਾ ਤਾਂ ਵੇਖਿਆ ਕਿ ਬਾਹਰਲੇ ਫਾਟਕ ਅੱਗੇ ਬਹੁਤ ਸਾਰੀਆਂ ਤਰ੍ਹਾਂ ਤਰ੍ਹਾਂ ਦੀਆਂ ਬੱਘੀਆਂ ਖੜੀਆਂ ਸਨ। ਉਸ ਨੂੰ ਯਾਦ ਆਇਆ ਕਿ ਅੱਜ ਡਿਪਟੀ ਗਵਰਨਰ ਦੀ ਪਤਨੀ ਦੀ ਦਾਅਵਤ ਦਾ ਦਿਨ ਸੀ ਜਿਸ ਲਈ ਉਸ ਨੂੰ ਵੀ ਸੱਦਾ ਦਿੱਤਾ ਗਿਆ ਸੀ। ਜਿਸ ਵੇਲੇ ਨੇਖਲੀਊਦੋਵ ਦੀ ਬੱਘੀ ਬੂਹੇ ਅੱਗੇ ਆ ਕੇ ਰੁਕੀ ਉਸ ਵੇਲੇ ਫਾਟਕ ਅੱਗੇ ਇਕ ਹੋਰ ਬੱਘੀ ਖੜੀ ਸੀ ਅਤੇ ਇਕ ਵਰਦੀਪੋਸ਼ ਨੌਕਰ, ਜਿਸ ਦੀ ਟੋਪੀ ਉਤੇ ਬੈਜ ਲੱਗਾ ਹੋਇਆਂ ਸੀ, ਇਕ ਸੁਆਣੀ ਨੂੰ ਪੌੜੀਆਂ ਉਤਰਵਾ ਰਿਹਾ ਸੀ। ਉਸ ਔਰਤ ਨੇ ਆਪਣੇ ਗਾਊਨ ਨੂੰ ਥੋੜਾ ਜਿਹਾ ਉਪਰ ਚੁੱਕਿਆ ਹੋਇਆ ਸੀ ਜਿਸ ਨਾਲ ਉਸ ਦੇ ਨਾਜ਼ੁਕ ਗਿੱਟੇ, ਕਾਲੀਆਂ ਲੰਮੀਆਂ ਜੁਰਾਬਾਂ ਅਤੇ ਗੁਰਗਾਬੀ ਨਜ਼ਰ ਆ ਰਹੇ ਸਨ। ਇਹਨਾਂ ਬੱਘੀਆਂ ਵਿਚ ਇਕ ਬੰਦਾ "ਲੈਂਡੋ" ਵੀ ਸੀ। ਨੇਖਲੀਊਦੋਵ ਜਾਣਦਾ ਸੀ ਕਿ ਇਹ ਬੱਘੀ ਕੋਰਚਾਗਿਨ ਪਰਵਾਰ ਦੀ ਹੈ। ਧੌਲੇ ਵਾਲਾਂ, ਤੇ ਲਾਲ ਗੱਲ੍ਹਾਂ ਵਾਲੇ ਉਹਨਾਂ ਦੇ ਕੋਚਵਾਨ ਨੇ ਆਪਣੀ ਟੋਪੀ ਲਾਹੀ ਅਤੇ ਬੜੇ ਆਦਰ ਪਰ ਦੋਸਤਾਨਾ ਅੰਦਾਜ਼ ਨਾਲ ਝੁਕ ਕੇ ਨੇਖਲੀਊਦੋਵ ਨੂੰ ਸਲਾਮ ਕੀਤਾ ਜਿਵੇਂ ਕਿਸੇ ਜਾਣ-ਪਛਾਣ ਵਾਲੇ ਬੰਦੇ ਨੂੰ ਕੀਤਾ ਜਾਂਦਾ ਹੈ। ਨੇਖਲੀਊਦੋਵ ਹਾਲੇ ਮਾਸਲੇਨੀਕੋਵ ਬਾਰੇ ਪੁੱਛਣ ਹੀ ਵਾਲਾ ਸੀ ਕਿ ਉਸ ਨੇ ਉਹਨੂੰ ਕਿਸੇ ਬੜੇ ਖਾਸ ਪ੍ਰਾਹੁਣੇ ਨਾਲ ਪੌੜੀਆਂ ਉਤਰਦਿਆਂ ਵੇਖ ਲਿਆ। ਪੌੜੀਆਂ ਉਤੇ ਕਾਲੀਨ ਵਿਛਿਆ ਹੋਇਆ ਸੀ। ਮਾਸਲੇਨੀਕੋਵ ਪ੍ਰਾਹੁਣੇ ਨੂੰ ਪੌੜੀਆਂ ਦੇ ਗਲਿਆਰੇ ਤੱਕ ਨਹੀਂ ਸਗੋਂ ਹੇਠਾਂ ਤੱਕ ਛੱਡਣ ਆਇਆ ਸੀ। ਇਹ ਖਾਸ ਮਹਿਮਾਨ ਇਕ ਫੌਜੀ ਆਦਮੀ ਸੀ ਜਿਹੜਾ ਫਰਾਂਸੀਸੀ ਬੋਲੀ ਵਿਚ ਕਿਸੇ ਲਾਟਰੀ ਦੀ ਗੱਲ ਕਰ ਰਿਹਾ ਸੀ ਜਿਸ ਦੇ ਪੈਸੇ ਨਾਲ ਸ਼ਹਿਰ ਵਿਚ ਕੁਝ ਅਨਾਥ-ਆਸ਼ਰਾਮ ਬਣਾਏ ਜਾਣੇ ਸਨ। ਉਹ ਆਪਣੀ ਇਹ ਰਾਏ ਪ੍ਰਗਟ ਕਰ ਰਿਹਾ ਸੀ ਕਿ ਇਸ ਲਾਟਰੀ ਵਾਸਤੇ ਕੰਮ ਕਰਨਾ ਔਰਤਾਂ ਵਾਸਤੇ ਬੜਾ ਚੰਗਾ ਹੈ। ਇਕ ਤਾਂ ਇਹਦੇ ਨਾਲ ਉਹਨਾਂ ਦਾ ਮਨਪਰਚਾਵਾ ਹੁੰਦਾ ਹੈ, ਤੇ ਦੂਜੇ ਇਸ ਨਾਲ ਪੈਸੇ ਆਉਂਦੇ ਹ ।

"Qu'elles s'amusent et que le bon Dieu les bénisse.* ਅਰੇ, ਨੇਖਲੀਊਦੋਵ ! ਕੀ ਹਾਲ ਚਾਲ ਏ ? ਕੀ ਗੱਲ ਅਜਕਲ ਬੜੇ ਦਿਨਾਂ ਤੋਂ ਦਰਸ਼ਨ ਨਹੀਂ ਹੋਏ ਤੁਹਾਡੇ ?" ਉਸਨੇ ਨੇਖਲੀਊਦੋਵ ਦਾ ਸਵਾਗਤ ਕੀਤਾ। "Allez presenter vos devoirs à madame.** ਕੋਰਚਾਗਿਨ ਵੀ ਆਏ ਹੋਏ ਨੇ ਅਤੇ ਨਾਦੀਨ

---

* ਇਹਨਾਂ ਦਾ ਮਨਪਰਚਾਵਾ ਹੋਵੇ ਤੇ ਰੱਬ ਇਹਨਾਂ ਦਾ ਭਲਾ ਕਰੇ। (ਫਰਾਂਸੀਸੀ)—**ਸੰਪਾ :**

** ਜਾਓ, ਸ੍ਰੀਮਤੀ ਨੂੰ ਸਤਿਕਾਰ ਭੇਟ ਕਰ ਆਓ। (ਫਰਾਂਸੀਸੀ)—**ਸੰਪਾ :**

ਬੁਕਸਗੇਵਦਨ ਵੀ ਏਥੇ ਹੀ ਏ। "Toutes les jolies femmes de la ville" * ਖਾਸ ਮਹਿਮਾਨ ਨੇ ਆਖਿਆ ਤੇ ਉਸ ਨੇ ਆਪਣੇ ਮੋਢੇ ਥੋੜੇ ਜਿਹੇ ਉਤਾਂਹ ਚੁੱਕ ਲਏ ਤਾਂ ਜੋ ਉਸ ਦਾ ਨੌਕਰ ਉਸ ਨੂੰ ਓਵਰਕੋਟ ਪਹਿਨਾ ਦੇਵੇ। ਨੌਕਰ ਨੇ ਵੀ ਬੜੀ ਖ਼ੂਬਸੂਰਤ ਵਰਦੀ ਪਾਈ ਹੋਈ ਸੀ। "Au revoir, mon cher!" ** ਤੇ ਉਹਨੇ ਮਾਸਲੇਨੀਕੋਵ ਦਾ ਹੱਥ ਘੁਟਿਆ।

"ਆਓ, ਚਲੀਏ। ਮੈਨੂੰ ਬੇਹੱਦ ਖੁਸ਼ੀ ਹੋਈ ਏ," ਨੇਖਲੀਊਦੋਵ ਦਾ ਹੱਥ ਫੜ ਕੇ ਮਾਸਲੇਨੀਕੋਵ ਨੇ ਬੜੇ ਉਮਾਹ ਨਾਲ ਆਖਿਆ। ਆਪਣੇ ਮੋਟਾਪੇ ਦੇ ਬਾਵਜੂਦ ਮਾਸਲੇਨੀਕੋਵ ਜਲਦੀ ਜਲਦੀ ਪੌੜੀਆਂ ਚੜ੍ਹਨ ਲੱਗਾ।

ਮਾਸਲੇਨੀਕੋਵ ਖਾਸ ਤੌਰ ਤੇ ਖੁਸ਼ ਸੀ। ਇਸ ਦਾ ਕਾਰਨ ਇਹ ਸੀ ਕਿ ਇਕ ਅਹਿਮ ਸ਼ਖਸੀਅਤ ਨੇ ਉਹਦਾ ਖਿਆਲ ਰੱਖਿਆ ਸੀ। ਲੱਗਦਾ ਹੈ ਕਿ ਉਸ ਨੇ ਆਪ ਜ਼ਾਰ ਦੀ ਰੈਜਮੈਂਟ ਵਿਚ ਰਹਿ ਕੇ ਕੰਮ ਕੀਤਾ ਸੀ, ਇਸ ਕਰਕੇ ਉਹ ਸ਼ਾਹੀ ਖਾਨਦਾਨ ਦੇ ਲੋਕਾਂ ਨੂੰ ਮਿਲਣ ਦਾ ਆਦੀ ਹੋ ਗਿਆ ਸੀ। ਪਰ ਜਾਪਦਾ ਹੈ ਕਿ ਬਾਰ ਬਾਰ ਕਰਨ ਨਾਲ ਬੰਦੇ ਦੀ ਕਮੀਨਗੀ ਵਿਚ ਵਾਧਾ ਹੀ ਹੁੰਦਾ ਹੈ। ਹਰ ਵਾਰ ਕਿਸੇ ਵੱਡੇ ਆਦਮੀ ਵੱਲੋਂ ਦਿੱਤੇ ਗਏ ਧਿਆਨ ਨਾਲ ਉਸ ਨੂੰ ਇਸ ਤਰ੍ਹਾਂ ਦੀ ਖੁਸ਼ੀ ਹੁੰਦੀ ਸੀ ਜਿਸ ਤਰ੍ਹਾਂ ਦੀ ਖੁਸ਼ੀ ਵਫਾਦਾਰ ਕੁੱਤੇ ਨੂੰ ਉਸ ਵੇਲੇ ਹੁੰਦੀ ਹੈ ਜਦੋਂ ਉਹਦਾ ਮਾਲਕ ਉਸ ਨੂੰ ਥਾਪੀਆਂ ਦੇਂਦਾ ਹੈ, ਉਸ ਨੂੰ ਪਲੋਸਦਾ ਹੈ ਜਾਂ ਉਸ ਦੇ ਕੰਨ ਖੁਰਕਦਾ ਹੈ। ਕੁੱਤਾ ਆਪਣੀ ਪੂਛ ਹਿਲਾਉਂਦਾ ਹੈ, ਪੈਰਾਂ ਵਿਚ ਲੇਟਦਾ ਫਿਰਦਾ ਹੈ, ਉਛਲਦਾ ਟੱਪਦਾ ਹੈ, ਆਪਣੇ ਕੰਨ ਸੁਟ ਲੈਂਦਾ ਹੈ ਅਤੇ ਝੱਲਿਆਂ ਵਾਂਗ ਇਕ ਚੱਕਰ ਵਿਚ ਦੌੜਨ ਭੱਜਣ ਲੱਗਦਾ ਹੈ। ਮਾਸਲੇਨੀਕੋਵ ਏਹੋ ਕੁਝ ਕਰਨ ਵਾਸਤੇ ਤਿਆਰ ਸੀ। ਉਸ ਨੇ ਨੇਖਲੀਊਦੋਵ ਦੇ ਚਿਹਰੇ ਉਤੇ ਗੰਭੀਰਤਾ ਦੇ ਹਾਵਾਂ ਭਾਵਾਂ ਵੱਲ ਕੋਈ ਧਿਆਨ ਨਾ ਦਿੱਤਾ, ਉਹਦੀਆਂ ਗੱਲਾਂ ਵੱਲ ਕੰਨ ਨਹੀਂ ਧਰਿਆ, ਸਗੋਂ ਉਸ ਨੂੰ ਖਿੱਚਦਾ ਹੋਇਆ ਬੈਠਕ ਵੱਲ ਲੈ ਤੁਰਿਆ। ਇਸ ਕਰਕੇ ਉਹਦੇ ਮਗਰ ਮਗਰ ਤੁਰੇ ਜਾਣ ਤੋਂ ਬਗ਼ੈਰ ਨੇਖਲੀਊਦੋਵ ਕੁਝ ਨਹੀਂ ਸੀ ਕਰ ਸਕਦਾ।

"ਕੰਮ ਪਿੱਛੋਂ ਹੋ ਜਾਏਗਾ। ਜੋ ਆਖੋਗੇ ਕਰ ਦਿਆਂਗਾ," ਨੱਚਣ ਵਾਲੇ ਕਮਰੇ ਵਿਚੋਂ ਵੀ ਨੇਖਲੀਊਦੋਵ ਨੂੰ ਲਈ ਜਾਂਦਿਆਂ ਮਾਸਲੇਨੀਕੋਵ ਨੇ ਆਖਿਆ। "ਅੰਦਰ ਜਾ ਕੇ ਆਖ ਕਿ ਪ੍ਰਿੰਸ ਨੇਖਲੀਊਦੋਵ ਆਏ ਨੇ," ਬਿਨਾਂ ਅਟਕਣ ਦੇ ਉਸ ਨੇ ਵਰਦੀਪੋਸ਼ ਨੌਕਰ ਨੂੰ ਆਖਿਆ। ਨੌਕਰ ਦੁੜੰਗੇ ਮਾਰਦਾ ਉਹਨਾਂ ਦੇ ਅੱਗੇ ਨਿਕਲ ਗਿਆ। "Vous n'avez qu'à ordonner *** ਪਰ ਪਹਿਲਾਂ ਮੇਰੀ ਪਤਨੀ ਨੂੰ ਜ਼ਰੂਰ ਮਿਲ

---

* ਸ਼ਹਿਰ ਦੀਆਂ ਸਾਰੀਆਂ ਸੁੰਦਰੀਆਂ। (ਫਰਾਂਸੀਸੀ)—**ਸੰਪਾ :**

** ਅਲਵਿਦਾ, ਮੇਰੇ ਪਿਆਰੇ। (ਫਰਾਂਸੀਸੀ)—**ਸੰਪਾ :**

*** ਤੁਹਾਡੇ ਹੁਕਮ ਦੀ ਲੋੜ ਏ। (ਫਰਾਂਸੀਸੀ)—**ਸੰਪਾ :**

ਲਓ। ਪਿਛਲੀ ਵਾਰੀ ਉਸ ਨੂੰ ਮਿਲੇ ਬਗ਼ੈਰ ਚਲੇ ਗਏ ਤਾਂ ਉਹਨੇ ਮੇਰੀ ਚੰਗੀ ਖੁੰਬ ਠੱਪੀ ਸੀ।"

ਬੈਠਕ ਤੱਕ ਉਹਨਾਂ ਦੇ ਪਹੁੰਚਣ ਤੋਂ ਪਹਿਲਾਂ ਹੀ ਨੌਕਰ ਨੇ ਨੇਖਲੀਊਦੋਵ ਦੇ ਆਉਣ ਦੀ ਖਬਰ ਕਰ ਦਿੱਤੀ ਸੀ। ਡਿਪਟੀ-ਗਵਰਨਰ ਦੀ ਪਤਨੀ, ਅੱਨਾ ਇਗਨਾਤੀਏਵਨਾ ਖੂਬਸੂਰਤ ਟੋਪੀ ਪਾਈ ਬੈਠੀਆਂ ਇਸਤ੍ਰੀਆਂ ਵਿਚ ਘਿਰੀ ਹੋਈ ਸੀ। ਉਹਦੇ ਚਿਹਰੇ ਤੇ ਮੁਸਕ੍ਰਾਹਟ ਤੇ ਖੇੜਾ ਆ ਗਿਆ। ਹਸੂੰ ਹਸੂੰ ਕਰਦਿਆਂ ਉਸ ਨੇ ਨੇਖਲੀਊਦੋਵ ਦਾ ਸਵਾਗਤ ਕੀਤਾ। ਬੈਠਕ ਦੇ ਦੂਜੇ ਸਿਰੇ ਕੁਝ ਔਰਤਾਂ ਚਾਹ ਦੀ ਮੇਜ਼ ਦੁਆਲੇ ਬੈਠੀਆਂ ਹੋਈਆਂ ਸਨ ਅਤੇ ਕੁਝ ਫੌਜੀ ਤੇ ਗੈਰ-ਫੌਜੀ ਆਦਮੀ ਉਹਨਾਂ ਦੇ ਕੋਲ ਖੜੇ ਸਨ। ਸਭ ਮਰਦ ਤੇ ਔਰਤਾਂ ਕਦੇ ਨਾ ਮੁਕਣ ਵਾਲੀਆਂ ਗੱਲਾਂ ਵਿਚ ਲੱਗੇ ਹੋਏ ਸਨ।

"Enfin!* ਅਸੀਂ ਤਾਂ ਸੋਚਿਆ ਕਿ ਤੁਸੀਂ ਸਾਨੂੰ ਭੁਲ ਹੀ ਗਏ। ਕੀ ਗ਼ਲਤੀ ਹੋ ਗਈ ਸਾਥੋਂ?"

ਇਹਨਾਂ ਲਫਜ਼ਾਂ ਨਾਲ ਅੱਨਾ ਇਗਨਾਤੀਏਵਨਾ ਨੇ ਨੇਖਲੀਊਦੋਵ ਦਾ ਸਵਾਗਤ ਕੀਤਾ। ਉਹ ਜ਼ਾਹਿਰ ਕਰਨਾ ਚਾਹੁੰਦੀ ਸੀ ਕਿ ਨੇਖਲੀਊਦੋਵ ਤੇ ਉਹਦੇ ਵਿਚਕਾਰ ਕਿੰਨੀ ਨੇੜਤਾ ਹੈ। ਹਾਲਾਂ ਕਿ ਉਹਨਾਂ ਵਿਚਕਾਰ ਕਦੇ ਕੋਈ ਨੇੜਤਾ ਨਹੀਂ ਸੀ।

"ਤੁਸੀਂ ਇਹਨਾਂ ਨੂੰ ਜਾਣਦੇ ਓ? ਜਾਣਦੇ ਓ? ਮਾਦਾਮ ਬੇਲੀਆਵਸਕਾਯਾ, ਮਿਖਾਇਲ ਇਵਾਨੋਵਿਚ ਚੇਰਨੋਵ। ਬਹਿ ਜਾਓ ਰਤਾ ਨੇੜੇ ਹੋ ਕੇ।"

"ਮਿੱਸੀ, venez donc à notre table. Ou vous apportera votre thé...** ਤੇ ਤੁਸੀਂ," ਉਸ ਨੇ ਇਕ ਅਫਸਰ ਨੂੰ ਆਖਿਆ ਜਿਹੜਾ ਮਿੱਸੀ ਨਾਲ ਗੱਲੀਂ ਲੱਗਾ ਹੋਇਆ ਸੀ। ਪ੍ਰਤੱਖ ਰੂਪ ਵਿਚ ਉਹ ਉਸ ਦਾ ਨਾਂ ਭੁਲ ਗਈ ਸੀ, "ਏਧਰ ਆ ਜਾਓ... ਚਾਹ ਦਾ ਇਕ ਪਿਆਲਾ, ਪ੍ਰਿੰਸ?"

"ਖਿਲਕੁਲ ਨਹੀਂ, ਮੈਂ ਬਿਲਕੁਲ ਸਹਿਮਤ ਨਹੀਂ। ਸਿੱਧੀ ਗੱਲ ਏ। ਉਹ ਪਿਆਰ ਨਹੀਂ ਸੀ ਕਰਦੀ," ਕਿਸੇ ਔਰਤ ਦੀ ਆਵਾਜ਼ ਆ ਰਹੀ ਸੀ।

"ਪਰ ਉਹ ਖੱਟੀਆਂ ਮਿੱਠੀਆਂ ਚੀਜ਼ਾਂ ਨੂੰ ਪਿਆਰ ਕਰਦੀ ਸੀ।"

"ਉਫ, ਹਮੇਸ਼ਾ ਓਹੋ ਵਲੱਲੇ ਮਖੌਲ!" ਕਿਸੇ ਦੂਜੀ ਔਰਤ ਨੇ ਹੱਸਦਿਆਂ ਆਖਿਆ ਜਿਹੜੀ ਸਿਲਕੀ ਕਪੜਿਆਂ, ਸੋਨੇ, ਮੋਤੀਆਂ ਨਾਲ ਝਮ ਝਮ ਕਰ ਰਹੀ ਸੀ।

"C'est excellent *** ਨੇ ਇਹ ਛੋਟੇ ਛੋਟੇ ਬਿਸਕੁਟ, ਤੇ ਹਲਕੇ ਕਿੰਨੇ। ਮੈਂ ਤਾਂ ਇਕ ਹੋਰ ਲਵਾਂਗੀ।"

"ਤੁਸੀਂ ਭਲਾ ਛੇਤੀ ਹੀ ਚਲੇ ਜਾਓਗੇ ਸ਼ਹਿਰੋਂ?"

---

* ਆਖਰਕਾਰ (ਫਰਾਂਸੀਸੀ)—**ਸੰਪਾ:**

** ਸਾਡੀ ਮੇਜ਼ ਤੇ ਆ ਜਾਓ। ਤੁਹਾਡੀ ਚਾਹ ਏਥੇ ਆ ਜਾਏਗੀ... (ਫਰਾਂਸੀਸੀ)—**ਸੰਪਾ:**

*** ਲਾਜਵਾਬ। (ਫਰਾਂਸੀਸੀ)—**ਸੰਪਾ:**

"ਹਾਂ, ਅੱਜ ਅਖੀਰਲਾ ਦਿਨ ਏ। ਏਸੇ ਕਰਕੇ ਅਸੀਂ ਆ ਗਏ।"

"ਹਾਂ, ਪਿੰਡ ਵਿਚ ਤਾਂ ਬੜੇ ਮਜ਼ੇ ਹੋਣਗੇ। ਐਤਕਾਂ ਬਸੰਤ ਰੁੱਤ ਵੀ ਬੜੀ ਖਿੜੀ ਹੋਈ ਏ।"

ਮਿੱਸੀ, ਹੈਟ ਪਾਈ ਅਤੇ ਗੂੜ੍ਹੇ ਰੰਗ ਦੀ ਧਾਰੀਦਾਰ ਚੁਸਤ ਕੱਸਵੀਂ ਪੁਸ਼ਾਕ ਵਿਚ, ਜਿਵੇਂ ਉਹਦਾ ਜਨਮ ਹੀ ਇਸ ਪੁਸ਼ਾਕ ਸਮੇਤ ਹੋਇਆ ਹੋਵੇ, ਬਹੁਤ ਸੁਹਣੀ ਲੱਗ ਰਹੀ ਹੈ। ਨੇਖਲੀਊਦੋਵ ਨੂੰ ਵੇਖਦਿਆਂ ਹੀ ਉਹਦੇ ਚਿਹਰੇ ਤੇ ਸ਼ਰਮ ਦੀ ਲਾਲੀ ਫਿਰ ਗਈ।

"ਵਾਹ, ਮੈਂ ਤਾਂ ਸਮਝਿਆ ਸੀ ਤੁਸੀਂ ਚਲੇ ਗਏ," ਉਸ ਨੇ ਨੇਖਲੀਊਦੋਵ ਨੂੰ ਆਖਿਆ।

"ਬੱਸ ਛੇਤੀ ਹੀ ਜਾਣ ਵਾਲਾ ਹਾਂ। ਕੁਝ ਕੰਮ ਪੈ ਗਿਆ ਇਸ ਕਰਕੇ ਅਟਕ ਗਿਆ ਸਾਂ। ਕੰਮ ਕਰਕੇ ਹੀ ਏਧਰ ਆਇਆ ਹਾਂ।"

"ਮਾਮਾ ਨੂੰ ਮਿਲਣ ਨਹੀਂ ਆਉਣਾ? ਤੁਹਾਨੂੰ ਮਿਲ ਕੇ ਉਹ ਬੜੀ ਖੁਸ਼ ਹੋਵੇਗੀ," ਉਸ ਨੇ ਆਖਿਆ। ਅਤੇ ਇਹ ਗੱਲ ਜਾਣਦਿਆਂ ਕਿ ਉਸ ਨੇ ਜੋ ਆਖਿਆ ਹੈ ਉਹ ਸੱਚ ਨਹੀਂ, ਅਤੇ ਨੇਖਲੀਊਦੋਵ ਵੀ ਜਾਣਦਾ ਹੈ ਕਿ ਇਹ ਸੱਚ ਨਹੀਂ, ਉਹ ਹੋਰ ਵੀ ਬਹੁਤਾ ਸ਼ਰਮਾ ਗਈ।

"ਲੱਗਦਾ ਹੈ ਸ਼ਾਇਦ ਸਮਾਂ ਨਾ ਮਿਲੇ," ਨੇਖਲੀਊਦੋਵ ਨੇ ਗੰਭੀਰ ਲਹਿਜੇ ਨਾਲ ਜਵਾਬ ਦਿੱਤਾ। ਉਹ ਇਸ ਤਰ੍ਹਾਂ ਜ਼ਾਹਿਰ ਕਰਨ ਦੀ ਕੋਸ਼ਿਸ਼ ਕਰ ਰਿਹਾ ਸੀ ਜਿਵੇਂ ਉਹਨੇ ਮਿੱਸੀ ਦੇ ਸ਼ਰਮਾਏ ਚਿਹਰੇ ਨੂੰ ਨਹੀਂ ਵੇਖਿਆ।

ਗੁੱਸੇ ਨਾਲ ਮਿੱਸੀ ਦੀ ਤਿਊੜੀ ਚੜ੍ਹ ਗਈ। ਉਸ ਨੇ ਆਪਣੇ ਮੋਢੇ ਛੰਡੇ ਤੇ ਇਕ ਬਾਂਕੇ ਅਫਸਰ ਵੱਲ ਚਲੀ ਗਈ। ਅਫਸਰ ਨੇ ਉਹਦੇ ਹਥੋਂ ਖਾਲੀ ਕੱਪ ਫੜ ਲਿਆ ਅਤੇ ਕਿਸੇ ਸੂਰਬੀਰ ਵਾਂਗ ਦੂਜਰੀ ਮੇਜ਼ ਉਤੇ ਰਖਣ ਚਲਾ ਗਿਆ। ਜਾਂਦੇ ਹੋਏ ਥਾਂ ਥਾਂ ਉਹਦੀ ਤਲਵਾਰ ਕੁਰਸੀਆਂ ਨਾਲ ਖਹਿੰਦੀ ਰਹੀ ਸੀ।

"ਤੁਹਾਨੂੰ ਜ਼ਰੂਰ ਅਨਾਥ ਆਸ਼ਰਮ ਲਈ ਚੰਦਾ ਦੇਣਾ ਚਾਹੀਦੈ।"

"ਮੈਂ ਨਾਂਹ ਤਾਂ ਨਹੀਂ ਕਰਦਾ। ਮੇਰੀ ਸਿਰਫ ਏਹੋ ਖਾਹਿਸ਼ ਏ ਕਿ ਇਹ ਰਕਮ ਲਾਟਰੀ ਵਾਸਤੇ ਰੱਖਾਂ। ਉਸ ਵੇਲੇ ਦੇਣ ਨਾਲ ਸ਼ਾਨ ਹੋਵੇਗੀ।"

"ਚੰਗਾ, ਫੇਰ ਭੁਲਿਓ ਨਾ," ਕਿਸੇ ਨੇ ਆਖਿਆ ਤੇ ਇਸ ਮਗਰੋਂ ਪ੍ਰਤੱਖ ਤੌਰ ਤੇ ਬਣਾਉਟੀ ਜਿਹੇ ਹਾਸੇ ਦੀ ਆਵਾਜ਼ ਆਈ।

ਅੱਨਾ ਇਗਨਾਤੀਏਵਨਾ ਦੀਆਂ ਅੱਡੀਆਂ ਨਹੀਂ ਸੀ ਭੁੰਜੇ ਲੱਗ ਰਹੀਆਂ। ਉਹਦੀ ਪਾਰਟੀ ਬੁਹਤ ਕਾਮਯਾਬ ਰਹੀ ਸੀ।

"ਮੀਕਾ ਮੈਨੂੰ ਦੱਸ ਰਿਹਾ ਸੀ ਕਿ ਤੁਸੀਂ ਜੇਲ੍ਹ ਸੁਧਾਰ ਦੇ ਕੰਮ ਵਿਚ ਲੱਗੇ ਹੋਏ ਓ। ਮੈਂ ਸਾਰੀ ਗੱਲ ਬੜੀ ਚੰਗੀ ਤਰ੍ਹਾਂ ਸਮਝਦੀ ਹਾਂ," ਉਸ ਨੇ ਨੇਖਲੀਊਦੋਵ ਨੂੰ ਆਖਿਆ। "ਮੀਕਾ ਵਿਚ ਕਈ ਖਰਾਬੀਆਂ ਹੋ ਸਕਦੀਆਂ ਨੇ, ਪਰ ਤੁਸੀਂ ਜਾਣਦੇ ਓ ਉਹ ਦਿਲ ਦਾ ਬੜਾ ਨਰਮ ਹੈ (ਮੀਕਾ ਉਹ ਆਪਣੇ ਮੋਟੇ ਪਤੀ, ਮਾਸਲੇਨੀਕੋਵ ਨੂੰ ਕਹਿੰਦੀ ਸੀ)।

ਇਹਨਾਂ ਵਿਚਾਰੇ ਕੈਦੀਆਂ ਨੂੰ ਉਹ ਆਪਣੇ ਬੱਚਿਆਂ ਵਾਂਗ ਸਮਝਦੇ। ਹੋਰ ਕੁਝ ਉਹ ਸਮਝ ਹੀ ਨਹੀਂ ਸਕਦਾ। Il est d'une bonté..."*

ਤੇ ਉਹ ਚੁਪ ਕਰ ਗਈ। ਉਸ ਨੂੰ ਆਪਣੇ ਪਤੀ ਦੀ bonté** ਨੂੰ ਪ੍ਰਗਟ ਕਰਨ ਲਈ ਲਫਜ਼ ਨਹੀਂ ਲਭ ਰਹੇ ਸਨ ਜਿਸ ਦੇ ਹੁਕਮ ਨਾਲ ਲੋਕਾਂ ਨੂੰ ਕੋਰੜੇ ਮਾਰੇ ਜਾਂਦੇ ਸਨ। ਅਤੇ ਮੁਸਕ੍ਰਾਉਂਦੀ ਹੋਈ ਉਹ ਝੰਵੀ ਹੋਈ ਬਿਰਧ ਔਰਤ ਵੱਲ ਮੁੜ ਪਈ ਜਿਹੜੀ ਉਸੇ ਘੜੀ ਹੀ ਕਮਰੇ ਅੰਦਰ ਆਈ ਸੀ। ਇਸ ਔਰਤ ਨੇ ਕਾਸ਼ਨੀ ਰੰਗ ਦੇ ਰਿਬਨ ਬੰਨ੍ਹੇ ਹੋਏ ਸਨ।

ਰਸਮੀ ਤੌਰ ਤੇ ਜਿਹੜੇ ਦੋ ਚਾਰ ਬੇਮਾਅਨੀ ਜਿਹੇ ਲਫਜ਼ ਕਹਿਣੇ ਬੜੇ ਜ਼ਰੂਰੀ ਸਨ ਉਹ ਆਖ ਕੇ ਨੇਖਲੀਊਦੋਵ ਉੱਠਿਆ ਅਤੇ ਮਾਸਲੇਨੀਕੋਵ ਦੇ ਕੋਲ ਆ ਗਿਆ।

"ਦੋ ਕੁ ਮਿੰਟ ਮੇਰੀ ਗੱਲ ਸੁਣਨ ਦੀ ਕਿਰਪਾ ਕਰੋਗੇ?"

"ਹਾਂ, ਹਾਂ, ਕਿਉਂ ਨਹੀਂ? ਕੀ ਗੱਲ ਏ? ਏਧਰ ਅੰਦਰ ਆ ਜਾਓ।"

ਉਹ ਇਕ ਛੋਟੀ ਜਿਹੀ ਬੈਠਕ ਵਿਚ ਚਲੇ ਗਏ ਜਿਹੜੀ ਜਾਪਾਨੀ ਢੰਗ ਨਾਲ ਸਜਾਈ ਗਈ ਹੋਈ ਸੀ ਅਤੇ ਬਾਰੀ ਦੇ ਕੋਲ ਜਾ ਕੇ ਬਹਿ ਗਏ।

੫੮

"ਹੱਛਾ, je suis à vous*** ਸਿਗਰਟ ਪੀਓਗੇ? ਪਰ ਰਤਾ ਠਹਿਰ ਜਾ। ਧਿਆਨ ਰਖਣਾ ਚਾਹੀਦੈ ਕਿਤੇ ਕੁਝ ਖ਼ਰਾਬ ਨਾ ਕਰ ਬਹੀਏ," ਮਾਸਲੇਨੀਕੋਵ ਨੇ ਆਖਿਆ, ਅਤੇ ਇਕ ਐਸ਼ਟਰੇ ਲੈ ਆਇਆ। "ਬੋਲ ਹੁਣ?"

"ਤੇਰੇ ਨਾਲ ਮੈਨੂੰ ਦੋ ਕੰਮ ਨੇ।"

"ਠੀਕ।"

ਮਾਸਲੇਨੀਕੋਵ ਦਾ ਚਿਹਰਾ ਉਦਾਸ ਹੋ ਗਿਆ। ਉਸ ਚਾਅ-ਉਮਾਹ ਦਾ ਕੋਈ ਨਾਂ ਨਿਸ਼ਾਨ ਬਾਕੀ ਨਾ ਰਿਹਾ ਜਿਹੜਾ ਕੁੱਤੇ ਵਿਚ ਹੁੰਦਾ ਹੈ ਜਦੋਂ ਮਾਲਕ ਉਹਦੇ ਕੰਨ ਤੇ ਖੁਰਕਦਾ ਹੈ। ਬੈਠਕ ਵਿਚ ਗੱਪਾਂ ਮਾਰਦੇ ਲੋਕਾਂ ਦੀਆਂ ਆਵਾਜ਼ਾਂ ਉਹਨਾਂ ਦੇ ਕੰਨਾਂ ਵਿਚ ਪੈ ਰਹੀਆਂ ਸਨ। ਇਕ ਔਰਤ ਆਖ ਰਹੀ ਸੀ, "Jamais, jamais je ne croirais!"**** ਅਤੇ ਦੂਜੇ ਪਾਸੇ ਤੋਂ ਇਕ ਮਰਦ ਦੀ ਆਵਾਜ਼ ਆ ਰਹੀ ਸੀ ਜਿਹੜਾ

---

* ਉਹ ਏਡੇ ਚੰਗੇ ਸੁਭਾ ਦਾ ਹੈ... (ਫਰਾਂਸੀਸੀ)—ਸੰਪਾ:

** ਨਰਮਦਿਲੀ। (ਫਰਾਂਸੀਸੀ)—ਸੰਪਾ:

*** ਬੰਦਾ ਸੇਵਾ ਵਿਚ ਹਾਜ਼ਰ ਹੈ। (ਫਰਾਂਸੀਸੀ)—ਸੰਪਾ:

**** ਕਦੇ ਨਹੀਂ, ਕਦੇ ਨਹੀਂ ਮੰਨ ਸਕਦੀ। (ਫਰਾਂਸੀਸੀ)—ਸੰਪਾ:

ਕੋਈ ਗੱਲ ਸੁਣਾ ਰਿਹਾ ਸੀ ਜਿਸ ਵਿਚ ਕਾਉਂਟੈਸ ਵੋਰੋਨਤਸੋਵਾ ਅਤੇ ਵਿਕਤੋਰ ਅਪਰਾਕਸਿਨ ਦਾ ਨਾਂ ਮੁੜ ਮੁੜ ਆ ਰਿਹਾ ਸੀ। ਕਿਸੇ ਹੋਰ ਪਾਸੇ ਤੋਂ ਹਾਸੇ ਵਿਚ ਰਲੀਆਂ ਮਿਲੀਆਂ ਆਵਾਜ਼ਾਂ ਦੀ ਭੀਂ ਭੀਂ ਸੁਣ ਰਹੀ ਸੀ। ਮਾਸਲੇਨੀਕੋਵ ਇਕ ਕੰਨੋਂ ਬੈਠਕ ਵਿਚੋਂ ਆ ਰਹੀਆਂ ਆਵਾਜ਼ਾਂ ਸੁਣਨ ਦੀ ਕੋਸ਼ਿਸ਼ ਕਰ ਰਿਹਾ ਸੀ ਅਤੇ ਦੂਜੇ ਕੰਨੋਂ ਨੇਖਲੀਊਦੋਵ ਦੀ ਗੱਲ ਸੁਣ ਰਿਹਾ ਸੀ।

"ਮੈਂ ਫੇਰ ਓਸੇ ਔਰਤ ਬਾਰੇ ਹੀ ਮਿਲਣ ਆਇਆਂ," ਨੇਖਲੀਊਦੋਵ ਨੇ ਆਖਿਆ।

"ਹਾਂ, ਹਾਂ ਮੈਂ ਜਾਣਦਾਂ। ਜਿਹੜੀ ਬੇਕਸੂਰ ਨੂੰ ਹੀ ਸਜ਼ਾ ਹੋ ਗਈ।"

"ਮੈਂ ਚਾਹੁੰਦਾ ਹਾਂ ਕਿ ਉਸ ਨੂੰ ਜੇਲ੍ਹ ਦੇ ਹਸਪਤਾਲ ਵਿਚ ਕੰਮ ਕਰਨ ਲਾ ਦਿੱਤਾ ਜਾਏ। ਮੈਨੂੰ ਪਤਾ ਲੱਗਾ ਹੈ ਕਿ ਇਸ ਤਰ੍ਹਾਂ ਹੋ ਸਕਦਾ ਹੈ।"

ਮਾਸਲੇਨੀਕੋਵ ਨੇ ਬੁਲ੍ਹ ਭੀਚ ਲਏ ਤੇ ਸੋਚੀਂ ਪੈ ਗਿਆ।

"ਮੁਸ਼ਕਲ ਹੈ," ਉਸ ਨੇ ਆਖਿਆ। "ਫੇਰ ਵੀ ਮੈਂ ਵੇਖਾਂਗਾ। ਜੇ ਕੁਝ ਹੋ ਸਕਦਾ ਹੋਇਆ ਤਾਂ ਮੈਂ ਭਲਕੇ ਤਾਰ ਰਾਹੀਂ ਜਵਾਬ ਦੇ ਦਿਆਂਗਾ।"

"ਪਤਾ ਲੱਗਾ ਹੈ ਕਿ ਓਥੇ ਰੋਗੀਆਂ ਦੀ ਗਿਣਤੀ ਬਹੁਤ ਹੈ ਅਤੇ ਮਦਦ ਦੀ ਲੋੜ ਹੈ।"

"ਠੀਕ ਏ, ਠੀਕ ਏ। ਮੈਂ ਹਰ ਹਾਲਤ ਵਿਚ ਤੈਨੂੰ ਖਬਰ ਕਰਾਂਗਾ।"

"ਜ਼ਰੂਰ। ਬੜੀ ਮਿਹਰਬਾਨੀ ਹੋਵੇਗੀ," ਨੇਖਲੀਊਦੋਵ ਨੇ ਆਖਿਆ।

ਬੈਠਕ ਵਿਚੋਂ ਲੋਕਾਂ ਦੇ ਹੱਸਣ ਦੀ ਆਵਾਜ਼ ਆਈ। ਕਿਸੇ ਕਿਸੇ ਦਾ ਹਾਸਾ ਸੁਭਾਵਿਕ ਵੀ ਸੀ।

"ਇਹ ਓਸੇ ਵਿਕਤੋਰ ਕਰਕੇ ਹੈ। ਜਦੋਂ ਚੰਗੇ ਰੌਂ ਵਿਚ ਹੋਵੇ ਤਾਂ ਉਹ ਸਭ ਦੀਆਂ ਭੰਬੀਰੀਆਂ ਭੁਆ ਛਡਦੈ," ਮਾਸਲੇਨੀਕੋਵ ਨੇ ਕਿਹਾ।

"ਤੇ ਦੂਜੀ ਗੱਲ," ਨੇਖਲੀਊਦੋਵ ਨੇ ਕਿਹਾ, "ਇਕ ਸੌ ਤੀਹ ਬੰਦੇ ਜੇਲ੍ਹ ਵਿਚ ਸਿਰਫ ਏਸ ਕਰਕੇ ਡੱਕੇ ਹੋਏ ਨੇ ਕਿ ਉਹਨਾਂ ਦੇ ਪਾਸਪੋਰਟਾਂ ਦੀ ਮਿਆਦ ਮੁਕ ਚੁੱਕੀ ਹੈ। ਮਹੀਨੇ ਤੋਂ ਉਤੇ ਹੋ ਗਿਆ ਹੈ ਉਹਨਾਂ ਨੂੰ ਅੰਦਰ ਸੁੱਟਿਆਂ।"

ਤੇ ਉਹਨੇ ਸਾਰੇ ਮਾਮਲੇ ਦਾ ਵੇਰਵਾ ਦੱਸਿਆ।

"ਤੈਨੂੰ ਕਿਵੇਂ ਪਤਾ ਲੱਗਿਐ?" ਮਾਸਲੇਨੀਕੋਵ ਨੇ ਪੁੱਛਿਆ। ਉਹ ਕੁਝ ਪ੍ਰੇਸ਼ਾਨ ਤੇ ਅਪ੍ਰਸੰਨ ਲੱਗ ਰਿਹਾ ਸੀ।

"ਮੈਂ ਇਕ ਕੈਦੀ ਨੂੰ ਮਿਲਣ ਗਿਆ ਸਾਂ, ਤੇ ਇਹਨਾਂ ਲੋਕਾਂ ਨੇ ਲਾਂਘੇ ਵਿਚ ਆ ਕੇ ਮੈਨੂੰ ਘੇਰ ਲਿਆ, ਅਤੇ ਪੁੱਛਿਆ..."

"ਕਿਹੜੇ ਕੈਦੀ ਨੂੰ ਮਿਲਣ ਗਏ ਸੀ?"

"ਇਕ ਕਿਸਾਨ ਹੈ ਜਿਸ ਦਾ ਕਸੂਰ ਕੋਈ ਨਹੀਂ ਪਰ ਜੇਲ੍ਹ ਵਿਚ ਤਾੜਿਆ ਹੋਇਆ ਹੈ। ਉਹਦਾ ਮਾਮਲਾ ਤਾਂ ਮੈਂ ਇਕ ਵਕੀਲ ਦੇ ਸਪੁਰਦ ਕਰ ਦਿੱਤਾ ਹੈ। ਪਰ ਗੱਲ ਇਹ ਨਹੀਂ। ਗੱਲ ਇਹ ਹੈ ਕਿ ਕੀ ਇਹ ਹੋ ਸਕਦਾ ਹੈ ਕਿ ਬੇਕਸੂਰੇ ਲੋਕਾਂ ਨੂੰ ਸਿਰਫ ਏਸ

ਕਰਕੇ ਜੇਲ੍ਹ ਵਿਚ ਡੱਕ ਰਖਿਆ ਜਾਏ ਕਿ ਉਹਨਾਂ ਦੇ ਪਾਸਪੋਰਟਾਂ ਦੀ ਮਿਆਦ ਪੁੱਗ ਚੁੱਕੀ ਹੈ? ਅਤੇ—"

"ਇਹ ਸਰਕਾਰੀ ਵਕੀਲ ਦਾ ਕੰਮ ਏ," ਮਾਸਲੇਨੀਕੋਵ ਨੇ ਖਿੱਝ ਕੇ ਉਹਦੀ ਗੱਲ ਟੋਕੀ। "ਵੇਖ ਲਿਆ, ਤੂੰ ਕਹਿੰਦਾ ਸੀ ਇਸ ਤਰ੍ਹਾਂ ਮੁਕਦਮੇ ਦਾ ਫੈਸਲਾ ਛੇਤੀ ਵੀ ਹੁੰਦਾ ਹੈ ਤੇ ਇਨਸਾਫ ਵੀ ਮਿਲਦਾ ਹੈ? ਸਰਕਾਰੀ ਵਕੀਲ ਦਾ ਫਰਜ਼ ਹੈ ਕਿ ਜੇਲ੍ਹ ਵਿਚ ਜਾ ਕੇ ਵੇਖੇ ਪਰਖੇ ਕਿ ਕੈਦੀਆਂ ਨੂੰ ਕਾਨੂੰਨ ਦੇ ਮੁਤਾਬਿਕ ਰਖਿਆ ਜਾਂਦਾ ਹੈ ਜਾਂ ਨਹੀਂ। ਪਰ ਉਹਨਾਂ ਨੂੰ ਤਾਂ ਤਾਸ਼ ਖੇਡਣ ਤੋਂ ਹੀ ਵਿਹਲ ਨਹੀਂ ਮਿਲਦੀ। ਇਸ ਤੋਂ ਬਿਨਾਂ ਹੋਰ ਉਹ ਕਰਦੇ ਹੀ ਕੀ ਨੇ?"

"ਇਸ ਦਾ ਮਤਲਬ ਹੋਇਆ ਕਿ ਤੂੰ ਕੁਝ ਨਹੀਂ ਕਰ ਸਕਦਾ?" ਨੇਖਲੀਊਦੋਵ ਨੇ ਬੇਉਮੀਦੀ ਨਾਲ ਆਖਿਆ। ਉਸ ਨੂੰ ਵਕੀਲ ਦੀ ਆਖੀ ਗੱਲ ਯਾਦ ਆ ਗਈ ਕਿ ਡਿਪਟੀ-ਗਵਰਨਰ ਸਾਰਾ ਕਸੂਰ ਸਰਕਾਰੀ ਵਕੀਲ ਦੇ ਮੱਥੇ ਮੜ੍ਹੇਗਾ।

"ਨਹੀਂ, ਮੈਂ ਕੁਝ ਨਾ ਕੁਝ ਕਰਾਂਗਾ। ਮੈਂ ਹੁਣੇ ਇਸ ਦੀ ਪੜਤਾਲ ਕਰਾਂਗਾ।"

"ਆਪਣੇ ਪੈਰਾਂ ਤੇ ਹੀ ਕੁਹਾੜਾ ਮਾਰੇਗੀ। C'est un souffre-douleur,"* ਬੈਠਕ ਵਿਚੋਂ ਇਕ ਔਰਤ ਦੀ ਆਵਾਜ਼ ਆਈ। ਜ਼ਾਹਿਰ ਸੀ ਕਿ ਉਹਨੂੰ ਇਸ ਗੱਲ ਦੀ ਕੋਈ ਪ੍ਰਵਾਹ ਨਹੀਂ ਸੀ ਕਿ ਉਹ ਕੀ ਆਖ ਰਹੀ ਹੈ।

"ਹੋਰ ਵੀ ਚੰਗੀ ਗੱਲ। ਮੈਂ ਇਹ ਵੀ ਲੈ ਲਵਾਂਗਾ," ਦੂਸਰੇ ਪਾਸਿਓਂ ਇਕ ਆਦਮੀ ਦੀ ਆਵਾਜ਼ ਸੁਣਾਈ ਦਿੱਤੀ। ਫੇਰ ਕਿਸੇ ਔਰਤ ਦੇ ਚੁਲਬਲੇ ਹਾਸੇ ਦੀ ਆਵਾਜ਼ ਆਈ। ਲੱਗਦਾ ਸੀ ਜਿਵੇਂ ਉਹ ਆਦਮੀ ਉਸ ਕੋਲੋਂ ਕੋਈ ਚੀਜ਼ ਲੈਣਾ ਚਾਹੁੰਦਾ ਹੋਵੇ ਤੇ ਉਹ ਰੋਕਣ ਦੀ ਕੋਸ਼ਿਸ਼ ਕਰ ਰਹੀ ਹੋਵੇ।

"ਨਹੀਂ, ਨਹੀਂ, ਕਦਾਚਿਤ ਨਹੀਂ," ਔਰਤ ਆਖ ਰਹੀ ਸੀ।

"ਠੀਕ ਹੈ ਫੇਰ। ਮੈਂ ਇਹ ਸਭ ਕੁਝ ਕਰਾਂਗਾ," ਮਾਸਲੇਨੀਕੋਵ ਨੇ ਫੇਰ ਆਖਿਆ ਅਤੇ ਸਿਗਰਟ ਬੁਝਾ ਦਿੱਤੀ ਜਿਹੜੀ ਉਸ ਨੇ ਫਰੋਜ਼ੇ ਦੀ ਅੰਗੂਠੀ ਵਾਲੇ ਗੋਰੇ ਚਿੱਟੇ ਹੱਥ ਵਿਚ ਫੜੀ ਹੋਈ ਸੀ। "ਤੇ ਆਓ ਹੁਣ ਓਧਰ ਔਰਤਾਂ ਵੱਲ ਚਲੀਏ।"

"ਹਾਂ, ਪਰ ਜ਼ਰਾ ਠਹਿਰੋ," ਨੇਖਲੀਊਦੋਵ ਨੇ ਬੈਠਕ ਦੇ ਬੂਹੇ ਤੇ ਖਲੋ ਕੇ ਆਖਿਆ। "ਮੈਨੂੰ ਕਿਸੇ ਦੱਸਿਆ ਸੀ ਕਿ ਕਲ੍ਹ ਜੇਲ੍ਹ ਵਿਚ ਕਿਸੇ ਕੈਦੀ ਨੂੰ ਸਰੀਰਕ ਸਜ਼ਾ ਦਿੱਤੀ ਗਈ ਸੀ। ਠੀਕ ਗੱਲ ਹੈ?"

ਮਾਸਲੇਨੀਕੋਵ ਦਾ ਚਿਹਰਾ ਲਾਲ ਹੋ ਗਿਆ।

"ਉਫ, ਤੇਰੇ ਦੀ। ਨਹੀਂ, mon cher, ਤੈਨੂੰ ਓਥੇ ਬਿਲਕੁਲ ਨਹੀਂ ਜਾਣ ਦੇਣਾ ਚਾਹੀਦਾ। ਤੂੰ ਸਭ ਕਾਸੇ ਦੀ ਸੂਹ ਕਢਣਾ ਚਾਹੁੰਦਾ ਏਂ। ਆ ਜਾ, ਆ ਜਾ ਚਲੀਏ—ਅੱਨਾ ਬੁਲਾ ਰਹੀ ਏ," ਨੇਖਲੀਊਦੋਵ ਨੂੰ ਬਾਹੋਂ ਫੜਦਿਆਂ ਉਸ ਨੇ ਆਖਿਆ। ਉਹ ਹੁਣ ਫੇਰ

---

* ਇਹ ਦੁਖਿਆਰਨ। (ਫਰਾਂਸੀਸੀ)—**ਸੰਪਾ:**

ਓਸੇ ਤਰ੍ਹਾਂ ਚਾਮ੍ਹਲ ਗਿਆ ਸੀ ਜਿਵੇਂ ਖਾਸ ਮਹਿਮਾਨ ਨਾਲ ਗੱਲਾਂ ਕਰਨ ਵੇਲੇ ਚਾਮ੍ਹਲਿਆ ਹੋਇਆ ਸੀ। ਫਰਕ ਸਿਰਫ਼ ਇਹ ਸੀ ਕਿ ਹੁਣ ਚਾਮ੍ਹਲਣ ਦਾ ਕਾਰਨ ਖੁਸ਼ੀ ਨਹੀਂ, ਸਗੋਂ ਘਬਰਾਹਟ ਸੀ।

ਨੇਖਲੀਊਦੋਵ ਨੇ ਖਿੱਚ ਕੇ ਆਪਣੀ ਬਾਂਹ ਛੁਡਾਈ, ਅਤੇ ਬਿਨਾਂ ਕਿਸੇ ਕੋਲੋਂ ਵਿਦਾ ਲਏ ਜਾਂ ਕਿਸੇ ਨਾਲ ਕੋਈ ਗੱਲ ਕੀਤੇ ਦੇ ਬੈਠਕ ਵਿਚੋਂ ਲੰਘ ਕੇ ਉਹ ਹੇਠਾਂ ਡਿਉੜੀ ਵਿਚ ਆ ਗਿਆ। ਵਰਦੀਪੋਸ਼ ਨੌਕਰ ਲਪਕ ਕੇ ਉਹਦੇ ਵੱਲ ਵਧਿਆ, ਪਰ ਉਹ ਘੁੱਟਿਆ ਵੱਟਿਆ ਜਿਹਾ ਉਹਦੇ ਅੱਗੋਂ ਦੀ ਲੰਘ ਕੇ ਬਾਹਰਲੇ ਬੂਹੇ ਅੱਗੇ ਪਹੁੰਚ ਗਿਆ।

"ਕੀ ਹੋ ਗਿਆ ਏਹਨੂੰ? ਕੀ ਕਰ ਦਿੱਤਾ ਤੂੰ ਉਹਨੂੰ?" ਅੱਨਾ ਨੇ ਆਪਣੇ ਪਤੀ ਕੋਲੋਂ ਪੁੱਛਿਆ।

"ਇਹ ਤਾਂ à la française ਹੈ," ਕਿਸੇ ਨੇ ਫਿਕਰਾ ਕੱਸਿਆ।

"À la française ਨਹੀਂ, à la zoulou * ਹੈ।"

"ਉਫ, ਇਹ ਹਮੇਸ਼ਾ ਹੀ ਇਸ ਤਰ੍ਹਾਂ ਦਾ ਰਿਹੈ।"

ਕੋਈ ਉਠ ਕੇ ਖਲੋ ਗਿਆ, ਕੋਈ ਹੋਰ ਉਹਦੀ ਥਾਂ ਆ ਗਿਆ, ਤੇ ਗਪਸ਼ਪ ਦਾ ਸਿਲਸਲਾ ਚਲਦਾ ਰਿਹਾ। ਨੇਖਲੀਊਦੋਵ ਵਾਲੀ ਇਹ ਘਟਨਾ ਲੋਕਾਂ ਨੂੰ ਗੱਲਾਂ ਕਰਨ ਦਾ ਇਕ ਮਜ਼ਮੂਨ ਮਿਲ ਗਿਆ ਅਤੇ ਜਿੰਨਾਂ ਚਿਰ ਪਾਰਟੀ ਚਲਦੀ ਰਹੀ ਏਸੇ ਦੀਆਂ ਗੱਲਾਂ ਹੁੰਦੀਆਂ ਰਹੀਆਂ।

ਅਗਲੇ ਦਿਨ ਨੇਖਲੀਊਦੋਵ ਨੂੰ ਮਾਸਲੇਨੀਕੋਵ ਦੀ ਇਕ ਚਿੱਠੀ ਮਿਲੀ। ਚਿੱਠੀ ਇਕ ਮੋਟੇ ਚਮਕੀਲੇ ਕਾਗ਼ਜ਼ ਉਤੇ ਜਿਸ ਉਪਰ ਰਾਜ–ਚਿੰਨ੍ਹ ਛਪਿਆ ਹੋਇਆ ਸੀ ਬੜੀ ਸੁੰਦਰ ਤੇ ਮੋਟੀ ਲਿਖਾਈ ਵਿਚ ਲਿਖੀ ਹੋਈ ਸੀ ਅਤੇ ਲਿਫਾਫਾ ਬਾਕਾਇਦਾ ਲਾਖ਼ ਨਾਲ ਸੀਲਬੰਦ ਕੀਤਾ ਹੋਇਆ ਸੀ। ਮਾਸਲੇਨੀਕੋਵ ਨੇ ਲਿਖਿਆ ਸੀ ਕਿ ਉਸ ਨੇ ਮਾਸਲੋਵਾ ਨੂੰ ਹਸਪਤਾਲ ਵਿਚ ਤਬਦੀਲ ਕਰਨ ਬਾਰੇ ਡਾਕਟਰ ਨੂੰ ਲਿਖ ਦਿੱਤਾ ਹੈ ਅਤੇ ਆਸ ਹੈ ਕਿ ਨੇਖਲੀਊਦੋਵ ਦੀ ਇੱਛਾ ਅਨੁਸਾਰ ਕਾਰਵਾਈ ਕੀਤੀ ਜਾਏਗੀ। ਚਿੱਠੀ ਦੇ ਹੇਠਾਂ ਲਿਖਿਆ ਸੀ, "ਪਿਆਰ ਨਾਲ, ਤੇਰਾ ਪੁਰਾਣਾ ਸਾਥੀ" ਅਤੇ ਮੋਟੇ ਮੋਟੇ, ਦ੍ਰਿੜ੍ਹ ਤੇ ਕਲਾਤਮਕ ਅੱਖਰਾਂ ਵਿਚ ਦਸਖ਼ਤ ਕੀਤੇ ਹੋਏ ਸਨ।

"ਮੂਰਖ ਚਾਰ ਜ਼ਮਾਨੇ ਦਾ!" ਸੁਭੌਕੀ ਹੀ ਨੇਖਲੀਊਦੋਵ ਦੇ ਮੂੰਹੋਂ ਨਿਕਲ ਗਿਆ, ਖਾਸ ਕਰਕੇ ਸ਼ਬਦ "ਸਾਥੀ" ਪੜ੍ਹ ਕੇ ਜਿਸ ਤੋਂ ਉਹਨੂੰ ਮਾਸਲੇਨੀਕੋਵ ਦੀ ਨਿਵਾਜ਼ਸ਼ ਦਾ ਅਹਿਸਾਸ ਹੁੰਦਾ ਸੀ। ਉਸ ਨੂੰ ਲੱਗਿਆ ਸੀ ਕਿ ਮਾਸਲੇਨੀਕੋਵ ਇਸ ਕੁਰਸੀ ਤੇ ਬੈਠਾ ਜੋ ਕੰਮ ਕਰ ਰਿਹਾ ਹੈ ਉਹ ਇਖਲਾਕੀ ਤੌਰ ਤੇ ਨਿਹਾਇਤ ਗੰਦਾ ਤੇ ਸ਼ਰਮਨਾਕ ਹੈ, ਪਰ ਉਹ ਹਾਲੇ ਵੀ ਆਪਣੇ ਆਪ ਨੂੰ ਬੜਾ ਵੱਡਾ ਆਦਮੀ ਸਮਝੀ ਬੈਠਾ ਹੈ ਅਤੇ ਉਹ ਜੋ

---

* ਫਰਾਂਸੀਸੀਆਂ ਦਾ ਅੰਦਾਜ਼। (ਫਰਾਂਸੀਸੀ)—ਸੰਪਾ:

** ਜ਼ੂਲੂਆਂ ਦਾ ਅੰਦਾਜ਼। (ਫਰਾਂਸੀਸੀ)—ਸੰਪਾ:

ਨੇਖਲੀਊਦੋਵ ਨੂੰ ਖੁਸ਼ ਨਹੀਂ ਸੀ ਕਰਨਾ ਚਾਹੁੰਦਾ ਤਾਂ ਇਹਨਾਂ ਜ਼ਰੂਰ ਵਿਖਾਉਣਾ ਚਾਹੁੰਦਾ ਸੀ ਕਿ ਏਡਾ ਵੱਡਾ ਆਦਮੀ ਹੋ ਕੇ ਵੀ ਉਹ ਉਸ ਨੂੰ ਸਾਥੀ ਆਖ ਕੇ ਬੁਲਾਉਂਦਾ ਹੈ।

੫੯

ਬਹੁਤ ਸਾਰੇ ਪ੍ਰਚਲਤ ਭਰਮਾਂ ਵਿਚੋਂ ਇਕ ਇਹ ਵੀ ਹੈ ਕਿ ਹਰ ਆਦਮੀ ਵਿਚ ਕੋਈ ਨਾ ਕੋਈ ਖਾਸ ਗੁਣ ਹੁੰਦਾ ਹੈ : ਇਕ ਦਿਆਲੂ ਹੈ ਤੇ ਦੂਜਾ ਨਿਰਦਈ, ਇਕ ਸਿਆਣਾ ਹੈ ਤੇ ਦੂਜਾ ਬੇਵਕੂਫ, ਇਕ ਉਦਮੀ ਹੈ ਤੇ ਦੂਜਾ ਆਲਸੀ। ਪਰ ਅਸਲ ਵਿਚ ਲੋਕ ਇਸ ਤਰ੍ਹਾਂ ਦੇ ਨਹੀਂ। ਅਸੀਂ ਇਹ ਆਖ ਸਕਦੇ ਹਾਂ ਕਿ ਇਕ ਆਦਮੀ ਬਹੁਤਾ ਕਰਕੇ ਦਿਆਲੂ ਹੁੰਦਾ ਹੈ ਤੇ ਨਿਰਦਈ ਘਟ, ਆਮ ਕਰਕੇ ਸਿਆਣਪ ਤੋਂ ਕੰਮ ਲੈਂਦਾ ਹੈ ਤੇ ਬੇਵਕੂਫੀਆਂ ਘਟ ਕਰਦਾ ਹੈ, ਉਦਮੀ ਵਧੇਰੇ ਹੈ ਅਤੇ ਆਲਸੀ ਘਟ। ਜਾਂ ਗੱਲ ਇਸ ਦੇ ਉਲਟ ਵੀ ਹੋ ਸਕਦੀ ਹੈ। ਪਰ ਇਹ ਆਖਣਾ ਸਹੀ ਨਹੀਂ ਹੋਵੇਗਾ ਕਿ ਇਕ ਆਦਮੀ ਦਿਆਲੂ ਜਾਂ ਸਿਆਣਾ ਹੈ, ਅਤੇ ਦੂਜਾ ਭੈੜਾ ਜਾਂ ਬੇਵਕੂਫ ਹੈ। ਅਤੇ ਇਸ ਦੇ ਬਾਵਜੂਦ ਅਸੀਂ ਹਮੇਸ਼ਾ ਲੋਕਾਂ ਨੂੰ ਇਸ ਤਰੀਕੇ ਨਾਲ ਕਿਸਮਾਂ ਵਿਚ ਵੰਡਦੇ ਰਹਿੰਦੇ ਹਾਂ। ਅਤੇ ਇਹ ਗ਼ਲਤ ਹੈ। ਮਨੁਖ ਤਾਂ ਦਰਿਆਵਾਂ ਵਾਂਗ ਹੁੰਦੇ ਹਨ। ਸਾਰੇ ਦਰਿਆਵਾਂ ਵਿਚ ਇਕੋ ਜਿਹਾ ਪਾਣੀ ਹੁੰਦਾ ਹੈ। ਪਰ ਹਰ ਦਰਿਆ ਦਾ ਪਾਟ ਕਿਤੇ ਚੌੜਾ ਹੁੰਦਾ ਹੈ ਕਿਤੇ ਸੌੜਾ, ਕਿਤੇ ਉਸ ਦੀ ਚਾਲ ਤੇਜ਼ ਹੁੰਦੀ ਹੈ ਕਿਤੇ ਸੁਸਤ, ਕਿਤੇ ਉਸ ਦਾ ਪਾਣੀ ਨਿਰਮਲ ਤੇ ਸਵੱਛ ਹੁੰਦਾ ਹੈ ਕਿਤੇ ਗੰਧਲਾ, ਕਿਤੇ ਠੰਡਾ ਤੇ ਕਿਤੇ ਨਿਘਾ। ਏਹੋ ਗੱਲ ਮਨੁਖਾਂ ਤੇ ਲਾਗੂ ਹੁੰਦੀ ਹੈ। ਹਰ ਮਨੁਖ ਦੇ ਅੰਦਰ ਸਾਰੇ ਮਨੁਖੀ ਗੁਣ ਬੀਜ–ਰੂਪ ਵਿਚ ਮੌਜੂਦ ਹੁੰਦੇ ਹਨ। ਪਰ ਕਿਸੇ ਵੇਲੇ ਇਕ ਗੁਣ ਉਘੜ ਕੇ ਪ੍ਰਤੱਖ ਹੁੰਦਾ ਹੈ ਤੇ ਕਿਸੇ ਵੇਲੇ ਦੂਸਰਾ, ਅਤੇ ਕਈ ਵਾਰੀ ਮਨੁਖ ਆਪਣੇ ਆਮ ਸੁਭਾ ਦੇ ਉਲਟ ਹੋ ਜਾਂਦਾ ਹੈ ਹਾਲਾਂ ਕਿ ਆਦਮੀ ਓਹੋ ਰਹਿੰਦਾ ਹੈ। ਕਈ ਲੋਕਾਂ ਵਿਚ ਇਸ ਕਿਸਮ ਦੀਆਂ ਤਬਦੀਲੀਆਂ ਸਿਖਰ ਨੂੰ ਜਾ ਪਹੁੰਚਦੀਆਂ ਹਨ। ਨੇਖਲੀਊਦੋਵ ਅਜਿਹਾ ਹੀ ਇਕ ਮਨੁਖ ਸੀ। ਉਸ ਵਿਚ ਇਹ ਤਬਦੀਲੀਆਂ ਸਰੀਰਕ ਤੇ ਆਤਮਕ ਦੋਹਾਂ ਕਾਰਨਾਂ ਕਰਕੇ ਆਉਂਦੀਆਂ ਸਨ। ਏਸੇ ਤਰ੍ਹਾਂ ਦੀ ਇਕ ਤਬਦੀਲੀ ਹੁਣ ਉਹਦੇ ਅੰਦਰ ਆਈ ਸੀ।

ਕਾਤੀਊਸ਼ਾ ਦੇ ਮੁਕਦਮੇ ਤੇ ਉਹਦੇ ਨਾਲ ਪਹਿਲੀ ਮੁਲਾਕਾਤ ਤੋਂ ਮਗਰੋਂ ਨੇਖਲੀਊਦੋਵ ਨੂੰ ਇਉਂ ਲੱਗਿਆ ਸੀ ਜਿਵੇਂ ਉਸ ਨੂੰ ਨਵੀਂ ਜ਼ਿੰਦਗੀ ਮਿਲ ਗਈ ਹੋਵੇ ਤੇ ਉਹਦੇ ਅੰਦਰ ਜਿੱਤ ਤੇ ਖੁਸ਼ੀ ਦਾ ਅਹਿਸਾਸ ਜਾਗਿਆ ਸੀ। ਇਹ ਅਹਿਸਾਸ ਹੁਣ ਬਿਲਕੁਲ ਮਿਟ ਗਿਆ ਸੀ, ਅਤੇ ਪਿਛਲੀ ਮੁਲਾਕਾਤ ਤੋਂ ਮਗਰੋਂ ਭੈ ਅਤੇ ਨਫਰਤ ਨੇ ਇਸ ਖੁਸ਼ੀ ਦੀ ਥਾਂ ਲੈ ਲਈ ਸੀ। ਉਸ ਦਾ ਦ੍ਰਿੜ੍ਹ ਨਿਸਚਾ ਸੀ ਕਿ ਉਹ ਮਾਸਲੋਵਾ ਨੂੰ ਛੱਡੇਗਾ ਨਹੀਂ, ਅਤੇ ਜੇ

ਉਹ ਮੰਨ ਗਈ ਤਾਂ ਉਹਦੇ ਨਾਲ ਵਿਆਹ ਕਰਾਉਣ ਦਾ ਇਰਾਦਾ ਨਹੀਂ ਬਦਲੇਗਾ। ਪਰ ਇਹ ਗੱਲ ਉਸ ਨੂੰ ਬੜੀ ਔਖੀ ਜਾਪਦੀ ਸੀ ਅਤੇ ਏਸੇ ਕਰਕੇਂ ਉਹਦਾ ਮਨ ਦੁਖੀ ਸੀ।

ਮਾਸਲੇਨੀਕੋਵ ਨੂੰ ਮਿਲਣ ਤੋਂ ਮਗਰੋਂ ਅਗਲੇ ਹੀ ਦਿਨ ਉਹ ਫੇਰ ਕਾਤੀਊਸ਼ਾ ਨੂੰ ਮਿਲਣ ਵਾਸਤੇ ਜੇਲ੍ਹ ਵਿਚ ਗਿਆ ਸੀ।

ਇੰਸਪੈਕਟਰ ਨੇ ਉਸ ਨੂੰ ਮਿਲਣ ਦੀ ਇਜਾਜ਼ਤ ਤਾਂ ਦੇ ਦਿੱਤੀ ਸੀ ਪਰ ਦਫਤਰ ਵਿਚ ਨਹੀਂ, ਨਾ ਹੀ ਵਕੀਲ ਦੇ ਕਮਰੇ ਵਿਚ, ਸਗੋਂ ਔਰਤਾਂ ਨਾਲ ਮੁਲਾਕਾਤ ਕਰਨ ਵਾਲੇ ਰਾਖਵੇਂ ਕਮਰੇ ਵਿਚ।

ਮਿਹਰਬਾਨੀ ਵਿਖਾਉਣ ਤੇ ਕਰਨ ਦੇ ਬਾਵਜੂਦ, ਇੰਸਪੈਕਟਰ ਨੇਖਲੀਊਦੋਵ ਨਾਲ ਪਹਿਲਾਂ ਨਾਲੋਂ ਕੁਝ ਵਧੇਰੇ ਰੱਖ ਰਖਾ ਤੋਂ ਕੰਮ ਲੈ ਰਿਹਾ ਸੀ। ਮਾਸਲੇਨੀਕੋਵ ਨਾਲ ਉਹਦੀ ਗਲਬਾਤ ਦਾ ਨਤੀਜਾ ਇਹ ਨਿਕਲਿਆ ਜਾਪਦਾ ਸੀ ਕਿ ਇੰਸਪੈਕਟਰ ਨੂੰ ਵਧੇਰੇ ਚੌਕਸੀ ਵਰਤਣ ਦਾ ਹੁਕਮ ਦਿੱਤਾ ਗਿਆ ਸੀ।

"ਤੁਸੀਂ ਉਸ ਨੂੰ ਮਿਲ ਸਕਦੇ ਹੋ," ਇੰਸਪੈਕਟਰ ਨੇ ਆਖਿਆ ਸੀ, "ਪਰ ਮਿਹਰਬਾਨੀ ਕਰ ਕੇ ਪੈਸਿਆਂ ਬਾਰੇ ਜਿਹੜੀ ਗੱਲ ਮੈਂ ਆਖੀ ਸੀ ਉਸ ਨੂੰ ਯਾਦ ਰਖਿਓ। ਅਤੇ ਉਸ ਨੂੰ ਹਸਪਤਾਲ ਭੇਜ ਦੇਣ ਬਾਰੇ ਜੋ ਗਵਰਨਰ ਸਾਹਿਬ ਨੇ ਮੈਨੂੰ ਲਿਖਿਆ ਹੈ, ਇਹ ਕੰਮ ਹੋ ਜਾਣਾ ਸੀ। ਡਾਕਟਰ ਮੰਨ ਗਿਆ ਸੀ। ਪਰ ਉਹ ਆਪ ਹੀ ਨਹੀਂ ਮੰਨਦੀ। ਉਹ ਕਹਿੰਦੀ ਹੈ: 'ਮੈਨੂੰ ਨਹੀਂ ਲੋੜ, ਜਾ ਕੇ ਇਹਨਾਂ ਨੀਚਾਂ ਕੰਗਾਲਾਂ ਦਾ ਗੰਦ ਸੁੱਟਦੀ ਫਿਰਾਂ'। ਤੁਸੀਂ ਜਾਣਦੇ ਨਹੀਂ ਏਹਨਾਂ ਲੋਕਾਂ ਨੂੰ, ਪ੍ਰਿੰਸ।"

ਨੇਖਲੀਊਦੋਵ ਨੇ ਕੋਈ ਜਵਾਬ ਨਹੀਂ ਦਿੱਤਾ, ਸਿਰਫ ਮੁਲਾਕਾਤ ਕਰਾਉਣ ਲਈ ਆਖਿਆ। ਇੰਸਪੈਕਟਰ ਨੇ ਇਕ ਵਾਰਡਰ ਨੂੰ ਬੁਲਾਇਆ, ਅਤੇ ਨੇਖਲੀਊਦੋਵ ਉਹਦੇ ਪਿਛੇ ਪਿਛੇ ਔਰਤਾਂ ਦੇ ਮੁਲਾਕਾਤੀ-ਕਮਰੇ ਵਿਚ ਦਾਖਲ ਹੋਇਆ।

ਕਮਰੇ ਵਿਚ ਮਾਸਲੋਵਾ ਇਕੱਲੀ ਬੈਠੀ ਉਡੀਕ ਰਹੀ ਸੀ। ਚੁਪ ਤੇ ਡਰੀ ਸਹਿਮੀ, ਉਹ ਜਾਲੀ ਦੇ ਪਿਛਿਓਂ ਉਹਦੇ ਕੋਲ ਆਈ ਅਤੇ ਉਹਦੇ ਵੱਲ ਵੇਖੇ ਬਗੈਰ ਬੋਲੀ:

"ਮਾਫ ਕਰਨਾ, ਦਮਿਤਰੀ ਇਵਾਨੋਵਿਚ। ਪਰਸੋਂ ਮੈਂ ਬੜਾ ਕੁਝ ਊਟ ਪਟਾਂਗ ਤੇ ਗ਼ਲਤ ਬੋਲਦੀ ਰਹੀ ਸਾਂ।"

"ਮੈਂ ਤੁਹਾਨੂੰ ਕੀ ਮਾਫ ਕਰਾਂ," ਨੇਖਲੀਊਦੋਵ ਨੇ ਗੱਲ ਸ਼ੁਰੂ ਕੀਤੀ।

"ਪਰ ਕੁਝ ਵੀ ਹੈ, ਤੁਸੀਂ ਮੈਨੂੰ ਮੇਰੇ ਹਾਲ ਤੇ ਛੱਡ ਦਿਓ," ਉਸ ਨੇ ਗੱਲ ਟੁਕੀ ਅਤੇ ਟੀਰੀ ਅੱਖ ਨਾਲ ਨੇਖਲੀਊਦੋਵ ਵੱਲ ਵੇਖਿਆ। ਨੇਖਲੀਊਦੋਵ ਨੂੰ ਜਾਪਿਆ ਕਿ ਉਹਦੀਆਂ ਅੱਖਾਂ ਵਿਚ ਪਹਿਲਾਂ ਵਾਲਾ ਹੀ ਤਣਾਓ ਅਤੇ ਗੁੱਸਾ ਸੀ।

"ਕਿਉਂ ਛੱਡ ਦੇਵਾਂ ਮੈਂ?"

"ਹਾਂ, ਇਸ ਤਰ੍ਹਾਂ ਹੀ ਹੋਵੇਗਾ।"

"ਪਰ ਕਿਉਂ?"

ਮਾਸਲੋਵਾ ਨੇ ਫੇਰ ਨੇਖਲੀਊਦੋਵ ਵੱਲ ਵੇਖਿਆ। ਨੇਖਲੀਊਦੋਵ ਨੂੰ ਫੇਰ ਉਹਦੀ

ਤਕਣੀ ਵਿਚ ਗੁੱਸਾ ਨਜ਼ਰ ਆਇਆ।

"ਬਸ, ਏਹੋ ਗੱਲ ਏ," ਉਸ ਨੇ ਆਖਿਆ। "ਤੁਹਾਨੂੰ ਛੱਡਣਾ ਹੀ ਪਵੇਗਾ ਮੈਨੂੰ ਮੇਰੇ ਹਾਲ ਤੇ। ਮੈਂ ਤੁਹਾਨੂੰ ਠੀਕ ਆਖਦੀ ਹਾਂ। ਮੈਥੋਂ ਨਹੀਂ ਹੋ ਸਕਦਾ। ਛੱਡ ਦਿਓ ਤੁਸੀਂ ਇਹਨਾਂ ਸਭ ਗੱਲਾਂ ਨੂੰ।" ਉਸ ਦੇ ਬੁਲ੍ਹ ਫਰਕੇ ਅਤੇ ਉਹ ਇਕ ਪਲ ਵਾਸਤੇ ਚੁੱਪ ਹੋ ਗਈ। "ਮੈਂ ਸੱਚ ਆਖ ਰਹੀ ਆਂ। ਏਹਦੇ ਨਾਲੋਂ ਤਾਂ ਫਾਹ ਲੈ ਲੈਣਾ ਚੰਗਾ।"

ਨੇਖਲੀਊਦੋਵ ਨੇ ਮਹਿਸੂਸ ਕੀਤਾ ਕਿ ਇਸ ਇਨਕਾਰ ਵਿਚ ਨਫਰਤ ਅਤੇ ਸਖ਼ਤ ਨਾਰਾਜ਼ਗੀ ਸੀ ਜਿਵੇਂ ਉਹ ਉਸ ਨੂੰ ਮਾਫ ਨਾ ਕਰਨਾ ਚਾਹੁੰਦੀ ਹੋਵੇ। ਪਰ ਇਸ ਦੇ ਨਾਲ ਹੀ ਕੋਈ ਹੋਰ ਗੱਲ ਵੀ ਸੀ, ਕੋਈ ਚੰਗੀ ਤੇ ਅਹਿਮ ਗੱਲ। ਆਪਣੇ ਪਹਿਲਾਂ ਕੀਤੇ ਹੋਏ ਇਨਕਾਰ ਨੂੰ ਉਸ ਨੇ ਦੁਹਰਾਇਆ ਸੀ, ਪਰ ਜਿਸ ਠਰ੍ਹੰਮੇ ਨਾਲ ਉਹ ਇਸ ਨੂੰ ਦੁਹਰਾ ਰਹੀ ਸੀ ਉਸ ਨਾਲ ਨੇਖਲੀਊਦੋਵ ਦੇ ਦਿਲ ਦੇ ਸਾਰੇ ਸ਼ੱਕ ਸ਼ੁਬ੍ਹੇ ਮਿਟ ਗਏ ਸਨ, ਅਤੇ ਫੇਰ ਉਹ ਗੰਭੀਰ, ਵਿਜਈ ਤੇ ਭਾਵਕ ਜਜ਼ਬਾ ਪੈਦਾ ਹੋ ਗਿਆ ਸੀ ਜਿਹੜਾ ਕਾਤੀਊਸ਼ਾ ਦੇ ਸੰਬੰਧ ਵਿਚ ਉਹਨੇ ਪਹਿਲਾਂ ਵੀ ਮਹਿਸੂਸ ਕੀਤਾ ਸੀ।

"ਕਾਤੀਊਸ਼ਾ, ਜੋ ਕੁਝ ਮੈਂ ਆਖਿਆ ਸੀ ਫੇਰ ਆਖਾਂਗਾ," ਉਸ ਨੇ ਬੜੀ ਗੰਭੀਰਤਾ ਨਾਲ ਕਿਹਾ। "ਮੈਂ ਤੈਨੂੰ ਫੇਰ ਕਹਿੰਦਾ ਹਾਂ ਕਿ ਤੂੰ ਮੇਰੇ ਨਾਲ ਵਿਆਹ ਕਰਵਾ ਲੈ। ਜੇ ਕਰ ਤੂੰ ਨਹੀਂ ਚਾਹੁੰਦੀ, ਅਤੇ ਜਿੰਨਾ ਚਿਰ ਤੂੰ ਨਹੀਂ ਚਾਹੁੰਦੀ, ਮੈਂ ਤੇਰਾ ਸਾਥ ਨਹੀਂ ਛੱਡਾਂਗਾ, ਜਿਥੇ ਤੂੰ ਜਾਵੇਂਗੀ ਓਥੇ ਹੀ ਮੈਂ ਵੀ ਜਾਵਾਂਗਾ।"

"ਇਹ ਤੁਹਾਡਾ ਆਪਣਾ ਮਾਮਲਾ ਏ। ਮੈਂ ਹੋਰ ਕੁਝ ਨਹੀਂ ਆਖਾਂਗੀ," ਉਸ ਨੇ ਜਵਾਬ ਦਿੱਤਾ ਤੇ ਇਕ ਵਾਰੀ ਫੇਰ ਉਹਦੇ ਬੁਲ੍ਹ ਫਰਕਣ ਲੱਗ ਪਏ।

ਉਹ ਵੀ ਚੁੱਪ ਸੀ। ਉਹਦੇ ਅੰਦਰ ਬੋਲਣ ਦੀ ਹਿੰਮਤ ਹੀ ਨਹੀਂ ਸੀ ਰਹੀ।

"ਹੁਣ ਮੈਂ ਪਿੰਡ ਜਾਵਾਂਗਾ, ਤੇ ਫੇਰ ਪੀਟਰਸਬਰਗ," ਜਦੋਂ ਉਹਦਾ ਮਨ ਕੁਝ ਟਿਕਾ ਵਿਚ ਆਇਆ ਤਾਂ ਉਹਨੇ ਆਖਿਆ। "ਮੈਂ ਪੂਰੀ ਵਾਹ ਲਾਵਾਂਗਾ ਕਿ ਤੁਹਾਡੇ ਮੁਕਦਮੇ ਉਤੇ... ਮੇਰਾ ਮਤਲਬ ਹੈ ਸਾਡੇ ਮੁਕਦਮੇ ਉਤੇ ਫੇਰ ਵਿਚਾਰ ਹੋਵੇ ਅਤੇ, ਰੱਬ ਨੇ ਚਾਹਿਆ ਤਾਂ ਸਜ਼ਾ ਮਨਸੂਖ਼ ਹੋ ਜਾਏਗੀ।"

"ਤੇ ਜੇ ਨਾ ਮਨਸੂਖ਼ ਹੋਈ, ਤਾਂ ਵੀ ਕੋਈ ਗੱਲ ਨਹੀਂ। ਮੈਂ ਕੀਤੇ ਦਾ ਫਲ ਪਾ ਰਹੀ ਆਂ, ਇਸ ਮਾਮਲੇ ਵਿਚ ਜੇ ਨਹੀਂ, ਤੇ ਕਿਸੇ ਹੋਰ ਵਿਚ ਹੀ," ਮਾਸਲੋਵਾ ਨੇ ਆਖਿਆ। ਤੇ ਨੇਖਲੀਊਦੋਵ ਨੇ ਵੇਖਿਆ ਕਿ ਮਾਸਲੋਵਾ ਵਾਸਤੇ ਆਪਣੇ ਅਥਰੂਆਂ ਨੂੰ ਰੋਕਣਾ ਕਿੰਨਾ ਔਖਾ ਹੋ ਰਿਹਾ ਸੀ।

"ਚਲੋ ਛੱਡੋ, ਮੈਨਸ਼ੋਵ ਨੂੰ ਮਿਲੇ ਸੀ?" ਉਸ ਨੇ ਆਪਣੇ ਭਾਵਾਂ ਨੂੰ ਦਬਾਉਣ ਦੀ ਕੋਸ਼ਿਸ਼ ਵਿਚ ਅਚਨਚੇਤ ਪੁੱਛਿਆ। "ਉਹ ਸੱਚ ਹੀ ਬੇਗੁਨਾਹ ਨੇ, ਕਿ ਨਹੀਂ?"

"ਹਾਂ, ਮੇਰਾ ਤਾਂ ਏਹੋ ਖਿਆਲ ਹੈ।"

"ਕੇਡੀ ਚੰਗੀ ਏ ਉਹ ਬੁੱਢੀ ਔਰਤ!" ਉਸ ਨੇ ਕਿਹਾ।

ਤੇ ਮੈਨਸ਼ੋਵ ਬਾਰੇ ਜੋ ਕੁਝ ਵੀ ਨੇਖਲੀਊਦੋਵ ਨੂੰ ਮਾਲੂਮ ਹੋਇਆ ਸੀ, ਉਸ ਨੇ

ਮਾਸਲੋਵਾ ਨੂੰ ਸੁਣਾਇਆ ਤੇ ਪੁੱਛਿਆ ਕਿ ਉਸ ਨੂੰ ਕਿਸੇ ਚੀਜ਼ ਦੀ ਲੋੜ ਤਾਂ ਨਹੀਂ। ਉਸ ਨੇ ਕਿਹਾ ਕਿ ਕਿਸੇ ਚੀਜ਼ ਦੀ ਲੋੜ ਨਹੀਂ।

ਦੋਵੇਂ ਫੇਰ ਚੁੱਪ ਹੋ ਗਏ।

"ਹਾਂ, ਤੇ ਹਸਪਤਾਲ ਦੀ ਗੱਲ," ਆਪਣੀਆਂ ਟੀਰੀਆਂ ਅੱਖਾਂ ਨਾਲ ਨੇਖਲੀਊਦੋਵ ਵੱਲ ਵੇਖਦਿਆਂ ਉਹ ਅਚਾਨਕ ਬੋਲੀ, "ਜੇ ਤੁਸੀਂ ਚਾਹੁੰਦੇ ਓ ਤਾਂ ਮੈਂ ਚਲੀ ਜਾਵਾਂਗੀ, ਤੇ ਹੁਣ ਸ਼ਰਾਬ ਵੀ ਨਹੀਂ ਪੀਵਾਂਗੀ।"

ਨੇਖਲੀਊਦੋਵ ਨੇ ਉਹਦੀਆਂ ਅੱਖਾਂ ਵਿਚ ਝਾਕਿਆ। ਉਹ ਮੁਸਕ੍ਰਾ ਰਹੀਆਂ ਸਨ।

"ਇਹ ਤਾਂ ਬੜੀ ਚੰਗੀ ਹੈ," ਉਹ ਸਿਰਫ ਏਨਾ ਹੀ ਆਖ ਸਕਿਆ, ਤੇ ਫੇਰ ਉਹ ਅਲਵਿਦਾ ਆਖ ਕੇ ਆ ਗਿਆ।

"ਹਾਂ, ਹਾਂ, ਉਹ ਤਾਂ ਬਿਲਕੁਲ ਬਦਲ ਗਈ ਹੈ," ਨੇਖਲੀਊਦੋਵ ਨੇ ਸੋਚਿਆ। ਆਪਣੇ ਪਹਿਲਾਂ ਦੇ ਸਾਰੇ ਸ਼ੱਕ ਸ਼ੁਬ੍ਹਿਆਂ ਤੋਂ ਮਗਰੋਂ, ਜਿਹੜੇ ਭਾਵ ਉਹਦੇ ਮਨ ਵਿਚ ਇਸ ਵੇਲੇ ਉਠ ਰਹੇ ਸਨ ਉਹ ਪਹਿਲਾਂ ਉਸ ਨੇ ਕਦੇ ਅਨੁਭਵ ਨਹੀਂ ਸੀ ਕੀਤੇ। ਉਸ ਨੂੰ ਯਕੀਨ ਆਉਂਦਾ ਜਾ ਰਿਹਾ ਸੀ ਕਿ ਪਿਆਰ ਦੀ ਸਚਮੁਚ ਹੀ ਲੋੜ ਹੈ।

ਇਸ ਮੁਲਾਕਾਤ ਤੋਂ ਮਗਰੋਂ ਮਾਸਲੋਵਾ ਆਪਣੀ ਸੜ੍ਹਾਂਦ ਮਾਰਦੀ ਕੋਠੜੀ ਵਿਚ ਮੁੜ ਆਈ, ਆਪਣਾ ਚੋਗਾ ਲਾਹਿਆ, ਅਤੇ ਆਪਣੇ ਦੋਵੇਂ ਹੱਥ ਜੋੜ ਕੇ ਆਪਣੀ ਗੋਦ ਵਿਚ ਟਿਕਾਈ ਤਖ਼ਤੇ ਉਤੇ ਬਹਿ ਗਈ। ਉਸ ਵੇਲੇ ਕੋਠੜੀ ਵਿਚ ਵਲਾਦੀਮੀਰ ਤੋਂ ਆਈ ਦਿੱਕ ਦੀ ਮਰੀਜ਼ ਔਰਤ ਤੇ ਉਹਦਾ ਬੱਚਾ, ਮੈਨਸ਼ੋਵ ਦੀ ਬੁੱਢੀ ਮਾਂ ਅਤੇ ਚੌਕੀਦਾਰ ਦੀ ਵਹੁਟੀ ਹੀ ਸੀ। ਡੀਕਨ ਦੀ ਧੀ ਨੂੰ ਪਰਸੋਂ ਹਸਪਤਾਲ ਲੈ ਗਏ ਸਨ। ਡਾਕਟਰਾਂ ਨੇ ਦੱਸਿਆ ਸੀ ਕਿ ਉਹਦਾ ਦਿਮਾਗ਼ ਹਿਲ ਗਿਆ ਸੀ। ਬਾਕੀ ਔਰਤਾਂ ਕਪੜੇ ਲੀੜੇ ਧੋਣ ਗਈਆਂ ਹੋਈਆਂ ਸਨ। ਬੁੱਢੀ ਔਰਤ ਸੁੱਤੀ ਹੋਈ ਸੀ, ਕੋਠੜੀ ਦਾ ਬੂਹਾ ਚੌੜ--ਚੁੱਪਟ ਖੁਲ੍ਹਾ ਸੀ, ਅਤੇ ਵਾਚਮੈਨ ਦੇ ਬੱਚੇ ਬਾਹਰ ਲਾਂਘੇ ਵਿਚ ਖੇਡ ਰਹੇ ਸਨ। ਵਲਾਦੀਮੀਰ ਵਾਲੀ ਔਰਤ, ਆਪਣੇ ਬੱਚੇ ਨੂੰ ਕੁੱਛੜ ਚੁੱਕੀ, ਤੇ ਵਾਚਮੈਨ ਦੀ ਵਹੁਟੀ ਮਾਸਲੋਵਾ ਦੇ ਕੋਲ ਆਈਆਂ। ਵਾਚਮੈਨ ਦੀ ਵਹੁਟੀ ਜੁਰਾਬ ਉਣ ਰਹੀ ਸੀ ਤੇ ਉਹਦੀਆਂ ਫੁਰਤੀਲੀਆਂ ਉਂਗਲਾਂ ਤੇ ਸਲਾਈਆਂ ਨੱਚ ਰਹੀਆਂ ਸਨ।

"ਸੁਣਾ, ਮਿਲ ਆਈ ਏਂ?" ਉਹਨਾਂ ਪੁੱਛਿਆ।

ਮਾਸਲੋਵਾ ਉੱਚੇ ਫੱਟੇ ਉਤੇ ਚੁਪ ਕਰ ਕੇ ਬੈਠੀ ਰਹੀ। ਉਸ ਨੇ ਲੱਤਾਂ ਲਮਕਾ ਲਈਆਂ ਸਨ ਪਰ ਫੱਟਾ ਉੱਚਾ ਹੋਣ ਕਰਕੇ ਇਹ ਫਰਸ਼ ਤੇ ਨਹੀਂ ਲੱਗਦੀਆਂ ਸਨ।

"ਰੋਣ ਧੋਣ ਨਾਲ ਕੀ ਬਣਦੈ?" ਵਾਚਮੈਨ ਦੀ ਵਹੁਟੀ ਨੇ ਆਖਿਆ। "ਵੱਡੀ ਗੱਲ ਇਹ ਆ ਪਈ ਬੰਦਾ ਦਿਲ ਨਾ ਛੱਡੇ। ਏ, ਕਾਤੀਊਸ਼ਾ, ਨੀਂ ਛੱਡ ਪਰੇ!" ਤੇਜ਼ੀ ਨਾਲ ਆਪਣੀਆਂ ਉਂਗਲਾਂ ਚਲਾਉਂਦੀ ਹੋਈ ਉਹ ਬੋਲਦੀ ਗਈ।

ਮਾਸਲੋਵਾ ਨੇ ਕੋਈ ਜਵਾਬ ਨਹੀਂ ਦਿੱਤਾ।

"ਜ਼ਨਾਨੀਆਂ ਸਭ ਕਪੜੇ ਲੀੜੇ ਧੋਣ ਗਈਆਂ ਨੇ," ਵਲਾਦੀਮੀਰ ਵਾਲੀ ਔਰਤ ਨੇ ਆਖਿਆ। "ਗੱਲਾਂ ਕਰਦੀਆਂ ਦੀ ਵਾਜ ਆਈ ਸੀ ਪਈ ਅੱਜ ਖਰੈਤ ਬੜੀ ਆਈ ਏ। ਢੇਰ ਸਾਰੀਆਂ ਚੀਜ਼ਾਂ ਆਈਆਂ ਨੇ।"

"ਫਿਨਾਸ਼ਕਾ!" ਵਾਚਮੈਨ ਦੀ ਵਹੁਟੀ ਨੇ ਆਵਾਜ਼ ਦਿੱਤੀ। "ਕਿੱਧਰ ਗਿਆ ਇਹ ਭੂਤਨਾ?"

ਉਸ ਨੇ ਇਕ. ਸਲਾਈ ਨੂੰ ਉੱਨ ਦੇ ਦੋਹਾਂ ਗੋਲਿਆਂ ਤੇ ਜੁਰਾਬ ਵਿਚ ਖੋਭਿਆ ਤੇ ਬਾਹਰ ਲਾਂਘੇ ਵਿਚ ਚਲੀ ਗਈ।

ਏਸੇ ਪਲ ਲਾਂਘੇ ਵਿਚ ਗੱਲਾਂ ਕਰਦੀਆਂ ਔਰਤਾਂ ਦੀਆਂ ਆਵਾਜ਼ਾਂ ਆਉਣ ਲੱਗੀਆਂ ਅਤੇ ਔਰਤਾਂ ਆਪਣੀ ਕੋਠੜੀ ਅੰਦਰ ਆਈਆਂ। ਸਾਰੀਆਂ ਦੇ ਪੈਰੀਂ ਕੈਦੀਆਂ ਵਾਲੀਆਂ ਜੁੱਤੀਆਂ ਸਨ ਪਰ ਜੁਰਾਬਾਂ ਕਿਸੇ ਨਹੀਂ ਸੀ ਪਾਈਆਂ ਹੋਈਆਂ। ਹਰ ਇਕ ਦੇ ਹੱਥ ਵਿਚ ਮਿੱਠੀ ਰੋਟੀ ਫੜੀ ਹੋਈ ਸੀ। ਸਗੋਂ ਕਈਆਂ ਕੋਲ ਦੋ ਦੋ ਸਨ। ਫੇਦੋਸੀਆ ਸਿੱਧੀ ਮਾਸਲੋਵਾ ਕੋਲ ਆ ਗਈ।

"ਕੀ ਗੱਲ ਏ? ਕੋਈ ਮਾੜੀ ਗੱਲ ਹੋ ਗਈ?" ਉਸ ਨੇ ਆਪਣੀਆਂ ਨਿਰਮਲ ਨੀਲੀਆਂ ਅੱਖਾਂ ਨਾਲ ਬੜੇ ਪਿਆਰ ਨਾਲ ਮਾਸਲੋਵਾ ਵੱਲ ਵੇਖਦਿਆਂ ਪੁੱਛਿਆ। "ਆਹ ਆਪਣੀ ਚਾਹ ਵਾਸਤੇ," ਤੇ ਉਹਨੇ ਮਿੱਠੀਆਂ ਰੋਟੀਆਂ ਫੱਟੇ ਉਤੇ ਰੱਖ ਦਿੱਤੀਆਂ।

"ਕਿਉਂ, ਉਹਨੇ ਵਿਆਹ ਕਰਾਉਣ ਦਾ ਇਰਾਦਾ ਤਾਂ ਨਹੀਂ ਬਦਲ ਲਿਆ?" ਕੋਰਾਬਲੀਓਵਾ ਨੇ ਪੁੱਛਿਆ।

"ਨਹੀਂ, ਉਹਨੇ ਤਾਂ ਨਹੀਂ ਬਦਲਿਆ, ਮੈਂ ਹੀ ਨਹੀਂ ਚਾਹੁੰਦੀ," ਮਾਸਲੋਵਾ ਨੇ ਕਿਹਾ, "ਤੇ ਮੈਂ ਉਹਨੂੰ ਆਖ ਵੀ ਦਿੱਤਾ ਏ।"

"ਹੈ ਨਾ ਊਤ ਜਿਹੀ!" ਕੋਰਾਬਲੀਓਵਾ ਨੇ ਆਪਣੀ ਭਰਵੀਂ ਆਵਾਜ਼ ਵਿਚ ਆਖਿਆ।

"ਜੇ ਬੰਦੇ ਨੇ ਕੱਠਿਆਂ ਰਹਿਣਾ ਹੀ ਨਹੀਂ, ਤਾਂ ਵਿਆਹ ਖੁਣੋ ਕੀ ਥੁੜਿਆ ਹੋਇਐ?" ਫੇਦੋਸੀਆ ਬੋਲੀ।

"ਆਹੋ, ਤੇਰਾ ਮਰਦ ਤੇਰੇ ਨਾਲ ਜਾ ਰਿਹਾ ਏ ਨਾ," ਵਾਚਮੈਨ ਦੀ ਵਹੁਟੀ ਨੇ ਆਖਿਆ।

"ਇਹ ਹੋਰ ਗੱਲ ਹੋਈ, ਸਾਡਾ ਤਾਂ ਪਹਿਲਾਂ ਵਿਆਹ ਹੋਇਆ ਹੋਇਐ," ਫੇਦੋਸੀਆ ਨੇ ਆਖਿਆ। "ਪਰ ਉਹਨੇ ਜੇ ਨਾਲ ਰਹਿਣਾ ਹੀ ਨਹੀਂ ਤਾਂ ਰਸਮ ਪੂਰੀ ਕਾਹਦੇ ਲਈ ਕਰਨੀ ਹੋਈ?"

"ਹੈ ਮੂਰਖ! ਕਿਉਂ ਕਰਨੀ ਹੋਈ? ਤੂੰ ਜਾਣਨੀ ਏਂ ਜੇ ਉਹਨੇ ਇਹਦੇ ਨਾਲ ਵਿਆਹ ਕਰਾ ਲਿਆ ਤਾਂ ਇਹ ਦੌਲਤ ਵਿਚ ਖੇਡੇਗੀ," ਕੋਰਾਬਲੀਓਵਾ ਨੇ ਆਖਿਆ।

"ਉਹ ਕਹਿੰਦੈ: 'ਇਹ ਜਿੱਥੇ ਜਿੱਥੇ ਤੈਨੂੰ ਖੜਨਗੇ, ਮੈਂ ਮਗਰ ਮਗਰ ਜਾਵਾਂਗਾ,'" ਮਾਸਲੋਵਾ ਨੇ ਦੱਸਿਆ। "ਜੇ ਉਸ ਨੇ ਇਸ ਤਰ੍ਹਾਂ ਕੀਤਾ ਤਾਂ ਵੀ ਚੰਗਾ, ਜੇ ਨਾ ਕੀਤਾ ਤਾਂ

ਵੀ ਚੰਗਾ। ਮੈਂ ਉਸ ਨੂੰ ਕਹਿਣਾ ਤਾਂ ਹੈ ਨਹੀਂ। ਹੁਣ ਉਹ ਪੀਟਰਸਬਰਗ ਚੱਲਿਆ ਏ ਤੇ ਓਥੇ ਜਾ ਕੇ ਇਸ ਮਾਮਲੇ ਬਾਰੇ ਕੋਸ਼ਿਸ਼ ਕਰੇਗਾ। ਓਥੇ ਸਾਰੇ ਵਜ਼ੀਰ ਉਹਦੇ ਰਿਸ਼ਤੇਦਾਰ ਨੇ। ਪਰ ਫੇਰ ਵੀ, ਮੈਨੂੰ ਉਹਦੀ ਕੋਈ ਲੋੜ ਨਹੀਂ।" ਉਹ ਬੋਲਦੀ ਗਈ।

"ਸਭ ਨੂੰ ਪਤਾ ਏ ਕਿ," ਕੋਰਾਬਲੀਓਵਾ ਨੇ ਸੁਤੇ ਸਿਧ ਸਹਿਮਤ ਹੁੰਦਿਆਂ ਕਿਹਾ। ਜ਼ਾਹਿਰ ਹੈ ਕਿ ਉਹਦਾ ਖ਼ਿਆਲ ਕਿਸੇ ਹੋਰ ਪਾਸੇ ਸੀ। ਉਹ ਆਪਣੇ ਬੈਗ ਵਿਚ ਰੱਖੀ ਕਿਸੇ ਚੀਜ਼ ਦੀ ਜਾਂਚ-ਪੜਤਾਲ ਕਰ ਰਹੀ ਸੀ। "ਕਿਉਂ, ਘੁਟ ਘੁਟ ਲੈ ਨਾ ਲਈਏ?"

"ਤੂੰ ਲੈ ਲੈ," ਮਾਸਲੋਵਾ ਨੇ ਜਵਾਬ ਦਿੱਤਾ। "ਮੈਂ ਨਹੀਂ ਪੀਣੀ।"

ਭਾਗ ਦੂਜਾ

੧

ਇਸ ਗੱਲ ਦੀ ਸੰਭਾਵਨਾ ਸੀ ਕਿ ਪੰਦਰਵਾੜੇ ਦੇ ਅੰਦਰ ਅੰਦਰ ਮਾਸਲੋਵਾ ਦਾ ਮੁਕਦਮਾ ਸੈਨੇਟ ਅੱਗੇ ਪੇਸ਼ ਹੋ ਜਾਏ, ਅਤੇ ਨੇਖਲੀਊਦੋਵ ਦਾ ਇਰਾਦਾ ਸੀ ਕਿ ਓਦੋਂ ਤੱਕ ਪੀਟਰਗਬੁਰਗ ਪਹੁੰਚ ਜਾਏ। ਅਤੇ ਜੇ ਸੈਨੇਟ ਨੇ ਅਪੀਲ ਰੱਦ ਕਰ ਦਿੱਤੀ ਤਾਂ ਵਕੀਲ ਦੇ ਕਹਿਣ ਮੁਤਾਬਿਕ ਉਸ ਦੀ ਲਿਖੀ ਹੋਈ ਦਰਖ਼ਾਸਤ ਜ਼ਾਰ ਅੱਗੇ ਪੇਸ਼ ਕੀਤੀ ਜਾਏ। ਵਕੀਲ ਨੇ ਆਖਿਆ ਸੀ ਕਿ ਇਸ ਕੰਮ ਵਾਸਤੇ ਤਿਆਰ ਰਹਿਣਾ ਚਾਹੀਦਾ ਹੈ ਕਿਉਂਕਿ ਅਪੀਲ ਦੀ ਬੁਨਿਆਦ ਬੜੀ ਕਮਜ਼ੋਰ ਸੀ। ਜਿਨ੍ਹਾਂ ਮੁਜਰਮਾਂ ਦੇ ਨਾਲ ਮਾਸਲੋਵਾ ਨੂੰ ਸਾਇਬੇਰੀਆ ਭੇਜਿਆ ਜਾਣਾ ਸੀ ਉਹ ਸ਼ਾਇਦ ਜੂਨ ਦੇ ਸ਼ੁਰੂ ਵਿਚ ਤੁਰ ਪੈਣ। ਇਸ ਹਾਲਤ ਵਿਚ ਆਪਣੇ ਪੱਕੇ ਫੈਸਲੇ ਮੁਤਾਬਿਕ ਉਸ ਦੇ ਮਗਰ ਮਗਰ ਜਾਣ ਦੇ ਕਾਬਿਲ ਹੋ ਸਕਣ ਵਾਸਤੇ ਨੇਖਲੀਊਦੋਵ ਲਈ ਜ਼ਰੂਰੀ ਸੀ ਕਿ ਆਪਣੀਆਂ ਜਾਗੀਰਾਂ ਤੇ ਜਾਵੇ ਤੇ ਓਥੋਂ ਦੇ ਸਾਰੇ ਮਾਮਲੇ ਨਜਿਠ ਲਵੇ।

ਸਭ ਤੋਂ ਪਹਿਲਾਂ ਉਹ ਆਪਣੀ ਸਭ ਤੋਂ ਨੇੜੇ ਦੀ ਵੱਡੀ ਜਾਗੀਰ ਕੁਜ਼ਮਿਨਸਕੋਯੇ ਗਿਆ। ਇਹ ਜ਼ਮੀਨ ਕਾਲੀ ਮਿੱਟੀ ਦੇ ਇਲਾਕੇ ਵਿਚ ਪੈਂਦੀ ਸੀ ਜਿਸ ਤੋਂ ਉਹਨੂੰ ਹੋਣ ਵਾਲੀ ਆਮਦਨ ਦਾ ਵੱਡਾ ਹਿੱਸਾ ਆਉਂਦਾ ਸੀ। ਆਪਣੀ ਬਾਲ ਵਰੇਸ ਤੇ ਜਵਾਨੀ ਦੇ ਦਿਨਾਂ ਵਿਚ ਨੇਖਲੀਊਦੋਵ ਕਈ ਵਾਰੀ ਓਥੇ ਗਿਆ ਸੀ ਅਤੇ ਉਸ ਤੋਂ ਮਗਰੋਂ ਵੀ ਦੋ ਵਾਰੀ ਹੋ ਆਇਆ ਸੀ। ਇਕ ਵਾਰੀ ਤਾਂ ਉਹ ਆਪਣੀ ਮਾਂ ਦੇ ਆਖਣ ਉਤੇ ਇਕ ਜਰਮਨ ਕਾਰ-ਮੁਖਤਾਰ ਨੂੰ ਨਾਲ ਲੈ ਕੇ ਓਥੇ ਗਿਆ ਸੀ ਅਤੇ ਓਥੋਂ ਦੇ ਹਿਸਾਬ ਕਿਤਾਬ ਦੀ ਪੜਤਾਲ ਕੀਤੀ ਸੀ। ਇਸ ਕਰਕੇ ਉਸ ਨੂੰ ਓਥੋਂ ਦੀ ਹਾਲਤ ਦਾ ਵੀ ਪਤਾ ਸੀ ਅਤੇ ਪ੍ਰਬੰਧਕ ਨਾਲ (ਅਰਥਾਤ ਮਾਲਕ ਨਾਲ) ਕਿਸਾਨਾਂ ਦੇ ਸੰਬੰਧਾਂ ਤੋਂ ਵੀ ਪੁਰਾਣਾ ਜਾਣੂ ਸੀ। ਮਾਲਕ ਨਾਲ ਕਿਸਾਨਾਂ ਦੇ ਸੰਬੰਧ ਇਸ ਤਰ੍ਹਾਂ ਦੇ ਸਨ ਕਿ ਨਰਮ ਲਫਜ਼ਾਂ ਵਿਚ ਕਹੀਏ ਤਾਂ ਕਿਸਾਨ ਆਪਣੇ ਮਾਲਕ ਉਤੇ ਪੂਰੀ ਤਰ੍ਹਾਂ ਨਿਰਭਰ ਸਨ ਤੇ ਜੇ ਅੱਖੜ ਲਫਜ਼ਾਂ ਵਿਚ ਆਖਿਆ ਜਾਏ ਤਾਂ ਉਹ ਆਪਣੇ ਮਾਲਕ ਦੇ ਗੁਲਾਮ ਸਨ। ਇਹ ਉਹ ਵਾਸਤਵਿਕ ਗੁਲਾਮੀ ਨਹੀਂ ਸੀ ਜਿਹੜੀ ੧੮੬੧ ਵਿਚ ਖ਼ਤਮ ਕਰ ਦਿੱਤੀ ਗਈ ਸੀ ਜਿਸ ਵਿਚ ਕੁਝ ਬੰਦੇ ਆਪਣੇ ਮਾਲਕ ਦੇ ਗੁਲਾਮ ਹੁੰਦੇ ਸਨ। ਇਸ ਵਿਚ ਉਹ ਕਿਸਾਨ ਜਿਹੜੇ ਬੇਜ਼ਮੀਨੇ ਸਨ ਜਾਂ ਜਿਨ੍ਹਾਂ ਕੋਲ ਬਹੁਤ ਥੋੜੀ ਜ਼ਮੀਨ ਸੀ, ਸਮੁਚੇ ਤੌਰ ਤੇ ਵੱਡੇ ਜਾਗੀਰਦਾਰਾਂ ਦੇ ਗੁਲਾਮ ਸਨ ਜਾਂ ਉਹਨਾਂ ਇਕੱਲੇ ਇਕੱਲੇ ਵੱਡੇ ਜਾਗੀਰਦਾਰਾਂ ਦੇ ਗੁਲਾਮ ਸਨ ਜਿਨ੍ਹਾਂ ਵਿਚ ਉਹ ਰਹਿੰਦੇ ਸਨ। ਨੇਖਲੀਊਦੋਵ ਨੂੰ ਇਸ ਦਾ ਪਤਾ ਸੀ। ਪਤਾ ਹੁੰਦਾ ਵੀ ਕਿਵੇਂ ਨਾ, ਕਿਉਂਕਿ ਉਸ ਦੀਆਂ ਜਾਗੀਰਾਂ ਦਾ ਪ੍ਰਬੰਧ ਵੀ ਏਸੇ ਹੀ ਤਰ੍ਹਾਂ ਦੀ ਗੁਲਾਮੀ

ਉਤੇ ਨਿਰਭਰ ਸੀ। ਜਾਗੀਰਾਂ ਦੇ ਪ੍ਰਬੰਧ ਦੀ ਇਸ ਵਿਧੀ ਦਾ ਉਹ ਆਪ ਹਾਮੀ ਸੀ। ਸਿਰਫ ਏਨਾ ਹੀ ਨਹੀਂ, ਉਹ ਇਹ ਵੀ ਜਾਣਦਾ ਸੀ ਕਿ ਇਹ ਵਿਧੀ ਨਿਰਦਈ ਤੇ ਅਨਿਆਈਂ ਹੈ, ਤੇ ਇਹ ਗੱਲ ਨੇਖਲੀਊਦੋਵ ਓਦੋਂ ਤੋਂ ਜਾਣਦਾ ਸੀ ਜਦੋਂ ਉਹ ਯੂਨੀਵਰਸਿਟੀ ਵਿਚ ਪੜ੍ਹਦਾ ਸੀ ਅਤੇ ਹੈਨਰੀ ਜਾਰਜ ਦੇ ਸਿਧਾਂਤਾਂ ਨੂੰ ਮੰਨਦਾ ਤੇ ਉਹਨਾਂ ਦਾ ਪਰਚਾਰ ਕਰਦਾ ਹੁੰਦਾ ਸੀ। ਇਸ ਸਿਖਿਆ ਦੇ ਆਧਾਰ ਉਤੇ ਹੀ ਉਸ ਨੇ ਆਪਣੇ ਪਿਓ ਕੋਲੋਂ ਵਿਰਾਸਤ ਵਿਚ ਮਿਲੀ ਜ਼ਮੀਨ ਕਿਸਾਨਾਂ ਵਿਚ ਵੰਡ ਦਿੱਤੀ ਸੀ। ਇਹ ਠੀਕ ਹੈ ਕਿ ਫੌਜ ਵਿਚ ਨੌਕਰ ਹੋ ਜਾਣ ਮਗਰੋਂ, ਜਦੋਂ ਉਸ ਨੂੰ ਸਾਲ ਵਿਚ ਵੀਹ ਹਜ਼ਾਰ ਰੂਬਲ ਖਰਚ ਕਰਨ ਦੀ ਆਦਤ ਪੈ ਗਈ, ਉਸ ਨੇ ਆਪਣੇ ਆਪ ਨੂੰ ਇਹਨਾਂ ਪੁਰਾਣੇ ਵਿਚਾਰਾਂ ਦਾ ਪਾਬੰਦ ਸਮਝਣਾ ਛੱਡ ਦਿੱਤਾ ਸੀ। ਸਗੋਂ ਇਹ ਵਿਚਾਰ ਉਸ ਨੂੰ ਭੁਲ ਵਿਸਰ ਗਏ ਸਨ। ਅਤੇ ਉਸ ਨੇ ਆਪਣੇ ਆਪ ਨੂੰ ਇਹ ਪੁੱਛਣਾ ਹੀ ਨਹੀਂ ਸੀ ਛੱਡ ਦਿੱਤਾ ਕਿ ਜਿਹੜੇ ਪੈਸੇ ਉਹਦੀ ਮਾਂ ਉਸ ਨੂੰ ਭੇਜਦੀ ਹੈ ਉਹ ਕਿਥੋਂ ਆਉਂਦੇ ਹਨ, ਸਗੋਂ ਇਸ ਬਾਰੇ ਸੋਚਣਾ ਹੀ ਛੱਡ ਦਿੱਤਾ ਸੀ। ਪਰ ਉਸ ਦੀ ਮਾਂ ਦੀ ਮੌਤ ਹੋ ਜਾਣ, ਜ਼ਮੀਨ ਜਾਇਦਾਦ ਦੇ ਮਾਲਕ ਬਣ ਜਾਣ, ਅਤੇ ਇਸ ਦਾ ਪ੍ਰਬੰਧ ਆਪ ਸੰਭਾਲਣ ਦੀ ਲੋੜ ਪੈਦਾ ਹੋ ਜਾਣ ਨਾਲ ਇਹ ਸਵਾਲ ਫੇਰ ਉੱਠ ਪਿਆ ਕਿ ਜ਼ਮੀਨ ਦੀ ਨਿੱਜੀ ਮਾਲਕੀ ਦੇ ਸੰਬੰਧ ਵਿਚ ਉਸ ਦੀ ਪੁਜ਼ੀਸ਼ਨ ਕੀ ਹੈ। ਇਕ ਮਹੀਨਾ ਪਹਿਲਾਂ ਜੇ ਪੁੱਛਿਆ ਜਾਂਦਾ ਤਾਂ ਨੇਖਲੀਊਦੋਵ ਦਾ ਜਵਾਬ ਹੋਣਾ ਸੀ ਕਿ ਵਰਤਮਾਨ ਪ੍ਰਬੰਧ ਨੂੰ ਬਦਲਣਾ ਉਹਦੇ ਵੱਸ ਦਾ ਰੋਗ ਨਹੀਂ, ਕਿ ਆਪਣੀ ਜਾਗੀਰ ਦਾ ਪ੍ਰਬੰਧ ਉਹ ਆਪ ਨਹੀਂ ਚਲਾ ਰਿਹਾ। ਤੇ ਇਸ ਤਰ੍ਹਾਂ ਉਹ ਆਪਣੀਆਂ ਜਾਗੀਰਾਂ ਤੋਂ ਦੂਰ ਰਹੀ ਜਾਂਦਾ ਤੇ ਪੈਸੇ ਉਸ ਨੂੰ ਮਿਲਦੇ ਰਹਿੰਦੇ ਤੇ ਉਸ ਦੀ ਆਤਮਾ ਦੀ ਸੁਖ-ਸ਼ਾਂਤੀ ਬਣੀ ਰਹਿੰਦੀ। ਪਰ ਹੁਣ ਇਸ ਗੱਲ ਦੇ ਬਾਵਜੂਦ ਕਿ ਜੇਲ੍ਹਾਂ ਦੀ ਦੁਨੀਆ ਦੇ ਬੜੇ ਗੁੰਝਲਦਾਰ ਤੇ ਔਖੇ ਸੰਬੰਧਾਂ ਨਾਲ ਉਹਦਾ ਵਾਹ ਸੀ ਅਤੇ ਭਵਿਖ ਵਿਚ ਸਾਇਬੇਰੀਆ ਜਾਣ ਦਾ ਸਵਾਲ ਵੀ ਸਾਮ੍ਹਣੇ ਸੀ ਜਿਸ ਲਈ ਪੈਸੇ ਦੀ ਲੋੜ ਸੀ, ਉਸ ਨੇ ਇਹ ਫੈਸਲਾ ਕਰ ਲਿਆ ਕਿ ਉਹ ਵਰਤਮਾਨ ਹਾਲਤ ਨੂੰ ਜਿਵੇਂ ਤਿਵੇਂ ਨਹੀਂ ਛੱਡ ਸਕਦਾ, ਸਗੋਂ ਉਸ ਨੂੰ ਆਪਣੇ ਲਈ ਨੁਕਸਾਨ ਉਠਾ ਕੇ ਬਦਲ ਦੇਵੇਗਾ। ਇਸ ਲਈ ਉਹਨੇ ਫੈਸਲਾ ਕੀਤਾ ਕਿ ਉਹ ਜ਼ਮੀਨ ਉਤੇ ਵਾਹੀ ਖੇਤੀ ਕਰਵਾਏਗਾ ਨਹੀਂ ਸਗੋਂ ਮਾਮੂਲੀ ਲਗਾਨ ਉਤੇ ਕਿਸਾਨਾਂ ਨੂੰ ਦੇ ਦੇਵੇਗਾ ਅਤੇ ਉਹਨਾਂ ਨੂੰ ਇਸ ਯੋਗ ਬਣਾ ਦੇਵੇਗਾ ਕਿ ਉਹ ਜਾਗੀਰਦਾਰ ਉਤੇ ਨਿਰਭਰ ਹੋਏ ਬਗੈਰ ਕਾਸ਼ਤ ਕਰ ਸਕਣ। ਜ਼ਿਮੀਂਦਾਰ ਦੀ ਪੁਜ਼ੀਸ਼ਨ ਦੀ ਭੂਮੀ-ਗੁਲਾਮਾਂ ਦੇ ਮਾਲਕ ਦੀ ਪੁਜ਼ੀਸ਼ਨ ਨਾਲ ਤੁਲਨਾ ਕਰਦਿਆਂ, ਨੇਖਲੀਊਦੋਵ ਨੇ ਕਈ ਵਾਰੀ ਸੋਚਿਆ ਸੀ ਕਿ ਦਿਹਾੜੀਏ ਕੰਮ ਲਾ ਕੇ ਜ਼ਮੀਨ ਦੀ ਕਾਸ਼ਤ ਕਰਨ ਦੀ ਥਾਂ ਜ਼ਮੀਨ ਕਿਸਾਨਾਂ ਨੂੰ ਲਗਾਨ ਉਤੇ ਦੇ ਦੇਣਾ ਉਸ ਪੁਰਾਣੀ ਪ੍ਰਣਾਲੀ ਵਾਂਗ ਹੀ ਹੈ ਜਿਸ ਵਿਚ ਭੂਮੀ-ਗੁਲਾਮਾਂ ਦੇ ਮਾਲਕ ਆਪਣੇ ਗੁਲਾਮਾਂ ਕੋਲੋਂ ਵਗਾਰ ਲੈਣ ਦੀ ਥਾਂ ਉਹਨਾਂ ਕੋਲੋਂ ਜਬਰੀ ਪੈਸਾ ਵਸੂਲ ਕਰਿਆ ਕਰਦੇ ਸਨ। ਇਸ ਨਾਲ ਮਸਲਾ ਹੱਲ ਤਾਂ ਨਹੀਂ ਸੀ ਹੁੰਦਾ, ਪਰ ਇਸ ਨੂੰ ਮਸਲੇ ਦੇ ਹੱਲ ਵੱਲ ਇਕ ਕਦਮ ਆਖਿਆ ਜਾ ਸਕਦਾ ਹੈ। ਇਹ ਗੁਲਾਮੀ

ਦੀ ਘਟ ਬਰਬਰ ਸ਼ਕਲ ਵੱਲ ਇਕ ਕਦਮ ਸੀ। ਤੇ ਹੁਣ ਉਸ ਦਾ ਇਸ ਤਰ੍ਹਾਂ ਹੀ ਕਰਨ ਦਾ ਇਰਾਦਾ ਸੀ।

ਨੇਖਲੀਊਦੋਵ ਦੁਪਹਿਰ ਕੁ ਵੇਲੇ ਨਾਲ ਕੁਜ਼ਮਿਨਸਕੋਯੇ ਪਹੁੰਚਾ। ਉਹ ਆਪਣੀ ਜ਼ਿੰਦਗੀ ਨੂੰ ਹਰ ਤਰ੍ਹਾਂ ਸਾਦਾ ਬਣਾਉਣ ਦੀ ਕੋਸ਼ਿਸ਼ ਵਿਚ ਸੀ, ਏਸੇ ਕਰਕੇ ਹੀ ਉਹਨੇ ਪਹਿਲਾਂ ਕੋਈ ਤਾਰ ਨਹੀਂ ਸੀ ਦਿੱਤੀ ਸਗੋਂ ਸਟੇਸ਼ਨ ਤੋਂ ਦੋ ਘੋੜਿਆਂ ਵਾਲਾ ਇਕ ਠੇਲ੍ਹਾ ਭਾੜੇ ਤੇ ਕਰ ਲਿਆ ਸੀ। ਕੋਚਵਾਨ ਇਕ ਗਭਰੂ ਮੁੰਡਾ ਸੀ ਜਿਸ ਨੇ ਮਾਰਕੀਨ ਦਾ ਕੋਟ ਪਾਇਆ ਹੋਇਆ ਸੀ ਅਤੇ ਆਪਣੀ ਲੰਮੀ ਕਮਰ ਦੇ ਹੇਠਾਂ ਪੇਟੀ ਬੰਨ੍ਹੀ ਹੋਈ ਸੀ। ਉਹ ਆਪਣੀ ਸੀਟ ਉਤੇ ਆਮ ਕੋਚਵਾਨਾਂ ਵਾਂਗ ਪਾਸਾ ਵੱਟ ਕੇ ਬੈਠਾ ਹੋਇਆ ਸੀ, ਅਤੇ ਸਾਹਿਬ ਨਾਲ ਗੱਲਾਂ ਕਰਨ ਦਾ ਬੜਾ ਸਵਾਦ ਲੈ ਰਿਹਾ ਸੀ, ਖਾਸ ਕਰਕੇ ਇਸ ਲਈ ਕਿ ਇਸ ਤਰ੍ਹਾਂ ਉਸ ਦਾ ਦਮੇ ਦਾ ਮਾਰਿਆ ਤੇ ਲੰਗੜਾ ਚਿੱਟਾ ਘੋੜਾ ਅਤੇ ਮੋਥਰੇ ਦਾ ਮਾਰਿਆ ਦੂਜਾ ਮਾੜਚੂ, ਦੋਵੇਂ ਹੀ ਹੌਲੀ ਹੌਲੀ ਤੁਰ ਸਕਦੇ ਸਨ, ਤੇ ਮੱਠੀ ਚਾਲੇ ਚਲਣਾ ਉਹਨਾਂ ਨੂੰ ਪਸੰਦ ਵੀ ਸੀ।

ਕੋਚਵਾਨ ਕੁਜ਼ਮਿਨਸਕੋਯੇ ਜਾਗੀਰ ਦੇ ਕਾਰ-ਮੁਖਤਾਰ ਦੀਆਂ ਗੱਲਾਂ ਕਰ ਰਿਹਾ ਸੀ। ਉਸ ਨੂੰ ਕੀ ਪਤਾ ਸੀ ਕਿ ਉਹਦੇ ਠੇਲ੍ਹੇ ਵਿਚ ਜਾਗੀਰ ਦਾ ਮਾਲਕ ਬੈਠਾ ਹੋਇਆ ਹੈ। ਨੇਖਲੀਊਦੋਵ ਨੇ ਆਪਣੇ ਬਾਰੇ ਉਸ ਨੂੰ ਜਾਣ ਬੁੱਝ ਕੇ ਕੁਝ ਨਹੀਂ ਸੀ ਦੱਸਿਆ।

"ਉਹ ਜਰਮਨ ਬੜਾ ਕਮਾਲ ਦਾ ਹੈ," ਕੋਚਵਾਨ ਨੇ ਆਖਿਆ ਜਿਹੜਾ ਸ਼ਹਿਰ ਵਿਚੋਂ ਹੋ ਆਇਆ ਸੀ ਤੇ ਉਸਨੂੰ ਨਾਵਲ ਕਹਾਣੀਆਂ ਪੜ੍ਹਨ ਦੀ ਆਦਤ ਸੀ। ਉਹ ਟੇਢਾ ਜਿਹਾ ਹੋ ਕੇ ਆਪਣੀ ਸੀਟ ਉਤੇ ਬਹਿ ਗਿਆ ਤੇ ਉਸ ਨੇ ਆਪਣੀ ਸਿਆਣਪ ਦਾ ਵਿਖਾਵਾ ਕਰਨ ਦੀ ਕੋਸ਼ਿਸ਼ ਕਰਦਿਆਂ ਆਪਣੀ ਲੰਮੀ ਚਾਬਕ ਉਤੇ ਹੇਠਾਂ ਤੋਂ ਉਪਰ ਤੱਕ ਹੱਥ ਫੇਰਿਆ। "ਉਹ ਕਿਤੋਂ ਤਿੰਨ ਜਵਾਨ ਮੁਸ਼ਕੀ ਘੋੜੇ ਲੈ ਆਇਐ ਤੇ ਜਦੋਂ ਆਪਣੀ ਬੇਗਮ ਨੂੰ ਬਗਲ ਵਿਚ ਬਿਠਾ ਕੇ ਬਾਹਰ ਨਿਕਲਦੈ, ਤਾਂ ਕੀ ਕਹਿਣੈ, ਪੁੱਛੋ ਕੁਝ ਨਾ! ਵੱਡੇ ਦਿਨ ਤੇ ਉਹਨੇ ਮਾਲਕ ਦੀ ਕੋਠੀ ਵਿਚ ਕ੍ਰਿਸਮਿਸ ਦਾ ਰੁੱਖ ਲਿਆ ਖੜਾ ਕੀਤਾ ਸੀ। ਮੈਂ ਕੁਝ ਮਹਿਮਾਨਾਂ ਨੂੰ ਲੈ ਕੇ ਗਿਆ ਸਾਂ। ਰੁੱਖ ਵਿਚ ਬਿਜਲੀ ਦੇ ਲਾਟੂ ਚਮਕ ਰਹੇ ਸਨ। ਸਾਰੇ ਇਲਾਕੇ ਵਿਚ ਇਸ ਤਰ੍ਹਾਂ ਕਿਸੇ ਨੇ ਰੁੱਖ ਨਹੀਂ ਸਜਾਇਆ ਹੋਣਾ। ਮਾਲਕ ਨਾਲ ਹੇਰਾਫੇਰੀ ਕਰ ਕੇ ਉਹਨੇ ਬੇਅੰਤ ਪੈਸਾ ਜਮ੍ਹਾ ਕਰ ਲਿਐ। ਤੇ ਕਰਦਾ ਵੀ ਕਿਉਂ ਨਾ? ਉਹਨੂੰ ਰੋਕਣ ਵਾਲਾ ਜੋ ਕੋਈ ਨਹੀਂ! ਸੁਣਿਐ ਉਹਨੇ ਇਕ ਬਹੁਤ ਵੱਡੀ ਜਾਗੀਰ ਖਰੀਦ ਲਈ ਏ।"

ਨੇਖਲੀਊਦੋਵ ਸਮਝਦਾ ਸੀ ਕਿ ਉਹਨੂੰ ਇਸ ਗੱਲ ਨਾਲ ਕੋਈ ਸਰੋਕਾਰ ਨਹੀਂ ਕਿ ਉਹਦਾ ਮੁਖਤਾਰ ਜ਼ਮੀਨ ਜਾਇਦਾਦ ਦਾ ਪ੍ਰਬੰਧ ਕਿਵੇਂ ਚਲਾਉਂਦਾ ਹੈ ਤੇ ਇਸ ਵਿਚੋਂ ਉਹ ਆਪਣੇ ਵਾਸਤੇ ਕੀ ਲਾਭ ਉਠਾਉਂਦਾ ਹੈ। ਫੇਰ ਵੀ ਲੰਮੀ ਕਮਰ ਵਾਲੇ ਕੋਚਵਾਨ ਦੀਆਂ ਗੱਲਾਂ ਸੁਣ ਕੇ ਉਸ ਦਾ ਦਿਲ ਦੁਖੀ ਹੋਇਆ ਸੀ। ਦਿਨ ਬੜਾ ਸੁਹਾਵਣਾ ਸੀ ਤੇ ਉਹਦਾ ਜੀਅ ਖੁਸ਼ ਹੋ ਰਿਹਾ ਸੀ। ਕਦੇ ਕਦੇ ਸੰਘਣੇ, ਕਾਲੇ ਬੱਦਲ ਸੂਰਜ ਨੂੰ ਢੱਕ ਲੈਂਦੇ ਸਨ।

ਅਨਾਜ ਦੀ ਅਗੇਤੀ ਫਸਲ ਵਿਚ ਕਿਸਾਨ ਹਲ ਵਾਹ ਰਹੇ ਸਨ ਤਾਂ ਜੋ ਜਵੀ ਨੂੰ ਵਾਹ ਦਿੱਤਾ ਜਾਏ ਅਤੇ ਸੰਘਣੇ ਸੂਏ ਫੁਟ ਰਹੇ ਸਨ ਜਿਨ੍ਹਾਂ ਉਤੇ ਚੰਡੋਲ ਉਡਦੇ ਫਿਰਦੇ ਨਜ਼ਰ ਆਉਂਦੇ ਸਨ। ਸਾਰੇ ਜੰਗਲ ਨੇ, ਬਲੂਤ ਦੇ ਕੁਝ ਰੁੱਖਾਂ ਤੋਂ ਸਿਵਾਏ, ਸੱਜਰੀਆਂ ਫੁੱਟੀਆਂ ਕਰੂੰਬਲਾਂ ਦੀ ਹਰਿਆਲੀ ਚਾਦਰ ਲਈ ਹੋਈ ਸੀ। ਚਰਾਂਦਾਂ ਵਿਚ ਥਾਂ ਪਰ ਥਾਂ ਮਾਲ ਡੰਗਰ ਤੇ ਘੋੜੇ ਚਰ ਰਹੇ ਸਨ। ਦੂਰ ਦੂਰ ਤੱਕ ਖੇਤਾਂ ਵਿਚ ਹਲ ਵਾਹਿਆ ਜਾ ਚੁੱਕਿਆ ਸੀ। ਸਾਰੀ ਝਾਕੀ ਬੜੀ ਮਨਮੋਹਣੀ ਸੀ ਪਰ ਫੇਰ ਵੀ ਉਸ ਨੂੰ ਕਿਸੇ ਕਿਸੇ ਵੇਲੇ ਖਿਆਲ ਆ ਰਿਹਾ ਸੀ ਕਿ ਕੋਈ ਨਾ ਕੋਈ ਗੱਲ ਅਸੁਖਾਵੀਂ ਵੀ ਹੈ। ਜਦੋਂ ਉਸ ਨੇ ਆਪਣੇ ਅੰਦਰਲੇ ਨੂੰ ਪੁੱਛਿਆ ਕਿ ਇਹ ਅਸੁਖਾਵੀਂ ਗੱਲ ਕਿਹੜੀ ਹੈ ਤਾਂ ਉਹਨੂੰ ਕੋਚਵਾਨ ਦੀ ਸੁਣਾਈ ਗੱਲ ਯਾਦ ਆ ਗਈ ਜਿਹੜੀ ਇਸ ਬਾਰੇ ਸੀ ਕਿ ਜਰਮਨ ਕੁਜ਼ਮਿਨਸਕੋਯੇ ਦਾ ਪ੍ਰਬੰਧ ਕਿਵੇਂ ਚਲਾ ਰਿਹਾ ਹੈ।

ਜਦੋਂ ਉਹ ਆਪਣੀ ਜਾਗੀਰ ਤੇ ਪਹੁੰਚ ਗਿਆ ਅਤੇ ਆਪਣੇ ਕੰਮ ਵਿਚ ਰੁੱਝ ਗਿਆ ਤਾਂ ਇਹ ਅਸੁਖਾਵਾਂ ਅਹਿਸਾਸ ਜਾਂਦਾ ਰਿਹਾ ਸੀ।

ਵਹੀ ਖਾਤੇ ਨੂੰ ਵੇਖ ਕੇ ਅੰਤੇ ਮੁਖਤਾਰ ਨਾਲ ਗੱਲਾਂਬਾਤਾਂ ਕਰ ਕੇ, ਜਿਸ ਨੇ ਬੜੀ ਸਰਲਤਾ ਨਾਲ ਸਮਝਾਇਆ ਕਿ ਕਿਸਾਨਾਂ ਦੀ ਆਪਣੀ ਜ਼ਮੀਨ ਬੜੀ ਥੋੜੀ ਹੈ ਤੇ ਜਿਹੜੀ ਹੈ ਉਹ ਵੀ ਜ਼ਮੀਂਦਾਰ ਦੇ ਖੇਤਾਂ ਵਿਚਕਾਰ ਪੈਂਦੀ ਹੈ ਤੇ ਇਸ ਗੱਲ ਦਾ ਉਹਨੂੰ ਫਾਇਦਾ ਹੈ, ਨੇਖਲੀਊਦੋਵ ਆਪਣੇ ਕੀਤੇ ਹੋਏ ਨਿਸਚੇ ਵਿਚ ਪਹਿਲਾਂ ਨਾਲੋਂ ਵੀ ਦ੍ਰਿੜ੍ਹ ਹੋ ਗਿਆ ਕਿ ਉਹ ਵਾਹੀ ਖੇਤੀ ਕਰਾਉਣੀ ਛੱਡ ਦੇਵੇਗਾ ਅਤੇ ਆਪਣੀ ਜ਼ਮੀਨ ਕਿਸਾਨਾਂ ਦੇ ਹਵਾਲੇ ਕਰ ਦੇਵੇਗਾ।

ਵਹੀ ਖਾਤੇ ਨੂੰ ਵੇਖ ਕੇ ਅਤੇ ਮੁਖਤਾਰ ਨਾਲ ਗਲਬਾਤਾਂ ਕਰ ਕੇ ਨੇਖਲੀਊਦੋਵ ਨੂੰ ਪਤਾ ਲੱਗਿਆ ਕਿ ਕਾਸ਼ਤ ਹੇਠਲੀ ਸਭ ਤੋਂ ਵਧੀਆ ਜ਼ਮੀਨ ਦੇ ਦੋ-ਤਿਹਾਈ ਹਿੱਸੇ ਉਤੇ ਕਾਮਿਆਂ ਕੋਲੋਂ ਵਧੀਆ ਸੰਦਾਂ ਔਜ਼ਾਰਾਂ ਨਾਲ ਖੇਤੀ ਕਰਵਾਈ ਜਾਂਦੀ ਹੈ ਅਤੇ ਇਹਨਾਂ ਕਾਮਿਆਂ ਨੂੰ ਬੱਝਾ ਮਿਹਨਤਾਨਾ ਦਿੱਤਾ ਜਾਂਦਾ ਹੈ। ਬਾਕੀ ਦੀ ਇਕ-ਤਿਹਾਈ ਜ਼ਮੀਨ ਉਤੇ ਕਿਸਾਨ ਵਾਹੀ ਕਰਦੇ ਹਨ ਜਿਨ੍ਹਾਂ ਨੂੰ ਪੰਜ ਰੂਬਲ ਫੀ ਦੇਸੀਆਤੀਨਾ ਦੇ ਹਿਸਾਬ ਪੈਸੇ ਮਿਲਦੇ ਹਨ। ਇਸ ਦਾ ਮਤਲਬ ਇਹ ਹੈ ਕਿ ਕਿਸਾਨ ਹਰ ਇਕ ਦੇਸੀਅਤੀਨਾ ਉਤੇ ਤਿੰਨ ਵਾਰੀ ਹਲ ਵਾਹੁੰਦੇ ਹਨ, ਤਿੰਨ ਵਾਰੀ ਸੁਹਾਗਾ ਫੇਰਦੇ ਹਨ, ਅਨਾਜ ਬੀਜਦੇ ਤੇ ਵਾਢੀ ਕਰਦੇ ਹਨ, ਭਰੀਆਂ ਬੰਨ੍ਹ ਕੇ ਗਾਹ ਵਿਚ ਲਿਆਉਂਦੇ ਹਨ ਤੇ ਏਨੇ ਕੰਮ ਦੇ ਪੰਜ ਰੂਬਲ ਉਹਨਾਂ ਨੂੰ ਮਿਲਦੇ ਹਨ, ਪਰ ਮਿਹਨਤਾਨਾ ਲੈ ਕੇ ਕੰਮ ਕਰਨ ਵਾਲਿਆਂ ਨੂੰ ਏਨੇ ਹੀ ਕੰਮ ਦੇ ਘਟੋ ਘਟ ਦਸ ਰੂਬਲ ਬਣ ਜਾਂਦੇ ਹਨ। ਕਿਸਾਨ ਜੋ ਕੁਝ ਵੀ ਕਾਸ਼ਤਕਾਰੀ ਵਿਚੋਂ ਲੈਂਦੇ ਹਨ ਉਹਦੇ ਲਈ ਉਹਨਾਂ ਨੂੰ ਮਜ਼ਦੂਰੀ ਦੀ ਸ਼ਕਲ ਵਿਚ ਬੜੀ ਵੱਡੀ ਕੀਮਤ ਅਦਾ ਕਰਨੀ ਪੈਂਦੀ ਹੈ। ਚਰਾਂਦਾਂ ਵਿਚ ਆਪਣੇ ਮਾਲ ਡੰਗਰ ਨੂੰ ਚਾਰਨ, ਲਕੜ ਬਾਲਣ ਵਰਤਣ ਅਤੇ ਆਲੂਆਂ ਦੇ ਟਿੰਡਲ-ਪੱਤਿਆਂ ਵਾਸਤੇ ਉਹਨਾਂ ਨੂੰ ਕੰਮ ਕਰ ਕੇ ਭੁਗਤਾਨ ਕਰਨਾ ਪੈਂਦਾ ਹੈ, ਅਤੇ ਲਗਪਗ ਸਾਰੇ ਹੀ ਕਿਸਾਨ ਕਰਜ਼ੇ ਹੇਠ ਹਨ। ਇਸ ਪ੍ਰਕਾਰ

ਕਾਸ਼ਤ ਹੇਠਲੇ ਖੇਤਾਂ ਤੋਂ ਪਾਰ ਜਿਹੜੀ ਜ਼ਮੀਨ ਕਿਸਾਨਾਂ ਨੂੰ ਲਗਾਨ ਉਤੇ ਦਿੱਤੀ ਗਈ ਹੈ, ਜੇਕਰ ਉਸ ਦੇ ਮੂਲ ਨੂੰ ਪੰਜ ਫੀ ਸਦੀ ਸੂਦ ਉਤੇ ਲਾਇਆ ਜਾਏ ਤਾਂ ਉਸ ਤੋਂ ਹੋਣ ਵਾਲੀ ਆਮਦਨ ਨਾਲੋਂ ਚਾਰ ਗੁਣਾ ਬਹੁਤੀ ਕੀਮਤ ਕਿਸਾਨਾਂ ਕੋਲੋਂ ਵਸੂਲ ਕੀਤੀ ਜਾਂਦੀ ਹੈ।

ਨੇਖਲੀਊਦੋਵ ਇਹ ਸਭ ਗੱਲਾਂ ਪਹਿਲਾਂ ਹੀ ਜਾਣਦਾ ਸੀ, ਪਰ ਹੁਣ ਉਸ ਨੇ ਇਹਨਾਂ ਨੂੰ ਇਕ ਨਵੀਂ ਰੋਸ਼ਨੀ ਵਿਚ ਵੇਖਣਾ ਸ਼ੁਰੂ ਕੀਤਾ, ਅਤੇ ਉਹ ਹੈਰਾਨ ਰਹਿ ਗਿਆ ਕਿ ਉਹਨੂੰ ਅਤੇ ਉਹਦੇ ਵਰਗੇ ਦੂਜੇ ਜਾਗੀਰਦਾਰਾਂ ਨੂੰ ਅਜਿਹੀ ਹਾਲਤ ਦੀ ਅਸਾਧਾਰਨਤਾ ਕਿਉਂ ਵਿਖਾਈ ਨਹੀਂ ਦੇਂਦੀ। ਕਾਰ-ਮੁਖਤਾਰ ਨੇ ਦਲੀਲ ਦਿੱਤੀ ਸੀ ਕਿ ਜੇ ਜ਼ਮੀਨ ਕਿਸਾਨਾਂ ਨੂੰ ਲਗਾਨ ਉਤੇ ਦੇ ਦਿੱਤੀ ਗਈ ਤਾਂ ਵਾਹੀ ਖੇਤੀ ਦੇ ਸੰਦਾਂ ਔਜ਼ਾਰਾਂ ਤੋਂ ਇਕ ਕੌਡੀ ਵੀ ਹਾਸਿਲ ਨਹੀਂ ਹੋਵੇਗੀ, ਕਿਉਂਕਿ ਉਹਨਾਂ ਦੀ ਕੀਮਤ ਦਾ ਚੌਥਾ ਹਿੱਸਾ ਵੀ ਨਹੀਂ ਹੱਥ ਆਉਣ ਲੱਗਾ; ਕਿਸਾਨ ਜ਼ਮੀਨ ਬਰਬਾਦ ਕਰ ਦੇਣਗੇ ਤੇ ਨੇਖਲੀਊਦੋਵ ਨੂੰ ਬੜਾ ਭਾਰੀ ਨੁਕਸਾਨ ਹੋਵੇਗਾ। ਪਰ ਇਹਨਾਂ ਦਲੀਲਾਂ ਨਾਲ ਨੇਖਲੀਊਦੋਵ ਦਾ ਇਹ ਨਿਸਚਾ ਹੋਰ ਵੀ ਮਜ਼ਬੂਤ ਹੋ ਗਿਆ ਸੀ ਕਿ ਜ਼ਮੀਨ ਕਿਸਾਨਾਂ ਨੂੰ ਲਗਾਨ ਉਤੇ ਦੇ ਕੇ ਤੇ ਇਸ ਤਰ੍ਹਾਂ ਆਪਣੇ ਆਪ ਨੂੰ ਆਪਣੀ ਆਮਦਨ ਦੇ ਵੱਡੇ ਹਿੱਸੇ ਤੋਂ ਵਿਰਵਾ ਰਖ ਕੇ ਉਹ ਬੜਾ ਨੇਕ ਕੰਮ ਕਰਨ ਲੱਗਾ ਹੈ। ਉਸ ਨੇ ਆਪਣੇ ਮਨ ਨਾਲ ਫੈਸਲਾ ਕੀਤਾ ਕਿ ਉਹ ਇਸ ਗੱਲ ਨੂੰ ਹੁਣੇ ਹੀ, ਆਪਣੀ ਮੌਜੂਦਗੀ ਵਿਚ, ਨਿਬੇੜ ਕੇ ਜਾਵੇਗਾ। ਬਾਕੀ ਫਸਲ ਦੀ ਵਾਢੀ ਤੇ ਵਿਕਰੀ, ਅਤੇ ਜ਼ਰਈ ਸੰਦਾਂ ਔਜ਼ਾਰਾਂ ਤੇ ਬੇਲੋੜੀਆਂ ਇਮਾਰਤਾਂ ਦੀ ਵਿਕਰੀ ਦਾ ਕੰਮ—ਇਹ ਸਭ ਕੁਝ ਮੁਖਤਾਰ ਉਹਦੇ ਜਾਣ ਮਗਰੋਂ ਆਪੇ ਕਰਦਾ ਰਹੇਗਾ। ਪਰ ਇਸ ਵੇਲੇ ਉਹਨੇ ਆਪਣੇ ਮੁਖਤਾਰ ਨੂੰ ਉਹਨਾਂ ਤਿੰਨ ਗੁਆਂਢੀ ਪਿੰਡਾਂ ਦੇ ਕਿਸਾਨਾਂ ਦਾ ਇਕੱਠ ਕਰਨ ਲਈ ਆਖਿਆ ਜਿਹੜੇ ਪਿੰਡ ਕੁਜ਼ਮਿਨਸਕੋਯੇ ਜਾਗੀਰ ਦੇ ਵਿਚਕਾਰ ਪੈਂਦੇ ਸਨ। ਉਹ ਚਾਹੁੰਦਾ ਸੀ ਕਿ ਇਸ ਇਕੱਠ ਵਿਚ ਉਹ ਆਪਣੇ ਇਰਾਦੇ ਸਪਸ਼ਟ ਕਰ ਦੇਵੇ ਅਤੇ ਜ਼ਮੀਨ ਦਾ ਲਗਾਨ ਵੀ ਤੈਅ ਕਰ ਲਵੇ ਜਿਹੜਾ ਉਹਨਾਂ ਨੇ ਤਾਰਨਾ ਸੀ।

ਨੇਖਲੀਊਦੋਵ ਜਦੋਂ ਦਫਤਰ ਵਿਚੋਂ ਬਾਹਰ ਨਿਕਲਿਆ ਤਾਂ ਉਹ ਮੁਖਤਾਰ ਦੀਆਂ ਦਲੀਲਾਂ ਸਾਮ੍ਹਣੇ ਡਟੇ ਰਹਿਣ ਅਤੇ ਨੁਕਸਾਨ ਸਹਾਰਨ ਦੀ ਕੁਰਬਾਨੀ ਕਰਨ ਲਈ ਤਤਪਰ ਹੋਣ ਦੇ ਅਹਿਸਾਸ ਨਾਲ ਖੁਸ਼ ਸੀ। ਬਾਹਰ ਆ ਕੇ ਉਹ ਕਰਨ ਵਾਲੇ ਕੰਮਾਂ ਬਾਰੇ ਸੋਚਦਾ ਹੋਇਆ ਮਕਾਨ ਦੇ ਆਸੇ ਪਾਸੇ, ਫੁਲਵਾੜੀ ਦੇ ਨਾਲ ਨਾਲ ਜਿਸ ਵੱਲ ਧਿਆਨ ਨਹੀਂ ਸੀ ਦਿੱਤਾ ਗਿਆ, (ਮੁਖਤਾਰ ਦੇ ਮਕਾਨ ਦੇ ਸਾਮ੍ਹਣੇ ਚੰਗੀ ਤਰ੍ਹਾਂ ਸਾਂਭੀ ਹੋਈ ਫੁਲਵਾੜੀ ਸੀ), ਟਹਿਲਦਾ ਟੈਨਿਸ ਦੇ ਮੈਦਾਨ ਵੱਲ ਆ ਗਿਆ ਜਿਥੇ ਹੁਣ ਚਿਰੋਕੀ ਉੱਗ ਆਈ ਸੀ। ਏਥੋਂ ਦੀ ਹੁੰਦਾ ਹੋਇਆ ਉਹ ਉਸ ਪਟੜੀ ਤੇ ਆ ਗਿਆ ਜਿਸ ਦੇ ਦੋਵੇਂ ਪਾਸੇ ਲਿੰਡਨ ਦੇ ਰੁੱਖ ਸਨ। ਕੋਈ ਵੇਲਾ ਸੀ ਜਦੋਂ ਉਹ ਇਸ ਥਾਂ ਸਿਗਾਰ ਪੀਣ ਆਉਂਦਾ ਹੁੰਦਾ ਸੀ। ਤਿੰਨ ਸਾਲ ਪਹਿਲਾਂ ਖੂਬਸੂਰਤ ਮੁਟਿਆਰ, ਕਿਰੀਮੋਵਾ ਨਾਲ ਜਿਹੜੀ ਉਹਨਾਂ ਦੇ ਘਰ ਆਇਆ ਕਰਦੀ ਸੀ, ਉਹ ਅੱਖ ਮਟੱਕੇ ਵੀ ਏਥੇ ਹੀ ਲੜਾਉਂਦਾ ਰਿਹਾ ਸੀ। ਆਪਣੇ ਮਨ

ਵਿਚ ਸੰਖੇਪ ਜਿਹਾ ਉਹ ਭਾਸ਼ਨ ਤਿਆਰ ਕਰ ਕੇ ਜਿਹੜਾ ਉਸ ਨੇ ਕਿਸਾਨਾਂ ਅੱਗੇ ਦੇਣਾ ਸੀ ਉਸ ਨੇ ਇਕ ਵਾਰ ਫੇਰ ਮੁਖਤਾਰ ਨਾਲ ਗੱਲ ਕੀਤੀ, ਅਤੇ ਚਾਹ ਪੀਣ ਤੋਂ ਮਗਰੋਂ, ਇਕ ਵਾਰੀ ਫੇਰ ਆਪਣੇ ਖਿਆਲਾਂ-ਵਿਚਾਰਾਂ ਨੂੰ ਇਕ ਸਿਲਸਲੇ ਵਿਚ ਬੰਨ੍ਹ ਕੇ ਆਰਾਮ ਕਰਨ ਵਾਸਤੇ ਕਮਰੇ ਵਿਚ ਚਲਾ ਗਿਆ। ਵੱਡੀ ਕੋਠੀ ਵਿਚ ਇਕ ਕਮਰਾ, ਜਿਸ ਨੂੰ ਪਹਿਲਾਂ ਇਕ ਫਾਲਤੂ ਸੌਣ ਵਾਲੇ ਕਮਰੇ ਵਜੋਂ ਵਰਤਿਆ ਜਾਂਦਾ ਸੀ, ਉਹਦੇ ਵਾਸਤੇ ਤਿਆਰ ਕਰ ਦਿੱਤਾ ਗਿਆ ਸੀ।

ਇਸ ਛੋਟੇ ਜਿਹੇ ਸਾਫ ਸੁਥਰੇ ਕਮਰੇ ਵਿਚ, ਜਿਸ ਦੀਆਂ ਕੰਧਾਂ ਤੇ ਵੀਨਸ ਸ਼ਹਿਰ ਦੀਆਂ ਤਸਵੀਰਾਂ ਲਟਕ ਰਹੀਆਂ ਸਨ ਤੇ ਦੋ ਬਾਰੀਆਂ ਵਿਚਾਲੇ ਇਕ ਸ਼ੀਸ਼ਾ ਟੰਗਿਆ ਹੋਇਆ ਸੀ, ਇਕ ਸਪ੍ਰਿੰਗਾਂ ਵਾਲਾ ਪਲੰਘ ਸੀ ਜਿਸ ਉਤੇ ਗੱਦਾ ਰਖਿਆ ਹੋਇਆ ਸੀ। ਪਲੰਘ ਦੇ ਕੋਲ ਇਕ ਛੋਟੀ ਜਿਹੀ ਮੇਜ਼ ਸੀ ਜਿਸ ਉਤੇ ਪਾਣੀ ਦੀ ਇਕ ਸੁਰਾਹੀ, ਅੱਗ ਬਾਲਣ ਵਾਲੀ ਤੀਲਾਂ ਦੀ ਡੱਬੀ, ਅਤੇ ਅੱਗ-ਬੁਝਾਉਣਾ ਰਖਿਆ ਹੋਇਆ ਸੀ। ਸ਼ੀਸ਼ੇ ਦੇ ਹੇਠਾਂ ਇਕ ਮੇਜ਼ ਉਤੇ ਉਹਦਾ ਸੂਟਕੇਸ ਖੁਲ੍ਹਾ ਪਿਆ ਸੀ ਜਿਸ ਵਿਚ ਉਸ ਦਾ ਨਹਾਉਣ ਧੋਣ ਦੇ ਸਾਮਾਨ ਵਾਲਾ ਡੱਬਾ ਤੇ ਕੁਝ ਕਿਤਾਬਾਂ ਪਈਆਂ ਸਨ। ਇਕ ਕਿਤਾਬ ਰੂਸੀ ਜ਼ਬਾਨ ਵਿਚ ਸੀ—ਜੁਰਮਾਂ ਦੀਆਂ ਪ੍ਰਵਿਰਤੀਆਂ ਦੇ ਅਧਿਅਨ ਦਾ ਇਕ ਅਨੁਭਵ, ਇਸ ਦੇ ਨਾਲ ਹੀ ਇਸ ਵਿਸ਼ੇ ਉਤੇ ਇਕ ਕਿਤਾਬ ਜਰਮਨ ਭਾਸ਼ਾ ਵਿਚ ਤੇ ਇਕ ਅੰਗ੍ਰੇਜ਼ੀ ਵਿਚ ਸੀ। ਇਹ ਕਿਤਾਬਾਂ ਉਹ ਇਸ ਵਾਸਤੇ ਲੈ ਆਇਆ ਸੀ ਕਿ ਪਿੰਡਾਂ ਨੂੰ ਜਾਂਦਾ ਆਉਂਦਾ ਰਾਹ ਵਿਚ ਪੜ੍ਹ ਲਵੇਗਾ। ਪਰ ਅੱਜ ਤਾਂ ਬੜਾ ਕੁਵੇਲਾ ਹੋ ਗਿਆ ਸੀ, ਇਸ ਲਈ ਉਹ ਸੌਣ ਦੀ ਤਿਆਰੀ ਕਰਨ ਲੱਗ ਪਿਆ ਤਾਂ ਜੋ ਸਵੇਰੇ ਸਵਖ਼ਤੇ ਉਠ ਪਵੇ ਅਤੇ ਕਿਸਾਨਾਂ ਨਾਲ ਮੁਲਾਕਾਤ ਵਾਸਤੇ ਤਿਆਰ ਹੋ ਸਕੇ।

ਕਮਰੇ ਦੀ ਇਕ ਨੁਕਰ ਵਿਚ ਇਕ ਪੁਰਾਣੇ ਢੰਗ ਦੀ ਪੱਚੀਕਾਰੀ ਵਾਲੀ ਮਹਾਗਨੀ ਦੀ ਬਣੀ ਆਰਾਮ-ਕੁਰਸੀ ਪਈ ਸੀ। ਨੇਖਲੀਊਦੋਵ ਨੂੰ ਯਾਦ ਆਇਆ ਕਿ ਇਹ ਕੁਰਸੀ ਮਾਂ ਦੇ ਸੌਣ ਵਾਲੇ ਕਮਰੇ ਵਿਚ ਪਈ ਹੁੰਦੀ ਸੀ ਤੇ ਅਚਨਚੇਤ ਹੀ ਉਹਦੇ ਦਿਲ ਵਿਚ ਇਕ ਐਸੀ ਭਾਵਨਾ ਜਾਗ ਪਈ ਜਿਸ ਦਾ ਉਸ ਨੂੰ ਉੱਕਾ ਹੀ ਕੋਈ ਚਿੱਤ-ਖਿਆਲ ਨਹੀਂ ਸੀ। ਉਸ ਨੂੰ ਖਿਆਲ ਆਇਆ ਕਿ ਇਹ ਘਰ ਖੋਲਾ ਬਣ ਜਾਏਗਾ, ਬਾਗ਼ ਵਿਚ ਝਾੜੀਆਂ ਤੇ ਘਾਹ ਬਰੂਟ ਉੱਗ ਆਵੇਗਾ, ਇਹ ਜੰਗਲ ਕੱਟ ਵੱਢ ਲਿਆ ਜਾਵੇਗਾ, ਇਹਨਾਂ ਸਭ ਵਾੜਿਆਂ, ਅਸਤਬਲਾਂ, ਢਾਰੇ, ਸੰਦ-ਔਜ਼ਾਰਾਂ, ਘੋੜਿਆਂ, ਗਾਂਵਾਂ ਵੱਲ ਕਿਸੇ ਨੇ ਧਿਆਨ ਨਹੀਂ ਦੇਣਾ ਜਿਨ੍ਹਾਂ ਨੂੰ ਹਾਸਿਲ ਕਰਨ ਤੇ ਸਾਂਭਣ ਸੰਭਾਲਣ ਉਤੇ ਏਡੀ ਮਿਹਨਤ ਕਰਨੀ ਪਈ ਸੀ, ਭਾਵੇਂ ਇਹ ਮਿਹਨਤ ਉਹਨੇ ਆਪ ਨਹੀਂ ਸੀ ਕੀਤੀ। ਤੇ ਅਚਾਨਕ ਉਹਦੇ ਦਿਲ ਨੂੰ ਝੋਰਾ ਜਿਹਾ ਲੱਗ ਗਿਆ। ਇਹਨਾਂ ਸਭ ਚੀਜ਼ਾਂ ਨੂੰ ਛੱਡ ਦੇਣਾ ਸੌਖਾ ਜਾਪਦਾ ਸੀ, ਪਰ ਹੁਣ ਇਹ ਔਖਾ ਲੱਗ ਰਿਹਾ ਸੀ। ਸਿਰਫ ਇਹਨਾਂ ਨੂੰ ਛੱਡ ਦੇਣਾ ਹੀ ਨਹੀਂ, ਸਗੋਂ ਜ਼ਮੀਨ ਨੂੰ ਲਗਾਨ ਤੇ ਦੇਣਾ ਵੀ ਅਤੇ ਆਪਣੀ ਅੱਧੀ ਆਮਦਨ ਗੁਆ ਲੈਣਾ ਵੀ। ਤੇ ਅਚਾਨਕ ਇਕ ਹੋਰ ਦਲੀਲ ਨੇ ਉਸ ਦੇ ਅਹਿਸਾਸ ਦੀ ਪਿੱਠ ਠੋਕੀ। ਆਖਰਕਾਰ

ਜ਼ਮੀਨ ਕਿਸਾਨਾਂ ਨੂੰ ਲਗਾਨ ਉਤੇ ਦੇ ਦੇਣਾ ਤੇ ਇਸ ਤਰ੍ਹਾਂ ਆਪਣੀ ਸਾਰੀ ਜਾਇਦਾਦ ਬਰਬਾਦ ਕਰ ਲੈਣਾ ਨਾਵਾਜਿਬ ਗੱਲ ਹੋਵੇਗੀ।

"ਮੈਨੂੰ ਜ਼ਮੀਨ ਦੀ ਮਾਲਕੀ ਨਹੀਂ ਰਖਣੀ ਚਾਹੀਦੀ। ਪਰ ਜੇ ਮੈਂ ਜ਼ਮੀਨ ਦਾ ਮਾਲਕ ਨਹੀਂ ਰਹਿੰਦਾ ਤਾਂ ਮੈਂ ਇਹ ਮਕਾਨ ਤੇ ਬਾਕੀ ਜਾਇਦਾਦ ਵੀ ਨਹੀਂ ਸੰਭਾਲ ਸਕਦਾ।... ਪਰ ਮੈਂ ਤਾਂ ਸਾਇਬੇਰੀਆ ਚਲੇ ਜਾਣਾ ਹੈ ਤੇ ਇਸ ਕਰਕੇ ਮੈਨੂੰ ਨਾ ਮਕਾਨ ਦੀ ਲੋੜ ਹੈ ਨਾ ਜ਼ਮੀਨ ਦੀ," ਉਹਦੇ ਅੰਦਰੋਂ ਇਕ ਆਵਾਜ਼ ਆਈ। "ਇਹ ਸਭ ਠੀਕ ਹੈ," ਇਕ ਹੋਰ ਆਵਾਜ਼ ਆਈ। "ਪਰ ਤੂੰ ਸਾਰੀ ਉਮਰ ਤਾਂ ਸਾਇਬੇਰੀਆ ਵਿਚ ਨਹੀਂ ਕਟਣੀ। ਹੋ ਸਕਦੈ ਤੇਰਾ ਵਿਆਹ ਹੋ ਜਾਏ, ਤੇਰੀ ਬੱਚੇ ਹੋ ਜਾਣ, ਤੇ ਫੇਰ ਤੇਰਾ ਫਰਜ਼ ਬਣਦੈ ਕਿ ਜਾਇਦਾਦ ਓਸੇ ਤਰ੍ਹਾਂ ਚੰਗੀ ਹਾਲਤ ਵਿਚ ਉਹਨਾਂ ਦੇ ਹਵਾਲੇ ਕਰੇਂ ਜਿਸ ਹਾਲਤ ਵਿਚ ਤੂੰ ਹਾਸਿਲ ਕੀਤੀ ਏ। ਜ਼ਮੀਨ ਵੱਲ ਵੀ ਤੇਰਾ ਕੋਈ ਫਰਜ਼ ਏ। ਇਸ ਨੂੰ ਛੱਡ ਦੇਣਾ, ਸਭ ਕੁਝ ਬਰਬਾਦ ਕਰ ਲੈਣਾ, ਬੜਾ ਸੌਖਾ ਏ, ਪਰ ਇਸ ਨੂੰ ਹਾਸਿਲ ਕਰਨਾ ਬੜਾ ਔਖਾ। ਸਭ ਤੋਂ ਵੱਡੀ ਗੱਲ, ਤੈਨੂੰ ਆਪਣੇ ਭਵਿਖ ਬਾਰੇ ਵਿਚਾਰ ਕਰਨੀ ਚਾਹੀਦੀ ਹੈ ਤੇ ਇਸ ਬਾਰੇ ਕਿ ਤੂੰ ਕਰੇਂਗਾ ਕੀ, ਤੇ ਓਸ ਮੁਤਾਬਿਕ ਆਪਣੀ ਜ਼ਮੀਨ ਜਾਇਦਾਦ ਦਾ ਮਾਮਲਾ ਨਿਬੇੜ। ਤੇ ਨਾਲੇ ਇਹ ਸੋਚ ਕਿ ਕੀ ਤੂੰ ਇਹ ਕੰਮ ਸਚਮੁਚ ਆਪਣੇ ਦਿਲੋਂ ਮਨੋਂ ਕਰ ਰਿਹੈਂ, ਜਾਂ ਇਹ ਸਭ ਕੁਝ ਵਿਖਾਵਾ ਕਰਨ ਵਾਸਤੇ ਕਰ ਰਿਹੈਂ?" ਨੇਖਲੀਊਦੋਵ ਨੇ ਆਪਣੇ ਮਨ ਕੋਲੋਂ ਇਹ ਸਾਰੀਆਂ ਗੱਲਾਂ ਪੁੱਛੀਆਂ। ਉਸ ਨੂੰ ਇਹ ਮੰਨਣਾ ਪਿਆ ਕਿ ਉਹ ਇਸ ਖਿਆਲ ਦੇ ਅਸਰ ਹੇਠ ਆ ਗਿਆ ਸੀ ਕਿ ਲੋਕ ਉਹਦੇ ਬਾਰੇ ਕੀ ਗੱਲਾਂ ਕਰਨਗੇ। ਅਤੇ ਇਸ ਬਾਰੇ ਉਹ ਜਿੱਨਾਂ ਵਧੇਰੇ ਸੋਚਦਾ ਗਿਆ ਓਨੇ ਹੀ ਬਹੁਤੇ ਸਵਾਲ ਉਹਦੇ ਸਾਮ੍ਹਣੇ ਆਉਂਦੇ ਗਏ, ਤੇ ਓਨਾ ਹੀ ਵਧੇਰੇ ਉਹ ਇਸ ਤਰ੍ਹਾਂ ਦੇ ਜਾਪਦੇ ਜਿਨ੍ਹਾਂ ਨੂੰ ਸੁਲਝਾਇਆ ਨਾ ਜਾ ਸਕਦਾ ਹੋਵੇ।

ਇਹ ਸੋਚ ਕੇ ਕਿ ਸੌਂ ਕੇ ਇਹਨਾਂ ਖ਼ਿਆਲਾਂ ਤੋਂ ਖਹਿੜਾ ਛੁਡਾਵਾਂ ਅਤੇ ਸਵੇਰੇ ਤਰੋਤਾਜ਼ਾ ਦਿਮਾਗ਼ ਨਾਲ ਇਹ ਮਸਲੇ ਹੱਲ ਕਰਾਂਗਾ, ਉਹ ਆਪਣੇ ਸਾਫ ਸੁਥਰੇ ਬਿਸਤਰੇ ਉਤੇ ਲੰਮਾ ਪੈ ਗਿਆ। ਪਰ ਢੇਰ ਚਿਰ ਤੱਕ ਉਹਦੀ ਅੱਖ ਨਾ ਲੱਗੀ, ਕਮਰੇ ਵਿਚ ਸੱਜਰੀ ਹਵਾ ਦੇ ਹਲਕੇ ਹਲਕੇ ਬੁੱਲੇ ਆ ਰਹੇ ਸਨ ਅਤੇ ਚੰਨ ਦੀ ਚਾਨਣੀ ਝਰ ਰਹੀ ਸੀ। ਅੰਦਰ ਪਿਆਂ ਡੱਡੂਆਂ ਦੀ ਗੜੈਂ ਗੜੈਂ ਸੁਣਾਈ ਦੇ ਰਹੀ ਸੀ ਤੇ ਇਸ ਆਵਾਜ਼ ਦੇ ਨਾਲ ਹੀ ਬੁਲਬਲਾਂ ਦੀ ਜਿਹੜੀਆਂ ਦੂਰ ਬਾਗ਼ ਵਿਚ ਚਹਿਕ ਰਹੀਆਂ ਸਨ, ਇਕ ਬੁਲਬਲ ਸੂਸਨ ਦੀ ਖਿੜੀ ਹੋਈ ਝਾੜੀ ਵਿਚ ਬਾਰੀ ਦੇ ਕੋਲ ਬੈਠੀ ਗਾ ਰਹੀ ਸੀ, ਆਵਾਜ਼ ਘੁਲਮਿਲ ਰਹੀ ਸੀ। ਬੁਲਬਲਾਂ ਦੇ ਗਾਉਣ ਤੇ ਡੱਡੂਆਂ ਦੇ ਗੜੈਂ ਗੜੈਂ ਕਰਨ ਦੀਆਂ ਆਵਾਜ਼ਾਂ ਸੁਣ ਕੇ, ਨੇਖਲੀਊਦੋਵ ਨੂੰ ਇੰਸਪੈਕਟਰ ਦੀ ਧੀ ਦੇ ਸੰਗੀਤ ਦਾ ਚੇਤਾ ਆ ਗਿਆ ਅਤੇ ਨਾਲ ਹੀ ਇੰਸਪੈਕਟਰ ਦਾ ਵੀ। ਇਹਦੇ ਨਾਲ ਹੀ ਉਹਨੂੰ ਮਾਸਲੋਵਾ ਦੀ ਯਾਦ ਆ ਗਈ, ਤੇ ਇਹ ਯਾਦ ਆਇਆ ਕਿ ਉਹਦੇ ਬੁਲ੍ਹ ਕਿਵੇਂ ਫਰਕੇ ਸਨ, ਡੱਡੂਆਂ ਦੇ ਗੜੈਂ ਗੜੈਂ ਕਰਨ ਵਾਂਗ, ਜਦੋਂ ਉਸ ਨੇ ਆਖਿਆ ਸੀ: "ਤੁਹਾਨੂੰ ਇਸ ਗੱਲ ਦਾ ਖਹਿੜਾ ਛੱਡ ਦੇਣਾ

ਚਾਹੀਦੈ।" ਫੇਰ ਜਰਮਨ ਕਾਰ-ਮੁਖਤਾਰ ਡੱਡੂਆਂ ਵੱਲ ਜਾਣ ਲੱਗਾ, ਤੇ ਉਹਨੂੰ ਫੜ ਕੇ ਪਿਛਾਂਹ ਹਟਾਇਆ ਗਿਆ, ਪਰ ਸਿਰਫ ਏਨਾ ਹੀ ਨਹੀਂ ਕਿ ਉਹ ਰੁੱਕਿਆ ਨਹੀਂ, ਉਹ ਸਗੋਂ ਮਾਸਲੋਵਾ ਦਾ ਰੂਪ ਧਾਰ ਗਿਆ। ਤੇ ਉਹ ਨੇਖਲੀਊਦੋਵ ਨੂੰ ਇਹ ਆਖ ਕੇ ਝਾੜਨ ਫਿਟਕਾਰਨ ਲੱਗ ਪਈ, "ਮੈਂ ਹੋਈ ਮੁਜਰਮ, ਤੁਸੀਂ ਹੋਏ ਪ੍ਰਿੰਸ।" "ਨਹੀਂ, ਮੈਂ ਹਾਰ ਨਹੀਂ ਮੰਨਾਂਗਾ," ਨੇਖਲੀਊਦੋਵ ਨੇ ਸੋਚਿਆ, ਫੇਰ ਜਾਗ ਉੱਠਿਆ ਤੇ ਆਪਣੇ ਆਪ ਨੂੰ ਪੁੱਛਿਆ, "ਕਿਉਂ, ਮੈਂ ਜੋ ਕੁਝ ਕਰ ਰਿਹਾ ਹਾਂ ਉਹ ਠੀਕ ਏ ਜਾਂ ਗਲਤ? ਮੈਨੂੰ ਨਹੀਂ ਪਤਾ ਤੇ ਨਾ ਹੀ ਮੈਨੂੰ ਇਸ ਦੀ ਕੋਈ ਪ੍ਰਵਾਹ ਏ। ਕੋਈ ਫਰਕ ਨਹੀਂ ਪੈਂਦਾ। ਮੈਨੂੰ ਸੌਂ ਜਾਣਾ ਚਾਹੀਦੈ।" ਤੇ ਉਹ ਉਸ ਪਾਸੇ ਉਤਰਨ ਲੱਗ ਪਿਆ ਜਿਸ ਪਾਸੇ ਉਹਨੇ ਕਾਰ-ਮੁਖਤਾਰ ਤੇ ਮਾਸਲੋਵਾ ਨੂੰ ਉਤੱਰਦਿਆਂ ਵੇਖਿਆ ਸੀ। ਤੇ ਇਸ ਦੇ ਨਾਲ ਹੀ ਇਹ ਸਭ ਕੁਝ ਖ਼ਤਮ ਹੋ ਗਿਆ।

੨

ਦੂਜੇ ਦਿਨ ਸਵੇਰੇ ਨੌਂ ਵਜੇ ਨੇਖਲੀਊਦੋਵ ਦੀ ਅੱਖ ਖੁਲ੍ਹੀ। ਉਸ ਦੀ ਟਹਿਲ ਸੇਵਾ ਕਰਨ ਵਾਲਾ ਦਫਤਰ ਦਾ ਨੌਜਵਾਨ ਕਲਰਕ ਬਿਸਤਰੇ ਵਿਚ ਨੇਖਲੀਊਦੋਵ ਦੇ ਉਸਲਵੱਟੇ ਭੰਨਣ ਦੀ ਆਵਾਜ਼ ਸੁਣਦਿਆਂ ਸਾਰ ਹੀ ਉਸ ਦੇ ਬੂਟ ਲੈ ਆਇਆ। ਬੂਟ ਜਿੰਨੇ ਇਸ ਵੇਲੇ ਚਮਕ ਰਹੇ ਸਨ ਪਹਿਲਾਂ ਕਦੇ ਨਹੀਂ ਸੀ ਚਮਕੇ। ਇਸ ਦੇ ਨਾਲ ਹੀ ਉਹ ਹਥ ਮੂੰਹ ਧੋਣ ਲਈ ਚਸ਼ਮੇ ਦਾ ਠੰਡਾ ਨਿਰਮਲ ਪਾਣੀ ਵੀ ਲੈ ਆਇਆ, ਅਤੇ ਆਪਣੇ ਮਾਲਕ ਨੂੰ ਖਬਰ ਦਿੱਤੀ ਕਿ ਕਿਸਾਨ ਜੁੜਨ ਲੱਗ ਪਏ ਸਨ। ਨੇਖਲੀਊਦੋਵ ਉਛਲ ਕੇ ਬਿਸਤਰੇ ਵਿਚੋਂ ਬਾਹਰ ਆਇਆ ਅਤੇ ਉਸ ਨੇ ਆਪਣੀ ਸੋਚ ਨੂੰ ਇਕਾਗਰ ਕੀਤਾ। ਆਪਣੀ ਜ਼ਮੀਨ ਜਾਇਦਾਦ ਨੂੰ ਛੱਡ ਦੇਣ ਤੇ ਇਸ ਤਰ੍ਹਾਂ ਇਸ ਨੂੰ ਬਰਬਾਦ ਕਰਨ ਬਾਰੇ ਉਹਨੂੰ ਕੱਲ੍ਹ ਜਿਹੜਾ ਝੋਰਾ ਲੱਗ ਗਿਆ ਸੀ ਹੁਣ ਉਸ ਦਾ ਕੋਈ ਅਸਰ ਬਾਕੀ ਨਹੀਂ ਸੀ। ਇਹਨਾਂ ਭਾਵਨਾਵਾਂ ਨੂੰ ਯਾਦ ਕਰ ਕੇ ਉਸ ਨੂੰ ਹੈਰਾਨੀ ਹੋ ਰਹੀ ਸੀ। ਹੁਣ ਤਾਂ ਜਿਹੜਾ ਕੰਮ ਇਸ ਵੇਲੇ ਉਹਦੇ ਕਰਨ ਗੋਚਰਾ ਸੀ ਉਹਦੇ ਬਾਰੇ ਸੋਚ ਕੇ ਉਹਨੂੰ ਖੁਸ਼ੀ ਹੋ ਰਹੀ ਸੀ ਅਤੇ ਸਗੋਂ ਸੁਤੇ-ਸਿਧ ਹੀ ਉਹਨੂੰ ਇਸ ਤੇ ਇਕ ਤਰ੍ਹਾਂ ਨਾਲ ਮਾਣ ਮਹਿਸੂਸ ਹੋ ਰਿਹਾ ਸੀ। ਬਾਰੀ ਵਿਚੋਂ ਉਸ ਨੂੰ ਟੈਨਿਸ ਦੀ ਗਰਾਊਂਡ ਨਜ਼ਰ ਆ ਰਹੀ ਸੀ ਜਿਸ ਵਿਚ ਚਿਰੋਕੀ ਉੱਗੀ ਹੋਈ ਸੀ। ਇਸ ਗਰਾਊਂਡ ਵਿਚ ਹੀ ਮੁਖਤਾਰ ਦੇ ਹੁਕਮ ਨਾਲ ਕਿਸਾਨ ਇਕੱਠੇ ਹੋ ਰਹੇ ਸਨ। ਬੀਤੀ ਰਾਤ ਡੱਡੂ ਐਵੇਂ ਹੀ ਨਹੀਂ ਸੀ ਗੜੈਂ ਗੜੈਂ ਕਰਦੇ ਰਹੇ। ਮੌਸਮ ਬੱਦਲਵਾਈ ਵਾਲਾ ਸੀ। ਹਵਾ ਬੰਦ ਸੀ। ਸਵੇਰ ਤੋਂ ਹੀ ਹਲਕੀ ਹਲਕੀ ਨਿੱਘੀ ਨਿੱਘੀ ਕਿਣਮਿਣ ਕਿਣਮਿਣ ਸ਼ੁਰੂ ਹੋ ਗਈ ਸੀ ਅਤੇ ਪੱਤਿਆਂ, ਟਹਿਣੀਆਂ ਤੇ ਘਾਹ ਉਤੇ ਪਾਣੀ

ਦੇ ਕਤਰੇ ਲਟਕ ਰਹੇ ਸਨ। ਸੱਜਰੀ ਹਰਿਆਲੀ ਦੀ ਸੁਗੰਧ ਦੇ ਨਾਲ ਹੀ ਸਿਲ੍ਹੀ ਧਰਤੀ ਦੀ ਮਹਿਕ ਬਾਰੀ ਵਿਚੋਂ ਅੰਦਰ ਆ ਰਹੀ ਸੀ। ਲੱਗਦਾ ਸੀ ਜਿਵੇਂ ਧਰਤੀ ਹੋਰ ਮੀਂਹ ਮੰਗਦੀ ਹੋਵੇ। ਕਪੜੇ ਪਾਉਂਦਿਆਂ ਨੇਖਲੀਊਦੋਵ ਨੇ ਕਈ ਵਾਰੀ ਬਾਹਰ ਟੈਨਿਸ ਦੀ ਗਰਾਊਂਡ ਵਿਚ ਇਕੱਠੇ ਹੋ ਰਹੇ ਕਿਸਾਨਾਂ ਵੱਲ ਨਜ਼ਰ ਮਾਰੀ। ਇਕ ਇਕ ਕਰ ਕੇ ਉਹ ਆਉਂਦੇ ਜਾ ਰਹੇ ਸਨ। ਆਉਣ ਵਾਲਾ ਕਿਸਾਨ ਆਪਣੀ ਟੋਪੀ ਲਾਹੁੰਦਾ, ਝੁਕ ਕੇ ਸਾਰਿਆਂ ਨੂੰ ਸਾਹਬ-ਸਲਾਮ ਕਹਿੰਦਾ ਤੇ ਆਪਣੀ ਥਾਂ ਤੇ ਜਾ ਖੜਾ ਹੁੰਦਾ। ਸਾਰੇ ਕਿਸਾਨ ਇਕ ਗੋਲ ਦਾਇਰਾ ਬਣਾ ਕੇ ਖੜੇ ਸਨ ਅਤੇ ਆਪਣੀਆਂ ਖੂੰਡੀਆਂ ਦੀ ਟੇਕ ਲੈ ਕੇ ਆਪਸ ਵਿਚ ਗੱਲਾਂ ਕਰ ਰਹੇ ਸਨ। ਹੱਟੇ ਕੱਟੇ, ਪੱਠੇਦਾਰ ਗਠਵੇਂ ਸਰੀਰ ਵਾਲੇ ਗਭਰੂ ਮੁਖਤਾਰ ਨੇ, ਜਿਸ ਨੇ ਹਰੇ ਰੰਗ ਦੇ ਉਠਵੇਂ ਕਾਲਰ ਵਾਲੀ ਛੋਟੀ ਜਿਹੀ ਜੈਕਟ ਪਾਈ ਹੋਈ ਸੀ ਤੇ ਜਿਸ ਨੂੰ ਵੱਡੇ ਵੱਡੇ ਬਟਨ ਲੱਗੇ ਹੋਏ ਸਨ, ਅੰਦਰ ਆ ਕੇ ਦੱਸਿਆ ਕਿ ਸਾਰੇ ਕਿਸਾਨ ਇਕੱਠੇ ਹੋ ਗਏ ਹਨ ਪਰ ਜਿੰਨਾਂ ਚਿਰ ਤੁਸੀਂ ਨਾਸ਼ਤਾ ਕਰੋਗੇ ਉਹ ਉਡੀਕ ਲੈਣਗੇ। ਚਾਹ ਤੇ ਕਾਫੀ ਦੋਵੇਂ ਚੀਜ਼ਾਂ ਤਿਆਰ ਹਨ ਜੋ ਵੀ ਇੱਛਾ ਹੋਵੇ, ਲੈ ਸਕਦੇ ਹੋ।

"ਨਹੀਂ, ਮੇਰੇ ਖਿਆਲ ਵਿਚ ਏਹੋ ਬਿਹਤਰ ਹੈ ਕਿ ਮੈਂ ਉਹਨਾਂ ਨੂੰ ਹੁਣੇ ਮਿਲਾਂ," ਨੇਖਲੀਊਦੋਵ ਨੇ ਆਖਿਆ। ਉਸ ਗਲਬਾਤ ਦਾ ਖਿਆਲ ਕਰ ਕੇ ਜਿਹੜੀ ਉਹ ਕਿਸਾਨਾਂ ਨਾਲ ਕਰਨ ਵਾਲਾ ਸੀ ਉਸ ਨੂੰ ਅਚਨਚੇਤ ਹੀ ਸੰਗ ਤੇ ਸ਼ਰਮ ਮਹਿਸੂਸ ਹੋਣ ਲੱਗ ਪਈ।

ਉਹ ਕਿਸਾਨਾਂ ਦੀ ਇਕ ਇੱਛਾ ਪੂਰੀ ਕਰਨ ਲੱਗਾ ਸੀ, ਜਿਸ ਇੱਛਾ ਦੇ ਪੂਰੇ ਹੋਣ ਦੀ ਆਸ ਕਰਨ ਦਾ ਵੀ ਕਦੇ ਉਹਨਾਂ ਨੂੰ ਹੌਂਸਲਾ ਨਹੀਂ ਸੀ ਪਿਆ। ਉਹ ਬੜੇ ਮਾਮੂਲੀ ਲਗਾਨ ਉਤੇ ਉਹਨਾਂ ਨੂੰ ਜ਼ਮੀਨ ਦੇਣ ਲੱਗਾ ਸੀ, ਅਰਥਾਤ, ਉਹਨਾਂ ਉਤੇ ਬੜੀ ਵੱਡੀ ਕਿਰਪਾ ਕਰਨ ਲੱਗਾ ਸੀ ਤੇ ਇਸ ਦੇ ਬਾਵਜੂਦ ਉਸ ਨੂੰ ਕਿਸੇ ਗੱਲ ਦੀ ਸ਼ਰਮਿੰਦਗੀ ਮਹਿਸੂਸ ਹੋ ਰਹੀ ਸੀ। ਨੇਖਲੀਊਦੋਵ ਕਿਸਾਨਾਂ ਦੇ ਕੋਲ ਆਇਆ, ਅਤੇ ਜਦੋਂ ਸਾਰਿਆਂ ਨੇ ਟੋਪੀਆਂ ਲਾਹੀਆਂ ਅਤੇ ਸੁਨਹਿਰੇ ਵਾਲਾਂ ਵਾਲੇ, ਕੁੰਡਲਦਾਰ ਵਾਲਾਂ ਵਾਲੇ, ਗੰਜੇ, ਤੇ ਧੌਲੇ ਵਾਲਾਂ ਵਾਲੇ ਬਹੁਤ ਸਾਰੇ ਸਿਰ ਉਹਦੇ ਸਾਮ੍ਹਣੇ ਨੰਗੇ ਹੋ ਗਏ, ਤਾਂ ਉਸ ਨੂੰ ਐਸੀ ਘਬਰਾਹਟ ਹੋਈ ਕਿ ਉਹਦੇ ਮੂੰਹੋਂ ਕੋਈ ਗੱਲ ਹੀ ਨਾ ਨਿਕਲ ਸਕੀ। ਕਿਣਮਿਣ ਕਿਣਮਿਣ ਅਜੇ ਵੀ ਹੋ ਰਹੀ ਸੀ ਅਤੇ ਕਿਸਾਨਾਂ ਦੇ ਵਾਲ, ਉਹਨਾਂ ਦੀਆਂ ਦਾੜ੍ਹੀਆਂ ਅਤੇ ਉਹਨਾਂ ਦੇ ਕਾਫਤਾਨਾਂ ਦੀਆਂ ਬੁਰਾਂ ਭਿੱਜ ਰਹੀਆਂ ਸਨ। ਕਿਸਾਨ ਮਾਲਕ ਵੱਲ ਵੇਖੀ ਜਾ ਰਹੇ ਸਨ। ਉਹ ਉਡੀਕ ਵਿਚ ਸਨ ਕਿ ਉਹ ਗੱਲ ਕਰਨੀ ਸ਼ੁਰੂ ਕਰੇ, ਪਰ ਨੇਖਲੀਊਦੋਵ ਏਡਾ ਸ਼ਰਮਸਾਰ ਜਿਹਾ ਸੀ ਕਿ ਉਹਦੇ ਮੂੰਹੋਂ ਕੋਈ ਗੱਲ ਨਹੀਂ ਸੀ ਨਿਕਲ ਰਹੀ। ਅਖੀਰ ਗੰਭੀਰ ਠਰ੍ਹੰਮੇ ਵਾਲੇ ਤੇ ਸਵੈ-ਵਿਸ਼ਵਾਸੀ ਜਰਮਨ ਕਾਰ-ਮੁਖਤਾਰ ਨੇ ਇਸ ਕਸੂਤੀ ਚੁੱਪ ਨੂੰ ਤੋੜਿਆ। ਮੁਖਤਾਰ ਬੜੀ ਚੰਗੀ ਤਰ੍ਹਾਂ ਰੂਸੀ ਬੋਲ ਲੈਂਦਾ ਸੀ ਤੇ ਸਮਝਦਾ ਸੀ ਕਿ ਉਹ ਰੂਸੀ ਕਿਸਾਨ ਦੀ ਰਗ ਰਗ ਨੂੰ ਜਾਣਦਾ ਹੈ। ਇਕ ਪਾਸੇ ਹੱਟਾ-ਕੱਟਾ, ਪਲੇ ਹੋਏ ਸਰੀਰ ਵਾਲਾ ਇਹ ਆਦਮੀ, ਤੇ ਉਹਦੇ ਨਾਲ ਨੇਖਲੀਊਦੋਵ ਖ਼ਲੋਤਾ ਸੀ ਅਤੇ ਦੂਜੇ ਪਾਸੇ ਸਨ ਇਹ ਕਿਸਾਨ ਜਿਨ੍ਹਾਂ ਦੇ ਅੰਦਰ ਨੂੰ ਵੜੇ ਹੋਏ, ਝੁਰੜੀਆਂ ਨਾਲ ਵਟੋ ਵਟ ਚਿਹਰੇ

ਤੇ ਮੋਟੇ ਠੁਲ੍ਹੇ ਵਿਚੋਂ ਮੌਰਾਂ ਬਾਹਰ ਨੂੰ ਨਿਕਲੀਆਂ ਹੋਈਆਂ ਸਨ। ਕੇਡਾ ਪ੍ਰਤੱਖ ਫਰਕ ਸੀ।

"ਪ੍ਰਿੰਸ ਤੁਹਾਡੇ ਉਤੇ ਬਖ਼ਸ਼ਿਸ਼ ਕਰਨ ਵਾਲੇ ਨੇ—ਜ਼ਮੀਨ ਲਗਾਨ ਉਤੇ ਦੇਣ ਵਾਲੇ ਨੇ, ਪਰ ਤੁਸੀਂ ਲੋਕ ਏਸ ਬਖ਼ਸ਼ਿਸ਼ ਦੇ ਕਾਬਿਲ ਨਹੀਂ ਜੇ," ਮੁਖਤਾਰ ਨੇ ਆਖਿਆ।

"ਕਾਬਿਲ ਕਿਵੇਂ ਨਹੀਂ ਅਸੀਂ, ਵਾਸੀਲੀ ਕਾਰਲੋਵਿਚ? ਅਸੀਂ ਤੇਰੇ ਕੰਮ ਨਹੀਂ ਕਰਦੇ? ਸਵਰਗੀ ਮਾਲਕਣ ਦੇ ਜਿਊਂਦਿਆਂ, ਰੱਬ ਉਹਨਾਂ ਨੂੰ ਦਰਗਾਹੇ ਢੋਈ ਦੇਵੇ, ਅਸੀਂ ਬੜੇ ਖੁਸ਼ ਸਾਂ। ਅਸੀਂ ਆਸ ਕਰਦੇ ਆਂ ਕਿ ਪ੍ਰਿੰਸ ਵੀ ਸਾਨੂੰ ਧੱਕਾ ਨਹੀਂ ਦੇਣਗੇ। ਅਸੀਂ ਉਹਨਾਂ ਦੇ ਸ਼ੁਕਰਗੁਜ਼ਾਰ ਆਂ," ਲਾਲ ਵਾਲਾਂ ਵਾਲੇ ਇਕ ਗਾਲੜੀ ਕਿਸਾਨ ਨੇ ਆਖਿਆ।

"ਹਾਂ, ਏਸੇ ਕਰਕੇ ਹੀ ਮੈਂ ਤੁਹਾਨੂੰ ਸਾਰਿਆਂ ਨੂੰ ਸੱਦਿਆ ਹੈ। ਜੇ ਤੁਸੀਂ ਚਾਹੋ ਤਾਂ ਮੈਂ ਸਾਰੀ ਜ਼ਮੀਨ ਤੁਹਾਨੂੰ ਲਗਾਨ ਉਤੇ ਦੇ ਦਿਆਂਗਾ।"

ਕਿਸਾਨ ਅੱਗੋਂ ਕੁਝ ਨਹੀਂ ਬੋਲੇ। ਇਉਂ ਲੱਗਦਾ ਸੀ ਜਿਵੇਂ ਜਾਂ ਤਾਂ ਉਹਨਾਂ ਨੂੰ ਗੱਲ ਦੀ ਸਮਝ ਨਹੀਂ ਆਈ ਜਾਂ ਉਹਨਾਂ ਨੂੰ ਵਿਸ਼ਵਾਸ ਨਹੀਂ ਸੀ ਆ ਰਿਹਾ।

"ਠਹਿਰੋ ਜੀ। ਜ਼ਮੀਨ ਦੇ ਦਿਓਗੇ? ਕੀ ਮਤਲਬ ਤੁਹਾਡਾ?" ਇਕ ਅੱਧਖੜ ਉਮਰ ਦੇ ਆਦਮੀ ਨੇ ਪੁੱਛਿਆ।

"ਜ਼ਮੀਨ ਤੁਹਾਨੂੰ ਦੇ ਦੇਣਗੇ, ਥੋੜੇ ਲਗਾਨ ਉਤੇ। ਤੇ ਤੁਸੀਂ ਉਹਦੇ ਉਤੇ ਕਾਸ਼ਤ ਕਰ ਸਕੋਗੇ।"

"ਬੜੀ ਚੰਗੀ ਗੱਲ ਏ," ਇਕ ਬੁੱਢੇ ਆਦਮੀ ਨੇ ਕਿਹਾ।

"ਬਸ ਲਗਾਨ ਓਨਾ ਕੁ ਹੋਣਾ ਚਾਹੀਦੈ ਜਿਹੜਾ ਅਸੀਂ ਦੇ ਸਕੀਏ," ਇਕ ਹੋਰ ਜਣਾ ਬੋਲਿਆ।

"ਕਿਉਂ ਨਹੀਂ ਲਵਾਂਗੇ ਜ਼ਮੀਨ ਲਗਾਨ ਉਤੇ।"

"ਸਾਡੇ ਤਾਂ ਪਿਓ ਦਾਦੇ ਵੀ ਜ਼ਮੀਨ ਵਾਹ ਕੇ ਢਿੱਡ ਪਾਲਦੇ ਰਹੇ।"

"ਤੇ ਏਹਦੇ ਨਾਲ ਤੁਹਾਨੂੰ ਵੀ ਬਹੁਤਾ ਆਰਾਮ ਰਹੇਗਾ। ਤੁਹਾਨੂੰ ਕੁਝ ਕਰਨ ਦੀ ਲੋੜ ਨਹੀਂ। ਘਰ ਬੈਠੇ ਬਿਠਾਏ ਲਗਾਨ ਲਈ ਜਾਓ। ਸੋਚੋ ਖਾਂ ਹੁਣ ਕਿਵੇਂ ਹਰ ਵੇਲੇ ਚਿੰਤਾ ਵੱਢ ਵੱਢ ਖਾਂਦੀ ਰਹਿੰਦੀ ਏ ਤੇ ਕਈ ਪਾਪ ਸਿਰ ਤੇ ਵਖਰੇ?" ਕਈ ਜਣੇ ਆਖ ਰਹੇ ਸਨ।

"ਪਾਪ ਸਾਰੇ ਤੁਹਾਡੇ ਸਿਰ ਤੇ ਨੇ," ਜਰਮਨ ਬੋਲਿਆ। "ਜੇ ਆਪੋ ਆਪਣਾ ਕੰਮ ਕਰੋ ਤੇ ਚੱਜ ਨਾਲ ਰਹੋ..."

"ਸਾਡੇ ਵਰਗਿਆਂ ਕੋਲੋਂ ਇਹ ਨਹੀਂ ਹੋ ਸਕਦਾ," ਇਕ ਤਿੱਖੇ ਨੱਕ ਵਾਲੇ ਬੁੱਢੇ ਨੇ ਆਖਿਆ। "ਤੂੰ ਕਹਿੰਦਾ ਏਂ, 'ਘੋੜੇ ਨੂੰ ਕਿਉਂ ਪੈਲੀਆਂ ਵਿਚ ਵੜਨ ਦਿੱਤਾ?' ਜਿਵੇਂ ਮੈਂ ਆਪ ਉਹਨੂੰ ਹਿਕ ਕੇ ਵਾੜਿਆ ਹੋਵੇ। ਮੈਂ ਸਾਰਾ ਦਿਨ ਲੱਗਾ ਰਹਿੰਦਾਂ, ਕਦੇ ਕੋਈ ਕੰਮ ਕਦੇ ਕੋਈ, ਤੇ ਦਿਨ—ਜਿਵੇਂ ਸਾਲ ਦਾ ਹੋ ਜਾਂਦੈ। ਮੁਕਣ 'ਚ ਹੀ ਨਹੀਂ ਆਉਂਦਾ। ਰਾਤ ਵੇਲੇ ਘੋੜੇ ਚਰਾਉਣ ਲੈ ਗਿਆ ਤੇ ਮਾੜੀ ਜਿਹੀ ਅੱਖ ਲੱਗ ਗਈ। ਨਾ ਪਤਾ ਲੱਗਾ।

ਜਾਨਵਰ ਨੇ ਤੇਰੀ ਜਵੀ ਨੂੰ ਮੂੰਹ ਮਾਰ ਦਿੱਤਾ, ਤੇ ਹੁਣ ਤੂੰ ਮੇਰੀ ਖੱਲ ਲਾ ਰਿਹੈਂ।"

"ਦੱਸਿਆ ਏ ਨਾ, ਪਈ ਢੰਗ ਤਰੀਕੇ ਨਾਲ ਚੱਲੋ।"

"ਠੀਕ ਆਹਨਾ ਏਂ ਤੂੰ, ਢੰਗ ਤਰੀਕੇ ਨਾਲ ਚੱਲੋ। ਪਰ ਸਾਡੇ ਵਿਚ ਏਨੀ ਹਿੰਮਤ ਕਿੱਥੇ," ਲੰਮੇ, ਕਾਲੇ ਵਾਲਾਂ ਵਾਲੇ ਅਧਖੜ ਉਮਰ ਦੇ ਆਦਮੀ ਨੇ ਜਵਾਬ ਦਿੱਤਾ।

"ਆਖਿਆ ਨਹੀਂ ਸੀ ਮੈਂ ਕਿ ਵਾੜ ਕਰੋ?"

"ਲਿਆ ਲਕੜ ਦੇ ਸਾਨੂੰ, ਵਾੜ ਕਰ ਦੇਨੇ ਆਂ," ਇਕ ਮਧਰੇ ਜਿਹੇ ਸਿੱਧੇ-ਸਾਦੇ ਕਿਸਾਨ ਨੇ ਕਿਹਾ। "ਪਰੂੰ ਲੱਗਾ ਸਾਂ ਮੈਂ ਵਾੜ ਕਰਨ। ਇਕ ਬਰੂਟੀ ਜਿਹੀ ਵੱਢੀ ਸੀ ਤੇ ਤਿੰਨ ਮਹੀਨੇ ਤੂੰ ਮੈਨੂੰ ਜੇਲ੍ਹ ਵਿਚ ਪਾ ਛੱਡਿਆ ਤੇ ਜੂੰਆਂ ਮੇਰਾ ਲਹੂ ਪੀਂਦੀਆਂ ਰਹੀਆਂ। ਬਸ, ਹੋ ਗਈ ਵਾੜ।"

"ਇਹ ਕੀ ਕਹਿ ਰਿਹੈ? ਕਾਰ-ਮੁਖਤਾਰ ਵੱਲ ਮੂੰਹ ਕਰ ਕੇ ਨੇਖਲੀਊਦੋਵ ਨੇ ਪੁੱਛਿਆ।

"**Der erst Dieb im Dorfe,**"* ਮੁਖਤਾਰ ਨੇ ਜਰਮਨ ਵਿਚ ਜਵਾਬ ਦਿੱਤਾ। "ਆਏ ਵਰ੍ਹੇ ਜੰਗਲ ਵਿਚੋਂ ਲਕੜ ਚੋਰੀ ਕਰਦਾ ਫੜਿਆ ਜਾਂਦਾ ਜੇ।" ਫੇਰ ਉਹਨੇ ਕਿਸਾਨ ਨੂੰ ਸੰਬੋਧਨ ਕਰ ਕੇ ਆਖਿਆ, "ਦੂਜਿਆਂ ਦੀ ਚੀਜ਼ ਨੂੰ ਆਦਰ ਦੀ ਨਿਗਾਹ ਨਾਲ ਵੇਖਣਾ ਸਿਖ।"

"ਕਿਉਂ, ਅਸੀਂ ਤੇਰਾ ਆਦਰ ਨਹੀਂ ਕਰਦੇ?" ਬੁੱਢੇ ਨੇ ਕਿਹਾ। "ਤੇਰੀ ਇੱਜ਼ਤ ਨਾ ਕਰ ਕੇ ਜਾਣਾ ਕਿੱਥੇ ਹੋਇਆ ਅਸੀਂ। ਸਾਡੀ ਜਾਨ ਤਾਂ ਤੇਰੇ ਹੱਥਾਂ ਵਿਚ ਐ। ਤੂੰ ਚਾਹਵੇਂ ਤਾਂ ਮਰੋੜਾ ਚਾੜ੍ਹ ਕੇ ਗੱਮੀ ਬਣਾ ਦੇਵੇਂ ਸਾਡੀ।"

"ਓਏ ਨਹੀਂ ਭਰਾਵਾ, ਤੁਹਾਡਾ ਨਹੀਂ ਕੋਈ ਕੁਝ ਵਿਗਾੜ ਸਕਦਾ। ਉਲਟਾ ਸਗੋਂ ਤੁਸੀਂ ਹਰ ਵੇਲੇ ਗੱਲ ਵਿਚ ਅੰਗੂਠਾ ਦੇਈ ਰਖਦੇ ਓ," ਜਰਮਨ ਨੇ ਆਖਿਆ।

"ਕੀ ਆਖਿਆ, ਸਾਡਾ ਕੋਈ ਕੁਝ ਨਹੀਂ ਵਿਗਾੜ ਸਕਦਾ? ਮੇਰੀਆਂ ਹੜਬਾਂ ਨਹੀ ਸੀ ਭੰਨ ਛੱਡੀਆਂ ਤੂੰ ਤੇ ਮੈਨੂੰ ਕੀ ਮਿਲਿਆ? ਕਾਨੂੰਨ ਵੀ ਕੁਝ ਨਹੀਂ ਖੋਹਂਦਾ ਅਮੀਰਾਂ ਦਾ. ਵੇਖ ਲਿਐ ਅਸੀਂ।"

"ਤੈਨੂੰ ਆਪ ਕਾਨੂੰਨ ਮੁਤਾਬਿਕ ਚਲਣਾ ਚਾਹੀਦੈ।"

ਪ੍ਰਤੱਖ ਰੂਪ ਵਿਚ ਤੂੰ-ਤੂੰ ਮੈਂ-ਮੈਂ ਦਾ ਮੁਕਾਬਲਾ ਹੋ ਰਿਹਾ ਸੀ। ਇਸ ਵਿਚ ਹਿੱਸਾ ਲੈਣ ਵਾਲਿਆਂ ਨੂੰ ਵੀ ਇਹ ਪਤਾ ਨਹੀਂ ਸੀ ਕਿ ਉਹ ਇਸ ਤਰ੍ਹਾਂ ਕਿਉਂ ਬੋਲ ਰਹੇ ਹਨ। ਪਰ ਇਕ ਗੱਲ ਸਾਫ ਨਜ਼ਰ ਆਉਂਦੀ ਸੀ ਕਿ ਇਕ ਪਾਸੇ ਤਲਖ਼ੀ ਹੈ ਜਿਸ ਨੂੰ ਡਰ ਭੈ ਨੇ ਦਾਬਾਇਆ ਹੋਇਆ ਹੈ, ਅਤੇ ਦੂਜੇ ਪਾਸੇ ਵੱਡਪਣ ਤੇ ਤਾਕਤ ਦੀ ਹਉਮੈਂ ਹੈ। ਇਹ ਸਭ ਗੱਲਾਂ ਸੁਣ ਕੇ ਨੇਖਲੀਊਦੋਵ ਨੂੰ ਬੜੀ ਤਕਲੀਫ ਹੋ ਰਹੀ ਸੀ। ਇਸ ਕਰਕੇ ਉਹਨੇ ਫੇਰ ਇਹ ਮਸਲਾ ਛੇੜ ਲਿਆ ਕਿ ਲਗਾਨ ਦੀ ਰਕਮ ਕਿੰਨੀ ਹੋਵੇ ਅਤੇ ਇਸ ਦੀਆਂ ਸ਼ਰਤਾਂ ਕਿਹੜੀਆਂ ਹੋਣ।

---

* ਇਕ ਨੰਬਰ ਦਾ ਚੋਰ ਏ ਪਿੰਡ ਵਿਚ। (ਜਰਮਨ)—ਸੰਪਾ:

"ਹੱਛਾ, ਦੱਸੋ ਫੇਰ ਜ਼ਮੀਨ ਬਾਰੇ ਕੀ ਕਹਿੰਦੇ ਓ? ਲੈਣੀ ਚਾਹੁੰਦੇ ਓ? ਤੇ ਜੇ ਮੈਂ ਸਾਰੀ ਦੀ ਸਾਰੀ ਜ਼ਮੀਨ ਤੁਹਾਨੂੰ ਦੇ ਦੇਵਾਂ ਤਾਂ ਕਿੰਨਾ ਲਗਾਨ ਦਿਓਗੇ?"

"ਇਹ ਤੁਹਾਡੀ ਚੀਜ਼ ਹੈ ਸੋ ਤੁਸੀਂ ਆਪ ਹੀ ਰਕਮ ਦੱਸੋ।"

ਨੇਖਲੀਊਦੋਵ ਨੇ ਰਕਮ ਦੱਸੀ। ਨੇੜੇ ਤੇੜੇ ਦੇ ਇਲਾਕਿਆਂ ਵਿਚ ਜੋ ਲਗਾਨ ਲਿਆ ਜਾਂਦਾ ਸੀ ਇਹ ਰਕਮ ਉਹਦੇ ਨਾਲੋਂ ਬਹੁਤ ਘਟ ਸੀ। ਪਰ ਕਿਸਾਨਾਂ ਨੇ ਆਖਿਆ ਕਿ ਇਹ ਰਕਮ ਬਹੁਤ ਜ਼ਿਆਦਾ ਹੈ ਅਤੇ ਜਿਵੇਂ ਕਿ ਉਹਨਾਂ ਦੀ ਆਦਤ ਬਣੀ ਹੋਈ ਸੀ ਉਹ ਸੌਦਾ ਕਰਨ ਲੱਗ ਪਏ। ਨੇਖਲੀਊਦੋਵ ਦਾ ਖਿਆਲ ਸੀ ਕਿ ਉਹਦੀ ਟੁੱਕੀ ਰਕਮ ਨੂੰ ਕਿਸਾਨ ਹੱਸ ਕੇ ਪਰਵਾਨ ਕਰ ਲੈਣਗੇ, ਪਰ ਏਥੇ ਤਾਂ ਖੁਸ਼ੀ ਦਾ ਕੋਈ ਨਾਂ-ਨਿਸ਼ਾਨ ਨਹੀਂ ਸੀ। ਸਿਰਫ਼ ਇਕ ਗੱਲ ਸੀ ਜਿਸ ਤੋਂ ਨੇਖਲੀਊਦੋਵ ਨੂੰ ਪਤਾ ਲੱਗ ਗਿਆ ਕਿ ਉਹਦੀ ਪੇਸ਼ਕਸ਼ ਕਿਸਾਨਾਂ ਵਾਸਤੇ ਲਾਭਦਾਇਕ ਹੈ। ਜਦੋਂ ਇਹ ਸਵਾਲ ਕੀਤਾ ਗਿਆ ਕਿ ਜ਼ਮੀਨ ਨੂੰ ਲਗਾਨ ਉਤੇ ਕੌਣ ਲਵੇਗਾ, ਪਿੰਡ ਦਾ ਸਾਰਾ ਭਾਈਚਾਰਾ ਜਿਸ ਵਿਚ ਸਭ ਲੋਕ ਸ਼ਾਮਲ ਹੋਣ ਜਾਂ ਕੋਈ ਇਕ ਖਾਸ ਸਭਾ ਸੋਸਾਇਟੀ ਜਿਸ ਵਿਚ ਉਹ ਲੋਕ ਸ਼ਾਮਲ ਹੋਣ ਜਿਹੜੇ ਜ਼ਮੀਨ ਲੈਣਾ ਚਾਹੁੰਦੇ ਹੋਣ ਤਾਂ ਇਕ ਜ਼ਬਰਦਸਤ ਝਗੜਾ ਖੜਾ ਹੋ ਗਿਆ। ਇਕ ਪਾਸੇ ਉਹ ਕਿਸਾਨ ਸਨ ਜਿਹੜੇ ਇਸ ਹੱਕ ਵਿਚ ਸਨ ਕਿ ਗਰੀਬ ਕਿਸਾਨਾਂ ਨੂੰ ਅਤੇ ਐਸੇ ਕਿਸਾਨਾਂ ਨੂੰ ਜਿਨ੍ਹਾਂ ਕੋਲੋਂ ਬਾਕਾਇਦਾ ਲਗਾਨ ਅਦਾ ਕਰਨ ਦੀ ਆਸ ਨਹੀਂ ਬਾਹਰ ਰਹਿਣ ਦਿੱਤਾ ਜਾਏ। ਦੂਜੇ ਪਾਸੇ ਉਹ ਕਿਸਾਨ ਸਨ ਜਿਨ੍ਹਾਂ ਨੂੰ ਇਹਨਾਂ ਗੱਲਾਂ ਕਾਰਨ ਬਾਹਰ ਰੱਖਿਆ ਜਾਣਾ ਸੀ। ਅਖੀਰ, ਕਾਰ-ਮੁਖਤਾਰ ਦੀ ਬਦੌਲਤ ਝਗੜਾ ਟਲ ਗਿਆ ਅਤੇ ਲਗਾਨ ਦੀ ਰਕਮ ਤੇ ਸ਼ਰਤਾਂ ਮਿੱਥ ਲਈਆਂ ਗਈਆਂ। ਕਿਸਾਨ ਉੱਚੀ ਉੱਚੀ ਗੱਲਾਂ ਕਰਦੇ ਪਹਾੜੀ ਉਤਰਦੇ ਆਪੋ ਆਪਣੇ ਪਿੰਡਾਂ ਨੂੰ ਤੁਰ ਪਏ, ਅਤੇ ਨੇਖਲੀਊਦੋਵ ਤੇ ਮੁਖਤਾਰ ਇਕਰਾਰਨਾਮਾ ਤਿਆਰ ਕਰਨ ਲਈ ਦਫਤਰ ਵਿਚ ਜਾ ਵੜੇ।

ਹਰ ਗੱਲ ਉਵੇਂ ਹੀ ਨਜਿਠੀ ਗਈ ਜਿਵੇਂ ਨੇਖਲੀਊਦੋਵ ਦੀ ਇੱਛਾ ਅਤੇ ਆਸ ਸੀ। ਕਿਸਾਨਾਂ ਨੂੰ ਸਾਰੇ ਇਲਾਕੇ ਵਿਚ ਕਿਤੇ ਵੀ ਜਿਸ ਲਗਾਨ ਉਤੇ ਜ਼ਮੀਨ ਮਿਲ ਸਕਦੀ ਸੀ ਏਥੇ ਉਹਦੇ ਨਾਲੋਂ ਤੀਹ ਫੀ ਸਦੀ ਘਟ ਲਗਾਨ ਉਤੇ ਮਿਲ ਗਈ। ਜ਼ਮੀਨ ਤੋਂ ਹੋਣ ਵਾਲੀ ਆਮਦਨ ਅੱਧੀ ਰਹਿ ਗਈ ਸੀ, ਪਰ ਤਾਂ ਵੀ ਨੇਖਲੀਊਦੋਵ ਵਾਸਤੇ ਉਹਦੀਆਂ ਲੋੜਾਂ ਨਾਲੋਂ ਵਧ ਹੀ ਸੀ, ਖਾਸ ਕਰਕੇ ਇਸ ਹਾਲਤ ਵਿਚ ਕਿ ਉਹਨੇ ਇਕ ਜੰਗਲ ਵੇਚਿਆ ਸੀ ਜਿਸ ਦੀ ਰਕਮ ਮਿਲਣ ਵਾਲੀ ਸੀ ਤੇ ਨਾਲੇ ਖੇਤੀ ਬਾੜੀ ਦੇ ਸੰਦ ਔਜ਼ਾਰ ਵੇਚ ਕੇ ਵੀ ਕੁਝ ਰਕਮ ਵਸੂਲ ਹੋਣੀ ਸੀ। ਹਰ ਗੱਲ ਬੜੇ ਸ਼ਾਨਦਾਰ ਤਰੀਕੇ ਨਾਲ ਨਜਿੱਠ ਲਈ ਗਈ ਸੀ ਪਰ ਫੇਰ ਵੀ ਉਹ ਕਿਸੇ ਗੱਲੋਂ ਸ਼ਰਮਸਾਰੀ ਮਹਿਸੂਸ ਕਰ ਰਿਹਾ ਸੀ। ਉਹ ਵੇਖ ਰਿਹਾ ਸੀ ਕਿ ਕਿਸਾਨਾਂ ਨੇ ਉਹਦਾ ਧੰਨਵਾਦ ਤਾਂ ਭਾਵੇਂ ਕੀਤਾ ਸੀ ਪਰ ਉਹ ਪ੍ਰਸੰਨ ਨਹੀਂ ਸਨ। ਉਹਨਾਂ ਨੂੰ ਉਸ ਤੋਂ ਵਧੇਰੇ ਕੁਝ ਪ੍ਰਾਪਤ ਕਰਨ ਦੀ ਆਸ ਸੀ। ਸੋ ਗੱਲ ਇਹ ਬਣੀ ਕਿ ਉਹਨੇ ਆਪਣੇ ਆਪ ਨੂੰ ਬੜੇ ਕੁਝ ਤੋਂ ਵਿਰਵਾ ਕਰ ਲਿਆ, ਤੇ ਫੇਰ ਵੀ ਕਿਸਾਨਾਂ ਦੀਆਂ ਆਸਾਂ ਉਮੀਦਾਂ ਪੂਰੀਆਂ ਨਾ ਹੋਈਆਂ।

ਅਗਲੇ ਦਿਨ ਇਕਰਾਰਨਾਮੇ ਉਤੇ ਦਸਖ਼ਤ ਹੋ ਗਏ। ਨੇਖਲੀਊਦੋਵ ਕੁਝ ਬੁੱਢੇ ਕਿਸਾਨਾਂ ਦੇ ਨਾਲ ਜਿਹੜੇ ਉਸ ਨੂੰ ਵਿਦਾ ਕਰਨ ਲਈ ਚੁਣੇ ਗਏ ਸਨ ਦਫਤਰ ਵਿਚੋਂ ਬਾਹਰ ਨਿਕਲਿਆ। ਹਾਲੇ ਵੀ ਉਹਦੇ ਮਨ ਵਿਚ ਇਕ ਬੇਸੁਆਦੀ ਜਿਹੀ ਦਾ ਅਹਿਸਾਸ ਸੀ ਮਾਣੋ ਕੁਝ ਕਰਨ ਵਾਲਾ ਬਾਕੀ ਰਹਿ ਗਿਆ ਹੋਵੇ। ਦਫਤਰੋਂ ਨਿਕਲ ਕੇ ਉਹ ਮੁਖਤਾਰ ਦੀ ਰਈਸੀ ਸਵਾਰੀ (ਸਟੇਸ਼ਨ ਤੋਂ ਆਏ ਕੋਚਵਾਨ ਦੇ ਕਹਿਣ ਮੁਤਾਬਿਕ) ਵਿਚ ਜਾ ਬੈਠਾ, ਕਿਸਾਨਾਂ ਨੂੰ ਅਲਵਿਦਾ ਆਖੀ, ਜਿਹੜੇ ਇਸ ਅੰਦਾਜ਼ ਨਾਲ ਖੜੇ ਸਿਰ ਹਿਲਾ ਰਹੇ ਸਨ, ਜਿਵੇਂ ਅਸੰਤੁਸ਼ਟ ਤੇ ਮਾਯੂਸ ਹੋਣ, ਤੇ ਸਟੇਸ਼ਨ ਨੂੰ ਤੁਰ ਪਿਆ। ਨੇਖਲੀਊਦੋਵ ਆਪਣੇ ਆਪ ਨਾਲ ਵੀ ਅਸੰਤੁਸ਼ਟ ਸੀ। ਅਤੇ ਪਤਾ ਨਹੀਂ ਕਿਉਂ, ਉਹ ਸਾਰਾ ਵਕਤ ਕਿਸੇ ਗੱਲੋਂ ਆਪਣੇ ਆਪ ਨੂੰ ਉਦਾਸ ਤੇ ਸ਼ਰਮਸਾਰ ਮਹਿਸੂਸ ਕਰਦਾ ਰਿਹਾ ਸੀ।

੩

ਕੁਜ਼ਮਿਨਸਕੋਯੇ ਤੋਂ ਨੇਖਲੀਊਦੋਵ ਉਸ ਜਾਗੀਰ ਤੇ ਆਇਆਂ ਜਿਹੜੀ ਉਸ ਨੂੰ ਆਪਣੀਆਂ ਭੂਆ ਤੋਂ ਵਿਰਸੇ ਵਿਚ ਮਿਲੀ ਸੀ। ਕਾਤੀਊਸ਼ਾ ਨੂੰ ਪਹਿਲੀ ਵਾਰੀ ਉਹ ਏਸੇ ਥਾਂ ਹੀ ਮਿਲਿਆ ਸੀ। ਉਹਦਾ ਇਰਾਦਾ ਸੀ ਕਿ ਏਥੇ ਵੀ ਜ਼ਮੀਨ ਦਾ ਉਸ ਤਰ੍ਹਾਂ ਦਾ ਹੀ ਬੰਦੋਬਸਤ ਕਰ ਦਿੱਤਾ ਜਾਏ ਜਿਸ ਤਰ੍ਹਾਂ ਕੁਜ਼ਮਿਨਸਕੋਯੇ ਵਿਚ ਕੀਤਾ ਗਿਆ ਸੀ। ਪਰ ਇਸ ਦੇ ਨਾਲ ਹੀ ਉਹਦੀ ਇੱਛਾ ਸੀ ਕਿ ਕਾਤੀਊਸ਼ਾ ਅਤੇ ਆਪਣੇ ਬੱਚੇ ਬਾਰੇ ਪੂਰੀ ਪੂਰੀ ਜਾਣਕਾਰੀ ਹਾਸਿਲ ਕਰੇ। ਉਹ ਜਾਣਨਾ ਚਾਹੁੰਦਾ ਸੀ ਕਿ ਕੀ ਉਹ ਬੱਚਾ ਸੱਚ ਮੁਚ ਮਰ ਗਿਆ ਸੀ ਅਤੇ ਜੇ ਮਰ ਗਿਆ ਸੀ ਤਾਂ ਕਿਹੜੀਆਂ ਹਾਲਤਾਂ ਵਿਚ। ਉਹ ਸਵੇਰੇ ਤੜਕੇ ਪਾਨੋਵੋ ਪਹੁੰਚ ਗਿਆ। ਜਾਂਦਿਆਂ ਹੀ ਜਿਹੜੀ ਪਹਿਲੀ ਗੱਲ ਨੇ ਉਹਦਾ ਧਿਆਨ ਖਿਚਿਆ ਉਹ ਇਹ ਸੀ ਕਿ ਸਾਰੀਆਂ ਹੀ ਇਮਾਰਤਾਂ ਜਰਜਰੀਆਂ ਤੇ ਖਸਤਾ ਹਾਲ ਹੋ ਗਈਆਂ ਸਨ, ਖਾਸ ਕਰਕੇ ਰਿਹਾਇਸ਼ੀ ਮਕਾਨ। ਛੱਤਾਂ ਦੀਆਂ ਲੋਹੇ ਦੀਆਂ ਚਾਦਰਾਂ ਉਤੇ ਰੰਗ ਕੀਤਿਆਂ ਮੁੱਦਤਾਂ ਹੋ ਗਈਆਂ ਸਨ। ਇਹਨਾਂ ਉਤੇ ਹਰਾ ਰੰਗ ਕੀਤਾ ਜਾਂਦਾ ਸੀ। ਪਰ ਹੁਣ ਇਹ ਜੰਗਾਲ ਲੱਗ ਜਾਣ ਕਾਰਨ ਲਾਲ ਹੋ ਗਈਆਂ ਸਨ। ਕੁਝ ਚਾਦਰਾਂ ਉਪਰ ਨੂੰ ਮੁੜ ਗਈਆਂ ਸਨ ਖਬਰੇ ਕਿਸੇ ਝੱਖੜ ਤੂਫਾਨ ਕਾਰਨ। ਕੰਧਾਂ ਉਤੇ ਜੜੇ ਹੋਏ ਤਖ਼ਤੇ ਥਾਂ ਥਾਂ ਤੋਂ ਉਖਾੜ ਲਏ ਗਏ ਸਨ। ਜਿਥੋਂ ਵੀ ਜੰਗਾਲ ਦੇ ਖਾਧੇ ਕਿੱਲ ਸੌਖੀ ਤਰ੍ਹਾਂ ਪੁੱਟੇ ਜਾ ਸਕਦੇ ਸਨ ਓਥੋਂ ਹੀ ਲੋਕਾਂ ਨੇ ਤਖ਼ਤੇ ਲਾਹ ਲਏ ਸਨ। ਦੋਵੇਂ ਪੋਰਚ ਟੁੱਟ ਭੱਜ ਗਏ ਸਨ, ਖਾਸ ਕਰਕੇ ਇਕ ਬਾਹੀ ਵਾਲਾ ਪੋਰਚ ਜਿਹੜਾ ਉਸ ਦੇ ਚੇਤੇ ਵਿਚ ਸਮਾਇਆ ਹੋਇਆ ਸੀ। ਸਿਰਫ ਕੜੀਆਂ ਹੀ ਬਾਕੀ ਰਹਿ ਗਈਆਂ ਸਨ। ਕੁਝ ਬਾਰੀਆਂ ਦੇ ਸ਼ੀਸ਼ੇ ਲਾਹ ਕੇ ਉਹਨਾਂ ਦੀ ਥਾਂ ਲਕੜ ਦੇ ਫੱਟੇ ਲਾ ਦਿੱਤੇ ਗਏ ਸਨ। ਉਹ ਇਮਾਰਤ ਜਿਸ

ਵਿਚ ਕਾਰਿੰਦਾ ਰਹਿੰਦਾ ਸੀ, ਰਸੋਈ, ਅਤੇ ਅਸਤਬਲ—ਸਭ ਕੁਝ ਖਸਤਾ ਹਾਲਤ ਵਿਚ ਡਿਗੂੰ ਡਿਗੂੰ ਕਰ ਰਿਹਾ ਸੀ। ਸਿਰਫ ਇਕ ਬਾਗ਼ ਸੀ ਜਿਹੜਾ ਨਹੀਂ ਸੀ ਉੱਜੜਿਆ, ਸਗੋਂ ਉਹ ਪਹਿਲਾਂ ਨਾਲੋਂ ਵੀ ਸੰਘਣਾ ਹੋ ਗਿਆ ਸੀ ਤੇ ਇਸ ਵੇਲੇ ਪੂਰੇ ਜੋਬਨ ਉਤੇ ਸੀ। ਚੇਰੀ, ਸੇਬ ਤੇ ਆਲੂਬੁਖਾਰੇ ਦੇ ਬੂਟਿਆਂ ਨੂੰ ਫੁੱਲ ਪਏ ਹੋਏ ਸਨ ਤੇ ਉਹ ਵਾੜ ਦੇ ਪਿੱਛੇ ਚਿੱਟੇ ਬੱਦਲਾਂ ਵਾਂਗ ਵਿਖਾਈ ਦੇ ਰਹੇ ਸਨ। ਬਾਗ਼ ਦੇ ਕੰਢੇ ਕੰਢੇ ਉੱਗੀਆਂ ਸੂਸਨ ਦੀਆਂ ਝਾੜੀਆਂ ਉਤੇ ਭਰਪੂਰ ਖੇੜਾ ਸੀ, ਐਨ ਓਸੇ ਤਰ੍ਹਾਂ ਜਿਵੇਂ ਚੌਦਾਂ ਸਾਲ ਪਹਿਲਾਂ ਉਹਨਾਂ ਤੇ ਖੇੜਾ ਆਇਆ ਹੋਇਆ ਸੀ ਜਦੋਂ ਨੇਖਲੀਊਦੋਵ ੧੮ ਸਾਲ ਦੀ ਕਾਤਊਸ਼ਾ ਨਾਲ ਛੂਹਣ ਛਪਾਈ ਖੇਡਦਾ ਹੋਇਆ ਇਕ ਝਾੜੀ ਦੇ ਪਿੱਛੇ ਡਿੱਗ ਪਿਆ ਸੀ ਅਤੇ ਕੰਡਿਆਂ ਨਾਲ ਉਹਦੇ ਹੱਥ ਛਿੱਲੇ ਗਏ ਸਨ। ਉਹ ਲਾਰਚ ਜਿਹੜਾ ਉਸ ਦੀ ਭੂਆ ਸੋਫੀਆ ਇਵਾਨੋਵਨਾ ਨੇ ਮਕਾਨ ਦੇ ਕੋਲ ਕਰਕੇ ਲਾਇਆ ਸੀ ਤੇ ਜਿਹੜਾ ਓਦੋਂ ਇਕ ਛੋਟੀ ਜਿਹੀ ਕਲਮ ਤੋਂ ਵਧ ਕੁਝ ਨਹੀਂ ਸੀ ਹੁਣ ਇਕ ਐਸਾ ਰੁਖ ਬਣ ਚੁੱਕਾ ਸੀ ਜਿਸ ਦੇ ਤਣੇ ਵਿਚੋਂ ਇਕ ਛਤੀਰੀ ਨਿਕਲ ਸਕਦੀ ਸੀ। ਉਸ ਦੀਆਂ ਟਹਿਣੀਆਂ ਲੂੰ ਵਰਗੀਆਂ ਕੋਮਲ ਹਰੀਆਂ ਪੀਲੀਆਂ ਸੂਈਆਂ ਨਾਲ ਭਰੀਆਂ ਹੋਈਆਂ ਸਨ। ਆਪਣੇ ਦੋਹਾਂ ਕਿਨਾਰਿਆਂ ਦੇ ਅੰਦਰ ਰਹਿੰਦਾ ਹੋਇਆ ਦਰਿਆ ਘਰਾਟ ਦੇ ਪੁਲ ਉਤੋਂ ਦੀ ਠਾਠਾਂ ਮਾਰਦਾ ਵਹਿ ਰਿਹਾ ਸੀ। ਦਰਿਆ ਤੋਂ ਪਰਲੇ ਪਾਸੇ ਘਾਹ ਦੇ ਮੈਦਾਨਾਂ ਵਿਚ ਕਿਸਾਨਾਂ ਦੇ ਰਲੇ ਮਿਲੇ ਮਾਲ-ਡੰਗਰ ਚਰਦੇ ਫਿਰਦੇ ਸਨ। ਵਿਹੜੇ ਵਿਚ ਹੀ ਕਾਰਿੰਦਾ ਨੇਖਲੀਊਦੋਵ ਨੂੰ ਮਿਲ ਪਿਆ ਸੀ। ਉਹਦੇ ਚਿਹਰੇ ਉਤੇ ਮੁਸਕ੍ਰਾਹਟ ਸੀ। ਇਹ ਕਾਰਿੰਦਾ ਧਰਮ-ਵਿਦਿਆਲੇ ਤੋਂ ਪੜ੍ਹਾਈ ਵਿਚੇ ਹੀ ਛੱਡ ਕੇ ਆਇਆ ਹੋਇਆ ਵਿਦਿਆਰਥੀ ਸੀ। ਮੁਸਕ੍ਰਾਉਂਦਿਆਂ ਹੋਇਆਂ ਹੀ ਉਸ ਨੇ ਨੇਖਲੀਊਦੋਵ ਨੂੰ ਦਫਤਰ ਵਿਚ ਚਲਣ ਲਈ ਆਖਿਆ। ਅੰਦਰ ਜਾ ਕੇ ਉਹ ਜਦੋਂ ਪਾਰਟੀਸ਼ਨ ਦੇ ਪਿੱਛੇ ਗਿਆ ਤਾਂ ਵੀ ਉਹ ਮੁਸਕ੍ਰਾ ਰਿਹਾ ਸੀ ਜਿਵੇਂ ਉਹ ਕੋਈ ਅਨੋਖੀ ਖੁਸ਼ਖਬਰੀ ਦੇਣ ਵਾਲਾ ਹੋਵੇ। ਥੋੜਾ ਚਿਰ ਤਾਂ ਘੁਸਰ ਮੁਸਰ ਦੀ ਆਵਾਜ਼ ਆਉਂਦੀ ਰਹੀ, ਤੇ ਫੇਰ ਬੱਘੀ ਦਾ ਕੋਚਵਾਨ ਜਿਹੜਾ ਨੇਖਲੀਊਦੋਵ ਨੂੰ ਸਟੇਸ਼ਨ ਤੋਂ ਲੈ ਕੇ ਆਇਆ ਸੀ, ਬਖਸ਼ੀਸ਼ ਲੈ ਕੇ ਆਪਣੀ ਬੱਘੀ ਲੈ ਕੇ ਤੁਰਦਾ ਬਣਿਆ। ਥੋੜੀ ਦੇਰ ਬੱਘੀ ਦੀਆਂ ਟੱਲੀਆਂ ਦੀ ਟਨ ਟਨ ਸੁਣਦੀ ਰਹੀ ਤੇ ਫੇਰ ਇਕ ਖਾਮੋਸ਼ੀ ਤਾਰੀ ਹੋ ਗਈ। ਇਸ ਤੋਂ ਮਗਰੋਂ ਇਕ ਕਿਸਾਨ ਲੜਕੀ ਨੰਗੇ ਪੈਰੀਂ ਦੌੜਦੀ ਹੋਈ ਬਾਰੀ ਅੱਗੋਂ ਦੀ ਲੰਘੀ। ਕੁੜੀ ਨੇ ਕਢਾਈ ਕੀਤਾ ਬਲਾਊਜ਼ ਪਾਇਆ ਹੋਇਆ ਸੀ ਤੇ ਉਹਦੇ ਕੰਨਾਂ ਵਿਚ ਵਾਲੀਆਂ ਦੀ ਥਾਂ ਚਿੱਟੀ ਫਰ ਦੇ ਬੁੰਦੇ ਲਟਕ ਰਹੇ ਸਨ। ਫੇਰ ਇਕ ਕਿਸਾਨ ਅੱਗੋਂ ਦੀ ਲੰਘਿਆ ਜਿਸ ਦੇ ਬੂਟਾਂ ਨੂੰ ਕਿੱਲ ਲੱਗੇ ਹੋਏ ਸਨ ਤੇ ਬਾਹਰ ਪਟੜੀ ਉਤੇ ਤੁਰਦੇ ਦੀ ਠੱਕ ਠੱਕ ਦੀ ਆਵਾਜ਼ ਆ ਰਹੀ ਸੀ।

ਨੇਖਲੀਊਦੋਵ ਛੋਟੇ ਜਿਹੇ ਝਰੋਖੇ ਦੇ ਕੋਲ ਬਹਿ ਗਿਆ ਤੇ ਬਾਹਰ ਬਾਗ਼ ਵੱਲ ਵੇਖਣ ਲੱਗਾ। ਉਹਦੇ ਕੰਨ ਵੀ ਬਾਹਰ ਹੀ ਲੱਗੇ ਹੋਏ ਸਨ। ਬਾਰੀ ਵਿਚੋਂ ਦੀ ਬਸੰਤ ਦੀ ਸੱਜਰੀ ਸੁਮੀਰ ਦੇ ਪੋਲੇ ਪੋਲੇ ਬੁੱਲੇ ਆ ਰਹੇ ਸਨ ਜਿਸ ਵਿਚ ਹੁਣੇ ਹੁਣੇ ਖੋਦੀ ਗਈ ਮਿਟੀ ਦੀ

ਮਹਿਕ ਸੀ। ਹਵਾ ਉਹਦੇ ਮੁੜ੍ਹਕੇ ਭਿੱਜੇ ਮੱਥੇ ਉਤੇ ਤਿਲਕ ਆਏ ਵਾਲਾਂ ਨਾਲ ਅਤੇ ਚਾਕੂ ਨਾਲ ਕੱਟ ਕੱਟ ਕੇ ਬਾਰੀ ਦੇ ਵਾਧੇ ਉਤੇ ਰੱਖੇ ਕਾਗ਼ਜ਼ਾਂ ਨਾਲ ਅਟਖੇਲੀਆਂ ਕਰ ਰਹੀ ਸੀ। "ਠੱਪ-ਠਾ, ਠਪ-ਠਾ" ਦਰਿਆ ਤੋਂ ਆਵਾਜ਼ ਆਈ। ਕੁਝ ਔਰਤਾਂ ਕਪੜੇ ਧੋ ਰਹੀਆਂ ਸਨ ਅਤੇ ਆਪਣੀਆਂ ਥਾਪੀਆਂ ਨਾਲ ਇਕ ਲੈਅ ਵਿਚ ਕਪੜਿਆਂ ਨੂੰ ਕੁੱਟ ਰਹੀਆਂ ਸਨ। ਆਵਾਜ਼ ਘਰਾਟ ਦੇ ਤਲਾ ਦੇ ਲਿਸ਼ ਲਿਸ਼ ਕਰਦੇ ਪਾਣੀ ਉਤੇ ਪਸਰਦੀ ਜਾਂਦੀ ਸੀ ਅਤੇ ਘਰਾਟ ਤੋਂ ਠੋਕਰ ਦੇ ਡਿਗਦੇ ਪਾਣੀ ਦੀ ਤਾਲਬੱਧ ਆਵਾਜ਼ ਆ ਰਹੀ ਸੀ। ਅਚਾਨਕ ਇਕ ਡਰੀ ਹੋਈ ਮੱਖੀ ਬੜੇ ਜ਼ੋਰ ਨਾਲ ਭੀਂ ਭੀਂ ਕਰਦੀ ਨੇਖਲੀਊਦੋਵ ਦੇ ਕੰਨ ਕੋਲੋਂ ਲੰਘ ਗਈ।

ਅਤੇ ਇਕ ਦਮ ਹੀ ਨੇਖਲੀਊਦੋਵ ਨੂੰ ਯਾਦ ਆਇਆ ਕਿ ਕਈ ਵਰ੍ਹੇ ਪਹਿਲਾਂ, ਜਦੋਂ ਉਹ ਭੋਲਾ-ਭਾਲਾ ਜਿਹਾ ਗਭਰੂ ਸੀ, ਇਸ ਤਰ੍ਹਾਂ ਹੀ ਉਸ ਨੇ ਘਰਾਟ ਤੋਂ ਆਉਂਦੀ ਏਹੋ ਲੈਅਮਈ ਆਵਾਜ਼ ਸੁਣੀ ਸੀ ਅਤੇ ਇਸ ਆਵਾਜ਼ ਦੇ ਉਪਰ ਉਪਰ ਔਰਤਾਂ ਵਲੋਂ ਗਿੱਲੇ ਕਪੜਿਆਂ ਨੂੰ ਥਾਪੀਆਂ ਨਾਲ ਕੁਟਣ ਦੀ ਆਵਾਜ਼ ਆਈ ਸੀ। ਕਿਵੇਂ ਏਸੇ ਹੀ ਤਰ੍ਹਾਂ ਬਸੰਤ ਦੀ ਸਵੇਰ ਦੀ ਹਵਾ ਉਹਦੇ ਮੁੜ੍ਹਕੇ ਨਾਲ ਭਿੱਜੇ ਮੱਥੇ ਤੋਂ ਵਾਲ ਉਡਾ ਰਹੀ ਸੀ, ਅਤੇ ਚਾਕੂ ਨਾਲ ਕਟ ਕਟ ਕੇ ਬਾਰੀ ਦੇ ਵਾਧੇ ਉਤੇ ਰੱਖੇ ਕਾਗ਼ਜ਼ਾਂ ਨੂੰ ਏਧਰ ਓਧਰ ਖਿਲਾਰ ਰਹੀ ਸੀ। ਅਤੇ ਕਿਵੇਂ, ਬਿਲਕੁਲ ਏਸੇ ਹੀ ਤਰ੍ਹਾਂ, ਇਕ ਮੱਖੀ ਉੱਚੀ ਉੱਚੀ ਭੀਂ ਭੀਂ ਕਰਦੀ ਉਹਦੇ ਕੰਨ ਕੋਲੋਂ ਲੰਘ ਗਈ ਸੀ। ਬਿਲਕੁਲ ਐਸੀ ਗੱਲ ਨਹੀਂ ਸੀ ਕਿ ਉਹ ਆਪਣੇ ਆਪ ਨੂੰ ਅਠਾਰਾਂ ਵਰ੍ਹਿਆਂ ਦਾ ਗਭਰੂ ਹੀ ਸਮਝਣ ਲੱਗ ਪਿਆ ਹੋਵੇ, ਪਰ ਉਹ ਮਹਿਸੂਸ ਉਸ ਤਰ੍ਹਾਂ ਹੀ ਕਰ ਰਿਹਾ ਸੀ ਜਿਸ ਤਰ੍ਹਾਂ ਉਸ ਵੇਲੇ ਉਸ ਨੇ ਕੀਤਾ ਸੀ। ਉਹੋ ਸਜਰਾਪਨ ਤੇ ਸਵੱਛਤਾ, ਉਸੇ ਤਰ੍ਹਾਂ ਹੀ ਦਿਲ ਵਿਚ ਭਵਿਖ ਨਾਲ ਜੁੜੀਆਂ ਸ਼ਾਨਦਾਰ ਤੇ ਅਨੰਤ ਸੰਭਾਵਨਾਵਾਂ, ਅਤੇ ਇਸ ਦੇ ਨਾਲ ਹੀ, ਜਿਵੇਂ ਸੁਪਨੇ ਵਿਚ ਹੁੰਦਾ ਹੈ, ਉਹ ਜਾਣਦਾ ਸੀ ਕਿ ਇਹ ਸਭ ਕੁਝ ਹੁਣ ਰਹਿਣਾ ਨਹੀਂ, ਤੇ ਉਹ ਘੋਰ ਉਦਾਸੀ ਮਹਿਸੂਸ ਕਰਨ ਲੱਗ ਪਿਆ।

"ਕਿਸ ਵੇਲੇ ਕੁਝ ਖਾਣਾ ਪੀਣਾ ਚਾਹੋਗੇ?" ਕਾਰਿੰਦੇ ਨੇ ਮੁਸਕ੍ਰਾ ਕੇ ਪੁੱਛਿਆ।

"ਜਦੋਂ ਚਾਹੋ। ਉਂਜ ਮੈਨੂੰ ਅਜੇ ਭੁਖ ਨਹੀਂ। ਪਹਿਲਾਂ ਮੈਂ ਪਿੰਡ ਵਿਚ ਚੱਕਰ ਲਾ ਆਵਾਂ।"

"ਮਕਾਨ ਦੇ ਅੰਦਰ ਨਹੀਂ ਚੱਲੋਗੇ? ਮੈਂ ਸਭ ਕੁਝ ਬਣਾ ਸੰਵਾਰ ਕੇ ਰੱਖਿਆ ਹੋਇਐ। ਰਤਾ ਝਾਤੀ ਤਾਂ ਮਾਰੋ ਅੰਦਰ, ਜੇ ਬਾਹਰ..."

"ਨਹੀਂ। ਮਗਰੋਂ ਸਹੀ। ਹਾਲੇ ਮਿਹਰਬਾਨੀ ਕਰ ਕੇ ਇਹ ਤਾਂ ਦੱਸੋ ਕਿ ਤੁਹਾਡੇ ਏਥੇ ਕੋਈ ਮਾਤਰੀਓਨਾ ਖਾਰੀਨਾ ਨਾਂ ਦੀ ਔਰਤ ਰਹਿੰਦੀ ਹੈ?" (ਇਹ ਕਾਤੀਊਸ਼ਾ ਦੀ ਮਾਸੀ ਦਾ ਨਾਂ ਸੀ)।

"ਹਾਂ ਜੀ, ਰਹਿੰਦੀ ਏ ਪਿੰਡ ਵਿਚ। ਘਰ ਵਿਚ ਸ਼ਰਾਬਖਾਨਾ ਖੋਹਲਿਆ ਹੋਇਐ ਜਿਥੇ ਲੋਕ ਲੁਕ ਛਿਪ ਕੇ ਸ਼ਰਾਬ ਪੀਂਦੇ ਨੇ। ਮੈਂ ਪੱਕ ਜਾਣਦਾ ਆਂ ਕਿ ਉਹ ਇਹ ਧੰਦਾ

ਕਰਦੀ ਏ। ਕਈ ਵਾਰੀ ਉਹਨੂੰ ਝਾੜਿਆ ਵੀ ਏ ਪਈ ਇਹ ਜੁਰਮ ਏ। ਪਰ ਉਹਨੂੰ ਫੜਨ ਫੜਾਉਣ ਦੀ ਗੱਲ ਸੋਚ ਕੇ ਹੀ ਬੜਾ ਤਰਸ ਆ ਜਾਂਦਾ ਏ। ਵੇਖੋ ਨਾ, ਬੁੱਢੀ ਔਰਤ ਏ, ਦੋਹਤਿਆਂ-ਪੋਤਿਆਂ ਵਾਲੀ ਏ," ਕਾਰਿੰਦੇ ਨੇ ਆਖਿਆ। ਹਾਲੇ ਵੀ ਉਹ ਪਹਿਲਾਂ ਵਾਂਗ ਹੀ ਮੁਸਕ੍ਰਾ ਰਿਹਾ ਸੀ। ਉਹ ਮਾਲਕ ਨੂੰ ਖੁਸ਼ ਵੀ ਕਰਨਾ ਚਾਹੁੰਦਾ ਸੀ ਅਤੇ ਆਪਣਾ ਇਹ ਵਿਸ਼ਵਾਸ ਵੀ ਪ੍ਰਗਟ ਕਰਨਾ ਚਾਹੁੰਦਾ ਸੀ ਕਿ ਇਹੋ ਜਿਹੀਆਂ ਗੱਲਾਂ ਵੱਲ ਨੇਖਲੀਊਦੋਵ ਦਾ ਰਵਈਆ ਵੀ ਓਹੋ ਹੈ ਜਿਹੜਾ ਉਹਦਾ ਆਪਣਾ।

"ਕਿੱਥੇ ਰਹਿੰਦੀ ਹੈ? ਮੇਰਾ ਜੀਅ ਕਰਦਾ ਏ ਕਿ ਫਿਰਦਾ ਫਿਰਦਾ ਚਲਾ ਜਾਵਾਂ ਤੇ ਉਹਨੂੰ ਮਿਲ ਆਵਾਂ।"

"ਪਿੰਡ ਦੇ ਦੂਜੇ ਸਿਰੇ ਤੇ। ਉਸ ਪਾਸੇ ਤੋਂ ਤੀਜੀ ਝੌਂਪੜੀ। ਖੱਬੇ ਪਾਸੇ ਇੱਟਾਂ ਦਾ ਬਣਿਆ ਇਕ ਪੱਕਾ ਮਕਾਨ ਜੇ, ਤੇ ਉਹਦੇ ਅੱਗੇ ਉਹਦੀ ਝੌਂਪੜੀ। ਪਰ ਮੈਂ ਤੁਹਾਡੇ ਨਾਲ ਚਲਦਾਂ," ਕਾਰਿੰਦੇ ਨੇ ਖੁਸ਼ੀ ਨਾਲ ਮੁਸਕ੍ਰਾਉਂਦੇ ਹੋਏ ਆਖਿਆ।

"ਨਹੀਂ, ਮਿਹਰਬਾਨੀ ਤੁਹਾਡੀ। ਮੈਂ ਲਭ ਲਵਾਂਗਾ ਆਪੇ ਹੀ। ਤੁਸੀਂ ਇਕ ਮਿਹਰਬਾਨੀ ਕਰੋ ਤੇ ਕਿਸਾਨਾਂ ਦਾ ਇਕ ਇਕੱਠ ਸੱਦ ਲਓ। ਉਹਨਾਂ ਨੂੰ ਆਖੋ ਕਿ ਮੈਂ ਜ਼ਮੀਨ ਬਾਰੇ ਉਹਨਾਂ ਨਾਲ ਗਲਬਾਤ ਕਰਨਾ ਚਾਹੁੰਦਾ ਹਾਂ।" ਨੇਖਲੀਊਦੋਵ ਨੇ ਆਖਿਆ। ਉਸ ਦੀ ਸਲਾਹ ਸੀ ਕਿ ਏਥੇ ਵੀ ਕਿਸਾਨਾਂ ਨਾਲ ਓਹੋ ਜਿਹਾ ਇਕਰਾਰਨਾਮਾ ਕਰ ਲਵੇ ਜਿਹੋ ਜਿਹਾ ਕੁਜ਼ਮਿਨਸਕੋਯੇ ਦੇ ਕਿਸਾਨਾਂ ਨਾਲ ਕੀਤਾ ਸੀ। ਤੇ ਜੇ ਸੰਭਵ ਹੋਵੇ ਤਾਂ ਓਸੇ ਸ਼ਾਮ ਹੀ ਇਹ ਕੰਮ ਨਿਬੇੜ ਲਵੇ।

੪

ਫਾਟਕ ਤੋਂ ਬਾਹਰ ਆਇਆ ਤਾਂ ਨੇਖਲੀਊਦੋਵ ਨੂੰ ਫੇਰ ਓਹੋ ਕੁੜੀ ਮਿਲ ਪਈ ਜਿਸ ਨੇ ਕੰਨਾਂ ਵਿਚ ਚਿੱਟੀ ਫਰ ਦੇ ਬੁੰਦੇ ਪਾਏ ਹੋਏ ਸਨ। ਉਹ ਚਰਾਂਦ ਵਿਚੋਂ ਦੀ ਆਉਂਦੀ ਉਸ ਪੁਰਾਣੀ ਡੰਡੀ ਉਤੇ ਤੁਰੀ ਆਉਂਦੀ ਸੀ ਜਿਸ ਦੇ ਆਸੇ ਪਾਸੇ ਝਾੜ-ਬੂਟ ਉੱਗਿਆ ਹੋਇਆ ਸੀ। ਉਹਨੇ ਇਕ ਲੰਮਾ ਜਿਹਾ, ਸ਼ੋਖ਼ ਰੰਗ ਦਾ ਐਪਰਨ ਪਾਇਆ ਹੋਇਆ ਸੀ ਤੇ ਗੁਦਗੁਦੇ ਪੈਰ ਉਹਦੇ ਹਾਲੇ ਵੀ ਨੰਗੇ ਸਨ। ਤੇਜ਼ ਤੇਜ਼ ਕਦਮ ਪੁਟਦੀ ਉਹ ਆਪਣੀ ਖੱਬੀ ਬਾਂਹ ਨੂੰ ਆਪਣੇ ਅੱਗੇ ਪੀਂਘ ਵਾਂਗ ਝੁਲਾਉਂਦੀ ਜਾਂਦੀ ਸੀ। ਆਪਣੀ ਸੱਜੀ ਬਾਂਹ ਨਾਲ ਉਹਨੇ ਇਕ ਕੁੱਕੜ ਘੁੱਟ ਕੇ ਆਪਣੇ ਢਿੱਡ ਨਾਲ ਲਾਇਆ ਹੋਇਆ ਸੀ। ਕੁੱਕੜ ਦੀ ਲਾਲ ਕਲਗੀ ਹਿਲਦੀ ਸੀ, ਉਂਜ ਉਹ ਬਿਲਕੁਲ ਨਿਸਚਿੰਤ ਜਾਪਦਾ ਸੀ। ਬਸ ਉਹ ਆਪਣੀਆਂ ਅੱਖਾਂ ਨੂੰ ਏਧਰ ਓਧਰ ਘੁੰਮਾਉਂਦਾ ਸੀ ਤੇ ਕਦੀ ਕਦੀ ਆਪਣੀ ਕਾਲੀ ਟੰਗ ਬਾਹਰ ਕੱਢ ਲੈਂਦਾ ਤੇ ਕਦੇ ਫੇਰ ਉਸ ਨੂੰ ਅੰਦਰ ਖਿੱਚ ਲੈਂਦਾ। ਇਉਂ

ਕਰਦਿਆਂ ਉਹਦਾ ਪੰਜਾ ਕੁੜੀ ਦੇ ਐਪਰਨ ਨਾਲ ਅੜ ਅੜ ਜਾਂਦਾ ਸੀ। ਜਦੋਂ ਕੁੜੀ ਮਾਲਕ ਦੇ ਨੇੜੇ ਆਈ ਤਾਂ ਉਹਦੀ ਚਾਲ ਮੱਠੀ ਹੋ ਗਈ ਤੇ ਉਹ ਹੌਲੀ ਹੌਲੀ ਦੌੜਨ ਦੀ ਬਜਾਏ ਤੁਰਨ ਲੱਗ ਪਈ। ਉਹਦੇ ਸਾਮ੍ਹਣੇ ਆ ਕੇ ਉਹ ਖਲੋ ਗਈ, ਤੇ ਫੇਰ ਆਪਣੇ ਸਿਰ ਨੂੰ ਇਕ ਵਾਰ ਪਿਛਾਂਹ ਝਟਕ ਕੇ, ਉਹਨੂੰ ਝੁਕ ਕੇ ਸਲਾਮ ਕੀਤਾ। ਤੇ ਜਦੋਂ ਨੇਖਲੀਊਦੋਵ ਅਗਾਂਹ ਲੰਘ ਗਿਆ ਤਾਂ ਉਹ ਕੁੱਕੜ ਨੂੰ ਸੰਭਾਲਦੀ ਹੋਈ ਫੇਰ ਆਪਣੇ ਘਰ ਵੱਲ ਦੌੜ ਪਈ। ਨੇਖਲੀਊਦੋਵ ਜਿਸ ਵੇਲੇ ਖੂਹ ਵੱਲ ਜਾ ਰਿਹਾ ਸੀ ਤਾਂ ਉਹਨੂੰ ਇਕ ਬੁੱਢੀ ਔਰਤ ਮਿਲੀ। ਉਹਨੇ ਮੋਟੇ ਖੱਦਰ ਜਿਹੇ ਦੀ ਗੰਦੀ ਮੈਲੀ ਕਮੀਜ਼ ਪਾਈ ਹੋਈ ਸੀ ਤੇ ਵਹਿੰਗੀ ਉਤੇ ਪਾਣੀ ਦੀਆਂ ਦੋ ਬਾਲਟੀਆਂ ਰੱਖੀ ਲਈ ਜਾਂਦੀ ਸੀ ਜਿਸ ਦੇ ਭਾਰ ਹੇਠ ਉਹਦਾ ਲੱਕ ਦੂਹਰਾ ਹੋਇਆ ਪਿਆ ਸੀ। ਬੁੱਢੀ ਔਰਤ ਨੇ ਸੰਭਲ ਕੇ ਦੋਵੇਂ ਬਾਲਟੀਆਂ ਹੇਠਾਂ ਰੱਖੀਆਂ, ਤੇ ਓਸੇ ਤਰ੍ਹਾਂ ਸਿਰ ਨੂੰ ਪਿੱਛੇ ਵੱਲ ਝਟਕਾ ਦਿੱਤਾ ਤੇ ਝੁਕ ਕੇ ਸਲਾਮ ਕੀਤਾ।

ਖੂਹ ਦੇ ਕੋਲੋਂ ਦੀ ਲੰਘ ਕੇ ਨੇਖਲੀਊਦੋਵ ਪਿੰਡ ਵਿਚ ਦਾਖਲ ਹੋ ਗਿਆ। ਵਕਤ ਭਾਵੇਂ ਦਸ ਵਜੇ ਦਾ ਹੀ ਸੀ ਪਰ ਧੁਪ ਚਮਕ ਰਹੀ ਸੀ ਅਤੇ ਹੁੰਮਸ ਤੇ ਗਰਮੀ ਸੀ। ਆਕਾਸ਼ ਤੇ ਬੱਦਲ ਘਿਰਦੇ ਜਾਂਦੇ ਸਨ ਜਿਹੜੇ ਕਦੇ ਕਦੇ ਸੂਰਜ ਨੂੰ ਓਹਲਾ ਕਰ ਦੇਂਦੇ ਸਨ। ਪਿੰਡ ਦੀਆਂ ਗਲੀਆਂ ਦੀ ਹਵਾ ਵਿਚ ਗੋਹੇ ਦੀ ਤਿੱਖੀ ਮੁਸ਼ਕ ਸੀ ਪਰ ਇਹਦੇ ਨਾਲ ਜੀਅ ਖਰਾਬ ਨਹੀਂ ਸੀ ਹੁੰਦਾ। ਇਹ ਮੁਸ਼ਕ ਕੁਝ ਤਾਂ ਉਹਨਾਂ ਛੱਕੜਿਆਂ ਵਿਚੋਂ ਆ ਰਹੀ ਸੀ ਜਿਹੜੇ ਰੂੜੀ ਨਾਲ ਭਰੇ ਹੋਏ ਟਿਲਿਆਂ ਤੇ ਚੜ੍ਹ ਰਹੇ ਸਨ, ਪਰ ਬਹੁਤਾ ਕਰਕੇ ਇਹ ਮੁਸ਼ਕ ਘਰਾਂ ਦੇ ਵਿਹੜਿਆਂ ਵਿਚ ਲੱਗੇ ਰੂੜੀ ਦੇ ਢੇਰਾਂ ਵਿਚੋਂ ਆ ਰਹੀ ਸੀ ਜਿਨ੍ਹਾਂ ਵਿਚੋਂ ਰੂੜੀ ਚੁੱਕੀ ਜਾ ਰਹੀ ਸੀ। ਇਹਨਾਂ ਘਰਾਂ ਦੇ ਫਾਟਕ ਖੁਲ੍ਹੇ ਸਨ ਤੇ ਨੇਖਲੀਊਦੋਵ ਨੂੰ ਇਹਨਾਂ ਦੇ ਅੱਗੋਂ ਦੀ ਲੰਘਣਾ ਪੈ ਰਿਹਾ ਸੀ। ਪੈਰੋਂ ਨੰਗੇ, ਰੂੜੀ ਗੋਹੇ ਨਾਲ ਲਿਬੜੀਆਂ ਕਮੀਜ਼ਾਂ ਤੇ ਪਤਲੂਣਾਂ ਵਾਲੇ ਕਿਸਾਨ, ਮੂੰਹ ਭੁਆ ਭੁਆ ਕੇ ਇਸ ਉੱਚੇ ਲੰਮੇ, ਮੋਟੇ ਤਕੜੇ ਆਦਮੀ ਵੱਲ ਵੇਖ ਰਹੇ ਸਨ ਜਿਸ ਦੇ ਭੂਰੇ ਹੈਟ ਉਤੇ ਝਮ ਝਮ ਕਰਦੇ ਸਿਲਕੀ ਰਿਬਨ ਲੱਗੇ ਹੋਏ ਸਨ, ਜਿਹੜਾ ਹੱਥ ਵਿਚ ਚਮਕਦਾਰ, ਲਿਸ਼ਕਦੀ ਮੁਠ ਵਾਲੀ ਸੋਟੀ ਫੜੀ ਪਿੰਡ ਦੀਆਂ ਗਲੀਆਂ ਵਿਚੋਂ ਲੰਘ ਰਿਹਾ ਸੀ ਤੇ ਹਰ ਦੂਜੇ ਕਦਮ ਉਤੇ ਸੋਟੀ ਦਾ ਹੇਠਲਾ ਸਿਰਾ ਜ਼ਮੀਨ ਨਾਲ ਛੁਹਾ ਦੇਂਦਾ ਸੀ। ਆਪਣੇ ਖਾਲੀ ਛੱਕੜਿਆਂ ਵਿਚ ਬੈਠੇ ਹਿਚਕੋਲੇ ਖਾਂਦੇ ਅਤੇ ਦੁੜਕੀ ਚਾਲੇ ਖੇਤਾਂ ਤੋਂ ਮੁੜੇ ਆਉਂਦੇ ਕਿਸਾਨ ਆਪਣੇ ਸਿਰਾਂ ਤੋਂ ਟੋਪੀਆਂ ਲਾਹ ਲੈਂਦੇ ਅਤੇ ਹੈਰਾਨ ਹੋਏ ਇਸ ਆਦਮੀ ਨੂੰ, ਅਨੋਖੇ ਆਦਮੀ ਨੂੰ ਵੇਖਦੇ ਰਹਿ ਜਾਂਦੇ ਜਿਹੜਾ ਉਹਨਾਂ ਦੇ ਪਿੰਡ ਦੀਆਂ ਗਲੀਆਂ ਵਿਚ ਫਿਰ ਰਿਹਾ ਸੀ। ਔਰਤਾਂ ਫਾਟਕਾਂ ਤੋਂ ਬਾਹਰ ਆਪਣੇ ਘਰਾਂ ਦੇ ਪੋਰਚਾਂ ਵਿਚ ਆ ਖੜੀਆਂ ਹੋਈਆਂ ਅਤੇ ਇਕ ਦੂਜੀ ਨੂੰ ਨੇਖਲੀਊਦੋਵ ਵੱਲ ਇਸ਼ਾਰਾ ਕਰ ਕੇ ਅੱਖਾਂ ਪਾੜ ਪਾੜ ਉਸ ਵਲ ਝਾਕਣ ਲੱਗੀਆਂ।

ਚੌਥੇ ਘਰ ਦੇ ਬੂਹੇ ਅੱਗੋਂ ਦੀ ਲੰਘਣ ਲੱਗਿਆਂ ਨੇਖਲੀਊਦੋਵ ਨੂੰ ਖਲੋਣਾ ਪੈ ਗਿਆ। ਅੰਦਰੋਂ ਇਕ ਛੱਕੜਾ ਨਿਕਲ ਰਿਹਾ ਸੀ। ਉਹਦੇ ਪਹੀਏ ਚੀਂ ਚੀਂ ਕਰ ਰਹੇ ਸਨ। ਛੱਕੜੇ

ਉਤੇ ਕੁਟ ਕੁਟ ਕੇ ਰੂੜ੍ਹੀ ਲੱਦੀ ਹੋਈ ਸੀ ਅਤੇ ਉਹਦੇ ਉਪਰ ਇਕ ਸਫ ਰੱਖ ਕੇ ਉਸ ਨੂੰ ਢੱਕ ਦਿੱਤਾ ਸੀ ਤਾਂ ਜੋ ਬੈਠਿਆ ਜਾ ਸਕੇ। ਛੇ ਕੁ ਵਰ੍ਹਿਆਂ ਦਾ ਇਕ ਮੁੰਡਾ, ਹੂਟੇ ਲੈਣ ਦੇ ਚਾਅ ਵਿਚ, ਨੰਗੇ ਪੈਰੀਂ ਛੱਕੜੇ ਦੇ ਮਗਰ ਮਗਰ ਤੁਰਿਆ ਆਉਂਦਾ ਸੀ। ਇਕ ਗਭਰੂ ਕਿਸਾਨ ਨੇ, ਜਿਸ ਨੇ ਪੱਠੇ ਦੀ ਜੁੱਤੀ ਪਾਈ ਹੋਈ ਸੀ, ਲੰਮੀਆਂ ਲੰਮੀਆਂ ਪੁਲਾਂਘਾਂ ਪੁਟਦਿਆਂ ਘੋੜੇ ਨੂੰ ਹਿੱਕ ਕੇ ਵਿਹੜੇ ਵਿਚੋਂ ਬਾਹਰ ਲਿਆਂਦਾ। ਲੰਮੀਆਂ ਲੰਮੀਆਂ ਲੱਤਾਂ ਵਾਲਾ, ਭੂਰੇ ਰੰਗ ਦਾ ਵਛੇਰਾ ਛੜਪਾ ਮਾਰ ਕੇ ਫਾਟਕ ਤੋਂ ਬਾਹਰ ਆ ਗਿਆ, ਪਰ ਨੇਖਲੀਊਦੋਵ ਨੂੰ ਵੇਖਦਿਆਂ ਹੀ, ਦਬਕ ਕੇ ਛੱਕੜੇ ਦੇ ਨਾਲ ਲੱਗ ਗਿਆ ਅਤੇ ਛੱਕੜੇ ਦੇ ਪਹੀਆਂ ਨਾਲ ਆਪਣੀਆਂ ਲੱਤਾਂ ਨੂੰ ਰਗੜਦਾ ਖੁਰਚਦਾ, ਛਾਲ ਮਾਰ ਕੇ ਆਪਣੀ ਮੱਛਰੀ ਹੋਈ ਮਾਂ ਤੋਂ ਅੱਗੇ ਨਿਕਲ ਗਿਆ। ਘੋੜੀ ਬਹੁਤ ਸਾਰਾ ਭਾਰ ਫਾਟਕ ਵਿਚੋਂ ਖਿਚਦੀ ਹੋਈ ਹੌਲੀ ਹੌਲੀ ਹਿਣਕ ਰਹੀ ਸੀ। ਦੂਜੇ ਘੋੜੇ ਨੂੰ ਇਕ ਲਿਸੇ ਤੇ ਚੁਸਤ ਬਿਰਧ ਨੇ ਹਿੱਕ ਕੇ ਬਾਹਰ ਲਿਆਂਦਾ। ਉਸ ਨੇ ਇਕ ਮੈਲੀ ਜਿਹੀ ਕਮੀਜ਼ ਤੇ ਫਾਂਟਾਂਦਾਰ ਪਤਲੂਣ ਪਾਈ ਹੋਈ ਸੀ। ਇਹ ਬੁੱਢਾ ਵੀ ਪੈਰਾਂ ਤੋਂ ਨੰਗਾ ਸੀ। ਤੇ ਉਹਦੇ ਮੋਢਿਆਂ ਦੀਆਂ ਹੱਡੀਆਂ ਬਾਹਰ ਨਿਕਲੀਆਂ ਹੋਈਆਂ ਸਨ।

ਜਦੋਂ ਘੋੜੇ ਪੱਕੀ ਸੜਕ ਉਤੇ ਪਹੁੰਚ ਗਏ ਜਿਥੇ ਥਾਂ ਥਾਂ ਸੁੱਕੀ, ਭੂਰੇ ਰੰਗ ਦੀ ਰੂੜ੍ਹੀ ਖ਼ਿਲਰੀ ਹੋਈ ਸੀ, ਤਾਂ ਬੁੱਢਾ ਮੁੜ ਕੇ ਫਾਟਕ ਦੇ ਕੋਲ ਆਇਆ ਅਤੇ ਝੁਕ ਕੇ ਨੇਖਲੀਊਦੋਵ ਨੂੰ ਸਲਾਮ ਕੀਤਾ।

"ਤੁਸੀਂ ਸਗੋਂ ਸਾਡੀਆਂ ਮਾਲਕਣਾਂ ਦੇ ਭਤੀਜੇ ਨਹੀਂ?"

"ਹਾਂ, ਮੈਂ ਉਹਨਾਂ ਦਾ ਭਤੀਜਾ ਹਾਂ।"

"ਜੀ ਆਇਆਂ ਨੂੰ। ਸਾਨੂੰ ਮਿਲਣ ਗਿਲਣ ਆਏ ਓ?" ਬਾਤੂਨੀ ਬੁੱਢੇ ਨੇ ਆਖਿਆ।

"ਹਾਂ, ਹਾਂ। ਸੁਣਾਓ, ਕਿਵੇਂ ਦਿਨ ਲੰਘ ਰਹੇ ਨੇ?" ਨੇਖਲੀਊਦੋਵ ਨੇ ਪੁੱਛਿਆ। ਉਸ ਨੂੰ ਸਮਝ ਨਹੀਂ ਸੀ ਆ ਰਹੀ ਕਿ ਕੀ ਗੱਲ ਕਰੇ।

"ਦਿਨ ਕਿਵੇਂ ਲੰਘਦੇ ਨੇ? ਹਾਲ ਮਾੜਾ ਈ ਆ ਸਾਡਾ," ਬੁੱਢੇ ਨੇ ਲਮਕਾ ਕੇ ਆਖਿਆ ਜਿਵੇਂ ਇਸ ਤਰ੍ਹਾਂ ਗੱਲ ਕਰ ਕੇ ਉਹਨੂੰ ਖ਼ੁਸ਼ੀ ਮਿਲਦੀ ਹੋਵੇ।

"ਮਾੜਾ ਹਾਲ ਕਿਉਂ?" ਨੇਖਲੀਊਦੋਵ ਨੇ ਫਾਟਕ ਦੇ ਅੰਦਰ ਪੈਰ ਰਖਦਿਆਂ ਪੁੱਛਿਆ।

"ਸਾਡਾ ਵੀ ਕੋਈ ਜਿਊਣਾ ਏ? ਬੁਰਾ ਹਾਲ ਤੇ ਔਖੇ ਦਿਹਾੜੇ।" ਬੁੱਢੇ ਨੇ ਆਖਿਆ ਅਤੇ ਨੇਖਲੀਊਦੋਵ ਦੇ ਪਿੱਛੇ ਪਿੱਛੇ ਉਸ ਢਾਰੇ ਵਿਚ ਆ ਗਿਆ ਜਿਥੋਂ ਰੂੜ੍ਹੀ ਹਟਾ ਦਿੱਤੀ ਗਈ ਸੀ।

ਨੇਖਲੀਊਦੋਵ ਛੱਤ ਹੇਠ ਖੜਾ ਹੋ ਗਿਆ।

"ਔਹ ਵੇਖ ਲਓ, ਬਾਰਾਂ ਜੀਅ ਜੇ ਖਾਣ ਵਾਲੇ," ਬੁੱਢੇ ਨੇ ਉਹਨਾਂ ਦੋ ਔਰਤਾਂ ਵੱਲ ਇਸ਼ਾਰਾ ਕਰ ਕੇ ਆਖਿਆ ਜਿਹੜੀਆਂ ਆਪਣੇ ਹੱਥਾਂ ਵਿਚ ਤੰਗਲੀਆਂ ਫੜੀ ਬਚਦੀ

ਰੂੜੀ ਦੇ ਢੇਰ ਉਤੇ ਮੁੜ੍ਹਕੋ ਮੁੜ੍ਹਕੀ ਹੋਈਆਂ ਖੜੀਆਂ ਸਨ। ਉਹਨਾਂ ਦੇ ਸਿਰਾਂ ਤੋਂ ਰੁਮਾਲ ਹੇਠਾਂ ਖਿਸਕ ਗਏ ਸਨ ਤੇ ਘਗਰੀਆਂ ਉਹਨਾਂ ਨੇ ਉਪਰ ਚੁਕ ਕੇ ਨੇਫਿਆਂ ਵਿਚ ਟੰਗੀਆਂ ਹੋਈਆਂ ਸਨ ਜਿਸ ਕਰਕੇ ਪਿੰਡਲੀਆਂ ਤੱਕ ਉਹਨਾਂ ਦੀਆਂ ਰੂੜੀ ਨਾਲ ਲਿਬੜੀਆਂ ਲੱਤਾਂ ਵਿਖਾਈ ਦੇਂਦੀਆਂ ਸਨ। "ਮਹੀਨਾ ਨਹੀਂ ਲੰਘਦਾ ਤੇ ਛੇ ਪੂਡ ਦਾਣੇ ਖਰੀਦਣੇ ਪੈਂਦੇ ਜੇ। ਕਿਥੋਂ ਆਉਣ ਏਨੇ ਪੈਸੇ ?"

"ਘਰ ਦੇ ਦਾਣੇ ਹੀ ਬਥੇਰੇ ਨਹੀਂ ਹੋ ਜਾਂਦੇ ?"

"ਘਰ ਦੇ ?" ਬੁੱਢੇ ਨੇ ਲਫਜ਼ ਦੁਹਰਾਏ। ਉਹਦੇ ਬੁਲ੍ਹਾਂ ਉਤੇ ਕਰਹਿਤ ਭਰੀ ਮੁਸਕਾਨ ਸੀ। "ਤਿੰਨਾਂ ਜੀਆਂ ਜੋਗੀ ਤਾਂ ਜ਼ਮੀਨ ਏ ਮੇਰੇ ਕੋਲ। ਇਸ ਸਾਲ ਤਾਂ ਅੱਠ ਭਰੀਆਂ ਹੋਈਆਂ ਜਿਸ ਨਾਲ ਵੱਡੇ ਦਿਨ ਤਾਈਂ ਡੰਗ ਲੰਘਣ ਜੋਗੇ ਵੀ ਦਾਣੇ ਨਹੀਂ ਸੀ ਹੋਏ।"

"ਫੇਰ ਕਿਵੇਂ ਸਾਰਦੇ ਹੋ ਤੁਸੀਂ ?"

"ਕਿਵੇਂ ਸਾਰਦੇ ਆਂ ? ਇਕ ਮੁੰਡੇ ਨੂੰ ਮਜ਼ਦੂਰੀ ਕਰਨ ਘਲ ਛੱਡਿਆ ਜੇ। ਫੇਰ ਹਜ਼ੂਰ ਵਲੋਂ ਵੀ ਕੁਝ ਪੈਸੇ ਹੱਥ ਹੁਦਾਰ ਫੜੇ ਹੋਏ ਜੇ। ਈਸਟਰ ਦੇ ਵਰਤੋਂ ਪਹਿਲਾਂ ਮੁਕ ਗਏ ਸਾਰੇ ਹੀ, ਤੇ ਟੈਕਸ ਅਜੇ ਦੇਣ ਵਾਲੇ।"

"ਤੇ ਟੈਕਸ ਕਿੰਨਾ ?"

"ਸਾਡੇ ਘਰ ਨੂੰ ਸਾਲ ਵਿਚ ਤਿੰਨ ਵਾਰੀ ਸਤਾਰਾਂ ਰੂਬਲ ਦੇਣੇ ਪੈਂਦੇ ਜੇ। ਹੇ ਪ੍ਰਮਾਤਮਾ, ਏਹ ਵੀ ਕੋਈ ਜਿਊਣ ਏ! ਸਾਨੂੰ ਆਪ ਨੂੰ ਪਤਾ ਨਹੀਂ ਲੱਗਦਾ ਪਈ ਜਿਊਂ ਕਿੱਦਾਂ ਰਹੇ ਆਂ।"

"ਮੈਂ ਤੁਹਾਡੇ ਘਰ ਦੇ ਅੰਦਰ ਜਾ ਸਕਦਾ ਹਾਂ ?" ਨੇਖਲੀਊਦੋਵ ਨੇ ਵਿਹੜਾ ਪਾਰ ਕਰਦਿਆਂ ਪੁੱਛਿਆ। ਵਿਹੜੇ ਵਿਚ ਤੰਗਲੀ ਨਾਲ ਲਾਹੇ ਹੋਏ ਰੂੜੀ ਦੇ ਪੀਲੇ ਭੂਰੇ ਖਰੇਪੜ ਰੱਖੇ ਹੋਏ ਸਨ ਜਿਸ ਕਰਕੇ ਨੱਕ ਨੂੰ ਮੁਸ਼ਕ ਚੜ੍ਹ ਰਹੀ ਸੀ।

"ਕਿਉਂ ਨਹੀਂ ? ਆਓ, ਆਓ!" ਬੁੱਢੇ ਨੇ ਆਖਿਆ ਅਤੇ ਛੇਤੀ ਛੇਤੀ ਨੰਗੇ ਪੈਰੀਂ ਰੂੜੀ ਉਤੋਂ ਦੀ ਲੰਘਦਿਆਂ, ਜਿਸ ਕਾਰਨ ਉਹਦੀਆਂ ਪੈਰਾਂ ਦੀਆਂ ਉਂਗਲਾਂ ਵਿੱਚ ਰੂੜੀ ਦਾ ਪਾਣੀ ਸਿੰਮ ਆਇਆ ਸੀ, ਉਹ ਨੇਖਲੀਊਦੋਵ ਦੇ ਅੱਗੇ ਹੋ ਪਿਆ ਅਤੇ ਕੋਠੇ ਦਾ ਬੂਹਾ ਖੋਹਲ ਦਿੱਤਾ।

ਔਰਤਾਂ ਨੇ ਆਪਣੇ ਸਿਰਾਂ ਦੇ ਰੁਮਾਲ ਠੀਕ ਕੀਤੇ ਅਤੇ ਆਪਣੀਆਂ ਘਗਰੀਆਂ ਹੇਠਾਂ ਕੀਤੀਆਂ ਅਤੇ ਆਦਰ ਭਰੀ ਹੈਰਾਨੀ ਨਾਲ ਇਸ ਸਾਫ ਸੁਥਰੇ ਖਾਨਦਾਨੀ ਬੰਦੇ ਵੱਲ ਵੇਖਣ ਲੱਗੀਆਂ ਜਿਸ ਦੀ ਕਮੀਜ਼ ਦੇ ਕਫਾਂ ਨੂੰ ਸੋਨੇ ਦੇ ਸ਼ਟੱਡ ਲੱਗੇ ਹੋਏ ਸਨ ਤੇ ਜਿਹੜਾ ਉਹਨਾਂ ਦੇ ਘਰ ਅੰਦਰ ਜਾ ਰਿਹਾ ਸੀ।

ਦੋ ਨਿੱਕੀਆਂ ਨਿੱਕੀਆਂ ਕੁੜੀਆਂ ਦੌੜ ਕੇ ਅੰਦਰੋਂ ਬਾਹਰ ਆਈਆਂ ਜਿਨ੍ਹਾਂ ਨੇ ਸਿਰਫ ਕ਼ਮੀਜ਼ਾਂ ਹੀ ਪਾਈਆਂ ਹੋਈਆਂ ਸਨ। ਨੇਖਲੀਊਦੋਵ ਨੇ ਆਪਣਾ ਹੈਟ ਲਾਹਿਆ ਅਤੇ ਰਤਾ ਕੁ ਨੀਵਾਂ ਹੋ ਕੇ ਨੀਵੇਂ ਦਰਵਾਜ਼ੇ ਵਿਚੋਂ ਲੰਘ ਕੇ ਬਰਾਂਡੇ ਵਿਚ ਆ ਗਿਆ ਤੇ ਫੇਰ ਮਕਾਨ

ਅੰਦਰ ਚਲਾ ਗਿਆ। ਘਰ ਬੜਾ ਤੰਗ ਅਤੇ ਗੰਦਾ ਸੀ ਅਤੇ ਅੰਦਰੋਂ ਬੁੱਸੀਆਂ ਹੋਈਆਂ ਖਾਣ ਦੀਆਂ ਚੀਜ਼ਾਂ ਦੀ ਬਦਬੂ ਆ ਰਹੀ ਸੀ। ਅੰਦਰ ਬਹੁਤੀ ਥਾਂ ਦੋ ਖੱਡੀਆਂ ਨੇ ਮੱਲੀ ਹੋਈ ਸੀ। ਇਕ ਬੁੱਢੀ ਔਰਤ ਚੁੱਲ੍ਹੇ ਦੇ ਕੋਲ ਖੜੀ ਸੀ। ਉਹਨੇ ਆਪਣੀ ਕੁੜਤੀ ਦੀਆਂ ਬਾਹਵਾਂ ਉਪਰ ਚੜ੍ਹਾਈਆਂ ਹੋਈਆਂ ਸਨ ਤੇ ਉਹਦੀਆਂ ਲਿੱਸੀਆਂ ਜਿਹੀਆਂ, ਪਰ ਪੀਡੀਆਂ, ਭੂਰੀਆਂ ਬਾਹਵਾਂ ਨਜ਼ਰ ਆ ਰਹੀਆਂ ਸਨ।

"ਆਪਣੇ ਮਾਲਕ ਆਏ ਨੇ ਮਿਲਣ ਗਿਲਣ," ਬੁੱਢੇ ਨੇ ਆਖਿਆ।

"ਲੈ ਵਾਹ, ਜੀ ਆਇਆਂ ਨੂੰ," ਬੁੱਢੀ ਨੇ ਆਪਣੀ ਕੁੜਤੀ ਦੀਆਂ ਬਾਹਵਾਂ ਨੂੰ ਹੇਠਾਂ ਕਰਦਿਆਂ ਬੜੇ ਤਿਹ ਨਾਲ ਆਖਿਆ।

"ਵੇਖਣਾ ਚਾਹੁੰਦਾ ਸਾਂ ਕੀ ਹਾਲ ਚਾਲ ਏ ਤੁਹਾਡਾ।"

"ਹਾਲ ਚਾਲ, ਬਸ, ਜਿਵੇਂ ਤੂੰ ਵਿਹੰਦਾ ਏਂ ਪਿਆ। ਕੋਠਾ ਡਿੱਗਣ ਡਿੱਗਣ ਕਰਦੈ। ਪਤਾ ਨਹੀਂ ਕਿੱਦਣ ਕਿਸੇ ਨੂੰ ਲੈ ਬਹੇ। ਪਰ ਮੇਰਾ ਘਰ ਵਾਲਾ ਕਹਿੰਦੈ, ਪਈ ਇਹ ਚੰਗਾ ਭਲਾ ਏ। ਸੋ ਏਦਾਂ ਹਾਲ ਈ ਸਾਡਾ, ਬਾਦਸ਼ਾਹਾਂ ਵਰਗਾ," ਚੁਸਤ ਬੁੱਢੀ ਨੇ ਸਿਰ ਹਿਲਾਉਂਦਿਆਂ ਆਖਿਆ। "ਚੁਲ੍ਹੇ ਚੌਕੇ ਦੇ ਆਹਰੇ ਲੱਗੀ ਹੋਈ ਆਂ। ਕੰਮ ਕਰਨ ਵਾਲਿਆਂ ਨੂੰ ਰੋਟੀ ਟੁਕ ਖੁਆਉਣ ਦਾ ਵੇਲਾ ਏ।"

"ਕੀ ਬਣਾਉਗੇ ਖਾਣ ਨੂੰ?"

"ਖਾਣ ਨੂੰ? ਸਾਡਾ ਖਾਣਾ ਪੀਣਾ ਬੜਾ ਸੁਹਣਾ ਹੁੰਦੈ ਕਿ। ਪਹਿਲਾਂ ਡਬਲਰੋਟੀ ਤੇ ਕਵਾਸ, ਉਸ ਤੋਂ ਮਗਰੋਂ ਕਵਾਸ ਤੇ ਡਬਲਰੋਟੀ।" ਬੁੱਢੀ ਨੇ ਆਪਣੇ ਦੰਦ ਵਿਖਾਉਂਦਿਆਂ ਆਖਿਆ ਜਿਹੜੇ ਅੱਧ ਪਚੱਧ ਟੁੱਟ ਭੱਜ ਗਏ ਸਨ।

"ਨਹੀਂ ਨਹੀਂ, ਮਖੌਲ ਛੱਡੋ। ਸੱਚ ਸੱਚ ਦੱਸੋ, ਤੁਸੀਂ ਕੀ ਖਾਓ ਪੀਓਗੇ?"

"ਕੀ ਖਾਵਾਂ ਪੀਵਾਂਗੇ? ਸਾਡਾ ਖਾਣ ਪੀਣ ਬੜਾ ਸਿੱਧਾ ਸਾਦਾ ਹੁੰਦੈ, ਵਿਖਾ ਦੇ ਇਹਨਾਂ ਨੂੰ, ਭਲੀਏ ਲੋਕੇ।"

ਬੁੱਢੀ ਨੇ ਸਿਰ ਹਿਲਾ ਦਿੱਤਾ।

"ਵੇਖਣਾ ਚਾਹੁੰਦਾ ਏਂ ਪਈ ਅਸੀਂ ਕਿਸਾਨ ਲੋਕ ਕੀ ਖਾਂਦੇ ਆਂ? ਬੜਾ ਘੋਖੀ ਏਂ ਤੂੰ, ਮਾਲਕ, ਵਿਹੰਦੀ ਆਂ ਪਈ ਮੈਂ ਤੈਨੂੰ। ਸਭ ਕੁਝ ਮਲੂਮ ਕਰਨ ਦਾ ਰਾਦਾ ਏ। ਦੱਸਿਆ ਤੇ ਹੈ—ਡਬਲਰੋਟੀ ਤੇ ਨਾਲ ਕਵਾਸ। ਤੇ ਹੋਰ ਸ਼ੋਰਬਾ। ਇਕ ਜ਼ਨਾਨੀ ਥੋੜੀ ਜਿਹੀ ਮੱਛੀ ਦੇ ਗਈ ਸੀ। ਉਹਦਾ ਸ਼ੋਰਬਾ ਬਣਾ ਲਿਐ, ਤੇ ਇਹਦੇ ਮਗਰੋਂ ਆਲੂ।"

"ਤੇ ਹੋਰ ਕੁਝ ਨਹੀਂ?"

"ਹੋਰ ਕੀ ਚਾਹੁੰਦੇ ਓ? ਘੁਟ ਘੁਟ ਦੁਧ ਵੀ ਹੋਊ," ਬੁੱਢੀ ਨੇ ਹੱਸਦੀਆਂ ਅੱਖਾਂ ਨਾਲ ਬੂਹੇ ਵੱਲ ਵੇਖਦਿਆਂ ਆਖਿਆ।

ਬੂਹਾ ਖੁਲ੍ਹਾ ਸੀ ਤੇ ਬਾਹਰ ਬਰਾਂਡੇ ਵਿਚ ਲੋਕਾਂ ਦੀ ਭੀੜ ਜੁੜ ਗਈ ਸੀ—ਮੁੰਡੇ, ਕੁੜੀਆਂ। ਜ਼ਨਾਨੀਆਂ ਜਿਨ੍ਹਾਂ ਨੇ ਕੁਛੜ ਨਿਆਣੇ ਚੁੱਕੇ ਹੋਏ ਸਨ—ਸਭ ਇਸ ਅਜੀਬ ਆਦਮੀ ਨੂੰ ਵੇਖਣ ਆ ਧਮਕੇ ਸਨ ਜਿਹੜਾ ਕਿਸਾਨਾਂ ਦਾ ਖਾਣ ਪੀਣ ਵੇਖਣਾ ਚਾਹੁੰਦਾ

ਸੀ। ਬੁੱਢੀ ਨੂੰ ਇਸ ਗੱਲ ਦਾ ਮਾਣ ਜਾਪਦਾ ਸੀ ਕਿ ਉਹ ਵੱਡਿਆਂ ਲੋਕਾਂ ਨਾਲ ਵਿਹਾਰ ਕਰਨਾ ਜਾਣਦੀ ਹੈ।

"ਹਾਂ, ਹਜ਼ੂਰ, ਘੋਰ ਨਰਕ ਏ ਸਾਡੀ ਜ਼ਿੰਦਗੀ ਤਾਂ, ਜਿਵੇਂ ਆਖਦੇ ਹੁੰਦੇ ਨੇ," ਬੁੱਢੇ ਨੇ ਕਿਹਾ। "ਓਏ, ਤੁਸੀਂ ਕੀ ਕਰਦੇ ਓ ਏਥੇ?" ਉਸ ਨੇ ਬਰਾਂਡੇ ਵਿਚ ਖਲੋਤਿਆਂ ਨੂੰ ਦਬਕਿਆ।

"ਚੰਗਾ, ਮੈਂ ਚਲਦਾਂ ਫੇਰ," ਨੇਖਲੀਊਦੋਵ ਨੇ ਆਖਿਆ। ਉਹ ਸ਼ਰਮਸਾਰੀ ਤੇ ਬੇਚੈਨੀ ਜਿਹੀ ਮਹਿਸੂਸ ਕਰ ਰਿਹਾ ਸੀ ਪਰ ਇਸ ਦੇ ਕਾਰਨ ਦੀ ਉਹਨੂੰ ਕੋਈ ਸਮਝ ਨਹੀਂ ਸੀ ਆਉਂਦੀ।

"ਬੜੀ ਮਿਹਰ ਕੀਤੀ ਤੁਸੀਂ ਜੋ ਸਾਡੀ ਵੀ ਖਬਰ ਸਾਰ ਲਈ," ਬੁੱਢੇ ਨੇ ਆਖਿਆ।

ਬਰਾਂਡੇ ਵਿਚ ਖੜੇ ਲੋਕ ਇਕ ਦੂਜੇ ਨਾਲ ਲੱਗ ਕੇ ਖੜੇ ਹੋ ਗਏ ਤਾਂ ਜੋ ਨੇਖਲੀਊਦੋਵ ਲੰਘ ਸਕੇ। ਉਹ ਬਾਹਰ ਆਇਆ ਤੇ ਫੇਰ ਸੜਕ ਉਤੇ ਅਗਾਂਹ ਤੁਰ ਪਿਆ। ਬਰਾਂਡੇ ਵਿਚੋਂ ਦੋ ਮੁੰਡੇ ਜਿਨ੍ਹਾਂ ਦੇ ਪੈਰ ਨੰਗੇ ਸਨ ਉਹਦੇ ਪਿੱਛੇ ਪਿੱਛੇ ਤੁਰ ਪਏ। ਵੱਡੇ ਮੁੰਡੇ ਨੇ ਜਿਹੜੀ ਕਮੀਜ਼ ਪਾਈ ਹੋਈ ਸੀ ਉਹ ਕਿਸੇ ਵੇਲੇ ਚਿੱਟੀ ਹੁੰਦੀ ਹੋਵੇਗੀ। ਦੂਜੇ ਦੀ ਕਮੀਜ਼ ਫਿੱਕੇ ਪੈ ਗਏ ਗੁਲਾਬੀ ਰੰਗ ਦੀ ਪਾਟੀ ਪੁਰਾਣੀ ਜਿਹੀ ਸੀ। ਨੇਖਲੀਊਦੋਵ ਨੇ ਮੁੜਕੇ ਉਹਨਾਂ ਵੱਲ ਵੇਖਿਆ।

"ਤੇ ਹੁਣ ਕਿਥੇ ਜਾਏਂਗਾ ਤੂੰ?" ਚਿੱਟੀ ਕਮੀਜ਼ ਵਾਲੇ ਮੁੰਡੇ ਨੇ ਪੁੱਛਿਆ।

"ਮਾਤਰੀਓਨਾ ਖਾਰੀਨਾ ਦੇ," ਉਹਨੇ ਜਵਾਬ ਦਿੱਤਾ। "ਜਾਣਦੇ ਓ ਉਹਨੂੰ?"

ਗੁਲਾਬੀ ਰੰਗ ਦੀ ਕਮੀਜ਼ ਵਾਲਾ ਮੁੰਡਾ ਕਿਸੇ ਗੱਲੋਂ ਹੱਸਣ ਲੱਗ ਪਿਆ। ਪਰ ਵੱਡੇ ਨੇ ਗੰਭੀਰਤਾ ਨਾਲ ਆਖਿਆ:

"ਕਿਹੜੀ ਮਾਤਰੀਓਨਾ? ਓਹ ਜਿਹੜੀ ਬੁੱਢੀ ਏ?"

"ਹਾਂ, ਜਿਹੜੀ ਬੁੱਢੀ ਏ।"

"ਓ... ਹ," ਉਸ ਨੇ ਲਮਕਾ ਕੇ ਆਖਿਆ। "ਸੇਮਿਓਨ ਦੀ ਘਰ ਵਾਲੀ, ਉਹ ਪਿੰਡ ਦੇ ਦੂਜੇ ਬੰਨੇ ਆ। ਅਸੀਂ ਛੱਡ ਆਵਾਂਗੇ ਤੈਨੂੰ। ਆ, ਫੇਦਕਾ, ਏਹਨੂੰ ਘਰ ਵਿਖਾ ਦੇਈਏ।"

"ਚਲ, ਪਰ ਘੋੜੇ?"

"ਕੁਝ ਨਹੀਂ ਹੁੰਦਾ ਘੋੜਿਆਂ ਨੂੰ।"

ਫੇਦਕਾ ਮੰਨ ਗਿਆ, ਤੇ ਉਹ ਪਿੰਡ ਦੇ ਚੜ੍ਹਦੇ ਵੱਲ ਨੂੰ ਤੁਰ ਪਏ।

੫

ਨੇਖਲੀਊਦੋਵ ਨੂੰ ਵੱਡਿਆਂ ਦੇ ਮੁਕਾਬਲੇ ਬੱਚਿਆਂ ਨਾਲ ਗਲਬਾਤ ਕਰਨਾ ਵਧੇਰੇ ਸਹਿਜ ਸੁਭਾਵਿਕ ਲੱਗਾ ਅਤੇ ਉਹ ਤੁਰਿਆ ਜਾਂਦਾ ਉਹਨਾਂ ਨਾਲ ਖੁਲ੍ਹ ਕੇ ਗੱਲੀਂ ਲੱਗ ਪਿਆ। ਗੁਲਾਬੀ ਕਮੀਜ਼ ਵਾਲੇ ਛੋਟੇ ਮੁੰਡੇ ਨੇ ਹੱਸਣਾ ਬੰਦ ਕਰ ਦਿੱਤਾ ਅਤੇ ਉਹ ਵੱਡਿਆਂ ਵਾਂਗ ਗੰਭੀਰ ਨਾਪੀ-ਤੋਲੀ ਗੱਲ ਕਰਨ ਲੱਗ ਪਿਆ।

"ਹੱਛਾ ਇਹ ਦੱਸੋ ਕਿ ਏਥੇ ਸਭ ਤੋਂ ਵਧ ਗਰੀਬ ਬੰਦੇ ਕਿਹੜੇ ਨੇ?" ਨੇਖਲੀਊਦੋਵ ਨੇ ਪੁੱਛਿਆ।

"ਸਭ ਤੋਂ ਗਰੀਬ? ਮਿਖਾਇਲ ਗਰੀਬ ਏ, ਸੇਮਿਓਨ ਮਾਕਾਰੋਵ ਤੇ ਮਾਰਫਾ—ਮਾਰਫਾ ਬਹੁਤ ਗਰੀਬ ਏ।"

"ਤੇ ਅਨੀਸੀਆ, ਉਹ ਉਹਨਾਂ ਨਾਲੋਂ ਵੀ ਗਰੀਬ। ਉਹਦੇ ਕੋਲ ਤਾਂ ਗਊ ਵੀ ਨਹੀਂ। ਮੰਗ ਪਿੰਨ ਕੇ ਗੁਜ਼ਾਰਾ ਕਰਦੇ ਆ," ਛੋਟੇ ਫੇਦਕਾ ਨੇ ਆਖਿਆ।

"ਉਹਦੇ ਕੋਲ ਗਊ ਤੇ ਨਹੀਂ, ਪਰ ਉਹ ਹੈ ਵੀ ਤਿੰਨ ਜਣੇ ਆ। ਤੇ ਮਾਰਫਾ ਦੇ ਟੱਬਰ ਦੇ ਪੰਜ ਜੀਅ ਆ," ਵੱਡੇ ਮੁੰਡੇ ਨੇ ਉਜ਼ਰ ਕੀਤਾ।

"ਪਰ ਅਨੀਸੀਆ ਦਾ ਘਰ ਵਾਲਾ ਹੈ ਨਹੀਂ," ਗੁਲਾਬੀ ਕਮੀਜ਼ ਵਾਲੇ ਮੁੰਡੇ ਨੇ ਅਨੀਸੀਆ ਦੀ ਹਮਾਇਤ ਕਰਦਿਆਂ ਆਖਿਆ।

"ਅਨੀਸੀਆ ਦਾ ਘਰ ਵਾਲਾ ਨਹੀਂ, ਪਰ ਮਾਰਫਾ ਦਾ ਵੀ ਨਾ ਹੋਇਆਂ ਵਰਗਾ ਈ ਆ," ਵੱਡੇ ਮੁੰਡੇ ਨੇ ਆਖਿਆ। "ਇਕੋ ਗੱਲ ਏ, ਉਹਦਾ ਘਰ ਵਾਲਾ ਵੀ ਕੋਈ ਨਹੀਂ।"

"ਕਿਧਰ ਗਿਆ ਉਹਦੇ ਘਰ ਵਾਲਾ?" ਨੇਖਲੀਊਦੋਵ ਨੇ ਆਖਿਆ।

"ਜੇਲ੍ਹ ਵਿਚ ਜੂਆਂ ਦਾ ਖਾਜਾ," ਵੱਡੇ ਮੁੰਡੇ ਨੇ ਕਿਸਾਨਾਂ ਵਿਚ ਪ੍ਰਚਲਤ ਲਫਜ਼ਾਂ ਵਿਚ ਆਖਿਆ।

"ਦੋ ਵਰ੍ਹੇ ਹੋਏ ਉਹਨੇ ਜ਼ਿਮੀਂਦਾਰ ਦੇ ਜੰਗਲ ਵਿਚੋਂ ਬਰਚੇ ਦੇ ਦੋ ਰੁੱਖ ਵੱਢ ਘੱਤੇ ਸੀ," ਗੁਲਾਬੀ ਕਮੀਜ਼ ਵਾਲਾ ਮੁੰਡਾ ਛੇਤੀ ਨਾਲ ਬੋਲਿਆ, "ਏਸੇ ਕਰਕੇ ਜੇਲ੍ਹ ਵਿਚ ਡੱਕਤਾ। ਛੇ ਮਹੀਨਿਆਂ ਤੋਂ ਓਥੇ ਈ ਆ, ਤੇ ਘਰ ਵਾਲੀ ਝੋਲੀ ਅੱਡ ਕੇ ਮੰਗਦੀ ਫਿਰਦੀ ਆ। ਘਰ ਵਿਚ ਤਿੰਨ ਨਿਆਣੇ ਤੇ ਬੀਮਾਰ ਬੁੱਢੀ ਨਾਨੀ," ਵਿਸਥਾਰ ਦੇਂਦਾ ਹੋਇਆ ਉਹ ਬੋਲਦਾ ਗਿਆ।

"ਤੇ ਰਹਿੰਦੀ ਕਿੱਥੇ ਹੈ?" ਨੇਖਲੀਊਦੋਵ ਨੇ ਪੁੱਛਿਆ।

"ਏਸੇ ਘਰ ਵਿਚ," ਮੁੰਡੇ ਨੇ ਸਾਮ੍ਹਣੇ ਵਾਲੀ ਝੁੱਗੀ ਵੱਲ ਇਸ਼ਾਰਾ ਕਰਦਿਆਂ ਆਖਿਆ। ਝੁੱਗੀ ਦੇ ਸਾਮ੍ਹਣੇ ਜਿਹੜੀ ਪਟੜੀ ਉਤੇ ਨੇਖਲੀਊਦੋਵ ਤੁਰਿਆ ਜਾਂਦਾ ਸੀ, ਇਕ ਨਿੱਕਾ ਜਿਹਾ ਸਣ ਵਰਗੇ ਵਾਲਾਂ ਵਾਲਾ ਬਾਲ ਖੜਾ ਸੀ। ਉਹਦੀਆਂ ਲੱਤਾਂ ਮਰੀਅਲ ਜਿਹੀਆਂ ਵਿੰਗ ਤੜਿੰਗੀਆਂ ਸਨ ਤੇ ਜਾਪਦਾ ਸੀ ਕਿ ਉਹ ਡਿੱਗਾ ਕਿ ਡਿੱਗਾ।

"ਵਾਸਕਾ! ਕਿਧਰ ਗਿਆ ਜਾਂਦੂ?" ਇਕ ਔਰਤ ਚਿੱਲਾਈ ਤੇ ਭੱਜੀ ਭੱਜੀ ਘਰੋਂ

ਬਾਹਰ ਆਈ। ਉਸ ਨੇ ਮੈਲੀ ਕੁਚੈਲੀ ਭੂਰੇ ਰੰਗ ਦੀ ਕੁੜਤੀ ਪਾਈ ਹੋਈ ਸੀ। ਉਹ ਸਹਿਮੀਆਂ ਨਜ਼ਰਾਂ ਨਾਲ ਧਾਹ ਕੇ ਅੱਗੇ ਵੱਧੀ ਤੇ ਨੇਖਲੀਊਦੋਵ ਦੇ ਓਥੇ ਪੁਜਣ ਤੋਂ ਪਹਿਲਾਂ ਬਾਲ ਨੂੰ ਚੁੱਕ ਕੇ ਅੰਦਰ ਲੈ ਗਈ, ਜਿਵੇਂ ਡਰਦੀ ਹੋਵੇ ਕਿ ਨੇਖਲੀਊਦੋਵ ਉਹਦੇ ਨਿਆਣੇ ਨੂੰ ਸੱਟ-ਪੇਟ ਨਾ ਲਾ ਦੇਵੇ।

ਇਹ ਓਹੋ ਔਰਤ ਸੀ ਜਿਸਦੇ ਖਾਵੰਦ ਨੂੰ ਨੇਖਲੀਊਦੋਵ ਦੇ ਬਰਚੇ ਦੇ ਰੁੱਖਾਂ ਬਦਲੇ ਜੇਲ੍ਹ ਵਿਚ ਸੁੱਟਿਆ ਹੋਇਆ ਸੀ।

"ਹੱਛਾ, ਤੇ ਇਹ ਮਾਤਰੀਓਨਾ? ਉਹ ਵੀ ਗਰੀਬ ਹੈ?" ਮਾਤਰੀਓਨਾ ਦੇ ਮਕਾਨ ਅੱਗੇ ਆ ਕੇ ਨੇਖਲੀਊਦੋਵ ਨੇ ਪੁੱਛਿਆ।

"ਓਹ ਕਿੱਧਰ ਦੀ ਗਰੀਬ ਹੋਈ? ਉਹ ਤਾਂ ਸ਼ਰਾਬ ਵੇਚਦੀ ਆ," ਗੁਲਾਬੀ ਕਮੀਜ਼ ਵਾਲੇ, ਲਿੱਸੇ ਜਿਹੇ ਮੁੰਡੇ ਨੇ ਪੱਕੇ ਯਕੀਨ ਨਾਲ ਜਵਾਬ ਦਿੱਤਾ।

ਮਕਾਨ ਅੱਗੇ ਪਹੁੰਚ ਕੇ ਨੇਖਲੀਊਦੋਵ ਨੇ ਮੁੰਡਿਆਂ ਨੂੰ ਬਾਹਰ ਹੀ ਰਹਿਣ ਲਈ ਆਖਿਆ ਅਤੇ ਬਰਾਂਡਾ ਲੰਘ ਕੇ ਅੰਦਰ ਚਲਾ ਗਿਆ। ਝੌਂਪੜੀ ਚੌਂਦਾਂ ਫੁਟ ਲੰਮੀ ਸੀ। ਅੰਦਰ ਇਕ ਵੱਡੇ ਸਾਰੇ ਤੰਦੂਰ ਦੇ ਪਿੱਛੇ ਇਕ ਮੰਜਾ ਪਿਆ ਸੀ ਜਿਹੜਾ ਏਨਾ ਛੋਟਾ ਸੀ ਕਿ ਲੰਮਾ ਆਦਮੀ ਇਸ ਉਤੇ ਲੱਤਾਂ ਪਸਾਰ ਕੇ ਨਹੀਂ ਸੀ ਪੈ ਸਕਦਾ। "ਏਸੇ ਹੀ ਮੰਜੇ ਉਤੇ," ਨੇਖਲੀਊਦੋਵ ਨੇ ਸੋਚਿਆ, "ਕਾਤੀਊਸ਼ਾ ਨੇ ਬੱਚੇ ਨੂੰ ਜਨਮ ਦਿੱਤਾ ਹੋਵੇਗਾ ਅਤੇ ਮਗਰੋਂ ਬੀਮਾਰ ਪਈ ਰਹੀ ਹੋਵੇਗੀ।" ਝੌਂਪੜੀ ਵਿਚ ਬਹੁਤਾ ਥਾਂ ਇਕ ਖੱਡੀ ਨੇ ਘੇਰਿਆ ਹੋਇਆ ਸੀ। ਜਦੋਂ ਨੇਖਲੀਊਦੋਵ ਅੰਦਰ ਵੜਿਆ ਤਾਂ ਉਸ ਵੇਲੇ ਬੁੱਢੀ ਔਰਤ ਆਪਣੀ ਸਭ ਤੋਂ ਵੱਡੀ ਪੋਤੀ ਨੂੰ ਨਾਲ ਲੈ ਕੇ ਤਾਣਾ ਚਾੜ੍ਹ ਰਹੀ ਸੀ। ਅੰਦਰ ਲੰਘਣ ਲੱਗਿਆਂ ਨੇਖਲੀਊਦੋਵ ਦਾ ਮੱਥਾ ਬੂਹੇ ਨਾਲ ਜਾ ਟਕਰਾਇਆ ਕਿਉਂਕਿ ਦਰਵਾਜ਼ਾ ਨੀਵਾਂ ਸੀ। ਉਸ ਦੇ ਦੋ ਹੋਰ ਪੋਤੇ ਨੇਖਲੀਊਦੋਵ ਦੇ ਮਗਰ ਮਗਰ ਭੱਜੇ ਆਏ, ਅਤੇ ਦਰਵਾਜ਼ੇ ਦੀ ਚੁਗਾਠ ਨੂੰ ਫੜ ਕੇ ਖੜੇ ਹੋ ਗਏ।

"ਕੀਹਨੂੰ ਮਿਲਣੈ?" ਬੁੱਢੀ ਨੇ ਖਿੱਝੀ ਹੋਈ ਆਵਾਜ਼ ਵਿਚ ਪੁੱਛਿਆ। ਬੁੱਢੀ ਵਿਗੜੇ ਹੋਏ ਰੌਂ ਵਿਚ ਸੀ ਕਿਉਂਕਿ ਉਹਦੇ ਕੋਲੋਂ ਤਾਣੀ ਠੀਕ ਨਹੀਂ ਸੀ ਚੜ੍ਹਦੀ। ਇਕ ਗੱਲ ਇਹ ਵੀ ਸੀ ਕਿ ਉਹ ਨਾਜਾਇਜ਼ ਸ਼ਰਾਬ ਦਾ ਧੰਦਾ ਕਰਦੀ ਸੀ ਇਸ ਕਰਕੇ ਜਦੋਂ ਵੀ ਕੋਈ ਓਪਰਾ ਆਦਮੀ ਆਉਂਦਾ ਉਹ ਹਮੇਸ਼ਾ ਡਰ ਜਾਂਦੀ ਸੀ।

"ਮੈਂ ਆਸ ਪਾਸ ਦੀਆਂ ਜਾਗੀਰਾਂ ਦਾ ਮਾਲਕ ਹਾਂ, ਤੇ ਤੁਹਾਡੇ ਨਾਲ ਗੱਲ ਕਰਨਾ ਚਾਹੁੰਦਾ ਹਾਂ।"

ਬੁੱਢੀ ਚੁਪ ਹੋ ਗਈ ਤੇ ਉਸ ਨੂੰ ਬੜੇ ਗਹੁ ਨਾਲ ਵੇਖਣ ਲੱਗੀ ਤੇ ਅਚਨਚੇਤ ਉਹਦੇ ਚਿਹਰੇ ਦਾ ਰੰਗ ਬਦਲ ਗਿਆ।

"ਵੇ ਸੁਹਣਿਆ, ਤੂੰ ਏਂ! ਮੈਂ ਵੀ ਕੇਡੀ ਝੁੱਡੂ ਆਂ। ਸੋਚਾਂ ਪਈ ਕੋਈ ਅਫਰਾਊਂ ਲੰਘਦਾ ਲੰਘਦਾ ਆ ਵੜਿਐ। ਮਾਫ ਕਰੀਂ ਮੈਨੂੰ, ਰੱਬ ਦੇ ਵਾਸਤੇ!" ਬੁੱਢੀ ਨੇ ਆਖਿਆ। ਉਹਦੀ ਆਵਾਜ਼ ਵਿਚ ਮਸਨੂਈ ਪਿਆਰ ਸੀ।

"ਮੈਂ ਤੁਹਾਡੇ ਨਾਲ ਇਕੱਲਿਆਂ ਗੱਲ ਕਰਨਾ ਚਾਹੁੰਦਾ ਹਾਂ," ਨੇਖਲੀਊਦੋਵ ਨੇ ਬੂਹੇ ਵੱਲ ਵੇਖਦਿਆਂ ਆਖਿਆ ਜਿੱਥੇ ਬੱਚਿਆਂ ਦੇ ਪਿੱਛੇ ਇਕ ਮਰੀਅਲ ਜਿਹੇ ਪੀਲੇ ਜ਼ਰਦ ਬਾਲ ਨੂੰ ਕੁਛੜ ਚੁੱਕੀ ਇਕ ਔਰਤ ਖੜੀ ਸੀ। ਬਾਲ ਦੇ ਬੁਲ੍ਹਾਂ ਤੇ ਰੋਗੀ ਜਿਹੀ ਮੁਸਕਾਨ ਸੀ ਤੇ ਸਿਰ ਉਤੇ ਲੀਰਾਂ ਜੋੜ ਕੇ ਬਣਾਈ ਟੋਪੀ।

"ਵੇ ਕੀ ਵਿਹੰਦੇ ਓ ਤੁਸੀਂ? ਖਲੋ ਜਾਓ ਮੈਂ ਦੱਸਦੀ ਆਂ ਤੁਹਾਨੂੰ। ਫੜਾਇਓ ਰਤਾ ਮੇਰੀਆਂ ਵਸਾਖੀਆਂ।" ਬੁੱਢੀ ਨੇ ਬੂਹੇ ਅੱਗੇ ਖੜੇ ਲੋਕਾਂ ਨੂੰ ਦਬਕਾ ਮਾਰਿਆ। "ਬੰਦ ਕਰ ਦਿਓ ਬੂਹਾ, ਸੁਣਿਆ!"

ਬੱਚੇ ਦੌੜ ਗਏ ਅਤੇ ਨਿਆਣੇ ਵਾਲੀ ਔਰਤ ਨੇ ਬੂਹਾ ਢੋ ਦਿੱਤਾ।

"ਤੇ ਮੈਂ ਸੋਚੀ ਜਾਵਾਂ ਪਈ ਇਹ ਕੌਣ ਏ? ਤੇ ਇਹ ਤਾਂ ਮਾਲਕ ਆਪ ਖਲੋਤਾ ਸੀ, ਮੇਰਾ ਹੀਰਾ, ਮੇਰਾ ਸੁਹਣਾ, ਮੈਂ ਵਾਰੀ!" ਬੁੱਢੀ ਨੇ ਆਖਿਆ। "ਅੱਜ ਕਿਧਰੋਂ ਮੀਂਹ ਵਰ੍ਹ ਪਿਆ ਸੁਖ ਨਾਲ। ਆ ਜਾ, ਆ ਮੇਰਾ ਮਾਲਕ, ਬਹਿ ਜਾ," ਉਹਨੇ ਆਪਣੇ ਐਪਰਨ ਨਾਲ ਫੱਟਾ ਪੂੰਝਦਿਆਂ ਆਖਿਆ। "ਤੇ ਮੈਂ ਸੋਚ ਰਹੀ ਸਾਂ, ਭਲਾ ਇਹ ਕੌਣ ਕਲਮੂੰਹਾ ਅੰਦਰ ਵੜਿਆ ਆਉਂਦੈ? ਹਾਏ, ਹਾਏ, ਇਹ ਤਾਂ ਮਾਲਕ ਨਿਕਲ ਆਇਆ, ਨੇਕੀ ਦੀ ਮੂਰਤ, ਸਾਡਾ ਅਨੰਦਾਤਾ, ਸਾਡੇ ਸਿਰਾਂ ਦਾ ਸਾਈਂ। ਮਾਫ ਕਰੀਂ ਮੈਨੂੰ, ਮਤ ਮਾਰੀ ਗਈ ਆ, ਬੁੱਢੀ ਹੋ ਗਈ ਆਂ, ਦੀਦੇ ਰਹਿੰਦੇ ਜਾਂਦੇ ਆ।"

ਨੇਖਲੀਊਦੋਵ ਬਹਿ ਗਿਆ ਤੇ ਬੁੱਢੀ ਉਹਦੇ ਸਾਮ੍ਹਣੇ ਖੜੀ ਹੋ ਗਈ। ਉਹਨੇ ਆਪਣੀ ਸੱਜੀ ਅਰਕ ਆਪਣੇ ਖੱਬੇ ਹੱਥ ਉਤੇ ਟਿਕਾਈ ਹੋਈ ਸੀ ਅਤੇ ਸੱਜੇ ਹੱਥ ਉਤੇ ਆਪਣੀ ਗੱਲ੍ਹ ਟੇਕੀ ਹੋਈ ਸੀ। ਤੇ ਫੇਰ ਉਹ ਟੁਣਕਦੀ ਆਵਾਜ਼ ਵਿਚ ਕਹਿਣ ਲੱਗੀ:

"ਮੈਂ ਸਦਕੇ ਜਾਵਾਂ, ਮਾਲਕ! ਤੂੰ ਤਾਂ ਬੁੱਢਾ ਹੋ ਗਿਐਂ। ਤੇਰਾ ਚਿਹਰਾ ਸਦਾ ਹੀ ਇਉਂ ਖਿੜਿਆ ਰਹਿੰਦਾ ਸੀ ਜਿਵੇਂ ਕੋਈ ਸਦਾ ਬਹਾਰ ਦਾ ਫੁੱਲ ਹੋਵੇ। ਤੇ ਹੁਣ! ਮੇਰੀ ਜਾਚੇ, ਫਿਕਰ ਚਿੰਤਾ ਵੀ ਤਾਂ ਰਹਿੰਦੀ ਏ ਨਾ?"

"ਮੈਂ ਇਹ ਪੁੱਛਣ ਆਇਆ ਸੀ ਕਿ ਕਾਤੀਊਸ਼ਾ ਮਾਸਲੋਵਾ ਦਾ ਚੇਤਾ ਹੈ ਤੈਨੂੰ?"

"ਕਾਤੇਰੀਨਾ ਦਾ? ਚੇਤਾ ਕਿਉਂ ਨਾ ਹੋਵੇ ਭਲਾ। ਮੇਰੀ ਭਣੇਵੀਂ ਏ। ਕਿਵੇਂ ਭੁਲ ਸਕਦੀ ਆਂ? ਤੇ ਜਿਹੜੇ ਅਥਰੂ ਡੋਹਲੇ ਮੈਂ ਉਹਦੀ ਖਾਤਰ। ਮੈਨੂੰ ਸਭ ਪਤਾ ਏ। ਉਫ, ਮਾਲਕਾ, ਏਥੇ ਦੁਧ ਨਹਾਤਾ ਕੌਣ ਏ? ਜ਼ਾਰ ਦਾ ਕਾਨੂੰਨ ਕਿਸ ਨਹੀਂ ਤੋੜਿਆ? ਜਵਾਨੀ ਬੜੀ ਅੱਥਰੀ ਹੁੰਦੀ ਏ। ਤੁਸੀਂ 'ਕੱਠੇ ਬਹਿ ਕੇ ਚਾਹ ਕਾਫੀ ਪੀਂਦੇ ਹੁੰਦੇ ਸੀ, ਸੋ ਸ਼ੈਤਾਨ ਨੇ ਹੱਥੇ ਚਾੜ੍ਹ ਲਿਆ। ਕਦੇ ਕਦੇ ਕਿਸੇ ਦਾ ਜ਼ੋਰ ਨਹੀਂ ਚਲਦਾ। ਕੀ ਕੀਤਾ ਜਾਏ? ਹਾਏ ਜੇ ਕਿਤੇ ਤੂੰ ਉਹਨੂੰ ਛੱਡ ਦਿੱਤਾ ਹੁੰਦਾ, ਪਰ ਨਹੀਂ, ਤੂੰ ਤਾਂ ਉਹਦੀ ਝੋਲੀ ਭਰ ਦਿੱਤੀ, ਪੂਰੇ ਸੌ ਰੂਬਲ ਦਿੱਤੇ ਉਹਨੂੰ। ਤੇ ਉਹ? ਉਹਨੇ ਕੀ ਕੀਤਾ। ਸਿਆਣਪ ਤੋਂ ਕੰਮ ਨਹੀਂ ਲਿਆ ਉਹਨੇ। ਮੇਰੇ ਆਖੇ ਲੱਗਦੀ ਤਾਂ ਸੁਖ ਦੇ ਦਿਨ ਕਟਦੀ। ਮੈਂ ਤਾਂ ਸੱਚੀ ਗੱਲ ਆਖੂੰ, ਭਾਵੇਂ ਉਹ ਮੇਰੀ ਭਣੇਵੀਂ ਏ: ਉਹ ਕੁੜੀ ਚੰਗਿਆਂ ਚਾਲਿਆਂ ਵਾਲੀ ਨਹੀਂ ਸੀ। ਕੇਡੀ ਸੁਹਣੀ ਨੌਕਰੀ ਮੈਂ ਲਭ ਦਿੱਤੀ ਸੀ। ਓਥੇ ਮਾਲਕ ਦੀ ਇਕ ਨਾ ਮੰਨੀ ਸਗੋਂ ਉਲਟਾ

ਗਾਲ੍ਹਾਂ ਕੱਢੀਆਂ। ਭਲੇ ਬੰਦਿਆਂ ਨੂੰ ਗਾਲ੍ਹਾਂ ਕਢਣ ਦਾ ਕੀ ਕੰਮ ਸਾਡੇ ਵਰਗਿਆਂ ਦਾ? ਸੋ ਉਹਨਾਂ ਨੇ ਕੱਢ ਦਿੱਤਾ। ਤੇ ਫੇਰ ਜੰਗਲਾਂ ਦੇ ਮਹਿਕਮੇ ਵਾਲੇ ਦੇ ਘਰ। ਓਥੇ ਉਹ ਆਰਾਮ ਨਾਲ ਆਪਣੇ ਦਿਨ ਕਟ ਸਕਦੀ ਸੀ, ਪਰ ਨਹੀਂ, ਓਥੇ ਵੀ ਨਹੀਂ ਟਿਕੀ।"

"ਮੈਨੂੰ ਬੱਚੇ ਬਾਰੇ ਕੁਝ ਦੱਸ। ਬਾਲ ਤੁਹਾਡੇ ਘਰ ਹੀ ਹੋਇਆ ਸੀ ਨਾ? ਬੱਚਾ ਕਿਥੇ ਹੈ?"

"ਬੱਚੇ ਦੀ ਸੁਣ ਲੈ, ਮੇਰੇ ਲਾਡਲਿਆ। ਬੜਾ ਸੋਚਿਆ ਮੈਂ ਉਸ ਵੇਲੇ। ਕਾਤੀਊਸ਼ਾ ਦੀ ਹਾਲਤ ਏਡੀ ਮਾੜੀ ਸੀ ਪਈ ਮੈਨੂੰ ਕਦੇ ਖਿਆਲ ਵੀ ਨਹੀਂ ਸੀ ਆਇਆ ਕਿ ਉਹ ਮੰਜੇ ਤੋਂ ਉਠ ਪਊ। ਏਸ ਕਰਕੇ ਪੂਰੀਆਂ ਰਸਮਾਂ ਨਾਲ ਬੱਚੇ ਦਾ ਨਾਮ-ਸੰਸਕਾਰ ਕੀਤਾ ਤੇ ਉਹਨੂੰ ਯਤੀਮਖਾਨੇ ਘਲਾ ਦਿੱਤਾ। ਜਦੋਂ ਮਾਂ ਹੀ ਅਜਭਲਕ ਦੀ ਪ੍ਰਾਹੁਣੀ ਲੱਗਦੀ ਸੀ ਤਾਂ ਓਸ ਮਾਸੂਮ ਜਿੰਦ ਨੂੰ ਕਿਉਂ ਲੂਛਣ ਦੇਂਦੀ? ਲੋਕੀਂ ਤਾਂ ਬਸ ਏਹੋ ਕੁਝ ਕਰਦੇ ਜੇ। ਬਾਲ ਵੱਲ ਕੋਈ ਧਿਆਨ ਨਹੀਂ ਦੇਂਦਾ, ਕੋਈ ਦੁਧ ਨਹੀਂ ਪਿਆਉਂਦਾ ਤੇ ਉਹ ਆਪੇ ਹੀ ਸੁਕ ਸੜ ਕੇ ਮਰ ਜਾਂਦੈ। ਪਰ ਮੈਂ ਸੋਚਿਆ, ਨਾ, ਰਤਾ ਔਖੀ ਹੋ ਲਊਂ ਪਰ ਏਹਨੂੰ ਯਤੀਮਖਾਨੇ ਜ਼ਰੂਰ ਘਲਾ ਦਊਂ। ਪੈਸੇ ਬਥੇਰੇ ਸਨ, ਸੋ ਮੈਂ ਉਹਨੂੰ ਭਿਜਵਾ ਦਿੱਤਾ।

"ਯਤੀਮਖਾਨੇ ਦੇ ਹਸਪਤਾਲ ਵਾਲਿਆਂ ਕੋਈ ਰਸੀਦ ਪਰਚਾ ਦਿੱਤਾ ਹੋਏਗਾ? ਉਹਦਾ ਕੋਈ ਨੰਬਰ?"

"ਹਾਂ, ਨੰਬਰ ਸੀ, ਪਰ ਬੱਚਾ ਮਰ ਗਿਆ ਸੀ," ਉਹਨੇ ਆਖਿਆ। "ਏਧਰੋਂ ਉਹ ਲੈ ਕੇ ਪਹੁੰਚੀ ਤੇ ਓਧਰੋਂ ਓਸ ਦਮ ਤੋੜ ਦਿੱਤਾ।"

"ਕੌਣ ਲੈ ਕੇ ਪਹੁੰਚੀ?"

"ਓਹੋ ਜ਼ਨਾਨੀ ਜਿਹੜੀ ਸਕੋਰੋਦਨੋਯੇ ਰਹਿੰਦੀ ਹੁੰਦੀ ਸੀ। ਉਹ ਏਹੋ ਕੰਮ ਕਰਦੀ ਸੀ। ਮਾਲਾਨੀਆਂ ਸੀ ਉਹਦਾ ਨਾਂ। ਹੁਣ ਤਾਂ ਉਹ ਵੀ ਮਰ ਗਈ। ਵਾਹਵਾ ਸਿਆਣੀ ਔਰਤ ਸੀ। ਪਤਾ ਈ ਕੀ ਕਰਦੀ ਹੁੰਦੀ ਸੀ? ਲੋਕ ਉਹਨੂੰ ਬੱਚਾ ਦੇ ਜਾਂਦੇ ਤੇ ਉਹ ਉਹਨੂੰ ਰੱਖ ਲੈਂਦੀ ਤੇ ਉਹਦੀ ਪਰਵਰਿਸ਼ ਕਰਦੀ। ਤੇ ਜਦੋਂ ਤਿੰਨ ਜਾਂ ਚਾਰ ਬੱਚੇ ਹੋ ਜਾਂਦੇ ਤਾਂ ਉਹਨਾਂ ਨੂੰ ਯਤੀਮਖਾਨੇ ਲੈ ਜਾਂਦੀ। ਸਾਰਿਆਂ ਨੂੰ ਇਕੋ ਵਾਰੀ ਲੈ ਜਾਂਦੀ ਸੀ। ਬੜਾ ਸੁਹਣਾ ਇੰਤਜ਼ਾਮ ਕੀਤਾ ਹੋਇਆ ਸੀ ਉਹਨੇ। ਇਕ ਵੱਡਾ ਸਾਰਾ ਪੰਘੂੜਾ ਸੀ—ਦੋ ਪੰਘੂੜਿਆਂ ਜੇਡਾ। ਇਸ ਰੁਖ ਜਾਂ ਉਸ ਰੁਖ ਉਹ ਬੱਚਿਆਂ ਨੂੰ ਪੰਘੂੜੇ ਵਿਚ ਪਾ ਲੈਂਦੀ। ਪੰਘੂੜੇ ਨੂੰ ਇਕ ਹੈਂਡਲ ਲੱਗਾ ਹੋਇਆ ਸੀ। ਪੰਘੂੜੇ ਵਿਚ ਚਾਰੇ ਬੱਚੇ ਪਏ ਹੁੰਦੇ। ਉਹਨਾਂ ਦੇ ਪੈਰ ਆਪੋ ਵਿਚ ਜੁੜੇ ਹੁੰਦੇ ਤੇ ਸਿਰ ਦੂਜੇ ਪਾਸੇ ਹੁੰਦੇ ਪਈ ਇਕ ਦੂਜੇ ਨੂੰ ਟੱਕਰਾਂ ਨਾ ਮਾਰਨ। ਤੇ ਇਉਂ ਚਹੁੰ ਬੱਚਿਆਂ ਨੂੰ ਇਕੋ ਵੇਲੇ ਲੈ ਜਾਂਦੀ। ਪੁਰਾਣੇ ਕਪੜੇ ਦੀ ਚੂਪਣੀ ਜਿਹੀ ਬਣਾ ਕੇ ਉਹਨਾਂ ਦੇ ਮੂੰਹ ਵਿਚ ਦੇ ਦੇਂਦੀ ਤੇ ਉਹ ਵਿਚਾਰੇ ਚੁੱਪ ਕਰ ਕੇ ਪਏ ਰਹਿੰਦੇ।"

"ਹੱਛਾ। ਬੋਲੀ ਚਲ ਅੱਗੇ।"

"ਬੱਸ, ਕਾਤੇਰੀਨਾ ਦੇ ਬੱਚੇ ਨੂੰ ਵੀ ਉਹ ਏਸੇ ਤਰ੍ਹਾਂ ਲੈ ਗਈ ਸੀ। ਮੇਰਾ ਖਿਆਲ

ਏ ਪੰਦਰਾਂ ਕੁ ਦਿਨ ਰੱਖਿਆ ਹੋਣੈ ਆਪਣੇ ਘਰ। ਬੱਚਾ ਉਹਦੇ ਘਰ ਹੀ ਢਿੱਲਾ ਰਹਿਣ ਲੱਗ ਪਿਆ ਸੀ।"

"ਤੇ ਬੱਚਾ ਸੁਹਣਾ ਸੀ?" ਨੇਖਲੀਊਦੋਵ ਨੇ ਪੁੱਛਿਆ।

"ਰੱਜ ਕੇ ਸੁਹਣਾ, ਹੱਥ ਲਾਇਆਂ ਮੈਲਾ ਹੋਣ ਵਾਲਾ। ਨਿਰੀ ਪੁਰੀ ਤੇਰੇ ਤੇ ਸ਼ਕਲ ਸੀ," ਬੁੱਢੀ ਨੇ ਅੱਖ ਮਾਰ ਕੇ ਆਖਿਆ।

"ਢਿੱਲਾ ਕਿਉਂ ਰਹਿਣ ਲੱਗ ਪਿਆ? ਖ਼ੁਰਾਕ ਮਾੜੀ ਹੋਵੇਗਾ?"

"ਖ਼ੁਰਾਕ ਕਾਹਦੀ? ਖ਼ੁਰਾਕ ਦਾ ਤਾਂ ਐਵੇਂ ਨਾਂ ਹੀ ਸੀ। ਇਹ ਗੱਲ ਤਾਂ ਹੋਣੀ ਹੋਈ। ਉਹਦਾ ਢਿੱਡੋਂ ਜੰਮਿਆ ਤਾਂ ਨਹੀਂ ਸੀ। ਥੋੜਾ ਬਹੁਤਾ ਦੇ ਛੱਡਦੀ ਸੀ ਪਈ ਓਥੇ ਪਹੁੰਚਣ ਤਾਈਂ ਜਿਊਂਦੇ ਰਹਿਣ। ਦੱਸਦੀ ਸੀ ਕਿ ਮਸਾਂ ਮਾਸਕੋ ਪਹੁੰਚੀ ਹੀ ਸੀ ਲੈ ਕੇ ਤੇ ਜਾਂਦਿਆਂ ਹੀ ਉਹ ਮਰ ਗਿਆ। ਉਹ ਇਕ ਸਾਟੀਫਿਟਕ ਲਿਆਈ ਸੀ—ਐਨ ਠੀਕ ਠੀਕ। ਊਂ ਤਾਂ ਬੜੀ ਸਿਆਣੀ ਜ਼ਨਾਨੀ ਸੀ ਉਹ।"

ਤੇ ਏਨੀ ਹੀ ਗੱਲ ਸੀ ਜਿਹੜੀ ਨੇਖਲੀਊਦੋਵ ਨੂੰ ਆਪਣੇ ਬੱਚੇ ਬਾਰੇ ਪਤਾ ਲੱਗ ਸਕੀ।

੬

ਨੇਖਲੀਊਦੋਵ ਬਾਹਰ ਸੜਕ ਤੇ ਆ ਗਿਆ। ਕਮਰੇ ਤੇ ਲਾਂਘੇ ਦੇ ਦਰਵਾਜ਼ਿਆਂ ਨਾਲ ਫੇਰ ਉਹਦਾ ਸਿਰ ਜਾ ਟਕਰਾਇਆ ਸੀ। ਚਿੱਟੀ ਤੇ ਗੁਲਾਬੀ ਕਮੀਜ਼ ਵਾਲੇ ਦੋਵੇਂ ਮੁੰਡੇ ਉਹਨੂੰ ਉਡੀਕ ਰਹੇ ਸਨ। ਉਹਨਾਂ ਦੇ ਕੋਲ ਹੀ ਕੁਝ ਹੋਰ ਲੋਕ ਵੀ ਆ ਖੜੇ ਹੋਏ ਸਨ। ਇਹਨਾਂ ਵਿਚ ਕੁਝ ਔਰਤਾਂ ਸਨ ਜਿਨ੍ਹਾਂ ਵਿਚੋਂ ਕੁਝ ਇਕਨਾਂ ਨੇ ਬਾਲ ਕੁਛੜ ਚੁੱਕੇ ਹੋਏ ਸਨ। ਉਹ ਲਿੱਸੀ ਜਿਹੀ ਔਰਤ ਵੀ ਖੜੀ ਸੀ ਜਿਸ ਨੇ ਆਪਣੇ ਬਾਲ ਦੇ ਸਿਰ ਉਤੇ ਲੀਰਾਂ ਜੋੜ ਕੇ ਬਣਾਈ ਟੋਪੀ ਪਾਈ ਹੋਈ ਸੀ। ਬੱਚੇ ਵਿਚ ਜਿਵੇਂ ਲਹੂ ਹੀ ਨਾ ਰਿਹਾ ਹੋਵੇ। ਉਹਦੇ ਸੁੱਕੇ ਮੁਰਝਾਏ ਚਿਹਰੇ ਉਤੇ ਇਕ ਅਜੀਬ ਤਰ੍ਹਾਂ ਦੀ ਮੁਸਕਾਨ ਖੇਡ ਰਹੀ ਸੀ ਅਤੇ ਉਹ ਆਪਣੇ ਵਿੰਗ ਤੜਿੰਗੇ ਅੰਗੂਠੇ ਨੂੰ ਹਿਲਾਈ ਜਾ ਰਿਹਾ ਸੀ। ਨੇਖਲੀਊਦੋਵ ਜਾਣਦਾ ਸੀ ਕਿ ਇਸ ਮੁਸਕਾਨ ਦੇ ਪਿੱਛੇ ਪੀੜਾ ਲੁਕੀ ਹੋਈ ਹੈ। ਉਸ ਨੇ ਪੁੱਛਿਆ ਕਿ ਇਹ ਔਰਤ ਕੌਣ ਹੈ।

"ਓਹੋ ਅਨੀਸੀਆ, ਜੀਹਦੇ ਬਾਰੇ ਮੈਂ ਤੈਨੂੰ ਦੱਸਿਆ ਸੀ," ਵੱਡੇ ਮੁੰਡੇ ਨੇ ਆਖਿਆ।

ਨੇਖਲੀਊਦੋਵ ਨੇ ਅਨੀਸੀਆ ਨੂੰ ਸੰਬੋਧਨ ਕੀਤਾ।

"ਕਿਵੇਂ ਦਿਨ ਲੰਘਦੇ ਨੇ ਤੇਰੇ?" ਉਹਨੇ ਸਵਾਲ ਕੀਤਾ। "ਕੀ ਕੰਮ ਕਰਦੀ ਏਂ ਗੁਜ਼ਾਰੇ ਲਈ?"

"ਦਿਨ ਕਿਵੇਂ ਲੰਘਦੇ ਨੇ—ਮੰਗ ਪਿੰਨ ਕੇ," ਅਨੀਸੀਆ ਨੇ ਆਖਿਆ ਤੇ ਰੋਣ ਲੱਗ ਪਈ।

ਮੁਰਝਾਏ ਹੋਏ ਬੱਚੇ ਦੇ ਚਿਹਰੇ ਉਤੇ ਮੁਸਕਾਨ ਖੇਡ ਗਈ। ਉਹ ਲੱਤਾਂ ਮਾਰਨ ਲੱਗ ਪਿਆ ਜਿਹੜੀਆਂ ਸੁੱਕ ਕੇ ਤੀਲਾ ਹੋ ਗਈਆਂ ਸਨ।

ਨੇਖਲੀਊਦੋਵ ਨੇ ਆਪਣਾ ਬਟੂਆ ਕੱਢਿਆ ਅਤੇ ਦਸ ਰੂਬਲ ਦਾ ਇਕ ਨੋਟ ਉਸ ਔਰਤ ਦੇ ਹੱਥ ਫੜਾ ਦਿੱਤਾ। ਅਜੇ ਉਹ ਦੋ ਕਦਮਾਂ ਵੀ ਅੱਗੇ ਨਹੀਂ ਵਧਿਆ ਹੋਣਾ ਕਿ ਬੱਚਾ ਚੁੱਕੀ ਇਕ ਹੋਰ ਔਰਤ ਉਹਦੇ ਕੋਲ ਆ ਗਈ, ਫੇਰ ਇਕ ਬੁੱਢੀ ਔਰਤ, ਤੇ ਉਸ ਦੇ ਮਗਰ ਹੀ ਇਕ ਨੌਜਵਾਨ ਔਰਤ। ਸਭੇ ਆਪਣੀ ਗਰੀਬੀ ਦਾ ਰੋਣਾ ਰੋਣ ਲੱਗ ਪਈਆਂ ਅਤੇ ਹੱਥ ਅੱਡਣ ਲੱਗੀਆਂ। ਨੇਖਲੀਊਦੋਵ ਦੇ ਕੋਲ ਉਸ ਵੇਲੇ ਸਿਰਫ ਸੱਠ ਰੂਬਲ ਹੀ ਸਨ ਜਿਹੜੇ ਉਸ ਨੇ ਉਹਨਾਂ ਨੂੰ ਦੇ ਦਿੱਤੇ। ਨੇਖਲੀਊਦੋਵ ਕਾਰਿੰਦੇ ਦੇ ਘਰ ਵੱਲ ਮੁੜ ਪਿਆ। ਉਹਦਾ ਦਿਲ ਡਾਢਾ ਦੁਖੀ ਸੀ।

.ਕਾਰਿੰਦਾ ਮੁਸਕ੍ਰਾ ਕੇ ਨੇਖਲੀਊਦੋਵ ਨੂੰ ਮਿਲਿਆ। ਉਸ ਨੇ ਦੱਸਿਆ ਕਿ ਕਿਸਾਨ ਸ਼ਾਮ ਵੇਲੇ ਮੀਟਿੰਗ ਵਾਸਤੇ ਇਕੱਠੇ ਹੋ ਜਾਣਗੇ। ਨੇਖਲੀਊਦੋਵ ਨੇ ਉਹਦਾ ਧੰਨਵਾਦ ਕੀਤਾ ਅਤੇ ਸਿੱਧਾ ਬਾਗ਼ ਵਿਚ ਮਟਰਗਸ਼ਤ ਕਰਨ ਚਲਾ ਗਿਆ। ਸੇਬ ਦੇ ਰੁੱਖਾਂ ਨੂੰ ਬੂਰ ਪਿਆ ਹੋਇਆ ਸੀ ਅਤੇ ਫੁਲ ਪੱਤੀਆਂ ਘਾਹ-ਬਰੂਟ ਨਾਲ ਭਰੀਆਂ ਪਟੜੀਆਂ ਉਤੇ ਖਿਲਰੀਆਂ ਹੋਈਆਂ ਸਨ। ਟਹਿਲਦਾ ਹੋਇਆ ਨੇਖਲੀਊਦੋਵ ਉਸ ਸਭ ਕੁਝ ਤੇ ਵਿਚਾਰ ਕਰ ਰਿਹਾ ਸੀ ਜੋ ਕੁਝ ਉਸ ਨੇ ਅੱਜ ਵੇਖਿਆ ਸੀ।

ਪਹਿਲਾਂ ਤਾਂ ਸਾਰੇ ਚੁਪ-ਚਾਂ ਸੀ, ਪਰ ਫੇਰ ਛੇਤੀ ਹੀ ਕਾਰਿੰਦੇ ਦੇ ਮਕਾਨ ਦੇ ਪਿਛਿਓਂ ਆਵਾਜ਼ਾਂ ਆਉਣ ਲੱਗ ਪਈਆਂ। ਗੁੱਸੇ ਵਿਚ ਆਈਆਂ ਦੋ ਔਰਤਾਂ ਇਕ ਦੂਜੀ ਦੀ ਗੱਲ ਨੂੰ ਟੁੱਕ ਰਹੀਆਂ ਸਨ ਅਤੇ ਵਿਚ ਸਦਾ ਮੁਸਕ੍ਰਾਉਂਦੇ ਕਾਰਿੰਦੇ ਦੀ ਆਵਾਜ਼ ਸੁਣਾਈ ਦੇਂਦੀ ਸੀ। ਨੇਖਲੀਊਦੋਵ ਕੰਨ ਲਾ ਕੇ ਸੁਣਨ ਲੱਗਾ।

"ਮੇਰੇ ਵਿਚ ਨਹੀਂ ਸੱਤਿਆ ਹੁਣ। ਕੀ ਕਰਦਾ ਏਂ ਤੂੰ? ਮੇਰੇ ਗਲੋਂ ਇਹ ਸਲੀਬ ਕਾਹਨੂੰ ਖਿੱਚਦਾ ਏਂ?" ਇਕ ਔਰਤ ਨੇ ਗੁੱਸੇ ਭਰੀ ਆਵਾਜ਼ ਵਿਚ ਆਖਿਆ।

"ਪਰ ਉਹ ਤਾਂ ਪਲ ਦੀ ਪਲ ਅੰਦਰ ਵੜੀ ਸੀ," ਇਕ ਹੋਰ ਆਵਾਜ਼ ਆਈ। "ਮੋੜ ਦੇ ਮੈਨੂੰ, ਮੈਂ ਤੈਨੂੰ ਦੱਸਾਂ। ਜਾਨਵਰ ਉਤੇ ਕਾਹਦੇ ਲਈ ਜ਼ੁਲਮ ਕਰਦਾ ਏਂ, ਤੇ ਨਾਲੇ ਨਿਆਣੇ ਤੇ? ਦੁਧ ਨੂੰ ਤਰਸ ਜਾਣਗੇ ਵਿਚਾਰੇ।"

"ਕੱਢ ਫੇਰ ਪੈਸੇ, ਜਾਂ ਫੇਰ ਪੈਸਿਆਂ ਬਦਲੇ ਕੰਮ ਕਰ," ਇਹ ਕਾਰਿੰਦੇ ਦੀ ਆਵਾਜ਼ ਸੀ।

ਨੇਖਲੀਊਦੋਵ ਬਾਗ਼ ਵਿਚੋਂ ਨਿਕਲਿਆ ਤੇ ਡਿਉੜੀ ਵਿਚ ਆ ਗਿਆ। ਡਿਉੜੀ ਦੇ ਲਾਗੇ ਹੀ ਦੋ ਖੁਥੜ ਜਿਹੀਆਂ ਔਰਤਾਂ ਖੜੀਆਂ ਸਨ। ਇਹਨਾਂ ਵਿਚੋਂ ਇਕ ਔਰਤ ਗਰਭਵਤੀ ਸੀ ਅਤੇ ਉਹਦੇ ਦਿਨ ਪੂਰੇ ਹੋ ਗਏ ਲੱਗਦੇ ਸਨ। ਕਾਰਿੰਦਾ ਆਪਣੇ ਸੂਤੀ ਕੋਟ ਦੀਆਂ ਜੇਬਾਂ ਵਿਚ ਹੱਥ ਪਾਈ ਡਿਉੜੀ ਦੀਆਂ ਪੌੜੀਆਂ ਉਤੇ ਖੜਾ ਸੀ। ਮਾਲਕ ਨੂੰ

ਵੇਖਦਿਆਂ ਸਾਰ ਹੀ ਔਰਤਾਂ ਚੁੱਪ ਹੋ ਗਈਆਂ ਅਤੇ ਆਪਣੇ ਸਿਰਾਂ ਦੇ ਰੁਮਾਲ ਠੀਕ ਕਰਨ ਲੱਗ ਪਈਆਂ। ਕਾਰਿੰਦੇ ਨੇ ਹੱਥ ਜੇਬਾਂ ਵਿਚੋਂ ਬਾਹਰ ਕੱਢ ਲਏ ਅਤੇ ਮੁਸਕ੍ਰਾਉਣ ਲੱਗ ਪਿਆ।

ਗੱਲ ਇਹ ਹੋਈ ਸੀ। ਕਾਰਿੰਦੇ ਨੇ ਜੋ ਕੁਝ ਦੱਸਿਆ ਉਸ ਤੋਂ ਜਾਪਦਾ ਸੀ ਕਿ ਕਿਸਾਨਾਂ ਨੂੰ ਆਪਣੀਆਂ ਵੱਛੀਆਂ ਤੇ ਕਈ ਵਾਰੀ ਗਊਆਂ ਨੂੰ ਜ਼ਿਮੀਦਾਰ ਦੀਆਂ ਚਰਾਂਦਾਂ ਵਿਚ ਛੱਡ ਦੇਣ ਦੀ ਆਦਤ ਸੀ। ਇਹਨਾਂ ਦੋਵਾਂ ਔਰਤਾਂ ਦੇ ਘਰਾਂ ਦੀਆਂ ਦੋ ਗਊਆਂ ਚਰਾਂਦ ਵਿਚੋਂ ਮਿਲੀਆਂ ਤੇ ਉਹਨਾਂ ਨੂੰ ਹਿਕ ਕੇ ਵਾੜੇ ਵਿਚ ਲੈ ਆਂਦਾ ਗਿਆ ਸੀ। ਕਾਰਿੰਦਾ ਹੁਣ ਇਹ ਆਖ ਰਿਹਾ ਸੀ ਕਿ ਇਹ ਔਰਤਾਂ ਹਰ ਗਾਂ ਪਿੱਛੇ ਤੀਹ ਕਾਪੀਕ ਹਰਜਾਨਾ ਦੇਣ ਜਾਂ ਉਹਦੇ ਬਦਲੇ ਵਿਚ ਦੋ ਦਿਹਾੜੀਆਂ ਕੰਮ ਕਰਨ। ਪਰ, ਔਰਤਾਂ ਦਾ ਕਹਿਣਾ ਸੀ ਕਿ ਗਊਆਂ ਆਪਣੇ ਆਪ ਹੀ ਚਰਾਂਦ ਵਿਚ ਜਾ ਵੜੀਆਂ ਸਨ, ਉਹਨਾਂ ਨੇ ਨਹੀਂ ਸੀ ਵਾੜੀਆਂ। ਉਹ ਆਖ ਰਹੀਆਂ ਸਨ ਕਿ ਉਹਨਾਂ ਦੇ ਪੱਲੇ ਧੇਲਾ ਵੀ ਨਹੀਂ। ਉਹ ਤਰਲਾ ਕਰ ਰਹੀਆਂ ਸਨ ਕਿ ਗਊਆਂ ਸਵੇਰ ਦੀਆਂ ਕੜਕਦੀ ਧੁਪ ਵਿਚ ਭੁੱਖੀਆਂ ਖੜੀਆਂ ਹਨ ਇਹਨਾਂ ਉਤੇ ਤਰਸ ਕਰ ਤੇ ਵਾਪਸ ਕਰ ਦੇ। ਤੇ ਜੇ ਕੁਝ ਲੈਣਾ ਦੇਣਾ ਵੀ ਹੋਇਆ ਤਾਂ ਇਹ ਮਗਰੋਂ ਨਜਿਠ ਲਿਆ ਜਾਵੇਗਾ।

"ਕਿੰਨੀ ਵਾਰੀ ਤਰਲੇ ਲਏ ਨੇ ਮੈਂ ਤੁਹਾਡੇ," ਮੁਸਕ੍ਰਾ ਰਹੇ ਕਾਰਿੰਦੇ ਨੇ, ਨੇਖਲੀਊਦੋਵ ਵੱਲ ਵੇਖਦਿਆਂ ਆਖਿਆ ਜਿਵੇਂ ਉਹਨੂੰ ਗਵਾਹ ਬਣਾ ਰਿਹਾ ਹੋਵੇ, "ਕਿ ਜਦੋਂ ਦੁਪਹਿਰੇ ਮਾਲ ਡੰਗਰ ਨੂੰ ਹਿੱਕ ਕੇ ਘਰ ਖੜਦੀਆਂ ਜੇ, ਤਾਂ ਉਹਦੇ ਉਤੇ ਨਿੰਗਾਹ ਰਖਿਆ ਕਰੋ।"

"ਮੈਂ ਜੁਆਕ ਨੂੰ ਫੜਨ ਰਤਾ ਭੱਜ ਗਈ, ਤੇ ਉਹ ਮੂੰਹ ਮਾਰਨ ਜਾ ਵੜੀਆਂ।"

"ਫੇਰ ਭੱਜ ਕੇ ਲਾਂਭੇ ਕਿਉਂ ਜਾਂਦੀ ਏਂ ਜਦੋਂ ਪਸ਼ੂਆਂ ਦੀ ਰਾਖੀ ਦਾ ਜ਼ਿਮਾ ਲਿਆ ਹੋਵੇ।"

"ਤੇ ਜੁਆਕ ਨੂੰ ਦੁਧ ਕੌਣ ਚੁੰਘਾਉਂਦਾ? ਤੂੰ ਤਾਂ ਨਹੀਂ ਦੇਣਾ ਮੰਮਾ ਉਹਦੇ ਮੂੰਹ ਵਿਚ?"

"ਹੁਣ ਜੇ ਉਹਨਾਂ ਸੱਚੀਂ ਕੋਈ ਨੁਕਸਾਨ ਕੀਤਾ ਹੁੰਦਾ ਤਾਂ ਵੀ ਕੋਈ ਗੱਲ ਸੀ। ਪਲ ਦੋ ਪਲ ਤਾਂ ਉਹ ਅੰਦਰ ਰਹੀਆਂ," ਦੂਜੀ ਔਰਤ ਨੇ ਆਖਿਆ।

"ਸਾਰੀਆਂ ਚਰਾਂਦਾਂ ਉਜਾੜ ਛੱਡੀਆਂ ਨੇ," ਕਾਰਿੰਦੇ ਨੇ ਨੇਖਲੀਊਦੋਵ ਵੱਲ ਮੂੰਹ ਕਰਦਿਆਂ ਆਖਿਆ। "ਜੇ ਮੈਂ ਜੁਰਮਾਨਾ ਨਾ ਕਰਾਂ ਤਾਂ ਘਾਹ ਦਾ ਇਕ ਪੱਠਾ ਨਾ ਰਹੇ।"

"ਇਉਂ ਝੂਠ ਬੋਲ ਕੇ ਪਾਪ ਨਾ ਚੜ੍ਹਾ ਆਪਣੇ ਸਿਰ। ਮੇਰੀਆਂ ਗਊਆਂ ਨੇ ਕਦੇ ਪਹਿਲਾਂ ਵੀ ਪੈਰ ਪਾਇਆ ਓਥੇ?" ਗਰਭਵਤੀ ਔਰਤ ਚਿਲਾਈ।

"ਅੱਜ ਤਾਂ ਪਾਇਆ ਏ। ਜਰਮਾਨਾ ਭਰ ਜਾਂ ਫੇਰ ਕੰਮ ਕਰ।"

"ਠੀਕ ਏ, ਮੈਂ ਮਜ਼ਦੂਰੀ ਕਰ ਦਊਂ ਤੇਰੀ। ਕਰ ਗਊ ਹੁਣ ਮੇਰੇ ਹਵਾਲੇ, ਭੁੱਖੀ ਨਾ ਮਾਰ ਵਿਚਾਰੀ ਨੂੰ।" ਉਹ ਗੁੱਸੇ ਵਿਚ ਆ ਕੇ ਬੋਲੀ। "ਊਂ ਮੈਂ ਕਿਹੜੀ ਵਿਹਲੀ

ਬੈਠੀ ਰਹਿੰਦੀ ਆਂ। ਨਾ ਦਿਨੇ ਚੈਨ ਨਾ ਰਾਤ ਨੂੰ। ਸੱਸ ਰੋਗਣ, ਖੌਂਦ ਸ਼ਰਾਬੀ। ਸਾਰਾ ਕੰਮ ਮੈਨੂੰ ਆਪੇ ਕਰਨਾ ਪੈਂਦਾ ਏ। ਤੇ ਸਰੀਰ ਮੇਰਾ ਜਵਾਬ ਦੇਈ ਜਾਂਦੈ। ਢੱਠੇ ਖੂਹ ਵਿਚ ਪੌ ਤੂੰ। ਨਾਲੇ ਤੇਰਾ ਕੰਮ ਤੇ ਜੁਰਮਾਨਾ।"

ਨੇਖਲੀਊਦੋਵ ਨੇ ਕਾਰਿੰਦੇ ਨੂੰ ਆਖਿਆ ਕਿ ਗਊਆਂ ਔਰਤਾਂ ਦੇ ਹਵਾਲੇ ਕਰ ਦੇਵੇ ਅਤੇ ਫੇਰ ਬਾਗ਼ ਵਿਚ ਚਲਾ ਗਿਆ ਤਾਂ ਜੋ ਉਹ ਆਪਣੇ ਮਸਲੇ ਉਤੇ ਹੋਰ ਵਿਚਾਰ ਕਰ ਸਕੇ। ਪਰ ਹੁਣ ਸੋਚਣ ਵਾਲੀ ਗੱਲ ਹੀ ਕਿਹੜੀ ਰਹਿ ਗਈ ਸੀ।

ਹੁਣ ਉਸ ਨੂੰ ਹਰ ਗੱਲ ਏਡੀ ਸਪਸ਼ਟ ਲੱਗਦੀ ਸੀ ਕਿ ਉਹ ਇਸ ਗੱਲੋਂ ਹੈਰਾਨ ਸੀ ਕਿ ਸਾਰੇ ਲੋਕ ਇਸ ਚੀਜ਼ ਨੂੰ ਵੇਖ ਕਿਉਂ ਨਹੀਂ ਸਨ ਸਕਦੇ, ਅਤੇ ਖ਼ੁਦ ਉਸ ਨੂੰ ਇਹ ਸਭ ਕੁਝ ਅਨੁਭਵ ਕਰਨ ਵਾਸਤੇ ਏਨਾ ਚਿਰ ਲੱਗਾ ਸੀ ਜੋ ਕਿ ਏਡਾ ਸਪਸ਼ਟ ਰੂਪ ਵਿਚ ਪ੍ਰਤੱਖ ਸੀ।

"ਲੋਕ ਮਰ ਰਹੇ ਸਨ। ਮਰਨ ਦੇ ਚਲ ਰਹੇ ਇਕ ਅਮਲ ਦੇ ਆਦੀ ਹੋ ਗਏ ਸਨ। ਅਤੇ ਇਸ ਤਰ੍ਹਾਂ ਉਹਨਾਂ ਨੇ ਆਪਣੀ ਜ਼ਿੰਦਗੀ ਨੂੰ ਇਸ ਮੁਤਾਬਿਕ ਢਾਲ ਲਿਆ ਸੀ। ਬੇਹਿਸਾਬ ਬੱਚੇ ਮਰ ਰਹੇ ਸਨ, ਔਰਤਾਂ ਕੰਮ ਦੇ ਭਾਰ ਹੇਠ ਦੱਬੀਆਂ ਹੋਈਆਂ ਸਨ ਅਤੇ ਲੋਕਾਂ ਨੂੰ, ਖਾਸ ਕਰਕੇ ਬੁੱਢਿਆਂ ਨੂੰ ਢਿਡ ਭਰ ਕੇ ਖਾਣ ਨੂੰ ਨਹੀਂ ਸੀ ਮਿਲਦਾ। ਹੌਲੀ ਹੌਲੀ ਲੋਕ ਇਸ ਹਾਲਤ ਨੂੰ ਪਹੁੰਚ ਗਏ ਸਨ ਕਿ ਉਹ ਇਸ ਦੀ ਪੂਰੀ ਭਿਅੰਕਰਤਾ ਨੂੰ ਮਹਿਸੂਸ ਹੀ ਨਹੀਂ ਸਨ ਕਰਦੇ, ਅਤੇ ਕੋਈ ਗਿਲਾ ਸ਼ਿਕਵਾ ਨਹੀਂ ਸੀ ਕਰਦੇ, ਅਤੇ ਇਸ ਕਰਕੇ ਅਸੀਂ ਉਹਨਾਂ ਦੀ ਹਾਲਤ ਨੂੰ ਸੁਭਾਵਿਕ ਅਤੇ ਠੀਕ ਸਮਝਣ ਲੱਗ ਪਏ ਸਾਂ।" ਹੁਣ ਇਹ ਗੱਲ ਚਿੱਟੇ ਦਿਨ ਵਾਂਗ ਸਾਫ ਸੀ ਕਿ ਲੋਕਾਂ ਦੀ ਘੋਰ ਗੁਰਬਤ ਦਾ ਮੁਖ ਕਾਰਨ ਇਹ ਸੀ ਕਿ ਜ਼ਮੀਨ ਜਿਹੜੀ ਉਹਨਾਂ ਨੂੰ ਖਾਣ ਨੂੰ ਦੇ ਸਕਦੀ ਹੈ ਉਹ ਜਾਗੀਰਦਾਰਾਂ ਨੇ ਹਥਿਆ ਲਈ ਸੀ। ਲੋਕ ਆਪ ਇਹ ਗੱਲ ਜਾਣਦੇ ਸਨ ਅਤੇ ਹਮੇਸ਼ਾ ਹੀ ਇਸ ਗੱਲ ਵੱਲ ਸੰਕੇਤ ਕਰਦੇ ਸਨ।

ਅਤੇ ਇਹ ਗੱਲ ਕਿਵੇਂ ਪ੍ਰਤੱਖ ਸੀ ਕਿ ਬੱਚੇ ਤੇ ਬੁੱਢੇ ਇਸ ਲਈ ਮਰਦੇ ਸਨ ਕਿ ਉਹਨਾਂ ਨੂੰ ਦੁੱਧ ਨਸੀਬ ਨਹੀਂ ਸੀ ਹੁੰਦਾ। ਤੇ ਦੁੱਧ ਇਸ ਕਰਕੇ ਨਸੀਬ ਨਹੀਂ ਸੀ ਹੁੰਦਾ ਕਿ ਉਹਨਾਂ ਕੋਲ ਚਰਾਂਦਾਂ ਨਹੀਂ ਸਨ, ਅਤੇ ਅਨਾਜ ਜਾਂ ਘਾਹ-ਪੱਠਾ ਉਗਾਉਣ ਵਾਸਤੇ ਕੋਈ ਜ਼ਮੀਨ ਨਹੀਂ ਸੀ। ਇਹ ਬਿਲਕੁਲ ਸਪਸ਼ਟ ਸੀ ਕਿ ਲੋਕਾਂ ਦੀਆਂ ਸਾਰੀਆਂ ਮੁਸ਼ਕਲਾਂ ਦਾ ਕਾਰਨ ਇਹ ਸੀ, ਜਾਂ ਇਹਨਾਂ ਦਾ ਸਭ ਤੋਂ ਵੱਡਾ ਤੇ ਸਿੱਧਾ ਕਾਰਨ ਇਹ ਸੀ ਕਿ ਜਿਹੜੀ ਜ਼ਮੀਨ ਉਹਨਾਂ ਦਾ ਢਿੱਡ ਭਰ ਸਕਦੀ ਸੀ ਉਹ ਜ਼ਮੀਨ ਉਹਨਾਂ ਦੇ ਹੱਥਾਂ ਵਿਚ ਨਹੀਂ ਸੀ। ਇਸ ਦੇ ਉਲਟ ਉਹਨਾਂ ਲੋਕਾਂ ਦੇ ਹੱਥਾਂ ਵਿਚ ਸੀ ਜਿਹੜੇ ਜ਼ਮੀਨ ਦੀ ਮਾਲਕੀ ਤੋਂ ਲਾਭ ਉਠਾ ਕੇ, ਦੂਜੇ ਲੋਕਾਂ ਦੀ ਮਿਹਨਤ ਮਜ਼ਦੂਰੀ ਦੇ ਸਿਰ ਤੇ ਜਿਉਂਦੇ ਸਨ। ਜ਼ਮੀਨ ਨੂੰ, ਜਿਹੜੀ ਉਹਨਾਂ ਲਈ ਏਡੀ ਜ਼ਰੂਰੀ ਸੀ ਕਿ ਉਸ ਤੋਂ ਵਿਰਵੇ ਹੋ ਕੇ ਮਰਨ ਲਗਦੇ ਸਨ, ਇਹ ਲੋਕ ਭੁਖੇ ਤਿਹਾਏ ਰਹਿ ਕੇ ਬੀਜਦੇ ਵਾਹੁੰਦੇ ਸਨ, ਤਾਂ ਜੋ ਅਨਾਜ ਦੂਜੇ ਦੇਸਾਂ ਨੂੰ ਵੇਚਿਆ ਜਾ ਸਕੇ ਅਤੇ ਜ਼ਮੀਨ ਦੇ ਮਾਲਕ ਆਪਣੇ ਵਾਸਤੇ ਟੋਪ ਤੇ ਬੈਂਤ

ਦੀਆਂ ਛੜੀਆਂ, ਬੱਘੀਆਂ ਤੇ ਕਾਂਸੀ ਦੀਆਂ ਮੂਰਤੀਆਂ ਤੇ ਹੋਰ ਇਸ ਕਿਸਮ ਦੀਆਂ ਚੀਜ਼ਾਂ ਖਰੀਦ ਸਕਣ। ਨੇਖਲੀਊਦੋਵ ਹੁਣ ਇਸ ਗੱਲ ਨੂੰ ਏਨੇ ਸਪਸ਼ਟ ਰੂਪ ਵਿਚ ਸਮਝਣ ਲੱਗ ਪਿਆ ਸੀ ਜਿੰਨਾ ਇਸ ਗੱਲ ਨੂੰ ਸਮਝਦਾ ਸੀ ਕਿ ਤਬੇਲੇ ਵਿਚ ਬੰਨ੍ਹ ਕੇ ਰਖੇ ਹੋਏ ਘੋੜੇ ਜਦੋਂ ਸਾਰਾ ਘਾਹ ਖਾਹ ਲੈਂਦੇ ਹਨ ਤਾਂ ਉਹਨਾਂ ਦਾ ਲਿੱਸੇ ਹੋਣਾ ਤੇ ਭੁਖੇ ਮਰਨ ਲੱਗਣਾ ਜ਼ਰੂਰੀ ਹੈ ਜੇ ਕਰ ਉਹਨਾਂ ਨੂੰ ਉਸ ਜ਼ਮੀਨ ਤੇ ਨਾ ਛੱਡਿਆ ਜਾਏ ਜਿਥੋਂ ਉਹ ਘਾਹ ਚਰ ਸਕਣ।

ਇਹ ਬੜੀ ਭਿਆਨਕ ਗੱਲ ਹੈ, ਤੇ ਹਾਲਤ ਏਸੇ ਹੀ ਤਰ੍ਹਾਂ ਨਹੀਂ ਰਹਿਣ ਦੇਣੀ ਚਾਹੀਦੀ। ਇਸ ਨੂੰ ਬਦਲਿਆ ਜਾਣਾ ਚਾਹੀਦਾ ਹੈ ਜਾਂ ਘਟੋ ਘਟ ਇਸ ਵਿਚ ਭਾਗੀਦਾਰ ਤਾਂ ਨਹੀਂ ਬਣਨਾ ਚਾਹੀਦਾ। "ਤੇ ਮੈਂ ਇਸ ਨੂੰ ਬਦਲਣ ਦੇ ਸਾਧਨ ਲੱਭਾਂਗਾ," ਬਰਚੇ ਦੇ ਰੁੱਖਾਂ ਹੇਠਾਂ ਪਟੜੀ ਉਤੇ ਟਹਿਲਦਿਆਂ ਉਸ ਨੇ ਸੋਚਿਆ। "ਵਿਗਿਆਨਕ ਹਲਕਿਆਂ, ਸਰਕਾਰੀ ਦਫਤਰਾਂ, ਅਤੇ ਅਖਬਾਰਾਂ ਵਿਚ, ਅਸੀਂ ਲੋਕਾਂ ਦੀ ਗਰੀਬੀ ਦੇ ਕਾਰਨਾਂ ਦੀ ਚਰਚਾ ਕਰਦੇ ਹਾਂ ਅਤੇ ਉਹਨਾਂ ਦੀ ਹਾਲਤ ਨੂੰ ਸੁਧਾਰਨ ਦੇ ਸਾਧਨਾਂ ਦੀਆਂ ਗੱਲਾਂ ਕਰਦੇ ਹਾਂ। ਪਰ ਅਸੀਂ ਉਸ ਇਕੋ ਇਕ ਪੱਕੇ ਸਾਧਨ ਦੀ ਗੱਲ ਨਹੀਂ ਕਰਦੇ ਜਿਹੜਾ ਲਾਜ਼ਮੀ ਹੀ ਉਹਨਾਂ ਦੀ ਹਾਲਤ ਸੁਧਾਰ ਦੇਵੇਗਾ, ਅਰਥਾਤ, ਉਹ ਜ਼ਮੀਨ ਉਹਨਾਂ ਨੂੰ ਦੇ ਦੇਣ ਦੀ ਗੱਲ ਨਹੀਂ ਕਰਦੇ ਜਿਸ ਦੀ ਉਹਨਾਂ ਨੂੰ ਬੇਹੱਦ ਲੋੜ ਹੈ।"

ਨੇਖਲੀਊਦੋਵ ਦਾ ਮਨ ਹੈਨਰੀ ਜਾਰਜ ਦੇ ਬੁਨਿਆਦੀ ਸਿਧਾਂਤ ਵੱਲ ਮੁੜਿਆ। ਉਸ ਨੂੰ ਯਾਦ ਆਇਆ ਕਿਵੇਂ ਕਿਸੇ ਵੇਲੇ ਉਹ ਇਸ ਸਿਧਾਂਤ ਦੇ ਪ੍ਰਬਲ ਪ੍ਰਭਾਵ ਹੇਠ ਆ ਗਿਆ ਸੀ, ਤੇ ਉਹ ਹੈਰਾਨ ਸੀ ਕਿ ਉਹ ਇਸ ਨੂੰ ਭੁਲ ਕਿਵੇਂ ਗਿਆ ਸੀ। "ਜ਼ਮੀਨ ਕਿਸੇ ਇਕ ਦੀ ਮਲਕੀਅਤ ਨਹੀਂ ਹੋ ਸਕਦੀ। ਪਾਣੀ, ਹਵਾ ਜਾਂ ਧੁਪ ਵਾਂਗ ਹੀ ਇਸ ਨੂੰ ਵੀ ਵੇਚਿਆ ਜਾਂ ਖਰੀਦਿਆ ਨਹੀਂ ਜਾ ਸਕਦਾ। ਮਨੁਖ ਨੂੰ ਇਸ ਤੋਂ ਜੋ ਲਾਭ ਪ੍ਰਾਪਤ ਹੁੰਦੇ ਹਨ ਉਹਨਾਂ ਉਪਰ ਸਭ ਦਾ ਇਕੋ ਜਿਹਾ ਹੱਕ ਹੈ।" ਤੇ ਹੁਣ ਉਸ ਨੂੰ ਪਤਾ ਲੱਗਾ ਕਿ ਕੁਜ਼ਮਿਨਸਕੋਯੇ ਦੇ ਲੈਣ ਦੇਣ ਦੇ ਸੌਦੇ ਨੂੰ ਯਾਦ ਕਰ ਕੇ ਉਸ ਨੂੰ ਸ਼ਰਮਿੰਦਗੀ ਕਿਉਂ ਮਹਿਸੂਸ ਹੁੰਦੀ ਸੀ। ਉਹ ਆਪਣੇ ਆਪ ਨੂੰ ਧੋਖਾ ਦੇ ਰਿਹਾ ਸੀ। ਇਹ ਜਾਣਦਿਆਂ ਹੋਇਆਂ ਕਿ ਕਿਸੇ ਆਦਮੀ ਨੂੰ ਜ਼ਮੀਨ ਦੀ ਮਾਲਕੀ ਦਾ ਹੱਕ ਨਹੀਂ ਹੋ ਸਕਦਾ, ਉਸ ਨੇ ਇਸ ਹੱਕ ਨੂੰ ਆਪਣਾ ਹੱਕ ਪ੍ਰਵਾਨ ਕਰ ਲਿਆ ਸੀ, ਅਤੇ ਕਿਸਾਨਾਂ ਨੂੰ ਕਿਸੇ ਐਸੀ ਚੀਜ਼ ਦਾ ਇਕ ਹਿੱਸਾ ਦਿੱਤਾ ਸੀ ਜਿਸ ਉਤੇ ਉਸ ਦਾ ਆਪਣਾ ਕੋਈ ਹੱਕ ਨਹੀਂ ਸੀ ਬਣਦਾ। ਇਹ ਗੱਲ ਉਹ ਆਪਣੇ ਦਿਲ ਦੀਆਂ ਡੂੰਘਾਈਆਂ ਵਿਚ ਜਾਣਦਾ ਸੀ। ਹੁਣ ਏਥੇ ਉਹ ਓਸੇ ਤਰ੍ਹਾਂ ਦੀ ਗੱਲ ਨਹੀਂ ਕਰੇਗਾ, ਅਤੇ ਕੁਜ਼ਮਿਨਸਕੋਯੇ ਦਾ ਬੰਦੋਬਸਤ ਵੀ ਬਦਲ ਦੇਵੇਗਾ। ਅਤੇ ਉਹਨੇ ਆਪਣੇ ਦਿਮਾਗ਼ ਵਿਚ ਇਹ ਯੋਜਨਾ ਤਿਆਰ ਕਰ ਲਈ ਕਿ ਉਹ ਜ਼ਮੀਨ ਕਿਸਾਨਾਂ ਨੂੰ ਦੇ ਦੇਵੇਗਾ ਅਤੇ ਇਹ ਪ੍ਰਵਾਨ ਕਰ ਲਵੇਗਾ ਕਿ ਉਹਨਾਂ ਵਲੋਂ ਅਦਾ ਕੀਤਾ ਲਗਾਨ ਉਹਨਾਂ ਦੀ ਹੀ ਜਾਇਦਾਦ ਹੋਵੇਗੀ ਜਿਸ ਨੂੰ ਉਹ ਟੈਕਸ ਅਦਾ

ਕਰਨ ਅਤੇ ਭਾਈਚਾਰਕ ਲਾਭ ਹਿਤ ਵਰਤਣ ਲਈ ਸਾਂਭ ਰੱਖੇਗਾ। ਇਹ Single-tax* ਪ੍ਰਣਾਲੀ ਤਾਂ ਨਹੀਂ, ਤਾਂ ਵੀ ਵਰਤਮਾਨ ਹਾਲਤਾਂ ਵਿਚ ਇਹ ਉਸ ਪ੍ਰਣਾਲੀ ਦੇ ਵਧ ਤੋਂ ਵਧ ਨੇੜੇ ਜ਼ਰੂਰ ਹੈ। ਪਰ ਮੁਖ ਗੱਲ ਇਹ ਹੈ ਕਿ ਉਹ ਜ਼ਮੀਨ ਦੀ ਨਿੱਜੀ ਮਾਲਕੀ ਦਾ ਆਪਣਾ ਅਧਿਕਾਰ ਛੱਡ ਦੇਵੇਗਾ।

ਜਦੋਂ ਨੇਖਲੀਊਦੋਵ ਵਾਪਸ ਘਰ ਆਇਆ ਤਾਂ ਕਾਰਿੰਦੇ ਨੇ, ਉਚੇਚੀ ਖ਼ੁਸ਼ੀ ਨਾਲ ਮੁਸਕ੍ਰਾਉਂਦੇ ਹੋਏ, ਉਸ ਨੂੰ ਰੋਟੀ ਖਾਣ ਲਈ ਆਖਿਆ। ਉਸ ਨੇ ਡਰ ਪ੍ਰਗਟ ਕੀਤਾ ਕਿ ਜੇ ਹੋਰ ਦੇਰ ਹੋ ਗਈ ਤਾਂ ਜਿਹੜੇ ਪਕਵਾਨ ਉਸ ਦੀ ਪਤਨੀ ਚਿੱਟੀ ਫਰ ਦੇ ਬੁੰਦਿਆਂ ਵਾਲੀ ਕੁੜੀ ਦੀ ਮਦਦ ਨਾਲ ਤਿਆਰ ਕਰ ਰਹੀ ਹੈ ਉਹਨਾਂ ਨੂੰ ਲੋੜ ਤੋਂ ਵਧ ਸੇਕ ਨਾ ਲੱਗ ਜਾਵੇ।

ਮੇਜ਼ ਉਤੇ ਕੋਰੇ ਕਪੜੇ ਦਾ ਬਣਿਆ ਮੇਜ਼ਪੋਸ਼ ਵਿਛਿਆ ਹੋਇਆ ਸੀ, ਅਤੇ ਨੈਪਕਿਨ ਦੀ ਥਾਂ ਕਢਾਈ ਦੇ ਕੰਮ ਵਾਲਾ ਇਕ ਤੌਲੀਆ ਰਖਿਆ ਸੀ। vieux-saxe**, ਸ਼ੋਰਬਾਦਾਨੀ ਜਿਸ ਦਾ ਕੁੰਡਾ ਟੁੱਟਾ ਹੋਇਆ ਸੀ ਆਲੂਆਂ ਦੇ ਸੂਪ ਨਾਲ ਭਰੀ ਰੱਖੀ ਸੀ। ਸੂਪ ਵਿਚ ਮੁਰਗੇ ਦੀਆਂ ਬੋਟੀਆਂ ਵੀ ਸਨ। ਓਸੇ ਮੁਰਗੇ ਦੀਆਂ ਜਿਸ ਨੇ ਆਪਣੀ ਕਾਲੀ ਟੰਗ ਬਾਹਰ ਕੱਢੀ ਤੇ ਅੰਦਰ ਖਿੱਚੀ ਸੀ। ਹੁਣ ਉਸ ਨੂੰ ਝਟਕਾ ਲਿਆ ਗਿਆ ਸੀ ਜਾਂ ਸਗੋਂ ਇੰਜ ਆਖੋ ਕਿ ਉਹਦੀਆਂ ਬੋਟੀਆਂ ਕਰ ਲਈਆਂ ਗਈਆਂ ਸਨ ਜਿਨ੍ਹਾਂ ਉਤੇ ਅਜੇ ਵੀ ਕਿਧਰੇ ਕਿਧਰੇ ਉਸ ਦੇ ਵਾਲ ਵਿਖਾਈ ਦੇਂਦੇ ਸਨ। ਸੂਪ ਤੋਂ ਮਗਰੋਂ ਫੇਰ ਉਹੋ ਵਾਲਾਂ ਵਾਲਾ ਭੁੰਨਿਆ ਮੁਰਗਾ ਪਰੋਸਿਆ ਗਿਆ, ਤੇ ਇਸ ਤੋਂ ਮਗਰੋਂ ਦਹੀਂ ਪਾ ਕੇ ਬਣਾਏ ਗਏ ਪੂੜੇ ਜਿਨ੍ਹਾਂ ਵਿਚੋਂ ਘਿਓ ਨੁਚੜ ਰਿਹਾ ਸੀ ਤੇ ਬਹੁਤ ਖੰਡ ਪਾਈ ਗਈ ਸੀ। ਇਹ ਸਭ ਚੀਜ਼ਾਂ ਕੋਈ ਬਹੁਤ ਸਵਾਦੀ ਨਹੀਂ ਸਨ, ਇਸ ਕਰਕੇ ਨੇਖਲੀਊਦੋਵ ਦਾ ਇਸ ਪਾਸੇ ਧਿਆਨ ਹੀ ਨਹੀਂ ਗਿਆ ਕਿ ਉਹ ਕੀ ਖਾ ਰਿਹਾ ਸੀ। ਜਦੋਂ ਉਹ ਪਿੰਡੋਂ ਵਾਪਸ ਆ ਰਿਹਾ ਸੀ ਤਾਂ ਉਹ ਉਦਾਸ ਸੀ, ਪਰ ਇਕ ਵਿਚਾਰ ਨੇ ਇਕ ਪਲ ਵਿਚ ਉਹਦੀ ਉਦਾਸੀ ਦੂਰ ਕਰ ਦਿੱਤੀ ਸੀ। ਇਸ ਵੇਲੇ ਉਹਦੇ ਮਨ ਵਿਚ ਉਹੋ ਵਿਚਾਰ ਘੁੰਮ ਰਿਹਾ ਸੀ।

ਕੰਨਾਂ ਵਿਚ ਚਿੱਟੀ ਫਰ ਦੇ ਬੁੰਦਿਆਂ ਵਾਲੀ ਕੁੜੀ ਡਰੀ ਸਹਿਮੀ ਹੋਈ ਮੇਜ਼ ਉਤੇ ਖਾਣਾ ਲਿਆ ਰਹੀ ਸੀ ਅਤੇ ਕਾਰਿੰਦੇ ਦੀ ਪਤਨੀ ਮੁੜ ਮੁੜ ਬੂਹੇ ਵਿਚ ਆ ਕੇ ਅੰਦਰ ਝਾਕ ਜਾਂਦੀ ਸੀ। ਕਾਰਿੰਦਾ ਮੁਸਕ੍ਰਾ ਰਿਹਾ ਸੀ ਤੇ ਖ਼ੁਸ਼ ਹੋ ਰਿਹਾ ਸੀ। ਉਸ ਨੂੰ ਇਸ ਗੱਲ ਦਾ ਬੜਾ ਫ਼ਖ਼ਰ ਹੋ ਰਿਹਾ ਸੀ ਕਿ ਉਸ ਦੀ ਵਹੁਟੀ ਰਸੋਈ-ਕਲਾ ਦੀ ਬੜੀ ਮਾਹਿਰ ਹੈ।

ਖਾਣੇ ਤੋਂ ਮਗਰੋਂ, ਨੇਖਲੀਊਦੋਵ ਥੋੜੀ ਬਹੁਤ ਕੋਸ਼ਿਸ਼ ਕਰ ਕੇ ਕਾਰਿੰਦੇ ਨੂੰ ਆਪਣੇ ਕੋਲ ਬਿਠਾਉਣ ਵਿਚ ਸਫਲ ਹੋ ਹੀ ਗਿਆ। ਨੇਖਲੀਊਦੋਵ ਚਾਹੁੰਦਾ ਸੀ ਕਿ ਆਪਣੇ ਖਿਆਲਾਂ ਉਤੇ ਇਕ ਵਾਰ ਫੇਰ ਵਿਚਾਰ ਕਰ ਲਵੇ ਅਤੇ ਆਪਣੀ ਯੋਜਨਾ ਕਿਸੇ ਨੂੰ ਸੁਣਾ

---

* ਇਕਹਿਰੀ ਟੈਕਸ ਪ੍ਰਣਾਲੀ (ਅੰਗ੍ਰੇਜ਼ੀ)—ਸੰਪਾ:

** ਪੁਰਾਣੇ ਸੈਕਸਨ ਚੀਨੀ ਦੇ ਬਰਤਨ।—ਸੰਪਾ:

ਲਵੇ। ਇਸ ਕਰਕੇ ਜ਼ਮੀਨ ਕਿਸਾਨਾਂ ਨੂੰ ਦੇ ਦੇਣ ਬਾਰੇ ਉਹਨੇ ਆਪਣੀ ਸਾਰੀ ਵਿਉਂਤ ਕਾਰਿੰਦੇ ਅੱਗੇ ਪੇਸ਼ ਕੀਤੀ ਤੇ ਉਹਦੇ ਕੋਲੋਂ ਉਹਦੀ ਰਾਏ ਪੁੱਛੀ। ਕਾਰਿੰਦਾ ਇਸ ਤਰ੍ਹਾਂ ਮੁਸਕ੍ਰਾਇਆ ਜਿਵੇਂ ਢੇਰ ਚਿਰ ਪਹਿਲਾਂ ਉਸ ਨੇ ਇਹ ਸਭ ਕੁਝ ਆਪ ਹੀ ਸੋਚ ਰਖਿਆ ਹੋਵੇ ਤੇ ਉਸ ਨੂੰ ਇਹ ਸੁਣ ਕੇ ਬੜੀ ਖੁਸ਼ੀ ਹੋਈ ਹੋਵੇ। ਹਕੀਕਤ ਇਹ ਸੀ ਕਿ ਕੋਈ ਵੀ ਗੱਲ ਉਹਦੀ ਖੋਪੜੀ ਵਿਚ ਨਹੀਂ ਸੀ ਵੜੀ। ਇਸ ਦੀ ਵਜਾਹ ਇਹ ਨਹੀਂ ਸੀ ਕਿ ਨੇਖਲੀਊਦੋਵ ਆਪਣੀ ਗੱਲ ਸਪਸ਼ਟ ਕਰ ਕੇ ਸਮਝਾ ਨਹੀਂ ਸੀ ਸਕਿਆ, ਸਗੋਂ ਕਾਰਨ ਇਹ ਸੀ ਕਿ ਇਸ ਵਿਉਂਤ ਮੁਤਾਬਿਕ ਨੇਖਲੀਊਦੋਵ ਦੂਜਿਆਂ ਦੇ ਫਾਇਦੇ ਦੀ ਖਾਤਰ ਆਪਣਾ ਫਾਇਦਾ ਛੱਡ ਰਿਹਾ ਸੀ। ਅਤੇ ਇਹ ਵਿਚਾਰ ਕਿ ਹਰ ਕਿਸੇ ਨੂੰ ਆਪਣੇ ਫਾਇਦੇ ਦੀ ਅਤੇ ਦੂਜਿਆਂ ਨੂੰ ਨੁਕਸਾਨ ਪਹੁੰਚਾਉਣ ਦੀ ਫਿਕਰ ਚਿੰਤਾ ਲੱਗੀ ਰਹਿੰਦੀ ਹੈ ਕਾਰਿੰਦੇ ਦੇ ਦਿਮਾਗ ਵਿਚ ਏਡੀ ਡੂੰਘੀ ਜੜ ਫੜ ਚੁੱਕਾ ਸੀ ਕਿ ਉਸ ਨੂੰ ਲੱਗਾ ਕੋਈ ਗੱਲ ਉਹਦੀ ਸਮਝ ਵਿਚ ਨਹੀਂ ਸੀ ਆਈ। ਉਹਨੂੰ ਨੇਖਲੀਊਦੋਵ ਦੀ ਇਹ ਗੱਲ ਸਮਝ ਨਹੀਂ ਸੀ ਆਈ ਕਿ ਜ਼ਮੀਨ ਤੋਂ ਹੋਣ ਵਾਲੀ ਸਾਰੀ ਆਮਦਨ ਕਿਸਾਨਾਂ ਦੀ ਸਾਂਝੀ ਰਾਸ–ਪੂੰਜੀ ਬਣਦੀ ਜਾਵੇਗੀ।

"ਹੱਛਾ, ਸਮਝ ਗਿਆ, ਤਾਂ ਫੇਰ ਤੁਹਾਨੂੰ ਇਸ ਪੂੰਜੀ ਵਿਚੋਂ ਕੁਝ ਹਿੱਸਾ–ਪੱਤੀ ਮਿਲਦਾ ਰਹੇਗਾ," ਕਾਰਿੰਦੇ ਨੇ ਆਖਿਆ। ਉਸ ਦਾ ਚਿਹਰਾ ਚਮਕ ਪਿਆ ਸੀ।

"ਨਹੀਂ ਭਾਈ ਨਹੀਂ। ਤੁਸੀਂ ਸਮਝਦੇ ਹੋ ਕਿ ਜ਼ਮੀਨ ਇਕੱਲੇ ਇਕੱਲੇ ਬੰਦਿਆਂ ਦੀ ਨਿੱਜੀ ਮਲਕੀਅਤ ਨਹੀਂ ਹੋ ਸਕਦੀ।"

"ਬਿਲਕੁਲ ਠੀਕ।"

"ਤੇ ਇਸ ਕਰਕੇ ਜ਼ਮੀਨ ਤੋਂ ਜੋ ਕੁਝ ਵੀ ਹੁੰਦਾ ਹੈ ਉਹ ਵੀ ਸਭ ਦੀ ਮਲਕੀਅਤ ਹੈ।"

"ਪਰ ਫੇਰ ਤੁਹਾਡੀ ਤਾਂ ਕੋਈ ਆਮਦਨ ਨਾ ਹੋਈ?" ਕਾਰਿੰਦੇ ਨੇ ਆਖਿਆ। ਉਸ ਦੀ ਮੁਸਕਾਨ ਗ਼ਾਇਬ ਸੀ।

"ਨਹੀਂ, ਮੈਂ ਇਸ ਨੂੰ ਛੱਡ ਰਿਹਾ ਹਾਂ।"

ਕਾਰਿੰਦੇ ਨੇ ਇਕ ਲੰਮਾ ਹੌਕਾ ਭਰਿਆ, ਪਰ ਫੇਰ ਮੁਸਕ੍ਰਾਉਣ ਲੱਗ ਪਿਆ। ਹੁਣ ਉਸ ਨੂੰ ਗੱਲ ਦੀ ਸਮਝ ਆ ਗਈ ਸੀ। ਪ੍ਰਤੱਖ ਸੀ ਕਿ ਨੇਖਲੀਊਦੋਵ ਦਾ ਦਿਮਾਗ ਠੀਕ ਨਹੀਂ। ਅਤੇ ਉਹ ਇਕਦਮ ਇਹ ਸੋਚਣ ਲੱਗ ਪਿਆ ਕਿ ਜ਼ਮੀਨ ਦੀ ਮਲਕੀਅਤ ਛੱਡ ਦੇਣ ਦੀ ਨੇਖਲੀਊਦੋਵ ਦੀ ਇਸ ਵਿਉਂਤ ਵਿਚੋਂ ਉਹ ਕੀ ਖੱਟ ਸਕਦਾ ਹੈ। ਉਹ ਇਸ ਵਿਉਂਤ ਨੂੰ ਆਪਣੇ ਲਾਭ ਦੇ ਪੱਖ ਤੋਂ ਵੇਖਣ ਦੀ ਕੋਸ਼ਿਸ਼ ਕਰ ਰਿਹਾ ਸੀ।

ਪਰ ਜਦੋਂ ਉਹਨੇ ਵੇਖਿਆ ਕਿ ਇਹ ਗੱਲ ਵੀ ਸੰਭਵ ਨਹੀਂ ਤਾਂ ਉਹ ਉਦਾਸ ਹੋ ਗਿਆ। ਇਸ ਵਿਉਂਤ ਵਿਚ ਉਸ ਦੀ ਦਿਲਚਸਪੀ ਜਾਂਦੀ ਰਹੀ। ਤੇ ਉਹ ਹਾਲੇ ਵੀ ਮੁਸਕ੍ਰਾ ਰਿਹਾ ਸੀ ਪਰ ਸਿਰਫ ਆਪਣੇ ਮਾਲਕ ਨੂੰ ਖੁਸ਼ ਕਰਨ ਲਈ।

ਇਹ ਵੇਖ ਕੇ ਕਿ ਕਾਰਿੰਦਾ ਉਹਦੀ ਗੱਲ ਨਹੀਂ ਸਮਝ ਰਿਹਾ, ਨੇਖਲੀਊਦੋਵ ਨੇ ਉਸ ਨੂੰ ਓਥੋਂ ਭੇਜ ਦਿੱਤਾ। ਅਤੇ ਆਪ ਇਕ ਮੇਜ਼ ਅੱਗੇ ਬਹਿ ਕੇ ਆਪਣੀ ਵਿਉਂਤ ਨੂੰ ਕਾਗਜ਼

ਉਤੇ ਲਿਖਣ ਲੱਗ ਪਿਆ। ਮੇਜ਼ ਥਾਂ ਥਾਂ ਤੋਂ ਵੱਢੀ ਛਿੱਲੀ ਹੋਈ ਸੀ ਤੇ ਸਿਆਹੀ ਦੇ ਦਾਗਾਂ ਨਾਲ ਭਰੀ ਹੋਈ ਸੀ।

ਲਾਈਮ ਦੇ ਰੁੱਖਾਂ ਦੇ ਪਿੱਛੇ, ਜਿਨ੍ਹਾਂ ਉਤੇ ਸਜਰੀ ਹਰਿਆਲੀ ਆਈ ਹੋਈ ਸੀ, ਸੂਰਜ ਹੇਠਾਂ ਲਹਿ ਗਿਆ। ਕਮਰੇ ਵਿਚ ਮੱਛਰ ਭੀਂ ਭੀਂ ਕਰਨ ਅਤੇ ਨੇਖਲੀਊਦੋਵ ਨੂੰ ਲੜਨ ਲੱਗਾ। ਜਿਵੇਂ ਹੀ ਉਹਨੇ ਆਪਣੇ ਵਿਚਾਰ ਅਤੇ ਨੁਕਤੇ ਲਿਖਣ ਦਾ ਕੰਮ ਮੁਕਾਇਆ ਤਿਵੇਂ ਹੀ ਪਿੰਡ ਵਿਚੋਂ ਮਾਲ-ਡੰਗਰ ਦੇ ਅੜਿੰਗਣ ਅਤੇ ਖੁਲ੍ਹਦੇ ਫਾਟਕਾਂ ਦੇ ਚੀਂ ਚੀਂ ਕਰਨ ਦੀਆਂ ਆਵਾਜ਼ਾਂ ਆਉਣ ਲੱਗੀਆਂ। ਨਾਲ ਹੀ ਮੀਟਿੰਗ ਵਾਸਤੇ ਇਕੱਠੇ ਹੋ ਰਹੇ ਕਿਸਾਨਾਂ ਦੀਆਂ ਆਵਾਜ਼ਾਂ ਵੀ ਆਉਣ ਲੱਗੀਆਂ। ਉਸ ਨੇ ਕਾਰਿੰਦੇ ਨੂੰ ਆਖਿਆ ਸੀ ਕਿ ਕਿਸਾਨਾਂ ਨੂੰ ਦਫਤਰ ਨਾ ਬੁਲਾਏ, ਕਿਉਂਕਿ ਉਹ ਆਪ ਪਿੰਡ ਜਾ ਕੇ ਉਹਨਾਂ ਨੂੰ ਉਸ ਥਾਂ ਮਿਲਣਾ ਚਾਹੁੰਦਾ ਸੀ ਜਿਥੇ ਉਹ ਜੁੜ ਬੈਠੇ ਸਨ। ਚਾਹ ਦੀ ਪਿਆਲੀ ਨੂੰ ਛੇਤੀ ਛੇਤੀ ਮੁਕਾ ਕੇ, ਜਿਹੜੀ ਕਾਰਿੰਦੇ ਨੇ ਲਿਆ ਕੇ ਫੜਾਈ ਸੀ, ਨੇਖਲੀਊਦੋਵ ਪਿੰਡ ਵੱਲ ਤੁਰ ਪਿਆ।

੭

ਪਿੰਡ ਦੇ ਮੁਖੀਏ ਦੇ ਘਰ ਅੱਗੇ ਭੀੜ ਲੱਗੀ ਹੋਈ ਸੀ ਤੇ ਲੋਕਾਂ ਦੇ ਗੱਲਾਂ ਕਰਨ ਦੀਆਂ ਆਵਾਜ਼ਾਂ ਆ ਰਹੀਆਂ ਸਨ। ਪਰ ਜਿਸ ਵੇਲੇ ਨੇਖਲੀਊਦੋਵ ਉਥੇ ਪੁੱਜਾ ਤਾਂ ਸਾਰੇ ਚੁੱਪ ਹੋ ਗਏ। ਸਾਰੇ ਕਿਸਾਨਾਂ ਨੇ ਆਪਣੇ ਸਿਰਾਂ ਤੋਂ ਟੋਪੀਆਂ ਲਾਹ ਲਈਆਂ ਬਿਲਕੁਲ ਓਸੇ ਤਰ੍ਹਾਂ ਜਿਸ ਤਰ੍ਹਾਂ ਕੁਜ਼ਮਿਨਸਕੋਯੇ ਦੇ ਕਿਸਾਨਾਂ ਨੇ ਲਾਹੀਆਂ ਸਨ। ਏਥੋਂ ਦੇ ਕਿਸਾਨ ਕੁਜ਼ਮਿਨਸਕੋਯੇ ਦੇ ਕਿਸਾਨਾਂ ਨਾਲੋਂ ਬਹੁਤੇ ਗਰੀਬ ਸਨ। ਜਿਵੇਂ ਔਰਤਾਂ ਤੇ ਕੁੜੀਆਂ ਨੇ ਕੰਨਾਂ ਵਿਚ ਚਿੱਟੀ ਫਰ ਦੇ ਬੁੰਦੇ ਪਾਏ ਹੋਏ ਸਨ ਤਿਵੇਂ ਹੀ ਮਰਦਾਂ ਨੇ ਪੱਠੇ ਦੀਆਂ ਜੁੱਤੀਆਂ ਪਾਈਆਂ ਹੋਈਆਂ ਸਨ ਤੇ ਗੱਲ ਵਿਚ ਖੱਦਰ ਦੇ ਕੋਟ ਕਮੀਜ਼ਾਂ ਪਾਈਆਂ ਹੋਈਆਂ ਸਨ। ਕਈ ਪੈਰਾਂ ਤੋਂ ਨੰਗੇ ਸਨ ਤੇ ਗਲ ਵਿਚ ਸਿਰਫ ਕਮੀਜ਼ਾਂ ਸਨ ਜਿਵੇਂ ਉਹ ਸਿੱਧੇ ਕੰਮ ਤੋਂ ਆ ਗਏ ਹੋਣ।

ਨੇਖਲੀਊਦੋਵ ਨੇ ਹਿੰਮਤ ਕਰ ਕੇ ਬੋਲਣਾ ਸ਼ੁਰੂ ਕੀਤਾ ਅਤੇ ਉਹਨਾਂ ਨੂੰ ਦੱਸਿਆ ਕਿ ਉਹ ਆਪਣੀ ਜ਼ਮੀਨ ਉੱਕਾ ਹੀ ਉਹਨਾਂ ਨੂੰ ਦੇ ਦੇਣਾ ਚਾਹੁੰਦਾ ਹੈ। ਕਿਸਾਨ ਚੁਪ ਖੜੇ ਸਨ ਤੇ ਉਹਨਾਂ ਦੇ ਚਿਹਰਿਆਂ ਦੇ ਹਾਵਾਂ ਭਾਵਾਂ ਵਿਚ ਕੋਈ ਤਬਦੀਲੀ ਨਹੀਂ ਸੀ ਆਈ।

"ਮੇਰਾ ਇਹ ਵਿਚਾਰ ਅਤੇ ਵਿਸ਼ਵਾਸ ਹੈ," ਨੇਖਲੀਊਦੋਵ ਆਖ ਰਿਹਾ ਸੀ ਤੇ ਉਹਦਾ ਚਿਹਰਾ ਲਾਲ ਹੋ ਗਿਆ ਸੀ, "ਕਿ ਜਿਹੜਾ ਆਦਮੀ ਵਾਹੀ ਖੇਤੀ ਆਪ ਨਹੀਂ ਕਰਦਾ ਉਸ ਨੂੰ ਜ਼ਮੀਨ ਦਾ ਮਾਲਕ ਹੋਣ ਦਾ ਕੋਈ ਹੱਕ ਨਹੀਂ। ਤੇ ਹਰ ਆਦਮੀ ਨੂੰ ਇਹ ਹੱਕ ਹੈ ਕਿ ਉਹ ਜ਼ਮੀਨ ਦੀ ਵਰਤੋਂ ਕਰ ਸਕੇ।"

"ਪੱਕੀ ਗੱਲ। ਬਿਲਕੁਲ ਏਸੇ ਤਰ੍ਹਾਂ ਹੀ," ਕਈ ਆਵਾਜ਼ਾਂ ਆਈਆਂ।

ਨੇਖਲੀਊਦੋਵ ਆਖ ਰਿਹਾ ਸੀ ਕਿ ਜ਼ਮੀਨ ਤੋਂ ਹੋਣ ਵਾਲੀ ਆਮਦਨ ਸਾਰਿਆਂ ਵਿਚ ਵੰਡੀ ਜਾਣੀ ਚਾਹੀਦੀ ਹੈ। ਜ਼ਮੀਨ ਉਹਨਾਂ ਨੂੰ ਸੌਂਪਦਿਆਂ ਉਸ ਨੇ ਸੁਝਾ ਦਿੱਤਾ ਕਿ ਉਹ ਆਪ ਹੀ ਜ਼ਮੀਨ ਦਾ ਮੁਲ ਮਿਥ ਕੇ ਲਗਾਨ ਮਿਥ ਲੈਣ ਅਤੇ ਲਗਾਨ ਦੀ ਇਹ ਰਕਮ ਇਕ ਸਾਂਝੀ ਦੌਲਤ ਬਣੀ ਰਹੇਗੀ ਜਿਸ ਨੂੰ ਸਾਰੇ ਹੀ ਵਰਤ ਸਕਣਗੇ। ਪ੍ਰਵਾਨਗੀ ਤੇ ਸਹਿਮਤੀ ਦੇ ਬੋਲ ਅਜੇ ਵੀ ਸੁਣਾਈ ਦੇ ਰਹੇ ਸਨ ਪਰ ਕਿਸਾਨਾਂ ਦੇ ਗੰਭੀਰ ਚਿਹਰੇ ਹੋਰ ਵੀ ਗੰਭੀਰ ਹੋ ਗਏ ਸਨ। ਜਿਹੜੇ ਇਕ ਟੱਕ ਨੇਖਲੀਊਦੋਵ ਵੱਲ ਵੇਖ ਰਹੇ ਸਨ ਉਹਨਾਂ ਨੇ ਨਜ਼ਰਾਂ ਨੀਵੀਆਂ ਸੁਟ ਲਈਆਂ ਜਿਵੇਂ ਉਹ ਉਸ ਨੂੰ ਇਹ ਵਿਖਾ ਕੇ ਸ਼ਰਮਿੰਦਾ ਨਾ ਕਰਨਾ ਚਾਹੁੰਦੇ ਹੋਣ ਕਿ ਇਕ ਇਕ ਆਦਮੀ ਉਹਦੀ ਚਲਾਕੀ ਨੂੰ ਸਮਝਦਾ ਹੈ ਅਤੇ ਕੋਈ ਵੀ ਉਹਦੇ ਜਾਲ ਵਿਚ ਫਸਣ ਵਾਲਾ ਨਹੀਂ।

ਨੇਖਲੀਊਦੋਵ ਨੇ ਗੱਲ ਬੜੀ ਸਪਸ਼ਟ ਕਰ ਕੇ ਆਖੀ ਸੀ, ਤੇ ਕਿਸਾਨ ਵੀ ਸਮਝਦਾਰ ਸਨ ਪਰ ਫੇਰ ਵੀ ਉਹਦੀ ਗੱਲ ਕਿਸੇ ਦੀ ਸਮਝ ਵਿਚ ਨਾ ਆਈ। ਸਮਝ ਆ ਸਕਦੀ ਹੀ ਨਹੀਂ ਸੀ। ਇਸ ਦਾ ਕਾਰਨ ਓਹੋ ਹੀ ਸੀ ਜਿਸ ਕਾਰਨ ਕਾਰਿੰਦੇ ਨੂੰ ਉਸ ਦੀ ਗੱਲ ਦੀ ਸਮਝ ਨਹੀਂ ਸੀ ਆਈ। ਉਹਨਾਂ ਦਾ ਪੂਰਨ ਨਿਸਚਾ ਸੀ ਕਿ ਹਰ ਆਦਮੀ ਸੁਭਾਵਿਕ ਹੀ ਆਪਣੇ ਹਿਤਾਂ ਬਾਰੇ ਹੀ ਸੋਚਦਾ ਹੈ। ਕਈ ਪੀੜ੍ਹੀਆਂ ਦੇ ਤਜਰਬੇ ਤੋਂ ਉਹਨਾਂ ਲਈ ਇਹ ਸਿੱਧ ਹੋ ਚੁੱਕਾ ਸੀ ਕਿ ਜ਼ਿਮੀਂਦਾਰ ਹਮੇਸ਼ਾ ਆਪਣੇ ਹਿਤ ਬਾਰੇ ਸੋਚਦੇ ਹਨ ਜਿਸ ਨਾਲ ਕਿਸਾਨਾਂ ਦੇ ਹਿਤ ਨੂੰ ਸੱਟ ਵਜਦੀ ਹੈ। ਇਸ ਕਰਕੇ, ਜੇ ਜ਼ਿਮੀਂਦਾਰ ਨੇ ਉਹਨਾਂ ਦਾ 'ਕੱਠ ਕੀਤਾ ਹੈ ਤੇ ਉਹਨਾਂ ਅੱਗੇ ਕਿਸੇ ਕਿਸਮ ਦੀ ਨਵੀਂ ਪੇਸ਼ਕਸ਼ ਰੱਖੀ ਹੈ, ਤਾਂ ਪ੍ਰਤੱਖ ਰੂਪ ਵਿਚ ਇਸ ਦਾ ਸਿਰਫ ਇਕੋ ਹੀ ਮਤਲਬ ਹੋ ਸਕਦਾ ਹੈ ਕਿ ਉਹ ਪਹਿਲਾਂ ਨਾਲੋਂ ਵਧੇਰੇ ਖਚਰਪੁਣੇ ਨਾਲ ਠਗਣਾ ਚਾਹੁੰਦਾ ਹੈ।

"ਹੱਛਾ ਦੱਸੋ ਫੇਰ, ਜ਼ਮੀਨ ਦਾ ਕਿੰਨਾ ਲਗਾਨ ਮਿਥਦੇ ਹੋ?" ਨੇਖਲੀਊਦੋਵ ਨੇ ਪੁੱਛਿਆ।

"ਅਸੀਂ ਮੁਲ ਕਿਵੇਂ ਮਿਥ ਸਕਦੇ ਆਂ? ਅਸੀਂ ਨਹੀਂ ਕਰ ਸਕਦੇ ਇਹ ਕੰਮ। ਜ਼ਮੀਨ ਦੇ ਮਾਲਕ ਤੁਸੀਂ ਜੇ, ਤਾਕਤ ਤੁਹਾਡੇ ਹੱਥ ਏ," ਭੀੜ ਵਿਚੋਂ ਕੁਝ ਆਵਾਜ਼ਾਂ ਆਈਆਂ।

"ਨਹੀਂ, ਨਹੀਂ। ਏਸ ਰਕਮ ਨੂੰ ਸਾਂਝੇ ਕੰਮਾਂ ਵਾਸਤੇ ਤੁਸੀਂ ਹੀ ਵਰਤਿਆ ਕਰੋਗੇ।"

"ਅਸੀਂ ਨਹੀਂ ਇਹ ਕਰ ਸਕਦੇ। ਕਮਿਊਨ ਹੋਰ ਗੱਲ ਹੋਈ, ਇਹ ਹੋਰ ਗੱਲ ਹੋਈ।"

"ਤੁਸੀਂ ਸਮਝਦੇ ਨਹੀਂ," ਕਾਰਿੰਦੇ ਨੇ ਮੁਸਕ੍ਰਾ ਕੇ ਆਖਿਆ (ਉਹ ਵੀ ਨੇਖਲੀਊਦੋਵ ਦੇ ਪਿੱਛੇ ਪਿੱਛੇ ਮੀਟਿੰਗ ਵਿਚ ਆ ਗਿਆ ਸੀ), "ਪ੍ਰਿੰਸ ਲਗਾਨ ਉਤੇ ਜ਼ਮੀਨ ਤੁਹਾਨੂੰ ਦੇ ਰਹੇ ਨੇ, ਤੇ ਲਗਾਨ 'ਦੀ ਰਕਮ ਵੀ ਤੁਹਾਨੂੰ ਦੇ ਰਹੇ ਨੇ ਤਾਂ ਜੋ ਭਾਈਚਾਰੇ ਲਈ ਇਕ ਪੂੰਜੀ ਬਣਦੀ ਜਾਵੇ।"

"ਬੜੀ ਚੰਗੀ ਤਰ੍ਹਾਂ ਸਮਝਦੇ ਆਂ ਅਸੀਂ," ਇਕ ਬੋੜੇ ਬੁੱਢੇ ਨੇ ਨੀਵੀਂ ਪਾਈ ਖਿੱਝ

ਕੇ ਆਖਿਆ। "ਇਕ ਤਰ੍ਹਾਂ ਦਾ ਬੈਂਕ ਹੋਇਆ ਕਿ। ਸਾਨੂੰ ਮਿੱਥੇ ਹੋਏ ਵਕਤ ਪੈਸੇ ਦੇਣੇ ਪਿਆ ਕਰਨਗੇ। ਸਾਨੂੰ ਨਹੀਂ ਇਸ ਦੀ ਲੋੜ। ਅਸੀਂ ਪਹਿਲਾਂ ਹੀ ਬੜੇ ਔਖੇ ਆਂ, ਇਹਦੇ ਨਾਲ ਤਾਂ ਬਿਲਕੁਲ ਹੀ ਤਬਾਹ ਹੋ ਜਾਵਾਂਗੇ।"

"ਇਹ ਨਹੀਂ ਚਲਣਾ। ਸਾਡੇ ਲਈ ਪੁਰਾਣਾ ਤਰੀਕਾ ਹੀ ਠੀਕ ਏ," ਕਈ ਜਣੇ ਇਕੱਠੇ ਬੋਲ ਪਏ। ਉਹਨਾਂ ਦੀ ਆਵਾਜ਼ ਵਿਚ ਅਪ੍ਰਸੰਨਤਾ ਤੇ ਰੁਖਾਪਨ ਸੀ।

ਜਦੋਂ ਨੇਖਲੀਊਦੋਵ ਨੇ ਇਸ ਗੱਲ ਦਾ ਜ਼ਿਕਰ ਕੀਤਾ ਕਿ ਉਹ ਇਕ ਇਕਰਾਰਨਾਮਾ ਤਿਆਰ ਕਰੇਗਾ ਜਿਸ ਉਤੇ ਉਸ ਦੇ ਅਤੇ ਕਿਸਾਨਾਂ ਦੇ ਦਸਖ਼ਤ ਹੋਣਗੇ ਤਾਂ ਕਿਸਾਨਾਂ ਨੇ ਹੋਰ ਵੀ ਤਿੱਖਾ ਵਿਰੋਧ ਕੀਤਾ।

"ਦਸਖ਼ਤ ਕਾਹਦੇ ਵਾਸਤੇ? ਅਸੀਂ ਜਿੱਦਾਂ ਪਹਿਲਾਂ ਕੰਮ ਕਰਦੇ ਆਏ ਆਂ ਅੱਗੋਂ ਵੀ ਕਰਦੇ ਜਾਵਾਂਗੇ। ਇਸ ਸਾਰੇ ਕੁਝ ਦੀ ਕੀ ਲੋੜ ਏ? ਸਾਨੂੰ ਕੁਝ ਪਤਾ ਥਹੁ ਹੈ ਨਹੀਂ।"

"ਅਸੀਂ ਨਹੀਂ ਰਾਜ਼ੀ ਹੋ ਸਕਦੇ ਏਹਦੇ ਨਾਲ। ਸਾਡੇ ਲਈ ਇਹ ਸਭ ਅਨੋਖੀਆਂ ਗੱਲਾਂ ਨੇ। ਜਿੱਦਾਂ ਪਹਿਲਾਂ ਹੁੰਦਾ ਆਇਐ, ਓਦਾਂ ਹੀ ਚਲਦਾ ਜਾਣ ਦਿਓ। ਬਸ ਏਨਾ ਅਸੀਂ ਚਾਹੁੰਦੇ ਆਂ ਕਿ ਸਾਨੂੰ ਬੀਜ ਨਾ ਦੇਣਾ ਪਵੇ।"

ਇਸ ਦਾ ਮਤਲਬ ਸੀ ਕਿ ਇਸ ਵੇਲੇ ਦੇ ਪ੍ਰਬੰਧ ਮੁਤਾਬਿਕ ਬੀਜ ਕਿਸਾਨਾਂ ਨੂੰ ਦੇਣਾ ਪੈਂਦਾ ਸੀ। ਹੁਣ ਉਹ ਚਾਹੁੰਦੇ ਸਨ ਕਿ ਬੀਜ ਜ਼ਿਮੀਦਾਰ ਮੁਹਈਆ ਕਰੇ।

"ਤਾਂ ਫੇਰ ਮੈਂ ਇਹ ਸਮਝ ਲਵਾਂ ਕਿ ਤੁਸੀਂ ਜ਼ਮੀਨ ਲੈਣ ਤੋਂ ਇਨਕਾਰੀ ਹੋ।" ਨੇਖਲੀਊਦੋਵ ਨੇ ਇਕ ਅਧਖੜ ਜਿਹੇ ਕਿਸਾਨ ਨੂੰ ਸੰਬੋਧਨ ਕਰ ਕੇ ਪੁੱਛਿਆ। ਇਸ ਦੇ ਪੈਰ ਨੰਗੇ ਸਨ ਅਤੇ ਚਿਹਰੇ ਉਤੇ ਚਮਕ ਸੀ। ਉਹਨੇ ਇਕ ਪਾਟਾ-ਪੁਰਾਣਾ ਕੋਟ ਪਾਇਆ ਹੋਇਆ ਸੀ ਤੇ ਆਪਣੀ ਘਸੀ ਪਾਟੀ ਟੋਪੀ ਆਪਣੇ ਖੱਬੇ ਹੱਥ ਵਿਚ ਫੜੀ ਇਕ ਖਾਸ ਅੰਦਾਜ਼ ਨਾਲ ਤਣਿਆ ਖੜਾ ਸੀ ਜਿਵੇਂ ਫੌਜੀ ਸਿਪਾਹੀ ਖੜੇ ਹੁੰਦੇ ਹਨ ਜਦੋਂ ਉਹਨਾਂ ਨੂੰ ਟੋਪੀਆਂ ਲਾਹੁਣ ਦਾ ਹੁਕਮ ਦਿੱਤਾ ਜਾਂਦਾ ਹੈ।

"ਜੀ ਸਾਹਿਬ," ਉਹ ਕਿਸਾਨ ਬੋਲਿਆ। ਪ੍ਰਤੱਖ ਤੌਰ ਤੇ ਨੌਕਰੀ ਦੇ ਦਿਨੀਂ ਜਿਹੜਾ ਫੌਜੀ ਭੂਤ ਉਹਦੇ ਸਿਰ ਤੇ ਸਵਾਰ ਹੋਇਆ ਸੀ ਉਹ ਅਜੇ ਉਤਰਿਆ ਨਹੀਂ ਸੀ।

"ਇਹਦਾ ਮਤਲਬ ਇਹ ਹੋਇਆ ਕਿ ਤੁਹਾਡੇ ਕੋਲ ਜ਼ਮੀਨ ਬਥੇਰੀ ਹੈ?" ਨੇਖਲੀਊਦੋਵ ਨੇ ਆਖਿਆ।

"ਨਹੀਂ, ਹਜ਼ੂਰ, ਬਥੇਰੀ ਤਾਂ ਨਹੀਂ," ਸਾਬਕਾ ਫੌਜੀ ਨੇ ਆਖਿਆ। ਉਹਦੀਆਂ ਅੱਖਾਂ ਵਿਚ ਬਨਾਉਟੀ ਖੁਸ਼ੀ ਦੀ ਝਲਕ ਸੀ। ਬੜੀ ਸਾਵਧਾਨੀ ਨਾਲ ਉਹਨੇ ਆਪਣੀ ਘਸੀ ਪਾਟੀ ਟੋਪੀ ਆਪਣੇ ਸਾਮ੍ਹਣੇ ਕੀਤੀ ਹੋਈ ਸੀ ਜਿਵੇਂ ਕਹਿ ਰਿਹਾ ਹੋਵੇ ਜਿਸ ਨੂੰ ਲੋੜ ਹੈ ਲੈ ਲਵੇ।

"ਖੈਰ, ਕੋਈ ਗੱਲ ਨਹੀਂ। ਮੈਂ ਜੋ ਕੁਝ ਆਖਿਆ ਹੈ ਉਸ ਉਤੇ ਵਿਚਾਰ ਕਰ ਲੈਣਾ।" ਨੇਖਲੀਊਦੋਵ ਨੇ ਹੈਰਾਨ ਹੋ ਕੇ ਆਖਿਆ ਤੇ ਆਪਣੀ ਤਜਵੀਜ਼ ਦੁਬਾਰਾ ਪੇਸ਼ ਕੀਤੀ।

"ਵਿਚਾਰ ਕਰਨ ਦੀ ਨਹੀਂ ਲੋੜ ਸਾਨੂੰ। ਜੋ ਅਸਾਂ ਆਖਿਐ, ਓਹੋ ਕੁਝ ਹੋਣਾ

ਏ," ਤਿੱਖੇ ਸੁਭਾ ਵਾਲੇ ਬੋੜੇ ਬੁੱਢੇ ਨੇ ਗੁੱਸੇ ਨਾਲ ਬੁੜ ਬੁੜ ਕੀਤਾ।

"ਮੈਂ ਭਲਕ ਤਾਈਂ ਏਥੇ ਠਹਿਰਾਂਗਾ। ਤੇ ਜੇ ਤੁਹਾਡੀ ਸਲਾਹ ਬਦਲ ਜਾਏ ਤਾਂ ਮੈਨੂੰ ਖਬਰ ਕਰ ਦੇਣਾ।"

ਕਿਸਾਨਾਂ ਨੇ ਇਸ ਗੱਲ ਦਾ ਕੋਈ ਜਵਾਬ ਨਹੀਂ ਦਿੱਤਾ।

ਇਸ ਤਰ੍ਹਾਂ ਨੇਖਲੀਊਦੋਵ ਇਸ ਮੀਟਿੰਗ ਤੋਂ ਕਿਸੇ ਵੀ ਨਤੀਜੇ ਉਤੇ ਪਹੁੰਚਣ ਵਿਚ ਕਾਮਯਾਬ ਨਾ ਹੋਇਆ।

"ਜੇ ਆਗਿਆ ਦਿਓ ਤਾਂ ਇਕ ਗੱਲ ਆਖਾਂ, ਪ੍ਰਿੰਸ," ਘਰ ਪਹੁੰਚ ਕੇ ਕਾਰਿੰਦੇ ਨੇ ਆਖਿਆ। "ਇਸ ਤਰ੍ਹਾਂ ਤੁਸੀਂ ਇਹਨਾਂ ਲੋਕਾਂ ਨਾਲ ਕਿਸੇ ਸਮਝੌਤੇ ਉਤੇ ਨਹੀਂ ਅਪੜਨ ਲੱਗੇ। ਇਹ ਥਿੰਦੇ ਘੜੇ ਨੇ। ਮੀਟਿੰਗ ਵਿਚ ਇਹ ਲੋਕ ਇਕ ਗੱਲ ਉਤੇ ਅੜ ਜਾਂਦੇ ਨੇ ਤੇ ਫੇਰ ਮਜਾਲ ਏ ਟੱਸ ਤੋਂ ਮੱਸ ਹੋ ਜਾਣ। ਤੇ ਇਸ ਦੀ ਵਜਾਹ ਇਹ ਜੇ ਪਈ ਇਹ ਹਰ ਗੱਲ ਤੋਂ ਤ੍ਰਹਿੰਦੇ ਨੇ। ਉਂਜ ਏਹੋ ਕਿਸਾਨ—ਸਮਝੋ ਚਿੱਟੇ ਵਾਲਾਂ ਵਾਲਾ ਜਾਂ ਉਹ ਕਾਲਾ ਜਿਹਾ—ਸਿਆਣੇ ਬੰਦੇ ਨੇ। ਇਹਨਾਂ ਵਿਚੋਂ ਕੋਈ ਵੀ ਜਦੋਂ ਦਫਤਰ ਆਉਂਦੈ ਤੇ ਚਾਹ ਦਾ ਪਿਆਲਾ ਉਸ ਦੇ ਸਾਮ੍ਹਣੇ ਰੱਖ ਦਿੱਤਾ ਜਾਂਦੈ, ਤਾਂ ਉਹਦੇ ਨਾਲ ਦਾ ਅਕਲਮੰਦ ਕੋਈ ਨਹੀਂ ਰਹਿੰਦਾ। ਇਉਂ ਸੋਚਣ ਲੱਗ ਪੈਂਦਾ ਏ ਜਿਵੇਂ ਕੋਈ ਰਾਜਨੇਤਾ ਸੋਚਦੈ," ਕਾਰਿੰਦੇ ਨੇ ਮੁਸਕ੍ਰਾ ਕੇ ਆਖਿਆ। "ਹਰ ਗੱਲ ਉਤੇ ਉਹ ਸਹੀ ਤਰੀਕੇ ਨਾਲ ਵਿਚਾਰ ਕਰੇਗਾ। ਮੀਟਿੰਗ ਵਿਚ ਜਿਵੇਂ ਉਹ ਕੋਈ ਬੰਦਾ ਹੀ ਹੋਰ ਹੁੰਦੈ। ਇਕੋ ਗੱਲ ਦੀ ਤੋਤਾ-ਰਟ ਲਾਈ ਰਖੇਗਾ।"

"ਤੇ ਇਹਨਾਂ ਵਿਚ ਜਿਹੜੇ ਕੁਝ ਬਹੁਤੇ ਸਿਆਣੇ ਨੇ ਉਹਨਾਂ ਨੂੰ ਏਥੇ ਨਹੀਂ ਬੁਲਾਇਆ ਜਾ ਸਕਦਾ?" ਨੇਖਲੀਊਦੋਵ ਨੇ ਆਖਿਆ, "ਮੈਂ ਉਹਨਾਂ ਨੂੰ ਰਤਾ ਵਧੇਰੇ ਖੋਹਲ ਕੇ ਸਮਝਾ ਦਿਆਂਗਾ।"

"ਸੱਦਿਆ ਜਾ ਸਕਦੈ," ਮੁਸਕ੍ਰਾਉਂਦੇ ਹੋਏ ਕਾਰਿੰਦੇ ਨੇ ਕਿਹਾ।

"ਹੱਛਾ, ਤੇ ਭਲਕੇ ਬੁਲਾ ਲਓ ਨਾ ਮਿਹਰਬਾਨੀ ਕਰ ਕੇ।"

"ਹਾਂ, ਹਾਂ, ਜ਼ਰੂਰ ਸੱਦ ਲਵਾਂਗਾ।" ਕਾਰਿੰਦੇ ਨੇ ਆਖਿਆ ਤੇ ਹੋਰ ਵੀ ਬਹੁਤਾ ਖ਼ੁਸ਼ ਹੋ ਕੇ ਮੁਸਕ੍ਰਾਇਆ। "ਭਲਕੇ ਸੱਦ ਲਵਾਂਗਾ ਉਹਨਾਂ ਨੂੰ।"

"ਸੁਣੋ ਤੇ ਸਹੀ ਉਹਦੀ ਗੱਲ। ਕੇਡਾ ਸਿੱਧਾ ਬਣ ਬਣ ਬਹਿੰਦੈ," ਉਲਝੀ ਹੋਈ ਦਾੜ੍ਹੀ ਤੇ ਕਾਲੇ ਵਾਲਾਂ ਵਾਲੇ ਕਿਸਾਨ ਨੇ ਜਿਹੜਾ ਆਪਣੀ ਪਲੀ ਹੋਈ ਘੋੜੀ ਉਤੇ ਬੈਠਾ ਸੱਜੇ ਖੱਬੇ ਹਿਚਕੋਲੇ ਖਾ ਰਿਹਾ ਸੀ ਪਾਟੇ ਪੁਰਾਣੇ ਕੋਟ ਵਾਲੇ ਬੁੱਢੇ ਨੂੰ ਸੰਬੋਧਨ ਕਰ ਕੇ ਆਖਿਆ ਜਿਹੜਾ ਘੋੜੇ ਤੇ ਸਵਾਰ ਉਹਦੇ ਨਾਲ ਨਾਲ ਜਾ ਰਿਹਾ ਸੀ। ਰਾਤ ਦਾ ਵੇਲਾ ਸੀ ਤੇ ਇਹ ਦੋਵੇਂ ਆਦਮੀ ਕਿਸਾਨਾਂ ਦੇ ਘੋੜਿਆਂ ਦਾ ਇੱਜੜ ਚਰਾਉਣ ਲਈ ਜਾਂਦੇ ਸਨ।

ਪ੍ਰਤੱਖ ਤੌਰ ਤੇ, ਉਹਨਾਂ ਇੱਜੜ ਵੱਡੀ ਸੜਕ ਦੇ ਨਾਲ ਨਾਲ ਛੱਡਿਆ ਹੋਇਆ ਸੀ ਪਰ ਅੰਦਰੋਂ ਮਨਸ਼ਾ ਜ਼ਿਮੀਦਾਰ ਦੇ ਜੰਗਲ ਵਿਚ ਚਾਰਨ ਦਾ ਸੀ।

"ਮੁਫਤ ਜ਼ਮੀਨ ਦੇਂਦੇ ਹਾਂ ਤੁਹਾਨੂੰ, ਬਸ ਰਤਾ ਸਹੀ ਪਾ ਦਿਓ—ਬਥੇਰੇ ਵਲ ਛਲ ਖੇਡ ਲਏ ਇਹਨਾਂ ਸਾਡੇ ਵਰਗਿਆਂ ਨਾਲ। ਨਹੀਂ, ਭਾਊ, ਹੁਣ ਨਹੀਂ ਅਸੀਂ ਕਿਸੇ ਦੇ ਝਾਂਸੇ ਵਿਚ ਆਉਂਦੇ। ਸਾਨੂੰ ਵੀ ਹੁਣ ਅਕਲ ਆ ਗਈ ਏ ਥੋੜੀ ਬਹੁਤੀ," ਉਸ ਨੇ ਆਖਿਆ ਤੇ ਆਪਣੇ ਵਛੇਰੇ ਨੂੰ ਹਾਕਾਂ ਮਾਰਨ ਲੱਗ ਪਿਆ ਜਿਹੜਾ ਕਿਤੇ ਉਰੇ ਪਰੇ ਹੋ ਗਿਆ ਸੀ।

ਉਹਨੇ ਆਪਣਾ ਘੋੜਾ ਰੋਕ ਲਿਆ ਅਤੇ ਚੁਫੇਰੇ ਨਜ਼ਰ ਮਾਰੀ। ਵਛੇਰਾ ਪਿੱਛੇ ਨਹੀਂ ਸੀ ਰਹਿ ਗਿਆ ਸਗੋਂ ਸੜਕ ਦੇ ਨਾਲ ਲੱਗਦੀ ਚਰਾਂਦ ਵਿਚ ਜਾ ਵੜਿਆ ਸੀ।

"ਵੇਖ, ਇਹਨੂੰ ਕੁੱਤੇ ਦੀ ਮਾਰ ਨੂੰ। ਜ਼ਿਮੀਦਾਰ ਦੀਆਂ ਚਰਾਂਦਾਂ ਵਿਚ ਵੜਨ ਗਿਝ ਗਿਆ ਈ," ਖਿਲਰੀ ਉਲਝੀ ਦਾੜ੍ਹੀ ਵਾਲੇ ਸੌਲੇ ਰੰਗ ਦੇ ਕਿਸਾਨ ਨੇ ਆਖਿਆ। ਹਿਣਹਿਣਾਉਂਦਾ ਹੋਇਆ ਵਛੇਰਾ ਮਹਿਕਦੀ ਚਰਾਂਦ ਵਿਚ ਛੜੱਪੇ ਮਾਰਦਾ ਫਿਰਦਾ ਸੀ ਤੇ ਨਦੀਨ ਮੋਥਰੇ ਦੀਆਂ ਮੁੱਢੀਆਂ ਉਹਦੇ ਖੁਰਾਂ ਹੇਠ ਆ ਕੇ ਤਿੜਤਿੜ ਕਰ ਰਹੀਆਂ ਸਨ।

"ਇਹ ਤਿੜ ਤਿੜ ਦੀ ਵਾਜ ਸੁਣੀ ਉ? ਕਿਸੇ ਵਿਹਲ ਦੇ ਦਿਨ ਜ਼ਨਾਨੀਆਂ ਨੂੰ ਘਲਣਾ ਪੈਣਾ ਏ ਚਰਾਂਦ ਵਿਚੋਂ ਮੋਥਰਾ ਕਢ ਜਾਣ," ਪਾਟੇ ਪੁਰਾਣੇ ਕੋਟ ਵਾਲੇ ਲਿੱਸੇ ਜਿਹੇ ਕਿਸਾਨ ਨੇ ਆਖਿਆ, "ਨਹੀਂ ਤਾਂ ਸਾਡੇ ਦਾਤਰਾਂ ਨੂੰ ਦੰਦੇ ਪੈ ਜਾਣਗੇ।"

"ਆਂਹਦਾ ਏ 'ਸਹੀ ਪਾ ਦਿਓ,'" ਜ਼ਿਮੀਂਦਾਰ ਦੀ ਤਕਰੀਰ ਉਤੇ ਟਿਪਣੀ ਕਰਦਿਆਂ ਉਲਝੀ ਹੋਈ ਦਾੜ੍ਹੀ ਵਾਲਾ ਆਦਮੀ ਬੋਲੀ ਜਾ ਰਿਹਾ ਸੀ। "ਕਿਉਂ ਨਹੀਂ, 'ਸਹੀ ਪਾ ਦਿਓ,' ਤੇ ਤੂੰ ਸਾਨੂੰ ਜਿਊਂਦਿਆਂ ਨੂੰ ਨਿਗਲ ਜਾਵੇਂ।"

"ਇਹ ਪੱਕੀ ਗੱਲ ਈ," ਬੁੱਢੇ ਆਦਮੀ ਨੇ ਜਵਾਬ ਵਿਚ ਕਿਹਾ।

ਤੇ ਫੇਰ ਉਹ ਚੁਪ ਕਰ ਗਏ। ਸਿਰਫ ਵੱਡੀ ਸੜਕ ਦੇ ਨਾਲ ਨਾਲ ਚਰਦੇ ਫਿਰਦੇ ਘੋੜਿਆਂ ਦੇ ਕਦਮਾਂ ਦੀ ਆਵਾਜ਼ ਆ ਰਹੀ ਸੀ।

੮

ਵਾਪਸ ਆ ਕੇ ਨੇਖਲੀਊਦੋਵ ਨੇ ਵੇਖਿਆ ਕਿ ਦਫਤਰ ਵਿਚ ਹੀ ਉਹਦੇ ਸੌਣ ਦਾ ਬੰਦੋਬਸਤ ਕਰ ਦਿੱਤਾ ਗਿਆ ਸੀ। ਕਮਰੇ ਵਿਚ ਇਕ ਉੱਚਾ ਸਾਰਾ ਪਲੰਘ ਰੱਖ ਦਿੱਤਾ ਗਿਆ ਸੀ ਤੇ ਉਸ ਉਤੇ ਖੰਭਾਂ ਵਾਲਾ ਬਿਸਤਰਾ ਵਿਛਾ ਕੇ ਦੋ ਵੱਡੇ ਵੱਡੇ ਸਿਰਹਾਣੇ ਰੱਖ ਦਿੱਤੇ ਗਏ ਸਨ। ਬਿਸਤਰੇ ਉਤੇ ਇਕ ਵੱਡੀ ਸਾਰੀ ਗੂੜ੍ਹੇ ਲਾਲ ਰੰਗ ਦੀ ਰਜ਼ਾਈ ਰੱਖੀ ਹੋਈ ਸੀ ਜਿਸ ਨੂੰ ਬੜੇ ਸੁੱਚਜ ਤੇ ਬਰੀਕੀ ਨਾਲ ਪੱਕੇ ਨਿਗੰਦੇ ਮਾਰੇ ਗਏ ਸਨ। ਪ੍ਰਤੱਖ ਸੀ ਕਿ

ਇਹ ਕਾਰਿੰਦੇ ਦੀ ਵਹੁਟੀ ਦੇ ਦਾਜ ਵਿਚ ਆਇਆ ਹੋਇਆ ਬਿਸਤਰਾ ਸੀ। ਕਾਰਿੰਦੇ ਨੇ ਨੇਖਲੀਊਦੋਵ ਨੂੰ ਕੁਝ ਹੋਰ ਖਾ ਪੀ ਲੈਣ ਲਈ ਆਖਿਆ। ਖਾਣਾ ਸਵੇਰ ਦਾ ਬਚਿਆ ਪਿਆ ਸੀ। ਪਰ ਨੇਖਲੀਊਦੋਵ ਨੇ ਨਾਂਹ ਕਰ ਦਿੱਤੀ ਅਤੇ ਕਾਰਿੰਦਾ ਰੁੱਖਾ ਮਿੱਸਾ ਖਾਣ ਲਈ ਪੇਸ਼ ਕਰਨ ਅਤੇ ਸੌਣ ਬਹਿਣ ਦਾ ਮਾੜਾ ਮੋਟਾ ਪ੍ਰਬੰਧ ਕਰ ਸਕਣ ਲਈ ਮਾਫੀ ਮੰਗ ਕੇ ਉਸ ਤੋਂ ਵਿਦਾ ਹੋ ਕੇ ਚਲਾ ਗਿਆ।

ਨੇਖਲੀਊਦੋਵ ਨੂੰ ਇਸ ਗੱਲ ਦੀ ਉੱਕਾ ਹੀ ਕੋਈ ਪ੍ਰੇਸ਼ਾਨੀ ਨਹੀਂ ਸੀ ਹੋਈ ਕਿ ਕਿਸਾਨਾਂ ਨੇ ਉਸ ਦੀ ਪੇਸ਼ਕਸ਼ ਠੁਕਰਾ ਦਿੱਤੀ ਸੀ। ਇਸ ਦੇ ਉਲਟ, ਕੁਜ਼ਮਿਨਸਕੋਯੇ ਵਿਚ ਭਾਵੇਂ ਉਹਦੀ ਤਜਵੀਜ਼ ਪ੍ਰਵਾਨ ਕਰ ਲਈ ਗਈ ਸੀ ਅਤੇ ਇਸ ਬਦਲੇ ਉਹਦਾ ਧੰਨਵਾਦ ਵੀ ਕੀਤਾ ਗਿਆ ਸੀ, ਤੇ ਏਥੇ ਉਹਨੂੰ ਸ਼ੱਕ ਦੀ ਨਜ਼ਰ ਨਾਲ ਵੇਖਿਆ ਗਿਆ ਤੇ ਉਹਦਾ ਵਿਰੋਧ ਕੀਤਾ ਗਿਆ ਸੀ, ਇਸ ਦੇ ਬਾਵਜੂਦ ਉਹ ਪ੍ਰਸੰਨਤਾ ਅਤੇ ਖੁਸ਼ੀ ਮਹਿਸੂਸ ਕਰ ਰਿਹਾ ਸੀ। ਦਫਤਰ ਵਿਚ ਬਹੁਤੀ ਸਫਾਈ ਨਹੀਂ ਸੀ ਅਤੇ ਘੁਟਨ ਸੀ। ਨੇਖਲੀਊਦੋਵ ਬਾਹਰ ਵਿਹੜੇ ਵਿਚ ਆ ਗਿਆ ਸੀ। ਏਥੋਂ ਉਹ ਬਾਗ਼ ਵੱਲ ਜਾਣ ਹੀ ਵਾਲਾ ਸੀ ਕਿ ਉਹਨੂੰ ਉਸ ਰਾਤ ਦਾ ਚੇਤਾ ਆ ਗਿਆ। ਨੌਕਰਾਣੀਆਂ ਦੇ ਕਮਰੇ ਦੀ ਉਹ ਬਾਰੀ ਅਤੇ ਇਕ ਪਾਸੇ ਵਾਲਾ ਪੋਰਚ ਤੇ ਉਹਦਾ ਦਿਲ ਬੇਚੈਨ ਹੋ ਗਿਆ। ਉਹ ਉਸ ਥਾਂ ਦੇ ਕੋਲੋਂ ਦੀ ਨਹੀਂ ਸੀ ਲੰਘਣਾ ਚਾਹੁੰਦਾ ਜਿਸ ਨਾਲ ਉਹਦੇ ਗੁਨਾਹ ਦੀਆਂ ਯਾਦਾਂ ਜੁੜੀਆਂ ਹੋਈਆਂ ਸਨ। ਉਹ ਬੂਹੇ ਦੀਆਂ ਪੌੜੀਆਂ ਉਤੇ ਬਹਿ ਗਿਆ, ਅਤੇ ਬਰਚੇ ਦੇ ਰੁੱਖਾਂ ਉਤੇ ਫੁਟ ਨਿਕਲੀਆਂ ਕਰੂੰਬਲਾਂ ਤੇ ਪੱਤੀਆ ਦੀ ਮਹਿਕ ਖਿੰਡਾਉਂਦੀ, ਨਿਘੀ ਪੌਣ ਵਿਚ ਸਾਹ ਲੈਂਦਾ ਹੋਇਆ ਢੇਰ ਚਿਰ ਤੱਕ ਹਨੇਰੇ ਵਿਚ ਬਾਗ਼ ਵੱਲ ਵੇਖਦਾ ਰਿਹਾ। ਘਰਾਟ ਦੇ ਚਲਣ ਦੀ ਆਵਾਜ਼ ਆ ਰਹੀ ਸੀ ਅਤੇ ਬੁਲਬਲਾਂ ਗੀਤ ਗਾ ਰਹੀਆਂ ਸਨ, ਤੇ ਨੇੜੇ ਹੀ ਕਿਧਰੇ ਝਾੜੀ ਵਿਚ ਕੋਈ ਪੰਛੀ ਰੁੱਖੀ ਜਿਹੀ ਆਵਾਜ਼ ਵਿਚ ਸੀਟੀਆਂ ਵਜਾ ਰਿਹਾ ਸੀ। ਕਾਰਿੰਦੇ ਦੇ ਕਮਰੇ ਦੀ ਬਾਰੀ ਵਿਚੋਂ ਝਰਦਾ ਚਾਨਣ ਲੋਪ ਹੋ ਗਿਆ। ਪੂਰਬ ਦੀ ਬਾਹੀ, ਢਾਰੇ ਦੇ ਪਿੱਛੇ, ਚੜ੍ਹਦੇ ਚੰਨ ਦਾ ਚਾਨਣ ਪਸਰ ਗਿਆ ਸੀ। ਬਾਰ ਬਾਰ ਹੁਨਾਲ ਰੁੱਤ ਦੀ ਬਿਜਲੀ ਲਿਸ਼ਕਦੀ ਅਤੇ ਟੁੱਟਾ-ਭੱਜਾ ਮਕਾਨ ਅਤੇ ਫੁੱਲਾਂ ਨਾਲ ਟਹਿਕਿਆ ਤੇ ਝਾੜ-ਬੂਟ ਨਾਲ ਭਰਿਆ ਬਾਗ ਨਜ਼ਰ ਆ ਜਾਂਦਾ। ਦੂਰ ਬੱਦਲਾਂ ਦੇ ਗੱਜਣ ਦੀ ਆਵਾਜ਼ ਆਉਣ ਲੱਗੀ ਅਤੇ ਇਕ-ਤਿਹਾਈ ਅਸਮਾਨ ਉਤੇ ਕਾਲੇ ਬੱਦਲ ਛਾ ਗਏ। ਬੁਲਬਲਾਂ ਅਤੇ ਦੂਜੇ ਪੰਛੀਆਂ ਨੇ ਚੁੱਪ ਧਾਰ ਲਈ। ਘਰਾਟ ਤੋਂ ਪਾਣੀ ਦੀ ਗੜਗੜਾਹਟ ਦੀ ਆਵਾਜ਼ ਆ ਰਹੀ ਸੀ ਤੇ ਨਾਲ ਹੀ ਹੰਸਾਂ ਦੇ ਕੈਂ ਕੈਂ ਕਰਨ ਦੀ ਆਵਾਜ਼ ਰਲ ਜਾਂਦੀ ਸੀ। ਇਸ ਤੋਂ ਮਗਰੋਂ ਪਿੰਡ ਵਿਚ ਅਤੇ ਕਾਰਿੰਦੇ ਦੇ ਵਿਹੜੇ ਵਿਚ ਕੁੱਕੜ ਆਮ ਨਾਲੋਂ ਪਹਿਲਾਂ ਹੀ ਬਾਂਗਾਂ ਦੇਣ ਲੱਗ ਪਏ। ਜਦੋਂ ਰਾਤਾਂ ਨੂੰ ਗਰਮੀ ਹੋ ਜਾਵੇ ਅਤੇ ਬੱਦਲ ਗੱਜਣ ਲੱਗਣ ਤਾਂ ਕੁੱਕੜ ਛੇਤੀ ਹੀ ਬਾਂਗਾਂ ਦੇਣ ਲੱਗ ਪੈਂਦੇ ਹਨ। ਅਖਾਣ ਹੈ ਕਿ ਜੇ ਕੁੱਕੜ ਛੇਤੀ ਬਾਂਗ ਦੇ ਦੇਵੇ ਤਾਂ ਰਾਤ ਬੜੇ ਸੁਖ ਆਰਾਮ ਨਾਲ ਲੰਘਦੀ ਹੈ। ਨੇਖਲੀਊਦੋਵ ਵਾਸਤੇ ਅੱਜ ਦੀ ਰਾਤ ਸਿਰਫ ਸੁਖ ਆਰਾਮ ਦੀ ਹੀ ਨਹੀਂ, ਖੁਸ਼ੀ ਤੇ ਆਨੰਦ ਦੀ ਰਾਤ ਸੀ। ਉਹਦੀ

ਕਲਪਨਾ ਵਿੱਚ ਉਹਨਾਂ ਗਰਮੀਆਂ ਦੀਆਂ ਯਾਦਾਂ ਜਾਗ ਪਈਆਂ ਜਿਹੜੀਆਂ ਉਸ ਨੇ ਖੁਸ਼ੀ ਖੁਸ਼ੀ ਓਦੋਂ ਏਥੇ ਕੱਟੀਆਂ ਸਨ ਜਦੋਂ ਅਜੇ ਉਹ ਮਸਫੁਟ ਅਨਾੜ੍ਹੀ ਗਭਰੇਟ ਸੀ। ਉਸ ਨੂੰ ਮਹਿਸੂਸ ਹੋਇਆ ਜਿਵੇਂ ਅੱਜ ਵੀ ਉਹ ਓਸੇ ਤਰ੍ਹਾਂ ਦਾ ਹੀ ਹੋਵੇ, ਨਾਂ ਸਿਰਫ ਉਸ ਤਰ੍ਹਾਂ ਦਾ ਜਿਸ ਤਰ੍ਹਾਂ ਦਾ ਉਸ ਵੇਲੇ ਉਹ ਸੀ ਸਗੋਂ ਜਿਸ ਤਰ੍ਹਾਂ ਦਾ ਉਹ ਆਪਣੀ ਜ਼ਿੰਦਗੀ ਦੀਆਂ ਸਾਰੀਆਂ ਸਭ ਤੋਂ ਚੰਗੀਆਂ ਘੜੀਆਂ ਵਿਚ ਸੀ। ਉਸ ਨੂੰ ਯਾਦ ਆਇਆ, ਨਾ ਸਿਰਫ ਯਾਦ ਆਇਆ ਸਗੋਂ ਉਸ ਨੇ ਮਹਿਸੂਸ ਕੀਤਾ ਜਿਸ ਤਰ੍ਹਾਂ ਉਸ ਨੇ ਚੌਦਾਂ ਸਾਲ ਦੀ ਉਮਰੇ ਰੱਬ ਅੱਗੇ ਇਹ ਅਰਦਾਸ ਕਰਦਿਆਂ ਮਹਿਸੂਸ ਕੀਤਾ ਸੀ ਕਿ ਉਹ ਉਸ ਨੂੰ ਸੱਚ ਦੇ ਦਰਸ਼ਨ ਕਰਾਵੇ। ਜਾਂ ਉਹ ਵੇਲਾ ਯਾਦ ਆਇਆ ਜਦੋਂ ਬਚਪਨ ਵਿਚ ਉਹ ਆਪਣੀ ਮਾਂ ਤੋਂ ਵਿਛੜਨ ਲੱਗਿਆਂ ਉਹਦੀ ਗੋਦ ਵਿਚ ਸਿਰ ਰੱਖ ਕੇ ਰੋ ਪਿਆ ਸੀ ਅਤੇ ਉਸ ਨਾਲ ਵਾਅਦਾ ਕੀਤਾ ਸੀ ਕਿ ਉਹ ਹਮੇਸ਼ਾ ਨੇਕ ਕੰਮ ਕਰੇਗਾ ਤੇ ਉਸ ਨੂੰ ਕਦੇ ਦੁਖ ਨਹੀਂ ਦੇਵੇਗਾ। ਉਹਦੇ ਮਨ ਵਿਚ ਉਹੀ ਅਹਿਸਾਸ ਜਾਗਿਆ ਜਿਹੜਾ ਉਸ ਵੇਲੇ ਪੈਦਾ ਹੋਇਆ ਸੀ ਜਦੋਂ ਉਸ ਨੇ ਅਤੇ ਨਿਕੋਲੇਨਕਾ ਇਰਤੇਨੀਏਵ ਨੇ ਇਹ ਨਿਰਣਾ ਕੀਤਾ ਸੀ ਕਿ ਉਹ ਨੇਕੀ ਦਾ ਜੀਵਨ ਜਿਊਣ ਵਿਚ ਇਕ ਦੂਜੇ ਦੀ ਮਦਦ ਕਰਨਗੇ ਅਤੇ ਹਰ ਇਕ ਨੂੰ ਖੁਸ਼ ਰਖਣ ਦੀ ਕੋਸ਼ਿਸ਼ ਕਰਨਗੇ।

ਉਸ ਨੂੰ ਯਾਦ ਆਇਆ ਕਿਵੇਂ ਕੁਜ਼ਮਿਨਸਕੋਯੇ ਵਿਚ ਉਹਦੇ ਦਿਲ ਵਿਚ ਲਾਲਸਾ ਜਾਗ ਪਈ ਸੀ, ਤੇ ਇਸ ਤਰ੍ਹਾਂ ਉਸ ਨੂੰ ਆਪਣਾ ਮਕਾਨ, ਜੰਗਲ, ਆਪਣਾ ਖੇਤ ਤੇ ਆਪਣੀ ਜ਼ਮੀਨ ਛੱਡਣ ਦਾ ਅਫਸੋਸ ਹੋਣ ਲੱਗ ਪਿਆ ਸੀ। ਉਹਨੇ ਆਪਣੇ ਮਨ ਕੋਲੋਂ ਪੁੱਛਿਆ ਕਿ ਕੀ ਹਾਲੇ ਵੀ ਉਹਨੂੰ ਉਸ ਗੱਲ ਦਾ ਅਫਸੋਸ ਹੈ? ਤੇ ਉਸ ਨੂੰ ਇਹ ਸੋਚ ਕੇ ਹੀ ਹੈਰਾਨੀ ਹੁੰਦੀ ਜਾਪਦੀ ਸੀ ਕਿ ਉਹਨੂੰ ਕਦੇ ਉਹਨਾਂ ਚੀਜ਼ਾਂ ਦਾ ਅਫਸੋਸ ਹੋਇਆ ਸੀ। ਫੇਰ ਉਸ ਨੂੰ ਉਹ ਸਭ ਕੁਝ ਯਾਦ ਆਇਆ ਜੋ ਅੱਜ ਉਹਨੇ ਅੱਖੀਂ ਡਿਠਾ ਸੀ। ਬੱਚਿਆਂ ਵਾਲੀ ਉਹ ਔਰਤ ਜਿਸ ਦੇ ਖਾਵੰਦ ਨੂੰ ਇਸ ਕਰਕੇ ਜੇਲ੍ਹ ਵਿਚ ਰਖਿਆ ਜਾ ਰਿਹਾ ਹੈ ਕਿ ਉਹਨੇ ਨੇਖਲੀਊਦੋਵ ਦੇ ਜੰਗਲ ਵਿਚੋਂ ਰੁੱਖ ਵੱਢ ਲਏ ਸਨ। ਉਸ ਨੂੰ ਭਿਆਨਕ ਮਾਤਰੀਓਨਾ ਦਾ ਖਿਆਲ ਆਇਆ ਜਿਹੜੀ ਇਹ ਸਮਝਦੀ ਹੈ, ਘਟੋ ਘਟ ਉਹਦੀਆਂ ਗੱਲਾਂ ਤੋਂ ਲੱਗਦਾ ਸੀ ਕਿ ਉਹ ਸਮਝਦੀ ਹੈ, ਕਿ ਉਹਦੇ ਵਰਗੀ ਹਾਲਤ ਵਾਲੀਆਂ ਔਰਤਾਂ ਨੂੰ ਵੱਡੇ ਲੋਕਾਂ ਦੀਆਂ ਮਾਸ਼ੂਕਾਵਾਂ ਬਣ ਜਾਣਾ ਚਾਹੀਦਾ ਹੈ। ਫੇਰ ਬੱਚਿਆਂ ਵੱਲ ਉਹਦਾ ਰਵਈਆ ਉਸ ਨੂੰ ਯਾਦ ਆਇਆ, ਤੇ ਉਹ ਢੰਗ ਤਰੀਕਾ ਜਿਸ ਤਰ੍ਹਾਂ ਉਹਨਾਂ ਨੂੰ ਯਤੀਮਖਾਨੇ ਲਿਜਾਇਆ ਜਾਂਦਾ ਹੈ। ਤੇ ਲੀਰਾਂ ਗੰਢ ਕੇ ਬਣਾਈ ਟੋਪੀ ਵਾਲਾ ਉਹ ਬਦਨਸੀਬ ਬੱਚਾ ਜਿਸ ਦੇ ਅੰਦਰ ਵੜੇ ਹੋਏ ਮੂੰਹ ਉਤੇ ਮੁਸਕਾਨ ਖੇਡ ਰਹੀ ਸੀ ਪਰ ਜਿਹੜਾ ਭੁੱਖ ਦੇ ਦੁੱਖੋਂ ਤਿਲ ਤਿਲ ਕਰ ਕੇ ਮੌਤ ਦੇ ਮੂੰਹ ਵਿਚ ਜਾ ਰਿਹਾ ਸੀ। ਫੇਰ ਉਸ ਨੂੰ ਕਮਜ਼ੋਰ ਜਿਹੀ ਗਰਭਵਤੀ ਔਰਤ ਦਾ ਖਿਆਲ ਆ ਗਿਆ ਜਿਹੜੀ ਉਹਦੇ ਵਾਸਤੇ ਮੁਫਤ ਕੰਮ ਕਰਨ ਲਈ ਮਜਬੂਰ ਸੀ ਕਿਉਂਕਿ ਹੱਡ-ਤੋੜਵੇਂ ਕੰਮ-ਕਾਰ ਤੋਂ ਮਗਰੋਂ ਆਪਣੀ ਭੁੱਖੀ ਗਊ ਤੇ ਨਿਗਾਹ ਰੱਖਣ ਵਲੋਂ ਅਣਗਹਿਲੀ ਕਰ ਗਈ ਸੀ। ਤੇ

ਫੇਰ ਉਸ ਨੂੰ ਅਚਨਚੇਤ ਹੀ ਜੇਲ੍ਹ ਦਾ, ਕੈਦੀਆਂ ਦੇ ਮੁੰਨੇ ਹੋਏ ਸਿਰ–ਮੂੰਹ ਦਾ, ਕੋਠੜੀਆਂ ਦਾ, ਨੱਕ ਸਾੜਵੀਂ ਬਦਬੂ ਦਾ, ਹੱਥਕੜੀਆਂ ਬੇੜੀਆਂ ਦਾ ਚੇਤਾ ਆਇਆ, ਅਤੇ ਦੂਜੇ ਪਾਸੇ ਅਮੀਰ ਲੋਕਾਂ ਦੀ ਅੰਨ੍ਹੀ ਐਸ਼–ਇਸ਼ਰਤ ਦੀ ਸ਼ਹਿਰੀ ਜ਼ਿੰਦਗੀ ਦਾ ਖ਼ਿਆਲ ਆਇਆ ਜਿਸ ਵਿਚ ਉਹ ਆਪ ਵੀ ਸ਼ਾਮਲ ਸੀ। ਇਕ ਇਕ ਚੀਜ਼ ਹੁਣ ਨਿੱਤਰ ਕੇ ਉਹਦੀਆਂ ਅੱਖਾਂ ਸਾਮ੍ਹਣੇ ਆ ਗਈ ਸੀ।

ਚਾਨਣ ਡੋਲ੍ਹਦਾ ਚੰਦਰਮਾ, ਲੱਗਪਗ ਪੂਰਾ, ਢਾਰੇ ਤੋਂ ਉੱਚਾ ਉਭਰ ਆਇਆ ਸੀ। ਵਿਹੜੇ ਵਿਚ ਗੂੜ੍ਹੇ ਪਰਛਾਵੇਂ ਪੈ ਰਹੇ ਸਨ, ਅਤੇ ਖੋਲਾ ਹੋਏ ਮਕਾਨ ਦੀਆਂ ਲੋਹੇ ਦੀਆਂ ਛੱਤਾਂ ਚਮਕ ਰਹੀਆਂ ਸਨ।

ਖਾਮੋਸ਼ ਬੁਲਬਲਾਂ ਨੇ ਬਾਗ਼ ਵਿਚ ਫੇਰ ਜਿਵੇਂ ਇਹ ਕਾਮਨਾ ਕਰਦਿਆਂ ਕਿ ਚਾਨਣ ਨਾ ਹੋ ਜਾਵੇ, ਆਪਣੇ ਗੀਤ ਛੇੜ ਲਏ ਸਨ।

ਨੇਖਲੀਊਦੋਵ ਨੂੰ ਯਾਦ ਆਇਆ ਕਿ ਕੁਜ਼ਮਿਨਸਕੋਯੇ ਵਿਚ ਉਸ ਨੂੰ ਆਪਣੀ ਜ਼ਿੰਦਗੀ ਦਾ ਫ਼ਿਕਰ ਖਾਣ ਲੱਗ ਪਿਆ ਸੀ ਜਦੋਂ ਉਹ ਚੁੱਕੇ ਜਾਣ ਵਾਲੇ ਕਦਮ ਬਾਰੇ ਫ਼ੈਸਲਾ ਕਰਨ ਵਾਲਾ ਸੀ। ਉਸ ਨੂੰ ਯਾਦ ਆਇਆ ਕਿਵੇਂ ਉਹ ਉਲਝਣ ਵਿਚ ਫਸ ਗਿਆ ਸੀ, ਤੇ ਕਿਵੇਂ ਉਹਦੇ ਵਾਸਤੇ ਕੋਈ ਫ਼ੈਸਲਾ ਕਰਨਾ ਔਖਾ ਹੋ ਗਿਆ ਸੀ। ਇਕ ਇਕ ਸਵਾਲ ਉਤੇ ਕਿੰਨੀਆਂ ਕਿੰਨੀਆਂ ਔਕੜਾਂ ਸਿਰ ਚੁੱਕ ਖਲੋਤੀਆਂ ਸਨ। ਹੁਣ ਫੇਰ ਉਸ ਨੇ ਓਹੋ ਸਵਾਲ ਆਪਣੇ ਆਪ ਨੂੰ ਪੁੱਛੇ ਸਨ, ਅਤੇ ਉਹ ਹੈਰਾਨ ਰਹਿ ਗਿਆ ਸੀ ਕਿ ਕਿਵੇਂ ਸਭ ਕੁਝ ਬਿਲਕੁਲ ਸਰਲ ਤੇ ਸਾਦਾ ਹੋ ਗਿਆ ਸੀ। ਸਭ ਕੁਝ ਸਰਲ ਸਾਦਾ ਇਸ ਕਰਕੇ ਸੀ ਕਿ ਇਸ ਵੇਲੇ ਉਹ ਇਹ ਨਹੀਂ ਸੀ ਸੋਚ ਰਿਹਾ ਕਿ ਇਸ ਕੰਮ ਦਾ ਉਹਦੇ ਆਪਣੇ ਵਾਸਤੇ ਕੀ ਨਤੀਜਾ ਹੋਵੇਗਾ, ਉਹ ਸਗੋਂ ਇਹ ਸੋਚ ਰਿਹਾ ਸੀ ਕਿ ਫਰਜ਼ ਮੁਤਾਬਿਕ ਉਸ ਨੂੰ ਕਰਨਾ ਕੀ ਚਾਹੀਦਾ ਹੈ। ਤੇ ਅਜੀਬ ਗੱਲ ਹੈ ਕਿ ਉਹ ਇਸ ਗੱਲ ਦਾ ਫ਼ੈਸਲਾ ਨਹੀਂ ਸੀ ਕਰ ਸਕਿਆ ਕਿ ਉਹਨੂੰ ਆਪਣੀ ਖ਼ਾਤਰ ਕੀ ਕਰਨਾ ਚਾਹੀਦਾ ਹੈ, ਪਰ ਦੂਜਿਆਂ ਦੀ ਖ਼ਾਤਰ ਉਸ ਨੂੰ ਕੀ ਕਰਨਾ ਚਾਹੀਦਾ ਹੈ ਇਸ ਗੱਲ ਨੂੰ ਯਕੀਨੀ ਤੌਰ ਤੇ ਜਾਣਦਾ ਸੀ। ਉਹ ਪੱਕੇ ਤੌਰ ਤੇ ਜਾਣਦਾ ਸੀ ਕਿ ਉਸ ਨੂੰ ਜ਼ਮੀਨ ਕਿਸਾਨਾਂ ਦੇ ਹਵਾਲੇ ਕਰ ਦੇਣੀ ਚਾਹੀਦੀ ਹੈ ਕਿਉਂਕਿ ਉਹਨਾਂ ਨੂੰ ਜ਼ਮੀਨ ਨਾ ਦੇਣਾ ਬੁਰੀ ਗੱਲ ਹੋਵੇਗੀ। ਉਹ ਪੱਕੇ ਤੌਰ ਤੇ ਜਾਣਦਾ ਸੀ ਕਿ ਉਸ ਨੂੰ ਕਦੇ ਵੀ ਕਾਤੀਊਸ਼ਾ ਦੀ ਬਾਂਹ ਨਹੀਂ ਛਡਣੀ ਚਾਹੀਦੀ, ਸਗੋਂ ਉਸ ਦੀ ਮਦਦ ਕਰਦੇ ਰਹਿਣਾ ਚਾਹੀਦਾ ਹੈ ਅਤੇ ਉਹਦੇ ਨਾਲ ਕੀਤੇ ਆਪਣੇ ਗੁਨਾਹ ਦਾ ਪਸ਼ਚਾਤਾਪ ਕਰਨਾ ਚਾਹੀਦਾ ਹੈ। ਉਹ ਪੱਕੇ ਤੌਰ ਤੇ ਜਾਣਦਾ ਸੀ ਕਿ ਉਸ ਨੂੰ ਅਦਾਲਤੀ ਫ਼ੈਸਲਿਆਂ ਅਤੇ ਸਜ਼ਾਵਾਂ ਬਾਰੇ ਅਧਿਅਨ ਕਰਨਾ ਚਾਹੀਦਾ ਹੈ, ਇਸ ਮਾਮਲੇ ਦੀ ਘੋਖ ਪੜਤਾਲ ਤੇ ਸਪਸ਼ਟੀਕਰਨ ਕਰ ਕੇ ਇਸ ਨੂੰ ਸਮਝਣਾ ਚਾਹੀਦਾ ਹੈ ਕਿਉਂਕਿ ਉਹ ਮਹਿਸੂਸ ਕਰਦਾ ਸੀ ਕਿ ਇਸ ਮਸਲੇ ਨੂੰ ਉਹ ਦੂਜੇ ਲੋਕਾਂ ਨਾਲੋਂ ਵਖਰੇ ਦ੍ਰਿਸ਼ਟੀਕੋਣ ਤੋਂ ਵੇਖਦਾ ਹੈ। ਇਸ ਸਭ ਕੁਝ ਦਾ ਸਿੱਟਾ ਕੀ ਹੋਵੇਗਾ ਉਹ ਇਹ ਨਹੀਂ ਸੀ ਜਾਣਦਾ, ਪਰ ਉਹ ਇਹ ਪੱਕੇ ਤੌਰ ਤੇ ਜਾਣਦਾ ਸੀ ਕਿ ਉਸ ਨੂੰ ਇਹ

ਕੰਮ ਕਰਨਾ ਚਾਹੀਦਾ ਹੈ। ਅਤੇ ਇਸ ਦ੍ਰਿੜ੍ਹ ਵਿਸਵਾਸ ਤੋਂ ਉਸ ਦਾ ਦਿਲ ਗਦ ਗਦ ਹੋ ਉਠਦਾ ਸੀ।

ਸਾਰੇ ਅਕਾਸ਼ ਉਤੇ ਕਾਲੇ ਬੱਦਲ ਛਾ ਗਏ ਸਨ। ਬਿਜਲੀ ਦੇ ਲਿਸ਼ਕਾਰੇ ਸਭ ਪਾਸੇ ਚਾਨਣ ਚਾਨਣ ਕਰ ਦੇਂਦੇ ਅਤੇ ਵਿਹੜਾ, ਪੁਰਾਣਾ ਮਕਾਨ ਅਤੇ ਇਸ ਦੇ ਡਿੱਗੇ ਢੱਠੇ ਪੋਰਚ ਵਿਖਾਈ ਦੇ ਜਾਂਦੇ, ਅਤੇ ਸਿਰ ਉਤੇ ਗੜਗੜ ਗੜਗੜ ਹੋਣ ਲੱਗਦੀ। ਸਾਰੇ ਪੰਛੀ ਚੁੱਪ ਸਨ, ਪਰ ਰੁੱਖਾਂ ਦੇ ਪੱਤੇ ਸਰਸਰ ਸਰਸਰ ਕਰ ਰਹੇ ਸਨ ਅਤੇ ਜਿਨ੍ਹਾਂ ਪੌੜੀਆਂ ਉਤੇ ਨੇਖਲੀਊਦੋਵ ਬੈਠਾ ਸੀ ਓਥੇ ਹਵਾ ਦੇ ਬੁੱਲੇ ਆਉਂਦੇ ਅਤੇ ਉਹਦੇ ਵਾਲਾਂ ਨਾਲ ਛੇੜ ਛਾੜ ਕਰਦੇ ਸਨ। ਇਕ ਕਣੀ ਡਿੱਗੀ, ਫੇਰ ਇਕ ਹੋਰ, ਅਤੇ ਫੇਰ ਝਾੜਾਂ ਦੇ ਪੱਤਿਆਂ ਅਤੇ ਲੋਹੇ ਦੀ ਛੱਤ ਉਤੇ ਟਿੱਪ ਟਿੱਪ ਕਣੀਆਂ ਡਿਗਣ ਲੱਗ ਪਈਆਂ। ਸਾਰੇ ਵਾਤਾਵਰਣ ਵਿਚ ਚਾਨਣ ਚਾਨਣ ਹੋ ਗਿਆ ਤੇ ਅੱਖ ਪਲਕਾਰੇ ਵਿਚ ਹੀ ਨੇਖਲੀਊਦੋਵ ਦੇ ਸਿਰ ਉਪਰ ਬਿਜਲੀ ਕੜਕੀ ਤੇ ਕੜਕ ਦੀ ਭਿਆਨਕ ਆਵਾਜ਼ ਸਾਰੇ ਅਸਮਾਨ ਨੂੰ ਚੀਰਦੀ ਲੰਘ ਗਈ।

ਨੇਖਲੀਊਦੋਵ ਉਠ ਕੇ ਅੰਦਰ ਚਲਾ ਗਿਆ।

"ਹਾਂ, ਹਾਂ," ਉਸ ਨੇ ਸੋਚਿਆ। "ਜਿਹੜਾ ਕੰਮ ਸਾਡੀ ਜ਼ਿੰਦਗੀ ਨੇਪਰੇ ਚਾੜ੍ਹਦੀ ਹੈ, ਇਹ ਸਾਰਾ ਕੰਮ, ਇਸ ਦਾ ਅਰਥ, ਮੈਨੂੰ ਸਮਝ ਨਹੀਂ ਆਉਂਦਾ, ਨਾ ਹੀ ਮੈਂ ਸਮਝ ਸਕਦਾ ਹਾਂ। ਮੇਰੀਆਂ ਭੂਆ ਕਿਸ ਮਰਜ਼ ਦੀ ਦਵਾ ਸਨ? ਨਿਕੋਲੇਨਕਾ ਇਰਤੇਨੀਏਵ ਦੀ ਮੌਤ ਕਿਉਂ ਹੋ ਗਈ?—ਤੇ ਮੈਂ ਜਿਊਂਦਾ ਹਾਂ, ਕਿਉਂ? ਕਾਤੀਊਸ਼ਾ ਕਾਹਦੇ ਲਈ ਪੈਦਾ ਹੋਈ ਸੀ? ਅਤੇ ਮੇਰਾ ਪਾਗਲਪਨ? ਉਸ ਜੰਗ ਦਾ ਕੀ ਮਤਲਬ? ਬਾਦ ਵਿਚ ਮੇਰਾ ਬੇਨੇਮ ਤੇ ਬੇਮੁਹਾਰਾ ਜੀਵਨ ਕਿਉਂ? ਇਸ ਸਭ ਕੁਝ ਨੂੰ ਸਮਝਣਾ, ਮਾਲਕ ਦੀ ਰਜ਼ਾ ਦੇ ਸਾਰੇ ਭੇਤ ਨੂੰ ਸਮਝਣਾ, ਮੇਰੇ ਵਸ ਦੀ ਗੱਲ ਨਹੀਂ। ਪਰ ਮੇਰੀ ਅੰਤਰ–ਆਤਮਾ ਵਿਚ ਜੋ ਮਾਲਕ ਦੀ ਰਜ਼ਾ ਬੈਠੀ ਹੈ ਉਸ ਤੇ ਚਲਣਾ ਮੇਰੇ ਵਸ ਦੀ ਗੱਲ ਹੈ—ਤੇ ਇਹ ਰਜ਼ਾ ਕੀ ਹੈ ਮੈਂ ਪੱਕੇ ਤੌਰ ਤੇ ਜਾਣਦਾ ਹਾਂ। ਅਤੇ ਇਸ ਰਜ਼ਾ ਤੇ ਚਲ ਕੇ ਮਾਲਕ ਦੀ ਇੱਛਾ ਨੂੰ ਪੂਰਾ ਕਰਨ ਨਾਲ ਮੈਨੂੰ ਅਮਨ ਤੇ ਚੈਨ ਪ੍ਰਾਪਤ ਹੁੰਦਾ ਹੈ।"

ਮੀਂਹ ਦੇ ਜ਼ੋਰਦਾਰ ਛੜਾਕੇ ਲੱਥਣ ਲੱਗੇ ਅਤੇ ਛੱਤ ਦੇ ਪਰਨਾਲਿਆਂ ਵਿਚੋਂ ਪਾਣੀ ਹੇਠਾਂ ਪਏ ਇਕ ਲਕੜ ਦੇ ਡਰੱਮ ਵਿਚ ਪੈਣ ਲੱਗਾ। ਹੁਣ ਬਿਜਲੀ ਲਿਸ਼ਕਣੀ ਘਟ ਹੋ ਗਈ ਸੀ ਅਤੇ ਮਕਾਨ ਤੇ ਵਿਹੜੇ ਵਿਚ ਚਾਨਣ ਘਟ ਹੁੰਦਾ ਸੀ। ਨੇਖਲੀਊਦੋਵ ਆਪਣੇ ਕਮਰੇ ਵਿਚ ਗਿਆ, ਤੇ ਕਪੜੇ ਲਾਹ ਕੇ ਲੰਮਾ ਪੈ ਗਿਆ। ਉਸ ਨੂੰ ਡਰ ਸੀ ਕਿ ਖਟਮਲ ਜ਼ਰੂਰ ਲੜਨਗੇ। ਕੰਧਾਂ ਦੇ ਮੈਲੇ ਗੰਦੇ ਅਤੇ ਪਾਟੇ ਹੋਏ ਕਾਗਜ਼ ਤੋਂ ਉਸ ਨੂੰ ਖਟਮਲਾਂ ਦੇ ਹੋਣ ਦਾ ਸ਼ੱਕ ਪੈ ਗਿਆ ਸੀ।

"ਹਾਂ, ਆਪਣੇ ਆਪ ਨੂੰ ਮਾਲਕ ਨਹੀਂ, ਸੇਵਕ ਸਮਝਣਾ ਚਾਹੀਦਾ ਹੈ," ਉਸ ਨੇ ਸੋਚਿਆ ਅਤੇ ਇਹ ਸੋਚ ਕੇ ਉਹ ਖੁਸ਼ੀ ਨਾਲ ਖੀਵਾ ਹੋ ਗਿਆ।

ਉਸ ਦਾ ਤੌਖਲਾ ਬੇਬੁਨਿਆਦ ਨਹੀਂ ਸੀ। ਓਹੋ ਗੱਲ ਹੋਈ। ਬੱਤੀ ਮਸਾਂ ਬੁਝਾਈ

ਹੀ ਸੀ ਕਿ ਖਟਮਲਾਂ ਨੇ ਦੰਦੀਆਂ ਵੱਢ ਵੱਢ ਉਹਦਾ ਲਹੂ ਪੀਣਾ ਸ਼ੁਰੂ ਕਰ ਦਿੱਤਾ।

"ਜ਼ਮੀਨ ਦੇ ਦੇਣੀ ਹੈ ਅਤੇ ਸਾਇਬੇਰੀਆ ਚਲੇ ਜਾਣਾ ਹੈ—ਪਿੱਸੂ, ਖਟਮਲ, ਗੰਦਗੀ! ਖ਼ੈਰ, ਫੇਰ ਕੀ ਹੋਇਆ? ਜੇ ਇਹ ਲਾਜ਼ਮੀ ਹੈ ਤਾਂ ਮੈਂ ਝੱਲ ਲਵਾਂਗਾ।" ਪਰ ਆਪਣੇ ਨੇਕ ਇਰਾਦਿਆਂ ਦੇ ਬਾਵਜੂਦ ਉਹਦੇ ਕੋਲੋਂ ਝੱਲਿਆ ਨਾ ਗਿਆ। ਉਹ ਉਠ ਕੇ ਖੁਲ੍ਹੀ ਬਾਰੀ ਕੋਲ ਜਾ ਬੈਠਾ। ਬੱਦਲ ਪਾਟ ਰਹੇ ਸਨ ਅਤੇ ਚੰਦ ਫੇਰ ਨਜ਼ਰ ਆਉਣ ਲੱਗ ਪਿਆ ਸੀ। ਉਹ ਪ੍ਰਸੰਨ ਨਜ਼ਰਾਂ ਨਾਲ ਇਹਨਾਂ ਵੱਲ ਵੇਖਣ ਲੱਗਾ।

੯

ਤੜਕੇ ਸਵੇਰੇ ਜਾ ਕੇ ਨੇਖਲੀਊਦੋਵ ਦੀ ਅੱਖ ਲੱਗੀ ਸੀ। ਇਸ ਕਰਕੇ ਜਦੋਂ ਉਹ ਉਠਿਆ ਤਾਂ ਗੋਡੇ ਗੋਡੇ ਧੁੱਪਾਂ ਚੜ੍ਹ ਆਈਆਂ ਸਨ।

ਦੁਪਹਿਰ ਵੇਲੇ ਕਿਸਾਨਾਂ ਦੇ ਚੁਣੇ ਹੋਏ ਸਤ ਪ੍ਰਤਿਨਿਧ, ਜਿਨ੍ਹਾਂ ਨੂੰ ਕਾਰਿੰਦੇ ਨੇ ਸੱਦ ਭੇਜਿਆ ਸੀ, ਬਗ਼ੀਚੇ ਵਿਚ ਆ ਪਹੁੰਚੇ, ਜਿਥੇ ਸੇਬਾਂ ਦੇ ਰੁੱਖਾਂ ਹੇਠਾਂ, ਕਾਰਿੰਦੇ ਨੇ ਜ਼ਮੀਨ ਵਿਚ ਥੰਮੀਆਂ ਗਡਵਾ ਕੇ ਤੇ ਉਹਨਾਂ ਉਪਰ ਤਖ਼ਤੇ ਰਖਵਾ ਕੇ ਇਕ ਮੇਜ਼ ਤੇ ਬੈਂਚਾਂ ਦਾ ਪ੍ਰਬੰਧ ਕਰ ਦਿੱਤਾ ਸੀ। ਕਿਸਾਨਾਂ ਨੂੰ ਇਹ ਗੱਲ ਮਨਾਉਣ ਲਈ ਬੜਾ ਵਕਤ ਲੱਗਾ ਕਿ ਉਹ ਟੋਪੀਆਂ ਸਿਰਾਂ ਤੇ ਰੱਖ ਲੈਣ ਅਤੇ ਬੈਂਚਾਂ ਉਤੇ ਬਹਿ ਜਾਣ। ਸਾਬਕਾ ਫ਼ੌਜੀ ਖ਼ਾਸ ਕਰਕੇ ਅੜਿਆ ਰਿਹਾ ਸੀ ਜਿਹੜਾ ਅੱਜ ਪੱਠੇ ਦੀ ਨਵੀਂ ਜੁੱਤੀ ਪਾ ਆਇਆ ਸੀ। ਉਹ ਤਣ ਕੇ ਖਲੋਤਾ ਹੋਇਆ ਸੀ ਤੇ ਆਪਣੀ ਟੋਪੀ ਉਸ ਨੇ ਇਉਂ ਫੜੀ ਹੋਈ ਸੀ ਜਿਵੇਂ ਫ਼ੌਜੀ ਨੇਮ ਮੁਤਾਬਿਕ ਅਰਥੀ ਵੇਲੇ ਫੜੀ ਜਾਂਦੀ ਹੈ। ਉਹਨਾਂ ਵਿਚ ਇਕ ਸਤਿਕਾਰਿਤ, ਚੌੜੇ ਮੋਢਿਆਂ ਵਾਲਾ ਬੁੱਢਾ ਕਿਸਾਨ ਸੀ ਜਿਸ ਦੀ ਮਟਿਆਲੀ ਦਾੜ੍ਹੀ ਵਿਚ ਇਸ ਤਰ੍ਹਾਂ ਦੇ ਕੁੰਡਲ ਪੈਂਦੇ ਸਨ ਜਿਸ ਤਰ੍ਹਾਂ ਮਾਈਕਲ ਐਂਜਲੋ ਦੀ ਬਣਾਈ ਤਸਵੀਰ ਵਿਚ ਮੋਜ਼ਿਸ ਦੀ ਦਾੜ੍ਹੀ ਨੂੰ ਪੈਂਦੇ ਹਨ, ਅਤੇ ਜਿਸ ਦੇ ਮੱਥੇ ਦੇ ਗੰਜ ਉਤੇ ਚਿੱਟੇ ਘੁੰਗਰਾਲੇ ਵਾਲਾਂ ਦੀਆਂ ਲਿਟਾਂ ਡਿਗਦੀਆਂ ਸਨ। ਜਦੋਂ ਉਸ ਨੇ ਆਪਣੀ ਵੱਡੀ ਸਾਰੀ ਟੋਪੀ ਸਿਰ ਉਤੇ ਰੱਖ ਲਈ ਅਤੇ ਆਪਣੇ ਕੋਟ ਨੂੰ ਆਪਣੇ ਸਰੀਰ ਦੁਆਲੇ ਗੁੱਛਾ-ਮੁੱਛਾ ਜਿਹਾ ਕਰ ਕੇ, ਮੇਜ਼ ਦੇ ਪਿਛੇ ਜਾ ਕੇ ਬੈਂਚ ਤੇ ਬਹਿ ਗਿਆ ਤੇ ਬਾਕੀ ਸਭਨਾਂ ਨੇ ਵੀ ਟੋਪੀਆਂ ਪਾ ਲਈਆਂ ਤੇ ਬੈਠ ਗਏ।

ਜਦੋਂ ਸਭ ਜਣੇ ਆਪੋ ਆਪਣੀ ਥਾਈਂ ਬਹਿ ਗਏ ਤਾਂ ਨੇਖਲੀਊਦੋਵ ਵੀ ਉਹਨਾਂ ਦੇ ਸਾਮ੍ਹਣੇ ਜਾ ਬੈਠਾ। ਉਸ ਨੇ ਆਪਣੀ ਯੋਜਨਾ ਵਾਲਾ ਕਾਗ਼ਜ਼ ਮੇਜ਼ ਉਤੇ ਰੱਖਿਆ ਅਤੇ ਅਰਕਾਂ ਟੇਕ ਕੇ ਮਾੜਾ ਜਿਹਾ ਮੇਜ਼ ਉਤੇ ਉਲਰਦਿਆਂ ਉਸ ਨੇ ਆਪਣੀ ਗੱਲ ਸਮਝਾਉਣੀ ਸ਼ੁਰੂ ਕੀਤੀ।

ਪਤਾ ਨਹੀਂ ਇਸ ਕਰਕੇ ਕਿ ਬੰਦੇ ਥੋੜੇ ਸਨ, ਜਾਂ ਇਸ ਕਰਕੇ ਕਿ ਉਹਦਾ ਪੂਰਾ ਮਨ

ਹੱਥਲੇ ਕੰਮ ਵੱਲ ਲੱਗਾ ਹੋਇਆ ਸੀ ਤੇ ਆਪਣੀ ਹਉਂ ਵੱਲ ਨਹੀਂ—ਕਾਰਨ ਕੁਝ ਵੀ ਸੀ, ਇਸ ਵਾਰੀ ਨੇਖਲੀਊਦੋਵ ਨੂੰ ਕਿਸੇ ਕਿਸਮ ਦੀ ਕੋਈ ਉਲਝਣ ਮਹਿਸੂਸ ਨਹੀਂ ਸੀ ਹੋ ਰਹੀ। ਸੁਤੇ-ਸਿੱਧ ਹੀ ਨੇਖਲੀਊਦੋਵ ਨੇ ਚੌੜੇ ਮੋਢਿਆਂ ਵਾਲੇ ਅਤੇ ਕੁੰਡਲਾਂ ਵਾਲੀ ਮਟਿਆਲੀ ਦਾੜ੍ਹੀ ਵਾਲੇ ਬੁੱਢੇ ਕਿਸਾਨ ਨੂੰ ਸੰਬੋਧਨ ਕੀਤਾ। ਉਸ ਨੂੰ ਉਮੀਦ ਸੀ ਕਿ ਉਹ ਜਾਂ ਵਿਰੋਧ ਕਰੇਗਾ ਜਾਂ ਹਮਾਇਤ ਕਰੇਗਾ। ਪਰ ਨੇਖਲੀਊਦੋਵ ਦਾ ਅੰਦਾਜ਼ਾ ਗ਼ਲਤ ਨਿਕਲਿਆ। ਇਹ ਸਤਿਕਾਰਿਤ ਬੁੱਢਾ ਜਿਹੜਾ ਚੌਧਰੀ ਜਾਪਦਾ ਸੀ ਭਾਵੇਂ ਸਹਿਮਤੀ ਵਿਚ ਆਪਣਾ ਖ਼ੂਬਸੂਰਤ ਸਿਰ ਹਿਲਾ ਦੇਂਦਾ ਸੀ ਅਤੇ ਜਦੋਂ ਦੂਜੇ ਲੋਕ ਇਤਰਾਜ਼ ਕਰਦੇ ਤਾਂ ਉਹ ਵੀ ਤਿਊੜੀ ਚਾੜ੍ਹ ਲੈਂਦਾ ਤੇ ਸਿਰ ਮਾਰ ਛੱਡਦਾ ਸੀ, ਪਰ ਉਹਨੂੰ ਗੱਲ ਦੀ ਸਮਝ ਪ੍ਰਤੱਖ ਰੂਪ ਵਿਚ ਬੜੀ ਮੁਸ਼ਕਲ ਨਾਲ ਆਉਂਦੀ ਸੀ। ਤੇ ਉਹ ਵੀ ਉਸ ਵੇਲੇ ਜਦੋਂ ਦੂਜੇ ਲੋਕ ਨੇਖਲੀਊਦੋਵ ਦੀ ਆਖੀ ਗੱਲ ਨੂੰ ਆਪਣੇ ਆਪਣੇ ਲਫ਼ਜ਼ਾਂ ਵਿਚ ਦੁਹਰਾਉਂਦੇ ਸਨ। ਇਸ ਚੌਧਰੀ ਦੇ ਨਾਲ ਹੀ ਇਕ ਠਿਗਣਾ ਜਿਹਾ ਬੁੱਢਾ ਬੈਠਾ ਹੋਇਆ ਸੀ ਜਿਸ ਨੂੰ ਗੱਲ ਦੀ ਵਧੇਰੇ ਸਮਝ ਆ ਜਾਂਦੀ ਸੀ। ਇਸ ਆਦਮੀ ਨੇ ਥਿਗੜੀਆਂ ਲੱਗਾ ਮਾਰਕੀਨ ਦਾ ਕੋਟ ਪਾਇਆ ਹੋਇਆ ਸੀ ਤੇ ਪੈਰੀਂ ਪੁਰਾਣੇ ਬੂਟ ਸਨ। ਦਾੜ੍ਹੀ ਦਾ ਕੋਈ ਕੋਈ ਵਾਲ ਹੀ ਸੀ ਤੇ ਇਕ ਅੱਖ ਤੋਂ ਅੰਨ੍ਹਾ ਸੀ। ਮਗਰੋਂ ਨੇਖਲੀਊਦੋਵ ਨੂੰ ਪਤਾ ਲੱਗਾ ਕਿ ਉਹ ਭੱਠੀਆਂ ਤੰਦੂਰ ਬਣਾਉਂਦਾ ਸੀ। ਇਹ ਆਦਮੀ ਬੜਾ ਤੇਜ਼ ਤੇਜ਼ ਆਪਣੇ ਭਰੱਵਟਿਆਂ ਨੂੰ ਹਿਲਾਉਂਦਾ, ਨੇਖਲੀਊਦੋਵ ਦੀ ਗੱਲ ਨੂੰ ਬੜੇ ਧਿਆਨ ਨਾਲ ਸੁਣਦਾ, ਅਤੇ ਫ਼ੌਰਨ ਉਸ ਨੂੰ ਆਪਣੇ ਲਫ਼ਜ਼ਾਂ ਵਿਚ ਮੁੜ ਬਿਆਨ ਕਰ ਦੇਂਦਾ। ਇਕ ਹੋਰ ਗਠਵੇਂ ਸਰੀਰ ਵਾਲਾ ਬੁੱਢਾ ਸੀ ਜਿਸ ਦੀ ਦਾੜ੍ਹੀ ਚਿੱਟੀ ਸੀ ਅਤੇ ਅੱਖਾਂ ਵਿਚੋਂ ਚਤੁਰਾਈ ਟਪਕਦੀ ਸੀ। ਇਹ ਆਦਮੀ ਵੀ ਬੜੀ ਛੇਤੀ ਗੱਲ ਨੂੰ ਸਮਝ ਰਿਹਾ ਸੀ ਤੇ ਵਿਅੰਗ ਮਸ਼ਕਰੀ ਕਰਨ ਦਾ ਕੋਈ ਮੌਕਾ ਖੁੰਝਣ ਨਹੀਂ ਸੀ ਦੇਂਦਾ। ਜ਼ਾਹਿਰ ਸੀ ਕਿ ਉਹ ਇਹ ਸਭ ਕੁਝ ਵਿਖਾਵੇ ਦੀ ਖ਼ਾਤਰ ਕਰ ਰਿਹਾ ਸੀ। ਜਾਪਦਾ ਸੀ ਕਿ ਗੱਲ ਤਾਂ ਸਾਬਕਾ ਫ਼ੌਜੀ ਦੇ ਪੱਲੇ ਵੀ ਪੈਂਦੀ ਸੀ ਪਰ ਉਹ ਫ਼ੌਜੀਆਂ ਦੀਆਂ ਬੇਸਿਰ ਪੈਰ ਗੱਲਾਂ ਸੁਣਨ ਗਿੱਝਾ ਹੋਣ ਕਰਕੇ ਭੰਬਲ ਭੂਸਿਆਂ ਵਿਚ ਪੈ ਜਾਂਦਾ ਸੀ। ਨਿੱਕੀ ਨਿੱਕੀ ਦਾੜ੍ਹੀ, ਲੰਮੀ ਨੱਕ ਤੇ ਭਰਵੀਂ ਆਵਾਜ਼ ਵਾਲਾ ਇਕ ਲੰਮਾ ਜਿਹਾ ਆਦਮੀ ਸਭ ਤੋਂ ਵਧੇਰੇ ਗੰਭੀਰਤਾ ਨਾਲ ਦਿਲਚਸਪੀ ਲੈ ਰਿਹਾ ਸੀ। ਉਸ ਨੇ ਘਰ ਦੇ ਬਣੇ ਹੋਏ ਸਾਫ਼ ਸੁਥਰੇ ਕਪੜੇ ਪਾਏ ਹੋਏ ਸਨ ਅਤੇ ਪੈਰੀਂ ਪੱਠੀ ਦੀ ਨਵੀਂ ਜੁਤੀ ਸੀ। ਇਹ ਆਦਮੀ ਇਕ ਇਕ ਗੱਲ ਨੂੰ ਸਮਝ ਰਿਹਾ ਸੀ ਤੇ ਓਦੋਂ ਹੀ ਕੋਈ ਗੱਲ ਕਰਦਾ ਜਦੋਂ ਲੋੜ ਹੁੰਦੀ ਸੀ। ਇਸ ਤੋਂ ਇਲਾਵਾ ਦੋ ਬੰਦੇ ਹੋਰ ਸਨ। ਇਕ ਓਹੋ ਬੋੜਾ ਬੁੱਢਾ ਜਿਹੜਾ ਪਹਿਲੇ ਦਿਨ ਦੇ ਇਕੱਠ ਵਿਚ ਨੇਖਲੀਊਦੋਵ ਦੀ ਹਰ ਤਜਵੀਜ਼ ਨੂੰ ਤੜਾਕ ਤੜਾਕ ਰੱਦ ਕਰੀ ਜਾਂਦਾ ਸੀ। ਦੂਜਾ ਇਕ ਉੱਚਾ ਲੰਮਾ, ਗੋਰੇ ਰੰਗ ਦਾ, ਲੰਗੜਾ ਬੁੱਢਾ ਸੀ ਜਿਸ ਦੇ ਚਿਹਰੇ ਉਤੋਂ ਦਿਆਲਤਾ ਟਪਕਦੀ ਸੀ ਤੇ ਜਿਸ ਨੇ ਆਪਣੀਆਂ ਪਤਲੀਆਂ ਪਤਲੀਆਂ ਲੱਤਾਂ ਉਤੇ ਕੱਸ ਕੇ ਪੱਟੀਆਂ ਬੰਨ੍ਹੀਆਂ ਹੋਈਆਂ ਸਨ। ਇਹ ਦੋਵੇਂ ਹੀ ਬੜੇ ਗਹੁ ਨਾਲ ਗੱਲ ਸੁਣ ਰਹੇ ਸਨ ਪਰ ਬੋਲਦੇ ਬਹੁਤ ਘਟ ਸਨ।

ਨੇਖਲੀਊਦੋਵ ਨੇ ਸਭ ਤੋਂ ਪਹਿਲਾਂ ਜ਼ਮੀਨ ਦੀ ਨਿੱਜੀ ਮਾਲਕੀ ਬਾਰੇ ਆਪਣੇ ਵਿਚਾਰ ਸਪਸ਼ਟ ਕੀਤੇ।

"ਮੇਰੇ ਵਿਚਾਰ ਅਨੁਸਾਰ ਜ਼ਮੀਨ ਦੀ ਖਰੀਦੋ-ਫਰੋਖ਼ਤ ਨਹੀਂ ਹੋ ਸਕਦੀ। ਜੇ ਇਹ ਹੋ ਸਕਦਾ ਹੋਵੇ ਤਾਂ ਉਹ ਆਦਮੀ ਜਿਸ ਕੋਲ ਚੋਖਾ ਧਨ ਦੌਲਤ ਹੈ ਸਾਰੀ ਜ਼ਮੀਨ ਖਰੀਦ ਲਵੇਗਾ, ਅਤੇ ਜਿਨ੍ਹਾਂ ਕੋਲ ਜ਼ਮੀਨ ਨਹੀਂ ਉਹਨਾਂ ਨੂੰ ਵਰਤਣ ਵਾਸਤੇ ਦੇ ਕੇ ਜੋ ਮਰਜ਼ੀ ਹੋਵੇ ਉਹਨਾਂ ਕੋਲੋਂ ਵਸੂਲ ਕਰ ਲਵੇਗਾ। ਉਹ ਤਾਂ ਜ਼ਮੀਨ ਉਤੇ ਖੜੇ ਹੋਣ ਦੇ ਹੱਕ ਦੇ ਵੀ ਪੈਸੇ ਲੈ ਸਕੇਗਾ," ਉਸ ਨੇ ਸਪੈਨਸਰ ਦੀਆਂ ਦਲੀਲਾਂ ਦੇਂਦਿਆਂ ਆਖਿਆ।

"ਇਕੋ ਤਰੀਕਾ ਰਹਿ ਜਾਊ—ਖੰਭ ਲਾ ਲਓ ਤੇ ਉਡਦੇ ਫਿਰੋ," ਚਿੱਟੀ ਦਾੜ੍ਹੀ ਤੇ ਹੱਸਦਿਆਂ ਅੱਖਾਂ ਵਾਲੇ ਬੁੱਢੇ ਨੇ ਆਖਿਆ।

"ਸਹੀ ਗੱਲ ਏ," ਲੰਮੇ ਨੱਕ ਵਾਲੇ ਆਦਮੀ ਨੇ ਭਰਵੀਂ ਆਵਾਜ਼ ਵਿਚ ਆਖਿਆ।

"ਜੀ ਸਾਹਿਬ," ਸਾਬਕਾ ਫੌਜੀ ਨੇ ਆਖਿਆ।

"ਇਕ ਔਰਤ ਆਪਣੀ ਗਊ ਵਾਸਤੇ ਰੁੱਗ ਕੁ ਘਾਹ ਕੱਟ ਲੈਂਦੀ ਏ, ਤੇ ਉਹਨੂੰ ਫੜ ਕੇ ਜੇਲ੍ਹ ਵਿਚ ਡੱਕ ਦਿੱਤਾ ਜਾਂਦੈ," ਚਿੱਟੀ ਦਾੜ੍ਹੀ ਵਾਲੇ ਲੰਗੜੇ ਆਦਮੀ ਨੇ ਕਿਹਾ।

"ਸਾਡੀ ਆਪਣੀ ਜ਼ਮੀਨ ਏਥੋਂ ਪੰਜ ਵੇਰਸਤ ਦੀ ਵਾਟ ਏ, ਤੇ ਲਗਾਨ ਉਤੇ ਹੋਰ ਜ਼ਮੀਨ ਲੈਣ ਦੀ ਹਿੰਮਤ ਨਹੀਂ। ਲਗਾਨ ਏਨਾ ਬਹੁਤਾ ਏ ਕਿ ਕੱਖ ਪੱਲੇ ਨਹੀਂ ਪੈਂਦਾ," ਚਿੜਚਿੜੇ ਤੇ ਬੋੜੇ ਬੁੱਢੇ ਨੇ ਆਖਿਆ। "ਮਰੋੜਾ ਚਾੜ੍ਹ ਕੇ ਰੱਸੀ ਬਣਾ ਧਰਦੇ ਨੇ ਸਾਡੀ। ਇਹ ਤਾਂ ਭੂਮੀ-ਗੁਲਾਮਾਂ ਨਾਲੋਂ ਵੀ ਮਾੜੀ ਹਾਲਤ ਏ।"

"ਮੇਰਾ ਵੀ ਏਹੋ ਖਿਆਲ ਏ ਜੋ ਤੁਹਾਡਾ। ਮੈਂ ਜ਼ਮੀਨ ਦੀ ਮਾਲਕੀ ਨੂੰ ਗੁਨਾਹ ਸਮਝਦਾ ਹਾਂ, ਏਸੇ ਕਰਕੇ ਦੇ ਦੇਣ ਦੀ ਇੱਛਾ ਹੈ।" ਨੇਖਲੀਊਦੋਵ ਨੇ ਕਿਹਾ।

"ਬੜੀ ਸੁਹਣੀ ਗੱਲ ਏ," ਮਾਈਕਲ ਐਂਜਲੋ ਦੀ ਮੋਜ਼ਿਸ ਵਰਗੇ ਕੁੰਡਲਾਂ ਵਾਲੇ ਬੁੱਢੇ ਨੇ ਕਿਹਾ। ਪ੍ਰਤੱਖ ਰੂਪ ਵਿਚ ਉਹਦਾ ਖਿਆਲ ਸੀ ਕਿ ਨੇਖਲੀਊਦੋਵ ਦਾ ਭਾਵ ਜ਼ਮੀਨ ਲਗਾਨ ਉਤੇ ਦੇਣ ਦਾ ਹੈ।

"ਮੈਂ ਏਥੇ ਇਸ ਕਰਕੇ ਆਇਆ ਹਾਂ ਕਿ ਮੈਂ ਹੁਣ ਜ਼ਮੀਨ ਦਾ ਮਾਲਕ ਨਹੀਂ ਬਣਿਆ ਰਹਿਣਾ ਚਾਹੁੰਦਾ। ਤੇ ਸਾਨੂੰ ਹੁਣ ਇਸ ਗੱਲ ਉਤੇ ਸੋਚ-ਵਿਚਾਰ ਕਰਨੀ ਚਾਹੀਦੀ ਹੈ ਕਿ ਜ਼ਮੀਨ ਨੂੰ ਵੰਡਣ ਦਾ ਸਭ ਤੋਂ ਚੰਗਾ ਤਰੀਕਾ ਕੀ ਹੈ।"

"ਕਿਸਾਨਾਂ ਦੇ ਹਵਾਲੇ ਕਰ ਦਿਓ, ਗੱਲ ਮੁੱਕੀ," ਚਿੜਚਿੜੇ, ਬੋੜੇ ਬੁੱਢੇ ਨੇ ਆਖਿਆ।

ਪਲ ਦੀ ਪਲ ਨੇਖਲੀਊਦੋਵ ਸ਼ਰਮਿੰਦਾ ਜਿਹਾ ਹੋ ਗਿਆ। ਉਹ ਮਹਿਸੂਸ ਕਰਨ ਲੱਗਾ ਕਿ ਇਹਨਾਂ ਲਫਜ਼ਾਂ ਦਾ ਮਤਲਬ ਇਹ ਹੈ ਕਿ ਇਹਨਾਂ ਨੂੰ ਮੇਰੀ ਨੀਤ ਉਤੇ ਸ਼ੱਕ ਹੈ। ਪਰ ਉਹ ਅਗਲੇ ਹੀ ਪਲ ਸੰਭਲ ਗਿਆ ਅਤੇ ਜਵਾਬ ਵਿਚ ਆਪਣੇ ਮਨ ਦੀ ਗੱਲ ਨੂੰ ਸਪਸ਼ਟ ਕਰਨ ਲਈ ਉਸ ਨੇ ਓਸੇ ਟਿਪਣੀ ਦੀ ਵਰਤੋਂ ਕੀਤੀ।

"ਮੈਨੂੰ ਬੜੀ ਖੁਸ਼ੀ ਹੋਵੇਗੀ ਉਹਨਾਂ ਦੇ ਹਵਾਲੇ ਕਰ ਕੇ," ਉਸ ਨੇ ਕਿਹਾ, "ਪਰ

ਕਿਸ ਦੇ ਹਵਾਲੇ ਕਰਾਂ ਅਤੇ ਕਿਵੇਂ? ਕਿਹੜੇ ਕਿਸਾਨਾਂ ਦੇ ਹਵਾਲੇ ਕਰਾਂ? ਤੁਹਾਡੇ ਪਿੰਡ-ਭਾਈਚਾਰੇ ਨੂੰ ਕਿਉਂ ਦੇਵਾਂ ਅਤੇ ਦੇਮਿਨਸਕੋਯੇ ਦੇ ਕਿਸਾਨਾਂ ਨੂੰ ਕਿਉਂ ਨਾ ਦੇਵਾਂ?" (ਇਹ ਗੁਆਂਢ ਦੇ ਇਕ ਪਿੰਡ ਦਾ ਨਾਂ ਸੀ ਜਿਸ ਕੋਲ ਬਹੁਤ ਥੋੜੀ ਜ਼ਮੀਨ ਸੀ।)

ਸਾਰੇ ਚੁੱਪ ਹੋ ਗਏ। ਸਿਰਫ ਸਾਬਕਾ ਫੌਜੀ ਹੀ ਬੋਲਿਆ:

"ਜੀ ਸਾਹਿਬ।"

"ਹੱਛਾ," ਨੇਖਲੀਊਦੋਵ ਨੇ ਆਖਿਆ, "ਮੈਨੂੰ ਇਹ ਦੱਸੋ ਕਿ ਜੇ ਜ਼ਾਰ ਦਾ ਹੁਕਮ ਹੋ ਜਾਵੇ ਕਿ ਜਾਗੀਰਦਾਰਾਂ ਕੋਲੋਂ ਸਾਰੀ ਜ਼ਮੀਨ ਖੋਹ ਲਈ ਜਾਵੇਗੀ ਅਤੇ ਕਿਸਾਨਾਂ ਵਿਚ ਵੰਡ ਦਿੱਤੀ ਜਾਵੇਗੀ ਫੇਰ...?"

"ਕਿਉਂ, ਕੋਈ ਅਫਵਾਹ ਏ?" ਬੁੱਢੇ ਨੇ ਪੁੱਛਿਆ।

"ਨਹੀਂ, ਜ਼ਾਰ ਵਲੋਂ ਕੋਈ ਐਸਾ ਹੁਕਮ ਨਹੀਂ। ਮੈਂ ਵੈਸੇ ਹੀ ਕਹਿ ਰਿਹਾ ਸੀ ਕਿ ਜੇ ਜ਼ਾਰ ਫਰਮਾਨ ਜਾਰੀ ਕਰ ਦੇਵੇ ਕਿ ਸਾਰੀ ਦੀ ਸਾਰੀ ਜ਼ਮੀਨ ਜ਼ਮੀਨ-ਮਾਲਕਾਂ ਕੋਲੋਂ ਲੈ ਕੇ ਕਿਸਾਨਾਂ ਵਿਚ ਵੰਡ ਦਿੱਤੀ ਜਾਵੇ, ਤਾਂ ਤੁਸੀਂ ਕਿਵੇਂ ਕਰੋਗੇ?"

"ਕਿਵੇਂ ਕਰਾਂਗੇ? ਬਰਾਬਰ ਦੇ ਹਿੱਸੇ-ਪੱਤੀ ਵੰਡ ਲਵਾਂਗੇ। ਫੀ ਕਸ ਦੇ ਹਿਸਾਬ, ਭਾਵੇਂ ਕੋਈ ਕਿਸਾਨ ਹੋਵੇ, ਭਾਵੇਂ ਕੋਈ ਜ਼ਿਮੀਦਾਰ," ਤੰਦੂਰ ਬਣਾਉਣ ਵਾਲੇ ਨੇ ਛੇਤੀ ਛੇਤੀ ਆਪਣੇ ਭਰੱਵਟਿਆਂ ਨੂੰ ਹੇਠਾਂ ਉਤੇ ਕਰਦਿਆਂ ਆਖਿਆ।

"ਹੋਰ ਕਿੱਦਾਂ? ਬਿਲਕੁਲ, ਫੀ ਕੱਸ ਦੇ ਹਿਸਾਬ," ਨੇਕ ਸੁਭਾ ਵਾਲੇ ਲੰਗੜੇ ਨੇ ਆਖਿਆ ਜਿਸ ਨੇ ਆਪਣੀਆਂ ਲੱਤਾਂ ਦੁਆਲੇ ਲਿਨਿਨ ਦੀਆਂ ਪੱਟੀਆਂ ਬੰਨ੍ਹੀਆਂ ਹੋਈਆਂ ਸਨ।

ਸਾਰਿਆਂ ਨੇ ਇਸ ਗੱਲ ਦੀ ਹਾਮੀ ਭਰ ਦਿੱਤੀ। ਸਾਰਿਆਂ ਨੂੰ ਇਹ ਗੱਲ ਤਸੱਲੀਬਖਸ਼ ਲੱਗੀ ਸੀ।

"ਬਿਨਾਂ ਸ਼ੱਕ, ਫੀ ਕੱਸ ਦੇ ਹਿਸਾਬ? ਫੇਰ ਘਰ ਦੇ ਨੌਕਰਾਂ ਨੂੰ ਵੀ ਹਿੱਸਾ ਮਿਲੇਗਾ?" ਨੇਖਲੀਊਦੋਵ ਨੇ ਪੁੱਛਿਆ।

"ਨਹੀਂ, ਸਾਹਿਬ," ਸਾਬਕਾ ਫੌਜੀ ਬੋਲਿਆ। ਉਹ ਦਲੇਰ ਤੇ ਖੁਸ਼ਦਿਲ ਲੱਗਣ ਦੀ ਕੋਸ਼ਿਸ਼ ਕਰ ਰਿਹਾ ਸੀ।

ਪਰ ਉੱਚੇ ਲੰਮੇ ਕੱਦ ਵਾਲਾ, ਮਾਕੂਲ ਆਦਮੀ ਉਹਦੇ ਨਾਲ ਸਹਿਮਤ ਨਹੀਂ ਸੀ।

"ਜੇ ਵੰਡ ਪਾਉਣੀ ਏ ਤਾਂ ਸਾਰਿਆਂ ਨੂੰ ਇਕੋ ਜਿਹਾ ਹਿੱਸਾ ਮਿਲਣਾ ਚਾਹੀਦੈ," ਉਸ ਨੇ ਥੋੜਾ ਸੋਚਣ ਮਗਰੋਂ ਆਪਣੀ ਭਰਵੀਂ ਆਵਾਜ਼ ਵਿਚ ਆਖਿਆ।

"ਇਹ ਨਹੀਂ ਹੋ ਸਕਦਾ," ਨੇਖਲੀਊਦੋਵ ਨੇ ਆਖਿਆ। ਉਸ ਨੇ ਆਪਣਾ ਉਜਰ ਪਹਿਲਾਂ ਹੀ ਤਿਆਰ ਕਰ ਲਿਆ ਹੋਇਆ ਸੀ। "ਜੇ ਸਾਰਿਆਂ ਨੂੰ ਇਕੋ ਜਿਹਾ ਹਿੱਸਾ ਮਿਲ ਜਾਵੇ ਤਾਂ ਉਹ ਲੋਕ ਜਿਹੜੇ ਆਪ ਕਾਸ਼ਤ ਨਹੀਂ ਕਰਦੇ, ਆਪ ਹਲ ਨਹੀਂ ਵਾਹੁੰਦੇ, ਉਹ ਆਪਣਾ ਹਿੱਸਾ ਅਮੀਰ ਲੋਕਾਂ ਕੋਲ ਵੇਚ ਦੇਣਗੇ ਜਿਵੇਂ, ਮਾਲਕ ਤੇ ਨੌਕਰ, ਰਸੋਈਏ, ਅਧਿਕਾਰੀ, ਕਲਰਕ, ਸ਼ਹਿਰਾਂ ਦੇ ਲੋਕ। ਤੇ ਜ਼ਮੀਨ ਫੇਰ ਧਨੀਆਂ ਦੇ ਹੱਥਾਂ ਵਿਚ ਚਲੀ

ਜਾਵੇਗੀ। ਜ਼ਮੀਨ ਵਾਹੁਣ ਬੀਜਣ ਵਾਲਿਆਂ ਦੀ ਗਿਣਤੀ ਵਧਦੀ ਜਾਏਗੀ, ਤੇ ਜ਼ਮੀਨ ਫੇਰ ਲਭਣੀ ਮੁਸ਼ਕਲ ਹੋ ਜਾਵੇਗੀ। ਤੇ ਫੇਰ ਜਿਨ੍ਹਾਂ ਲੋਕਾਂ ਨੂੰ ਜ਼ਮੀਨ ਦੀ ਲੋੜ ਹੋਵੇਗੀ ਉਹ ਫੇਰ ਅਮੀਰਾਂ ਦੀ ਤਾਕਤ ਹੇਠ ਆ ਜਾਣਗੇ।"

"ਜੀ ਸਾਹਿਬ," ਸਾਬਕਾ ਫੌਜੀ ਬੋਲ ਪਿਆ।

"ਜ਼ਮੀਨ ਵੇਚਣ ਦੀ ਮਨਾਹੀ ਕਰ ਦਿਓ। ਜ਼ਮੀਨ ਸਿਰਫ ਓਸੇ ਨੂੰ ਮਿਲੇ ਜਿਹੜਾ ਆਪ ਵਾਹੁੰਦੈ," ਤੰਦੂਰ ਬਣਾਉਣ ਵਾਲਾ ਗੁੱਸੇ ਨਾਲ ਵਿਚੋਂ ਹੀ ਬੋਲ ਪਿਆ।

ਇਸ ਦਾ ਜਵਾਬ ਨੇਖਲੀਊਦੋਵ ਨੇ ਇਹ ਦਿੱਤਾ ਕਿ ਇਹ ਪਤਾ ਲਾਉਣਾ ਸੰਭਵ ਨਹੀਂ ਕਿ ਕੌਣ ਆਪਣੇ ਵਾਸਤੇ ਵਾਹ ਰਿਹਾ ਹੈ ਤੇ ਕੌਣ ਕਿਸੇ ਦੂਸਰੇ ਵਾਸਤੇ।

ਉੱਚੇ ਲੰਮੇ ਤੇ ਮਾਕੂਲ ਆਦਮੀ ਨੇ ਤਜਵੀਜ਼ ਪੇਸ਼ ਕੀਤੀ ਕਿ ਜ਼ਮੀਨ ਉਤੇ ਸਾਰੇ ਰਲਮਿਲ ਕੇ ਵਾਹੀ ਕਰਨ। ਜਿਹੜੇ ਵਾਹੀ ਕਰਨ ਉਹ ਪੈਦਾਵਾਰ ਵੰਡ ਲੈਣ। "ਤੇ ਜਿਹੜੇ ਨਾ ਵਾਹੀ ਕਰਨ ਉਹਨਾਂ ਨੂੰ ਕੁਝ ਨਾ ਮਿਲੇ।" ਉਸ ਨੇ ਦ੍ਰਿੜ੍ਹ ਭਾਰੀ ਆਵਾਜ਼ ਵਿਚ ਕਿਹਾ।

ਨੇਖਲੀਊਦੋਵ ਕੋਲ ਕਿਸੇ ਕਮਿਊਨਿਸਟੀ ਯੋਜਨਾ ਦਾ ਵੀ ਜਵਾਬ ਤਿਆਰ ਸੀ। ਉਸ ਨੇ ਆਖਿਆ ਕਿ ਐਸਾ ਬੰਦੋਬਸਤ ਕਰਨ ਲਈ ਜ਼ਰੂਰੀ ਹੋਵੇਗਾ ਕਿ ਸਾਰਿਆਂ ਕੋਲ ਹਲ ਹੋਣ, ਤੇ ਸਾਰਿਆਂ ਕੋਲ ਇਕੋ ਜਿੰਨੇ ਘੋੜੇ ਹੋਣ ਤਾਂ ਜੋ ਕੋਈ ਪਿੱਛੇ ਨਾ ਰਹਿ ਜਾਵੇ। ਇਹ ਹਲ ਤੇ ਘੋੜੇ, ਗਹਾਈ ਮਸ਼ੀਨਾਂ ਤੇ ਦੂਜੇ ਸਾਰੇ ਔਜ਼ਾਰ ਸਾਂਝੇ ਹੋਣੇ ਚਾਹੀਦੇ ਹਨ, ਅਤੇ ਇਸ ਤਰ੍ਹਾਂ ਦਾ ਪ੍ਰਬੰਧ ਤਾਂ ਹੋ ਸਕਦਾ ਹੈ ਜੇ ਸਾਰੇ ਲੋਕ ਸਹਿਮਤ ਹੋਣ।

"ਸਾਡੇ ਲੋਕ ਤਾਂ ਮਰਦੇ ਦਮ ਤੱਕ ਸਹਿਮਤ ਨਾ ਹੋਣ," ਚਿੜਚਿੜੇ ਬੁੱਢੇ ਨੇ ਆਖਿਆ।

"ਰੋਜ਼ ਲੜਾਈ ਝਗੜੇ ਹੋਣਗੇ," ਹੱਸਦੀਆਂ ਅੱਖਾਂ ਵਾਲੇ ਬੁੱਢੇ ਨੇ ਕਿਹਾ। "ਜ਼ਨਾਨੀਆਂ ਇਕ ਦੂਜੀ ਦੀਆਂ ਅੱਖਾਂ ਕੱਢ ਦੇਣਗੀਆਂ।"

"ਤੇ ਫੇਰ ਜ਼ਮੀਨ ਦੀ ਕਿਸਮ ਇਕੋ ਜਿਹੀ ਹੋਣ ਬਾਰੇ ਕੀ ਖਿਆਲ ਹੈ?" ਨੇਖਲੀਊਦੋਵ ਨੇ ਆਖਿਆ। "ਇਕ ਆਦਮੀ ਨੂੰ ਉਪਜਾਊ ਜ਼ਮੀਨ ਮਿਲ ਜਾਏ ਅਤੇ ਦੂਜੇ ਨੂੰ ਰੇਤਲੀ ਤੇ ਦਲਦਲੀ। ਉਹ ਕਿਉਂ?"

"ਤਾਂ ਫਿਰ ਜ਼ਮੀਨ ਛੋਟੇ ਛੋਟੇ ਟੋਟਿਆਂ ਵਿਚ ਵੰਡਣੀ ਚਾਹੀਦੀ ਏ। ਤੇ ਹਰੇਕ ਨੂੰ ਇਕੋ ਜਿਹਾ ਹਿੱਸਾ ਮਿਲਣਾ ਚਾਹੀਦੈ," ਤੰਦੂਰ ਬਣਾਉਣ ਵਾਲੇ ਨੇ ਆਖਿਆ।

ਇਸ ਦੇ ਜਵਾਬ ਵਿਚ ਨੇਖਲੀਊਦੋਵ ਨੇ ਕਿਹਾ ਕਿ ਉਹ ਸਿਰਫ ਇਕ ਪਿੰਡ ਦੀ ਜ਼ਮੀਨ ਦੀ ਵੰਡ ਬਾਰੇ ਨਹੀਂ ਵਿਚਾਰ ਕਰਦੇ ਸਗੋਂ ਵੱਖ ਵੱਖ ਗੁਬੇਰਨੀਆਂ ਵਿਚ ਜ਼ਮੀਨ ਦੀ ਆਮ ਵੰਡ ਬਾਰੇ ਸੋਚ ਰਹੇ ਹਨ। ਜੇ ਜ਼ਮੀਨ ਕਿਸਾਨਾਂ ਵਿਚ ਮੁਫਤ ਵੰਡੀ ਜਾਣੀ ਹੈ ਤਾਂ ਇਕ ਨੂੰ ਚੰਗੀ ਤੇ ਦੂਜੇ ਨੂੰ ਮਾੜੀ ਜ਼ਮੀਨ ਕਿਉਂ ਮਿਲੇ? ਸਾਰੇ ਚਾਹੁਣਗੇ ਕਿ ਉਹਨਾਂ ਨੂੰ ਚੰਗਾ ਟੋਟਾ ਮਿਲੇ।

"ਜੀ ਸਾਹਿਬ," ਸਾਬਕਾ ਫੌਜੀ ਨੇ ਆਖਿਆ।

ਬਾਕੀ ਸਾਰੇ ਚੁੱਪ ਸਨ।

"ਇਸ ਕਰਕੇ ਗੱਲ ਏਡੀ ਸੌਖੀ ਨਹੀਂ ਜੇਡੀ ਜਾਪਦੀ ਹੈ," ਨੇਖਲੀਊਦੋਵ ਨੇ ਆਖਿਆ। "ਪਰ ਇਸ ਮਾਮਲੇ ਬਾਰੇ ਸਿਰਫ ਅਸੀਂ ਹੀ ਨਹੀਂ ਸਗੋਂ ਹੋਰ ਵੀ ਬਹੁਤ ਲੋਕਾਂ ਨੇ ਸੋਚ-ਵਿਚਾਰ ਕੀਤੀ ਹੈ। ਮਿਸਾਲ ਵਾਸਤੇ ਇਕ ਅਮ੍ਰੀਕੀ ਹੈ, ਹੈਨਰੀ ਜਾਰਜ। ਮੈਂ ਉਹਦੇ ਨਾਲ ਸਹਿਮਤ ਹਾਂ। ਉਸ ਦਾ ਵਿਚਾਰ ਹੈ..."

"ਤੁਸੀਂ ਮਾਲਕ ਜੇ। ਜਿਵੇਂ ਜੀਅ ਕਰੇ ਜ਼ਮੀਨ ਵੰਡ ਸਕਦੇ ਓ। ਤੁਹਾਨੂੰ ਰੋਕਣ ਵਾਲਾ ਕੌਣ ਏ? ਤਾਕਤ ਤੁਹਾਡੇ ਹੱਥ ਵਿਚ ਏ," ਚਿੜਚਿੜੇ ਬੁੱਢੇ ਨੇ ਕਿਹਾ।

ਇਹ ਸੁਣ ਕੇ ਨੇਖਲੀਊਦੋਵ ਝੁੰਜਲਾ ਗਿਆ। ਪਰ ਉਸ ਨੂੰ ਇਹ ਵੇਖ ਕੇ ਖੁਸ਼ੀ ਹੋਈ ਕਿ ਇਉਂ ਗੱਲ ਟੁਕਣ ਤੇ ਉਹ ਇਕੱਲਾ ਹੀ ਨਹੀਂ ਸੀ ਨਾਰਾਜ਼ ਹੋਇਆ।

"ਰਤਾ ਖਲੋ ਜਾ, ਚਾਚਾ ਸੇਮੀਓਨ, ਉਹਨਾਂ ਨੂੰ ਗੱਲ ਕਰ ਲੈਣ ਦੇ," ਉਸ ਮਾਕੂਲ ਆਦਮੀ ਨੇ ਖੜਕਵੀਂ ਭਰਵੀਂ ਆਵਾਜ਼ ਵਿਚ ਆਖਿਆ।

ਇਸ ਨਾਲ ਨੇਖਲੀਊਦੋਵ ਦਾ ਦਿਲ ਤਕੜਾ ਹੋ ਗਿਆ ਤੇ ਉਹ ਹੈਨਰੀ ਜਾਰਜ ਦੀ ਇਕਹਿਰੀ ਟੈਕਸ ਪ੍ਰਣਾਲੀ ਦੀ ਵਿਆਖਿਆ ਕਰਨ ਲੱਗ ਪਿਆ।

"ਧਰਤੀ ਕਿਸੇ ਆਦਮੀ ਦੀ ਨਹੀਂ, ਰੱਬ ਦੀ ਹੈ," ਉਸ ਨੇ ਗੱਲ ਸ਼ੁਰੂ ਕੀਤੀ।

"ਜੀ ਹਾਂ, ਸਹੀ ਗੱਲ ਏ," ਕਈ ਆਵਾਜ਼ਾਂ ਨੇ ਹੁੰਗਾਰਾ ਭਰਿਆ।

"ਜ਼ਮੀਨ ਸਾਰਿਆਂ ਦੀ ਸਾਂਝੀ ਹੈ। ਏਸ ਉਤੇ ਸਾਰਿਆਂ ਦਾ ਇਕੋ ਜਿੰਨਾ ਹੱਕ ਹੈ। ਪਰ ਜ਼ਮੀਨ ਚੰਗੀ ਵੀ ਹੈ ਤੇ ਮਾੜੀ ਵੀ। ਤੇ ਹਰ ਕੋਈ ਚਾਹੇਗਾ ਕਿ ਉਹਨੂੰ ਚੰਗੀ ਜ਼ਮੀਨ ਮਿਲੇ। ਹੁਣ ਇਹ ਕਿਵੇਂ ਕੀਤਾ ਜਾਏ ਕਿ ਵੰਡ ਇਨਸਾਫ ਵਾਲੀ ਹੋਵੇ? ਇਸ ਤਰ੍ਹਾਂ: ਜਿਹੜਾ ਚੰਗੀ ਜ਼ਮੀਨ ਦੀ ਵਰਤੋਂ ਕਰੇ ਉਹ ਉਸ ਜ਼ਮੀਨ ਦਾ ਲਗਾਨ ਉਹਨਾਂ ਲੋਕਾਂ ਨੂੰ ਅਦਾ ਕਰੇ ਜਿਹੜੇ ਬੇਜ਼ਮੀਨੇ ਹਨ," ਨੇਖਲੀਊਦੋਵ ਆਪਣੇ ਹੀ ਸਵਾਲ ਦਾ ਜਵਾਬ ਦੇਂਦਾ ਹੋਇਆ ਬੋਲੀ ਗਿਆ, "ਪਰ ਇਹ ਕਹਿਣਾ ਮੁਸ਼ਕਲ ਹੈ ਕਿ ਕੌਣ ਕਿਸ ਨੂੰ ਅਦਾਇਗੀ ਕਰੇ, ਅਤੇ ਕਿਉਂਕਿ ਸਾਂਝੀਆਂ ਲੋੜਾਂ ਪੂਰੀਆਂ ਕਰਨ ਵਾਸਤੇ ਵੀ ਪੈਸੇ ਦੀ ਲੋੜ ਹੈ, ਇਸ ਲਈ ਬੰਦੋਬਸਤ ਇਸ ਤਰ੍ਹਾਂ ਦਾ ਹੋਣਾ ਚਾਹੀਦਾ ਹੈ ਕਿ ਜੋ ਆਦਮੀ ਚੰਗੀ ਜ਼ਮੀਨ ਦੀ ਵਰਤੋਂ ਕਰਦਾ ਹੈ ਉਹ ਉਸ ਜ਼ਮੀਨ ਦਾ ਲਗਾਨ ਭਾਈਚਾਰੇ ਨੂੰ ਉਸ ਦੀਆਂ ਲੋੜਾਂ ਪੂਰੀਆਂ ਕਰਨ ਵਾਸਤੇ ਅਦਾ ਕਰੇ। ਇਸ ਤਰ੍ਹਾਂ ਹਰ ਇਕ ਨੂੰ ਬਰਾਬਰ ਦਾ ਹਿੱਸਾ ਮਿਲ ਜਾਏਗਾ। ਜੇ ਤੁਸੀਂ ਜ਼ਮੀਨ ਵਰਤਣਾ ਚਾਹੁੰਦੇ ਹੋ ਤਾਂ ਇਹਦੇ ਲਈ ਪੈਸੇ ਦਿਓ—ਚੰਗੀ ਜ਼ਮੀਨ ਵਾਸਤੇ ਬਹੁਤੇ ਪੈਸੇ, ਮਾੜੀ ਜ਼ਮੀਨ ਵਾਸਤੇ ਥੋੜੇ ਪੈਸੇ। ਜੇ ਤੁਸੀਂ ਜ਼ਮੀਨ ਦੀ ਵਰਤੋਂ ਨਹੀਂ ਕਰਨਾ ਚਾਹੁੰਦੇ ਤਾਂ ਕੁਝ ਵੀ ਨਾ ਦਿਓ, ਅਤੇ ਜਿਹੜੇ ਜ਼ਮੀਨ ਵਰਤਣਗੇ ਉਹ ਤੁਹਾਡੀ ਥਾਂ ਟੈਕਸਾਂ ਤੇ ਸਾਂਝੇ ਖਰਚਾਂ ਦਾ ਭੁਗਤਾਨ ਕਰਨਗੇ।"

"ਇਹ ਠੀਕ ਏ," ਤੰਦੂਰ ਬਣਾਉਣ ਵਾਲੇ ਨੇ ਆਪਣੇ ਭਰਵੱਟਿਆਂ ਨੂੰ ਹੇਠਾਂ ਉਪਰ ਕਰਦਿਆਂ ਆਖਿਆ। "ਜੀਹਦੇ ਕੋਲ ਵੀ ਚੰਗੀ ਜ਼ਮੀਨ ਏ ਉਹਨੂੰ ਬਹੁਤੇ ਪੈਸੇ ਦੇਣੇ ਚਾਹੀਦੇ ਨੇ।"

"ਪਈ ਬੰਦਾ ਸਿਆਣਾ ਸਾ ਜੇ ਕੀ ਆਂਹਦੇ ਨੇ ਹਨੇਰੀ ਜਾਰਜ!" ਕੁੰਡਲਦਾਰ ਵਾਲਾਂ ਵਾਲੇ ਬਜ਼ੁਰਗ ਨੇ ਆਖਿਆ।

"ਸਿਰਫ ਦੇਣ ਵਾਲੀ ਰਕਮ ਸਾਡੀ ਤੌਫੀਕ ਮੁਤਾਬਿਕ ਹੋਣੀ ਚਾਹੀਦੀ ਏ," ਭਰਵੀਂ ਆਵਾਜ਼ ਵਾਲੇ ਉੱਚੇ ਲੰਮੇ ਆਦਮੀ ਨੇ ਆਖਿਆ। ਪ੍ਰਤੱਖ ਤੌਰ ਤੇ ਉਹਨੇ ਸਮਝ ਲਿਆ ਸੀ ਕਿ ਯੋਜਨਾ ਦਾ ਮਕਸਦ ਕੀ ਹੈ।

"ਰਕਮ ਨਾ ਤਾਂ ਬਹੁਤ ਜ਼ਿਆਦਾ ਹੋਣੀ ਚਾਹੀਦੀ ਹੈ ਤੇ ਨਾ ਹੀ ਬਹੁਤ ਘਟ। ਜੇ ਬਹੁਤ ਜ਼ਿਆਦਾ ਹੋਵੇਗੀ ਤਾਂ ਭੁਗਤਾਨ ਨਹੀਂ ਹੋਵੇਗਾ ਅਤੇ ਨੁਕਸਾਨ ਹੋਵੇਗਾ। ਜੇ ਬਹੁਤ ਘਟ, ਤਾਂ ਜ਼ਮੀਨ ਦਾ ਕਬਜ਼ਾ ਵੇਚਿਆ ਖਰੀਦਿਆ ਜਾਏਗਾ। ਜ਼ਮੀਨ ਦਾ ਵਪਾਰ ਹੋਣ ਲੱਗ ਪਵੇਗਾ," ਨੇਖਲੀਊਦੋਵ ਨੇ ਜਵਾਬ ਦਿੱਤਾ। "ਬਸ ਇਹ ਜੇ ਕੰਮ ਜਿਹੜਾ ਮੈਂ ਏਥੇ ਤੁਹਾਡੇ ਕਰਨਾ ਚਾਹੁੰਦਾ ਹਾਂ।"

"ਇਹ ਤਾਂ ਦਰੁਸਤ ਗੱਲ ਹੋਈ। ਬਿਲਕੁਲ ਸਹੀ। ਇਹ ਠੀਕ ਰਹੇਗਾ," ਕਿਸਾਨਾਂ ਨੇ ਆਖਿਆ।

"ਪਈ ਬੰਦਾ ਡਮਾਕ ਵਾਲਾ ਸੀ, ਇਹ ਜਾਰਜ," ਚੌੜੇ ਮੋਢਿਆਂ ਤੇ ਘੁੰਗਰਾਲੇ ਵਾਲਾਂ ਵਾਲੇ ਬੁੱਢੇ ਨੇ ਆਖਿਆ। "ਵੇਖੋ ਤਾਂ ਸਹੀ, ਕੇਡੀ ਪਤੇ ਦੀ ਗੱਲ ਸੋਚੀ ਆ।"

"ਤੇ ਜੇ ਭਲਾ ਮੈਂ ਵੀ ਥੋੜੀ ਬਹੁਤੀ ਜ਼ਮੀਨ ਲੈਣਾ ਚਾਹਵਾਂ?" ਮੁਸਕ੍ਰਾਉਂਦੇ ਹੋਏ ਕਾਰਿੰਦੇ ਨੇ ਆਖਿਆ।

"ਜੇ ਕੋਈ ਵਿਹਲਾ ਪਿਆ ਟੋਟਾ ਹੈ, ਲੈ ਲਓ ਤੇ ਕਾਸ਼ਤ ਕਰੋ," ਨੇਖਲੀਊਦੋਵ ਨੇ ਆਖਿਆ।

"ਤੂੰ ਕੀ ਕਰਨੀ ਏ ਜ਼ਮੀਨ? ਤੂੰ ਬਥੇਰਾ ਰੱਜਿਆ ਪੁੱਜਿਆ ਏਂ," ਹੱਸਦੀਆਂ ਅੱਖਾਂ ਵਾਲੇ ਬੁੱਢੇ ਨੇ ਆਖਿਆ।

ਤੇ ਏਨੀ ਗੱਲ ਨਾਲ ਮੀਟਿੰਗ ਸਮਾਪਤ ਹੋ ਗਈ।

ਨੇਖਲੀਊਦੋਵ ਨੇ ਆਪਣੀ ਤਜਵੀਜ਼ ਦੁਬਾਰਾ ਪੇਸ਼ ਕੀਤੀ। ਉਸ ਨੇ ਤੁਰਤ ਹੀ ਜਵਾਬ ਨਹੀਂ ਮੰਗਿਆ ਸਗੋਂ ਉਹਨਾਂ ਨੂੰ ਸਲਾਹ ਦਿੱਤੀ ਕਿ ਉਹ ਬਾਕੀ ਦੇ ਭਾਈਚਾਰੇ ਨਾਲ ਬਹਿ ਕੇ ਵਿਚਾਰ ਕਰ ਲੈਣ ਤੇ ਜੋ ਵੀ ਫੈਸਲਾ ਹੋਵੇ ਉਸ ਨੂੰ ਦੱਸ ਦੇਣ।

ਕਿਸਾਨਾਂ ਨੇ ਕਿਹਾ ਕਿ ਉਹ ਆਪਸ ਵਿਚ ਗੱਲ ਕਰਨਗੇ ਤੇ ਫੇਰ ਉਸ ਨੂੰ ਜਵਾਬ ਦੇਣਗੇ, ਤੇ ਉਹ ਬੜੇ ਉਮਾਹ ਨਾਲ ਉੱਠ ਕੇ ਚਲੇ ਗਏ। ਸੜਕ ਤੇ ਜਾਂਦੇ ਹੋਏ ਉਹ ਉੱਚੀ ਉੱਚੀ ਗੱਲਾਂ ਕਰ ਰਹੇ ਸਨ ਤੇ ਉਹਨਾਂ ਦੇ ਬੋਲਣ ਦੀ ਆਵਾਜ਼ ਆ ਰਹੀ ਸੀ ਅਤੇ ਡੂੰਘੀ ਰਾਤ ਗਿਆਂ ਵੀ ਦਰਿਆ ਕੋਲੋਂ ਪਿੰਡ ਵਿਚੋਂ ਉਹਨਾਂ ਦੀਆਂ ਗੱਲਾਂ ਦੀ ਆਵਾਜ਼ ਸੁਣ ਰਹੀ ਸੀ।

ਅਗਲੇ ਦਿਨ ਕਿਸਾਨ ਆਪਣੇ ਕੰਮੀਂ ਨਹੀਂ ਗਏ, ਸਗੋਂ ਉਹ ਸਾਰਾ ਦਿਨ ਜ਼ਿਮੀਂਦਾਰ ਦੀ ਤਜਵੀਜ਼ ਉਤੇ ਵਿਚਾਰਾਂ ਕਰਦੇ ਰਹੇ। ਭਾਈਚਾਰਾ ਦੋ ਧਿਰਾਂ ਵਿਚ ਵੰਡਿਆ ਹੋਇਆ

ਸੀ। ਇਕ ਧਿਰ ਸਮਝਦੀ ਸੀ ਕਿ ਇਹ ਤਜਵੀਜ਼ ਫਾਇਦੇਮੰਦ ਹੈ ਤੇ ਇਸ ਨੂੰ ਮੰਨ ਲੈਣ ਵਿਚ ਕੋਈ ਖਤਰੇ ਵਾਲੀ ਗੱਲ ਨਹੀਂ। ਦੂਜੀ ਧਿਰ ਨੂੰ ਇਹ ਇਕ ਫਾਂਸਾ ਜਾਪਦਾ ਸੀ ਜਿਸ ਦੀ ਸਮਝ ਨਹੀਂ ਸੀ ਆਉਂਦੀ, ਇਸ ਲਈ ਉਹ ਲੋਕ ਇਸ ਤੋਂ ਘਬਰਾਉਂਦੇ ਤੇ ਇਸ ਉਤੇ ਸ਼ੱਕ ਕਰਦੇ ਸਨ। ਪਰ, ਤੀਸਰੇ ਦਿਨ ਸਾਰੇ ਸਹਿਮਤ ਹੋ ਗਏ ਅਤੇ ਉਹਨਾਂ ਕੁਝ ਬੰਦੇ ਨੇਖਲੀਊਦੋਵ ਕੋਲ ਇਹ ਆਖਣ ਭੇਜ ਦਿੱਤੇ ਕਿ ਉਹਨਾਂ ਨੂੰ ਤਜਵੀਜ਼ ਮਨਜ਼ੂਰ ਹੈ। ਉਹਨਾਂ ਵਲੋਂ ਇਸ ਫੈਸਲੇ ਤੱਕ ਪੁਜਣ ਵਿਚ ਉਸ ਗੱਲ ਦਾ ਅਸਰ ਵੀ ਹੋਇਆ ਜਿਹੜੀ ਜ਼ਿਮੀਦਾਰ ਦੇ ਚੱਜ-ਆਚਾਰ ਬਾਰੇ ਇਕ ਬੁੱਢੀ ਨੇ ਦੱਸੀ ਸੀ। ਇਸ ਨਾਲ ਉਹਨਾਂ ਦੇ ਧੋਖੇ ਫਰੇਬ ਸੰਬੰਧੀ ਸਾਰੇ ਡਰ ਤੌਖਲੇ ਮਿਟ ਗਏ ਸਨ। ਬੁੱਢੀ ਨੇ ਦੱਸਿਆ ਸੀ ਕਿ ਮਾਲਕ ਨੂੰ ਆਪਣੀ ਆਤਮਾ ਦੀ ਚਿੰਤਾ ਹੋਣ ਲੱਗ ਪਈ ਹੈ ਤੇ ਉਹ ਆਪਣੀ ਮੁਕਤੀ ਦੀ ਆਸ ਵਿਚ ਇਹ ਸਭ ਕੁਝ ਕਰ ਰਿਹਾ ਹੈ। ਨੇਖਲੀਊਦੋਵ ਨੇ ਪਾਨੋਵੋ ਵਿਚ ਵੱਡੀਆਂ ਰਕਮਾਂ ਜੋ ਖੈਰਾਤ ਵਿਚ ਦੇ ਦਿੱਤੀਆਂ ਸਨ ਉਹਨਾਂ ਤੋਂ ਇਸ ਗੱਲ ਦੀ ਪੁਸ਼ਟੀ ਵੀ ਹੁੰਦੀ ਸੀ। ਦਰ ਅਸਲ ਨੇਖਲੀਊਦੋਵ ਨੇ ਇਸ ਤੋਂ ਪਹਿਲਾਂ ਅਜਿਹੀ ਘੋਰ ਗੁਰਬਤ ਤੇ ਜ਼ਿੰਦਗੀ ਦੀ ਲਾਚਾਰੀ ਨਹੀਂ ਵੇਖੀ ਸੀ ਜਿੱਨੀ ਏਥੇ ਕਿਸਾਨਾਂ ਵਿਚ ਸੀ। ਇਸ ਨੂੰ ਵੇਖ ਕੇ ਉਹਦੇ ਦਿਲ ਦਾ ਰੁਗ ਭਰਿਆ ਗਿਆ ਸੀ ਤੇ ਉਹ ਖੈਰਾਤ ਵੰਡਦਾ ਰਿਹਾ ਸੀ, ਭਾਵੇਂ ਉਹ ਜਾਣਦਾ ਸੀ ਕਿ ਇਸ ਤਰ੍ਹਾਂ ਕਰਨਾ ਵਾਜਿਬ ਗੱਲ ਨਹੀਂ। ਪੈਸੇ ਦਿੱਤੇ ਬਿਨਾਂ ਉਸ ਤੋਂ ਰਿਹਾ ਨਹੀਂ ਸੀ ਗਿਆ ਤੇ ਇਸ ਵੇਲੇ ਪੈਸੇ ਉਹਦੇ ਕੋਲ ਸਨ ਵੀ ਬਹੁਤ। ਉਸ ਨੂੰ ਪਿਛਲੇ ਸਾਲ ਵੇਚੇ ਇਕ ਜੰਗਲ ਦੀ ਬਹੁਤ ਵੱਡੀ ਰਕਮ ਮਿਲੀ ਸੀ ਅਤੇ ਨਾਲੇ ਕੁਜ਼ਮਿਨਸਕੋਯੇ ਦੇ ਮਾਲ-ਡੰਗਰ ਤੇ ਸੰਦਾਂ-ਔਜ਼ਾਰਾਂ ਨੂੰ ਵੇਚ ਦੇਣ ਲਈ ਕੁਝ ਬਿਆਨੇ ਦੀ ਰਕਮ ਆਈ ਸੀ।

ਜਿਵੇਂ ਹੀ ਇਸ ਗੱਲ ਦਾ ਪਤਾ ਲੱਗਾ ਕਿ ਮਾਲਕ ਖੈਰਾਤ ਵੰਡ ਰਿਹਾ ਹੈ, ਲੋਕਾਂ ਦੀਆਂ ਭੀੜਾਂ, ਖਾਸ ਕਰਕੇ ਔਰਤਾਂ, ਵਹੀਰਾਂ ਘੱਤ ਕੇ ਮੰਗਣ ਵਾਸਤੇ ਆ ਪਹੁੰਚੀਆਂ। ਨੇਖਲੀਊਦੋਵ ਨੂੰ ਇਸ ਗੱਲ ਦਾ ਉੱਕਾ ਹੀ ਇਲਮ ਨਹੀਂ ਸੀ ਕਿ ਪੈਸੇ ਕਿਵੇਂ ਵੰਡੇ ਜਾਣ। ਇਸ ਗੱਲ ਦਾ ਫੈਸਲਾ ਕਿਵੇਂ ਹੋਵੇ ਕਿ ਕਿਸ ਕਿਸ ਨੂੰ ਅਤੇ ਕਿੰਨੇ ਕਿੰਨੇ ਪੈਸੇ ਦਿੱਤੇ ਜਾਣ। ਉਹ ਮਹਿਸੂਸ ਕਰ ਰਿਹਾ ਸੀ ਕਿ ਘੋਰ ਗੁਰਬਤ ਦੀ ਹਾਲਤ ਵਿਚ ਲੋਕਾਂ ਨੂੰ ਪੈਸੇ ਦੇਣ ਤੋਂ ਇਨਕਾਰ ਕਰਨਾ, ਜਦੋਂ ਕਿ ਉਹਦੇ ਕੋਲ ਬਹੁਤ ਪੈਸੇ ਹਨ, ਅਸੰਭਵ ਹੈ। ਪਰ ਇਸ ਦੇ ਨਾਲ ਹੀ ਮੰਗਣ ਵਾਲਿਆਂ ਨੂੰ ਬਿਨਾਂ ਸੋਚੇ-ਸਮਝੇ ਪੈਸੇ ਵੰਡੀ ਜਾਣਾ ਵੀ ਸਿਆਣਪ ਵਾਲੀ ਗੱਲ ਨਹੀਂ ਸੀ। ਇਸ ਹਾਲਤ ਵਿਚੋਂ ਨਿਕਲਣ ਦਾ ਇਕੋ ਇਕ ਤਰੀਕਾ ਜੋ ਉਹਦੀ ਸਮਝ ਵਿਚ ਆਇਆ ਉਹ ਇਹ ਸੀ ਕਿ ਓਥੋਂ ਚਲਾ ਜਾਵੇ ਤੇ ਉਸ ਨੇ ਫੌਰਨ ਇਸ ਤਰ੍ਹਾਂ ਹੀ ਕੀਤਾ ਸੀ।

ਪਾਨੋਵੋ ਵਿਚ ਆਪਣਾ ਆਖਰੀ ਦਿਨ ਨੇਖਲੀਊਦੋਵ ਨੇ ਆਪਣੀਆਂ ਭੂਆ ਦੇ ਮਕਾਨ ਵਿਚ ਰਹਿ ਗਏ ਸਾਜ਼-ਸਮਾਨ ਨੂੰ ਵੇਖਦਿਆਂ ਬਿਤਾਇਆ। ਘਰ ਵਿਚ ਮਹਾਗਨੀ ਦੀ ਬਣੀ ਹੋਈ ਕਪੜਿਆਂ ਦੀ ਇਕ ਅਲਮਾਰੀ ਸੀ ਜਿਸ ਨੂੰ ਤਾਂਬੇ ਦੇ ਬਣੇ ਹੋਏ ਸ਼ੇਰਾਂ ਦੇ ਸਿਰ ਮੁੱਠਾਂ ਦੇ ਤੌਰ ਤੇ ਲੱਗੇ ਹੋਏ ਸਨ ਜਿਨ੍ਹਾਂ ਵਿਚ ਛੱਲੇ ਪਰੁਚੇ ਹੋਏ ਸਨ। ਇਸ

ਅਲਮਾਰੀ ਦੇ ਹੇਠਲੇ ਖਾਨੇ ਵਿਚੋਂ ਬਹੁਤ ਸਾਰੀਆਂ ਚਿੱਠੀਆਂ ਉਹਦੇ ਹੱਥ ਲੱਗੀਆਂ ਜਿਨ੍ਹਾਂ ਵਿਚ ਇਕ ਤਸਵੀਰ ਵੀ ਪਈ ਸੀ। ਇਹ ਤਸਵੀਰ ਇਕ ਗਰੁਪ ਦੀ ਸੀ ਜਿਸ ਵਿਚ ਉਸ ਦੀਆਂ ਭੂਆ ਸੋਫੀਆ ਇਵਾਨੋਵਨਾ ਤੇ ਮਾਰੀਆ ਇਵਾਨੋਵਨਾ, ਵਿਦਿਆਰਥੀ ਦੇ ਰੂਪ ਵਿਚ ਨੇਖਲੀਊਦੋਵ ਆਪ, ਅਤੇ ਕਾਤੀਊਸ਼ਾ ਸ਼ਾਮਲ ਸਨ। ਪਵਿਤਰ, ਪਿਆਰੀ, ਸੁੰਦਰ ਅਤੇ ਜ਼ਿੰਦਗੀ ਦੀ ਡੁਲ੍ਹ ਡੁਲ੍ਹ ਪੈਂਦੀ ਖੁਸ਼ੀ ਦੇ ਦਿਨਾਂ ਵਾਲੀ ਕਾਤੀਊਸ਼ਾ। ਘਰ ਦੀਆਂ ਸਾਰੀਆਂ ਚੀਜ਼ਾਂ ਵਿਚੋਂ ਉਸ ਨੇ ਇਹ ਚਿੱਠੀਆਂ ਤੇ ਤਸਵੀਰ ਸੰਭਾਲ ਲਈ। ਬਾਕੀ ਸਭ ਕੁਝ ਘਰਾਟ ਦੇ ਮਾਲਕ ਨੂੰ ਦੇ ਦਿੱਤਾ ਜਿਸ ਨੇ, ਸਦਾ ਮੁਸਕ੍ਰਾਉਂਦੇ ਕਾਰਿੰਦੇ ਦੀ ਸਫਾਰਸ਼ ਨਾਲ, ਮਕਾਨ ਤੇ ਇਸ ਵਿਚਲਾ ਸਾਰਾ ਸਾਮਾਨ ਅਸਲ ਕੀਮਤ ਦੇ ਦਸਵੇਂ ਹਿੱਸੇ ਤੇ ਖਰੀਦ ਲਿਆ ਸੀ। ਇਸ ਮਕਾਨ ਨੂੰ ਡੇਗ ਦਿੱਤਾ ਜਾਏਗਾ ਤੇ ਸਾਮਾਨ ਲੱਦ ਖੜਿਆ ਜਾਏਗਾ।

ਕੁਜ਼ਮਿਨਸਕੋਯੇ ਵਿਚ ਆਪਣੀ ਜ਼ਮੀਨ ਜਾਇਦਾਦ ਨੂੰ ਛੱਡਣ ਵੇਲੇ ਨੇਖਲੀਊਦੋਵ ਨੂੰ ਅਫ਼ਸੋਸ ਹੋਇਆ ਸੀ। ਉਸ ਪਲ ਨੂੰ ਯਾਦ ਕਰ ਕੇ ਅੱਜ ਉਹ ਹੈਰਾਨ ਹੋ ਰਿਹਾ ਸੀ ਕਿ ਉਸ ਦੇ ਦਿਲ ਵਿਚ ਇਸ ਤਰ੍ਹਾਂ ਦੀ ਭਾਵਨਾ ਹੀ ਕਿਵੇਂ ਆ ਗਈ ਸੀ। ਅੱਜ ਇਸ ਬੰਦ-ਖਲਾਸ ਉਤੇ ਉਸ ਨੂੰ ਪ੍ਰਸੰਨਤਾ ਤੇ ਖੁਸ਼ੀ ਹੋ ਰਹੀ ਸੀ, ਕੁਝ ਨਵਾਂ ਨਵਾਂ ਜਿਹਾ ਲੱਗ ਰਿਹਾ ਸੀ, ਕੁਝ ਇਸ ਤਰ੍ਹਾਂ ਦਾ ਅਨੁਭਵ ਹੋ ਰਿਹਾ ਸੀ ਜਿਸ ਤਰ੍ਹਾਂ ਦਾ ਕਿਸੇ ਸੈਲਾਨੀ ਨੂੰ ਨਵੀਆਂ ਧਰਤੀਆਂ ਉਤੇ ਪੈਰ ਰੱਖਣ ਨਾਲ ਹੁੰਦਾ ਹੈ।

੧੦

ਵਾਪਸ ਆਇਆ ਤਾਂ ਨੇਖਲੀਊਦੋਵ ਨੂੰ ਸ਼ਹਿਰ ਇਕ ਨਵੇਂ ਤੇ ਵਚਿਤਰ ਰੰਗ ਵਿਚ ਨਜ਼ਰ ਆਇਆ। ਉਹ ਤ੍ਰਿਕਾਲਾਂ ਵੇਲੇ ਮੁੜਿਆ ਸੀ ਜਦੋਂ ਬੱਤੀਆਂ ਜਗ ਪਈਆਂ ਸਨ। ਰੇਲਵੇ ਸਟੇਸ਼ਨ ਤੋਂ ਬੱਘੀ ਵਿਚ ਬੈਠ ਕੇ ਉਹ ਸਿੱਧਾ ਆਪਣੇ ਘਰ ਪਹੁੰਚਾ। ਮਕਾਨ ਦੇ ਕਮਰਿਆਂ ਵਿਚ ਹਾਲੇ ਵੀ ਫਰਨੈਲ ਦੀ ਬੂ ਫੈਲੀ ਹੋਈ ਸੀ। ਅਗਰਾਫੇਨਾ ਪੇਤਰੋਵਨਾ ਅਤੇ ਕੋਰਨੇਈ ਦੋਵੇਂ ਹੀ ਥੱਕੇ ਟੁੱਟੇ ਤੇ ਬੇਚੈਨ ਲੱਗ ਰਹੇ ਸਨ। ਅਜਿਹੀਆਂ ਚੀਜ਼ਾਂ ਵਸਤਾਂ ਬਾਰੇ ਉਹਨਾਂ ਵਿਚ ਝਗੜਾ ਵੀ ਹੋ ਚੁੱਕਾ ਸੀ ਜਿਹੜੀਆਂ ਸਿਰਫ ਇਸ ਵਾਸਤੇ ਹੀ ਬਣੀਆਂ ਜਾਪਦੀਆਂ ਹਨ ਕਿ ਉਹਨਾਂ ਨੂੰ ਬਾਹਰ ਲਟਕਾ ਦਿਓ, ਹਵਾ ਲਵਾ ਲਓ ਤੇ ਫੇਰ ਤਹਿ ਕਰ ਕੇ ਸੰਭਾਲ ਦਿਓ। ਨੇਖਲੀਊਦੋਵ ਦਾ ਕਮਰਾ ਖਾਲੀ ਸੀ ਪਰ ਚੰਗੀ ਹਾਲਤ ਵਿਚ ਨਹੀਂ ਸੀ। ਰਾਹ ਵਿਚ ਟਰੰਕ ਰੱਖੇ ਹੋਏ ਸਨ ਤੇ ਲੰਘਣਾ ਮੁਮਕਿਨ ਨਹੀਂ ਸੀ। ਪ੍ਰਤੱਖ ਤੌਰ ਤੇ ਉਹਦੇ ਆ ਜਾਣ ਨਾਲ ਕੰਮ ਵਿਚ ਰੁਕਾਵਟ ਪੈ ਗਈ ਸੀ ਜਿਹੜਾ ਇਕ ਅਜੀਬ ਕਿਸਮ ਦੇ ਆਲਸ ਨਾਲ ਇਸ ਘਰ ਵਿਚ ਹੋ ਰਿਹਾ ਸੀ। ਕਿਸਾਨਾਂ ਦੇ ਜੀਵਨ ਦੀ ਦੁਰ-

ਦਸ਼ਾ ਬਾਰੇ ਜੋ ਪ੍ਰਭਾਵ ਉਹਦੇ ਮਨ ਉਤੇ ਪਏ ਸਨ ਉਸ ਤੋਂ ਮਗਰੋਂ ਇਹ ਕੰਮ, ਜਿਨ੍ਹਾਂ ਵਿਚ ਇਕ ਸਮੇਂ ਉਹ ਆਪ ਹਿੱਸਾ ਲੈਂਦਾ ਹੁੰਦਾ ਸੀ, ਨੇਖਲੀਊਦੋਵ ਨੂੰ ਏਡੇ ਪ੍ਰਤੱਖ ਰੂਪ ਵਿਚ ਫਜ਼ੂਲ ਅਤੇ ਬੇਸੁਆਦੇ ਲੱਗ ਰਹੇ ਸਨ ਕਿ ਉਹਨੇ ਅਗਲੇ ਹੀ ਦਿਨ ਕਿਸੇ ਲਾਜ ਵਿਚ ਜਾ ਕੇ ਰਹਿਣ ਦਾ ਫੈਸਲਾ ਕਰ ਲਿਆ। ਤੇ ਇਹ ਕੰਮ ਨੇਖਲੀਊਦੋਵ ਨੇ ਅਗਰਾਫੇਨਾ ਪੇਤਰੋਵਨਾ ਉਤੇ ਛੱਡ ਦਿੱਤਾ ਕਿ ਜਿੰਨਾਂ ਚਿਰ ਉਸ ਦੀ ਭੈਣ ਨਹੀਂ ਆਉਂਦੀ ਅਤੇ ਘਰ ਦੀ ਹਰ ਚੀਜ਼ ਨੂੰ ਅੰਤਮ ਰੂਪ ਵਿਚ ਬੰਨੇ ਨਹੀਂ ਲਾਉਂਦੀ ਓਨਾ ਚਿਰ ਚੀਜ਼ਾਂ ਵਸਤਾਂ ਨੂੰ ਜਿਵੇਂ ਠੀਕ ਸਮਝੇ ਸੰਭਾਲ ਰੱਖੇ।

ਅਗਲੇ ਦਿਨ ਨੇਖਲੀਊਦੋਵ ਸਵਖ਼ਤੇ ਹੀ ਘਰੋਂ ਨਿਕਲ ਗਿਆ ਅਤੇ ਇਕ ਬਹੁਤ ਹੀ ਸਾਧਾਰਨ ਜਿਹੇ ਲਾਜ ਵਿਚ ਦੋ ਕਮਰੇ ਕਿਰਾਏ ਉਤੇ ਲੈ ਲਏ। ਥਾਂ ਕੋਈ ਖਾਸ ਸਾਫ ਸੁਥਰੀ ਤਾਂ ਨਹੀਂ ਸੀ ਪਰ ਇਹ ਜੇਲ੍ਹ ਤੋਂ ਬਹੁਤ ਨੇੜੇ ਸੀ। ਫੇਰ ਆਪਣੀਆਂ ਕੁਝ ਚੀਜ਼ਾਂ ਨੂੰ ਓਥੇ ਭਿਜਵਾ ਦੇਣ ਦਾ ਹੁਕਮ ਦੇ ਕੇ, ਉਹ ਆਪ ਵਕੀਲ ਨੂੰ ਮਿਲਣ ਚਲਾ ਗਿਆ।

ਬਾਹਰ ਪਾਲਾ ਸੀ। ਕੁਝ ਦਿਨ ਮੀਂਹ ਹਨੇਰੀ ਵਾਲਾ ਮੌਸਮ ਰਹਿਣ ਮਗਰੋਂ ਠੰਡ ਹੋ ਗਈ ਸੀ ਜਿਵੇਂ ਬਾਹਰ ਦੀ ਰੁੱਤ ਵਿਚ ਆਮ ਕਰਕੇ ਹੁੰਦਾ ਹੈ। ਪਾਲਾ ਏਨਾ ਸੀ ਤੇ ਹਵਾ ਏਨੀ ਤੁੰਦ ਸੀ ਕਿ ਨੇਖਲੀਊਦੋਵ ਨੂੰ ਆਪਣੇ ਹਲਕੇ ਵੱਡੇ ਕੋਟ ਦੇ ਬਾਵਜੂਦ ਵੀ ਝੁਣਝੁਣੀਆਂ ਆ ਰਹੀਆਂ ਸਨ। ਉਹ ਤੇਜ਼ ਤੁਰਨ ਲੱਗ ਪਿਆ ਤਾਂ ਜੋ ਸਰੀਰ ਕੁਝ ਗਰਮ ਹੋ ਜਾਵੇ।

ਉਸ ਦੇ ਖਿਆਲਾਂ ਵਿਚ ਪਿੰਡ ਦੇ ਲੋਕਾਂ ਦੇ ਬਿੰਬ ਉਭਰ ਰਹੇ ਸਨ—ਔਰਤਾਂ, ਬੱਚੇ, ਬੁੱਢੇ—ਅਤੇ ਉਹਨਾਂ ਦੀ ਗੁਰਬਤ ਤੇ ਲਾਚਾਰੀ ਦੇ ਦ੍ਰਿਸ਼ ਜਿਹੜੀ ਸਮਝੋ ਉਸ ਨੇ ਪਹਿਲੀ ਵਾਰੀ ਹੀ ਵੇਖੀ ਸੀ। ਅਜੀਬ ਤਰੀਕੇ ਨਾਲ ਮੁਸਕ੍ਰਾਉਂਦੇ, ਉਸ ਸੋਕੜੇ ਦੇ ਮਾਰੇ ਹੋਏ ਮੂੰਹ ਵਾਲੇ ਬੱਚੇ ਦੀ ਸ਼ਕਲ ਰਹਿ ਰਹਿ ਕੇ ਉਹਦੀਆਂ ਅੱਖਾਂ ਅੱਗੇ ਆਉਂਦੀ ਜਿਹੜਾ ਆਪਣੀਆਂ ਸੁਕੀਆਂ ਹੋਈਆਂ ਲੱਤਾਂ ਚੁੱਕ ਚੁੱਕ ਮਾਰਦਾ ਸੀ। ਲੱਤਾਂ ਸਨ ਜਿਵੇਂ ਉਹਨਾਂ ਵਿਚ ਪਿੰਡਲੀ ਦੀਆਂ ਹੱਡੀਆਂ ਹੀ ਨਾ ਹੋਣ। ਤੇ ਸੁੱਤੇ ਸਿਧ ਹੀ ਉਹ ਇਸ ਸਭ ਕੁਝ ਦੀ ਸ਼ਹਿਰੀ ਜੀਵਨ ਨਾਲ ਤੁਲਨਾ ਕਰਨੋਂ ਰਹਿ ਨਾ ਸਕਿਆ। ਗੋਸ਼ਤ, ਮੱਛੀ ਤੇ ਬਜਾਜੀ ਦੀਆਂ ਦੁਕਾਨਾਂ ਦੇ ਅੱਗੋਂ ਦੀ ਲੰਘਦਿਆਂ ਉਸ ਨੂੰ ਫੇਰ ਇਕ ਵਾਰੀ ਇਉਂ ਲੱਗਾ ਜਿਵੇਂ ਉਹ ਇਹ ਸਭ ਕੁਝ ਪਹਿਲੀ ਵਾਰੀ ਵੇਖ ਰਿਹਾ ਹੋਵੇ। ਬਹੁਤੇ ਦੁਕਾਨਦਾਰ ਮੋਟੇ ਤਾਜ਼ੇ ਅਤੇ ਸਾਫ-ਸੁਥਰੇ ਸਨ ਜਿਨ੍ਹਾਂ ਵਰਗੇ ਡੀਲ-ਡੌਲ ਵਾਲਾ ਪਿੰਡਾਂ ਵਿਚੋਂ ਇਕ ਵੀ ਕਿਸਾਨ ਲਭਣਾ ਔਖਾ ਸੀ। ਪ੍ਰਤੱਖ ਤੌਰ ਤੇ ਇਹਨਾਂ ਲੋਕਾਂ ਨੂੰ ਇਸ ਗੱਲ ਦਾ ਵਿਸ਼ਵਾਸ ਸੀ ਕਿ ਉਹ ਦਿਨ ਰਾਤ ਮਿਹਨਤ ਕਰਦੇ ਲੋਕਾਂ ਨੂੰ ਜਿਹੜੇ ਉਹਨਾਂ ਦੇ ਮਾਲ ਬਾਬਤ ਬਹੁਤਾ ਕੁਝ ਨਹੀਂ ਜਾਣਦੇ ਜਿਹੜਾ ਧੋਖਾ ਦੇਂਦੇ ਹਨ ਉਹ ਕੋਈ ਬੇਕਾਰ ਦੀ ਗੱਲ ਨਹੀਂ ਸਗੋਂ ਇਕ ਮਹੱਤਵਪੂਰਨ ਕੰਮ ਹੈ। ਮੋਟੇ ਮੋਟੇ ਚਿੱਤੜਾਂ ਵਾਲੇ ਕੋਚਵਾਨ ਜਿਨ੍ਹਾਂ ਦੀਆਂ ਪਿੱਠਾਂ ਉਤੇ ਪਾਲ ਦੀ ਪਾਲ ਬਟਨ ਚਮਕ ਰਹੇ ਸਨ, ਦਰਬਾਨ ਜਿਨ੍ਹਾਂ ਦੀਆਂ ਟੋਪੀਆਂ ਉਤੇ ਸੁਨਹਿਰੀ ਡੋਰੀ ਲੱਗੀ ਹੋਈ, ਝਾਲਰਾਂ ਵਾਲੇ ਐਪਰਨਾਂ ਵਾਲੀਆਂ ਨੌਕਰਾਣੀਆਂ, ਅਤੇ ਖਾਸ ਕਰਕੇ ਹੱਟੇ ਕੱਟੇ

ਬਘੀਆਂ ਵਾਲੇ ਜਿਨ੍ਹਾਂ ਦੀਆਂ ਧੌਣਾਂ ਦੇ ਪਿਛਿਓਂ ਲੂਈਂ ਮੁੰਨੀ ਹੋਈ ਸੀ, ਤੇ ਜਿਹੜੇ ਆਪਣੀਆਂ ਬੱਘੀਆਂ ਵਿਚ ਢੋ ਲਾ ਕੇ ਬੈਠੇ ਆਉਂਦੇ ਜਾਂਦੇ ਲੋਕਾਂ ਨੂੰ ਮੰਦਭਾਵਨਾ ਤੇ ਹਿਕਾਰਤ ਦੀਆਂ ਨਜ਼ਰਾਂ ਨਾਲ ਵੇਖ ਰਹੇ ਸਨ—ਇਹ ਸਭ ਲੋਕ ਖਾਂਦੇ ਪੀਂਦੇ ਲੱਗ ਰਹੇ ਸਨ। ਹੁਣ ਇਹਨਾਂ ਲੋਕਾਂ ਵਿਚ ਨੇਖਲੀਊਦੋਵ ਨੂੰ ਸੁਤੇ-ਸਿਧ ਹੀ ਕੁਝ ਉਹ ਕਿਸਾਨ ਵੀ ਨਜ਼ਰ ਆ ਗਏ ਸਨ ਜਿਹੜੇ ਜ਼ਮੀਨ ਨਾ ਹੋਣ ਕਰ ਕੇ ਸ਼ਹਿਰਾਂ ਵਿਚ ਆ ਵੱਸੇ ਸਨ। ਇਹਨਾਂ ਵਿਚੋਂ ਕਈਆਂ ਨੂੰ ਸ਼ਹਿਰੀ ਜੀਵਨ ਦੀਆਂ ਹਾਲਤਾਂ ਤੋਂ ਲਾਭ ਉਠਾਉਣ ਦੇ ਢੰਗ-ਸਾਧਨ ਲਭ ਗਏ ਸਨ ਅਤੇ ਉਹ ਆਪਣੇ ਮਾਲਕਾਂ ਵਰਗੇ ਹੋ ਗਏ ਸਨ ਤੇ ਆਪਣੀ ਹਾਲਤ ਉਤੇ ਪ੍ਰਸੰਨ ਸਨ। ਦੂਜਿਆਂ ਦੀ ਹਾਲਤ ਤਾਂ ਪਿੰਡ ਨਾਲੋਂ ਵੀ ਭੈੜੀ ਹੋ ਗਈ ਸੀ ਅਤੇ ਉਹਨਾਂ ਉਤੇ ਪਿੰਡਾਂ ਦੇ ਲੋਕਾਂ ਨਾਲੋਂ ਵੀ ਬਹੁਤਾ ਤਰਸ ਆਉਂਦਾ ਸੀ। ਉਹਨਾਂ ਬੂਟ ਗੰਢਣ ਵਾਲੇ ਮੋਚੀਆਂ ਦੀ ਏਹੋ ਹੀ ਹਾਲਤ ਸੀ ਜਿਨ੍ਹਾਂ ਨੂੰ ਨੇਖਲੀਊਦੋਵ ਨੇ ਇਕ ਤਹਿਖਾਨੇ ਵਿਚ ਵੇਖਿਆ ਸੀ। ਫੇਰ ਉਹ ਪੀਲੇ-ਭੂਕ ਚਿਹਰਿਆਂ ਅਤੇ ਖਿਲਰੇ ਝਾਟੇ ਵਾਲਿਆਂ ਧੋਬਣਾਂ ਜਿਨ੍ਹਾਂ ਦੀਆਂ ਪਤਲੀਆਂ ਪਤਲੀਆਂ ਨੰਗੀਆਂ ਬਾਹਵਾਂ ਸਨ ਅਤੇ ਉਸ ਖੁਲ੍ਹੀ ਖਿੜਕੀ ਵਿਚ ਕਪੜੇ ਇਸਤ੍ਰੀ ਕਰ ਰਹੀਆਂ ਸਨ ਜਿਸ ਵਿਚੋਂ ਸਬੂਣੀ ਭਾਫ ਨਿਕਲ ਰਹੀ ਸੀ। ਏਹੋ ਹਾਲ ਸੀ ਉਹਨਾਂ ਦੋ ਰੰਗ ਰੋਗਨ ਕਰਨ ਵਾਲੀਆਂ ਦਾ ਜਿਹੜੀਆਂ ਰੰਗ ਦੀਆਂ ਭਰੀਆਂ ਬਾਲਟੀਆਂ ਚੁੱਕੀ ਅਤੇ ਇਕ ਦੂਜੀ ਨਾਲ ਲੜਦੀਆਂ ਝਗੜਦੀਆਂ ਜਾਂਦੀਆਂ ਨੇਖਲੀਊਦੋਵ ਨੂੰ ਮਿਲੀਆਂ ਸਨ। ਉਹਨਾਂ ਦੇ ਐਪਰਨ ਤੇ ਬਿਨਾਂ ਜੁਰਾਬਾਂ ਦੇ ਪਾਏ ਟੁੱਟੇ ਹੋਏ ਬੂਟ ਰੰਗ ਰੋਗਨ ਨਾਲ ਭਰੇ ਹੋਏ ਸਨ। ਉਹਨਾਂ ਦੀਆਂ ਕਮਜ਼ੋਰ ਜਿਹੀਆਂ ਸੌਲੀਆਂ ਬਾਹਾਂ ਵੀ ਅਰਕਾਂ ਤੱਕ ਨੰਗੀਆਂ ਸਨ ਅਤੇ ਲੱਥੇ ਹੋਏ ਚਿਹਰਿਆਂ ਉਤੇ ਚਿੜਚਿੜਾਪਨ ਸੀ। ਆਪਣੇ ਛਕੜਿਆਂ ਵਿਚ ਬੈਠੇ ਹੋਹੇ ਖਾਂਦੇ ਜਾ ਰਹੇ ਛਕੜੇ ਵਾਲਿਆਂ ਦੇ ਸੌਲੇ ਚਿਹਰਿਆਂ ਤੋਂ ਵੀ ਏਹੋ ਭਾਵ ਟਪਕਦਾ ਸੀ, ਤੇ ਉਹਨਾਂ ਮਰਦਾਂ ਤੇ ਔਰਤਾਂ ਦੇ ਚਿਹਰਿਆਂ ਤੋਂ ਵੀ ਜਿਹੜੇ ਲੀਰਾਂ ਦੇ ਬੁੱਕ ਪਾਈ ਸੜਕਾਂ ਦੇ ਮੋੜਾਂ ਉਤੇ ਖੜੇ ਭੀਖ ਮੰਗ ਰਹੇ ਸਨ। ਏਸੇ ਹੀ ਤਰ੍ਹਾਂ ਦੇ ਚਿਹਰੇ ਉਹਨਾਂ ਢਾਬਿਆਂ ਦੀਆਂ ਖੁਲ੍ਹੀਆਂ ਬਾਰੀਆਂ ਵਿਚੋਂ ਨਜ਼ਰ ਆ ਰਹੇ ਸਨ ਜਿਨ੍ਹਾਂ ਦੇ ਅੱਗੋਂ ਦੀ ਨੇਖਲੀਊਦੋਵ ਲੰਘਿਆ ਸੀ। ਗੰਦੀਆਂ ਮੰਦੀਆਂ ਮੇਜ਼ਾਂ ਉਤੇ ਚਾਹ ਦੇ ਭਾਂਡੇ ਤੇ ਬੋਤਲਾਂ ਰੱਖੀਆਂ ਹੋਈਆਂ ਸਨ ਜਿਨ੍ਹਾਂ ਦੇ ਵਿਚ ਵਿਚ ਚਿੱਟੀਆਂ ਕਮੀਜ਼ਾਂ ਵਾਲੇ ਬੈਰੇ ਏਧਰ ਓਧਰ ਆ ਜਾ ਰਹੇ ਸਨ। ਮੇਜ਼ਾਂ ਦੇ ਆਸ ਪਾਸ ਬੈਠੇ ਲਾਲ ਸੁਰਖ ਤੇ ਮੁੜ੍ਹਕੋ ਮੁੜ੍ਹਕੀ ਹੋਏ ਆਦਮੀ, ਜਿਨ੍ਹਾਂ ਦੇ ਚਿਹਰਿਆਂ ਤੋਂ ਲੱਗਦਾ ਸੀ ਕਿ ਉਹਨਾਂ ਦੇ ਹੋਸ਼ ਹਵਾਸ ਟਿਕਾਣੇ ਨਹੀਂ, ਸ਼ੋਰ ਮਚਾ ਰਹੇ ਅਤੇ ਗਾ ਰਹੇ ਸਨ। ਇਕ ਆਦਮੀ ਬਾਰੀ ਦੇ ਕੋਲ ਬੈਠਾ ਹੋਇਆ ਸੀ, ਭੰਵਾਂ ਚੜ੍ਹੀਆਂ ਹੋਈਆਂ, ਬੁਲ੍ਹ ਲਮਕਾਏ ਹੋਏ ਅਤੇ ਅੱਖਾਂ ਟੱਡੀਆਂ ਹੋਈਆਂ, ਜਿਵੇਂ ਕਿਸੇ ਗੱਲ ਨੂੰ ਯਾਦ ਕਰਨ ਦੀ ਕੋਸ਼ਿਸ਼ ਕਰ ਰਿਹਾ ਹੋਵੇ।

"ਇਹ ਲੋਕ ਏਥੇ ਕਿਉਂ ਇਕੱਠੇ ਹੋਏ ਬੈਠ ਨੇ?" ਨੇਖਲੀਊਦੋਵ ਨੇ ਆਪਣੇ ਆਪ ਨੂੰ ਸਵਾਲ ਕੀਤਾ। ਠੰਡੀ ਹਵਾ ਨਾਲ ਉਡਦੀ ਧੂੜ ਸਾਹ ਨਾਲ ਅੰਦਰ ਜਾ ਰਹੀ ਸੀ। ਹਵਾ ਵਿਚ ਸੜ੍ਹਾਂਦ ਮਾਰਦੇ ਤੇਲ ਤੇ ਸਜਰੇ ਰੋਗਨ ਦੀ ਮੁਸ਼ਕ ਵੀ ਰਲੀ ਹੋਈ ਸੀ।

ਇਕ ਸੜਕ ਉਤੇ ਉਹ ਪਾਲ ਦੀ ਪਾਲ ਜਾਂਦੇ ਛਕੜਿਆਂ ਦੇ ਨਾਲ ਜਾ ਰਲਿਆ ਜਿਨ੍ਹਾਂ ਉਤੇ ਕਿਸੇ ਕਿਸਮ ਦਾ ਲੋਹਾ ਲੱਦਿਆ ਹੋਇਆ ਸੀ। ਉੱਚੀ ਨੀਵੀਂ ਸੜਕ ਉਤੇ ਉਹ ਇਸ ਤਰ੍ਹਾਂ ਖੜ ਖੜ ਕਰ ਰਹੇ ਸਨ ਕਿ ਨੇਖਲੀਊਦੋਵ ਦਾ ਸਿਰ ਪਾਟਣ ਲੱਗ ਪਿਆ ਤੇ ਕੰਨ ਪੀੜ ਕਰਨ ਲੱਗ ਪਏ। ਉਹ ਹੋਰ ਛੋਹਲਾ ਤੁਰਨ ਲੱਗ ਪਿਆ ਤਾਂ ਜੋ ਛਕੜਿਆਂ ਦੀ ਪਾਲ ਤੋਂ ਅੱਗੇ ਲੰਘ ਜਾਵੇ। ਤਾਹੀਓਂ ਖਬਰ ਇਸ ਖੜ ਖੜ ਵਿਚ ਹੀ ਉਸ ਨੂੰ ਕੋਈ ਵਾਜ ਮਾਰਦਾ ਸੁਣਿਆ। ਉਹ ਖਲੋ ਗਿਆ ਤੇ ਵੇਖਿਆ ਕਿ ਤੇਜ਼ ਤੇਜ਼ ਦੌੜੀ ਜਾਂਦੀ ਬੱਘੀ ਵਿਚ ਬੈਠਾ ਇਕ ਅਫਸਰ ਮੁਸਕ੍ਰਾ ਰਿਹਾ ਹੈ ਅਤੇ ਦੋਸਤਾਨਾ ਅੰਦਾਜ਼ ਨਾਲ ਉਹਦੇ ਵੱਲ ਹੱਥ ਹਿਲਾ ਰਿਹਾ ਹੈ। ਅਫਸਰ ਦੀਆਂ ਕੁੰਢੀਆਂ ਚੋਪੜੀਆਂ ਹੋਈਆਂ ਮੁੱਛਾਂ ਸਨ ਤੇ ਚਿਹਰਾ ਲਿਸ਼ਕ ਰਿਹਾ ਸੀ। ਉਹ ਮੁਸਕ੍ਰਾਉਂਦਾ ਤਾਂ ਬੇਹੱਦ ਚਿੱਟੇ ਦੰਦ ਵਿਖਾਈ ਦੇ ਜਾਂਦੇ।

"ਨੇਖਲੀਊਦੋਵ ! ਤੂੰ ਕਿਧਰ ?"

ਨੇਖਲੀਊਦੋਵ ਨੂੰ ਪਹਿਲਾਂ ਤਾਂ ਖੁਸ਼ੀ ਹੋਈ।

"ਓਏ, ਸ਼ੇਨਬੋਕ !" ਉਸ ਨੇ ਚਾਅ ਵਿਚ ਆ ਕੇ ਆਖਿਆ, ਪਰ ਅਗਲੇ ਹੀ ਪਲ ਉਸ ਨੂੰ ਸਮਝ ਆ ਗਈ ਕਿ ਖੁਸ਼ ਹੋਣ ਵਾਲੀ ਤਾਂ ਕੋਈ ਗੱਲ ਨਹੀਂ ਸੀ।

ਇਹ ਓਹੋ ਸ਼ੇਨਬੋਕ ਸੀ ਜਿਹੜਾ ਉਸ ਦਿਨ ਨੇਖਲੀਊਦੋਵ ਦੀਆਂ ਭੂਆ ਦੇ ਘਰ ਆਇਆ ਹੋਇਆ ਸੀ। ਬੜੇ ਚਿਰਾਂ ਤੋਂ ਉਸ ਨੂੰ ਨੇਖਲੀਊਦੋਵ ਨੇ ਨਹੀਂ ਸੀ ਵੇਖਿਆ, ਪਰ ਉਹਨੇ ਸੁਣਿਆ ਸੀ ਕਿ ਰੈਜਮੈਂਟ ਛੱਡ ਜਾਣ ਪਿਛੋਂ ਵੀ ਸ਼ੇਨਬੋਕ ਰਸਾਲੇ ਨਾਲ ਕਿਸੇ ਨਾ ਕਿਸੇ ਤਰ੍ਹਾਂ ਜੁੜਿਆ ਹੋਇਆ ਹੈ ਅਤੇ ਕਰਜ਼ਿਆਂ ਦੇ ਬਾਵਜੂਦ ਅਮੀਰਾਂ ਵਿਚ ਆਪਣੀ ਥਾਂ ਬਣਾਈ ਬੈਠਾ ਹੈ। ਉਹਦੇ ਖਿੜੇ ਹੋਏ ਤੇ ਪ੍ਰਸੰਨ ਚਿਹਰੇ ਤੋਂ ਇਸ ਖਬਰ ਦੀ ਪੁਸ਼ਟੀ ਹੁੰਦੀ ਸੀ।

"ਬੜਾ ਚੰਗਾ ਹੋਇਆ ਕਿ ਤੇਰੇ ਨਾਲ ਮੇਲ ਹੋ ਗਿਆ। ਸ਼ਹਿਰ ਵਿਚ ਕੋਈ ਵੀ ਨਹੀਂ। ਗੱਲ ਸੁਣ, ਯਾਰ, ਤੂੰ ਤੇ ਬੁੱਢਾ ਹੋ ਚਲਿਐਂ," ਬੱਘੀ ਵਿਚੋਂ ਉੱਤਰ ਕੇ ਉਸ ਨੇ ਮੋਢੇ ਪਸਾਰਦਿਆਂ ਆਖਿਆ। "ਮੈਂ ਤੇਰੀ ਚਾਲ ਤੋਂ ਹੀ ਤੈਨੂੰ ਪਛਾਣ ਲਿਐ। ਚਲ ਯਾਰ, ਕਿਤੇ ਰੋਟੀ ਖਾਈਏ ਚਲ ਕੇ। ਕੋਈ ਹੈ ਥਾਂ ਜਿਥੇ ਚੱਜ ਦਾ ਰੋਟੀ ਪਾਣੀ ਮਿਲ ਜਾਵੇ ?"

"ਮਾਫ ਕਰੀਂ ਯਾਰ, ਮੈਂ ਰਤਾ ਕਾਹਲੀ ਵਿਚ ਹਾਂ," ਨੇਖਲੀਊਦੋਵ ਨੇ ਆਖਿਆ। ਉਹ ਸੋਚ ਰਿਹਾ ਸੀ ਕਿ ਕਿਸ ਤਰ੍ਹਾਂ ਇਹਦੇ ਤੋਂ ਪਿੱਛਾ ਛੁਡਾਵੇ ਜਿਸ ਨਾਲ ਇਸ ਨੂੰ ਬੁਰਾ ਮਹਿਸੂਸ ਨਾ ਹੋਵੇ। "ਤੇ ਕਿਵੇਂ ਆਉਣਾ ਹੋਇਐ ਏਧਰ ?" ਉਸ ਨੇ ਪੁੱਛਿਆ।

"ਕੰਮ ਸੀ ਕੁਝ, ਮਿੱਤਰਾ। ਕਾਰ-ਮੁਖਤਾਰੀ ਦਾ ਕੰਮ। ਅਜਕਲ ਮੈਂ ਕਾਰ-ਮੁਖਤਾਰ ਬਣਿਆ ਹੋਇਆਂ। ਸਾਮਾਨੋਵ ਦਾ ਕੰਮ-ਕਾਰ ਸੰਭਾਲਿਆ ਹੋਇਐ। ਜਾਣਦਾ ਏਂ ਨਾ, ਉਸ ਲੱਖਪਤੀ ਨੂੰ ? ਉਹ ਦਿਮਾਗ਼ ਦਾ ਰਤਾ ਜਿਲ੍ਹਾ ਹੋ ਗਿਐ ਤੇ ਚੁਰਿੰਜਾ ਹਜ਼ਾਰ ਦੇਸੀਆਤੀਨਾ ਜ਼ਮੀਨ ਦਾ ਮਾਲਕ ਏ," ਉਹਨੇ ਖਾਸ ਮਾਣ ਨਾਲ ਦੱਸਿਆ ਜਿਵੇਂ ਇਹ ਸਾਰੀ ਜ਼ਮੀਨ ਉਹਦੀ ਆਪਣੀ ਕਮਾਈ ਹੋਵੇ। "ਉਹਦੇ ਕਈ ਮਸਲੇ ਬੁਰੀ ਤਰ੍ਹਾਂ

ਖੱਟੇ ਵਿਚ ਪਏ ਹੋਏ ਸੀ। ਸਾਰੀ ਜ਼ਮੀਨ ਕਿਸਾਨਾਂ ਨੂੰ ਲਗਾਨ ਉਤੇ ਦਿੱਤੀ ਹੋਈ ਸੀ, ਜਿਹੜੇ ਇਕ ਕੌਡੀ ਨਹੀਂ ਸੀ ਦੇਂਦੇ, ਤੇ ਏਧਰ ਅੱਸੀ ਹਜ਼ਾਰ ਰੂਬਲ ਤੋਂ ਵਧ ਕਰਜ਼ ਸਿਰ ਤੇ ਸੀ। ਮੈਂ ਇਕ ਸਾਲ ਵਿਚ ਸਾਰੀ ਹਾਲਤ ਬਦਲ ਕੇ ਰੱਖ ਦਿੱਤੀ ਤੇ ਸਤੱਰ ਫੀ ਸਦੀ ਵਧੇਰੇ ਮੁਨਾਫ਼ਾ ਕੱਢ ਵਿਖਾਇਐ। ਕਿਉਂ ? ਕੀ ਖਿਆਲ ਏ ?" ਉਹਨੇ ਬੜੇ ਮਾਣ ਨਾਲ ਪੁੱਛਿਆ।

ਨੇਖਲੀਊਦੋਵ ਨੂੰ ਯਾਦ ਆਇਆ ਕਿ ਉਹਨੇ ਸੁਣਿਆ ਸੀ ਕਿ ਇਸ ਸ਼ੇਨਬੋਕ ਨੇ ਆਪਣੀ ਸਾਰੀ ਦੌਲਤ ਉਜਾੜ ਲਈ ਹੈ ਅਤੇ ਗਲ ਗਲ ਕਰਜ਼ੇ ਵਿਚ ਧਸਿਆ ਹੋਇਆ ਹੈ, ਪਰ ਕਿਸੇ ਖ਼ਾਸ ਅਸਰ ਰਸੂਖ਼ ਵਾਲੇ ਬੰਦੇ ਨੇ ਇਕ ਅਮੀਰ ਬੁੱਢੇ ਦਾ ਕਾਰ-ਮੁਖਤਾਰ ਰਖਵਾ ਦਿੱਤਾ ਹੈ। ਬੁੱਢਾ ਆਪਣੀ ਦੌਲਤ ਨੂੰ ਦੋਹੀਂ ਦੋਹੀਂ ਹੱਥੀਂ ਲੁਟਾ ਰਿਹਾ ਹੈ। ਹੁਣ ਇਹ ਗੱਲ ਜ਼ਾਹਿਰ ਹੋ ਗਈ ਕਿ ਏਸੇ ਕਾਰ-ਮੁਖਤਾਰੀ ਉਤੇ ਹੀ ਸ਼ੇਨਬੋਕ ਦੇ ਦਿਨ ਲੰਘ ਰਹੇ ਸਨ।

"ਇਸ ਆਦਮੀ ਨੂੰ ਨਾਰਾਜ਼ ਕੀਤੇ ਬਗੈਰ ਇਸ ਤੋਂ ਖਹਿੜਾ ਕਿਵੇਂ ਛੁਡਾਵਾਂ ?" ਨੇਖਲੀਊਦੋਵ ਨੇ ਉਸ ਦੇ ਚਮਕਦੇ ਚਿਹਰੇ ਤੇ ਕੁੰਢੀਆਂ ਮੁੱਛਾਂ ਵੱਲ ਵੇਖਦਿਆਂ ਸੋਚਿਆ। ਉਹ ਬੜੇ ਦੋਸਤਾਨਾ ਢੰਗ ਨਾਲ ਹੱਸ ਹੱਸ ਕੇ ਗੱਲਾਂ ਕਰ ਰਿਹਾ ਸੀ ਕਿ ਸਭ ਤੋਂ ਚੰਗੀ ਰੋਟੀ ਕਿਹੜੀ ਥਾਂ ਖਾਧੀ ਜਾ ਸਕਦੀ ਹੈ ਤੇ ਨਾਲ ਹੀ ਕਾਰ-ਮੁਖਤਾਰ ਬਣ ਕੇ ਮਾਰੇ ਮਾਹਰਕਿਆਂ ਦੀਆਂ ਡੀਂਗਾਂ ਮਾਰ ਰਿਹਾ ਸੀ।

"ਦੱਸ ਫੇਰ, ਕਿੱਥੇ ਚਲ ਕੇ ਖਾਈਏ ਰੋਟੀ ?"

"ਸੱਚ ਕਹਿੰਦਾ ਆਂ ਮੇਰੇ ਕੋਲ ਵਕਤ ਨਹੀਂ," ਨੇਖਲੀਊਦੋਵ ਨੇ ਆਪਣੀ ਘੜੀ ਵੇਖਦਿਆਂ ਆਖਿਆ।

"ਹੱਛਾ ਇਹ ਦੱਸ, ਅੱਜ ਸ਼ਾਮ ਨੂੰ ਘੋੜਦੌੜ ਤੇ ਆਵੇਂਗਾ ?"

"ਨਹੀਂ, ਨਹੀਂ ਆਇਆ ਜਾਣਾ।"

"ਜ਼ਰੂਰ ਆਵੀਂ। ਇਸ ਵੇਲੇ ਮੇਰਾ ਆਪਣਾ ਘੋੜਾ ਤਾਂ ਕੋਈ ਨਹੀਂ, ਪਰ ਮੈਂ ਗਰੀਸ਼ਾ ਦੇ ਘੋੜਿਆਂ ਨਾਲ ਖੇਡਦਾਂ। ਯਾਦ ਈ, ਉਹਦੇ ਕੋਲ ਇਕ ਵਧੀਆ ਅਸਤਬਲ ਹੁੰਦਾ ਸੀ। ਆਈਂ ਯਾਰ, ਨਾਲੇ ਸ਼ਾਮ ਨੂੰ 'ਕੱਠੇ ਰੋਟੀ ਖਾਵਾਂਗੇ।"

"ਨਹੀਂ, ਮੈਂ ਸ਼ਾਮ ਦੀ ਰੋਟੀ ਵੀ ਨਹੀਂ ਖਾ ਸਕਣ ਲੱਗਾ ਤੇਰੇ ਨਾਲ," ਨੇਖਲੀਊਦੋਵ ਨੇ ਮੁਸਕ੍ਰਾ ਕੇ ਆਖਿਆ।

"ਬਈ ਏਹ ਤਾਂ ਬੜੀ ਮਾੜੀ ਗੱਲ ਏ! ਜਾ ਕਿਧਰ ਰਿਹਾ ਏਂ ਇਸ ਵੇਲੇ ? ਚੱਲ, ਮੈਂ ਬੱਘੀ ਉਤੇ ਛੱਡਦਾ ਜਾਂਦਾ ਆਂ।"

"ਇਕ ਵਕੀਲ ਨੂੰ ਮਿਲਣ ਚਲਿਆਂ। ਨੇੜੇ ਹੀ ਏ, ਔਹ ਅਗਲੇ ਮੋੜ ਤੇ।"

"ਹੱਛਾ, ਹਾਂ, ਯਾਦ ਆਇਆ। ਜੇਲ੍ਹਾਂ ਨਾਲ ਵਾਸਤਾ ਏ ਤੇਰਾ ਅਜਕਲ—ਮੈਂ ਸੁਣਿਐ, ਤੂੰ ਕੈਦੀਆਂ ਦਾ ਵਿਚ-ਵਿਚਾਲਾ ਕਰਨ ਵਾਲਾ ਬਣ ਗਿਐਂ," ਸ਼ੇਨਬੋਕ ਨੇ ਹੱਸ ਕੇ ਆਖਿਆ। "ਕੋਰਚਾਗਿਨਾਂ ਨੇ ਗੱਲ ਕੀਤੀ ਸੀ। ਉਹ ਵੀ ਸ਼ਹਿਰ ਛੱਡ ਕੇ ਚਲੇ

ਗਏ ਹੋਏ ਨੇ। ਏਹ ਸਭ ਕੀ ਚੱਕਰ ਏ? ਦੱਸ ਤਾਂ ਸਹੀ।"

"ਹਾਂ, ਹਾਂ, ਬਿਲਕੁਲ ਠੀਕ ਗੱਲ ਏ," ਨੇਖਲੀਊਦੋਵ ਨੇ ਜਵਾਬ ਦਿੱਤਾ। "ਪਰ ਏਥੇ ਸੜਕ ਤੇ ਖਲੋ ਕੇ ਕਰਨ ਵਾਲੀ ਗੱਲ ਨਹੀਂ।"

"ਠੀਕ ਏ, ਠੀਕ ਏ। ਤੂੰ ਹਮੇਸ਼ਾ ਸਨਕੀ ਰਿਹਾ ਏਂ। ਪਰ ਘੋੜਦੌੜ ਵੇਖਣ ਤੇ ਆ ਜਾਵੀਂ?"

"ਨਹੀਂ, ਮੈਂ ਨਹੀਂ ਆ ਸਕਣਾ, ਤੇ ਅਸਲ ਵਿਚ ਮੈਂ ਆਉਣਾ ਚਾਹੁੰਦਾ ਵੀ ਨਹੀਂ। ਬਈ ਨਰਾਜ਼ ਨਾ ਹੋਵੀਂ ਮਿਹਰਬਾਨੀ ਕਰ ਕੇ।"

"ਨਰਾਜ਼? ਨਹੀਂ ਪਿਆਰੇ, ਨਰਾਜ਼ਗੀ ਕਾਹਦੀ? ਰਹਿੰਦਾ ਕਿਹੜੀ ਥਾਂ ਏਂ?" ਅਤੇ ਅਚਾਨਕ ਉਸ ਦਾ ਚਿਹਰਾ ਗੰਭੀਰ ਹੋ ਗਿਆ, ਉਸ ਦੀਆਂ ਅੱਖਾਂ ਟਿਕਟਿਕੀ ਬੰਨ੍ਹ ਕੇ ਵੇਖਣ ਲੱਗੀਆਂ ਤੇ ਉਹਦੇ ਭਰੱਵਟੇ ਵਟੋ ਵੱਟ ਹੋ ਗਏ। ਜਾਪਦਾ ਸੀ ਜਿਵੇਂ ਕੁਝ ਯਾਦ ਕਰਨ ਦੀ ਕੋਸ਼ਿਸ਼ ਕਰ ਰਿਹਾ ਹੋਵੇ। ਨੇਖਲੀਊਦੋਵ ਨੇ ਵੇਖਿਆ ਕਿ ਉਹਦੇ ਚਿਹਰੇ ਉਤੇ ਓਸੇ ਤਰ੍ਹਾਂ ਦੇ ਨਿਰਜਿੰਦ ਜਿਹੇ ਹਾਵਭਾਵ ਸਨ ਜਿਸ ਤਰ੍ਹਾਂ ਦੇ ਤਣੀਆਂ ਭੌਂਵਾਂ ਅਤੇ ਲਮਕਦੇ ਬੁਲ੍ਹਾਂ ਵਾਲੇ ਆਦਮੀ ਦੇ ਚਿਹਰੇ ਉਤੇ ਸਨ ਜਿਸ ਨੂੰ ਉਹਨੇ ਢਾਬੇ ਦੀ ਬਾਰੀ ਕੋਲ ਬੈਠਾ ਵੇਖਿਆ ਸੀ।

"ਪਾਲਾ ਕਿੰਨਾ ਹੋ ਗਿਐ, ਹੈਂ?"

"ਹਾਂ, ਹਾਂ।"

"ਸਾਮਾਨ ਤੇਰੇ ਕੋਲ ਏ ਨਾ?" ਸ਼ੇਨਬੋਕ ਨੇ ਬੱਘੀ ਵਾਲੇ ਵੱਲ ਮੂੰਹ ਕਰ ਕੇ ਪੁੱਛਿਆ।

"ਚੰਗਾ ਫੇਰ, ਰੱਬ ਰਾਖਾ। ਬੜੀ ਖੁਸ਼ੀ ਹੋਈ ਤੈਨੂੰ ਮਿਲ ਕੇ।" ਅਤੇ ਬੜੇ ਨਿਘ ਨਾਲ ਨੇਖਲੀਊਦੋਵ ਦਾ ਹੱਥ ਘੁਟ ਕੇ, ਉਹ ਉਛਲ ਕੇ ਬੱਘੀ ਵਿਚ ਜਾ ਬੈਠਾ ਅਤੇ ਆਪਣੇ ਚਮਕਦੇ ਚਿਹਰੇ ਦੇ ਅਗੋਂ ਹੱਥ ਹਿਲਾਉਣ ਲੱਗਾ। ਹੱਥਾਂ ਉਤੇ ਉਹਨੇ ਚਿੱਟੇ ਸਾਬਰ ਦੇ ਦਸਤਾਨੇ ਚਾੜ੍ਹੇ ਹੋਏ ਸਨ। ਤੇ ਉਸ ਦੀ ਸਦੀਵੀ ਮੁਸਕਾਨ ਨਾਲ ਉਸ ਦੇ ਬਹੁਤੇ ਹੀ ਚਿੱਟੇ ਦੰਦ ਵਿਖਾਈ ਦੇ ਰਹੇ ਸਨ।

"ਭਲਾ ਮੈਂ ਵੀ ਉਹਦੇ ਵਰਗਾ ਬਣ ਸਕਦਾ ਹਾਂ?" ਵਕੀਲ ਦੇ ਘਰ ਵੱਲ ਜਾਂਦਾ ਹੋਇਆ ਨੇਖਲੀਊਦੋਵ ਸੋਚ ਰਿਹਾ ਸੀ...। "ਹਾਂ, ਮੈਂ ਉਹਦੇ ਵਰਗਾ ਬਣਨ ਦੀ ਕਾਮਨਾ ਕੀਤੀ ਸੀ, ਭਾਵੇਂ ਮੈਂ ਉਹਦੇ ਵਰਗਾ ਬਿਲਕੁਲ ਨਹੀਂ ਸੀ। ਤੇ ਮੈਂ ਓਸੇ ਤਰ੍ਹਾਂ ਦੀ ਜ਼ਿੰਦਗੀ ਬਿਤਾਉਣ ਬਾਰੇ ਸੋਚਿਆ ਸੀ।"

੧੧

ਵਾਰੀ ਆਉਣ ਤੋਂ ਪਹਿਲਾਂ ਹੀ ਵਕੀਲ ਨੇ ਨੇਖਲੀਊਦੋਵ ਨੂੰ ਅੰਦਰ ਬੁਲਾ ਲਿਆ ਅਤੇ ਪੈਂਦੀ ਸੱਟੇ ਹੀ ਮੈਨਸ਼ੋਵਾਂ ਦੇ ਮੁਕਦਮੇ ਦੀ ਚਰਚਾ ਛੇੜ ਲਈ। ਉਸ ਨੇ ਮੁਕਦਮੇ ਦੀ ਮਿਸਲ ਪੜ੍ਹੀ ਸੀ। ਤੇ ਇਸ ਨੂੰ ਪੜ੍ਹਦਿਆਂ ਲਾਏ ਗਏ ਇਲਜ਼ਾਮ ਦੇ ਬੇਤੁਕੇਪਨ ਉਤੇ ਉਸ ਨੂੰ ਗੁੱਸਾ ਆ ਗਿਆ ਸੀ।

"ਇਹ ਮੁਕਦਮਾ ਤਾਂ ਲੂੰ–ਕੰਡੇ ਖੜੇ ਕਰ ਦੇਣ ਵਾਲਾ ਹੈ," ਉਸ ਨੇ ਆਖਿਆ। "ਬਿਲਕੁਲ ਸੰਭਵ ਹੈ ਕਿ ਮਾਲਕ ਮਕਾਨ ਨੇ ਆਪ ਹੀ ਇਮਾਰਤ ਨੂੰ ਅੱਗ ਲਾਈ ਹੋਵੇ ਤਾਂ ਜੋ ਉਸ ਨੂੰ ਬੀਮੇ ਦੀ ਰਕਮ ਮਿਲ ਜਾਵੇ। ਪਰ ਵੱਡੀ ਗੱਲ ਤਾਂ ਇਹ ਹੈ ਕਿ ਮੈਨਸ਼ੋਵਾਂ ਦਾ ਕਸੂਰ ਉੱਕਾ ਹੀ ਸਾਬਤ ਨਹੀਂ ਹੋਇਆ। ਕਿਸੇ ਕਿਸਮ ਦੀ ਕੋਈ ਗਵਾਹੀ ਨਹੀਂ। ਇਹ ਸਭ ਮੁਕਦਮੇ ਦੀ ਜਾਂਚ ਕਰਨ ਵਾਲੇ ਮੈਜਿਸਟ੍ਰੇਟ ਦੇ ਜੋਸ਼ ਅਤੇ ਛੋਟੇ ਸਰਕਾਰੀ ਵਕੀਲ ਦੀ ਖਾਸ ਲਾਪ੍ਰਵਾਹੀ ਦਾ ਨਤੀਜਾ ਹੈ। ਜੇ ਉਹਨਾਂ ਦਾ ਮੁਕਦਮਾ ਏਥੇ ਲੱਗੇ ਅਤੇ ਸੂਬਾਈ ਅਦਾਲਤ ਵਿਚ ਨਾ ਲੱਗੇ ਤਾਂ ਮੈਂ ਦਾਅਵੇ ਨਾਲ ਕਹਿ ਸਕਦਾ ਹਾਂ ਕਿ ਉਹ ਬਰੀ ਹੋ ਜਾਣਗੇ, ਅਤੇ ਮੈਂ ਕੋਈ ਫੀਸ ਨਹੀਂ ਲਵਾਂਗਾ। ਹੁਣ ਸੁਣੋ ਦੂਸਰੇ ਮੁਕੱਦਮੇ ਬਾਰੇ। ਫੇਦੋਸੀਆ ਬਿਰਊਕੋਵਾ ਦੇ ਮੁਕੱਦਮੇ ਦੀ ਗੱਲ। ਮਹਾਰਾਜ ਦੇ ਨਾਂ ਅਪੀਲ ਲਿਖ ਦਿੱਤੀ ਗਈ ਹੈ, ਜੇ ਤੁਸੀਂ ਪੀਟਰਸਬਰਗ ਜਾਓ ਤਾਂ ਇਸ ਨੂੰ ਨਾਲ ਲੈਂਦੇ ਜਾਓ ਅਤੇ ਆਪਣੇ ਹੱਥੀਂ ਦਾਖਲ ਕਰਵਾ ਆਓ। ਉਹ ਵਜ਼ਾਰਤ ਕੋਲੋਂ ਪੁਛਣਗੇ। ਏਥੋਂ ਜਿਹੜਾ ਜਵਾਬ ਜਾਏਗਾ ਉਹ ਟਾਲ ਮਟੋਲ ਹੀ ਹੋਵੇਗਾ। ਮਤਲਬ ਹੈ ਇਨਕਾਰ ਹੋਵੇਗਾ ਤੇ ਕੋਈ ਨਤੀਜਾ ਨਹੀਂ ਨਿਕਲੇਗਾ। ਪਰ ਤੁਸੀਂ ਕਿਸੇ ਵੱਡੇ ਤੱਕ ਪਹੁੰਚ ਕਰੋ।"

"ਮਹਾਰਾਜ ਕੋਲ ਜਾਈਏ?" ਨੇਖਲੀਊਦੋਵ ਨੇ ਪੁੱਛਿਆ।

ਵਕੀਲ ਹੱਸ ਪਿਆ।

"ਇਹ ਤਾਂ ਸਿਖਰ ਹੋਈ। ਸਭ ਤੋਂ ਵੱਡੀ ਥਾਂ। ਮੇਰਾ ਮਤਲਬ ਸੀ ਕਿ ਅਪੀਲ ਕਮੇਟੀ ਦੇ ਸਕੱਤਰ ਜਾਂ ਮੁਖੀ ਨੂੰ ਮਿਲ ਲਓ। ਕਿਉਂ, ਬਸ ਫੇਰ?"

"ਨਹੀਂ, ਇਕ ਗੱਲ ਹੋਰ। ਮੈਨੂੰ ਕਿਸੇ ਧਾਰਮਿਕ ਫਿਰਕੇ ਦੇ ਲੋਕਾਂ ਵਲੋਂ ਇਕ ਚਿੱਠੀ ਮਿਲੀ ਏ," ਨੇਖਲੀਊਦੋਵ ਨੇ ਆਪਣੀ ਜੇਬ ਵਿਚੋਂ ਚਿੱਠੀ ਕਢਦਿਆਂ ਆਖਿਆ, "ਜੇ ਉਹ ਸਾਰੀਆਂ ਗੱਲਾਂ ਸੱਚੀਆਂ ਨੇ ਜੋ ਉਹਨਾਂ ਨੇ ਲਿਖੀਆਂ ਹਨ ਤਾਂ ਮੁਕੱਦਮਾ ਬਹੁਤ ਹੀ ਦਿਲਚਸਪ ਹੈ। ਅੱਜ ਮੈਂ ਆਪ ਉਹਨਾਂ ਨੂੰ ਮਿਲ ਕੇ ਪਤਾ ਕਰਨ ਦੀ ਕੋਸ਼ਿਸ਼ ਵੀ ਕਰਾਂਗਾ।"

"ਮੇਰੀ ਜਾਚੇ, ਤੁਸੀਂ ਤਾਂ ਝਰੋਖਾ ਬਣ ਗਏ, ਜਾਂ ਪਰਨਾਲਾ ਜਿਸ ਵਿਚੋਂ ਦੀ ਕੈਦੀਆਂ ਦੀਆਂ ਸਭ ਸ਼ਿਕਾਇਤਾਂ ਤੁਹਾਡੇ ਕੋਲ ਪਹੁੰਚ ਰਹੀਆਂ ਹਨ," ਵਕੀਲ ਨੇ ਮੁਸਕ੍ਰਾਉਂਦੇ ਹੋਏ ਆਖਿਆ। "ਇਹ ਤਾਂ ਬਹੁਤਾ ਵੱਡਾ ਕੰਮ ਹੈ, ਤੁਹਾਥੋਂ ਨਜਿੱਠਿਆ ਨਹੀਂ ਜਾਣਾ।"

"ਨਹੀਂ, ਪਰ ਇਹ ਕੇਸ ਦੰਗ ਕਰ ਦੇਣ ਵਾਲਾ ਹੈ," ਨੇਖਲੀਊਦੋਵ ਨੇ ਆਖਿਆ

ਤੇ ਮਾਮਲੇ ਦਾ ਸਾਰ ਦੱਸਣ ਲੱਗ ਪਿਆ। "ਕੁਝ ਕਿਸਾਨ ਬਾਈਬਲ ਪੜ੍ਹਨ ਵਾਸਤੇ ਆਪਣੇ ਪਿੰਡ ਵਿਚ ਇਕੱਠੇ ਹੋਏ, ਪਰ ਅਧਿਕਾਰੀਆਂ ਨੇ ਆ ਕੇ ਉਹਨਾਂ ਨੂੰ ਖਿੰਡਾ ਦਿੱਤਾ। ਉਸ ਤੋਂ ਅਗਲੇ ਐਤਵਾਰ ਉਹ ਫੇਰ ਇਕੱਠੇ ਹੋ ਗਏ ਤੇ ਐਤਕੀਂ ਇਕ ਪੁਲਸ ਵਾਲੇ ਨੂੰ ਬੁਲਾਇਆ ਗਿਆ। ਉਸ ਨੇ ਸਾਰਿਆਂ ਨੂੰ ਗ੍ਰਿਫਤਾਰ ਕੀਤਾ ਅਤੇ ਅਦਾਲਤ ਅੱਗੇ ਪੇਸ਼ ਕਰ ਦਿੱਤਾ। ਮੈਜਿਸਟ੍ਰੇਟ ਨੇ ਜਿਰਹਾ ਕੀਤੀ, ਛੋਟੇ ਸਰਕਾਰੀ ਵਕੀਲ ਨੇ ਇਸਤਗਾਸਾ ਤਿਆਰ ਕੀਤਾ, ਤੇ ਜੱਜਾਂ ਨੇ ਕੇਸ ਅਦਾਲਤ ਦੇ ਸਪੁਰਦ ਕਰ ਦਿੱਤਾ। ਛੋਟੇ ਸਰਕਾਰੀ ਵਕੀਲ ਨੇ ਉਹਨਾਂ ਉਤੇ ਜੋ ਇਲਜ਼ਾਮ ਲਗਾਇਆ, ਉਹਦੇ ਲਈ ਸਾਰਵਾਨ ਸ਼ਹਾਦਤ ਸੀ—ਬਾਈਬਲ—ਤੇ ਉਹਨਾਂ ਨੂੰ ਦੇਸ਼-ਬਦਰ ਦੀ ਸਜ਼ਾ ਸੁਣਾ ਦਿੱਤੀ ਗਈ। ਇਹ ਤਾਂ ਬੜੀ ਭਿਆਨਕ ਗੱਲ ਹੈ," ਨੇਖਲੀਊਦੋਵ ਨੇ ਆਖਿਆ। "ਇਹ ਸੱਚੀ ਗੱਲ ਹੋ ਸਕਦੀ ਹੈ?"

"ਤੁਹਾਨੂੰ ਹੈਰਾਨੀ ਕਿਹੜੀ ਗੱਲ ਦੀ ਹੈ?"

"ਕਿਉਂ, ਸਭ ਕੁਝ ਹੈਰਾਨ ਕਰਨ ਵਾਲਾ ਹੈ। ਪੁਲੀਸ ਅਫਸਟ ਦੀ ਗੱਲ ਤਾਂ ਮੇਰੇ ਸਮਝ ਆ ਸਕਦੀ ਹੈ ਜਿਸ ਦਾ ਕੰਮ ਸਿਰਫ ਹੁਕਮ ਦੀ ਤਾਮੀਲ ਕਰਨਾ ਹੈ। ਪਰ ਸਰਕਾਰੀ ਵਕੀਲ ਇਸ ਕਿਸਮ ਦਾ ਇਸਤਗਾਸਾ ਤਿਆਰ ਕਰੇ? ਪੜ੍ਹਿਆ ਲਿਖਿਆ ਆਦਮੀ—"

"ਬਸ ਏਹੋ ਤਾਂ ਸਾਡੀ ਗ਼ਲਤੀ ਹੈ। ਅਸੀਂ ਸਮਝਦੇ ਹਾਂ ਕਿ ਸਰਕਾਰੀ ਵਕੀਲ ਅਤੇ ਜੱਜ ਲੋਕ ਆਮ ਕਰਕੇ ਉਦਾਰ ਕਿਸਮ ਦੇ ਬੰਦੇ ਹੁੰਦੇ ਹਨ। ਕੋਈ ਵੇਲਾ ਸੀ ਜਦੋਂ ਉਹ ਉਦਾਰ ਹੁੰਦੇ ਸਨ ਪਰ ਹੁਣ ਉਹ ਗੱਲਾਂ ਨਹੀਂ ਰਹੀਆਂ। ਉਹ ਤਾਂ ਸਰਕਾਰੀ ਅਫਸਰਾਂ ਤੋਂ ਵਧ ਕੁਝ ਨਹੀਂ ਜਿਨ੍ਹਾਂ ਨੂੰ ਸਿਰਫ ਵੀਹ ਤਾਰੀਖ਼ ਦੀ ਉਡੀਕ ਰਹਿੰਦੀ ਹੈ। ਉਹਨਾਂ ਨੂੰ ਤਨਖਾਹਾਂ ਮਿਲਦੀਆਂ ਹਨ ਪਰ ਉਹ ਜ਼ਿਆਦਾ ਮੰਗਦੇ ਹਨ ਤੇ ਬੱਸ। ਏਸੇ ਗੱਲ ਨਾਲ ਉਹਨਾਂ ਦੇ ਅਸੂਲਾਂ ਦਾ ਭੋਗ ਪੈ ਜਾਂਦਾ ਹੈ। ਤੁਸੀਂ ਜਿਸ ਤੇ ਚਾਹੋ ਉਹਨਾਂ ਕੋਲੋਂ ਮੁਕਦਮਾ ਕਰਵਾ ਲਓ, ਅਦਾਲਤ ਦੇ ਪੇਸ਼ ਕਰਾ ਲਓ ਤੇ ਸਜ਼ਾ ਦਿਵਾ ਲਓ।"

"ਹਾਂ, ਪਰ ਐਸਾ ਕੋਈ ਕਾਨੂੰਨ ਨਹੀਂ ਕਿ ਜੇ ਕੋਈ ਆਦਮੀ ਦੂਜਿਆਂ ਨਾਲ ਮਿਲ ਕੇ ਬਾਈਬਲ ਦਾ ਪਾਠ ਕਰੇ ਤਾਂ ਉਹਨੂੰ ਸਾਇਬੇਰੀਆ ਭੇਜ ਦਿੱਤਾ ਜਾਵੇ।"

"ਹਾਂ, ਕੈਦ ਬਾ-ਮੁਸ਼ੱਕਤ ਦੀ ਸਜ਼ਾ ਦੇ ਕੇ ਸਾਇਬੇਰੀਆ ਭੇਜਿਆ ਜਾ ਸਕਦਾ ਹੈ, ਸਿਰਫ ਏਨਾ ਸਾਬਤ ਕਰਨ ਦੀ ਲੋੜ ਹੈ ਕਿ ਬਾਈਬਲ ਦਾ ਪਾਠ ਕਰਦਿਆਂ ਉਸਨੇ ਵਿਆਖਿਆ ਉਹ ਨਹੀਂ ਕੀਤੀ ਜੋ ਕਰਨ ਦੀ ਆਗਿਆ ਹੈ। ਇਸ ਲਈ ਚਰਚ ਵਲੋਂ ਦਿੱਤੀ ਗਈ ਵਿਆਖਿਆ ਨੂੰ ਰੱਦ ਕੀਤਾ ਗਿਆ। ਪ੍ਰਾਚੀਨ ਯੂਨਾਨੀ ਚਰਚ ਦੀ ਖੁਲ੍ਹੇ ਆਮ ਨਿਖੇਧੀ ਕਰਨ ਦਾ ਮਤਲਬ ਹੈ, ਤਾਜ਼ੀਰਾਤ ਦੀ ਦਫਾ ੧੯੬ ਅਨੁਸਾਰ ਦੇਸ-ਬਦਰ ਕਰ ਕੇ ਸਾਇਬੇਰੀਆ ਭੇਜਣ ਦੀ ਸਜ਼ਾ।"

"ਅਸੰਭਵ!"

"ਯਕੀਨ ਮੰਨੋ, ਏਸੇ ਤਰ੍ਹਾਂ ਹੈ। ਮੈਂ ਇਹਨਾਂ ਜੱਜ ਸਾਹਿਬਾਨ ਨੂੰ ਹਮੇਸ਼ਾ ਕਹਿੰਦਾ ਰਹਿੰਦਾ ਹਾਂ," ਵਕੀਲ ਕਹਿ ਰਿਹਾ ਸੀ, "ਕਿ ਮੈਂ ਤੁਹਾਡਾ ਅਹਿਸਾਨ ਮੰਨੇ ਬਿਨਾਂ ਨਹੀਂ

ਰਹਿ ਸਕਦਾ ਕਿਉਂਕਿ ਮੈਂ ਜੇਲ੍ਹ ਵਿਚ ਨਹੀਂ ਹਾਂ। ਅਤੇ ਤੁਸੀਂ ਤੇ ਅਸੀਂ ਸਾਰੇ ਜੇ ਜੇਲ੍ਹ ਵਿਚ ਨਹੀਂ ਸੁੱਟੇ ਗਏ ਤਾਂ ਇਹ ਸਿਰਫ ਉਹਨਾਂ ਦੀ ਮਿਹਰਬਾਨੀ ਹੀ ਹੈ। ਵਰਨਾ ਸਾਡੇ ਕੋਲੋਂ ਸਾਡੇ ਹੱਕ ਖੋਹ ਲੈਣਾ ਅਤੇ ਸੀਖਾਂ ਪਿੱਛੇ ਬੰਦ ਕਰ ਦੇਣਾ ਤਾਂ ਉਹਨਾਂ ਦਾ ਖੱਬੇ ਹੱਥ ਦਾ ਕੰਮ ਹੈ।"

"ਪਰ ਜੇ ਗੱਲ ਇਸ ਤਰ੍ਹਾਂ ਹੈ ਤੇ ਹਰ ਗੱਲ ਸਰਕਾਰੀ ਵਕੀਲਾਂ ਅਤੇ ਦੂਜੇ ਲੋਕਾਂ ਤੇ ਹੀ ਨਿਰਭਰ ਹੈ ਜਿਹੜੇ ਜੀਅ ਕਰੇ ਤਾਂ ਕਾਨੂੰਨ ਮੁਤਾਬਿਕ ਅਮਲ ਕਰਨ ਨਾ ਜੀਅ ਕਰੇ ਨਾ ਕਰਨ, ਤਾਂ ਫੇਰ ਇਹਨਾਂ ਮੁਕਦਮਿਆਂ ਦਾ ਕੀ ਮਤਲਬ?"

ਵਕੀਲ ਖਿੜਖਿੜਾ ਕੇ ਹੱਸ ਪਿਆ। "ਤੁਸੀਂ ਵੀ ਅਜੀਬ ਸਵਾਲ ਪੁੱਛਦੇ ਹੋ! ਇਹ ਤਾਂ ਫਿਲਾਸਫੀ ਦੀਆਂ ਗੱਲਾਂ ਨੇ, ਮੇਰੇ ਹਜ਼ੂਰ। ਖੈਰ, ਇਸ ਬਾਰੇ ਵੀ ਅਸੀਂ ਵਿਚਾਰ ਕਰ ਸਕਦੇ ਹਾਂ। ਸਨਿਚਰਵਾਰ ਨੂੰ ਆ ਸਕੋਗੇ? ਮੇਰੇ ਘਰ ਤੁਹਾਨੂੰ ਵਿਗਿਆਨੀ, ਸਾਹਿਤਕਾਰ ਤੇ ਕਲਾਕਾਰ ਸਭ ਮਿਲ ਪੈਣਗੇ, ਅਤੇ ਫੇਰ ਅਸੀਂ ਇਹਨਾਂ ਆਮ ਸਵਾਲਾਂ ਉਤੇ ਵਿਚਾਰ ਕਰ ਸਕਾਂਗੇ," ਵਕੀਲ ਨੇ "ਆਮ ਸਵਾਲਾਂ" ਸ਼ਬਦ ਉਤੇ ਖਾਸ ਜ਼ੋਰ ਦਿੱਤਾ ਜਿਵੇਂ ਇਹਨਾਂ ਸ਼ਬਦਾਂ ਵਿਚ ਵਿਅੰਗ ਭਰ ਰਿਹਾ ਹੋਵੇ। "ਮੇਰੀ ਬੀਵੀ ਨੂੰ ਮਿਲੇ ਹੋ ਨਾ ਤੁਸੀਂ? ਜ਼ਰੂਰ ਆਉਣਾ।"

"ਸ਼ੁਕਰੀਆ, ਮੈਂ ਕੋਸ਼ਿਸ਼ ਕਰਾਂਗਾ," ਨੇਖਲੀਊਦੋਵ ਨੇ ਆਖਿਆ। ਪਰ ਉਹ ਮਹਿਸੂਸ ਕਰ ਰਿਹਾ ਸੀ ਕਿ ਉਸ ਨੇ ਝੂਠੀ ਗੱਲ ਆਖੀ ਹੈ। ਉਹ ਜਾਣਦਾ ਸੀ ਕਿ ਜੇ ਉਹਨੇ ਕਿਸੇ ਗੱਲ ਦੀ ਕੋਸ਼ਿਸ਼ ਕੀਤੀ ਤਾਂ ਇਹ ਵਕੀਲ ਦੀ ਸਾਹਿਤਕ ਸ਼ਾਮ, ਅਤੇ ਵਿਗਿਆਨੀਆਂ, ਕਲਾਕਾਰਾਂ ਤੇ ਸਾਹਿਤਕਾਰਾਂ ਦੇ ਉਹਦੇ ਮਿੱਤਰ ਮੰਡਲ ਤੋਂ ਦੂਰ ਰਹਿਣ ਦੀ ਹੋਵੇਗੀ।

ਨੇਖਲੀਊਦੋਵ ਦੇ ਇਹ ਕਹਿਣ ਉਤੇ ਕਿ ਜੇ ਜੱਜ ਲੋਕ ਆਪਣੀ ਹੀ ਮਨਮਰਜ਼ੀ ਨਾਲ ਕਿਸੇ ਕਾਨੂੰਨ ਨੂੰ ਅਮਲ ਵਿਚ ਲਿਆਉਂਦੇ ਜਾਂ ਨਾ ਲਿਆਉਂਦੇ ਰਹਿਣ ਤਾਂ ਅਦਾਲਤ ਦਾ ਕੋਈ ਮਤਲਬ ਹੀ ਨਹੀਂ ਰਹਿ ਜਾਂਦਾ, ਵਕੀਲ ਦੇ ਹੱਸ ਪੈਣ ਨਾਲ ਅਤੇ ਉਸ ਅੰਦਾਜ਼ ਨਾਲ ਜਿਸ ਤਰ੍ਹਾਂ ਉਹਨੇ ਲਫਜ਼ "ਫਿਲਾਸਫੀ" ਅਤੇ "ਆਮ ਸਵਾਲ" ਬੋਲੇ ਸਨ ਇਹ ਸਿਧ ਹੁੰਦਾ ਸੀ ਕਿ ਨੇਖਲੀਊਦੋਵ ਅਤੇ ਵਕੀਲ, ਅਤੇ ਸ਼ਾਇਦ ਵਕੀਲ ਦੇ ਮਿੱਤਰ ਬਹੁਤ ਹੀ ਵਖਰੇ ਵਖਰੇ ਦ੍ਰਿਸ਼ਟੀਕੋਣ ਵਾਲੇ ਬੰਦੇ ਹਨ। ਨੇਖਲੀਊਦੋਵ ਮਹਿਸੂਸ ਕਰ ਰਿਹਾ ਸੀ ਕਿ ਉਹ ਆਪਣੇ ਪੁਰਾਣੇ ਸਾਥੀਆਂ, ਸ਼ੇਨਬੋਕ ਤੇ ਦੂਜੇ ਲੋਕ, ਤੋਂ ਇਸ ਵੇਲੇ ਜਿੰਨਾ ਦੂਰ ਖੜਾ ਹੈ, ਵਕੀਲ ਤੇ ਉਹਦੇ ਮਿੱਤਰ ਮੰਡਲ ਤੋਂ ਉਹ ਉਸ ਨਾਲੋਂ ਵੀ ਵਧੇਰੇ ਦੂਰ ਹੈ।

ਜੇਲ੍ਹ ਦੂਰ ਸੀ ਤੇ ਕੁਵੇਲਾ ਹੋ ਗਿਆ ਸੀ, ਇਸ ਕਰਕੇ ਨੇਖਲੀਉਦੋਵ ਨੇ ਇਕ ਬੱਘੀ ਭਾੜੇ ਤੇ ਕਰ ਲਈ। ਬੱਘੀ ਵਾਲਾ ਇਕ ਅਧਖੜ ਜਿਹਾ ਆਦਮੀ ਸੀ ਜਿਸ ਦੇ ਚਿਹਰੇ ਤੋਂ ਸਿਆਣਪ ਤੇ ਸੁਹਿਰਦਤਾ ਟਪਕਦੀ ਸੀ। ਉਹ ਇਕ ਸੜਕ ਤੋਂ ਲੰਘ ਰਹੇ ਸਨ ਕਿ ਬੱਘੀ ਵਾਲੇ ਨੇ ਨੇਖਲੀਉਦੋਵ ਵੱਲ ਮੂੰਹ ਕਰ ਕੇ ਇਕ ਵੱਡੀ ਸਾਰੀ ਇਮਾਰਤ ਵੱਲ ਇਸ਼ਾਰਾ ਕੀਤਾ ਜਿਹੜੀ ਓਸੇ ਸੜਕ ਉਤੇ ਉਸਾਰੀ ਜਾ ਰਹੀ ਸੀ।

"ਵੇਖੋ ਤੇ ਸਹੀ, ਕੇਡੀ ਜਹਾਜ਼ ਜੇਡੀ ਇਮਾਰਤ ਖੜੀ ਕਰ ਰਹੇ ਆ," ਉਸ ਨੇ ਇਸ ਤਰ੍ਹਾਂ ਆਖਿਆ ਜਿਵੇਂ ਇਸ ਇਮਾਰਤ ਦੀ ਉਸਾਰੀ ਨਾਲ ਉਹਦਾ ਵੀ ਵਾਹ ਹੋਵੇ ਤੇ ਇਸ ਗੱਲ ਦਾ ਉਹਨੂੰ ਮਾਣ ਹੋਵੇ।

ਇਮਾਰਤ ਸੱਚਮੁਚ ਹੀ ਬੜੀ ਵੱਡੀ ਸੀ ਅਤੇ ਇਸ ਦੀ ਬਣਾਵਟ ਬੜੀ ਗੁੰਝਲਦਾਰ ਅਤੇ ਮੂਲੋਂ ਹੀ ਨਵੀਂ ਕਿਸਮ ਦੀ ਸੀ। ਇਮਾਰਤ ਦੇ ਚਾਰ ਚੁਫੇਰੇ ਦਿਆਰ ਦੀਆਂ ਮਜ਼ਬੂਤ ਕੜੀਆਂ ਨੂੰ ਲੋਹੇ ਦੇ ਜੁਗਾੜਾਂ ਨਾਲ ਕੱਸ ਬੰਨ੍ਹ ਕੇ ਇਕ ਗੋ ਖੜੀ ਕੀਤੀ ਹੋਈ ਸੀ ਅਤੇ ਆਸੇ ਪਾਸੇ ਲਕੜ ਦੇ ਫੱਟਿਆਂ ਦੀ ਕੰਧ ਕਰ ਕੇ ਇਸ ਨੂੰ ਸੜਕ ਨਾਲੋਂ ਵੱਖ ਕੀਤਾ ਹੋਇਆ ਸੀ। ਗੋ ਦੇ ਫੱਟਿਆਂ ਉਤੇ ਚੂਨੇ ਨਾਲ ਲਥਪਥ ਮਜ਼ਦੂਰ ਕੀੜੀਆਂ ਵਾਂਗੂ ਏਧਰ ਓਧਰ ਤੁਰੇ ਫਿਰਦੇ ਸਨ। ਕੋਈ ਇੱਟਾਂ ਬੀੜ ਰਿਹਾ ਸੀ, ਕੋਈ ਉਹਨਾਂ ਨੂੰ ਛਿੱਲ ਤਰਾਸ਼ ਰਿਹਾ ਸੀ, ਕੋਈ ਮਸਾਲੇ ਦੇ ਭਰੇ ਤਸਲੇ ਬਾਲਟੀਆਂ ਲਈ ਜਾਂਦਾ ਸੀ ਤੇ ਕੋਈ ਖਾਲੀ ਹੋਏ ਵਾਪਸ ਲਈ ਆਉਂਦਾ ਸੀ।

ਇਕ ਮੋਟਾ ਤਾਜ਼ਾ ਆਦਮੀ ਜਿਹੜਾ ਸ਼ਾਇਦ ਭਵਨ-ਨਿਰਮਾਤਾ ਹੋਵੇ, ਗੋ ਦੇ ਕੋਲ ਖੜਾ ਸੀ। ਉਸ ਨੇ ਬੜੇ ਸੁਹਣੇ ਕਪੜੇ ਪਾਏ ਹੋਏ ਸਨ। ਉਹ ਉਪਰ ਵੱਲ ਇਸ਼ਾਰਾ ਕਰ ਕੇ ਠੇਕੇਦਾਰ ਨੂੰ ਕੋਈ ਗੱਲ ਸਮਝਾ ਰਿਹਾ ਸੀ ਜਿਹੜਾ ਬੜੇ ਆਦਰਮਈ ਢੰਗ ਨਾਲ ਸੁਣੀ ਜਾ ਰਿਹਾ ਸੀ। ਇਹ ਠੇਕੇਦਾਰ ਵਲਾਦੀਮੀਰ ਗੁਬੇਰਨੀਆ ਦਾ ਇਕ ਕਿਸਾਨ ਸੀ। ਭਵਨ-ਨਿਰਮਾਤਾ ਅਤੇ ਠੇਕੇਦਾਰ ਦੇ ਕੋਲੋਂ ਦੀ ਹੀ ਇਮਾਰਤੀ ਸਾਮਾਨ ਦੇ ਭਰੇ ਛਕੜੇ ਅੰਦਰ ਲੰਘ ਰਹੇ ਸਨ ਅਤੇ ਖਾਲੀ ਬਾਹਰ ਆ ਰਹੇ ਸਨ।

"ਤੇ ਇਹਨਾਂ ਸਭਨਾਂ ਲੋਕਾਂ ਨੂੰ—ਜਿਹੜੇ ਕੰਮ ਕਰਦੇ ਹਨ ਉਹਨਾਂ ਨੂੰ ਵੀ ਅਤੇ ਜਿਹੜੇ ਉਹਨਾਂ ਕੋਲੋਂ ਕੰਮ ਕਰਾਉਂਦੇ ਹਨ ਉਹਨਾਂ ਨੂੰ ਵੀ—ਪੱਕਾ ਯਕੀਨ ਹੈ ਕਿ ਇਹ ਇਕ ਬਹੁਤ ਸ਼ਾਨਦਾਰ ਤੇ ਵੱਡੀ ਇਮਾਰਤ ਬਣੇਗੀ। ਅਤੇ ਘਰਾਂ ਵਿਚ ਇਹਨਾਂ ਦੀਆਂ ਬੀਵੀਆਂ, ਜਿਨ੍ਹਾਂ ਦੇ ਬੱਚੇ ਠਹਿਰ ਗਏ ਹੋਏ ਸਨ, ਹੱਡਤੋੜ ਮਿਹਨਤ ਮਜ਼ਦੂਰੀ ਕਰ ਰਹੀਆਂ ਹਨ। ਲੀਰਾਂ ਗੰਢਜੋੜ ਕੇ ਬਣਾਈਆਂ ਟੋਪੀਆਂ ਵਾਲੇ ਉਹਨਾਂ ਦੇ ਬਾਲ, ਜਿਹੜੇ ਭੁੱਖਮਰੀ ਦਾ ਸ਼ਿਕਾਰ ਹੋ ਕੇ ਮੌਤ ਦੇ ਮੂੰਹ ਵਿਚ ਪੈ ਰਹੇ ਹਨ, ਬੁੱਢਿਆਂ ਵਾਂਗ ਮੁਸਕ੍ਰਾਉਂਦੇ ਹਨ ਤੇ ਉਹਨਾਂ ਦੀਆਂ ਲੱਤਾਂ ਵਿੰਗੀਆਂ ਟੇਢੀਆਂ ਹੋ ਜਾਂਦੀਆਂ ਹਨ। ਇਹ ਲੋਕ ਜ਼ਰੂਰ ਇਹ ਬੇਹੂਦਾ ਤੇ ਬੇਕਾਰ ਮਹੱਲ ਕਿਸੇ ਬੇਹੂਦਾ ਤੇ ਬੇਕਾਰ ਆਦਮੀ ਵਾਸਤੇ ਖੜਾ ਕਰ ਰਹੇ

ਹੋਣਗੇ। ਕਿਸੇ ਐਸੇ ਹੀ ਆਦਮੀ ਵਾਸਤੇ ਜਿਹੜਾ ਇਹਨਾਂ ਨੂੰ ਲੁਟਣ ਤੇ ਬਰਬਾਦ ਕਰਨ ਵਾਲਿਆਂ ਵਿਚੋਂ ਹੀ ਇਕ ਹੋਵੇਗਾ," ਇਮਾਰਤ ਵੱਲ ਵੇਖਦਾ ਹੋਇਆ ਨੇਖਲੀਊਦੋਵ ਸੋਚ ਰਿਹਾ ਸੀ।

"ਹਾਂ, ਇਹ ਬੇਹੂਦਾ ਮਕਾਨ ਹੈ," ਉਸ ਨੇ ਆਪਣੇ ਮਨ ਦੀ ਗੱਲ ਨੂੰ ਬੋਲ ਦਿੱਤੇ।

"ਕਿਉਂ ਜੀ, ਬੇਹੂਦਾ ਕਿਉਂ?" ਬੱਘੀ ਵਾਲੇ ਨੇ ਔਖੇ ਹੋ ਕੇ ਜਵਾਬ ਦਿੱਤਾ। "ਏਹਦਾ ਸਦਕਾ ਲੋਕਾਂ ਨੂੰ ਰੁਜ਼ਗਾਰ ਮਿਲਦੈ, ਬੇਹੂਦਾ ਕਿਉਂ ਹੋਇਆ?"

"ਪਰ ਇਹ ਫਜ਼ੂਲ ਕੰਮ ਹੈ।"

"ਫਜ਼ੂਲ ਨਹੀਂ ਹੋ ਸਕਦਾ, ਵਰਨਾ ਲੋਕ ਕਿਉਂ ਕਰਨ?" ਬੱਘੀ ਵਾਲੇ ਨੇ ਆਖਿਆ। "ਏਹਦੇ ਨਾਲ ਲੋਕਾਂ ਨੂੰ ਰੋਟੀ ਮਿਲਦੀ ਏ।"

ਨੇਖਲੀਊਦੋਵ ਚੁੱਪ ਹੋ ਗਿਆ। ਵੈਸੇ ਵੀ ਪਹੀਏ ਇਉਂ ਖੜ ਖੜ ਕਰ ਰਹੇ ਸਨ ਕਿ ਗੱਲ ਕਰਨਾ ਮੁਸ਼ਕਲ ਸੀ। ਜਦੋਂ ਉਹ ਜੇਲ੍ਹ ਦੇ ਨੇੜੇ ਆ ਗਏ ਅਤੇ ਬੱਘੀ ਗੋਲ ਪੱਥਰਾਂ ਦੀ ਸੜਕ ਤੋਂ ਹਟ ਕੇ ਪੱਧਰੇ ਪੱਕੇ ਗੋਲੇ ਤੇ ਆ ਗਈ ਤਾਂ ਗਲਬਾਤ ਕਰਨਾ ਸੌਖਾ ਹੋ ਗਿਆ। ਬੱਘੀ ਵਾਲੇ ਨੇ ਇਕ ਵਾਰੀ ਫੇਰ ਨੇਖਲੀਊਦੋਵ ਨੂੰ ਸੰਬੋਧਨ ਕੀਤਾ:—

"ਤੇ ਕਿਵੇਂ ਲੋਕਾਂ ਦੇ ਵੱਗ ਦੇ ਵੱਗ ਸ਼ਹਿਰਾਂ ਨੂੰ ਤੁਰੇ ਆਉਂਦੇ ਆ, ਤੋਬਾ ਮੇਰੀ," ਉਸ ਨੇ ਆਪਣੀ ਸੀਟ ਤੋਂ ਪਾਸਾ ਮੋੜ ਕੇ ਆਖਿਆ ਅਤੇ ਕਿਸਾਨ-ਕਾਮਿਆਂ ਦੀ ਇਕ ਟੋਲੀ ਵੱਲ ਇਸ਼ਾਰਾ ਕੀਤਾ ਜਿਹੜੇ ਆਪਣੇ ਆਰੇ ਤੇ ਕੁਹਾੜੇ ਚੁੱਕੀ ਉਹਨਾਂ ਵੱਲ ਆ ਰਹੇ ਸਨ। ਉਹਨਾਂ ਨੇ ਆਪਣੇ ਭੇਡ ਦੀ ਖੱਲ ਦੇ ਕੋਟ ਤੇ ਥੈਲੇ ਮੋਢਿਆਂ ਤੇ ਲਟਕਾਏ ਹੋਏ ਸਨ।

"ਬੀਤੇ ਵਰ੍ਹਿਆਂ ਨਾਲੋਂ ਵੀ ਬਹੁਤੇ?" ਨੇਖਲੀਊਦੋਵ ਨੇ ਪੁੱਛਿਆ।

"ਕਿਤੇ ਬਹੁਤੇ। ਐਤਕਾਂ ਤੇ ਜੀ ਥਾਂ ਥਾਂ ਭੀੜਾਂ ਲੱਗ ਗਈਆਂ ਇਹਨਾਂ ਦੀਆਂ। ਪੁਛੋ ਕੁਝ ਨਾ ਕਿੰਨਾ ਬੁਰਾ ਹਾਲ ਜੇ। ਮਾਲਕ ਮਜ਼ਦੂਰਾਂ ਨੂੰ ਇਉਂ ਕੰਮ ਤੋਂ ਲਾਂਭੇ ਕਰ ਦੇਂਦੇ ਜੇ ਜਿਵੇਂ ਮੱਖਣ ਵਿਚੋਂ ਵਾਲ ਕੱਢ ਕੇ ਰਖ ਦੇਈਦੈ। ਕੰਮ ਕਿਤੇ ਮਿਲਦਾ ਈ ਨਹੀਂ।"

"ਕਿਉਂ?"

"ਕੰਮ ਕਰਨ ਵਾਲੇ ਬਹੁਤ ਆ ਗਏ। ਏਨੇ ਲੋਕਾਂ ਨੂੰ ਕੰਮ ਕਿਥੋਂ ਮਿਲੇ?"

"ਪਰ ਏਨੇ ਬਹੁਤੇ ਲੋਕ ਆ ਕਿਉਂ ਗਏ? ਉਹ ਪਿੰਡ ਵਿਚ ਹੀ ਕਿਉਂ ਨਹੀਂ ਰਹਿੰਦੇ?"

"ਪਿੰਡ ਵਿਚ ਰਹਿ ਕੇ ਵੀ ਕੀ ਕਰਨ। ਵਾਹੀ ਖੇਤੀ ਨੂੰ ਕੋਈ ਭੋਂ ਦਾ ਟੋਟਾ ਨਹੀਂ।"

ਨੇਖਲੀਊਦੋਵ ਨੂੰ ਮਹਿਸੂਸ ਹੋਇਆ ਜਿਵੇਂ ਉਹਦੀ ਦੁਖਦੀ ਰਗ ਉਤੇ ਹਥ ਰੱਖ ਦਿੱਤਾ ਗਿਆ ਹੋਵੇ। ਬੰਦੇ ਨੂੰ ਇਉਂ ਮਹਿਸੂਸ ਹੁੰਦਾ ਹੈ ਜਿਵੇਂ ਹਮੇਸ਼ਾ ਅੱਲੇ ਫੱਟ ਉਤੇ ਹੀ ਸੱਟ ਲੱਗਦੀ ਹੈ। ਪਰ ਇਸ ਦਾ ਕਾਰਨ ਇਹ ਹੁੰਦਾ ਹੈ ਕਿ ਥਾਂ ਪਹਿਲਾਂ ਹੀ ਦੁਖਦੀ ਹੁੰਦੀ ਹੈ ਤੇ ਲੱਗੀ ਸੱਟ ਵਧੇਰੇ ਮਹਿਸੂਸ ਹੁੰਦੀ ਹੈ:

"ਕੀ ਇਹ ਹੋ ਸਕਦਾ ਹੈ ਕਿ ਹਰ ਥਾਂ ਏਹੋ ਕੁਝ ਵਾਪਰ ਰਿਹਾ ਹੋਵੇ," ਨੇਖਲੀਊਦੋਵ ਨੇ ਸੋਚਿਆ ਅਤੇ ਬੱਘੀ ਵਾਲੇ ਨੂੰ ਪੁੱਛਣ ਲੱਗਾ ਕਿ ਉਹਨਾਂ ਦੇ ਪਿੰਡ ਦੀ ਜ਼ਮੀਨ ਕਿੰਨੀ

ਹੈ, ਉਹਦੇ ਆਪਣੇ ਕੋਲ ਕਿੰਨੀ ਕੁ ਜ਼ਮੀਨ ਹੈ ਤੇ ਉਹ ਪਿੰਡ ਛੱਡ ਕੇ ਏਥੇ ਕਿਉਂ ਆ ਗਿਆ ਹੈ।

"ਸਾਡੇ ਪਿੰਡ ਵਿਚ ਇਕ ਬੰਦੇ ਪਿੱਛੇ ਇਕ ਦੇਸੀਆਤਿਨ ਜ਼ਮੀਨ ਆ, ਹਜ਼ੂਰ, ਤੇ ਸਾਡੇ ਟੱਬਰ ਕੋਲ ਤਿੰਨ ਬੰਦਿਆਂ ਦਾ ਹਿੱਸਾ, ਤਿੰਨ ਦੇਸੀਆਤਿਨ।" ਬੱਘੀ ਵਾਲੇ ਨੇ ਆਪਣੇ ਆਪ ਹੀ ਅਗਲੀਆਂ ਗੱਲਾਂ ਛੇੜ ਲਈਆਂ ਸਨ: "ਮੇਰਾ ਪਿਓ ਤੇ ਇਕ ਭਰਾ ਪਿੰਡ ਰਹਿੰਦੇ ਜੇ ਤੇ ਖੇਤੀ ਕਰਦੇ ਜੇ। ਇਕ ਹੋਰ ਭਰਾ ਏ, ਉਹ ਫੌਜ ਵਿਚ ਜੇ। ਪਰ ਖੇਤੀ ਵਿਚ ਹੈ ਈ ਕੀ? ਭਰਾ ਵੀ ਮੇਰਾ ਮਾਸਕੋ ਆਉਣ ਦੀ ਸੋਚ ਰਿਹਾ ਜੇ।"

"ਤੇ ਜ਼ਮੀਨ ਲਗਾਨ ਤੇ ਨਹੀਂ ਮਿਲ ਸਕਦੀ?"

"ਅਜਕਲ ਕਿਥੇ ਮਿਲਦੀ ਆ ਲਗਾਨ ਤੇ? ਜ਼ਿਮੀਦਾਰਾਂ ਨੇ ਤਾਂ ਸਮਝੋ ਲੁਟਾ ਛੱਡੀਆਂ ਜ਼ਮੀਨਾਂ, ਤੇ ਸਾਰੀ ਜ਼ਮੀਨ ਆ ਗਈ ਜੇ ਵਪਾਰੀਆਂ ਦੇ ਹੱਥਾਂ ਵਿਚ। ਉਹਨਾਂ ਕੋਲੋਂ ਲਗਾਨ ਤੇ ਨਹੀਂ ਮਿਲ ਸਕਦੀ। ਉਹ ਆਪ ਕਾਸ਼ਤ ਕਰਦੇ ਜੇ। ਸਾਡੇ ਪਿੰਡ ਵਿਚ ਇਕ ਫਰਾਂਸੀਸੀ ਦਾ ਰਾਜ ਜੇ। ਓਨ ਸਾਡੇ ਪਹਿਲੇ ਜ਼ਿਮੀਦਾਰ ਕੋਲੋਂ ਸਾਰੀ ਜ਼ਮੀਨ ਜ਼ਾਇਦਾਦ ਖਰੀਦ ਲਈ ਸੀ, ਤੇ ਹੁਣ ਅੱਗੋਂ ਉਹ ਕਿਸੇ ਨੂੰ ਦੇਂਦਾ ਨਹੀਂ। ਬੱਸ, ਗੱਲ ਮੁਕੀ।"

"ਕੌਣ ਹੈ ਇਹ ਫਰਾਂਸੀਸੀ?"

"ਦੂਫਾਰ ਨਾਂ ਜੇ ਏਸ ਫਰਾਂਸੀਸੀ ਦਾ। ਖਵਰੇ ਤੁਸਾਂ ਸੁਣਿਆ ਈ ਹੋਵੇ। ਵੱਡੇ ਥੇਟਰ ਵਿਚ ਅਦਾਕਾਰਾਂ ਵਾਸਤੇ ਵਿੱਗਾਂ ਬਣਾ ਕੇ ਵੇਚਦਾ ਜੇ। ਕੰਮ ਸੁਹਣਾ ਜੇ, ਏਸ ਕਰਕੇ ਵਾਹ ਵਾਹ ਪੈਸੇ ਬਣਾਏ ਆ ਉਹਨੇ। ਸਾਡੀ ਮਾਲਕਣ ਕੋਲੋਂ ਸਾਰੀ ਜਾਗੀਰ ਖਰੀਦ ਲਈ ਸੀ ਉਹਨੇ ਤੇ ਹੁਣ ਸਾਡੇ ਉਤੇ ਰਾਜ ਕਰਦੈ। ਜਿਵੇਂ ਜੀਅ ਕਰੇ ਸਾਨੂੰ ਲਿਤਾੜਦਾ ਜੇ। ਸ਼ੁਕਰ ਹੈ ਰੱਬ ਦਾ, ਬੰਦਾ ਆਪ ਮਾੜਾ ਨਹੀਂ, ਪਰ ਉਹਦੀ ਘਰ ਵਾਲੀ, ਰੂਸਣ ਜੇ, ਐਸੀ ਜ਼ਾਲਮ ਜਨਾਨੀ ਜੇ, ਪਈ ਰੱਬ ਹੀ ਬਚਾਏ। ਲੋਕਾਂ ਦਾ ਲਹੂ ਪੀਂਦੀ ਜੇ। ਤੋਬਾ ਮੇਰੀ। ਹੱਛਾ, ਲਓ ਜੇਲ੍ਹ ਤਾਂ ਆ ਗਈ। ਫਾਟਕ ਅੱਗੇ ਲੈ ਚੱਲਾਂ? ਪਤਾ ਨਹੀਂ, ਓਥੋਂ ਤਾਈਂ ਜਾਣ ਵੀ ਦੇਣ ਕਿ ਨਾ।"

੧੩

ਇਸ ਖਿਆਲ ਤੋਂ ਸਹਿਮੇ ਤੇ ਬੁਝੇ ਜਿਹੇ ਦਿਲ ਨਾਲ ਕਿ ਹੁਣ ਉਹਨੂੰ ਮਾਸਲੋਵਾ ਕਿਸ ਹਾਲਤ ਵਿਚ ਮਿਲੇਗੀ, ਅਤੇ ਉਸ ਰਹੱਸ ਦੇ ਅਹਿਸਾਸ ਨਾਲ ਜਿਹੜਾ ਉਸ ਨੇ ਮਾਸਲੋਵਾ ਸਾਮ੍ਹਣੇ ਅਤੇ ਇਸ ਜੇਲ੍ਹ ਵਿਚ ਬੰਦ ਲੋਕਾਂ ਦੀ ਭੀੜ ਸਾਮ੍ਹਣੇ ਅਨੁਭਵ ਕੀਤਾ ਸੀ, ਨੇਖਲੀਊਦੋਵ ਨੇ ਵੱਡੇ ਫਾਟਕ ਦੀ ਘੰਟੀ ਵਜਾਈ ਅਤੇ ਬਾਹਰ ਆਏ ਵਾਰਡਰ ਕੋਲੋਂ ਮਾਸਲੋਵਾ ਬਾਰੇ ਪੁੱਛਿਆ। ਅੰਦਰ ਜਾ ਕੇ ਪੁੱਛ ਗਿੱਛ ਕਰਨ ਤੋਂ ਮਗਰੋਂ ਵਾਰਡਰ ਨੇ

ਦੱਸਿਆ ਕਿ ਉਹ ਹਸਪਤਾਲ ਵਿਚ ਹੈ। ਨੇਖਲੀਊਦੋਵ ਹਸਪਤਾਲ ਪਹੁੰਚ ਗਿਆ। ਇਥੇ ਇਕ ਸੁਹਿਰਦ ਬੁੱਢੇ ਆਦਮੀ ਨੇ, ਜਿਹੜਾ ਬੂਹੇ ਅੱਗੇ ਪਹਿਰੇ ਤੇ ਖੜਾ ਸੀ, ਨੇਖਲੀਊਦੋਵ ਨੂੰ ਫੌਰਨ ਅੰਦਰ ਲੰਘ ਜਾਣ ਦਿੱਤਾ ਅਤੇ ਇਹ ਪੁੱਛ ਕੇ ਕਿ ਉਸ ਨੇ ਕਿਸ ਨੂੰ ਮਿਲਣਾ ਹੈ ਉਸ ਨੂੰ ਬੱਚਿਆਂ ਦੇ ਵਾਰਡ ਦਾ ਰਾਹ ਵਿਖਾ ਦਿੱਤਾ।

ਇਕ ਨੌਜਵਾਨ ਡਾਕਟਰ, ਜਿਸ ਕੋਲੋਂ ਕਾਰਬਾਲਿਕ ਏਸਿਡ ਦੀ ਤਿੱਖੀ ਮੁਸ਼ਕ ਆ ਰਹੀ ਸੀ, ਲਾਂਘੇ ਵਿਚ ਨੇਖਲੀਊਦੋਵ ਦੇ ਕੋਲ ਆਇਆ ਤੇ ਸਖ਼ਤ ਲਹਿਜੇ ਵਿਚ ਪੁੱਛਣ ਲੱਗਾ ਕਿ ਉਹਨੂੰ ਕੀ ਕੰਮ ਹੈ। ਇਹ ਡਾਕਟਰ ਹਮੇਸ਼ਾ ਕੈਦੀਆਂ ਨੂੰ ਛੋਟਾਂ ਰਿਆਇਤਾਂ ਦੇਂਦਾ ਰਹਿੰਦਾ ਸੀ। ਇਸ ਕਰਕੇ ਜੇਲ੍ਹ ਦੇ ਅਧਿਕਾਰੀਆਂ ਨਾਲ ਤੇ ਏਥੋਂ ਤੱਕ ਕਿ ਵੱਡੇ ਡਾਕਟਰ ਨਾਲ ਵੀ ਸਦਾ ਹੀ ਇੱਟ-ਖੜਿਕਾ ਹੁੰਦਾ ਰਹਿੰਦਾ ਸੀ। ਇਸ ਗੱਲੋਂ ਡਰਦਿਆਂ ਕਿ ਨੇਖਲੀਊਦੋਵ ਕੋਈ ਨਾਜਾਇਜ਼ ਮੰਗ ਰੱਖ ਦੇਵੇਗਾ, ਅਤੇ ਇਹ ਵਿਖਾਉਣਾ ਚਾਹੁੰਦਿਆਂ ਕਿ ਉਹ ਕਿਸੇ ਦਾ ਕੋਈ ਲਿਹਾਜ਼ ਨਹੀਂ ਕਰਦਾ, ਉਸ ਨੇ ਚਿੜਚਿੜੇਪਨ ਦਾ ਢੌਂਗ ਰਚਿਆ ਹੋਇਆ ਸੀ।

"ਏਥੇ ਕੋਈ ਔਰਤਾਂ-ਊਰਤਾਂ ਨਹੀਂ। ਇਹ ਬੱਚਿਆਂ ਦਾ ਵਾਰਡ ਏ," ਉਹਨੇ ਆਖਿਆ।

"ਹਾਂ, ਮੈਨੂੰ ਪਤਾ ਹੈ, ਪਰ ਇਕ ਕੈਦਣ ਨੂੰ ਏਥੇ ਸਹਾਇਕ ਨਰਸ ਲਾਇਆ ਗਿਆ ਹੈ।"

"ਹਾਂ, ਏਹੋ ਜਿਹੀਆਂ ਦੋ ਔਰਤਾਂ ਨੇ ਏਥੇ। ਤੁਸੀਂ ਕਿਸ ਨੂੰ ਮਿਲਣਾ ਚਾਹੁੰਦੇ ਓ?"

"ਇਹਨਾਂ ਵਿਚੋਂ ਇਕ ਨਾਲ ਮੇਰੀ ਨਜ਼ਦੀਕੀ ਰਿਸ਼ਤੇਦਾਰੀ ਹੈ। ਉਹਦਾ ਨਾਂ ਹੈ ਮਾਸਲੋਵਾ," ਨੇਖਲੀਊਦੋਵ ਨੇ ਜਵਾਬ ਦਿੱਤਾ, "ਮੈਂ ਉਹਦੇ ਨਾਲ ਗੱਲ ਕਰਨੀ ਹੈ। ਮੈਂ ਪੀਟਰਸਬਰਗ ਜਾ ਰਿਹਾ ਹਾਂ ਉਹਦੇ ਮੁਕਦਮੇ ਬਾਰੇ ਸੈਨੇਟ ਦੇ ਦਫਤਰ ਅਪੀਲ ਦਾਖਲ ਕਰਨ। ਤੇ ਨਾਲੇ ਆਹ ਉਹਦੇ ਹਵਾਲੇ ਕਰਨਾ ਹੈ। ਸਿਰਫ ਤਸਵੀਰ ਹੈ ਇਕ, ਹੋਰ ਕੁਝ ਨਹੀਂ," ਆਪਣੀ ਜੇਬ ਵਿਚੋਂ ਇਕ ਲਿਫਾਫਾ ਕੱਢਦਿਆਂ ਨੇਖਲੀਊਦੋਵ ਨੇ ਆਖਿਆ।

"ਕੋਈ ਨਹੀਂ, ਦੇ ਦਿਆ ਜੇ," ਡਾਕਟਰ ਨੇ ਨਰਮ ਹੁੰਦਿਆਂ ਕਿਹਾ ਤੇ ਚਿੱਟੇ ਐਪਰਨ ਵਾਲੀ ਇਕ ਬੁੱਢੀ ਔਰਤ ਨੂੰ ਸੰਬੋਧਨ ਕਰ ਕੇ ਆਖਿਆ ਕਿ ਕੈਦਣ ਮਾਸਲੋਵਾ ਨੂੰ ਸੱਦ ਲਿਆਵੇ। "ਤੁਸੀਂ ਏਥੇ ਹੀ ਬੈਠੋਗੇ ਜਾਂ ਉਡੀਕ ਕਮਰੇ ਵਿਚ?" ਉਸ ਨੇ ਪੁੱਛਿਆ।

"ਸ਼ੁਕਰੀਆ," ਨੇਖਲੀਊਦੋਵ ਨੇ ਆਖਿਆ। ਇਸ ਤੋਂ ਮਗਰੋਂ ਆਪਣੇ ਵੱਲ ਡਾਕਟਰ ਦੇ ਰਵਈਏ ਵਿਚ ਆਈ ਅਨੁਕੂਲ ਤਬਦੀਲੀ ਦਾ ਫਾਇਦਾ ਉਠਾ ਕੇ ਉਸ ਨੇ ਪੁੱਛਿਆ ਕਿ ਹਸਪਤਾਲ ਵਿਚ ਮਾਸਲੋਵਾ ਦੇ ਕੰਮ ਤੋਂ ਉਹ ਕਿੰਨੇ ਕੁ ਸੰਤੁਸ਼ਟ ਹਨ।

"ਠੀਕ ਹੈ। ਬੜੀ ਸੁਹਣੀ ਤਰ੍ਹਾਂ ਕੰਮ ਕਰਦੀ ਹੈ। ਉਸ ਦੀ ਪਹਿਲੀ ਜ਼ਿੰਦਗੀ ਨੂੰ ਧਿਆਨ ਵਿਚ ਰੱਖਿਆਂ ਬਹੁਤ ਚੰਗਾ। ਲਓ, ਉਹ ਆ ਗਈ।"

ਇਕ ਦਰਵਾਜ਼ੇ ਵਿਚੋਂ ਬੁੱਢੀ ਨਰਸ ਨਿਕਲ ਕੇ ਆਈ ਤੇ ਉਹਦੇ ਮਗਰ ਮਗਰ

ਮਾਸਲੋਵਾ। ਉਹਨੇ ਫਾਂਟਾਂਦਾਰ ਫਰਾਕ ਉਤੇ ਇਕ ਚਿੱਟਾ ਐਪਰਨ ਪਾਇਆ ਹੋਇਆ ਸੀ, ਸਿਰ ਉਤੇ ਰੁਮਾਲ ਜਿਸ ਨਾਲ ਤਕਰੀਬਨ ਸਾਰਾ ਸਿਰ ਕੱਜਿਆ ਹੋਇਆ ਸੀ। ਨੇਖਲੀਊਦੋਵ ਨੂੰ ਵੇਖਦਿਆਂ ਹੀ ਉਹਦੇ ਚਿਹਰੇ ਉਤੇ ਲਾਲੀ ਫਿਰ ਗਈ, ਅਤੇ ਉਹ ਖੜੀ ਹੋ ਗਈ ਜਿਵੇਂ ਝਿਜਕ ਰਹੀ ਹੋਵੇ। ਫੇਰ ਉਸ ਦੀ ਤਿਊੜੀ ਚੜ੍ਹ ਗਈ ਅਤੇ ਲਾਂਘੇ ਦੇ ਵਿਚਕਾਰ ਜਿਥੇ ਤਪੜ ਦੀ ਇਕ ਪੱਟੀ ਜਿਹੀ ਵਿੱਛੀ ਹੋਈ ਸੀ ਤੇਜ਼ ਤੇਜ਼ ਕਦਮ ਰਖਦੀ ਉਹਦੇ ਵੱਲ ਵਧੀ। ਉਸ ਨੇ ਨੀਵੀਂ ਪਾਈ ਹੋਈ ਸੀ। ਨੇਖਲੀਊਦੋਵ ਦੇ ਕੋਲ ਆ ਕੇ ਉਹ ਉਹਦੇ ਨਾਲ ਹੱਥ ਨਹੀਂ ਸੀ ਮਿਲਾਉਣਾ ਚਾਹੁੰਦੀ, ਪਰ ਫੇਰ ਮਿਲਾ ਹੀ ਲਿਆ। ਸ਼ਰਮ ਨਾਲ ਉਹਦਾ ਚਿਹਰਾ ਹੋਰ ਵੀ ਲਾਲ ਹੋ ਗਿਆ ਸੀ। ਉਸ ਦਿਨ ਤੋਂ ਮਗਰੋਂ ਜਦੋਂ ਮਾਸਲੋਵਾ ਨੇ ਗੁੱਸੇ ਵਿਚ ਆ ਜਾਣ ਦੀ ਨੇਖਲੀਊਦੋਵ ਕੋਲੋਂ ਮਾਫੀ ਮੰਗੀ ਸੀ, ਉਹਨਾਂ ਦੀ ਕੋਈ ਮੁਲਾਕਾਤ ਨਹੀਂ ਸੀ ਹੋਈ। ਨੇਖਲੀਊਦੋਵ ਦਾ ਖਿਆਲ ਸੀ ਕਿ ਅੱਜ ਵੀ ਉਹਦੀ ਉਸ ਦਿਨ ਵਰਗੀ ਹੀ ਹਾਲਤ ਹੋਵੇਗੀ। ਪਰ ਨਹੀਂ, ਅੱਜ ਉਹ ਉਸ ਦਿਨ ਨਾਲੋਂ ਬਿਲਕੁਲ ਵੱਖਰੀ ਸੀ। ਉਹਦੇ ਚਿਹਰੇ ਉਤੇ ਨਵੀਂ ਕਿਸਮ ਦੇ ਹਾਵਭਾਵ ਸਨ, ਕੁਝ ਕੁਝ ਸੰਕੋਚ ਅਤੇ ਸੰਗ ਦਾ ਭਾਵ ਅਤੇ ਨਾਲੇ, ਉਸ ਨੂੰ ਜਾਪਿਆ ਸੀ, ਉਹਦੇ ਵੱਲ ਇਕ ਤਰ੍ਹਾਂ ਦੀ ਅਸੁਹਿਰਦਤਾ ਦਾ ਭਾਵ। ਨੇਖਲੀਊਦੋਵ ਨੇ ਉਸ ਨੂੰ ਉਹ ਸਾਰੀਆਂ ਗੱਲਾਂ ਦੱਸੀਆਂ ਜਿਹੜੀਆਂ ਉਸ ਨੇ ਡਾਕਟਰ ਨੂੰ ਪਹਿਲਾਂ ਦੱਸੀਆਂ ਸਨ—ਅਰਥਾਤ ਉਹ ਪੀਟਰਸਬਰਗ ਜਾਣ ਵਾਲਾ ਹੈ—ਅਤੇ ਉਸ ਤਸਵੀਰ ਵਾਲਾ ਲਿਫਾਫਾ ਉਸ ਦੇ ਹੱਥਾਂ ਵਿਚ ਦੇ ਦਿੱਤਾ ਜਿਹੜੀ ਉਹ ਪਾਨੋਵੋ ਤੋਂ ਲੈ ਕੇ ਆਇਆ ਸੀ।

"ਆਹ ਮੈਨੂੰ ਪਾਨੋਵੋ ਤੋਂ ਲਭ ਗਈ—ਪੁਰਾਣੀ ਤਸਵੀਰ ਹੈ। ਸ਼ਾਇਦ ਤੁਹਾਨੂੰ ਚੰਗੀ ਲੱਗੇ। ਰੱਖ ਲਓ।"

ਆਪਣੇ ਕਾਲੇ ਭਰਵੱਟਿਆਂ ਨੂੰ ਉਪਰ ਚੁੱਕ ਕੇ, ਮਾਸਲੋਵਾ ਨੇ ਆਪਣੀਆਂ ਭੈਂਗੀਆਂ ਅੱਖਾਂ ਨਾਲ ਉਹਦੇ ਵੱਲ ਵੇਖਿਆ। ਉਹਦੀਆਂ ਅੱਖਾਂ ਵਿਚ ਹੈਰਾਨੀ ਸੀ ਜਿਵੇਂ ਪੁੱਛ ਰਹੀਆਂ ਹੋਣ, "ਇਹ ਕਾਹਦੇ ਵਾਸਤੇ?" ਤੇ ਬਿਨਾਂ ਕੁਝ ਬੋਲਿਆਂ ਉਹਨੇ ਤਸਵੀਰ ਫੜ ਲਈ ਅਤੇ ਆਪਣੇ ਐਪਰਨ ਦੀ ਜੇਬ ਵਿਚ ਪਾ ਲਈ।

"ਮੈਂ ਓਥੇ ਤੁਹਾਡੀ ਮਾਸੀ ਨੂੰ ਮਿਲਿਆ ਸਾਂ," ਨੇਖਲੀਊਦੋਵ ਨੇ ਆਖਿਆ।

"ਮਿਲੇ ਸਓ?" ਉਹਨੇ ਬੇਪ੍ਰਵਾਹੀ ਜਿਹੀ ਨਾਲ ਕਿਹਾ।

"ਏਥੇ ਤੁਸੀਂ ਠੀਕ-ਠਾਕ ਹੋ ਨਾ?" ਨੇਖਲੀਊਦੋਵ ਨੇ ਪੁੱਛਿਆ।

"ਹਾਂ, ਠੀਕ ਹਾਂ," ਮਾਸਲੋਵਾ ਨੇ ਜਵਾਬ ਦਿੱਤਾ।

"ਕੰਮ ਬਹੁਤਾ ਮੁਸ਼ਕਲ ਤਾਂ ਨਹੀਂ?"

"ਨਹੀਂ, ਨਹੀਂ। ਪਰ ਹਾਲੇ ਇਸ ਕੰਮ ਦੀ ਆਦਤ ਨਹੀਂ ਪਈ ਨਾ।"

"ਚਲੋ, ਤੁਸੀਂ ਖੁਸ਼ ਤਾਂ ਮੈਂ ਵੀ ਖੁਸ਼। ਫੇਰ ਵੀ, ਓਥੋਂ ਨਾਲੋਂ ਤਾਂ ਸਭ ਕੁਝ ਚੰਗਾ ਹੈ।"

"ਓਥੋਂ ਨਾਲੋਂ—ਕਿਥੋਂ ਨਾਲੋਂ?" ਉਸ ਨੇ ਪੁੱਛਿਆ। ਉਸ ਦਾ ਚਿਹਰਾ ਫੇਰ ਲਾਲ ਹੋ ਗਿਆ ਸੀ।

"ਓਥੋਂ—ਜੇਲ੍ਹਖਾਨੇ ਨਾਲੋਂ," ਨੇਖਲੀਊਦੋਵ ਨੇ ਜਲਦੀ ਨਾਲ ਜਵਾਬ ਦਿੱਤਾ

"ਕਿਉਂ, ਚੰਗਾ ਕਿਉਂ?" ਮਾਸਲੋਵਾ ਨੇ ਪੁੱਛਿਆ।

"ਮੇਰਾ ਖਿਆਲ ਹੈ ਕਿ ਲੋਕ ਏਥੇ ਬਹੁਤੇ ਚੰਗੇ ਹੋਣਗੇ। ਉਸ ਤਰ੍ਹਾਂ ਦੇ ਨਹੀਂ ਹੋਣਗੇ ਜਿਸ ਤਰ੍ਹਾਂ ਦੇ ਓਥੇ ਸਨ।"

"ਓਥੇ ਵੀ ਲੋਕ ਬੜੇ ਚੰਗੇ ਨੇ," ਉਹਨੇ ਆਖਿਆ।

"ਮੈਨਸ਼ੋਵ ਮਾਂ-ਪੁਤਾਂ ਬਾਰੇ ਮੈਂ ਦੌੜ ਭੱਜ ਕਰ ਰਿਹਾ ਹਾਂ ਤੇ ਆਸ ਹੈ ਉਹਨਾਂ ਨੂੰ ਛੱਡ ਦਿੱਤਾ ਜਾਏਗਾ," ਨੇਖਲੀਊਦੋਵ ਨੇ ਆਖਿਆ।

"ਰੱਬ ਕਰੇ ਉਹ ਛੁਟ ਜਾਣ। ਕੇਡੀ ਚੰਗੀ ਜਨਾਨੀ ਏ ਉਹ ਬੁੱਢੀ," ਬੁੱਢੀ ਬਾਰੇ ਆਪਣੀ ਪਹਿਲੀ ਰਾਏ ਪੇਸ਼ ਕਰਦਿਆਂ, ਉਹਨੇ ਆਖਿਆ ਤੇ ਉਹਦੇ ਬੁਲ੍ਹਾਂ ਤੇ ਹਲਕੀ ਜਿਹੀ ਮੁਸਕਾਨ ਥਿਰਕ ਗਈ।

"ਅੱਜ ਮੈਂ ਪੀਟਰਸਬਰਗ ਜਾ ਰਿਹਾ ਹਾਂ। ਛੇਤੀ ਹੀ ਤੁਹਾਡੇ ਮਾਮਲੇ ਦੀ ਸੁਣਵਾਈ ਹੋਵੇਗੀ, ਤੇ ਮੈਨੂੰ ਉਮੀਦ ਹੈ ਕਿ ਸਜ਼ਾ ਮਨਸੂਖ਼ ਹੋ ਜਾਏਗੀ।"

"ਮਨਸੂਖ਼ ਹੋਵੇ ਜਾਂ ਨਾ ਹੋਵੇ, ਹੁਣ ਇਕੋ ਹੀ ਗੱਲ ਏ," ਉਸ ਨੇ ਆਖਿਆ।

"ਹੁਣ ਕਿਉਂ?"

"ਬਸ," ਉਸ ਨੇ ਆਖਿਆ ਤੇ ਇਕਦਮ ਸਵਾਲੀਆ ਨਜ਼ਰਾਂ ਨਾਲ ਨੇਖਲੀਊਦੋਵ ਦੀਆਂ ਅੱਖਾਂ ਵਿਚ ਵੇਖਿਆ।

ਇਸ ਲਫਜ਼ ਤੇ ਇਸ ਤਕਣੀ ਦਾ ਮਤਲਬ ਨੇਖਲੀਊਦੋਵ ਨੇ ਇਹ ਸਮਝਿਆ ਕਿ ਉਹ ਜਾਣਨਾ ਚਾਹੁੰਦੀ ਹੈ ਕਿ ਮੈਂ ਹਾਲੇ ਵੀ ਆਪਣੇ ਫੈਸਲੇ ਉਤੇ ਡਟਿਆ ਹੋਇਆ ਹਾਂ ਜਾਂ ਉਸ ਦੇ ਇਨਕਾਰ ਕਰਨ ਨਾਲ ਇਰਾਦਾ ਬਦਲ ਲਿਆ ਹੈ।

"ਮੈਨੂੰ ਨਹੀਂ ਪਤਾ ਕਿ ਤੁਹਾਡੇ ਵਾਸਤੇ ਇਕੋ ਹੀ ਗੱਲ ਕਿਉਂ ਹੈ," ਉਸ ਨੇ ਆਖਿਆ। "ਜਿਥੋਂ ਤੱਕ ਮੇਰਾ ਸਵਾਲ ਹੈ, ਮੇਰੇ ਵਾਸਤੇ ਸਚਮੁੱਚ ਇਕੋ ਹੀ ਗੱਲ ਹੈ ਕਿ ਤੁਹਾਨੂੰ ਬਰੀ ਕੀਤਾ ਜਾਂਦਾ ਹੈ ਜਾਂ ਨਹੀਂ। ਮੈਂ ਹਰ ਹਾਲਤ ਵਿਚ ਉਹ ਕੁਝ ਕਰਨ ਲਈ ਤਤਪਰ ਹਾਂ ਜੋ ਮੈਂ ਤੁਹਾਨੂੰ ਕਿਹਾ ਸੀ," ਉਸ ਨੇ ਫੈਸਲਾਕੁਨ ਢੰਗ ਨਾਲ ਆਖਿਆ।

ਮਾਸਲੋਵਾ ਨੇ ਆਪਣਾ ਸਿਰ ਉਪਰ ਕੀਤਾ, ਅਤੇ ਉਸ ਦੀਆਂ ਕਾਲੀਆਂ ਭੈਂਗੀਆਂ ਅੱਖਾਂ ਨੇਖਲੀਊਦੋਵ ਉਤੇ ਹੀ ਨਹੀਂ ਸਗੋਂ ਉਸ ਤੋਂ ਅੱਗੇ ਕਿਸੇ ਚੀਜ਼ ਉਤੇ ਗੱਡੀਆਂ ਦੀਆਂ ਗੱਡੀਆਂ ਰਹਿ ਗਈਆਂ ਤੇ ਖੁਸ਼ੀ ਨਾਲ ਉਹਦਾ ਚਿਹਰਾ ਚਮਕ ਪਿਆ। ਪਰ ਜੋ ਕੁਝ ਉਸ ਦੀਆਂ ਅੱਖਾਂ ਕਹਿੰਦੀਆਂ ਸਨ, ਉਹਦੇ ਬੋਲਾਂ ਵਿਚ ਉਸ ਤੋਂ ਕੋਈ ਵੱਖਰਾ ਭਾਵ ਸੀ।

"ਇਹ ਤਾਂ ਤੁਸੀਂ ਐਵੇਂ ਹੀ ਕਹਿ ਰਹੇ ਓ," ਉਸ ਨੇ ਕਿਹਾ ਸੀ।

"ਮੈਂ ਇਸ ਵਾਸਤੇ ਕਹਿ ਰਿਹਾ ਹਾਂ ਕਿ ਤੁਹਾਨੂੰ ਪਤਾ ਲੱਗ ਜਾਵੇ।"

"ਇਸ ਬਾਰੇ ਸਭ ਗੱਲਾਂ ਹੋ ਗਈਆਂ ਨੇ, ਹੁਣ ਹੋਰ ਕੁਝ ਆਖਣਾ ਬਾਕੀ ਨਹੀਂ," ਉਸ ਨੇ ਬੜੀ ਮੁਸ਼ਕਲ ਨਾਲ ਆਪਣੀ ਮੁਸਕਾਨ ਨੂੰ ਨਪ-ਘੁਟ ਕੇ ਰਖਦਿਆਂ ਆਖਿਆ।

ਅਚਾਨਕ ਹਸਪਤਾਲ ਦੇ ਵਾਰਡ ਵਿਚੋਂ ਸ਼ੋਰ ਸੁਣਾਈ ਦਿੱਤਾ, ਅਤੇ ਇਕ ਬੱਚੇ ਦੇ ਰੋਣ ਦੀ ਆਵਾਜ਼ ਆਈ।

"ਮੇਰਾ ਖਿਆਲ ਏ ਮੈਨੂੰ ਵਾਜ ਪਈ ਏ," ਉਸ ਨੇ ਕਿਹਾ ਤੇ ਬੇਚੈਨੀ ਜਿਹੀ ਨਾਲ ਮੁੜ ਕੇ ਵੇਖਿਆ।

"ਚੰਗਾ ਫੇਰ, ਰੱਬਾ ਰਾਖਾ," ਨੇਖਲੀਊਦੋਵ ਨੇ ਕਿਹਾ।

ਮਾਸਲੋਵਾ ਨੇ ਇਸ ਤਰ੍ਹਾਂ ਜ਼ਾਹਿਰ ਕੀਤਾ ਜਿਵੇਂ ਉਹਨੇ ਨੇਖਲੀਊਦੋਵ ਦਾ ਅੱਗੇ ਵਧਿਆ ਹੱਥ ਵੇਖਿਆ ਨਾ ਹੋਵੇ, ਅਤੇ ਬਿਨਾਂ ਹੱਥ ਮਿਲਾਏ ਉਹ ਦੂਜੇ ਪਾਸੇ ਮੁੜੀ ਅਤੇ ਲਾਂਘੇ ਦੇ ਤੱਪੜ ਉਤੇ ਕਾਹਲੇ ਕਾਹਲੇ ਕਦਮ ਪੁਟਦੀ ਚਲੀ ਗਈ। ਉਹ ਚੜ੍ਹੇ ਚਾਅ ਨੂੰ ਲੁਕਾਉਣ ਦੀ ਕੋਸ਼ਿਸ਼ ਕਰ ਰਹੀ ਸੀ।

"ਉਹਦੇ ਦਿਲ ਵਿਚ ਕੀ ਹੋ ਰਿਹਾ ਹੈ? ਉਹ ਕੀ ਸੋਚ ਰਹੀ ਹੈ? ਉਹ ਕੀ ਮਹਿਸੂਸ ਕਰਦੀ ਹੈ? ਉਹ ਮੇਰਾ ਇਮਤਿਹਾਨ ਲੈਣਾ ਚਾਹੁੰਦੀ ਹੈ, ਜਾਂ ਉਹ ਸਚਮੁਚ ਹੀ ਮੈਨੂੰ ਮਾਫ ਨਹੀਂ ਕਰ ਸਕਦੀ? ਉਹ ਜੋ ਕੁਝ ਮਹਿਸੂਸ ਕਰਦੀ ਅਤੇ ਸੋਚਦੀ ਹੈ, ਉਸ ਨੂੰ ਦੱਸ ਨਹੀਂ ਸਕਦੀ ਜਾਂ ਦੱਸਣਾ ਚਾਹੁੰਦੀ ਹੀ ਨਹੀਂ? ਉਹਦਾ ਦਿਲ ਨਰਮ ਹੋ ਗਿਆ ਹੈ ਜਾ ਹੋਰ ਵੀ ਪੱਥਰ ਬਣ ਗਿਆ ਹੈ?" ਨੇਖਲੀਊਦੋਵ ਨੇ ਆਪਣੇ ਉਤੋਂ ਸਵਾਲ ਕੀਤੇ ਪਰ ਉਸ ਨੂੰ ਅੰਦਰੋਂ ਕੋਈ ਜਵਾਬ ਨਾ ਮਿਲ ਸਕਿਆ। ਉਸ ਨੂੰ ਸਿਰਫ ਏਨਾ ਪਤਾ ਸੀ ਕਿ ਉਹ ਬਦਲ ਗਈ ਹੈ ਅਤੇ ਉਹਦੀ ਆਤਮਾ ਵਿਚ ਕੋਈ ਅਹਿਮ ਤਬਦੀਲੀ ਆ ਰਹੀ ਹੈ। ਅਤੇ ਇਸ ਤਬਦੀਲੀ ਨੇ ਨੇਖਲੀਊਦੋਵ ਨੂੰ ਸਿਰਫ ਮਾਸਲੋਵਾ ਨਾਲ ਹੀ ਨਹੀਂ ਸਗੋਂ "ਉਹਦੇ" ਨਾਲ ਵੀ ਜੋੜ ਦਿੱਤਾ ਸੀ ਜਿਸ ਦੀ ਕਿਰਪਾ ਨਾਲ ਇਹ ਤਬਦੀਲੀ ਆ ਰਹੀ ਸੀ। ਅਤੇ ਇਸ ਮੁਲਾਕਾਤ ਤੋਂ ਉਸ ਦਾ ਦਿਲ ਟੁੰਬਿਆ ਗਿਆ ਸੀ ਅਤੇ ਉਹਦਾ ਰੋਮ ਰੋਮ ਖੁਸ਼ ਸੀ।

ਆਪਣੇ ਵਾਰਡ ਵਿਚ ਵਾਪਸ ਆ ਕੇ, ਜਿਸ ਵਿਚ ਅੱਠ ਛੋਟੇ ਛੋਟੇ ਮੰਜੇ ਸਨ, ਮਾਸਲੋਵਾ ਨੇ ਨਰਸ ਦੇ ਹੁਕਮ ਦਾ ਪਾਲਣ ਕਰਦਿਆਂ ਇਕ ਮੰਜੇ ਉਤਲਾ ਬਿਸਤਰਾ ਠੀਕ-ਠਾਕ ਕਰਨਾ ਸ਼ੁਰੂ ਕਰ ਦਿੱਤਾ। ਬਿਸਤਰੇ ਦੀ ਚਾਦਰ ਦੇ ਵੱਟ ਕਢਦਿਆਂ ਉਹ ਬਹੁਤ ਅਗਾਂਹ ਨੂੰ ਉਲਰ ਗਈ ਸੀ ਜਿਸ ਕਰ ਕੇ ਉਹਦਾ ਪੈਰ ਤਿਲਕ ਗਿਆ ਤੇ ਉਹ ਡਿਗਦੀ ਡਿਗਦੀ ਮਸਾਂ ਬਚੀ ਸੀ। ਬੀਮਾਰੀ ਤੋਂ ਉੱਠਿਆ ਇਕ ਛੋਟਾ ਜਿਹਾ ਮੁੰਡਾ ਜਿਸ ਦੀ ਧੌਣ ਉਤੇ ਪੱਟੀ ਬੰਨ੍ਹੀ ਹੋਈ ਸੀ ਉਹਦੇ ਵੱਲ ਵੇਖ ਰਿਹਾ ਸੀ ਤੇ ਉਹ ਹੱਸ ਪਿਆ। ਮਾਸਲੋਵਾ ਵੀ ਆਪਣੇ ਆਪ ਨੂੰ ਰੋਕ ਨਾ ਸਕੀ ਤੇ ਠਹਾਕੇ ਮਾਰ ਕੇ ਹੱਸਣ ਲੱਗੀ। ਉਸ ਨੂੰ ਹੱਸਦਿਆਂ ਵੇਖ ਕੇ ਕਈ ਹੋਰ ਬੱਚੇ ਵੀ ਖਿੜਖਿੜਾ ਕੇ ਹੱਸਣ ਲੱਗੇ। ਨਰਸ ਨੇ ਗੁੱਸੇ ਵਿਚ ਆ ਕੇ ਮਾਸਲੋਵਾ ਨੂੰ ਝਿੜਕਿਆ:

"ਕਾਹਦੀ ਹਿੜ ਹਿੜ ਲਾਈ ਹੋਈ ਐ ਤੂੰ? ਸਮਝਦੀ ਹੋਵੇਂਗੀ, ਤੂੰ ਓਥੇ ਈ ਏਂ, ਜਿਥੇ ਹੁੰਦੀ ਸੈਂ? ਜਾ, ਜਾ ਕੇ ਖਾਣਾ ਲਿਆ।"

ਮਾਸਲੋਵਾ ਚੁੱਪ ਹੋ ਗਈ, ਤੇ ਭਾਂਡੇ ਚੁੱਕ ਕੇ ਓਧਰ ਤੁਰ ਪਈ ਜਿਧਰ ਉਹਨੂੰ

ਘਲਿਆ ਗਿਆ ਸੀ। ਪਰ ਜਾਂਦਿਆਂ ਹੋਇਆਂ ਉਹਦੀ ਨਜ਼ਰ ਉਸ ਮੁੰਡੇ ਦੀ ਨਜ਼ਰ ਨਾਲ ਮਿਲ ਗਈ ਜਿਸ ਨੂੰ ਪੱਟੀ ਬੱਝੀ ਹੋਈ ਸੀ ਤੇ ਹੱਸਣਾ ਮਨ੍ਹਾ ਸੀ, ਤੇ ਉਹ ਫੇਰ ਬੁਲ੍ਹਾਂ ਵਿਚ ਹੱਸ ਪਈ। ਜਿਸ ਵੇਲੇ ਵੀ ਮਾਸਲੋਵਾ ਇਕੱਲੀ ਹੁੰਦੀ ਉਹ ਮੁੜ ਮੁੜ ਲਿਫ਼ਾਫ਼ੇ ਵਿਚੋਂ ਥੋੜੀ ਜਿਹੀ ਬਾਹਰ ਖਿੱਚ ਕੇ ਤਸਵੀਰ ਵੇਖ ਲੈਂਦੀ ਅਤੇ ਵੇਖ ਵੇਖ ਕੇ ਖੁਸ਼ ਹੁੰਦੀ। ਪਰ ਲਿਫ਼ਾਫ਼ੇ ਵਿਚੋਂ ਪੂਰੀ ਤਸਵੀਰ ਕੱਢ ਕੇ ਉਹ ਸਿਰਫ ਸ਼ਾਮ ਨੂੰ ਹੀ ਵੇਖ ਸਕੀ ਜਦੋਂ ਉਹ ਡਿਊਟੀ ਤੋਂ ਵਿਹਲੀ ਹੋ ਗਈ ਸੀ ਤੇ ਆਪਣੇ ਸੌਣ ਵਾਲੇ ਕਮਰੇ ਵਿਚ ਇਕੱਲੀ ਸੀ। ਇਸ ਕਮਰੇ ਵਿਚ ਨਰਸ ਉਹਦੇ ਨਾਲ ਰਹਿੰਦੀ ਸੀ। ਉਹ ਅਹਿਲ ਬੈਠੀ ਤਸਵੀਰ ਵੇਖ ਰਹੀ ਸੀ। ਉਸ ਦੀਆਂ ਨਜ਼ਰਾਂ ਇਕ ਇਕ ਚੀਜ਼ ਨੂੰ ਨਿਹਾਰ ਰਹੀਆਂ ਸਨ—ਸਭ ਦੇ ਚਿਹਰਿਆਂ ਤੇ ਕਪੜਿਆਂ ਨੂੰ, ਬਰਾਂਡੇ ਦੀਆਂ ਪੌੜੀਆਂ ਨੂੰ, ਤੇ ਉਹਨਾਂ ਝਾੜੀਆਂ ਨੂੰ ਜਿਹੜੀਆਂ ਉਹਦੇ ਆਪਣੇ, ਨੇਖਲੀਊਦੋਵ ਤੇ ਉਹਦੀਆਂ ਭੂਆ ਦੇ ਚਿਹਰਿਆਂ ਦੇ ਪਿਛੋਕੜ ਵਿਚ ਵਿਖਾਈ ਦੇਂਦੀਆਂ ਸਨ। ਬੜੀ ਦੇਰ ਤੱਕ ਉਹ ਪੁਰਾਣੀ ਹੋ ਕੇ ਪੀਲੀ ਪੈ ਗਈ ਤਸਵੀਰ ਨੂੰ ਵੇਖਦੀ ਰਹੀ ਤੇ ਆਪਮੁਹਾਰੀ ਖੁਸ਼ ਹੁੰਦੀ ਰਹੀ। ਮੁੜ ਮੁੜ ਉਹਦੀ ਨਜ਼ਰ ਆਪਣੇ ਚਿਹਰੇ ਉਤੇ ਜਾ ਟਿਕਦੀ। ਖ਼ੂਬਸੂਰਤ ਤੇ ਪਿਆਰਾ ਜਿਹਾ ਚਿਹਰਾ ਤੇ ਮੱਥੇ ਉਤੇ ਡਿਗਦੀਆਂ ਘੁੰਗਰਾਲੀਆਂ ਲਿਟਾਂ। ਤਸਵੀਰ ਵੇਖਣ ਵਿਚ ਉਹ ਏਡੀ ਮਸਤ ਹੋਈ ਬੈਠੀ ਸੀ ਕਿ ਉਸ ਨੂੰ ਪਤਾ ਹੀ ਨਾ ਲੱਗਾ ਕਿ ਸਾਥਣ-ਨਰਸ ਕਦੋਂ ਕਮਰੇ ਵਿਚ ਆ ਗਈ ਸੀ।

"ਕੀ ਏ? ਕੀ ਦੇ ਗਿਐ ਤੈਨੂੰ?" ਨੇਕ ਸੁਭਾ, ਮੋਟੀ ਤਾਜ਼ੀ ਨਰਸ ਨੇ ਉਲਰ ਕੇ ਤਸਵੀਰ ਨੂੰ ਵੇਖਦਿਆਂ ਪੁੱਛਿਆ। "ਆਹ ਕੌਣ ਏ? ਤੂੰ ਏਂ?"

"ਹੋਰ ਕੌਣ?" ਮਾਸਲੋਵਾ ਨੇ ਆਖਿਆ ਅਤੇ ਮੁਸਕ੍ਰਾਉਂਦੀ ਹੋਈ ਆਪਣੀ ਸਾਥਣ ਦੇ ਮੂੰਹ ਵੱਲ ਵੇਖਣ ਲੱਗੀ।

"ਤੇ ਆਹ ਕੌਣ ਏ? ਉਹ ਆਪ ਏ? ਤੇ ਆਹ ਉਹਦੀ ਮਾਂ ਹੋਣੀ ਏ?"

"ਨਹੀਂ, ਭੂਆ। ਤਸਵੀਰ ਤੋਂ ਮੈਂ ਪਛਾਣੀ ਨਹੀਂ ਜਾਂਦੀ?" ਮਾਸਲੋਵਾ ਨੇ ਪੁੱਛਿਆ।

"ਨਾ, ਉੱਕਾ ਹੀ ਨਹੀਂ। ਸ਼ਕਲ ਹੀ ਬਦਲ ਗਈ ਤੇਰੀ। ਦਸ ਕੁ ਸਾਲ ਪੁਰਾਣੀ ਤਾਂ ਹੋਣੀ ਏ?"

"ਸਾਲਾਂ ਦੀ ਕੀ ਗੱਲ, ਜ਼ਿੰਦਗੀ ਬੀਤ ਗਈ," ਮਾਸਲੋਵਾ ਨੇ ਕਿਹਾ। ਅਤੇ ਅਚਨਚੇਤ ਉਹਦਾ ਚਿਹਰਾ ਉਦਾਸ ਹੋ ਗਿਆ, ਸਾਰੀ ਰੌਣਕ ਉਡ ਪੁਡ ਗਈ ਤੇ ਉਹਦੇ ਭਰਵੱਟਿਆਂ ਵਿਚ ਇਕ ਡੂੰਘੀ ਲੀਕ ਖਿੱਚੀ ਗਈ।

"ਐਸੀ ਵੀ ਕਿਹੜੀ ਗੱਲ ਹੋਈ? ਜ਼ਿੰਦਗੀ ਤੇਰੀ ਆਰਾਮ ਦੀ ਬੀਤਦੀ ਹੋਵੇਗੀ।"

"ਆਹੋ, ਜ਼ਰੂਰ ਆਰਾਮ ਦੀ ਕਿ," ਮਾਸਲੋਵਾ ਨੇ ਅੱਖਾਂ ਬੰਦ ਕਰ ਕੇ ਆਪਣਾ ਸਿਰ ਹਿਲਾਉਂਦਿਆਂ ਕਿਹਾ। "ਨਰਕੋਂ ਵਧ।"

"ਕਿਉਂ? ਉਹ ਕਿਉਂ?"

"ਉਹ ਕਿਉਂ? ਸ਼ਾਮ ਦੇ ਅੱਠ ਵਜੇ ਤੋਂ ਲੈ ਕੇ ਤੜਕੇ ਦੇ ਚਾਰ ਵੱਜੇ ਤੱਕ, ਤੇ ਨਿੱਤ ਦਿਹਾੜੀ।"

"ਫੇਰ ਛੱਡ ਕਿਉਂ ਨਹੀਂ ਦੇਂਦੀਆਂ ਇਹ ਧੰਦਾ?"

"ਚਾਹੁਣ ਵੀ ਤਾਂ ਛੱਡ ਨਹੀਂ ਸਕਦੀਆਂ। ਛੱਡ ਪਰੇ, ਕੀ ਰਖਿਐ ਇਹਨਾਂ ਗੱਲਾਂ ਵਿਚ?" ਮਾਸਲੋਵਾ ਨੇ ਉੱਛਲ ਕੇ ਉਠਦਿਆਂ ਅਤੇ ਤਸਵੀਰ ਨੂੰ ਮੇਜ਼ ਦੀ ਦਰਾਜ਼ ਵਿਚ ਸੁਟਦਿਆਂ ਆਖਿਆ। ਗੁੱਸੇ ਨਾਲ ਉਹਦੀਆਂ ਅੱਖਾਂ ਭਰ ਆਈਆਂ। ਬੜੀ ਮੁਸ਼ਕਲ ਨਾਲ ਅਥਰੂਆਂ ਨੂੰ ਰੋਕਦੀ ਹੋਈ ਉਹ ਦੌੜ ਕੇ ਲਾਂਘੇ ਵਿਚ ਨਿਕਲ ਗਈ ਤੇ ਠਾਹ ਕਰ ਕੇ ਦਰਵਾਜ਼ਾ ਬੰਦ ਕਰ ਦਿੱਤਾ। ਤਸਵੀਰ ਨੂੰ ਵੇਖਦਿਆਂ ਹੋਇਆਂ ਉਸ ਨੇ ਆਪਣੇ ਆਪ ਨੂੰ ਉਸ ਤਰ੍ਹਾਂ ਦੀ ਮਹਿਸੂਸ ਕੀਤਾ ਜਿਸ ਤਰ੍ਹਾਂ ਦੀ ਉਹਨਾਂ ਦਿਨਾਂ ਵਿਚ ਹੁੰਦੀ ਸੀ। ਉਸ ਨੇ ਕਲਪਨਾ ਕੀਤੀ ਕਿ ਉਸ ਵੇਲੇ ਉਹ ਕਿੰਨੀ ਖੁਸ਼ ਸੀ ਅਤੇ ਹੁਣ ਵੀ ਉਹਦੇ ਨਾਲ ਰਹਿ ਕੇ ਖੁਸ਼ੀ ਦੀ ਸੰਭਾਵਨਾ ਦਾ ਇਕ ਸੁਪਨਾ ਜਿਹਾ ਉਹਨੇ ਵੇਖਿਆ ਸੀ। ਪਰ ਉਸ ਦੀ ਸਾਥਣ ਦੇ ਲਫਜ਼ਾਂ ਨੇ ਉਸ ਨੂੰ ਯਾਦ ਕਰਵਾ ਦਿੱਤਾ ਸੀ ਕਿ ਉਹ ਹੁਣ ਕੀ ਹੈ ਅਤੇ ਪਹਿਲਾਂ ਕੀ ਸੀ ਅਤੇ ਉਸ ਜ਼ਿੰਦਗੀ ਦੀਆਂ ਸਾਰੀਆਂ ਭਿਅੰਕਰਤਾਵਾਂ ਉਹਦੇ ਸਾਹਮਣੇ ਸਾਕਾਰ ਹੋ ਉੱਠੀਆਂ ਜਿਨ੍ਹਾਂ ਨੂੰ ਉਸ ਨੇ ਧੁੰਦਲਾ ਧੁੰਦਲਾ ਮਹਿਸੂਸ ਤਾਂ ਕੀਤਾ ਸੀ ਪਰ ਕਦੇ ਉਹਨਾਂ ਨੂੰ ਠੋਸ ਰੂਪ ਵਿਚ ਸਮਝਣ ਵਿਚਾਰਨ ਦੀ ਹਿੰਮਤ ਨਹੀਂ ਸੀ ਹੋਈ। ਸਿਰਫ ਅੱਜ ਉਹ ਸਾਰੀਆਂ ਭਿਆਨਕ ਰਾਤਾਂ ਉਹਦੀ ਯਾਦ ਵਿਚ ਉਘੜ ਆਈਆਂ ਸਨ। ਈਸਟਰ ਦੇ ਚਲੀਹੇ ਦੇ ਦਿਨਾਂ ਦੀ ਇਕ ਰਾਤ ਖਾਸ ਕਰਕੇ ਉਹਦੀਆਂ ਅੱਖਾਂ ਅੱਗੇ ਆ ਗਈ ਸੀ ਜਦੋਂ ਉਹ ਇਕ ਵਿਦਿਆਰਥੀ ਨੂੰ ਉਡੀਕ ਰਹੀ ਸੀ ਜਿਸ ਨੇ ਇਕਰਾਰ ਕੀਤਾ ਸੀ ਕਿ ਉਹ ਪੈਸੇ ਤਾਰ ਕੇ ਉਸ ਨੂੰ ਓਥੋਂ ਲੈ ਜਾਵੇਗਾ। ਉਸ ਨੂੰ ਯਾਦ ਆਇਆ ਕਿਵੇਂ ਰਾਤ ਦੇ ਕੋਈ ਦੋ ਵਜੇ ਨਾਲ, ਆਪਣੇ ਗਾਹਕਾਂ ਤੋਂ ਵਿਹਲੀ ਹੋ ਕੇ, ਉਹ ਪਿਆਨੋ ਵਜਾਉਣ ਵਾਲੀ ਦੇ ਕੋਲ ਆ ਬੈਠੀ ਸੀ। ਨਾਚ ਥੋੜੇ ਚਿਰ ਵਾਸਤੇ ਬੰਦ ਹੋ ਗਿਆ ਸੀ। ਉਸ ਨੇ ਨੀਵੇਂ ਖੁਲ੍ਹੇ ਗਲਮੇ ਵਾਲੀ ਲਾਲ ਰੇਸ਼ਮੀ ਫਰਾਕ ਪਾਈ ਹੋਈ ਸੀ ਜਿਸ ਉਤੇ ਥਾਂ ਥਾਂ ਸ਼ਰਾਬ ਦੇ ਦਾਗ਼ ਸਨ ਅਤੇ ਆਪਣੇ ਖਿਲਰੇ ਹੋਏ ਵਾਲਾਂ ਨੂੰ ਇਕ ਲਾਲ ਰੰਗ ਦਾ ਰਿਬਨ ਪਾਇਆ ਹੋਇਆ ਸੀ। ਉਹ ਥੱਕੀ ਟੁਟੀ, ਨਿਸੱਤੀ ਜਿਹੀ ਤੇ ਕੁਝ ਕੁਝ ਨਸ਼ੇ ਵਿਚ ਸੀ। ਪਿਆਨੋ ਵਜਾਉਣ ਵਾਲੀ ਦੀਆਂ ਹੱਡੀਆਂ ਨਿਕਲੀਆਂ ਹੋਈਆਂ ਸਨ ਤੇ ਚਿਹਰੇ ਉਤੇ ਦਾਗ਼ ਸਨ। ਇਹ ਵਾਇਲਿਨ ਵਜਾਉਣ ਵਾਲੇ ਨਾਲ ਪਿਆਨੋ ਉਤੇ ਸੰਗਤ ਕਰ ਰਹੀ ਸੀ। ਮਾਸਲੋਵਾ ਪਿਆਨੋ ਵਜਾਉਣ ਵਾਲੀ ਨਾਲ ਆਪਣੀ ਕਠੋਰ ਜ਼ਿੰਦਗੀ ਦੀਆਂ ਗੱਲਾਂ ਕਰਨ ਲੱਗ ਪਈ ਸੀ। ਉਸ ਨੂੰ ਇਹ ਵੀ ਯਾਦ ਆਇਆ ਕਿਵੇਂ ਉਸ ਪਿਆਨੋ ਵਜਾਉਣ ਵਾਲੀ ਨੇ ਆਖਿਆ ਸੀ ਕਿ ਉਹ ਵੀ ਆਪਣੀ ਥਾਂ ਬਹੁਤ ਔਖੀ ਹੈ ਅਤੇ ਇਸ ਤਰ੍ਹਾਂ ਦੀ ਜ਼ਿੰਦਗੀ ਨੂੰ ਬਦਲਣਾ ਚਾਹੁੰਦੀ ਹੈ। ਅਚਾਨਕ ਕਲਾਰਾ ਵੀ ਉਹਨਾਂ ਦੇ ਕੋਲ ਆ ਗਈ ਸੀ ਅਤੇ ਕਿਵੇਂ ਉਹਨਾਂ ਤਿੰਨਾਂ ਜਣੀਆਂ ਨੇ ਆਪਣੀ ਜ਼ਿੰਦਗੀ ਨੂੰ ਬਦਲਣ ਦਾ ਫੈਸਲਾ ਕੀਤਾ ਸੀ। ਉਹ ਸੋਚ ਰਹੀਆਂ ਸਨ ਕਿ ਅੱਜ ਦੀ ਰਾਤ ਦਾ ਕੰਮ ਮੁੱਕ ਗਿਆ ਹੈ ਤੇ ਉਹ ਉਠ ਕੇ ਤੁਰਨ ਹੀ ਵਾਲੀਆਂ ਸਨ ਕਿ ਅਚਨਚੇਤ ਡਿਉੜੀ ਵਿਚੋਂ ਕੁਝ ਸ਼ਰਾਬੀਆਂ ਦੀਆਂ ਆਵਾਜ਼ਾਂ ਆਈਆਂ। ਵਾਇਲਿਨਵਾਦਕ ਨੇ ਧੁਨ ਛੇੜ

ਦਿੱਤੀ ਅਤੇ ਪਿਆਨੋ ਵਜਾਉਣ ਵਾਲੀ ਨੇ ਉਹਦਾ ਸਾਥ ਦੇਂਦਿਆਂ ਪਿਆਨੋ ਉਤੇ ਜ਼ੋਰ ਜ਼ੋਰ ਨਾਲ ਉਂਗਲਾਂ ਮਾਰ ਕੇ ਕਵਾਡ੍ਰਿਲ ਨਾਚ ਦੀ ਪਹਿਲੀ ਚਾਲ ਦੀ ਧੁਨ ਵਜਾਉਣੀ ਸ਼ੁਰੂ ਕਰ ਦਿੱਤੀ। ਇਹ ਜੋਸ਼ ਖਰੋਸ਼ ਵਾਲੇ ਕਿਸੇ ਰੂਸੀ ਗੀਤ ਦੀ ਤਰਜ਼ ਸੀ। ਇਕ ਮਧਰਾ ਜਿਹਾ ਆਦਮੀ ਜਿਸ ਨੇ ਚਿੱਟੇ ਰੰਗ ਦੀ ਟਾਈ ਲਾਈ ਹੋਈ ਸੀ ਅਤੇ ਡ੍ਰੈਸ-ਕੋਟ ਪਾਇਆ ਹੋਇਆ ਸੀ, ਜਿਹੜਾ ਉਹਨੇ ਨਾਚ ਦੇ ਪਹਿਲੇ ਹਿੱਸੇ ਮਗਰੋਂ ਲਾਹ ਦਿੱਤਾ, ਹਿਟਕੀਆਂ ਲੈਂਦਾ ਮਾਸਲੋਵਾ ਦੇ ਕੋਲ ਆਇਆ। ਉਹ ਮੁੜ੍ਹਕੋ ਮੁੜ੍ਹਕੀ ਹੋਇਆ ਪਿਆ ਸੀ ਤੇ ਉਹਦੇ ਮੂੰਹ ਵਿਚੋਂ ਸ਼ਰਾਬ ਦੀ ਬੂ ਆਉਂਦੀ ਸੀ। ਉਸ ਨੇ ਮਾਸਲੋਵਾ ਨੂੰ ਉਠਾਇਆ ਤੇ ਬਗ਼ਲ ਵਿਚ ਲੈ ਕੇ ਨਚਾਉਣ ਲੱਗ ਪਿਆ। ਏਸੇ ਤਰ੍ਹਾਂ ਇਕ ਹੋਰ ਮੋਟੇ ਜਿਹੇ ਦਾੜ੍ਹੀ ਵਾਲੇ ਆਦਮੀ ਨੇ ਕਲਾਰਾ ਨੂੰ ਫੜ ਲਿਆ। ਉਸ ਆਦਮੀ ਨੇ ਵੀ ਡ੍ਰੈਸ-ਕੋਟ ਪਾਇਆ ਹੋਇਆ ਸੀ (ਇਹ ਲੋਕ ਸਿੱਧੇ ਇਕ ਨਾਚ-ਪਾਰਟੀ ਤੋਂ ਆ ਰਹੇ ਸਨ)। ਬੜਾ ਚਿਰ ਇਹ ਲੋਕ ਭੁਆਟਣੀਆਂ ਖਾਂਦੇ, ਨਚਦੇ, ਚੀਕ ਚਿਹਾੜਾ ਪਾਉਂਦੇ ਤੇ ਸ਼ਰਾਬ ਪੀਂਦੇ ਰਹੇ ਸਨ... ਤੇ ਇਸ ਤਰ੍ਹਾਂ ਇਕ ਵਰ੍ਹਾ ਬੀਤ ਗਿਆ, ਫੇਰ ਦੂਜਾ ਵਰ੍ਹਾ, ਤੇ ਫੇਰ ਤੀਜਾ। ਜੇ ਉਹ ਬਦਲਦੀ ਨਾ ਤਾਂ ਹੋਰ ਕੀ ਹੁੰਦਾ? ਅਤੇ ਇਸ ਸਭ ਕਾਸੇ ਦੀ ਜੜ੍ਹ ਨੇਖਲੀਊਦੋਵ ਸੀ!

ਅਤੇ ਅਚਨਚੇਤ ਹੀ ਉਹਦੇ ਦਿਲ ਵਿਚ ਨੇਖਲੀਊਦੋਵ ਦੇ ਖਿਲਾਫ ਪਹਿਲਾਂ ਵਾਲੀ ਸਾਰੀ ਤਲਖੀ ਜਾਗ ਪਈ। ਉਹ ਚਾਹੁੰਦੀ ਸੀ ਰੱਜ ਕੇ ਉਹਨੂੰ ਗਾਲ੍ਹਾਂ ਕੱਢੇ, ਲਾਹਨਤਾਂ ਫਿਟਕਾਰਾਂ ਪਾਵੇ। ਉਸ ਨੂੰ ਇਸ ਗੱਲ ਦਾ ਅਫਸੋਸ ਹੋਣ ਲੱਗਾ ਕਿ ਅੱਜ ਉਸ ਨੇ ਮੌਕਾ ਹੱਥੋਂ ਕਿਉਂ ਜਾਣ ਦਿੱਤਾ ਤੇ ਉਸ ਨੂੰ ਇਕ ਵਾਰੀ ਫੇਰ ਕਿਉਂ ਨਾ ਆਖਿਆ ਕਿ ਮੈਂ ਤੈਨੂੰ ਚੰਗੀ ਤਰ੍ਹਾਂ ਜਾਣਦੀ ਹਾਂ, ਤੇ ਹੁਣ ਮੈਂ ਤੇਰੇ ਜਾਲ ਵਿਚ ਨਹੀਂ ਫਸਣ ਲੱਗੀ। ਜੋ ਕੁਝ ਤੂੰ ਮੇਰੇ ਸਰੀਰ ਨਾਲ ਕੀਤਾ ਸੀ ਉਹ ਮੈਂ ਤੈਨੂੰ ਆਪਣੀ ਆਤਮਾ ਨਾਲ ਨਹੀਂ ਕਰਨ ਦੇਵਾਂਗੀ। ਤੇ ਉਹਦਾ ਜੀਅ ਕੀਤਾ ਕਿਤੋਂ ਦੋ ਘੁਟ ਪੀਣ ਨੂੰ ਮਿਲ ਜਾਵੇ ਤਾਂ ਜੋ ਆਪਣੇ ਲਈ ਪੈਦਾ ਹੋਈ ਤਰਸ ਦੀ ਮਾਰੂ ਭਾਵਨਾ ਅਤੇ ਉਹਦੇ ਲਈ ਤ੍ਰਿਸਕਾਰ ਦੀ ਵਿਅਰਥ ਭਾਵਨਾ ਦਾ ਗਲਾ ਘੁਟਿਆ ਜਾ ਸਕੇ। ਜੇ ਕਰ ਉਹ ਜੇਲ੍ਹ ਵਿਚ ਹੁੰਦੀ ਤਾਂ ਉਹ ਆਪਣਾ ਬਚਨ ਤੋੜ ਦੇਂਦੀ, ਪਰ ਏਥੇ ਉਹਨੂੰ ਸ਼ਰਾਬ ਕਿਥੋਂ ਮਿਲ ਸਕਦੀ ਸੀ। ਇਸ ਦਾ ਸਿਰਫ ਇਕੋ ਤਰੀਕਾ ਸੀ ਕਿ ਛੋਟੇ ਡਾਕਟਰ ਨੂੰ ਅਰਜ਼ੀ ਦੇਂਦੀ। ਪਰ ਮਾਸਲੋਵਾ ਉਹਦੇ ਕੋਲੋਂ ਡਰਦੀ ਸੀ ਕਿਉਂਕਿ ਉਹ ਮਾਸਲੋਵਾ ਨੂੰ ਆਪਣਾ ਪਿਆਰ ਜਤਾਉਂਦਾ ਸੀ ਅਤੇ ਉਸ ਨੂੰ ਹੁਣ ਮਰਦਾਂ ਨਾਲ ਗਹਿਰੇ ਸੰਬੰਧ ਰਖਣ ਤੋਂ ਨਫਰਤ ਸੀ। ਥੋੜਾ ਚਿਰ ਲਾਂਘੇ ਵਿਚ ਇਕ ਬੈਂਚ ਉਤੇ ਬੈਠੀ ਰਹਿਣ ਮਗਰੋਂ ਉਹ ਆਪਣੇ ਛੋਟੇ ਜਿਹੇ ਕਮਰੇ ਵਿਚ ਵਾਪਸ ਮੁੜ ਆਈ, ਅਤੇ ਆਪਣੀ ਸਾਥਣ ਦੀਆਂ ਗੱਲਾਂ ਵੱਲ ਕੰਨ ਨਾ ਧਰਦਿਆਂ, ਉਹ ਢੇਰ ਚਿਰ ਤੱਕ ਆਪਣੀ ਬਰਬਾਦ ਜ਼ਿੰਦਗੀ ਉਤੇ ਝੂਰਦੀ ਰੋਂਦੀ ਰਹੀ।

ਪੀਟਰਸਬਰਗ ਵਿਚ ਨੇਖਲੀਊਦੋਵ ਦੇ ਕਰਨ ਗੋਚਰੇ ਤਿੰਨ ਕੰਮ ਸਨ : ਸੈਨੇਟ ਵਿਚ ਮਾਸਲੋਵਾ ਦੀ ਦਰਖ਼ਾਸਤ ਦਾਖਲ ਕਰਨਾ, ਅਪੀਲ ਕਮੇਟੀ ਅੱਗੇ ਫੇਦੋਸੀਆ ਬਿਰਊਕੋਵਾ ਦਾ ਮਾਮਲਾ ਪੇਸ਼ ਕਰਨਾ, ਅਤੇ ਵੇਰਾ ਬੋਗੋਦੂਖੋਵਸਕਾਯਾ ਦੀਆਂ ਬੇਨਤੀਆਂ—ਉਸ ਦੀ ਸਹੇਲੀ ਸ਼ੁਸਤੋਵਾ ਨੂੰ ਜੇਲ੍ਹ ਵਿਚੋਂ ਰਿਹਾ ਕਰਾਉਣ ਦੀ ਕੋਸ਼ਿਸ਼ ਕਰਨ ਲਈ, ਅਤੇ ਪੁਲਸ ਦੇ ਦਫਤਰ ਤੋਂ ਇਜਾਜ਼ਤ ਲੈਣ ਲਈ ਕਿ ਇਕ ਮਾਂ ਨੂੰ ਜੇਲ੍ਹ ਵਿਚ ਆਪਣੇ ਪੁਤਰ ਨੂੰ ਮਿਲਣ ਦਿੱਤਾ ਜਾਏ ਜਿਨ੍ਹਾਂ ਬਾਰੇ ਵੇਰਾ ਬੋਗੋਦੂਖੋਵਸਕਾਯਾ ਨੇ ਉਸ ਨੂੰ ਲਿਖਿਆ ਸੀ। ਇਹਨਾਂ ਦੋਵਾਂ ਗੱਲਾਂ ਨੂੰ, ਨੇਖਲੀਊਦੋਵ ਇਕੋ ਹੀ ਕੰਮ ਸਮਝਦਾ ਸੀ। ਚੌਥਾ ਕੰਮ ਜਿਸ ਵੱਲ ਉਹਨੇ ਧਿਆਨ ਦੇਣਾ ਸੀ ਉਸ ਸੰਪਰਦਾ ਦੇ ਲੋਕਾਂ ਦਾ ਮਾਮਲਾ ਸੀ ਜਿਨ੍ਹਾਂ ਨੂੰ ਉਹਨਾਂ ਦੇ ਟੱਬਰਾਂ ਨਾਲੋਂ ਵਿਛੋੜ ਦਿੱਤਾ ਗਿਆ ਸੀ ਅਤੇ ਬਦਰ ਕਰ ਕੇ ਕੋਹਕਾਫ ਭੇਜ ਦਿੱਤਾ ਗਿਆ ਸੀ ਕਿਉਂਕਿ ਉਹ ਇਕੱਠੇ ਹੋ ਕੇ ਅੰਜੀਲ ਪੜ੍ਹਦੇ ਤੇ ਵਿਚਾਰਦੇ ਸਨ। ਇਸ ਗੱਲ ਦਾ ਇਕਰਾਰ ਉਸ ਨੇ ਉਹਨਾਂ ਲੋਕਾਂ ਨਾਲ ਨਹੀਂ ਸਗੋਂ ਆਪਣੇ ਮਨ ਨਾਲ ਕੀਤਾ ਸੀ ਕਿ ਇਸ ਮਾਮਲੇ ਨੂੰ ਨਜਿਠਣ ਲਈ ਜੋ ਕੁਝ ਵੀ ਹੋ ਸਕੇਗਾ ਉਹ ਕਰੇਗਾ।

ਮਾਸਲੇਨੀਕੋਵ ਨਾਲ ਆਪਣੀ ਪਿਛਲੀ ਮੁਲਾਕਾਤ ਤੋਂ ਪਿਛੋਂ, ਅਤੇ ਖਾਸ ਕਰਕੇ ਪਿੰਡੋਂ ਹੋ ਆਉਣ ਤੋਂ ਮਗਰੋਂ, ਨੇਖਲੀਊਦੋਵ ਦਾ ਰੋਮ ਰੋਮ ਉਸ ਸਮਾਜ ਨੂੰ ਨਫਰਤ ਕਰਨ ਲੱਗ ਪਿਆ ਸੀ ਜਿਸ ਵਿਚ ਉਹ ਅੱਜ ਤਕ ਰਹਿੰਦਾ ਆਇਆ ਸੀ। ਬੇਸ਼ਕ ਇਹ ਠੀਕ ਹੈ ਕਿ ਉਸ ਨੇ ਇਸ ਮਾਮਲੇ ਬਾਰੇ ਕੋਈ ਠੀਕ ਠੀਕ ਨਿਰਣਾ ਨਹੀਂ ਸੀ ਕੀਤਾ। ਇਹ ਸਮਾਜ ਕਰੋੜਾਂ ਲੋਕਾਂ ਦੀਆਂ ਦੁਖ ਤਕਲੀਫਾਂ ਨੂੰ ਬੜੀ ਸਾਵਧਾਨੀ ਨਾਲ ਲੁਕਾ ਲੈਂਦਾ ਹੈ ਤਾਂ ਜੋ ਨਿਗੂਣੀ ਜਿਹੀ ਗਿਣਤੀ ਦੇ ਲੋਕ ਐਸ਼ੋ-ਇਸ਼ਰਤ ਦੀ ਜ਼ਿੰਦਗੀ ਗੁਜ਼ਾਰਨ। ਇਸ ਸਮਾਜ ਦੇ ਲੋਕ ਨਾ ਹੀ ਆਪਣੀਆਂ ਦੁਖ-ਤਕਲੀਫਾਂ ਨੂੰ ਵੇਖਦੇ ਅਤੇ ਵੇਖ ਸਕਦੇ ਹਨ, ਨਾ ਹੀ ਆਪਣੇ ਜੀਵਨ ਦੀ ਨਿਰਦੈਤਾ ਅਤੇ ਦੁਸ਼ਟਤਾ ਨੂੰ। ਹੁਣ ਇਸ ਸਮਾਜ ਵਿਚ ਰਹਿੰਦਿਆਂ ਨੇਖਲੀਊਦੋਵ ਬਿਨਾਂ ਪ੍ਰੇਸ਼ਾਨੀ ਦੇ ਤੇ ਆਪਣੇ ਆਪ ਨੂੰ ਕੋਸੇ ਦੇ, ਇਸ ਹਲਕੇ ਦੇ ਲੋਕਾਂ ਨਾਲ ਗੱਲਬਾਤ ਨਹੀਂ ਸੀ ਕਰ ਸਕਦਾ। ਅਤੇ ਇਸ ਦੇ ਬਾਵਜੂਦ ਉਸ ਦੇ ਯਾਰਾਂ ਮਿੱਤਰਾਂ ਤੇ ਰਿਸ਼ਤੇਦਾਰਾਂ ਨਾਲ ਉਸ ਦੇ ਸੰਬੰਧ ਅਤੇ ਉਸ ਦੀਆਂ ਆਪਣੀਆਂ ਆਦਤਾਂ ਉਹਨੂੰ ਇਸ ਸਮਾਜ ਵੱਲ ਖਿੱਚਦੀਆਂ ਸਨ। ਇਸ ਤੋਂ ਇਲਾਵਾ, ਇਸ ਵੇਲੇ ਉਸ ਦੇ ਤਨ ਮਨ ਦੀ ਇਕੋ ਤਾਂਘ ਸੀ ਕਿ ਉਹ ਮਾਸਲੋਵਾ ਅਤੇ ਦੂਜੇ ਦੁਖੀ ਲੋਕਾਂ ਦੀ ਮਦਦ ਕਰ ਸਕੇ। ਇਸ ਕੰਮ ਲਈ ਵੀ ਇਹ ਜ਼ਰੂਰੀ ਹੋ ਜਾਂਦਾ ਸੀ ਕਿ ਉਹ ਏਸੇ ਹੀ ਸਮਾਜ ਵਿਚ ਰਹਿਣ ਵਾਲੇ ਲੋਕਾਂ ਨੂੰ ਮਿਲੇ ਗਿਲੇ ਅਤੇ ਉਹਨਾਂ ਕੋਲੋਂ ਮਦਦ ਮੰਗੇ। ਉਹਨਾਂ ਲੋਕਾਂ ਕੋਲੋਂ ਜਿਨ੍ਹਾਂ ਵਾਸਤੇ ਉਹਦੇ ਦਿਲ ਵਿਚ ਕੋਈ ਆਦਰ ਮਾਣ ਨਹੀਂ ਸੀ। ਸਿਰਫ ਏਨਾ ਹੀ ਨਹੀਂ ਸਗੋਂ ਜਿਨ੍ਹਾਂ ਲਈ ਕਈ ਵਾਰੀ ਉਹਦੇ ਦਿਲ ਵਿਚ ਗੁੱਸਾ ਤੇ ਨਫਰਤ ਸਿਰ ਚੁੱਕ ਲੈਂਦੀ ਸੀ।

ਪੀਟਰਸਬਰਗ ਪਹੁੰਚ ਕੇ ਨੇਖਲੀਊਦੋਵ ਆਪਣੀ ਮਾਸੀ ਕੋਲ ਅਟਕਿਆ ਸੀ। ਉਸ ਦੀ ਮਾਸੀ, ਕਾਊਂਟੈਸ ਚਾਰਸਕਾਯਾ, ਇਕ ਸਾਬਕਾ ਵਜ਼ੀਰ ਦੀ ਵਹੁਟੀ ਸੀ। ਓਥੇ ਪਹੁੰਚਦਿਆਂ ਹੀ ਨੇਖਲੀਊਦੋਵ ਇਕ ਵਾਰੀ ਫੇਰ ਉਹਨਾਂ ਅਮੀਰ ਲੋਕਾਂ ਵਿਚ ਘਿਰ ਗਿਆ ਜਿਹੜੇ ਉਹਦੇ ਵਾਸਤੇ ਬੜੇ ਓਪਰੇ ਹੋ ਗਏ ਹੋਏ ਸਨ। ਇਹ ਗੱਲ ਵੈਸੇ ਤਾਂ ਬੜੀ ਨਾਖੁਸ਼ਗਵਾਰ ਸੀ, ਪਰ ਇਸ ਤੋਂ ਬਚਣ ਦਾ ਕੋਈ ਰਾਹ ਨਹੀਂ ਸੀ। ਮਾਸੀ ਦੇ ਘਰ ਰਹਿਣ ਦੀ ਥਾਂ ਕਿਸੇ ਹੋਟਲ ਵਿਚ ਰਹਿਣ ਦਾ ਮਤਲਬ ਸੀ ਆਪਣੀ ਮਾਸੀ ਨੂੰ ਨਾਰਾਜ਼ ਕਰਨਾ। ਇਕ ਗੱਲ ਇਹ ਵੀ ਸੀ ਕਿ ਉਸ ਦੀ ਮਾਸੀ ਦਾ ਵੱਡੇ ਵੱਡੇ ਲੋਕਾਂ ਨਾਲ ਮੇਲ ਜੋਲ ਸੀ ਅਤੇ ਜਿਹੜੇ ਕੰਮ ਕਰਨ ਵਾਸਤੇ ਉਹ ਆਇਆ ਸੀ ਉਹਨਾਂ ਵਿਚ ਉਸ ਤੋਂ ਬੇਹੱਦ ਮਦਦ ਮਿਲ ਸਕਦੀ ਸੀ।

"ਆਹ ਕੀ ਗੱਲਾਂ ਸੁਣਦੀ ਪਈ ਆਂ ਮੈਂ ਤੇਰੇ ਬਾਰੇ? ਦੱਸ ਤਾਂ ਸਹੀ, ਕਿਹੜੇ ਮਾਹਰਕੇ ਮਾਰਦਾ ਫਿਰਦੈਂ?" ਨੇਖਲੀਊਦੋਵ ਦੇ ਪੁਜਣ ਤੋਂ ਝੱਟ ਹੀ ਮਗਰੋਂ, ਕਾਊਂਟੈਸ ਕਾਤੇਰੀਨਾ ਇਵਾਨੋਵਨਾ ਚਾਰਸਕਾਯਾ ਨੇ ਉਸ ਨੂੰ ਕਾਫੀ ਦਾ ਕੱਪ ਫੜਾਉਂਦਿਆਂ ਪੁੱਛਿਆ। "Vous posez pour un Howard!* ਮੁਜਰਮਾਂ ਦੀ ਮਦਦ ਕਰਨੀ, ਜੇਲ੍ਹਾਂ ਦੇ ਚੱਕਰ ਕਟਦੇ ਫਿਰਨਾ, ਸੁਧਾਰ ਕਰਨ ਦਾ ਕੰਮ ਫੜ ਲਿਐ।"

"ਨਹੀਂ, ਨਹੀਂ, ਮੈਂ ਸੁਧਾਰ ਕੀ ਕਰਨਾ ਹੈ।"

"ਕੋਈ ਨਹੀਂ। ਬੜਾ ਚੰਗਾ ਕੰਮ ਏ। ਪਰ ਜਾਪਦੈ ਏਹਦੇ ਨਾਲ ਕੋਈ ਪ੍ਰੇਮ ਪਿਆਰ ਦਾ ਕਿੱਸਾ ਜੁੜਿਆ ਹੋਇਐ। ਸੁਣਾ ਤਾਂ ਸਹੀ ਮੈਨੂੰ।"

ਨੇਖਲੀਊਦੋਵ ਨੇ ਮਾਸਲੋਵਾ ਨਾਲ ਆਪਣੇ ਤਅਲੁਕਾਤ ਦੀ ਸਾਰੀ ਕਹਾਣੀ ਆਪਣੀ ਮਾਸੀ ਨੂੰ ਸੱਚੋ ਸੱਚ ਸੁਣਾ ਦਿੱਤੀ।

"ਹਾਂ, ਹਾਂ, ਮੈਨੂੰ ਯਾਦ ਏ। ਤੇਰੀ ਮਾਂ ਵਿਚਾਰੀ ਮੈਨੂੰ ਸੁਣਾਉਂਦੀ ਹੁੰਦੀ ਸੀ। ਉਹਨਾਂ ਦਿਨਾਂ ਦੀ ਗੱਲ ਏ ਜਦੋਂ ਤੂੰ ਉਹਨਾਂ ਬੁੱਢੀਆਂ ਕੋਲ ਰਹਿੰਦਾ ਹੁੰਦਾ ਸੈਂ। ਮੇਰਾ ਖਿਆਲ ਏ ਉਹ ਚਾਹੁੰਦੀਆਂ ਹੋਣਗੀਆਂ ਕਿ ਤੂੰ ਉਹਨਾਂ ਦੀ ਨੌਕਰਾਣੀ ਨਾਲ ਵਿਆਹ ਕਰਾ ਲਵੇਂ।" (ਕਾਊਂਟੈਸ ਕਾਤੇਰੀਨਾ ਇਵਾਨੋਵਨਾ ਨੂੰ ਨੇਖਲੀਊਦੋਵ ਦੀਆਂ ਭੂਆ ਨਾਲ ਹਮੇਸ਼ਾ ਨਫਰਤ ਰਹੀ)। "ਤਾਂ ਏਹੋ ਸੀ ਉਹ ਕੁੜੀ! Elle est encore jolie?"**

ਕਾਤੇਰੀਨਾ ਇਵਾਨੋਵਨਾ ਸੱਠਾਂ ਵਰ੍ਹਿਆਂ ਦੀ ਸਿਹਤਮੰਦ, ਖੁਸ਼ਦਿਲ, ਫੁਰਤੀਲੀ ਤੇ ਗਾਲੜੀ ਔਰਤ ਸੀ। ਉੱਚਾ ਲੰਮਾ ਕੱਦ ਤੇ ਹੱਡਾਂ ਦੀ ਸੌਖੀ ਅਤੇ ਬੁਲ੍ਹਾਂ ਉਤੇ ਕਾਲੀਆਂ ਮੁੱਛਾਂ ਵਿਖਾਈ ਦੇਂਦੀਆਂ ਸਨ। ਨੇਖਲੀਊਦੋਵ ਨੂੰ ਉਹ ਬੜੀ ਚੰਗੀ ਲੱਗਦੀ ਸੀ। ਉਹ ਬਚਪਨ ਵਿਚ ਹੀ ਉਹਦੇ ਜਲਾਲ ਤੇ ਉਹਦੀ ਹਸਮੁਖਤਾ ਵੱਲ ਖਿਚਿਆ ਗਿਆ ਸੀ।

---

* ਵੱਡਾ ਹਾਵਰਡ ਬਣਿਆ ਫਿਰਦੈਂ। (ਫਰਾਂਸੀਸੀ)—**ਸੰਪਾ:**

** ਹਾਲੇ ਵੀ ਸੁਹਣੀ ਏ? (ਫਰਾਂਸੀਸੀ)—**ਸੰਪਾ:**

"ਨਹੀਂ, ma tante,* ਉਹ ਮਾਮਲਾ ਤਾਂ ਖ਼ਤਮ ਹੋ ਗਿਆ। ਮੈਂ ਤਾਂ ਸਿਰਫ ਉਹਦੀ ਮਦਦ ਕਰਨਾ ਚਾਹੁੰਦਾ ਹਾਂ ਕਿਉਂਕਿ ਓਸ ਬੇਦੋਸ਼ੀ ਨੂੰ ਹੀ ਸਜ਼ਾ ਮਿਲੀ ਹੈ। ਇਹ ਸਭ ਕੁਝ ਮੇਰੀ ਵਜਾਹ ਕਰਕੇ ਹੋਇਆ ਹੈ, ਉਸ ਦੀ ਬਦਨਸੀਬੀ ਦੀ ਵਜਾਹ ਮੈਂ ਹੀ ਆਂ। ਮੈਂ ਸੋਚਦਾ ਹਾਂ ਕਿ ਮੇਰਾ ਫਰਜ਼ ਬਣਦਾ ਹੈ ਜੋ ਕੁਝ ਉਹਦੇ ਵਾਸਤੇ ਕਰ ਸਕਦਾ ਹਾਂ, ਕਰਾਂ।"

"ਪਰ ਮੈਂ ਸੁਣਿਆ ਸੀ, ਤੇਰਾ ਉਹਦੇ ਨਾਲ ਵਿਆਹ ਕਰਨ ਦਾ ਇਰਾਦਾ ਏ?"

"ਹਾਂ, ਮੇਰਾ ਤਾਂ ਇਰਾਦਾ ਸੀ, ਪਰ ਉਹ ਨਹੀਂ ਚਾਹੁੰਦੀ।"

ਕਾਤੇਰੀਨਾ ਇਵਾਨੋਵਨਾ ਨੇ ਭਰਵੱਟੇ ਉਪਰ ਚਾੜ੍ਹ ਕੇ ਅਤੇ ਨਜ਼ਰਾਂ ਨੀਵੀਆਂ ਪਾਈ, ਚੁਪ ਚਾਪ ਹੈਰਾਨੀ ਨਾਲ ਆਪਣੇ ਭਣੇਵੇਂ ਵੱਲ ਵੇਖਿਆ। ਅਚਾਨਕ ਉਹਦੇ ਚਿਹਰੇ ਦਾ ਰੰਗ ਢੰਗ ਬਦਲ ਗਿਆ, ਤੇ ਇਸ ਉਤੇ ਇਕ ਖੁਸ਼ੀ ਦਾ ਭਾਵ ਆ ਗਿਆ।

"ਤੇਰੇ ਨਾਲੋਂ ਤਾਂ ਸਿਆਣੀ ਹੋਈ ਫੇਰ, ਹੈਂ। ਤੂੰ ਤਾਂ ਬੁੱਧੂ ਹੋਇਓਂ। ਤੇ ਤੂੰ ਵਿਆਹ ਕਰ ਲੈਣਾ ਸੀ ਉਹਦੇ ਨਾਲ?"

"ਪੱਕੀ ਗੱਲ ਹੈ।"

"ਉਸ ਤੋਂ ਮਗਰੋਂ ਵੀ, ਜੋ ਕੁਝ ਉਹ ਬਣ ਗਈ ਸੀ?"

"ਹੋਰ ਵੀ ਬਹੁਤਾ, ਕਿਉਂਕਿ ਮੈਂ ਹੀ ਤਾਂ ਇਸ ਦਾ ਕਾਰਨ ਸਾਂ।"

"ਖੈਰ, ਤੂੰ ਬੜਾ ਭੋਲਾ ਏਂ," ਉਸ ਦੀ ਮਾਸੀ ਨੇ ਆਪਣੀ ਮੁਸਕਾਨ ਨੂੰ ਨਪ-ਘੁੱਟ ਕੇ ਰੱਖਦਿਆਂ ਆਖਿਆ। "ਬਹੁਤਾ ਈ ਭੋਲਾ ਭਾਲਾ, ਪਰ ਏਸੇ ਕਰਕੇ ਤਾਂ ਤੂੰ ਮੈਨੂੰ ਏਡਾ ਪਿਆਰਾ ਲੱਗਦਾ ਏਂ।" ਉਸ ਨੇ "ਭੋਲਾ ਭਾਲਾ" ਲਫ਼ਜ਼ ਨੂੰ ਦੁਹਰਾਇਆ। ਜ਼ਾਹਿਰ ਸੀ ਕਿ ਉਸ ਨੂੰ ਬਾਰ ਬਾਰ ਇੰਜ ਆਖਣਾ ਚੰਗਾ ਲੱਗਦਾ ਸੀ। ਜਾਪਦਾ ਸੀ ਜਿਵੇਂ ਇਹ ਇਕੋ ਸ਼ਬਦ ਉਸ ਨੂੰ ਆਪਣੇ ਭਣੇਵੇਂ ਦੀ ਇਖਲਾਕੀ ਹਾਲਤ ਦਾ ਸਹੀ ਸਹੀ ਪਤਾ ਦੇਂਦਾ ਸੀ। "ਪਤਾ ਈ, ਕੇਡਾ ਸੁਹਣਾ ਸਬੱਬ ਬਣਿਐ! ਐਲਿਨ ਇਕ ਬਹੁਤ ਵਧੀਆ ਆਸ਼ਰਮ ਚਲਾ ਰਹੀ ਏ—ਮੈਗਡੇਲਨ** ਭਵਨ। ਇਕ ਵਾਰੀ ਮੈਂ ਗਈ ਸਾਂ ਓਥੇ। ਉਥੇ ਰਹਿਣ ਵਾਲਿਆਂ ਦੀ ਬੁਰੀ ਹਾਲਤ ਏ। ਤੋਬਾ! ਹਰ ਪਾਸੇ ਗੰਦ ਹੀ ਗੰਦ। ਘਰ ਆ ਕੇ ਮੈਂ ਕਈ ਵਾਰ ਨ੍ਹਾਤੀ। ਪਰ ਐਲਿਨ corps et âme***, ਉਸ ਦੇ ਲੇਖੇ ਲਾਇਆ ਹੋਇਐ। ਅਸੀਂ ਉਹਨੂੰ ਆਸ਼ਰਮ ਵਿਚ ਭੇਜ ਦਿਆਂਗੇ—ਮੇਰਾ ਮਤਲਬ ਏ, ਤੇਰੀ ਉਸਨੂੰ। ਜੇ ਉਹਨੂੰ ਕੋਈ ਸੁਧਾਰ ਸਕਦੈ ਤਾਂ ਐਲਿਨ ਹੀ ਸੁਧਾਰ ਸਕਦੀ ਏ, ਨਹੀਂ ਤਾਂ ਹੋਰ ਕੋਈ ਨਹੀਂ।"

"ਪਰ ਉਹਨੂੰ ਤਾਂ ਕੈਦ ਬਾ-ਮੁਸ਼ੱਕਤ ਦੀ ਸਜ਼ਾ ਹੋ ਚੁੱਕੀ ਏ। ਮੈਂ ਉਹਦੇ ਵਾਸਤੇ

---

* ਮਾਸੀ ... (ਫਰਾਂਸੀਸੀ)—**ਸੰਪਾ:**

** ਵੇਸਵਾ, ਸੁਧਾਰ-ਘਰ। "ਮੈਗਡੇਲੀਨਾ ਦੀ ਮਰੀਅਮ" ਤੋਂ ਜਿਸ ਨੂੰ ਈਸਾ ਨੇ ਮਾਫ ਕਰ ਦਿੱਤਾ ਸੀ।—**ਸੰਪਾ:**

*** ਤਨ ਮਨ। (ਲਾਤੀਨੀ)।—**ਸੰਪਾ:**

ਹੀ ਅਪੀਲ ਕਰਨ ਆਇਆ ਹਾਂ। ਇਹਦੇ ਲਈ ਮੈਂ ਤੁਹਾਨੂੰ ਅਰਜ਼ ਕਰਨੀ ਹੈ।"

"ਠੀਕ ਏ। ਤੇ ਅਪੀਲ ਕਿਥੇ ਕਰਨੀ ਏ?"

"ਸੈਨੇਟ ਕੋਲ।"

"ਹੈਂ, ਸੈਨੇਟ ਕੋਲ! ਮੇਰੇ ਚਾਚੇ ਦਾ ਪੁੱਤ, ਲੇਵ, ਸੈਨੇਟ ਵਿਚ ਈ ਏ, ਪਰ ਉਹ ਕੁੱਲ-ਚਿੰਨ੍ਹ ਦੇ ਵਿਭਾਗ ਵਿਚ ਕੰਮ ਕਰਦਾ ਏ। ਪਰ ਮੈਂ ਓਥੋਂ ਦੇ ਕਿਸੇ ਅਸਲ ਬੰਦੇ ਨੂੰ ਤਾਂ ਜਾਣਦੀ ਨਹੀਂ। ਸੈਨੇਟ ਵਿਚ ਸਾਰੇ ਜਰਮਨ ਭਰੇ ਹੋਏ ਨੇ, **ਗੇ**, **ਫੇ**, **ਡੇ**—tout l'alphabet* ਜਾਂ ਫੇਰ ਹਰ ਕਿਸਮ ਦੇ ਇਵਾਨੋਵ, ਸੇਮੀਓਨੋਵ, ਨਿਕੀਤਿਨ ਤੇ ਜਾਂ ਇਵਾਨੇਨਕੋ, ਸਿਮੋਨੇਨਕੋ, ਨਿਕੀਤੇਨਕੋ Pour varier **ਇਕੱਠੇ ਕੀਤੇ ਹੋਏ ਨੇ। Des gens de l'autre monde*** ਫੇਰ ਵੀ ਮੈਂ ਤੇਰੇ ਮਾਸੜ ਨਾਲ ਗੱਲ ਕਰਾਂਗੀ। ਉਹ ਜਾਣਦਾ ਏ ਉਹਨਾਂ ਨੂੰ। ਉਹ ਸਭ ਤਰ੍ਹਾਂ ਦੇ ਲੋਕਾਂ ਨੂੰ ਜਾਣਦਾ ਏ। ਮੈਂ ਆਖ ਦੇਵਾਂਗੀ, ਪਰ ਗੱਲ ਸਾਰੀ ਤੂੰ ਸਮਝਾ ਦੇਵੀਂ—ਮੇਰੀ ਗੱਲ ਨਹੀਂ ਉਹ ਕਦੇ ਸਮਝਦਾ। ਮੈਂ ਕੁਝ ਵੀ ਆਖਾਂ, ਉਹ ਹਮੇਸ਼ਾ ਏਹੋ ਆਖੇਗਾ ਕਿ ਉਹਦੇ ਨਹੀਂ ਖਾਨੇ ਵਿਚ ਬੈਠੀ। C'est un parti pris**** ਹੋਰ ਹਰ ਕਿਸੇ ਦੇ ਪੱਲੇ ਪੈ ਜਾਂਦੀ ਏ, ਸਿਰਫ ਉਹਦੇ ਹੀ ਨਹੀਂ ਪੈਂਦੀ।"

ਐਨ ਓਸੇ ਵੇਲੇ ਲੰਮੀਆਂ ਜੁਰਾਬਾਂ ਵਾਲਾ ਇਕ ਨੌਕਰ ਚਾਂਦੀ ਦੀ ਰਕਾਬੀ ਵਿਚ ਇਕ ਚਿੱਠੀ ਲੈ ਕੇ ਅੰਦਰ ਆਇਆ।

"ਲੈ, ਐਲਿਨ ਵਲੋਂ ਹੀ ਏ। ਤੈਨੂੰ ਕੀਜ਼ੇਵੇਤੇਰ ਨੂੰ ਸੁਣਨ ਦਾ ਮੌਕਾ ਮਿਲੇਗਾ।"

"ਕੀਜ਼ੇਵੇਤੇਰ ਕੌਣ ਏ?"

"ਕੀਜ਼ੇਵੇਤੇਰ? ਸ਼ਾਮ ਨੂੰ ਆਵੀਂ, ਤੇ ਆਪੇ ਪਤਾ ਲੱਗ ਜਾਵੇਗਾ ਉਹ ਕੌਣ ਹੈ। ਉਸ ਦੀ ਤਕਰੀਰ ਦਾ ਐਸਾ ਪ੍ਰਭਾਵ ਪੈਂਦਾ ਹੈ ਕਿ ਪੱਥਰ ਤੋਂ ਪੱਥਰ ਮੁਜਰਮ ਵੀ ਗੋਡੇ ਟੇਕ ਕੇ ਰੋਣ ਲੱਗ ਪੈਂਦੇ ਨੇ ਅਤੇ ਪਸ਼ਚਾਤਾਪ ਕਰਦੇ ਨੇ।"

ਇਹ ਗੱਲ ਭਾਵੇਂ ਕਿੰਨੀ ਵੀ ਅਜੀਬ ਲੱਗੇ ਅਤੇ ਕਾਊਂਟੈਸ ਕਾਤੇਰੀਨਾ ਇਵਾਨੋਵਨਾ ਦੇ ਸੁਭਾ ਨਾਲ ਭਾਵੇਂ ਨਾ ਵੀ ਮੇਲ ਖਾਂਦੀ ਹੋਵੇ, ਪਰ ਉਹ ਇਸ ਮੱਤ ਦੀ ਕੱਟੜ ਅਨੁਯਾਈ ਸੀ ਜਿਹੜਾ ਕਹਿੰਦਾ ਹੈ ਕਿ ਈਸਾਈ ਧਰਮ ਦਾ ਸਾਰ ਪਸ਼ਚਾਤਾਪ ਕਰਨ ਵਿਚ ਵਿਸ਼ਵਾਸ ਰਖਣਾ ਹੈ। ਉਹਨਾਂ ਦਿਨਾਂ ਵਿਚ ਇਸ ਮੱਤ ਦਾ ਰਵਾਜ ਜਿਹਾ ਹੋ ਗਿਆ ਸੀ। ਜਿਥੇ ਕਿਧਰੇ ਵੀ ਇਸ ਮੱਤ ਦੇ ਪ੍ਰਚਾਰ ਵਾਸਤੇ ਸਭਾ ਲੱਗਦੀ ਉਹ ਜ਼ਰੂਰ ਜਾਂਦੀ ਸੀ ਅਤੇ ਇਸ ਮੱਤ ਦੇ "ਵਿਸ਼ਵਾਸੀਆਂ" ਦੀਆਂ ਸਭਾਵਾਂ ਆਪਣੇ ਘਰ ਵਿਚ ਵੀ ਕਰਦੀ ਸੀ। ਭਾਵੇਂ

---

* ਸਾਰੀ ਵਰਣਮਾਲਾ। (ਫਰਾਂਸੀਸੀ)—**ਸੰਪਾ**:

** ਵੰਨਗੀ ਵਾਸਤੇ। (ਫਰਾਂਸੀਸੀ)—**ਸੰਪਾ**:

*** ਦੂਸਰੇ ਸਮਾਜ ਦੇ ਬੰਦੇ। (ਫਰਾਂਸੀਸੀ)—**ਸੰਪਾ**:

**** ਇਹ ਉਹਨੇ ਪਹਿਲਾਂ ਹੀ ਮਿਥ ਲਿਆ ਹੋਇਆ ਹੈ। (ਫਰਾਂਸੀਸੀ)—**ਸੰਪਾ**:

ਇਸ ਮੱਤ ਦੀ ਸਿਖਿਆ ਸਾਰੀਆਂ ਧਾਰਮਿਕ ਰੀਤਾਂ, ਦੇਵ-ਮੂਰਤੀਆਂ, ਅਤੇ ਸੰਸਕਾਰਾਂ ਦਾ ਖੰਡਨ ਕਰਦੀ ਸੀ, ਪਰ ਕਾਤੇਰੀਨਾ ਇਵਾਨੋਵਨਾ ਦੇ ਹਰ ਕਮਰੇ ਵਿਚ ਦੇਵ-ਮੂਰਤੀਆਂ ਸਨ ਅਤੇ ਏਥੋਂ ਤੱਕ ਕਿ ਉਸ ਨੇ ਆਪਣੇ ਬਿਸਤਰੇ ਉਪਰ ਕੰਧ ਨਾਲ ਵੀ ਇਕ ਮੂਰਤੀ ਲਟਕਾਈ ਹੋਈ ਸੀ। ਇਸ ਦੇ ਨਾਲ ਹੀ ਉਹ ਚਰਚ ਦੀਆਂ ਸਾਰੀਆਂ ਰੀਤਾਂ ਤੇ ਸੰਸਕਾਰਾਂ ਦਾ ਪਾਲਣ ਕਰਦੀ ਸੀ ਤੇ ਉਸ ਨੂੰ ਇਸ ਗੱਲ ਵਿਚ ਕੋਈ ਵਿਰੋਧ ਨਹੀਂ ਸੀ ਦਿਸਦਾ।

"ਜੇ ਕਰ ਤੇਰੀ ਮੈਗਡੇਲਨ ਉਹਦਾ ਉਪਦੇਸ਼ ਸੁਣ ਲਵੇ ਤਾਂ ਉਹਦਾ ਕਾਇਆ ਕਲਪ ਹੋ ਜਾਵੇ," ਕਾਊਂਟੈਸ ਨੇ ਆਖਿਆ। "ਅੱਜ ਰਾਤ ਨੂੰ ਘਰੇ ਰਹੀਂ। ਤੂੰ ਉਹਦਾ ਉਪਦੇਸ਼ ਸੁਣ ਲਵੇਂਗਾ। ਬੜਾ ਕਰਨੀ ਵਾਲਾ ਬੰਦਾ ਏ।"

"ਮੈਨੂੰ ਏਹਦੇ ਵਿਚ ਕੋਈ ਦਿਲਚਸਪੀ ਨਹੀਂ, ma tante."

"ਪਰ ਮੈਂ ਤੈਨੂੰ ਦਸਦੀ ਆਂ ਕਿ ਇਹ ਬਹੁਤ ਹੀ ਦਿਲਚਸਪ ਏ। ਤੇ ਤੂੰ ਜ਼ਰੂਰ ਪਹੁੰਚ ਜਾਈਂ ਘਰ। ਇਹਦੇ ਬਿਨਾਂ ਹੋਰ ਕੀ ਕੰਮ ਏ ਮੇਰੇ ਨਾਲ ? Videz votre sac*"

"ਅਗਲਾ ਕੰਮ ਕਿਲ੍ਹੇ ਵਿਚ ਹੈ।"

"ਕਿਲ੍ਹੇ ਵਿਚ ? ਉਹਦੇ ਵਾਸਤੇ ਮੈਂ ਤੈਨੂੰ ਬਾਰੋਨ ਕਰੀਗਸਮੁਥ ਦੇ ਨਾਂ ਰੁੱਕਾ ਦੇ ਸਕਦੀ ਆਂ। C'est un très brave homme** ਪਰ ਤੂੰ ਉਹਨੂੰ ਜਾਣਦਾ ਏਂ। ਤੇਰੇ ਪਿਤਾ ਜੀ ਦਾ ਮਿੱਤਰ ਸੀ। Il donne dans le spiritisme*** ਪਰ ਇਹਦੇ ਨਾਲ ਕੋਈ ਫਰਕ ਨਹੀਂ ਪੈਂਦਾ, ਉਹ ਚੰਗਾ ਬੰਦਾ ਏ। ਉਥੇ ਕੰਮ ਕੀ ਏ ?"

"ਇਕ ਔਰਤ ਦਾ ਪੁਤਰ ਉਥੇ ਕੈਦ ਕੀਤਾ ਹੋਇਆ। ਉਸ ਔਰਤ ਵਾਸਤੇ ਪੁਤਰ ਨੂੰ ਮਿਲਣ ਦੀ ਇਜਾਜ਼ਤ ਲੈਣੀ ਹੈ। ਪਰ ਮੈਨੂੰ ਪਤਾ ਲੱਗਾ ਸੀ ਕਿ ਇਹ ਕੰਮ ਕਰੀਗਸਮੁਥ ਦੇ ਵੱਸ ਦਾ ਨਹੀਂ। ਇਸ ਦੀ ਇਜਾਜ਼ਤ ਚੇਰਵਿਆਨਸਕੀ ਕੋਲੋਂ ਹੀ ਮਿਲ ਸਕਦੀ ਹੈ।"

"ਚੇਰਵਿਆਨਸਕੀ ਮੈਨੂੰ ਬਿਲਕੁਲ ਪਸੰਦ ਨਹੀਂ, ਪਰ ਉਹ ਮਾਰੀਏਟ ਦਾ ਖਾਵੰਦ ਏ, ਅਸੀਂ ਉਹਨੂੰ ਆਖ ਸਕਦੇ ਆਂ। ਉਹ ਮੇਰੇ ਆਖੇ ਲੱਗ ਜਾਏਗੀ। Elle est très gentille.****"

"ਇਕ ਹੋਰ ਔਰਤ ਵਾਸਤੇ ਵੀ ਅਰਜ਼ੀ ਦਾਖਲ ਕਰਨੀ ਹੈ। ਉਸ ਨੂੰ ਜੇਲ੍ਹ ਵਿਚ ਬੰਦ ਕੀਤਾ ਹੋਇਆ ਹੈ, ਪਰ ਪਤਾ ਨਹੀਂ ਕਿਉਂ।"

"ਫਿਕਰ ਨਾ ਕਰ, ਉਹਨੂੰ ਸਭ ਕੁਝ ਪਤਾ ਹੋਵੇਗਾ। ਕੱਟੇ ਹੋਏ ਛੱਤਿਆਂ ਵਾਲੀਆਂ ਇਹਨਾਂ ਛੋਕਰੀਆਂ ਨੂੰ ਸਭ ਪਤਾ ਏ ਕਿ ਉਹਨਾਂ ਨੂੰ ਕਿਉਂ ਕੈਦ ਕੀਤਾ ਹੋਇਆ ਏ। ਏਦਾਂ

---

* ਦੱਸ ਦੇ ਸਭ ਕੁਝ। (ਫਰਾਂਸੀਸੀ)—**ਸੰਪਾ:**

** ਉਹ ਬੜਾ ਨੇਕ ਆਦਮੀ ਏ। (ਫਰਾਂਸੀਸੀ)—**ਸੰਪਾ:**

*** ਉਸ ਨੂੰ ਰੂਹਾਂ ਦੀ ਵਿਦਿਆ ਨਾਲ ਦਿਲਚਸਪੀ ਏ। (ਫਰਾਂਸੀਸੀ)—**ਸੰਪਾ:**

**** ਬੜੀ ਨੇਕ ਔਰਤ ਏ। (ਫਰਾਂਸੀਸੀ)—**ਸੰਪਾ:**

ਹੀ ਹੋਣਾ ਚਾਹੀਦਾ ਏ ਏਹੋ ਜਿਹੀਆਂ ਨਾਲ।"

"ਇਹ ਤਾਂ ਮੈਨੂੰ ਨਹੀਂ ਪਤਾ ਕਿ ਏਦਾਂ ਹੀ ਹੋਣਾ ਚਾਹੀਦਾ ਹੈ ਜਾਂ ਨਹੀਂ। ਪਰ ਉਹ ਬੜੇ ਦੁਖੜੇ ਝਾਗਦੀਆਂ ਹਨ। ਤੁਸੀਂ ਤਾਂ ਈਸਾਈ ਹੋ ਅਤੇ ਅੰਜੀਲ ਵਿਚ ਵਿਸ਼ਵਾਸ ਰਖਦੇ ਹੋ, ਫੇਰ ਵੀ ਤੁਹਾਡੇ ਦਿਲ ਵਿਚ ਤਰਸ ਨਹੀਂ ਆਉਂਦਾ।"

"ਉਸ ਗੱਲ ਦਾ ਇਹਦੇ ਨਾਲ ਕੋਈ ਵਾਸਤਾ ਨਹੀਂ। ਅੰਜੀਲ ਅੰਜੀਲ ਹੈ, ਤੇ ਜਿਹੜੀ ਗੱਲ ਬੁਰੀ ਏ ਉਹ ਬੁਰੀ ਹੀ ਰਹਿੰਦੀ ਏ। ਇਹ ਗੱਲ ਹੋਰ ਵੀ ਮਾੜੀ ਹੋਵੇਗੀ ਜੇ ਮੈਂ ਵਿਖਾਵਾ ਕਰਾਂ ਕਿ ਮੈਨੂੰ ਇਹ ਨਿਖੇਧਵਾਦੀ ਚੰਗੇ ਲੱਗਦੇ ਹਨ। ਖਾਸ ਕਰਕੇ ਇਹ ਕੱਟੇ ਹੋਏ ਛੱਤਿਆਂ ਵਾਲੀਆਂ ਨਿਖੇਧਵਾਦੀ ਛੋਕਰੀਆਂ, ਮੈਨੂੰ ਫੁਟੀ ਅੱਖ ਨਹੀਂ ਭਾਉਂਦੀਆਂ।"

"ਕਿਉਂ? ਕੀ ਗੱਲ?"

"ਤੂੰ ਪੁੱਛਦਾ ਏਂ ਕਿਉਂ? ਪਹਿਲੀ ਮਾਰਚ ਦੀ ਘਟਨਾ ਮਗਰੋਂ ਵੀ*?"

"ਪਹਿਲੀ ਮਾਰਚ ਦੀ ਘਟਨਾ ਵਿਚ ਸਾਰੇ ਤਾਂ ਸ਼ਾਮਲ ਨਹੀਂ ਸਨ।"

"ਤਾਂ ਕੀ ਹੋਇਆ। ਜਿਸ ਕੰਮ ਨਾਲ ਉਹਨਾਂ ਦਾ ਕੋਈ ਵਾਸਤਾ ਨਹੀਂ ਉਹਦੇ ਵਿਚ ਲੱਤਾਂ ਕਿਉਂ ਅੜਾਉਂਦੀਆਂ ਨੇ। ਇਹ ਕੰਮ ਔਰਤਾਂ ਦੇ ਨਹੀਂ ਹੁੰਦੇ।"

"ਪਰ ਤੁਸੀਂ ਮਾਰੀਏਟ ਬਾਰੇ ਤਾਂ ਇਹ ਸਮਝਦੇ ਹੋ ਕਿ ਉਹ ਇਸ ਕੰਮ ਵਿਚ ਹਿੱਸਾ ਲੈ ਸਕਦੀ ਹੈ?"

"ਮਾਰੀਏਟ? ਮਾਰੀਏਟ ਆਖਰ ਮਾਰੀਏਟ ਹੋਈ। ਇਹ ਛੋਕਰੀਆਂ ਰੱਬ ਜਾਣੇ ਕੀ ਨੇ। ਉਹ ਹਰ ਇਕ ਨੂੰ ਸਿਖਿਆ ਦੇਂਦੀਆਂ ਫਿਰਦੀਆਂ ਨੇ।"

"ਸਿਖਿਆ ਨਹੀਂ ਦੇਂਦੀਆਂ, ਸਗੋਂ ਸਿਰਫ ਲੋਕਾਂ ਦੀ ਮਦਦ ਕਰਦੀਆਂ ਹਨ।"

"ਉਹਨਾਂ ਤੋਂ ਬਗੈਰ ਵੀ ਸਾਨੂੰ ਪਤਾ ਏ ਕਿਸ ਦੀ ਮਦਦ ਕਰਨੀ ਏ ਤੇ ਕਿਸ ਦੀ ਨਹੀਂ ਕਰਨੀ।"

"ਪਰ ਲੋਕਾਂ ਦੀ ਹਾਲਤ ਬਹੁਤ ਖਸਤਾ ਹੈ। ਮੈਂ ਹੁਣੇ ਹੀ ਪਿੰਡੋਂ ਹੋ ਕੇ ਆਇਆ ਹਾਂ। ਇਹ ਜ਼ਰੂਰੀ ਹੈ ਕਿ ਕਿਸਾਨ ਲਹੂ ਪਸੀਨਾ ਇਕ ਕਰ ਕੇ ਕੰਮ ਕਰਨ ਪਰ ਉਹਨਾਂ ਨੂੰ ਢਿੱਡ ਭਰ ਕੇ ਖਾਣ ਨੂੰ ਵੀ ਨਾ ਮਿਲੇ, ਅਤੇ ਅਸੀਂ ਗੁਲਛੱਰੇ ਉਡਾਈਏ?" ਨੇਖਲੀਊਦੋਵ ਨੇ ਕਿਹਾ। ਆਪਣੀ ਮਾਸੀ ਦੇ ਨੇਕ ਸੁਭਾ ਸਦਕਾ ਉਹ ਸਹਿਜ-ਸੁਭਾ ਹੀ ਆਪਣੇ ਦਿਲ ਦੀ ਗੱਲ ਕਰਨ ਲੱਗ ਪਿਆ ਸੀ।

"ਫੇਰ, ਤੂੰ ਕੀ ਚਾਹੁੰਦਾ ਏਂ? ਕਿ ਮੈਂ ਵੀ ਕੰਮ ਕਰਾਂ ਅਤੇ ਮੇਰੇ ਕੋਲ ਖਾਣ ਪੀਣ ਨੂੰ ਕੁਝ ਨਾ ਹੋਵੇ?"

"ਨਹੀਂ, ਮੈਂ ਇਹ ਨਹੀਂ ਚਾਹੁੰਦਾ," ਨੇਖਲੀਊਦੋਵ ਨੇ ਆਪਮੁਹਾਰੇ ਮੁਸਕ੍ਰਾਉਂਦੇ ਹੋਏ ਆਖਿਆ। "ਮੈਂ ਸਿਰਫ ਇਹ ਚਾਹੁੰਦਾ ਹਾਂ ਕਿ ਅਸੀਂ ਸਾਰੇ ਹੀ ਕੰਮ ਕਰੀਏ ਤੇ ਸਾਰੇ ਖਾਈਏ ਪੀਏ।"

---

* ਪਹਿਲੀ ਮਾਰਚ ੧੮੮੧ ਨੂੰ (ਪੁਰਾਣੇ ਕਲੰਡਰ ਅਨੁਸਾਰ) "ਨਾਰੋਦਨਾਯਾ ਵੋਲੀਆ" ਦੇ ਮੈਂਬਰ ਵਲੋਂ ਜ਼ਾਰ ਅਲੈਕਸਾਂਦਰ ਦੂਜੇ ਨੂੰ ਕਤਲ ਕੀਤਾ ਗਿਆ ਸੀ।—ਸੰਪਾ:

ਇਕ ਵਾਰੀ ਫੇਰ ਉਹਦੀ ਮਾਸੀ ਨੇ ਭਰਵੱਟੇ ਉਪਰ ਚੜ੍ਹਾ ਕੇ ਅਤੇ ਨਜ਼ਰਾਂ ਨੀਵੀਆਂ ਪਾਈ ਉਤਸੁਕਤਾ ਜਿਹੀ ਨਾਲ ਉਹਦੇ ਵੱਲ ਵੇਖਿਆ।

"Mon cher, vous finirez mal,*" ਉਸ ਨੇ ਕਿਹਾ।

"ਪਰ ਕਿਉਂ ?"

ਤਾਹੀਓਂ ਕਾਊਂਟੈਸ ਚਾਰਸਕਾਯਾ ਦਾ ਪਤੀ, ਜਨਰਲ ਅਤੇ ਸਾਬਕਾ ਮੰਤਰੀ ਕਮਰੇ ਵਿਚ ਆਇਆ। ਉਹ ਇਕ ਉੱਚਾ ਲੰਮਾ ਅਤੇ ਚੌੜੇ ਮੋਢਿਆਂ ਵਾਲਾ ਆਦਮੀ ਸੀ।

"ਵਾਹ, ਦਮਿਤਰੀ, ਸੁਣਾ ਕੀ ਹਾਲ ਏ ?" ਉਸ ਨੇ ਆਖਿਆ ਤੇ ਚੁੰਮਣ ਵਾਸਤੇ ਸੱਜਰੀ ਹਜਾਮਤ ਕੀਤੀ ਆਪਣੀ ਗੱਲ੍ਹ ਨੇਖਲੀਊਦੋਵ ਦੇ ਅੱਗੇ ਕਰ ਦਿੱਤੀ। "ਕਦੋਂ ਆਇਆ ਏਂ ?"

ਤੇ ਕਾਊਂਟ ਨੇ ਚੁਪ-ਚਾਪ ਆਪਣੀ ਪਤਨੀ ਦਾ ਮੱਥਾ ਚੁੰਮ ਲਿਆ।

"Non, il est impayable."**ਕਾਊਂਟੈਸ ਨੇ ਆਪਣੇ ਪਤੀ ਨੂੰ ਸੰਬੋਧਨ ਕਰਦਿਆਂ ਕਿਹਾ। "ਇਹ ਚਾਹੁੰਦਾ ਏ ਕਿ ਮੈਂ ਕਪੜੇ ਧੋਇਆ ਕਰਾਂ ਤੇ ਆਲੂ ਖਾ ਕੇ ਗੁਜ਼ਾਰਾ ਕਰਾਂ। ਬੜਾ ਮੂਰਖ ਏ, ਪਰ ਤਾਂ ਵੀ ਇਹ ਜੋ ਆਖੇ ਕੰਮ ਇਹਦਾ ਕਰ ਦੇਵੀਂ। ਬੜਾ ਭੋਲਾ ਏ," ਉਸ ਨੇ ਕਿਹਾ। "ਸੁਣਿਐ ਤੂੰ ? ਕਾਮੇਨਸਕਾਯਾ ਦੀ ਹਾਲਤ ਬੜੀ ਮਾੜੀ ਏ। ਕਹਿੰਦੇ ਨੇ ਉਹ ਨਹੀਂ ਬਚਣ ਲੱਗੀ," ਉਸ ਨੇ ਆਪਣੀ ਪਤੀ ਨੂੰ ਆਖਿਆ। "ਤੂੰ ਜਾ ਕੇ ਖਬਰ ਲੈ ਆ।"

"ਹਾਂ, ਬੜੀ ਮਾੜੀ ਗੱਲ ਏ," ਉਹਦੇ ਪਤੀ ਨੇ ਆਖਿਆ।

"ਹੱਛਾ, ਹੁਣ ਜਾ ਕੇ ਇਹਦੇ ਨਾਲ ਗੱਲਬਾਤ ਕਰ। ਮੈਂ ਕੁਝ ਜ਼ਰੂਰੀ ਚਿੱਠੀਆਂ ਲਿਖਣੀਆਂ ਨੇ।"

ਨੇਖਲੀਊਦੋਵ ਨੇ ਬੈਠਕ ਦੇ ਨਾਲ ਵਾਲੇ ਕਮਰੇ ਵਿਚ ਅਜੇ ਕਦਮ ਰੱਖਿਆ ਹੀ ਸੀ ਕਿ ਮਾਸੀ ਨੇ ਪਿੱਛੋਂ ਵਾਜ ਮਾਰੀ।

"ਫੇਰ, ਮਾਰੀਏਟ ਦੇ ਨਾਂ ਚਿੱਠੀ ਲਿਖ ਦੇਵਾਂ।"

"ਜ਼ਰੂਰ, ma tante."

"ਖਾਲੀ ਥਾਂ ਰਹਿਣ ਦਿਆਂਗੀ ਤੇ ਕੱਟੇ ਹੋਏ ਛੱਤਿਆਂ ਵਾਲੀ ਬਾਰੇ ਜੋ ਚਾਹੇਂਗਾ ਮਗਰੋਂ ਲਿਖ ਦੇਵਾਂਗੀ। ਉਹਨੇ ਆਪਣੇ ਪਤੀ ਨੂੰ ਹੁਕਮ ਕੀਤਾ ਨਹੀਂ ਤੇ ਤੇਰਾ ਕੰਮ ਹੋਇਆ ਨਹੀਂ। ਮੈਨੂੰ ਤੂੰ ਕੋਈ ਗੁਸੈਲ ਨਾ ਸਮਝੀਂ, ਜਿਨ੍ਹਾਂ ਦੀ ਤੂੰ ਮਦਦ ਕਰਨੀ ਚਾਹੁੰਦਾ ਏ ਉਹ ਬੜੀਆਂ ਹੀ ਘਿਰਣਾਯੋਗ ਨੇ, ਪਰ je ne leur veux pas de mal.*** ਰੱਬ ਸਹਾਈ ਹੋਵੇ ਉਹਨਾਂ ਦਾ ! ਚੰਗਾ ਜਾ, ਪਰ ਰਾਤ ਨੂੰ ਘਰ ਆਉਣਾ ਨਾ ਭੁੱਲੀਂ। ਕੀਜ਼ੇਵੇਤੇਰ

* ਮੇਰੇ ਲਾਡਲੇ, ਨਤੀਜਾ ਮਾੜਾ ਨਿਕਲੇਗਾ। (ਫਰਾਂਸੀਸੀ)—**ਸੰਪਾ :**

** ਨਹੀਂ, ਇਹ ਵੀ ਬੜਾ ਅਜੀਬ ਏ। (ਫਰਾਂਸੀਸੀ)—**ਸੰਪਾ :**

*** ਮੈਂ ਉਹਨਾਂ ਦਾ ਬੁਰਾ ਨਹੀਂ ਚਾਹੁੰਦੀ। (ਫਰਾਂਸੀਸੀ)—**ਸੰਪਾ :**

ਉਪਦੇਸ਼ ਦੇਵੇਗਾ ਤੇ ਅਸੀਂ ਪ੍ਰਾਰਥਨਾ ਕਰਾਂਗੇ। ਐਵੇਂ ਜ਼ਿੱਦ ਨਾ ਕਰ ਬਹੀਂ ça vous fera beaucoup de bien.* ਮੈਨੂੰ ਪਤਾ ਏ, ਤੇਰੀ ਮਾਂ ਤੇ ਤੂੰ ਵੀ ਏਹੋ ਜਿਹੇ ਕੰਮਾਂ ਵਿਚ ਹਮੇਸ਼ਾ ਪਿੱਛੇ ਰਹੇ ਹੋ। ਚੰਗਾ, ਜਾ ਹੁਣ। ਰੱਬ ਰਾਖਾ।"

੧੫

ਕਾਊਂਟ ਇਵਾਨ ਮਿਖਾਇਲੋਵਿਚ ਪਹਿਲਾਂ ਇਕ ਮੰਤਰੀ ਹੁੰਦਾ ਸੀ ਅਤੇ ਉਹ ਬੜੇ ਪੱਕੇ ਵਿਸ਼ਵਾਸਾਂ ਵਾਲਾ ਬੰਦਾ ਸੀ।

ਇਵਾਨ ਮਿਖਾਇਲੋਵਿਚ ਦਾ ਜਵਾਨੀ ਦੇ ਦਿਨਾਂ ਤੋਂ ਹੀ ਇਹ ਦ੍ਰਿੜ੍ਹ ਵਿਸ਼ਵਾਸ ਸੀ ਕਿ ਜਿਵੇਂ ਇਕ ਪੰਛੀ ਵਾਸਤੇ ਕੀੜੇ-ਮੌਕੜੇ ਖਾਣਾ, ਕੂਲੇ ਕੂਲੇ ਪਰਾਂ ਵਿਚ ਆਪਣੇ ਆਪ ਨੂੰ ਢੱਕ ਕੇ ਰੱਖਣਾ ਅਤੇ ਅਸਮਾਨ ਵਿਚ ਉਡਦੇ ਫਿਰਨਾ ਸੁਭਾਵਿਕ ਹੈ, ਓਸੇ ਹੀ ਤਰ੍ਹਾਂ ਉਹਦੇ ਵਾਸਤੇ ਵੀ ਇਹ ਸੁਭਾਵਿਕ ਹੈ ਕਿ ਉਹ ਸਵਾਦੀ ਤੋਂ ਸਵਾਦੀ ਤੇ ਮਹਿੰਗੀਆਂ ਤੋਂ ਮਹਿੰਗੀਆਂ ਚੀਜ਼ਾਂ ਖਾਵੇ ਪੀਵੇ ਜਿਹੜੀਆਂ ਵੱਡੀਆਂ ਤਨਖਾਹਾਂ ਵਾਲੇ ਬਾਵਰਚੀਆਂ ਨੇ ਤਿਆਰ ਕੀਤੀਆਂ ਹੋਣ, ਵਧੀਆ ਤੋਂ ਵਧੀਆ ਤੇ ਮਹਿੰਗੇ ਤੋਂ ਮਹਿੰਗੇ ਕਪੜੇ ਪਾਵੇ ਹੰਢਾਵੇ, ਵਧੀਆ ਨਸਲ ਦੇ ਤੇਜ਼ ਭੱਜਣ ਵਾਲੇ ਘੋੜਿਆਂ ਵਾਲੀਆਂ ਬੱਘੀਆਂ ਵਿਚ ਸਵਾਰੀ ਕਰੇ। ਅਤੇ ਇਸ ਕਰਕੇ ਇਹ ਸਾਰੀਆਂ ਚੀਜ਼ਾਂ ਉਹਦੀ ਸੇਵਾ ਵਿਚ ਹਾਜ਼ਰ ਰਹਿਣੀਆਂ ਚਾਹੀਦੀਆਂ ਹਨ। ਇਸ ਤੋਂ ਇਲਾਵਾ, ਕਾਊਂਟ ਇਵਾਨ ਮਿਖਾਇਲੋਵਿਚ ਦਾ ਇਹ ਵਿਚਾਰ ਸੀ ਕਿ ਹਰ ਕਿਸਮ ਦੇ ਹਰਬੇ ਵਰਤ ਕੇ ਸਰਕਾਰੀ ਖਜ਼ਾਨੇ ਵਿਚੋਂ ਜਿੰਨਾਂ ਵਧ ਤੋਂ ਵਧ ਰੁਪਿਆ ਹੜੱਪ ਕਰ ਸਕੇ, ਹੀਰੇ-ਜੜ੍ਹੇ ਸਨਮਾਨ-ਚਿੰਨ੍ਹ ਤੱਕ ਤੇ ਇਸ ਦੇ ਸਮੇਤ, ਜਿੰਨੇ ਵਧ ਤੋਂ ਵਧ ਤਮਗੇ ਹਾਸਿਲ ਕਰ ਸਕੇ, ਅਤੇ ਸ਼ਾਹੀ ਖਾਨਦਾਨ ਦੇ ਮਰਦਾਂ ਤੇ ਔਰਤਾਂ, ਦੋਹਾਂ ਨਾਲ ਜਿੰਨਾਂ ਵਧੇਰੇ ਸੰਪਰਕ ਰਖ ਸਕੇ, ਓਨਾ ਹੀ ਵਧੇਰੇ ਚੰਗੀ ਗੱਲ ਹੈ। ਇਹਨਾਂ ਧਰਨਾਵਾਂ ਦੇ ਮੁਕਾਬਲੇ ਬਾਕੀ ਸਾਰੀਆਂ ਗੱਲਾਂ ਨੂੰ, ਕਾਊਂਟ ਇਵਾਨ ਮਿਖਾਇਲੋਵਿਚ ਤੁੱਛ ਤੇ ਬੇਮਤਲਬ ਸਮਝਦਾ ਸੀ। ਬਾਕੀ ਸਭ ਕੁਝ ਜਿਵੇਂ ਤਿਵੇਂ ਰਹੇ ਜਾਂ ਬਿਲਕੁਲ ਉਲਟ ਪਲਟ ਜਾਵੇ, ਉਹਦੀ ਬਲਾ ਨੂੰ। ਕਾਊਂਟ ਇਵਾਨ ਮਿਖਾਇਲੋਵਿਚ ਪਿਛਲੇ ਚਾਲੀ ਸਾਲਾਂ ਤੋਂ ਏਸੇ ਹੀ ਦ੍ਰਿਸ਼ਟੀਕੋਣ ਅਨੁਸਾਰ ਪੀਟਰਸਬਰਗ ਵਿਚ ਆਪਣਾ ਜੀਵਨ ਬਿਤਾ ਰਿਹਾ ਸੀ ਅਤੇ ਅਖੀਰ ਉਹ ਇਕ ਮੰਤਰੀ ਦੀ ਪਦਵੀ ਤੱਕ ਪਹੁੰਚ ਗਿਆ ਸੀ।

ਜਿਨ੍ਹਾਂ ਮੁਖ ਗੁਣਾਂ ਕਰਕੇ ਉਹ ਇਸ ਪਦਵੀ ਤੱਕ ਪੁਜਣ ਦੇ ਯੋਗ ਹੋਇਆ ਸੀ,

ਉਹਨਾਂ ਵਿਚ ਸਭ ਤੋਂ ਪਹਿਲੀ ਗੱਲ ਸਰਕਾਰੀ ਦਸਤਾਵੇਜ਼ਾਂ ਅਤੇ ਕਾਨੂੰਨਾਂ ਨੂੰ ਸਮਝਣ ਅਤੇ ਦਸਤਾਵੇਜ਼ਾਂ ਤਿਆਰ ਕਰਨ ਦੀ ਕਾਬਲੀਅਤ ਸੀ। ਇਹਨਾਂ ਦੀ ਜ਼ਬਾਨ ਭਾਵੇਂ ਬੇਢੱਬੀ ਹੀ ਹੁੰਦੀ ਸੀ ਪਰ ਇਹ ਸਮਝ ਆ ਜਾਂਦੀਆਂ ਸਨ ਅਤੇ ਸ਼ਬਦ-ਜੋੜ ਠੀਕ ਹੁੰਦੇ ਸਨ। ਦੂਜੀ ਚੀਜ਼ ਸੀ ਉਹਦਾ ਰੁਹਬਦਾਬ ਵਾਲਾ ਚਿਹਰਾ-ਮੋਹਰਾ, ਜਿਸ ਦਾ ਸਦਕਾ ਉਹ ਲੋੜ ਪੈਣ ਉਤੇ ਜਿਸ ਤੱਕ ਰਸਾਈ ਕਰਨਾ ਮੁਸ਼ਕਲ ਹੋਵੇ, ਬੇਹਦ ਮਾਣਮੱਤਾ ਅਤੇ ਸ਼ਾਹਾਨਾ ਨਜ਼ਰ ਆ ਸਕਦਾ ਸੀ ਅਤੇ ਦੂਜੇ ਪਾਸੇ ਕਿਸੇ ਵੇਲੇ ਉਹ ਕਮੀਨਾ ਅਤੇ ਹੱਥਬੰਨ੍ਹ ਗੁਲਾਮ ਵੀ ਬਣ ਸਕਦਾ ਸੀ। ਅਤੇ ਤੀਜੀ ਗੱਲ ਇਹ ਸੀ ਕਿ ਉਹਦਾ ਕੋਈ ਇਖਲਾਕੀ ਅਸੂਲ ਜਾਂ ਨੇਮ ਨਹੀਂ ਸੀ, ਨਾ ਵਿਅਕਤੀਗਤ, ਨਾ ਹੀ ਪ੍ਰਬੰਧਕੀ। ਇਸ ਖਾਸੀਅਤ ਸਦਕਾ ਉਹਦੇ ਲਈ ਇਹ ਮੁਮਕਿਨ ਸੀ ਕਿ ਵਕਤ ਵਿਚਾਰ ਕੇ ਕਿਸੇ ਨਾਲ ਸਹਿਮਤ ਹੋ ਜਾਵੇ ਜਾਂ ਅਸਹਿਮਤ ਹੋ ਜਾਵੇ। ਇਸ ਤਰ੍ਹਾਂ ਦਾ ਵਰਤੋਂ ਵਿਹਾਰ ਕਰਦਿਆਂ ਉਸ ਦੀ ਇਕੋ ਕੋਸ਼ਿਸ਼ ਹੁੰਦੀ ਸੀ ਕਿ ਸਦਾਚਾਰ ਦਾ ਪਰਦਾ ਬਣਿਆ ਰਹੇ ਅਤੇ ਕਿਸੇ ਨੂੰ ਇਹ ਪਤਾ ਨਾ ਲੱਗੇ ਕਿ ਉਹ ਉਚਾਵਾਂ ਚੱਲ੍ਹਾ ਹੈ। ਉਸ ਦੇ ਚੱਜ ਆਚਾਰ ਦਾ ਇਖਲਾਕ ਨਾਲ ਕੋਈ ਵਾਸਤਾ ਹੈ ਜਾਂ ਨਹੀਂ, ਅਤੇ ਇਸ ਦੇ ਸਿੱਟੇ ਵਜੋਂ ਲੋਕਾਂ ਦੀ ਭਲਾਈ ਹੁੰਦੀ ਹੈ ਜਾਂ ਸਮੁਚੇ ਰੂਸੀ ਰਾਜ ਨੂੰ ਜਾਂ ਸਗੋਂ ਸਮੂਹ ਸੰਸਾਰ ਨੂੰ ਨੁਕਸਾਨ ਪਹੁੰਚਦਾ ਹੈ, ਇਸ ਗੱਲ ਨਾਲ ਉਹਦਾ ਕੋਈ ਸਰੋਕਾਰ ਨਹੀਂ ਸੀ।

ਜਦੋਂ ਉਹ ਮੰਤਰੀ ਬਣਿਆ ਤਾਂ ਸਿਰਫ ਉਹਨਾਂ ਲੋਕਾਂ ਨੇ ਹੀ ਨਹੀਂ ਜਿਹੜੇ ਉਹਦੇ ਉਹਦੇ [illegible] ਸਨ (ਤੇ ਏਹੋ ਜਿਹੇ ਲੋਕਾਂ ਦੀ ਗਿਣਤੀ ਬਹੁਤ ਸੀ) ਜਾਂ ਜਿਨ੍ਹਾਂ ਦਾ ਉਹਦੇ ਨਾਲ ਸੰਬੰਧ ਸੀ ਸਗੋਂ ਬਹੁਤ ਸਾਰੇ ਓਪਰੇ ਬੰਦਿਆਂ ਨੇ ਵੀ ਇਹ ਸਮਝਿਆ ਸੀ ਕਿ ਉਹ ਬੜਾ ਹੀ ਚਾਤਰ ਰਾਜਨੇਤਾ ਹੈ। ਉਸ ਦਾ ਆਪਣਾ ਵੀ ਏਹੋ ਵਿਸ਼ਵਾਸ ਸੀ। ਪਰ ਜਦੋਂ ਕੁਝ ਸਮਾਂ ਲੰਘਿਆ ਤੇ ਉਹਨੇ ਕੋਈ ਵੀ ਅਹਿਮ ਗੱਲ ਸਿਰੇ ਨਾ ਚਾੜ੍ਹੀ ਤੇ ਕਿਸੇ ਗੱਲ ਦੀ ਕੋਈ ਵਿਆਖਿਆ ਨਾ ਕੀਤੀ, ਅਤੇ ਜਿਊਂਦੇ ਰਹਿਣ ਲਈ ਸੰਘਰਸ਼ ਦੇ ਨੇਮ ਅਨੁਸਾਰ, ਉਹਦੇ ਵਰਗੇ ਕਈ ਹੋਰ ਲੋਕਾਂ ਨੇ, ਅਰਥਾਤ ਠਾਠ-ਬਾਠ ਵਾਲੇ ਤੇ ਬੇਅਸੂਲੇ ਅਫਸਰਾਂ ਨੇ ਦਸਤਾਵੇਜ਼ਾਂ ਲਿਖਣ ਤੇ ਇਹਨਾਂ ਨੂੰ ਸਮਝਣ ਦੀ ਜਾਚ ਸਿਖ ਲਈ ਤੇ ਉਹਦੀ ਥਾਂ ਸੰਭਾਲ ਲਈ ਤਾਂ ਸਾਰਿਆਂ ਨੂੰ ਇਸ ਗੱਲ ਦੀ ਸਪਸ਼ਟ ਸਮਝ ਆ ਗਈ ਕਿ ਗੱਲ ਏਨੀ ਹੀ ਨਹੀਂ ਕਿ ਉਹ ਬਹੁਤ ਸਿਆਣਾ ਬੰਦਾ ਨਹੀਂ। ਸਗੋਂ ਅਸਲ ਵਿਚ ਇਹ ਆਦਮੀ ਸੀਮਤ ਯੋਗਤਾਵਾਂ ਤੇ ਮਾਮੂਲੀ ਸਭਿਆਚਾਰ ਵਾਲਾ ਅਤੇ ਘੁਮੰਡੀ ਹੈ। ਇਸ ਦੇ ਵਿਚਾਰ ਮੁਸ਼ਕਲ ਨਾਲ ਹੀ ਉਹਨਾਂ ਸੰਪਾਦਕੀ ਲੇਖਾਂ ਦੀ ਪੱਧਰ ਤੱਕ ਪਹੁੰਚਦੇ ਹਨ ਜਿਹੜੇ ਅਤਿ ਘਟੀਆ ਕਿਸਮ ਦੇ ਕਟੜਪੰਥੀ ਅਖਬਾਰਾਂ ਵਿਚ ਛਪਦੇ ਹਨ। ਇਹ ਗੱਲ ਪ੍ਰਤੱਖ ਹੋ ਗਈ ਕਿ ਇਸ ਆਦਮੀ ਵਿਚ ਉਹਨਾਂ ਘਟ-ਪੜ੍ਹਿਆਂ ਅਤੇ ਘੁਮੰਡੀ ਅਫਸਰਾਂ ਨਾਲੋਂ ਕੋਈ ਖਾਸ ਵਿਲੱਖਣਤਾ ਨਹੀਂ ਜਿਨ੍ਹਾਂ ਨੇ ਇਹਨੂੰ ਲਾਂਭੇ ਕਰ ਕੇ ਇਹਦੀ ਥਾਂ ਸਾਂਭ ਲਈ ਹੈ। ਉਹਨੂੰ ਆਪ ਨੂੰ ਵੀ ਇਸ ਗੱਲ ਦਾ ਪਤਾ ਲੱਗ ਗਿਆ ਸੀ। ਪਰ ਤਾਂ ਵੀ ਉਹਦਾ ਇਹ ਵਿਸ਼ਵਾਸ ਨਹੀਂ ਸੀ ਡੋਲਿਆ ਕਿ ਉਹਨੇ ਹਰ ਸਾਲ ਸਰਕਾਰੀ ਖਜ਼ਾਨੇ ਵਿਚੋਂ ਢੇਰ ਸਾਰੀ

ਰਕਮ ਮਾਣਨੀ ਹੈ ਅਤੇ ਆਪਣੀ ਪੁਸ਼ਾਕ ਉਤੇ ਸਜਾਉਣ ਲਈ ਨਵੇਂ ਮੈਡਲ ਹਾਸਿਲ ਕਰਨੇ ਹਨ। ਉਸ ਦਾ ਇਹ ਵਿਸ਼ਵਾਸ ਏਡਾ ਪੱਕਾ ਸੀ ਕਿ ਕਿਸੇ ਵਿਚ ਵੀ ਏਨੀ ਹਿੰਮਤ ਨਹੀਂ ਸੀ ਜੋ ਇਹਨਾਂ ਚੀਜ਼ਾਂ ਤੋਂ ਉਹਨੂੰ ਇਨਕਾਰ ਕਰਦਾ। ਇਸ ਤਰ੍ਹਾਂ ਉਹ ਹਰ ਸਾਲ ਲੱਖਾਂ ਰੂਬਲ ਵਸੂਲ ਕਰ ਲੈਂਦਾ ਸੀ। ਕੁਝ ਰਕਮ ਪੈਨਸ਼ਨ ਦੀ ਸ਼ਕਲ ਵਿਚ ਤੇ ਕੁਝ ਸਰਕਾਰੀ ਸੰਸਥਾ ਦੇ ਮੈਂਬਰ ਅਤੇ ਕਈ ਤਰ੍ਹਾਂ ਦੀਆਂ ਕਮੇਟੀਆਂ ਤੇ ਕੌਂਸਲਾਂ ਦੇ ਮੈਂਬਰ ਹੋਣ ਦੇ ਨਾਤੇ ਭੱਤਿਆਂ ਦੇ ਰੂਪ ਵਿਚ। ਇਸ ਤੋਂ ਇਲਾਵਾ ਉਹਨੂੰ ਇਹ ਹੱਕ ਮਿਲਿਆ ਹੋਇਆ ਸੀ—ਤੇ ਇਸ ਨੂੰ ਬਹੁਤ ਵੱਡਾ ਹੱਕ ਸਮਝਦਾ ਸੀ—ਕਿ ਉਹ ਆਪਣੇ ਮੋਢਿਆਂ ਉਤੇ ਅਤੇ ਆਪਣੀਆਂ ਪਤਲੂਨਾਂ ਨੂੰ ਵੰਨ-ਸੁਵੰਨੀਆਂ ਨਵੀਆਂ ਡੋਰੀਆਂ ਲਾਉਂਦਾ ਰਹੇ ਅਤੇ ਆਪਣੀ ਪੁਸ਼ਾਕ ਉਤੇ ਲਾਉਣ ਲਈ ਫੀਤੀਆਂ ਅਤੇ ਝਾਲ ਫਿਰੇ ਸਿਤਾਰੇ ਪ੍ਰਾਪਤ ਕਰਦਾ ਰਹੇ। ਏਸੇ ਗੱਲ ਦਾ ਨਤੀਜਾ ਸੀ ਕਿ ਕਾਊਂਟ ਇਵਾਨ ਮਿਖਾਇਲੋਵਿਚ ਦਾ ਵੱਡੇ ਵੱਡੇ ਅਫਸਰਾਂ ਨਾਲ ਮੇਲਜੋਲ ਬਣਿਆ ਹੋਇਆ ਸੀ।

ਕਾਊਂਟ ਇਵਾਨ ਮਿਖਾਇਲੋਵਿਚ ਨੇ ਨੇਖਲੀਊਦੋਵ ਦੀ ਗੱਲ ਉਵੇਂ ਹੀ ਸੁਣੀ ਜਿਵੇਂ ਉਸ ਨੂੰ ਆਪਣੇ ਮਹਿਕਮੇ ਦੇ ਪੱਕੇ ਸੱਕਤਰ ਦੀਆਂ ਰਿਪੋਰਟਾਂ ਸੁਣਨ ਦੀ ਆਦਤ ਸੀ। ਸਾਰੀ ਗੱਲ ਸੁਣ ਲੈਣ ਮਗਰੋਂ ਉਹਨੇ ਆਖਿਆ ਕਿ ਉਹ ਨੇਖਲੀਊਦੋਵ ਨੂੰ ਦੋ ਰੁੱਕੇ ਲਿਖ ਕੇ ਦੇਵੇਗਾ ਜਿਨ੍ਹਾਂ ਵਿਚੋਂ ਇਕ ਅਪੀਲ ਦੇ ਮਹਿਕਮੇ ਦੇ ਸੈਨੇਟਰ ਵੋਲਫ ਦੇ ਨਾਂ ਹੋਵੇਗਾ।

"ਉਹਦੇ ਬਾਰੇ ਜਿੰਨੇ ਮੂੰਹ ਓਨੀਆਂ ਗੱਲਾਂ ਸੁਣਨ ਵਿਚ ਆਉਂਦੀਆਂ ਨੇ, ਪਰ dans tous les cas c'est un homme très comme il faut," * ਉਸ ਨੇ ਆਖਿਆ। "ਉਹ ਆਦਮੀ ਮੇਰੇ ਅਹਿਸਾਨਾਂ ਹੇਠ ਏ, ਤੇ ਜੋ ਉਹਦੇ ਕੋਲੋਂ ਹੋ ਸਕਿਆ ਉਹ ਕਰੇਗਾ।"

ਕਾਊਂਟ ਇਵਾਨ ਮਿਖਾਇਲੋਵਿਚ ਨੇ ਨੇਖਲੀਊਦੋਵ ਨੂੰ ਜਿਹੜਾ ਦੂਸਰਾ ਰੁੱਕਾ ਦਿੱਤਾ ਉਹ ਅਪੀਲ ਕਮੇਟੀ ਦੇ ਇਕ ਅਸਰ-ਰਸੂਖ ਵਾਲੇ ਬੰਦੇ ਦੇ ਨਾਂ ਸੀ। ਨੇਖਲੀਊਦੋਵ ਨੇ ਫੇਦੋਸੀਆ ਬਿਰੀਊਕੋਵਾ ਦੀ ਜੋ ਕਹਾਣੀ ਸੁਣਾਈ ਉਸ ਨੇ ਕਾਊਂਟ ਦੀ ਡੂੰਘੀ ਦਿਲਚਸਪੀ ਜਗਾਈ ਸੀ। ਜਦੋਂ ਨੇਖਲੀਊਦੋਵ ਨੇ ਆਖਿਆ ਕਿ ਉਹ ਇਸ ਬਾਰੇ ਮਹਾਰਾਣੀ ਨੂੰ ਦਰਖਾਸਤ ਕਰਨਾ ਚਾਹੁੰਦਾ ਹੈ, ਤਾਂ ਕਾਊਂਟ ਨੇ ਜਵਾਬ ਦਿੱਤਾ ਕਿ ਸਚਮੁਚ ਹੀ ਇਹ ਬੜੀ ਦਰਦਨਾਕ ਕਹਾਣੀ ਹੈ, ਅਤੇ ਮੌਕਾ ਹੱਥ ਆ ਜਾਣ ਤੇ ਮਹਾਰਾਣੀ ਨੂੰ ਸੁਣਾਈ ਜਾ ਸਕਦੀ ਹੈ। ਪਰ ਉਹਨੇ ਇਸ ਗੱਲ ਦਾ ਕੋਈ ਪੱਕਾ ਇਕਰਾਰ ਨਹੀਂ ਸੀ ਕੀਤਾ। ਕਾਇਦੇ-ਕਾਨੂੰਨ ਮੁਤਾਬਿਕ ਅਪੀਲ ਦੀ ਅਰਜ਼ੀ ਦਾਖਲ ਕਰ ਦੇਣੀ ਚਾਹੀਦੀ ਹੈ। ਉਹਨੇ ਮਨ ਵਿਚ ਸੋਚਿਆ ਕਿ ਜੇ ਮੌਕਾ ਬਣ ਗਿਆ, ਤੇ ਜੇ ਵੀਰਵਾਰ ਨੂੰ ਹੋਣ ਵਾਲੀ

---

* ਕੁਝ ਵੀ ਹੋਵੇ ਬੰਦਾ ਬਹੁਤ ਵਧੀਆ ਹੈ। (ਫਰਾਂਸੀਸੀ)—**ਸੰਪਾ:**

petit comité* ਵਿਚ ਉਸ ਨੂੰ ਬੁਲਾਇਆ ਗਿਆ ਤਾਂ ਉਹ ਮਹਾਰਾਣੀ ਨੂੰ ਇਹ ਕਹਾਣੀ ਸੁਣਾ ਦੇਵੇਗਾ।

ਨੇਖਲੀਊਦੋਵ ਨੇ ਇਹ ਦੋਵੇਂ ਰੁੱਕੇ ਅਤੇ ਮਾਸੀ ਵਲੋਂ ਮਾਰੀਏਟ ਦੇ ਨਾਂ ਲਿਖਿਆ ਰੁੱਕਾ ਲਿਆ ਤੇ ਓਸੇ ਵੇਲੇ ਉਹਨਾਂ ਨੂੰ ਮਿਲਣ ਤੁਰ ਪਿਆ।

ਸਭ ਤੋਂ ਪਹਿਲਾਂ ਉਹ ਮਾਰੀਏਟ ਦੇ ਘਰ ਗਿਆ। ਜਦੋਂ ਉਹ ਅੱਲੜ੍ਹ ਮੁਟਿਆਰ ਹੁੰਦੀ ਸੀ ਓਦੋਂ ਨੇਖਲੀਊਦੋਵ ਉਸ ਦਾ ਵਾਕਫ ਸੀ। ਉਹ ਕਿਸੇ ਵੱਡੇ ਖਾਨਦਾਨ ਦੀ ਧੀ ਸੀ ਪਰ ਉਹਦੇ ਮਾਂ ਬਾਪ ਅਮੀਰ ਨਹੀਂ ਸਨ। ਉਹ ਜਾਣਦਾ ਸੀ ਕਿ ਉਹ ਇਕ ਐਸੇ ਆਦਮੀ ਨਾਲ ਵਿਆਹੀ ਗਈ ਸੀ ਜਿਸ ਨੇ ਤਰੱਕੀ ਤਾਂ ਬਹੁਤ ਕੀਤੀ ਸੀ ਪਰ ਉਹਦੇ ਬਾਰੇ ਕਦੇ ਕਿਸੇ ਦੇ ਮੂਹੋਂ ਚੰਗੀ ਗੱਲ ਨਹੀਂ ਸੀ ਨਿਕਲੀ। ਉਹਦੇ ਬਾਰੇ ਸੁਣੀਆਂ ਗੱਲਾਂ ਵਿਚੋਂ ਸਭ ਤੋਂ ਖਾਸ ਗੱਲ ਇਹ ਸੀ ਕਿ ਉਹ ਉਹਨਾਂ ਹਜ਼ਾਰਾਂ ਸਿਆਸੀ ਕੈਦੀਆਂ ਉਤੇ ਭੋਰਾ ਤਰਸ ਨਹੀਂ ਖਾਂਦਾ ਜਿਨ੍ਹਾਂ ਨੂੰ ਤਸੀਹੇ ਦੇਣਾ ਉਸ ਦੀ ਸਰਕਾਰੀ ਡਿਊਟੀ ਹੈ। ਹਮੇਸ਼ਾ ਵਾਂਗ, ਨੇਖਲੀਊਦੋਵ ਲਈ ਇਹ ਗੱਲ ਬਰਦਾਸ਼ਤ ਤੋਂ ਬਾਹਰ ਸੀ ਕਿ ਮਜ਼ਲੂਮਾਂ ਦੀ ਮਦਦ ਕਰਨ ਵਾਸਤੇ ਉਸ ਨੂੰ ਜਾਬਰਾਂ ਦਾ ਪੱਖ ਲੈਣਾ ਪੈ ਰਿਹਾ ਸੀ। ਉਹ ਇਸ ਤਰ੍ਹਾਂ ਕਿ ਉਹਨਾਂ ਕੋਲ ਇਹ ਦਰਖ਼ਾਸਤ ਕਰਨ ਜਾਣਾ ਹੀ ਕਿ ਉਹ ਕੁਝ ਘਟ ਜ਼ੁਲਮ ਕਰਨ, ਘਟੋ ਘਟ ਕਿਸੇ ਖਾਸ ਵਿਅਕਤੀ ਉਤੇ ਹੀ ਸਹੀ, ਉਸ ਨੂੰ ਉਹਨਾਂ ਦੇ ਕੰਮ ਦੀ ਪੁਸ਼ਟੀ ਕਰਨਾ ਜਾਪਦਾ ਸੀ। ਇਹ ਜ਼ੁਲਮ ਢਾਹੁਣਾ ਉਹਨਾਂ ਲੋਕਾਂ ਦਾ ਸੁਭਾ ਬਣ ਗਿਆ ਸੀ ਤੇ ਉਹਨਾਂ ਨੂੰ ਖੁਦ ਸ਼ਾਇਦ ਇਸ ਗੱਲ ਦੀ ਚੇਤਨਾ ਹੀ ਨਹੀਂ ਸੀ। ਅਜਿਹੀਆਂ ਹਾਲਤਾਂ ਵਿਚ ਹਮੇਸ਼ਾ ਹੀ ਉਹਦੇ ਅੰਦਰ ਇਕ ਕਸ਼ਮਕਸ਼ ਸ਼ੁਰੂ ਹੋ ਜਾਂਦੀ ਤੇ ਉਹਦਾ ਮਨ ਬੇਚੈਨ ਹੋ ਜਾਂਦਾ। ਉਹ ਇਕ ਦੁਬਿਧਾ ਵਿਚ ਪੈ ਜਾਂਦਾ ਕਿ ਰਿਆਇਤ ਹਾਸਿਲ ਕਰਨ ਲਈ ਝੋਲੀ ਅੱਡੇ ਜਾਂ ਨਾ ਅੱਡੇ। ਪਰ ਫੈਸਲਾ ਹਮੇਸ਼ਾ ਹੀ ਰਿਆਇਤ ਵਾਸਤੇ ਝੋਲੀ ਅੱਡਣ ਦੇ ਹੱਕ ਵਿਚ ਹੀ ਹੁੰਦਾ। ਇਸ ਤੋਂ ਬਿਨਾਂ ਉਹ ਹੁਣ ਆਪਣੇ ਆਪ ਨੂੰ ਇਹਨਾਂ ਲੋਕਾਂ ਵਿਚੋਂ ਨਹੀਂ ਸੀ ਸਮਝਦਾ, ਪਰ ਉਹ ਲੋਕ ਹਾਲੇ ਵੀ ਉਸ ਨੂੰ ਆਪਣੇ ਵਿਚੋਂ ਹੀ ਸਮਝਦੇ ਸਨ। ਇਹਨਾਂ ਵਿਚ ਆ ਕੇ ਉਹ ਆਪਣੇ ਆਪ ਨੂੰ ਕੁਥਾਂ ਸਮਝ ਕੇ ਮਹਿਸੂਸ ਕਰਨ ਲੱਗ ਪੈਂਦਾ ਸੀ ਜਿਵੇਂ ਉਹ ਫੇਰ ਪੁਰਾਣੀ ਹੀ ਲੀਹ ਉਤੇ ਤੁਰ ਪਿਆ ਹੋਵੇ, ਅਤੇ ਆਪਣੇ ਵਿਸ਼ਵਾਸ਼ਾਂ ਦੇ ਬਾਵਜੂਦ, ਬੇਹੂਦਾ ਤੇ ਗੈਰ-ਇਖਲਾਕੀ ਤਰਜ਼ੇ ਜ਼ਿੰਦਗੀ ਅੱਗੇ ਗੋਡੇ ਟੇਕ ਦਿੱਤੇ ਹੋਣ ਜਿਸ ਦਾ ਓਸ ਹਲਕੇ ਵਿੱਚ ਬੋਲਬਾਲਾ ਹੈ। ਉਸ ਨੂੰ ਆਪਣੀ ਮਾਸੀ ਦੇ ਘਰ ਹੀ ਇਸ ਗੱਲ ਦਾ ਅਹਿਸਾਸ ਹੋ ਗਿਆ ਸੀ, ਅਤੇ ਉਹਦੇ ਨਾਲ ਅਤਿਅੰਤ ਗੰਭੀਰ ਮਾਮਲੇ ਬਾਰੇ ਗੱਲਾਂ ਕਰਦਿਆਂ ਟਿਚਕਰੀ ਅੰਦਾਜ਼ ਨਾਲ ਬੋਲਣ ਲੱਗ ਪਿਆ ਸੀ।

ਉਹ ਬੜੇ ਚਿਰਾਂ ਬਾਦ ਪੀਟਰਸਬਰਗ ਆਇਆ ਸੀ ਤੇ ਇਸ ਦਾ ਉਹਦੇ ਉਤੇ ਆਮ ਵਰਗਾ ਹੀ ਪ੍ਰਭਾਵ ਪਿਆ ਸੀ। ਸਰੀਰ ਵਿਚ ਤਾਂ ਨਵੀਂ ਰੂਹ ਫੂਕੀ ਗਈ ਸੀ ਪਰ

* ਅੰਤਰਿੰਗ ਬੈਠਕ। (ਫਰਾਂਸੀਸੀ)—ਸੰਪਾ:

ਸਦਾਚਾਰਕ ਤੌਰ ਤੇ ਬੇਦਿਲੀ ਜਿਹੀ ਮਹਿਸੂਸ ਹੋ ਰਹੀ ਸੀ। ਹਰ ਚੀਜ਼ ਬੜੀ ਸਾਫ ਸੁਥਰੀ, ਆਰਾਮਦਿਹ ਅਤੇ ਸਲੀਕੇ ਵਾਲੀ ਸੀ, ਅਤੇ ਸਦਾਚਾਰਕ ਮਾਮਲਿਆਂ ਵਿਚ ਲੋਕ ਏਡੇ ਨਰਮਦਿਲ ਸਨ ਕਿ ਜ਼ਿੰਦਗੀ ਬੜੇ ਆਰਾਮ ਨਾਲ ਗੁਜ਼ਰਦੀ ਜਾਪਦੀ ਸੀ।

ਬਘੀ ਵਾਲਾ ਇਕ ਛੈਲ-ਛਬੀਲਾ, ਸਾਫ ਸੁਥਰਾ ਤੇ ਮਿਠ-ਬੋਲੜਾ ਬੰਦਾ ਸੀ। ਬੱਘੀ ਜਿਸ ਪੁਲਸ ਵਾਲੇ ਦੇ ਕੋਲੋਂ ਦੀ ਲੰਘੀ ਸੀ ਉਹ ਵੀ ਬੜਾ ਛੈਲ-ਛਬੀਲਾ, ਸਾਫ ਸੁਥਰਾ ਤੇ ਮਿਠ-ਬੋਲੜਾ ਸੀ। ਸੜਕਾਂ ਬਹੁਤ ਹੀ ਨਫੀਸ ਸਾਫ ਸੁਥਰੀਆਂ ਤੇ ਧੋਤੀਆਂ ਹੋਈਆਂ ਸਨ। ਸੜਕਾਂ ਦੇ ਦੋਵੇਂ ਪਾਸੇ ਖੂਬਸੂਰਤ ਤੇ ਸਾਫ ਸੁਥਰੇ ਮਕਾਨ ਸਨ। ਬੱਘੀ ਪੱਕੇ ਨਾਲੇ ਦੇ ਕੰਢੇ ਉਸ ਮਕਾਨ ਵੱਲ ਜਾ ਰਹੀ ਸੀ ਜਿਸ ਵਿਚ ਮਾਰੀਏਟ ਰਹਿੰਦੀ ਸੀ।

ਬਾਹਰ ਫਾਟਕ ਅੱਗੇ ਇਕ ਬੱਘੀ ਖੜੀ ਸੀ ਜਿਸ ਨਾਲ ਅੰਗ੍ਰੇਜ਼ੀ ਸਾਜ਼ ਵਾਲੇ ਦੋ ਅੰਗ੍ਰੇਜ਼ੀ ਘੋੜੇ ਜੋੜੇ ਹੋਏ ਸਨ। ਬੱਘੀ ਦਾ ਕੋਚਵਾਨ ਵੀ, ਜਿਹੜਾ ਬੜੇ ਮਾਣ ਨਾਲ ਛਾਂਟਾ ਫੜੀ ਆਪਣੀ ਥਾਂ ਉਤੇ ਬੈਠਾ ਹੋਇਆਂ ਸੀ, ਅੰਗ੍ਰੇਜ਼ ਲੱਗਦਾ ਸੀ। ਗੱਲ੍ਹਮੁੱਛਾਂ ਨੇ ਉਹਦੀਆਂ ਅੱਧੀਆਂ ਗੱਲ੍ਹਾਂ ਢੱਕੀਆਂ ਹੋਈਆਂ ਸਨ।

ਬੜੀ ਸਾਫ ਸੁਥਰੀ ਵਰਦੀ ਵਾਲੇ ਦਰਬਾਨ ਨੇ ਡਿਉੜੀ ਦਾ ਬੂਹਾ ਖੋਹਲਿਆ। ਅੰਦਰ ਵਰਦੀਪੋਸ਼ ਖੜਾ ਸੀ ਜਿਸ ਦੀ ਵਰਦੀ ਦਰਬਾਨ ਦੀ ਵਰਦੀ ਨਾਲੋਂ ਵੀ ਬਹੁਤੀ ਸਾਫ ਸੀ ਤੇ ਉਸ ਨੂੰ ਸੁਨਹਿਰੀ ਡੋਰੀਆਂ ਬੱਝੀਆਂ ਹੋਈਆਂ ਸਨ। ਉਹਦੀਆਂ ਬੜੀਆਂ ਸ਼ਾਨਦਾਰ ਗੱਲ੍ਹਮੁੱਛਾਂ ਸਨ ਜਿਨ੍ਹਾਂ ਤੇ ਉਸ ਨੇ ਕੰਘੀ ਫੇਰੀ ਹੋਈ ਸੀ। ਇਸ ਦੇ ਇਲਾਵਾ ਸੰਗੀਨ ਵਾਲੀ ਰਫਲ ਫੜੀ ਡਿਊਟੀ ਤੇ ਖੜੇ ਅਰਦਲੀ ਨੇ ਵੀ ਇਕਦਮ ਨਵੀਂ ਵਰਦੀ ਪਾਈ ਹੋਈ ਸੀ।

"ਜਨਰਲ ਸਾਹਿਬ ਅੱਜ ਨਹੀਂ ਮਿਲ ਸਕਦੇ। ਨਾ ਹੀ ਮੇਮ ਸਾਹਿਬ। ਉਹ ਕਿਧਰੇ ਬਾਹਰ ਜਾਣ ਵਾਲੇ ਨੇ।"

ਨੇਖਲੀਊਦੋਵ ਨੇ ਕਾਤੇਰੀਨਾ ਇਵਾਨੋਵਨਾ ਦੀ ਚਿੱਠੀ ਜੇਬ ਵਿਚੋਂ ਕੱਢੀ, ਅਤੇ ਉਸ ਮੇਜ਼ ਕੋਲ ਬਹਿ ਕੇ ਜਿਸ ਉਤੇ ਮੁਲਾਕਾਤੀਆਂ ਦਾ ਰਜਿਸਟਰ ਰੱਖਿਆ ਹੋਇਆ ਸੀ ਆਪਣੇ ਕਾਰਡ ਉਤੇ ਲਿਖਣ ਲੱਗਾ ਕਿ ਉਸ ਨੂੰ ਅਫਸੋਸ ਹੈ ਕਿ ਕਿਸੇ ਨਾਲ ਵੀ ਮੁਲਾਕਾਤ ਨਾ ਹੋ ਸਕੀ। ਏਨੇ ਨੂੰ ਵਰਦੀਪੋਸ਼ ਪੌੜੀਆਂ ਵੱਲ ਗਿਆ, ਦਰਬਾਨ ਨੇ ਬਾਹਰ ਜਾ ਕੇ ਕੋਚਵਾਨ ਨੂੰ ਵਾਜ ਮਾਰੀ, ਤੇ ਅਰਦਲੀ ਸਿੱਧਾ ਤਣਿਆ ਆਪਣੀ ਥਾਂ ਖੜਾ ਰਿਹਾ। ਉਹਦੀ ਨਜ਼ਰ ਉਸ ਛੋਟੀ ਜਿਹੀ, ਪਤਲੀ ਜਿਹੀ ਔਰਤ ਦਾ ਪਿੱਛਾ ਕਰ ਰਹੀ ਸੀ ਜਿਹੜੀ ਤੇਜ਼ ਤੇਜ਼ ਕਦਮ ਰਖਦੀ ਪੌੜੀਆਂ ਉੱਤਰ ਰਹੀ ਸੀ। ਇਉਂ ਉਤਰਨਾ ਉਹਦੀ ਆਨਸ਼ਾਨ ਨੂੰ ਜੱਚਦਾ ਨਹੀਂ ਸੀ।

ਮਾਰੀਏਟ ਨੇ ਕਾਲੇ ਰੰਗ ਦੇ ਕਪੜੇ ਤੇ ਉਪਰ ਕਾਲੇ ਰੰਗ ਦਾ ਕੇਪ ਪਾਇਆ ਹੋਇਆ ਸੀ, ਸਿਰ ਉਤੇ ਖੰਭਾਂ ਵਾਲੀ ਵੱਡੀ ਸਾਰੀ ਟੋਪੀ ਸੀ ਅਤੇ ਹੱਥਾਂ ਉਤੇ ਕਾਲੇ ਦਸਤਾਨੇ ਸਨ। ਜਾਲੀਦਾਰ ਕਪੜੇ ਨਾਲ ਉਹਦਾ ਚਿਹਰਾ ਕੱਜਿਆ ਹੋਇਆ ਸੀ।

ਨੇਖਲੀਊਦੋਵ ਨੂੰ ਵੇਖਦੇ ਸਾਰ ਹੀ ਉਸ ਨੇ ਚਿਹਰੇ ਦਾ ਪਰਦਾ ਚੁੱਕ ਦਿੱਤਾ।

ਚਮਕੀਲੀਆਂ ਅੱਖਾਂ ਵਾਲਾ ਬੜਾ ਹੀ ਪਿਆਰਾ ਤੇ ਖ਼ੂਬਸੂਰਤ ਚਿਹਰਾ ਸੀ ਇਹ। ਉਹ ਬੜੀ ਘੋਖਵੀਂ ਨਜ਼ਰ ਨਾਲ ਨੇਖਲੀਊਦੋਵ ਵੱਲ ਵੇਖ ਰਹੀ ਸੀ।

"ਹੱਛਾ, ਪ੍ਰਿੰਸ ਦਮਿਤਰੀ ਇਵਾਨੋਵਿਚ," ਕੋਮਲ, ਮਿੱਠੀ ਆਵਾਜ਼ ਵਿਚ ਉਸ ਨੇ ਆਖਿਆ। "ਮੈਂ ਜ਼ਰੂਰ ਪਛਾਣ ਲੈਂਦੀ..."

"ਹੈਂ! ਤੁਹਾਨੂੰ ਮੇਰਾ ਨਾਂ ਵੀ ਯਾਦ ਹੈ?"

"ਕਿਉਂ ਨਹੀਂ। ਮੇਰੀ ਭੈਣ ਅਤੇ ਮੈਂ ਤਾਂ ਤੁਹਾਨੂੰ ਪਿਆਰ ਵੀ ਕਰਦੀਆਂ ਸੀ," ਉਹਨੇ ਫਰਾਂਸੀਸੀ ਵਿਚ ਆਖਿਆ। "ਪਰ, ਤੁਸੀਂ ਤਾਂ ਬਹੁਤ ਬਦਲ ਗਏ ਹੋ... ਹਾਏ, ਕੇਡੇ ਅਫਸੋਸ ਦੀ ਗੱਲ ਏ ਕਿ ਮੈਂ ਕਿਧਰੇ ਜਾਣਾ ਹੈ। ਫੇਰ ਵੀ, ਆਓ ਉਪਰ ਚਲਦੇ ਹਾਂ," ਉਸ ਨੇ ਕਿਹਾ ਅਤੇ ਦੁਬਿਧਾ ਵਿਚ ਪਈ ਖਲੋ ਗਈ।

ਉਸ ਨੇ ਕੰਧ 'ਤੇ ਲੱਗੀ ਘੜੀ ਵੱਲ ਵੇਖਿਆ। "ਰੁਕ ਨਹੀਂ ਸਕਦੀ। ਮੈਂ ਕਾਮੇਨਸਕਾਯਾ ਦੇ ਘਰ ਚਲੀ ਹਾਂ। ਵਿਛੜੀ ਰੂਹ ਦੀ ਆਤਮਾ ਦੀ ਸ਼ਾਂਤੀ ਲਈ ਪ੍ਰਾਰਥਨਾ ਵਿਚ ਸ਼ਾਮਲ ਹੋਣਾ ਹੈ। ਮਾਂ ਵਿਚਾਰੀ ਦਾ ਬੁਰਾ ਹਾਲ ਹੈ।"

"ਕਾਮੇਨਸਕਾਯਾ ਕੌਣ ਹਨ?"

"ਤੁਸਾਂ ਨਹੀਂ ਸੁਣਿਆ? ਉਹਦਾ ਪੁਤਰ ਡੂਅਲ ਵਿਚ ਮਾਰਿਆ ਗਿਆ ਸੀ। ਉਹ ਪੋਜ਼ੇਨ ਨਾਲ ਲੜਿਆ ਸੀ। ਇਕੋ ਇਕ ਪੁੱਤ ਸੀ ਉਹਨਾਂ ਦਾ। ਬੜਾ ਜ਼ੁਲਮ ਹੋਇਆ। ਮਾਂ ਤਾਂ ਸੁਰਤ ਨਹੀਂ ਕਰਦੀ।"

"ਹਾਂ, ਮੈਂ ਮਾੜੀ ਜਿਹੀ ਗੱਲ ਸੁਣੀ ਤਾਂ ਸੀ।"

"ਨਹੀਂ, ਮੈਨੂੰ ਚਲਣਾ ਚਾਹੀਦਾ ਹੈ। ਪਰ ਤੁਸੀਂ ਸ਼ਾਮ ਨੂੰ ਜਾਂ ਭਲਕੇ ਜ਼ਰੂਰ ਆ ਜਾਣਾ," ਉਸ ਨੇ ਆਖਿਆ, ਅਤੇ ਹਲਕੇ ਹਲਕੇ ਤੇਜ਼ ਤੇਜ਼ ਕਦਮ ਪੁਟਦੀ ਦਰਵਾਜ਼ੇ ਵੱਲ ਵਧ ਗਈ।

"ਅੱਜ ਸ਼ਾਮੀਂ ਤਾਂ ਮੈਂ ਨਹੀਂ ਆ ਸਕਦਾ," ਉਸ ਨੇ ਉਹਦੇ ਪਿੱਛੇ ਪਿੱਛੇ ਬਾਹਰ ਜਾਂਦਿਆਂ ਆਖਿਆ, "ਪਰ ਮੈਂ ਤੁਹਾਡੇ ਨਾਲ ਇਕ ਗੱਲ ਕਰਨ ਆਇਆ ਸਾਂ," ਲਾਖੇ ਘੋੜਿਆਂ ਨੂੰ ਫਾਟਕ ਸਾਮ੍ਹਣੇ ਆਉਂਦਿਆਂ ਵੇਖ ਕੇ ਉਸ ਨੇ ਕਿਹਾ।

"ਕੀ ਗੱਲ?"

"ਇਹ ਇਕ ਚਿੱਠੀ ਹੈ ਮਾਸੀ ਨੇ ਦਿੱਤੀ ਤੁਹਾਡੇ ਵੱਲ।" ਨੇਖਲੀਊਦੋਵ ਨੇ ਛੋਟਾ ਜਿਹਾ ਇਕ ਲਿਫਾਫਾ ਫੜਾਉਂਦੇ ਹੋਏ ਆਖਿਆ। ਲਿਫਾਫੇ ਉਤੇ ਮੋਟੇ ਮੋਟੇ ਅੱਖਰਾਂ ਵਿਚ ਨਾਂ ਛੱਪਿਆ ਹੋਇਆ ਸੀ। "ਇਹਦੇ ਵਿਚ ਸਾਰੀ ਗੱਲ ਲਿੱਖੀ ਹੋਈ ਹੈ।"

"ਮੈਂ ਜਾਣਦੀ ਹਾਂ ਕਿ ਕਾਉਂਟੈਸ ਕਾਤੇਰੀਨਾ ਇਵਾਨੋਵਨਾ ਇਹ ਸਮਝਦੀ ਹੈ ਕਿ ਮੈਂ ਆਪਣੇ ਪਤੀ ਉਤੇ ਅਸਰ ਪਾ ਕੇ ਉਹਦੇ ਕੰਮਾਂ ਵਿਚ ਦਖਲ ਦੇ ਸਕਦੀ ਹਾਂ। ਉਹ ਭੁਲੇਖੇ ਵਿਚ ਹੈ। ਮੈਂ ਕੁਝ ਵੀ ਨਹੀਂ ਕਰ ਸਕਦੀ ਅਤੇ ਉਹਦੇ ਕੰਮਾਂ ਵਿਚ ਦਖਲ ਨਹੀਂ ਦੇਣਾ ਚਾਹੁੰਦੀ। ਪਰ, ਖੈਰ, ਕਾਉਂਟੈਸ ਵਾਸਤੇ ਅਤੇ ਤੁਹਾਡੇ ਵਾਸਤੇ ਮੈਂ ਆਪਣੇ ਅਸੂਲ ਤੋੜਨ ਨੂੰ ਤਿਆਰ ਹਾਂ। ਕੰਮ ਕੀ ਹੈ?" ਉਸ ਨੇ ਆਪਣੇ ਛੋਟੇ ਛੋਟੇ ਹੱਥਾਂ ਨਾਲ ਜਿੰਨਾ

ਉਤੇ ਦਸਤਾਨੇ ਚੜ੍ਹੇ ਹੋਏ ਸਨ ਰੁਕਾ ਜੇਬ ਵਿਚ ਪਾਉਣ ਦੀ ਨਾਕਾਮ ਕੋਸ਼ਿਸ਼ ਕਰਦਿਆਂ, ਆਖਿਆ।

"ਕਿਲ੍ਹੇ ਵਿਚ ਇਕ ਕੁੜੀ ਕੈਦ ਹੈ। ਉਹ ਬੀਮਾਰ ਹੈ ਅਤੇ ਬੇਗੁਨਾਹ ਵੀ।"

"ਕੀ ਨਾਂ ਹੈ ਉਹਦਾ ?"

"ਸ਼ੁਸਤੋਵਾ, ਲੀਦੀਆ ਸ਼ੁਸਤੋਵਾ। ਰੁੱਕੇ ਵਿਚ ਲਿਖਿਆ ਹੋਇਆ ਹੈ।"

"ਠੀਕ ਹੈ। ਜੋ ਕੁਝ ਹੋ ਸਕਿਆ ਮੈਂ ਕੋਸ਼ਿਸ਼ ਕਰਾਂਗੀ," ਉਸ ਨੇ ਆਖਿਆ ਤੇ ਮਲਕੜੇ ਜਿਹੇ ਉਛਲ ਕੇ ਬੱਘੀ ਵਿਚ ਬਹਿ ਗਈ। ਇਹ ਉਪਰੋਂ ਖੁਲ੍ਹੀ ਇਕ ਨਿੱਕੀ ਜਿਹੀ ਬੱਘੀ ਸੀ ਜਿਸ ਵਿਚ ਪੋਲੇ ਪੋਲੇ ਗੱਦੇ ਸਨ। ਮਡ-ਗਾਰਡ ਖ਼ੂਬ ਪਾਲਸ਼ ਕੀਤੇ ਹੋਣ ਕਰ ਕੇ ਧੁਪ ਵਿਚ ਚਮਕ ਰਹੇ ਸਨ। ਬੱਘੀ ਵਿਚ ਬੈਠ ਕੇ ਉਸ ਨੇ ਆਪਣੀ ਛੋਟੀ ਛੱਤਰੀ ਤਾਣ ਲਈ ਸੀ। ਵਰਦੀਪੋਸ਼ ਕੋਚਵਾਨ ਦੇ ਨਾਲ ਸੀਟ ਤੇ ਜਾ ਬੈਠਾ ਤੇ ਉਹਨੂੰ ਬੱਘੀ ਚਲਾਉਣ ਦਾ ਇਸ਼ਾਰਾ ਕੀਤਾ। ਬੱਘੀ ਤੁਰ ਪਈ। ਪਰ ਓਸੇ ਹੀ ਪਲ ਮਾਰੀਏਟ ਨੇ ਆਪਣੀ ਛੱਤਰੀ ਕੋਚਵਾਨ ਨੂੰ ਛੁਹਾ ਦਿੱਤੀ ਅਤੇ ਪਤਲੀਆਂ ਪਤਲੀਆਂ ਲੱਤਾਂ ਵਾਲੀਆਂ ਖ਼ੂਬਸੂਰਤ ਲਾਖੀਆਂ ਘੋੜੀਆਂ ਖਲੋ ਗਈਆਂ। ਲਗਾਮ ਖਿੱਚੇ ਜਾਣ ਕਾਰਨ ਉਹਨਾਂ ਦੀਆਂ ਖ਼ੂਬਸੂਰਤ ਧੌਣਾਂ ਕਮਾਨ ਵਾਂਗ ਤਣ ਗਈਆਂ ਸਨ ਤੇ ਉਹ ਕਦੇ ਇਕ ਪੈਰ ਚੁੱਕ ਕੇ ਮਾਰਦੀਆਂ ਕਦੇ ਦੂਜਾ।

"ਪਰ ਤੁਸੀਂ ਆਇਓ ਜ਼ਰੂਰ, ਮਿਹਰਬਾਨੀ ਕਰ ਕੇ, ਪਰ ਸਵਾਰਥੀ ਬਣ ਕੇ ਨਹੀਂ," ਤੇ ਉਹਨੇ ਮੁਸਕ੍ਰਾ ਕੇ ਨੇਖਲੀਊਦੋਵ ਵੱਲ ਵੇਖਿਆ। ਉਸ ਨੂੰ ਆਪਣੀ ਮੁਸਕਾਨ ਦੇ ਜਾਦੂ ਦਾ ਪਤਾ ਸੀ। ਇਸ ਪਿਛੋਂ ਉਹਨੇ ਜਾਲੀ ਫੇਰ ਆਪਣੇ ਮੂੰਹ ਅੱਗੇ ਕਰ ਲਈ, ਮਾਨੋ ਨਾਟਕ ਖਤਮ ਹੋ ਗਿਆ ਹੈ ਤੇ ਉਸ ਨੇ ਪਰਦਾ ਡੇਗ ਦਿੱਤਾ ਹੈ। "ਠੀਕ ਹੈ, ਚਲੋ," ਤੇ ਉਹਨੇ ਇਕ ਵਾਰੀ ਫੇਰ ਆਪਣੀ ਛੱਤਰੀ ਕੋਚਵਾਨ ਨੂੰ ਛੁਹਾ ਦਿੱਤੀ।

ਨੇਖਲੀਊਦੋਵ ਨੇ ਆਪਣਾ ਟੋਪ ਲਾਹ ਕੇ ਸਤਿਕਾਰ ਭੇਟ ਕੀਤਾ ਅਤੇ ਪਲੀਆਂ ਹੋਈਆਂ ਲਾਖੀਆਂ, ਹੌਲੀ ਹੌਲੀ ਫੁਰਕੜੇ ਮਾਰਦੀਆਂ ਤੁਰ ਪਈਆਂ। ਪੱਥਰਾਂ ਉਤੇ ਤੁਰਦੀਆਂ ਦੀਆਂ ਟਾਪਾਂ ਦੀ ਆਵਾਜ਼ ਆਉਣ ਲੱਗੀ ਅਤੇ ਨਵੇਂ ਰਬੜ ਦੇ ਟਾਇਰਾਂ ਵਾਲੀ ਬੱਘੀ ਤੇਜ਼ ਤੇਜ਼ ਤੇ ਇਕਸਾਰ ਰਿੜ੍ਹਨ ਲੱਗੀ। ਕਿਤੋਂ ਕਿਤੋਂ ਸੜਕ ਉੱਚੀ ਨੀਵੀਂ ਹੋਣ ਕਰ ਕੇ ਉਹ ਕਦੇ ਕਦੇ ਹਿਚਕੋਲਾ ਖਾ ਜਾਂਦੀ ਸੀ।

੧੯

ਉਸ ਮੁਸਕ੍ਰਾਹਟ ਨੂੰ ਯਾਦ ਕਰ ਕੇ ਜਿਹੜੀ ਮਾਰੀਏਟ ਦੀ ਮੁਸਕਾਨ ਦੇ ਜਵਾਬ ਵਿਚ ਉਹਦੇ ਬੁਲ੍ਹਾਂ ਤੇ ਆ ਗਈ ਸੀ ਨੇਖਲੀਊਦੋਵ ਨੇ ਆਪਣਾ ਸਿਰ ਛੰਡਿਆ।

"ਇਸ ਜ਼ਿੰਦਗੀ ਵਲੋਂ ਅਜੇ ਮਸਾਂ ਮੂੰਹ ਮੋੜਦਾ ਹੀ ਹਾਂ ਕਿ ਫੇਰ ਉਸ ਪਾਸੇ ਖਿੱਚਿਆ ਜਾਂਦਾ ਹਾਂ," ਉਸ ਨੇ ਸੋਚਿਆ ਸੀ। ਉਹਦੇ ਅੰਦਰ ਫੇਰ ਉਸੇ ਕਿਸਮ ਦੀ ਕਸ਼ਮਕਸ਼ ਅਤੇ ਸ਼ੱਕ-ਸ਼ੁਬ੍ਹੇ ਪੈਦਾ ਹੋ ਗਏ ਸਨ ਜਿਹੜੇ ਉਸ ਨੂੰ ਆਮ ਕਰਕੇ ਸਤਾਉਂਦੇ ਹਨ ਜਦੋਂ ਉਸ ਨੂੰ ਐਸੇ ਲੋਕਾਂ ਕੋਲੋਂ ਸਿਫਤ-ਸਲਾਹੁਤਾ ਕਰ ਕੇ ਕੋਈ ਰਿਆਇਤ ਲੈਣੀ ਪੈਂਦੀ ਜਿਨ੍ਹਾਂ ਦੀ ਉਹ ਇੱਜ਼ਤ ਨਹੀਂ ਸੀ ਕਰਦਾ। ਇਹ ਵਿਚਾਰਨ ਮਗਰੋਂ ਕਿ ਪਹਿਲਾਂ ਕਿਸ ਪਾਸੇ ਜਾਇਆ ਜਾਏ ਤਾਂ ਜੋ ਉਸ ਨੂੰ ਚੱਕਰ ਨਾ ਪਵੇ, ਨੇਖਲੀਊਦੋਵ ਸੈਨੇਟ ਵੱਲ ਤੁਰ ਪਿਆ। ਉਸ ਨੂੰ ਦਫਤਰ ਵਿਚ ਲਿਜਾਇਆ ਗਿਆ, ਜਿਥੇ ਇਕ ਆਲੀਸ਼ਾਨ ਕਮਰੇ ਵਿਚ ਉਸ ਨੇ ਬਹੁਤ ਸਾਰੇ ਮਿਠ-ਬੋਲੜੇ ਅਤੇ ਬਹੁਤ ਹੀ ਸਾਫ ਸੁਥਰੇ ਅਧਿਕਾਰੀ ਬੈਠੇ ਵੇਖੇ।

ਅਧਿਕਾਰੀਆਂ ਨੇ ਨੇਖਲੀਊਦੋਵ ਨੂੰ ਦੱਸਿਆ ਕਿ ਮਾਸਲੋਵਾ ਦੀ ਅਪੀਲ ਪਹੁੰਚ ਚੁੱਕੀ ਹੈ ਅਤੇ ਵਿਚਾਰ ਕਰਨ ਤੇ ਰਿਪੋਰਟ ਦੇਣ ਵਾਸਤੇ ਸੈਨੇਟਰ ਵੋਲਫ ਕੋਲ ਭੇਜ ਦਿੱਤੀ ਗਈ ਹੈ। ਇਹ ਉਹੋ ਸੈਨੇਟਰ ਵੋਲਫ ਸੀ ਜਿਸ ਦੇ ਨਾਂ ਨੇਖਲੀਊਦੋਵ ਦੇ ਮਾਸੜ ਨੇ ਚਿੱਠੀ ਲਿਖ ਕੇ ਦਿੱਤੀ ਸੀ।

"ਇਸ ਹਫਤੇ ਸੈਨੇਟ ਦੀ ਇਕ ਮੀਟਿੰਗ ਹੋਣ ਵਾਲੀ ਹੈ," ਇਕ ਅਫਸਰ ਨੇ ਨੇਖਲੀਊਦੋਵ ਨੂੰ ਦੱਸਿਆ, "ਪਰ ਮਾਸਲੋਵਾ ਦਾ ਮਾਮਲਾ ਇਸ ਮੀਟਿੰਗ ਵਿਚ ਪੇਸ਼ ਹੋਣਾ ਮੁਸ਼ਕਲ ਹੈ। ਪਰ ਜੇ ਉਚੇਚੀ ਬੇਨਤੀ ਕੀਤੀ ਜਾਏ ਤਾਂ ਉਸ ਹਾਲਤ ਵਿਚ ਬੁੱਧਵਾਰ ਇਸ ਉਤੇ ਵਿਚਾਰ ਸੰਭਵ ਹੋ ਸਕਦੀ ਹੈ।"

ਮਾਮਲੇ ਦੇ ਕਾਗਜ਼ ਪੱਤਰ ਲਭੇ ਜਾ ਰਹੇ ਸਨ ਇਸ ਲਈ ਨੇਖਲੀਊਦੋਵ ਨੂੰ ਕੁਝ ਚਿਰ ਉਡੀਕਣਾ ਪਿਆ। ਇਸ ਸਮੇਂ ਸੈਨੇਟ ਦੇ ਦਫਤਰ ਵਿਚ ਸਾਰੇ ਜਣੇ ਉਸ ਡੂਅਲ ਦੀਆਂ ਹੀ ਗੱਲਾਂ ਕਰਦੇ ਰਹੇ ਸਨ। ਇਸ ਤੋਂ ਉਹਨੂੰ ਸਾਰੀ ਗੱਲ ਦਾ ਵਿਸਥਾਰ ਨਾਲ ਪਤਾ ਲੱਗ ਗਿਆ ਕਿ ਨੌਜਵਾਨ, ਕਾਮੇਨਸਕੀ, ਕਿੱਨ੍ਹਾਂ ਹਾਲਤਾਂ ਵਿਚ ਮਾਰਿਆ ਗਿਆ ਸੀ। ਜਿਹੜੀ ਗੱਲ ਪੀਟਰਸਬਰਗ ਦੇ ਬੱਚੇ ਬੱਚੇ ਦੀ ਜ਼ਬਾਨ ਉਤੇ ਸੀ, ਉਸ ਦੇ ਪੂਰੇ ਤੱਥ ਏਥੇ ਹੀ ਉਹਨੇ ਪਹਿਲੀ ਵਾਰੀ ਸੁਣੇ। ਗੱਲ ਇਸ ਤਰ੍ਹਾਂ ਹੋਈ ਸੀ। ਕੁਝ ਅਫਸਰ ਇਕ ਠੇਕੇ ਵਿਚ ਬੈਠੇ ਆਇਸਟਰਾਂ ਦਾ ਸਵਾਦ ਮਾਣ ਰਹੇ ਸਨ ਤੇ ਸ਼ਰਾਬ ਪੀ ਰਹੇ ਸਨ। ਤੇ ਜਿਵੇਂ ਆਮ ਕਰਕੇ ਹੁੰਦਾ ਹੈ ਜਦੋਂ ਸਭ ਸ਼ਰਾਬ ਨਾਲ ਰੱਜੇ ਹੋਏ ਸਨ ਤਾਂ ਉਹਨਾਂ ਵਿਚੋਂ ਇਕ ਜਣੇ ਨੇ ਉਸ ਰੈਜਮੈਂਟ ਬਾਰੇ ਕੋਈ ਵਾਧੂ ਘਾਟੂ ਗੱਲ ਕਹਿ ਦਿੱਤੀ ਜਿਸ ਵਿਚ ਕਾਮੇਨਸਕੀ ਕੰਮ ਕਰਦਾ ਸੀ। ਕਾਮੇਨਸਕੀ ਨੇ ਕਿਹਾ ਕਿ ਉਹ ਝੂਠ ਬਕਦਾ ਹੈ। ਦੂਜੇ ਨੇ ਕਾਮੇਨਸਕੀ ਦੇ ਇਕ ਠੋਕ ਦਿੱਤੀ। ਤੇ ਅਗਲੇ ਦਿਨ ਦੋਹਾਂ ਵਿਚਾਲੇ ਡੂਅਲ ਲੜਿਆ ਗਿਆ। ਕਾਮੇਨਸਕੀ ਦੇ ਢਿੱਡ ਵਿਚ ਫੱਟ ਲੱਗਾ ਅਤੇ ਦੋ ਘੰਟਿਆਂ ਮਗਰੋਂ ਉਹ ਮਰ ਗਿਆ। ਮਾਰਨ ਵਾਲੇ ਨੂੰ ਅਤੇ ਉਹਨਾਂ ਦੇ ਸਹਾਇਕਾਂ ਨੂੰ ਗ੍ਰਿਫਤਾਰ ਕਰ ਲਿਆ ਗਿਆ, ਪਰ ਕਹਿੰਦੇ ਸਨ ਕਿ ਭਾਵੇਂ ਉਹਨਾਂ ਨੂੰ ਫੜ ਕੇ ਹਿਰਾਸਤ ਵਿਚ ਤਾਂ ਲੈ ਲਿਆ ਹੈ ਤਾਂ ਵੀ ਦੋ ਕੁ ਹਫਤਿਆਂ ਅੰਦਰ ਛੱਡ ਦਿੱਤਾ ਜਾਵੇਗਾ।

ਸੈਨੇਟ ਵਿਚੋਂ ਉਠ ਕੇ ਨੇਖਲੀਊਦੋਵ ਅਪੀਲ ਕਮੇਟੀ ਦੇ ਇਕ ਮੈਂਬਰ ਬਾਰੋਨ

ਵੋਰੋਬੀਓਵ ਨੂੰ ਮਿਲਣ ਚਲਾ ਗਿਆ। ਇਹ ਅਸਰ ਰਸੂਖ਼ ਵਾਲਾ ਬੰਦਾ ਸੀ। ਉਹ ਇਕ ਸ਼ਾਨਦਾਰ ਮਕਾਨ ਵਿਚ ਰਹਿੰਦਾ ਸੀ ਜਿਹੜਾ ਸਰਕਾਰ ਵਲੋਂ ਉਹਨੂੰ ਮਿਲਿਆ ਹੋਇਆ ਸੀ। ਦਰਬਾਨ ਨੇ ਤੇ ਵਰਦੀਪੋਸ਼ ਨੇ ਬੜੇ ਸਖ਼ਤ ਲਹਿਜੇ ਵਿਚ ਨੇਖਲੀਊਦੋਵ ਨੂੰ ਆਖਿਆ ਕਿ ਮੁਲਾਕਾਤ ਲਈ ਰੱਖੇ ਖਾਸ ਦਿਨਾਂ ਤੋਂ ਸਿਵਾਇ ਬਾਰੋਨ ਨੂੰ ਨਹੀਂ ਮਿਲਿਆ ਜਾ ਸਕਦਾ। ਅੱਜ ਉਹ ਜ਼ਾਰ ਨੂੰ ਮਿਲਣ ਗਿਆ ਹੋਇਆ ਸੀ ਤੇ ਅਗਲੇ ਦਿਨ ਉਸ ਨੇ ਕੋਈ ਰਿਪੋਰਟ ਪੜ੍ਹਨੀ ਸੀ। ਨੇਖਲੀਊਦੋਵ ਨੇ ਆਪਣੇ ਮਾਸੜ ਤੋਂ ਲਿਆਂਦੀ ਚਿੱਠੀ ਦਰਬਾਨ ਦੇ ਹੱਥ ਫੜਾਈ ਤੇ ਆਪ ਸੈਨੇਟਰ ਵੋਲਫ ਨੂੰ ਮਿਲਣ ਚਲਾ ਗਿਆ।

ਜਿਸ ਵੇਲੇ ਨੇਖਲੀਊਦੋਵ ਅੰਦਰ ਦਾਖਲ ਹੋਇਆ ਉਸ ਵੇਲੇ ਵੋਲਫ ਰੋਟੀ ਖਾ ਕੇ ਹਟਿਆ ਹੀ ਸੀ, ਅਤੇ ਆਪਣੀ ਆਦਤ ਮੁਤਾਬਿਕ ਸਿਗਾਰ ਦੇ ਕਸ਼ ਲਾਉਂਦਾ ਹੋਇਆ ਆਪਣੇ ਕਮਰੇ ਵਿਚ ਟਹਿਲ ਰਿਹਾ ਸੀ। ਉਹਦਾ ਖਿਆਲ ਸੀ ਕਿ ਇਸ ਨਾਲ ਖਾਣਾ ਹਜ਼ਮ ਕਰਨ ਵਿਚ ਮਦਦ ਮਿਲਦੀ ਹੈ। ਵਲਾਦੀਮੀਰ ਵਾਸੀਲੀਏਵਿਚ ਵੋਲਫ ਸਚਮੁਚ ਹੀ un homme très comme il faut* ਸੀ ਅਤੇ ਆਪਣੇ ਇਸ ਗੁਣ ਉਤੇ ਉਸ ਨੂੰ ਬੜਾ ਮਾਣ ਸੀ ਅਤੇ ਹਰ ਇਕ ਨਾਲ ਉਹ ਇਸ ਵਡਿਤਣ ਦੀ ਦ੍ਰਿਸ਼ਟੀ ਤੋਂ ਹੀ ਸਲੂਕ ਕਰਦਾ ਸੀ। ਉਹਦੇ ਲਈ ਆਪਣੇ ਇਸ ਗੁਣ ਉਤੇ ਮਾਣ ਕਰਨਾ ਕੁਦਰਤੀ ਗੱਲ ਸੀ ਕਿਉਂਕਿ ਏਸੇ ਦੀ ਬਦੌਲਤ ਹੀ ਉਹ ਇਸ ਸ਼ਾਹੀ ਪਦਵੀ ਤੇ ਪੁਜਾ ਸੀ। ਉਹ ਚਾਹੁੰਦਾ ਵੀ ਏਹੋ ਕੁਝ ਹੀ ਸੀ। ਜਿਥੇ ਉਹਨੇ ਵਿਆਹ ਕਰਾਇਆ ਓਥੋਂ ਉਸ ਨੂੰ ਐਸੀ ਜਾਇਦਾਦ ਹੱਥ ਲੱਗੀ ਸੀ ਜਿਸ ਤੋਂ ਅਠਾਰ੍ਹਾਂ ਹਜ਼ਾਰ ਰੂਬਲ ਸਾਲਾਨਾ ਦੀ ਆਮਦਨ ਹੁੰਦੀ ਸੀ ਅਤੇ ਆਪਣੇ ਉਦਮ ਨਾਲ ਹੀ ਉਹ ਸੈਨੇਟਰ ਦੀ ਪਦਵੀ ਤੱਕ ਪਹੁੰਚ ਗਿਆ ਸੀ। ਉਹ ਆਪਣੇ ਆਪ ਨੂੰ ਕੇਵਲ un homme très comme il faut ਹੀ ਨਹੀਂ ਸਗੋਂ ਸੂਰਬੀਰਾਂ ਵਾਲੀ ਇਜ਼ਤ ਅਣਖ ਵਾਲਾ ਆਦਮੀ ਵੀ ਸਮਝਦਾ ਸੀ। ਇਸ ਇਜ਼ਤ ਦਾ ਮਤਲਬ ਉਹ ਇਹ ਸਮਝਦਾ ਸੀ ਕਿ ਕਿਸੇ ਵਿਅਕਤੀ ਕੋਲੋਂ ਅੰਦਰਖਾਤੇ ਰਿਸ਼ਵਤ ਨਾ ਲੈਣਾ। ਪਰ ਤਰ੍ਹਾਂ ਤਰ੍ਹਾਂ ਦੇ ਭੱਤਿਆਂ, ਕਿਰਾਏ ਭਾੜਿਆਂ, ਅਤੇ ਸਫਰ ਖਰਚਾਂ ਦੇ ਨਾਂ ਤੇ ਸਰਕਾਰ ਕੋਲੋਂ ਅੜੀ ਕਰ ਕੇ ਪੈਸੇ ਲੈਣ ਨੂੰ ਉਹ ਬੇਈਮਾਨੀ ਵਾਲੀ ਗੱਲ ਨਹੀਂ ਸੀ ਸਮਝਦਾ ਅਤੇ ਬਦਲੇ ਵਿਚ ਸਰਕਾਰ ਜੋ ਕੰਮ ਵੀ ਉਸ ਨੂੰ ਕਰਨ ਲਈ ਆਖੇ ਉਹ ਕਰ ਦੇਂਦਾ ਸੀ। ਜਦੋਂ ਉਹ ਪੋਲੈਂਡ ਦੇ ਇਕ ਪ੍ਰਾਂਤ ਦਾ ਗਵਰਨਰ ਸੀ ਤਾਂ ਉਸ ਨੇ ਸੈਂਕੜੇ ਬੇਗੁਨਾਹ ਲੋਕਾਂ ਨੂੰ ਬਰਬਾਦ ਕੀਤਾ, ਉਹਨਾਂ ਨੂੰ ਜੇਲ੍ਹਾਂ ਵਿਚ ਸੁਟਿਆ ਤੇ ਦੇਸ-ਬਦਰ ਕੀਤਾ ਕਿਉਂਕਿ ਉਹ ਆਪਣੇ ਲੋਕਾਂ ਨੂੰ ਅਤੇ ਆਪਣੇ ਪਿਤਰਾਂ ਦੇ ਧਰਮ ਨੂੰ ਪਿਆਰ ਕਰਦੇ ਸਨ। ਇਸ ਨੂੰ ਉਹ ਬੇਇਜ਼ਤੀ ਵਾਲੀ ਗੱਲ ਨਹੀਂ ਸੀ ਸਮਝਦਾ, ਸਗੋਂ ਇਸ ਨੂੰ ਉਹ ਉਤਮ, ਬਹਾਦਰਾਨਾ, ਅਤੇ ਦੇਸ਼ਭਗਤੀ ਦਾ ਕੰਮ ਸਮਝਦਾ ਸੀ। ਉਹ ਆਪਣੀ ਬੀਵੀ (ਜਿਹੜੀ ਉਹਨੂੰ ਪ੍ਰੇਮ ਕਰਦੀ ਸੀ) ਅਤੇ ਆਪਣੀ ਸਾਲੀ ਦੀ ਕਿਸੇ ਵੀ ਚੀਜ਼ ਨੂੰ ਹੜੱਪ ਕਰ ਲੈਣਾ ਵੀ ਬੇਈਮਾਨੀ ਦੀ ਗੱਲ ਨਹੀਂ ਸੀ

---

* ਵੇਖੋ ਨੋਟ ਪੰਨਾ ੩੫੭।—**ਸੰਪਾ:**

ਸਮਝਦਾ। ਇਸ ਦੇ ਉਲਟ, ਉਹਦਾ ਵਿਚਾਰ ਸੀ ਕਿ ਘਰੇਲੂ ਮਾਮਲਿਆਂ ਨੂੰ ਨਜਿਠਣ ਦਾ ਇਹ ਬੜਾ ਸਮਝਦਾਰੀ ਵਾਲੀ ਢੰਗ ਹੈ।

ਉਸ ਦੇ ਟੱਬਰ ਦੇ ਜੀਅ ਸਨ ਉਹਦੀ ਨਿਮਾਣੀ ਬੀਵੀ, ਉਹਦੀ ਸਾਲੀ ਜਿਸ ਦੀ ਜਾਗੀਰ ਵੇਚ ਕੇ ਤੇ ਪੈਸਾ ਆਪਣੇ ਨਾਂ ਜਮ੍ਹਾਂ ਕਰਵਾ ਕੇ ਉਹਨੇ ਉਹਦੀ ਦੌਲਤ ਹੜੱਪ ਲਈ ਸੀ, ਅਤੇ ਉਹਦੀ ਹਲੀਮ ਜਿਹੀ, ਡਰੀ ਸਹਿਮੀ ਤੇ ਸਿੱਧੀ ਸਾਦੀ ਧੀ ਜਿਸ ਦੀ ਜ਼ਿੰਦਗੀ ਇਕੱਲ ਭਰਪੂਰ ਤੇ ਬੇਸੁਆਦੀ ਜਿਹੀ ਸੀ ਜਿਸ ਕਰਕੇ ਮਨ ਦੇ ਹੁਲਾਸ ਲਈ ਉਹਨੇ ਪਿੱਛੇ ਜਿਹੇ ਤੋਂ ਐਵਾਂਗਲੀਕਨ ਮਤ ਵਿਚ ਦਿਲਚਸਪੀ ਲੈਣੀ ਸ਼ੁਰੂ ਕਰ ਦਿੱਤੀ ਸੀ ਅਤੇ ਐਲਿਨ ਤੇ ਕਾਊਂਟੈਸ ਕਾਤੇਰੀਨਾ ਇਵਾਨੋਵਨਾ ਦੇ ਘਰ ਹੋਣ ਵਾਲੀਆਂ ਸਭਾਵਾਂ ਵਿਚ ਜਾਣ ਲੱਗ ਪਈ ਸੀ।

ਵੋਲਫ ਦਾ ਪੁੱਤਰ ਇਕ ਲਾਪ੍ਰਵਾਹ ਜਿਹਾ ਨੌਜਵਾਨ ਸੀ। ਪੰਦਰਾਂ ਸਾਲ ਦੀ ਉਮਰੇ ਹੀ ਉਹਨੇ ਦਾੜ੍ਹੀ ਵਧਾ ਲਈ ਅਤੇ ਪੀਣ ਪਿਆਉਣ ਤੇ ਰੰਗ ਰਲੀਆਂ ਮਨਾਉਣ ਦੇ ਚੱਕਰ ਵਿਚ ਪੈ ਗਿਆ। (ਵੀਹ ਸਾਲ ਦੀ ਉਮਰ ਤੱਕ ਉਹ ਏਹੋ ਕੁਝ ਕਰਦਾ ਰਿਹਾ ਤੇ ਉਹਦੇ ਪਿਉ ਨੇ ਉਹਨੂੰ ਘਰੋਂ ਕੱਢ ਦਿੱਤਾ ਕਿਉਂਕਿ ਉਸ ਨੇ ਪੜ੍ਹਾਈ ਵਿਚ ਛੱਡ ਦਿੱਤੀ ਸੀ)। ਮੁੰਡਾ ਭੈੜੀ ਸੰਗਤ ਵਿੱਚ ਪੈ ਗਿਆ ਸੀ ਤੇ ਕਰਜ਼ਾ ਚੁੱਕ ਚੁੱਕ ਕੇ ਪਿਓ ਦੀ ਇੱਜ਼ਤ ਨੂੰ ਮਿੱਟੀ ਵਿਚ ਰੋਲ ਰਿਹਾ ਸੀ। ਉਹਦੇ ਪਿਓ ਨੇ ਇਕ ਵਾਰੀ ਦੋ ਸੌ ਤੀਹ ਰੂਬਲ ਦਾ ਕਰਜ਼ ਤਾਰਿਆ, ਫੇਰ ਇਕ ਵਾਰੀ ਛੇ ਸੌ ਰੂਬਲ ਦੀ ਰਕਮ ਅਦਾ ਕੀਤੀ, ਪਰ ਨਾਲ ਹੀ ਪੁੱਤਰ ਨੂੰ ਤਾੜਨਾ ਕਰ ਦਿੱਤੀ ਕਿ ਇਹ ਆਖਰੀ ਵਾਰ ਹੈ, ਇਸ ਤੋਂ ਮਗਰੋਂ ਉਹ ਕੋਈ ਕਰਜ਼ਾ ਅਦਾ ਨਹੀਂ ਕਰੇਗਾ। ਉਸ ਨੇ ਖਬਰਦਾਰ ਕੀਤਾ ਕਿ ਜੇ ਉਹਨੇ ਆਪਣੇ ਲੱਛਣ ਨਾ ਬਦਲੇ ਤਾਂ ਉਹਨੂੰ ਘਰੋਂ ਕੱਢ ਦਿੱਤਾ ਜਾਏਗਾ ਤੇ ਘਰ ਵਾਲਿਆਂ ਨਾਲ ਉਹਦਾ ਕੋਈ ਰਿਸ਼ਤਾ ਨਹੀਂ ਰਹਿ ਜਾਏਗਾ। ਮੁੰਡਾ ਨਾ ਸੁਧਰਿਆ, ਸਗੋਂ ਹਜ਼ਾਰ ਰੂਬਲ ਦਾ ਕਰਜ਼ਾ ਸਿਰ ਚਾੜ੍ਹ ਲਿਆ ਅਤੇ ਆਪਣੇ ਪਿਓ ਨੂੰ ਆਖਣ ਲੱਗਾ ਕਿ ਇਸ ਘਰ ਵਿਚ ਰਹਿਣਾ ਨਰਕ ਭੋਗਣ ਦੇ ਬਰਾਬਰ ਹੈ। ਬਸ ਫੇਰ ਕੀ ਸੀ ਪਿਓ ਨੇ ਐਲਾਨ ਕਰ ਦਿੱਤਾ ਕਿ "ਤੂੰ ਮੇਰਾ ਪੁੱਤਰ ਨਹੀਂ। ਜਾ ਚਲਾ ਜਾ ਜਿੱਧਰ ਤੇਰੀ ਮਰਜ਼ੀ।" ਉਸ ਦਿਨ ਤੋਂ ਹੀ ਵੋਲਫ ਇਉਂ ਜ਼ਾਹਿਰ ਕਰਦਾ ਹੈ ਕਿ ਉਸ ਦਾ ਕੋਈ ਪੁੱਤਰ ਨਹੀਂ, ਅਤੇ ਘਰ ਵਿਚ ਪੁੱਤਰ ਬਾਰੇ ਉਹਦੇ ਨਾਲ ਗੱਲ ਕਰਨ ਦੀ ਕਿਸੇ ਦੀ ਹਿੰਮਤ ਨਹੀਂ। ਅਤੇ ਵਲਾਦੀਮੀਰ ਵਾਸੀਲੀਏਵਿਚ ਵੋਲਫ ਦਾ ਇਹ ਪੱਕਾ ਯਕੀਨ ਸੀ ਕਿ ਉਹ ਆਪਣਾ ਪਰਵਾਰਕ ਜੀਵਨ ਬੜੇ ਸੁਹਣੇ ਤਰੀਕੇ ਨਾਲ ਚਲਾ ਰਿਹਾ ਹੈ।

ਜਦੋਂ ਨੇਖਲੀਊਦੋਵ ਅੰਦਰ ਗਿਆ ਤਾਂ ਵੋਲਫ ਆਪਣੇ ਕਮਰੇ ਵਿਚ ਟਹਿਲਦਾ ਟਹਿਲਦਾ ਖਲੋ ਗਿਆ ਅਤੇ ਨੇਖਲੀਊਦੋਵ ਦਾ ਦੋਸਤਾਨਾ ਪਰ ਹਲਕੀ ਜਿਹੀ ਵਿਅੰਗਮਈ ਮੁਸਕਾਨ ਨਾਲ ਸਵਾਗਤ ਕੀਤਾ। ਇਹ ਉਸ ਦਾ ਲੋਕਾਂ ਨੂੰ ਇਹ ਦਰਸਾਉਣ ਦਾ ਸਹਿਜ ਢੰਗ ਸੀ ਕਿ ਉਹ ਕਿੰਨਾ comme il faut ਹੈ ਅਤੇ ਜ਼ਿਆਦਾਤਰ ਬੰਦਿਆਂ ਨਾਲੋਂ ਕਿੰਨਾ ਉੱਚਾ ਹੈ। ਉਸ ਨੇ ਉਹ ਰੁੱਕਾ ਪੜ੍ਹਿਆ ਜਿਹੜਾ ਨੇਖਲੀਊਦੋਵ ਨੇ ਉਹਨੂੰ

ਫੜਾਇਆ ਸੀ।

"ਬਹਿ ਜਾਓ। ਮਾਫ ਕਰਨਾ, ਜੇ ਆਗਿਆ ਦਿਓ ਤਾਂ ਮੈਂ ਕਮਰੇ ਵਿਚ ਟਹਿਲਦਾ ਰਹਾਂ," ਉਸ ਨੇ ਆਪਣੇ ਕੋਟ ਦੀਆਂ ਜੇਬਾਂ ਵਿਚ ਹੱਥ ਪਾਉਂਦਿਆਂ ਅਤੇ ਕਮਰੇ ਵਿਚ ਪੋਲੇ ਪੋਲੇ ਕਦਮੀਂ ਫੇਰ ਟਹਿਲਣਾ ਸ਼ੁਰੂ ਕਰਦਿਆਂ ਆਖਿਆ। ਇਹ ਉਹਦਾ ਪੜ੍ਹਨ ਲਿਖਣ ਦਾ ਕਮਰਾ ਸੀ ਜਿਸ ਨੂੰ ਬੜੇ ਹੀ ਢੁਕਵੇਂ ਅੰਦਾਜ਼ ਨਾਲ ਸਜਾਇਆ ਗਿਆ ਸੀ।

"ਤੁਹਾਨੂੰ ਮਿਲ ਕੇ ਬੜੀ ਹੀ ਖੁਸ਼ੀ ਹੋਈ। ਤੇ ਕਾਊਂਟ ਇਵਾਨ ਮਿਖਾਇਲੋਵਿਚ ਨੇ ਜੋ ਹੁਕਮ ਕੀਤਾ ਹੈ ਉਸ ਤੇ ਫੁਲ ਚੜ੍ਹਾ ਕੇ ਬੇਹੱਦ ਖੁਸ਼ੀ ਹੋਵੇਗੀ," ਮੂੰਹ ਵਿਚੋਂ ਖੁਸ਼ਬੂਦਾਰ ਨੀਲਾ ਧੂਆਂ ਛੱਡਦਿਆਂ ਉਸ ਨੇ ਆਖਿਆ ਅਤੇ ਬੜੀ ਸਾਵਧਾਨੀ ਨਾਲ ਸਿਗਾਰ ਮੂੰਹ ਵਿਚੋਂ ਕੱਢਿਆ ਤਾਂ ਜੋ ਰਾਖ ਹੇਠਾਂ ਨਾ ਡਿਗ ਪਵੇ।

"ਮੈਂ ਸਿਰਫ ਇਹ ਆਖਣਾ ਚਾਹੁੰਦਾ ਹਾਂ ਕਿ ਮਾਮਲਾ ਛੇਤੀ ਪੇਸ਼ ਹੋ ਜਾਏ। ਇਸ ਲਈ ਕਿ ਜੇ ਕੈਦਣ ਨੇ ਸਾਇਬੇਰੀਆ ਜਾਣਾ ਹੀ ਹੈ ਤਾਂ ਉਹ ਛੇਤੀ ਜਾ ਸਕੇ," ਨੇਖਲੀਊਦੋਵ ਨੇ ਕਿਹਾ।

"ਹਾਂ, ਹਾਂ, ਇਹ ਹੋ ਸਕਦਾ ਹੈ। ਉਹ ਨੀਜ਼ਨੀ ਨੋਵਗੋਰੋਦ ਤੋਂ ਪਹਿਲੇ ਹੀ ਕਿਸੇ ਜਹਾਜ਼ ਵਿਚ ਜਾ ਸਕਦੀ ਹੈ," ਵੋਲਫ ਨੇ ਸਰਪ੍ਰਸਤਾਂ ਵਾਲੇ ਢੰਗ ਨਾਲ ਮੁਸਕ੍ਰਾਉਂਦੇ ਹੋਏ ਆਖਿਆ। ਉਸ ਨੂੰ ਹਮੇਸ਼ਾ ਪਹਿਲਾਂ ਹੀ ਪੱਤਾ ਲੱਗ ਜਾਂਦਾ ਸੀ ਕਿ ਅਗਲਾ ਕੀ ਚਾਹੁੰਦਾ ਹੈ। "ਨਾਂ ਕੀ ਹੈ ਕੈਦਣ ਦਾ?"

"ਮਾਸਲੋਵਾ।"

ਵੋਲਫ ਮੇਜ਼ ਦੇ ਕੋਲ ਗਿਆ ਅਤੇ ਫਾਈਲ ਵਿਚ ਕੰਮ-ਕਾਰ ਦੇ ਦੂਜੇ ਕਾਗ਼ਜ਼ਾਂ ਵਿਚ ਪਏ ਇਕ ਕਾਗ਼ਜ਼ ਉਤੇ ਨਜ਼ਰ ਮਾਰੀ।

"ਹਾਂ, ਹਾਂ, ਮਾਸਲੋਵਾ। ਠੀਕ ਹੈ, ਮੈਂ ਦੂਸਰੇ ਮੈਂਬਰਾਂ ਨਾਲ ਗੱਲ ਕਰਾਂਗਾ। ਅਸੀਂ ਬੁੱਧਵਾਰ ਵਾਲੇ ਦਿਨ ਇਸ ਮਾਮਲੇ ਨੂੰ ਵਿਚਾਰ ਲਵਾਂਗੇ।"

"ਫੇਰ ਮੈਂ ਵਕੀਲ ਨੂੰ ਤਾਰ ਦੇ ਦੇਵਾਂ?"

"ਹੱਛਾ, ਤੁਸੀਂ ਵਕੀਲ ਕੀਤਾ ਹੋਇਆ ਹੈ? ਉਹ ਕਾਹਦੇ ਲਈ? ਪਰ ਜੇ ਤੁਸੀਂ ਚਾਹੁੰਦੇ ਹੋ ਤਾਂ ਬੇਸ਼ਕ ਤਾਰ ਦੇ ਦਿਓ।"

"ਅਪੀਲ ਦੇ ਕਾਰਨ ਸ਼ਾਇਦ ਚੋਖੇ ਨਾ ਹੋਣ," ਨੇਖਲੀਊਦੋਵ ਨੇ ਆਖਿਆ, "ਪਰ ਮੇਰਾ ਖਿਆਲ ਹੈ ਕਿ ਮੁਕਦਮੇ ਦੀ ਤਫਸੀਲ ਤੋਂ ਪਤਾ ਲੱਗ ਜਾਵੇਗਾ ਕਿ ਸਜ਼ਾ ਗ਼ਲਤਫਹਿਮੀ ਦੀ ਬੁਨਿਆਦ ਉਤੇ ਦਿੱਤੀ ਗਈ ਹੈ।"

"ਹਾਂ, ਹਾਂ, ਹੋ ਸਕਦਾ ਹੈ। ਪਰ ਸੈਨੇਟ ਮੁਕਦਮੇ ਦਾ ਫੈਸਲਾ ਗੁਣ-ਔਗੁਣ ਦੇ ਆਧਾਰ ਉਤੇ ਨਹੀਂ ਕਰ ਸਕਦੀ," ਵੋਲਫ ਨੇ ਆਪਣੇ ਸਿਗਾਰ ਦੇ ਗੁਲ ਵੱਲ ਵੇਖਦਿਆਂ, ਸਖ਼ਤ ਲਹਿਜੇ ਨਾਲ ਆਖਿਆ। "ਸੈਨੇਟ ਨੇ ਸਿਰਫ ਇਹ ਵਿਚਾਰ ਕਰਨਾ ਹੁੰਦਾ ਹੈ ਕਿ ਕਾਨੂੰਨ ਠੀਕ ਢੰਗ ਨਾਲ ਲਾਗੂ ਕੀਤਾ ਗਿਆ ਹੈ ਜਾਂ ਨਹੀਂ, ਅਤੇ ਕਾਨੂੰਨ ਦਾ ਮਤਲਬ ਠੀਕ-ਠੀਕ ਲਿਆ ਗਿਆ ਹੈ ਜਾਂ ਨਹੀਂ।"

"ਪਰ ਮੈਂ ਸਮਝਦਾ ਹਾਂ ਕਿ ਇਹ ਇਕ ਗੈਰ-ਮਾਮੂਲੀ ਮੁਕਦਮਾ ਹੈ।"

"ਮੈਨੂੰ ਪਤਾ ਹੈ, ਮੈਨੂੰ ਪਤਾ ਹੈ। ਸਾਰੇ ਮੁਕਦਮੇ ਹੀ ਗੈਰ-ਮਾਮੂਲੀ ਹੁੰਦੇ ਹਨ। ਅਸੀਂ ਆਪਣਾ ਫਰਜ਼ ਪੂਰਾ ਕਰਾਂਗੇ। ਬਸ।" ਸਿਗਾਰ ਦਾ ਗੁੱਲ ਅਜੇ ਵੀ ਝੜਿਆ ਨਹੀਂ ਸੀ ਪਰ ਇਹਦੇ ਵਿਚ ਤੇੜ ਆ ਗਈ ਸੀ ਅਤੇ ਡਰ ਸੀ ਕਿ ਡਿਗ ਨਾ ਪਵੇ। "ਤੁਸੀਂ ਪੀਟਰਸਬਰਗ ਵਿਚ ਕਦੇ ਕਦਾਈਂ ਹੀ ਆਉਂਦੇ ਹੋ?" ਵੋਲਫ ਨੇ ਪੁੱਛਿਆ। ਉਸ ਨੇ ਸਿਗਾਰ ਇਉਂ ਫੜਿਆ ਹੋਇਆ ਸੀ ਕਿ ਰਾਖ਼ ਡਿਗ ਨਾ ਜਾਵੇ। ਪਰ ਗੁੱਲ ਹਿਲਣ ਲੱਗ ਪਿਆ ਸੀ, ਅਤੇ ਵੋਲਫ ਬੜੀ ਸਾਵਧਾਨੀ ਨਾਲ ਉਸ ਨੂੰ ਰਾਖਦਾਨੀ ਤੱਕ ਲੈ ਗਿਆ ਤੇ ਜਾਂਦੇ ਸਾਰ ਹੀ ਉਹ ਝੜ ਗਿਆ।

"ਵੇਖੋ, ਇਹ ਕਾਮੇਨਸਕੀ ਵਾਲੀ ਘਟਨਾ ਕੇਡੀ ਭਿਆਨਕ ਹੈ," ਉਸ ਨੇ ਆਖਿਆ। "ਬੜਾ ਹੀ ਚੰਗਾ ਨੌਜਵਾਨ। ਇਕੋ ਇਕ ਪੁਤ... ਮਾਂ ਦੀ ਹਾਲਤ ਤਾਂ ਖਾਸ ਕਰਕੇ," ਉਹ ਬੋਲੀ ਗਿਆ। ਉਹ ਲਗਪਗ ਲਫਜ਼ ਬਲਫਜ਼ ਉਹੋ ਕੁਝ ਬੋਲ ਰਿਹਾ ਸੀ ਜੋ ਪੀਟਰਸਬਰਗ ਦਾ ਬੱਚਾ ਬੱਚਾ ਕਾਮੇਨਸਕੀ ਬਾਰੇ ਆਖ ਰਿਹਾ ਸੀ।

ਵੋਲਫ ਨੇ ਕੁਝ ਗੱਲਾਂ ਕਾਊਂਟੈਸ ਕਾਤੇਰੀਨਾ ਇਵਾਨੋਵਨਾ ਅਤੇ ਨਵੇਂ ਧਰਮ ਬਾਰੇ ਉਹਦੇ ਉਤਸਾਹ ਦੇ ਸਿਲਸਲੇ ਵਿਚ ਵੀ ਕੀਤੀਆਂ ਜਿਸ ਬਾਰੇ ਉਹਨੇ ਨਾ ਸਹਿਮਤੀ ਪ੍ਰਗਟ ਕੀਤੀ ਨਾ ਅਸਹਿਮਤੀ। ਪਰ ਜ਼ਾਹਿਰ ਹੈ ਇਸ ਦੀ ਲੋੜ ਵੀ ਨਹੀਂ ਸੀ ਕਿਉਂਕਿ ਉਹ comme il faut ਸੀ। ਇਸ ਤੋਂ ਮਗਰੋਂ ਉਹਨੇ ਘੰਟੀ ਵਜਾਈ।

ਨੇਖਲੀਊਦੋਵ ਨੇ ਸਿਰ ਝੁਕਾਇਆ।

"ਜੇ ਮੁਸ਼ਕਲ ਨਾ ਹੋਵੇ ਤਾਂ ਬੁੱਧਵਾਰ ਨੂੰ ਖਾਣਾ ਮੇਰੇ ਨਾਲ ਖਾ ਲੈਣਾ। ਤੇ ਮੈਂ ਇਸ ਬਾਰੇ ਕੋਈ ਪੱਕਾ ਜਵਾਬ ਵੀ ਦੇ ਸਕਾਂਗਾ," ਵੋਲਫ ਨੇ ਆਪਣਾ ਹੱਥ ਅੱਗੇ ਵਧਾਉਂਦਿਆਂ ਆਖਿਆ।

ਦੇਰ ਹੋ ਚੁੱਕੀ ਸੀ। ਇਸ ਕਰਕੇ ਨੇਖਲੀਊਦੋਵ ਓਥੋਂ ਮਾਸੀ ਦੇ ਘਰ ਮੁੜ ਆਇਆ।

੧੭

ਕਾਊਂਟੈਸ ਕਾਤੇਰੀਨਾ ਇਵਾਨੋਵਨਾ ਦੇ ਘਰ ਸ਼ਾਮ ਦੇ ਖਾਣੇ ਦਾ ਵਕਤ ਸਾਢੇ ਸੱਤ ਵਜੇ ਹੁੰਦਾ ਸੀ ਅਤੇ ਖਾਣਾ ਪਰੋਸਣ ਖੁਆਉਣ ਦਾ ਢੰਗ ਨੇਖਲੀਊਦੋਵ ਵਾਸਤੇ ਬਿਲਕੁਲ ਨਵਾਂ ਸੀ। ਵਰਦੀਪੋਸ਼ ਨੇ ਪਲੇਟਾਂ ਵਗੈਰਾ ਮੇਜ਼ ਉਤੇ ਰੱਖ ਦਿੱਤੀਆਂ ਤੇ ਕਮਰੇ ਵਿਚੋਂ ਬਾਹਰ ਚਲੇ ਗਏ। ਖਾਣ ਵਾਲੇ ਆਪ ਹੀ ਖਾਣ ਪੀਣ ਦੀਆਂ ਚੀਜ਼ਾਂ ਲੈ ਦੇ ਰਹੇ ਸਨ। ਮਰਦ ਔਰਤਾਂ ਨੂੰ ਕੋਈ ਖੇਚਲ ਨਹੀਂ ਸੀ ਕਰਨ ਦੇਂਦੇ ਅਤੇ ਜਿਵੇਂ ਕਿ ਉਹਨਾਂ ਨੂੰ ਸ਼ੋਭਾ ਦੇਂਦਾ ਸੀ ਮਰਦ ਹੋਣ ਦੇ ਨਾਤੇ ਉਹ ਔਰਤਾਂ ਦੀਆਂ ਪਲੇਟਾਂ ਵਿਚ ਖਾਣਾ ਪਾਉਣ ਅਤੇ

ਉਹਨਾਂ ਦੇ ਜਾਮ ਭਰਨ ਦਾ ਭਾਰ ਚੁੱਕ ਰਹੇ ਸਨ। ਜਦੋਂ ਖਾਣੇ ਦਾ ਪਹਿਲਾ ਗੇੜ ਖਤਮ ਹੋ ਗਿਆ ਤਾਂ ਕਾਊਂਟੈਸ ਨੇ ਮੇਜ਼ ਨਾਲ ਲੱਗਾ ਹੋਇਆ ਬਿਜਲੀ ਦੀ ਘੰਟੀ ਦਾ ਬਟਨ ਦਬਿਆ ਤੇ ਵਰਦੀਪੋਸ਼ ਬਿਨਾਂ ਪੈਰਾਂ ਦਾ ਕੋਈ ਖੜਾਕ ਕੀਤਿਆਂ ਅੰਦਰ ਆ ਗਏ। ਜਲਦੀ ਜਲਦੀ ਉਹਨਾਂ ਨੇ ਪਹਿਲੀਆਂ ਚੀਜ਼ਾਂ ਚੁੱਕੀਆਂ, ਪਲੇਟਾਂ ਬਦਲੀਆਂ, ਅਤੇ ਦੂਸਰੇ ਗੇੜ ਦਾ ਖਾਣਾ ਪਰੋਸ ਦਿੱਤਾ। ਖਾਣੇ ਵਿਚ ਚੁਣ ਚੁਣ ਕੇ ਸੁਆਦੀ ਚੀਜ਼ਾਂ ਬਣਾਈਆਂ ਗਈਆਂ ਸਨ ਤੇ ਬੜੀਆਂ ਮਹਿੰਗੀਆਂ ਮਹਿੰਗੀਆਂ ਅੰਗੂਰੀ ਸ਼ਰਾਬਾਂ ਰੱਖੀਆਂ ਹੋਈਆਂ ਸਨ। ਖੁਲ੍ਹੀ ਤੇ ਚਾਨਣੀ ਰਸੋਈ ਵਿਚ ਫਰਾਂਸੀਸੀ ਰਸੋਈਆ ਦੋ ਚਿਟਿਆ ਕਪੜਿਆਂ ਵਾਲੇ ਸਹਾਇਕਾਂ ਨਾਲ ਕੰਮ ਕਰ ਰਿਹਾ ਸੀ। ਛੇ ਬੰਦੇ ਖਾਣਾ ਖਾ ਰਹੇ ਸਨ : ਕਾਊਂਟ ਅਤੇ ਕਾਊਂਟੈਸ, ਉਹਨਾਂ ਦਾ ਪੁਤਰ (ਯਕੀਨਨ ਗਾਰਦ ਦਾ ਅਫਸਰ ਜਿਸ ਨੇ ਮੇਜ਼ ਉਤੇ ਅਰਕਾਂ ਟਿਕਾਈਆਂ ਹੋਈਆਂ ਸਨ), ਨੇਖਲੀਊਦੋਵ, ਇਕ ਫਰਾਂਸੀਸੀ ਅਧਿਆਪਕਾ, ਅਤੇ ਕਾਊਂਟ ਦਾ ਵੱਡਾ ਕਾਰ-ਮੁਖਤਾਰ ਜਿਹੜਾ ਪਿੰਡੋਂ ਆਇਆ ਹੋਇਆ ਸੀ।

ਏਥੇ ਵੀ ਉਸ ਡੂਅਲ ਦੀਆਂ ਗੱਲਾਂ ਚਲ ਰਹੀਆਂ ਸਨ ਅਤੇ ਸਾਰੇ ਆਪੋ ਆਪਣੇ ਵਿਚਾਰ ਪੇਸ਼ ਕਰ ਰਹੇ ਸਨ ਕਿ ਜ਼ਾਰ ਇਸ ਮਾਮਲੇ ਬਾਰੇ ਕੀ ਸੋਚਦਾ ਹੋਵੇਗਾ। ਇਹ ਤਾਂ ਸਭ ਜਾਣਦੇ ਸਨ ਕਿ ਜ਼ਾਰ ਨੂੰ ਵਿਚਾਰੀ ਮਾਂ ਨਾਲ ਬਹੁਤ ਹਮਦਰਦੀ ਹੈ—ਤੇ ਸਾਰਿਆਂ ਨੂੰ ਹੀ ਉਹਦੇ ਨਾਲ ਹਮਦਰਦੀ ਸੀ। ਇਸਦੇ ਨਾਲ ਹੀ ਇਹ ਵੀ ਸਾਰਿਆਂ ਨੂੰ ਪਤਾ ਸੀ ਕਿ ਜ਼ਾਰ ਕਾਤਲ ਉਤੇ ਬਹੁਤੀ ਸਖਤੀ ਨਹੀਂ ਵਰਤੇਗਾ ਕਿਉਂਕਿ ਉਸ ਨੇ ਆਪਣੀ ਵਰਦੀ ਦੀ ਇੱਜ਼ਤ ਰੱਖੀ ਹੈ। ਬਾਕੀ ਸਭ ਲੋਕਾਂ ਦਾ ਰਵਈਆ ਵੀ ਉਸ ਅਫਸਰ ਵੱਲ ਨਰਮੀ ਵਾਲਾ ਸੀ ਜਿਸ ਨੇ ਆਪਣੀ ਵਰਦੀ ਦੀ ਇੱਜ਼ਤ ਰੱਖ ਵਿਖਾਈ ਸੀ। ਸਿਰਫ ਕਾਊਂਟੈਸ ਕਾਤੇਰੀਨਾ ਇਵਾਨੋਵਨਾ ਹੀ, ਆਪਣੇ ਪੁਰਜੋਸ਼ ਆਜ਼ਾਦ ਵਿਚਾਰਾਂ ਨਾਲ, ਇਸ ਦਾ ਵਿਰੋਧ ਕਰ ਰਹੀ ਸੀ।

"ਸ਼ਰਾਬੀ ਹੋ ਗਏ ਅਤੇ ਚੰਗੇ ਭਲੇ ਬੀਬੇ ਨੌਜਵਾਨ ਨੂੰ ਮਾਰ ਸੁਟਿਆ। ਮੈਂ ਏਹੋ ਜਿਹਾਂ ਨੂੰ ਕਦੇ ਮਾਫ ਨਾ ਕਰਾਂ," ਉਸ ਨੇ ਆਖਿਆ।

"ਹੁਣ ਇਹ ਗੱਲ ਮੇਰੀ ਸਮਝ ਵਿਚ ਨਹੀਂ ਆ ਸਕਦੀ," ਕਾਊਂਟ ਨੇ ਆਖਿਆ।

"ਮੈਂ ਜਾਣਦੀ ਹਾਂ ਕਿ ਮੇਰੀ ਆਖੀ ਗੱਲ ਤੇਰੀ ਸਮਝ ਵਿਚ ਕਦੇ ਨਹੀਂ ਆ ਸਕਦੀ," ਕਾਊਂਟੈਸ ਨੇ ਕਹਿਣਾ ਸ਼ੁਰੂ ਕੀਤਾ, ਅਤੇ ਨੇਖਲੀਊਦੋਵ ਵੱਲ ਮੂੰਹ ਕਰ ਕੇ ਆਖਿਆ, "ਸਭ ਨੂੰ ਮੇਰੀ ਗੱਲ ਦੀ ਸਮਝ ਆ ਜਾਂਦੀ ਹੈ। ਸਿਰਫ ਮੇਰੇ ਮੀਆਂ ਦੀ ਹੀ ਸਮਝ ਵਿਚ ਨਹੀਂ ਆਉਂਦੀ। ਮੈਂ ਕਹਿੰਦੀ ਹਾਂ ਕਿ ਮੈਨੂੰ ਮਾਂ ਨਾਲ ਹਮਦਰਦੀ ਹੈ, ਤੇ ਮੈਂ ਨਹੀਂ ਚਾਹੁੰਦੀ ਕਿ ਪਹਿਲਾਂ ਕੋਈ ਕਤਲ ਕਰੇ ਤੇ ਫੇਰ ਉਸ ਨੂੰ ਕੁਝ ਆਖਿਆ ਵੀ ਨਾ ਜਾਏ।"

ਫੇਰ ਉਸ ਦੇ ਪੁਤਰ ਨੇ, ਜਿਹੜਾ ਅਜੇ ਤੱਕ ਚੁੱਪ ਬੈਠਾ ਸੀ, ਕਾਤਲ ਦਾ ਪੱਖ ਪੂਰਨਾ ਸ਼ੁਰੂ ਕੀਤਾ ਅਤੇ ਬੜੀ ਗੁਸਤਾਖ਼ੀ ਨਾਲ ਮਾਂ ਉਤੇ ਟੁਟ ਪਿਆ। ਉਹਦੀ ਦਲੀਲ ਇਹ ਸੀ ਕਿ ਅਫਸਰ ਅੱਗੇ ਹੋਰ ਕੋਈ ਰਾਹ ਹੀ ਨਹੀਂ ਸੀ, ਵਰਨਾ ਉਹਦੇ ਸਾਥੀ ਅਫਸਰਾਂ ਨੇ ਉਹਨੂੰ ਲਾਹਨਤਾਂ ਫਿਟਕਾਰਾਂ ਪਾਉਣੀਆਂ ਸਨ ਅਤੇ ਉਹਨੂੰ ਰੈਜਮੈਂਟ ਵਿਚੋਂ

ਕੱਢ ਦੇਣਾ ਸੀ। ਨੇਖਲੀਊਦੋਵ ਧਿਆਨ ਨਾਲ ਇਹ ਗਲਬਾਤ ਸੁਣ ਰਿਹਾ ਸੀ। ਆਪ ਉਹ ਗਲਬਾਤ ਵਿਚ ਹਿੱਸਾ ਨਹੀਂ ਸੀ ਲੈ ਰਿਹਾ। ਉਹ ਆਪ ਅਫਸਰ ਰਹਿ ਚੁੱਕਾ ਸੀ, ਤੇ ਉਹ ਨੌਜਵਾਨ ਚਾਰਸਕੀ ਦੀਆਂ ਦਲੀਲਾਂ ਨੂੰ ਸਮਝਦਾ ਸੀ ਭਾਵੇਂ ਉਹ ਉਹਦੇ ਨਾਲ ਸਹਿਮਤ ਨਹੀਂ ਸੀ। ਇਸ ਦੇ ਨਾਲ ਹੀ ਉਹ ਇਸ ਅਫਸਰ ਦੀ ਹੋਣੀ ਦੀ ਉਸ ਖੂਬਸੂਰਤ ਨੌਜਵਾਨ ਮੁਜਰਮ ਦੀ ਹੋਣੀ ਨਾਲ ਤੁਲਨਾ ਕਰ ਰਿਹਾ ਸੀ ਜਿਸ ਨੂੰ ਉਹਨੇ ਜੇਲ੍ਹ ਵਿਚ ਬੰਦ ਵੇਖਿਆ ਸੀ। ਉਸ ਨੂੰ ਇਕ ਝਗੜੇ ਵਿਚ ਇਕ ਬੰਦੇ ਨੂੰ ਮਾਰ ਦੇਣ ਦੇ ਜੁਰਮ ਵਿਚ ਕੈਦ ਬਾ-ਮੁਸ਼ੱਕਤ ਦੀ ਸਜ਼ਾ ਦਿੱਤੀ ਗਈ ਸੀ। ਦੋਵਾਂ ਨੇ ਸ਼ਰਾਬ ਦੇ ਨਸ਼ੇ ਵਿਚ ਕਤਲ ਕੀਤੇ ਸਨ। ਇਕ ਕਾਤਲ ਨੂੰ, ਅਰਥਾਤ ਕਿਸਾਨ ਨੂੰ, ਅੰਨ੍ਹੇ ਜੋਸ਼ ਦੀ ਘੜੀ ਆਦਮੀ ਮਾਰ ਦੇਣ ਕਾਰਨ ਆਪਣੇ ਬੀਵੀ ਬੱਚਿਆਂ ਤੋਂ ਵਿਛੋੜਿਆ ਗਿਆ ਹੈ, ਹੱਥਕੜੀਆਂ ਬੇੜੀਆਂ ਵਿਚ ਨੂੜਿਆ ਗਿਆ ਹੈ, ਅਤੇ ਸਿਰ ਮੂੰਹ ਮੁੰਨ ਕੇ, ਬਾ-ਮੁਸ਼ੱਕਤ ਕੈਦ ਦੀ ਸਜ਼ਾ ਦੇ ਕੇ ਸਾਇਬੇਰੀਆ ਭੇਜਿਆ ਜਾ ਰਿਹਾ ਹੈ। ਅਤੇ ਅਫਸਰ ਗਾਰਡ-ਹਾਊਸ ਦੇ ਸੁਹਣੇ ਕਮਰੇ ਵਿਚ ਬੈਠਾ ਹੈ, ਵਧੀਆ ਰੋਟੀ ਖਾਂਦਾ ਅਤੇ ਵਧੀਆ ਸ਼ਰਾਬ ਪੀਂਦਾ ਹੈ ਅਤੇ ਕਿਤਾਬਾਂ ਪੜ੍ਹਦਾ ਹੈ, ਅਤੇ ਇਕ ਦੋ ਦਿਨਾਂ ਵਿਚ ਹੀ ਉਸ ਨੂੰ ਛੱਡ ਦਿੱਤਾ ਜਾਏਗਾ ਤੇ ਉਹ ਪਹਿਲਾਂ ਵਾਂਗ ਹੀ ਰਹਿਣ ਸਹਿਣ ਲੱਗੇਗਾ। ਇਸ ਘਟਨਾ ਕਰ ਕੇ ਲੋਕ ਹੋਰ ਵੀ ਜ਼ਿਆਦਾ ਉਹਦੇ ਵਿਚ ਦਿਲਚਸਪੀ ਲੈਣ ਲੱਗਣਗੇ।

ਜਿਹੜੀਆਂ ਗੱਲਾਂ ਨੇਖਲੀਊਦੋਵ ਦੇ ਮਨ ਵਿਚ ਆ ਰਹੀਆਂ ਸਨ ਉਸ ਨੇ ਆਖ ਦਿੱਤੀਆਂ। ਪਹਿਲਾਂ ਤਾਂ ਉਸ ਦੀ ਮਾਸੀ ਕਾਤੇਰੀਨਾ ਇਵਾਨੋਵਨਾ, ਜਾਪਦਾ ਸੀ, ਉਹਦੇ ਨਾਲ ਸਹਿਮਤ ਹੈ ਪਰ ਅਖੀਰ ਉਹ ਵੀ ਦੂਜਿਆਂ ਵਾਂਗ ਚੁੱਪ ਕਰ ਗਈ, ਅਤੇ ਨੇਖਲੀਊਦੋਵ ਨੇ ਮਹਿਸੂਸ ਕੀਤਾ ਕਿ ਉਸ ਨੇ ਕਿਸੇ ਤਰ੍ਹਾਂ ਦੀ ਕੋਈ ਗੈਰ-ਵਾਜਿਬ ਗੱਲ ਕਹਿ ਦਿੱਤੀ ਹੈ।

ਸ਼ਾਮ ਵੇਲੇ ਰੋਟੀ ਤੋਂ ਝਟ ਮਗਰੋਂ ਹੀ ਲੋਕ ਬਦੇਸੀ, ਕੀਜ਼ੇਵੇਤਰ ਦਾ ਉਪਦੇਸ਼ ਸੁਣਨ ਲਈ ਆਉਣ ਲੱਗ ਪਏ। ਵੱਡੇ ਸਾਰੇ ਨਾਚ-ਕਮਰੇ ਵਿਚ ਮੀਟਿੰਗ ਵਾਸਤੇ ਨਕਾਸ਼ੀ ਵਾਲੀ ਉੱਚੀ ਢੋ ਵਾਲੀਆਂ ਕੁਰਸੀਆਂ ਪਾਲਾਂ ਵਿਚ ਰੱਖ ਦਿੱਤੀਆਂ ਗਈਆਂ ਅਤੇ ਇਕ ਛੋਟੀ ਜਿਹੀ ਮੇਜ਼ ਰੱਖ ਕੇ ਇਕ ਆਰਾਮ ਕੁਰਸੀ ਬੋਲਣ ਵਾਲੇ ਵਾਸਤੇ ਰੱਖ ਦਿੱਤੀ ਗਈ। ਮੇਜ਼ ਉਤੇ ਪਾਣੀ ਦਾ ਇਕ ਜੱਗ ਰੱਖ ਦਿੱਤਾ ਗਿਆ।

ਬੜੀਆਂ ਬੜੀਆਂ ਸ਼ਾਨਦਾਰ ਬੱਘੀਆਂ ਬਾਹਰ ਫਾਟਕ ਅੱਗੇ ਆ ਕੇ ਰੁਕੀਆਂ। ਸ਼ਾਹੀ ਅੰਦਾਜ਼ ਨਾਲ ਸਜੇ ਹੋਏ ਕਮਰੇ ਵਿਚ ਰੇਸ਼ਮੀ ਤੇ ਮਖਮਲੀ ਕਪੜੇ ਪਾਈ, ਲੈਸਾਂ ਕਿਨਾਰੀਆਂ ਲਾਈ, ਨਕਲੀ ਵਾਲ ਚੜ੍ਹਾਈ ਔਰਤਾਂ ਬੈਠੀਆਂ ਸਨ ਜਿਨ੍ਹਾਂ ਦੀਆਂ ਪੁਸ਼ਾਕਾਂ ਵਿਚ ਥਾਂ ਥਾਂ ਗੱਦੀਆਂ ਦਿੱਤੀਆਂ ਹੋਈਆਂ ਸਨ ਤਾਂ ਜੋ ਬਦਨ ਗਦਰਾਏ ਹੋਏ ਲੱਗਣ। ਉਹਨਾਂ ਦੇ ਨਾਲ ਆਏ ਮਰਦਾਂ ਨੇ ਫੌਜੀ ਤੇ ਸਿਵਲੀਅਨ ਪੁਸ਼ਾਕਾਂ ਪਾਈਆਂ ਹੋਈਆਂ ਸਨ। ਕੋਈ ਪੰਜ ਕੁ ਆਮ ਬੰਦੇ ਸਨ : ਦੋ ਨੌਕਰ, ਇਕ ਦੁਕਾਨਦਾਰ, ਇਕ ਵਰਦੀਪੋਸ਼, ਅਤੇ ਇਕ ਕੋਚਵਾਨ।

ਕੀਜ਼ੇਵੇਤਰ ਇਕ ਡੀਲ ਡੌਲ, ਪਕਦੇ ਜਾਂਦੇ ਵਾਲਾਂ ਵਾਲਾ ਆਦਮੀ ਸੀ। ਉਸ ਨੇ

ਅੰਗ੍ਰੇਜ਼ੀ ਵਿਚ ਤਕਰੀਰ ਕੀਤੀ ਸੀ। ਇਕ ਛੀਟਕੀ ਜਿਹੀ ਮੁਟਿਆਰ ਜਿਸ ਨੇ ਕਮਾਨੀਦਾਰ ਐਨਕ ਲਾਈ ਹੋਈ ਸੀ, ਬੜੀ ਫੁਰਤੀ ਨਾਲ ਰੂਸੀ ਵਿਚ ਬੜਾ ਵਧੀਆ ਅਨੁਵਾਦ ਕਰਦੀ ਜਾਂਦੀ ਸੀ।

ਉਸ ਨੇ ਕਿਹਾ ਸੀ ਕਿ ਅਸੀਂ ਘੋਰ ਪਾਪ ਕੀਤੇ ਹਨ, ਇਹਨਾਂ ਦੀ ਸਖ਼ਤ ਸਜ਼ਾ ਮਿਲੇਗੀ ਅਤੇ ਇਸ ਸਜ਼ਾ ਤੋਂ ਬਚਿਆ ਨਹੀਂ ਜਾ ਸਕਦਾ। ਅਜਿਹੀ ਸਜ਼ਾ ਬਾਰੇ ਅਗਾਊਂ ਸੋਚ ਕੇ ਸਿਊਂ ਸਕਣਾ ਅਸੰਭਵ ਹੈ।

"ਪਿਆਰੇ ਭਰਾਓ ਤੇ ਭੈਣੋ, ਆਓ ਇਕ ਪਲ ਵਾਸਤੇ ਸੋਚੀਏ ਕਿ ਅਸੀਂ ਕੀ ਕਰ ਰਹੇ ਆਂ, ਕਿਸ ਤਰ੍ਹਾਂ ਦੀ ਜ਼ਿੰਦਗੀ ਗੁਜ਼ਾਰ ਰਹੇ ਆਂ, ਕਿਵੇਂ ਸਭ ਨੂੰ ਪਿਆਰ ਕਰਨ ਵਾਲੇ ਪਰਮੇਸ਼ਵਰ ਦੇ ਹੁਕਮਾਂ ਦੀ ਉਲੰਘਣਾ ਕਰ ਰਹੇ ਆਂ, ਅਤੇ ਕਿਵੇਂ ਅਸੀਂ ਯਿਸੂ ਨੂੰ ਦੁਖੀ ਕਰ ਰਹੇ ਆਂ। ਅਤੇ ਸਾਨੂੰ ਇਹ ਸਮਝ ਲੈਣਾ ਚਾਹੀਦਾ ਹੈ ਕਿ ਸਾਨੂੰ ਮਾਫ ਨਹੀਂ ਕੀਤਾ ਜਾ ਸਕਦਾ, ਸਾਡਾ ਛੁਟਕਾਰਾ ਨਹੀਂ ਹੋ ਸਕਦਾ, ਕੋਈ ਮੁਕਤੀ ਨਹੀਂ ਮਿਲ ਸਕਦੀ। ਸਾਡਾ ਸਰਵਨਾਸ਼ ਲਾਜ਼ਮੀ ਹੈ। ਸਾਡੇ ਲਈ ਭਿਆਨਕ ਹੋਣੀ ਮੂੰਹ ਅੱਡੀ ਖੜੀ ਹੈ। ਅਸੀਂ ਬੇਅੰਤ ਤਸੀਹੇ ਝਲਾਂਗੇ," ਉਸ ਨੇ ਕੰਬਦੀ ਆਵਾਜ਼ ਵਿਚ ਤੇ ਅਥਰੂ ਵਹਾਉਂਦੇ ਹੋਏ ਆਖਿਆ ਸੀ। "ਉਫ, ਭਰਾਓ, ਅਸੀਂ ਕਿਵੇਂ ਬਖਸ਼ੇ ਜਾ ਸਕਦੇ ਹਾਂ? ਇਸ ਭਿਆਨਕ ਅੱਗ ਤੋਂ, ਨਾ ਬੁੱਝ ਸਕਣ ਵਾਲੀ ਅੱਗ ਤੋਂ ਅਸੀਂ ਕਿਵੇਂ ਬਚ ਸਕਦੇ ਹਾਂ? ਮਕਾਨ ਵਿਚੋਂ ਅੱਗ ਦੀਆਂ ਲਾਟਾਂ ਨਿਕਲ ਰਹੀਆਂ ਹਨ, ਬਚ ਕੇ ਨਿਕਲਣ ਦਾ ਕੋਈ ਰਾਹ ਨਹੀਂ।"

ਥੋੜਾ ਚਿਰ ਵਾਸਤੇ ਉਹ ਚੁੱਪ ਹੋ ਗਿਆ, ਅਤੇ ਸੱਚੇ ਅਥਰੂ ਉਹਦੀਆਂ ਗੱਲ੍ਹਾਂ ਤੋਂ ਰਿੜ੍ਹਨ ਲੱਗੇ। ਅੱਠ ਸਾਲ ਹੋ ਗਏ ਸਨ, ਜਦੋਂ ਵੀ ਉਹ ਆਪਣੀ ਤਕਰੀਰ ਦੇ ਇਸ ਹਿੱਸੇ ਨੂੰ ਪਹੁੰਚਦਾ ਸੀ ਤਾਂ ਉਸ ਦਾ ਗੱਚ ਭਰ ਜਾਂਦਾ ਸੀ, ਉਹਦੇ ਨੱਕ ਵਿਚ ਜਲੂਣ ਜਿਹੀ ਹੋਣ ਲੱਗ ਪੈਂਦੀ ਸੀ ਤੇ ਉਹਦੀਆਂ ਅੱਖਾਂ ਵਿਚ ਅਥਰੂ ਆ ਜਾਂਦੇ ਸਨ। ਤਕਰੀਰ ਦਾ ਇਹ ਹਿੱਸਾ ਉਸ ਨੂੰ ਆਪ ਬੜਾ ਚੰਗਾ ਲੱਗਦਾ ਸੀ। ਇਹਨਾਂ ਅਥਰੂਆਂ ਨਾਲ ਉਹ ਹੋਰ ਵੀ ਬਹੁਤਾ ਟੁੰਬਿਆ ਜਾਂਦਾ ਸੀ। ਕਮਰੇ ਵਿਚੋਂ ਹੌਕਿਆਂ ਸਿਸਕੀਆਂ ਦੀ ਆਵਾਜ਼ ਆਉਣ ਲੱਗੀ। ਕਾਊਂਟੈਸ ਕਾਤੇਰੀਨਾ ਇਵਾਨੋਵਨਾ ਇਕ ਜੜਾਊ ਮੇਜ਼ ਉਤੇ ਅਰਕਾਂ ਟੇਕੀ ਬੈਠੀ ਸੀ ਅਤੇ ਆਪਣਾ ਸਿਰ ਆਪਣੇ ਹੱਥਾਂ ਉਤੇ ਸੁਟਿਆ ਹੋਇਆ ਸੀ ਅਤੇ ਉਹਦੇ ਮੋਟੇ ਮੋਟੇ ਮੋਢੇ ਹਿਲ ਕੰਬ ਰਹੇ ਸਨ। ਕੋਚਵਾਨ ਨੇ ਸਹਿਮੀਆਂ ਤੇ ਹੈਰਾਨ ਨਜ਼ਰਾਂ ਨਾਲ ਜਰਮਨ ਵੱਲ ਵੇਖਿਆ। ਉਸ ਨੂੰ ਮਹਿਸੂਸ ਹੋ ਰਿਹਾ ਸੀ ਜਿਵੇਂ ਉਹ ਆਪਣੀ ਬੱਘੀ ਦੇ ਬੰਮ ਨਾਲ ਇਸ ਆਦਮੀ ਨੂੰ ਪਟਕਾ ਮਾਰੇਗਾ ਅਤੇ ਇਹ ਜਰਮਨ ਪਾਸੇ ਹਟਣ ਦਾ ਨਾਂ ਨਹੀਂ ਲੈਂਦਾ। ਬਹੁਤ ਸਰੋਤੇ ਕਾਤੇਰੀਨਾ ਇਵਾਨੋਵਨਾ ਦੀ ਧਾਰਨ ਕੀਤੀ ਹੋਈ ਮਨੋਬਿਰਤੀ ਵਿਚ ਬੈਠੇ ਸਨ। ਇਕ ਛੀਟਕੀ ਜਿਹੀ, ਫੈਸ਼ਨਦਾਰ ਕਪੜਿਆਂ ਵਾਲੀ ਕੁੜੀ ਵੋਲਫ ਦੀ ਧੀ, ਆਪਣੇ ਪਿਓ ਵਾਂਗ ਹੀ, ਆਪਣੇ ਹੱਥਾਂ ਨਾਲ ਮੂੰਹ ਢੱਕੀ ਗੋਡਿਆਂ ਭਾਰ ਬੈਠੀ ਸੀ।

ਬੋਲਣ ਵਾਲੇ ਨੇ ਅਚਾਨਕ ਆਪਣੇ ਚਿਹਰੇ ਤੋਂ ਹੱਥ ਹਟਾਏ ਤੇ ਮੁਸਕ੍ਰਾਇਆ। ਉਸ

ਦੀ ਮੁਸਕਾਨ ਸੱਚੀ ਸੁੱਚੀ ਮੁਸਕਾਨ ਲੱਗਦੀ ਸੀ, ਜਿਵੇਂ ਅਦਾਕਾਰ ਆਪਣੀ ਖੁਸ਼ੀ ਦਾ ਪ੍ਰਗਟਾ ਕਰਦੇ ਹਨ। ਅਤੇ ਫੇਰ ਉਹ ਮਿੱਠੀ ਤੇ ਕੋਮਲ ਆਵਾਜ਼ ਵਿਚ ਬੋਲਣ ਲੱਗ ਪਿਆ :

"ਤਾਂ ਵੀ ਬਚਣ ਦਾ ਉਪਾ ਹੈ। ਬੜਾ ਸੌਖਾ ਅਤੇ ਅਨੰਦਦਾਇਕ ਉਪਾ। ਸਾਡੀ ਮੁਕਤੀ ਉਸ ਲਹੂ ਵਿਚ ਹੈ ਜਿਹੜਾ ਰੱਬ ਦੇ ਇਕੋ ਇਕ ਪੁਤਰ ਨੇ ਸਾਡੇ ਲਈ ਡੋਹਲਿਆ, ਜਿਸ ਨੇ ਸਾਡੇ ਵਾਸਤੇ ਤਸੀਹੇ ਝੱਲੇ। ਉਸ ਦੇ ਤਸੀਹੇ ਤੇ ਪੀੜਾ, ਉਸ ਦਾ ਲਹੂ ਸਾਨੂੰ ਬਚਾਵੇਗਾ। ਭਰਾਓ ਅਤੇ ਭੈਣੋ," ਉਸ ਨੇ ਅਥਰੂਆਂ ਭਿੱਜੀ ਆਵਾਜ਼ ਵਿਚ ਫੇਰ ਕਹਿਣਾ ਸ਼ੁਰੂ ਕੀਤਾ। "ਆਓ ਅਸੀਂ ਉਸ ਪ੍ਰਭੂ ਦੀ ਉਸਤਤੀ ਕਰੀਏ, ਜਿਸ ਨੇ ਆਪਣਾ ਇਕੋ ਇਕ ਪੁਤਰ ਸੰਸਾਰ ਦੇ ਨਿਸਤਾਰੇ ਲਈ ਵਾਰ ਦਿੱਤਾ। ਉਸ ਦਾ ਪਾਵਨ ਪਵਿਤਰ ਲਹੂ..."

ਨੇਖਲੀਊਦੋਵ ਦੇ ਦਿਲ ਦੀਆਂ ਡੂੰਘਾਈਆਂ ਵਿਚੋਂ ਐਸੀ ਘਿਣ ਨੇ ਸਿਰ ਚੁੱਕਿਆ ਕਿ ਉਹ ਚੁਪ ਚਾਪ ਓਥੋਂ ਉੱਠਿਆ ਤੇ ਤਿਊੜੀਆਂ ਚੜ੍ਹਾਉਂਦਾ ਅਤੇ ਸ਼ਰਮਿੰਦਗੀ ਦੀ ਆਹ ਨੂੰ ਬੜੀ ਮੁਸ਼ਕਲ ਨਾਲ ਦਬਾਉਂਦਾ ਹੋਇਆ, ਦੱਬੇ ਪੈਰੀਂ ਬਾਹਰ ਨਿਕਲ ਕੇ ਆਪਣੇ ਕਮਰੇ ਵਿਚ ਚਲਾ ਗਿਆ।

੧੯

ਅਗਲੇ ਦਿਨ ਨੇਖਲੀਊਦੋਵ ਨੇ ਕਪੜੇ ਪਾ ਲਏ ਸਨ ਅਤੇ ਉਹ ਥੱਲੇ ਉਤਰਨ ਹੀ ਵਾਲਾ ਸੀ ਜਦੋਂ ਇਕ ਵਰਦੀਪੋਸ਼ ਨੇ ਮਾਸਕੋ ਦੇ ਵਕੀਲ ਦਾ ਕਾਰਡ ਲਿਆ ਫੜਾਇਆ। ਵਕੀਲ ਆਪਣੇ ਕਿਸੇ ਕੰਮ ਵਾਸਤੇ ਪੀਟਰਸਬਰਗ ਆਇਆ ਸੀ ਅਤੇ ਉਹਦਾ ਵਿਚਾਰ ਸੀ ਕਿ ਜੇ ਮਾਸਲੋਵਾ ਦੇ ਮੁਕਦਮੇ ਦੀ ਸੁਣਵਾਈ ਹੋਣੀ ਹੋਵੇ ਤਾਂ ਉਹ ਸੈਨੇਟ ਵਲੋਂ ਵਿਚਾਰ ਕੀਤੇ ਜਾਣ ਸਮੇਂ ਉਥੇ ਮੌਜੂਦ ਰਹੇ। ਜਦੋਂ ਨੇਖਲੀਊਦੋਵ ਨੇ ਤਾਰ ਦਿੱਤੀ ਸੀ ਓਦੋਂ ਉਹ ਮਾਸਕੋ ਤੋਂ ਰਵਾਨਾ ਹੋ ਚੁੱਕਾ ਸੀ। ਜਦੋਂ ਨੇਖਲੀਊਦੋਵ ਨੇ ਉਹਨੂੰ ਦੱਸਿਆ ਕਿ ਮੁਕਦਮੇ ਦੀ ਸੁਣਵਾਈ ਕਦੋਂ ਹੋਣੀ ਹੈ ਅਤੇ ਕਿਹੜਾ ਕਿਹੜਾ ਸੈਨੇਟਰ ਉਸ ਸਮੇਂ ਮੌਜੂਦ ਹੋਵੇਗਾ ਤਾਂ ਉਹ ਮੁਸਕ੍ਰਾ ਪਿਆ ਸੀ।

"ਬਿਲਕੁਲ, ਤਿੰਨਾਂ ਹੀ ਕਿਸਮਾਂ ਦੇ ਸੈਨੇਟਰ," ਉਸ ਨੇ ਕਿਹਾ। "ਵੋਲਫ ਪੀਟਰਸਬਰਗ ਦਾ ਅਫਸਰ ਹੈ; ਸਕੋਵੋਰੋਦਨੀਕੋਵ ਕਾਨੂੰਨ ਦਾ ਮਾਹਿਰ, ਅਤੇ ਬੇ ਵਿਹਾਰਕ ਦ੍ਰਿਸ਼ਟੀ ਤੋਂ ਵਿਚਾਰ ਕਰਨ ਵਾਲਾ—ਤੇ ਇਸੇ ਲਈ ਉਹ ਸਾਰਿਆਂ ਨਾਲੋਂ ਵਧ ਜਾਗਰੂਕ ਹੈ," ਵਕੀਲ ਨੇ ਆਖਿਆ। "ਉਹਦੇ ਕੋਲੋਂ ਹੀ ਸਭ ਤੋਂ ਬਹੁਤੀ ਆਸ ਰੱਖੀ ਜਾ ਸਕਦੀ ਹੈ। ਹੱਛਾ, ਤੇ ਅਪੀਲ ਕਮੇਟੀ ਬਾਰੇ ਕਿਵੇਂ ਹੈ?"

"ਹਾਂ, ਅੱਜ ਮੈਂ ਬਾਰੋਨ ਵੋਰੋਬੀਓਵ ਵੱਲ ਚੱਲਿਆ ਹਾਂ। ਕੱਲ੍ਹ ਉਹਦੇ ਨਾਲ ਗੱਲ ਨਹੀਂ ਸੀ ਹੋ ਸਕੀ।"

"ਪਤਾ ਜੇ ਕਿ ਉਹ "ਬਾਰੋਨ" ਵੋਰੋਬੀਓਵ ਕਿਵੇਂ ਬਣ ਗਿਐ?" ਰੂਸੀ ਕੁਲ-ਨਾਂ ਦੇ ਨਾਲ ਲੱਗੇ ਹੋਏ ਉਹਦੇ ਬਦੇਸ਼ੀ ਖ਼ਿਤਾਬ ਉਤੇ ਨੇਖਲੀਊਦੋਵ ਵਲੋਂ ਹਲਕੇ ਜਿਹੇ ਵਿਅੰਗ ਨੂੰ ਤਾੜ ਕੇ ਵਕੀਲ ਨੇ ਆਖਿਆ। "ਉਸ ਦੇ ਬਾਬੇ ਨੂੰ ਜ਼ਾਰ ਪਾਵੇਲ ਨੇ ਇਹ ਖ਼ਿਤਾਬ ਦਿੱਤਾ ਸੀ। ਮੇਰਾ ਖਿਆਲ ਹੈ ਕਿ ਉਹ ਦਰਬਾਰ ਵਿਚ ਵਰਦੀਪੋਸ਼ ਸੀ। ਕਿਸੇ ਗੱਲ ਨਾਲ ਉਹਨੇ ਜ਼ਾਰ ਨੂੰ ਖ਼ੁਸ਼ ਕਰ ਦਿੱਤਾ ਤੇ ਉਹਨੇ ਉਸ ਨੂੰ "ਬਾਰੋਨ" ਬਣਾ ਦਿੱਤਾ। 'ਇਹ ਮੇਰੀ ਕਾਮਨਾ ਹੈ, ਇਸ ਕਰਕੇ ਮੈਨੂੰ ਨਾਂਹ ਨਾ ਕਰੀਂ!' ਤੇ ਇਸ ਤਰ੍ਹਾਂ ਅੱਜ ਇਕ "ਬਾਰੋਨ" ਵੋਰੋਬੀਓਵ ਮੌਜੂਦ ਹੈ ਜਿਸ ਨੂੰ ਆਪਣੇ ਖ਼ਿਤਾਬ ਉਤੇ ਬੜਾ ਮਾਣ ਹੈ। ਬੇਹੱਦ ਖਚਰਾ ਆਦਮੀ ਹੈ ਇਹ ਬੁੱਢਾ।"

"ਖੈਰ, ਮੈਂ ਉਸ ਨੂੰ ਮਿਲਣ ਚੱਲਿਆ ਹਾਂ ਅੱਜ," ਨੇਖਲੀਊਦੋਵ ਨੇ ਆਖਿਆ।

"ਬੜੀ ਚੰਗੀ ਗੱਲ ਹੈ, ਅਸੀਂ ਇਕੱਠੇ ਚਲ ਸਕਦੇ ਹਾਂ। ਮੈਂ ਆਪਣੀ ਬੱਘੀ ਵਿਚ ਛੱਡ ਆਵਾਂਗਾ ਤੁਹਾਨੂੰ।"

ਉਹ ਘਰੋਂ ਨਿਕਲਣ ਹੀ ਵਾਲੇ ਸਨ ਕਿ ਡਿਉੜੀ ਵਿਚ ਇਕ ਵਰਦੀਪੋਸ਼ ਨੇ ਨੇਖਲੀਊਦੋਵ ਨੂੰ ਇਕ ਰੁੱਕਾ ਲਿਆ ਫੜਾਇਆ। ਇਹ ਰੁੱਕਾ ਮਾਰੀਏਟ ਵਲੋਂ ਸੀ:

"Pour vous faire plaisir, j'ai agi tout à fait contre mes principes, et j'ai intercedé auprès de mon mari pour votre protégée. Il se trouve que cette personne peut être relachée immédiatement. Mon mari a ecrit au commandant. Venez donc ਬੇਗ਼ਰਜ਼ ਹੋ ਕੇ। Je vous attend. M."*

"ਲਓ ਵੇਖ ਲਓ!" ਨੇਖਲੀਊਦੋਵ ਨੇ ਵਕੀਲ ਨੂੰ ਆਖਿਆ। "ਇਹ ਖੌਫ਼ਨਾਕ ਗੱਲ ਨਹੀਂ? ਜਿਸ ਔਰਤ ਨੂੰ ਉਹਨਾਂ ਨੇ ਸਤ ਮਹੀਨੇ ਕੋਠੀ-ਬੰਦ ਕਰ ਰੱਖਿਆ ਉਹ ਅਖੀਰ ਬਿਲਕੁਲ ਬੇਗੁਨਾਹ ਨਿਕਲੀ। ਬੱਸ ਆਖਣ ਦੀ ਢਿਲ ਸੀ ਉਸ ਨੂੰ ਛੱਡ ਵੀ ਦਿੱਤਾ।"

"ਇਸ ਤਰ੍ਹਾਂ ਹੀ ਹੁੰਦਾ ਆਇਆ ਹੈ। ਖੈਰ, ਤੁਸੀਂ ਜੋ ਚਾਹੁੰਦੇ ਸੀ, ਉਹਦੇ ਵਿਚ ਕਾਮਯਾਬ ਹੋ ਗਏ।"

"ਹਾਂ, ਪਰ ਇਸ ਕਾਮਯਾਬੀ ਨਾਲ ਦਿਲ ਹੋਰ ਵੀ ਦੁਖੀ ਹੋ ਗਿਆ ਹੈ। ਸੋਚੋ ਤਾਂ ਸਹੀ, ਓਥੇ ਕੀ ਕੁਝ ਨਹੀਂ ਹੁੰਦਾ ਹੋਵੇਗਾ। ਕਿਉਂ ਕੈਦ ਕੀਤਾ ਹੋਇਆ ਸੀ ਭਲਾ ਉਸ ਨੂੰ?"

---

* ਤੁਹਾਡੀ ਖ਼ੁਸ਼ੀ ਦੀ ਖਾਤਰ ਮੈਂ ਆਪਣਾ ਅਸੂਲ ਤੋੜ ਕੇ ਆਪਣੇ ਪਤੀ ਕੋਲ ਤੁਹਾਡੀ ਆਸ਼੍ਰਿਤ ਦੀ ਸਫਾਰਸ਼ ਕਰ ਦਿੱਤੀ ਹੈ। ਕਹਿੰਦਾ ਹੈ ਉਸ ਨੂੰ ਤੁਰਤ ਰਿਹਾ ਕਰ ਦਿੱਤਾ ਜਾਵੇਗਾ। ਕਿਲ੍ਹੇ ਦੇ ਕਮਾਂਡੈਂਟ ਨੂੰ ਲਿਖ ਦਿੱਤਾ ਗਿਆ ਹੈ। ਹੁਣ ਤਾਂ ਆਇਆ ਜੇ...। ਸੋ ਤੁਹਾਡੀ ਉਡੀਕ ਕਰਾਂਗੀ। (ਫਰਾਂਸੀਸੀ)—ਸੰਪਾ:

"ਉਫ ਹੋ, ਇਹਨਾਂ ਗੱਲਾਂ ਤੇ ਬਹੁਤਾ ਨਹੀਂ ਸੋਚਣਾ ਚਾਹੀਦਾ। ਚਲੋ ਆਓ, ਮੇਰੇ ਨਾਲ ਬੈਠ ਚਲੋ।" ਵਕੀਲ ਨੇ ਆਖਿਆ। ਜਿਸ ਵੇਲੇ ਉਹ ਮਕਾਨ ਤੋਂ ਬਾਹਰ ਆਏ ਤਾਂ ਇਕ ਖ਼ੂਬਸੂਰਤ ਬੱਘੀ ਬੂਹੇ ਅੱਗੇ ਆ ਗਈ ਜਿਹੜੀ ਵਕੀਲ ਨੇ ਭਾੜੇ ਤੇ ਕੀਤੀ ਹੋਈ ਸੀ। "ਤੁਸੀਂ ਬਾਰੋਨ ਵੋਰੋਬੀਓਵ ਨੂੰ ਮਿਲਣ ਜਾਣਾ ਏ ਨਾ?"

ਵਕੀਲ ਨੇ ਕੋਚਵਾਨ ਨੂੰ ਸਮਝਾਇਆ ਕਿ ਕਿਹੜੀ ਥਾਂ ਜਾਣਾ ਹੈ, ਅਤੇ ਦੋ ਵਧੀਆ ਘੋੜੇ ਮਿੰਟਾਂ ਸਕਿੰਟਾਂ ਵਿਚ ਨੇਖਲੀਊਦੋਵ ਨੂੰ ਉਸ ਮਕਾਨ ਅੱਗੇ ਲੈ ਆਏ ਜਿਸ ਵਿਚ ਬਾਰੋਨ ਰਹਿੰਦਾ ਸੀ। ਬਾਰੋਨ ਘਰ ਹੀ ਸੀ। ਬਾਹਰ ਵਾਲੇ ਕਮਰੇ ਵਿਚ ਇਕ ਬਾਵਰਦੀ ਨੌਜਵਾਨ ਅਫਸਰ ਜਿਸ ਦੀ ਗਰਦਨ ਲੰਮੀ ਤੇ ਪਤਲੀ ਸੀ ਤੇ ਘੰਡੀ ਵਧੀ ਹੋਈ ਸੀ, ਦੋ ਔਰਤਾਂ ਨਾਲ ਬੈਠਾ ਹੋਇਆ ਸੀ। ਉਹ ਤੁਰਦਾ ਤਾਂ ਬਹੁਤ ਹੀ ਪੋਲੇ ਪੋਲੇ ਕਦਮ ਰਖਦਾ।

"ਤੁਹਾਡਾ ਸ਼ੁਭ ਨਾਮ?" ਵਧੀ ਘੰਡੀ ਵਾਲੇ ਨੌਜਵਾਨ ਨੇ ਬੜੀ ਸ਼ਾਨ ਨਾਲ ਉਹਨਾਂ ਔਰਤਾਂ ਕੋਲੋਂ ਦੀ ਹੌਲੀ ਹੌਲੀ ਲੰਘਦਿਆਂ ਨੇਖਲੀਊਦੋਵ ਕੋਲੋਂ ਆ ਕੇ ਪੁੱਛਿਆ।

ਨੇਖਲੀਊਦੋਵ ਨੇ ਆਪਣਾ ਨਾਂ ਦੱਸਿਆ।

"ਬਾਰੋਨ ਨੇ ਤੁਹਾਡੀ ਗੱਲ ਕੀਤੀ ਸੀ। ਰਤਾ ਕੁ ਅਟਕੋ।"

ਨੌਜਵਾਨ ਨੇ ਆਖਿਆ ਅਤੇ ਅੰਦਰੋਂ ਇਕ ਬੂਹੇ ਵਿਚੋਂ ਪਰਲੇ ਪਾਸੇ ਨਿਕਲ ਗਿਆ। ਜਦੋਂ ਉਹ ਮੁੜ ਕੇ ਆਇਆ ਤਾਂ ਮਾਤਮੀ ਲਿਬਾਸ ਵਿਚ ਇਕ ਰੋਂਦੀ ਹੋਈ ਔਰਤ ਉਹਦੇ ਮਗਰ ਮਗਰ ਆ ਰਹੀ ਸੀ। ਉਹ ਔਰਤ ਆਪਣੀਆਂ ਹੱਡਲ ਉਂਗਲਾਂ ਨਾਲ ਉਲਝੀ ਹੋਈ ਜਾਲੀ ਨੂੰ ਖਿੱਚ ਕੇ ਆਪਣੇ ਚਿਹਰੇ ਅੱਗੇ ਕਰਨ ਦੀ ਕੋਸ਼ਿਸ਼ ਕਰ ਰਹੀ ਸੀ ਤਾਂ ਜੋ ਉਹਦੇ ਅਥਰੂ ਕੋਈ ਨਾ ਵੇਖੇ।

"ਆਓ ਜੀ," ਨੌਜਵਾਨ ਨੇ ਨੇਖਲੀਊਦੋਵ ਨੂੰ ਆਖਿਆ ਅਤੇ ਪੜ੍ਹਨ ਲਿਖਣ ਵਾਲੇ ਕਮਰੇ ਦਾ ਬੂਹਾ ਖੋਹਲ ਕੇ ਖੜ੍ਹਾ ਹੋ ਗਿਆ।

ਨੇਖਲੀਊਦੋਵ ਨੇ ਅੰਦਰ ਕਦਮ ਰਖਿਆ ਤੇ ਵੇਖਿਆ ਕਿ ਇਕ ਦਰਮਿਆਨੇ ਕੱਦ ਦਾ ਗੱਠਵੇਂ ਸਰੀਰ ਵਾਲਾ ਬੰਦਾ ਵੱਡੀ ਸਾਰੀ ਮੇਜ਼ ਦੇ ਪਿੱਛੇ ਆਰਾਮ ਕੁਰਸੀ ਉਤੇ ਬੈਠਾ ਹੋਇਆ ਹੈ। ਉਸ ਦੇ ਸਿਰ ਉਤੇ ਨਿੱਕੇ ਨਿੱਕੇ ਵਾਲ ਸਨ ਤੇ ਉਹਨੇ ਲੰਮਾ ਕੋਟ ਪਾਇਆ ਹੋਇਆ ਸੀ। ਚਿਹਰਾ ਹਸੂੰ ਹਸੂੰ ਕਰ ਰਿਹਾ ਸੀ।

ਉਸ ਦਾ ਦਿਆਲੂ ਚਿਹਰਾ ਚਿੱਟੇ ਚਿੱਟੇ ਸਿਰ ਦੇ ਵਾਲਾਂ, ਮੁੱਛਾਂ ਅਤੇ ਦਾੜ੍ਹੀ ਵਿਚੋਂ ਵੀ ਗੁਲਾਬ ਵਾਂਗ ਲਾਲ ਸੁਰਖ਼ ਲੱਗਦਾ ਸੀ। ਇਕ ਦੋਸਤਾਨਾ ਮੁਸਕਾਨ ਨਾਲ ਉਹਨੇ ਨੇਖਲੀਊਦੋਵ ਨੂੰ ਸੰਬੋਧਨ ਕੀਤਾ।

"ਬੜੀ ਖੁਸ਼ੀ ਹੋਈ ਤੁਹਾਨੂੰ ਮਿਲ ਕੇ। ਤੁਹਾਡੀ ਮਾਤਾ ਨਾਲ ਮੇਰੀ ਪੁਰਾਣੀ ਜਾਣ-ਪਛਾਣ ਸੀ। ਅਸੀਂ ਦੋਸਤਾਂ ਵਾਂਗ ਸੀ। ਮੈਂ ਤੁਹਾਨੂੰ ਓਦੋਂ ਵੇਖਿਆ ਸੀ ਜਦੋਂ ਤੁਸੀਂ ਹਾਲੇ ਬੱਚੇ ਸੀ। ਫੇਰ ਤੁਹਾਨੂੰ ਅਫਸਰ ਬਣਿਆ ਵੇਖਿਆ। ਬਹਿ ਜਾਓ। ਦੱਸੋ ਕੀ ਕੰਮ ਹੈ... ਹਾਂ, ਹਾਂ," ਜਦੋਂ ਨੇਖਲੀਊਦੋਵ ਫੇਦੋਸੀਆ ਦੀ ਕਹਾਣੀ ਸੁਣਾ ਰਿਹਾ ਸੀ ਤਾਂ ਉਹਨੇ ਆਪਣੇ ਸਿਰ ਦੇ ਕੱਟੇ ਹੋਏ ਚਿੱਟੇ ਵਾਲਾਂ ਨੂੰ ਛੰਡਦਿਆਂ ਆਖਿਆ, "ਬੋਲਦੇ ਜਾਓ,

ਬੋਲਦੇ ਜਾਓ। ਮੈਂ ਸਮਝ ਰਿਹਾ ਹਾਂ। ਕਹਾਣੀ ਵਾਕਈ ਦਿਲਟੁੰਬਵੀਂ ਹੈ। ਤੇ ਅਪੀਲ ਦਾਖ਼ਲ ਕਰ ਦਿੱਤੀ ਹੈ ਤੁਸੀਂ ਕਿ ਨਹੀਂ?"

"ਦਰਖਾਸਤ ਮੈਂ ਤਿਆਰ ਕੀਤੀ ਹੋਈ ਹੈ," ਨੇਖਲੀਊਦੋਵ ਨੇ ਆਪਣੀ ਜੇਬ ਵਿਚੋਂ ਦਰਖ਼ਾਸਤ ਕੱਢਦਿਆਂ ਆਖਿਆ, "ਪਰ ਮੈਂ ਸੋਚਿਆ ਪਹਿਲਾਂ ਤੁਹਾਡੇ ਨਾਲ ਗੱਲ ਕਰ ਲਵਾਂ। ਇਸ ਉਮੀਦ ਨਾਲ ਕਿ ਇਸ ਤਰ੍ਹਾਂ ਮੁਕਦਮੇ ਵੱਲ ਖਾਸ ਧਿਆਨ ਦਿੱਤਾ ਜਾਵੇਗਾ।"

"ਤੁਸੀਂ ਠੀਕ ਹੀ ਕੀਤਾ ਹੈ। ਮੈਂ ਆਪ ਹੀ ਇਸ ਬਾਰੇ ਰਿਪੋਰਟ ਕਰਾਂਗਾ," ਬਾਰੋਨ ਨੇ ਆਖਿਆ। ਉਹ ਆਪਣੇ ਹਸਮੁਖ ਚਿਹਰੇ ਉੱਤੇ ਦਰਦ ਦਾ ਭਾਵ ਲਿਆਉਣ ਦੀ ਅਸਫਲ ਕੋਸ਼ਿਸ਼ ਕਰ ਰਿਹਾ ਸੀ। "ਬਹੁਤ ਦਿਲਟੁੰਬਵਾਂ ਕਿੱਸਾ ਹੈ! ਸਾਫ ਪਤਾ ਲੱਗਦਾ ਹੈ ਕਿ ਉਹ ਬਾਲੜੀ ਸੀ। ਪਤੀ ਨੇ ਉਹਦੇ ਨਾਲ ਬੁਰਾ ਸਲੂਕ ਕੀਤਾ ਤੇ ਇਸ ਨਾਲ ਉਹਦੇ ਦਿਲ ਵਿਚ ਨਫਰਤ ਜਾਗ ਪਈ, ਪਰ ਜਿਉਂ ਜਿਉਂ ਵਕਤ ਬੀਤਦਾ ਗਿਆ ਉਹ ਇਕ ਦੂਜੇ ਨੂੰ ਪਿਆਰ ਕਰਨ ਲੱਗ ਪਏ। ਠੀਕ ਹੈ, ਮੈਂ ਇਸ ਬਾਰੇ ਰਿਪੋਰਟ ਕਰਾਂਗਾ।"

"ਕਾਊਂਟ ਇਵਾਨ ਮਿਖਾਇਲੋਵਿਚ ਵੀ ਇਹਦੇ ਬਾਰੇ ਮਹਾਰਾਣੀ ਅੱਗੇ ਬੇਨਤੀ ਕਰਨਗੇ।"

ਨੇਖਲੀਊਦੋਵ ਦੇ ਮੂਹੋਂ ਇਹ ਲਫਜ਼ ਨਿਕਲਣ ਦੀ ਦੇਰ ਸੀ ਕਿ ਬਾਰੋਨ ਦੇ ਚਿਹਰੇ ਦਾ ਰੰਗ ਢੰਗ ਬਦਲ ਗਿਆ।

"ਚੰਗਾ ਹੋਵੇ ਜੇ ਤੁਸੀਂ ਦਰਖਾਸਤ ਦਫਤਰ ਵਿਚ ਦੇ ਜਾਓ, ਫੇਰ ਜੋ ਕੁਝ ਹੋ ਸਕਿਆ, ਮੈਂ ਕਰਾਂਗਾ," ਉਸ ਨੇ ਆਖਿਆ।

ਤਾਹੀਉਂ ਉਹ ਨੌਜਵਾਨ ਅਫਸਰ ਫੇਰ ਕਮਰੇ ਵਿਚ ਆਇਆ। ਪ੍ਰਤੱਖ ਰੂਪ ਵਿਚ ਉਹ ਆਪਣੀ ਚਾਲ ਦੇ ਬਾਂਕਪਨ ਦਾ ਵਿਖਾਵਾ ਕਰ ਰਿਹਾ ਸੀ।

"ਓਹੀ ਔਰਤ ਕਹਿੰਦੀ ਏ ਕਿ ਥੋੜੀ ਜਿਹੀ ਗੱਲ ਹੋਰ ਕਰਨੀ ਹੈ।"

"ਠੀਕ ਹੈ। ਭੇਜ ਦੇ ਅੰਦਰ... ਉਹ, mon cher ਸਾਨੂੰ ਕਿੰਨੇ ਡੁਲ੍ਹਦੇ ਅਥਰੂ ਵੇਖਣੇ ਪੈਂਦੇ ਨੇ! ਕਾਸ਼, ਅਸੀਂ ਇਹ ਅਥਰੂ ਪੂੰਝ ਸਕਦੇ। ਜੋ ਵੀ ਸਾਡੇ ਕੋਲੋਂ ਹੋ ਸਕਦਾ ਹੈ, ਅਸੀਂ ਕਰਦੇ ਹਾਂ।"

ਸ੍ਰੀਮਤੀ ਅੰਦਰ ਆਈ।

"ਮੈਂ ਤੁਹਾਨੂੰ ਇਹ ਕਹਿਣਾ ਭੁਲ ਗਈ ਕਿ ਉਹਨੂੰ ਆਪਣੀ ਧੀ ਨੂੰ ਛੱਡ ਦੇਣ ਦੀ ਛੁੱਟੀ ਨਾ ਦਿੱਤੀ ਜਾਵੇ। ਉਹ ਤਾਂ ਤਿਆਰ ਹੈ ਕਿ..."

"ਮੈਂ ਤੁਹਾਨੂੰ ਪਹਿਲਾਂ ਹੀ ਦੱਸਿਆ ਹੈ ਕਿ ਮੈਥੋਂ ਜੋ ਕੁਝ ਹੋ ਸਕਿਆ, ਜ਼ਰੂਰ ਕਰਾਂਗਾ।"

"ਬਾਰੋਨ, ਰੱਬ ਦੇ ਵਾਸਤੇ! ਤੁਸੀਂ ਇਕ ਮਾਂ ਨੂੰ ਬਚਾ ਲਓਗੇ।"

ਸ੍ਰੀਮਤੀ ਨੇ ਬਾਰੋਨ ਦਾ ਹੱਥ ਫੜਿਆ ਤੇ ਚੁੰਮਣਾ ਸ਼ੁਰੂ ਕਰ ਦਿੱਤਾ।

"ਸਭ ਕੁਝ ਹੋ ਜਾਵੇਗਾ।"

ਜਦੋਂ ਉਹ ਸ੍ਰੀਮਤੀ ਬਾਹਰ ਗਈ ਤਾਂ ਨੇਖਲੀਊਦੋਵ ਵੀ ਵਿਦਾ ਲੈਣ ਲੱਗਾ। "ਜੋ ਕੁਝ ਹੋ ਸਕਿਆ ਕਰਾਂਗੇ। ਮੈਂ ਨਿਆਂ-ਮੰਤਰਾਲੇ ਵਿਚ ਇਸ ਬਾਬਤ ਗੱਲ ਕਰਾਂਗਾ। ਉਹਨਾਂ ਦਾ ਜਵਾਬ ਮਿਲਣ ਤੇ ਜੋ ਹੋ ਸਕਿਆ ਅਸੀਂ ਕਰਾਂਗੇ।"

ਨੇਖਲੀਊਦੋਵ ਪੜ੍ਹਨ-ਕਮਰੇ ਵਿਚੋਂ ਨਿਕਲ ਕੇ ਫੇਰ ਦਫਤਰ ਵਿਚ ਚਲਾ ਗਿਆ। ਸੈਨੇਟ ਦੇ ਦਫਤਰ ਵਾਂਗ ਹੀ, ਉਸ ਨੇ ਵੇਖਿਆ ਬੜਾ ਸ਼ਾਨਦਾਰ ਦਫਤਰ ਸੀ, ਛੈਲ-ਛਬੀਲੇ ਅਫਸਰ ਸਨ—ਸਾਫ ਸੁਥਰੇ, ਮਿਠਬੋਲੜੇ, ਢੁਕਵੀਂ ਤੇ ਮਤਲਬ ਦੀ ਗੱਲ ਕਰਨ ਵਾਲੇ। ਉਹਨਾਂ ਦੇ ਪਹਿਰਾਵੇ ਤੇ ਬੋਲ-ਚਾਲ ਵਿਚੋਂ ਇਕ ਵਿਲੱਖਣਤਾ ਟਪਕਦੀ ਸੀ।

"ਕਿੰਨੇ ਸਾਰੇ ਸਨ ਇਹ ਅਫਸਰ, ਕਿੰਨੇ ਹੀ ਸਾਰੇ, ਤੇ ਸਾਰੇ ਦੇ ਸਾਰੇ ਖਾ ਖਾ ਕੇ ਪਲੇ ਹੋਏ ਜਾਪਦੇ ਸਨ। ਕਮੀਜ਼ਾਂ ਕੇਡੀਆਂ ਸਾਫ ਸੁਥਰੀਆਂ ਸਨ ਉਹਨਾਂ ਦੀਆਂ ਤੇ ਹੱਥ ਕਿਵੇਂ ਸਾਫ ਸਨ। ਪਾਲਿਸ਼ ਕੀਤੇ ਸਭ ਦੇ ਬੂਟ ਚਮਕਾਂ ਮਾਰ ਰਹੇ ਸਨ। ਇਹ ਸਭ ਕੰਮ ਉਹਨਾਂ ਵਾਸਤੇ ਕੌਣ ਕਰਦਾ ਹੈ? ਸਿਰਫ ਕੈਦੀਆਂ ਦੀ ਤੁਲਨਾ ਵਿਚ ਹੀ ਨਹੀਂ ਸਗੋਂ ਕਿਸਾਨਾਂ ਦੇ ਮੁਕਾਬਲੇ ਵਿਚ ਵੀ ਇਹ ਬੜੇ ਸੁਖ ਆਰਾਮ ਨਾਲ ਰਹਿੰਦੇ ਸਨ! ਨੇਖਲੀਊਦੋਵ ਦੇ ਮਨ ਵਿਚ ਆਪਮੁਹਾਰੇ ਹੀ ਇਸ ਤਰ੍ਹਾਂ ਦੇ ਖਿਆਲ ਸਿਰ ਚੁੱਕ ਰਹੇ ਸਨ।

੧੯

ਪੀਟਰਸਬਰਗ ਦੇ ਕੈਦੀਆਂ ਦੀ ਬੁਰੀ ਹਾਲਤ ਵਿਚ ਸੁਧਾਰ ਕਰਨਾ ਜਿਸ ਆਦਮੀ ਉਤੇ ਨਿਰਭਰ ਸੀ ਉਹ ਇਕ ਪ੍ਰਸਿਧ ਬੁੱਢਾ ਜਨਰਲ ਸੀ। ਉਹ ਇਕ ਬਾਰੋਨ ਸੀ ਜਿਸ ਦੇ ਵੱਡੇ ਵਡੇਰੇ ਜਰਮਨ ਸਨ ਅਤੇ ਜਿਸ ਦੀ ਅਕਲ, ਜਿਵੇਂ ਕਿ ਲੋਕ ਆਖੰਦੇ ਸਨ, ਹੁਣ ਟਿਕਾਣੇ ਨਹੀਂ ਸੀ ਰਹੀ। ਉਸ ਨੇ ਬਹੁਤ ਸਾਰੇ ਤਮਗੇ ਹਾਸਿਲ ਕੀਤੇ ਹੋਏ ਸਨ ਪਰ ਉਹ ਆਪਣੀ ਛਾਤੀ ਉਤੇ ਸਿਰਫ ਇਕੋ ਹੀ—ਸਫੈਦ ਕਰਾਸ ਦਾ ਆਰਡਰ—ਲਾਉਂਦਾ ਸੀ। ਇਹ ਤਮਗਾ, ਜਿਸ ਨੂੰ ਉਹ ਬਹੁਤ ਵਡਮੁਲਾ ਸਮਝਦਾ ਸੀ, ਉਸ ਨੂੰ ਕਾਕੇਸ਼ੀਆ ਵਿਚ ਕੀਤੀਆਂ ਸੇਵਾਵਾਂ ਬਦਲੇ ਮਿਲਿਆ ਸੀ। ਓਦੋਂ ਕੱਟੇ ਹੋਏ ਵਾਲਾਂ, ਫੌਜੀ ਵਰਦੀਆਂ ਵਾਲੇ ਅਤੇ ਬੰਦੂਕਾਂ ਤੇ ਸੰਗੀਨਾਂ ਨਾਲ ਲੈਸ ਬਹੁਤ ਸਾਰੇ ਰੂਸੀ ਕਿਸਾਨਾਂ ਨੇ ਉਹਦੇ ਹੁਕਮ ਨਾਲ ਇਕ ਹਜ਼ਾਰ ਤੋਂ ਵਧ ਐਸੇ ਬੰਦੇ ਮਾਰ ਛੱਡੇ ਸਨ ਜਿਹੜੇ ਆਪਣੀ ਆਜ਼ਾਦੀ, ਆਪਣੇ ਘਰਾਂ ਅਤੇ ਆਪਣੇ ਟੱਬਰਾਂ ਦੀ ਰੱਖਿਆ ਕਰ ਰਹੇ ਸਨ। ਉਸ ਤੋਂ ਮਗਰੋਂ ਉਸ ਨੇ ਪੋਲੈਂਡ ਵਿਚ ਰਹਿ ਕੇ ਕੰਮ ਕੀਤਾ ਤੇ ਓਥੇ ਵੀ ਰੂਸੀ ਕਿਸਾਨਾਂ ਤੋਂ ਤਰ੍ਹਾਂ ਤਰ੍ਹਾਂ ਦੇ ਬੇਅੰਤ ਜ਼ੁਲਮ ਕਰਵਾਏ ਸਨ। ਇਸ ਦੇ ਬਦਲੇ ਵਿਚ ਉਸ ਨੂੰ ਆਪਣੀ ਵਰਦੀ ਉਤੇ ਲਾਉਣ ਲਈ ਕਈ ਫੀਤੀਆਂ ਤੇ ਤਮਗੇ ਮਿਲੇ ਸਨ। ਇਸ ਤੋਂ ਮਗਰੋਂ ਉਹ ਕਿਸੇ ਹੋਰ ਥਾਂ ਚਲਾ

ਗਿਆ ਸੀ ਤੇ ਇਸ ਵੇਲੇ ਜਦੋਂ ਉਹ ਕਮਜ਼ੋਰ ਤੇ ਵਡੇਰੀ ਉਮਰ ਦਾ ਬੰਦਾ ਹੋ ਗਿਆ ਸੀ ਤਾਂ ਉਸ ਨੂੰ ਇਸ ਪਦਵੀ ਉਤੇ ਕੰਮ ਕਰਨ ਲਾਇਆ ਗਿਆ ਸੀ। ਇਸ ਨਾਲ ਉਸ ਨੂੰ ਰਹਿਣ ਵਾਸਤੇ ਇਕ ਚੰਗਾ ਘਰ, ਸੁਹਣੀ ਆਮਦਨ ਅਤੇ ਇਜ਼ਤ ਮਾਣ ਪ੍ਰਾਪਤ ਹੁੰਦਾ ਸੀ। ਉਹ ਬੜੀ ਸਖ਼ਤੀ ਨਾਲ ਉਹਨਾਂ ਸਾਰੇ ਕਾਨੂੰਨ-ਕਾਇਦਿਆਂ ਉਤੇ ਅਮਲ ਕਰਦਾ ਜਿਹੜੇ "ਉਪਰੋਂ" ਲਾਗੂ ਕੀਤੇ ਜਾਂਦੇ ਸਨ। ਉਹ ਇਹਨਾਂ ਕਾਨੂੰਨ-ਕਾਇਦਿਆਂ ਨੂੰ ਖਾਸ ਅਹਿਮੀਅਤ ਦੇਂਦਾ ਸੀ ਅਤੇ ਪੂਰੀ ਸਖ਼ਤੀ ਨਾਲ ਇਹਨਾਂ ਉਤੇ ਅਮਲ ਕਰਦਾ ਸੀ। ਉਸ ਦਾ ਵਿਚਾਰ ਸੀ ਕਿ ਦੁਨੀਆ ਦੀ ਬਾਕੀ ਹਰ ਚੀਜ਼ ਬਦਲ ਸਕਦੀ ਹੈ ਪਰ "ਉਪਰੋਂ" ਲਾਗੂ ਕੀਤੇ ਗਏ ਇਹ ਕਾਨੂੰਨ-ਕਾਇਦੇ ਨਹੀਂ ਬਦਲ ਸਕਦੇ। ਉਸ ਦਾ ਕੰਮ ਸਿਆਸੀ ਕੈਦੀਆਂ—ਮਰਦਾਂ ਤੇ ਔਰਤਾਂ—ਨੂੰ ਕਾਲ-ਕੋਠੜੀ ਵਿਚ ਬੰਦ ਰਖਣਾ ਸੀ ਪਰ ਰੱਖਣਾ ਐਸੀ ਹਾਲਤ ਵਿਚ ਕਿ ਉਹਨਾਂ ਵਿਚੋਂ ਅੱਧੇ ਕੈਦੀ ਦਸਾਂ ਵਰ੍ਹਿਆਂ ਵਿਚ ਹੀ ਮਰ ਮੁਕ ਜਾਂਦੇ। ਕਈ ਪਾਗਲ ਹੋ ਜਾਂਦੇ, ਕਈ ਤਪਦਿਕ ਦਾ ਸ਼ਿਕਾਰ ਹੋ ਜਾਂਦੇ ਤੇ ਕਈ ਭੁੱਖੇ ਰਹਿ ਕੇ, ਜਾਂ ਕੱਚ ਦੇ ਟੁਕੜਿਆਂ ਨਾਲ ਲਹੂ-ਨਾੜਾਂ ਨੂੰ ਕੱਟ ਕੇ, ਫਾਹ ਲੈ ਕੇ ਜਾਂ ਆਪਣੇ ਆਪ ਨੂੰ ਅੱਗ ਲਾ ਕੇ ਆਤਮਘਾਤ ਕਰ ਲੈਂਦੇ। ਐਸੀ ਗੱਲ ਨਹੀਂ ਕਿ ਬੁੱਢੇ ਜਨਰਲ ਨੂੰ ਇਸ ਗੱਲ ਦਾ ਪਤਾ ਨਹੀਂ ਸੀ। ਇਹ ਸਭ ਗੱਲਾਂ ਉਹਦੀਆਂ ਅੱਖਾਂ ਦੇ ਸਾਮ੍ਹਣੇ ਵਾਪਰਦੀਆਂ ਸਨ। ਪਰ ਇਹਨਾਂ ਗੱਲਾਂ ਦਾ ਉਹਦੀ ਜ਼ਮੀਰ ਉਤੇ ਕੋਈ ਅਸਰ ਨਹੀਂ ਸੀ ਹੁੰਦਾ। ਉਹਦੇ ਵਾਸਤੇ ਇਹ ਗੱਲਾਂ ਤੂਫਾਨਾਂ, ਹੜ੍ਹਾਂ, ਆਦਿ ਕਾਰਨ ਹੋਈਆਂ ਦੁਰਘਟਨਾਵਾਂ ਨਾਲੋਂ ਵਧ ਅਹਿਮੀਅਤ ਨਹੀਂ ਸੀ ਰਖਦੀਆਂ। ਇਹ ਗੱਲਾਂ ਜ਼ਾਰ ਵਲੋਂ "ਉਪਰੋਂ" ਲਾਗੂ ਕੀਤੇ ਗਏ ਕਾਨੂੰਨ-ਕਾਇਦਿਆਂ ਉਤੇ ਅਮਲ ਕਰਨ ਦੇ ਨਤੀਜੇ ਵਜੋਂ ਹੀ ਵਾਪਰਦੀਆਂ ਸਨ। ਇਹਨਾਂ ਕਾਨੂੰਨ-ਕਾਇਦਿਆਂ ਉਤੇ ਅਮਲ ਤਾਂ ਹਰ ਹਾਲਤ ਵਿਚ ਹੋਣਾ ਹੀ ਹੁੰਦਾ ਸੀ, ਇਸ ਕਰਕੇ ਇਹਨਾਂ ਉਤੇ ਅਮਲ ਕਰਨ ਨਾਲ ਨਿਕਲਣ ਵਾਲੇ ਨਤੀਜਿਆਂ ਬਾਰੇ ਸੋਚਣਾ ਉੱਕਾ ਹੀ ਫਜ਼ੂਲ ਗੱਲ ਸੀ। ਬੁੱਢੇ ਜਨਰਲ ਨੇ ਇਹਨਾਂ ਗੱਲਾਂ ਬਾਰੇ ਕਦੇ ਸੋਚਿਆ ਹੀ ਨਹੀਂ ਸੀ। ਇਕ ਸੈਨਿਕ ਦੇ ਨਾਤੇ ਇਹਨਾਂ ਬਾਰੇ ਨਾ ਸੋਚਣਾ ਉਹ ਆਪਣਾ ਦੇਸ਼ਭਗਤਕ ਫਰਜ਼ ਸਮਝਦਾ ਸੀ ਵਰਨਾ ਉਸ ਨੂੰ ਡਰ ਸੀ ਕਿ ਉਹਨਾਂ ਜ਼ਿੰਮੇਵਾਰੀਆਂ ਨੂੰ ਪੂਰਿਆਂ ਕਰਨ ਵਿਚ ਉਹਦੇ ਅੰਦਰ ਕੋਈ ਕਮਜ਼ੋਰੀ ਆ ਸਕਦੀ ਹੈ ਜਿਨ੍ਹਾਂ ਨੂੰ ਉਹ ਆਪਣੇ ਵਾਸਤੇ ਬਹੁਤ ਹੀ ਮਹੱਤਵਪੂਰਨ ਸਮਝਦਾ ਸੀ।

ਹਫਤੇ ਵਿੱਚ ਇਕ ਵਾਰੀ ਬੁੱਢਾ ਜਨਰਲ ਕੈਦੀਆਂ ਦੀਆਂ ਕੋਠੜੀਆਂ ਦਾ ਦੌਰਾ ਕਰਦਾ ਸੀ। ਇਹ ਕੰਮ ਵੀ ਉਹਦੇ ਫਰਜ਼ਾਂ ਵਿਚ ਸ਼ਾਮਲ ਸੀ। ਤੇ ਦੌਰਾ ਕਰਦੇ ਸਮੇਂ ਉਹ ਕੈਦੀਆਂ ਕੋਲੋਂ ਉਹਨਾਂ ਦੀਆਂ ਬੇਨਤੀਆਂ ਫਰਮਾਇਸ਼ਾਂ ਸੁਣਦਾ। ਕੈਦੀ ਤਰ੍ਹਾਂ ਤਰ੍ਹਾਂ ਦੇ ਸਵਾਲ ਪਾਉਂਦੇ, ਬੇਨਤੀਆਂ ਕਰਦੇ। ਉਹ ਬਿਲਕੁਲ ਚੁਪ ਰਹਿ ਕੇ ਉਹਨਾਂ ਦੀਆਂ ਗੱਲਾਂ ਸੁਣਦਾ ਰਹਿੰਦਾ। ਏਸ ਚੁੱਪ ਦੀ ਕੋਈ ਥਾਹ ਨਹੀਂ ਸੀ ਪਾ ਸਕਦਾ। ਉਸ ਨੇ ਉਹਨਾਂ ਦੇ ਸਵਾਲਾਂ, ਫਰਮਾਇਸ਼ਾਂ ਨੂੰ ਕਦੇ ਪੂਰਾ ਨਹੀਂ ਸੀ ਕੀਤਾ ਕਿਉਂਕਿ ਉਹਨਾਂ ਦਾ ਕਾਨੂੰਨ-ਕਾਇਦਿਆਂ ਨਾਲ ਕੋਈ ਜੋੜ ਨਹੀਂ ਸੀ ਬੈਠਦਾ।

ਠੀਕ ਉਸੇ ਵੇਲੇ, ਜਦੋਂ ਨੇਖਲੀਊਦੋਵ ਬੱਘੀ ਵਿਚ ਸਵਾਰ ਬੁੱਢੇ ਜਨਰਲ ਦੇ ਮਕਾਨ ਅੱਗੇ ਪੁਜਾ, ਘੰਟਾਘਰ ਦੀਆਂ ਤਿਹਰੀਆਂ ਘੰਟੀਆਂ ਨੇ ਟਨ ਟਨ ਕੀਤਾ "ਪ੍ਰਭੂ, ਤੇਰੀ ਵਡਿਆਈ ਦਾ ਕੋਈ ਅੰਤ ਨਹੀਂ!" ਅਤੇ ਉਸ ਤੋਂ ਪਿਛੋਂ ਘੜੀ ਨੇ ਦੋ ਵਜਾਏ। ਇਹਨਾਂ ਘੰਟੀਆਂ ਦੀ ਧੁਨ ਨਾਲ ਨੇਖਲੀਊਦੋਵ ਨੂੰ ਉਹ ਗੱਲ ਯਾਦ ਆ ਗਈ ਜੋ ਉਸ ਨੇ ਦਸੰਬਰਵਾਦੀਆਂ ਦੀਆਂ ਯਾਦਾਂ ਵਿਚੋਂ ਪੜ੍ਹੀ ਸੀ। ਲਿਖਿਆ ਸੀ ਕਿ ਘੰਟੇ ਘੰਟੇ ਮਗਰੋਂ ਵਜਣ ਵਾਲਾ ਇਹ ਮਿੱਠਾ ਮਧੁਰ ਸੰਗੀਤ ਉਮਰ ਕੈਦ ਭੋਗਣ ਵਾਲਿਆਂ ਦੇ ਦਿਲਾਂ ਵਿਚ ਬਾਰ ਬਾਰ ਗੂੰਜਦਾ ਹੈ। ਇਸ ਵੇਲੇ ਬੁੱਢਾ ਜਨਰਲ ਆਪਣੀ ਬੈਠਕ ਵਿਚ ਇਕ ਜੜਾਊ ਮੇਜ਼ ਦੇ ਸਾਮ੍ਹਣੇ ਬੈਠਾ ਹੋਇਆ ਸੀ। ਕਮਰੇ ਵਿਚ ਹਨੇਰਾ ਕੀਤਾ ਹੋਇਆ ਸੀ। ਉਸ ਦੇ ਨਾਲ ਇਕ ਨੌਜਵਾਨ ਕਲਾਕਾਰ ਸੀ ਜਿਹੜਾ ਉਹਦੇ ਇਕ ਮਾਤਹਿਤ ਦਾ ਭਰਾ ਸੀ। ਮੇਜ਼ ਉਤੇ ਇਕ ਕਾਗਜ਼ ਉਪਰ ਉਹਨਾਂ ਨੇ ਇਕ ਚਾਹ ਦੀ ਪਿਰਚ ਉਲਟੀ ਕੀਤੀ ਹੋਈ ਸੀ। ਕਲਾਕਾਰ ਦੀਆਂ ਪਤਲੀਆਂ, ਨਮਦਾਰ ਤੇ ਕਮਜ਼ੋਰ ਉਂਗਲਾਂ ਬੁੱਢੇ ਜਨਰਲ ਦੀਆਂ ਸਖ਼ਤ, ਵਟੋਵੱਟ, ਜੋੜਾਂ ਤੋਂ ਆਕੜ ਗਈਆਂ ਉਂਗਲਾਂ ਵਿਚ ਫਸੀਆਂ ਹੋਈਆਂ ਸਨ ਅਤੇ ਇਸ ਤਰੀਕੇ ਨਾਲ ਜੁੜੇ ਹੋਏ ਹੱਥ ਪਿਰਚ ਦੇ ਨਾਲ ਨਾਲ ਕਾਗ਼ਜ਼ ਦੇ ਉਪਰ ਅੱਗੇ ਵਧ ਰਹੇ ਸਨ ਜਿਸ ਉਤੇ ਵਰਣਮਾਲਾ ਦੇ ਸਾਰੇ ਅੱਖਰ ਲਿਖੇ ਹੋਏ ਸਨ। ਪਿਰਚ ਜਨਰਲ ਦੇ ਸਵਾਲਾਂ ਦਾ ਜਵਾਬ ਦੇ ਰਹੀ ਸੀ ਕਿ ਮੌਤ ਤੋਂ ਮਗਰੋਂ ਰੂਹਾਂ ਇਕ ਦੂਜੀ ਨੂੰ ਕਿਵੇਂ ਪਛਾਣਦੀਆਂ ਹਨ।

ਜਿਸ ਵੇਲੇ ਨੇਖਲੀਊਦੋਵ ਨੇ ਵਰਦੀਪੋਸ਼ ਦਾ ਕੰਮ ਕਰਦੇ ਇਕ ਅਰਦਲੀ ਦੇ ਹੱਥ ਆਪਣਾ ਕਾਰਡ ਭਿਜਵਾਇਆ ਉਸ ਵੇਲੇ ਪਿਰਚ ਦੇ ਮਾਧਿਅਮ ਨਾਲ ਜਾਨ ਆਫ ਆਰਕ ਦੀ ਰੂਹ ਬੋਲ ਰਹੀ ਸੀ। ਜਾਨ ਆਫ ਆਰਕ ਦੀ ਰੂਹ ਨੇ ਅੱਖਰ ਅੱਖਰ ਜੋੜ ਕੇ ਇਹ ਸ਼ਬਦ ਬਣਾ ਦਿੱਤੇ ਸਨ: "ਇਕ ਦੂਜੀ ਨੂੰ ਪਛਾਣਨ" ਅਤੇ ਇਹ ਸ਼ਬਦ ਲਿਖੇ ਲਏ ਗਏ ਸਨ। ਜਦੋਂ ਅਰਦਲੀ ਅੰਦਰ ਆਇਆ ਓਦੋਂ ਪਿਰਚ "ਗੀ" ਅਤੇ "ਆਂ" ਉਤੇ ਰੁਕ ਗਈ ਸੀ ਅਤੇ ਕਦੇ ਇਕ ਪਾਸੇ ਕਦੇ ਦੂਜੇ ਪਾਸੇ ਹਿਚਕੋਲੇ ਖਾਣ ਲੱਗ ਪਈ ਸੀ। ਇਹਨਾਂ ਹਿਚਕੋਲਿਆਂ ਦਾ ਕਾਰਨ ਇਹ ਸੀ ਕਿ ਜਨਰਲ ਦੇ ਖਿਆਲ ਮੁਤਾਬਿਕ ਅਗਲਾ ਅੱਖਰ ਹੋਣਾ ਚਾਹੀਦਾ ਸੀ "ਆ"—ਅਰਥਾਤ, ਜਾਨ ਆਫ ਆਰਕ ਨੂੰ ਇਹ ਆਖਣਾ ਚਾਹੀਦਾ ਹੈ ਕਿ ਰੂਹਾਂ ਇਕ ਦੂਜੀ ਨੂੰ ਪਛਾਣਨ ਗੀਆਂ "ਅੰਦਰਲੀ ਸ਼ੁਧੀ" ਨਾਲ, ਜੋ ਕੁਝ ਵੀ ਅੰਦਰ ਸੰਸਾਰਿਕ ਜਾਂ ਇਸ ਕਿਸਮ ਦਾ ਹੈ ਉਸ ਨੂੰ ਧੋ ਕੇ। ਪਰ ਕਲਾਕਾਰ ਦਾ ਵਿਚਾਰ ਇਹ ਸੀ ਕਿ ਅਗਲਾ ਅਖਰ ਹੋਣਾ ਚਾਹੀਦਾ ਹੈ "ਜ", ਅਰਥਾਤ, ਰੂਹਾਂ ਇਕ ਦੂਜੀ ਨੂੰ ਪਛਾਣਨ ਗੀਆਂ ਉਸ 'ਜੋਤ" ਨਾਲ ਜਿਹੜੀ ਉਹਨਾਂ ਦੇ ਸੂਖਮ ਸਰੀਰਾਂ ਵਿਚੋਂ ਫੁਟ ਰਹੀ ਹੋਵੇਗੀ। ਜਨਰਲ ਦੇ ਸੰਘਣੇ ਸਫੈਦ ਭਰਵੱਟੇ ਸੁੰਗੜੇ ਹੋਏ ਸਨ ਤੇ ਉਹ ਪਿਰਚ ਉਤੇ ਟਿੱਕੇ ਹੱਥਾਂ ਵੱਲ ਝਾਕ ਰਿਹਾ ਸੀ। ਉਸ ਦਾ ਖਿਆਲ ਸੀ ਕਿ ਪਿਰਚ ਆਪਣੀ ਇੱਛਾ ਨਾਲ ਹੀ ਅੱਗੇ ਵਧ ਰਹੀ ਹੈ ਪਰ ਉਹ ਉਸ ਨੂੰ "ਅ" ਵੱਲ ਧੱਕਣ ਦੀ ਕੋਸ਼ਿਸ਼ ਕਰ ਰਿਹਾ ਸੀ। ਪੀਲੇ ਭੂਕ ਚਿਹਰੇ ਵਾਲਾ ਨੌਜਵਾਨ

ਕਲਾਕਾਰ ਜਿਸ ਨੇ ਆਪਣੇ ਪਤਲੇ ਪਤਲੇ ਵਾਲ ਵਾਹ ਕੇ ਆਪਣੇ ਕੰਨਾਂ ਪਿੱਛੇ ਕੀਤੇ ਹੋਏ ਸਨ ਆਪਣੀਆਂ ਬੇਜਾਨ ਨੀਲੀਆਂ ਅੱਖਾਂ ਨਾਲ ਬੈਠਕ ਦੀ ਇਕ ਹਨੇਰੀ ਨੁਕਰ ਵੱਲ ਵੇਖੀ ਜਾ ਰਿਹਾ ਸੀ। ਘਬਰਾਹਟ ਨਾਲ ਉਹਦੇ ਬੁਲ੍ਹ ਫਰਕ ਰਹੇ ਸਨ ਅਤੇ ਪਿਰਚ ਨੂੰ "ਜ" ਵੱਲ ਧੱਕ ਰਿਹਾ ਸੀ।

ਇਸ ਵਿਚਕਾਰ ਅਰਦਲੀ ਦੇ ਆ ਜਾਣ ਉਤੇ ਜਨਰਲ ਨੇ ਮੂੰਹ ਜਿਹਾ ਬਣਾਇਆ, ਪਰ ਪਲ ਕੁ ਮਗਰੋਂ ਉਸ ਨੇ ਕਾਰਡ ਫੜ ਲਿਆ, ਅੱਖਾਂ ਉਤੇ ਐਨਕ ਟਿਕਾਈ ਅਤੇ ਆਪਣੀ ਪਿੱਠ ਵਿਚ ਦਰਦ ਦੇ ਬਾਵਜੂਦ ਉਹ ਬੁੜ ਬੁੜ ਕਰਦਾ ਸਿੱਧਾ ਤਣ ਕੇ ਖੜਾ ਹੋ ਗਿਆ ਅਤੇ ਹੱਥ ਦੀਆਂ ਸੁੰਨ ਹੋਈਆਂ ਉਂਗਲਾਂ ਨੂੰ ਰਗੜਨ ਲੱਗਾ।

"ਉਹਨੂੰ ਪੜ੍ਹਨ ਵਾਲੇ ਕਮਰੇ ਵਿਚ ਲੈ ਚਲ।"

"ਜੇ ਕਰ ਹਜ਼ੂਰ ਆਗਿਆ ਦੇਣ ਤਾਂ ਮੈਂ ਇਕੱਲਾ ਹੀ ਕੰਮ ਮੁਕਾ ਲਵਾਂਗਾ," ਕਲਾਕਾਰ ਨੇ ਖੜੇ ਹੋ ਕੇ ਆਖਿਆ। "ਮੈਨੂੰ ਹਾਜ਼ਰੀ ਮਹਿਸੂਸ ਹੋ ਰਹੀ ਹੈ।"

"ਠੀਕ ਹੈ, ਇਕੱਲੇ ਹੀ ਮੁਕਾ ਲਓ," ਜਨਰਲ ਨੇ ਸਖ਼ਤ ਲਹਿਜੇ ਤੇ ਫੈਸਲਾਕੁਨ ਅੰਦਾਜ਼ ਵਿਚ ਆਖਿਆ ਅਤੇ ਵੱਡੇ ਵੱਡੇ, ਨਾਪੇ-ਤੋਲੇ ਤੇ ਫੁਰਤੀ ਨਾਲ ਕਦਮ ਰਖਦਾ ਹੋਇਆ ਆਪਣੇ ਪੜ੍ਹਨ-ਕਮਰੇ ਵਿਚ ਚਲਾ ਗਿਆ। "ਤੁਹਾਨੂੰ ਮਿਲ ਕੇ ਬੜੀ ਖੁਸ਼ੀ ਹੋਈ," ਜਨਰਲ ਨੇ ਦੋਸਤਾਨਾ ਸ਼ਬਦ ਰੁੱਖੇ ਅੰਦਾਜ਼ ਨਾਲ ਬੋਲਦਿਆਂ, ਅਤੇ ਲਿਖਣ ਵਾਲੀ ਮੇਜ਼ ਦੇ ਕੋਲ ਇਕ ਆਰਾਮ ਕੁਰਸੀ ਵੱਲ ਇਸ਼ਾਰਾ ਕਰਦਿਆਂ ਆਖਿਆ। "ਪੀਟਰਸਬਰਗ ਆਇਆਂ ਚੋਖੇ ਦਿਨ ਹੋ ਗਏ?"

ਨੇਖਲੀਊਦੋਵ ਨੇ ਜਵਾਬ ਦਿੱਤਾ ਕਿ ਉਹ ਬੱਸ ਹੁਣੇ ਹੀ ਆਇਆ ਹੈ।

"ਪ੍ਰਿੰਸੈਸ, ਤੁਹਾਡੀ ਮਾਤਾ ਰਾਜ਼ੀ ਬਾਜ਼ੀ ਨੇ?"

"ਮਾਂ ਤਾਂ ਸਵਰਗਵਾਸ ਹੋ ਚੁੱਕੀ ਹੈ।"

"ਮਾਫ ਕਰਨਾ। ਮੈਨੂੰ ਬੜਾ ਅਫਸੋਸ ਹੈ। ਮੇਰੇ ਪੁਤਰ ਨੇ ਦੱਸਿਆ ਸੀ ਕਿ ਉਹ ਤੁਹਾਨੂੰ ਮਿਲਿਆ ਸੀ।"

ਜਨਰਲ ਦਾ ਪੁਤ ਵੀ ਓਸੇ ਹੀ ਤਰ੍ਹਾਂ ਆਪਣੀ ਜ਼ਿੰਦਗੀ ਦਾ ਰਾਹ ਬਣਾ ਰਿਹਾ ਸੀ ਜਿਵੇਂ ਉਸ ਦੇ ਪਿਓ ਨੇ ਕੀਤਾ ਸੀ। ਸੈਨਿਕ ਅਕਾਦਮੀ ਤੋਂ ਡਿਗਰੀ ਲੈ ਕੇ ਇਸ ਵੇਲੇ ਉਹ ਗੁਪਤ ਵਿਭਾਗ ਵਿਚ ਕੰਮ ਲੱਗਾ ਹੋਇਆ ਸੀ ਅਤੇ ਉਹਨੂੰ ਆਪਣੇ ਇਸ ਕੰਮ ਉਤੇ ਬੜਾ ਮਾਣ ਸੀ। ਸਰਕਾਰੀ ਜਾਸੂਸ ਉਸ ਦੇ ਅਧੀਨ ਹੀ ਕੰਮ ਕਰਦੇ ਸਨ।

"ਕੀ ਸਮਝਦੇ ਓ। ਤੁਹਾਡੇ ਪਿਤਾ ਤੇ ਮੈਂ ਇਕੱਠੇ ਫੌਜ ਵਿਚ ਸਾਂ। ਅਸੀਂ ਦੋਸਤ ਹੁੰਦੇ ਸਾਂ, ਸਾਥੀ। ਤੇ ਤੁਸੀਂ, ਤੁਸੀਂ ਵੀ ਫੌਜ ਵਿਚ ਓ?"

"ਨਹੀਂ, ਮੈਂ ਫੌਜ ਵਿਚ ਨਹੀਂ।"

ਜਨਰਲ ਨੇ ਇਸ ਗੱਲ ਨੂੰ ਪਸੰਦ ਨਾ ਕਰਦਿਆਂ ਆਪਣਾ ਸਿਰ ਇਕ ਪਾਸੇ ਝੁਕਾ ਦਿੱਤਾ।

"ਮੈਂ ਇਕ ਬੇਨਤੀ ਕਰਨੀ ਸੀ ਤੁਹਾਨੂੰ!"

"ਬੜੀ ਖੁਸ਼ੀ ਨਾਲ। ਮੈਂ ਤੁਹਾਡੀ ਕੀ ਸੇਵਾ ਕਰ ਸਕਦਾ ਹਾਂ?"

"ਜੇ ਕਰ ਮੇਰੀ ਬੇਨਤੀ ਨੂੰ ਮੁਨਾਸਿਬ ਨਾ ਸਮਝੋ ਤਾਂ ਮਾਫ ਕਰ ਦੇਣਾ। ਪਰ ਮੈਂ ਇਹ ਕਹਿਣ ਲਈ ਮਜਬੂਰ ਹਾਂ।"

"ਕੀ, ਗੱਲ ਕੀ ਹੈ?"

"ਕਿਲ੍ਹੇ ਵਿਚ ਇਕ ਕੋਈ ਗੁਰਕੇਵਿਚ ਕੈਦ ਹੈ। ਉਹਦੀ ਮਾਂ ਉਸ ਨਾਲ ਮੁਲਾਕਾਤ ਕਰਨਾ ਚਾਹੁੰਦੀ ਹੈ। ਉਹਦੀ ਇੱਛਾ ਹੈ ਕਿ ਜੇ ਹੋਰ ਨਹੀਂ ਤਾਂ ਘਟੋ ਘਟ ਉਸ ਨੂੰ ਕੁਝ ਕਿਤਾਬਾਂ ਭੇਜਣ ਦੀ ਆਗਿਆ ਹੀ ਮਿਲ ਜਾਵੇ।"

ਨੇਖਲੀਊਦੋਵ ਦੀ ਬੇਨਤੀ ਉਤੇ ਜਨਰਲ ਨੇ ਨਾ ਤਸੱਲੀ ਹੀ ਪ੍ਰਗਟ ਕੀਤੀ ਤੇ ਨਾ ਹੀ ਨਰਾਜ਼ਗੀ। ਪਰ ਆਪਣਾ ਸਿਰ ਇਕ ਪਾਸੇ ਸੁਟ ਕੇ ਉਸ ਨੇ ਅੱਖਾਂ ਬੰਦ ਕਰ ਲਈਆਂ ਜਿਵੇਂ ਕੁਝ ਵਿਚਾਰ ਰਿਹਾ ਹੋਵੇ। ਹਕੀਕਤ ਇਹ ਸੀ ਕਿ ਉਹ ਕਿਸੇ ਵੀ ਗੱਲ ਉਤੇ ਵਿਚਾਰ ਨਹੀਂ ਸੀ ਕਰ ਰਿਹਾ ਅਤੇ ਉਸ ਨੂੰ ਨੇਖਲੀਊਦੋਵ ਦੀਆਂ ਬੇਨਤੀਆਂ ਵਿਚ ਕੋਈ ਦਿਲਚਸਪੀ ਨਹੀਂ ਸੀ। ਉਹ ਚੰਗੀ ਤਰ੍ਹਾਂ ਜਾਣਦਾ ਸੀ ਕਿ ਉਹ ਇਹਨਾਂ ਸਭਨਾਂ ਦਾ ਜਵਾਬ ਓਹੀ ਦੇਵੇਗਾ ਜੋ ਕਾਨੂੰਨ ਇਜਾਜ਼ਤ ਦੇਂਦਾ ਹੈ। ਉਹ ਤਾਂ ਸਿਰਫ ਦਿਮਾਗੀ ਤੌਰ ਤੇ ਆਰਾਮ ਹੀ ਕਰ ਰਿਹਾ ਸੀ ਅਤੇ ਕੁਝ ਵੀ ਸੋਚ ਨਹੀਂ ਸੀ ਰਿਹਾ।

"ਵੇਖੋ ਨਾ," ਅਖੀਰ ਉਹ ਬੋਲਿਆ, "ਇਹ ਮੇਰੇ ਵੱਸ ਦੀ ਗੱਲ ਨਹੀਂ। ਮੁਲਾਕਾਤਾਂ ਨਾਲ ਸੰਬੰਧ ਰਖਦੇ ਕੁਝ ਕਾਨੂੰਨ-ਕਾਇਦੇ ਨੇ ਜਿਹੜੇ ਖੁਦ ਮਹਾਰਾਜ ਹਜ਼ੂਰ ਦੇ ਤਸਦੀਕ ਕੀਤੇ ਹੋਏ ਨੇ। ਜਿਥੋਂ ਤੱਕ ਕਿਤਾਬਾਂ ਦਾ ਸਵਾਲ ਹੈ, ਸਾਡੇ ਕੋਲ ਲਾਇਬ੍ਰੇਰੀ ਹੈ ਜਿਸ ਵਿਚ ਢੁਕਵੀਆਂ ਕਿਤਾਬਾਂ ਮੌਜੂਦ ਹਨ। ਉਹਨਾਂ ਨੂੰ ਪੜ੍ਹਨ ਦੀ ਇਜਾਜ਼ਤ ਮਿਲ ਸਕਦੀ ਹੈ।"

"ਇਹ ਤਾਂ ਠੀਕ ਹੈ ਪਰ ਉਹ ਵਿਗਿਆਨ ਦੀਆਂ ਕਿਤਾਬਾਂ ਚਾਹੁੰਦਾ ਹੈ। ਉਹ ਪੜ੍ਹਾਈ ਕਰਨ ਦਾ ਚਾਹਵਾਨ ਹੈ।"

"ਇਹਨਾਂ ਗੱਲਾਂ ਵਿਚ ਨਾ ਆਓ," ਜਨਰਲ ਕੁਝ ਚਿਰ ਲਈ ਖਾਮੋਸ਼ ਹੋ ਗਿਆ। "ਉਹ ਪੜ੍ਹਾਈ ਵੜ੍ਹਾਈ ਕੋਈ ਨਹੀਂ ਕਰਨਾ ਚਾਹੁੰਦਾ। ਐਵੇਂ ਬੇਕਰਾਰੀ ਹੈ।"

"ਪਰ ਕੀ ਕੀਤਾ ਜਾਏ? ਐਸੇ ਮੁਸ਼ਕਲ ਹਾਲਾਤ ਵਿਚ ਵਕਤ ਗੁਜ਼ਾਰਨ ਲਈ ਕੁਝ ਨਾ ਕੁਝ ਤਾਂ ਕਰਨਾ ਹੀ ਪੈਂਦਾ ਹੈ," ਨੇਖਲੀਊਦੋਵ ਨੇ ਆਖਿਆ।

"ਇਹ ਲੋਕ ਹਮੇਸ਼ਾ ਸ਼ਿਕਵੇ ਸ਼ਿਕਾਇਤਾਂ ਕਰਦੇ ਰਹਿੰਦੇ ਨੇ," ਜਨਰਲ ਨੇ ਆਖਿਆ। "ਸਾਡੇ ਕੋਲੋਂ ਇਹ ਭੁੱਲੇ ਹੋਏ ਨਹੀਂ।" ਉਹ ਕੈਦੀਆਂ ਬਾਰੇ ਇਉਂ ਗੱਲਾਂ ਕਰਨ ਲੱਗਾ ਜਿਵੇਂ ਇਹ ਖਾਸ ਹੀ ਕਿਸੇ ਭੈੜੀ ਨਸਲ ਦੇ ਬੰਦੇ ਹੋਣ। "ਜਿਹੜੀਆਂ ਸੁਖ ਸਹੂਲਤਾਂ ਏਥੇ ਨੇ ਉਹ ਘਟ ਵਧ ਹੀ ਕਿਸੇ ਜੇਲ੍ਹ ਵਿਚ ਹੋ ਸਕਦੀਆਂ ਨੇ," ਜਨਰਲ ਨੇ ਆਖਿਆ।

ਅਤੇ ਜਿਵੇਂ ਉਹ ਆਪਣੀ ਸਫਾਈ ਦੇ ਰਿਹਾ ਹੋਵੇ, ਉਹ ਸੁਖ ਸਹੂਲਤਾ ਗਿਣਾਉਣ ਲੱਗ ਪਿਆ ਜਿਹੜੀਆਂ ਕੈਦੀਆਂ ਨੂੰ ਪ੍ਰਾਪਤ ਸਨ। ਉਹ ਇਉਂ ਦੱਸ ਰਿਹਾ ਸੀ ਜਿਵੇਂ ਇਸ ਸੰਸਥਾ ਦਾ ਮਕਸਦ ਹੀ ਕੈਦੀਆਂ ਨੂੰ ਸੁਖ ਆਰਾਮ ਵਾਲਾ ਘਰ ਮੁਹਈਆ ਕਰਨਾ ਹੁੰਦਾ ਹੈ।

"ਇਹ ਠੀਕ ਹੈ ਕਿ ਕਿਸੇ ਵੇਲੇ ਔਖ ਹੁੰਦੀ ਸੀ, ਪਰ ਹੁਣ ਉਹਨਾਂ ਦਾ ਬੜੀ ਚੰਗੀ ਤਰ੍ਹਾਂ ਖਿਆਲ ਰਖਿਆ ਜਾਂਦਾ ਹੈ," ਉਹ ਆਖ ਰਿਹਾ ਸੀ। "ਖਾਣਾ ਉਹਨਾਂ ਨੂੰ ਹਮੇਸ਼ਾ ਤਿੰਨ ਗੇੜਾਂ ਦਾ ਮਿਲਦਾ ਹੈ—ਅਤੇ ਇਕ ਗੇੜ ਵਿਚ ਗੋਸ਼ਤ ਹੁੰਦਾ ਹੈ ਭਾਵੇਂ ਕਟਲਟ ਤੇ ਭਾਵੇਂ ਕੋਫਤੇ। ਐਤਵਾਰ ਦੇ ਦਿਨ ਚੌਥੇ ਗੇੜ ਦਾ ਖਾਣਾ ਵੀ ਮਿਲਦਾ ਹੈ ਉਹਨਾਂ ਨੂੰ। ਕੋਈ ਨਾ ਕੋਈ ਮਿਠੀ ਚੀਜ਼। ਰੱਬ ਕਰੇ ਕਿ ਸਾਰੇ ਰੂਸੀਆਂ ਨੂੰ ਖਾਣ ਪੀਣ ਨੂੰ ਐਸਾ ਮਿਲੇ ਜਿਸ ਤਰ੍ਹਾਂ ਦਾ ਇਹਨਾਂ ਕੈਦੀਆਂ ਨੂੰ ਮਿਲਦਾ ਹੈ।"

ਸਭ ਬੁੱਢੇ ਲੋਕਾਂ ਵਾਂਗ ਜਨਰਲ ਨੇ ਵੀ ਜਦੋਂ ਇਕ ਵਾਰੀ ਆਪਣੇ ਮਨ ਨੂੰ ਭਾਉਂਦੀਆਂ ਗੱਲਾਂ ਛੇੜ ਲਈਆਂ ਤਾਂ ਉਹ ਇਸ ਗੱਲ ਦੇ ਸਬੂਤ ਗਿਣਾਉਣ ਲੱਗ ਪਿਆ ਸੀ ਕਿ ਇਹਨਾਂ ਕੈਦੀਆਂ ਦੀਆਂ ਮੰਗਾਂ ਕੇਡੀਆਂ ਗੈਰ-ਵਾਜਿਬ ਹਨ ਤੇ ਉਹ ਆਪ ਕੇਡੇ ਨਾਸ਼ੁਕਰੇ ਹਨ। ਇਹ ਸਬੂਤ ਉਹ ਪਹਿਲਾਂ ਵੀ ਕਈ ਵਾਰ ਗਿਣਾ ਚੁੱਕਾ ਸੀ।

"ਉਹਨਾਂ ਨੂੰ ਧਾਰਮਿਕ ਕਿਤਾਬਾਂ ਤੇ ਪੁਰਾਣੇ ਰਸਾਲੇ ਦਿੱਤੇ ਜਾਂਦੇ ਹਨ। ਸਾਡੀ ਆਪਣੀ ਇਕ ਲਾਇਬ੍ਰੇਰੀ ਹੈ। ਪਰ ਇਹ ਲੋਕ ਘਟ ਵਧ ਹੀ ਪੜ੍ਹਦੇ ਹਨ। ਪਹਿਲਾਂ ਪਹਿਲਾਂ ਤਾਂ ਇਹ ਬੜੀ ਦਿਲਚਸਪੀ ਲੈਂਦੇ ਜਾਪਦੇ ਹਨ, ਪਰ ਮਗਰੋਂ ਨਵੀਆਂ ਕਿਤਾਬਾਂ ਅੱਧ ਪਚੱਧੀਆਂ ਪੜ੍ਹੀਆਂ ਰਹਿ ਜਾਂਦੀਆਂ ਹਨ, ਤੇ ਪੁਰਾਣੀਆਂ ਦਾ ਕੋਈ ਵਰਕਾ ਨਹੀਂ ਉਲਟਾ ਕੇ ਵੇਖਦਾ। ਅਸੀਂ ਇਹ ਅਜ਼ਮਾ ਕੇ ਵੇਖ ਲਿਆ ਹੈ," ਬੁੱਢੇ ਜਨਰਲ ਨੇ ਆਖਿਆ। ਉਹਦੇ ਚਿਹਰੇ ਉਤੇ ਮਾਨੋ ਧੁੰਦਲੀ ਜਿਹੀ ਮੁਸਕਾਨ ਸੀ। "ਅਸੀਂ ਜਾਣਬੁੱਝ ਕੇ ਕਾਗ਼ਜ਼ ਦੇ ਟੋਟੇ ਨਿਸ਼ਾਨੀਆਂ ਵਜੋਂ ਕਿਤਾਬਾਂ ਵਿਚ ਰਖ ਦੇਂਦੇ ਹਾਂ, ਅਤੇ ਉਹ ਆਪਣੀ ਥਾਂ ਉਵੇਂ ਹੀ ਟਿਕੇ ਹੁੰਦੇ ਹਨ। ਲਿਖਣ ਦੀ ਵੀ ਕੋਈ ਮਨਾਹੀ ਨਹੀਂ," ਉਹ ਦੱਸ ਰਿਹਾ ਸੀ। "ਇਕ ਸਲੇਟ ਤੇ ਨਾਲ ਹੀ ਇਕ ਸਲੇਟੀ ਮੁਹਈਆ ਕੀਤੀ ਜਾਂਦੀ ਹੈ, ਤਾਂ ਜੋ ਆਪਣਾ ਮਨ ਪਰਚਾਉਣ ਲਈ ਕੁਝ ਵੀ ਲਿਖ ਸਕਣ। ਸਲੇਟ ਉਤੇ ਲਿਖੇ ਹੋਏ ਨੂੰ ਪੂੰਝ ਕੇ ਉਹ ਫੇਰ ਹੋਰ ਕੁਝ ਲਿਖ ਸਕਦੇ ਹਨ। ਪਰ ਇਹ ਲਿਖਦੇ ਵਿਖਦੇ ਵੀ ਕੋਈ ਨਹੀਂ। ਉਫ, ਬੜੀ ਛੇਤੀ ਇਹਨਾਂ ਦਾ ਜੋਸ਼ ਮੱਠਾ ਪੈ ਜਾਂਦਾ ਹੈ। ਪਹਿਲਾਂ ਇਹ ਬੇਚੈਨ ਮਾਲੂਮ ਹੁੰਦੇ ਹਨ, ਪਰ ਮਗਰੋਂ ਇਹ ਮੋਟੇ ਹੋਣ ਲੱਗ ਪੈਂਦੇ ਹਨ ਅਤੇ ਬੜੇ ਚੁੱਪ-ਕੀਤੇ ਜਿਹੇ ਬਣ ਜਾਂਦੇ ਹਨ।" ਜਨਰਲ ਇਸ ਤਰ੍ਹਾਂ ਦੀਆਂ ਗੱਲਾਂ ਕਰ ਰਿਹਾ ਸੀ। ਉਸ ਨੂੰ ਇਹ ਖਿਆਲ ਤੱਕ ਨਹੀਂ ਸੀ ਕਿ ਉਹਦੇ ਲਫਜ਼ਾਂ ਦੇ ਅਰਥ ਕੇਡੇ ਭਿਆਨਕ ਹਨ।

ਨੇਖਲੀਊਦੋਵ ਭਰੜਾਈ ਹੋਈ ਬਿਰਧ ਆਵਾਜ਼ ਸੁਣਦਾ ਰਿਹਾ ਸੀ। ਉਸ ਦੇ ਬੇਲੋਚ ਅੰਗ-ਜੋੜਾਂ, ਚਿੱਟੇ ਭਰਵੱਟਿਆਂ ਦੇ ਹੇਠਾਂ ਬੇਨੂਰ ਅੱਖਾਂ, ਤੇ ਬਿਰਧ, ਸਫਾਚੱਟ, ਢਿਲਕੇ ਹੋਏ ਜਬਾੜੇ ਵੱਲ ਵੇਖਦਾ ਰਿਹਾ ਸੀ ਜਿਸ ਨੂੰ ਉਹਦੀ ਫੌਜੀ ਵਰਦੀ ਦੇ ਕਾਲਰ ਨੇ ਸਹਾਰਾ ਦਿੱਤਾ ਹੋਇਆ ਸੀ। ਉਸ ਦੀ ਛਾਤੀ ਉਤੇ ਲਟਕਦੀ ਚਿੱਟੀ ਸਲੀਬ ਵੱਲ ਵੇਖ ਰਿਹਾ ਸੀ ਜਿਸ ਉਤੇ ਇਸ ਆਦਮੀ ਨੂੰ ਬੜਾ ਮਾਣ ਸੀ। ਇਸ ਦਾ ਵੱਡਾ ਕਾਰਨ ਇਹ ਸੀ ਕਿ ਇਹ ਉਸ ਨੂੰ ਅਸਾਧਾਰਨ ਤੌਰ ਤੇ ਬੇਰਹਿਮ ਤੇ ਵੱਡੇ ਪੈਮਾਨੇ ਦੀ ਕਤਲੋ-ਗਾਰਤ ਕਰਨ ਬਦਲੇ ਮਿਲੀ ਸੀ। ਨੇਖਲੀਊਦੋਵ ਨੂੰ ਪਤਾ ਸੀ ਕਿ ਬੁੱਢੇ ਦੀ ਗੱਲ ਦਾ ਜਵਾਬ ਦੇਣਾ ਜਾਂ ਉਸ ਨੂੰ

ਉਹਦੇ ਲਫਜ਼ਾਂ ਦੇ ਮਤਲਬ ਸਮਝਾਉਣਾ ਵਿਅਰਥ ਗੱਲ ਹੈ। ਉਸ ਇਕ ਵਾਰੀ ਫੇਰ ਹਿੰਮਤ ਕੀਤੀ ਅਤੇ ਕੈਦਣ ਸ਼ੁਸਤੋਵਾ ਬਾਰੇ ਪੁੱਛਿਆ ਜਿਸ ਦੀ ਰਿਹਾਈ ਦਾ ਹੁਕਮ, ਜਿਵੇਂ ਕਿ ਸਵੇਰੇ ਉਸ ਨੂੰ ਪਤਾ ਲੱਗਾ ਸੀ, ਜਾਰੀ ਹੋ ਚੁੱਕਾ ਹੋਇਆ ਸੀ।

"ਸ਼ੁਸਤੋਵਾ, ਸ਼ੁਸਤੋਵਾ? ਕੈਦੀਆਂ ਦਾ ਏਥੇ ਕੋਈ ਸ਼ੁਮਾਰ ਨਹੀਂ, ਇਸ ਲਈ ਸਭਨਾਂ ਦੇ ਨਾਂ ਯਾਦ ਨਹੀਂ ਰਹਿ ਸਕਦੇ," ਉਸ ਨੇ ਆਖਿਆ ਜਿਵੇਂ ਉਹ ਉਹਨਾਂ ਦੀ ਗਿਣਤੀ ਕਰ ਕੇ ਉਹਨਾਂ ਨੂੰ ਫਿਟਕਾਰ ਰਿਹਾ ਹੋਵੇ। ਉਸ ਨੇ ਘੰਟੀ ਵਜਾਈ ਅਤੇ ਆਪਣੇ ਸੱਕਤਰ ਨੂੰ ਬੁਲਵਾਇਆ। ਜਿੰਨਾ ਚਿਰ ਸੱਕਤਰ ਨਹੀਂ ਆਇਆ, ਉਹ ਨੇਖਲੀਊਦੋਵ ਨੂੰ ਪ੍ਰੇਰਦਾ ਰਿਹਾ ਕਿ ਉਸ ਨੂੰ ਸਰਕਾਰੀ ਨੌਕਰੀ ਕਰਨੀ ਚਾਹੀਦੀ ਹੈ। ਉਸ ਨੇ ਆਖਿਆ ਕਿ "ਇਮਾਨਦਾਰ ਤੇ ਕੁਲੀਨ ਬੰਦਿਆਂ ਦੀ (ਜਿਸ ਵਿਚ ਉਹ ਆਪਣੇ ਆਪ ਨੂੰ ਸ਼ਾਮਲ ਕਰਦਾ ਸੀ) ਜ਼ਾਰ ਨੂੰ ਅਤੇ ਦੇਸ ਨੂੰ ਖਾਸ ਕਰਕੇ ਲੋੜ ਹੈ।" ਪ੍ਰਤੱਖ ਤੌਰ ਤੇ ਆਖਰੀ ਲਫਜ਼ ਉਸ ਨੇ ਵਾਕ ਨੂੰ ਗੁਲਾਈ ਦੇਣ ਲਈ ਆਖੇ ਸਨ।

"ਮੈਂ ਬੁੱਢਾ ਹੋ ਗਿਆ ਹਾਂ, ਫੇਰ ਵੀ ਹਾਲੇ ਜਿੰਨੀ ਹਿੰਮਤ ਹੈ ਸੇਵਾ ਕਰੀ ਜਾ ਰਿਹਾ ਹਾਂ।"

ਸੱਕਤਰ, ਇਕ ਖੁਸ਼ਕ ਤੇ ਕਮਜ਼ੋਰ ਜਿਹਾ ਆਦਮੀ, ਅੰਦਰ ਆਇਆ। ਉਹਦੀਆਂ ਅੱਖਾਂ ਵਿਚੋਂ ਬੇਚੈਨੀ ਅਤੇ ਬੁਧੀਮਾਨਤਾ ਝਲਕਦੀ ਸੀ। ਉਸ ਨੇ ਦੱਸਿਆ ਕਿ ਸ਼ੁਸਤੋਵਾ ਕਿਸੇ ਅਜੀਬ ਜਿਹੀ ਨਾਕੇਬੰਦ ਥਾਂ ਕੈਦ ਹੈ ਅਤੇ ਉਹਦੇ ਬਾਰੇ ਹਾਲੇ ਤੱਕ ਕੋਈ ਹੁਕਮ ਉਸ ਨੂੰ ਨਹੀਂ ਪੁੱਜਾ।

"ਜਿਸ ਦਿਨ ਹੁਕਮ ਆ ਗਿਆ ਅਸੀਂ ਓਸੇ ਦਿਨ ਉਹਨੂੰ ਛੱਡ ਦੇਵਾਂਗੇ। ਅਸੀਂ ਇਹਨਾਂ ਨੂੰ ਰੱਖਣਾ ਨਹੀਂ ਚਾਹੁੰਦੇ। ਅਸੀਂ ਉਹਨਾਂ ਦੇ ਏਥੇ ਆਉਣ ਤੇ ਰਹਿਣ ਦੇ ਬਹੁਤੇ ਚਾਹਵਾਨ ਨਹੀਂ," ਇਕ ਵਾਰੀ ਫੇਰ ਇਕ ਮਿਠੀ ਜਿਹੀ ਮੁਸਕਾਨ ਚਿਹਰੇ ਉਤੇ ਲਿਆਉਣ ਦੀ ਕੋਸ਼ਿਸ਼ ਕਰਦਿਆਂ ਜਨਰਲ ਨੇ ਆਖਿਆ। ਪਰ ਇਸ ਤਰ੍ਹਾਂ ਉਹਦਾ ਬਿਰਧ ਚਿਹਰਾ ਹੋਰ ਵੀ ਕਰੂਪ ਹੋ ਗਿਆ ਸੀ।

ਨੇਖਲੀਊਦੋਵ ਉਠ ਖਲੋਤਾ। ਉਹਦੇ ਦਿਲ ਵਿਚ ਇਸ ਭਿਆਨਕ ਬੁੱਢੇ ਆਦਮੀ ਲਈ ਨਫ਼ਰਤ ਤੇ ਤਰਸ ਦੀਆਂ ਮਿਲੀਆਂ-ਜੁਲੀਆਂ ਭਾਵਨਾਵਾਂ ਪੈਦਾ ਹੋ ਰਹੀਆਂ ਸਨ ਪਰ ਉਹ ਇਹਨਾਂ ਨੂੰ ਜ਼ਬਾਨ ਉਤੇ ਨਾ ਆਉਣ ਦੇਣ ਦੀ ਕੋਸ਼ਿਸ਼ ਕਰ ਰਿਹਾ ਸੀ। ਦੂਜੇ ਪਾਸੇ ਬੁੱਢਾ ਆਦਮੀ ਮਹਿਸੂਸ ਕਰ ਰਿਹਾ ਸੀ ਕਿ ਉਸ ਨੂੰ ਆਪਣੇ ਪੁਰਾਣੇ ਸਾਥੀ ਦੇ ਲਾਪ੍ਰਵਾਹ ਅਤੇ ਪ੍ਰਤੱਖ ਰੂਪ ਵਿਚ ਗੁਮਰਾਹ ਪੁਤਰ ਨਾਲ ਬਹੁਤ ਸਖ਼ਤੀ ਨਾਲ ਪੇਸ਼ ਨਹੀਂ ਆਉਣਾ ਚਾਹੀਦਾ ਅਤੇ ਉਹਨੂੰ ਕੋਈ ਨਸੀਹਤ ਦਿੱਤੇ ਬਿਨਾਂ ਨਹੀਂ ਜਾਣ ਦੇਣਾ ਚਾਹੀਦਾ।

"ਹੱਛਾ, ਰੱਬ ਰਾਖਾ, ਮੇਰੇ ਪਿਆਰੇ। ਮੇਰੀ ਗੱਲ ਦਾ ਬੁਰਾ ਨਾ ਮਨਾਇਓ। ਤੁਹਾਡੇ ਨਾਲ ਪਿਆਰ ਸਦਕਾ ਹੀ ਇਹ ਗੱਲਾਂ ਕਹਿ ਦਿੱਤੀਆਂ ਨੇ। ਜਿਸ ਤਰ੍ਹਾਂ ਦੇ ਲੋਕ ਏਥੇ ਹਨ ਉਹਨਾਂ ਦਾ ਸੰਗ-ਸਾਥ ਨਾ ਕਰੋ। ਇਹਨਾਂ ਵਿਚ ਕੋਈ ਵੀ ਬੇਗੁਨਾਹ ਨਹੀਂ। ਸਾਰੇ ਦੇ ਸਾਰੇ ਵਿਗੜੇ ਹੋਏ ਨੀਚ ਨੇ। ਅਸੀਂ ਜਾਣਦੇ ਹਾਂ ਇਹਨਾਂ ਨੂੰ," ਉਸ ਨੇ ਇਸ

ਅੰਦਾਜ਼ ਨਾਲ ਆਖਿਆ ਜਿਸ ਵਿਚ ਸ਼ੱਕ ਦੀ ਕੋਈ ਵੀ ਗੁੰਜਾਇਸ਼ ਨਹੀਂ ਸੀ। ਤੇ ਉਹਨੂੰ ਕੋਈ ਸ਼ੱਕ ਸੀ ਵੀ ਨਹੀਂ। ਇਸ ਕਰਕੇ ਨਹੀਂ ਕਿ ਗੱਲ ਹੀ ਇਸ ਤਰ੍ਹਾਂ ਦੀ ਸੀ ਸਗੋਂ ਇਸ ਕਰਕੇ ਕਿ ਜੇ ਇਸ ਤਰ੍ਹਾਂ ਨਾ ਕਰਦਾ ਤਾਂ ਉਸ ਨੂੰ ਇਹ ਮੰਨਣਾ ਪੈਂਦਾ ਕਿ ਉਹ ਕੋਈ ਉਤਮ ਸੂਰਮਾ ਨਹੀਂ ਜਿਹੜਾ ਆਪਣੇ ਸ਼ਾਨਦਾਰ ਜੀਵਨ ਦੇ ਆਖਰੀ ਦਿਨ ਗੁਜ਼ਾਰ ਰਿਹਾ ਹੋਵੇ, ਸਗੋਂ ਇਕ ਲੁੱਚਾ ਆਦਮੀ ਹੈ ਜਿਸ ਨੇ ਆਪਣੀ ਜ਼ਮੀਰ ਵੇਚ ਦਿੱਤੀ ਹੋਈ ਹੈ ਅਤੇ ਇਸ ਬੁਢੇਵਾਰੇ ਹਾਲੇ ਵੀ ਵੇਚੀ ਜਾਂਦਾ ਹੈ। "ਬਿਹਤਰ ਹੋਵੇਗਾ ਜੇ ਨੌਕਰੀ ਕਰ ਲਓ," ਉਸ ਨੇ ਆਖਿਆ। "ਜ਼ਾਰ ਨੂੰ ਈਮਾਨਦਾਰ ਬੰਦਿਆਂ ਦੀ ਲੋੜ ਹੈ—ਅਤੇ ਦੇਸ ਨੂੰ ਵੀ," ਉਹਨੇ ਗੱਲ ਵਿਚ ਵਾਧਾ ਕੀਤਾ। "ਫਰਜ਼ ਕਰੋ ਕਿ ਮੈਂ ਤੇ ਹੋਰ ਦੂਜੇ ਲੋਕ ਵੀ ਨੌਕਰੀ ਨਾ ਕਰਨ ਜਿਵੇਂ ਤੁਸੀਂ ਕਰ ਰਹੇ ਹੋ, ਤਾਂ ਕੀ ਬਣੇ? ਕੌਣ ਰਹਿ ਜਾਏਗਾ ਪਿੱਛੇ? ਏਧਰ ਅਸੀਂ ਸਰਕਾਰ ਦੇ ਪ੍ਰਬੰਧ ਦੇ ਨੁਕਸ ਕੱਢ ਰਹੇ ਹਾਂ, ਪਰ ਸਰਕਾਰ ਦੀ ਮਦਦ ਕਰਨਾ ਨਹੀਂ ਚਾਹੁੰਦੇ।"

ਨੇਖਲੀਊਦੋਵ ਨੇ ਇਕ ਡੂੰਘਾ ਸਾਹ ਲੈਂਦਿਆਂ ਆਪਣਾ ਸਿਰ ਨਿਵਾਇਆ, ਵੱਡੇ ਸਾਰੇ ਹਡਲ ਹੱਥ ਨਾਲ ਜਿਹੜਾ ਸਰਪ੍ਰਸਤੀ ਦੇ ਅੰਦਾਜ਼ ਨਾਲ ਅੱਗੇ ਵਧ ਆਇਆ ਸੀ ਆਪਣਾ ਹੱਥ ਮਿਲਾਇਆ ਅਤੇ ਕਮਰੇ ਵਿਚੋਂ ਬਾਹਰ ਆ ਗਿਆ।

ਜਨਰਲ ਨੇ ਆਪਣਾ ਸਿਰ ਛੰਡਿਆ ਜਿਵੇਂ ਉਹਨੂੰ ਕੋਈ ਗੱਲ ਜਚੀ ਨਾ ਹੋਵੇ ਅਤੇ ਆਪਣੀ ਪਿੱਠ ਮਲਦਾ ਹੋਇਆ ਬੈਠਕ ਵਿਚ ਪਰਤ ਆਇਆ ਜਿਥੇ ਕਲਾਕਾਰ ਉਹਦੀ ਉਡੀਕ ਵਿਚ ਬੈਠਾ ਸੀ। ਜਾਨ ਆਫ ਆਰਕ ਦੀ ਰੂਹ ਵਲੋਂ ਮਿਲਿਆ ਜਵਾਬ ਉਸ ਨੇ ਲਿਖ ਲਿਆ ਹੋਇਆ ਸੀ। ਜਨਰਲ ਨੇ ਆਪਣੀ ਕਮਾਨੀਦਾਰ ਐਨਕ ਨੱਕ ਉਤੇ ਟਿਕਾਈ ਅਤੇ ਪੜ੍ਹਿਆ: "ਉਹ ਇਕ ਦੂਜੀ ਨੂੰ ਆਪਣੇ ਸੂਖਮ ਸਰੀਰਾਂ ਵਿਚੋਂ ਫੁਟਦੀ ਜੋਤ ਦੇ ਮਾਧਿਅਮ ਨਾਲ ਪਛਾਣਨਗੀਆਂ।"

"ਵਾਹ," ਜਨਰਲ ਸਹਿਮਤੀ ਵਿਚ ਬੋਲਿਆ ਅਤੇ ਉਸ ਨੇ ਆਪਣੀਆਂ ਅੱਖਾਂ ਬੰਦ ਕਰ ਲਈਆਂ। "ਪਰ ਜੇ ਸਾਰੀਆਂ ਦੀ ਜੋਤ ਇਕੋ ਜਿਹੀ ਹੋਈ ਤਾਂ ਉਹ ਇਕ ਦੂਜੀ ਨੂੰ ਕਿਵੇਂ ਪਛਾਣਨਗੀਆਂ?" ਉਸ ਨੇ ਪੁੱਛਿਆ ਅਤੇ ਇਕ ਵਾਰੀ ਫੇਰ ਪਿਰਚ ਉਤੇ ਕਲਾਕਾਰ ਦੀਆਂ ਉਂਗਲਾਂ ਵਿਚ ਆਪਣੀਆਂ ਉਂਗਲਾਂ ਫਸਾ ਦਿੱਤੀਆਂ।

ਬੱਘੀ ਨੇਖਲੀਊਦੋਵ ਨੂੰ ਫਾਟਕ ਤੋਂ ਬਾਹਰ ਲੈ ਆਈ।

"ਬੜਾ ਅਕਾਊ ਥਾਂ ਏ, ਹਜ਼ੂਰ, ਇਹ," ਕੋਚਵਾਨ ਨੇ ਨੇਖਲੀਊਦੋਵ ਵੱਲ ਮੂੰਹ ਭੁਆ ਕੇ ਆਖਿਆ। "ਮੇਰਾ ਤਾਂ ਜੀਅ ਕਰਦਾ ਸੀ ਕਿ ਤੁਹਾਨੂੰ ਉਡੀਕੇ ਬਿਨਾਂ ਹੀ ਚਲਾ ਜਾਵਾਂ।"

"ਹਾਂ, ਅਕਾਊ ਥਾਂ ਏ," ਤੇ ਨੇਖਲੀਊਦੋਵ ਨੇ ਇਕ ਡੂੰਘਾ ਸਾਹ ਖਿਚਿਆ, ਅਤੇ ਅਸਮਾਨ ਵਿਚ ਉਡਦੇ ਫਿਰਦੇ ਸਲੇਟੀ ਬਦਲਾਂ ਵੱਲ, ਅਤੇ ਨੇਵਾ ਵਿਚ ਬੇੜੀਆਂ ਤੇ ਜਹਾਜ਼ਾਂ ਨਾਲ ਉਠਦੀਆਂ ਝਿਲਮਿਲ ਝਿਲਮਿਲ ਕਰਦੀਆਂ ਲਹਿਰਾਂ ਵੱਲ ਟਿਕਟਿਕੀ ਲਾ ਕੇ ਵੇਖਦਿਆਂ ਸਹਿਮਤੀ ਪ੍ਰਗਟ ਕੀਤੀ।

੨੦

ਅਗਲੇ ਦਿਨ ਸੈਨੇਟ ਅੱਗੇ ਮਾਸਲੋਵਾ ਦੇ ਮੁਕਦਮੇ ਦੀ ਸੁਣਵਾਈ ਸੀ ਅਤੇ ਨੇਖਲੀਊਦੋਵ ਸੈਨੇਟ ਲਈ ਚਲ ਪਿਆ। ਇਮਾਰਤ ਦੇ ਸ਼ਾਨਦਾਰ ਫਾਟਕ ਅੱਗੇ, ਜਿਥੇ ਬਹੁਤ ਸਾਰੀਆਂ ਬੱਘੀਆਂ ਖੜੀਆਂ ਸਨ ਨੇਖਲੀਊਦੋਵ ਅਤੇ ਵਕੀਲ ਇਕ ਦੂਜੇ ਨੂੰ ਮਿਲ ਪਏ। ਪਹਿਲੀ ਮੰਜ਼ਲ ਦੀਆਂ ਖੂਬਸੂਰਤ ਤੇ ਪ੍ਰਭਾਵਸ਼ਾਲੀ ਪੌੜੀਆਂ ਚੜ੍ਹ ਕੇ, ਫਾਨਾਰਿਨ, ਜਿਹੜਾ ਇਸ ਭਵਨ ਦੀ ਇਕ ਇਕ ਨੁਕਰ ਦਾ ਜਾਣੂ ਸੀ, ਖੱਬੇ ਪਾਸੇ ਮੁੜਿਆ ਅਤੇ ਇਕ ਦਰਵਾਜ਼ੇ ਵਿਚੋਂ ਅੰਦਰ ਦਾਖਲ ਹੋ ਗਿਆ। ਇਸ ਦਰਵਾਜ਼ੇ ਦੇ ਉਪਰ ਉਹ ਤਾਰੀਖ਼ ਲਿਖੀ ਹੋਈ ਸੀ ਜਿਸ ਦਿਨ ਜ਼ਾਬਤਾ ਕਾਨੂੰਨ ਲਾਗੂ ਹੋਇਆ ਸੀ। ਇਕ ਸੌੜੇ ਜਿਹੇ ਕਮਰੇ ਵਿਚ ਆਪਣਾ ਓਵਰਕੋਟ ਲਾਹੁਣ ਮਗਰੋਂ, ਫਾਨਾਰਿਨ ਨੂੰ ਦਰਬਾਨ ਕੋਲੋਂ ਪਤਾ ਲੱਗਾ ਕਿ ਸੈਨੇਟ ਦੇ ਸਾਰੇ ਮੈਂਬਰ ਆ ਚੁੱਕੇ ਹਨ, ਤੇ ਸਭ ਤੋਂ ਪਿਛੋਂ ਆਉਣਾ ਵਾਲਾ ਥੋੜਾ ਚਿਰ ਪਹਿਲਾਂ ਹੀ ਆਇਆ ਸੀ। ਫਾਨਾਰਿਨ ਨੇ ਟੇਲ-ਕੋਟ ਪਾਇਆ ਹੋਇਆ ਸੀ ਅਤੇ ਚਿੱਟੀ ਕਮੀਜ਼ ਉਪਰ ਚਿੱਟੀ ਨਕਟਾਈ ਲਾਈ ਹੋਈ ਸੀ। ਉਸ ਦੇ ਬੁਲ੍ਹਾਂ ਉਤੇ ਇਕ ਮੁਸਕ੍ਰਾਹਟ ਸੀ ਜਿਸ ਵਿਚੋਂ ਆਤਮ-ਵਿਸ਼ਵਾਸ ਟਪਕਦਾ ਸੀ। ਓਥੋਂ ਉਹ ਨਾਲ ਲੱਗਦੇ ਕਮਰੇ ਵਿਚ ਚਲਾ ਗਿਆ ਜਿਸ ਵਿਚ ਸੱਜੇ ਹੱਥ ਇਕ ਵੱਡੀ ਸਾਰੀ ਅਲਮਾਰੀ ਤੇ ਇਕ ਮੇਜ ਪਈ ਸੀ ਅਤੇ ਖੱਬੇ ਹੱਥ ਵਲ-ਖਾਂਦੀਆਂ ਪੌੜੀਆਂ ਸਨ। ਇਕ ਬਾਂਕਾ ਜਿਹਾ ਅਫਸਰ ਜਿਸ ਨੇ ਵਰਦੀ ਪਾਈ ਹੋਈ ਸੀ ਪੌੜੀਆਂ ਉਤਰ ਰਿਹਾ ਸੀ। ਆਪਣਾ ਬੈਗ ਉਹਨੇ ਆਪਣੀ ਕੱਛ ਵਿਚ ਦਿੱਤਾ ਹੋਇਆ ਸੀ। ਇਸ ਕਮਰੇ ਵਿਚ ਇਕ ਬੁੱਢਾ ਆਦਮੀ ਸੀ ਜਿਸ ਦੇ ਲੰਮੇ ਲੰਮੇ ਧੌਲੇ ਵਾਲ ਸਨ। ਮਨ ਵਿਚ ਆਦਰ ਭਾਵ ਜਗਾਉਂਦਾ ਉਹਦਾ ਚਿਹਰਾ-ਮੋਹਰਾ ਹਰ ਇਕ ਦਾ ਧਿਆਨ ਆਪਣੇ ਵੱਲ ਖਿੱਚ ਲੈਂਦਾ ਸੀ। ਉਸ ਨੇ ਛੋਟਾ ਕੋਟ ਤੇ ਸਲੇਟੀ ਰੰਗ ਦੀ ਪਤਲੂਣ ਪਾਈ ਹੋਈ ਸੀ। ਦੋ ਨੌਕਰ ਬੜੇ ਅਦਬ ਨਾਲ ਉਹਦੇ ਕੋਲ ਖੜੇ ਸਨ।

ਧੌਲੇ ਵਾਲਾਂ ਵਾਲਾ ਬੁੱਢਾ ਅਲਮਾਰੀ ਦੇ ਅੰਦਰ ਵੜ ਗਿਆ ਅਤੇ ਦਰਵਾਜ਼ਾ ਅੰਦਰੋਂ ਬੰਦ ਕਰ ਲਿਆ। ਫਾਨਾਰਿਨ ਨੂੰ ਇਕ ਸਾਥੀ-ਵਕੀਲ ਨਜ਼ਰ ਆਇਆ ਜਿਸ ਨੇ ਉਹਦੇ ਵਰਗੇ ਹੀ ਕਪੜੇ ਪਾਏ ਹੋਏ ਸਨ ਅਤੇ ਉਹ ਇਕ ਦਮ ਉਹਦੇ ਨਾਲ ਬੜੀ ਗਰਮਜੋਸ਼ੀ ਨਾਲ ਗੱਲੀਂ ਲੱਗ ਪਿਆ। ਇੱਚਰ ਨੂੰ ਨੇਖਲੀਊਦੋਵ ਨੇ ਕਮਰੇ ਵਿਚ ਬੈਠੇ ਲੋਕਾਂ ਉਤੇ ਇਕ ਪੜਤਾਲਵੀਂ ਨਜ਼ਰ ਮਾਰੀ। ਕਮਰੇ ਵਿਚ ਕੋਈ ਪੰਦਰਾਂ ਕੁ ਜਣੇ ਬੈਠੇ ਸਨ ਜਿਸ ਵਿਚ ਦੋ ਔਰਤਾਂ ਸਨ—ਇਕ ਨੌਜਵਾਨ ਔਰਤ ਸੀ ਜਿਸ ਨੇ ਕਮਾਨੀਦਾਰ ਐਨਕ ਲਾਈ ਹੋਈ ਸੀ ਅਤੇ ਦੂਜੀ ਵਡੇਰੀ ਉਮਰ ਦੀ ਸੀ ਜਿਸ ਦੇ ਕੇਸ ਧੌਲੇ ਹੋ ਗਏ ਸਨ। ਉਸ ਦਿਨ ਇਕ ਹੱਤਕ-ਇਜ਼ਤ ਦੇ ਮੁਕਦਮੇ ਦੀ ਸੁਣਵਾਈ ਸੀ ਜਿਸ ਕਾਰਨ ਲੋਕ ਆਮ ਨਾਲੋਂ ਜ਼ਿਆਦਾ ਗਿਣਤੀ ਵਿਚ ਆਏ ਹੋਏ ਸਨ। ਮੁਖ ਰੂਪ ਵਿਚ ਇਹ ਲੋਕ ਪਤਰਕਾਰਾਂ ਦੇ ਸੰਸਾਰ ਨਾਲ ਸੰਬੰਧ ਰਖਦੇ ਸਨ।

ਲਾਲ ਲਾਲ ਗੱਲ੍ਹਾਂ ਵਾਲਾ ਇਕ ਖੂਬਸੂਰਤ ਆਦਮੀ ਜਿਸ ਨੇ ਬੜੀ ਫੱਬਵੀਂ ਵਰਦੀ ਪਾਈ ਹੋਈ ਸੀ ਫਾਨਾਰਿਨ ਦੇ ਕੋਲ ਆਇਆ। ਇਹ ਅਦਾਲਤ ਦਾ ਅਹਿਲਕਾਰ ਸੀ। ਉਸ ਦੇ ਹੱਥ ਵਿਚ ਇਕ ਕਾਗ਼ਜ਼ ਸੀ ਤੇ ਫਾਨਾਰਿਨ ਦੇ ਕੋਲ ਆ ਕੇ ਉਸ ਨੇ ਉਹਦਾ ਕੰਮ ਪੁੱਛਿਆ। ਜਦੋਂ ਉਸ ਨੇ ਸੁਣਿਆ ਕਿ ਉਹ ਮਾਸਲੋਵਾ ਦੇ ਮੁਕਦਮੇ ਦੇ ਸਿਲਸਲੇ ਵਿਚ ਆਇਆ ਹੈ ਤਾਂ ਅਹਿਲਕਾਰ ਨੇ ਕਾਗ਼ਜ਼ ਉਪਰ ਕੁਝ ਲਿਖਿਆ ਤੇ ਚਲਾ ਗਿਆ। ਇਸ ਤੋਂ ਮਗਰੋਂ ਅਲਮਾਰੀ ਦਾ ਦਰਵਾਜ਼ਾ ਖੁਲ੍ਹਿਆ ਅਤੇ ਆਦਰਭਾਵੀ ਦਿਖ ਵਾਲਾ ਬੁੱਢਾ ਬਾਹਰ ਨਿਕਲ ਆਇਆ। ਹੁਣ ਉਸ ਨੇ ਛੋਟਾ ਕੋਟ ਨਹੀਂ ਸੀ ਪਾਇਆ ਹੋਇਆ। ਹੁਣ ਉਸ ਨੇ ਜ਼ਰੀਵਾਲੀ ਪੁਸ਼ਾਕ ਪਾਈ ਹੋਈ ਸੀ ਅਤੇ ਛਾਤੀ ਉਤੇ ਚਮਕਦਾਰ ਧਾਤ ਦੇ ਪਤਰੇ ਲਟਕਾਏ ਹੋਏ ਸਨ। ਇਸ ਪਹਿਰਾਵੇ ਵਿਚ ਉਹ ਇਕ ਪੰਛੀ ਜਿਹਾ ਲੱਗਦਾ ਸੀ।

ਇਸ ਅਜੀਬ ਜਿਹੀ ਪੁਸ਼ਾਕ ਨਾਲ ਬੁੱਢਾ ਆਪ ਵੀ ਬੇਆਰਾਮੀ ਮਹਿਸੂਸ ਕਰਦਾ ਜਾਪਦਾ ਸੀ। ਆਪਣੀ ਸੁਭਾਵਿਕ ਚਾਲ ਨਾਲੋਂ ਤੇਜ਼ ਤੁਰਦਾ ਹੋਇਆ ਉਹ ਛੇਤੀ ਛੇਤੀ ਸਾਮ੍ਹਣੇ ਵਾਲੇ ਦਰਵਾਜ਼ੇ ਵਿਚੋਂ ਬਾਹਰ ਨਿਕਲ ਗਿਆ।

"ਇਹ ਬੇ ਹੈ। ਬੜੀ ਇੱਜ਼ਤ ਹੈ ਇਹਦੀ," ਫਾਨਾਰਿਨ ਨੇ ਨੇਖਲੀਊਦੋਵ ਨੂੰ ਦੱਸਿਆ, ਅਤੇ ਫੇਰ ਉਸ ਦੀ ਆਪਣੇ ਸਹਿ-ਕਰਮੀ ਨਾਲ ਜਾਣ-ਪਛਾਣ ਕਰਵਾ ਕੇ, ਉਹ ਉਸ ਮੁਕਦਮੇ ਬਾਰੇ ਦੱਸਣ ਲੱਗਾ ਜਿਸ ਦੀ ਸੁਣਵਾਈ ਹੋਣ ਵਾਲੀ ਸੀ। ਉਹ ਇਸ ਮੁਕਦਮੇ ਨੂੰ ਬਹੁਤ ਹੀ ਦਿਲਚਸਪ ਸਮਝਦਾ ਸੀ।

ਥੋੜਾ ਹੀ ਚਿਰ ਮਗਰੋਂ ਮੁਕਦਮੇ ਦੀ ਸੁਣਵਾਈ ਸ਼ੁਰੂ ਹੋ ਗਈ ਅਤੇ ਨੇਖਲੀਊਦੋਵ, ਬਾਕੀ ਸਾਰੇ ਲੋਕਾਂ ਦੇ ਨਾਲ ਹੀ, ਖੱਬੇ ਹੱਥ ਹੋਇਆ ਅਤੇ ਸੈਨੇਟ ਹਾਲ ਵਿਚ ਦਾਖਲ ਹੋ ਗਿਆ। ਫਾਨਾਰਿਨ ਸਮੇਤ ਸਾਰੇ ਹੀ ਕਟਹਿਰੇ ਦੇ ਪਿੱਛਲੇ ਪਾਸੇ ਆਪੋ ਆਪਣੀ ਥਾਂ ਜਾ ਬੈਠੇ। ਸਿਰਫ ਪੀਟਰਸਬਰਗ ਦਾ ਵਕੀਲ ਹੀ ਕਟਹਿਰੇ ਦੇ ਸਾਮ੍ਹਣੇ ਇਕ ਮੇਜ਼ ਅੱਗੇ ਜਾ ਕੇ ਬੈਠਾ ਸੀ।

ਸੈਨੇਟ ਹਾਲ ਓਨਾ ਵੱਡਾ ਨਹੀਂ ਸੀ ਜੇਡਾ ਜ਼ਿਲਾ ਅਦਾਲਤ ਦਾ ਹਾਲ ਸੀ। ਇਸ ਦਾ ਸਜ-ਸਜਾ ਵੀ ਸਾਧਾਰਨ ਜਿਹਾ ਹੀ ਸੀ ਭਾਵੇਂ ਸੈਨੇਟ ਦੇ ਸਾਮ੍ਹਣੇ ਰੱਖੀ ਹੋਈ ਮੇਜ਼ ਉਤੇ ਹਰੇ ਰੰਗ ਦੇ ਕਪੜੇ ਦੀ ਥਾਂ ਕਿਰਮਚੀ ਰੰਗ ਦੀ ਮਖਮਲ ਵਿੱਛੀ ਹੋਈ ਸੀ ਜਿਸ ਨੂੰ ਸੁਨਹਿਰੀ ਬਾਰਡਰ ਲੱਗਾ ਹੋਇਆ ਸੀ। ਪਰ ਉਹ ਸਾਰੀਆਂ ਚੀਜ਼ਾਂ ਏਥੇ ਵੀ ਮੌਜੂਦ ਸਨ ਜਿਹੜੀਆਂ ਸਭਨਾਂ ਅਦਾਲਤਾਂ ਵਿਚ ਰੱਖੀਆਂ ਹੁੰਦੀਆਂ ਹਨ: ਵੱਡਾ ਸ਼ੀਸ਼ਾ, ਦੇਵ-ਮੂਰਤੀ ਅਤੇ ਜ਼ਾਰ ਦਾ ਪੋਰਟ੍ਰੇਟ।

ਅਹਿਲਕਾਰ ਨੇ ਓਸੇ ਹੀ ਗੰਭੀਰ ਅੰਦਾਜ਼ ਨਾਲ ਐਲਾਨ ਕੀਤਾ, "ਅਦਾਲਤ ਆ ਰਹੀ ਹੈ।" ਜੋ ਆਮ ਤਰੀਕਾ ਹੁੰਦਾ ਹੈ ਓਸੇ ਤਰ੍ਹਾਂ ਸਭ ਲੋਕ ਖੜੇ ਹੋ ਗਏ ਅਤੇ ਆਪਣੀਆਂ ਵਰਦੀਆਂ ਪਾਈ ਸੈਨੇਟਰ ਕਮਰੇ ਵਿਚ ਦਾਖਲ ਹੋਏ ਅਤੇ ਉੱਚੀ ਢੋ ਵਾਲੀਆਂ ਕੁਰਸੀਆਂ ਤੇ ਬਹਿ ਗਏ। ਜਿਵੇਂ ਜ਼ਿਲਾ ਅਦਾਲਤ ਵਿਚ ਜੱਜਾਂ ਨੇ ਕੀਤਾ ਸੀ ਇਹ ਵੀ ਸੁਭਾਵਿਕ ਲੱਗਣ ਦੀ ਕੋਸ਼ਿਸ਼ ਕਰਦਿਆਂ ਮੇਜ਼ਾਂ ਉਤੇ ਝੁਕ ਗਏ।

ਹਾਲ ਵਿਚ ਚਾਰ ਸੈਨੇਟਰ ਮੌਜੂਦ ਸਨ—ਨਿਕੀਤਿਨ ਜਿਹੜਾ ਪ੍ਰਧਾਨ ਦੀ ਕੁਰਸੀ ਉਤੇ ਬੈਠਾ ਸੀ, ਸਫਾਚੱਟ, ਪਤਲੇ ਚਿਹਰੇ ਤੇ ਕਠੋਰ ਅੱਖਾਂ ਵਾਲਾ ਆਦਮੀ ਸੀ। ਵੋਲਫ, ਬੜੇ ਖਾਸ ਭਾਵ ਨਾਲ ਭੀਚੇ ਹੋਏ ਬੁਲ੍ਹ, ਛੋਟੇ ਛੋਟੇ ਗੋਰੇ ਹੱਥ। ਉਹ ਮੁਕਦਮੇ ਦੇ ਕਾਗ਼ਜ਼ ਪੱਤਰ ਉਲਟ ਪਲਟ ਕੇ ਵੇਖ ਰਿਹਾ ਸੀ। ਤੀਜਾ ਸਕੋਵੋਰੋਦਨੀਕੋਵ, ਭਾਰੀ ਭਰਕਮ, ਮੋਟਾ ਆਦਮੀ ਜਿਸ ਦੇ ਮੂੰਹ ਉਤੇ ਮਾਤਾ ਦੇ ਦਾਗ ਸਨ। ਇਹ ਵਿਦਵਾਨ ਕਾਨੂੰਨਦਾਨ ਸੀ। ਅਤੇ ਚੌਥਾ ਸੀ ਬੇ, ਆਦਰ-ਭਾਵੀ ਦਿੱਖ ਵਾਲਾ ਆਦਮੀ ਜਿਹੜਾ ਸਭ ਤੋਂ ਅਖੀਰ ਵਿਚ ਆਇਆ ਸੀ। ਸੈਨੇਟਰਾਂ ਦੇ ਨਾਲ ਹੀ ਮੁਖ ਸਕੱਤਰ ਅਤੇ ਸਹਾਇਕ ਪ੍ਰਾਸੀਕਿਊਟਰ-ਜਨਰਲ ਦਾਖਲ ਹੋਏ ਸਨ। ਸਹਾਇਕ ਪ੍ਰਾਸੀਕਿਊਟਰ-ਜਨਰਲ ਇਕ ਪਤਲਾ ਜਿਹਾ, ਸਫਾਚੱਟ, ਦਰਮਿਆਨੇ ਕੱਦ ਦਾ ਨੌਜਵਾਨ ਸੀ। ਚਿਹਰੇ ਦਾ ਰੰਗ ਸਾਂਵਲਾ ਅਤੇ ਅੱਖਾਂ ਕਾਲੀਆਂ ਤੇ ਉਦਾਸ। ਇਸ ਗੱਲ ਦੇ ਬਾਵਜੂਦ ਕਿ ਉਸ ਨੇ ਅਜੀਬ ਕਿਸਮ ਦੀ ਵਰਦੀ ਪਾਈ ਹੋਈ ਸੀ ਅਤੇ ਛੇ ਸਾਲਾਂ ਤੋਂ ਉਸ ਨੂੰ ਵੇਖਿਆ ਵੀ ਨਹੀਂ ਸੀ ਪਰ ਤਾਂ ਵੀ ਨੇਖਲੀਊਦੋਵ ਨੇ ਉਸ ਨੂੰ ਪਹਿਲੀ ਨਜ਼ਰੇ ਹੀ ਪਛਾਣ ਲਿਆ। ਵਿਦਿਆਰਥੀ ਜੀਵਨ ਵਿਚ ਉਹ ਨੇਖਲੀਊਦੋਵ ਦੇ ਸਭ ਤੋਂ ਚੰਗੇ ਮਿਤਰਾਂ ਵਿਚੋਂ ਇਕ ਹੁੰਦਾ ਸੀ।

"ਸਹਾਇਕ ਪ੍ਰਾਸੀਕਿਊਟਰ-ਜਨਰਲ ਸੇਲੇਨਿਨ ਹੈ?" ਨੇਖਲੀਊਦੋਵ ਨੇ ਵਕੀਲ ਵੱਲ ਮੂੰਹ ਕਰ ਕੇ ਪੁੱਛਿਆ।

"ਹਾਂ, ਕੀ ਗੱਲ?"

"ਮੈਂ ਉਹਨੂੰ ਚੰਗੀ ਤਰ੍ਹਾਂ ਜਾਣਦਾ ਹਾਂ। ਬੜਾ ਚੰਗਾ ਬੰਦਾ ਹੈ।"

"ਤੇ ਸਹਾਇਕ ਪ੍ਰਾਸੀਕਿਊਟਰ—ਜਨਰਲ ਵੀ ਬਹੁਤ ਵਧੀਆ ਹੈ—ਮਤਲਬ ਦੀ ਗੱਲ ਕਰਦਾ ਹੈ। ਤੁਹਾਨੂੰ ਇਸ ਆਦਮੀ ਨੂੰ ਮਿਲ ਲੈਣਾ ਚਾਹੀਦਾ ਸੀ।"

"ਕੁਝ ਵੀ ਹੋਵੇ ਉਸ ਨੇ ਓਹੋ ਕੰਮ ਕਰਨਾ ਹੈ ਜੋ ਉਹਦੀ ਜ਼ਮੀਰ ਆਖੇਗੀ," ਨੇਖਲੀਊਦੋਵ ਨੇ ਆਖਿਆ। ਉਸ ਨੂੰ ਆਪਣੇ ਅਤੇ ਸੇਲੇਨਿਨ ਵਿਚਕਾਰ ਨਿਕਟਵਰਤੀ ਸੰਬੰਧਾਂ ਅਤੇ ਮਿਤਰਤਾ ਦੀ ਯਾਦ ਆ ਗਈ ਸੀ। ਉਸ ਨੂੰ ਸੇਲੇਨਿਨ ਦੇ ਖਾਸ ਗੁਣ ਵੀ ਯਾਦ ਆ ਗਏ ਸਨ। ਸਚਾਈ, ਈਮਾਨਦਾਰੀ ਅਤੇ ਨੇਕੀ ਉਹਦੇ ਖਾਸ ਗੁਣ ਸਨ।

"ਹਾਂ, ਪਰ ਹੁਣ ਤਾਂ ਵੇਲਾ ਲੰਘ ਗਿਆ," ਫਾਨਾਰਿਨ ਨੇ ਘੁਸਰ ਮੁਸਰ ਕੀਤਾ। ਮੁਕਦਮੇ ਦੀ ਰਿਪੋਰਟ ਪੜ੍ਹੀ ਜਾ ਰਹੀ ਸੀ ਅਤੇ ਫਾਨਾਰਿਨ ਦੇ ਕੰਨ ਓਧਰ ਲੱਗੇ ਹੋਏ ਸਨ।

ਇਕ ਅਪੀਲ-ਅਦਾਲਤ ਵਲੋਂ ਦਿੱਤੇ ਇਕ ਫੈਸਲੇ ਦੇ ਖਿਲਾਫ ਅਪੀਲ ਦਾ ਮਾਮਲਾ ਸੀ। ਉਪਰੋਕਤ ਅਦਾਲਤ ਨੇ ਜ਼ਿਲਾ ਅਦਾਲਤ ਦੇ ਇਕ ਫੈਸਲੇ ਦੀ ਪੁਸ਼ਟੀ ਕਰ ਦਿੱਤੀ ਸੀ।

ਜੋ ਕੁਝ ਹੋ ਰਿਹਾ ਸੀ ਨੇਖਲੀਊਦੋਵ ਉਸ ਨੂੰ ਸੁਣ ਰਿਹਾ ਸੀ ਅਤੇ ਉਸ ਦੇ ਅਰਥ ਸਮਝਣ ਦੀ ਕੋਸ਼ਿਸ਼ ਕਰ ਰਿਹਾ ਸੀ। ਪਰ ਜੋ ਹਾਲ ਜ਼ਿਲਾ ਅਦਾਲਤ ਵਿਚ ਸੀ, ਓਸੇ ਹੀ ਤਰ੍ਹਾਂ ਏਥੇ ਵੀ ਉਹ ਇਸ ਗੱਲੋਂ ਔਖਾ ਸੀ ਕਿ ਪ੍ਰਤੱਖ ਰੂਪ ਵਿਚ ਬਹਿਸ ਅਧੀਨ ਮੁਖ ਨੁਕਤਾ ਨਹੀਂ ਸੀ ਸਗੋਂ ਏਧਰ ਓਧਰ ਦੇ ਗੌਣ ਮਸਲਿਆਂ ਉਤੇ ਚਰਚਾ ਹੋ ਰਹੀ ਸੀ।

ਮੁਕਦਮਾ ਇਕ ਅਖਬਾਰ ਬਾਰੇ ਸੀ ਜਿਸ ਵਿਚ ਇਕ ਲੇਖ ਛੱਪਿਆ ਸੀ ਜਿਹੜਾ ਇਕ ਜਾਇੰਟ ਸਟਾਕ ਕੰਪਨੀ ਦੇ ਡਾਇਰੈਕਟਰ ਦੀ ਹੇਰਾਫੇਰੀ ਦੇ ਢੋਲ ਦਾ ਪੋਲ ਖੋਹਲਦਾ ਸੀ। ਇਉਂ ਜਾਪਦਾ ਸੀ ਕਿ ਇਕੋ ਇਕ ਅਹਿਮ ਗੱਲ ਇਹ ਵੇਖਣਾ ਹੈ ਕਿ ਡਾਇਰੈਕਟਰ ਸਚਮੁਚ ਹੀ ਆਪਣੀ ਪਦਵੀ ਦਾ ਨਾਜਾਇਜ਼ ਫਾਇਦਾ ਉਠਾ ਰਿਹਾ ਸੀ ਜਾਂ ਨਹੀਂ, ਤੇ ਜੇ ਉਠਾ ਰਿਹਾ ਸੀ ਤਾਂ ਉਸ ਨੂੰ ਇਸ ਕੰਮ ਤੋਂ ਰੋਕਿਆ ਜਾਂਦਾ। ਪਰ ਇਸ ਗੱਲ ਉਤੇ ਕੋਈ ਵਿਚਾਰ ਹੀ ਨਹੀਂ ਸੀ ਹੋਈ। ਸਗੋਂ ਏਥੇ ਵਿਚਾਰ ਇਸ ਗੱਲ ਉਤੇ ਹੋ ਰਹੀ ਸੀ ਕਿ ਸੰਪਾਦਕ ਨੂੰ ਇਹ ਲੇਖ ਛਾਪਣ ਦਾ ਕਾਨੂੰਨੀ ਹੱਕ ਹੈ ਜਾਂ ਨਹੀਂ, ਅਤੇ ਉਸ ਨੇ ਇਹ ਲੇਖ ਛਾਪ ਕੇ ਕੀ ਜੁਰਮ ਕੀਤਾ ਹੈ—ਭੰਡੀ ਪਰਚਾਰ ਜਾਂ ਹਤਕ-ਇਜ਼ਤ—ਅਤੇ ਕਿਸ ਤਰ੍ਹਾਂ ਭੰਡੀ ਵਿਚ ਹਤਕ ਵੀ ਸ਼ਾਮਲ ਹੈ, ਜਾਂ ਹੱਤਕ ਵਿਚ ਭੰਡੀ ਸ਼ਾਮਲ ਹੈ। ਇਸ ਦੇ ਨਾਲ ਹੀ ਕਿਸੇ ਆਮ ਵਿਭਾਗ ਵਲੋਂ ਪਾਸ ਕੀਤੇ ਤਰ੍ਹਾਂ ਤਰ੍ਹਾਂ ਦੇ ਕਾਨੂੰਨਾਂ ਤੇ ਫੈਸਲਿਆਂ ਉਤੇ ਵਿਚਾਰ ਹੋ ਰਹੀ ਸੀ ਜਿਹੜੇ ਆਮ ਲੋਕਾਂ ਦੀ ਸਮਝ ਵਿਚ ਹੀ ਨਹੀਂ ਆਉਂਦੇ ਸਨ।

ਨੇਖਲੀਊਦੋਵ ਨੂੰ ਜਿਹੜੀ ਗੱਲ ਦੀ ਸਮਝ ਆ ਸਕੀ ਉਹ ਇਕ ਹੀ ਸੀ। ਇਸ ਗੱਲ ਦੇ ਬਾਵਜੂਦ ਕਿ ਇਕ ਦਿਨ ਪਹਿਲਾਂ ਵੋਲਫ ਬੜੀ ਸਖ਼ਤੀ ਨਾਲ ਅੜਿਆ ਬੈਠਾ ਸੀ ਕਿ ਸੈਨੇਟ ਕਿਸੇ ਮੁਕਦਮੇ ਉਤੇ ਉਸ ਦੇ ਗੁਣ-ਔਗੁਣ ਨੂੰ ਮੁਖ ਰੱਖ ਕੇ ਵਿਚਾਰ ਨਹੀਂ ਕਰ ਸਕਦੀ, ਇਸ ਮਾਮਲੇ ਵਿਚ ਉਹ ਪ੍ਰਤੱਖ ਤੌਰ ਤੇ ਇਸ ਗੱਲ ਦੇ ਹੱਕ ਵਿਚ ਸੀ ਕਿ ਜ਼ਿਲਾ ਅਦਾਲਤ ਦੇ ਫੈਸਲੇ ਨੂੰ ਰੱਦ ਦਿੱਤਾ ਜਾਵੇ। ਅਤੇ ਸੇਲੇਨਿਨ, ਆਪਣੇ ਸੰਜਮ ਸੰਕੋਚ ਵਾਲੇ ਸੁਭਾ ਦੇ ਉਲਟ, ਕਿਆਸੋਂ ਬਾਹਰੇ ਜੋਸ਼ ਨਾਲ ਇਸ ਦੇ ਉਲਟ ਰਾਏ ਪੇਸ਼ ਕਰ ਰਿਹਾ ਸੀ। ਆਮ ਕਰਕੇ ਆਪਣੇ ਆਪ ਨੂੰ ਕਾਬੂ ਵਿਚ ਰੱਖਣ ਵਾਲੇ ਸੇਲੇਨਿਨ ਨੂੰ ਆ ਗਏ ਜੋਸ਼ ਦਾ, ਜਿਸ ਤੋਂ ਨੇਖਲੀਊਦੋਵ ਬੜਾ ਹੈਰਾਨ ਸੀ, ਇਕ ਕਾਰਨ ਸੀ। ਪਹਿਲੀ ਗੱਲ ਤਾਂ ਇਹ ਕਿ ਉਸ ਨੂੰ ਮਾਲੂਮ ਸੀ ਕਿ ਪੈਸੇ ਦੇ ਮਾਮਲਿਆਂ ਵਿਚ ਡਾਇਰੈਕਟਰ ਦੁਧ-ਧੋਤਾ ਨਹੀਂ। ਦੂਜੇ, ਸਬੱਬ ਨਾਲ ਹੀ ਉਹਦੇ ਕੰਨ ਇਹ ਗੱਲ ਵੀ ਪੈ ਗਈ ਸੀ ਕਿ ਹਾਲੇ ਕੁਝ ਹੀ ਦਿਨ ਪਹਿਲਾਂ ਇਸ ਧੋਖੇਬਾਜ਼ ਦੇ ਘਰ ਇਕ ਸ਼ਾਨਦਾਰ ਡਿਨਰ-ਪਾਰਟੀ ਹੋਈ ਸੀ ਜਿਸ ਵਿਚ ਵੋਲਫ ਵੀ ਸ਼ਾਮਲ ਹੋਇਆ ਸੀ। ਹੁਣ ਮੁਕਦਮਾ ਪੇਸ਼ ਕਰਦਿਆਂ ਵੋਲਫ ਨੇ ਬੜਾ ਸੰਭਲ ਸੰਭਲ ਕੇ ਗੱਲ ਕੀਤੀ ਸੀ ਪਰ ਤਾਂ ਵੀ ਇਸ ਵਿਚ ਉਲਾਰ ਪ੍ਰਤੱਖ ਸੀ। ਇਸ ਗੱਲ ਤੋਂ ਸੇਲੇਨਿਨ ਜੋਸ਼ ਵਿਚ ਆ ਗਿਆ ਤੇ ਉਹਨੇ ਏਡੇ ਗੁੱਸੇ ਤੇ ਖਿੱਝ ਨਾਲ ਆਪਣੀ ਰਾਏ ਪੇਸ਼ ਕੀਤੀ ਜਿਸ ਦੀ ਅਜਿਹੇ ਸਾਧਾਰਨ ਮਾਮਲੇ ਵਾਸਤੇ ਲੋੜ ਨਹੀਂ ਸੀ। ਸਾਫ ਜ਼ਾਹਿਰ ਸੀ ਕਿ ਸੇਲੇਨਿਨ ਦੀ ਤਕਰੀਰ ਤੋਂ ਵੋਲਫ ਨਾਰਾਜ਼ ਹੋ ਗਿਆ ਸੀ। ਉਸ ਦਾ ਚਿਹਰਾ ਲਾਲ ਹੋ ਗਿਆ ਸੀ। ਉਹ ਆਪਣੀ ਕੁਰਸੀ ਵਿਚ ਪਾਸੇ ਮਾਰਨ ਲੱਗ ਪਿਆ ਸੀ ਅਤੇ ਚੁਪਚਾਪ ਹੱਥਾਂ ਬਾਹਾਂ ਨੂੰ ਇਉਂ ਹਿਲਾ ਰਿਹਾ ਸੀ ਜਿਸ ਤੋਂ ਉਹਦੀ ਹੈਰਾਨੀ ਜ਼ਾਹਿਰ ਹੁੰਦੀ ਸੀ। ਜਦੋਂ ਦੂਜੇ ਸੈਨੇਟਰ ਉਠ ਕੇ ਵਿਚਾਰ ਵਟਾਂਦਰਾ ਕਰਨ ਵਾਲੇ ਕਮਰੇ ਵਿਚ ਗਏ ਤਾਂ ਉਹ ਵੀ ਬੜੀ ਆਕੜ ਨਾਲ ਅਤੇ ਭਰਿਆ-ਪੀਤਾ ਉਹਨਾਂ ਦੇ ਨਾਲ ਉਠ ਕੇ ਤੁਰ ਪਿਆ ਸੀ।

"ਤੁਸੀਂ ਕਿਹੜੇ ਮੁਕਦਮੇ ਦੇ ਸਿਲਸਲੇ ਵਿਚ ਆਏ ਹੋ ?" ਅਹਿਲਕਾਰ ਨੇ ਫਾਨਾਰਿਨ ਨੂੰ ਸੰਬੋਧਨ ਕਰਦਿਆਂ ਇਕ ਵਾਰੀ ਫੇਰ ਪੁੱਛਿਆ।

"ਮੈਂ ਤੁਹਾਨੂੰ ਪਹਿਲਾਂ ਦੱਸ ਚੁੱਕਾ ਹਾਂ। ਮਾਸਲੋਵਾ ਦੇ ਮੁਕਦਮੇ ਬਾਰੇ।"

"ਹਾਂ, ਠੀਕ ਹੈ। ਉਹਦੀ ਸੁਣਵਾਈ ਅੱਜ ਹੀ ਹੈ, ਪਰ..."

"ਪਰ ਕੀ ?" ਵਕੀਲ ਨੇ ਪੁੱਛਿਆ।

"ਵੇਖੋ ਨਾ। ਉਹਨਾਂ ਦਾ ਖਿਆਲ ਹੈ ਕਿ ਇਸ ਮੁਕਦਮੇ ਤੇ ਕੋਈ ਜਿਰਹਾ ਨਾ ਹੋਵੇ। ਇਸ ਕਰਕੇ ਹਥਲੇ ਮੁਕਦਮੇ ਬਾਰੇ ਆਪਣੇ ਫੈਸਲੇ ਦਾ ਐਲਾਨ ਕਰ ਕੇ ਸੈਨੇਟਰ ਸ਼ਾਇਦ ਮੁੜ ਕੇ ਆਉਣ ਹੀ ਨਾ। ਪਰ ਮੈਂ ਇਤਲਾਹ ਦੇ ਦੇਂਦਾ ਹਾਂ।"

"ਕੀ ਮਤਲਬ ਤੁਹਾਡਾ ?"

"ਮੈਂ ਇਤਲਾਹ ਕਰ ਦਿਆਂਗਾ, ਉਹਨਾਂ ਨੂੰ ਕਹਿ ਦਿਆਂਗਾ," ਤੇ ਅਹਿਲਕਾਰ ਨੇ ਇਕ ਵਾਰੀ ਫੇਰ ਆਪਣੇ ਕਾਗਜ਼ ਉਤੇ ਕੁਝ ਲਿਖ ਲਿਆ।

ਸੈਨੇਟਰਾਂ ਦਾ ਸਚਮੁਚ ਹੀ ਏਹੋ ਇਰਾਦਾ ਸੀ ਕਿ ਹੱਤਕ-ਇਜ਼ਤ ਦੇ ਮੁਕਦਮੇ ਦੇ ਫੈਸਲੇ ਦਾ ਐਲਾਨ ਕਰਨ ਮਗਰੋਂ, ਵਿਚਾਰ ਵਟਾਂਦਰੇ ਵਾਲੇ ਕਮਰੇ ਵਿਚ ਬੈਠੇ ਬੈਠੇ ਹੀ, ਚਾਹ ਪਾਣੀ ਤੇ ਸਿਗਰਟ ਪੀਂਦਿਆਂ ਬਾਕੀ ਦੇ ਸਾਰੇ ਕੰਮ ਨਿਪਟਾ ਦੇਣ। ਮਾਸਲੋਵਾ ਦਾ ਮਾਮਲਾ ਵੀ ਇਹਨਾਂ ਕੰਮਾਂ ਵਿਚ ਹੀ ਸ਼ਾਮਲ ਸੀ।

੨੧

ਵਿਚਾਰ ਵਟਾਂਦਰੇ ਵਾਲੇ ਕਮਰੇ ਵਿਚ ਇਕ ਗੋਲ ਮੇਜ਼ ਦੇ ਇਰਦ ਗਿਰਦ ਸਾਰੇ ਸੈਨੇਟਰ ਬਹਿ ਗਏ। ਉਹਨਾਂ ਦੇ ਬਹਿਣ ਦੀ ਦੇਰ ਸੀ ਕਿ ਵੋਲਫ ਬੜੇ ਜੋਸ਼ ਖ਼ਰੋਸ਼ ਨਾਲ ਅਪੀਲ ਨੂੰ ਰੱਦ ਕਰ ਦੇਣ ਦੀਆਂ ਦਲੀਲਾਂ ਪੇਸ਼ ਕਰਨ ਲੱਗ ਪਿਆ।

ਪ੍ਰਧਾਨ ਸੜੀਅਲ ਸੁਭਾ ਵਾਲਾ ਆਦਮੀ ਸੀ ਤੇ ਅੱਜ ਉਹਦਾ ਰੌਂ ਹੋਰ ਵੀ ਬਹੁਤਾ ਵਿਗੜਿਆ ਹੋਇਆ ਸੀ। ਉਹਦੀ ਸੋਚ ਉਹਨਾਂ ਲਫਜ਼ਾਂ ਉਤੇ ਇਕਾਗਰ ਹੋਈ ਹੋਈ ਸੀ ਜਿਹੜੇ ਉਸ ਨੇ ਆਪਣੀਆਂ ਯਾਦਾਂ ਵਿਚ ਇਸ ਬਾਰੇ ਇਕ ਦਿਨ ਪਹਿਲਾਂ ਲਿਖੇ ਸਨ ਕਿ ਜਿਸ ਅਹਿਮ ਪਦਵੀ ਲਈ ਉਹ ਢੇਰ ਚਿਰ ਤੋਂ ਲਲਚਾ ਰਿਹਾ ਸੀ ਉਸ ਉਤੇ ਉਹਨੂੰ ਨਹੀਂ ਸਗੋਂ ਵਿਲੀਆਨੋਵ ਨੂੰ ਲਾ ਦਿੱਤਾ ਗਿਆ ਸੀ। ਪ੍ਰਧਾਨ ਨਿਕੀਤਿਨ ਦਾ ਈਮਾਨਦਾਰੀ ਨਾਲ ਇਹ ਵਿਸ਼ਵਾਸ ਸੀ ਕਿ ਉਹਨਾਂ ਦੋ ਉੱਚੇ ਦਰਜੇ ਦੇ ਅਧਿਕਾਰੀਆਂ ਬਾਰੇ, ਜਿਨ੍ਹਾਂ ਨਾਲ ਉਸ ਦਾ ਸੰਪਰਕ ਸੀ, ਉਸ ਦੀ ਰਾਏ ਭਵਿਖ ਦੇ ਇਤਿਹਾਸਕਾਰਾਂ ਲਈ ਵਡਮੁਲੀ ਸਮਗਰੀ ਬਣੇਗੀ। ਇਕ ਦਿਨ ਪਹਿਲਾਂ ਹੀ ਉਹਨੇ ਇਕ ਕਾਂਡ ਲਿਖਿਆ ਸੀ ਜਿਸ ਵਿਚ ਉਹਨਾਂ ਦੋ ਉਚਤਮ ਦਰਜੇ ਦੇ ਕੁਝ ਖਾਸ ਅਧਿਕਾਰੀਆਂ ਦੀ ਇਸ ਗੱਲ ਬਦਲੇ ਡਟ ਕੇ ਖਬਰ ਲਈ ਸੀ ਕਿ ਉਹਨਾਂ ਨੇ ਦੇਸ ਨੂੰ ਉਸ ਤਬਾਹੀ ਤੋਂ ਬਚਾਉਣ ਲਈ ਜਿਸ ਵੱਲ ਰੂਸ ਦੇ ਵਰਤਮਾਨ ਹਾਕਮ ਇਸ ਨੂੰ ਲਿਜਾ ਰਹੇ ਸਨ ਉਹਦੇ ਰਾਹ ਵਿਚ

ਰੁਕਾਵਟ ਪਾਈ ਸੀ। ਇਸ ਦਾ ਸਿੱਧਾ ਸਾਦਾ ਮਤਲਬ ਇਹ ਸੀ ਕਿ ਉਹਨਾਂ ਨੇ ਉਸ ਨੂੰ ਹੋਰ ਵੱਡੀ ਤਨਖਾਹ ਨਹੀਂ ਸੀ ਲੈਣ ਦਿੱਤੀ। ਅਤੇ ਹੁਣ ਉਹ ਸੋਚ ਰਿਹਾ ਸੀ ਕਿ ਇਹ ਕਾਂਡ ਆਉਣ ਵਾਲੀਆਂ ਨਸਲਾਂ ਲਈ ਘਟਨਾਵਾਂ ਉਤੇ ਇਕ ਨਵਾਂ ਚਾਨਣ ਪਾਵੇਗਾ।

"ਹਾਂ, ਬਿਲਕੁਲ," ਵੋਲਫ ਦੇ ਸਵਾਲ ਦੇ ਜਵਾਬ ਵਿਚ ਉਸ ਨੇ ਆਖਿਆ, ਹਾਲਾਂਕਿ ਉਹਦਾ ਇਕ ਵੀ ਲਫਜ਼ ਇਸ ਨੇ ਨਹੀਂ ਸੀ ਸੁਣਿਆ।

ਬੇ ਉਦਾਸ ਜਿਹੇ ਚਿਹਰੇ ਨਾਲ ਵੋਲਫ ਦੀਆਂ ਦਲੀਲਾਂ ਸੁਣ ਰਿਹਾ ਸੀ ਅਤੇ ਆਪਣੇ ਸਾਮ੍ਹਣੇ ਰੱਖੇ ਇਕ ਕਾਗਜ਼ ਉਤੇ ਹਾਰ ਦੀ ਤਸਵੀਰ ਬਣਾ ਰਿਹਾ ਸੀ। ਬੇ ਅਵਲ ਦਰਜੇ ਦਾ ਉਦਾਰਵਾਦੀ ਸੀ। ਇਸ ਸਦੀ ਦੇ ਸੱਠਵਿਆਂ ਦੀਆਂ ਉਦਾਰਵਾਦੀ ਰਵਾਇਤਾਂ ਨੂੰ ਉਹ ਪਵਿਤਰ ਸਮਝਦਾ ਸੀ ਅਤੇ ਜੇ ਉਸ ਨੇ ਸਖ਼ਤ ਨਿਰਪੱਖਤਾ ਦੀਆਂ ਹੱਦਾਂ ਨੂੰ ਕਦੇ ਪਾਰ ਵੀ ਕੀਤਾ ਤਾਂ ਹਮੇਸ਼ਾ ਉਦਾਰਵਾਦ ਵਾਲੇ ਪਾਸੇ ਹੀ ਕੀਤਾ ਸੀ। ਇਸ ਮੁਕਦਮੇ ਵਿਚ ਵੀ ਇਸ ਤਰ੍ਹਾਂ ਹੀ ਹੋਇਆ। ਇਸ ਹਕੀਕਤ ਤੋਂ ਇਲਾਵਾ ਕਿ ਅਪੀਲ ਕਰਨ ਵਾਲਾ ਧੋਖੇਬਾਜ਼ ਡਾਇਰੈਕਟਰ ਗੰਦਾ ਆਦਮੀ ਸੀ, ਪਤਰਕਾਰ ਉਤੇ ਹਤਕ-ਇਜ਼ਤ ਦਾ ਮੁਕਦਮਾ ਕਰਨਾ ਪ੍ਰੈਸ ਦੀ ਆਜ਼ਾਦੀ ਉਤੇ ਬੰਦਸ਼ ਲਾਉਣ ਦੇ ਬਰਾਬਰ ਸੀ। ਇਸ ਕਰਕੇ ਬੇ ਦਾ ਇਰਾਦਾ ਸੀ ਕਿ ਅਪੀਲ ਰੱਦ ਕਰ ਦਿੱਤੀ ਜਾਏ। ਜਦੋਂ ਵੋਲਫ ਨੇ ਆਪਣੀ ਦਲੀਲਬਾਜ਼ੀ ਦਾ ਭੋਗ ਪਾਇਆ ਤਾਂ ਬੇ ਨੇ ਹਾਰ ਦੀ ਤਸਵੀਰ ਬਣਾਉਣਾ ਬੰਦ ਕਰ ਦਿੱਤਾ। ਅਤੇ ਉਦਾਸ ਤੇ ਕੋਮਲ ਆਵਾਜ਼ ਵਿਚ (ਉਹ ਉਦਾਸ ਇਸ ਕਰਕੇ ਸੀ ਕਿ ਉਸ ਨੂੰ ਅਜਿਹੀਆਂ ਪ੍ਰਤੱਖ ਸਚਾਈਆਂ ਨੂੰ ਸਪਸ਼ਟ ਕਰਨ ਲਈ ਮਜਬੂਰ ਹੋਣਾ ਪੈ ਰਿਹਾ ਸੀ) ਬੜੇ ਸਪਸ਼ਟ, ਸਰਲ ਅਤੇ ਕਾਇਲ ਕਰਨ ਵਾਲੇ ਢੰਗ ਨਾਲ ਦਰਸਾਇਆ ਕਿ ਅਪੀਲ ਕਰਨ ਦਾ ਕੋਈ ਆਧਾਰ ਨਹੀਂ। ਇਸ ਤੋਂ ਮਗਰੋਂ ਉਸ ਨੇ ਆਪਣਾ ਚਿੱਟਾ ਹੋ ਗਿਆ ਸਿਰ ਨੀਵਾਂ ਕਰ ਲਿਆ ਅਤੇ ਹਾਰ ਦੀ ਤਸਵੀਰ ਬਣਾਉਣ ਲੱਗ ਪਿਆ।

ਸਕੋਵੋਰੋਦਨੀਕੋਵ, ਜਿਹੜਾ ਵੋਲਫ ਦੇ ਐਨ ਸਾਮ੍ਹਣੇ ਬੈਠਾ ਹੋਇਆ ਸੀ, ਆਪਣੀਆਂ ਮੋਟੀਆਂ ਮੋਟੀਆਂ ਉਂਗਲਾਂ ਨਾਲ ਆਪਣੀ ਦਾੜ੍ਹੀ ਤੇ ਮੁੱਛਾਂ ਦੇ ਵਾਲ ਆਪਣੇ ਮੂੰਹ ਵਿਚ ਤੁੰਨ ਰਿਹਾ ਸੀ। ਜਿਉਂ ਹੀ ਬੇ ਨੇ ਆਪਣੀ ਗੱਲ ਮੁਕਾਈ ਉਸ ਨੇ ਦਾੜ੍ਹੀ ਦੇ ਵਾਲ ਚੱਬਣੇ ਬੰਦ ਕੀਤੇ ਅਤੇ ਉੱਚੀ ਕੁਰੱਖ਼ਤ ਆਵਾਜ਼ ਵਿਚ ਬੋਲਣ ਲੱਗਾ। ਉਸ ਨੇ ਕਿਹਾ ਕਿ ਇਸ ਹਕੀਕਤ ਦੇ ਬਾਵਜੂਦ ਕਿ ਡਾਇਰੈਕਟਰ ਪਰਲੇ ਦਰਜੇ ਦਾ ਬਦਮਾਸ਼ ਹੈ ਉਹ ਸਜ਼ਾ ਮਨਸੂਖ਼ ਕਰਨ ਦੇ ਹੱਕ ਵਿਚ ਹੁੰਦਾ ਜੇ ਕਰ ਇਹਦੇ ਵਾਸਤੇ ਕੋਈ ਕਾਨੂੰਨੀ ਬੁਨਿਆਦ ਹੁੰਦੀ। ਪਰ ਕਿਉਂਕਿ ਇਹਦੇ ਵਾਸਤੇ ਕਾਨੂੰਨੀ ਬੁਨਿਆਦ ਕੋਈ ਨਹੀਂ ਇਸ ਕਰਕੇ ਉਹ ਬੇ ਦੀ ਰਾਏ ਨਾਲ ਸਹਿਮਤ ਹੈ। ਵੋਲਫ ਦੇ ਰਾਹ ਵਿਚ ਇਉਂ ਰੋੜਾ ਖੜਾ ਕਰਕੇ ਉਹ ਆਪਣੇ ਦਿਲ ਵਿਚ ਬੜਾ ਖੁਸ਼ ਸੀ। ਪ੍ਰਧਾਨ ਨੇ ਸਕੋਵੋਰੋਦਨੀਕੋਵ ਨਾਲ ਸਹਿਮਤੀ ਪ੍ਰਗਟ ਕੀਤੀ ਅਤੇ ਅਪੀਲ ਰੱਦ ਹੋ ਗਈ।

ਵੋਲਫ ਦਿਲੋਂ ਦੁਖੀ ਸੀ, ਖਾਸ ਕਰਕੇ ਇਸ ਵਾਸਤੇ ਕਿ ਉਸ ਨੂੰ ਲੱਗਦਾ ਸੀ ਜਿਵੇਂ ਬੇਈਮਾਨੀ ਨਾਲ ਪੱਖ ਕਰਦਾ ਉਹ ਸਿਰ ਤੋਂ ਫੜਿਆ ਗਿਆ ਹੋਵੇ। ਇਸ ਕਰਕੇ ਉਹ

ਇਉਂ ਪਰਪੰਚ ਕਰਨ ਲੱਗਾ ਜਿਵੇਂ ਇਸ ਮਾਮਲੇ ਨਾਲ ਉਹਦੀ ਕੋਈ ਦਿਲਚਸਪੀ ਨਾ ਹੋਵੇ ਅਤੇ ਮਾਸਲੋਵਾ ਦੇ ਮੁਕਦਮੇ ਨਾਲ ਸੰਬੰਧ ਰਖਦੀਆਂ ਦਸਤਾਵੇਜ਼ਾਂ ਨੂੰ ਖੋਹਲ ਕੇ ਇਹਨਾਂ ਨੂੰ ਪੜ੍ਹਨ ਵਿਚ ਮਗਨ ਹੋ ਗਿਆ। ਇੱਚਰ ਨੂੰ ਸੈਨੇਟਰਾਂ ਨੇ ਘੰਟੀ ਵਜਾਈ ਅਤੇ ਚਾਹ ਲਿਆਉਣ ਵਾਸਤੇ ਆਖਿਆ, ਅਤੇ ਉਸ ਘਟਨਾ ਦੀਆਂ ਗੱਲਾਂ ਕਰਨ ਲੱਗ ਪਏ ਜਿਹੜੀ ਉਹਨੀਂ ਦਿਨੀਂ, ਡੂਅਲ ਦੇ ਨਾਲ ਹੀ, ਸਾਰੇ ਪੀਟਰਸਬਰਗ ਦੇ ਲੋਕਾਂ ਦੀ ਜ਼ਬਾਨ ਉਤੇ ਸੀ।

ਇਹ ਇਕ ਸਰਕਾਰੀ ਮਹਿਕਮੇ ਦੇ ਮੁਖੀ ਦਾ ਕਿੱਸਾ ਸੀ ਜਿਸ ਨੇ ਦਫਾ ੯੯੫ ਦੇ ਅਧੀਨ ਇਕ ਜੁਰਮ ਕੀਤਾ ਸੀ।

"ਕੇਡਾ ਨੀਚ ਕੰਮ ਏ," ਬੇ ਨੇ ਘਿਰਣਾ ਨਾਲ ਆਖਿਆ।

"ਕਿਉਂ, ਇਸ ਵਿਚ ਕੀ ਭੈੜ ਏ? ਮੈਂ ਤੁਹਾਨੂੰ ਇਕ ਰੂਸੀ ਕਿਤਾਬ ਵਿਖਾ ਸਕਦਾ ਹਾਂ ਜਿਸ ਵਿਚ ਇਕ ਜਰਮਨ ਲੇਖਕ ਦਾ ਮਨਸੂਬਾ ਦਿੱਤਾ ਹੋਇਆ ਹੈ। ਬੜੇ ਸਾਫ ਲਫਜ਼ਾਂ ਵਿਚ ਸੁਝਾਓ ਦਿੱਤਾ ਗਿਆ ਹੈ ਕਿ ਇਸ ਗੱਲ ਨੂੰ ਜੁਰਮ ਨਹੀਂ ਸਮਝਿਆ ਜਾਣਾ ਚਾਹੀਦਾ ਅਤੇ ਮਰਦਾਂ ਨੂੰ ਮਰਦਾਂ ਨਾਲ ਵਿਆਹ ਕਰਨ ਦੀ ਇਜਾਜ਼ਤ ਹੋਣੀ ਚਾਹੀਦੀ ਹੈ," ਸਕੋਵੋਰੋਦਨੀਕੋਵ ਨੇ ਫਿੱਸੀ ਹੋਈ ਸਿਗਰਟ ਦਾ ਜਿਸ ਨੂੰ ਉਹਨੇ ਆਪਣੀਆਂ ਉਂਗਲਾਂ ਵਿਚ ਦੱਬਾ ਕੇ ਤਲੀ ਦੇ ਨੇੜੇ ਕੀਤਾ ਹੋਇਆ ਸੀ, ਬੜਾ ਭਰਵਾਂ ਕਸ਼ ਖਿਚ ਕੇ ਆਖਿਆ ਅਤੇ ਠਹਾਕੇ ਮਾਰ ਕੇ ਹੱਸ ਪਿਆ।

"ਇਹ ਨਹੀਂ ਹੋ ਸਕਦਾ!" ਬੇ ਨੇ ਆਖਿਆ।

"ਮੈਂ ਤੁਹਾਨੂੰ ਵਿਖਾ ਦੇਵਾਂਗਾ," ਸਕੋਵੋਰੋਦਨੀਕੋਵ ਨੇ ਆਖਿਆ ਅਤੇ ਕਿਤਾਬ ਦਾ ਪੂਰਾ ਨਾਂ, ਤੇ ਇਸ ਦੇ ਛਪਣ ਦੀ ਤਾਰੀਖ ਅਤੇ ਥਾਂ ਤੱਕ ਵੀ ਦੱਸ ਦਿੱਤੀ।

"ਮੈਂ ਸੁਣਿਆ ਹੈ ਕਿ ਉਸ ਨੂੰ ਸਾਇਬੇਰੀਆ ਵਿਚ ਕਿਸੇ ਸ਼ਹਿਰ ਦਾ ਗਵਰਨਰ ਲਾ ਦਿੱਤਾ ਗਿਆ ਹੈ।"

"ਇਹ ਬਹੁਤ ਵਧੀਆ ਗੱਲ ਹੈ! ਲਾਟ ਪਾਦਰੀ ਬੜੀ ਸ਼ਾਨ ਨਾਲ ਉਹਦਾ ਸਵਾਗਤ ਕਰੇਗਾ। ਲਾਟ ਪਾਦਰੀ ਵੀ ਕੋਈ ਇਸ ਤਰ੍ਹਾਂ ਦਾ ਹੀ ਲਾ ਦੇਣਾ ਚਾਹੀਦਾ ਹੈ," ਸਕੋਵੋਰੋਦਨੀਕੋਵ ਨੇ ਆਖਿਆ। "ਮੈਂ ਇਕ ਐਸੇ ਪਾਦਰੀ ਦੀ ਸਫਾਰਸ਼ ਕਰ ਸਕਦਾ ਹਾਂ," ਅਤੇ ਉਹਨੇ ਸਿਗਰਟ ਦਾ ਆਖਰੀ ਹਿੱਸਾ ਆਪਣੀ ਪਿਰਚ ਵਿਚ ਸੁੱਟ ਦਿੱਤਾ, ਅਤੇ ਫੇਰ ਆਪਣੀ ਦਾੜ੍ਹੀ ਤੇ ਮੁੱਛਾਂ ਦੇ ਜਿੰਨੇ ਵੀ ਵਾਲ ਮੂੰਹ ਵਿਚ ਤੁੰਨੇ ਜਾ ਸਕਦੇ ਸਨ ਤੁੰਨ ਕੇ ਉਹਨਾਂ ਨੂੰ ਚੱਬਣ ਲੱਗ ਪਿਆ।

ਅਹਿਲਕਾਰ ਅੰਦਰ ਆਇਆ ਅਤੇ ਦੱਸਿਆ ਕਿ ਨੇਖਲੀਊਦੋਵ ਤੇ ਵਕੀਲ ਮਾਸਲੋਵਾ ਦੇ ਮੁਕਦਮੇ ਦੀ ਪੜਤਾਲ ਸਮੇਂ ਮੌਜੂਦ ਹੋਣਾ ਚਾਹੁੰਦੇ ਹਨ।

"ਇਹ ਮਾਮਲਾ ਬੜਾ ਹੀ ਰੁਮਾਂਟਿਕ ਹੈ," ਵੋਲਫ ਨੇ ਆਖਿਆ ਅਤੇ ਮਾਸਲੋਵਾ ਨਾਲ ਨੇਖਲੀਊਦੋਵ ਦੇ ਸੰਬੰਧਾਂ ਬਾਰੇ ਜੋ ਕੁਝ ਉਹ ਜਾਣਦਾ ਸੀ ਉਹਨੇ ਸੁਣਾ ਦਿੱਤਾ।

ਕੁਝ ਚਿਰ ਉਹ ਇਹਦੇ ਬਾਰੇ ਗੱਲਾਂ ਕਰਦੇ ਰਹੇ ਅਤੇ ਜਦੋਂ ਚਾਹ ਪਾਣੀ ਤੇ ਸਿਗਰਟ

ਪੀ ਚੁੱਕੇ ਤਾਂ ਉਹ ਸੈਨੇਟ ਹਾਲ ਵਿਚ ਮੁੜ ਆਏ। ਪਹਿਲਾਂ ਹਤਕ-ਇਜ਼ਤ ਦੇ ਮੁਕਦਮੇ ਦੇ ਫੈਸਲੇ ਦਾ ਐਲਾਨ ਕੀਤਾ ਅਤੇ ਬਾਦ ਵਿਚ ਮਾਸਲੋਵਾ ਦੀ ਅਪੀਲ ਸੁਣਨ ਲੱਗੇ।

ਵੋਲਫ ਨੇ ਆਪਣੀ ਬਾਰੀਕ ਆਵਾਜ਼ ਵਿਚ ਮਾਸਲੋਵਾ ਦੀ ਅਪੀਲ ਬਾਰੇ ਭਰਪੂਰ ਰਿਪੋਰਟ ਪੇਸ਼ ਕੀਤੀ, ਪਰ ਇਸ ਵਾਰੀ ਵੀ ਉਹ ਕੁਝ ਪੱਖਪਾਤ ਤੋਂ ਕੰਮ ਲੈ ਰਿਹਾ ਸੀ। ਉਸ ਦੀ ਇਹ ਖਾਹਿਸ਼ ਪ੍ਰਤੱਖ ਹੋ ਰਹੀ ਸੀ ਕਿ ਸਜ਼ਾ ਮਨਸੂਖ ਕਰ ਦਿੱਤੀ ਜਾਵੇ।

"ਤੁਸੀਂ ਕੁਝ ਹੋਰ ਕਹਿਣਾ ਹੈ?" ਪ੍ਰਧਾਨ ਨੇ ਫਾਨਾਰਿਨ ਨੂੰ ਸੰਬੋਧਨ ਕਰ ਕੇ ਪੁੱਛਿਆ।

ਫਾਨਾਰਿਨ ਖੜਾ ਹੋ ਗਿਆ ਅਤੇ ਚੌੜੀ ਚਿੱਟੀ ਛਾਤੀ ਨੂੰ ਫੁਲਾਉਂਦਾ ਹੋਇਆ ਬੋਲਣ ਲੱਗਾ। ਉਸ ਨੇ ਇਕ ਇਕ ਨੁਕਤਾ ਲੈ ਕੇ ਕਮਾਲ ਦੀ ਹੱਦ ਤੱਕ ਠੀਕ ਠੀਕ ਤੇ ਕਾਇਲ ਕਰਨ ਵਾਲੇ ਢੰਗ ਨਾਲ ਸਿਧ ਕੀਤਾ ਕਿ ਕਿਵੇਂ ਜ਼ਿਲਾ ਅਦਾਲਤ ਛੇ ਨੁਕਤਿਆਂ ਉਪਰ ਕਾਨੂੰਨ ਦੇ ਸਹੀ ਅਰਥ ਕਢਣ ਤੋਂ ਦੂਰ ਚਲੀ ਗਈ ਸੀ। ਇਸ ਤੋਂ ਇਲਾਵਾ ਉਸ ਨੇ ਮੁਕਦਮੇ ਦੇ ਸਾਰੰਸ਼ ਦੀ ਵੀ ਚਰਚਾ ਕੀਤੀ, ਭਾਵੇਂ ਸੰਖੇਪ ਵਿਚ ਹੀ, ਅਤੇ ਕਿਹਾ ਕਿ ਦਿੱਤੀ ਗਈ ਸਜ਼ਾ ਘੋਰ ਬੇਇਨਸਾਫੀ ਹੈ। ਉਸ ਦੀ ਸੰਖੇਪ ਪਰ ਜ਼ਬਰਦਸਤ ਤਕਰੀਰ ਦਾ ਅੰਦਾਜ਼ ਸੈਨੇਟਰਾਂ ਤੋਂ ਦਲੀਲ ਦਾ ਪੱਖ ਕਰਨ ਦੀ ਮੰਗ ਵਾਲਾ ਸੀ। ਇਉਂ ਸੀ ਜਿਵੇਂ ਕਹਿ ਰਿਹਾ ਹੋਵੇ ਕਿ ਉਹ ਆਪਣੀ ਡੂੰਘੀ ਨਜ਼ਰ ਅਤੇ ਕਾਨੂੰਨੀ ਵਿਦਵਤਾ ਸਦਕਾ ਸਾਰੀ ਗੱਲ ਨੂੰ ਉਹਦੇ ਨਾਲੋਂ ਵਧੇਰੇ ਚੰਗੀ ਤਰ੍ਹਾਂ ਵੇਖ ਤੇ ਸਮਝ ਸਕਦੇ ਹਨ। ਉਹਦੀ ਤਕਰੀਰ ਤਾਂ ਇਸ ਕਰਕੇ ਜ਼ਰੂਰੀ ਸੀ ਕਿ ਉਹ ਆਪਣੇ ਜ਼ਿਮੇ ਲਏ ਫਰਜ਼ ਨੂੰ ਨਿਭਾ ਰਿਹਾ ਸੀ। ਫਾਨਾਰਿਨ ਦੀ ਤਕਰੀਰ ਤੋਂ ਮਗਰੋਂ ਇਹ ਸੋਚਿਆ ਜਾ ਸਕਦਾ ਸੀ ਕਿ ਇਸ ਬਾਰੇ ਸ਼ੱਕ ਦੀ ਕੋਈ ਗੁੰਜਾਇਸ਼ ਹੀ ਨਹੀਂ ਕਿ ਸੈਨੇਟ ਅਦਾਲਤ ਦੇ ਫੈਸਲੇ ਨੂੰ ਰੱਦ ਨਾ ਕਰੇ। ਆਪਣੀ ਤਕਰੀਰ ਮੁਕਾ ਕੇ, ਫਾਨਾਰਿਨ ਨੇ ਵਿਜਈ ਮੁਸਕਾਨ ਨਾਲ ਆਪਣੇ ਚੁਫੇਰੇ ਵੇਖਿਆ ਸੀ। ਇਸ ਨੂੰ ਦੇਖ ਕੇ ਨੇਖਲੀਊਦੋਵ ਨੂੰ ਯਕੀਨ ਹੋ ਗਿਆ ਸੀ ਕਿ ਮੁਕਦਮਾ ਜਿੱਤ ਲਿਆ ਗਿਆ ਹੈ। ਪਰ ਜਦੋਂ ਉਹਨੇ ਸੈਨੇਟਰਾਂ ਵੱਲ ਨਜ਼ਰ ਮਾਰੀ ਤਾਂ ਵੇਖਿਆ ਕਿ ਇਕੱਲਾ ਫਾਨਾਰਿਨ ਹੀ ਮੁਸਕ੍ਰਾ ਰਿਹਾ ਸੀ ਅਤੇ ਵਿਜਈ ਸੀ। ਸੈਨੇਟਰ ਅਤੇ ਸਹਾਇਕ ਪ੍ਰਾਸੀਕਿਊਟਰ ਜਨਰਲ ਨਹੀਂ ਮੁਸਕ੍ਰਾਏ ਸਨ ਜਾਂ ਵਿਜਈ ਨਹੀਂ ਸਨ। ਉਹ ਤਾਂ ਉਹਨਾਂ ਲੋਕਾਂ ਵਾਂਗ ਲੱਗ ਰਹੇ ਸਨ ਜਿਹੜੇ ਥੱਕੇ ਹੋਏ ਹੋਣ ਅਤੇ ਸੋਚ ਰਹੇ ਹੋਣ: "ਅਸਾਂ ਤੇਰੇ ਵਰਗੇ ਲੋਕਾਂ ਦੀਆਂ ਬਥੇਰੀਆਂ ਤਕਰੀਰਾਂ ਸੁਣੀਆਂ ਹਨ—ਇਹਨਾਂ ਦਾ ਕੋਈ ਫਾਇਦਾ ਨਹੀਂ।" ਤੇ ਜਦੋਂ ਉਹਦੀ ਤਕਰੀਰ ਮੁੱਕੀ ਤਾਂ ਉਹ ਖੁਸ਼ ਹੋਏ ਸਨ। ਉਹਨਾਂ ਸੁਖ ਦਾ ਸਾਹ ਲਿਆ ਸੀ ਕਿ ਹੁਣ ਉਹਨਾਂ ਨੂੰ ਹੋਰ ਬਹੁਤਾ ਚਿਰ ਏਥੇ ਅਟਕਣਾ ਨਹੀਂ ਪਵੇਗਾ। ਵਕੀਲ ਦੀ ਤਕਰੀਰ ਤੋਂ ਝੱਟ ਮਗਰੋਂ ਪ੍ਰਧਾਨ ਨੇ ਸਹਾਇਕ ਪ੍ਰਾਸੀਕਿਊਟਰ ਜਨਰਲ ਨੂੰ ਬੋਲਣ ਵਾਸਤੇ ਆਖਿਆ। ਸੇਲੇਨਿਨ ਨੇ ਬੜੇ ਹੀ ਸੰਖੇਪ ਅਤੇ ਸਪਸ਼ਟ ਸ਼ਬਦਾਂ ਵਿਚ ਅਦਾਲਤ ਦੇ ਫੈਸਲੇ ਨੂੰ ਜਿਵੇਂ ਤਿਵੇਂ ਰਹਿਣ ਦੇਣ ਦੇ ਪੱਖ ਵਿਚ ਰਾਏ ਪੇਸ਼ ਕੀਤੀ। ਉਸ ਨੇ ਆਖਿਆ ਕਿ ਫੈਸਲੇ ਨੂੰ ਰੱਦ ਕਰਨ ਵਾਸਤੇ ਜਿੰਨੀਆਂ ਵੀ ਦਲੀਲਾਂ

ਪੇਸ਼ ਕੀਤੀਆਂ ਗਈਆਂ ਹਨ ਉਹ ਬੇਬੁਨਿਆਦ ਹਨ। ਇਸ ਤੋਂ ਮਗਰੋਂ ਸੈਨੇਟਰ ਉਠ ਕੇ ਵਿਚਾਰ ਵਟਾਂਦਰਾ ਕਰਨ ਵਾਲੇ ਕਮਰੇ ਵਿਚ ਚਲੇ ਗਏ। ਉਹਨਾਂ ਦੇ ਵਿਚਾਰ ਵੱਖਰੇ ਵੱਖਰੇ ਸਨ। ਵੌਲਫ ਇਸ ਗੱਲ ਦੇ ਹੱਕ ਵਿਚ ਸੀ ਕਿ ਅਪੀਲ ਮਨਜ਼ੂਰ ਕਰ ਲਈ ਜਾਵੇ। ਬੇ ਨੇ, ਜਦੋਂ ਉਹਨੂੰ ਮਾਮਲੇ ਦੀ ਸਮਝ ਆ ਗਈ, ਬੜੇ ਜ਼ੋਰ ਸ਼ੋਰ ਨਾਲ ਇਸ ਪੱਖ ਦੀ ਹਮਾਇਤ ਕੀਤੀ। ਉਸ ਨੇ ਆਪਣੇ ਸਾਥੀਆਂ ਦੇ ਸਾਮ੍ਹਣੇ ਅਦਾਲਤ ਦੀ ਝਾਕੀ ਓਸੇ ਸਜੀਵ ਰੂਪ ਵਿਚ ਸਾਕਾਰ ਕੀਤੀ ਜਿਵੇਂ ਉਹ ਆਪ ਉਸ ਦੀ ਕਲਪਨਾ ਕਰ ਰਿਹਾ ਸੀ। ਨਿਕੀਤਿਨ ਨੇ, ਜਿਹੜਾ ਹਮੇਸ਼ਾ ਹੀ ਦ੍ਰਿੜ੍ਹਤਾ ਤੇ ਮਰਯਾਦਾ ਦਾ ਪੱਖ ਪੂਰਦਾ ਸੀ, ਦੂਸਰਾ ਪੱਖ ਲਿਆ। ਸਾਰੀ ਗੱਲ ਸਕੋਵੋਰੋਦਨੀਕੋਵ ਦੀ ਵੋਟ ਉਤੇ ਨਿਰਭਰ ਸੀ, ਅਤੇ ਉਸ ਨੇ ਅਪੀਲ ਨੂੰ ਰੱਦ ਕਰਨ ਦੇ ਹੱਕ ਵਿਚ ਵੋਟ ਪਾਈ। ਇਸ ਦਾ ਮੁਖ ਕਾਰਨ ਇਹ ਸੀ ਕਿ ਉਸ ਨੂੰ ਇਖਲਾਕੀ ਬੁਨਿਆਦ ਉਤੇ ਮਾਸਲੋਵਾ ਨਾਲ ਵਿਆਹ ਕਰਨ ਸੰਬੰਧੀ ਨੇਖਲੀਊਦੋਵ ਦੇ ਦ੍ਰਿੜ੍ਹ ਇਰਾਦੇ ਤੋਂ ਬੇਹੱਦ ਨਫਰਤ ਹੋ ਗਈ ਸੀ।

ਸਕੋਵੋਰੋਦਨੀਕੋਵ ਇਕ ਪਦਾਰਥਵਾਦੀ ਅਤੇ ਡਾਰਵਿਨ ਦੇ ਮੱਤ ਦਾ ਅਨੁਯਾਈ ਸੀ। ਇਸ ਕਰਕੇ ਹਰ ਕਿਸਮ ਦੇ ਅਮੂਰਤ ਸਦਾਚਾਰ ਨੂੰ, ਜਾਂ ਹੋਰ ਵੀ ਬੁਰੀ ਗੱਲ, ਧਰਮ ਨੂੰ ਨਾ ਸਿਰਫ ਘਿਰਣਾਯੋਗ ਮੂਰਖਤਾ ਹੀ, ਸਗੋਂ ਆਪਣਾ ਜ਼ਾਤੀ ਨਿਰਾਦਰ ਵੀ ਸਮਝਦਾ ਸੀ। ਉਸ ਨੂੰ ਇਸ ਗੱਲ ਤੋਂ ਸਖ਼ਤ ਨਫਰਤ ਸੀ ਕਿ ਇਕ ਵੇਸਵਾ ਦੇ ਮਾਮਲੇ ਉਤੇ ਏਡੀ ਸਿਰ-ਖਪਾਈ ਹੋ ਰਹੀ ਹੈ ਅਤੇ ਇਕ ਪ੍ਰਸਿਧ ਵਕੀਲ ਤੇ ਨੇਖਲੀਊਦੋਵ ਸੈਨੇਟ ਵਿਚ ਆ ਟਪਕੇ ਹਨ। ਉਸ ਨੇ ਆਪਣੀ ਦਾੜ੍ਹੀ ਦੇ ਵਾਲ ਆਪਣੇ ਮੂੰਹ ਵਿਚ ਤੁੰਨੇ ਹੋਏ ਸਨ ਅਤੇ ਬੈਠਾ ਵੰਨ-ਸੁਵੰਨੇ ਮੂੰਹ ਬਣਾ ਰਿਹਾ ਸੀ ਤੇ ਬੜੀ ਹੁਸ਼ਿਆਰੀ ਨਾਲ ਜ਼ਾਹਿਰ ਕਰ ਰਿਹਾ ਸੀ ਕਿ ਉਸ ਨੂੰ ਇਸ ਮਾਮਲੇ ਬਾਰੇ ਸਿਵਾਏ ਇਸ ਦੇ ਹੋਰ ਕੁਝ ਪਤਾ ਨਹੀਂ ਕਿ ਅਪੀਲ ਵਾਸਤੇ ਪੇਸ਼ ਕੀਤੀਆਂ ਦਲੀਲਾਂ ਕਾਫੀ ਨਹੀਂ ਹਨ। ਇਸ ਕਰਕੇ ਉਹਨੇ ਪ੍ਰਧਾਨ ਦੀ ਰਾਏ ਨਾਲ ਸਹਿਮਤੀ ਪ੍ਰਗਟ ਕੀਤੀ ਕਿ ਅਦਾਲਤ ਦੇ ਫੈਸਲੇ ਨੂੰ ਬਰਕਰਾਰ ਰਖਿਆ ਜਾਏ।

ਅਤੇ ਸ਼ਿਕਾਇਤ ਰੱਦ ਕਰ ਦਿੱਤੀ ਗਈ।

੨੨

"ਗ਼ਜ਼ਬ ਹੋ ਗਿਆ," ਵਕੀਲ ਦੇ ਨਾਲ ਹੀ ਸਵਾਗਤੀ ਕਮਰੇ ਵਿਚ ਦਾਖਲ ਹੁੰਦੇ ਹੋਏ ਨੇਖਲੀਊਦੋਵ ਨੇ ਆਖਿਆ। ਵਕੀਲ ਆਪਣੇ ਥੈਲੇ ਵਿਚ ਕਾਗ਼ਜ਼ ਪੱਤਰ ਠੀਕ ਕਰ ਰਿਹਾ ਸੀ। "ਜਿਹੜਾ ਮਾਮਲਾ ਬਿਲਕੁਲ ਸਾਫ ਸਪਸ਼ਟ ਹੈ ਉਸ ਦੇ ਰੂਪ ਨੂੰ ਅਹਿਮੀਅਤ ਦੇ ਰਹੇ ਹਨ, ਤੇ ਉਹਦੇ ਵਿਚ ਦਖਲ ਦੇਣ ਤੋਂ ਇਨਕਾਰੀ ਹਨ। ਗ਼ਜ਼ਬ ਹੋ ਗਿਆ!"

"ਜ਼ਿਲਾ ਅਦਾਲਤ ਨੇ ਮੁਕਦਮਾ ਖਰਾਬ ਕਰ ਦਿੱਤਾ," ਵਕੀਲ ਨੇ ਆਖਿਆ।

"ਹੋਰ ਤਾਂ ਹੋਰ, ਸੇਲੇਨਿਨ ਵੀ ਅਪੀਲ ਰੱਦ ਕਰ ਦੇਣ ਦੇ ਹੱਕ ਵਿਚ ਸੀ। ਉਫ, ਗ਼ਜ਼ਬ ਹੋ ਗਿਆ! ਏਡਾ ਗ਼ਜ਼ਬ!" ਨੇਖਲੀਊਦੋਵ ਨੇ ਫੇਰ ਆਖਿਆ। "ਹੁਣ ਕੀ ਕਰਨਾ ਚਾਹੀਦਾ ਹੈ?"

"ਅਸੀਂ ਮਹਾਰਾਜ ਹਜ਼ੂਰ ਕੋਲ ਅਪੀਲ ਕਰਾਂਗੇ। ਤੁਸੀਂ ਅਜਕਲ ਏਥੇ ਹੋ, ਆਪ ਹੀ ਦਰਖ਼ਾਸਤ ਦਾਖਲ ਕਰ ਦਿਓ। ਮੈਂ ਲਿਖ ਕੇ ਤਿਆਰ ਕਰ ਦੇਂਦਾ ਹਾਂ।"

ਠੀਕ ਇਸ ਵੇਲੇ ਵੋਲਫ—ਮਧਰਾ ਕੱਦ, ਵਰਦੀ ਪਾਈ ਹੋਈ ਜਿਸ ਉਤੇ ਸਟਾਰ ਚਮਕ ਰਹੇ ਸਨ—ਸਵਾਗਤੀ ਕਮਰੇ ਵਿਚ ਦਾਖਲ ਹੋਇਆ ਅਤੇ ਨੇਖਲੀਊਦੋਵ ਦੇ ਕੋਲ ਆਇਆ।

"ਕੁਝ ਨਹੀਂ ਸੀ ਹੋ ਸਕਦਾ, ਪ੍ਰਿੰਸ। ਅਪੀਲ ਵਾਸਤੇ ਜੋ ਕਾਰਨ ਦਿੱਤੇ ਗਏ ਸਨ ਉਹ ਬੇਬੁਨਿਆਦ ਸਨ," ਆਪਣੇ ਸੌੜੇ ਮੋਢੇ ਚੜ੍ਹਾਉਂਦਿਆਂ ਤੇ ਅੱਖਾਂ ਬੰਦ ਕਰਦਿਆਂ ਉਸ ਨੇ ਆਖਿਆ, ਤੇ ਫੇਰ ਓਥੋਂ ਚਲਾ ਗਿਆ।

ਵੋਲਫ ਤੋਂ ਮਗਰੋਂ, ਸੇਲੇਨਿਨ ਵੀ ਓਥੇ ਆਇਆ। ਉਸ ਨੂੰ ਸੈਨੇਟਰਾਂ ਤੋਂ ਪਤਾ ਲੱਗਾ ਸੀ ਕਿ ਉਹਦਾ ਪੁਰਾਣਾ ਦੋਸਤ ਨੇਖਲੀਊਦੋਵ ਉਥੇ ਮੌਜੂਦ ਹੈ।

"ਲੈ, ਮੈਨੂੰ ਤਾਂ ਕੋਈ ਚਿਤ-ਚੇਤਾ ਵੀ ਨਹੀਂ ਸੀ ਕਿ ਏਥੇ ਤੇਰੇ ਨਾਲ ਮੇਲ ਹੋ ਜਾਏਗਾ," ਉਸ ਨੇ ਨੇਖਲੀਊਦੋਵ ਦੇ ਨੇੜੇ ਆਉਂਦਿਆਂ ਆਖਿਆ। ਉਹਦੇ ਬੁਲ੍ਹਾਂ ਉਤੇ ਤਾਂ ਮੁਸਕਾਨ ਖੇਡ ਰਹੀ ਸੀ ਪਰ ਉਹਦੀਆਂ ਅੱਖਾਂ ਵਿਚ ਉਦਾਸੀ ਬੈਠੀ ਹੋਈ ਸੀ। "ਮੈਨੂੰ ਤਾਂ ਖਬਰ ਹੀ ਨਹੀਂ ਸੀ ਕਿ ਤੂੰ ਪੀਟਰਸਬਰਗ ਵਿਚ ਹੈਂ।"

"ਤੇ ਮੈਨੂੰ ਵੀ ਪਤਾ ਨਹੀਂ ਸੀ ਕਿ ਤੂੰ ਏਥੇ ਪ੍ਰਾਸੀਕਿਊਟਰ-ਜਨਰਲ ਹੈਂ।"

"ਜਹਾਇਕ ਪ੍ਰਾਸੀਕਿਊਟਰ-ਜਨਰਲ," ਸੇਲੇਨਿਨ ਨੇ ਗ਼ਲਤੀ ਠੀਕ ਕੀਤੀ। "ਪਰ ਏਥੇ ਸੈਨੇਟ ਵਿਚ ਕਿਵੇਂ? ਏਨੀ ਗੱਲ ਤਾਂ ਮੈਂ ਸੁਣੀ ਸੀ ਕਿ ਤੂੰ ਪੀਟਰਸਬਰਗ ਵਿਚ ਹੈਂ। ਪਰ ਏਥੇ ਕੀ ਕੰਮ ਪੈ ਗਿਆ?"

"ਏਥੇ? ਏਥੇ ਮੈਂ ਇਸ ਆਸ ਨਾਲ ਆਇਆ ਸਾਂ ਕਿ ਇਨਸਾਫ ਮਿਲੇਗਾ ਅਤੇ ਇਕ ਬੇਗੁਨਾਹ ਔਰਤ ਨੂੰ ਬਚਾ ਸਕਾਂਗਾ ਜਿਸ ਨੂੰ ਸਖ਼ਤ ਸਜ਼ਾ ਦਿੱਤੀ ਗਈ ਹੈ।"

"ਕਿਹੜੀ ਔਰਤ?"

"ਓਹੋ ਹੀ ਜਿਸ ਦੇ ਮੁਕਦਮੇ ਦਾ ਹੁਣੇ ਫੈਸਲਾ ਹੋਇਆ ਹੈ।"

"ਉਫ! ਮਾਸਲੋਵਾ ਦਾ ਮੁਕਦਮਾ," ਸੇਲੇਨਿਨ ਨੇ ਆਖਿਆ ਜਿਵੇਂ ਅਚਾਨਕ ਇਸ ਦਾ ਚੇਤਾ ਆ ਗਿਆ ਹੋਵੇ। "ਅਪੀਲ ਦੀ ਕਿਸੇ ਤਰ੍ਹਾਂ ਵੀ ਕੋਈ ਬੁਨਿਆਦ ਹੀ ਨਹੀਂ ਸੀ।"

"ਸਵਾਲ ਅਪੀਲ ਦਾ ਨਹੀਂ, ਔਰਤ ਦਾ ਹੈ, ਜਿਹੜੀ ਬੇਗੁਨਾਹ ਹੈ, ਤੇ ਜਿਸ ਨੂੰ ਸਜ਼ਾ ਦਿੱਤੀ ਜਾ ਰਹੀ ਹੈ।"

ਸੇਲੇਨਿਨ ਨੇ ਹੌਕਾ ਲਿਆ।

"ਇਹ ਹੋ ਸਕਦਾ ਹੈ, ਪਰ..."

"ਹੋ ਸਕਦਾ ਹੈ ਨਹੀਂ, ਇਹ ਹੈ..."

"ਤੈਨੂੰ ਕਿਵੇਂ ਪਤਾ ਹੈ?"

"ਕਿਉਂਕਿ ਮੈਂ ਜਿਊਰੀ ਦਾ ਮੈਂਬਰ ਸਾਂ। ਮੈਨੂੰ ਪਤਾ ਹੈ ਕਿ ਸਾਡੇ ਕੋਲੋਂ ਇਹ ਗ਼ਲਤੀ ਕਿਵੇਂ ਹੋਈ।"

ਸੇਲੇਨਿਨ ਸੋਚੀਂ ਪੈ ਗਿਆ।

"ਤੈਨੂੰ ਓਸ ਵੇਲੇ ਬਿਆਨ ਦੇਣਾ ਚਾਹੀਦਾ ਸੀ," ਉਸ ਨੇ ਆਖਿਆ।

"ਬਿਆਨ ਮੈਂ ਦਿੱਤਾ ਸੀ।"

"ਉਸ ਨੂੰ ਸਰਕਾਰੀ ਰਿਪੋਰਟ ਵਿਚ ਦਰਜ ਕੀਤਾ ਜਾਣਾ ਚਾਹੀਦਾ ਸੀ। ਅਪੀਲ ਦੀ ਦਰਖ਼ਾਸਤ ਵਿਚ ਜੇ ਇਹ ਗੱਲ ਵੀ ਲਿਖੀ ਹੁੰਦੀ..."

ਸੇਲੇਨਿਨ ਬੜਾ ਰੁਝੇਵੇਂ ਵਾਲਾ ਆਦਮੀ ਸੀ ਤੇ ਉਹ ਬਾਹਰ ਅੰਦਰ ਘਟ ਵਧ ਹੀ ਜਾਂਦਾ ਆਉਂਦਾ ਸੀ। ਜ਼ਾਹਿਰ ਸੀ ਕਿ ਉਹਨੂੰ ਨੇਖਲੀਊਦੋਵ ਦੇ ਪਿਆਰ ਬਾਰੇ ਕੁਝ ਵੀ ਇਲਮ ਨਹੀਂ ਸੀ। ਨੇਖਲੀਊਦੋਵ ਨੇ ਵੀ ਇਹ ਗੱਲ ਭਾਂਪ ਲਈ ਸੀ, ਤੇ ਉਹਨੇ ਆਪਣੇ ਮਨ ਨਾਲ ਫੈਸਲਾ ਕਰ ਲਿਆ ਕਿ ਮਾਸਲੋਵਾ ਨਾਲ ਆਪਣੇ ਜ਼ਾਤੀ ਤਅਲੁਕਾਤ ਬਾਰੇ ਕੁਝ ਨਾ ਦੱਸਣਾ ਹੀ ਚੰਗਾ ਹੈ।

"ਹਾਂ, ਪਰ ਫੇਰ ਵੀ, ਜੋ ਵੀ ਹੈ, ਫੈਸਲਾ ਪ੍ਰਤੱਖ ਤੌਰ ਤੇ ਬੇਹੂਦਾ ਦਿੱਤਾ ਗਿਆ ਹੈ।"

"ਸੈਨੇਟ ਨੂੰ ਇਹ ਆਖਣ ਦਾ ਕੋਈ ਹੱਕ ਨਹੀਂ। ਜੇ ਸੈਨੇਟ ਆਪਣੇ ਇਸ ਵਿਚਾਰ ਅਨੁਸਾਰ ਕਿ ਅਦਾਲਤਾਂ ਦੇ ਫੈਸਲੇ ਜਾਇਜ਼ ਹਨ ਜਾਂ ਨਹੀਂ, ਉਹਨਾਂ ਫੈਸਲਿਆਂ ਨੂੰ ਬਦਲਣ ਲੱਗ ਪਵੇ ਤਾਂ ਜਿਊਰੀ ਦੇ ਫੈਸਲੇ ਦਾ ਕੋਈ ਮਤਲਬ ਹੀ ਨਹੀਂ ਰਹਿ ਜਾਂਦਾ। ਏਨਾ ਹੀ ਨਹੀਂ ਫੇਰ ਤਾਂ ਸੈਨੇਟ ਦੇ ਕਾਇਮ ਰਹਿਣ ਦੀ ਕੋਈ ਬੁਨਿਆਦ ਹੀ ਨਹੀਂ ਰਹਿ ਜਾਂਦੀ, ਅਤੇ ਇਹ ਇਨਸਾਫ ਦੀ ਤਸਦੀਕ ਕਰਨ ਦੀ ਥਾਂ ਉਸ ਦਾ ਉਲੰਘਣ ਕਰਨ ਲੱਗ ਪਵੇਗੀ," ਹੁਣੇ ਹੁਣੇ ਸੁਣੇ ਗਏ ਮੁਕਦਮੇ ਨੂੰ ਯਾਦ ਕਰਦਿਆਂ, ਸੇਲੇਨਿਨ ਨੇ ਆਖਿਆ।

"ਮੈਂ ਤਾਂ ਸਿਰਫ ਏਨਾ ਜਾਣਦਾ ਹਾਂ ਕਿ ਇਹ ਔਰਤ ਬਿਲਕੁਲ ਬੇਗੁਨਾਹ ਹੈ, ਅਤੇ ਹੁਣ ਨਾਜਾਇਜ਼ ਸਜ਼ਾ ਤੋਂ ਉਹਨੂੰ ਬਚਾਉਣ ਦੀ ਤਕਰੀਬਨ ਆਖਰੀ ਉਮੀਦ ਵੀ ਜਾਂਦੀ ਰਹੀ ਹੈ। ਉਚਤਮ ਅਦਾਲਤ ਨੇ ਘੋਰ ਅਨਿਆਂ ਦੀ ਪੁਸ਼ਟੀ ਕਰ ਦਿੱਤੀ ਹੈ।"

"ਪੁਸ਼ਟੀ ਨਹੀਂ ਕੀਤੀ। ਸੈਨੇਟ ਨੇ ਮੁਕਦਮੇ ਦੇ ਗੁਣਾਂ–ਔਗੁਣਾਂ ਦੀ ਪੜਤਾਲ ਨਹੀਂ ਕੀਤੀ, ਨਾ ਹੀ ਕਰ ਸਕਦੀ ਹੈ," ਸੇਲੇਨਿਨ ਨੇ ਅੱਖਾਂ ਭੀਚਦਿਆਂ ਆਖਿਆ।

"ਮੇਰਾ ਖਿਆਲ ਹੈ ਤੂੰ ਆਪਣੀ ਮਾਸੀ ਕੋਲ ਠਹਿਰਿਆ ਹੋਇਆ ਹੈਂ," ਸੇਲੇਨਿਨ ਨੇ ਕਿਹਾ। ਪ੍ਰਤੱਖ ਸੀ ਕਿ ਉਹ ਗੱਲ ਬਦਲਣਾ ਚਾਹੁੰਦਾ ਸੀ। "ਉਸ ਨੇ ਮੈਨੂੰ ਕੱਲ੍ਹ ਦੱਸਿਆ ਸੀ ਕਿ ਤੂੰ ਏਥੇ ਹੈਂ, ਤੇ ਸ਼ਾਮ ਨੂੰ ਘਰ ਆਉਣ ਦਾ ਸੱਦਾ ਵੀ ਦਿੱਤਾ ਸੀ ਤੈਨੂੰ ਮਿਲਣ ਵਾਸਤੇ ਜਿਸ ਵੇਲੇ ਕਿਸੇ ਬਦੇਸ਼ੀ ਉਪਦੇਸ਼ਕ ਨੇ ਭਾਸ਼ਣ ਦੇਣਾ ਸੀ," ਸੇਲੇਨਿਨ ਨੇ ਆਖਿਆ। ਹੁਣ ਵੀ ਸਿਰਫ ਉਹਦੇ ਬੁਲ੍ਹ ਹੀ ਮੁਸਕ੍ਰਾ ਰਹੇ ਸਨ।

"ਹਾਂ, ਮੈਂ ਓਥੇ ਸਾਂ। ਪਰ ਬੜੀ ਕੋਫਤ ਹੋਈ ਤੇ ਉਠ ਕੇ ਚਲਾ ਗਿਆ," ਨੇਖਲੀਊਦੋਵ ਨੇ ਖਿੱਝ ਕੇ ਆਖਿਆ। ਉਸ ਨੂੰ ਗੁੱਜਾ ਇਹ ਸੀ ਕਿ ਸੇਲੇਨਿਨ ਨੇ ਗਲਬਾਤ ਦਾ ਰੁਖ਼ ਬਦਲ ਦਿੱਤਾ ਸੀ।

"ਕੋਫਤ ਕਿਸ ਗੱਲੋਂ? ਆਖਰ, ਇਹ ਧਾਰਮਿਕ ਭਾਵਨਾਵਾਂ ਦੇ ਪ੍ਰਗਟਾ ਦਾ ਇਕ ਰੂਪ ਹੈ, ਭਾਵੇਂ ਇਕਪਾਸੜ ਤੇ ਤੰਗਨਜ਼ਰ ਹੀ ਸਹੀ," ਸੇਲੇਨਿਨ ਨੇ ਆਖਿਆ।

"ਹੂੰ, ਐਵੇਂ ਇਕ ਕਿਸਮ ਦਾ ਖ਼ਬਤ ਤੇ ਮੂਰਖਤਾ ਹੈ, ਹੋਰ ਕੁਝ ਨਹੀਂ।"

"ਨਹੀਂ, ਪਿਆਰੇ ਨਹੀਂ। ਅਜੀਬ ਗੱਲ ਇਹ ਹੈ ਕਿ ਸਾਨੂੰ ਆਪਣੇ ਹੀ ਚਰਚ ਦੀ ਸਿਖਿਆ ਦਾ ਏਨਾ ਥੋੜਾ ਇਲਮ ਹੈ ਕਿ ਜਦੋਂ ਸਾਡੇ ਹੀ ਬੁਨਿਆਦੀ ਮੱਤ ਨੂੰ ਕਿਸੇ ਨਵੇਂ ਰੂਪ ਵਿਚ ਪੇਸ਼ ਕੀਤਾ ਜਾਂਦਾ ਹੈ ਤਾਂ ਸਾਨੂੰ ਇਹ ਨਵਾਂ ਅਗਮ-ਗਿਆਨ ਜਾਪਣ ਲੱਗ ਪੈਂਦਾ ਹੈ," ਸੇਲੇਨਿਨ ਨੇ ਆਖਿਆ, ਜਿਵੇਂ ਉਹ ਆਪਣੇ ਪੁਰਾਣੇ ਮਿੱਤਰ ਨੂੰ ਆਪਣੇ ਹੁਣ ਦੇ ਵਿਚਾਰਾਂ ਤੋਂ ਛੇਤੀ ਛੇਤੀ ਜਾਣੂ ਕਰਵਾ ਦੇਣਾ ਚਾਹੁੰਦਾ ਹੋਵੇ।

ਨੇਖਲੀਊਦੋਵ ਨੇ ਕੁਝ ਘੋਖੀ ਨਜ਼ਰਾਂ ਅਤੇ ਹੈਰਾਨੀ ਨਾਲ ਸੇਲੇਨਿਨ ਵੱਲ ਵੇਖਿਆ। ਸੇਲੇਨਿਨ ਨੇ ਅੱਖਾਂ ਨੀਵੀਆਂ ਨਹੀਂ ਕੀਤੀਆਂ। ਉਹਦੀਆਂ ਅੱਖਾਂ ਵਿਚ ਉਦਾਸੀ ਹੀ ਨਹੀਂ ਸਗੋਂ ਮੰਦ-ਭਾਵਨਾ ਵੀ ਝਲਕਦੀ ਜਾਪਦੀ ਸੀ।

"ਤੂੰ ਫੇਰ ਚਰਚ ਦੇ ਮਤ-ਸਿਧਾਂਤਾਂ ਨੂੰ ਮੰਨਦਾ ਹੈਂ?" ਨੇਖਲੀਊਦੋਵ ਨੇ ਪੁੱਛਿਆ।

"ਬਿਲਕੁਲ, ਮੰਨਦਾ ਹਾਂ" ਸੇਲੇਨਿਨ ਨੇ ਨਿਰਜਿੰਦ ਤਕਣੀ ਨਾਲ ਨੇਖਲੀਊਦੋਵ ਦੀਆਂ ਅੱਖਾਂ ਵਿਚ ਸਿੱਧਾ ਝਾਕਦਿਆਂ ਜਵਾਬ ਦਿੱਤਾ।

ਨੇਖਲੀਊਦੋਵ ਨੇ ਇਕ ਹੌਕਾ ਲਿਆ।

"ਅਜੀਬ ਗੱਲ ਹੈ," ਉਸ ਨੇ ਆਖਿਆ।

"ਖੈਰ, ਇਸ ਬਾਰੇ ਫੇਰ ਕਿਸੇ ਵੇਲੇ ਗੱਲ ਕਰਾਂਗੇ," ਸੇਲੇਨਿਨ ਨੇ ਆਖਿਆ।... "ਮੈਂ ਆ ਰਿਹਾਂ," ਉਸ ਨੇ ਅਹਿਲਕਾਰ ਦੇ ਜਵਾਬ ਵਿਚ ਆਖਿਆ ਜਿਹੜਾ ਬੜੇ ਅਦਬ ਨਾਲ ਉਹਦੇ ਕੋਲ ਆ ਖੜਾ ਹੋਇਆ ਸੀ। "ਹਾਂ, ਸਾਨੂੰ ਫੇਰ ਜ਼ਰੂਰ ਮਿਲਣਾ ਚਾਹੀਦਾ ਹੈ," ਉਸ ਨੇ ਹੌਕਾ ਭਰਦਿਆਂ ਕਿਹਾ। "ਪਰ ਤੂੰ ਮਿਲੇਂਗਾ ਵੀ?" ਮੈਂ ਹਮੇਸ਼ਾ ਸੱਤ ਵਜੇ ਖਾਣੇ ਸਮੇਂ ਘਰ ਹੁੰਦਾ ਹਾਂ। ਨਾਦੇਜ਼ੁਦਿਨਸਕਾਯਾ," ਤੇ ਉਹਨੇ ਮਕਾਨ ਦਾ ਨੰਬਰ ਦੱਸਿਆ। "ਓਫ, ਵਕਤ ਆਪਣੀ ਚਾਲੇ ਤੁਰਿਆ ਜਾਂਦਾ ਹੈ," ਤੇ ਉਹ ਜਾਣ ਵਾਸਤੇ ਮੁੜਿਆ। ਮੁਸਕਾਨ ਹਾਲੇ ਵੀ ਉਹਦੇ ਬੁਲ੍ਹਾਂ ਚਿਪਕੀ ਹੋਈ ਸੀ।

"ਹੋ ਸਕਿਆ ਤਾਂ ਮੈਂ ਆਵਾਂਗਾ," ਨੇਖਲੀਊਦੋਵ ਨੇ ਕਿਹਾ। ਉਹ ਮਹਿਸੂਸ ਕਰ ਰਿਹਾ ਸੀ ਕਿ ਇਹ ਆਦਮੀ ਜਿਹੜਾ ਉਸ ਦੇ ਏਨਾ ਨੇੜੇ ਸੀ, ਇਸ ਸੰਖੇਪ ਗਲਬਾਤ ਨਾਲ ਅਚਾਨਕ ਜੇ ਵਿਰੋਧੀ ਨਹੀਂ ਤਾਂ ਓਪਰਾ, ਦੂਰ-ਪਾਰ ਦਾ ਅਤੇ ਸਮਝੋਂ-ਬਾਹਰਾ ਜ਼ਰੂਰ ਹੋ ਗਿਆ ਹੈ।

੨੩

ਨੇਖਲੀਊਦੋਵ ਵਿਦਿਆਰਥੀ ਜੀਵਨ ਦੇ ਦਿਨੀਂ ਸੇਲੇਨਿਨ ਨੂੰ ਜਾਣਦਾ ਸੀ। ਉਹ ਮਾਪਿਆਂ ਦਾ ਬੀਬਾ ਪੁੱਤਰ ਅਤੇ ਯਾਰਾਂ ਦਾ ਪੱਕਾ ਯਾਰ ਸੀ। ਆਪਣੀ ਉਮਰ ਦੇ ਹਿਸਾਬ ਨਾਲ ਉਹ ਦੁਨੀਆ ਦਾ ਇਕ ਪੜ੍ਹਿਆ ਲਿਖਿਆ ਨੌਜਵਾਨ ਸੀ, ਬੜਾ ਹੁਸ਼ਿਆਰ, ਖੂਬਸੂਰਤ ਤੇ ਸਦਾ ਬਣ ਠਣ ਕੇ ਰਹਿਣ ਵਾਲਾ ਪਰ ਨਾਲ ਹੀ ਬੇਹੱਦ ਸੱਚਾ ਤੇ ਈਮਾਨਦਾਰ। ਉਸ ਖੂਬ ਪੜ੍ਹਾਈ ਕੀਤੀ, ਪਰ ਨਾ ਹੀ ਬਹੁਤੀ ਮਗਜ਼ਮਾਰੀ ਕੀਤੀ ਤੇ ਨਾ ਹੀ ਬਹੁਤੀ ਪੰਡਤਾਈ ਛਾਂਟੀ। ਤੇ ਜਿਹੜੇ ਉਹ ਨਿਬੰਧ ਲਿਖਦਾ ਉਹਨਾਂ ਲਈ ਉਹਨੂੰ ਸੋਨੇ ਦੇ ਤਮਗੇ ਮਿਲਦੇ ਰਹੇ।

ਉਹ ਆਪਣੀ ਜਵਾਨੀ ਦੇ ਦਿਨਾਂ ਵਿਚ ਮਨੁਖਤਾ ਦੀ ਸੇਵਾ ਕਰਨਾ ਆਪਣਾ ਉਦੇਸ਼ ਸਮਝਦਾ ਸੀ, ਸਿਰਫ ਕਥਨੀਆਂ ਨਾਲ ਹੀ ਨਹੀਂ ਸਗੋਂ ਕਰਨੀਆਂ ਨਾਲ ਵੀ। ਇਨਸਾਨੀਅਤ ਦੇ ਕੰਮ ਆਉਣ ਵਾਸਤੇ ਉਸ ਨੂੰ ਰਾਜ ਦੀ ਸੇਵਾ ਕਰਨ ਤੋਂ ਬਿਨਾਂ ਹੋਰ ਕੋਈ ਰਸਤਾ ਨਹੀਂ ਸੀ ਦਿਸਦਾ। ਇਸ ਲਈ, ਜਿਉਂ ਹੀ ਉਹਨਾਂ ਆਪਣੀ ਪੜ੍ਹਾਈ ਮੁਕਾਈ, ਉਸ ਨੇ ਬੜੇ ਬਾਕਾਇਦਾ ਢੰਗ ਨਾਲ ਉਹਨਾਂ ਸਭਨਾਂ ਕੰਮਾਂ ਦੀ ਜਾਂਚ ਪੜਤਾਲ ਕੀਤੀ ਜਿਨ੍ਹਾਂ ਦੇ ਲੇਖੇ ਉਹ ਆਪਣੀ ਜ਼ਿੰਦਗੀ ਲਾ ਸਕਦਾ ਸੀ। ਅਤੇ ਫੈਸਲਾ ਕੀਤਾ ਕਿ ਚਾਂਸਲਰੀ ਦੇ ਦੂਜੇ ਵਿਭਾਗ ਵਿਚ, ਜਿਸ ਥਾਂ ਕਾਨੂੰਨ ਘੜੇ ਬਣਾਏ ਜਾਂਦੇ ਹਨ, ਉਹ ਸਭ ਤੋਂ ਵਧੇਰੇ ਲਾਭਦਾਇਕ ਹੋ ਸਕਦਾ ਹੈ। ਇਸ ਤਰ੍ਹਾਂ ਉਹ ਸਰਵਜਨਕ ਸੇਵਾ ਦੀ ਉਸ ਸ਼ਾਖ਼ ਵਿਚ ਨੌਕਰ ਹੋ ਗਿਆ। ਪਰ ਇਸ ਗੱਲ ਦੇ ਬਾਵਜੂਦ ਕਿ ਉਹ ਆਪਣਾ ਕੰਮ ਅਤਿਅੰਤ ਦੂਰ-ਅੰਦੇਸ਼ੀ ਅਤੇ ਪੂਰੀ ਈਮਾਨਦਾਰੀ ਨਾਲ ਕਰਦਾ ਸੀ, ਇਸ ਨੌਕਰੀ ਨਾਲ ਮਨੁਖਤਾ ਲਈ ਲਾਭਦਾਇਕ ਹੋਣ ਦੀ ਉਹਦੀ ਇੱਛਾ ਦੀ ਤ੍ਰਿਪਤੀ ਨਾ ਹੋਈ। ਨਾਲ ਹੀ ਉਹਦੀ ਅੰਤਰ ਆਤਮਾ ਨੂੰ ਇਹ ਵਿਸ਼ਵਾਸ ਨਾ ਹੋਇਆ ਕਿ ਉਹ "ਠੀਕ ਕੰਮ" ਕਰ ਰਿਹਾ ਸੀ। ਉਹਦੀ ਅਸੰਤੁਸ਼ਟਤਾ ਵਿਚ ਹੋਰ ਵੀ ਵਾਧਾ ਹੋਇਆ। ਉਸ ਦਾ ਵੱਡਾ ਅਫਸਰ ਬਹੁਤ ਹੀ ਛੋਟੇ ਦਿਲ ਵਾਲਾ ਅਤੇ ਘੁਮੰਡੀ ਸੀ ਤੇ ਉਹਦੇ ਨਾਲ ਨਿਤ ਇੱਟ-ਖੜਿਕਾ ਲਾਈ ਰਖਦਾ ਸੀ। ਅਤੇ ਇਸ ਕਰਕੇ ਉਹ ਚਾਂਸਲਰੀ ਦੀ ਨੌਕਰੀ ਛੱਡ ਕੇ ਸੈਨੇਟ ਵਿਚ ਕੰਮ ਕਰਨ ਲੱਗ ਪਿਆ। ਏਥੇ ਹਾਲਤ ਓਥੋਂ ਨਾਲੋਂ ਤਾਂ ਚੰਗੀ ਸੀ ਪਰ ਉਸ ਅਸੰਤੁਸ਼ਟਤਾ ਨੇ ਹਾਲੇ ਵੀ ਉਹਦਾ ਪਿੱਛਾ ਨਹੀਂ ਸੀ ਛੱਡਿਆ।

ਉਸ ਨੂੰ ਮਹਿਸੂਸ ਹੋ ਰਿਹਾ ਸੀ ਕਿ ਜੋ ਕੁਝ ਉਸ ਨੂੰ ਉਮੀਦ ਸੀ ਤੇ ਜੋ ਕੁਝ ਹੋਣਾ ਚਾਹੀਦੀ ਸੀ ਗੱਲ ਉਸ ਨਾਲੋਂ ਬਹੁਤ ਵੱਖਰੀ ਸੀ। ਸੈਨੇਟ ਵਿਚ ਕੰਮ ਕਰਦਿਆਂ ਉਸ ਦੇ ਮੇਲ ਮਿਲਾਪ ਵਾਲੇ ਲੋਕਾਂ ਦੀ ਬਦੌਲਤ ਉਸ ਨੂੰ ਕਾਮਰ-ਯੁੰਕਰ* ਦੀ ਪਦਵੀ ਮਿਲ ਗਈ ਸੀ, ਅਤੇ ਉਸ ਨੂੰ ਕਢਾਈ ਵਾਲੀ ਵਰਦੀ ਪਾ ਕੇ ਤੇ ਉਹਦੇ ਉਪਰ ਚਿੱਟੀ ਲਿਨਨ

---

* ਰਾਜ-ਦਰਬਾਰ ਵਿਚ ਸਭ ਤੋਂ ਛੋਟੀ ਪਦਵੀ।—ਸੰਪਾ:

ਦਾ ਐਪਰਨ ਲਾ ਕੇ, ਬੱਘੀ ਵਿਚ ਬਹਿ ਕੇ ਤਰ੍ਹਾਂ ਤਰ੍ਹਾਂ ਦੇ ਲੋਕਾਂ ਦਾ ਸ਼ੁਕਰੀਆ ਅਦਾ ਕਰਨ ਜਾਣਾ ਪਿਆ ਸੀ ਜਿਨ੍ਹਾਂ ਨੇ ਉਸ ਨੂੰ ਵਰਦੀਪੋਸ਼ ਦੀ ਇਸ ਨੌਕਰੀ ਉਤੇ ਲਵਾਇਆ ਸੀ। ਉਸ ਨੇ ਲੱਖ ਕੋਸ਼ਿਸ਼ ਕੀਤੀ ਪਰ ਉਸ ਨੂੰ ਇਸ ਗੱਲ ਦਾ ਕੋਈ ਵਾਜਬ ਜਵਾਬ ਨਾ ਲਭ ਸਕਿਆ ਕਿ ਇਸ ਪਦਵੀ ਦੀ ਲੋੜ ਕੀ ਹੈ। ਤੇ ਇਸ ਤਰ੍ਹਾਂ ਸੈਨੇਟ ਦੀ ਨੌਕਰੀ ਨਾਲੋਂ ਵੀ ਵਧ ਉਸ ਨੂੰ ਮਹਿਸੂਸ ਹੋਇਆ ਕਿ "ਇਹ ਤਾਂ ਉਹ ਨਹੀਂ" ਸੀ ਜੋ ਉਹ ਚਾਹੁੰਦਾ ਸੀ ਪਰ ਉਹ ਇਸ ਪਦਵੀ ਤੋਂ ਇਨਕਾਰ ਵੀ ਨਹੀਂ ਸੀ ਕਰ ਸਕਦਾ। ਉਹ ਡਰਦਾ ਸੀ ਕਿ ਇਸ ਤਰ੍ਹਾਂ ਉਹ ਲੋਕ ਨਾਰਾਜ਼ ਹੋ ਜਾਣਗੇ ਜਿਨ੍ਹਾਂ ਦਾ ਇਹ ਯਕੀਨ ਸੀ ਕਿ ਇਸ ਪਦਵੀ ਤੇ ਬਿਠਾ ਕੇ ਉਹ ਬਹੁਤ ਸਾਰੀ ਖੁਸ਼ੀ ਉਸ ਦੀ ਝੋਲੀ ਪਾ ਰਹੇ ਹਨ। ਇਸ ਤੋਂ ਇਲਾਵਾ ਇਸ ਨਾਲ ਉਹਦੀਆਂ ਹੇਠਲੀ ਪੱਧਰ ਦੀਆਂ ਰੁਚੀਆਂ ਦੀ ਤ੍ਰਿਪਤੀ ਹੁੰਦੀ ਸੀ। ਜਦੋਂ ਉਹ ਜ਼ਰੀ ਦੀ ਕਢਾਈ ਵਾਲੀ ਆਪਣੀ ਵਰਦੀ ਪਾ ਕੇ ਸ਼ੀਸ਼ੇ ਵਿਚ ਆਪਣੀ ਸ਼ਕਲ ਵੇਖਦਾ ਤਾਂ ਉਹ ਉੱਛਲ ਉੱਛਲ ਪੈਂਦਾ। ਅਤੇ ਇਸ ਪਦਵੀ ਕਾਰਨ ਹੀ ਕੁਝ ਲੋਕਾਂ ਕੋਲੋਂ ਮਿਲਦੇ ਇੱਜ਼ਤ-ਮਾਣ ਤੋਂ ਉਸ ਨੂੰ ਬੜੀ ਖੁਸ਼ੀ ਹੁੰਦੀ ਸੀ।

ਜਦੋਂ ਉਸ ਦਾ ਵਿਆਹ ਹੋਇਆ ਸੀ ਓਦੋਂ ਵੀ ਏਸੇ ਹੀ ਤਰ੍ਹਾਂ ਦਾ ਕੁਝ ਵਾਪਰਿਆ ਸੀ। ਸਮਾਜਕ ਖਿਆਲ ਨਾਲ ਉਹਦਾ ਵਿਆਹ ਬੜੀ ਸੱਜ-ਧੱਜ ਨਾਲ ਕੀਤਾ ਗਿਆ ਸੀ। ਤੇ ਉਸ ਨੇ ਵਿਆਹ ਕਰਾ ਲਿਆ, ਮੁਖ ਕਰਕੇ ਇਸ ਵਾਸਤੇ ਕਿ ਉਹਦੇ ਨਾਂਹ ਕਰ ਦੇਣ ਨਾਲ ਉਸ ਮੁਟਿਆਰ ਦੇ ਜਜ਼ਬਿਆਂ ਨੂੰ ਠੇਸ ਪਹੁੰਚਦੀ ਜਿਹੜੀ ਉਹਦੇ ਨਾਲ ਵਿਆਹ ਕਰਾਉਣਾ ਚਾਹੁੰਦੀ ਸੀ ਤੇ ਨਾਲ ਹੀ ਉਹਨਾਂ ਲੋਕਾਂ ਦਾ ਵੀ ਦਿਲ ਦੁਖਦਾ ਜਿਨ੍ਹਾਂ ਨੇ ਵਿਆਹ ਦਾ ਪ੍ਰਬੰਧ ਕੀਤਾ ਸੀ। ਇਸ ਤੋਂ ਬਿਨਾਂ ਇਕ ਕਾਰਨ ਇਹ ਵੀ ਸੀ ਕਿ ਇਕ ਅਮੀਰ ਘਰਾਣੇ ਦੀ ਸੁਸ਼ੀਲ ਕੁੜੀ ਨਾਲ ਵਿਆਹ ਕਰਾ ਕੇ ਉਹਦੀ ਸ਼ਾਨ ਵਧਣੀ ਸੀ ਤੇ ਉਸ ਨੂੰ ਖੁਸ਼ੀ ਮਿਲਣੀ ਸੀ। ਪਰ ਵਿਆਹ ਤੋਂ ਛੇਤੀ ਹੀ ਮਗਰੋਂ ਪ੍ਰਤੱਖ ਹੋ ਗਿਆ ਕਿ "ਇਹ ਤਾਂ ਉਹ ਨਹੀਂ" ਸੀ ਜੋ ਹੋਣਾ ਚਾਹੀਦਾ ਸੀ। ਸਗੋਂ ਇਹ ਤਾਂ ਸਰਕਾਰੀ ਨੌਕਰੀ ਤੇ ਅਦਾਲਤ ਵਿਚ ਉਸ ਦੀ ਪਦਵੀ ਨਾਲੋਂ ਵੀ ਘਟ ਤਸੱਲੀ ਵਾਲੀ ਗੱਲ ਸਾਬਤ ਹੋਈ ਸੀ। ਪਹਿਲੇ ਬੱਚੇ ਦੇ ਜਨਮ ਤੋਂ ਮਗਰੋਂ ਪਤਨੀ ਨੇ ਫੈਸਲਾ ਕਰ ਲਿਆ ਕਿ ਹੋਰ ਬੱਚਾ ਨਹੀਂ ਚਾਹੀਦਾ, ਅਤੇ ਉਹ ਐਸ਼-ਇਸ਼ਰਤ ਦੀ ਦੁਨੀਆਵੀ ਜ਼ਿੰਦਗੀ ਗੁਜ਼ਾਰਨ ਲੱਗ ਪਈ ਜਿਸ ਵਿਚ ਉਹਨੂੰ ਆਪ ਨੂੰ ਵੀ, ਭਾਵੇਂ ਉਹਨੂੰ ਚੰਗਾ ਲੱਗਦਾ ਸੀ ਜਾਂ ਨਹੀਂ, ਹਿੱਸੇਦਾਰ ਬਣਨਾ ਪੈਂਦਾ ਸੀ। ਉਹ ਕੋਈ ਖਾਸ ਸੁਹਣੀ ਤਾਂ ਨਹੀਂ ਸੀ ਪਰ ਉਸ ਦੀ ਵਫਾਦਾਰ ਸੀ। ਅਤੇ ਭਾਵੇਂ ਇਸ ਨਾਲ ਉਹਦੇ ਖਾਵੰਦ ਦੀ ਜ਼ਿੰਦਗੀ ਵਿਚ ਜ਼ਹਿਰ ਘੁਲਦਾ ਜਾ ਰਿਹਾ ਸੀ ਤੇ ਉਸ ਨੂੰ ਆਪ ਇਸ ਜ਼ਿੰਦਗੀ ਤੋਂ ਸਿਵਾਏ ਥਕਾਵਟ ਦੇ ਹੋਰ ਕੁਝ ਹੱਥ ਨਹੀਂ ਸੀ ਲੱਗਦਾ, ਪਰ ਤਾਂ ਵੀ ਉਹ ਡਟਕੇ ਇਸ ਨੂੰ ਚੰਬੜੀ ਹੋਈ ਸੀ। ਅਤੇ ਇਸ ਜ਼ਿੰਦਗੀ ਨੂੰ ਬਦਲਣ ਦੀਆਂ ਉਹਦੀਆਂ ਸਾਰੀਆਂ ਕੋਸ਼ਿਸ਼ਾਂ ਉਸ ਦੀ ਪਤਨੀ ਦੀਆਂ ਧਾਰਨਾਵਾਂ ਨੇ ਮਿੱਟੀ ਵਿਚ ਮਿਲਾ ਰੱਖੀਆਂ ਸਨ ਜਿਵੇਂ ਕੋਈ ਚੀਜ਼ ਪੱਥਰ ਦੀ ਕੰਧ ਨਾਲ ਟਕਰਾ ਕੇ ਚੂਰ ਚੂਰ ਹੋ ਜਾਂਦੀ ਹੈ। ਉਸ ਦੇ ਸਾਰੇ ਦੋਸਤ ਤੇ ਰਿਸ਼ਤੇਦਾਰ ਉਹਦੀਆਂ

ਧਾਰਨਾਵਾਂ ਦੀ ਇਹ ਆਖ ਕੇ ਪਿੱਠ ਠੋਕਦੇ ਸਨ ਕਿ ਜ਼ਿੰਦਗੀ ਇਸ ਤਰ੍ਹਾਂ ਦੀ ਹੀ ਹੋਣੀ ਚਾਹੀਦੀ ਹੈ।

ਲੰਮੇ ਸੁਨਹਿਰੇ ਵਾਲਾਂ ਵਾਲੀ ਉਸ ਦੀ ਛੋਟੀ ਜਿਹੀ ਬੱਚੀ, ਜਿਸ ਦੀਆਂ ਲੱਤਾਂ ਨੰਗ-ਮੁਨੰਗੀਆਂ ਰਹਿੰਦੀਆਂ ਸਨ, ਉਹਦੇ ਵਾਸਤੇ ਬਿਲਕੁਲ ਓਪਰਿਆਂ ਵਾਂਗ ਸੀ। ਇਸ ਦਾ ਮੁਖ ਕਾਰਨ ਇਹ ਸੀ ਕਿ ਉਸ ਦੀ ਪਾਲਣਾ-ਪੋਸਣਾ ਜਿਵੇਂ ਉਹ ਚਾਹੁੰਦਾ ਸੀ ਉਸ ਤੋਂ ਬਿਲਕੁਲ ਉਲਟ ਢੰਗ ਨਾਲ ਹੋ ਰਹੀ ਸੀ। ਮੀਆਂ ਬੀਵੀ ਵਿਚਕਾਰ ਗ਼ਲਤਫਹਿਮੀਆਂ ਪੈਦਾ ਹੋਣ ਦਾ ਸਿਲਸਲਾ ਸ਼ੁਰੂ ਹੋ ਗਿਆ, ਇਕ ਦੂਜੇ ਨੂੰ ਸਮਝਣ ਦੀ ਕੋਈ ਪ੍ਰਵਾਹ ਹੀ ਨਹੀਂ ਸੀ ਅਤੇ ਫੇਰ ਇਕ ਖਾਮੋਸ਼ ਲੜਾਈ ਝਗੜਾ ਰਹਿਣ ਲੱਗ ਪਿਆ ਜਿਸ ਉਤੇ ਸਦਾਚਾਰ ਦਾ ਮੁਲੰਮਾ ਚਾੜ੍ਹ ਕੇ ਬਾਹਰ ਦੇ ਲੋਕਾਂ ਕੋਲੋਂ ਲੁਕਾਇਆ ਜਾਂਦਾ। ਇਹਨਾਂ ਕਾਰਨਾਂ ਕਰਕੇ ਘਰ ਵਿਚ ਉਹਦਾ ਜਿਊਣਾ ਹਰਾਮ ਹੋ ਗਿਆ ਤੇ ਉਸ ਨੇ ਆਪਣੀ ਨੌਕਰੀ ਤੇ ਦਰਬਾਰ ਵਿਚ ਪਦਵੀ ਨਾਲੋਂ ਵੀ ਵਧ ਅਸੰਤੁਸ਼ਟ ਹੋ ਕੇ ਮਹਿਸੂਸ ਕੀਤਾ ਕਿ "ਇਹ ਤਾਂ ਉਹ ਨਹੀਂ" ਸੀ।

ਪਰ ਸਭ ਤੋਂ ਵਧ ਧਰਮ ਵੱਲ ਉਹਦਾ ਰਵਈਆ ਸੀ ਜਿਹੜਾ "ਇਹ ਤਾਂ ਉਹ ਨਹੀਂ" ਸੀ। ਆਪਣੇ ਵੇਲੇ ਦੇ ਲੋਕਾਂ ਅਤੇ ਮਿਲਣ-ਗਿਲਣ ਵਾਲੇ ਸਾਰੇ ਸਾਥੀਆਂ ਵਾਂਗ, ਸੋਝੀ ਆਉਂਦਿਆਂ ਹੀ ਉਸ ਨੇ ਬਿਨਾਂ ਕਿਸੇ ਖਾਸ ਉੱਦਮ ਦੇ ਧਾਰਮਿਕ ਵਹਿਮਾਂ ਭਰਮਾਂ ਦੀਆਂ ਬੇੜੀਆਂ ਤੋੜ ਦਿੱਤੀਆਂ ਸਨ ਜਿਨ੍ਹਾਂ ਦੇ ਵਾਤਾਵਰਣ ਵਿਚ ਉਹ ਪਲਿਆ ਸੀ, ਅਤੇ ਉਸ ਨੂੰ ਠੀਕ ਠੀਕ ਉਹ ਵੇਲਾ ਵੀ ਯਾਦ ਨਹੀਂ ਸੀ ਜਦੋਂ ਉਹ ਇਹਨਾਂ ਬੰਧਨਾਂ ਤੋਂ ਆਜ਼ਾਦ ਹੋ ਗਿਆ ਸੀ। ਜਵਾਨੀ ਦੇ ਦਿਨਾਂ ਵਿਚ ਜਦੋਂ ਉਹ ਹਾਲੇ ਪੜ੍ਹਦਾ ਸੀ ਅਤੇ ਨੇਖਲੀਊਦੋਵ ਦਾ ਗੂੜ੍ਹਾ ਯਾਰ ਸੀ ਉਹ ਸੱਚੇ ਦਿਲ ਵਾਲਾ ਈਮਾਨਦਾਰ ਗਭਰੂ ਹੁੰਦਾ ਸੀ ਤੇ ਉਹਨੇ ਕਦੇ ਕਿਸੇ ਕੋਲੋਂ ਇਹ ਗੱਲ ਲੁਕਾਈ ਨਹੀਂ ਸੀ ਕਿ ਉਹ ਰਾਜਕੀ ਧਰਮ ਨੂੰ ਨਹੀਂ ਮੰਨਦਾ। ਪਰ ਜਿਵੇਂ ਜਿਵੇਂ ਸਮਾਂ ਬੀਤਦਾ ਗਿਆ ਤੇ ਉਹ ਨੌਕਰੀ ਵਿਚ ਤਰੱਕੀ ਦੀ ਪੌੜੀ ਚੜ੍ਹਦਾ ਗਿਆ ਤਾਂ ਉਸ ਦੀ ਆਤਮਕ ਆਜ਼ਾਦੀ ਉਸ ਦੇ ਰਾਹ ਦੀ ਰੁਕਾਵਟ ਬਣਦੀ ਗਈ। ਉਸ ਵੇਲੇ ਖਾਸ ਕਰਕੇ ਇਸ ਤਰ੍ਹਾਂ ਹੋਇਆ ਜਦੋਂ ਸਮਾਜ ਵਿਚ ਸਨਾਤਨਵਾਦੀ ਪ੍ਰਤਿਕਰਮ ਹੋਇਆ। ਇਕ ਪਾਸੇ ਪਰਵਾਰ ਦਾ ਦਬਾ ਖਾਸ ਕਰਕੇ ਜਦੋਂ ਉਸ ਦੇ ਪਿਓ ਦੀ ਮੌਤ ਹੋ ਗਈ ਤੇ ਉਹਦੀ ਯਾਦ ਵਿਚ ਉਹਦੀ ਆਤਮਾ ਦੀ ਸ਼ਾਂਤੀ ਲਈ ਪੂਜਾ-ਪਾਠ ਹੋਏ—ਤੇ ਫੇਰ ਉਸ ਦੀ ਮਾਂ ਦੀ ਖਾਹਿਸ਼, ਜਿਸ ਦੀ ਸਮਾਜਕ ਭਾਈਚਾਰੇ ਨੇ ਵੀ ਕੁਝ ਕੁਝ ਹਮਾਇਤ ਕੀਤੀ, ਕਿ ਉਹ ਵਰਤ ਰੱਖੇ, ਇਹਦੇ ਨਾਲ ਹੀ ਸਰਕਾਰੀ ਨੌਕਰੀ ਦਾ ਵੀ ਤਕਾਜ਼ਾ ਸੀ ਕਿ ਉਹ ਹਰ ਕਿਸਮ ਦੀਆਂ ਪ੍ਰਾਰਥਨਾ-ਸਭਾਵਾਂ, ਤੇ ਅਰਦਾਸਾਂ ਆਦਿ ਵਿਚ ਸ਼ਾਮਲ ਹੋਵੇ। ਸ਼ਾਇਦ ਹੀ ਕੋਈ ਦਿਨ ਲੰਘਦਾ ਹੋਵੇ ਜਿਸ ਦਿਨ ਕੋਈ ਨਾ ਕੋਈ ਧਾਰਮਿਕ ਰਸਮ ਰੀਤ ਨਾ ਹੁੰਦੀ ਹੋਵੇ। ਇਹਨਾਂ ਪੂਜਾ-ਪਾਠਾਂ ਦੇ ਸਿਲਸਲੇ ਵਿਚ ਦੋ ਕੰਮਾਂ ਵਿਚੋਂ ਉਹ ਇਕ ਕਰ ਸਕਦਾ ਸੀ। ਜਾਂ ਤਾਂ ਉਹ ਉਸ ਗੱਲ ਵਿਚ ਵਿਸ਼ਵਾਸ ਰੱਖਣ ਦਾ ਢੌਂਗ ਰਚੇ ਜਿਸ ਵਿਚ ਉਹਦਾ ਦਿਲੋਂ ਵਿਸ਼ਵਾਸ ਨਹੀਂ—ਅਤੇ

ਦਿਲ ਦਾ ਸੱਚਾ ਹੋਣ ਕਰਕੇ ਇਸ ਤਰ੍ਹਾਂ ਉਹ ਕਰ ਨਹੀਂ ਸੀ ਸਕਦਾ—ਜਾਂ ਫੇਰ ਆਪਣੇ ਦਿਲ ਦਿਮਾਗ਼ ਵਿਚ ਇਹ ਸੋਚ ਕੇ ਕਿ ਇਹ ਸਾਰੀਆਂ ਬਾਹਰੀ ਰਸਮਾਂ ਰੀਤਾਂ ਝੂਠੀਆਂ ਹਨ, ਆਪਣੀ ਜ਼ਿੰਦਗੀ ਨੂੰ ਇਸ ਤਰ੍ਹਾਂ ਢਾਲੇ ਕਿ ਉਹਨੂੰ ਅਜਿਹੀਆਂ ਰਸਮਾਂ ਰੀਤਾਂ ਵਿਚ ਸ਼ਾਮਲ ਹੋਣ ਦੀ ਮਜਬੂਰੀ ਨਾ ਰਹੇ। ਪਰ ਜਿਹੜੀ ਗੱਲ ਏਡੀ ਸਿੱਧੀ ਸਰਲ ਜਾਪਦੀ ਸੀ ਉਸ ਉਤੇ ਅਮਲ ਕਰਨ ਨਾਲ ਬਹੁਤ ਵੱਡਾ ਮੁਲ ਤਾਰਨਾ ਪੈਂਦਾ। ਇਕ ਤਾਂ ਉਹ ਆਪਣੇ ਨੇੜੇ ਦੇ ਸਾਕ-ਸੰਬੰਧੀਆਂ ਦੀ ਸਦੀਵੀ ਦੁਸ਼ਮਣੀ ਸਹੇੜ ਲੈਂਦਾ, ਤੇ ਨਾਲ ਹੀ ਉਸ ਨੂੰ ਆਪਣੇ ਸਾਰੇ ਰੁਤਬੇ ਮਰਾਤਬੇ ਛਡਣੇ ਪੈਂਦੇ। ਉਸ ਨੂੰ ਨੌਕਰੀ ਛਡਣੀ ਪੈਂਦੀ ਅਤੇ ਇਸ ਨੌਕਰੀ ਨਾਲ ਮਨੁਖਜਾਤੀ ਦੀ ਜਿਹੜੀ ਉਹ ਲਾਭਦਾਇਕ ਸੇਵਾ ਕਰ ਰਿਹਾ ਸੀ—ਇਹ ਉਸ ਦਾ ਆਪਣਾ ਖਿਆਲ ਸੀ ਤੇ ਭਵਿਖ ਵਿਚ ਹੋਰ ਵੀ ਵੱਡੇ ਪੈਮਾਨੇ ਉਤੇ ਕਰਨ ਦੀ ਆਸ ਰਖਦਾ ਸੀ ਉਸ ਤੋਂ ਵਿਰਵਾ ਹੋ ਜਾਂਦਾ। ਅਜਿਹੀ ਕੁਰਬਾਨੀ ਤਾਂ ਹੀ ਕੀਤੀ ਜਾ ਸਕਦੀ ਹੈ ਜੇ ਬੰਦੇ ਨੂੰ ਪੱਕਾ ਯਕੀਨ ਹੋਵੇ ਕਿ ਉਹ ਠੀਕ ਰਾਹ ਤੇ ਚਲ ਰਿਹਾ ਹੈ। ਤੇ ਉਸ ਨੂੰ ਇਹ ਪੱਕਾ ਯਕੀਨ ਸੀ ਕਿ ਉਹ ਠੀਕ ਰਾਹ ਤੇ ਚਲ ਰਿਹਾ ਹੈ। ਓਸੇ ਹੀ ਤਰ੍ਹਾਂ ਜਿਸ ਤਰ੍ਹਾਂ ਸਾਡੇ ਜ਼ਮਾਨੇ ਦਾ ਕੋਈ ਵੀ ਪੜ੍ਹਿਆ ਲਿਖਿਆ ਆਦਮੀ ਜਿਸ ਨੂੰ ਇਤਿਹਾਸ ਦਾ ਥੋੜਾ ਬਹੁਤ ਗਿਆਨ ਹੈ, ਜਿਹੜਾ ਇਹ ਜਾਣਦਾ ਹੈ ਕਿ ਧਰਮ ਦਾ, ਖਾਸ ਕਰਕੇ ਚਰਚ ਦੇ ਈਸਾਈ ਧਰਮ ਦਾ ਜਨਮ ਕਿਵੇਂ ਹੋਇਆ ਸੀ, ਆਪਣੇ ਆਪ ਉਤੇ ਯਕੀਨ ਕੀਤੇ ਬਿਨਾਂ ਨਹੀਂ ਰਹਿ ਸਕਦਾ। ਉਹ ਇਹ ਸਮਝੇ ਬਿਨਾਂ ਨਹੀਂ ਸੀ ਰਹਿ ਸਕਦਾ ਕਿ ਚਰਚ ਦੇ ਉਪਦੇਸ਼ਾਂ ਦੀ ਸਚਾਈ ਨੂੰ ਠੁਕਰਾ ਕੇ ਉਸ ਨੇ ਠੀਕ ਹੀ ਕੀਤਾ ਹੈ।

ਪਰ ਆਪਣੀ ਰੋਜ਼ਾਨਾ ਜ਼ਿੰਦਗੀ ਦੇ ਦਬਾ ਹੇਠ ਉਸ ਸੱਚੇ ਦਿਲ ਵਾਲੇ ਆਦਮੀ ਨੇ ਇਕ ਨਿੱਕੇ ਜਿਹੇ ਝੂਠ ਨੂੰ ਆਪਣੇ ਮਨ ਵਿਚ ਆ ਜਾਣ ਦੀ ਆਗਿਆ ਦੇ ਦਿੱਤੀ। ਉਸ ਨੇ ਆਪਣੇ ਆਪ ਨੂੰ ਸਮਝਾਇਆ ਕਿ ਕਿਸੇ ਵਾਹਯਾਤੀ ਨੂੰ ਵਾਹਯਾਤੀ ਆਖਣ ਲਈ ਪਹਿਲਾਂ ਉਸ ਵਾਹਯਾਤੀ ਨੂੰ ਜਾਚਣਾ-ਪਰਖਣਾ ਚਾਹੀਦਾ ਹੈ। ਇਹ ਇਕ ਮਾਮੂਲੀ ਜਿਹਾ ਝੂਠ ਸੀ, ਪਰ ਇਹ ਉਸ ਨੂੰ ਉਸ ਵੱਡੇ ਝੂਠ ਵਿਚ ਲੈ ਡੁੱਬਾ ਜਿਸ ਵਿਚ ਅਜਕਲ ਉਹ ਗਲ ਗਲ ਖੁੱਭਿਆ ਹੋਇਆ ਹੈ।

ਉਹ ਆਰਥੋਡਾਕਸ ਧਰਮ ਦੇ ਮਾਹੌਲ ਵਿਚ ਜੰਮਿਆ ਪਲਿਆ ਸੀ। ਤੇ ਉਸ ਦੇ ਚੁਗਿਰਦੇ ਦੇ ਸਭ ਲੋਕ ਉਸ ਤੋਂ ਮੰਗ ਕਰਦੇ ਸਨ ਕਿ ਉਹ ਇਸ ਧਰਮ ਨੂੰ ਪ੍ਰਵਾਨ ਕਰੇ ਤੇ ਇਸ ਤੋਂ ਬਿਨਾਂ ਮਨੁਖਜਾਤੀ ਲਈ ਲਾਭਦਾਇਕ ਉਹ ਆਪਣਾ ਕੰਮ ਵੀ ਨਹੀਂ ਸੀ ਕਰ ਸਕਦਾ। ਇਸ ਆਰਥੋਡਾਕਸ ਧਰਮ ਬਾਰੇ ਆਪਣੇ ਆਪ ਨੂੰ ਇਹ ਸਵਾਲ ਕਰ ਕੇ ਕਿ ਇਸ ਵਿਚ ਸਚਾਈ ਹੈ ਜਾਂ ਨਹੀਂ, ਉਸ ਨੇ ਜਵਾਬ ਦਾ ਵੀ ਨਾਲ ਹੀ ਫੈਸਲਾ ਕਰ ਲਿਆ ਸੀ। ਤੇ ਇਸ ਤਰ੍ਹਾਂ, ਇਸ ਸਵਾਲ ਨੂੰ ਹੱਲ ਕਰਨ ਲਈ ਉਸ ਨੇ ਵਾਲਟੇਅਰ, ਸ਼ੋਪਨਹਾਵਰ, ਹਰਬਰਟ ਸਪੈਨਸਰ ਜਾਂ ਕੋਨਤ ਦੀਆਂ ਲਿਖਤਾਂ ਹੀ ਨਹੀਂ ਪੜ੍ਹੀਆਂ ਸਗੋਂ ਹੀਗਲ ਦੀਆਂ ਦਾਰਸ਼ਨਿਕ ਰਚਨਾਵਾਂ ਅਤੇ ਵਿਨੇਤ ਤੇ ਖੋਮਿਆਕੋਵ ਦੀਆਂ ਧਾਰਮਿਕ ਲਿਖਤਾਂ ਦਾ ਅਧਿਅਨ ਵੀ ਕੀਤਾ। ਤੇ ਜਿਹੜੀ ਗੱਲ ਦੀ ਉਹਨੂੰ ਤਲਾਸ਼ ਸੀ ਉਹ

ਕੁਦਰਤੀ ਹੀ ਇਹਨਾਂ ਵਿਚੋਂ ਉਸ ਨੂੰ ਲਭ ਗਈ। ਉਸ ਨੂੰ ਤਲਾਸ਼ ਸੀ ਮਾਨਸਿਕ ਸ਼ਾਂਤੀ ਵਰਗੀ ਕਿਸੇ ਚੀਜ਼ ਦੀ ਸੋ ਉਹਨੂੰ ਮਿਲ ਗਈ। ਉਸ ਨੂੰ ਚਾਹੀਦੀ ਸੀ ਉਸ ਧਾਰਮਿਕ ਸਿਖਿਆ ਦੀ ਪੁਸ਼ਟੀ ਜਿਹੜੀ ਉਸ ਨੂੰ ਮੁਢੋਂ ਹੀ ਮਿਲੀ ਸੀ, ਜਿਸ ਨੂੰ ਉਹਦੀ ਬੁੱਧੀ ਨੇ ਮੰਨਣਾ ਛੱਡ ਦਿੱਤਾ ਸੀ, ਪਰ ਜਿਸ ਤੋਂ ਬਿਨਾਂ ਉਸ ਦੀ ਸਾਰੀ ਜ਼ਿੰਦਗੀ ਵਿਚ ਬਦਮਜ਼ਗੀ ਆ ਗਈ ਸੀ, ਜਿਸ ਨੂੰ ਇਹ ਸਿਖਿਆ ਮੰਨ ਲੈਣ ਨਾਲ ਦੂਰ ਕੀਤਾ ਜਾ ਸਕਦਾ ਸੀ। ਉਹਨਾਂ ਲਿਖਤਾਂ ਨੇ ਇਸ ਦੀ ਪੁਸ਼ਟੀ ਕਰ ਦਿੱਤੀ ਸੀ। ਤੇ ਇਸ ਤਰ੍ਹਾਂ ਉਸ ਨੇ ਆਮ ਕਰਕੇ ਪੇਸ਼ ਕੀਤੇ ਜਾਂਦੇ ਉਹਨਾਂ ਸਭਨਾਂ ਮਿਥਿਆ–ਤਰਕਾਂ ਨੂੰ ਪ੍ਰਵਾਨ ਕਰ ਲਿਆ ਜਿਹੜੇ ਇਹ ਸਿਧ ਕਰਦੇ ਹਨ ਕਿ ਇਕ ਇਕੱਲੇ ਆਦਮੀ ਦੀ ਬੁੱਧੀ ਸਚਾਈ ਨੂੰ ਨਹੀਂ ਸਮਝ ਸਕਦੀ; ਕਿ ਸਚਾਈ ਕੇਵਲ ਮਨੁਖੀ ਸਮੂਹ ਅੱਗੇ ਹੀ ਪ੍ਰਗਟ ਹੁੰਦੀ ਹੈ, ਤੇ ਅਗਮ–ਗਿਆਨ ਹੀ ਇਸ ਦੀ ਪਛਾਣ ਕਰਵਾ ਸਕਦਾ ਹੈ ਜਿਹੜਾ ਅਗਮ–ਗਿਆਨ ਚਰਚ ਕੋਲ ਮੌਜੂਦ ਹੈ, ਆਦਿ। ਬਸ ਉਸ ਦਿਨ ਤੋਂ ਹੀ ਉਹ ਸ਼ਾਂਤ ਮਨ ਨਾਲ, ਝੂਠ ਤੋਂ ਸੁਚੇਤ ਹੋਏ ਬਗੈਰ, ਵੱਖ ਵੱਖ ਤਰ੍ਹਾਂ ਦੀਆਂ ਪ੍ਰਾਰਥਨਾ ਸਭਾਵਾਂ ਵਿਚ ਜਾਣ ਲੱਗ ਪਿਆ, ਵਰਤ ਰਖਣ ਲੱਗ ਪਿਆ, ਮੂਰਤੀਆਂ ਦੇ ਸਾਮ੍ਹਣੇ ਖੜਾ ਹੋ ਕੇ ਛਾਤੀ ਉਤੇ ਸਲੀਬ ਨਿਸ਼ਾਨ ਬਣਾਉਣ ਲੱਗ ਪਿਆ, ਅਤੇ ਨੌਕਰੀ ਕਰਦਾ ਗਿਆ ਜਿਸ ਤੋਂ ਉਸ ਨੂੰ ਲਾਭਦਾਇਕ ਹੋਣ ਦਾ ਅਹਿਸਾਸ ਹੁੰਦਾ ਸੀ ਅਤੇ ਆਪਣੇ ਬੇਸੁਆਦੇ ਪਰਵਾਰਕ ਜੀਵਨ ਤੋਂ ਕੁਝ ਨਾ ਕੁਝ ਸੁਖ ਦਾ ਸਾਹ ਮਿਲਦਾ ਸੀ। ਭਾਵੇਂ ਉਹਦਾ ਵਿਸ਼ਵਾਸ ਤਾਂ ਏਹੋ ਸੀ ਪਰ ਉਸ ਦਾ ਰੋਮ ਰੋਮ ਮਹਿਸੂਸ ਕਰਦਾ ਸੀ ਕਿ ਉਸ ਦਾ ਇਹ ਧਰਮ, ਹੋਰ ਸਾਰੀਆਂ ਗੱਲਾਂ ਤੋਂ ਵਧੇਰੇ "ਇਹ ਤਾਂ ਉਹ ਨਹੀਂ" ਹੈ।

ਤੇ ਏਹੋ ਕਾਰਨ ਸੀ ਕਿ ਉਹਦੀਆਂ ਅੱਖਾਂ ਵਿਚ ਹਰ ਵੇਲੇ ਉਦਾਸੀ ਛਾਈ ਰਹਿੰਦੀ ਸੀ। ਤੇ ਅੱਜ ਨੇਖਲੀਊਦੋਵ ਨੂੰ ਮਿਲ ਕੇ ਉਸ ਨੂੰ ਯਾਦ ਆਇਆ ਕਿ ਉਹ ਕੀ ਹੋਇਆ ਕਰਦਾ ਸੀ। ਨੇਖਲੀਊਦੋਵ ਨੂੰ ਉਹ ਉਹਨਾਂ ਦਿਨਾਂ ਤੋਂ ਜਾਣਦਾ ਸੀ ਜਦੋਂ ਹਾਲੇ ਉਹਦੇ ਅੰਦਰ ਝੂਠ ਦੀ ਜੜ੍ਹ ਨਹੀਂ ਸੀ ਲੱਗੀ। ਤੇ ਹੁਣ ਖਾਸ ਕਰਕੇ ਜਦੋਂ ਉਹਨੇ ਆਪਣੇ ਹੁਣ ਦੇ ਧਾਰਮਿਕ ਵਿਚਾਰਾਂ ਵੱਲ ਛੇਤੀ ਛੇਤੀ ਇਸ਼ਾਰਾ ਕਰ ਦਿੱਤਾ, ਤਾਂ ਉਸ ਨੂੰ ਪਹਿਲਾਂ ਨਾਲੋਂ ਵੀ ਬਹੁਤਾ ਸਖ਼ਤੀ ਨਾਲ ਮਹਿਸੂਸ ਹੋਇਆ ਕਿ ਸਾਰਾ ਕੁਝ "ਇਹ ਉਹ ਤਾਂ ਨਹੀਂ" ਸੀ ਅਤੇ ਉਹ ਦਰਦਨਾਕ ਢੰਗ ਨਾਲ ਉਦਾਸ ਹੋ ਗਿਆ। ਤੇ ਜਦੋਂ ਆਪਣੇ ਦੋਸਤ ਨੂੰ ਮਿਲਣ ਦੀ ਪਹਿਲੀ ਖੁਸ਼ੀ ਦੇ ਪਲ ਬੀਤ ਗਏ ਤਾਂ ਨੇਖਲੀਊਦੋਵ ਨੂੰ ਵੀ ਇਸ ਤਰ੍ਹਾਂ ਹੀ ਮਹਿਸੂਸ ਹੋਇਆ ਸੀ।

ਇਸ ਕਰਕੇ, ਭਾਵੇਂ ਉਹਨਾਂ ਨੇ ਮਿਲਣ ਦਾ ਵਾਅਦਾ ਕੀਤਾ ਸੀ, ਕਿਸੇ ਨੇ ਵੀ ਮਿਲਣ ਦੀ ਕੋਸ਼ਿਸ਼ ਨਾ ਕੀਤੀ, ਅਤੇ ਜਿੰਨੇ ਦਿਨ ਨੇਖਲੀਊਦੋਵ ਪੀਟਰਸਬਰਗ ਵਿਚ ਰਿਹਾ ਉਹ ਇਕ ਦੂਜੇ ਨੂੰ ਨਹੀਂ ਮਿਲੇ।

ਸੈਨੇਟ ਵਿਚੋਂ ਨਿਕਲ ਕੇ ਨੇਖਲੀਊਦੋਵ ਤੇ ਵਕੀਲ ਇਕੱਠੇ ਹੀ ਤੁਰ ਪਏ। ਵਕੀਲ ਨੇ ਆਪਣੀ ਬੱਘੀ ਦੇ ਕੋਚਵਾਨ ਨੂੰ ਆਪਣੇ ਪਿੱਛੇ ਪਿੱਛੇ ਆਉਣ ਲਈ ਆਖਿਆ। ਵਕੀਲ ਨੇ ਨੇਖਲੀਊਦੋਵ ਨੂੰ ਸਰਕਾਰੀ ਵਿਭਾਗ ਦੇ ਇਕ ਮੁਖੀ ਦਾ ਕਿੱਸਾ ਸੁਣਾਉਣਾ ਸ਼ੁਰੂ ਕਰ ਦਿੱਤਾ ਜਿਸ ਬਾਰੇ ਸੈਨੇਟਰ ਗੱਲਾਂ ਕਰ ਰਹੇ ਸਨ। ਵਕੀਲ ਨੇ ਦੱਸਿਆ ਕਿ ਗੱਲ ਦਾ ਪਤਾ ਕਿਵੇਂ ਲੱਗਾ ਅਤੇ ਕਿਵੇਂ ਉਸ ਆਦਮੀ ਨੂੰ, ਜਿਸ ਨੂੰ ਕਾਨੂੰਨ ਮੁਤਾਬਿਕ ਕੈਦ ਬਾ-ਮੁਸ਼ੱਕਤ ਦੀ ਸਜ਼ਾ ਮਿਲਣੀ ਚਾਹੀਦੀ ਸੀ, ਸਾਇਬੇਰੀਆ ਦੇ ਇਕ ਸ਼ਹਿਰ ਦਾ ਗਵਰਨਰ ਲਾ ਦਿੱਤਾ ਗਿਆ ਹੈ। ਚਸਕੇ ਲੈ ਲੈ ਕੇ ਇਹ ਕਹਾਣੀ ਸੁਣਾ ਚੁਕਣ ਤੋਂ ਮਗਰੋਂ ਉਸ ਨੇ ਉਚੇਚਾ ਸਵਾਦ ਲੈਂਦਿਆਂ ਇਸ ਗੱਲ ਦੀ ਚਰਚਾ ਛੇੜ ਲਈ ਕਿ ਕਿਵੇਂ ਕੁਝ ਅਸਰ ਰਸੂਖ਼ ਵਾਲੇ ਬੰਦਿਆਂ ਨੇ ਬਹੁਤ ਸਾਰੀ ਰਕਮ ਚੁਰਾ ਲਈ ਜਿਹੜੀ ਕਦੋਂ ਦੀ ਬਣਨੀ ਸ਼ੁਰੂ ਹੋਈ ਉਸ ਯਾਦਗਾਰ ਵਾਸਤੇ ਇਕੱਠੀ ਕੀਤੀ ਗਈ ਸੀ ਜਿਸ ਦੇ ਕੋਲੋਂ ਦੀ ਉਹ ਸਵੇਰੇ ਲੰਘੇ ਸਨ। ਫੇਰ ਉਹ ਇਹ ਦੱਸਣ ਲੱਗ ਪਿਆ ਕਿ ਕਿਵੇਂ ਅਮਕੇ ਆਦਮੀ ਦੀ ਰਖੇਲ ਨੇ ਸੱਟੇ ਵਿਚੋਂ ਲੱਖਾਂ ਹੀ ਰੂਬਲ ਕਮਾਏ ਹਨ, ਤੇ ਕਿਵੇਂ ਅਮਕੇ ਆਦਮੀ ਨੇ ਅਮਕੇ ਬੰਦੇ ਕੋਲ ਆਪਣੀ ਬੀਵੀ ਵੇਚਣ ਦਾ ਸੌਦਾ ਕਰ ਲਿਆ। ਵਕੀਲ ਨੇ ਠੱਗੀ-ਠੋਰੀ ਦੀਆਂ ਅਤੇ ਕਈ ਕਿਸਮ ਦੇ ਜੁਰਮਾਂ ਦੀਆਂ ਕਈ ਹੋਰ ਕਹਾਣੀਆਂ ਸੁਣਾਈਆਂ ਜਿਹੜੇ ਉੱਚੇ ਅਹੁਦਿਆਂ ਤੇ ਬੈਠੇ ਬੰਦਿਆਂ ਨੇ ਕੀਤੇ ਸਨ। ਤੇ ਬਜਾਏ ਇਸ ਦੇ ਕਿ ਉਹਨਾਂ ਨੂੰ ਜੇਲ੍ਹ ਵਿਚ ਬੰਦ ਕੀਤਾ ਜਾਂਦਾ ਉਹਨਾਂ ਨੂੰ ਵੱਖ ਵੱਖ ਸਰਕਾਰੀ ਸੰਸਥਾਵਾਂ ਵਿਚ ਪ੍ਰਧਾਨਗੀ ਦੀਆਂ ਕੁਰਸੀਆਂ ਤੇ ਬਿਠਾਇਆ ਗਿਆ ਹੈ। ਇਹ ਕਹਾਣੀਆਂ, ਜਿਨ੍ਹਾਂ ਦਾ ਉਹਦੇ ਕੋਲ ਇਕ ਅਮੁਕ ਭੰਡਾਰ ਜਾਪਦਾ ਸੀ, ਉਹ ਬੜੇ ਸਵਾਦ ਨਾਲ ਸੁਣਾ ਰਿਹਾ ਸੀ। ਇਹ ਕਹਾਣੀਆਂ ਬਿਲਕੁਲ ਸਪਸ਼ਟ ਰੂਪ ਵਿਚ ਦਰਸਾ ਰਹੀਆਂ ਸਨ ਕਿ ਉਹਦਾ ਰੁਪਿਆ ਬਣਾਉਣ ਦਾ ਤਰੀਕਾ ਪੀਟਰਸਬਰਗ ਦੇ ਉਚਤਮ ਅਧਿਕਾਰੀਆਂ ਵਲੋਂ ਵਰਤੇ ਜਾਂਦੇ ਢੰਗਾਂ ਦੀ ਤੁਲਨਾ ਵਿਚ ਬੜਾ ਨਿਆਈਂ ਅਤੇ ਨਿਰਛਲ ਹੈ। ਵਕੀਲ ਏਸੇ ਹੀ ਕਾਰਨ ਭੌਂਚੱਕਾ ਜਿਹਾ ਰਹਿ ਗਿਆ ਸੀ ਜਦੋਂ ਨੇਖਲੀਊਦੋਵ ਨੇ ਵਕੀਲ ਦੀ ਕਹਾਣੀ ਮੁਕਣ ਤੋਂ ਪਹਿਲਾਂ ਹੀ ਇਕ ਬੱਘੀ ਰੋਕੀ, ਉਸ ਨੂੰ ਅਲਵਿਦਾ ਆਖੀ ਤੇ ਤੁਰਦਾ ਬਣਿਆ।

ਨੇਖਲੀਊਦੋਵ ਬੜਾ ਉਦਾਸ ਸੀ। ਉਸ ਦੀ ਉਦਾਸੀ ਦਾ ਮੁਖ ਕਾਰਨ ਇਹ ਸੀ ਕਿ ਸੈਨੇਟ ਨੇ ਅਪੀਲ ਰੱਦ ਕਰ ਦਿੱਤੀ ਸੀ ਅਤੇ ਇਸ ਤਰ੍ਹਾਂ ਬੇਗੁਨਾਹ ਮਾਸਲੋਵਾ ਜਿਹੜੇ ਊਲਜ਼ੂਲ ਕਿਸਮ ਦੇ ਤਸੀਹੇ ਸਹਿ ਰਹੀ ਸੀ ਉਹਨਾਂ ਦੀ ਪੁਸ਼ਟੀ ਕਰ ਦਿੱਤੀ ਸੀ। ਉਸ ਦੀ ਉਦਾਸੀ ਦਾ ਕਾਰਨ ਇਹ ਵੀ ਸੀ ਕਿ ਅਪੀਲ ਰੱਦ ਹੋ ਜਾਣ ਨਾਲ ਮਾਸਲੋਵਾ ਦੀ ਹੋਣੀ ਨਾਲ ਆਪਣੀ ਹੋਣੀ ਨੂੰ ਜੋੜਨਾ ਉਹਦੇ ਵਾਸਤੇ ਹੋਰ ਵੀ ਔਖਾ ਹੋ ਗਿਆ ਸੀ। ਇਸ ਵੇਲੇ ਜੋ ਬੁਰਾਈਆਂ ਮੌਜੂਦ ਸਨ ਉਹਨਾਂ ਬਾਰੇ ਵਕੀਲ ਨੇ ਚਸਕੇ ਲੈ ਲੈ ਕੇ ਜੋ ਕਹਾਣੀਆਂ ਸੁਣਾਈਆਂ ਸਨ ਉਹਨਾਂ ਨੇ ਉਸ ਦੀ ਉਦਾਸੀ ਨੂੰ ਹੋਰ ਵੀ ਵਧਾ ਦਿੱਤਾ

ਸੀ। ਅਤੇ ਇਸ ਦੇ ਨਾਲ ਹੀ ਸੇਲੇਨਿਨ ਨੇ ਜਿਸ ਤਰ੍ਹਾਂ ਰੁੱਖੀ ਤੇ ਨਿਰਮੋਹ ਤਕਣੀ ਨਾਲ ਉਸ ਨੂੰ ਵੇਖਿਆ ਸੀ ਉਸ ਨੇ ਵੀ ਉਹਦੀ ਉਦਾਸੀ ਨੂੰ ਡੂੰਘਾ ਕਰਨ ਵਿਚ ਹਿੱਸਾ ਪਾਇਆ ਸੀ ਅਤੇ ਇਹ ਤਕਣੀ ਉਸ ਨੂੰ ਬਾਰ ਬਾਰ ਯਾਦ ਆ ਰਹੀ ਸੀ। ਇਹ ਓਹੋ ਸੇਲੇਨਿਨ ਸੀ ਜਿਹੜਾ ਕਦੇ ਮਿਠੇ ਸੁਭਾ ਵਾਲਾ, ਨਿਰਛਲ ਅਤੇ ਨੇਕ ਆਦਮੀ ਹੁੰਦਾ ਸੀ।

ਘਰ ਵਾਪਸ ਆਇਆ ਤਾਂ ਦਰਬਾਨ ਨੇ ਇਕ ਰੁੱਕਾ ਫੜਾਇਆ ਅਤੇ ਆਖਿਆ ਕਿ ਕੋਈ ਔਰਤ ਆਈ ਸੀ ਤੇ ਡਿਉੜੀ ਵਿਚ ਬੈਠ ਕੇ ਇਹ ਰੁੱਕਾ ਲਿਖ ਕੇ ਦੇ ਗਈ ਹੈ। ਦਰਬਾਨ ਦਾ ਅੰਦਾਜ਼ ਕੁਝ ਕੁਝ ਨਿਰਾਦਰੀ ਵਾਲਾ ਸੀ। ਰੁੱਕਾ ਸੁਸਤੋਵਾ ਦੀ ਮਾਂ ਵੱਲੋਂ ਸੀ। ਉਸ ਨੇ ਲਿਖਿਆ ਸੀ ਕਿ ਉਹ ਆਪਣੀ ਧੀ ਦੀ ਸਹਾਇਤਾ ਤੇ ਰਖਿਆ ਕਰਨ ਵਾਲੇ ਦਾ ਸ਼ੁਕਰੀਆ ਅਦਾ ਕਰਨ ਅਤੇ ਇਹ ਬੇਨਤੀ ਤੇ ਤਰਲਾ ਕਰਨ ਆਈ ਸੀ ਕਿ ਉਹ ਉਹਨਾਂ ਨੂੰ ਵਾਸੀਲੀਏਵਸਕੀ, ਪੰਜਵੀਂ ਕਤਾਰ, ਮਕਾਨ ਨੰਬਰ... ਵਿਚ ਆ ਕੇ ਮਿਲੇ। ਵੇਰਾ ਬੋਗੋਦੂਖੋਵਸਕਾਯਾ ਦੀ ਖਾਤਰ ਇਹ ਬਹੁਤ ਹੀ ਜ਼ਰੂਰੀ ਕਰਨ ਵਾਲਾ ਕੰਮ ਹੈ। ਲਿਖਿਆ ਸੀ ਕਿ ਉਸ ਨੂੰ ਇਸ ਗੱਲੋਂ ਡਰਨ ਦੀ ਲੋੜ ਨਹੀਂ ਕਿ ਬਾਰ ਬਾਰ ਧੰਨਵਾਦ ਕਰ ਕੇ ਉਸ ਨੂੰ ਪ੍ਰੇਸ਼ਾਨ ਕੀਤਾ ਜਾਵੇਗਾ। ਉਹ ਕੁਝ ਵੀ ਨਹੀਂ ਬੋਲਣਗੀਆਂ ਸਗੋਂ ਸਿਰਫ ਮਿਲਣ ਦੀ ਖੁਸ਼ੀ ਲੈਣਾ ਚਾਹੁੰਦੀਆਂ ਹਨ। ਜੇ ਹੋ ਸਕੇ, ਤਾਂ ਉਹ ਭਲਕੇ ਸਵੇਰੇ ਆ ਜਾਵੇ।

ਇਕ ਰੁੱਕਾ ਬੋਗਾਤੀਰਿਯੋਵ ਵਲੋਂ ਵੀ ਸੀ। ਬੋਗਾਤੀਰਿਯੋਵ ਉਸ ਦਾ ਸਾਬਕਾ ਸਾਥੀ ਅਫਸਰ ਅਤੇ ਇਸ ਵੇਲੇ ਜ਼ਾਰ ਦਾ ਏਡੀਕਾਂਗ ਸੀ। ਨੇਖਲੀਊਦੋਵ ਨੇ ਉਸ ਨੂੰ ਆਖਿਆ ਸੀ ਕਿ ਧਾਰਮਿਕ ਸੰਪਰਦਾ ਵਲੋਂ ਲਿਖੀ ਦਰਖ਼ਾਸਤ ਆਪਣੇ ਹੱਥੀਂ ਜ਼ਾਰ ਨੂੰ ਦੇਵੇ। ਬੋਗਾਤੀਰਿਯੋਵ ਨੇ ਮੋਟੇ ਮੋਟੇ ਅੱਖਰਾਂ ਵਿਚ ਲਿਖਿਆ ਸੀ ਕਿ ਉਹ ਦਿੱਤੇ ਬਚਨ ਮੁਤਾਬਿਕ ਦਰਖ਼ਾਸਤ ਆਪ ਜ਼ਾਰ ਦੇ ਹੱਥ ਫੜਾ ਦੇਵੇਗਾ, ਪਰ ਨਾਲ ਹੀ ਉਸ ਦਾ ਇਹ ਖਿਆਲ ਸੀ ਕਿ ਚੰਗਾ ਹੋਵੇ ਜੇ ਨੇਖਲੀਊਦੋਵ ਪਹਿਲਾਂ ਜਾ ਕੇ ਉਸ ਬੰਦੇ ਨੂੰ ਮਿਲ ਲਵੇ ਜਿਸ ਉਤੇ ਇਹ ਕੰਮ ਨਿਰਭਰ ਕਰਦਾ ਸੀ।

ਪਿਛਲੇ ਕੁਝ ਦਿਨਾਂ ਤੋਂ ਨੇਖਲੀਊਦੋਵ ਦੇ ਮਨ ਉਤੇ ਜੋ ਪ੍ਰਭਾਵ ਪਏ ਸਨ ਉਹਨਾਂ ਤੋਂ ਉਸ ਨੂੰ ਕੁਝ ਹੋਣ ਦੀ ਆਸ ਬਿਲਕੁਲ ਨਹੀਂ ਸੀ ਰਹੀ। ਮਾਸਕੋ ਵਿਚ ਜਿਹੜੀਆਂ ਯੋਜਨਾਵਾਂ ਉਹਨੇ ਬਣਾਈਆਂ ਸਨ ਉਹ ਹੁਣ ਉਸ ਨੂੰ ਜਵਾਨੀ ਦੇ ਸੁਫਨਿਆਂ ਵਰਗੀ ਕੋਈ ਗੱਲ ਲੱਗਦੀਆਂ ਸਨ ਜਿਹੜੇ ਹਕੀਕਤਾਂ ਦੇ ਰੂ-ਬਰੂ ਆ ਕੇ ਲਾਜ਼ਮੀ ਹੀ ਤਾਰ ਤਾਰ ਹੋ ਜਾਂਦੇ ਹਨ। ਤਾਂ ਵੀ ਉਸ ਨੇ ਸੋਚਿਆ ਕਿ ਜਿੰਨਾਂ ਚਿਰ ਉਹ ਪੀਟਰਜ਼ਬਰਗ ਵਿਚ ਹੈ ਓਨਾ ਚਿਰ ਉਹਦਾ ਫਰਜ਼ ਹੈ ਕਿ ਜੋ ਸੋਚਿਆ ਸੀ ਉਸ ਨੂੰ ਕਰਨ ਲਈ ਹਿੰਮਤ ਕਰੇ। ਉਹਨੇ ਆਪਣੇ ਮਨ ਨਾਲ ਫੈਸਲਾ ਕੀਤਾ ਕਿ ਅਗਲੇ ਦਿਨ ਉਹ ਬੋਗਾਤੀਰਿਯੋਵ ਨਾਲ ਸਲਾਹ ਮਸ਼ਵਰਾ ਕਰਨ ਤੋਂ ਮਗਰੋਂ ਉਹਦੀ ਨਸੀਹਤ ਉਤੇ ਅਮਲ ਕਰੇਗਾ ਅਤੇ ਉਸ ਆਦਮੀ ਨੂੰ ਮਿਲੇਗਾ ਜਿਸ ਉਤੇ ਧਾਰਮਿਕ ਸੰਪਰਦਾ ਦਾ ਮਾਮਲਾ ਨਿਰਭਰ ਕਰਦਾ ਹੈ।

ਉਹਨੇ ਆਪਣੇ ਬੈਗ ਵਿਚੋਂ ਸੰਪਰਦਾ ਵਾਲਿਆਂ ਦੀ ਦਰਖ਼ਾਸਤ ਕੱਢੀ ਤੇ ਇਸ ਨੂੰ

ਪੜ੍ਹਨ ਲੱਗ ਪਿਆ। ਓਸੇ ਵੇਲੇ ਹੀ ਕਿਸੇ ਨੇ ਬੂਹੇ ਉਤੇ ਠੱਕ ਠੱਕ ਕੀਤਾ ਅਤੇ ਇਕ ਵਰਦੀਪੋਸ਼ ਨੇ ਆ ਕੇ ਕਾਊਂਟੈਸ ਕਾਤੇਰੀਨਾ ਇਵਾਨੋਵਨਾ ਦਾ ਸੁਨੇਹਾ ਦਿੱਤਾ। ਕਾਊਂਟੈਸ ਨੇ ਆਖ ਘਲਾਇਆ ਸੀ ਕਿ ਉਹ ਆ ਕੇ ਉਹਦੇ ਨਾਲ ਚਾਹ ਦਾ ਪਿਆਲਾ ਪੀਵੇ।

ਨੇਖਲੀਊਦੋਵ ਨੇ ਆਖਿਆ ਕਿ ਉਹ ਹੁਣੇ ਆਉਂਦਾ ਹੈ। ਅਤੇ ਉਹ ਕਾਗਜ਼-ਪੱਤਰਾਂ ਨੂੰ ਆਪਣੇ ਬੈਗ਼ ਵਿਚ ਰੱਖ ਕੇ ਆਪਣੀ ਮਾਸੀ ਦੀ ਬੈਠਕ ਵੱਲ ਤੁਰ ਪਿਆ। ਜਾਂਦੇ ਜਾਂਦੇ ਉਹਨੇ ਬਾਰੀ ਵਿਚੋਂ ਬਾਹਰ ਨਜ਼ਰ ਮਾਰੀ ਤੇ ਵੇਖਿਆ ਕਿ ਮਕਾਨ ਦੇ ਸਾਮ੍ਹਣੇ ਮਾਰੀਏਟ ਦੇ ਲਾਖੇ ਘੋੜਿਆਂ ਦਾ ਜੋੜਾ ਖੜਾ ਸੀ। ਅਚਾਨਕ ਉਹਦੇ ਚਿਹਰੇ ਤੇ ਰੌਣਕ ਆ ਗਈ ਤੇ ਉਹਦਾ ਮੁਸਕ੍ਰਾ ਪੈਣ ਨੂੰ ਜੀਅ ਕੀਤਾ। ਮਾਰੀਏਟ ਦੇ ਸਿਰ ਉਤੇ ਹੈਟ ਸੀ ਤੇ ਉਸ ਨੇ ਕਾਲੀ ਨਹੀਂ ਸਗੋਂ ਰੰਗਦਾਰ ਪੁਸ਼ਾਕ ਪਾਈ ਹੋਈ ਸੀ। ਉਹ ਕਾਊਂਟੈਸ ਦੀ ਆਰਾਮ-ਕੁਰਸੀ ਦੇ ਕੋਲ ਕਰਕੇ ਬੈਠੀ ਹੋਈ ਸੀ ਤੇ ਹੱਥ ਵਿਚ ਚਾਹ ਦਾ ਪਿਆਲਾ ਫੜਿਆ ਹੋਇਆ ਸੀ। ਉਹ ਕਾਊਂਟੈਸ ਨਾਲ ਭੋਲੀਆਂ ਭੋਲੀਆਂ ਗੱਲਾਂ ਕਰ ਰਹੀ ਸੀ ਅਤੇ ਉਹਦੀਆਂ ਖ਼ੂਬਸੂਰਤ ਹੱਸਦੀਆਂ ਅੱਖਾਂ ਚਮਕ ਰਹੀਆਂ ਸਨ। ਜਿਸ ਵੇਲੇ ਨੇਖਲੀਊਦੋਵ ਨੇ ਕਮਰੇ ਵਿਚ ਪੈਰ ਪਾਇਆ, ਉਸ ਵੇਲੇ ਮਾਰੀਏਟ ਕੋਈ ਮਜ਼ਾਕ ਵਾਲੀ, ਅਤੇ ਅਸ਼ਲੀਲ ਮਜ਼ਾਕ ਵਾਲੀ ਗੱਲ ਕਰ ਕੇ ਹਟੀ ਹੀ ਸੀ। ਇਸ ਦਾ ਅੰਦਾਜ਼ਾ ਨੇਖਲੀਊਦੋਵ ਨੂੰ ਉਹਨਾਂ ਦੇ ਹੱਸਣ ਦੇ ਲਹਿਜੇ ਤੋਂ ਹੀ ਲੱਗ ਗਿਆ ਸੀ। ਮੋਟੇ ਤਾਜ਼ੇ ਸਰੀਰ, ਹਲਕੀਆਂ ਹਲਕੀਆਂ ਮੁੱਛਾਂ ਤੇ ਨੇਕ ਸੁਭਾ ਵਾਲੀ ਕਾਊਂਟੈਸ ਕਾਤੇਰੀਨਾ ਇਵਾਨੋਵਨਾ ਹੱਸ ਹੱਸ ਕੇ ਲੋਟ ਪੋਟ ਹੁੰਦੀ ਜਾ ਰਹੀ ਸੀ ਅਤੇ ਮਾਰੀਏਟ ਚੁਪ ਚਾਪ ਮੁਸਕ੍ਰਾਉਂਦੀ ਹੋਈ ਉਹਦੇ ਵੱਲ ਵੇਖੀ ਜਾ ਰਹੀ ਸੀ। ਮਾਰੀਏਟ ਦੇ ਮੁਸਕ੍ਰਾਉਂਦੇ ਬੁਲ੍ਹ ਰਤਾ ਕੁ ਮਰੋੜਾ ਖਾ ਗਏ ਸਨ, ਸਿਰ ਮਾੜਾ ਜਿਹਾ ਇਕ ਪਾਸੇ ਝੁਕਿਆ ਹੋਇਆ ਸੀ ਤੇ ਉਹਦੇ ਖਿੜੇ ਹੋਏ ਤੇ ਚੁਲਬਲੇ ਚਿਹਰੇ ਉਤੇ ਇਕ ਅਜੀਬ ਕਿਸਮ ਦੀ ਸ਼ਰਾਰਤ ਮਚਲ ਰਹੀ ਸੀ।

ਜਿਹੜੇ ਕੁਝ ਲਫਜ਼ ਨੇਖਲੀਊਦੋਵ ਦੇ ਕੰਨ ਪੈ ਗਏ ਸਨ, ਉਹਨਾਂ ਤੋਂ ਉਸ ਨੇ ਬੁਝ ਲਿਆ ਸੀ ਕਿ ਉਹ ਪੀਟਰਸਬਰਗ ਦੀ ਦੂਜੀ ਖਬਰ ਬਾਰੇ ਗੱਲਾਂ ਕਰ ਰਹੀਆਂ ਸਨ, ਯਾਨੀ ਸਾਇਬੇਰੀਆ ਵਿਚ ਲਾਏ ਗਏ ਨਵੇਂ ਗਵਰਨਰ ਦੀਆਂ ਗੱਲਾਂ। ਏਸੇ ਬਾਰੇ ਹੀ ਮਾਰੀਏਟ ਨੇ ਕੋਈ ਐਸੀ ਮਜ਼ਾਕੀਆ ਗੱਲ ਕਰ ਦਿੱਤੀ ਸੀ ਕਿ ਕਾਊਂਟੈਸ ਕਿੰਨਾ ਹੀ ਚਿਰ ਆਪਣੇ ਹਾਸੇ ਨੂੰ ਰੋਕ ਨਹੀਂ ਸੀ ਸਕੀ।

"ਤੂੰ ਮੈਨੂੰ ਮਾਰ ਸੁੱਟੇਂਗੀ," ਉਸ ਨੇ ਖੰਘਦਿਆਂ ਹੋਇਆਂ ਆਖਿਆ।

ਨੇਖਲੀਊਦੋਵ ਨੇ ਦੁਆ ਸਲਾਮ ਕੀਤਾ ਤੇ ਬਹਿ ਗਿਆ। ਉਹ ਆਪਣੇ ਮਨ ਵਿਚ ਹੀ ਇਸ ਹੋਛੇਪਨ ਬਦਲੇ ਮਾਰੀਏਟ ਦੀ ਨਿਖੇਧੀ ਕਰਨ ਹੀ ਵਾਲਾ ਸੀ ਜਦੋਂ ਮਾਰੀਏਟ ਨੇ ਉਹਦੀਆਂ ਅੱਖਾਂ ਵਿਚ ਗੰਭੀਰਤਾ ਅਤੇ ਸਗੋਂ ਕੁਝ ਕੁਝ ਨਾਰਾਜ਼ਗੀ ਵੇਖ ਕੇ ਅਚਾਨਕ ਆਪਣੇ ਚਿਹਰੇ ਦੇ ਹਾਵ-ਭਾਵ ਹੀ ਨਹੀਂ ਸਗੋਂ ਆਪਣਾ ਮਾਨਸਿਕ ਰੌਂ ਵੀ ਬਦਲ ਲਿਆ। ਉਹਨੇ ਜਦੋਂ ਤੋਂ ਨੇਖਲੀਊਦੋਵ ਨੂੰ ਵੇਖਿਆ ਸੀ ਓਦੋਂ ਤੋਂ ਹੀ ਉਸ ਨੂੰ ਚੰਗੀ ਚੰਗੀ ਲੱਗਣ ਲਈ ਵਿਆਕੁਲ ਸੀ। ਉਹ ਅਚਨਚੇਤ ਗੰਭੀਰ ਹੋ ਗਈ ਸੀ, ਆਪਣੀ ਜ਼ਿੰਦਗੀ ਤੋਂ

ਅਸੰਤੁਸ਼ਟ ਜਿਵੇਂ ਉਹ ਕੋਈ ਚੀਜ਼ ਲਭਣ ਤੇ ਹਾਸਿਲ ਕਰਨ ਲਈ ਤੜਫ ਰਹੀ ਹੋਵੇ। ਇਹ ਗੱਲ ਨਹੀਂ ਕਿ ਉਹ ਪਖੰਡ ਕਰ ਰਹੀ ਸੀ, ਸਗੋਂ ਉਸ ਨੇ ਸਚਮੁਚ ਹੀ ਆਪਣੀ ਮਾਨਸਿਕ ਹਾਲਤ ਨੂੰ ਨੇਖਲੀਊਦੋਵ ਦੇ ਮਨ ਦੀ ਅਵਸਥਾ ਦੇ ਅਨੁਕੂਲ ਢਾਲ ਲਿਆ ਸੀ। ਬੇਸ਼ਕ ਓਸ ਘੜੀ ਨੇਖਲੀਊਦੋਵ ਦੀ ਜੋ ਮਾਨਸਿਕ ਅਵਸਥਾ ਸੀ ਉਸ ਨੂੰ ਲਫਜ਼ਾਂ ਵਿਚ ਬਿਆਨ ਕਰਨਾ ਮਾਰੀਏਟ ਲਈ ਮੁਮਕਿਨ ਨਹੀਂ ਸੀ।

ਮਾਰੀਏਟ ਨੇ ਨੇਖਲੀਊਦੋਵ ਨੂੰ ਪੁੱਛਿਆ ਕਿ ਉਹਦੇ ਕੰਮਾਂ ਦਾ ਕੀ ਬਣਿਆ ਜਿਹੜੇ ਉਹ ਕਰਨ ਆਇਆ ਸੀ। ਉਸ ਨੇ ਮਾਰੀਏਟ ਨੂੰ ਸੈਨੇਟ ਵਿਚ ਹੋਈ ਨਾਕਾਮੀ ਤੇ ਸੇਲੇਨਿਨ ਨਾਲ ਆਪਣੀ ਮੁਲਾਕਾਤ ਬਾਰੇ ਦੱਸਿਆ।

"ਵਾਹ! ਕਿੰਨਾ ਨੇਕ ਆਦਮੀ ਹੈ! ਉਹ ਤਾਂ ਸਚਮੁਚ ਹੀ chevalier sans peur et sans reproche* ਹੈ। ਪਵਿਤਰ ਆਤਮਾ!" ਦੋਵਾਂ ਔਰਤਾਂ ਨੇ ਪੀਟਰਸਬਰਗ ਵਿਚ ਸੇਲੇਨਿਨ ਲਈ ਵਰਤੇ ਜਾਂਦੇ ਆਮ ਵਿਸ਼ੇਸ਼ਣ ਦੀ ਵਰਤੋਂ ਕਰਦਿਆਂ ਆਖਿਆ।

"ਉਸ ਦੀ ਬੀਵੀ ਕਿਸ ਤਰ੍ਹਾਂ ਦੀ ਹੈ?" ਨੇਖਲੀਊਦੋਵ ਨੇ ਪੁੱਛਿਆ।

"ਬੀਵੀ? ਖੈਰ ਮੈਂ ਉਹਨੂੰ ਮਾੜਾ ਚੰਗਾ ਤਾਂ ਨਹੀਂ ਕਹਿੰਦੀ, ਪਰ ਉਹ ਉਸ ਨੂੰ ਸਮਝਦੀ ਨਹੀਂ। ਇਹ ਸੰਭਵ ਹੈ ਕਿ ਸੇਲੇਨਿਨ ਨੇ ਵੀ ਅਪੀਲ ਨੂੰ ਮਨਜ਼ੂਰ ਨਾ ਕਰਨ ਦੇ ਹੱਕ ਵਿਚ ਰਾਏ ਦਿੱਤੀ ਹੋਵੇ?" ਮਾਰੀਏਟ ਨੇ ਸੱਚੀ ਹਮਦਰਦੀ ਨਾਲ ਪੁੱਛਿਆ। "ਬੜੀ ਖੌਫਨਾਕ ਗੱਲ ਹੈ। ਮੈਨੂੰ ਉਸ ਔਰਤ ਨਾਲ ਦਿਲੀ ਹਮਦਰਦੀ ਹੈ," ਉਸ ਨੇ ਇਕ ਠੰਡਾ ਹੌਕਾ ਭਰਦਿਆਂ ਆਖਿਆ।

ਨੇਖਲੀਊਦੋਵ ਦੀਆਂ ਤਿਊੜੀਆਂ ਚੜ੍ਹ ਗਈਆਂ ਅਤੇ ਆਪਣੀ ਗਲਬਾਤ ਦਾ ਰੁਖ਼ ਬਦਲਣ ਲਈ ਸ਼ੁਸਤੋਵਾ ਬਾਰੇ ਗੱਲਾਂ ਕਰਨ ਲੱਗ ਪਿਆ ਜਿਹੜੀ ਕਿਲ੍ਹੇ ਵਿਚ ਕੈਦ ਕੱਟ ਰਹੀ ਸੀ ਤੇ ਹੁਣ ਮਾਰੀਏਟ ਦੇ ਆਖਣ ਵੇਖਣ ਨਾਲ ਉਸ ਨੂੰ ਛੱਡ ਦਿੱਤਾ ਗਿਆ ਸੀ। ਉਸ ਨੇ ਕੀਤੀ ਖੇਚਲ ਵਾਸਤੇ ਮਾਰੀਏਟ ਦਾ ਧੰਨਵਾਦ ਕੀਤਾ। ਇਹ ਗੱਲ ਉਹਦੇ ਮੂੰਹ ਵਿਚ ਹੀ ਸੀ ਕਿ ਉਹ ਔਰਤ ਤੇ ਉਸ ਦਾ ਸਾਰਾ ਟੱਬਰ ਕੇਡੀਆਂ ਭਿਆਨਕ ਮੁਸੀਬਤਾਂ ਝੱਲ ਰਹੇ ਸਨ, ਸਿਰਫ ਇਸ ਕਰਕੇ ਕਿ ਕਿਸੇ ਨੇ ਵੀ ਅਧਿਕਾਰੀਆਂ ਨੂੰ ਉਹਨਾਂ ਬਾਰੇ ਯਾਦ ਨਹੀਂ ਸੀ ਕਰਾਇਆ, ਪਰ ਮਾਰੀਏਟ ਨੇ ਉਹਦੀ ਗੱਲ ਵਿਚੋਂ ਹੀ ਫੜ ਲਈ ਅਤੇ ਆਪਣਾ ਰੋਸ ਪ੍ਰਗਟ ਕਰਨ ਲੱਗ ਪਈ।

"ਮੈਨੂੰ ਕੀ ਦੱਸਦੇ ਓ," ਉਸ ਨੇ ਆਖਿਆ। "ਜਦੋਂ ਮੇਰੇ ਖਾਵੰਦ ਨੇ ਮੈਨੂੰ ਆਖਿਆ ਕਿ ਉਸ ਨੂੰ ਛੱਡਿਆ ਜਾ ਸਕਦਾ ਹੈ, ਓਸੇ ਵੇਲੇ ਹੀ ਮੇਰੇ ਦਿਮਾਗ਼ ਵਿਚ ਆਈ, 'ਜੇ ਉਹ ਬੇਗੁਨਾਹ ਹੈ ਤਾਂ ਉਹਨੂੰ ਜੇਲ੍ਹ ਵਿਚ ਕਿਉਂ ਪਾਇਆ

---

* ਨਿਡਰ ਤੇ ਸਚਾ ਸੁਚਾ ਸੂਰਬੀਰ। (ਫਰਾਂਸੀਸੀ)—**ਸੰਪਾ:**

ਹੋਇਆ ਹੈ?'" ਮਾਰੀਏਟ ਨੇ ਉਹੋ ਲਫਜ਼ ਆਖੇ ਜਿਹੜੇ ਨੇਖਲੀਊਦੋਵ ਦੀ ਜ਼ਬਾਨ ਉਤੇ ਸਨ। "ਕੇਡੀ ਨਮੋਸ਼ੀ ਦੀ ਗੱਲ ਹੈ, ਸ਼ਰਮਨਾਕ।"

ਕਾਊਂਟੈਸ ਕਾਤੇਰੀਨਾ ਇਵਾਨੋਵਨਾ ਨੇ ਜਦੋਂ ਵੇਖਿਆ ਕਿ ਮਾਰੀਏਟ ਉਹਦੇ ਭਣੇਵੇਂ ਨਾਲ ਬੜੇ ਨਖਰਿਆਂ ਨਾਲ ਗੱਲਾਂ ਕਰ ਰਹੀ ਹੈ ਤਾਂ ਉਹਦਾ ਦਿਲ ਖੁਸ਼ ਹੋ ਗਿਆ।

"ਸੁਣ ਮੇਰੀ ਗੱਲ," ਜਦੋਂ ਉਹ ਚੁੱਪ ਹੋ ਗਏ ਤਾਂ ਕਾਊਂਟੈਸ ਨੇ ਆਖਿਆ। "ਭਲਕੇ ਰਾਤੀਂ ਐਲਿਨ ਦੇ ਘਰ ਕਿਉਂ ਨਹੀਂ ਚਲਦਾ? ਕੀਜ਼ੇਵੇਤਰ ਵੀ ਓਥੇ ਹੀ ਹੋਵੇਗਾ। ਤੇ ਤੂੰ ਵੀ ਚੱਲ," ਉਸ ਨੇ ਮਾਰੀਏਟ ਵੱਲ ਮੂੰਹ ਕਰ ਕੇ ਆਖਿਆ।

"Il vous a remarqué*," ਉਸ ਨੇ ਆਪਣੇ ਭਣੇਵੇਂ ਨੂੰ ਆਖਿਆ। "ਉਸ ਨੇ ਮੈਨੂੰ ਆਖਿਆ ਸੀ ਕਿ ਜੋ ਕੁਝ ਵੀ ਤੂੰ ਦੱਸਿਆ ਹੈ (ਮੈਂ ਉਹਨੂੰ ਤੇਰੇ ਬਾਰੇ ਸਾਰੀ ਗੱਲ ਦੱਸੀ ਸੀ) ਇਹ ਸਭ ਤਾਂ ਬਹੁਤ ਹੀ ਚੰਗਾ ਲਛਣ ਹੈ, ਅਤੇ ਤੂੰ ਜ਼ਰੂਰ ਬਰ ਜ਼ਰੂਰ ਈਸਾ ਦੇ ਚਰਨੀਂ ਲੱਗੇਂਗਾ। ਤੈਨੂੰ ਹਰ ਹਾਲਤ ਵਿਚ ਚਲਣਾ ਚਾਹੀਦਾ ਹੈ। ਆਖ ਏਹਨੂੰ, ਮਾਰੀਏਟ, ਤੇ ਆਪ ਵੀ ਚਲ।"

"ਕਾਊਂਟੈਸ, ਪਹਿਲੀ ਗੱਲ ਤਾਂ ਏਹ ਹੈ ਕਿ ਪ੍ਰਿੰਸ ਨੂੰ ਕਿਸੇ ਕਿਸਮ ਦੀ ਨਸੀਹਤ ਕਰਨ ਦਾ ਮੇਰਾ ਕੋਈ ਹੱਕ ਨਹੀਂ ਬਣਦਾ," ਮਾਰੀਏਟ ਨੇ ਆਖਿਆ, ਅਤੇ ਨੇਖਲੀਊਦੋਵ ਵੱਲ ਇਕ ਐਸੀ ਨਜ਼ਰ ਨਾਲ ਵੇਖਿਆ ਜਿਸ ਤੋਂ ਇਹ ਗੱਲ ਪੱਕੀ ਹੋ ਗਈ ਕਿ ਕਾਊਂਟੈਸ ਦੇ ਸ਼ਬਦਾਂ ਅਤੇ ਆਮ ਕਰਕੇ ਇਵੈਂਗਲੀਕਲ ਮੱਤ ਵੱਲ ਦੋਵਾਂ ਦੇ ਵਤੀਰੇ ਵਿਚ ਕੋਈ ਫਰਕ ਨਹੀਂ। "ਦੂਜੀ ਗੱਲ ਕਿ ਤੁਹਾਨੂੰ ਪਤਾ ਹੀ ਹੈ ਮੈਂ ਇਹਨਾਂ ਗੱਲਾਂ ਵੱਲ ਬਹੁਤਾ ਧਿਆਨ ਨਹੀਂ ਦੇਂਦੀ..."

"ਹਾਂ, ਹਾਂ, ਮੈਨੂੰ ਪਤਾ ਹੈ, ਤੂੰ ਹਰ ਗੱਲ ਹਮੇਸ਼ਾ ਉਲਟੀ ਕਰਨੀ ਹੋਈ। ਤੇਰੇ ਤਾਂ ਖਿਆਲ ਹੀ ਵਖਰੇ ਨੇ।"

"ਵਖਰੇ ਕਿਵੇਂ? ਮੈਂ ਵੀ ਓਸੇ ਤਰ੍ਹਾਂ ਆਸਤਕ ਹਾਂ ਜਿਸ ਤਰ੍ਹਾਂ ਕੋਈ ਸਾਧਾਰਨ ਤੋਂ ਸਾਧਾਰਨ ਕਿਸਾਨ ਔਰਤ ਹੁੰਦੀ ਏ," ਮਾਰੀਏਟ ਨੇ ਮੁਸਕ੍ਰਾ ਕੇ ਆਖਿਆ। "ਤੇ ਤੀਜੀ ਗੱਲ ਏਹ, ਭਲਕੇ ਰਾਤੀਂ ਮੈਂ ਫਰਾਂਸੀਸੀ ਨਾਟਕ ਵੇਖਣ ਜਾਣਾ ਏ।"

"ਉਫ! ਤੂੰ ਵੇਖਿਆ ਹੈ ਉਹਨੂੰ—ਕੀ ਨਾਂ ਹੈ ਉਹਦਾ?" ਕਾਊਂਟੈਸ ਕਾਤੇਰੀਨਾ ਇਵਾਨੋਵਨਾ ਨੇ ਨੇਖਲੀਊਦੋਵ ਨੂੰ ਪੁੱਛਿਆ। ਮਾਰੀਏਟ ਨੇ ਪ੍ਰਸਿਧ ਫਰਾਂਸੀਸੀ ਅਭਿਨੇਤਰੀ ਦਾ ਨਾਂ ਦੱਸਿਆ।

"ਤੈਨੂੰ ਜ਼ਰੂਰ ਜਾਣਾ ਚਾਹੀਦੈ। ਹਰ ਹਾਲਤ ਵਿਚ। ਕਮਾਲ ਦੀ ਐਕਟਿੰਗ ਕਰਦੀ ਹੈ।"

"ਮੈਂ ਕਿਸ ਨੂੰ ਪਹਿਲਾਂ ਸੁਣਾ, ma tante? ਅਭਿਨੇਤਰੀ ਨੂੰ ਜਾਂ ਉਪਦੇਸ਼ਕ

---

* ਉਹਦਾ ਧਿਆਨ ਤੇਰੇ ਵੱਲ ਗਿਆ ਹੈ। (ਫਰਾਂਸੀਸੀ)—ਸੰਪਾ:

ਨੂੰ?" ਨੇਖਲੀਊਦੋਵ ਨੇ ਮੁਸਕ੍ਰਾ ਕੇ ਆਖਿਆ।

"ਮਿਹਰਬਾਨੀ ਕਰ ਕੇ, ਐਵੇਂ ਲਫਜ਼ਾਂ ਨਾਲ ਨਾ ਖੇਡ।"

"ਮੈਂ ਸੋਚਦਾਂ ਪਹਿਲਾਂ ਉਪਦੇਸ਼ਕ ਦੀ ਗੱਲ ਸੁਣਾਂ ਤੇ ਮਗਰੋਂ ਅਭਿਨੇਤਰੀ ਦੀ ਐਕਟਿੰਗ ਵੇਖਾਂ, ਵਰਨਾ ਤਾਂ ਵਖਿਆਨ ਸੁਣਨ ਦੀ ਇੱਛਾ ਹੀ ਮਰ ਜਾਏਗੀ," ਨੇਖਲੀਊਦੋਵ ਨੇ ਆਖਿਆ।

"ਨਹੀਂ, ਚੰਗੀ ਗੱਲ ਏਹ ਹੈ ਕਿ ਪਹਿਲਾਂ ਫਰਾਂਸੀਸੀ ਨਾਟਕ ਵੇਖੋ ਤੇ ਉਸ ਤੋਂ ਮਗਰੋਂ ਪਸ਼ਚਾਤਾਪ ਕਰੋ," ਮਾਰੀਏਟ ਨੇ ਆਖਿਆ।

"ਵੇਖੋ, ਸੁਣੋਂ ਮੇਰੀ ਗੱਲ। ਐਵੇਂ ਝੇੜਾਂ ਨਾ ਕਰੋ ਮੈਨੂੰ। ਉਪਦੇਸ਼ਕ ਆਪਣੀ ਥਾਂ, ਨਾਟਕ ਆਪਣੀ ਥਾਂ। ਰੱਬੀ ਕਹਿਰ ਤੋਂ ਬਚਣ ਵਾਸਤੇ ਜ਼ਰੂਰੀ ਤਾਂ ਨਹੀਂ ਕਿ ਬੰਦਾ ਮੂੰਹ ਲਟਕਾਈ ਫਿਰੇ ਤੇ ਰੋਂਦਾ ਫਿਰੇ। ਵਿਸ਼ਵਾਸ ਹੋਣਾ ਚਾਹੀਦਾ ਹੈ, ਫੇਰ ਖੁਸ਼ੀ ਜ਼ਰੂਰ ਮਿਲਦੀ ਹੈ।"

"ਤੁਸੀਂ, ma tante, ਉਪਦੇਸ਼ਕਾਂ ਨਾਲੋਂ ਵੀ ਚੰਗਾ ਵਖਿਆਨ ਕਰ ਲੈਂਦੇ ਹੋ।"

"ਗੱਲ ਸੁਣੋਂ," ਸੋਚਾਂ ਵਿਚ ਡੁੱਬੀ ਹੋਈ ਮਾਰੀਏਟ ਨੇ ਆਖਿਆ "ਭਲਕੇ ਮੇਰੇ ਵਾਲੇ ਬਾਕਸ ਵਿਚ ਆ ਕੇ ਬੈਠਿਓ।"

"ਮੈਨੂੰ ਲੱਗਦਾ ਹੈ ਕਿ ਮੈਂ ਤਾਂ ਆ ਨਹੀਂ ਸਕਣਾ ..."

ਵਰਦੀਪੋਸ਼ ਨੇ ਗਲਬਾਤ ਵਿਚ ਵਿਘਨ ਪਾ ਦਿੱਤਾ। ਉਹ ਕਿਸੇ ਮਿਲਣ ਵਾਸਤੇ ਆਏ ਦੀ ਖਬਰ ਕਰਨ ਆਇਆ ਸੀ। ਮਿਲਣ ਵਾਲਾ ਇਕ ਉਪਕਾਰੀ ਸਭਾ ਦਾ ਸਕੱਤਰ ਸੀ। ਕਾਊਂਟੈਸ ਇਸ ਸਭਾ ਦੀ ਪ੍ਰਧਾਨ ਸੀ।

"ਹਾਇ, ਹਾਇ। ਇਹ ਤਾਂ ਪਰਲੇ ਦਰਜੇ ਦਾ ਅਕਾਊ ਬੰਦਾ ਏ। ਮੇਰਾ ਖਿਆਲ ਐ ਮੈਂ ਬਾਹਰ ਹੀ ਉਹਨੂੰ ਮਿਲ ਲਵਾਂ। ਮਾਰੀਏਟ, ਇਹਨੂੰ ਚਾਹ ਪਿਆ। ਮੈਂ ਹੁਣੇ ਮੁੜ ਕੇ ਆਈ," ਕਾਊਂਟੈਸ ਨੇ ਆਖਿਆ ਅਤੇ ਸੁਭਾ ਮੁਤਾਬਿਕ ਛੋਹਲੇ ਛੋਹਲੇ ਕਦਮ ਰਖਦੀ ਤੇ ਝੂਮਦੀ ਝੂਮਦੀ ਬਾਹਰ ਚਲੀ ਗਈ।

ਮਾਰੀਏਟ ਨੇ ਦਸਤਾਨਾ ਲਾਹਿਆ। ਉਹਦਾ ਹੱਥ ਗਠਵਾਂ ਤੇ ਕੁਝ ਕੁਝ ਮੋਟਾ ਸੀ। ਚੀਚੀ ਦੇ ਨਾਲ ਦੀ ਉਂਗਲੀ ਮੁੰਦਰੀਆਂ ਨਾਲ ਭਰੀ ਹੋਈ ਸੀ।

"ਪੀਓਗੇ?" ਉਸ ਨੇ ਚਾਂਦੀ ਦੀ ਕੇਤਲੀ ਚੁੱਕਦਿਆਂ ਆਖਿਆ ਜਿਸ ਦੇ ਹੇਠਾਂ ਸਪਿਰਟ-ਲੰਪ ਬਲ ਰਿਹਾ ਸੀ। ਕੇਤਲੀ ਚੁਕਦਿਆਂ ਉਸ ਨੇ ਆਪਣੀ ਚੀਚੀ ਨੂੰ ਬੜੇ ਅਨੋਖੇ ਅੰਦਾਜ਼ ਨਾਲ ਬਾਕੀ ਉਂਗਲਾਂ ਨਾਲੋਂ ਨਿਖੇੜਿਆ ਹੋਇਆ ਸੀ।

ਮਾਰੀਏਟ ਦਾ ਚਿਹਰਾ ਉਦਾਸ ਤੇ ਗੰਭੀਰ ਲੱਗ ਰਿਹਾ ਸੀ।

"ਮੈਨੂੰ ਇਸ ਗੱਲ ਦਾ ਹਮੇਸ਼ਾ ਬੜਾ ਅਫਸੋਸ ਹੁੰਦਾ ਹੈ ਕਿ ਜਿਨ੍ਹਾਂ ਲੋਕਾਂ ਦੀ ਰਾਏ ਦੀ ਮੈਂ ਕਦਰ ਕਰਦੀ ਹਾਂ ਉਹ ਮੈਨੂੰ ਉਸ ਹਾਲਤ ਨਾਲ ਜਿਸ ਵਿਚ ਮੈਂ ਹਾਂ ਖ਼ਲਤਮਲਤ ਕਰ ਲੈਂਦੇ ਹਨ।"

ਇਹ ਆਖਰੀ ਲਫਜ਼ ਕਹਿੰਦਿਆਂ ਲੱਗਦਾ ਸੀ ਜਿਵੇਂ ਉਹਦਾ ਰੋਣ ਨਿਕਲ ਚੱਲਿਆ ਹੋਵੇ। ਜੇ ਕੋਈ ਇਹਨਾਂ ਲਫਜ਼ਾਂ ਦਾ ਵਿਸ਼ਲੇਸ਼ਣ ਕਰੇ ਤਾਂ ਇਹਨਾਂ ਦਾ ਕੋਈ ਮਤਲਬ ਨਹੀਂ ਸੀ, ਜੇ ਕਿਸੇ ਵੀ ਤਰ੍ਹਾਂ ਕੋਈ ਸਪਸ਼ਟ ਮਤਲਬ ਨਹੀਂ ਸੀ ਨਿਕਲਦਾ, ਤਾਂ ਵੀ ਨੇਖਲੀਊਦੋਵ ਨੂੰ ਇਹ ਲਫਜ਼ ਬੇਹੱਦ ਡੂੰਘੇ, ਅਰਥਭਰਪੂਰ ਅਤੇ ਉੱਤਮ ਜਾਪਦੇ ਸਨ। ਇਸ ਦਾ ਕਾਰਨ ਇਹ ਸੀ ਕਿ ਇਸ ਨੌਜਵਾਨ, ਖ਼ੂਬਸੂਰਤ, ਅਤੇ ਬਣੀ ਠਣੀ ਔਰਤ ਨੇ ਇਹ ਲਫਜ਼ ਕਹਿੰਦਿਆਂ ਆਪਣੀਆਂ ਚਮਕਦਾਰ! ਅੱਖਾਂ ਨਾਲ ਉਹਦੇ ਵੱਲ ਇਉਂ ਵੇਖਿਆ ਸੀ ਕਿ ਨੇਖਲੀਊਦੋਵ ਨੂੰ ਕੀਲ ਕੇ ਬੰਨ੍ਹ ਲਿਆ ਸੀ।

ਨੇਖਲੀਊਦੋਵ ਖਾਮੋਸ਼ ਉਹਦੇ ਵੱਲ ਵੇਖੀ ਜਾ ਰਿਹਾ ਸੀ ਤੇ ਉਹਦੇ ਚਿਹਰੇ ਨਾਲੋਂ ਆਪਣੀਆਂ ਨਜ਼ਰਾਂ ਨੂੰ ਤੋੜ ਨਹੀਂ ਸੀ ਸਕਿਆ।

"ਤੁਸੀਂ ਸਮਝਦੇ ਹੋ ਕਿ ਮੈਂ ਤੁਹਾਨੂੰ ਅਤੇ ਤੁਹਾਡੇ ਮਨ ਦੀ ਹਾਲਤ ਨੂੰ ਨਹੀਂ ਸਮਝਦੀ। ਜੋ ਕੁਝ ਤੁਸੀਂ ਕਰ ਰਹੇ ਹੋ ਉਸ ਦਾ ਸਭ ਨੂੰ ਪਤਾ ਹੈ। C'est le secret de polichinelle.* ਤੇ ਤੁਹਾਡੇ ਕੰਮ ਤੋਂ ਮੈਨੂੰ ਬੜੀ ਖੁਸ਼ੀ ਮਿਲਦੀ ਹੈ ਤੇ ਮੈਂ ਇਸ ਨੂੰ ਚੰਗਾ ਸਮਝਦੀ ਹਾਂ।"

"ਠੀਕ, ਪਰ ਏਹਦੇ ਵਿਚ ਖੁਸ਼ੀ ਵਾਲੀ ਤਾਂ ਕੋਈ ਗੱਲ ਨਹੀਂ। ਮੈਂ ਹਾਲੇ ਖਾਸ ਕੀਤਾ ਹੀ ਕੀ ਹੈ।"

"ਇਸ ਨਾਲ ਕੀ ਫਰਕ ਪੈਂਦਾ ਹੈ। ਮੈਂ ਤੁਹਾਡੀਆਂ ਭਾਵਨਾਵਾਂ ਨੂੰ ਸਮਝਦੀ ਹਾਂ, ਅਤੇ ਮੈਂ ਉਸ ਨੂੰ ਵੀ ਸਮਝਦੀ ਹਾਂ। ਠੀਕ ਹੈ, ਠੀਕ ਹੈ, ਮੈਂ ਇਸ ਬਾਰੇ ਹੋਰ ਕੋਈ ਗੱਲ ਨਹੀਂ ਕਰਾਂਗੀ," ਉਸ ਨੇ ਨੇਖਲੀਊਦੋਵ ਦੇ ਚਿਹਰੇ ਉੱਤੋਂ ਨਾਰਾਜ਼ਗੀ ਝਲਕਦੀ ਵੇਖ ਕੇ ਆਖਿਆ। "ਪਰ ਮੈਂ ਇਹ ਵੀ ਸਮਝਦੀ ਹਾਂ ਕਿ ਉਹਨਾਂ ਸਭ ਦੁਖ-ਤਕਲੀਫਾਂ ਤੇ ਅਤਿਆਚਾਰਾਂ ਨੂੰ ਵੇਖ ਕੇ ਜਿਹੜੇ ਜੇਲ੍ਹਾਂ ਵਿਚ ਹੁੰਦੇ ਹਨ," ਮਾਰੀਏਟ ਬੋਲਦੀ ਗਈ। ਉਹ ਨੇਖਲੀਊਦੋਵ ਨੂੰ ਆਪਣੇ ਵੱਲ ਖਿਚਣਾ ਚਾਹੁੰਦੀ ਸੀ ਤੇ ਉਹਨੇ ਆਪਣੀ ਔਰਤਾਂ ਵਾਲੀ ਸਹਿਜ-ਪ੍ਰਵਿਰਤੀ ਨਾਲ ਅਨੁਮਾਨ ਲਾ ਲਿਆ ਸੀ ਕਿ ਕਿਹੜੀ ਗੱਲ ਉਹਦੇ ਵਾਸਤੇ ਅਹਿਮ ਤੇ ਪਿਆਰੀ ਸੀ। "ਤੁਸੀਂ ਇਹਨਾਂ ਦੁਖਿਆਰਿਆਂ ਦੀ ਮਦਦ ਕਰਨਾ ਚਾਹੁੰਦੇ ਹੋ। ਉਹਨਾਂ ਲੋਕਾਂ ਦੀ ਜਿਨ੍ਹਾਂ ਦੇ ਕਰਮਾਂ ਵਿਚ ਦੂਜੇ ਲੋਕਾਂ ਦੇ ਅਤਿਆਚਾਰਾਂ ਤੇ ਉਹਨਾਂ ਦੀ ਬੇਪ੍ਰਵਾਹੀ ਦਾ ਸ਼ਿਕਾਰ ਬਣਨਾ ਲਿਖਿਆ ਹੈ।... ਮੈਂ ਕੁਰਬਾਨੀ ਦੀ ਇਸ ਇੱਛਾ ਨੂੰ ਸਮਝਦੀ ਹਾਂ। ਮੇਰੇ ਵਸ ਵਿਚ ਹੁੰਦਾ ਤਾਂ ਅਜਿਹੇ ਉਦੇਸ਼ ਲਈ ਮੈਂ ਵੀ ਆਪਣੀ ਜ਼ਿੰਦਗੀ ਅਰਪਤ ਕਰ ਦੇਂਦੀ, ਪਰ ਸਾਡੇ ਸਭਨਾਂ ਦੇ ਆਪਣੇ ਆਪਣੇ ਭਾਗ ਹਨ।"

"ਤਾਂ ਫੇਰ ਤੁਸੀਂ ਆਪਣੇ ਭਾਗਾਂ ਤੋਂ ਸੰਤੁਸ਼ਟ ਨਹੀਂ?"

"ਮੈਂ?" ਜਿਵੇਂ ਉਹ ਹੈਰਾਨ ਹੋ ਗਈ ਹੋਵੇ ਕਿ ਉਸ ਨੂੰ ਇਸ ਕਿਸਮ ਦਾ ਸਵਾਲ ਵੀ ਪੁੱਛਿਆ ਜਾ ਸਕਦਾ ਹੈ। "ਮੈਨੂੰ ਸੰਤੁਸ਼ਟ ਰਹਿਣਾ ਪੈਂਦਾ ਹੈ, ਤੇ ਮੈਂ ਸੰਤੁਸ਼ਟ ਹਾਂ।

---

* ਇਹ ਹੁਣ ਕੋਈ ਗੁੱਝੀ ਗੱਲ ਨਹੀਂ। (ਫਰਾਂਸੀਸੀ)।—ਸੰਪਾ:

ਪਰ ਕਦੇ ਕਦੇ ਅੰਦਰ ਕੋਈ ਕੀੜਾ ਸਰਕ ਪੈਂਦਾ ਹੈ..."

"ਤੇ ਉਸ ਨੂੰ ਮੁੜਕੇ ਸੌਣ ਨਹੀਂ ਦੇਣਾ ਚਾਹੀਦਾ। ਇਹ ਇਕ ਐਸੀ ਆਵਾਜ਼ ਹੈ ਜਿਸ ਦਾ ਹੁਕਮ ਮੰਨਣਾ ਚਾਹੀਦਾ ਹੈ," ਨੇਖਲੀਊਦੋਵ ਨੇ ਪੂਰੀ ਤਰ੍ਹਾਂ ਉਹਦੇ ਫਰੇਬ ਵਿਚ ਆਉਂਦਿਆਂ ਆਖਿਆ।

ਮਗਰੋਂ ਕਈ ਵਾਰੀ ਮਾਰੀਏਟ ਨਾਲ ਆਪਣੀ ਗਲਬਾਤ ਦਾ ਚੇਤਾ ਕਰ ਕੇ ਨੇਖਲੀਊਦੋਵ ਸ਼ਰਮਸਾਰ ਹੋ ਜਾਂਦਾ ਸੀ। ਉਸ ਨੂੰ ਉਹਦੇ ਲਫਜ਼ ਯਾਦ ਆ ਜਾਂਦੇ ਜਿਹੜੇ ਸਿਰਫ ਝੂਠ ਹੀ ਨਹੀਂ ਸਨ ਸਗੋਂ ਉਹਦੇ ਆਪਣੇ ਲਫਜ਼ਾਂ ਦੀ ਨਕਲ ਸਨ। ਉਸ ਨੂੰ ਮਾਰੀਏਟ ਦਾ ਚਿਹਰਾ ਯਾਦ ਆਉਂਦਾ। ਜਦੋਂ ਨੇਖਲੀਊਦੋਵ ਉਸ ਨੂੰ ਜੇਲ੍ਹ ਦੀ ਰੌਂਗਟੇ ਖੜੇ ਕਰ ਦੇਣ ਵਾਲੀ ਹਾਲਤ ਜਾਂ ਪਿੰਡਾਂ ਵਿਚੋਂ ਆਪਣੇ ਮਨ ਤੇ ਪਏ ਪ੍ਰਭਾਵਾਂ ਦੀ ਗੱਲ ਦੱਸ ਰਿਹਾ ਸੀ ਤਾਂ ਉਹਨੂੰ ਜਾਪਿਆ ਜਿਵੇਂ ਮਾਰੀਏਟ ਹਮਦਰਦੀ ਤੇ ਗਹੁ ਨਾਲ ਉਹਦੇ ਵੱਲ ਵੇਖ ਰਹੀ ਹੈ।

ਜਦੋਂ ਕਾਊਂਟੈਸ ਵਾਪਸ ਆਈ ਤਾਂ ਉਹ ਸਿਰਫ ਦੋਸਤਾਂ ਵਾਂਗ ਹੀ ਨਹੀਂ ਸਗੋਂ ਇਕ ਦੂਜੇ ਦੇ ਨਿਵੇਕਲੇ ਦੋਸਤਾਂ ਵਾਂਗ ਘੁਲਮਿਲ ਕੇ ਗੱਲਾਂ ਕਰ ਰਹੇ ਸਨ। ਜਿਵੇਂ ਉਹਨਾਂ ਦੇ ਆਸ ਪਾਸ ਉਹਨਾਂ ਵਲੋਂ ਬੇਪ੍ਰਵਾਹ ਲੋਕਾਂ ਦੀ ਭੀੜ ਜੁੜੀ ਹੋਵੇ ਜਿਸ ਵਿਚ ਸਿਰਫ ਓਹੋ ਹੀ ਇਕ ਦੂਜੇ ਨੂੰ ਸਮਝਦੇ ਹੋਣ।

ਉਹ ਸਰਕਾਰ ਦੀ ਬੇਇਨਸਾਫੀ, ਬਦਨਸੀਬ ਲੋਕਾਂ ਦੀਆਂ ਔਕੜਾਂ ਤਕਲੀਫਾਂ, ਲੋਕਾਂ ਦੀ ਗਰੀਬੀ ਦੀਆਂ ਗੱਲਾਂ ਕਰ ਰਹੇ ਸਨ, ਪਰ ਅਸਲ ਵਿਚ ਉਹਨਾਂ ਦੀਆਂ ਗੱਲਾਂ ਦੇ ਵਿਚ–ਵਿਚਾਲੇ ਇਕ ਦੂਜੇ ਵੱਲ ਝਾਕਦਿਆਂ ਉਹਨਾਂ ਦੀਆਂ ਅੱਖਾਂ ਕੁਝ ਹੋਰ ਹੀ ਪੁੱਛ ਰਹੀਆਂ ਸਨ: "ਮੈਨੂੰ ਤੇਰਾ ਪਿਆਰ ਮਿਲ ਸਕਦਾ ਹੈ?" ਅਤੇ ਜਵਾਬ ਮਿਲਦਾ "ਹਾਂ, ਜ਼ਰੂਰ।" ਇਸ ਦੇ ਨਾਲ ਕਾਮ ਜਜ਼ਬੇ, ਬੇਹੱਦ ਅਜੀਬ ਤੇ ਦਿਲ ਖਿਚਵੇਂ ਰੂਪ ਧਾਰ ਧਾਰ ਕੇ ਉਹਨਾਂ ਨੂੰ ਇਕ ਦੂਜੇ ਵੱਲ ਖਿਚ ਰਹੇ ਸਨ।

ਜਾਣ ਲੱਗਿਆਂ ਉਸ ਨੇ ਨੇਖਲੀਊਦੋਵ ਨੂੰ ਆਖਿਆ ਸੀ ਕਿ ਉਹ ਹਮੇਸ਼ਾ ਹੀ ਹਰ ਤਰੀਕੇ ਨਾਲ ਉਹਦੀ ਖਿਦਮਤ ਕਰਨ ਨੂੰ ਤਿਆਰ ਹੈ। ਫੇਰ ਉਸ ਨੇ ਆਖਿਆ ਕਿ ਉਹ ਭਲਕੇ ਥੇਟਰ ਵਿਚ ਉਸ ਨੂੰ ਜ਼ਰੂਰ ਆ ਕੇ ਮਿਲੇ। ਭਾਵੇਂ ਪਲ ਦੀ ਪਲ ਖੜਾ ਖੜੋਤਾ ਹੀ ਆਵੇ, ਪਰ ਆਵੇ ਜ਼ਰੂਰ ਕਿਉਂਕਿ ਉਹਨੇ ਉਸ ਨਾਲ ਕੋਈ ਜ਼ਰੂਰੀ ਗੱਲ ਕਰਨੀ ਹੈ।

"ਹਾਂ, ਤੇ ਕੀ ਪਤਾ ਹੈ ਫੇਰ ਕਦੋਂ ਮੇਲ ਹੋਵੇ?" ਮਾਰੀਏਟ ਨੇ ਹੌਕਾ ਭਰ ਕੇ ਆਖਿਆ ਅਤੇ ਅੰਗੂਠੀਆਂ ਨਾਲ ਭਰੇ ਹੱਥ ਉਤੇ ਬੜੇ ਆਰਾਮ ਨਾਲ ਦਸਤਾਨਾ ਚੜ੍ਹਾਉਣ ਲੱਗੀ। "ਵਾਅਦਾ ਕਰੋ ਕਿ ਆਓਗੇ।"

ਨੇਖਲੀਊਦੋਵ ਨੇ ਵਾਅਦਾ ਕਰ ਦਿੱਤਾ।

ਉਸ ਰਾਤ ਜਦੋਂ ਨੇਖਲੀਊਦੋਵ ਆਪਣੇ ਕਮਰੇ ਵਿਚ ਇਕੱਲਾ ਸੀ, ਉਸ ਨੇ ਬੱਤੀ ਬੁਝਾਈ ਤੇ ਮੰਜੇ ਉਤੇ ਲੰਮਾ ਪੈ ਗਿਆ। ਬਥੇਰੇ ਪਾਸੇ ਮਾਰੇ ਪਰ ਉਸ ਨੂੰ ਨੀਂਦ ਨਾ ਆਈ। ਮਾਸਲੋਵਾ, ਸੈਨੇਟ ਦੇ ਫੈਸਲੇ, ਮਾਸਲੋਵਾ ਨਾਲ ਹਰ ਹਾਲਤ ਵਿਚ ਸਾਇਬੇਰੀਆ ਜਾਣ ਦੇ ਆਪਣੇ ਨਿਰਣੇ, ਆਪਣੀ ਜ਼ਮੀਨ ਜਾਇਦਾਦ ਨੂੰ ਤਿਆਗ ਦੇਣ ਦੀਆਂ ਗੱਲਾਂ ਉਹਦੇ

ਦਿਮਾਗ਼ ਵਿਚ ਆ ਰਹੀਆਂ ਸਨ ਕਿ ਅਚਾਨਕ ਮਾਰੀਏਟ ਦਾ ਚਿਹਰਾ ਉਹਦੀਆਂ ਅੱਖਾਂ ਅੱਗੇ ਆ ਗਿਆ। ਉਸ ਦਾ ਹੌਂਕਾ ਤੇ ਉਸ ਦੀ ਨਜ਼ਰ ਜਦੋਂ ਉਹਨੇ ਆਖਿਆ ਸੀ, "ਹਾਂ, ਤੇ ਕੀ ਪਤਾ ਹੈ ਫੇਰ ਕਦੋਂ ਮੇਲ ਹੋਵੇ" ਅਤੇ ਉਸ ਦੀ ਮੁਸਕਾਨ ਏਡੀ ਸਪਸ਼ਟ ਸੀ ਕਿ ਉਹ ਮੁਸਕ੍ਰਾ ਪਿਆ ਜਿਵੇਂ ਮਾਰੀਏਟ ਉਹਦੇ ਸਾਮ੍ਹਣੇ ਹੋਵੇ। "ਮੈਂ ਸਾਇਬੇਰੀਆ ਚਲਾ ਜਾਵਾਂਗਾ ਤਾਂ ਇਹ ਠੀਕ ਗੱਲ ਹੋਵੇਗੀ? ਤੇ ਆਪਣੀ ਜ਼ਮੀਨ ਜਾਇਦਾਦ ਛੱਡ ਕੇ ਮੈਂ ਠੀਕ ਕੀਤਾ ਹੈ?" ਉਸ ਨੇ ਆਪਣੇ ਆਪ ਤੋਂ ਪੁੱਛਿਆ।

ਪੀਟਰਸਬਰਗ ਦੀ ਉਸ ਰਾਤ ਜਦੋਂ ਚਾਨਣ ਬਾਰੀਆਂ ਦੇ ਪਰਦਿਆਂ ਵਿਚੋਂ ਛਣ ਕੇ ਅੰਦਰ ਆ ਰਿਹਾ ਸੀ ਉਸ ਨੂੰ ਇਹਨਾਂ ਸਵਾਲਾਂ ਦੇ ਜਵਾਬ ਬਿਲਕੁਲ ਅਸਪਸ਼ਟ ਜਿਹੇ ਹੀ ਮਿਲੇ। ਸਭ ਕੁਝ ਖਲਤ-ਮਲਤ ਜਿਹਾ ਹੋਇਆ ਪਿਆ ਸੀ। ਉਸ ਨੂੰ ਯਾਦ ਆਇਆ ਕਿ ਪਹਿਲਾਂ ਉਹਦੇ ਮਨ ਦੀ ਹਾਲਤ ਕੀ ਸੀ ਤੇ ਪਹਿਲਾਂ ਜੋ ਉਸ ਦੇ ਵਿਚਾਰ ਹੁੰਦੇ ਸਨ ਇਕ ਇਕ ਕਰ ਕੇ ਯਾਦ ਆ ਗਏ ਪਰ ਇਹਨਾਂ ਵਿਚਾਰਾਂ ਵਿਚ ਹੁਣ ਪਹਿਲਾਂ ਵਾਲੀ ਤਾਕਤ ਨਹੀਂ ਸੀ ਨਾ ਹੀ ਉਹ ਤਰਕ-ਸੰਗਤੀ ਰਹਿ ਗਈ ਸੀ।

"ਤੇ ਫਰਜ਼ ਕੀਤਾ ਕਿ ਇਹ ਸਭ ਕੁਝ ਮੇਰੇ ਮਨ ਦੀ ਕਲਪਨਾ ਹੈ ਤੇ ਮੈਂ ਇਸ ਨੂੰ ਅਮਲੀ ਰੂਪ ਦੇਣ ਦੇ ਯੋਗ ਨਹੀਂ? ਫਰਜ਼ ਕੀਤਾ ਕਿ ਮੈਨੂੰ ਠੀਕ ਕੰਮ ਕਰਨ ਦਾ ਪਛਤਾਵਾ ਲੱਗ ਜਾਏ?" ਉਹ ਸੋਚ ਰਿਹਾ ਸੀ ਪਰ ਉਹਨੂੰ ਇਹਨਾਂ ਗੱਲਾਂ ਦਾ ਕੋਈ ਜਵਾਬ ਨਹੀਂ ਸੀ ਲਭ ਰਿਹਾ। ਜਿਸ ਬੇਚੈਨੀ ਤੇ ਮਾਯੂਸੀ ਵਿਚ ਉਹ ਅੱਜ ਘਿਰਿਆ ਹੋਇਆ ਸੀ, ਉਹ ਪਹਿਲਾਂ ਉਸ ਨੂੰ ਕਦੇ ਮਹਿਸੂਸ ਨਹੀਂ ਸੀ ਹੋਈ। ਇਹਨਾਂ ਸੋਚਾਂ ਵਿਚ ਹੀ ਉਹ ਬੋਝਲ ਨੀਂਦ ਦੀ ਝੋਲੀ ਜਾ ਪਿਆ ਜਿਸ ਤਰ੍ਹਾਂ ਦੀ ਨੀਂਦ ਪਹਿਲਾਂ ਓਦੋਂ ਆਉਂਦੀ ਹੁੰਦੀ ਸੀ ਜਦੋਂ ਉਹ ਤਾਸ਼ ਖੇਡਦਿਆਂ ਬਹੁਤ ਵੱਡੀ ਰਕਮ ਹਾਰ ਜਾਂਦਾ ਸੀ।

੨੫

ਅਗਲੇ ਦਿਨ ਸਵੇਰੇ ਨੇਖਲੀਊਦੋਵ ਜਦੋਂ ਸੌਂ ਕੇ ਉਠਿਆ ਤਾਂ ਉਸ ਨੂੰ ਇਉਂ ਮਹਿਸੂਸ ਹੋ ਰਿਹਾ ਸੀ ਜ਼ਿਵੇਂ ਕੱਲ੍ਹ ਉਸ ਨੇ ਕੋਈ ਬੜਾ ਵੱਡਾ ਅਨਰਥ ਕਰ ਮਾਰਿਆ ਹੋਵੇ। ਉਹ ਸੋਚਣ ਲੱਗ ਪਿਆ। ਉਹ ਨੂੰ ਕੋਈ ਗ਼ਲਤ ਗੱਲ ਯਾਦ ਨਹੀਂ ਆਈ ਜਿਹੜੀ ਉਸ ਨੇ ਕੀਤੀ ਹੋਵੇ। ਉਸ ਨੇ ਕੋਈ ਬੁਰਾ ਕੰਮ ਨਹੀਂ ਸੀ ਕੀਤਾ। ਹਾਂ, ਪਰ ਉਹਦੇ ਮਨ ਵਿਚ ਬੁਰੇ ਖਿਆਲ ਜ਼ਰੂਰ ਆਉਂਦੇ ਰਹੇ ਸਨ। ਉਹਦੇ ਮਨ ਵਿਚ ਆਇਆ ਸੀ ਕਿ ਇਸ ਵੇਲੇ ਉਸ ਦੇ ਕੀਤੇ ਹੋਏ ਸਾਰੇ ਫੈਸਲੇ, ਕਾਤੀਊਸ਼ਾ ਨਾਲ ਵਿਆਹ ਕਰਾਉਣਾ ਤੇ ਆਪਣੀ ਜ਼ਮੀਨ ਜਾਇਦਾਦ ਨੂੰ ਛੱਡ ਦੇਣਾ, ਅਜਿਹੇ ਸੁਫ਼ਨੇ ਹਨ ਜਿਨ੍ਹਾਂ ਨੂੰ ਸਾਕਾਰ ਨਹੀਂ ਕੀਤਾ ਜਾ ਸਕਦਾ। ਉਸ ਨੂੰ ਖਿਆਲ ਆਇਆ ਸੀ ਕਿ ਇਹ ਸਭ ਕੁਝ ਉਹਦੇ ਕੋਲੋਂ ਬਰਦਾਸ਼ਤ ਨਹੀਂ ਹੋਣ ਲੱਗਾ, ਕਿ ਇਹ ਸਭ ਕੁਝ ਬਣਾਉਟੀ ਤੇ ਗੈਰ-ਕੁਦਰਤੀ ਹੈ।

ਇਸ ਲਈ ਉਹ ਓਸੇ ਹੀ ਤਰ੍ਹਾਂ ਜ਼ਿੰਦਗੀ ਗੁਜ਼ਾਰੇ ਜਿਸ ਤਰ੍ਹਾਂ ਹੁਣ ਤੱਕ ਗੁਜ਼ਾਰਦਾ ਆਇਆ ਹੈ।

ਉਸ ਨੇ ਕੋਈ ਬੁਰਾ ਕੰਮ ਤਾਂ ਨਹੀਂ ਸੀ ਕੀਤਾ ਪਰ ਜੋ ਕੁਝ ਕੀਤਾ ਉਹ ਬੁਰੇ ਕੰਮ ਨਾਲੋਂ ਵੀ ਮਾੜਾ ਸੀ। ਉਸ ਦੇ ਮਨ ਵਿਚ ਬਾਰ ਬਾਰ ਬੁਰੇ ਖਿਆਲ ਆਉਂਦੇ ਰਹੇ ਸਨ ਜੋ ਕਿ ਸਭ ਬੁਰਾਈਆਂ ਦੀ ਜੜ੍ਹ ਹੁੰਦੇ ਹਨ। ਇਹ ਹੋ ਸਕਦਾ ਹੈ ਕਿ ਇਕ ਵਾਰ ਕੀਤਾ ਹੋਇਆ ਬੁਰਾ ਕੰਮ ਫੇਰ ਦੁਬਾਰਾ ਨਾ ਕੀਤਾ ਜਾਏ ਅਤੇ ਉਹਦਾ ਪਸ਼ਚਾਤਾਪ ਵੀ ਕੀਤਾ ਜਾ ਸਕੇ, ਪਰ ਸਾਰੇ ਬੁਰੇ ਕੰਮ ਬੁਰੇ ਖਿਆਲਾਂ ਵਿਚੋਂ ਹੀ ਜਨਮ ਲੈਂਦੇ ਹਨ।

ਇਕ ਬੁਰਾ ਕੰਮ ਦੂਜੇ ਬੁਰੇ ਕੰਮਾਂ ਵਾਸਤੇ ਰਾਹ ਪੱਧਰਾ ਕਰਦਾ ਹੈ। ਬੁਰੇ ਖਿਆਲ ਆਪਮੁਹਾਰੇ ਹੀ ਬੰਦੇ ਨੂੰ ਉਸ ਰਾਹ ਵੱਲ ਖਿੱਚ ਲੈਂਦੇ ਹਨ।

ਜਦੋਂ ਨੇਖਲੀਊਦੋਵ ਨੇ ਬੀਤੇ ਦਿਨ ਮਨ ਵਿਚ ਆਉਂਦੇ ਰਹੇ ਖਿਆਲਾਂ ਨੂੰ ਫੇਰ ਚਿਤਵਿਆ ਤਾਂ ਉਹਨੂੰ ਇਹ ਸੋਚ ਕੇ ਹੈਰਾਨੀ ਹੋਈ ਕਿ ਉਹਨੂੰ ਇਹਨਾਂ ਖਿਆਲਾਂ ਉਤੇ ਇਕ ਪਲ ਵਾਸਤੇ ਵੀ ਯਕੀਨ ਕਿਵੇਂ ਆ ਗਿਆ ਸੀ। ਉਸ ਨੇ ਜੋ ਕੁਝ ਵੀ ਕਰਨ ਦਾ ਫੈਸਲਾ ਕੀਤਾ ਸੀ ਉਹ ਭਾਵੇਂ ਕੇਡਾ ਵੀ ਅਲੋਕਾਰ ਤੇ ਔਖਾ ਹੋਵੇ, ਤਾਂ ਵੀ ਉਹ ਜਾਣਦਾ ਸੀ ਕਿ ਉਹਦੇ ਵਾਸਤੇ ਜਿਊਂਦੇ ਰਹਿਣ ਦਾ ਏਹੋ ਇਕ ਸੰਭਵ ਤਰੀਕਾ ਹੈ। ਅਤੇ ਆਪਣੀ ਪਹਿਲੀ ਜੀਵਨ ਜਾਚ ਵੱਲ ਮੁੜ ਆਉਣਾ ਭਾਵੇਂ ਕੇਡਾ ਵੀ ਸੌਖਾ ਤੇ ਸੁਭਾਵਿਕ ਹੋਵੇ, ਉਹ ਜਾਣਦਾ ਸੀ ਕਿ ਉਹ ਜ਼ਿੰਦਗੀ ਤਾਂ ਮੌਤ ਵਾਲੀ ਗੱਲ ਸੀ। ਕੱਲ੍ਹ ਜਿਹੜੀ ਲੋਭ ਲਾਲਸਾ ਦੀ ਭਾਵਨਾ ਨੇਖਲੀਊਦੋਵ ਦੇ ਮਨ ਵਿਚ ਪੈਦਾ ਹੋਈ ਸੀ ਉਹ ਇਸ ਤਰ੍ਹਾਂ ਹੀ ਸੀ ਜਿਵੇਂ ਬੰਦਾ ਗੂੜ੍ਹੀ ਨੀਂਦ ਸੌਂ ਕੇ ਜਾਗੇ ਅਤੇ ਬਿਨਾਂ ਨੀਂਦ ਦੇ ਥੋੜਾ ਚਿਰ ਹੋਰ ਬਿਸਤਰੇ ਵਿਚ ਆਰਾਮ ਨਾਲ ਲੰਮਾ ਪਿਆ ਰਹਿਣਾ ਚਾਹੇ ਜਦੋਂ ਕਿ ਉਹ ਜਾਣਦਾ ਹੁੰਦਾ ਹੈ ਕਿ ਇਹ ਉੱਠ ਬਹਿਣ ਦਾ ਤੇ ਆਪਣੇ ਕੰਮ-ਕਾਰ ਲੱਗਣ 'ਦਾ ਵੇਲਾ ਹੈ ਜਿਹੜੇ ਜ਼ਰੂਰੀ ਵੀ ਹਨ ਤੇ ਖੁਸ਼ੀ ਦੇਣ ਵਾਲੇ ਵੀ।

ਪੀਟਰਸਬਰਗ ਵਿਚ ਉਹ ਉਸ ਦਾ ਆਖਰੀ ਦਿਨ ਸੀ। ਸਵੇਰ ਵੇਲੇ ਉਹ ਵਾਸੀਲੀਏਵਸਕੀ ਟਾਪੂ ਵੱਲ ਸ਼ੁਸਤੋਵਾ ਨੂੰ ਮਿਲਣ ਚਲਾ ਗਿਆ।

ਸ਼ੁਸਤੋਵਾ ਪਹਿਲੀ ਮੰਜ਼ਲ ਉਤੇ ਰਹਿੰਦੀ ਸੀ। ਚੌਕੀਦਾਰ ਨੇ ਨੇਖਲੀਊਦੋਵ ਨੂੰ ਪਿਛਲੇ ਪਾਸੇ ਦੀਆਂ ਪੌੜੀਆਂ ਵਿਖਾ ਦਿੱਤੀਆਂ ਅਤੇ ਉਹ ਪੌੜੀਆਂ ਚੜ੍ਹ ਕੇ ਸਿੱਧਾ ਰਸੋਈ ਵਿਚ ਚਲਾ ਗਿਆ। ਰਸੋਈ ਵਿਚ ਗਰਮੀ ਸੀ ਤੇ ਖਾਣ ਪੀਣ ਦੀਆਂ ਚੀਜ਼ਾਂ ਦੀ ਤਿੱਖੀ ਮਹਿਕ ਆ ਰਹੀ ਸੀ। ਇਕ ਵਡੇਰੀ ਉਮਰ ਦੀ ਔਰਤ, ਜਿਸ ਨੇ ਕੁੜਤੀ ਦੀਆਂ ਬਾਹਵਾਂ ਉਪਰ ਕੀਤੀਆਂ ਹੋਈਆਂ ਸਨ, ਐਪਰਨ ਪਾਇਆ ਹੋਇਆ ਸੀ ਤੇ ਐਨਕ ਲਾਈ ਹੋਈ ਸੀ ਅੰਗੀਠੀ ਦੇ ਕੋਲ ਪਤੀਲੇ ਵਿਚ ਕੁਝ ਹਿਲਾ ਰਹੀ ਸੀ।

"ਕੀਹਨੂੰ ਮਿਲਣਾ ਜੇ ?" ਉਸ ਨੇ ਆਪਣੀ ਐਨਕ ਦੇ ਉਤੋਂ ਦੀ ਝਾਕਦਿਆਂ, ਰੁੱਖੀ ਜਿਹੀ ਆਵਾਜ਼ ਵਿਚ ਪੁੱਛਿਆ।

ਨੇਖਲੀਊਦੋਵ ਨੇ ਅਜੇ ਆਪਣਾ ਨਾਂ ਵੀ ਨਹੀਂ ਸੀ ਦੱਸਿਆ ਕਿ ਉਸ ਔਰਤ ਦੇ

ਚਿਹਰੇ ਉਤੋਂ ਇਕਦਮ ਘਬਰਾਹਟ ਤੇ ਖੁਸ਼ੀ ਦਾ ਭਾਵ ਟਪਕਣ ਲੱਗ ਪਿਆ।

"ਹੈਂ, ਪ੍ਰਿੰਸ!" ਉਸ ਨੇ ਆਪਣੇ ਐਪਰਨ ਨਾਲ ਹੱਥ ਪੂੰਝਦਿਆਂ ਚਿੱਲਾ ਕੇ ਆਖਿਆ। "ਪਰ ਤੁਸੀਂ ਪਿਛਲੇ ਰਸਤਿਓਂ ਕਿਉਂ ਆਏ? ਤੁਸੀਂ ਤਾਂ ਸਾਡੇ ਮਿਹਰਬਾਨ ਹੋਏ। ਮੈਂ ਉਹਦੀ ਮਾਂ ਆਂ। ਉਹਨਾਂ ਤਾਂ ਮੇਰੀ ਲਾਡੋ ਨੂੰ ਮਾਰ ਈ ਦਿੱਤਾ ਸੀ। ਤੁਸੀਂ ਬਚਾ ਲਿਆ ਸਾਨੂੰ," ਉਸ ਨੇ ਨੇਖਲੀਊਦੋਵ ਦਾ ਹੱਥ ਫੜਦਿਆਂ ਅਤੇ ਇਸ ਨੂੰ ਚੁੰਮਦਿਆਂ ਆਖਿਆ। "ਮੈਂ ਕੱਲ੍ਹ ਤੁਹਾਨੂੰ ਮਿਲਣ ਗਈ ਸਾਂ। ਮੇਰੀ ਭੈਣ ਨੇ ਭੇਜਿਆ ਸੀ ਮੈਨੂੰ। ਉਹ ਵੀ ਏਥੇ ਈ ਆ। ਐਧਰ ਆਓ, ਐਧਰ, ਏਸ ਪਾਸੇ" ਸ਼ੁਸਤੋਵਾ ਦੀ ਮਾਂ ਨੇ ਆਖਿਆ ਤੇ ਉਹ ਇਕ ਤੰਗ ਜਿਹੇ ਬੂਹੇ ਵਿਚੋਂ ਲੰਘ ਕੇ ਹਨੇਰੇ ਲਾਂਘੇ ਵਿਚ ਨੇਖਲੀਊਦੋਵ ਦੇ ਅੱਗੇ ਅੱਗੇ ਤੁਰ ਪਈ। ਤੁਰੀ ਤੁਰੀ ਜਾਂਦੀ ਉਹ ਆਪਣੇ ਵਾਲ ਵੀ ਠੀਕ ਕਰ ਰਹੀ ਸੀ ਤੇ ਉਪਰ ਅੜੁੰਗੀ ਹੋਈ ਘਗਰੀ ਵੀ ਹੇਠਾਂ ਖਿਚ ਕੇ ਠੀਕ ਕਰ ਰਹੀ ਸੀ। "ਮੇਰੀ ਭੈਣ ਦਾ ਨਾਂ ਏ ਕੋਰਨੀਲੋਵਾ। ਤੁਸੀਂ ਜ਼ਰੂਰ ਸੁਣਿਆ ਹੋਣੈ," ਇਕ ਬੰਦ ਦਰਵਾਜ਼ੇ ਅੱਗੇ ਖਲੋ ਕੇ ਉਸ ਨੇ ਫੁਸਰ ਫੁਸਰ ਕੀਤਾ। "ਕਿਸੇ ਸਿਆਸੀ ਮਾਮਲੇ ਵਿਚ ਫਸ ਗਈ ਸੀ। ਲੋੜ੍ਹੇ ਦੀ ਚਾਤਰ ਜਨਾਨੀ ਏ!"

ਸ਼ੁਸਤੋਵਾ ਦੀ ਮਾਂ ਨੇ ਬੂਹਾ ਖੋਹਲਿਆ ਅਤੇ ਨੇਖਲੀਊਦੋਵ ਨੂੰ ਇਕ ਛੋਟੇ ਜਿਹੇ ਕਮਰੇ ਵਿਚ ਲੈ ਗਈ। ਕਮਰੇ ਵਿਚ ਇਕ ਮੇਜ਼ ਦੇ ਕੋਲ ਪਏ ਸੋਫੇ ਉਤੇ ਧਾਰੀਦਾਰ ਸੂਤੀ ਕੱਪੜੇ ਦਾ ਬਲਾਊਜ਼ ਪਾਈ ਇਕ ਗਦਰਾਏ ਹੋਏ ਬਦਨ ਵਾਲੀ ਮਧਰੇ ਕੱਦ ਦੀ ਕੁੜੀ ਬੈਠੀ ਹੋਈ ਸੀ। ਉਸ ਦੇ ਸੁਨਹਿਰੇ ਕੁੰਡਲਾਂ ਵਾਲੇ ਵਾਲ ਉਹਦੇ ਪੀਲੇ ਤੇ ਗੋਲ ਮਟੋਲ ਚਿਹਰੇ ਦੇ ਇਰਦ ਗਿਰਦ ਖਿਲਰੇ ਹੋਏ ਸਨ। ਉਹਦਾ ਮੂੰਹ ਮੁਹਾਂਦਰਾ ਆਪਣੀ ਮਾਂ ਨਾਲ ਬੜਾ ਮਿਲਦਾ ਜੁਲਦਾ ਸੀ। ਉਸ ਦੇ ਸਾਮ੍ਹਣੇ ਇਕ ਆਰਾਮ-ਕੁਰਸੀ ਉਤੇ ਹਲਕੀ ਹਲਕੀ ਕਾਲੇ ਰੰਗ ਦੀ ਦਾੜ੍ਹੀ ਮੁੱਛ ਵਾਲਾ ਇਕ ਨੌਜਵਾਨ ਜਿਸ ਨੇ ਰੂਸੀ ਕਢਾਈ ਵਾਲੀ ਕਮੀਜ਼ ਪਾਈ ਹੋਈ ਸੀ, ਦੂਹਰਾ ਹੋਇਆ ਅਗਾਂਹ ਵੱਲ ਝੁਕਿਆ ਬੈਠਾ ਸੀ। ਉਹ ਆਪਣੀਆਂ ਗੱਲਾਂ ਵਿਚ ਏਡੇ ਮਗਨ ਸਨ ਕਿ ਉਹਨਾਂ ਦਾ ਧਿਆਨ ਨੇਖਲੀਊਦੋਵ ਵੱਲ ਓਦੋਂ ਗਿਆ ਜਦੋਂ ਉਹ ਕਮਰੇ ਵਿਚ ਦਾਖਲ ਹੋ ਚੁੱਕਾ ਸੀ।

"ਲੀਦੀਆ, ਪ੍ਰਿੰਸ ਨੇਖਲੀਊਦੋਵ! ਓਹੋ ਜਿਨ੍ਹਾਂ..." ਮਾਂ ਨੇ ਕਿਹਾ।

ਪੀਲੇ ਚਿਹਰੇ ਵਾਲੀ ਕੁੜੀ ਭੁੜਕ ਖੜੀ ਹੋਈ ਤੇ ਘਬਰਾਈ ਹੋਈ ਆਪਣੇ ਵਾਲਾਂ ਦੀ ਇਕ ਲਿਟ ਆਪਣੇ ਕੰਨ ਪਿੱਛੇ ਕਰਨ ਲੱਗ ਪਈ। ਉਸ ਕੁੜੀ ਦੀਆਂ ਵੱਡੀਆਂ ਵੱਡੀਆਂ ਭੂਰੀਆਂ ਅੱਖਾਂ ਸਹਿਮੀ ਸਹਿਮੀ ਨਜ਼ਰ ਨਾਲ ਨਵੇਂ ਆਏ ਵਿਅਕਤੀ ਵੱਲ ਝਾਕ ਰਹੀਆਂ ਸਨ।

"ਤਾਂ ਉਹ ਖਤਰਨਾਕ ਔਰਤ ਤੁਸੀਂ ਹੋ ਜਿਸ ਵਾਸਤੇ ਦਖਲ ਦੇਣ ਲਈ ਵੇਰਾ ਏਫਰੇਮੋਵਨਾ ਨੇ ਮੈਨੂੰ ਆਖਿਆ ਸੀ?" ਨੇਖਲੀਊਦੋਵ ਨੇ ਮੁਸਕ੍ਰਾ ਕੇ ਪੁੱਛਿਆ।

"ਹਾਂ, ਮੈਂ ਹੀ ਆਂ," ਲੀਦੀਆ ਸ਼ੁਸਤੋਵਾ ਨੇ ਆਖਿਆ ਤੇ ਉਹ ਖੁਲ੍ਹ ਕੇ ਬੱਚਿਆਂ ਵਾਂਗ ਮੁਸਕ੍ਰਾਈ ਜਿਸ ਨਾਲ ਉਹਦੇ ਮੋਤੀਆਂ ਵਰਗੇ ਦੰਦਾਂ ਦੀ ਲੜੀ ਨਜ਼ਰ ਆਉਣ

ਲੱਗੀ। "ਮੇਰੀ ਮਾਸੀ ਤੁਹਾਨੂੰ ਮਿਲਣ ਵਾਸਤੇ ਬੜੀ ਬੇਤਾਬ ਸੀ। ਮਾਸੀ!" ਉਸ ਨੇ ਇਕ ਦਰਵਾਜ਼ੇ ਵਿਚੋਂ ਬੜੀ ਮਿਠੀ ਤੇ ਕੋਮਲ ਆਵਾਜ਼ ਨਾਲ ਮਾਸੀ ਨੂੰ ਬੁਲਾਇਆ।

"ਤੁਹਾਡੇ ਜੇਲ੍ਹ ਭੇਜੇ ਜਾਣ ਉਤੇ ਵੇਰਾ ਏਫਰੇਮੋਵਨਾ ਬਹੁਤ ਹੀ ਦੁਖੀ ਸੀ," ਨੇਖਲੀਊਦੋਵ ਨੇ ਆਖਿਆ।

"ਏਥੇ ਬਹਿ ਜਾਓ। ਨਹੀਂ ਏਥੇ ਠੀਕ ਰਹੇਗਾ," ਇਕ ਟੁੱਟੀ ਭੱਜੀ ਆਰਾਮ-ਕੁਰਸੀ ਵੱਲ ਇਸ਼ਾਰਾ ਕਰ ਕੇ ਲੀਦੀਆ ਨੇ ਆਖਿਆ ਜਿਸ ਤੋਂ ਨੌਜਵਾਨ ਹੁਣੇ ਹੀ ਉੱਠਿਆ ਸੀ।

"ਮੇਰਾ ਭਰਾ, ਚਾਚੇ ਦਾ ਪੁਤ, ਜ਼ਖਾਰੋਵ," ਲੀਦੀਆ ਨੇ ਆਖਿਆ ਜਦੋਂ ਉਹਦਾ ਇਸ ਗੱਲ ਵੱਲ ਧਿਆਨ ਗਿਆ ਕਿ ਨੇਖਲੀਊਦੋਵ ਉਸ ਨੌਜਵਾਨ ਵੱਲ ਵੇਖ ਰਿਹਾ ਸੀ।

ਨੌਜਵਾਨ ਨੇ ਮੁਸਕ੍ਰਾ ਕੇ ਨੇਖਲੀਊਦੋਵ ਨਾਲ ਦੁਆ-ਸਲਾਮ ਕੀਤੀ। ਉਸ ਦੀ ਮੁਸਕ੍ਰਾਹਟ ਵਿਚ ਵੀ ਲੀਦੀਆ ਦੀ ਮੁਸਕਾਨ ਵਾਂਗ ਸਦਭਾਵਨਾ ਤੇ ਪਿਆਰ ਸੀ। ਤੇ ਜਦੋਂ ਨੇਖਲੀਊਦੋਵ ਬਹਿ ਗਿਆ ਤਾਂ ਉਹ ਨੌਜਵਾਨ ਆਪਣੇ ਵਾਸਤੇ ਬਾਰੀ ਵਿਚੋਂ ਦੀ ਇਕ ਹੋਰ ਕੁਰਸੀ ਫੜ ਲਿਆਇਆ ਅਤੇ ਨੇਖਲੀਊਦੋਵ ਦੇ ਕੋਲ ਬਹਿ ਗਿਆ। ਕੋਈ ਸੋਲਾਂ ਕੁ ਵਰ੍ਹਿਆਂ ਦਾ ਸੁਨਹਿਰੀ ਵਾਲਾਂ ਵਾਲਾ ਇਕ ਸਕੂਲ ਪੜ੍ਹਦਾ ਮੁੰਡਾ ਵੀ ਕਮਰੇ ਵਿਚ ਆ ਗਿਆ ਤੇ ਚੁਪ ਕਰ ਕੇ ਬਾਰੀ ਦੇ ਵਾਧੇ ਤੇ ਬਹਿ ਗਿਆ।

"ਵੇਰਾ ਏਫਰੇਮੋਵਨਾ ਮੇਰੀ ਮਾਸੀ ਦੀ ਪੱਕੀ ਸਹੇਲੀ ਏ। ਮੈਂ ਤਾਂ ਉਸ ਨੂੰ ਬਹੁਤਾ ਨਹੀਂ ਜਾਣਦੀ," ਸ਼ੁਸਤੋਵਾ ਨੇ ਆਖਿਆ।

ਫੇਰ ਨਾਲ ਵਾਲੇ ਕਮਰੇ ਵਿਚੋਂ ਇਕ ਔਰਤ ਆਈ ਜਿਸ ਨੇ ਚਿੱਟੇ ਰੰਗ ਦਾ ਬਲਾਊਜ਼ ਪਾ ਕੇ ਲੱਕ 'ਤੇ ਚਮੜੇ ਦੀ ਪੇਟੀ ਬੱਨ੍ਹੀ ਹੋਈ ਸੀ। ਉਹਦਾ ਚਿਹਰਾ ਬੜਾ ਖਿੜਿਆ ਹੋਇਆ ਤੇ ਦਿਲਕਸ਼ ਸੀ।

"ਸ਼ੁਭ ਦਿਨ। ਸ਼ੁਕਰੀਆ ਕਿ ਤੁਸੀਂ ਆਏ," ਸੋਫੇ ਉਤੇ ਲੀਦੀਆ ਦੇ ਲਾਗੇ ਬੈਠਦਿਆਂ ਹੀ ਉਸ ਨੇ ਆਖਣਾ ਸ਼ੁਰੂ ਕਰ ਦਿੱਤਾ। "ਸੁਣਾਓ, ਵੇਰਾ ਦਾ ਕੀ ਹਾਲ ਏ? ਉਹਨੂੰ ਮਿਲੇ ਓ? ਆਪਣੇ ਹਾਲ ਤੋਂ ਡਰੀ ਘਬਰਾਈ ਤਾਂ ਨਹੀਂ?"

"ਕੋਈ ਸ਼ਿਕਵਾ ਸ਼ਿਕਾਇਤ ਨਹੀਂ ਕਰਦੀ," ਨੇਖਲੀਊਦੋਵ ਨੇ ਆਖਿਆ। "ਕਹਿੰਦੀ ਹੈ ਚੜ੍ਹਦੀ ਕਲਾ ਵਿਚ ਆਂ।"

"ਵਾਹ, ਪਿਆਰੀ ਵੇਰਾ। ਮੈਂ ਉਹਨੂੰ ਜਾਣਦੀ ਆਂ," ਮੁਸਕ੍ਰਾ ਕੇ ਆਪਣਾ ਸਿਰ ਹਿਲਾਉਂਦਿਆਂ ਮਾਸੀ ਨੇ ਆਖਿਆ। "ਵੇਖਿਆਂ ਹੀ ਪਤਾ ਲੱਗਦਾ ਏ ਉਹਦਾ। ਬੜੇ ਉੱਚੇ ਇਖਲਾਕ ਵਾਲੀ ਏ। ਦੂਜਿਆਂ ਤੋਂ ਸਭ ਕੁਝ ਵਾਰ ਦੇਵੇਗੀ ਆਪਣੀ ਕੋਈ ਪ੍ਰਵਾਹ ਨਹੀਂ।"

"ਹਾਂ, ਉਹਨੇ ਆਪਣੇ ਵਾਸਤੇ ਕਰਨ ਨੂੰ ਕੁਝ ਨਹੀਂ ਕਿਹਾ। ਬਸ ਤੁਹਾਡੀ ਭਣੇਵੀਂ ਲਈ ਹੀ ਫਿਕਰਮੰਦ ਜਾਪਦੀ ਸੀ। ਉਹਨੂੰ ਸਭ ਤੋਂ ਵੱਡਾ ਦੁਖ ਹੀ ਏਹੋ ਸੀ। ਅਖੇ, ਇਹਨੂੰ ਖ਼ਾਹ-ਮੁਖ਼ਾਹ ਜੇਲ੍ਹ ਵਿਚ ਸੁਟਿਆ ਹੋਇਆ ਹੈ।"

"ਹਾਂ, ਸੱਚੀ ਗੱਲ ਏ," ਮਾਸੀ ਨੇ ਆਖਿਆ। "ਇਹ ਤਾਂ ਡਾਢੇ ਦੁਖ ਵਾਲੀ ਗੱਲ ਹੋਈ। ਅਸਲ ਵਿਚ ਤਾਂ ਇਹਨੂੰ ਮੇਰੇ ਕਰਕੇ ਹੀ ਤਸੀਹੇ ਜਰਨੇ ਪਏ।"

"ਨਹੀਂ ਮਾਸੀ! ਬਿਲਕੁਲ ਨਹੀਂ। ਤੁਸੀਂ ਨਾ ਵੀ ਆਖਦੇ ਮੈਂ ਕਾਗਜ਼ ਤਾਂ ਵੀ ਪਹੁੰਚਾ ਆਉਣੇ ਸੀ।"

"ਮੈਂ ਤੇਰੇ ਨਾਲੋਂ ਬਹੁਤਾ ਜਾਣਦੀ ਆਂ, ਧੀਏ," ਮਾਸੀ ਨੇ ਆਖਿਆ। "ਵੇਖੋ ਨਾ," ਉਹ ਨੇਖਲੀਊਦੋਵ ਨੂੰ ਦੱਸਣ ਲੱਗੀ," ਸਾਰਾ ਭਾਣਾ ਹੀ ਏਸ ਕਰਕੇ ਵਰਤਿਆ ਕਿ ਇਕ ਆਦਮੀ ਨੇ ਮੈਨੂੰ ਆਖਿਆ ਕਿ ਮੈਂ ਉਹਦੇ ਕਾਗ਼ਜ਼-ਪੱਤਰ ਕੁਝ ਚਿਰ ਸਾਂਭ ਰੱਖਾਂ। ਤੇ ਮੇਰਾ ਉਸ ਵੇਲੇ ਕੋਈ ਘਰ ਕੁੱਲਾ ਨਹੀਂ ਸੀ, ਮੈਂ ਲਿਆ ਕੇ ਏਹਨੂੰ ਫੜਾ ਦਿੱਤੇ। ਓਸੇ ਰਾਤ ਪੁਲਸ ਨੇ ਇਹਦੇ ਕਮਰੇ ਦੀ ਤਲਾਸ਼ੀ ਆਣ ਲਈ ਤੇ ਕਾਗ਼ਜ਼-ਪੱਤਰ ਕਾਬੂ ਕਰ ਲਏ ਤੇ ਏਹਨੂੰ ਵੀ ਲੈ ਗਏ। ਤੇ ਹੁਣ ਤਾਈਂ ਏਹਨੂੰ ਡੱਕ ਰਖਿਆ, ਤੇ ਏਹੋ ਪੁਛਦੇ ਰਹੇ ਪਈ ਦੱਸ ਏਹ ਕਾਗ਼ਜ਼-ਪੱਤਰ ਤੈਨੂੰ ਕਿਸ ਦਿੱਤੇ।"

"ਪਰ ਮੈਂ ਨਹੀਂ ਦੱਸਿਆ ਕੁਝ ਵੀ," ਲੀਦੀਆ ਛੇਤੀ ਨਾਲ ਬੋਲੀ। ਘਬਰਾਈ ਹੋਈ ਨੇ ਵਾਲਾਂ ਦੀ ਇਕ ਲਿਟ ਖਿੱਚ ਲਈ ਜਿਹੜੀ ਚੰਗੀ ਭਲੀ ਥਾਂ ਸਿਰ ਟਿਕੀ ਹੋਈ ਸੀ।

"ਤੇ ਮੈਂ ਕਦੋਂ ਆਖਿਐ ਕਿ ਤੂੰ ਦੱਸ ਦਿੱਤਾ," ਮਾਸੀ ਨੇ ਕਿਹਾ।

"ਜੇ ਉਹਨਾਂ ਨੇ ਮੀਤਿਨ ਨੂੰ ਫੜ ਲਿਐ ਤਾਂ ਮੇਰੇ ਰਾਹੀਂ ਬਿਲਕੁਲ ਨਹੀਂ," ਲੀਦੀਆ ਨੇ ਆਖਿਆ। ਸ਼ਰਮ ਨਾਲ ਉਹਦਾ ਚਿਹਰਾ ਲਾਲ ਹੋ ਗਿਆ ਤੇ ਉਹ ਬੇਚੈਨ ਜਿਹੀ ਏਧਰ ਓਧਰ ਵੇਖਣ ਲੱਗੀ।

"ਤੂੰ ਏਹ ਗੱਲ ਈ ਨਾ ਛੇੜ, ਲੀਦੀਆ ਸੁਹਣੀਏ," ਉਹਦੀ ਮਾਂ ਨੇ ਆਖਿਆ।

"ਕਿਉਂ ਨਾ ਛੇੜਾਂ? ਮੈਂ ਦੱਸ ਦੇਣਾ ਚਾਹੁੰਦੀ ਆਂ," ਲੀਦੀਆ ਨੇ ਆਖਿਆ। ਹੁਣ ਉਹ ਨਾ ਮੁਸਕ੍ਰਾ ਰਹੀ ਸੀ ਤੇ ਨਾ ਹੀ ਵਾਲਾਂ ਦੀਆਂ ਲਿਟਾਂ ਖਿੱਚ ਰਹੀ ਸੀ। ਹੁਣ ਸਗੋਂ ਵਾਲਾਂ ਦੀਆਂ ਲਿਟਾਂ ਨੂੰ ਆਪਣੀਆਂ ਉਂਗਲਾਂ ਉਤੇ ਵਲ੍ਹੇਟ ਰਹੀ ਸੀ ਅਤੇ ਆਸੇ ਪਾਸੇ ਝਾਕੀ ਜਾ ਰਹੀ ਸੀ।

"ਯਾਦ ਈ ਨਾ ਕੱਲ੍ਹ ਜਦੋਂ ਏਹੋ ਗੱਲ ਛੇੜੀ ਸੀ ਤਾਂ ਕੀ ਹੋਇਆ ਸੀ।"

"ਬਿਲਕੁਲ ਨਹੀਂ... ਰਹਿਣ ਦੇ ਤੂੰ, ਮਾਂ। ਮੈਂ ਨਹੀਂ ਦੱਸਿਆ, ਮੈਂ ਸਿਰਫ ਚੁੱਪ ਕੀਤੀ ਰਹੀ। ਜਦੋਂ ਉਹਨੇ ਮੀਤਿਨ ਤੇ ਮਾਸੀ ਬਾਰੇ ਪੁੱਛਗਿੱਛ ਕੀਤੀ, ਮੈਂ ਕੁਝ ਨਹੀਂ ਬੋਲੀ, ਸਗੋਂ ਮੈਂ ਆਖਿਆ ਕਿ ਮੈਂ ਕਿਸੇ ਗੱਲ ਦਾ ਜਵਾਬ ਨਹੀਂ ਦੇਣਾ। ਫੇਰ ਇਹ... ਪੇਤਰੋਵ..."

"ਪੇਤਰੋਵ ਜਾਸੂਸ ਏ। ਪੁਲਸ ਦਾ ਬੰਦਾ ਏ। ਇਕ ਨੰਬਰ ਦਾ ਲੁੱਚਾ," ਮਾਸੀ ਨੇ ਦੱਸਿਆ ਤਾਂ ਜੋ ਨੇਖਲੀਊਦੋਵ ਨੂੰ ਉਹਦੀ ਭਣੇਵੀਂ ਦੀ ਗੱਲ ਸਮਝ ਆ ਜਾਵੇ।

"ਫੇਰ ਉਹ ਮੈਨੂੰ ਵਰਗਲਾਉਣ ਲੱਗਾ," ਜੋਸ਼ ਵਿਚ ਆਈ ਲੀਦੀਆ ਨੇ ਛੇਤੀ ਛੇਤੀ ਆਖਿਆ। "ਆਖਣ ਲੱਗਾ, 'ਜੋ ਕੁਝ ਤੁਸੀਂ ਮੈਨੂੰ ਦੱਸ ਦਿਓਗੇ ਉਹਦੇ ਨਾਲ ਤੁਹਾਡਾ ਵਾਲ ਵਿੰਗਾ ਨਹੀਂ ਹੋਣ ਲੱਗਾ। ਸਗੋਂ ਉਲਟੀ ਗੱਲ ਭਾਵੇਂ ਹੋ ਜਾਏ, ਜੇ ਤੁਸੀਂ ਦੱਸ ਦਿਓ ਤਾਂ ਅਸੀਂ ਬੇਗੁਨਾਹ ਲੋਕਾਂ ਨੂੰ ਛੱਡ ਸਕਾਂਗੇ ਜਿਨ੍ਹਾਂ ਨੂੰ ਅਸੀਂ ਖ਼ਾਹਮੁਖ਼ਾਹ

ਤਸੀਹੇ ਦੇ ਰਹੇ ਆਂ।' ਮੈਂ ਫੇਰ ਵੀ ਆਖਿਆ ਕਿ ਮੈਂ ਕੁਝ ਨਹੀਂ ਦੱਸਣਾ। ਫੇਰ ਉਹਨੇ ਕਿਹਾ, 'ਠੀਕ ਹੈ, ਨਾ ਦੱਸੋ, ਪਰ ਮੈਂ ਜੋ ਕੁਝ ਆਖਾਂ ਉਹਨੂੰ ਨਾ ਰੱਦਿਆ ਜੇ।' ਤੇ ਉਹਨੇ ਮੀਤਿਨ ਦਾ ਨਾਂ ਲੈ ਦਿੱਤਾ।"

"ਤੂੰ ਨਾ ਕੁਝ ਆਖ ਇਸ ਬਾਬਤ," ਮਾਸੀ ਨੇ ਆਖਿਆ।

"ਹਾਏ, ਮਾਸੀ! ਵਿਚੋਂ ਨਾ ਟੋਕੋ..." ਅਤੇ ਉਹ ਆਪਣੇ ਵਾਲਾਂ ਦੀ ਲਿਟ ਖਿਚਦੀ ਗਈ ਤੇ ਚੁਫੇਰੇ ਝਾਕਦੀ ਰਹੀ। "ਤੇ ਫੇਰ, ਰਤਾ ਖਿਆਲ ਕਰੋ, ਅਗਲੇ ਹੀ ਦਿਨ ਮੈਂ ਸੁਣ ਲਿਆ ਕਿ ਮੀਤਿਨ ਫੜ ਲਿਆ ਗਿਐ। ਉਹਨਾਂ ਮੇਰੀ ਕੰਧ ਨੂੰ ਠਕੋਰ ਕੇ ਮੈਨੂੰ ਦੱਸਿਆ। ਖੈਰ, ਮੈਂ ਸਮਝਦੀ ਆਂ ਕਿ ਮੈਂ ਮੀਤਿਨ ਨਾਲ ਧਰੋਹ ਕੀਤਾ ਤੇ ਇਹ ਗੱਲ ਮੈਨੂੰ ਅੰਦਰੋ ਅੰਦਰ ਖਾਈ ਜਾਂਦੀ ਸੀ। ਏਡੀ ਕਲਪੀ ਮੈਂ ਕਿ ਮੈਂ ਤਾਂ ਪਾਗ਼ਲ ਹੀ ਹੋ ਚੱਲੀ ਸਾਂ।"

"ਤੇ ਮਗਰੋਂ ਗੱਲ ਏਹ ਨਿਕਲੀ ਕਿ ਉਹ ਤੇਰੇ ਕਰਕੇ ਨਹੀਂ ਸੀ ਫੜਿਆ ਗਿਆ" ਮਾਸੀ ਨੇ ਆਖਿਆ।

"ਹਾਂ, ਪਰ ਮੈਨੂੰ ਪਤਾ ਨਹੀਂ ਸੀ। ਮੈਂ ਤਾਂ ਸਮਝਦੀ ਆਂ, ਮੈਂ ਹੀ ਉਹਦੇ ਨਾਲ ਧਰੋਹ ਕੀਤਾ। ਮੈਂ ਕੋਠੜੀ ਵਿਚ ਏਧਰ ਓਧਰ ਤੁਰੀ ਫਿਰਦੀ ਰਹਿੰਦੀ ਤੇ ਬਸ ਏਹੋ ਸੋਚੀ ਜਾਂਦੀ। 'ਮੈਂ ਉਹਦੇ ਨਾਲ ਧਰੋਹ ਕੀਤਾ ਏ।' ਮੈਂ ਲੰਮੀ ਪੈ ਜਾਂਦੀ ਤੇ ਸਿਰ ਮੂੰਹ ਕੱਜ ਲੈਂਦੀ ਤੇ ਮੇਰੇ ਕੰਨਾਂ ਵਿਚ ਕੋਈ ਫੁਸਰ ਫੁਸਰ ਕਰਦਾ "ਧਰੋਹ ਹੋਇਆ! ਮੀਤਿਨ ਨਾਲ ਧਰੋਹ ਹੋਇਆ। ਮੀਤਿਨ ਨਾਲ ਧਰੋਹ ਹੋਇਆ।' ਮੈਂ ਜਾਣਦੀ ਸਾਂ ਕਿ ਇਹ ਮੇਰੇ ਮਨ ਦਾ ਭਰਮ ਏ, ਪਰ ਫਿਰ ਵੀ ਕੰਨਾਂ ਵਿਚ ਏਹੋ ਆਵਾਜ਼ਾਂ ਗੂੰਜਦੀਆਂ। ਮੈਂ ਸੌਣ ਦੀ ਕੋਸ਼ਿਸ਼ ਕਰਦੀ ਪਰ ਨੀਂਦ ਹੀ ਨਾ ਆਉਂਦੀ। ਮੈਂ ਚਾਹੁੰਦੀ ਕਿ ਕੁਝ ਨਾ ਸੋਚਾਂ, ਪਰ ਸੋਚਾਂ ਮੇਰਾ ਪਿੱਛਾ ਨਾ ਛੱਡਦੀਆਂ। ਕੇਡੀ ਖੌਫਨਾਕ ਹਾਲਤ ਸੀ।" ਗੱਲਾਂ ਕਰਦੀ ਕਰਦੀ ਲੀਦੀਆਂ ਹੋਰ ਜੋਸ਼ ਵਿਚ ਆ ਰਹੀ ਸੀ। ਵਾਲਾਂ ਦੀ ਲਿਟ ਕਦੇ ਉਂਗਲ ਉਤੇ ਵਲਦੀ ਕਦੇ ਖੋਹਲਦੀ ਅਤੇ ਚਾਰ ਚੁਫੇਰੇ ਝਾਕੀ ਜਾਂਦੀ।

"ਲੀਦੀਆ, ਮੇਰੀ ਬੱਚੀ! ਧੀਰਜ ਕਰ," ਮਾਂ ਨੇ ਉਸ ਦੇ ਮੋਢੇ ਤੇ ਹੱਥ ਰੱਖ ਕੇ ਆਖਿਆ।

ਪਰ ਸ਼ੁਸਤੋਵਾ ਸੀ ਕਿ ਉਹਦੇ ਲਈ ਚੁਪ ਹੋਣਾ ਮੁਸ਼ਕਲ ਸੀ।

"ਇਸ ਤੋਂ ਵੀ ਖੌਫਨਾਕ ਗੱਲ ਇਹ..." ਉਸ ਨੇ ਫੇਰ ਕਹਿਣਾ ਸ਼ੁਰੂ ਕੀਤਾ, ਪਰ ਗੱਲ ਪੂਰੀ ਨਾ ਕਰ ਸਕੀ। ਉਹ ਭੁਬ ਮਾਰ ਕੇ ਉਠੀ ਤੇ ਕੁਰਸੀ ਨਾਲ ਅੜ ਗਈ ਫਰਾਕ ਨੂੰ ਛੁਡਾ ਕੇ ਕਮਰੇ ਤੋਂ ਬਾਹਰ ਚਲੀ ਗਈ। ਉਹਦੀ ਮਾਂ ਉਠ ਕੇ ਉਹਦੇ ਪਿੱਛੇ ਪਿੱਛੇ ਹੋ ਪਈ।

"ਫਾਹੇ ਲਾਉਣਾ ਚਾਹੀਦਾ ਏ ਇਹਨਾਂ ਬਦਜ਼ਾਤਾਂ ਨੂੰ," ਸਕੂਲ ਪੜ੍ਹਦੇ ਮੁੰਡੇ ਨੇ ਆਖਿਆ ਜਿਹੜਾ ਬਾਰੀ ਦੇ ਵਾਹੇ ਤੇ ਬੈਠਾ ਹੋਇਆ ਸੀ।

"ਕੀ ਆਖਿਆ?" ਮਾਂ ਨੇ ਪੁੱਛਿਆ।

"ਕੁਝ ਨਹੀਂ... ਏਹੋ ਆਖਦਾਂ... ਨਹੀਂ, ਕੁਝ ਨਹੀਂ," ਸਕੂਲ ਪੜ੍ਹਦੇ ਮੁੰਡੇ ਨੇ ਜਵਾਬ ਦਿੱਤਾ ਅਤੇ ਮੇਜ਼ ਉਤੇ ਪਿਆ ਸਿਗਰਟ ਚੁੱਕ ਕੇ ਪੀਣ ਲੱਗ ਪਿਆ।

੨੬

"ਹਾਂ, ਜਵਾਨਾਂ ਵਾਸਤੇ ਕੋਠੀਬੰਦ ਕੈਦ ਬੜੀ ਡਾਢੀ ਗੱਲ ਏ," ਮਾਸੀ ਨੇ ਆਪਣਾ ਸਿਰ ਹਿਲਾਉਂਦਿਆਂ ਤੇ ਸਿਗਰਟ ਸੁਲਘਾਉਂਦਿਆਂ ਆਖਿਆ।

"ਮੈਂ ਤਾਂ ਆਖਾਂਗਾ ਹਰ ਕਿਸੇ ਵਾਸਤੇ," ਨੇਖਲੀਊਦੋਵ ਨੇ ਜਵਾਬ ਦਿੱਤਾ।

"ਨਹੀਂ, ਸਾਰਿਆਂ ਵਾਸਤੇ ਤਾਂ ਨਹੀਂ," ਮਾਸੀ ਨੇ ਆਖਿਆ। "ਮੈਂ ਤਾਂ ਸੁਣਿਆ ਏ ਕਿ ਜਿਹੜੇ ਅਸਲ ਇਨਕਲਾਬੀ ਨੇ ਉਹ ਓਥੇ ਬੜੇ ਅਮਨ ਚੈਨ ਨਾਲ ਰਹਿੰਦੇ ਨੇ। ਜਿਸ ਆਦਮੀ ਦੇ ਮਗਰ ਪੁਲਸ ਲੱਗੀ ਹੋਵੇ ਉਹਨੂੰ ਹਰ ਵੇਲੇ ਚਿੰਤਾ ਖਾਂਦੀ ਰਹਿੰਦੀ ਏ, ਵਿਗੋਚੇ ਝਲਦਾ ਏ, ਆਪਣਾ ਤੇ ਦੂਜੇ ਲੋਕਾਂ ਦਾ ਤੇ ਨਾਲੇ ਆਪਣੇ ਫਰਜ਼ ਦਾ ਡਰ ਖਾਂਦਾ ਰਹਿੰਦਾ ਏ। ਤੇ ਅਖੀਰ ਜਦੋਂ ਫੜਿਆ ਜਾਂਦਾ ਏ ਤਾਂ ਇਸ ਸਭ ਕਾਸੇ ਤੋਂ ਛੁਟਕਾਰਾ ਹੋ ਜਾਂਦਾ ਏ, ਆਪਣੇ ਮੋਢਿਆਂ ਤੋਂ ਜ਼ੁਮੇਵਾਰੀ ਦਾ ਭਾਰ ਲਹਿ ਜਾਂਦਾ ਏ, ਤੇ ਕੁਝ ਚਿਰ ਬਹਿ ਕੇ ਆਰਾਮ ਕਰ ਸਕਦਾ ਏ। ਮੈਂ ਤਾਂ ਇਹ ਵੀ ਸੁਣਿਆ ਏ ਕਿ ਜਦੋਂ ਉਹ ਫੜੇ ਜਾਂਦੇ ਨੇ ਤਾਂ ਸੱਚਮੁਚ ਖੁਸ਼ ਹੁੰਦੇ ਨੇ। ਪਰ ਨੌਜਵਾਨ ਤੇ ਬੇਗੁਨਾਹ, ਪਹਿਲਾ ਝਟਕਾ ਹੀ ਉਹਨਾਂ ਦਾ ਲਹੂ ਸੁਕਾ ਜਾਂਦਾ ਏ। ਤੇ ਉਹ ਲੋਕ ਸਦਾ ਪਹਿਲਾਂ ਬੇਗੁਨਾਹਾਂ ਨੂੰ ਫੜਦੇ ਨੇ। ਲਹੂ ਨੌਜਵਾਨਾਂ ਦਾ ਏਸ ਕਰਕੇ ਨਹੀਂ ਸੁਕ ਜਾਂਦਾ ਕਿ ਉਹਨਾਂ ਦੀ ਖੁਲ੍ਹ ਖੁਸ ਜਾਂਦੀ ਏ, ਜਾਂ ਖਾਣ ਨੂੰ ਚੰਗਾ ਨਹੀਂ ਮਿਲਦਾ ਜਾਂ ਹਵਾ ਗੰਦੀ ਹੁੰਦੀ ਏ। ਇਹ ਗੱਲਾਂ ਤਾਂ ਕੁਝ ਵੀ ਨਹੀਂ। ਉਹ ਤਾਂ ਏਦੂੰ ਤਿਗਣੀਆਂ ਤਕਲੀਫਾਂ ਵੀ ਖਿੜੇ ਮੱਥੇ ਸਹਿ ਲੈਣ। ਗੱਲ ਏਹ ਹੁੰਦੀ ਏ ਕਿ ਪਹਿਲੀ ਵਾਰੀ ਫੜੇ ਜਾਣ ਉਤੇ ਜਿਹੜਾ ਧੱਕਾ ਬੰਦੇ ਦੀ ਆਤਮਾ ਨੂੰ ਲੱਗਦਾ ਏ ਨਾ, ਉਹ ਜਾਨਲੇਵਾ ਹੁੰਦਾ ਏ।"

"ਤਾਂ ਫੇਰ ਤੁਸੀਂ ਏਸ ਇਮਤਿਹਾਨ ਵਿਚੋਂ ਲੰਘੇ ਹੋ?"

"ਮੈਂ? ਮੈਂ ਦੋ ਵਾਰੀ ਜੇਲ੍ਹ ਕਟ ਆਈ ਆਂ," ਉਸ ਨੇ ਜਵਾਬ ਦਿੱਤਾ। ਉਹਦੇ ਚਿਹਰੇ ਤੇ ਇਕ ਉਦਾਸ, ਕੋਮਲ ਮੁਸਕਾਨ ਸੀ। "ਜਦੋਂ ਮੈਨੂੰ ਪਹਿਲੀ ਵਾਰੀ ਗ੍ਰਿਫਤਾਰ ਕੀਤਾ ਨੇ, ਮੇਰਾ ਕੋਈ ਕਸੂਰ ਨਹੀਂ ਸੀ। ਬਾਈ ਵਰ੍ਹਿਆਂ ਦੀ ਸਾਂ ਉਸ ਵੇਲੇ, ਗੋਦ ਵਿਚ ਇਕ ਬੱਚਾ ਸੀ, ਤੇ ਦੂਜਾ ਹੋਣ ਵਾਲਾ ਸੀ। ਇਸ ਵਿਚ ਕੋਈ ਸ਼ੱਕ ਨਹੀਂ ਕਿ ਆਜ਼ਾਦੀ ਖੁਸ ਜਾਣ ਦਾ ਤੇ ਆਪਣੇ ਬਾਲ ਤੇ ਖਾਵੰਦ ਨਾਲੋਂ ਵਿਛੜ ਜਾਣ ਦਾ ਜ਼ਬਰਦਸਤ ਧੱਕਾ ਲੱਗਾ ਸੀ ਪਰ ਜਿਹੜਾ ਧੱਕਾ ਓਦੋਂ ਲੱਗਾ ਜਦੋਂ ਮੈਨੂੰ ਇਹ ਸਮਝ ਪਈ ਕਿ ਮੈਂ ਹੁਣ ਇਨਸਾਨ ਨਹੀਂ ਰਹੀ ਤੇ ਮੈਨੂੰ ਬਸ ਇਕ ਚੀਜ਼ ਬਣਾ ਦਿੱਤਾ ਗਿਆ ਹੈ ਉਹਦਾ ਕੀ

ਦੱਸਾਂ! ਮੈਂ ਆਪਣੀ ਨਿੱਕੀ ਜਿਹੀ ਬਾਲੜੀ ਦਾ ਮੂੰਹ ਚੁੰਮਣਾ ਚਾਹੁੰਦੀ ਸਾਂ। ਮੈਨੂੰ ਆਖਿਆ ਗਿਆ ਕਿ ਚਲ ਤੁਰ ਤੇ ਚਲ ਕੇ ਬੱਘੀ ਵਿਚ ਬੈਠ। ਮੈਂ ਪੁੱਛਿਆ ਕਿ ਮੈਨੂੰ ਕਿਧਰ ਲਿਜਾ ਰਹੇ ਓ। ਜਵਾਬ ਮਿਲਿਆ ਜਦੋਂ ਓਥੇ ਪਹੁੰਚ ਜਾਵੇਂਗੀ ਤਾਂ ਆਪੇ ਪਤਾ ਲੱਗ ਜਾਏਗਾ। ਮੈਂ ਪੁੱਛਿਆ ਕਿ ਮੈਂ ਕੀ ਜੁਰਮ ਕੀਤਾ ਏ, ਪਰ ਅੱਗੋਂ ਕੋਈ ਜਵਾਬ ਨਾ ਮਿਲਿਆ। ਮਗਰੋਂ ਜਿਸ ਵੇਲੇ ਉਹਨਾਂ ਮੇਰੇ ਕੋਲੋਂ ਪੁੱਛਗਿੱਛ ਕਰ ਲਈ ਤਾਂ ਉਹਨਾਂ ਮੇਰੇ ਕਪੜੇ ਲੁਹਾ ਕੇ ਕੈਦੀਆਂ ਵਾਲੇ ਨੰਬਰ ਲੱਗੇ ਕਪੜੇ ਪੁਆ ਦਿੱਤੇ ਤੇ ਮੈਨੂੰ ਇਕ ਤਹਿਖਾਨੇ ਵਿਚ ਲੈ ਗਏ। ਇਕ ਬੂਹਾ ਖੋਹਲਿਆ, ਮੈਨੂੰ ਧੱਕਾ ਦੇ ਕੇ ਅੰਦਰ ਕੀਤਾ, ਬੂਹੇ ਨੂੰ ਜੰਦਰਾ ਮਾਰਿਆ ਤੇ ਮੈਨੂੰ ਓਥੇ ਛੱਡ ਕੇ ਚਲੇ ਗਏ। ਅੰਦਰ ਮੈਂ ਇਕੱਲੀ ਸਾਂ। ਬੂਹੇ ਅੱਗੇ ਇਕ ਸੰਤਰੀ ਭਰੀ ਹੋਈ ਰਫਲ ਚੁੱਕੀ ਪਹਿਰਾ ਦੇ ਰਿਹਾ ਸੀ ਤੇ ਟਹਿਲਦਾ ਟਹਿਲਦਾ ਕਦੇ ਕਦੇ ਝੀਤ ਵਿਚੋਂ ਅੰਦਰ ਝਾਕ ਲੈਂਦਾ। ਮੈਂ ਡਾਢੀ ਦਿਲਗੀਰੀ ਵਿਚ ਸਾਂ। ਇਕ ਗੱਲ ਮੈਨੂੰ ਉਸ ਵੇਲੇ ਬੜੀ ਅਜੀਬ ਲੱਗੀ ਸੀ। ਪੁਲਸ ਦੇ ਜਿਹੜੇ ਅਫਸਰ ਨੇ ਮੈਥੋਂ ਪੁੱਛਗਿੱਛ ਕੀਤੀ ਸੀ ਉਸ ਨੇ ਮੈਨੂੰ ਇਕ ਸਿਗਰਟ ਵੀ ਪੇਸ਼ ਕੀਤਾ ਸੀ। ਇਸ ਦਾ ਮਤਲਬ ਹੋਇਆ ਕਿ ਉਹ ਜਾਣਦਾ ਸੀ ਪਈ ਲੋਕ ਸਿਗਰਟ ਪੀਣਾ ਪਸੰਦ ਕਰਦੇ ਨੇ। ਤਾਂ ਫੇਰ ਉਹ ਇਹ ਵੀ ਜਾਣਦਾ ਹੋਵੇਗਾ ਕਿ ਲੋਕ ਆਜ਼ਾਦੀ ਨੂੰ ਤੇ ਦਿਨ ਦੇ ਚਾਨਣ ਨੂੰ ਪਸੰਦ ਕਰਦੇ ਨੇ। ਇਹ ਵੀ ਪਤਾ ਹੋਣਾ ਚਾਹੀਦਾ ਏ ਕਿ ਮਾਵਾਂ ਆਪਣੇ ਬੱਚਿਆਂ ਨੂੰ ਪਿਆਰ ਕਰਦੀਆਂ ਨੇ ਤੇ ਬੱਚੇ ਆਪਣੀਆਂ ਮਾਵਾਂ ਨੂੰ ਪਿਆਰ ਕਰਦੇ ਨੇ। ਫੇਰ ਇਹ ਕਿਵੇਂ ਹੋ ਗਿਆ ਕਿ ਉਹਨਾਂ ਲੋਕਾਂ ਨੇ ਇਹ ਸਭ ਕੁਝ ਮੇਰੇ ਕੋਲੋਂ ਬੇਰਹਿਮੀ ਨਾਲ ਖੋਹ ਲਿਆ ਤੇ ਮੈਨੂੰ ਜੰਗਲੀ ਜਾਨਵਰ ਵਾਂਗ ਜੇਲ੍ਹ ਵਿਚ ਬੰਦ ਕਰ ਦਿੱਤਾ? ਇਸ ਕਿਸਮ ਦੀ ਗੱਲ ਦਾ ਮੇਰੇ ਉਤੇ ਮਾੜਾ ਅਸਰ ਤਾਂ ਹੋਣਾ ਹੀ ਸੀ। ਜਿਹੜਾ ਵੀ ਰੱਬ ਵਿਚ ਤੇ ਇਨਸਾਨ ਵਿਚ ਵਿਸ਼ਵਾਸ ਰੱਖਦਾ ਹੈ, ਤੇ ਇਹ ਵਿਸ਼ਵਾਸ ਕਰਦਾ ਏ ਕਿ ਇਨਸਾਨ ਇਕ ਦੂਜੇ ਨੂੰ ਪਿਆਰ ਕਰਦੇ ਨੇ, ਇਸ ਕਿਸਮ ਦੇ ਤਜਰਬੇ ਵਿਚੋਂ ਲੰਘਣ ਤੋਂ ਮਗਰੋਂ ਉਹਦਾ ਇਹ ਵਿਸ਼ਵਾਸ ਟੁਟ ਜਾਏਗਾ। ਓਦੋਂ ਤੋਂ ਹੀ ਮੇਰਾ ਇਨਸਾਨੀਅਤ ਤੋਂ ਵਿਸ਼ਵਾਸ ਉਡ ਗਿਆ ਏ ਤੇ ਮੇਰੇ ਅੰਦਰ ਤਲਖ਼ੀ ਭਰ ਗਈ ਏ," ਉਸ ਨੇ ਮੁਸਕ੍ਰਾ ਕੇ ਆਪਣੀ ਗੱਲ ਮੁਕਾਈ।

ਲੀਦੀਆ ਦੀ ਮਾਂ ਓਸੇ ਬੂਹਿਓਂ ਅੰਦਰ ਆਈ ਜਿਸ ਵਿਚੋਂ ਲੀਦੀਆ ਬਾਹਰ ਗਈ ਸੀ, ਤੇ ਉਹਨੇ ਦੱਸਿਆ ਕਿ ਲੀਦੀਆ ਬੜੀ ਬੇਚੈਨ ਹੈ ਤੇ ਉਹ ਵਾਪਸ ਨਹੀਂ ਆ ਸਕਣ ਲੱਗੀ।

"ਤੇ ਇਸ ਜਵਾਨ ਜਹਾਨ ਦੀ ਜ਼ਿੰਦਗੀ ਕਾਹਦੇ ਲਈ ਬਰਬਾਦ ਕੀਤੀ ਗਈ?" ਮਾਸੀ ਨੇ ਆਖਿਆ। "ਮੈਨੂੰ ਸਭ ਤੋਂ ਵੱਡਾ ਦੁਖ ਹੀ ਇਹ ਆ ਕਿ ਮੈਂ ਸੁਭੌਕੀ ਹੀ ਇਸ ਗੱਲ ਦੀ ਗੁਨਾਹਗਾਰ ਬਣ ਗਈ।"

"ਪਿੰਡ ਜਾ ਕੇ ਰਾਜ਼ੀ ਬਾਜ਼ੀ ਹੋ ਜਾਊ, ਰੱਬ ਦੀ ਮਿਹਰ ਨਾਲ," ਉਹਦੀ ਮਾਂ ਨੇ ਆਖਿਆ। "ਅਸੀਂ ਏਹਨੂੰ ਏਹਦੇ ਪਿਓ ਕੋਲ ਭੇਜ ਦੇਵਾਂਗੇ।"

"ਜੇ ਤੁਸੀਂ ਮਦਦ ਨਾ ਕਰਦੇ ਤਾਂ ਏਹ ਮਰ ਮਿਟ ਜਾਂਦੀ ਬਿਲਕੁਲ ਹੀ," ਮਾਸੀ

ਨੇ ਆਖਿਆ। "ਅਸੀਂ ਤੁਹਾਡੇ ਹਸਾਨਮੰਦ ਆਂ। ਪਰ ਜਿਹੜੇ ਕੰਮ ਵਾਸਤੇ ਮੈਂ ਮਿਲਣਾ ਚਾਹੁੰਦੀ ਸਾਂ ਉਹ ਹੋਰ ਏ। ਮੈਂ ਪੁੱਛਣਾ ਸੀ ਜੇ ਇਕ ਚਿੱਠੀ ਵੇਰਾ ਏਫਰੇਮੋਵਨਾ ਨੂੰ ਪੁਚਾ ਦਿਓ ਤਾਂ," ਤੇ ਉਹਨੇ ਆਪਣੀ ਜੇਬ ਵਿਚੋਂ ਚਿੱਠੀ ਕੱਢੀ। "ਮੈਂ ਲਿਫਾਫਾ ਬੰਦ ਨਹੀਂ ਕੀਤਾ। ਇਸ ਨੂੰ ਪੜ੍ਹ ਲੈਣਾ। ਜੇ ਦਿਲ ਮੰਨੇ ਤਾਂ ਉਸ ਨੂੰ ਦੇ ਦੇਣਾ, ਨਾ ਦਿਲ ਮੰਨੇ ਤਾਂ ਪਾੜ ਕੇ ਸੁਟ ਦੇਣਾ," ਉਸ ਨੇ ਆਖਿਆ। "ਚਿੱਠੀ ਵਿਚ ਕੋਈ ਐਸੀ ਗੱਲ ਨਹੀਂ ਜਿਹੜੀ ਜੋਖੋਂ ਵਿਚ ਪਾਉਣ ਵਾਲੀ ਹੋਵੇ।"

ਨੇਖਲੀਊਦੋਵ ਨੇ ਲਿਫਾਫਾ ਫੜ ਲਿਆ ਅਤੇ ਇਹ ਇਕਰਾਰ ਕਰ ਕੇ ਕਿ ਉਹ ਵੇਰਾ ਏਫਰੇਮੋਵਨਾ ਨੂੰ ਪਹੁੰਚਾ ਦੇਵੇਗਾ, ਉਸ ਨੇ ਵਿਦਾ ਲਈ ਤੇ ਚਲਾ ਗਿਆ।

ਉਸ ਨੇ ਚਿੱਠੀ ਪੜ੍ਹੇ ਬਿਨਾਂ ਹੀ ਲਿਫਾਫਾ ਬੰਦ ਕਰ ਲਿਆ, ਇਸ ਨੀਅਤ ਨਾਲ ਕਿ ਉਹ ਚਿੱਠੀ ਟਿਕਾਣੇ ਪਹੁੰਚਾ ਦੇਵੇਗਾ।

੨੭

ਆਖਰੀ ਕੰਮ ਜਿਹੜਾ ਪੀਟਰਸਬਰਗ ਵਿਚ ਨੇਖਲੀਊਦੋਵ ਦੇ ਕਰਨ ਗੋਚਰਾ ਰਹਿੰਦਾ ਸੀ ਉਹ ਸੀ ਧਾਰਮਿਕ ਸੰਪਰਦਾ ਵਾਲਿਆਂ ਦਾ ਕੰਮ ਜਿਨ੍ਹਾਂ ਦੀ ਦਰਖ਼ਾਸਤ ਉਹ ਜ਼ਾਰ ਤੱਕ ਪਹੁੰਚਾਉਣਾ ਚਾਹੁੰਦਾ ਸੀ। ਇਹ ਕੰਮ ਉਸ ਨੇ ਆਪਣੇ ਪੁਰਾਣੇ ਸਾਥੀ ਅਫਸਰ, ਬੋਗਾਤੀਰਿਯੋਵ ਰਾਹੀਂ ਕਰਾਉਣਾ ਸੀ ਜਿਹੜਾ ਏਡੀਕਾਂਗ ਲੱਗਾ ਹੋਇਆ ਸੀ। ਦਿਨ ਚੜ੍ਹਦੇ ਨਾਲ ਹੀ ਉਹ ਬੋਗਾਤੀਰਿਯੋਵ ਦੇ ਘਰ ਪਹੁੰਚ ਗਿਆ। ਉਹ ਬਾਹਰ ਜਾਣ ਵਾਸਤੇ ਤਿਆਰ ਹੋ ਗਿਆ ਹੋਇਆ ਸੀ ਤੇ ਉਸ ਵੇਲੇ ਨਾਸ਼ਤਾ ਕਰ ਰਿਹਾ ਸੀ। ਬੋਗਾਤੀਰਿਯੋਵ ਕੱਦ ਦਾ ਲੰਮਾ ਤਾਂ ਨਹੀਂ ਸੀ, ਪਰ ਉਹਦਾ ਸਰੀਰ ਬੜਾ ਗੱਠਵਾਂ ਤੇ ਬੇਹੱਦ ਤਗੜਾ ਸੀ। ਉਹ ਘੋੜੇ ਦੀ ਨਾਲ ਨੂੰ ਮਰੋੜਾ ਦੇ ਕੇ ਦੂਹਰਾ ਕਰ ਸਕਦਾ ਸੀ। ਉਹ ਦਿਲ ਦਾ ਮਿਹਰਬਾਨ, ਈਮਾਨਦਾਰ, ਸਾਫ ਸਿੱਧੀ ਗੱਲ ਕਰਨ ਵਾਲਾ ਅਤੇ ਸਗੋਂ ਉਦਾਰ ਬੰਦਾ ਵੀ ਸੀ। ਇਹਨਾਂ ਗੁਣਾਂ ਦੇ ਬਾਵਜੂਦ ਦਰਬਾਰ ਨਾਲ ਉਹਦਾ ਡੂੰਘਾ ਰਿਸ਼ਤਾ ਸੀ ਅਤੇ ਜ਼ਾਰ ਤੇ ਉਹਦੇ ਪਰਵਾਰ ਨਾਲ ਬੜਾ ਮੋਹ ਕਰਦਾ ਸੀ। ਕਮਾਲ ਦੀ ਗੱਲ ਇਹ ਸੀ ਕਿ ਇਸ ਉੱਚੀ ਸੁਸਾਇਟੀ ਵਿਚ ਵਿਚਰਦਿਆਂ, ਉਸ ਨੇ ਬੜੀ ਸੁਚੱਜਤਾ ਨਾਲ ਇਸ ਦੀਆਂ ਚੰਗਿਆਈਆਂ ਨੂੰ ਹੀ ਵੇਖਣਾ ਸਿਖ ਲਿਆ ਸੀ ਤੇ ਇਸ ਦੀਆਂ ਬੁਰਾਈਆਂ ਤੇ ਇਸ ਦੇ ਭ੍ਰਿਸ਼ਟਾਚਾਰ ਵਿਚ ਹਿੱਸੇਦਾਰ ਨਹੀਂ ਸੀ ਬਣਦਾ। ਉਸ ਨੇ ਨਾ ਹੀ ਕਦੇ ਕਿਸੇ ਬੰਦੇ ਦੀ ਨਿੰਦਾ ਨਿਖੇਧੀ ਕੀਤੀ, ਨਾ ਹੀ ਕਿਸੇ ਕਾਰਵਾਈ ਦੀ। ਹਮੇਸ਼ਾ ਇਸ ਤਰ੍ਹਾਂ ਹੁੰਦਾ ਕਿ ਜਾਂ ਤਾਂ ਉਹ ਚੁਪ ਧਾਰਨ ਕਰ ਛੱਡਦਾ ਤੇ ਜਾਂ ਦਲੇਰੀ ਭਰੀ, ਉੱਚੀ ਆਵਾਜ਼ ਨਾਲ, ਚੀਕ ਚੀਕ ਕੇ ਜੋ ਆਖਣਾ ਹੁੰਦਾ ਆਖ ਛੱਡਦਾ। ਉਹਦਾ ਹਾਸਾ ਵੀ ਆਮ ਕਰਕੇ

ਏਸੇ ਤਰ੍ਹਾਂ ਦਾ ਹੁੰਦਾ, ਜ਼ੋਰ ਜ਼ੋਰ ਦੀ ਠਹਾਕੇ ਮਾਰਨਾ। ਤੇ ਉਹਦੇ ਇਸ ਕਿਸਮ ਦੇ ਵਰਤੋਂ ਵਿਹਾਰ ਦਾ ਕਾਰਨ ਕੂਟਨੀਤੀ ਨਹੀਂ ਸੀ, ਸਗੋਂ ਇਹ ਕਿ ਉਹਦਾ ਸੁਭਾ ਹੀ ਇਸ ਤਰ੍ਹਾਂ ਦਾ ਸੀ।

"ਵਾਹ, ਚੰਗਾ ਕੀਤਾ ਕਿ ਤੂੰ ਆ ਗਿਆ। ਨਾਸ਼ਤਾ ਕਰੇਂਗਾ? ਬਹਿ ਜਾ, ਬੀਫਸਟੇਕ ਬੜੇ ਸਵਾਦੀ ਬਣੇ ਨੇ! ਮੈਂ ਨਾਸ਼ਤਾ ਹਮੇਸ਼ਾ ਕਿਸੇ ਆਧਾਰ ਵਾਲੀ ਚੀਜ਼ ਨਾਲ ਸ਼ੁਰੂ ਕਰਦਾ ਹਾਂ—ਸ਼ੁਰੂ ਵੀ ਤੇ ਖਾਤਮਾ ਵੀ। ਹਾ... ਹਾ... ਹਾ। ਖਾਣਾ ਨਹੀਂ ਕੁਝ ਤਾਂ ਵਾਈਨ ਦਾ ਗਲਾਸ ਹੀ ਪੀ ਲੈ," ਲਾਲ ਵਾਈਨ ਵਾਲੀ ਸੁਰਾਹੀ ਵੱਲ ਇਸ਼ਾਰਾ ਕਰਦਿਆਂ ਉਸ ਨੇ ਕੜਕਵੀਂ ਆਵਾਜ਼ ਵਿਚ ਆਖਿਆ। "ਮੈਂ ਤੇਰੇ ਬਾਰੇ ਸੋਚਦਾ ਰਿਹਾ ਹਾਂ। ਮੈਂ ਦਰਖ਼ਾਸਤ ਦੇ ਦੇਵਾਂਗਾ। ਮੈਂ ਖੁਦ ਹਜ਼ੂਰ ਦੇ ਹੱਥ ਵਿਚ ਫੜਾਵਾਂਗਾ। ਇਸ ਗੱਲ ਦਾ ਤੂੰ ਯਕੀਨ ਰੱਖ। ਬਸ ਮੈਨੂੰ ਅਹੁੜ ਗਈ ਕਿ ਜੇ ਤੂੰ ਪਹਿਲਾਂ ਤੋਪੋਰੋਵ ਨੂੰ ਮਿਲ ਲਵੇਂ ਤਾਂ ਬਹੁਤ ਚੰਗਾ ਹੋਵੇ।"

ਤੋਪੋਰੋਵ ਦਾ ਨਾਂ ਸੁਣ ਕੇ ਨੇਖਲੀਊਦੋਵ ਦੇ ਮੱਥੇ ਤੇ ਵੱਟ ਪੈ ਗਏ।

"ਸਾਰੀ ਗੱਲ ਦਾ ਦਾਰੋਮਦਾਰ ਉਹਦੇ ਉਤੇ ਹੈ। ਮਹਾਰਾਜ ਉਹਦੇ ਨਾਲ ਮਸ਼ਵਰਾ ਜ਼ਰੂਰ ਕਰਨਗੇ। ਤੇ ਖਬਰੇ ਉਹ ਆਪ ਹੀ ਤੇਰਾ ਕੰਮ ਕਰ ਦੇਵੇ।"

"ਜੇ ਤੇਰੀ ਏਹੋ ਸਲਾਹ ਹੈ ਤਾਂ ਮੈਂ ਜਾ ਮਿਲਦਾ ਹਾਂ।"

"ਬੜੀ ਚੰਗੀ ਗੱਲ ਏ। ਹੱਛਾ, ਹੁਣ ਇਹ ਦੱਸ ਕਿ ਪੀਟਰਸਬਰਗ ਕਿਵੇਂ ਲੱਗਿਆ?" ਬੋਗਾਤੀਰਿਯੋਵ ਕੜਕਵੀਂ ਆਵਾਜ਼ ਵਿਚ ਬੋਲਿਆ। "ਬੋਲ, ਬੋਲ, ਹੈਂ!"

"ਮੈਨੂੰ ਤਾਂ ਲੱਗਦਾ ਏ ਜਿਵੇਂ ਮੈਂ ਕੀਲਿਆ ਗਿਆ ਹੋਵਾਂ," ਨੇਖਲੀਊਦੋਵ ਨੇ ਜਵਾਬ ਦਿੱਤਾ।

"ਕੀਲਿਆ ਗਿਆ!" ਬੋਗਾਤੀਰਿਯੋਵ ਨੇ ਉਹਦੇ ਬੋਲ ਦੁਹਰਾਏ ਤੇ ਖਿੜਖਿੜਾ ਕੇ ਹੱਸ ਪਿਆ। "ਤੂੰ ਕੁਝ ਵੀ ਨਹੀਂ ਖਾਣਾ ਪੀਣਾ? ਚੰਗਾ, ਜਿਵੇਂ ਤੇਰੀ ਮਰਜ਼ੀ," ਤੇ ਉਹਨੇ ਆਪਣੇ ਨੈਪਕਿਨ ਨਾਲ ਆਪਣੀਆਂ ਮੁੱਛਾਂ ਪੂੰਝੀਆਂ। "ਫੇਰ ਤੂੰ ਜਾਏਂਗਾ? ਹੈਂ? ਜੇ ਉਹ ਇਹ ਕੰਮ ਨਾ ਕਰੇ ਤਾਂ ਦਰਖ਼ਾਸਤ ਮੈਨੂੰ ਦੇ ਜਾਵੀਂ, ਮੈਂ ਭਲਕੇ ਮਹਾਰਾਜ ਦੇ ਹੱਥ ਫੜਾਵਾਂਗਾ।" ਕੜਕਵੀਂ ਆਵਾਜ਼ ਵਿਚ ਇਹ ਆਖ ਕੇ ਉਹ ਖੜਾ ਹੋ ਗਿਆ, ਓਸੇ ਬੇਧਿਆਨੀ ਨਾਲ ਛਾਤੀ ਉਤੇ ਸਲੀਬ ਦਾ ਨਿਸ਼ਾਨ ਬਣਾਇਆ ਜਿਸ ਬੇਧਿਆਨੀ ਨਾਲ ਉਹਨੇ ਆਪਣੀਆਂ ਮੁੱਛਾਂ ਪੂੰਝੀਆਂ ਸਨ, ਤੇ ਆਪਣੀ ਤਲਵਾਰ ਨੂੰ ਲੱਕ ਨਾਲ ਬੰਨ੍ਹਣ ਲੱਗ ਪਿਆ। "ਚੰਗਾ ਫੇਰ, ਰੱਬ ਰਾਖਾ। ਮੈਨੂੰ ਚਲਣਾ ਚਾਹੀਦਾ ਏ।"

"ਇਕੱਠੇ ਹੀ ਨਿਕਲਦੇ ਹਾਂ," ਨੇਖਲੀਊਦੋਵ ਨੇ ਕਿਹਾ ਤੇ ਉਹਦੇ ਨਾਲ ਨਾਲ ਤੁਰਦਾ ਬੂਹੇ ਤੱਕ ਆ ਗਿਆ ਤੇ ਉਹਦੇ ਨਾਲ ਹੱਥ ਮਿਲਾ ਕੇ ਆਪਣੇ ਰਾਹ ਪਿਆ। ਬੋਗਾਤੀਰਿਯੋਵ ਦੇ ਚੌੜੇ ਤੇ ਮਜਬੂਤ ਹੱਥ ਨਾਲ ਹੱਥ ਮਿਲਾ ਕੇ ਉਸ ਨੂੰ ਖੁਸ਼ੀ ਹੋਈ ਸੀ ਜਿਸ ਤਰ੍ਹਾਂ ਦੀ ਖੁਸ਼ੀ ਉਸ ਨੂੰ ਕਿਸੇ ਨਰੋਈ ਤੇ ਸਜਰੀ ਚੀਜ਼ ਦੀ ਛੋਹ ਤੋਂ ਸਦਾ ਹੁੰਦੀ ਸੀ।

ਤੋਪੋਰੋਵ ਨੂੰ ਮਿਲਣ ਨਾਲ ਕੋਈ ਫਾਇਦਾ ਹੋਣ ਦੀ ਭਾਵੇਂ ਕੋਈ ਆਸ ਨਹੀਂ ਸੀ ਤਾਂ ਵੀ ਨੇਖ਼ਲੀਊਦੋਵ ਬੋਗਾਤੀਰਿਯੋਵ ਦੀ ਸਲਾਹ ਤੇ ਅਮਲ ਕਰਦਾ ਹੋਇਆ ਤੋਪੋਰੋਵ ਨੂੰ ਮਿਲਣ ਚਲਾ ਗਿਆ ਸੀ। ਧਾਰਮਿਕ ਸੰਪਰਦਾ ਵਾਲਿਆਂ ਦੀ ਕਿਸਮਤ ਦੀ ਡੋਰ ਉਹਦੇ ਹੱਥਾਂ ਵਿਚ ਸੀ।

ਜਿਹੜੀ ਪਦਵੀ ਤੇ ਤੋਪੋਰੋਵ ਕੰਮ ਕਰਦਾ ਸੀ ਉਹਦੇ ਉਤੇ ਕੋਈ ਬਹੁਤ ਹੀ ਖਰਦਿਮਾਗ ਤੇ ਇਖਲਾਕੀ ਤੌਰ ਤੇ ਘਟੀਆ ਆਦਮੀ ਹੀ ਕੰਮ ਕਰ ਸਕਦਾ ਸੀ ਕਿਉਂਕਿ ਇਸ ਕੰਮ ਦਾ ਮਨੋਰਥ ਆਪਾ–ਵਿਰੋਧਾਂ ਨਾਲ ਭਰਿਆ ਹੋਇਆ ਸੀ। ਤੋਪੋਰੋਵ ਇਹਨਾਂ ਦੋਹਾਂ ਨਾਦਰੂ ਖਾਸੀਅਤਾਂ ਦਾ ਮਾਲਕ ਸੀ। ਉਸ ਦੇ ਕੰਮ ਦਾ ਆਪਾ–ਵਿਰੋਧ ਇਹ ਸੀ। ਉਸ ਚਰਚ ਨੂੰ ਕਾਇਮ ਰਖਣਾ ਅਤੇ ਉਸ ਦੀ ਹਿਫਾਜ਼ਤ ਕਰਨਾ ਤੋਪੋਰੋਵ ਦਾ ਫਰਜ਼ ਸੀ ਜਿਸ ਚਰਚ ਦੇ ਆਪਣੇ ਐਲਾਨ ਅਨੁਸਾਰ ਖੁਦ ਪਰਮੇਸ਼ਰ ਨੇ ਉਸ ਨੂੰ ਸਥਾਪਤ ਕੀਤਾ ਸੀ ਤੇ ਜਿਸ ਨੂੰ ਨਾ ਕੋਈ ਮਨੁਖੀ ਤਾਕਤ ਹਿਲਾ ਸਕਦੀ ਸੀ ਨਾ ਹੀ ਸ਼ੈਤਾਨ ਦੀ ਸ਼ਕਤੀ। ਆਪਣਾ ਫਰਜ਼ ਨਿਭਾਉਂਦਾ ਹੋਇਆ ਤੋਪੋਰੋਵ ਹਿੰਸਾ ਸਮੇਤ ਕੋਈ ਵੀ ਢੰਗ ਤਰੀਕਾ ਵਰਤ ਸਕਦਾ ਸੀ। ਪਰਮੇਸ਼ਰ ਦੀ ਸਥਾਪਤ ਕੀਤੀ ਇਸ ਦੈਵੀ ਅਤੇ ਅਟੱਲ ਸੰਸਥਾ ਨੂੰ ਕਾਇਮ ਰਖਣ ਤੇ ਇਸ ਦੀ ਹਿਫਾਜ਼ਤ ਕਰਨ ਦਾ ਕੰਮ ਇਕ ਮਨੁਖੀ ਸੰਸਥਾ ਦੇ ਹੱਥਾਂ ਵਿਚ ਸੀ ਜਿਸ ਦਾ ਪ੍ਰਬੰਧ ਤੋਪੋਰੋਵ ਤੇ ਉਹਦੇ ਅਧਿਕਾਰੀ ਚਲਾਉਂਦੇ ਸਨ। ਤੋਪੋਰੋਵ ਨੂੰ ਇਹ ਆਪਾਵਿਰੋਧ ਵਿਖਾਈ ਨਹੀਂ ਸੀ ਦੇਂਦਾ, ਨਾ ਹੀ ਉਹ ਇਸ ਨੂੰ ਵੇਖਣਾ ਚਾਹੁੰਦਾ ਸੀ। ਇਸ ਲਈ ਉਹਨੂੰ ਬਹੁਤੀ ਚਿੰਤਾ ਇਹ ਰਹਿੰਦੀ ਸੀ ਕਿ ਐਸਾ ਨਾ ਹੋਵੇ ਕੋਈ ਰੋਮਨ ਕੈਥੋਲਿਕ ਪਾਦਰੀ, ਕੋਈ ਪ੍ਰੋਟੈਸਟੈਂਟ ਪਾਦਰੀ, ਜਾਂ ਕੋਈ ਸੰਪਰਦਾਇਕਤਾਵਾਦੀ ਉਸ ਚਰਚ ਨੂੰ ਬਰਬਾਦ ਕਰ ਦੇਵੇ ਜਿਸ ਦੇ ਖਿਲਾਫ ਸ਼ੈਤਾਨੀ ਤਾਕਤਾਂ ਵੀ ਸਿਰ ਨਹੀਂ ਚੁੱਕ ਸਕਦੀਆਂ। ਉਹਨਾਂ ਸਭਨਾਂ ਲੋਕਾਂ ਵਾਂਗ ਹੀ ਜਿਹੜੇ ਧਰਮ ਦੀ ਇਸ ਮੂਲ ਭਾਵਨਾ ਤੋਂ ਬਿਲਕੁਲ ਕੋਰੇ ਹੁੰਦੇ ਹਨ ਕਿ ਧਰਮ ਸਾਰੇ ਇਨਸਾਨਾਂ ਨੂੰ ਬਰਾਬਰ ਤੇ ਭਰਾ ਭਰਾ ਮੰਨਦਾ ਹੈ, ਤੋਪੋਰੋਵ ਨੂੰ ਵੀ ਇਹ ਪੂਰਾ ਯਕੀਨ ਸੀ ਕਿ ਆਮ ਲੋਕਾਂ ਤੇ ਉਹਦੇ ਵਿਚਕਾਰ ਜ਼ਮੀਨ ਅਸਮਾਨ ਦਾ ਫਰਕ ਹੈ। ਲੋਕਾਂ ਨੂੰ ਜਿਹੜੀਆਂ ਚੀਜ਼ਾਂ ਦੀ ਲੋੜ ਹੈ ਉਸ ਨੂੰ ਉਹਨਾਂ ਦੀ ਉੱਕਾ ਹੀ ਕੋਈ ਲੋੜ ਨਹੀਂ। ਹਕੀਕਤ ਇਹ ਹੈ ਕਿ ਆਪਣੇ ਦਿਲ ਦੀਆਂ ਡੂੰਘਾਣਾਂ ਵਿਚ ਉਸ ਨੂੰ ਕਿਸੇ ਵੀ ਗੱਲ ਉਤੇ ਯਕੀਨ ਨਹੀਂ ਸੀ ਅਤੇ ਐਸੀ ਅਵਸਥਾ ਵਿਚ ਉਸ ਨੂੰ ਬੜਾ ਸੁਖ ਆਰਾਮ ਤੇ ਖ਼ੁਸ਼ੀ ਮਿਲਦੀ ਸੀ। ਪਰ ਉਸ ਨੂੰ ਡਰ ਸੀ ਕਿ ਲੋਕ ਵੀ ਕਿਧਰੇ ਏਸ ਅਵਸਥਾ ਨੂੰ ਨਾ ਪਹੁੰਚ ਜਾਣ। ਇਸ ਵਾਸਤੇ ਉਹਨਾਂ ਨੂੰ ਇਸ ਗੱਲ ਤੋਂ ਬਚਾਉਣਾ ਉਹ ਆਪਣਾ ਪਵਿਤਰ ਫਰਜ਼ ਸਮਝਦਾ ਸੀ।

ਰਸੋਈ–ਕਲਾ ਦੀ ਕਿਸੇ ਕਿਤਾਬ ਵਿਚ ਲਿਖਿਆ ਹੈ ਕਿ ਜੇ ਕਰ ਜਿਊਂਦੇ ਕੇਕੜਿਆਂ ਨੂੰ ਉਬਾਲਿਆ ਜਾਏ ਤਾਂ ਉਹਨਾਂ ਨੂੰ ਬੜਾ ਚੰਗਾ ਲੱਗਦਾ ਹੈ। ਏਸੇ ਹੀ ਤਰ੍ਹਾਂ ਤੋਪੋਰੋਵ ਦਾ ਵੀ ਇਹ ਖਿਆਲ ਸੀ ਅਤੇ ਉਹ ਕਹਿੰਦਾ ਸੀ ਕਿ ਜੇ ਲੋਕਾਂ ਨੂੰ ਵਹਿਮਾਂ ਭਰਮਾਂ ਵਿਚ ਰੱਖਿਆ ਜਾਏ ਤਾਂ ਉਹਨਾਂ ਨੂੰ ਚੰਗਾ ਲੱਗਦਾ ਹੈ। ਫਰਕ ਸਿਰਫ ਇਹ

ਸੀ ਕਿ ਰਸੋਈ–ਕਲਾ ਦੀ ਕਿਤਾਬ ਵਿਚ ਇਹ ਗੱਲ ਰੂਪਕ ਤੌਰ ਤੇ ਲਿਖੀ ਗਈ ਸੀ ਪਰ ਤੋਪੋਰੋਵ ਇਸ ਨੂੰ ਸਚਾਈ ਮੰਨਦਾ ਸੀ।

ਜਿਸ ਧਰਮ ਦੀ ਉਹ ਰੱਖਿਆ ਕਰ ਰਿਹਾ ਸੀ ਉਹਦੇ ਵੱਲ ਤੋਪੋਰੋਵ ਦਾ ਵਤੀਰਾ ਓਹੋ ਸੀ ਜਿਹੜਾ ਮੁਰਗੀਖਾਨੇ ਦੇ ਮਾਲਕ ਦਾ ਉਹਨਾਂ ਮੁਰਦਾਰਾਂ ਵੱਲ ਹੁੰਦਾ ਹੈ ਜਿਹੜੇ ਉਹ ਆਪਣੇ ਮੁਰਗਿਆਂ ਨੂੰ ਖੁਆਉਂਦਾ ਹੈ। ਮੁਰਦਾਰ ਤੋਂ ਬੜੀ ਘਿਣ ਆਉਂਦੀ ਹੈ ਪਰ ਮੁਰਗੇ ਮੁਰਗੀਆਂ ਇਸ ਨੂੰ ਪਸੰਦ ਕਰਦੇ ਤੇ ਖਾਂਦੇ ਹਨ, ਇਸ ਕਰਕੇ ਉਹਨਾਂ ਨੂੰ ਮੁਰਦਾਰ ਖੁਆਉਣਾ ਠੀਕ ਹੈ।

ਇਸ ਵਿਚ ਕੋਈ ਸ਼ਕ ਨਹੀਂ ਕਿ ਮਾਤਾ ਮਰੀਅਮ ਦੀਆਂ ਇਬੇਰੀਆਈ, ਕਾਜ਼ਾਨੀ ਤੇ ਸਮੋਲੇਨਸਕੀ* ਮੂਰਤੀਆਂ ਦੀ ਪੂਜਾ ਕਰਨਾ ਬਿਲਕੁਲ ਬੁਤਪੂਜਾ ਹੈ, ਪਰ ਲੋਕ ਬੁਤਪੂਜਾ ਨੂੰ ਪਸੰਦ ਕਰਦੇ ਹਨ ਤੇ ਇਸ ਵਿਚ ਵਿਸ਼ਵਾਸ ਰੱਖਦੇ ਹਨ ਤੇ ਇਸ ਕਰਕੇ ਲਾਜ਼ਮੀ ਹੈ ਕਿ ਇਸ ਵਹਿਮ ਭਰਮ ਨੂੰ ਕਾਇਮ ਰੱਖਿਆ ਜਾਏ। ਤੋਪੋਰੋਵ ਇਸ ਤਰ੍ਹਾਂ ਹੀ ਸੋਚਦਾ ਸੀ। ਉਹ ਇਹ ਨਹੀਂ ਸੀ ਵਿਚਾਰਦਾ ਕਿ ਜੇ ਲੋਕ ਵਹਿਮਾਂ ਭਰਮਾਂ ਵਿਚ ਰਹਿਣਾ ਪਸੰਦ ਕਰਦੇ ਹਨ ਤਾਂ ਇਸ ਦਾ ਕਾਰਨ ਇਹ ਹੈ ਕਿ ਦੁਨੀਆ ਵਿਚ ਹਮੇਸ਼ਾ ਉਹਦੇ ਵਰਗੇ ਹੀ ਜ਼ਾਲਮ ਆਦਮੀ ਹੁੰਦੇ ਆਏ ਹਨ, ਤੇ ਹਾਲੇ ਵੀ ਹਨ ਜਿਹੜੇ ਆਪ ਰੋਸ਼ਨ ਦਿਮਾਗ਼ ਹੁੰਦੇ ਹੋਏ, ਦੂਜੇ ਲੋਕਾਂ ਦੀ ਅਗਿਆਨ ਹਨੇਰੇ ਵਿਚੋਂ ਨਿਕਲਣ ਵਾਸਤੇ ਇਸ ਚਾਨਣ ਨਾਲ ਮਦਦ ਨਹੀਂ ਕਰਦੇ ਸਗੋਂ ਉਹਨਾਂ ਨੂੰ ਹੋਰ ਵੀ ਡੂੰਘਾ ਇਸ ਵਿਚ ਧਕਣ ਲਈ ਇਸ ਰੋਸ਼ਨ–ਖਿਆਲੀ ਦੀ ਵਰਤੋਂ ਕਰਦੇ ਹਨ।

ਜਦੋਂ ਨੇਖਲੀਊਦੋਵ ਉਡੀਕ–ਕਮਰੇ ਵਿਚ ਦਾਖਲ ਹੋਇਆ, ਤੋਪੋਰੋਵ ਆਪਣੇ ਦਫਤਰ ਵਿਚ ਇਕ ਮੱਠ ਦੀ ਮਹੰਤਣੀ ਨਾਲ ਗੱਲਾਂ ਕਰ ਰਿਹਾ ਸੀ। ਇਹ ਇਕ ਅਮੀਰ ਖਾਨਦਾਨ ਦੀ ਜ਼ਿੰਦਾਦਿਲ ਔਰਤ ਸੀ ਜਿਹੜੀ ਪਛਮੀ ਪ੍ਰਾਦੇਸਾਂ ਵਿਚ ਯੂਨਿਏਟਾਂ ਵਿਚਕਾਰ ਯੂਨਾਨੀ ਆਰਥੋਡਾਕਸ ਧਰਮ ਦਾ ਪਰਚਾਰ ਕਰ ਰਹੀ ਸੀ। ਇਹਨਾਂ ਲੋਕਾਂ ਨੂੰ ਜ਼ਬਰਦਸਤੀ ਆਰਥੋਡਾਕਸ ਈਸਾਈ ਬਣਾਇਆ ਜਾ ਰਿਹਾ ਸੀ।

ਉਡੀਕ–ਕਮਰੇ ਵਿਚ ਬੈਠੇ ਇਕ ਅਧਿਕਾਰੀ ਨੇ ਨੇਖਲੀਊਦੋਵ ਨੂੰ ਪੁੱਛਿਆ ਕਿ ਉਹ ਕਿਸ ਕੰਮ ਆਇਆ ਹੈ। ਜਦੋਂ ਉਸ ਨੂੰ ਪਤਾ ਲੱਗਾ ਕਿ ਨੇਖਲੀਊਦੋਵ ਮਹਾਰਾਜ ਹਜ਼ੂਰ ਦੇ ਨਾਂ ਇਕ ਦਰਖ਼ਾਸਤ ਦੇਣਾ ਚਾਹੁੰਦਾ ਹੈ ਤਾਂ ਉਸ ਨੇ ਆਖਿਆ ਕਿ ਕੀ ਉਹ ਦਰਖ਼ਾਸਤ ਪਹਿਲਾਂ ਪੜ੍ਹਨ ਵਾਸਤੇ ਦੇ ਸਕਦਾ ਹੈ। ਨੇਖਲੀਊਦੋਵ ਨੇ ਦਰਖ਼ਾਸਤ ਉਸ ਨੂੰ ਦੇ ਦਿੱਤੀ ਤੇ ਅਧਿਕਾਰੀ ਦਰਖ਼ਾਸਤ ਲੈ ਕੇ ਅੰਦਰ ਚਲਾ ਗਿਆ। ਮਹੰਤਣੀ ਜਿਸ ਦੇ ਸਿਰ ਉਤੇ ਉੱਚੀ ਗੋਲ ਟੋਪੀ ਸੀ ਜਿਸ ਦੀ ਜਾਲੀ ਮੂੰਹ ਉਤੇ ਪੈਂਦੀ ਸੀ ਤੇ ਗਲ ਵਿਚ ਲੰਮਾ ਚੋਲਾ ਜਿਹੜਾ ਪਿਛੋਂ ਜ਼ਮੀਨ ਉਤੇ ਘਸੀਟੀਦਾ ਜਾਂਦਾ ਸੀ, ਦਫਤਰ ਵਿਚੋਂ ਨਿਕਲੀ ਤੇ ਬਾਹਰ ਚਲੀ ਗਈ। ਉਹਦੇ ਗੋਰੇ ਗੋਰੇ ਹੱਥਾਂ ਵਿਚ (ਜਿਨ੍ਹਾਂ ਦੇ

---

* ਰੂਸੀ ਗਿਰਜਿਆਂ ਅਤੇ ਮੱਠਾਂ ਦੀਆਂ ਪ੍ਰਸਿਧ ਮੂਰਤੀਆਂ।—ਸੰਪਾ:

ਨਹੁੰ ਬੜੇ ਸਵਾਰੇ ਬਣਾਏ ਹੋਏ ਸਨ) ਪੁਖਰਾਜ ਦੇ ਮਣਕਿਆਂ ਦਾ ਸਿਮਰਨਾ ਫੜਿਆ ਹੋਇਆ ਸੀ। ਨੇਖਲੀਊਦੋਵ ਨੂੰ ਉਸੇ ਵੇਲੇ ਹੀ ਅੰਦਰ ਨਹੀਂ ਸੀ ਬੁਲਾਇਆ ਗਿਆ। ਤੋਪੋਰੋਵ ਦਰਖ਼ਾਸਤ ਪੜ੍ਹ ਰਿਹਾ ਸੀ ਅਤੇ ਆਪਣਾ ਸਿਰ ਹਿਲਾਈ ਜਾ ਰਿਹਾ ਸੀ। ਦਰਖ਼ਾਸਤ ਬੜੇ ਸਪਸ਼ਟ ਤੇ ਪ੍ਰਭਾਵਕ ਸ਼ਬਦਾਂ ਵਿਚ ਲਿਖੀ ਹੋਈ ਸੀ ਜਿਸ ਤੋਂ ਉਸ ਨੂੰ ਹੈਰਾਨੀ ਵੀ ਹੋਈ ਅਤੇ ਤਕਲੀਫ ਵੀ।

"ਜੇ ਕਰ ਇਹ ਮਹਾਰਾਜ ਦੇ ਹੱਥਾਂ ਵਿਚ ਚਲੀ ਗਈ ਤਾਂ ਕਈ ਗ਼ਲਤਫਹਿਮੀਆਂ ਪੈਦਾ ਹੋ ਸਕਦੀਆਂ ਹਨ, ਅਤੇ ਦਿਲ-ਦੁਖਾਵੇਂ ਸਵਾਲ ਵੀ ਪੁੱਛੇ ਜਾ ਸਕਦੇ ਹਨ," ਪੜ੍ਹਦਾ ਪੜ੍ਹਦਾ ਉਹ ਸੋਚ ਰਿਹਾ ਸੀ। ਫੇਰ ਉਸ ਨੇ ਦਰਖ਼ਾਸਤ ਮੇਜ਼ ਉਤੇ ਰੱਖ ਦਿੱਤੀ, ਘੰਟੀ ਵਜਾਈ ਅਤੇ ਨੇਖਲੀਊਦੋਵ ਨੂੰ ਅੰਦਰ ਭੇਜ ਦੇਣ ਦਾ ਹੁਕਮ ਦਿੱਤਾ।

ਉਸ ਨੂੰ ਇਸ ਸੰਪਰਦਾ ਦੇ ਮਾਮਲੇ ਦਾ ਪਤਾ ਸੀ। ਪਹਿਲਾਂ ਵੀ ਉਹਨਾਂ ਵੱਲੋਂ ਇਕ ਦਰਖ਼ਾਸਤ ਆ ਚੁੱਕੀ ਸੀ। ਮਾਮਲਾ ਇਸ ਤਰ੍ਹਾਂ ਸੀ। ਉਹ ਈਸਾਈ ਆਰਥੋਡਾਕਸ ਚਰਚ ਨਾਲੋਂ ਆਪਣਾ ਰਿਸ਼ਤਾ ਤੋੜ ਚੁੱਕੇ ਸਨ। ਪਹਿਲਾਂ ਤਾਂ ਇਹਨਾਂ ਨੂੰ ਪ੍ਰੇਰ ਕੇ ਵਾਪਸ ਲਿਆਉਣ ਦਾ ਜਤਨ ਕੀਤਾ ਗਿਆ, ਪਰ ਜਦੋਂ ਉਹਨਾਂ ਤੇ ਕੋਈ ਅਸਰ ਨਾ ਹੋਇਆ ਤਾਂ ਉਹਨਾਂ ਉਤੇ ਮੁਕੱਦਮਾ ਚਲਾਇਆ ਗਿਆ। ਪਰ ਮੁਕੱਦਮੇ ਵਿਚੋਂ ਉਹ ਬਰੀ ਹੋ ਗਏ। ਇਸ ਤੋਂ ਮਗਰੋਂ ਲਾਟ-ਪਾਦਰੀ ਤੇ ਗਵਰਨਰ ਨੇ ਇਹ ਦਲੀਲ ਦੇ ਕੇ ਕਿ ਉਹਨਾਂ ਦੀਆਂ ਸ਼ਾਦੀਆਂ ਗੈਰ-ਕਾਨੂੰਨੀ ਹਨ, ਇਹਨਾਂ ਲੋਕਾਂ ਨੂੰ—ਪਤੀਆਂ, ਪਤਨੀਆਂ ਤੇ ਬੱਚਿਆਂ ਨੂੰ ਵੱਖ ਵੱਖ ਥਾਈਂ ਦੇਸ-ਬਦਰ ਕਰ ਦੇਣ ਦਾ ਇੰਤਜ਼ਾਮ ਕਰ ਦਿੱਤਾ। ਹੁਣ ਇਹ ਪਤੀ ਤੇ ਪਤਨੀਆਂ ਦਰਖ਼ਾਸਤ ਕਰ ਰਹੇ ਸਨ ਕਿ ਉਹਨਾਂ ਨੂੰ ਇਕ ਦੂਜੇ ਨਾਲੋਂ ਵਿਛੋੜਿਆ ਨਾ ਜਾਵੇ। ਤੋਪੋਰੋਵ ਨੂੰ ਯਾਦ ਆਇਆ ਕਿ ਜਿਸ ਵੇਲੇ ਇਹ ਮਾਮਲਾ ਪਹਿਲੀ ਵਾਰ ਉਹਦੇ ਧਿਆਨ ਵਿਚ ਲਿਆਂਦਾ ਗਿਆ ਸੀ ਉਸ ਵੇਲੇ ਉਸ ਨੇ ਸੋਚਿਆ ਸੀ ਕਿ ਚੰਗਾ ਹੋਵੇ ਜੇ ਉਹ ਇਸ ਮਾਮਲੇ ਨੂੰ ਓਥੇ ਹੀ ਰੋਕ ਦੇਵੇ। ਪਰ ਉਹ ਜਕੋਤੱਕਿਆਂ ਵਿਚ ਪੈ ਗਿਆ ਸੀ। ਪਰ ਫੇਰ ਉਸ ਨੇ ਸੋਚਿਆ ਸੀ ਕਿ ਇਹਨਾਂ ਟੱਬਰਾਂ ਦੇ ਜੀਆਂ ਨੂੰ ਵੱਖ ਵੱਖ ਕਰ ਦੇਣ ਤੇ ਦੇਸ-ਬਦਰ ਕਰ ਦੇਣ ਦੇ ਫੈਸਲੇ ਦੀ ਪੁਸ਼ਟੀ ਕਰ ਦੇਣ ਦਾ ਕੋਈ ਮਾੜਾ ਨਤੀਜਾ ਨਹੀਂ ਨਿਕਲੇਗਾ। ਅਤੇ ਦੂਜੇ ਪਾਸੇ ਜੇ ਇਸ ਫਿਰਕੇ ਦੇ ਕਿਸਾਨਾਂ ਨੂੰ ਆਪਣੀ ਥਾਂ ਤੇ ਟਿਕਿਆ ਰਹਿਣ ਦਿੱਤਾ ਗਿਆ ਤਾਂ ਇਸ ਦਾ ਉਸ ਥਾਂ ਦੇ ਬਾਕੀ ਲੋਕਾਂ ਉਤੇ ਬੁਰਾ ਅਸਰ ਪਵੇਗਾ ਤੇ ਉਹ ਲੋਕ ਵੀ ਆਰਥੋਡਾਕਸ ਧਰਮ ਨਾਲੋਂ ਰਿਸ਼ਤਾ ਤੋੜ ਲੈਣਗੇ। ਇਸ ਦੇ ਨਾਲ ਹੀ ਲਾਟ-ਪਾਦਰੀ ਨੇ ਵੀ ਇਸ ਮਾਮਲੇ ਵਿਚ ਉਤਸਾਹ ਵਿਖਾਇਆ ਸੀ, ਇਸ ਕਰਕੇ ਤੋਪੋਰੋਵ ਨੇ ਇਹ ਫੈਸਲਾ ਕੀਤਾ ਕਿ ਇਸ ਮਾਮਲੇ ਨੂੰ ਉਹਨਾਂ ਹੀ ਲੀਹਾਂ ਉਤੇ ਅੱਗੇ ਤੁਰਨ ਦਿੱਤਾ ਜਾਏ ਜਿਨ੍ਹਾਂ ਉਤੇ ਇਹ ਚਲ ਰਿਹਾ ਸੀ।

ਪਰ ਹੁਣ ਜਦੋਂ ਇਹਨਾਂ ਲੋਕਾਂ ਨੂੰ ਨੇਖਲੀਊਦੋਵ ਵਰਗਾ ਹਮਾਇਤੀ ਮਿਲ ਗਿਆ ਸੀ, ਜਿਹੜਾ ਪੀਟਰਸਬਰਗ ਵਿਚ ਅਸਰ ਰਸੂਖ ਰੱਖਦਾ ਸੀ, ਇਹ ਮਾਮਲਾ ਮਹਾਰਾਜ

ਦੇ ਕੰਨਾਂ ਵਿਚ ਪਾਇਆ ਜਾ ਸਕਦਾ ਸੀ ਅਤੇ ਆਖਿਆ ਜਾ ਸਕਦਾ ਸੀ ਕਿ ਇਹ ਬੜਾ ਭਾਰੀ ਜ਼ੁਲਮ ਹੈ। ਇਹ ਵੀ ਹੋ ਸਕਦਾ ਸੀ ਕਿ ਬਦੇਸ਼ੀ ਅਖ਼ਬਾਰਾਂ ਵਿਚ ਇਸ ਦੀਆਂ ਖ਼ਬਰਾਂ ਛਪ ਜਾਣ। ਇਸ ਕਰਕੇ ਤੋਪੋਰੋਵ ਨੇ ਇਕ ਦਮ ਉਹ ਨਿਰਣਾ ਕਰ ਲਿਆ ਜਿਸ ਦੀ ਤੁਰਤ ਉਮੀਦ ਨਹੀਂ ਸੀ।

"ਆਈਏ! ਸੁਣਾਓ ਕੀ ਹਾਲ ਚਾਲ ਏ?" ਉਸ ਨੇ ਖੜੇ ਹੋ ਕੇ ਨੇਖਲੀਊਦੋਵ ਦਾ ਸੁਆਗਤ ਕਰਦਿਆਂ ਇਸ ਅੰਦਾਜ਼ ਨਾਲ ਆਖਿਆ ਜਿਵੇਂ ਉਹ ਬਹੁਤ ਰੁਝੇਵੇਂ ਵਾਲਾ ਆਦਮੀ ਹੋਵੇ; ਤੇ ਇਕਦਮ ਹੀ ਉਸ ਨੇ ਮਤਲਬ ਦੀ ਗੱਲ ਛੇੜ ਲਈ।

"ਮੈਨੂੰ ਇਸ ਮਾਮਲੇ ਦਾ ਪਤਾ ਹੈ। ਨਾਂ ਪੜ੍ਹਦਿਆਂ ਹੀ ਮੈਨੂੰ ਇਹ ਸਾਰਾ ਕਿੱਸਾ ਯਾਦ ਆ ਗਿਆ। ਬੜੇ ਅਫ਼ਸੋਸ ਵਾਲੀ ਗੱਲ ਹੈ," ਉਸ ਨੇ ਦਰਖ਼ਾਸਤ ਚੁੱਕ ਕੇ ਨੇਖਲੀਊਦੋਵ ਨੂੰ ਵਿਖਾਉਂਦੇ ਹੋਏ ਆਖਿਆ। "ਤੇ ਮੈਂ ਤੁਹਾਡਾ ਬੜਾ ਅਹਿਸਾਨਮੰਦ ਹਾਂ ਕਿ ਤੁਸਾਂ ਮੈਨੂੰ ਇਹ ਗੱਲ ਯਾਦ ਕਰਵਾ ਦਿੱਤੀ। ਇਲਾਕੇ ਦੇ ਅਧਿਕਾਰੀਆਂ ਨੇ ਲੋੜ ਤੋਂ ਵਧ ਜੋਸ਼ ਵਿਖਾਇਆ ਹੈ।..." ਨੇਖਲੀਊਦੋਵ ਖਾਮੋਸ਼ ਖੜਾ ਤੋਪੋਰੋਵ ਦੇ ਚਿਹਰੇ ਦੇ ਅਹਿਲ ਮੁਖੌਟੇ ਵੱਲ ਵੇਖੀ ਜਾ ਰਿਹਾ ਸੀ। ਨੇਖਲੀਊਦੋਵ ਦੇ ਦਿਲ ਵਿਚ ਇਸ ਸ਼ਖ਼ਸ ਲਈ ਕੋਈ ਸਦਭਾਵਨਾ ਨਹੀਂ ਸੀ। "ਤੇ ਮੈਂ ਹੁਕਮ ਜਾਰੀ ਕਰ ਦੇਵਾਂਗਾ ਕਿ ਇਹ ਸਭ ਕਾਰਵਾਈ ਮਨਸੂਖ਼ ਕਰ ਦਿੱਤੀ ਜਾਏ ਤੇ ਇਹਨਾਂ ਲੋਕਾਂ ਨੂੰ ਆਪੋ ਆਪਣੇ ਘਰਾਂ ਵਿਚ ਵਸਾ ਦਿੱਤਾ ਜਾਏ।"

"ਇਸ ਦਾ ਮਤਲਬ ਹੋਇਆ ਕਿ ਮੈਨੂੰ ਇਹ ਦਰਖ਼ਾਸਤ ਦੇਣ ਦੀ ਕੋਈ ਲੋੜ ਨਹੀਂ?"

"ਮੈਂ ਤੁਹਾਡੇ ਨਾਲ ਇਸ ਗੱਲ ਦਾ ਪੱਕਾ ਇਕਰਾਰ ਕਰਦਾ ਹਾਂ," ਤੋਪੋਰੋਵ ਨੇ ਸ਼ਬਦ "ਮੈਂ" ਉਤੇ ਜ਼ੋਰ ਦੇ ਕੇ ਆਖਿਆ। ਜ਼ਾਹਿਰ ਹੈ ਕਿ ਉਹਦਾ ਦਿਲੀ ਵਿਸ਼ਵਾਸ ਸੀ ਕਿ ਉਸ ਦੀ ਈਮਾਨਦਾਰੀ, ਉਸ ਦੇ ਬਚਨ ਤੋਂ ਵੱਡੀ ਗਰੰਟੀ ਵਾਲੀ ਕੋਈ ਗੱਲ ਹੋ ਨਹੀਂ ਸਕਦੀ। "ਸਭ ਤੋਂ ਚੰਗਾ ਹੋਵੇ ਜੇ ਮੈਂ ਇਹ ਹੁਣੇ ਹੀ ਲਿਖ ਦੇਵਾਂ। ਕਿਰਪਾ ਕਰ ਕੇ ਬਹਿ ਜਾਓ ਤੁਸੀਂ।"

ਉਹ ਇਕ ਮੇਜ਼ ਅੱਗੇ ਜਾ ਬੈਠਾ ਤੇ ਲਿਖਣ ਲੱਗ ਪਿਆ। ਨੇਖਲੀਊਦੋਵ ਬੈਠਾ ਨਹੀਂ, ਸਗੋਂ ਖੜਾ ਖੜਾ ਉਹਦੀ ਖੋਪੜੀ ਦੇ ਸੌੜੇ ਗੰਜ ਨੂੰ ਅਤੇ ਉਸ ਹੱਥ ਨੂੰ ਵੇਖਣ ਲੱਗਾ ਜਿਸ ਦੀਆਂ ਮੋਟੀਆਂ ਨੀਲੀਆਂ ਨਾੜੀਆਂ ਨਜ਼ਰ ਆ ਰਹੀਆਂ ਸਨ ਤੇ ਜਿਹੜਾ ਛੇਤੀ ਛੇਤੀ ਕਾਗਜ਼ ਉਤੇ ਕਲਮ ਚਲਾ ਰਿਹਾ ਸੀ। ਨੇਖਲੀਊਦੋਵ ਹੈਰਾਨ ਹੋ ਰਿਹਾ ਸੀ ਕਿ ਪ੍ਰਤੱਖ ਤੌਰ ਤੇ ਇਹ ਬੇਪਰਵਾਹ ਆਦਮੀ ਇਹ ਕੰਮ ਕਿਉਂ ਕਰਨ ਲੱਗਾ ਸੀ ਅਤੇ ਉਹ ਵੀ ਏਡੀ ਚੌਕਸੀ ਨਾਲ ਕਰ ਰਿਹਾ ਸੀ। ਕਿਉਂ?

"ਲਓ, ਹੋ ਗਿਆ," ਤੋਪੋਰੋਵ ਨੇ ਲਿਫਾਫਾ ਬੰਦ ਕਰਦਿਆਂ ਆਖਿਆ। "ਤੁਸੀਂ ਆਪਣੇ ਮੁਵਕੱਲਾਂ ਨੂੰ ਦੱਸ ਦਿਆ ਜੇ," ਤੇ ਉਹਨੇ ਆਪਣੇ ਬੁਲ੍ਹ ਇਉਂ ਚੌੜੇ ਕੀਤੇ ਜਿਵੇਂ ਮੁਸਕ੍ਰਾ ਰਿਹਾ ਹੋਵੇ।

"ਇਹਨਾਂ ਲੋਕਾਂ ਨੂੰ ਕਾਹਦੇ ਲਈ ਦੁਖੜੇ ਝਲਣੇ ਪਏ ?" ਨੇਖਲੀਊਦੋਵ ਨੇ ਲਿਫਾਫਾ ਫੜਦਿਆਂ ਪੁੱਛਿਆ।

ਤੋਪੋਰੋਵ ਨੇ ਸਿਰ ਉਤਾਂਹ ਕੀਤਾ ਤੇ ਮੁਸਕ੍ਰਾ ਪਿਆ, ਜਿਵੇਂ ਨੇਖਲੀਊਦੋਵ ਦਾ ਸਵਾਲ ਸੁਣ ਕੇ ਉਸ ਨੂੰ ਬੜੀ ਖੁਸ਼ੀ ਹੋਈ ਹੋਵੇ।

"ਇਹ ਮੈਂ ਨਹੀਂ ਦੱਸ ਸਕਦਾ। ਮੈਂ ਸਿਰਫ ਇਹ ਕਹਿ ਸਕਦਾ ਹਾਂ ਕਿ ਲੋਕਾਂ ਦੇ ਹਿਤਾਂ ਦੀ ਰੱਖਿਆ ਕਰਨਾ ਸਾਡੇ ਵਾਸਤੇ ਏਡੀ ਅਹਿਮ ਗੱਲ ਹੈ ਕਿ ਧਰਮ ਦੇ ਮਾਮਲਿਆਂ ਵਿਚ ਬਹੁਤ ਜ਼ਿਆਦਾ ਜੋਸ਼ ਏਡਾ ਖਤਰਨਾਕ ਜਾਂ ਹਾਨੀਕਾਰਕ ਨਹੀਂ ਜੇਡਾ ਇਹਨਾਂ ਵੱਲ ਬੇਪ੍ਰਵਾਹੀ ਜਿਹੜੀ ਅਜਕਲ ਬਹੁਤ ਫੈਲ ਰਹੀ ਹੈ।"

"ਪਰ ਇਹ ਕੀ ਗੱਲ ਹੋਈ ਕਿ ਧਰਮ ਦੇ ਨਾਂ ਉਤੇ ਸਚਿਆਈ ਦੇ ਪਹਿਲੇ ਨੇਮ ਦਾ ਹੀ ਉਲੰਘਣ ਕੀਤਾ ਜਾ ਰਿਹਾ ਹੈ। ਪਰਵਾਰ ਦੇ ਜੀਆਂ ਨੂੰ ਇਕ ਦੂਜੇ ਨਾਲੋਂ ਵਿਛੋੜਿਆ ਜਾ ਰਿਹਾ ਹੈ?"

ਤੋਪੋਰੋਵ ਮੁਸਕ੍ਰਾਈ ਜਾ ਰਿਹਾ ਸੀ, ਸਰਪ੍ਰਸਤਾਂ ਵਾਲੀ ਮੁਸਕ੍ਰਾਹਟ। ਪ੍ਰਤੱਖ ਤੌਰ ਤੇ ਉਹ ਸੋਚ ਰਿਹਾ ਸੀ ਕਿ ਨੇਖਲੀਊਦੋਵ ਨੇ ਜੋ ਗੱਲ ਆਖੀ ਸੀ ਉਹ ਬੜੀ ਪਿਆਰੀ ਸੀ। ਨੇਖਲੀਊਦੋਵ ਜੋ ਕੁਝ ਵੀ ਕਹਿੰਦਾ ਓਸੇ ਨੂੰ ਹੀ ਤੋਪੋਰੋਵ ਬਹੁਤ ਪਿਆਰੀ ਤੇ ਬਹੁਤ ਹੀ ਉਲਾਰ ਗੱਲ ਸਮਝਦਾ, ਇਸ ਲਈ ਕਿ ਜਿਸ ਬੁਲੰਦੀ ਉਤੇ ਉਹ ਆਪਣੇ ਆਪ ਨੂੰ ਖੜਾ ਸਮਝ ਰਿਹਾ ਸੀ ਉਹ ਦੂਰ-ਰਸ ਰਾਜਨੀਤਕ ਦ੍ਰਿਸ਼ਟੀਕੋਣ ਦੀ ਬੁਲੰਦੀ ਸੀ।

"ਇਕ ਵਿਅਕਤੀ ਦੇ ਦ੍ਰਿਸ਼ਟੀਕੋਣ ਤੋਂ ਗੱਲ ਇਸ ਤਰ੍ਹਾਂ ਜਾਪ ਸਕਦੀ ਹੈ," ਉਸ ਨੇ ਆਖਿਆ, "ਪਰ ਪ੍ਰਬੰਧਕੀ ਦ੍ਰਿਸ਼ਟੀਕੋਣ ਤੋਂ ਵੇਖਿਆਂ ਗੱਲ ਵਖਰੀ ਤਰ੍ਹਾਂ ਜਾਪਣ ਲੱਗ ਜਾਂਦੀ ਹੈ। ਪਰ ਖੈਰ, ਮੈਂ ਹੁਣ ਤੁਹਾਡੇ ਕੋਲੋਂ ਇਜਾਜ਼ਤ ਚਾਹਵਾਂਗਾ," ਤੋਪੋਰੋਵ ਨੇ ਸਿਰ ਝੁਕਾਉਂਦਿਆਂ ਅਤੇ ਆਪਣਾ ਹੱਥ ਅੱਗੇ ਕਰਦਿਆਂ ਆਖਿਆ।

ਨੇਖਲੀਊਦੋਵ ਨੇ ਚੁਪਚਾਪ ਹੱਥ ਮਿਲਾਇਆ ਤੇ ਛੇਤੀ ਛੇਤੀ ਬਾਹਰ ਨਿਕਲ ਆਇਆ। ਉਸ ਨੂੰ ਪਛਤਾਵਾ ਲੱਗਾ ਹੋਇਆ ਸੀ ਕਿ ਉਹਨੇ ਇਸ ਆਦਮੀ ਨਾਲ ਹੱਥ ਕਿਉਂ ਮਿਲਾਇਆ।

"ਲੋਕਾਂ ਦੇ ਹਿੱਤ! ਤੇਰੇ ਹਿੱਤ ਸਿਰਫ ਤੇਰੇ ਹਿਤ!" ਬਾਹਰ ਜਾਂਦਾ ਹੋਇਆ ਨੇਖਲੀਊਦੋਵ ਸੋਚ ਰਿਹਾ ਸੀ।

ਤੇ ਇਕ ਇਕ ਕਰ ਕੇ ਨੇਖਲੀਊਦੋਵ ਦੀ ਕਲਪਨਾ ਵਿਚ ਉਹਨਾਂ ਲੋਕਾਂ ਦੇ ਬਿੰਬ ਉਭਰਨ ਲੱਗੇ ਜਿਨ੍ਹਾਂ ਦੇ ਹਿਤਾਂ ਦੀ ਰੱਖਿਆ ਉਹਨਾਂ ਸੰਸਥਾਵਾਂ ਨੇ ਕੀਤੀ ਹੈ ਜਿਨ੍ਹਾਂ ਦਾ ਕੰਮ ਧਰਮ ਦਾ ਝੰਡਾ ਬੁਲੰਦ ਰੱਖਣਾ ਅਤੇ ਲੋਕਾਂ ਨੂੰ ਸਿਖਿਆ ਦੇਣਾ ਹੈ। ਸਭ ਤੋਂ ਪਹਿਲਾਂ ਉਸ ਔਰਤ ਦਾ ਬਿੰਬ ਸਾਕਾਰ ਹੋਇਆ ਜਿਸ ਨੂੰ ਨਾਜਾਇਜ਼ ਸ਼ਰਾਬ ਦਾ ਧੰਦਾ ਕਰਨ ਲਈ ਸਜ਼ਾ ਦਿੱਤੀ ਗਈ ਸੀ। ਉਸ ਮੁੰਡੇ ਨੂੰ ਚੋਰੀ ਕਰਨ ਦੀ, ਉਸ ਆਵਾਰਾ ਆਦਮੀ ਨੂੰ ਆਵਾਰਾਗਰਦੀ ਕਰਨ ਲਈ, ਅੱਗ ਲਾਉਣ ਵਾਲੇ ਨੂੰ ਅੱਗ ਲਾਉਣ ਦੀ, ਬੈਂਕਰ ਨੂੰ ਗਬਨ ਕਰਨ ਲਈ, ਤੇ ਉਸ ਬਦਨਸੀਬ ਲੀਦੀਆ ਸ਼ੁਸਤੋਵਾ ਨੂੰ ਸਿਰਫ

ਇਸ ਕਰਕੇ ਜੇਲ੍ਹ ਵਿਚ ਸੁੱਟਿਆ ਗਿਆ ਸੀ ਕਿ ਉਹ ਲੋਕ ਉਹਦੇ ਕੋਲੋਂ ਕੋਈ ਜਾਣਕਾਰੀ ਹਾਸਿਲ ਕਰਨਾ ਚਾਹੁੰਦੇ ਸਨ। ਫੇਰ ਉਸ ਨੂੰ ਉਸ ਸੰਪਰਦਾ ਦੇ ਲੋਕਾਂ ਦਾ ਖਿਆਲ ਆਇਆ ਜਿਨ੍ਹਾਂ ਨੂੰ ਆਰਥੋਡਾਕਸ ਧਰਮ ਛੱਡ ਦੇਣ ਕਾਰਨ ਸਜ਼ਾ ਦਿੱਤੀ ਗਈ ਸੀ, ਤੇ ਗੁਰਕੇਵਿਚ ਨੂੰ ਇਸ ਵਾਸਤੇ ਕਿ ਉਹ ਸੰਵਿਧਾਨ ਚਾਹੁੰਦਾ ਸੀ। ਨੇਖਲੀਊਦੋਵ ਨੂੰ ਸਾਫ ਨਜ਼ਰ ਆ ਗਿਆ ਕਿ ਇਹਨਾਂ ਲੋਕਾਂ ਨੂੰ ਗ੍ਰਿਫਤਾਰ ਕੀਤਾ ਗਿਆ, ਜੇਲ੍ਹ ਵਿਚ ਪਾਇਆ ਗਿਆ, ਦੇਸ-ਬਦਰ ਕੀਤਾ ਗਿਆ ਤਾਂ ਇਸ ਦਾ ਅਸਲੀ ਕਾਰਨ ਇਹ ਨਹੀਂ ਸੀ ਕਿ ਉਹਨਾਂ ਨੇ ਇਨਸਾਫ ਦੀ ਉਲੰਘਣਾ ਕੀਤੀ ਸੀ ਜਾਂ ਗੈਰ-ਕਾਨੂੰਨੀ ਵਿਹਾਰ ਕੀਤਾ ਸੀ, ਸਗੋਂ ਸਿਰਫ ਇਸ ਕਰਕੇ ਕਿ ਇਹ ਉਹਨਾਂ ਅਫਸਰਾਂ ਤੇ ਅਮੀਰਾਂ ਦੇ ਰਾਹ ਵਿਚ ਰੋੜਾ ਸਨ ਜਿਹੜੇ ਲੋਕਾਂ ਤੋਂ ਖੋਹੀ ਹੋਈ ਜਾਇਦਾਦ ਨਾਲ ਮੌਜਾਂ ਲੁਟਦੇ ਸਨ।

ਅਤੇ ਉਹ ਔਰਤ ਜਿਹੜੀ ਬਿਨਾਂ ਲਸੰਸ ਲਏ ਦੇ ਸ਼ਰਾਬ ਵੇਚਦੀ ਸੀ, ਅਤੇ ਉਹ ਚੋਰ ਜਿਹੜਾ ਸ਼ਹਿਰ ਵਿਚ ਟੱਕਰਾਂ ਮਾਰਦਾ ਫਿਰਦਾ ਸੀ, ਤੇ ਲੀਦੀਆ ਸ਼ੁਸਤੋਵਾ ਜਿਹੜੀ ਇਸ਼ਤਿਹਾਰ ਲੁਕਾਈ ਫਿਰਦੀ ਸੀ, ਅਤੇ ਇਹ ਸੰਪਰਦਾ ਵਾਲੇ ਜਿਹੜੇ ਵਹਿਮਾਂ ਭਰਮਾਂ ਨੂੰ ਤੋੜ ਰਹੇ ਸਨ, ਤੇ ਗੁਰਕੇਵਿਚ ਜਿਹੜਾ ਸੰਵਿਧਾਨ ਚਾਹੁੰਦਾ ਸੀ, ਇਹ ਲੋਕ ਸਚਮੁਚ ਹੀ ਰੋੜਾ ਸਨ। ਨੇਖਲੀਊਦੋਵ ਨੂੰ ਬਿਲਕੁਲ ਸਪਸ਼ਟ ਜਾਪਦਾ ਸੀ ਕਿ ਸਾਰੇ ਦੇ ਸਾਰੇ ਅਫਸਰ, ਆਪਣੇ ਮਾਸੜ, ਸੈਨੇਟਰਾਂ, ਤੋਪੋਰੋਵ ਤੋਂ ਲੈ ਕੇ ਉਹਨਾਂ ਸਾਫ ਸੁਥਰੇ, ਡਾਂਟਣ ਵਾਲੇ ਤੇ ਅਹਿਮ ਲੋਕਾਂ ਤੱਕ ਜਿਹੜੇ ਮੰਤਰਾਲਿਆਂ ਵਿਚ ਮੇਜ਼ਾਂ ਅੱਗੇ ਬੈਠਦੇ ਸਨ, ਇਹਨਾਂ ਸਭਨਾਂ ਨੂੰ ਇਸ ਗੱਲ ਦੀ ਕੋਈ ਚਿੰਤਾ ਨਹੀਂ ਸੀ ਕਿ ਅਜਿਹੀਆਂ ਹਾਲਤਾਂ ਵਿਚ ਬੇਗੁਨਾਹ ਲੋਕ ਤਸੀਹੇ ਝਲ ਰਹੇ ਹਨ, ਸਗੋਂ ਉਹਨਾਂ ਨੂੰ ਸਿਰਫ ਇਸ ਗੱਲ ਦੀ ਚਿੰਤਾ ਸੀ ਕਿ ਇਹਨਾਂ ਸਚਮੁਚ ਹੀ ਖਤਰਨਾਕ ਲੋਕਾਂ ਨੂੰ ਗਲੋਂ ਕਿਵੇਂ ਲਾਹਿਆ ਜਾਏ।

ਨੇਮ ਤਾਂ ਇਹ ਹੈ ਕਿ ਇਕ ਵੀ ਬੇਗੁਨਾਹ ਨੂੰ ਸਜ਼ਾ ਨਾ ਮਿਲੇ ਭਾਵੇਂ ਇਸ ਤਰ੍ਹਾਂ ਕਰਨ ਨਾਲ ਦਸ ਗੁਨਾਹਗਾਰ ਬਚ ਜਾਣ। ਇਸ ਨੇਮ ਨੂੰ ਸਿਰਫ ਅੱਖੋਂ ਓਹਲੇ ਹੀ ਨਹੀਂ ਸੀ ਕੀਤਾ ਜਾ ਰਿਹਾ ਸਗੋਂ ਇਸ ਦੇ ਐਨ ਉਲਟ ਕੰਮ ਹੋ ਰਿਹਾ ਸੀ। ਇਕ ਸਚਮੁਚ ਹੀ ਖਤਰਨਾਕ ਆਦਮੀ ਤੋਂ ਪਿੱਛਾ ਛੁਡਾਉਣ ਲਈ ਦਸ ਬੇਗੁਨਾਹਾਂ ਨੂੰ ਸਜ਼ਾ ਦਿੱਤੀ ਜਾ ਰਹੀ ਸੀ। ਇਹ ਤਾਂ ਓਹੋ ਗੱਲ ਹੋਈ ਕਿ ਕਿਸੇ ਚੀਜ਼ ਦਾ ਗਲਿਆ ਸੜਿਆ ਹਿੱਸਾ ਕਟਣ ਲੱਗਿਆਂ ਬੰਦਾ ਕੁਝ ਉਹ ਹਿੱਸਾ ਵੀ ਕਟ ਦੇਵੇ ਜਿਹੜਾ ਚੰਗਾ ਭਲਾ ਹੈ।

ਇਹ ਵਿਆਖਿਆ ਨੇਖਲੀਊਦੋਵ ਨੂੰ ਬੜੀ ਸਰਲ ਤੇ ਸਪਸ਼ਟ ਜਾਪਦੀ ਸੀ। ਪਰ ਏਸੇ ਹੀ ਸਰਲਤਾ ਤੇ ਸਪਸ਼ਟਤਾ ਸਦਕਾ ਉਹ ਇਸ ਨੂੰ ਸਵੀਕਾਰ ਕਰਨ ਤੋਂ ਝਿਜਕਦਾ ਸੀ। ਕੀ ਇਹ ਸੰਭਵ ਹੈ ਕਿ ਏਡੇ ਗੁੰਝਲਦਾਰ ਵਰਤਾਰੇ ਦੀ ਏਡੀ ਸਰਲ ਤੇ ਭਿਆਨਕ ਵਿਆਖਿਆ ਹੋ ਸਕੇ? ਕੀ ਇਹ ਸੰਭਵ ਹੈ ਕਿ ਇਨਸਾਫ, ਕਾਨੂੰਨ, ਧਰਮ ਅਤੇ ਰੱਬ, ਆਦਿ ਬਾਰੇ ਜੋ ਕੁਝ ਆਖਿਆ ਜਾਂਦਾ ਹੈ ਉਹ ਸਿਰਫ ਸ਼ਬਦ-ਜਾਲ ਹੈ ਜਿਸ ਨੇ ਅਤਿ ਦਰਜੇ ਦੇ ਨੀਚ ਲੋਭ-ਲਾਲਚ ਅਤੇ ਅਤਿਆਚਾਰ ਉਤੇ ਪਰਦਾ ਪਾਇਆ ਹੋਇਆ ਹੈ?

੨੮

ਨੇਖਲੀਊਦੋਵ ਉਸੇ ਦਿਨ ਤ੍ਰਿਕਾਲਾਂ ਨੂੰ ਪੀਟਰਸਬਰਗ ਤੋਂ ਚਲਾ ਜਾਂਦਾ ਪਰ ਉਸ ਨੇ ਮਾਰੀਏਟ ਨਾਲ ਇਕਰਾਰ ਕੀਤਾ ਹੋਇਆ ਸੀ ਕਿ ਉਹ ਉਸ ਨੂੰ ਥੇਟਰ ਵਿਚ ਮਿਲੇਗਾ। ਤੇ ਭਾਵੇਂ ਉਹ ਜਾਣਦਾ ਸੀ ਕਿ ਇਹ ਕੌਲ ਨਹੀਂ ਨਿਭਾਉਣਾ ਚਾਹੀਦਾ, ਫੇਰ ਵੀ ਉਸ ਨੇ ਆਪਣੇ ਆਪ ਨੂੰ ਇਸ ਵਿਸ਼ਵਾਸ ਦਾ ਧੋਖਾ ਦੇ ਲਿਆ ਕਿ ਆਪਣੇ ਬੋਲ ਨੂੰ ਨਾ ਪੁਗਾਉਣਾ ਗ਼ਲਤ ਗੱਲ ਹੋਵੇਗਾ।

"ਕੀ ਮੇਰੇ ਅੰਦਰ ਇਹਨਾਂ ਚਕਮਿਆਂ ਦਾ ਮੁਕਾਬਲਾ ਕਰਨ ਦੀ ਸਮਰਥਾ ਹੈ?" ਉਸ ਨੇ ਆਪਣੇ ਆਪ ਨੂੰ ਪੁੱਛਿਆ। ਪਰ ਇਹ ਸਵਾਲ ਸੱਚੇ ਦਿਲੋਂ ਨਹੀਂ ਸੀ ਪੁੱਛਿਆ ਗਿਆ। "ਮੈਂ ਅੱਜ ਆਖਰੀ ਵਾਰੀ ਵੇਖਾਂਗਾ।"

ਉਹ ਆਪਣੇ ਸ਼ਾਮ ਵਾਲੇ ਕਪੜਿਆਂ ਵਿਚ ਥੇਟਰ ਪਹੁੰਚ ਗਿਆ। ਉਸ ਵੇਲੇ ਓਥੇ ਹਮੇਸ਼ਾ ਖੇਡੇ ਜਾਣ ਵਾਲੇ ਨਾਟਕ **Dame aux camélias** ਦਾ ਦੂਜਾ ਐਕਟ ਚਲ ਰਿਹਾ ਸੀ। ਇਸ ਨਾਟਕ ਵਿਚ ਇਕ ਬਦੇਸੀ ਅਭਿਨੇਤਰੀ ਹਰ ਵਾਰੀ ਨਵੇਂ ਹੀ ਢੰਗ ਨਾਲ ਇਹ ਵਿਖਾਉਂਦੀ ਸੀ ਕਿ ਤਪਦਿਕ ਦੀ ਰੋਗਣ ਔਰਤ ਦੀ ਜਾਨ ਕਿਵੇਂ ਨਿਕਲਦੀ ਹੈ।

ਥੇਟਰ ਭਰਿਆ ਹੋਇਆ ਸੀ। ਨੇਖਲੀਊਦੋਵ ਦੇ ਪੁੱਛਣ ਉਤੇ ਓਸੇ ਵੇਲੇ ਤੇ ਬੜੇ ਸਤਿਕਾਰ ਨਾਲ ਉਸ ਨੂੰ ਮਾਰੀਏਟ ਦਾ ਬਾਕਸ ਵਿਖਾ ਦਿੱਤਾ ਗਿਆ।

ਬਾਹਰ ਲਾਂਘੇ ਵਿਚ ਇਕ ਬਾਵਰਦੀ ਨੌਕਰ ਖੜਾ ਸੀ। ਉਸ ਨੇ ਨੇਖਲੀਊਦੋਵ ਅੱਗੇ ਸਿਰ ਨਿਵਾਉਂਦਿਆਂ, ਜਿਵੇਂ ਕੋਈ ਆਪਣੇ ਜਾਣੂ ਅੱਗੇ ਨਿਵਾਉਂਦਾ ਹੈ, ਬਾਕਸ ਦਾ ਦਰਵਾਜ਼ਾ ਖੋਹਲ ਦਿੱਤਾ।

ਸਾਮ੍ਹਣੇ ਪਾਸੇ ਦੇ ਬਾਕਸਾਂ ਵਿਚ ਵੀ ਲੋਕ ਬੈਠੇ ਜਾਂ ਖੜੇ ਸਨ। ਏਸੇ ਤਰ੍ਹਾਂ ਹਾਲ ਵਿਚ ਤੇ ਆਰਕੈਸਟਰਾ ਵਾਲਿਆਂ ਦੇ ਪਿੱਛੇ ਸਟੇਜ ਦੇ ਨੇੜੇ ਲੋਕ ਬੈਠੇ ਸਨ—ਕਿਸੇ ਦੇ ਵਾਲ ਧੌਲੇ, ਕਿਸੇ ਦੇ ਚਿਕਨੇ ਚੋਪੜੇ, ਕੋਈ ਗੰਜਾ ਜਾਂ ਕਿਸੇ ਦੇ ਸਿਰ ਉਤੇ ਕੁੰਡਲ—ਇਹ ਸਭ ਲੋਕ ਨਾਟਕ ਵੇਖਣ ਵਿਚ ਮਗਨ ਸਨ। ਮੰਚ ਉਤੇ ਇਕ ਪਤਲੀ ਜਿਹੀ ਹੱਡਲ ਅਭਿਨੇਤਰੀ, ਜਿਹੜੀ ਰੇਸ਼ਮੀ ਤੇ ਜਾਲੀਦਾਰ ਲਿਬਾਸ ਵਿਚ ਸੀ, ਅਸੁਭਾਵਿਕ ਆਵਾਜ਼ ਵਿਚ ਬੋਲ ਰਹੀ ਸੀ ਅਤੇ ਬੜੀ ਅਦਾ ਨਾਲ ਵਲ ਖਾਂਦੀ ਏਧਰ ਓਧਰ ਆ ਜਾ ਰਹੀ ਸੀ। ਜਦੋਂ ਦਰਵਾਜ਼ਾ ਖੁਲ੍ਹਿਆ ਤਾਂ ਕਿਸੇ ਨੇ ਆਖਿਆ "ਸ਼... ਸ਼।" ਓਸੇ ਵੇਲੇ ਨੇਖਲੀਊਦੋਵ ਦੇ ਮੂੰਹ ਉਤੇ ਹਵਾ ਦੇ ਦੋ ਬੁੱਲੇ ਆ ਲੱਗੇ, ਇਕ ਠੰਡਾ ਤੇ ਇਕ ਗਰਮ।

ਬਾਕਸ ਵਿਚ ਮਾਰੀਏਟ ਦੇ ਨਾਲ ਇਕ ਹੋਰ ਔਰਤ ਸੀ ਜਿਸ ਨੇ ਲਾਲ ਕੇਪ ਪਾਇਆ ਹੋਇਆ ਸੀ ਤੇ ਕੇਸਾਂ ਦਾ ਬੋਝਲ ਸ਼ਿੰਗਾਰ ਕੀਤਾ ਹੋਇਆ ਸੀ। ਨੇਖਲੀਊਦੋਵ ਇਸ ਔਰਤ ਨੂੰ ਨਹੀਂ ਸੀ ਜਾਣਦਾ। ਇਸ ਤੋਂ ਬਿਨਾਂ ਬਾਕਸ ਵਿਚ ਦੋ ਮਰਦ ਸਨ।

ਇਕ ਮਾਰੀਏਟ ਦਾ ਪਤੀ ਜਨਰਲ, ਉੱਚਾ ਲੰਮਾ, ਖ਼ੂਬਸੂਰਤ, ਕਠੋਰ ਤੇ ਰਹੱਸਮਈ ਚਿਹਰਾ, ਰੋਮਨਾਂ ਵਰਗਾ ਨੱਕ ਜਿਸ ਦੀ ਵਰਦੀ ਨੂੰ ਛਾਤੀ ਦੇ ਕੋਲ ਕਰ ਕੇ ਗੱਦੇ ਦਿੱਤੇ ਹੋਏ ਸਨ। ਦੂਜਾ ਸੀ ਇਕ ਕੱਕੇ ਵਾਲਾਂ ਵਾਲਾ ਆਦਮੀ ਜਿਸ ਦੀਆਂ ਸ਼ਾਨਦਾਰ ਗੱਲ੍ਹਮੁੱਛਾਂ ਦੇ ਵਿਚਕਾਰ ਠੋਡੀ ਵਾਲਾ ਹਿੱਸਾ ਮੁੰਨਿਆ ਹੋਇਆ ਸੀ।

ਮਿਹ, ਸੁਡੌਲ, ਪਤਲੀ ਛਮਕ ਤੇ ਮਲੂਕ ਮਾਰੀਏਟ ਨੇ ਨੀਵੇਂ ਗਲਮੇ ਵਾਲੀ ਪੁਸ਼ਾਕ ਪਾਈ ਹੋਈ ਸੀ ਜਿਸ ਵਿਚੋਂ ਉਹਦੇ ਗਠਵੇਂ, ਤਰਾਸ਼ੇ ਹੋਏ ਸੁਡੌਲ ਢਾਲਵੇਂ ਮੋਢੇ ਤੇ ਗਰਦਨ ਦੇ ਕੋਲ ਕਰ ਕੇ ਇਕ ਛੋਟਾ ਜਿਹਾ ਕਾਲਾ ਤਿਲ ਵਿਖਾਈ ਦੇ ਰਿਹਾ ਸੀ। ਨੇਖਲੀਊਦੋਵ ਦੇ ਅੰਦਰ ਦਾਖ਼ਲ ਹੁੰਦਿਆਂ ਹੀ ਉਹ ਉਹਦੇ ਵੱਲ ਮੁੜੀ ਤੇ ਮੁਸਕ੍ਰਾਈ। ਇਸ ਮੁਸਕਾਨ ਵਿਚ ਸਵਾਗਤ ਤੇ ਧੰਨਵਾਦ ਦਾ ਭਾਵ ਸੀ ਤੇ ਜਿਵੇਂ ਨੇਖਲੀਊਦੋਵ ਨੂੰ ਜਾਪਿਆ, ਇਹ ਮੁਸਕਾਨ ਅਰਥ ਭਰਪੂਰ ਸੀ। ਮਾਰੀਏਟ ਨੇ ਆਪਣੀ ਪੱਖੀ ਨਾਲ ਨੇਖਲੀਊਦੋਵ ਨੂੰ ਇਸ਼ਾਰਾ ਕੀਤਾ ਕਿ ਉਹਦੇ ਪਿੱਛੇ ਵਾਲੀ ਕੁਰਸੀ ਉਤੇ ਬਹਿ ਜਾਵੇ। ਮਾਰੀਏਟ ਦੇ ਪਤੀ ਨੇ ਬੜੇ ਠੰਡੇ ਦਿਲ ਨਾਲ, ਜਿਵੇਂ ਉਹ ਹਰ ਕੰਮ ਕਰਦਾ ਹੁੰਦਾ ਸੀ, ਨੇਖਲੀਊਦੋਵ ਵੱਲ ਵੇਖਿਆ ਤੇ ਝੁਕ ਕੇ ਜੀ ਆਇਆਂ ਆਖਿਆ। ਆਪਣੀ ਬੀਵੀ ਨਾਲ ਉਹਦੀਆਂ ਨਜ਼ਰਾਂ ਮਿਲੀਆਂ। ਇਸ ਤਕਣੀ ਤੇ ਉਸਦੇ ਚਿਹਰੇ-ਮੋਹਰੇ ਤੋਂ ਸਪਸ਼ਟ ਪਤਾ ਲੱਗਦਾ ਸੀ ਕਿ ਉਹ ਆਪਣੇ ਆਪ ਨੂੰ ਆਪਣੀ ਹਸੀਨ ਬੀਵੀ ਦਾ ਖਾਵੰਦ, ਉਸ ਦਾ ਮਾਲਕ ਮਹਿਸੂਸ ਕਰਦਾ ਹੈ।

ਜਦੋਂ ਇਕਪਾਤਰੀ ਨਾਟਕ ਦੀ ਝਾਕੀ ਸਮਾਪਤ ਹੋਈ ਤਾਂ ਹਾਲ ਤਾੜੀਆਂ ਨਾਲ ਗੂੰਜ ਉਠਿਆ। ਮਾਰੀਏਟ ਉੱਠੀ ਤੇ ਸਰਸਰ ਕਰਦੀ ਆਪਣੀ ਸਿਲਕੀ ਸਕਰਟ ਨੂੰ ਸੰਭਾਲਦੀ ਹੋਈ ਬਾਕਸ ਦੇ ਪਿਛਲੇ ਹਿੱਸੇ ਵਿਚ ਆ ਗਈ ਤੇ ਆਪਣੇ ਪਤੀ ਨਾਲ ਨੇਖਲੀਊਦੋਵ ਦੀ ਜਾਣ ਪਛਾਣ ਕਰਾਈ। ਜਨਰਲ ਦੀਆਂ ਅੱਖਾਂ ਅਜੇ ਵੀ ਮੁਸਕ੍ਰਾ ਰਹੀਆਂ ਸਨ। ਉਸ ਨੇ ਆਖਿਆ ਕਿ ਉਹਨੂੰ ਮਿਲ ਕੇ ਬੜੀ ਖੁਸ਼ੀ ਹੋਈ ਹੈ ਤੇ ਫੇਰ ਭੇਦਭਰੀ ਚੁਪ ਧਾਰਨ ਕਰ ਲਈ।

"ਮੈਨੂੰ ਅੱਜ ਹੀ ਵਾਪਸ ਚਲੇ ਜਾਣਾ ਚਾਹੀਦਾ ਸੀ ਪਰ ਮੈਂ ਤੁਹਾਡੇ ਨਾਲ ਇਕਰਾਰ ਕੀਤਾ ਹੋਇਆ ਸੀ," ਨੇਖਲੀਊਦੋਵ ਨੇ ਮਾਰੀਏਟ ਨੂੰ ਆਖਿਆ।

"ਜੇ ਮੈਨੂੰ ਮਿਲਣ ਦੀ ਕੋਈ ਪ੍ਰਵਾਹ ਨਹੀਂ ਤਾਂ ਘਟੋ ਘਟ ਇਕ ਵਧੀਆ ਅਭਿਨੇਤਰੀ ਨੂੰ ਹੀ ਵੇਖ ਲਓਗੇ," ਨੇਖਲੀਊਦੋਵ ਦੇ ਸ਼ਬਦਾਂ ਦੇ ਭਾਵ ਨੂੰ ਸਮਝ ਕੇ ਮਾਰੀਏਟ ਨੇ ਜਵਾਬ ਵਿਚ ਆਖਿਆ। "ਪਿਛਲੀ ਝਾਕੀ ਵਿਚ ਕਮਾਲ ਨਹੀਂ ਕਰ ਵਿਖਾਇਆ ਉਹਨੇ?" ਉਸ ਨੇ ਆਪਣੇ ਪਤੀ ਨੂੰ ਸੰਬੋਧਨ ਕਰਦਿਆਂ ਆਖਿਆ।

ਪਤੀ ਨੇ ਸਹਿਮਤੀ ਵਿਚ ਸਿਰ ਹਿਲਾ ਦਿੱਤਾ।

"ਇਸ ਕਿਸਮ ਦੀਆਂ ਝਾਕੀਆਂ ਮੈਨੂੰ ਨਹੀਂ ਟੁੰਬਦੀਆਂ," ਨੇਖਲੀਊਦੋਵ ਨੇ ਆਖਿਆ। "ਮੈਂ ਦੁਖ ਦਰਦ ਦੀਆਂ ਵਾਸਤਵਿਕ ਝਾਕੀਆਂ ਏਨੀਆਂ ਵੇਖੀਆਂ ਹਨ ਕਿ..."

"ਹਾਂ, ਬਹਿ ਜਾਓ ਨਾ, ਦੱਸੋ ਮੈਨੂੰ।"

ਪਤੀ ਵੀ ਸੁਣ ਰਿਹਾ ਸੀ। ਉਹਦੀਆਂ ਅੱਖਾਂ ਹਾਲੇ ਵੀ ਮੁਸਕ੍ਰਾ ਰਹੀਆਂ ਸਨ ਤੇ ਇਹ ਮੁਸਕ੍ਰਾਹਟ ਵਧੇਰੇ ਤੋਂ ਵਧੇਰੇ ਵਿਅੰਗਮਈ ਹੁੰਦੀ ਜਾ ਰਹੀ ਸੀ।

"ਮੈਂ ਉਸ ਔਰਤ ਨੂੰ ਮਿਲਣ ਗਿਆ ਸਾਂ ਜਿਸ ਨੂੰ ਛੱਡ ਦਿੱਤਾ ਗਿਆ ਹੈ ਤੇ ਜਿਸ ਨੂੰ ਢੇਰ ਚਿਰ ਜੇਲ੍ਹ ਵਿਚ ਰਖਿਆ ਗਿਆ ਸੀ। ਬਹੁਤ ਬੁਰਾ ਹਾਲ ਹੈ ਉਸ ਵਿਚਾਰੀ ਦਾ।"

"ਓਸੇ ਔਰਤ ਦੀ ਗੱਲ ਹੈ ਜਿਸ ਬਾਰੇ ਮੈਂ ਤੇਰੇ ਨਾਲ ਗੱਲ ਕੀਤੀ ਸੀ," ਮਾਰੀਏਟ ਨੇ ਆਪਣੇ ਪਤੀ ਨੂੰ ਆਖਿਆ।

"ਹਾਂ, ਹਾਂ, ਮੈਨੂੰ ਬੜੀ ਖੁਸ਼ੀ ਹੈ ਇਸ ਗੱਲ ਦੀ ਕਿ ਉਸ ਨੂੰ ਰਿਹਾ ਕੀਤਾ ਜਾ ਸਕਿਆ," ਪਤੀ ਨੇ ਸਿਰ ਹਿਲਾਉਂਦੇ ਹੋਏ, ਠੰਡੇ ਦਿਲ ਨਾਲ ਆਖਿਆ। ਉਹਦੀਆਂ ਮੁੱਛਾਂ ਹੇਠ ਉਹਦੇ ਬੁਲ੍ਹਾਂ ਤੇ ਮੁਸਕ੍ਰਾਹਟ ਸੀ ਤੇ ਨੇਖਲੀਊਦੋਵ ਨੂੰ ਜਾਪਿਆ ਇਸ ਮੁਸਕ੍ਰਾਹਟ ਵਿਚ ਵਿਅੰਗ ਦਾ ਡੰਗ ਹੈ। "ਮੈਂ ਬਾਹਰ ਜਾ ਕੇ ਸਿਗਰਟ ਦਾ ਕਸ਼ ਲਾ ਆਵਾਂ।"

ਨੇਖਲੀਊਦੋਵ ਬੈਠਾ ਉਡੀਕ ਰਿਹਾ ਸੀ ਕਿ ਜਿਹੜੀ ਕੋਈ ਖਾਸ ਗੱਲ ਮਾਰੀਏਟ ਨੇ ਉਹਦੇ ਨਾਲ ਕਰਨੀ ਹੈ ਉਹ ਕਰੇ। ਪਰ ਮਾਰੀਏਟ ਨੇ ਕੁਝ ਨਹੀਂ ਆਖਿਆ, ਕੁਝ ਆਖਣ ਦਾ ਜਤਨ ਹੀ ਨਹੀਂ ਕੀਤਾ ਸਗੋਂ ਉਹ ਨਾਟਕ ਦੀਆਂ ਗੱਲਾਂ ਕਰਦੀ ਰਹੀ ਤੇ ਹਾਸਾ ਠੱਠਾ ਕਰਦੀ ਰਹੀ। ਉਹਦਾ ਖਿਆਲ ਸੀ ਕਿ ਇਹਨਾਂ ਗੱਲਾਂ ਦਾ ਨੇਖਲੀਊਦੋਵ ਉਤੇ ਵਿਸ਼ੇਸ਼ ਕਰਕੇ ਪ੍ਰਭਾਵ ਪਵੇਗਾ।

ਨੇਖਲੀਊਦੋਵ ਸਮਝ ਗਿਆ ਕਿ ਮਾਰੀਏਟ ਨੇ ਉਹਦੇ ਨਾਲ ਕੋਈ ਗੱਲ ਨਹੀਂ ਸੀ ਕਰਨੀ। ਉਹ ਤਾਂ ਸਿਰਫ ਆਪਣੇ ਸ਼ਾਮ ਦੇ ਪਹਿਰਾਵੇ ਵਿਚ ਬਣ ਠਣ ਕੇ ਉਸ ਨੂੰ ਆਪਣੇ ਮੋਢੇ ਤੇ ਛੋਟਾ ਜਿਹਾ ਤਿਲ ਹੀ ਵਿਖਾਉਣਾ ਚਾਹੁੰਦੀ ਸੀ। ਇਹ ਸਭ ਕੁਝ ਨੇਖਲੀਊਦੋਵ ਨੂੰ ਚੰਗਾ ਚੰਗਾ ਵੀ ਲੱਗਾ ਤੇ ਇਸ ਤੋਂ ਕੱਚਿਆਣ ਜਿਹੀ ਵੀ ਆਈ।

ਪਹਿਲਾਂ ਵੀ ਇਸ ਕਿਸਮ ਦੀਆਂ ਗੱਲਾਂ ਨੂੰ ਇਕ ਖੂਬਸੂਰਤ ਪਰਦਾ ਢੱਕੀ ਰੱਖਦਾ ਸੀ ਜੋ ਨੇਖਲੀਊਦੋਵ ਦੀਆਂ ਨਜ਼ਰਾਂ ਨੂੰ ਬੜਾ ਚੰਗਾ ਲੱਗਦਾ ਸੀ। ਉਹ ਪਰਦਾ ਅੱਜ ਵੀ ਤਣਿਆ ਹੋਇਆ ਸੀ, ਪਰ ਇਉਂ ਲੱਗਦਾ ਸੀ ਜਿਵੇਂ ਇਸ ਪਰਦੇ ਦੇ ਓਹਲੇ ਜੋ ਕੁਝ ਵੀ ਸੀ ਉਹ ਨੇਖਲੀਊਦੋਵ ਨੇ ਵੇਖ ਲਿਆ ਸੀ। ਉਸ ਦੀਆਂ ਨਜ਼ਰਾਂ ਅੱਜ ਵੀ ਮਾਰੀਏਟ ਦੇ ਹੁਸਨ ਦੀ ਪ੍ਰਸੰਸਾ ਕਰ ਰਹੀਆਂ ਸਨ, ਤਾਂ ਵੀ ਉਹ ਸਮਝਦਾ ਸੀ ਕਿ ਇਹ ਇਕ ਝੂਠੀ ਔਰਤ ਹੈ। ਉਸ ਦਾ ਪਤੀ ਐਸਾ ਆਦਮੀ ਹੈ ਜਿਹੜਾ ਹਜ਼ਾਰਾਂ ਲੋਕਾਂ ਨੂੰ ਰੁਲਾ ਕੇ ਤੇ ਕੁਰਬਾਨ ਕਰ ਕੇ ਤਰੱਕੀ ਕਰਦਾ ਹੋਇਆ ਇਕ ਤੋਂ ਪਿਛੋਂ ਦੂਜੇ ਅਹੁਦੇ ਤੇ ਪਹੁੰਚਦਾ ਜਾਂਦਾ ਹੈ ਪਰ ਇਸ ਔਰਤ ਨੇ ਇਸ ਵਲੋਂ ਅੱਖਾਂ ਮੀਟੀਆਂ ਹੋਈਆਂ ਹਨ। ਉਹ ਇਹ ਵੀ ਜਾਣਦਾ ਸੀ ਕਿ ਮਾਰੀਏਟ ਨੇ ਜੋ ਕੁਝ ਉਸ ਨੂੰ ਕੱਲ੍ਹ ਆਖਿਆ ਸੀ ਉਸ ਵਿਚ ਰਾਈ ਮਾਤਰ ਵੀ ਸਚਾਈ ਨਹੀਂ ਸੀ ਤੇ ਉਹ ਸਿਰਫ ਏਨਾ ਚਾਹੁੰਦੀ ਸੀ ਕਿ ਨੇਖਲੀਊਦੋਵ ਉਹਦੇ ਨਾਲ ਇਸ਼ਕ ਪੇਚਾ ਲੜਾਵੇ। ਉਹ ਕਿਉਂ ਚਾਹੁੰਦੀ ਸੀ ਇਸ ਦਾ

ਨਾ! ਉਹਨੂੰ ਆਪ ਨੂੰ ਪਤਾ ਸੀ ਨਾ ਹੀ ਨੇਖਲੀਊਦੋਵ ਨੂੰ। ਇਹ ਸਭ ਕੁਝ ਨੇਖਲੀਊਦੋਵ ਨੂੰ ਦਿਲਕਸ਼ ਵੀ ਲੱਗਾ ਤੇ ਇਸ ਤੋਂ ਉਹਦਾ ਦਿਲ ਖਰਾਬ ਵੀ ਹੋਇਆ। ਕਈ ਵਾਰੀ ਉਹਨੇ ਉਠ ਕੇ ਜਾਣ ਵਾਸਤੇ ਆਪਣੀ ਟੋਪੀ ਚੁੱਕੀ, ਪਰ ਫੇਰ ਵੀ ਬੈਠਾ ਰਿਹਾ। ਪਰ ਆਖਰ ਮਾਰੀਏਟ ਦਾ ਪਤੀ ਵਾਪਸ ਅੰਦਰ ਆਇਆ, ਜਿਸ ਦੀਆਂ ਸੰਘਣੀਆਂ ਮੁੱਛਾਂ ਵਿਚੋਂ ਤਮਾਕੂ ਦੀ ਸਖ਼ਤ ਮੁਸ਼ਕ ਆ ਰਹੀ ਸੀ ਤੇ ਨੇਖਲੀਊਦੋਵ ਵੱਲ ਇਉਂ ਵੇਖਿਆ ਜਿਵੇਂ ਉਹ ਉਸ ਨੂੰ ਜਾਣਦਾ ਹੀ ਨਾ ਹੋਵੇ। ਇਸ ਨਜ਼ਰ ਵਿਚ ਉਪਕਾਰ ਤੇ ਨਫਰਤ ਦੋਹਾਂ ਦੀ ਝਲਕ ਸੀ। ਇਸ ਤੋਂ ਪਹਿਲਾਂ ਕਿ ਦਰਵਾਜ਼ਾ ਬੰਦ ਹੁੰਦਾ ਨੇਖਲੀਊਦੋਵ ਉਠ ਕੇ ਬਾਕਸ ਵਿਚੋਂ ਬਾਹਰ ਆ ਗਿਆ, ਆਪਣਾ ਓਵਰਕੋਟ ਲਿਆ, ਤੇ ਥੇਟਰ ਵਿਚੋਂ ਨਿਕਲ ਆਇਆ।

ਜਿਸ ਵੇਲੇ ਉਹ ਨੇਵਸਕੀ ਮਾਰਗ ਉਤੇ ਘਰ ਵੱਲ ਜਾ ਰਿਹਾ ਸੀ ਤੇ ਸਹਿਵਨ ਹੀ ਉਹਦੀ ਨਜ਼ਰ ਇਕ ਉੱਚੀ ਲੰਮੀ, ਸੁਡੌਲ ਬਦਨ ਵਾਲੀ ਔਰਤ ਉਤੇ ਪਈ ਜਿਹੜੀ ਚੁਪ ਚਾਪ ਪਟੜੀ ਉਤੇ ਉਹਦੇ ਅੱਗੇ ਅੱਗੇ ਜਾ ਰਹੀ ਸੀ। ਇਸ ਔਰਤ ਨੇ ਬੜੇ ਸ਼ੋਖ਼ ਭੜਕੀਲੇ ਕਪੜੇ ਪਾਏ ਹੋਏ ਸਨ। ਉਸ ਦੇ ਚਿਹਰੇ ਤੇ ਉਹਦੇ ਅੰਗ ਅੰਗ ਤੋਂ ਪਤਾ ਲੱਗਦਾ ਸੀ ਕਿ ਉਹ ਔਰਤ ਆਪਣੀ ਵਿਕਾਰੀ ਤਾਕਤ ਤੋਂ ਚੇਤੰਨ ਹੈ। ਜਿਹੜਾ ਵੀ ਉਹਦੇ ਸਾਮ੍ਹਣੇ ਆਉਂਦਾ ਜਾਂ ਉਸ ਦੇ ਕੋਲੋਂ ਦੀ ਲੰਘਦਾ ਉਹਦੇ ਵੱਲ ਜ਼ਰੂਰ ਵੇਖਦਾ ਸੀ। ਨੇਖਲੀਊਦੋਵ ਉਸ ਔਰਤ ਨਾਲੋਂ ਤੇਜ਼ ਕਦਮ ਪੁਟ ਰਿਹਾ ਸੀ, ਇਸ ਲਈ ਉਹਦੀ ਨਜ਼ਰ ਵੀ ਸੁਤੇ-ਸਿਧ ਉਹਦੇ ਚਿਹਰੇ ਉਤੇ ਪਈ। ਚਿਹਰਾ ਬੜਾ ਸੁੰਦਰ ਸੀ, ਸ਼ਾਇਦ ਔਰਤ ਨੇ ਸੁਰਖੀ ਪਾਊਡਰ ਵੀ ਮਲਿਆ ਹੋਇਆ ਸੀ। ਉਸ ਔਰਤ ਨੇ ਮੁਸਕ੍ਰਾ ਕੇ ਨੇਖਲੀਊਦੋਵ ਵੱਲ ਵੇਖਿਆ ਤੇ ਉਹਦੀਆਂ ਅੱਖਾਂ ਵਿਚੋਂ ਚੰਗਿਆੜੇ ਉਡਣ ਲੱਗੇ। ਅਤੇ ਬੜੀ ਅਜੀਬ ਗੱਲ, ਅਚਾਨਕ ਹੀ ਨੇਖਲੀਊਦੋਵ ਨੂੰ ਮਾਰੀਏਟ ਦਾ ਚੇਤਾ ਆ ਗਿਆ ਕਿਉਂਕਿ ਗੱਲ ਕੁਝ ਉਸ ਤਰ੍ਹਾਂ ਦੀ ਹੀ ਹੋਈ ਜਿਸ ਤਰ੍ਹਾਂ ਦੀ ਥੇਟਰ ਵਿਚ ਹੋਈ ਸੀ। ਨੇਖਲੀਊਦੋਵ ਨੂੰ ਇਹ ਸਭ ਕੁਝ ਦਿਲਕਸ਼ ਵੀ ਲੱਗਾ ਅਤੇ ਉਹਦਾ ਦਿਲ ਖਰਾਬ ਵੀ ਹੋਇਆ। ਨੇਖਲੀਊਦੋਵ ਛੇਤੀ ਛੇਤੀ ਉਸ ਔਰਤ ਦੇ ਅੱਗੋਂ ਲੰਘ ਗਿਆ। ਉਸ ਨੂੰ ਆਪਣੇ ਆਪ ਉਤੇ ਗੁੱਸਾ ਆ ਰਿਹਾ ਸੀ। ਇਸ ਸੜਕ ਤੋਂ ਉਹ ਮੋਰਸਕਾਯਾ ਵੱਲ ਮੁੜ ਗਿਆ ਤੇ ਪੁਸ਼ਤੇ ਦੇ ਨਾਲ ਨਾਲ ਤੁਰਨ ਲੱਗਾ। ਪਟੜੀ ਉਤੇ ਪਹੁੰਚ ਕੇ ਉਹ ਸੱਜੇ ਖੱਬੇ ਟਹਿਲਣ ਲੱਗ ਪਿਆ। ਡਿਊਟੀ ਦੇ ਰਿਹਾ ਪੁਲਸ ਵਾਲਾ ਉਸ ਦੇ ਵਿਹਾਰ ਤੋਂ ਹੈਰਾਨ ਰਹਿ ਗਿਆ ਸੀ।

"ਉਸ ਦੂਜੀ ਔਰਤ ਨੇ ਵੀ ਮੇਰੇ ਨਾਲ ਇਉਂ ਹੀ ਮੁਸਕ੍ਰਾ ਕੇ ਵੇਖਿਆ ਸੀ ਜਿਸ ਵੇਲੇ ਮੈਂ ਬਾਕਸ ਵਿਚ ਕਦਮ ਰੱਖਿਆ ਸੀ," ਉਸ ਨੂੰ ਖਿਆਲ ਆਇਆ। "ਦੋਵਾਂ ਮੁਸਕਾਨਾਂ ਦਾ ਮਤਲਬ ਇਕੋ ਹੀ ਸੀ। ਸਿਰਫ ਏਨਾ ਫਰਕ ਹੈ ਕਿ ਇਹਨੇ ਆਪਣੀ ਗੱਲ ਸਾਫ ਤੇ ਖੁਲ੍ਹੇ ਰੂਪ ਵਿਚ ਆਖ ਦਿੱਤੀ, 'ਜੇ ਮੇਰੀ ਲੋੜ ਹੈ ਤਾਂ ਮੈਂ ਹਾਜ਼ਰ ਹਾਂ, ਜੇ ਨਹੀਂ ਤਾਂ ਤੁਰਿਆ ਜਾ ਰਾਹੇ ਰਾਹੇ।' ਤੇ ਦੂਜੀ ਜਣੀ ਨੇ ਵਿਖਾਵਾ ਤਾਂ ਇਹ ਕੀਤਾ

ਸੀ ਕਿ ਉਹਦੇ ਦਿਲ ਦਿਮਾਗ਼ ਵਿਚ ਇਸ ਤਰ੍ਹਾਂ ਦੀ ਕੋਈ ਗੱਲ ਨਹੀਂ, ਸਗੋਂ ਉਹ ਬੜੇ ਉੱਚੇ ਤੇ ਸਭਿਅ ਪੱਧਰ ਦਾ ਜੀਵਨ ਜਿਊਂਦੀ ਹੈ, ਪਰ ਜੜ੍ਹ ਵਿਚ ਗੱਲ ਓਥੇ ਵੀ ਸੱਚਮੁਚ ਏਹੋ ਹੀ ਸੀ। ਇਹ ਔਰਤ ਘਟੋ ਘਟ ਸਚਾਈ ਨੂੰ ਲੁਕਾਉਂਦੀ ਤਾਂ ਨਹੀਂ, ਪਰ ਉਸ ਦੂਜੀ ਦੀ ਗੱਲ ਗੱਲ ਵਿਚੋਂ ਝੂਠ ਲਭਦਾ ਸੀ। ਨਾਲੇ, ਇਹ ਔਰਤ ਜੇ ਇਸ ਪਾਸੇ ਤੁਰ ਪਈ ਹੈ ਤਾਂ ਲੋੜ ਦੇ ਹਥੋਂ ਮਜਬੂਰ ਹੋ ਕੇ, ਅਤੇ ਦੂਜੀ ਔਰਤ ਵਾਸ਼ਨਾ ਦੇ ਲੁਭਾਇਮਾਨ ਪਰ ਨਾਲ ਹੀ ਘਿਣਾਉਣੇ ਤੇ ਖੌਫ਼ਨਾਕ ਜਜ਼ਬੇ ਨਾਲ ਖੇਡ ਕੇ ਆਪਣਾ ਦਿਲ ਖ਼ੁਸ਼ ਕਰਦੀ ਹੈ। ਸੜਕਾਂ ਤੇ ਫਿਰਦੀ ਇਹ ਔਰਤ ਖਲੋਤਾ ਬਦਬੂਦਾਰ ਪਾਣੀ ਹੈ ਜਿਸ ਨੂੰ ਉਹ ਲੋਕ ਪੀਂਦੇ ਹਨ ਜਿਨ੍ਹਾਂ ਦੀ ਪਿਆਸ ਉਹਨਾਂ ਦੀ ਕਰਹਿਤ-ਭਾਵਨਾ ਨਾਲੋਂ ਪ੍ਰਬਲ ਹੈ। ਤੇ ਉਹ ਥੇਟਰ ਵਾਲੀ ਦੂਜੀ ਔਰਤ ਇਕ ਐਸੀ ਜ਼ਹਿਰ ਹੈ ਜਿਹੜੀ ਜਿਸ ਚੀਜ਼ ਨੂੰ ਛੋਹ ਜਾਏ ਜ਼ਹਿਰੀਲਾ ਬਣਾ ਦੇਂਦੀ ਹੈ ਅਤੇ ਕਿਸੇ ਨੂੰ ਪਤਾ ਤੱਕ ਨਹੀਂ ਲੱਗਦਾ। ਨੇਖ਼ਲੀਊਦੋਵ ਨੂੰ ਕੁਲੀਨਾਂ ਦੇ ਪ੍ਰਧਾਨ ਦੀ ਵਹੁਟੀ ਨਾਲ ਆਪਣੇ ਮੁਆਸ਼ਕੇ ਦਾ ਚੇਤਾ ਆ ਗਿਆ ਤੇ ਉਹਦੀ ਕਲਪਨਾ ਵਿਚ ਸ਼ਰਮਸਾਰ ਕਰਨ ਵਾਲੀਆਂ ਯਾਦਾਂ ਨੇ ਸਿਰ ਚੁਕ ਲਏ।

"ਮਨੁਖ ਦੇ ਅੰਦਰਲਾ ਨਿਰਦਈ ਪਸ਼ੂਪੁਣਾ ਅਤਿਅੰਤ ਘਿਣਾਉਣੀ ਚੀਜ਼ ਹੈ," ਉਹ ਸੋਚਣ ਲੱਗਾ। "ਪਰ ਜਿੱਨਾਂ ਚਿਰ ਇਹ ਆਪਣੇ ਨੰਗੇ ਰੂਪ ਵਿਚ ਰਹਿੰਦਾ ਹੈ ਅਸੀਂ ਆਪਣੇ ਆਤਮਕ ਜੀਵਨ ਦੀ ਬੁਲੰਦੀ ਤੋਂ ਇਸ ਨੂੰ ਵੇਖਦੇ ਹਾਂ ਤੇ ਇਸ ਨਾਲ ਘਿਰਣਾ ਕਰਦੇ ਹਾਂ ਅਤੇ—ਬੰਦਾ ਭਾਵੇਂ ਇਸ ਦਾ ਮੁਕਾਬਲਾ ਕਰ ਸਕੇ ਜਾਂ ਇਸ ਅੱਗੇ ਹਾਰ ਜਾਏ—ਮਨੁਖ ਓਹੋ ਕੁਝ ਰਹਿੰਦਾ ਹੈ ਜੋ ਕੁਝ ਉਹ ਪਹਿਲਾਂ ਸੀ। ਪਰ ਜਦੋਂ ਏਹੋ ਪਸ਼ੂਪੁਣਾ ਆਪਣੇ ਆਪ ਨੂੰ ਕਵਿਤਾ ਤੇ ਸੁਹਜ ਦੀ ਭਾਵਨਾ ਦੇ ਕੱਜਣ ਵਿਚ ਲੁਕਾ ਲੈਂਦਾ ਹੈ ਅਤੇ ਮੰਗ ਕਰਦਾ ਹੈ ਕਿ ਅਸੀਂ ਇਸ ਦੀ ਪੂਜਾ ਕਰੀਏ, ਓਦੋਂ ਇਹ ਸਾਨੂੰ ਪੂਰੀ ਤਰ੍ਹਾਂ ਨਿਗਲ ਲੈਂਦਾ ਹੈ ਅਤੇ ਅਸੀਂ ਪਸ਼ੂਪੁਣੇ ਦੀ ਪੂਜਾ ਕਰਨ ਲੱਗ ਜਾਂਦੇ ਹਾਂ, ਤੇ ਨੇਕੀ ਨੂੰ ਬਦੀ ਨਾਲੋਂ ਨਿਖੇੜਨ ਦੇ ਕਾਬਿਲ ਨਹੀਂ ਰਹਿੰਦੇ। ਇਹ ਅਵਸਥਾ ਬੜੀ ਖੌਫ਼ਨਾਕ ਹੁੰਦੀ ਹੈ।"

ਨੇਖ਼ਲੀਊਦੋਵ ਨੂੰ ਹੁਣ ਇਹ ਸਭ ਕੁਝ ਇਉਂ ਸਾਫ਼ ਸਪਸ਼ਟ ਨਜ਼ਰ ਆਉਂਦਾ ਸੀ ਜਿਵੇਂ ਰਾਜ-ਮਹਿਲ, ਸੰਤਰੀ, ਕਿਲ੍ਹਾ, ਦਰਿਆ, ਬੇੜੀਆਂ ਅਤੇ ਸੱਟਾ ਬਾਜ਼ਾਰ ਨਜ਼ਰ ਆ ਰਹੇ ਸਨ।

ਅਤੇ ਜਿਸ ਤਰ੍ਹਾਂ ਅਜ ਗਰਮੀ ਦੇ ਮੌਸਮ ਤੇ ਉਤਰ ਦੇ ਇਲਾਕੇ ਵਿਚ ਧਰਤੀ ਉਤੇ ਸੁਖਦਾਈ ਤੇ ਸ਼ਾਂਤਮਈ ਹਨੇਰਾ ਨਹੀਂ ਸੀ, ਸਗੋਂ ਕਿਸੇ ਅਦਿਖ ਸੋਮੇ ਤੋਂ ਆ ਰਿਹਾ ਉਦਾਸ ਤੇ ਮਧਮ ਜਿਹਾ ਚਾਨਣ ਸੀ, ਓਸੇ ਹੀ ਤਰ੍ਹਾਂ ਨੇਖ਼ਲੀਊਦੋਵ ਦੀ ਆਤਮਾ ਵਿਚ ਅਗਿਆਨ ਦਾ ਸ਼ਾਤਮਈ ਹਨੇਰਾ ਨਹੀਂ ਸੀ ਰਿਹਾ।

ਸਭ ਕੁਝ ਸਾਫ਼ ਸਪਸ਼ਟ ਸੀ। ਇਹ ਗੱਲ ਸਪਸ਼ਟ ਸੀ ਕਿ ਅਹਿਮ ਤੇ ਚੰਗੀ ਸਮਝੀ ਜਾਂਦੀ ਹਰ ਚੀਜ਼ ਨਿਗੂਣੀ ਤੇ ਕਰਹਿਤਭਰੀ ਹੈ। ਇਹ ਵੀ ਸਾਫ਼ ਸੀ ਕਿ ਚਮਕ ਦਮਕ

ਤੇ ਐਸ਼ੋ-ਇਸ਼ਰਤ ਦੇ ਪਿੱਛੇ ਓਹੋ ਪੁਰਾਣੇ ਜਾਣੇ-ਪਛਾਣੇ ਜੁਰਮ ਲੁਕੇ ਹੋਏ ਹਨ ਜਿਨ੍ਹਾਂ ਦੀ ਨਾ ਸਿਰਫ ਕੋਈ ਸਜ਼ਾ ਹੀ ਨਹੀਂ ਮਿਲਦੀ ਸਗੋਂ ਜਿਨ੍ਹਾਂ ਨੂੰ ਲੋਕ ਆਪਣੀ ਕਲਪਨਾ-ਸ਼ਕਤੀ ਨਾਲ ਸੁੰਦਰ ਤੋਂ ਸੁੰਦਰ ਰੂਪ ਦੇਂਦੇ ਰਹਿੰਦੇ ਹਨ।

ਉਹ ਚਾਹੁੰਦਾ ਸੀ ਕਿ ਇਹ ਸਭ ਕੁਝ ਭੁਲ ਜਾਵੇ, ਇਸ ਵੱਲ ਅੱਖ ਪੁਟ ਕੇ ਨਾ ਵੇਖੇ, ਪਰ ਉਹ ਵੇਖੇ ਬਗੈਰ ਰਹਿ ਨਹੀਂ ਸੀ ਸਕਦਾ। ਉਹ ਚਾਨਣ ਦੇ ਉਸ ਸੋਮੇ ਨੂੰ ਨਹੀਂ ਸੀ ਵੇਖ ਸਕਦਾ ਜਿਸ ਨੇ ਇਹ ਸਭ ਕੁਝ ਉਹਦੇ ਸਾਮ੍ਹਣੇ ਉਜਾਗਰ ਕਰ ਦਿੱਤਾ ਸੀ, ਐਨ ਉਸੇ ਤਰ੍ਹਾਂ ਜਿਸ ਤਰ੍ਹਾਂ ਉਹ ਉਸ ਚਾਨਣ ਦੇ ਸੋਮੇ ਨੂੰ ਨਹੀਂ ਸੀ ਵੇਖ ਸਕਦਾ ਜਿਹੜਾ ਚਾਨਣ ਇਸ ਵੇਲੇ ਪੀਟਰਸਬਰਗ ਉਤੇ ਪਸਰਿਆ ਹੋਇਆ ਸੀ। ਅਤੇ ਭਾਵੇਂ ਇਹ ਚਾਨਣ ਉਸ ਨੂੰ ਮਧਮ, ਉਦਾਸ ਅਤੇ ਗੈਰ-ਕੁਦਰਤੀ ਜਿਹਾ ਲੱਗਦਾ ਸੀ ਤਾਂ ਵੀ ਜਿਹੜੀਆਂ ਚੀਜ਼ਾਂ ਨੂੰ ਇਹ ਉਜਾਗਰ ਕਰ ਰਿਹਾ ਸੀ ਉਹਨਾਂ ਨੂੰ ਉਹ ਵੇਖੇ ਬਿਨਾਂ ਨਹੀਂ ਸੀ ਰਹਿ ਸਕਦਾ। ਇਸ ਨਾਲ ਉਹਨੂੰ ਖੁਸ਼ੀ ਵੀ ਮਹਿਸੂਸ ਹੋ ਰਹੀ ਸੀ ਤੇ ਤੌਖਲਾ ਵੀ।

੨੯

ਮਾਸਕੋ ਵਾਪਸ ਆ ਕੇ ਨੇਖਲੀਊਦੋਵ ਸਿੱਧਾ ਜੇਲ੍ਹ ਦੇ ਹਸਪਤਾਲ ਪਹੁੰਚਾ ਤਾਂ ਜੋ ਮਾਸਲੋਵਾ ਨੂੰ ਇਹ ਬੁਰੀ ਖਬਰ ਸੁਣਾ ਦੇਵੇ ਕਿ ਸੈਨੇਟ ਨੇ ਅਦਾਲਤ ਦੇ ਫੈਸਲੇ ਉਤੇ ਮੋਹਰ ਲਾ ਦਿੱਤੀ ਹੈ ਤੇ ਹੁਣ ਉਹਨੂੰ ਸਾਇਬੇਰੀਆ ਜਾਣ ਦੀ ਤਿਆਰੀ ਕਰਨੀ ਚਾਹੀਦੀ ਹੈ।

ਵਕੀਲ ਨੇ ਮਹਾਰਾਜ ਹਜ਼ੂਰ ਦੇ ਨਾਂ ਇਕ ਦਰਖ਼ਾਸਤ ਲਿਖ ਦਿੱਤੀ ਸੀ ਅਤੇ ਨੇਖਲੀਊਦੋਵ ਉਸ ਨੂੰ ਨਾਲ ਲੈ ਆਇਆ ਸੀ ਤਾਂ ਜੋ ਮਾਸਲੋਵਾ ਦੇ ਉਸ ਉਤੇ ਦਸਖ਼ਤ ਹੋ ਜਾਣ, ਪਰ ਉਸ ਨੂੰ ਇਸ ਕੰਮ ਵਿਚ ਸਫਲਤਾ ਦੀ ਕੋਈ ਆਸ ਨਹੀਂ ਸੀ। ਤੇ ਅਜੀਬ ਗੱਲ ਤਾਂ ਇਹ ਸੀ ਕਿ ਹੁਣ ਉਹ ਚਾਹੁੰਦਾ ਵੀ ਨਹੀਂ ਸੀ ਕਿ ਅਪੀਲ ਮਨਜ਼ੂਰ ਹੋਵੇ। ਇਹ ਖਿਆਲ ਉਹਦੇ ਮਨ ਵਿਚ ਘਰ ਕਰ ਗਿਆ ਸੀ ਕਿ ਉਹ ਸਾਇਬੇਰੀਆ ਜਾਏਗਾ ਅਤੇ ਦੇਸ-ਬਦਰ ਕੀਤੇ ਤੇ ਸਜ਼ਾਯਾਫਤਾ ਲੋਕਾਂ ਵਿਚਕਾਰ ਰਹੇਗਾ। ਜੇ ਮਾਸਲੋਵਾ ਬਰੀ ਹੋ ਗਈ ਤਾਂ ਉਹਨਾਂ ਦੋਹਾਂ ਦਾ ਜੀਵਨ ਕਿਹੜਾ ਰੂਪ ਧਾਰਨ ਕਰੇਗਾ, ਉਹਦੇ ਵਾਸਤੇ ਇਹ ਕਲਪਨਾ ਕਰਨਾ ਹੀ ਮੁਸ਼ਕਲ ਹੋ ਗਿਆ ਸੀ। ਉਸ ਨੂੰ ਇਕ ਅਮ੍ਰੀਕੀ ਲੇਖਕ ਥੋਰੋ ਦਾ ਖਿਆਲ ਆਉਂਦਾ ਜਿਸ ਨੇ ਉਸ ਸਮੇਂ ਜਦੋਂ ਅਮ੍ਰੀਕਾ ਵਿਚ ਗੁਲਾਮੀ ਦੀ ਪ੍ਰਥਾ ਪ੍ਰਚਲਤ ਸੀ ਲਿਖਿਆ ਸੀ "ਜਿਹੜੀ ਸਰਕਾਰ ਦੇ ਰਾਜ ਵਿਚ ਕਿਸੇ ਵੀ ਆਦਮੀ ਨੂੰ ਨਾਹੱਕ ਜੇਲ੍ਹ ਵਿਚ ਸੁੱਟਿਆ ਜਾਂਦਾ ਹੈ, ਓਥੇ ਇਨਸਾਫਪਸੰਦ ਆਦਮੀ ਦੀ ਅਸਲ ਥਾਂ ਵੀ ਜੇਲ੍ਹ ਵਿਚ ਹੀ ਹੈ।" ਨੇਖਲੀਊਦੋਵ ਦਾ ਵੀ ਏਹੋ ਹੀ ਖਿਆਲ ਸੀ। ਖਾਸ ਕਰਕੇ ਆਪਣੇ ਪੀਟਰਸਬਰਗ ਦੇ ਦੌਰੇ ਸਮੇਂ ਜੋ ਕੁਝ ਓਥੇ ਵੇਖਿਆ ਸੀ ਉਸ ਤੋਂ ਪਿਛੋਂ ਉਹ ਇਸ ਤਰ੍ਹਾਂ ਸੋਚਣ ਲੱਗ ਪਿਆ ਸੀ।

"ਠੀਕ ਹੈ, ਇਸ ਵੇਲੇ ਰੂਸ ਵਿਚ ਇਕ ਈਮਾਨਦਾਰ ਆਦਮੀ ਲਈ ਇਕੋ ਇਕ ਥਾਂ ਜੇਲ੍ਹ ਹੀ ਹੈ," ਉਸ ਦਾ ਖਿਆਲ ਸੀ। ਜਿਸ ਵੇਲੇ ਉਹ ਬੱਘੀ ਵਿਚ ਬੈਠ ਕੇ ਜੇਲ੍ਹ ਪੁਜਾ ਅਤੇ ਇਸ ਦੀ ਚਾਰਦੀਵਾਰੀ ਵਿਚ ਦਾਖਲ ਹੋਇਆ, ਤਾਂ ਉਸ ਨੇ ਇਹ ਵੀ ਮਹਿਸੂਸ ਕੀਤਾ ਕਿ ਇਹ ਗੱਲ ਜ਼ਾਤੀ ਤੌਰ ਤੇ ਉਹਦੇ ਆਪਣੇ ਉਤੇ ਵੀ ਲਾਗੂ ਹੁੰਦੀ ਹੈ।

ਹਸਪਤਾਲ ਦੇ ਦਰਬਾਨ ਨੇ ਨੇਖਲੀਊਦੋਵ ਨੂੰ ਪਛਾਣ ਲਿਆ, ਅਤੇ ਫੌਰਨ ਉਸ ਨੂੰ ਦੱਸਿਆ ਕਿ ਮਾਸਲੋਵਾ ਹੁਣ ਏਥੇ ਨਹੀਂ ਹੈ।

"ਫੇਰ ਕਿਥੇ ਹੈ ਉਹ?"

"ਉਸ ਨੂੰ ਫੇਰ ਜੇਲ੍ਹ ਵਿਚ ਭੇਜ ਦਿੱਤਾ ਗਿਐ।"

"ਉਧਰ ਕਿਉਂ ਭੇਜ ਦਿੱਤਾ ਹੈ ਉਹਨੂੰ?" ਨੇਖਲੀਊਦੋਵ ਨੇ ਪੁੱਛਿਆ।

"ਕੀ ਦੱਸੀਏ ਹਜ਼ੂਰ, ਏਹ ਕਿੱਦਾਂ ਦੇ ਲੋਕ ਨੇ?" ਦਰਬਾਨ ਨੇ ਆਖਿਆ। ਉਹਦੇ ਬੁਲ੍ਹਾਂ ਉਤੇ ਨਫਰਤਭਰੀ ਮੁਸਕ੍ਰਾਹਟ ਸੀ। "ਕੰਪੌਂਡਰ ਨਾਲ ਇਸ਼ਕ ਲੜਾਉਣ ਲੱਗ ਪਈ, ਸੋ ਡਾਕਟਰ ਨੇ ਵਾਪਸ ਭੇਜ ਦੇਣ ਦਾ ਹੁਕਮ ਕਰ ਦਿੱਤਾ।"

ਨੇਖਲੀਊਦੋਵ ਨੂੰ ਹਾਲੇ ਤੱਕ ਇਸ ਗੱਲ ਦਾ ਅੰਦਾਜ਼ਾ ਤੱਕ ਨਹੀਂ ਸੀ ਕਿ ਮਾਸਲੋਵਾ ਤੇ ਉਹਦੀ ਮਾਨਸਿਕ ਅਵਸਥਾ ਦਾ ਉਹਦੇ ਉਤੇ ਡੂੰਘਾ ਅਸਰ ਹੋਵੇਗਾ। ਇਹ ਖਬਰ ਸੁਣ ਕੇ ਉਹਦਾ ਸਰੀਰ ਸੁੰਨ ਹੋ ਗਿਆ, ਉਹਦਾ ਦਿਲ ਤੜਫ ਉੱਠਿਆ ਜਿਵੇਂ ਕੋਈ ਬਹੁਤ ਵੱਡੀ ਤੇ ਅਚਾਨਕ ਆ ਪਈ ਬਿਪਤਾ ਦੀ ਖਬਰ ਸੁਣ ਕੇ ਹੁੰਦਾ ਹੈ। ਉਹਦਾ ਰੋਮ ਰੋਮ ਤੜਫ ਉੱਠਿਆ ਸੀ। ਸਭ ਤੋਂ ਪਹਿਲਾਂ ਤਾਂ ਉਹ ਸ਼ਰਮ ਨਾਲ ਪਾਣੀ ਪਾਣੀ ਹੋ ਗਿਆ ਮਹਿਸੂਸ ਕਰ ਰਿਹਾ ਸੀ। ਉਹਦਾ ਖਿਆਲ ਸੀ ਕਿ ਮਾਸਲੋਵਾ ਦੇ ਅੰਦਰ ਕੋਈ ਤਬਦੀਲੀ ਆ ਰਹੀ ਹੈ ਤੇ ਇਸ ਗੱਲ ਦੀ ਉਸ ਨੂੰ ਖੁਸ਼ੀ ਹੋ ਰਹੀ ਸੀ। ਪਰ ਹੁਣ ਇਸ ਖਬਰ ਨਾਲ ਉਸ ਨੂੰ ਆਪਣਾ ਆਪ ਆਪਣੀ ਨਜ਼ਰ ਵਿਚ ਹਾਸੋਹੀਣਾ ਜਾਪਣ ਲੱਗ ਪਿਆ ਸੀ। ਮਾਸਲੋਵਾ ਆਖਦੀ ਹੁੰਦੀ ਸੀ ਕਿ ਉਹ ਨਹੀਂ ਚਾਹੁੰਦੀ ਨੇਖਲੀਊਦੋਵ ਉਹਦੇ ਲਈ ਕੋਈ ਕੁਰਬਾਨੀ ਕਰੇ। ਉਹ ਨੇਖਲੀਊਦੋਵ ਨੂੰ ਝਾੜਿਆ ਫਿਟਕਾਰਿਆ ਕਰਦੀ ਸੀ ਤੇ ਰੋਂਦੀ ਹੁੰਦੀ ਸੀ। ਹੁਣ ਨੇਖਲੀਊਦੋਵ ਨੂੰ ਖਿਆਲ ਆ ਰਿਹਾ ਸੀ ਕਿ ਇਹ ਇਕ ਨੀਚ ਔਰਤ ਦੇ ਚਲਿਤਰ ਸਨ ਜਿਹੜੀ ਉਸ ਨੂੰ ਵਰਤ ਕੇ ਆਪਣਾ ਉਲੂ ਸਿੱਧਾ ਕਰਨਾ ਚਾਹੁੰਦੀ ਸੀ। ਉਸ ਨੂੰ ਯਾਦ ਆਇਆ ਕਿ ਪਿਛਲੀ ਵਾਰੀ ਜਦੋਂ ਉਹ ਮਾਸਲੋਵਾ ਨੂੰ ਮਿਲਿਆ ਸੀ ਤਾਂ ਉਸ ਨੇ ਉਹਦੇ ਅੰਦਰ ਢੀਠਤਾ ਦੇ ਕੁਝ ਲੱਛਣ ਵੇਖੇ ਸਨ। ਸੁਭਾਵਕ ਹੀ ਜਦੋਂ ਉਹ ਟੋਪੀ ਆਪਣੇ ਸਿਰ ਉਤੇ ਰੱਖ ਕੇ ਹਸਪਤਾਲ ਵਿਚੋਂ ਬਾਹਰ ਨਿਕਲਿਆ ਤਾਂ ਇਹ ਸਾਰੇ ਖਿਆਲ ਬਿਜਲੀ ਦੀ ਲਹਿਰ ਵਾਂਗ ਉਹਦੇ ਮਨ ਵਿਚੋਂ ਲੰਘ ਗਏ ਸਨ।

"ਹੁਣ ਮੈਂ ਕੀ ਕਰਾਂ? ਕੀ ਮੈਂ ਹਾਲੇ ਵੀ ਉਹਦੇ ਨਾਲ ਬੱਝਾ ਹੋਇਆ ਹਾਂ? ਕੀ ਉਸ ਦੀ ਇਸ ਹਰਕਤ ਨਾਲ ਮੈਂ ਆਜ਼ਾਦ ਨਹੀਂ ਹੋ ਗਿਆ?" ਉਸ ਨੇ ਆਪਣੇ ਆਪ ਨੂੰ ਪੁੱਛਿਆ :

ਪਰ ਜਦੋਂ ਉਸ ਨੇ ਆਪਣੇ ਆਪ ਕੋਲੋਂ ਇਹ ਸਵਾਲ ਪੁੱਛੇ, ਤਾਂ ਉਸ ਨੂੰ ਇਕਦਮ ਸਮਝ ਆ ਗਈ ਕਿ ਜੇ ਉਹ ਆਪਣੇ ਆਪ ਨੂੰ ਆਜ਼ਾਦ ਹੋ ਗਿਆ ਸਮਝ ਲਵੇ ਅਤੇ ਮਾਸਲੋਵਾ ਨੂੰ ਉਹਦੇ ਹਾਲ ਤੇ ਛੱਡ ਦੇਵੇ ਤਾਂ ਉਹ ਉਸ ਨੂੰ ਨਹੀਂ, ਆਪਣੇ ਆਪ ਨੂੰ ਸਜ਼ਾ ਦੇ ਰਿਹਾ ਹੋਵੇਗਾ। ਚਾਹੁੰਦਾ ਤਾਂ ਉਹ ਇਹ ਸੀ ਕਿ ਮਾਸਲੋਵਾ ਨੂੰ ਸਜ਼ਾ ਦੇਵੇ। ਪਰ ਇਸ ਤਰ੍ਹਾਂ ਸੋਚ ਕੇ ਉਸ ਦਾ ਤ੍ਰਾਹ ਨਿਕਲ ਗਿਆ ਸੀ।

"ਨਹੀਂ, ਜੋ ਕੁਝ ਹੋ ਬੀਤ ਗਿਆ ਹੈ ਉਸ ਨੂੰ ਬਦਲਿਆ ਨਹੀਂ ਜਾ ਸਕਦਾ। ਇਸ ਨਾਲ ਸਗੋਂ ਮੇਰਾ ਇਰਾਦਾ ਹੋਰ ਮਜ਼ਬੂਤ ਹੋਣਾ ਚਾਹੀਦਾ ਹੈ। ਉਹ ਜਿਸ ਮਾਨਸਿਕ ਅਵਸਥਾ ਵਿਚ ਹੈ, ਉਸ ਵਿਚ ਜੋ ਉਹਦੇ ਮਨ ਵਿਚ ਆਉਂਦਾ ਹੈ ਕਰੀ ਜਾਵੇ। ਜੇ ਉਹ ਕੰਪੋਂਡਰ ਨਾਲ ਇਸ਼ਕ ਲੜਾਉਂਦੀ ਹੈ ਤਾਂ ਲੜਾਈ ਜਾਵੇ। ਇਹ ਉਸ ਦਾ ਆਪਣਾ ਮਾਮਲਾ ਹੈ। ਮੈਨੂੰ ਉਹ ਕੁਝ ਕਰਨਾ ਚਾਹੀਦਾ ਹੈ ਜੋ ਕੁਝ ਮੇਰੀ ਜ਼ਮੀਰ ਮੈਨੂੰ ਕਰਨ ਵਾਸਤੇ ਕਹਿੰਦੀ ਹੈ। ਤੇ ਮੇਰੀ ਜ਼ਮੀਰ ਇਹ ਕਹਿੰਦੀ ਹੈ ਕਿ ਮੈਨੂੰ ਆਪਣੀ ਆਜ਼ਾਦੀ ਦੀ ਕੁਰਬਾਨੀ ਕਰਨੀ ਚਾਹੀਦੀ ਹੈ। ਮੇਰਾ ਉਹਦੇ ਨਾਲ ਵਿਆਹ ਕਰਾਉਣ ਦਾ ਫੈਸਲਾ, ਭਾਵੇਂ ਇਹ ਵਿਆਹ ਮਹਿਜ਼ ਇਕ ਰਸਮ ਹੀ ਹੋਵੇ, ਤੇ ਜਿਥੇ ਕਿਤੇ ਵੀ ਉਹ ਜਾਵੇ ਉਹਦੇ ਨਾਲ ਜਾਣ ਦਾ ਫੈਸਲਾ ਪੱਥਰ ਤੇ ਲਕੀਰ ਹੈ।" ਨੇਖਲੀਊਦੋਵ ਨੇ ਵਿਹੁਲੀ ਢੀਠਤਾ ਨਾਲ ਆਪਣੇ ਆਪ ਨੂੰ ਆਖਿਆ ਜਦੋਂ ਉਹ ਹਸਪਤਾਲ ਵਿਚੋਂ ਨਿਕਲ ਕੇ ਮਜ਼ਬੂਤ ਕਦਮਾਂ ਰੱਖਦਾ ਜੇਲ੍ਹ ਦੇ ਵੱਡੇ ਫਾਟਕ ਵੱਲ ਜਾ ਰਿਹਾ ਸੀ।

ਉਸ ਨੇ ਫਾਟਕ ਉਤੇ ਡਿਊਟੀ ਤੇ ਖੜੇ ਜੇਲ੍ਹਰ ਨੂੰ ਆਖਿਆ ਕਿ ਉਹ ਇੰਸਪੈਕਟਰ ਨੂੰ ਖਬਰ ਕਰ ਦੇਵੇ ਕਿ ਮੈਂ ਮਾਸਲੋਵਾ ਨੂੰ ਮਿਲਣਾ ਚਾਹੁੰਦਾ ਹਾਂ। ਜੇਲ੍ਹਰ ਨੇਖਲੀਊਦੋਵ ਨੂੰ ਜਾਣਦਾ ਸੀ, ਅਤੇ ਇਕ ਜਾਣ-ਪਛਾਣ ਵਾਲੇ ਬੰਦੇ ਦੇ ਨਾਤੇ ਉਹਦੇ ਨਾਲ ਗੱਲ ਕਰਦਿਆਂ ਉਸ ਨੇ ਜੇਲ੍ਹ ਦੀ ਅਹਿਮ ਖਬਰ ਸੁਣਾ ਦਿੱਤੀ। ਪੁਰਾਣੇ ਇੰਸਪੈਕਟਰ ਦੀ ਥਾਂ ਇਕ ਨਵਾਂ ਇੰਸਪੈਕਟਰ ਆ ਗਿਆ ਹੈ ਜਿਹੜਾ ਬੜੇ ਸਖ਼ਤ ਸੁਭਾ ਵਾਲਾ ਬੰਦਾ ਹੈ।

"ਅਜਕਲ ਏਨੀ ਸਖ਼ਤੀ ਵਰਤਣ ਲੱਗ ਪਏ ਜੇ ਕਿ ਪੁੱਛੋ ਕੁਝ ਨਾ," ਜੇਲ੍ਹਰ ਨੇ ਆਖਿਆ। "ਨਵਾਂ ਇੰਸਪੈਕਟਰ ਦਫਤਰ ਵਿਚ ਈ ਏ, ਮੈਂ ਹੁਣੇ ਖਬਰ ਕਰ ਦੇਂਦਾ ਆਂ।"

ਨਵਾਂ ਇੰਸਪੈਕਟਰ ਜੇਲ੍ਹ ਦੇ ਅੰਦਰ ਸੀ ਤੇ ਉਹ ਛੇਤੀ ਹੀ ਬਾਹਰ ਨੇਖਲੀਊਦੋਵ ਨੂੰ ਮਿਲਣ ਆ ਗਿਆ। ਉਹ ਇਕ ਉਚਾ ਲੰਮਾ, ਤਿੱਖੇ ਨੈਣ-ਨਕਸ਼ਾਂ ਵਾਲਾ ਆਦਮੀ ਸੀ ਜਿਸ ਦੀਆਂ ਗੱਲ੍ਹਾਂ ਦੀਆਂ ਹੱਡੀਆਂ ਉਭਰੀਆਂ ਹੋਈਆਂ ਸਨ। ਚਾਲ ਢਾਲ ਬਹੁਤ ਹੀ ਸੁਸਤ ਅਤੇ ਗਲਬਾਤ ਕਰਨ ਵਿਚ ਰੁੱਖਾ।

"ਮੁਲਾਕਾਤ ਦੀ ਇਜਾਜ਼ਤ ਮੁਲਾਕਾਤੀ ਕਮਰੇ ਵਿਚ ਹੀ ਮਿਲ ਸਕਦੀ ਹੈ ਤੇ ਉਹ ਵੀ ਮਿੱਥੇ ਹੋਏ ਦਿਨਾਂ ਉਤੇ," ਉਸ ਨੇ ਨੇਖਲੀਊਦੋਵ ਵੱਲ ਵੇਖੇ ਬਿਨਾਂ ਹੀ ਆਖਿਆ।

"ਪਰ ਮੇਰੇ ਕੋਲ ਮਹਾਰਾਜ ਹਜ਼ੂਰ ਦੇ ਨਾਂ ਇਕ ਦਰਖ਼ਾਸਤ ਹੈ ਜਿਸ ਉਤੇ ਦਸਖ਼ਤ ਕਰਵਾਉਣੇ ਹਨ।"

"ਦਰਖ਼ਾਸਤ ਤੁਸੀਂ ਮੈਨੂੰ ਦੇ ਸਕਦੇ ਹੋ।"

"ਮੇਰਾ ਖੁਦ ਕੈਦੀ ਨੂੰ ਮਿਲਣਾ ਜ਼ਰੂਰੀ ਹੈ। ਪਹਿਲਾਂ ਮੈਨੂੰ ਹਮੇਸ਼ਾ ਇਜਾਜ਼ਤ ਮਿਲ ਜਾਂਦੀ ਰਹੀ ਹੈ।"

"ਹਾਂ, ਇਹ ਪਹਿਲਾਂ ਦੀ ਗੱਲ ਹੈ," ਇੰਸਪੈਕਟਰ ਨੇ ਚੋਰ-ਨਜ਼ਰ ਨਾਲ ਨੇਖਲੀਊਦੋਵ ਵੱਲ ਵੇਖਦਿਆਂ ਆਖਿਆ।

"ਮੈਨੂੰ ਗਵਰਨਰ ਵਲੋਂ ਇਜਾਜ਼ਤ ਮਿਲੀ ਹੋਈ ਹੈ," ਨੇਖਲੀਊਦੋਵ ਨੇ ਆਪਣੀ ਗੱਲ ਉਤੇ ਜ਼ੋਰ ਦਿੱਤਾ ਅਤੇ ਜੇਬ ਵਿਚੋਂ ਆਪਣਾ ਬਟੂਆ ਕੱਢਿਆ।

"ਵਿਖਾਓ ਜ਼ਰਾ," ਇੰਸਪੈਕਟਰ ਨੇ ਆਖਿਆ ਤੇ ਬਿਨਾਂ ਉਹਦੇ ਨਾਲ ਨਜ਼ਰ ਮਿਲਾਇਆਂ ਆਪਣਾ ਹੱਥ ਵਧਾ ਕੇ ਇਜਾਜ਼ਤਨਾਮਾ ਫੜ ਲਿਆ। ਉਹਦੇ ਹੱਥ ਦੀਆਂ ਉਂਗਲਾਂ ਲੰਮੀਆਂ, ਗੋਰੀਆਂ ਤੇ ਸਖ਼ਤ ਸਨ ਤੇ ਚੀਚੀ ਵਿਚ ਉਸ ਨੇ ਸੋਨੇ ਦੀ ਮੁੰਦਰੀ ਪਾਈ ਹੋਈ ਸੀ। ਹੌਲੀ ਹੌਲੀ ਉਸ ਨੇ ਇਜਾਜ਼ਤਨਾਮਾ ਪੜ੍ਹਿਆ। "ਮਿਹਰਬਾਨੀ ਕਰ ਕੇ ਅੰਦਰ ਦਫਤਰ ਵਿਚ ਆ ਜਾਓ," ਉਸ ਨੇ ਆਖਿਆ।

ਇਸ ਵਾਰੀ ਦਫਤਰ ਵਿਚ ਹੋਰ ਕੋਈ ਨਹੀਂ ਸੀ। ਇੰਸਪੈਕਟਰ ਮੇਜ਼ ਦੇ ਕੋਲ ਬਹਿ ਗਿਆ ਤੇ ਇਸ ਉਪਰ ਰੱਖੇ ਕਾਗ਼ਜ਼ ਪਤਰਾਂ ਨੂੰ ਛਾਂਟਣ ਲੱਗ ਪਿਆ। ਜ਼ਾਹਿਰ ਸੀ ਕਿ ਉਹਦਾ ਇਰਾਦਾ ਮੁਲਾਕਾਤ ਵੇਲੇ ਓਥੇ ਮੌਜੂਦ ਰਹਿਣ ਦਾ ਸੀ। ਜਦੋਂ ਨੇਖਲੀਊਦੋਵ ਨੇ ਪੁੱਛਿਆ ਕਿ ਕੀ ਉਹ ਰਾਜਨੀਤਕ ਕੈਦਣ ਬੋਗੋਦੂਖੋਵਸਕਾਯਾ ਨੂੰ ਮਿਲ ਸਕਦਾ ਹੈ, ਤਾਂ ਇੰਸਪੈਕਟਰ ਨੇ ਦੋ ਟੂਕ ਜਵਾਬ ਦਿੱਤਾ ਕਿ ਨਹੀਂ।

"ਰਾਜਨੀਤਕ ਕੈਦੀਆਂ ਨਾਲ ਮੁਲਾਕਾਤ ਦੀ ਇਜਾਜ਼ਤ ਨਹੀਂ," ਉਸ ਨੇ ਆਖਿਆ ਤੇ ਫੇਰ ਬੜੇ ਗਹੁ ਨਾਲ ਆਪਣੇ ਕਾਗ਼ਜ਼ਾਂ ਨੂੰ ਵੇਖਣ ਲੱਗ ਪਿਆ।

ਬੋਗੋਦੂਖੋਵਸਕਾਯਾ ਵਾਸਤੇ ਇਕ ਚਿੱਠੀ ਨੇਖਲੀਊਦੋਵ ਦੀ ਜੇਬ ਵਿਚ ਸੀ। ਉਸ ਨੂੰ ਮਹਿਸੂਸ ਹੋਇਆ ਜਿਵੇਂ ਉਹ ਕੋਈ ਜੁਰਮ ਕਰਨ ਦੀ ਕੋਸ਼ਿਸ਼ ਕਰ ਰਿਹਾ ਹੋਵੇ ਤੇ ਉਸ ਦੀਆਂ ਗੋਂਦਾਂ ਤੋਂ ਪਰਦਾ ਚੁੱਕਿਆ ਗਿਆ ਹੋਵੇ ਤੇ ਉਹਨਾਂ ਉਤੇ ਪਾਣੀ ਫਿਰ ਗਿਆ ਹੋਵੇ।

ਜਦੋਂ ਮਾਸਲੋਵਾ ਕਮਰੇ ਵਿਚ ਦਾਖਲ ਹੋਈ ਤੇ ਬਿਨਾਂ ਕਿਸੇ ਵੱਲ ਵੇਖਿਆਂ ਇੰਸਪੈਕਟਰ ਨੇ ਸਿਰ ਉਪਰ ਕੀਤਾ ਤੇ ਆਖਿਆ, "ਤੁਸੀਂ ਗਲਬਾਤ ਕਰ ਸਕਦੇ ਹੋ," ਅਤੇ ਫੇਰ ਆਪਣੇ ਕਾਗ਼ਜ਼ ਛਾਂਟਣ ਲੱਗ ਪਿਆ।

ਇਸ ਵਾਰੀ ਵੀ ਮਾਸਲੋਵਾ ਨੇ ਚਿੱਟੀ ਜੈਕਟ ਤੇ ਸਕਰਟ ਪਾਈ ਹੋਈ ਸੀ ਤੇ ਸਿਰ ਉਤੇ ਰੁਮਾਲ ਬੰਨ੍ਹਿਆ ਹੋਇਆ ਸੀ। ਉਹ ਨੇਖਲੀਊਦੋਵ ਦੇ ਕੋਲ ਆ ਗਈ। ਉਸ ਨੇ ਵੇਖਿਆ ਕਿ ਨੇਖਲੀਊਦੋਵ ਦੀ ਤਕਣੀ ਵਿਚ ਕਠੋਰਤਾ ਤੇ ਬੇਰੁਖ਼ੀ ਹੈ ਤੇ ਮਾਸਲੋਵਾ ਦਾ ਚਿਹਰਾ ਲਾਲ ਸੁਰਖ਼ ਹੋ ਗਿਆ ਤੇ ਆਪਣੀ ਜੈਕਟ ਦੇ ਘੇਰੇ ਨੂੰ ਆਪਣੇ ਹੱਥ ਨਾਲ ਵੱਟ ਚਾੜ੍ਹਦਿਆਂ ਉਹਨੇ ਅੱਖਾਂ ਨੀਵੀਆਂ ਕਰ ਲਈਆਂ। ਨੇਖਲੀਊਦੋਵ ਨੂੰ ਲੱਗਾ ਜਿਵੇਂ ਮਾਸਲੋਵਾ ਦੀ ਘਬਰਾਹਟ ਹਸਪਤਾਲ ਦੇ ਦਰਬਾਨ ਦੀ ਆਖੀ ਗੱਲ ਦੀ ਪੁਸ਼ਟੀ ਕਰ ਰਹੀ ਹੋਵੇ।

ਨੇਖਲੀਊਦੋਵ ਮਾਸਲੋਵਾ ਨੂੰ ਓਸੇ ਹੀ ਤਰ੍ਹਾਂ ਮਿਲਣਾ ਚਾਹੁੰਦਾ ਸੀ ਜਿਵੇਂ ਪਹਿਲਾਂ

ਮਿਲਦਾ ਹੁੰਦਾ ਸੀ, ਪਰ ਫੇਰ ਵੀ ਉਹਦਾ ਜੀਅ ਨਹੀਂ ਕੀਤਾ ਕਿ ਉਹਦੇ ਨਾਲ ਹੱਥ ਮਿਲਾਵੇ। ਨੇਖਲੀਊਦੋਵ ਨੂੰ ਇਸ ਵੇਲੇ ਉਸ ਤੋਂ ਘਿਣ ਆ ਰਹੀ ਸੀ।

"ਮੈਂ ਤੁਹਾਨੂੰ ਬੁਰੀ ਖਬਰ ਦੇਣ ਆਇਆ ਹਾਂ," ਉਸ ਨੇ ਰੁੱਖੀ ਜਿਹੀ ਆਵਾਜ਼ ਵਿਚ ਆਖਿਆ। ਨੇਖਲੀਊਦੋਵ ਨੇ ਨਾ ਤਾਂ ਮਾਸਲੋਵਾ ਨਾਲ ਹੱਥ ਹੀ ਮਿਲਾਇਆ ਤੇ ਨਾ ਹੀ ਨਜ਼ਰ ਚੁੱਕ ਕੇ ਉਹਦੇ ਵੱਲ ਵੇਖਿਆ। "ਸੈਨੇਟ ਨੇ ਅਪੀਲ ਰੱਦ ਕਰ ਦਿੱਤੀ ਹੈ।"

"ਮੈਨੂੰ ਪਤਾ ਸੀ ਕਿ ਰੱਦ ਹੋ ਜਾਏਗੀ," ਉਸ ਨੇ ਅਜੀਬ ਆਵਾਜ਼ ਵਿਚ ਆਖਿਆ ਜਿਵੇਂ ਉਹਦਾ ਦਮ ਘੁਟ ਰਿਹਾ ਹੋਵੇ।

ਜੇ ਪਹਿਲਾਂ ਕਦੇ ਇਹ ਗੱਲ ਹੋਈ ਹੁੰਦੀ ਤਾਂ ਨੇਖਲੀਊਦੋਵ ਉਸ ਤੋਂ ਪੁੱਛਦਾ ਕਿ ਉਸ ਨੂੰ ਕਿਵੇਂ ਪਤਾ ਸੀ ਇਸ ਗੱਲ ਦਾ। ਪਰ ਹੁਣ ਉਹਨੇ ਸਿਰਫ ਉਹਦੇ ਵੱਲ ਵੇਖਿਆ ਹੀ ਸੀ। ਮਾਸਲੋਵਾ ਦੀਆਂ ਅੱਖਾਂ ਵਿਚ ਹੰਝੂ ਭਰ ਆਏ ਸਨ।

ਪਰ ਇਸ ਨਾਲ ਨੇਖਲੀਊਦੋਵ ਦਾ ਦਿਲ ਨਹੀਂ ਪੰਘਰਿਆ, ਸਗੋਂ ਉਹਨੂੰ ਹੋਰ ਵੀ ਬਹੁਤੀ ਖਿੱਝ ਚੜ੍ਹ ਗਈ।

ਇੰਸਪੈਕਟਰ ਉੱਠ ਕੇ ਖੜਾ ਹੋ ਗਿਆ ਤੇ ਕਮਰੇ ਵਿਚ ਏਧਰ ਓਧਰ ਟਹਿਲਣ ਲੱਗ ਪਿਆ।

ਉਸ ਘੜੀ ਨੇਖਲੀਊਦੋਵ ਦੇ ਮਨ ਵਿਚ ਮਾਸਲੋਵਾ ਲਈ ਜੋ ਨਫਰਤ ਉਬਾਲੇ ਖਾ ਰਹੀ ਸੀ, ਉਸ ਦੇ ਬਾਵਜੂਦ ਉਹਨੇ ਇਹ ਠੀਕ ਸਮਝਿਆ ਕਿ ਸੈਨੇਟ ਦੇ ਫੈਸਲੇ ਉਤੇ ਆਪਣੇ ਵਲੋਂ ਅਫਸੋਸ ਪ੍ਰਗਟ ਕਰੇ।

"ਤੁਹਾਨੂੰ ਨਿਰਾਸ਼ ਨਹੀਂ ਹੋਣਾ ਚਾਹੀਦਾ," ਉਸ ਨੇ ਆਖਿਆ। "ਹੋ ਸਕਦਾ ਹੈ ਮਹਾਰਾਜ ਦੇ ਨਾਂ ਭੇਜੀ ਦਰਖ਼ਾਸਤ ਦਾ ਚੰਗਾ ਹੀ ਨਤੀਜਾ ਨਿਕਲ ਆਵੇ। ਤੇ ਮੈਨੂੰ ਆਸ ਹੈ..."

"ਮੈਂ ਉਹਦੇ ਬਾਰੇ ਤਾਂ ਨਹੀਂ ਸੋਚ ਰਹੀ," ਉਸ ਨੇ ਦਰਦਭਰੀਆਂ ਨਜ਼ਰਾਂ ਨਾਲ ਨੇਖਲੀਊਦੋਵ ਵੱਲ ਵੇਖਦਿਆਂ ਆਖਿਆ। ਉਹਦੀਆਂ ਭੈਂਗੀਆਂ ਅੱਖਾਂ ਸਿਲ੍ਹੀਆਂ ਹੋ ਗਈਆਂ।

"ਫੇਰ ਕੀ ਸੋਚ ਰਹੇ ਹੋ?"

"ਤੁਸੀਂ ਹਸਪਤਾਲ ਗਏ ਹੋਵੋਗੇ ਤੇ ਓਥੇ ਉਹਨਾਂ ਲੋਕਾਂ ਨੇ ਤੁਹਾਨੂੰ ਮੇਰੇ ਬਾਰੇ ਆਖਿਆ ਹੋਵੇਗਾ ਕਿ ਮੈਂ..."

"ਫੇਰ ਕੀ ਹੋਇਆ? ਉਹ ਤੁਹਾਡਾ ਆਪਣਾ ਮਾਮਲਾ ਹੈ," ਨੇਖਲੀਊਦੋਵ ਨੇ ਰੁੱਖੀ ਜਿਹੀ ਆਵਾਜ਼ ਵਿਚ ਆਖਿਆ ਤੇ ਉਹਦੀਆਂ ਤਿਊੜੀਆਂ ਚੜ੍ਹ ਗਈਆਂ।

ਅਣਖ ਨੂੰ ਲੱਗੇ ਫੱਟ ਦਾ ਮਾਰੂ ਅਹਿਸਾਸ ਜਿਹੜਾ ਸੌਂ ਗਿਆ ਸੀ, ਮਾਸਲੋਵਾ ਦੇ ਮੂਹੋਂ ਹਸਪਤਾਲ ਦਾ ਨਾਂ ਸੁਣਦਿਆਂ ਹੀ ਇਕ ਵਾਰੀ ਫੇਰ ਵਧੇਰੇ ਬਲਵਾਨ ਰੂਪ ਵਿਚ ਜਾਗ ਪਿਆ। ਉਹ ਇਕ ਖਾਨਦਾਨੀ ਆਦਮੀ ਸੀ ਜਿਸ ਨਾਲ ਉੱਚੇ ਤੋਂ ਉੱਚੇ ਘਰਾਣੇ ਦੀ ਕੋਈ ਵੀ ਕੁੜੀ ਵਿਆਹ ਕਰਾਉਣਾ ਆਪਣੀ ਖ਼ੁਸ਼ਕਿਸਮਤੀ ਸਮਝਦੀ। ਪਰ ਉਸ ਨੇ

ਇਸ ਔਰਤ ਦਾ ਖਾਵੰਦ ਬਣਨ ਦੀ ਪੇਸ਼ਕਸ਼ ਕੀਤੀ ਸੀ। ਤੇ ਇਸ ਔਰਤ ਕੋਲੋਂ ਸਬਰ ਨਾ ਕੀਤਾ ਗਿਆ ਤੇ ਕੰਪੌਂਡਰ ਨਾਲ ਇਸ਼ਕ ਲੜਾਉਣ ਲੱਗ ਪਈ। ਇਹ ਸੋਚਦਿਆਂ ਉਸ ਨੇ ਨਫਰਤਭਰੀ ਨਜ਼ਰ ਨਾਲ ਮਾਸਲੋਵਾ ਵੱਲ ਵੇਖਿਆ।

"ਖੈਰ, ਇਸ ਦਰਖ਼ਾਸਤ ਉਤੇ ਦਸਖ਼ਤ ਕਰ ਦਿਓ," ਉਸ ਨੇ ਆਖਿਆ ਤੇ ਆਪਣੀ ਜੇਬ ਵਿਚੋਂ ਇਕ ਵੱਡਾ ਸਾਰਾ ਲਿਫਾਫਾ ਕੱਢਿਆ ਤੇ ਦਰਖ਼ਾਸਤ ਮਾਸਲੋਵਾ ਦੇ ਸਾਮ੍ਹਣੇ ਮੇਜ਼ ਉਤੇ ਰੱਖ ਦਿੱਤੀ। ਮਾਸਲੋਵਾ ਨੇ ਆਪਣੇ ਰੁਮਾਲ ਦੀ ਕੰਨੀ ਨਾਲ ਆਪਣੇ ਅਥਰੂ ਪੂੰਝੇ ਤੇ ਮੇਜ਼ ਕੋਲ ਬਹਿ ਕੇ ਪੁੱਛਿਆ ਕਿ ਕਿਹੜੀ ਥਾਂ ਦਸਖ਼ਤ ਕਰਨੇ ਹਨ।

ਉਸ ਨੇ ਦੱਸਿਆ ਕਿ ਕਿਥੇ ਕੀ ਲਿਖਣਾ ਹੈ ਅਤੇ ਉਹ ਆਪਣੇ ਖੱਬੇ ਹੱਥ ਨਾਲ ਆਪਣੀ ਸੱਜੀ ਬਾਂਹ ਦਾ ਕੱਫ ਠੀਕ ਕਰਦੀ ਹੋਈ ਲਿਖਣ ਵਾਸਤੇ ਬਹਿ ਗਈ। ਨੇਖਲੀਊਦੋਵ ਉਸ ਦੇ ਪਿੱਛੇ ਖੜਾ ਸੀ ਅਤੇ ਚੁਪ ਚਾਪ ਉਹਦੀ ਪਿੱਠ ਵੱਲ ਵੇਖੀ ਜਾ ਰਿਹਾ ਸੀ ਜਿਹੜੀ ਸਿਸਕੀਆਂ ਨੂੰ ਨੱਪ ਘੁਟ ਕੇ ਰਖਣ ਕਾਰਨ ਕੰਬੀ ਜਾ ਰਹੀ ਸੀ। ਨੇਖਲੀਊਦੋਵ ਦੀ ਹਿੱਕ ਵਿਚ ਨੇਕੀ ਤੇ ਬਦੀ ਦੇ ਜਜ਼ਬਿਆਂ ਵਿਚਕਾਰ ਕਸ਼ਮਕਸ਼ ਹੋ ਰਹੀ ਸੀ। ਇਕ ਪਾਸੇ ਜ਼ਖਮੀ ਅਣਖ ਦਾ ਜਜ਼ਬਾ ਸੀ ਤੇ ਦੂਜੇ ਪਾਸੇ ਉਸ ਦੁਖਿਆਰਨ ਲਈ ਤਰਸ ਦੀ ਭਾਵਨਾ, ਤੇ ਅਖੀਰ ਤਰਸ ਦੀ ਭਾਵਨਾ ਦੀ ਜਿੱਤ ਹੋਈ।

ਉਸ ਨੂੰ ਇਹ ਯਾਦ ਨਹੀਂ ਸੀ ਆਇਆ ਕਿ ਪਹਿਲਾਂ ਕੀ ਹੋਇਆ ਸੀ। ਪਹਿਲਾਂ ਉਹਦੇ ਦਿਲ ਵਿਚ ਤਰਸ ਦੀ ਭਾਵਨਾ ਪੈਦਾ ਹੋਈ ਸੀ ਜਾਂ ਪਹਿਲਾਂ ਉਹਨੂੰ ਆਪਣੇ ਗੁਨਾਹਾਂ ਦਾ ਚੇਤਾ ਆਇਆ ਸੀ—ਓਸੇ ਹੀ ਤਰ੍ਹਾਂ ਦੀਆਂ ਕਰਹਿਤ-ਭਰੀਆਂ ਕਰਤੂਤਾਂ ਜਿਨ੍ਹਾਂ ਕਰਕੇ ਅੱਜ ਉਹ ਮਾਸਲੋਵਾ ਨੂੰ ਫਿਟਕਾਰ ਰਿਹਾ ਸੀ। ਕੁਝ ਵੀ ਸੀ, ਉਹ ਆਪਣੇ ਆਪ ਨੂੰ ਗੁਨਾਹਗਾਰ ਵੀ ਮਹਿਸੂਸ ਕਰ ਰਿਹਾ ਸੀ ਤੇ ਮਾਸਲੋਵਾ ਤੇ ਉਸ ਨੂੰ ਤਰਸ ਵੀ ਆ ਰਿਹਾ ਸੀ।

ਦਰਖ਼ਾਸਤ ਉਤੇ ਦਸਖ਼ਤ ਕਰ ਕੇ ਤੇ ਸਿਆਹੀ ਨਾਲ ਲਿਬੜੀ ਆਪਣੀ ਉਂਗਲੀ ਨੂੰ ਆਪਣੀ ਸਕਰਟ ਨਾਲ ਪੂੰਝ ਕੇ, ਮਾਸਲੋਵਾ ਖੜੀ ਹੋਈ ਅਤੇ ਨੇਖਲੀਊਦੋਵ ਵੱਲ ਵੇਖਣ ਲੱਗੀ।

"ਕੁਝ ਵੀ ਹੋਵੇ, ਇਸ ਦਰਖ਼ਾਸਤ ਦਾ ਕੋਈ ਵੀ ਨਤੀਜਾ ਨਿਕਲੇ, ਮੇਰਾ ਫੈਸਲਾ ਅਟੱਲ ਰਹੇਗਾ," ਨੇਖਲੀਊਦੋਵ ਨੇ ਆਖਿਆ।

ਇਸ ਖਿਆਲ ਨਾਲ ਕਿ ਉਹਨੇ ਮਾਸਲੋਵਾ ਨੂੰ ਮਾਫ ਕਰ ਦਿੱਤਾ ਹੈ ਉਹਦੇ ਦਿਲ ਵਿਚ ਮਾਸਲੋਵਾ ਲਈ ਤਰਸ ਤੇ ਸਨੇਹ ਦੀਆਂ ਭਾਵਨਾਵਾਂ ਹੋਰ ਵੀ ਪ੍ਰਬਲ ਹੋ ਗਈਆਂ ਤੇ ਉਹਦਾ ਜੀਅ ਕੀਤਾ ਕਿ ਮਾਸਲੋਵਾ ਨੂੰ ਢਾਰਸ ਦੇਵੇ।

"ਮੈਂ ਆਪਣੇ ਆਖੇ ਦਾ ਪਾਬੰਦ ਰਹਾਂਗਾ। ਇਹ ਲੋਕ ਜਿੱਥੇ ਵੀ ਤੁਹਾਨੂੰ ਲੈ ਜਾਣਗੇ ਮੈਂ ਤੁਹਾਡੇ ਨਾਲ ਜਾਵਾਂਗਾ।"

"ਇਸ ਦਾ ਕੀ ਫਾਇਦਾ?" ਉਹ ਛੇਤੀ ਨਾਲ ਵਿਚੋਂ ਬੋਲ ਪਈ, ਭਾਵੇਂ ਉਹਦੇ ਚਿਹਰੇ ਤੇ ਰੌਣਕ ਆ ਗਈ ਸੀ।

"ਸੋਚ ਕੇ ਦੱਸੋ ਕਿ ਰਾਹ ਵਿਚ ਕਿਹੜੀ ਕਿਹੜੀ ਚੀਜ਼ ਦੀ ਲੋੜ ਹੋਵੇਗੀ।"

"ਮੇਰੇ ਖਿਆਲ ਵਿਚ ਤਾਂ ਕਿਸੇ ਖਾਸ ਚੀਜ਼ ਦੀ ਲੋੜ ਨਹੀਂ। ਤੁਹਾਡਾ ਬਹੁਤ ਸ਼ੁਕਰੀਆ।"

ਇੰਸਪੈਕਟਰ ਉਹਨਾਂ ਦੇ ਕੋਲ ਆ ਖਲੋਤਾ। ਅਤੇ ਇਸ ਤੋਂ ਪਹਿਲਾਂ ਕਿ ਉਹ ਕੁਝ ਆਖੇ, ਨੇਖਲੀਊਦੋਵ ਨੇ ਵਿਦਾ ਲਈ ਅਤੇ ਬਾਹਰ ਆ ਗਿਆ। ਉਸ ਵੇਲੇ ਉਹਦੇ ਦਿਲ ਵਿਚ ਸ਼ਾਂਤੀ, ਖੁਸ਼ੀ ਤੇ ਹਰ ਕਿਸੇ ਵਾਸਤੇ ਪਿਆਰ ਸੀ। ਇਸ ਤਰ੍ਹਾਂ ਉਹਨੇ ਪਹਿਲਾਂ ਕਦੇ ਮਹਿਸੂਸ ਨਹੀਂ ਸੀ ਕੀਤਾ। ਇਸ ਯਕੀਨ ਨਾਲ ਕਿ ਮਾਸਲੋਵਾ ਦੀ ਕਿਸੇ ਵੀ ਹਰਕਤ ਨਾਲ ਉਹਦੇ ਲਈ ਉਸ ਦੇ ਪਿਆਰ ਵਿਚ ਕੋਈ ਫਰਕ ਨਹੀਂ ਆਵੇਗਾ, ਨੇਖਲੀਊਦੋਵ ਦਾ ਦਿਲ ਗਦ ਗਦ ਹੋ ਗਿਆ ਸੀ। ਇਸ ਅਹਿਸਾਸ ਨੇ ਜਿਸ ਬੁਲੰਦੀ ਉਤੇ ਉਸ ਨੂੰ ਪਹੁੰਚਾ ਦਿੱਤਾ ਸੀ ਉਸ ਤੱਕ ਪਹਿਲਾਂ ਉਹ ਕਦੇ ਨਹੀਂ ਸੀ ਪਹੁੰਚ ਸਕਿਆ। ਜੇ ਉਹ ਕੰਪੌਂਡਰ ਨਾਲ ਇਸ਼ਕ ਲੜਾਉਂਦੀ ਹੈ ਤਾਂ ਪਈ ਲੜਾਵੇ, ਇਹ ਉਸ ਦਾ ਆਪਣਾ ਮਾਮਲਾ ਹੈ। ਉਹ ਆਪਣੀ ਖਾਤਰ ਮਾਸਲੋਵਾ ਨੂੰ ਪਿਆਰ ਨਹੀਂ ਸੀ ਕਰਦਾ, ਸਗੋਂ ਮਾਸਲੋਵਾ ਦੀ ਖਾਤਰ, ਪਰਮੇਸ਼ਰ ਦੀ ਖਾਤਰ ਕਰਦਾ ਸੀ।

ਅਤੇ ਜਿਸ ਮਾਮਲੇ ਬਦਲੇ ਮਾਸਲੋਵਾ ਨੂੰ ਹਸਪਤਾਲ ਵਿਚੋਂ ਕੱਢ ਦਿੱਤਾ ਗਿਆ, ਤੇ ਜਿਸ ਬਾਰੇ ਨੇਖਲੀਊਦੋਵ ਦਾ ਵਿਸ਼ਵਾਸ ਸੀ ਕਿ ਮਾਸਲੋਵਾ ਸਚਮੁਚ ਗੁਨਾਹਗਾਰ ਹੈ, ਉਹ ਸਾਰਾ ਕਿੱਸਾ ਇਸ ਤਰ੍ਹਾਂ ਸੀ। ਹਸਪਤਾਲ ਦੀ ਵੱਡੀ ਨਰਸ ਨੇ ਮਾਸਲੋਵਾ ਨੂੰ ਡਿਸਪੈਨਸਰੀ ਵਿਚੋਂ ਜੜੀਆਂ ਬੂਟੀਆਂ ਦੀ ਚਾਹ ਲੈਣ ਵਾਸਤੇ ਭੇਜਿਆ। ਡਿਸਪੈਨਸਰੀ ਲਾਂਘੇ ਦੇ ਇਕ ਸਿਰੇ ਉਤੇ ਸੀ। ਓਥੇ ਉਸ ਵੇਲੇ ਕੰਪੌਂਡਰ ਤੋਂ ਬਿਨਾਂ ਹੋਰ ਕੋਈ ਨਹੀਂ ਸੀ। ਕੰਪੌਂਡਰ ਉਸਤੀਨੋਵ ਉੱਚੇ ਲੰਮੇ ਕੱਦ ਵਾਲਾ ਆਦਮੀ ਸੀ ਜਿਸ ਦਾ ਮੂੰਹ ਕਿੱਲਾਂ ਨਾਲ ਭਰਿਆ ਹੋਇਆ ਸੀ। ਇਸ ਬੰਦੇ ਨੇ ਬੜੇ ਦਿਨਾਂ ਤੋਂ ਮਾਸਲੋਵਾ ਨੂੰ ਪਰੇਸ਼ਾਨ ਕੀਤਾ ਹੋਇਆ ਸੀ। ਉਹਦੇ ਕੋਲੋਂ ਆਪਣਾ ਪੱਲਾ ਛੁਡਾਉਣ ਲਈ ਮਾਸਲੋਵਾ ਨੇ ਉਹਨੂੰ ਅਜਿਹਾ ਧੱਕਾ ਮਾਰਿਆ ਕਿ ਉਹ ਅਲਮਾਰੀ ਨਾਲ ਜਾ ਟਕਰਾਇਆ। ਅਲਮਾਰੀ ਵਿਚੋਂ ਦਵਾਈ ਦੀਆਂ ਦੋ ਸ਼ੀਸ਼ੀਆਂ ਡਿੱਗ ਕੇ ਟੁੱਟ ਗਈਆਂ।

ਉਸ ਵੇਲੇ ਵੱਡਾ ਡਾਕਟਰ ਓਥੋਂ ਦੀ ਲੰਘ ਰਿਹਾ ਸੀ। ਸ਼ੀਸ਼ੀਆਂ ਦੇ ਟੁਟਣ ਦੀ ਆਵਾਜ਼ ਉਹਦੇ ਕੰਨੀਂ ਪਈ। ਓਧਰ ਮਾਸਲੋਵਾ ਸ਼ਰਮ ਨਾਲ ਪਾਣੀ ਪਾਣੀ ਹੋਈ ਭੱਜ ਕੇ ਬਾਹਰ ਨਿਕਲੀ। ਡਾਕਟਰ ਨੇ ਉਸ ਨੂੰ ਵੇਖਿਆ ਤੇ ਗੁੱਸੇ ਨਾਲ ਚਿੱਲਾਇਆ:

"ਵੇਖ, ਕਲੀਏ ਲੋਕੇ, ਜੇ ਏਥੇ ਵੀ ਤੂੰ ਓਹੋ ਕੰਮ ਸ਼ੁਰੂ ਕਰ ਦਿੱਤਾ ਤਾਂ ਮੈਂ ਧੱਕੇ ਦੇ ਕੇ ਬਾਹਰ ਕੱਢ ਦਿਆਂਗਾ ... ਕੀ ਹੋ ਰਿਹਾ ਹੈ ਏਥੇ ?" ਉਸ ਨੇ ਕੰਪੌਂਡਰ ਨੂੰ ਸੰਬੋਧਨ ਕਰ ਕੇ ਆਖਿਆ ਅਤੇ ਘੂਰੀ ਵੱਟ ਕੇ ਆਪਣੀ ਐਨਕ ਦੇ ਉਪਰੋਂ ਦੀ ਵੇਖਿਆ।

ਕੰਪੌਂਡਰ ਮੁਸਕ੍ਰਾਇਆ ਅਤੇ ਆਪਣੀ ਸਫਾਈ ਪੇਸ਼ ਕਰਨ ਲੱਗ ਪਿਆ। ਡਾਕਟਰ ਨੇ

ਉਹਦੀ ਗੱਲ ਵੱਲ ਕੋਈ ਧਿਆਨ ਨਹੀਂ ਦਿੱਤਾ, ਪਰ ਆਪਣਾ ਸਿਰ ਉਪਰ ਕਰ ਕੇ ਤੇ ਆਪਣੀ ਐਨਕ ਦੇ ਵਿਚੋਂ ਦੀ ਵੇਖਦਾ ਹੋਇਆ ਉਹ ਵਾਰਡ ਵਿਚ ਚਲਾ ਗਿਆ। ਡਾਕਟਰ ਨੇ ਉਸੇ ਹੀ ਦਿਨ ਇੰਸਪੈਕਟਰ ਨੂੰ ਆਖਿਆ ਕਿ ਉਹ ਮਾਸਲੋਵਾ ਦੀ ਥਾਂ ਕਿਸੇ ਵਧੇਰੇ ਸੰਜੀਦਾ ਨਰਸ ਨੂੰ ਸਹਾਇਤਾ ਵਾਸਤੇ ਭੇਜ ਦੇਵੇ। ਬਸ, ਇਹ ਸੀ ਕੰਪੋਡਰ ਨਾਲ ਉਹਦੀ "ਇਸ਼ਕਬਾਜ਼ੀ।" ਇਸ਼ਕਬਾਜ਼ੀ ਦਾ ਝੂਠਾ ਇਲਜ਼ਾਮ ਲਾ ਕੇ ਹਸਪਤਾਲ ਵਿਚੋਂ ਕੱਢੇ ਜਾਣ ਨਾਲ ਮਾਸਲੋਵਾ ਨੂੰ ਬੇਹੱਦ ਦੁਖ ਹੋਇਆ। ਇਸ ਦਾ ਖਾਸ ਕਾਰਨ ਇਹ ਸੀ ਕਿ ਉਸ ਨੂੰ ਮਰਦਾਂ ਨਾਲ ਇਸ ਤਰ੍ਹਾਂ ਦੇ ਸੰਬੰਧ ਰਖਣ ਤੋਂ ਬੜੀ ਕਰਹਿਤ ਆਉਣ ਲੱਗ ਪਈ ਹੋਈ ਸੀ ਤੇ ਜਦੋਂ ਦੀ ਨੇਖਲੀਊਦੋਵ ਨਾਲ ਮੁਲਾਕਾਤ ਹੋ ਗਈ ਸੀ ਉਸ ਨੂੰ ਇਸ ਕੰਮ ਤੋਂ ਹੋਰ ਵੀ ਨਫਰਤ ਹੋ ਗਈ ਸੀ। ਉਹ ਸੋਚਦੀ ਸੀ ਕਿ ਉਹਦੇ ਬੀਤੇ ਜੀਵਨ ਤੇ ਉਹਦੀ ਵਰਤਮਾਨ ਹਾਲਤ ਨੂੰ ਵੇਖ ਕੇ ਹਰ ਆਦਮੀ ਇਹ ਸਮਝਦਾ ਹੈ ਕਿ ਉਸ ਨੂੰ ਮੇਰੀ ਪੱਤ ਲਾਹੁਣ ਦਾ ਹੱਕ ਹੈ ਤੇ ਜੇ ਮੈਂ ਨਾਂਹ ਕਰ ਦੇਂਦੀ ਹਾਂ ਤਾਂ ਉਹ ਹੈਰਾਨ ਹੁੰਦਾ ਹੈ। ਕਿੱਲਾਂ ਨਾਲ ਭਰੇ ਮੂੰਹ ਵਾਲਾ ਇਹ ਕੰਪੋਂਡਰ ਵੀ ਅਜਿਹੇ ਮਰਦਾਂ ਵਿਚੋਂ ਇਕ ਸੀ। ਇਸ ਖਿਆਲ ਨਾਲ ਉਹਦਾ ਦਿਲ ਵਲੂੰਦਰਿਆ ਗਿਆ, ਉਸ ਨੂੰ ਆਪਣੇ ਆਪ ਉਤੇ ਤਰਸ ਆ ਗਿਆ ਤੇ ਉਹਦੀਆਂ ਅੱਖਾਂ ਵਿਚੋਂ ਹੰਝੂ ਕਿਰਨ ਲੱਗੇ। ਇਸ ਵਾਰੀ ਜਦੋਂ ਉਹ ਨੇਖਲੀਊਦੋਵ ਨੂੰ ਮਿਲਣ ਆਈ ਸੀ ਤਾਂ ਉਹਦੀ ਖਾਹਿਸ਼ ਸੀ ਕਿ ਸਾਰੀ ਗੱਲ ਸਾਫ ਸਾਫ ਕਰ ਦੇਵੇ ਕਿ ਇਲਜ਼ਾਮ ਸਰਾਸਰ ਝੂਠ ਹੈ। ਉਹ ਜਾਣਦੀ ਸੀ ਕਿ ਨੇਖਲੀਊਦੋਵ ਨੇ ਇਹ ਗੱਲ ਜ਼ਰੂਰ ਸੁਣੀ ਹੋਵੇਗੀ। ਪਰ ਜਦੋਂ ਉਹ ਆਪਣੀ ਸਫਾਈ ਪੇਸ਼ ਕਰਨ ਲੱਗੀ ਤਾਂ ਉਸ ਨੇ ਮਹਿਸੂਸ ਕੀਤਾ ਕਿ ਨੇਖਲੀਊਦੋਵ ਨੂੰ ਉਹਦੀ ਗੱਲ ਤੇ ਇਤਬਾਰ ਨਹੀਂ ਸੀ ਆ ਰਿਹਾ ਤੇ ਉਹਦੀਆਂ ਦਲੀਲਾਂ ਨਾਲ ਉਹਦਾ ਵਹਿਮ ਸਗੋਂ ਹੋਰ ਵੀ ਪੱਕਾ ਹੀ ਹੋਵੇਗਾ। ਬਸ ਫੇਰ ਕੀ ਸੀ ਉਹਦਾ ਗੱਚ ਭਰ ਆਇਆ ਤੇ ਉਹ ਚੁੱਪ ਹੋ ਗਈ।

ਮਾਸਲੋਵਾ ਹਾਲੇ ਵੀ ਇਹ ਸੋਚਦੀ ਸੀ ਤੇ ਆਪਣੇ ਮਨ ਨੂੰ ਯਕੀਨ ਕਰਾਈ ਜਾ ਰਹੀ ਸੀ ਕਿ ਉਸ ਨੇ ਨੇਖਲੀਊਦੋਵ ਨੂੰ ਮਾਫ ਨਹੀਂ ਸੀ ਕੀਤਾ ਤੇ ਉਸ ਨੂੰ ਨਫਰਤ ਕਰਦੀ ਹੈ। ਦੂਜੀ ਵਾਰੀ ਜਦੋਂ ਉਹ ਮਿਲੇ ਸਨ ਤਾਂ ਉਹਨੇ ਇਹ ਗੱਲ ਨੇਖਲੀਊਦੋਵ ਨੂੰ ਆਖ ਵੀ ਦਿੱਤੀ ਸੀ। ਪਰ ਹਕੀਕਤ ਇਹ ਸੀ ਕਿ ਉਹ ਉਸਨੂੰ ਮੁੜਕੇ ਪਿਆਰ ਕਰਨ ਲੱਗ ਪਈ ਸੀ। ਉਹਦਾ ਪਿਆਰ ਹੀ ਸੀ ਕਿ ਮਾਸਲੋਵਾ ਆਪਣੇ ਆਪ ਉਹ ਕੰਮ ਕਰਨ ਲੱਗ ਪੈਂਦੀ ਜੋ ਨੇਖਲੀਊਦੋਵ ਦੀ ਇੱਛਾ ਹੁੰਦੀ ਸੀ। ਉਸ ਨੇ ਸ਼ਰਾਬ ਪੀਣੀ ਛੱਡ ਦਿੱਤੀ, ਤਮਾਕੂਨੋਸ਼ੀ ਛੱਡ ਦਿੱਤੀ, ਚੁਹਲਬਾਜ਼ੀ ਛੱਡ ਦਿੱਤੀ, ਤੇ ਹਸਪਤਾਲ ਵਿਚ ਕੰਮ ਕਰਨ ਲੱਗ ਪਈ ਕਿਉਂਕਿ ਉਹ ਜਾਣਦੀ ਸੀ ਕਿ ਨੇਖਲੀਊਦੋਵ ਦੀ ਇਹ ਇੱਛਾ ਹੈ। ਅਤੇ ਨੇਖਲੀਊਦੋਵ ਨੇ ਜਦੋਂ ਵੀ ਉਹਦੇ ਨਾਲ ਵਿਆਹ ਦੀ ਗੱਲ ਛੇੜੀ ਓਹਨੇ ਹਰ ਵਾਰੀ ਦ੍ਰਿੜ੍ਹਤਾ ਨਾਲ ਜੇ ਇਸ ਕੁਰਬਾਨੀ ਨੂੰ ਸਵੀਕਾਰ ਕਰਨ ਤੋਂ ਨਾਂਹ ਕੀਤੀ ਸੀ ਤਾਂ ਇਸ ਕਰਕੇ ਕਿ ਉਹ ਆਪਣੇ ਮਾਣਮੱਤੇ ਬੋਲਾਂ ਨੂੰ ਦੁਹਰਾਉਣਾ ਚਾਹੁੰਦੀ ਸੀ ਜਿਹੜੇ ਇਕ ਵਾਰੀ ਉਹਨੇ ਮੂੰਹੋਂ ਕੱਢੇ ਸਨ। ਇਸ ਦਾ ਇਕ ਹੋਰ ਕਾਰਨ ਇਹ ਵੀ ਸੀ ਕਿ ਮਾਸਲੋਵਾ

ਜਾਣਦੀ ਸੀ ਕਿ ਉਹਦੇ ਨਾਲ ਵਿਆਹ ਕਰਵਾ ਕੇ ਨੇਖਲੀਊਦੋਵ ਦੁਖ ਹੀ ਪਾਏਗਾ। ਉਸ ਨੇ ਪੱਕਾ ਮਨ ਬਣਾ ਲਿਆ ਹੋਇਆ ਸੀ ਕਿ ਨੇਖਲੀਊਦੋਵ ਦੀ ਇਸ ਕੁਰਬਾਨੀ ਨੂੰ ਉਹ ਮਨਜ਼ੂਰ ਨਹੀਂ ਕਰੇਗੀ। ਇਸ ਦੇ ਬਾਵਜੂਦ ਮਾਸਲੋਵਾ ਇਹ ਸੋਚ ਕੇ ਬਹੁਤ ਦੁਖੀ ਹੁੰਦੀ ਕਿ ਨੇਖਲੀਊਦੋਵ ਉਸ ਨੂੰ ਘਿਰਣਾ ਕਰਦਾ ਹੈ ਅਤੇ ਸਮਝਦਾ ਹੈ ਕਿ ਮਾਸਲੋਵਾ ਓਹੋ ਕੁਝ ਹੈ ਜੋ ਪਹਿਲਾਂ ਸੀ ਤੇ ਜੋ ਤਬਦੀਲੀਆਂ ਉਸ ਦੇ ਵਰਤੋਂ ਵਿਹਾਰ ਵਿਚ ਆਈਆਂ ਹਨ ਉਹ ਉਸ ਨੂੰ ਨਜ਼ਰ ਨਹੀਂ ਆਉਂਦੀਆਂ। ਉਸ ਨੂੰ ਇਸ ਗੱਲ ਦਾ ਏਨਾ ਦੁਖ ਨਹੀਂ ਸੀ ਕਿ ਅੰਤਮ ਰੂਪ ਵਿਚ ਉਹਨੂੰ ਕੈਦ ਬਾਮੁਸ਼ੱਕਤ ਦੀ ਸਜ਼ਾ ਦੇ ਦਿੱਤੀ ਗਈ ਸੀ ਜਿੰਨਾ ਇਸ ਗੱਲ ਦਾ ਕਿ ਨੇਖਲੀਊਦੋਵ ਨੂੰ ਇਸ ਗੱਲ ਦਾ ਯਕੀਨ ਸੀ ਕਿ ਉਹਨੇ ਹਸਪਤਾਲ ਵਿਚ ਕੋਈ ਗ਼ਲਤ ਕੰਮ ਕੀਤਾ ਸੀ।

੩੦

ਹੋ ਸਕਦਾ ਹੈ ਕਿ ਮਾਸਲੋਵਾ ਨੂੰ ਕੈਦੀਆਂ ਦੇ ਪਹਿਲੇ ਟੋਲੇ ਨਾਲ ਹੀ ਸਾਇਬੇਰੀਆ ਭੇਜ ਦਿੱਤਾ ਜਾਏ, ਇਸ ਖਿਆਲ ਨਾਲ ਨੇਖਲੀਊਦੋਵ ਨੇ ਆਪਣੇ ਤੁਰਨ ਦੀ ਤਿਆਰੀ ਕਰ ਲਈ। ਪਰ ਜਾਣ ਤੋਂ ਪਹਿਲਾਂ ਕਰਨ ਵਾਲੇ ਏਨੇ ਕੰਮ ਸਨ ਕਿ ਉਸ ਨੇ ਮਹਿਸੂਸ ਕੀਤਾ ਕਿ ਭਾਵੇਂ ਉਹਦੇ ਕੋਲ ਕਿੰਨਾ ਵੀ ਵਕਤ ਹੋਵੇ ਸਾਰੇ ਕੰਮ ਨਿਬੇੜੇ ਨਹੀਂ ਜਾ ਸਕਣ ਲੱਗੇ। ਹੁਣ ਹਾਲਤ ਪਹਿਲਾਂ ਨਾਲੋਂ ਬਿਲਕੁਲ ਵਖਰੀ ਹੋ ਗਈ ਸੀ। ਪਹਿਲਾਂ ਉਸ ਨੂੰ ਕੰਮ ਢੂੰਡ ਢੂੰਡ ਕੇ ਲਭਣੇ ਪੈਂਦੇ ਸਨ ਅਤੇ ਹਮੇਸ਼ਾ ਹੀ ਇਹਨਾਂ ਵਿਚ ਇਕੋ ਬੰਦੇ ਦਾ ਹਿਤ ਹੁੰਦਾ ਸੀ ਤੇ ਉਹ ਬੰਦਾ ਸੀ—ਦੀਮਿਤਰੀ ਇਵਾਨੋਵਿਚ ਨੇਖਲੀਊਦੋਵ। ਅਤੇ ਇਸ ਗੱਲ ਦੇ ਬਾਵਜੂਦ ਕਿ ਜ਼ਿੰਦਗੀ ਦੀ ਹਰ ਦਿਲਚਸਪੀ ਦਾ ਇਕੋ ਕੇਂਦਰ ਸੀ, ਇਹ ਸਾਰੇ ਕੰਮ ਉਹਦੇ ਲਈ ਬੜੇ ਅਕਾ ਥਕਾ ਮਾਰਨ ਵਾਲੇ ਹੁੰਦੇ ਸਨ। ਹੁਣ ਦੇ ਕੰਮਾਂ ਦਾ ਦੀਮਿਤਰੀ ਇਵਾਨੋਵਿਚ ਨਾਲ ਕੋਈ ਵਾਸਤਾ ਨਹੀਂ ਸੀ। ਇਹ ਦੂਜੇ ਲੋਕਾਂ ਨਾਲ ਜੁੜੇ ਹੋਏ ਸਨ ਅਤੇ ਇਹ ਸਾਰੇ ਹੀ ਦਿਲਚਸਪ ਤੇ ਦਿਲਖਿਚਵੇਂ ਸਨ ਤੇ ਇਹਨਾਂ ਦਾ ਕੋਈ ਅੰਤ ਨਹੀਂ ਸੀ।

ਗੱਲ ਏਥੇ ਹੀ ਨਹੀਂ ਸੀ ਮੁਕ ਜਾਂਦੀ। ਪਹਿਲਾਂ ਦੀਮਿਤਰੀ ਇਵਾਨੋਵਿਚ ਨੇਖਲੀਊਦੋਵ ਨੂੰ ਹਮੇਸ਼ਾ ਆਪਣੇ ਕੰਮਾਂ ਤੋਂ ਗੁੱਸਾ ਆਉਂਦਾ ਤੇ ਖਿੱਝ ਚੜ੍ਹਦੀ ਸੀ। ਹੁਣ ਉਸ ਨੂੰ ਇਹਨਾਂ ਤੋਂ ਖ਼ੁਸ਼ੀ ਮਿਲਦੀ ਸੀ।

ਇਸ ਵੇਲੇ ਨੇਖਲੀਊਦੋਵ ਜਿਹੜੇ ਕੰਮਾਂ ਵਿਚ ਰੁੱਝਾ ਹੋਇਆ ਸੀ ਉਹਨਾਂ ਨੂੰ ਤਿੰਨ ਹਿੱਸਿਆਂ ਵਿਚ ਵੰਡਿਆ ਜਾ ਸਕਦਾ ਸੀ। ਉਸ ਨੇ ਆਪ ਹੀ, ਆਪਣੀ ਸੁਭਾਵਿਕ ਜੁਗਤੀ ਪੰਡਤਾਈ ਅਨੁਸਾਰ, ਇਹਨਾਂ ਕੰਮਾਂ ਦੀ ਇਸ ਤਰੀਕੇ ਨਾਲ ਵੰਡ ਕੀਤੀ ਹੋਈ ਸੀ ਤੇ ਇਹਦੇ ਮੁਤਾਬਿਕ ਹੀ ਉਹਨਾਂ ਨਾਲ ਸੰਬੰਧਤ ਕਾਗਜ਼ ਪੱਤਰ ਤਿੰਨ ਵੱਖੋ ਵੱਖ ਫਾਈਲਾਂ ਵਿਚ ਰੱਖੇ ਹੋਏ ਸਨ।

ਪਹਿਲੇ ਕੰਮ ਮਾਸਲੋਵਾ ਨਾਲ ਸੰਬੰਧ ਰੱਖਦੇ ਸਨ। ਇਹਨਾਂ ਵਿਚ ਮੁਖ ਕੰਮ ਤਾਂ ਮਹਾਰਾਜ ਦੇ ਨਾਂ ਦਿੱਤੀ ਗਈ ਦਰਖ਼ਾਸਤ ਵੱਲ ਧਿਆਨ ਦੁਆਉਣ ਲਈ ਹੱਥ ਪੈਰ ਮਾਰਨਾ ਸੀ ਅਤੇ ਸਾਇਬੇਰੀਆ ਲਈ ਉਸ ਦੇ ਸੰਭਾਵੀ ਸਫ਼ਰ ਦੀ ਤਿਆਰੀ ਕਰਨਾ ਸੀ।

ਦੂਜਾ ਕੰਮ ਸੀ ਆਪਣੀ ਜ਼ਮੀਨ ਜਾਇਦਾਦ ਦੇ ਮਾਮਲਿਆਂ ਨੂੰ ਨਜਿੱਠਣਾ। ਪਾਨੋਵੋ ਵਿਚ ਉਸ ਨੇ ਆਪਣੀ ਜ਼ਮੀਨ ਇਸ ਸ਼ਰਤ ਉਤੇ ਕਿਸਾਨਾਂ ਦੇ ਹੱਥ ਸੌਂਪ ਦਿੱਤੀ ਸੀ ਕਿ ਉਹ ਲਗਾਨ ਦੀ ਜੋ ਰਕਮ ਤਾਰਨਗੇ ਉਹ ਉਹਨਾਂ ਦੇ ਸਾਂਝੇ ਕੰਮਾਂ ਲਈ ਵਰਤੀ ਜਾਏਗੀ। ਪਰ ਉਹਨੇ ਕਾਨੂੰਨੀ ਵਸੀਕੇ ਦੁਆਰਾ ਇਸ ਇੰਤਕਾਲ ਨੂੰ ਪੱਕਾ ਕਰਨਾ ਸੀ ਅਤੇ ਇਸ ਦੇ ਮੁਤਾਬਿਕ ਹੀ ਆਪਣੀ ਵਸੀਅਤ ਵੀ ਕਰਨੀ ਸੀ। ਕੁਜ਼ਮਿਨਸਕੋਏ ਵਿਚ ਜਿਹੜਾ ਬੰਦੋਬਸਤ ਉਹ ਕਰ ਆਇਆ ਸੀ ਇਸ ਵੇਲੇ ਵੀ ਓਹੋ ਚਲ ਰਿਹਾ ਸੀ। ਉਥੇ ਫੈਸਲਾ ਹੋਇਆ ਸੀ ਕਿ ਉਹ ਲਗਾਨ ਵਸੂਲ ਕਰਿਆ ਕਰੇਗਾ ਪਰ ਉਹਦੀਆਂ ਸ਼ਰਤਾਂ ਅਜੇ ਮਿੱਥੀਆਂ ਜਾਣੀਆਂ ਬਾਕੀ ਸਨ। ਇਸ ਗੱਲ ਦਾ ਵੀ ਅਜੇ ਫੈਸਲਾ ਕਰਨਾ ਸੀ ਕਿ ਕਿੰਨੀ ਰਕਮ ਉਹ ਆਪਣੇ ਰਹਿਣ-ਸਹਿਣ ਲਈ ਵਰਤੇਗਾ ਅਤੇ ਕਿੰਨੀ ਰਕਮ ਕਿਸਾਨਾਂ ਦੇ ਹਿਤ ਵਿਚ ਵਰਤਣ ਲਈ ਰਹਿਣ ਦਿਆ ਕਰੇਗਾ। ਉਹਨੂੰ ਹਾਲੇ ਇਹ ਨਹੀਂ ਸੀ ਪਤਾ ਕਿ ਸਾਇਬੇਰੀਆ ਦੇ ਸਫ਼ਰ ਉਤੇ ਉਹਦਾ ਕਿੰਨਾ ਕੁ ਖਰਚ ਆ ਜਾਵੇਗਾ, ਇਸ ਕਰਕੇ ਉਹਨੇ ਇਸ ਸਾਰੀ ਦੀ ਸਾਰੀ ਰਕਮ ਨੂੰ ਛੱਡ ਦੇਣ ਦਾ ਮਨ ਨਹੀਂ ਸੀ ਬਣਾਇਆ, ਭਾਵੇਂ ਉਸ ਨੇ ਇਸ ਵਿਚੋਂ ਅੱਧੀ ਰਕਮ ਲੈਣੀ ਸ਼ੁਰੂ ਕਰ ਦਿੱਤੀ ਹੋਈ ਸੀ।

ਤੀਜੀ ਥਾਵੇਂ ਉਹ ਕੰਮ ਸਨ ਜਿਨ੍ਹਾਂ ਦਾ ਸੰਬੰਧ ਉਹਨਾਂ ਕੈਦੀਆਂ ਦੀ ਸਹਾਇਤਾ ਕਰਨ ਨਾਲ ਸੀ ਜਿਹੜੇ ਉਹਨੂੰ ਸਦਾ ਵਧੇਰੇ ਗਿਣਤੀ ਵਿਚ ਆ ਕੇ ਫਰਿਆਦਾਂ ਕਰਨ ਲੱਗ ਪਏ ਸਨ।

ਪਹਿਲਾਂ ਪਹਿਲਾਂ ਜਦੋਂ ਉਹ ਕੈਦੀਆਂ ਦੇ ਸੰਪਰਕ ਵਿਚ ਆਇਆ ਤੇ ਉਹ ਸਹਾਇਤਾ ਵਾਸਤੇ ਉਹਦੇ ਅੱਗੇ ਤਰਲਾ ਮਿੰਨਤ ਕਰਨ ਲੱਗੇ ਤਾਂ ਉਹਨੇ ਇਸ ਆਸ ਨਾਲ ਇਕ ਦਮ ਉਹਨਾਂ ਦੇ ਮਾਮਲਿਆਂ ਵਿਚ ਦਖ਼ਲ ਦੇਣਾ ਸ਼ੁਰੂ ਕਰ ਦਿੱਤਾ ਕਿ ਉਹਨਾਂ ਦੀਆਂ ਮੁਸੀਬਤਾਂ ਦਾ ਭਾਰ ਕੁਝ ਹੌਲਾ ਹੋ ਜਾਏ। ਪਰ ਛੇਤੀ ਹੀ ਉਹਦੇ ਕੋਲ ਏਨੀਆਂ ਬੇਨਤੀਆਂ ਆ ਗਈਆਂ ਕਿ ਉਸ ਨੂੰ ਲੱਗਾ ਸਭਨਾਂ ਵੱਲ ਧਿਆਨ ਦੇ ਸਕਣਾ ਉਹਦੇ ਲਈ ਸੰਭਵ ਨਹੀਂ। ਕੁਦਰਤੀ ਹੀ ਇਸ ਦਾ ਨਤੀਜਾ ਇਹ ਨਿਕਲਿਆ ਕਿ ਉਸ ਨੇ ਇਕ ਹੋਰ ਕੰਮ ਨੂੰ ਹੱਥ ਪਾ ਲਿਆ ਜਿਸ ਵਿਚ ਅਖੀਰ ਉਹਦੀ ਦਿਲਚਸਪੀ ਪਹਿਲੇ ਤਿੰਨਾਂ ਕੰਮਾਂ ਨਾਲੋਂ ਵੀ ਬਹੁਤੀ ਹੋ ਗਈ।

ਇਹ ਚੌਥਾ ਕੰਮ ਸੀ ਇਹਨਾਂ ਸਵਾਲਾਂ ਦੇ ਜਵਾਬ ਲਭਣਾ ਕਿ ਜ਼ਾਬਤਾ ਫੌਜਦਾਰੀ ਨਾਂ ਦੀ ਇਹ ਅਣੋਖੀ ਸੰਸਥਾ ਕੀ ਹੈ ਜਿਹੜੀ ਇਸ ਜੇਲ੍ਹ ਦਾ ਸਬੱਬ ਬਣੀ ਜਿਸ ਵਿਚ ਰਹਿਣ ਵਾਲਿਆਂ ਨੂੰ ਉਹ ਥੋੜਾ ਬਹੁਤ ਜਾਣਨ ਲੱਗ ਪਿਆ ਸੀ। ਫੇਰ ਪੀਟਰਸਬਰਗ ਦੇ ਪੀਟਰ ਤੇ ਪਾਲ ਕਿਲ੍ਹੇ ਤੋਂ ਲੈ ਕੇ ਸਖਾਲਿਨ ਟਾਪੂ ਤੱਕ, ਬੰਦੀਖਾਨਿਆਂ ਦੀਆਂ ਕਈ ਥਾਵਾਂ ਹਨ ਜਿਥੇ ਇਸ ਜ਼ਾਬਤਾ ਫੌਜਦਾਰੀ ਦਾ ਸ਼ਿਕਾਰ ਹੋਣ ਵਾਲੇ ਹਜ਼ਾਰਾਂ ਲੋਕ ਤੜਫ ਰਹੇ ਹਨ।

ਉਸ ਨੂੰ ਇਹ ਸੰਸਥਾ ਬੜੀ ਅਜੀਬ ਲੱਗਦੀ ਸੀ। ਇਸ ਦਾ ਵਜੂਦ ਕਿਉਂ ਹੈ? ਇਹ ਆ ਕਿੱਥੋਂ ਗਈ?

ਕੈਦੀਆਂ ਨਾਲ ਆਪਣੇ ਜ਼ਾਤੀ ਸੰਬੰਧਾਂ ਤੋਂ, ਜੇਲ੍ਹ ਵਿਚ ਇਹਨਾਂ ਕੈਦੀਆਂ ਦੀਆਂ ਸੂਚੀਆਂ ਤੋਂ, ਵਕੀਲ, ਜੇਲ੍ਹ ਦੇ ਪਾਦਰੀ ਅਤੇ ਇੰਸਪੈਕਟਰ ਕੋਲੋਂ ਪੁੱਛੇ ਸਵਾਲਾਂ ਤੋਂ, ਨੇਖਲੀਊਦੋਵ ਇਸ ਨਤੀਜੇ ਤੇ ਪਹੁੰਚਾ ਕਿ ਕੈਦੀਆਂ ਨੂੰ, ਇਹਨਾਂ ਅਖੌਤੀ ਮੁਜਰਮਾਂ ਨੂੰ, ਪੰਜਾਂ ਕਿਸਮਾਂ ਵਿਚ ਵੰਡਿਆ ਜਾ ਸਕਦਾ ਹੈ।

ਪਹਿਲੀ ਕਿਸਮ ਵਿਚ ਉਹ ਮੁਜਰਮ ਆਉਂਦੇ ਸਨ ਜਿਹੜੇ ਬਿਲਕੁਲ ਬੇਗੁਨਾਹ ਲੋਕ ਸਨ ਤੇ ਜਿਨ੍ਹਾਂ ਨੂੰ ਭਿਆਨਕ ਅਦਾਲਤੀ ਗ਼ਲਤੀਆਂ ਕਾਰਨ ਸਜ਼ਾ ਹੋ ਗਈ। ਮੈਨਸ਼ੋਵ ਮਾਂ-ਪੁਤ, ਕਥਿਤ ਰੂਪ ਵਿਚ ਅੱਗ ਲਾਉਣ ਵਾਲੇ, ਮਾਸਲੋਵਾ ਤੇ ਕਈ ਹੋਰ ਕੈਦੀ ਏਸ ਕਿਸਮ ਵਿਚ ਆਉਂਦੇ ਸਨ। ਅਜਿਹੇ ਕੈਦੀਆਂ ਦੀ ਗਿਣਤੀ ਕੋਈ ਬਹੁਤੀ ਨਹੀਂ ਸੀ—ਪਾਦਰੀ ਦੇ ਅੰਦਾਜ਼ੇ ਮੁਤਾਬਿਕ ਸਿਰਫ ਸੱਤ ਫੀ ਸਦੀ—ਪਰ ਉਹਨਾਂ ਦੀ ਹਾਲਤ ਇਕ ਖਾਸ ਦਿਲਚਸਪੀ ਜਗਾਉਂਦੀ ਸੀ।

ਦੂਜੀ ਕਿਸਮ ਵਿਚ ਉਹ ਕੈਦੀ ਆਉਂਦੇ ਸਨ ਜਿਨ੍ਹਾਂ ਨੇ ਖਾਸ ਹਾਲਤਾਂ ਅੰਦਰ ਜਿਵੇਂ ਗੁੱਸੇ ਵਿਚ ਆ ਕੇ, ਈਰਖਾ ਨਾਲ ਜਾਂ ਨਸ਼ੇ ਦੀ ਹਾਲਤ ਵਿਚ ਜੁਰਮ ਕੀਤੇ ਸਨ। ਇਹ ਐਸੀਆਂ ਹਾਲਤਾਂ ਹਨ ਜਿਨ੍ਹਾਂ ਵਿਚ ਇਨਸਾਫ ਦੀ ਕੁਰਸੀ ਤੇ ਬਹਿਣ ਤੇ ਇਹਨਾਂ ਨੂੰ ਸਜ਼ਾ ਦੇਣ ਵਾਲੇ ਵੀ ਓਹੋ ਜਿਹੇ ਹੀ ਜੁਰਮ ਕਰ ਸਕਦੇ ਸਨ। ਨੇਖਲੀਊਦੋਵ ਦੇ ਅਧਿਅਨ ਅਨੁਸਾਰ, ਅਧਿਓਂ ਬਹੁਤੇ ਮੁਜਰਮ ਏਸੇ ਕਿਸਮ ਨਾਲ ਸੰਬੰਧ ਰਖਦੇ ਸਨ।

ਤੀਜੀ ਕਿਸਮ ਵਿਚ ਉਹ ਲੋਕ ਆਉਂਦੇ ਸਨ ਜਿਨ੍ਹਾਂ ਨੂੰ ਅਜਿਹੇ ਕੰਮ ਕਰਨ ਦੀ ਸਜ਼ਾ ਮਿਲੀ ਜਿਹੜੇ ਉਹਨਾਂ ਦੇ ਆਪਣੇ ਖਿਆਲ ਅਨੁਸਾਰ ਜੁਰਮ ਨਹੀਂ ਸਗੋਂ ਬਿਲਕੁਲ ਕੁਦਰਤੀ ਅਤੇ ਚੰਗੇ ਕੰਮ ਸਨ। ਪਰ ਦੂਜੇ ਲੋਕ, ਕਾਨੂੰਨ ਬਣਾਉਣ ਘੜਨ ਵਾਲੇ ਲੋਕ, ਇਹਨਾਂ ਕੰਮਾਂ ਨੂੰ ਜੁਰਮ ਸਮਝਦੇ ਸਨ। ਇਹਨਾਂ ਕੈਦੀਆਂ ਵਿਚ ਉਹ ਲੋਕ ਗਿਣੇ ਜਾ ਸਕਦੇ ਹਨ ਜਿਹੜੇ ਲਸੰਸ ਬਿਨਾਂ ਸ਼ਰਾਬ ਵੇਚਦੇ ਸਨ, ਜਿਹੜੇ ਸਮਗਲਰ ਸਨ, ਵੱਡੀਆਂ ਵੱਡੀਆਂ ਜਾਗੀਰਾਂ ਅਤੇ ਸ਼ਾਹੀ ਖਾਨਦਾਨ ਦੇ ਜੰਗਲਾਂ ਵਿਚੋਂ ਘਾਹ ਕੱਟ ਲੈਂਦੇ ਤੇ ਲਕੜਾਂ ਵੱਢ ਲੈਂਦੇ ਸਨ, ਪਹਾੜਾਂ ਵਿਚ ਰਹਿਣ ਵਾਲੇ ਡਾਕੂ ਤੇ ਨਾਲੇ ਉਹ ਨਾਸਤਕ ਬੰਦੇ ਜਿਹੜੇ ਗਿਰਜੇ ਲੁਟ ਲੈਂਦੇ ਸਨ।

ਚੌਥੀ ਕਿਸਮ ਦੇ ਕੈਦੀ ਉਹ ਸਨ ਜਿਨ੍ਹਾਂ ਨੂੰ ਸਿਰਫ ਇਸ ਕਰਕੇ ਜੇਲ੍ਹ ਵਿਚ ਪਾਇਆ ਗਿਆ ਸੀ ਕਿ ਉਹ ਸਮਾਜ ਦੀ ਔਸਤ ਪੱਧਰ ਤੋਂ ਇਖਲਾਕੀ ਤੌਰ ਤੇ ਉੱਚੇ ਸਨ। ਧਾਰਮਿਕ ਸੰਪਰਦਾ ਵਾਲੇ ਕੈਦੀ ਏਸੇ ਕਿਸਮ ਵਿਚ ਆਉਂਦੇ ਸਨ। ਪੋਲੈਂਡ ਤੇ ਚੇਰਕੇਸੀਆ ਦੇ ਲੋਕ ਅਜਿਹੇ ਹੀ ਸਨ ਜਿਨ੍ਹਾਂ ਨੇ ਆਪਣੀ ਸੁਆਧੀਨਤਾ ਪ੍ਰਾਪਤ ਕਰਨ ਲਈ ਬਗ਼ਾਵਤ ਕੀਤੀ ਹੋਈ ਸੀ। ਸਿਆਸੀ ਕੈਦੀ, ਸਮਾਜਵਾਦੀ ਤੇ ਹੜਤਾਲਾਂ ਕਰਨ ਵਾਲੇ ਏਸੇ ਹੀ ਕਿਸਮ ਦੇ ਕੈਦੀ ਸਨ। ਇਹਨਾਂ ਵਿਚੋਂ ਕੁਝ ਤਾਂ ਸਮਾਜ ਦੇ ਸਭ ਤੋਂ ਵਧੀਆ ਇਨਸਾਨ ਸਨ ਜਿਹੜੇ ਇਸ ਕਰਕੇ ਸਜ਼ਾਵਾਂ ਭੁਗਤ ਰਹੇ ਸਨ ਕਿ ਉਹਨਾਂ ਨੇ ਅਧਿਕਾਰੀਆਂ ਦਾ

ਵਿਰੋਧ ਕੀਤਾ ਸੀ। ਨੇਖਲੀਊਦੋਵ ਦੇ ਅਧਿਅਨ ਮੁਤਾਬਿਕ ਇਸ ਕਿਸਮ ਵਿਚ ਚੋਖੀ ਵੱਡੀ ਗਿਣਤੀ ਦੇ ਕੈਦੀ ਆ ਜਾਂਦੇ ਸਨ।

ਪੰਜਵੀਂ ਕਿਸਮ ਵਿਚ ਉਹ ਲੋਕ ਆਉਂਦੇ ਸਨ ਜਿਨ੍ਹਾਂ ਦੇ ਆਪਣੇ ਗੁਨਾਹ ਏਨੇ ਵੱਡੇ ਨਹੀਂ ਸਨ ਜਿੰਨੇ ਵੱਡੇ ਉਹ ਗੁਨਾਹ ਸਨ ਜਿਹੜੇ ਸਮਾਜ ਨੇ ਉਹਨਾਂ ਨਾਲ ਕੀਤੇ ਸਨ। ਇਹ ਉਹ ਲੋਕ ਸਨ ਜਿਨ੍ਹਾਂ ਨੂੰ ਸਮਾਜ ਨੇ ਦੁਰਕਾਰ ਛੱਡਿਆ ਹੋਇਆ ਸੀ, ਜਿਨ੍ਹਾਂ ਨੂੰ ਨਿਰੰਤਰ ਜਬਰ ਤੇ ਲੋਭ ਲਾਲਚ ਨੇ ਮਦਹੋਸ਼ ਕੀਤਾ ਹੋਇਆ ਸੀ ਜਿਵੇਂ ਉਹ ਮੁੰਡਾ ਜਿਸ ਨੇ ਕੁਝ ਦਰੀਆਂ ਚੁਰਾ ਲਈਆਂ ਸਨ। ਇਸ ਤਰ੍ਹਾਂ ਦੇ ਸੈਂਕੜੇ ਹੋਰ ਲੋਕ ਸਨ ਜਿਨ੍ਹਾਂ ਨੂੰ ਨੇਖਲੀਊਦੋਵ ਨੇ ਜੇਲ੍ਹ ਦੇ ਅੰਦਰ ਹੀ ਨਹੀਂ, ਬਾਹਰ ਵੀ ਵੇਖਿਆ ਸੀ। ਜਿਨ੍ਹਾਂ ਹਾਲਤਾਂ ਵਿਚ ਇਹ ਲੋਕ ਰਹਿੰਦੇ ਸਨ ਓਹੋ ਉਹਨਾਂ ਨੂੰ ਹੌਲੀ ਹੌਲੀ ਅਜਿਹੇ ਕੰਮ ਕਰਨ ਲਈ ਮਜਬੂਰ ਕਰ ਦੇਂਦੀਆਂ ਜਿਨ੍ਹਾਂ ਨੂੰ ਜੁਰਮ ਆਖਿਆ ਜਾਂਦਾ ਹੈ। ਨੇਖਲੀਊਦੋਵ ਦਾ ਅੰਦਾਜ਼ਾ ਸੀ ਕਿ ਬਹੁਤ ਸਾਰੇ ਚੋਰ ਉਚੱਕੇ ਅਤੇ ਕਾਤਲ ਇਸ ਗਿਣਤੀ ਵਿਚ ਆਉਂਦੇ ਹਨ। ਇਹਨਾਂ ਵਿਚੋਂ ਕੁਝ ਲੋਕ ਪਿਛੇ ਜਿਹੇ ਉਹਦੇ ਸੰਪਰਕ ਵਿਚ ਆਏ ਵੀ ਸਨ। ਉਹ ਉਹਨਾਂ ਦੁਰਾਚਾਰੀ ਤੇ ਬਦ-ਇਖਲਾਕ ਲੋਕਾਂ ਨੂੰ ਏਸੇ ਕਿਸਮ ਵਿਚ ਗਿਣਦਾ ਸੀ ਜਿਸ ਨੂੰ ਅਪਰਾਧ-ਸ਼ਾਸਤ੍ਰ ਦੀ ਨਵੀਂ ਪਰਪਾਟੀ ਜੁਰਾਇਮ ਪੇਸ਼ਾ ਕਹਿੰਦੀ ਹੈ। ਇਹਨਾਂ ਦੀ ਹੋਂਦ ਨੂੰ ਹੀ ਇਸ ਗੱਲ ਦਾ ਮੁਖ ਸਬੂਤ ਸਮਝਿਆ ਜਾਂਦਾ ਹੈ ਕਿ ਜ਼ਾਬਤਾ ਫੌਜਦਾਰੀ ਅਤੇ ਸਜ਼ਾ ਪ੍ਰਣਾਲੀ ਦੀ ਲੋੜ ਹੈ। ਨੇਖਲੀਊਦੋਵ ਅਨੁਸਾਰ ਇਹੋ ਹੀ ਅਖੌਤੀ ਬਦ-ਇਖਲਾਕ, ਦੁਰਾਚਾਰੀ ਅਤੇ ਅਜ਼ਬ ਲੋਕ ਠੀਕ ਓਹੀ ਲੋਕ ਹਨ ਜਿਹੜੇ ਸਮਾਜ ਦੇ ਗੁਨਾਹਾਂ ਦਾ ਸ਼ਿਕਾਰ ਹੋਏ ਹਨ। ਫਰਕ ਸਿਰਫ ਇਹ ਹੈ ਕਿ ਸਮਾਜ ਨੇ ਸਿੱਧਾ ਇਹਨਾਂ ਦੇ ਵਿਰੁਧ ਨਹੀਂ ਸਗੋਂ ਇਹਨਾਂ ਦੇ ਮਾਪਿਆਂ ਤੇ ਪੁਰਖਿਆਂ ਦੇ ਵਿਰੁਧ ਗੁਨਾਹ ਤੇ ਜ਼ੁਲਮ ਕੀਤੇ ਹਨ।

ਇਸ ਪੰਜਵੀਂ ਕਿਸਮ ਵਿਚ ਓਖੋਤਿਨ ਨਾਂ ਦੇ ਇਕ ਬੰਦੇ ਨੇ ਖਾਸ ਕਰਕੇ ਨੇਖਲੀਊਦੋਵ ਦਾ ਧਿਆਨ ਖਿਚਿਆ ਸੀ। ਇਹ ਇਕ ਪੱਕਾ ਪੁਰਾਣਾ ਚੋਰ, ਇਕ ਵੇਸ਼ਵਾ ਦਾ ਨਾਜਾਇਜ਼ ਪੁਤਰ, ਕਿਸੇ ਘਟੀਆ ਕਿਸਮ ਦੇ ਰੈਣ-ਬਸੇਰੇ ਵਿੱਚ ਪਲਿਆ ਬੰਦਾ ਸੀ। ਤੀਹ ਸਾਲ ਦੀ ਉਮਰ ਤੱਕ ਉਸ ਨੂੰ ਪ੍ਰਤੱਖ ਰੂਪ ਵਿਚ ਕੋਈ ਐਸਾ ਆਦਮੀ ਨਹੀਂ ਸੀ ਮਿਲਿਆ ਜਿਹੜਾ ਇਖਲਾਕੀ ਤੌਰ ਤੇ ਕਿਸੇ ਪੁਲਸ ਵਾਲੇ ਨਾਲੋਂ ਚੰਗਾ ਹੋਵੇ ਤੇ ਹਾਲੇ ਉਹਦੀ ਉਮਰ ਛੋਟੀ ਹੀ ਸੀ ਜਦੋਂ ਉਹ ਚੋਰਾਂ ਦੇ ਇਕ ਟੋਲੇ ਵਿਚ ਜਾ ਰਲਿਆ ਸੀ। ਇਸ ਆਦਮੀ ਦਾ ਸੁਭਾ ਬਹੁਤ ਹੀ ਹਾਸੇ ਠੱਠੇ ਵਾਲਾ ਸੀ ਜਿਸ ਕਰਕੇ ਹਰ ਕੋਈ ਉਹਦੇ ਵੱਲ ਖਿਚਿਆ ਜਾਂਦਾ ਸੀ। ਉਸ ਨੇ ਨੇਖਲੀਊਦੋਵ ਨੂੰ ਆਪਣੇ ਮਾਮਲੇ ਵਿਚ ਵਿਚ-ਵਿਚਾਲਾ ਕਰਨ ਲਈ ਆਖਿਆ ਸੀ ਅਤੇ ਨਾਲ ਹੀ ਉਹ ਆਪਣਾ, ਵਕੀਲਾਂ ਦਾ, ਜੇਲ੍ਹ ਦਾ, ਮਨੁਖੀ ਤੇ ਦੈਵੀ ਕਾਨੂੰਨਾਂ ਦਾ ਮਜ਼ਾਕ ਉਡਾਉਂਦਾ ਰਿਹਾ ਸੀ। ਇਸ ਤੋਂ ਇਲਾਵਾ ਇਕ ਹੋਰ ਖੂਬਸੂਰਤ ਆਦਮੀ ਸੀ। ਇਸ ਦਾ ਨਾਂ ਸੀ ਫਿਓਦੋਰੋਵ ਜਿਸ ਨੇ, ਆਪਣੀ ਸਰਦਾਰੀ ਹੇਠ ਡਾਕੂਆਂ ਦੇ ਇਕ ਗਰੋਹ ਨੂੰ ਨਾਲ ਲੈ ਕੇ ਇਕ ਬੁੱਢੇ ਅਫਸਰ ਨੂੰ ਲੁਟਿਆ ਤੇ ਕਤਲ ਕਰ ਦਿੱਤਾ ਸੀ। ਫਿਓਦੋਰੋਵ ਇਕ ਕਿਸਾਨ ਸੀ ਜਿਸ ਦੇ ਪਿਓ ਕੋਲੋਂ ਗੈਰ-ਕਾਨੂੰਨੀ ਤੌਰ ਤੇ ਉਹਦਾ ਘਰ

ਖੋਹ ਲਿਆ ਗਿਆ ਸੀ। ਮਗਰੋਂ ਜਿਸ ਵਕਤ ਉਹ ਫੌਜ ਵਿਚ ਭਰਤੀ ਹੋ ਗਿਆ ਤਾਂ ਇਕ ਅਫ਼ਸਰ ਦੀ ਰਖੇਲ ਨਾਲ ਇਸ਼ਕ ਹੋ ਜਾਣ ਦੇ ਨਤੀਜੇ ਵਜੋਂ ਇਸ ਨੂੰ ਬੜੇ ਦੁਖ ਸਹਿਣੇ ਪਏ ਸਨ। ਇਹ ਆਦਮੀ ਬੜਾ ਹੀ ਭਾਵਕ ਤੇ ਮਿੱਠੇ ਸੁਭਾ ਵਾਲਾ ਸੀ ਤੇ ਇਸ ਨੂੰ ਹਰ ਕੀਮਤ ਉਤੇ ਆਨੰਦ ਮਾਣਨ ਦੀ ਇੱਛਾ ਰਹਿੰਦੀ ਸੀ। ਉਸ ਨੂੰ ਜ਼ਿੰਦਗੀ ਵਿਚ ਕਦੇ ਕੋਈ ਐਸਾ ਆਦਮੀ ਨਹੀਂ ਸੀ ਮਿਲਿਆ ਜਿਸ ਦੇ ਸਾਮ੍ਹਣੇ ਕੋਈ ਉੱਚ ਆਦਰਸ਼ ਹੋਵੇ ਤੇ ਕਦੇ ਕਿਸੇ ਕੋਲੋਂ ਨਹੀਂ ਸੀ ਸੁਣਿਆ ਕਿ ਭੋਗ-ਵਿਲਾਸ ਦੇ ਬਗੈਰ ਜ਼ਿੰਦਗੀ ਦਾ ਕੋਈ ਹੋਰ ਮਕਸਦ ਵੀ ਹੈ। ਨੇਖਲੀਊਦੋਵ ਨੇ ਸਪਸ਼ਟ ਰੂਪ ਵਿਚ ਵੇਖ ਲਿਆ ਸੀ ਕਿ ਕੁਦਰਤ ਨੇ ਇਹਨਾਂ ਦੋਵਾਂ ਬੰਦਿਆਂ ਤੇ ਰੱਜ ਕੇ ਬਖਸ਼ਿਸ਼ਾਂ ਕੀਤੀਆਂ ਸਨ ਪਰ ਜਿਵੇਂ ਇਕ ਪੌਦੇ ਦੀ ਸੰਭਾਲ ਨਾ ਕੀਤੀ ਜਾਏ ਤਾਂ ਉਹ ਗਲ-ਸੜ ਜਾਂਦਾ ਹੈ ਏਸੇ ਤਰ੍ਹਾਂ ਇਹ ਬੰਦੇ ਉਹਨਾਂ ਵੱਲ ਵਿਖਾਈ ਲਾਪ੍ਰਵਾਹੀ ਕਾਰਨ ਨਿਕੰਮੇ ਹੋ ਗਏ ਸਨ। ਇਕ ਆਵਾਰਾ ਆਦਮੀ ਤੇ ਇਕ ਔਰਤ ਨਾਲ ਵੀ ਨੇਖਲੀਊਦੋਵ ਦਾ ਮੇਲ ਹੋਇਆ ਸੀ ਜਿਹੜੇ ਮੋਟੀ ਬੁੱਧ ਵਾਲੇ ਤੇ ਵੇਖਣ ਨੂੰ ਜ਼ਾਲਮ ਜਾਪਦੇ ਸਨ। ਭਾਵੇਂ ਉਹਨਾਂ ਨੂੰ ਵੇਖ ਕੇ ਉਸ ਨੂੰ ਕਰਹਿਤ ਆਉਣ ਲੱਗ ਜਾਂਦੀ ਸੀ ਤਾਂ ਵੀ ਉਹਨਾਂ ਵਿਚ ਕੋਈ ਐਸੀ ਗੱਲ ਨਜ਼ਰ ਨਹੀਂ ਸੀ ਆਉਂਦੀ ਕਿ ਉਹਨਾਂ ਨੂੰ ਜੁਰਾਇਮ ਪੇਸ਼ਾ ਲੋਕ ਆਖਿਆ ਜਾ ਸਕੇ ਜਿਨ੍ਹਾਂ ਬਾਰੇ ਇਤਾਲਵੀ ਪਰਪਾਟੀ ਦੇ ਲੋਕਾਂ ਨੇ ਬੜਾ ਕੁਝ ਲਿਖਿਆ ਸੀ। ਉਸ ਨੂੰ ਉਹ ਇਸ ਤਰ੍ਹਾਂ ਦੇ ਬੰਦੇ ਲੱਗੇ ਸਨ ਜਿਨ੍ਹਾਂ ਤੋਂ ਉਸ ਨੂੰ ਜ਼ਾਤੀ ਤੌਰ ਤੇ ਕਰਹਿਤ ਆ ਗਈ ਸੀ ਜਿਸ ਤਰ੍ਹਾਂ ਜੇਲ੍ਹ ਤੋਂ ਬਾਹਰ ਵੀ ਉਸ ਨੂੰ ਕਈਆਂ ਤੋਂ ਕਰਹਿਤ ਆਉਂਦੀ ਸੀ ਜਿਹੜੇ ਪਿਛੋਂ ਪੂਛ ਦੀ ਸ਼ਕਲ ਦੇ ਕੋਟ ਪਾਈ, ਮੋਢਿਆਂ ਉਤੇ ਛੱਬੇ ਲਾਈ ਜਾਂ ਲੈਸਾਂ ਫੀਤਿਆਂ ਨਾਲ ਸਜੇ ਫਿਰਦੇ ਸਨ।

ਸੋ ਇਹਨਾਂ ਤਰ੍ਹਾਂ ਤਰ੍ਹਾਂ ਦੇ ਲੋਕਾਂ ਨੂੰ ਜੇਲ੍ਹ ਵਿਚ ਕਿਉਂ ਰੱਖਿਆ ਹੋਇਆ ਸੀ ਜਦੋਂ ਕਿ ਇਹਨਾਂ ਵਰਗੇ ਕੁਝ ਹੋਰਾਂ ਦੀਆਂ ਬਾਹਰ ਰੈਵਾਗਾਂ ਸਨ। ਸਿਰਫ ਏਨਾ ਹੀ ਕਿਉਂ ਉਹ ਲੋਕ ਇਹਨਾਂ ਲਈ ਮੁਨਸਿਫ ਬਣੇ ਬੈਠੇ ਸਨ। ਇਹਨਾਂ ਹਾਲਤਾਂ ਦੇ ਕਾਰਨਾਂ ਦੀ ਖੋਜ ਪੜਤਾਲ ਕਰਨਾ ਨੇਖਲੀਊਦੋਵ ਦੇ ਸਾਮ੍ਹਣੇ ਚੌਥਾ ਕੰਮ ਸੀ।

ਉਹਨੂੰ ਉਮੀਦ ਸੀ ਕਿ ਇਸ ਸਵਾਲ ਦਾ ਜਵਾਬ ਕਿਤਾਬਾਂ ਵਿਚੋਂ ਮਿਲ ਜਾਏਗਾ ਤੇ ਇਸ ਵਿਸ਼ੇ ਨਾਲ ਸੰਬੰਧਤ ਜੋ ਵੀ ਕਿਤਾਬਾਂ ਉਸ ਨੂੰ ਮਿਲੀਆਂ ਉਹ ਖਰੀਦ ਲਿਆਇਆ ਸੀ। ਉਸ ਨੇ ਲੋਂਬਰੋਜ਼ੋ, ਗਾਰੋਫਾਲੋ, ਫੇਰੀ, ਲਿਸਟ, ਮਾਡਸਲੇ, ਤਾਰਦੇ, ਆਦਿ ਲੇਖਕਾਂ ਦੀਆਂ ਕਿਰਤਾਂ ਲੈ ਆਂਦੀਆਂ ਸਨ ਅਤੇ ਬੜੇ ਗਹੁ ਨਾਲ ਉਹਨਾਂ ਦਾ ਅਧਿਅਨ ਕਰਨ ਲੱਗ ਪਿਆ ਸੀ। ਪਰ ਉਹ ਜਿਵੇਂ ਜਿਵੇਂ ਪੜ੍ਹਦਾ ਗਿਆ ਉਸ ਦੀ ਨਿਰਾਸ਼ਾ ਵਿਚ ਹੋਰ ਹੋਰ ਵਾਧਾ ਹੁੰਦਾ ਗਿਆ। ਉਸ ਨੂੰ ਓਸੇ ਹੀ ਤਰ੍ਹਾਂ ਨਿਰਾਸ਼ਾ ਦਾ ਮੂੰਹ ਵੇਖਣਾ ਪਿਆ ਜਿਸ ਤਰ੍ਹਾਂ ਹਮੇਸ਼ਾ ਉਹਨਾਂ ਲੋਕਾਂ ਨੂੰ ਵੇਖਣਾ ਪੈਂਦਾ ਹੈ ਜਿਹੜੇ ਵਿਗਿਆਨ ਦੇ ਖੇਤਰ ਵੱਲ ਇਸ ਕਰਕੇ ਮੂੰਹ ਨਹੀਂ ਕਰਦੇ ਕਿ ਉਹਨਾਂ ਨੇ ਇਸ ਵਿਚ ਕੋਈ ਰੋਲ ਅਦਾ ਕਰਨਾ ਹੁੰਦਾ ਹੈ, ਜਾਂ ਉਹਨਾਂ ਨੇ ਕੁਝ ਲਿਖਣਾ ਹੁੰਦਾ ਹੈ, ਜਾਂ ਉਹਨਾਂ ਨੇ ਕਿਸੇ ਵਾਦ-ਵਿਵਾਦ ਵਿਚ ਪੈਣਾ ਹੁੰਦਾ ਹੈ ਜਾਂ ਕਿਸੇ ਨੂੰ ਕੁਝ ਸਿਖਾਉਣਾ ਹੁੰਦਾ ਹੈ, ਸਗੋਂ ਸਿਰਫ ਇਸ ਕਰਕੇ ਏਧਰ ਮੂੰਹ

ਕਰਦੇ ਹਨ ਕਿ ਉਹਨਾਂ ਨੇ ਦੈਨਿਕ ਜੀਵਨ ਨਾਲ ਸੰਬੰਧਤ ਕਿਸੇ ਸਾਧਾਰਨ ਸਵਾਲ ਦਾ ਜਵਾਬ ਲਭਣਾ ਹੁੰਦਾ ਹੈ। ਵਿਗਿਆਨ ਜ਼ਾਬਤਾ ਫੌਜਦਾਰੀ ਨਾਲ ਸੰਬੰਧ ਰਖਦੇ ਹੋਰ ਹਜ਼ਾਰਾਂ ਹੀ ਬੜੇ ਸੂਖਮ ਤੇ ਗੁੰਝਲਦਾਰ ਸਵਾਲਾਂ ਦਾ ਜਵਾਬ ਦੇਂਦਾ ਸੀ ਪਰ ਉਸ ਸਵਾਲ ਦਾ ਜਵਾਬ ਨਹੀਂ ਸੀ ਦੇਂਦਾ ਜਿਸ ਨੂੰ ਉਹ ਹੱਲ ਕਰਨ ਦਾ ਜਤਨ ਕਰ ਰਿਹਾ ਸੀ।

ਉਸ ਦਾ ਸਵਾਲ ਬੜਾ ਸਿੱਧਾ ਸਾਦਾ ਸੀ : ਕੁਝ ਲੋਕ ਦੂਜੇ ਲੋਕਾਂ ਨੂੰ ਜੇਲ੍ਹਾਂ ਵਿਚ ਬੰਦ ਕਰਦੇ ਹਨ, ਉਹਨਾਂ ਨੂੰ ਤਸੀਹੇ ਦੇਂਦੇ ਹਨ, ਦੇਸ ਬਦਰ ਕਰਦੇ ਹਨ, ਕੋਰੜੇ ਮਾਰਦੇ ਹਨ ਅਤੇ ਮੌਤ ਦੇ ਮੂੰਹ ਵਿਚ ਧਕਦੇ ਹਨ। ਉਹ ਇਸ ਤਰ੍ਹਾਂ ਕਿਉਂ ਕਰਦੇ ਹਨ? ਉਹਨਾਂ ਨੂੰ ਇਹ ਹੱਕ ਕਿਸ ਤਰ੍ਹਾਂ ਪਹੁੰਚਦਾ ਹੈ ਜਦੋਂ ਕਿ ਉਹ ਆਪ ਉਹਨਾਂ ਹੀ ਲੋਕਾਂ ਵਰਗੇ ਹੁੰਦੇ ਹਨ ਜਿਨ੍ਹਾਂ ਨੂੰ ਉਹ ਤਸੀਹੇ ਦੇਂਦੇ, ਕੋਰੜੇ ਮਾਰਦੇ ਅਤੇ ਮੌਤ ਦੇ ਮੂੰਹ ਵਿਚ ਧਕਦੇ ਹਨ? ਜਵਾਬ ਵਿਚ ਉਸ ਨੂੰ ਲੰਮੇ ਲੰਮੇ ਲੇਖ ਮਿਲਦੇ ਸਨ ਕਿ ਮਨੁਖ ਨੂੰ ਸੋਚਣ ਦੀ ਆਜ਼ਾਦੀ ਹੈ ਜਾਂ ਨਹੀਂ? ਕਿਸੇ ਬੰਦੇ ਦੀ ਖੋਪੜੀ ਨੂੰ ਮਾਪਣ ਨਾਲ ਕੀ ਇਹ ਪਤਾ ਲਾਇਆ ਜਾ ਸਕਦਾ ਹੈ ਕਿ ਨਹੀਂ ਕਿ ਅਮਕਾ ਆਦਮੀ ਮੁਜਰਮ ਹੈ? ਜੁਰਮ ਵਿਚ ਜੱਦੀ-ਪੁਸ਼ਤੀ ਗੁਣਾਂ ਔਗੁਣਾਂ ਦਾ ਕੀ ਰੋਲ ਹੁੰਦਾ ਹੈ? ਕੀ ਬਦ-ਇਖਲਾਕੀ ਦਾ ਪੁਸ਼ਤ ਨਾਲ ਕੋਈ ਸੰਬੰਧ ਹੈ ਜਾਂ ਨਹੀਂ? ਇਖਲਾਕ ਕੀ ਹੈ? ਪਾਗਲਪਨ ਕੀ ਹੁੰਦਾ ਹੈ? ਅਧੋਗਤੀ ਕਿਸ ਨੂੰ ਕਹਿੰਦੇ ਹਨ? ਸੁਭਾ ਦੇ ਕੀ ਭਾਵ ਹਨ? ਕੀ ਜਲਵਾਯੂ, ਖੁਰਾਕ, ਅਗਿਆਨ, ਰੀਸ ਕਰਨ ਦੀ ਰੁਚੀ, ਹਿਪਨਾਟਿਜ਼ਮ ਜਾਂ ਮਨੋਵੇਗ ਦਾ ਜੁਰਮ ਨਾਲ ਕੋਈ ਵਾਸਤਾ ਹੈ? ਸਮਾਜ ਦੀ ਪ੍ਰੀਭਾਸ਼ਾ ਕੀ ਹੈ ਤੇ ਸਮਾਜ ਦੇ ਫਰਜ਼ ਕੀ ਹਨ? ਆਦਿ।

ਇਹਨਾਂ ਖੋਜ-ਨਿਬੰਧਾਂ ਨੂੰ ਪੜ੍ਹਦਿਆਂ ਉਹਨੂੰ ਇਕ ਸਮੇਂ ਇਕ ਛੋਟੇ ਜਿਹੇ ਮੁੰਡੇ ਦੀ ਆਖੀ ਗੱਲ ਯਾਦ ਆ ਗਈ। ਮੁੰਡਾ ਸਕੂਲ ਤੋਂ ਪੜ੍ਹ ਕੇ ਘਰ ਆ ਰਿਹਾ ਸੀ ਤੇ ਰਾਹ ਵਿਚ ਨੇਖਲੀਊਦੋਵ ਨਾਲ ਮੇਲ ਹੋ ਗਿਆ। ਨੇਖਲੀਊਦੋਵ ਨੇ ਉਸ ਨੂੰ ਪੁੱਛਿਆ ਕਿ ਤੂੰ ਸ਼ਬਦ-ਜੋੜ ਕਰਨੇ ਸਿਖ ਲਏ ਹਨ? "ਹਾਂ, ਮੈਂ ਸ਼ਬਦ-ਜੋੜ ਕਰ ਸਕਦਾਂ," ਮੁੰਡੇ ਨੇ ਜਵਾਬ ਦਿੱਤਾ। "ਹੱਛਾ, ਤਾਂ ਦੱਸ ਫਿਰ "ਲੱਤ" ਦੇ ਜੋੜ ਕਿਵੇਂ ਕਰੇਂਗਾ?" "ਕੁੱਤੇ ਦੀ ਲੱਤ, ਜਾਂ ਕਿਸੇ ਹੋਰ ਦੀ ਲੱਤ?" ਖਚਰੀਆਂ ਨਜ਼ਰਾਂ ਨਾਲ ਵੇਖਦਿਆਂ ਮੁੰਡੇ ਨੇ ਪੁੱਛਿਆ। ਬਸ, ਨੇਖਲੀਊਦੋਵ ਨੂੰ ਇਹਨਾਂ ਵਿਗਿਆਨਕ ਪੁਸਤਕਾਂ ਵਿਚੋਂ ਆਪਣੇ ਬੁਨਿਆਦੀ ਸਵਾਲ ਦੇ ਜੋ ਜਵਾਬ ਮਿਲੇ ਸਵਾਲਾਂ ਦੇ ਰੂਪ ਵਿਚ ਹੀ ਮਿਲੇ। ਇਹਨਾਂ ਪੁਸਤਕਾਂ ਵਿਚ ਬਹੁਤ ਸਾਰੀਆਂ ਗੱਲਾਂ ਸੂਝਭਰੀਆਂ, ਵਿਦਵਤਾਭਰੀਆਂ ਅਤੇ ਦਿਲਚਸਪ ਸਨ, ਪਰ ਉਸ ਦੇ ਮੁਖ ਸਵਾਲ ਦਾ ਜਵਾਬ ਨਹੀਂ ਸੀ: "ਕੁਝ ਲੋਕਾਂ ਨੂੰ ਇਹ ਹੱਕ ਕਿਸ ਤਰ੍ਹਾਂ ਪਹੁੰਚਦਾ ਹੈ ਕਿ ਉਹ ਦੂਜਿਆਂ ਨੂੰ ਸਜ਼ਾਵਾਂ ਦੇਣ?" ਸਿਰਫ ਏਨਾ ਹੀ ਨਹੀਂ ਕਿ ਇਸ ਸਵਾਲ ਦਾ ਕੋਈ ਜਵਾਬ ਨਹੀਂ ਸੀ ਮਿਲਿਆ, ਸਗੋਂ ਜਿਹੜੀਆਂ ਵੀ ਦਲੀਲਾਂ ਪੇਸ਼ ਕੀਤੀਆਂ ਹੋਈਆਂ ਸਨ ਉਹ ਸਜ਼ਾ ਦੇ ਸਪਸ਼ਟੀਕਰਨ ਤੇ ਇਸ ਦੀ ਸਫਾਈ ਪੇਸ਼ ਕਰਨ ਲਈ ਹੀ ਦਿੱਤੀਆਂ ਗਈਆਂ ਸਨ। ਸਜ਼ਾ ਦੀ ਲੋੜ ਨੂੰ ਤਾਂ ਪ੍ਰਮਾਣਿਕ ਨੇਮ ਮੰਨ ਲਿਆ ਗਿਆ ਸੀ। ਨੇਖਲੀਊਦੋਵ ਨੇ ਬਹੁਤ ਕੁਝ ਪੜ੍ਹਿਆ, ਪਰ ਥੋੜਾ ਥੋੜਾ ਕਰਕੇ ਤੇ

ਆਪਣੀ ਅਸਫਲਤਾ ਦਾ ਕਾਰਨ ਵੀ ਉਹ ਇਹੋ ਸਮਝਦਾ ਸੀ ਕਿ ਉਹ ਸਤਹੀ ਤੌਰ ਤੇ ਪੜ੍ਹਦਾ ਰਿਹਾ ਹੈ। ਉਹਨੂੰ ਆਸ ਸੀ ਕਿ ਬਾਦ ਵਿਚ ਇਸ ਸਵਾਲ ਦਾ ਜਵਾਬ ਮਿਲ ਜਾਏਗਾ। ਜਿਹੜਾ ਜਵਾਬ ਦਿਨੋ ਦਿਨ ਬਹੁਤਾ ਉਹਦੇ ਸਾਮ੍ਹਣੇ ਆ ਰਿਹਾ ਸੀ ਉਸ ਦੀ ਸਚਾਈ ਉਤੇ ਵਿਸ਼ਵਾਸ ਕਰਨ ਨੂੰ ਉਹਦਾ ਮਨ ਨਹੀਂ ਸੀ ਮੰਨਦਾ।

੩੧

ਸਜ਼ਾਯਾਫਤਾ ਮੁਜਰਮਾਂ ਦੀ ਉਸ ਟੋਲੀ ਨੇ ਜਿਸ ਵਿਚ ਮਾਸਲੋਵਾ ਵੀ ਸ਼ਾਮਲ ਸੀ ਪੰਜ ਜੁਲਾਈ ਨੂੰ ਤੁਰਨਾ ਸੀ। ਨੇਖਲੀਊਦੋਵ ਨੇ ਵੀ ਓਸੇ ਹੀ ਦਿਨ ਤੁਰ ਪੈਣ ਦਾ ਪ੍ਰਬੰਧ ਕਰ ਲਿਆ। ਇਕ ਦਿਨ ਪਹਿਲਾਂ, ਨੇਖਲੀਊਦੋਵ ਦੀ ਭੈਣ ਤੇ ਉਸ ਦਾ ਪਤੀ, ਉਸ ਨੂੰ ਮਿਲਣ ਸ਼ਹਿਰ ਆ ਪਹੁੰਚੇ।

ਨੇਖਲੀਊਦੋਵ ਦੀ ਭੈਣ, ਨਤਾਲੀਆ ਇਵਾਨੋਵਨਾ ਰਾਗੋਜ਼ਿਨਸਕਾਯਾ, ਆਪਣੇ ਭਰਾ ਨਾਲੋਂ ਦਸ ਸਾਲ ਵੱਡੀ ਸੀ। ਨੇਖਲੀਊਦੋਵ ਕੁਝ ਹੱਦ ਤੱਕ ਉਹਦੇ ਪ੍ਰਭਾਵ ਹੇਠ ਹੀ ਜਵਾਨ ਹੋਇਆ ਸੀ। ਜਦੋਂ ਉਹ ਬੱਚਾ ਸੀ ਤਾਂ ਉਹਦੀ ਭੈਣ ਨੂੰ ਉਹਦੇ ਨਾਲ ਬੜਾ ਮੋਹ ਸੀ। ਤੇ ਬਾਦ ਵਿਚ ਜਦੋਂ ਉਹ ਵਿਆਹੀ ਗਈ ਤਾਂ ਉਹ ਇਕ ਦੂਜੇ ਦੇ ਬਹੁਤ ਨੇੜੇ ਆ ਗਏ ਸਨ ਜਿਵੇਂ ਉਹ ਇਕ ਦੂਜੇ ਦੇ ਹਾਣੀ ਹੋਣ। ਭੈਣ ਓਦੋਂ ਪੰਝੀਆਂ ਵਰ੍ਹਿਆਂ ਦੀ ਭਰ ਜੋਬਨ ਮੁਟਿਆਰ ਸੀ ਤੇ ਭਰਾ ਪੰਦਰਾਂ ਸਾਲ ਦਾ ਗਭਰੇਟ। ਉਹਨਾਂ ਦਿਨਾਂ ਵਿਚ ਨੇਖਲੀਊਦੋਵ ਦੀ ਭੈਣ ਨੂੰ ਉਸ ਦੇ ਇਕ ਦੋਸਤ, ਨਿਕੋਲੇਨਕਾ ਇਰਤੇਨੀਏਵ ਨਾਲ ਮੁਹੱਬਤ ਸੀ ਪਰ ਉਸ ਦੀ ਮੌਤ ਹੋ ਗਈ। ਉਹ ਦੋਵੇਂ ਹੀ ਨਿਕੋਲੇਨਕਾ ਨੂੰ ਪਿਆਰ ਕਰਦੇ ਸਨ ਅਤੇ ਉਹਦੇ ਵਿਚ ਅਤੇ ਇਕ ਦੂਜੇ ਵਿਚ ਜੋ ਵੀ ਚੰਗਿਆਈ ਸੀ ਉਸ ਨੂੰ ਪਿਆਰ ਕਰਦੇ ਸਨ। ਇਹ ਚੰਗਿਆਈ ਹੀ ਸਭ ਮਨੁਖਾਂ ਨੂੰ ਇਕ ਦੂਜੇ ਨਾਲ ਬੰਨ੍ਹ ਕੇ ਰੱਖਦੀ ਹੈ।

ਉਸ ਤੋਂ ਮਗਰੋਂ ਦੋਵਾਂ ਵਿਚ ਹੀ ਇਖਲਾਕੀ ਗਿਰਾਵਟ ਆ ਗਈ। ਨੇਖਲੀਊਦੋਵ ਫੌਜ ਵਿਚ ਭਰਤੀ ਹੋ ਗਿਆ ਤੇ ਵੈਲਾਂ ਵਿਚ ਪੈ ਗਿਆ। ਭੈਣ ਨੇ ਇਕ ਐਸੇ ਆਦਮੀ ਨਾਲ ਵਿਆਹ ਕਰਾ ਲਿਆ ਜਿਸ ਨੂੰ ਉਹ ਸਿਰਫ ਕਾਮੁਕ ਪਿਆਰ ਕਰਦੀ ਸੀ। ਇਸ ਆਦਮੀ ਦਾ ਉਹਨਾਂ ਗੱਲਾਂ ਨਾਲ ਦੂਰ ਦਾ ਵੀ ਕੋਈ ਵਾਸਤਾ ਨਹੀਂ ਸੀ ਜਿਨ੍ਹਾਂ ਨੂੰ ਭੈਣ ਭਰਾ ਕਦੇ ਬਹੁਤ ਪਿਆਰਦੇ ਤੇ ਪਵਿਤਰ ਸਮਝਦੇ ਸਨ। ਉਹ ਤਾਂ ਇਖਲਾਕੀ ਉੱਚਤਾ ਤੇ ਲੋਕ ਸੇਵਾ ਵਰਗੀਆਂ ਉਮੰਗਾਂ ਦੇ ਅਰਥ ਵੀ ਨਹੀਂ ਸੀ ਜਾਣਦਾ ਜਿਨ੍ਹਾਂ ਸਦਕਾ ਨਤਾਲੀਆ ਦੀ ਜਾਨ ਵਿਚ ਜਾਨ ਸੀ। ਉਹ ਸਮਝਦਾ ਸੀ ਕਿ ਇਹ ਗੱਲਾਂ ਵਿਖਾਵਾ ਹਨ ਤੇ ਲਾਲਸਾ ਵਿਚੋਂ ਜਨਮ ਲੈਂਦੀਆਂ ਹਨ। ਇਹਨਾਂ ਗੱਲਾਂ ਦੀ ਏਹੋ ਇਕ ਵਿਆਖਿਆ ਸੀ ਜਿਹੜੀ ਉਸ ਨੂੰ ਸਮਝ ਆਉਂਦੀ ਸੀ।

ਨਤਾਲੀਆ ਦਾ ਖਾਵੰਦ ਨਾ ਤਾਂ ਦੌਲਤਮੰਦ ਹੀ ਸੀ ਨਾ ਹੀ ਨਾਮ ਪ੍ਰਸਿਧੀ ਵਾਲਾ, ਪਰ ਆਪਣੇ ਕੰਮ ਵਿਚ ਬੜਾ ਹੀ ਚਾਤੁਰ ਤੇ ਖਰਾਂਟ। ਲਿਫਤਿਆਂ ਵਾਂਗ ਕਦੇ ਉਦਾਰਵਾਦ ਤੇ ਕਦੇ ਸਨਾਤਨਵਾਦ ਵੱਲ ਛੜੱਪਾ ਮਾਰਦਾ ਤੇ ਜਿਸ ਮੌਕੇ ਦੋਵਾਂ ਵਿਚੋਂ ਜਿਹੜੀ ਧਾਰਾ ਵੀ ਆਪਣਾ ਉਲੂ ਸਿੱਧਾ ਕਰਨ ਵਾਸਤੇ ਸੂਤ ਬਹਿੰਦੀ ਉਸ ਤੋਂ ਫਾਇਦਾ ਉਠਾ ਲੈਂਦਾ। ਉਹਦੇ ਅੰਦਰ ਕੋਈ ਖਾਸ ਵਸਫ ਸੀ ਜਿਸ ਨਾਲ ਔਰਤਾਂ ਨੂੰ ਆਪਣੇ ਵੱਲ ਖਿੱਚ ਲੈਂਦਾ ਸੀ। ਇਸ ਤਰ੍ਹਾਂ ਉਹ ਮੁਕਾਬਲਤਨ ਉੱਚੇ ਅਦਾਲਤੀ ਅਹੁਦੇ ਤੇ ਪਹੁੰਚ ਗਿਆ ਸੀ। ਨੇਖਲੀਊਦੋਵ ਨਾਲ ਉਹਦੀ ਜਾਣ-ਪਛਾਣ ਪਰਦੇਸ ਵਿਚ ਹੋਈ ਸੀ। ਓਦੋਂ ਉਮਰ ਦੇ ਪੱਖੋਂ ਉਹ ਕੋਈ ਬਹੁਤਾ ਜਵਾਨ ਨਹੀਂ ਸੀ। ਨਤਾਲੀਆ ਉਤੇ ਉਸ ਨੇ ਐਸਾ ਪੱਟੂ ਪਾਇਆ ਕਿ ਉਹ ਉਸ ਦੇ ਇਸ਼ਕ ਵਿਚ ਫਸ ਗਈ। ਨਤਾਲੀਆ ਵੀ ਓਦੋਂ ਕੋਈ ਬਹੁਤੀ ਜਵਾਨ ਨਹੀਂ ਸੀ। ਇਸ ਤਰ੍ਹਾਂ ਉਹਨਾਂ ਦੋਹਾਂ ਦੀ ਸ਼ਾਦੀ ਹੋ ਗਈ ਭਾਵੇਂ ਨਤਾਲੀਆ ਦੀ ਮਾਂ ਇਸ ਵਿਆਹ ਦੇ ਹੱਕ ਵਿਚ ਨਹੀਂ ਸੀ। ਉਹ ਸਮਝਦੀ ਸੀ ਕਿ ਇਹ ਆਦਮੀ ਉਹਦੀ ਧੀ ਲਈ mésalliance* ਹੈ। ਨੇਖਲੀਊਦੋਵ ਨੂੰ ਆਪਣੇ ਭੈਣੋਈ ਤੋਂ ਨਫਰਤ ਸੀ ਭਾਵੇਂ ਉਹ ਇਸ ਨੂੰ ਆਪਣੇ ਆਪ ਕੋਲੋਂ ਵੀ ਲੁਕਾਉਣ ਦਾ ਜਤਨ ਕਰਦਾ ਸੀ ਤੇ ਇਸ ਨੂੰ ਦਿਲ ਵਿਚੋਂ ਥੁਕ ਦੇਣ ਲਈ ਆਪਣੇ ਆਪ ਨਾਲ ਜੂਝਦਾ ਸੀ। ਨੇਖਲੀਊਦੋਵ ਨੂੰ ਉਸ ਤੋਂ ਸਖ਼ਤ ਨਫਰਤ ਇਸ ਕਰਕੇ ਸੀ ਕਿ ਰਾਗੋਜ਼ਿਨਸਕੀ ਬੜਾ ਹੋਛਾ ਅਤੇ ਆਪਣੀ ਹੈਂਕੜ ਕਾਰਨ ਤੰਗਨਜ਼ਰ ਆਦਮੀ ਸੀ। ਪਰ ਇਸ ਨਫਰਤ ਨੂੰ ਮੁਖ ਕਰਕੇ ਇਸ ਗੱਲ ਨੇ ਹੋਰ ਵੀ ਵਧਾ ਦਿੱਤਾ ਕਿ ਉਸ ਦੀ ਭੈਣ ਨਤਾਲੀਆ ਆਪਣੇ ਪਤੀ ਦੇ ਸੁਭਾ ਦੀ ਤੰਗਨਜ਼ਰੀ ਦੇ ਬਾਵਜੂਦ ਉਸ ਨੂੰ ਏਨਾ ਵੇਗਮਈ, ਏਨਾ ਸਵਾਰਥੀ ਤੇ ਏਨਾ ਕਾਮੁਕ ਪਿਆਰ ਕਰਨ ਲੱਗ ਪਈ ਸੀ ਕਿ ਉਹਦੀ ਖਾਤਰ ਉਸ ਨੇ ਆਪਣੇ ਅੰਦਰ ਦੀ ਚੰਗਿਆਈ ਦਾ ਗਲ ਘੁਟ ਦਿੱਤਾ ਸੀ।

ਨੇਖਲੀਊਦੋਵ ਦਾ ਦਿਲ ਇਹ ਸੋਚ ਕੇ ਹੀ ਪੀੜ ਪੀੜ ਹੋ ਉੱਠਦਾ ਕਿ ਉਸ ਦੀ ਭੈਣ ਨਤਾਲੀਆ ਇਸ ਜੱਤਲ, ਘੁਮੰਡੀ ਤੇ ਚਮਕਦੇ ਗੰਜ ਵਾਲੇ ਆਦਮੀ ਦੀ ਪਤਨੀ ਹੈ। ਹਾਲਤ ਇਹ ਹੋ ਗਈ ਸੀ ਕਿ ਉਹ ਉਹਨਾਂ ਦੇ ਬੱਚਿਆਂ ਨੂੰ ਬੇਵਸ ਹੋ ਕੇ ਘਿਰਣਾ ਕਰਨ ਲੱਗ ਪਿਆ ਸੀ। ਤੇ ਜਦੋਂ ਉਸ ਨੂੰ ਪਤਾ ਲੱਗਦਾ ਕਿ ਉਹਦੀ ਭੈਣ ਦੇ ਫੇਰ ਬੱਚਾ ਹੋਣ ਵਾਲਾ ਹੈ ਤਾਂ ਉਹਨੂੰ ਬੜਾ ਅਫਸੋਸ ਹੁੰਦਾ। ਉਸ ਨੂੰ ਲੱਗਦਾ ਕਿ ਇਸ ਆਦਮੀ ਨੇ ਜਿਹੜਾ ਉਹਦੇ ਵਾਸਤੇ ਬੜਾ ਓਪਰਾ ਸੀ ਉਸ ਦੀ ਭੈਣ ਨੂੰ ਫੇਰ ਕੋਈ ਛੂਤ ਦੀ ਬੀਮਾਰੀ ਲਾ ਦਿੱਤੀ ਹੈ।

ਰਾਗੋਜ਼ਿਨਸਕੀ ਜੋੜੀ ਇਕੱਲੀ ਮਾਸਕੋ ਆਈ ਸੀ। ਉਹ ਆਪਣੇ ਦੋਵਾਂ ਬੱਚਿਆਂ—ਇਕ ਮੁੰਡਾ ਤੇ ਇਕ ਕੁੜੀ—ਨੂੰ ਪਿੱਛੇ ਘਰ ਛੱਡ ਆਏ ਸਨ। ਮਾਸਕੋ ਵਿਚ ਉਹਨਾਂ ਨੇ ਸਭ ਤੋਂ ਵਧੀਆ ਹੋਟਲ ਵਿਚ ਸਭ ਤੋਂ ਵਧੀਆ ਕਮਰੇ ਲਏ ਸਨ। ਮਾਸਕੋ ਪਹੁੰਚਦਿਆਂ ਹੀ ਨਤਾਲੀਆ ਆਪਣੀ ਮਾਂ ਦੇ ਪੁਰਾਣੇ ਘਰ ਚਲੀ ਗਈ, ਪਰ ਅਗਰਾਫੇਨਾ ਪੇਤਰੋਵਨਾ ਤੋਂ

* ਅਢੁਕਵਾਂ ਵਰ। (ਫਰਾਂਸੀਸੀ)—ਸੰਪਾ:

ਇਹ ਪਤਾ ਲੱਗਣ ਉਤੇ ਕਿ ਉਹਦਾ ਭਰਾ ਇਸ ਘਰ ਨੂੰ ਛੱਡ ਗਿਆ ਹੈ ਤੇ ਲਾਜ ਵਿਚ ਕਿਰਾਏ ਤੇ ਰਹਿੰਦਾ ਹੈ, ਉਹ ਬੱਘੀ ਵਿਚ ਬੈਠ ਕੇ ਓਥੇ ਚਲੀ ਗਈ। ਇਕ ਸਾਹ-ਘੋਟੂ ਤੇ ਹਨੇਰੇ ਲਾਂਘੇ ਵਿਚ ਜਿਥੇ ਸਾਰਾ ਦਿਨ ਲੈਂਪ ਬਲਦੀ ਰਹਿੰਦੀ ਹੈ ਉਸ ਨੂੰ ਇਕ ਗੰਦਾ ਮੰਦਾ ਜਿਹਾ ਨੌਕਰ ਮਿਲ ਗਿਆ। ਨੌਕਰ ਨੇ ਉਸ ਨੂੰ ਦੱਸਿਆ ਕਿ ਪ੍ਰਿੰਸ ਘਰ ਨਹੀਂ।

ਨਤਾਲੀਆ ਨੇ ਆਖਿਆ ਕਿ ਉਸ ਨੂੰ ਉਹਦੇ ਭਰਾ ਦੇ ਕਮਰੇ ਵਿਖਾ ਦਿੱਤੇ ਜਾਣ ਕਿਉਂਕਿ ਉਹ ਭਰਾ ਵਾਸਤੇ ਇਕ ਰੁੱਕਾ ਲਿਖ ਕੇ ਛੱਡ ਜਾਣਾ ਚਾਹੁੰਦੀ ਹੈ। ਨੌਕਰ ਉਸ ਨੂੰ ਨੇਖਲੀਊਦੋਵ ਦੇ ਕਮਰਿਆਂ ਵਿਚ ਲੈ ਗਿਆ।

ਛੋਟੇ ਛੋਟੇ ਦੋ ਕਮਰੇ ਸਨ। ਨਤਾਲੀਆ ਨੇ ਕਮਰਿਆਂ ਵਿਚ ਪਈ ਇਕ ਇਕ ਚੀਜ਼ ਨੂੰ ਬੜੇ ਗਹੁ ਨਾਲ ਵੇਖਿਆ। ਹਰ ਚੀਜ਼ ਬੜੀ ਸਾਫ ਸੁਥਰੀ ਅਤੇ ਸਲੀਕੇ ਨਾਲ ਰੱਖੀ ਹੋਈ ਸੀ। ਨਤਾਲੀਆ ਨੂੰ ਪਤਾ ਸੀ ਕਿ ਉਹਦਾ ਭਰਾ ਸਫਾਈ ਤੇ ਸਲੀਕੇ ਨੂੰ ਪਸੰਦ ਕਰਦਾ ਹੈ। ਪਰ ਜਿਹੜੀ ਗੱਲ ਨੇ ਉਸ ਦੇ ਦਿਲ ਨੂੰ ਬਹੁਤ ਹੀ ਟੁੰਬਿਆ ਉਹ ਸੀ ਇਕ ਨਵੀਂ ਕਿਸਮ ਦੀ ਸਾਦਗੀ ਜਿਸ ਦੀ ਆਲੇ ਦੁਆਲੇ ਤੋਂ ਝਲਕ ਲਭਦੀ ਸੀ। ਨੇਖਲੀਊਦੋਵ ਦੀ ਲਿਖਣ ਪੜ੍ਹਨ ਦੀ ਮੇਜ਼ ਉਤੇ ਇਕ ਪੇਪਰ-ਵੇਟ ਪਿਆ ਸੀ ਜਿਸ ਦੇ ਉਪਰ ਕਾਂਸੀ ਦਾ ਕੁੱਤਾ ਬਣਿਆ ਹੋਇਆ ਸੀ। ਨਤਾਲੀਆ ਇਸ ਚੀਜ਼ ਤੋਂ ਵਾਕਫ ਸੀ। ਜਿਸ ਸੁਚੱਜੇ ਤਰੀਕੇ ਨਾਲ ਵੱਖ ਵੱਖ ਪੋਰਟਫੋਲੀਓ ਤੇ ਲਿਖਣ ਦੀਆਂ ਚੀਜ਼ਾਂ ਨੂੰ ਮੇਜ਼ ਉਤੇ ਟਿਕਾਇਆ ਹੋਇਆ ਸੀ ਉਹ ਨਤਾਲੀਆ ਦਾ ਜਾਣਿਆ-ਪਛਾਣਿਆ ਅੰਦਾਜ਼ ਸੀ। ਏਸੇ ਤਰ੍ਹਾਂ ਹੀ ਉਹ ਵਲਦਾਰ ਦੱਸਤੇ ਵਾਲੀ ਹਾਥੀ ਦੰਦ ਦੀ ਬਣੀ ਕਾਗਜ਼ ਕਟਣ ਵਾਲੀ ਛੁਰੀ ਜਿਹੜੀ ਤਾਰਦੇ ਲਿਖਤ ਫਰਾਂਸੀਸੀ ਭਾਸ਼ਾ ਦੀ ਇਕ ਕਿਤਾਬ ਵਿਚ ਨਿਸ਼ਾਨੀ ਦੇ ਤੌਰ ਤੇ ਰੱਖੀ ਹੋਈ ਸੀ ਨਤਾਲੀਆ ਨੇ ਪਛਾਣ ਲਈ ਸੀ। ਇਸ ਪੁਸਤਕ ਦੇ ਨਾਲ ਹੀ ਸਜ਼ਾ ਦੇ ਵਿਸ਼ੇ ਸੰਬੰਧੀ ਹੋਰ ਕਿਤਾਬਾਂ ਪਈਆਂ ਸਨ ਅਤੇ ਹੈਨਰੀ ਜਾਰਜ ਦੀ ਅੰਗ੍ਰੇਜ਼ੀ ਦੀ ਕਿਤਾਬ ਵੀ ਸੀ।

ਨਤਾਲੀਆ ਨੇ ਮੇਜ਼ ਕੋਲ ਬਹਿ ਕੇ ਇਕ ਰੁੱਕਾ ਲਿਖਿਆ ਕਿ ਨੇਖਲੀਊਦੋਵ ਅੱਜ ਹੀ ਉਸ ਨੂੰ ਜ਼ਰੂਰ ਮਿਲਣ ਆਵੇ। ਤੇ ਫੇਰ ਜੋ ਕੁਝ ਉਸ ਕਮਰੇ ਵਿਚ ਵੇਖਿਆ ਸੀ ਉਸ ਉਤੇ ਹੈਰਾਨੀ ਪ੍ਰਗਟ ਕਰਦੀ ਸਿਰ ਹਿਲਾਉਂਦੀ ਹੋਈ ਉਹ ਆਪਣੇ ਹੋਟਲ ਵਾਪਸ ਚਲੀ ਗਈ।

ਇਸ ਵੇਲੇ ਆਪਣੇ ਭਰਾ ਬਾਰੇ ਦੋ ਸਵਾਲ ਹੀ ਨਤਾਲੀਆ ਦੀਆਂ ਸੋਚਾਂ ਮੱਲੀ ਬੈਠੇ ਸਨ। ਇਕ ਸਵਾਲ ਸੀ ਕਾਤੀਊਸ਼ਾ ਨਾਲ ਉਸ ਦਾ ਵਿਆਹ ਜਿਸ ਬਾਰੇ ਉਸ ਨੇ ਆਪਣੇ ਸ਼ਹਿਰ ਵਿਚ ਹੀ ਸੁਣ ਲਿਆ ਸੀ— ਇਹ ਗੱਲ ਹਰ ਇਕ ਦੀ ਜ਼ਬਾਨ ਉਤੇ ਸੀ। ਦੂਜਾ ਸਵਾਲ ਸੀ ਉਹਦੇ ਵਲੋਂ ਆਪਣੀ ਜ਼ਮੀਨ ਕਿਸਾਨਾਂ ਨੂੰ ਦੇ ਦੇਣ ਬਾਰੇ। ਇਹ ਗੱਲ ਵੀ ਸਭ ਲੋਕ ਜਾਣਦੇ ਸਨ। ਅਤੇ ਕਈਆਂ ਨੂੰ ਇਹ ਗੱਲ ਸਿਆਸੀ ਖਾਸੇ ਵਾਲੀ ਲੱਗੀ ਸੀ ਤੇ ਉਹ ਇਸ ਨੂੰ ਖਤਰਨਾਕ ਹਰਕਤ ਸਮਝਦੇ ਸਨ। ਕਾਤੀਊਸ਼ਾ ਨਾਲ ਵਿਆਹ ਦੀ ਗੱਲ ਤੋਂ ਉਸ ਨੂੰ ਇਕ ਤਰ੍ਹਾਂ ਨਾਲ ਖੁਸ਼ੀ ਹੋਈ ਸੀ। ਉਸ ਨੇ ਓਸ ਦ੍ਰਿੜ੍ਹਤਾ ਨੂੰ ਸਲਾਹਿਆ ਸੀ ਜਿਹੜੀ ਉਹਨਾਂ ਭੈਣ ਭਰਾਵਾਂ ਦਾ ਖਾਸ ਗੁਣ ਸੀ, ਖਾਸ ਕਰਕੇ ਖੁਸ਼ੀ ਭਰੇ ਦਿਹਾੜਿਆਂ ਵਿਚ ਜਦੋਂ

ਹਾਲੇ ਨਤਾਲੀਆ ਦਾ ਵਿਆਹ ਨਹੀਂ ਸੀ ਹੋਇਆ। ਪਰ ਜਦੋਂ ਉਹਨੂੰ ਇਹ ਖਿਆਲ ਆਉਂਦਾ ਕਿ ਉਹਦਾ ਭਰਾ ਅਜਿਹੀ ਖੌਫਨਾਕ ਔਰਤ ਨਾਲ ਵਿਆਹ ਕਰਵਾ ਰਿਹਾ ਹੈ ਤਾਂ ਉਸ ਦੇ ਲੂੰ ਕੰਡੇ ਖੜੇ ਹੋ ਜਾਂਦੇ। ਇਹਨਾਂ ਦੋਹਾਂ ਵਿਚੋਂ ਇਹ ਪਿਛਲੇਰੀ ਭ੍ਵਾਵਨਾ ਵਧੇਰੇ ਪ੍ਰਬਲ ਸੀ, ਤੇ ਉਸ ਨੇ ਫੈਸਲਾ ਕੀਤ ਕਿ ਆਪਣੇ ਭਰਾ ਨੂੰ ਇਸ ਵਿਆਹ ਤੋਂ ਹੋੜਨ ਲਈ ਉਹ ਅੱਡੀ ਚੋਟੀ ਦਾ ਜ਼ੋਰ ਲਾ ਦੇਵੇਗੀ, ਭਾਵੇਂ ਦਿਲੋਂ ਉਹ ਜਾਣਦੀ ਸੀ ਕਿ ਇਹ ਕੰਮ ਏਡਾ ਸੌਖਾ ਨਹੀਂ।

ਜਿਥੋਂ ਤੱਕ ਦੂਸਰੇ ਮਾਮਲੇ ਦਾ, ਜ਼ਮੀਨ ਕਿਸਾਨਾਂ ਨੂੰ ਦੇ ਦੇਣ ਦਾ ਸਵਾਲ ਸੀ ਇਸ ਦੀ ਉਸ ਨੂੰ ਬਹੁਤੀ ਚਿੰਤਾ ਨਹੀਂ ਸੀ। ਪਰ ਇਸ ਬਾਰੇ ਉਹਦਾ ਪਤੀ ਬੜਾ ਔਖਾ ਸੀ ਤੇ ਉਹ ਚਾਹੁੰਦਾ ਸੀ ਕਿ ਉਹਦੀ ਪਤਨੀ ਆਪਣੇ ਭਰਾ ਨੂੰ ਇਹ ਕੰਮ ਕਰਨ ਤੋਂ ਰੋਕੇ ਵਰਜੇ।

ਇਗਨਾਤੀ ਨਿਕੀਫ਼ੋਰੋਵਿਚ ਨੇ ਆਖਿਆ ਸੀ ਕਿ ਇਸ ਤਰ੍ਹਾਂ ਦੀ ਹਰਕਤ ਬੇਤੁਕੇਪਨ, ਅਥਰੇਪਨ ਤੇ ਹੈਂਕੜ ਦੀ ਸਿਖਰ ਹੈ ਤੇ ਇਸ ਦੀ ਸਿਰਫ ਇਕੋ ਹੀ ਵਜਾਹ ਹੋ ਸਕਦੀ ਹੈ ਕਿ ਉਹ ਵਿਖਾਵਾ ਕਰਨਾ ਚਾਹੁੰਦਾ ਹੈ। ਉਹ ਚਾਹੁੰਦਾ ਹੈ ਕਿ ਲੋਕਾਂ ਵਿਚ ਉਸ ਦੀ ਚਰਚਾ ਹੋਵੇ ਕਿ ਉਸ ਨੇ ਕੇਡਾ ਅਲੋਕਾਰ ਕੰਮ ਕੀਤਾ ਹੈ।

"ਇਸ ਗੱਲ ਵਿਚ ਕੀ ਤੁਕ ਹੈ ਕਿ ਜ਼ਮੀਨ ਕਿਸਾਨਾਂ ਨੂੰ ਇਸ ਸ਼ਰਤ ਉਤੇ ਦਿੱਤੀ ਜਾਏ ਕਿ ਉਹ ਇਸ ਦਾ ਲਗਾਨ ਆਪਣੇ ਆਪ ਨੂੰ ਅਦਾ ਕਰਨ?" ਉਸ ਨੇ ਆਖਿਆ ਸੀ। "ਜੇ ਉਹ ਇਹ ਕੰਮ ਕਰਨ ਤੇ ਤੁਲਿਆ ਹੀ ਹੋਇਆ ਹੈ ਤਾਂ ਕਿਸਾਨ ਬੈਂਕ ਰਾਹੀਂ ਜ਼ਮੀਨ ਉਹਨਾਂ ਕੋਲ ਵੇਚ ਹੀ ਕਿਉਂ ਨਹੀਂ ਦੇਂਦਾ? ਉਸ ਦਾ ਕੋਈ ਮਤਲਬ ਵੀ ਹੁੰਦਾ। ਦਰ ਅਸਲ, ਇਹ ਗੱਲ ਤਾਂ ਉਸ ਦੇ ਨੀਮ-ਪਾਗਲ ਹੋ ਜਾਣ ਦੀ ਨਿਸ਼ਾਨੀ ਹੈ।" ਅਤੇ ਰਾਗੋਜ਼ਿਨਸਕੀ ਨੇ ਗੰਭੀਰਤਾ ਨਾਲ ਸੋਚਣਾ ਸ਼ੁਰੂ ਕਰ ਦਿੱਤਾ ਸੀ ਕਿ ਨੇਖਲੀਊਦੋਵ ਨੂੰ ਕਾਨੂੰਨੀ ਸਰਪ੍ਰਸਤੀ ਹੇਠ ਲੈ ਲਵੇ, ਤੇ ਉਹ ਆਪਣੀ ਪਤਨੀ ਕੋਲੋਂ ਮੰਗ ਕਰ ਰਿਹਾ ਸੀ ਕਿ ਉਹ ਉਸ ਦੀ ਇਸ ਅਣੋਖੀ ਨੀਤ ਬਾਰੇ ਆਪਣੇ ਭਰਾ ਨਾਲ ਗੰਭੀਰਤਾ ਨਾਲ ਗੱਲ ਕਰੇ।

੩੨

ਤ੍ਰਿਕਾਲਾਂ ਨੂੰ ਜਦੋਂ ਨੇਖਲੀਊਦੋਵ ਵਾਪਸ ਆਇਆ ਤੇ ਮੇਜ਼ ਉਤੇ ਪਿਆ ਆਪਣੀ ਭੈਣ ਦਾ ਰੁੱਕਾ ਵੇਖਿਆ ਤਾਂ ਉਹ ਓਸੇ ਵੇਲੇ ਉਹਨੂੰ ਮਿਲਣ ਤੁਰ ਪਿਆ। ਨਤਾਲੀਆ ਇਕੱਲੀ ਹੀ ਬੈਠੀ ਸੀ। ਉਹਦਾ ਪਤੀ ਨਾਲ ਦੇ ਕਮਰੇ ਵਿਚ ਆਰਾਮ ਕਰ ਰਿਹਾ ਸੀ। ਨਤਾਲੀਆ ਨੇ ਬੜੀ ਕੱਸਵੀਂ ਕਾਲੇ ਰੇਸ਼ਮ ਦੀ ਪੁਸ਼ਾਕ ਪਾਈ ਹੋਈ ਸੀ ਜਿਸ ਨੂੰ ਗਲਮੇ ਤੇ

ਅਗਲੇ ਪਾਸੇ ਲਾਲ "ਬੋ" ਲੱਗੀ ਹੋਈ ਸੀ ਤੇ ਆਪਣੇ ਕਾਲੇ ਕੇਸ ਵੇਲੇ ਦੇ ਪ੍ਰਚਲਤ ਫ਼ੈਸ਼ਨ ਅਨੁਸਾਰ ਕੁੰਡਲ ਪਾ ਕੇ ਸ਼ਿੰਗਾਰੇ ਸਜਾਏ ਹੋਏ ਸਨ। ਗੱਲ ਬਿਲਕੁਲ ਪ੍ਰਤੱਖ ਸੀ ਕਿ ਉਹ ਆਪਣੇ ਪਤੀ ਨੂੰ ਖ਼ੁਸ਼ ਰਖਣ ਦੀ ਖਾਤਰ ਬਣ ਫੱਬ ਕੇ ਜਵਾਨ ਲੱਗਣ ਦੀ ਕੋਸ਼ਿਸ਼ ਕਰਦੀ ਸੀ, ਵੈਸੇ ਉਹ ਉਮਰੋਂ ਇਕੋ ਜੇਡੇ ਹੀ ਸਨ। ਭਰਾ ਉਤੇ ਨਜ਼ਰ ਪੈਂਦਿਆਂ ਹੀ ਉਹ ਬੁੜਕ ਕੇ ਉੱਠੀ ਤੇ ਛੇਤੀ ਨਾਲ ਮਿਲਣ ਵਾਸਤੇ ਅੱਗੇ ਵਧੀ। ਉਸ ਦੀ ਸਿਲਕੀ ਪੁਸ਼ਾਕ ਸਰਸਰ ਕਰ ਰਹੀ ਸੀ। ਦੋਹਾਂ ਨੇ ਇਕ ਦੂਜੇ ਨੂੰ ਚੁੰਮਿਆ ਤੇ ਮੁਸਕ੍ਰਾ ਕੇ ਇਕ ਦੂਜੇ ਵੱਲ ਵੇਖਿਆ। ਇਸ ਰਾਜ਼ਭਰੀ ਤਕਣੀ ਵਿਚ ਇਕ ਐਸਾ ਅਰਥ, ਇਕ ਐਸੀ ਸਚਾਈ ਲੁਕੀ ਹੋਈ ਸੀ ਜਿਸ ਨੂੰ ਲਫਜ਼ਾਂ ਵਿਚ ਬਿਆਨ ਨਹੀਂ ਕੀਤਾ ਜਾ ਸਕਦਾ। ਫੇਰ ਸ਼ਬਦਾਂ ਦੀ ਵਾਰੀ ਆਈ ਪਰ ਉਹਨਾਂ ਵਿਚ ਓਹ ਸਚਾਈ ਨਹੀਂ ਸੀ। ਉਹ ਆਪਣੀ ਮਾਂ ਦੀ ਮੌਤ ਮਗਰੋਂ ਮਿਲੇ ਨਹੀਂ ਸਨ।

"ਤੂੰ ਤਾਂ ਪਹਿਲਾਂ ਨਾਲੋਂ ਵੀ ਮੋਟੀ ਤੇ ਜਵਾਨ ਹੋ ਗਈ ਏਂ," ਨੇਖਲੀਊਦੋਵ ਨੇ ਆਖਿਆ ਤੇ ਭੈਣ ਨੇ ਖ਼ੁਸ਼ੀ ਨਾਲ ਬੁਲ੍ਹ ਸੁੰਗੇੜ ਲਏ।

"ਤੇ ਤੂੰ ਕੁਝ ਲਿੱਸਾ ਹੋ ਗਿਐਂ।"

"ਹੋਰ ਸੁਣਾ, ਇਗਨਾਤੀ ਨਿਕੀਫੋਰੋਵਿਚ ਦਾ ਕੀ ਹਾਲ ਏ?" ਨੇਖਲੀਊਦੋਵ ਨੇ ਪੁੱਛਿਆ।

"ਆਰਾਮ ਕਰ ਰਿਹੈ। ਸਾਰੀ ਰਾਤ ਸੁੱਤਾ ਨਹੀਂ ਸੀ।"

ਬੜਾ ਕੁਝ ਆਖਣ ਵਾਲਾ ਸੀ। ਪਰ ਗੱਲ ਨੇ ਸ਼ਬਦਾਂ ਦਾ ਰੂਪ ਨਹੀਂ ਧਾਰਿਆ। ਪਰ ਜਿਹੜੀ ਗੱਲ ਬੁਲ੍ਹਾਂ ਤੇ ਨਾ ਆਈ ਉਹ ਨਜ਼ਰਾਂ ਨੇ ਨਜ਼ਰਾਂ ਨੂੰ ਕਹਿ ਦਿੱਤੀ ਸੀ।

"ਮੈਂ ਤੇਰੇ ਵੱਲ ਗਈ ਸਾਂ।"

"ਹਾਂ, ਮੈਨੂੰ ਪਤਾ ਏ। ਮੈਂ ਰਿਹਾਇਸ਼ ਬਦਲ ਲਈ ਕਿਉਂਕਿ ਮਕਾਨ ਮੇਰੇ ਵਾਸਤੇ ਬਹੁਤ ਵੱਡਾ ਸੀ। ਮੈਂ ਇਕੱਲਾ ਰਹਿੰਦਾ ਸਾਂ ਤੇ ਦਿਲ ਉਕਤਾ ਜਾਂਦਾ ਸੀ। ਓਥੇ ਜੋ ਕੁਝ ਵੀ ਹੈ ਮੈਨੂੰ ਨਹੀਂ ਚਾਹੀਦਾ, ਇਸ ਕਰਕੇ ਚੰਗਾ ਹੋਵੇ ਜੇ ਤੂੰ ਸਭ ਕੁਝ ਲੈ ਜਾਵੇਂ। ਮੇਰਾ ਮਤਲਬ ਏ, ਫਰਨੀਚਰ ਹੈ, ਹੋਰ ਨਿਕ ਸੁਕ ਬਥੇਰਾ ਪਿਐ।"

"ਹਾਂ, ਅਗਰਾਫੇਨਾ ਪੇਤਰੋਵਨਾ ਨੇ ਮੈਨੂੰ ਦੱਸਿਆ ਸੀ। ਮੈਂ ਓਥੇ ਗਈ ਸਾਂ। ਤੇਰਾ ਸ਼ੁਕਰੀਆ, ਪਰ..."

ਤੇ ਓਸੇ ਵੇਲੇ ਹੋਟਲ ਦਾ ਬੈਰਾ ਚਾਂਦੀ ਦੇ ਸੈਟ ਵਿਚ ਚਾਹ ਲੈ ਆਇਆ।

ਜਿੰਨਾਂ ਚਿਰ ਉਹ ਮੇਜ਼ ਉਤੇ ਚਾਹ ਰੱਖਦਾ ਰਿਹਾ ਉਹ ਚੁਪ ਰਹੇ। ਫੇਰ ਨਤਾਲੀਆ ਮੇਜ਼ ਦੇ ਕੋਲ ਆ ਬੈਠੀ ਤੇ ਚੁਪ-ਚਾਪ ਚਾਹ ਬਣਾਉਣ ਲੱਗੀ। ਨੇਖਲੀਊਦੋਵ ਨੇ ਵੀ ਕੋਈ ਗੱਲ ਨਹੀਂ ਕੀਤੀ।

ਅਖੀਰ ਨਤਾਲੀਆ ਨੇ ਹਿੰਮਤ ਕਰਕੇ ਗੱਲ ਛੇੜੀ।

"ਸੁਣ ਦਮਿਤਰੀ, ਮੈਨੂੰ ਸਾਰੀ ਗੱਲ ਦਾ ਪਤਾ ਲੱਗ ਗਿਐ।" ਤੇ ਉਹ ਨੇਖਲੀਊਦੋਵ ਵੱਲ ਵੇਖਣ ਲੱਗ ਪਈ।

"ਫੇਰ ਕੀ ਹੋਇਆ? ਮੈਨੂੰ ਖੁਸ਼ੀ ਏ ਕਿ ਤੂੰ ਸਾਰੀ ਗੱਲ ਜਾਣਦੀ ਏਂ।"

"ਜਿਸ ਤਰ੍ਹਾਂ ਦੀ ਜ਼ਿੰਦਗੀ ਉਹ ਗੁਜ਼ਾਰਦੀ ਰਹੀ ਏ, ਉਸ ਤੋਂ ਮਗਰੋਂ ਉਹਨੂੰ ਸੁਧਾਰਨ ਦੀ ਤੈਨੂੰ ਕਿਵੇਂ ਆਸ ਏ?" ਉਸ ਨੇ ਪੁੱਛਿਆ।

ਨੇਖਲੀਊਦੋਵ ਇਕ ਛੋਟੀ ਜਿਹੀ ਕੁਰਸੀ ਉਤੇ ਤਣ ਕੇ ਬੈਠਾ ਬੜੇ ਧਿਆਨ ਨਾਲ ਸੁਣ ਰਿਹਾ ਸੀ ਤਾਂ ਜੋ ਭੈਣ ਦੀ ਗੱਲ ਚੰਗੀ ਤਰ੍ਹਾਂ ਸਮਝ ਸਕੇ ਤੇ ਉਹਦਾ ਠੀਕ ਠੀਕ ਜਵਾਬ ਦੇ ਸਕੇ। ਮਾਸਲੋਵਾ ਨਾਲ ਪਿਛਲੀ ਮੁਲਾਕਾਤ ਨਾਲ ਉਹਦੇ ਦਿਲ ਨੂੰ ਚੈਨ ਆ ਗਿਆ ਸੀ ਤੇ ਉਹ ਖੁਸ਼ ਸੀ ਤੇ ਉਹਦੇ ਅੰਦਰੋਂ ਸਾਰੀ ਮਨੁਖਤਾ ਲਈ ਸਦਭਾਵਨਾ ਡੁਲ੍ਹ ਡੁਲ੍ਹ ਪੈਣ ਲੱਗੀ ਸੀ। ਉਸ ਦੀ ਇਹ ਮਾਨਸਿਕ ਅਵਸਥਾ ਅਜੇ ਵੀ ਜਿਓਂ ਦੀ ਤਿਓਂ ਕਾਇਮ ਸੀ।

"ਮੈਂ ਉਹਦਾ ਨਹੀਂ, ਆਪਣਾ ਸੁਧਾਰ ਕਰਨਾ ਚਾਹੁੰਦਾ ਆਂ," ਉਸ ਨੇ ਜਵਾਬ ਦਿੱਤਾ।

ਨਤਾਲੀਆ ਨੇ ਹੌਕਾ ਲਿਆ।

"ਇਸ ਕੰਮ ਲਈ ਵਿਆਹ ਤੋਂ ਬਿਨਾਂ ਹੋਰ ਤਰੀਕੇ ਵੀ ਹੈਨ।"

"ਪਰ ਮੇਰੇ ਖਿਆਲ ਵਿਚ ਇਹ ਸਭ ਤੋਂ ਚੰਗਾ ਤਰੀਕਾ ਏ। ਨਾਲੇ ਇਸ ਤਰ੍ਹਾਂ ਮੈਨੂੰ ਐਸੇ ਲੋਕਾਂ ਵਿਚ ਰਹਿਣ ਦਾ ਮੌਕਾ ਮਿਲੇਗਾ ਜਿਨ੍ਹਾਂ ਦੇ ਮੈਂ ਕੰਮ ਆ ਸਕਦਾ ਆਂ।"

"ਮੇਰਾ ਯਕੀਨ ਏ ਕਿ ਤੂੰ ਸੁਖੀ ਨਹੀਂ ਰਹੇਂਗਾ," ਨਤਾਲੀਆ ਨੇ ਕਿਹਾ।

"ਸਵਾਲ ਮੇਰੇ ਸੁਖ ਦਾ ਨਹੀਂ।"

"ਮੰਨ ਲਿਆ, ਪਰ ਜੇ ਉਸ ਔਰਤ ਦੇ ਸੀਨੇ ਵਿਚ ਦਿਲ ਏ ਤਾਂ ਉਹ ਵੀ ਸੁਖੀ ਨਹੀਂ ਰਹਿ ਸਕਦੀ—ਉਹ ਇਸ ਤਰ੍ਹਾਂ ਲੋਚ ਹੀ ਨਹੀਂ ਸਕਦੀ।"

"ਉਹ ਤਾਂ ਨਹੀਂ ਲੋਚਦੀ।"

"ਮੈਂ ਸਮਝਦੀ ਆਂ। ਪਰ ਜ਼ਿੰਦਗੀ...

"ਹਾਂ, ਹਾਂ... ਜ਼ਿੰਦਗੀ?"

"ਜ਼ਿੰਦਗੀ ਦੀ ਲੋੜ ਕੁਝ ਹੋਰ ਹੁੰਦੀ ਏ।"

"ਜ਼ਿੰਦਗੀ ਦੀ ਸਿਰਫ ਇਕ ਹੀ ਮੰਗ ਹੁੰਦੀ ਹੈ ਕਿ ਸਾਨੂੰ ਠੀਕ ਕੰਮ ਕਰਨਾ ਚਾਹੀਦਾ ਏ।" ਨੇਖਲੀਊਦੋਵ ਨੇ ਉਹਦੇ ਮੂੰਹ ਵੱਲ ਵੇਖਦਿਆਂ ਆਖਿਆ। ਨਤਾਲੀਆ ਦਾ ਚਿਹਰਾ ਹਾਲੇ ਵੀ ਖੂਬਸੂਰਤ ਸੀ ਭਾਵੇਂ ਅੱਖਾਂ ਤੇ ਮੂੰਹ ਦੇ ਆਸ ਪਾਸ ਮਾਮੂਲੀ ਜਿਹੀਆਂ ਲੀਕਾਂ ਪੈ ਗਈਆਂ ਸਨ।

"ਮੈਂ ਸਮਝੀ ਨਹੀਂ," ਉਸ ਨੇ ਹੌਕਾ ਭਰਦਿਆਂ ਆਖਿਆ।

"ਮੇਰੀ ਪਿਆਰੀ ਭੈਣ ਵਿਚਾਰੀ ਕਿੱਨੀ ਬਦਲ ਗਈ ਹੈ," ਨੇਖਲੀਊਦੋਵ ਨੂੰ ਖਿਆਲ ਆਇਆ। ਉਸ ਦੀ ਕਲਪਨਾ ਵਿਚ ਵਿਆਹ ਤੋਂ ਪਹਿਲਾਂ ਵਾਲੀ ਨਤਾਲੀਆ ਉਭਰ ਆਈ ਸੀ। ਉਹ ਕੇਡੀ ਕੋਮਲਚਿੱਤ ਹੁੰਦੀ ਸੀ। ਇਸ ਭਾਵਨਾ ਨਾਲ ਜੁੜੀਆਂ ਬਚਪਨ ਦੀਆਂ ਅਨੇਕਾਂ ਯਾਦਾਂ ਸਾਕਾਰ ਹੋ ਉਠੀਆਂ।

ਏਨੇ ਨੂੰ ਰਾਗੋਜ਼ਿਨਸਕੀ ਕਮਰੇ ਵਿਚ ਦਾਖਲ ਹੋਇਆ। ਸਿਰ ਪਿਛਾਂਹ ਵੱਲ ਸੁਟ ਕੇ

ਅਤੇ ਛਾਤੀ ਫੁਲਾ ਕੇ ਉਹ ਆਪਣੇ ਖਾਸ ਅੰਦਾਜ਼ ਨਾਲ ਹੌਲੀ ਹੌਲੀ ਤੇ ਪੋਲੇ ਪੋਲੇ ਕਦਮ ਰੱਖ ਰਿਹਾ ਸੀ। ਉਸ ਦੀ ਐਨਕ, ਉਸ ਦਾ ਗੰਜ, ਤੇ ਉਸ ਦੀ ਕਾਲੀ ਦਾੜ੍ਹੀ ਸਭ ਕੁਝ ਚਮਕ ਰਿਹਾ ਸੀ।

"ਹੈਲੋ, ਸੁਣਾਓ ਜੀ, ਕੀ ਹਾਲ ਚਾਲ ਨੇ?" ਉਸ ਨੇ ਘਰੋੜ ਕੇ ਗੱਲ ਕਰਦਿਆਂ ਪੁੱਛਿਆ। ਵਿਆਹ ਤੋਂ ਮਗਰੋਂ ਪਹਿਲਾਂ ਪਹਿਲ ਉਹਨਾਂ ਨੇ ਇਕ ਦੂਜੇ ਨੂੰ "ਤੂੰ" ਆਖਣ ਦੀ ਬੜੀ ਕੋਸ਼ਿਸ਼ ਕੀਤੀ ਸੀ, ਪਰ ਉਹ ਸਫਲ ਨਾ ਹੋਏ।

ਦੋਵਾਂ ਨੇ ਹੱਥ ਮਿਲਾਏ, ਅਤੇ ਰਾਗੋਜ਼ਿਨਸਕੀ ਇਕ ਆਰਾਮ ਕੁਰਸੀ ਵਿਚ ਮਲਕੜੇ ਜਿਹੇ ਧਸ ਕੇ ਬਹਿ ਗਿਆ।

"ਮੈਂ ਤੁਹਾਡੀ ਗਲਬਾਤ ਵਿਚ ਵਿਘਨ ਤਾਂ ਨਹੀਂ ਪਾ ਦਿੱਤਾ?"

"ਨਹੀਂ, ਮੈਂ ਕਿਸੇ ਕੋਲੋਂ ਓਹਲਾ ਰੱਖ ਕੇ ਨਾ ਕੁਝ ਕਹਿਣਾ ਚਾਹੁੰਦਾ ਆਂ ਨਾ ਕਰਨਾ।"

ਜਿਉਂ ਹੀ ਨੇਖਲੀਊਦੋਵ ਦੀ ਨਜ਼ਰ ਉਹਨਾਂ ਹੱਥਾਂ ਤੇ ਪਈ ਜਿਨ੍ਹਾਂ ਉਤੇ ਵਾਲ ਹੀ ਵਾਲ ਉੱਗੇ ਹੋਏ ਸਨ ਅਤੇ ਨਾਲ ਹੀ ਸਰਪ੍ਰਸਤਾਨਾ ਤੇ ਘੁਮੰਡੀ ਆਵਾਜ਼ ਉਹਦੇ ਕੰਨ ਪਈ ਤਿਓਂ ਹੀ ਉਹਦੀ ਹਲੀਮੀ ਹਵਾ ਹੋ ਗਈ।

"ਹਾਂ, ਅਸੀਂ ਏਹੋ ਗੱਲਾਂ ਕਰ ਰਹੇ ਸਾਂ ਕਿ ਇਹਦੇ ਕੀ ਇਰਾਦੇ ਨੇ," ਨਤਾਲੀਆ ਨੇ ਆਖਿਆ। "ਚਾਹ ਦਾ ਪਿਆਲਾ ਬਣਾ ਦਿਆਂ?" ਉਸ ਨੇ ਚਾਹਦਾਨੀ ਚੁਕਦਿਆਂ ਆਖਿਆ।

"ਹਾਂ, ਸ਼ੁਕਰੀਆ। ਕੀ ਕੁਝ ਖਾਸ ਕਰਨ ਦਾ ਇਰਾਦਾ ਏ?"

"ਕੈਦੀਆਂ ਦੀ ਇਕ ਟੋਲੀ ਨਾਲ ਸਾਇਬੇਰੀਆ ਜਾਣ ਦਾ ਇਰਾਦਾ ਹੈ। ਇਸ ਟੋਲੀ ਵਿਚ ਇਕ ਔਰਤ ਹੈ ਜਿਸ ਨਾਲ, ਮੈਂ ਸਮਝਦਾ ਹਾਂ, ਮੈਂ ਬੜਾ ਧੱਕਾ ਕੀਤਾ ਹੈ," ਨੇਖਲੀਊਦੋਵ ਨੇ ਆਖਿਆ।

"ਮੈਂ ਤਾਂ ਕੁਝ ਹੋਰ ਹੀ ਸੁਣਿਆ ਸੀ। ਸਿਰਫ ਉਹਦੇ ਨਾਲ ਜਾਣ ਦੀ ਗੱਲ ਹੀ ਨਹੀਂ।"

"ਹਾਂ, ਜੇ ਉਹਦੀ ਮਰਜ਼ੀ ਹੋਈ ਤਾਂ ਉਹਦੇ ਨਾਲ ਵਿਆਹ ਕਰਾਉਣ ਦਾ ਇਰਾਦਾ ਹੈ।"

"ਵਾਹ! ਪਰ ਜੇ ਤੁਹਾਨੂੰ ਬੁਰਾ ਨਾ ਲੱਗੇ ਤਾਂ ਮੈਂ ਪੁੱਛ ਸਕਦਾ ਹਾਂ ਕਿ ਇਸ ਦੀ ਵਜਾਹ ਕੀ ਹੈ? ਗੱਲ ਮੇਰੇ ਦਿਮਾਗ ਵਿਚ ਨਹੀਂ ਬੈਠ ਰਹੀ।"

"ਵਜਾਹ ਇਹ ਹੈ ਕਿ ਇਸ ਔਰਤ... ਕਿ ਇਸ ਔਰਤ ਦਾ ਆਪਣੀ ਗਿਰਾਵਟ ਵੱਲ ਪਹਿਲਾ ਕਦਮ..." ਨੇਖਲੀਊਦੋਵ ਨੂੰ ਆਪਣੇ ਆਪ ਉਤੇ ਗੁੱਸਾ ਆ ਰਿਹਾ ਸੀ ਕਿ ਉਸ ਨੂੰ ਢੁਕਵੇਂ ਲਫਜ਼ ਨਹੀਂ ਲਭ ਰਹੇ ਸਨ। "ਵਜਾਹ ਇਹ ਹੈ ਕਿ ਅਸਲ ਵਿਚ ਗੁਨਾਹਗਾਰ ਮੈਂ ਹਾਂ, ਤੇ ਸਜ਼ਾ ਉਹ ਭੁਗਤ ਰਹੀ ਹੈ।"

"ਜੇ ਉਹ ਸਜ਼ਾ ਭੁਗਤ ਰਹੀ ਹੈ ਤਾਂ ਉਹ ਵੀ ਬੇਗੁਨਾਹ ਨਹੀਂ ਹੋ ਸਕਦੀ।"

"ਉਹ ਬਿਲਕੁਲ ਬੇਗੁਨਾਹ ਹੈ।"

ਅਤੇ ਨੇਖਲੀਊਦੋਵ ਨੇ ਬੇਲੋੜੀ ਭਾਵੁਕਤਾ ਨਾਲ ਸਾਰਾ ਕਿੱਸਾ ਸੁਣਾ ਦਿੱਤਾ।

"ਹਾਂ, ਅਦਾਲਤ ਦੇ ਪ੍ਰਧਾਨ ਨੇ ਇਸ ਮਾਮਲੇ ਵਿਚ ਬੇਧਿਆਨੀ ਵਰਤੀ। ਨਤੀਜਾ ਇਹ ਹੋਇਆ ਕਿ ਜਿਊਰੀ ਨੇ ਵੀ ਬੇਸਮਝੀ ਵਾਲਾ ਜਵਾਬ ਦੇ ਦਿੱਤਾ। ਪਰ ਇਸ ਕਿਸਮ ਦੇ ਮਾਮਲੇ ਸੈਨੇਟ ਕੋਲ ਲਿਜਾਏ ਜਾ ਸਕਦੇ ਨੇ।"

"ਸੈਨੇਟ ਨੇ ਅਪੀਲ ਰੱਦ ਕਰ ਦਿੱਤੀ ਹੈ।"

"ਤੇ ਜੇ ਸੈਨੇਟ ਨੇ ਅਪੀਲ ਰੱਦ ਕਰ ਦਿੱਤੀ ਹੈ ਤਾਂ ਇਸ ਦਾ ਮਤਲਬ ਹੈ ਕਿ ਅਪੀਲ ਕਰਨ ਲਈ ਵਾਜਿਬ ਵਜਾਹ ਨਹੀਂ ਹੋਵੇਗੀ," ਰਾਗੋਜ਼ਿਨਸਕੀ ਨੇ ਆਖਿਆ। ਪ੍ਰਤੱਖ ਰੂਪ ਵਿਚ ਉਹ ਇਸ ਪ੍ਰਚਲਤ ਖਿਆਲ ਨਾਲ ਸਹਿਮਤ ਸੀ ਕਿ ਅਦਾਲਤੀ ਫੈਸਲਿਆਂ ਤੋਂ ਸਚਾਈ ਹੀ ਜਨਮ ਲੈਂਦੀ ਹੈ। "ਸੈਨੇਟ ਮੁਕਦਮੇ ਦੇ ਗੁਣਾਂ-ਔਗੁਣਾਂ ਤੇ ਵਿਚਾਰ ਨਹੀਂ ਕਰ ਸਕਦੀ। ਜੇ ਸਚਮੁਚ ਹੀ ਕੋਈ ਗ਼ਲਤੀ ਹੋਈ ਹੈ ਤਾਂ ਮਹਾਰਾਜ ਹਜ਼ੂਰ ਕੋਲ ਦਰਖ਼ਾਸਤ ਕਰਨੀ ਚਾਹੀਦੀ ਹੈ।"

"ਦਰਖ਼ਾਸਤ ਦੇ ਦਿੱਤੀ ਹੈ ਪਰ ਕਾਮਯਾਬੀ ਦੀ ਕੋਈ ਆਸ ਨਹੀਂ। ਉਹ ਲੋਕ ਮੰਤਰਾਲੇ ਦੇ ਸੰਬੰਧਤ ਵਿਭਾਗ ਕੋਲੋਂ ਪੁਛਣਗੇ, ਵਿਭਾਗ ਸੈਨੇਟ ਨਾਲ ਮਸ਼ਵਰਾ ਕਰੇਗਾ, ਤੇ ਸੈਨੇਟ ਆਪਣਾ ਫੈਸਲਾ ਦੁਹਰਾ ਦੇਵੇਗੀ ਤੇ ਜਿਵੇਂ ਆਮ ਕਰਕੇ ਹੁੰਦਾ ਹੈ, ਬੇਗੁਨਾਹ ਨੂੰ ਸਜ਼ਾ ਭੁਗਤਣੀ ਪਵੇਗੀ।"

"ਪਹਿਲੀ ਗੱਲ ਤਾਂ ਇਹ, ਕਿ ਮੰਤਰਾਲਾ ਸੈਨੇਟ ਨਾਲ ਸਲਾਹ ਮਸ਼ਵਰਾ ਨਹੀਂ ਕਰੇਗਾ," ਰਾਗੋਜ਼ਿਨਸਕੀ ਨੇ ਆਖਿਆ। ਉਹਦੇ ਬੁਲ੍ਹਾਂ ਉਤੇ ਤਰੁਠਵੀਂ ਮੁਸਕ੍ਰਾਹਟ ਸੀ। "ਉਹ ਜ਼ਿਲਾ ਅਦਾਲਤ ਕੋਲੋਂ ਅਸਲ ਕਾਗ਼ਜ਼ ਪੱਤਰ ਮੰਗਵਾਉਣ ਦਾ ਹੁਕਮ ਕਰਨਗੇ, ਤੇ ਜੇ ਕੋਈ ਗ਼ਲਤੀ ਨਜ਼ਰ ਆਈ ਤਾਂ ਉਹਦੇ ਮੁਤਾਬਿਕ ਫੈਸਲਾ ਦੇਣਗੇ। ਤੇ ਦੂਜੀ ਗੱਲ ਇਹ, ਕਿ ਬੇਗੁਨਾਹ ਕਦੇ ਸਜ਼ਾ ਨਹੀਂ ਭੁਗਤਦੇ, ਜਾਂ ਇਸ ਤਰ੍ਹਾਂ ਬਹੁਤ ਘਟ ਵਧ, ਕਿਸੇ ਖਾਸ ਹਾਲਤ ਵਿਚ ਹੀ ਹੁੰਦਾ ਹੈ। ਸਜ਼ਾ ਹਮੇਸ਼ਾ ਗੁਨਾਹਗਾਰਾਂ ਨੂੰ ਹੀ ਮਿਲਦੀ ਹੈ," ਰਾਗੋਜ਼ਿਨਸਕੀ ਨੇ ਜ਼ੋਰ ਦੇ ਕੇ ਆਖਿਆ। ਉਹਦੇ ਬੁਲ੍ਹਾਂ ਉਤੇ ਸੰਤੁਸ਼ਟਤਾ-ਭਰੀ ਮੁਸਕਾਨ ਫਿਰ ਗਈ।

"ਤੇ ਮੈਨੂੰ ਪੱਕਾ ਯਕੀਨ ਹੋ ਗਿਆ ਹੈ ਕਿ ਗੱਲ ਇਸ ਦੇ ਉਲਟ ਹੈ," ਨੇਖਲੀਊਦੋਵ ਨੇ ਆਖਿਆ। ਉਹਦੇ ਮਨ ਵਿਚ ਆਪਣੇ ਭੈਣੋਈ ਲਈ ਦੁਰ-ਭਾਵਨਾ ਪੈਦਾ ਹੋ ਰਹੀ ਸੀ। "ਮੈਂ ਪੂਰੀ ਤਰ੍ਹਾਂ ਇਸ ਗੱਲ ਦਾ ਕਾਇਲ ਹੋ ਗਿਆ ਹਾਂ ਕਿ ਜਿੰਨੇ ਲੋਕਾਂ ਨੂੰ ਕਾਨੂੰਨ ਸਜ਼ਾ ਦੇਂਦਾ ਹੈ ਉਹਨਾਂ ਵਿਚੋਂ ਬਹੁਤੇ ਬੇਗੁਨਾਹ ਹੁੰਦੇ ਹਨ।"

"ਕਿਸ ਅਰਥ ਵਿਚ ਬੇਗੁਨਾਹ?"

"ਲਫਜ਼ ਦੇ ਠੀਕ ਠੀਕ ਅਰਥਾਂ ਵਿਚ ਬੇਗੁਨਾਹ। ਜਿਸ ਤਰ੍ਹਾਂ ਇਸ ਔਰਤ ਨੇ ਕਿਸੇ ਨੂੰ ਜ਼ਹਿਰ ਨਹੀਂ ਦਿੱਤਾ ਤੇ ਬੇਗੁਨਾਹ ਹੈ ਓਸੇ ਤਰ੍ਹਾਂ ਉਹ ਵੀ ਬੇਗੁਨਾਹ ਹੁੰਦੇ ਹਨ। ਜਿਸ ਤਰ੍ਹਾਂ ਉਸ ਕਿਸਾਨ ਨੇ ਜਿਸ ਨੂੰ ਮੈਂ ਹੁਣੇ ਹੁਣੇ ਮਿਲਿਆ ਹਾਂ ਕਦੇ ਵੀ ਕਿਸੇ ਨੂੰ ਕਤਲ ਨਹੀਂ ਕੀਤਾ ਤੇ ਬੇਗੁਨਾਹ ਹੈ, ਓਸੇ ਤਰ੍ਹਾਂ ਉਹ ਵੀ ਬੇਗੁਨਾਹ ਹੁੰਦੇ ਹਨ। ਜਿਸ ਤਰ੍ਹਾਂ ਉਹ ਮਾਂ

ਪੁਤਰ, ਜਿਨ੍ਹਾਂ ਨੂੰ ਅੱਗ ਲਾਉਣ ਦੇ ਜੁਰਮ ਵਿਚ ਸਜ਼ਾ ਮਿਲਣ ਵਾਲੀ ਹੈ ਬੇਗੁਨਾਹ ਹਨ, ਕਿਉਂਕਿ ਅੱਗ ਤਾਂ ਮਕਾਨ ਮਾਲਕ ਨੇ ਆਪ ਹੀ ਲਾਈ ਸੀ।"

"ਇਸ ਵਿਚ ਕੋਈ ਸ਼ੱਕ ਨਹੀਂ, ਕਾਨੂੰਨੀ ਗ਼ਲਤੀਆਂ ਹਮੇਸ਼ਾ ਹੁੰਦੀਆਂ ਰਹੀਆਂ ਹਨ ਤੇ ਹੁੰਦੀਆਂ ਰਹਿਣਗੀਆਂ। ਆਖਰ ਇਹ ਮਨੁਖੀ ਸੰਸਥਾਵਾਂ ਹਨ, ਇਹ ਹਰ ਲਿਹਾਜ਼ ਨਾਲ ਪਰੀਪੂਰਨ ਕਿਵੇਂ ਹੋ ਸਕਦੀਆਂ ਹਨ।"

"ਅਤੇ ਫੇਰ ਉਹਨਾਂ ਵਿਚੋਂ ਬਹੁਤ ਸਾਰੇ ਐਸੇ ਬੇਗੁਨਾਹ ਹੁੰਦੇ ਹਨ ਕਿਉਂਕਿ ਇਕ ਖਾਸ ਕਿਸਮ ਦੇ ਵਾਤਾਵਰਣ ਵਿਚ ਜੰਮੇ ਪਲੇ ਹੋਣ ਕਾਰਨ ਉਹ ਆਪਣੀਆਂ ਕੀਤੀਆਂ ਹਰਕਤਾਂ ਨੂੰ ਜੁਰਮ ਨਹੀਂ ਸਮਝਦੇ।"

"ਮਾਫ ਕਰਨਾ, ਇਹ ਬਿਲਕੁਲ ਗ਼ਲਤ ਗੱਲ ਹੈ। ਹਰ ਚੋਰ ਨੂੰ ਪਤਾ ਹੈ ਕਿ ਚੋਰੀ ਕਰਨਾ ਬੁਰਾ ਕੰਮ ਹੈ ਅਤੇ ਉਸ ਨੂੰ ਚੋਰੀ ਨਹੀਂ ਕਰਨੀ ਚਾਹੀਦੀ, ਕਿ ਚੋਰੀ ਕਰਨਾ ਦੁਰਾਚਾਰ ਹੈ," ਰਾਗੋਜ਼ਿਨਸਕੀ ਨੇ ਆਖਿਆ। ਉਸ ਦੇ ਬੁਲ੍ਹਾਂ ਉਤੇ ਅਡੋਲ, ਦੰਭੀ ਤੇ ਕੁਝ ਕੁਝ ਨਫਰਤਭਰੀ ਮੁਸਕ੍ਰਾਹਟ ਸੀ ਜਿਸ ਤੋਂ ਨੇਖਲੀਊਦੋਵ ਨੂੰ ਖਾਸ ਕਰਕੇ ਚਿੜ੍ਹ ਆ ਗਈ।

"ਨਹੀਂ, ਉਸ ਨੂੰ ਨਹੀਂ ਪਤਾ। ਉਸ ਨੂੰ ਆਖਿਆ ਜਾਂਦਾ ਹੈ, 'ਚੋਰੀ ਨਾ ਕਰ,' ਅਤੇ ਉਹ ਜਾਣਦਾ ਹੈ ਕਿ ਫੈਕਟਰੀ ਦਾ ਮਾਲਕ ਉਸ ਨੂੰ ਘਟ ਉਜਰਤ ਦੇ ਕੇ, ਉਹਦੀ ਮਿਹਨਤ ਚੁਰਾਉਂਦਾ ਹੈ। ਸਰਕਾਰ ਲਗਾਤਾਰ ਨਵੇਂ ਨਵੇਂ ਟੈਕਸ ਲਾ ਕੇ, ਆਪਣੇ ਅਫਸਰਾਂ ਰਾਹੀਂ ਉਸ ਨੂੰ ਲੁਟਦੀ ਰਹਿੰਦੀ ਹੈ।"

"ਇਹ ਤਾਂ ਅਰਾਜਕਤਾ ਵਾਲੀ ਗੱਲ ਹੋਈ," ਰਾਗੋਜ਼ਿਨਸਕੀ ਨੇ ਅਡੋਲ ਜਿਹੇ ਆਪਣੇ ਸਾਲੇ ਦੇ ਆਖੇ ਸ਼ਬਦਾਂ ਦੀ ਵਿਆਖਿਆ ਕਰਦਿਆਂ ਆਖਿਆ।

"ਮੈਂ ਨਹੀਂ ਕਹਿ ਸਕਦਾ ਕਿ ਇਹ ਕੀ ਹੈ, ਮੈਂ ਸਿਰਫ ਏਨਾ ਜਾਣਦਾ ਹਾਂ ਕਿ ਇਸ ਤਰ੍ਹਾਂ ਹੁੰਦਾ ਹੈ," ਨੇਖਲੀਊਦੋਵ ਬੋਲੀ ਗਿਆ। "ਉਹ ਜਾਣਦਾ ਹੈ ਕਿ ਸਰਕਾਰ ਉਸ ਨੂੰ ਲੁਟਦੀ ਹੈ। ਉਹ ਜਾਣਦਾ ਹੈ ਕਿ ਅਸੀਂ ਜਾਗੀਰਦਾਰ ਲੋਕ ਮੁਦਤਾਂ ਤੋਂ ਉਸ ਨੂੰ ਲੁਟਦੇ ਆ ਰਹੇ ਹਾਂ, ਅਸਾਂ ਉਹਦੇ ਕੋਲੋਂ ਜ਼ਮੀਨ ਖੋਹ ਲਈ ਹੈ ਜਿਹੜੀ ਸਾਰਿਆਂ ਦੀ ਸਾਂਝੀ ਜਾਇਦਾਦ ਹੋਣੀ ਚਾਹੀਦੀ ਹੈ। ਤੇ ਫੇਰ ਜੇ ਉਹ ਉਸ ਜ਼ਮੀਨ ਤੋਂ ਜਿਹੜੀ ਉਹਦੇ ਕੋਲੋਂ ਖੋਹ ਲਈ ਗਈ ਹੈ ਅੱਗ ਬਾਲਣ ਲਈ ਚਾਰ ਟਹਿਣੀਆਂ ਇੱਕਠੀਆਂ ਕਰ ਕੇ ਲੈ ਜਾਵੇ ਤਾਂ ਅਸੀਂ ਉਹਨੂੰ ਜੇਲ੍ਹ ਵਿਚ ਸੁਟ ਦੇਂਦੇ ਹਾਂ ਅਤੇ ਉਸ ਨੂੰ ਸਮਝਾਉਣ ਦੀ ਕੋਸ਼ਿਸ਼ ਕਰਦੇ ਹਾਂ ਕਿ ਉਹ ਚੋਰ ਹੈ। ਬੇਸ਼ਕ ਉਸ ਨੂੰ ਪਤਾ ਹੈ ਕਿ ਉਹ ਚੋਰ ਨਹੀਂ, ਸਗੋਂ ਚੋਰ ਉਹ ਲੋਕ ਹਨ ਜਿਨ੍ਹਾਂ ਨੇ ਉਹਦੀ ਜ਼ਮੀਨ ਖੋਹ ਲਈ। ਤੇ ਜੋ ਕੁਝ ਉਸ ਕੋਲੋਂ ਲੁਟ ਖੋਹ ਲਿਆ ਗਿਆ ਹੈ ਉਸ ਦੀ **restitution*** ਆਪਣੇ ਪਰਵਾਰ ਵੱਲ ਉਹਦਾ ਫਰਜ਼ ਹੈ।"

"ਮੈਨੂੰ ਇਸ ਗੱਲ ਦੀ ਸਮਝ ਨਹੀਂ ਆਈ, ਤੇ ਜੇ ਸਮਝ ਆਈ ਹੈ ਤਾਂ ਮੈਂ ਇਹਦੇ

---

* ਮੁੜ ਪ੍ਰਾਪਤੀ (ਫਰਾਂਸੀਸੀ)—**ਸੰਪਾ:**

ਨਾਲ ਸਹਿਮਤ ਨਹੀਂ ਹੋ ਸਕਦਾ। ਜ਼ਮੀਨ ਦਾ ਕੋਈ ਮਾਲਕ ਤਾਂ ਹੋਵੇਗਾ ਹੀ। ਜੇ ਜ਼ਮੀਨ ਵੰਡ ਦਿੱਤੀ ਜਾਏ..." ਰਾਗੋਜ਼ਿਨਸਕੀ ਨੇ ਧੀਰਜ ਨਾਲ ਕਹਿਣਾ ਸ਼ੁਰੂ ਕੀਤਾ। ਉਸ ਨੂੰ ਯਕੀਨ ਸੀ ਕਿ ਨੇਖਲੀਊਦੋਵ ਸੋਸ਼ਲਿਸਟ ਹੈ ਅਤੇ ਸੋਸ਼ਲਿਜ਼ਮ ਦੀ ਇਹ ਮੰਗ ਹੈ ਕਿ ਸਾਰੀ ਜ਼ਮੀਨ ਇਕੋ ਜਿਹੀ ਵੰਡ ਦਿਤੀ ਜਾਏ। ਇਸ ਤਰ੍ਹਾਂ ਦੀ ਵੰਡ ਬੜੀ ਭਾਰੀ ਮੂਰਖਤਾ ਹੋਵੇਗੀ। ਤੇ ਉਹਦਾ ਯਕੀਨ ਸੀ ਕਿ ਉਹ ਇਹ ਗੱਲ ਬੜੀ ਸੌਖੀ ਤਰ੍ਹਾਂ ਸਾਬਤ ਕਰ ਸਕਦਾ ਹੈ। "ਜੇ ਅੱਜ ਜ਼ਮੀਨ ਦੀ ਬਰਾਬਰ ਬਰਾਬਰ ਵੰਡ ਕਰ ਦਿੱਤੀ ਜਾਏ ਤਾਂ ਭਲਕੇ ਫੇਰ ਇਹ ਉਹਨਾਂ ਲੋਕਾਂ ਦੇ ਹੱਥਾਂ ਵਿਚ ਹੋਵੇਗੀ ਜਿਹੜੇ ਬਹੁਤੇ ਮਿਹਨਤੀ ਤੇ ਸਿਆਣੇ ਹੋਣਗੇ।"

"ਜ਼ਮੀਨ ਦੀ ਬਰਾਬਰ ਵੰਡ ਬਾਰੇ ਤਾਂ ਕੋਈ ਸੋਚ ਹੀ ਨਹੀਂ ਰਿਹਾ। ਜ਼ਮੀਨ ਕਿਸੇ ਇਕ ਦੀ ਮਲਕੀਅਤ ਨਹੀਂ ਹੋਣੀ ਚਾਹੀਦੀ। ਐਸੀ ਚੀਜ਼ ਨਹੀਂ ਹੋਣੀ ਚਾਹੀਦੀ ਜਿਸ ਨੂੰ ਕੋਈ ਖਰੀਦ ਸਕੇ, ਜਾਂ ਵੇਚ ਸਕੇ ਜਾਂ ਜਿਸ ਨੂੰ ਲਗਾਨ ਉਤੇ ਦਿੱਤਾ ਜਾ ਸਕੇ।"

"ਜਾਇਦਾਦ ਦਾ ਹੱਕ ਤਾਂ ਮਨੁਖ ਦਾ ਜਮਾਂਦਰੂ ਹੱਕ ਹੈ। ਇਸ ਹੱਕ ਤੋਂ ਬਗੈਰ ਜ਼ਮੀਨ ਦੀ ਕਾਸ਼ਤ ਕਰਨ ਦੀ ਕੋਈ ਪ੍ਰੇਰਨਾ ਹੀ ਨਹੀਂ ਰਹੇਗੀ। ਜਾਇਦਾਦ ਦੇ ਹੱਕ ਨੂੰ ਖਤਮ ਕਰ ਦਿਓ ਤਾਂ ਅਸੀਂ ਬਰਬਰਤਾ ਦੀ ਪੱਧਰ ਤੇ ਜਾ ਪਹੁੰਚਾਂਗੇ।" ਰਾਗੋਜ਼ਿਨਸਕੀ ਨੇ ਇਹ ਗੱਲ ਬੜੇ ਰੋਹਬ ਨਾਲ ਆਖੀ। ਜ਼ਮੀਨ ਦੀ ਨਿੱਜੀ ਮਲਕੀਅਤ ਦੇ ਹੱਕ ਵਿਚ ਘੋਤੇ ਚੜ੍ਹੀਆਂ ਦਲੀਲਾਂ ਨੂੰ ਇਹ ਸਮਝ ਕੇ ਮੁੜ ਦੁਹਰਾਇਆ ਜਿਵੇਂ ਇਹਨਾਂ ਨੂੰ ਰੱਦਿਆ ਨਾ ਜਾ ਸਕਦਾ ਹੋਵੇ, ਜਿਨ੍ਹਾਂ ਦਲੀਲਾਂ ਦਾ ਆਧਾਰ ਇਹ ਹੈ ਕਿ ਲੋਕਾਂ ਵਿਚ ਜ਼ਮੀਨ ਦੇ ਮਾਲਕ ਬਣਨ ਦੀ ਇੱਛਾ ਹੈ ਇਸ ਲਈ ਇਸ ਦਾ ਮਾਲਕ ਹੋਣਾ ਉਹਨਾਂ ਦਾ ਹੱਕ ਹੈ।

"ਨਹੀਂ, ਗੱਲ ਸਗੋਂ ਉਲਟੀ ਹੋਵੇਗੀ। ਜਦੋਂ ਜ਼ਮੀਨ ਕਿਸੇ ਦੀ ਨਿੱਜੀ ਮਲਕੀਅਤ ਨਹੀਂ ਰਹੇਗੀ ਤਾਂ ਇਹ ਵਿਹਲੀ ਵੀ ਨਹੀਂ ਪਈ ਰਹੇਗੀ ਜਿਵੇਂ ਹੁਣ ਪਈ ਰਹਿੰਦੀ ਹੈ। ਜਾਗੀਰਦਾਰ ਆਪ ਤਾਂ ਕਾਸ਼ਤ ਕਰਨਾ ਜਾਣਦੇ ਨਹੀਂ ਤੇ ਜਿਹੜੇ ਜਾਣਦੇ ਹਨ ਉਹਨਾਂ ਨੂੰ ਕਰਨ ਨਹੀਂ ਦੇਂਦੇ। ਮਤਲਬ ਹੈ ਨਾ ਕੁਝ ਆਪ ਕਰਨਾ ਨਾ ਦੂਜੇ ਨੂੰ ਕਰਨ ਦੇਣਾ।

"ਪਰ ਦੀਮਿਤਰੀ ਇਵਾਨੋਵਿਚ, ਤੁਸੀਂ ਬਿਲਕੁਲ ਬੇਸਿਰ ਪੈਰ ਗੱਲਾਂ ਕਰੀ ਜਾ ਰਹੇ ਹੋ। ਕੀ ਅੱਜ ਦੇ ਜੁਗ ਵਿਚ ਜ਼ਮੀਨ ਦੀ ਮਾਲਕੀ ਨੂੰ ਖਤਮ ਕਰਨਾ ਮੁਮਕਿਨ ਹੈ? ਮੈਨੂੰ ਪਤਾ ਹੈ ਕਿ ਤੁਹਾਡਾ ਤਾਂ ਇਹ ਪੁਰਾਣਾ dada* ਹੈ। ਪਰ ਮੈਂ ਤੁਹਾਨੂੰ ਸਾਫ ਸਾਫ ਦੱਸ ਦੇਵਾਂ," ਅਤੇ ਰਾਗੋਜ਼ਿਨਸਕੀ ਦਾ ਚਿਹਰਾ ਪੀਲਾ ਪੈ ਗਿਆ ਤੇ ਉਹਦੀ ਆਵਾਜ਼ ਕੰਬਣ ਲੱਗ ਪਈ। ਜ਼ਾਹਿਰ ਸੀ ਕਿ ਇਸ ਸਵਾਲ ਦਾ ਸਿਧਾ ਉਹਦੇ ਆਪਣੇ ਉਤੇ ਅਸਰ ਹੁੰਦਾ ਸੀ—"ਮੈਂ ਸਲਾਹ ਦੇਵਾਂਗਾ ਕਿ ਅਮਲੀ ਤੌਰ ਤੇ ਹਲ ਕਰਨ ਦਾ ਜਤਨ ਕਰਨ ਤੋਂ ਪਹਿਲਾਂ ਇਸ ਸਵਾਲ ਉਤੇ ਚੰਗੀ ਤਰ੍ਹਾਂ ਵਿਚਾਰ ਕਰ ਲਓ।"

"ਤੁਸੀਂ ਮੇਰੇ ਜ਼ਾਤੀ ਮਾਮਲਿਆਂ ਦੀ ਗੱਲ ਕਰਦੇ ਹੋ?"

"ਹਾਂ। ਮੈਂ ਸਮਝਦਾ ਹਾਂ ਕਿ ਅਸੀਂ ਵਿਸ਼ੇਸ਼ ਹਾਲਤਾਂ ਵਿਚ ਰਹਿੰਦੇ ਹਾਂ ਤੇ ਇਹਨਾਂ

---

* ਸ਼ੌਕ (ਫਰਾਂਸੀਸੀ)—**ਸੰਪਾ**:

ਹਾਲਤਾਂ ਵਿਚੋਂ ਪੈਦਾ ਹੁੰਦੀਆਂ ਜ਼ਿਮੇਦਾਰੀਆਂ ਵੀ ਸਾਡੇ ਸਿਰ ਆਉਂਦੀਆਂ ਹਨ। ਜਿਨ੍ਹਾਂ ਹਾਲਤਾਂ ਵਿਚ ਸਾਡਾ ਜਨਮ ਹੋਇਆ ਹੈ ਸਾਨੂੰ ਉਹ ਬਰਕਰਾਰ ਰਖਣੀਆਂ ਚਾਹੀਦੀਆਂ ਹਨ। ਇਹ ਸਾਨੂੰ ਸਾਡੇ ਵੱਡੇ ਵਡੇਰਿਆਂ ਦੀ ਵਿਰਾਸਤ ਹੈ ਤੇ ਸਾਨੂੰ ਇਹ ਵਿਰਾਸਤ ਆਪਣੇ ਬਾਲ--ਬੱਚਿਆਂ ਨੂੰ ਸੌਂਪ ਕੇ ਜਾਣਾ ਚਾਹੀਦਾ ਹੈ।

"ਮੈਂ ਆਪਣਾ ਫਰਜ਼ ਸਮਝਦਾ ਹਾਂ..."

"ਮਾਫ਼ ਕਰਨਾ," ਰਾਗੋਜ਼ਿਨਸਕੀ ਨੇ ਨੇਖਲੀਊਦੋਵ ਨੂੰ ਵਿਚੋਂ ਹੀ ਬੋਲਣ ਦੀ ਆਗਿਆ ਨਾ ਦੇਂਦੇ ਹੋਏ ਆਖਿਆ। "ਮੈਂ ਆਪਣੇ ਜਾਂ ਆਪਣੇ ਬੱਚਿਆਂ ਬਾਰੇ ਗੱਲ ਨਹੀਂ ਕਰ ਰਿਹਾ। ਮੇਰੇ ਬੱਚਿਆਂ ਨੂੰ ਕਿਸੇ ਗੱਲ ਦਾ ਘਾਟਾ ਨਹੀਂ ਰਹਿਣ ਲੱਗਾ। ਮੇਰੀ ਆਮਦਨ ਏਨੇ ਕੁ ਵਾਸਤੇ ਕਾਫੀ ਹੈ ਕਿ ਆਰਾਮ ਨਾਲ ਜ਼ਿੰਦਗੀ ਗੁਜ਼ਾਰ ਸਕੀਏ। ਅਤੇ ਮੈਨੂੰ ਉਮੀਦ ਹੈ ਕਿ ਮੇਰੇ ਬੱਚੇ ਵੀ ਏਸੇ ਤਰ੍ਹਾਂ ਸੁਹਣੀ ਜ਼ਿੰਦਗੀ ਗੁਜ਼ਾਰਨਗੇ। ਇਸ ਕਰਕੇ ਤੁਹਾਡੇ ਇਸ ਕੰਮ ਵਿਚ, ਜਿਹੜਾ ਮੇਰੇ ਖਿਆਲ ਵਿਚ ਤੁਸੀਂ ਚੰਗੀ ਤਰ੍ਹਾਂ ਸੋਚ ਸਮਝ ਕੇ ਨਹੀਂ ਕਰ ਰਹੇ, ਮੇਰੀ ਦਿਲਚਸਪੀ ਕਿਸੇ ਜ਼ਾਤੀ ਗਰਜ਼ ਨਾਲ ਨਹੀਂ ਬੱਝੀ ਹੋਈ। ਮੇਰੇ ਲਈ ਇਹ ਅਸੂਲ ਦਾ ਸਵਾਲ ਹੈ ਕਿ ਮੈਂ ਤੁਹਾਡੇ ਨਾਲ ਸਹਿਮਤ ਨਹੀਂ ਹੋ ਸਕਦਾ। ਮੈਂ ਤੁਹਾਨੂੰ ਸਲਾਹ ਦੇਵਾਂਗਾ ਕਿ ਹੋਰ ਸੋਚ ਵਿਚਾਰ ਕਰ ਲਓ, ਪੜ੍ਹ ਲਓ..."

"ਮਿਹਰਬਾਨੀ ਕਰਕੇ ਤੁਸੀਂ ਮੈਨੂੰ ਆਪਣੇ ਮਾਮਲੇ ਆਪੇ ਨਜਿਠਣ ਦਿਓ। ਇਹ ਗੱਲ ਮੈਂ ਆਪ ਜਾਣਦਾ ਹਾਂ ਕਿ ਕੀ ਪੜ੍ਹਨਾ ਹੈ ਤੇ ਕੀ ਨਹੀਂ ਪੜ੍ਹਨਾ," ਨੇਖਲੀਊਦੋਵ ਨੇ ਆਖਿਆ। ਉਹਦੇ ਚਿਹਰੇ ਦਾ ਰੰਗ ਪੀਲਾ ਹੋ ਗਿਆ ਸੀ। ਉਸ ਨੂੰ ਲੱਗਾ ਜਿਵੇਂ ਉਹਦੇ ਹੱਥ ਠੰਡੇ ਹੋ ਗਏ ਸਨ ਤੇ ਉਹ ਆਪੇ ਤੋਂ ਬਾਹਰ ਹੁੰਦਾ ਜਾ ਰਿਹਾ ਸੀ। ਉਹ ਚੁੱਪ ਕਰ ਗਿਆ ਅਤੇ ਚਾਹ ਪੀਣ ਲੱਗ ਪਿਆ।

੩੩

"ਸੁਣਾ, ਬੱਚਿਆਂ ਦਾ ਕੀ ਹਾਲ ਏ?" ਮਨ ਨੂੰ ਕੁਝ ਟਿਕਾ ਆ ਜਾਣ ਮਗਰੋਂ ਨੇਖਲੀਊਦੋਵ ਨੇ ਆਪਣੀ ਭੈਣ ਨੂੰ ਪੁੱਛਿਆ।

ਭੈਣ ਨੇ ਦੱਸਿਆ ਕਿ ਬੱਚੇ ਪਿੱਛੇ ਆਪਣੀ ਦਾਦੀ ਕੋਲ ਹਨ। ਉਹ ਖੁਸ਼ ਸੀ ਕਿ ਦੋਵਾਂ ਦੀ ਬਹਿਸ ਦਾ ਭੋਗ ਪਿਆ। ਉਹ ਦੱਸਣ ਲੱਗੀ ਕਿ ਕਿਸ ਤਰ੍ਹਾਂ ਉਹਦੇ ਬੱਚੇ ਬਿਲਕੁਲ ਉਹੀ ਖੇਡ ਖੇਡਦੇ ਹਨ ਜਿਹੜੀ ਬਚਪਨ ਵਿਚ ਨੇਖਲੀਊਦੋਵ ਖੇਡਦਾ ਹੁੰਦਾ ਸੀ। ਦੋ ਗੁਡੀਆਂ ਲੈ ਲੈਣੀਆਂ ਤੇ ਆਖਣਾ ਕਿ ਮੈਂ ਵਾਂਢੇ ਚੱਲਿਆ ਹਾਂ। ਇਕ ਗੁੱਡੀ ਹਬਸ਼ੀ ਹੋਣੀ ਤੇ ਦੂਜੀ ਨੂੰ ਕਹਿਣਾ ਕਿ ਇਹ ਫਰਾਂਸੀਸੀ ਔਰਤ ਹੈ।

"ਤੈਨੂੰ ਸੱਚਮੁਚ ਇਹ ਸਭ ਗੱਲਾਂ ਯਾਦ ਨੇ?" ਨੇਖਲੀਊਦੋਵ ਨੇ ਮੁਸਕ੍ਰਾ ਕੇ ਪੁੱਛਿਆ।

"ਹਾਂ। ਤੇ ਸੋਚ ਤਾਂ ਸਹੀ, ਖੇਡਦੇ ਵੀ ਉਹ ਤੇਰੇ ਵਾਂਗ ਹੀ ਨੇ।"

ਬੇਸੁਆਦੀ ਗਲਬਾਤ ਖਤਮ ਹੋ ਚੁੱਕੀ ਸੀ ਅਤੇ ਨਤਾਲੀਆ ਦਾ ਹਿਰਦਾ ਸ਼ਾਂਤ ਸੀ। ਪਰ ਉਹ ਆਪਣੇ ਖਾਵੰਦ ਦੇ ਸਾਮ੍ਹਣੇ ਏਹੋ ਜਿਹੀਆਂ ਗੱਲਾਂ ਨਹੀਂ ਸੀ ਕਰਨਾ ਚਾਹੁੰਦੀ ਜਿਨ੍ਹਾਂ ਨੂੰ ਸਿਰਫ ਉਹਦਾ ਭਰਾ ਹੀ ਸਮਝ ਸਕਦਾ ਸੀ। ਇਸ ਕਰਕੇ ਉਹਨੇ ਕੋਈ ਸਾਰਿਆਂ ਦੀ ਦਿਲਚਸਪੀ ਵਾਲੀ ਗੱਲ ਸ਼ੁਰੂ ਕਰਨ ਦੀ ਇੱਛਾ ਨਾਲ ਪੀਟਰਸਬਰਗ ਤੋਂ ਆਈ ਖਬਰ ਕਾਮੇਨਸਕੀ ਦੀ ਮਾਂ ਦਾ ਜ਼ਿਕਰ ਛੇੜ ਲਿਆ ਕਿ ਵਿਚਾਰੀ ਕੇਡੀ ਦੁਖੀ ਹੈ ਜਿਸ ਦਾ ਇਕੋ ਇਕ ਪੁਤਰ ਡੂਅਲ ਵਿਚ ਮਾਰਿਆ ਗਿਆ।

ਰਾਗੋਜ਼ਿਨਸਕੀ ਨੇ ਰਾਏ ਪ੍ਰਗਟ ਕੀਤੀ ਕਿ ਉਹ ਇਸ ਹਾਲਤ ਨੂੰ ਠੀਕ ਨਹੀਂ ਸਮਝਦਾ ਕਿ ਇਕ ਜਣਾ ਡੂਅਲ ਵਿਚ ਦੂਜੇ ਨੂੰ ਮਾਰ ਦੇਂਦਾ ਹੈ ਤੇ ਉਸ ਨੂੰ ਆਮ ਮੁਜਰਮ ਨਹੀਂ ਸਮਝਿਆ ਜਾਂਦਾ।

ਨੇਖਲੀਊਦੋਵ ਨੇ ਅੱਗੋਂ ਤੁਰਤ ਇਸ ਗੱਲ ਦਾ ਮੋੜਵਾਂ ਜਵਾਬ ਦਿੱਤਾ ਤੇ ਇਸ ਵਿਸ਼ੇ ਉਤੇ ਇਕ ਨਵੀਂ ਬਹਿਸ ਛਿੜ ਪਈ। ਬਹਿਸ ਵਿਚ ਕਿਸੇ ਗੱਲ ਦੀ ਪੂਰੀ ਵਿਆਖਿਆ ਨਹੀਂ ਕੀਤੀ ਗਈ। ਦੋਵਾਂ ਬਹਿਸ ਕਰਨ ਵਾਲਿਆਂ ਨੇ ਆਪਣਾ ਮਨ ਵੀ ਪੂਰੀ ਤਰ੍ਹਾਂ ਨਹੀਂ ਖੋਹਲਿਆ। ਦੋਵੇਂ ਜਣੇ ਆਪੋ ਆਪਣੇ ਅਕੀਦੇ ਉਤੇ ਅੜੇ ਹੋਏ ਸਨ ਤੇ ਇਕ ਦੂਜੇ ਦੇ ਵਿਚਾਰਾਂ ਦਾ ਖੰਡਨ ਕਰ ਰਹੇ ਸਨ।

ਰਾਗੋਜ਼ਿਨਸਕੀ ਨੂੰ ਮਹਿਸੂਸ ਹੋਇਆ ਕਿ ਨੇਖਲੀਊਦੋਵ ਉਹਦੀ ਨਿਖੇਧੀ ਕਰਦਾ ਹੈ ਅਤੇ ਉਸ ਦੀ ਸਰਗਰਮੀ ਨੂੰ ਨਫਰਤ ਕਰਦਾ ਹੈ। ਉਹ ਨੇਖਲੀਊਦੋਵ ਨੂੰ ਵਿਖਾ ਦੇਣਾ ਚਾਹੁੰਦਾ ਸੀ ਕਿ ਉਸ ਦੇ ਵਿਚਾਰ ਨਿਆਂਪੂਰਨ ਨਹੀਂ। ਦੂਜੇ ਪਾਸੇ ਨੇਖਲੀਊਦੋਵ ਇਸ ਗੱਲ ਤੇ ਭੜਕ ਪਿਆ ਸੀ ਕਿ ਉਹਦਾ ਭੇਣੋਈ ਜ਼ਮੀਨ ਦੇ ਮਾਮਲੇ ਵਿਚ ਦੱਖਲ ਦੇ ਰਿਹਾ ਸੀ (ਢਿੱਡੋਂ ਉਹ ਜਾਣਦਾ ਸੀ ਕਿ ਉਹਦੀ ਭੈਣ, ਉਸ ਦਾ ਭੇਣੋਈ ਤੇ ਉਹਨਾਂ ਦੇ ਬੱਚੇ ਉਸ ਦੀ ਜਾਇਦਾਦ ਦੇ ਵਾਰਸ ਹੋਣ ਕਰਕੇ ਇਤਰਾਜ਼ ਕਰ ਸਕਦੇ ਹਨ)। ਉਸ ਨੂੰ ਇਸ ਗੱਲ ਤੇ ਗੁੱਸਾ ਆ ਗਿਆ ਸੀ ਕਿ ਉਹ ਤੰਗਨਜ਼ਰ ਆਦਮੀ ਬੜੇ ਠਰ੍ਹੰਮੇ ਤੇ ਵਿਸ਼ਵਾਸ ਨਾਲ ਉਹਨਾਂ ਗੱਲਾਂ ਨੂੰ ਕਾਨੂੰਨੀ ਤੇ ਜਾਇਜ਼ ਆਖਣ ਦੀ ਅੜੀ ਕਰੀ ਜਾਂਦਾ ਹੈ ਜਿਨ੍ਹਾਂ ਬਾਰੇ ਨੇਖਲੀਊਦੋਵ ਨੂੰ ਕੋਈ ਸ਼ੱਕ ਨਹੀਂ ਸੀ ਰਹਿ ਗਿਆ ਕਿ ਉਹ ਨਾ ਸਿਰਫ ਬੇਹੂਦਾ ਸਨ ਸਗੋਂ ਜੁਰਮ ਵੀ। ਉਹਦੇ ਇਸ ਠਰ੍ਹੰਮੇ ਵਾਲੇ ਵਿਸ਼ਵਾਸ ਤੋਂ ਨੇਖਲੀਊਦੋਵ ਨੂੰ ਖਿੱਝ ਚੜ੍ਹ ਗਈ।

"ਕਾਨੂੰਨ ਕੀ ਕਰ ਸਕਦਾ ਸੀ?" ਉਸ ਨੇ ਪੁੱਛਿਆ।

"ਕਾਨੂੰਨ ਇਹ ਕਰ ਸਕਦਾ ਸੀ ਕਿ ਡੂਅਲ ਲੜਨ ਵਾਲਿਆਂ ਵਿਚੋਂ ਇਕ ਨੂੰ ਸਖ਼ਤ ਸਜ਼ਾ ਦੇ ਕੇ ਖਾਣਾਂ ਵਿਚ ਕੰਮ ਕਰਨ ਭੇਜ ਦੇਂਦਾ ਜਿਵੇਂ ਆਮ ਕਾਤਲ ਨੂੰ ਭੇਜਿਆ ਜਾਂਦਾ ਹੈ।"

ਨੇਖਲੀਊਦੋਵ ਦੇ ਹੱਥ ਫੇਰ ਠੰਡੇ ਪੈ ਗਏ।

"ਹੱਛਾ, ਇਸ ਤੋਂ ਕੀ ਲਾਭ ਹੁੰਦਾ?" ਉਹਨੇ ਗਰਮੀ ਖਾ ਕੇ ਪੁੱਛਿਆ।

"ਇਹ ਇਨਸਾਫ ਦੀ ਗੱਲ ਹੁੰਦੀ।"

"ਜਿਵੇਂ ਕਾਨੂੰਨ ਦਾ ਮਕਸਦ ਇਨਸਾਫ ਕਰਨਾ ਹੋਵੇ," ਨੇਖਲੀਊਦੋਵ ਨੇ ਆਖਿਆ।

"ਹੋਰ ਕੀ ਮਕਸਦ ਹੈ?"

"ਜਮਾਤੀ ਹਿਤਾਂ ਦੀ ਰਾਖੀ ਕਰਨਾ! ਮੇਰੀ ਰਾਏ ਵਿਚ ਕਾਨੂੰਨ ਇਕ ਐਸਾ ਸਾਧਨ ਹੈ ਜਿਸ ਨਾਲ ਮੌਜੂਦਾ ਪ੍ਰਬੰਧ ਨੂੰ ਕਾਇਮ ਰਖਿਆ ਜਾਂਦਾ ਹੈ ਜੋ ਸਾਡੀ ਜਮਾਤ ਦੇ ਹਿਤ ਵਿਚ ਹੈ।"

"ਇਹ ਤਾਂ ਬਿਲਕੁਲ ਅਲੋਕਾਰ ਵਿਚਾਰ ਹੈ," ਰਾਗੋਜ਼ਿੰਨਸਕੀ ਨੇ ਆਖਿਆ। ਉਹਦੇ ਬੁਲ੍ਹਾਂ ਉਤੇ ਇਕ ਅਡੋਲ ਮੁਸਕ੍ਰਾਹਟ ਸੀ। "ਆਮ ਕਰਕੇ ਕਾਨੂੰਨ ਦਾ ਮੂਲੋਂ ਹੀ ਵਖਰਾ ਮਕਸਦ ਮੰਨਿਆ ਜਾਂਦਾ ਹੈ।"

"ਹਾਂ, ਸਿਧਾਂਤ ਦੀ ਸ਼ਕਲ ਵਿਚ ਏਸੇ ਤਰ੍ਹਾਂ ਹੈ ਪਰ ਅਮਲ ਵਿਚ ਨਹੀਂ। ਮੈਂ ਵੇਖ ਲਿਆ ਹੈ। ਕਾਨੂੰਨ ਦਾ ਸਿਰਫ ਇਕੋ ਮਕਸਦ ਹੈ ਤੇ ਉਹ ਹੈ ਵਰਤਮਾਨ ਪ੍ਰਬੰਧ ਨੂੰ ਕਾਇਮ ਰਖਣਾ। ਇਸ ਕਰਕੇ ਇਹ ਉਹਨਾਂ ਲੋਕਾਂ ਨੂੰ ਸਜ਼ਾਵਾਂ ਦੇਂਦਾ ਤੇ ਫਾਹੇ ਲਾਉਂਦਾ ਹੈ ਜਿਹੜੇ ਆਮ ਪੱਧਰ ਤੋਂ ਉੱਚੇ ਹੁੰਦੇ ਹਨ ਤੇ ਇਸ ਪ੍ਰਬੰਧ ਨੂੰ ਉੱਚੀ ਪੱਧਰ ਤੇ ਲਿਜਾਣਾ ਚਾਹੁੰਦੇ ਹਨ—ਅਖੌਤੀ ਰਾਜਸੀ ਮੁਜਰਮ—ਅਤੇ ਉਹਨਾਂ ਲੋਕਾਂ ਨੂੰ ਵੀ ਜਿਹੜੇ ਔਸਤ ਪੱਧਰ ਤੋਂ ਹੇਠਾਂ ਹਨ, ਅਖੌਤੀ ਜਰਾਇਮ ਪੇਸ਼ਾ ਲੋਕ।"

"ਮੈਂ ਤੁਹਾਡੇ ਨਾਲ ਸਹਿਮਤ ਨਹੀਂ। ਪਹਿਲੀ ਗੱਲ, ਮੈਂ ਇਹ ਮੰਨ ਹੀ ਨਹੀਂ ਸਕਦਾ ਕਿ ਰਾਜਸੀ ਮੁਜਰਮਾਂ ਨੂੰ ਇਸ ਕਰਕੇ ਸਜ਼ਾ ਦਿੱਤੀ ਜਾਂਦੀ ਹੈ ਕਿ ਉਹ ਸੂਝ ਸਮਝ ਦੇ ਪੱਖੋਂ ਔਸਤ ਪੱਧਰ ਤੋਂ ਉਤੇ ਹੁੰਦੇ ਹਨ। ਬਹੁਤੀਆਂ ਹਾਲਤਾਂ ਵਿਚ ਤਾਂ ਉਹ ਸਮਾਜ ਦਾ ਕੂੜਾ ਕਰਕਟ ਹੁੰਦੇ ਹਨ, ਇਕ ਤਰ੍ਹਾਂ ਨਾਲ ਜੁਰਾਇਮ ਪੇਸ਼ਾ ਲੋਕਾਂ ਵਾਂਗ ਹੀ ਵਿਗੜੇ ਹੋਏ ਜਿਨ੍ਹਾਂ ਨੂੰ ਤੁਸੀਂ ਔਸਤ ਪੱਧਰ ਤੋਂ ਹੇਠਾਂ ਸਮਝਦੇ ਹੋ।"

"ਪਰ ਮੈਨੂੰ ਅਜਿਹੇ ਬੰਦਿਆਂ ਨੂੰ ਜਾਣਨ ਮਿਲਣ ਦਾ ਮੌਕਾ ਮਿਲਿਆ ਹੈ ਜਿਹੜੇ ਇਖਲਾਕੀ ਤੌਰ ਤੇ ਉਹਨਾਂ ਲੋਕਾਂ ਨਾਲੋਂ ਕਿਤੇ ਉੱਚੇ ਹਨ ਜਿਹੜੇ ਉਹਨਾਂ ਦੇ ਮੁਨਸਿਫ ਬਣਦੇ ਹਨ। ਧਾਰਮਿਕ ਸੰਪਰਦਾ ਦੇ ਸਾਰੇ ਲੋਕ ਸਦਾਚਾਰੀ, ਦ੍ਰਿੜ੍ਹ..."

ਪਰ ਰਾਗੋਜ਼ਿੰਨਸਕੀ ਇਕ ਐਸਾ ਆਦਮੀ ਸੀ ਜਿਹੜਾ ਗੱਲ ਵਿਚੋਂ ਟੁੱਕੀ ਜਾਣਾ ਬਰਦਾਸ਼ਤ ਨਹੀਂ ਸੀ ਕਰਦਾ। ਉਸ ਨੇ ਨੇਖਲੀਊਦੋਵ ਦੀ ਗੱਲ ਨਹੀਂ ਸੁਣੀ ਸਗੋਂ ਆਪ ਬੋਲਦਾ ਗਿਆ। ਇਸ ਗੱਲ ਤੋਂ ਨੇਖਲੀਊਦੋਵ ਹੋਰ ਵੀ ਚਿੜ੍ਹ ਗਿਆ।

"ਨਾ ਹੀ ਮੈਂ ਇਹ ਮੰਨ ਸਕਦਾ ਹਾਂ ਕਿ ਕਾਨੂੰਨ ਦਾ ਮਕਸਦ ਵਰਤਮਾਨ ਪ੍ਰਬੰਧ ਨੂੰ ਕਾਇਮ ਰਖਣਾ ਹੈ। ਕਾਨੂੰਨ ਦਾ ਮਕਸਦ ਹੈ ਸੁਧਾਰ..."

"ਬੜਾ ਵਧੀਆ ਸੁਧਾਰ ਹੋ ਰਿਹਾ ਹੈ, ਜੇਲ੍ਹਾਂ ਵਿਚ!" ਨੇਖਲੀਊਦੋਵ ਵਿਚੋਂ ਬੋਲ ਪਿਆ।

"ਜਾਂ ਖਤਮ ਕਰਨਾ," ਰਾਗੋਜ਼ਿੰਨਸਕੀ ਹਠੀ ਬਣ ਕੇ ਬੋਲੀ ਗਿਆ, "ਵਿਗੜੇ ਹੋਏ ਤੇ ਵਹਿਸ਼ੀ ਬਣ ਗਏ ਲੋਕਾਂ ਨੂੰ ਜਿਹੜੇ ਸਮਾਜ ਵਾਸਤੇ ਖਤਰਾ ਹਨ।"

"ਏਹੋ ਕੁਝ ਤਾਂ ਇਹ ਕਰਦਾ ਨਹੀਂ। ਸਮਾਜ ਕੋਲ ਨਾ ਪਹਿਲਾ ਕੰਮ ਕਰਨ ਲਈ ਕੋਈ ਸਾਧਨ ਹੈ ਨਾ ਦੂਜਾ।"

"ਉਹ ਕਿਵੇਂ ? ਮੈਂ ਸਮਝਿਆ ਨਹੀਂ।" ਰਾਗੋਜ਼ਿਨਸਕੀ ਨੇ ਬਦੋਬਦੀ ਮੁਸਕ੍ਰਾਉਣ ਦੀ ਕੋਸ਼ਿਸ਼ ਕਰਦਿਆਂ ਆਖਿਆ।

"ਮੇਰਾ ਮਤਲਬ ਹੈ ਕਿ ਸਿਰਫ ਦੋ ਹੀ ਕਿਸਮਾਂ ਦੀ ਸਜ਼ਾ ਯੋਗ ਮੰਨੀ ਜਾਂਦੀ ਹੈ ਤੇ ਪੁਰਾਣੇ ਵਕਤਾਂ ਤੋਂ ਇਹਨਾਂ ਦੀ ਵਰਤੋਂ ਹੁੰਦੀ ਆ ਰਹੀ ਹੈ। ਇਕ ਹੈ ਸਰੀਰਕ ਸਜ਼ਾ ਤੇ ਦੂਜੀ ਮੌਤ ਦੀ ਸਜ਼ਾ। ਰਸਮ ਰਵਾਜ ਜਿਵੇਂ ਜਿਵੇਂ ਵਧੇਰੇ ਮਾਨਵੀ ਹੁੰਦੇ ਜਾਂਦੇ ਹਨ ਤਿਵੇਂ ਤਿਵੇਂ ਇਹਨਾਂ ਦੀ ਵਰਤੋਂ ਘਟਦੀ ਜਾਂਦੀ ਹੈ," ਨੇਖਲੀਊਦੋਵ ਨੇ ਆਖਿਆ।

"ਵਾਹ, ਤੁਹਾਡੇ ਮੂੰਹੋਂ ਇਹ ਨਵੀਂ ਗੱਲ ਸੁਣ ਕੇ ਸਚਮੁਚ ਬੜੀ ਹੈਰਾਨੀ ਹੋ ਰਹੀ ਹੈ।"

"ਹਾਂ, ਕਿਸੇ ਆਦਮੀ ਨੂੰ ਸਰੀਰਕ ਦੁਖ ਦੇਣਾ ਮੁਨਾਸਿਬ ਹੈ ਤਾਂ ਜੋ ਉਹ ਮੁੜਕੇ ਕਦੇ ਐਸਾ ਕੰਮ ਨਾ ਕਰੇ ਜਿਸ ਕਰਕੇ ਉਸ ਨੂੰ ਦੁਖ ਦਿੱਤਾ ਜਾ ਰਿਹਾ ਹੈ। ਤੇ ਜੇ ਕੋਈ ਆਦਮੀ ਸਮਾਜ ਨੂੰ ਨੁਕਸਾਨ ਪਹੁੰਚਾਉਂਦਾ ਹੈ ਜਾਂ ਇਹਦੇ ਲਈ ਖਤਰਾ ਹੈ ਤਾਂ ਉਹਦਾ ਸਿਰ ਲਾਹ ਦੇਣਾ ਵੀ ਬਿਲਕੁਲ ਮੁਨਾਸਿਬ ਗੱਲ ਹੈ। ਇਹਨਾਂ ਸਜ਼ਾਵਾਂ ਦਾ ਮਤਲਬ ਸਮਝ ਵਿਚ ਆਉਂਦਾ ਹੈ। ਪਰ ਇਸ ਗੱਲ ਵਿਚ ਕੀ ਤੁਕ ਹੈ ਕਿ ਕੋਈ ਵਿਹਲਾ ਰਹਿ ਕੇ ਜਾਂ ਭੈੜੀ ਸੁਹਬਤ ਵਿਚ ਪੈ ਕੇ ਵਿਗੜ ਜਾਂਦਾ ਹੈ ਤਾਂ ਉਹਨੂੰ ਜੇਲ੍ਹ ਵਿਚ ਬੰਦ ਕਰ ਦਿੱਤਾ ਜਾਏ। ਆਦਮੀ ਨੂੰ ਐਸੀ ਹਾਲਤ ਵਿਚ ਰਖਣਾ ਜਿਥੇ ਉਹਨੂੰ ਰੋਟੀ ਕਪੜਾ ਦਿੱਤਾ ਜਾਂਦਾ ਹੈ, ਜਿਥੇ ਉਹਨੂੰ ਬਦੋਬਦੀ ਵਿਹਲਾ ਰਖਿਆ ਜਾਂਦਾ ਹੈ ਤੇ ਜਿਥੇ ਉਹ ਪਰਲੇ ਦਰਜੇ ਦੇ ਵਿਗੜੇ ਹੋਏ ਬੰਦਿਆਂ ਦੀ ਸੰਗਤ ਵਿਚ ਰਹਿੰਦਾ ਹੈ? ਇਸ ਗੱਲ ਵਿਚ ਕੀ ਤੁਕ ਹੈ ਕਿ ਇਕ ਆਦਮੀ ਨੂੰ ਸਰਕਾਰੀ ਖਰਚੇ ਉਤੇ (ਤੇ ਇਹ ਖਰਚਾ ਪੰਜ ਸੌ ਰੂਬਲ ਫੀ ਕਸ ਤੋਂ ਵਧ ਆਉਂਦਾ ਹੈ) ਤੁਲਾ ਤੋਂ ਇਰਕੁਤਸਕ ਗੁਬੇਰਨੀਆ ਜਾਂ ਕੁਰਸਕ ਤੋਂ..."

"ਹਾਂ, ਪਰ ਲੋਕ ਫੇਰ ਵੀ ਸਰਕਾਰੀ ਖਰਚੇ ਵਾਲੇ ਇਹਨਾਂ ਸਫਰਾਂ ਤੋਂ ਡਰਦੇ ਹਨ। ਤੇ ਜੇ ਇਸ ਕਿਸਮ ਦੇ ਸਫਰ ਤੇ ਜੇਲ੍ਹਾਂ ਨਾ ਹੁੰਦੀਆਂ ਤਾਂ ਅਸੀਂ ਵੀ ਅੱਜ ਏਥੇ ਨਾ ਬੈਠੇ ਹੁੰਦੇ।"

"ਜੇਲ੍ਹਾਂ ਸਾਡੀ ਸਲਾਮਤੀ ਦੀ ਗਰੰਟੀ ਨਹੀਂ ਕਰ ਸਕਦੀਆਂ ਕਿਉਂਕਿ ਇਹ ਲੋਕ ਹਮੇਸ਼ਾ ਵਾਸਤੇ ਓਥੇ ਨਹੀਂ ਬੈਠੇ ਰਹਿੰਦੇ, ਉਹਨਾਂ ਨੂੰ ਛੱਡ ਦਿੱਤਾ ਜਾਂਦਾ ਹੈ। ਇਸ ਦੇ ਉਲਟ, ਇਹਨਾਂ ਥਾਵਾਂ ਤੇ ਜਾ ਕੇ ਲੋਕ ਹੋਰ ਬਹੁਤੇ ਵੈਲੀ ਬਣਦੇ ਤੇ ਰਸਾਤਲ ਵਿਚ ਡਿਗਦੇ ਹਨ। ਤੇ ਇਸ ਤਰ੍ਹਾਂ ਸਗੋਂ ਖਤਰਾ ਵਧਦਾ ਹੀ ਹੈ।"

"ਤੁਹਾਡਾ ਮਤਲਬ ਹੈ ਕਿ ਜੇਲ੍ਹ ਪ੍ਰਬੰਧ ਵਿਚ ਸੁਧਾਰ ਹੋਣਾ ਚਾਹੀਦਾ ਹੈ?"

"ਇਸ ਨੂੰ ਨਹੀਂ ਸੁਧਾਰਿਆ ਜਾ ਸਕਦਾ। ਜੇਲ੍ਹਾਂ ਦਾ ਸੁਧਾਰ ਕਰਨ ਉਤੇ ਉਸ ਤੋਂ ਬਹੁਤਾ ਖਰਚਾ ਆਵੇਗਾ ਜਿੰਨਾਂ ਇਸ ਵੇਲੇ ਲੋਕਾਂ ਦੀ ਪੜ੍ਹਾਈ ਉਤੇ ਖਰਚ ਕੀਤਾ ਜਾਂਦਾ ਹੈ ਤੇ ਇਸ ਤਰ੍ਹਾਂ ਲੋਕਾਂ ਉਤੇ ਹੋਰ ਵੀ ਬਹੁਤਾ ਭਾਰ ਪਵੇਗਾ।"

"ਪਰ ਜੇ ਜੇਲ੍ਹ ਪ੍ਰਬੰਧ ਵਿਚ ਘਾਟੇ ਹਨ ਤਾਂ ਇਹਦੇ ਨਾਲ ਕਾਨੂੰਨ ਤਾਂ ਗ਼ਲਤ ਨਹੀਂ ਹੋ ਜਾਂਦਾ," ਰਾਗੋਜ਼ਿੰਨਸਕੀ ਆਪਣੇ ਸਾਲੇ ਦੀ ਗੱਲ ਨੂੰ ਅਣਸੁਣੀ ਕਰਕੇ ਬੋਲੀ ਗਿਆ।

"ਇਹਨਾਂ ਘਾਟਿਆਂ ਦਾ ਕੋਈ ਇਲਾਜ ਨਹੀਂ," ਨੇਖਲੀਊਦੋਵ ਨੇ ਉੱਚੀ ਆਵਾਜ਼ ਵਿਚ ਆਖਿਆ।

"ਫੇਰ ਕੀ ਕਰੀਏ ? ਕੈਦੀਆਂ ਦੀਆਂ ਧੌਣਾਂ ਲਾਹੁਣ ਲੱਗ ਪਈਏ ? ਜਾਂ ਜਿਵੇਂ ਕਿਸੇ ਰਾਜਨੇਤਾ ਨੇ ਤਜਵੀਜ਼ ਦਿੱਤੀ ਸੀ, ਇਹਨਾਂ ਲੋਕਾਂ ਦੀਆਂ ਅੱਖਾਂ ਕੱਢਣੀਆਂ ਸ਼ੁਰੂ ਕਰ ਦੇਈਏ ?" ਰਾਗੋਜ਼ਿੰਨਸਕੀ ਨੇ ਆਖਿਆ।

"ਹਾਂ, ਹੋਵੇਗੀ ਤਾਂ ਬੇਰਹਿਮੀ ਪਰ ਇਸ ਦਾ ਅਸਰ ਹੋਵੇਗਾ। ਜੋ ਕੁਝ ਹੁਣ ਕੀਤਾ ਜਾਂਦਾ ਹੈ ਉਹ ਵੀ ਬੇਰਹਿਮੀ ਤਾਂ ਹੈ, ਪਰ ਨਾ ਸਿਰਫ ਇਹ ਕਿ ਇਸ ਦਾ ਕੋਈ ਅਸਰ ਨਹੀਂ ਹੁੰਦਾ ਸਗੋਂ ਏਨਾ ਬੇਹੂਦਾ ਹੈ ਕਿ ਬੰਦੇ ਨੂੰ ਸਮਝ ਨਹੀਂ ਆਉਂਦੀ ਕਿ ਹੋਸ਼-ਹਵਾਸ ਵਾਲੇ ਬੰਦੇ ਫੌਜਦਾਰੀ ਕਾਨੂੰਨ ਵਰਗੇ ਬੇਥਵੇ ਤੇ ਬੇਰਹਿਮ ਕੰਮ ਵਿਚ ਹਿੱਸਾ ਕਿਵੇਂ ਲੈ ਸਕਦੇ ਹਨ।"

"ਪਰ ਮੈਂ ਇਸ ਵਿਚ ਹਿੱਸਾ ਲੈਂਦਾ ਹੈ," ਰਾਗੋਜ਼ਿੰਨਸਕੀ ਨੇ ਆਖਿਆ ਤੇ ਉਹਦਾ ਚਿਹਰਾ ਪੀਲਾ ਪੈ ਗਿਆ।

"ਇਹ ਤੁਹਾਡਾ ਕੰਮ ਹੈ। ਪਰ ਇਹ ਗੱਲ ਮੇਰੀ ਤਾਂ ਸਮਝ ਤੋਂ ਬਾਹਰ ਹੈ।"

"ਮੇਰੇ ਖ਼ਿਆਲ ਵਿਚ ਬਹੁਤ ਸਾਰੀਆਂ ਗੱਲਾਂ ਹਨ ਜਿਹੜੀਆਂ ਤੁਹਾਡੀ ਸਮਝ ਤੋਂ ਬਾਹਰ ਹਨ," ਰਾਗੋਜ਼ਿੰਨਸਕੀ ਨੇ ਕੰਬਦੀ ਹੋਈ ਆਵਾਜ਼ ਵਿਚ ਕਿਹਾ।

"ਮੈਂ ਅੱਖੀਂ ਵੇਖਿਆ ਹੈ ਕਿਵੇਂ ਇਕ ਛੋਟੇ ਸਰਕਾਰੀ ਵਕੀਲ ਨੇ ਇਕ ਬਦਨਸੀਬ ਮੁੰਡੇ ਨੂੰ ਸਜ਼ਾ ਦਿਵਾਉਣ ਲਈ ਅੱਡੀ ਚੋਟੀ ਦਾ ਜ਼ੋਰ ਲਾਇਆ ਸੀ। ਉਸ ਮੁੰਡੇ ਨੂੰ ਵੇਖ ਕੇ ਸਾਧਾਰਨ ਆਦਮੀ ਦੇ ਦਿਲ ਵਿਚ ਹਮਦਰਦੀ ਹੀ ਜਾਗ ਸਕਦੀ ਸੀ। ਮੈਨੂੰ ਪਤਾ ਹੈ ਜਿਵੇਂ ਇਕ ਹੋਰ ਸਰਕਾਰੀ ਵਕੀਲ ਨੇ ਇਕ ਸੰਪਰਦਾਈ ਨਾਲ ਜਿਰਾਹ ਕੀਤੀ ਸੀ ਅਤੇ ਅੰਜੀਲ ਦੇ ਪਾਠ ਨੂੰ ਉਸ ਨੇ ਫੌਜਦਾਰੀ ਜੁਰਮ ਬਣਾ ਕੇ ਰੱਖ ਦਿੱਤਾ ਸੀ। ਹਕੀਕਤ ਇਹ ਹੈ ਕਿ ਅਦਾਲਤਾਂ ਦਾ ਸਾਰਾ ਕੰਮ ਹੀ ਏਹੋ ਜਿਹੀਆਂ ਵਾਹਯਾਤ ਤੇ ਬੇਰਹਿਮ ਕਾਰਵਾਈਆਂ ਕਰਨਾ ਹੈ।"

"ਜੇ ਕਰ ਮੈਂ ਇਸ ਤਰ੍ਹਾਂ ਸਮਝਦਾ ਤਾਂ ਮੈਂ ਅਦਾਲਤਾਂ ਵਿਚ ਕੰਮ ਨਾ ਕਰਦਾ," ਰਾਗੋਜ਼ਿੰਨਸਕੀ ਨੇ ਆਖਿਆ।

ਨੇਖਲੀਊਦੋਵ ਦਾ ਧਿਆਨ ਆਪਣੇ ਭੈਣੋਈ ਦੀਆਂ ਐਨਕਾਂ ਹੇਠਾਂ ਇਕ ਅਜੀਬ ਕਿਸਮ ਦੀ ਚਮਕ ਵੱਲ ਗਿਆ। "ਇਹ ਕਿਤੇ ਅਥਰੂ ਤਾਂ ਨਹੀਂ ?" ਉਸ ਨੇ ਸੋਚਿਆ। ਤੇ ਉਹ ਸਚਮੁਚ ਹੀ ਅਥਰੂ ਸਨ—ਜ਼ਖ਼ਮੀ ਹਉਮੈਂ ਦੇ ਅਥਰੂ। ਰਾਗੋਜ਼ਿੰਨਸਕੀ ਬਾਰੀ ਵੱਲ ਚਲਾ ਗਿਆ ਅਤੇ ਆਪਣਾ ਰੁਮਾਲ ਕੱਢ ਕੇ, ਖੰਘਦਾ ਹੋਇਆ, ਆਪਣੀਆਂ ਐਨਕਾਂ ਦੇ ਸ਼ੀਸ਼ੇ ਸਾਫ਼ ਕਰਨ ਲੱਗ ਪਿਆ ਤੇ ਫੇਰ ਐਨਕਾਂ ਲਾਹ ਕੇ ਆਪਣੇ ਅਥਰੂ ਪੂੰਝੇ। ਇਸ ਮਗਰੋਂ ਉਹ ਸੋਫੇ 'ਤੇ ਆ ਬੈਠਾ ਤੇ ਸਿਗਾਰ ਸੁਲਘਾ ਲਿਆ। ਇਸ ਤੋਂ ਬਾਦ

ਉਹਨੇ ਕੋਈ ਗੱਲ ਨਹੀਂ ਕੀਤੀ। ਨੇਖਲੀਊਦੋਵ ਨੂੰ ਇਸ ਗੱਲ ਤੇ ਸ਼ਰਮ ਤੇ ਦੁਖ ਮਹਿਸੂਸ ਹੋ ਰਿਹਾ ਸੀ ਕਿ ਉਹਨੇ ਆਪਣੇ ਭੈਣੋਈ ਤੇ ਭੈਣ ਨੂੰ ਏਨਾ ਨਾਰਾਜ਼ ਕਰ ਲਿਆ ਸੀ, ਖਾਸ ਕਰਕੇ ਐਸੀ ਹਾਲਤ ਵਿਚ ਜਦੋਂ ਅਗਲੇ ਦਿਨ ਉਹ ਓਥੋਂ ਜਾ ਰਿਹਾ ਸੀ ਅਤੇ ਫੇਰ ਉਹਨਾਂ ਨੂੰ ਮਿਲਣਾ ਨਹੀਂ ਸੀ। ਉਸ ਨੇ ਬੜੀ ਘਬਰਾਹਟ ਜਿਹੀ ਵਿਚ ਉਹਨਾਂ ਕੋਲੋਂ ਵਿਦਾ ਲਈ ਅਤੇ ਬੱਘੀ ਵਿਚ ਬੈਠ ਕੇ ਸਿੱਧਾ ਘਰ ਆ ਗਿਆ।

"ਜੋ ਕੁਝ ਮੈਂ ਆਖਿਆ ਹੈ ਉਹ ਠੀਕ ਹੋ ਸਕਦਾ ਹੈ—ਕੁਝ ਵੀ ਸੀ ਉਹਦੇ ਕੋਲ ਮੇਰੀ ਗੱਲ ਦਾ ਜਵਾਬ ਨਹੀਂ ਸੀ। ਪਰ ਮੇਰਾ ਗੱਲ ਕਰਨ ਦਾ ਢੰਗ ਠੀਕ ਨਹੀਂ ਸੀ। ਇਸ ਦਾ ਮਤਲਬ ਹੈ ਕਿ ਮੇਰੇ ਅੰਦਰ ਕੋਈ ਤਬਦੀਲੀ ਨਹੀਂ ਆਈ ਜਿਹੜਾ ਮੈਂ ਉਹਦੇ ਵੱਲ ਮੰਦ-ਭਾਵਨਾ ਦੇ ਰੌ ਵਿਚ ਏਨਾ ਵਹਿ ਗਿਆ ਕਿ ਉਸ ਨੂੰ ਨਾਰਾਜ਼ ਕਰ ਲਿਆ ਤੇ ਉਹਦਾ ਦਿਲ ਦੁਖਾਇਆ। ਮੈਂ ਤਾਂ ਵਿਚਾਰੀ ਨਤਾਲੀਆ ਨੂੰ ਵੀ ਠੇਸ ਪਹੁੰਚਾਈ ਹੈ," ਉਹ ਸੋਚ ਰਿਹਾ ਸੀ।

੩੪

ਕੈਦੀਆਂ ਦੀ ਜਿਸ ਟੋਲੀ ਵਿਚ ਮਾਸਲੋਵਾ ਸ਼ਾਮਲ ਸੀ ਉਸ ਨੇ ਮਾਸਕੋ ਤੋਂ ਦੁਪਹਿਰੇ ਤਿੰਨ ਵਜੇ ਦੀ ਗੱਡੀ ਜਾਣਾ ਸੀ। ਇਸ ਕਰਕੇ ਕੈਦੀਆਂ ਨੂੰ ਤੁਰਦਿਆਂ ਵੇਖਣ ਲਈ ਅਤੇ ਉਹਨਾਂ ਦੇ ਨਾਲ ਸਟੇਸ਼ਨ ਤੱਕ ਜਾਣ ਲਈ ਨੇਖਲੀਊਦੋਵ ਦਾ ਇਰਾਦਾ ਸੀ ਕਿ ਬਾਰਾਂ ਵਜੇ ਤੋਂ ਪਹਿਲਾਂ ਪਹਿਲਾਂ ਜੇਲ੍ਹ ਪਹੁੰਚ ਜਾਵੇ।

ਬੀਤੀ ਰਾਤ ਜਿਸ ਵੇਲੇ ਉਹ ਆਪਣਾ ਸਾਮਾਨ ਬੰਨ੍ਹ ਰਿਹਾ ਸੀ ਤੇ ਆਪਣੇ ਕਾਗ਼ਜ਼ ਪੱਤਰ ਛਾਂਟ ਰਿਹਾ ਸੀ ਉਹਨੂੰ ਆਪਣੀ ਡਾਇਰੀ ਹੱਥ ਲੱਗ ਗਈ ਅਤੇ ਉਹਨੇ ਵਿਚੋਂ ਵਿਚੋਂ ਕੁਝ ਸਫੇ ਪੜ੍ਹੇ ਸਨ। ਪੀਟਰਸਬਰਗ ਜਾਣ ਤੋਂ ਪਹਿਲਾਂ ਉਸ ਨੇ ਇਕ ਪੰਨੇ ਉਤੇ ਲਿਖਿਆ ਸੀ: "ਕਾਤੀਊਸ਼ਾ ਮੇਰੀ ਕੁਰਬਾਨੀ ਨੂੰ ਮਨਜ਼ੂਰ ਨਹੀਂ ਕਰਦੀ। ਉਹ ਆਪ ਕੁਰਬਾਨੀ ਕਰਨਾ ਚਾਹੁੰਦੀ ਹੈ। ਉਸ ਦੀ ਜਿੱਤ ਹੋਈ ਹੈ, ਅਤੇ ਮੇਰੀ ਵੀ। ਇਹ ਵੇਖ ਕੇ ਕਿ ਉਹਦੇ ਅੰਦਰ ਇਕ ਤਬਦੀਲੀ ਆ ਰਹੀ ਹੈ ਮੈਨੂੰ ਖੁਸ਼ੀ ਹੁੰਦੀ ਹੈ, ਭਾਵੇਂ ਮੈਂ ਇਸ ਗੱਲ ਉਤੇ ਵਿਸ਼ਵਾਸ ਕਰਨ ਤੋਂ ਡਰਦਾ ਹਾਂ। ਵਿਸ਼ਵਾਸ ਕਰਨ ਤੋਂ ਡਰਦਾ ਹਾਂ, ਪਰ ਫਿਰ ਵੀ ਜਾਪਦਾ ਹੈ ਕਿ ਉਸ ਦਾ ਨਵਾਂ ਜਨਮ ਹੋ ਰਿਹਾ ਹੈ।" ਅੱਗੇ ਜਾ ਕੇ ਫੇਰ ਇਕ ਥਾਂ ਲਿਖਿਆ ਸੀ: "ਮੈਂ ਕੁਝ ਬੜੇ ਹੀ ਕਠੋਰ ਅਤੇ ਬੜੇ ਹੀ ਅਨੰਦਾਇਕ ਤਜਰਬਿਆਂ ਵਿਚੋਂ ਲੰਘਿਆ ਹਾਂ। ਮੈਨੂੰ ਪਤਾ ਲੱਗਾ ਕਿ ਹਸਪਤਾਲ ਵਿਚ ਉਹਨੇ ਬੜਾ ਮਾੜਾ ਵਿਹਾਰ ਕੀਤਾ ਹੈ, ਅਤੇ ਸੁਣ ਕੇ ਅਚਾਨਕ ਹੀ ਮੈਨੂੰ ਬੜਾ ਦੁਖ ਹੋਇਆ। ਮੈਂ ਕਦੇ ਸੋਚਿਆ ਵੀ ਨਹੀਂ ਸੀ ਕਿ ਇਹ ਗੱਲ ਏਨੀ ਦੁਖਦਾਈ ਹੋ ਸਕਦੀ ਹੈ। ਮੈਂ ਬੜੀ ਬੇਦਿਲੀ ਜਿਹੀ ਅਤੇ

ਨਫਰਤ ਨਾਲ ਉਹਦੇ ਨਾਲ ਗੱਲ ਕੀਤੀ। ਫੇਰ ਅਚਾਨਕ ਮੈਨੂੰ ਖਿਆਲ ਆਇਆ ਕਿ ਜਿਹੜੀ ਗੱਲ ਬਦਲੇ ਮੈਂ ਉਸ ਨੂੰ ਨਫਰਤ ਕਰਨ ਲੱਗਾ ਹਾਂ ਮੈਂ ਆਪ ਕਈ ਵਾਰੀ ਇਹੋ ਗੱਲ ਕਰਨ ਦਾ ਕਸੂਰਵਾਰ ਹਾਂ। ਅੱਜ ਵੀ ਮੈਂ ਇਹੋ ਜਿਹੇ ਗੁਨਾਹ ਕਰਦਾ ਹਾਂ, ਭਾਵੇਂ ਨਿਰੋਲ ਖਿਆਲਾਂ ਵਿਚ ਹੀ ਸਹੀ। ਅਚਨਚੇਤ ਹੀ ਮੈਨੂੰ ਆਪਣੇ ਆਪ ਤੋਂ ਨਫਰਤ ਹੋਣ ਲੱਗ ਪਈ ਤੇ ਮੈਨੂੰ ਉਹਦੇ ਉਤੇ ਤਰਸ ਆ ਗਿਆ ਤੇ ਇਉਂ ਇਕ ਵਾਰੀ ਫੇਰ ਮੇਰਾ ਦਿਲ ਖ਼ੁਸ਼ ਹੋ ਗਿਆ। ਜੇ ਕਿਤੇ ਵੇਲੇ ਸਿਰ ਅਸੀਂ ਆਪਣੀ ਅੱਖ ਦਾ ਛਤੀਰ ਵੇਖ ਲਈਏ ਤਾਂ ਅਸੀਂ ਕੇਡੇ ਦਿਆਲੂ ਹੋ ਜਾਈਏ।" ਇਹ ਕੁਝ ਪੜ੍ਹ ਲੈਣ ਮਗਰੋਂ ਉਹਨੇ ਆਪਣੀ ਡਾਇਰੀ ਵਿਚ ਲਿਖਿਆ: "ਮੈਂ ਨਤਾਲੀਆ ਨੂੰ ਮਿਲਣ ਗਿਆ ਸਾਂ। ਖ਼ੁਦਪ੍ਰਸਤੀ ਨੇ ਮੈਨੂੰ ਫੇਰ ਬੇਦਰਦੀ ਤੇ ਕੀਨਾਖੋਰੀ ਲਈ ਉਕਸਾਇਆ, ਤੇ ਇਸ ਗੱਲ ਦਾ ਮੇਰੇ ਮਨ ਉਤੇ ਭਾਰ ਹੈ। ਖੈਰ, ਹੁਣ ਕੀ ਹੋ ਸਕਦਾ ਹੈ। ਭਲਕੇ ਮੇਰੀ ਇਕ ਨਵੀਂ ਜ਼ਿੰਦਗੀ ਸ਼ੁਰੂ ਹੋਵੇਗੀ। ਪੁਰਾਣੀ ਜ਼ਿੰਦਗੀ ਨੂੰ ਅੰਤਮ ਅਲਵਿਦਾ! ਮੇਰੇ ਮਨ ਵਿਚ ਬਹੁਤ ਸਾਰੇ ਨਵੇਂ ਪ੍ਰਭਾਵ ਇਕੱਠੇ ਹੋਏ ਪਏ ਹਨ, ਪਰ ਹਾਲੇ ਮੈਂ ਉਹਨਾਂ ਨੂੰ ਕਿਸੇ ਠੁਕ ਵਿਚ ਨਹੀਂ ਬੰਨ੍ਹ ਸਕਦਾ।"

ਅਗਲੇ ਦਿਨ ਸਵੇਰੇ ਜਦੋਂ ਨੇਖਲੀਊਦੋਵ ਦੀ ਅੱਖ ਖੁੱਲ੍ਹੀ ਤੇ ਉਹਨੂੰ ਸਭ ਤੋਂ ਪਹਿਲਾਂ ਇਸ ਗੱਲਬਾਤ ਦਾ ਅਫਸੋਸ ਮਹਿਸੂਸ ਹੋਇਆ ਜੋ ਉਸ ਦੇ ਆਪਣੇ ਤੇ ਉਹਦੇ ਭੈਣੋਈ ਵਿਚਕਾਰ ਹੋਈ ਸੀ।

"ਇਸ ਹਾਲਤ ਵਿਚ ਮੈਂ ਨਹੀਂ ਜਾ ਸਕਦਾ," ਉਹ ਸੋਚ ਰਿਹਾ ਸੀ। "ਮੈਨੂੰ ਜਾ ਕੇ ਉਸ ਕੋਲੋਂ ਮਾਫੀ ਮੰਗ ਲੈਣੀ ਚਾਹੀਦੀ ਹੈ।"

ਪਰ ਉਹਨੇ ਘੜੀ ਉਤੇ ਨਜ਼ਰ ਮਾਰੀ ਤੇ ਵੇਖਿਆ ਕਿ ਉਹਦੇ ਕੋਲ ਜਾਣ ਵਾਸਤੇ ਵਕਤ ਨਹੀਂ। ਉਸ ਨੂੰ ਛੇਤੀ ਛੇਤੀ ਤਿਆਰ ਹੋਣਾ ਚਾਹੀਦਾ ਹੈ ਤਾਂ ਜੋ ਟੋਲੀ ਦੇ ਤੁਰਨ ਤੋਂ ਬਹੁਤਾ ਨਾ ਪਛੜ ਜਾਵੇ। ਉਸ ਨੇ ਜਲਦੀ ਜਲਦੀ ਤਿਆਰੀ ਕੀਤੀ, ਸਮਾਨ ਨੂੰ ਇਕ ਨੌਕਰ ਤੇ ਫੇਦੋਸੀਆ ਦੇ ਪਤੀ, ਤਾਰਾਸ, ਦੇ ਹੱਥ ਸਟੇਸ਼ਨ ਭੇਜਿਆ—ਫੇਦੋਸੀਆ ਦਾ ਪਤੀ ਵੀ ਨਾਲ ਜਾ ਰਿਹਾ ਸੀ—ਤੇ ਜਿਹੜੀ ਵੀ ਬੱਘੀ ਸਾਮ੍ਹਣੇ ਆਈ ਉਹਦੇ ਤੇ ਬਹਿ ਕੇ ਜੇਲ੍ਹ ਵੱਲ ਤੁਰ ਪਿਆ। ਕੈਦੀਆਂ ਦੀ ਗੱਡੀ ਉਸ ਗੱਡੀ ਨਾਲੋਂ ਜਿਸ ਵਿਚ ਨੇਖਲੀਊਦੋਵ ਨੇ ਜਾਣਾ ਸੀ ਸਿਰਫ ਦੋ ਹੀ ਘੰਟੇ ਪਹਿਲਾਂ ਚਲਣੀ ਸੀ। ਇਸ ਕਰਕੇ ਨੇਖਲੀਊਦੋਵ ਨੇ ਲਾਜ ਵਿਚ ਕਿਰਾਏ ਦੇ ਬਿਲ ਤਾਰੇ ਤੇ ਹਮੇਸ਼ਾ ਲਈ ਓਥੋਂ ਨਿਕਲ ਪਿਆ।

ਜੁਲਾਈ ਦਾ ਮਹੀਨਾ ਅਤਿ ਦੀ ਗਰਮੀ ਵਾਲਾ ਸੀ। ਸੜਕਾਂ ਦੇ ਪੱਥਰ ਤਪੇ ਹੋਏ ਸਨ। ਕੰਧਾਂ ਵਿਚੋਂ ਸੇਕ ਨਿਕਲ ਰਿਹਾ ਸੀ। ਅਤੇ ਲੋਹੇ ਦੀਆਂ ਛੱਤਾਂ ਤੋਂ, ਜਿਹੜੀਆਂ ਰਾਤ ਹੁੰਮਸ ਕਾਰਨ ਠੰਡੀਆਂ ਨਹੀਂ ਸੀ ਹੋਈਆਂ, ਹਵਾ ਬੰਦ ਹੋਣ ਸਦਕਾ ਜਿਵੇਂ ਅੱਗ ਵਰ੍ਹ ਰਹੀ ਸੀ। ਕਦੇ ਕਦੇ ਜੇ ਹਵਾ ਦਾ ਹਲਕਾ ਜਿਹਾ ਬੁੱਲਾ ਆਉਂਦਾ ਵੀ ਤਾਂ ਉਹ ਵੀ ਗਰਮ, ਤੇ ਧੂੜ ਨਾਲ ਭਰਿਆ ਜਿਸ ਵਿਚੋਂ ਰੋਗਨ ਦੀ ਮੁਸ਼ਕ ਆਉਂਦੀ। ਸੜਕਾਂ ਉਤੇ

ਆਉਣ ਜਾਣ ਵਾਲੇ ਲੋਕ ਬਹੁਤੇ ਨਹੀਂ ਸਨ। ਅਤੇ ਜਿਹੜੇ ਸਨ ਉਹ ਵੀ ਇਕ ਪਾਸੇ ਛਾਂ ਵੱਲ ਰਹਿਣ ਦੀ ਕੋਸ਼ਿਸ਼ ਕਰਦੇ ਸਨ। ਸਿਰਫ ਸੜਕ ਦੀ ਮੁਰੰਮਤ ਕਰਨ ਵਾਲੇ ਕਿਸਾਨ ਹੀ ਧੁਪ ਵਿਚ ਬੈਠੇ ਤਪਦੇ ਪੱਥਰਾਂ ਦੀ ਰੋੜੀ ਕੁਟ ਰਹੇ ਸਨ। ਉਹਨਾਂ ਦੇ ਚਿਹਰਿਆਂ ਦਾ ਰੰਗ ਕਹਿੰ ਵਰਗਾ ਹੋਇਆ ਪਿਆ ਸੀ। ਉਹਨਾਂ ਦੇ ਪੈਰੀਂ ਪੱਠੇ ਦੀਆਂ ਜੁੱਤੀਆਂ ਸਨ। ਸੜਕ ਦੇ ਵਿਚਕਾਰ ਪੁਲਸ ਦੇ ਸਿਪਾਹੀ ਆਪਣੀਆਂ ਸੂਤੀ ਜੈਕਟਾਂ ਪਾਈ, ਸੰਤਰੇ ਰੰਗੀਆਂ ਡੋਰੀਆਂ ਨਾਲ ਰਿਵਾਲਵਰ ਲਟਕਾਈ ਉਦਾਸ, ਤੇ ਨਿਰਾਸ਼ ਮੂੰਹ ਲਟਕਾਈ ਖੜੇ ਸਨ। ਉਹ ਕਦੇ ਇਕ ਪੈਰ ਤੇ ਭਾਰ ਪਾ ਲੈਂਦੇ ਕਦੇ ਦੂਸਰੇ ਉਤੇ। ਧੁਪ ਨਾਲ ਲਿਸ਼ਕਾਂ ਮਾਰਦੀ ਸੜਕ ਉਤੇ ਧੁਪ ਵਾਲੇ ਪਾਸੇ ਪਰਦਿਆਂ ਵਾਲੀਆਂ ਘੋੜਾ-ਟਰਾਮਾਂ ਟਨ ਟਨ ਕਰਦੀਆਂ ਆ ਜਾ ਰਹੀਆਂ ਸਨ ਤੇ ਘੋੜਿਆਂ ਦੇ ਸਿਰਾਂ ਉਤੇ ਸੂਤੀ ਕਪੜੇ ਦੇ ਕੱਜਣ ਸਨ ਜਿਨ੍ਹਾਂ ਵਿਚੋਂ ਉਹਨਾਂ ਦੇ ਕੰਨ ਬਾਹਰ ਨਿਕਲੇ ਹੋਏ ਸਨ।

ਜਦੋਂ ਨੇਖਲੀਊਦੋਵ ਬੱਘੀ ਵਿਚ ਸਵਾਰ ਜੇਲ੍ਹ ਅੱਗੇ ਪੁਜਾ ਤਾਂ ਟੋਲੀ ਹਾਲੇ ਵਿਹੜੇ ਵਿਚੋਂ ਬਾਹਰ ਨਹੀਂ ਸੀ ਆਈ। ਕੈਦੀਆਂ ਨੂੰ ਸਪੁਰਦ ਕਰਨ ਅਤੇ ਉਹਨਾਂ ਨੂੰ ਸੰਭਾਲਣ ਦਾ ਕਰੜਾ ਕੰਮ ਤੜਕੇ ਚਾਰ ਵਜੇ ਸ਼ੁਰੂ ਹੋ ਗਿਆ ਸੀ ਅਤੇ ਅਜੇ ਤਾਈਂ ਖਤਮ ਨਹੀਂ ਸੀ ਹੋਇਆ। ਟੋਲੀ ਵਿਚ ਛੇ ਸੌ ਤੇਈ ਮਰਦ ਅਤੇ ਚੌਹਠ ਔਰਤਾਂ ਸਨ। ਇਹਨਾਂ ਸਭਨਾਂ ਨੂੰ ਗਿਣਨਾ, ਰਜਿਸਟਰ ਦੀ ਸੂਚੀ ਮੁਤਾਬਿਕ ਕਬਜ਼ੇ ਵਿਚ ਲੈਣਾ, ਬੀਮਾਰ ਤੇ ਕਮਜ਼ੋਰ ਕੈਦੀਆਂ ਨੂੰ ਇਕ ਪਾਸੇ ਅੱਲਗ ਕਰਨਾ, ਤੇ ਇਹਨਾਂ ਸਭਨਾਂ ਨੂੰ ਰਖਵਾਲਾਂ ਦੇ ਹਵਾਲੇ ਕਰਨਾ ਸੀ। ਨਵਾਂ ਇੰਸਪੈਕਟਰ ਤੇ ਉਹਦੇ ਦੋ ਸਹਾਇਕ, ਡਾਕਟਰ ਤੇ ਕੰਪੌਂਡਰ, ਰਖਵਾਲਾਂ ਦਾ ਅਫਸਰ ਤੇ ਕਲਰਕ ਜੇਲ੍ਹ ਦੇ ਵਿਹੜੇ ਵਿਚ ਇਕ ਕੰਧ ਦੀ ਛਾਵੇਂ ਮੇਜ਼ ਲਾ ਕੇ ਬੈਠੇ ਹੋਏ ਸਨ। ਮੇਜ਼ ਕਾਗਜ਼ ਪਤਰਾਂ ਤੇ ਲਿਖਣ ਦੇ ਸਾਮਾਨ ਨਾਲ ਭਰਿਆ ਪਿਆ ਸੀ। ਉਹ ਕੈਦੀਆਂ ਨੂੰ ਇਕ ਇਕ ਕਰਕੇ ਬੁਲਾਉਂਦੇ, ਉਹਨਾਂ ਦੀ ਪੜਤਾਲ ਕਰਦੇ, ਉਹਨਾਂ ਕੋਲੋਂ ਪੁੱਛ ਗਿੱਛ ਕਰਦੇ ਅਤੇ ਕਾਗਜ਼ ਉਤੇ ਸਭ ਕੁਝ ਲਿਖੀ ਜਾਂਦੇ।

ਇਸ ਵੇਲੇ ਤੱਕ ਅੱਧੀ ਮੇਜ਼ ਉਤੇ ਧੁੱਪ ਆ ਗਈ ਸੀ। ਗਰਮੀ ਹੁੰਦੀ ਜਾ ਰਹੀ ਸੀ ਤੇ ਹਵਾ ਬੰਦ ਹੋਣ ਕਰਕੇ ਤੇ ਕੁਝ ਭੀੜ ਬਣਾ ਕੇ ਸਿਰ ਤੇ ਖੜੇ ਕੈਦੀਆਂ ਦੇ ਸਾਹਾਂ ਦੀ ਹਵਾੜ ਕਰਕੇ ਸਾਹ ਘੁਟਦਾ ਸੀ।

"ਓਏ ਰੱਬਾ, ਇਹ ਕੰਮ ਕਦੇ ਮੁੱਕੇਗਾ ਵੀ ਕਿ ਨਹੀਂ!" ਰਖਵਾਲਾਂ ਦਾ ਅਫਸਰ ਬੋਲਿਆ। ਇਹ ਉੱਚਾ ਲੰਮਾ ਤੇ ਮੋਟਾ ਜਿਹਾ ਆਦਮੀ ਸੀ ਜਿਸ ਦਾ ਚਿਹਰਾ ਲਾਲ, ਮੋਢੇ ਉੱਚੇ ਤੇ ਬਾਹਵਾਂ ਛੋਟੀਆਂ ਛੋਟੀਆਂ ਸਨ। ਉਹ ਬੈਠਾ ਸਿਗਰਟਾਂ ਫੂਕੀ ਜਾ ਰਿਹਾ ਸੀ ਤੇ ਧੂਆਂ ਆਪਣੀਆਂ ਸੰਘਣੀਆਂ ਮੁੱਛਾਂ ਵਿਚ ਛੱਡੀ ਜਾਂਦਾ ਸੀ। ਉਸ ਨੇ ਇਕ ਲੰਮਾ ਕਸ਼ ਲਿਆ। "ਤੁਸੀਂ ਤਾਂ ਮੈਨੂੰ ਮਾਰ ਦਿਓਗੇ। ਕਿਥੋਂ ਕੱਠੇ ਕਰ ਲਿਆਂਦੇ ਇਹ ਤੁਸੀਂ? ਹੋਰ ਕਿੰਨੇ ਕੁ ਨੇ ਅਜੇ?"

ਕਲਰਕ ਨੇ ਸੂਚੀ ਉਤੇ ਨਿਗਾਹ ਮਾਰੀ।

"ਔਰਤਾਂ ਨੂੰ ਛੱਡ ਕੇ ਚੌਵੀ ਮਰਦ ਕੈਦੀ ਹੋਰ ਜੇ।"

"ਕੀ ਕਰਦੇ ਓ ਤੁਸੀਂ ਖੜੇ ਓਥੇ? ਅਗਾਂਹ ਆਓ," ਰਖਵਾਲਾਂ ਦੇ ਅਫਸਰ ਨੇ ਕੈਦੀਆਂ ਨੂੰ ਕੜਕ ਕੇ ਆਖਿਆ ਜਿਨ੍ਹਾਂ ਨੇ ਹਾਲੇ ਜਾਂਚ ਪੜਤਾਲ ਨਹੀਂ ਸੀ ਕਰਵਾਈ ਤੇ ਜਿਹੜੇ ਇਕ ਦੂਜੇ ਦੇ ਪਿੱਛੇ ਭੀੜ ਪਾਈ ਖੜੇ ਸਨ।

ਤਿੰਨ ਘੰਟੇ ਤੋਂ ਬਹੁਤਾ ਵਕਤ ਹੋ ਗਿਆ ਸੀ ਕਿ ਕੈਦੀ ਕੜਾਕੇ ਦੀ ਧੁਪ ਵਿਚ ਪਾਲਾਂ ਬੰਨ੍ਹੀ ਖੜੇ ਆਪਣੀ ਵਾਰੀ ਦੀ ਉਡੀਕ ਕਰ ਰਹੇ ਸਨ।

ਜਿਥੇ ਜੇਲ੍ਹ ਦੇ ਹਾਤੇ ਵਿਚ ਅੰਦਰ ਇਹ ਕੰਮ ਹੋ ਰਿਹਾ ਸੀ, ਓਥੇ ਜੇਲ੍ਹ ਦੇ ਫਾਟਕ ਦੇ ਬਾਹਰ, ਜਿਥੇ ਸੰਤਰੀ ਰਫਲ ਫੜੀ ਹਮੇਸ਼ਾ ਵਾਂਗ ਖੜਾ ਸੀ, ਕੋਈ ਵੀਹ ਕੁ ਛਕੜੇ ਲਿਆ ਕੇ ਖੜੇ ਕਰ ਦਿੱਤੇ ਗਏ ਸਨ। ਇਹਨਾਂ ਵਿਚ ਕੈਦੀਆਂ ਦਾ ਸਾਮਾਨ ਜਾਣਾ ਸੀ ਜਾਂ ਐਸੇ ਕੈਦੀਆਂ ਨੇ ਜਿਹੜੇ ਏਡੇ ਕਮਜ਼ੋਰ ਹੋ ਗਏ ਸਨ ਕਿ ਤੁਰ ਨਹੀਂ ਸੀ ਸਕਦੇ। ਇਕ ਨੁਕਰ ਵਿਚ ਕੈਦੀਆਂ ਦੇ ਸਾਕ ਸੰਬੰਧੀ ਤੇ ਦੋਸਤ ਮਿੱਤਰ ਖੜੇ ਇਸ ਗੱਲ ਦੀ ਉਡੀਕ ਵਿਚ ਸਨ ਕਿ ਜਦੋਂ ਕੈਦੀ ਬਾਹਰ ਨਿਕਲਣ ਤਾਂ ਮੌਕਾ ਹੱਥ ਆ ਜਾਣ ਉਤੇ ਉਹਨਾਂ ਨਾਲ ਦੁਆ-ਸਲਾਮ ਕਰ ਲੈਣ ਤੇ ਉਹਨਾਂ ਨੂੰ ਕੋਈ ਨਿੱਕੀ ਮੋਟੀ ਚੀਜ਼ ਫੜਾ ਦੇਣ। ਨੇਖਲੀਉਦੋਵ ਵੀ ਇਹਨਾਂ ਹੀ ਲੋਕਾਂ ਵਿਚ ਜਾ ਖੜਾ ਹੋਇਆ।

ਉਸ ਨੂੰ ਓਥੇ ਖੜੇ ਨੂੰ ਕੋਈ ਇਕ ਘੰਟਾ ਹੋ ਗਿਆ ਸੀ ਜਦੋਂ ਬੇੜੀਆਂ ਦੇ ਖੜਕਣ, ਲੋਕਾਂ ਦੇ ਤੁਰਨ, ਅਫਸਰਾਂ ਦੇ ਦਬਕਿਆਂ, ਕਿਸੇ ਦੇ ਖੰਘਣ ਅਤੇ ਬੇਅੰਤ ਭੀੜ ਦੇ ਹੌਲੀ ਹੌਲੀ ਮਿਣਮਿਣ ਕਰਨ ਦੀਆਂ ਆਵਾਜ਼ਾਂ ਸੁਣਾਈ ਦੇਣ ਲੱਗੀਆਂ।

ਤਕਰੀਬਨ ਪੰਜ ਮਿੰਟ ਇਸ ਤਰ੍ਹਾਂ ਹੁੰਦਾ ਰਿਹਾ ਤੇ ਇਸ ਵਿਚਕਾਰ ਕਈ ਜੇਲ੍ਹਰ ਫਾਟਕ ਵਿਚੋਂ ਅੰਦਰ ਬਾਹਰ ਆਉਂਦੇ ਜਾਂਦੇ ਰਹੇ। ਅਖੀਰ ਇਕ ਹੁਕਮ ਦਿੱਤਾ ਗਿਆ।

ਇਕ ਗਰਜਵੀਂ ਆਵਾਜ਼ ਨਾਲ ਫਾਟਕ ਖੁਲ੍ਹਿਆ। ਬੇੜੀਆਂ ਦੇ ਖੜਕਣ ਦੀ ਆਵਾਜ਼ ਹੋਰ ਵੀ ਉੱਚੀ ਹੋ ਗਈ ਅਤੇ ਰਖਵਾਲੇ ਫੌਜੀ, ਜਿਨ੍ਹਾਂ ਨੇ ਚਿੱਟੀਆਂ ਜੈਕਟਾਂ ਪਾਈਆਂ ਹੋਈਆਂ ਤੇ ਰਫਲਾਂ ਚੁੱਕੀਆਂ ਹੋਈਆਂ ਸਨ, ਬਾਹਰ ਸੜਕ ਉਤੇ ਆ ਗਏ ਅਤੇ ਫਾਟਕ ਦੇ ਸਾਮ੍ਹਣੇ ਇਕ ਵੱਡਾ ਸਾਰਾ ਪੂਰਾ ਗੋਲ ਚੱਕਰ ਬਣਾ ਕੇ ਖੜੇ ਹੋ ਗਏ। ਪ੍ਰਤੱਖ ਤੌਰ ਤੇ ਇਹ ਇਕ ਆਮ ਪੈਂਤੜਾ ਸੀ ਜਿਸ ਦਾ ਉਹਨਾਂ ਨੂੰ ਬੜਾ ਅਭਿਆਸ ਸੀ। ਇਸ ਤੋਂ ਮਗਰੋਂ ਇਕ ਹੋਰ ਹੁਕਮ ਦਿੱਤਾ ਗਿਆ ਅਤੇ ਕੈਦੀਆਂ ਨੇ ਦੋ ਦੋ ਕਰ ਕੇ ਬਾਹਰ ਆਉਣਾ ਸ਼ੁਰੂ ਕਰ ਦਿੱਤਾ। ਉਹਨਾਂ ਦੇ ਮੁੰਨੇ ਹੋਏ ਸਿਰਾਂ ਉਤੇ ਗੋਲ ਬੈਠਵੀਆਂ ਟੋਪੀਆਂ ਸਨ ਤੇ ਮੋਢਿਆਂ ਉਤੇ ਬੁਝਕੇ ਸਨ। ਕੈਦੀਆਂ ਦੀਆਂ ਲੱਤਾਂ ਨੂੰ ਬੇੜੀਆਂ ਸਨ। ਇਕ ਹੱਥ ਨਾਲ ਉਹਨਾਂ ਨੇ ਬੁਝਕਿਆਂ ਨੂੰ ਸਹਾਰਾ ਦਿੱਤਾ ਹੋਇਆ ਸੀ ਤੇ ਦੂਜੀ ਬਾਹ ਨੂੰ ਝੁਲਾਉਂਦੇ ਤੇ ਪੈਰ ਘਸੀਟਦੇ ਉਹ ਤੁਰੇ ਆ ਰਹੇ ਸਨ।

ਸਭ ਤੋਂ ਪਹਿਲਾਂ ਉਹ ਕੈਦੀ ਬਾਹਰ ਆਏ ਜਿਨ੍ਹਾਂ ਨੂੰ ਕੈਦ ਬਾ-ਮੁਸ਼ੱਕਤ ਦੀ ਸਜ਼ਾ ਹੋਈ ਸੀ। ਸਾਰਿਆਂ ਨੇ ਸਲੇਟੀ ਰੰਗ ਦੀਆਂ ਪਤਲੂਣਾਂ ਤੇ ਕੁੜਤੇ ਪਾਏ ਹੋਏ ਸਨ ਜਿਨ੍ਹਾਂ ਦੀ ਪਿੱਠ ਉਤੇ ਨੰਬਰ ਲੱਗੇ ਹੋਏ ਸਨ। ਸਾਰੇ ਦੇ ਸਾਰੇ ਕੈਦੀ—ਜਵਾਨ, ਬੁੱਢੇ, ਪਤਲੇ ਤੇ ਮੋਟੇ, ਪੀਲੇ ਤੇ ਲਾਲ, ਤੇ ਕਾਲੇ, ਦਾੜ੍ਹੀ ਵਾਲੇ ਤੇ ਬਿਨ ਦਾੜ੍ਹੀ ਏ, ਰੂਸੀ, ਤਾਤਾਰ,

ਯਹੂਦੀ—ਆਪਣੀਆਂ ਬੇੜੀਆਂ ਖੜਕਾਉਂਦੇ ਤੇ ਬਾਹਾਂ ਝੁਲਾਉਂਦੇ ਤੇਜ਼ ਤੇਜ਼ ਕਦਮ ਪੁਟਦੇ ਬਾਹਰ ਨਿਕਲੇ ਜਿਵੇਂ ਕਿਸੇ ਲੰਮੇ ਸਫਰ ਲਈ ਤਿਆਰ ਹੋ ਕੇ ਆਏ ਹੋਣ, ਪਰ ਦਸ ਕਦਮ ਪੁਟ ਕੇ ਉਹ ਰੁਕ ਗਏ ਤੇ ਬੜੀ ਫਰਮਾਬਰਦਾਰੀ ਨਾਲ ਚਾਰ ਚਾਰ ਦੀ ਲਾਈਨ ਬਣਾ ਕੇ ਇਕ ਦੂਜੇ ਦੇ ਪਿੱਛੇ ਖੜੇ ਹੋ ਗਏ। ਇਸ ਤੋਂ ਝੱਟ ਹੀ ਮਗਰੋਂ ਕੁਝ ਹੋਰ ਸਿਰ-ਮੁੰਨੇ ਕੈਦੀ ਬਾਹਰ ਆਉਣ ਲੱਗੇ। ਇਹਨਾਂ ਨੇ ਵੀ ਓਸੇ ਹੀ ਤਰ੍ਹਾਂ ਦੇ ਕਪੜੇ ਪਾਏ ਹੋਏ ਸਨ। ਇਹਨਾਂ ਦੇ ਪੈਰਾਂ ਨੂੰ ਬੇੜੀਆਂ ਨਹੀਂ ਸਨ ਪਰ ਇਹਨਾਂ ਦੇ ਹੱਥ ਇਕ ਦੂਜੇ ਦੇ ਨਾਲ ਹਥਕੜੀਆਂ ਵਿਚ ਜੂੜੇ ਹੋਏ ਸਨ। ਇਹ ਉਹ ਕੈਦੀ ਸਨ ਜਿਨ੍ਹਾਂ ਨੂੰ ਦੇਸ-ਬਦਰ ਕਰਨ ਦੀ ਸਜ਼ਾ ਮਿਲੀ ਸੀ। ਇਹ ਵੀ ਪਹਿਲਿਆਂ ਵਾਂਗ ਹੀ ਤੇਜ਼ ਕਦਮ ਪੁਟਦੇ ਬਾਹਰ ਆਏ ਤੇ ਓਸੇ ਤਰ੍ਹਾਂ ਅਚਾਨਕ ਰੁਕ ਗਏ ਤੇ ਚਾਰ ਚਾਰ ਦੀ ਲਾਈਨ ਬਣਾ ਕੇ ਖੜੇ ਹੋ ਗਏ। ਇਹਨਾਂ ਦੇ ਮਗਰੋਂ ਉਹ ਕੈਦੀ ਬਾਹਰ ਆਏ ਜਿਨ੍ਹਾਂ ਨੂੰ ਉਹਨਾਂ ਦੇ ਪਿੰਡ-ਭਾਈਚਾਰੇ ਨੇ ਬੇਦਖਲ ਕਰ ਦਿੱਤਾ ਸੀ। ਫੇਰ ਏਸੇ ਹੀ ਤਰੀਕੇ ਨਾਲ ਔਰਤਾਂ ਬਾਹਰ ਆਈਆਂ। ਪਹਿਲਾਂ ਉਹ ਜਿਨ੍ਹਾਂ ਨੂੰ ਕੈਦ ਬਾ-ਮੁਸ਼ੱਕਤ ਦੀ ਸਜ਼ਾ ਹੋਈ ਸੀ। ਇਹਨਾਂ ਨੇ ਸਲੇਟੀ ਰੰਗ ਦੇ ਚੋਗੇ ਪਾਏ ਹੋਏ ਸਨ ਤੇ ਸਿਰ ਉਤੇ ਰੁਮਾਲ ਬੰਨ੍ਹੇ ਹੋਏ ਸਨ। ਫੇਰ ਦੇਸ-ਬਦਰ ਹੋਈਆਂ ਔਰਤਾਂ ਨਿਕਲੀਆਂ ਤੇ ਉਹਨਾਂ ਦੇ ਮਗਰ ਉਹ ਔਰਤਾਂ ਜਿਹੜੀਆਂ ਆਪਣੀ ਮਨ-ਮਰਜ਼ੀ ਨਾਲ ਆਪਣੇ ਖਾਵੰਦਾਂ ਦੇ ਨਾਲ ਜਾ ਰਹੀਆਂ ਸਨ। ਇਹਨਾਂ ਔਰਤਾਂ ਨੇ ਉਹੋ ਕਪੜੇ ਪਾਏ ਹੋਏ ਸਨ ਜਿਹੜੇ ਉਹ ਆਪਣੇ ਸ਼ਹਿਰ ਜਾਂ ਪਿੰਡ ਵਿਚ ਪਾਉਂਦੀਆਂ ਸਨ। ਕੁਝ ਔਰਤਾਂ ਨੇ ਆਪਣੇ ਚੋਗਿਆਂ ਦੇ ਅਗਲੇ ਹਿੱਸੇ ਵਿਚ ਆਪਣੇ ਬਾਲਾਂ ਨੂੰ ਲਪੇਟ ਕੇ ਚੁੱਕਿਆ ਹੋਇਆ ਸੀ।

ਇਹਨਾਂ ਔਰਤਾਂ ਦੇ ਨਾਲ ਇਹਨਾਂ ਦੇ ਬੱਚੇ, ਮੁੰਡੇ ਤੇ ਕੁੜੀਆਂ, ਇਉਂ ਉਹਨਾਂ ਦੇ ਨਾਲ ਨਾਲ ਜਾ ਰਹੇ ਸਨ ਜਿਵੇਂ ਘੋੜਿਆਂ ਦੇ ਇੱਜੜ ਵਿਚ ਵਛੇਰੇ ਵਛੇਰੀਆਂ ਜਾਂਦੀਆਂ ਹਨ। ਆਦਮੀ ਆਪੋ ਆਪਣੀ ਥਾਂ ਚੁਪ-ਚਾਪ ਖੜੇ ਸਨ। ਸਿਰਫ ਕਦੇ ਕਦੇ ਕਿਸੇ ਦੇ ਖੰਘਣ ਦੀ ਆਵਾਜ਼ ਆਉਂਦੀ ਜਾਂ ਕੋਈ ਨਿੱਕੀ ਮੋਟੀ ਗੱਲ ਕਰ ਲੈਂਦਾ। ਔਰਤਾਂ ਲਗਾਤਾਰ ਬੋਲੀ ਜਾ ਰਹੀਆਂ ਸਨ। ਜਿਸ ਵੇਲੇ ਉਹ ਬਾਹਰ ਆ ਰਹੀਆਂ ਸਨ, ਨੇਖਲੀਊਦੋਵ ਨੂੰ ਲੱਗਾ ਜਿਵੇਂ ਉਸ ਨੇ ਮਾਸਲੋਵਾ ਨੂੰ ਵੇਖ ਲਿਆ ਹੈ, ਪਰ ਅਗਲੇ ਹੀ ਪਲ ਉਹ ਭੀੜ ਵਿਚ ਕਿਧਰੇ ਗੁਆਚ ਗਈ ਤੇ ਹੁਣ ਨੇਖਲੀਊਦੋਵ ਨੂੰ ਸਲੇਟੀ ਭੂਰੇ ਜੀਵ ਹੀ ਨਜ਼ਰ ਆ ਰਹੇ ਸਨ। ਲੱਗਦਾ ਸੀ ਜਿਵੇਂ ਇਹਨਾਂ ਵਿਚ ਇਨਸਾਨਾਂ ਵਾਲੀ ਕੋਈ ਗੱਲ ਹੀ ਨਹੀਂ ਜਾਂ ਘਟੋ ਘਟ ਇਹ ਔਰਤਾਂ ਤਾਂ ਬਿਲਕੁਲ ਨਹੀਂ ਜਾਪਦੀਆਂ ਸਨ। ਉਹਨਾਂ ਦੀਆਂ ਪਿੱਠਾਂ ਉਤੇ ਬੁਝਕੇ ਸਨ ਤੇ ਲੱਤਾਂ ਨੂੰ ਚੰਬੜੇ ਹੋਏ ਬੱਚੇ। ਅਤੇ ਉਹ ਮਰਦਾਂ ਦੇ ਪਿੱਛੇ ਖੜੀਆਂ ਹੋ ਰਹੀਆਂ ਸਨ।

ਭਾਵੇਂ ਜੇਲ੍ਹ ਦੀ ਚਾਰਦੀਵਾਰੀ ਦੇ ਅੰਦਰ ਸਾਰੇ ਕੈਦੀਆਂ ਦੀ ਗਿਣਤੀ ਕੀਤੀ ਗਈ ਸੀ, ਪਰ ਰਖਵਾਲਾਂ ਨੇ ਸੂਚੀ ਨਾਲ ਨੰਬਰ ਮਿਲਾ ਮਿਲਾ ਕੇ ਫੇਰ ਗਿਣਤੀ ਕੀਤੀ। ਇਸ ਕੰਮ ਵਿਚ ਬੜਾ ਚਿਰ ਲੱਗ ਗਿਆ। ਖਾਸ ਕਰਕੇ ਇਸ ਲਈ ਕਿ ਕਈ ਕੈਦੀ ਆਪਣੀ

ਥਾਂ ਤੋਂ ਹਿਲ ਕੇ ਅੱਗੇ ਪਿੱਛੇ ਹੋ ਜਾਂਦੇ ਜਿਸ ਕਰ ਕੇ ਰਖਵਾਲਾਂ ਦੀ ਗਿਣਤੀ ਵਿਚ ਗੜਬੜ ਪੈ ਜਾਂਦੀ। ਰਖਵਾਲ ਸਿਪਾਹੀ ਕੈਦੀਆਂ ਨੂੰ ਦਬਕੇ ਮਾਰਦੇ ਤੇ ਧੱਕੇ ਦੇਂਦੇ ਸਨ ਤੇ ਦੁਬਾਰਾ ਗਿਣਤੀ ਕਰ ਰਹੇ ਸਨ। ਕੈਦੀ ਹੁਕਮ ਦਾ ਪਾਲਣ ਕਰ ਰਹੇ ਸਨ ਭਾਵੇਂ ਉਹਨਾਂ ਨੂੰ ਗੁੱਸਾ ਚੜ੍ਹ ਰਿਹਾ ਸੀ। ਗਿਣਤੀ ਦਾ ਕੰਮ ਮੁਕ ਜਾਣ ਮਗਰੋਂ ਰਖਵਾਲਾਂ ਦੇ ਅਫਸਰ ਨੇ ਹੁਕਮ ਦਿੱਤਾ ਤੇ ਭੀੜ ਵਿਚ ਇਕ ਖਲਬਲੀ ਜਿਹੀ ਮੱਚ ਗਈ। ਕਮਜ਼ੋਰ ਮਰਦ ਤੇ ਔਰਤਾਂ ਅਤੇ ਬੱਚੇ ਇਕ ਦੂਜੇ ਤੋਂ ਅੱਗੇ ਲੰਘਣ ਦੀ ਕੋਸ਼ਿਸ਼ ਕਰਦੇ ਹੋਏ ਦੌੜ ਕੇ ਛਕੜਿਆਂ ਵੱਲ ਵਧੇ ਅਤੇ ਆਪਣਾ ਸਾਮਾਨ ਉਪਰ ਟਿਕਾਉਣ ਤੇ ਆਪ ਉਪਰ ਚੜ੍ਹਨ ਲੱਗ ਪਏ। ਔਰਤਾਂ ਜਿਨ੍ਹਾਂ ਰੋਂਦੇ ਕੁਰਲਾਂਦੇ ਬੱਚੇ ਚੁਕੇ ਹੋਏ ਸਨ, ਥਾਵਾਂ ਮਲਣ ਲਈ ਧੱਕਾ-ਮੁਕੀ ਕਰਦੇ ਚਾਂਮ੍ਹਲੇ ਹੋਏ ਬੱਚੇ, ਅਤੇ ਉਦਾਸ ਤੇ ਨਿਮੋਝੂਣ ਕੈਦੀ ਛਕੜਿਆਂ ਵਿਚ ਜਾ ਬੈਠੇ।

ਥੋੜੇ ਜਿਹੇ ਕੈਦੀ ਰਖਵਾਲਾਂ ਦੇ ਅਫਸਰ ਕੋਲ ਆਏ ਤੇ ਸਿਰ ਉਤੋਂ ਟੋਪੀਆਂ ਲਾਹ ਕੇ ਕੋਈ ਬੇਨਤੀ ਕੀਤੀ। ਬਾਦ ਵਿਚ ਨੇਖਲੀਊਦੋਵ ਨੂੰ ਪਤਾ ਲੱਗਾ ਕਿ ਉਹ ਛਕੜਿਆਂ ਵਿਚ ਬਹਿਣ ਦੀ ਇਜਾਜ਼ਤ ਮੰਗ ਰਹੇ ਸਨ। ਨੇਖਲੀਊਦੋਵ ਵੇਖ ਰਿਹਾ ਸੀ ਕਿ ਕਿਵੇਂ ਅਫਸਰ ਨੇ, ਕੈਦੀਆਂ ਵੱਲ ਵੇਖੇ ਬਿਨਾਂ ਹੀ, ਸਿਗਰਟ ਦਾ ਕਸ਼ ਲਿਆ ਤੇ ਫੇਰ ਅਚਾਨਕ ਹੀ ਇਕ ਕੈਦੀ ਦੇ ਸਾਮ੍ਹਣੇ ਆਪਣੀ ਛੋਟੀ ਜਿਹੀ ਬਾਂਹ ਹਿਲਾਉਣ ਲੱਗ ਪਿਆ। ਕੈਦੀ ਨੇ ਛੇਤੀ ਨਾਲ ਆਪਣਾ ਘੋਨਮੋਨ ਸਿਰ ਆਪਣੇ ਮੋਢਿਆਂ ਵਿਚ 'ਕੱਠਾ ਲਿਆ ਜਿਵੇਂ ਉਹ ਅਫਸਰ ਦੇ ਪੈਣ ਵਾਲੇ ਘਸੁੰਨ ਤੋਂ ਡਰਦਾ ਹੋਵੇ ਤੇ ਭੁੜਕ ਕੇ ਪਿੱਛੇ ਹਟ ਗਿਆ।

"ਮੈਂ ਤੈਨੂੰ ਐਸਾ ਛਕੜੇ ਵਿਚ ਬਿਠਾਉਂਗਾ ਕਿ ਉਮਰ ਭਰ ਯਾਦ ਰੱਖੇਂ। ਦਫਾ ਹੋ ਜਾ, ਪੈਦਲ ਤੁਰ ਕੇ ਜਾਣਾ ਪਏਗਾ," ਅਫਸਰ ਕੜਕਿਆ।

ਸਿਰਫ ਇਕ ਆਦਮੀ ਦੀ ਬੇਨਤੀ ਪ੍ਰਵਾਨ ਕੀਤੀ ਗਈ। ਇਹ ਇਕ ਬੁੱਢਾ ਆਦਮੀ ਸੀ ਜਿਸ ਦੇ ਪੈਰਾਂ ਨੂੰ ਬੇੜੀਆਂ ਸਨ। ਨੇਖਲੀਊਦੋਵ ਨੇ ਵੇਖਿਆ ਕਿ ਉਸ ਨੇ ਆਪਣੀ ਗੋਲ ਬੈਠਵੀਂ ਟੋਪੀ ਲਾਹ ਲਈ ਸੀ ਅਤੇ ਸਲੀਬ ਦੇ ਨਿਸ਼ਾਨ ਬਣਾਉਂਦਾ ਹੋਇਆ ਛਕੜੇ ਵੱਲ ਜਾ ਰਿਹਾ ਸੀ। ਉਹਦੇ ਕੋਲੋਂ ਛਕੜੇ ਉਤੇ ਚੜ੍ਹਿਆ ਨਹੀਂ ਸੀ ਜਾਂਦਾ ਕਿਉਂਕਿ ਬੇੜੀਆਂ ਕਾਰਨ ਉਹਦੇ ਕੋਲੋਂ ਕਮਜ਼ੋਰ ਲੱਤਾਂ ਨੂੰ ਉਪਰ ਚੁੱਕਿਆ ਨਹੀਂ ਸੀ ਜਾ ਰਿਹਾ। ਆਖਰ ਇਕ ਔਰਤ ਨੇ ਜਿਹੜੀ ਛਕੜੇ ਵਿਚ ਬੈਠੀ ਹੋਈ ਸੀ, ਉਸ ਨੂੰ ਬਾਹੋਂ ਫੜ ਕੇ ਉਪਰ ਖਿੱਚ ਲਿਆ।

ਜਦੋਂ ਸਾਰੇ ਬੋਰੀਆਂ ਬੁਝਕੇ ਛਕੜਿਆਂ ਵਿਚ ਰੱਖੇ ਗਏ ਤੇ ਜਿਨ੍ਹਾਂ ਨੂੰ ਉਪਰ ਬਹਿਣ ਦੀ ਇਜਾਜ਼ਤ ਮਿਲੀ ਸੀ, ਬਹਿ ਗਏ ਤਾਂ ਅਫਸਰ ਨੇ ਆਪਣੀ ਟੋਪੀ ਲਾਹੀ, ਆਪਣੇ ਮਥੇ, ਆਪਣੇ ਗੰਜੇ ਸਿਰ ਤੇ ਮੋਟੀ ਲਾਲ ਗਰਦਨ ਉਤੇ ਰੁਮਾਲ ਫੇਰਿਆ, ਅਤੇ ਸਲੀਬ ਦਾ ਨਿਸ਼ਾਨ ਬਣਾਇਆ।

"ਦਲ, ਕੂਚ ਕਰੇ!" ਉਸ ਨੇ ਹੁਕਮ ਦਿੱਤਾ।

ਸਿਪਾਹੀਆਂ ਦੀਆਂ ਰਫਲਾਂ ਦੀ ਖੜ ਖੜ ਹੋਈ। ਕੈਦੀਆਂ ਨੇ ਆਪਣੀਆਂ ਟੋਪੀਆਂ ਲਾਹੀਆਂ ਤੇ ਸਲੀਬ ਦੇ ਨਿਸ਼ਾਨ ਬਣਾਏ। ਜਿਹੜੇ ਲੋਕ ਉਹਨਾਂ ਨੂੰ ਤੋਰਨ ਆਏ ਹੋਏ

ਸਨ ਉਹਨਾਂ ਨੇ ਉੱਚੀ ਆਵਾਜ਼ ਵਿਚ ਕੁਝ ਆਖਿਆ। ਜਵਾਬ ਵਿਚ ਕੈਦੀਆਂ ਨੇ ਵੀ ਕੁਝ ਉੱਚੀ ਸਾਰੀ ਕਿਹਾ। ਔਰਤਾਂ ਵਿਚਕਾਰ ਬੜੀ ਹਲਚਲ ਸੀ। ਇਸ ਤਰ੍ਹਾਂ ਕੈਦੀਆਂ ਦੀ ਟੋਲੀ ਜਿਸ ਨੂੰ ਚਿੱਟੀਆਂ ਸੂਤੀ ਜੈਕਟਾਂ ਵਾਲੇ ਸਿਪਾਹੀਆਂ ਨੇ ਘੇਰਾ ਪਾਇਆ ਹੋਇਆ ਸੀ ਬੇੜੀਆਂ ਵਿਚ ਬੱਝੇ ਆਪਣੇ ਪੈਰਾਂ ਨਾਲ ਧੂੜ ਉਡਾਉਂਦੀ ਹੋਈ ਅੱਗੇ ਵਧਣ ਲੱਗੀ। ਅੱਗੇ ਅੱਗੇ ਸਿਪਾਹੀ ਜਾ ਰਹੇ ਸਨ। ਉਹਨਾਂ ਦੇ ਪਿੱਛੇ ਹੱਥਕੜੀਆਂ ਖੜਕਾਉਂਦੇ ਬੇੜੀਆਂ ਵਿਚ ਬੱਝੇ ਕੈਦੀ, ਚਾਰ ਚਾਰ ਦੀ ਕਤਾਰ ਵਿਚ। ਉਸ ਤੋਂ ਪਿਛੋਂ ਦੇਸ-ਬਦਰ ਹੋਏ ਅਤੇ ਉਹ ਕੈਦੀ ਜਿਨ੍ਹਾਂ ਨੂੰ ਉਹਨਾਂ ਦੇ ਪਿੰਡ-ਭਾਈਚਾਰਿਆਂ ਨੇ ਬੇਦਖਲ ਕਰ ਦਿੱਤਾ ਸੀ। ਇਕ ਇਕ ਹੱਥਕੜੀ ਵਿਚ ਦੋ ਦੋ ਜਣਿਆਂ ਦੇ ਹੱਥ ਜੂੜੇ ਹੋਏ ਸਨ। ਇਹਨਾਂ ਦੇ ਮਗਰ ਮਗਰ ਔਰਤਾਂ ਜਾ ਰਹੀਆਂ ਸਨ। ਤੇ ਇਹਨਾਂ ਦੇ ਮਗਰ ਬੋਰੀਆਂ ਬੁਝਕਿਆਂ ਨਾਲ ਲੱਦੇ ਹੋਏ ਛਕੜੇ ਜਿਨ੍ਹਾਂ ਉਤੇ ਨਿਰਬਲ ਤੇ ਕਮਜ਼ੋਰ ਕੈਦੀ ਬੈਠੇ ਹੋਏ ਸਨ। ਇਕ ਛਕੜੇ ਵਿਚ ਸਾਮਾਨ ਦੇ ਢੇਰ ਉਤੇ ਆਪਣੇ ਅੰਗ ਅੰਗ ਨੂੰ ਕਪੜਿਆਂ ਵਿਚ ਲਪੇਟ ਕੇ ਬੈਠੀ ਔਰਤ ਰੋ ਕੁਰਲਾ ਰਹੀ ਤੇ ਸਿਸਕੀਆਂ ਭਰ ਰਹੀ ਸੀ।

੩੫

ਕੈਦੀਆਂ ਦਾ ਇਹ ਜਲੂਸ ਏਡਾ ਲੰਮਾ ਸੀ ਕਿ ਸਾਜ਼ ਸਾਮਾਨ ਤੇ ਕਮਜ਼ੋਰ ਕੈਦੀਆਂ ਵਾਲੇ ਛਕੜੇ ਜਦੋਂ ਤੁਰੇ ਓਦੋਂ ਜਲੂਸ ਦਾ ਅਗਲਾ ਸਿਰਾ ਦਿਸਣੋਂ ਹਟ ਗਿਆ ਸੀ। ਜਿਸ ਵੇਲੇ ਆਖਰੀ ਛਕੜਾ ਹਿਲਿਆ ਤਾਂ ਨੇਖਲੀਊਦੋਵ ਬੱਘੀ ਵਿਚ ਆ ਬੈਠਾ ਜਿਹੜੀ ਉਹਦੀ ਉਡੀਕ ਵਿਚ ਖੜੀ ਸੀ। ਕੋਚਵਾਨ ਨੂੰ ਉਸ ਨੇ ਆਖਿਆ ਕਿ ਉਹ ਸਭ ਤੋਂ ਅੱਗੇ ਜਾਣ ਵਾਲੇ ਕੈਦੀਆਂ ਕੋਲ ਲੈ ਚਲੇ। ਉਹਦਾ ਖਿਆਲ ਸੀ ਕਿ ਜੇ ਇਸ ਟੋਲੀ ਵਿਚ ਉਹਦੀ ਜਾਣ-ਪਛਾਣ ਵਾਲਾ ਕੋਈ ਹੋਵੇ ਤਾਂ ਉਸ ਨੂੰ ਵੇਖ ਲਵੇਗਾ। ਅਤੇ ਨਾਲੇ ਉਹ ਔਰਤਾਂ ਵਿਚੋਂ ਮਾਸਲੋਵਾ ਨੂੰ ਲਭ ਕੇ ਪੁਛਣਾ ਚਾਹੁੰਦਾ ਸੀ ਕਿ ਜਿਹੜੀਆਂ ਚੀਜ਼ਾਂ ਉਸ ਨੇ ਭੇਜੀਆਂ ਸਨ ਉਹਨੂੰ ਮਿਲ ਗਈਆਂ ਹਨ ਜਾਂ ਨਹੀਂ।

ਗਰਮੀ ਬਹੁਤ ਸੀ। ਹਵਾ ਬੰਦ ਸੀ। ਹਜ਼ਾਰਾਂ ਕਦਮਾਂ ਨਾਲ ਉਡ ਰਹੀ ਧੂੜ ਦਾ ਇਕ ਬੱਦਲ ਇਸ ਟੋਲੀ ਉਤੇ ਛਾਇਆ ਹੋਇਆ ਸੀ ਜਿਹੜੀ ਸੜਕ ਦੇ ਵਿਚਾਲੇ ਤੁਰੀ ਜਾ ਰਹੀ ਸੀ। ਕੈਦੀ ਵਾਹਵਾ ਤਿਖੀ ਚਾਲੇ ਜਾ ਰਹੇ ਸਨ, ਇਸ ਕਰਕੇ ਬੱਘੀ ਦੇ ਸੁਸਤ ਚਾਲ ਘੋੜੇ ਨੂੰ ਜਲੂਸ ਦੇ ਅੱਗੇ ਪਹੁੰਚਣ ਵਿਚ ਕਾਫੀ ਵਕਤ ਲੱਗ ਗਿਆ। ਉਹ ਇਹਨਾਂ ਅਣੋਖੇ ਅਤੇ ਭਿਆਨਕ ਦਿਸਦੇ ਜੀਵਾਂ ਦੀਆਂ ਕਤਾਰਾਂ ਨੂੰ ਇਕ ਇਕ ਕਰਕੇ ਪਿੱਛੇ ਛਡਦੇ ਜਾ ਰਹੇ ਸਨ। ਇਹ ਕੈਦੀ ਅੱਗੇ ਵਧਦੇ ਜਾ ਰਹੇ ਸਨ। ਸਭ ਦੇ ਤਨ ਤੇ ਇਕੋ ਜਿਹੇ ਕਪੜੇ ਤੇ ਪੈਰੀਂ ਇਕੋ ਜਿਹੀਆਂ ਜੁੱਤੀਆਂ ਸਨ। ਹਜ਼ਾਰਾਂ ਕਦਮ ਇਕ ਦੂਜੇ ਨਾਲ ਮਿਲ ਕੇ ਉਠ ਰਹੇ ਸਨ। ਆਪਣੇ ਖਾਲੀ ਹੱਥਾਂ ਬਾਹਵਾਂ ਨੂੰ ਉਹ ਝੁਲਾਉਂਦੇ ਜਾ ਰਹੇ ਸਨ ਮਾਣੋ ਆਪਣਾ ਹੌਸਲਾ ਬੁਲੰਦ ਰਖਣਾ ਚਾਹੁੰਦੇ ਹੋਣ। ਕੈਦੀ ਬੇਗਿਣਤ ਸਨ ਪਰ ਇਉਂ ਉਹ

ਸਾਰੇ ਇਕੋ ਜਿਹੇ ਜਾਪਦੇ ਸਨ। ਸਾਰੇ ਹੀ ਅਜਿਹੀ ਅਜੀਬ ਅਸਾਧਾਰਨ ਹਾਲਤ ਵਿਚ ਸਨ ਕਿ ਨੇਖਲੀਊਦੋਵ ਨੂੰ ਲੱਗਿਆ ਜਿਵੇਂ ਇਹ ਇਨਸਾਨ ਨਹੀਂ ਸਗੋਂ ਕਿਸੇ ਤਰ੍ਹਾਂ ਦੇ ਵਚਿਤਰ ਤੇ ਭਿਆਨਕ ਜੀਵ ਹਨ। ਓਦੋਂ ਤੱਕ ਉਸ ਨੂੰ ਇਸ ਤਰ੍ਹਾਂ ਹੀ ਲੱਗਦਾ ਰਿਹਾ ਜਦੋਂ ਤੱਕ ਉਹਨੇ ਕੈਦੀਆਂ ਦੀ ਇਸ ਭੀੜ ਵਿਚ ਇਕ ਦੋ ਨੂੰ ਪਛਾਣ ਨਹੀਂ ਲਿਆ। ਇਹਨਾਂ ਵਿਚ ਇਕ ਤਾਂ ਸੀ ਕਾਤਲ ਫਿਓਦੋਰੋਵ ਅਤੇ ਦੂਜਾ ਦੇਸ-ਬਦਰ ਹੋਣ ਵਾਲਿਆਂ ਵਿਚ ਉਹ ਮਸਖਰਾ ਓਖੋਤਿਨ, ਅਤੇ ਇਕ ਸੀ ਉਹ ਆਵਾਰਾਗਰਦ ਜਿਸ ਨੇ ਨੇਖਲੀਊਦੋਵ ਕੋਲੋਂ ਮਦਦ ਮੰਗੀ ਸੀ। ਲਗਪਗ ਸਾਰੇ ਹੀ ਕੈਦੀਆਂ ਨੇ ਆਪਣੇ ਅੱਗੋਂ ਲੰਘਦੀ ਬੱਘੀ ਤੇ ਇਸ ਵਿਚ ਸਵਾਰ ਅਮੀਰ ਆਦਮੀ ਵੱਲ ਮੂੰਹ ਭੁਆ ਕੇ ਵੇਖਿਆ ਸੀ। ਫਿਓਦੋਰੋਵ ਨੇ ਆਪਣੇ ਸਿਰ ਨੂੰ ਪਿੱਛੇ ਵੱਲ ਝਟਕਾ ਦਿੱਤਾ ਸੀ ਜੋ ਇਸ ਗੱਲ ਦਾ ਇਸ਼ਾਰਾ ਸੀ ਕਿ ਉਸ ਨੇ ਨੇਖਲੀਊਦੋਵ ਨੂੰ ਪਛਾਣ ਲਿਆ ਹੈ। ਓਖੋਤਿਨ ਨੇ ਅੱਖ ਮਾਰੀ ਸੀ। ਪਰ ਸਲਾਮ ਵਜੋਂ ਸਿਰ ਕਿਸੇ ਨੇ ਨਹੀਂ ਸੀ ਝੁਕਾਇਆ। ਉਹਨਾਂ ਦਾ ਖਿਆਲ ਸੀ ਕਿ ਇਸ ਗੱਲ ਦੀ ਇਜਾਜ਼ਤ ਨਹੀਂ। ਔਰਤਾਂ ਦੇ ਨਾਲ ਮਿਲਦਿਆਂ ਹੀ ਇਕ ਦਮ ਨੇਖਲੀਊਦੋਵ ਨੇ ਮਾਸਲੋਵਾ ਨੂੰ ਪਛਾਣ ਲਿਆ। ਉਹ ਦੂਜੀ ਕਤਾਰ ਵਿਚ ਜਾ ਰਹੀ ਸੀ। ਇਸ ਲਾਈਨ ਦੇ ਸਿਰੇ ਉਤੇ ਛੋਟੀਆਂ ਛੋਟੀਆਂ ਲੱਤਾਂ ਤੇ ਕਾਲੀਆਂ ਕਾਲੀਆਂ ਅੱਖਾਂ ਵਾਲੀ ਇਕ ਡਰਾਉਣੀ ਸੂਰਤ ਵਾਲੀ ਔਰਤ ਜਾ ਰਹੀ ਸੀ ਜਿਸ ਨੇ ਆਪਣਾ ਚੋਗਾ ਕਮਰਕੱਸੇ ਵਿਚ ਟੁੰਗਿਆ ਹੋਇਆ ਸੀ। ਇਹ ਖਰੋਸ਼ਾਵਕਾ ਸੀ। ਉਹਦੇ ਨਾਲ ਵਾਲੀ ਔਰਤ ਹਾਮਲਾ ਸੀ ਜਿਹੜੀ ਬੜੀ ਔਖੀ ਹੋ ਕੇ ਲੱਤਾਂ ਧੂਹੰਦੀ ਜਾ ਰਹੀ ਸੀ। ਤੀਜੇ ਨੰਬਰ ਉਤੇ ਸੀ ਮਾਸਲੋਵਾ। ਉਸ ਨੇ ਆਪਣਾ ਬੁਝਕਾ ਆਪਣੇ ਮੋਢਿਆਂ ਉਤੇ ਚੁੱਕਿਆ ਹੋਇਆ ਸੀ ਤੇ ਸਿੱਧਾ ਸਾਮ੍ਹਣੇ ਵੇਖਦੀ ਜਾ ਰਹੀ ਸੀ। ਉਹਦੇ ਚਿਹਰੇ ਤੋਂ ਸ਼ਾਂਤੀ ਤੇ ਦ੍ਰਿੜ੍ਹਤਾ ਟਪਕ ਰਹੀ ਸੀ। ਲਾਈਨ ਵਿਚ ਚੌਥੀ ਥਾਂ ਇਕ ਖ਼ੂਬਸੂਰਤ ਜਵਾਨ ਔਰਤ ਸੀ ਜਿਹੜੀ ਤੇਜ਼ ਤੇਜ਼ ਕਦਮ ਪੁਟਦੀ ਜਾ ਰਹੀ ਸੀ। ਉਹਨੇ ਇਕ ਛੋਟਾ ਜਿਹਾ ਚੋਗਾ ਪਾਇਆ ਹੋਇਆ ਸੀ ਤੇ ਸਿਰ ਉਤੇ ਕਿਸਾਨ ਔਰਤਾਂ ਦੇ ਅੰਦਾਜ਼ ਵਿਚ ਰੁਮਾਲ ਬੰਨ੍ਹਿਆ ਹੋਇਆ ਸੀ। ਇਹ ਸੀ ਫੇਦੋਸੀਆ। ਨੇਖਲੀਊਦੋਵ ਬੱਘੀ ਵਿਚੋਂ ਉਤਰਿਆ ਅਤੇ ਔਰਤਾਂ ਦੇ ਨੇੜੇ ਹੋ ਗਿਆ। ਉਹ ਮਾਸਲੋਵਾ ਕੋਲੋਂ ਪੁਛਣਾ ਚਾਹੁੰਦਾ ਸੀ ਕਿ ਉਸ ਨੂੰ ਭੇਜੀਆਂ ਹੋਈਆਂ ਚੀਜ਼ਾਂ ਮਿਲ ਗਈਆਂ ਹਨ ਜਾਂ ਨਹੀਂ ਅਤੇ ਨਾਲ ਹੀ ਉਹ ਉਸ ਦਾ ਹਾਲਚਾਲ ਵੀ ਪੁਛਣਾ ਚਾਹੁੰਦਾ ਸੀ। ਪਰ ਰਖਵਾਲਾਂ ਦੇ ਸਾਰਜੈਂਟ ਨੇ ਜਿਹੜਾ ਲਾਈਨ ਦੇ ਏਸੇ ਪਾਸੇ ਜਾ ਰਿਹਾ ਸੀ ਫੌਰਨ ਨੇਖਲੀਊਦੋਵ ਨੂੰ ਵੇਖ ਲਿਆ ਤੇ ਭੱਜ ਕੇ ਉਹਦੇ ਕੋਲ ਹੋ ਗਿਆ।

"ਇਜਾਜ਼ਤ ਨਹੀਂ, ਸ੍ਰੀਮਾਨ ਜੀ, ਟੋਲੀ ਦੇ ਨੇੜੇ ਜਾਣ ਦੀ। ਇਹ ਕਾਨੂੰਨ ਦੀ ਖਲਾਫਵਰਜ਼ੀ ਏ," ਨੇਖਲੀਊਦੋਵ ਦੇ ਨੇੜੇ ਆਉਂਦਾ ਹੋਇਆ ਸਾਰਜੈਂਟ ਕੜਕਿਆ।

ਪਰ ਜਦੋਂ ਉਸ ਨੇ ਨੇਖਲੀਊਦੋਵ ਨੂੰ ਪਛਾਣ ਲਿਆ (ਜੇਲ੍ਹ ਵਿਚ ਸਭ ਲੋਕ ਉਹਨੂੰ ਜਾਣਦੇ ਸਨ) ਤਾਂ ਸਾਰਜੈਂਟ ਨੇ ਉਹਨੂੰ ਸਲਾਮ ਕੀਤਾ ਤੇ ਉਹਦੇ ਸਾਮ੍ਹਣੇ ਖੜੇ ਹੋ ਕੇ ਆਖਿਆ:

"ਇਸ ਵੇਲੇ ਨਹੀਂ, ਜਨਾਬ। ਰੇਲਵੇ ਸਟੇਸ਼ਨ ਤੇ ਪਹੁੰਚ ਲੈਣ ਦਿਓ। ਰਾਹ ਵਿਚ ਗੱਲ ਕਰਨ ਦੀ ਇਜਾਜ਼ਤ ਨਹੀਂ। ਪਿੱਛੇ ਨਾ ਰਹਿੰਦੇ ਜਾਓ, ਅੱਗੇ ਵਧੋ!" ਉਸ ਨੇ ਕੜਕ ਕੇ ਕੈਦੀਆਂ ਨੂੰ ਆਖਿਆ ਅਤੇ ਭਾਵੇਂ ਗਰਮੀ ਵੀ ਸੀ ਤੇ ਬੂਟ ਵੀ ਉਹਨੇ ਬੜੇ ਸੁਹਣੇ ਨਵੇਂ ਹੀ ਪਾਏ ਹੋਏ ਸਨ, ਉਹ ਬੜੀ ਫੁਰਤੀ ਨਾਲ ਛੋਹਲੇ ਛੋਹਲੇ ਕਦਮ ਪੁਟਦਾ ਆਪਣੀ ਥਾਂ ਆ ਗਿਆ।

ਨੇਖਲੀਉਦੋਵ ਪਟੜੀ ਉਤੇ ਆ ਗਿਆ ਅਤੇ ਕੋਚਵਾਨ ਨੂੰ ਪਿੱਛੇ ਪਿੱਛੇ ਆਉਣ ਲਈ ਆਖ ਕੇ ਉਹ ਪੈਦਲ ਹੀ ਤੁਰ ਪਿਆ ਤਾਂ ਜੋ ਟੋਲੀ ਦੇ ਇਹ ਲੋਕ ਉਹਦੀਆਂ ਨਜ਼ਰਾਂ ਵਿਚ ਹੀ ਰਹਿਣ। ਜਿਥੋਂ ਜਿਥੋਂ ਦੀ ਵੀ ਕੈਦੀਆਂ ਦੀ ਟੋਲੀ ਲੰਘਦੀ, ਲੋਕ ਸਹਿਮ ਤੇ ਦਿਆਲਤਾ ਦੀਆਂ ਰਲੀਆਂ ਮਿਲੀਆਂ ਭਾਵਨਾਵਾਂ ਨਾਲ ਮੁੜ ਮੁੜ ਉਹਦੇ ਵੱਲ ਵੇਖਦੇ। ਜਿਹੜੇ ਲੋਕ ਬੱਘੀਆਂ ਵਿਚ ਬੈਠੇ ਕੋਲੋਂ ਦੀ ਲੰਘਦੇ ਉਹ ਉਲਰ ਉਲਰ ਕੇ ਤੇ ਸਿਰ ਬਾਹਰ ਕਢ ਕੇ ਕੈਦੀਆਂ ਵੱਲ ਵੇਖਦੇ ਸਨ। ਪੈਦਲ ਤੁਰੇ ਜਾਂਦੇ ਲੋਕ ਖੜੇ ਹੋ ਜਾਂਦੇ ਅਤੇ ਡਰੇ ਹੋਏ ਤੇ ਹੈਰਾਨ ਨਜ਼ਰਾਂ ਨਾਲ ਇਸ ਨਜ਼ਾਰੇ ਨੂੰ ਵੇਖਦੇ। ਕੁਝ ਲੋਕ ਅੱਗੇ ਵਧ ਕੇ ਕੈਦੀਆਂ ਨੂੰ ਖ਼ੈਰਾਤ ਦੇਂਦੇ, ਪਰ ਖ਼ੈਰਾਤ ਦੀਆਂ ਚੀਜ਼ਾਂ ਨੂੰ ਰਖਵਾਲ ਸਿਪਾਹੀ ਫੜ ਲੈਂਦੇ। ਕੁਝ ਲੋਕ ਤਾਂ ਟੋਲੀ ਦੇ ਮਗਰ ਇਉਂ ਤੁਰ ਪੈਂਦੇ ਜਿਵੇਂ ਕਿਸੇ ਚੀਜ਼ ਨੇ ਕੀਲ ਲਿਆ ਹੋਵੇ। ਫੇਰ ਖਲੋ ਜਾਂਦੇ, ਆਪਣੇ ਸਿਰ ਛੰਡਦੇ ਤੇ ਖੜੇ ਖੜੇ ਉਹਨਾਂ ਦੀਆਂ ਨਜ਼ਰਾਂ ਕੈਦੀਆਂ ਦਾ ਪਿੱਛਾ ਕਰਦੀਆਂ ਰਹਿ ਜਾਂਦੀਆਂ। ਥਾਂ ਥਾਂ ਤੇ ਲੋਕ ਫਾਟਕਾਂ ਤੇ ਦਰਵਾਜ਼ਿਆਂ ਤੋਂ ਬਾਹਰ ਆ ਜਾਂਦੇ ਸਨ ਤੇ ਦੂਜਿਆਂ ਨੂੰ ਬਾਹਰ ਆਉਣ ਲਈ ਵਾਜਾਂ ਮਾਰਦੇ ਸਨ, ਜਾਂ ਬਾਰੀਆਂ ਵਿਚੋਂ ਸਿਰ ਬਾਹਰ ਕੱਢ ਲੈਂਦੇ ਸਨ ਅਤੇ ਚੁਪ-ਚਾਪ, ਅਹਿਲ ਇਸ ਭਿਆਨਕ ਜਲੂਸ ਨੂੰ ਵੇਖਦੇ ਰਹਿੰਦੇ ਸਨ। ਇਕ ਚੁਰਸਤੇ ਵਿਚ ਇਕ ਖ਼ੂਬਸੂਰਤ ਬੱਘੀ ਨੂੰ ਜਲੂਸ ਕਾਰਨ ਰੁਕਣਾ ਪੈ ਗਿਆ ਸੀ। ਇਕ ਮੋਟਾ ਜਿਹਾ ਚਮਕਦੇ ਚਿਹਰੇ ਵਾਲਾ ਕੋਚਵਾਨ, ਜਿਸ ਦੀ ਪਿੱਠ ਉਤੇ ਦੋ ਕਤਾਰਾਂ ਵਿਚ ਬਟਨ ਲੱਗੇ ਹੋਏ ਸਨ, ਬਾਕਸ ਉਤੇ ਬੈਠਾ ਹੋਇਆ ਸੀ ਤੇ ਅੰਦਰ ਘੋੜਿਆਂ ਵੱਲ ਮੂੰਹ ਕਰਕੇ ਇਕ ਵਿਆਹਿਆ ਜੋੜਾ ਬੈਠਾ ਹੋਇਆ ਸੀ। ਪਤਨੀ ਪੀਲੇ ਜ਼ਰਦ ਰੰਗ ਦੀ ਇਕ ਪਤਲੀ ਜਿਹੀ ਔਰਤ ਸੀ ਜਿਸ ਨੇ ਹਲਕੇ ਰੰਗ ਦਾ ਟੋਪ ਪਾਇਆ ਹੋਇਆ ਸੀ ਅਤੇ ਹੱਥ ਵਿਚ ਭੜਕੀਲੇ ਰੰਗ ਦੀ ਛਤਰੀ ਲਈ ਹੋਈ ਸੀ। ਉਸ ਦੇ ਪਤੀ ਨੇ ਉੱਚਾ ਹੈਟ ਅਤੇ ਚੁਸਤ ਹਲਕੇ ਰੰਗ ਦਾ ਓਵਰਕੋਟ ਪਾਇਆ ਹੋਇਆ ਸੀ। ਉਹਨਾਂ ਦੇ ਸਾਮ੍ਹਣੇ ਵਾਲੀ ਸੀਟ ਉਤੇ ਉਹਨਾਂ ਦੇ ਬੱਚੇ ਬੈਠੇ ਹੋਏ ਸਨ। ਬੜੀ ਫਬਵੀਂ ਪੁਸ਼ਾਕ ਵਿਚ ਇਕ ਛੋਟੀ ਜਿਹੀ ਬੱਚੀ ਜਿਸ ਦੇ ਸੁਨਹਿਰੀ ਵਾਲ ਖੁਲ੍ਹੇ ਸਨ। ਉਹ ਸੱਜਰੀ ਖਿੜੀ ਕਲੀ ਵਾਂਗ ਲੱਗ ਰਹੀ ਸੀ। ਉਹਦੇ ਕੋਲ ਵੀ ਭੜਕੀਲੇ ਰੰਗ ਦੀ ਛਤਰੀ ਸੀ। ਉਹਦੇ ਨਾਲ ਬੈਠਾ ਸੀ ਲੰਮੀ ਪਤਲੀ ਗਰਦਨ ਤੇ ਉਭਰੀ ਹੋਈ ਹੱਸ ਦੀ ਹੱਡੀ ਵਲਾ ਅੱਠ ਸਾਲਾਂ ਦਾ ਮੁੰਡਾ। ਉਸ ਨੇ ਸਿਰ ਉਪਰ ਜਹਾਜ਼ੀਆਂ ਵਾਲੀ ਟੋਪੀ ਰੱਖੀ ਹੋਈ ਸੀ ਜਿਸ ਦੇ ਲੰਮੇ ਰਿਬਨ ਪਿੱਛੇ ਲਟਕ ਰਹੇ ਸਨ। ਪਿਤਾ ਨੇ ਗੁੱਸੇ ਨਾਲ ਕੋਚਵਾਨ ਨੂੰ ਝਾੜਿਆ ਕਿ ਜਦੋਂ ਹਾਲੇ ਮੌਕਾ ਸੀ ਤਾਂ ਉਹ ਟੋਲੀ ਦੇ ਅੱਗੋਂ ਦੀ ਲੰਘ ਕਿਉਂ ਨਹੀਂ

ਸੀ ਗਿਆ। ਔਰਤ ਦੇ ਮੱਥੇ ਉਤੇ ਤਿਊੜੀਆਂ ਚੜ੍ਹ ਗਈਆਂ ਤੇ ਉਸਨੇ ਅੱਖਾਂ ਅੱਧੀਆਂ ਬੰਦ ਕਰ ਲਈਆਂ। ਉਹਦੀ ਤਕਣੀ ਵਿਚ ਘਿਰਣਾ ਸੀ। ਧੁਪ ਤੇ ਧੂੜ ਤੋਂ ਆਪਣੇ ਆਪ ਨੂੰ ਬਚਾਉਣ ਲਈ ਉਹਨੇ ਆਪਣੀ ਸਿਲਕੀ ਛਤਰੀ ਮੂੰਹ ਦੇ ਅੱਗੇ ਕਰ ਲਈ। ਆਪਣੇ ਮਾਲਕ ਦੀਆਂ ਨਾਹੱਕ ਝਾੜਾਂ ਉਤੇ ਮੋਟੇ ਕੋਚਵਾਨ ਦੀ ਰੋਹ ਨਾਲ ਤਿਊੜੀ ਚੜ੍ਹ ਗਈ। ਮਾਲਕ ਨੇ ਆਪ ਹੀ ਤਾਂ ਇਸ ਰਸਤਿਓਂ ਜਾਣ ਲਈ ਆਖਿਆ ਸੀ। ਉਸ ਨੇ ਬੜੀ ਮੁਸ਼ਕਲ ਨਾਲ ਲਿਸ਼ ਲਿਸ਼ ਕਰਦੇ ਕਾਲੇ ਘੋੜਿਆਂ ਨੂੰ ਕਾਬੂ ਵਿਚ ਰੱਖਿਆ ਹੋਇਆ ਸੀ ਜਿਹੜੇ ਮੁੜ੍ਹਕੋ ਮੁੜ੍ਹਕੀ ਹੋਏ ਪਏ ਸਨ ਅਤੇ ਅਗਾਂਹ ਵਧਣ ਲਈ ਜ਼ੋਰ ਲਾ ਰਹੇ ਸਨ।

ਪੁਲਸ ਵਾਲੇ ਦੀ ਦਿਲੀ ਖਾਹਿਸ਼ ਸੀ ਕਿ ਜਲੂਸ ਨੂੰ ਰੋਕ ਲਵੇ ਅਤੇ ਇਸ ਖ਼ੂਬਸੂਰਤ ਬੱਘੀ ਦੇ ਮਾਲਕ ਦੀ ਸੇਵਾ ਕਰੇ, ਪਰ ਤਾਂ ਵੀ ਉਹ ਮਹਿਸੂਸ ਕਰਦਾ ਸੀ ਕਿ ਏਡੇ ਖਾਨਦਾਨੀ ਅਮੀਰ ਆਦਮੀ ਵਾਸਤੇ ਵੀ ਜਾ ਰਹੇ ਜਲੂਸ ਦੀ ਖੌਫਨਾਕ ਗੰਭੀਰਤਾ ਨੂੰ ਭੰਗ ਨਹੀਂ ਕਰਨਾ ਚਾਹੀਦਾ। ਉਸ ਨੇ ਸਿਰਫ ਸਲੂਟ ਹੀ ਕੀਤਾ ਤਾਂ ਜੋ ਧਨ ਦੌਲਤ ਵਾਸਤੇ ਆਪਣਾ ਸਤਿਕਾਰ ਪ੍ਰਗਟ ਕਰ ਸਕੇ, ਅਤੇ ਘੂਰੀ ਵੱਟ ਕੇ ਕੈਦੀਆਂ ਵੱਲ ਵੇਖਿਆ ਜਿਵੇਂ ਉਹ ਵਾਅਦਾ ਕਰ ਰਿਹਾ ਹੋਵੇ ਕਿ ਉਹ ਕਿਸੇ ਵੀ ਹਾਲਤ ਵਿਚ ਬੱਘੀ ਦੇ ਮਾਲਕਾਂ ਦੀ ਇਹਨਾਂ ਕੈਦੀਆਂ ਤੋਂ ਰੱਖਿਆ ਕਰੇਗਾ। ਇਸ ਲਈ ਜਿੰਨਾਂ ਚਿਰ ਸਾਰਾ ਜਲੂਸ ਲੰਘ ਨਹੀਂ ਗਿਆ, ਬੱਘੀ ਨੂੰ ਰੁਕਣਾ ਪਿਆ, ਅਤੇ ਬੱਘੀ ਸਿਰਫ ਓਦੋਂ ਹੀ ਹਿਲ ਸਕੀ ਜਦੋਂ ਬੁਝਕਿਆਂ ਤੇ ਕੈਦੀਆਂ ਦਾ ਲੱਦਿਆ ਆਖਰੀ ਛਕੜਾ ਵੀ ਖੜਖੜ ਕਰਦਾ ਲੰਘ ਗਿਆ। ਇਕ ਛਕੜੇ ਵਿਚ ਬੈਠੀ ਉਹ ਔਰਤ ਜਿਹੜੀ ਪਹਿਲਾਂ ਰੋ ਕੁਰਲਾ ਰਹੀ ਸੀ ਅਤੇ ਫੇਰ ਚੁੱਪ ਕਰ ਗਈ ਸੀ, ਖ਼ੂਬਸੂਰਤ ਬੱਘੀ ਨੂੰ ਵੇਖਦਿਆਂ ਸਾਰ ਹੀ ਫੇਰ ਚੀਕਾਂ ਮਾਰਨ ਤੇ ਹਟਕੋਰੇ ਭਰਨ ਲੱਗ ਪਈ। ਇਸ ਤੋਂ ਮਗਰੋਂ ਕੋਚਵਾਨ ਨੇ ਲਗਾਮਾਂ ਨੂੰ ਹਲਕਾ ਜਿਹਾ ਝਟਕਿਆ ਅਤੇ ਕਾਲੇ ਘੋੜੇ ਪੱਥਰ ਦੀ ਬਣੀ ਸੜਕ ਉਤੇ ਅਗੇ ਵਧਣ ਲੱਗੇ। ਉਹਨਾਂ ਦੀਆਂ ਖੁਰੀਆਂ ਨਾਲ ਠੱਪ ਠੱਪ ਦੀ ਆਵਾਜ਼ ਪੈਦਾ ਹੋ ਰਹੀ ਸੀ। ਬੱਘੀ ਦੇ ਪਹੀਆਂ ਉਤੇ ਰਬੜ ਦੇ ਟਾਇਰ ਚੜ੍ਹੇ ਹੋਏ ਸਨ, ਇਸ ਕਾਰਨ ਉਹ ਪੋਲੇ ਪੋਲੇ ਹਚਕੋਲੇ ਖਾਂਦੀ ਸ਼ਹਿਰੋਂ ਬਾਹਰ ਦਿਹਾਤੀ ਬੰਗਲੇ ਵੱਲ ਜਾਣ ਲੱਗੀ। ਪਤੀ, ਪਤਨੀ, ਕੁੜੀ ਤੇ ਮੁੰਡਾ—ਜਿਸ ਦੇ ਹੱਸ ਦੀਆਂ ਹੱਡੀਆਂ ਉਭਰੀਆਂ ਹੋਈਆਂ ਸਨ—ਓਥੇ ਆਪਣੇ ਮਨੋਰੰਜਨ ਲਈ ਜਾ ਰਹੇ ਸਨ।

ਜੋ ਕੁਝ ਉਹਨਾਂ ਨੇ ਵੇਖਿਆ ਸੀ ਉਸ ਬਾਰੇ ਨਾ ਮਾਂ ਨੇ ਅਤੇ ਨਾ ਹੀ ਪਿਓ ਨੇ ਮੁੰਡੇ ਤੇ ਕੁੜੀ ਨੂੰ ਕੁਝ ਦੱਸਿਆ ਸਮਝਾਇਆ। ਇਸ ਕਰਕੇ ਬੱਚਿਆਂ ਨੂੰ ਆਪਣੇ ਆਪ ਹੀ ਇਸ ਅਨੋਖੀ ਝਾਕੀ ਦੇ ਕੋਈ ਨਾ ਕੋਈ ਅਰਥ ਕਢਣੇ ਪਏ।

ਆਪਣੇ ਮਾਤਾ ਪਿਤਾ ਦੇ ਚਿਹਰਿਆਂ ਦੇ ਹਾਵਭਾਵ ਨੂੰ ਧਿਆਨ ਵਿਚ ਰੱਖਦਿਆਂ, ਕੁੜੀ ਨੇ ਇਹ ਨਿਰਣਾ ਕਰਕੇ ਇਸ ਮਸਲੇ ਨੂੰ ਹੱਲ ਕਰ ਲਿਆ ਕਿ ਇਹ ਲੋਕ ਉਸ ਨਾਲੋਂ ਬਿਲਕੁਲ ਵਖਰੀ ਕਿਸਮ ਦੇ ਮਰਦ ਤੇ ਔਰਤਾਂ ਹਨ ਜਿਸ ਕਿਸਮ ਦੇ ਉਹਨਾਂ ਦੇ ਮਾਪੇ ਅਤੇ ਹੋਰ ਜਾਣ-ਪਛਾਣ ਦੇ ਲੋਕ ਹਨ। ਇਹ ਭੈੜੇ ਲੋਕ ਹਨ ਤੇ ਇਸ ਕਰਕੇ ਇਹਨਾਂ

ਨਾਲ ਇਸ ਤਰ੍ਹਾਂ ਦਾ ਸਲੂਕ ਕੀਤਾ ਗਿਆ ਹੈ। ਇਸੇ ਹੀ ਕਰਕੇ ਕੁੜੀ ਇਹਨਾਂ ਨੂੰ ਵੇਖ ਕੇ ਡਰ ਗਈ ਸੀ ਤੇ ਜਦੋਂ ਹੁਣ ਇਹ ਲੋਕ ਉਹਦੀ ਨਜ਼ਰ ਤੋਂ ਓਹਲੇ ਹੋ ਗਏ ਸਨ ਤਾਂ ਉਹਨੂੰ ਸੁਖ-ਚੈਨ ਆ ਗਿਆ ਸੀ।

ਪਰ ਲੰਮੀ ਪਤਲੀ ਧੌਣ ਵਾਲੇ ਇਸ ਮੁੰਡੇ ਨੂੰ, ਜਿਹੜਾ ਇਕ ਟੱਕ ਨਜ਼ਰਾਂ ਗੱਡ ਕੇ ਕੈਦੀਆਂ ਦਾ ਜਲੂਸ ਵੇਖਦਾ ਰਿਹਾ ਸੀ, ਇਸ ਸਵਾਲ ਦਾ ਵਖਰਾ ਹੀ ਜਵਾਬ ਮਿਲਿਆ ਸੀ। ਉਹ ਪੱਕੇ ਤੌਰ ਤੇ ਅਤੇ ਬਿਨਾਂ ਕਿਸੇ ਸ਼ੱਕ-ਸ਼ੁਬ੍ਹੇ ਦੇ ਇਹ ਗੱਲ ਜਾਣਦਾ ਸੀ, ਤੇ ਇਹ ਗੱਲ ਸਿਧੀ ਪਰਮੇਸ਼ਰ ਨੇ ਉਹਦੇ ਹਿਰਦੇ ਵਿਚ ਪਾਈ ਸੀ, ਕਿ ਇਹ ਲੋਕ ਬਿਲਕੁਲ ਓਸੇ ਹੀ ਤਰ੍ਹਾਂ ਦੇ ਲੋਕ ਹਨ ਜਿਸ ਤਰ੍ਹਾਂ ਦਾ ਉਹ ਆਪ ਹੈ, ਤੇ ਜਿਸ ਤਰ੍ਹਾਂ ਦੇ ਬਾਕੀ ਸਭ ਲੋਕ ਹਨ। ਇਸ ਲਈ ਕਿਸੇ ਨੇ ਇਹਨਾਂ ਲੋਕਾਂ ਨਾਲ ਜ਼ਿਆਦਤੀ ਕੀਤੀ ਹੈ, ਕੋਈ ਐਸੀ ਗੱਲ ਕੀਤੀ ਹੈ ਜਿਹੜੀ ਨਹੀਂ ਕਰਨੀ ਚਾਹੀਦੀ ਸੀ। ਮੁੰਡੇ ਨੂੰ ਉਹਨਾਂ ਉਤੇ ਰਹਿਮ ਆ ਗਿਆ ਤੇ ਉਸ ਨੂੰ ਦੋਹਾਂ ਕੋਲੋਂ ਖੌਫ ਆ ਗਿਆ, ਉਹਨਾਂ ਕੋਲੋਂ ਵੀ ਜਿਨ੍ਹਾਂ ਦੇ ਸਿਰ ਮੁੰਨੇ ਹੋਏ ਸਨ ਤੇ ਬੇੜੀਆਂ-ਹੱਥਕੜੀਆਂ ਲੱਗੀਆਂ ਹੋਈਆਂ ਸਨ ਅਤੇ ਉਹਨਾਂ ਕੋਲੋਂ ਵੀ ਜਿਨ੍ਹਾਂ ਨੇ ਇਹਨਾਂ ਦੇ ਸਿਰ ਮੁੰਨੇ ਸਨ ਤੇ ਉਹਨਾਂ ਨੂੰ ਬੇੜੀਆਂ-ਹੱਥਕੜੀਆਂ ਪਾਈਆਂ ਸਨ। ਏਸੇ ਕਰਕੇ ਹੀ ਉਹਦੇ ਬੁਲ੍ਹ ਬੜੇ ਤੇਜ਼ ਤੇਜ਼ ਫਰਕਣ ਲੱਗ ਪਏ ਸਨ ਪਰ ਬੜੀ ਹਿੰਮਤ ਕਰਕੇ ਉਹਨੇ ਆਪਣਾ ਰੋਣ ਠੱਲ੍ਹਿਆ ਹੋਇਆ ਸੀ। ਉਹ ਸੋਚ ਰਿਹਾ ਸੀ ਕਿ ਏਹੋ ਜਿਹਾ ਕੁਝ ਵੇਖ ਕੇ ਰੋ ਪੈਣਾ ਬੜੀ ਸ਼ਰਮ ਵਾਲੀ ਗੱਲ ਹੈ।

੩੬

ਨੇਖਲੀਊਦੋਵ ਕੈਦੀਆਂ ਦੇ ਨਾਲ ਨਾਲ ਕਦਮ ਮੇਲ ਕੇ ਤੁਰਦਾ ਗਿਆ। ਭਾਵੇਂ ਉਸ ਨੇ ਹਲਕੇ ਕਪੜੇ ਹੀ ਪਾਏ ਹੋਏ ਸਨ ਤਾਂ ਵੀ ਬੇਹੱਦ ਗਰਮੀ ਲੱਗ ਰਹੀ ਸੀ। ਹਵਾ ਬੰਦ ਸੀ ਤੇ ਹਰ ਪਾਸੇ ਧੂੜ ਹੀ ਧੂੜ ਸੀ। ਅਜਿਹੀ ਸਾਹ-ਘੁਟਵੀਂ ਤਪਸ਼ ਵਿਚ ਸਾਹ ਲੈਣਾ ਔਖਾ ਹੋ ਰਿਹਾ ਸੀ।

ਕੋਈ ਦੋ ਕੁ ਫਰਲਾਂਗ ਤੁਰਿਆ ਹੋਵੇਗਾ ਜਦੋਂ ਉਹ ਫੇਰ ਬੱਘੀ ਵਿਚ ਬਹਿ ਗਿਆ। ਪਰ ਸੜਕ ਦੇ ਵਿਚਾਲੇ ਗਰਮੀ ਹੋਰ ਵੀ ਜ਼ਿਆਦਾ ਮਹਿਸੂਸ ਹੋ ਰਹੀ ਸੀ। ਉਸ ਨੇ ਉਹ ਗਲਬਾਤ ਯਾਦ ਕਰਨ ਦਾ ਜਤਨ ਕੀਤਾ ਜਿਹੜੀ ਬੀਤੀ ਰਾਤ ਆਪਣੇ ਭੈਣੋਈ ਨਾਲ ਹੋਈ ਸੀ, ਪਰ ਇਹਨਾਂ ਗੱਲਾਂ ਨੂੰ ਯਾਦ ਕਰਕੇ ਉਹਦਾ ਮਨ ਕਾਹਲਾ ਨਹੀਂ ਪਿਆ ਜਿਸ ਤਰ੍ਹਾਂ ਸਵੇਰੇ ਉਠਦਿਆਂ ਹੋਇਆ ਸੀ। ਕੈਦੀਆਂ ਦੀ ਟੋਲੀ ਦੀ ਜੇਲ੍ਹ ਤੋਂ ਰਵਾਨਗੀ ਅਤੇ ਇਸ ਦੇ ਕੂਚ ਨੇ ਉਹਦੇ ਮਨ ਉਤੇ ਜੋ ਪ੍ਰਭਾਵ ਪਾਇਆ ਸੀ ਇਸ ਵੇਲੇ ਹਰ ਭਾਵਨਾ ਉਤੇ ਉਹੋ ਭਾਰੂ ਸੀ। ਅਤੇ ਖਾਸ ਗੱਲ ਇਹ ਕਿ ਗਰਮੀ ਨੇ ਉਸ ਦੀ ਮੱਤ ਮਾਰੀ ਹੋਈ ਸੀ। ਪਟੜੀ

ਉਤੇ ਇਕ ਜੰਗਲੇ ਤੋਂ ਬਾਹਰ ਨੂੰ ਵਧੇ ਹੋਏ ਕੁਝ ਰੁਖਾਂ ਦੀ ਛਾਂਵੇਂ ਉਸ ਨੂੰ ਦੋ ਸਕੂਲੀ ਮੁੰਡੇ ਨਜ਼ਰ ਆਏ ਜਿਹੜੇ ਗੋਡਿਆਂ ਪਰਨੇ ਝੁਕੇ ਹੋਏ ਇਕ ਕੁਲਫੀਆਂ ਵੇਚਣ ਵਾਲੇ ਦੇ ਸਿਰ ਉਤੇ ਖੜੇ ਸਨ। ਇਕ ਮੁੰਡਾ ਸਿੰਗ ਦੇ ਬਣੇ ਇਕ ਚਮਚੇ ਨੂੰ ਚੱਟ ਰਿਹਾ ਸੀ ਅਤੇ ਕੁਲਫ਼ੀ ਦਾ ਸਵਾਦ ਲੈ ਰਿਹਾ ਸੀ। ਦੂਜਾ ਮੁੰਡਾ ਉਸ ਗਲਾਸ ਦੀ ਉਡੀਕ ਵਿਚ ਸੀ ਜਿਸ ਵਿਚ ਛਾਬੜੀ ਵਾਲਾ ਕੋਈ ਪੀਲੀ ਜਿਹੀ ਚੀਜ਼ ਭਰ ਰਿਹਾ ਸੀ।

"ਏਥੋਂ ਕਿਤੋਂ ਪੀਣ ਨੂੰ ਕੁਝ ਮਿਲ ਸਕਦਾ ਹੈ?" ਨੇਖਲੀਊਦੋਵ ਨੇ ਆਪਣੇ ਬੱਘੀ ਵਾਲੇ ਨੂੰ ਪੁੱਛਿਆ। ਪਿਆਸ ਨਾਲ ਉਹਦੇ ਬੁਲ੍ਹ ਸੁਕਦੇ ਜਾ ਰਹੇ ਸਨ।

"ਏਥੇ ਨੇੜੇ ਹੀ ਇਕ ਢਾਬਾ ਹੈ," ਕੋਚਵਾਨ ਨੇ ਜਵਾਬ ਦਿੱਤਾ ਅਤੇ ਇਕ ਮੋੜ ਮੁੜ ਕੇ ਇਕ ਬੂਹੇ ਅੱਗੇ ਬੱਘੀ ਖੜੀ ਕਰ ਦਿੱਤੀ ਜਿਸ ਉਤੇ ਇਕ ਵੱਡਾ ਸਾਰਾ ਫੱਟਾ ਲੱਗਾ ਹੋਇਆ ਸੀ।

ਕਾਊਂਟਰ ਦੇ ਪਿੱਛੇ ਗੁਦਗੁਦੇ ਜਿਹੇ ਸਰੀਰ ਵਾਲਾ ਇਕ ਬਾਰਮੈਨ ਬੈਠਾ ਸੀ ਜਿਸ ਨੇ ਸਿਰਫ ਕਮੀਜ਼ ਹੀ ਪਾਈ ਹੋਈ ਸੀ। ਬੈਰੇ ਮੇਜ਼ਾਂ ਦੇ ਕੋਲ ਕੁਰਸੀਆਂ ਉਤੇ ਬੈਠੇ ਹੋਏ ਸਨ (ਇਸ ਵੇਲੇ ਓਥੇ ਇੱਕਾ-ਦੁੱਕਾ ਗਾਹਕ ਹੀ ਸਨ) ਜਿਨ੍ਹਾਂ ਦੀਆਂ ਮੈਲੀਆਂ ਵਰਦੀਆਂ ਤੋਂ ਪਤਾ ਲੱਗਦਾ ਸੀ ਕਿ ਕਿਸੇ ਵੇਲੇ ਇਹ ਚਿੱਟੀਆਂ ਹੋਣਗੀਆਂ। ਬੈਰਿਆਂ ਨੇ ਇਸ ਅਸਾਧਾਰਨ ਗਾਹਕ ਵੱਲ ਬੜੇ ਅਜੀਬ ਅੰਦਾਜ਼ ਨਾਲ ਵੇਖਿਆ ਅਤੇ ਉਹਦੀ ਖਿਦਮਤ ਕਰਨ ਲਈ ਉੱਠ ਖੜੇ ਹੋਏ। ਨੇਖਲੀਊਦੋਵ ਨੇ ਸੋਡੇ ਦੀ ਇਕ ਬੋਤਲ ਮੰਗਵਾਈ ਅਤੇ ਬਾਰੀ ਤੋਂ ਥੋੜਾ ਜਿਹਾ ਹਟਵੇਂ ਇਕ ਮੇਜ਼ ਅੱਗੇ ਜਾ ਬੈਠਾ ਜਿਸ ਉਪਰ ਇਕ ਗੰਦਾ ਜਿਹਾ ਮੇਜ਼ਪੋਸ਼ ਵਿਛਿਆ ਹੋਇਆ ਸੀ।

ਇਕ ਹੋਰ ਮੇਜ਼ ਅੱਗੇ ਦੋ ਆਦਮੀ ਆਪਣੇ ਸਾਮ੍ਹਣੇ ਚਾਹ ਦਾ ਸੈਟ ਤੇ ਇਕ ਚਿੱਟੀ ਬੋਤਲ ਰੱਖੀ ਬੈਠੇ ਸਨ। ਉਹ ਦੋਸਤਾਂ ਵਾਂਗ ਨਾਲ ਨਾਲ ਕੋਈ ਹਿਸਾਬ ਕਿਤਾਬ ਕਰ ਰਹੇ ਸਨ ਅਤੇ ਬਾਰ ਬਾਰ ਆਪਣੇ ਮੱਥੇ ਤੋਂ ਮੁੜ੍ਹਕਾ ਪੂੰਝਦੇ ਸਨ। ਇਹਨਾਂ ਵਿਚੋਂ ਇਕ ਆਦਮੀ ਦਾ ਰੰਗ ਸਾਂਵਲਾ ਤੇ ਸਿਰ ਵਿਚ ਗੰਜ ਸੀ। ਉਹਦੀ ਗਰਦਨ ਵੱਲ ਕਾਲੇ ਵਾਲਾਂ ਦੀ ਇਕ ਹਲਕੀ ਜਿਹੀ ਝਾਲਰ ਸੀ ਜਿਸ ਤਰ੍ਹਾਂ ਦੀ ਰਾਗੋਜ਼ਿਨਸਕੀ ਦੇ ਸਿਰ ਉਤੇ ਸੀ। ਇਸ ਨੂੰ ਵੇਖ ਕੇ ਨੇਖਲੀਊਦੋਵ ਨੂੰ ਇਕ ਵਾਰੀ ਫੇਰ ਆਪਣੇ ਭੈਣੋਈ ਨਾਲ ਹੋਈ ਕੱਲ੍ਹ ਦੀ ਗਲਬਾਤ ਯਾਦ ਆ ਗਈ ਅਤੇ ਇਕ ਵਾਰੀ ਫੇਰ ਉਹਦੇ ਮਨ ਵਿਚ ਆਇਆ ਕਿ ਉਹ ਆਪਣੇ ਭੈਣੋਈ ਤੇ ਨਤਾਲੀਆ ਨੂੰ ਮਿਲ ਆਵੇ। "ਗੱਡੀ ਚੱਲਣ ਤੋਂ ਪਹਿਲਾਂ ਪਹਿਲਾਂ ਇਹ ਕੰਮ ਹੋ ਨਹੀਂ ਸਕਣਾ," ਉਹ ਸੋਚ ਰਿਹਾ ਸੀ, "ਚੰਗਾ ਹੋਵੇ ਜੇ ਮੈਂ ਚਿੱਠੀ ਲਿਖ ਦੇਵਾਂ।" ਉਸ ਨੇ ਕਾਗ਼ਜ਼ ਮੰਗਿਆ ਅਤੇ ਨਾਲ ਹੀ ਇਕ ਲਿਫਾਫਾ ਤੇ ਟਿਕਟਾਂ, ਅਤੇ ਠੰਡੇ ਸੋਡੇ ਦੇ ਘੁਟ ਭਰਦਿਆਂ ਉਹ ਸੋਚਣ ਲੱਗਾ ਕਿ ਕੀ ਲਿਖੇ। ਪਰ ਉਹਦਾ ਮਨ ਟਿਕਦਾ ਨਹੀਂ ਸੀ, ਇਸ ਲਈ ਉਹਨੂੰ ਸਮਝ ਨਹੀਂ ਸੀ ਆਉਂਦੀ ਕਿ ਚਿੱਠੀ ਵਿਚ ਕੀ ਲਿਖੇ ਤੇ ਕਿਵੇਂ ਲਿਖੇ।

"ਮੇਰੀ ਪਿਆਰੀ ਨਤਾਲੀਆ,... ਕੱਲ੍ਹ ਤੇਰੇ ਪਤੀ ਨਾਲ ਜੋ ਗਲਬਾਤ ਹੋਈ ਸੀ ਉਸ ਦਾ ਮੇਰੇ ਮਨ ਉਤੇ ਬੜਾ ਭਾਰ ਜਿਹਾ ਹੈ। ਐਸੀ ਹਾਲਤ ਵਿਚ ਮੇਰੇ ਵਾਸਤੇ ਏਥੋਂ

ਜਾਣਾ ਮੁਸ਼ਕਲ ਹੈ," ਉਸ ਨੇ ਲਿਖਣਾ ਸ਼ੁਰੂ ਕੀਤਾ। "ਅੱਗੋਂ ਕੀ ਲਿਖਾਂ? ਜੋ ਕੁਝ ਕੱਲ੍ਹ ਮੈਂ ਉਸ ਨੂੰ ਆਖਿਆ ਸੀ ਉਹਦੀ ਮਾਫੀ ਮੰਗ ਲਵਾਂ? ਪਰ ਮੈਂ ਤਾਂ ਉਹੋ ਕੁਝ ਆਖਿਆ ਸੀ ਜੋ ਕੁਝ ਮੈਂ ਮਹਿਸੂਸ ਕਰਦਾ ਹਾਂ। ਉਹ ਸੋਚੇਗਾ ਕਿ ਮੈਂ ਆਪਣੇ ਲਫਜ਼ ਵਾਪਸ ਲੈ ਰਿਹਾ ਹਾਂ। ਨਾਲੇ, ਮੇਰੇ ਨਿੱਜੀ ਮਾਮਲਿਆਂ ਵਿਚ ਉਹਦਾ ਦਖਲ ਦੇਣਾ... ਨਹੀਂ, ਨਹੀਂ, ਮੈਥੋਂ ਇਸ ਤਰ੍ਹਾਂ ਨਹੀਂ ਹੋ ਸਕਦਾ..." ਅਤੇ ਇਕ ਵਾਰੀ ਫੇਰ ਇਸ ਘੁਮੰਡੀ ਆਦਮੀ ਦੇ ਖਿਲਾਫ, ਜਿਹੜਾ ਉਸ ਨੂੰ ਸਮਝ ਨਹੀਂ ਸੀ ਸਕਿਆ, ਉਹਦੇ ਦਿਲ ਵਿਚ ਨਫਰਤ ਜਾਗ ਪਈ। ਉਸ ਨੇ ਅਧੂਰੀ ਚਿੱਠੀ ਨੂੰ ਤਹਿ ਕੀਤਾ ਤੇ ਆਪਣੀ ਜੇਬ ਵਿਚ ਪਾ ਲਿਆ। ਇਸ ਤੋਂ ਮਗਰੋਂ ਪੈਸੇ ਅਦਾ ਕੀਤੇ ਤੇ ਬਾਹਰ ਆ ਗਿਆ ਅਤੇ ਬੱਘੀ ਵਿਚ ਬੈਠ ਗਿਆ। ਬੱਘੀ ਕੈਦੀਆਂ ਦੀ ਟੋਲੀ ਵੱਲ ਤੁਰ ਪਈ।

ਗਰਮੀ ਸਗੋਂ ਹੋਰ ਵਧ ਗਈ ਸੀ। ਸੜਕ ਦੇ ਪੱਥਰਾਂ ਅਤੇ ਕੰਧਾਂ ਵਿਚੋਂ ਜਿਵੇਂ ਅੱਗ ਦਾ ਸੇਕ ਨਿਕਲ ਰਿਹਾ ਸੀ। ਪਟੜੀ ਤੇ ਤੁਰਦਿਆਂ ਲੱਗਦਾ ਸੀ ਕਿ ਪੈਰ ਝੁਲਸਦੇ ਜਾ ਰਹੇ ਹਨ। ਬੱਘੀ ਉਤੇ ਚੜ੍ਹਨ ਲੱਗਿਆਂ ਜਦੋਂ ਨੇਖਲੀਊਦੋਵ ਨੇ ਮਡਗਾਰਡ ਉਤੇ ਹੱਥ ਰੱਖਿਆ ਸੀ ਤਾਂ ਉਸ ਨੂੰ ਇਉਂ ਲੱਗਾ ਸੀ ਜਿਵੇਂ ਉਹਨੇ ਅੰਗਿਆਰ ਉਤੇ ਹੱਥ ਰੱਖ ਦਿੱਤਾ ਹੋਵੇ।

ਘੋੜਾ ਬੜਾ ਹੌਲੀ ਹੌਲੀ ਤੁਰ ਰਿਹਾ ਸੀ ਜਿਵੇਂ ਥੱਕ ਕੇ ਚੂਰ ਹੋ ਗਿਆ ਹੋਵੇ। ਸੜਕ ਉੱਚੀ ਨੀਵੀਂ ਅਤੇ ਧੂੜ ਨਾਲ ਭਰੀ ਹੋਈ ਸੀ। ਘੋੜੇ ਦੇ ਖੁਰਾਂ ਨਾਲ ਪੈਦਾ ਹੁੰਦੀ ਆਵਾਜ਼ ਕੰਨਾਂ ਨੂੰ ਅੱਖੜਦੀ ਸੀ। ਕੋਚਵਾਨ ਬੈਠਾ ਉਂਘਲਾਉਣ ਲੱਗ ਪਿਆ ਸੀ। ਨੇਖਲੀਊਦੋਵ ਬੇਧਿਆਨਾ ਆਪਣੇ ਸਾਹਮਣੇ ਝਾਕੀ ਜਾ ਰਿਹਾ ਸੀ। ਉਸ ਦੀਆਂ ਸਭ ਸੋਚਾਂ ਸੁੱਤੀਆਂ ਹੋਈਆਂ ਸਨ।

ਸੜਕ ਦੀ ਢਲਵਾਣ ਉਤੇ ਇਕ ਵੱਡੇ ਸਾਰੇ ਮਕਾਨ ਦੇ ਫਾਟਕ ਅੱਗੇ ਕੁਝ ਲੋਕ ਇਕੱਠੇ ਹੋਏ ਹੋਏ ਸਨ ਅਤੇ ਉਹਨਾਂ ਦੇ ਲਾਗੇ ਹੀ ਇਕ ਰਖਵਾਲ ਸਿਪਾਹੀ ਬੰਦੂਕ ਲਈ ਖੜਾ ਸੀ।

ਨੇਖਲੀਊਦੋਵ ਨੇ ਬੱਘੀ ਰੁਕਵਾ ਲਈ। "ਕੀ ਹੋਇਐ?" ਉਹਨੇ ਚੌਕੀਦਾਰ ਨੂੰ ਪੁੱਛਿਆ।

"ਕਿਸੇ ਕੈਦੀ ਨੂੰ ਕੁਝ ਹੋ ਗਿਐ।"

ਨੇਖਲੀਊਦੋਵ ਬੱਘੀ ਵਿਚੋਂ ਉਤਰਿਆ ਅਤੇ ਖੜੇ ਲੋਕਾਂ ਦੇ ਕੋਲ ਗਿਆ। ਢਲਵਾਨ ਦੇ ਉੱਚੇ ਨੀਵੇਂ ਪੱਥਰਾਂ ਉਤੇ ਇਕ ਵਡੇਰੀ ਉਮਰ ਦਾ ਕੈਦੀ ਪਿਆ ਸੀ। ਉਸ ਦੇ ਪੈਰ ਉੱਚੇ ਪਾਸੇ ਵੱਲ ਸਨ ਤੇ ਸਿਰ ਨੀਵੇਂ ਪਾਸੇ ਵੱਲ। ਚੌੜੀ ਛਾਤੀ, ਲਾਲ ਦਾੜ੍ਹੀ ਤੇ ਫੀਨਾ ਨੱਕ ਤੇ ਚਿਹਰਾ ਉਸ ਦਾ ਲਾਲ ਸੁਰਖ ਹੋਇਆ ਪਿਆ ਸੀ। ਉਸ ਨੇ ਸਲੇਟੀ ਚੋਗਾ ਤੇ ਸਲੇਟੀ ਰੰਗ ਦੀ ਪਤਲੂਣ ਪਾਈ ਹੋਈ ਸੀ। ਉਹ ਪਿੱਠ ਪਰਨੇ ਪਿਆ ਸੀ ਅਤੇ ਚਟਾਕਾਂ-ਭਰੇ ਹੱਥਾਂ ਦੀਆਂ ਤਲੀਆਂ ਜ਼ਮੀਨ ਉਤੇ ਟਿਕੀਆਂ ਹੋਈਆਂ ਸਨ। ਉਸ ਦੀਆਂ ਲਾਲ ਲਾਲ ਅੱਖਾਂ ਅਸਮਾਨੇ ਲੱਗੀਆਂ ਹੋਈਆਂ ਸਨ। ਚੋਖਾ ਰੁਕ ਰੁਕ ਕੇ ਉਹਦੀ ਚੌੜੀ, ਉੱਚੀ ਛਾਤੀ

ਫੁਲਦੀ ਤੇ ਉਹ ਹੂੰਘਣ ਲੱਗ ਪੈਂਦਾ। ਇਕ ਚਿੜਚਿੜਾ ਜਿਹਾ ਪੁਲਸ ਵਾਲਾ, ਇਕ ਛਾਬੜੀ ਵਾਲਾ, ਇਕ ਡਾਕੀਆ, ਇਕ ਕਲਰਕ, ਛਤਰੀ ਵਾਲੀ ਇਕ ਬੁੱਢੀ ਔਰਤ ਅਤੇ ਛੋਟੇ ਛੋਟੇ ਵਾਲਾਂ ਵਾਲਾ ਇਕ ਮੁੰਡਾ ਉਹਦੇ ਕੋਲ ਖੜੇ ਸਨ। ਮੁੰਡੇ ਦੇ ਹੱਥ ਵਿਚ ਇਕ ਖਾਲੀ ਟੋਕਰੀ ਸੀ।

"ਜਾਨ ਤਾਂ ਹੈ ਨਹੀਂ ਉਹਨਾਂ ਵਿਚ। ਜੇਲ੍ਹਾਂ ਵਿਚ ਬੰਦ ਕੀਤਿਆਂ ਦੀ ਸੱਤਿਆ ਜਾਂਦੀ ਰਹਿੰਦੀ ਏ, ਤੇ ਲਈ ਜਾਂਦੇ ਨੇ ਉਹਨਾਂ ਨੂੰ ਬਲਦੀ ਅੱਗ ਵਿਚ," ਕਲਰਕ ਨੇ ਆਖਿਆ। ਉਹ ਨੇਖਲੀਊਦੋਵ ਨੂੰ ਸੰਬੋਧਨ ਕਰ ਰਿਹਾ ਸੀ ਜਿਹੜਾ ਹੁਣੇ ਓਥੇ ਆਇਆ ਸੀ।

"ਇਹ ਨਹੀਂ ਬਚਣ ਲੱਗਾ," ਛੱਤਰੀ ਵਾਲੀ ਬੁੱਢੀ ਔਰਤ ਨੇ ਦਰਦਭਰੀ ਆਵਾਜ਼ ਵਿਚ ਆਖਿਆ।

"ਇਹਦੇ ਗਲਮੇ ਨੂੰ ਢਿਲਾ ਕਰ ਦੇਣਾ ਚਾਹੀਦੈ," ਡਾਕੀਏ ਨੇ ਆਖਿਆ।

ਪੁਲਸ ਵਾਲੇ ਨੇ ਆਪਣੀਆਂ ਮੋਟੀਆਂ ਮੋਟੀਆਂ ਕੰਬ ਰਹੀਆਂ ਉਂਗਲਾਂ ਨਾਲ ਬੜੇ ਬੇਢੱਬੇ ਤਰੀਕੇ ਨਾਲ ਉਹਦੀਆਂ ਫੀਤੀਆਂ ਖੋਹਲਣੀਆਂ ਸ਼ੁਰੂ ਕੀਤੀਆਂ ਜਿਹੜੀਆਂ ਲਾਲ, ਮੋਟੀ ਗਰਦਨ ਦੁਆਲੇ ਕਮੀਜ਼ ਉਤੇ ਕੱਸੀਆਂ ਹੋਈਆਂ ਸਨ। ਪ੍ਰਤੱਖ ਰੂਪ ਵਿਚ ਉਹ ਬੜਾ ਬੌਖਲਾਇਆ ਤੇ ਘਬਰਾਇਆ ਹੋਇਆ ਸੀ, ਪਰ ਫੇਰ ਵੀ ਉਹਨੇ ਜ਼ਰੂਰੀ ਸਮਝਿਆ ਕਿ ਲੋਕਾਂ ਨੂੰ ਪਰੇ ਹਟ ਜਾਣ ਵਾਸਤੇ ਆਖੇ।

"ਕਿਉਂ ਭੀੜ ਕੀਤੀ ਹੋਈ ਏ ਤੁਸੀਂ ਏਥੇ? ਅੱਗੇ ਕਿਹੜੀ ਘਟ ਗਰਮੀ ਹੈ ਉਤੋਂ ਤੁਸੀਂ ਹਵਾ ਰੋਕ ਰੱਖੀ ਏ।"

"ਡਾਕਟਰ ਕੋਲੋਂ ਮੁਆਇਨਾ ਕਰਵਾ ਲੈਂਦੇ ਇਹਨਾਂ ਦਾ ਤੇ ਜਿਨ੍ਹਾਂ ਵਿਚ ਹਿੰਮਤ ਨਹੀਂ ਸੀ ਪਿੱਛੇ ਛੱਡ ਆਉਂਦੇ। ਬਾਹਰ ਕੱਢ ਦਿੱਤਾ ਉਹਨਾਂ ਇਹਨੂੰ ਅਧਮੋਏ ਨੂੰ," ਆਪਣਾ ਕਾਨੂੰਨੀ ਗਿਆਨ ਛਾਂਟਦੇ ਹੋਏ, ਕਲਰਕ ਨੇ ਆਖਿਆ।

ਕਮੀਜ਼ ਉਤੋਂ ਫੀਤੀਆਂ ਖੋਹਲ ਕੇ ਪੁਲਸ ਵਾਲਾ ਖੜਾ ਹੋਇਆ ਤੇ ਚੁਫੇਰੇ ਵੇਖਣ ਲੱਗਾ।

"ਵਗਦੇ ਹੋਵੋ ਏਥੋਂ, ਮੈਂ ਕਹਿਨਾ। ਤੁਹਾਡਾ ਕੋਈ ਕੰਮ ਨਹੀਂ ਏਥੇ। ਸੁਣਿਆ? ਵੇਖਣ ਕੀ ਡਹੇ ਓ ਅੱਖਾਂ ਪਾੜ ਪਾੜ ਕੇ?" ਉਸ ਨੇ ਆਖਿਆ। ਅਤੇ ਨੇਖਲੀਊਦੋਵ ਵੱਲ ਵੇਖਿਆ ਕਿ ਸ਼ਾਇਦ ਉਹ ਉਸ ਦੀ ਹਮਾਇਤ ਕਰੇਗਾ। ਨੇਖਲੀਊਦੋਵ ਦੇ ਚਿਹਰੇ ਉਤੇ ਹਮਦਰਦੀ ਦੇ ਹੁੰਗਾਰੇ ਦਾ ਕੋਈ ਭਾਵ ਨਾ ਵੇਖ ਕੇ ਉਹ ਰਖਵਾਲ ਸਿਪਾਹੀ ਵੱਲ ਮੁੜ ਗਿਆ।

ਪਰ ਉਹ ਸਿਪਾਹੀ ਵੀ ਇਕ ਪਾਸੇ ਖਾਮੋਸ਼ ਖੜਾ ਆਪਣੇ ਬੂਟ ਦੀ ਘਸ ਗਈ ਅੱਡੀ ਵੇਖਦਾ ਰਿਹਾ। ਪੁਲਸ ਵਾਲੇ ਦੀ ਉਲਝਣ ਵਲੋਂ ਉਹ ਬਿਲਕੁਲ ਬੇਧਿਆਨਾ ਸੀ।

"ਜਿਨ੍ਹਾਂ ਦਾ ਇਹ ਕੰਮ ਏ ਉਹ ਕੋਈ ਪ੍ਰਵਾਹ ਹੀ ਨਹੀਂ ਕਰਦੇ... ਇਉਂ ਬੰਦਿਆਂ ਨੂੰ ਜਾਨੋਂ ਮਾਰ ਦੇਣਾ ਕੋਈ ਠੀਕ ਗੱਲ ਹੈ?"

"ਮੰਨ ਲਿਆ ਉਹ ਕੈਦੀ ਏ ਤਾਂ ਵੀ ਉਹ ਇਨਸਾਨ ਏ," ਭੀੜ ਵਿਚੋਂ ਕੁਝ ਆਵਾਜ਼ਾਂ ਉੱਠੀਆਂ।

"ਇਸ ਦਾ ਸਿਰ ਉੱਚਾ ਕਰੋ ਤੇ ਪਾਣੀ ਦਾ ਤੁਪਕਾ ਪਾਉ ਇਹਦੇ ਮੂੰਹ ਵਿਚ," ਨੇਖਲੀਊਦੋਵ ਨੇ ਆਖਿਆ।

"ਪਾਣੀ ਲਿਆਉਣ ਨੂੰ ਆਖਿਐ," ਪੁਲਸ ਵਾਲੇ ਨੇ ਕਿਹਾ ਅਤੇ ਕੈਦੀ ਦੀਆਂ ਕੱਛਾਂ ਵਿਚ ਹੱਥ ਦੇ ਕੇ ਬੜੀ ਮੁਸ਼ਕਲ ਨਾਲ ਉਹਦੇ ਸਰੀਰ ਨੂੰ ਰਤਾ ਕੁ ਉੱਚਾ ਕੀਤਾ।

"ਇਹ ਭੀੜ ਕਿਉਂ ਜੁੜੀ ਹੋਈ ਹੈ ਬਈ ਏਥੇ?" ਇਕ ਦ੍ਰਿੜ੍ਹ ਤੇ ਬਾਰੁਹਬ ਆਵਾਜ਼ ਸੁਣਾਈ ਦਿੱਤੀ। ਇਕ ਪੁਲਸ ਅਫਸਰ ਹਜੂਮ ਦੇ ਨੇੜੇ ਆ ਗਿਆ। ਉਹਨੇ ਬੇਹੱਦ ਸਾਫ-ਸੁਥਰੀ, ਲਿਸ਼ ਲਿਸ਼ ਕਰਦੀ ਜੈਕਟ ਪਾਈ ਹੋਈ ਸੀ ਤੇ ਉਹਦੇ ਲੰਮੇ ਬੂਟ ਹੋਰ ਵੀ ਚਮਕਾਂ ਮਾਰ ਰਹੇ ਸਨ। "ਚੱਲੋ ਹਿੱਲੋ ਏਥੋਂ। ਏਥੇ ਖਲੋਣ ਦਾ ਨਹੀਂ ਕੋਈ ਮਤਲਬ," ਉਸ ਨੇ ਭੀੜ ਨੂੰ ਦਬਕਾਇਆ। ਪਰ ਹਾਲੇ ਤੱਕ ਉਸ ਨੂੰ ਇਹ ਨਹੀਂ ਸੀ ਪਤਾ ਕਿ ਲੋਕ ਇਕੱਠੇ ਕਿਉਂ ਹੋਏ ਹਨ।

ਜਦੋਂ ਉਹ ਨੇੜੇ ਆਇਆ ਤੇ ਦਮ ਤੋੜ ਰਹੇ ਕੈਦੀ ਨੂੰ ਵੇਖਿਆ ਤਾਂ ਉਹਨੇ ਇਉਂ ਸਿਰ ਹਿਲਾਇਆ ਜਿਵੇਂ ਕਹਿੰਦਾ ਹੋਵੇ 'ਠੀਕ ਹੈ ਤੇ ਮੈਨੂੰ ਇਸ ਦਾ ਪਹਿਲਾਂ ਹੀ ਪਤਾ ਸੀ।' ਫਿਰ ਪੁਲਸ ਦੇ ਸਿਪਾਹੀ ਵੱਲ ਮੁੜ ਕੇ ਉਹਨੇ ਪੁੱਛਿਆ:

"ਇਹ ਕਿਵੇਂ?"

ਪੁਲਸ ਵਾਲੇ ਨੇ ਰਿਪੋਰਟ ਦਿੱਤੀ ਕਿ ਕੈਦੀਆਂ ਦੀ ਟੋਲੀ ਜਾ ਰਹੀ ਸੀ। ਇਕ ਕੈਦੀ ਨਿਢਾਲ ਹੋ ਕੇ ਡਿਗ ਪਿਆ ਅਤੇ ਰਖਵਾਲ ਅਫਸਰ ਨੇ ਇਸ ਨੂੰ ਪਿੱਛੇ ਹੀ ਛੱਡ ਜਾਣ ਦਾ ਹੁਕਮ ਦੇ ਦਿੱਤਾ।

"ਠੀਕ ਹੈ। ਇਹਨੂੰ ਥਾਣੇ ਪੁਚਾਉਣਾ ਚਾਹੀਦੈ। ਸੱਦੋ ਕਿਸੇ ਬੱਘੀ ਵਾਲੇ ਨੂੰ।"

"ਭੇਜਿਆ ਹੋਇਐ ਚੌਂਕੀਦਾਰ ਨੂੰ," ਪੁਲਸ ਦੇ ਸਿਪਾਹੀ ਨੇ ਸਲੂਟ ਮਾਰ ਕੇ ਆਖਿਆ।

ਕਲਰਕ ਗਰਮੀ ਬਾਰੇ ਕੋਈ ਗੱਲ ਕਰਨ ਲੱਗ ਪਿਆ।

"ਇਹ ਤੇਰਾ ਕੰਮ ਏ? ਹੈਂ? ਤੁਰਦਾ ਹੋ ਏਥੋਂ," ਪੁਲਸ ਦੇ ਅਫਸਰ ਨੇ ਆਖਿਆ ਤੇ ਇਉਂ ਘੂਰੀ ਵੱਟ ਕੇ ਉਹਦੇ ਵੱਲ ਵੇਖਿਆ ਕਿ ਕਲਰਕ ਚੁਪ ਹੋ ਗਿਆ।

"ਇਹਨੂੰ ਦੋ ਘੁਟ ਪਾਣੀ ਦੇਣਾ ਚਾਹੀਦਾ ਹੈ," ਨੇਖਲੀਊਦੋਵ ਨੇ ਕਿਹਾ।

ਪੁਲਸ ਅਫਸਰ ਨੇ ਨੇਖਲੀਊਦੋਵ ਵੱਲ ਵੀ ਘੂਰੀ ਵੱਟ ਕੇ ਵੇਖਿਆ ਪਰ ਮੂੰਹੋਂ ਕੁਝ ਨਹੀਂ ਬੋਲਿਆ। ਜਦੋਂ ਚੌਂਕੀਦਾਰ ਪਾਣੀ ਦਾ ਭਰਿਆ ਇਕ ਮੱਗ ਲੈ ਆਇਆ ਤਾਂ ਅਫਸਰ ਨੇ ਪੁਲਸ ਦੇ ਸਿਪਾਹੀ ਨੂੰ ਆਖਿਆ ਕਿ ਕੈਦੀ ਨੂੰ ਦੋ ਘੁਟ ਪਾਣੀ ਪਿਆ ਦੇਵੇ। ਸਿਪਾਹੀ ਨੇ ਹੇਠਾਂ ਲੁੜ੍ਹਕਿਆ ਸਿਰ ਉੱਚਾ ਕੀਤਾ ਤੇ ਉਹਦੇ ਮੂੰਹ ਵਿਚ ਪਾਣੀ ਦੀਆਂ ਕੁਝ ਬੂੰਦਾਂ ਪਾਉਣ ਦੀ ਕੋਸ਼ਿਸ਼ ਕੀਤੀ ਪਰ ਕੈਦੀ ਕੋਲੋਂ ਪਾਣੀ ਅੰਦਰ ਨਾ ਲੰਘਾਇਆ ਗਿਆ। ਪਾਣੀ ਮੂੰਹ ਵਿਚੋਂ ਨਿਕਲ ਕੇ ਉਹਦੀ ਦਾੜ੍ਹੀ ਵਿਚੋਂ ਹੇਠਾਂ ਵਹਿ ਗਿਆ ਜਿਸ ਨਾਲ ਉਹਦੀ

ਜੈਕਟ ਤੇ ਉਹਦੀ ਕੋਰੀ ਲਿਨਨ ਦੀ ਮੈਲੀ ਕਮੀਜ਼ ਗਿੱਲੀ ਹੋ ਗਈ।

"ਇਹਦੇ ਸਿਰ ਵਿਚ ਪਾ ਥੋੜਾ ਜਿਹਾ," ਅਫਸਰ ਨੇ ਹੁਕਮ ਦਿੱਤਾ। ਪੁਲਸ ਦੇ ਸਿਪਾਹੀ ਨੇ ਉਹਦੀ ਗੋਲ ਬੈਠਵੀਂ ਟੋਪੀ ਲਾਹੀ ਅਤੇ ਕੈਦੀ ਦੇ ਸਿਰ ਦੇ ਲਾਲ ਕੁੰਡਲਾਂ ਵਾਲੇ ਅਤੇ ਗੰਜ ਵਾਲੇ ਹਿੱਸੇ ਵਿਚ ਪਾਣੀ ਪਾਇਆ।

ਕੈਦੀ ਦੀਆਂ ਅੱਖਾਂ ਇਉਂ ਟੱਡੀਆਂ ਗਈਆਂ ਜਿਵੇਂ ਕੋਈ ਡਰ ਜਾਂਦਾ ਹੈ, ਪਰ ਉਹ ਪਿਆ ਓਸੇ ਹੀ ਹਾਲਤ ਵਿਚ ਰਿਹਾ। ਉਹਦੇ ਧੂੜ ਨਾਲ ਅੱਟੇ ਚਿਹਰੇ ਤੋਂ ਮੈਲ ਦੀਆਂ ਘਰਾਲਾਂ ਵੱਗ ਤੁਰੀਆਂ ਪਰ ਸਾਹ ਲੈਣ ਵਾਸਤੇ ਉਹਦਾ ਮੂੰਹ ਹਾਲੇ ਵੀ ਪਹਿਲਾਂ ਵਾਂਗ ਹੀ ਟੱਡਿਆ ਜਾਂਦਾ ਸੀ ਤੇ ਉਹਦਾ ਸਾਰਾ ਸਰੀਰ ਝੰਜੋੜਿਆ ਜਾਂਦਾ ਸੀ।

"ਗੱਲ ਸੁਣ ਓਏ! ਆ ਏਧਰ। ਇਸ ਆਦਮੀ ਨੂੰ ਲੈ ਚਲ," ਪੁਲਸ ਅਫਸਰ ਨੇ ਨੇਖਲੀਊਦੋਵ ਦੇ ਕੋਚਵਾਨ ਵੱਲ ਇਸ਼ਾਰਾ ਕਰਕੇ ਆਖਿਆ। "ਲਿਆ ਉਰੇ ਗੱਡੀ ਨੂੰ!"

"ਮੇਰੀ ਬੱਘੀ ਲੱਗੀ ਹੋਈ ਏ," ਕੋਚਵਾਨ ਨੇ ਨਜ਼ਰਾਂ ਨੀਵੀਆਂ ਪਾਈ ਉਦਾਸ ਲਹਿਜੇ ਵਿਚ ਆਖਿਆ।

"ਇਹ ਬੱਘੀ ਮੈਂ ਕੀਤੀ ਹੋਈ ਐ। ਪਰ ਲੈ ਜਾਓ ਏਹਨੂੰ। ਮੈਂ ਪੈਸੇ ਦੇ ਦੇਵਾਂਗਾ," ਨੇਖਲੀਊਦੋਵ ਨੇ ਕੋਚਵਾਨ ਵੱਲ ਮੂੰਹ ਕਰ ਕੇ ਆਖਿਆ।

"ਚਲ, ਵੇਖਦਾ ਕੀ ਏਂ?" ਅਫਸਰ ਕੜਕ ਕੇ ਬੋਲਿਆ। "ਚੁੱਕੋ ਇਹਨੂੰ।"

ਪੁਲਸ ਦੇ ਸਿਪਾਹੀ, ਚੌਕੀਦਾਰ, ਅਤੇ ਰਖਵਾਲ ਸਿਪਾਹੀ ਨੇ ਦਮ ਤੋੜ ਰਹੇ ਆਦਮੀ ਨੂੰ ਚੁੱਕਿਆ ਅਤੇ ਬੱਘੀ ਤੱਕ ਲੈ ਗਏ ਤੇ ਉਹਨੂੰ ਸੀਟ ਉਤੇ ਬਿਠਾ ਦਿੱਤਾ। ਪਰ ਉਹਦੇ ਕੋਲੋਂ ਬੈਠਿਆ ਨਹੀਂ ਸੀ ਜਾਂਦਾ। ਉਹਦਾ ਸਿਰ ਪਿਛਲੇ ਪਾਸੇ ਲੁੜ੍ਹਕ ਗਿਆ ਤੇ ਉਹਦੀ ਦਿਹ ਤਿਲਕ ਕੇ ਸੀਟ ਤੋਂ ਹੇਠਾਂ ਆ ਪਈ।

"ਲੰਮਾ ਪਾ ਦਿਓ ਇਹਨੂੰ," ਅਫਸਰ ਨੇ ਹੁਕਮ ਦਿੱਤਾ।

"ਕੋਈ ਗੱਲ ਨਹੀਂ, ਹਜ਼ੂਰ। ਮੈਂ ਏਸੇ ਤਰ੍ਹਾਂ ਪਹੁੰਚਾ ਦੇਵਾਂਗਾ ਥਾਣੇ ਇਸ ਨੂੰ," ਪੁਲਸ ਦੇ ਸਿਪਾਹੀ ਨੇ ਆਖਿਆ ਅਤੇ ਮਰ ਰਹੇ ਕੈਦੀ ਨੂੰ ਸੀਟ ਦੇ ਉਤੇ ਆਪਣੇ ਨਾਲ ਬਿਠਾ ਕੇ ਆਪਣੀ ਮਜ਼ਬੂਤ ਸਜੀ ਬਾਂਹ ਉਹਦੀਆਂ ਬਾਹਵਾਂ ਦੇ ਹੇਠੋਂ ਦੀ ਉਹਦੇ ਲੱਕ ਦੁਆਲੇ ਕੱਸ ਲਈ।

ਸਿਪਾਹੀ ਨੇ ਕੈਦੀ ਦੇ ਪੈਰ ਉਪਰ ਕੀਤੇ, ਜਿਹੜੇ ਪੱਟੀਆਂ ਬਗ਼ੈਰ ਬੂਟਾਂ ਨਾਲ ਕੱਜੇ ਹੋਏ ਸਨ, ਅਤੇ ਕੋਚਵਾਨ ਦੀ ਸੀਟ ਹੇਠ ਨਿੱਸਲ ਕਰ ਦਿੱਤੇ।

ਪੁਲਸ ਅਫਸਰ ਨੇ ਚੁਫੇਰੇ ਨਜ਼ਰ ਮਾਰੀ, ਕੈਦੀ ਦੀ ਟੋਪੀ ਉਹਦੀ ਨਜ਼ਰ ਪਈ। ਉਸ ਨੇ ਟੋਪੀ ਚੁੱਕੀ ਅਤੇ ਕੈਦੀ ਦੇ ਗਿੱਲੇ ਨੁਚੜਦੇ ਸਿਰ ਉਤੇ ਰੱਖ ਦਿੱਤੀ।

"ਚੱਲੋ, ਜਾਓ।" ਉਸ ਨੇ ਹੁਕਮ ਦਿੱਤਾ।

ਬੱਘੀ ਦੇ ਕੋਚਵਾਨ ਨੇ ਗੁੱਸੇਭਰੀਆਂ ਨਜ਼ਰਾਂ ਨਾਲ ਪਿੱਛੇ ਮੁੜ ਕੇ ਵੇਖਿਆ, ਆਪਣਾ ਸਿਰ ਛੰਡਿਆ ਅਤੇ ਬੱਘੀ ਹੌਲੀ ਹੌਲੀ ਵਾਪਸ ਥਾਣੇ ਵੱਲ ਨੂੰ ਤੋਰ ਲਈ। ਰਖਵਾਲ

ਸਿਪਾਹੀ ਉਹਦੇ ਨਾਲ ਜਾ ਰਿਹਾ ਸੀ। ਕੈਦੀ ਦੇ ਨਾਲ ਬੈਠਾ ਪੁਲਸ ਦਾ ਸਿਪਾਹੀ ਕੈਦੀ ਨੂੰ ਉਪਰ ਵੱਲ ਚੁੱਕਦਾ ਸੀ ਜਿਹੜਾ ਬਾਰ ਬਾਰ ਸੀਟ ਤੋਂ ਹੇਠਾਂ ਵੱਲ ਤਿਲਕਦਾ ਜਾ ਰਿਹਾ ਸੀ। ਉਹਦਾ ਸਿਰ ਕਦੇ ਇਕ ਪਾਸੇ ਉਲਰ ਜਾਂਦਾ ਕਦੇ ਦੂਜੇ ਪਾਸੇ। ਰਖਵਾਲ ਸਿਪਾਹੀ, ਜਿਹੜਾ ਬੱਘੀ ਦੇ ਨਾਲ ਨਾਲ ਪੈਦਲ ਤੁਰਿਆ ਜਾ ਰਿਹਾ ਸੀ, ਮੁੜ ਮੁੜ ਕੈਦੀ ਦੇ ਪੈਰ ਲੱਤਾਂ ਚੁੱਕ ਚੁੱਕ ਕੇ ਬੱਘੀ ਅੰਦਰ ਕਰਦਾ ਰਿਹਾ। ਨੇਖਲੀਊਦੋਵ ਬੱਘੀ ਦੇ ਪਿੱਛੇ ਪਿੱਛੇ ਜਾ ਰਿਹਾ ਸੀ।

੩੭

ਥਾਣੇ ਦੇ ਫਾਟਕ ਅੱਗੇ ਅੱਗ-ਬੁਝਾਊ ਗਾਰਦ ਦਾ ਇਕ ਸਿਪਾਹੀ ਖੜਾ ਪਹਿਰਾ ਦੇ ਰਿਹਾ ਸੀ। ਬੱਘੀ ਫਾਟਕ ਲੰਘ ਕੇ ਥਾਣੇ ਦੇ ਹਾਤੇ ਵਿਚ ਪਹੁੰਚ ਗਈ ਤੇ ਇਕ ਬੂਹੇ ਅੱਗੇ ਜਾ ਰੁਕੀ।

ਹਾਤੇ ਵਿਚ ਅੱਗ-ਬੁਝਾਊ ਗਾਰਦ ਦੇ ਕਈ ਸਿਪਾਹੀ ਆਪਣੀਆਂ ਕਮੀਜ਼ਾਂ ਦੀਆਂ ਬਾਹਵਾਂ ਚੜ੍ਹਾ ਕੇ ਇਕ ਛਕੜੇ ਨੂੰ ਧੋ ਰਹੇ ਸਨ ਅਤੇ ਉੱਚੀ ਉੱਚੀ ਗੱਲਾਂ ਕਰ ਰਹੇ ਸਨ।

ਬੱਘੀ ਅੰਦਰ ਆ ਕੇ ਰੁਕੀ ਤਾਂ ਕੁਝ ਸਿਪਾਹੀ ਉਸ ਦੇ ਆਲੇ ਦੁਆਲੇ ਆ ਖੜੇ ਹੋਏ, ਅਤੇ ਕੈਦੀ ਦੇ ਬੇਜਾਨ ਸਰੀਰ ਨੂੰ ਜੱਫੇ ਵਿਚ ਲੈ ਕੇ ਬੱਘੀ ਵਿਚੋਂ ਉਤਾਰਨ ਲੱਗੇ। ਉਹਨਾਂ ਦੇ ਭਾਰ ਹੇਠ ਬੱਘੀ ਕਿੜ ਕਿੜ ਕਰ ਉੱਠੀ।

ਪੁਲਸ ਦਾ ਜਿਹੜਾ ਸਪਾਹੀ ਕੈਦੀ ਨੂੰ ਲਿਆਇਆ ਸੀ ਬੱਘੀ ਵਿਚੋਂ ਹੇਠਾਂ ਉਤਰਿਆ ਅਤੇ ਆਪਣੀ ਸੁੰਨ ਹੋ ਗਈ ਬਾਂਹ ਨੂੰ ਝਟਕੇ ਦੇਣ ਲੱਗਾ। ਉਸ ਤੋਂ ਮਗਰੋਂ ਉਹਨੇ ਸਿਰ ਉਤੋਂ ਟੋਪੀ ਲਾਹੀ ਅਤੇ ਸਲੀਬ ਦਾ ਨਿਸ਼ਾਨ ਬਣਾਇਆ। ਲਾਸ਼ ਨੂੰ ਇਕ ਦਰਵਾਜ਼ੇ ਵਿਚੋਂ ਅੰਦਰ ਲਿਜਾ ਕੇ ਉਪਰਲੀ ਛੱਤੇ ਲੈ ਆਂਦਾ ਗਿਆ। ਨੇਖਲੀਊਦੋਵ ਮਗਰ ਮਗਰ ਹੀ ਆ ਰਿਹਾ ਸੀ। ਜਿਸ ਕਮਰੇ ਵਿਚ ਲਾਸ਼ ਲਿਆਂਦੀ ਗਈ ਉਹ ਇਕ ਛੋਟਾ ਜਿਹਾ ਗੰਦਾ ਕਮਰਾ ਸੀ ਜਿਸ ਵਿਚ ਚਾਰ ਮੰਜੇ ਪਏ ਸਨ। ਦੋ ਮੰਜਿਆਂ ਉਤੇ ਦੋ ਬੀਮਾਰ ਬੰਦੇ ਡ੍ਰੈਸਿੰਗ-ਗਾਊਨ ਪਾਈ ਬੈਠੇ ਸਨ। ਇਕ ਦਾ ਮੂੰਹ ਵਿੰਗਾ ਸੀ ਤੇ ਧੌਣ ਉਤੇ ਪੱਟੀ ਬੱਝੀ ਹੋਈ ਸੀ ਅਤੇ ਦੂਜਾ ਤਪਦਿਕ ਦਾ ਮਰੀਜ਼ ਸੀ। ਦੋ ਮੰਜੇ ਖਾਲੀ ਪਏ ਸਨ। ਇਹਨਾਂ ਵਿਚੋਂ ਇਕ ਉਤੇ ਕੈਦੀ ਨੂੰ ਲੰਮਾ ਪਾ ਦਿੱਤਾ ਗਿਆ। ਇਕ ਮਧਰੇ ਜਿਹੇ ਕਦ ਦਾ ਆਦਮੀ ਜਿਸ ਨੇ ਅੰਦਰਲੇ ਕਪੜੇ ਤੇ ਜੁਰਾਬਾਂ ਹੀ ਪਾਈਆਂ ਹੋਈਆਂ ਸਨ, ਛੇਤੀ ਛੇਤੀ ਪਰ ਪੋਲੇ ਪੋਲੇ ਕਦਮ ਰੱਖਦਾ ਅੰਦਰ ਆਇਆ। ਇਸ ਆਦਮੀ ਦੀਆਂ ਅੱਖਾਂ ਚਮਕ ਰਹੀਆਂ ਸਨ ਅਤੇ ਭਰਵੱਟੇ ਬਰਾਬਰ ਹਿਲ ਰਹੇ ਸਨ। ਉਸ ਨੇ ਪਹਿਲਾਂ ਕੈਦੀ ਵੱਲ ਅਤੇ ਫੇਰ ਨੇਖਲੀਊਦੋਵ ਵੱਲ ਵੇਖਿਆ ਅਤੇ ਠਹਾਕੇ ਮਾਰ ਕੇ ਹੱਸਣ ਲੱਗ ਪਿਆ। ਇਹ ਇਕ ਪਾਗਲ ਸੀ ਜਿਸ ਨੂੰ

ਪੁਲਸ ਦੇ ਹਸਪਤਾਲ ਦੇ ਵੇਟਿੰਗ-ਰੂਮ ਵਿਚ ਰੱਖਿਆ ਹੋਇਆ ਸੀ।

"ਇਹ ਲੋਕ ਮੈਨੂੰ ਡਰਾਉਣਾ ਚਾਹੁੰਦੇ ਆ। ਪਰ ਮੈਂ ਨਹੀਂ ਕਦੇ ਡਰਨ ਲੱਗਾ ਇਹਨਾਂ ਕੋਲੋਂ," ਉਸ ਨੇ ਆਖਿਆ।

ਲਾਸ਼ ਚੁੱਕ ਕੇ ਲਿਆਉਣ ਵਾਲੇ ਪੁਲਸ ਵਾਲਿਆਂ ਦੇ ਪਿੱਛੇ ਪਿੱਛੇ ਪੁਲਸ ਅਫਸਰ ਅਤੇ ਕੰਪੌਂਡਰ ਅੰਦਰ ਆ ਗਏ।

ਕੰਪੌਂਡਰ ਨੇ ਨੇੜੇ ਆ ਕੇ ਚਟਾਕਾਂ ਭਰਿਆ ਹੱਥ ਫੜ ਕੇ ਵੇਖਿਆ। ਹੱਥ, ਭਾਵੇਂ ਹਾਲੇ ਨਰਮ ਹੀ ਸੀ, ਪੂਰੀ ਤਰ੍ਹਾਂ ਪੀਲਾ ਹੋ ਗਿਆ ਹੋਇਆ ਸੀ ਅਤੇ ਠੰਡਾ ਹੋ ਚੁੱਕਾ ਹੋਇਆ ਸੀ। ਉਸ ਨੇ ਪਲ ਦੀ ਪਲ ਹੱਥ ਨੂੰ ਫੜੀ ਰੱਖਿਆ ਅਤੇ ਫੇਰ ਛੱਡ ਦਿੱਤਾ। ਨਿਰਜਿੰਦ ਹੱਥ ਮੁਰਦੇ ਦੇ ਢਿੱਡ ਉਤੇ ਡਿਗ ਪਿਆ।

"ਖਤਮ ਹੈ ਇਹ ਤਾਂ," ਕੰਪੌਂਡਰ ਨੇ ਆਖਿਆ, ਪਰ ਫੇਰ ਵੀ ਰਸਮ ਪੂਰੀ ਕਰਨ ਲਈ ਉਸ ਨੇ ਗਿੱਲੀ ਤੇ ਮੈਲੀ ਕੁਚੈਲੀ ਕਮੀਜ਼ ਦੇ ਬਟਨ ਖੋਹਲੇ ਅਤੇ ਆਪਣੇ ਕੁੰਡਲਦਾਰ ਵਾਲਾਂ ਨੂੰ ਝਟਕੇ ਨਾਲ ਸਿਰ ਦੇ ਪਿੱਛੇ ਕਰਕੇ ਕੈਦੀ ਦੀ ਛਾਤੀ ਨਾਲ ਆਪਣੇ ਕੰਨ ਲਾ ਦਿੱਤੇ। ਕੈਦੀ ਦੀ ਚੌੜੀ ਛਾਤੀ ਪੀਲੀ ਪੈ ਗਈ ਸੀ ਤੇ ਉਸ ਦੀ ਧੜਕਣ ਬੰਦ ਹੋ ਚੁੱਕੀ ਸੀ। ਸਭ ਲੋਕ ਖਾਮੋਸ਼ ਖੜੇ ਸਨ। ਕੰਪੌਂਡਰ ਫੇਰ ਉਠ ਕੇ ਖੜਾ ਹੋ ਗਿਆ, ਉਸ ਨੇ ਆਪਣਾ ਸਿਰ ਛੰਡਿਆ ਅਤੇ ਆਪਣੀਆਂ ਉਂਗਲਾਂ ਨਾਲ ਕੈਦੀ ਦੀਆਂ ਪਲਕਾਂ ਨੂੰ ਵਾਰੀ ਵਾਰੀ ਛੋਹਿਆ। ਨੀਲੀਆਂ ਅੱਖਾਂ ਖੁਲ੍ਹੀਆਂ ਸਨ ਤੇ ਤਾੜੇ ਲੱਗੀਆਂ ਹੋਈਆਂ ਸਨ।

"ਮੈਂ ਨਹੀਂ ਡਰਦਾ, ਮੈਂ ਨਹੀਂ ਡਰਦਾ," ਪਾਗ਼ਲ ਆਦਮੀ ਕੰਪੌਂਡਰ ਵੱਲ ਥੁਕਦਾ ਹੋਇਆ ਬੋਲੀ ਜਾਂਦਾ ਸੀ।

"ਦੱਸੋ?" ਪੁਲਸ ਦੇ ਅਫਸਰ ਨੇ ਪੁੱਛਿਆ।

"ਦੱਸਣਾ ਕੀ ਹੈ?" ਕੰਪੌਂਡਰ ਨੇ ਜਵਾਬ ਦਿੱਤਾ। "ਇਸ ਨੂੰ ਮੁਰਦਾਖਾਨੇ ਵਿਚ ਰਖਵਾ ਦੇਣਾ ਚਾਹੀਦੈ।"

"ਵੇਖ ਲਓ! ਪੱਕੀ ਗੱਲ ਹੈ ਨਾ? ਪੁਲਸ ਦੇ ਅਫਸਰ ਨੇ ਪੁੱਛਿਆ।

"ਲਓ, ਹਾਲੇ ਤੱਕ ਮੈਂ ਏਨਾ ਵੀ ਨਹੀਂ ਜਾਣਦਾ?" ਕਮੀਜ਼ ਨੂੰ ਖਿੱਚ ਕੇ ਲਾਸ਼ ਦੀ ਛਾਤੀ ਉਤੇ ਕਰਦਿਆਂ ਕੰਪੌਂਡਰ ਨੇ ਆਖਿਆ। "ਫੇਰ ਵੀ ਮੈਂ ਮਾਤਵੇਈ ਇਵਾਨੋਵਿਚ ਨੂੰ ਸੱਦ ਲੈਂਦਾ ਹਾਂ। ਉਹ ਵੀ ਨਜ਼ਰ ਮਾਰ ਲਵੇ। ਪਿਤਰੋਵ, ਸੱਦ ਲਿਆ ਖਾਂ," ਅਤੇ ਕੰਪੌਂਡਰ ਲਾਸ਼ ਤੋਂ ਕੁਝ ਕਦਮ ਪਿੱਛੇ ਹਟ ਗਿਆ।

"ਲੈ ਜਾਓ ਇਹਨੂੰ ਮੁਰਦਾਖਾਨੇ ਵਿਚ," ਪੁਲਸ ਅਫਸਰ ਨੇ ਆਖਿਆ। "ਤੇ ਮਗਰੋਂ ਤੂੰ ਦਫਤਰ ਵਿਚ ਆ ਜਾਈਂ ਤੇ ਦਸਖ਼ਤ ਕਰ ਦੇਵੀਂ," ਉਸ ਨੇ ਰਖਵਾਲ ਸਿਪਾਹੀ ਨੂੰ ਕਿਹਾ ਜਿਹੜਾ ਇਕ ਪਲ ਵੀ ਕੈਦੀ ਕੋਲੋਂ ਪਰੇ ਨਹੀਂ ਸੀ ਹਟਿਆ।

"ਜੀ, ਸਾਹਿਬ।" ਸਿਪਾਹੀ ਨੇ ਜਵਾਬ ਵਿਚ ਕਿਹਾ।

ਪੁਲਸ ਦੇ ਸਿਪਾਹੀਆਂ ਨੇ ਲਾਸ਼ ਨੂੰ ਚੁੱਕਿਆ ਤੇ ਫੇਰ ਹੇਠਾਂ ਲੈ ਆਂਦਾ। ਨੇਖਲੀਊਦੋਵ ਪਿੱਛੇ ਪਿੱਛੇ ਜਾਣਾ ਚਾਹੁੰਦਾ ਸੀ ਪਰ ਪਾਗ਼ਲ ਆਦਮੀ ਨੇ ਉਸ ਨੂੰ ਰੋਕ ਲਿਆ ਸੀ।

"ਤੁਸੀਂ ਸਾਜ਼ਿਸ਼ ਵਿਚ ਸ਼ਾਮਲ ਨਹੀਂ ਜੇ, ਇਸ ਕਰਕੇ ਮੈਨੂੰ ਇਕ ਸਿਗਰਟ ਦਿਓ," ਉਸ ਨੇ ਆਖਿਆ ਸੀ।

ਨੇਖਲੀਊਦੋਵ ਨੇ ਸਿਗਰਟਾਂ ਵਾਲੀ ਡੱਬੀ ਕੱਢੀ ਅਤੇ ਇਕ ਸਿਗਰਟ ਉਸ ਨੂੰ ਦੇ ਦਿੱਤੀ। ਪਾਗ਼ਲ ਆਦਮੀ ਨੇ, ਜਿਹੜਾ ਆਪਣੇ ਭਰਵੱਟਿਆਂ ਨੂੰ ਲਗਾਤਾਰ ਛੇਤੀ ਛੇਤੀ ਹਿਲਾਈ ਜਾ ਰਿਹਾ ਸੀ, ਆਪਣੀ ਕਹਾਣੀ ਸੁਣਾਉਣੀ ਸ਼ੁਰੂ ਕਰ ਦਿੱਤੀ ਕਿ ਕਿਵੇਂ ਵਿਚਾਰ-ਸੁਝਾਓ ਦੇ ਦੇ ਕੇ ਉਸ ਨੂੰ ਤਸੀਹੇ ਦਿੱਤੇ ਗਏ।

"ਇਹ ਸਭ ਲੋਕ ਮੇਰੇ ਖਿਲਾਫ ਨੇ। ਤੇ ਸਾਰੇ ਆਪੋ ਆਪਣੇ ਬੰਦਿਆਂ ਰਾਹੀਂ ਮੈਨੂੰ ਦੁਖੀ ਕਰਦੇ ਤੇ ਤਸੀਹੇ ਦੇਂਦੇ ਨੇ।"

"ਮਾਫ ਕਰਨਾ," ਨੇਖਲੀਊਦੋਵ ਨੇ ਆਖਿਆ ਅਤੇ ਉਹਦੀ ਗੱਲ ਹੋਰ ਅੱਗੋਂ ਸੁਣੇ ਬਗ਼ੈਰ ਉਹ ਕਮਰੇ ਵਿਚੋਂ ਨਿਕਲ ਕੇ ਬਾਹਰ ਹਾਤੇ ਵਿਚ ਆ ਗਿਆ। ਉਹ ਵੇਖਣਾ ਚਾਹੁੰਦਾ ਸੀ ਕਿ ਲਾਸ਼ ਨੂੰ ਕਿੱਥੇ ਰਖਿਆ ਜਾਂਦਾ ਹੈ।

ਪੁਲਸ ਦੇ ਸਿਪਾਹੀ ਆਪਣਾ ਭਾਰ ਚੁੱਕੀ ਹਾਤਾ ਪਾਰ ਕਰ ਚੁੱਕੇ ਸਨ ਅਤੇ ਇਕ ਕੋਠੜੀ ਦਾ ਬੂਹਾ ਲੰਘ ਰਹੇ ਸਨ। ਨੇਖਲੀਊਦੋਵ ਉਹਨਾਂ ਦੇ ਕੋਲ ਜਾਣਾ ਚਾਹੁੰਦਾ ਸੀ ਪਰ ਪੁਲਸ ਅਫਸਰ ਨੇ ਉਸ ਨੂੰ ਰੋਕ ਦਿੱਤਾ।

"ਕੀ ਚਾਹੀਦੈ ਤੁਹਾਨੂੰ?"

"ਕੁਝ ਨਹੀਂ।"

"ਕੁਝ ਨਹੀਂ? ਤਾਂ ਜਾਓ ਫੇਰ।"

ਨੇਖਲੀਊਦੋਵ ਬਿਨਾਂ ਕਿਸੇ ਹੀਲ ਹੁਜਤ ਦੇ ਆਪਣੀ ਬੱਘੀ ਕੋਲ ਵਾਪਸ ਆ ਗਿਆ। ਕੋਚਵਾਨ ਬੈਠਾ ਊਂਘ ਰਿਹਾ ਸੀ। ਨੇਖਲੀਊਦੋਵ ਨੇ ਉਸ ਨੂੰ ਜਗਾਇਆ ਅਤੇ ਉਹ ਰੇਲਵੇ ਸਟੇਸ਼ਨ ਵੱਲ ਮੁੜ ਪਏ।

ਅਜੇ ਉਹ ਸੌ ਗਜ਼ ਵੀ ਨਹੀਂ ਗਏ ਹੋਣੇ ਕਿ ਉਹਨਾਂ ਨੂੰ ਇਕ ਛਕੜਾ ਆਉਂਦਾ ਮਿਲਿਆ ਜਿਸ ਦੇ ਨਾਲ ਨਾਲ ਰਖਵਾਲ ਸਿਪਾਹੀ ਆਪਣੀ ਰਫਲ ਚੁੱਕੀ ਤੁਰਿਆ ਆਉਂਦਾ ਸੀ। ਛਕੜੇ ਉਤੇ ਇਕ ਹੋਰ ਕੈਦੀ ਪਿਆ ਸੀ ਜਿਹੜਾ ਪ੍ਰਤੱਖ ਰੂਪ ਵਿਚ ਮਰ ਚੁੱਕਾ ਸੀ। ਕੈਦੀ ਪਿਠ ਪਰਨੇ ਪਿਆ ਸੀ। ਉਸ ਦਾ ਮੁੰਨਿਆ ਹੋਇਆ ਸਿਰ, ਜਿਸ ਤੋਂ ਗੋਲ ਬੈਠਵੀਂ ਟੋਪੀ ਸਰਕ ਕੇ ਉਹਦੇ ਕਾਲੀ ਦਾੜ੍ਹੀ ਵਾਲੇ ਮੂੰਹ ਦੇ ਨੱਕ ਤੱਕ ਆ ਗਈ ਸੀ, ਹਝੋਕਿਆਂ ਨਾਲ ਸੱਜੇ ਖੱਬੇ ਹਿਲਦਾ ਤੇ ਛਕੜੇ ਉਤੇ ਠੱਕ ਠੱਕ ਵਜਦਾ ਸੀ। ਕੋਚਵਾਨ, ਜਿਸ ਨੇ ਭਾਰੇ ਵੱਡੇ ਬੂਟ ਪਾਏ ਹੋਏ ਸਨ, ਹੱਥ ਵਿਚ ਵਾਗਾਂ ਫੜੀ ਛਕੜੇ ਦੇ ਨਾਲ ਨਾਲ ਤੁਰ ਰਿਹਾ ਸੀ। ਉਹਦੇ ਪਿੱਛੇ ਪਿੱਛੇ ਇਕ ਪੁਲਸ ਦਾ ਸਿਪਾਹੀ ਤੁਰਿਆ ਆਉਂਦਾ ਸੀ। ਨੇਖਲੀਊਦੋਵ ਨੇ ਆਪਣੇ ਕੋਚਵਾਨ ਦੇ ਮੋਢੇ ਨੂੰ ਛੋਹਿਆ।

"ਕੀ ਕਰਦੇ ਨੇ ਇਹ!" ਕੋਚਵਾਨ ਨੇ ਆਪਣੇ ਘੋੜੇ ਨੂੰ ਰੋਕਦਿਆਂ ਆਖਿਆ।

ਨੇਖਲੀਊਦੋਵ ਹੇਠ ਉਤਰ ਗਿਆ ਅਤੇ ਛਕੜੇ ਦੇ ਪਿੱਛੇ ਪਿੱਛੇ ਹੋ ਤੁਰਿਆ। ਉਹ ਇਕ ਵਾਰੀ ਫੇਰ ਸੰਤਰੀ ਦੇ ਅੱਗੋਂ ਦੀ ਲੰਘ ਕੇ ਥਾਣੇ ਦੇ ਫਾਟਕ ਤੋਂ ਅੰਦਰ ਚਲਾ ਗਿਆ।

ਹੁਣ ਤੱਕ ਅੱਗ-ਬੁਝਾਊ ਗਾਰਦ ਦੇ ਸਿਪਾਹੀ ਛਕੜਾ ਧੋ ਚੁੱਕੇ ਸਨ ਅਤੇ ਉਹਨਾਂ ਦੀ ਥਾਂ ਇਕ ਉੱਚਾ ਲੰਮਾ, ਹੱਡਲ ਜਿਹਾ ਆਦਮੀ, ਜਿਸ ਦੀ ਟੋਪੀ ਦੁਆਲੇ ਨੀਲੀ ਪੱਟੀ ਸੀ, ਆਪਣੀਆਂ ਜੇਬਾਂ ਵਿਚ ਹੱਥ ਪਾਈ ਖੜਾ ਸੀ। ਇਹ ਫਾਇਰ-ਬ੍ਰਿਗੇਡ ਦਾ ਮੇਜਰ ਸੀ ਜਿਹੜਾ ਘੂਰੀ ਵੱਟ ਕੇ ਮੋਟੀ ਧੌਣ ਵਾਲੇ ਪਲੇ ਹੋਏ ਲਾਖੇ ਘੋੜੇ ਵੱਲ ਵੇਖ ਰਿਹਾ ਸੀ ਜਿਸ ਨੂੰ ਅੱਗ-ਬੁਝਾਊ ਗਾਰਦ ਦਾ ਇਕ ਸਿਪਾਹੀ ਉਹਦੇ ਸਾਮ੍ਹਣੇ ਏਧਰ ਓਧਰ ਲਈ ਫਿਰਦਾ ਸੀ। ਘੋੜੇ ਦਾ ਅਗਲਾ ਪੈਰ ਲੰਗੜਾ ਸੀ ਅਤੇ ਫਾਇਰ-ਬ੍ਰਿਗੇਡ ਦਾ ਮੇਜਰ ਆਪਣੇ ਲਾਗੇ ਖੜੇ ਇਕ ਡੰਗਰ ਡਾਕਟਰ ਨੂੰ ਬੜੇ ਗੁੱਸੇ ਨਾਲ ਕੁਝ ਆਖ ਰਿਹਾ ਸੀ।

ਪੁਲਸ ਅਫਸਰ ਵੀ ਓਥੇ ਹੀ ਖੜਾ ਸੀ। ਇਕ ਹੋਰ ਲਾਸ਼ ਨੂੰ ਵੇਖ ਕੇ ਉਹ ਰਖਵਾਲ ਸਿਪਾਹੀ ਦੇ ਨੇੜੇ ਆ ਗਿਆ।

"ਕਿੱਥੋਂ ਚੁੱਕ ਲਿਆਂਦਾ ਏਹਨੂੰ?" ਖਿੱਝ ਵਿਚ ਆ ਕੇ ਆਪਣਾ ਸਿਰ ਛੰਡਦਿਆਂ ਉਹਨੇ ਪੁੱਛਿਆ।

"ਪੁਰਾਣੀ ਗੋਰਬਾਤੋਵਸਕਾਯਾ ਤੋਂ," ਪੁਲਸ ਦੇ ਸਿਪਾਹੀ ਨੇ ਜਵਾਬ ਦਿੱਤਾ।

"ਕੈਦੀ ਆ?" ਫਾਇਰ-ਬ੍ਰਿਗੇਡ ਦੇ ਮੇਜਰ ਨੇ ਪੁੱਛਿਆ।

"ਹਾਂ ਜੀ।"

"ਦੂਜੀ ਲਾਸ਼ ਏ ਅੱਜ ਇਹ।" ਪੁਲਸ ਅਫਸਰ ਨੇ ਆਖਿਆ।

"ਕੋਈ ਅਜੀਬ ਹੀ ਬੰਦੋਬਸਤ ਏ ਇਹਨਾਂ ਦਾ। ਵੈਸੇ ਤਾਂ ਅੱਜ ਗਰਮੀ ਵੀ ਆਖਰਾਂ ਦੀ ਏ," ਫ਼ਾਇਰ-ਬ੍ਰਿਗੇਡ ਦੇ ਮੇਜਰ ਨੇ ਆਖਿਆ। ਫੇਰ ਅੱਗ-ਬੁਝਾਊ ਗਾਰਦ ਦੇ ਸਿਪਾਹੀ ਨੂੰ ਸੰਬੋਧਨ ਕਰਕੇ, ਜਿਹੜਾ ਲੰਗੜੇ ਘੋੜੇ ਨੂੰ ਤੁਰਾ ਰਿਹਾ ਸੀ, ਉਹ ਕੜਕਿਆ:

"ਨੁੱਕਰ ਵਾਲੀ ਖੁਰਲੀ ਤੇ ਬੰਨ੍ਹ ਦੇ ਇਹਨੂੰ। ਤੇ ਤੈਨੂੰ, ਕੁੱਤੀ ਦਿਆ ਪੁਤਰਾ, ਮੈਂ ਸਿਖਾਊਂ ਘੋੜਿਆਂ ਨੂੰ ਲੰਗੜਾ ਕਿਵੇਂ ਕਰੀਦਾ ਏ। ਤੇਰੇ ਨਾਲੋਂ ਬਹੁਤਾ ਮੁੱਲ ਈ ਇਹਦਾ, ਕਿਸੇ ਬਦ ਦਿਆ ਤੁਖ਼ਮਾ!"

ਸਿਪਾਹੀਆਂ ਨੇ ਛਕੜੇ ਵਿਚੋਂ ਮੁਰਦੇ ਨੂੰ ਲਾਹਿਆ, ਬਿਲਕੁਲ ਓਸੇ ਤਰ੍ਹਾਂ, ਜਿਵੇਂ ਪਹਿਲੇ ਮੁਰਦੇ ਨੂੰ ਲਾਹਿਆ ਸੀ ਤੇ ਉਸ ਨੂੰ ਉਪਰ ਹਸਪਤਾਲ ਦੇ ਵੇਟਿੰਗ-ਰੂਮ ਵਿਚ ਲੈ ਗਏ। ਨੇਖਲੀਊਦੋਵ ਉਹਨਾਂ ਦੇ ਪਿੱਛੇ ਪਿੱਛੇ ਇਉਂ ਜਾ ਰਿਹਾ ਸੀ ਜਿਵੇਂ ਕੋਈ ਕੀਲਿਆ ਬੰਦਾ ਤੁਰਿਆ ਜਾ ਰਿਹਾ ਹੋਵੇ।

"ਕੀ ਕੰਮ ਏ ਤੁਹਾਨੂੰ?" ਇਕ ਸਿਪਾਹੀ ਨੇ ਪੁੱਛਿਆ।

ਨੇਖਲੀਊਦੋਵ ਨੇ ਕੋਈ ਜਵਾਬ ਨਹੀਂ ਦਿੱਤਾ ਅਤੇ ਜਿੱਧਰ ਲਾਸ਼ ਨੂੰ ਲਿਜਾਇਆ ਜਾ ਰਿਹਾ ਸੀ ਓਧਰ ਤੁਰਦਾ ਗਿਆ।

ਪਾਗਲ ਆਦਮੀ ਇਕ ਮੰਜੇ ਉਤੇ ਬੈਠਾ ਹੋਇਆ ਹਾਬੜਿਆਂ ਵਾਂਗ ਸਿਗਰਟ ਪੀ ਰਿਹਾ ਸੀ ਜਿਹੜੀ ਉਸ ਨੂੰ ਨੇਖਲੀਊਦੋਵ ਨੇ ਦਿੱਤੀ ਸੀ।

"ਵਾਹ, ਫੇਰ ਆ ਗਏ ਓ," ਉਸ ਨੇ ਆਖਿਆ ਤੇ ਹੱਸ ਪਿਆ। ਜਦੋਂ ਉਹਦਾ ਧਿਆਨ ਲਾਸ਼ ਵੱਲ ਗਿਆ ਤਾਂ ਉਹਨੇ ਮੂੰਹ ਬਣਾ ਕੇ ਆਖਿਆ: "ਫੇਰ ਲੈ ਆਂਦਾ।

ਮੈਂ ਤੰਗ ਆ ਗਿਆਂ! ਮੈਂ ਹੁਣ ਕੋਈ ਬੱਚਾ ਤਾਂ ਨਹੀਂ, ਹੈਂ?" ਤੇ ਉਹ ਇਕ ਸਵਾਲੀਆ ਮੁਸਕਾਨ ਨਾਲ ਨੇਖਲੀਊਦੋਵ ਵੱਲ ਵੇਖਣ ਲੱਗਾ।

ਨੇਖਲੀਊਦੋਵ ਮੁਰਦੇ ਵੱਲ ਵੇਖ ਰਿਹਾ ਸੀ। ਉਹਦੀ ਟੋਪੀ ਹੇਠਾਂ ਲੁਕਿਆ ਉਹਦਾ ਚਿਹਰਾ ਹੁਣ ਵਿਖਾਈ ਦੇ ਰਿਹਾ ਸੀ। ਇਸ ਕੈਦੀ ਦਾ ਚਿਹਰਾ ਅਤੇ ਸਰੀਰ ਓਨਾ ਹੀ ਖ਼ੂਬਸੂਰਤ ਸੀ ਜਿੰਨਾ ਪਹਿਲੇ ਦਾ ਬਦਸੂਰਤ ਸੀ। ਇਹ ਆਦਮੀ ਭਰ ਜਵਾਨੀ ਵਿਚ ਸੀ। ਅੱਧੇ ਮੁੰਨੇ ਹੋਏ ਸਿਰ ਨਾਲ ਵਿਗੜੀ ਹੋਈ ਸ਼ਕਲ ਦੇ ਬਾਵਜੂਦ, ਉਸ ਦੀਆਂ ਨਿਰਜਿੰਦ ਕਾਲੀਆਂ ਅੱਖਾਂ ਦੇ ਉਪਰ ਉਸ ਦਾ ਮੱਥਾ, ਜਿਹੜਾ ਭਾਵੇਂ ਚੌੜਾ ਨਹੀਂ ਸੀ ਪਰ ਰਤਾ ਕੁ ਅੱਗੇ ਨੂੰ ਵਧਿਆ ਹੋਇਆ ਸੀ, ਬੜਾ ਸੁਹਣਾ ਲੱਗ ਰਿਹਾ ਸੀ। ਇਸੇ ਤਰ੍ਹਾਂ ਉਹਦੀਆਂ ਵਿਰਲੀਆਂ ਵਿਰਲੀਆਂ ਕਾਲੀਆਂ ਮੁੱਛਾਂ ਉਪਰ ਉਹਦੀ ਮਾਮੂਲੀ ਖ਼ਮਦਾਰ ਨਕ ਬੜੀ ਖ਼ੂਬਸੂਰਤ ਸੀ। ਬੁਲ੍ਹ ਨੀਲੇ ਪੈਣੇ ਸ਼ੁਰੂ ਹੋ ਗਏ ਸਨ ਪਰ ਉਹਨਾਂ ਉਤੇ ਇਕ ਮੁਸਕਾਨ ਖੇਡ ਰਹੀ ਸੀ। ਚਿਹਰੇ ਦੇ ਹੇਠਲੇ ਹਿੱਸੇ ਵਿਚ ਛੋਟੀ ਛੋਟੀ ਦਾੜ੍ਹੀ ਸੀ ਅਤੇ ਜਿਹੜੇ ਪਾਸੇ ਤੋਂ ਉਹਦਾ ਸਿਰ ਮੁੰਨਿਆ ਹੋਇਆ ਸੀ ਓਸ ਪਾਸੇ ਦਾ ਬੜਾ ਸੁਡੌਲ ਤੇ ਸੁੰਦਰ ਕੰਨ ਵਿਖਾਈ ਦੇ ਰਿਹਾ ਸੀ। ਉਹਦੇ ਚਿਹਰੇ ਤੋਂ ਸ਼ਾਂਤੀ, ਗੰਭੀਰਤਾ ਅਤੇ ਦਿਆਲਤਾ ਦੀ ਝਲਕ ਪੈਂਦੀ ਸੀ। ਸਾਫ ਵਿਖਾਈ ਦੇ ਰਿਹਾ ਸੀ ਕਿ ਇਸ ਆਦਮੀ ਨੂੰ ਮਾਰ ਕੇ ਇਕ ਰੂਹਾਨੀ ਜੀਵਨ ਦੀਆਂ ਸੰਭਾਵਨਾਵਾਂ ਨੂੰ ਬਰਬਾਦ ਕਰ ਦਿੱਤਾ ਗਿਆ ਹੈ। ਉਸ ਦੇ ਕੋਮਲ ਹੱਥਾਂ ਅਤੇ ਬੇੜੀਆਂ ਵਿਚ ਬੱਝੇ ਪੈਰਾਂ ਤੋਂ, ਉਸ ਦੇ ਸੁਡੌਲ ਸਰੀਰ ਦੇ ਪੱਠਿਆਂ ਤੋਂ ਪਤਾ ਲੱਗਦਾ ਸੀ ਕਿ ਉਹ ਕੇਡਾ ਸੁਹਣਾ, ਕੇਡਾ ਤਕੜਾ ਤੇ ਕੇਡਾ ਫੁਰਤੀਲਾ ਮਨੁਖੀ ਪਸ਼ੂ ਸੀ। ਸਿਰਫ ਇਕ ਜੀਵ ਦੇ ਰੂਪ ਵਿਚ ਹੀ ਉਹ ਉਸ ਲਾਖੇ ਘੋੜੇ ਨਾਲੋਂ ਕਿਤੇ ਵਧੇਰੇ ਪਰੀਪੂਰਨ ਪਸ਼ੂ ਸੀ ਜਿਸ ਦੇ ਲੰਗੜੇ ਹੋ ਜਾਣ ਬਾਰੇ ਫਾਇਰ-ਬ੍ਰੀਗੇਡ ਦਾ ਮੇਜਰ ਏਡਾ ਔਖਾ ਹੋਇਆ ਫਿਰਦਾ ਸੀ। ਇਸ ਦੇ ਬਾਵਜੂਦ ਇਸ ਨੂੰ ਮਾਰ ਮੁਕਾਇਆ ਗਿਆ ਸੀ। ਅਤੇ ਸਿਰਫ ਏਨੀ ਗੱਲ ਹੀ ਨਹੀਂ ਕਿ ਇਕ ਇਨਸਾਨ ਦੇ ਮਾਰੇ ਜਾਣ ਦਾ ਕਿਸੇ ਨੂੰ ਕੋਈ ਅਫਸੋਸ ਨਹੀਂ ਸੀ, ਕਿਸੇ ਨੂੰ ਏਨਾ ਵੀ ਅਫਸੋਸ ਨਹੀਂ ਸੀ ਕਿ ਕੰਮ ਕਰਨ ਵਾਲਾ ਇਕ ਖ਼ੂਬਸੂਰਤ ਜਾਨਵਰ ਮਾਰ ਦਿੱਤਾ ਗਿਆ ਹੈ। ਸਿਰਫ ਇਕੋ ਹੀ ਭਾਵਨਾ ਮਨਾਂ ਵਿਚ ਉੱਠ ਰਹੀ ਸੀ ਤੇ ਨਾਲੇ ਇਸ ਗੱਲ ਦੀ ਖਿੱਝ ਕਿ ਇਸ ਲਾਸ਼ ਨੂੰ ਗਲ ਸੜ ਜਾਣ ਤੋਂ ਪਹਿਲਾਂ ਹੀ ਕਿਤੇ ਬਿਲੇ ਲਾਉਣ ਦਾ ਟੰਟਾ ਖੜਾ ਹੋ ਗਿਆ ਹੈ।

ਡਾਕਟਰ ਤੇ ਉਹਦਾ ਕੰਪੌਂਡਰ ਥਾਣੇ ਦੇ ਇੰਸਪੈਕਟਰ ਦੇ ਨਾਲ ਹਸਪਤਾਲ ਦੇ ਵੇਟਿੰਗ-ਰੂਮ ਵਿਚ ਆਏ। ਡਾਕਟਰ ਬੜਾ ਗਠਵੇਂ ਸਰੀਰ ਵਾਲਾ ਆਦਮੀ ਸੀ ਜਿਸ ਨੇ ਵਧੀਆ ਰਾਅ ਸਿਲਕ ਦਾ ਸੂਟ ਪਾਇਆ ਹੋਇਆ ਸੀ। ਉਹਦੀ ਪਤਲੂਣ ਉਹਦੇ ਭਰਵੇਂ ਪੱਠਿਆਂ ਵਾਲੇ ਪੱਟਾਂ ਦੇ ਨਾਲ ਚੰਬੜੀ ਹੋਈ ਸੀ। ਇੰਸਪੈਕਟਰ ਮਧਰੇ ਕੱਦ ਦਾ ਮੋਟਾ ਜਿਹਾ ਆਦਮੀ ਸੀ ਜਿਸ ਦਾ ਚਿਹਰਾ ਗੇਂਦ ਵਾਂਗੂੰ ਗੋਲ ਮਟੋਲ ਤੇ ਲਾਲ ਸੀ। ਉਸ ਦੀ ਆਦਤ ਸੀ ਆਪਣੇ ਮੂੰਹ ਵਿਚ ਹਵਾ ਭਰ ਲੈਣਾ ਤੇ ਫੇਰ ਉਸ ਨੂੰ ਹੌਲੀ ਹੌਲੀ ਬਾਹਰ ਕਢਣਾ ਜਿਸ ਨਾਲ ਉਹਦਾ ਚਿਹਰਾ ਹੋਰ ਵੀ ਗੋਲ ਤੇ ਲਾਲ ਹੋ ਜਾਂਦਾ ਸੀ। ਡਾਕਟਰ ਮੁਰਦੇ ਦੇ

ਕੋਲ ਮੰਜੇ ਉਤੇ ਬਹਿ ਗਿਆ ਤੇ ਉਸੇ ਤਰ੍ਹਾਂ ਹੱਥ ਫੜ ਕੇ ਵੇਖੇ ਜਿਵੇਂ ਕੰਪੌਂਡਰ ਨੇ ਵੇਖੇ ਸਨ, ਦਿਲ ਵਾਲੀ ਥਾਂ ਛਾਤੀ ਉਤੇ ਕੰਨ ਲਾਏ ਅਤੇ ਆਪਣੀ ਪਤਲੂਣ ਨੂੰ ਖਿੱਚ ਕੇ ਸਿੱਧਾ ਕਰਦਾ ਹੋਇਆ ਖੜਾ ਹੋ ਗਿਆ।

"ਮਰਨ ਵਿਚ ਕਿਹੜੀ ਕਸਰ ਰਹਿ ਗਈ ਹੈ," ਉਸ ਨੇ ਆਖਿਆ।

ਇੰਸਪੈਕਟਰ ਨੇ ਆਪਣੇ ਮੂੰਹ ਵਿਚ ਹਵਾ ਭਰ ਲਈ ਤੇ ਹੌਲੀ ਹੌਲੀ ਇਸ ਨੂੰ ਬਾਹਰ ਕੱਢਣ ਲੱਗਾ।

"ਕਿਹੜੀ ਜੇਲ੍ਹ ਵਿਚੋਂ ਹੈ?" ਉਸ ਨੇ ਰਖਵਾਲ ਸਿਪਾਹੀ ਨੂੰ ਪੁੱਛਿਆ।

ਸਿਪਾਹੀ ਨੇ ਉਸ ਨੂੰ ਦੱਸਿਆ ਤੇ ਨਾਲ ਹੀ ਯਾਦ ਕਰਵਾਇਆ ਕਿ ਮੁਰਦਾ ਆਦਮੀ ਦੇ ਪੈਰੀਂ ਅਜੇ ਵੀ ਬੇੜੀਆਂ ਪਈਆਂ ਹੋਈਆਂ ਹਨ।

"ਹੁਣੇ ਲੁਹਾ ਦੇਂਦੇ ਹਾਂ। ਰੱਬ ਦੀ ਕਿਰਪਾ ਨਾਲ ਲੁਹਾਰ ਹਨ ਸਾਡੇ ਕੋਲ," ਇੰਸਪੈਕਟਰ ਨੇ ਆਖਿਆ ਅਤੇ ਮੂੰਹ ਵਿਚ ਹਵਾ ਭਰ ਕੇ ਹੌਲੀ ਹੌਲੀ ਇਸ ਨੂੰ ਬਾਹਰ ਕਢਦਾ ਹੋਇਆ ਉਹ ਦਰਵਾਜ਼ੇ ਵੱਲ ਚਲਾ ਗਿਆ।

"ਇਹ ਭਾਣਾ ਕਿਉਂ ਵਾਪਰਿਆ?" ਨੇਖਲੀਊਦੋਵ ਨੇ ਡਾਕਟਰ ਕੋਲੋਂ ਪੁੱਛਿਆ।

ਡਾਕਟਰ ਨੇ ਆਪਣੀ ਐਨਕ ਵਿਚੋਂ ਦੀ ਉਹਦੇ ਵੱਲ ਵੇਖਿਆ।

"ਕਿਉਂ ਵਾਪਰਿਆ? ਲੂ ਲੱਗ ਜਾਣ ਨਾਲ ਕਿਉਂ ਮਰਦੇ ਨੇ ਇਹ, ਜਾਣਦੇ ਓ? ਵਜਾਹ ਇਹ ਕਿ ਸਾਰਾ ਸਿਆਲ ਇਹ ਬਿਨਾਂ ਚਾਨਣ ਤੇ ਬਿਨਾਂ ਕਿਸੇ ਕਸਰਤ ਦੇ ਬੈਠੇ ਰਹਿੰਦੇ ਨੇ। ਅਚਾਨਕ ਉਹਨਾਂ ਨੂੰ ਅੱਜ ਵਰਗੇ ਦਿਹਾੜੇ ਬਾਹਰ ਧੁਪ ਵਿਚ ਲੈ ਆਂਦਾ ਜਾਂਦਾ ਹੈ। ਹਜੂਮ ਬਣਾ ਕੇ ਇਹ ਤੁਰਦੇ ਨੇ ਇਸ ਕਰਕੇ ਹਵਾ ਨਹੀਂ ਲੱਗਦੀ। ਨਤੀਜਾ ਇਹ ਹੁੰਦਾ ਹੈ ਕਿ ਲੂ ਲੱਗ ਜਾਂਦੀ ਹੈ।"

"ਫੇਰ ਇਹਨਾਂ ਨੂੰ ਬਾਹਰ ਕਿਉਂ ਕੱਢਿਆ ਜਾਂਦਾ ਹੈ?"

"ਇਹ ਗੱਲ ਤਾਂ ਤੁਸੀਂ ਉਹਨਾਂ ਨੂੰ ਪੁੱਛੋ ਜਿਹੜੇ ਭੇਜਦੇ ਹਨ। ਹੱਛਾ, ਤੇ ਤੁਸੀਂ ਭਲਾ ਕੌਣ ਜੇ?"

"ਮੈਂ, ਬਸ ਏਥੋਂ ਲੰਘ ਰਿਹਾ ਸਾਂ।"

"ਓਹ, ਹੱਛਾ ਸਲਾਮ ਏ। ਮੇਰੇ ਕੋਲ ਵਕਤ ਨਹੀਂ।'. ਡਾਕਟਰ ਨੇ ਆਖਿਆ ਅਤੇ ਗੁੱਸੇ ਨਾਲ ਪੱਟਾਂ ਉਤੇ ਹੱਥ ਫੇਰ ਕੇ ਪਤਲੂਣ ਨੂੰ ਹੇਠਾਂ ਸਰਕਾਉਂਦਾ ਬੀਮਾਰਾਂ ਦੇ ਮੰਜਿਆਂ ਵਲ ਚਲਾ ਗਿਆ।

"ਸੁਣਾਓ, ਕੀ ਹਾਲ ਏ ਤਬੀਅਤ ਦਾ?" ਉਸ ਨੇ ਵਿੰਗੇ ਮੂੰਹ ਵਾਲੇ ਆਦਮੀ ਨੂੰ ਪੁੱਛਿਆ ਜਿਸ ਦੀ ਧੌਣ ਉਤੇ ਪੱਟੀ ਬੱਝੀ ਹੋਈ ਸੀ। ਇਸ ਆਦਮੀ ਦਾ ਰੰਗ ਪੀਲਾ ਹਲਦੀ ਵਾਂਗ ਹੋ ਗਿਆ ਸੀ।

ਉਧਰ ਪਾਗਲ ਆਦਮੀ ਇਕ ਮੰਜੇ ਉਤੇ ਬਹਿ ਗਿਆ ਅਤੇ ਆਪਣੀ ਸਿਗਰਟ ਖਤਮ ਕਰਕੇ ਉਹ ਡਾਕਟਰ ਵਾਲੇ ਪਾਸੇ ਥੁੱਕੀ ਜਾ ਰਿਹਾ ਸੀ।

ਨੇਖਲੀਊਦੋਵ ਹੇਠਾਂ ਹਾਤੇ ਵਿਚ ਆਇਆ ਤੇ ਅੱਗ-ਬੁਝਾਊ ਗਾਰਦ ਦੇ ਸਿਪਾਹੀਆਂ

ਦੇ ਘੋੜਿਆਂ, ਕੁਝ ਮੁਰਗੇ ਮੁਰਗੀਆਂ ਅਤੇ ਪਿੱਤਲ ਦੇ ਟੋਪ ਵਾਲੇ ਸੰਤਰੀ ਦੇ ਅੱਗੋਂ ਦੀ ਲੰਘਦਾ ਹੋਇਆ ਫਾਟਕ ਤੋਂ ਬਾਹਰ ਹੋ ਗਿਆ ਤੇ ਬੱਘੀ ਵਿਚ, ਜਿਸ ਦਾ ਕੋਚਵਾਨ ਫੇਰ ਸੁੱਤਾ ਪਿਆ ਸੀ ਜਾ ਬੈਠਾ ਅਤੇ ਸਟੇਸ਼ਨ ਵਲ ਚਲਾ ਗਿਆ।

੩੮

ਜਦੋਂ ਨੇਖਲੀਊਦੋਵ ਸਟੇਸ਼ਨ ਤੇ ਪੁਜਾ ਓਦੋਂ ਸਾਰੇ ਕੈਦੀ ਗੱਡੀ ਦੇ ਡੱਬਿਆਂ ਵਿਚ ਬਹਿ ਚੁੱਕੇ ਸਨ ਜਿਨ੍ਹਾਂ ਦੀਆਂ ਬਾਰੀਆਂ ਨੂੰ ਸੀਖਾਂ ਲੱਗੀਆਂ ਹੋਈਆਂ ਸਨ। ਜਿਹੜੇ ਕੁਝ ਲੋਕ ਇਹਨਾਂ ਕੈਦੀਆਂ ਨੂੰ ਤੋਰਨ ਆਏ ਹੋਏ ਸਨ ਉਹ ਪਲੇਟਫਾਰਮ ਉਤੇ ਖੜੇ ਸਨ ਪਰ ਉਹਨਾਂ ਨੂੰ ਡੱਬਿਆਂ ਦੇ ਕੋਲ ਨਹੀਂ ਸੀ ਜਾਣ ਦਿੱਤਾ ਜਾਂਦਾ। ਉਹ ਦਿਨ ਰਖਵਾਲ ਸਿਪਾਹੀਆਂ ਲਈ ਬੜੀ ਮੁਸੀਬਤ ਦਾ ਦਿਨ ਸੀ। ਉਹਨਾਂ ਦੋ ਕੈਦੀਆਂ ਤੋਂ ਇਲਾਵਾ ਜਿਨ੍ਹਾਂ ਨੂੰ ਨੇਖਲੀਊਦੋਵ ਨੇ ਵੇਖਿਆ ਸੀ, ਜੇਲ੍ਹ ਤੋਂ ਸਟੇਸ਼ਨ ਨੂੰ ਆਉਂਦਿਆਂ ਰਾਹ ਵਿਚ ਤਿੰਨ ਕੈਦੀ ਹੋਰ ਲੂ ਲੱਗਣ ਨਾਲ ਡਿਗ ਕੇ ਮਰ ਗਏ ਸਨ। ਇਕ ਨੂੰ ਤਾਂ ਪਹਿਲੇ ਦੋਹਾਂ ਵਾਂਗ ਹੀ ਸਭ ਤੋਂ ਨੇੜੇ ਦੇ ਥਾਣੇ ਪਹੁੰਚਾ ਦਿੱਤਾ ਗਿਆ ਸੀ, ਅਤੇ ਦੂਜੇ ਦੋ ਜਣਿਆਂ ਦੀ ਸਟੇਸ਼ਨ ਉਤੇ ਮੌਤ ਹੋਈ ਸੀ।* ਰਖਵਾਲ ਸਿਪਾਹੀ ਇਸ ਕਰਕੇ ਪ੍ਰੇਸ਼ਾਨ ਨਹੀਂ ਸਨ ਕਿ ਉਹਨਾਂ ਦੀ ਨਿਗਰਾਨੀ ਹੇਠ ਪੰਜ ਆਦਮੀ ਜਿਹੜੇ ਜਿਊਂਦੇ ਰਹਿ ਸਕਦੇ ਸਨ ਮਰ ਗਏ ਸਨ। ਇਸ ਗੱਲ ਦੀ ਉਹਨਾਂ ਨੂੰ ਕੋਈ ਚਿੰਤਾ ਨਹੀਂ ਸੀ। ਸਗੋਂ ਉਹਨਾਂ ਨੂੰ ਇਹ ਫਿਕਰ ਖਾਈ ਜਾਂਦਾ ਸੀ ਕਿ ਅਜਿਹੇ ਮਾਮਲਿਆਂ ਵਿਚ ਕਾਨੂੰਨੀ ਤੌਰ ਤੇ ਜੋ ਕਾਰਵਾਈ ਕਰਨੀ ਜ਼ਰੂਰੀ ਹੈ ਉਹਦੇ ਵਿਚੋਂ ਕੁਝ ਰਹਿ ਨਾ ਜਾਵੇ। ਲਾਸ਼ਾਂ ਨੂੰ ਮਿਥੀਆਂ ਥਾਵਾਂ ਤੇ ਪਹੁੰਚਾਉਣਾ, ਉਹਨਾਂ ਦੇ ਕਾਗ਼ਜ਼ ਪੱਤਰ ਤੇ ਸਾਮਾਨ ਵਗੈਰਾ ਭੇਜਣਾ, ਅਤੇ ਉਸ ਸੂਚੀ ਵਿਚੋਂ ਉਹਨਾਂ ਦਾ ਨਾਂ ਕਟਣਾ ਜਿਹੜੀ ਨੀਜ਼ੂਨੀ ਨੋਵਗੋਰੋਦ ਭੇਜੀ ਜਾਣੀ ਸੀ—ਇਹ ਸਭ ਕੰਮ ਪ੍ਰੇਸ਼ਾਨੀ ਵਾਲੇ ਸਨ, ਖਾਸ ਕਰਕੇ ਅਜਿਹੀ ਗਰਮੀ ਵਾਲੇ ਦਿਨ।

ਰਖਵਾਲ ਸਿਪਾਹੀ ਏਸੇ ਕੰਮ ਵਿਚ ਰੁੱਝੇ ਹੋਏ ਸਨ। ਅਤੇ ਜਿੰਨਾ ਚਿਰ ਇਹ ਸਭ ਕੰਮ ਹੋ ਨਹੀਂ ਜਾਂਦਾ ਉਹ ਨੇਖਲੀਊਦੋਵ ਨੂੰ ਅਤੇ ਬਾਕੀ ਸਭਨਾਂ ਨੂੰ ਜਿਹੜੇ ਕੈਦੀਆਂ ਨੂੰ ਮਿਲਣ ਦੀ ਇਜਾਜ਼ਤ ਮੰਗ ਰਹੇ ਸਨ ਗੱਡੀ ਦੇ ਡੱਬਿਆਂ ਦੇ ਨੇੜੇ ਨਹੀਂ ਸੀ ਢੁਕਣ ਦੇ ਰਹੇ। ਪਰ ਨੇਖਲੀਊਦੋਵ ਨੇ ਇਕ ਸਾਰਜੈਂਟ ਦਾ ਹੱਥ ਗਰਮ ਕੀਤਾ ਤੇ ਉਹਨੇ ਫੌਰਨ ਅੱਗੇ ਜਾ

---

* ਸਨ ੧੮੯੦ ਦੇ ਸ਼ੁਰੂ ਵਿਚ ਮਾਸਕੋ ਵਿਚ ਇਕ ਦਿਨ ਵਿਚ ਪੰਜ ਕੈਦੀ ਲੂ ਲੱਗਣ ਨਾਲ ਮਰ ਗਏ ਸਨ ਜਦੋਂ ਉਹਨਾਂ ਨੂੰ ਬੂਤੀਰਸਕਾਯਾ ਜੇਲ੍ਹ ਨੀਜ਼ੂਨੀ ਨੋਵਗੋਰੋਦ ਜਾਣ ਵਾਲੇ ਰੇਲਵੇ ਸਟੇਸ਼ਨ ਲਿਜਾਇਆ ਜਾ ਰਿਹਾ ਸੀ। (ਲ. ਤ.)

ਲੈਣ ਦਿੱਤਾ। ਸਾਰਜੈਂਟ ਨੇ ਅਗਾਂਹ ਤਾਂ ਲੰਘ ਜਾਣ ਦਿੱਤਾ, ਪਰ ਨਾਲ ਹੀ ਆਖ ਦਿੱਤਾ ਕਿ ਛੇਤੀ ਕਰੇ ਤੇ ਇਸ ਤੋਂ ਪਹਿਲਾਂ ਕਿ ਇਨਚਾਰਜ ਅਫਸਰ ਵੇਖ ਲਵੇ ਆਪਣੀ ਗੱਲ ਮੁਕਾ ਲਵੇ। ਗੱਡੀ ਦੇ ਕੁਲ ਅਠਾਰ੍ਹਾਂ ਡੱਬੇ ਸਨ। ਅਫਸਰਾਂ ਲਈ ਇਕ ਡੱਬੇ ਨੂੰ ਛੱਡ ਕੇ, ਸਭ ਡੱਬੇ ਕੈਦੀਆਂ ਨਾਲ ਤੂੜੇ ਪਏ ਸਨ। ਡੱਬਿਆਂ ਦੇ ਅੱਗੋਂ ਦੀ ਲੰਘਦਾ ਹੋਇਆ ਨੇਖਲੀਊਦੋਵ ਅੰਦਰ ਹੋ ਰਹੀਆਂ ਗੱਲਾਂਬਾਤਾਂ ਨੂੰ ਕੰਨ ਲਾ ਕੇ ਸੁਣ ਰਿਹਾ ਸੀ। ਸਾਰਿਆਂ ਡੱਬਿਆਂ ਵਿਚੋਂ ਬੇੜੀਆਂ ਹੱਥਕੜੀਆਂ ਦੇ ਖੜਕਣ ਦੀ ਆਵਾਜ਼ ਆ ਰਹੀ ਸੀ ਜਿਸ ਦੇ ਨਾਲ ਹੀ ਹੋਰ ਸ਼ੋਰ-ਸ਼ਰਾਬੇ ਅਤੇ ਉੱਚੀ ਉੱਚੀ ਗਾਲ੍ਹੀ-ਗਲੋਚ ਦੀਆਂ ਆਵਾਜ਼ਾਂ ਵੀ ਕੰਨੀਂ ਪੈ ਰਹੀਆਂ ਸਨ। ਆਪਣੇ ਮਰ ਗਏ ਸਾਥੀਆਂ ਬਾਰੇ ਕੈਦੀਆਂ ਦਾ ਇਕ ਬੋਲ ਵੀ ਉਸ ਦੇ ਕੰਨੀਂ ਨਹੀਂ ਪਿਆ। ਸਿਰਫ ਬੋਰੀਆਂ ਬੁਝਕਿਆਂ ਬਾਰੇ, ਪੀਣ ਵਾਲੇ ਪਾਣੀ ਬਾਰੇ ਤੇ ਇਸ ਬਾਰੇ ਹੀ ਗੱਲਾਂ ਹੋ ਰਹੀਆਂ ਸਨ ਕਿ ਕੌਣ ਕਿਹੜੀ ਥਾਂ ਬੈਠੇ। ਇਕ ਡੱਬੇ ਅੰਦਰ ਝਾਕ ਕੇ ਨੇਖਲੀਊਦੋਵ ਨੇ ਵੇਖਿਆ ਕਿ ਦੋ ਰਖਵਾਲ ਸਿਪਾਹੀ ਕੈਦੀਆਂ ਦੇ ਗੁੱਟਾਂ ਨਾਲੋਂ ਹੱਥਕੜੀਆਂ ਖੋਹਲ ਰਹੇ ਸਨ। ਕੈਦੀਆਂ ਨੇ ਆਪਣੀਆਂ ਬਾਹਵਾਂ ਅੱਗੇ ਵਧਾਈਆਂ ਹੋਈਆਂ ਸਨ, ਇਕ ਸਿਪਾਹੀ ਕੁੰਜੀ ਨਾਲ ਹੱਥਕੜੀ ਖੋਹਲਦਾ ਤੇ ਲਾਹ ਦੇਂਦਾ ਅਤੇ ਦੂਜਾ ਹੱਥਕੜੀਆਂ ਇਕੱਠੀਆਂ ਕਰੀ ਜਾਂਦਾ। ਸਾਰੇ ਮਰਦਾਵੇਂ ਡੱਬਿਆਂ ਦੇ ਅੱਗੋਂ ਦੀ ਲੰਘ ਕੇ ਨੇਖਲੀਊਦੋਵ ਜ਼ਨਾਨੇ ਡੱਬਿਆਂ ਤੱਕ ਪਹੁੰਚਾ। ਇਹਨਾਂ ਵਿਚੋਂ ਦੂਸਰੇ ਡੱਬੇ ਵਿਚੋਂ ਇਕ ਔਰਤ ਦੇ ਕਰਾਹੁਣ ਦੀ ਆਵਾਜ਼ ਆ ਰਹੀ ਸੀ: "ਹਾਏ, ਹਾਏ, ਹਾਏ! ਹਾਏ ਰੱਬਾ! ਹਾਏ, ਹਾਏ! ਹਾਏ ਰੱਬਾ!"

ਨੇਖਲੀਊਦੋਵ ਇਸ ਡੱਬੇ ਤੋਂ ਅੱਗੇ ਲੰਘ ਗਿਆ ਅਤੇ ਤੀਜੇ ਡੱਬੇ ਦੀ ਇਕ ਬਾਰੀ ਕੋਲ ਆ ਗਿਆ ਜਿਸ ਵੱਲ ਇਕ ਸਿਪਾਹੀ ਨੇ ਇਸ਼ਾਰਾ ਕੀਤਾ ਸੀ। ਬਾਰੀ ਦੇ ਕੋਲ ਮੂੰਹ ਕਰਦਿਆਂ ਹੀ ਉਸ ਨੂੰ ਅੰਦਰੋਂ ਆਉਂਦੀ ਗਰਮ ਹਵਾ ਮਹਿਸੂਸ ਹੋਈ ਜਿਹੜੀ ਮੁੜ੍ਹਕੇ ਦੀ ਮੁਸ਼ਕ ਨਾਲ ਲੱਦੀ ਹੋਈ ਸੀ ਅਤੇ ਉਸ ਨੂੰ ਔਰਤਾਂ ਦੀਆਂ ਚੀਕਵੀਆਂ ਆਵਾਜ਼ਾਂ ਸਾਫ ਸੁਣਾਈ ਦਿੱਤੀਆਂ। ਸਾਰੀਆਂ ਸੀਟਾਂ ਉਤੇ ਬੈਠੀਆਂ ਔਰਤਾਂ ਦੇ ਮੂੰਹ ਲਾਲ ਹੋਏ ਪਏ ਸਨ ਜਿਨ੍ਹਾਂ ਤੋਂ ਮੁੜ੍ਹਕਾ ਚੋ ਰਿਹਾ ਸੀ। ਸਾਰੀਆਂ ਨੇ ਕੈਦੀਆਂ ਵਾਲੇ ਚੋਗੇ ਤੇ ਚਿੱਟੀਆਂ ਜੈਕਟਾਂ ਪਾਈਆਂ ਹੋਈਆਂ ਸਨ ਤੇ ਸਾਰੀਆਂ ਉੱਚੀ ਉੱਚੀ ਗੱਲਾਂ ਕਰ ਰਹੀਆਂ ਸਨ। ਬਾਰੀ ਵਿਚੋਂ ਦੀ ਨੇਖਲੀਊਦੋਵ ਨੂੰ ਵੇਖ ਕੇ ਸਭਨਾਂ ਦਾ ਧਿਆਨ ਉਹਦੇ ਵੱਲ ਖਿਚਿਆ ਗਿਆ। ਬਹੁਤ ਨੇੜੇ ਬੈਠੀਆਂ ਔਰਤਾਂ ਗੱਲਾਂ ਕਰਨੋਂ ਹਟ ਗਈਆਂ ਅਤੇ ਉੱਠ ਕੇ ਉਹਦੇ ਲਾਗੇ ਆ ਗਈਆਂ। ਮਾਸਲੋਵਾ ਸਾਮ੍ਹਣੇ ਵਾਲੀ ਬਾਰੀ ਕੋਲ ਬੈਠੀ ਸੀ। ਉਸ ਨੇ ਚਿੱਟੀ ਜੈਕਟ ਪਾਈ ਹੋਈ ਸੀ ਤੇ ਉਹਦਾ ਸਿਰ ਨੰਗਾ ਸੀ। ਗੋਰੀ ਚਿੱਟੀ, ਮੁਸਕ੍ਰਾਉਂਦੀ ਰਹਿਣ ਵਾਲੀ ਫੇਦੋਸੀਆ ਜਿਸ ਥਾਂ ਬੈਠੀ ਸੀ ਉਹ ਨੇਖਲੀਊਦੋਵ ਤੋਂ ਦੂਰ ਨਹੀਂ ਸੀ। ਉਸ ਨੇ ਨੇਖਲੀਊਦੋਵ ਨੂੰ ਪਛਾਣਦਿਆਂ ਹੀ ਮਾਸਲੋਵਾ ਨੂੰ ਅਰਕ ਮਾਰੀ ਤੇ ਬਾਰੀ ਵੱਲ ਇਸ਼ਾਰਾ ਕੀਤਾ। ਮਾਸਲੋਵਾ ਛੇਤੀ ਨਾਲ ਉੱਠ ਖੜੀ ਹੋਈ, ਆਪਣੇ ਕਾਲੇ ਕੇਸਾਂ ਉਤੇ ਆਪਣਾ ਰੁਮਾਲ ਬੰਨ੍ਹਿਆ ਅਤੇ ਬਾਰੀ ਕੋਲ ਆ ਗਈ। ਉਹ ਬਾਰੀ ਦੀ ਇਕ ਸੀਖ਼ ਫੜ ਕੇ ਖੜੀ

ਹੋ ਗਈ। ਗਰਮੀ ਨਾਲ ਉਹਦਾ ਚਿਹਰਾ ਭਖ਼ ਕੇ ਲਾਲ ਹੋ ਗਿਆ ਸੀ ਜਿਸ ਤੇ ਇਕ ਮੁਸਕਾਨ ਖੇਡ ਰਹੀ ਸੀ।

"ਅੱਜ ਬੜੀ ਗਰਮੀ ਹੈ," ਉਸ ਨੇ ਖੁਸ਼ ਹੋ ਕੇ ਮੁਸਕ੍ਰਾਉਂਦੇ ਹੋਏ ਆਖਿਆ।

"ਚੀਜ਼ਾਂ ਮਿਲ ਗਈਆਂ ਸਨ।"

"ਹਾਂ, ਸ਼ੁਕਰੀਆ।"

"ਕਿਸੇ ਹੋਰ ਚੀਜ਼ ਦੀ ਲੋੜ ਤਾਂ ਨਹੀਂ?" ਨੇਖਲੀਊਦੋਵ ਨੇ ਪੁੱਛਿਆ। ਡੱਬੇ ਵਿਚੋਂ ਆ ਰਹੀ ਹਵਾ ਏਨੀ ਗਰਮ ਸੀ ਜਿਵੇਂ ਕਿਸੇ ਹਮਾਮ ਦੇ ਭੱਠ ਵਿਚੋਂ ਆ ਰਹੀ ਹੋਵੇ।

"ਨਹੀਂ। ਸ਼ੁਕਰੀਆ! ਕਿਸੇ ਚੀਜ਼ ਦੀ ਲੋੜ ਨਹੀਂ।"

"ਪਾਣੀ ਦਾ ਘੁਟ ਜੇ ਕਿਤੋਂ ਮਿਲ ਜਾਏ ਤਾਂ," ਫੇਦੋਸੀਆ ਨੇ ਕਿਹਾ।

"ਹਾਂ। ਜੇ ਪਾਣੀ ਮਿਲ ਸਕੇ ਨਾ," ਮਾਸਲੋਵਾ ਨੇ ਵੀ ਕਹਿ ਦਿੱਤਾ।

"ਕਿਉਂ, ਪਾਣੀ ਨਹੀਂ ਤੁਹਾਡੇ ਡੱਬੇ ਵਿਚ?"

"ਰਖ ਗਏ ਸਨ ਥੋੜਾ ਜਿਹਾ, ਪਰ ਉਹ ਮੁਕ ਗਿਐ।"

"ਮੈਂ ਹੁਣੇ ਰਖਵਾਲ ਸਿਪਾਹੀ ਨੂੰ ਕਹਿੰਦਾ ਹਾਂ। ਹੁਣ ਅਸੀਂ ਨੀਜ਼ਨੀ ਨੋਵਗੋਰੋਦ ਪਹੁੰਚਣ ਤੋਂ ਪਹਿਲਾਂ ਨਹੀਂ ਮਿਲ ਸਕਾਂਗੇ।"

"ਤੇ ਤੁਸੀਂ ਵੀ ਚਲ ਰਹੇ ਹੋ?" ਮਾਸਲੋਵਾ ਨੇ ਆਖਿਆ ਜਿਵੇਂ ਉਹ ਜਾਣਦੀ ਹੀ ਨਾ ਹੋਵੇ ਅਤੇ ਨੇਖਲੀਊਦੋਵ ਵੱਲ ਵੇਖਿਆ। ਉਹਨੂੰ ਚਾਅ ਚੜ੍ਹ ਗਿਆ ਸੀ।

"ਮੈਂ ਅਗਲੀ ਗੱਡੀ ਤੇ ਆ ਰਿਹਾ ਹਾਂ।"

ਮਾਸਲੋਵਾ ਅੱਗੋਂ ਕੁਝ ਨਹੀਂ ਬੋਲੀ। ਸਿਰਫ ਉਹਨੇ ਇਕ ਲੰਮਾ ਹੌਕਾ ਭਰਿਆ।

"ਕਿਉਂ ਮਾਲਕ, ਭਲਾ ਇਹ ਸੱਚੀ ਗੱਲ ਏ ਪਈ ਬਾਰਾਂ ਕੈਦੀ ਮਾਰੇ ਗਏ ਨੇ?" ਇਕ ਬੁੱਢੀ ਕਠੋਰ ਕੈਦਣ ਨੇ ਪੁੱਛਿਆ ਜਿਸ ਦੀ ਆਵਾਜ਼ ਮਰਦਾਂ ਵਾਂਗ ਭਾਰੀ ਸੀ। ਇਹ ਕੋਰਾਬਲੀਓਵਾ ਸੀ।

"ਬਾਰ੍ਹਾਂ ਦੀ ਗੱਲ ਮੈਂ ਨਹੀਂ ਸੁਣੀ। ਦੋ ਨੂੰ ਤਾਂ ਮੈਂ ਮਰਦਿਆਂ ਵੇਖਿਆ ਹੈ," ਨੇਖਲੀਊਦੋਵ ਨੇ ਆਖਿਆ।

"ਆਂਹਦੇ ਨੇ ਬਾਰਾਂ ਬੰਦੇ ਮਾਰ ਦਿੱਤੇ ਸੂ। ਤੇ ਇਹਨਾਂ ਦਾ ਵਾਲ ਵਿੰਗਾ ਨਹੀਂ ਹੋਣਾ। ਵੇਖੋ ਤੇ ਸਹੀ! ਚੰਡਾਲ ਕਿਸੇ ਥਾਂ ਦੇ!"

"ਤੇ ਜ਼ਨਾਨੀ ਕੋਈ ਨਹੀਂ ਬੀਮਾਰ ਹੋਈ?" ਨੇਖਲੀਊਦੋਵ ਨੇ ਪੁੱਛਿਆ।

"ਜ਼ਨਾਨੀਆਂ ਬਹੁਤੀਆਂ ਤਕੜੀਆਂ ਹੁੰਦੀਆਂ ਨੇ," ਇਕ ਠਿਗਣੀ ਜਿਹੀ ਔਰਤ ਨੇ ਆਖਿਆ ਤੇ ਹੱਸ ਪਈ। "ਸਿਰਫ ਇਕ ਜਣੀ ਏ ਜੀਹਨੂੰ ਬੱਚਾ ਜੰਮਣ ਦਾ ਖਬਤ ਹੋ ਗਿਐ। ਔਧਰ ਜੇ," ਉਸ ਨੇ ਨਾਲ ਦੇ ਡੱਬੇ ਵੱਲ ਇਸ਼ਾਰਾ ਕਰ ਕੇ ਆਖਿਆ ਜਿਥੋਂ ਹੂੰਘਣ ਦੀਆਂ ਆਵਾਜ਼ਾਂ ਆ ਰਹੀਆਂ ਸਨ।

"ਤੁਸੀਂ ਪੁੱਛਦੇ ਹੋ ਕਿ ਸਾਨੂੰ ਕਿਸੇ ਚੀਜ਼ ਦੀ ਲੋੜ ਤਾਂ ਨਹੀਂ," ਮਾਸਲੋਵਾ ਨੇ ਖੁਸ਼ੀ ਭਰੀ ਮੁਸਕਾਨ ਨੂੰ ਲੁਕਾ ਕੇ ਰਖਣ ਦਾ ਜਤਨ ਕਰਦਿਆਂ ਆਖਿਆ। "ਇਸ ਔਰਤ

ਨੂੰ ਪਿੱਛੇ ਰਹਿ ਜਾਣ ਦੇਣ ਦਾ ਕੁਝ ਹੋ ਸਕਦਾ ਹੈ? ਇਸ ਵੇਲੇ ਉਹਨੂੰ ਤਕਲੀਫ ਏ। ਭਲਾ ਤੁਸੀਂ ਅਫਸਰਾਂ ਨਾਲ ਗੱਲ ਕਰੋ ਖਾਂ..."

"ਹਾਂ, ਮੈਂ ਗੱਲ ਕਰਾਂਗਾ।"

"ਤੇ ਇਕ ਗੱਲ ਹੋਰ। ਇਹ ਆਪਣੇ ਘਰ ਵਾਲੇ ਨੂੰ ਨਹੀਂ ਮਿਲ ਸਕਦੀ, ਤਾਰਾਸ ਨੂੰ?" ਉਹਨੇ ਮੁਸਕ੍ਰਾਉਂਦੀ ਫੇਦੋਸੀਆ ਵੱਲ ਅੱਖ ਨਾਲ ਇਸ਼ਾਰਾ ਕਰਦਿਆਂ ਆਖਿਆ। "ਉਹ ਵੀ ਤੁਹਾਡੇ ਨਾਲ ਜਾ ਰਿਹਾ ਏ ਕਿ ਨਹੀਂ?"

"ਸ਼੍ਰੀਮਾਨ ਜੀ, ਤੁਸੀਂ ਏਥੇ ਗੱਲਾਂ ਨਹੀਂ ਕਰ ਸਕਦੇ," ਇਕ ਸਾਰਜੈਂਟ ਨੇ ਆਖਿਆ।

ਇਹ ਉਹ ਸਾਰਜੈਂਟ ਨਹੀਂ ਸੀ ਜਿਸ ਨੇ ਨੇਖਲੀਊਦੋਵ ਨੂੰ ਇਜਾਜ਼ਤ ਦਿੱਤੀ ਸੀ। ਨੇਖਲੀਊਦੋਵ ਡੱਬੇ ਕੋਲੋਂ ਪਿੱਛੇ ਹਟ ਗਿਆ ਅਤੇ ਰਖਵਾਲ ਅਫਸਰ ਨੂੰ ਲਭਣ ਚਲਾ ਗਿਆ ਜਿਸ ਨਾਲ ਉਹ ਵਿਅੰਮ ਵਾਲੀ ਔਰਤ ਅਤੇ ਤਾਰਾਸ ਬਾਰੇ ਗੱਲ ਕਰ ਸਕੇ। ਪਰ ਬੜੇ ਚਿਰ ਤੱਕ ਨਾ ਤਾਂ ਉਹ ਅਫਸਰ ਹੀ ਉਹਨੂੰ ਲਭਾ, ਨਾ ਹੀ ਕਿਸੇ ਰਖਵਾਲ ਕੋਲੋਂ ਉਸ ਨੂੰ ਕੋਈ ਜਵਾਬ ਹੀ ਮਿਲਿਆ। ਸਾਰਿਆਂ ਨੂੰ ਹਫੜਾ ਦਫੜੀ ਪਈ ਹੋਈ ਸੀ। ਕੋਈ ਕਿਸੇ ਕੈਦੀ ਨੂੰ ਕਿਧਰੇ ਲੈ ਕੇ ਜਾ ਰਿਹਾ ਸੀ, ਕੋਈ ਆਪਣੇ ਲਈ ਰਸਦ ਪਾਣੀ ਲੈਣ ਭੱਜੇ ਜਾ ਰਹੇ ਸਨ, ਕੁਝ ਆਪਣਾ ਸਾਮਾਨ ਡੱਬੇ ਵਿਚ ਟਿਕਾ ਰਹੇ ਸਨ ਜਾਂ ਇਕ ਸੁਆਣੀ ਦੀ ਹਾਜ਼ਰੀ ਭਰ ਰਹੇ ਸਨ ਜਿਹੜੀ ਰਖਵਾਲ ਅਫਸਰ ਦੇ ਨਾਲ ਜਾ ਰਹੀ ਸੀ। ਉਹਨਾਂ ਸਾਰਿਆਂ ਨੇ ਬੜੀ ਬੇਦਿਲੀ ਜਿਹੀ ਨਾਲ ਨੇਖਲੀਊਦੋਵ ਦੇ ਸਵਾਲਾਂ ਦੇ ਜਵਾਬ ਦਿੱਤੇ ਸਨ।

ਜਿਸ ਵੇਲੇ ਰਖਵਾਲ ਅਫਸਰ ਨੇਖਲੀਊਦੋਵ ਨੂੰ ਲਭਾ ਓਦੋਂ ਦੂਜੀ ਘੰਟੀ ਵੱਜ ਚੁੱਕੀ ਸੀ। ਨਿੱਕੀਆਂ ਨਿੱਕੀਆਂ ਬਾਹਵਾਂ ਵਾਲਾ ਇਹ ਅਫਸਰ ਆਪਣੇ ਗੀਂਢੇ ਜਿਹੇ ਹੱਥਾਂ ਨਾਲ ਆਪਣੀਆਂ ਮੁੱਛਾਂ ਪੂੰਝ ਰਿਹਾ ਸੀ ਜਿਨ੍ਹਾਂ ਨੇ ਉਹਦਾ ਮੂੰਹ ਢੱਕਿਆ ਹੋਇਆ ਸੀ ਅਤੇ ਆਪਣੇ ਮੋਢੇ ਛੰਡਦਾ ਹੋਇਆ ਕਿਸੇ ਗੱਲੋਂ ਇਕ ਕਾਰਪੋਰਲ ਨੂੰ ਡਾਂਟ ਰਿਹਾ ਸੀ।

"ਕੀ ਚਾਹੀਦੈ ਤੁਹਾਨੂੰ?" ਉਸ ਨੇ ਨੇਖਲੀਊਦੋਵ ਨੂੰ ਪੁੱਛਿਆ।

"ਏਥੇ ਇਕ ਔਰਤ ਹੈ ਜਿਸ ਨੂੰ ਜੰਮਣ-ਪੀੜਾਂ ਹੋ ਰਹੀਆਂ ਹਨ। ਮੈਂ ਸੋਚਦਾ ਸਾਂ ਜੇ ਕਰ..."

"ਹੋਣ ਦਿਓ ਪੀੜਾਂ। ਅਸੀਂ ਵੇਖ ਲਵਾਂਗੇ ਮਗਰੋਂ," ਅਤੇ ਬੜੀ ਫੁਰਤੀ ਨਾਲ ਆਪਣੀਆਂ ਠਿਗਣੀਆਂ ਬਾਹਾਂ ਮਾਰਦਾ ਹੋਇਆ ਉਹ ਆਪਣੇ ਡੱਬੇ ਵੱਲ ਤੁਰ ਪਿਆ।

ਐਨ ਓਸੇ ਵੇਲੇ ਗੱਡੀ ਦਾ ਗਾਰਡ ਹੱਥ ਵਿਚ ਸੀਟੀ ਫੜੀ ਕੋਲੋਂ ਦੀ ਲੰਘਿਆ। ਆਖਰੀ ਘੰਟੀ ਵਜਾਈ ਗਈ ਅਤੇ ਪਲੇਟਫਾਰਮ ਤੇ ਖੜੇ ਲੋਕਾਂ ਤੇ ਜ਼ਨਾਨਾ ਡੱਬਿਆਂ ਵਲੋਂ ਰੋਣ-ਚੀਕਣ ਦੀਆਂ ਆਵਾਜ਼ਾਂ ਅਤੇ ਅਰਦਾਸਾਂ ਦੇ ਬੋਲ ਸੁਣਾਈ ਦੇਣ ਲੱਗੇ। ਨੇਖਲੀਊਦੋਵ ਪਲੇਟਫਾਰਮ ਉਤੇ ਖੜਾ ਸੀ। ਉਸ ਦੇ ਨਾਲ ਹੀ ਤਾਰਾਸ ਖੜਾ ਸੀ। ਉਹ ਇਕ ਇਕ ਕਰਕੇ ਆਪਣੇ ਅੱਗੋਂ ਦੀ ਸਰਕਦੇ ਜਾਂਦੇ ਡੱਬੇ ਵੇਖ ਰਿਹਾ ਸੀ ਜਿਨ੍ਹਾਂ ਵਿਚ ਮੁੰਨੇ ਹੋਏ ਸਿਰਾਂ ਵਾਲੇ ਆਦਮੀ ਸੀਖਾਂ ਵਾਲੀਆਂ ਬਾਰੀਆਂ ਪਿੱਛੇ ਖੜੇ ਸਨ। ਮਰਦਾਵੇਂ

ਡੱਬਿਆਂ ਤੋਂ ਮਗਰੋਂ ਜ਼ਨਾਨਾ ਡੱਬੇ ਲੰਘਣ ਲੱਗੇ ਜਿਨ੍ਹਾਂ ਵਿਚ ਔਰਤਾਂ ਨੇ ਬਾਰੀਆਂ ਨਾਲ ਸਿਰ ਜੋੜੇ ਹੋਏ ਸਨ। ਕਈਆਂ ਦੇ ਸਿਰ ਕੱਜੇ ਹੋਏ ਸਨ, ਕਈਆਂ ਦੇ ਨੰਗੇ ਸਨ। ਫੇਰ ਦੂਜਾ ਡੱਬਾ ਲੰਘਿਆ ਜਿਸ ਵਿਚੋਂ ਹੂੰਘਣ ਦੀ ਆਵਾਜ਼ ਹਾਲੇ ਵੀ ਆ ਰਹੀ ਸੀ। ਇਸ ਤੋਂ ਮਗਰੋਂ ਉਹ ਡੱਬਾ ਲੰਘਿਆ ਜਿਸ ਵਿਚ ਮਾਸਲੋਵਾ ਸੀ। ਦੂਜੀਆਂ ਔਰਤਾਂ ਦੇ ਨਾਲ ਉਹ ਵੀ ਬਾਰੀ ਵਿਚ ਖੜੀ ਸੀ ਤੇ ਜਦੋਂ ਉਸ ਨੇ ਨੇਖਲੀਊਦੋਵ ਵੱਲ ਵੇਖਿਆ ਉਹਦੇ ਬੁਲ੍ਹਾਂ ਉਤੇ ਦਰਦਨਾਕ ਮੁਸਕਾਨ ਸੀ।

੩੯

ਜਿਹੜੀ ਮੁਸਾਫਰ ਗੱਡੀ ਵਿਚ ਨੇਖਲੀਊਦੋਵ ਨੇ ਜਾਣਾ ਸੀ ਉਹ ਅਜੇ ਦੋ ਘੰਟਿਆਂ ਨੂੰ ਚਲਣੀ ਸੀ। ਉਸ ਨੂੰ ਖਿਆਲ ਆਇਆ ਕਿ ਉਹ ਏਨੇ ਚਿਰ ਵਿਚ ਇਕ ਵਾਰੀ ਫੇਰ ਆਪਣੀ ਭੈਣ ਨੂੰ ਮਿਲ ਆਵੇ। ਪਰ ਅਜ ਸਵੇਰ ਤੋਂ ਉਹ ਜੋ ਕੁਝ ਵੇਖ ਰਿਹਾ ਸੀ ਉਸ ਨੇ ਉਹਦੇ ਦਿਲ ਵਿਚ ਏਨੀ ਹਲਚਲ ਮਚਾਈ ਹੋਈ ਸੀ ਤੇ ਉਹ ਏਨਾ ਥੱਕਿਆ ਹਾਰਿਆ ਮਹਿਸੂਸ ਕਰ ਰਿਹਾ ਸੀ ਕਿ ਪਹਿਲੇ ਦਰਜੇ ਦੇ ਮੁਸਾਫਰਾਂ ਵਾਲੇ ਜਲਪਾਨ–ਗ੍ਰਿਹ ਵਿਚ ਸੋਫੇ ਉਤੇ ਬਹਿੰਦਿਆਂ ਹੀ ਅਚਾਨਕ ਉਸ ਨੂੰ ਐਸੀ ਘੂਕੀ ਜਿਹੀ ਚੜ੍ਹੀ ਕਿ ਬੈਠੇ ਬੈਠੇ ਉਹਨੇ ਪਾਸਾ ਮੋੜਿਆ ਤੇ ਹੱਥ ਉਤੇ ਸਿਰ ਟਿਕਾ ਕੇ ਇਕਦਮ ਸੌਂ ਗਿਆ।

ਇਕ ਬੈਰੇ ਨੇ, ਜਿਸ ਨੇ ਵਰਦੀ ਪਾਈ ਹੋਈ ਸੀ ਤੇ ਹੱਥ ਵਿਚ ਨੈਪਕਿਨ ਫੜਿਆ ਹੋਇਆ ਸੀ, ਉਸ ਨੂੰ ਆ ਜਗਾਇਆ।

"ਸ੍ਰੀਮਾਨ ਜੀ, ਏ ਹਜ਼ੂਰ! ਪ੍ਰਿੰਸ ਨੇਖਲੀਊਦੋਵ ਤੁਸੀਂ ਹੀ ਤਾਂ ਨਹੀਂ? ਇਕ ਸੁਆਣੀ ਤੁਹਾਨੂੰ ਲਭ ਰਹੀ ਏ।"

ਨੇਖਲੀਊਦੋਵ ਤ੍ਰਭਕ ਕੇ ਉੱਠਿਆ, ਅਤੇ ਆਪਣੀਆਂ ਅੱਖਾਂ ਮਲਦਾ ਯਾਦ ਕਰਨ ਲੱਗਾ ਕਿ ਉਹ ਕਿੱਥੇ ਹੈ ਤੇ ਅਜ ਸਵੇਰ ਤੋਂ ਕੀ ਕੁਝ ਹੋਇਆ ਵਾਪਰਿਆ ਹੈ।

ਕੈਦੀਆਂ ਦਾ ਜਲੂਸ, ਫੇਰ ਲਾਸ਼ਾਂ, ਸੀਖਾਂ ਵਾਲੀਆਂ ਬਾਰੀਆਂ ਵਾਲੇ ਰੇਲ ਦੇ ਡੱਬੇ ਅਤੇ ਉਹਨਾਂ ਵਿਚ ਬੰਦ ਕੀਤੀਆਂ ਔਰਤਾਂ ਦੀ ਝਾਕੀ ਉਹਦੀ ਕਲਪਨਾ ਵਿਚੋਂ ਲੰਘ ਗਈ। ਇਹਨਾਂ ਵਿਚ ਹੀ ਇਕ ਔਰਤ ਵਿਅੰਮ ਦੀਆਂ ਪੀੜਾਂ ਨਾਲ ਤੜਫ ਰਹੀ ਸੀ ਪਰ ਕੋਈ ਉਹਦੀ ਮਦਦ ਕਰਨ ਵਾਲਾ ਨਹੀਂ ਸੀ, ਅਤੇ ਇਕ ਹੋਰ ਔਰਤ ਸੀਖਾਂ ਦੇ ਪਿਛਿਓਂ ਉਹਦੇ ਵੱਲ ਵੇਖਦੀ ਹੋਈ ਦਰਦਨਾਕ ਮੁਸਕਾਨ ਸੁਟ ਰਹੀ ਸੀ। ਪਰ ਉਹਦੀਆਂ ਅੱਖਾਂ ਸਾਮ੍ਹਣੇ ਜੋ ਕੁਝ ਸੀ ਉਹ ਇਸ ਤੋਂ ਬਿਲਕੁਲ ਵਖਰੀ ਤਰ੍ਹਾਂ ਦਾ ਸੀ। ਇਕ ਮੇਜ਼ ਉਤੇ ਫੁਲਦਾਨ, ਸ਼ਮ੍ਹਾਂਦਾਨ ਅਤੇ ਪਿਆਲੇ, ਪਲੇਟਾਂ ਤੇ ਗਲਾਸ ਰੱਖੇ ਹੋਏ ਸਨ। ਮੇਜ਼ ਦੇ ਆਸੇ ਪਾਸੇ ਫੁਰਤੀਲੇ ਬੈਰੇ ਫਿਰ ਰਹੇ ਸਨ। ਕਮਰੇ ਦੇ ਸਿਰੇ ਉਤੇ ਇਕ ਅਲਮਾਰੀ ਸੀ ਜਿਸ

ਵਿਚ ਬੋਤਲਾਂ ਦੀਆਂ ਕਤਾਰਾਂ ਲੱਗੀਆਂ ਸਨ, ਫਲਾਂ ਨਾਲ ਲੱਦੀਆਂ ਤਸ਼ਤਰੀਆਂ ਸਨ, ਕਾਊਂਟਰ ਦੇ ਪਿੱਛੇ ਬਾਰਮੈਨ ਖੜਾ ਸੀ ਅਤੇ ਬਾਰ ਤੇ ਖਲੋਤੇ ਮੁਸਾਫਰਾਂ ਦੀਆਂ ਪਿਠਾਂ ਨਜ਼ਰ ਆ ਰਹੀਆਂ ਸਨ।

ਜਿਸ ਵੇਲੇ ਨੇਖਲੀਊਦੋਵ ਜਾਗ ਪਿਆ ਸੀ ਅਤੇ ਬੈਠਾ ਹੌਲੀ ਹੌਲੀ ਆਪਣੀ ਬਿਰਤੀ ਨੂੰ ਇਕਾਗਰ ਕਰ ਰਿਹਾ ਸੀ ਤਾਂ ਉਹਨੇ ਵੇਖਿਆ ਕਿ ਕਮਰੇ ਵਿਚ ਹਰ ਕਿਸੇ ਦੀਆਂ ਨਜ਼ਰਾਂ ਦਰਵਾਜ਼ੇ ਵੱਲ ਲੱਗੀਆਂ ਹੋਈਆਂ ਸਨ ਤੇ ਜੋ ਕੁਝ ਓਥੇ ਹੋ ਰਿਹਾ ਸੀ ਉਸ ਨੂੰ ਜਾਣਨ ਲਈ ਉਤਸੁਕ ਸੀ। ਉਸ ਨੇ ਧਿਆਨ ਨਾਲ ਵੇਖਿਆ ਤਾਂ ਮਾਲੂਮ ਹੋਇਆ ਕਿ ਕੁਝ ਲੋਕ ਇਕ ਜਲੂਸ ਦੀ ਸ਼ਕਲ ਵਿਚ ਆ ਰਹੇ ਸਨ। ਉਹਨਾਂ ਨੇ ਇਕ ਕੁਰਸੀ ਚੁੱਕੀ ਹੋਈ ਸੀ ਜਿਸ ਉਤੇ ਇਕ ਸੁਆਣੀ ਬੈਠੀ ਹੋਈ ਸੀ। ਇਸ ਸੁਆਣੀ ਦਾ ਸਿਰ ਬੜੇ ਹੀ ਮਹੀਨ ਕਿਸਮ ਦੇ ਕਪੜੇ ਨਾਲ ਕੱਜਿਆ ਹੋਇਆ ਸੀ। ਨੇਖਲੀਊਦੋਵ ਨੂੰ ਲੱਗਿਆ ਕਿ ਉਹ ਉਸ ਵਰਦੀਪੋਸ਼ ਨੂੰ ਜਾਣਦਾ ਹੈ ਜਿਸ ਨੇ ਸਾਮ੍ਹਣੇ ਪਾਸੇ ਕੁਰਸੀ ਨੂੰ ਸਹਾਰਾ ਦਿੱਤਾ ਹੋਇਆ ਸੀ। ਉਹਦੇ ਪਿਛਲਾ ਆਦਮੀ, ਜਿਸ ਦੀ ਟੋਪੀ ਨੂੰ ਸੁਨਹਿਰੀ ਡੋਰੀ ਲੱਗੀ ਹੋਈ ਸੀ, ਵੀ ਉਹਦੀ ਜਾਣ ਪਛਾਣ ਵਾਲਾ ਦਰਬਾਨ ਸੀ। ਕੁਰਸੀ ਦੇ ਪਿੱਛੇ ਪਿੱਛੇ ਇਕ ਮਲੂਕੜੀ ਜਿਹੀ ਨੌਕਰਾਣੀ ਸੀ ਜਿਸ ਦੀਆਂ ਲਿਟਾਂ ਮੱਥੇ ਉਤੇ ਪਲਮ ਆਈਆਂ ਸਨ ਤੇ ਜਿਸ ਨੇ ਐਪਰਨ ਪਾਇਆ ਹੋਇਆ ਸੀ। ਉਸ ਦੇ ਹੱਥ ਵਿਚ ਇਕ ਪਾਰਸਲ, ਕੁਝ ਛੱਤਰੀਆਂ ਅਤੇ ਇਕ ਚਮੜੇ ਦੇ ਗੋਲ ਬੈਗ ਵਿਚ ਕੁਝ ਚੀਜ਼ਾਂ ਸਨ। ਇਸ ਤੋਂ ਪਿਛੋਂ ਆਇਆ ਮੋਟੇ ਮੋਟੇ ਬੁਲ੍ਹਾਂ ਤੇ ਮਿਰਗੀ ਦੀ ਮਾਰੀ ਧੌਣ ਵਾਲਾ ਪ੍ਰਿੰਸ ਕੋਰਚਾਗਿਨ ਜਿਸ ਨੇ ਸਿਰ ਉਤੇ ਸਫਰੀ ਟੋਪੀ ਰੱਖੀ ਹੋਈ ਸੀ। ਉਸ ਦੇ ਪਿੱਛੇ ਸੀ ਮਿੱਸੀ, ਉਹਦਾ ਚਾਚੇ ਦਾ ਪੁਤ ਭਰਾ ਮੀਸ਼ਾ, ਤੇ ਨੇਖਲੀਊਦੋਵ ਦਾ ਇਕ ਵਾਕਫ—ਲੰਮੀ ਗਰਦਨ ਵਾਲਾ ਕੂਟਨੀਤਗ, ਓਸਟਨ ਜਿਸ ਦੀ ਘੰਡੀ ਬਾਹਰ ਨਿਕਲੀ ਹੋਈ ਸੀ ਤੇ ਜਿਹੜਾ ਹਰ ਵੇਲੇ ਹਾਸਾ ਠੱਠਾ ਕਰਨ ਵਾਲਾ ਬੰਦਾ ਸੀ। ਉਹ ਬੜਾ ਧੜੱਲੇਦਾਰ, ਹਰ ਵੇਲੇ ਹਾਸਾ ਠੱਠਾ ਕਰਨ ਵਾਲਾ ਬੰਦਾ ਸੀ। ਉਹ ਬੜੇ ਧੜਲੇਦਾਰ, ਪਰ ਮਜ਼ਾਕੀਆ ਅੰਦਾਜ਼ ਵਿਚ, ਮੁਸਕ੍ਰਾ ਰਹੀ ਮਿੱਸੀ ਨਾਲ ਕੋਈ ਗੱਲ ਕਰ ਰਿਹਾ ਸੀ। ਪਿੱਛੇ ਪਿੱਛੇ ਡਾਕਟਰ ਆ ਰਿਹਾ ਸੀ ਜਿਹੜਾ ਖਫਾ ਹੋਇਆ ਸਿਗਰਟ ਦੇ ਕਸ਼ ਲਾਈ ਜਾ ਰਿਹਾ ਸੀ।

ਕੋਰਚਾਗਿਨ ਪਰਵਾਰ ਸ਼ਹਿਰ ਦੇ ਨੇੜੇ ਵਾਲੀ ਆਪਣੀ ਜਾਗੀਰ ਨੂੰ ਛੱਡ ਕੇ ਪ੍ਰਿੰਸੈਸ ਦੀ ਭੈਣ ਦੀ ਜਾਗੀਰ ਉਤੇ ਜਾ ਰਿਹਾ ਸੀ ਜਿਹੜੀ ਨੀਜ਼ੂਨੀ ਨੋਵਗੋਰੋਦ ਰੇਲਵੇ ਲਾਈਨ ਉਤੇ ਸੀ।

ਜਲੂਸ—ਉਹ ਆਦਮੀ ਜਿਨ੍ਹਾਂ ਨੇ ਕੁਰਸੀ ਚੁੱਕੀ ਹੋਈ ਸੀ, ਨੌਕਰਾਣੀ ਅਤੇ ਡਾਕਟਰ, ਜ਼ਨਾਨਾ ਉਡੀਕ-ਕਮਰੇ ਵਿਚ ਚਲਾ ਗਿਆ। ਕਮਰੇ ਵਿਚ ਬੈਠੇ ਲੋਕ ਇਕ ਖ਼ੁਤਖ਼ੁਤੀ ਜਿਹੀ ਤੇ ਆਦਰ ਭਾਵ ਨਾਲ ਉਹਨਾਂ ਵੱਲ ਵੇਖਣ ਲੱਗੇ। ਪਰ ਬੁੱਢਾ ਪ੍ਰਿੰਸ ਪਹਿਲੇ ਜਲਪਾਨ-ਗ੍ਰਹਿ ਵਿਚ ਹੀ ਰੁਕ ਗਿਆ। ਇਕ ਮੇਜ਼ ਕੋਲ ਬਹਿ ਕੇ ਉਸ ਨੇ ਬੈਰੇ ਨੂੰ ਬੁਲਾਇਆ ਤੇ ਕੁਝ ਖਾਣ ਤੇ ਪੀਣ ਨੂੰ ਲਿਆ ਕੇ ਦੇਣ ਦਾ ਆਰਡਰ ਕੀਤਾ। ਮਿੱਸੀ

ਤੇ ਓਸਟਨ ਵੀ ਜਲਪਾਨ-ਗ੍ਰਹਿ ਵਿਚ ਹੀ ਰਹਿ ਗਏ ਸਨ। ਉਹ ਬੈਠਣ ਹੀ ਵਾਲੇ ਸਨ ਕਿ ਦਰਵਾਜ਼ੇ ਵਿਚ ਕਿਸੇ ਜਾਣੂ ਔਰਤ ਉਤੇ ਉਹਨਾਂ ਦੀ ਨਜ਼ਰ ਪੈ ਗਈ ਤੇ ਉਹ ਉਸ ਦੇ ਕੋਲ ਆ ਗਏ। ਇਹ ਔਰਤ ਨਤਾਲੀਆ ਰਾਗੋਜ਼ਿਨਸਕਾਯਾ ਸੀ।

ਨਤਾਲੀਆ ਅਗਰਾਫੇਨਾ ਪੇਤਰੋਵਨਾ ਦੇ ਨਾਲ ਜਲਪਾਨ-ਗ੍ਰਹਿ ਦੇ ਅੰਦਰ ਆ ਗਈ ਸੀ। ਦੋਵੇਂ ਕਮਰੇ ਵਿਚ ਏਧਰ ਓਧਰ ਝਾਕਣ ਲੱਗ ਪਈਆਂ ਸਨ। ਇਕੋ ਹੀ ਪਲ ਨਤਾਲੀਆ ਦੀ ਨਜ਼ਰ ਆਪਣੇ ਭਰਾ ਉਤੇ ਵੀ ਪੈ ਗਈ ਤੇ ਮਿੱਸੀ ਉਤੇ ਵੀ। ਨਤਾਲੀਆ ਨੇ ਆਪਣੇ ਭਰਾ ਵੱਲ ਵੇਖ ਕੇ ਸਿਰਫ ਸਿਰ ਹੀ ਹਿਲਾਇਆ ਤੇ ਪਹਿਲਾਂ ਮਿੱਸੀ ਨੂੰ ਮਿਲਣ ਚਲੀ ਗਈ। ਪਰ ਉਸ ਨੂੰ ਚੁੰਮ ਕੇ ਉਹ ਤੁਰਤ ਹੀ ਆਪਣੇ ਭਰਾ ਵੱਲ ਮੁੜ ਪਈ।

"ਆਖਰ ਮੈਂ ਲਭ ਹੀ ਲਿਆ ਤੈਨੂੰ," ਉਸ ਨੇ ਆਖਿਆ।

ਨੇਖਲੀਊਦੋਵ ਮਿੱਸੀ, ਮੀਸ਼ਾ ਅਤੇ ਓਸਟਨ ਨੂੰ ਅੱਗੋਂ ਮਿਲਣ ਤੇ ਉਹਨਾਂ ਨਾਲ ਇਕ ਅੱਧ ਗੱਲ ਕਰਨ ਲਈ ਖੜਾ ਹੋ ਗਿਆ। ਮਿੱਸੀ ਨੇ ਉਸ ਨੂੰ ਦੱਸਿਆ ਕਿ ਉਹਨਾਂ ਦੇ ਪਿੰਡ ਵਾਲੇ ਮਕਾਨ ਨੂੰ ਅੱਗ ਲੱਗ ਗਈ ਹੈ ਜਿਸ ਕਰਕੇ ਉਹਨਾਂ ਲਈ ਆਪਣੀ ਮਾਸੀ ਦੇ ਘਰ ਜਾ ਕੇ ਰਹਿਣਾ ਜ਼ਰੂਰੀ ਹੋ ਗਿਆ। ਓਸਟਨ ਕਿਸੇ ਹੋਰ ਥਾਂ ਅੱਗ ਲੱਗਣ ਦਾ ਮਜ਼ਾਕੀਆ ਕਿੱਸਾ ਸੁਣਾਉਣ ਲੱਗ ਪਿਆ।

ਨੇਖਲੀਊਦੋਵ ਨੇ ਓਸਟਨ ਵਲ ਕੋਈ ਧਿਆਨ ਨਾ ਦਿੱਤਾ ਅਤੇ ਆਪਣੀ ਭੈਣ ਨਾਲ ਗੱਲੀਂ ਲੱਗ ਪਿਆ।

"ਮੈਨੂੰ ਬੜੀ ਖੁਸ਼ੀ ਹੋਈ ਹੈ ਕਿ ਤੂੰ ਆ ਗਈ ਹੈਂ।" ਉਹਨੇ ਆਖਿਆ।

"ਮੈਨੂੰ ਆਈ ਨੂੰ ਕਿੰਨਾ ਹੀ ਚਿਰ ਹੋ ਗਿਐ," ਉਹਨੇ ਜਵਾਬ ਵਿਚ ਕਿਹਾ। "ਅਗਰਾਫੇਨਾ ਪੇਤਰੋਵਨਾ ਵੀ ਮੇਰੇ ਨਾਲ ਏ।" ਤੇ ਉਹਨੇ ਅਗਰਾਫੇਨਾ ਪੇਤਰੋਵਨਾ ਵੱਲ ਸੈਣਤ ਕੀਤੀ ਜਿਹੜੀ ਬਰਸਾਤੀ ਕੋਟ ਪਾ ਕੇ ਤੇ ਸਿਰ ਉਤੇ ਟੋਪੀ ਰੱਖੀ ਕੁਝ ਹਟ ਕੇ ਖੜੀ ਸੀ। ਉਸ ਨੇ ਪਿਆਰ ਭਰੇ ਮਾਣ ਤੇ ਕੁਝ ਘਬਰਾਹਟ ਨਾਲ ਝੁਕ ਕੇ ਸਲਾਮ ਕੀਤਾ ਤੇ ਓਥੇ ਹੀ ਖੜੀ ਰਹੀ ਤਾਂ ਜੋ ਭੈਣ-ਭਰਾ ਦੀਆਂ ਗੱਲਾਂ ਵਿਚ ਵਿਘਨ ਨਾ ਪਵੇ। "ਅਸੀਂ ਸਭ ਥਾਈਂ ਵੇਖਿਆ ਤੈਨੂੰ।"

"ਤੇ ਮੈਂ ਏਥੇ ਸੁੱਤਾ ਪਿਆ ਸਾਂ। ਮੈਨੂੰ ਬੇਅੰਤ ਖੁਸ਼ੀ ਹੋਈ ਹੈ ਕਿ ਤੂੰ ਆ ਗਈ ਏਂ," ਨੇਖਲੀਊਦੋਵ ਨੇ ਗੱਲ ਦੁਹਰਾਈ। "ਮੈਂ ਤੈਨੂੰ ਇਕ ਚਿੱਠੀ ਲਿਖਣੀ ਸ਼ੁਰੂ ਕੀਤੀ ਸੀ।"

"ਸੱਚੀਂ?" ਉਸ ਨੇ ਆਖਿਆ। ਇਉਂ ਲੱਗਦਾ ਸੀ ਜਿਵੇਂ ਉਹ ਡਰ ਗਈ ਹੋਵੇ। "ਕਾਹਦੇ ਬਾਰੇ?"

ਮਿੱਸੀ ਤੇ ਉਹਦੇ ਨਾਲ ਦੇ ਸਜਣਾਂ ਨੇ ਜਦੋਂ ਵੇਖਿਆ ਕਿ ਭੈਣ ਭਰਾ ਵਿਚਕਾਰ ਕਿਸੇ ਨਿੱਜੀ ਮਾਮਲੇ ਬਾਰੇ ਗਲਬਾਤ ਹੋਣ ਵਾਲੀ ਹੈ ਤਾਂ ਉਹ ਪਰੇ ਚਲੇ ਗਏ। ਨੇਖਲੀਊਦੋਵ ਤੇ ਉਸ ਦੀ ਭੈਣ ਬਾਰੀ ਦੇ ਕੋਲ ਇਕ ਸੋਫੇ ਉਤੇ ਬਹਿ ਗਏ ਜਿਸ ਉਤੇ ਮਖ਼ਮਲੀ ਉਛਾੜ ਚੜ੍ਹਿਆ ਹੋਇਆ ਸੀ ਅਤੇ ਇਕ ਕੰਬਲ, ਇਕ ਬਕਸਾ ਤੇ ਕੁਝ ਹੋਰ ਸਾਮਾਨ ਪਿਆ ਹੋਇਆ ਸੀ।

"ਕੱਲ੍ਹ ਜਿਸ ਵੇਲੇ ਮੈਂ ਤੁਹਾਡੇ ਕੋਲੋਂ ਉਠ ਕੇ ਆਇਆ ਸਾਂ, ਮੇਰਾ ਜੀਅ ਕਰਦਾ ਸੀ ਫੇਰ ਵਾਪਸ ਜਾਵਾਂ ਅਤੇ ਹਾਰਦਿਕ ਅਫਸੋਸ ਪ੍ਰਗਟ ਕਰਾਂ, ਪਰ ਸਮਝ ਨਹੀਂ ਸੀ ਆਉਂਦਾ ਕਿ ਤੇਰਾ ਪਤੀ ਕੀ ਸੋਚੇਗਾ," ਨੇਖਲੀਊਦੋਵ ਨੇ ਆਖਿਆ। "ਕੱਲ੍ਹ ਮੈਂ ਉਹਦੇ ਨਾਲ ਰਤਾ ਤਲਖ਼ੀ ਨਾਲ ਬੋਲਿਆ ਸਾਂ ਤੇ ਇਹ ਗੱਲ ਮੈਨੂੰ ਬੇਚੈਨ ਕਰ ਰਹੀ ਸੀ।"

"ਮੈਨੂੰ ਪਤਾ ਸੀ, ਮੈਨੂੰ ਯਕੀਨ ਸੀ ਕਿ ਤੇਰਾ ਅਜਿਹਾ ਕੋਈ ਮਨਸ਼ਾ ਨਹੀਂ ਸੀ," ਉਹਦੀ ਭੈਣ ਨੇ ਆਖਿਆ। "ਪਰ ਤੂੰ ਜਾਣਦਾ ਏਂ..."

ਅਤੇ ਉਹਦੀਆਂ ਅੱਖਾਂ ਵਿਚੋਂ ਅਥਰੂ ਵਹਿ ਤੁਰੇ ਤੇ ਉਹਨੇ ਆਪਣੇ ਭਰਾ ਦੇ ਹੱਥ ਉਤੇ ਆਪਣਾ ਹੱਥ ਰੱਖ ਦਿੱਤਾ। ਵਾਕ ਸਪਸ਼ਟ ਨਹੀਂ ਸੀ ਪਰ ਨੇਖਲੀਊਦੋਵ ਨੇ ਇਸ ਦਾ ਅਰਥ ਪੂਰੀ ਤਰ੍ਹਾਂ ਸਮਝ ਲਿਆ ਸੀ ਤੇ ਉਹਦਾ ਦਿਲ ਭਰ ਆਇਆ ਸੀ। ਉਸ ਦੇ ਇਹਨਾਂ ਲਫਜ਼ਾਂ ਦਾ ਮਤਲਬ ਏਹੋ ਸੀ ਕਿ ਜਿਥੇ ਉਹ ਆਪਣੇ ਪਤੀ ਦੇ ਪ੍ਰੇਮ ਵਿਚ ਦੀਵਾਨੀ ਹੈ ਓਥੇ ਉਹਦੇ ਵਾਸਤੇ ਆਪਣੇ ਭਰਾ ਦਾ ਪਿਆਰ ਵੀ ਬੜਾ ਵਡਮੁੱਲਾ ਤੇ ਅਹਿਮ ਹੈ। ਇਸ ਲਈ ਉਹਨਾਂ ਦੋਵਾਂ ਵਿਚਕਾਰ ਜਦੋਂ ਵੀ ਕੋਈ ਗ਼ਲਤਫਹਿਮੀ ਪੈਦਾ ਹੋ ਜਾਂਦੀ ਹੈ ਤਾਂ ਉਹਦੇ ਦਿਲ ਨੂੰ ਡਾਢੀ ਤਕਲੀਫ ਹੁੰਦੀ ਹੈ।

"ਸ਼ੁਕਰੀਆ, ਤੇਰਾ ਸ਼ੁਕਰੀਆ... ਉਫ! ਜੋ ਕੁਝ ਮੈਂ ਅੱਜ ਵੇਖਿਆ ਹੈ!" ਉਸ ਨੇ ਆਖਿਆ। ਉਸ ਨੂੰ ਸਹਿਜ ਸੁਭਾ ਹੀ ਉਸ ਦੂਸਰੇ ਮੁਰਦੇ ਦਾ ਚੇਤਾ ਆ ਗਿਆ। "ਅੱਜ ਦੋ ਕੈਦੀ ਮਾਰੇ ਗਏ।"

"ਮਾਰੇ ਗਏ? ਉਹ ਕਿਵੇਂ?"

"ਹਾਂ, ਮਾਰੇ ਗਏ। ਏਸ ਵਰ੍ਹਦੀ ਅੱਗ ਵਿਚ ਉਹ ਉਹਨਾਂ ਨੂੰ ਬਾਹਰ ਲੈ ਆਏ, ਤੇ ਦੋ ਜਣੇ ਲੂ ਲੱਗਣ ਨਾਲ ਮਰ ਗਏ।"

"ਇਹ ਨਹੀਂ ਹੋ ਸਕਦਾ! ਇੰਜ? ਅੱਜ? ਹੁਣੇ?"

"ਹਾਂ, ਹੁਣੇ। ਮੈਂ ਉਹਨਾਂ ਦੀਆਂ ਲਾਸ਼ਾਂ ਅੱਖੀਂ ਵੇਖੀਆਂ ਹਨ।"

"ਪਰ ਮਾਰੇ ਕਿਉਂ ਗਏ? ਕਿਸ ਮਾਰਿਆ ਉਹਨਾਂ ਨੂੰ?" ਨਤਾਲੀਆ ਨੇ ਪੁੱਛਿਆ।

"ਜਿਨ੍ਹਾਂ ਨੇ ਉਹਨਾਂ ਨੂੰ ਬਾਹਰ ਨਿਕਲਣ ਲਈ ਮਜਬੂਰ ਕੀਤਾ, ਉਹਨਾਂ ਨੇ ਹੀ ਮਾਰਿਆ," ਨੇਖਲੀਊਦੋਵ ਨੇ ਖਿੱਝ ਕੇ ਆਖਿਆ। ਉਸ ਨੂੰ ਮਹਿਸੂਸ ਹੋ ਰਿਹਾ ਸੀ ਕਿ ਉਸ ਦੀ ਭੈਣ ਵੀ ਇਸ ਸਭ ਕੁਝ ਨੂੰ ਆਪਣੇ ਖਾਵੰਦ ਦੀ ਨਜ਼ਰ ਨਾਲ ਵੇਖ ਰਹੀ ਹੈ।

"ਹੇ ਪ੍ਰਮਾਤਮਾ!" ਅਗਰਾਫੇਨਾ ਪੇਤਰੋਵਨਾ ਨੇ ਆਖਿਆ ਜਿਹੜੀ ਉਹਨਾਂ ਦੇ ਕੋਲ ਆ ਗਈ ਸੀ।

"ਹਾਂ, ਇਹਨਾਂ ਬਦਨਸੀਬਾਂ ਉਤੇ ਕੀ ਬੀਤ ਰਹੀ ਹੈ ਸਾਨੂੰ ਇਸ ਦਾ ਮਾੜਾ ਮੋਟਾ ਵੀ ਅੰਦਾਜ਼ਾ ਨਹੀਂ। ਪਰ ਇਸ ਦਾ ਸਭ ਨੂੰ ਪਤਾ ਲੱਗਣਾ ਚਾਹੀਦਾ ਹੈ," ਨੇਖਲੀਊਦੋਵ ਨੇ ਆਖਿਆ ਅਤੇ ਬੁੱਢੇ ਕੋਰਚਾਗਿਨ ਵੱਲ ਵੇਖਿਆ ਜਿਹੜਾ ਆਪਣੀ ਗਰਦਨ ਦੁਆਲੇ ਨੈਪਕਿਨ ਬੰਨ੍ਹੀ ਅਤੇ ਆਪਣੇ ਸਾਮ੍ਹਣੇ ਇਕ ਲੈਮਨੇਡ ਦੀ ਬੋਤਲ ਰੱਖੀ ਬੈਠਾ ਸੀ। ਉਸ ਨੇ ਵੀ ਐਨ ਓਸੇ ਹੀ ਵੇਲੇ ਨੇਖਲੀਊਦੋਵ ਵੱਲ ਨਜ਼ਰ ਕੀਤੀ ਸੀ।

"ਨੇਖਲੀਊਦੋਵ," ਉਸ ਨੇ 'ਵਾਜ ਮਾਰੀ। "ਕੁਝ ਖਾਣ ਪੀਣ ਦਾ ਇਰਾਦਾ ਨਹੀਂ? ਲੰਮੇ ਸਫਰ ਵਾਸਤੇ ਚੰਗਾ ਰਹਿੰਦਾ ਹੈ।"

ਨੇਖਲੀਊਦੋਵ ਨੇ ਨਾਂਹ ਕਰ ਦਿੱਤੀ ਤੇ ਮੂੰਹ ਦੂਜੇ ਪਾਸੇ ਕਰ ਲਿਆ।

"ਪਰ ਤੂੰ ਕੀ ਕਰੇਂਗਾ?" ਨਤਾਲੀਆ ਨੇ ਗੱਲ ਅੱਗੇ ਤੋਰੀ।

"ਜੋ ਮੈਥੋਂ ਹੋ ਸਕਿਆ। ਮੈਨੂੰ ਮਾਲੂਮ ਨਹੀਂ, ਪਰ ਮੈਂ ਮਹਿਸੂਸ ਕਰਦਾ ਹਾਂ ਕਿ ਮੈਨੂੰ ਕੁਝ ਕਰਨਾ ਜ਼ਰੂਰ ਚਾਹੀਦਾ ਹੈ। ਤੇ ਜੋ ਮੈਥੋਂ ਹੋ ਸਕਿਆ ਮੈਂ ਕਰਾਂਗਾ।"

"ਹਾਂ, ਹਾਂ, ਇਹ ਤਾਂ ਮੈਂ ਜਾਣਦੀ ਆਂ। ਤੇ ਉਹਨਾਂ ਦੀ ਕੀ ਖਬਰ ਏ?" ਉਸ ਨੇ ਮੁਸਕ੍ਰਾ ਕੇ ਕੋਰਚਾਗਿਨ ਵੱਲ ਅੱਖਾਂ ਦਾ ਇਸ਼ਾਰਾ ਕਰਦਿਆਂ ਉਸ ਤੋਂ ਪੁੱਛਿਆ। "ਇਹ ਮਾਮਲਾ ਅਸਲੋਂ ਹੀ ਠੱਪ ਹੋ ਗਿਐ?"

"ਬਿਲਕੁਲ। ਤੇ ਮੈਂ ਸਮਝਦਾ ਹਾਂ ਕਿ ਦੋਹਾਂ ਧਿਰਾਂ ਵਿਚੋਂ ਕਿਸੇ ਨੂੰ ਵੀ ਇਸ ਦਾ ਕੋਈ ਅਫਸੋਸ ਨਹੀਂ।"

"ਬੜੇ ਦੁਖ ਵਾਲੀ ਗੱਲ ਹੈ ਤੇ ਮੈਨੂੰ ਇਸ ਦਾ ਬੜਾ ਅਫਸੋਸ ਏ। ਮੈਨੂੰ ਉਹ ਪਿਆਰੀ ਲੱਗਦੀ ਏ। ਪਰ, ਚਲੋ ਜੇ ਏਹੋ ਹੀ ਗੱਲ ਏ, ਤਾਂ ਤੂੰ ਆਪਣੇ ਆਪ ਨੂੰ ਨਰੜਨਾ ਕਿਉਂ ਚਾਹੁੰਦਾ ਏਂ?" ਉਸ ਨੇ ਸੰਗਦਿਆਂ ਸੰਗਦਿਆਂ ਆਖਿਆ। "ਤੂੰ ਜਾ ਕਾਹਦੇ ਵਾਸਤੇ ਰਿਹਾ ਏਂ?"

"ਮੈਂ ਜਾ ਰਿਹਾ ਹਾਂ ਕਿਉਂਕਿ ਮੈਨੂੰ ਜਾਣਾ ਚਾਹੀਦੈ," ਨੇਖਲੀਊਦੋਵ ਨੇ ਗੰਭੀਰਤਾ ਨਾਲ ਰੁੱਖਾ ਜਿਹਾ ਜਵਾਬ ਦਿੱਤਾ ਜਿਵੇਂ ਉਹ ਇਸ ਗਲਬਾਤ ਦਾ ਭੋਗ ਪਾਉਣਾ ਚਾਹੁੰਦਾ ਹੋਵੇ।

ਪਰ ਝਟ ਹੀ ਉਸ ਨੂੰ ਆਪਣੇ ਰੁਖੇਪਨ ਤੇ ਸ਼ਰਮਿੰਦਗੀ ਮਹਿਸੂਸ ਹੋਣ ਲੱਗ ਪਈ। "ਜੋ ਕੁਝ ਮੇਰੇ ਦਿਲ ਦਿਮਾਗ਼ ਵਿਚ ਹੈ ਇਸ ਨੂੰ ਦੱਸ ਕਿਉਂ ਨਾ ਦੇਵਾਂ, ਤੇ ਨਾਲੇ ਅਗਰਾਫੇਨਾ ਪੇਤਰੋਵਨਾ ਵੀ ਸਭ ਕੁਝ ਸੁਣ ਲਵੇ?" ਬੁੱਢੀ ਨੌਕਰਾਣੀ ਵੱਲ ਵੇਖਦਿਆਂ ਉਹਦੇ ਮਨ ਵਿਚ ਆਈ। ਉਸ ਦੀ ਮੌਜੂਦਗੀ ਨਾਲ ਉਹਦੀ ਇਹ ਇੱਛਾ ਹੋਰ ਵੀ ਪ੍ਰਬਲ ਹੋ ਗਈ ਕਿ ਆਪਣਾ ਫੈਸਲਾ ਆਪਣੀ ਭੈਣ ਨੂੰ ਸੁਣਾ ਦੇਵੇ।

"ਤੂੰ ਕਾਤੀਊਸ਼ਾ ਨਾਲ ਮੇਰੇ ਵਿਆਹ ਦੀ ਗੱਲ ਕਰਦੀ ਏਂ? ਵੇਖੇਂ ਨਾ, ਗੱਲ ਇਹ ਹੈ ਕਿ ਮੈਂ ਤਾਂ ਵਿਆਹ ਕਰਾਉਣ ਦਾ ਮਨ ਬਣਾ ਲਿਆ ਹੈ ਪਰ ਉਸ ਨੇ ਦੋ ਟੂਕ ਤੇ ਡਟ ਕੇ ਇਨਕਾਰ ਕਰ ਦਿੱਤਾ ਹੈ," ਉਸ ਨੇ ਕਿਹਾ ਤੇ ਉਹਦੀ ਆਵਾਜ਼ ਕੰਬਣ ਲੱਗ ਪਈ। ਜਦੋਂ ਵੀ ਇਸ ਬਾਰੇ ਕੋਈ ਗੱਲ ਚਲਦੀ ਹਮੇਸ਼ਾ ਉਸ ਦੀਂ ਆਵਾਜ਼ ਕੰਬਣ ਲੱਗ ਜਾਂਦੀ ਸੀ। "ਉਹ ਨਹੀਂ ਚਾਹੁੰਦੀ ਕਿ ਮੈਂ ਕੁਰਬਾਨੀ ਕਰਾਂ, ਪਰ ਉਹ ਆਪ ਕੁਰਬਾਨੀ ਕਰ ਰਹੀ ਹੈ ਤੇ ਉਹਦੀ ਹਾਲਤ ਵਿਚ ਇਹ ਬਹੁਤ ਵੱਡੀ ਗੱਲ ਹੈ। ਤੇ ਜੇ ਇਹ ਘੜੀ ਪਲ ਦਾ ਉਬਾਲ ਹੈ ਤਾਂ ਮੈਂ ਇਹ ਕੁਰਬਾਨੀ ਮਨਜ਼ੂਰ ਨਹੀਂ ਕਰ ਸਕਦਾ। ਇਸ ਕਰਕੇ ਮੈਂ ਉਹਦੇ ਨਾਲ ਚਲਿਆ ਹਾਂ। ਜਿਥੇ ਉਹ ਰਹੇਗੀ ਓਥੇ ਹੀ ਮੈਂ ਰਹਾਂਗਾ ਤੇ ਜਿੰਨੀ ਕੁ ਮੇਰੇ ਵਿਚ ਹਿੰਮਤ ਹੋਈ ਉਹਦਾ ਦੁਖ ਵੰਡਾਉਣ ਦਾ ਜਤਨ ਕਰਾਂਗਾ।"

ਨਤਾਲੀਆ ਨੇ ਅੱਗੋਂ ਕੁਝ ਨਹੀਂ ਆਖਿਆ। ਅਗਰਾਫੇਨਾ ਪੇਤਰੋਵਨਾ ਨੇ ਸਵਾਲੀਆ ਨਜ਼ਰਾਂ ਨਾਲ ਨਤਾਲੀਆ ਇਵਾਨੋਵਨਾ ਵੱਲ ਵੇਖਿਆ ਅਤੇ ਆਪਣਾ ਸਿਰ ਛੰਡ ਦਿੱਤਾ। ਓਸੇ ਹੀ ਵੇਲੇ ਜ਼ਨਾਨਾ ਕਮਰੇ ਵਿਚੋਂ ਉਹੀ ਜਲੂਸ ਬਾਹਰ ਨਿਕਲ ਆਇਆ। ਉਹੋ ਖ਼ੂਬਸੂਰਤ ਵਰਦੀਪੋਸ਼ (ਫਿਲਿਪ) ਅਤੇ ਦਰਬਾਨ ਪ੍ਰਿੰਸੈਸ ਕੋਰਚਾਗਿਨਾ ਨੂੰ ਚੁੱਕੀ ਲਿਆ ਰਹੇ ਸਨ। ਉਹਨੇ ਕੁਰਸੀ ਚੁਕਣ ਵਾਲਿਆਂ ਨੂੰ ਰੁਕਣ ਲਈ ਆਖਿਆ ਅਤੇ ਇਸ਼ਾਰਾ ਕਰਕੇ ਨੇਖਲੀਊਦੋਵ ਨੂੰ ਨੇੜੇ ਆਉਣ ਲਈ ਆਖਿਆ ਅਤੇ ਬਹੁਤ ਦਰਦਨਾਕ ਤੇ ਬੇਹਿਸੀ ਜਿਹੀ ਨਾਲ ਆਪਣਾ ਗੋਰਾ ਚਿੱਟਾ ਅੰਗੂਠੀਆਂ ਵਾਲਾ ਹੱਥ ਉਹਦੇ ਵੱਲ ਵਧਾਇਆ। ਇਸ ਅਨੁਮਾਨ ਨਾਲ ਉਹ ਡਰ ਰਹੀ ਸੀ ਕਿ ਨੇਖਲੀਊਦੋਵ ਦੇ ਹੱਥ ਵਿਚ ਉਹਦਾ ਹੱਥ ਘੁੱਟਿਆ ਜਾਏਗਾ।

"Epouvantable!"* ਉਸ ਨੇ ਆਖਿਆ। ਉਹਦਾ ਭਾਵ ਗਰਮੀ ਤੋਂ ਸੀ। "ਮੈਥੋਂ ਤਾਂ ਝੱਲੀ ਨਹੀਂ ਜਾਂਦੀ! Ce climat me tue!"** ਅਤੇ ਕੁਝ ਚਿਰ ਰੂਸੀ ਜਲਵਾਯੂ ਦੀਆਂ ਭਿਅੰਕਰਤਾਵਾਂ ਦੀਆਂ ਗੱਲਾਂ ਕਰਕੇ, ਅਤੇ ਨੇਖਲੀਊਦੋਵ ਨੂੰ ਆਉਣ ਦਾ ਸੱਦਾ ਦੇ ਕੇ, ਉਸ ਨੇ ਕੁਰਸੀ ਚੁਕਣ ਵਾਲਿਆਂ ਨੂੰ ਚੱਲਣ ਦਾ ਇਸ਼ਾਰਾ ਕੀਤਾ। "ਜ਼ਰੂਰ ਆਵੀਂ, ਭੁੱਲੀਂ ਨਾ," ਉਸ ਨੇ ਆਪਣਾ ਲੰਬੂਤਰਾ ਜਿਹਾ ਚਿਹਰਾ ਨੇਖਲੀਊਦੋਵ ਵੱਲ ਭੁਆ ਕੇ ਆਖਿਆ ਜਿਸ ਵੇਲੇ ਨੌਕਰ ਉਹਦੀ ਪਾਲਕੀ ਚੁੱਕੀ ਅਗਾਂਹ ਤੁਰ ਪਏ ਸਨ।

ਨੇਖਲੀਊਦੋਵ ਪਲੇਟਫਾਰਮ ਉਤੇ ਆ ਗਿਆ। ਪ੍ਰਿੰਸੈਸ ਦਾ ਜਲੂਸ ਪਹਿਲੇ ਦਰਜੇ ਦੇ ਡੱਬਿਆਂ ਵੱਲ ਸੱਜੇ ਪਾਸੇ ਮੁੜ ਗਿਆ। ਨੇਖਲੀਊਦੋਵ ਇਕ ਕੁਲੀ ਨਾਲ ਜਿਸ ਨੇ ਉਹਦਾ ਸਾਮਾਨ ਚੁੱਕਿਆ ਹੋਇਆ ਸੀ ਖੱਬੇ ਪਾਸੇ ਮੁੜ ਗਿਆ। ਤਾਰਾਸ ਵੀ ਉਹਦੇ ਨਾਲ ਸੀ ਜਿਸ ਨੇ ਆਪਣਾ ਬੁਝਕਾ ਚੁੱਕਿਆ ਹੋਇਆ ਸੀ।

"ਇਹ ਮੇਰਾ ਸਾਥੀ ਹੈ," ਨੇਖਲੀਊਦੋਵ ਨੇ ਤਾਰਾਸ ਵੱਲ ਇਸ਼ਾਰਾ ਕਰਦਿਆਂ ਆਪਣੀ ਭੈਣ ਨੂੰ ਦੱਸਿਆ। ਤਾਰਾਸ ਦਾ ਕਿੱਸਾ ਉਹਨੇ ਭੈਣ ਨੂੰ ਪਹਿਲਾਂ ਸੁਣਾਇਆ ਹੋਇਆ ਸੀ।

"ਤੀਜੇ ਦਰਜੇ ਵਿਚ ਬੈਠੇਂਗਾ?" ਨਤਾਲੀਆ ਨੇ ਆਖਿਆ ਜਦੋਂ ਉਹਨੇ ਵੇਖਿਆ ਕਿ ਨੇਖਲੀਊਦੋਵ ਤੀਜੇ ਦਰਜੇ ਦੇ ਡੱਬੇ ਅੱਗੇ ਖੜਾ ਹੋ ਗਿਆ ਹੈ ਅਤੇ ਤਾਰਾਸ ਤੇ ਕੁਲੀ ਸਾਮਾਨ ਲੈ ਕੇ ਅੰਦਰ ਚਲੇ ਗਏ ਹਨ।

"ਹਾਂ, ਏਹੋ ਠੀਕ ਏ। ਤਾਰਾਸ ਮੇਰੇ ਨਾਲ ਜਾ ਰਿਹਾ ਹੈ," ਉਸ ਨੇ ਆਖਿਆ। "ਇਕ ਗੱਲ ਹੋਰ," ਉਹ ਆਖਣ ਲੱਗਾ, "ਕੁਜ਼ਮਿਨਸਕੋਯੇ ਵਾਲੀ ਜ਼ਮੀਨ ਮੈਂ ਹਾਲੇ ਕਿਸਾਨਾਂ ਨੂੰ ਨਹੀਂ ਦਿੱਤੀ। ਇਸ ਕਰਕੇ ਜੇ ਮੈਂ ਮਰ ਗਿਆ ਤਾਂ ਤੇਰੇ ਬੱਚੇ ਇਸ ਦੇ ਵਾਰਸ ਬਣਨਗੇ।"

---

* ਤੋਬਾ। (ਫਰਾਂਸੀਸੀ)—ਸੰਪਾ:

* ਇਹ ਮੌਸਮ ਤਾਂ ਮੇਰੀ ਜਾਨ ਕੱਢ ਲਏਗਾ। (ਫਰਾਂਸੀਸੀ)—ਸੰਪਾ:

"ਇੰਜ ਨਾ ਆਖ, ਦੀਮਿਤਰੀ!" ਨਤਾਲੀਆ ਨੇ ਆਖਿਆ।

"ਜੇ ਮੈਂ ਇਹ ਦੇ ਵੀ ਦੇਵਾਂ, ਤਾਂ ਬਾਕੀ ਸਭ ਕੁਝ ਦੇ ਮਾਲਕ ਉਹੋ ਹੋਣਗੇ। ਕਿਉਂਕਿ ਉਮੇਦ ਨਹੀਂ ਮੈਂ ਵਿਆਹ ਕਰਾਂ। ਅਤੇ ਜੇ ਮੈਂ ਵਿਆਹ ਕਰਾ ਵੀ ਲਿਆ ਤਾਂ ਮੇਰਾ ਕੋਈ ਧੀ ਪੁਤਰ ਨਹੀਂ ਹੋਵੇਗਾ, ਤਾਂ ਜੋ..."

"ਦੀਮਿਤਰੀ, ਏਹੋ ਜਿਹੀਆਂ ਗੱਲਾਂ ਨਾ ਕੱਢ ਮੂੰਹੋਂ!" ਨਤਾਲੀਆ ਨੇ ਆਖਿਆ। ਪਰ ਨੇਖਲੀਊਦੋਵ ਨੇ ਭਾਂਪ ਲਿਆ ਕਿ ਉਹਦੇ ਮੂੰਹੋਂ ਇਹ ਗੱਲਾਂ ਸੁਣ ਕੇ ਉਸ ਨੂੰ ਖੁਸ਼ੀ ਹੋਈ ਸੀ।

ਇੰਜਣ ਵਾਲੇ ਪਾਸੇ, ਪਹਿਲੇ ਦਰਜੇ ਦੇ ਡੱਬੇ ਕੋਲ ਕੁਝ ਲੋਕ ਖੜੇ ਹਾਲੇ ਵੀ ਉਸ ਪਾਲਕੀ ਵੱਲ ਵੇਖ ਰਹੇ ਸਨ ਜਿਸ ਵਿਚ ਪ੍ਰਿੰਸੈਸ ਕੋਰਚਾਗਿਨਾ ਨੂੰ ਬਿਠਾ ਕੇ ਲਿਆਂਦਾ ਗਿਆ ਸੀ। ਬਹੁਤੇ ਮੁਸਾਫਰ ਆਪੋ ਆਪਣੀਆਂ ਥਾਵਾਂ ਤੇ ਜਾ ਬੈਠੇ ਸਨ। ਦੇਰ ਨਾਲ ਆਉਣ ਵਾਲੇ ਪਲੇਟਫਾਰਮ ਦੇ ਫੱਟਿਆਂ ਉਤੇ ਦਗੜ ਦਗੜ ਕਰਦੇ ਜਾ ਰਹੇ ਸਨ। ਗਾਰਡ ਡੱਬਿਆਂ ਦੇ ਬੂਹੇ ਬੰਦ ਕਰ ਰਹੇ ਸਨ ਅਤੇ ਮੁਸਾਫਰਾਂ ਨੂੰ ਅੰਦਰ ਬੈਠਣ ਲਈ ਤੇ ਤੋਰਨ ਆਇਆਂ ਨੂੰ ਡੱਬਿਆਂ ਵਿਚੋਂ ਬਾਹਰ ਆ ਜਾਣ ਲਈ ਆਖ ਰਹੇ ਸਨ।

ਨੇਖਲੀਊਦੋਵ ਡੱਬੇ ਵਿਚ ਵੜ ਗਿਆ। ਡੱਬਾ ਤੂੜਿਆ ਹੋਇਆ ਸੀ ਤੇ ਅੰਦਰੋਂ ਮੁਸ਼ਕ ਆ ਰਹੀ ਸੀ। ਪਰ ਉਹ ਇਕਦਮ ਹੀ ਫੇਰ ਬਾਹਰ ਆ ਗਿਆ ਤੇ ਡੱਬੇ ਦੇ ਸਿਰੇ ਉਤੇ ਛੋਟੇ ਜਿਹੇ ਚੌਤਰੇ ਤੇ ਚਲਾ ਗਿਆ।

ਨਵੇਂ ਫੈਸ਼ਨ ਦੀ ਟੋਪੀ ਅਤੇ ਕੇਪ ਪਾਈ ਨਤਾਲੀਆ ਡੱਬੇ ਦੇ ਨੇੜੇ ਖੜੀ ਸੀ। ਅਗਰਾਫੇਨਾ ਪੇਤਰੋਵਨਾ ਵੀ ਉਹਦੇ ਕੋਲ ਖੜੀ ਸੀ। ਪ੍ਰਤੱਖ ਰੂਪ ਵਿਚ ਉਹ ਕੋਈ ਤੱਲ ਕਰਨ ਦੀ ਕੋਸ਼ਿਸ਼ ਕਰ ਰਹੀ ਸੀ।

ਉਹ "Ecrivez"* ਵੀ ਨਹੀਂ ਆਖ ਸਕਦੀ ਸੀ ਕਿਉਂਕਿ ਉਹ ਦੋਵੇਂ ਭੈਣ ਭਰਾ ਹਮੇਸ਼ਾ ਇਸ ਲਫਜ਼ ਦਾ ਮਖੌਲ ਉਡਾਇਆ ਕਰਦੇ ਸਨ ਜਿਹੜਾ ਆਮ ਕਰਕੇ ਵਿਛੜਨ ਵੇਲੇ ਲੋਕ ਕਹਿ ਦੇਂਦੇ ਹਨ। ਭੈਣ ਭਰਾ ਦੇ ਪਿਆਰ ਦੀਆਂ ਕੋਮਲ ਭਾਵਨਾਵਾਂ ਨੂੰ ਜਿਹੜੀਆਂ ਉਹਨਾਂ ਦੇ ਹਿਰਦਿਆਂ ਵਿਚੋਂ ਡੁਲ੍ਹ ਡੁਲ੍ਹ ਪੈਂਦੀਆਂ ਸਨ ਧਨ ਦੌਲਤ ਦੀਆਂ ਨਿਗੂਣੀਆਂ ਗੱਲਾਂਬਾਤਾਂ ਨੇ ਇਕ ਪਲ ਵਿਚ ਕਾਫੂਰ ਕਰ ਦਿੱਤਾ ਸੀ। ਉਹ ਇਕ ਦੂਜੇ ਤੋਂ ਦੂਰ ਹੋ ਗਏ ਮਹਿਸੂਸ ਕਰ ਰਹੇ ਸਨ। ਇਸ ਕਰਕੇ ਜਦੋਂ ਗੱਡੀ ਤੁਰ ਪਈ ਤਾਂ ਨਤਾਲੀਆ ਨੂੰ ਖੁਸ਼ੀ ਹੋਈ ਸੀ ਤੇ ਉਹ ਉਦਾਸ ਤੇ ਪਿਆਰ ਭਰੀ ਤਕਣੀ ਨਾਲ ਆਪਣਾ ਸਿਰ ਹਿਲਾਉਂਦੀ ਹੋਈ ਸਿਰਫ ਏਨਾ ਹੀ ਆਖ ਸਕੀ "ਰੱਬ ਰਾਖਾ, ਦੀਮਿਤਰੀ! ਰੱਬ ਰਾਖਾ!" ਪਰ ਜਿਉਂ ਹੀ ਡੱਬਾ ਉਹਦੇ ਅੱਗੋਂ ਲੰਘ ਗਿਆ ਤਾਂ ਉਹ ਸੋਚਣ ਲੱਗੀ ਕਿ ਆਪਣੇ ਭਰਾ ਨਾਲ ਹੋਈ ਗਲਬਾਤ ਆਪਣੇ ਖਾਵੰਦ ਨੂੰ ਕਿਵੇਂ ਦੱਸੇਗੀ ਤਾਂ ਉਹਦੇ ਚਿਹਰੇ ਉਤੇ ਗੰਭੀਰਤਾ ਤੇ ਪ੍ਰੇਸ਼ਾਨੀ ਪਸਰ ਗਈ।

---

* ਖ਼ਤ ਲਿਖੀਂ। (ਫਰਾਂਸੀਸੀ)—ਸੰਪਾ:

ਨੇਖਲੀਊਦੋਵ ਦੇ ਦਿਲ ਵਿਚ ਆਪਣੀ ਭੈਣ ਲਈ ਕੋਮਲ ਭਾਵਨਾਵਾਂ ਤੋਂ ਬਿਨਾਂ ਕੁਝ ਨਹੀਂ ਸੀ ਤੇ ਉਹਨੇ ਓਹਦੇ ਕੋਲੋਂ ਕੋਈ ਗੱਲ ਲੁਕਾ ਕੇ ਵੀ ਨਹੀਂ ਸੀ ਰੱਖੀ। ਪਰ ਫੇਰ ਵੀ ਅੱਜ ਉਹਦੀ ਮੌਜੂਦਗੀ ਵਿਚ ਉਹ ਉਦਾਸ ਤੇ ਬੇਚੈਨ ਸੀ। ਇਸ ਕਰਕੇ ਗੱਡੀ ਚਲਣ ਸਮੇਂ ਉਸ ਨੂੰ ਵੀ ਸੁਖ ਦਾ ਸਾਹ ਆਇਆ ਸੀ। ਉਹ ਮਹਿਸੂਸ ਕਰ ਰਿਹਾ ਸੀ ਕਿ ਜਿਹੜੀ ਨਤਾਲੀਆ ਇਕ ਸਮੇਂ ਉਹਦੇ ਏਨੀ ਕਰੀਬ ਸੀ ਉਹ ਹੁਣ ਨਹੀਂ ਰਹੀ ਤੇ ਉਹਦੀ ਥਾਂ ਜੋ ਹੁਣ ਹੈ ਉਹ ਸਿਰਫ ਇਕ ਓਪਰੇ, ਮਨਹੂਸ, ਕਾਲੇ ਅਤੇ ਜੱਤਲ ਆਦਮੀ ਦੀ ਇਕ ਦਾਸੀ ਹੈ। ਇਹ ਗੱਲ ਉਸ ਨੇ ਸਪਸ਼ਟ ਰੂਪ ਵਿਚ ਓਦੋਂ ਵੇਖ ਲਈ ਸੀ ਜਦੋਂ ਓਹਦੇ ਮੂੰਹੋਂ ਉਹ ਗੱਲਾਂ ਸੁਣ ਕੇ ਜਿਨ੍ਹਾਂ ਵਿਚ ਉਹਦੇ ਖਾਵੰਦ ਦੀ ਖਾਸ ਦਿਲਚਸਪੀ ਹੋ ਸਕਦੀ ਸੀ—ਕਿਸਾਨਾਂ ਨੂੰ ਜ਼ਮੀਨ ਦੇਣ ਅਤੇ ਵਿਰਾਸਤ ਦੀਆਂ ਗੱਲਾਂ—ਨਤਾਲੀਆ ਦਾ ਚਿਹਰਾ ਇਕ ਅਜੀਬ ਚਾਅ ਨਾਲ ਖਿੜ ਗਿਆ ਸੀ। ਇਸ ਕਰਕੇ ਨੇਖਲੀਊਦੋਵ ਉਦਾਸ ਹੋ ਗਿਆ।

੪੦

ਵੱਡੇ ਸਾਰੇ ਤੀਜੇ ਦਰਜੇ ਦੇ ਡੱਬੇ ਵਿਚ, ਜਿਹੜਾ ਸਾਰਾ ਦਿਨ ਮੱਚਦੀ ਧੁੱਪ ਵਿਚ ਖੜਾ ਰਿਹਾ ਸੀ, ਤੇ ਜਿਹੜਾ ਹੁਣ ਲੋਕਾਂ ਨਾਲ ਤੂੜਿਆ ਪਿਆ ਸੀ, ਏਨੀ ਗਰਮੀ ਸੀ ਕਿ ਨੇਖਲੀਊਦੋਵ ਕੋਲੋਂ ਅੰਦਰ ਨਹੀਂ ਵੜਿਆ ਗਿਆ ਅਤੇ ਉਹ ਡੱਬੇ ਦੇ ਪਿੱਛੇ ਛੋਟੇ ਜਿਹੇ ਖੁਲ੍ਹੇ ਚੌਤਰੇ ਤੇ ਖੜਾ ਰਿਹਾ। ਪਰ ਏਥੇ ਵੀ ਕੋਈ ਸੱਜਰੀ ਹਵਾ ਨਹੀਂ ਸੀ ਲੱਗਦੀ ਅਤੇ ਨੇਖਲੀਊਦੋਵ ਦੀ ਜਾਨ ਵਿਚ ਜਾਨ ਸਿਰਫ ਓਦੋਂ ਆਈ ਜਦੋਂ ਗੱਡੀ ਸ਼ਹਿਰ ਦੀਆਂ ਇਮਾਰਤਾਂ ਨੂੰ ਪਿੱਛੇ ਛੱਡ ਆਈ ਤੇ ਹਵਾ ਦਾ ਬੁੱਲਾ ਲੱਗਾ। "ਹਾਂ, ਮਾਰੇ ਗਏ," ਉਸ ਨੇ ਆਪਣੇ ਆਪ ਅੱਗੇ ਓਹੋ ਲਫਜ਼ ਦੁਹਰਾਏ ਜਿਹੜੇ ਉਸ ਨੇ ਆਪਣੀ ਭੈਣ ਨੂੰ ਆਖੇ ਸਨ। ਅਤੇ ਉਸ ਦੀ ਕਲਪਨਾ ਵਿਚ, ਮਨ ਤੇ ਬੈਠੀਆਂ ਹੋਰ ਸਭਨਾਂ ਪ੍ਰਭਾਵ-ਪਰਛਾਈਆਂ ਵਿਚ ਦੂਸਰੇ ਮਿਰਤਕ ਕੈਦੀ ਦਾ ਖੂਬਸੂਰਤ ਚਿਹਰਾ ਅਤਿਅੰਤ ਉਘੜਵੇਂ ਰੂਪ ਵਿਚ ਉਭਰ ਆਇਆ। ਬੁਲ੍ਹਾਂ ਤੇ ਓਹੋ ਮੁਸਕਾਨ, ਮੱਥੇ ਉਤੇ ਓਹੀ ਗੰਭੀਰਤਾ ਦੇ ਭਾਵ, ਅਤੇ ਮੁੰਨੀ ਹੋਈ ਨੀਲੀ ਜਿਹੀ ਖੋਪੜੀ ਦੇ ਹੇਠਾਂ ਸੁਡੌਲ ਕੰਨ। "ਤੇ ਸਭ ਤੋਂ ਭਿਆਨਕ ਗੱਲ ਇਹ ਹੈ, ਕਿ ਉਹ ਤਾਂ ਮਾਰਿਆ ਗਿਆ ਹੈ ਪਰ ਕਿਸੇ ਨੂੰ ਇਹ ਪਤਾ ਨਹੀਂ ਕਿ ਉਸ ਨੂੰ ਮਾਰਨ ਵਾਲਾ ਕੌਣ ਹੈ। ਬਾਕੀ ਸਾਰੇ ਕੈਦੀਆਂ ਵਾਂਗ ਉਹਨੂੰ ਵੀ ਤਾਂ ਮਾਸਲੇਨੀਕੋਵ ਦੇ ਹੁਕਮ ਨਾਲ ਹੀ ਬਾਹਰ ਲਿਆਂਦਾ ਗਿਆ ਸੀ। ਸ਼ਾਇਦ ਮਾਸਲੇਨੀਕੋਵ ਨੇ ਰੋਜ਼ ਵਾਂਗ ਹੁਕਮ ਜਾਰੀ ਕਰ ਦਿੱਤਾ ਹੋਵੇ। ਇਕ ਕਾਗ਼ਜ਼ ਉਤੇ, ਜਿਸ ਤੇ ਸਿਰਨਾਵਾਂ ਛੱਪਿਆ ਹੋਵੇਗਾ, ਉਸ ਨੇ ਬੇਹੂਦਾ ਢੰਗ ਨਾਲ ਸ਼ਿਕੱਸਤਾ ਮਾਰ ਕੇ ਦਸਖ਼ਤ ਕਰ ਦਿੱਤੇ ਹੋਣ। ਤੇ ਇਸ ਵਿਚ ਕੀ ਸ਼ੱਕ ਹੈ

ਕਿ ਉਹ ਆਪਣੇ ਆਪ ਨੂੰ ਕਸੂਰਵਾਰ ਨਹੀਂ ਸਮਝਦਾ ਹੋਵੇਗਾ। ਜੇਲ੍ਹ ਦਾ ਡਾਕਟਰ ਤਾਂ ਉਹਦੇ ਨਾਲੋਂ ਵੀ ਘਟ ਕਸੂਰਵਾਰ ਸਮਝਦਾ ਹੋਵੇਗਾ ਆਪਣੇ ਆਪ ਨੂੰ ਜਿਸ ਨੇ ਕੈਦੀਆਂ ਦਾ ਮੁਆਇਨਾ ਕੀਤਾ ਸੀ। ਉਸ ਨੇ ਬੜੇ ਸੁਚੱਜ ਨਾਲ ਆਪਣਾ ਫਰਜ਼ ਨਿਭਾਇਆ ਸੀ ਅਤੇ ਕਮਜ਼ੋਰ ਕੈਦੀਆਂ ਨੂੰ ਵੱਖ ਕਰ ਦਿੱਤਾ ਸੀ। ਉਸ ਨੂੰ ਇਹ ਕਿਵੇਂ ਪਤਾ ਹੋ ਸਕਦਾ ਸੀ ਕਿ ਅੱਜ ਏਡੀ ਸਖ਼ਤ ਗਰਮੀ ਪਵੇਗੀ ਜਾਂ ਉਹ ਏਡੇ ਦਿਨ ਚੜ੍ਹੇ ਤੇ ਏਡੀ ਭੀੜ ਬਣਾ ਕੇ ਤੁਰਨਗੇ? ਜੇਲ੍ਹ ਦਾ ਇੰਸਪੈਕਟਰ? ਇੰਸਪੈਕਟਰ ਨੇ ਤਾਂ ਸਿਰਫ ਮਿਲੇ ਹੁਕਮ ਦੀ ਤਾਮੀਲ ਕੀਤੀ ਹੈ ਕਿ ਫਲਾਣੇ ਦਿਨ ਏਨੇ ਕੈਦੀ ਤੇ ਜਲਾਵਤਨ—ਮਰਦ ਤੇ ਔਰਤਾਂ—ਭੇਜੇ ਜਾਣ। ਰਖਵਾਲ ਅਫਸਰ ਨੂੰ ਵੀ ਕਸੂਰਵਾਰ ਨਹੀਂ ਆਖਿਆ ਜਾ ਸਕਦਾ ਕਿਉਂਕਿ ਉਸ ਦਾ ਕੰਮ ਇਕ ਖਾਸ ਥਾਂ ਤੋਂ ਕੈਦੀਆਂ ਦੀ ਇਕ ਨਿਸਚਿਤ ਗਿਣਤੀ ਨੂੰ ਲੈ ਕੇ ਉਹਨਾਂ ਨੂੰ ਦੂਜੀ ਥਾਂ ਜਾ ਹਵਾਲੇ ਕਰਨਾ ਹੈ। ਉਹ ਉਹਨਾਂ ਨੂੰ ਓਸੇ ਤਰੀਕੇ ਨਾਲ ਲੈ ਗਿਆ ਜਿਸ ਤਰ੍ਹਾਂ ਆਮ ਲਿਜਾਇਆ ਜਾਂਦਾ ਸੀ। ਉਸ ਨੂੰ ਕੀ ਪਤਾ ਸੀ ਕਿ ਅਜਿਹੇ ਦੋ ਹੱਟੇ ਕੱਟੇ ਆਦਮੀ ਜਿਹੜੇ ਮੈਂ ਵੇਖੇ ਹਨ ਗਰਮੀ ਨਹੀਂ ਬਰਦਸ਼ਤ ਕਰ ਸਕਣਗੇ ਅਤੇ ਮਰ ਜਾਣਗੇ। ਕਸੂਰ ਕਿਸੇ ਦਾ ਵੀ ਨਹੀਂ, ਅਤੇ ਇਸ ਦੇ ਬਾਵਜੂਦ ਉਹਨਾਂ ਲੋਕਾਂ ਦੇ ਹੱਥੋਂ ਆਦਮੀ ਮਾਰੇ ਗਏ ਹਨ ਜਿਹੜੇ ਉਹਨਾਂ ਦੀ ਮੌਤ ਦੇ ਦੋਸ਼ੀ ਨਹੀਂ ਹੋ ਸਕਦੇ।

"ਇਸ ਸਾਰੀ ਗੱਲ ਦੀ ਜੜ੍ਹ ਇਹ ਹੈ," ਨੇਖਲੀਊਦੋਵ ਸੋਚ ਰਿਹਾ ਸੀ, "ਕਿ ਇਹ ਸਾਰੇ ਲੋਕ—ਗਵਰਨਰ, ਇੰਸਪੈਕਟਰ, ਪੁਲਸ ਦੇ ਅਫਸਰ ਤੇ ਸਿਪਾਹੀ—ਇਹ ਸਮਝਦੇ ਹਨ ਕਿ ਕਈ ਅਜਿਹੀਆਂ ਸਥਿਤੀਆਂ ਹੁੰਦੀਆਂ ਹਨ ਜਦੋਂ ਮਨੁਖਾਂ ਵਿਚਕਾਰ ਮਨੁਖੀ ਸੰਬੰਧ ਜ਼ਰੂਰੀ ਨਹੀਂ ਰਹਿੰਦੇ। ਇਹ ਸਾਰੇ ਹੀ ਲੋਕ—ਮਾਸਲੇਨੀਕੋਵ, ਅਤੇ ਇੰਸਪੈਕਟਰ, ਤੇ ਰਖਵਾਲ ਅਫਸਰ, ਤੇ ਗਵਰਨਰ, ਅਫਸਰ ਤੇ ਇੰਸਪੈਕਟਰ ਨਾ ਹੁੰਦੇ ਤਾਂ ਐਸੀ ਗਰਮੀ ਵਿਚ ਲੋਕਾਂ ਦੇ ਏਡੇ ਹਜੂਮ ਨੂੰ ਭੇਜਣ ਤੋਂ ਪਹਿਲਾਂ ਵੀਹ ਵਾਰੀ ਸੋਚਦੇ, ਰਾਹ ਵਿਚ ਵੀਹ ਵਾਰੀ ਰੁਕਦੇ, ਅਤੇ ਇਕ ਆਦਮੀ ਨੂੰ ਨਿਢਾਲ ਹੁੰਦਿਆਂ, ਉਹਦਾ ਸਾਹ ਫੁਲਦਿਆਂ ਵੇਖ ਕੇ ਉਸ ਨੂੰ ਛਾਵੇਂ ਲੈ ਜਾਂਦੇ। ਉਹਦੇ ਮੂੰਹ ਵਿਚ ਪਾਣੀ ਦਾ ਘੁਟ ਪਾਉਂਦੇ ਅਤੇ ਉਹਨੂੰ ਸਾਹ ਲੈ ਲੈਣ ਦੇਂਦੇ, ਤੇ ਜੇ ਫੇਰ ਵੀ ਦੁਰਘਟਨਾ ਵਾਪਰ ਹੀ ਜਾਂਦੀ ਤਾਂ ਉਸ ਉਤੇ ਅਫਸੋਸ ਪ੍ਰਗਟ ਕਰਦੇ, ਦੁਖ ਦਾ ਇਜ਼ਹਾਰ ਕਰਦੇ। ਪਰ ਉਹਨਾਂ ਨੇ ਆਪ ਤਾਂ ਦੁਖ ਕੀ ਪ੍ਰਗਟ ਕਰਨਾ ਸੀ ਸਗੋਂ ਦੂਜਿਆਂ ਨੂੰ ਵੀ ਦੁਖ ਨਹੀਂ ਪ੍ਰਗਟ ਕਰਨ ਦਿੱਤਾ, ਇਸ ਲਈ ਕਿ ਉਹ ਇਨਸਾਨਾਂ ਬਾਰੇ ਤੇ ਉਹਨਾਂ ਵੱਲ ਆਪਣੇ ਫਰਜ਼ ਬਾਰੇ ਨਹੀਂ ਸਗੋਂ ਸਿਰਫ ਉਸ ਕੁਰਸੀ ਬਾਰੇ ਹੀ ਸੋਚਦੇ ਸਨ ਜਿਸ ਉਤੇ ਉਹ ਆਪ ਬੈਠੇ ਹੋਏ ਹਨ। ਇਹਨਾਂ ਕੁਰਸੀਆਂ ਤੇ ਬਹਿ ਕੇ ਜੋ ਜ਼ਿੰਮੇਦਾਰੀਆਂ ਉਹਨਾਂ ਤੇ ਪੈਂਦੀਆਂ ਹਨ ਉਹਨਾਂ ਨੂੰ ਉਹ ਮਨੁਖੀ ਸੰਬੰਧਾਂ ਨਾਲੋਂ ਉਚੇਰਾ ਸਮਝਦੇ ਹਨ। ਗੱਲ ਸਾਰੀ ਵਿਚੋਂ ਇਹ ਹੈ," ਨੇਖਲੀਊਦੋਵ ਸੋਚੀ ਜਾ ਰਿਹਾ ਸੀ। "ਜੇ ਇਕਵਾਰੀ ਅਸੀਂ ਇਹ ਮੰਨ ਲਈਏ—ਘੰਟੇ ਵਾਸਤੇ ਹੀ ਸਹੀ ਜਾਂ ਕਿਸੇ ਅਸਾਧਾਰਨ ਮਾਮਲੇ ਵਿਚ ਹੀ ਸਹੀ—ਕਿ ਕੋਈ ਵੀ ਚੀਜ਼ ਮਾਨਵਤਾ ਦੇ ਪਿਆਰ ਨਾਲੋਂ ਵਧੇਰੇ ਅਹਿਮ ਹੋ ਸਕਦੀ ਹੈ, ਤਾਂ ਕੋਈ ਐਸਾ ਜੁਰਮ ਨਹੀਂ

ਹੋਵੇਗਾ ਜਿਹੜਾ ਬਿਨਾਂ ਕਿਸੇ ਗੁਨਾਹ ਦੇ ਅਹਿਸਾਸ ਦੇ ਲੋਕਾਂ ਦੇ ਖਿਲਾਫ ਨਾ ਕੀਤਾ ਜਾ ਸਕੇ।

ਨੇਖਲੀਊਦੋਵ ਆਪਣੇ ਖਿਆਲਾਂ ਦੀ ਦੁਨੀਆਂ ਵਿਚ ਇਉਂ ਗੁਆਚਾ ਹੋਇਆ ਸੀ ਕਿ ਉਸ ਨੂੰ ਮੌਸਮ ਵਿਚ ਆਈ ਤਬਦੀਲੀ ਦਾ ਪਤਾ ਤੱਕ ਨਾ ਲੱਗਾ। ਇਕ ਬੱਦਲੀ ਨੇ ਸੂਰਜ ਨੂੰ ਕੱਜ ਲਿਆ ਸੀ। ਪਛਮ ਵਲੋਂ ਹਲਕੇ ਸਲੇਟੀ ਰੰਗ ਦੀ ਘਟਾ ਬੜੀ ਤੇਜ਼ੀ ਨਾਲ ਵਧਦੀ ਆ ਰਹੀ ਸੀ ਅਤੇ ਪਰੇ ਦੂਰ ਖੇਤਾਂ ਤੇ ਜੰਗਲਾਂ ਵਿਚ ਮੋਹਲੇ ਧਾਰ ਵਰਖਾ ਹੋ ਰਹੀ ਸੀ। ਘਟਾ ਛਾ ਜਾਣ ਨਾਲ ਹਵਾ ਵਿਚ ਤਰਾਵਟ ਆ ਗਈ ਸੀ। ਕਿਸੇ ਕਿਸੇ ਵੇਲੇ ਬਿਜਲੀ ਦੀ ਤਾਰ ਬੱਦਲਾਂ ਨੂੰ ਚੀਰ ਜਾਂਦੀ ਅਤੇ ਬੱਦਲਾਂ ਦੀ ਗੜਗੜਹਟ ਦੀ ਆਵਾਜ਼ ਗੱਡੀ ਦੀ ਖੜ ਖੜ ਵਿਚ ਘੁਲਮਿਲ ਜਾਂਦੀ। ਬੱਦਲ ਹੋਰ ਨੇੜੇ, ਹੋਰ ਨੇੜੇ ਆਉਂਦਾ ਜਾਂਦਾ ਸੀ ਅਤੇ ਤਿਰਛੀਆਂ ਕਣੀਆਂ ਇਸ ਚੌਤਰੇ ਅਤੇ ਨੇਖਲੀਊਦੋਵ ਦੇ ਕੋਟ ਉਤੇ ਪੈਣ ਲੱਗ ਪਈਆਂ ਸਨ ਜਿਨ੍ਹਾਂ ਨੂੰ ਹਵਾ ਉਡਾਉਂਦੀ ਲਈ ਆਉਂਦੀ ਸੀ। ਨੇਖਲੀਊਦੋਵ ਓਥੋਂ ਹਟ ਕੇ ਚੌਤਰੇ ਦੇ ਦੂਜੇ ਪਾਸੇ ਜਾ ਖੜਾ ਹੋਇਆ। ਸਿਲ੍ਹੀ ਸਿਲ੍ਹੀ ਤੇ ਸੱਜਰੀ ਪੌਣ ਵਿਚ ਸਿੱਟਿਆਂ ਤੇ ਗਿੱਲੀ ਧਰਤੀ ਦੀ ਮਹਿਕ ਘੁਲ ਗਈ ਸੀ ਜਿਹੜੀ ਚਿਰਾਂ ਤੋਂ ਕਣੀਆਂ ਨੂੰ ਸਹਿਕ ਰਹੀ ਸੀ। ਆਪਣੀ ਥਾਂ ਖੜਾ ਇਸ ਪੌਣ ਦੇ ਘੁਟ ਭਰਦਾ ਨੇਖਲੀਊਦੋਵ ਆਪਣੀਆਂ ਨਜ਼ਰਾਂ ਅੱਗੋਂ ਲੰਘਦੇ ਜਾਂਦੇ ਬਾਗਾਂ ਨੂੰ, ਜੰਗਲਾਂ ਨੂੰ, ਰਾਈ ਦੇ ਪੀਲੇ ਪੀਲੇ ਖੇਤਾਂ ਨੂੰ, ਹਰੀਆਂ ਹਰੀਆਂ ਜਵੀ ਦੀਆਂ ਪੈਲੀਆਂ ਨੂੰ, ਤੇ ਗੂੜ੍ਹੇ ਹਰੇ ਰੰਗ ਦੀਆਂ ਆਲੂਆਂ ਦੀਆਂ ਕਿਆਰੀਆਂ ਦੀਆਂ ਕਾਲੀਆਂ ਵੱਟਾਂ ਨੂੰ ਵੇਖ ਰਿਹਾ ਸੀ। ਇਉਂ ਲੱਗਦਾ ਸੀ ਜਿਵੇਂ ਹਰ ਚੀਜ਼ ਉਤੇ ਵਾਰਨਿਸ਼ ਕਰ ਦਿੱਤੀ ਗਈ ਹੋਵੇ। ਹਰਾ ਰੰਗ ਹੋਰ ਵੀ ਹਰਾ ਹੋ ਗਿਆ ਸੀ, ਪੀਲਾ ਹੋਰ ਵੀ ਗੂੜ੍ਹਾ ਪੀਲਾ, ਅਤੇ ਕਾਲਾ ਹੋਰ ਵੀ ਕਾਲਾ ਸ਼ਾਹ!

"ਵਰ੍ਹ ਜਾ! ਵਰ੍ਹ ਜਾ, ਦੱਬ ਕੇ!" ਨੇਖਲੀਊਦੋਵ ਆਖ ਰਿਹਾ ਸੀ। ਲਾਹੇਵੰਦ ਵਰਖਾ ਨਾਲ ਮੌਲੇ ਬਾਗਾਂ ਤੇ ਖੇਤਾਂ ਵੱਲ ਵੇਖ ਕੇ ਉਹਦਾ ਰੋਮ ਰੋਮ ਖਿੜ ਗਿਆ ਸੀ।

ਪਰ ਭਾਰੀ ਵਰਖਾ ਥੋੜਾ ਹੀ ਚਿਰ ਹੋਈ। ਕੁਝ ਬੱਦਲ ਤਾਂ ਓਥੇ ਵਰ੍ਹ ਗਿਆ ਬਾਕੀ ਅਗਾਂਹ ਲੰਘ ਗਿਆ ਤੇ ਛੇਤੀ ਹੀ ਗਿੱਲੀ ਧਰਤੀ ਉਤੇ ਆਖਰੀ ਮਹੀਨ ਫੁਹਾਰ ਡਿੱਗਣ ਲੱਗ ਪਈ। ਸੂਰਜ ਨੇ ਫੇਰ ਵਿਖਾਲੀ ਦੇ ਦਿੱਤੀ ਅਤੇ ਹਰ ਚੀਜ਼ ਚਮਕ ਉੱਠੀ ਅਤੇ ਪੂਰਬ ਦੀ ਬਾਹੀ—ਦੁਮੇਲ ਦੇ ਕੋਲ ਕਰਕੇ—ਉਜਲੀ ਸਤਰੰਗੀ ਪੀਂਘ ਬਣ ਗਈ ਜਿਹੜੀ ਸਿਰਫ ਇਕ ਸਿਰੇ ਤੋਂ ਜਾਕੇ ਟੁੱਟਦੀ ਸੀ। ਸਤਰੰਗੀ ਵਿਚ ਊਦਾ ਰੰਗ ਬੜਾ ਉਘੜਵਾਂ ਸੀ।

"ਹੱਛਾ, ਮੈਂ ਭਲਾ ਕੀ ਸੋਚ ਰਿਹਾ ਸਾਂ?" ਜਦੋਂ ਕੁਦਰਤ ਦੀਆਂ ਇਹ ਸਭ ਰੂਪਬਦਲੀਆਂ ਖਤਮ ਹੋ ਗਈਆਂ ਅਤੇ ਗੱਡੀ ਇਕ ਦੱਰੇ ਵਿਚੋਂ ਲੰਘਣ ਲੱਗੀ ਜਿਸ ਦੇ ਦੋਵੇਂ ਪਾਸੇ ਉੱਚੀਆਂ ਢਲਾਣਾਂ ਸਨ, ਤਾਂ ਨੇਖਲੀਊਦੋਵ ਨੇ ਆਪਣੇ ਮਨ ਵਿਚ ਸੋਚਿਆ। "ਹਾਂ, ਮੈਂ ਸੋਚ ਰਿਹਾ ਸਾਂ ਕਿ ਇਹ ਸਾਰੇ ਲੋਕ—ਇੰਸਪੈਕਟਰ, ਰਖਵਾਲ ਸਿਪਾਹੀ, ਸਾਰੇ ਸਰਕਾਰੀ ਨੌਕਰ—ਬਹੁਤਾ ਕਰਕੇ ਤਾਂ ਨੇਕਦਿਲ ਬੰਦੇ ਹੁੰਦੇ ਹਨ। ਜੇ ਉਹ ਨਿਰਦਈ ਹੋ ਜਾਂਦੇ ਹਨ ਤਾਂ ਇਸ ਲਈ ਕਿ ਉਹ ਸਰਕਾਰੀ ਨੌਕਰ ਹਨ।"

ਉਸ ਨੂੰ ਯਾਦ ਆਇਆ ਕਿ ਜਦੋਂ ਉਹਨੇ ਮਾਸਲੇਨੀਕੋਵ ਨੂੰ ਦੱਸਿਆ ਸੀ ਕਿ ਜੇਲ੍ਹ ਵਿਚ ਕੀ ਕੁਝ ਹੋ ਰਿਹਾ ਹੈ ਤਾਂ ਉਹਨੇ ਕੇਡੀ ਬੇਰੁਖ਼ੀ ਵਿਖਾਈ ਸੀ। ਇੰਸਪੈਕਟਰ ਦੀ ਪੱਥਰਦਿਲੀ, ਅਤੇ ਰਖਵਾਲ ਅਫ਼ਸਰ ਦੀ ਬੇਦਰਦੀ ਜਿਸ ਨੇ ਲੋਕਾਂ ਨੂੰ ਛੱਕੜਿਆਂ ਉਤੇ ਨਹੀਂ ਸੀ ਬਹਿਣ ਦਿੱਤਾ ਜਿਹੜੇ ਉਹਦੇ ਤਰਲੇ ਕਰਦੇ ਰਹੇ ਸਨ ਤੇ ਉਹਨੂੰ ਇਸ ਗੱਲ ਦੀ ਰਤੀ ਪ੍ਰਵਾਹ ਨਹੀਂ ਸੀ ਕਿ ਗੱਡੀ ਵਿਚ ਇਕ ਔਰਤ ਵਿਅੰਮ ਦੀਆਂ ਪੀੜਾਂ ਨਾਲ ਤੜਫ ਰਹੀ ਹੈ। ਇਹਨਾਂ ਲੋਕਾਂ ਦੇ ਦਿਲਾਂ ਵਿਚ ਭੋਰਾ ਤਰਸ ਨਹੀਂ ਜਾਗਦਾ; ਇਹ ਲੋਕ ਪੱਥਰਦਿਲ ਹਨ ਸਿਰਫ ਇਸ ਕਰਕੇ ਕਿ ਇਹ ਸਰਕਾਰੀ ਅਫ਼ਸਰ ਹਨ। ਇਹਨਾਂ ਸਰਕਾਰੀ ਅਫ਼ਸਰਾਂ ਦੇ ਦਿਲਾਂ ਨੂੰ ਮਨੁਖੀ ਭਾਵਨਾਵਾਂ ਓਵੇਂ ਹੀ ਨਹੀਂ ਛੂਹ ਸਕਦੀਆਂ ਜਿਵੇਂ ਇਸ ਪਥਰੀਲੀ ਜ਼ਮੀਨ ਵਿਚ ਮੀਂਹ ਦਾ ਪਾਣੀ ਨਹੀਂ ਜੀਰ ਸਕਦਾ," ਦੱਰੇ ਦੇ ਦੋਹੀਂ ਪਾਸੀਂ ਵੇਖਦਿਆਂ ਜਿਥੇ ਰੰਗ ਬਰੰਗੇ ਪੱਥਰ ਬੀੜੇ ਹੋਏ ਸਨ ਨੇਖਲੀਊਦੋਵ ਸੋਚ ਰਿਹਾ ਸੀ। ਇਹਨਾਂ ਢਲਾਣਾਂ ਉਤੇ ਪਾਣੀ ਜ਼ਮੀਨ ਦੇ ਅੰਦਰ ਜੀਰਨ ਦੀ ਥਾਂ ਧਾਰਾਂ ਬਣ ਕੇ ਹੇਠਾਂ ਵਹਿ ਰਿਹਾ ਸੀ। "ਸ਼ਾਇਦ ਇਹਨਾਂ ਢਲਾਣਾਂ ਉਤੇ ਪੱਥਰ ਬੀੜਨਾ ਜ਼ਰੂਰੀ ਹੋਵੇ, ਪਰ ਬਨਸਪਤੀ ਤੋਂ ਵਿਰਵੀ ਕਰ ਦਿੱਤੀ ਧਰਤੀ ਨੂੰ ਵੇਖ ਕੇ ਕੇਡਾ ਦੁਖ ਹੁੰਦਾ ਹੈ। ਏਥੇ ਵੀ ਓਵੇਂ ਹੀ ਅਨਾਜ, ਘਾਹ, ਝਾੜੀਆਂ ਜਾਂ ਰੁੱਖ ਬੂਟੇ ਉੱਗ ਸਕਦੇ ਹਨ ਜਿਵੇਂ ਇਸ ਦਰੇ ਦੀਆਂ ਸਿਖਰਾਂ ਉਤੇ ਉੱਗੇ ਹੋਏ ਹਨ। ਤੇ ਇਨਸਾਨ ਉਤੇ ਵੀ ਇਹ ਗੱਲ ਢੁਕਦੀ ਹੈ," ਨੇਖਲੀਊਦੋਵ ਸੋਚ ਰਿਹਾ ਸੀ। "ਸ਼ਾਇਦ ਇਹਨਾਂ ਗਵਰਨਰਾਂ, ਇੰਸਪੈਕਟਰਾਂ, ਤੇ ਪੁਲਸ ਵਾਲਿਆਂ ਦੀ ਲੋੜ ਹੋਵੇ, ਪਰ ਇਨਸਾਨ ਨੂੰ ਸਭ ਤੋਂ ਵੱਡੀ ਮਨੁਖੀ ਵਿਸ਼ੇਸ਼ਤਾ—ਇਕ ਦੂਜੇ ਨਾਲ ਪਿਆਰ ਤੇ ਹਮਦਰਦੀ—ਤੋਂ ਵਿਰਵਾ ਹੋਇਆ ਵੇਖਣਾ ਬੜੀ ਖ਼ੌਫ਼ਨਾਕ ਗੱਲ ਹੈ।"

"ਗੱਲ ਇਹ ਹੈ," ਉਹ ਸੋਚੀ ਜਾ ਰਿਹਾ ਸੀ, "ਕਿ ਇਹ ਲੋਕ ਉਸ ਗੱਲ ਨੂੰ ਕਾਇਦਾ-ਕਾਨੂੰਨ ਮੰਨਦੇ ਹਨ ਜੋ ਕਾਇਦਾ-ਕਾਨੂੰਨ ਹੈ ਨਹੀਂ, ਅਤੇ ਉਸ ਅਮਰ ਤੇ ਅਮਿਟ ਕਾਨੂੰਨ ਨੂੰ ਜਿਸ ਨੂੰ ਪਰਮਾਤਮਾ ਨੇ ਇਨਸਾਨ ਦੇ ਹਿਰਦੇ ਵਿਚ ਅੰਕਿਤ ਕਰ ਦਿੱਤਾ ਹੈ, ਕਾਇਦਾ-ਕਾਨੂੰਨ ਨਹੀਂ ਮੰਨਦੇ। ਏਸੇ ਕਰਕੇ ਹੀ ਜਦੋਂ ਮੈਂ ਇਹਨਾਂ ਲੋਕਾਂ ਦੇ ਨਾਲ ਹੁੰਦਾ ਹਾਂ ਤਾਂ ਮੇਰਾ ਦਿਲ ਬੜਾ ਬੁੱਝਿਆ ਬੁੱਝਿਆ ਰਹਿੰਦਾ ਹੈ। ਮੈਨੂੰ ਇਹਨਾਂ ਕੋਲੋਂ ਡਰ ਆਉਂਦਾ ਹੈ। ਅਤੇ ਸਚਮੁਚ ਹੀ ਇਹ ਬੜੇ ਖ਼ੌਫ਼ਨਾਕ ਹਨ, ਡਾਕੂਆਂ ਨਾਲੋਂ ਵੀ ਬਹੁਤੇ ਖ਼ੌਫ਼ਨਾਕ! ਇਕ ਡਾਕੂ ਦੇ ਦਿਲ ਵਿਚ ਤਾਂ ਸ਼ਾਇਦ ਫੇਰ ਵੀ ਤਰਸ ਆ ਜਾਏ, ਪਰ ਇਹਨਾਂ ਦੇ ਦਿਲ ਵਿਚ ਤਰਸ ਨਹੀਂ ਆ ਸਕਦਾ। ਜਿਵੇਂ ਇਹਨਾਂ ਪੱਥਰਾਂ ਵਿਚ ਫੁਲ ਬੂਟਾ ਨਹੀਂ ਉੱਗ ਸਕਦਾ ਤਿਵੇਂ ਹੀ ਇਹਨਾਂ ਦੇ ਦਿਲ ਵਿਚ ਤਰਸ ਦੀ ਭਾਵਨਾ ਨਹੀਂ ਪੈਦਾ ਹੋ ਸਕਦੀ। ਏਸੇ ਕਰਕੇ ਹੀ ਇਹ ਲੋਕ ਏਡੇ ਖ਼ੌਫ਼ਨਾਕ ਹਨ। ਆਖਿਆ ਜਾਂਦਾ ਹੈ ਕਿ ਪੁਗਾਚੋਵ ਤੇ ਰਾਜ਼ਿਨ* ਬੜੇ ਖ਼ੌਫ਼ਨਾਕ ਸਨ। ਇਹ ਲੋਕ ਉਹਨਾਂ ਨਾਲੋਂ ਹਜ਼ਾਰ

---

* ਰੂਸ ਵਿਚ ਕਿਸਾਨ ਬਗ਼ਾਵਤਾਂ ਦੇ ਆਗੂ। ਰਾਜ਼ਿਨ ੧੭ ਵੀਂ ਸਦੀ ਵਿਚ, ਅਤੇ ਪੁਗਾਚੋਵ ੧੮ਵੀਂ ਸਦੀ ਵਿਚ।—ਸੰਪਾ:

ਗੁਣਾਂ ਵਧ ਖੌਫਨਾਕ ਹਨ," ਉਹਦੀਆਂ ਸੋਚਾਂ ਦੀ ਲੜੀ ਬੱਝੀ ਹੋਈ ਸੀ। "ਜੇ ਕਰ ਇਹ ਮਨੋਵਿਗਿਆਨਕ ਮਸਲਾ ਪੇਸ਼ ਕੀਤਾ ਜਾਏ ਕਿ ਕਿਹੜਾ ਐਸਾ ਤਰੀਕਾ ਹੋ ਸਕਦਾ ਹੈ ਜਿਸ ਨਾਲ ਸਾਡੇ ਜੁਗ ਦੇ ਲੋਕ—ਈਸਾਈ, ਮਨੁਖ ਹਿਤੂ, ਨੇਕਦਿਲ ਲੋਕ—ਬਿਨਾਂ ਅਪਰਾਧੀ ਮਹਿਸੂਸ ਕਰਨ ਦੇ ਭਿਆਨਕ ਤੋਂ ਭਿਆਨਕ ਜੁਰਮ ਕਰਨ, ਤਾਂ ਇਸ ਦਾ ਇਕੋ ਹੀ ਹੱਲ ਹੋ ਸਕਦਾ ਹੈ ਕਿ ਜੋ ਕੁਝ ਇਸ ਵੇਲੇ ਕੀਤਾ ਜਾ ਰਿਹਾ ਹੈ ਉਹ ਹੁੰਦਾ ਰਹਿਣ ਦਿੱਤਾ ਜਾਏ। ਲੋੜ ਸਿਰਫ ਇਸ ਗੱਲ ਦੀ ਹੈ ਕਿ ਇਹਨਾਂ ਲੋਕਾਂ ਨੂੰ ਗਵਰਨਰ, ਇੰਸਪੈਕਟਰ ਤੇ ਪੁਲਸ ਦੇ ਸਿਪਾਹੀ ਬਣਾ ਦਿੱਤਾ ਜਾਏ। ਇਹਨਾਂ ਲੋਕਾਂ ਨੂੰ ਦਿਲੋਂ ਮਨੋਂ ਵਿਸ਼ਵਾਸ ਹੋਣਾ ਚਾਹੀਦਾ ਹੈ ਕਿ ਸਰਕਾਰੀ ਨੌਕਰੀ ਨਾਂ ਦਾ ਇਕ ਕੰਮ ਹੈ ਜਿਹੜਾ ਮਨੁਖ ਨੂੰ ਇਜਾਜ਼ਤ ਦੇਂਦਾ ਹੈ ਕਿ ਦੂਜੇ ਮਨੁਖਾਂ ਨਾਲ ਮਨੁਖੀ ਭਰੱਪਣ ਦੇ ਸੰਬੰਧ ਰੱਖੇ ਬਿਨਾਂ ਇਸ ਤਰ੍ਹਾਂ ਦਾ ਵਰਤੋਂ-ਵਿਹਾਰ ਕਰੇ ਜਿਵੇਂ ਉਹ ਮਨੁਖ ਨਾ ਹੋਣ ਕੋਈ ਬੇਜਾਨ ਚੀਜ਼ ਵਸਤੂ ਹੋਣ। ਇਸ ਦੇ ਨਾਲ ਹੀ ਉਹ ਇਸ ਸਰਕਾਰੀ ਨੌਕਰੀ ਦੁਆਰਾ ਇਸ ਤਰ੍ਹਾਂ ਇਕ ਦੂਜੇ ਨਾਲ ਜੁੜੇ ਹੋਣ ਕਿ ਉਹਨਾਂ ਦੇ ਕਾਰਨਾਮਿਆਂ ਦੇ ਨਤੀਜਿਆਂ ਦੀ ਜ਼ਿੰਮੇਵਾਰੀ ਉਹਨਾਂ ਵਿਚੋਂ ਕਿਸੇ ਇਕ ਉਤੇ ਵੀ ਨਿੱਜੀ ਤੌਰ ਤੇ ਨਾ ਆਵੇ। ਜਿਹੜੀਆਂ ਭਿਆਨਕ ਗੱਲਾਂ ਮੈਂ ਅੱਜ ਵੇਖੀਆਂ ਹਨ ਉਹ ਅਜਿਹੀਆਂ ਹਾਲਤਾਂ ਬਗੈਰ ਸਾਡੇ ਜੁਗ ਵਿਚ ਸੰਭਵ ਨਹੀਂ ਹੋ ਸਕਦੀਆਂ। ਇਸ ਗੱਲ ਦੀ ਜੜ੍ਹ ਇਹ ਹੈ ਕਿ ਮਨੁਖ ਇਹ ਸੋਚਦੇ ਹਨ ਕਿ ਐਸੇ ਹਾਲਾਤ ਹੋ ਸਕਦੇ ਹਨ ਜਿਨ੍ਹਾਂ ਵਿਚ ਮਨੁਖਾਂ ਨਾਲ ਬਿਨਾਂ ਪਿਆਰ ਮਹੁੱਬਤ ਦੇ ਵਰਤੋਂ-ਵਿਹਾਰ ਕੀਤਾ ਜਾ ਸਕਦਾ ਹੈ। ਪਰ ਅਸਲ ਵਿਚ ਅਜਿਹੇ ਹਾਲਾਤ ਕੋਈ ਨਹੀਂ ਹੁੰਦੇ। ਅਸੀਂ ਬੇਜਾਨ ਚੀਜ਼ਾਂ ਨਾਲ ਬਿਨਾਂ ਪਿਆਰ ਮੁਹੱਬਤ ਦੇ ਵਰਤੋਂ-ਵਿਹਾਰ ਕਰ ਸਕਦੇ ਹਾਂ—ਅਸੀਂ ਰੁੱਖ ਵੱਢ ਸਕਦੇ ਹਾਂ, ਇੱਟਾਂ ਬਣਾ ਸਕਦੇ ਹਾਂ, ਬਿਨਾਂ ਕਿਸੇ ਮੋਹ ਦੇ ਲੋਹੇ ਉਤੇ ਵਦਾਣੀ ਸੱਟ ਮਾਰ ਸਕਦੇ ਹਾਂ—ਪਰ ਅਸੀਂ ਪਿਆਰ ਮੁਹੱਬਤ ਬਿਨਾਂ ਮਨੁਖਾਂ ਨਾਲ ਵਰਤੋਂ-ਵਿਹਾਰ ਨਹੀਂ ਕਰ ਸਕਦੇ ਜਿਸ ਤਰ੍ਹਾਂ ਅਸੀਂ ਸਾਵਧਾਨ ਰਹੇ ਬਿਨਾਂ ਸ਼ਹਿਦ ਦੀਆਂ ਮੱਖੀਆਂ ਨਹੀਂ ਪਾਲ ਸਕਦੇ। ਜੇ ਕੋਈ ਸਾਵਧਾਨ ਰਹੇ ਬਿਨਾਂ ਸ਼ਹਿਦ ਦੀਆਂ ਮੱਖੀਆਂ ਨੂੰ ਛੇੜੇਗਾ ਤਾਂ ਉਹ ਉਹਨਾਂ ਨੂੰ ਵੀ ਦੁਖ ਦੇਵੇਗਾ ਅਤੇ ਆਪ ਵੀ ਤਕਲੀਫ ਝੱਲੇਗਾ। ਏਹੋ ਗੱਲ ਮਨੁਖਾਂ ਬਾਰੇ ਵੀ ਹੈ। ਹੋਰ ਕਿਸੇ ਤਰ੍ਹਾਂ ਹੋ ਹੀ ਨਹੀਂ ਸਕਦਾ, ਕਿਉਂਕਿ ਪ੍ਰਸਪਰ ਪਿਆਰ ਮੁਹੱਬਤ ਮਨੁਖੀ ਜੀਵਨ ਦਾ ਬੁਨਿਆਦੀ ਨੇਮ ਹੈ। ਇਹ ਠੀਕ ਹੈ ਕਿ ਬੰਦਾ ਆਪਣੇ ਆਪ ਨੂੰ ਜਿਵੇਂ ਕੰਮ ਕਰਨ ਲਈ ਮਜਬੂਰ ਕਰ ਸਕਦਾ ਹੈ ਉਵੇਂ ਕਿਸੇ ਦੂਜੇ ਨੂੰ ਪਿਆਰ ਕਰਨ ਲਈ ਮਜਬੂਰ ਨਹੀਂ ਕਰ ਸਕਦਾ, ਪਰ ਇਸ ਦਾ ਇਹ ਮਤਲਬ ਨਹੀਂ ਕਿ ਬੰਦਾ ਦੂਜੇ ਮਨੁਖਾਂ ਨਾਲ ਬਿਨਾਂ ਪਿਆਰ ਮੁਹੱਬਤ ਦੇ ਵਰਤੋਂ-ਵਿਹਾਰ ਕਰ ਸਕਦਾ ਹੈ, ਖਾਸ ਕਰਕੇ ਉਸ ਹਾਲਤ ਵਿਚ ਜਦੋਂ ਦੂਜਿਆਂ ਕੋਲੋਂ ਕਿਸੇ ਗੱਲ ਦੀ ਆਸ ਉਮੀਦ ਹੋਵੇ। ਜੇ ਤੁਹਾਡੇ ਦਿਲ ਵਿਚ ਪ੍ਰੇਮ ਨਹੀਂ, ਤਾਂ ਚੁਪ ਕਰਕੇ ਬੈਠੇ ਰਹੋ," ਨੇਖਲੀਊਦੋਵ ਸੋਚ ਰਿਹਾ ਸੀ। "ਬੇਜਾਨ ਚੀਜ਼ਾਂ ਨਾਲ ਆਪਣਾ ਵਾਸਤਾ ਰਖੋ, ਆਪਣੇ ਆਪ ਨਾਲ ਵਾਸਤਾ ਰੱਖੋ, ਜੋ ਮਰਜ਼ੀ ਆਵੇ ਕਰੋ, ਸਿਰਫ ਇਨਸਾਨਾਂ ਨਾਲ ਕੋਈ ਵਾਹ ਨਾ ਰੱਖੋ। ਜਿਸ ਤਰ੍ਹਾਂ

ਤੁਸੀਂ ਭੁਖ ਲੱਗਣ ਉਤੇ ਰੋਟੀ ਪਾਣੀ ਖਾਂਦੇ ਹੋ ਤੇ ਤੁਹਾਨੂੰ ਕੋਈ ਨੁਕਸਾਨ ਨਹੀਂ ਪੁਜਦਾ, ਇਸ ਤਰ੍ਹਾਂ ਹੀ ਤੁਸੀਂ ਮਨੁਖਾਂ ਨਾਲ ਲਾਭਦਾਇਕ ਤੇ ਬਿਨਾਂ ਕੋਈ ਨੁਕਸਾਨ ਪਹੁੰਚਾਏ ਦੇ ਵਰਤੋਂ-ਵਿਹਾਰ ਤਾਂ ਹੀ ਕਰ ਸਕਦੇ ਹੋ ਜੇ ਤੁਹਾਡੇ ਦਿਲ ਵਿਚ ਮੁਹੱਬਤ ਹੋਵੇ। ਜਦੋਂ ਵੀ ਤੁਸੀਂ ਬਿਨਾਂ ਪਿਆਰ ਮੁਹੱਬਤ ਦੇ ਕਿਸੇ ਨਾਲ ਵਰਤਾਓ ਕਰੋਗੇ, ਜਿਵੇਂ ਮੈਂ ਕੱਲ੍ਹ ਆਪਣੇ ਭੈਣੋਈ ਨਾਲ ਕੀਤਾ ਸੀ, ਤਾਂ ਤੁਸੀਂ ਦੂਜਿਆਂ ਉਤੇ ਜੋ ਜਬਰ ਤੇ ਜ਼ੁਲਮ ਕਰੋਗੇ ਉਹਨਾਂ ਦੀ ਕੋਈ ਹੱਦ ਨਹੀਂ ਰਹਿ ਜਾਏਗੀ। ਅੱਜ ਮੈਂ ਏਹੋ ਕੁਝ ਹੀ ਵੇਖਿਆ ਹੈ। ਅਤੇ ਫੇਰ ਜਿਹੜੇ ਦੁਖ ਤੁਸੀਂ ਆਪ ਭੋਗੋਗੇ ਉਹਨਾਂ ਦੀ ਵੀ ਕੋਈ ਹੱਦ ਨਹੀਂ ਰਹਿਣ ਲੱਗੀ। ਮੇਰੀ ਆਪਣੀ ਜ਼ਿੰਦਗੀ ਇਸ ਗੱਲ ਦਾ ਸਬੂਤ ਹੈ। ਹਾਂ, ਹਾਂ, ਏਹੋ ਗੱਲ ਹੈ," ਨੇਖਲੀਊਦੋਵ ਨੇ ਸੋਚਿਆ। "ਇਹ ਸੱਚ ਹੈ, ਹਾਂ, ਬਿਲਕੁਲ ਸੱਚ ਹੈ," ਉਸ ਨੇ ਆਪਣੇ ਮਨ ਵਿਚ ਦੁਹਰਾਇਆ। ਝੁਲਸ ਦੇਣ ਵਾਲੀ ਗਰਮੀ ਤੋਂ ਪਿਛੋਂ ਉਹ ਤਾਜ਼ਗੀ ਦਾ ਅਨੰਦ ਮਾਣ ਰਿਹਾ ਸੀ। ਅਤੇ ਉਹ ਇਸ ਗਲੋਂ ਵੀ ਸੁਚੇਤ ਸੀ ਕਿ ਉਸ ਨੂੰ ਪੂਰੀ ਪੂਰੀ ਸਪਸ਼ਟਤਾ ਨਾਲ ਉਸ ਸਵਾਲ ਦਾ ਜਵਾਬ ਮਿਲ ਗਿਆ ਹੈ ਜਿਹੜਾ ਢੇਰ ਚਿਰ ਤੋਂ ਉਹਦੇ ਦਿਲ ਦਿਮਾਗ਼ ਉਤੇ ਸਵਾਰ ਸੀ।

੪੧

ਜਿਹੜੇ ਡੱਬੇ ਵਿਚ ਨੇਖਲੀਊਦੋਵ ਦੀ ਥਾਂ ਸੀ, ਉਹ ਮੁਸਾਫਰਾਂ ਨਾਲ ਅੱਧਾ ਭਰਿਆ ਹੋਇਆ ਸੀ। ਡੱਬੇ ਵਿਚ ਬੈਠੇ ਸਨ ਨੌਕਰ, ਕਾਮੇ, ਫੈਕਟਰੀ ਮਜ਼ਦੂਰ, ਈਸਾਈ, ਯਹੂਦੀ, ਦੁਕਾਨਦਾਰ, ਇਸਤਰੀਆਂ, ਕਾਮਿਆਂ ਦੀਆਂ ਪਤਨੀਆਂ, ਇਕ ਫੌਜੀ, ਦੋ ਸੁਆਣੀਆਂ—ਇਕ ਛੋਟੀ ਉਮਰ ਦੀ ਅਤੇ ਇਕ ਬੁੱਢੀ ਜਿਸ ਨੇ ਨੰਗੀਆਂ ਬਾਹਵਾਂ ਉਤੇ ਕੰਗਣ ਚਾੜ੍ਹੇ ਹੋਏ ਸਨ—ਅਤੇ ਇਕ ਕੁਰੱਖਤ ਜਿਹਾ ਸੱਜਣ ਜਿਸ ਦੀ ਕਾਲੀ ਟੋਪੀ ਉਤੇ ਫੁਲ-ਰੂਪੀ ਬੈਜ ਲੱਗਾ ਹੋਇਆ ਸੀ। ਥਾਓਂ ਥਾਈਂ ਬਹਿਣ ਦਾ ਰੌਲਾ ਰੱਪਾ ਕਦੋਂ ਦਾ ਮੁੱਕ ਗਿਆ ਹੋਇਆ ਸੀ ਅਤੇ ਸਾਰੇ ਲੋਕ ਅਮਨ-ਚੈਨ ਨਾਲ ਬੈਠੇ ਹੋਏ ਸਨ। ਕੁਝ ਲੋਕ ਸੂਰਜਮੁਖੀ ਦੇ ਬੀ ਠੂੰਗ ਰਹੇ ਸਨ, ਕੁਝ ਸਿਗਰਟਾਂ ਪੀ ਰਹੇ ਸਨ ਤੇ ਕੁਝ ਗੱਲੀਂ ਲੱਗੇ ਹੋਏ ਸਨ।

ਤਾਰਾਸ ਲਾਂਘੇ ਦੇ ਸੱਜੇ ਪਾਸੇ ਬੈਠਾ ਹੋਇਆ ਸੀ। ਉਹ ਬੜਾ ਖੁਸ਼ ਨਜ਼ਰ ਆ ਰਿਹਾ ਸੀ। ਨੇਖਲੀਊਦੋਵ ਵਾਸਤੇ ਉਹਨੇ ਥਾਂ ਮੱਲੀ ਹੋਈ ਸੀ ਅਤੇ ਆਪਣੇ ਸਾਮ੍ਹਣੇ ਬੈਠੇ ਇਕ ਗਠੀਲੇ ਬਦਨ ਵਾਲੇ ਆਦਮੀ ਨਾਲ ਜਿਸ ਨੇ ਸੂਤੀ ਕੋਟ ਪਾਇਆ ਹੋਇਆ ਸੀ ਉਹ ਬੜੇ ਚਾਈਂ ਚਾਈਂ ਗੱਲੀਂ ਲੱਗਾ ਹੋਇਆ ਸੀ। ਬਾਦ ਵਿਚ ਨੇਖਲੀਊਦੋਵ ਨੂੰ ਪਤਾ ਲੱਗਾ ਕਿ ਇਹ ਆਦਮੀ ਇਕ ਬਾਗ਼ਬਾਨ ਸੀ ਜਿਹੜਾ ਕਿਸੇ ਨਵੀਂ ਥਾਂ ਕੰਮ ਕਰਨ ਜਾ ਰਿਹਾ ਸੀ।

ਤਾਰਾਸ ਕੋਲ ਪੁਜਣ ਤੋਂ ਪਹਿਲਾਂ, ਨੇਖਲੀਊਦੋਵ ਲਾਂਘੇ ਵਿਚ ਇਕ ਚਿੱਟੀ ਦਾੜ੍ਹੀ ਵਾਲੇ ਬੁੱਢੇ ਬਜ਼ੁਰਗ ਕੋਲ ਖਲੋ ਗਿਆ ਜਿਸ ਨੇ ਨਾਨਕੀਨ ਦਾ ਕੋਟ ਪਾਇਆ ਹੋਇਆ ਸੀ ਅਤੇ ਕਿਸਾਨਾਂ ਵਾਲੇ ਪਹਿਰਾਵੇ ਵਿਚ ਬੈਠੀ ਨੌਜਵਾਨ ਔਰਤ ਨਾਲ ਗਲਬਾਤ ਕਰ ਰਿਹਾ ਸੀ। ਔਰਤ ਦੇ ਨਾਲ ਹੀ ਸੱਤਾਂ ਕੁ ਵਰ੍ਹਿਆਂ ਦੀ ਇਕ ਛੋਟੀ ਜਿਹੀ ਬੱਚੀ ਬੈਠੀ ਲਗਾਤਾਰ ਸੂਰਜਮੁਖੀ ਦੇ ਬੀ ਠੂੰਗੀ ਜਾ ਰਹੀ ਸੀ। ਬੱਚੀ ਨੇ ਕਿਸਾਨਾਂ ਵਾਲੇ ਨਵੇਂ ਨਕੋਰ ਕਪੜੇ ਪਾਏ ਹੋਏ ਸਨ ਅਤੇ ਆਪਣੇ ਸੁਨਹਿਰੇ ਕੇਸਾਂ ਉਤੇ ਰੁਮਾਲ ਬੰਨ੍ਹਿਆ ਹੋਇਆ ਸੀ। ਬੁੱਢੇ ਨੇ ਮੁੜ ਕੇ ਵੇਖਿਆ ਤਾਂ ਉਹਦੀ ਨਜ਼ਰ ਨੇਖਲੀਊਦੋਵ ਉਤੇ ਜਾ ਪਈ। ਆਪਣੇ ਕੋਟ ਦੇ ਘੇਰ ਨੂੰ ਸਮੇਟਦਿਆਂ ਉਸ ਨੇ ਚਮਕਦੀ ਸੀਟ ਉਤੇ ਥਾਂ ਬਣਾਈ ਅਤੇ ਦੋਸਤਾਨਾ ਅੰਦਾਜ਼ ਨਾਲ ਬੋਲਿਆ :

"ਆਓ, ਬਹਿ ਜਾਓ।"

ਨੇਖਲੀਊਦੋਵ ਨੇ ਉਸ ਦਾ ਧੰਨਵਾਦ ਕੀਤਾ ਅਤੇ ਬਹਿ ਗਿਆ। ਉਸ ਦੇ ਬਹਿਣ ਦੀ ਦੇਰ ਸੀ ਕਿ ਉਸ ਔਰਤ ਨੇ ਆਪਣੀ ਗੱਲਬਾਤ ਦੀ ਟੁੱਟੀ ਲੜੀ ਅੱਗੇ ਤੋਰ ਲਈ।

ਉਹਦਾ ਖਾਵੰਦ ਸ਼ਹਿਰ ਵਿਚ ਸੀ ਤੇ ਉਹ ਉਸ ਨੂੰ ਮਿਲਕੇ ਵਾਪਸ ਆਪਣੇ ਪਿੰਡ ਜਾ ਰਹੀ ਸੀ। ਉਹ ਦੱਸ ਰਹੀ ਸੀ ਕਿ ਉਹਦੇ ਖਾਵੰਦ ਨੇ ਕਿਵੇਂ ਸ਼ਹਿਰ ਵਿਚ ਉਸ ਦੀ ਆਓ ਭਗਤ ਕੀਤੀ ਸੀ।

"ਸਿਆਲ ਵਿਚ ਵਰਤ ਦੇ ਦਿਨੀਂ ਵੀ ਆਈ ਸਾਂ। ਤੇ ਹੁਣ, ਪ੍ਰਭੂ ਦੀ ਮਿਹਰ ਨਾਲ, ਮੈਂ ਫੇਰ ਆਈ," ਉਹਨੇ ਆਖਿਆ। "ਤੇ ਜੇ ਰੱਬ ਨੇ ਚਾਹਿਆ ਤਾਂ ਕ੍ਰਿਸਮਿਸ ਤੇ ਫੇਰ ਆਊਂ।"

"ਬੜੀ ਚੰਗੀ ਗੱਲ," ਨੇਖਲੀਊਦੋਵ ਵੱਲ ਵੇਖਦਿਆਂ ਬਜ਼ੁਰਗ ਨੇ ਆਖਿਆ। "ਮਿਲ ਗਿਲ ਆਉਣਾ ਬੜਾ ਜ਼ਰੂਰੀ ਏ, ਵਰਨਾ ਸ਼ਹਿਰ ਵਿਚ ਰਹਿੰਦਾ ਜਵਾਨ ਮਰਦ ਵਿਗੜ ਵੀ ਸਕਦਾ ਏ।"

"ਨਹੀਂ ਬਾਬਾ, ਮੇਰਾ ਮਰਦ ਨਹੀਂ ਏਹੋ ਜਿਹਾ। ਊਲ ਜਲੂਲ ਗੱਲਾਂ ਵਿਚ ਨਹੀਂ ਉਹ ਪੈਂਦਾ। ਨਿਰਾ ਗਊ ਜੇ ਵਿਚਾਰਾ। ਜਿੰਨੇ ਵੀ ਪੈਸੇ ਕਮਾਵੇ ਇਕ ਇਕ ਕਾਪਕ ਘਰ ਘਲਾ ਦੇਂਦੈ। ਤੇ ਆਪਣੀ ਧੀ ਨੂੰ ਮਿਲ ਕੇ ਜਿਹੜਾ ਉਹਨੂੰ ਚਾਅ ਚੜ੍ਹਿਆ, ਜਿਹੜੀ ਖੁਸ਼ੀ ਹੋਈ, ਕੀ ਦੱਸਾਂ ਤੁਹਾਨੂੰ।" ਉਸ ਔਰਤ ਨੇ ਆਖਿਆ ਤੇ ਮੁਸਕ੍ਰਾ ਪਈ।

ਛੋਟੀ ਬੱਚੀ ਨੇ, ਜਿਹੜੀ ਬੀ ਠੂੰਗ ਰਹੀ ਸੀ ਅਤੇ ਛਿਲੜ ਥੁੱਕੀ ਜਾਂਦੀ ਸੀ, ਆਪਣੀ ਮਾਂ ਦੀ ਗੱਲ ਸੁਣੀ ਅਤੇ ਨਜ਼ਰ ਉਤਾਂਹ ਕਰਕੇ ਬਜ਼ੁਰਗ ਬਾਬੇ ਅਤੇ ਨੇਖਲੀਊਦੋਵ ਵੱਲ ਵੇਖਣ ਲੱਗ ਪਈ ਮਾਨੋ ਮਾਂ ਦੀ ਆਖੀ ਗੱਲ ਦੀ ਹਾਮੀ ਭਰ ਰਹੀ ਹੋਵੇ। ਉਹਦੀਆਂ ਅੱਖਾਂ ਵਿਚੋਂ ਠਰ੍ਹੰਮੇ ਤੇ ਸਿਆਣਪ ਦੀ ਝਲਕ ਮਿਲਦੀ ਸੀ।

"ਜੇ ਉਹ ਏਡਾ ਸਮਝਦਾਰ ਏ ਤਾਂ ਹੋਰ ਵੀ ਚੰਗੀ ਗੱਲ ਏ," ਬਜ਼ੁਰਗ ਨੇ ਆਖਿਆ। "ਔਦਾਂ ਦੀ ਕਰਤੂਤ ਤਾਂ ਨਹੀਂ ਕਰਦਾ?" ਉਸ ਨੇ ਇਕ ਜੋੜੇ ਵੱਲ ਇਸ਼ਾਰਾ ਕਰਕੇ ਪੁੱਛਿਆ ਜਿਹੜਾ ਡੱਬੇ ਦੇ ਦੂਜੇ ਪਾਸੇ ਬੈਠਾ ਸੀ। ਪ੍ਰਤੱਖ ਤੌਰ ਤੇ ਇਹ ਕੋਈ

ਫੈਕਟਰੀ ਮਜ਼ਦੂਰ ਸਨ।

ਖਾਵੰਦ ਸਿਰ ਪਿਛਾਂਹ ਨੂੰ ਸੁਟ ਕੇ ਇਕ ਬੋਤਲ ਵਿਚੋਂ ਵੋਦਕਾ ਆਪਣੇ ਸੰਘ ਵਿਚ ਉਲਟਾ ਰਿਹਾ ਸੀ ਅਤੇ ਬੀਵੀ ਉਸ ਝੋਲੇ ਨੂੰ ਹੱਥ ਵਿਚ ਫੜੀ ਜਿਸ ਵਿਚੋਂ ਬੋਤਲ ਕੱਢੀ ਸੀ, ਇਕ ਟੱਕ ਉਹਦੇ ਵੱਲ ਵੇਖੀ ਜਾ ਰਹੀ ਸੀ।

"ਨਹੀਂ ਜੀ, ਮੇਰਾ ਮਰਦ ਨਾ ਸ਼ਰਾਬ ਪੀਏ ਨਾ ਤਮਾਕੂ," ਔਰਤ ਨੇ ਆਖਿਆ। ਉਹ ਖ਼ੁਸ਼ ਹੋ ਰਹੀ ਸੀ ਕਿ ਉਹਨੂੰ ਆਪਣੇ ਖਾਵੰਦ ਦੀਆਂ ਸਿਫਤਾਂ ਕਰਨ ਦਾ ਮੌਕਾ ਮਿਲ ਗਿਆ ਹੈ। "ਉਹਦੇ ਵਰਗਾ ਤਾਂ ਕੋਈ ਸੋਨੇ ਦਾ ਚਰਾਗ਼ ਲੈ ਕੇ ਲਭਣ ਚੜ੍ਹੇ।" ਅਤੇ ਨੇਖਲੀਊਦੋਵ ਵੱਲ ਮੂੰਹ ਕਰ ਕੇ ਆਖਣ ਲੱਗੀ, "ਏਦਾਂ ਦਾ ਬੰਦਾ ਜੇ ਉਹ।"

"ਇਸ ਤੋਂ ਚੰਗੀ ਗੱਲ ਹੋਰ ਕਿਹੜੀ ਹੋ ਸਕਦੀ ਏ," ਬਜ਼ੁਰਗ ਨੇ ਪੀ ਰਹੇ ਫੈਕਟਰੀ ਮਜ਼ਦੂਰ ਵੱਲ ਵੇਖਦਿਆਂ ਆਖਿਆ।

ਆਦਮੀ ਨੇ ਜਿੰਨੀ ਪੀਣੀ ਸੀ ਪੀ ਕੇ ਬੋਤਲ ਆਪਣੀ ਬੀਵੀ ਦੇ ਹੱਥ ਵਿਚ ਦੇ ਦਿੱਤੀ ਸੀ। ਉਹ ਹੱਸ ਪਈ। ਉਸ ਨੇ ਆਪਣਾ ਸਿਰ ਛੰਡਿਆ ਅਤੇ ਬੋਤਲ ਆਪਣੇ ਮੂੰਹ ਨੂੰ ਲਾ ਲਈ। ਇਹ ਭਾਂਪ ਕੇ ਕਿ ਬਜ਼ੁਰਗ ਤੇ ਨੇਖਲੀਊਦੋਵ ਉਹਨਾਂ ਵੱਲ ਵੇਖ ਰਹੇ ਹਨ, ਫੈਕਟਰੀ ਮਜ਼ਦੂਰ ਨੇਖਲੀਊਦੋਵ ਨੂੰ ਸੰਬੋਧਨ ਕਰਕੇ ਕਹਿਣ ਲੱਗਾ:

"ਕੀ ਗੱਲ ਐ, ਹਜ਼ੂਰ? ਇਸ ਕਰਕੇ ਪਈ ਅਸੀਂ ਪੀ ਰਹੇ ਆਂ? ਏਹ ਕੋਈ ਨਹੀਂ ਵੇਖਦਾ ਪਈ ਅਸੀਂ ਕੰਮ ਕਿਵੇਂ ਕਰਦੇ ਆਂ, ਪਰ ਅਸੀਂ ਪੀਂਦੇ ਕਿਵੇਂ ਆਂ, ਇਹ ਜਣਾ ਖਣਾ ਵਿੰਦਾ ਫਿਰਦੈ। ਮੈਂ ਆਪਣੀ ਕਮਾਈ ਦੀ ਪੀ ਰਿਹਾਂ, ਆਪ ਵੀ ਪੀਨਾ ਆਪਣੀ ਬੀਵੀ ਨੂੰ ਵੀ ਪਿਆਓਨਾ। ਬਸ, ਗੱਲ ਖਤਮ।"

"ਹਾਂ, ਹਾਂ," ਨੇਖਲੀਊਦੋਵ ਨੇ ਆਖਿਆ। ਉਸ ਨੂੰ ਸਮਝ ਨਹੀਂ ਸੀ ਆਉਂਦੀ ਕਿ ਕੀ ਆਖੇ।

"ਸੱਚੀ ਗੱਲ ਜੇ, ਹਜ਼ੂਰ। ਮੇਰੀ ਬੀਵੀ ਠਰੰਮੇ ਵਾਲੀ ਜਨਾਨੀ ਏ। ਆਪਾਂ ਬੜੇ ਖ਼ੁਸ਼ ਆਂ ਇਹਦੇ ਨਾਲ। ਏਹਦੇ ਦਿਲ ਵਿਚ ਦਰਦ ਜੋ ਹੋਇਆ ਮੇਰੇ ਵਾਸਤੇ। ਕਿਉਂ ਮਾਵਰਾ, ਠੀਕ ਆਖਿਆ ਨਾ ਮੈਂ?"

"ਆਹ ਲੈ ਫੜ ਏਹਨੂੰ। ਮੈਨੂੰ ਨਹੀਂ ਹੋਰ ਲੋੜ," ਬੋਤਲ ਮੋੜ ਕੇ ਫੜਾਉਂਦਿਆਂ ਉਹਦੀ ਬੀਵੀ ਨੇ ਆਖਿਆ। "ਤੇ ਏਹ ਬੱਕ ਬੱਕ ਕਾਹਦੇ ਵਾਸਤੇ ਲਾਈ ਐ ਤੂੰ?" ਉਸ ਨੇ ਕਿਹਾ।

"ਲਓ, ਵੇਖ ਲਓ! ਏਹ ਬੜੀ ਚੰਗੀ ਔਰਤ ਏ, ਬੜੀ ਨੇਕ। ਪਰ ਕਿਸੇ ਵੇਲੇ ਝਟ ਚੀਕਣ ਲੱਗ ਪਊ ਜਿੱਦਾਂ ਪਹੀਆ ਚੀਕਣ ਲੱਗ ਜਾਂਦੈ, ਜੇ ਭੋਰਾ ਗਰੀਸ ਨਾ ਦਿਓ ਤਾਂ। ਕਿਉਂ ਮਾਵਰਾ, ਠੀਕ ਆਖਿਆ ਨਾ ਮੈਂ?"

ਮਾਵਰਾ ਹੱਸ ਪਈ ਤੇ ਉਹਨੇ ਨਸ਼ਈਆਂ ਵਾਂਗ ਆਪਣੇ ਹੱਥ ਨੂੰ ਝੱਟਕ ਦਿੱਤਾ।

"ਉਫ, ਫੇਰ ਓਹੋ ਯਬਲੀਆਂ।"

"ਲਓ, ਵੇਖ ਲਓ! ਏਹ ਬਹੁਤ ਚੰਗੀ ਔਰਤ ਏ, ਬੜੀ ਨੇਕ। ਪਰ ਇਕ ਵਾਰੀ

ਮਾਸਾ ਜਿੰਨੀ ਢਿਲ ਦੇ ਦਿਓ ਸਹੀ, ਫੇਰ ਪਤਾ ਨਹੀਂ ਲੱਗਦਾ ਕੀ ਭੜਥੂ ਪਾ ਬਹੇ... ਕਿਉਂ ਮਾਵਰਾ, ਠੀਕ ਆਖਿਆ ਨਾ ਮੈਂ? ਮਾਫ ਕਰਨਾ, ਹਜ਼ੂਰ, ਮੈਂ ਘੁਟ ਕੁ ਪੀਤੀ ਹੋਈ ਆ! ਕੀ ਕੀਤਾ ਜਾਏ?" ਫੈਕਟਰੀ ਮਜ਼ਦੂਰ ਨੇ ਆਖਿਆ, ਅਤੇ ਸੌਣ ਦੀ ਤਿਆਰੀ ਕਰਦਿਆਂ ਉਹਨੇ ਆਪਣੀ ਮੁਸਕ੍ਰਾ ਰਹੀ ਬੀਵੀ ਦੀ ਗੋਦ ਵਿਚ ਸਿਰ ਰੱਖ ਦਿੱਤਾ।

ਨੇਖਲੀਊਦੋਵ ਥੋੜਾ ਚਿਰ ਉਸ ਬਜ਼ੁਰਗ ਕੋਲ ਬੈਠਾ ਰਿਹਾ ਤੇ ਬੁੱਢੇ ਨੇ ਉਹਨੂੰ ਆਪਣਾ ਸਾਰਾ ਕਿੱਸਾ ਸੁਣਾ ਛੱਡਿਆ। ਬੁੱਢਾ ਭੱਠੀਆਂ ਤੰਦੂਰ ਬਣਾਉਣ ਵਾਲਾ ਸੀ ਤੇ ਪਿਛਲੇ ਤਰਵੰਜਾ ਸਾਲਾਂ ਤੋਂ ਏਹੋ ਕੰਮ ਕਰਦਾ ਆ ਰਿਹਾ ਸੀ। ਉਹਨੇ ਕਿੱਨੇ ਕੁ ਤੰਦੂਰ ਜਾਂ ਭੱਠੀਆਂ ਬਣਾਈਆਂ ਹੋਣਗੀਆਂ ਇਹਨਾਂ ਦੀ ਗਿਣਤੀ ਕਰਨਾ ਮੁਸ਼ਕਲ ਹੈ। ਹੁਣ ਉਹ ਚਾਹੁੰਦਾ ਸੀ ਕਿ ਆਰਾਮ ਦੇ ਦਿਨ ਗੁਜ਼ਾਰੇ ਪਰ ਵਿਹਲ ਨਹੀਂ ਸੀ ਮਿਲਦੀ। ਉਹ ਸ਼ਹਿਰ ਗਿਆ ਸੀ ਤੇ ਆਪਣੇ ਮੁੰਡਿਆਂ ਨੂੰ ਕੰਮ ਤੇ ਲੁਆ ਦਿੱਤਾ ਸੀ। ਹੁਣ ਪਿੰਡ ਜਾ ਰਿਹਾ ਸੀ ਕਿ ਪਿੱਛੇ ਘਰ ਵਾਲਿਆਂ ਦੀ ਖਬਰ ਸਾਰ ਲਵੇ। ਬਜ਼ੁਰਗ ਦੀ ਕਹਾਣੀ ਸੁਣ ਕੇ, ਨੇਖਲੀਊਦੋਵ ਆਪਣੀ ਥਾਂ ਤੇ ਚਲਾ ਗਿਆ ਜਿਹੜੀ ਤਾਰਾਸ ਨੇ ਉਹਦੇ ਵਾਸਤੇ ਮੱਲ ਰਖੀ ਸੀ।

"ਆਓ ਹਜ਼ੂਰ, ਆਓ ਬੈਠੋ। ਬੋਰੀ ਅਸੀਂ ਐਥੇ ਰੱਖ ਲੈਂਦੇ ਆਂ," ਤਾਰਾਸ ਦੇ ਸਾਮ੍ਹਣੇ ਬੈਠੇ ਬਾਗ਼ਬਾਨ ਨੇ ਨੇਖਲੀਊਦੋਵ ਦੇ ਮੂੰਹ ਵੱਲ ਵੇਖਦਿਆਂ, ਦੋਸਤਾਨਾ ਅੰਦਾਜ਼ ਨਾਲ ਆਖਿਆ।

"ਥਾਂ ਹੈ ਤਾਂ ਤੰਗ, ਪਰ ਕੋਈ ਨਹੀਂ। ਦਿਲ ਤੰਗ ਨਹੀਂ ਹੋਣਾ ਚਾਹੀਦਾ," ਤਾਰਾਸ ਨੇ ਮੁਸਕ੍ਰਾ ਕੇ ਮਿੱਠੀ ਆਵਾਜ਼ ਵਿਚ ਆਖਿਆ ਤੇ ਬੋਰੀ ਨੂੰ ਚੁੱਕ ਕੇ ਬਾਰੀ ਕੋਲ ਲੈ ਗਿਆ। ਬੋਰੀ ਲਗਪਗ ਇਕ ਮਣ ਭਾਰੀ ਹੋਵੇਗੀ ਪਰ ਉਹ ਉਸ ਨੂੰ ਇਉਂ ਲੈ ਗਿਆ ਜਿਵੇਂ ਕੋਈ ਫੁਲ ਹੋਵੇ। "ਬੜੀ ਥਾਂ ਏ। ਨਾ ਵੀ ਹੋਵੇ ਤਾਂ ਬੰਦਾ ਘੜੀ ਖਲੋ ਕੇ ਡੰਗ ਸਾਰ ਸਕਦੈ। ਸੀਟ ਦੇ ਹੇਠਾਂ ਪੈ ਸਕਦੈ। ਅਸੀਂ ਬੜੇ ਖੁਲ੍ਹੇ ਡੁਲ੍ਹੇ ਬੈਠੇ ਹੋਏ ਆਂ। ਲੜਨ ਝਗੜਨ ਦੀ ਕੋਈ ਲੋੜ ਨਹੀਂ," ਉਸ ਨੇ ਕਿਹਾ। ਦੋਸਤੀ ਤੇ ਸਦਭਾਵਨਾ ਨਾਲ ਤਾਰਾਸ ਦਾ ਚਿਹਰਾ ਚਮਕ ਰਿਹਾ ਸੀ।

ਤਾਰਾਸ ਆਪਣੇ ਬਾਰੇ ਆਖਿਆ ਕਰਦਾ ਸੀ ਕਿ ਜਿੰਨਾ ਚਿਰ ਉਹਨੇ ਦੋ ਘੁਟ ਪੀਤੀ ਨਾ ਹੋਵੇ ਉਹ ਬੋਲ ਹੀ ਨਹੀਂ ਸਕਦਾ। ਉਹ ਕਹਿੰਦਾ ਸੀ ਕਿ ਥੋੜੀ ਜਿਹੀ ਪੀ ਲੈਣ ਨਾਲ ਸਹੀ ਲਫਜ਼ ਆਪਣੇ ਆਪ ਫੁਰਦੇ ਜਾਂਦੇ ਨੇ ਤੇ ਫੇਰ ਉਹ ਕੋਈ ਵੀ ਗੱਲ ਖੋਹਲ ਕੇ ਸਮਝਾ ਸਕਦਾ ਹੈ। ਤੇ ਗੱਲ ਹੈ ਵੀ ਇਸ ਤਰ੍ਹਾਂ ਹੀ ਸੀ। ਸੋਫੀ ਹਾਲਤ ਵਿਚ ਤਾਰਾਸ ਦੇ ਮੂੰਹ ਵਿਚ ਘੁੰਗਣੀਆਂ ਪਈਆਂ ਰਹਿੰਦੀਆਂ ਤੇ ਜਦੋਂ ਦੋ ਘੁਟ ਅੰਦਰ ਚਲੀ ਜਾਂਦੀ— ਪਰ ਇਸ ਤਰ੍ਹਾਂ ਕਦੇ ਕਦੇ ਹੀ ਤੇ ਉਹ ਵੀ ਖਾਸ ਮੌਕਿਆਂ ਉਤੇ ਹੀ ਹੁੰਦਾ— ਤਾਂ ਉਹ ਬੜਾ ਸਵਾਦ ਲੈ ਲੈ ਗੱਲਾਂ ਕਰਦਾ। ਗੱਲਾਂ ਵੀ ਖੂਬ ਕਰਦਾ, ਬੜੀਆਂ ਸੁਹਣੀਆਂ, ਬੜੀਆਂ ਮਹਿਲ ਤੇ ਸੱਚੀਆਂ ਸੱਚੀਆਂ, ਤੇ ਖਾਸ ਗੱਲ ਇਹ ਕਿ ਬੜੇ ਹੀ ਪਿਆਰ ਨਾਲ ਜਿਹੜਾ ਉਸ ਦੀਆਂ ਨਿਰਛਲ ਨੀਲੀਆਂ ਅੱਖਾਂ ਵਿਚੋਂ ਅਤੇ ਦੋਸਤਾਨਾਂ ਮੁਸਕਾਨ ਵਿਚੋਂ

ਝਰਦਾ ਰਹਿੰਦਾ ਜਿਹੜੀ ਹਰ ਪਲ ਉਹਦੇ ਬੁਲ੍ਹਾਂ ਉਤੇ ਨਚਦੀ ਰਹਿੰਦੀ।

ਅੱਜ ਉਹਦੀ ਏਹੋ ਹਾਲਤ ਸੀ। ਨੇਖਲੀਊਦੋਵ ਦੇ ਆ ਜਾਣ ਨਾਲ ਗਲਬਾਤ ਦਾ ਸਿਲਸਲਾ ਟੁਟ ਗਿਆ ਸੀ। ਪਰ ਬੈਗ ਨੂੰ ਟਿਕਾਣੇ ਰੱਖ ਕੇ, ਤਾਰਾਸ ਫੇਰ ਬਹਿ ਗਿਆ ਅਤੇ ਆਪਣੇ ਪੱਕੇ ਪੀਡੇ ਹੱਥਾਂ ਨੂੰ ਆਪਣੇ ਪੱਟਾਂ ਉਤੇ ਟਿਕਾ ਕੇ ਅਤੇ ਬਾਗ਼ਬਾਨ ਦੇ ਚਿਹਰੇ ਉਤੇ ਨਜ਼ਰਾਂ ਗੱਡ ਕੇ, ਉਹਨੇ ਫੇਰ ਆਪਣੀ ਕਹਾਣੀ ਛੇੜ ਲਈ। ਉਹ ਆਪਣੇ ਨਵੇਂ ਬਣੇ ਵਾਕਫਕਾਰ ਨੂੰ ਆਪਣੀ ਵਹੁਟੀ ਦੀਆਂ ਗੱਲਾਂ ਬੜੇ ਵੇਰਵੇ ਦੱਸ ਦੱਸ ਕੇ ਸੁਣਾ ਰਿਹਾ ਸੀ। ਇਹ ਕਿ ਉਸ ਨੂੰ ਸਾਇਬੇਰੀਆ ਕਿਉਂ ਭੇਜਿਆ ਜਾ ਰਿਹਾ ਸੀ, ਤੇ ਉਹ ਆਪ ਉਹਦੇ ਮਗਰ ਕਿਉਂ ਜਾ ਰਿਹਾ ਸੀ।

ਨੇਖਲੀਊਦੋਵ ਨੇ ਪਹਿਲਾਂ ਕਦੇ ਇਹ ਕਹਾਣੀ ਵਿਸਥਾਰ ਨਾਲ ਨਹੀਂ ਸੀ ਸੁਣੀ, ਇਸ ਕਰਕੇ ਉਹ ਵੀ ਬੜੇ ਧਿਆਨ ਨਾਲ ਸੁਣਨ ਲੱਗ ਪਿਆ। ਜਦੋਂ ਉਹ ਆਇਆ ਸੀ ਤਾਂ ਕਹਾਣੀ ਓਥੋਂ ਤੱਕ ਪਹੁੰਚ ਗਈ ਸੀ ਜਦੋਂ ਜ਼ਹਿਰ ਦੇਣ ਦੀ ਕੋਸ਼ਿਸ਼ ਨੇਪਰੇ ਚੜ੍ਹ ਚੁੱਕੀ ਸੀ, ਅਤੇ ਘਰ ਵਾਲਿਆਂ ਨੂੰ ਪਤਾ ਲੱਗ ਗਿਆ ਸੀ ਕਿ ਇਹ ਕਾਰਾ ਫੇਦੋਸੀਆ ਨੇ ਹੀ ਕੀਤਾ ਹੈ।

"ਮੈਂ ਆਪਣੀ ਦਰਦ-ਕਹਾਣੀ ਸੁਣਾ ਰਿਹਾਂ," ਦੋਸਤਾਨਾ ਨਿਘ ਨਾਲ ਨੇਖਲੀਊਦੋਵ ਨੂੰ ਸੰਬੋਧਨ ਕਰਕੇ ਤਾਰਾਸ ਨੇ ਆਖਿਆ। "ਸਬੱਬ ਨਾਲ ਹੀ ਇਕ ਭਲਾ ਲੋਕ ਮਿਲ ਪਿਆ ਤੇ ਗੱਲਾਂ ਚਲ ਪਈਆਂ ਤੇ ਮੈਂ ਹੱਡਬੀਤੀ ਸੁਣਾਉਣ ਲੱਗ ਪਿਆਂ।"

"ਹਾਂ, ਹਾਂ," ਨੇਖਲੀਊਦੋਵ ਨੇ ਆਖਿਆ।

"ਸੋ ਏਦਾਂ ਮੇਰੇ ਦੋਸਤ, ਸਾਰੀ ਗੱਲ ਦਾ ਪਤਾ ਲੱਗ ਗਿਆ। ਮਾਂ ਨੇ ਤਾਂ ਜੀ ਉਹ ਰੋਟੀ ਚੁੱਕ ਲਈ। 'ਅਖੇ ਮੈਂ ਚਲੀ ਆਂ ਪੁਲਸ ਅਫਸਰ ਕੋਲ।' ਬਾਪ ਮੇਰਾ ਬੜਾ ਨਿਆਈਂ ਬੁੱਢਾ ਜੇ। 'ਠਹਿਰ ਜਾ, ਭਲੀਏ ਲੋਕੇ!' ਓਸ ਆਖਿਆ। 'ਕੁੜੀ ਤਾਂ ਹਾਲੇ ਨਿਆਣੀ ਆਂ। ਉਹਨੂੰ ਆਪ ਨੂੰ ਸਮਝ ਨਹੀਂ ਕਿ ਕੀ ਕਰਨ ਲੱਗੀ ਏ। ਤਰਸ ਕਰਨਾ ਚਾਹੀਦੈ ਉਹਦੇ ਤੇ। ਸਮਝ ਜਾਏਗੀ ਆਪੇ।' ਪਰ ਜੀ, ਕਾਹਨੂੰ, ਮਾਂ ਕਿਥੇ ਸੁਣਨ ਵਾਲੀ ਸੀ। ਆਖਣ ਲੱਗੀ, 'ਜੇ ਅਸੀਂ ਏਹਨੂੰ ਘਰ ਰਖਿਆ, ਏਹ ਤਾਂ ਸਾਨੂੰ ਕੀੜਿਆਂ ਕਾਢਿਆਂ ਵਾਂਗ ਮਾਰ ਸੁੱਟੂ।' ਲਓ ਜੀ, ਕਿੱਸਾ ਕੋਤਾਹ ਏਹ, ਪਈ ਉਹ ਪੁਲਸ ਅਫਸਰ ਦੇ ਚਲੀ ਗਈ। ਉਹ ਤੇ ਜੀ ਓਸੇ ਵੇਲੇ ਆ ਧਮਕਿਆ। ਉਗਾਹ ਸੱਦ ਲਏ।"

"ਤੇ ਤੇਰਾ ਕੀ ਬਣਿਆ?" ਬਾਗ਼ਬਾਨ ਨੇ ਪੁੱਛਿਆ।

"ਮੇਰਾ, ਮੈਂ ਤਾਂ ਭਰਾਵਾ, ਢਿੱਡ ਵਿਚ ਸੂਲ ਉਠਣ ਨਾਲ ਦੂਹਰਾ ਚੌਹਰਾ ਹੋ ਰਿਹਾ ਸਾਂ ਤੇ ਉਲਟੀਆਂ ਕਰੀ ਜਾਂਦਾ ਸਾਂ। ਮੇਰੀਆਂ ਤੇ ਸਮਝ ਤੂੰ, ਪਈ ਆਂਦਰਾਂ ਬਾਹਰ ਨੂੰ ਆ ਰਹੀਆਂ ਸੀ। ਬੋਲ ਨਹੀਂ ਸੀ ਨਿਕਲਦਾ ਮੂੰਹੋਂ। ਖੈਰ ਜੀ, ਪਿਓ ਨੇ ਕੀ ਕੀਤਾ, ਉਠ ਕੇ ਘੋੜੀ ਜੋੜੀ, ਫੇਦੋਸੀਆ ਨੂੰ ਛਕੜੇ ਵਿਚ ਪਾਇਆ ਤੇ ਪਹਿਲੋਂ ਠਾਣੇ ਤੇ ਮਗਰੋਂ ਮਜਸਟ੍ਰੇਟ ਦੇ ਲੈ ਗਿਆ। ਤੇ ਉਹਨੇ, ਰੱਬ ਤੁਹਾਡਾ ਭਲਾ ਕਰੇ, ਜਿਵੇਂ ਪਹਿਲਾਂ ਕੀਤਾ ਸੀ, ਮਜਸਟ੍ਰੇਟ ਅੱਗੇ ਵੀ ਸਾਰੀ ਗੱਲ ਮੰਨ ਲਈ। ਸੰਪੀਆ ਉਹਨੇ ਕਿਥੋਂ ਲਿਆ, ਤੇ ਕਿਵੇਂ ਰੋਟੀ

ਵਿਚ ਗੁੰਨ੍ਹਿਆ। 'ਤੂੰ ਇਹ ਕੰਮ ਕਿਉਂ ਕੀਤਾ?" ਮਜਸਟ੍ਰੇਟ ਨੇ ਪੁੱਛਿਆ। ਅਖੇ 'ਕਿਉਂ ਨਾ ਕਰਦੀ? ਏਸ ਬੰਦੇ ਤੋਂ ਮੈਨੂੰ ਨਫਰਤ ਏ। ਏਹਦੇ ਘਰ ਵਸਣ ਨਾਲੋਂ ਸਾਇਬੇਰੀਆ ਵਿਚ ਜ਼ਿੰਦਗੀ ਕਟਣੀ ਮਨਜ਼ੂਰ।' ਮੇਰੇ ਬਾਰੇ ਆਖ ਰਹੀ ਸੀ।" ਤਾਰਾਸ ਨੇ ਮੁਸਕ੍ਰਾ ਕੇ ਆਖਿਆ। "ਸੋ ਏਦਾਂ ਜੀ ਉਹਨੇ ਸਾਰੀ ਗੱਲ ਦਾ ਇਕਬਾਲ ਕਰ ਲਿਆ। ਬਸ ਫੇਰ, ਅਗਲਿਆਂ ਜੇਲ੍ਹ ਵਿਚ ਪਾ ਦਿੱਤਾ ਤੇ ਪਿਓ ਮੇਰਾ ਕਲ-ਮੁਕੱਲਾ ਘਰ ਮੁੜ ਆਇਆ। ਹੁਣ ਉਤੋਂ ਆ ਗਏ ਵਾਢੀ ਦੇ ਦਿਨ ਤੇ ਘਰ ਵਿਚ ਜ਼ਨਾਨੀ ਰਹਿ ਗਈ ਇਕੋ ਮੇਰੀ ਮਾਂ, ਤੇ ਉਹਦੇ ਵਿਚ ਵੀ ਬਹੁਤੀ ਸਤਿਆ ਕਿੱਥੇ ਸੀ। ਅਸੀਂ ਸੋਚੀਂ ਪੈ ਗਏ ਪਈ ਹੁਣ ਕੀ ਕਰੀਏ। ਸੋਚਿਆ ਉਹਨੂੰ ਜ਼ਮਾਨਤ ਉਤੇ ਨਹੀਂ ਲਿਆਂਦਾ ਜਾ ਸਕਦਾ? ਬਾਪੂ ਨੇ ਜਾ ਕੇ ਕਿਸੇ ਅਫਸਰ ਨਾਲ ਗਲ ਕੀਤੀ। ਕੰਮ ਨਾ ਬਣਿਆ। ਫੇਰ ਉਹ ਦੂਜੇ ਅਫਸਰ ਕੋਲ ਗਿਆ। ਮੇਰਾ ਖਿਆਲ ਏ ਕੋਈ ਪੰਜ ਅਫਸਰਾਂ ਕੋਲ ਗਿਆ ਹੋਊ, ਤੇ ਅਸੀਂ ਤੰਗ ਆ ਕੇ ਇਸ ਮਾਮਲੇ ਨੂੰ ਛੱਡਣ ਹੀ ਵਾਲੇ ਸਾਂ, ਤਾਹੀਓਂ, ਸਬੱਬੀਂ ਇਕ ਬਾਬੂ ਨਾਲ ਮੇਲ ਹੋ ਗਿਆ—ਐਡਾ ਕਾਂਟਾ ਬੰਦਾ ਕਿ ਪੁੱਛੋ ਕੁਝ ਨਾ। ਆਖਣ ਲੱਗਾ, 'ਪੰਜ ਰੂਬਲ ਦਿਓ ਖਾਂ ਮੈਨੂੰ ਤੇ ਉਹਨੂੰ ਮੈਂ ਛੁਡਾ ਦੇਂਦਾ ਆਂ।' ਆਖਰ ਤਿੰਨ ਰੂਬਲ ਤੇ ਗੱਲ ਮੁਕੀ। ਤੇ ਤਾ ਜੇ, ਫੇਰ ਕੀ ਹੋਇਆ? ਮੈਂ ਕੀ ਕੀਤਾ ਕਿ ਆਪਣੀ ਘਰ ਵਾਲੀ ਦੀਆਂ ਆਪਣੇ ਹੱਥੀਂ ਉਣੀਆਂ ਚਾਦਰਾਂ ਚੁੱਕੀਆਂ ਤੇ ਗਹਿਣੇ ਰੱਖ ਕੇ ਪੈਸੇ ਬਾਬੂ ਦੇ ਹੱਥ ਲਿਆ ਫੜਾਏ। ਬਸ ਕਾਗਜ਼ ਲਿਖਣ ਦੀ ਦੇਰ ਸੀ," ਤਾਰਾਸ ਇਸ ਅੰਦਾਜ਼ ਨਾਲ ਬੋਲਿਆ ਜਿਵੇਂ ਗੋਲੀ ਦਾਗਣ ਦੀ ਗੱਲ ਸੁਣਾ ਰਿਹਾ ਹੋਵੇ," ਓਸੇ ਵੇਲੇ ਗੱਲ ਬਣ ਗਈ। ਓਦੋਂ ਤਾਈਂ ਮੈਂ ਵੀ ਨੌਂ ਬਰ ਨੌਂ ਹੋ ਗਿਆ ਸਾਂ ਤੇ ਮੈਂ ਆਪ ਹੀ ਉਹਨੂੰ ਲੈਣ ਚਲਾ ਗਿਆ। ਸੋ ਇਉਂ ਭਰਾਵਾ ਮੈਂ ਸ਼ਹਿਰ ਆ ਗਿਆ, ਘੋੜੀ ਨੂੰ ਇਕ ਥਾਂ ਬੰਨ੍ਹਿਆ, ਕਾਗਜ਼ ਲਿਆ ਤੇ ਸਿੱਧਾ ਜੇਲ੍ਹ ਜਾ ਅਪੜਿਆ। 'ਕੀ ਕੰਮ ਏ?' 'ਕੰਮ ਏਹ ਆ' ਮੈਂ ਆਖਿਆ, 'ਤੁਸਾਂ ਮੇਰੀ ਘਰ ਵਾਲੀ ਨੂੰ ਏਥੇ ਬੰਦ ਕੀਤਾ ਹੋਇਐ।' 'ਕਾਗਜ਼ ਹੈ ਤੇਰੇ ਕੋਲ?' ਮੈਂ ਕਾਗਜ਼ ਉਹਦੇ ਹੱਥ ਫੜਾ ਦਿੱਤਾ। ਉਹਨੇ ਕਾਗਜ਼ ਤੇ ਨਿਗਾਹ ਮਾਰੀ। 'ਠਹਿਰ ਏਥੇ ਈ,' ਉਸ ਆਖਿਆ। ਸੋ ਮੈਂ ਇਕ ਬੰਚ ਤੇ ਬਹਿ ਗਿਆ। ਧੁਪ ਦੇ ਹਿਸਾਬ ਦੁਪਹਿਰ ਬੀਤ ਗਈ ਸੀ। ਇਕ ਅਫਸਰ ਬਾਹਰ ਆਇਆ। 'ਵਾਰਗੂਸ਼ੋਵ ਤੇਰਾ ਨਾਂ ਏ?' 'ਆਹੋ ਜੀ।' 'ਠੀਕ ਏ, ਲੈ ਜਾ ਉਹਨੂੰ।' ਲਓ ਜੀ, ਫਾਟਕ ਖੁਲ੍ਹ ਗਏ, ਤੇ ਉਹ ਬਾਹਰ ਆ ਗਈ। ਉਹਨੇ ਆਪਣੇ ਹੀ ਕਪੜੇ ਪਾਏ ਹੋਏ ਸਾ ਜੇ। ਬਿਲਕੁਲ ਠੀਕ ਠਾਕ। 'ਚਲ ਤੁਰ, ਚਲੀਏ।' 'ਤੂੰ ਪੈਦਲ ਆਇਆ ਏਂ?' 'ਨਹੀਂ, ਘੋੜੀ ਤੇ ਆਇਆਂ।' ਬਸ, ਸਰਾਂ ਵਿਚ ਜਾ ਕੇ ਸਾਈਸ ਨੂੰ ਪੈਸੇ ਦਿੱਤੇ, ਘੋੜੀ ਖੋਹਲ ਕੇ ਛਕੜਾ ਜੋੜਿਆ, ਬਚਿਆ ਖੁਚਿਆ ਘਾਹ ਚੁੱਕ ਕੇ ਛਕੜੇ ਵਿਚ ਸੁੱਟਿਆ ਤੇ ਉਹਦੇ ਉਪਰ ਬੋਰੀ ਸੁਟ ਕੇ ਉਹਦੇ ਬਹਿਣ ਨੂੰ ਥਾਂ ਬਣਾ ਦਿੱਤੀ। ਉਹ ਉਪਰ ਚੜ੍ਹ ਗਈ ਤੇ ਆਪਣੇ ਸ਼ਾਲ ਦੀ ਬੁਕਲ ਮਾਰ ਕੇ ਬਹਿ ਗਈ ਤੇ ਅਸੀਂ ਤੁਰ ਪਏ। ਉਹ ਵੀ ਚੁਪ ਤੇ ਮੈਂ ਵੀ ਚੁੱਪ। ਜਦੋਂ ਘਰ ਦੇ ਨੇੜੇ ਜਿਹੇ ਆ ਗਏ ਤਾਂ ਆਂਹਦੀ ਆ, 'ਮਾਂ ਕਿਵੇਂ ਆ। ਸੁੱਖੀ ਸਾਂਦੀ ਏ ਨਾ?' 'ਹਾਂ, ਜਿਊਂਦੀ ਆ।' 'ਤੇ ਬਾਪੂ, ਉਹ

ਜਿਊਂਦਾ ?' 'ਹਾਂ, ਕੈਮ ਏ।' 'ਮੈਨੂੰ ਮਾਫ ਕਰ ਦੇ, ਤਾਰਾਸ,' ਮੈਨੂੰ ਆਖਣ ਲੱਗੀ, 'ਵੱਡੀ ਭੁੱਲ ਹੋ ਗਈ। ਮੈਨੂੰ ਆਪ ਨੂੰ ਨਹੀਂ ਸੀ ਪਤਾ ਪਈ ਕੀ ਕਰਨ ਲੱਗੀ ਆਂ।' ਮੈਂ ਉਹਨੂੰ ਆਖਿਆ, 'ਛੱਡ ਏਹਨਾਂ ਗੱਲਾਂ ਨੂੰ, ਹੋ ਨਿਬੜ ਗਿਆ। ਮੈਂ ਤਾਂ ਚਿਰੋਕਣਾ ਮਾਫ ਕਰ ਛਡਿਐ ਤੈਨੂੰ।' ਉਹ ਅੱਗੋਂ ਨਹੀਂ ਬੋਲੀ। ਅਸੀਂ ਘਰ ਆ ਗਏ ਤੇ ਉਹ ਮਾਂ ਦੇ ਪੈਰਾਂ ਤੇ ਡਿੱਗ ਪਈ। ਮਾਂ ਆਖਨ ਲੱਗੀ, 'ਰੱਬ ਬਖ਼ਸ਼ੂ ਤੈਨੂੰ।' ਤੇ ਬਾਪੂ ਨੇ ਹਾਲ-ਚਾਲ ਪੁੱਛਿਆ ਤੇ ਆਖਣ ਲੱਗਾ, 'ਜੋ ਹੋ ਗਿਆ ਸੋ ਹੋ ਗਿਆ। ਆਰਾਮ ਨਾਲ ਰਹੋ ਤੇ ਮੌਜਾਂ ਲੁੱਟੋ।' ਆਖਣ ਲੱਗਾ, 'ਹੁਣ ਏਹ ਗੱਲਾਂ ਕਰਨ ਦਾ ਵੇਲਾ ਨਹੀਂ। ਫਸਲ ਵਢਣ ਵਾਲੀ ਖੜੀ ਆ।' ਕਹਿਣ ਲੱਗਿਆ, 'ਜਿਹੜੀਆਂ ਪੈਲੀਆਂ ਵਿਚ ਰੂੜੀ ਪਾਈ ਸੀ, ਓਥੇ ਰੱਬ ਦੀ ਦਇਆ ਨਾਲ, ਏਨੀ ਭਰਵੀਂ ਰਾਈ ਹੋਈ ਆ ਪਈ ਦਾਤੀ ਨਾਲ ਸਾਂਭਣੀ ਔਖੀ ਆ। ਸਿੱਟੇ ਇਉਂ ਇਕ ਦੂਜੇ ਵਿਚ ਫਸੇ ਹੋਏ ਤੇ ਭਾਰੇ ਜੇ, ਪਈ ਭਾਰ ਹੇਠਾਂ ਨਾੜ ਬਹਿੰਦੀ ਜਾਂਦੀ ਆ। ਹੁਣ ਫਸਲ ਵੱਢ ਲੈਣੀ ਚਾਹੀਦੀ ਏ। ਭਲਕੇ ਤੂੰ ਤੇ ਤਾਰਾਸ ਜਾਓ ਤੇ ਏਧਰ ਧਿਆਨ ਕਰੋ।' ਲੈ ਭਾਊ, ਓਸੇ ਘੜੀ ਉਹ ਕੰਮ ਲੱਗ ਪਈ, ਤੇ ਕੰਮ ਵੀ ਐਸੀ ਲੱਗੀ ਕਿ ਸਭ ਨੇ ਉਂਗਲਾਂ ਮੂੰਹ ਵਿਚ ਪਾ ਲਈਆਂ। ਓਦੋਂ ਅਸੀਂ ਤਿੰਨ ਦੇਸੀਆਤਿਨ ਜ਼ਮੀਨ ਪਟੇ ਤੇ ਲਈ ਹੋਈ ਸੀ, ਤੇ ਰੱਬ ਦੀ ਮਿਹਰ ਨਾਲ ਜਵੀ ਤੇ ਰਾਈ ਦੀ ਵਾਹਵਾਹ ਚੰਗੀ ਫਸਲ ਹੋਈ ਸੀ। ਮੈਂ ਵਢਦਾ ਤੇ ਉਹ ਭਰੀਆਂ ਬੰਨ੍ਹਦੀ ਤੇ ਕਿਸੇ ਵੇਲੇ ਅਸੀਂ ਦੋਵੇਂ ਵਢਣ ਲੱਗਦੇ। ਕੰਮ ਮੈਂ ਸੁਹਣਾ ਕਰ ਲੈਨਾ ਤੇ ਕੰਮ ਤੋਂ ਡਰਦਾ ਨਹੀਂ। ਪਰ ਉਹ ਜਿਹੜੇ ਵੀ ਕੰਮ ਨੂੰ ਹੱਥ ਪਾਵੇ ਮੇਰੇ ਨਾਲੋਂ ਵੀ ਨੰਬਰ ਐ ਉਹਦਾ। ਬੜੀ ਚੁਸਤ ਜਨਾਨੀ ਏ, ਜਵਾਨ ਏ ਭਰ ਜੋਬਨ ਤੇ। ਰਹੀ ਕੰਮ ਦੀ ਗੱਲ, ਉਹਨੂੰ ਤਾਂ ਭਾਊ ਮੇਰਿਆ ਐਸੀ ਲਿਲ੍ਹ ਲੱਗੀ ਰਹਿੰਦੀ ਸੀ ਕਿ ਮੈਨੂੰ ਰੋਕਣਾ ਪੈਂਦਾ। ਜਦੋਂ ਘਰ ਮੁੜੀਦਾ ਸੀ, ਸਾਡੀਆਂ ਉਂਗਲਾਂ ਸੁੱਜੀਆਂ ਹੋਣੀਆਂ, ਬਾਹਵਾਂ ਪੀੜ ਕਰਦੀਆਂ ਹੋਣੀਆਂ ਤੇ ਉਹਨੇ, ਆਰਾਮ ਤਾਂ ਕੀ ਕਰਨਾ, ਤਬੇਲੇ ਨੂੰ ਭੱਜ ਜਾਣਾ ਤੇ ਅਗਲੇ ਦਿਨ ਭਰੀਆਂ ਬੰਨ੍ਹਣ ਵਾਸਤੇ ਨਾੜ ਵੱਟਣ ਲੱਗ ਪੈਣਾ। ਕੇਡੀ ਬਦਲ ਗਈ ਸੀ ਉਹ!"

"ਹੱਛਾ, ਤੇ ਤੇਰੇ ਨਾਲ ਪਿਆਰ ਮੁਹੱਬਤ ਵੀ ਕਰਨ ਲੱਗ ਪਈ?" ਬਾਗ਼ਬਾਨ ਨੇ ਪੁੱਛਿਆ।

"ਲੈ ਕੀ ਆਂਹਦਾ ਏ। ਹਰ ਵੇਲੇ ਮੈਨੂੰ ਇਉਂ ਚੰਬੜੀ ਰਹਿੰਦੀ ਜਿਵੇਂ ਅਸੀਂ ਇਕੋ ਜਿੰਦ ਹੋਈਏ। ਜਿਹੜੀ ਵੀ ਗੱਲ ਮੇਰੇ ਮਨ ਵਿਚ ਆਉਂਦੀ ਜੇ, ਉਹ ਸਮਝ ਜਾਂਦੀ ਏ। ਹੋਰ ਤਾਂ ਹੋਰ ਮਾਂ ਵੀ, ਜੀਹਨੂੰ ਰੋਹ ਚੜ੍ਹਿਆ ਹੋਇਆ ਸੀ, ਆਖਣ ਲੱਗੀ, 'ਅੱਗੇ ਵਾਲੀ ਫੇਦੋਸੀਆ ਤਾਂ ਰਹੀ ਨਹੀਂ ਏਹ। ਏਹ ਤਾਂ ਉੱਕਾ ਹੀ ਕੋਈ ਵਖਰੀ ਤੀਵੀਂ ਏ!' ਇਕ ਵਾਰ ਅਸੀਂ ਦੋ ਛਕੜਿਆਂ ਉਤੇ ਭਰੀਆਂ ਲੱਦਣੀਆਂ ਸੀ। ਉਹ ਤੇ ਮੈਂ ਅੱਗੇ ਵਾਲੇ ਛਕੜੇ ਵਿਚ ਜਾ ਰਹੇ ਸਾਂ, ਤੇ ਮੈਂ ਪੁੱਛ ਲਿਆ, 'ਤੈਨੂੰ ਇਹ ਕੰਮ ਕਰਨ ਦਾ ਖਿਆਲ ਹੀ ਕਿਵੇਂ ਆ ਗਿਆ, ਫੇਦੋਸੀਆ?' ਤੇ ਉਹਨੇ ਜਵਾਬ ਦਿੱਤਾ, 'ਖਿਆਲ ਕਿਵੇਂ ਆ ਗਿਆ? ਗੱਲ ਇਹ ਸੀ, ਕਿ ਮੈਂ ਤੇਰੇ ਘਰ ਵਸਣਾ ਨਹੀਂ ਸੀ ਚਾਹੁੰਦੀ। ਮੈਂ ਸੋਚਦੀ ਸਾਂ ਤੇਰੇ ਨਾਲ

ਜ਼ਿੰਦਗੀ ਕਟਣ ਨਾਲੋਂ ਤਾਂ ਮਰ ਜਾਣਾ ਚੰਗਾ!' ਮੈਂ ਪੁੱਛਿਆ, 'ਤੇ ਹੁਣ?' ਤੇ ਉਹ ਆਖਣ ਲੱਗੀ, 'ਹੁਣ ਤੇ ਤੂੰ ਮੇਰੇ ਦਿਲ ਵਿਚ ਵਸਦੈਂ।' ਤਾਰਾਸ ਚੁਪ ਕਰ ਗਿਆ ਤੇ ਖ਼ੁਸ਼ ਹੋ ਕੇ ਮੁਸਕ੍ਰਾਇਆ। ਫੇਰ ਉਸ ਨੇ ਇਉਂ ਸਿਰ ਹਿਲਾਇਆ ਜਿਵੇਂ ਉਹ ਕਿਸੇ ਗਲੋਂ ਦੰਗ ਰਹਿ ਗਿਆ ਹੋਵੇ। 'ਫਸਲ ਮਸਾਂ ਅਜੇ ਘਰ ਲਿਆਂਦੀ ਸੀ, ਤੇ ਮੈਂ ਸਣ ਭਿਉਣ ਚਲਾ ਗਿਆ। ਜਦੋਂ ਮੁੜ ਕੇ ਘਰ ਆਇਆ..." ਉਹ ਚੁਪ ਹੋ ਗਿਆ ਤੇ ਪਲ ਦੀ ਪਲ ਚੁਪ ਰਿਹਾ... "ਤਾਂ ਅੱਗੇ ਸੰਮਨ ਆਏ ਹੋਏ ਸੀ ਕਿ ਉਹਨੂੰ ਅਦਾਲਤ ਦੇ ਪੇਸ਼ ਹੋਣਾ ਚਾਹੀਦੈ। ਤੇ ਅਸੀਂ ਏਹ ਭੁਲ ਭਲਾ ਚੁੱਕੇ ਸਾਂ ਕਿ ਉਹਦੇ ਤੇ ਮੁਕਦਮਾ ਚਲਣਾ ਸੀ।"

"ਸ਼ੈਤਾਨ ਦਾ ਕਾਰਾ," ਬਾਗ਼ਬਾਨ ਨੇ ਆਖਿਆ। "ਕਿਸੇ ਆਦਮੀ ਨੂੰ ਆਪਣੇ ਆਪ ਕਿਸੇ ਜਿਊਂਦੇ ਵਸਦੇ ਜੀਅ ਨੂੰ ਬਰਬਾਦ ਕਰਨ ਦਾ ਖਿਆਲ ਆ ਸਕਦੈ? ਸਾਡੇ ਇਕ ਆਦਮੀ ਹੁੰਦਾ ਸੀ..." ਬਾਗ਼ਬਾਨ ਇਕ ਕਹਾਣੀ ਛੇੜਨ ਹੀ ਵਾਲਾ ਸੀ ਕਿ ਗੱਡੀ ਦੀ ਰਫਤਾਰ ਹੌਲੀ ਹੋ ਗਈ।

"ਜਾਪਦੈ ਕੋਈ ਸਟੇਸ਼ਨ ਆਉਣ ਵਾਲਾ ਏ," ਉਹਨੇ ਆਖਿਆ। "ਮੈਂ ਜਾ ਕੇ ਪਾਣੀ ਦਾ ਘੁਟ ਪੀ ਕੇ ਆਊਂ।"

ਗਲਬਾਤ ਬੰਦ ਹੋ ਗਈ ਸੀ, ਅਤੇ ਨੇਖਲੀਊਦੋਵ ਬਾਗ਼ਬਾਨ ਦੇ ਮਗਰੇ ਮਗਰ ਗੱਡੀ ਵਿਚੋਂ ਨਿਕਲ ਕੇ ਸਟੇਸ਼ਨ ਦੇ ਗਿੱਲੇ ਪਲੇਟਫਾਰਮ ਉਤੇ ਆ ਗਿਆ।

੪੨

ਬਾਹਰ ਨਿਕਲਣ ਤੋਂ ਪਹਿਲਾਂ ਨੇਖਲੀਊਦੋਵ ਨੇ ਵੇਖਿਆ ਸੀ ਕਿ ਸਟੇਸ਼ਨ ਦੇ ਹਾਤੇ ਵਿਚ ਕੁਝ ਬਹੁਤ ਹੀ ਸ਼ਾਨਦਾਰ ਬੱਘੀਆਂ ਖੜੀਆਂ ਸਨ। ਕਿਸੇ ਅੱਗੇ ਤਿੰਨ ਘੋੜੇ ਜੋੜੇ ਹੋਏ ਸਨ ਤੇ ਕਿਸੇ ਅੱਗੇ ਚਾਰ। ਖ਼ੂਬ ਪਲੇ ਹੋਏ ਘੋੜੇ ਜਿਨ੍ਹਾਂ ਦੇ ਸਾਜ਼ਾਂ ਉਤੇ ਟੱਲੀਆਂ ਟੁਣਕ ਰਹੀਆਂ ਸਨ। ਜਦੋਂ ਉਹ ਪਲੇਟਫਾਰਮ ਦੇ ਕਾਲੇ ਪੈ ਗਏ ਗਿੱਲੇ ਫੱਟਿਆਂ ਉਤੇ ਉਤਰਿਆ ਤਾਂ ਉਹਨੇ ਵੇਖਿਆ ਕਿ ਪਹਿਲੇ ਦਰਜੇ ਦੇ ਡੱਬੇ ਅੱਗੇ ਕੁਝ ਲੋਕ ਜਮ੍ਹਾਂ ਹੋਏ ਖੜੇ ਸਨ। ਇਹਨਾਂ ਲੋਕਾਂ ਵਿਚ ਇਕ ਪਲੇ ਹੋਏ ਸਰੀਰ ਵਾਲੀ ਸੁਆਣੀ ਖਾਸ ਕਰਕੇ ਨਜ਼ਰਾਂ ਨੂੰ ਖਿਚਦੀ ਸੀ ਜਿਸ ਨੇ ਬਰਸਾਤੀ ਕੋਟ ਪਾਇਆ ਹੋਇਆ ਸੀ ਅਤੇ ਟੋਪ ਉਤੇ ਬੜੇ ਕੀਮਤੀ ਖੰਭ ਲਾਏ ਹੋਏ ਸਨ। ਉਹਦੇ ਕੋਲ ਹੀ ਇਕ ਉੱਚਾ ਲੰਮਾ ਪਤਲੀਆਂ ਪਤਲੀਆਂ ਲੱਤਾਂ ਵਾਲਾ ਗਭਰੂ ਖੜਾ ਸੀ ਜਿਸ ਨੇ ਸਾਈਕਲ ਚਲਾਉਣ ਵਾਲਿਆਂ ਦੀ ਪੁਸ਼ਾਕ ਪਾਈ ਹੋਈ ਸੀ। ਗਭਰੂ ਦੇ ਨਾਲ ਉਹਦਾ ਸ਼ੇਰ ਵਰਗਾ ਪਲਿਆ ਹੋਇਆ ਕੁੱਤਾ

ਸੀ ਜਿਸ ਨੂੰ ਬਹੁਤ ਮਹਿੰਗਾ ਪਟਾ ਪਾਇਆ ਹੋਇਆ ਸੀ। ਇਹਨਾਂ ਦੇ ਪਿੱਛੇ ਖੜੇ ਸਨ ਵਰਦੀਪੋਸ਼ ਜਿਨ੍ਹਾਂ ਨੇ ਬਰਸਾਤੀਆਂ ਤੇ ਛੱਤਰੀਆਂ ਫੜੀਆਂ ਹੋਈਆਂ ਸਨ ਤੇ ਨਾਲ ਹੀ ਇਕ ਕੋਚਵਾਨ ਸੀ। ਇਹ ਸਭ ਲੋਕ ਕਿਸੇ ਨੂੰ ਗੱਡੀਓਂ ਲੈਣ ਆਏ ਸਨ। ਮੋਟੀ ਸੁਆਣੀ ਤੋਂ ਲੈ ਕੇ ਕੋਚਵਾਨ ਤੱਕ ਜਿਹੜਾ ਆਪਣਾ ਓਵਰ ਕੋਟ ਚੁੱਕੀ ਖੜਾ ਸੀ, ਇਸ ਮੰਡਲੀ ਦੇ ਸਭਨਾਂ ਲੋਕਾਂ ਦੇ ਚਿਹਰਿਆਂ ਉਤੇ ਧਨ ਦੌਲਤ ਅਤੇ ਬੇਫਿਕਰੀ ਦੀ ਮੋਹਰ ਛਾਪ ਸੀ। ਫੌਰਨ ਹੀ ਘੋਖੀਆਂ ਖੋਚਰੀਆਂ ਅਤੇ ਚਾਪਲੂਸਾਂ ਦੀ ਭੀੜ ਇਹਨਾਂ ਲੋਕਾਂ ਦੇ ਇਰਦ ਗਿਰਦ ਜੁੜ ਗਈ। ਸਟੇਸ਼ਨ ਮਾਸਟਰ ਜਿਸ ਨੇ ਲਾਲ ਰੰਗ ਦੀ ਟੋਪੀ ਪਾਈ ਹੋਈ ਸੀ, ਇਕ ਜਾਂਦਾਰਮ, ਇਕ ਲਗਰ ਜਿਹੀ ਮੁਟਿਆਰ ਜਿਸ ਨੇ ਰੂਸੀ ਪਹਿਰਾਵਾ ਪਾਇਆ ਹੋਇਆ ਸੀ ਤੇ ਗਲ ਵਿਚ ਨਕਲੀ ਮੋਤੀਆਂ ਦਾ ਹਾਰ ਸੀ (ਇਹ ਮੁਟਿਆਰ ਪੂਰੀਆਂ ਗਰਮੀਆਂ ਹਰ ਗੱਡੀ ਦੇ ਆਉਣ ਵੇਲੇ ਏਥੇ ਆਉਂਦੀ ਰਹੀ ਸੀ), ਇਕ ਤਾਰ ਬਾਬੂ, ਤੇ ਕੁਝ ਮੁਸਾਫਰ—ਮਰਦ ਤੇ ਇਸਤ੍ਰੀਆਂ—ਇਸ ਭੀੜ ਵਿਚ ਸ਼ਾਮਲ ਸਨ।

ਨੇਖਲੀਊਦੋਵ ਨੇ ਕੁੱਤੇ ਵਾਲੇ ਗਭਰੂ ਨੂੰ ਪਛਾਣ ਲਿਆ। ਇਹ ਛੋਟਾ ਕੋਰਚਾਗਿਨ ਸੀ ਜਿਹੜਾ ਜਿਮਨੇਜ਼ੀਅਮ ਸਕੂਲ ਵਿਚ ਪੜ੍ਹਦਾ ਸੀ। ਮੋਟੀ ਸੁਆਣੀ ਪ੍ਰਿੰਸੈਸ ਦੀ ਭੈਣ ਸੀ ਜਿਸ ਦੀ ਜਾਗੀਰ ਉਤੇ ਕੋਰਚਾਗਿਨ ਪਰਵਾਰ ਇਸ ਵੇਲੇ ਰਹਿਣ ਆਇਆ ਸੀ। ਵੱਡੇ ਗਾਰਡ ਨੇ, ਜਿਸ ਦੀ ਵਰਦੀ ਨੂੰ ਸੁਨਹਿਰੀ ਡੋਰੀ ਲੱਗੀ ਹੋਈ ਸੀ ਤੇ ਬੂਟ ਲਿਸ਼ਕਾਂ ਮਾਰ ਰਹੇ ਸਨ, ਰੇਲ ਦੇ ਡੱਬੇ ਦਾ ਬੂਹਾ ਖੋਹਲਿਆ ਅਤੇ ਸਤਿਕਾਰ ਵਜੋਂ ਉਸ ਨੂੰ ਫੜ ਕੇ ਖਲੋਤਾ ਰਿਹਾ। ਫਿਲਿਪ ਅਤੇ ਚਿੱਟੇ ਐਪਰਨ ਵਾਲੇ ਇਕ ਕੁਲੀ ਨੇ ਬਹੁਤ ਸੰਭਲ ਸੰਭਲ ਕੇ ਪ੍ਰਿੰਸੈਸ ਨੂੰ ਬਾਹਰ ਲਿਆਂਦਾ। ਲੰਬੂਤਰੇ ਮੂੰਹ ਵਾਲੀ ਪ੍ਰਿੰਸੈਸ ਆਪਣੀ ਫੋਲਡਿੰਗ ਕੁਰਸੀ ਵਿਚ ਬੈਠੀ ਹੋਈ ਸੀ। ਦੋਵੇਂ ਭੈਣਾਂ ਇਕ ਦੂਜੀ ਨੂੰ ਮਿਲੀਆਂ, ਇਕ ਦੂਜੀ ਦੀ ਸੁੱਖ-ਸਾਂਦ ਪੁੱਛੀ ਅਤੇ ਗਲਬਾਤ ਵਿਚ ਫਰਾਂਸੀਸੀ ਫਿਕਰਿਆਂ ਦੇ ਚੰਗਿਆੜੇ ਉਡਣ ਲੱਗੇ ਕਿ ਪ੍ਰਿੰਸੈਸ ਬੰਦ ਬੱਘੀ ਵਿਚ ਜਾਏਗੀ ਜਾਂ ਖੁਲ੍ਹੀ ਵਿਚ? ਆਖਰ ਜਲੂਸ ਸਟੇਸ਼ਨ ਤੋਂ ਬਾਹਰ ਨਿਕਲਣ ਵਾਲੇ ਦਰਵਾਜ਼ੇ ਵੱਲ ਵਧਿਆ। ਸਭ ਤੋਂ ਪਿੱਛੇ ਪ੍ਰਿੰਸੈਸ ਦੀ ਕੁੰਡਲਦਾਰ ਕੇਸਾਂ ਵਾਲੀ ਨੌਕਰਾਣੀ ਸੀ ਜਿਸ ਨੇ ਛੱਤਰੀਆਂ ਅਤੇ ਚਮੜੇ ਦਾ ਬੈਗ ਚੁੱਕਿਆ ਹੋਇਆ ਸੀ।

ਨੇਖਲੀਊਦੋਵ ਨਹੀਂ ਸੀ ਚਾਹੁੰਦਾ ਕਿ ਉਹ ਇਹਨਾਂ ਨੂੰ ਦੁਬਾਰਾ ਮਿਲੇ ਅਤੇ ਫੇਰ ਵਿਦਾ ਲਵੇ। ਇਸ ਕਰ ਕੇ ਉਹ ਦਰਵਾਜ਼ੇ ਤੱਕ ਪੁਜਣ ਤੋਂ ਪਹਿਲਾਂ ਖੜਾ ਹੋ ਗਿਆ ਤੇ ਸਾਰੇ ਜਲੂਸ ਦੇ ਲੰਘ ਜਾਣ ਦੀ ਉਡੀਕ ਕਰਨ ਲੱਗਾ।

ਸਭ ਤੋਂ ਪਹਿਲਾਂ ਪ੍ਰਿੰਸੈਸ, ਉਹਦਾ ਪੁਤਰ, ਮਿੱਸੀ, ਡਾਕਟਰ ਅਤੇ ਨੌਕਰਾਣੀ ਬਾਹਰ ਨਿਕਲੇ ਤੇ ਸਭ ਤੋਂ ਪਿੱਛੋਂ ਨਿਕਲੇ ਵੱਡਾ ਪ੍ਰਿੰਸ ਅਤੇ ਉਹਦੀ ਸਾਲੀ। ਉਹ ਗੱਲਾਂ ਕਰਦੇ ਜਾ ਰਹੇ ਸਨ। ਨੇਖਲੀਊਦੋਵ ਉਹਨਾਂ ਕੋਲੋਂ ਬਹੁਤ ਦੂਰ ਖੜਾ ਸੀ। ਇਸ ਕਰਕੇ ਉਹਨਾਂ ਦੀ ਗਲਬਾਤ ਵਿਚੋਂ ਕੁਝ ਟੁੱਟੇ ਫੁੱਟੇ ਫਰਾਂਸੀਸੀ ਫਿਕਰੇ ਹੀ ਉਹਦੇ ਕੰਨ ਪਏ ਸਨ। ਪਰ ਜਿਵੇਂ ਆਮ ਕਰਕੇ ਹੁੰਦਾ ਹੈ, ਪ੍ਰਿੰਸ ਦਾ ਬੋਲਿਆ ਇਕ ਫਿਕਰਾ, ਪਤਾ ਨਹੀਂ ਕਿਉਂ,

ਉਹਦੀ ਯਾਦ ਵਿਚ ਬਹਿ ਗਿਆ। ਸਿਰਫ ਫਿਕਰਾ ਹੀ ਨਹੀਂ ਸਗੋਂ ਪ੍ਰਿੰਸ ਦਾ ਲਹਿਜਾ ਤੇ ਉਹਦੀ ਆਵਾਜ਼ ਵੀ।

"Oh, il est du vrai grand monde, du vrai grand monde,"* ਆਪਣੀ ਸਾਲੀ, ਨਾਲ ਸਟੇਸ਼ਨ ਤੋਂ ਬਾਹਰ ਨਿਕਲਦਿਆਂ ਪ੍ਰਿੰਸ ਨੇ ਉੱਚੀ, ਖੁਦਪ੍ਰਸਤੀ ਦੇ ਰੰਗ ਵਿਚ ਰੰਗੀ ਆਵਾਜ਼ ਵਿਚ ਕਿਸੇ ਬਾਰੇ ਆਖਿਆ ਸੀ। ਗੱਡੀ ਦੇ ਗਾਰਡ ਤੇ ਕੁਲੀ ਬੜੇ ਆਦਰ ਨਾਲ ਉਹਨਾਂ ਦੇ ਪਿੱਛੇ ਪਿੱਛੇ ਜਾ ਰਹੇ ਸਨ।

ਠੀਕ ਉਸੇ ਵੇਲੇ, ਸਟੇਸ਼ਨ ਦੀ ਇਕ ਨੁਕਰੋਂ ਅਚਾਨਕ ਕਾਮਿਆਂ ਦਾ ਇਕ ਹਜੂਮ ਨਿਕਲ ਆਇਆ। ਉਹਨਾਂ ਨੇ ਪੱਠੇ ਦੀਆਂ ਜੁੱਤੀਆਂ ਪਾਈਆਂ ਹੋਈਆਂ ਸਨ ਅਤੇ ਆਪਣੇ ਭੇਡ ਦੀ ਖਲ ਦੇ ਕੋਟ ਅਤੇ ਬੋਰੀਆਂ ਬੁਝਕੇ ਮੌਰਾਂ ਉਤੇ ਚੁੱਕੇ ਹੋਏ ਸਨ। ਕਾਮੇ ਪੋਲੇ ਪੋਲੇ ਪਰ ਦ੍ਰਿੜ੍ਹਤਾ ਨਾਲ ਕਦਮ ਰਖਦੇ ਸਭ ਤੋਂ ਨੇੜੇ ਦੇ ਡੱਬੇ ਕੋਲ ਆ ਗਏ ਅਤੇ ਉਹ ਅੰਦਰ ਵੜਨ ਹੀ ਲੱਗੇ ਸਨ ਕਿ ਇਕ ਦਮ ਇਕ ਗਾਰਡ ਨੇ ਉਹਨਾਂ ਨੂੰ ਓਥੋਂ ਹਟਾ ਦਿੱਤਾ। ਓਥੇ ਰੁਕੇ ਬਗ਼ੈਰ ਹੀ ਕਾਮੇ ਦਵਾ ਦਵ ਇਕ ਦੂਜੇ ਨੂੰ ਮੋਢੇ ਮਾਰਦੇ ਹੋਏ ਅੱਗੇ ਲੰਘ ਗਏ ਅਤੇ ਅਗਲੇ ਡੱਬੇ ਵਿਚ ਵੜਨ ਲੱਗ ਪਏ। ਉਹਨਾਂ ਦੀਆਂ ਬੋਰੀਆਂ ਬੁਝਕੇ ਡੱਬੇ ਦੇ ਬੂਹੇ ਅਤੇ ਸਿਰਿਆਂ ਨਾਲ ਅੜ ਅੜ ਜਾਂਦੇ ਸਨ। ਪਰ ਸਟੇਸ਼ਨ ਦੇ ਦਰਵਾਜ਼ੇ ਤੋਂ ਇਕ ਹੋਰ ਗਾਰਡ ਦੀ ਨਜ਼ਰ ਉਹਨਾਂ ਉਤੇ ਪੈ ਗਈ ਤੇ ਉਹ ਓਥੋਂ ਹੀ ਘੂਰੀਆਂ ਵੱਟਦਾ ਉਹਨਾਂ ਨੂੰ ਦਬਕੇ ਮਾਰਨ ਲੱਗ ਪਿਆ। ਜਿਹੜੇ ਕਾਮੇ ਅੰਦਰ ਲੰਘ ਵੀ ਗਏ ਸਨ ਉਹ ਵੀ ਛੇਤੀ ਨਾਲ ਬਾਹਰ ਆ ਗਏ ਤੇ ਪਹਿਲਾਂ ਵਾਂਗ ਹੀ ਪੋਲੇ ਪੋਲੇ ਪਰ ਮਜ਼ਬੂਤੀ ਨਾਲ ਕਦਮ ਰਖਦੇ ਹੋਏ ਹੋਰ ਵੀ ਅਗਾਂਹ ਵਧ ਕੇ ਅਗਲੇ ਡੱਬੇ ਵੱਲ ਜਾਣ ਲੱਗੇ। ਇਹ ਉਹ ਡੱਬਾ ਸੀ ਜਿਸ ਵਿਚ ਨੇਖਲੀਊਦੋਵ ਬੈਠਾ ਹੋਇਆ ਸੀ। ਇਕ ਹੋਰ ਗਾਰਡ ਉਹਨਾਂ ਕਾਮਿਆਂ ਨੂੰ ਫੇਰ ਗੱਡੀ ਚੜ੍ਹਨ ਤੋਂ ਰੋਕਣ ਲੱਗਿਆ ਪਰ ਨੇਖਲੀਊਦੋਵ ਨੇ ਉਹਨਾਂ ਨੂੰ ਆਖਿਆ ਕਿ ਅੰਦਰ ਥਾਂ ਬਥੇਰੀ ਹੈ ਤੇ ਉਹ ਅੰਦਰ ਆ ਕੇ ਬਹਿ ਜਾਣ। ਨੇਖਲੀਊਦੋਵ ਦੇ ਆਖੇ ਲੱਗ ਕੇ ਉਹ ਅੰਦਰ ਚਲੇ ਗਏ ਤੇ ਉਹਨਾਂ ਦੇ ਮਗਰ ਮਗਰ ਹੀ ਨੇਖਲੀਊਦੋਵ ਵੀ ਅੰਦਰ ਆ ਗਿਆ। ਕਾਮੇ ਸੀਟਾਂ ਉਤੇ ਬਹਿਣ ਹੀ ਵਾਲੇ ਸਨ ਕਿ ਫੁਲ-ਰੂਪੀ ਬੈਜ ਵਾਲੀ ਟੋਪੀ ਵਾਲੇ ਸੱਜਣ ਅਤੇ ਦੋਵਾਂ ਸੁਆਣੀਆਂ ਨੇ ਗੁੱਸੇ ਵਿਚ ਆ ਕੇ ਬੜ ਬੜ ਕਰਨਾ ਸ਼ੁਰੂ ਕਰ ਦਿੱਤਾ। ਇਹਨਾਂ ਲੋਕਾਂ ਦਾ ਉਸ ਡੱਬੇ ਵਿਚ ਉਹਨਾਂ ਦੇ ਨਾਲ ਬਹਿਣਾ ਉਹਨਾਂ ਨੂੰ ਆਪਣੀ ਹਤਕ ਲੱਗੀ ਤੇ ਉਹਨਾਂ ਦੀ ਕੋਸ਼ਿਸ਼ ਸੀ ਕਿ ਇਹ ਲੋਕ ਬਾਹਰ ਨਿਕਲ ਜਾਣ। ਥੱਕੇ ਟੁਟੇ, ਧੁਪ ਨਾਲ ਝੁਲਸੇ, ਮਰੀਅਲ ਜਿਹੇ ਚਿਹਰਿਆਂ ਵਾਲੇ ਕਾਮੇ ਓਸੇ ਵੇਲੇ ਡੱਬੇ ਵਿਚੋਂ ਬਾਹਰ ਨਿਕਲਣ ਲੱਗ ਪਏ। ਉਹਨਾਂ ਦੇ ਬੁਝਕੇ ਬੋਰੀਆਂ ਸੀਟਾਂ, ਕੰਧਾਂ ਤੇ ਬੂਹਿਆਂ ਨਾਲ ਖਹਿ ਰਹੀਆਂ

---

* ਵਾਹ! ਉਹ ਤਾਂ ਸਚਮੁਚ ਹੀ ਉੱਚੇ ਤਬਕੇ ਵਿਚੋਂ ਹੈ। ਸਚਮੁਚ ਹੀ ਉੱਚੇ ਤਬਕੇ ਵਿਚੋਂ। (ਫਰਾਂਸੀਸੀ)—ਸੰਪਾ :

ਸਨ। ਇਹ ਕੋਈ ਵੀਹ ਕੁ ਬੰਦੇ ਸਨ ਜਿਨ੍ਹਾਂ ਵਿਚ ਵਡੇਰੀ ਉਮਰ ਦੇ ਕ਼ਾਮੇ ਵੀ ਸਨ ਤੇ ਗਭਰੂ ਵੀ। ਪ੍ਰਤੱਖ ਰੂਪ ਵਿਚ ਉਹਨਾਂ ਨੂੰ ਮਹਿਸੂਸ ਹੋ ਰਿਹਾ ਸੀ ਜਿਵੇਂ ਕਸੂਰ ਉਹਨਾਂ ਦਾ ਹੀ ਸੀ ਅਤੇ ਉਹ ਕਿਤੇ ਵੀ ਜਾ ਕੇ ਬਹਿਣ ਨੂੰ ਤਿਆਰ ਸਨ ਭਾਵੇਂ ਦੁਨੀਆਂ ਦੇ ਦੂਜੇ ਸਿਰੇ ਤੇ ਕਿਉਂ ਨਾ ਜਾਣਾ ਪਵੇ, ਭਾਵੇਂ ਨੋਕਦਾਰ ਸੀਖਾਂ ਉਤੇ ਹੀ ਕਿਉਂ ਨਾ ਬਹਿਣਾ ਪਵੇ।

"ਹੁਣ ਕਿੱਧਰ ਭੱਜੇ ਜਾਂਦੇ ਓ, ਖ਼ਬੀਸੋ? ਬਹਿ ਜਾਓ ਏਥੇ ਹੀ," ਇਕ ਹੋਰ ਗਾਰਡ ਨੇ ਉਹਨਾਂ ਨੂੰ ਜਾਂਦਿਆਂ ਵੇਖ ਕੇ ਆਖਿਆ।

"Voilà encore des nouvelles!*" ਦੋਹਾਂ ਸੁਆਣੀਆਂ ਵਿਚੋਂ ਛੋਟੀ ਨੇ ਆਖਿਆ। ਉਹਨੂੰ ਪੱਕਾ ਯਕੀਨ ਸੀ ਕਿ ਉਹ ਏਡੀ ਵਧੀਆ ਫਰਾਂਸੀਸੀ ਬੋਲਦੀ ਹੈ ਕਿ ਨੇਖਲੀਊਦੋਵ ਦਾ ਧਿਆਨ ਜ਼ਰੂਰ ਉਹਦੇ ਵੱਲ ਖਿਚਿਆ ਜਾਏਗਾ। ਜਿਹੜੀ ਸੁਆਣੀ ਨੇ ਕੰਗਣ ਪਾਏ ਹੋਏ ਸਨ ਉਹ ਨੱਕ-ਮੂੰਹ ਵਟਦੀ ਰਹੀ ਤੇ ਉਹਨੇ ਕੋਈ ਇਸ ਤਰ੍ਹਾਂ ਦੀ ਗੱਲ ਵੀ ਆਖੀ ਕਿ ਇਹਨਾਂ ਮੁਸ਼ਕ-ਮਾਰਿਆਂ ਕਿਸਾਨਾਂ ਨਾਲ ਬਹਿਣਾ ਉਹਦੇ ਹੀ ਭਾਗਾਂ ਵਿਚ ਸੀ!

ਜਿਵੇਂ ਕੋਈ ਖਤਰਾ ਟਲ ਜਾਣ ਉਤੇ ਮਨ ਨੂੰ ਚੈਨ ਤੇ ਖੁਸ਼ੀ ਮਿਲਦੀ ਹੈ, ਕਾਮੇ ਵੀ ਕੁਝ ਇਸ ਤਰ੍ਹਾਂ ਹੀ ਮਹਿਸੂਸ ਕਰ ਰਹੇ ਸਨ। ਉਹਨਾਂ ਨੇ ਆਪਣੇ ਮੋਢਿਆਂ ਤੋਂ ਬੋਝਲ ਬੋਰੀਆਂ ਬੁਝਕੇ ਲਾਹੇ ਤੇ ਉਹਨਾਂ ਨੂੰ ਸੀਟਾਂ ਦੇ ਹੇਠਾਂ ਧੱਕ ਦਿੱਤਾ।

ਬਾਗ਼ਬਾਨ ਜਿਹੜਾ ਆਪਣੀ ਥਾਂ ਤੋਂ ਉਠ ਕੇ ਤਾਰਾਸ ਨਾਲ ਗਲਬਾਤ ਕਰਨ ਚਲਾ ਗਿਆ ਸੀ ਵਾਪਸ ਆਪਣੀ ਥਾਂ ਤੇ ਆ ਗਿਆ। ਇਸ ਤਰ੍ਹਾਂ ਦੋ ਸੀਟਾਂ ਤਾਰਾਸ ਦੇ ਸਾਹਮਣੇ ਅਤੇ ਇਕ ਸੀਟ ਉਹਦੇ ਨਾਲ ਵਾਲੀ ਖਾਲੀ ਹੋ ਗਈ। ਤਿੰਨ ਕਾਮੇ ਇਹਨਾਂ ਥਾਵਾਂ ਤੇ ਬਹਿ ਗਏ। ਪਰ ਜਦੋਂ ਨੇਖਲੀਊਦੋਵ ਆਇਆ ਤਾਂ ਉਹਦੇ ਉੱਚ ਘਰਾਣੇ ਦੇ ਕਪੜਿਆਂ ਵੱਲ ਵੇਖ ਕੇ ਉਹਨਾਂ ਨੂੰ ਹੱਥਾਂ ਪੈਰਾਂ ਦੀ ਪੈ ਗਈ ਤੇ ਉਹ ਆਪਣੀਆਂ ਥਾਵਾਂ ਤੋਂ ਉਠ ਖਲੋਤੇ। ਉਹ ਜਾਣ ਲੱਗੇ ਸਨ ਪਰ ਨੇਖਲੀਊਦੋਵ ਨੇ ਉਹਨਾਂ ਨੂੰ ਰੋਕ ਲਿਆ ਅਤੇ ਆਪ ਲਾਂਘੇ ਦੇ ਨਾਲ ਲਗਦੀ ਸੀਟ ਦੀ ਬਾਂਹ ਉਤੇ ਬਹਿ ਗਿਆ।

ਇਕ ਕਾਮੇ ਨੇ ਜਿਸ ਦੀ ਉਮਰ ਲਗਪਗ ੫੦ ਸਾਲ ਹੋਵੇਗੀ ਇਕ ਨੌਜਵਾਨ ਕਾਮੇ ਵੱਲ ਵੇਖਿਆ। ਦੋਹਾਂ ਦੀਆਂ ਅੱਖਾਂ ਮਿਲੀਆਂ। ਵੇਖਣ ਵਾਲੇ ਦੀਆਂ ਅੱਖਾਂ ਵਿਚ ਹੈਰਾਨੀ ਵੀ ਸੀ ਤੇ ਸਹਿਮ ਵੀ। ਉਹ ਇਸ ਗੱਲੋਂ ਹੈਰਾਨ ਪ੍ਰੇਸ਼ਾਨ ਸਨ ਕਿ ਨੇਖਲੀਊਦੋਵ ਨੇ ਉਹਨਾਂ ਨੂੰ ਝਾੜਨ ਫਿਟਕਾਰਨ ਤੇ ਓਥੋਂ ਭਜਾ ਦੇਣ ਦੀ ਥਾਂ, ਜੋ ਕਿ ਉੱਚੇ ਤਬਕੇ ਦੇ ਬੰਦਿਆਂ ਲਈ ਸੁਭਾਵਿਕ ਗੱਲ ਹੈ, ਸਗੋਂ ਆਪਣੀ ਸੀਟ ਉਹਨਾਂ ਨੂੰ ਦੇ ਦਿੱਤੀ ਸੀ। ਉਹ ਤਾਂ ਸਗੋਂ ਡਰ ਰਹੇ ਸਨ ਕਿ ਇਸ ਦਾ ਕੋਈ ਮਾੜਾ ਸਿੱਟਾ ਵੀ ਨਿਕਲ ਸਕਦਾ ਹੈ।

---

* ਇਹ ਕਿਹੜੀ ਬਲਾ ਆ ਗਈ। (ਫਰਾਂਸੀਸੀ)—ਸੰਪਾ:

ਪਰ ਜਦੋਂ ਉਹਨਾਂ ਨੇ ਨੇਖਲੀਊਦੋਵ ਨੂੰ ਬੜੇ ਸਿੱਧੇ ਸਾਦੇ ਢੰਗ ਨਾਲ ਤਾਰਾਸ ਨਾਲ ਗੱਲਾਂ ਕਰਦਿਆਂ ਵੇਖਿਆ ਤਾਂ ਉਹਨਾਂ ਨੂੰ ਜਲਦੀ ਹੀ ਪਤਾ ਲੱਗ ਗਿਆ ਕਿ ਇਸ ਗੱਲ ਦੇ ਪਿੱਛੇ ਕੋਈ ਚਾਲ ਨਹੀਂ ਸੀ। ਉਹਨਾਂ ਦਾ ਧੁੜਕੂ ਜਾਂਦਾ ਰਿਹਾ ਤੇ ਉਹਨਾਂ ਨੇ ਇਕ ਗਭਰੇਟ ਨੂੰ ਆਖਿਆ ਕਿ ਉਹ ਬੋਰੀ ਉਤੇ ਬਹਿ ਜਾਵੇ ਤੇ ਨੇਖਲੀਊਦੋਵ ਨੂੰ ਆਪਣੀ ਥਾਂ ਆ ਕੇ ਬਹਿ ਜਾਣ ਲਈ ਜ਼ੋਰ ਪਾਉਣ ਲੱਗੇ। ਸ਼ੁਰੂ ਵਿਚ ਤਾਂ ਵਡੇਰੀ ਉਮਰ ਵਾਲਾ ਕਾਮਾ ਜਿਹੜਾ ਨੇਖਲੀਊਦੋਵ ਦੇ ਸਾਮ੍ਹਣੇ ਬੈਠਾ ਹੋਇਆ ਸੀ 'ਕੱਠਾ ਜਿਹਾ ਹੋ ਗਿਆ ਸੀ ਤੇ ਉਹਨੇ ਪੱਠੇ ਦੀ ਜੁੱਤੀ ਵਾਲੇ ਪੈਰ ਵੀ ਪਿਛਾਂਹ ਹਟਾ ਲਏ ਸਨ ਕਿ ਕਿਧਰੇ ਇਸ ਖਾਨਦਾਨੀ ਆਦਮੀ ਨੂੰ ਲੱਗ ਨਾ ਜਾਣ, ਪਰ ਥੋੜੇ ਹੀ ਚਿਰ ਮਗਰੋਂ ਉਹ ਬਿਲਕੁਲ ਦੋਸਤਾਂ ਵਾਂਗ ਘੁਲਮਿਲ ਗਿਆ ਤੇ ਉਹਦੇ ਨਾਲ ਤੇ ਤਾਰਾਸ ਨਾਲ ਖੁਲ੍ਹ ਕੇ ਗੱਲਾਂ ਕਰਨ ਲੱਗ ਪਿਆ ਅਤੇ ਜਦੋਂ ਉਹ ਆਪਣੀ ਗੱਲ ਵੱਲ ਨੇਖਲੀਊਦੋਵ ਦਾ ਧਿਆਨ ਉਚੇਚੇ ਤੌਰ ਤੇ ਖਿਚਣਾ ਚਾਹੁੰਦਾ ਤਾਂ ਉਹਦੇ ਗੋਡੇ ਉਤੇ ਹੱਥ ਮਾਰ ਦੇਂਦਾ। ਉਸ ਨੇ ਉਹਨਾਂ ਨੂੰ ਆਪਣੀ ਸਾਰੀ ਕਹਾਣੀ ਆਖ ਸੁਣਾਈ। ਉਹ ਪੀਟ* ਵਾਲੀਆਂ ਦਲਦਲਾਂ ਵਿਚ ਕੰਮ ਕਰਦਾ ਸੀ ਤੇ ਇਸ ਵੇਲੇ ਆਪਣੇ ਘਰ ਵਾਪਸ ਜਾ ਰਿਹਾ ਸੀ। ਢਾਈ ਮਹੀਨੇ ਹੋ ਗਏ ਸਨ ਉਸ ਨੂੰ ਉਥੇ ਕੰਮ ਕਰਦਿਆਂ ਅਤੇ ਮਿਲੀ ਉਜਰਤ ਆਪਣੇ ਘਰ ਲਿਜਾ ਰਿਹਾ ਸੀ। ਉਜਰਤ ਦੀ ਰਕਮ ਸਿਰਫ ਦਸ ਰੂਬਲ ਸੀ ਕਿਉਂਕਿ ਕੁਝ ਰਕਮ ਉਹਨੇ ਸ਼ੁਰੂ ਵਿਚ ਕੰਮ ਲੱਗਣ ਵੇਲੇ ਪੇਸ਼ਗੀ ਲੈ ਲਈ ਸੀ। ਉਹ ਦੱਸਦਾ ਰਿਹਾ ਸੀ ਕਿ ਕਿਵੇਂ ਉਹ ਲੋਅ ਲੱਗਣ ਵੇਲੇ ਤੋਂ ਲੈ ਕੇ ਸੂਰਜ ਅਸਤਣ ਤੱਕ ਗੋਡੇ ਗੋਡੇ ਪਾਣੀ ਵਿਚ ਖੜੇ ਹੋ ਕੇ ਕੰਮ ਕਰਦੇ ਹਨ ਅਤੇ ਵਿਚਕਾਰ ਰੋਟੀ ਖਾਣ ਵਾਸਤੇ ਸਿਰਫ ਦੋ ਘੰਟੇ ਦੀ ਛੁੱਟੀ ਹੁੰਦੀ ਹੈ।

"ਜਿਹੜੇ ਲੋਕਾਂ ਨੂੰ ਆਦਤ ਨਾ ਹੋਵੇ ਉਹਨਾਂ ਵਾਸਤੇ ਇਹ ਕੰਮ ਔਖਾ ਏ। ਇਹਦੇ ਵਿਚ ਕੀ ਸ਼ਕ ਏ," ਉਹਨੇ ਦੱਸਿਆ। "ਪਰ ਜਦੋਂ ਬੰਦਾ ਹੋ ਰਹੇ ਤਾਂ ਮਾਮੂਲੀ ਗੱਲ ਏ। ਹਾਂ, ਇਕ ਗੱਲ ਏ ਖੁਰਾਕ ਚੰਗੀ ਮਿਲਣੀ ਚਾਹੀਦੀ ਏ। ਪਹਿਲਾਂ ਪਹਿਲਾਂ ਤਾਂ ਖੁਰਾਕ ਮਾੜੀ ਸੀ। ਮਗਰੋਂ ਲੋਕਾਂ ਨੇ ਸ਼ਕੈਤ ਕੀਤੀ ਤਾਂ ਚੰਗੀ ਖੁਰਾਕ ਮਿਲਣ ਲੱਗ ਪਈ ਤੇ ਫੇਰ ਕੰਮ ਕਰਨਾ ਵੀ ਸੌਖਾ ਹੋ ਗਿਆ।"

ਫੇਰ ਉਹ ਇਹ ਦੱਸਣ ਲੱਗ ਪਿਆ ਕਿ ਪਿਛਲੇ ਅਠਾਈ ਵਰ੍ਹਿਆਂ ਤੋਂ ਉਹ ਬਾਹਰ ਜਾ ਕੇ ਹੀ ਕੰਮ ਕਰਦਾ ਰਿਹਾ ਹੈ ਤੇ ਪੂਰੀ ਦੀ ਪੂਰੀ ਕਮਾਈ ਘਰ ਭੇਜਦਾ ਰਿਹਾ ਹੈ। ਪਹਿਲਾਂ ਪਿਓ ਨੂੰ ਘਲਦਾ ਸੀ, ਫੇਰ ਆਪਣੇ ਸਭ ਤੋਂ ਵੱਡੇ ਭਰਾ ਨੂੰ ਤੇ ਹੁਣ ਆਪਣੇ ਭਤੀਜੇ ਨੂੰ ਜਿਹੜਾ ਘਰ ਬਾਹਰ ਚਲਾਉਂਦਾ ਹੈ। ਸਾਲ ਵਿਚ ਉਹ ਜਿਹੜੇ

---

* ਸੁੱਕੇ ਘਾਹ ਫੂਸ ਵਾਲੀ ਇਕ ਖਾਸ ਤਰ੍ਹਾਂ ਦੀ ਮਿਟੀ ਜਿਸ ਦੇ ਡਲੇ ਸੁਕਾ ਕੇ ਬਾਲਣ ਵਜੋਂ ਵਰਤੇ ਜਾਂਦੇ ਹਨ।—ਸੰਪਾ :

ਪੰਜਾਹ ਸੱਠ ਰੂਬਲ ਕਮਾਉਂਦਾ ਸੀ ਉਹਨਾਂ ਵਿਚੋਂ ਸਿਰਫ ਦੋ ਜਾਂ ਤਿੰਨ ਰੂਬਲ ਹੀ ਆਪਣੇ ਉਤੇ ਖਰਚ ਕਰਦਾ, ਐਵੇ ਅਯਾਸ਼ੀ ਵਾਸਤੇ— ਤਮਾਕੂ ਉਤੇ ਅਤੇ ਤੀਲਾਂ ਦੀ ਡੱਬੀ ਉਤੇ।

"ਪਰ ਮੈਂ ਗੁਨਾਹਗਾਰ ਆਂ। ਜਦੋਂ ਬਹੁਤ ਥੱਕ ਜਾਵਾਂ ਤਾਂ ਕਦੇ ਕਦੇ ਵੋਦਕਾ ਦਾ ਘੁਟ ਮਾਰ ਲੈਨਾ," ਉਹਨੇ ਦੋਸ਼ੀਆਂ ਵਾਂਗ ਮੁਸਕ੍ਰਾਉਂਦੇ ਹੋਏ ਕਿਹਾ।

ਫੇਰ ਉਸ ਨੇ ਇਹ ਗੱਲਾਂ ਛੇੜ ਲਈਆਂ ਕਿ ਘਰ ਵਿਚ ਔਰਤਾਂ ਕਿਵੇਂ ਕੰਮ ਕਰਦੀਆਂ ਹਨ, ਕਿਵੇਂ ਅੱਜ ਸਵੇਰੇ ਤੁਰਨ ਤੋਂ ਪਹਿਲਾਂ ਠੇਕੇਦਾਰ ਨੇ ਉਹਨਾਂ ਨੂੰ (ਕਾਮਿਆਂ ਨੂੰ) ਪੀਣ ਵਾਸਤੇ ਅੱਧੀ ਬਾਲਟੀ ਵੋਦਕਾ ਦੀ ਦਿੱਤੀ। ਕਿਵੇਂ ਉਹਨਾਂ ਵਿਚੋਂ ਇਕ ਕਾਮੇ ਦੀ ਮੌਤ ਹੋ ਗਈ ਅਤੇ ਦੂਜਾ ਬੀਮਾਰ ਹੋ ਕੇ ਘਰ ਚੱਲਿਆ ਹੈ। ਜਿਸ ਬੀਮਾਰ ਕਾਮੇ ਦੀ ਉਹ ਗੱਲ ਕਰ ਰਿਹਾ ਸੀ ਉਹ ਓਸੇ ਡੱਬੇ ਵਿਚ ਇਕ ਨੁਕਰੇ ਬੈਠਾ ਹੋਇਆ ਸੀ। ਉਹ ਇਕ ਨੌਜਵਾਨ ਸੀ ਜਿਸ ਦਾ ਮੂੰਹ ਪੀਲਾ ਵਸਾਰ ਹੋਇਆ ਪਿਆ ਸੀ ਤੇ ਬੁਲ੍ਹ ਤਕਰੀਬਨ ਨੀਲੇ। ਪ੍ਰਤੱਖ ਸੀ ਕਿ ਉਹਨੂੰ ਮਲੇਰੀਏ ਨੇ ਭੰਨ ਸੁੱਟਿਆ ਸੀ। ਨੇਖਲੀਊਦੋਵ ਉੱਠ ਕੇ ਉਹਦੇ ਕੋਲ ਗਿਆ ਪਰ ਜਿਨ੍ਹਾਂ ਨਜ਼ਰਾਂ ਨਾਲ ਉਹਨੇ ਨੇਖਲੀਊਦੋਵ ਵੱਲ ਵੇਖਿਆ ਉਹਨਾਂ ਵਿਚ ਏਨੀ ਪੀੜ ਤੇ ਏਨੀ ਕਠੋਰਤਾ ਸੀ ਕਿ ਉਹਨੂੰ ਕੋਈ ਸਵਾਲ ਪੁੱਛ ਕੇ ਪ੍ਰੇਸ਼ਾਨ ਕਰਨ ਦਾ ਨੇਖਲੀਊਦੋਵ ਨੂੰ ਹੌਸਲਾ ਨਾ ਪਿਆ। ਸਗੋਂ ਉਹਨੇ ਵਡੇਰੀ ਉਮਰ ਦੇ ਉਹਦੇ ਸਾਥੀਆਂ ਨੂੰ ਕਿਹਾ ਕਿ ਉਸ ਨੂੰ ਕੁਨੀਨ ਲੈ ਦੇਣ ਅਤੇ ਇਕ ਕਾਗ਼ਜ਼ ਉਤੇ ਦਵਾਈ ਦਾ ਨਾਂ ਲਿਖ ਦਿੱਤਾ। ਉਹ ਕੁਨੀਨ ਖਰੀਦਣ ਵਾਸਤੇ ਪੈਸੇ ਵੀ ਦੇਣਾ ਚਾਹੁੰਦਾ ਸੀ ਪਰ ਵਡੇਰੀ ਉਮਰ ਦੇ ਕਾਮੇ ਨੇ ਇਹ ਆਖ ਕੇ ਨਹੀਂ ਲਏ ਕਿ ਦਵਾਈ ਉਹ ਆਪ ਖਰੀਦ ਦੇਵੇਗਾ।

"ਖੈਰ, ਮੈਂ ਵੀ ਬਥੇਰਾ ਫਿਰਿਆ ਤੁਰਿਆ ਆਂ, ਬੜੀ ਦੁਨੀਆ ਵੇਖੀ ਏ, ਪਰ ਏਹੋ ਜਿਹਾ ਖਾਨਦਾਨੀ ਬੰਦਾ ਕਦੇ ਨਹੀਂ ਵੇਖਿਆ। ਸਿਰ ਵਿਚ ਘਸੁੰਨ ਜੜਨ ਦੀ ਥਾਂ ਸਗੋਂ ਉਹਨੇ ਆਪਣੀ ਸੀਟ ਵੀ ਸਾਨੂੰ ਦੇ ਦਿੱਤੀ," ਵਡੇਰੀ ਉਮਰ ਦੇ ਆਦਮੀ ਨੇ ਤਾਰਾਸ ਨੂੰ ਆਖਿਆ। "ਖਾਨੀਦਾਨੀ ਬੰਦੇ ਵੀ ਸਾਰੇ ਇਕੋ ਜਿਹੇ ਨਹੀਂ ਹੁੰਦੇ।"

"ਹਾਂ, ਇਹ ਬਿਲਕੁਲ ਨਵੀਂ ਤੇ ਵੱਖਰੀ ਹੀ ਦੁਨੀਆ ਹੈ," ਨੇਖਲੀਊਦੋਵ ਸੋਚ ਰਿਹਾ ਸੀ। ਉਹ ਇਹਨਾਂ ਇਕਹਿਰੇ ਪਰ ਤਾਕਤਵਰ ਸਰੀਰਾਂ, ਮੋਟੇ ਠੁਲ੍ਹੇ ਘਰ ਦੇ ਬਣੇ ਕਪੜਿਆਂ, ਧੁਪ ਦੇ ਝੁਲਸੇ, ਥੱਕੇ ਟੁਟੇ ਪਰ ਪਿਆਰ ਭਰੇ ਚਿਹਰਿਆਂ ਵੱਲ ਵੇਖੀ ਜਾ ਰਿਹਾ ਸੀ ਅਤੇ ਮਹਿਸੂਸ ਕਰ ਰਿਹਾ ਸੀ ਜਿਵੇਂ ਉਹਦੇ ਚਾਰ ਚੁਫੇਰੇ ਨਵੀਂ ਹੀ ਕਿਸਮ ਦੇ ਲੋਕ ਹੋਣ ਜਿਨ੍ਹਾਂ ਦੀ ਮਿਹਨਤ ਮੁਸ਼ੱਕਤ ਵਾਲੀ ਜ਼ਿੰਦਗੀ ਦੀਆਂ ਆਪਣੀ ਹੀ ਕਿਸਮ ਦੀਆਂ ਗੰਭੀਰ ਦਿਲਚਸਪੀਆਂ, ਖ਼ੁਸ਼ੀਆਂ ਅਤੇ ਦੁਖ ਮੁਸੀਬਤਾਂ ਹਨ।

"ਇਹ ਹੈ Le vrai grand monde," ਪ੍ਰਿੰਸ ਕੋਰਚਾਗਿਨ ਦੇ ਸ਼ਬਦਾਂ ਨੂੰ ਯਾਦ ਕਰਕੇ ਨੇਖਲੀਊਦੋਵ ਸੋਚ ਰਿਹਾ ਸੀ। ਅਤੇ ਉਸ ਵਿਹਲੀ ਤੇ ਐਸ਼ੋ-ਇਸ਼ਰਤ ਦੀ ਭਰੀ ਦੁਨੀਆ ਦੀ ਤਸਵੀਰ ਉਹਦੇ ਮਨ ਦੀਆਂ ਅੱਖਾਂ ਅੱਗੇ ਆ ਗਈ ਜਿਸ ਵਿਚ

ਆਪਣੀਆਂ ਤੁਛ ਤੇ ਹੋਛੀਆਂ ਦਿਲਚਸਪੀਆਂ ਵਾਲੇ ਕੋਰਚਾਗਿਨ ਵਰਗੇ ਲੋਕ ਰਹਿੰਦੇ ਹਨ।

ਤੇ ਨੇਖਲੀਊਦੋਵ ਨੂੰ ਮਹਿਸੂਸ ਹੋਇਆ ਜਿਵੇਂ ਉਹ ਇਕ ਸੈਲਾਨੀ ਹੋਵੇ ਜਿਸ ਨੂੰ ਇਕ ਨਵੀਂ, ਅਣਜਾਤੀ ਅਤੇ ਖੂਬਸੂਰਤ ਦੁਨੀਆ ਲਭ ਪਈ ਹੋਵੇ ਤੇ ਉਹਦਾ ਰੋਮ ਰੋਮ ਖਿੜ ਉੱਠਿਆ।

ਭਾਗ ਤੀਜਾ

੧

ਕੈਦੀਆਂ ਦੀ ਉਹ ਟੋਲੀ ਜਿਸ ਵਿਚ ਮਾਸਲੋਵਾ ਜਾ ਰਹੀ ਸੀ ਲਗਪਗ ਪੰਜ ਹਜ਼ਾਰ ਵੇਰਸਤ ਦਾ ਸਫਰ ਕਰ ਚੁੱਕੀ ਸੀ। ਪੇਰਮ ਸ਼ਹਿਰ ਤੱਕ ਉਹ ਦੂਸਰੇ ਕੈਦੀਆਂ ਨਾਲ ਜਿਨ੍ਹਾਂ ਨੂੰ ਜ਼ਾਬਤਾ ਫੌਜਦਾਰੀ ਅਧੀਨ ਸਜ਼ਾਵਾਂ ਦਿੱਤੀਆਂ ਗਈਆਂ ਸਨ ਰੇਲ ਅਤੇ ਸਟੀਮ ਬੋਟ ਤੇ ਚੜ੍ਹ ਕੇ ਪਹੁੰਚੀ ਸੀ। ਵੇਰਾ ਬੋਗੋਦੂਖੋਵਸਕਾਯਾ ਨੇ ਜਿਹੜੀ ਰਾਜਸੀ ਕੈਦੀਆਂ ਦੇ ਦਲ ਨਾਲ ਜਾ ਰਹੀ ਸੀ, ਨੇਖਲੀਊਦੋਵ ਨੂੰ ਸਲਾਹ ਦਿੱਤੀ ਸੀ ਕਿ ਜੇ ਮਾਸਲੋਵਾ ਇਹਨਾਂ ਕੈਦੀਆਂ ਨਾਲ ਸਫਰ ਕਰੇ ਤਾਂ ਚੰਗਾ ਰਹੇਗਾ। ਪਰ ਪੇਰਮ ਪਹੁੰਚ ਕੇ ਹੀ ਨੇਖਲੀਊਦੋਵ ਨੂੰ ਇਸ ਕੰਮ ਵਿਚ ਕਾਮਯਾਬੀ ਹਾਸਿਲ ਹੋਈ।

ਪੇਰਮ ਤੱਕ ਦਾ ਸਫਰ ਮਾਸਲੋਵਾ ਵਾਸਤੇ ਬੜੀ ਔਖਿਆਈ ਵਾਲਾ ਰਿਹਾ ਸੀ। ਸਰੀਰਕ ਤੌਰ ਤੇ ਵੀ ਅਤੇ ਮਾਨਸਿਕ ਤੌਰ ਤੇ ਵੀ। ਸਰੀਰਕ ਤੌਰ ਤੇ ਇਸ ਕਰਕੇ ਕਿ ਭੀੜ-ਭੜੱਕਾ ਬਹੁਤ ਸੀ, ਗੰਦਗੀ ਸੀ ਅਤੇ ਬੇਇੰਤਹਾ ਜੂਆਂ ਜਿਹੜੀਆਂ ਉਸ ਨੂੰ ਇਕ ਪਲ ਵੀ ਚੈਨ ਨਹੀਂ ਸੀ ਲੈਣ ਦੇਂਦੀਆਂ। ਮਾਨਸਿਕ ਤੌਰ ਤੇ ਇਸ ਕਰਕੇ ਕਿ ਉਹਦੇ ਨਾਲ ਮਰਦਾਂ ਦਾ ਸਲੂਕ ਵੀ ਜੂਆਂ ਨਾਲੋਂ ਘਟ ਜ਼ਿੱਚ ਕਰਨ ਵਾਲਾ ਨਹੀਂ ਸੀ। ਹਰ ਸਟੇਸ਼ਨ ਉਤੇ ਨਵੇਂ ਨਵੇਂ ਬੰਦੇ ਜਿਵੇਂ ਚਿੱਚੜ ਹੋ ਕੇ ਉਹਨੂੰ ਚੰਬੜ ਜਾਂਦੇ, ਉਹਨੂੰ ਘੇਰ ਲੈਂਦੇ ਅਤੇ ਪਰੇਸ਼ਾਨ ਕਰਦੇ। ਔਰਤ ਕੈਦੀਆਂ ਅਤੇ ਮਰਦ ਕੈਦੀਆਂ, ਵਾਰਡਰਾਂ ਅਤੇ ਰਖਵਾਲ ਸਿਪਾਹੀਆਂ ਨੂੰ ਬਦਕਾਰੀ ਦਾ ਏਨਾ ਭੁਸ ਪੈ ਗਿਆ ਹੋਇਆ ਸੀ ਕਿ ਜੇ ਕੋਈ ਕੈਦਣ ਆਪਣੇ ਨਾਰੀਤਵ ਦੀ ਰੱਖਿਆ ਕਰਨਾ ਚਾਹੁੰਦੀ ਹੋਵੇ ਤਾਂ ਉਸ ਨੂੰ ਹਰ ਪਲ ਚੌਕਸ ਰਹਿਣਾ ਪੈਂਦਾ ਸੀ। ਹਰ ਵਕਤ ਡਰ ਸਹਿਮ ਅਤੇ ਝਗੜੇ ਬਖੇੜੇ ਦੀ ਹਾਲਤ ਵਿਚ ਰਹਿਣਾ ਬਹੁਤ ਔਖਾ ਸੀ। ਮਾਸਲੋਵਾ ਦੀ ਹਾਲਤ ਹੋਰ ਵੀ ਜ਼ਿਆਦਾ ਔਖ ਵਾਲੀ ਸੀ। ਇਕ ਤਾਂ ਉਹ ਵੇਖਣ ਨੂੰ ਸੁਹਣੀ ਸੀ, ਦੂਜੇ, ਲੋਕ ਉਸ ਦੀ ਬੀਤੀ ਜ਼ਿੰਦਗੀ ਤੋਂ ਵਾਕਫ ਸਨ। ਇਸ ਕਰਕੇ ਸਾਰੇ ਹੀ ਉਹਦੀ ਤਾੜ ਵਿਚ ਰਹਿੰਦੇ ਸਨ, ਪਰ ਹੁਣ ਜਿਸ ਸਾਬਤਕਦਮੀ ਨਾਲ ਉਹ ਸਾਰੇ ਮਰਦਾਂ ਦੀਆਂ ਸਿਰੜਾਂ ਵਧੀਕੀਆਂ ਦਾ ਮੁਕਾਬਲਾ ਕਰਦੀ ਸੀ ਉਸ ਤੋਂ ਉਹ ਸਾਰੇ ਵਿਗੜ ਜਾਂਦੇ ਸਨ ਤੇ ਔਖੇ ਹੁੰਦੇ ਸਨ। ਏਥੇ ਹੀ ਬਸ ਨਹੀਂ ਉਹਨਾਂ ਦੇ ਦਿਲਾਂ ਵਿਚ ਮਾਸਲੋਵਾ ਲਈ ਹੁਣ ਇਕ ਹੋਰ ਭਾਵਨਾ ਸਿਰ ਚੁਕਣ ਲੱਗ ਪਈ ਸੀ ਤੇ ਇਹ ਸੀ ਮੰਦ-ਭਾਵਨਾ। ਪਰ ਫੇਦੋਸੀਆ ਤੇ ਤਾਰਾਸ ਨਾਲ ਉਹਦੇ ਗਹਿਰੇ ਸੰਬੰਧ ਹੋਣ ਕਰਕੇ ਹਾਲਤ ਕੁਝ ਆਰਾਮ ਵਾਲੀ ਹੋ ਗਈ ਸੀ। ਤਾਰਾਸ ਨੂੰ ਜਦੋਂ ਇਹ ਪਤਾ ਲੱਗਾ ਕਿ ਉਹਦੀ ਘਰ ਵਾਲੀ ਨਾਲ ਛੇੜ-ਛਾੜ ਕੀਤੀ ਜਾ ਰਹੀ ਹੈ ਤਾਂ ਉਹਨੇ ਆਪਣੀ ਮਰਜ਼ੀ ਨਾਲ ਹੀ ਨੀਜ਼ੁਨੀ ਨੋਵਗੋਰੋਦ ਵਿਚ ਆਪਣੇ ਆਪ ਨੂੰ ਗ੍ਰਿਫਤਾਰ ਕਰਵਾ ਲਿਆ ਸੀ ਤਾਂ

ਜੋ ਆਪਣੀ ਪਤਨੀ ਦਾ ਬਚਾਓ ਕਰ ਸਕੇ। ਤੇ ਇਸ ਵੇਲੇ ਉਹ ਵੀ ਇਕ ਕੈਦੀ ਦੀ ਹੈਸੀਅਤ ਵਿਚ ਇਸ ਟੋਲੀ ਨਾਲ ਸਫਰ ਕਰ ਰਿਹਾ ਸੀ।

ਜਦੋਂ ਮਾਸਲੋਵਾ ਨੂੰ ਰਾਜਸੀ ਕੈਦੀਆਂ ਨਾਲ ਰਲ ਕੇ ਜਾਣ ਦੀ ਇਜਾਜ਼ਤ ਮਿਲ ਗਈ ਤਾਂ ਉਸ ਦੀ ਹਾਲਤ ਹਰ ਪੱਖੋਂ ਬਹੁਤ ਚੰਗੀ ਹੋ ਗਈ। ਇਸ ਤੋਂ ਇਲਾਵਾ ਰਾਜਸੀ ਕੈਦੀਆਂ ਨੂੰ ਥਾਂ ਵੀ ਚੰਗੀ ਤੇ ਖੁਲ੍ਹੀ ਮਿਲਦੀ ਸੀ, ਖਾਣ ਪੀਣ ਵਾਸਤੇ ਵੀ ਜ਼ਿਆਦਾ ਚੰਗਾ ਤੇ ਉਹਨਾਂ ਨਾਲ ਸਲੂਕ ਵੀ ਘਟ ਰੁੱਖਾ ਕੀਤਾ ਜਾਂਦਾ ਸੀ। ਮਾਸਲੋਵਾ ਦੀ ਹਾਲਤ ਹੋਰ ਵੀ ਚੰਗੀ ਇਸ ਕਰਕੇ ਹੋ ਗਈ ਕਿ ਹੁਣ ਕੋਈ ਮਰਦ ਉਹਦੇ ਨਾਲ ਛੇੜਖਾਨੀ ਨਹੀਂ ਸੀ ਕਰਦਾ ਅਤੇ ਉਸ ਨੂੰ ਉਹਦੇ ਬੀਤੇ ਦਾ ਚੇਤਾ ਨਹੀਂ ਸੀ ਕਰਾਉਂਦਾ ਜਿਸ ਨੂੰ ਭੁਲ ਜਾਣ ਲਈ ਉਹ ਬੜੀ ਬਿਹਬਲ ਸੀ। ਪਰ ਇਸ ਤਬਦੀਲੀ ਨਾਲ ਸਭ ਤੋਂ ਵੱਡਾ ਫਾਇਦਾ ਇਹ ਹੋਇਆ ਕਿ ਉਸ ਦੀ ਜਾਣ-ਪਛਾਣ ਕੁਝ ਐਸੇ ਬੰਦਿਆਂ ਨਾਲ ਹੋ ਗਈ ਜਿਨ੍ਹਾਂ ਨੇ ਉਸ ਦੇ ਚ੍ਰਿਤਰ ਉਤੇ ਨਿਰਣਾਇਕ ਤੇ ਬਹੁਤ ਹੀ ਲਾਭਦਾਇਕ ਪ੍ਰਭਾਵ ਪਾਇਆ।

ਮਾਸਲੋਵਾ ਨੂੰ ਇਸ ਗੱਲ ਦੀ ਇਜਾਜ਼ਤ ਸੀ ਕਿ ਹਰ ਪੜਾ ਉਤੇ ਰਾਜਸੀ ਕੈਦੀਆਂ ਨਾਲ ਰਹਿ ਸਕੇ। ਪਰ ਉਹ ਨਰੋਈ ਸਿਹਤ ਵਾਲੀ ਤਕੜੀ ਔਰਤ ਸੀ, ਇਸ ਕਰਕੇ ਇਕ ਪੜਾ ਤੋਂ ਦੂਜੇ ਪੜਾ ਤੱਕ ਜਾਣ ਲੱਗਿਆਂ ਉਹਨੂੰ ਇਖਲਾਕੀ ਮੁਜਰਮਾਂ ਨਾਲ ਪੈਦਲ ਤੁਰਨਾ ਪੈਂਦਾ ਸੀ। ਇਸ ਤਰ੍ਹਾਂ ਤੋਮਸਕ ਤੋਂ ਅੱਗੇ ਉਹ ਸਾਰਾ ਰਾਹ ਤੁਰਦੀ ਆਈ ਸੀ। ਦੋ ਰਾਜਸੀ ਕੈਦੀ ਵੀ ਟੋਲੀ ਦੇ ਨਾਲ ਪੈਦਲ ਤੁਰ ਰਹੇ ਸਨ। ਇਕ ਸੀ ਮਾਰੀਆ ਪਾਵਲੋਵਨਾ ਸ਼ਚੇਤੀਨੀਨਾ, ਗਹਿਰੀਆਂ ਅੱਖਾਂ ਵਾਲੀ ਉਹ ਖ਼ੂਬਸੂਰਤ ਕੁੜੀ ਜਿਸ ਵੱਲ ਨੇਖਲੀਊਦੋਵ ਦਾ ਧਿਆਨ ਉਸ ਵੇਲੇ ਖਿਚਿਆ ਗਿਆ ਸੀ ਜਿਸ ਵੇਲੇ ਉਹ ਜੇਲ੍ਹ ਵਿਚ ਬੋਗੋਦੂਖੋਵਸਕਾਯਾ ਨੂੰ ਮਿਲਣ ਗਿਆ ਸੀ। ਦੂਜਾ ਸੀ ਸਾਉਲੇ ਰੰਗ ਦਾ ਇਕ ਗਭਰੂ ਸਿਮੋਨਸਨ ਜਿਸ ਦੇ ਵਾਲ ਖਿੰਡਰੇ ਹੋਏ ਤੇ ਅੱਖਾਂ ਅੰਦਰ ਨੂੰ ਵੜੀਆਂ ਹੋਈਆਂ ਸਨ। ਇਹਨੂੰ ਵੀ ਨੇਖਲੀਊਦੋਵ ਨੇ ਓਦੋਂ ਜੇਲ੍ਹ ਵਿਚ ਹੀ ਵੇਖਿਆ ਸੀ। ਹੁਣ ਇਹ ਗਭਰੂ ਦੇਸ-ਬਦਰ ਹੋ ਕੇ ਯਾਕੂਤਸਕ ਪ੍ਰਦੇਸ਼ ਵਿਚ ਜਾ ਰਿਹਾ ਸੀ। ਮਾਰੀਆ ਪਾਵਲੋਵਨਾ ਪੈਦਲ ਇਸ ਕਰਕੇ ਜਾ ਰਹੀ ਸੀ ਕਿ ਛਕੜੇ ਉਪਰ ਆਪਣੀ ਥਾਂ ਉਸ ਨੇ ਇਕ ਇਖਲਾਕੀ ਮੁਜਰਮ ਔਰਤ ਨੂੰ ਦੇ ਦਿੱਤੀ ਸੀ ਜਿਹੜੀ ਹਾਮਲਾ ਸੀ। ਤੇ ਸਿਮੋਨਸਨ ਇਸ ਕਰਕੇ ਪੈਦਲ ਜਾ ਰਿਹਾ ਸੀ ਕਿ ਉਹ ਆਪਣੀ ਜਮਾਤ ਕਰਕੇ ਮਿਲਣ ਵਾਲੀ ਸਹੂਲਤ ਦਾ ਫਾਇਦਾ ਉਠਾਉਣਾ ਠੀਕ ਨਹੀਂ ਸੀ ਸਮਝਦਾ। ਇਹ ਤਿੰਨੇ ਜਣੇ ਸਵੇਰੇ ਤੜਕੇ ਹੀ ਇਖਲਾਕੀ ਮੁਜਰਮ ਕੈਦੀਆਂ ਨਾਲ ਤੁਰ ਪੈਂਦੇ ਸਨ ਤੇ ਬਾਕੀ ਦੇ ਰਾਜਸੀ ਕੈਦੀ ਮਗਰੋਂ ਛਕੜਿਆਂ ਵਿਚ ਆਉਂਦੇ ਸਨ। ਇਕ ਵੱਡੇ ਸ਼ਹਿਰ ਵਿਚ ਪਹੁੰਚਣ ਤੋਂ ਪਹਿਲਾਂ ਜਿਥੇ ਇਸ ਟੋਲੀ ਨੂੰ ਇਕ ਨਵੇਂ ਰਖਵਾਲ ਅਫਸਰ ਦੇ ਹਵਾਲੇ ਕਰ ਦਿੱਤਾ ਗਿਆ ਆਖਰੀ ਮੰਜ਼ਲ ਦਾ ਸਫਰ ਵੀ ਇਸ ਤਰ੍ਹਾਂ ਹੀ ਮੁਕਾਇਆ ਗਿਆ ਸੀ।

ਸਤੰਬਰ ਮਹੀਨੇ ਦੇ ਵੱਡੇ ਤੜਕੇ ਦਾ ਵੇਲਾ ਸੀ। ਰਹਿ ਰਹਿ ਕੇ ਸੀਤ ਹਵਾ ਦੇ ਬੁੱਲੇ ਆਉਂਦੇ ਅਤੇ ਕਦੇ ਮੀਂਹ ਵਰ੍ਹਨ ਲੱਗ ਪੈਂਦਾ, ਕਦੇ ਬਰਫ ਪੈਣ ਲੱਗ ਪੈਂਦੀ। ਕੈਦੀਆਂ

ਦੀ ਸਾਰੀ ਟੋਲੀ (ਕੋਈ ਚਾਰ ਸੌ ਮਰਦ ਤੇ ਪੰਜਾਹ ਔਰਤਾਂ) ਡੇਰੇ ਦੇ ਹਾਤੇ ਵਿਚ ਆ ਖੜੀ ਹੋਈ ਸੀ। ਕਈਆਂ ਨੇ ਰਖਵਾਲ ਅਫਸਰ ਦੇ ਦੁਆਲੇ ਭੀੜ ਕੀਤੀ ਹੋਈ ਸੀ ਜਿਹੜਾ ਕੈਦੀਆਂ ਦੇ ਮੁਖੀਏ ਨੂੰ ਬਾਕੀ ਕੈਦੀਆਂ ਵਿਚ ਵੰਡਣ ਲਈ ਦੋ ਦੋ ਦਿਨ ਦੇ ਖਰਚੇ ਦੇ ਪੈਸੇ ਦੇ ਰਿਹਾ ਸੀ। ਬਾਕੀ ਕੈਦੀ ਛਾਬੜੀ ਵਾਲੀਆਂ ਔਰਤਾਂ ਕੋਲੋਂ ਜਿਨ੍ਹਾਂ ਨੂੰ ਹਾਤੇ ਵਿਚ ਆ ਜਾਣ ਦੀ ਆਗਿਆ ਦੇ ਦਿੱਤੀ ਗਈ ਸੀ ਖਾਣ ਪੀਣ ਦੀਆਂ ਚੀਜ਼ਾਂ ਖਰੀਦ ਰਹੇ ਸਨ। ਕਿਸੇ ਪਾਸਿਓਂ ਪੈਸੇ ਗਿਣ ਰਹੇ ਕੈਦੀਆਂ ਦੀਆਂ ਆਵਾਜ਼ਾਂ ਆ ਰਹੀਆਂ ਸਨ ਤੇ ਕਿਸੇ ਪਾਸਿਓਂ ਖਰੀਦਾਰੀ ਕਰਨ ਵਾਲਿਆਂ ਦੀਆਂ, ਤੇ ਨਾਲ ਹੀ ਸੌਦਾ ਵੇਚਣ ਵਾਲੀਆਂ ਨੇ ਚੀਕ-ਚਿਹਾੜਾ ਪਾਇਆ ਹੋਇਆ ਸੀ।

ਕਾਤੀਊਸ਼ਾ ਤੇ ਮਾਰੀਆ ਪਾਵਲੋਵਨਾ ਵੀ ਇਮਾਰਤ ਦੇ ਅੰਦਰੋਂ ਨਿਕਲ ਕੇ ਹਾਤੇ ਵਿਚ ਆ ਗਈਆਂ। ਉਹਨਾਂ ਨੇ ਉੱਚੇ ਬੂਟ ਅਤੇ ਫਰ ਦੇ ਛੋਟੇ ਕੋਟ ਪਾਏ ਹੋਏ ਸਨ ਅਤੇ ਸਿਰਾਂ ਦੁਆਲੇ ਸ਼ਾਲਾਂ ਵਲੀਆਂ ਹੋਈਆਂ ਸਨ। ਉਹ ਛਾਬੜੀ ਵਾਲੀਆਂ ਕੋਲ ਚਲੀਆਂ ਗਈਆਂ ਜਿਹੜੀਆਂ ਤੇਜ਼ ਹਵਾ ਤੋਂ ਬਚਣ ਲਈ ਵਿਹੜੇ ਦੀ ਉਤਰੀ ਪਾਸੇ ਦੀ ਕੰਧ ਨਾਲ ਲੱਗੀਆਂ ਬੈਠੀਆਂ ਸਨ ਅਤੇ ਆਪਣਾ ਸੌਦਾ ਵੇਚਣ ਵਿਚ ਇਕ ਦੂਜੀ ਨਾਲ ਮੁਕਾਬਲੇ ਵਿਚ ਉੱਤਰੀਆਂ ਹੋਈਆਂ ਸਨ। ਉਹ ਸੱਜਰੀ ਰੋਟੀ, ਕੀਮੇ ਵਾਲੇ ਸਮੋਸੇ, ਮੱਛੀ, ਸੇਵੀਆਂ, ਦਲੀਆ, ਕਲੇਜੀ, ਗਊ ਦਾ ਮਾਸ, ਆਂਡੇ ਤੇ ਦੁਧ ਵੇਚ ਰਹੀਆਂ ਸਨ। ਇਕ ਤਾਂ ਭੁੰਨਿਆ ਹੋਇਆ ਸੂਰ ਦਾ ਬੱਚਾ ਵੀ ਵੇਚ ਰਹੀ ਸੀ।

ਟੋਲੀ ਦੇ ਤੁਰਨ ਦੀ ਉਡੀਕ ਵਿਚ ਸਿਮੋਨਸਨ ਵੀ ਹਾਤੇ ਵਿਚ ਆ ਗਿਆ ਸੀ। ਉਸ ਨੇ ਰਬੜ ਦੀ ਜੈਕਟ ਅਤੇ ਰਬੜ ਦੇ ਹੀ ਉਪਰਲੇ ਬੂਟ ਪਾਏ ਹੋਏ ਸਨ ਜਿਨ੍ਹਾਂ ਨੂੰ ਤਸਮਿਆਂ ਨਾਲ ਆਪਣੀਆਂ ਉੱਨ ਦੀਆਂ ਜੁਰਾਬਾਂ ਨਾਲ ਬੰਨ੍ਹਿਆ ਹੋਇਆ ਸੀ। (ਸਿਮੋਨਸਨ ਮਾਸ ਨਹੀਂ ਸੀ ਖਾਂਦਾ ਤੇ ਇਸ ਕਰਕੇ ਕੱਟੇ ਵੱਢੇ ਜਾਨਵਰਾਂ ਦੀਆਂ ਖੱਲਾਂ ਨਹੀਂ ਸੀ ਵਰਤਦਾ)। ਪੋਰਚ ਦੇ ਕੋਲ ਖੜਾ ਉਹ ਆਪਣੀ ਕਾਪੀ ਵਿਚ ਕੁਝ ਲਿਖ ਰਿਹਾ ਸੀ ਜੋ ਉਸ ਨੂੰ ਹੁਣੇ ਹੀ ਸੁੱਝਿਆ ਸੀ। ਉਸ ਨੇ ਲਿਖਿਆ ਸੀ :

"ਜੇ ਕਰ ਇਕ ਕਿਟਾਣੂ ਆਦਮੀ ਦੇ ਨਹੁੰ ਦਾ ਨਿਰੀਖਣ ਕਰ ਸਕਦਾ ਹੋਵੇ ਤਾਂ ਉਹ ਇਸ ਨੂੰ ਅਜੀਵਕ ਪਦਾਰਥ ਆਖੇਗਾ। ਏਸੇ ਹੀ ਤਰ੍ਹਾਂ ਅਸੀਂ ਧਰਤੀ ਦੀ ਉਪਰਲੀ ਪਰਤ ਦਾ ਨਿਰੀਖਣ ਕਰਕੇ ਇਸ ਨੂੰ ਅਜੀਵਕ ਕਹਿ ਦੇਂਦੇ ਹਾਂ। ਇਹ ਗ਼ਲਤ ਗੱਲ ਹੈ।"

ਆਂਡੇ, ਰੋਟੀ, ਮੱਛੀ ਅਤੇ ਬੂਬਲਿਕ* ਖਰੀਦ ਕੇ ਮਾਸਲੋਵਾ ਇਹਨਾਂ ਨੂੰ ਆਪਣੇ ਥੈਲੇ ਵਿਚ ਪਾ ਰਹੀ ਸੀ ਅਤੇ ਮਾਰੀਆ ਪਾਵਲੋਵਨਾ ਛਾਬੜੀ ਵਾਲੀ ਨੂੰ ਪੈਸੇ ਦੇ ਰਹੀ ਸੀ। ਤਾਹੀਓਂ ਕੈਦੀਆਂ ਵਿਚ ਕੁਝ ਹਿਲਜੁਲ ਜਿਹੀ ਹੋਈ। ਸਾਰੇ ਇਕਦਮ ਚੁੱਪ ਹੋ ਗਏ ਅਤੇ ਆਪੋ ਆਪਣੀ ਥਾਂ ਜਾਣ ਲੱਗ ਪਏ। ਅਫਸਰ ਬਾਹਰ ਨਿਕਲਿਆ ਤੇ ਉਹਨੇ ਅੱਗੇ ਤੁਰਨ ਤੋਂ ਪਹਿਲਾਂ ਆਖਰੀ ਹੁਕਮ ਦਿੱਤੇ।

---

* ਮੋਟੇ ਕੜੇ ਦੀ ਸ਼ਕਲ ਦੀ ਰੋਟੀ।—ਸੰਪਾ :

ਸਭ ਕੁਝ ਰੋਜ਼ ਵਾਂਗ ਹੀ ਕੀਤਾ ਗਿਆ ਸੀ। ਕੈਦੀਆਂ ਦੀ ਗਿਣਤੀ ਕੀਤੀ ਗਈ ਤੇ ਉਹਨਾਂ ਦੇ ਪੈਰਾਂ ਦੀਆਂ ਬੇੜੀਆਂ ਨੂੰ ਟੋਹ ਟਾਹ ਕੇ ਵੇਖਿਆ ਗਿਆ। ਜਿਨ੍ਹਾਂ ਨੇ ਦੋ ਦੋ ਦੀ ਕਤਾਰ ਵਿਚ ਜਾਣਾ ਸੀ ਉਹਨਾਂ ਨੂੰ ਹੱਥਕੜੀਆਂ ਲਾ ਕੇ ਇਕ ਦੂਜੇ ਨਾਲ ਬੰਨ੍ਹ ਦਿੱਤਾ ਗਿਆ। ਪਰ ਅਚਾਨਕ ਹੀ ਅਫਸਰ ਦੀ ਹਾਕਮਾਨਾ ਆਵਾਜ਼ ਦੀ ਗਰਜ ਸੁਣਾਈ ਦਿੱਤੀ ਤੇ ਨਾਲ ਹੀ ਕਿਸੇ ਦੇ ਥੱਪੜ ਪੈਣ ਦੀ ਆਵਾਜ਼ ਆਈ। ਇਸ ਦੇ ਨਾਲ ਹੀ ਇਕ ਬੱਚੇ ਦੇ ਰੋਣ ਦੀ ਆਵਾਜ਼ ਵੀ ਸੁਣਾਈ ਦਿੱਤੀ। ਪਲ ਦੀ ਪਲ ਸਾਰੇ ਚੁੱਪ ਹੋ ਗਏ ਤੇ ਫੇਰ ਲੋਕਾਂ ਨੇ ਖੋਖਲੀ ਜਿਹੀ ਬੁੜਬੁੜ ਕਰਨੀ ਸ਼ੁਰੂ ਕਰ ਦਿੱਤੀ। ਮਾਸਲੋਵਾ ਤੇ ਮਾਰੀਆ ਪਾਵਲੋਵਨਾ ਉਸ ਪਾਸੇ ਵੱਲ ਚਲੀਆਂ ਗਈਆਂ ਜਿਧਰੋਂ ਆਵਾਜ਼ ਆਈ ਸੀ।

੨

ਓਥੇ ਪਹੁੰਚ ਕੇ ਮਾਰੀਆ ਪਾਵਲੋਵਨਾ ਅਤੇ ਕਾਤੀਊਸ਼ਾ ਨੇ ਜੋ ਕੁਝ ਵੇਖਿਆ ਉਹ ਇੰਜ ਸੀ। ਅਫਸਰ, ਇਕ ਹੱਟਾ ਕੱਟਾ, ਸੁਨਹਿਰੀ ਮੁੱਛਾਂ ਵਾਲਾ ਆਦਮੀ, ਮੱਥੇ ਉਤੇ ਤਿਊੜੀਆਂ ਪਾਈ ਗੰਦੀਆਂ ਗਾਲ੍ਹਾਂ ਕੱਢ ਰਿਹਾ ਸੀ ਅਤੇ ਆਪਣੇ ਸੱਜੇ ਹੱਥ ਦੀ ਤਲੀ ਮਲ ਰਿਹਾ ਸੀ। ਇਸ ਕਰਕੇ ਕਿ ਉਹਨੇ ਇਕ ਕੈਦੀ ਦੇ ਮੂੰਹ ਉਤੇ ਥੱਪੜ ਮਾਰਿਆ ਸੀ ਤੇ ਉਹਦਾ ਆਪਣਾ ਹੱਥ ਸੜੂੰ ਸੜੂੰ ਕਰਨ ਲੱਗ ਪਿਆ ਸੀ। ਉਹਦੇ ਸਾਮ੍ਹਣੇ ਇਕ ਉੱਚਾ ਲੰਮਾ ਤੇ ਸੁਕੜੂ ਜਿਹਾ ਕੈਦੀ ਖੜਾ ਸੀ ਜਿਸ ਦਾ ਅੱਧਾ ਸਿਰ ਮੁੰਨਿਆ ਹੋਇਆ ਸੀ ਤੇ ਕੋਟ ਪਤਲੂਣ ਉਹਦੇ ਮੇਚੇ ਨਾਲੋਂ ਬਹੁਤ ਛੋਟੇ ਸਨ। ਇਹ ਕੈਦੀ ਆਪਣੇ ਇਕ ਹੱਥ ਨਾਲ ਆਪਣੀ ਗੱਲ੍ਹ ਤੋਂ ਲਹੂ ਪੂੰਝ ਰਿਹਾ ਸੀ ਅਤੇ ਦੂਜੇ ਹੱਥ ਨਾਲ ਉਹਨੇ ਸ਼ਾਲ ਵਿਚ ਲਪੇਟੀ ਰੋਂਦੀ ਕੁਰਲਾਂਦੀ ਇਕ ਨਿੱਕੀ ਜਿਹੀ ਬੱਚੀ ਨੂੰ ਚੁੱਕਿਆ ਹੋਇਆ ਸੀ।

"ਮੈਂ ਦੇਊਂ ਤੈਨੂੰ (ਇਕ ਮੋਟੀ ਸਾਰੀ ਗੰਦੀ ਗਾਲ੍ਹ)। ਮੈਂ ਸਿਖਾਊਂ ਤੈਨੂੰ ਅੱਗੋਂ ਬੋਲੀਦਾ ਕਿਵੇਂ ਐ (ਇਕ ਹੋਰ ਫੱਕੜ)। ਫੜਾ ਜਾ ਕੇ ਏਹਨੂੰ ਜ਼ਨਾਨੀਆਂ ਨੂੰ!" ਅਫਸਰ ਕੜਕ ਕੇ ਬੋਲਿਆ। "ਹੋ ਅੱਗੇ, ਫੜਾ ਏਹਨੂੰ!"

ਇਸ ਕੈਦੀ (ਜਿਸ ਨੂੰ ਉਹਦੇ ਪਿੰਡ ਦੇ ਭਾਈਚਾਰੇ ਨੇ ਦੇਸ-ਬਦਰ ਕਰ ਦਿੱਤਾ ਸੀ) ਦੀ ਬੀਵੀ ਤੋਮਸਕ ਵਿਚ ਟਾਈਫਸ ਨਾਲ ਮਰ ਗਈ ਸੀ ਤੇ ਓਥੋਂ ਹੀ ਇਹ ਸਾਰਾ ਰਾਹ ਆਪਣੀ ਛੋਟੀ ਜਿਹੀ ਬੱਚੀ ਨੂੰ ਚੁੱਕੀ ਲਈ ਆਉਂਦਾ ਸੀ। ਹੁਣ ਅਫਸਰ ਨੇ ਹੁਕਮ ਦੇ ਦਿੱਤਾ ਕਿ ਇਸ ਕੈਦੀ ਨੂੰ ਹੱਥਕੜੀ ਲਾ ਦਿੱਤੀ ਜਾਵੇ। ਕੈਦੀ ਦੇ ਏਨਾ ਆਖਣ ਉਤੇ ਕਿ ਜੇ ਉਸ ਨੂੰ ਹੱਥਕੜੀ ਲਾ ਦਿੱਤੀ ਗਈ ਤਾਂ ਉਹ ਬੱਚੀ ਨੂੰ ਚੁੱਕ ਨਹੀਂ ਸਕੇਗਾ ਅਫਸਰ ਨੂੰ ਖਿਝ ਚੜ੍ਹ ਗਈ ਜਿਹੜਾ ਵੈਸੇ ਹੀ ਉਸ ਵੇਲੇ ਗਰਮੀ ਵਿਚ ਆਇਆ ਹੋਇਆ ਸੀ। ਬਸ ਉਸ ਨੇ

ਫੌਜਨ ਹੁਕਮ ਨਾ ਮੰਨਣ ਬਦਲੇ ਇਸ ਕੈਦੀ ਦੀ ਪਿਟਾਈ ਕਰ ਦਿੱਤੀ।*

ਜਿਸ ਕੈਦੀ ਨੂੰ ਸੱਟ ਲੱਗੀ ਸੀ ਉਸ ਦੇ ਨੇੜੇ ਇਕ ਰਖਵਾਲ ਸਿਪਾਹੀ ਤੇ ਇਕ ਕਾਲੀ ਦਾੜ੍ਹੀ ਵਾਲਾ ਕੈਦੀ ਖੜੇ ਸਨ। ਇਸ ਕੈਦੀ ਦੇ ਇਕੋ ਹੀ ਹੱਥ ਨੂੰ ਹੱਥਕੜੀ ਲੱਗੀ ਹੋਈ ਸੀ ਅਤੇ ਉਹ ਆਪਣੇ ਭਰਵੱਟਿਆਂ ਦੇ ਹੇਠੋਂ ਉਦਾਸ ਨਜ਼ਰਾਂ ਨਾਲ ਕਦੇ ਅਫਸਰ ਵੱਲ ਵੇਖੀ ਜਾ ਰਿਹਾ ਸੀ ਤੇ ਕਦੇ ਜ਼ਖਮੀ ਕੈਦੀ ਵੱਲ ਜਿਸ ਨੇ ਬੱਚੀ ਨੂੰ ਚੁੱਕਿਆ ਹੋਇਆ ਸੀ। ਅਫਸਰ ਨੇ ਸਿਪਾਹੀ ਨੂੰ ਦੁਬਾਰਾ ਹੁਕਮ ਦਿੱਤਾ ਕਿ ਉਹ ਕੁੜੀ ਨੂੰ ਫੜ ਲਵੇ। ਕੈਦੀ ਹੋਰ ਵੀ ਉੱਚੀ ਉੱਚੀ ਬੁੜ ਬੁੜ ਕਰਨ ਲੱਗੇ।

"ਤੋਮਸਕ ਤੋਂ ਏਥੋਂ ਤੱਕ ਤਾਂ ਹੱਥਕੜੀ ਲਾਈ ਨਹੀਂ ਗਈ," ਪਿਛਲੇ ਪਾਸੇ ਤੋਂ ਕਿਸੇ ਦੀ ਭਰੜਾਈ ਹੋਈ ਆਵਾਜ਼ ਆਈ।

"ਆਖਰ ਬਾਲ ਏ, ਕਤੂਰਾ ਤਾਂ ਨਹੀਂ।"

"ਏਸ ਨਿਆਣੀ ਨੂੰ ਕਿਥੇ ਸੁੱਟ ਦੇਵੇ?"

"ਏਹ ਕਾਨੂੰਨ ਦੀ ਗੱਲ ਨਹੀਂ," ਕਿਸੇ ਹੋਰ ਨੇ ਆਖਿਆ।

"ਕਿਹੜਾ ਬੋਲਦਾ ਏ?" ਅਫਸਰ ਇਉਂ ਤੜਫਿਆ ਜਿਵੇਂ ਸੱਪ ਨੇ ਡੰਗ ਮਾਰ ਦਿੱਤਾ ਹੋਵੇ ਤੇ ਧੁੱਸ ਦੇ ਕੇ ਕੈਦੀਆਂ ਵਿਚ ਆ ਵੜਿਆ। "ਮੈਂ ਸਿਖਾਊਂ ਤੈਨੂੰ ਕਾਨੂੰਨ। ਕਿਹੜਾ ਬੋਲਿਆ ਸੀ? ਤੂੰ? ਤੂੰ?"

"ਸਾਰੇ ਆਖ ਰਹੇ ਆ, ਕਿਉਂਕਿ..." ਇਕ ਮਧਰੇ ਜਿਹੇ ਚੌੜੇ ਚਿਹਰੇ ਵਾਲੇ ਕੈਦੀ ਨੇ ਆਖਿਆ।

ਗੱਲ ਅਜੇ ਉਹਦੇ ਮੂੰਹੋਂ ਪੂਰੀ ਨਿਕਲੀ ਨਹੀਂ ਸੀ ਕਿ ਅਫਸਰ ਦੋਹੀਂ ਹੱਥੀਂ ਉਹਨੂੰ ਚਪੇੜਾਂ ਮਾਰਨ ਲੱਗ ਪਿਆ।

"ਬਗ਼ਾਵਤ, ਹੈਂ? ਮੈਂ ਦੱਸਦਾਂ ਤੁਹਾਨੂੰ ਬਗ਼ਾਵਤ ਦਾ ਕੀ ਮਤਲਬ ਹੁੰਦੈ। ਮੈਂ ਕੁੱਤਿਆਂ ਵਾਂਗ ਗੋਲੀ ਨਾਲ ਮਾਰ ਦਿਆਂਗਾ ਤੇ ਹਾਕਮ ਮੇਰੇ ਉਤੇ ਖੁਸ਼ ਈ ਹੋਣਗੇ। ਫੜ ਲੈ ਕੁੜੀ ਨੂੰ।"

ਭੀੜ ਚੁੱਪ ਹੋ ਗਈ। ਇਕ ਰਖਵਾਲ ਸਿਪਾਹੀ ਨੇ ਡਾਡਾਂ ਮਾਰ ਮਾਰ ਫਾਹਵੀ ਹੋਈ ਕੁੜੀ ਨੂੰ ਬਾਹੋਂ ਫੜ ਕੇ ਖਿੱਚ ਲਿਆ ਤੇ ਦੂਜੇ ਨੇ ਕੈਦੀ ਨੂੰ ਹੱਥਕੜੀ ਲਾ ਦਿੱਤੀ ਜਿਸ ਨੇ ਹੁਣ ਚੁੱਪ ਕਰਕੇ ਹੱਥ ਅਗਾਂਹ ਕਰ ਦਿੱਤਾ ਸੀ।

"ਫੜਾ ਆ ਜਨਾਨੀਆਂ ਨੂੰ," ਅਫਸਰ ਆਪਣੀ ਤਲਵਾਰ ਦੀ ਪੇਟੀ ਨੂੰ ਠੀਕ ਕਰਦਾ ਹੋਇਆ ਕੜਕਿਆ।

ਛੋਟੀ ਜਿਹੀ ਉਹ ਬੱਚੀ ਲਗਾਤਾਰ ਰੋਈ ਚੀਕੀ ਜਾ ਰਹੀ ਸੀ ਅਤੇ ਸ਼ਾਲ ਵਿਚੋਂ ਆਪਣੀਆਂ ਬਾਹਾਂ ਨੂੰ ਬਾਹਰ ਕੱਢਣ ਦੀ ਕੋਸ਼ਿਸ਼ ਕਰ ਰਹੀ ਸੀ। ਉਸ ਦਾ ਮੂੰਹ ਲਾਲ

---

* ਦ. ਅ. ਲਿਨੀਯੇਵ ਨੇ ਆਪਣੀ ਪੁਸਤਕ "ਪੜਾ" ਵਿਚ ਇਸ ਘਟਨਾ ਦਾ ਵਰਣਨ ਕੀਤਾ ਹੈ।—ਲ. ਤ.

ਸੁਰਖ਼ ਹੋਇਆ ਪਿਆ ਸੀ। ਮਾਰੀਆ ਪਾਵਲੋਵਨਾ ਭੀੜ ਵਿਚੋਂ ਨਿਕਲ ਕੇ ਅੱਗੇ ਵਧੀ ਤੇ ਅਫਸਰ ਦੇ ਕੋਲ ਆ ਗਈ।

"ਸਾਹਿਬ, ਜੇ ਆਗਿਆ ਦਿਓ ਤਾਂ ਕੁੜੀ ਨੂੰ ਮੈਂ ਲੈ ਜਾਵਾਂ?" ਉਸ ਨੇ ਆਖਿਆ।

ਰਖਵਾਲ ਸਿਪਾਹੀ ਕੁੜੀ ਨੂੰ ਲਈ ਖੜਾ ਸੀ।

"ਤੂੰ ਕੌਣ ਏਂ?" ਅਫਸਰ ਨੇ ਪੁੱਛਿਆ।

"ਰਾਜਸੀ ਕੈਦੀ।"

ਮਾਰੀਆ ਪਾਵਲੋਵਨਾ ਦੇ ਖ਼ੂਬਸੂਰਤ ਮੋਟੀਆਂ ਮੋਟੀਆਂ ਅੱਖਾਂ ਵਾਲੇ ਮਨਮੋਹਣੇ ਮੁਖੜੇ ਦਾ ਪ੍ਰਤੱਖ ਰੂਪ ਵਿਚ ਅਫਸਰ ਉਤੇ ਅਸਰ ਹੋਇਆ (ਪਹਿਲਾਂ ਵੀ, ਜਦੋਂ ਉਹਨੇ ਕੈਦੀ ਸੰਭਾਲੇ ਸਨ, ਉਹਦਾ ਧਿਆਨ ਉਸ ਵੱਲ ਗਿਆ ਸੀ)। ਉਹ ਚੁੱਪ ਕਰਕੇ ਉਹਦੇ ਵੱਲ ਵੇਖਦਾ ਰਿਹਾ, ਜਿਵੇਂ ਕੁਝ ਸੋਚ ਰਿਹਾ ਹੋਵੇ ਤੇ ਫੇਰ ਆਖਣ ਲੱਗਾ: "ਮੈਨੂੰ ਕੋਈ ਇਤਰਾਜ਼ ਨਹੀਂ। ਜੇ ਤੂੰ ਚਾਹੁੰਨੀ ਏਂ ਤਾਂ ਲੈ ਜਾ। ਤਰਸ ਵਿਖਾ ਕੇ ਤੁਹਾਡਾ ਕੀ ਜਾਂਦਾ ਏ! ਪਰ ਜੇ ਇਹ ਭੱਜ ਗਿਆ ਤਾਂ ਕੌਣ ਜਵਾਬ ਦੇਵੇਗਾ?"

"ਬੱਚੇ ਨੂੰ ਕੁੱਛੜ ਚੁਕ ਕੇ ਇਹ ਭੱਜ ਕਿਵੇਂ ਸਕਦਾ ਏ?" ਮਾਰੀਆ ਪਾਵਲੋਵਨਾ ਨੇ ਆਖਿਆ।

"ਮੇਰੇ ਕੋਲ ਬਹਿਸ ਕਰਨ ਦਾ ਵਕਤ ਨਹੀਂ। ਜੀਅ ਕਰਦਾ ਈ ਤਾਂ ਲੈ ਜਾ।"

"ਫੜਾ ਦੇਵਾਂ?" ਸਿਪਾਹੀ ਨੇ ਪੁੱਛਿਆ।

"ਹਾਂ, ਫੜਾ ਦੇ।"

"ਆ, ਮੇਰੇ ਕੋਲ ਆ ਜਾ," ਬੱਚੀ ਨੂੰ ਪੁਚਕਾਰ ਕੇ ਫੜਨ ਦੀ ਕੋਸ਼ਿਸ਼ ਕਰਦਿਆਂ, ਮਾਰੀਆ ਪਾਵਲੋਵਨਾ ਨੇ ਆਖਿਆ।

ਪਰ ਬੱਚੀ ਸਿਪਾਹੀ ਦੀਆਂ ਬਾਹਾਂ ਵਿਚੋਂ ਆਪਣੇ ਪਿਓ ਵੱਲ ਉੱਲਰੀ ਹੋਈ ਸੀ ਅਤੇ ਡਾਡਾਂ ਮਾਰੀ ਜਾ ਰਹੀ ਸੀ। ਉਹ ਮਾਰੀਆ ਪਾਵਲੋਵਨਾ ਕੋਲ ਨਹੀਂ ਸੀ ਆਉਂਦੀ।

"ਰਤਾ ਠਹਿਰੋ; ਮਾਰੀਆ ਪਾਵਲੋਵਨਾ," ਮਾਸਲੋਵਾ ਨੇ ਥੈਲੇ ਵਿਚੋਂ ਇਕ ਬੂਬਲਿਕ ਕੱਢਦਿਆਂ ਆਖਿਆ। "ਮੇਰੇ ਕੋਲ ਆ ਜਾਏਗੀ ਇਹ।"

ਬੱਚੀ ਮਾਸਲੋਵਾ ਨੂੰ ਜਾਣਦੀ ਸੀ। ਤੇ ਜਦੋਂ ਉਹਨੇ ਉਹਦੇ ਮੂੰਹ ਵੱਲ ਵੇਖਿਆ ਅਤੇ ਉਹਦੇ ਹੱਥ ਵਿਚ ਰੋਟੀ ਵਿਖਾਈ ਦਿੱਤੀ ਤਾਂ ਉਹ ਉਹਦੇ ਕੋਲ ਆ ਗਈ।

ਸਾਰੇ ਖਾਮੋਸ਼ ਹੋ ਗਏ। ਫਾਟਕ ਖੁੱਲ੍ਹੇ ਅਤੇ ਟੋਲੀ ਨੇ ਬਾਹਰ ਆ ਕੇ ਕਤਾਰਾਂ ਬਣਾ ਲਈਆਂ। ਰਖਵਾਲਾਂ ਨੇ ਇਕ ਵਾਰੀ ਫੇਰ ਕੈਦੀਆਂ ਦੀ ਗਿਣਤੀ ਕੀਤੀ। ਬੋਰੀਆਂ ਬੁਝਕੇ ਛਕੜਿਆਂ ਵਿਚ ਲੱਦ ਦਿੱਤੇ ਗਏ ਅਤੇ ਉਹਨਾਂ ਦੇ ਉਪਰ ਕਮਜ਼ੋਰ ਕੈਦੀਆਂ ਨੂੰ ਬਿਠਾ ਦਿੱਤਾ ਗਿਆ। ਬੱਚੀ ਨੂੰ ਕੁਛੜ ਲੈ ਕੇ, ਮਾਸਲੋਵਾ ਔਰਤਾਂ ਵਿਚ ਫੇਦੋਸਿਆ ਦੇ ਨਾਲ ਆਪਣੀ ਥਾਂ ਆ ਖੜੀ ਹੋਈ। ਸਿਮੋਨਸਨ ਜਿਹੜਾ ਮੁਢ ਤੋਂ ਅਖੀਰ ਤੱਕ ਇਸ ਝਾਕੀ ਨੂੰ ਵੇਖਦਾ ਰਿਹਾ ਸੀ, ਲੰਮੇ ਲੰਮੇ ਤੇ ਦ੍ਰਿੜ੍ਹ ਕਦਮ ਪੁਟਦਾ ਅਫਸਰ ਕੋਲ ਆਇਆ—ਜਿਹੜਾ ਆਪਣੇ ਹੁਕਮ ਸੁਣਾ ਕੇ ਆਪਣੀ ਬੱਘੀ ਵਿਚ ਬੈਠਣ ਲੱਗਾ ਸੀ—ਅਤੇ ਆਖਿਆ:

"ਤੁਸੀਂ ਚੰਗਾ ਸਲੂਕ ਨਹੀਂ ਕੀਤਾ।"

"ਆਪਣੀ ਥਾਂ ਚਲਾ ਜਾ। ਤੇਰਾ ਇਹਦੇ ਨਾਲ ਕੋਈ ਮਤਲਬ ਨਹੀਂ।"

"ਮਤਲਬ ਹੈ। ਮੈਂ ਤੁਹਾਨੂੰ ਦੱਸ ਦੇਣਾ ਚਾਹੁੰਦਾ ਹਾਂ ਕਿ ਤੁਸੀਂ ਬਹੁਤ ਬੁਰਾ ਸਲੂਕ ਕੀਤਾ ਹੈ," ਸਿਮੋਨਸਨ ਨੇ ਆਪਣੇ ਸੰਘਣੇ ਭਰਵੱਟਿਆਂ ਹੇਠੋਂ ਅਫਸਰ ਦੇ ਚਿਹਰੇ ਵੱਲ ਇਕ ਟੱਕ ਵੇਖਦਿਆਂ ਆਖਿਆ।

"ਰੈਡੀ? ਮਾਰਚ!" ਅਫਸਰ ਨੇ ਸਿਮੋਨਸਨ ਦੀ ਗੱਲ ਵੱਲ ਧਿਆਨ ਨਾ ਦੇਂਦਿਆਂ ਹੁਕਮ ਦਿੱਤਾ ਅਤੇ ਆਪਣੇ ਸਿਪਾਹੀ ਕੋਚਵਾਨ ਦੇ ਮੋਢੇ ਤੇ ਹੱਥ ਰੱਖ ਕੇ ਉਹ ਬੱਘੀ ਤੇ ਚੜ੍ਹ ਗਿਆ।

ਟੋਲੀ ਤੁਰ ਪਈ ਅਤੇ ਵੱਡੀ ਸੜਕ ਉਤੇ ਆ ਕੇ ਲੰਮੇ ਚੌੜੇ ਦਾਅ ਫੈਲ ਗਈ। ਚਿਕੜ ਨਾਲ ਭਰੀ ਇਹ ਸੜਕ ਜਿਸ ਦੇ ਦੋਵੇਂ ਪਾਸੇ ਖਾਈਆਂ ਸਨ ਇਕ ਸੰਘਣੇ ਜੰਗਲ ਵਿਚੋਂ ਦੀ ਲੰਘਦੀ ਸੀ।

੩

ਸ਼ਹਿਰ ਵਿਚ ਗਿਰਾਵਟ ਵਾਲੀ, ਅਯਾਸ਼ੀ ਭਰੀ ਅਤੇ ਵਿਲਾਸੀ ਜ਼ਿੰਦਗੀ ਗੁਜ਼ਾਰਨ ਤੋਂ ਮਗਰੋਂ, ਅਤੇ ਜੇਲ੍ਹ ਦੇ ਕੈਦੀਆਂ ਦੇ ਸਾਥ ਵਿਚ ਦੋ ਮਹੀਨੇ ਸਫਰ ਕਰਨ ਮਗਰੋਂ ਸਖ਼ਤ ਔਕੜਾਂ ਦੇ ਬਾਵਜੂਦ, ਰਾਜਸੀ ਕੈਦੀਆਂ ਦੇ ਸਾਥ ਵਿਚ ਕਾਤੀਊਸ਼ਾ ਨੂੰ ਜ਼ਿੰਦਗੀ ਬਹੁਤ ਹੀ ਚੰਗੀ ਜਾਪਦੀ ਸੀ। ਉਹਨਾਂ ਨੂੰ ਪੰਝੀ ਤੀਹ ਵੇਰਸਤ ਰੋਜ਼ ਤੁਰਨਾ ਪੈਂਦਾ ਸੀ ਤੇ ਖ਼ੁਰਾਕ ਵੀ ਚੰਗੀ ਮਿਲਦੀ ਸੀ। ਦੋ ਦਿਨ ਸਫਰ ਕਰਨ ਮਗਰੋਂ ਇਕ ਦਿਨ ਆਰਾਮ ਕਰਨਾ ਹੁੰਦਾ ਸੀ। ਇਸ ਹਾਲਤ ਵਿਚ ਮਾਸਲੋਵਾ ਸਰੀਰ ਦੇ ਪੱਖੋਂ ਤਗੜੀ ਹੋ ਗਈ ਸੀ। ਆਪਣੇ ਨਵੇਂ ਸਾਥੀਆਂ ਦੇ ਨਾਲ ਰਹਿਣ ਕਰਕੇ ਉਹਦੇ ਲਈ ਅਜਿਹੀਆਂ ਦਿਲਚਸਪੀਆਂ ਨਾਲ ਭਰਪੂਰ ਜੀਵਨ ਦੇ ਦਰ ਖੁਲ੍ਹ ਗਏ ਜਿਨ੍ਹਾਂ ਦਾ ਪਹਿਲਾਂ ਉਸ ਨੇ ਕਦੇ ਸੁਫਨਾ ਵੀ ਨਹੀਂ ਸੀ ਲਿਆ। ਜਿਨ੍ਹਾਂ ਲੋਕਾਂ ਨਾਲ ਉਹ ਅਜਕਲ ਰਹਿੰਦੀ ਸੀ ਉਹ ਕੇਡੇ **ਕਮਾਲ** ਦੇ ਬੰਦੇ ਸਨ (ਉਹ ਕਹਿੰਦੀ ਸੀ)। ਐਸੇ ਲੋਕਾਂ ਨੂੰ ਉਹ ਪਹਿਲਾਂ ਕਦੇ ਨਹੀਂ ਸੀ ਮਿਲੀ, ਮਿਲੀ ਤਾਂ ਇਕ ਪਾਸੇ ਉਹਨੂੰ ਕਦੀ ਖਿਆਲ ਵੀ ਨਹੀਂ ਸੀ ਆਇਆ ਕਿ ਇਸ ਤਰ੍ਹਾਂ ਦੇ ਲੋਕ ਵੀ ਹੋ ਸਕਦੇ ਹਨ।

"ਪਰ ਮੈਂ ਤਾਂ ਰੋਣ ਬਹਿ ਗਈ ਸਾਂ ਜਦੋਂ ਸਜ਼ਾ ਸੁਣਾਈ ਗਈ ਸੀ," ਉਹ ਆਖਦੀ। "ਲੱਖ ਲੱਖ ਸ਼ੁਕਰ ਮਨਾਉਣਾ ਚਾਹੀਦਾ ਏ ਮੈਨੂੰ ਰੱਬ ਦਾ। ਜਿਨ੍ਹਾਂ ਗੱਲਾਂ ਦਾ ਮੈਨੂੰ ਏਥੇ ਆ ਕੇ ਪਤਾ ਲੱਗਾ ਏ ਉਹਨਾਂ ਦੀ ਮੈਨੂੰ ਕਦੇ ਭਿਣਕ ਤੱਕ ਨਹੀਂ ਸੀ ਪੈਣੀ।"

ਜਿਹੜੇ ਉਦੇਸ਼ ਇਹਨਾਂ ਲੋਕਾਂ ਦੀ ਪ੍ਰੇਰਨਾ ਬਣੇ ਹੋਏ ਸਨ ਉਹਨਾਂ ਨੂੰ ਉਸ ਨੇ

ਸੌਖਿਆਂ ਹੀ, ਬਿਨਾਂ ਬਹੁਤੀ ਕੋਸ਼ਿਸ਼ ਦੇ ਸਮਝ ਲਿਆ ਸੀ। ਅਤੇ ਕਿਉਂਕਿ ਉਹ ਆਪ ਵੀ ਲੋਕਾਂ ਵਿਚੋਂ ਹੀ ਸੀ ਇਸ ਕਰਕੇ ਇਹਨਾਂ ਨਾਲ ਉਸ ਨੂੰ ਦਿਲੋਂ ਮਨੋਂ ਹਮਦਰਦੀ ਸੀ। ਉਸ ਨੂੰ ਸਮਝ ਆ ਗਈ ਕਿ ਇਹ ਲੋਕ ਜਨਤਾ ਦੇ ਹਿਤੂ ਹਨ ਤੇ ਉਤਲੇ ਤਬਕਿਆਂ ਦੇ ਵਿਰੋਧੀ, ਅਤੇ ਭਾਵੇਂ ਉਹ ਆਪ ਉੱਚੇ ਤਬਕਿਆਂ ਦੇ ਜੰਮ ਪਲ ਹਨ ਪਰ ਉਹਨਾਂ ਨੇ ਆਪਣੀਆਂ ਸਭ ਸੁਖ-ਸਹੂਲਤਾਂ, ਆਪਣੀ ਆਜ਼ਾਦੀ ਅਤੇ ਆਪਣੇ ਜੀਵਨ ਲੋਕਾਂ ਵਾਸਤੇ ਕੁਰਬਾਨ ਕਰ ਦਿੱਤੇ ਹੋਏ ਹਨ। ਇਸ ਗੱਲ ਕਰਕੇ ਵਿਸ਼ੇਸ਼ ਤੌਰ ਤੇ ਉਹ ਇਹਨਾਂ ਨੂੰ ਉੱਚਾ ਸਮਝਦੀ ਤੇ ਇਹਨਾਂ ਦਾ ਆਦਰ ਮਾਣ ਕਰਦੀ।

ਵੈਸੇ ਤਾਂ ਉਹ ਆਪਣੇ ਸਾਰੇ ਨਵੇਂ ਸਾਥੀਆਂ ਦੀ ਵਡਿਆਈ ਕਰਦੀ ਸੀ ਪਰ ਮਾਰੀਆ ਪਾਵਲੋਵਨਾ ਉਤੇ ਕਾਤੀਊਸ਼ਾ ਖਾਸ ਹੀ ਡੁਲ੍ਹੀ ਹੋਈ ਸੀ। ਉਹਦੇ ਨਾਲ ਰਹਿ ਕੇ ਉਹ ਸਿਰਫ ਖੁਸ਼ ਹੀ ਨਹੀਂ ਸੀ ਸਗੋਂ ਉਹਦੇ ਦਿਲ ਵਿਚ ਇਹਦੇ ਲਈ ਪਿਆਰ ਪੈਦਾ ਹੋ ਗਿਆ ਸੀ—ਇਕ ਖਾਸ ਤਰ੍ਹਾਂ ਦੇ ਆਦਰ-ਮਾਣ ਤੇ ਸ਼ਰਧਾ ਵਾਲਾ ਪਿਆਰ। ਕਾਤੀਊਸ਼ਾ ਦਾ ਦਿਲ ਇਸ ਗੱਲੋਂ ਖਾਸ ਕਰਕੇ ਟੁੰਬਿਆ ਗਿਆ ਸੀ ਕਿ ਉਹ ਖੂਬਸੂਰਤ ਕੁੜੀ, ਜਿਹੜੀ ਤਿੰਨ ਜ਼ਬਾਨਾਂ ਬੋਲ ਸਕਦੀ ਹੈ, ਅਮੀਰ ਜਨਰਲ ਦੀ ਧੀ ਹੈ, ਅਤਿ ਸਾਧਾਰਨ ਕੰਮ ਕਰਨ ਵਾਲੀ ਔਰਤ ਵਾਂਗ ਰਹਿੰਦੀ ਹੈ। ਉਹਦਾ ਅਮੀਰ ਭਰਾ ਜਿੰਨੇ ਵੀ ਪੈਸੇ ਉਹਨੂੰ ਭੇਜਦਾ ਹੈ ਉਹ ਦੂਜਿਆਂ ਨੂੰ ਦੇ ਦੇਂਦੀ ਹੈ। ਕਪੜੇ ਸਿਰਫ ਸਾਦਾ ਹੀ ਨਹੀਂ ਸਗੋਂ ਗਰੀਬਾਂ ਵਰਗੇ ਪਾਉਂਦੀ ਹੈ ਅਤੇ ਆਪਣੀ ਸ਼ਕਲ ਸੂਰਤ ਵੱਲ ਕੋਈ ਧਿਆਨ ਨਹੀਂ ਦੇਂਦੀ। ਉਹਦੇ ਸੁਭਾ ਦੀ ਇਹ ਗੱਲ ਖਾਸ ਕਰਕੇ ਹੈਰਾਨ ਕਰਨ ਵਾਲੀ ਸੀ ਕਿ ਉਹਦੇ ਵਿਚ ਔਰਤਾਂ ਵਾਲਾ ਕੋਈ ਨਾਜ਼-ਨਖਰਾ ਹੈ ਹੀ ਨਹੀਂ ਸੀ। ਮਾਸਲੋਵਾ ਏਸੇ ਕਾਰਨ ਹੀ ਉਹਦੇ ਵੱਲ ਖਿੱਚੀ ਗਈ ਸੀ। ਮਾਸਲੋਵਾ ਨੇ ਵੇਖਿਆ ਕਿ ਮਾਰੀਆ ਪਾਵਲੋਵਨਾ ਇਹ ਗੱਲ ਜਾਣਦੀ ਸੀ ਕਿ ਉਹ ਸੁਹਣੀ ਹੈ ਅਤੇ ਇਹ ਜਾਣ ਕੇ ਉਹ ਅੰਦਰੋਂ ਖੁਸ਼ ਵੀ ਸੀ। ਪਰ ਉਸ ਦੀ ਖੂਬਸੂਰਤੀ ਦਾ ਮਰਦਾਂ ਉਤੇ ਜੋ ਪ੍ਰਭਾਵ ਪੈਂਦਾ ਉਸ ਤੋਂ ਮਾਰੀਆ ਪਾਵਲੋਵਨਾ ਨੂੰ ਉੱਕਾ ਹੀ ਕੋਈ ਖੁਸ਼ੀ ਨਹੀਂ ਸੀ ਹੁੰਦੀ। ਉਹਨੂੰ ਤਾਂ ਸਗੋਂ ਡਰ ਲੱਗਦਾ ਸੀ। ਅਤੇ ਉਸ ਨੂੰ ਇਸ ਗੱਲ ਤੋਂ ਡਰ ਤੇ ਨਫਰਤ ਮਹਿਸੂਸ ਹੁੰਦੀ ਸੀ ਕਿ ਉਹਨੂੰ ਕਿਸੇ ਨਾਲ ਪਿਆਰ ਨਾ ਹੋ ਜਾਵੇ। ਉਹਦੇ ਮਰਦ ਸਾਥੀਆਂ ਨੂੰ ਇਸ ਗੱਲ ਦਾ ਪਤਾ ਸੀ। ਇਸ ਕਰਕੇ ਉਹ ਕਦੇ ਵੀ ਉਸ ਨੂੰ ਆਪਣਾ ਪਿਆਰ ਨਹੀਂ ਸਨ ਜਤਲਾਉਂਦੇ। ਉਹ ਮਾਰੀਆ ਪਾਵਲੋਵਨਾ ਨਾਲ ਉਸ ਤਰ੍ਹਾਂ ਦਾ ਹੀ ਵਰਤੋਂ-ਵਿਹਾਰ ਕਰਦੇ ਸਨ ਜਿਸ ਤਰ੍ਹਾਂ ਦਾ ਉਹ ਮਰਦਾਂ ਨਾਲ ਕਰਦੇ ਸਨ। ਓਪਰੇ ਆਦਮੀ ਆਮ ਕਰਕੇ ਉਹਦੇ ਨਾਲ ਛੇੜਖਾਨੀਆਂ ਕਰਨ ਲੱਗ ਜਾਂਦੇ ਸਨ ਤੇ ਉਹਨਾਂ ਨਾਲ ਉਹ ਆਪਣੇ ਬਾਹੂਬਲ ਨਾਲ, ਜਿਸ ਦਾ ਉਹਨੂੰ ਬੜਾ ਮਾਣ ਸੀ, ਆਪ ਹੀ ਨਿਬੜ ਲੈਂਦੀ ਸੀ। "ਇਕ ਵਾਰੀ ਇਸ ਤਰ੍ਹਾਂ ਹੋਇਆ," ਉਸ ਨੇ ਹੱਸਦਿਆਂ ਹੋਇਆਂ ਕਾਤੀਊਸ਼ਾ ਨੂੰ ਦੱਸਿਆ ਸੀ, "ਕਿ ਇਕ ਸੜਕ ਉਤੇ ਇਕ ਆਦਮੀ ਮੇਰੇ ਮਗਰ ਲੱਗ ਤੁਰਿਆ ਤੇ ਉਹ ਕਿਸੇ ਵੀ ਤਰ੍ਹਾਂ ਮੇਰਾ ਖਹਿੜਾ ਹੀ ਨਾ ਛਡਣ ਵਿਚ ਆਵੇ। ਅਖੀਰ ਮੈਂ ਉਹਨੂੰ ਫੜ ਕੇ ਅਜਿਹਾ ਹਿਲੂਣਾ ਦਿੱਤਾ ਕਿ ਉਹ ਡਰਦਾ ਮਾਰਾ ਭੱਜ ਗਿਆ।"

ਉਸ ਦੇ ਆਪਣੇ ਕਹਿਣ ਮੁਤਾਬਿਕ, ਉਹਨੂੰ ਬਚਪਨ ਵਿਚ ਹੀ ਅਮੀਰ ਲੋਕਾਂ ਦੀ ਤਰਜ਼ੇ ਜ਼ਿੰਦਗੀ ਤੋਂ ਨਫਰਤ ਹੋ ਗਈ ਸੀ ਅਤੇ ਆਮ ਲੋਕਾਂ ਦੀ ਜ਼ਿੰਦਗੀ ਨਾਲ ਪਿਆਰ ਹੋ ਗਿਆ ਸੀ। ਏਸੇ ਕਰਕੇ ਹੀ ਉਹ ਇਨਕਲਾਬ ਦੇ ਰਾਹੇ ਪੈ ਗਈ। ਛੋਟੇ ਹੁੰਦਿਆਂ ਉਸ ਨੂੰ ਹਮੇਸ਼ਾ ਇਸ ਗੱਲੋਂ ਝਾੜਾਂ ਪੈਂਦੀਆਂ ਰਹਿੰਦੀਆਂ ਕਿ ਉਹ ਬੈਠਕ ਵਿਚ ਬਹਿਣ ਦੀ ਥਾਂ ਹਰ ਵੇਲੇ ਨੌਕਰਾਂ ਦੇ ਕਮਰੇ ਵਿਚ, ਰਸੋਈ ਵਿਚ ਜਾਂ ਅਸਤਬਲ ਵਿਚ ਤੁਰੀ ਫਿਰਦੀ ਰਹਿੰਦੀ ਹੈ।

"ਪਰ ਮੈਨੂੰ ਬਾਵਰਚੀਆਂ ਤੇ ਕੋਚਵਾਨਾਂ ਨਾਲ ਗੱਲਾਂਬਾਤਾਂ ਕਰਕੇ ਬੜਾ ਸਵਾਦ ਆਉਂਦਾ ਸੀ ਅਤੇ ਅਮੀਰ ਔਰਤਾਂ ਤੇ ਮਰਦਾਂ ਕੋਲ ਬਹਿ ਕੇ ਮਨ ਉਚਾਟ ਹੋ ਜਾਂਦਾ ਸੀ," ਉਹ ਦੱਸਦੀ। "ਫੇਰ, ਜਦੋਂ ਮੈਨੂੰ ਗੱਲ ਦੀ ਸਮਝ ਆਉਣ ਲੱਗ ਪਈ ਤਾਂ ਮੈਂ ਵੇਖਿਆ ਕਿ ਸਾਡੀ ਜ਼ਿੰਦਗੀ ਤਾਂ ਬਿਲਕੁਲ ਗ਼ਲਤ ਰਾਹੇ ਪਈ ਹੋਈ ਹੈ। ਮਾਂ ਮੇਰੀ ਹੈ ਨਹੀਂ ਸੀ ਤੇ ਪਿਓ ਨਾਲ ਮੈਨੂੰ ਕੋਈ ਮੋਹ ਨਹੀਂ ਸੀ। ਇਸ ਕਰਕੇ ਮੈਂ ਉੱਨੀ ਵਰ੍ਹਿਆਂ ਦੀ ਉਮਰ ਵਿਚ ਘਰੋਂ ਨਿਕਲ ਆਈ ਅਤੇ ਆਪਣੀ ਸਹੇਲੀ ਦੇ ਨਾਲ ਇਕ ਫੈਕਟਰੀ ਵਿਚ ਕੰਮ ਕਰਨ ਲੱਗ ਪਈ।

ਜਦੋਂ ਉਹਨੇ ਫੈਕਟਰੀ ਵਿਚ ਕੰਮ ਕਰਨਾ ਛੱਡ ਦਿੱਤਾ ਤਾਂ ਉਹ ਇਕ ਪਿੰਡ ਵਿਚ ਜਾ ਕੇ ਰਹਿਣ ਲੱਗ ਪਈ। ਉਸ ਤੋਂ ਮਗਰੋਂ ਫੇਰ ਸ਼ਹਿਰ ਵਾਪਸ ਆ ਗਈ ਤੇ ਇਕ ਐਸੇ ਮਕਾਨ ਵਿਚ ਰਹਿਣ ਲੱਗੀ ਜਿਸ ਵਿਚ ਇਕ ਗੁਪਤ ਛਾਪਾਖਾਨਾ ਲੱਗਾ ਹੋਇਆ ਸੀ। ਏਥੇ ਹੀ ਉਹ ਗ੍ਰਿਫਤਾਰ ਕੀਤੀ ਗਈ ਸੀ ਤੇ ਉਹਨੂੰ ਬਾ-ਮੁਸ਼ੱਕਤ ਕੈਦ ਦੀ ਸਜ਼ਾ ਮਿਲੀ ਸੀ। ਇਸ ਬਾਰੇ ਮਾਰੀਆ ਪਾਵਲੋਵਨਾ ਨੇ ਆਪ ਨਹੀਂ ਸੀ ਕੋਈ ਗੱਲ ਕੀਤੀ। ਪਰ ਕਾਤੀਊਸ਼ਾ ਨੇ ਦੂਜਿਆਂ ਕੋਲੋਂ ਸੁਣਿਆ ਸੀ ਕਿ ਜਦੋਂ ਪੁਲਸ ਨੇ ਘਰ ਦੀ ਤਲਾਸ਼ੀ ਲੈ ਲਈ ਤਾਂ ਇਕ ਇਨਕਲਾਬੀ ਨੇ ਗੋਲੀ ਚੱਲਾ ਦਿੱਤੀ ਸੀ। ਮਾਰੀਆ ਪਾਵਲੋਵਨਾ ਨੇ ਗੋਲੀ ਚਲਾਉਣ ਦਾ ਕਸੂਰ ਆਪਣੇ ਸਿਰ ਲੈ ਲਿਆ। ਇਸ ਕਰਕੇ ਉਹਨੂੰ ਸਜ਼ਾ ਹੋ ਗਈ।

ਜਦੋਂ ਕਾਤੀਊਸ਼ਾ ਮਾਰੀਆ ਪਾਵਲੋਵਨਾ ਨੂੰ ਚੰਗੀ ਤਰ੍ਹਾਂ ਜਾਨਣ ਸਮਝਣ ਲੱਗ ਪਈ ਤਾਂ ਉਸ ਨੇ ਵੇਖਿਆ ਕਿ ਮਾਰੀਆ ਪਾਵਲੋਵਨਾ ਭਾਵੇਂ ਕਿਸੇ ਵੀ ਹਾਲਤ ਵਿਚ ਹੋਵੇ ਉਹ ਆਪਣੇ ਆਪ ਬਾਰੇ ਕਦੇ ਨਹੀਂ ਸੋਚਦੀ ਸਗੋਂ ਹਮੇਸ਼ਾ ਦੂਜਿਆਂ ਦੀ ਸੇਵਾ ਕਰਨ ਵਾਸਤੇ ਉਤਾਵਲੀ ਰਹਿੰਦੀ ਹੈ। ਕੰਮ ਭਾਵੇਂ ਵੱਡਾ ਹੋਵੇ ਭਾਵੇਂ ਛੋਟਾ ਉਹ ਦੂਜਿਆਂ ਦੀ ਮਦਦ ਕਰਨ ਲਈ ਤਿਆਰ ਰਹਿੰਦੀ ਹੈ। ਇਸ ਵੇਲੇ ਜਿਹੜੇ ਉਹਦੇ ਸਾਥੀ ਸਨ ਉਹਨਾਂ ਵਿਚ ਨੋਵੋਦਵੋਰੋਵ ਨਾਂ ਦਾ ਇਕ ਬੰਦਾ ਸੀ। ਉਹ ਮਾਰੀਆ ਪਾਵਲੋਵਨਾ ਬਾਰੇ ਕਹਿੰਦਾ ਹੁੰਦਾ ਸੀ ਕਿ ਉਹ ਸ਼ਿਕਾਰ ਖੇਡਣ ਵਾਂਗ ਪਰ-ਉਪਕਾਰ ਦੇ ਕੰਮ ਕਰਦੀ ਹੈ। ਤੇ ਇਹ ਗੱਲ ਸੀ ਵੀ ਸੱਚ। ਉਹਦੀ ਜ਼ਿੰਦਗੀ ਦੀ ਬਸ ਇਕੋ ਦਿਲਚਸਪੀ ਸੀ। ਹਰ ਐਸੇ ਮੌਕੇ ਦੀ ਤਾਕ ਵਿਚ ਰਹਿਣਾ ਜਦੋਂ ਉਹ ਕਿਸੇ ਦੇ ਕੰਮ ਆ ਸਕੇ। ਬਿਲਕੁਲ ਓਸੇ ਤਰ੍ਹਾਂ ਜਿਵੇਂ ਸ਼ਿਕਾਰੀ ਆਪਣੇ ਸ਼ਿਕਾਰ ਦੀ ਤਾਕ ਵਿਚ ਰਹਿੰਦਾ ਹੈ। ਤੇ ਇਸ ਸ਼ਿਕਾਰ ਦੀ ਉਹਨੂੰ ਆਦਤ ਪੈ ਗਈ ਸੀ, ਉਹਦੀ ਜ਼ਿੰਦਗੀ ਦਾ ਇਕੋ ਇਕ ਰੁਝੇਵਾਂ ਬਣ ਗਿਆ ਸੀ। ਅਤੇ

ਇਹ ਸਭ ਕੰਮ ਉਹ ਏਡੇ ਸੁਭਾਵਿਕ ਢੰਗ ਨਾਲ ਕਰਦੀ ਸੀ ਕਿ ਉਹਨੂੰ ਜਾਣਨ ਵਾਲੇ ਹੁਣ ਉਹਦੇ ਅਹਿਸਾਨਮੰਦ ਮਹਿਸੂਸ ਨਹੀਂ ਸੀ ਕਰਦੇ ਕਿਉਂਕਿ ਉਹ ਜਾਣਦੇ ਸਨ ਕਿ ਉਹਨੇ ਇਹ ਕੁਝ ਕਰਨਾ ਹੀ ਹੈ।

ਜਦੋਂ ਮਾਸਲੋਵਾ ਇਹਨਾਂ ਰਾਜਸੀ ਕੈਦੀਆਂ ਵਿਚ ਆ ਕੇ ਰਹਿਣ ਲੱਗੀ ਤਾਂ ਪਹਿਲਾਂ ਪਹਿਲਾਂ ਮਾਰੀਆ ਪਾਵਲੋਵਨਾ ਨੂੰ ਬੁਰਾ ਲੱਗਿਆ ਤੇ ਉਹ ਦੂਰ ਦੂਰ ਰਹਿੰਦੀ। ਕਾਤੀਊਸ਼ਾ ਨੇ ਇਹ ਗੱਲ ਭਾਂਪ ਲਈ, ਪਰ ਨਾਲ ਹੀ ਉਸ ਨੇ ਇਹ ਵੀ ਵੇਖਿਆ ਕਿ ਮਾਰੀਆ ਪਾਵਲੋਵਨਾ ਇਹਨਾਂ ਭਾਵਨਾਵਾਂ ਨੂੰ ਮਾਰਨ ਦੀ ਕੋਸ਼ਿਸ਼ ਕਰਦੀ ਹੈ ਅਤੇ ਖਾਸ ਪਿਆਰ ਤੇ ਸਦਭਾਵਨਾ ਨਾਲ ਉਹਨੂੰ ਮਿਲਦੀ ਗਿਲਦੀ ਹੈ। ਇਸ ਅਸਾਧਾਰਨ ਜਿੰਦ ਦੇ ਪਿਆਰ ਤੇ ਸਦਭਾਵਨਾ ਨੇ ਮਾਸਲੋਵਾ ਦੇ ਦਿਲ ਨੂੰ ਐਸਾ ਟੁੰਬਿਆ ਕਿ ਉਸ ਨੇ ਆਪਣਾ ਪੂਰਾ ਦਿਲ ਉਸ ਦੇ ਹਵਾਲੇ ਕਰ ਦਿੱਤਾ। ਅਚੇਤ ਹੀ ਉਸ ਨੇ ਮਾਰੀਆ ਪਾਵਲੋਵਨਾ ਦੇ ਵਿਚਾਰ, ਦ੍ਰਿਸ਼ਟੀਕੋਣ ਨੂੰ ਅਪਣਾ ਲਿਆ ਅਤੇ ਹਰ ਗੱਲ ਵਿਚ ਸੁਤੇ-ਸਿਧ ਹੀ ਉਹਦੀ ਨਕਲ ਕਰਨ ਲੱਗ ਪਈ। ਤੇ ਦੂਜੇ ਪਾਸੇ ਮਾਰੀਆ ਪਾਵਲੋਵਨਾ ਕਾਤੀਊਸ਼ਾ ਦੀ ਇਸ ਪ੍ਰੇਮ-ਲਗਨ ਤੋਂ ਪ੍ਰਭਾਵਤ ਹੋਏ ਬਿਨਾਂ ਨਾ ਰਹਿ ਸਕੀ ਤੇ ਉਹ ਵੀ ਓਸੇ ਤਰ੍ਹਾਂ ਕਾਤੀਊਸ਼ਾ ਨੂੰ ਪਿਆਰ ਕਰਨ ਲੱਗ ਪਈ।

ਉਹਨਾਂ ਦੋਵਾਂ ਨੂੰ ਆਪਸ ਵਿਚ ਜੋੜਨ ਵਾਲੀ ਇਕ ਹੋਰ ਗੱਲ ਵੀ ਸੀ। ਉਹ ਇਹ ਕਿ ਦੋਵਾਂ ਨੂੰ ਹੀ ਕਾਮੁਕ ਪਿਆਰ ਤੋਂ ਨਫਰਤ ਸੀ। ਇਕ ਦੀ ਘਿਰਣਾ ਦਾ ਕਾਰਨ ਤਾਂ ਇਹ ਸੀ ਕਿ ਉਹਨੇ ਇਸ ਪਿਆਰ ਦੀਆਂ ਭਿਅੰਕਰਤਾਵਾਂ ਨੂੰ ਹੰਢਾਇਆ ਸੀ; ਤੇ ਦੂਜੀ ਨੂੰ ਇਸ ਦਾ ਕੋਈ ਅਨੁਭਵ ਨਹੀਂ ਸੀ ਹੋਇਆ, ਇਸ ਕਰਕੇ ਇਹ ਚੀਜ਼ ਉਹਦੀ ਸਮਝ ਤੋਂ ਬਾਹਰ ਸੀ। ਇਸ ਦੇ ਨਾਲ ਹੀ ਇਸ ਨੂੰ ਉਹ ਬੜੀ ਘਿਰਣਾ ਵਾਲੀ ਗੱਲ ਤੇ ਮਨੁਖੀ ਗੌਰਵ ਦਾ ਅਪਮਾਨ ਸਮਝਦੀ ਸੀ।

੪

ਮਾਸਲੋਵਾ ਨੇ ਆਪਣੇ ਦਿਲ ਦਿਮਾਗ ਨੂੰ ਜਿਨ੍ਹਾਂ ਲੋਕਾਂ ਦੇ ਪ੍ਰਭਾਵ ਹੇਠ ਆਉਣ ਦਿੱਤਾ ਮਾਰੀਆ ਪਾਵਲੋਵਨਾ ਉਹਨਾਂ ਵਿਚੋਂ ਇਕ ਸੀ। ਇਸ ਦਾ ਕਾਰਨ ਇਹ ਸੀ ਕਿ ਮਾਸਲੋਵਾ ਮਾਰੀਆ ਪਾਵਲੋਵਨਾ ਨੂੰ ਪਿਆਰ ਕਰਦੀ ਸੀ। ਦੂਜਾ ਪ੍ਰਭਾਵ ਸੀ ਸਿਮੋਨਸਨ ਦਾ। ਇਸ ਪ੍ਰਭਾਵ ਦਾ ਕਾਰਨ ਇਹ ਸੀ ਕਿ ਸਿਮੋਨਸਨ ਮਾਸਲੋਵਾ ਨੂੰ ਪਿਆਰ ਕਰਦਾ ਸੀ।

ਸਭ ਲੋਕ ਕੁਝ ਕੁਝ ਆਪਣੇ ਅਤੇ ਕੁਝ ਕੁਝ ਦੂਜਿਆਂ ਦੇ ਵਿਚਾਰਾਂ ਅਨੁਸਾਰ ਜੀਵਨ ਗੁਜ਼ਾਰਦੇ ਅਤੇ ਕਾਰ-ਵਿਹਾਰ ਕਰਦੇ ਹਨ। ਕੋਈ ਆਦਮੀ ਕਿਸ ਹੱਦ ਤੱਕ ਆਪਣੇ ਜਾਂ ਦੂਜਿਆਂ ਦੇ ਵਿਚਾਰਾਂ ਅਨੁਸਾਰ ਚਲਦਾ ਹੈ, ਇਹੋ ਹੀ ਮੁਖ ਕਸੌਟੀ ਹੈ ਜਿਸ ਨਾਲ ਇਕ

ਮਨੁਖ ਦੂਜੇ ਨਾਲੋਂ ਨਿਖੇੜਿਆ ਜਾਂਦਾ ਹੈ। ਕਈ ਲੋਕਾਂ ਵਾਸਤੇ ਚਿੰਤਨ ਕਰਨਾ ਇਕ ਕਿਸਮ ਦੀ ਮਾਨਸਿਕ ਖੇਡ ਹੈ। ਇਹ ਲੋਕ ਬਹੁਤੀਆਂ ਹਾਲਤਾਂ ਵਿਚ ਆਪਣੀ ਸਿਆਣਪ ਨੂੰ ਅਜਿਹਾ ਚਾਲਕ ਚੱਕਾ ਸਮਝਦੇ ਹਨ ਜਿਸ ਦਾ ਪਟਾ ਲਾਹ ਦਿੱਤਾ ਗਿਆ ਹੋਵੇ ਅਤੇ ਉਹ ਆਪਣੇ ਕਾਰ-ਵਿਹਾਰ ਵਿਚ ਦੂਜੇ ਲੋਕਾਂ ਦੇ ਵਿਚਾਰਾਂ—ਰਸਮ-ਰਵਾਜਾਂ, ਪਰੰਪਰਾਵਾਂ ਜਾਂ ਕਾਨੂੰਨ—ਤੋਂ ਅਗਵਾਈ ਲੈਂਦੇ ਹਨ। ਕੁਝ ਲੋਕ ਆਪਣੇ ਹੀ ਵਿਚਾਰਾਂ ਨੂੰ ਆਪਣੇ ਕਾਰ-ਵਿਹਾਰ ਦੀ ਮੁਖ ਚਾਲਕ ਸ਼ਕਤੀ ਸਮਝਦੇ ਹਨ। ਉਹ ਆਪਣੀ ਹੀ ਬੁੱਧੀ ਦੀ ਆਵਾਜ਼ ਸੁਣਦੇ ਹਨ ਤੇ ਓਸੇ ਦਾ ਹੁਕਮ ਮੰਨਦੇ ਹਨ। ਉਹ ਕਦੇ ਕਦਾਈਂ ਹੀ ਦੂਜੇ ਲੋਕਾਂ ਦੇ ਵਿਚਾਰਾਂ ਨੂੰ ਪ੍ਰਵਾਨ ਕਰਦੇ ਹਨ ਅਤੇ ਉਹ ਵੀ ਉਹਨਾਂ ਦੀ ਚੰਗੀ ਤਰ੍ਹਾਂ ਪੁਣ-ਛਾਣ ਕਰਕੇ। ਸਿਮੋਨਸਨ ਏਸੇ ਕਿਸਮ ਦਾ ਬੰਦਾ ਸੀ। ਉਹ ਆਪਣੀ ਬੁੱਧੀ ਮੁਤਾਬਿਕ ਤੱਥਾਂ ਦੀ ਪੱਰਖ ਪੜਤਾਲ ਕਰਦਾ ਅਤੇ ਉਸ ਦੇ ਆਧਾਰ ਉਤੇ ਫੈਸਲੇ ਕਰਦਾ। ਅਤੇ ਫੇਰ ਇਸ ਤਰ੍ਹਾਂ ਕੀਤੇ ਹੋਏ ਫੈਸਲਿਆਂ ਉਤੇ ਅਮਲ ਕਰਦਾ ਸੀ।

ਸਿਮੋਨਸਨ ਦਾ ਪਿਓ ਰਸਦ ਸਪਲਾਈ ਕਰਨ ਵਾਲੇ ਮਹਿਕਮੇ ਵਿਚ ਇਕ ਅਫਸਰ ਲੱਗਾ ਹੋਇਆ ਸੀ। ਅਜੇ ਉਹ ਸਕੂਲ ਵਿਚ ਹੀ ਪੜ੍ਹਦਾ ਸੀ ਜਦੋਂ ਉਹ ਇਸ ਨਤੀਜੇ ਤੇ ਪਹੁੰਚ ਗਿਆ ਕਿ ਉਹਦੇ ਪਿਓ ਦੀ ਕਮਾਈ ਹੱਕ-ਹਲਾਲ ਦੀ ਕਮਾਈ ਨਹੀਂ। ਉਹਨੇ ਆਪਣੇ ਪਿਓ ਨੂੰ ਆਖ ਵੀ ਦਿੱਤਾ ਸੀ ਕਿ ਇਸ ਕਮਾਈ ਦੇ ਪੈਸੇ ਲੋਕਾਂ ਵਿਚ ਵੰਡ ਦੇਣੇ ਚਾਹੀਦੇ ਹਨ। ਬਜਾਏ ਇਸ ਦੇ ਕਿ ਉਹਦੀ ਗੱਲ ਵੱਲ ਕੋਈ ਧਿਆਨ ਦੇਂਦਾ ਪਿਓ ਨੇ ਸਗੋਂ ਉਹਦੀ ਝਾੜ-ਝੰਭ ਕੀਤੀ। ਨਤੀਜਾ ਇਹ ਹੋਇਆ ਕਿ ਉਹ ਘਰੋਂ ਭੱਜ ਗਿਆ ਅਤੇ ਆਪਣੇ ਪਿਓ ਕੋਲੋਂ ਕੱਚੀ ਕੌਡੀ ਦਾ ਵੀ ਰਵਾਦਾਰ ਨਹੀਂ ਬਣਿਆ। ਇਸ ਤਰ੍ਹਾਂ ਉਹ ਇਸ ਨਤੀਜੇ ਤੇ ਅਪੜ ਗਿਆ ਕਿ ਸਾਰੀਆਂ ਮੌਜੂਦਾ ਬੁਰਾਈਆਂ ਦੀ ਜੜ੍ਹ ਲੋਕਾਂ ਦਾ ਅਗਿਆਨ ਹੈ ਤੇ ਉਹ ਯੂਨੀਵਰਸਿਟੀ ਦੀ ਪੜ੍ਹਾਈ ਖਤਮ ਕਰਦਿਆਂ ਹੀ ਨਰੋਦਨਿਕਾਂ ਵਿਚ ਜਾ ਸ਼ਾਮਲ ਹੋਇਆ। ਉਹ ਇਕ ਪਿੰਡ ਵਿਚ ਸਕੂਲ ਮਾਸਟਰ ਲੱਗ ਗਿਆ। ਆਪਣੀ ਧਾਰਨਾ ਅਨੁਸਾਰ ਜਿਹੜੀਆਂ ਗੱਲਾਂ ਨੂੰ ਉਹ ਠੀਕ ਸਮਝਦਾ ਸੀ ਉਹਨਾਂ ਬਾਰੇ ਆਪਣੇ ਸ਼ਾਗਿਰਦਾਂ ਅਤੇ ਪਿੰਡ ਦੇ ਕਿਸਾਨਾਂ ਵਿਚ ਡਟ ਕੇ ਭਾਸ਼ਨ ਦੇਂਦਾ ਤੇ ਉਹਨਾਂ ਦਾ ਪਰਚਾਰ ਕਰਦਾ ਅਤੇ ਜਿਨ੍ਹਾਂ ਗੱਲਾਂ ਨੂੰ ਉਹ ਝੂਠ ਤੇ ਗਲਤ ਸਮਝਦਾ ਸੀ ਉਹਨਾਂ ਦੀ ਨਿਖੇਧੀ ਤੇ ਵਿਰੋਧਤਾ ਕਰਦਾ।

ਉਸ ਨੂੰ ਗ੍ਰਿਫਤਾਰ ਕਰਕੇ ਉਹਦੇ ਤੇ ਮੁਕੱਦਮਾ ਚਲਾਇਆ ਗਿਆ।

ਆਪਣੇ ਮੁਕੱਦਮੇ ਦੇ ਦੌਰਾਨ ਉਹ ਇਸ ਸਿੱਟੇ ਤੇ ਪੁਜਿਆ ਕਿ ਉਹਨਾਂ ਜੱਜਾਂ ਦਾ ਕੋਈ ਹੱਕ ਨਹੀਂ ਕਿ ਉਹਦੇ ਮੁਨਸਿਫ ਬਣਨ, ਤੇ ਇਹ ਗੱਲ ਉਹਨੇ ਸਾਫ ਸਾਫ ਉਹਨਾਂ ਨੂੰ ਆਖ ਵੀ ਦਿੱਤੀ ਸੀ। ਪਰ ਜੱਜਾਂ ਨੇ ਉਹਦੀ ਗੱਲ ਦੀ ਕੋਈ ਪ੍ਰਵਾਹ ਨਾ ਕੀਤੀ ਅਤੇ ਮੁਕੱਦਮੇ ਦੀ ਕਾਰਵਾਈ ਨੂੰ ਜਾਰੀ ਰੱਖਿਆ। ਇਹ ਵੇਖ ਕੇ ਉਹਨੇ ਜੱਜਾਂ ਦੀ ਕਿਸੇ ਵੀ ਗੱਲ ਦਾ ਜਵਾਬ ਨਾ ਦੇਣ ਦੀ ਧਾਰ ਲਈ ਅਤੇ ਜਦੋਂ ਉਹਨਾਂ ਨੇ ਉਸ ਨੂੰ ਸਵਾਲ ਪੁੱਛੇ ਤਾਂ ਉਹ ਬੁੱਤ ਬਣਿਆ ਖਲੋਤਾ ਰਿਹਾ। ਉਸ ਨੂੰ ਆਰਖਾਂਗੇਲਸਕ ਗੁਬੇਰਨੀਆ ਵਿਚ ਦੇਸ-

ਬਦਰ ਕਰ ਦਿੱਤਾ ਗਿਆ। ਓਥੇ ਉਸ ਨੇ ਇਕ ਧਾਰਮਿਕ ਸਿਧਾਂਤ ਘੜ ਲਿਆ ਜਿਸ ਤੋਂ ਆਪਣੇ ਹਰ ਕਾਰ-ਵਿਹਾਰ ਵਿਚ ਅਗਵਾਈ ਲੈਣ ਲੱਗ ਪਿਆ। ਇਸ ਸਿਧਾਂਤ ਦੀ ਬੁਨਿਆਦ ਇਹ ਮਨੌਤ ਸੀ ਕਿ ਬ੍ਰਹਿਮੰਡ ਦੀ ਹਰ ਵਸਤੂ ਪ੍ਰਾਣਧਾਰੀ ਹੈ, ਜੜ੍ਹ ਪਦਾਰਥ ਕੋਈ ਵੀ ਨਹੀਂ। ਜਿਨ੍ਹਾਂ ਚੀਜ਼ਾਂ ਨੂੰ ਅਸੀਂ ਜੜ੍ਹ ਜਾਂ ਅਜੀਵਕ ਸਮਝਦੇ ਹਾਂ ਉਹ ਅਸਲ ਵਿਚ ਇਕ ਵਿਰਾਟ ਜੀਵਕ ਸਰੀਰ ਦੇ ਅੰਗ ਹਨ। ਇਹ ਵਿਰਾਟ ਸਰੀਰ ਪੂਰੀ ਤਰ੍ਹਾਂ ਸਾਡੀ ਸਮਝ ਵਿਚ ਨਹੀਂ ਆ ਸਕਦਾ ਅਤੇ ਇਸ ਦੇ ਇਕ ਅੰਗ ਵਜੋਂ ਮਨੁਖ ਦਾ ਕੰਮ ਹੈ ਕਿ ਉਹ ਇਸ ਦੀ ਜਾਨ ਨੂੰ ਅਤੇ ਇਸ ਦੇ ਜੀਵੰਤ ਅੰਗਾਂ ਨੂੰ ਕਾਇਮ ਰੱਖੇ। ਤੇ ਇਸ ਲਈ ਉਹ ਕਿਸੇ ਵੀ ਜੀਵ ਦੀ ਹੱਤਿਆ ਨੂੰ ਜੁਰਮ ਸਮਝਦਾ ਸੀ ਅਤੇ ਉਹ ਜੰਗਾਂ ਦੇ, ਮੌਤ ਦੀ ਸਜ਼ਾ ਦੇ, ਤੇ ਹਰ ਕਿਸਮ ਦੀ ਹੱਤਿਆ ਦੇ ਖਿਲਾਫ ਸੀ, ਸਿਰਫ ਮਨੁਖਾਂ ਦੀ ਹੱਤਿਆ ਦੇ ਹੀ ਨਹੀਂ ਸਗੋਂ ਪਸ਼ੂਆਂ ਦੀ ਹੱਤਿਆ ਦੇ ਵੀ। ਵਿਆਹ ਦੇ ਮਸਲੇ ਬਾਰੇ ਵੀ ਉਹਦੀ ਆਪਣੀ ਇਕ ਧਾਰਨਾ ਸੀ। ਉਹ ਸਮਝਦਾ ਸੀ ਕਿ ਬੱਚੇ ਪੈਦਾ ਕਰਨਾ ਮਨੁਖ ਦਾ ਗੌਣ ਕਾਰਜ ਹੈ, ਪ੍ਰਮੁਖ ਕਾਰਜ ਹੈ ਪਹਿਲਾਂ ਤੋਂ ਮੌਜੂਦ ਪ੍ਰਾਣੀਆਂ ਦੀ ਸੇਵਾ ਕਰਨਾ। ਉਹ ਆਪਣੇ ਇਸ ਸਿਧਾਂਤ ਦੀ ਪੁਸ਼ਟੀ ਇਸ ਤੱਥ ਤੋਂ ਕਰਦਾ ਹੁੰਦਾ ਸੀ ਕਿ ਲਹੂ ਵਿਚ ਫੈਗੋਸਾਈਟ* ਹੁੰਦੇ ਹਨ। ਉਹਦੇ ਵਿਚਾਰ ਅਨੁਸਾਰ ਬ੍ਰਹਮਚਾਰੀ ਲੋਕ ਫੈਗੋਸਾਈਟਾਂ ਵਾਂਗ ਹੀ ਹੁੰਦੇ ਹਨ ਜਿਨ੍ਹਾਂ ਦਾ ਕੰਮ ਸਰੀਰ ਦੇ ਕਮਜ਼ੋਰ ਤੇ ਰੋਗੀ ਅੰਗਾਂ ਦੀ ਸਹਾਇਤਾ ਕਰਨਾ ਹੈ। ਜਿਸ ਘੜੀ ਉਹ ਇਸ ਸਿੱਟੇ ਤੇ ਪੁਜ ਗਿਆ, ਇਹਦੇ ਮੁਤਾਬਿਕ ਹੀ ਜੀਵਨ ਬਿਤਾਉਣ ਲੱਗ ਪਿਆ, ਹਾਲਾਂਕਿ ਆਪਣੀ ਜਵਾਨੀ ਵਿਚ ਉਹ ਅਯਾਸ਼ ਬਣ ਗਿਆ ਸੀ। ਇੰਜ ਉਹ ਆਪਣੇ ਆਪ ਨੂੰ ਅਤੇ ਮਾਰੀਆ ਪਾਵਲੋਵੑਨਾ ਨੂੰ ਮਨੁਖਾਂ ਦੇ ਰੂਪ ਵਿਚ ਫੈਗੋਸਾਈਟ ਹੀ ਸਮਝਦਾ ਸੀ।

ਕਾਤੀਊਸ਼ਾ ਨਾਲ ਉਸ ਦਾ ਪਿਆਰ ਉਸ ਦੀ ਇਸ ਧਾਰਨਾ ਦੀ ਉਲੰਘਣਾ ਨਹੀਂ ਸੀ ਕਿਉਂਕਿ ਉਹਦਾ ਪਿਆਰ ਅਫਲਾਤੂਨੀ ਪਿਆਰ ਸੀ। ਉਹ ਸਮਝਦਾ ਸੀ ਕਿ ਅਜਿਹਾ ਪਿਆਰ ਫੈਗੋਸਾਈਟ ਦੀ ਹੈਸੀਅਤ ਵਿਚ ਉਹਦੀਆਂ ਸਰਗਰਮੀਆਂ ਵਿਚ ਰੁਕਾਵਟ ਨਹੀਂ ਬਣ ਸਕਦਾ, ਸਗੋਂ ਇਸ ਦੇ ਉਲਟ, ਇਕ ਪ੍ਰੇਰਨਾ ਦਾ ਸੋਮਾ ਸੀ।

ਸਿਰਫ ਸਦਾਚਾਰਕ ਸਵਾਲਾਂ ਦਾ ਹੀ ਨਹੀਂ ਸਗੋਂ ਬਹੁਤ ਸਾਰੇ ਵਿਹਾਰਕ ਸਵਾਲਾਂ ਦਾ ਫੈਸਲਾ ਵੀ ਉਹ ਆਪਣੇ ਹੀ ਢੰਗ ਨਾਲ ਕਰਿਆ ਕਰਦਾ ਸੀ। ਸਾਰੇ ਹੀ ਵਿਹਾਰਕ ਮਾਮਲਿਆਂ ਬਾਰੇ ਉਸ ਦੀ ਆਪਣੀ ਹੀ ਇਕ ਧਾਰਨਾ ਸੀ। ਕਿੰਨੇ ਘੰਟੇ ਕੰਮ ਕਰਨਾ ਚਾਹੀਦਾ ਹੈ, ਕਿੰਨੇ ਘੰਟੇ ਆਰਾਮ ਕਰਨਾ ਚਾਹੀਦਾ ਹੈ, ਕਿਸ ਕਿਸਮ ਦੀ ਖੁਰਾਕ ਖਾਣੀ ਚਾਹੀਦੀ ਹੈ, ਕਿਸ ਤਰ੍ਹਾਂ ਦੀ ਪੁਸ਼ਾਕ ਪਾਉਣੀ ਚਾਹੀਦੀ ਹੈ, ਘਰਾਂ ਨੂੰ ਗਰਮ ਕਿਵੇਂ ਕਰਨਾ ਚਾਹੀਦਾ ਹੈ ਅਤੇ ਰੋਸ਼ਨੀ ਦਾ ਪ੍ਰਬੰਧ ਕਿਸ ਤਰ੍ਹਾਂ ਦਾ ਹੋਣਾ ਚਾਹੀਦਾ ਹੈ। ਇਹਨਾਂ ਸਭ ਗੱਲਾਂ ਬਾਰੇ ਉਹਨੇ ਨੇਮ ਘੜੇ ਹੋਏ ਸਨ।

---

* ਸਰੀਰ ਦੇ ਉਹ ਸੈਲ ਜਿਹੜੇ ਸਖਤ ਚੀਜ਼ਾਂ ਤੇ ਬੈਕਟੀਰੀਆ ਨੂੰ ਜਜ਼ਬ ਤੇ ਤਬਾਹ ਕਰਦੇ ਹਨ।— **ਸੰਪਾ :**

ਇਸ ਸਭ ਕੁਝ ਦੇ ਬਾਵਜੂਦ ਸਿਮੋਨਸਨ ਦਾ ਸੁਭਾ ਬੜਾ ਹੀ ਸ਼ਰਮਾਕਲ ਤੇ ਨਿਮਰਤਾ ਵਾਲਾ ਸੀ। ਪਰ ਜਦੋਂ ਉਹ ਕਿਸੇ ਵੀ ਗੱਲ ਬਾਰੇ ਆਪਣੇ ਮਨ ਨਾਲ ਕੋਈ ਫੈਸਲਾ ਕਰ ਲੈਂਦਾ ਤਾਂ ਦੁਨੀਆ ਦੀ ਕੋਈ ਤਾਕਤ ਉਸ ਨੂੰ ਆਪਣੇ ਪੈਂਤੜੇ ਤੋਂ ਹਿਲਾ ਨਹੀਂ ਸੀ ਸਕਦੀ।

ਅਤੇ ਇਸ ਆਦਮੀ ਨੇ ਆਪਣੇ ਪਿਆਰ ਨਾਲ ਮਾਸਲੋਵਾ ਨੂੰ ਨਿਰਣਾਇਕ ਤੌਰ ਤੇ ਪ੍ਰਭਾਵਤ ਕੀਤਾ। ਔਰਤਾਂ ਵਾਲੀ ਅੰਤਰ–ਸੋਝੀ ਨਾਲ ਛੇਤੀ ਹੀ ਮਾਸਲੋਵਾ ਨੂੰ ਪਤਾ ਲੱਗ ਗਿਆ ਕਿ ਉਹ ਉਸ ਨੂੰ ਪਿਆਰ ਕਰਦਾ ਹੈ। ਅਤੇ ਇਸ ਹਕੀਕਤ ਨੇ ਕਿ ਉਹ ਅਸਾਧਾਰਨ ਆਦਮੀ ਦੇ ਦਿਲ ਵਿਚ ਆਪਣੇ ਪਿਆਰ ਦੀ ਚੰਗਿਆੜੀ ਸੁੱਟ ਸਕੀ ਹੈ ਮਾਸਲੋਵਾ ਨੂੰ ਆਪਣੀਆਂ ਹੀ ਨਜ਼ਰਾਂ ਵਿਚ ਬਹੁਤ ਉੱਚਾ ਚੁੱਕ ਦਿੱਤਾ। ਨੇਖ਼ਲੀਊਦੋਵ ਨੇ ਉਹਦੇ ਨਾਲ ਵਿਆਹ ਕਰਾਉਣ ਦੀ ਪੇਸ਼ਕਸ਼ ਇਸ ਕਰਕੇ ਕੀਤੀ ਸੀ ਕਿ ਇਕ ਤਾਂ ਉਹ ਉਦਾਰਚਿੱਤ ਆਦਮੀ ਸੀ ਅਤੇ ਦੂਜੇ ਉਹ ਆਪਣੇ ਬੀਤੇ ਦੇ ਅਹਿਸਾਸ ਤੋਂ ਸੁਰਖਰੂ ਹੋਣਾ ਚਾਹੁੰਦਾ ਸੀ। ਪਰ ਸਿਮੋਨਸਨ ਉਸ ਮਾਸਲੋਵਾ ਨੂੰ ਪਿਆਰ ਕਰਦਾ ਸੀ ਜੋ ਕੁਝ ਉਹ ਇਸ ਵੇਲੇ ਸੀ। ਤੇ ਉਸ ਦੇ ਪਿਆਰ ਦਾ ਹੋਰ ਕੋਈ ਕਾਰਨ ਨਹੀਂ ਸੀ ਸਿਰਫ ਪਿਆਰ ਹੀ ਸੀ। ਮਾਸਲੋਵਾ ਇਹ ਮਹਿਸੂਸ ਕਰਨ ਲੱਗ ਪਈ ਸੀ ਕਿ ਸਿਮੋਨਸਨ ਉਸ ਨੂੰ ਵਿਸ਼ੇਸ਼ ਉੱਚੇ ਇਖਲਾਕੀ ਗੁਣਾਂ ਵਾਲੀ ਇਕ ਵਿਲੱਖਣ ਔਰਤ ਸਮਝਦਾ ਹੈ। ਸਿਮੋਨਸਨ ਨੂੰ ਉਹਦੇ ਵਿਚ ਕਿਹੜੇ ਗੁਣ ਨਜ਼ਰ ਆਏ ਸਨ ਇਸ ਬਾਰੇ ਉਹ ਸਪਸ਼ਟ ਰੂਪ ਵਿਚ ਕੁਝ ਨਹੀਂ ਸੀ ਜਾਣਦੀ, ਪਰ ਇਸ ਖਿਆਲ ਨਾਲ ਕਿ ਉਹਨੂੰ ਕਿਸੇ ਗਲੋਂ ਨਿਰਾਸ਼ ਨਾ ਹੋਣਾ ਪਵੇ ਉਹ ਆਪਣੀ ਪੂਰੀ ਹਿੰਮਤ ਨਾਲ ਆਪਣੇ ਅੰਦਰ ਉਹ ਸਾਰੇ ਉੱਚ ਕੋਟੀ ਦੇ ਗੁਣ ਜਗਾਉਣ ਦੀ ਜਿਨ੍ਹਾਂ ਦੀ ਉਹ ਕਲਪਨਾ ਕਰ ਸਕਦੀ ਸੀ, ਅਤੇ ਚੰਗੀ ਤੋਂ ਚੰਗੀ ਬਣਨ ਦੀ ਕੋਸ਼ਿਸ਼ ਕਰਦੀ ਸੀ।

ਇਹ ਸਿਲਸਲਾ ਜੇਲ੍ਹ ਵਿਚ ਹੀ ਸ਼ੁਰੂ ਹੋ ਗਿਆ ਸੀ। ਰਾਜਸੀ ਕੈਦੀਆਂ ਨਾਲ ਆਮ ਮੁਲਾਕਾਤਾਂ ਵਾਲੇ ਇਕ ਦਿਹਾੜੇ ਮਾਸਲੋਵਾ ਨੇ ਵੇਖਿਆ ਕਿ ਸੰਘਣੇ ਭਰਵੱਟਿਆਂ ਹੇਠ ਉਸ ਦੀਆਂ ਸੁਹਿਰਦ ਗੂੜ੍ਹੀਆਂ ਨੀਲੀਆਂ ਅੱਖਾਂ ਇਕ ਟੱਕ ਉਹਦੇ ਵੱਲ ਝਾਕੀ ਜਾ ਰਹੀਆਂ ਸਨ। ਓਦੋਂ ਹੀ ਮਾਸਲੋਵਾ ਨੇ ਇਹ ਵੀ ਭਾਂਪ ਲਿਆ ਸੀ ਕਿ ਇਹ ਕੋਈ ਵਿਚਿਤਰ ਜਿਹਾ ਬੰਦਾ ਹੈ ਅਤੇ ਬੜੇ ਅਨੋਖੇ ਅੰਦਾਜ਼ ਨਾਲ ਉਹਦੇ ਵੱਲ ਵੇਖੀ ਜਾ ਰਿਹਾ ਹੈ। ਉਸ ਨੇ ਇਹ ਵੀ ਭਾਂਪ ਲਿਆ ਸੀ ਕਿ ਉਸ ਦੇ ਖਿੰਡਰੇ–ਪੁੰਡਰੇ ਵਾਲਾਂ ਤੇ ਮੱਥੇ ਦੀਆਂ ਤਿਊੜੀਆਂ ਤੋਂ ਉਹਦੀ ਨੁਹਾਰ ਵਿਚ ਕਠੋਰਤਾ ਨਜ਼ਰ ਆਉਂਦੀ ਸੀ ਪਰ ਉਹਦੀ ਤਕਣੀ ਵਿਚ ਬੱਚਿਆਂ ਵਰਗੀ ਸਦਭਾਵਨਾ ਤੇ ਮਾਸੂਮੀਅਤ ਸੀ। ਮਾਸਲੋਵਾ ਨੇ ਉਸ ਨੂੰ ਦੁਬਾਰਾ ਤੋਮਸਕ ਵਿਚ ਵੇਖਿਆ ਸੀ ਜਿਥੇ ਉਹ ਰਾਜਸੀ ਕੈਦੀਆਂ ਵਿਚ ਆ ਰਲੀ ਸੀ। ਅਤੇ ਭਾਵੇਂ ਉਹਨਾਂ ਨੇ ਆਪਸ ਵਿਚ ਕੋਈ ਗੱਲ ਤਾਂ ਨਹੀਂ ਸੀ ਕੀਤੀ, ਪਰ ਮਿਲੀਆਂ ਨਜ਼ਰਾਂ ਨੇ ਇਹ ਗੱਲ ਮੰਨ ਲਈ ਸੀ ਕਿ ਉਹਨਾਂ ਨੂੰ ਇਕ ਦੂਜੇ ਦਾ ਚੇਤਾ ਹੈ ਅਤੇ ਇਕ ਦੂਜੇ ਲਈ ਉਹਨਾਂ ਦੀ ਅਹਿਮੀਅਤ ਹੈ। ਇਸ ਤੋਂ ਪਿਛੋਂ ਵੀ ਉਹਨਾਂ ਵਿਚਾਲੇ ਕੋਈ ਗੰਭੀਰ ਗਲਬਾਤ ਨਹੀਂ ਸੀ ਹੋਈ, ਪਰ ਮਾਸਲੋਵਾ ਮਹਿਸੂਸ ਕਰਦੀ ਸੀ ਕਿ ਉਸ ਦੇ ਕੋਲ ਹੁੰਦਿਆਂ ਜਦੋਂ ਉਹ ਕੋਈ

ਗੱਲ ਕਰਦਾ ਹੈ ਤਾਂ ਉਹਦੇ ਬੋਲ ਉਸੇ ਨੂੰ ਸੰਬੋਧਨ ਹੁੰਦੇ ਹਨ ਅਤੇ ਉਹ ਜੋ ਕੁਝ ਵੀ ਕਹਿੰਦਾ ਹੈ ਸਿਰਫ ਉਹਦੀ ਖਾਤਰ ਹੀ ਕਹਿੰਦਾ ਹੈ। ਉਹ ਆਪਣੇ ਮਨ ਦੀ ਗੱਲ ਵਧ ਤੋਂ ਵਧ ਸਪਸ਼ਟ ਰੂਪ ਵਿਚ ਕਹਿਣ ਦੀ ਕੋਸ਼ਿਸ਼ ਕਰਦਾ ਸੀ। ਪਰ ਉਹ ਖਾਸ ਕਰਕੇ ਇਕ ਦੂਜੇ ਦੇ ਨੇੜੇ ਓਦੋਂ ਆਏ ਜਦੋਂ ਸਿਮੋਨਸਨ ਨੇ ਇਖਲਾਕੀ ਕੈਦੀਆਂ ਨਾਲ ਪੈਦਲ ਸਫਰ ਕਰਨਾ ਸ਼ੁਰੂ ਕੀਤਾ।

੫

ਨੀਜ਼ਨੀ ਨੋਵਗੋਰੋਦ ਤੋਂ ਪੇਰਮ ਤਕ ਤੁਰਨ ਵੇਲੇ, ਨੇਖਲੀਊਦੋਵ ਮਾਸਲੋਵਾ ਨੂੰ ਸਿਰਫ ਦੋ ਵਾਰ ਹੀ ਮਿਲ ਸਕਿਆ ਸੀ। ਇਕ ਵਾਰ ਨੀਜ਼ਨੀ ਨੋਵਗੋਰੋਦ ਵਿਚ ਜਦੋਂ ਹਾਲੇ ਸਾਰੇ ਕੈਦੀ ਉਸ ਬੱਜਰੇ ਵਿਚ ਨਹੀਂ ਚੜ੍ਹੇ ਸਨ ਜਿਸ ਨੂੰ ਤਾਰ ਦਾ ਜਾਲ ਜਿਹਾ ਲਾ ਕੇ ਇਕ ਪਿੰਜਰਾ ਬਣਾ ਦਿੱਤਾ ਹੋਇਆ ਸੀ, ਅਤੇ ਦੂਜੀ ਵਾਰ ਪੇਰਮ ਦੀ ਜੇਲ੍ਹ ਦੇ ਦਫਤਰ ਵਿਚ। ਦੋਵੇਂ ਵਾਰ ਹੀ ਉਹਨੇ ਵੇਖਿਆ ਕਿ ਮਾਸਲੋਵਾ ਕੁਝ ਘੁਟੀ ਘੁਟੀ ਤੇ ਰੁੱਖੀ ਰੁੱਖੀ ਜਿਹੀ ਸੀ। ਜਦੋਂ ਨੇਖਲੀਊਦੋਵ ਨੇ ਪੁੱਛਿਆ ਕਿ ਉਸ ਨੂੰ ਕਿਸੇ ਚੀਜ਼ ਦੀ ਲੋੜ ਤਾਂ ਨਹੀਂ ਅਤੇ ਉਹ ਓਥੇ ਸੁਖ ਆਰਾਮ ਵਿਚ ਤਾਂ ਹੈ ਤਾਂ ਮਾਸਲੋਵਾ ਕੁਝ ਕਤਰਾਉਂਦੀ ਰਹੀ ਅਤੇ ਟਾਲ ਮਟੋਲ ਵਾਲਾ ਜਵਾਬ ਹੀ ਦੇਂਦੀ ਰਹੀ ਸੀ। ਅਤੇ ਜਿਵੇਂ ਨੇਖਲੀਊਦੋਵ ਨੂੰ ਮਹਿਸੂਸ ਹੋਇਆ ਮਾਸਲੋਵਾ ਦੇ ਵਿਹਾਰ ਵਿਚ ਕੀਨਾਖੋਰ ਮੁਲਾਮਤ ਦਾ ਰੰਗ ਸੀ ਜਿਸ ਨੂੰ ਉਹ ਕਈ ਵਾਰੀ ਪਹਿਲਾਂ ਵੀ ਪ੍ਰਗਟ ਕਰ ਚੁੱਕੀ ਸੀ। ਉਸ ਦੇ ਮਨ ਦੀ ਉਦਾਸੀ, ਜਿਹੜੀ ਸਿਰਫ ਇਸ ਗੱਲ ਦਾ ਨਤੀਜਾ ਸੀ ਕਿ ਉਸ ਵੇਲੇ ਮਰਦਾਂ ਦੀ ਛੇੜਛਾੜ ਤੋਂ ਉਹ ਪ੍ਰੇਸ਼ਾਨ ਸੀ, ਨੇਖਲੀਊਦੋਵ ਦੇ ਦਿਲ ਨੂੰ ਵੱਢ ਵੱਢ ਖਾਂਦੀ ਸੀ। ਉਹ ਡਰਦਾ ਸੀ ਕਿ ਕਿਧਰੇ ਐਸਾ ਨਾ ਹੋਵੇ ਕਿ ਇਹਨਾਂ ਕਠੋਰ ਅਤੇ ਜ਼ਿਲਤ ਭਰੇ ਹਾਲਾਤ ਦੇ ਪ੍ਰਭਾਵ ਹੇਠ ਜਿਨ੍ਹਾਂ ਅੰਦਰ ਉਹ ਸਫਰ ਕਰ ਰਹੀ ਸੀ, ਉਹ ਪਹਿਲਾਂ ਵਾਂਗ ਹੀ ਫੇਰ ਉਪਰਾਮ ਤੇ ਅਵਾਜ਼ਾਰ ਨਾ ਹੋ ਜਾਏ ਜਿਸ ਕਾਰਨ ਪਹਿਲਾਂ ਉਹ ਉਹਦੇ ਨਾਲ ਖਿੱਝ ਜਾਂਦੀ ਹੁੰਦੀ ਸੀ ਤੇ ਜਿਸ ਨੂੰ ਭੁਲਣ ਵਾਸਤੇ ਉਹ ਸ਼ਰਾਬ ਤੇ ਸਿਗਰਟ ਪੀਣ ਲੱਗ ਜਾਂਦੀ ਸੀ। ਪਰ ਸਫਰ ਦੇ ਇਸ ਹਿੱਸੇ ਵਿਚ ਉਹ ਕਿਸੇ ਵੀ ਤਰ੍ਹਾਂ ਉਹਦੀ ਕੋਈ ਮਦਦ ਨਹੀਂ ਸੀ ਕਰ ਸਕਦਾ ਕਿਉਂਕਿ ਉਹ ਉਸ ਨੂੰ ਮਿਲ ਨਹੀਂ ਸੀ ਸਕਦਾ। ਜਦੋਂ ਉਹ ਰਾਜਸੀ ਕੈਦੀਆਂ ਨਾਲ ਰਹਿਣ ਲੱਗੀ ਤਾਂ ਨੇਖਲੀਊਦੋਵ ਨੂੰ ਮਾਲੂਮ ਹੋਇਆ ਕਿ ਉਹਦੇ ਡਰ-ਤੌਖਲੇ ਕਿੰਨੇ ਬੇਬੁਨਿਆਦ ਸਨ, ਅਤੇ ਹਰ ਮੁਲਾਕਾਤ ਸਮੇਂ ਉਸ ਨੇ ਮਾਸਲੋਵਾ ਦੀ ਅੰਦਰੂਨੀ ਤਬਦੀਲੀ ਨੂੰ ਵਧੇਰੇ ਤੋਂ ਵਧੇਰੇ ਸਾਰਥਕ ਰੂਪ ਧਾਰਦਿਆਂ ਵੇਖਿਆ ਜਿਸ ਗੱਲ ਦੀ ਉਹਨੂੰ ਬੜੀ ਤੀਬਰ ਇੱਛਾ ਸੀ। ਜਦੋਂ ਤੋਮਸਕ ਵਿਚ ਉਹਨਾਂ ਦੀ ਪਹਿਲੀ ਮੁਲਾਕਾਤ ਹੋਈ ਤਾਂ ਮਾਸਲੋਵਾ ਦਾ ਵਿਹਾਰ ਬਿਲਕੁਲ ਉਸੇ ਤਰ੍ਹਾਂ ਦਾ ਸੀ ਜਿਸ ਤਰ੍ਹਾਂ ਦਾ ਮਾਸਕੋ ਤੋਂ ਚਲਣ ਤੋਂ ਪਹਿਲਾਂ ਸੀ। ਉਸ ਨੂੰ ਵੇਖ ਕੇ ਨਾ ਉਹਨੇ

ਮੱਥੇ ਵੱਟ ਪਾਇਆ ਸੀ ਤੇ ਨਾ ਹੀ ਘਬਰਾਈ ਸੀ ਸਗੋਂ ਬੜੀ ਖੁਸ਼ ਖੁਸ਼ ਤੇ ਸਹਿਜ ਸੁਭਾਵਕ ਢੰਗ ਨਾਲ ਉਸ ਨੂੰ ਮਿਲੀ ਸੀ। ਜੋ ਕੁਝ ਨੇਖਲੀਊਦੋਵ ਨੇ ਉਹਦੇ ਵਾਸਤੇ ਕੀਤਾ ਸੀ ਉਸ ਨੇ ਉਹਦਾ ਧੰਨਵਾਦ ਕੀਤਾ ਸੀ, ਖਾਸ ਕਰਕੇ ਇਹਨਾਂ ਲੋਕਾਂ ਵਿਚ ਲੈ ਆਉਣ ਵਾਸਤੇ ਜਿਨ੍ਹਾਂ ਵਿਚ ਉਹ ਇਸ ਵੇਲੇ ਰਹਿੰਦੀ ਸੀ।

ਟੋਲੀ ਨਾਲ ਦੋ ਮਹੀਨੇ ਪੈਦਲ ਸਫਰ ਕਰਨ ਮਗਰੋਂ ਉਹਦੇ ਅੰਦਰ ਆਈ ਹੋਈ ਤਬਦੀਲੀ ਉਹਦੇ ਚਿਹਰੇ ਮੋਹਰੇ ਤੋਂ ਨਜ਼ਰ ਆਉਣ ਲੱਗ ਪਈ। ਧੁਪ ਨਾਲ ਉਹਦਾ ਰੰਗ ਸਾਂਵਲਾ ਹੋ ਗਿਆ ਤੇ ਉਹ ਲਿੱਸੀ ਹੋ ਗਈ ਸੀ। ਉਹ ਆਪਣੀ ਉਮਰ ਨਾਲੋਂ ਵੱਡੀ ਜਾਪਣ ਲੱਗ ਪਈ ਸੀ। ਉਹਦੀਆਂ ਪੁੜਪੜੀਆਂ ਤੇ ਉਹਦੇ ਮੂੰਹ ਦੇ ਆਸੇ ਪਾਸੇ ਝੁਰੜੀਆਂ ਪੈ ਗਈਆਂ ਸਨ। ਉਹਦੇ ਮੱਥੇ ਉਤੋਂ ਵਾਲਾਂ ਦੇ ਕੁੰਡਲ ਗ਼ਾਇਬ ਹੋ ਗਏ ਸਨ ਅਤੇ ਆਪਣੇ ਰੁਮਾਲ ਨਾਲ ਉਹਨੇ ਆਪਣੇ ਕੇਸ ਕੱਜੇ ਹੁੰਦੇ ਸਨ। ਜਿਸ ਤਰੀਕੇ ਨਾਲ ਉਹ ਆਪਣੇ ਕੇਸਾਂ ਦਾ ਸ਼ਿੰਗਾਰ ਕਰਦੀ ਸੀ ਅਤੇ ਜਿਹੋ ਜਿਹੇ ਉਹ ਕਪੜੇ ਪਾਉਂਦੀ ਤੇ ਜਿਵੇਂ ਉਹ ਉਠਦੀ ਬਹਿੰਦੀ ਸੀ, ਉਸ ਵਿਚ ਨਾਜ਼-ਨਖ਼ਰੇ ਦਾ ਕੋਈ ਨਿਸ਼ਾਨ ਨਹੀਂ ਸੀ ਰਹਿ ਗਿਆ। ਉਸ ਵਿਚ ਆਈ ਅਤੇ ਆ ਰਹੀ ਇਸ ਤਬਦੀਲੀ ਨੂੰ ਵੇਖ ਕੇ, ਨੇਖਲੀਊਦੋਵ ਬੜਾ ਖੁਸ਼ ਹੋਇਆ।

ਨੇਖਲੀਊਦੋਵ ਦੇ ਦਿਲ ਵਿਚ ਮਾਸਲੋਵਾ ਬਾਰੇ ਜੋ ਭਾਵਨਾ ਇਸ ਵੇਲੇ ਜਾਗੀ ਸੀ ਉਸ ਨੂੰ ਉਹਨੇ ਪਹਿਲਾਂ ਕਦੇ ਅਨੁਭਵ ਨਹੀਂ ਸੀ ਕੀਤਾ। ਇਹ ਭਾਵਨਾ ਉਹਦੇ ਵਾਸਤੇ ਉਸ ਦੇ ਪਹਿਲੇ ਕਾਵਿਕ ਪਿਆਰ ਦੀ ਭਾਵਨਾ ਨਾਲੋਂ ਬਿਲਕੁਲ ਵਖਰੀ ਚੀਜ਼ ਸੀ। ਉਸ ਕਾਮੁਕ ਪਿਆਰ-ਭਾਵਨਾ ਨਾਲ ਤਾਂ ਇਸ ਦਾ ਦੂਰ ਦਾ ਵੀ ਵਾਸਤਾ ਨਹੀਂ ਸੀ ਜਿਹੜੀ ਬਾਦ ਵਿਚ ਉਸ ਨੂੰ ਮਹਿਸੂਸ ਹੋਈ ਸੀ। ਇਹ ਫਰਜ਼ ਪੂਰਾ ਕਰਨ ਦੀ ਤਸੱਲੀ, ਜਿਸ ਵਿਚ ਆਤਮ-ਸੰਤੁਸ਼ਟੀ ਮਿਲੀ ਹੋਈ ਸੀ, ਦੀ ਭਾਵਨਾ ਨਾਲੋਂ ਵੀ ਵਖਰੀ ਚੀਜ਼ ਸੀ ਜਿਸ ਨਾਲ ਉਸ ਨੇ, ਮੁਕੱਦਮੇ ਤੋਂ ਮਗਰੋਂ, ਉਹਦੇ ਨਾਲ ਵਿਆਹ ਕਰਨ ਦਾ ਫੈਸਲਾ ਕਰ ਲਿਆ ਸੀ। ਇਸ ਵੇਲੇ ਜੋ ਭਾਵਨਾ ਜਾਗੀ ਸੀ ਉਹ ਕੇਵਲ ਕਰੁਣਾ ਅਤੇ ਕੋਮਲਤਾ ਦੀ ਭਾਵਨਾ ਸੀ। ਜਦੋਂ ਉਹ ਜੇਲ੍ਹ ਵਿਚ ਪਹਿਲੀ ਵਾਰ ਮਾਸਲੋਵਾ ਨੂੰ ਮਿਲਿਆ ਸੀ ਓਦੋਂ ਉਸ ਨੇ ਇਸ ਤਰ੍ਹਾਂ ਹੀ ਮਹਿਸੂਸ ਕੀਤਾ ਸੀ ਅਤੇ ਫੇਰ ਉਸ ਵੇਲੇ ਜਿਸ ਵੇਲੇ, ਆਪਣੀ ਨਫਰਤ ਉਤੇ ਕਾਬੂ ਪਾ ਕੇ, ਉਸ ਨੇ ਮਾਸਲੋਵਾ ਨੂੰ ਹਸਪਤਾਲ ਵਿਚ ਕੰਪੌਂਡਰ ਵਾਲੇ ਕਾਲਪਨਿਕ ਕਿੱਸੇ ਬਾਰੇ ਮੁਆਫ ਕਰ ਦਿੱਤਾ ਸੀ (ਇਹ ਕਹਾਣੀ ਸਰਾਸਰ ਝੂਠੀ ਹੈ ਇਸ ਗੱਲ ਦਾ ਪਤਾ ਮਗਰੋਂ ਲੱਗਾ ਸੀ)। ਇਸ ਵੇਲੇ ਜੋ ਭਾਵਨਾ ਉਸ ਦੇ ਅੰਦਰ ਜਾਗੀ ਸੀ ਇਹ ਓਹੋ ਸੀ, ਫਰਕ ਸਿਰਫ ਏਨਾ ਸੀ ਕਿ ਪਹਿਲਾਂ ਇਹ ਭਾਵਨਾ ਪਲ ਦੀ ਪਲ ਜਾਗ ਕੇ ਮਰ ਜਾਂਦੀ ਸੀ ਪਰ ਹੁਣ ਇਸ ਨੇ ਪੱਕਾ ਰੂਪ ਧਾਰ ਲਿਆ ਸੀ। ਹੁਣ ਉਹ ਭਾਵੇਂ ਕੁਝ ਵੀ ਸੋਚ ਰਿਹਾ ਹੁੰਦਾ, ਕੁਝ ਵੀ ਕਰ ਰਿਹਾ ਹੁੰਦਾ, ਕਰੁਣਾ ਤੇ ਕੋਮਲਤਾ ਦੀ ਇਹ ਭਾਵਨਾ ਉਹਦੇ ਅੰਦਰ ਵੱਸੀ ਰਹਿੰਦੀ। ਕਰੁਣਾ ਤੇ ਕੋਮਲਤਾ ਸਿਰਫ ਮਾਸਲੋਵਾ ਬਾਰੇ ਹੀ ਨਹੀਂ ਸਗੋਂ ਹਰ ਇਕ ਵਾਸਤੇ ਹੀ।

ਜਾਪਦਾ ਸੀ ਕਿ ਇਸ ਭਾਵਨਾ ਨਾਲ ਉਸ ਪਿਆਰ ਦਾ ਕੜ ਪਾਟ ਗਿਆ ਹੈ ਜਿਸ ਨੂੰ ਨੇਖਲੀਊਦੋਵ ਦੀ ਆਤਮਾ ਵਿਚੋਂ ਨਿਕਲਣ ਦਾ ਰਾਹ ਨਹੀਂ ਸੀ ਮਿਲਦਾ। ਹੁਣ ਉਹ ਜਿਸ ਕਿਸੇ ਨੂੰ ਵੀ ਮਿਲਦਾ ਓਸੇ ਬਾਰੇ ਹੀ ਨੇਖਲੀਊਦੋਵ ਦਾ ਪਿਆਰ ਉਛਾਲੇ ਖਾਣ ਲੱਗ ਪੈਂਦਾ।

ਸਫਰ ਦੌਰਾਨ ਨੇਖਲੀਊਦੋਵ ਦੀਆਂ ਇਹ ਭਾਵਨਾਵਾਂ ਏਨੀਆਂ ਪ੍ਰਚੰਡ ਹੋ ਗਈਆਂ ਕਿ ਉਹ ਕੋਚਵਾਨ ਅਤੇ ਰਖਵਾਲ ਸਿਪਾਹੀ ਤੋਂ ਲੈ ਕੇ ਜੇਲ੍ਹ ਦੇ ਇੰਸਪੈਕਟਰ ਤੇ ਗਵਰਨਰ ਤੱਕ ਜਿਸ ਕਿਸੇ ਨੂੰ ਵੀ ਮਿਲਦਾ ਬੜੇ ਆਦਰ-ਮਾਣ ਤੇ ਨਿਮਰਤਾ ਨਾਲ ਮਿਲਦਾ।

ਹੁਣ ਜਦੋਂ ਮਾਸਲੋਵਾ ਰਾਜਸੀ ਕੈਦੀਆਂ ਵਿਚ ਰਹਿੰਦੀ ਸੀ, ਨੇਖਲੀਊਦੋਵ ਕੁਦਰਤੀ ਹੀ ਬਹੁਤ ਸਾਰੇ ਰਾਜਸੀ ਕੈਦੀਆਂ ਦਾ ਵਾਕਫ ਹੋ ਗਿਆ। ਇਹ ਵਾਕਫੀ ਪਹਿਲਾਂ ਯੇਕਾਤੇਰੀਨਬਰਗ ਵਿਚ ਹੋਈ ਜਿਥੇ ਉਹਨਾਂ ਨੂੰ ਚੋਖੀ ਖੁਲ੍ਹ ਮਿਲੀ ਹੋਈ ਸੀ ਅਤੇ ਸਾਰਿਆਂ ਨੂੰ ਇਕੋ ਹੀ ਵੱਡੀ ਸਾਰੀ ਕੋਠੜੀ ਵਿਚ ਰੱਖਿਆ ਹੋਇਆ ਸੀ। ਅਤੇ ਮਗਰੋਂ ਰਾਹ ਵਿਚ ਉਹਨਾਂ ਪੰਜ ਮਰਦਾਂ ਤੇ ਚਾਰ ਔਰਤਾਂ ਨਾਲ ਜਾਣ-ਪਛਾਣ ਹੋ ਗਈ ਜਿਨ੍ਹਾਂ ਦੇ ਸਾਥ ਵਿਚ ਮਾਸਲੋਵਾ ਨੂੰ ਭੇਜ ਦਿੱਤਾ ਗਿਆ ਸੀ। ਇਸ ਤਰ੍ਹਾਂ ਰਾਜਸੀ ਜਲਾਵਤਨਾਂ ਨਾਲ ਮੇਲਜੋਲ ਹੋ ਜਾਣ ਦਾ ਇਹ ਨਤੀਜਾ ਹੋਇਆ ਕਿ ਉਹਨਾਂ ਬਾਰੇ ਨੇਖਲੀਊਦੋਵ ਦੇ ਵਿਚਾਰ ਉੱਕਾ ਹੀ ਬਦਲ ਗਏ।

ਰੂਸ ਵਿਚ ਜਿਸ ਦਿਨ ਤੋਂ ਇਨਕਲਾਬ ਦੀ ਲਹਿਰ ਸ਼ੁਰੂ ਹੋਈ ਸੀ ਓਸੇ ਦਿਨ ਤੋਂ, ਪਰ ਖਾਸ ਕਰਕੇ ਪਹਿਲੀ ਮਾਰਚ ਦੇ ਦਿਨ ਤੋਂ ਨੇਖਲੀਊਦੋਵ ਨੂੰ ਇਨਕਲਾਬੀਆਂ ਤੋਂ ਨਫਰਤ ਹੋ ਗਈ ਸੀਂ ਤੇ ਇਹ ਉਹਨਾਂ ਨੂੰ ਪਸੰਦ ਨਹੀਂ ਸੀ ਕਰਦਾ। ਇਹ ਲੋਕ ਸਰਕਾਰ ਦੇ ਖਿਲਾਫ ਆਪਣੇ ਸੰਗਰਾਮ ਵਿਚ ਜਿਹੜੇ ਗੁਪਤ ਢੰਗ ਤਰੀਕੇ ਵਰਤਦੇ ਸਨ ਅਤੇ ਜੋ ਬੇਰਹਿਮੀ ਵਿਖਾਉਂਦੇ ਸਨ ਅਤੇ ਖਾਸ ਕਰਕੇ ਜਿਸ ਬੇਰਹਿਮੀ ਨਾਲ ਇਹ ਕਤਲ ਕਰਦੇ ਸਨ ਉਸ ਤੋਂ ਨੇਖਲੀਊਦੋਵ ਦੇ ਦਿਲ ਵਿਚ ਨਫਰਤ ਜਾਗਦੀ ਸੀ। ਇਸ ਤੋਂ ਇਲਾਵਾ ਨੇਖਲੀਊਦੋਵ ਨੂੰ ਉਹ ਹਉਮੈ ਵੀ ਪਸੰਦ ਨਹੀਂ ਸੀ ਜਿਹੜੀ ਇਹਨਾਂ ਲੋਕਾਂ ਦਾ ਇਕ ਉਘੜਵਾਂ ਲੱਛਣ ਸੀ। ਪਰ ਜਦੋਂ ਉਹਨੇ ਇਹਨਾਂ ਲੋਕਾਂ ਨੂੰ ਵਧੇਰੇ ਨੇੜਿਓਂ ਹੋ ਕੇ ਵੇਖਿਆ, ਤੇ ਜਦੋਂ ਉਹਨੂੰ ਇਹ ਪਤਾ ਲੱਗਾ ਕਿ ਸਰਕਾਰ ਦੇ ਹੱਥੋਂ ਇਹਨਾਂ ਨੂੰ ਕੀ ਕੀ ਦੁਖੜੇ ਝਲਣੇ ਪੈਂਦੇ ਹਨ, ਤਾਂ ਉਹ ਸਮਝ ਗਿਆ ਕਿ ਇਹ ਲੋਕ ਜਿਸ ਤਰ੍ਹਾਂ ਦੇ ਹਨ ਉਸ ਤੋਂ ਵਖਰੀ ਤਰ੍ਹਾਂ ਦੇ ਹੋ ਹੀ ਨਹੀਂ ਸਕਦੇ।

ਅਖੌਤੀ ਇਖਲਾਕੀ ਕੈਦੀਆਂ ਨੂੰ ਜਿਹੜੇ ਤਸੀਹੇ ਦਿੱਤੇ ਜਾਂਦੇ ਸਨ ਉਹ ਬੜੇ ਭਿਆਨਕ ਤੇ ਵਾਹਯਾਤ ਹੁੰਦੇ ਸਨ, ਤਾਂ ਵੀ ਉਹਨਾਂ ਨੂੰ ਸਜ਼ਾ ਦੇਣ ਤੋਂ ਪਹਿਲਾਂ ਤੇ ਮਗਰੋਂ ਜੋ ਸਲੂਕ ਕੀਤਾ ਜਾਂਦਾ ਸੀ ਉਹਦੇ ਵਿਚ ਘਟੋ ਘਟ ਇਨਸਾਫ ਦਾ ਵਿਖਾਵਾ ਤਾਂ ਹੁੰਦਾ ਹੀ ਸੀ। ਪਰ ਰਾਜਸੀ ਕੈਦੀਆਂ ਦੇ ਮਾਮਲੇ ਵਿਚ ਤਾਂ ਇਹ ਵਿਖਾਵਾ ਵੀ ਨਹੀਂ ਸੀ ਕੀਤਾ ਜਾਂਦਾ। ਸ਼ੂਸਤੋਵਾ ਦੇ ਮਾਮਲੇ ਵਿਚ ਅਤੇ ਆਪਣੇ ਬਹੁਤ ਸਾਰੇ ਨਵੇਂ ਜਾਣਕਾਰਾਂ ਦੇ ਮਾਮਲੇ ਵਿਚ ਨੇਖਲੀਊਦੋਵ ਨੇ ਏਹੋ ਕੁਝ ਹੀ ਵੇਖਿਆ ਸੀ। ਇਹਨਾਂ ਲੋਕਾਂ ਨਾਲ

ਇਸ ਤਰ੍ਹਾਂ ਦਾ ਸਲੂਕ ਕੀਤਾ ਜਾਂਦਾ ਸੀ ਜਿਵੇਂ ਜਾਲ ਵਿਚ ਫਾਹੀਆਂ ਮੱਛੀਆਂ ਨਾਲ ਕੀਤਾ ਜਾਂਦਾ ਹੈ। ਪਹਿਲਾਂ ਜੋ ਕੁਝ ਵੀ ਜਾਲ ਵਿਚ ਫਸ ਜਾਂਦਾ ਹੈ ਉਹਨੂੰ ਖਿੱਚ ਕੇ ਕੰਢੇ ਲੈ ਆਂਦਾ ਜਾਂਦਾ ਹੈ ਅਤੇ ਫੇਰ ਵੱਡੀਆਂ ਮੱਛੀਆਂ ਨੂੰ, ਜਿਹੜੀਆਂ ਚਾਹੀਦੀਆਂ ਹੁੰਦੀਆਂ ਹਨ, ਛਾਂਟ ਕੇ ਵੱਖ ਕਰ ਲਿਆ ਜਾਂਦਾ ਹੈ ਅਤੇ ਛੋਟੀਆਂ ਮੱਛੀਆਂ ਨੂੰ ਤੜਫ ਤੜਫ ਕੇ ਮਰਨ ਲਈ ਕੰਢੇ ਉਤੇ ਹੀ ਪਿਆ ਰਹਿਣ ਦਿੱਤਾ ਜਾਂਦਾ ਹੈ। ਸੈਂਕੜੇ ਐਸੇ ਬੰਦਿਆਂ ਨੂੰ ਫੜ ਲਿਆ ਜਾਂਦਾ ਹੈ ਜਿਹੜੇ ਪ੍ਰਤੱਖ ਰੂਪ ਵਿਚ ਬੇਗੁਨਾਹ ਹੁੰਦੇ ਹਨ ਅਤੇ ਜਿਹੜੇ ਖਤਰਨਾਕ ਵੀ ਨਹੀਂ ਹੋ ਸਕਦੇ। ਸਰਕਾਰ ਉਹਨਾਂ ਨੂੰ ਵਰ੍ਹਿਆਂ ਬੱਧੀ ਜੇਲ੍ਹ ਵਿਚ ਸੁੱਟ ਛੱਡਦੀ ਹੈ ਜਿਥੇ ਕਈ ਤਪਦਿਕ ਦਾ ਸ਼ਿਕਾਰ ਹੋ ਜਾਂਦੇ ਹਨ, ਕਈ ਪਾਗਲ ਹੋ ਜਾਂਦੇ ਹਨ ਤੇ ਕਈ ਆਤਮ–ਹੱਤਿਆ ਕਰ ਲੈਂਦੇ ਹਨ। ਇਹ ਸਿਰਫ ਇਸ ਕਰਕੇ ਜੇਲ੍ਹ ਵਿਚ ਪਏ ਰਹਿੰਦੇ ਹਨ ਕਿ ਇਹਨਾਂ ਨੂੰ ਛੱਡ ਦੇਣ ਲਈ ਅਫਸਰਾਂ ਵਿਚ ਕੋਈ ਪ੍ਰੇਰਨਾ ਜਾਂ ਉਤਾਵਲਾਪਨ ਨਹੀਂ ਹੁੰਦਾ, ਸਗੋਂ ਉਹ ਇਸ ਤਰ੍ਹਾਂ ਸੋਚਦੇ ਹਨ ਕਿ ਜੇਲ੍ਹ ਵਿਚ ਪਏ ਰਹਿਣ, ਸ਼ਾਇਦ ਕਿਸੇ ਅਦਾਲਤੀ ਪੜਤਾਲ ਵੇਲੇ ਕਿਸੇ ਮਸਲੇ ਨੂੰ ਸਪਸ਼ਟ ਕਰਨ ਦੇ ਕੰਮ ਆ ਸਕਣ। ਇਹਨਾਂ ਲੋਕਾਂ ਦੀ ਕਿਸਮਤ, ਜਿਹੜੇ ਆਮ ਕਰਕੇ ਸਰਕਾਰ ਦੇ ਦ੍ਰਿਸ਼ਟੀਕੋਣ ਤੋਂ ਵੀ ਬੇਗੁਨਾਹ ਹੁੰਦੇ ਹਨ, ਕਿਸੇ ਪੁਲਸ ਅਫਸਰ, ਜਾਂ ਜਾਸੂਸ, ਜਾਂ ਸਰਕਾਰੀ ਵਕੀਲ, ਜਾਂ ਮੈਜਿਸਟ੍ਰੇਟ, ਜਾਂ ਗਵਰਨਰ, ਜਾਂ ਮੰਤਰੀ ਦੇ ਖਬਤ, ਵਿਹਲ ਜਾਂ ਮੌਜ ਉਤੇ ਨਿਰਭਰ ਹੈ। ਇਹਨਾਂ ਅਫਸਰਾਂ ਵਿਚੋਂ ਕੋਈ ਜਣਾ ਬੈਠਾ ਬੈਠਾ ਉਕਤਾ ਗਿਆ, ਜਾਂ ਉਸ ਨੂੰ ਸ਼ੁਹਰਤ ਹਾਸਿਲ ਕਰਨ ਦੀ ਲਿਲ੍ਹ ਲੱਗ ਗਈ, ਤਾਂ ਉਹਨੇ ਕੁਝ ਬੰਦਿਆਂ ਨੂੰ ਗ੍ਰਿਫਤਾਰ ਕਰਨ ਦਾ ਹੁਕਮ ਦੇ ਦਿੱਤਾ, ਅਤੇ ਫੇਰ ਜਿਵੇਂ ਮਨ ਵਿਚ ਲਹਿਰ ਉੱਠੀ ਜਾਂ ਉਪਰਲੇ ਹਾਕਮਾਂ ਦੇ ਮਨ ਵਿਚ ਕੀੜਾ ਸਰਕਿਆ, ਕਿਸੇ ਨੂੰ ਜੇਲ੍ਹ ਵਿਚ ਸੁਟ ਦਿੱਤਾ ਤੇ ਕਿਸੇ ਨੂੰ ਛੱਡ ਦਿੱਤਾ। ਅਤੇ ਉਪਰਲੇ ਅਫਸਰ ਵੀ ਏਸੇ ਤਰ੍ਹਾਂ ਦੇ ਆਸ਼ਿਆਂ ਨਾਲ, ਜਾਂ ਮੰਤਰੀਆਂ ਨਾਲ ਆਪਣੇ ਸੰਬੰਧਾਂ ਦੇ ਅਸਰ ਹੇਠ, ਉਹਨਾਂ ਨੂੰ ਦੁਨੀਆਂ ਦੇ ਦੂਜੇ ਪਾਸੇ ਜਲਾਵਤਨ ਕਰ ਦੇਂਦੇ ਹਨ, ਉਹਨਾਂ ਨੂੰ ਕੋਠੀਬੰਦ ਕਰ ਰਖਦੇ ਹਨ, ਸਾਇਬੇਰੀਆ ਭੇਜ ਦੇਂਦੇ ਹਨ, ਸਖਤ ਮੁਸ਼ੱਕਤ ਦੀ ਜਾਂ ਮੌਤ ਦੀ ਸਜ਼ਾ ਦੇ ਦੇਂਦੇ ਹਨ ਤੇ ਜਾਂ ਫੇਰ ਕਿਸੇ ਸੁਆਣੀ ਦੇ ਕਹਿਣ ਉਤੇ ਉਹਨਾਂ ਨੂੰ ਰਿਹਾ ਕਰ ਦੇਂਦੇ ਹਨ।

ਉਹਨਾਂ ਨਾਲ ਉਸ ਤਰ੍ਹਾਂ ਦਾ ਸਲੂਕ ਹੁੰਦਾ ਸੀ ਜਿਸ ਤਰ੍ਹਾਂ ਦਾ ਲੜਾਈ ਵਿਚ ਇਕ ਦੁਸ਼ਮਣ ਦੂਜੇ ਨਾਲ ਕਰਦਾ ਹੈ। ਇਸ ਕਰਕੇ ਇਹ ਗੱਲ ਸੁਭਾਵਿਕ ਹੈ ਕਿ ਉਹ ਵੀ ਓਹੋ ਢੰਗ ਤਰੀਕੇ ਇਸਤੇਮਾਲ ਕਰਦੇ ਸਨ ਜਿਹੜੇ ਉਹਨਾਂ ਦੇ ਖਿਲਾਫ ਵਰਤੇ ਜਾਂਦੇ ਸਨ। ਅਤੇ ਜਿਸ ਤਰ੍ਹਾਂ ਜੰਗ ਦੇ ਸਮੇਂ ਫੌਜੀ ਇਕ ਐਸੀ, ਲੋਕ ਰਾਏ ਦੇ ਵਾਤਾਵਰਣ ਵਿਚ ਰਹਿੰਦੇ ਹਨ ਜਿਹੜੀ ਨਾ ਸਿਰਫ ਉਹਨਾਂ ਦੀਆਂ ਕਾਰਵਾਈਆਂ ਦੇ ਗੁਨਾਹ ਹੀ ਛੁਪਾਈ ਰੱਖਦੀ ਹੈ ਸਗੋਂ ਇਹਨਾਂ ਕਾਰਵਾਈਆਂ ਨੂੰ ਸੂਰਮਗਤੀ ਦੇ ਕਾਰਨਾਮਿਆਂ ਦੇ ਤੌਰ ਤੇ ਪੇਸ਼ ਕਰਦੀ ਹੈ, ਏਸੇ ਹੀ ਤਰ੍ਹਾਂ ਰਾਜਸੀ ਮੁਜਰਮ ਵੀ ਆਪਣੇ ਵਰਗੇ ਹੀ ਲੋਕਾਂ ਵਿਚ ਰਹਿੰਦੇ ਹਨ ਜਿਹੜੇ ਇਸ ਕਿਸਮ ਦਾ ਮਾਹੌਲ ਬਣਾਈ ਰਖਦੇ ਹਨ। ਖਤਰੇ ਦੇ ਸਾਮ੍ਹਣੇ ਆਪਣੀ ਆਜ਼ਾਦੀ

ਤੇ ਜ਼ਿੰਦਗੀ ਨੂੰ ਅਤੇ ਹਰ ਐਸੀ ਚੀਜ਼ ਨੂੰ ਜਿਹੜੀ ਮਨੁਖ ਨੂੰ ਪਿਆਰੀ ਹੁੰਦੀ ਹੈ ਜੋਖੋਂ ਵਿਚ ਪਾ ਕੇ ਇਹ ਲੋਕ ਜੋ ਬੇਰਹਿਮ ਕਾਰਵਾਈਆਂ ਕਰਦੇ ਹਨ, ਇਸ ਵਾਤਾਵਰਣ ਵਿਚ ਨੀਚ ਨਹੀਂ ਸਗੋਂ ਗੌਰਵ-ਸ਼ਾਲੀ ਜਾਪਦੀਆਂ ਹਨ। ਇਸ ਵਿਚੋਂ ਹੀ ਨੇਖਲੀਊਦੋਵ ਨੂੰ ਇਸ ਅਚੰਭਾਦਾਇਕ ਵਰਤਾਰੇ ਦੀ ਵਿਆਖਿਆ ਮਿਲ ਗਈ ਸੀ ਕਿ ਬੇਹੱਦ ਨਰਮ ਸੁਭਾ ਦੇ ਲੋਕ ਜਿਹੜੇ ਕਿਸੇ ਨੂੰ ਦੁਖ ਪਹੁੰਚਾਣਾ ਤਾਂ ਕਿਤੇ ਰਿਹਾ ਦੁਖ ਸਹਿੰਦਿਆਂ ਵੇਖ ਕੇ ਵੀ ਸਹਾਰ ਨਹੀਂ ਸਕਦੇ, ਏਡੇ ਆਰਾਮ ਨਾਲ ਕਤਲ ਕਰਨ ਵਾਸਤੇ ਕਿਵੇਂ ਤਿਆਰ ਹੋ ਜਾਂਦੇ ਹਨ। ਲੱਗਪਗ ਇਹ ਸਾਰੇ ਹੀ ਲੋਕ ਸਮਝਦੇ ਸਨ ਕਿ ਖਾਸ ਖਾਸ ਮੌਕਿਆਂ ਉਤੇ ਕਤਲ ਕਰਨਾ ਕਾਨੂੰਨੀ ਗੱਲ ਹੈ ਅਤੇ ਜਾਇਜ਼ ਵੀ ਜਿਵੇਂ ਆਤਮ-ਰੱਖਿਆ ਵਾਸਤੇ, ਜਾਂ ਆਮ ਲੋਕ ਭਲਾਈ ਵਰਗੇ ਆਪਣੇ ਉੱਚੇ ਆਦਰਸ਼ਾਂ ਦੀ ਪ੍ਰਾਪਤੀ ਲਈ। ਇਨਕਲਾਬੀ ਆਪਣੇ ਉਦੇਸ਼ ਨੂੰ ਅਤੇ ਸਿੱਟੇ ਵਜੋਂ ਆਪਣੇ ਆਪ ਨੂੰ ਜੇ ਮਹੱਤਤਾ ਦੇਂਦੇ ਸਨ ਤਾਂ ਇਸ ਦਾ ਕਾਰਨ ਇਹ ਸੀ ਕਿ ਸਰਕਾਰ ਉਹਨਾਂ ਦੀਆਂ ਕਾਰਵਾਈਆਂ ਨੂੰ ਮਹੱਤਤਾ ਦੇਂਦੀ ਸੀ ਅਤੇ ਇਹਨਾਂ ਦੇ ਬਦਲੇ ਉਹਨਾਂ ਨੂੰ ਜ਼ਾਲਮਾਨਾ ਸਜ਼ਾਵਾਂ ਦੇਂਦੀ ਸੀ। ਜਿਹੜੇ ਦੁਖ ਤਸੀਹੇ ਉਹਨਾਂ ਨੂੰ ਦਿੱਤੇ ਜਾਂਦੇ ਸਨ ਉਹਨਾਂ ਨੂੰ ਬਰਦਾਸ਼ਤ ਕਰ ਸਕਣ ਦੇ ਯੋਗ ਬਣਨ ਲਈ ਇਹ ਜ਼ਰੂਰੀ ਸੀ ਕਿ ਉਹ ਆਪਣੇ ਆਪ ਨੂੰ ਦੂਜਿਆਂ ਨਾਲੋਂ ਨਿਵੇਕਲੇ ਤੇ ਉਚੇਰੇ ਸਮਝਣ।

ਜਦੋਂ ਨੇਖਲੀਊਦੋਵ ਨੇ ਉਹਨਾਂ ਦਾ ਪੱਖ ਵਧੇਰੇ ਚੰਗੀ ਤਰ੍ਹਾਂ ਸਮਝ ਲਿਆ ਤਾਂ ਉਸ ਨੂੰ ਯਕੀਨ ਹੋ ਗਿਆ ਕਿ ਇਹ ਲੋਕ ਨਾ ਤਾਂ ਨਿਰੇਪੂਰੇ ਖਲਨਾਇਕ ਹਨ ਜਿਵੇਂ ਕਈਆਂ ਦਾ ਖਿਆਲ ਹੈ ਤੇ ਨਾ ਹੀ ਇਹ ਪੂਰੇ ਸੂਰੇ ਨਾਇਕ ਹਨ ਜਿਵੇਂ ਕੁਝ ਦੂਜੇ ਲੋਕ ਸਮਝਦੇ ਹਨ। ਇਹ ਲੋਕ ਬਿਲਕੁਲ ਆਮ ਲੋਕਾਂ ਵਰਗੇ ਲੋਕ ਹਨ ਜਿਨ੍ਹਾਂ ਵਿਚ, ਜਿਵੇਂ ਸਭ ਥਾਈਂ ਹੁੰਦਾ ਹੈ, ਕੁਝ ਚੰਗੇ ਲੋਕ ਹਨ, ਕੁਝ ਮਾੜੇ ਅਤੇ ਕੁਝ ਵਿਚਕਾਰਲੇ ਮੇਲ ਦੇ ਵੀ। ਇਹਨਾਂ ਵਿਚੋਂ ਕੁਝ ਲੋਕ ਇਸ ਕਰਕੇ ਇਨਕਲਾਬੀ ਬਣ ਗਏ ਸਨ ਕਿ ਉਹ ਵਰਤਮਾਨ ਬੁਰਾਈਆਂ ਦੇ ਖਿਲਾਫ ਜਦੋਜਹਿਦ ਕਰਨਾ ਈਮਾਨਦਾਰੀ ਨਾਲ ਆਪਣਾ ਫਰਜ਼ ਸਮਝਦੇ ਸਨ। ਪਰ ਇਹਨਾਂ ਵਿਚ ਐਸੇ ਲੋਕ ਵੀ ਸਨ ਜਿਨ੍ਹਾਂ ਨੇ ਸਵਾਰਥੀ ਲਾਲਸਾ ਤੋਂ ਪ੍ਰੇਰਨਾ ਲੈ ਕੇ ਇਹ ਰਾਹ ਚੁਣਿਆ। ਪਰ ਇਹਨਾਂ ਵਿਚੋਂ ਬਹੁਗਿਣਤੀ ਲੋਕ ਇਨਕਲਾਬੀ ਵਿਚਾਰਾਂ ਵੱਲ ਇਸ ਕਰਕੇ ਖਿੱਚੇ ਗਏ ਕਿ ਉਹਨਾਂ ਵਿਚ ਖਤਰਾ ਮੁਲ ਲੈਣ, ਜੋਖੋਂ ਵਿਚ ਪੈਣ, ਅਤੇ ਜ਼ਿੰਦਗੀ ਨਾਲ ਖੇਡਣ ਦਾ ਸਵਾਦ ਮਾਣਨ ਦੀ ਭੁੱਖ ਸੀ। ਨੇਖਲੀਊਦੋਵ ਆਪਣੇ ਫੌਜੀ ਤਜਰਬੇ ਤੋਂ ਇਹ ਗੱਲ ਜਾਣਦਾ ਸੀ ਕਿ ਬਹੁਤ ਹੀ ਸਾਧਾਰਨ ਲੋਕਾਂ ਵਿਚ ਜਦੋਂ ਉਹ ਜਵਾਨ ਹੁੰਦੇ ਹਨ ਤੇ ਉਹਨਾਂ ਦੇ ਅੰਦਰ ਜੋਸ਼ ਉਬਾਲੇ ਖਾ ਰਿਹਾ ਹੁੰਦਾ ਹੈ ਇਸ ਕਿਸਮ ਦੀਆਂ ਭਾਵਨਾਵਾਂ ਬੜੀ ਆਮ ਗੱਲ ਹੁੰਦੀ ਹੈ। ਪਰ ਇਕ ਗੁਣ ਕਰਕੇ ਇਹ ਆਮ ਲੋਕਾਂ ਨਾਲੋਂ ਵੱਖਰੇ ਸਨ। ਉਹ ਇਹ ਕਿ ਇਖਲਾਕ ਸੰਬੰਧੀ ਇਹਨਾਂ ਦਾ ਸੰਕਲਪ ਉਹਨਾਂ ਨਾਲੋਂ ਬਹੁਤ ਉਚੇਰਾ ਸੀ। ਇਹ ਲੋਕ ਸਵੈ-ਕਾਬੂ, ਔਖਾਂ ਭਰੀ ਜ਼ਿੰਦਗੀ, ਸਚਾਈ ਤੇ ਬੇਗਰਜ਼ੀ ਨੂੰ ਹੀ ਆਪਣਾ ਫਰਜ਼ ਨਹੀਂ ਸੀ ਸਮਝਦੇ, ਸਗੋਂ ਲੋਕ-ਭਲਾਈ ਦੇ ਉਦੇਸ਼ ਲਈ ਆਪਣੀ ਜਾਨ ਵਾਰਨ ਸਮੇਤ ਹਰ ਚੀਜ਼ ਦੀ ਕੁਰਬਾਨੀ ਕਰਨ ਲਈ ਤਿਆਰ ਰਹਿਣਾ ਵੀ ਇਹ

ਆਪਣਾ ਫਰਜ਼ ਸਮਝਦੇ ਸਨ। ਇਸ ਕਰਕੇ ਇਹਨਾਂ ਵਿਚੋਂ ਸਭ ਤੋਂ ਚੰਗੇ ਬੰਦੇ ਜਿਸ ਇਖਲਾਕੀ ਪੱਧਰ ਉਤੇ ਪਹੁੰਚੇ ਹੋਏ ਸਨ ਉਸ ਨੂੰ ਆਮ ਕਰਕੇ ਛੋਹ ਸਕਣਾ ਔਖਾ ਹੁੰਦਾ ਹੈ। ਅਤੇ ਸਭ ਤੋਂ ਭੈੜੇ ਬੰਦੇ ਆਮ ਲੋਕਾਂ ਦੀ ਪੱਧਰ ਨਾਲੋਂ ਵੀ ਹੇਠਾਂ ਰਸਾਤਲ ਵਿਚ ਡਿਗੇ ਹੋਏ ਸਨ। ਇਹਨਾਂ ਵਿਚੋਂ ਬਹੁਤੇ ਝੂਠੇ ਅਤੇ ਪਖੰਡੀ ਅਤੇ ਇਸ ਦੇ ਨਾਲ ਹੀ ਖ਼ੁਦਪ੍ਰਸਤ ਅਤੇ ਅਭਿਮਾਨੀ ਵੀ ਸਨ। ਇਸ ਕਰਕੇ ਨੇਖਲੀਊਦੋਵ ਆਪਣੇ ਨਵੇਂ ਜਾਣਕਾਰਾਂ ਵਿਚੋਂ ਕੁਝ ਇਕਨਾਂ ਦਾ ਆਦਰ ਕਰਨ ਲੱਗ ਪਿਆ ਅਤੇ ਆਪਣੇ ਦਿਲ ਦੀਆਂ ਡੂੰਘਾਈਆਂ ਵਿਚ ਉਹਨਾਂ ਨੂੰ ਪਿਆਰ ਕਰਨ ਲੱਗ ਪਿਆ। ਤੇ ਕੁਝ ਐਸੇ ਵੀ ਸਨ ਜਿਨ੍ਹਾਂ ਦੀ ਨੇਖਲੀਊਦੋਵ ਬਿਲਕੁਲ ਕੋਈ ਬੇਪ੍ਰਵਾਹ ਨਹੀਂ ਸੀ ਕਰਦਾ।

੬

ਨੇਖਲੀਊਦੋਵ ਨੂੰ ਕ੍ਰਿਲਤਸੋਵ ਨਾਂ ਦੇ ਤਪਦਿਕ ਦੇ ਰੋਗੀ ਨਾਲ ਖਾਸ ਕਰਕੇ ਮੋਹ ਹੋ ਗਿਆ ਸੀ। ਇਹ ਨੌਜਵਾਨ ਵੀ ਓਸੇ ਟੋਲੀ ਵਿਚ ਸ਼ਾਮਲ ਸੀ ਜਿਸ ਵਿਚ ਕਾਤੀਊਸ਼ਾ ਜਾ ਰਹੀ ਸੀ ਅਤੇ ਇਸ ਨੂੰ ਵੀ ਸਖਤ ਮੁਸ਼ੱਕਤ ਦੀ ਸਜ਼ਾ ਹੋਈ ਸੀ। ਇਹਦੇ ਨਾਲ ਨੇਖਲੀਊਦੋਵ ਦੀ ਜਾਣ-ਪਛਾਣ ਯੇਕਾਤੇਰੀਨਬਰਗ ਵਿਚ ਹੋਈ ਸੀ ਅਤੇ ਉਸ ਤੋਂ ਮਗਰੋਂ ਰਾਹ ਵਿਚ ਉਸ ਨੇ ਉਹਦੇ ਨਾਲ ਗੱਲਾਂ ਬਾਤਾਂ ਕੀਤੀਆਂ ਸਨ। ਇਕ ਵਾਰੀ ਗਰਮੀਆਂ ਵਿਚ ਨੇਖਲੀਊਦੋਵ ਨੇ ਇਕ ਪੜਾ ਉਤੇ ਲਗਪਗ ਸਾਰਾ ਦਿਨ ਹੀ ਉਹਦੇ ਨਾਲ ਗੁਜ਼ਾਰਿਆ ਸੀ। ਕ੍ਰਿਲਤਸੋਵ ਨੇ ਗੱਲ ਛੇੜ ਲਈ ਤਾਂ ਉਹਨੇ ਆਪਣੀ ਸਾਰੀ ਕਹਾਣੀ ਸੁਣਾ ਛੱਡੀ ਅਤੇ ਦੱਸਿਆ ਕਿ ਉਹ ਇਨਕਲਾਬੀ ਕਿਵੇਂ ਬਣ ਗਿਆ ਸੀ। ਕੈਦ ਦੀ ਸਜ਼ਾ ਹੋ ਜਾਣ ਤੱਕ ਉਹਦੀ ਕਹਾਣੀ ਛੇਤੀ ਹੀ ਪੂਰੀ ਹੋ ਗਈ ਸੀ। ਉਹ ਅੱਜੇ ਬਾਲ ਹੀ ਸੀ ਜਦੋਂ ਉਹਦੇ ਪਿਤਾ ਦੀ ਮੌਤ ਹੋ ਗਈ ਸੀ। ਉਹ ਰੂਸ ਦੇ ਦਖਣ ਦਾ ਇਕ ਅਮੀਰ ਜਾਗੀਰਦਾਰ ਹੁੰਦਾ ਸੀ। ਕ੍ਰਿਲਤਸੋਵ ਮਾਪਿਆਂ ਦਾ ਇਕੋ ਇਕ ਪੁਤ ਸੀ। ਪਿਓ ਦੇ ਮਰ ਜਾਣ ਪਿਛੋਂ ਮਾਂ ਨੇ ਹੀ ਉਸ ਨੂੰ ਪਾਲਿਆ ਪੋਸਿਆ। ਪੜ੍ਹਾਈ ਵਿਚ ਉਹ ਚੰਗਾ ਸੀ ਇਸ ਲਈ ਬੜੇ ਆਰਾਮ ਨਾਲ ਉਹਨੇ ਪਹਿਲਾਂ ਜਿਮਨੇਜ਼ੀਅਮ ਸਕੂਲ ਤੇ ਫੇਰ ਯੂਨੀਵਰਸਿਟੀ ਦੀ ਪੜਾਈ ਮੁਕਾਈ। ਗਣਿਤ-ਵਿਦਿਆ ਵਿਚ ਉਹ ਆਪਣੇ ਇਮਤਿਹਾਨ ਦੇ ਸਾਲ ਯੂਨੀਵਰਸਿਟੀ ਵਿਚੋਂ ਪਹਿਲੇ ਨੰਬਰ ਉਤੇ ਆਇਆ ਸੀ। ਯੂਨੀਵਰਸਿਟੀ ਵਲੋਂ ਉਸ ਨੂੰ ਫੈਲੋਸ਼ਿਪ ਦਿੱਤੀ ਗਈ ਤਾਂ ਜੋ ਉਹ ਬਦੇਸ਼ ਜਾ ਕੇ ਆਪਣੀ ਪੜ੍ਹਾਈ ਜਾਰੀ ਰੱਖੇ। ਪਰ ਉਸ ਨੇ ਅੱਗੋਂ ਪੜ੍ਹਾਈ ਕਰਨ ਦਾ ਫੈਸਲਾ ਕਰਨ ਵਿਚ ਬੜੀ ਢਿਲਮਠ ਕਰ ਛੱਡੀ ਸੀ। ਉਹਨਾਂ ਦਿਨਾਂ ਵਿਚ ਉਹ ਕਿਸੇ ਦੀ ਮੁਹੱਬਤ ਵਿਚ ਫਾਥਾ ਹੋਇਆ ਸੀ ਅਤੇ ਵਿਆਹ ਕਰਾਉਣ ਅਤੇ ਜ਼ੇਮਸਤਵੋ ਪ੍ਰੀਸ਼ਦ ਵਿਚ ਭਾਗ ਲੈਣ ਦੀਆਂ ਸੋਚਾਂ ਦੇ ਘੋੜੇ ਦੌੜਾਇਆ ਕਰਦਾ ਸੀ। ਉਹ ਸਾਰੇ

ਕੰਮ ਕਰਨਾ ਚਾਹੁੰਦਾ ਸੀ ਤੇ ਏਸੇ ਕਰਕੇ ਫੈਸਲਾ ਨਾ ਕਰ ਸਕਿਆ ਕਿ ਕਿਹੜਾ ਰਾਹ ਅਖ਼ਤਿਆਰ ਕਰੇ। ਇਹਨਾਂ ਹੀ ਦਿਨਾਂ ਵਿਚ ਯੂਨੀਵਰਸਿਟੀ ਵਿਚ ਉਹਦੇ ਨਾਲ ਪੜ੍ਹੇ ਕੁਝ ਸਾਥੀਆਂ ਨੇ ਉਹਦੇ ਕੋਲੋਂ ਕਿਸੇ ਨੇਕ ਕੰਮ ਵਾਸਤੇ ਕੁਝ ਪੈਸੇ ਮੰਗੇ। ਉਸ ਨੂੰ ਪਤਾ ਸੀ ਕਿ ਇਹ ਜਿਸ ਕੰਮ ਦੀ ਗੱਲ ਕਰਦੇ ਹਨ ਉਹ ਇਨਕਲਾਬ ਦਾ ਕੰਮ ਹੈ ਜਿਸ ਵਿਚ ਉਸ ਦੀ ਆਪਣੀ ਕੋਈ ਦਿਲਚਸਪੀ ਨਹੀਂ ਸੀ। ਪਰ ਉਸ ਨੇ ਪੈਸੇ ਦੇ ਦਿੱਤੇ ਸਨ। ਕੁਝ ਤਾਂ ਇਸ ਖ਼ਿਆਲ ਨਾਲ ਕਿ ਮੰਗਣ ਵਾਲੇ ਸਾਥੀ ਹਨ ਤੇ ਕੁਝ ਵਿਖਾਵੇ ਕਰਕੇ ਤਾਂ ਜੋ ਕੋਈ ਇਹ ਨਾ ਖ਼ਿਆਲ ਕਰੇ ਕਿ ਉਹ ਡਰਦਾ ਹੈ। ਪੈਸੇ ਲੈਣ ਵਾਲੇ ਮੁੰਡੇ ਫੜੇ ਗਏ ਅਤੇ ਉਹਨਾਂ ਕੋਲੋਂ ਕਾਗਜ਼ ਦਾ ਇਕ ਪੁਰਜ਼ਾ ਹੱਥ ਆ ਗਿਆ ਜਿਸ ਤੋਂ ਇਹ ਪਤਾ ਲੱਗ ਗਿਆ ਕਿ ਪੈਸੇ ਕ੍ਰਿਲਤਸੋਵ ਨੇ ਦਿੱਤੇ ਸਨ। ਉਸ ਨੂੰ ਗ੍ਰਿਫ਼ਤਾਰ ਕਰ ਲਿਆ ਗਿਆ। ਪਹਿਲਾਂ ਉਹਨੂੰ ਥਾਣੇ ਲਿਆਂਦਾ ਗਿਆ ਤੇ ਮਗਰੋਂ ਜੇਲ੍ਹ ਵਿਚ ਬੰਦ ਕਰ ਦਿੱਤਾ ਗਿਆ।

"ਜੇਲ੍ਹ ਵਿਚ ਸਾਡੇ ਨਾਲ ਬਹੁਤੀ ਸਖ਼ਤੀ ਨਹੀਂ ਸੀ ਵਰਤਦੇ," ਉਹ ਬੋਲੀ ਜਾ ਰਿਹਾ ਸੀ। ਉਹ ਆਪਣੇ ਉੱਚੇ ਸੌਣ ਵਾਲੇ ਫੱਟੇ ਉਤੇ ਬੈਠਾ ਹੋਇਆ ਸੀ। ਆਪਣੀਆਂ ਅਰਕਾਂ ਉਹਨੇ ਗੋਡਿਆਂ ਉਤੇ ਟਿਕਾਈਆਂ ਹੋਈਆਂ ਸਨ, ਛਾਤੀ ਅੰਦਰ ਨੂੰ ਵੜੀ ਹੋਈ ਸੀ ਤੇ ਖ਼ੂਬਸੂਰਤ, ਹੁਸ਼ਿਆਰ ਤੇ ਸੁਹਿਰਦ ਅੱਖਾਂ ਨਾਲ ਜਿਹੜੀਆਂ ਬੁਖ਼ਾਰ ਦੀ ਲਾਲੀ ਕਾਰਨ ਚਮਕ ਰਹੀਆਂ ਸਨ ਉਹ ਨੇਖਲੀਊਦੋਵ ਵੱਲ ਵੇਖ ਰਿਹਾ ਸੀ। "ਅਸੀਂ ਇਕ ਦੂਜੇ ਨਾਲ ਗੱਲਾਂ ਕਰ ਲੈਂਦੇ ਸਾਂ—ਸਿਰਫ਼ ਕੰਧਾਂ ਤੇ ਠੱਕ ਠੱਕ ਕਰ ਕੇ ਹੀ ਨਹੀਂ ਹੋਰ ਤਰੀਕਿਆਂ ਨਾਲ ਵੀ—ਅਸੀਂ ਲਾਂਘਿਆਂ ਵਿਚ ਫਿਰ ਤੁਰ ਸਕਦੇ ਸਾਂ, ਆਪਣੀਆਂ ਖਾਣ ਪੀਣ ਦੀਆਂ ਚੀਜ਼ਾਂ ਅਤੇ ਤਮਾਕੂ ਇਕ ਦੂਜੇ ਨੂੰ ਲੈ ਦੇ ਸਕਦੇ ਸਾਂ ਅਤੇ ਸ਼ਾਮ ਵੇਲੇ ਅਸੀਂ ਸਾਰੇ ਰਲਕੇ ਗਾਉਂਦੇ ਵੀ ਹੁੰਦੇ ਸਾਂ। ਮੇਰੀ ਆਵਾਜ਼ ਚੰਗੀ ਹੁੰਦੀ ਸੀ। ਹਾਂ, ਜੇ ਕਿਤੇ ਮਾਂ ਦੀ ਚਿੰਤਾ ਨਾ ਹੁੰਦੀ—ਉਹ ਵਿਚਾਰੀ ਡਾਢੀ ਦੁਖੀ ਸੀ—ਤਾਂ ਸਭ ਕੁਝ ਠੀਕ-ਠਾਕ ਸੀ। ਮੈਂ ਤਾਂ ਆਖਾਂਗਾ ਕਿ ਬੜਾ ਆਨੰਦ ਸੀ। ਪ੍ਰਸਿਧ ਪੇਤਰੋਵ ਜਿਸ ਨੇ ਕਿਲੇ ਵਿਚ ਮਗਰੋਂ ਕੱਚ ਨਾਲ ਆਪਣੇ ਆਪ ਨੂੰ ਟੱਕ ਲਾ ਕੇ ਆਤਮ ਹੱਤਿਆ ਕਰ ਲਈ ਸੀ ਅਤੇ ਦੂਜੇ ਲੋਕਾਂ ਨਾਲ ਮੇਰੀ ਜਾਣ-ਪਛਾਣ ਓਥੇ ਜੇਲ੍ਹ ਵਿਚ ਹੀ ਹੋਈ ਸੀ। ਪਰ ਉਸ ਵੇਲੇ ਮੈਂ ਆਪ ਹਾਲੇ ਇਨਕਲਾਬੀ ਨਹੀਂ ਸਾਂ। ਮੇਰੀ ਕੋਠੜੀ ਦੇ ਨਾਲ ਵਾਲੀਆਂ ਕੋਠੜੀਆਂ ਵਿਚ ਰਹਿਣ ਵਾਲੇ ਦੋ ਗੁਆਂਢੀਆਂ ਨਾਲ ਵੀ ਮੇਰੀ ਜਾਣ-ਪਛਾਣ ਹੋ ਗਈ ਸੀ। ਉਹਨਾਂ ਦੋਹਾਂ ਨੂੰ ਇਕੋ ਹੀ ਜੁਰਮ ਵਿਚ ਫੜਿਆ ਹੋਇਆ ਸੀ। ਦੋਹਾਂ ਦੇ ਕਬਜ਼ੇ ਵਿਚੋਂ ਪੋਲਿਸ਼ ਇਸ਼ਤਿਹਾਰ ਫੜੇ ਗਏ ਸਨ ਅਤੇ ਉਹਨਾਂ ਦੋਹਾਂ ਤੇ ਮੁਕੱਦਮਾ ਇਹ ਬਣਾਇਆ ਗਿਆ ਸੀ ਕਿ ਉਹਨਾਂ ਨੇ ਰੇਲਵੇ ਸਟੇਸ਼ਨ ਨੂੰ ਜਾਂਦੀ ਕਾਨਵਾਈ ਵਿਚੋਂ ਭੱਜ ਨਿਕਲਣ ਦੀ ਕੋਸ਼ਿਸ਼ ਕੀਤੀ ਹੈ। ਇਹਨਾਂ ਵਿਚ ਇਕ ਪੋਲੈਂਡ ਵਾਸੀ ਸੀ ਜਿਸ ਦਾ ਨਾਂ ਸੀ ਲੋਜ਼ਿਨਸਕੀ, ਤੇ ਦੂਜਾ ਯਹੂਦੀ ਸੀ, ਉਸ ਦਾ ਨਾਂ ਸੀ ਰੋਜ਼ੋਵਸਕੀ। ਜੀ ਹਾਂ। ਇਹ ਰੋਜ਼ੋਵਸਕੀ ਮੁੰਡਾ-ਖੁੰਡਾ ਹੀ ਸੀ। ਕਹਿੰਦਾ ਸੀ ਕਿ ਮੈਂ ਸਤਾਰ੍ਹਾਂ ਵਰ੍ਹਿਆਂ ਦਾ ਹਾਂ, ਪਰ ਲੱਗਦਾ ਉਹ ਪੰਦਰਾਂ ਦਾ ਸੀ। ਛੀਟਕਾ ਜਿਹਾ ਸਰੀਰ, ਮੱਧਰਾ ਕੱਦ, ਬੜਾ ਫੁਰਤੀਲਾ, ਚੰਗਿਆੜੇ ਛੱਡਦੀਆਂ ਕਾਲੀਆਂ ਅੱਖਾਂ, ਅਤੇ ਬਹੁਤੇ

ਯਹੂਦੀਆਂ ਵਾਂਗ ਸੰਗੀਤ ਦਾ ਬੜਾ ਰਸੀਆ। ਉਸ ਦੀ ਆਵਾਜ਼ ਅਜੇ ਟੁੱਟਦੀ ਸੀ ਤੇ ਇਸ ਦੇ ਬਾਵਜੂਦ ਉਹ ਬੜਾ ਖੂਬਸੂਰਤ ਗਾਉਂਦਾ ਸੀ। ਜੀ ਹਾਂ। ਮੈਂ ਉਹਨਾਂ ਦੋਹਾਂ ਨੂੰ ਮੁਕੱਦਮੇ ਦੀ ਸੁਣਵਾਈ ਲਈ ਲੈ ਕੇ ਜਾਂਦਿਆਂ ਵੇਖਿਆ ਸੀ। ਉਹਨਾਂ ਨੂੰ ਤੜਕਸਾਰ ਜਿਹੇ ਲੈ ਕੇ ਗਏ ਸਨ। ਤ੍ਰਿਕਾਲਾਂ ਨੂੰ ਵਾਪਸ ਆਏ ਤਾਂ ਉਹਨਾਂ ਦੱਸਿਆ ਕਿ ਉਹਨਾਂ ਨੂੰ ਮੌਤ ਦੀ ਸਜ਼ਾ ਹੋ ਗਈ ਹੈ। ਇਸ ਗੱਲ ਦੀ ਕਿਸੇ ਨੂੰ ਵੀ ਆਸ ਉਮੀਦ ਨਹੀਂ ਸੀ। ਬੜਾ ਮਾਮੂਲੀ ਜਿਹਾ ਤਾਂ ਉਹਨਾਂ ਦਾ ਜੁਰਮ ਸੀ। ਉਹਨਾਂ ਨੇ ਸਿਰਫ ਕਾਨਵਾਈ ਵਿਚੋਂ ਭੱਜ ਜਾਣ ਦੀ ਹੀ ਕੋਸ਼ਿਸ਼ ਕੀਤੀ ਸੀ ਕਿਸੇ ਨੂੰ ਕੋਈ ਸੱਟ ਪੇਟ ਤਾਂ ਲਾਈ ਨਹੀਂ ਸੀ। ਤੇ ਨਾਲੇ ਰੋਜ਼ੋਵਸਕੀ ਵਰਗੇ ਮੁੰਡੇ-ਖੁੰਡੇ ਨੂੰ ਫਾਹੇ ਲਾ ਦੇਣਾ ਤਾਂ ਜੱਗੋਂ ਬਾਹਰੀ ਗੱਲ ਜਾਪਦੀ ਸੀ। ਤੇ ਜੇਲ੍ਹ ਵਿਚ ਸਾਡਾ ਸਭਨਾਂ ਦਾ ਏਹੋ ਵਿਚਾਰ ਸੀ ਕਿ ਇਹ ਸਿਰਫ ਡਰਾਉਣ ਧਮਕਾਉਣ ਵਾਸਤੇ ਕੀਤਾ ਗਿਆ ਹੈ ਅਤੇ ਇਹ ਸਜ਼ਾ ਪੱਕੀ ਨਹੀਂ ਹੋਵੇਗੀ। ਪਹਿਲਾਂ ਤਾਂ ਅਸੀਂ ਬੜੇ ਬੇਚੈਨ ਹੋਏ ਪਰ ਫੇਰ ਅਸਾਂ ਆਪਣੇ ਆਪ ਨੂੰ ਢਾਰਸ ਦੇ ਲਿਆ ਤੇ ਜ਼ਿੰਦਗੀ ਪਹਿਲਾਂ ਵਾਂਗ ਹੀ ਆਪਣੀ ਚਾਲੇ ਤੁਰਨ ਲੱਗੀ। ਜੀ ਹਾਂ। ਤੇ ਲਓ ਜੀ, ਇਕ ਦਿਨ ਸ਼ਾਮ ਵੇਲੇ ਚੌਕੀਦਾਰ ਮੇਰੇ ਦਰਵਾਜ਼ੇ ਕੋਲ ਆਇਆ ਅਤੇ ਬੜੀ ਭੇਤਭਰੀ ਆਵਾਜ਼ ਵਿਚ ਮੈਨੂੰ ਦੱਸਣ ਲੱਗਾ ਕਿ ਤਰਖਾਣ ਆ ਗਏ ਨੇ ਤੇ ਫਾਂਸੀ ਦਾ ਤਖ਼ਤਾ ਖੜਾ ਕਰ ਰਹੇ ਨੇ। ਪਹਿਲਾਂ ਤਾਂ ਮੈਨੂੰ ਗੱਲ ਦੀ ਕੋਈ ਸਮਝ ਨਾ ਆਈ। ਇਹ ਕੀ ਹੋਇਆ? ਫਾਂਸੀ ਦਾ ਤਖ਼ਤਾ? ਪਰ ਬੁੱਢਾ ਚੌਕੀਦਾਰ ਏਡਾ ਬੌਖਲਾਇਆ ਹੋਇਆ ਸੀ ਕਿ ਮੈਨੂੰ ਇਕਦਮ ਸਮਝ ਆ ਗਈ ਕਿ ਇਹ ਸਾਡੇ ਉਹਨਾਂ ਦੋਹਾਂ ਵਾਸਤੇ ਸੀ। ਮੇਰਾ ਜੀਅ ਕੀਤਾ ਕਿ ਕੰਧ ਉਤੇ ਠੱਕ ਠੱਕ ਕਰ ਕੇ ਆਪਣੇ ਸਾਥੀਆਂ ਨੂੰ ਦੱਸ ਦੇਵਾਂ, ਪਰ ਇਸ ਗੱਲੋਂ ਡਰ ਗਿਆ ਕਿ ਉਹ ਦੋਵੇਂ ਸੁਣ ਲੈਣਗੇ। ਸਾਡੇ ਸਾਥੀ ਵੀ ਚੁੱਪ ਸਨ। ਪ੍ਰਤੱਖ ਸੀ ਕਿ ਗੱਲ ਦਾ ਸਭ ਨੂੰ ਪਤਾ ਲੱਗ ਗਿਆ ਹੋਇਆ ਸੀ। ਓਸ ਸ਼ਾਮ ਲਾਂਘੇ ਵਿਚ ਕੀ ਤੇ ਕੋਠੜੀਆਂ ਵਿਚ ਕੀ ਮੌਤ ਵਰਗੀ ਚੁੱਪ ਤਣੀ ਰਹੀ। ਨਾ ਅਸੀਂ ਕੰਧਾਂ ਨੂੰ ਠਕੋਰਿਆ ਨਾ ਕੋਈ ਗੀਤ ਗਾਇਆ। ਦਸ ਵਜੇ ਨਾਲ ਚੌਕੀਦਾਰ ਫੇਰ ਆਇਆ ਤੇ ਇਹ ਦੱਸ ਗਿਆ ਕਿ ਮਾਸਕੋ ਤੋਂ ਜੱਲਾਦ ਆ ਗਿਆ ਹੈ। ਇਹ ਗੱਲ ਦੱਸ ਕੇ ਉਹ ਚਲਾ ਗਿਆ। ਮੈਂ ਉਹਨੂੰ ਵਾਪਸ ਆਉਣ ਲਈ ਵਾਜਾਂ ਮਾਰੀਆਂ। ਤਾਂ ਅਚਾਨਕ ਰੋਜ਼ੋਵਸਕੀ ਦੀ ਆਵਾਜ਼ ਮੇਰੇ ਕੰਨ ਪਈ। ਉਹ ਲਾਂਘੇ ਦੇ ਪਰਲੇ ਪਾਸੇ ਮੈਨੂੰ ਹਾਕਾਂ ਮਾਰ ਕੇ ਪੁੱਛ ਰਿਹਾ ਸੀ। 'ਕੀ ਗੱਲ ਐ? ਉਹਨੂੰ ਵਾਜਾਂ ਕਿਉਂ ਮਾਰ ਰਿਹੈਂ?' ਮੈਂ ਜਵਾਬ ਵਿਚ ਆਖਿਆ ਕਿ ਮੈਨੂੰ ਥੋੜਾ ਜਿਹਾ ਤਮਾਕੂ ਲਿਆ ਦੇਵੇ। ਪਰ ਜਾਪਦਾ ਸੀ ਕਿ ਉਹ ਗੱਲ ਨੂੰ ਭਾਂਪ ਗਿਆ ਸੀ। ਉਹ ਪੁੱਛਣ ਲੱਗਾ ਕਿ 'ਅੱਜ ਆਪਾਂ ਗੀਤ ਕਿਉਂ ਨਹੀਂ ਗਾਉਂਦੇ? ਕੰਧਾਂ ਉਤੇ ਠੱਕ ਠੱਕ ਕਿਉਂ ਨਹੀਂ ਕਰਦੇ?' ਮੈਂ ਉਸ ਨੂੰ ਕੀ ਆਖਿਆ ਸੀ ਮੈਨੂੰ ਯਾਦ ਨਹੀਂ, ਪਰ ਮੈਂ ਪਿਛਾਂਹ ਮੁੜ ਆਇਆ ਤਾਂ ਜੋ ਉਹਦੇ ਨਾਲ ਗੱਲ ਨਾ ਕਰਨੀ ਪਵੇ। ਜੀ ਹਾਂ। ਬੜੀ ਖੌਫਨਾਕ ਰਾਤ ਸੀ ਉਹ। ਸਾਰੀ ਰਾਤ ਮੈਂ ਕੰਨ ਲਾ ਕੇ ਬਿੜਕਾਂ ਲੈਂਦਾ ਰਿਹਾ। ਅਚਨਚੇਤ ਹੀ, ਤੜਕਸਾਰ ਜਿਹੇ ਬੂਹਿਆਂ ਦੇ ਖੁਲ੍ਹਣ ਦੀ ਤੇ ਕਿਸੇ ਦੇ ਕਦਮਾਂ ਦੀ ਆਵਾਜ਼ ਆਈ। ਇਕ ਨਹੀਂ, ਬਹੁਤ ਸਾਰੇ

ਬੰਦਿਆਂ ਦੇ ਆਉਣ ਦਾ ਪਤਾ ਲੱਗਦਾ ਸੀ। ਮੈਂ ਆਪਣੇ ਬੂਹੇ ਦੇ ਝਰੋਖੇ ਵਿਚੋਂ ਵੇਖਿਆ। ਲਾਂਘੇ ਵਿਚ ਇਕ ਲੈਂਪ ਬਲ ਰਿਹਾ ਸੀ। ਸਭ ਤੋਂ ਪਹਿਲਾਂ ਇੰਸਪੈਕਟਰ ਲੰਘਿਆ। ਉਹ ਪਲੇ ਹੋਏ ਸਰੀਰ ਵਾਲਾ ਆਦਮੀ ਸੀ ਤੇ ਆਮ ਕਰਕੇ ਬੜਾ ਡਟ ਕੇ ਰਹਿਣ ਤੇ ਆਪਣੇ ਆਪ ਉਤੇ ਭਰੋਸਾ ਰਖਣ ਵਾਲਾ ਸੀ। ਪਰ ਇਸ ਵੇਲੇ ਉਹਦਾ ਰੰਗ ਉੱਡਿਆ ਉੱਡਿਆ ਸੀ, ਨਜ਼ਰਾਂ ਨੀਵੀਆਂ ਪਾਈਆਂ ਹੋਈਆਂ ਸਨ ਤੇ ਡਰਿਆ ਸਹਿਮਿਆ ਜਾਪਦਾ ਸੀ। ਉਸ ਤੋਂ ਮਗਰੋਂ ਛੋਟਾ ਇੰਸਪੈਕਟਰ ਲੰਘਿਆ। ਚਿਹਰਾ ਤਾਂ ਉੱਤਰਿਆ ਹੋਇਆ ਸੀ ਪਰ ਸੀ ਅਡੋਲ। ਤੇ ਸਭ ਦੇ ਪਿੱਛੇ ਸਨ ਗਾਰਦ ਦਾ ਸਿਪਾਹੀ। ਉਹ ਮੇਰੇ ਬੂਹੇ ਅੱਗੋਂ ਦੀ ਲੰਘ ਕੇ ਅਗਲੇ ਬੂਹੇ ਅੱਗੇ ਜਾ ਖੜੇ ਹੋਏ। ਫੇਰ ਮੈਂ ਸੁਣਿਆ ਛੋਟਾ ਇੰਸਪੈਕਟਰ ਅਜੀਬ ਜਿਹੀ ਆਵਾਜ਼ ਵਿਚ ਆਖ ਰਿਹਾ ਸੀ, "ਲੋਜ਼ਿਨਸਕੀ, ਉੱਠ ਤੇ ਸਾਫ ਸੁਥਰੇ ਕਪੜੇ ਪਾ ਕੇ ਤਿਆਰ ਹੋ ਜਾ!' ਜੀ ਹਾਂ। ਇਸ ਤੋਂ ਮਗਰੋਂ ਬੂਹੇ ਦੇ ਚੀਕਣ ਦੀ ਆਵਾਜ਼ ਆਈ। ਉਹ ਕੋਠੜੀ ਦੇ ਅੰਦਰ ਚਲੇ ਗਏ ਸਨ। ਇਸ ਤੋਂ ਮਗਰੋਂ ਮੈਨੂੰ ਲਾਂਘੇ ਦੇ ਦੂਜੇ ਪਾਸੇ ਜਾਂਦੇ ਲੋਜ਼ਿਨਸਕੀ ਦੇ ਕਦਮਾਂ ਦੀ ਆਵਾਜ਼ ਸੁਣਾਈ ਦਿੱਤੀ। ਮੈਨੂੰ ਸਿਰਫ ਇੰਸਪੈਕਟਰ ਹੀ ਵਿਖਾਈ ਦੇ ਰਿਹਾ ਸੀ। ਉਸ ਦਾ ਚਿਹਰਾ ਪੀਲਾ ਵਸਾਰ ਹੋਇਆ ਪਿਆ ਸੀ ਤੇ ਉਥੇ ਖੜਾ ਆਪਣੇ ਕੋਟ ਦੇ ਬਟਨ ਕਦੇ ਖੋਹਲ ਲੈਂਦਾ ਤੇ ਕਦੇ ਬੰਦ ਕਰ ਲੈਂਦਾ ਅਤੇ ਮੋਢਿਆਂ ਨੂੰ ਛੰਡੀ ਜਾਂਦਾ। ਜੀ ਹਾਂ। ਫੇਰ ਜਿਵੇਂ ਉਹ ਕਿਸੇ ਚੀਜ਼ ਤੋਂ ਡਰ ਗਿਆ ਹੋਵੇ, ਰਾਹ ਵਿਚੋਂ ਇਕ ਪਾਸੇ ਹੋ ਗਿਆ। ਉਹਨੇ ਲੋਜ਼ਿਨਸਕੀ ਨੂੰ ਰਾਹ ਦਿੱਤਾ ਸੀ ਜਿਹੜਾ ਉਹਦੇ ਅੱਗੋਂ ਦੀ ਲੰਘ ਕੇ ਮੇਰੇ ਬੂਹੇ ਅੱਗੇ ਆ ਗਿਆ ਸੀ। ਹੱਥ ਲਾਇਆਂ ਮੈਲਾ ਹੋਣ ਵਾਲਾ ਉਹ ਸੁਹਣਾ ਜਵਾਨ ਸੀ। ਵੇਖੋ ਨਾ, ਬਿਲਕੁਲ ਜਿਸ ਤਰ੍ਹਾਂ ਦੇ ਪੋਲੈਂਡ ਦੇ ਜਵਾਨ ਹੁੰਦੇ ਨੇ। ਚੌੜਾ ਸਪਾਟ ਮੱਥਾ, ਮੁਲਾਇਮ, ਸੁਨਹਿਰੀ ਕੁੰਡਲਾਂ ਵਾਲੇ ਵਾਲ ਜਿਵੇਂ ਕੋਈ ਟੋਪੀ ਹੋਵੇ। ਤੇ ਸੁਹਣੀਆਂ ਨੀਲੀਆਂ ਅੱਖਾਂ। ਇਕਦਮ ਟਹਿਕਿਆ ਚਿਹਰਾ, ਖਿੜਿਆ ਪੁੜਿਆ, ਨਰੋਈ ਸਿਹਤ। ਉਹ ਮੇਰੇ ਦਰਵਾਜ਼ੇ ਦੀ ਝੀਤ ਅੱਗੇ ਆ ਖਲੋਤਾ, ਇਸ ਤਰ੍ਹਾਂ ਮੈਨੂੰ ਉਹਦਾ ਸਾਰਾ ਚਿਹਰਾ ਵਿਖਾਈ ਦੇ ਰਿਹਾ ਸੀ। ਪੀਲਾ ਭੂਕ ਅਤੇ ਭਿਆਨਕ। 'ਕ੍ਰਿਲਤਸੋਵ, ਕੋਈ ਸਿਗਰਟ ਹੈ ਤੇਰੇ ਕੋਲ?' ਮੈਂ ਉਹਨੂੰ ਸਿਗਰਟ ਦੇਣਾ ਚਾਹੁੰਦਾ ਸਾਂ, ਪਰ ਛੋਟੇ ਇੰਸਪੈਕਟਰ ਨੇ ਛੇਤੀ ਨਾਲ ਆਪਣੀ ਸਿਗਰਟਾਂ ਵਾਲੀ ਡੱਬੀ ਕੱਢੀ ਤੇ ਉਹਨੂੰ ਫੜਾ ਦਿੱਤੀ। ਉਸ ਨੇ ਇਕ ਸਿਗਰਟ ਕੱਢ ਲਈ। ਛੋਟੇ ਇੰਸਪੈਕਟਰ ਨੇ ਤੀਲੀ ਬਾਲੀ, ਉਸ ਨੇ ਸਿਗਰਟ ਸੁਲਘਾਈ ਤੇ ਕਸ਼ ਲੈਣ ਲੱਗਾ। ਜਾਪਦਾ ਸੀ ਜਿਵੇਂ ਕੁਝ ਸੋਚ ਰਿਹਾ ਹੋਵੇ। ਫੇਰ ਅਚਾਨਕ, ਜਿਵੇਂ ਕਿਸੇ ਗੱਲ ਦਾ ਚੇਤਾ ਆ ਗਿਆ ਹੋਵੇ, ਉਹ ਬੋਲਣ ਲੱਗ ਪਿਆ। 'ਇਹ ਜ਼ੁਲਮ ਤੇ ਬੇਇਨਸਾਫ਼ੀ ਹੈ। ਮੈਂ ਕੋਈ ਜੁਰਮ ਨਹੀਂ ਕੀਤਾ। ਮੈਂ...' ਮੈਨੂੰ ਉਸ ਦੇ ਗੋਰੇ ਚਿੱਟੇ ਜਵਾਨ ਸੰਘ ਵਿਚ ਕੋਈ ਚੀਜ਼ ਕੰਬਦੀ ਹੋਈ ਨਜ਼ਰ ਆਈ, ਜਿਸ ਤੋਂ ਮੈਂ ਆਪਣੀਆਂ ਨਜ਼ਰਾਂ ਨਾ ਹਟਾ ਸਕਿਆ। ਤੇ ਉਹ ਚੁਪ ਕਰ ਗਿਆ। ਜੀ ਹਾਂ। ਐਨ ਉਸੇ ਵੇਲੇ ਮੈਨੂੰ ਰੋਜ਼ੋਵਸਕੀ ਦੀ ਆਵਾਜ਼ ਸੁਣਾਈ ਦਿੱਤੀ। ਉਹ ਬਹੁਤ ਉੱਚੀ ਉੱਚੀ ਯਹੂਦੀਆਂ ਵਰਗੀ ਆਵਾਜ਼ ਵਿਚ ਚੀਕ ਰਿਹਾ ਸੀ। ਲੋਜ਼ਿਨਸਕੀ ਨੇ ਸਿਗਰਟ ਦਾ

ਟੋਟਾ ਸੁੱਟ ਦਿੱਤਾ ਤੇ ਬੂਹੇ ਤੋਂ ਪਰੇ ਹਟ ਗਿਆ। ਤੇ ਹੁਣ ਉਹਦੀ ਥਾਂ, ਮੇਰੇ ਬੂਹੇ ਦੇ ਝਰੋਖੇ ਅੱਗੇ ਰੋਜ਼ੋਵਸਕੀ ਆ ਗਿਆ ਸੀ। ਬੱਚਿਆਂ ਵਰਗਾ ਉਹਦਾ ਚਿਹਰਾ ਲਾਲ ਅਤੇ ਮੁੜ੍ਹਕੇ ਨਾਲ ਗੜੁਚ ਸੀ ਤੇ ਉਹਦੀਆਂ ਕਾਲੀਆਂ ਅੱਖਾਂ ਸਾਫ-ਸ਼ਫਾਫ ਸਨ। ਉਹਨੇ ਵੀ ਸਾਫ ਸੁਥਰੇ ਕਪੜੇ ਪਾਏ ਹੋਏ ਸਨ। ਪਤਲੂਣ ਬਹੁਤ ਖੁਲ੍ਹੀ ਸੀ ਤੇ ਉਸ ਨੂੰ ਉਹ ਬਾਰ ਬਾਰ ਉਤਾਂਹ ਚੁਕਦਾ ਸੀ ਤੇ ਉਹਦਾ ਸਾਰਾ ਸਰੀਰ ਕੰਬੀ ਜਾ ਰਿਹਾ ਸੀ। ਉਸ ਨੇ ਆਪਣਾ ਦਰਦਨਾਕ ਚਿਹਰਾ ਮੇਰੇ ਬੂਹੇ ਦੇ ਝਰੋਖੇ ਕੋਲ ਕਰ ਕੇ ਆਖਿਆ, 'ਅਨਾਤੋਲੀ ਪੇਤਰੋਵਿਚ, ਇਹ ਠੀਕ ਹੈ ਨਾ ਕਿ ਮੈਨੂੰ ਡਾਕਟਰ ਨੇ ਖੰਘ ਦੀ ਦਵਾਈ ਪੀਣ ਨੂੰ ਆਖਿਆ ਹੈ, ਹੈਂ? ਮੇਰੀ ਸਿਹਤ ਠੀਕ ਨਹੀਂ। ਮੈਂ ਥੋੜੀ ਜਿਹੀ ਦਵਾਈ ਹੋਰ ਪੀਆਂਗਾ।' ਜਵਾਬ ਵਿਚ ਕੋਈ ਨਹੀਂ ਬੋਲਿਆ ਤੇ ਉਹ ਸਵਾਲੀਆ ਨਜ਼ਰਾਂ ਨਾਲ ਕਦੇ ਮੇਰੇ ਵੱਲ ਵੇਖਦਾ ਸੀ ਕਦੇ ਇੰਸਪੈਕਟਰ ਵੱਲ। ਉਹ ਅਸਲ ਵਿਚ ਕੀ ਕਹਿਣਾ ਚਾਹੁੰਦਾ ਸੀ ਮੈਨੂੰ ਇਸ ਗੱਲ ਦੀ ਕਦੇ ਸਮਝ ਨਹੀਂ ਆਈ। ਜੀ ਹਾਂ। ਅਚਾਨਕ ਹੀ ਛੋਟੇ ਇੰਸਪੈਕਟਰ ਦਾ ਚਿਹਰਾ ਤਣ ਗਿਆ ਤੇ ਉਹਨੇ ਇਕ ਵਾਰੀ ਫੇਰ ਚੀਕਦੀ ਆਵਾਜ਼ ਵਿਚ ਆਖਿਆ, 'ਇਹ ਕੀ ਮਸ਼ਕਰੀਆਂ ਕਰਨ ਲੱਗਾ ਹੋਇਐਂ? ਚਲ ਤੁਰ ਅਗਾਂਹ।' ਜਾਪਦਾ ਸੀ ਕਿ ਰੋਜ਼ੋਵਸਕੀ ਨੂੰ ਕੁਝ ਸਮਝ ਨਹੀਂ ਸੀ ਆ ਰਿਹਾ ਕਿ ਉਹਦੇ ਨਾਲ ਕੀ ਵਾਪਰਨ ਵਾਲਾ ਹੈ। ਉਹ ਲਾਂਘੇ ਵਿਚ ਸਭ ਤੋਂ ਅੱਗੇ ਛੋਹਲੇ ਛੋਹਲੇ ਕਦਮ ਰੱਖਦਾ ਜਾ ਰਿਹਾ ਸੀ। ਉਹ ਤਾਂ ਇਕ ਤਰ੍ਹਾਂ ਨਾਲ ਦੌੜ ਹੀ ਰਿਹਾ ਸੀ। ਪਰ ਫੇਰ ਉਹ ਪਿੱਛੇ ਹਟ ਗਿਆ। ਮੈਨੂੰ ਉਹਦੇ ਰੋਣ ਕੁਰਲਾਉਣ ਤੇ ਚੀਕਾਂ ਮਾਰਨ ਦੀ ਆਵਾਜ਼ ਸੁਣਾਈ ਦਿੱਤੀ। ਫੇਰ ਬਹੁਤ ਸਾਰੇ ਕਦਮਾਂ ਦੀ ਚਾਪ ਤੇ ਸ਼ੋਰ-ਸ਼ਰਾਬਾ। ਉਸ ਦੇ ਰੋਣ ਕੁਰਲਾਉਣ ਦੀ ਆਵਾਜ਼ ਅਜੇ ਵੀ ਆ ਰਹੀ ਸੀ। ਹੌਲੀ ਹੌਲੀ ਆਵਾਜ਼ ਮਧਮ ਹੁੰਦੀ ਗਈ ਤੇ ਅਖੀਰ ਬੂਹਾ ਬੰਦ ਹੋਣ ਦੀ ਆਵਾਜ਼ ਆਈ ਤੇ ਬਿਲਕੁਲ ਚੁੱਪ ਚਾਂ ਹੋ ਗਈ... ਜੀ ਹਾਂ। ਉਹਨਾਂ ਨੂੰ ਫਾਹੇ ਲਾ ਦਿੱਤਾ ਗਿਆ। ਇਕ ਰੱਸੇ ਨਾਲ ਦੋਹਾਂ ਦੀ ਸੰਘੀ ਘੁਟ ਦਿੱਤੀ ਗਈ। ਇਕ ਚੌਕੀਦਾਰ ਨੇ ਸਭ ਕੁਝ ਹੁੰਦਾ ਅੱਖੀਂ ਵੇਖਿਆ। ਇਹ ਕੋਈ ਦੂਸਰਾ ਚੌਕੀਦਾਰ ਸੀ। ਤੇ ਫੇਰ ਉਸ ਤੋਂ ਮੈਨੂੰ ਪਤਾ ਲੱਗਾ ਕਿ ਲੋਜ਼ਿਨਸਕੀ ਨੇ ਕੋਈ ਹੀਲ ਹੁਜਤ ਨਹੀਂ ਸੀ ਕੀਤੀ। ਪਰ ਰੋਜ਼ੋਵਸਕੀ ਢੇਰ ਚਿਰ ਤੱਕ ਲੱਤਾਂ ਬਾਹਵਾਂ ਮਾਰਦਾ ਰਿਹਾ ਸੀ। ਇਸ ਕਰਕੇ ਉਸ ਨੂੰ ਧੂਹ ਕੇ ਫਾਂਸੀ ਤੱਕ ਲਿਜਾਣਾ ਪਿਆ ਤੇ ਜੋਰ ਜ਼ਬਰਦਸਤੀ ਕਰਕੇ ਉਹਦਾ ਸਿਰ ਫੰਦੇ ਵਿਚ ਦੇਣਾ ਪਿਆ। ਜੀ ਹਾਂ। ਇਹ ਚੌਕੀਦਾਰ ਕੁਝ ਕੁਝ ਬੁਧੂ ਬੰਦਾ ਸੀ। ਆਖਣ ਲੱਗਾ: 'ਹਜ਼ੂਰ, ਕਹਿੰਦੇ ਸਨ ਕਿ ਇਹ ਬੜਾ ਖੌਫਨਾਕ ਨਜ਼ਾਰਾ ਹੁੰਦਾ ਏ, ਪਰ ਇਹ ਤਾਂ ਉੱਕਾ ਹੀ ਖੌਫਨਾਕ ਨਹੀਂ ਸੀ। ਜਦੋਂ ਉਹਨਾਂ ਨੂੰ ਫਾਹੇ ਦੇ ਰਹੇ ਸਨ ਉਹਨਾਂ ਨੇ ਬਸ ਦੋ ਕੁ ਵਾਰ ਮੋਢੇ ਛੰਡੇ ਸਨ—ਇਉਂ ਕਰਕੇ,' ਉਸ ਨੇ ਮੈਨੂੰ ਨਕਲ ਕਰ ਕੇ ਵਿਖਾਇਆ ਕਿ ਝੰਜੋੜਾ ਖਾ ਕੇ ਮੋਢੇ ਕਿਵੇਂ ਹੇਠਾਂ ਉਤੇ ਹੋਏ ਸਨ। 'ਫੇਰ ਜੱਲਾਦ ਨੇ ਮਾੜੀ ਜਿਹੀ ਰੱਸੀ ਖਿੱਚੀ ਤਾਂ ਜੋ ਫਾਹੀ ਦੀ ਗੰਢ ਘੁਟੀ ਜਾਵੇ, ਤੇ ਬਸ, ਤਮਾਸ਼ਾ ਖਤਮ। ਮੁੜ ਕੇ ਉਹ ਰਤਾ ਨਹੀਂ ਹਿੱਲੇ ਜੁੱਲੇ।'"

ਤੇ ਕ੍ਰਿਲਤਸੋਵ ਨੇ ਚੌਕੀਦਾਰ ਦੇ ਲਫਜ਼ ਦੁਹਰਾ ਦਿੱਤੇ, "ਉੱਕਾ ਹੀ ਖੌਫਨਾਕ ਨਹੀਂ।"

ਤੇ ਉਹਨੇ ਮੁਸਕ੍ਰਾਉਣ ਦੀ ਕੋਸ਼ਿਸ਼ ਕੀਤੀ ਪਰ ਉਹਦੀਆਂ ਭੁੱਬਾਂ ਨਿਕਲ ਗਈਆਂ।

ਇਸ ਤੋਂ ਮਗਰੋਂ ਕਿੰਨਾ ਹੀ ਚਿਰ ਉਹ ਚੁੱਪ ਬੈਠਾ ਰਿਹਾ। ਉਹ ਔਖੇ ਔਖੇ ਸਾਹ ਲੈ ਰਿਹਾ ਸੀ ਤੇ ਸਿਸਕੀਆਂ ਨੂੰ ਨਪ ਘੁਟ ਕੇ ਰਖਣ ਦੀ ਕੋਸ਼ਿਸ਼ ਕਰ ਰਿਹਾ ਸੀ ਜਿਨ੍ਹਾਂ ਨੇ ਉਹਦਾ ਸਾਹ ਘੁੱਟਿਆ ਹੋਇਆ ਸੀ।

"ਬਸ ਉਸ ਘੜੀ ਤੋਂ ਮੈਂ ਇਨਕਲਾਬੀ ਬਣ ਗਿਆ। ਜੀ ਹਾਂ।" ਦਿਲ ਟਿਕਾਣੇ ਆਉਣ ਤੇ ਉਸ ਨੇ ਆਖਿਆ ਤੇ ਕੁਝ ਕੁ ਹੋਰ ਸ਼ਬਦ ਆਖ ਕੇ ਉਹਨੇ ਆਪਣੀ ਕਹਾਣੀ ਦਾ ਭੋਗ ਪਾ ਦਿੱਤਾ।

ਉਹਦਾ "ਨਰੋਦਨਾਯਾ ਵੋਲਿਆ" ਪਾਰਟੀ ਨਾਲ ਸੰਬੰਧ ਸੀ ਅਤੇ ਉਹ "ਤੋੜ ਭੰਨ ਕਰਨ ਵਾਲੇ ਦਲ" ਦਾ ਮੁਖੀ ਸੀ ਜਿਸ ਦਾ ਕੰਮ ਸੀ ਦਹਿਸ਼ਤ ਫੈਲਾਉਣਾ ਤਾਂ ਜੋ ਸਰਕਾਰ ਆਪਣੀ ਮਰਜ਼ੀ ਨਾਲ ਹੀ ਰਾਜ-ਭਾਗ ਦੀ ਵਾਗਡੋਰ ਲੋਕਾਂ ਦੇ ਹਵਾਲੇ ਕਰ ਦੇਵੇ। ਇਸ ਉਦੇਸ਼ ਦੇ ਸਿਲਸਲੇ ਵਿਚ ਉਸ ਨੇ ਪੀਟਰਸਬਰਗ, ਕੀਵ, ਓਦੇਸਾ ਤੇ ਬਾਹਰਲੇ ਦੇਸ਼ਾਂ ਦਾ ਦੌਰਾ ਕੀਤਾ ਸੀ ਤੇ ਜਿਥੇ ਕਿਤੇ ਵੀ ਗਿਆ ਉਹਨੂੰ ਕਾਮਯਾਬੀ ਹਾਸਿਲ ਹੋਈ ਸੀ। ਇਕ ਆਦਮੀ ਨੇ, ਜਿਸ ਉਤੇ ਉਹਨੂੰ ਪੂਰਾ ਪੂਰਾ ਭਰੋਸਾ ਸੀ, ਉਸ ਨੂੰ ਧੋਖਾ ਦੇ ਦਿੱਤਾ। ਉਹ ਫੜਿਆ ਗਿਆ, ਮੁਕੱਦਮਾ ਚੱਲਿਆ, ਅਤੇ ਦੋ ਸਾਲ ਜੇਲ੍ਹ ਵਿਚ ਰਖਣ ਤੋਂ ਮਗਰੋਂ ਉਹਨੂੰ ਮੌਤ ਦੀ ਸਜ਼ਾ ਸੁਣਾਈ ਗਈ ਪਰ ਮਗਰੋਂ ਸਜ਼ਾ ਘਟ ਕਰ ਕੇ ਬਾ-ਮੁਸ਼ੱਕਤ ਉਮਰ ਕੈਦ ਵਿਚ ਬਦਲ ਦਿੱਤੀ ਗਈ।"

ਜਦੋਂ ਉਹ ਜੇਲ੍ਹ ਵਿਚ ਸੀ ਤਾਂ ਉਹਨੂੰ ਤਪਦਿਕ ਦਾ ਰੋਗ ਚੰਬੜ ਗਿਆ। ਤੇ ਜਿਨ੍ਹਾਂ ਹਾਲਾਤ ਵਿਚ ਉਹ ਹੁਣ ਰਹਿੰਦਾ ਸੀ ਉਹਨਾਂ ਵਿਚ ਉਹ ਦੋ ਚਾਰ ਮਹੀਨਿਆਂ ਤੋਂ ਵਧ ਨਹੀਂ ਸੀ ਜਿਊ ਸਕਦਾ। ਇਹ ਗੱਲ ਉਹ ਆਪ ਜਾਣਦਾ ਸੀ ਪਰ ਉਹਨੂੰ ਆਪਣੇ ਕੀਤੇ ਦਾ ਕੋਈ ਪਛਤਾਵਾ ਨਹੀਂ ਸੀ। ਉਹ ਕਹਿੰਦਾ ਕਿ ਜੇ ਉਹਨੂੰ ਇਕ ਵਾਰ ਮੁੜਕੇ ਆਦਮੀ ਦੀ ਜੂਨ ਮਿਲ ਜਾਏ ਤਾਂ ਉਹ ਉਸ ਨੂੰ ਏਸੇ ਹੀ ਤਰੀਕੇ ਨਾਲ ਉਹਨਾਂ ਹਾਲਤਾਂ ਦਾ ਫਸਤਾ ਵੱਢਣ ਦੇ ਲੇਖੇ ਲਾ ਦੇਵੇਗਾ ਜਿਨ੍ਹਾਂ ਵਿਚ ਏਹੋ ਜਿਹੀਆਂ ਗੱਲਾਂ ਸੰਭਵ ਹੁੰਦੀਆਂ ਹਨ ਜਿਹੋ ਜਿਹੀਆਂ ਉਹਨੇ ਆਪਣੀ ਅੱਖੀਂ ਵੇਖੀਆਂ ਸਨ।

ਇਸ ਆਦਮੀ ਦੀ ਕਹਾਣੀ ਤੋਂ ਅਤੇ ਉਹਦੇ ਨਾਲ ਨੇੜੇ ਦੇ ਸੰਬੰਧਾਂ ਤੋਂ ਨੇਖਲੀਊਦੋਵ ਨੂੰ ਬਹੁਤ ਸਾਰੀਆਂ ਐਸੀਆਂ ਗੱਲਾਂ ਦੀ ਸਮਝ ਆ ਗਈ ਜੋ ਪਹਿਲਾਂ ਉਹਦੀ ਸਮਝ ਵਿਚ ਨਹੀਂ ਆਉਂਦੀਆਂ ਸਨ।

੭

ਜਿਸ ਦਿਨ ਇਕ ਪੜਾ ਉਤੇ ਰਖਵਾਲ ਅਫਸਰ ਦਾ ਬੱਚੇ ਕਾਰਨ ਕੈਦੀਆਂ ਨਾਲ ਝਗੜਾ ਹੋ ਪਿਆ ਸੀ, ਉਸ ਦਿਨ ਨੇਖਲੀਊਦੋਵ ਨੇ ਪਿੰਡ ਦੀ ਇਕ ਸਰਾਂ ਵਿਚ ਰਾਤ

ਕੱਟੀ ਸੀ ਅਤੇ ਸਵੇਰੇ ਕੁਝ ਦੇਰ ਨਾਲ ਉੱਠਿਆ ਸੀ। ਸੁੱਤਾ ਉੱਠ ਕੇ ਉਹ ਕੁਝ ਚਿਰ ਬੈਠਾ ਚਿੱਠੀਆਂ ਲਿਖਦਾ ਰਿਹਾ ਜਿਹੜੀਆਂ ਉਸ ਨੇ ਅਗਲੇ ਵੱਡੇ ਸ਼ਹਿਰ ਵਿਚ ਡਾਕ ਵਿਚ ਪਾਉਣੀਆਂ ਸਨ। ਇਸ ਕਰਕੇ ਉਹ ਸਰਾਂ ਤੋਂ ਵਾਹਵਾਹ ਪਛੜ ਕੇ ਤੁਰਿਆ ਅਤੇ ਰਾਹ ਵਿਚ ਕੈਦੀਆਂ ਦੀ ਟੋਲੀ ਨਾਲ ਨਾ ਮਿਲ ਸਕਿਆ ਜਿਵੇਂ ਕਿ ਉਹ ਪਹਿਲਾਂ ਕਰਦਾ ਆਇਆ ਸੀ। ਸਗੋਂ ਉਹ ਅਗਲੇ ਪੜਾ ਵਾਲੇ ਪਿੰਡ ਉਸ ਵੇਲੇ ਪੁੱਜਾ ਜਿਸ ਵੇਲੇ ਘੁਸਮੁਸਾ ਜਿਹਾ ਹੋਣ ਲੱਗ ਪਿਆ ਸੀ। ਸਰਾਂ ਵਿਚ, ਜਿਸ ਦੀ ਮਾਲਕਣ ਵਿਚ ਬੇਹੱਦ ਗੋਰੀ ਮੋਟੀ ਧੌਣ ਵਾਲੀ ਅੱਧਖੜ ਜਿਹੀ ਔਰਤ ਸੀ, ਜਾਂਦਿਆਂ ਹੀ ਨੇਖਲੀਊਦੋਵ ਨੇ ਪਹਿਲਾਂ ਆਪਣੇ ਕਪੜੇ ਸੁਕਾਏ ਤੇ ਚਾਹ ਪੀਣ ਚਲਾ ਗਿਆ। ਕਮਰਾ ਸਾਫ ਸੁਥਰਾ ਸੀ ਜਿਸ ਨੂੰ ਬਹੁਤ ਸਾਰੀਆਂ ਦੇਵ-ਮੂਰਤੀਆਂ ਤੇ ਤਸਵੀਰਾਂ ਨਾਲ ਸਜਾਇਆ ਹੋਇਆ ਸੀ। ਚਾਹ ਪੀ ਕੇ ਉਹ ਛੇਤੀ ਛੇਤੀ ਕਾਤੀਊਸ਼ਾ ਨਾਲ ਮੁਲਾਕਾਤ ਦੀ ਇਜਾਜ਼ਤ ਲੈਣ ਵਾਸਤੇ ਅਫਸਰ ਵੱਲ ਦੌੜ ਪਿਆ।

ਪਿਛਲੇ ਛੇ ਪੜਾਵਾਂ ਉਤੇ ਕਿਸੇ ਵੀ ਅਫਸਰ ਨੇ ਉਸ ਨੂੰ ਕਾਤੀਊਸ਼ਾ ਨਾਲ ਮੁਲਾਕਾਤ ਕਰਨ ਦੀ ਇਜਾਜ਼ਤ ਨਹੀਂ ਸੀ ਦਿੱਤੀ। ਭਾਵੇਂ ਅਫਸਰ ਤਾਂ ਕਈ ਵਾਰੀ ਬਦਲੇ ਸਨ, ਪਰ ਉਹਨਾਂ ਵਿਚੋਂ ਕਿਸੇ ਨੇ ਵੀ ਨੇਖਲੀਊਦੋਵ ਨੂੰ ਡੇਰੇ ਦੇ ਅੰਦਰ ਨਹੀਂ ਸੀ ਵੜਨ ਦਿੱਤਾ। ਇਸ ਕਰਕੇ ਉਹਨੂੰ ਕਾਤੀਊਸ਼ਾ ਨੂੰ ਮਿਲਿਆਂ ਇਕ ਹਫਤੇ ਤੋਂ ਵਧ ਸਮਾਂ ਹੋ ਗਿਆ ਸੀ। ਇਸ ਸਖ਼ਤੀ ਦਾ ਕਾਰਨ ਇਹ ਸੀ ਕਿ ਜੇਲ੍ਹ ਦੇ ਕਿਸੇ ਵੱਡੇ ਅਫਸਰ ਦੀ ਉਸ ਰਸਤਿਓਂ ਲੰਘਣ ਦੀ ਆਸ ਸੀ। ਤੇ ਹੁਣ ਜਦੋਂ ਉਹ ਅਫਸਰ ਅਖੀਰ ਡੇਰੇ ਉਤੇ ਨਜ਼ਰ ਮਾਰੇ ਬਗੈਰ ਹੀ ਅੱਗੇ ਲੰਘ ਗਿਆ ਤਾਂ ਨੇਖਲੀਊਦੋਵ ਨੂੰ ਆਸ ਬੱਝ ਗਈ ਸੀ ਕਿ ਜਿਸ ਅਫਸਰ ਨੇ ਅਜ ਸਵੇਰੇ ਇਸ ਟੋਲੀ ਨੂੰ ਆਪਣੀ ਨਿਗਰਾਨੀ ਹੇਠ ਲਿਆ ਹੈ ਉਹ ਪਹਿਲਾਂ ਵਾਲੇ ਅਫਸਰਾਂ ਵਾਂਗ ਹੀ ਉਹਨੂੰ ਕੈਦੀਆਂ ਨਾਲ ਮੁਲਾਕਾਤ ਦੀ ਇਜਾਜ਼ਤ ਦੇ ਦੇਵੇਗਾ।

ਡੇਰਾ ਪਿੰਡ ਦੇ ਦੂਜੇ ਸਿਰੇ ਉਤੇ ਸੀ। ਸਰਾਂ ਦੀ ਮਾਲਕਣ ਨੇ ਨੇਖਲੀਊਦੋਵ ਨੂੰ ਓਥੇ ਤੱਕ ਜਾਣ ਲਈ ਆਪਣੀ ਬੱਘੀ ਲੈ ਜਾਣ ਵਾਸਤੇ ਆਖਿਆ, ਪਰ ਨੇਖਲੀਊਦੋਵ ਨੇ ਤੁਰ ਕੇ ਜਾਣਾ ਹੀ ਪਸੰਦ ਕੀਤਾ। ਇਕ ਚੌੜੀ ਚਕਲੀ ਛਾਤੀ ਵਾਲੇ ਹੱਟੇ ਕੱਟੇ ਨੌਜਵਾਨ ਕਾਮੇ ਨੇ ਜਿਸ ਦੇ ਤਾਰਕੋਲ ਨਾਲ ਪਾਲਿਸ਼ ਕੀਤੇ ਬੂਟਾਂ ਵਿਚੋਂ ਮੁਸ਼ਕ ਆ ਰਹੀ ਸੀ, ਉਸ ਨੂੰ ਆਖਿਆ ਕਿ ਉਹ ਪੜਾ ਤੱਕ ਨੇਖਲੀਊਦੋਵ ਨੂੰ ਰਾਹ ਵਿਖਾ ਦੇਵੇਗਾ।

ਸੰਘਣੀ ਧੁੰਦ ਛਾਈ ਹੋਈ ਸੀ ਜਿਸ ਕਰਕੇ ਅਸਮਾਨ ਨਜ਼ਰ ਨਹੀਂ ਸੀ ਆਉਂਦਾ। ਏਨਾ ਘੁਪ ਹਨੇਰਾ ਸੀ ਕਿ ਜਿਸ ਵੇਲੇ ਨੌਜਵਾਨ ਨੇਖਲੀਊਦੋਵ ਨਾਲੋਂ ਤਿੰਨ ਕਦਮ ਵੀ ਅੱਗੇ ਨਿਕਲ ਜਾਂਦਾ ਤਾਂ ਉਹ ਉਸ ਨੂੰ ਸਿਰਫ ਉਸ ਵੇਲੇ ਹੀ ਵਿਖਾਈ ਦੇਂਦਾ ਜਦੋਂ ਕਿਸੇ ਖਿੜਕੀ ਵਿਚੋਂ ਉਹਦੇ ਉਤੇ ਕੋਈ ਚਾਨਣ ਦੀ ਕਿਰਨ ਆ ਪੈਂਦੀ। ਪਰ ਡੂੰਘੇ ਤੇ ਚੀਕਣੇ ਚਿੱਕੜ ਵਿਚ ਖੜਪ ਖੜਪ ਕਰਦੇ ਉਹਦੇ ਭਾਰੇ ਬੂਟਾਂ ਦੀ ਆਵਾਜ਼ ਨੇਖਲੀਊਦੋਵ ਦੇ ਕੰਨੀਂ ਪੈਂਦੀ ਰਹਿੰਦੀ।

ਗਿਰਜੇ ਦੇ ਸਾਮ੍ਹਣੇ ਵਾਲੇ ਖੁਲ੍ਹੇ ਮੈਦਾਨ ਅਤੇ ਉਸ ਲੰਮੀ ਸੜਕ ਨੂੰ ਲੰਘ ਕੇ ਜਿਸ ਦੇ ਦੋਵੇਂ ਪਾਸੇ ਹਨੇਰੇ ਵਿਚ ਮਕਾਨਾਂ ਦੀਆਂ ਖਿੜਕੀਆਂ ਜਗਮਗਾ ਰਹੀਆਂ ਸਨ, ਨੇਖਲੀਊਦੋਵ ਆਪਣੇ ਰਾਹ-ਵਿਖਾਵੇ ਦੇ ਮਗਰ ਮਗਰ ਪਿੰਡ ਦੇ ਬਾਹਰ-ਵਾਰ ਆ ਗਿਆ। ਬਾਹਰ ਚਾਰ ਚੁਫੇਰੇ ਘੁਪ ਹਨੇਰਾ ਸੀ। ਪਰ ਛੇਤੀ ਹੀ ਏਥੇ ਵੀ ਡੇਰੇ ਦੇ ਸਾਮ੍ਹਣੇ ਲੱਗੀਆਂ ਲੈਂਪਾਂ ਦੀ ਰੋਸ਼ਨੀ ਧੁੰਦ ਨੂੰ ਚੀਰਦੀ ਲੰਘਦੀ ਆਉਂਦੀ ਵਿਖਾਈ ਦੇਣ ਲੱਗ ਪਈ। ਡੇਰਾ ਨੇੜੇ ਆਉਂਦਾ ਜਾ ਰਿਹਾ ਸੀ ਅਤੇ ਜਿਵੇਂ ਜਿਵੇਂ ਨੇੜੇ ਆਉਂਦਾ ਜਾਂਦਾ ਸੀ ਚਾਨਣ ਦੇ ਲਾਲੀ ਦੀ ਭਾਹ ਮਾਰਦੇ ਟਿਮਕਣੇ ਵੱਡੇ ਹੁੰਦੇ ਜਾਂਦੇ ਸਨ। ਅਖੀਰ ਡੇਰੇ ਵਾਲੀ ਥਾਂ ਕੀਤੀ ਵਾੜ ਦੇ ਡੰਡੇ, ਪਹਿਰਾ ਦੇ ਰਹੇ ਸੰਤਰੀ ਦੀ ਸ਼ਕਲ, ਚਿੱਟੀਆਂ ਤੇ ਕਾਲੀਆਂ ਧਾਰੀਆਂ ਵਾਲਾ ਇਕ ਖੰਭਾ, ਤੇ ਸੰਤਰੀ ਦੀ ਚੌਕੀ ਵਗੈਰਾ ਵਿਖਾਈ ਦੇਣ ਲੱਗ ਪਏ। ਜਦੋਂ ਉਹ ਨੇੜੇ ਪਹੁੰਚੇ ਤਾਂ ਸੰਤਰੀ ਨੇ ਆਪਣੇ ਆਮ ਅੰਦਾਜ਼ ਨਾਲ ਆਵਾਜ਼ ਦਿੱਤੀ, "ਕਿਹੜਾ ਏ?" ਅਤੇ ਇਹ ਵੇਖ ਕੇ ਕਿ ਬੰਦੇ ਓਪਰੇ ਹਨ ਉਹ ਏਡੀ ਸਖ਼ਤੀ ਨਾਲ ਪੇਸ਼ ਆਇਆ ਕਿ ਇਹ ਇਜਾਜ਼ਤ ਵੀ ਨਾ ਦੇਵੇ ਜੋ ਉਹ ਵਾੜ ਦੇ ਕੋਲ ਖੜੇ ਹੋ ਕੇ ਇੰਤਜ਼ਾਰ ਕਰ ਸਕਣ। ਪਰ ਨੇਖਲੀਊਦੋਵ ਨੂੰ ਛੱਡਣ ਆਏ ਬੰਦੇ ਉਤੇ ਇਸ ਸਖ਼ਤੀ ਦਾ ਕੋਈ ਅਸਰ ਨਾ ਹੋਇਆ।

"ਗੱਲ ਸੁਣ ਯਾਰ! ਐਡਾ ਕਾਹਲਾ ਕਿਉਂ ਪੈਨਾ ਏਂ? ਤੂੰ ਜਾ ਕੇ ਆਪਣੇ ਅਫਸਰ ਨੂੰ ਸੱਦ ਲਿਆ ਤੇ ਅਸੀਂ ਖੜੇ ਉਡੀਕਦੇ ਆਂ।"

ਸੰਤਰੀ ਨੇ ਕੋਈ ਜਵਾਬ ਨਹੀਂ ਦਿੱਤਾ, ਸਗੋਂ ਫਾਟਕ ਤੋਂ ਜ਼ੋਰ ਦੀ ਆਵਾਜ਼ ਵਿਚ ਕੁਝ ਬੋਲਿਆ ਅਤੇ ਚੌੜੀ-ਚਕਲੀ ਛਾਤੀ ਵਾਲੇ ਕਾਮੇ ਵੱਲ ਵੇਖਣ ਲੱਗ ਪਿਆ ਜਿਹੜਾ ਲਕੜੀ ਦਾ ਇਕ ਛੋਡਾ ਫੜ ਕੇ ਲੈਂਪ ਦੇ ਚਾਨਣ ਵਿਚ ਨੇਖਲੀਊਦੋਵ ਦੇ ਬੂਟਾਂ ਤੋਂ ਚਿਕੜ ਸਾਫ ਕਰਨ ਲੱਗ ਪਿਆ ਸੀ। ਵਾੜ ਦੇ ਪਿਛਿਓਂ ਮਰਦਾਂ ਤੇ ਔਰਤਾਂ ਦੀਆਂ ਚਹਿਕਦੀਆਂ ਆਵਾਜ਼ਾਂ ਸੁਣਾਈ ਦਿੱਤੀਆਂ। ਕੋਈ ਤਿੰਨ ਕੁ ਮਿੰਟ ਮਗਰੋਂ ਕਿਸੇ ਚੀਜ਼ ਦੇ ਖੜ ਖੜ ਕਰਨ ਦੀ ਆਵਾਜ਼ ਆਈ, ਫਾਟਕ ਖੁਲ੍ਹ ਗਿਆ ਅਤੇ ਇਕ ਸਾਰਜੈਂਟ ਜਿਸ ਨੇ ਆਪਣਾ ਭਾਰਾ ਕੋਟ ਮੋਢਿਆਂ ਉਤੇ ਸੁੱਟਿਆ ਹੋਇਆ ਸੀ ਹਨੇਰੇ ਵਿਚੋਂ ਨਿਕਲ ਕੇ ਲੈਂਪ ਦੇ ਚਾਨਣ ਵਿਚ ਆ ਗਿਆ ਅਤੇ ਪੁੱਛਣ ਲੱਗਾ ਕਿ ਕੀ ਕੰਮ ਹੈ। ਸਾਰਜੈਂਟ ਏਨਾ ਸਖ਼ਤ ਨਹੀਂ ਸੀ ਜਿੰਨਾ ਸੰਤਰੀ, ਪਰ ਉਹ ਬੇਹੱਦ ਘੋਖੀ ਤੇ ਮੀਨ-ਮੀਖ ਕੱਢਣ ਵਾਲਾ ਬੰਦਾ ਸੀ। ਉਹ ਇਸ ਗੱਲ ਤੇ ਅੜਿਆ ਹੋਇਆ ਸੀ ਕਿ ਪਹਿਲਾਂ ਇਹ ਦੱਸੋ ਕਿ ਨੇਖਲੀਊਦੋਵ ਅਫਸਰ ਨੂੰ ਕਾਹਦੇ ਵਾਸਤੇ ਮਿਲਣਾ ਚਾਹੁੰਦਾ ਹੈ, ਉਹ ਆਪ ਕੌਣ ਹੈ, ਆਦਿ। ਜ਼ਾਹਿਰ ਹੈ ਕਿ ਉਹਨੂੰ ਏਥੋਂ ਕੁਝ ਹੱਥ ਗਰਮ ਹੋ ਜਾਣ ਦੀ ਆਸ ਸੀ ਤੇ ਉਹ ਇਸ ਮੌਕੇ ਨੂੰ ਖੁੰਝਣ ਨਹੀਂ ਸੀ ਦੇਣਾ ਚਾਹੁੰਦਾ। ਨੇਖਲੀਊਦੋਵ ਨੇ ਆਖਿਆ ਕਿ ਉਸ ਨੂੰ ਬੜਾ ਜ਼ਰੂਰੀ ਕੰਮ ਹੈ, ਤੇ ਉਹ ਸਾਰਜੈਂਟ ਦਾ ਬੜਾ ਅਹਿਸਾਨਮੰਦ ਹੋਵੇਗਾ, ਤੇ ਕੀ ਸਾਰਜੈਂਟ ਅਫਸਰ ਤਾਈਂ ਉਹਦਾ ਇਕ ਰੁੱਕਾ ਪਹੁੰਚਾ ਦੇਵੇਗਾ? ਸਾਰਜੈਂਟ ਨੇ ਰੁੱਕਾ ਫੜਿਆ, ਸਿਰ ਹਿਲਾਇਆ ਤੇ ਚਲਾ ਗਿਆ। ਥੋੜੇ ਚਿਰ ਮਗਰੋਂ, ਫਾਟਕ ਫੇਰ ਖੜਕਿਆ ਅਤੇ ਟੋਕਰੀਆਂ, ਡੱਬੇ, ਜੱਗ ਤੇ ਬੋਰੀਆਂ ਚੁੱਕੀ ਕੁਝ ਔਰਤਾਂ ਬਾਹਰ ਆਈਆਂ। ਫਾਟਕ ਦੀਆਂ ਬਰੂਹਾਂ ਤੋਂ ਬਾਹਰ

ਆਉਂਦੀਆਂ ਹੋਈਆਂ ਉਹ ਉੱਚੀ ਉੱਚੀ ਆਪਣੀ ਖਾਸ ਸਾਇਬੇਰੀਆਈ ਬੋਲੀ ਵਿਚ ਗੱਲਾਂ ਕਰ ਰਹੀਆਂ ਸਨ। ਇਹਨਾਂ ਵਿਚੋਂ ਕਿਸੇ ਨੇ ਵੀ ਕਿਸਾਨਾਂ ਵਾਲੇ ਕਪੜੇ ਨਹੀਂ ਪਾਏ ਹੋਏ ਸਨ। ਸਾਰੀਆਂ ਨੇ ਸ਼ਹਿਰਨਾਂ ਵਾਂਗ ਜੈਕਟਾਂ ਅਤੇ ਫਰ ਦੇ ਅੰਦਰਸਾਂ ਵਾਲੇ ਵੱਡੇ ਕੋਟ ਪਾਏ ਹੋਏ ਸਨ। ਘਗਰੀਆਂ ਉਹਨਾਂ ਨੇ ਉਪਰ ਚੁੱਕ ਕੇ ਨੇਫਿਆਂ ਵਿਚ ਅੜੁੰਗੀਆਂ ਹੋਈਆਂ ਸਨ ਤੇ ਸਿਰਾਂ ਉਤੇ ਸ਼ਾਲਾਂ ਲਪੇਟੀਆਂ ਹੋਈਆਂ ਸਨ। ਲੈਂਪ ਦੇ ਚਾਨਣੇ ਵਿਚ ਉਹ ਨੇਖਲੀਊਦੋਵ ਤੇ ਉਹਦੇ ਨਾਲ ਆਏ ਬੰਦੇ ਨੂੰ ਅੱਖਾਂ ਪਾੜ ਪਾੜ ਵੇਖਦੀਆਂ ਰਹੀਆਂ। ਚੌੜੀ–ਚਕਲੀ ਛਾਤੀ ਵਾਲੇ ਬੰਦੇ ਨੂੰ ਵੇਖ ਕੇ ਉਹਨਾਂ ਵਿਚੋਂ ਇਕ ਤਾਂ ਪ੍ਰਤੱਖ ਰੂਪ ਵਿਚ ਬੜੀ ਖੁਸ਼ ਹੋਈ ਅਤੇ ਲਾਡ ਜਿਹੇ ਨਾਲ ਉਹਨੂੰ ਖਾਲਸ ਸਾਇਬੇਰੀਆਈ ਗਾਲ੍ਹਾਂ ਕੱਢਣ ਲੱਗ ਪਈ।

"ਤੂੰ ਰਾਖਸ਼ਾ, ਤੂੰ ਕੀ ਕਰਨ ਡਿਹਾ ਏਂ ਏਥੇ? ਤੈਨੂੰ ਰੱਬ ਲਵੇ!" ਉਸ ਨੇ ਕਾਮੇ ਨੂੰ ਸੰਬੋਧਨ ਕਰ ਕੇ ਆਖਿਆ।

"ਮੈਂ ਮੁਸਾਫਰ ਨੂੰ ਰਾਹ ਵਖਾਉਣ ਆਇਐਂ," ਨੌਜਵਾਨ ਨੇ ਜਵਾਬ ਦਿੱਤਾ। "ਤੇ ਤੂੰ ਕੀ ਲੈ ਕੇ ਆਈ ਸੈਂ?"

"ਦੁੱਧ ਦਹੀਂ। ਭਲਕੇ ਸਵੇਰੇ ਫੇਰ ਲਿਆਉਣ ਨੂੰ ਆਖਿਆ ਨੇ।"

"ਰਾਤ ਰਹਿਣ ਨੂੰ ਨਹੀਂ ਆਖਿਆ, ਹੈਂ?" ਨੌਜਵਾਨ ਨੇ ਪੁੱਛਿਆ।

"ਲੱਖ ਲਾਹਨਤ ਤੇਰੇ ਸਿਰ, ਝੂਠਿਆ ਕਿਤੋਂ ਦਿਆ!" ਉਸ ਨੇ ਹੱਸ ਕੇ ਕਿਹਾ। "ਵੇ, ਚਲ ਵੇ ਪਿੰਡ ਤਾਈਂ ਸਾਡੇ ਨਾਲ ਚਲ।"

ਜਵਾਬ ਵਿਚ ਨੌਜਵਾਨ ਨੇ ਜੋ ਕੁਝ ਆਖਿਆ, ਉਹਦੇ ਨਾਲ ਔਰਤਾਂ ਦਾ ਹੀ ਨਹੀਂ ਸਗੋਂ ਸੰਤਰੀ ਦਾ ਵੀ ਹਾਸਾ ਨਿਕਲ ਗਿਆ। ਫੇਰ ਨੇਖਲੀਊਦੋਵ ਵੱਲ ਮੂੰਹ ਕਰਕੇ ਉਹਨੇ ਕਿਹਾ:

"ਹੁਣ ਤਾਂ ਤੁਸੀਂ ਕੱਲੇ ਈ ਜਾਓਗੇ? ਰਾਹ ਤਾਂ ਨਹੀਂ ਭੁਲਦੇ?"

"ਨਹੀਂ, ਮੈਂ ਲਭ ਲਵਾਂਗਾ ਰਸਤਾ।"

"ਗਿਰਜੇ ਨੂੰ ਲੰਘ ਕੇ, ਦੁਮੰਜ਼ਲੇ ਮਕਾਨਾਂ ਵਿਚੋਂ ਦੂਜਾ ਜੇ। ਤੇ ਆਹ ਲਓ, ਮੇਰੀ ਡਾਂਗ ਲੈ ਲਓ।" ਆਖ ਕੇ ਉਹਨੇ ਸੋਟੀ ਨੇਖਲੀਊਦੋਵ ਨੂੰ ਫੜਾ ਦਿੱਤੀ ਜਿਹੜੀ ਉਹਦੇ ਹੱਥ ਵਿਚ ਸੀ। ਡਾਂਗ ਉਹਦੇ ਆਪਣੇ ਕੱਦ ਨਾਲੋਂ ਲੰਮੀ ਸੀ। ਤੇ ਫੇਰ ਆਪਣੇ ਵੱਡੇ ਵੱਡੇ ਬੂਟਾਂ ਨਾਲ ਚਿੱਕੜ ਉਡਾਉਂਦਾ ਹੋਇਆ ਉਹ ਔਰਤਾਂ ਦੇ ਨਾਲ ਹੀ ਹਨੇਰੇ ਵਿਚ ਲੋਪ ਹੋ ਗਿਆ।

ਧੁੰਦ ਵਿਚੋਂ ਹਾਲੇ ਵੀ ਔਰਤਾਂ ਦੀਆਂ ਆਵਾਜ਼ਾਂ ਵਿਚ ਰਲ ਕੇ ਆਉਂਦੀ ਉਹਦੀ ਆਵਾਜ਼ ਸੁਣਾਈ ਦੇ ਰਹੀ ਸੀ, ਜਦੋਂ ਇਕ ਵਾਰੀ ਫੇਰ ਫਾਟਕ ਖੜਕਿਆ ਤਾਂ ਸਾਰਜੈਂਟ ਆ ਕੇ ਨੇਖਲੀਊਦੋਵ ਨੂੰ ਆਪਣੇ ਨਾਲ ਅਫਸਰ ਕੋਲ ਲੈ ਗਿਆ।

੮

ਸਾਇਬੇਰੀਆ ਦੀ ਸੜਕ ਉੱਤੇ ਬਣੇ ਦੂਜੇ ਡੇਰਿਆਂ ਵਾਂਗ ਹੀ ਇਹ ਡੇਰਾ ਵੀ ਇਕ ਮੰਜ਼ਲੇ ਤਿੰਨ ਮਕਾਨਾਂ ਵਾਲਾ ਸੀ। ਮਕਾਨਾਂ ਦੇ ਚੁਫੇਰੇ ਇਕ ਵਿਹੜਾ ਸੀ ਜਿਸ ਨੂੰ ਨੋਕਦਾਰ ਕਿਲਿਆਂ ਦੀ ਵਾੜ ਕੀਤੀ ਹੋਈ ਸੀ। ਇਹਨਾਂ ਵਿਚੋਂ ਸਭ ਤੋਂ ਵੱਡੇ ਮਕਾਨ ਵਿਚ, ਜਿਸ ਦੀਆਂ ਬਾਰੀਆਂ ਨੂੰ ਸੀਖਾਂ ਲੱਗੀਆਂ ਹੋਈਆਂ ਸਨ, ਕੈਦੀ ਰਹਿੰਦੇ ਸਨ। ਦੂਜਾ ਮਕਾਨ ਰਖਵਾਲ ਸਿਪਾਹੀਆਂ ਦੇ ਰਹਿਣ ਵਾਸਤੇ ਸੀ ਅਤੇ ਤੀਜਾ ਅਫਸਰਾਂ ਵਾਸਤੇ। ਦਫਤਰ ਵੀ ਇਸ ਤੀਜੇ ਮਕਾਨ ਵਿਚ ਹੀ ਸੀ। ਤਿੰਨਾਂ ਹੀ ਮਕਾਨਾਂ ਦੀਆਂ ਬਾਰੀਆਂ ਵਿਚੋਂ ਚਾਨਣ ਝਰ ਰਿਹਾ ਸੀ। ਅਤੇ ਜਿਸ ਤਰ੍ਹਾਂ ਚਾਨਣ ਤੋਂ ਲੱਗਿਆ ਕਰਦਾ ਹੈ, ਜਾਪਦਾ ਸੀ ਕਿ ਮਕਾਨਾਂ ਦੇ ਅੰਦਰ ਸੁਖ-ਸਾਂਦ ਹੈ। ਏਥੇ ਇਕ ਖਾਸ ਹੀ ਤਰ੍ਹਾਂ ਨਾਲ ਇਹ ਭਰਮ ਪੈਦਾ ਹੁੰਦਾ ਸੀ। ਮਕਾਨਾਂ ਦੇ ਬਾਹਰ ਪੋਰਚਾਂ ਵਿਚ ਲੈਂਪਾਂ ਜਗ ਰਹੀਆਂ ਸਨ ਅਤੇ ਕੰਧਾਂ ਦੇ ਨਾਲ ਕੋਈ ਪੰਜ ਲੈਂਪਾਂ ਹੋਰ ਜਗ ਰਹੀਆਂ ਸਨ ਜਿਨ੍ਹਾਂ ਨਾਲ ਵਿਹੜੇ ਵਿਚ ਚਾਨਣ ਹੋ ਗਿਆ ਸੀ। ਅੱਗੇ ਅੱਗੇ ਸਾਰਜੈਂਟ ਤੇ ਪਿੱਛੇ ਪਿੱਛੇ ਨੇਖਲੀਊਦੋਵ ਲਕੜ ਦੀ ਪਟੜੀ ਉਤੇ ਤੁਰਦੇ ਹੋਏ ਸਭ ਤੋਂ ਛੋਟੇ ਮਕਾਨ ਦੇ ਪੋਰਚ ਤੱਕ ਆ ਗਏ। ਪੋਰਚ ਦੀਆਂ ਤਿੰਨ ਪੌੜੀਆਂ ਚੜ੍ਹ ਕੇ ਸਾਰਜੈਂਟ ਖਲੋ ਗਿਆ ਅਤੇ ਨੇਖਲੀਊਦੋਵ ਨੂੰ ਡਿਉੜੀ ਵਿਚ ਆਪਣੇ ਤੋਂ ਪਹਿਲਾਂ ਲੰਘ ਜਾਣ ਦਿੱਤਾ। ਉਥੇ ਇਕ ਛੋਟੀ ਜਿਹੀ ਲੈਂਪ ਜਗ ਰਹੀ ਸੀ ਅਤੇ ਡਿਉੜੀ ਧੂਏਂ ਦੀ ਮੁਸ਼ਕ ਨਾਲ ਭਰੀ ਹੋਈ ਸੀ। ਅੰਗੀਠੀ ਦੇ ਕੋਲ ਹੀ ਇਕ ਸਿਪਾਹੀ ਬੈਠਾ ਸੀ ਜਿਸ ਨੇ ਕੋਰੇ ਕਪੜੇ ਦੀ ਕਮੀਜ਼ ਅਤੇ ਕਾਲੀ ਪਤਲੂਣ ਪਾ ਕੇ ਨਕਟਾਈ ਲਾਈ ਹੋਈ ਸੀ। ਉਸ ਦਾ ਇਕ ਉੱਚਾ ਬੂਟ ਪੈਰੀਂ ਪਿਆ ਹੋਇਆ ਸੀ ਅਤੇ ਦੂਜੇ ਬੂਟ ਤੋਂ ਧੌਂਕਣੀ ਦਾ ਕੰਮ ਲੈ ਕੇ ਸਮਾਵਾਰ ਵਿਚ ਕੋਲੇ ਮਘਾ ਰਿਹਾ ਸੀ। ਨੇਖਲੀਊਦੋਵ ਤੇ ਨਜ਼ਰ ਪੈਂਦਿਆਂ ਹੀ, ਸਿਪਾਹੀ ਸਮਾਵਾਰ ਕੋਲੋਂ ਉੱਠਿਆ ਅਤੇ ਨੇਖਲੀਊਦੋਵ ਦਾ ਚਮੜੇ ਦਾ ਵੱਡਾ ਕੋਟ ਲੁਹਾਇਆ, ਅਤੇ ਫੇਰ ਅੰਦਰਲੇ ਕਮਰੇ ਵਿਚ ਚਲਾ ਗਿਆ।

"ਉਹ ਆ ਗਿਐ, ਸਾਹਿਬ।"

"ਠੀਕ ਹੈ। ਅੰਦਰ ਭੇਜ ਦੇ," ਗੁੱਸੇਭਰੀ ਆਵਾਜ਼ ਆਈ।

"ਅੰਦਰ ਲੰਘ ਜਾਓ," ਸਿਪਾਹੀ ਨੇ ਆਖਿਆ ਤੇ ਆਪ ਫੇਰ ਸਮਾਵਾਰ ਭਖਾਉਣ ਲੱਗ ਪਿਆ।

ਨਾਲ ਵਾਲ਼ੇ ਕਮਰੇ ਵਿਚ ਛੱਤ ਨਾਲ ਲਟਕਦੀ ਲੈਂਪ ਦਾ ਚਾਨਣ ਸੀ। ਹੇਠਾਂ ਇਕ ਮੇਜ਼ ਸੀ ਜਿਸ ਉਪਰ ਮੇਜ਼ਪੋਸ਼ ਵਿਛਿਆ ਹੋਇਆ ਸੀ। ਮੇਜ਼ ਉਪਰ ਖਾਣ ਪੀਣ ਦੀਆਂ ਬਚੀਆਂ-ਖੁਚੀਆਂ ਚੀਜ਼ਾਂ ਤੇ ਦੋ ਬੋਤਲਾਂ ਪਈਆਂ ਸਨ। ਮੇਜ਼ ਦੇ ਕੋਲ ਇਕ ਅਫਸਰ ਬੈਠਾ ਹੋਇਆ ਸੀ ਜਿਸ ਨੇ ਆਪਣੀ ਛਾਤੀ ਅਤੇ ਮੋਢਿਆਂ ਤੋਂ ਬੜੀ ਘੁਟਵੀਂ ਆਸਟਰੀਅਨ ਜੈਕਟ ਪਾਈ ਹੋਈ ਸੀ। ਕੱਕੇ ਰੰਗ ਦੀਆਂ ਮੁੱਛਾਂ ਵਾਲੇ ਇਸ ਅਫਸਰ ਦਾ ਚਿਹਰਾ ਬੜਾ ਲਾਲ ਹੋਇਆ ਹੋਇਆ ਸੀ। ਕਮਰਾ ਨਿੱਘਾ ਸੀ ਪਰ ਇਸ ਵਿਚੋਂ ਤਮਾਕੂ

ਦੀ ਤੇਜ਼ ਮੁਸ਼ਕ ਅਤੇ ਨਾਲ ਹੀ ਕਿਸੇ ਸਸਤੇ ਜਿਹੇ ਅਤਰ ਦੀ ਤਿੱਖੀ ਮੁਸ਼ਕ ਆ ਰਹੀ ਸੀ। ਨੇਖਲੀਊਦੋਵ ਨੂੰ ਵੇਖ ਕੇ ਅਫਸਰ ਉੱਠ ਕੇ ਖੜਾ ਹੋਇਆ ਅਤੇ ਜਿਵੇਂ ਕਿ ਜਾਪਦਾ ਸੀ, ਵਿਅੰਗਮਈ ਅਤੇ ਸ਼ੱਕੀ ਨਜ਼ਰਾਂ ਨਾਲ ਉਹਦੇ ਵੱਲ ਵੇਖਿਆ।

"ਮੈਂ ਤੁਹਾਡੀ ਕੀ ਸੇਵਾ ਕਰ ਸਕਦਾ ਹਾਂ?" ਉਸ ਨੇ ਪੁੱਛਿਆ। ਤੇ ਜਵਾਬ ਦੀ ਉਡੀਕ ਕੀਤੇ ਬਿਨਾਂ ਹੀ ਉਹ ਖੁਲ੍ਹੇ ਬੂਹੇ ਵਿਚੋਂ ਕੜਕ ਕੇ ਬੋਲਿਆ। "ਬੇਰਨੋਵ! ਸਮਾਵਾਰ! ਕੀ ਹੋਇਆ, ਕਦੋਂ ਲਿਆਏਂਗਾ?"

"ਹੁਣੇ ਲਿਆਇਆ, ਸਾਹਿਬ!"

"'ਹੁਣੇ' ਦਾ ਐਸਾ ਸਵਾਦ ਚਖਾਊਂ ਕਿ ਉਮਰ ਭਰ ਯਾਦ ਰੱਖੇਂਗਾ।" ਅਫਸਰ ਕੜਕਿਆ ਤੇ ਰੋਹ ਨਾਲ ਉਹਦੀਆਂ ਅੱਖ ਬਲ ਉੱਠੀਆਂ।

"ਆ ਗਿਆ, ਸਰਕਾਰ," ਸਿਪਾਹੀ ਨੇ ਚਿੱਲਾ ਕੇ ਆਖਿਆ ਅਤੇ ਸਮਾਵਾਰ ਅੰਦਰ ਲੈ ਆਂਦਾ।

ਜਿੰਨਾਂ ਚਿਰ ਸਿਪਾਹੀ ਨੇ ਸਮਾਵਾਰ ਲਿਆ ਕੇ ਨਹੀਂ ਰੱਖ ਦਿੱਤਾ ਨੇਖਲੀਊਦੋਵ ਉਡੀਕਦਾ ਰਿਹਾ ਅਫਸਰ ਦੀਆਂ ਨਿੱਕੀਆਂ ਨਿੱਕੀਆਂ, ਕਮੀਨੀਆਂ ਅੱਖਾਂ ਉਸ ਦਾ ਪਿੱਛਾ ਕਰਦੀਆਂ ਉਹਦੇ ਵੱਲ ਇਉਂ ਵੇਖ ਰਹੀਆਂ ਸਨ ਜਿਵੇਂ ਉਸ ਨੂੰ ਵਿੰਨ੍ਹ ਕੇ ਰੱਖ ਦੇਣਾ ਚਾਹੁੰਦੀਆਂ ਹੋਣ। ਜਦੋਂ ਸਮਾਵਾਰ ਆ ਗਿਆ ਤਾਂ ਅਫਸਰ ਚਾਹ ਬਣਾਉਣ ਲੱਗਾ, ਫੇਰ ਆਪਣੇ ਸਫਰੀ ਥੈਲੇ ਵਿਚੋਂ ਬਰਾਂਡੀ ਵਾਲੀ ਇਕ ਚੌਰਸ ਬੋਤਲ ਕਢ ਲਿਆਂਦੀ ਅਤੇ ਕੁਝ ਐਲਬਰਟ ਬਿਸਕੁਟ ਲਿਆ ਰੱਖੇ। ਇਹ ਸਭ ਚੀਜ਼ਾਂ ਮੇਜ਼ ਉਤੇ ਟਿਕਾ ਕੇ ਉਸ ਨੇ ਇਕ ਵਾਰੀ ਫੇਰ ਨੇਖਲੀਊਦੋਵ ਵੱਲ ਮੂੰਹ ਕਰਕੇ ਆਖਿਆ:

"ਦੱਸੋ, ਮੈਂ ਤੁਹਾਡੀ ਕੀ ਸੇਵਾ ਕਰ ਸਕਦਾ ਹਾਂ?"

"ਮੈਂ ਇਕ ਕੈਦਣ ਨਾਲ ਮੁਲਾਕਾਤ ਦੀ ਇਜਾਜ਼ਤ ਚਾਹੁੰਦਾ ਹਾਂ," ਨੇਖਲੀਊਦੋਵ ਨੇ ਖੜੇ ਖੜੇ ਆਖਿਆ।

"ਕੋਈ ਰਾਜਸੀ ਕੈਦਣ ਹੈ? ਇਸ ਦੀ ਕਾਨੂੰਨੀ ਤੌਰ ਤੇ ਮਨਾਹੀ ਹੈ," ਅਫਸਰ ਨੇ ਆਖਿਆ।

"ਮੈਂ ਜਿਸ ਔਰਤ ਨੂੰ ਮਿਲਣਾ ਚਾਹੁੰਦਾ ਹਾਂ ਉਹ ਰਾਜਸੀ ਕੈਦਣ ਨਹੀਂ," ਨੇਖਲੀਊਦੋਵ ਨੇ ਆਖਿਆ।

"ਹੱਛਾ, ਪਰ ਤੁਸੀਂ ਬਹਿ ਤਾਂ ਜਾਓ," ਅਫਸਰ ਨੇ ਆਖਿਆ।

ਨੇਖਲੀਊਦੋਵ ਬਹਿ ਗਿਆ।

"ਉਹ ਰਾਜਸੀ ਕੈਦਣ ਨਹੀਂ। ਪਰ ਮੇਰੀ ਬੇਨਤੀ ਨਾਲ ਵੱਡੇ ਅਫਸਰਾਂ ਨੇ ਉਸ ਨੂੰ ਰਾਜਸੀ ਕੈਦੀਆਂ ਨਾਲ ਰਹਿਣ ਦੀ ਇਜਾਜ਼ਤ ਦਿੱਤੀ ਹੋਈ ਹੈ..."

"ਹਾਂ, ਹਾਂ, ਮੈਂ ਜਾਣਦਾ ਹਾਂ," ਅਫਸਰ ਨੇ ਨੇਖਲੀਊਦੋਵ ਦੀ ਗੱਲ ਟੁੱਕੀ। "ਛੋਟੀ ਜਿਹੀ, ਕਾਲੀ ਜਿਹੀ। ਹਾਂ, ਇਹਦਾ ਬੰਦੋਬਸਤ ਹੋ ਸਕਦਾ ਹੈ। ਸਿਗਰਟ ਨਹੀਂ ਪੀਊਗੇ?"

ਉਸ ਨੇ ਸਿਗਰਟਾਂ ਦੀ ਡੱਬੀ ਨੇਖਲੀਊਦੋਵ ਵੱਲ ਵਧਾ ਦਿੱਤੀ, ਅਤੇ ਬੜੇ ਧਿਆਨ ਨਾਲ ਉਸ ਨੇ ਦੋ ਗਲਾਸਾਂ ਵਿਚ ਚਾਹ ਪਾਈ ਤੇ ਇਕ ਗਲਾਸ ਉਹਦੇ ਵੱਲ ਕਰਦਿਆਂ ਆਖਿਆ :

"ਲਓ ਪੀਓ।"

"ਸ਼ੁਕਰੀਆ, ਮੇਰਾ ਖਿਆਲ ਸੀ ਕਿ..."

"ਫਿਕਰ ਨਾ ਕਰੋ। ਬੜਾ ਵਕਤ ਪਿਆ ਹੈ। ਰਾਤ ਬੜੀ ਲੰਮੀ ਹੈ। ਮੈਂ ਹੁਕਮ ਦੇ ਦੇਵਾਂਗਾ ਕਿ ਉਹਨੂੰ ਤੁਹਾਡੇ ਕੋਲ ਸੱਦ ਲਿਆਂਦਾ ਜਾਵੇ।"

"ਪਰ ਉਹਨੂੰ ਸੱਦੇ ਬਗੈਰ ਜਿਥੇ ਉਹ ਹੈ ਮੈਂ ਓਥੇ ਜਾ ਕੇ ਨਹੀਂ ਮਿਲ ਸਕਦਾ? ਨੇਖਲੀਊਦੋਵ ਨੇ ਆਖਿਆ।

"ਰਾਜਸੀ ਕੈਦੀਆਂ ਕੋਲ? ਇਹ ਕਾਨੂੰਨ ਦੇ ਖਿਲਾਫ ਹੈ।"

"ਮੈਨੂੰ ਕਈ ਵਾਰੀ ਓਥੇ ਜਾਣ ਦਿੱਤਾ ਗਿਆ ਹੈ। ਜੇ ਇਸ ਗੱਲ ਦਾ ਕੋਈ ਖਤਰਾ ਹੋਵੇ ਕਿ ਮੈਂ ਉਹਨਾਂ ਨੂੰ ਕੁਝ ਦੇ-ਪਹੁੰਚਾ ਆਵਾਂਗਾ, ਤਾਂ ਇਹ ਕੰਮ ਮੈਂ ਉਹਦੇ ਰਾਹੀਂ ਵੀ ਕਰ ਸਕਦਾ. ਹਾਂ।"

"ਨਹੀਂ, ਨਹੀਂ, ਉਹਦੀ ਤਲਾਸ਼ੀ ਲਈ ਜਾਵੇਗੀ," ਅਫਸਰ ਨੇ ਆਖਿਆ ਅਤੇ ਬੜੇ ਭੱਦੇ ਜਿਹੇ ਢੰਗ ਨਾਲ ਹੱਸ ਪਿਆ।

"ਤੇ ਤੁਸੀਂ ਮੇਰੀ ਹੀ ਤਲਾਸ਼ੀ ਕਿਉਂ ਨਹੀਂ ਲੈ ਲੈਂਦੇ?"

"ਚਲੋ ਛੱਡੋ ਇਸ ਗੱਲ ਨੂੰ। ਅਸੀਂ ਇਸ ਤੋਂ ਬਿਨਾਂ ਹੀ ਕੰਮ ਚਲਾ ਲਵਾਂਗੇ," ਅਫਸਰ ਨੇ ਆਖਿਆ ਅਤੇ ਬਰਾਂਡੀ ਦੀ ਬੋਤਲ ਖੋਹਲ ਕੇ ਨੇਖਲੀਊਦੋਵ ਦੇ ਚਾਹ ਵਾਲੇ ਗਲਾਸ ਵੱਲ ਕੀਤੀ। "ਪਾ ਦੇਵਾਂ ਘੁਟ ਕੁ? ਨਹੀਂ? ਚਲੋ, ਜਿਵੇਂ ਤੁਹਾਡੀ ਮਰਜ਼ੀ। ਏਥੇ ਸਾਇਬੇਰੀਆ ਵਿਚ ਰਹਿੰਦਿਆਂ ਜੇ ਕਿਸੇ ਪੜ੍ਹੇ-ਲਿਖੇ ਬੰਦੇ ਨਾਲ ਮੇਲ ਹੋ ਜਾਏ ਤਾਂ ਬੜੀ ਖੁਸ਼ੀ ਹੁੰਦੀ ਹੈ। ਤੁਸੀਂ ਜਾਣਦੇ ਹੋ, ਸਾਡਾ ਕੰਮ ਬੜਾ ਹੀ ਚੰਦਰਾ ਹੈ। ਜਦੋਂ ਬੰਦਾ ਸੁਖ-ਰਹਿਣਾ ਹੋ ਗਿਆ ਹੋਵੇ ਤਾਂ ਇਹ ਬਹੁਤ ਹੀ ਔਖਾ ਲੱਗਦਾ ਹੈ। ਸਾਡੇ ਬਾਰੇ ਲੋਕਾਂ ਦਾ ਖਿਆਲ ਇਹ ਹੈ ਕਿ ਰਖਵਾਲ ਅਫਸਰ ਬੜੇ ਖਰਵੇ, ਅਨਪੜ੍ਹ ਬੰਦੇ ਹੁੰਦੇ ਹਨ। ਕਿਸੇ ਨੂੰ ਇਹ ਚੇਤਾ ਨਹੀਂ ਰਹਿੰਦਾ ਕਿ ਹੋ ਸਕਦਾ ਹੈ ਸਾਡਾ ਜਨਮ ਬਿਲਕੁਲ ਵੱਖਰੀਆਂ ਹੀ ਹਾਲਤਾਂ ਲਈ ਹੋਇਆ ਹੋਵੇ।"

ਇਸ ਅਫਸਰ ਦੇ ਲਾਲ ਚਿਹਰੇ, ਉਹਦੇ ਅਤਰ, ਉਸ ਦੀ ਅੰਗੂਠੀ ਤੇ ਖਾਸ ਕਰਕੇ ਉਹਦੇ ਭੱਦੇ ਜਿਹੇ ਹਾਸੇ ਤੋਂ ਨੇਖਲੀਊਦੋਵ ਨੂੰ ਬੜੀ ਕਰਹਿਤ ਹੋ ਗਈ। ਪਰ ਜਿਵੇਂ ਕਿ ਇਸ ਸਾਰੇ ਸਫਰ ਵਿਚ ਹੋਇਆ ਸੀ, ਅੱਜ ਵੀ ਉਹ ਗੰਭੀਰ ਤੇ ਚੌਕਸੀ ਦੀ ਹਾਲਤ ਵਿਚ ਸੀ ਤੇ ਕਿਸੇ ਵੀ ਆਦਮੀ ਨਾਲ ਹਿਕਾਰਤ ਤੇ ਨਫਰਤ-ਭਰਿਆ ਸਲੂਕ ਨਹੀਂ ਸੀ ਕਰ ਸਕਦਾ। ਇਸ ਦੇ ਉਲਟ ਉਹ ਇਹ ਗੱਲ ਮਹਿਸੂਸ ਕਰਦਾ ਸੀ ਕਿ ਉਹਨੂੰ ਹਰ ਇਕ ਨਾਲ "ਪੂਰੇ ਦਿਲੋਂ ਮਨੋਂ" ਗੱਲਬਾਤ ਕਰਨ ਦੀ ਲੋੜ ਹੈ। ਲੋਕਾਂ ਨਾਲ ਆਪਣੇ ਵਿਹਾਰ ਨੂੰ ਉਹ ਇਹਨਾਂ ਹੀ ਲਫਜ਼ਾਂ ਵਿਚ ਪ੍ਰਗਟ ਕਰਿਆ ਕਰਦਾ ਸੀ। ਅਫਸਰ

ਦੀਆਂ ਗੱਲਾਂ ਸੁਣ ਕੇ ਉਸ ਨੇ ਇਹ ਨਤੀਜਾ ਕੱਢਿਆ ਕਿ ਇਸ ਆਦਮੀ ਨੂੰ ਆਪਣੇ ਅਧੀਨ ਰਹਿਣ ਵਾਲੇ ਕੈਦੀਆਂ ਨੂੰ ਦੁਖ ਤਕਲੀਫ ਦੇਣਾ ਦੁੱਭਰ ਲੱਗਦਾ ਹੈ।

"ਮੈਂ ਸਮਝਦਾ ਹਾਂ ਕਿ ਤੁਹਾਡੇ ਵਾਲੀ ਪਦਵੀ ਤੇ ਵੀ ਇਹਨਾਂ ਮੁਸੀਬਤਾਂ ਵਿਚ ਫਾਥੇ ਲੋਕਾਂ ਦੀ ਕੁਝ ਮਦਦ ਕਰ ਕੇ ਕੁਝ ਤਸੱਲੀ ਮਿਲ ਸਕਦੀ ਹੈ," ਉਸ ਨੇ ਗੰਭੀਰ ਸੁਰ ਵਿਚ ਆਖਿਆ।

"ਇਹਨਾਂ ਨੂੰ ਕੀ ਦੁਖ ਮੁਸੀਬਤ ਹੈ? ਤੁਸੀਂ ਨਹੀਂ ਜਾਣਦੇ ਇਹਨਾਂ ਲੋਕਾਂ ਨੂੰ।"

"ਇਹ ਕੋਈ ਖਾਸ ਕਿਸਮ ਦੇ ਲੋਕ ਤਾਂ ਨਹੀਂ," ਨੇਖਲੀਊਦੋਵ ਨੇ ਆਖਿਆ। "ਦੂਜੇ ਲੋਕਾਂ ਵਰਗੇ ਹੀ ਲੋਕ ਹਨ ਇਹ ਵੀ, ਅਤੇ ਇਹਨਾਂ ਵਿਚੋਂ ਕੁਝ ਤਾਂ ਬਿਲਕੁਲ ਹੀ ਮਾਸੂਮ ਹਨ।"

"ਠੀਕ ਹੈ। ਇਹਨਾਂ ਵਿਚ ਹਰ ਕਿਸਮ ਦੇ ਲੋਕ ਹਨ, ਅਤੇ ਇਹਨਾਂ ਉਤੇ ਤਰਸ ਆ ਜਾਣਾ ਵੀ ਕੁਦਰਤੀ ਗੱਲ ਹੈ। ਸਾਡੇ ਕਈ ਅਫਸਰ ਤਾਂ ਇਹਨਾਂ ਨਾਲ ਕਿਸੇ ਕਿਸਮ ਦੀ ਢਿਲ ਨਹੀਂ ਵਰਤਦੇ, ਪਰ ਮੈਂ, ਜਿਥੋਂ ਤੱਕ ਹੋ ਸਕੇ, ਇਹਨਾਂ ਦਾ ਭਾਰ ਹੌਲਾ ਕਰਨ ਦੀ ਕੋਸ਼ਿਸ਼ ਕਰਦਾ ਹਾਂ। ਬਲਕਿ ਮੈਂ ਆਪ ਦੁੱਖ ਝੱਲ ਲੈਂਦਾ ਹਾਂ ਤਾਂ ਜੋ ਇਹਨਾਂ ਨੂੰ ਕੁਝ ਆਰਾਮ ਮਿਲ ਜਾਏ। ਬਾਕੀ ਅਫਸਰ ਤਾਂ ਗੱਲ ਗੱਲ ਉਤੇ ਕਾਨੂੰਨ ਲਾਗੂ ਕਰਨਗੇ, ਗੋਲੀ ਦਾਗਣ ਤੱਕ ਚਲੇ ਜਾਂਦੇ ਹਨ। ਪਰ ਮੈਨੂੰ ਤਰਸ ਆ ਜਾਂਦਾ ਹੈ... ਕੀ ਹੁਕਮ ਹੈ? ਹੋਰ ਲਓਗੇ?" ਉਸ ਨੇ ਨੇਖਲੀਊਦੋਵ ਵਾਸਤੇ ਚਾਹ ਦਾ ਇਕ ਗਲਾਸ ਹੋਰ ਭਰਦਿਆਂ ਆਖਿਆ। "ਤੇ ਇਹ ਔਰਤ ਕੌਣ ਹੈ ਜਿਸ ਨੂੰ ਤੁਸੀਂ ਮਿਲਣਾ ਚਾਹੁੰਦੇ ਹੋ?" ਉਸ ਨੇ ਪੁੱਛਿਆ।

"ਇਕ ਬਦਨਸੀਬ ਔਰਤ ਹੈ ਜਿਹੜੀ ਧੱਕੇ ਖਾਂਦੀ ਖਾਂਦੀ ਚਕਲੇ ਪਹੁੰਚ ਗਈ ਤੇ ਉਥੇ ਜ਼ਹਿਰ ਦੇਣ ਦੇ ਇਕ ਝੂਠੇ ਮੁਕਦਮੇ ਵਿਚ ਫੱਸ ਗਈ। ਪਰ ਉਹ ਬਹੁਤ ਹੀ ਨੇਕ ਔਰਤ ਹੈ," ਨੇਖਲੀਊਦੋਵ ਨੇ ਜਵਾਬ ਦਿੱਤਾ।

ਅਫਸਰ ਨੇ ਆਪਣਾ ਸਿਰ ਹਿਲਾਇਆ।

"ਹਾਂ, ਇਸ ਤਰ੍ਹਾਂ ਹੋ ਜਾਂਦਾ ਹੈ। ਮੈਂ ਤੁਹਾਨੂੰ ਦੱਸਦਾ ਹਾਂ। ਇਕ ਕੋਈ ਸੀ ਏਮਾ ਜਿਹੜੀ ਕਜ਼ਾਨ ਵਿਚ ਰਹਿੰਦੀ ਸੀ। ਉਹ ਜਨਮ ਤੋਂ ਹੰਗੇਰੀਅਨ ਸੀ ਪਰ ਉਹਦੀਆਂ ਅੱਖਾਂ ਬਿਲਕੁਲ ਈਰਾਨੀਆਂ ਵਰਗੀਆਂ ਸਨ," ਉਹ ਬੋਲੀ ਜਾ ਰਿਹਾ ਸੀ। ਇਸ ਗੱਲ ਦਾ ਚੇਤਾ ਕਰਦਿਆਂ ਹੀ ਉਹ ਆਪਣੀ ਮੁਸਕ੍ਰਾਹਟ ਨੂੰ ਰੋਕ ਨਾ ਸਕਿਆ। "ਏਡੀ ਬਾਂਕੀ ਕਿ ਜਿਵੇਂ ਕੋਈ ਕਾਊਂਟੈਸ ਹੋਵੇ..."

ਨੇਖਲੀਊਦੋਵ ਨੇ ਅਫਸਰ ਦੀ ਗੱਲ ਟੁੱਕੀ ਅਤੇ ਅਸਲ ਗੱਲ ਫੇਰ ਸ਼ੁਰੂ ਕਰ ਦਿੱਤੀ।

"ਮੇਰਾ ਖਿਆਲ ਹੈ ਕਿ ਜਿੰਨਾ ਚਿਰ ਇਹ ਲੋਕ ਤੁਹਾਡੇ ਹੁਕਮ ਅਧੀਨ ਹਨ ਤੁਸੀਂ ਇਹਨਾਂ ਨੂੰ ਕੁਝ ਸੁਖ ਪਹੁੰਚਾ ਸਕਦੇ ਹੋ। ਤੇ ਮੇਰਾ ਪੱਕਾ ਯਕੀਨ ਹੈ ਕਿ ਇਹ ਕੰਮ ਕਰ

ਕੇ ਤੁਹਾਨੂੰ ਬਹੁਤ ਖੁਸ਼ੀ ਹਾਸਿਲ ਹੋਵੇਗੀ," ਨੇਖਲੀਊਦੋਵ ਨੇ ਇਕ ਇਕ ਸ਼ਬਦ ਨੂੰ ਨਿਖੇੜ ਕੇ ਇਉਂ ਆਖਿਆ ਜਿਵੇਂ ਉਹ ਕਿਸੇ ਬਦੇਸ਼ੀ ਨਾਲ ਜਾਂ ਕਿਸੇ ਬੱਚੇ ਨਾਲ ਗੱਲ ਕਰ ਰਿਹਾ ਹੋਵੇ।

ਅਫਸਰ ਆਪਣੀਆਂ ਲਿਸ਼ਕਦੀਆਂ ਅੱਖਾਂ ਨਾਲ ਨੇਖਲੀਊਦੋਵ ਵੱਲ ਵੇਖੀ ਜਾ ਰਿਹਾ ਸੀ ਤੇ ਇਸ ਗੱਲ ਦੀ ਬੇਸਬਰੀ ਨਾਲ ਉਡੀਕ ਕਰ ਰਿਹਾ ਸੀ ਕਿ ਕਦੋਂ ਨੇਖਲੀਊਦੋਵ ਗੱਲ ਮੁਕਾਵੇ ਤੇ ਉਹ ਈਰਾਨੀ ਅੱਖਾਂ ਵਾਲੀ ਹੰਗਰੀ ਦੀ ਕੁੜੀ ਦੀ ਕਹਾਣੀ ਅੱਗੇ ਸੁਣਾ ਸਕੇ। ਜ਼ਾਹਿਰ ਸੀ ਕਿ ਉਸ ਕੁੜੀ ਦੀ ਨੁਹਾਰ ਬੜੀ ਨਿਖਰ ਕੇ ਉਹਦੀ ਕਲਪਨਾ ਵਿਚ ਸਾਕਾਰ ਹੋ ਗਈ ਸੀ ਤੇ ਉਹ ਉਸ ਦੇ ਧਿਆਨ ਵਿਚ ਹੀ ਮਗਨ ਹੋ ਗਿਆ ਸੀ।

"ਹਾਂ, ਕੀ ਸ਼ੱਕ ਹੈ। ਇਹ ਗੱਲ ਬਿਲਕੁਲ ਠੀਕ ਹੈ," ਉਸ ਨੇ ਆਖਿਆ, "ਅਤੇ ਮੈਂ ਉਹਨਾਂ ਤੇ ਤਰਸ ਖਾ ਵੀ ਜਾਂਦਾ ਹਾਂ। ਪਰ ਮੈਂ ਤੁਹਾਨੂੰ ਉਸ ਏਮਾ ਦਾ ਕਿਸਾ ਸੁਣਾਉਣਾ ਚਾਹੁੰਦਾ ਹਾਂ। ਪਤਾ ਜੇ ਉਸ ਨੇ ਕੀ ਕੀਤਾ..."

"ਮੈਨੂੰ ਇਸ ਗੱਲ ਵਿਚ ਕੋਈ ਦਿਲਚਸਪੀ ਨਹੀਂ," ਨੇਖਲੀਊਦੋਵ ਨੇ ਆਖਿਆ, "ਤੇ ਮੈਂ ਤੁਹਾਨੂੰ ਇਹ ਵੀ ਸਾਫ ਸਾਫ ਦੱਸ ਦੇਵਾਂ ਕਿ ਭਾਵੇਂ ਇਕ ਸਮੇਂ ਮੈਂ ਵੀ ਬਹੁਤ ਵਖਰੀ ਕਿਸਮ ਦਾ ਆਦਮੀ ਹੁੰਦਾ ਸਾਂ ਪਰ ਹੁਣ ਮੈਨੂੰ ਔਰਤਾਂ ਨਾਲ ਇਸ ਤਰ੍ਹਾਂ ਦੇ ਰਿਸ਼ਤੇ ਤੋਂ ਨਫਰਤ ਹੈ।"

ਅਫਸਰ ਨੇ ਡਰੀਆਂ ਡਰੀਆਂ ਨਜ਼ਰਾਂ ਨਾਲ ਨੇਖਲੀਊਦੋਵ ਵੱਲ ਵੇਖਿਆ।

"ਚਾਹ ਹੋਰ ਨਹੀਂ ਲਓਗੇ?" ਉਸ ਨੇ ਕਿਹਾ।

"ਨਹੀਂ, ਸ਼ੁਕਰੀਆ।"

"ਬੇਰਨੋਵ!" ਅਫਸਰ ਨੇ ਵਾਜ ਮਾਰੀ, "ਇਹਨਾਂ ਨੂੰ ਵਾਕੂਲੋਵ ਕੋਲ ਲੈ ਜਾ। ਉਸ ਨੂੰ ਆਖੀਂ ਕਿ ਇਹਨਾਂ ਨੂੰ ਰਾਜਸੀ ਕੈਦੀਆਂ ਦੇ ਵਖਰੇ ਕਮਰੇ ਵਿਚ ਲੈ ਜਾਵੇ। ਇਹ ਪੜਤਾਲ ਵੇਲੇ ਤੱਕ ਓਥੇ ਰਹਿ ਸਕਦੇ ਹਨ।"

੯

ਨੇਖਲੀਊਦੋਵ ਅਰਦਲੀ ਦੇ ਨਾਲ ਬਾਹਰ ਵਿਹੜੇ ਵਿਚ ਆ ਗਿਆ। ਲੈਂਪਾਂ ਦੇ ਲਾਲ ਲਾਲ ਚਾਨਣ ਨਾਲ ਵਿਹੜੇ ਵਿਚ ਮਧਮ ਜਿਹੀ ਰੋਸ਼ਨੀ ਸੀ।

"ਕਿੱਧਰ ਨੂੰ?" ਇਕ ਰਖਵਾਲ ਸਿਪਾਹੀ ਨੇ ਅਰਦਲੀ ਨੂੰ ਪੁੱਛਿਆ:

"ਪੰਜ ਨੰਬਰ ਵਾਲੇ ਵੱਖਰੇ ਕਮਰੇ ਨੂੰ।"

"ਏਧਰੋਂ ਨਹੀਂ ਲੰਘਿਆ ਜਾ ਸਕਦਾ। ਜੰਦਰਾ ਲੱਗਾ ਹੋਇਐ। ਪਿਛਲੇ ਪਾਸਿਓਂ ਦੀ ਹੋ ਕੇ ਜਾਓ।"

"ਕਿਉਂ? ਕੀ ਗੱਲ?"

"ਵੱਡਾ ਸਾਹਿਬ ਪਿੰਡ ਗਿਆ ਹੋਇਐ ਤੇ ਕੁੰਜੀ ਨਾਲ ਲੈ ਗਿਐ।"

"ਚੰਗਾ ਫੇਰ, ਆਓ ਜੀ ਏਧਰ ਨੂੰ।"

ਅਰਦਲੀ ਕੁਝ ਫੱਟਿਆਂ ਦੇ ਉਤੋਂ ਦੀ ਨੇਖਲੀਊਦੋਵ ਨੂੰ ਦੂਸਰੇ ਦਰਵਾਜ਼ੇ ਵੱਲ ਲੈ ਗਿਆ। ਵਿਹੜੇ ਵਿਚ ਹੀ ਨੇਖਲੀਊਦੋਵ ਨੂੰ ਅੰਦਰ ਮੱਚੀ ਉਧੜਧੁਮੀ ਤੇ ਸ਼ੋਰ-ਸ਼ਰਾਬੇ ਦੀਆਂ ਆਵਾਜ਼ਾਂ ਸੁਣਾਈ ਦਿੱਤੀਆਂ। ਇਉਂ ਲੱਗਦਾ ਸੀ ਜਿਵੇਂ ਸ਼ਹਿਦ ਦੀਆਂ ਮੱਖੀਆਂ ਆਪਣਾ ਛੱਤਾ ਬਦਲਣ ਦੀ ਤਿਆਰੀ ਕਰ ਰਹੀਆਂ ਹੋਣ। ਪਰ ਜਦੋਂ ਉਹ ਹੋਰ ਨੇੜੇ ਆ ਗਿਆ ਅਤੇ ਬੂਹਾ ਖੁਲ੍ਹਿਆ ਤਾਂ ਇਸ ਸ਼ੋਰ-ਸ਼ਰਾਬੇ ਦੀ ਆਵਾਜ਼ ਹੋਰ ਵੀ ਉੱਚੀ ਆਉਣ ਲੱਗੀ ਅਤੇ ਇਸ ਘੜਮਸ ਵਿਚੋਂ ਚਿੱਲਾਉਣ, ਗਾਲ੍ਹੀਆਂ ਕੱਢਣ ਅਤੇ ਹੱਸਣ ਦੀ ਸਪਸ਼ਟ ਆਵਾਜ਼ ਸੁਣਾਈ ਦੇਣ ਲੱਗੀ। ਬੇੜੀਆਂ ਹੱਥਕੜੀਆਂ ਦੇ ਖੜਕਣ ਦੀ ਆਵਾਜ਼ ਉਹਦੇ ਕੰਨ ਪਈ ਤੇ ਗੰਦੀ ਹਵਾ ਦੀ ਮੁਸ਼ਕ ਆਈ ਜਿਹੜੀ ਉਹਦੇ ਵਾਸਤੇ ਹੁਣ ਕੋਈ ਨਵੀਂ ਗੱਲ ਨਹੀਂ ਸੀ।

ਹਮੇਸ਼ਾ ਵਾਂਗ ਹੀ ਇਸ ਸ਼ੋਰ-ਸ਼ਰਾਬੇ, ਹੱਥਕੜੀਆਂ ਬੇੜੀਆਂ ਦੀ ਖੜਖੜ ਅਤੇ ਸਾਹਘੋਟੂ ਮੁਸ਼ਕ ਤੋਂ ਉਹਦੇ ਅੰਦਰ ਇਕ ਤੜਫਣੀ ਸ਼ੁਰੂ ਹੋ ਗਈ। ਪਹਿਲਾਂ ਨੇਖਲੀਊਦੋਵ ਨੂੰ ਮਾਨਸਿਕ ਘਿਣ ਮਹਿਸੂਸ ਹੋਈ ਤੇ ਫੇਰ ਉਸ ਦਾ ਜੀਅ ਮਤਲਾਉਣ ਲੱਗ ਪਿਆ। ਇਹ ਦੋਵੇਂ ਅਹਿਸਾਸ ਆਪਸ ਵਿਚ ਮਿਲ ਕੇ ਇਕ ਦੂਜੇ ਨੂੰ ਪ੍ਰਚੰਡ ਕਰ ਰਹੇ ਸਨ।

ਅੰਦਰ ਵੜਦਿਆਂ ਹੀ ਨੇਖਲੀਊਦੋਵ ਨੇ ਜਿਹੜੀ ਪਹਿਲੀ ਚੀਜ਼ ਵੇਖੀ ਉਹ ਇਕ ਵੱਡਾ ਸਾਰਾ ਮੁਸ਼ਕ ਮਾਰਦਾ ਟੱਪ ਸੀ ਜਿਸ ਦੇ ਸਿਰੇ ਉਤੇ ਇਕ ਔਰਤ ਬੈਠੀ ਹੋਈ ਸੀ। ਉਸ ਦੇ ਸਾਮ੍ਹਣੇ ਇਕ ਆਦਮੀ ਖੜਾ ਸੀ ਜਿਸ ਨੇ ਆਪਣੇ ਸਿਰ ਦੇ ਮੁੰਨੇ ਹੋਏ ਪਾਸੇ ਗੋਲ ਬੈਠਵੀਂ ਟੋਪੀ ਰੱਖੀ ਹੋਈ ਸੀ। ਉਹ ਦੋਵੇਂ ਆਪਸ ਵਿਚ ਕੋਈ ਗੱਲ ਕਰ ਰਹੇ ਸਨ। ਉਸ ਆਦਮੀ ਨੇ ਨੇਖਲੀਊਦੋਵ ਨੂੰ ਵੇਖ ਕੇ ਅੱਖ ਮਾਰੀ ਤੇ ਕਿਹਾ:

"ਖੁਦ ਜ਼ਾਰ ਵੀ ਇਸ ਪਾਣੀ ਨੂੰ ਰੋਕ ਨਹੀਂ ਸਕਦਾ।"

ਪਰ ਉਸ ਔਰਤ ਨੇ ਇਕ ਦਮ ਆਪਣੇ ਚੋਗੇ ਦਾ ਘੇਰਾ ਹੇਠਾਂ ਕੀਤਾ ਅਤੇ ਸ਼ਰਮਿੰਦੀ ਜਿਹੀ ਹੋ ਗਈ।

ਅੰਦਰ ਲੰਘਣ ਵਾਲੇ ਦਰਵਾਜ਼ੇ ਤੋਂ ਸਿੱਧਾ ਇਕ ਲਾਂਘਾ ਸੀ ਜਿਸ ਵਿਚ ਕਈ ਦਰਵਾਜ਼ੇ ਖੁਲ੍ਹਦੇ ਸਨ। ਪਹਿਲਾ ਟੱਬਰਾਂ ਵਾਲਾ ਕਮਰਾ ਸੀ। ਉਸ ਤੋਂ ਅਗਲਾ ਛੜਿਆਂ ਕੁਆਰਿਆਂ ਦਾ ਅਤੇ ਅਖੀਰ ਉਤੇ ਦੋ ਛੋਟੇ ਛੋਟੇ ਕਮਰੇ ਰਾਜਸੀ ਕੈਦੀਆਂ ਵਾਸਤੇ ਰਾਖਵੇਂ ਕੀਤੇ ਹੋਏ ਸਨ।

ਇਹ ਮਕਾਨ ਡੇਢ ਸੌ ਕੈਦੀਆਂ ਨੂੰ ਰੱਖਣ ਵਾਸਤੇ ਬਣਾਇਆ ਗਿਆ ਸੀ ਤੇ ਇਸ ਵੇਲੇ ਇਥੇ ਚਾਰ ਸੌ ਪੰਜਾਹ ਕੈਦੀ ਰੱਖੇ ਹੋਏ ਸਨ। ਮਕਾਨ ਇਸ ਤਰ੍ਹਾਂ ਖਚਾ-ਖਚ ਭਰਿਆ ਹੋਇਆ ਸੀ ਕਿ ਕਮਰਿਆਂ ਵਿਚ ਸਾਰੇ ਕੈਦੀਆਂ ਵਾਸਤੇ ਥਾਂ ਨਹੀਂ ਸੀ। ਇਸ ਕਰਕੇ ਕਈ ਕੈਦੀਆਂ ਨੇ ਲਾਂਘੇ ਵਿਚ ਟਿਕਾਣਾ ਕੀਤਾ ਹੋਇਆ ਸੀ। ਇਸ ਵੇਲੇ ਕੁਝ ਲੋਕ ਬੈਠੇ

ਜਾਂ ਲੰਮੇ ਪਏ ਹੋਏ ਸਨ, ਕੁਝ ਖਾਲੀ ਚਾਹਦਾਨੀਆਂ ਫੜੀ ਉਬਲਦਾ ਪਾਣੀ ਲੈਣ ਜਾ ਰਹੇ ਸਨ ਅਤੇ ਕਈ ਪਾਣੀ ਲੈ ਕੇ ਆ ਰਹੇ ਸਨ। ਉਬਲਦਾ ਪਾਣੀ ਲਈ ਆਉਣ ਵਾਲਿਆਂ ਵਿਚ ਤਾਰਾਸ ਵੀ ਸੀ। ਉਹ ਨੇਖਲੀਊਦੋਵ ਨੂੰ ਆ ਮਿਲਿਆ ਤੇ ਬੜੇ ਪਿਆਰ ਨਾਲ ਦੁਆ-ਸਲਾਮ ਕੀਤੀ। ਤਾਰਾਸ ਦਾ ਸੁਹਿਰਦ ਚਿਹਰਾ ਨੀਲ ਪੈ ਜਾਣ ਨਾਲ ਕਰੂਪ ਹੋਇਆ ਪਿਆ ਸੀ। ਉਹਦੇ ਨੱਕ ਉਤੇ ਤੇ ਉਹਦੀਆਂ ਅੱਖਾਂ ਦੇ ਹੇਠਾਂ ਨੀਲ ਪਏ ਹੋਏ ਸਨ।

"ਇਹ ਕੀ ਹੋਇਆ ਹੈ ਤੈਨੂੰ?" ਨੇਖਲੀਊਦੋਵ ਨੇ ਪੁੱਛਿਆ।

"ਬਸ, ਕੁਝ ਹੋ ਹੀ ਗਿਐ," ਤਾਰਾਸ ਨੇ ਮੁਸਕ੍ਰਾ ਕੇ ਆਖਿਆ।

"ਇਹ ਲੋਕ ਹਰ ਵੇਲੇ ਲੜਦੇ ਝਗੜਦੇ ਰਹਿੰਦੇ ਨੇ," ਰਖਵਾਲ ਸਿਪਾਹੀ ਨੇ ਆਖਿਆ।

"ਸਾਰਾ ਬਖੇੜਾ ਇਕ ਜਨਾਨੀ ਪਿੱਛੇ," ਇਕ ਕੈਦੀ ਨੇ ਆਖਿਆ ਜਿਹੜਾ ਤਾਰਾਸ ਦੇ ਮਗਰ ਮਗਰ ਆ ਰਿਹਾ ਸੀ। "ਅੰਨ੍ਹੇ ਫੇਦਕਾ ਨਾਲ ਹਥੋਪਾਈ ਹੋ ਪਿਐ।"

"ਫੇਦੋਸੀਆ ਦਾ ਕੀ ਹਾਲ ਹੈ?"

"ਠੀਕ-ਠਾਕ ਐ। ਉਹਦੀ ਚਾਹ ਵਾਸਤੇ ਪਾਣੀ ਲੈ ਕੇ ਆਇਆਂ," ਤਾਰਾਸ ਨੇ ਜਵਾਬ ਦਿੱਤਾ ਤੇ ਉਸ ਕਮਰੇ ਵਿਚ ਜਾ ਵੜਿਆ ਜਿਥੇ ਕੈਦੀ ਆਪਣੇ ਟੱਬਰਾਂ ਨਾਲ ਰਹਿੰਦੇ ਸਨ।

ਨੇਖਲੀਊਦੋਵ ਨੇ ਬੂਹੇ ਵਿੱਚ ਖਲੋ ਕੇ ਅੰਦਰ ਝਾਤ ਮਾਰੀ। ਕਮਰਾ ਮਰਦਾਂ ਤੇ ਔਰਤਾਂ ਨਾਲ ਤੂੜਿਆ ਪਿਆ ਸੀ। ਇਹਨਾਂ ਵਿਚੋਂ ਕਈ ਸੌਣ ਵਾਲੇ ਫੱਟਿਆਂ ਦੇ ਉਪਰ ਪਏ ਸਨ ਤੇ ਕਈ ਇਹਨਾਂ ਦੇ ਹੇਠਾਂ। ਕਮਰੇ ਵਿਚ ਗਿੱਲੇ ਕਪੜੇ ਸੁਕਣੇ ਪਾਏ ਹੋਏ ਸਨ ਇਸ ਕਰਕੇ ਉਹ ਭਾਫ ਨਾਲ ਭਰਿਆ ਹੋਇਆ ਸੀ ਅਤੇ ਔਰਤਾਂ ਦੀਆਂ ਜ਼ਬਾਨਾਂ ਲੁਤਰ ਲੁਤਰ ਚੱਲ ਰਹੀਆਂ ਸਨ। ਅਗਲਾ ਬੂਹਾ ਛੜਿਆਂ ਕੁਆਰਿਆਂ ਦੇ ਕਮਰੇ ਦਾ ਸੀ। ਇਸ ਕਮਰੇ ਵਿਚ ਹੋਰ ਵੀ ਬਹੁਤੇ ਬੰਦੇ ਸਨ। ਕਿਤੇ ਤਿਲ ਧਰਨ ਨੂੰ ਥਾਂ ਨਹੀਂ ਸੀ। ਏਥੋਂ ਤੱਕ ਕਿ ਬਰੂਹਾਂ ਵਿਚ ਤੇ ਸਾਮ੍ਹਣੇ ਲਾਂਘੇ ਵਿਚ ਲੋਕਾਂ ਨੇ ਰਾਹ ਰੋਕਿਆ ਹੋਇਆ ਸੀ। ਉਹਨਾਂ ਦੇ ਕਪੜੇ ਗਿੱਲੇ ਸਨ ਤੇ ਉਹ ਉੱਚੀ ਉੱਚੀ ਬਹਿਸ ਰਹੇ ਸਨ ਜਿਵੇਂ ਕਿਸੇ ਗੱਲ ਦਾ ਫੈਸਲਾ ਕਰ ਰਹੇ ਹੋਣ ਜਾਂ ਕੋਈ ਕੰਮ ਨਿਬੇੜ ਰਹੇ ਹੋਣ। ਰਖਵਾਲ ਸਾਰਜੈਂਟ ਨੇ ਦੱਸਿਆ ਕਿ ਜਿਸ ਕੈਦੀ ਨੂੰ ਰਸਦ ਖਰੀਦਣ ਦਾ ਕੰਮ ਸੌਂਪਿਆ ਗਿਆ ਸੀ ਉਹ ਰਸਦ ਦੇ ਪੈਸਿਆਂ ਵਿਚੋਂ ਇਕ ਪੱਤੇਬਾਜ਼ ਦੀ ਹੁਦਾਰ ਦੀ ਰਕਮ ਤਾਰ ਰਿਹਾ ਹੈ (ਪੱਤੇਬਾਜ਼ ਨੇ ਕਿਸੇ ਕੈਦੀ ਕੋਲੋਂ ਪੈਸੇ ਜਿੱਤੇ ਹੋਏ ਹਨ, ਕਿਸੇ ਨੂੰ ਹੁਦਾਰ ਦਿੱਤਾ ਹੋਇਆ ਹੈ) ਅਤੇ ਤਾਸ਼ ਦੇ ਪੱਤਿਆਂ ਦੀਆਂ ਬਣਾਈਆਂ ਨਿੱਕੀਆਂ ਨਿੱਕੀਆਂ ਕਾਲੇ ਰੰਗ ਦੀਆਂ ਟਿਕਟਾਂ ਲੈ ਰਿਹਾ ਹੈ। ਜਦੋਂ ਉਹਨਾਂ ਨੇ ਰਖਵਾਲ ਸਿਪਾਹੀ ਅਤੇ ਇਕ ਖਾਨਦਾਨੀ ਆਦਮੀ ਨੂੰ ਵੇਖਿਆ ਤਾਂ ਬਹੁਤ ਹੀ ਨੇੜੇ ਖੜੇ ਕੈਦੀ ਚੁੱਪ ਹੋ ਗਏ ਅਤੇ ਉਹਨਾਂ ਵੱਲ ਵੇਖਣ ਲੱਗੇ। ਉਹਨਾਂ ਦੀਆਂ ਨਜ਼ਰਾਂ ਵਿੱਚ ਦੁਰ-ਭਾਵਨਾ ਦੀ ਝਲਕ ਸੀ। ਇਹਨਾਂ ਵਿਚ ਹੀ ਨੇਖਲੀਊਦੋਵ ਦੀ ਨਜ਼ਰ ਫਿਓਦੋਰੋਵ ਨਾਂ ਦੇ ਮੁਜਰਮ ਤੇ ਪਈ ਜਿਸ ਨੂੰ ਉਹ ਜਾਣਦਾ ਸੀ। ਫਿਓਦੋਰੋਵ ਹਮੇਸ਼ਾ ਹੀ

ਕੰਗਾਲੀ ਦੇ ਮਾਰੇ ਇਕ ਨੌਜਵਾਨ ਨੂੰ ਆਪਣੇ ਨਾਲ ਰੱਖਦਾ ਸੀ ਜਿਸ ਦਾ ਮੂੰਹ ਮੱਥਾ ਸੁੱਜਿਆ ਰਹਿੰਦਾ ਅਤੇ ਭਰਵੱਟੇ ਤਣੇ ਰਹਿੰਦੇ। ਇਸ ਦੇ ਨਾਲ ਹੀ ਉਹਦੀ ਨਜ਼ਰ ਇਕ ਕਰਹਿਤਭਰੇ ਬੇਨੱਕੇ ਆਵਾਰਾਗਰਦ ਉਤੇ ਪਈ ਜਿਸ ਦਾ ਮੂੰਹ ਮਾਤਾ ਦੇ ਦਾਗਾਂ ਨਾਲ ਭਰਿਆ ਹੋਇਆ ਸੀ। ਇਹ ਆਦਮੀ ਕੈਦੀਆਂ ਵਿਚ ਬੜਾ ਬਦਨਾਮ ਸੀ ਕਿਉਂਕਿ ਉਹਨੇ ਭੱਜ ਜਾਣ ਦੀ ਕੋਸ਼ਿਸ਼ ਕਰਦਿਆਂ ਤਾਇਗਾ ਦੇ ਦਲਦਲੀ ਇਲਾਕਿਆਂ ਵਿਚ ਆਪਣੇ ਹੀ ਇਕ ਸਾਥੀ ਨੂੰ ਮਾਰ ਦਿੱਤਾ ਸੀ ਅਤੇ ਆਖਿਆ ਜਾਂਦਾ ਸੀ, ਇਹ ਆਪ ਉਹਦਾ ਮਾਸ ਖਾਂਦਾ ਰਿਹਾ ਹੈ। ਉਹ ਆਪਣਾ ਗਿੱਲਾ ਚੋਗਾ ਮੋਢਿਆਂ ਉਤੇ ਸੁਟੀ ਲਾਂਘੇ ਵਿਚ ਖਲੋਤਾ ਨਿਡਰ ਤੇ ਮਸ਼ਕਰੀਭਰੀਆਂ ਨਜ਼ਰਾਂ ਨਾਲ ਨੇਖਲੀਊਦੋਵ ਵੱਲ ਵੇਖੀ ਜਾ ਰਿਹਾ ਸੀ ਅਤੇ ਰਾਹ ਵਿਚੋਂ ਇਕ ਪਾਸੇ ਨਹੀਂ ਸੀ ਹੋਇਆ। ਨੇਖਲੀਊਦੋਵ ਉਹਦੇ ਕੋਲੋਂ ਦੀ ਲੰਘ ਕੇ ਅਗਾਂਹ ਨਿਕਲ ਗਿਆ।

ਇਸ ਕਿਸਮ ਦੀਆਂ ਝਾਕੀਆਂ ਉਹਦੇ ਵਾਸਤੇ ਕੋਈ ਨਵੀਂ ਗੱਲ ਨਹੀਂ ਸੀ। ਪਿਛਲੇ ਤਿੰਨ ਮਹੀਨਿਆਂ ਵਿਚ ਉਸ ਨੇ ਇਹਨਾਂ ਚਾਰ ਸੌ ਇਖਲਾਕੀ ਕੈਦੀਆਂ ਨੂੰ ਕਈ ਵੱਖ ਵੱਖ ਹਾਲਤਾਂ ਵਿਚ ਬਾਰ ਬਾਰ ਵੇਖਿਆ ਸੀ : ਧੁਪ ਵਿਚ, ਸੜਕ ਉਤੇ ਧੂੜ ਦੇ ਬੱਦਲਾਂ ਵਿਚ ਘਿਰੇ ਹੋਏ ਅਤੇ ਬੇੜੀਆਂ ਵਿਚ ਬੱਝੇ ਪੈਰਾਂ ਨੂੰ ਘਸੀਟਦੇ ਹੋਏ ; ਰਾਹ ਵਿਚ ਕਈ ਥਾਈਂ ਆਰਾਮ ਕਰਦਿਆਂ, ਪੜਾਵਾਂ ਉਤੇ ਮਕਾਨਾਂ ਦੇ ਅੰਦਰ ; ਅਤੇ ਨਿਘੇ ਮੌਸਮ ਵਿਚ ਬਾਹਰ ਵਿਹੜੇ ਅੰਦਰ, ਜਿਥੇ ਨੰਗੀ ਬਦਕਾਰੀ ਦੀਆਂ ਉਸ ਨੇ ਲੂੰ-ਕੰਡੇ ਖੜੇ ਕਰ ਦੇਣ ਵਾਲੀਆਂ ਝਾਕੀਆਂ ਵੇਖੀਆਂ ਸਨ। ਪਰ ਇਸ ਦੇ ਬਾਵਜੂਦ ਹਰ ਵਾਰੀ ਜਦੋਂ ਵੀ ਨੇਖਲੀਊਦੋਵ ਇਹਨਾਂ ਲੋਕਾਂ ਵਿਚਾਲੇ ਆਉਂਦਾ ਤੇ ਉਹ ਨਜ਼ਰਾਂ ਗੱਡ ਕੇ ਉਸ ਵੱਲ ਵੇਖਦੇ, ਜਿਵੇਂ ਇਸ ਵੇਲੇ ਵੇਖ ਰਹੇ ਸਨ, ਤਾਂ ਉਹ ਸ਼ਰਮ ਨਾਲ ਪਾਣੀ ਪਾਣੀ ਹੋ ਜਾਂਦਾ। ਉਸ ਨੂੰ ਮਹਿਸੂਸ ਹੁੰਦਾ ਜਿਵੇਂ ਉਹਨੇ ਇਹਨਾਂ ਲੋਕਾਂ ਦੇ ਖਿਲਾਫ ਕੋਈ ਗੁਨਾਹ ਕੀਤਾ ਹੈ। ਸ਼ਰਮਿੰਦਗੀ ਤੇ ਗੁਨਾਹ ਦੀ ਇਹ ਭਾਵਨਾ ਘਿਰਣਾ ਅਤੇ ਖੌਫ ਦੇ ਅਮਿਟ ਅਹਿਸਾਸ ਵਿਚ ਵਾਧਾ ਕਰ ਦੇਂਦੀ। ਉਹ ਇਹ ਜਾਣਦਾ ਸੀ ਕਿ ਜਿਹੜੀ ਹਾਲਤ ਵਿਚ ਇਹ ਲੋਕ ਹਨ ਉਸ ਵਿਚ ਇਹ ਇਸ ਤੋਂ ਵਖਰੀ ਕਿਸਮ ਦੇ ਬੰਦੇ ਨਹੀਂ ਹੋ ਸਕਦੇ, ਪਰ ਫੇਰ ਵੀ ਉਸ ਕੋਲੋਂ ਆਪਣੀ ਕਰਹਿਤ ਦੀ ਭਾਵਨਾ ਨੂੰ ਦਬਾਇਆ ਨਹੀਂ ਸੀ ਜਾਂਦਾ।

"ਮੌਜਾਂ ਕਰਦੇ ਨੇ ਮੁਫਤਖੋਰੇ," ਨੇਖਲੀਊਦੋਵ ਨੇ, ਜਿਸ ਵੇਲੇ ਉਹ ਰਾਜਸੀ ਕੈਦੀਆਂ ਦੇ ਕਮਰੇ ਦੇ ਨੇੜੇ ਪਹੁੰਚਾ, ਭਰੜਾਈ ਆਵਾਜ਼ ਵਿਚ ਕਿਸੇ ਨੂੰ ਕਹਿੰਦਿਆਂ ਸੁਣਿਆ। ਬੋਲਣ ਵਾਲੇ ਨੇ ਨਾਲ ਹੀ ਕੁਝ ਗੰਦੀਆਂ ਗਾਲ੍ਹਾਂ ਕੱਢ ਦਿੱਤੀਆਂ।

ਤੇ ਫੇਰ ਕੈਦੀਆਂ ਦੇ ਨਫਰਤ ਤੇ ਮਸ਼ਕਰੀਭਰੇ ਠਹਾਕੇ ਗੂੰਜ ਪਏ।

ਜਦੋਂ ਉਹ ਛੜਿਆਂ ਕੁਆਰਿਆਂ ਦੇ ਕਮਰੇ ਤੋਂ ਅੱਗੇ ਲੰਘ ਗਏ ਤਾਂ ਨੇਖਲੀਊਦੋਵ ਦੇ ਨਾਲ ਆਇਆ ਰਖਵਾਲ ਸਾਰਜੈਂਟ ਉਸ ਨੂੰ ਇਹ ਆਖ ਕੇ ਵਾਪਸ ਮੁੜ ਗਿਆ ਕਿ ਪੜਤਾਲ ਤੋਂ ਪਹਿਲਾਂ ਉਹ ਉਸ ਨੂੰ ਲੈਣ ਆ ਜਾਵੇਗਾ। ਸਾਰਜੈਂਟ ਦੇ ਜਾਣ ਦੀ ਦੇਰ ਸੀ ਕਿ ਇਕ ਕੈਦੀ ਛੋਹਲੇ ਛੋਹਲੇ ਕਦਮ ਪੁਟਦਾ ਨੇਖਲੀਊਦੋਵ ਦੇ ਕੋਲ ਆਇਆ। ਉਹ ਪੈਰਾਂ ਤੋਂ ਨੰਗਾ ਸੀ ਤੇ ਬੇੜੀਆਂ ਉਸ ਨੇ ਹੱਥ ਨਾਲ ਫੜ ਕੇ ਉਪਰ ਚੁੱਕੀਆਂ ਹੋਈਆਂ ਸਨ। ਉਹਦੇ ਕੋਲੋਂ ਮੁੜ੍ਹਕੇ ਦੀ ਤਿਖੀ ਤੇਜ਼ਾਬੀ ਮੁਸ਼ਕ ਆ ਰਹੀ ਸੀ। ਨੇਖਲੀਊਦੋਵ ਕੋਲ ਆ ਕੇ ਉਹਨੇ ਗੁੱਝੇ ਅੰਦਾਜ਼ ਨਾਲ ਫੁਸਰ ਫੁਸਰ ਕੀਤਾ :

"ਮਾਮਲੇ ਨੂੰ ਆਪਣੇ ਹੱਥ ਵਿਚ ਲਓ, ਮਾਲਿਕ। ਉਹਨਾਂ ਨੇ ਗਭਰੇਟ ਨੂੰ ਉਲੂ ਬਣਾ ਲਿਐ। ਉਹਨਾਂ ਨੇ ਉਸ ਨੂੰ ਸ਼ਰਾਬੀ ਕਰ ਲਿਆ ਤੇ ਅੱਜ ਪੜਤਾਲ ਵੇਲੇ ਉਹਨੇ ਆਪਣਾ ਨਾਂ ਵੀ ਕਾਰਮਾਨੋਵ ਦੱਸ ਦਿੱਤਾ। ਬੰਦ ਕਰਾਓ ਇਸ ਨੂੰ, ਹਜ਼ੂਰ। ਸਾਡੀ ਹਿੰਮਤ ਨਹੀਂ ਪੈਂਦੀ, ਸਾਨੂੰ ਤਾਂ ਇਹ ਮਾਰ ਦੇਣਗੇ," ਤੇ ਫੇਰ ਪ੍ਰੇਸ਼ਾਨੀ ਜਿਹੀ ਨਾਲ ਚਾਰ ਚੁਫੇਰੇ ਵੇਖਦਾ ਹੋਇਆ ਉਹ ਚਲਾ ਗਿਆ।

ਹੋਇਆ ਇਹ ਸੀ ਕਿ ਮੁਜਰਮ ਕਾਰਮਾਨੋਵ ਨੂੰ ਖਾਣਾਂ ਵਿਚ ਜਾ ਕੇ ਮੁਸ਼ੱਕਤ ਕਰਨ ਦੀ ਸਜ਼ਾ ਮਿਲੀ ਸੀ। ਉਹਨਾਂ ਦੇ ਨਾਲ ਹੀ ਇਕ ਹੋਰ ਨੌਜਵਾਨ ਸੀ ਜਿਸ ਦਾ ਚਿਹਰਾ-ਮੋਹਰਾ ਕਾਰਮਾਨੋਵ ਨਾਲ ਮਿਲਦਾ ਸੀ। ਇਸ ਨੂੰ ਜਲਾਵਤਨੀ ਦੀ ਸਜ਼ਾ ਮਿਲੀ ਸੀ। ਕਾਰਮਾਨੋਵ ਨੇ ਇਸ ਨੌਜਵਾਨ ਨੂੰ ਮਨਾ ਲਿਆ ਕਿ ਉਹਦੇ ਨਾਲ ਆਪਣਾ ਨਾਂ ਬਦਲ ਲਵੇ ਤੇ ਉਹਦੀ ਥਾਂ ਖਾਣਾਂ ਤੇ ਮੁਸ਼ੱਕਤ ਕਰਨ ਚਲਾ ਜਾਵੇ ਤੇ ਉਹ ਆਪ ਉਸ ਦੀ ਥਾਂ ਜਲਾਵਤਨ ਹੋ ਜਾਏਗਾ।

ਨੇਖਲੀਊਦੋਵ ਨੂੰ ਇਸ ਮਿਥੀ ਗਈ ਤਬਦੀਲੀ ਦਾ ਪਤਾ ਸੀ। ਏਸੇ ਕੈਦੀ ਨੇ ਹੀ ਹਫਤਾ ਹੋਇਆ ਉਸ ਨੂੰ ਇਹ ਗੱਲ ਦੱਸੀ ਸੀ। ਨੇਖਲੀਊਦੋਵ ਨੇ ਸਿਰ ਹਿਲਾ ਦਿੱਤਾ ਜਿਸ ਦਾ ਮਤਲਬ ਸੀ ਕਿ ਉਹਨੇ ਗੱਲ ਸਮਝ ਲਈ ਹੈ ਤੇ ਜੋ ਕੁਝ ਹੋ ਸਕਿਆ ਉਹ ਕਰੇਗਾ, ਅਤੇ ਆਸੇ ਪਾਸੇ ਵੇਖੇ ਬਿਨਾਂ ਹੀ ਉਹ ਅੱਗੇ ਤੁਰਦਾ ਗਿਆ।

ਜਿਸ ਕੈਦੀ ਨੇ ਨੇਖਲੀਊਦੋਵ ਨਾਲ ਗੱਲ ਕੀਤੀ ਸੀ ਉਸ ਨੂੰ ਉਹ ਜਾਣਦਾ ਸੀ ਅਤੇ ਉਹਦੀ ਇਸ ਹਰਕਤ ਤੋਂ ਉਹਨੂੰ ਹੈਰਾਨੀ ਹੋਈ ਸੀ। ਯੇਕਾਤੇਰੀਨਬਰਗ ਵਿਚ ਇਸ ਕੈਦੀ ਨੇ ਨੇਖਲੀਊਦੋਵ ਨੂੰ ਆਖਿਆ ਸੀ ਉਸ ਨੂੰ ਆਪਣੀ ਬੀਵੀ ਨੂੰ ਨਾਲ ਖੜਨ ਦੀ ਇਜਾਜ਼ਤ ਲੈ ਦੇਵੇ। ਇਹ ਆਦਮੀ ਬਹੁਤ ਹੀ ਮਾਮੂਲੀ ਕਿਸਮ ਦਾ ਕਿਸਾਨ ਸੀ, ਦਰਮਿਆਨਾ ਕੱਦ, ਕੋਈ ਤੀਹ ਕੁ ਸਾਲ ਦੀ ਉਮਰ। ਉਸ ਨੂੰ ਬਾ-ਮੁਸ਼ੱਕਤ ਕੈਦ ਦੀ ਸਜ਼ਾ ਇਸ ਕਰਕੇ ਹੋਈ ਕਿ ਉਹਨੇ ਇਕ ਬੰਦੇ ਨੂੰ ਕਤਲ ਕਰਨ ਤੇ ਲੁਟਣ ਦੀ ਕੋਸ਼ਿਸ਼ ਕੀਤੀ ਸੀ। ਇਸ ਦਾ ਨਾਂ ਸੀ ਮਾਕਾਰ ਦੇਵਕਿਨ। ਉਹਦਾ ਜੁਰਮ ਬਹੁਤ ਹੀ ਅਣੋਖੀ ਤਰ੍ਹਾਂ ਦਾ ਸੀ। ਨੇਖਲੀਊਦੋਵ ਕੋਲ ਆਪਣੇ ਜੁਰਮ ਦਾ ਵਿਸਥਾਰ ਬਿਆਨ ਕਰਦਿਆਂ

ਉਹਨੇ ਆਖਿਆ ਸੀ ਕਿ ਇਹ ਉਸ ਦੀ ਆਪਣੀ ਨਹੀਂ, ਸਗੋਂ ਸ਼ੈਤਾਨ ਦੀ ਕਰਤੂਤ ਸੀ। ਉਸ ਨੇ ਦੱਸਿਆ ਸੀ ਕਿ ਇਕ ਮੁਸਾਫਰ ਉਹਦੇ ਪਿਓ ਕੋਲ ਆਇਆ ਅਤੇ ਇਕ ਪਿੰਡ ਜਾਣ ਵਾਸਤੇ ਬੇਪਹੀਆ ਬੱਘੀ ਭਾੜੇ ਕੀਤੀ। ਇਹ ਪਿੰਡ ਓਥੋਂ ਚਾਲੀ ਵੇਰਸਤ ਦੂਰ ਸੀ। ਮਾਕਾਰ ਦੇ ਪਿਓ ਨੇ ਉਹਨੂੰ ਆਖਿਆ ਕਿ ਅਜਨਬੀ ਨੂੰ ਓਥੋਂ ਤੱਕ ਛੱਡ ਆਵੇ। ਮਾਕਾਰ ਨੇ ਘੋੜੇ ਤੇ ਸਾਜ਼ ਪਾਇਆ, ਕਪੜੇ ਪਾਏ, ਅਤੇ ਮੁਸਾਫਰ ਨਾਲ ਚਾਹ ਪੀਣ ਬਹਿ ਗਿਆ। ਚਾਹ ਪੀਂਦੇ ਪੀਂਦੇ ਉਸ ਅਜਨਬੀ ਨੇ ਦੱਸਿਆ ਕਿ ਉਹ ਵਿਆਹ ਕਰਾਉਣ ਚੱਲਿਆ ਹੈ, ਅਤੇ ਉਹਦੇ ਕੋਲ ਪੂਰੇ ਪੰਜ ਸੌ ਰੂਬਲ ਦੀ ਰਕਮ ਹੈ ਜਿਹੜੇ ਉਸ ਨੇ ਮਾਸਕੋ ਵਿਚ ਰਹਿ ਕੇ ਕਮਾਏ ਹਨ। ਜਦੋਂ ਮਾਕਾਰ ਨੇ ਇਹ ਗੱਲ ਸੁਣੀ ਤਾਂ ਉਹ ਬਾਹਰ ਵਿਹੜੇ ਵਿਚ ਗਿਆ ਤੇ ਇਕ ਟਕੂਆ ਸਲੈਜ ਵਿਚ ਘਾਹ ਦੇ ਹੇਠਾਂ ਰੱਖ ਲਿਆ।

"ਅਤੇ ਮੈਨੂੰ ਆਪ ਨੂੰ ਵੀ ਇਲਮ ਨਹੀਂ ਸੀ ਕਿ ਇਹ ਟਕੂਆ ਮੈਂ ਕਿਉਂ ਰੱਖਿਆ ਸੀ," ਉਸ ਨੇ ਆਖਿਆ। "ਟਕੂਆ ਲੈ ਚਲ ਨਾਲ," ਸ਼ੈਤਾਨ ਨੇ ਮੇਰੇ ਕੰਨ ਵਿਚ ਆਖਿਆ ਸੀ ਅਤੇ ਮੈਂ ਟਕੂਆ ਰੱਖ ਲਿਆ। ਅਸੀਂ ਸਲੈਜ ਤੇ ਬੈਠੇ ਤੇ ਤੁਰ ਪਏ। ਅਸੀਂ ਚੰਗੇ ਭਲੇ ਜਾ ਰਹੇ ਸਾਂ। ਮੈਨੂੰ ਟਕੂਏ ਦਾ ਚੇਤਾ ਵੀ ਭੁਲ ਗਿਆ ਹੋਇਆ ਸੀ। ਲਓ ਜੀ, ਅਸੀਂ ਪਿੰਡ ਦੇ ਨੇੜੇ ਆਣ ਪਹੁੰਚੇ। ਕੋਈ ਛੇ ਕੁ ਵੇਰਸਤ ਪੈਂਡਾ ਬਾਕੀ ਰਹਿ ਗਿਆ ਸੀ। ਚੁੱਰਸਤੇ ਤੋਂ ਵੱਡੀ ਸੜਕ ਤੱਕ ਪਹਾੜੀ ਰਾਹ ਸੀ ਤੇ ਮੈਂ ਸਲੈਜ ਵਿਚੋਂ ਬਾਹਰ ਆ ਗਿਆ। ਮੈਂ ਉਸ ਦੇ ਮਗਰ ਮਗਰ ਜਾ ਰਿਹਾ ਸਾਂ ਕਿ ਸ਼ੈਤਾਨ ਨੇ ਮੇਰੇ ਕੰਨਾਂ ਵਿਚ ਘੁਸਰ ਮੁਸਰ ਕੀਤੀ, 'ਸੋਚਦਾ ਕੀ ਏਂ? ਪਹਾੜੀ ਦੇ ਉਪਰ ਜਾ ਕੇ ਵੱਡੀ ਸੜਕ ਉਤੇ ਤੈਨੂੰ ਲੋਕ ਮਿਲਣ ਲੱਗ ਪੈਣਗੇ, ਤੇ ਫੇਰ ਪਿੰਡ ਆ ਜਾਣੈ। ਉਹ ਤਾਂ ਪੈਸਾ ਲੈ ਕੇ ਨਿਕਲ ਜਾਏਗਾ। ਜੇ ਕੁਝ ਕਰਨਾ ਈ, ਤਾਂ ਹੁਣ ਵੇਲਾ ਈ।' ਮੈਂ ਸਲੈਜ ਉਤੇ ਇਉਂ ਉਲਰਿਆ ਜਿਵੇਂ ਘਾਹ ਠੀਕ ਕਰਨ ਲੱਗਾ ਹੋਵਾਂ, ਤੇ ਟਕੂਆ ਆਪਣੇ ਆਪ ਮੇਰੇ ਹੱਥ ਵਿਚ ਆ ਗਿਆ। ਮੁਸਾਫਰ ਨੇ ਮੇਰੇ ਵੱਲ ਮੂੰਹ ਕੀਤਾ, 'ਕੀ ਕਰ ਰਿਹੈਂ?' ਮੈਂ ਟਕੂਆ ਚੁੱਕਿਆ ਤੇ ਇਕੋ ਝਟਕੇ ਨਾਲ ਉਹਦੀ ਧੌਣ ਲਾਹੁਣ ਦੀ ਕੋਸ਼ਿਸ਼ ਕੀਤੀ। ਪਰ ਉਹ ਮੇਰੇ ਨਾਲੋਂ ਤਿੱਖਾ ਨਿਕਲਿਆ। ਛਾਲ ਮਾਰ ਕੇ ਸਲੈਜ ਵਿਚੋਂ ਬਾਹਰ ਆ ਗਿਆ ਤੇ ਮੇਰੇ ਦੋਵੇਂ ਹੱਥ ਫੜ ਲਏ। 'ਇਹ ਕੀ ਕਰਨ ਲੱਗਿਐਂ, ਲੁੱਚਿਆ?' ਉਸ ਨੇ ਮੈਨੂੰ ਹੇਠਾਂ ਬਰਫ ਤੇ ਸੁਟ ਲਿਆ। ਮੈਂ ਹੱਥ ਪੈਰ ਬਿਲਕੁਲ ਨਹੀਂ ਮਾਰੇ ਸਗੋਂ ਫੌਰਨ ਹੀ ਹਾਰ ਮੰਨ ਲਈ। ਉਹਨੇ ਆਪਣੇ ਕਮਰਕੱਸੇ ਨਾਲ ਮੇਰੀਆਂ ਬਾਹਵਾਂ ਜੂੜ ਲਈਆਂ ਤੇ ਮੈਨੂੰ ਸਲੈਜ ਵਿਚ ਸੁੱਟ ਕੇ ਉਹ ਸਿਧਾ ਥਾਣੇ ਲੈ ਆਇਆ। ਮੈਨੂੰ ਪਹਿਲਾਂ ਹਵਾਲਾਤ ਵਿਚ ਬੰਦ ਕਰ ਦਿੱਤਾ ਤੇ ਫੇਰ ਮੁਕੱਦਮਾ ਚੱਲਿਆ। ਪਿੰਡ ਦੇ ਲੋਕਾਂ ਨੇ ਮੇਰੀ ਹਾਮੀ ਭਰੀ ਕਿ ਮੇਰਾ ਚਾਲ ਚੱਲਣ ਚੰਗਾ ਏ, ਤੇ ਮੈਨੂੰ ਕਦੇ ਕਿਸੇ ਨੇ ਕੋਈ ਗ਼ਲਤ ਜਾਂ ਮਾੜਾ ਕੰਮ ਕਰਦਿਆਂ ਨਹੀਂ ਵੇਖਿਆ। ਮੇਰੇ ਮਾਲਕਾਂ ਨੇ ਵੀ ਜਿਨ੍ਹਾਂ ਕੋਲ ਮੈਂ ਕੰਮ ਕਰਦਾ ਸਾਂ ਮੇਰੀ ਤਾਰੀਫ ਕੀਤੀ, ਪਰ ਵਕੀਲ ਕਰਨ ਲਈ ਸਾਡੇ ਕੋਲ ਕੋਈ ਪੈਸਾ ਨਹੀਂ ਸੀ ਤੇ ਇਸ ਕਰਕੇ ਮੈਨੂੰ ਬਾ-ਮੁਸ਼ੱਕਤ ਚਾਰ ਸਾਲ ਕੈਦ ਦੀ ਸਜ਼ਾ ਹੋ ਗਈ।"

ਏਹੋ ਹੀ ਆਦਮੀ ਸੀ ਜਿਹੜਾ ਆਪਣੇ ਇਕ ਗਿਰਾਈਂ ਨੂੰ ਬਚਾਉਣ ਲਈ ਨੇਖਲੀਊਦੋਵ ਨੂੰ ਕੈਦੀਆਂ ਦਾ ਰਾਜ਼ ਦੇ ਰਿਹਾ ਸੀ ਹਾਲਾਂਕਿ ਉਹਨੂੰ ਪਤਾ ਸੀ ਉਹਦੇ ਨਾਲ ਗੱਲ ਕਰ ਕੇ ਆਪਣੀ ਜਾਨ ਜੋਖੋਂ ਵਿਚ ਪਾ ਰਿਹਾ ਹੈ। ਇਸ ਕਰਕੇ ਕਿ ਜੇ ਕੈਦੀਆਂ ਨੂੰ ਇਸ ਗੱਲ ਦਾ ਪਤਾ ਲੱਗ ਜਾਂਦਾ ਤਾਂ ਉਹ ਜ਼ਰੂਰ ਉਹਦੀ ਸੰਘੀ ਘੁਟ ਦੇਂਦੇ।

੧੧

ਰਾਜਸੀ ਕੈਦੀਆਂ ਨੂੰ ਦੋ ਛੋਟੇ ਛੋਟੇ ਕਮਰਿਆਂ ਵਿਚ ਰੱਖਿਆ ਹੋਇਆ ਸੀ ਜਿਨ੍ਹਾਂ ਦੇ ਬੂਹੇ ਲਾਂਘੇ ਦੇ ਉਸ ਹਿੱਸੇ ਵਿਚ ਖੁਲ੍ਹਦੇ ਸਨ ਜਿਸ ਨੂੰ ਪਾਰਟੀਸ਼ਨ ਕਰਕੇ ਬਾਕੀ ਲਾਂਘੇ ਨਾਲੋਂ ਵੱਖ ਕਰ ਲਿਆ ਗਿਆ ਸੀ। ਲਾਂਘੇ ਦੇ ਇਸ ਹਿੱਸੇ ਵਿਚ ਦਾਖਲ ਹੁੰਦਿਆਂ ਹੀ ਨੇਖਲੀਊਦੋਵ ਨੂੰ ਸਿਮੋਨਸਨ ਨਜ਼ਰ ਆ ਗਿਆ। ਉਸ ਨੇ ਰਬੜ ਦੀ ਜੈਕਟ ਪਾਈ ਹੋਈ ਸੀ ਤੇ ਹੱਥਾਂ ਵਿਚ ਦਿਆਰ ਦੀ ਲਕੜ ਦਾ ਮੋਛਾ ਫੜੀ ਭੱਠੀ ਸਾਮ੍ਹਣੇ ਝੁਕਿਆ ਬੈਠਾ ਸੀ ਜਿਸ ਦਾ ਢੱਕਣ ਅੰਦਰਲੀ ਤਪਸ਼ ਕਰ ਕੇ ਹਿਲ ਰਿਹਾ ਸੀ।

ਨੇਖਲੀਊਦੋਵ ਨੂੰ ਵੇਖ ਕੇ ਉਹਨੇ ਆਪਣੇ ਸੰਘਣੇ ਭਰਵੱਟਿਆਂ ਹੇਠੋਂ ਉਹਦੇ ਨਾਲ ਨਜ਼ਰ ਮਿਲਾਈ ਅਤੇ ਬੈਠਿਆਂ ਬੈਠਿਆਂ ਹੀ ਉਹਦੇ ਵੱਲ ਹੱਥ ਵਧਾਇਆ।

"ਖੁਸ਼ੀ ਦੀ ਗੱਲ ਹੈ ਕਿ ਤੁਸੀਂ ਆ ਗਏ। ਮੈਂ ਤੁਹਾਡੇ ਨਾਲ ਇਕ ਗੱਲ ਕਰਨੀ ਸੀ," ਉਸ ਨੇ ਭਾਵਪੂਰਤ ਢੰਗ ਨਾਲ ਸਿਧਾ ਨੇਖਲੀਊਦੋਵ ਦੀਆਂ ਅੱਖਾਂ ਵਿਚ ਝਾਕਦਿਆਂ ਆਖਿਆ।

"ਕਿਹੜੀ ਗੱਲ?" ਨੇਖਲੀਊਦੋਵ ਨੇ ਪੁੱਛਿਆ।

"ਫੇਰ ਦੱਸਾਂਗਾ। ਹਾਲੇ ਮੈਂ ਕੰਮ ਲੱਗਿਆ ਹੋਇਆ ਹਾਂ।"

ਅਤੇ ਸਿਮੋਨਸਨ ਫੇਰ ਭੱਠੀ ਵੱਲ ਹੋ ਗਿਆ ਜਿਸ ਨੂੰ ਉਹ ਆਪਣੇ ਹੀ ਕਿਸੇ ਸਿਧਾਂਤ ਮੁਤਾਬਿਕ ਭਖਾ ਰਿਹਾ ਸੀ ਤਾਂ ਜੋ ਘਟ ਤੋਂ ਘਟ ਸੇਕ ਜ਼ਾਇਆ ਹੋਵੇ।

ਨੇਖਲੀਊਦੋਵ ਪਹਿਲੇ ਦਰਵਾਜ਼ਿਓਂ ਅੰਦਰ ਵੜਨ ਹੀ ਵਾਲਾ ਸੀ ਜਦੋਂ ਮਾਸਲੋਵਾ ਬਹੁਕਰ ਫੇਰਦੀ ਹੋਈ ਦੂਜੇ ਦਰਵਾਜ਼ਿਓਂ ਬਾਹਰ ਨਿਕਲੀ। ਮਿਟੀ ਕੂੜੇ ਦੇ ਇਕ ਵੱਡੇ ਸਾਰੇ ਢੇਰ ਉਤੇ ਝੁਕੀ ਹੋਈ ਉਹ ਬੁਹਾਰੀ ਨਾਲ ਇਸ ਨੂੰ ਹੂੰਝ ਕੇ ਭੱਠੀ ਵੱਲ ਲਈ ਜਾ ਰਹੀ ਸੀ। ਉਸ ਨੇ ਚਿੱਟੀ ਜੈਕਟ ਪਾਈ ਹੋਈ ਸੀ ਅਤੇ ਘਗਰੀ ਨੂੰ ਉਪਰ ਅੜੁੰਗਿਆ ਹੋਇਆ ਸੀ। ਸਿਰ ਉਤੇ ਭਰਵੱਟਿਆਂ ਤੱਕ ਲਿਆ ਕੇ ਸਫੇਦ ਰੁਮਾਲ ਲਪੇਟਿਆ ਹੋਇਆ ਸੀ ਤਾਂ ਜੋ ਮਿਟੀ ਉਡ ਕੇ ਸਿਰ ਵਿਚ ਨਾ ਪਵੇ। ਨੇਖਲੀਊਦੋਵ ਨੂੰ ਵੇਖ ਕੇ ਉਹ ਸਿਧੀ ਖੜੀ ਹੋ ਗਈ। ਉਸ ਦੇ ਚਿਹਰੇ ਉਤੇ ਰੌਣਕ ਆ ਗਈ। ਝਾੜੂ ਉਹਨੇ ਰੱਖ ਦਿੱਤਾ ਤੇ ਆਪਣੀ ਘਗਰੀ ਨਾਲ ਹੱਥ ਪੂੰਜਦੀ ਹੋਈ ਉਹ ਐਨ ਉਹਦੇ ਸਾਮ੍ਹਣੇ ਖੜੀ ਹੋ ਗਈ।

"ਸਫਾਈਆਂ ਹੋ ਰਹੀਆਂ ਨੇ?" ਹੱਥ ਮਿਲਾਉਂਦਿਆਂ ਨੇਖਲੀਊਦੋਵ ਨੇ ਆਖਿਆ।

"ਹਾਂ, ਮੇਰਾ ਪੁਰਾਣਾ ਕੰਮ ਜੋ ਹੋਇਆ," ਤੇ ਉਹ ਮੁਸਕ੍ਰਾ ਪਈ "ਪਰ ਗੰਦ ਹੈ ਕਿ ਤੋਬਾ ਤੋਬਾ! ਐਧਰੋਂ ਸਫਾਈ ਕਰ ਕੇ ਹਟੋ ਓਧਰੋਂ ਫੇਰ ਮਿਟੀ ਘਟਾ ਜਮ੍ਹਾ ਹੋ ਜਾਂਦਾ ਹੈ। ਕੰਬਲ ਸੁਕ ਗਿਆ ਕਿ ਨਹੀਂ?" ਉਸ ਨੇ ਸਿਮੋਨਸਨ ਵੱਲ ਮੂੰਹ ਕਰ ਕੇ ਪੁੱਛਿਆ।

"ਹਾਂ, ਤਕਰੀਬਨ ਸੁਕ ਹੀ ਗਿਐ," ਸਿਮੋਨਸਨ ਨੇ ਇਕ ਅਜੀਬ ਨਜ਼ਰ ਨਾਲ ਮਾਸਲੋਵਾ ਵੱਲ ਵੇਖਦਿਆਂ ਜਵਾਬ ਦਿੱਤਾ। ਨੇਖਲੀਊਦੋਵ ਉਸ ਦੀ ਤਕਣੀ ਨੂੰ ਤਾੜ ਗਿਆ ਸੀ।

"ਠੀਕ ਏ। ਮੈਂ ਲੈ ਜਾਨੀ ਆਂ ਤੇ ਵੱਡੇ ਕੋਟ ਸੁਕਣੇ ਪਾ ਜਾਨੀ ਆਂ... ਸਾਡੇ ਸਾਰੇ ਬੰਦੇ ਏਸੇ ਕਮਰੇ ਵਿਚ ਨੇ," ਉਸ ਨੇ ਪਹਿਲੇ ਦਰਵਾਜ਼ੇ ਵੱਲ ਇਸ਼ਾਰਾ ਕਰਦਿਆਂ ਨੇਖਲੀਊਦੋਵ ਨੂੰ ਆਖਿਆ ਤੇ ਆਪ ਦੂਜੇ ਦਰਵਾਜ਼ੇ ਦੇ ਅੰਦਰ ਚਲੀ ਗਈ।

ਨੇਖਲੀਊਦੋਵ ਨੇ ਬੂਹਾ ਖੋਹਲਿਆ ਤੇ ਅੰਦਰ ਚਲਾ ਗਿਆ। ਕਮਰਾ ਛੋਟਾ ਜਿਹਾ ਸੀ ਜਿਸ ਵਿਚ ਕੰਧ ਨਾਲ ਲੱਗੇ ਇਕ ਫੱਟੇ ਨਾਲ ਲਟਕਦੀ ਟੀਨ ਦੀ ਛੋਟੀ ਜਿਹੀ ਲੈਂਪ ਦਾ ਮਧਮ ਜਿਹਾ ਚਾਨਣ ਸੀ। ਕਮਰੇ ਵਿਚ ਠੰਡ ਸੀ ਅਤੇ ਧੂੜ ਦੀ, ਜਿਹੜੀ ਅਜੇ ਬੈਠੀ ਨਹੀਂ ਸੀ, ਸਲਾਬੇ ਦੀ ਤੇ ਤਮਾਕੂ ਦੇ ਧੂਏਂ ਦੀ ਮੁਸ਼ਕ ਆ ਰਹੀ ਸੀ। ਟੀਨ ਦੀ ਨਿੱਕੀ ਜਿਹੀ ਲੈਂਪ ਦੇ ਕੋਲ ਬੈਠੇ ਬੰਦਿਆਂ ਦੇ ਚਿਹਰਿਆਂ ਉਤੇ ਵਾਹਵਾਹ ਚਾਨਣ ਪੈ ਰਿਹਾ ਸੀ, ਪਰ ਸੌਣ ਵਾਲੇ ਫੱਟੇ ਹਨੇਰੇ ਵਿਚ ਸਨ ਅਤੇ ਕੰਧਾਂ ਉਤੇ ਕਾਲੇ ਪਰਛਾਵੇਂ ਹਿਲ ਰਹੇ ਸਨ।

ਦੋ ਆਦਮੀ ਜਿਨ੍ਹਾਂ ਨੂੰ ਖਾਣ ਪੀਣ ਦੀਆਂ ਚੀਜ਼ਾਂ ਦਾ ਪ੍ਰਬੰਧ ਕਰਨ ਦਾ ਕੰਮ ਦਿੱਤਾ ਗਿਆ ਸੀ ਰਸਦ ਤੇ ਉਬਲਦਾ ਪਾਣੀ ਲੈਣ ਗਏ ਹੋਏ ਸਨ, ਪਰ ਬਹੁਤੇ ਰਾਜਸੀ ਕੈਦੀ ਇਸ ਛੋਟੇ ਜਿਹੇ ਕਮਰੇ ਵਿਚ ਜੁੜੇ ਬੈਠੇ ਸਨ। ਵੇਰਾ ਯੇਫਰੇਮੋਵਨਾ ਵੀ ਏਥੇ ਹੀ ਸੀ ਜਿਸ ਨਾਲ ਨੇਖਲੀਊਦੋਵ ਦੀ ਪੁਰਾਣੀ ਜਾਣ-ਪਛਾਣ ਸੀ। ਉਹ ਪਹਿਲਾਂ ਨਾਲੋਂ ਵੀ ਲਿੱਸੀ ਅਤੇ ਪੀਲੀ ਹੋ ਗਈ ਲੱਗ ਰਹੀ ਸੀ। ਵੱਡੀਆਂ ਵੱਡੀਆਂ ਸਹਿਮੀਆਂ ਜਿਹੀਆਂ ਅੱਖਾਂ, ਸਿਰ ਤੇ ਛੋਟੇ ਛੋਟੇ ਵਾਲ, ਤੇ ਮੱਥੇ ਦੀ ਇਕ ਨਾੜ ਉਭਰੀ ਹੋਈ। ਉਸ ਨੇ ਸਲੇਟੀ ਰੰਗ ਦੀ ਜੈਕਟ ਪਾਈ ਹੋਈ ਸੀ ਅਤੇ ਆਪਣੇ ਸਾਮ੍ਹਣੇ ਅਖਬਾਰ ਦਾ ਕਾਗ਼ਜ਼ ਵਿੱਛਾ ਕੇ ਬੈਠੀ ਸਿਗਰਟ ਬਣਾ ਰਹੀ ਸੀ। ਜਦੋਂ ਉਹ ਕਾਗ਼ਜ਼ ਦੇ ਟੁਕੜੇ ਉਤੇ ਤਮਾਕੂ ਪਾਉਂਦੀ ਤਾਂ ਹੱਥਾਂ ਨੂੰ ਝਟਕਦੀ ਛੰਡਦੀ ਸੀ।

ਐਮੀਲੀਆ ਰਾਂਤਸੇਵਾ ਵੀ ਏਥੇ ਹੀ ਸੀ। ਇਸ ਨੂੰ ਨੇਖਲੀਊਦੋਵ ਰਾਜਸੀ ਕੈਦੀਆਂ ਵਿਚੋਂ ਸਭ ਤੋਂ ਵਧ ਖੁਸ਼ਦਿਲ ਸਮਝਦਾ ਸੀ। ਉਸ ਦਾ ਕੰਮ 'ਘਰ' ਦੀ ਦੇਖ ਭਾਲ ਕਰਨਾ ਸੀ ਅਤੇ ਉਹ ਅਤਿਅੰਤ ਕਠਨਾਈ ਵਾਲੇ ਵਾਤਾਵਰਣ ਵਿਚ ਵੀ ਤੀਵੀਂ ਵਾਲੇ ਘਰ ਵਰਗਾ ਸੁਖ-ਆਰਾਮ ਤੇ ਖਿੱਚ ਦਾ ਅਹਿਸਾਸ ਪੈਦਾ ਕਰੀ ਰਖਦੀ ਸੀ। ਆਪਣੀਆਂ ਬਾਹਵਾਂ ਉਪਰ ਚੜ੍ਹਾਈ ਉਹ ਲੈਂਪ ਦੇ ਕੋਲ ਬੈਠੀ ਪਿਆਲੇ ਤੇ ਮਗ ਪੂੰਝ ਪੂੰਝ ਕੇ ਫੱਟੇ ਉਤੇ ਵਿੱਛੇ ਕਪੜੇ ਉਤੇ ਟਿਕਾਈ ਜਾ ਰਹੀ ਸੀ। ਉਸ ਦੇ ਖੂਬਸੂਰਤ, ਧੁਪ ਨਾਲ ਸਾਂਵਲੇ ਹੋ ਗਏ ਹੱਥ ਬੜੀ ਫੁਰਤੀ ਨਾਲ ਕੰਮ ਕਰ ਰਹੇ ਸਨ। ਰਾਂਤਸੇਵਾ ਇਕ ਸਿੱਧੀ ਸਾਦੀ ਨੌਜਵਾਨ ਔਰਤ ਸੀ

ਤੇ ਉਸ ਦੇ ਚਿਹਰੇ ਤੋਂ ਸਿਆਣਪ ਤੇ ਕੋਮਲਤਾ ਝਲਕਦੀ ਸੀ। ਜਦੋਂ ਉਹ ਮੁਸਕ੍ਰਾਉਂਦੀ ਤਾਂ ਉਹਦਾ ਚਿਹਰਾ ਅਚਾਨਕ ਹੀ ਟਹਿਕਣ ਲੱਗ ਪੈਂਦਾ ਤੇ ਵੇਖਣ ਵਾਲੇ ਨੂੰ ਕੀਲ ਕੇ ਬੰਨ੍ਹ ਲੈਂਦਾ। ਇਸ ਵੇਲੇ ਏਸੇ ਹੀ ਤਰ੍ਹਾਂ ਦੀ ਮੁਸਕਾਨ ਨਾਲ ਉਸ ਨੇ ਨੇਖਲੀਊਦੋਵ ਦਾ ਸਵਾਗਤ ਕੀਤਾ ਸੀ।

"ਲੈ, ਤੇ ਅਸੀਂ ਸਮਝਦੇ ਸਾਂ ਕਿ ਤੁਸੀਂ ਰੂਸ ਵਾਪਸ ਮੁੜ ਗਏ ਹੋਵੋਗੇ," ਉਸ ਨੇ ਆਖਿਆ।

ਏਸੇ ਹੀ ਕਮਰੇ ਦੀ ਇਕ ਹਨੇਰੀ ਨੁਕਰ ਵਿਚ ਮਾਰੀਆ ਪਾਵਲੋਵਨਾ ਬੈਠੀ ਸੀ। ਉਹ ਇਕ ਛੋਟੀ ਜਿਹੀ ਸੁਨਹਿਰੀ ਵਾਲਾਂ ਵਾਲੀ ਕੁੜੀ ਨਾਲ ਰੁਝੀ ਹੋਈ ਸੀ ਜਿਹੜੀ ਤੋਤਲੀ ਜ਼ਬਾਨ ਨਾਲ ਮਿੱਠੀਆਂ ਮਿੱਠੀਆਂ ਗੱਲਾਂ ਕਰ ਰਹੀ ਸੀ।

"ਕੇਡਾ ਚੰਗਾ ਹੋਇਆ ਕਿ ਤੁਸੀਂ ਆ ਗਏ," ਮਾਰੀਆ ਪਾਵਲੋਵਨਾ ਨੇ ਨੇਖਲੀਊਦੋਵ ਨੂੰ ਆਖਿਆ। "ਕਾਤੀਊਸ਼ਾ ਨੂੰ ਮਿਲੇ ਹੋ? ਸਾਡੇ ਕੋਲ ਇਕ ਨਵੀਂ ਪ੍ਰਾਹੁਣੀ ਆਈ ਹੋਈ ਹੈ," ਤੇ ਉਸ ਨੇ ਛੋਟੀ ਜਿਹੀ ਬੱਚੀ ਵੱਲ ਇਸ਼ਾਰਾ ਕੀਤੀ।

ਅਨਾਤੋਲੀ ਕ੍ਰਿਲਤਸੋਵ ਵੀ ਏਥੇ ਹੀ ਸੀ। ਉਹ ਪਰੇ ਇਕ ਨੁਕਰ ਵਿਚ ਕੱਠਾ ਜਿਹਾ ਹੋਇਆ ਬੈਠਾ ਸੀ ਤੇ ਆਪਣੀਆਂ ਬਾਹਵਾਂ ਉਸ ਨੇ ਆਪਣੇ ਚੋਗੇ ਦੀਆਂ ਬਾਹਵਾਂ ਦੇ ਅੰਦਰ ਕੀਤੀਆਂ ਹੋਈਆਂ ਸਨ। ਪੈਰੀਂ ਨਮਦੇ ਦੇ ਬੂਟ ਸਨ। ਉਹ ਠੰਡ ਨਾਲ ਕੰਬੀ ਜਾ ਰਿਹਾ ਸੀ ਅਤੇ ਨੇਖਲੀਊਦੋਵ ਵੱਲ ਵੇਖੀ ਜਾ ਰਿਹਾ ਸੀ। ਬੁਖ਼ਾਰ ਕਰਕੇ ਉਹਦੀਆਂ ਅੱਖਾਂ ਲਾਲ ਹੋਈਆਂ ਹੋਈਆਂ ਸਨ। ਨੇਖਲੀਊਦੋਵ ਸਿੱਧਾ ਉਹਦੇ ਕੋਲ ਜਾਣ ਲੱਗਾ ਸੀ, ਪਰ ਬੂਹੇ ਦੇ ਸੱਜੇ ਪਾਸੇ ਇਕ ਹੋਰ ਆਦਮੀ ਬੈਠਾ ਹੋਇਆ ਸੀ ਜਿਸ ਨੇ ਐਨਕ ਲਾਈ ਹੋਈ ਸੀ, ਜਿਸ ਦੇ ਕੁੰਡਲ ਲਾਲੀ ਦੀ ਭਾਹ ਮਾਰਦੇ ਸਨ ਤੇ ਜਿਸ ਨੇ ਰਬੜ ਦੀ ਜੈਕਟ ਪਾਈ ਹੋਈ ਸੀ। ਉਹ ਖ਼ੂਬਸੂਰਤ ਤੇ ਮੁਸਕ੍ਰਾਹਟਾਂ ਖਿਲਾਰਦੀ ਗ੍ਰਾਬੇਤਸ ਨਾਲ ਗੱਲਾਂ ਕਰ ਰਿਹਾ ਸੀ। ਇਹ ਆਦਮੀ ਸੀ ਪ੍ਰਸਿਧ ਇਨਕਲਾਬੀ ਨੋਵੋਦਵੋਰੋਵ। ਨੇਖਲੀਊਦੋਵ ਨੇ ਛੇਤੀ ਨਾਲ ਉਹਦੇ ਨਾਲ ਦੁਆ-ਸਲਾਮ ਕੀਤੀ। ਉਹ ਇਕ ਅਜੀਬ ਕਿਸਮ ਦੀ ਕਾਹਲੀ ਵਿਚ ਸੀ ਕਿਉਂਕਿ ਸਾਰੇ ਰਾਜਸੀ ਕੈਦੀਆਂ ਵਿਚੋਂ ਸਿਰਫ ਏਹੋ ਇਕ ਆਦਮੀ ਸੀ ਜਿਹੜਾ ਨੇਖਲੀਊਦੋਵ ਨੂੰ ਚੰਗਾ ਨਹੀਂ ਸੀ ਲੱਗਦਾ। ਨੋਵੋਦਵੋਰੋਵ ਨੇ ਤਿਊੜੀਆਂ ਚਾੜ੍ਹ ਕੇ ਨੇਖਲੀਊਦੋਵ ਵੱਲ ਵੇਖਿਆ ਅਤੇ ਉਸ ਦੀ ਐਨਕ ਵਿਚੋਂ ਉਹਦੀਆਂ ਨੀਲੀਆਂ ਅੱਖਾਂ ਚਮਕ ਉੱਠੀਆਂ। ਉਸ ਨੇ ਆਪਣਾ ਢਿੱਲਾ ਜਿਹਾ ਹੱਥ ਨੇਖਲੀਊਦੋਵ ਵੱਲ ਵਧਾਇਆ।

"ਕਿਉਂ, ਸਫਰ ਤਾਂ ਆਨੰਦ ਨਾਲ ਕਟ ਰਿਹਾ ਹੈ ਨਾ?" ਉਸ ਨੇ ਪੁੱਛਿਆ। ਉਹਦੀ ਗੱਲ ਵਿਚ ਵਿਅੰਗ ਪ੍ਰਤੱਖ ਸੀ।

"ਹਾਂ, ਬੜਾ ਕੁਝ ਐਸਾ ਹੈ ਜੋ ਬਹੁਤ ਦਿਲਚਸਪ ਹੈ," ਨੇਖਲੀਊਦੋਵ ਨੇ ਜਵਾਬ ਵਿਚ ਕਿਹਾ ਜਿਵੇਂ ਉਹਨੂੰ ਵਿਅੰਗ ਦਾ ਪਤਾ ਹੀ ਨਾ ਲੱਗਾ ਹੋਵੇ ਸਗੋਂ ਸਵਾਲ ਨੂੰ ਉਸ ਨੇ ਮਾਊਪੁਣੇ ਦੇ ਭਾਵ ਵਿਚ ਸਮਝਿਆ ਹੋਵੇ ਅਤੇ ਉਹ ਕ੍ਰਿਲਤਸੋਵ ਵੱਲ ਹੋ ਗਿਆ।

ਬਾਹਰੋਂ ਨੇਖਲੀਊਦੋਵ ਨੇ ਇਸ ਗੱਲ ਵਲੋਂ ਬੇਪ੍ਰਵਾਹੀ ਦਾ ਪ੍ਰਗਟਾ ਕੀਤਾ ਸੀ ਪਰ ਆਪਣੇ ਦਿਲ ਦੀਆਂ ਡੂੰਘਾਈਆਂ ਵਿਚ ਉਹ ਨੋਵੋਦਵੋਰੋਵ ਵਲੋਂ ਬੇਪ੍ਰਵਾਹ ਨਹੀਂ ਸੀ। ਨੋਵੋਦਾਵੋਰੋਵ ਦੇ ਇਹਨਾਂ ਲਫਜ਼ਾਂ ਨਾਲ, ਜਿਨ੍ਹਾਂ ਤੋਂ ਪ੍ਰਤੱਖ ਹੁੰਦਾ ਸੀ ਕਿ ਉਹ ਕੋਈ ਦੁਖਾਵੀਂ ਗੱਲ ਕਹਿਣਾ ਜਾਂ ਕਰਨਾ ਚਾਹੁੰਦਾ ਹੈ, ਨੇਖਲੀਊਦੋਵ ਦੇ ਮਨ ਨੂੰ ਸਟ ਵੱਜੀ ਸੀ। ਅੱਜਕਲ ਉਹਦੇ ਦਿਲ ਵਿਚ ਸਭਨਾਂ ਲਈ ਸੁਹਿਰਦਤਾ ਡੁਲ੍ਹ ਡੁਲ੍ਹ ਪੈਂਦੀ ਸੀ ਪਰ ਹੁਣ ਉਹ ਇਕਦਮ ਉਦਾਸ ਤੇ ਨਿਰਾਸ ਹੋ ਗਿਆ ਸੀ।

"ਕਿਉਂ, ਸਿਹਤ ਕੈਸੀ ਹੈ?" ਉਸ ਨੇ ਕ੍ਰਿਲਤਸੋਵ ਦਾ ਠੰਡਾ ਤੇ ਕੰਬਦਾ ਹੱਥ ਘੁਟ ਕੇ ਪੁੱਛਿਆ।

"ਠੀਕ ਏ, ਬਸ ਸਰੀਰ ਨਿੱਘਾ ਈ ਨਹੀਂ ਹੁੰਦਾ। ਮੈਂ ਹੇਠਾਂ ਤੱਕ ਗੜੁਚ ਹੋ ਗਿਆ ਸਾਂ," ਕ੍ਰਿਲਤਸੋਵ ਨੇ ਜਵਾਬ ਦਿੱਤਾ ਅਤੇ ਛੇਤੀ ਨਾਲ ਆਪਣੇ ਹੱਥ ਚੋਗੇ ਦੀਆਂ ਬਾਹਵਾਂ ਵਿਚ ਦੇ ਲਏ। "ਤੇ ਏਥੇ ਪਾਲਾ ਵੀ ਹੱਡ ਕੜਕਾਵਾਂ ਏ। ਔਹ ਵੇਖੋ, ਬਾਰੀ ਦੇ ਸ਼ੀਸ਼ੇ ਟੁੱਟੇ ਹੋਏ ਜੇ।" ਤੇ ਉਹਨੇ ਲੋਹੇ ਦੀਆਂ ਸੀਖਾਂ ਪਿੱਛੇ ਟੁੱਟੇ ਸ਼ੀਸ਼ਿਆਂ ਵੱਲ ਇਸ਼ਾਰਾ ਕੀਤਾ। "ਤੇ ਤੁਹਾਡਾ ਕੀ ਹਾਲ ਏ? ਸਾਨੂੰ ਮਿਲਣ ਕਿਉਂ ਨਹੀਂ ਆਏ ਐਨੇ ਦਿਨ?"

"ਇਜਾਜ਼ਤ ਹੀ ਨਹੀਂ ਮਿਲ ਸਕੀ। ਅਫਸਰ ਬੜੇ ਡਾਢੇ ਸਨ। ਪਰ ਅੱਜ ਅਫਸਰ ਦੇ ਮਨ ਮਿਹਰ ਪੈ ਗਈ।"

"ਮਨ ਮਿਹਰ! ਠੀਕ ਆਖਿਆ ਜੇ!" ਕ੍ਰਿਲਤਸੋਵ ਨੇ ਆਖਿਆ। "ਮਾਰੀਆ ਨੂੰ ਪੁੱਛੋ, ਅਜ ਸਵੇਰੇ ਅਫਸਰ ਨੇ ਕੀ ਕੀਤਾ?"

ਨੁਕਰ ਵਿਚ ਆਪਣੀ ਥਾਂ ਬੈਠੀ ਮਾਰੀਆ ਪਾਵਲੋਵਨਾ ਨੇ ਕਿਸਾ ਸੁਣਾਇਆ ਕਿ ਅੱਜ ਸਵੇਰੇ ਜਦੋਂ ਪੜਾ ਤੋਂ ਤੁਰੇ ਤਾਂ ਇਸ ਬਾਲੜੀ ਨਾਲ ਕੀ ਬੀਤੀ।

"ਮੈਂ ਸਮਝਦੀ ਆਂ ਕਿ ਇਹ ਗੱਲ ਉੱਕਾ ਹੀ ਜ਼ਰੂਰੀ ਏ ਪਈ ਅਸੀਂ ਰਲ ਕੇ ਰੋਸ ਪ੍ਰਗਟ ਕਰੀਏ," ਵੇਰਾ ਏਫਰੇਮੋਵਨਾ ਨੇ ਦ੍ਰਿੜ੍ਹ ਆਵਾਜ਼ ਵਿਚ ਆਖਿਆ। ਪਰ ਉਹਦੀ ਤਕਣੀ ਵਿਚ ਸਹਿਮ ਤੇ ਦੁਬਿਧਾ ਸੀ ਤੇ ਉਹ ਕਦੇ ਇਕ ਜਣੇ ਵੱਲ ਵੇਖਦੀ ਕਦੇ ਦੂਜੇ ਵੱਲ। "ਵਲਾਦੀਮੀਰ ਸਿਮੋਨਸਨ ਨੇ ਰੋਸ ਕੀਤਾ ਪਰ ਏਨੇ ਨਾਲ ਨਹੀਂ ਗੱਲ ਬਣਦੀ।"

"ਕੀ ਰੋਸ ਕਰੀਏ ਤੇਰੀ ਜਾਚੇ," ਖਿੱਝ ਕੇ ਤੇ ਤਿਊੜੀ ਚਾੜ੍ਹ ਕੇ ਕ੍ਰਿਲਤਸੋਵ ਨੇ ਬੁੜਬੁੜ ਕੀਤਾ। ਵੇਰਾ ਵਿਚ ਸਾਦਗੀ ਨਹੀਂ ਸੀ, ਉਹਦੇ ਬਹਿਣ-ਉਠਣ ਵਿਚ ਬਣਾਵਟ ਸੀ ਅਤੇ ਉਹ ਘਬਰਾਈ ਰਹਿੰਦੀ ਸੀ। ਕ੍ਰਿਲਤਸੋਵ ਪ੍ਰਤੱਖ ਰੂਪ ਵਿਚ ਬੜੇ ਚਿਰ ਤੋਂ ਉਹਦੀਆਂ ਇਹਨਾਂ ਗੱਲਾਂ ਤੋਂ ਖਿਝਿਆ ਹੋਇਆ ਸੀ। "ਤੁਸੀਂ ਕਾਤੀਊਸ਼ਾ ਨੂੰ ਵੇਖ ਰਹੇ ਹੋ?" ਉਸ ਨੇ ਨੇਖਲੀਊਦੋਵ ਨੂੰ ਸੰਬੋਧਨ ਕਰਕੇ ਪੁੱਛਿਆ। "ਉਹ ਹਰ ਵੇਲੇ ਕੰਮ ਲੱਗੀ ਰਹਿੰਦੀ ਏ। ਇਹ, ਮਰਦਾਂ ਵਾਲਾ ਕਮਰਾ ਸਾਫ ਕਰ ਬੈਠੀ ਏ, ਤੇ ਹੁਣ ਔਰਤਾਂ ਵਾਲਾ ਕਮਰਾ ਸਾਫ ਕਰਨ ਗਈ ਏ। ਪਰ ਏਥੋਂ ਪਿੱਸੂਆਂ ਦੀ ਸਫਾਈ ਕੋਈ ਕਿਵੇਂ

ਕਰੇ—ਇਹ ਤਾਂ ਬੰਦੇ ਨੂੰ ਜਿਊਂਦਿਆਂ ਖਾ ਜਾਂਦੇ ਨੇ। ਤੇ ਮਾਰੀਆ ਕੀ ਕਰਦੀ ਏ ਓਥੇ ਬੈਠੀ ?" ਉਹਨੇ ਉਸ ਨੁਕਰ ਵੱਲ ਸਿਰ ਦਾ ਇਸ਼ਾਰਾ ਕਰਦਿਆਂ ਪੁੱਛਿਆ ਜਿਥੇ ਮਾਰੀਆ ਪਾਵਲੋਵਨਾ ਬੈਠੀ ਸੀ।

"ਆਪਣੀ ਮੁਤਬੱਨੀ ਦੇ ਵਾਲ ਸਾਫ ਕਰ ਰਹੀ ਏ," ਰਾਂਤਸੇਵਾ ਨੇ ਜਵਾਬ ਦਿੱਤਾ।

"ਕਿਤੇ ਜੂੰਆਂ ਤੇ ਨਾ ਚੜ੍ਹਾਏਗੀ ਸਾਨੂੰ ?" ਕ੍ਰਿਲਤਸੋਵ ਨੇ ਪੁੱਛਿਆ।

"ਨਹੀਂ, ਨਹੀਂ। ਮੈਂ ਬੜੇ ਧਿਆਨ ਨਾਲ ਕਰ ਰਹੀ ਆਂ ਕੰਮ। ਬੱਚੀ ਵੀ ਹੁਣ ਸਾਫ ਸੁਥਰੀ ਹੋ ਗਈ ਏ। ਲੈ ਫੜ ਲੈ ਜਾ ਇਹਨੂੰ," ਮਾਰੀਆ ਨੇ ਰਾਂਤਸੇਵਾ ਵੱਲ ਮੂੰਹ ਕਰਕੇ ਆਖਿਆ। "ਮੈਂ ਰਤਾ ਕਾਤੀਊਸ਼ਾ ਦਾ ਹੱਥ ਵਟਾਵਾਂ ਤੇ ਨਾਲੇ ਕ੍ਰਿਲਤਸੋਵ ਨੂੰ ਉਹਦਾ ਕੰਬਲ ਲਿਆ ਦੇਵਾਂ।"

ਰਾਂਤਸੇਵਾ ਨੇ ਬੱਚੀ ਨੂੰ ਆਪਣੀ ਗੋਦ ਵਿਚ ਲੈ ਲਿਆ ਅਤੇ ਮਾਂ ਵਾਲੀ ਮਮਤਾ ਨਾਲ ਬੱਚੀ ਦੀਆਂ ਗੁਦਗਦੀਆਂ ਨੰਗੀਆਂ ਬਾਹਵਾਂ ਆਪਣੀ ਹਿੱਕ ਨਾਲ ਘੁਟ ਲਾਈਆਂ ਅਤੇ ਖੰਡ ਦੀ ਇਕ ਡਲੀ ਉਹਨੂੰ ਫੜਾ ਦਿੱਤੀ।

ਮਾਰੀਆ ਪਾਵਲੋਵਨਾ ਦੇ ਕਮਰੇ ਵਿਚੋਂ ਨਿਕਲ ਜਾਣ ਮਗਰੋਂ ਦੋ ਆਦਮੀ ਉਬਲਦਾ ਪਾਣੀ ਤੇ ਖਾਣ ਦੀਆਂ ਚੀਜ਼ਾਂ ਚੁੱਕੀ ਅੰਦਰ ਆਏ।

੧੨

ਨਵੇਂ ਆਉਣ ਵਾਲੇ ਦੋ ਬੰਦਿਆਂ ਵਿਚ ਇਕ ਮਧਰੇ ਕੱਦ ਦਾ ਲਿੱਸਾ ਜਿਹਾ ਗਭਰੂ ਸੀ ਜਿਸ ਨੇ ਗੋਡਿਆਂ ਤੱਕ ਉੱਚੇ ਬੂਟ ਅਤੇ ਭੇਡ ਦੀ ਖੱਲ ਦਾ ਕੋਟ ਪਾਇਆ ਹੋਇਆ ਸੀ ਜਿਸ ਉਤੇ ਕਪੜਾ ਚੜ੍ਹਿਆ ਹੋਇਆ ਸੀ। ਉਹ ਪੋਲੇ ਪੋਲੇ ਤੇ ਛੋਟਲੇ ਛੋਹਲੇ ਕਦਮ ਪੁਟਦਾ ਅੰਦਰ ਆਇਆ। ਉਹਦੇ ਹੱਥਾਂ ਵਿਚ ਦੋ ਚਾਹਦਾਨੀਆਂ ਸਨ ਜਿਨ੍ਹਾਂ ਵਿਚੋਂ ਭਾਫ ਨਿਕਲ ਰਹੀ ਸੀ ਤੇ ਕਪੜੇ ਵਿਚ ਵਲ੍ਹੇਟੀ ਹੋਈ ਡਬਲਰੋਟੀ ਉਹਨੇ ਕੱਛੇ ਮਾਰੀ ਹੋਈ ਸੀ।

"ਹੱਛਾ, ਸਾਡੇ ਪ੍ਰਿੰਸ ਨੇ ਵੀ ਦਰਸ਼ਨ ਦਿੱਤੇ ਨੇ ਮੁੜਕੇ," ਕੱਪਾਂ ਦੇ ਕੋਲ ਹੀ ਚਾਹਦਾਨੀਆਂ ਰੱਖਦਿਆਂ ਉਹਨੇ ਆਖਿਆ ਤੇ ਡਬਲਰੋਟੀ ਰਾਂਤਸੇਵਾ ਦੇ ਹੱਥ ਫੜਾ ਦਿੱਤੀ। "ਅਸੀਂ ਬਹੁਤ ਵਧੀਆ ਚੀਜ਼ਾਂ ਖਰੀਦ ਕੇ ਲਿਆਏ ਆਂ," ਉਸ ਨੇ ਆਖਿਆ ਤੇ ਆਪਣਾ ਭੇਡ ਦੀ ਖੱਲ ਦਾ ਕੋਟ ਲਾਹ ਕੇ ਦੂਜੇ ਲੋਕਾਂ ਦੇ ਸਿਰਾਂ ਦੇ ਉਤੋਂ ਦੀ ਵਗਾਹ ਕੇ ਫੱਟੇ ਉਤੇ ਸੁੱਟ ਦਿੱਤਾ। "ਮਾਰਕੇਲ ਨੇ ਦੁਧ ਤੇ ਆਂਡੇ ਖਰੀਦੇ ਨੇ। ਅੱਜ ਰਾਤ ਨੂੰ ਖੂਬ ਜਸ਼ਨ ਹੋਵੇਗਾ। ਤੇ ਰਾਂਤਸੇਵਾ ਨੇ ਥਾਂ ਥਾਂ ਆਪਣੀ ਸਫਾਈ ਦੇ ਸੁਹਜ ਦਾ ਛਿੱਟਾ ਦੇ ਦਿੱਤਾ

ਏ।" ਉਸ ਨੇ ਆਖਿਆ ਅਤੇ ਰਾਂਤਸੇਵਾ ਵੱਲ ਵੇਖ ਕੇ ਮੁਸਕ੍ਰਾਉਣ ਲੱਗ ਪਿਆ, "ਤੇ ਹੁਣ ਉਹ ਚਾਹ ਬਣਾਏਗੀ।"

ਇਸ ਆਦਮੀ ਦੇ ਪੂਰੇ ਵਜੂਦ ਵਿਚੋਂ, ਇਸ ਦੀਆਂ ਹਰਕਤਾਂ, ਇਸ ਦੀ ਆਵਾਜ਼, ਇਸ ਦੀ ਤਕਣੀ ਵਿਚੋਂ ਖ਼ੁਸ਼ੀ ਤੇ ਹਿੰਮਤ ਹੌਸਲਾ ਡੁਲ੍ਹ ਡੁਲ੍ਹ ਪੈਂਦਾ ਜਾਪਦਾ ਸੀ। ਉਹਦੇ ਨਾਲ ਆਉਣ ਵਾਲਾ ਦੂਜਾ ਬੰਦਾ ਬਿਲਕੁਲ ਇਸ ਦਾ ਉਲਟਾ ਪਾਸਾ ਸੀ। ਉਹ ਬੜਾ ਨਿਰਾਸ਼ ਤੇ ਉਦਾਸ ਜਾਪ ਰਿਹਾ ਸੀ। ਉਹ ਆਦਮੀ ਮਧਰੇ ਕੱਦ ਦਾ ਸੀ ਅਤੇ ਸਰੀਰ ਉਤੇ ਜਿਵੇਂ ਮਾਸ ਹੋਵੇ ਹੀ ਨਾ। ਹੜਬਾਂ ਬਾਹਰ ਨੂੰ ਨਿਕਲੀਆਂ ਹੋਈਆਂ, ਚਿਹਰੇ ਦਾ ਰੰਗ ਪੀਲਾ, ਪਤਲੇ ਪਤਲੇ ਬੁਲ੍ਹ, ਅਤੇ ਖ਼ੂਬਸੂਰਤ ਹਰੀਆਂ ਅੱਖਾਂ ਪਰ ਦੋਵਾਂ ਵਿਚਕਾਰ ਕੁਝ ਵਧੇਰੇ ਹੀ ਵਿੱਥ ਸੀ। ਉਹਨੇ ਇਕ ਪੁਰਾਣਾ ਰੂੰਦਾਰ ਕੋਟ ਪਾਇਆ ਹੋਇਆ ਸੀ। ਪੈਰੀਂ ਲੰਮੇ ਬੂਟਾਂ ਉਤੇ ਗੈਲੋਸ਼ ਚੜ੍ਹਾਏ ਹੋਏ ਸਨ। ਉਹਦੇ ਹੱਥਾਂ ਵਿਚ ਦੁੱਧ ਦੇ ਦੋ ਭਾਂਡੇ ਅਤੇ ਬਰਚੇ ਦੇ ਸੱਕਾਂ ਦੇ ਬਣੇ ਹੋਏ ਦੋ ਗੋਲ ਡੱਬੇ ਸਨ ਜਿਹੜੇ ਉਹਨੇ ਰਾਂਤਸੇਵਾ ਦੇ ਸਾਮ੍ਹਣੇ ਰੱਖ ਦਿੱਤੇ। ਉਸ ਨੇ ਸਿਰਫ ਆਪਣੀ ਗਰਦਨ ਨੀਵੀਂ ਕਰਕੇ ਨੇਖਲੀਊਦੋਵ ਨੂੰ ਸਲਾਮ ਕੀਤਾ ਤੇ ਅੱਖਾਂ ਨਾਲ ਟਿਕਟਿਕੀ ਲਾ ਕੇ ਉਹਨੂੰ ਵੇਖਦਾ ਰਿਹਾ। ਫੇਰ ਉਸ ਨੇ ਜੱਕੋਤੱਕਿਆਂ ਨਾਲ ਆਪਣਾ ਸਿਲ੍ਹਾ ਹੱਥ ਨੇਖਲੀਊਦੋਵ ਨਾਲ ਮਿਲਾਇਆ ਤੇ ਲਿਆਂਦੀਆਂ ਚੀਜ਼ਾਂ ਕੱਢਣ ਲੱਗ ਪਿਆ।

ਇਹ ਦੋਵੇਂ ਹੀ ਰਾਜਸੀ ਕੈਦੀ ਲੋਕਾਂ ਵਿਚੋਂ ਆਏ ਸਨ। ਪਹਿਲਾ ਬੰਦਾ ਇਕ ਕਿਸਾਨ ਸੀ ਜਿਸ ਦਾ ਨਾਂ ਸੀ ਨਾਬਾਤੋਵ। ਦੂਜਾ ਫੈਕਟਰੀ ਦਾ ਮਜ਼ਦੂਰ ਸੀ। ਇਸ ਦਾ ਨਾਂ ਸੀ ਮਾਰਕੇਲ ਕੋਨਦਰਾਤਯੇਵ। ਮਾਰਕੇਲ ਜਦੋਂ ਇਨਕਲਾਬੀਆਂ ਵਿਚ ਸ਼ਾਮਲ ਹੋਇਆ ਤਾਂ ਉਹ ਪੈਂਤੀ ਵਰ੍ਹਿਆਂ ਦਾ ਸੀ। ਨਾਬਾਤੋਵ ਹਾਲੇ ਸਿਰਫ ਅਠਾਰਾਂ ਵਰ੍ਹਿਆਂ ਦਾ ਸੀ ਜਦੋਂ ਉਹ ਇਨਕਲਾਬੀਆਂ ਵਿਚ ਸ਼ਾਮਲ ਹੋ ਗਿਆ ਸੀ। ਪਿੰਡ ਦੇ ਸਕੂਲ ਦੀ ਪੜ੍ਹਾਈ ਮੁਕਾ ਕੇ, ਨਾਬਾਤੋਵ ਨੂੰ ਹਾਈ ਸਕੂਲ ਵਿਚ ਦਾਖਲਾ ਮਿਲ ਗਿਆ ਸੀ ਕਿਉਂਕਿ ਉਹ ਬਹੁਤ ਹੀ ਲਾਇਕ ਮੁੰਡਾ ਸੀ। ਜਿੰਨਾਂ ਚਿਰ ਉਹ ਇਸ ਸਕੂਲ ਵਿਚ ਪੜ੍ਹਦਾ ਰਿਹਾ ਉਹ ਦੂਜੇ ਵਿਦਿਆਰਥੀਆਂ ਨੂੰ ਪੜ੍ਹਾ ਕੇ ਆਪਣੇ ਗੁਜ਼ਾਰੇ ਲਈ ਕਮਾਈ ਕਰਦਾ ਰਿਹਾ। ਸਕੂਲ ਦੀ ਪੜ੍ਹਾਈ ਖਤਮ ਕਰਨ ਉਤੇ ਉਹਨੂੰ ਸੋਨੇ ਦਾ ਮੈਡਲ ਮਿਲਿਆ ਸੀ। ਉਸ ਨੇ ਯੂਨੀਵਰਸਿਟੀ ਵਿਚ ਦਾਖਲਾ ਨਹੀਂ ਸੀ ਲਿਆ ਕਿਉਂਕਿ ਹਾਈ ਸਕੂਲ ਦੀ ਆਖਰੀ ਜਮਾਤ ਵਿਚ ਪੜ੍ਹਦਿਆਂ ਹੀ ਉਸ ਨੇ ਆਪਣੇ ਮਨ ਨਾਲ ਇਹ ਫੈਸਲਾ ਕਰ ਲਿਆ ਸੀ ਉਹ ਲੋਕਾਂ ਵਿਚ ਜਾ ਕੇ ਆਪਣੇ ਨਜ਼ਰੰਦਾਜ਼ ਕੀਤੇ ਭਰਾਵਾਂ ਵਿਚ ਗਿਆਨ ਫੈਲਾਏਗਾ। ਉਸ ਨੇ ਇਸ ਤਰ੍ਹਾਂ ਹੀ ਕੀਤਾ। ਪਹਿਲਾਂ ਉਹ ਇਕ ਵੱਡੇ ਪਿੰਡ ਵਿਚ ਜਾ ਕੇ ਸਰਕਾਰੀ ਕਲਰਕ ਬਣ ਗਿਆ। ਛੇਤੀ ਹੀ ਉਸ ਨੂੰ ਗ੍ਰਿਫਤਾਰ ਕਰ ਲਿਆ ਗਿਆ ਕਿਉਂਕਿ ਉਹ ਕਿਸਾਨਾਂ ਨੂੰ ਕਿਤਾਬਾਂ ਵਗੈਰਾ ਪੜ੍ਹ ਕੇ ਸੁਣਾਉਂਦਾ ਸੀ ਅਤੇ ਨਾਲ ਪੈਦਾਵਾਰ ਨੂੰ ਵਧਾਉਣ ਤੇ ਵੇਚਣ ਵਾਸਤੇ ਉਸ ਨੇ ਕਿਸਾਨਾਂ ਦੀ ਇਕ ਸਹਿਕਾਰੀ ਸਭਾ ਬਣਾ ਦਿੱਤੀ ਸੀ। ਹਾਕਮਾਂ ਨੇ ਉਹਨੂੰ ਅੱਠ ਮਹੀਨੇ ਜੇਲ੍ਹ ਵਿਚ ਬੰਦ ਰੱਖਿਆ ਅਤੇ ਫੇਰ ਉਸ ਨੂੰ ਛੱਡ ਤਾਂ

ਦਿੱਤਾ ਪਰ ਉਹ ਰਿਹਾ ਪੁਲਸ ਦੀ ਨਿਗਰਾਨੀ ਹੇਠ ਹੀ। ਇਸ ਪਾਬੰਦੀ ਤੋਂ ਛੁਟਕਾਰਾ ਮਿਲਦਿਆਂ ਹੀ ਉਹ ਇਕ ਹੋਰ ਪਿੰਡ ਵਿਚ ਚਲਾ ਗਿਆ ਤੇ ਸਕੂਲ ਵਿਚ ਪੜ੍ਹਾਉਣ ਲੱਗ ਪਿਆ। ਏਥੇ ਵੀ ਉਸ ਨੇ ਉਹੋ ਕੰਮ ਕਰਨਾ ਸ਼ੁਰੂ ਕਰ ਦਿੱਤਾ ਜਿਹੜਾ ਪਹਿਲੇ ਪਿੰਡ ਵਿਚ ਕਰਦਾ ਰਿਹਾ ਸੀ। ਉਸ ਨੂੰ ਫੇਰ ਫੜ ਲਿਆ ਗਿਆ ਅਤੇ ਇਸ ਵਾਰੀ ਚੌਦਾਂ ਮਹੀਨੇ ਜੇਲ੍ਹ ਵਿਚ ਰਖਿਆ ਗਿਆ। ਜੇਲ੍ਹ ਵਿਚ ਉਹਦੇ ਰਾਜਸੀ ਅਕੀਦੇ ਹੋਰ ਵੀ ਪੱਕੇ ਹੋ ਗਏ।

ਇਸ ਤੋਂ ਮਗਰੋਂ ਉਹਨੂੰ ਜਲਾਵਤਨ ਕਰ ਕੇ ਪੇਰਮ ਗੁਬੇਰਨੀਆ ਭੇਜ ਦਿੱਤਾ ਗਿਆ ਜਿਥੋਂ ਉਹ ਭੱਜ ਗਿਆ ਸੀ। ਜਦੋਂ ਫੜਿਆ ਗਿਆ ਤਾਂ ਸੱਤ ਮਹੀਨੇ ਦੀ ਕੈਦ ਹੋ ਗਈ ਤੇ ਇਸ ਤੋਂ ਮਗਰੋਂ ਉਸ ਨੂੰ ਜਲਾਵਤਨ ਕਰ ਕੇ ਆਰਖਾਂਗੇਲਸਕ ਭੇਜ ਦਿੱਤਾ ਗਿਆ। ਏਥੋਂ ਉਸ ਨੂੰ ਯਾਕੂਤਸਕ ਗੁਬੇਰਨੀਆ ਭੇਜ ਦਿੱਤਾ ਗਿਆ ਕਿਉਂਕਿ ਉਸ ਨੇ ਨਵੇ ਜ਼ਾਰ ਦਾ ਵਫਾਦਾਰ ਰਹਿਣ ਦੀ ਸੌਂਹ ਖਾਣ ਤੋਂ ਇਨਕਾਰ ਕਰ ਦਿੱਤਾ ਸੀ। ਇਸ ਤਰ੍ਹਾਂ ਉਸ ਦੀ ਅੱਧੀ ਜਵਾਨੀ ਜੇਲ੍ਹ ਤੇ ਜਲਾਵਤਨੀ ਵਿਚ ਹੀ ਬੀਤੀ ਸੀ। ਪਰ ਇਹਨਾਂ ਸਾਰੀਆਂ ਮਾਹਰਕੇਬਾਜ਼ੀਆਂ ਨਾਲ ਨਾ ਤਾਂ ਉਹਦੇ ਸੁਭਾ ਵਿਚ ਤਲਖ਼ੀ ਹੀ ਆਈ ਸੀ ਤੇ ਨਾ ਹੀ ਉਹਦਾ ਹੌਂਸਲਾ ਟੁੱਟਾ ਸੀ, ਸਗੋਂ ਉਸਨੂੰ ਹੋਰ ਵੀ ਉਤਸ਼ਾਹ ਮਿਲਿਆ ਸੀ। ਉਹ ਇਕ ਜ਼ਿੰਦਾਦਿਲ ਨੌਜਵਾਨ ਸੀ, ਕਮਾਲ ਦਰਜੇ ਦਾ ਹਾਜ਼ਮਾ ਸੀ ਉਹਦਾ। ਹਰ ਵਕਤ ਖ਼ੁਸ਼, ਹਰ ਵਕਤ ਕੁਝ ਨਾ ਕੁਝ ਕਰਦਾ ਰਹਿਣ ਵਾਲਾ ਤੇ ਉਦਮੀ। ਉਹਨੂੰ ਕਦੇ ਕਿਸੇ ਗੱਲ ਦਾ ਪਛਤਾਵਾ ਨਹੀਂ ਸੀ ਹੁੰਦਾ, ਭਵਿਖ ਦੀ ਕੋਈ ਚਿੰਤਾ ਨਹੀਂ ਸੀ ਹੁੰਦੀ ਅਤੇ ਆਪਣੀ ਸਾਰੀ ਤਾਕਤ, ਆਪਣੀ ਸਾਰੀ ਸਿਆਣਪ ਤੇ ਆਪਣੇ ਅਮਲੀ ਗਿਆਨ ਨੂੰ ਵਰਤਮਾਨ ਵਿਚ ਸਰਗਰਮੀ ਨਾਲ ਕੰਮ ਕਰਨ ਦੇ ਲੇਖਾ ਲਾ ਦੇਂਦਾ। ਜਦੋਂ ਜੇਲ੍ਹ ਤੋਂ ਬਾਹਰ ਹੁੰਦਾ ਤਾਂ ਉਹ ਆਪਣੇ ਮਿੱਥੇ ਹੋਏ ਨਿਸ਼ਾਨੇ ਵਾਸਤੇ ਕੰਮ ਕਰਦਾ। ਮਿਹਨਤਕਸ਼ ਲੋਕਾਂ ਨੂੰ, ਖਾਸ ਕਰਕੇ ਪਿੰਡਾਂ ਦੇ ਕਾਮਿਆਂ ਨੂੰ ਸਿਖਿਆ ਦੇਣ ਤੇ ਇਕਮੁਠ ਕਰਨ ਦੇ ਕੰਮ ਲੱਗਾ ਰਹਿੰਦਾ। ਜਦੋਂ ਉਹ ਜੇਲ੍ਹ ਵਿਚ ਹੁੰਦਾ ਤਾਂ ਓਨੇ ਹੀ ਉਦਮ ਤੇ ਵਿਹਾਰਕ ਢੰਗ ਨਾਲ ਬਾਹਰ ਦੀ ਦੁਨੀਆਂ ਨਾਲ ਤਾਲਮੇਲ ਕਾਇਮ ਕਰਨ ਅਤੇ ਆਪਣੀ ਤੇ ਆਪਣੇ ਦਲ ਦੇ ਬੰਦਿਆਂ ਦੀ ਜ਼ਿੰਦਗੀ ਨੂੰ ਹਾਲਾਤ ਮੁਤਾਬਿਕ ਸੁਖਦਾਈ ਬਣਾਉਣ ਦੇ ਢੰਗ ਤਰੀਕੇ ਲਭਦਾ ਰਹਿੰਦਾ। ਸਭ ਤੋਂ ਵੱਡੀ ਗੱਲ ਇਹ ਸੀ ਕਿ ਉਹ ਮਿਲਣ-ਗਿਲਣ ਵਾਲਾ ਬੰਦਾ ਸੀ, ਕਮਿਊਨ ਦਾ ਮੈਂਬਰ ਸੀ। ਇਉਂ ਲੱਗਦਾ ਸੀ ਜਿਵੇਂ ਉਸ ਨੂੰ ਆਪਣੇ ਵਾਸਤੇ ਕਿਸੇ ਚੀਜ਼ ਦੀ ਲੋੜ ਨਹੀਂ, ਥੋੜੇ ਨਾਲ ਹੀ ਸਬਰ ਕਰ ਲੈਂਦਾ ਸੀ, ਪਰ ਆਪਣੇ ਸਾਥੀਆਂ ਦੇ ਦਲ ਵਾਸਤੇ ਵਧੇਰੇ ਤੋਂ ਵਧੇਰੇ ਚੀਜ਼ਾਂ ਦੀ ਮੰਗ ਕਰਦਾ ਰਹਿੰਦਾ ਸੀ ਤੇ ਉਹ ਦਿਨ ਰਾਤ ਜਾਗ ਕੇ, ਭੁਖਾ ਰਹਿ ਕੇ ਇਹਦੇ ਵਾਸਤੇ ਤਨੋਂ ਮਨੋਂ ਕੰਮ ਕਰ ਸਕਦਾ ਸੀ। ਉਹ ਕਿਸਾਨ ਸੀ ਇਸ ਕਰਕੇ ਹੱਡ ਭੰਨ ਕੇ ਮਿਹਨਤ ਕਰਨ ਵਾਲਾ ਸੀ, ਹਰ ਚੀਜ਼ ਨੂੰ ਗਹੁ ਨਾਲ ਵੇਖਦਾ ਸੀ ਅਤੇ ਆਪਣੇ ਕੰਮ ਵਿਚ ਤਾਕ ਸੀ। ਉਹ ਸੁਭਾ ਦਾ ਸੰਜਮੀ ਅਤੇ ਸੁਭਾਵਿਕ ਹੀ ਨਿਮਰਤਾ ਵਾਲਾ ਬੰਦਾ ਸੀ ਅਤੇ ਉਹ ਦੂਜਿਆਂ ਦੀਆਂ ਕਾਮਨਾਵਾਂ ਵੱਲ ਹੀ ਨਹੀਂ ਸਗੋਂ ਉਹਨਾਂ ਦੇ

ਖਿਆਲਾਂ ਵਿਚਾਰਾਂ ਵੱਲ ਵੀ ਧਿਆਨ ਦੇਂਦਾ ਸੀ। ਉਹਦੀ ਵਿਧਵਾ ਮਾਂ, ਅਨਪੜ੍ਹ, ਵਹਿਮਾਂ ਭਰਮਾਂ ਵਿਚ ਫਸੀ ਹੋਈ ਬੁੱਢੀ ਕਿਸਾਨ ਔਰਤ, ਅਜੇ ਜਿਊਂਦੀ ਸੀ ਅਤੇ ਨਾਬਾਤੋਵ ਉਹਦੀ ਮਦਦ ਕਰਦਾ ਸੀ। ਜਦੋਂ ਵੀ ਜੇਲ੍ਹ ਤੋਂ ਬਾਹਰ ਹੁੰਦਾ ਉਸ ਨੂੰ ਮਿਲ-ਗਿਲ ਆਉਂਦਾ ਸੀ। ਜਿਹੜਾ ਵੀ ਵਕਤ ਆਪਣੇ ਘਰ ਗੁਜ਼ਾਰਦਾ ਉਹ ਆਪਣੀ ਮਾਂ ਦੇ ਹਰ ਕੰਮ ਵਿਚ ਦਿਲਚਸਪੀ ਲੈਂਦਾ, ਉਹਦੇ ਕੰਮ ਵਿਚ ਉਸ ਦਾ ਹੱਥ ਵਟਾਉਂਦਾ, ਆਪਣੇ ਪੁਰਾਣੇ ਹਮਜੋਲੀਆਂ ਨੂੰ ਮਿਲਦਾ-ਗਿਲਦਾ, ਉਹਨਾਂ ਦੇ ਨਾਲ ਬਹਿ ਕੇ ਸਸਤਾ ਜਿਹਾ ਤਮਾਕੂ ਪੀਂਦਾ, ਉਹਨਾਂ ਦੀਆਂ ਘਸੁੰਨ ਮੁੱਕੀਆਂ ਵਿਚ ਹਿੱਸਾ ਲੈਂਦਾ, ਅਤੇ ਉਹਨਾਂ ਨੂੰ ਸਮਝਾਉਂਦਾ ਕਿ ਕਿਵੇਂ ਉਹ ਸਾਰੇ ਹੀ ਧੋਖਾ ਖਾ ਰਹੇ ਹਨ, ਅਤੇ ਧੋਖੇ ਦੇ ਜਿਸ ਜਾਲ ਵਿਚ ਉਹਨਾਂ ਨੂੰ ਫਾਹਿਆ ਹੋਇਆ ਹੈ ਉਸ ਵਿਚੋਂ ਉਹਨਾਂ ਨੂੰ ਕਿਵੇਂ ਨਿਕਲਣਾ ਚਾਹੀਦਾ ਹੈ। ਜਦੋਂ ਉਹ ਇਸ ਬਾਰੇ ਸੋਚਦਾ ਜਾਂ ਬੋਲਦਾ ਕਿ ਇਨਕਲਾਬ ਨਾਲ ਕੀ ਹੋਵੇਗਾ ਤਾਂ ਉਹ ਹਮੇਸ਼ਾ ਖਿਆਲ ਕਰਦਾ ਕਿ ਲੋਕ, ਜਿਨ੍ਹਾਂ ਵਿਚ ਉਸ ਦਾ ਆਪਣਾ ਜਨਮ ਹੋਇਆ ਹੈ, ਲਗਪਗ ਪਹਿਲਾਂ ਵਾਲੀ ਹਾਲਤ ਵਿਚ ਹੀ ਰਹਿਣਗੇ, ਸਿਰਫ ਉਹਨਾਂ ਕੋਲ ਜ਼ਮੀਨ ਕਾਫੀ ਹੋਵੇਗੀ ਤੇ ਉਹਨਾਂ ਦੇ ਉਪਰ ਜਾਗੀਰਦਾਰ ਜਾਂ ਹਾਕਮ ਨਹੀਂ ਹੋਣਗੇ। ਉਸ ਦਾ ਵਿਚਾਰ ਸੀ ਕਿ ਇਨਕਲਾਬ ਨਾਲ ਲੋਕਾਂ ਦੀ ਜ਼ਿੰਦਗੀ ਦਾ ਬੁਨਿਆਦੀ ਰੂਪ ਨਹੀਂ ਬਦਲਣਾ ਚਾਹੀਦਾ, ਸਾਰੀ ਇਮਾਰਤ ਨੂੰ ਹੀ ਨਹੀਂ ਡੇਗ ਦੇਣਾ ਚਾਹੀਦਾ, ਸਗੋਂ ਇਸ ਖੂਬਸੂਰਤ, ਮਜ਼ਬੂਤ ਅਤੇ ਵਿਸ਼ਾਲ ਪੁਰਾਣੇ ਢਾਂਚੇ ਦੀਆਂ ਅੰਦਰਲੀਆਂ ਕੰਧਾਂ ਬਦਲ ਦੇਣੀਆਂ ਚਾਹੀਦੀਆਂ ਹਨ। ਇਸ ਪੁਰਾਣੇ ਢਾਂਚੇ ਨਾਲ ਉਸ ਨੂੰ ਬੜਾ ਮੋਹ ਸੀ। ਇਸ ਮਾਮਲੇ ਵਿਚ ਉਸ ਦੇ ਵਿਚਾਰ ਨੋਵੋਦਵੋਰੋਵ ਅਤੇ ਉਸ ਦੇ ਅਨੁਆਈ ਮਾਰਕੇਲ ਕੋਨਦਰਾਤਯੇਵ ਦੇ ਵਿਚਾਰਾਂ ਨਾਲੋਂ ਵੱਖਰੇ ਸਨ।

ਧਰਮ ਬਾਰੇ ਵੀ ਉਸ ਦੇ ਵਿਚਾਰ ਖਾਸ ਕਰਕੇ ਕਿਸਾਨਾਂ ਵਾਲੇ ਹੀ ਸਨ। ਰੂਹਾਨੀ ਸਵਾਲਾਂ ਬਾਰੇ—ਜਿਵੇਂ ਸਾਰੀ ਉਤਪਤੀ ਦਾ ਮੂਲ ਕੀ ਹੈ ਜਾਂ ਅਗਲੇ ਜਨਮ ਆਦਿ ਬਾਰੇ—ਉਹਨੇ ਕਦੇ ਨਹੀਂ ਸੀ ਸੋਚਿਆ। ਰੱਬ ਨੂੰ ਉਹ, ਆਰਾਗੋ ਵਾਂਗ ਹੀ, ਇਕ ਮਨੋਕਲਪਨਾ ਹੀ ਸਮਝਦਾ ਸੀ ਜਿਸ ਦੀ ਹਾਲੇ ਉਸ ਨੂੰ ਕੋਈ ਲੋੜ ਨਹੀਂ ਸੀ। ਉਸ ਨੂੰ ਇਸ ਗੱਲ ਦੀ ਕੋਈ ਚਿੰਤਾ ਨਹੀਂ ਸੀ ਕਿ ਸੰਸਾਰ ਦੀ ਉਤਪਤੀ ਕਿਵੇਂ ਹੋਈ। ਇਸ ਮਾਮਲੇ ਵਿਚ ਮੂਸਾ ਠੀਕ ਹੈ ਜਾਂ ਡਾਰਵਿਨ, ਇਸ ਨਾਲ ਉਹਨੂੰ ਕੋਈ ਫਰਕ ਨਹੀਂ ਸੀ ਪੈਂਦਾ। ਡਾਰਵਿਨਵਾਦ ਜਿਹੜਾ ਉਹਦੇ ਸਾਥੀਆਂ ਨੂੰ ਬੜਾ ਅਹਿਮ ਜਾਪਦਾ ਸੀ ਉਹਦੇ ਵਾਸਤੇ ਓਸੇ ਹੀ ਤਰ੍ਹਾਂ ਦਿਮਾਗ਼ ਦਾ ਇਕ ਖਿਡੌਣਾ ਸੀ ਜਿਸ ਤਰ੍ਹਾਂ ਇਹ ਖਿਆਲ ਕਿ ਸ੍ਰਿਸ਼ਟੀ ਦੀ ਰਚਨਾ ਛੇ ਦਿਨਾਂ ਵਿਚ ਹੋਈ।

ਇਸ ਗੱਲ ਵਿਚ ਉਹਦੀ ਕੋਈ ਦਿਲਚਸਪੀ ਨਹੀਂ ਸੀ ਕਿ ਸੰਸਾਰ ਦੀ ਉਤਪਤੀ ਕਿਵੇਂ ਹੋਈ। ਇਸ ਦਾ ਕਾਰਨ ਇਹ ਸੀ ਕਿ ਉਹਦੇ ਸਾਮ੍ਹਣੇ ਹਮੇਸ਼ਾ ਹੀ ਇਹ ਸਵਾਲ ਰਹਿੰਦਾ ਕਿ ਇਸ ਦੁਨੀਆ ਵਿਚ ਚੰਗੇ ਤੋਂ ਚੰਗਾ ਜੀਵਨ ਕਿਵੇਂ ਬਿਤਾਇਆ ਜਾਏ। ਅਗਲੀ ਜ਼ਿੰਦਗੀ ਬਾਰੇ ਉਹਨੇ ਕਦੇ ਸੋਚਿਆ ਹੀ ਨਹੀਂ ਸੀ। ਆਪਣੀ ਆਤਮਾ ਦੀਆਂ ਡੂੰਘਾਈਆਂ

ਵਿਚ ਉਹਦਾ ਇਹ ਪੱਕਾ ਤੇ ਅਡੋਲ ਨਿਸਚਾ ਸੀ ਜਿਹੜਾ ਉਹਨੂੰ ਵੱਡੇ-ਵਡੇਰਿਆਂ ਕੋਲੋਂ ਵਿਰਸੇ ਵਿਚ ਮਿਲਿਆ ਸੀ ਅਤੇ ਜੋ ਸਾਰੇ ਹੀ ਕਿਸਾਨਾਂ ਦਾ ਲਛਣ ਸੀ ਕਿ ਜਿਵੇਂ ਪੌਦਿਆਂ ਤੇ ਪਸ਼ੂ-ਪੰਛੀਆਂ ਦੇ ਸੰਸਾਰ ਵਿਚ ਕੋਈ ਵੀ ਚੀਜ਼ ਮਰਦੀ ਨਹੀਂ ਸਗੋਂ ਹਰ ਚੀਜ਼ ਨਿਰੰਤਰ ਆਪਣਾ ਰੂਪ ਬਦਲਦੀ ਰਹਿੰਦੀ ਹੈ—ਰੂੜੀ ਅਨਾਜ ਵਿਚ, ਅਨਾਜ ਮੁਰਗੀ ਵਿਚ, ਪੂੰਗ ਡੱਡੂ ਵਿਚ, ਲਾਰਵਾ ਤਿਤਲੀ ਵਿਚ, ਬਲੂਤ ਦਾ ਬੀ ਬਲੂਤ ਦੇ ਰੁਖ ਵਿਚ, ਆਦਿ—ਏਸੇ ਹੀ ਤਰ੍ਹਾਂ ਆਦਮੀ ਵੀ ਮਰਦਾ ਨਹੀਂ ਸਗੋਂ ਸਿਰਫ ਉਹਦਾ ਰੂਪ ਹੀ ਬਦਲਦਾ ਹੈ। ਉਹਦਾ ਇਸ ਗੱਲ ਵਿਚ ਵਿਸ਼ਵਾਸ ਸੀ। ਏਸੇ ਹੀ ਕਰਕੇ ਉਹ ਮੌਤ ਤੋਂ ਡਰਦਾ ਨਹੀਂ ਸੀ ਅਤੇ ਉਹਨਾਂ ਦੁਖਾਂ-ਪੀੜਾਂ ਨੂੰ ਬੜੀ ਬਹਾਦਰੀ ਨਾਲ ਜਰ ਰਿਹਾ ਸੀ ਜਿਹੜੀਆਂ ਉਸ ਨੂੰ ਮੌਤ ਦੇ ਮੂੰਹ ਵੱਲ ਲਿਜਾ ਰਹੀਆਂ ਸਨ, ਪਰ ਉਸ ਨੂੰ ਇਸ ਗੱਲ ਦੀ ਨਾ ਫਿਕਰ ਸੀ ਨਾ ਸਮਝ ਕਿ ਇਹਨਾਂ ਗੱਲਾਂ ਦੀ ਚਰਚਾ ਕਿਹੜੇ ਸ਼ਬਦਾਂ ਵਿਚ ਕਰੇ। ਕੰਮ ਨਾਲ ਉਸ ਨੂੰ ਮੋਹ ਸੀ ਅਤੇ ਹਰ ਵੇਲੇ ਕਿਸੇ ਨਾ ਕਿਸੇ ਵਿਹਾਰਕ ਕੰਮ ਵਿਚ ਲੱਗਾ ਰਹਿੰਦਾ ਸੀ ਅਤੇ ਉਹ ਆਪਣੇ ਸਾਥੀਆਂ ਨੂੰ ਵੀ ਹਮੇਸ਼ਾ ਇਸ ਪਾਸੇ ਪ੍ਰੇਰਦਾ ਸੀ।

ਲੋਕਾਂ ਵਿਚੋਂ ਆਇਆ ਦੂਜਾ ਰਾਜਸੀ ਕੈਦੀ, ਮਾਰਕੇਲ ਕੋਨਦਰਾਤਯੇਵ, ਬਿਲਕੁਲ ਹੋਰ ਕਿਸਮ ਦਾ ਆਦਮੀ ਸੀ। ਉਹਨੇ ਪੰਦਰਾਂ ਸਾਲ ਦੀ ਉਮਰ ਵਿਚ ਕੰਮ ਕਰਨਾ ਸ਼ੁਰੂ ਕਰ ਦਿੱਤਾ ਸੀ ਅਤੇ ਆਪਣੇ ਨਾਲ ਹੋ ਰਹੀ ਬੇਇਨਸਾਫੀ ਬਾਰੇ ਆਪਣੇ ਧੁੰਦਲੇ ਜਿਹੇ ਅਹਿਸਾਸ ਨੂੰ ਦਬਾਉਣ ਲਈ ਉਹ ਸਿਗਰਟ ਤੇ ਸ਼ਰਾਬ ਪੀਣ ਲੱਗ ਪਿਆ ਸੀ। ਇਸ ਗੱਲ ਦਾ ਅਹਿਸਾਸ ਕਿ ਉਹਦੇ ਨਾਲ ਜ਼ਿਆਦਤੀ ਹੋ ਰਹੀ ਹੈ ਉਸ ਨੂੰ ਇਕ ਕ੍ਰਿਸਮਿਸ ਵਾਲੇ ਦਿਨ ਹੋਇਆ ਜਦੋਂ ਫੈਕਟਰੀ ਦੇ ਮਾਲਕ ਦੀ ਘਰ ਵਾਲੀ ਨੇ ਕ੍ਰਿਸਮਿਸ ਦਾ ਰੁੱਖ ਸਜਾਇਆ ਤੇ ਇਹਨਾਂ ਨੂੰ, ਫੈਕਟਰੀ ਦੇ ਬੱਚਿਆਂ ਨੂੰ, ਉਥੇ ਆਉਣ ਦਾ ਸੱਦਾ ਦਿੱਤਾ ਗਿਆ। ਉਥੇ ਉਸ ਨੂੰ ਇਕ ਮਾਮੂਲੀ ਜਿਹੀ ਸੀਟੀ, ਇਕ ਸੇਬ, ਇਕ ਵਰਕ-ਚੜ੍ਹਿਆ ਅਖਰੋਟ ਅਤੇ ਇਕ ਅੰਜੀਰ ਦਿੱਤੀ ਗਈ ਜਦੋਂ ਕਿ ਮਾਲਕ ਦੇ ਬੱਚਿਆਂ ਨੂੰ ਜਿਹੜੀਆਂ ਸੁਗਾਤਾਂ ਮਿਲੀਆਂ ਉਹ ਪਰੀ-ਲੋਕ ਤੋਂ ਆਈਆਂ ਜਾਪਦੀਆਂ ਸਨ। ਮਗਰੋਂ ਉਹਨੂੰ ਪਤਾ ਲੱਗਾ ਸੀ ਕਿ ਉਹਨਾਂ ਸੁਗਾਤਾਂ ਉਤੇ ਪੰਜਾਹ ਰੂਬਲ ਤੋਂ ਵਧ ਰਕਮ ਖਰਚ ਆਈ ਸੀ। ਜਦੋਂ ਉਹ ਵੀਹ ਸਾਲਾਂ ਦਾ ਹੋਇਆ ਤਾਂ ਉਹਨਾਂ ਦੀ ਫੈਕਟਰੀ ਵਿਚ ਇਕ ਇਨਕਲਾਬੀ ਕੁੜੀ ਆਈ ਅਤੇ ਮਜ਼ਦੂਰੀ ਕਰਨ ਲੱਗੀ। ਜਦੋਂ ਉਸ ਕੁੜੀ ਨੇ ਇਹ ਵੇਖਿਆ ਕਿ ਕੋਨਦਰਾਤਯੇਵ ਵੱਡੀ ਯੋਗਤਾ ਵਾਲਾ ਨੌਜਵਾਨ ਹੈ ਤਾਂ ਉਹ ਉਸ ਨੂੰ ਕਿਤਾਬਾਂ ਤੇ ਪੈਂਫਲਿਟ ਦੇਣ ਲੱਗ ਪਈ ਤੇ ਉਹਦੇ ਨਾਲ ਗੱਲ ਕਰ ਕੇ ਉਸ ਨੂੰ ਉਹਦੀ ਹਾਲਤ ਬਾਰੇ ਸਮਝਾਉਣ ਅਤੇ ਇਸ ਦਾ ਇਲਾਜ ਦੱਸਣ ਲੱਗ ਪਈ। ਜਦੋਂ ਉਹਦੇ ਦਿਮਾਗ ਵਿਚ ਇਹ ਗੱਲ ਸਾਫ ਹੋ ਗਈ ਕਿ ਆਪਣੇ ਆਪ ਨੂੰ ਤੇ ਦੂਜਿਆਂ ਨੂੰ ਇਸ ਜਬਰ ਤੋਂ ਆਜ਼ਾਦ ਕਰਨ ਦੀ ਸੰਭਾਵਨਾ ਹੈ ਤਾਂ ਵਰਤਮਾਨ ਪ੍ਰਬੰਧ ਦੀ ਬੇਇਨਸਾਫੀ ਉਸ ਨੂੰ ਪਹਿਲਾਂ ਨਾਲੋਂ ਵਧੇਰੇ ਜ਼ਾਲਮ ਤੇ ਖੌਫਨਾਕ ਜਾਪਣ ਲੱਗ ਪਈ। ਅਤੇ ਉਹਦਾ ਦਿਲ ਸਿਰਫ ਆਜ਼ਾਦ ਹੋਣ ਲਈ ਹੀ ਨਹੀਂ ਸਗੋਂ ਉਹਨਾਂ ਲੋਕਾਂ ਨੂੰ ਸਜ਼ਾ ਦੇਣ ਲਈ ਵੀ ਬੁਰੀ ਤਰ੍ਹਾਂ ਤੜਫਨ

ਲੱਗਾ ਜਿਨ੍ਹਾਂ ਨੇ ਇਸ ਹੋਸ਼ਿਆਰੀ ਬੇਇਨਸਾਫੀ ਦੇ ਪ੍ਰਬੰਧ ਦੀ ਜੁਗਤ ਬਣਾਈ ਹੋਈ ਸੀ ਤੇ ਇਸ ਨੂੰ ਕਾਇਮ ਰੱਖਿਆ ਹੋਇਆ ਸੀ। ਉਸ ਨੂੰ ਦੱਸਿਆ ਗਿਆ ਸੀ ਕਿ ਇਹ ਸੰਭਾਵਨਾ ਗਿਆਨ ਨਾਲ ਹੀ ਪੈਦਾ ਹੁੰਦੀ ਹੈ ਅਤੇ ਕੋਨਦਰਾਤਯੇਵ ਨੇ ਆਪਣੇ ਆਪ ਨੂੰ ਪੂਰੇ ਤਨੋ ਮਨੋ ਗਿਆਨ ਪ੍ਰਾਪਤੀ ਦੇ ਅਰਪਤ ਕਰ ਦਿੱਤਾ। ਉਹਦੇ ਦਿਮਾਗ਼ ਵਿਚ ਇਹ ਗੱਲ ਤਾਂ ਸਾਫ ਨਹੀਂ ਸੀ ਕਿ ਗਿਆਨ ਕਿਵੇਂ ਸਮਾਜਵਾਦੀ ਆਦਰਸ਼ ਨੂੰ ਸਾਕਾਰ ਕਰ ਦੇਵੇਗਾ, ਪਰ ਉਸ ਦਾ ਇਹ ਵਿਸ਼ਵਾਸ ਜ਼ਰੂਰ ਸੀ ਕਿ ਜਿਸ ਗਿਆਨ ਨੇ ਉਹਨਾਂ ਹਾਲਤਾਂ ਦੀ ਬੇਇਨਸਾਫੀ ਨੂੰ ਨੰਗਾ ਕੀਤਾ ਹੈ ਜਿਨ੍ਹਾਂ ਵਿਚ ਉਹ ਰਹਿੰਦਾ ਹੈ ਉਹ ਆਪਣੇ ਆਪ ਹੀ ਇਸ ਬੇਇਨਸਾਫੀ ਨੂੰ ਮਿਟਾ ਵੀ ਦੇਵੇਗਾ। ਇਸ ਦੇ ਨਾਲ ਹੀ ਉਹਦਾ ਖਿਆਲ ਸੀ ਕਿ ਗਿਆਨ ਦੀ ਪ੍ਰਾਪਤੀ ਨਾਲ ਉਹ ਦੂਜੇ ਲੋਕਾਂ ਨਾਲੋਂ ਉੱਚਾ ਹੋ ਜਾਵੇਗਾ। ਇਸ ਲਈ ਉਹਨੇ ਸਿਗਰਟ ਤੇ ਸ਼ਰਾਬ ਪੀਣੀ ਛੱਡ ਦਿੱਤੀ ਸੀ ਅਤੇ ਆਪਣਾ ਸਾਰਾ ਵਿਹਲਾ ਸਮਾਂ, ਜਿਹੜਾ ਗੁਦਾਮ ਵਿਚ ਤਬਾਦਲੇ ਤੋਂ ਮਗਰੋਂ ਉਸ ਨੂੰ ਵਧੇਰੇ ਮਿਲਣ ਲੱਗ ਪਿਆ ਸੀ, ਉਹ ਪੜ੍ਹਨ ਦੇ ਲੇਖੇ ਲਾਉਣ ਲੱਗ ਪਿਆ ਸੀ।

ਇਨਕਲਾਬੀ ਕੁੜੀ ਉਸ ਨੂੰ ਪੜ੍ਹਾਉਣ ਲੱਗ ਪਈ ਸੀ। ਹਰ ਕਿਸਮ ਦਾ ਗਿਆਨ ਪ੍ਰਾਪਤ ਕਰਨ ਲਈ ਉਹਦੀ ਭੁਖ ਅਤੇ ਗਿਆਨ ਨੂੰ ਆਪਣੇ ਅੰਦਰ ਸਮੋ ਲੈਣ ਦੀ ਉਸ ਦੀ ਯੋਗਤਾ ਤੋਂ ਉਹ ਹੈਰਾਨ ਰਹਿ ਗਈ ਸੀ। ਦੋ ਸਾਲਾਂ ਦੇ ਅੰਦਰ ਹੀ ਉਹਨੇ ਅਲਜਬਰੇ, ਜੀਓਮੈਟਰੀ ਅਤੇ ਇਤਿਹਾਸ ਵਿਚ (ਜਿਸ ਦਾ ਉਹਨੂੰ ਖਾਸ ਸ਼ੌਕ ਸੀ) ਮੁਹਾਰਤ ਹਾਸਿਲ ਕਰ ਲਈ ਸੀ ਅਤੇ ਕਵਿਤਾ, ਗਲਪ ਸਾਹਿਤ ਤੇ ਆਲੋਚਨਾਤਮਕ ਸਾਹਿਤ, ਖਾਸ ਕਰ ਕੇ ਸਮਾਜਵਾਦੀ ਸਾਹਿਤ ਬਾਰੇ ਜਾਣਕਾਰੀ ਪ੍ਰਾਪਤ ਕਰ ਲਈ ਸੀ।

ਇਨਕਲਾਬੀ ਕੁੜੀ ਫੜੀ ਗਈ। ਉਹਦੇ ਨਾਲ ਹੀ ਕੋਨਦਰਾਤਯੇਵ ਨੂੰ ਵੀ ਗ੍ਰਿਫਤਾਰ ਕਰ ਲਿਆ ਗਿਆ ਕਿਉਂਕਿ ਉਹਦੇ ਕੋਲੋਂ ਐਸੀਆਂ ਕਿਤਾਬਾਂ ਫੜੀਆਂ ਗਈਆਂ ਸਨ ਜਿਨ੍ਹਾਂ ਉਤੇ ਕਾਨੂੰਨੀ ਤੌਰ ਤੇ ਪਾਬੰਦੀ ਲੱਗੀ ਹੋਈ ਸੀ। ਪਹਿਲਾਂ ਉਹਨਾਂ ਨੂੰ ਜੇਲ੍ਹ ਵਿਚ ਰੱਖਿਆ ਗਿਆ ਤੇ ਫੇਰ ਵੋਲੋਗਦਾ ਗੁਬੇਰਨੀਆ ਵਿਚ ਜਲਾਵਤਨ ਕਰ ਦਿੱਤਾ ਗਿਆ। ਏਥੇ ਆ ਕੇ ਕੋਨਦਰਾਤਯੇਵ ਦੀ ਨੋਵੋਦਵੋਰੋਵ ਨਾਲ ਜਾਣ-ਪਛਾਣ ਹੋ ਗਈ। ਏਥੇ ਉਸ ਨੇ ਬਹੁਤ ਸਾਰਾ ਹੋਰ ਇਨਕਲਾਬੀ ਸਾਹਿਤ ਪੜ੍ਹਿਆ, ਜੋ ਪੜ੍ਹਿਆ ਉਸ ਨੂੰ ਯਾਦ ਰੱਖਿਆ ਅਤੇ ਉਸ ਦਾ ਸਮਾਜਵਾਦੀ ਦ੍ਰਿਸ਼ਟੀਕੋਣ ਹੋਰ ਵੀ ਪੱਕਾ ਹੋ ਗਿਆ। ਆਪਣੀ ਜਲਾਵਤਨੀ ਤੋਂ ਮਗਰੋਂ ਉਸ ਨੇ ਇਕ ਬਹੁਤ ਵੱਡੀ ਹੜਤਾਲ ਦੀ ਅਗਵਾਈ ਕੀਤੀ ਜਿਸ ਦੇ ਸਿੱਟੇ ਵਜੋਂ ਫੈਕਟਰੀ ਤਹਿਸ-ਨਹਿਸ ਹੋ ਗਈ ਅਤੇ ਇਸ ਦਾ ਡਾਇਰੈਕਟਰ ਮਾਰਿਆ ਗਿਆ। ਉਸ ਨੂੰ ਫੇਰ ਗ੍ਰਿਫਤਾਰ ਕਰ ਲਿਆ ਗਿਆ ਅਤੇ ਸ਼ਹਿਰੀ ਹੱਕਾਂ ਤੋਂ ਵਿਰਵਾ ਕਰਕੇ ਜਲਾਵਤਨ ਕਰ ਦਿੱਤਾ ਗਿਆ।

ਧਰਮ ਬਾਰੇ ਉਸ ਦੇ ਵਿਚਾਰ ਵੀ ਓਸੇ ਹੀ ਤਰ੍ਹਾਂ ਨਾਂਦਰੂ ਖਾਸੇ ਵਾਲੇ ਸਨ ਜਿਸ ਤਰ੍ਹਾਂ ਮੌਜੂਦਾ ਆਰਥਕ ਸਥਿਤੀ ਬਾਰੇ ਸਨ। ਜਦੋਂ ਉਸ ਨੂੰ ਇਹ ਨਜ਼ਰ ਆ ਗਿਆ ਕਿ ਧਰਮ ਇਕ ਥੋਥਵੀ ਗੱਲ ਹੈ ਜਿਸ ਦੀ ਉਸ ਨੂੰ ਜਨਮ ਤੋਂ ਗੁੜ੍ਹਤੀ ਮਿਲੀ ਹੈ ਤਾਂ ਉਸ ਨੇ

ਆਪਣੇ ਦਿਲ ਦਿਮਾਗ਼ ਤੋਂ ਬੜੀ ਕੋਸ਼ਿਸ਼ ਨਾਲ ਇਸ ਦੇ ਪ੍ਰਭਾਵ ਨੂੰ ਧੋ ਦਿੱਤਾ—ਪਹਿਲਾਂ ਡਰ ਡਰ ਕੇ ਤੇ ਮਗਰੋਂ ਬੜੇ ਆਨੰਦ ਨਾਲ। ਹੁਣ ਉਹ ਪਾਦਰੀਆਂ ਅਤੇ ਧਾਰਮਿਕ ਸਿਧਾਂਤਾਂ ਦਾ ਵਿਹੁਲੇ ਤੇ ਗੁਸੈਲੇ ਢੰਗ ਨਾਲ ਮੌਜੂ ਉਡਾਉਣੋਂ ਨਹੀਂ ਸੀ ਥੱਕਦਾ ਜਿਵੇਂ ਕਿਤੇ ਉਹ ਉਸ ਛਲ-ਫਰੇਬ ਦਾ ਬੰਦਲਾ ਲੈਣਾ ਚਾਹੁੰਦਾ ਹੋਵੇ ਜਿਹੜਾ ਉਹਦੇ ਨਾਲ ਅਤੇ ਉਹਦੇ ਪੁਰਖਿਆਂ ਨਾਲ ਖੇਡਿਆ ਗਿਆ ਸੀ।

ਉਹਦੀਆਂ ਆਦਤਾਂ ਸਨਿਆਸੀਆਂ ਵਾਲੀਆਂ ਸਨ। ਉਹਨੂੰ ਬੜੇ ਥੋੜੇ ਨਾਲ ਸਬਰ ਸੰਤੋਖ ਆ ਜਾਂਦਾ ਸੀ ਅਤੇ ਉਹਨਾਂ ਲੋਕਾਂ ਵਾਂਗ ਜਿਨ੍ਹਾਂ ਨੂੰ ਬਚਪਨ ਤੋਂ ਕੰਮ ਕਰਨ ਦੀ ਆਦਤ ਬਣ ਜਾਂਦੀ ਹੈ ਤੇ ਜਿਨ੍ਹਾਂ ਦੇ ਪੱਠੇ ਮਜ਼ਬੂਤ ਹੋ ਜਾਂਦੇ ਹਨ, ਕੋਨਦਰਾਤਯੇਵ ਵੀ ਬਹੁਤ ਸਾਰਾ ਤੇ ਬੜੀ ਆਸਾਨੀ ਨਾਲ ਕੰਮ ਕਰ ਸਕਦਾ ਸੀ; ਹਰ ਕਿਸਮ ਦੀ ਸਰੀਰਕ ਮਿਹਨਤ ਵਿਚ ਉਹ ਬੜਾ ਫੁਰਤੀਲਾ ਸੀ। ਪਰ ਜਿਹੜੀ ਚੀਜ਼ ਦੀ ਉਹ ਸਭ ਤੋਂ ਵਧ ਕਦਰ ਕਰਦਾ ਸੀ ਉਹ ਸੀ ਜੇਲ੍ਹਾਂ ਅਤੇ ਪੜਾਵਾਂ ਵਿਚ ਮਿਲਦੀ ਵਿਹਲ ਜਿਸ ਨਾਲ ਉਹ ਆਪਣਾ ਅਧਿਅਨ ਦਾ ਕੰਮ ਜਾਰੀ ਰੱਖ ਸਕਦਾ ਸੀ। ਅਜਕਲ ਉਹ ਕਾਰਲ ਮਾਰਕਸ ਦੀ ਰਚਨਾ ਦੀ ਪਹਿਲੀ ਜਿਲਦ ਪੜ੍ਹ ਰਿਹਾ ਸੀ ਅਤੇ ਕਿਤਾਬ ਨੂੰ ਉਹ ਆਪਣੇ ਬੁਝਕੇ ਵਿਚ ਇਉਂ ਲੁਕਾ ਕੇ ਰੱਖਦਾ ਸੀ ਜਿਵੇਂ ਇਹ ਕੋਈ ਬਹੁਤ ਵੱਡਾ ਖਜ਼ਾਨਾ ਹੋਵੇ। ਨੋਵੋਦਵੋਰੋਵ ਤੋਂ ਬਿਨਾਂ ਆਪਣੇ ਸਾਰੇ ਸਾਥੀਆਂ ਨਾਲ ਸੰਕੋਚ ਤੇ ਬੇਪ੍ਰਵਾਹੀ ਜਿਹੀ ਵਰਤਦਾ ਸੀ। ਨੋਵੋਦਵੋਰੋਵ ਉਤੇ ਉਹਨੂੰ ਬੜੀ ਸ਼ਰਧਾ ਸੀ ਅਤੇ ਹਰ ਵਿਸ਼ੇ ਉਤੇ ਉਹਦੀਆਂ ਦਲੀਲਾਂ ਨੂੰ ਉਹ ਅਕੱਟ ਸਚਾਈਆਂ ਸਮਝਦਾ ਸੀ।

ਔਰਤਾਂ ਨਾਲ ਉਸ ਨੂੰ ਅੰਤਾਂ ਦੀ ਨਫਰਤ ਸੀ। ਉਹਦੀ ਸਮਝ ਮੁਤਾਬਿਕ ਔਰਤਾਂ ਹਰ ਲਾਭਦਾਇਕ ਸਰਗਰਮੀ ਦੇ ਰਾਹ ਵਿਚ ਰੋੜਾ ਬਣਦੀਆਂ ਹਨ। ਪਰ ਮਾਸਲੋਵਾ ਉਤੇ ਉਸ ਨੂੰ ਰਹਿਮ ਆਉਂਦਾ ਸੀ ਤੇ ਉਹਦੇ ਨਾਲ ਬੜੀ ਨਰਮੀ ਨਾਲ ਪੇਸ਼ ਆਉਂਦਾ ਸੀ। ਇਸ ਦਾ ਕਾਰਨ ਇਹ ਸੀ ਕਿ ਮਾਸਲੋਵਾ ਨੂੰ ਉਹ ਇਸ ਗੱਲ ਦੀ ਜਿਊਂਦੀ-ਜਾਗਦੀ ਮਿਸਾਲ ਸਮਝਦਾ ਸੀ ਕਿ ਉਤਲੀਆਂ ਜਮਾਤਾਂ ਹੇਠਲੀਆਂ ਜਮਾਤਾਂ ਨੂੰ ਕਿਵੇਂ ਲੁਟਦੀਆਂ ਹਨ। ਏਸੇ ਹੀ ਕਰ ਕੇ ਨੇਖਲੀਊਦੋਵ ਉਸ ਨੂੰ ਚੰਗਾ ਨਹੀਂ ਸੀ ਲੱਗਦਾ। ਉਹਦੇ ਨਾਲ ਬਹੁਤ ਘਟ ਗੱਲ ਕਰਦਾ ਅਤੇ ਹੱਥ ਮਿਲਾਉਂਦਿਆਂ ਕਦੇ ਉਹਦਾ ਹੱਥ ਨਹੀਂ ਸੀ ਘੁਟਦਾ, ਸਗੋਂ ਸਾਹਿਬ-ਸਲਾਮ ਕਰਨ ਵੇਲੇ ਉਹ ਸਿਰਫ ਆਪਣਾ ਢਿਲਾ ਜਿਹਾ ਹੱਥ ਅੱਗੇ ਕਰ ਦੇਂਦਾ ਸੀ।

੧੩

ਅੱਗ ਮੱਚ ਪਈ ਸੀ ਅਤੇ ਅੰਗੀਠੀ ਗਰਮ ਹੋ ਗਈ ਸੀ। ਚਾਹ ਤਿਆਰ ਹੋ ਗਈ, ਕੱਪਾਂ ਤੇ ਮੱਗਾਂ ਵਿਚ ਪਾ ਦਿੱਤੀ ਗਈ ਤੇ ਉਸ ਵਿਚ ਦੁਧ ਮਿਲਾ ਦਿੱਤਾ ਗਿਆ। ਫੱਟੇ

ਉਤੇ ਵਿਛਾਏ ਕਪੜੇ ਉਤੇ ਬੂਬਲਿਕ, ਸੱਜਰੀ ਕਣਕ ਦੀ ਰੋਟੀ, ਮੱਖਣ, ਉਬਲੇ ਹੋਏ ਆਂਡੇ, ਵੱਛੇ ਦੀ ਸਿਰੀ ਅਤੇ ਖਰੌੜੇ ਰੱਖ ਦਿੱਤੇ ਗਏ। ਸਾਰੇ ਜਣੇ ਫੱਟੇ ਦੇ ਓਸ ਹਿੱਸੇ ਵੱਲ ਸਰਕ ਆਏ ਜਿਸ ਕੋਲੋਂ ਮੇਜ਼ ਦਾ ਕੰਮ ਲਿਆ ਜਾ ਰਿਹਾ ਸੀ, ਅਤੇ ਖਾਣ ਪੀਣ ਤੇ ਗੱਲਾਂ ਕਰਨ ਲੱਗੇ। ਰਾਂਤਸੇਵਾ ਇਕ ਬਕਸੇ ਉਤੇ ਬੈਠੀ ਚਾਹ ਪਾ ਪਾ ਕੇ ਦੇ ਰਹੀ ਸੀ। ਕ੍ਰਿਲਤਸੋਵ ਤੋਂ ਬਗੈਰ ਸਾਰਿਆਂ ਨੇ ਉਹਦੇ ਦੁਆਲੇ ਭੀੜ ਕੀਤੀ ਹੋਈ ਸੀ। ਕ੍ਰਿਲਤਸੋਵ ਨੇ ਆਪਣਾ ਗਿੱਲਾ ਵੱਡਾ ਕੋਟ ਲਾਹ ਦਿੱਤਾ ਸੀ ਅਤੇ ਸੁੱਕੇ ਕੰਬਲ ਦੀ ਬੁੱਕਲ ਮਾਰ ਕੇ ਆਪਣੀ ਥਾਂ ਲੰਮਾ ਪਿਆ ਨੇਖਲਿਊਦੋਵ ਨਾਲ ਗੱਲੀਂ ਲੱਗਾ ਹੋਇਆ ਸੀ।

ਗਿਜਗਜੇ ਪਾਲੇ ਵਿਚ ਸਫਰ ਕਰਨ ਤੋਂ ਮਗਰੋਂ ਅਤੇ ਇਸ ਥਾਂ ਦੀ ਗੰਦਗੀ ਤੇ ਮਿਟੀ ਘੱਟੇ ਨੂੰ ਹੂੰਝ ਕੇ ਬਹਿਣ ਖਲੋਣ ਜੋਗੀ ਥਾਂ ਬਣਾ ਲੈਣ ਲਈ ਕੀਤੀ ਤਕਲੀਫ ਮਗਰੋਂ, ਅਤੇ ਫੇਰ ਕੁਝ ਖਾ ਕੇ ਗਰਮ ਗਰਮ ਚਾਹ ਦਾ ਘੁਟ ਭਰਨ ਮਗਰੋਂ, ਹੁਣ ਇਹ ਸਾਰੇ ਲੋਕ ਬੜੇ ਖ਼ੁਸ਼ ਅਤੇ ਚੜ੍ਹਦੀ ਕਲਾ ਵਿਚ ਸਨ।

ਇਖਲਾਕੀ ਕੈਦੀਆਂ ਦੇ ਕਦਮਾਂ ਦੀ ਠਪ ਠਪ, ਉਹਨਾਂ ਦੇ ਚੀਕ-ਚਿਹਾੜੇ ਅਤੇ ਗਾਲ੍ਹੀ-ਗਲੋਚ ਦੀਆਂ ਆਵਾਜ਼ਾਂ ਕੰਧ ਓਹਲਿਓਂ ਉਹਨਾਂ ਦੇ ਕੰਨਾਂ ਤੱਕ ਪਹੁੰਚ ਰਹੀਆਂ ਸਨ ਅਤੇ ਇਹ ਗੱਲ ਉਹਨਾਂ ਨੂੰ ਆਪਣੇ ਆਲੇ ਦੁਆਲੇ ਦਾ ਚੇਤਾ ਕਰਾਉਂਦੀ ਹੋਈ ਵੀ, ਜਾਪਦਾ ਸੀ, ਜਿਵੇਂ ਉਹਨਾਂ ਦੇ ਸੁਖ ਆਰਾਮ ਦੇ ਅਹਿਸਾਸ ਵਿਹ ਵਾਧਾ ਕਰਦੀ ਹੋਵੇ। ਸਮੁੰਦਰ ਦੇ ਵਿਚਕਾਰ ਕਿਸੇ ਟਾਪੂ ਉਤੇ ਪਏ ਲੋਕਾਂ ਵਾਂਗ ਇਹ ਲੋਕ ਵੀ ਥੋੜੇ ਚਿਰ ਵਾਸਤੇ ਆਪਣੇ ਆਪ ਨੂੰ ਉਸ ਅਪਮਾਨ ਤੇ ਦੁਖ ਦਰਦ ਦੀ ਜਿਲ੍ਹਣ ਵਿਚੋਂ ਨਿਕਲੇ ਮਹਿਸੂਸ ਕਰ ਰਹੇ ਸਨ ਜਿਹੜੀ ਇਹਨਾਂ ਦੇ ਚਾਰੇ ਪਾਸੇ ਪਸਰੀ ਹੋਈ ਸੀ। ਇਸ ਕਰਕੇ ਉਹਨਾਂ ਦੇ ਹੌਸਲੇ ਬੁਲੰਦ ਸਨ ਅਤੇ ਉਹਨਾਂ ਨੂੰ ਜਿਵੇਂ ਚਾਅ ਚੜ੍ਹਿਆ ਹੋਇਆ ਸੀ। ਆਪਣੀ ਵਰਤਮਾਨ ਹਾਲਤ ਤੇ ਅੱਗੇ ਜੋ ਕੁਝ ਉਹਨਾਂ ਨਾਲ ਹੋਣਾ ਬੀਤਣਾ ਹੈ, ਉਸ ਨੂੰ ਛੱਡ ਕੇ ਉਹ ਦੁਨੀਆ ਭਰ ਦੀਆਂ ਗੱਲਾਂ ਕਰ ਰਹੇ ਸਨ। ਜਿਵੇਂ ਨੌਜਵਾਨ ਮਰਦਾਂ ਅਤੇ ਔਰਤਾਂ ਵਿਚਕਾਰ ਆਮ ਕਰਕੇ ਹੁੰਦਾ ਹੈ—ਖਾਸ ਕਰਕੇ ਜੇ ਹਾਲਾਤ ਉਹਨਾਂ ਨੂੰ ਇਕੱਠੇ ਰਹਿਣ ਲਈ ਮਜਬੂਰ ਕਰ ਦੇਣ ਜਿਵੇਂ ਕਿ ਇਹ ਲੋਕ ਰਹਿੰਦੇ ਸਨ—ਇਹਨਾਂ ਲੋਕਾਂ ਵਿਚ ਹਰ ਕਿਸਮ ਦਿਆਂ ਰੋਸਿਆਂ ਮਨੋਵਿਆਂ ਅਤੇ ਕਸ਼ਮਕਸ਼ ਦੇ ਵਚਿਤਰ ਰੂਪ ਵਿਚ ਮਿਲੇ ਜੁਲੇ ਸੰਬੰਧ ਬਣ ਗਏ ਸਨ। ਲਗਪਗ ਸਾਰੇ ਹੀ ਕਿਸੇ ਨਾ ਕਿਸੇ ਨੂੰ ਪਿਆਰ ਕਰਦੇ ਸਨ। ਨੋਵੋਦਵੋਰੋਵ ਨੂੰ ਰੂਪਵਤੀ ਗ੍ਰਾਬੇਤਸ ਨਾਲ ਪਿਆਰ ਹੋ ਗਿਆ ਸੀ ਜਿਸ ਦੇ ਬੁਲ੍ਹਾਂ ਤੇ ਹਮੇਸ਼ਾ ਮੁਸਕਾਨ ਨਚਦੀ ਰਹਿੰਦੀ ਸੀ। ਇਹ ਇਕ ਭਰਜੋਬਨ, ਬੇਪ੍ਰਵਾਹ ਮੁਟਿਆਰ ਸੀ ਜਿਹੜੀ ਗਈ ਤਾਂ ਪੜ੍ਹਾਈ ਕਰਨ ਵਾਸਤੇ ਸੀ, ਜਿਸ ਨੂੰ ਇਨਕਲਾਬ ਸੰਬੰਧੀ ਸਵਾਲਾਂ ਨਾਲ ਉੱਕਾ ਹੀ ਕੋਈ ਦਿਲਚਸਪੀ ਨਹੀਂ ਸੀ, ਪਰ ਉਹਨਾਂ ਹਾਲਤਾਂ ਦੇ ਅਸਰ ਹੇਠ ਆ ਕੇ ਕਿਸੇ ਤਰੀਕੇ ਆਪਣੇ ਆਪ ਨੂੰ ਜੋਖੋਂ ਵਿਚ ਪਾ ਲਿਆ। ਨਤੀਜਾ ਇਹ ਹੋਇਆ ਕਿ ਉਸ ਨੂੰ ਫੜ ਕੇ ਜਲਾਵਤਨ ਕਰ ਦਿੱਤਾ ਗਿਆ। ਜਿਨ੍ਹੀਂ ਦਿਨੀਂ ਉਹਦੇ ਉਤੇ ਮੁਕੱਦਮਾ ਚਲ ਰਿਹਾ ਸੀ ਓਦੋਂ ਅਤੇ ਬਾਦ ਵਿਚ ਜੇਲ੍ਹ ਤੇ ਜਲਾਵਤਨੀ ਦੇ ਦਿਨੀਂ ਉਹਦੀ

ਜ਼ਿੰਦਗੀ ਦੀ ਵੱਡੀ ਦਿਲਚਸਪੀ ਹੀ ਇਹ ਰਹੀ ਕਿ ਮਰਦਾਂ ਨੂੰ ਆਪਣੇ ਵੱਲ ਖਿੱਚ ਸਕੇ। ਹੁਣ ਵਾਲੀ ਜ਼ਿੰਦਗੀ ਤੋਂ ਪਹਿਲਾਂ ਵੀ ਉਸ ਦੀ ਏਹੋ ਵੱਡੀ ਦਿਲਚਸਪੀ ਹੁੰਦੀ ਸੀ। ਹੁਣ ਸਫਰ ਕਰਦਿਆਂ ਉਸ ਨੂੰ ਇਸ ਗੱਲ ਨਾਲ ਢਾਰਸ ਮਿਲਦੀ ਸੀ ਕਿ ਨੋਵੋਦਵੋਰੋਵ ਉਹਦੇ ਉਤੇ ਡੁਲ੍ਹਿਆ ਫਿਰਦਾ ਸੀ ਅਤੇ ਉਹ ਵੀ ਉਸ ਨੂੰ ਪਿਆਰ ਕਰਨ ਲੱਗ ਪਈ ਸੀ। ਵੇਰਾ ਏਫਰੇਮੋਵਨਾ ਨੂੰ ਆਪ ਤਾਂ ਕਿਸੇ ਨਾਲ ਇਸ਼ਕ ਕਰਨ ਦੀ ਬੜੀ ਲਿਲ੍ਹ ਲੱਗੀ ਰਹਿੰਦੀ ਸੀ ਪਰ ਉਹ ਮਰਦਾਂ ਦੇ ਦਿਲ ਵਿਚ ਆਪਣੇ ਲਈ ਮੁਹੱਬਤ ਦੀ ਚੰਗਿਆੜੀ ਬਾਲ ਨਹੀਂ ਸੀ ਸਕਦੀ। ਤਾਂ ਵੀ ਉਹਨੂੰ ਪ੍ਰਸਪਰ ਪਿਆਰ ਦੀ ਆਸ ਹਮੇਸ਼ਾ ਬੱਝੀ ਰਹਿੰਦੀ ਤੇ ਇਸ ਤਰ੍ਹਾਂ ਕਦੇ ਉਹ ਨਾਬਾਤੋਵ ਵੱਲ ਖਿੱਚੀ ਜਾਂਦੀ ਤੇ ਕਦੇ ਨੋਵੋਦਵੋਰੋਵ ਨੂੰ ਪਿਆਰ ਕਰਨ ਲੱਗ ਪੈਂਦੀ। ਕ੍ਰਿਲਤਸੋਵ ਦੇ ਦਿਲ ਵਿਚ ਮਾਰੀਆ ਪਾਵਲੋਵਨਾ ਵਾਸਤੇ ਪਿਆਰ ਵਰਗੀ ਹੀ ਕਿਸੇ ਚਿਜ਼ ਨੇ ਜਨਮ ਲੈ ਲਿਆ। ਉਸ ਨੂੰ ਉਹ ਮਰਦਾਂ ਵਾਂਗ ਮੁਹੱਬਤ ਕਰਦਾ ਸੀ, ਪਰ ਉਹ ਜਾਣਦਾ ਸੀ ਕਿ ਮਾਰੀਆ ਪਾਵਲੋਵਨਾ ਨੂੰ ਇਸ ਕਿਸਮ ਦਾ ਪਿਆਰ ਪਸੰਦ ਨਹੀਂ। ਇਸ ਲਈ ਉਹ ਆਪਣੇ ਜਜ਼ਬਿਆਂ ਨੂੰ ਦੋਸਤੀ ਅਤੇ ਉਸ ਸੁਹਿਰਦਤਾ ਲਈ ਸ਼ੁਕਰਾਨੇ ਦੇ ਓਹਲੇ ਲੁਕਾ ਕੇ ਪੇਸ਼ ਕਰਦਾ ਸੀ ਜਿਸ ਨਾਲ ਉਹ ਕ੍ਰਿਲਤਸੋਵ ਦੀਆਂ ਲੋੜਾਂ ਦਾ ਧਿਆਨ ਰੱਖਦੀ ਸੀ। ਨਾਬਾਤੋਵ ਤੇ ਰਾਂਤਸੇਵਾ ਇਕ ਦੂਜੇ ਨਾਲ ਬੜੇ ਹੀ ਗੁੰਝਲਦਾਰ ਰਿਸ਼ਤਿਆਂ ਵਿੱਚ ਜੁੜੇ ਹੋਏ ਸਨ। ਜਿਵੇਂ ਮਾਰੀਆ ਪਾਵਲੋਵਨਾ ਪੂਰੀ ਤਰ੍ਹਾਂ ਕੰਜ-ਕੁਆਰੀ ਔਰਤ ਸੀ, ਏਸੇ ਹੀ ਤਰ੍ਹਾਂ ਰਾਂਤਸੇਵਾ ਆਪਣੇ ਖਾਵੰਦ ਦੀ ਪੂਰੀ ਤਰ੍ਹਾਂ ਪਤੀਬ੍ਰਤਾ ਬੀਵੀ ਸੀ।

ਹਾਲੇ ਉਹਦੀ ਉਮਰ ਸਿਰਫ ਸੋਲਾਂ ਸਾਲ ਦੀ ਸੀ ਅਤੇ ਸਕੂਲ ਵਿਚ ਪੜ੍ਹਦੀ ਸੀ ਜਦੋਂ ਉਸ ਨੂੰ ਪੀਟਰਸਬਰਗ ਯੂਨੀਵਰਸਿਟੀ ਦੇ ਇਕ ਵਿਦਿਆਰਥੀ ਰਾਂਤਸੇਵ ਨਾਲ ਪਿਆਰ ਹੋ ਗਿਆ ਸੀ। ਰਾਂਤਸੇਵ ਨੇ ਹਾਲੇ ਯੂਨੀਵਰਿਸਟੀ ਦੀ ਪੜ੍ਹਾਈ ਮੁਕਾਈ ਨਹੀਂ ਸੀ ਜਦੋਂ ਉਹਨਾਂ ਦਾ ਵਿਆਹ ਹੋ ਗਿਆ ਸੀ। ਵਿਆਹ ਵੇਲੇ ਉਹ ਉੱਨੀਆਂ ਵਰ੍ਹਿਆਂ ਦੀ ਮੁਟਿਆਰ ਸੀ। ਉਹਦਾ ਪਤੀ ਯੂਨੀਵਰਸਿਟੀ ਦੇ ਚੌਥੇ ਸਾਲ ਵਿਚ ਵਿਦਿਆਰਥੀਆਂ ਦੇ ਕਿਸੇ ਅੰਦੋਲਨ ਵਿਚ ਵਲ ਲਿਆ ਗਿਆ ਸੀ। ਉਸ ਨੂੰ ਪੀਟਰਸਬਰਗ ਤੋਂ ਜਲਾਵਤਨ ਕਰ ਦਿੱਤਾ ਗਿਆ ਅਤੇ ਉਹ ਇਨਕਲਾਬੀ ਬਣ ਗਿਆ। ਕੁੜੀ ਨੇ ਆਪਣੀ ਡਾਕਟਰੀ ਦੀ ਪੜ੍ਹਾਈ ਛੱਡ ਦਿੱਤੀ ਅਤੇ ਆਪਣੇ ਪਤੀ ਦੇ ਨਾਲ ਚਲੀ ਗਈ ਅਤੇ ਉਹ ਆਪ ਵੀ ਇਨਕਲਾਬੀ ਬਣ ਗਈ। ਉਹ ਆਪਣੇ ਪਤੀ ਨੂੰ ਸਭ ਤੋਂ ਵਧ ਸਿਆਣਾ ਅਤੇ ਸਭ ਤੋਂ ਚੰਗਾ ਇਨਸਾਨ ਮੰਨਦੀ ਸੀ। ਜੇ ਉਹ ਇਹ ਨਾ ਮੰਨਦੀ ਹੁੰਦੀ ਤਾਂ ਉਹਦੇ ਪਿਆਰ ਵਿਚ ਨਾ ਡੁਬਦੀ, ਅਤੇ ਜੇ ਉਹਦੇ ਪਿਆਰ ਵਿਚ ਨਾ ਡੁਬਦੀ ਤਾਂ ਉਹਦੇ ਨਾਲ ਵਿਆਹ ਵੀ ਨਾ ਕਰਵਾਉਂਦੀ। ਪਰ ਜਦੋਂ ਉਸ ਨੇ ਐਸੇ ਆਦਮੀ ਨਾਲ ਪਿਆਰ ਕੀਤਾ ਅਤੇ ਫੇਰ ਵਿਆਹ ਕਰ ਲਿਆ ਜਿਸ ਨੂੰ ਉਹ ਸਭ ਤੋਂ ਚੰਗਾ ਤੇ ਸਭ ਤੋਂ ਸਿਆਣਾ ਬੰਦਾ ਸਮਝਦੀ ਸੀ ਤਾਂ ਇਹ ਕੁਦਰਤੀ ਗੱਲ ਸੀ ਕਿ ਜ਼ਿੰਦਗੀ ਅਤੇ ਇਸ ਦੇ ਉਦੇਸ਼ ਬਾਰੇ ਉਹ ਉਸ ਤਰ੍ਹਾਂ ਹੀ ਸੋਚਦੀ ਜਿਸ ਤਰ੍ਹਾਂ ਇਹਨਾਂ ਗੱਲਾਂ ਬਾਰੇ ਸਭ ਤੋਂ ਚੰਗਾ ਤੇ ਸਭ ਤੋਂ ਸਿਆਣਾ

ਬੰਦਾ ਸੋਚਦਾ ਸੀ। ਪਹਿਲਾਂ ਪਹਿਲ ਉਸ ਨੌਜਵਾਨ ਦਾ ਖਿਆਲ ਸੀ ਕਿ ਜ਼ਿੰਦਗੀ ਦਾ ਉਦੇਸ਼ ਗਿਆਨ ਪ੍ਰਾਪਤ ਕਰਨਾ ਹੈ ਅਤੇ ਇਸ ਲਈ ਰਾਂਤਸੇਵਾ ਨੇ ਵੀ ਆਪਣੀ ਜ਼ਿੰਦਗੀ ਦਾ ਇਹ ਉਦੇਸ਼ ਬਣਾ ਲਿਆ। ਮਗਰੋਂ ਉਹ ਇਨਕਲਾਬੀ ਬਣ ਗਿਆ ਤੇ ਉਹ ਵੀ ਇਨਕਲਾਬੀ ਬਣ ਗਈ। ਉਹ ਬੜੇ ਸਪਸ਼ਟ ਰੂਪ ਵਿਚ ਇਹ ਸਿੱਧ ਕਰ ਸਕਦੀ ਸੀ ਕਿ ਵਰਤਮਾਨ ਪ੍ਰਬੰਧ ਹਮੇਸ਼ਾ ਲਈ ਹੀ ਨਹੀਂ ਬਣਿਆ ਰਹਿ ਸਕਦਾ ਅਤੇ ਹਰ ਆਦਮੀ ਦਾ ਫਰਜ਼ ਹੈ ਕਿ ਇਸ ਪ੍ਰਬੰਧ ਦੇ ਖਿਲਾਫ ਡਟ ਕੇ ਲੜੇ ਅਤੇ ਅਜਿਹੀਆਂ ਰਾਜਨੀਤਕ ਤੇ ਆਰਥਕ ਹਾਲਤਾਂ ਪੈਦਾ ਕਰਨ ਦਾ ਜਤਨ ਕਰੇ ਜਿਨ੍ਹਾਂ ਵਿਚ ਵਿਅਕਤੀ ਦਾ ਸੁਤੰਤਰ ਰੂਪ ਵਿਚ ਵਿਕਾਸ ਹੋ ਸਕੇ, ਆਦਿ। ਰਾਂਤਸੇਵਾ ਦਾ ਖਿਆਲ ਸੀ ਕਿ ਉਹ ਵੀ ਸਚਮੁਚ ਹੀ ਇਸ ਤਰ੍ਹਾਂ ਸੋਚਦੀ ਤੇ ਮਹਿਸੂਸ ਕਰਦੀ ਹੈ ਪਰ ਹਕੀਕਤ ਇਹ ਸੀ ਕਿ ਉਹ ਸਿਰਫ ਆਪਣੇ ਪਤੀ ਦੇ ਵਿਚਾਰਾਂ ਨੂੰ ਹੀ ਪਰਮ ਸੱਚ ਮੰਨਦੀ ਸੀ। ਉਹ ਤਾਂ ਸਿਰਫ ਇਹ ਚਾਹੁੰਦੀ ਸੀ ਕਿ ਉਹਦੇ ਪਤੀ ਤੇ ਉਸ ਦੇ ਆਪਣੇ ਵਿਚਾਰਾਂ ਵਿਚ ਕੋਈ ਭੇਦ ਨਾ ਰਹੇ, ਉਹਦੀ ਤੇ ਉਹਦੇ ਪਤੀ ਦੀ ਆਤਮਾ ਇਕਮਿਕ ਹੋ ਜਾਣ ਕਿਉਂਕਿ ਏਹੋ ਇਕ ਹਾਲਤ ਸੀ ਜਿਸ ਵਿਚ ਉਸ ਨੂੰ ਪੂਰਾ ਮਾਨਸਿਕ ਸੰਤੋਖ ਮਿਲ ਸਕਦਾ ਸੀ।

ਆਪਣੇ ਪਤੀ ਤੇ ਆਪਣੇ ਬੱਚੇ ਦੀ ਜੁਦਾਈ ਨੂੰ ਬਰਦਾਸ਼ਤ ਕਰਨਾ ਬੜਾ ਔਖਾ ਸੀ (ਬੱਚਾ ਉਹਦੀ ਮਾਂ ਨੇ ਰੱਖ ਲਿਆ ਸੀ), ਪਰ ਉਸ ਨੇ ਇਸ ਨੂੰ ਵੀ ਦ੍ਰਿੜ੍ਹਤਾ ਤੇ ਸ਼ਾਂਤੀ ਨਾਲ ਬਰਦਾਸ਼ਤ ਕੀਤਾ ਕਿਉਂਕਿ ਜੋ ਕੁਝ ਵੀ ਉਹ ਕਰ ਰਹੀ ਸੀ ਆਪਣੇ ਪਤੀ ਦੀ ਖਾਤਰ ਕਰ ਰਹੀ ਸੀ। ਉਸ ਉਦੇਸ਼ ਦੀ ਖਾਤਰ ਕਰ ਰਹੀ ਸੀ ਜਿਸ ਦੇ ਉੱਤਮ ਹੋਣ ਬਾਰੇ ਉਹਨੂੰ ਰਾਈ ਭਰ ਵੀ ਸ਼ੱਕ ਨਹੀਂ ਸੀ ਕਿਉਂਕਿ ਉਹਦਾ ਪਤੀ ਇਸ ਉਦੇਸ਼ ਵਾਸਤੇ ਕੰਮ ਕਰ ਰਿਹਾ ਸੀ। ਉਹਦਾ ਪਤੀ ਹਰ ਵੇਲੇ ਉਹਦੇ ਦਿਲ ਦਿਮਾਗ਼ ਵਿੱਚ ਵੱਸਿਆ ਰਹਿੰਦਾ ਸੀ, ਅਤੇ ਉਸ ਨੇ ਪਹਿਲਾਂ ਕਿਸੇ ਆਦਮੀ ਨੂੰ ਪਿਆਰ ਨਹੀਂ ਕੀਤਾ, ਹੁਣ ਉਹ ਆਪਣੇ ਪਤੀ ਤੋਂ ਸਿਵਾਏ ਕਿਸੇ ਹੋਰ ਨੂੰ ਪਿਆਰ ਨਹੀਂ ਸੀ ਕਰ ਸਕਦੀ। ਪਰ ਨਾਬਾਤੋਵ ਦੀ ਲਗਨਭਰੀ ਤੇ ਪਵਿਤਰ ਮੁਹੱਬਤ ਨੇ ਉਹਦੇ ਦਿਲ ਦੀਆਂ ਤਰਬਾਂ ਛੇੜ ਦਿੱਤੀਆਂ ਤੇ ਉਹਦੇ ਅੰਦਰ ਇਕ ਹਲਚਲ ਪੈਦਾ ਕਰ ਦਿੱਤੀ। ਇਹ ਨੇਕ ਅਤੇ ਦ੍ਰਿੜ੍ਹ ਬੰਦਾ ਉਸ ਦੇ ਪਤੀ ਦਾ ਮਿੱਤਰ ਸੀ ਤੇ ਉਹਦੇ ਨਾਲ ਭੈਣਾਂ ਵਰਗਾ ਸਲੂਕ ਕਰਨ ਦੀ ਕੋਸ਼ਿਸ਼ ਕਰਦਾ ਸੀ। ਪਰ ਇਹਦੇ ਨਾਲ ਉਸ ਦੇ ਵਰਤੋਂ ਵਿਹਾਰ ਵਿਚ ਕੋਈ ਹੋਰ ਤੱਤ ਵੀ ਉਘੜਨ ਲੱਗ ਪਿਆ ਸੀ ਜਿਸ ਤੋਂ ਇਹ ਦੋਵੇਂ ਡਰ ਜਿਹੇ ਗਏ ਸਨ, ਤਾਂ ਵੀ ਇਸ ਨਾਲ ਉਹਨਾਂ ਦੀ ਮੁਸ਼ਕਲਾਂ ਭਰੀ ਜ਼ਿੰਦਗੀ ਵਿਚ ਇਕ ਰੰਗੀਨੀ ਆ ਗਈ ਸੀ।

ਇਸ ਤਰ੍ਹਾਂ ਇਸ ਸਾਰੀ ਮੰਡਲੀ ਵਿਚ ਮਾਰੀਆ ਪਾਵਲੋਵਨਾ ਅਤੇ ਕੋਨਦਰਾਤਯੇਵ ਹੀ ਦੋ ਜਣੇ ਸਨ ਜਿਹੜੇ ਮੁਹੱਬਤ ਦੀਆਂ ਜੰਜ਼ੀਰਾਂ ਤੋਂ ਆਜ਼ਾਦ ਸਨ।

ਹਮੇਸ਼ਾ ਵਾਂਗ ਅੱਜ ਵੀ ਚਾਹ ਤੋਂ ਮਗਰੋਂ ਕਾਤੀਊਸ਼ਾ ਨਾਲ ਬਹਿ ਕੇ ਕੁਝ ਨਿੱਜੀ ਗਲਬਾਤ ਕਰਨ ਦੀ ਉਡੀਕ ਵਿਚ ਨੇਖਲੀਊਦੋਵ ਕ੍ਰਿਲਤਸੋਵ ਦੇ ਕੋਲ ਬੈਠਾ ਉਹਦੇ ਨਾਲ ਗੱਲੀਂ ਲੱਗਾ ਹੋਇਆ ਸੀ। ਹੋਰ ਗੱਲਾਂ ਤੋਂ ਇਲਾਵਾ ਨੇਖਲੀਊਦੋਵ ਨੇ ਕ੍ਰਿਲਤਸੋਵ ਨੂੰ ਮਾਕਾਰ ਦੇ ਜੁਰਮ ਦੀ ਕਹਾਣੀ ਵੀ ਸੁਣਾਈ ਅਤੇ ਮਾਕਾਰ ਨੇ ਉਹਨੂੰ ਜੋ ਬੇਨਤੀ ਕੀਤੀ ਸੀ ਉਹ ਵੀ ਦੱਸੀ। ਕ੍ਰਿਲਤਸੋਵ ਚਮਕਦੀਆਂ ਅੱਖਾਂ ਨਾਲ ਨੇਖਲੀਊਦੋਵ ਵੱਲ ਵੇਖਦਾ ਹੋਇਆ ਬੜੇ ਧਿਆਨ ਨਾਲ ਉਸ ਦੀ ਗੱਲ ਸੁਣ ਰਿਹਾ ਸੀ।

"ਹਾਂ," ਉਹ ਅਚਨਚੇਤ ਬੋਲਿਆ, "ਕਈ ਵਾਰੀ ਮੇਰੇ ਮਨ ਵਿਚ ਇਹ ਖਿਆਲ ਆਇਆ ਹੈ ਕਿ ਅਸੀਂ ਇਹਨਾਂ ਦੇ ਨਾਲ ਨਾਲ ਸਫਰ ਕਰ ਰਹੇ ਆਂ... ਅਤੇ ਇਹ ਲੋਕ ਕੌਣ ਨੇ? ਇਹ ਓਹੋ ਲੋਕ ਨੇ ਜਿਨ੍ਹਾਂ ਦੀ ਖਾਤਰ ਅਸੀਂ ਜਾ ਰਹੇ ਆਂ ਅਤੇ ਫੇਰ ਵੀ ਅਸੀਂ ਉਹਨਾਂ ਨੂੰ ਜਾਣਦੇ ਨਹੀਂ। ਸਿਰਫ ਏਨੀ ਗੱਲ ਹੀ ਨਹੀਂ ਕਿ ਜਾਣਦੇ ਨਹੀਂ, ਅਸੀਂ ਉਹਨਾਂ ਨੂੰ ਜਾਣਨਾ ਚਾਹੁੰਦੇ ਵੀ ਨਹੀਂ। ਅਤੇ ਇਸ ਤੋਂ ਵੀ ਭੈੜੀ ਗੱਲ ਇਹ ਹੈ ਕਿ ਉਹ ਲੋਕ ਸਾਨੂੰ ਨਫਰਤ ਕਰਦੇ ਨੇ ਤੇ ਸਾਨੂੰ ਆਪਣਾ ਦੁਸ਼ਮਣ ਸਮਝਦੇ ਨੇ। ਖੌਫਨਾਕ ਗੱਲ ਨਹੀਂ ਇਹ?"

"ਕੁਝ ਵੀ ਖੌਫਨਾਕ ਨਹੀਂ ਏਹਦੇ ਵਿਚ," ਨੋਵੋਦਵੋਰੋਵ ਬੋਲ ਉੱਠਿਆ। ਉਹਦੇ ਕੰਨੀਂ ਉਪਰਲੀ ਗੱਲ ਪੈ ਗਈ ਸੀ। "ਜਨਤਾ ਹਮੇਸ਼ਾ ਤਾਕਤ ਨੂੰ ਪੂਜਦੀ ਹੈ, ਤਾਕਤ ਨੂੰ। ਇਸ ਵੇਲੇ ਤਾਕਤ ਸਰਕਾਰ ਕੋਲ ਹੈ। ਇਸ ਕਰਕੇ ਜਨਤਾ ਸਰਕਾਰ ਦੀ ਪੂਜਾ ਕਰਦੀ ਹੈ ਤੇ ਸਾਨੂੰ ਨਫਰਤ। ਭਲਕੇ ਤਾਕਤ ਸਾਡੇ ਹੱਥ ਆ ਜਾਏਗੀ, ਜਨਤਾ ਸਾਨੂੰ ਪੂਜਣ ਲੱਗ ਪਵੇਗੀ।" ਉਸ ਨੇ ਆਖਿਆ।

ਠੀਕ ਉਸੇ ਵੇਲੇ ਕੰਧ ਓਹਲਿਓਂ ਗਾਲ੍ਹੀਆਂ ਦੀ ਹੋ ਰਹੀ ਵਰਖਾ ਅਤੇ ਬੇੜੀਆਂ ਦੇ ਖੜਕਣ ਦੀ ਆਵਾਜ਼ ਆਈ। ਇਉਂ ਲੱਗ ਰਿਹਾ ਸੀ ਜਿਵੇਂ ਕੰਧ ਨਾਲ ਕੋਈ ਟੱਕਰਾਂ ਮਾਰਦਾ ਹੈ ਅਤੇ ਰੋਣ ਕੁਰਲਾਉਣ ਦੀ ਆਵਾਜ਼ ਆ ਰਹੀ ਸੀ। ਕਿਸੇ ਨੂੰ ਮਾਰਿਆ ਕੁੱਟਿਆ ਜਾ ਰਿਹਾ ਸੀ, ਅਤੇ ਕੋਈ ਸੰਘ ਪਾੜ ਪਾੜ ਕੇ ਆਖ ਰਿਹਾ ਸੀ, "ਮਾਰ ਦਿੱਤਾ! ਬਹੁੜੀਂ ਓਏ!"

"ਲਓ ਸੁਣ ਲਓ, ਇਹਨਾਂ ਦਰਿੰਦਿਆਂ ਨੂੰ। ਭਲਾ ਇਹਨਾਂ ਵਿਚ ਤੇ ਸਾਡੇ ਵਿਚ ਕੀ ਮੇਲ-ਜੋਲ ਹੋ ਸਕਦਾ ਹੈ?" ਨੋਵੋਦਵੋਰੋਵ ਨੇ ਠਰ੍ਹੰਮੇ ਜਿਹੇ ਨਾਲ ਆਖਿਆ।

"ਤੂੰ ਆਖਦੈਂ ਇਹ ਦਰਿੰਦੇ ਨੇ, ਅਤੇ ਹੁਣੇ ਹੀ ਨੇਖਲੀਊਦੋਵ ਮੈਨੂੰ ਇਕ ਅਜਿਹੀ ਘਟਨਾ ਸੁਣਾ ਰਿਹਾ ਸੀ," ਕ੍ਰਿਲਤਸੋਵ ਨੇ ਖਿੱਝ ਕੇ ਆਖਿਆ ਅਤੇ ਸੁਣਾਉਣ ਲੱਗ ਪਿਆ ਕਿ ਕਿਵੇਂ ਮਾਕਾਰ ਨੇ ਆਪਣੀ ਜਾਨ ਖਤਰੇ ਵਿਚ ਪਾ ਕੇ ਇਕ ਗਰਾਈਂ ਨੂੰ ਬਚਾਇਆ ਸੀ। "ਇਹ ਕਿਸੇ ਦਰਿੰਦੇ ਦਾ ਕੰਮ ਨਹੀਂ, ਇਹ ਸੂਰਮਗਤੀ ਏ।"

"ਜਜ਼ਬਾਤੀ ਗੱਲਾਂ!" ਨੋਵੋਦਵੋਰੋਵ ਵਿਅੰਗਮਈ ਲਹਿਜੇ ਵਿਚ ਬੋਲਿਆ।

"ਸਾਡੇ ਵਾਸਤੇ ਇਹ ਸਮਝਣਾ ਔਖਾ ਹੈ ਕਿ ਇਹਨਾਂ ਲੋਕਾਂ ਦੇ ਦਿਲ ਵਿਚ ਕੀ ਹੈ ਅਤੇ ਇਹਨਾਂ ਦੀਆਂ ਹਰਕਤਾਂ ਪਿੱਛੇ ਕਿਸ ਗੱਲ ਦੀ ਪ੍ਰੇਰਨਾ ਹੈ। ਤੈਨੂੰ ਫਰਾਖਦਿਲੀ ਨਜ਼ਰ ਆਉਂਦੀ ਹੈ, ਪਰ ਹੋ ਸਕਦਾ ਹੈ ਕਿ ਇਹ ਸਿਰਫ ਦੂਜੇ ਮੁਜਰਮ ਨਾਲ ਈਰਖਾ ਹੋਵੇ।"

"ਕੀ ਗੱਲ ਐ ਤੂੰ ਕਿਸੇ ਹੋਰ ਵਿਚ ਕੋਈ ਚੰਗੀ ਗੱਲ ਵੇਖਣਾ ਹੀ ਨਹੀਂ ਚਾਹੁੰਦਾ?" ਮਾਰੀਆ ਪਾਵਲੋਵਨਾ ਅਚਨਚੇਤ ਭੜਕ ਪਈ। ਉਹ ਸਾਰਿਆਂ ਨੂੰ "ਤੂੰ" ਕਰਕੇ ਬੁਲਾਉਂਦੀ ਸੀ।

"ਜਿਹੜੀ ਚੀਜ਼ ਹੈ ਹੀ ਨਹੀਂ ਉਹਨੂੰ ਬੰਦਾ ਵੇਖ ਕਿਵੇਂ ਸਕਦਾ ਹੈ?"

"ਹੈ ਤਾਂ ਸਹੀ। ਇਸ ਵਿਚ ਕੀ ਸ਼ਕ ਏ। ਵਰਨਾ ਬੰਦਾ ਭਿਆਨਕ ਮੌਤ ਦਾ ਖਤਰਾ ਕਿਉਂ ਮੁਲ ਲਵੇ?"

"ਮੇਰਾ ਖਿਆਲ ਹੈ, "ਨੋਵੋਦਵੋਰੋਵ ਨੇ ਆਖਿਆ, "ਕਿ ਜੇ ਅਸੀਂ ਕੁਝ ਕਰਨਾ ਚਾਹੁੰਦੇ ਹਾਂ ਤਾਂ ਉਸ ਦੀ ਪਹਿਲੀ ਸ਼ਰਤ ਇਹ ਹੈ" (ਕੋਨਦਰਾਤਯੇਵ ਲੈਂਪ ਦੇ ਚਾਨਣ ਵਿਚ ਜਿਹੜੀ ਕਿਤਾਬ ਪੜ੍ਹ ਰਿਹਾ ਸੀ ਉਸ ਨੂੰ ਰੱਖ ਕੇ ਉਹ ਆਪਣੇ ਗੁਰੂ ਦੇ ਇਕ ਇਕ ਲਫਜ਼ ਨੂੰ ਧਿਆਨ ਨਾਲ ਸੁਣਨ ਲੱਗਾ) "ਕਿ ਸਾਨੂੰ ਖਿਆਲੀ ਪਲਾਓ ਪਕਾਉਣ ਦੀ ਥਾਂ ਹਕੀਕਤਾਂ ਨੂੰ ਵੇਖਣਾ ਚਾਹੀਦਾ ਹੈ। ਆਪਣੀ ਪੂਰੀ ਵਾਹ ਲਾ ਕੇ ਸਾਨੂੰ ਜਨਤਾ ਵਾਸਤੇ ਕੰਮ ਕਰਨਾ ਚਾਹੀਦਾ ਹੈ ਤੇ ਬਦਲੇ ਵਿਚ ਕਿਸੇ ਚੀਜ਼ ਦੀ ਆਸ ਨਹੀਂ ਰਖਣੀ ਚਾਹੀਦੀ। ਜਿੰਨਾ ਚਿਰ ਜਨਤਾ ਹੁਣ ਵਾਲੀ ਸਿੱਥਲਤਾ ਦੀ ਹਾਲਤ ਵਿਚ ਰਹੇਗੀ, ਸਿਰਫ ਅਸੀਂ ਹੀ ਉਹਦੇ ਵਾਸਤੇ ਕੰਮ ਕਰ ਸਕਦੇ ਹਾਂ, ਉਹ ਸਾਡੇ ਨਾਲ ਰਲ ਕੇ ਕੰਮ ਨਹੀਂ ਕਰ ਸਕਦੀ।" ਉਹ ਬੋਲੀ ਜਾ ਰਿਹਾ ਸੀ ਜਿਵੇਂ ਕੋਈ ਭਾਸ਼ਨ ਦੇ ਰਿਹਾ ਹੋਵੇ। "ਇਸ ਕਰਕੇ ਜਿੰਨਾ ਚਿਰ ਵਿਕਾਸ ਦਾ ਉਹ ਅਮਲ ਸ਼ੁਰੂ ਨਹੀਂ ਹੋ ਜਾਂਦਾ—ਜਿਸ ਅਮਲ ਵਾਸਤੇ ਅਸੀਂ ਜਨਤਾ ਨੂੰ ਤਿਆਰ ਕਰ ਰਹੇ ਹਾਂ—ਓਨਾ ਚਿਰ ਜਨਤਾ ਕੋਲੋਂ ਕਿਸੇ ਮਦਦ ਦੀ ਉਮੀਦ ਰਖਣਾ ਆਪਣੇ ਆਪ ਨੂੰ ਧੋਖਾ ਦੇਣਾ ਹੈ।"

"ਕਿਹੜੇ ਵਿਕਾਸ ਦਾ ਅਮਲ?" ਕ੍ਰਿਲਤਸੋਵ ਨੇ ਕਹਿਣਾ ਸ਼ੁਰੂ ਕੀਤਾ। ਗੁੱਸੇ ਨਾਲ ਉਹਦਾ ਮੂੰਹ ਲਾਲ ਹੋ ਗਿਆ ਸੀ। "ਅਸੀਂ ਕਹਿੰਦੇ ਹਾਂ ਕਿ ਅਸੀਂ ਆਪਹੁਦਰੀ ਤਾਨਾਸ਼ਾਹੀ ਦੇ ਖਿਲਾਫ ਆਂ, ਤੇ ਜੋ ਕੁਝ ਤੂੰ ਆਖਿਐ ਇਹਦੇ ਨਾਲੋਂ ਭਿਆਨਕ ਤਾਨਾਸ਼ਾਹੀ ਹੋਰ ਕਿਹੜੀ ਹੋ ਸਕਦੀ ਏ?"

"ਇਸ ਵਿਚ ਤਾਨਾਸ਼ਾਹੀ ਵਾਲੀ ਕੋਈ ਗੱਲ ਨਹੀਂ," ਨੋਵੋਦਵੋਰੋਵ ਨੇ ਠੰਡੇ ਦਿਲ ਨਾਲ ਜਵਾਬ ਦਿੱਤਾ। "ਮੈਂ ਸਿਰਫ ਇਹ ਆਖ ਰਿਹਾ ਹਾਂ ਕਿ ਮੈਨੂੰ ਉਸ ਰਾਹ ਦਾ ਪਤਾ ਹੈ ਜਿਸ ਉਤੇ ਜਨਤਾ ਨੂੰ ਤੁਰਨਾ ਚਾਹੀਦਾ ਹੈ, ਅਤੇ ਮੈਂ ਇਹ ਰਾਹ ਉਸ ਨੂੰ ਵਿਖਾ ਸਕਦਾ ਹਾਂ।"

"ਪਰ ਤੈਨੂੰ ਇਹ ਕਿਵੇਂ ਯਕੀਨ ਹੋ ਗਿਆ ਕਿ ਜਿਹੜਾ ਰਾਹ ਤੂੰ ਵਿਖਾਏਂਗਾ ਓਹੋ ਹੀ ਠੀਕ ਰਾਹ ਏ? ਭਲਾ ਇਹ ਵੀ ਓਸੇ ਤਰ੍ਹਾਂ ਦੀ ਤਾਨਾਸ਼ਾਹੀ ਨਹੀਂ ਜਿਹੜੀ ਫਰਾਂਸ ਦੇ ਇਨਕਲਾਬ ਵੇਲੇ ਸਿਰ ਚੁੱਕ ਖਲੋਤੀ ਸੀ ਤੇ ਇਨਕੁਈਜ਼ੀਸ਼ਨ ਤੇ ਫਾਂਸੀਆਂ ਦਾ ਦੌਰ ਚਲ

ਪਿਆ ਸੀ ? ਉਹਨਾਂ ਨੂੰ ਵੀ ਇਕ ਠੀਕ ਰਾਹ ਦਾ ਪਤਾ ਸੀ ਜਿਹੜਾ ਵਿਗਿਆਨ ਨੇ ਦੱਸਿਆ ਸੀ।"

"ਉਹਨਾਂ ਕੋਲੋਂ ਹੋਈ ਗ਼ਲਤੀ ਦਾ ਇਹ ਮਤਲਬ ਨਹੀਂ ਕਿ ਮੈਂ ਵੀ ਗਲਤੀ ਕਰ ਰਿਹਾ ਹਾਂ। ਇਸ ਤੋਂ ਇਲਾਵਾ ਸਿਧਾਂਤਵਾਦੀਆਂ ਦੇ ਬਕੜਵਾਦ ਅਤੇ ਨਿਗਰ ਆਰਥਿਕ ਵਿਗਿਆਨ ਤੇ ਆਧਾਰਤ ਤੱਥਾਂ ਵਿਚ ਜ਼ਮੀਨ ਅਸਮਾਨ ਦਾ ਫਰਕ ਹੁੰਦਾ ਹੈ।"

ਕਮਰੇ ਵਿਚ ਨੋਵੋਦਵੋਰੋਵ ਦੀ ਆਵਾਜ਼ ਹੀ ਗੂੰਜ ਰਹੀ ਸੀ। ਬਾਕੀ ਸਾਰੇ ਚੁੱਪ ਸਨ ਸਿਰਫ ਓਹੋ ਬੋਲੀ ਜਾ ਰਿਹਾ ਸੀ।

"ਇਹ ਹਰ ਵੇਲੇ ਇਟ ਖੜਿਕਾ ਲਾਈ ਰਖਦੇ ਨੇ," ਇਕ ਪਲ ਵਾਸਤੇ ਜਦੋਂ ਚੁਪ ਵਰਤੀ ਤਾਂ ਮਾਰੀਆ ਪਾਵਲੋਵਨਾ ਨੇ ਆਖਿਆ।

"ਤੇ ਤੁਸੀਂ ਆਪ ਇਸ ਬਾਰੇ ਕੀ ਸੋਚਦੇ ਹੋ!" ਨੇਖਲੀਊਦੋਵ ਨੇ ਉਸ ਕੋਲੋਂ ਪੁੱਛਿਆ।

"ਮੇਰੇ ਖਿਆਲ ਵਿਚ ਕ੍ਰਿਲਤਸੋਵ ਦੀ ਇਹ ਗੱਲ ਠੀਕ ਏ ਕਿ ਸਾਨੂੰ ਲੋਕਾਂ ਉਤੇ ਆਪਣੇ ਵਿਚਾਰ ਲੱਦਣੇ ਨਹੀਂ ਚਾਹੀਦੇ।"

"ਤੇ ਕਾਤੀਊਸ਼ਾ ਤੁਸੀਂ ?" ਨੇਖਲੀਊਦੋਵ ਨੇ ਮੁਸਕ੍ਰਾ ਕੇ ਪੁੱਛਿਆ ਅਤੇ ਬੇਤਾਬੀ ਨਾਲ ਜਵਾਬ ਦੀ ਉਡੀਕ ਕਰਨ ਲੱਗਾ। ਉਸ ਨੂੰ ਇਸ ਗੱਲ ਦਾ ਡਰ ਸੀ ਕਿ ਉਹ ਕਿਤੇ ਕੁਝ ਅਬਾ ਤਬਾ ਨਾ ਬੋਲ ਦੇਵੇ।

"ਮੈਂ ਸਮਝਦੀ ਆਂ ਕਿ ਆਮ ਲੋਕਾਂ ਨਾਲ ਧੱਕਾ ਹੋਇਐ," ਉਹਨੇ ਆਖਿਆ ਤੇ ਉਹਦਾ ਰੰਗ ਲਾਲ ਸੂਹਾ ਹੋ ਗਿਆ। "ਮੇਰੇ ਖਿਆਲ ਵਿਚ ਉਹਨਾਂ ਨਾਲ ਡਾਢਾ ਜ਼ੁਲਮ ਹੋਇਐ।"

"ਇਹ ਗੱਲ ਠੀਕ ਏ, ਮਾਸਲੋਵਾ, ਬਿਲਕੁਲ ਠੀਕ," ਨਾਬਾਤੋਵ ਚੀਕ ਪਿਆ। "ਉਹਨਾਂ ਨਾਲ ਬੜਾ ਵੱਡਾ ਧੱਕਾ ਹੋਇਆ ਏ। ਮੇਰਾ ਮਤਲਬ ਏ ਲੋਕਾਂ ਨਾਲ। ਉਹਨਾਂ ਨਾਲ ਹੁੰਦੀ ਵਧੀਕੀ ਖਤਮ ਹੋਣੀ ਚਾਹੀਦੀ ਏ, ਤੇ ਇਸ ਨੂੰ ਬੰਦ ਕਰਾਉਣਾ ਹੀ ਸਾਡਾ ਕੰਮ ਏ।"

"ਬੜਾ ਅਜੀਬ ਖਿਆਲ ਹੈ ਇਨਕਲਾਬ ਦੇ ਮਕਸਦ ਬਾਰੇ," ਨੋਵੋਦਵੋਰੋਵ ਨੇ ਚਿੜ੍ਹ ਕੇ ਆਖਿਆ ਅਤੇ ਚੁੱਪ ਕਰ ਕੇ ਸਿਗਰਟ ਪੀਣ ਲੱਗ ਪਿਆ।

"ਮੈਂ ਤਾਂ ਇਹਦੇ ਨਾਲ ਗੱਲ ਨਹੀਂ ਕਰ ਸਕਦਾ," ਕ੍ਰਿਲਤਸੋਵ ਨੇ ਫੁਸਰ ਫੁਸਰ ਕੀਤਾ ਤੇ ਚੁੱਪ ਹੋ ਗਿਆ।

"ਗੱਲ ਨਾ ਕਰਨਾ ਹੀ ਚੰਗਾ ਹੈ," ਨੇਖਲੀਊਦੋਵ ਨੇ ਆਖਿਆ।

੧੫

ਭਾਵੇਂ ਸਾਰੇ ਹੀ ਇਨਕਲਾਬੀ ਨੋਵੋਦਵੋਰੋਵ ਦੀ ਬੇਹੱਦ ਇੱਜ਼ਤ ਕਰਦੇ ਸਨ ਅਤੇ ਭਾਵੇਂ ਉਹ ਬੜਾ ਵਿਦਵਾਨ ਸੀ ਤੇ ਬੜਾ ਸਿਆਣਾ ਸਮਝਿਆ ਜਾਂਦਾ ਸੀ, ਤਾਂ ਵੀ ਨੇਖਲੀਊਦੋਵ ਉਸ ਨੂੰ ਉਹਨਾਂ ਇਨਕਲਾਬੀਆਂ ਵਿਚ ਗਿਣਦਾ ਸੀ ਜਿਹੜੇ ਔਸਤ ਇਖਲਾਕੀ ਪੱਧਰ ਤੋਂ ਹੇਠਾਂ ਤਾਂ ਹੁੰਦੇ ਹੀ ਸਨ ਪਰ ਇਸ ਤੋਂ ਬਹੁਤੇ ਹੀ ਹੇਠਾਂ ਸਨ। ਇਸ ਆਦਮੀ ਦੀਆਂ ਬੌਧਿਕ ਸ਼ਕਤੀਆਂ—ਅੰਸ਼—ਬਹੁਤ ਬਲਵਾਨ ਸਨ, ਪਰ ਆਪਣੇ ਬਾਰੇ ਵਿਚ ਉਸ ਦੀ ਰਾਏ—ਨਾਸਿਕ—ਇਸ ਤੋਂ ਕਿਤੇ ਵਧ ਚੜ੍ਹ ਕੇ ਸੀ ਅਤੇ ਉਹਦੀਆਂ ਬੌਧਿਕ ਸ਼ਕਤੀਆਂ ਨੂੰ ਬਹੁਤ ਪਿਛਾੜ ਗਈ ਹੋਈ ਸੀ।

ਇਸ ਆਦਮੀ ਦਾ ਸੁਭਾ ਸਿਮੋਨਸਨ ਦੇ ਸੁਭਾ ਦੇ ਬਿਲਕੁਲ ਉਲਟ ਸੀ। ਸਿਮੋਨਸਨ ਮੁਖ ਕਰਕੇ ਨਰ ਕਿਸਮ ਦੇ ਉਹਨਾਂ ਲੋਕਾਂ ਵਿਚੋਂ ਸੀ ਜਿਹੜੇ ਜੋ ਕੁਝ ਵੀ ਕਰਦੇ ਹਨ ਆਪਣੀ ਬੁੱਧੀ ਦੇ ਆਖੇ ਲੱਗ ਕੇ ਕਰਦੇ ਹਨ ਅਤੇ ਉਹਨਾਂ ਦੇ ਕੰਮਾਂ ਦਾ ਨਿਰਣਾ ਬੁੱਧੀ ਹੀ ਕਰਦੀ ਹੈ। ਇਸ ਦੇ ਉਲਟ ਨੋਵੋਦਵੋਰੋਵ ਮਦੀਨ ਕਿਸਮ ਦੇ ਉਹਨਾਂ ਲੋਕਾਂ ਵਿਚੋਂ ਸੀ ਜਿਨ੍ਹਾਂ ਦੀ ਬੁੱਧੀ ਇਕ ਹੱਦ ਤੱਕ ਉਹਨਾਂ ਦੀਆਂ ਭਾਵਨਾਵਾਂ ਵਲੋਂ ਮਿਥੇ ਨਿਸ਼ਾਨਿਆਂ ਦੀ ਪ੍ਰਾਪਤੀ ਦੇ ਲੇਖੇ ਲੱਗਦੀ ਹੈ ਤੇ ਇਕ ਹੱਦ ਤੱਕ ਉਹਨਾਂ ਕੰਮਾਂ ਨੂੰ ਜਾਇਜ਼ ਠਹਿਰਾਉਣ ਦੇ ਲੇਖੇ ਜਿਹੜੇ ਉਹ ਭਾਵਨਾਵਾਂ ਦੇ ਪ੍ਰੇਰੇ ਹੋਏ ਕਰਦੇ ਹਨ।

ਨੋਵੋਦਵੋਰੋਵ ਦੀ ਸਾਰੀ ਦੀ ਸਾਰੀ ਸਰਗਰਮੀ, ਭਾਵੇਂ ਉਹ ਇਸ ਦੀ ਵਿਆਖਿਆ ਬੜੇ ਹੀ ਸੁਹਣੇ ਸ਼ਬਦਾਂ ਵਿਚ ਕਾਇਲ ਕਰਨ ਵਾਲੇ ਢੰਗ ਨਾਲ ਕਰ ਸਕਦਾ ਸੀ, ਨੇਖਲੀਊਦੋਵ ਦੀ ਰਾਏ ਵਿਚ ਸਭ ਤੋਂ ਉੱਚੀ ਪਦਵੀ ਤੱਕ ਪੁਜਣ ਦੀ ਤਾਂਘ ਅਤੇ ਲਾਲਸਾ ਉਤੇ ਆਧਾਰਤ ਸੀ। ਸ਼ੁਰੂ ਸ਼ੁਰੂ ਵਿਚ ਦੂਜਿਆਂ ਦੇ ਵਿਚਾਰਾਂ ਨੂੰ ਆਪਣੇ ਅੰਦਰ ਪਚਾ ਲੈਣ ਤੇ ਉਹਨਾਂ ਨੂੰ ਸਹੀ ਸਹੀ ਲਫਜ਼ਾਂ ਵਿਚ ਬਿਆਨ ਕਰ ਦੇਣ ਦੀ ਉਸ ਦੀ ਯੋਗਤਾ ਕਾਰਨ ਹਾਈ ਸਕੂਲ ਤੇ ਯੂਨੀਵਰਸਿਟੀ ਦੇ ਵਿਦਿਆਰਥੀਆਂ ਤੇ ਅਧਿਆਪਕਾਂ ਵਿਚ ਉਸ ਨੂੰ ਉੱਚੀ ਥਾਂ ਮਿਲ ਗਈ ਸੀ ਕਿਉਂਕਿ ਓਥੇ ਅਜਿਹੇ ਗੁਣਾਂ ਦੀ ਬੜੀ ਕਦਰ ਹੁੰਦੀ ਸੀ। ਨੋਵੋਦਵੋਰੋਵ ਸੰਤੁਸ਼ਟ ਸੀ। ਪਰ ਜਦੋਂ ਉਸ ਨੇ ਆਪਣੀ ਪੜ੍ਹਾਈ ਮੁਕਾ ਲਈ ਤੇ ਡਿਪਲੋਮਾ ਲੈ ਲਿਆ, ਅਤੇ ਇਸ ਉੱਚਤਾ·ਦਾ ਵੀ ਭੋਗ ਪੈ ਗਿਆ ਤਾਂ ਉਸ ਨੇ ਇਕਦਮ ਆਪਣੇ ਵਿਚਾਰ ਬਦਲ ਲਏ ਤਾਂ ਜੋ ਦੂਜੇ ਖੇਤਰ ਵਿਚ ਉੱਚਤਾ ਵਾਲੀ ਥਾਂ ਪ੍ਰਾਪਤ ਕਰ ਸਕੇ (ਕ੍ਰਿਲਤਸੋਵ, ਜਿਸ ਨੂੰ ਇਹ ਆਦਮੀ ਪਸੰਦ ਨਹੀਂ ਸੀ, ਇਹੋ ਗੱਲ ਕਹਿੰਦਾ ਸੀ)। ਨੋਵੋਦਵੋਰੋਵ ਦੇ ਵਿਚਾਰਾਂ ਵਿਚ ਅਚਾਨਕ ਤਬਦੀਲੀ ਆ ਗਈ। ਉਹ ਹੌਲੀ ਹੌਲੀ ਉਦਾਰਵਾਦੀ ਤੋਂ ਇਕ ਲਾਲ ਇਨਕਲਾਬੀ, "ਨਾਰੋਦਨਾਯਾ ਵੋਲੀਆ" ਪਾਰਟੀ ਦਾ ਮੈਂਬਰ ਬਣ ਗਿਆ। ਉਹਨਾਂ ਇਖਲਾਕੀ ਅਤੇ ਕਲਾਤਮਕ ਗੁਣਾਂ ਤੋਂ ਕੋਰਾ ਹੋਣ ਕਰਕੇ, ਜਿਨ੍ਹਾਂ ਤੋਂ ਮਨ ਵਿਚ ਸ਼ੰਕਾ ਅਤੇ ਝਿਜਕ ਪੈਦਾ ਹੁੰਦੀ ਹੈ, ਛੇਤੀ ਹੀ ਉਸ ਨੇ ਇਨਕਲਾਬੀ ਲੋਕਾਂ ਵਿਚ ਉਹ ਥਾਂ ਬਣਾ ਲਈ ਜਿਸ ਨਾਲ ਉਹਨੂੰ ਤਸੱਲੀ ਮਿਲ ਗਈ। ਉਹ ਪਾਰਟੀ

ਦਾ ਲੀਡਰ ਬਣ ਗਿਆ ਸੀ। ਇਕ ਵਾਰੀ ਕੋਈ ਰਾਹ ਚੁਣ ਲੈਣ ਮਗਰੋਂ ਉਸ ਨੂੰ ਨਾ ਕਦੇ ਕੋਈ ਸ਼ੱਕ ਪੈਦਾ ਹੁੰਦਾ ਸੀ ਅਤੇ ਨਾ ਹੀ ਝਿਜਕ। ਇਸ ਕਰਕੇ ਉਹਨੂੰ ਪੱਕਾ ਯਕੀਨ ਸੀ ਕਿ ਉਹਨੇ ਕਦੇ ਕੋਈ ਗ਼ਲਤੀ ਨਹੀਂ ਸੀ ਕੀਤੀ। ਉਸ ਨੂੰ ਸਭ ਕੁਝ ਬਹੁਤ ਹੀ ਸਰਲ, ਸਪਸ਼ਟ ਅਤੇ ਯਕੀਨੀ ਜਾਪਦਾ ਸੀ। ਉਹਦੇ ਵਿਚਾਰਾਂ ਦਾ ਸੌੜਾਪਨ ਅਤੇ ਇਕਪਾਸੜਪਨ ਸਭ ਕੁਝ ਨੂੰ ਉਹਦੇ ਲਈ ਸਰਲ ਤੇ ਸਪਸ਼ਟ ਬਣਾਉਂਦਾ ਜਾਪਦਾ ਸੀ। ਬਸ ਬੰਦੇ ਨੂੰ ਤਰਕਸ਼ੀਲ ਹੋਣ ਦੀ ਲੋੜ ਸੀ ਜਿਵੇਂ ਕਿ ਉਹ ਕਹਿੰਦਾ ਸੀ। ਉਹਦਾ ਆਤਮ-ਵਿਸ਼ਵਾਸ ਏਡਾ ਬਲਵਾਨ ਸੀ ਕਿ ਲੋਕ ਜਾਂ ਤਾਂ ਉਸ ਤੋਂ ਪਰੇ ਹਟ ਜਾਂਦੇ ਸਨ ਜਾਂ ਉਸ ਦੇ ਮੁਰੀਦ ਬਣ ਜਾਂਦੇ ਸਨ। ਉਹ ਗਭਰੂਆਂ ਤੇ ਮੁਟਿਆਰਾਂ ਵਿਚ ਕੰਮ ਕਰਦਾ ਸੀ, ਜਿਨ੍ਹਾਂ ਨੇ ਉਸ ਦੇ ਅਸੀਮ ਆਤਮ-ਵਿਸ਼ਵਾਸ ਨੂੰ ਉਸ ਦੇ ਖਿਆਲਾਂ ਦੀ ਗਹਿਰਾਈ ਅਤੇ ਸਿਆਣਪ ਸਮਝ ਲਿਆ ਸੀ। ਇਸ ਕਰ ਕੇ ਬਹੁਤੇ ਉਹਦੇ ਮੁਰੀਦ ਬਣ ਗਏ ਸਨ ਤੇ ਇਸ ਤਰ੍ਹਾਂ ਉਹਨੂੰ ਇਨਕਲਾਬੀ ਹਲਕਿਆਂ ਵਿਚ ਵੱਡੀ ਕਾਮਯਾਬੀ ਹਾਸਿਲ ਹੋਈ ਸੀ। ਉਹ ਇਕ ਇਨਕਲਾਬ ਦੀਆਂ ਤਿਆਰੀਆਂ ਵਿਚ ਲੱਗਾ ਹੋਇਆ ਸੀ ਜਿਸ ਨਾਲ ਰਾਜ ਦੀ ਵਾਗ-ਡੋਰ ਉਹਦੇ ਹੱਥਾਂ ਵਿਚ ਆ ਜਾਏਗੀ ਅਤੇ ਉਹ ਇਕ ਸਬੋਰ* ਸੱਦੇਗਾ। ਉਹਦੇ ਵਲੋਂ ਤਿਆਰ ਕੀਤਾ ਹੋਇਆ ਇਕ ਪ੍ਰੋਗਰਾਮ ਇਸ ਸਬੋਰ ਅੱਗੇ ਪੇਸ਼ ਕੀਤਾ ਜਾਏਗਾ ਅਤੇ ਉਹਦਾ ਯਕੀਨ ਸੀ ਕਿ ਇਹ ਪ੍ਰੋਗਰਾਮ ਸਭ ਮਸਲੇ ਹੱਲ ਕਰ ਦੇਵੇਗਾ ਅਤੇ ਇਸ ਨੂੰ ਹਰ ਹਾਲਤ ਵਿਚ ਨੇਪਰੇ ਚਾੜ੍ਹਿਆ ਜਾਏਗਾ।

ਉਹਦੇ ਸਾਥੀ ਉਸ ਦੀ ਦਲੇਰੀ ਤੇ ਦ੍ਰਿੜ੍ਹਤਾ ਕਰਕੇ ਉਸ ਦੀ ਇੱਜ਼ਤ ਤਾਂ ਕਰਦੇ ਸਨ ਪਰ ਉਹਨੂੰ ਪਿਆਰ ਕੋਈ ਨਹੀਂ ਸੀ ਕਰਦਾ। ਉਹਨੂੰ ਕਿਸੇ ਨਾਲ ਪ੍ਰੇਮ ਨਹੀਂ ਸੀ ਅਤੇ ਉਹ ਹਰ ਸਿਰਕੱਢ ਆਦਮੀ ਨੂੰ ਆਪਣਾ ਵਿਰੋਧੀ ਸਮਝਦਾ ਸੀ। ਅਤੇ ਜੇ ਉਹਦਾ ਵਾਹ ਚਲਦਾ ਤਾਂ ਉਹ ਸਭਨਾਂ ਨਾਲ ਇਸ ਤਰ੍ਹਾਂ ਦਾ ਸਲੂਕ ਕਰਦਾ ਜਿਸ ਤਰ੍ਹਾਂ ਦਾ ਬੁੱਢਾ ਬਾਂਦਰ ਛੋਟੇ ਬਾਂਦਰਾਂ ਨਾਲ ਕਰਦਾ ਹੈ। ਉਹ ਦੂਜੇ ਲੋਕਾਂ ਦੇ ਦਿਮਾਗ਼ਾਂ ਦੀ ਸਾਰੀ ਤਾਕਤ, ਉਹਨਾਂ ਦੀ ਸਾਰੀ ਯੋਗਤਾ ਦਾ ਸਤਿਆਨਾਸ ਕਰ ਦੇਂਦਾ ਤਾਂ ਜੋ ਉਹ ਉਸ ਦੀ ਯੋਗਤਾ ਦੇ ਪ੍ਰਗਟਾ ਵਿਚ ਰੁਕਾਵਟ ਦਾ ਬਣਨ। ਉਸ ਦੇ ਸਿਰਫ ਉਹਨਾਂ ਲੋਕਾਂ ਨਾਲ ਹੀ ਚੰਗੇ ਸੰਬੰਧ ਸਨ ਜਿਹੜੇ ਉਹਦੇ ਅੱਗੇ ਝੁਕ ਜਾਂਦੇ ਸਨ। ਹੁਣ ਇਸ ਸਫਰ ਵਿਚ ਉਸ ਦਾ ਵਰਤੋਂ-ਵਿਹਾਰ ਮਜ਼ਦੂਰ ਕੋਨਦਰਾਤਯੇਵ ਨਾਲ (ਜਿਹੜਾ ਉਸ ਦੇ ਪਰਚਾਰ ਦੇ ਪ੍ਰਭਾਵ ਹੇਠ ਸੀ) ਅਤੇ ਵੇਰਾ ਏਫਰੇਮੋਵਨਾ ਅਤੇ ਮਲੂਕ ਸੁੰਦਰ ਗਰਾਬੇਤਸ ਨਾਲ ਜਿਹੜੀਆਂ ਦੋਵੇਂ ਹੀ ਉਹਨੂੰ ਮੁਹੱਬਤ ਕਰਦੀਆਂ ਸਨ, ਬੜਾ ਚੰਗਾ ਸੀ। ਭਾਵੇਂ ਸਿਧਾਂਤ ਰੂਪ ਵਿਚ ਉਹ ਇਸਤ੍ਰੀ ਅੰਦੋਲਨ ਦੇ ਹੱਕ ਵਿਚ ਸੀ ਪਰ ਆਪਣੇ ਮਨ ਦੀਆਂ ਡੂੰਘਾਣਾਂ ਵਿਚ ਉਹ ਸਭਨਾਂ ਔਰਤਾਂ ਨੂੰ ਬੇਹੂਦਾ ਅਤੇ ਤੁਛ ਸਮਝਦਾ ਸੀ, ਸਿਰਫ ਉਹਨਾਂ ਔਰਤਾਂ ਤੋਂ ਸਿਵਾਏ ਜਿਨ੍ਹਾਂ ਨਾਲ ਉਸ ਨੂੰ ਜਜ਼ਬਾਤੀ ਮੁਹੱਬਤ ਸੀ ਜਿਵੇਂ ਇਸ ਵੇਲੇ ਗਰਾਬੇਤਸ ਨਾਲ।

---

* ਸਰਬਤ-ਖਾਲਸਾ ਵਾਂਗ ਪੂਰੇ ਰੂਸ ਦੇ ਪ੍ਰਤਿਨਿਧਾਂ ਦਾ ਇਕੱਠ।—ਅਨੁ:

ਅਤੇ ਏਹੋ ਜਿਹੀਆਂ ਔਰਤਾਂ ਨੂੰ ਉਹ ਵਿਲਖਣ ਸਮਝਦਾ ਸੀ ਅਤੇ ਉਹਦਾ ਖਿਆਲ ਸੀ ਕਿ ਇਹਨਾਂ ਦੇ ਗੁਣਾਂ ਦੀ ਪਛਾਣ ਕਰਨ ਦੀ ਯੋਗਤਾ ਸਿਰਫ ਉਹਦੇ ਵਿਚ ਹੈ।

ਔਰਤਾਂ ਅਤੇ ਮਰਦਾਂ ਦੇ ਆਪਸੀ ਸੰਬੰਧਾਂ ਦੇ ਸਵਾਲ ਨੂੰ ਵੀ ਉਹ ਪੂਰੀ ਤਰ੍ਹਾਂ ਹੱਲ ਹੋਇਆ ਸਮਝਦਾ ਸੀ ਅਤੇ ਇਹ ਹਲ ਸੀ ਅਣ-ਐਲਾਨਿਆਂ ਮੀਆਂ ਬੀਵੀ ਦਾ ਰਿਸ਼ਤਾ।

ਉਸ ਦੀਆਂ ਦੋ ਪਤਨੀਆਂ ਸਨ। ਇਕ ਤਾਂ ਸਿਰਫ ਨਾਂ ਦੀ ਹੀ ਪਤਨੀ ਸੀ ਅਤੇ ਦੂਜੀ ਸੀ ਅਸਲੀ ਜਿਸ ਨਾਲੋਂ ਉਹ ਅੱਲਗ ਹੋ ਗਿਆ ਸੀ ਕਿਉਂਕਿ ਉਹ ਇਸ ਨਤੀਜੇ ਤੇ ਅਪੜ ਗਿਆ ਸੀ ਕਿ ਉਹਨਾਂ ਦੋਹਾਂ ਵਿਚਕਾਰ ਸੱਚਾ ਪਿਆਰ ਨਹੀਂ। ਅਤੇ ਇਸ ਵੇਲੇ ਉਹ ਗ੍ਰਾਬੇਤਸ ਨਾਲ ਅਣ-ਐਲਾਨਿਆਂ ਮੀਆਂ ਬੀਵੀ ਦਾ ਰਿਸ਼ਤਾ ਕਾਇਮ ਕਰਨ ਬਾਰੇ ਸੋਚ ਰਿਹਾ ਸੀ।

ਨੋਵੋਦਵੋਰੋਵ ਨੇਖਲੀਊਦੋਵ ਨੂੰ ਇਸ ਲਈ ਨਫਰਤ ਕਰਦਾ ਸੀ ਕਿ ਉਹ, ਨੋਵੋਦਵੋਰੋਵ ਦੇ ਕਹਿਣ ਮੁਤਾਬਿਕ, ਮਾਸਲੋਵਾ ਨਾਲ "ਮਸ਼ਕੂਲੇ ਕਰ ਰਿਹਾ ਹੈ।" ਪਰ ਇਸ ਦਾ ਖਾਸ ਕਾਰਨ ਇਹ ਸੀ ਕਿ ਨੇਖਲੀਊਦੋਵ ਬਹੁਤ ਖੁਲ੍ਹ ਕੇ ਵਰਤਮਾਨ ਪ੍ਰਬੰਧ ਦੀਆਂ ਖਰਾਬੀਆਂ ਅਤੇ ਇਹਨਾਂ ਖਰਾਬੀਆਂ ਨੂੰ ਦੂਰ ਕਰਨ ਬਾਰੇ ਵਿਚਾਰ ਕਰਿਆ ਕਰਦਾ ਸੀ। ਉਸ ਢੰਗ ਨਾਲ ਨਹੀਂ ਜਿਸ ਨਾਲ ਨੋਵੋਦਵੋਰੋਵ ਇਹਨਾਂ ਉਤੇ ਵਿਚਾਰ ਕਰਦਾ ਸੀ ਸਗੋਂ ਆਪਣੇ ਹੀ ਢੰਗ ਨਾਲ, ਇਕ ਪ੍ਰਿੰਸ ਦੇ, ਅਰਥਾਤ ਇਕ ਮੂਰਖ ਦੇ, ਢੰਗ ਨਾਲ। ਨੇਖਲੀਊਦੋਵ ਆਪਣੇ ਵੱਲ ਨੋਵੋਦਵੋਰੋਵ ਦੇ ਇਸ ਵਤੀਰੇ ਨੂੰ ਮਹਿਸੂਸ ਕਰਦਾ ਸੀ। ਬਾਵਜੂਦ ਇਸ ਗੱਲ ਦੇ ਕਿ ਇਸ ਸਫਰ ਸਮੇਂ ਉਸ ਦੀ ਮਾਨਸਿਕ ਸਥਿਤੀ ਆਮ ਕਰਕੇ ਸਦਭਾਵਨਾ ਵਾਲੀ ਹੀ ਰਹੀ ਸੀ, ਨੇਖਲੀਊਦੋਵ ਇਸ ਆਦਮੀ ਨੂੰ ਇਟ ਦਾ ਜਵਾਬ ਪੱਥਰ ਨਾਲ ਦੇਣੋਂ ਨਹੀਂ ਸੀ ਰਹਿ ਸਕਿਆ ਅਤੇ ਉਹਦੇ ਵੱਲ ਆਪਣੀ ਸਖ਼ਤ ਨਫਰਤ ਨੂੰ ਦਬਾ ਕੇ ਨਹੀਂ ਸੀ ਰਖ ਸਕਿਆ। ਅਤੇ ਇਸ ਗੱਲ ਦਾ ਉਹਨੂੰ ਅਫਸੋਸ ਸੀ।

੧੬

ਨਾਲ ਵਾਲੇ ਕਮਰੇ ਵਿਚੋਂ ਅਫਸਰਾਂ ਦੀਆਂ ਆਵਾਜ਼ਾਂ ਆ ਰਹੀਆਂ ਸਨ। ਸਾਰੇ ਕੈਦੀ ਚੁੱਪ ਸਨ, ਅਤੇ ਦੋ ਰਖਵਾਲ ਸਿਪਾਹੀਆਂ ਦੇ ਅੱਗੇ ਅੱਗੇ ਇਕ ਸਾਰਜੈਂਟ ਕਮਰੇ ਵਿਚ ਦਾਖਲ ਹੋਇਆ। ਪੜਤਾਲ ਦਾ ਵਕਤ ਹੋ ਗਿਆ ਸੀ। ਸਾਰਜੈਂਟ ਨੇ ਇਕ ਇਕ ਨੂੰ ਗਿਣਿਆ, ਅਤੇ ਜਦੋਂ ਨੇਖਲੀਊਦੋਵ ਦੀ ਵਾਰੀ ਆਈ ਤਾਂ ਉਸ ਨੇ ਨਿਘੀ ਬੇਤਕੱਲਫੀ ਨਾਲ ਆਖਿਆ:

"ਪੜਤਾਲ ਤੋਂ ਮਗਰੋਂ ਨਹੀਂ ਤੁਹਾਨੂੰ ਅਟਕਣਾ ਚਾਹੀਦਾ, ਪ੍ਰਿੰਸ। ਤੁਹਾਨੂੰ ਹੁਣ ਚਲੇ ਜਾਣਾ ਚਾਹੀਦੇ।"

ਨੇਖਲੀਊਦੋਵ ਨੂੰ ਪਤਾ ਸੀ ਕਿ ਇਸ ਦਾ ਮਤਲਬ ਕੀ ਹੈ। ਉਹ ਸਾਰਜੈਂਟ ਦੇ ਕੋਲ ਆਇਆ ਅਤੇ ਤਿੰਨ ਰੂਬਲ ਦਾ ਇਕ ਨੋਟ ਉਹਦੇ ਹੱਥ ਵਿਚ ਥਮਾ ਦਿੱਤਾ।

"ਉਫ, ਤੁਹਾਡੇ ਵਰਗਿਆਂ ਦਾ ਕੀ ਇਲਾਜ ਕਰੀਏ? ਬੈਠ ਲਓ ਹੋਰ ਘੜੀ ਪਲ।"

ਸਾਰਜੈਂਟ ਜਾਣ ਹੀ ਵਾਲਾ ਸੀ ਕਿ ਇਕ ਹੋਰ ਸਾਰਜੈਂਟ ਅੰਦਰ ਆ ਗਿਆ। ਉਹਦੇ ਪਿੱਛੇ ਪਿੱਛੇ ਇਕ ਮੁਜਰਮ ਸੀ। ਵਿਰਲੀ ਵਿਰਲੀ ਦਾੜ੍ਹੀ ਵਾਲਾ ਇਕ ਇਕਹਿਰੇ ਸਰੀਰ ਵਾਲਾ ਬੰਦਾ ਜਿਸ ਦੀ ਅੱਖ ਹੇਠਾਂ ਨੀਲ ਪਿਆ ਹੋਇਆ ਸੀ।

"ਮੈਂ ਕੁੜੀ ਨੂੰ ਲੈਣ ਆਇਆਂ।" ਮੁਜਰਮ ਨੇ ਆਖਿਆ।

"ਆਹਾ ਜੀ, ਬਾਪੂ ਆ ਗਿਆ," ਬੱਚੀ ਦੀ ਟੁਣਕਦੀ ਆਵਾਜ਼ ਆਈ ਅਤੇ ਰਾਂਤਸੇਵਾ ਦੇ ਪਿਛਿਓਂ ਜਿਹੜੀ ਕਾਤੀਊਸ਼ਾ ਅਤੇ ਮਾਰੀਆ ਪਾਵਲੋਵਨਾ ਦੀ ਮਦਦ ਨਾਲ ਆਪਣੇ ਇਕ ਪੇਟੀਕੋਟ ਵਿਚੋਂ ਬੱਚੀ ਵਾਸਤੇ ਨਵੀਂ ਫਰਾਕ ਬਣਾ ਰਹੀ ਸੀ, ਇਕ ਸੁਨਹਿਰੀ ਵਾਲਾਂ ਵਾਲਾ ਸਿਰ ਵਿਖਾਈ ਦਿੱਤਾ।

"ਹਾਂ, ਮੇਰੀ ਲਾਡੋ, ਮੈਂ ਆਂ," ਕੈਦੀ ਬੂਜ਼ੋਵਕਿਨ ਨੇ ਪਿਆਰ ਨਾਲ ਆਖਿਆ।

"ਬੜਾ ਸੁਹਣਾ ਜੀਅ ਲੱਗਿਆ ਹੋਇਐ ਇਹਦਾ," ਉਹਦੇ ਨੀਲਾਂ ਭਰੇ ਚਿਹਰੇ ਵਲ ਤਰਸ ਭਰੀ ਨਜ਼ਰ ਨਾਲ ਵੇਖਦਿਆਂ, ਮਾਰੀਆ ਪਾਵਲੋਵਨਾ ਨੇ ਆਖਿਆ। "ਰਹਿਣ ਦਿਓ ਏਹਨੂੰ ਸਾਡੇ ਕੋਲ।"

"ਬੀਬੀ ਮੇਰੇ ਨਵੇਂ ਕਪੜੇ ਸੀਂਦੀ ਏ," ਰਾਂਤਸੇਵਾ ਵੱਲ ਇਸ਼ਾਰਾ ਕਰ ਕੇ ਉਹਨੇ ਆਖਿਆ। "ਚੰਗੇ ਚੰਗੇ, ਸੁਹਣੇ ਸੁਹਣੇ!" ਬੱਚੀ ਬੋਲਦੀ ਗਈ।

"ਸਾਡੇ ਕੋਲ ਸੌਂਵੇਂਗੀ ਨਾ?" ਰਾਂਤਸੇਵਾ ਨੇ ਉਹਦੇ ਸਿਰ ਉਤੇ ਪਿਆਰ ਨਾਲ ਹੱਥ ਫੇਰਦਿਆਂ ਪੁੱਛਿਆ।

"ਹਾਂ! ਤੇ ਬਾਪੂ ਵੀ?"

ਰਾਂਤਸੇਵਾ ਦਾ ਚਿਹਰਾ ਉਹਦੀ ਖਾਸ ਮੁਸਕਾਨ ਨਾਲ ਟਹਿਕ ਪਿਆ।

"ਨਹੀਂ, ਬਾਪੂ ਨਹੀਂ। ਅਸੀਂ ਰੱਖ ਲਵਾਂਗੀਆਂ ਏਹਨੂੰ ਏਥੇ ਈ," ਉਹਦੇ ਵੱਲ ਮੂੰਹ ਕਰ ਕੇ ਰਾਂਤਸੇਵਾ ਨੇ ਆਖਿਆ।

"ਠੀਕ ਏ, ਰਹਿਣ ਦੇ ਏਥੇ ਏਹਨੂੰ," ਸਾਰਜੈਂਟ ਨੇ ਆਖਿਆ ਤੇ ਦੂਜੇ ਸਾਰਜੈਂਟ ਨਾਲ ਬਾਹਰ ਚਲਾ ਗਿਆ।

ਜਿਉਂ ਹੀ ਉਹ ਕਮਰੇ ਤੋਂ ਬਾਹਰ ਹੋਏ ਨਾਬਾਤੋਵ ਬੂਜ਼ੋਵਕਿਨ ਦੇ ਕੋਲ ਆਇਆ, ਤੇ ਉਹਦੇ ਮੋਢੇ ਤੇ ਹੱਥ ਮਾਰ ਕੇ ਆਖਣ ਲੱਗਾ,

"ਕਿਉਂ ਮਿੱਤਰਾ, ਇਹ ਠੀਕ ਗੱਲ ਏ ਪਈ ਕਾਰਮਾਨੋਵ ਆਪਣੀ ਥਾਂ ਬਦਲਣਾ ਚਾਹੁੰਦੈ?"

ਬੂਜ਼ੋਵਕਿਨ ਦਾ ਮਿਹਰਬਾਨ ਤੇ ਸਾਊ ਚਿਹਰਾ ਇਕਦਮ ਉਦਾਸ ਹੋ ਗਿਆ ਤੇ ਉਹਦੀਆਂ ਅੱਖਾਂ ਅੱਗੇ ਇਕ ਧੁੰਦ ਦਾ ਪਰਦਾ ਜਿਹਾ ਤਣ ਗਿਆ।

"ਸੁਣਿਆ ਨਹੀਂ ਅਸੀਂ ਕੁਝ," ਉਸ ਨੇ ਹੌਲੀ ਜਿਹੀ ਆਖਿਆ ਤੇ ਬੱਚੀ ਵੱਲ ਮੂੰਹ ਫੇਰ ਲਿਆ। ਉਹਦੀਆਂ ਅੱਖਾਂ ਅੱਗੇ ਹਾਲੇ ਵੀ ਉਹ ਧੁੰਦ ਜਿਹੀ ਛਾਈ ਹੋਈ ਸੀ। "ਫੇਰ ਅਕਸੀਊਤਕਾ, ਜਾਪਦੈ ਤੂੰ ਆਪਣੀਆਂ ਬੀਬੀਆਂ ਕੋਲ ਹੀ ਰਹੇਂਗੀ," ਉਸ ਨੇ ਆਖਿਆ ਤੇ ਛੇਤੀ ਛੇਤੀ ਬਾਹਰ ਚਲਾ ਗਿਆ।

"ਤਬਾਦਲੇ ਦੀ ਗੱਲ ਬਿਲਕੁਲ ਸੱਚੀ ਏ, ਤੇ ਉਹ ਚੰਗੀ ਤਰ੍ਹਾਂ ਜਾਣਦਾ ਏ," ਨਾਬਾਤੋਵ ਨੇ ਆਖਿਆ। "ਤੁਸੀਂ ਕੀ ਕਰੋਗੇ?"

"ਅਗਲੇ ਸ਼ਹਿਰ ਪਹੁੰਚ ਕੇ ਅਫਸਰਾਂ ਨੂੰ ਦੱਸ ਦੇਵਾਂਗਾ। ਮੈਂ ਦੋਵਾਂ ਕੈਦੀਆਂ ਨੂੰ ਪਛਾਣਦਾ ਹਾਂ।" ਨੇਖਲੀਊਦੋਵ ਨੇ ਆਖਿਆ।

ਸਾਰੇ ਚੁੱਪ ਹੋ ਗਏ। ਉਹਨਾਂ ਨੂੰ ਝਗੜਾ ਫੇਰ ਸ਼ੁਰੂ ਹੋ ਜਾਣ ਦਾ ਡਰ ਸੀ।

ਸਿਮੋਨਸਨ ਸਿਰ ਹੇਠਾਂ ਬਾਹਾਂ ਦੇ ਕੇ ਚੁਪਚਾਪ ਲੰਮਾ ਪਿਆ ਹੋਇਆ ਸੀ। ਉਹ ਉੱਠਿਆ ਅਤੇ ਉਥੇ ਬੈਠੇ ਲੋਕਾਂ ਦੁਆਲੇ ਬੜੇ ਧਿਆਨ ਨਾਲ ਚੱਕਰ ਕੱਟਦਾ ਹੋਇਆ ਮਨ ਵਿਚ ਕੁਝ ਪੱਕੀ ਧਾਰ ਕੇ ਨੇਖਲੀਊਦੋਵ ਦੇ ਕੋਲ ਆ ਗਿਆ।

"ਰਤਾ ਉੱਠ ਕੇ ਮੇਰੀ ਗੱਲ ਸੁਣ ਸਕਦੇ ਓ?"

"ਕਿਉਂ ਨਹੀਂ," ਅਤੇ ਨੇਖਲੀਊਦੋਵ ਉੱਠ ਕੇ ਉਹਦੇ ਮਗਰ ਤੁਰ ਪਿਆ।

ਹੈਰਾਨ ਹੋਈ ਕਾਤੀਊਸ਼ਾ ਨੇ ਨਜ਼ਰ ਚੁੱਕ ਕੇ ਵੇਖਿਆ ਅਤੇ ਨੇਖਲੀਊਦੋਵ ਨਾਲ ਅੱਖਾਂ ਮਿਲਦਿਆਂ ਹੀ ਉਹ ਸ਼ਰਮਾ ਗਈ ਅਤੇ ਇਉਂ ਸਿਰ ਛੰਡਿਆ ਜਿਵੇਂ ਬੜੀ ਬੇਚੈਨ ਹੋਵੇ।

"ਮੈਂ ਤੁਹਾਡੇ ਨਾਲ ਇਹ ਗੱਲ ਕਰਨੀ ਸੀ ਕਿ..." ਜਦੋਂ ਉਹ ਲਾਂਘੇ ਵਿਚ ਆ ਗਏ ਤਾਂ ਸਿਮੋਨਸਨ ਨੇ ਗੱਲ ਛੇੜੀ। ਲਾਂਘੇ ਵਿਚ ਕੈਦੀਆਂ ਦੇ ਗੱਲਾਂ ਕਰਨ ਦੀਆਂ ਆਵਾਜ਼ਾਂ ਤੇ ਕਾਵਾਂ-ਰੌਲੀ ਹੋਰ ਵੀ ਉੱਚੀ ਸੁਣਦੀ ਸੀ। ਨੇਖਲੀਊਦੋਵ ਨੇ ਨੱਕ ਮੂੰਹ ਵੱਟਿਆ, ਪਰ ਸਿਮੋਨਸਨ ਨੂੰ ਇਸ ਚੀਕ ਚਿਹਾੜੇ ਤੋਂ ਕੋਈ ਪ੍ਰੇਸ਼ਾਨੀ ਨਹੀਂ ਹੋਈ। "ਮੈਨੂੰ ਮਾਸਲੋਵਾ ਨਾਲ ਤੁਹਾਡੇ ਰਿਸ਼ਤੇ ਦਾ ਇਲਮ ਏ।" ਉਸ ਨੇ ਗੰਭੀਰਤਾ ਤੇ ਨਿਝੱਕਤਾ ਨਾਲ ਕਹਿਣਾ ਸ਼ੁਰੂ ਕੀਤਾ। ਉਸ ਦੀਆਂ ਸੁਹਿਰਦ ਅੱਖਾਂ ਸਿੱਧਾ ਨੇਖਲੀਊਦੋਵ ਦੇ ਚਿਹਰੇ ਵੱਲ ਵੇਖ ਰਹੀਆਂ ਸਨ। "ਮੈਂ ਸਮਝਦਾ ਆਂ ਪਈ ਮੇਰਾ ਇਹ ਫਰਜ਼ ਏ..." ਉਸ ਨੂੰ ਚੁੱਪ ਹੋਣਾ ਪਿਆ ਕਿਉਂਕਿ ਅਚਾਨਕ ਦਰਵਾਜ਼ੇ ਦੇ ਨੇੜਿਓਂ ਦੋ ਬੰਦਿਆਂ ਦੇ ਤੂੰ ਤੂੰ ਮੈਂ ਮੈਂ ਕਰਨ ਦੀ ਆਵਾਜ਼ ਆਉਣੀ ਸ਼ੁਰੂ ਹੋ ਗਈ।

"ਤੈਨੂੰ ਆਖਿਆ ਤੇ ਹੈ, ਘਣਚੱਕਰਾ, ਉਹ ਮੇਰੇ ਨਹੀਂ ਸਨ," ਇਕ ਆਦਮੀ ਕੜਕਿਆ।

"ਰੱਬ ਕਰੇ, ਤੇਰੀ ਸੰਘੀ ਘੁਟੀ ਜਾਏ, ਸ਼ੈਤਾਨਾ," ਦੂਜਾ ਚੀਕਿਆ।

ਏਨੇ ਨੂੰ ਮਾਰੀਆ ਪਾਵਲੋਵਨਾ ਲਾਂਘੇ ਵਿਚ ਆ ਗਈ।

"ਏਥੇ ਕੋਈ ਗੱਲ ਕਿਵੇਂ ਕਰ ਸਕਦਾ ਏ?" ਉਸ ਨੇ ਆਖਿਆ। "ਅੰਦਰ ਆ ਜਾਓ, ਵੇਰਾ ਹੀ ਆ ਕਮਰੇ ਵਿਚ ਇਕੱਲੀ," ਤੇ ਉਹ ਆਪ ਦੂਜੇ ਦਰਵਾਜ਼ਿਓਂ ਲੰਘ ਕੇ ਇਕ ਨਿੱਕੇ ਜਿਹੇ ਕਮਰੇ ਵਿਚ ਚਲੀ ਗਈ। ਪ੍ਰਤੱਖ ਸੀ ਕਿ ਇਹ ਕਮਰਾ ਕੋਠੀ-ਬੰਦ

ਕਰਨ ਲਈ ਬਣਾਇਆ ਗਿਆ ਸੀ ਜਿਹੜਾ ਇਸ ਵੇਲੇ ਰਾਜਸੀ ਕੈਦਣਾਂ ਨੂੰ ਦਿੱਤਾ ਹੋਇਆ ਸੀ। ਵੇਰਾ ਏਫਰੇਮੋਵਨਾ ਆਪਣਾ ਸਿਰ ਮੂੰਹ ਢੱਕੀ ਬਿਸਤਰੇ ਵਿਚ ਪਈ ਹੋਈ ਸੀ।

"ਉਹਦੇ ਸਿਰ ਪੀੜ ਹੁੰਦੀ ਏ ਤੇ ਸੁੱਤੀ ਹੋਈ ਏ। ਏਸ ਕਰਕੇ ਉਹ ਤੁਹਾਡੀਆਂ ਗੱਲਾਂ ਨਹੀਂ ਸੁਣ ਸਕਦੀ, ਤੇ ਮੈਂ ਬਾਹਰ ਚਲੀ ਜਾਵਾਂਗੀ," ਮਾਰੀਆ ਪਾਵਲੋਵਨਾ ਨੇ ਆਖਿਆ।

"ਨਹੀਂ ਸਗੋਂ ਤੂੰ ਰਹਿ ਏਥੇ ਹੀ," ਸਿਮੋਨਸਨ ਨੇ ਆਖਿਆ। "ਮੇਰੀ ਕੋਈ ਗੱਲ ਇਸ ਕੋਲੋਂ ਲੁਕੀ ਛਿਪੀ ਨਹੀਂ। ਤੇਰੇ ਕੋਲੋਂ ਤਾਂ ਬਿਲਕੁਲ ਹੀ ਨਹੀਂ।"

"ਠੀਕ ਏ," ਮਾਰੀਆ ਪਾਵਲੋਵਨਾ ਨੇ ਆਖਿਆ ਅਤੇ ਬੱਚਿਆਂ ਵਾਂਗ ਆਪਣੇ ਸਾਰੇ ਸਰੀਰ ਨੂੰ ਸੱਜੇ ਖੱਬੇ ਹਿਲਾਉਂਦੀ ਹੋਈ ਉਹ ਪਿੱਛੇ ਹਟ ਕੇ ਫੱਟੇ ਉਤੇ ਬਹਿ ਗਈ ਤੇ ਗੱਲ ਸੁਣਨ ਨੂੰ ਤਿਆਰ ਹੋ ਗਈ। ਉਹਦੀਆਂ ਖੂਬਸੂਰਤ ਭੂਰੀਆਂ ਅੱਖਾਂ ਕਿਤੇ ਬਹੁਤ ਦੂਰ ਕੁਝ ਵੇਖਦੀਆਂ ਜਾਪਦੀਆਂ ਸਨ।

"ਹੱਛਾ, ਮੈਂ ਤੁਹਾਨੂੰ ਇਹ ਆਖਣਾ ਸੀ," ਸਿਮੋਨਸਨ ਨੇ ਗੱਲ ਦੁਹਰਾਈ। "ਕਿ ਕਾਤੀਊਸ਼ਾ ਮਾਸਲੋਵਾ ਨਾਲ ਤੁਹਾਡੇ ਰਿਸ਼ਤੇ ਦਾ ਮੈਨੂੰ ਇਲਮ ਏ ਤੇ ਮੈਂ ਇਹ ਆਪਣਾ ਫਰਜ਼ ਸਮਝਦਾਂ ਪਈ ਉਹਦੇ ਨਾਲ ਆਪਣੇ ਰਿਸ਼ਤੇ ਬਾਰੇ ਤੁਹਾਨੂੰ ਸਾਫ ਸਾਫ ਦੱਸ ਦੇਵਾਂ।"

"ਕੀ ਮਤਲਬ?" ਨੇਖਲੀਊਦੋਵ ਨੇ ਆਪਣੇ ਮਨ ਵਿਚ ਹੀ ਉਸ ਸਾਦਗੀ ਤੇ ਨਿਝੱਕਤਾ ਦੀ ਪ੍ਰਸ਼ੰਸਾ ਕਰਦਿਆਂ, ਜਿਸ ਨਾਲ ਸਿਮੋਨਸਨ ਗੱਲਾਂ ਕਰ ਰਿਹਾ ਸੀ, ਪੁੱਛਿਆ।

"ਮੇਰਾ ਮਤਲਬ ਏ ਕਿ ਮੈਂ ਕਾਤੀਊਸ਼ਾ ਮਾਸਲੋਵਾ ਨਾਲ ਵਿਆਹ ਕਰਾਉਣਾ ਚਾਹੁੰਦਾ ਆਂ।"

"ਹੱਦ ਹੋ ਗਈ!" ਮਾਰੀਆ ਪਾਵਲੋਵਨਾ ਨੇ ਸਿਮੋਨਸਨ ਵੱਲ ਬਿਟ ਬਿਟ ਕਰ ਕੇ ਵੇਖਦਿਆਂ ਆਖਿਆ।

"ਤੇ ਮੈਂ ਮਨ ਵਿਚ ਧਾਰ ਲਈ ਏ ਕਿ ਆਪਣੇ ਨਾਲ ਵਿਆਹ ਕਰਾਉਣ ਵਾਸਤੇ ਉਹਨੂੰ ਆਖਾਂ," ਸਿਮੋਨਸਨ ਬੋਲੀ ਜਾ ਰਿਹਾ ਸੀ।

"ਏਹਦੇ ਵਿਚ ਮੈਂ ਕੀ ਕਰ ਸਕਦਾ ਹਾਂ? ਇਹ ਉਹਦਾ ਆਪਣਾ ਮਾਮਲਾ ਹੈ," ਨੇਖਲੀਊਦੋਵ ਨੇ ਆਖਿਆ।

"ਹਾਂ, ਪਰ ਤੁਹਾਡੇ ਬਗੈਰ ਉਹ ਕੋਈ ਫੈਸਲਾ ਨਹੀਂ ਕਰ ਸਕਣ ਲੱਗੀ।"

"ਉਹ ਕਿਉਂ?"

"ਏਸ ਕਰਕੇ ਪਈ ਜਿੰਨਾਂ ਚਿਰ ਉਹਦੇ ਨਾਲ ਤੁਹਾਡਾ ਰਿਸ਼ਤਾ ਹੰਨੇ ਬੰਨੇ ਨਹੀਂ ਹੁੰਦਾ, ਉਹ ਆਪਣੇ ਮਨ ਨਾਲ ਕੋਈ ਫੈਸਲਾ ਨਹੀਂ ਕਰ ਸਕਦੀ।"

"ਜਿਥੋਂ ਤੱਕ ਮੇਰੀ ਗੱਲ ਹੈ, ਇਸ ਮਾਮਲੇ ਦਾ ਅੰਤਮ ਫੈਸਲਾ ਹੋ ਚੁੱਕਾ ਹੈ। ਮੈਂ ਓਹੋ ਕੁਝ ਕਰਨਾ ਚਾਹੁੰਦਾ ਹਾਂ ਜੋ ਮੇਰਾ ਫਰਜ਼ ਬਣਦਾ ਹੈ ਤੇ ਉਹਦੇ ਦੁਖਾਂ ਦਾ ਭਾਰ

ਵੀ ਹੌਲਾ ਕਰਨਾ ਚਾਹੁੰਦਾ ਹਾਂ। ਪਰ ਮੈਂ ਕਿਸੇ ਵੀ ਹਾਲਤ ਵਿਚ ਉਹਨੂੰ ਕਿਸੇ ਪਰੇਸ਼ਾਨੀ ਵਿਚ ਨਹੀਂ ਪਾਉਣਾ ਚਾਹੁੰਦਾ।"

"ਠੀਕ ਏ, ਪਰ ਉਹ ਤੁਹਾਡੀ ਕੁਰਬਾਨੀ ਨੂੰ ਕਬੂਲ ਨਹੀਂ ਕਰਨਾ ਚਾਹੁੰਦੀ।"

"ਇਹਦੇ ਵਿਚ ਕੁਰਬਾਨੀ ਵਾਲੀ ਕਈ ਗੱਲ ਨਹੀਂ।"

"ਤੇ ਮੈਨੂੰ ਪਤਾ ਏ ਕਿ ਇਹ ਮਾਸਲੋਵਾ ਦਾ ਆਖਰੀ ਫੈਸਲਾ ਏ।"

"ਫੇਰ ਮੇਰੇ ਨਾਲ ਗੱਲ ਕਰਨ ਦੀ ਕੋਈ ਲੋੜ ਹੀ ਨਹੀਂ," ਨੇਖਲੀਊਦੋਵ ਨੇ ਆਖਿਆ।

"ਉਹ ਚਾਹੁੰਦੀ ਏ ਕਿ ਤੁਸੀਂ ਇਹ ਗੱਲ ਕਬੂਲ ਕਰ ਲਓ ਕਿ ਤੁਹਾਡਾ ਵੀ ਓਹੋ ਵਿਚਾਰ ਏ ਜਿਹੜਾ ਉਹਦਾ ਏ।"

"ਮੈਂ ਇਹ ਕਿਵੇਂ ਕਬੂਲ ਕਰ ਲਵਾਂ ਕਿ ਜਿਹੜੀ ਗੱਲ ਨੂੰ ਮੈਂ ਆਪਣਾ ਫਰਜ਼ ਸਮਝਦਾ ਹਾਂ ਉਹ ਨਾ ਕਰਾਂ? ਮੈਂ ਸਿਰਫ ਏਨਾ ਆਖ ਸਕਦਾ ਹਾਂ ਕਿ ਮੈਂ ਇਸ ਮਾਮਲੇ ਵਿਚ ਆਜ਼ਾਦ ਨਹੀਂ, ਉਹ ਆਜ਼ਾਦ ਹੈ।"

ਸਿਮੋਨਸਨ ਚੁੱਪ ਹੋ ਗਿਆ। ਕੁਝ ਚਿਰ ਸੋਚਣ ਮਗਰੋਂ ਉਹ ਫੇਰ ਬੋਲਿਆ:

"ਠੀਕ ਏ। ਮੈਂ ਉਹਦੇ ਨਾਲ ਗੱਲ ਕਰ ਲਵਾਂਗਾ। ਤੁਸੀਂ ਇਹ ਨਾ ਸਮਝਣਾ ਕਿ ਮੈਂ ਉਹਦੇ ਇਸ਼ਕ ਦਾ ਫੱਟਿਆ ਹੋਇਆ ਆਂ," ਉਹ ਬੋਲੀ ਜਾ ਰਿਹਾ ਸੀ। "ਮੈਂ ਉਸ ਨੂੰ ਇਸ ਵਾਸਤੇ ਪਿਆਰ ਕਰਦਾ ਹਾਂ ਕਿ ਉਹ ਇਕ ਕਮਾਲ ਦੀ ਬੇਮਿਸਾਲ ਔਰਤ ਏ ਜਿਸ ਨੇ ਏਨੇ ਦੁਖ ਝੱਲੇ ਨੇ। ਮੈਨੂੰ ਉਹਦੇ ਕੋਲੋਂ ਕਿਸੇ ਗੱਲ ਦੀ ਕਾਮਨਾ ਨਹੀਂ। ਮੇਰੇ ਦਿਲ ਵਿਚ ਇਹ ਪ੍ਰਬਲ ਤਾਂਘ ਏ ਕਿ ਉਹਦੀ ਮਦਦ ਕਰਾਂ ਤਾਂ ਜੋ ਉਹਦਾ ਭਾਰ..."

ਸਿਮੋਨਸਨ ਦੇ ਬੋਲ ਥਿੜਕ ਗਏ ਜਿਸ ਤੋਂ ਨੇਖਲੀਊਦੋਵ ਹੈਰਾਨ ਸੀ।

"ਉਹਦਾ ਭਾਰ ਕੁਝ ਹੌਲਾ ਹੋ ਜਾਵੇ," ਸਿਮੋਨਸਨ ਆਖ ਰਿਹਾ ਸੀ। "ਜੇ ਉਹ ਤੁਹਾਡੀ ਮਦਦ ਕਬੂਲ ਨਹੀਂ ਕਰਨਾ ਚਾਹੁੰਦੀ ਤਾਂ ਮੇਰੀ ਮਦਦ ਹੀ ਕਬੂਲ ਕਰ ਲਵੇ। ਜੇ ਉਹ ਰਾਜ਼ੀ ਹੋ ਗਈ ਤਾਂ ਮੈਂ ਦਰਖ਼ਾਸਤ ਦੇਵਾਂਗਾ ਕਿ ਮੈਨੂੰ ਓਸ ਥਾਂ ਰਖਿਆ ਜਾਏ ਜਿਥੇ ਉਹਨੂੰ ਕੈਦ ਕੀਤਾ ਜਾਏਗਾ। ਚਾਰ ਵਰ੍ਹੇ ਕੋਈ ਜੁੱਗ ਨਹੀਂ ਹੁੰਦੇ। ਮੈਂ ਉਹਦੇ ਨੇੜੇ ਰਹਾਂ ਤਾਂ ਸ਼ਾਇਦ ਉਹਦਾ ਕੁਝ ਦੁਖ ਵੰਡਾ ਸਕਾਂ..." ਤੇ ਉਹ ਫੇਰ ਚੁੱਪ ਹੋ ਗਿਆ। ਉਹਦੇ ਦਿਲ ਵਿਚ ਏਡੀ ਹਲਚਲ ਮੱਚੀ ਹੋਈ ਸੀ ਕਿ ਉਹਦੇ ਕੋਲੋਂ ਗੱਲ ਨਹੀਂ ਸੀ ਹੁੰਦੀ।

"ਮੈਂ ਕੀ ਆਖ ਸਕਦਾ ਹਾਂ?" ਨੇਖਲੀਊਦੋਵ ਨੇ ਕਿਹਾ। "ਮੈਨੂੰ ਬੜੀ ਖ਼ੁਸ਼ੀ ਹੈ ਕਿ ਉਹਨੂੰ ਤੁਹਾਡੇ ਵਰਗਾ ਸਰਪ੍ਰਸਤ ਮਿਲ ਗਿਆ..."

"ਏਹੋ ਗੱਲ ਤਾਂ ਮੈਂ ਮਾਲੂਮ ਕਰਨਾ ਚਾਹੁੰਦਾ ਸਾਂ," ਸਿਮੋਨਸਨ ਨੇ ਨੇਖਲੀਊਦੋਵ ਨੂੰ ਟੋਕਿਆ। "ਮੈਂ ਜਾਣਨਾ ਚਾਹੁੰਦਾ ਸਾਂ ਕਿ ਉਸ ਨੂੰ ਪਿਆਰ ਕਰਦੇ ਹੋਏ, ਉਹਦੀ ਖ਼ੁਸ਼ੀ ਦੀ ਕਾਮਨਾ ਕਰਦੇ ਹੋਏ, ਤੁਸੀਂ ਇਹ ਠੀਕ ਸਮਝਦੇ ਹੋ ਜਾਂ ਨਹੀਂ ਕਿ ਮਾਸਲੋਵਾ ਮੇਰੇ ਨਾਲ ਵਿਆਹ ਕਰਵਾ ਲਵੇ?"

"ਹਾਂ, ਹਾਂ," ਨੇਖਲੀਊਦੋਵ ਨੇ ਫੈਸਲਾਕੁਨ ਅੰਦਾਜ਼ ਵਿਚ ਕਿਹਾ।

"ਸਾਰੀ ਗੱਲ ਉਹਦੀ ਆਪਣੀ ਮਰਜ਼ੀ ਉਤੇ ਹੈ। ਮੈਂ ਸਿਰਫ ਏਨਾ ਚਾਹੁੰਦਾ ਆਂ ਕਿ ਇਸ ਦੁਖੀ ਆਤਮਾ ਨੂੰ ਕੁਝ ਸ਼ਾਂਤੀ ਮਿਲੇ," ਬਾਲਾਂ ਵਰਗੀ ਕੋਮਲਤਾ ਨਾਲ ਸਿਮੋਨਸਨ ਨੇ ਆਖਿਆ ਜਿਸ ਦੀ ਏਡੇ ਰੁੱਖੇ ਜਾਪਣ ਵਾਲੇ ਆਦਮੀ ਕੋਲੋਂ ਕਿਸੇ ਨੂੰ ਆਸ ਨਹੀਂ ਸੀ।

ਸਿਮੋਨਸਨ ਉੱਠ ਕੇ ਨੇਖਲੀਊਦੋਵ ਦੇ ਕੋਲ ਆਇਆ ਅਤੇ ਸੰਗ ਨਾਲ ਮੁਸਕ੍ਰਾਉਂਦਿਆਂ ਉਹਨੂੰ ਚੁੰਮ ਲਿਆ।

"ਮੈਂ ਉਹਨੂੰ ਇਸ ਤਰ੍ਹਾਂ ਹੀ ਦੱਸ ਦੇਵਾਂਗਾ," ਉਸ ਨੇ ਆਖਿਆ ਤੇ ਓਥੋਂ ਚਲਾ ਗਿਆ।

੧੭

"ਏਹ ਕੀ ਗੱਲ?" ਮਾਰੀਆ ਪਾਵਲੋਵਨਾ ਨੇ ਆਖਿਆ। "ਇਸ਼ਕ ਹੋ ਗਿਆ ਲੱਗਦੈ, ਇਸ਼ਕ! ਮੈਨੂੰ ਨਹੀਂ ਸੀ ਕਦੇ ਇਸ ਗੱਲ ਦੀ ਆਸ—ਕਿ ਵਲਾਦੀਮੀਰ ਸਿਮੋਨਸਨ ਇਸ਼ਕ ਕਰਨ ਲੱਗ ਪਏਗਾ, ਤੇ ਉਹ ਵੀ ਝੱਲਿਆਂ ਵਾਂਗ, ਬਿਲਕੁਲ ਮੁੰਡਪੁਣਾ! ਬੜੀ ਅਜੀਬ ਗੱਲ ਏ ਤੇ ਸੱਚ ਪੁੱਛੋ ਤਾਂ ਮੈਨੂੰ ਬੜਾ ਅਫਸੋਸ ਹੋਇਐ ਇਸ ਗੱਲੇ," ਤੇ ਉਹਨੇ ਹੌਕਾ ਲਿਆ।

"ਪਰ ਉਹ—ਕਾਤੀਊਸ਼ਾ? ਤੁਹਾਡੇ ਖਿਆਲ ਵਿਚ ਉਹ ਇਸ ਬਾਰੇ ਕਿਵੇਂ ਸੋਚਦੀ ਹੋਵੇਗੀ?" ਨੇਖਲੀਊਦੋਵ ਨੇ ਪੁੱਛਿਆ।

"ਉਹ?" ਮਾਰੀਆ ਪਾਵਲੋਵਨਾ ਚੁੱਪ ਹੋ ਗਈ। ਪ੍ਰਤੱਖ ਤੌਰ ਤੇ ਉਹ ਚਾਹੁੰਦੀ ਸੀ ਕਿ ਵਧ ਤੋਂ ਵਧ ਠੀਕ ਠੀਕ ਜਵਾਬ ਦੇਵੇ। "ਉਹ? ਵੇਖੋ ਨਾ, ਉਹਦਾ ਪਿੱਛਾ ਭਾਵੇਂ ਕਿਸ ਤਰ੍ਹਾਂ ਦਾ ਵੀ ਹੋਵੇ, ਪਰ ਸੁਭਾ ਦੇ ਪਖੋਂ ਉਹ ਬੜੇ ਵੱਡੇ ਇਖਲਾਕ ਵਾਲੀ ਏ। ਬੜੇ ਹੀ ਕੋਮਲ ਦਿਲ ਵਾਲੀ ਔਰਤ ਏ। ਉਹ ਤੁਹਾਨੂੰ ਪਿਆਰ ਕਰਦੀ ਏ, ਰੱਜ ਕੇ ਪਿਆਰ ਕਰਦੀ ਏ। ਅਤੇ ਉਹ ਖੁਸ਼ ਏ ਕਿ ਉਹ ਤੁਹਾਡੀ ਜ਼ਿੰਦਗੀ ਨੂੰ ਆਪਣੇ ਨਾਲ ਉਲਝਣ ਨਹੀਂ ਦੇਂਦੀ। ਇਉਂ ਕਰ ਕੇ ਉਹ ਤੁਹਾਡੇ ਨਾਲ ਪੁੱਠੇ ਤਰੀਕੇ ਨਾਲ ਨੇਕੀ ਕਰਦੀ ਏ। ਤੁਹਾਡੇ ਨਾਲ ਵਿਆਹ ਕਰਵਾ ਕੇ ਉਹ ਆਪਣੀਆਂ ਨਜ਼ਰਾਂ ਵਿਚ ਬੁਰੀ ਤਰ੍ਹਾਂ ਨੀਵੀਂ ਹੋ ਜਾਏਗੀ। ਤੇ ਇਹ ਗੱਲ ਜੋ ਕੁਝ ਉਹਦੇ ਨਾਲ ਪਿੱਛੇ ਹੋਇਆ ਬੀਤਿਆ ਏ ਉਸ ਤੋਂ ਵੀ ਮਾੜੀ ਹੋਣੀ ਏ। ਏਸ ਵਾਸਤੇ ਉਹਨੇ ਤੁਹਾਡੇ ਨਾਲ ਵਿਆਹ ਕਰਾਉਣਾ ਕਦੇ ਨਹੀਂ ਮੰਨਣਾ। ਪਰ ਇਸ ਗੱਲ ਦੇ ਬਾਵਜੂਦ ਤੁਹਾਡੀ ਮੌਜੂਦਗੀ ਨਾਲ ਉਹਦੇ ਦਿਲ ਵਿਚ ਕਾਹਲੀਆਂ ਉੱਠਦੀਆਂ ਰਹਿੰਦੀਆਂ ਨੇ।"

"ਤੇ ਫੇਰ ਕੀ ਕੀਤਾ ਜਾਏ? ਕੀ ਮੈਂ ਅੱਖੋਂ ਓਹਲੇ ਹੋ ਜਾਵਾਂ?"

ਮਾਰੀਆ ਪਾਵਲੋਵਨਾ ਦੇ ਬੁਲ੍ਹਾਂ ਉਤੇ ਬੱਚਿਆਂ ਵਰਗੀ ਮਿੱਠੀ ਜਿਹੀ ਮੁਸਕਾਨ ਫੈਲ ਗਈ। ਆਖਣ ਲੱਗੀ:

"ਹਾਂ, ਕੁਝ ਕੁਝ।"

"ਪਰ ਬੰਦਾ ਕੁਝ ਕੁਝ ਕਿਵੇਂ ਅੱਖੋਂ ਉਹਲੇ ਹੋ ਸਕਦਾ ਹੈ?"

"ਮੈਂ ਤੁਹਾਨੂੰ ਗ਼ਲਤ ਕਿਹਾ ਏ। ਪਰ ਜਿਥੋਂ ਤੱਕ ਮਾਸਲੋਵਾ ਦਾ ਸੰਬੰਧ ਏ ਮੈਂ ਤੁਹਾਨੂੰ ਦੱਸਣਾ ਚਾਹੁੰਦੀ ਆਂ ਕਿ ਉਹ ਵੀ ਸਿਮੋਨਸਨ ਦੇ ਇਸ ਦੀਵਾਨਿਆਂ ਵਾਲੇ ਪਿਆਰ ਦੀ ਬੇਹੂਦਗੀ ਨੂੰ ਸਮਝਦੀ ਏ (ਸਿਮੋਨਸਨ ਨੇ ਹਾਲੇ ਉਹਦੇ ਨਾਲ ਕੋਈ ਗੱਲ ਨਹੀਂ ਕੀਤੀ)। ਉਹ ਇਸ ਤੋਂ ਖੁਸ਼ ਵੀ ਏ ਤੇ ਡਰਦੀ ਵੀ ਏ। ਵੇਖੋ ਨਾ, ਮੈਂ ਏਹੋ ਜਿਹੇ ਮਾਮਲਿਆਂ ਵਿਚ ਕੋਈ ਫੈਸਲਾ ਕਰਨ ਦੇ ਲਾਇਕ ਨਹੀਂ। ਤਾਂ ਵੀ ਮੈਂ ਸਮਝਦੀ ਆਂ ਕਿ ਸਿਮੋਨਸਨ ਦੀਆਂ ਭਾਵਨਾਵਾਂ ਅਤਿ ਦਰਜੇ ਦੇ ਆਮ ਆਦਮੀ ਵਾਲੀਆਂ ਭਾਵਨਾਵਾਂ ਨੇ ਭਾਵੇਂ ਇਹਨਾਂ ਉਤੇ ਇਕ ਪਰਦਾ ਜਿਹਾ ਪਿਆ ਹੋਇਆ ਏ। ਉਹ ਕਹਿੰਦਾ ਏ ਕਿ ਇਸ ਮੁਹੱਬਤ ਨਾਲ ਉਸ ਦੇ ਸਰੀਰ ਨੂੰ ਤਾਕਤ ਮਿਲਦੀ ਏ ਅਤੇ ਇਹ ਅਫਲਾਤੂਨੀ ਪ੍ਰੇਮ ਏ। ਪਰ ਮੈਂ ਜਾਣਦੀ ਆਂ ਕਿ ਵਿਲੱਖਣ ਹੁੰਦਿਆਂ ਹੋਇਆਂ ਵੀ ਇਸ ਦੀ ਤਹਿ ਵਿਚ ਓਹੋ ਗੰਦਗੀ ਲੁਕੀ ਹੋਈ ਏ... ਓਹੋ ਜਿਹੜੀ ਨੋਵੋਦਵੋਰੋਵ ਤੇ ਗ੍ਰਾਬੇਤਸ ਦੇ ਪਿਆਰ ਵਿਚ ਏ।"

ਮਾਰੀਆ ਪਾਵਲੋਵਨਾ ਅਸਲ ਗੱਲ ਨੂੰ ਛੱਡ ਕੇ ਲਾਂਭੇ ਚਲੀ ਗਈ ਸੀ ਅਤੇ ਆਪਣੇ ਮਨਭਾਉਂਦੇ ਮਜ਼ਮੂਨ ਉਤੇ ਗੱਲਾਂ ਕਰਨ ਲੱਗ ਪਈ ਸੀ।

"ਫੇਰ ਦੱਸੋ, ਮੈਂ ਕੀ ਕਰਾਂ?" ਨੇਖਲੀਊਦੋਵ ਨੇ ਪੁੱਛਿਆ।

"ਮੇਰਾ ਖਿਆਲ ਏ ਕਿ ਤੁਸੀਂ ਉਹਦੇ ਨਾਲ ਸਾਰੀ ਗੱਲ ਖੋਹਲ ਕੇ ਕਰੋ। ਸਾਰੀ ਗੱਲ ਸਾਫ ਸਪਸ਼ਟ ਹੋਵੇ ਤਾਂ ਸਦਾ ਹੀ ਚੰਗਾ ਰਹਿੰਦਾ ਏ। ਤੁਸੀਂ ਉਹਦੇ ਨਾਲ ਗੱਲ ਕਰ ਲਓ। ਮੈਂ ਉਹਨੂੰ ਬੁਲਾਉਂਦੀ ਆਂ। ਬੁਲਾਵਾਂ?" ਮਾਰੀਆ ਪਾਵਲੋਵਨਾ ਨੇ ਆਖਿਆ।

"ਹਾਂ, ਸ਼ੁਕਰੀਆ," ਨੇਖਲੀਊਦੋਵ ਨੇ ਕਿਹਾ। ਮਾਰੀਆ ਪਾਵਲੋਵਨਾ ਬਾਹਰ ਚਲੀ ਗਈ।

ਜਦੋਂ ਨੇਖਲੀਊਦੋਵ ਉਸ ਛੋਟੇ ਜਿਹੇ ਕਮਰੇ ਵਿਚ ਇਕੱਲਾ ਰਹਿ ਗਿਆ ਤਾਂ ਉਹਦੇ ਮਨ ਉਤੇ ਇਕ ਅਜੀਬ ਜਿਹਾ ਅਹਿਸਾਸ ਭਾਰੂ ਹੋ ਗਿਆ। ਵੇਰਾ ਏਫਰੇਮੋਵਨਾ ਕਮਰੇ ਵਿਚ ਸੁੱਤੀ ਪਈ ਸੀ। ਉਹਦੇ ਪੋਲੇ ਪੋਲੇ ਸਾਹ ਲੈਣ ਦੀ ਆਵਾਜ਼ ਆ ਰਹੀ ਸੀ। ਸਾਹ ਲੈਂਦੀ ਲੈਂਦੀ ਉਹ ਵਿਚ ਵਿਚ ਹੂੰਘਣ ਲੱਗ ਪੈਂਦੀ। ਇਸ ਦੇ ਨਾਲ ਹੀ ਉਹਨਾਂ ਦੋ ਦਰਵਾਜ਼ਿਆਂ ਪਿਛੋਂ ਜਿਹੜੇ ਉਸ ਨੂੰ ਇਖਲਾਕੀ ਮੁਜਰਮਾਂ ਨਾਲੋਂ ਨਿਖੇੜਦੇ ਸਨ ਸ਼ੋਰ-ਸ਼ਰਾਬੇ ਦੀਆਂ ਲਗਾਤਾਰ ਆਵਾਜ਼ਾਂ ਆ ਰਹੀਆਂ ਸਨ।

ਸਿਮੋਨਸਨ ਦੀਆਂ ਗੱਲਾਂ ਸੁਣ ਕੇ ਉਹ ਉਸ ਫਰਜ਼ ਤੋਂ ਆਜ਼ਾਦ ਹੋ ਗਿਆ ਸੀ ਜਿਹੜਾ ਉਹਨੇ ਆਪਣੇ ਸਿਰ ਤੇ ਆਪ ਲਿਆ ਹੋਇਆ ਸੀ। ਜਿਹੜੇ ਪਲਾਂ ਵਿਚ ਉਹਦੇ ਅੰਦਰ ਕੋਈ ਕਮਜ਼ੋਰੀ ਆ ਜਾਂਦੀ ਸੀ ਓਦੋਂ ਇਹ ਫਰਜ਼ ਉਹਨੂੰ ਔਖਾ ਤੇ ਅਜੀਬ ਜਾਪਦਾ ਹੁੰਦਾ ਸੀ। ਇਸ ਦੇ ਬਾਵਜੂਦ ਇਸ ਵੇਲੇ ਉਹਦੇ ਮਨ ਵਿਚ ਜੋ ਅਹਿਸਾਸ ਪੈਦਾ ਹੋ ਰਿਹਾ ਸੀ ਉਹ ਸਿਰਫ ਅਸੁਖਾਵਾਂ ਹੀ ਨਹੀਂ ਸਗੋਂ ਦੁਖਦਾਈ ਵੀ ਸੀ। ਉਸ ਨੂੰ ਮਹਿਸੂਸ ਹੋ ਰਿਹਾ ਸੀ ਜਿਵੇਂ ਸਿਮੋਨਸਨ ਦੀ ਇਸ ਪੇਸ਼ਕਸ਼ ਨਾਲ ਉਸ ਦੀ ਅਸਾਧਾਰਨ ਕੁਰਬਾਨੀ ਮਿੱਟੀ ਵਿਚ ਮਿਲ ਗਈ ਹੋਵੇ। ਅਤੇ ਇਸ ਤਰ੍ਹਾਂ ਉਸ ਦੀ ਆਪਣੀ ਤੇ ਦੂਜਿਆਂ ਦੀ ਨਜ਼ਰ

ਵਿਚ ਇਸ ਕੁਰਬਾਨੀ ਦੀ ਕਦਰ ਘਟ ਗਈ ਹੋਵੇ। ਜੇ ਕਰ ਇਸ ਤਰ੍ਹਾਂ ਦਾ ਨੇਕ ਆਦਮੀ ਜਿਸ ਦਾ ਮਾਸਲੋਵਾ ਨਾਲ ਕੋਈ ਰਿਸ਼ਤਾ ਨਾਤਾ ਨਹੀਂ ਸੀ ਆਪਣੇ ਨਸੀਬੇ ਨੂੰ ਉਸ ਦੇ ਨਸੀਬੇ ਨਾਲ ਜੋੜਨਾ ਚਾਹੁੰਦਾ ਹੈ, ਤਾਂ ਉਹਦੀ ਆਪਣੀ ਕੁਰਬਾਨੀ ਕੋਈ ਬਹੁਤ ਵੱਡੀ ਕੁਰਬਾਨੀ ਤਾਂ ਨਹੀਂ ਸੀ। ਇਹ ਵੀ ਹੋ ਸਕਦਾ ਹੈ ਕਿ ਇਸ ਭਾਵਨਾ ਵਿਚ ਆਮ ਈਰਖਾ ਦੀ ਲੇਸ ਹੋਵੇ। ਉਹ ਮਾਸਲੋਵਾ ਦੇ ਪਿਆਰ ਦਾ ਏਨਾ ਆਦੀ ਹੋ ਗਿਆ ਹੋਇਆ ਸੀ ਕਿ ਉਹਦਾ ਦਿਲ ਇਹ ਗੱਲ ਮੰਨ ਹੀ ਨਹੀਂ ਸੀ ਸਕਦਾ ਕਿ ਮਾਸਲੋਵਾ ਕਿਸੇ ਹੋਰ ਨੂੰ ਵੀ ਪਿਆਰ ਕਰ ਸਕਦੀ ਹੈ। ਇਸ ਦੇ ਨਾਲ ਹੀ ਨੇਖਲੀਊਦੋਵ ਦੀ ਇਹ ਯੋਜਨਾ ਵੀ ਉਲਟਪੁਲਟ ਹੋ ਗਈ ਸੀ ਕਿ ਜਿਸ ਥਾਂ ਵੀ ਮਾਸਲੋਵਾ ਆਪਣੀ ਸਜ਼ਾ ਭੁਗਤ ਰਹੀ ਹੋਵੇਗੀ ਉਸ ਦੇ ਨੇੜੇ ਹੀ ਉਹ ਵੀ ਕਿਤੇ ਰਹਿ ਕੇ ਦਿਨ ਗੁਜ਼ਾਰੇਗਾ। ਜੇ ਉਸ ਨੇ ਸਿਮੋਨਸਨ ਨਾਲ ਵਿਆਹ ਕਰਵਾ ਲਿਆ ਤਾਂ ਨੇਖਲੀਊਦੋਵ ਦੇ ਓਥੇ ਰਹਿਣ ਦੀ ਲੋੜ ਹੀ ਨਹੀਂ ਰਹੇਗੀ ਤੇ ਉਹਨੂੰ ਆਪਣੀਆਂ ਯੋਜਨਾਵਾਂ ਉਤੇ ਨਵੇਂ ਸਿਰੇ ਸੋਚ ਵਿਚਾਰ ਕਰਨੀ ਪਵੇਗੀ। ਅਜੇ ਉਹ ਆਪਣੀਆਂ ਭਾਵਨਾਵਾਂ ਦਾ ਪੂਰੀ ਤਰ੍ਹਾਂ ਨਿਖੇੜ ਵਿਸ਼ਲੇਸ਼ਣ ਨਹੀਂ ਸੀ ਕਰ ਸਕਿਆ ਕਿ ਬੂਹਾ ਖੁਲ੍ਹਿਆ ਅਤੇ ਕਾਤੀਊਸ਼ਾ ਅੰਦਰ ਆ ਗਈ। ਬੂਹਾ ਖੁਲ੍ਹਦਿਆਂ ਹੀ ਕੈਦੀਆਂ ਦੀ ਕਾਵਾਂ-ਰੌਲੀ ਵੀ ਬੜੀ ਉੱਚੀ ਸੁਣਾਈ ਦਿੱਤੀ (ਉਹਨਾਂ ਵਿਚ ਅੱਜ ਕੋਈ ਖਾਸ ਗੱਲ ਵਾਪਰ ਗਈ ਸੀ)।

ਉਹ ਛੋਹਲੇ ਛੋਹਲੇ ਕਦਮ ਪੁਟਦੀ ਹੋਈ ਨੇਖਲੀਊਦੋਵ ਦੇ ਕੋਲ ਆ ਗਈ।

"ਮਾਰੀਆ ਪਾਵਲੋਵਨਾ ਨੇ ਭੇਜਿਆ ਏ ਮੈਨੂੰ," ਉਸ ਨੇ ਕਿਹਾ।

"ਹਾਂ, ਮੈਂ ਇਕ ਜ਼ਰੂਰੀ ਗੱਲ ਕਰਨੀ ਹੈ। ਬਹਿ ਜਾਓ। ਹੁਣੇ ਹੀ ਵਲਾਦੀਮੀਰ ਸਿਮੋਨਸਨ ਮੇਰੇ ਨਾਲ ਗੱਲੀਂ ਲੱਗਾ ਹੋਇਆ ਸੀ।"

ਉਹ ਬਹਿ ਗਈ ਅਤੇ ਆਪਣੇ ਦੋਵੇਂ ਹੱਥ ਜੋੜ ਕੇ ਆਪਣੇ ਪੱਟਾਂ ਵਿਚ ਦੇ ਲਏ। ਉਹ ਬਿਲਕੁਲ ਸ਼ਾਂਤ ਅਡੋਲ ਨਜ਼ਰ ਆ ਰਹੀ ਸੀ, ਪਰ ਨੇਖਲੀਊਦੋਵ ਦੇ ਮੂੰਹੋਂ ਸਿਮੋਨਸਨ ਦਾ ਨਾਂ ਮਸਾਂ ਨਿਕਲਿਆ ਹੀ ਸੀ ਕਿ ਕਾਤੀਊਸ਼ਾ ਦਾ ਚਿਹਰਾ ਲਾਲ ਸੁਰਖ਼ ਹੋ ਗਿਆ।

"ਕੀ ਕਹਿੰਦਾ ਸੀ?" ਉਹਨੇ ਪੁੱਛਿਆ।

"ਕਹਿੰਦਾ ਸੀ ਕਿ ਉਹ ਤੁਹਾਡੇ ਨਾਲ ਵਿਆਹ ਕਰਨਾ ਚਾਹੁੰਦਾ ਹੈ।"

ਅਚਾਨਕ ਉਹਦਾ ਚਿਹਰਾ ਜਿਵੇਂ ਪੀੜ ਨਾਲ ਝੰਭਿਆ ਗਿਆ ਹੋਵੇ। ਪਰ ਉਹ ਮੂੰਹੋਂ ਕੁਝ ਨਹੀਂ ਬੋਲੀ, ਸਿਰਫ ਅੱਖਾਂ ਨੀਵੀਆਂ ਕਰ ਲਈਆਂ ਸਨ।

"ਉਹ ਮੈਥੋਂ ਮੇਰੀ ਰਜ਼ਾਮੰਦੀ ਜਾਂ ਮੇਰਾ ਮਸ਼ਵਰਾ ਪੁੱਛ ਰਿਹਾ ਸੀ। ਮੈਂ ਉਸ ਨੂੰ ਆਖਿਆ ਕਿ ਇਹ ਗੱਲ ਸਾਰੀ ਤੁਹਾਡੇ ਉਤੇ ਨਿਰਭਰ ਹੈ। ਇਸ ਦਾ ਫੈਸਲਾ ਤੁਸਾਂ ਕਰਨਾ ਹੈ।"

"ਹਾਏ, ਇਹ ਸਭ ਕੀ ਏ? ਕਿਉਂ ਏ?" ਉਸ ਨੇ ਬੁੜ ਬੁੜ ਕੀਤਾ ਅਤੇ ਨੇਖਲੀਊਦੋਵ ਦੀਆਂ ਅੱਖਾਂ ਵਿਚ ਅੱਖਾਂ ਪਾ ਕੇ ਵੇਖਿਆ। ਉਹਦੀ ਅੱਖ ਵਿਚ ਉਹ ਖਾਸ ਕਿਸਮ ਦਾ ਟੀਰ ਸੀ ਜਿਸ ਦਾ ਨੇਖਲੀਊਦੋਵ ਉਤੇ ਹਮੇਸ਼ਾ ਇਕ ਅਜੀਬ ਅਸਰ ਹੋਇਆ

ਕਰਦਾ ਸੀ। ਕੁਝ ਚਿਰ ਉਹ ਇਕ ਦੂਜੇ ਦੀਆਂ ਅੱਖਾਂ ਵਿਚ ਝਾਕਦੇ ਚੁੱਪ ਬੈਠੇ ਰਹੇ। ਇਸ ਤਕਣੀ ਨੇ ਇਕ ਦੂਜੇ ਨੂੰ ਬੜਾ ਕੁਝ ਆਖ ਦਿੱਤਾ ਸੀ।

"ਤੁਹਾਨੂੰ ਫੈਸਲਾ ਕਰਨਾ ਚਾਹੀਦਾ ਹੈ," ਨੇਖਲੀਊਦੋਵ ਨੇ ਫੇਰ ਕਿਹਾ।

"ਮੈਂ ਕੀ ਫੈਸਲਾ ਕਰਨਾ ਏ ? ਹਰ ਗੱਲ ਦਾ ਫੈਸਲਾ ਚਿਰੋਕਣਾ ਹੋ ਚੁੱਕਾ ਹੋਇਐ।"

"ਤੁਹਾਨੂੰ ਫੈਸਲਾ ਕਰਨਾ ਚਾਹੀਦਾ ਹੈ ਕਿ ਤੁਹਾਨੂੰ ਸਿਮੋਨਸਨ ਦੀ ਪੇਸ਼ਕਸ਼ ਮਨਜ਼ੂਰ ਹੈ ਜਾਂ ਨਹੀਂ," ਨੇਖਲੀਊਦੋਵ ਨੇ ਆਖਿਆ।

"ਮੈਂ ਕਿਸ ਤਰ੍ਹਾਂ ਦੀ ਬੀਵੀ ਹੋ ਸਕਦੀ ਆਂ ਕਿਸੇ ਦੀ—ਮੈਂ, ਸਖ਼ਤ ਮੁਸ਼ੱਕਤ ਦੀ ਸਜ਼ਾ ਵਾਲੀ ਕੈਦਣ ? ਮੈਂ ਵਲਾਦੀਮੀਰ ਸਿਮੋਨਸਨ ਦੀ ਜ਼ਿੰਦਗੀ ਵੀ ਕਿਉਂ ਬਰਬਾਦ ਕਰਾਂ ?" ਉਸ ਨੇ ਮੱਥੇ ਤੇ ਤਿਊੜੀ ਪਾ ਕੇ ਆਖਿਆ।

"ਤੇ ਜੇ ਸਜ਼ਾ ਮਨਸੂਖ਼ ਹੋ ਜਾਏ, ਫੇਰ ?"

"ਰਹਿਣ ਦਿਓ ਇਹਨਾਂ ਗੱਲਾਂ ਨੂੰ। ਹੋਰ ਮੈਂ ਕੁਝ ਨਹੀਂ ਕਹਿਣਾ।" ਉਸ ਨੇ ਆਖਿਆ ਤੇ ਉੱਠ ਕੇ ਕਮਰੇ ਵਿਚੋਂ ਬਾਹਰ ਚਲੀ ਗਈ।

੧੮

ਕਾਤੀਊਸ਼ਾ ਦੇ ਮਗਰ ਮਗਰ ਨੇਖਲੀਊਦੋਵ ਵੀ ਮਰਦਾਂ ਵਾਲੇ ਕਮਰੇ ਵਿਚ ਆ ਗਿਆ। ਕਮਰੇ ਵਿਚ ਹਰ ਕਿਸੇ ਦੇ ਅੰਦਰ ਜਿਵੇਂ ਕੋਈ ਹਲਚਲ ਮੱਚੀ ਹੋਈ ਸੀ। ਨਾਬਾਤੋਵ, ਜਿਹੜਾ ਥਾਂ ਥਾਂ ਫਿਰਦਾ ਰਹਿੰਦਾ ਸੀ, ਹਰ ਇਕ ਨਾਲ ਵਾਕਫੀ ਗੰਢ ਲੈਂਦਾ ਸੀ ਤੇ ਹਰ ਗੱਲ ਉਤੇ ਨਿਗਾਹ ਰੱਖਦਾ ਸੀ, ਹੁਣੇ ਹੁਣੇ ਇਕ ਖ਼ਬਰ ਲੈ ਕੇ ਆਇਆ ਸੀ ਜਿਸ ਨਾਲ ਸਾਰੇ ਦੰਗ ਰਹਿ ਗਏ ਸਨ। ਖ਼ਬਰ ਇਹ ਸੀ ਕਿ ਉਹਨੇ ਇਕ ਕੰਧ ਉਤੇ ਲਿਖੀ ਇਕ ਇਬਾਰਤ ਵੇਖੀ ਸੀ। ਇਹ ਇਕ ਇਨਕਲਾਬੀ ਪੇਤਲਿਨ ਦੀ ਲਿਖੀ ਹੋਈ ਸੀ ਜਿਸ ਨੂੰ ਕੈਦ ਬਾ-ਮੁਸ਼ੱਕਤ ਦੀ ਸਜ਼ਾ ਹੋਈ ਸੀ। ਸਭ ਲੋਕਾਂ ਦਾ ਏਹੋ ਖਿਆਲ ਸੀ ਕਿ ਉਹ ਕਦੋਂ ਦਾ ਕਾਰਾ ਨਾਂ ਦੇ ਕਸਬੇ ਪਹੁੰਚ ਗਿਆ ਹੋਇਆ ਹੈ, ਤੇ ਹੁਣ ਇਹ ਪਤਾ ਲੱਗਾ ਸੀ ਕਿ ਉਹ ਕੁਝ ਦਿਨ ਪਹਿਲਾਂ ਹੀ ਏਥੋਂ ਦੀ ਲੰਘਿਆ ਹੈ। ਇਖਲਾਕੀ ਮੁਜਰਮਾਂ ਵਿਚ ਉਹ ਇਕੋ ਇਕ ਰਾਜਸੀ ਕੈਦੀ ਸੀ।

"ਸਤਾਰਾਂ ਅਗਸਤ ਨੂੰ," ਕੰਧ ਉਤੇ ਲਿਖਿਆ ਹੋਇਆ ਸੀ, "ਮੈਨੂੰ ਇਕੱਲੇ ਨੂੰ ਹੀ ਇਖਲਾਕੀ ਮੁਜਰਮਾਂ ਨਾਲ ਭੇਜਿਆ ਗਿਆ। ਨੇਵੇਰੋਵ ਮੇਰੇ ਨਾਲ ਸੀ ਪਰ ਕਜ਼ਾਨ ਆ ਕੇ ਪਾਗਲਖਾਨੇ ਵਿਚ ਉਸ ਨੇ ਆਪਣੇ ਆਪ ਨੂੰ ਫਾਹੇ ਲਾ ਲਿਆ ਸੀ। ਮੈਂ ਠੀਕ-ਠਾਕ ਹਾਂ ਅਤੇ ਚੜ੍ਹਦੀ ਕਲਾ ਵਿਚ ਹਾਂ ਅਤੇ ਆਸ ਕਰਦਾ ਹਾਂ ਕਿ ਸਭ ਕੁਝ ਠੀਕ-ਠਾਕ ਰਹੇਗਾ।"

ਸਭ ਲੋਕ ਪੇਤਲਿਨ ਦੀ ਹਾਲਤ ਅਤੇ ਨੇਵ੍ਰੋਰੋਵ ਦੀ ਖੁਦਕਸ਼ੀ ਦੇ ਕਾਰਨਾਂ ਬਾਰੇ ਚਰਚਾ ਕਰ ਰਹੇ ਸਨ। ਸਿਰਫ ਕ੍ਰਿਲਤਸੋਵ ਹੀ ਇਕ ਐਸਾ ਆਦਮੀ ਸੀ ਜਿਹੜਾ ਚੁਪ ਬੈਠਾ ਕੁਝ ਸੋਚ ਰਿਹਾ ਸੀ। ਉਸ ਦੀਆਂ ਚਮਕਦੀਆਂ ਅੱਖਾਂ ਇਕਟੱਕ ਸਾਮ੍ਹਣੇ ਪਾਸੇ ਵੇਖੀ ਜਾ ਰਹੀਆਂ ਸਨ।

"ਮੇਰੇ ਪਤੀ ਨੇ ਮੈਨੂੰ ਦੱਸਿਆ ਸੀ ਕਿ ਨੇਵੇਰੋਵ ਨੂੰ ਪੀਟਰ-ਪਾਲ ਗੜ੍ਹੀ ਵਿਚ ਹੀ ਭੂਤ ਪ੍ਰੇਤ ਵਿਖਾਈ ਦੇਣ ਲੱਗ ਪਏ ਸਨ," ਰਾਂਤਸੇਵਾ ਨੇ ਆਖਿਆ।

"ਹਾਂ, ਉਹ ਇਕ ਕਵੀ ਸੀ, ਸੁਪਨੇ ਵੇਖਣ ਵਾਲਾ। ਇਹ ਲੋਕ ਕੋਠੀ-ਬੰਦ ਸਜ਼ਾ ਨਹੀਂ ਬਰਦਾਸ਼ਤ ਕਰ ਸਕਦੇ," ਨੋਵੋਦਵੋਰੋਵ ਨੇ ਆਖਿਆ। "ਜਦੋਂ ਮੈਂ ਕੋਠੀ-ਬੰਦ ਸਜ਼ਾ ਭੁਗਤ ਰਿਹਾ ਸੀ ਮੈਂ ਆਪਣੀ ਕਲਪਨਾ ਦੇ ਘੋੜੇ ਦੀਆਂ ਵਾਗਾਂ ਕਦੇ ਢਿਲੀਆਂ ਨਹੀਂ ਸੀ ਛੱਡੀਆਂ। ਇਕ ਇਕ ਦਿਨ ਦਾ ਕੰਮ ਬਾਕਾਇਦਾ ਮਿਥ ਲੈਂਦਾ ਸਾਂ, ਇਸ ਕਰਕੇ ਇਹ ਸਜ਼ਾ ਬੜੇ ਆਰਾਮ ਨਾਲ ਕੱਟੀ ਗਈ ਸੀ।"

"ਕੱਲਾ ਕੱਟਦਾ ਕਿਵੇਂ ਨਾ? ਜਦੋਂ ਮੈਨੂੰ ਕੋਠੀ-ਬੰਦ ਕੀਤਾ ਗਿਆ ਮੈਂ ਤੇ ਬੜਾ ਖੁਸ਼ ਰਹਿੰਦਾ ਸਾਂ," ਨਾਬਾਤੋਵ ਨੇ ਖਿੜ ਕੇ ਆਖਿਆ। ਉਹ ਵਾਤਾਵਰਣ ਤੇ ਛਾਈ ਉਦਾਸੀ ਨੂੰ ਛੰਡਣਾ ਚਾਹੁੰਦਾ ਸੀ। "ਪਹਿਲਾਂ ਤਾਂ ਬੰਦਾ ਹਰ ਗੱਲੋਂ ਡਰਦਾ ਰਹਿੰਦਾ ਏ: ਕਿਤੇ ਫੜਿਆ ਨਾ ਜਾਵਾਂ, ਦੂਜਿਆਂ ਦੇ ਨਾਲ ਹੀ ਵਲਿਆ ਨਾ ਜਾਵਾਂ ਤੇ ਸਾਰਾ ਕੰਮ ਹੀ ਚੌਪਟ ਨਾ ਹੋ ਜਾਏ। ਪਰ ਜਿਸ ਵੇਲੇ ਫੜਿਆ ਜਾਂਦਾ ਏ ਤਾਂ ਸਾਰੀ ਜ਼ੁਮੇਵਾਰੀ ਸਿਰ ਤੋਂ ਲਹਿ ਜਾਂਦੀ ਏ ਤੇ ਬੰਦਾ ਆਰਾਮ ਕਰ ਸਕਦਾ ਏ—ਬਸ ਆਰਾਮ ਨਾਲ ਬੈਠੇ ਤੇ ਸਿਗਰਟ ਦੇ ਸੂਟੇ ਮਾਰੇ।"

"ਤੂੰ ਉਹਨੂੰ ਚੰਗੀ ਤਰ੍ਹਾਂ ਜਾਣਦਾ ਸੈਂ," ਮਾਰੀਆ ਪਾਵਲੋਵਨਾ ਨੇ ਚਿੰਤਾ ਵਿਚ ਡੁੱਬੀਆਂ ਅੱਖਾਂ ਨਾਲ ਕ੍ਰਿਲਤਸੋਵ ਵੱਲ ਵੇਖਦਿਆਂ ਪੁੱਛਿਆ। ਕ੍ਰਿਲਤਸੋਵ ਦੇ ਚਿਹਰੇ ਦੇ ਹਾਵਭਾਵ ਬਦਲ ਗਏ ਸਨ ਤੇ ਉਹ ਹਾਲੋਂ ਬੇਹਾਲ ਹੋਇਆ ਲੱਗਦਾ ਸੀ।

"ਨੇਵੇਰੋਵ ਸੁਪਨੇ ਵੇਖਣ ਵਾਲਾ ਬੰਦਾ ਸੀ?" ਅਚਾਨਕ ਕ੍ਰਿਲਤਸੋਵ ਬੋਲਣ ਲੱਗ ਪਿਆ। ਉਹਨੂੰ ਸਾਹ ਚੜ੍ਹਿਆ ਹੋਇਆ ਸੀ ਜਿਵੇਂ ਬੜੇ ਚਿਰ ਤੋਂ ਉੱਚੀ ਉੱਚੀ ਬੋਲਦਾ ਜਾਂ ਗਾਉਂਦਾ ਰਿਹਾ ਹੋਵੇ। "ਨੇਵੇਰੋਵ ਇਸ ਤਰ੍ਹਾਂ ਦਾ ਬੰਦਾ ਸੀ ਜਿਸ ਤਰ੍ਹਾਂ ਦੇ ਦੁਨੀਆ ਵਿਚ ਵਿਰਲੇ ਟਾਵੇਂ ਹੀ ਜੰਮਦੇ ਨੇ ਜਿਵੇਂ ਸਾਡਾ ਚੌਕੀਦਾਰ ਆਖਦਾ ਹੁੰਦਾ ਸੀ। ਜੀ ਹਾਂ... ਬਲੌਰ ਵਾਂਗ ਨਿਰਮਲ ਸੁਭਾ ਦਾ। ਤੁਸੀਂ ਉਹਦੇ ਅੰਦਰ ਆਰ ਪਾਰ ਝਾਕ ਸਕਦੇ ਸੀ। ਝੂਠ ਤਾਂ ਉਹ ਕਦੇ ਬੋਲ ਹੀ ਨਹੀਂ ਸੀ ਸਕਦਾ; ਕੋਈ ਪੱਜ ਬਹਾਨੇ ਨਹੀਂ ਸੀ ਕਰ ਸਕਦਾ। ਏਨਾ ਹੀ ਨਹੀਂ ਕਿ ਉਹਦੀ ਚਮੜੀ ਪਤਲੀ ਸੀ, ਸਗੋਂ ਉਸ ਦੀਆਂ ਸਭ ਨਾੜੀਆਂ ਨਜ਼ਰ ਆਉਂਦੀਆਂ ਸਨ ਜਿਵੇਂ ਉਹਦੀ ਚਮੜੀ ਲਾਹ ਦਿੱਤੀ ਗਈ ਹੋਵੇ। ਜੀ ਹਾਂ... ਉਹ ਬੜੇ ਹੀ ਗੁੰਝਲਦਾਰ ਸੁਭਾ ਵਾਲਾ ਸੀ, ਬੜਾ ਭਰਪੂਰ, ਇਸ ਤਰ੍ਹਾਂ ਨਹੀਂ ਜਿਸ ਤਰ੍ਹਾਂ... ਪਰ ਬਹੁਤੀਆਂ ਗੱਲਾਂ ਕਰਨ ਦਾ ਕੀ ਫਾਇਦਾ?" ਉਹ ਚੁੱਪ ਹੋ ਗਿਆ ਅਤੇ ਫੇਰ ਗੁੱਸੇ ਨਾਲ ਤਿਊੜੀ ਪਾ ਕੇ ਬੋਲਿਆ: "ਅਸੀਂ ਤਾਂ ਇਹਨਾਂ ਬਹਿਸਾਂ ਵਿਚ ਪਏ ਰਹਿੰਦੇ ਆਂ ਕਿ

ਪਹਿਲਾਂ ਲੋਕਾਂ ਨੂੰ ਸਿਖਿਆ ਦੇਈਏ ਤੇ ਫੇਰ ਸਮਾਜੀ ਜੀਵਨ ਦਾ ਸਰੂਪ ਬਦਲੀਏ, ਜਾਂ ਪਹਿਲਾਂ ਜੀਵਨ ਦਾ ਸਰੂਪ ਬਦਲੀਏ। ਫੇਰ ਅਸੀਂ ਇਹਨਾਂ ਗੱਲਾਂ ਉਤੇ ਬਹਿਸ ਛੇੜ ਲੈਂਦੇ ਆ ਕਿ ਸਾਨੂੰ ਸੰਗਰਾਮ ਕਿਵੇਂ ਕਰਨਾ ਚਾਹੀਦਾ ਏ, ਸ਼ਾਂਤਮਈ ਪਰਚਾਰ ਨਾਲ ਜਾਂ ਦਹਿਸ਼ਤਪਸੰਦੀ ਨਾਲ ? ਅਸੀਂ ਬਹਿਸਾਂ ਕਰਦੇ ਆਂ। ਪਰ ਉਹ ਲੋਕ ਬਹਿਸਾਂ ਨਹੀਂ ਕਰਦੇ, ਉਹਨਾਂ ਨੂੰ ਆਪਣੇ ਕੰਮ ਦਾ ਪਤਾ ਏ। ਉਹਨਾਂ ਨੂੰ ਇਸ ਗੱਲ ਦੀ ਪ੍ਰਵਾਹ ਨਹੀਂ ਕਿ ਦਰਜਨਾਂ, ਤੇ ਸੈਂਕੜੇ ਆਦਮੀ ਤਿਲ ਤਿਲ ਕਰ ਕੇ ਮਰਦੇ ਨੇ। ਅਤੇ ਆਦਮੀ ਵੀ ਕਿਹੋ ਜਿਹੇ! ਨਹੀਂ, ਉਹ ਤਾਂ ਚਾਹੁੰਦੇ ਹੀ ਇਹ ਨੇ ਕਿ ਸਭ ਤੋਂ ਵਧੀਆ ਬੰਦੇ ਮਰਨ। ਜੀ, ਹਰਜ਼ਨ ਨੇ ਕਿਹਾ ਸੀ ਕਿ ਜਦੋਂ ਦਸੰਬਰਵਾਦੀ ਲੋਕਾਂ ਵਿਚੋਂ ਲਾਂਭੇ ਹੋ ਗਏ ਤਾਂ ਸਾਡੇ ਸਮਾਜ ਦੀ ਔਸਤ ਪੱਧਰ ਹੇਠਾਂ ਚਲੀ ਗਈ ਸੀ। ਜ਼ਰੂਰ ਹੇਠਾਂ ਚਲੀ ਗਈ ਹੋਵੇਗੀ। ਇਸ ਤੋਂ ਮਗਰੋਂ ਖ਼ੁਦ ਹਰਜ਼ਨ ਅਤੇ ਉਸ ਦੇ ਸਮਕਾਲੀਆਂ ਨੂੰ ਲਾਂਭੇ ਕਰ ਦਿੱਤਾ ਗਿਆ। ਅਤੇ ਹੁਣ ਨੇਵੇਰੋਵ ਵਰਗੇ ਲੋਕ..."

"ਸਾਰਿਆਂ ਨੂੰ ਖਤਮ ਨਹੀਂ ਕੀਤਾ ਜਾ ਸਕਦਾ," ਨਾਬਾਤੋਵ ਨੇ ਹਸਮੁਖ ਅੰਦਾਜ਼ ਨਾਲ ਆਖਿਆ। "ਨਸਲ ਤੁਰਦੀ ਰਖਣ ਲਈ ਹਮੇਸ਼ਾ ਬਥੇਰੇ ਬਚੇ ਰਿਹਾ ਕਰਨਗੇ।"

"ਨਹੀਂ, ਨਹੀਂ ਬਚੇ ਰਹਿਣਗੇ, ਜੇ ਕਰ ਅਸੀਂ ਉਹਨਾਂ ਉਤੇ ਤਰਸ ਕਰਦੇ ਰਹੇ ਤਾਂ," ਕਿਸੇ ਨੂੰ ਆਪਣੀ ਗੱਲ ਟੁਕਣ ਦਾ ਮੌਕਾ ਦਿੱਤੇ ਬਿਨਾਂ ਕ੍ਰਿਲਤਸੋਵ ਬੋਲੀ ਜਾ ਰਿਹਾ ਸੀ। ਉਸ ਦੀ ਆਵਾਜ਼ ਉੱਚੀ ਹੁੰਦੀ ਜਾ ਰਹੀ ਸੀ। "ਇਕ ਸਿਗਰਟ ਦੇਵੀਂ ਮੈਨੂੰ।"

"ਉਫ, ਅਨਾਤੋਲੀ, ਸਿਗਰਟ ਪੀਣਾ ਚੰਗਾ ਨਹੀਂ ਤੇਰੇ ਵਾਸਤੇ," ਮਾਰੀਆ ਪਾਵਲੋਵਨਾ ਨੇ ਆਖਿਆ। "ਨਾ ਪੀ, ਮਿਹਰਬਾਨੀ ਕਰ ਕੇ।"

"ਹੂੰ, ਛੱਡੋ ਇਸ ਗੱਲ ਨੂੰ," ਉਸ ਨੇ ਗੁੱਸੇ ਨਾਲ ਆਖਿਆ ਤੇ ਸਿਗਰਟ ਸੁਲਘਾ ਲਈ। ਪਰ ਇਕਦਮ ਉਸ ਨੂੰ ਖੰਘ ਛਿੜ ਪਈ ਤੇ ਉਸ ਨੂੰ ਉਬੱਤ ਆਉਣ ਲੱਗ ਪਏ ਜਿਵੇਂ ਉਲਟੀ ਕਰਨੀ ਹੋਵੇ। ਸੰਘ ਵਿਚੋਂ ਬਲਗਮ ਨਿਕਲ ਗਈ ਤਾਂ ਉਹ ਫੇਰ ਬੋਲਣ ਲੱਗ ਪਿਆ : "ਅਸੀਂ ਜੋ ਕੁਝ ਕਰਦੇ ਰਹੇ ਆਂ ਉਹ ਬਿਲਕੁਲ ਫਜ਼ੂਲ ਏ। ਸਾਡਾ ਕੰਮ ਬਹਿਸਾਂ ਕਰਨਾ ਨਹੀਂ, ਸਗੋਂ ਸਾਰਿਆਂ ਨੂੰ ਇਕਮੁੱਠ ਕਰਨਾ ਏ... ਤਾਂ ਜੋ ਉਹਨਾਂ ਦਾ ਫਸਤਾ ਵੱਢ ਸਕੀਏ।"

"ਪਰ ਉਹ ਵੀ ਤਾਂ ਇਨਸਾਨ ਹਨ," ਨੇਖਲੀਊਦੋਵ ਨੇ ਆਖਿਆ।

"ਨਹੀਂ, ਉਹ ਇਨਸਾਨ ਨਹੀਂ। ਜਿਹੜੇ ਕੰਮ ਉਹ ਕਰਦੇ ਹਨ ਉਹ ਇਨਸਾਨ ਨਹੀਂ ਕਰ ਸਕਦੇ... ਨਹੀਂ... ਸੁਣਿਆ ਹੈ ਕਿ ਕੋਈ ਬੰਬਾਂ ਤੇ ਗੁਬਾਰਿਆਂ ਦੀ ਕਾਢ ਕੱਢੀ ਗਈ ਏ। ਬਸ, ਚਾਹੀਦਾ ਇਹ ਐ ਕਿ ਬੰਦਾ ਇਕ ਗੁਬਾਰੇ ਵਿਚ ਉਪਰ ਚੜ੍ਹ ਜਾਏ ਤੇ ਇਹਨਾਂ ਉਤੇ ਬੰਬਾਂ ਦਾ ਛਿੱਟਾ ਦੇ ਦੇਵੇ। ਇਹ ਸਮਝ ਕੇ ਭਈ ਇਹ ਖਟਮਲ ਨੇ, ਤਾਂ ਜੋ ਸਾਰੇ ਦੇ ਸਾਰੇ ਮਰ ਮੁਕ ਜਾਣ... ਜੀ ਹਾਂ। ਏਸ ਕਰਕੇ ਕਿ..." ਉਹਨੇ ਗੱਲ ਕਰੀ ਜਾਣ ਦੀ ਕੋਸ਼ਿਸ਼ ਕੀਤੀ ਪਰ ਉਹਦਾ ਮੂੰਹ ਲਾਲ ਹੋ ਗਿਆ, ਤੇ ਪਹਿਲਾਂ ਨਾਲੋਂ ਸਖ਼ਤ

ਖੰਘ ਛਿੜ ਪਈ ਤੇ ਉਹਦੇ ਮੂੰਹ ਵਿਚੋਂ ਲਹੂ ਦੀ ਇਕ ਤਤੀਰੀ ਛੁੱਟ ਪਈ।

ਨਾਬਾਤੋਵ ਭੱਜਾ ਹੋਇਆ ਬਰਫ ਲੈਣ ਗਿਆ। ਮਾਰੀਆ ਪਾਵਲੋਵਨਾ ਵਾਲੇਰੀਅਨ ਲੈ ਆਈ ਅਤੇ ਉਹਦੇ ਮੂੰਹ ਵਿਚ ਪਾਉਣ ਲੱਗੀ। ਪਰ ਉਹਨੇ ਤੇਜ਼ ਤੇਜ਼ ਤੇ ਔਖੇ ਔਖੇ ਸਾਹ ਲੈਂਦਿਆਂ, ਆਪਣੇ ਪਤਲੇ ਜਿਹੇ ਹੱਥਾਂ ਨਾਲ ਉਸਨੂੰ ਪਰੇ ਹਟਾ ਦਿੱਤਾ ਤੇ ਆਪਣੀਆਂ ਅੱਖਾਂ ਬੰਦ ਕਰ ਲਈਆਂ। ਜਦੋਂ ਬਰਫ ਤੇ ਠੰਡੇ ਪਾਣੀ ਨਾਲ ਉਸ ਨੂੰ ਕੁਝ ਚੈਨ ਆਇਆ ਤਾਂ ਉਹਨੂੰ ਬਿਸਤਰੇ ਉਤੇ ਲੰਮਾ ਪਾ ਦਿੱਤਾ ਗਿਆ। ਨੇਖਲੀਊਦੋਵ ਨੇ ਹਰ ਇਕ ਨੂੰ ਅਲਵਿਦਾ ਆਖਿਆ ਅਤੇ ਸਾਰਜੈਂਟ ਨਾਲ, ਜਿਹੜਾ ਕੁਝ ਚਿਰ ਤੋਂ ਉਹਨੂੰ ਉਡੀਕ ਰਿਹਾ ਸੀ, ਬਾਹਰ ਆ ਗਿਆ। ਮੁਜਰਮਾਂ ਵਿਚ ਹੁਣ ਚੁਪ – ਚਾਂ ਹੋ ਗਈ ਸੀ ਅਤੇ ਉਹਨਾਂ ਵਿਚੋਂ ਬਹੁਤੇ ਸੌਂ ਗਏ ਸਨ। ਕੈਦੀ ਭਾਵੇਂ ਫੱਟਿਆਂ ਦੇ ਉਤੇ ਤੇ ਹੇਠਾਂ ਅਤੇ ਫੱਟਿਆਂ ਦੇ ਵਿਚਲੀਆਂ ਥਾਂਵਾਂ ਉਤੇ ਲੰਮੇ ਪਏ ਹੋਏ ਸਨ, ਫੇਰ ਵੀ ਸਾਰਿਆਂ ਨੂੰ ਹੀ ਕਮਰਿਆਂ ਵਿਚ ਥਾਂ ਨਹੀਂ ਸੀ ਮਿਲੀ। ਕੁਝ ਕੈਦੀ ਆਪਣੇ ਬੁਝਕੇ ਸਿਰ ਹੇਠਾਂ ਰੱਖ ਕੇ ਲਾਂਘੇ ਵਿਚ ਪਏ ਹੋਏ ਸਨ ਅਤੇ ਉਪਰ ਗਿੱਲੇ ਚੋਗੇ ਲਏ ਹੋਏ ਸਨ।

ਘੁਰਾੜੇ ਮਾਰਨ, ਹੂੰਘਣ ਅਤੇ ਨੀਂਦ ਵਿਚ ਬਰੜਾਉਣ ਦੀਆਂ ਆਵਾਜ਼ਾਂ ਖੁਲ੍ਹੇ ਬੂਹਿਆਂ ਵਿਚੋਂ ਅਤੇ ਲਾਂਘੇ ਵਿਚੋਂ ਆ ਰਹੀਆਂ ਸਨ। ਪੈਰ ਪੈਰ ਉਤੇ ਜੇਲ੍ਹ ਦੇ ਚੋਗਿਆਂ ਨਾਲ ਢੱਕੇ ਹੋਏ ਇਨਸਾਨਾਂ ਦੇ ਢੇਰ ਲੱਗੇ ਹੋਏ ਸਨ। ਜੇ ਕੋਈ ਨਹੀਂ ਸੀ ਸੁੱਤਾ ਹੋਇਆ ਤਾਂ ਉਹ ਸਨ ਛੜਿਆਂ ਤੇ ਕੁਆਰਿਆਂ ਦੇ ਕਮਰੇ ਵਿਚ ਕੁਝ ਬੰਦੇ ਜਿਹੜੇ ਮੋਮਬੱਤੀ ਬਾਲ ਕੇ ਬੈਠੇ ਹੋਏ ਸਨ (ਜਿਹੜੀ ਸਾਰਜੈਂਟ ਉਤੇ ਨਜ਼ਰ ਪੈਂਦਿਆਂ ਹੀ ਬੁਝਾ ਦਿੱਤੀ ਗਈ ਸੀ) ਅਤੇ ਇਕ ਬੁੱਢਾ ਜਿਹੜਾ ਲਾਂਘੇ ਵਿਚ ਲੈਂਪ ਦੇ ਚਾਨਣੇ ਵਿਚ ਨੰਗਾ ਬੈਠਾ ਆਪਣੀ ਕਮੀਜ਼ ਵਿਚੋਂ ਜੂਆਂ ਕੱਢ ਰਿਹਾ ਸੀ। ਇਥੇ ਏਨੀ ਬਦਬੂ ਤੇ ਹੁੱਸੜ ਸੀ ਕਿ ਮੁਕਾਬਲੇ ਵਿਚ ਰਾਜਸੀ ਕੈਦੀਆਂ ਦੇ ਕਮਰਿਆਂ ਦੀ ਗੰਦੀ ਹਵਾ ਵੀ ਸਾਫ ਲੱਗਦੀ ਸੀ। ਲੈਂਪ ਵਿਚੋਂ ਧੂਆਂ ਨਿਕਲ ਰਿਹਾ ਸੀ ਤੇ ਉਸ ਦੀ ਰੋਸ਼ਨੀ ਬੜੀ ਨਿੰਮ੍ਹੀ ਸੀ ਜਿਵੇਂ ਲਾਟ ਦੁਆਲੇ ਧੁੰਦ ਪੱਸਰੀ ਹੋਵੇ। ਇਸ ਥਾਂ ਸਾਹ ਲੈਣਾ ਵੀ ਔਖਾ ਹੋ ਰਿਹਾ ਸੀ। ਲਾਂਘੇ ਵਿਚ ਏਨੀ ਵੀ ਖਾਲੀ ਥਾਂ ਨਹੀਂ ਸੀ ਕਿ ਬੰਦਾ ਆਰਾਮ ਨਾਲ ਤੁਰ ਸਕੇ। ਇਕ ਕਦਮ ਰੱਖ ਕੇ ਦੂਜਾ ਪੈਰ ਟਿਕਾਉਣ ਲਈ ਥਾਂ ਲਭਣੀ ਪੈਂਦੀ ਸੀ। ਤਿੰਨ ਬੰਦੇ ਇਸ ਤਰ੍ਹਾਂ ਦੇ ਵੀ ਸਨ ਜਿਨ੍ਹਾਂ ਨੂੰ ਪ੍ਰਤੱਖ ਤੌਰ ਤੇ ਲਾਂਘੇ ਵਿਚ ਵੀ ਥਾਂ ਨਹੀਂ ਸੀ ਜੁੜੀ ਤੇ ਉਹ ਡਿਉੜੀ ਵਿਚ ਤੂਸਾਂ ਮਾਰਦੇ ਤੇ ਚੋਂਦੇ ਟੱਪ ਦੇ ਕੋਲ ਲੰਮੇ ਪਏ ਹੋਏ ਸਨ। ਇਹਨਾਂ ਵਿਚ ਇਕ ਤਾਂ ਉਹੋ ਬੁੱਧੂ ਬੁੱਢਾ ਸੀ ਜਿਸ ਨੂੰ ਨੇਖਲੀਊਦੋਵ ਨੇ ਟੋਲੀ ਦੇ ਨਾਲ ਕੂਚ ਕਰਦਿਆਂ ਕਈ ਵਾਰੀ ਵੇਖਿਆ ਸੀ। ਦੂਸਰਾ ਦਸਾਂ ਕੁ ਵਰ੍ਹਿਆਂ ਦਾ ਇਕ ਮੁੰਡਾ ਸੀ ਜਿਹੜਾ ਆਪਣੀ ਗੱਲ੍ਹ ਹੇਠਾਂ ਆਪਣਾ ਹੱਥ ਦੇ ਕੇ ਦੋ ਕੈਦੀਆਂ ਦੇ ਵਿਚਕਾਰ ਪਿਆ ਸੀ ਅਤੇ ਉਸਨੇ ਆਪਣਾ ਸਿਰ ਇਕ ਕੈਦੀ ਦੀ ਲੱਤ ਉਤੇ ਰੱਖਿਆ ਹੋਇਆ ਸੀ।

ਜਦੋਂ ਉਹ ਫਾਟਕ ਤੋਂ ਬਾਹਰ ਆ ਗਿਆ ਤਾਂ ਨੇਖਲੀਊਦੋਵ ਨੇ ਇਕ ਹੌਕਾ ਭਰਿਆ ਅਤੇ ਕਿੰਨਾ ਹੀ ਚਿਰ ਕਕਰੀਲੀ ਹਵਾ ਵਿਚ ਉਹ ਲੰਮੇ ਲੰਮੇ ਸਾਹ ਲੈਂਦਾ ਰਿਹਾ।

੧੯

ਅਸਮਾਨ ਨਿਤਰਿਆ ਹੋਇਆ ਸੀ ਤੇ ਤਾਰੇ ਚਮਕ ਰਹੇ ਸਨ। ਜੰਮੇ ਹੋਏ ਚਿੱਕੜ ਉਤੇ ਤੁਰਦਾ, ਜਿਹੜਾ ਬਰਫ ਵਿਚ ਕਿਸੇ ਕਿਸੇ ਥਾਂ ਕਾਲਾ ਕਾਲਾ ਨਜ਼ਰ ਆਉਂਦਾ ਸੀ ਨੇਖਲੀਊਦੋਵ ਸਰਾਂ ਵਿਚ ਵਾਪਸ ਆਇਆ ਅਤੇ ਖਿੜਕੀ ਨੂੰ ਠਕੋਰਿਆ। ਖਿੜਕੀ ਦੇ ਪਿੱਛੇ ਹਨੇਰਾ ਸੀ। ਚੌੜੀ-ਚਕਲੀ ਛਾਤੀ ਵਾਲੇ ਇਕ ਮਜ਼ਦੂਰ ਨੇ ਨੰਗੇ ਪੈਰੀਂ ਆ ਕੇ ਬੂਹਾ ਖੋਹਲਿਆ ਅਤੇ ਨੇਖਲੀਊਦੋਵ ਅੰਦਰ ਚਲਾ ਗਿਆ। ਸੱਜੇ ਪਾਸੇ ਦੇ ਬੂਹੇ ਵਿਚੋਂ, ਜਿਥੋਂ ਦੀ ਪਿਛਵਾੜੇ ਜਾਣ ਦਾ ਰਾਹ ਸੀ, ਸੁਤੇ ਪਏ ਛਕੜੇ ਵਾਲਿਆਂ ਦੇ ਘੁਰਾੜਿਆਂ ਦੀ ਉੱਚੀ ਉੱਚੀ ਆਵਾਜ਼ ਆ ਰਹੀ ਸੀ ਅਤੇ ਵਿਹੜੇ ਵਿਚੋਂ ਬਹੁਤ ਸਾਰੇ ਘੋੜਿਆਂ ਦੇ ਜਵੀ ਨੂੰ ਬੁਰਕ ਮਾਰਨ ਦੀ ਆਵਾਜ਼ ਸੁਣ ਰਹੀ ਸੀ। ਖੱਬੇ ਪਾਸੇ ਦਾ ਬੂਹਾ ਸਾਫ-ਸੁਥਰੇ ਮਹਿਮਾਨਖਾਨੇ ਵੱਲ ਖੁਲ੍ਹਦਾ ਸੀ। ਅਗਲੇ ਕਮਰੇ ਵਿਚ ਦੇਵ-ਮੂਰਤੀਆਂ ਦੇ ਸਾਮ੍ਹਣੇ ਇਕ ਲਾਲ ਲੈਂਪ ਬਲ ਰਹੀ ਸੀ ਅਤੇ ਕਮਰੇ ਵਿਚੋਂ ਚੁਰਾਇਤੇ ਤੇ ਮੁੜ੍ਹਕੇ ਦੀ ਮੁਸ਼ਕ ਆ ਰਹੀ ਸੀ। ਪਾਰਟੀਸ਼ਨ ਦੇ ਪਿਛਲੇ ਪਾਸੇ ਕੋਈ ਮਜ਼ਬੂਤ ਫੇਫੜਿਆਂ ਵਾਲਾ ਸੁਤਾ ਪਿਆ ਬੰਦਾ ਘੁਰਾੜੇ ਮਾਰ ਰਿਹਾ ਸੀ। ਨੇਖਲੀਊਦੋਵ ਨੇ ਕਪੜੇ ਲਾਹੇ, ਮੋਮਜਾਮੇ ਵਾਲੇ ਸੋਫੇ ਉਤੇ ਆਪਣਾ ਚਮੜੇ ਦਾ ਸਫਰੀ ਸਿਰਹਾਣਾ ਰੱਖਿਆ ਅਤੇ ਆਪਣਾ ਕੰਬਲ ਵਿਛਾ ਕੇ ਲੰਮਾ ਪੈ ਗਿਆ। ਲੰਮਾ ਪੈਂਦੇ ਸਾਰ ਹੀ ਉਹ ਜੋ ਕੁਝ ਅੱਜ ਸੁਣਿਆ ਵੇਖਿਆ ਸੀ ਉਸ ਤੇ ਵਿਚਾਰ ਕਰਨ ਲੱਗ ਪਿਆ। ਤੂਸਾਂ ਮਾਰਦੇ ਟਪ ਵਿਚੋਂ ਚੋਂਦਾ ਗੰਦਾ ਪਾਣੀ ਅਤੇ ਇਸ ਉਤੇ ਦੋ ਕੈਦੀਆਂ ਦੇ ਵਿਚਕਾਰ ਇਕ ਦੀਆਂ ਲੱਤਾਂ ਉਤੇ ਸਿਰ ਰੱਖ ਕੇ ਸੁੱਤਾ ਹੋਇਆ ਮੁੰਡਾ—ਸਭ ਝਾਕੀਆਂ ਵਿਚੋਂ ਇਹ ਝਾਕੀ ਸਭ ਤੋਂ ਵਧ ਰੌਂਗਟੇ ਖੜੇ ਕਰਨ ਵਾਲੀ ਸੀ।

ਸਿਮੋਨਸਨ ਅਤੇ ਕਾਤੀਊਸ਼ਾ ਨਾਲ ਅੱਜ ਸ਼ਾਮੀਂ ਜਿਹੜੀਆਂ ਉਹਦੀਆਂ ਗੱਲਾਂਬਾਤਾਂ ਹੋਈਆਂ ਸਨ ਉਹ ਬੜੀਆਂ ਅਚਨਚੇਤ ਤੇ ਅਹਿਮ ਸਨ। ਪਰ ਨੇਖਲੀਊਦੋਵ ਇਹਨਾਂ ਬਾਰੇ ਕੁਝ ਨਹੀਂ ਸੀ ਸੋਚ ਰਿਹਾ। ਇਸ ਮਾਮਲੇ ਵਿਚ ਉਹਦੀ ਪੁਜ਼ੀਸ਼ਨ ਏਡੀ ਗੁੰਝਲਦਾਰ ਅਤੇ ਡਾਵਾਂਡੋਲ ਸੀ ਕਿ ਉਸ ਨੇ ਇਸ ਗੱਲ ਦਾ ਖਿਆਲ ਹੀ ਦਿਮਾਗ਼ ਵਿਚੋਂ ਕੱਢ ਦਿੱਤਾ ਸੀ। ਪਰ ਇਹਨਾਂ ਨਸੀਬਾਂ-ਮਾਰਿਆਂ ਦੀ ਤਸਵੀਰ, ਜਿਹੜੇ ਗੰਦੇ ਟੱਪ ਵਿਚੋਂ ਚੋਂਦੇ ਪਾਣੀ ਵਿਚ ਲੰਮੇ ਪਏ ਗੰਦੀ ਹਵਾ ਵਿਚ ਸਾਹ ਲੈ ਰਹੇ ਸਨ, ਤੇ ਖਾਸ ਕਰਕੇ ਇਕ ਮੁਜਰਮ ਦੀ ਲੱਤ ਉਤੇ ਸਿਰ ਰੱਖ ਕੇ ਸੁੱਤੇ ਪਏ ਮੁੰਡੇ ਦਾ ਮਾਸੂਮ ਚਿਹਰਾ, ਪਹਿਲਾਂ ਨਾਲੋਂ ਵੀ ਵਧੇਰੇ ਸਜੀਵ ਹੋ ਕੇ ਮੁੜ ਮੁੜ ਉਹਦੀਆਂ ਅੱਖਾਂ ਅੱਗੇ ਆਉਂਦੀ ਸੀ। ਹਜ਼ਾਰ ਕੋਸ਼ਿਸ਼ ਕਰਨ ਤੇ ਵੀ ਇਹ ਤਸਵੀਰ ਅੱਖਾਂ ਅੱਗੇ ਆਉਣੋਂ ਨਹੀਂ ਸੀ ਹਟਦੀ।

ਸਿਰਫ ਇਸ ਗੱਲ ਦਾ ਪਤਾ ਹੋਣਾ ਕਿ ਦੂਰ ਕਿਧਰੇ ਕੁਝ ਲੋਕ ਐਸੇ ਹਨ ਜਿਹੜੇ ਦੂਜੇ ਲੋਕਾਂ ਦਾ ਹਰ ਤਰ੍ਹਾਂ ਨਾਲ ਨਿਰਾਦਰ ਕਰ ਕੇ ਤੇ ਉਹਨਾਂ ਨਾਲ ਅਣਮਨੁਖੀ ਸਲੂਕ ਕਰਕੇ ਤੇ ਉਹਨਾਂ ਤੇ ਅਤਿਆਚਾਰ ਕਰ ਕੇ ਉਹਨਾਂ ਨੂੰ ਤਸੀਹੇ ਦੇਂਦੇ ਹਨ, ਅਤੇ ਤਿੰਨ ਮਹੀਨੇ ਲਗਾਤਾਰ ਆਪਣੀਆਂ ਅੱਖਾਂ ਨਾਲ ਲੋਕਾਂ ਦੇ ਹੁੰਦੇ ਇਸ ਨਿਰਾਦਰ ਤੇ ਅਤਿਆਚਾਰ ਨੂੰ

ਵੇਖਣਾ, ਦੋਹਾਂ ਗੱਲਾਂ ਵਿਚ ਜ਼ਮੀਨ ਅਸਮਾਨ ਦਾ ਫਰਕ ਹੈ। ਅਤੇ ਨੇਖਲੀਊਦੋਵ ਨੇ ਇਹ ਗੱਲ ਮਹਿਸੂਸ ਕਰ ਲਈ ਸੀ। ਇਹਨਾਂ ਤਿੰਨਾਂ ਮਹੀਨਿਆਂ ਵਿਚ ਉਸ ਨੇ ਕਈ ਵਾਰੀ ਆਪਣੇ ਆਪ ਉਤੇ ਇਹ ਸਵਾਲ ਕੀਤਾ ਸੀ: "ਮੈਂ ਪਾਗਲ ਤੇ ਨਹੀਂ ਹੋ ਗਿਆ ਕਿ ਜੋ ਕੁਝ ਮੈਨੂੰ ਵਿਖਾਈ ਦੇਂਦਾ ਹੈ ਦੂਜਿਆਂ ਨੂੰ ਵਿਖਾਈ ਨਹੀਂ ਦੇਂਦਾ, ਜਾਂ ਉਹ ਲੋਕ ਪਾਗਲ ਹਨ ਜਿਹੜੇ ਇਹ ਕਰਤੂਤਾਂ ਕਰਦੇ ਹਨ ਜਿਹੜੀਆਂ ਮੈਂ ਵੇਖ ਰਿਹਾ ਹਾਂ?" ਪਰ ਉਹ ਲੋਕ (ਤੇ ਉਹਨਾਂ ਦੀ ਗਿਣਤੀ ਚੋਖੀ ਹੈ) ਉਸ ਨੂੰ ਦੰਗ ਕਰਨ ਵਾਲੇ ਤੇ ਖੌਫਨਾਕ ਜਾਪਦੇ ਕੰਮ ਐਸੇ ਪੱਕੇ ਯਕੀਨ ਨਾਲ ਕਰਦੇ ਸਨ ਕਿ ਜੋ ਕੁਝ ਉਹ ਕਰ ਰਹੇ ਹਨ ਜ਼ਰੂਰੀ ਹੀ, ਮਹੱਤਵਪੂਰਨ ਅਤੇ ਲਾਭਦਾਇਕ ਕੰਮ ਹੈ। ਇਸ ਹਾਲਤ ਵਿਚ ਇਹ ਵਿਸ਼ਵਾਸ ਕਰਨਾ ਔਖਾ ਹੋ ਜਾਂਦਾ ਸੀ ਕਿ ਉਹ ਪਾਗਲ ਹੋਣਗੇ। ਨਾ ਹੀ ਉਹ ਇਸ ਗੱਲ ਉਤੇ ਵਿਸ਼ਵਾਸ ਕਰ ਸਕਦਾ ਸੀ ਕਿ ਉਹ ਆਪ ਪਾਗਲ ਹੈ ਕਿਉਂਕਿ ਉਹ ਜਾਣਦਾ ਸੀ ਕਿ ਉਹਦੇ ਵਿਚਾਰ ਬਿਲਕੁਲ ਸਪਸ਼ਟ ਹਨ। ਇਸ ਤਰ੍ਹਾਂ ਉਹ ਹਰ ਵੇਲੇ ਬੌਂਦਲਿਆ ਜਿਹਾ ਰਹਿੰਦਾ ਸੀ।

ਨੇਖਲੀਊਦੋਵ ਨੇ ਪਿਛਲੇ ਤਿੰਨ ਮਹੀਨਿਆਂ ਵਿਚ ਜੋ ਕੁਝ ਵੇਖਿਆ ਸੀ, ਉਸ ਨੂੰ ਵੇਖਣ ਤੋਂ ਪਿਛੋਂ ਉਹਦੇ ਮਨ ਉਤੇ ਇਹ ਪ੍ਰਭਾਵ ਪਿਆ ਸੀ: ਮੁਕਦਮਿਆਂ ਨਾਲ ਜਾਂ ਸਰਕਾਰੀ ਹੁਕਮਾਂ ਨਾਲ ਆਮ ਲੋਕਾਂ ਵਿਚੋਂ ਉਹ ਬੰਦੇ ਚੁਣ ਚੁਣ ਕੇ ਕਾਬੂ ਕੀਤੇ ਜਾਂਦੇ ਸਨ ਜਿਹੜੇ ਬਹੁਤ ਜ਼ਿਆਦਾ ਘਬਰਾ ਜਾਣ ਵਾਲੇ, ਬਹੁਤ ਗਰਮ ਸੁਭਾ ਵਾਲੇ, ਛੇਤੀ ਹੀ ਭੜਕ ਉਠਣ ਵਾਲੇ, ਬੜੇ ਹੀ ਗੁਣਵਾਨ ਅਤੇ ਸਭ ਤੋਂ ਵਧ ਤਗੜੇ ਸਨ ਪਰ ਨਾਲ ਹੀ ਸਭ ਤੋਂ ਘਟ ਚੌਕਸ ਤੇ ਖਚਰੇ ਸਨ, ਅਤੇ ਇਹਨਾਂ ਲੋਕਾਂ ਨੂੰ, ਜਿਹੜੇ ਆਜ਼ਾਦ ਫਿਰਦੇ ਰਹਿਣ ਵਾਲੇ ਲੋਕਾਂ ਨਾਲੋਂ ਮਾਸਾ ਵੀ ਵਧੇਰੇ ਖਤਰਨਾਕ ਨਹੀਂ ਸਨ, ਜੇਲ੍ਹਾਂ ਵਿਚ ਬੰਦ ਕਰ ਦਿੱਤਾ ਜਾਂਦਾ ਸੀ ਜਾਂ ਜਲਾਵਤਨ ਕਰ ਦਿੱਤਾ ਜਾਂਦਾ ਸੀ ਜਿਥੇ ਉਹਨਾਂ ਨੂੰ ਰੋਟੀ ਕਪੜਾ ਮਿਲਦਾ ਰਹਿੰਦਾ ਪਰ ਮਹੀਨਿਆਂ ਤੇ ਸਾਲਾਂ ਬੱਧੀ ਇਹ ਬਿਲਕੁਲ ਵਿਹਲੇ ਬੈਠੇ ਰਹਿੰਦੇ, ਕੁਦਰਤ ਤੋਂ ਦੂਰ, ਆਪਣੇ ਟੱਬਰਾਂ ਤੋਂ ਦੂਰ ਅਤੇ ਕਿਸੇ ਕਿਸਮ ਦੇ ਲਾਭਦਾਇਕ ਕੰਮ ਤੋਂ ਦੂਰ—ਮਤਲਬ ਇਹ ਕਿ ਉਹਨਾਂ ਸਭਨਾਂ ਹਾਲਤਾਂ ਤੋਂ ਵਿਰਵੇ ਜਿਹੜੀਆਂ ਆਦਮੀ ਦੇ ਆਤਮਕ ਤੇ ਇਖਲਾਕੀ ਜੀਵਨ ਲਈ ਜ਼ਰੂਰੀ ਹਨ। ਇਹ ਸੀ ਪਹਿਲੀ ਗੱਲ। ਦੂਜੀ ਗੱਲ ਇਹ ਕਿ ਇਹਨਾਂ ਸੰਸਥਾਵਾਂ ਵਿਚ ਇਹਨਾਂ ਲੋਕਾਂ ਦਾ ਹਰ ਤਰੀਕੇ ਨਾਲ ਬੇਲੋੜਾ ਅਪਮਾਨ ਕੀਤਾ ਜਾਂਦਾ ਸੀ। ਹੱਥਕੜੀਆਂ ਤੇ ਬੇੜੀਆਂ ਪਾਈਆਂ ਜਾਂਦੀਆਂ, ਸਿਰ ਮੁੰਨ ਦਿੱਤੇ ਜਾਂਦੇ ਅਤੇ ਸ਼ਰਮਨਾਕ ਕਿਸਮ ਦੇ ਕਪੜੇ ਪਾਉਣ ਨੂੰ ਦਿੱਤੇ ਜਾਂਦੇ। ਗੱਲ ਕੀ, ਉਹਨਾਂ ਨੂੰ ਉਹਨਾਂ ਮੁਖ ਉਦੇਸ਼ਾਂ ਤੋਂ ਵਿਰਵੇ ਕਰ ਦਿੱਤਾ ਜਾਂਦਾ ਜਿਹੜੇ ਕਮਜ਼ੋਰ ਲੋਕਾਂ ਨੂੰ ਸ਼ਰੀਫ ਬੰਦਿਆਂ ਵਾਂਗੂ ਰਹਿਣ ਦੀ ਪ੍ਰੇਰਨਾ ਦੇਂਦੇ ਹਨ—ਲੋਕਾਂ ਦੀ ਰਾਏ ਨੂੰ ਧਿਆਨ ਵਿਚ ਰਖਣ ਦੀ ਭਾਵਨਾ ਤੋਂ, ਸ਼ਰਮਿੰਦਗੀ ਦੇ ਅਹਿਸਾਸ ਤੋਂ ਅਤੇ ਮਨੁਖੀ ਗੌਰਵ ਦੀ ਚੇਤਨਾ ਤੋਂ। ਤੀਜੀ ਗੱਲ ਇਹ ਕਿ ਇਹਨਾਂ ਲੋਕਾਂ ਦੀਆਂ ਜਾਨਾਂ ਨੂੰ ਛੂਤ ਦੀਆਂ ਐਸੀਆਂ ਬੀਮਾਰੀਆਂ ਤੋਂ ਜੋ ਜੇਲ੍ਹਖਾਨਿਆਂ ਵਰਗੀਆਂ ਥਾਵਾਂ ਤੇ ਆਮ ਹੁੰਦੀਆਂ ਹਨ, ਥਕਾਵਟ ਅਤੇ ਮਾਰ ਕੁਟਾਈ ਤੋਂ ਲਗਾਤਾਰ ਖਤਰਾ ਬਣਿਆ ਰਹਿੰਦਾ ਹੈ (ਲੂ ਲੱਗ

ਜਾਣ ਨਾਲ, ਡੁਬ ਕੇ ਜਾਂ ਅੱਗ ਵਿਚ ਸੜ ਕੇ ਮਰ ਜਾਣ ਦਾ ਜ਼ਿਕਰ ਹੀ ਕੀ ਕਰਨਾ ਹੋਇਆ)। ਇਸ ਕਰ ਕੇ ਇਹ ਲੋਕ ਹਰ ਵੇਲੇ ਐਸੀ ਹਾਲਤ ਵਿਚ ਰਹਿੰਦੇ ਹਨ ਜਿਸ ਵਿਚ ਚੰਗੇ ਤੋਂ ਚੰਗੇ ਤੇ ਇਖ਼ਲਾਕੀ ਤੌਰ ਤੇ ਉੱਚੇ ਆਦਮੀ ਵੀ ਆਤਮ-ਰਖਿਆ ਦੀ ਭਾਵਨਾ ਕਾਰਨ ਅਤਿਅੰਤ ਖੌਫਨਾਕ ਤੇ ਜਾਬਰ ਕੰਮ ਕਰਨ ਲੱਗ ਪੈਂਦੇ ਹਨ ਅਤੇ ਐਸੇ ਕੰਮ ਕਰਨ ਵਾਲੇ ਲੋਕਾਂ ਨੂੰ ਮੁਆਫ ਕਰ ਦੇਂਦੇ ਹਨ। ਚੌਥੀ ਗੱਲ ਇਹ ਕਿ ਇਹਨਾਂ ਲੋਕਾਂ ਨੂੰ ਐਸੇ ਲੋਕਾਂ ਨਾਲ ਰਹਿਣ ਵਾਸਤੇ ਮਜਬੂਰ ਕੀਤਾ ਜਾਂਦਾ ਸੀ ਜਿਹੜੇ ਖਾਸ ਤੌਰ ਤੇ ਗਿਰੇ ਹੋਏ ਸਨ। ਅਤੇ ਵਿਸ਼ੇਸ਼ ਕਰਕੇ ਇਹ ਸੰਸਥਾਵਾਂ ਹੀ ਉਹਨਾਂ ਦੀ ਗਿਰਾਵਟ ਦਾ ਕਾਰਨ ਸਨ। ਇਹਨਾਂ ਬਦ-ਇਖ਼ਲਾਕਾਂ, ਕਾਤਲਾਂ ਅਤੇ ਬਦਮਾਸ਼ਾਂ ਦਾ ਉਹਨਾਂ ਉਤੇ ਓਹੋ ਜਿਹਾ ਹੀ ਅਸਰ ਹੁੰਦਾ ਸੀ ਜਿਹੋ ਜਿਹਾ ਗੁੰਨੇ ਹੋਏ ਆਟੇ ਉਤੇ ਖ਼ਮੀਰ ਦਾ ਹੁੰਦਾ ਹੈ। ਅਤੇ ਪੰਜਵੀਂ ਗੱਲ ਇਹ। ਇਸ ਹਕੀਕਤ ਦਾ ਉਹਨਾਂ ਸਭਨਾਂ ਲੋਕਾਂ ਉਤੇ ਬੜਾ ਜ਼ਬਰਦਸਤ ਪ੍ਰਭਾਵ ਪਿਆ ਜਿਨ੍ਹਾਂ ਨਾਲ ਅਣਮਨੁਖੀ ਸਲੂਕ ਕੀਤਾ ਜਾਂਦਾ ਸੀ : ਬੱਚਿਆਂ, ਔਰਤਾਂ ਅਤੇ ਬੁਢਿਆਂ ਉਤੇ ਜ਼ੁਲਮ ਢਾਹੁਣਾ ; ਡੰਡਿਆਂ ਅਤੇ ਚਾਬਕਾਂ ਨਾਲ ਕੋਰੜੇ ਮਾਰਨਾ ; ਭਗੌੜਿਆਂ ਨੂੰ ਜਿਊਂਦਿਆਂ ਜਾਂ ਮੋਇਆਂ ਫੜ ਲਿਆਉਣ ਬਦਲੇ ਇਨਾਮ ਦੇਣਾ; ਖਾਵੰਦਾਂ ਨੂੰ ਆਪਣੀਆਂ ਬੀਵੀਆਂ ਨਾਲੋਂ ਅਲੱਗ ਕਰ ਦੇਣਾ ਅਤੇ ਦੂਜਿਆਂ ਦੀਆਂ ਬੀਵੀਆਂ ਤੇ ਖਾਵੰਦਾਂ ਨਾਲ ਲਿੰਗ ਸੰਬੰਧ ਜੋੜਨ ਲਈ ਮਜਬੂਰ ਕਰਨਾ, ਗੋਲੀ ਨਾਲ ਮਾਰ ਦੇਣਾ ਜਾਂ ਫਾਹੇ ਲਾ ਦੇਣਾ। ਜਦੋਂ ਇਹ ਗੱਲ ਸਰਕਾਰ ਨੂੰ ਸੂਤ ਬਹਿੰਦੀ ਹੈ ਉਹ ਹਿੰਸਾ, ਜ਼ੁਲਮ ਜਬਰ ਅਤੇ ਵਹਿਸ਼ਤ ਨੂੰ ਸਿਰਫ ਬਰਦਾਸ਼ਤ ਹੀ ਨਹੀਂ ਕਰਦੀ ਸਗੋਂ ਇਸ ਦੀ ਖੁਲ੍ਹੀ ਛੁੱਟੀ ਦੇ ਰੱਖਦੀ ਹੈ। ਇਸ ਕਰਕੇ ਜਿਨ੍ਹਾਂ ਲੋਕਾਂ ਤੋਂ ਉਹਨਾਂ ਦੀ ਆਜ਼ਾਦੀ ਖੋਹ ਲਈ ਜਾਂਦੀ ਅਤੇ ਉਹਨਾਂ ਨੂੰ ਮੁਥਾਜੀ ਤੇ ਮੁਸੀਬਤਾਂ ਵਾਲੀ ਹਾਲਤ ਵਿਚ ਰਖਿਆ ਜਾਂਦਾ ਹੈ ਉਹਨਾਂ ਵਲੋਂ ਹਿੰਸਾ ਦੀਆਂ ਕਾਰਵਾਈਆਂ ਹੋਰ ਵੀ ਬਹੁਤਾ ਜਾਇਜ਼ ਜਾਪਦੀਆਂ ਹਨ।

ਜਾਪਦਾ ਸੀ ਕਿ ਇਹ ਸਾਰੀਆਂ ਸੰਸਥਾਵਾਂ ਜਾਣ-ਬੁਝ ਕੇ ਬਦਇਖ਼ਲਾਕੀ ਅਤੇ ਬਦਮਾਸ਼ੀ ਨੂੰ ਜਨਮ ਦੇਣ ਲਈ ਅਤੇ ਇਸ ਕੇਂਦਰਿਤ ਬਦਇਖ਼ਲਾਕੀ ਤੇ ਬਦਮਾਸ਼ੀ ਨੂੰ ਇਸ ਹੱਦ ਤੱਕ ਲੋਕਾਂ ਵਿਚ ਫੈਲਾਉਣ ਲਈ ਬਣਾਈਆਂ ਗਈਆਂ ਹਨ ਜਿਸ ਹੱਦ ਤੱਕ ਹੋਰ ਇਹਨਾਂ ਨੂੰ ਕਿਸੇ ਵੀ ਤਰ੍ਹਾਂ ਨਹੀਂ ਫੈਲਾਇਆ ਜਾ ਸਕਦਾ। "ਇਹ ਤਾਂ ਇਸ ਤਰ੍ਹਾਂ ਦੀ ਗੱਲ ਹੈ ਜਿਵੇਂ ਇਸ ਸਵਾਲ ਦਾ ਹੱਲ ਲਭਣ ਦਾ ਟੀਚਾ ਮਿਥਿਆ ਗਿਆ ਹੋਵੇ ਕਿ ਵਧ ਤੋਂ ਵਧ ਲੋਕਾਂ ਨੂੰ ਬਦਇਖ਼ਲਾਕ ਬਣਾਉਣ ਦਾ ਸਭ ਤੋਂ ਵਧੀਆ ਤੇ ਯਕੀਨੀ ਤਰੀਕਾ ਕਿਹੜਾ ਹੈ!" ਜੇਲ੍ਹਾਂ ਤੇ ਪੜਾਵਾਂ-ਡੇਰਿਆਂ ਵਿਚ ਜੋ ਕੁਝ ਕੀਤਾ ਜਾ ਰਿਹਾ ਸੀ ਉਸ ਉਤੇ ਡੂੰਘੀ ਵਿਚਾਰ ਕਰਦਿਆਂ ਨੇਖਲੀਊਦੋਵ ਨੇ ਸੋਚਿਆ। ਹਰ ਸਾਲ ਲੱਖਾਂ ਲੋਕਾਂ ਨੂੰ ਬਦਇਖ਼ਲਾਕੀ ਦੀਆਂ ਨੀਵੀਆਂ ਤੋਂ ਨੀਵੀਆਂ ਡੂੰਘਾਣਾਂ ਤੱਕ ਪਹੁੰਚਾਇਆ ਜਾਂਦਾ ਸੀ, ਅਤੇ ਜਦੋਂ ਉਹ ਪੂਰੀ ਤਰ੍ਹਾਂ ਰਸਾਤਲ ਵਿਚ ਜਾ ਡਿਗਦੇ ਸਨ ਤਾਂ ਉਹਨਾਂ ਨੂੰ ਛੱਡ ਦਿੱਤਾ ਜਾਂਦਾ ਤਾਂ ਜੋ ਜੇਲ੍ਹ ਵਿਚ ਚੰਬੜੇ ਇਖ਼ਲਾਕੀ ਰੋਗ ਨੂੰ ਲੋਕਾਂ ਵਿਚ ਫੈਲਾਉਣ।

ਤਿਊਮੇਨ, ਯੇਕਾਤੇਰੀਨਬਰਗ, ਤੋਮਸਕ ਦੀਆਂ ਜੇਲ੍ਹਾਂ ਵਿਚ ਅਤੇ ਰਸਤੇ ਦੇ ਪੜਾਵਾਂ

ਤੇ ਡੇਰਿਆਂ ਵਿਚ ਨੇਖਲੀਊਦੋਵ ਨੇ ਵੇਖਿਆ ਸੀ ਕਿ ਸਮਾਜ ਨੇ ਆਪਣੇ ਸਾਮ੍ਹਣੇ ਜੋ ਆਦਰਸ਼ ਮਿਥਿਆ ਜਾਪਦਾ ਸੀ ਉਸ ਨੂੰ ਉਹ ਕੇਡੀ ਸਫਲਤਾ ਨਾਲ ਪ੍ਰਾਪਤ ਕਰ ਰਹੇ ਸਨ। ਸਾਧਾਰਨ ਰੂਸ ਦੇ ਸਮਾਜਕ, ਕਿਸਾਨੀ ਅਤੇ ਈਸਾਈ ਸਦਾਚਾਰ ਦਾ ਪਾਲਣ ਕਰਨ ਵਾਲੇ ਸਿੱਧੇ ਸਾਦੇ ਲੋਕਾਂ ਨੇ ਆਪਣੀਆਂ ਪਹਿਲੀਆਂ ਧਾਰਨਾਵਾਂ ਨੂੰ ਗੁਆ ਕੇ ਨਵੇਂ ਸਦਾਚਾਰ ਨੂੰ ਆਪਣਾ ਲਿਆ ਸੀ ਜਿਹੜਾ ਜੇਲ੍ਹਾਂ ਵਿਚ ਜੰਮਦਾ ਪਲਦਾ ਸੀ ਅਤੇ ਮੁਖ ਕਰਕੇ ਇਸ ਵਿਚਾਰ ਉਤੇ ਆਧਾਰਤ ਸੀ ਕਿ ਮਨੁਖਾਂ ਉਤੇ ਕੋਈ ਜਬਰ ਜਾਂ ਅਤਿਆਚਾਰ ਕਰਨਾ ਜਾਇਜ਼ ਹੈ ਜੇ ਇਸ ਨਾਲ ਫਾਇਦਾ ਪਹੁੰਚਦਾ ਹੋਵੇ। ਜੇਲ੍ਹ ਵਿਚ ਰਹਿਣ ਤੋਂ ਮਗਰੋਂ ਇਹਨਾਂ ਲੋਕਾਂ ਦਾ ਰੋਮ ਰੋਮ ਇਸ ਗੱਲੋਂ ਸੁਚੇਤ ਹੋ ਜਾਂਦਾ ਹੈ ਕਿ ਜਿਸ ਤਰ੍ਹਾਂ ਦਾ ਸਲੂਕ ਉਹਨਾਂ ਨਾਲ ਕੀਤਾ ਗਿਆ ਹੈ ਉਸ ਤੋਂ ਅੰਦਾਜ਼ਾ ਲਾਇਆਂ ਪਤਾ ਲੱਗਦਾ ਹੈ ਕਿ ਦੂਜਿਆਂ ਦਾ ਆਦਰ ਮਾਣ ਕਰਨ ਤੇ ਉਹਨਾਂ ਨਾਲ ਹਮਦਰਦੀ ਕਰਨ ਦੇ ਸਾਰੇ ਇਖਲਾਕੀ ਨੇਮ ਜਿਹੜੇ ਗਿਰਜਿਆਂ ਅਤੇ ਸੰਤ ਆਤਮਾਵਾਂ ਵਲੋਂ ਪਰਚਾਰੇ ਜਾਂਦੇ ਹਨ ਅਸਲ ਜੀਵਨ ਵਿਚ ਛਿੱਕੇ ਟੰਗ ਦਿੱਤੇ ਜਾਂਦੇ ਹਨ। ਇਸ ਕਰਕੇ ਉਹਨਾਂ ਨੂੰ ਵੀ ਇਹਨਾਂ ਨੇਮਾਂ ਉਤੇ ਚੱਲਣ ਦੀ ਲੋੜ ਨਹੀਂ। ਜਿੱਨੇ ਵੀ ਕੈਦੀਆਂ ਨੂੰ ਨੇਖਲੀਊਦੋਵ ਜਾਣਦਾ ਸੀ—ਫਿਓਦੋਰੋਵ, ਮਾਕਾਰ, ਅਤੇ ਤਾਰਾਸ—ਇਹਨਾਂ ਸਭਨਾਂ ਉਤੇ ਜੇਲ੍ਹ ਦੀ ਜ਼ਿੰਦਗੀ ਦਾ ਅਸਰ ਪਿਆ ਸੀ। ਦੋ ਮਹੀਨੇ ਹੀ ਮੁਜਰਮਾਂ ਵਿਚ ਰਹਿਣ ਤੋਂ ਮਗਰੋਂ ਤਾਰਾਸ ਦੀਆਂ ਦਲੀਲਾਂ ਵਿਚ ਸਦਾਚਾਰਕਤਾ ਦੀ ਘਾਟ ਨੇਖਲੀਊਦੋਵ ਨੂੰ ਰੜਕ ਪਈ ਸੀ। ਆਪਣੇ ਸਫਰ ਦੌਰਾਨ ਨੇਖਲੀਊਦੋਵ ਨੂੰ ਪਤਾ ਲੱਗਿਆ ਸੀ ਕਿ ਜਿਹੜੇ ਮੁਜਰਮ ਭੱਜ ਕੇ ਤਾਇਗਾ ਦੀਆਂ ਦਲਦਲਾਂ ਵਿਚ ਜਾ ਵੜਦੇ ਸਨ ਉਹ ਆਪਣੇ ਸਾਥੀਆਂ ਨੂੰ ਵੀ ਵਰਗਲਾ ਕੇ ਆਪਣੇ ਨਾਲ ਭਜਾ ਖੜਦੇ ਸਨ ਅਤੇ ਓਥੇ ਉਹਨਾਂ ਨੂੰ ਮਾਰ ਦੇਂਦੇ ਸਨ ਤੇ ਉਹਨਾਂ ਦਾ ਮਾਸ ਖਾ ਕੇ ਜਿਊਂਦੇ ਸਨ। ਉਸ ਨੇ ਇਕ ਜਿਊਂਦਾ ਜਾਗਦਾ ਆਦਮੀ ਵੇਖਿਆ ਸੀ ਜਿਸ ਉਤੇ ਇਹ ਇਲਜ਼ਾਮ ਲੱਗਾ ਸੀ ਅਤੇ ਉਸ ਨੇ ਇਸ ਇਲਜ਼ਾਮ ਨੂੰ ਕਬੂਲ ਕਰ ਲਿਆ ਸੀ। ਅਤੇ ਸਭ ਤੋਂ ਜ਼ਿਆਦਾ ਖੌਫਨਾਕ ਗੱਲ ਇਹ ਸੀ ਕਿ ਇਹ ਘਟਨਾ ਆਦਮਖੋਰੀ ਦੀ ਕੋਈ ਵਿਕੋਲਿਤਰੀ ਮਿਸਾਲ ਨਹੀਂ ਸੀ, ਸਗੋਂ ਇਸ ਕਿਸਮ ਦੀਆਂ ਵਾਰਦਾਤਾਂ ਹੁੰਦੀਆਂ ਹੀ ਰਹਿੰਦੀਆਂ ਸਨ।

ਸਿਰਫ ਏਹੋ ਜਿਹੀਆਂ ਬੁਰਾਈਆਂ ਵਿਸ਼ੇਸ਼ ਤੌਰ ਤੇ ਪੈਦਾ ਕਰ ਕੇ ਹੀ, ਜਿਹੜੀਆਂ ਇਹਨਾਂ ਸੰਸਥਾਵਾਂ ਵਿਚ ਹੋ ਰਹੀਆਂ ਸਨ, ਇਕ ਰੂਸੀ ਨੂੰ ਲਫੰਗਪੁਣੇ ਦੀ ਉਸ ਹਾਲਤ ਤੱਕ ਪਹੁੰਚਾਇਆ ਜਾ ਸਕਦਾ ਸੀ, ਜਿਥੇ ਉਹ ਨੀਤਸ਼ੇ ਦੇ ਨਵੀਨਤਮ ਮੱਤ ਉਤੇ ਚਲਣਾ ਸ਼ੁਰੂ ਕਰ ਦੇਵੇ ਅਤੇ ਸਮਝੇ ਕਿ ਹਰ ਗੱਲ ਦੀ ਖੁਲ੍ਹੀ ਛੁੱਟੀ ਹੈ ਤੇ ਕਿਸੇ ਵੀ ਗੱਲ ਦੀ ਮਨਾਹੀ ਨਹੀਂ ਤੇ ਫੇਰ ਇਸ ਮਤ ਨੂੰ ਪਹਿਲਾਂ ਕੈਦੀਆਂ ਵਿਚ ਅਤੇ ਫੇਰ ਆਮ ਲੋਕਾਂ ਵਿਚ ਫ਼ੈਲਾਉਣਾ ਸ਼ੁਰੂ ਕਰ ਦੇਵੇ।

ਜੋ ਕੁਝ ਹੋ ਰਿਹਾ ਸੀ ਉਸ ਦੇ ਜਵਾਬ ਵਿਚ ਇਕੋ ਗੱਲ ਆਖੀ ਜਾ ਸਕਦੀ ਸੀ ਕਿ ਇਸ ਦਾ ਆਸ਼ਾ ਇਹ ਹੈ ਕਿ ਜੁਰਮਾਂ ਨੂੰ ਰੋਕਿਆ ਜਾਏ, ਲੋਕਾਂ ਦੇ ਦਿਲ ਵਿਚ ਡਰ

ਪੈਦਾ ਕੀਤਾ ਜਾਏ, ਮੁਜਰਮਾਂ ਨੂੰ ਸੁਧਾਰਿਆ ਜਾਏ ਅਤੇ ਉਹਨਾਂ ਕੋਲੋਂ "ਕਾਨੂੰਨੀ ਇੰਤਕਾਮ" ਲਿਆ ਜਾਏ, ਜਿਵੇਂ ਕਿ ਕਿਤਾਬਾਂ ਵਿਚ ਕਿਹਾ ਗਿਆ ਹੈ। ਪਰ ਅਸਲ ਵਿਚ ਜੋ ਨਤੀਜੇ ਨਿਕਲਦੇ ਸਨ ਉਹਨਾਂ ਦਾ ਇਸ ਗੱਲ ਨਾਲ ਉੱਕਾ ਹੀ ਕੋਈ ਮੇਲ ਨਹੀਂ ਸੀ ਹੁੰਦਾ। ਬਦੀ-ਬੁਰਾਈ ਨੂੰ ਰੋਕਣ ਦੀ ਥਾਂ ਇਹ ਸਗੋਂ ਉਸ ਨੂੰ ਫੈਲਾਉਂਦੇ ਸਨ। ਮੁਜਰਮਾਂ ਦੇ ਦਿਲ ਵਿਚ ਡਰ ਤਾਂ ਕੀ ਬਹਿਣਾ ਸੀ ਉਹਨਾਂ ਨੂੰ ਸਗੋਂ ਹਲਾਸ਼ੇਰੀ ਮਿਲਦੀ ਸੀ (ਕਿੰਨੇ ਹੀ ਲਫੰਗੇ ਆਪਣੀ ਮਨਮਰਜ਼ੀ ਨਾਲ ਜੇਲ੍ਹਾਂ ਵਿਚ ਵਾਪਸ ਆ ਜਾਂਦੇ ਸਨ)। ਉਹਨਾਂ ਦਾ ਸੁਧਾਰ ਕਰਨ ਦੀ ਥਾਂ ਹਰ ਬੁਰਾਈ ਬੜੇ ਬਾਕਾਇਦਾ ਤਰੀਕੇ ਨਾਲ ਉਹਨਾਂ ਨੂੰ ਸਿਖਾਈ ਜਾਂਦੀ ਸੀ। ਅਤੇ ਜਿਥੋਂ ਤੱਕ ਇੰਤਕਾਮ ਦੀ ਇੱਛਾ ਦਾ ਸਵਾਲ ਹੈ, ਸਰਕਾਰ ਦੇ ਚੁੱਕੇ ਕਦਮਾਂ ਨਾਲ ਕਮਜ਼ੋਰ ਹੋਣ ਦੀ ਥਾਂ ਇਹ ਉਹਨਾਂ ਲੋਕਾਂ ਦੇ ਦਿਲਾਂ ਵਿਚ ਵੀ ਜੜ੍ਹ ਫੜ ਜਾਂਦੀ ਸੀ ਜਿਨਾਂ ਦੇ ਦਿਲਾਂ ਵਿਚ ਸੁਭਾਵਿਕ ਤੌਰ ਤੇ ਨਹੀਂ ਸੀ ਹੁੰਦੀ।

"ਫੇਰ ਇਹ ਸਭ ਕੁਝ ਕਿਉਂ ਕੀਤਾ ਜਾਂਦਾ ਹੈ?" ਨੇਖਲੀਊਦੋਵ ਨੇ ਆਪਣੇ ਆਪ ਉਤੇ ਸਵਾਲ ਕੀਤਾ, ਪਰ ਉਸ ਨੂੰ ਕੋਈ ਜਵਾਬ ਨਾ ਲਭ ਸਕਿਆ।

ਅਤੇ ਸਭ ਤੋਂ ਬਹੁਤੀ ਹੈਰਾਨੀ ਵਾਲੀ ਗੱਲ ਇਹ ਸੀ ਕਿ ਇਹ ਸਭ ਕੁਝ ਰੱਬ ਸਬੱਬੀ ਜਾਂ ਕਿਸੇ ਭੁਲ ਕਾਰਨ ਨਹੀਂ ਸੀ ਹੋ ਰਿਹਾ। ਨਾ ਹੀ ਐਸੀ ਗੱਲ ਸੀ ਕਿ ਇਹ ਇੱਕਾ ਦੁੱਕਾ ਵਾਕਿਆ ਹੋਵੇ, ਸਗੋਂ ਇਹ ਸਭ ਕੁਝ ਸਦੀਆਂ ਤੋਂ ਬਰਾਬਰ ਹੁੰਦਾ ਆ ਰਿਹਾ ਸੀ। ਸਿਰਫ ਏਨਾ ਹੀ ਫਰਕ ਪਿਆ ਸੀ ਕਿ ਪਹਿਲਾਂ ਪਹਿਲ ਲੋਕਾਂ ਦੇ ਨੱਕ ਕੰਨ ਕੱਟ ਦਿੱਤੇ ਜਾਂਦੇ ਸਨ, ਫੇਰ ਇਕ ਵਕਤ ਆਇਆ ਕਿ ਲੋਕਾਂ ਦੇ ਸਰੀਰਾਂ ਨੂੰ ਤਪਦੀਆਂ ਸੀਖਾਂ ਨਾਲ ਦਾਗਿਆ ਜਾਣ ਲੱਗਾ ਅਤੇ ਸੀਖਾਂ ਨਾਲ ਬੰਨ੍ਹਿਆ ਜਾਣ ਲੱਗ ਪਿਆ, ਤੇ ਅੱਜ ਉਹਨਾਂ ਨੂੰ ਹੱਥਕੜੀਆਂ ਬੇੜੀਆਂ ਪਾਈਆਂ ਜਾਂਦੀਆਂ ਹਨ ਅਤੇ ਛਕੜਿਆਂ ਦੀ ਥਾਂ ਭਾਫ ਨਾਲ ਚਲਦੀਆਂ ਗੱਡੀਆਂ ਵਿਚ ਬਿਠਾ ਕੇ ਇਕ ਥਾਂ ਤੋਂ ਦੂਜੀ ਥਾਂ ਭੇਜਿਆ ਜਾਂਦਾ ਹੈ।

ਸਰਕਾਰੀ ਅਫਸਰਾਂ ਦੀ ਦਲੀਲ ਇਹ ਸੀ ਕਿ ਜਿਹੜੀਆਂ ਗੱਲਾਂ ਨੂੰ ਵੇਖ ਕੇ ਮਨ ਵਿਚ ਰੋਹ ਜਾਗਦਾ ਹੈ ਉਹਨਾਂ ਦਾ ਕਾਰਨ ਸਿਰਫ ਇਹ ਹੈ ਕਿ ਜੇਲ੍ਹਾਂ ਦੇ ਬੰਦੋਬਸਤ ਵਿਚ ਬੜੀਆਂ ਤਰੁਟੀਆਂ ਹਨ ਅਤੇ ਇਹ ਸਭ ਖਰਾਬੀਆਂ ਦੂਰ ਹੋ ਸਕਦੀਆਂ ਹਨ ਜੇਕਰ ਆਧੁਨਿਕ ਢੰਗ ਦੀਆਂ ਜੇਲ੍ਹਾਂ ਬਣਾ ਦਿੱਤੀਆਂ ਜਾਣ। ਪਰ ਇਹਨਾਂ ਦਲੀਲਾਂ ਨਾਲ ਨੇਖਲੀਊਦੋਵ ਦੀ ਤਸੱਲੀ ਨਹੀਂ ਸੀ ਹੁੰਦੀ ਕਿਉਂਕਿ ਉਹ ਜਾਣਦਾ ਸੀ ਕਿ ਜਿਹੜੀ ਗੱਲ ਸਦਕਾ ਉਹਦੇ ਮਨ ਵਿਚ ਨਫਰਤ ਉਬਾਲੇ ਖਾਂਦੀ ਹੈ ਉਹ ਜੇਲ੍ਹਾਂ ਦਾ ਮਾੜਾ ਜਾਂ ਚੰਗਾ ਬੰਦੋਬਸਤ ਨਹੀਂ। ਉਸ ਨੇ ਇਹਨਾਂ ਨਮੂਨੇ ਦੀਆਂ ਜੇਲ੍ਹਾਂ ਬਾਰੇ ਪੜ੍ਹਿਆ ਹੋਇਆ ਸੀ ਜਿਨ੍ਹਾਂ ਵਿਚ ਬਿਜਲੀ ਦੀਆਂ ਘੰਟੀਆਂ ਲੱਗੀਆਂ ਹੁੰਦੀਆਂ ਹਨ, ਲੋਕਾਂ ਨੂੰ ਬਿਜਲੀ ਨਾਲ ਫਾਹੇ ਲਾਇਆ ਜਾਂਦਾ ਹੈ ਜਿਵੇਂ ਕਿ ਤਾਰਦੇ ਨੇ ਸੁਝਾਓ ਦਿੱਤਾ ਸੀ, ਪਰ ਇਸ ਕਿਸਮ ਦੀ ਨਫੀਸ ਹਿੰਸਾ ਤੋਂ ਉਸ ਦੇ ਮਨ ਵਿਚ ਹੋਰ ਵੀ ਬਹੁਤੀ ਘਿਰਣਾ ਪੈਦਾ ਹੁੰਦੀ ਸੀ।

ਪਰ ਉਹਦੇ ਮਨ ਵਿਚ ਜਿਸ ਗੱਲ ਤੋਂ ਸਭ ਤੋਂ ਬਹੁਤੀ ਕਰਹਿਤ ਪੈਦਾ ਹੁੰਦੀ ਸੀ ਉਹ ਇਹ ਸੀ ਕਿ ਅਦਾਲਤਾਂ ਅਤੇ ਮੰਤਰਾਲਿਆਂ ਵਿਚ ਐਸੇ ਲੋਕ ਸਨ ਜਿਹੜੇ ਵੱਡੀਆਂ

ਵੱਡੀਆਂ ਤਨਖਾਹਾਂ ਲੈਂਦੇ ਸਨ। ਇਹਨਾਂ ਤਨਖਾਹਾਂ ਦਾ ਪੈਸਾ ਲੋਕਾਂ ਦੀਆਂ ਜੇਬਾਂ ਵਿਚੋਂ ਆਉਂਦਾ ਸੀ। ਇਹਨਾਂ ਕੋਲ ਆਪਣੇ ਹੀ ਵਰਗੇ ਲੋਕਾਂ ਦੀਆਂ ਲਿਖੀਆਂ ਕਿਤਾਬਾਂ ਸਨ ਜਿਹੜੀਆਂ ਇਹਨਾਂ ਦੇ ਆਪਣੇ ਵਰਗੇ ਹੀ ਮਨੋਰਥਾਂ ਦੀ ਪ੍ਰੇਰਨਾ ਨਾਲ ਲਿਖੀਆਂ ਹੋਈਆਂ ਸਨ। ਇਹ ਲੋਕ ਇਹਨਾਂ ਕਿਤਾਬਾਂ ਵਿਚ ਲਿਖੇ ਇਕ ਜਾਂ ਦੂਜੇ ਕਾਨੂੰਨ ਨੂੰ ਉਹਨਾਂ ਅਮਲਾਂ ਨਾਲ ਮੇਲਣ ਦੀ ਕੋਸ਼ਿਸ਼ ਕਰਦੇ ਸਨ ਜੋ ਲਿਖੇ ਅਨੁਸਾਰ ਕਾਨੂੰਨ ਦੀ ਉਲੰਘਣਾ ਮੰਨੇ ਜਾਂਦੇ ਸਨ। ਅਤੇ ਫੇਰ ਇਹਨਾਂ ਕਾਨੂੰਨਾਂ ਤੇ ਅਮਲ ਕਰਦੇ ਹੋਏ ਉਹ ਅਜਿਹੇ ਜੁਰਮ ਕਰਨ ਦੇ ਗੁਨਾਹਗਾਰਾਂ ਨੂੰ ਐਸੀਆਂ ਥਾਵਾਂ ਤੇ ਭੇਜ ਦੇਂਦੇ ਸਨ ਜਿਥੇ ਇਹਨਾਂ ਲੋਕਾਂ ਨੇ ਉਹਨਾਂ ਨੂੰ ਮੁੜ ਕਦੇ ਵੇਖਣਾ ਨਹੀਂ ਹੁੰਦਾ ਪਰ ਜਿੱਥੇ ਇਹ ਲੋਕ ਜ਼ਾਲਮ, ਪੱਥਰ-ਦਿਲ ਇੰਸਪੈਕਟਰਾਂ, ਵਾਰਡਰਾਂ, ਅਤੇ ਰਖਵਾਲ ਅਫਸਰਾਂ ਦੇ ਰਹਿਮ ਉਤੇ ਹੁੰਦੇ ਹਨ ਤੇ ਜਿਥੇ ਇਹਨਾਂ ਵਿਚੋਂ ਲੱਖਾਂ ਹੀ ਬੰਦੇ ਸਰੀਰਕ ਤੇ ਆਤਮਕ ਤੌਰ ਤੇ ਤਬਾਹ ਹੋ ਜਾਂਦੇ ਹਨ।

ਹੁਣ ਜਦੋਂ ਉਹਨੇ ਜੇਲ੍ਹਾਂ ਬਾਰੇ ਨੇੜਿਓਂ ਜਾਣਕਾਰੀ ਹਾਸਿਲ ਕਰ ਲਈ ਤਾਂ ਨੇਖਲੀਊਦੋਵ ਨੇ ਵੇਖਿਆ ਕਿ ਜਿਹੜੀਆਂ ਵੀ ਬੁਰਾਈਆਂ ਕੈਦੀਆਂ ਵਿਚ ਵਧਦੀਆਂ ਫੁਲਦੀਆਂ ਹਨ—ਸ਼ਰਾਬਖੋਰੀ, ਜੂਏਬਾਜ਼ੀ, ਬਰਬਰਤਾ, ਤੇ ਖੌਫਨਾਕ ਜੁਰਮ ਅਤੇ ਏਥੋਂ ਤੱਕ ਕਿ ਆਦਮਖੋਰੀ—ਉਹ ਸੱਬਬ ਨਾਲ ਹੀ, ਜਾਂ ਇਖਲਾਕੀ ਅਧੋਗਤੀ ਕਾਰਨ ਜਾਂ ਜੁਰਾਇਮ ਪੇਸ਼ਾ ਲੋਕਾਂ ਦੀ ਵਿਕਰਾਲਤਾ ਦੀ ਹੋਂਦ ਸਦਕਾ ਹੀ ਪੈਦਾ ਨਹੀਂ ਹੁੰਦੀਆਂ ਜਿਵੇਂ ਕਿ ਸਰਕਾਰ ਦੀ ਪਿੱਠ ਠੋਕਣ ਵਾਲੇ ਮੂੜ੍ਹ ਵਿਗਿਆਨੀ ਕਹਿੰਦੇ ਹਨ। ਸਗੋਂ ਇਹ ਤਾਂ ਇਸ ਮਾਹਰਕੇ ਦੇ ਭਰਮ ਦਾ ਸਿੱਟਾ ਹਨ ਕਿ ਕੁਝ ਲੋਕ ਦੂਜੇ ਲੋਕਾਂ ਨੂੰ ਸਜ਼ਾਵਾਂ ਦੇਣ ਦਾ ਹੱਕ ਰੱਖਦੇ ਹਨ। ਨੇਖਲੀਊਦੋਵ ਨੇ ਵੇਖਿਆ ਕਿ ਆਦਮਖੋਰੀ ਤਾਇਗਾ ਦੇ ਜੰਗਲਾਂ ਵਿਚੋਂ ਨਹੀਂ ਸ਼ੁਰੂ ਹੁੰਦੀ ਸਗੋਂ ਮੰਤਰਾਲਿਆਂ, ਕਮੇਟੀਆਂ ਅਤੇ ਰਾਜਕੀ-ਮਹਿਕਮਿਆਂ ਵਿਚੋਂ ਸ਼ੁਰੂ ਹੁੰਦੀ ਹੈ ਅਤੇ ਤਾਇਗਾ ਵਿਚ ਜਾ ਕੇ ਇਹ ਸਿਰਫ ਸੰਪੂਰਨ ਹੁੰਦੀ ਹੈ। ਉਸ ਨੇ ਵੇਖਿਆ ਕਿ ਉਸ ਦੇ ਭੈਣੋਈ ਨੂੰ, ਮਿਸਾਲ ਵਾਸਤੇ, ਅਤੇ ਅਸਲ ਵਿਚ ਤਾਂ ਅਹਿਲਕਾਰ ਤੋਂ ਲੈ ਕੇ ਮੰਤਰੀ ਤਕ ਸਾਰੇ ਅਫਸਰਾਂ ਅਤੇ ਵਕੀਲਾਂ ਨੂੰ, ਇਨਸਾਫ ਦੀ ਕੌਡੀ ਵੀ ਚਿੰਤਾ ਨਹੀਂ। ਨਾ ਹੀ ਲੋਕਾਂ ਦੀ ਭਲਾਈ ਦਾ ਕੋਈ ਖਿਆਲ ਹੈ ਜਿੰਨ੍ਹਾਂ ਦੀਆਂ ਉਹ ਗੱਲਾਂ ਕਰਦੇ ਨਹੀਂ ਥਕਦੇ। ਉਹਨਾਂ ਨੂੰ ਜੇ ਕੋਈ ਚਿੰਤਾ ਹੈ ਤਾਂ ਉਹਨਾਂ ਰੂਬਲਾਂ ਦੀ ਜਿਹੜੇ ਉਹਨਾਂ ਨੂੰ ਇਹ ਕਾਰਵਾਈਆਂ ਕਰਨ ਬਦਲੇ ਮਿਲਦੇ ਹਨ ਜਿਨ੍ਹਾਂ ਨਾਲ ਸਾਰੀ ਗਿਰਾਵਟ ਤੇ ਦੁਖ ਤਕਲੀਫਾਂ ਪੈਦਾ ਹੁੰਦੀਆਂ ਹਨ। ਇਹ ਗੱਲ ਚਿੱਟੇ ਦਿਨ ਵਾਂਗ ਸਾਫ ਸੀ।

"ਤਾਂ ਫੇਰ ਕੀ ਇਹ ਹੋ ਸਕਦਾ ਹੈ ਕਿ ਇਹ ਸਭ ਕੁਝ ਕਿਸੇ ਗ਼ਲਤਫਹਿਮੀ ਕਾਰਨ ਹੋ ਰਿਹਾ ਹੋਵੇ? ਕੀ ਇਸ ਤਰ੍ਹਾਂ ਦਾ ਬੰਦੋਬਸਤ ਨਹੀਂ ਹੋ ਸਕਦਾ ਕਿ ਇਹਨਾਂ ਸਭਨਾਂ ਅਧਿਕਾਰੀਆਂ ਨੂੰ ਉਹਨਾਂ ਦੀਆਂ ਤਨਖਾਹਾਂ ਦੀ ਜ਼ਾਮਨੀ ਹੋ ਜਾਏ ਅਤੇ ਇਸ ਤੋਂ ਇਲਾਵਾ ਭੱਤੇ ਵੀ ਮਿਲਣ, ਤੇ ਇਹ ਸਭ ਕੁਝ ਕਰਨਾ ਉਹ ਛੱਡ ਦੇਣ ਜੋ ਅਜਕਲ ਕਰ ਰਹੇ ਹਨ?" ਨੇਖਲੀਊਦੋਵ ਨੇ ਸੋਚਿਆ। ਅਤੇ ਜਦੋਂ ਕੁਕੜਾਂ ਨੇ ਦੂਜੀ ਵਾਰ ਬਾਂਗ ਦੇ ਦਿੱਤੀ ਤਾਂ ਉਹਨਾਂ ਪਿਸੂਆਂ ਦੇ ਬਾਵਜੂਦ ਜਿਹੜੇ ਮਾੜਾ ਮੋਟਾ ਹਿਲਣ ਜੁਲਣ ਨਾਲ ਉਸ ਤੇ ਇਉਂ

ਟੁਟ ਪੈਂਦੇ ਸਨ ਜਿਵੇਂ ਪਾਣੀ ਦਾ ਫੁਹਾਰਾ ਚਲ ਪੈਂਦਾ ਹੈ, ਨੇਖਲੀਊਦੋਵ ਇਹਨਾਂ ਹੀ ਸੋਚਾਂ ਵਿਚ ਡੁੱਬਾ ਡੂੰਘੀ ਨੀਂਦ ਦੀ ਗੋਦ ਜਾ ਪਿਆ।

੨੦

ਜਦੋਂ ਨੇਖਲੀਊਦੋਵ ਦੀ ਅੱਖ ਖੁਲ੍ਹੀ ਛਕੜਿਆਂ ਵਾਲੇ ਕਦੋਂ ਦੇ ਜਾ ਚੁੱਕੇ ਹੋਏ ਸਨ। ਸਰਾਂ ਦੀ ਮਾਲਕਣ ਚਾਹ ਪੀ ਬੈਠੀ ਸੀ। ਉਹ ਆਪਣੇ ਰੁਮਾਲ ਨਾਲ ਆਪਣੀ ਮੋਟੀ ਸਾਰੀ ਧੌਣ ਤੋਂ ਮੁੜ੍ਹਕਾ ਪੂੰਝਦੀ ਹੋਈ ਅੰਦਰ ਆਈ ਅਤੇ ਆਖਣ ਲੱਗੀ ਕਿ ਪੜਾ ਤੋਂ ਇਕ ਸਿਪਾਹੀ ਇਕ ਰੁੱਕਾ ਦੇ ਗਿਆ ਹੈ। ਰੁੱਕਾ ਮਾਰੀਆ ਪਾਵਲੋਵਨਾ ਨੇ ਭੇਜਿਆ ਸੀ। ਉਸ ਨੇ ਲਿਖਿਆ ਸੀ ਕਿ ਕ੍ਰਿਲਤਸੋਵ ਨੂੰ ਖੰਘ ਦਾ ਜਿਹੜਾ ਦੌਰਾ ਪਿਆ ਸੀ ਉਹ ਬੜਾ ਗੰਭੀਰ ਸੀ। ਉਹਨਾਂ ਨੂੰ ਏਡੇ ਸਖਤ ਦੌਰੇ ਦੀ ਆਸ ਨਹੀਂ ਸੀ। "ਪਹਿਲਾਂ ਸਾਡੀ ਏਹੋ ਇੱਛਾ ਸੀ ਕਿ ਉਹਨੂੰ ਏਥੇ ਰਹਿਣ ਦੇਈਏ ਅਤੇ ਕਿਸੇ ਨੂੰ ਉਹਦੇ ਕੋਲ ਰਹਿਣ ਦੀ ਇਜਾਜ਼ਤ ਲੈ ਦੇਈਏ, ਪਰ ਇਸ ਗੱਲ ਦੀ ਇਜਾਜ਼ਤ ਨਹੀਂ ਮਿਲੀ। ਇਸ ਕਰਕੇ ਅਸੀਂ ਉਹਨੂੰ ਨਾਲ ਹੀ ਲੈ ਜਾਵਾਂਗੇ। ਪਰ ਸਾਨੂੰ ਡਰ ਲੱਗਦਾ ਹੈ ਕਿ ਗੱਲ ਕਿਧਰੇ ਵਿਗੜ ਹੀ ਨਾ ਜਾਵੇ। ਮਿਹਰਬਾਨੀ ਕਰ ਕੇ ਐਸਾ ਪ੍ਰਬੰਧ ਕਰੋ ਕਿ ਉਹਨੂੰ ਅਗਲੇ ਸ਼ਹਿਰ ਵਿਚ ਰਹਿਣ ਦਿੱਤਾ ਜਾਏ ਤੇ ਸਾਡੇ ਵਿਚੋਂ ਕੋਈ ਉਹਦੇ ਕੋਲ ਰਹਿ ਪਵੇ। ਅਟਕਣ ਵਾਸਤੇ ਇਜਾਜ਼ਤ ਲੈਣ ਲਈ ਜੇ ਇਸ ਗੱਲ ਦੀ ਲੋੜ ਹੋਵੇ ਕਿ ਮੈਂ ਉਹਦੇ ਨਾਲ ਵਿਆਹ ਕਰ ਲਵਾਂ, ਤਾਂ ਮੈਂ ਇਹ ਕੰਮ ਕਰਨ ਲਈ ਤਿਆਰ ਹਾਂ।"

ਨੇਖਲੀਊਦੋਵ ਨੇ ਇਕ ਗਭਰੂ ਮਜ਼ਦੂਰ ਨੂੰ ਘੋੜੇ ਲਿਆਉਣ ਲਈ ਡਾਕਬੰਗਲੇ ਭੇਜਿਆ ਤੇ ਆਪ ਜਲਦੀ ਜਲਦੀ ਆਪਣਾ ਸਾਮਾਨ ਬੰਨ੍ਹਣ ਲੱਗ ਪਿਆ। ਅਜੇ ਉਹ ਚਾਹ ਦਾ ਦੂਜਾ ਗਲਾਸ ਪੀ ਹੀ ਰਿਹਾ ਸੀ ਕਿ ਤਿੰਨ ਘੋੜਿਆਂ ਵਾਲੀ ਡਾਕ-ਬੱਘੀ ਟੱਲੀਆਂ ਖੜਕਾਉਂਦੀ ਬਾਹਰ ਪੋਰਚ ਹੇਠਾਂ ਆ ਖੜੀ ਹੋਈ। ਜੰਮੇ ਹੋਏ ਚਿਕੜ ਉਤੇ ਬੱਘੀ ਦੇ ਪਹੀਏ ਇਉਂ ਖੜ ਖੜ ਕਰ ਰਹੇ ਸਨ ਜਿਵੇਂ ਪੱਥਰਾਂ ਉਤੇ ਕਰਦੇ ਹਨ। ਨੇਖਲੀਊਦੋਵ ਨੇ ਮੋਟੀ ਧੌਣ ਵਾਲੀ ਮਾਲਕਣ ਦਾ ਹਿਸਾਬ ਕਿਤਾਬ ਚੁਕਤਾ ਕੀਤਾ ਅਤੇ ਵਾਹੋਦਾਹੀ ਬਾਹਰ ਆਕੇ ਬੱਘੀ ਵਿਚ ਬਹਿੰਦਿਆਂ ਕੋਚਵਾਨ ਨੂੰ ਹੁਕਮ ਦਿੱਤਾ ਕਿ ਬੱਘੀ ਨੂੰ ਜਿੰਨਾ ਹੋ ਸਕੇ ਤੇਜ਼ ਭਜਾ ਕੇ ਕੈਦੀਆਂ ਦੀ ਟੋਲੀ ਦੇ ਨਾਲ ਜਾ ਮਿਲੇ। ਪੰਚਾਇਤੀ ਚਰਾਂਦ ਦੇ ਫਾਟਕ ਲੰਘਦਿਆਂ ਹੀ ਉਹ ਉਹਨਾਂ ਛਕੜਿਆਂ ਨਾਲ ਜਾ ਮਿਲੇ ਜਿਨ੍ਹਾਂ ਵਿਚ ਬੋਰੀਆਂ ਬੁਝਕੇ ਤੇ ਬੀਮਾਰ ਕੈਦੀ ਲੱਦੇ ਹੋਏ ਸਨ। ਛਕੜੇ ਜੰਮੇ ਹੋਏ ਚਿਕੜ ਉਤੇ ਖੜ ਖੜ ਕਰਦੇ ਜਾ ਰਹੇ ਸਨ ਜਿਹੜਾ ਪਹੀਆਂ ਹੇਠਾਂ ਮਿਧਿਆ ਜਾਣ ਕਰਕੇ ਪੱਧਰਾ ਹੋਣ ਲੱਗ ਪਿਆ ਸੀ। ਅਫਸਰ ਇਸ ਥਾਂ ਨਹੀਂ ਸੀ। ਉਹ ਅਗਲੇ ਪਾਸੇ ਚਲਾ ਗਿਆ ਸੀ।

ਸਿਪਾਹੀ ਜਿਹੜੇ ਪ੍ਰਤੱਖ ਦਿਸਦਾ ਸੀ ਕਿ ਸ਼ਰਾਬ ਪੀਂਦੇ ਰਹੇ ਸਨ ਸੜਕ ਦੇ ਕੰਢੇ ਕੰਢੇ ਗੱਪਾਂ ਮਾਰਦੇ ਤੇ ਹਾਸਾ ਠੱਠਾ ਕਰਦੇ ਤੁਰੇ ਜਾਂਦੇ ਸਨ। ਗਿਣਤੀ ਵਿਚ ਛਕੜੇ ਬਹੁਤ ਸਾਰੇ ਸਨ। ਅੱਗੇ ਅੱਗੇ ਜਾਂਦੇ ਛਕੜਿਆਂ ਵਿਚੋਂ ਹਰ ਇਕ ਵਿਚ ਛੇ ਛੇ ਬੀਮਾਰ ਇਖਲਾਕੀ ਕੈਦੀ ਇਕ ਦੂਜੇ ਨਾਲ ਜੁੜ ਕੇ ਮਸਾਂ ਹੀ ਬੈਠੇ ਹੋਏ ਸਨ। ਪਿਛਲੇ ਤਿੰਨ ਛਕੜਿਆਂ ਵਿਚ ਤਿੰਨ ਤਿੰਨ ਰਾਜਸੀ ਕੈਦੀ ਸਨ। ਸਭ ਤੋਂ ਪਿਛਲੇ ਵਿਚ ਨੋਵੋਦਵੋਰੋਵ, ਗ੍ਰਬੇਤਸ ਅਤੇ ਕੋਨਦਰਾਤਯੇਵ ਬੈਠੇ ਹੋਏ ਸਨ, ਦੂਸਰੇ ਵਿਚ ਰਾਂਤਸੇਵਾ, ਨਾਬਾਤੋਵ ਅਤੇ ਇਕ ਔਰਤ ਬੈਠੀ ਹੋਈ ਸੀ ਜਿਸ ਨੂੰ ਮਾਰੀਆ ਪਾਵਲੋਵਨਾ ਨੇ ਆਪਣੀ ਥਾਂ ਦੇ ਦਿੱਤੀ ਸੀ। ਤੀਜੇ ਛਕੜੇ ਵਿਚ ਸੁੱਕੇ ਘਾਹ ਦੇ ਢੇਰ ਉਤੇ ਸਿਰ ਹੇਠ ਸਿਰਹਾਣਾ ਰੱਖੀ ਕ੍ਰਿਲਤਸੋਵ ਪਿਆ ਸੀ ਅਤੇ ਛਕੜੇ ਦੀ ਬਾਹੀ ਉਤੇ ਉਹਦੇ ਕੋਲ ਹੀ ਮਾਰੀਆ ਪਾਵਲੋਵਨਾ ਬੈਠੀ ਹੋਈ ਸੀ। ਨੇਖਲੀਊਦੋਵ ਨੇ ਕੋਚਵਾਨ ਨੂੰ ਆਖ ਕੇ ਬੱਘੀ ਰੁਕਵਾ ਲਈ। ਬੱਘੀ ਵਿਚੋਂ ਉਤਰਿਆ ਅਤੇ ਕ੍ਰਿਲਤਸੋਵ ਦੇ ਕੋਲ ਚਲਾ ਗਿਆ। ਇਕ ਨਸ਼ਈ ਸਿਪਾਹੀ ਨੇ ਆਪਣਾ ਹੱਥ ਹਿਲਾ ਕੇ ਨੇਖਲੀਊਦੋਵ ਨੂੰ ਰੁਕਣ ਦਾ ਇਸ਼ਾਰਾ ਕੀਤਾ, ਪਰ ਉਹਨੇ ਉਹਦੀ ਕੋਈ ਪ੍ਰਵਾਹ ਨਾ ਕੀਤੀ ਅਤੇ ਛਕੜੇ ਦੀ ਬਾਹੀ ਤੇ ਆਪਣਾ ਹੱਥ ਟਿਕਾ ਕੇ ਉਹ ਕ੍ਰਿਲਤਸੋਵ ਦੇ ਨੇੜੇ ਹੋ ਕੇ ਤੁਰਨ ਲੱਗਾ। ਕ੍ਰਿਲਤਸੋਵ ਨੇ ਭੇਡ ਦੀ ਖੱਲ ਦਾ ਕੋਟ ਪਾਇਆ ਹੋਇਆ ਸੀ ਅਤੇ ਸਿਰ ਉਪਰ ਫਰ ਦੀ ਟੋਪੀ ਸੀ। ਮੂੰਹ ਉਤੇ ਰੁਮਾਲ ਬੰਨ੍ਹਿਆ ਹੋਇਆ ਸੀ। ਉਹ ਪਹਿਲਾਂ ਨਾਲੋਂ ਬਹੁਤ ਲਿੱਸਾ ਹੋ ਗਿਆ ਸੀ ਤੇ ਚਿਹਰੇ ਉਤੇ ਪਹਿਲਾਂ ਨਾਲੋਂ ਬਹੁਤ ਪਲਿਤਣ ਆ ਗਈ ਸੀ। ਉਸ ਦੀਆਂ ਖੂਬਸੂਰਤ ਅੱਖਾਂ ਮੋਟੀਆਂ ਮੋਟੀਆਂ ਜਾਪ ਰਹੀਆਂ ਸਨ ਤੇ ਚਮਕ ਰਹੀਆਂ ਸਨ। ਛਕੜੇ ਦੇ ਹੋਹਿਆਂ ਕਾਰਨ ਉਹਦਾ ਸਰੀਰ ਸਜੇ ਖਬੇ ਝੋਲੇ ਖਾਂਦਾ ਸੀ, ਪਰ ਉਹ ਟਿਕਟਿਕੀ ਬੰਨ੍ਹ ਕੇ ਨੇਖਲੀਊਦੋਵ ਵੱਲ ਵੇਖੀ ਜਾ ਰਿਹਾ ਸੀ। ਜਦੋਂ ਨੇਖਲੀਊਦੋਵ ਨੇ ਉਹਦੀ ਸਿਹਤ ਬਾਰੇ ਪੁੱਛਿਆ. ਤਾਂ ਉਹਨੇ ਸਿਰਫ ਆਪਣੀਆਂ ਅੱਖਾਂ ਮੀਟ ਲਈਆਂ ਸਨ ਅਤੇ ਗੁੱਸੇ ਨਾਲ ਸਿਰ ਹਿਲਾ ਦਿੱਤਾ ਸੀ। ਜਾਪਦਾ ਸੀ ਉਹਦੇ ਸਰੀਰ ਦੀ ਸਾਰੀ ਸੱਤਿਆ ਛਕੜੇ ਦੇ ਹੋਹੇ ਬਰਦਾਸ਼ਤ ਕਰਨ ਦੇ ਲੇਖੇ ਲੱਗ ਰਹੀ ਸੀ। ਮਾਰੀਆ ਪਾਵਲੋਵਨਾ ਦੂਜੀ ਬਾਹੀ ਵੱਲ ਬੈਠੀ ਹੋਈ ਸੀ। ਉਸ ਨੇ ਬੜੀ ਭਾਵਪੂਰਤ ਤਕਣੀ ਨਾਲ ਨੇਖਲੀਊਦੋਵ ਵੱਲ ਵੇਖਿਆ ਜਿਸ ਵਿਚੋਂ ਕ੍ਰਿਲਤਸੋਵ ਦੀ ਹਾਲਤ ਬਾਰੇ ਉਸ ਦਾ ਸਾਰਾ ਤੌਖਲਾ ਬੋਲਦਾ ਸੀ, ਅਤੇ ਫੇਰ ਉਸ ਨੇ ਇਕਦਮ ਖਿੜੇ ਹੋਏ ਰੌਂ ਵਿਚ ਆ ਕੇ ਗੱਲਾਂ ਕਰਨੀਆਂ ਸ਼ੁਰੂ ਕਰ ਦਿੱਤੀਆਂ।

"ਜਾਪਦਾ ਏ ਕਿ. ਅਫਸਰ ਨੂੰ ਸ਼ਰਮ ਆ ਹੀ ਗਈ," ਉਸ ਨੇ ਉੱਚੀ ਸਾਰੀ ਆਖਿਆ ਤਾਂ ਜੋ ਪਹੀਆਂ ਦੀ ਖੜ ਖੜ ਵਿਚ ਉਹਦੀ ਆਵਾਜ਼ ਸੁਣ ਜਾਏ। "ਬੂਜ਼ੋਵਕਿਨ ਦੀਆਂ ਹੱਥਕੜੀਆਂ ਲਾਹ ਦਿੱਤੀਆਂ ਸੂ ਤੇ ਉਹਨੇ ਆਪਣੀ ਬੱਚੀ ਕੁੱਛੜ ਚੁੱਕੀ ਹੋਈ ਏ। ਕਾਤੀਊਸ਼ਾ ਤੇਂ ਸਿਮੋਨਸਨ ਉਹਦੇ ਨਾਲ ਨੇ, ਤੇ ਵੇਰਾ ਵੀ। ਵੇਰਾ ਨੇ ਮੇਰੀ ਥਾਂ ਸੰਭਾਲ ਲਈ ਏ।"

ਕ੍ਰਿਲਤਸੋਵ ਕੁਝ ਆਖ ਰਿਹਾ ਸੀ ਜੋ ਰੌਲੇ ਗੌਲੇ ਕਰ ਕੇ ਸੁਣਾਈ ਨਹੀਂ ਸੀ ਦੇਂਦਾ।

ਉਹਨੂੰ ਖੰਘ ਛਿੜਨ ਲੱਗੀ ਸੀ ਜਿਸ ਨੂੰ ਰੋਕਣ ਦੀ ਕੋਸ਼ਿਸ਼ ਕਰਦਿਆਂ ਉਸ ਨੇ ਮੱਥੇ ਤੇ ਤਿਊੜੀਆਂ ਪਾ ਕੇ ਆਪਣਾ ਸਿਰ ਹਿਲਾਇਆ। ਫੇਰ ਨੇਖਲੀਊਦੋਵ ਥੋੜਾ ਜਿਹਾ ਉਹਦੇ ਵੱਲ ਉਲਰ ਗਿਆ ਤਾਂ ਜੋ ਉਹਦੀ ਗੱਲ ਸੁਣ ਸਕੇ, ਅਤੇ ਕ੍ਰਿਲਤਸੋਵ ਨੇ ਆਪਣੇ ਮੂੰਹ ਤੋਂ ਰੁਮਾਲ ਲਾਹ ਕੇ ਫੁਸਰ ਫੁਸਰ ਕੀਤਾ:

"ਪਹਿਲਾਂ ਨਾਲੋਂ ਹਾਲ ਤਾਂ ਚੰਗਾ ਏ, ਬਸ ਠੰਡ ਨਾ ਲੱਗ ਜਾਵੇ।"

ਨੇਖਲੀਊਦੋਵ ਨੇ ਹਾਂ ਵਿਚ ਹਾਂ ਮਿਲਾਉਂਦਿਆਂ ਸਿਰ ਹਿਲਾਇਆ ਤੇ ਮਾਰੀਆ ਪਾਵਲੋਵਨਾ ਦੀਆਂ ਨਜ਼ਰਾਂ ਨਾਲ ਨਜ਼ਰਾਂ ਮਿਲਾਈਆਂ।

"ਤਿੰਨ ਨਛੱਤਰਾਂ ਦੇ ਮਸਲੇ ਦਾ ਕੀ ਬਣਿਆ?" ਕ੍ਰਿਲਤਸੋਵ ਨੇ ਮੁਸਕ੍ਰਾਉਣ ਦੀ ਕੋਸ਼ਿਸ਼ ਕਰਦਿਆਂ ਫੁਸਰ ਫੁਸਰ ਕੀਤਾ। "ਏਸ ਮਸਲੇ ਦਾ ਹੱਲ ਔਖਾ ਏ?"

ਨੇਖਲੀਊਦੋਵ ਨੂੰ ਗੱਲ ਦੀ ਸਮਝ ਨਾ ਆਈ, ਪਰ ਮਾਰੀਆ ਪਾਵਲੋਵਨਾ ਨੇ ਸਮਝਾਇਆ ਕਿ ਉਹਦਾ ਮਤਲਬ ਹਿਸਾਬ ਦੇ ਉਸ ਪ੍ਰਸਿਧ ਸਵਾਲ ਤੋਂ ਹੈ ਜਿਸ ਵਿਚ ਸੂਰਜ, ਚੰਦਰਮਾ ਅਤੇ ਧਰਤੀ ਦੇ ਆਪਸੀ ਸੰਬੰਧ ਦਾ ਜ਼ਿਕਰ ਹੈ ਜਿਸ ਨਾਲ ਕ੍ਰਿਲਤਸੋਵ ਤੁਹਾਡੇ, ਕਾਤੀਊਸ਼ਾ ਤੇ ਸਿਮੋਨਸਨ ਦੇ ਆਪਸੀ ਸੰਬੰਧਾਂ ਦੀ ਤੁਲਨਾ ਕਰ ਰਿਹਾ ਹੈ। ਕ੍ਰਿਲਤਸੋਵ ਨੇ ਸਿਰ ਹਿਲਾਇਆ। ਉਸ ਦਾ ਭਾਵ ਸੀ ਕਿ ਮਾਰੀਆ ਪਾਵਲੋਵਨਾ ਨੇ ਉਸ ਦੇ ਮਖੌਲ ਨੂੰ ਠੀਕ ਠੀਕ ਸਪਸ਼ਟ ਕੀਤਾ ਹੈ।

"ਇਹਦਾ ਹੱਲ ਮੇਰੇ ਕੋਲ ਨਹੀਂ," ਨੇਖਲੀਊਦੋਵ ਨੇ ਆਖਿਆ।

"ਮੇਰਾ ਰੁੱਕਾ ਮਿਲ ਗਿਆ ਸੀ ਤੁਹਾਨੂੰ? ਇਹ ਕੰਮ ਕਰੋਗੇ?" ਮਾਰੀਆ ਪਾਵਲੋਵਨਾ ਨੇ ਪੁੱਛਿਆ।

"ਬਿਲਕੁਲ," ਨੇਖਲੀਊਦੋਵ ਨੇ ਜਵਾਬ ਦਿੱਤਾ। ਅਤੇ ਫੇਰ ਕ੍ਰਿਲਤਸੋਵ ਦੇ ਚਿਹਰੇ ਉਤੇ ਨਾਰਾਜ਼ਗੀ ਜਿਹੀ ਵੇਖ ਕੇ, ਉਹ ਵਾਪਸ ਆ ਕੇ ਆਪਣੀ ਬੱਘੀ ਵਿਚ ਬੈਠ ਗਿਆ ਅਤੇ ਹੋਹਿਆਂ ਤੋਂ ਬਚਣ ਲਈ ਬੱਘੀ ਦੀਆਂ ਦੋਵਾਂ ਬਾਹੀਆਂ ਉਤੇ ਹੱਥ ਟਿਕਾ ਲਏ। ਬੱਘੀ ਕੱਚੀ ਸੜਕ ਦੀਆਂ ਲੀਹਾਂ ਉਤੇ ਹਿਚਕੋਲੇ ਖਾਂਦੀ ਕੈਦੀਆਂ ਦੀ ਟੋਲੀ ਤੋਂ ਅੱਗੇ ਲੰਘਣ ਲੱਗੀ ਜਿਹੜੇ ਆਪਣੇ ਸਲੇਟੀ ਚੋਗਿਆ, ਭੇਡ ਦੀ ਖੱਲ ਦੇ ਕੋਟਾਂ, ਬੇੜੀਆਂ ਤੇ ਹੱਥਕੜੀਆਂ ਪਾਈ ਸੜਕ ਉਤੇ ਇਕ ਵੇਰਸਤ ਲੰਮੀ ਕਤਾਰ ਵਿਚ ਜਾ ਰਹੇ ਸਨ। ਸੜਕ ਦੇ ਸਾਮ੍ਹਣੇ ਪਾਸੇ ਨੇਖਲੀਊਦੋਵ ਦੀ ਨਜ਼ਰ ਕਾਤੀਊਸ਼ਾ ਦੀ ਨੀਲੀ ਸ਼ਾਲ, ਵੇਰਾ ਏਫਰੇਮੋਵਨਾ ਦੇ ਕਾਲੇ ਕੋਟ ਅਤੇ ਸਿਮੋਨਸਨ ਦੀ ਕਰੋਸ਼ੀਏ ਨਾਲ ਬਣੀ ਹੋਈ ਟੋਪੀ ਅਤੇ ਚਿੱਟੀਆਂ ਲੰਮੀਆਂ ਜੁਰਾਬਾਂ ਉਤੇ ਪਈ ਜਿਨ੍ਹਾਂ ਉਤੇ ਸੈਂਡਲਾਂ ਦੇ ਤਸਮਿਆਂ ਵਰਗੇ ਫੀਤੇ ਬੰਨ੍ਹੇ ਹੋਏ ਸਨ। ਸਿਮੋਨਸਨ ਦੋਵਾਂ ਔਰਤਾਂ ਨਾਲ ਤੁਰਿਆ ਜਾ ਰਿਹਾ ਸੀ ਅਤੇ ਉਹਨਾਂ ਨਾਲ ਕੋਈ ਭਖਵੀਂ ਬਹਿਸ ਕਰਨ ਲੱਗਾ ਹੋਇਆ ਸੀ।

ਨੇਖਲੀਊਦੋਵ ਨੂੰ ਵੇਖ ਕੇ ਉਹਨਾਂ ਨੇ ਸਿਰ ਝੁਕਾ ਕੇ ਦੁਆ-ਸਲਾਮ ਕੀਤੀ ਅਤੇ ਸਿਮੋਨਸਨ ਨੇ ਬੜੀ ਗੰਭੀਰਤਾ ਨਾਲ ਆਪਣੇ ਸਿਰ ਤੋਂ ਟੋਪੀ ਲਾਹੀ। ਨੇਖਲੀਊਦੋਵ ਨੇ ਕੋਚਵਾਨ ਨੂੰ ਬੱਘੀ ਰੋਕਣ ਵਾਸਤੇ ਨਹੀਂ ਆਖਿਆ ਕਿਉਂਕਿ ਉਸ ਨੇ ਉਹਨਾਂ ਨਾਲ ਕੋਈ

ਗੱਲ ਨਹੀਂ ਸੀ ਕਰਨੀ ਅਤੇ ਜਲਦੀ ਹੀ ਉਹਨਾਂ ਤੋਂ ਅੱਗੇ ਨਿਕਲ ਗਿਆ। ਇਕ ਵਾਰੀ ਫੇਰ ਸੜਕ ਦੇ ਪੱਧਰੇ ਟੋਟੇ ਉਤੇ ਆ ਕੇ ਕੋਚਵਾਨ ਨੇ ਬੱਘੀ ਹੋਰ ਵੀ ਤੇਜ਼ ਭਜਾ ਲਈ ਪਰ ਦੋਵਾਂ ਪਾਸਿਆਂ ਤੋਂ ਛਕੜਿਆਂ ਦੀ ਆਵਾਜਾਈ ਹੋਣ ਕਾਰਨ ਉਸਨੂੰ ਮੁੜ ਮੁੜ ਪਈ ਲੀਹ ਤੋਂ ਲਾਂਭੇ ਹਟਣਾ ਪੈਂਦਾ ਸੀ।

ਸੜਕ ਵਿਚ ਡੂੰਘੀਆਂ ਲੀਹਾਂ ਪਈਆਂ ਹੋਈਆਂ ਸਨ ਅਤੇ ਇਹ ਦਿਓਦਾਰ ਦੇ ਸੰਘਣੇ ਜੰਗਲ ਵਿਚੋਂ ਲੰਘਦੀ ਸੀ ਜਿਸ ਵਿਚ ਕਿਤੇ ਕਿਤੇ ਬਰਚੇ ਤੇ ਲਾਰਚ ਦੇ ਰੁੱਖ ਵੀ ਸਨ ਜਿਨ੍ਹਾਂ ਉਤੋਂ ਚਮਕਦੇ ਪੀਲੇ ਪੱਤੇ ਅਜੇ ਝੜੇ ਨਹੀਂ ਸਨ। ਜੰਗਲ ਖਤਮ ਹੋਇਆ ਤਾਂ ਨੇਖਲੀਊਦੋਵ ਨੇ ਅੱਧਾ ਪੈਂਡਾ ਮੁਕਾ ਲਿਆ ਸੀ। ਹੁਣ ਸੜਕ ਦੇ ਦੋਹੀਂ ਪਾਸੀਂ ਖੇਤ ਹੀ ਖੇਤ ਨਜ਼ਰ ਆਉਂਦੇ ਸਨ ਅਤੇ ਦੂਰ ਪਰੇ ਇਕ ਮੱਠ ਦੇ ਕਲਸ ਤੇ ਸਲੀਬ ਨਜ਼ਰ ਆਉਣ ਲੱਗ ਪਏ ਸਨ। ਬੱਦਲ ਪਾਟ ਗਏ ਸਨ ਅਤੇ ਮੌਸਮ ਬੜਾ ਸਾਫ ਹੋ ਗਿਆ ਸੀ। ਜੰਗਲ ਉਤੋਂ ਦੀ ਸੂਰਜ ਨੇ ਵਿਖਾਲੀ ਦੇ ਦਿੱਤੀ ਸੀ ਅਤੇ ਧੁਪ ਵਿਚ ਦਰੱਖ਼ਤਾਂ ਦੇ ਪੱਤੇ, ਬਰਫ ਬਣੇ ਹੋਏ ਚਲ੍ਹੇ ਅਤੇ ਸੁਨਹਿਰੀ ਸਲੀਬਾਂ ਚਮਕਾਂ ਮਾਰ ਰਹੀਆਂ ਸਨ। ਦੂਰ ਪਰੇ ਨੀਲੇ–ਸਲੇਟੀ ਦੁਮੇਲ ਉਤੇ, ਰਤਾ ਕੁ ਸੱਜੇ ਹੱਥ ਬਰਫਾਂ ਲੱਦੀਆਂ ਪਹਾੜੀ ਚੋਟੀਆਂ ਝਮ ਝਮ ਕਰ ਉੱਠੀਆਂ ਸਨ। ਬੱਘੀ ਇਕ ਵੱਡੇ ਸਾਰੇ ਪਿੰਡ ਵਿਚ ਦਾਖਲ ਹੋ ਗਈ। ਪਿੰਡ ਦੀ ਸੜਕ ਉਤੇ ਰੂਸੀ ਅਤੇ ਦੂਜੀਆਂ ਕੌਮੀਅਤਾਂ ਦੇ ਲੋਕ ਅਜੀਬ ਕਿਸਮ ਦੀਆਂ ਟੋਪੀਆਂ ਤੇ ਚੋਗੇ ਪਾਈ ਤੁਰੇ ਫਿਰਦੇ ਸਨ। ਦੁਕਾਨਾਂ, ਖੋਖਿਆਂ, ਸ਼ਰਾਬ ਦੇ ਠੇਕਿਆਂ ਅਤੇ ਛਕੜਿਆਂ ਦੇ ਆਸੇ ਪਾਸੇ ਸ਼ਰਾਬੀ ਤੇ ਸੋਫੀ ਮਰਦਾਂ ਤੇ ਔਰਤਾਂ ਦੀਆਂ ਭੀੜਾਂ ਲੱਗੀਆਂ ਹੋਈਆਂ ਸਨ। ਕੋਈ ਸ਼ਹਿਰ ਨੇੜੇ ਹੋਣ ਦੇ ਆਸਾਰ ਨਜ਼ਰ ਆਉਂਦੇ ਸਨ।

ਲਗਾਮ ਨੂੰ ਰਤਾ ਕੁ ਖਿੱਚ ਕੇ ਅਤੇ ਆਪਣੇ ਸੱਜੇ ਹੱਥ ਵਾਲੇ ਘੋੜੇ ਨੂੰ ਇਕ ਛਾਂਟਾ ਮਾਰ ਕੇ, ਕੋਚਵਾਨ ਆਪਣੀ ਸੀਟ ਦੇ ਸੱਜੇ ਸਿਰੇ ਵੱਲ ਸਰਕ ਗਿਆ ਅਤੇ ਲਗਾਮ ਢਿੱਲੀ ਛੱਡ ਦਿੱਤੀ ਅਤੇ ਪ੍ਰਤੱਖ ਤੌਰ ਤੇ ਲੋਕਾਂ ਨੂੰ ਆਪਣੀ ਸ਼ਾਨ ਵਿਖਾਉਣ ਲਈ ਬੱਘੀ ਦਰਿਆ ਵੱਲ ਭਜਾ ਲਈ। ਦਰਿਆ ਨੂੰ ਬੇੜੀ ਉਤੇ ਪਾਰ ਕਰਨਾ ਸੀ। ਦਰਿਆ ਵਿਚ ਬੇੜੀ ਉਹਨਾਂ ਵੱਲ ਹੀ ਆ ਰਹੀ ਸੀ ਅਤੇ ਪਾਣੀ ਦੀ ਧਾਰ ਦੇ ਅੱਧ ਤੱਕ ਪਹੁੰਚ ਚੁੱਕੀ ਹੋਈ ਸੀ। ਕੋਈ ਵੀਹ ਕੁ ਛਕੜੇ ਦਰਿਆ ਪਾਰ ਕਰਨ ਦੀ ਉਡੀਕ ਵਿਚ ਖਲੋਤੇ ਹੋਏ ਸਨ। ਨੇਖਲੀਊਦੋਵ ਨੂੰ ਬਹੁਤਾ ਚਿਰ ਉਡੀਕ ਨਹੀਂ ਕਰਨੀ ਪਈ। ਬੇੜੀ ਚੜ੍ਹਦੇ ਪਾਣੀ ਵੱਲ ਦੂਰ ਚਲੀ ਗਈ ਹੋਈ ਸੀ। ਇਸ ਕਰ ਕੇ ਪਾਣੀ ਦੇ ਤੇਜ਼ ਵਹਾ ਕਾਰਨ ਉਹ ਛੇਤੀ ਹੀ ਘਾਟ ਤੇ ਆ ਲੱਗੀ।

ਬੇੜੀ ਵਾਲੇ ਉਚੇ ਲੰਮੇ ਕੱਦ, ਚੌੜੀ–ਚਕਲੀ ਛਾਤੀ ਤੇ ਗਠਵੇਂ ਸਰੀਰ ਵਾਲੇ ਚੁੱਪ ਕੀਤੇ ਜਿਹੇ ਬੰਦੇ ਸਨ। ਉਹਨਾਂ ਨੇ ਭੇਡ ਦੀ ਖੱਲ ਦੇ ਕੋਟ, ਲੰਮੇ ਬੂਟ ਪਾਏ ਹੋਏ ਸਨ। ਉਹਨਾਂ ਨੇ ਆਪਣੇ ਤਜਰਬੇਕਾਰ ਹੱਥਾਂ ਨਾਲ ਰੱਸੇ ਸੁੱਟੇ ਅਤੇ ਬੇੜੀ ਨੂੰ ਪਤਣ ਤੇ ਬੰਨ੍ਹ ਦਿੱਤਾ। ਲੱਦੇ ਹੋਏ ਛਕੜਿਆਂ ਨੂੰ ਲਾਹਿਆ ਅਤੇ ਦਰਿਆ ਕੰਢੇ ਉਡੀਕਦੇ ਖਲੋਤੇ ਛਕੜਿਆ ਨੂੰ ਬੇੜੀ ਵਿਚ ਲੱਦਿਆ। ਸਾਰੀ ਬੇੜੀ ਛਕੜਿਆਂ ਤੇ ਘੋੜਿਆਂ ਨਾਲ ਭਰ ਗਈ ਜਿਨ੍ਹਾਂ

ਨੂੰ ਪਾਣੀ ਵੇਖ ਕੇ ਅਚਵੀ ਲਗਦੀ ਸੀ। ਬੇੜੀ ਨੂੰ ਪਾਸਿਆਂ ਤੋਂ ਚੌੜੇ ਪਾਟ ਵਾਲੇ ਤੇਜ਼ ਚਾਲ ਦਰਿਆ ਦੇ ਥਪੇੜੇ ਵੱਜ ਰਹੇ ਸਨ ਜਿਸ ਕਰਕੇ ਰੱਸੇ ਹੋਰ ਵੀ ਕੱਸੇ ਗਏ ਸਨ। ਬੇੜੀ ਭਰ ਗਈ ਤਾਂ ਨੇਖਲੀਊਦੋਵ ਦੀ ਬੱਘੀ, ਜਿਸ ਨਾਲੋਂ ਘੋੜੇ ਖੋਹਲ ਦਿੱਤੇ ਗਏ ਸਨ, ਬੇੜੀ ਦੇ ਇਕ ਪਾਸੇ ਵੱਲ ਦੂਜੇ ਛਕੜਿਆਂ ਵਿਚ ਘਿਰੀ ਹੋਈ ਸੀ। ਬੇੜੀ ਵਾਲਿਆਂ ਨੇ ਹੋਰ ਛਕੜਿਆਂ ਨੂੰ ਅੰਦਰ ਆਉਣੋਂ ਰੋਕ ਦਿੱਤਾ, ਅਤੇ ਜਿਨ੍ਹਾਂ ਨੂੰ ਥਾਂ ਨਹੀਂ ਸੀ ਮਿਲੀ ਉਹਨਾਂ ਦੇ ਮਿੰਨਤਾਂ ਤਰਲਿਆਂ ਵੱਲ ਕੋਈ ਕੰਨ ਨਾ ਧਰਦਿਆਂ, ਉਹਨਾਂ ਨੇ ਬੇੜੀ ਦੇ ਰੱਸੇ ਖੋਹਲੇ ਤੇ ਪਰਲੇ ਪਾਰ ਜਾਣ ਲਈ ਠਿਲ੍ਹ ਪਏ। ਬੇੜੀ ਵਿਚ ਪੂਰਨ ਖਾਮੋਸ਼ੀ ਸੀ। ਮਲਾਹਾਂ ਦੇ ਬੂਟਾਂ ਦੀ ਖੜੱਪ ਖੜੱਪ ਅਤੇ ਘੋੜਿਆਂ ਦੇ ਖੁਰ ਚੁਕ ਚੁਕ ਮਾਰਨ ਤੋਂ ਬਿਨਾਂ ਕੋਈ ਆਵਾਜ਼ ਨਹੀਂ ਸੀ ਆਉਂਦੀ।

੨੧

ਨੇਖਲੀਊਦੋਵ ਬੇੜੀ ਦੇ ਇਕ ਪਾਸੇ ਖੜਾ ਵਿਸ਼ਾਲ ਦਰਿਆ ਦਾ ਨਜ਼ਾਰਾ ਵੇਖ ਰਿਹਾ ਸੀ। ਦੋ ਤਸਵੀਰਾਂ ਉਹਦੇ ਮਨ ਵਿਚ ਮੁੜ ਮੁੜ ਉਭਰ ਰਹੀਆਂ ਸਨ। ਕਦੇ ਉਹਦੇ ਸਾਮ੍ਹਣੇ ਕ੍ਰਿਲਤਸੋਵ ਦਾ ਹਿਚਕੋਲੇ ਖਾਂਦਾ ਸਿਰ ਸਾਕਾਰ ਹੋ ਜਾਂਦਾ ਜਿਹੜਾ ਕ੍ਰੋਧ ਦੀ ਅੱਗ ਨੂੰ ਦਿਲ ਵਿਚ ਲੈ ਕੇ ਇਸ ਜਹਾਨ ਤੋਂ ਜਾਣ ਦੀਆਂ ਤਿਆਰੀਆਂ ਵਿਚ ਸੀ ਅਤੇ ਕਦੇ ਕਾਤੀਊਸ਼ਾ ਜਿਹੜੀ ਬੜੇ ਜੋਸ਼ ਨਾਲ ਸਿਮੋਨਸਨ ਦੇ ਨਾਲ ਨਾਲ ਸੜਕ ਉਤੇ ਜਾ ਰਹੀ ਸੀ। ਕ੍ਰਿਲਤਸੋਵ ਅਜੇ ਮਰਨ ਲਈ ਤਿਆਰ ਨਹੀਂ ਸੀ ਪਰ ਉਸ ਨੂੰ ਇਸ ਤਰ੍ਹਾਂ ਮਰਦਿਆਂ ਵੇਖ ਕੇ ਉਹਦਾ ਦਿਲ ਬੜਾ ਉਦਾਸ ਤੇ ਗ਼ਮਗੀਨ ਹੋ ਗਿਆ ਸੀ। ਕਾਤੀਊਸ਼ਾ ਦੇ ਰੋਮ ਰੋਮ ਵਿਚ ਉਤਸਾਹ ਮੱਚ ਰਿਹਾ ਸੀ। ਉਸ ਨੂੰ ਸਿਮੋਨਸਨ ਵਰਗੇ ਆਦਮੀ ਦੀ ਮੁਹੱਬਤ ਮਿਲ ਗਈ ਸੀ ਅਤੇ ਉਹਨੂੰ ਨੇਕੀ ਦਾ ਇਕ ਸੱਚਾ ਤੇ ਨਿਗਰ ਰਾਹ ਲੱਭ ਗਿਆ ਸੀ। ਇਸ ਨੂੰ ਵੇਖ ਕੇ ਨੇਖਲੀਊਦੋਵ ਨੂੰ ਖੁਸ਼ੀ ਹਾਸਿਲ ਹੋਣੀ ਚਾਹੀਦੀ ਸੀ ਪਰ ਇਸ ਨਾਲ ਵੀ ਉਹਦੇ ਮਨ ਉਤੇ ਜੋ ਬੋਝਲ ਉਦਾਸੀ ਛਾ ਗਈ ਉਸ ਨੂੰ ਉਹ ਛੰਡ ਨਾ ਸਕਿਆ।

ਸ਼ਹਿਰ ਵਲੋਂ ਪਿੱਤਲ ਦੇ ਵੱਡੇ ਸਾਰੇ ਟੱਲ ਦੀ ਗੂੰਜਦੀ ਆਵਾਜ਼ ਸੁਣਨ ਲੱਗ ਪਈ। ਨੇਖਲੀਊਦੋਵ ਦੀ ਬੱਘੀ ਦੇ ਕੋਚਵਾਨ ਨੇ ਜਿਹੜਾ ਉਹਦੇ ਕੋਲ ਖੜਾ ਸੀ ਅਤੇ ਬੇੜੀ ਵਿਚ ਖੜੇ ਦੂਜੇ ਲੋਕਾਂ ਨੇ ਸਿਰਾਂ ਤੋਂ ਟੋਪੀਆਂ ਲਾਹੀਆਂ ਅਤੇ ਆਪਣੀਆਂ ਛਾਤੀਆਂ ਉਤੇ ਸਲੀਬ ਦੇ ਨਿਸ਼ਾਨ ਬਣਾਏ। ਪਰ ਇਕ ਮਧਰੇ ਜਿਹੇ ਬਜ਼ੁਰਗ ਨੇ ਸਲੀਬ ਦਾ ਨਿਸ਼ਾਨ ਨਹੀਂ ਬਣਾਇਆ। ਉਸ ਦੇ ਵਾਲ ਖਿੰਡੇ ਹੋਏ ਸਨ ਅਤੇ ਉਹ ਰੇਲਿੰਗ ਦੇ ਕੋਲ ਖੜਾ ਸੀ। ਇਸ ਤੋਂ ਪਹਿਲਾਂ ਨੇਖਲੀਊਦੋਵ ਦਾ ਉਹਦੇ ਵੱਲ ਧਿਆਨ ਨਹੀਂ ਸੀ ਗਿਆ। ਸਲੀਬ ਦਾ ਨਿਸ਼ਾਨ ਬਣਾਉਣ ਦੀ ਥਾਂ ਉਹ ਸਿਰ ਉੱਚਾ ਕਰ ਕੇ ਨੇਖਲੀਊਦੋਵ ਵੱਲ ਵੇਖਣ ਲੱਗ

ਪਿਆ ਸੀ। ਇਸ ਬੁੱਢੇ ਆਦਮੀ ਨੇ ਥਿਗੜੀਆਂ ਲੱਗਾ ਕੋਟ ਪਾਇਆ ਹੋਇਆ ਸੀ, ਲੱਕ ਗਰਮ ਪਤਲੂਣ ਅਤੇ ਪੈਰੀਂ ਪੱਚਰਾਂ ਲੱਗੇ ਬੂਟ ਸਨ। ਪਿੱਠ ਉਤੇ ਛੋਟਾ ਜਿਹਾ ਸਫਰੀ ਝੋਲਾ ਸੀ ਅਤੇ ਸਿਰ ਉਤੇ ਫਰ ਦੀ ਇਕ ਪਾਟੀ ਪੁਰਾਣੀ ਉੱਚੀ ਟੋਪੀ।

"ਤੂੰ ਅਰਦਾਸ ਬੇਨਤੀ ਕਿਉਂ ਨਹੀਂ ਕਰਦਾ, ਬਜ਼ੁਰਗਾ?" ਨੇਖਲੀਊਦੋਵ ਦੇ ਕੋਚਵਾਨ ਨੇ ਸਿਰ ਉਤੇ ਟੋਪੀ ਟਿਕਾ ਕੇ ਉਹਨੂੰ ਠੀਕ ਕਰਦਿਆਂ ਪੁੱਛਿਆ। "ਬਪਤਿਸਮਾ ਨਹੀਂ ਹੋਇਆ ਤੇਰਾ?"

"ਕੀਹਦੇ ਅੱਗੇ ਅਰਦਾਸਾਂ ਕਰੀਏ?" ਇਕ ਇਕ ਅੱਖਰ ਨੂੰ ਚਿੱਥ ਚਿੱਥ ਕੇ ਬੋਲਦਿਆਂ, ਮੰਦੇਹਾਲ ਬੁੱਢੇ ਨੇ ਕੌੜ ਖਾ ਕੇ ਪੁੱਛਿਆ।

"ਰੱਬ ਅੱਗੇ। ਹੋਰ ਕੀਹਦੇ ਅੱਗੇ?" ਕੋਚਵਾਨ ਨੇ ਢਿੱਲੇ ਜਿਹੇ ਮੂੰਹ ਨਾਲ ਆਖਿਆ।

"ਵਖਾ ਤਾਂ ਸਹੀ, ਭਲਾ, ਕਿੱਥੇ ਹੈ ਇਹ ਤੇਰਾ ਰੱਬ?"

ਬੁੱਢੇ ਦੇ ਹਾਵਾਂਭਾਵਾਂ ਵਿਚ ਕੁਝ ਇਸ ਤਰ੍ਹਾਂ ਦੀ ਗੰਭੀਰਤਾ ਤੇ ਦ੍ਰਿੜ੍ਹਤਾ ਸੀ ਕਿ ਕੋਚਵਾਨ ਕੁਝ ਠਿੱਠ ਜਿਹਾ ਹੋ ਗਿਆ। ਉਸ ਨੂੰ ਮਹਿਸੂਸ ਹੋਇਆ ਕਿ ਵਾਹ ਡਾਢੇ ਬੰਦੇ ਨਾਲ ਪੈ ਗਿਆ ਹੈ। ਪਰ ਉਹਨੇ ਆਪਣੇ ਇਸ ਅਹਿਸਾਸ ਨੂੰ ਲੁਕਾਉਣ ਦੀ ਕੋਸ਼ਿਸ਼ ਕੀਤੀ। ਲੋਕ ਖੜੇ ਉਹਨਾਂ ਨੂੰ ਵੇਖ ਰਹੇ ਸਨ ਤੇ ਇਸ ਹਾਲਤ ਵਿਚ ਚੁੱਪ ਕਰ ਕੇ ਉਹ ਸ਼ਰਮਸਾਰ ਨਹੀਂ ਸੀ ਹੋਣਾ ਚਾਹੁੰਦਾ। ਇਸ ਲਈ ਉਹਨੇ ਝੱਟ ਆਖਿਆ:

"ਕਿਥੇ ਹੈ? ਸਵਰਗਾਂ ਵਿਚ, ਹੋਰ ਕਿੱਥੇ!"

"ਤੇ ਤੂੰ ਓਥੋਂ ਹੋ ਕੇ ਆਇਆ ਹੋਏਂਗਾ?"

"ਹੋ ਕੇ ਆਇਆਂ ਭਾਵੇਂ ਨਹੀਂ। ਸਾਰੇ ਜਾਣਦੇ ਨੇ ਪਈ ਰੱਬ ਅੱਗੇ ਅਰਦਾਸ ਬੇਨਤੀ ਕਰਨੀ ਚਾਹੀਦੀ ਏ।"

"ਅੱਜ ਤਾਈਂ ਕਦੇ ਕਿਸੇ ਬੰਦੇ ਨੇ ਰੱਬ ਨਹੀਂ ਵੇਖਿਆ। ਰੱਬ ਦਾ ਇਕੋ ਇਕ ਪੁਤਰ, ਜਿਹੜਾ ਉਹਦੇ ਅੰਦਰ ਹੀ ਵਸਦਾ ਹੈ, ਪ੍ਰਗਟ ਹੋਇਆ ਸੀ," ਬੁੱਢੇ ਨੇ ਉਸੇ ਅੰਦਾਜ਼ ਨਾਲ ਤਿਊੜੀ ਚਾੜ੍ਹਦਿਆਂ ਛੇਤੀ ਛੇਤੀ ਆਖਿਆ।

"ਸਾਫ ਗੱਲ ਏ ਕਿ ਤੂੰ ਈਸਾਈ ਨਹੀਂ, ਤੂੰ ਵਰਮੀ-ਪੂਜ ਏਂ। ਵਰਮੀਆਂ ਅੱਗੇ ਅਰਦਾਸਾਂ ਕਰਦਾ ਏਂ," ਕੋਚਵਾਨ ਨੇ ਆਪਣੇ ਛਾਂਟੇ ਦੀ ਮੁਠ ਨੂੰ ਆਪਣੀ ਪੇਟੀ ਵਿਚ ਘਸੋੜਦਿਆਂ ਆਖਿਆ ਅਤੇ ਆਪਣੇ ਇਕ ਘੋੜੇ ਦਾ ਸਾਜ਼ ਸਿੱਧਾ ਕਰਨ ਲੱਗ ਪਿਆ।

ਭੀੜ ਵਿਚੋਂ ਕੋਈ ਜਣਾ ਹੱਸ ਪਿਆ।

"ਕਿਹੜੇ ਧਰਮ ਨੂੰ ਮੰਨਦਾ ਏਂ, ਬਾਬਾ?" ਇਕ ਅੱਧਖੜ ਜਿਹੇ ਆਦਮੀ ਨੇ ਪੁੱਛਿਆ ਜਿਹੜਾ ਬੇੜੀ ਦੇ ਓਸੇ ਪਾਸੇ ਆਪਣੇ ਛਕੜੇ ਦੇ ਕੋਲ ਖੜਾ ਸੀ।

"ਮੈਂ ਕਿਸੇ ਧਰਮ ਨੂੰ ਨਹੀਂ ਮੰਨਦਾ, ਕਿਉਂਕਿ ਮੇਰਾ ਕਿਸੇ ਵਿਚ ਨਿਹਚਾ ਨਹੀਂ— ਆਪਣੇ ਬਿਨਾਂ ਮੇਰਾ ਕਿਸੇ ਤੇ ਨਿਹਚਾ ਨਹੀਂ," ਬੁੱਢੇ ਨੇ ਪਹਿਲਾਂ ਵਾਂਗ ਹੀ ਤੁਰਤ ਤੇ ਡਟਵਾਂ ਜਵਾਬ ਦਿੱਤਾ।

"ਆਪਣੇ ਉਤੇ ਨਿਹਚਾ ਕਿਵੇਂ ਹੋ ਸਕਦਾ ਹੈ?" ਉਹਦੇ ਨਾਲ ਗਲਬਾਤ ਛੇੜਦਿਆਂ ਨੇਖਲੀਊਦੋਵ ਨੇ ਪੁੱਛਿਆ। "ਆਪ ਤਾਂ ਤੂੰ ਗ਼ਲਤੀ ਵੀ ਕਰ ਸਕਦਾ ਏਂ।"

"ਜ਼ਿੰਦਗੀ ਵਿਚ ਕਦੇ ਇਉਂ ਨਹੀਂ ਹੋਇਆ," ਬੁੱਢੇ ਨੇ ਸਿਰ ਹਿਲਾ ਕੇ ਫੈਸਲਾਕੁਨ ਅੰਦਾਜ਼ ਵਿਚ ਆਖਿਆ।

"ਫੇਰ ਲੋਕ ਵੱਖੋ ਵੱਖ ਧਰਮਾਂ ਨੂੰ ਕਿਉਂ ਮੰਨਦੇ ਹਨ?" ਨੇਖਲੀਊਦੋਵ ਨੇ ਪੁੱਛਿਆ।

"ਏਸ ਕਰ ਕੇ ਕਿ ਲੋਕ ਦੂਜਿਆਂ ਉਤੇ ਵਿਸ਼ਵਾਸ ਕਰ ਲੈਂਦੇ ਨੇ ਤੇ ਆਪਣੇ ਆਪ ਉਤੇ ਵਿਸ਼ਵਾਸ ਨਹੀਂ ਕਰਦੇ। ਏਸ ਕਰਕੇ ਵੱਖਰੇ ਵੱਖਰੇ ਧਰਮ ਬਣ ਗਏ। ਪਹਿਲਾਂ ਪਹਿਲਾਂ ਮੈਂ ਦੂਜਿਆਂ ਉਤੇ ਵਿਸ਼ਵਾਸ ਕਰਦਾ ਹੁੰਦਾ ਸਾਂ। ਨਤੀਜਾ ਇਹ ਹੋਇਆ ਕਿ ਮੈਂ ਤਾਇਗਾ ਵਿਚ ਫੱਸ ਗਿਆ। ਐਸਾ ਫਸਿਆ ਕਿ ਬਾਹਰ ਨਿਕਲਣ ਦੀ ਕੋਈ ਆਸ ਹੀ ਨਹੀਂ ਸੀ। ਪੁਰਾਤਨਪੰਥੀ, ਤੇ ਨਵੀਨਪੰਥੀ, ਜੂਡਾਸਵਾਦੀ ਤੇ ਖਲਿਸਤੀ, ਪੋਪੋਵਤਸੀ ਤੇ ਬੇਜ਼ਪੋਪੋਵਤਸੀ, ਅਵਸਤ੍ਰੀਆਕ ਤੇ ਮੋਲੋਕਾਨ ਤੇ ਸਕੋਪਤਸੀ—ਹਰ ਫਿਰਕਾ ਆਪਣੀਆਂ ਹੀ ਸਿਫਤਾਂ ਕਰਦਾ ਹੈ ਤੇ ਇਸ ਕਰਕੇ ਇਹ ਸਾਰੇ ਹੀ ਅੰਨ੍ਹੇ ਕਤੂਰਿਆਂ ਵਾਂਗ ਰਿੜ੍ਹਦੇ ਫਿਰਦੇ ਨੇ। ਧਰਮ ਅਨੇਕ ਨੇ ਪਰ ਆਤਮਾ ਇਕ ਏ—ਮੇਰੇ ਵਿਚ, ਤੁਹਾਡੇ ਵਿਚ, ਉਹਦੇ ਵਿਚ। ਇਸ ਕਰਕੇ ਜੇ ਹਰ ਕੋਈ ਆਪਣੇ ਆਪ ਉਤੇ ਵਿਸ਼ਵਾਸ ਕਰੇ, ਤਾਂ ਸਾਰਿਆਂ ਵਿਚ ਏਕਤਾ ਹੋ ਜਾਵੇ। ਜੇ ਸਾਰੇ ਆਪਣੇ ਆਪ ਨੂੰ ਸੱਚੇ ਹੋਣ ਤਾਂ ਸਾਰੇ ਰਲ ਕੇ ਇਕ ਹੋ ਜਾਣ।"

ਬੁੱਢਾ ਉੱਚੀ ਉੱਚੀ ਬੋਲ ਰਿਹਾ ਸੀ ਅਤੇ ਮੁੜ ਮੁੜ ਆਪਣੇ ਆਲੇ ਦੁਆਲੇ ਵੇਖ ਲੈਂਦਾ ਸੀ। ਜ਼ਾਹਿਰ ਹੈ ਉਹਦੀ ਖਾਹਿਸ਼ ਸੀ ਕਿ ਜ਼ਿਆਦਾ ਤੋਂ ਜ਼ਿਆਦਾ ਲੋਕ ਉਹਦੀ ਗੱਲ ਸੁਣ ਲੈਣ।

"ਤੇ ਇਹ ਵਿਸ਼ਵਾਸ ਤੁਹਾਡਾ ਬਹੁਤ ਚਿਰਾਂ ਤੋਂ ਹੈ?" ਨੇਖਲੀਊਦੋਵ ਨੇ ਪੁੱਛਿਆ।

"ਮੇਰਾ? ਬੜੇ ਚਿਰਾਂ ਤੋਂ। ਤੇਈ ਵਰ੍ਹੇ ਹੋ ਗਏ ਉਹਨਾਂ ਨੂੰ ਮੇਰੇ ਮਗਰ ਪਿਆਂ ਨੂੰ।"

"ਮਗਰ ਪਿਆਂ? ਉਹ ਕਿਵੇਂ?"

"ਜਿੱਦਾਂ ਉਹ ਈਸਾ ਦੇ ਮਗਰ ਪਏ ਰਹੇ ਸਨ ਓਦਾਂ ਹੀ ਮੇਰੇ ਮਗਰ ਪਏ ਹੋਏ ਨੇ। ਉਹ ਮੈਨੂੰ ਫੜ ਲੈਂਦੇ ਨੇ ਤੇ ਅਦਾਲਤ ਅੱਗੇ, ਪਾਦਰੀਆਂ ਅੱਗੇ, ਗਿਆਨੀਆਂ ਅੱਗੇ, ਦੰਭੀ ਲੋਕਾਂ ਅੱਗੇ ਪੇਸ਼ ਕਰਦੇ ਨੇ। ਇਕ ਵਾਰ ਉਹਨਾਂ ਨੇ ਮੈਨੂੰ ਪਾਗਲਖਾਨੇ ਵਿਚ ਬੰਦ ਕਰ ਦਿੱਤਾ ਸੀ। ਪਰ ਉਹ ਮੇਰਾ ਕੁਝ ਨਹੀਂ ਵਿਗਾੜ ਸਕਦੇ ਕਿਉਂਕਿ ਮੈਂ ਫੱਕਰ ਆਦਮੀ ਆਂ। ਮੈਨੂੰ ਪੁੱਛਦੇ ਜੇ, 'ਤੇਰਾ ਨਾਂ ਕੀ ਏ?' ਉਹ ਸਮਝਦੇ ਨੇ ਮੈਂ ਆਪਣਾ ਨਾਂ ਦੱਸ ਦਿਆਂਗਾ। ਪਰ ਮੇਰਾ ਕੋਈ ਨਾਂ ਹੈ ਈ ਨਹੀਂ। ਮੈਂ ਸਭ ਕੁਝ ਤਿਆਗ ਦਿੱਤਾ ਏ। ਮੇਰਾ ਕੋਈ ਨਾਂ ਨਹੀਂ, ਕੋਈ ਥਾਂ ਨਹੀਂ, ਕੋਈ ਦੇਸ ਨਹੀਂ, ਕੁਝ ਨਹੀਂ। ਮੈਂ ਤਾਂ ਬਸ ਮੈਂ ਆਂ। 'ਤੇਰਾ ਨਾਂ ਕੀ ਏ?' 'ਇਨਸਾਨ।' 'ਤੇਰੀ ਉਮਰ ਕਿੰਨੀ ਏ?' ਮੈਂ ਕਹਿੰਦਾ ਆਂ 'ਮੈਂ ਵਰ੍ਹੇ ਨਹੀਂ ਗਿਣ ਸਕਦਾ, ਤੇ ਗਿਣ ਸਕਦਾ ਵੀ ਨਹੀਂ ਕਿਉਂਕਿ ਮੈਂ ਤਾਂ ਹਮੇਸ਼ਾ ਸਾਂ, ਤੇ

ਹਮੇਸ਼ਾ ਰਹਿਣਾ ਏ।" 'ਤੇਰੇ ਮਾਤਾ ਪਿਤਾ ਕੌਣ ਨੇ?' 'ਮੇਰੇ ਕੋਈ ਮਾਤਾ ਪਿਤਾ ਨਹੀਂ, ਰੱਬ ਤੇ ਧਰਤੀ ਮਾਤਾ ਬਿਨਾਂ ਮੇਰਾ ਹੋਰ ਕੋਈ ਨਹੀਂ। ਰੱਬ ਮੇਰਾ ਪਿਤਾ ਏ।' 'ਤੇ ਜ਼ਾਰ? ਤੂੰ ਜ਼ਾਰ ਨੂੰ ਮੰਨਦਾ ਏਂ?' ਉਹ ਪੁੱਛਦੇ ਨੇ। ਮੈਂ ਕਹਿਨਾ, 'ਕਿਉਂ ਨਹੀਂ? ਉਹ ਆਪਣਾ ਜ਼ਾਰ ਏ, ਤੇ ਮੈਂ ਆਪਣਾ ਜ਼ਾਰ ਆਂ।' 'ਇਹਦੇ ਨਾਲ ਮਗਜ਼ ਖਪਾਉਣ ਦਾ ਕੀ ਫਾਇਦਾ?' ਉਹ ਕਹਿੰਦੇ ਨੇ ਤੇ ਮੈਂ ਆਖਦਾਂ, 'ਮੈਂ ਤੁਹਾਨੂੰ ਕਦੋਂ ਆਖਿਆ ਸੀ ਮੇਰੇ ਨਾਲ ਮਗਜ਼ ਖਪਾਓ।' ਏਦਾਂ ਉਹ ਮੈਨੂੰ ਤਸੀਹੇ ਦੇ ਰਹੇ ਜੇ।"

"ਤੇ ਹੁਣ ਕਿੱਥੇ ਜਾ ਰਹੇ ਓ?" ਨੇਖਲੀਊਦੋਵ ਨੇ ਪੁੱਛਿਆ।

"ਜਿਥੇ ਰੱਬ ਲੈ ਜਾਏ। ਜਦੋਂ ਮੈਨੂੰ ਕੰਮ ਲਭ ਜਾਏ ਮੈਂ ਕੰਮ ਕਰਦਾ ਆਂ, ਜਦੋਂ ਨਾ ਲੱਭੇ ਮੈਂ ਭੀਖ ਮੰਗਦਾ ਆਂ।" ਬੁੱਢੇ ਨੇ ਵੇਖਿਆ ਕਿ ਬੇੜੀ ਕੰਢੇ ਲੱਗਣ ਵਾਲੀ ਹੈ ਤੇ ਉਹ ਚੁੱਪ ਕਰ ਗਿਆ। ਫੇਰ ਆਸ ਪਾਸ ਖੜੇ ਲੋਕਾਂ ਵੱਲ ਉਹਨੇ ਇਉਂ ਵੇਖਿਆ ਜਿਵੇਂ ਮਾਲੀ ਜਿੱਤ ਲਈ ਹੋਵੇ।

ਬੇੜੀ ਪਾਰਲੇ ਕੰਢੇ ਲੱਗ ਗਈ। ਨੇਖਲੀਊਦੋਵ ਨੇ ਆਪਣਾ ਬਟੂਆ ਕੱਢਿਆ ਤੇ ਬੁੱਢੇ ਨੂੰ ਕੁਝ ਪੈਸੇ ਦੇਣ ਲੱਗਾ, ਪਰ ਉਹਨੇ ਇਹ ਆਖ ਕੇ ਨਾਂਹ ਕਰ ਦਿੱਤੀ:

"ਏਦਾਂ ਦੀ ਚੀਜ਼ ਮੈਂ ਕੋਈ ਨਹੀਂ ਲੈਂਦਾ। ਸਿਰਫ ਰੋਟੀ ਲੈਂਦਾ ਆਂ।"

"ਹੱਛਾ, ਫੇਰ ਮੁਆਫ ਕਰੀਂ।"

"ਮਾਫ ਕਰਨ ਵਾਲੀ ਕਿਹੜੀ ਗੱਲ ਏ, ਤੂੰ ਮੇਰਾ ਕੋਈ ਦਿਲ ਤਾਂ ਨਹੀਂ ਦੁਖਾਇਆ। ਤੇ ਮੇਰਾ ਦਿਲ ਦੁਖਾਇਆ ਵੀ ਨਹੀਂ ਜਾ ਸਕਦਾ," ਅਤੇ ਬੁੱਢੇ ਨੇ ਆਪਣਾ ਥੈਲਾ ਪਿੱਠ ਤੇ ਚੁੱਕ ਲਿਆ ਜਿਹੜਾ ਉਹਨੇ ਭੁੰਜੇ ਰੱਖ ਲਿਆ ਹੋਇਆ ਸੀ। ਇੱਚਰ ਨੂੰ ਡਾਕ-ਬੱਘੀ ਹੇਠਾਂ ਲਾਹ ਲਈ ਗਈ ਸੀ ਤੇ ਘੋੜੇ ਜੋੜ ਦਿੱਤੇ ਗਏ ਸਨ।

"ਏਹੋ ਜਿਹਾਂ ਨਾਲ ਗੱਲ ਕਰਨ ਦਾ ਕੀ ਫਾਇਦਾ, ਸਰਕਾਰ," ਜਦੋਂ ਨੇਖਲੀਊਦੋਵ ਹੱਟੇ ਕੱਟੇ ਮਲਾਹਾਂ ਨੂੰ ਪੈਸੇ ਦੇ ਕੇ ਬੱਘੀ ਵਿਚ ਬਹਿ ਗਿਆ ਤਾਂ ਕੋਚਵਾਨ ਨੇ ਆਖਿਆ। "ਉਹ ਤਾਂ ਕੌਡੀ ਦਾ ਆਦਮੀ ਨਹੀਂ ਸੀ, ਨਿਕੰਮਾ ਅਵਾਰਾਗਰਦ।"

੨੨

ਦਰਿਆ ਦੀ ਢਲਾਣ ਦੇ ਉਪਰ ਚੜ੍ਹ ਆਉਣ ਮਗਰੋਂ ਕੋਚਵਾਨ ਨੇ ਨੇਖਲੀਊਦੋਵ ਨੂੰ ਪੁੱਛਿਆ:

"ਕਿਹੜੇ ਹੋਟਲ ਚਲੀਏ?"

"ਸਭ ਤੋਂ ਚੰਗਾ ਕਿਹੜਾ ਹੈ?"

"'ਸਾਇਬੇਰੀਅਨ' ਨਾਲੋਂ ਚੰਗਾ ਹੋਰ ਕੋਈ ਨਹੀਂ, ਪਰ 'ਦੀਊਕੋਵ' ਵੀ ਮਾੜਾ ਨਹੀਂ।"

"ਜਿੱਧਰ ਮਰਜ਼ੀ ਏ ਲੈ ਚਲ।"

ਕੋਚਵਾਨ ਫੇਰ ਸੀਟ ਦੇ ਇਕ ਪਾਸੇ ਬਹਿ ਗਿਆ ਅਤੇ ਬੱਘੀ ਹੋਰ ਤੇਜ਼ ਭਜਾ ਲਈ। ਇਹ ਸ਼ਹਿਰ ਵੀ ਬਾਕੀ ਸ਼ਹਿਰਾਂ ਵਰਗਾ ਹੀ ਸੀ। ਓਸੇ ਤਰ੍ਹਾਂ ਦੇ ਮਕਾਨ, ਮੱਮਟੀਆਂ ਅਤੇ ਹਰੀਆਂ ਛੱਤਾਂ ਵਾਲੇ ਮਕਾਨ, ਓਸੇ ਤਰ੍ਹਾਂ ਦਾ ਗਿਰਜਾ, ਵੱਡੇ ਬਾਜ਼ਾਰ ਵਿਚ ਓਸੇ ਤਰ੍ਹਾਂ ਦੀਆਂ ਦੁਕਾਨਾਂ ਤੇ ਸਟੋਰ ਅਤੇ ਏਥੋਂ ਤੱਕ ਕਿ ਪੁਲਸ ਦੇ ਸਿਪਾਹੀ ਵੀ ਓਸੇ ਹੀ ਤਰ੍ਹਾਂ ਦੇ। ਪਰ ਲਗਪਗ ਸਾਰੇ ਮਕਾਨ ਲਕੜ ਦੇ ਬਣੇ ਹੋਏ ਸਨ ਅਤੇ ਸੜਕਾਂ ਕੱਚੀਆਂ ਸਨ। ਇਕ ਰੌਣਕ ਵਾਲੀ ਸੜਕ ਉਤੇ ਜਾ ਕੇ ਇਕ ਹੋਟਲ ਦੇ ਬੂਹੇ ਅੱਗੇ ਕੋਚਵਾਨ ਨੇ ਬੱਘੀ ਖੜੀ ਕੀਤੀ, ਪਰ ਕਿਉਂਕਿ ਉਸ ਹੋਟਲ ਵਿਚ ਕੋਈ ਕਮਰਾ ਖਾਲੀ ਨਹੀਂ ਸੀ, ਇਸ ਕਰਕੇ ਕੋਚਵਾਨ ਦੂਜੇ ਹੋਟਲ ਵੱਲ ਬਘੀ ਲੈ ਤੁਰਿਆ। ਇਸ ਹੋਟਲ ਵਿਚ ਇਕ ਕਮਰਾ ਖਾਲੀ ਸੀ ਅਤੇ ਏਥੇ ਨੇਖਲੀਊਦੋਵ ਨੇ ਦੋ ਮਹੀਨਿਆਂ ਮਗਰੋਂ, ਆਪਣੇ ਆਪ ਨੂੰ ਕੁਝ ਕੁਝ ਉਸ ਕਿਸਮ ਦੇ ਮਾਹੌਲ ਵਿਚ ਮਹਿਸੂਸ ਕੀਤਾ ਜਿਸ ਤਰ੍ਹਾਂ ਦੇ ਮਹੌਲ ਵਿਚ ਉਹ ਰਹਿਣ ਗਿੱਝਾ ਹੋਇਆ ਸੀ। ਜਗਾਹ ਬੜੀ ਸਾਫ ਸੁਥਰੀ ਅਤੇ ਆਰਾਮਦਿਹ ਸੀ। ਜਿਹੜਾ ਕਮਰਾ ਉਸ ਨੂੰ ਮਿਲਿਆ ਸੀ ਉਹ ਹੈ ਤਾਂ ਬਹੁਤ ਸਾਦਾ ਜਿਹਾ ਸੀ, ਤਾਂ ਵੀ ਦੋ ਮਹੀਨੇ ਬਘੀਆਂ ਵਿਚ ਹੋਹੇ ਖਾਣ, ਸਰਾਵਾਂ ਅਤੇ ਪੜਾਵਾਂ ਵਿਚ ਰਹਿਣ ਮਗਰੋਂ ਨੇਖਲੀਊਦੋਵ ਨੇ ਬੜਾ ਸੁਖ ਦਾ ਸਾਹ ਲਿਆ ਸੀ। ਉਹਦਾ ਪਹਿਲਾ ਕੰਮ ਜੂਆਂ ਦੀ ਸਫਾਈ ਕਰਨਾ ਸੀ ਜਿਨ੍ਹਾਂ ਤੋਂ ਪੜਾਵਾਂ–ਡੇਰਿਆਂ ਵਿਚ ਆਉਂਦਿਆਂ ਜਾਂਦਿਆਂ ਉਹ ਪੂਰੀ ਤਰ੍ਹਾਂ ਛੁਟਕਾਰਾ ਨਹੀਂ ਸੀ ਪਾ ਸਕਿਆ। ਉਸ ਨੇ ਆਪਣਾ ਸਾਮਾਨ ਖੋਹਲਿਆ ਤੇ ਸਭ ਤੋਂ ਪਹਿਲਾਂ ਰੂਸੀ ਹਮਾਮ ਵਿਚ ਚਲਾ ਗਿਆ ਤੇ ਫੇਰ ਆਪਣੇ ਸ਼ਹਿਰੀ ਕਪੜੇ ਪਾ ਕੇ—ਮਾਇਆ ਲੱਗੀ ਕਮੀਜ਼, ਪਤਲੂਣ ਜਿਸ ਨੂੰ ਥੋੜੇ ਥੋੜੇ ਵੱਟ ਪੈ ਗਏ ਸਨ, ਫਰਾਕ ਕੋਟ ਤੇ ਓਵਰਕੋਟ—ਇਲਾਕੇ ਦੇ ਗਵਰਨਰ ਨੂੰ ਮਿਲਣ ਚਲਾ ਗਿਆ। ਹੋਟਲ ਦੇ ਦਰਬਾਨ ਨੇ ਇਕ ਬੱਘੀ ਮੰਗਵਾ ਦਿੱਤੀ ਜਿਸ ਨੂੰ ਪਲਿਆ ਹੋਇਆ ਕਿਰਗੀਜ਼ ਘੋੜਾ ਜੋੜਿਆ ਹੋਇਆ ਸੀ। ਚਲਣ ਵੇਲੇ ਚੀਂ ਚੀਂ ਚੂੰ ਚੂੰ ਕਰਦੀ ਇਹ ਬੱਘੀ ਛੇਤੀ ਹੀ ਨੇਖਲੀਊਦੋਵ ਨੂੰ ਲੈ ਕੇ ਇਕ ਖ਼ੂਬਸੂਰਤ ਵੱਡੀ ਸਾਰੀ ਇਮਾਰਤ ਦੇ ਪੋਰਚ ਅੱਗੇ ਆ ਖੜੀ ਹੋਈ। ਇਮਾਰਤ ਦੇ ਸਾਮ੍ਹਣੇ ਸੰਤਰੀ ਅਤੇ ਇਕ ਪੁਲਸ ਦਾ ਸਿਪਾਹੀ ਖੜਾ ਸੀ। ਇਮਾਰਤ ਦੇ ਅੱਗੇ ਪਿੱਛੇ ਬਾਗ ਸੀ ਜਿਥੇ ਐਸਪਨ ਤੇ ਬਰਚੇ ਦੇ ਰੁੱਖਾਂ ਵਿਚ ਜਿਨ੍ਹਾਂ ਦੀਆਂ ਪੱਤ ਵਿਹੂਣੀਆਂ ਟਹਿਣੀਆਂ ਫੈਲੀਆਂ ਹੋਈਆਂ ਸਨ ਸੰਘਣੇ ਸੰਘਣੇ ਗੂੜ੍ਹੇ ਹਰੇ ਰੰਗ ਦੇ ਦਿਆਰ ਤੇ ਫਰ ਦੇ ਰੁੱਖ ਉੱਗੇ ਹੋਏ ਸਨ।

ਜਨਰਲ ਬੀਮਾਰ ਸੀ ਤੇ ਉਹ ਕਿਸੇ ਆਏ ਨੂੰ ਮਿਲਦਾ ਨਹੀਂ ਸੀ। ਪਰ ਨੇਖਲੀਊਦੋਵ ਨੇ ਵਰਦੀਪੋਸ਼ ਨੂੰ ਆਖਿਆ ਕਿ ਉਸ ਦਾ ਕਾਰਡ ਅੰਦਰ ਪਹੁੰਚਾ ਦੇਵੇ। ਅਤੇ ਕੁਝ ਚਿਰ ਪਿਛੋਂ ਵਰਦੀਪੋਸ਼ ਅੰਦਰੋਂ ਕਿਰਪਾ ਭਰਿਆ ਜਵਾਬ ਲੈ ਕੇ ਮੁੜ ਆਇਆ।

"ਉਹ ਕਹਿੰਦੇ ਨੇ ਕਿ ਲੰਘ ਆਓ ਅੰਦਰ।"

ਡਿਉੜੀ, ਵਰਦੀਪੋਸ਼, ਅਰਦਲੀ, ਪੌੜੀਆਂ, ਲਿਸ਼ ਲਿਸ਼ ਕਰਦੇ ਫਰਸ਼ ਵਾਲਾ ਨਾਚ–ਕਮਰਾ ਸਭ ਕੁਝ ਓਸੇ ਤਰ੍ਹਾਂ ਸੀ ਜਿਸ ਤਰ੍ਹਾਂ ਪੀਟਰਸਬਰਗ ਵਿਚ, ਪਰ ਵਧੇਰੇ

ਆਲੀਸ਼ਾਨ ਅਤੇ ਗੰਦੇ ਵੀ ਕੁਝ ਜ਼ਿਆਦਾ ਹੀ। ਨੇਖਲੀਊਦੋਵ ਨੂੰ ਪੜ੍ਹਨ ਲਿਖਣ ਵਾਲੇ ਕਮਰੇ ਵਿਚ ਪਹੁੰਚਾ ਦਿੱਤਾ ਗਿਆ।

ਜਨਰਲ ਫੁੱਲੇ ਹੋਏ ਸਰੀਰ ਪਰ ਜ਼ਿੰਦਾਦਿਲ ਸੁਭਾ ਵਾਲਾ ਬੰਦਾ ਸੀ। ਗੰਢਲ ਨੱਕ, ਮੱਥੇ ਉਤੇ ਵੱਡੇ ਵੱਡੇ ਗੜ੍ਹਮ ਜਿਹੇ, ਅੱਖਾਂ ਹੇਠ ਮਾਸ ਫੁੱਲਿਆ ਹੋਇਆ, ਅਤੇ ਗੰਜਾ ਸਿਰ। ਉਹ ਤਾਤਾਰੀ ਸਿਲਕ ਦਾ ਡ੍ਰੈਸਿੰਗ-ਗਾਊਨ ਪਾਈ ਬੈਠਾ ਸੀ ਅਤੇ ਚਾਂਦੀ ਦੇ ਹੋਲਡਰ ਵਿਚ ਰੱਖੇ ਗਲਾਸ ਵਿਚੋਂ ਚਾਹ ਦੀਆਂ ਚੁਸਕੀਆਂ ਲੈ ਰਿਹਾ ਸੀ ਤੇ ਸਿਗਰਟ ਪੀ ਰਿਹਾ ਸੀ।

"ਆਓ ਜਨਾਬ, ਕੀ ਹਾਲ ਚਾਲ ਏ? ਮਾਫ ਕਰਨਾ ਮੈਂ ਡ੍ਰੈਸਿੰਗ-ਗਾਊਨ ਵਿਚ ਹੀ ਬੈਠਾਂ। ਪਰ ਨਾ ਮਿਲਣ ਨਾਲੋਂ ਇਸ ਤਰ੍ਹਾਂ ਮਿਲਣਾ ਠੀਕ ਹੀ ਏ।" ਉਸ ਨੇ ਗਾਊਨ ਨੂੰ ਖਿੱਚ ਕੇ ਆਪਣੀ ਮੋਟੀ ਧੌਣ ਤੱਕ ਲਿਜਾਂਦਿਆਂ ਆਖਿਆ ਜਿਸ ਦੇ ਪਿਛਲੇ ਹਿੱਸੇ ਵਿਚ ਕਈ ਵੱਟ ਪੈਂਦੇ ਸਨ। "ਮੇਰੀ ਤਬੀਅਤ ਕੁਝ ਢਿੱਲੀ ਏ, ਇਸ ਕਰਕੇ ਬਾਹਰ ਨਹੀਂ ਨਿਕਲਦਾ। ਸਾਡੇ ਏਸ ਦੂਰ-ਦੁਰਾਡੇ ਦੇ ਇਲਾਕੇ ਵਿਚ ਕਿਵੇਂ ਆਉਣਾ ਹੋਇਐ?"

"ਮੈਂ ਕੈਦੀਆਂ ਦੀ ਇਕ ਟੋਲੀ ਦੇ ਨਾਲ ਨਾਲ ਆ ਰਿਹਾ ਹਾਂ। ਇਹਨਾਂ ਵਿਚੋਂ ਹੀ ਇਕ ਨਾਲ ਮੇਰੇ ਬੜੇ ਡੂੰਘੇ ਸੰਬੰਧ ਨੇ," ਨੇਖਲੀਊਦੋਵ ਨੇ ਆਖਿਆ। "ਤੇ ਮੈਂ ਹਜ਼ੂਰ ਦੀ ਸੇਵਾ ਵਿਚ ਇਕ ਤਾਂ ਇਹਦੀ ਖਾਤਰ ਤੇ ਇਕ ਹੋਰ ਕੰਮ ਵਾਸਤੇ ਹਾਜ਼ਰ ਹੋਇਆ ਹਾਂ।"

ਜਨਰਲ ਨੇ ਸਿਗਰਟ ਦਾ ਇਕ ਕਸ਼ ਲਿਆ ਤੇ ਚਾਹ ਦਾ ਇਕ ਹੋਰ ਘੁਟ ਭਰਿਆ, ਸਿਗਰਟ ਨੂੰ ਮੈਲਾਕਾਈਟ ਦੀ ਬਣੀ ਰਾਖਦਾਨੀ ਵਿਚ ਰੱਖਿਆ ਅਤੇ ਆਪਣੀਆਂ ਫੁੱਲੀਆਂ ਹੋਈਆਂ, ਚਮਕਦੀਆਂ ਚੁੰਨ੍ਹੀਆਂ ਜਿਹੀਆਂ ਅੱਖਾਂ ਨੇਖਲੀਊਦੋਵ ਦੇ ਚਿਹਰੇ ਤੇ ਗੱਡ ਕੇ ਗੰਭੀਰਤਾ ਨਾਲ ਗੱਲ ਸੁਣਨ ਲੱਗਾ। ਉਹਨੇ ਸਿਰਫ ਇਕੋ ਵਾਰ ਹੀ ਨੇਖਲੀਊਦੋਵ ਨੂੰ ਟੋਕਿਆ ਤੇ ਉਹ ਵੀ ਉਹਨੂੰ ਸਿਗਰਟ ਪੇਸ਼ ਕਰਨ ਵਾਸਤੇ।

ਜਨਰਲ ਉਹਨਾਂ ਸਭਿਅ ਕਿਸਮ ਦੇ ਫੌਜੀਆਂ ਵਿਚੋਂ ਸੀ ਜਿਨ੍ਹਾਂ ਦਾ ਵਿਸ਼ਵਾਸ ਸੀ ਕਿ ਆਪਣੇ ਪੇਸ਼ੇ ਨਾਲ ਉਦਾਰ ਤੇ ਮਾਨਵੀ ਵਿਚਾਰਾਂ ਦਾ ਮੇਲ ਬਿਠਾਇਆ ਜਾ ਸਕਦਾ ਹੈ। ਪਰ ਰੱਬੋਂ ਹੀ ਨੇਕਦਿਲ ਤੇ ਸਿਆਣਾ ਬੰਦਾ ਹੋਣ ਕਰਕੇ ਉਸ ਨੇ ਛੇਤੀ ਹੀ ਮਹਿਸੂਸ ਕਰ ਲਿਆ ਕਿ ਇਹਨਾਂ ਦੋਹਾਂ ਚੀਜ਼ਾਂ ਦਾ ਮੇਲ ਸੰਭਵ ਨਹੀਂ। ਇਸ ਵਾਸਤੇ ਆਪਣੇ ਅੰਦਰਲੀ ਇਸ ਕਸ਼ਮਕਸ਼ ਤੋਂ ਜਿਸ ਵਿਚ ਉਹ ਰਹਿਣ ਲੱਗ ਪਿਆ ਸੀ ਬਚਣ ਲਈ ਉਸ ਨੂੰ ਸ਼ਰਾਬ ਪੀਣ ਦੀ ਆਦਤ ਵਧਦੀ ਗਈ ਜਿਹੜੀ ਫੌਜੀਆਂ ਵਿਚ ਬੜੀ ਆਮ ਹੁੰਦੀ ਹੈ। ਸ਼ਰਾਬ ਦੀ ਗੇੜ ਉਸ ਨੂੰ ਇਸ ਹੱਦ ਤੱਕ ਲੈ ਗਈ ਕਿ ਪੈਂਤੀ ਵਰ੍ਹਿਆਂ ਦੀ ਫੌਜੀ ਨੌਕਰੀ ਤੋਂ ਪਿਛੋਂ ਉਹ ਡਾਕਟਰੀ ਭਾਸ਼ਾ ਵਿਚ "ਅਲਕੋਹਲੀ" ਬਣ ਗਿਆ ਸੀ। ਉਹਦੀ ਨਸ ਨਸ ਵਿਚ ਅਲਕੋਹਲ ਸਮਾ ਗਿਆ ਸੀ ਅਤੇ ਏਥੋਂ ਤੱਕ ਕਿ ਕਿਸੇ ਵੀ ਕਿਸਮ ਦੀ ਹਲਕੀ ਸ਼ਰਾਬ ਪੀ ਲਵੇ ਤਾਂ ਉਹਨੂੰ ਨਸ਼ਾ ਚੜ੍ਹ ਜਾਂਦਾ ਸੀ। ਇਸ ਦੇ ਬਾਵਜੂਦ ਉਹ ਤੇਜ਼ ਸ਼ਰਾਬ ਤੋਂ ਬਗੈਰ ਰਹਿ ਨਹੀਂ ਸੀ ਸਕਦਾ, ਉਹਦੇ ਵਾਸਤੇ ਇਹ ਅਤਿ ਜ਼ਰੂਰੀ ਚੀਜ਼ ਬਣ ਗਈ ਸੀ। ਇਸ ਲਈ ਹਰ ਰੋਜ਼ ਸ਼ਾਮ ਵੇਲੇ ਉਹ ਨਸ਼ਈ ਹੁੰਦਾ ਸੀ, ਪਰ ਇਸ ਹਾਲਤ ਵਿਚ

ਰਹਿਣ ਦੀ ਵੀ ਏਨੀ ਆਦਤ ਹੋ ਗਈ ਸੀ ਕਿ ਨਾ ਤਾਂ ਉਹਦੇ ਕਦਮ ਹੀ ਲੜਖੜਾਉਂਦੇ ਸਨ ਤੇ ਨਾ ਹੀ ਉਹ ਕੋਈ ਵਾਧੂ ਘਾਟੂ ਗੱਲ ਕਰਦਾ ਸੀ। ਤੇ ਜੇ ਉਹ ਕੋਈ ਊਲ ਜਲੂਲ ਗੱਲ ਕਰਦਾ ਵੀ ਸੀ ਤਾਂ ਉਹਨੂੰ ਬੜੀ ਸਿਆਣਪ ਭਰੀ ਗੱਲ ਸਮਝਿਆ ਜਾਂਦਾ ਕਿਉਂਕਿ ਉਹ ਅਹਿਮ ਤੇ ਉੱਚੀ ਪਦਵੀ ਦਾ ਮਾਲਕ ਸੀ। ਸਿਰਫ ਸਵੇਰ ਦੇ ਵੇਲੇ ਹੀ, ਠੀਕ ਉਸ ਵੇਲੇ ਜਦੋਂ ਨੇਖਲੀਊਦੋਵ ਉਹਨੂੰ ਮਿਲਣ ਆਇਆ ਸੀ, ਉਹ ਆਪਣੀ ਹੋਸ਼ ਵਿਚ ਹੁੰਦਾ ਅਤੇ ਆਖੀ ਗਈ ਹਰ ਗੱਲ ਨੂੰ ਚੰਗੀ ਤਰ੍ਹਾਂ ਸਮਝ ਸਕਦਾ ਸੀ। ਉਸ ਨੂੰ ਇਕ ਅਖਾਣ ਬਾਰ ਬਾਰ ਬੋਲਣ ਦੀ ਆਦਤ ਸੀ ਜਿਸ ਦੀ ਘਟ ਜਾਂ ਵਧ ਜਿਉਂਦੀ-ਜਾਗਦੀ ਉਹ ਆਪ ਇਕ ਮਿਸਾਲ ਸੀ। ਉਹ ਕਹਿੰਦਾ ਹੁੰਦਾ ਸੀ : "ਉਹ ਨਸ਼ੇ ਵਿਚ ਹੈ ਪਰ ਬੰਦਾ ਸਿਆਣਾ ਹੈ, ਇਸ ਕਰਕੇ ਉਹਦੇ ਨਾਲ ਦੋਹਰਾ ਸਵਾਦ ਆਉਂਦਾ ਹੈ।" ਉਪਰਲੇ ਅਫਸਰਾਂ ਨੂੰ ਪਤਾ ਸੀ ਕਿ ਉਹ ਪਿਅਕੜ ਹੈ, ਪਰ ਉਹ ਬਾਕੀਆਂ ਨਾਲੋਂ ਵਧੇਰੇ ਪੜ੍ਹਿਆ ਲਿਖਿਆ ਸੀ—ਭਾਵੇਂ ਉਹਦੀ ਤਾਲੀਮ ਓਥੇ ਆ ਕੇ ਰੁਕ ਗਈ ਜਦੋਂ ਉਹਨੂੰ ਪੀਣ ਦੀ ਵਾਦੀ ਪੈ ਗਈ। ਉਹ ਦਲੇਰ, ਚਾਤੁਰ ਅਤੇ ਰੁਹਬਦਾਬ ਵਾਲਾ ਆਦਮੀ ਸੀ, ਨਸ਼ੇ ਦੀ ਹਾਲਤ ਵਿਚ ਵੀ ਹੁਸ਼ਿਆਰੀ ਵਿਖਾਉਂਦਾ ਸੀ, ਇਸ ਕਰਕੇ ਉਹਨੂੰ ਏਡੀ ਜ਼ਿਮੇਵਾਰੀ ਵਾਲੀ ਸਰਕਾਰੀ ਪਦਵੀ ਤੇ ਲਾਇਆ ਗਿਆ ਸੀ ਜਿਸ ਉਤੇ ਉਹ ਅਜੇ ਤੱਕ ਡਟਿਆ ਹੋਇਆ ਸੀ।

ਨੇਖਲੀਊਦੋਵ ਨੇ ਉਹਨੂੰ ਦੱਸਿਆ ਕਿ ਜਿਸ ਸ਼ਖ਼ਸ ਵਿਚ ਉਹਦੀ ਦਿਲਚਸਪੀ ਹੈ ਉਹ ਇਕ ਔਰਤ ਹੈ ਅਤੇ ਉਹਨੂੰ ਸਜ਼ਾ ਦੇ ਕੇ ਉਹਦੇ ਨਾਲ ਬੇਇਨਸਾਫੀ ਕੀਤੀ ਗਈ ਹੈ ਅਤੇ ਉਹਦੇ ਵਲੋਂ ਇਕ ਅਪੀਲ ਮਹਾਰਾਜ ਹਜ਼ੂਰ ਨੂੰ ਭੇਜੀ ਗਈ ਹੈ।

"ਹੱਛਾ, ਫੇਰ?" ਜਨਰਲ ਨੇ ਆਖਿਆ।

"ਪੀਟਰਸਬਰਗ ਵਿਚ ਮੇਰੇ ਨਾਲ ਇਕਰਾਰ ਕੀਤਾ ਗਿਆ ਸੀ ਕਿ ਇਸ ਦਰਖ਼ਾਸਤ ਦੇ ਫੈਸਲੇ ਦੀ ਖ਼ਬਰ ਇਕ ਮਹੀਨੇ ਦੇ ਅੰਦਰ ਅੰਦਰ ਏਥੇ ਭੇਜ ਦਿੱਤੀ ਜਾਵੇਗੀ..."

ਜਨਰਲ ਨੇ ਗੱਠਵੀਆਂ ਉਂਗਲਾਂ ਵਾਲਾ ਹੱਥ ਮੇਜ਼ ਵੱਲ ਵਧਾਇਆ ਅਤੇ ਘੰਟੀ ਵਜਾਈ। ਉਹਦੀਆਂ ਨਜ਼ਰਾਂ ਹਾਲੇ ਵੀ ਨੇਖਲੀਊਦੋਵ ਦੇ ਚਿਹਰੇ ਉਤੇ ਟਿਕੀਆਂ ਹੋਈਆਂ ਸਨ ਅਤੇ ਉਹ ਸਿਗਰਟ ਦੇ ਘੁਟ ਭਰਦਾ ਉੱਚੀ ਉੱਚੀ ਖੰਘ ਰਿਹਾ ਸੀ।

"ਇਸ ਲਈ ਮੈਂ ਇਹ ਅਰਜ਼ ਕਰਨਾ ਚਾਹੁੰਦਾ ਹਾਂ ਕਿ ਜਿੰਨਾ ਚਿਰ ਅਪੀਲ ਦਾ ਜਵਾਬ ਨਹੀਂ ਆਉਂਦਾ, ਇਸ ਔਰਤ ਨੂੰ ਏਥੇ ਰਹਿਣ ਦੀ ਇਜਾਜ਼ਤ ਦਿੱਤੀ ਜਾਵੇ।"

ਇਕ ਅਰਦਲੀ ਜਿਸ ਨੇ ਵਰਦੀ ਪਾਈ ਹੋਈ ਸੀ ਅੰਦਰ ਆਇਆ।

"ਪੁੱਛ ਖਾਂ, ਅੱਨਾ ਵਾਸੀਲੀਏਵਨਾ ਜਾਗ ਪਈ ਹੈ ਕਿ ਨਹੀਂ," ਜਨਰਲ ਨੇ ਅਰਦਲੀ ਨੂੰ ਆਖਿਆ, "ਤੇ ਚਾਹ ਥੋੜ੍ਹੀ ਜਿਹੀ ਹੋਰ ਲਿਆ।" ਫੇਰ ਨੇਖਲੀਊਦੋਵ ਵੱਲ ਮੂੰਹ ਕਰ ਕੇ ਬੋਲਿਆ। "ਹੱਛਾ, ਹੋਰ?"

"ਦੂਸਰੀ ਬੇਨਤੀ ਮੈਂ ਇਕ ਰਾਜਸੀ ਕੈਦੀ ਬਾਰੇ ਕਰਨੀ ਹੈ ਜਿਹੜਾ ਏਸੇ ਟੋਲੀ ਦੇ ਨਾਲ ਹੈ।"

"ਏਹ ਗੱਲ ਹੈ?" ਜਨਰਲ ਨੇ ਬੜੇ ਭਾਵਪੂਰਤ ਢੰਗ ਨਾਲ ਸਿਰ ਹਿਲਾਉਂਦਿਆਂ ਆਖਿਆ।

"ਉਹ ਬੜਾ ਸਖ਼ਤ ਬੀਮਾਰ ਹੈ—ਮਰਨ ਕੰਢੇ—ਹੋ ਸਕਦਾ ਹੈ ਉਹਨੂੰ ਵੈਸੇ ਵੀ ਹਸਪਤਾਲ ਵਿਚ ਛੱਡ ਜਾਣ ਏਥੇ। ਇਸ ਕਰਕੇ ਇਕ ਰਾਜਸੀ ਕੈਦਣ ਉਹਦੀ ਵੇਖ ਭਾਲ ਕਰਨ ਵਾਸਤੇ ਉਹਦੇ ਨਾਲ ਰਹਿਣਾ ਚਾਹੁੰਦੀ ਹੈ।"

"ਉਹ ਉਸ ਦੀ ਰਿਸ਼ਤੇਦਾਰ ਤਾਂ ਕੋਈ ਨਹੀਂ?"

"ਨਹੀਂ। ਪਰ ਉਹ ਉਹਦੇ ਨਾਲ ਵਿਆਹ ਕਰਾਉਣ ਨੂੰ ਤਿਆਰ ਹੈ ਜੇ ਇਸ ਤਰ੍ਹਾਂ ਉਹਦੇ ਕੋਲ ਰਹਿ ਸਕਦੀ ਹੋਵੇ।"

ਜਨਰਲ ਦੀਆਂ ਚਮਕਦੀਆਂ ਅੱਖਾਂ ਅਜੇ ਵੀ ਬਿਟ ਬਿਟ ਉਹਦੇ ਵੱਲ ਵੇਖੀ ਜਾ ਰਹੀਆਂ ਸਨ। ਉਹ ਸਿਗਰਟ ਪੀਂਦਾ ਹੋਇਆ ਚੁੱਪ ਕਰ ਕੇ ਉਹਦੀਆਂ ਗੱਲਾਂ ਸੁਣ ਰਿਹਾ ਸੀ। ਜ਼ਾਹਿਰ ਸੀ ਕਿ ਉਹ ਚਾਹੁੰਦਾ ਸੀ ਕਿ ਗੱਲ ਕਰਨ ਵਾਲਾ ਜ਼ਿੱਚ ਪੈ ਜਾਏ।

ਜਦੋਂ ਨੇਖਲੀਊਦੋਵ ਨੇ ਗੱਲ ਮੁਕਾ ਲਈ ਤਾਂ ਜਨਰਲ ਨੇ ਮੇਜ਼ ਉਤੇ ਪਈ ਇਕ ਕਿਤਾਬ ਚੁੱਕੀ, ਉਂਗਲੀ ਨੂੰ ਬੁਲ੍ਹ ਨਾਲ ਲਾ ਕੇ ਗਿੱਲਾ ਕੀਤਾ ਤੇ ਛੇਤੀ ਛੇਤੀ ਪਤਰੇ ਉਲਟਾਏ ਅਤੇ ਉਹ ਪੰਨਾ ਪੜ੍ਹਨ ਲੱਗ ਪਿਆ ਜਿਸ ਉਤੇ ਵਿਆਹ ਸੰਬੰਧੀ ਕਾਨੂੰਨ ਦਰਜ ਸੀ।

"ਉਸ ਔਰਤ ਨੂੰ ਸਜ਼ਾ ਕੀ ਦਿੱਤੀ ਗਈ ਹੈ?" ਉਸ ਨੇ ਕਿਤਾਬ ਤੋਂ ਨਜ਼ਰ ਹਟਾਉਂਦਿਆਂ ਪੁੱਛਿਆ।

"ਉਹਨੂੰ? ਕੈਦ ਬਾ-ਮੁਸ਼ੱਕਤ।"

"ਜਿਸ ਨੂੰ ਕੈਦ ਬਾ-ਮੁਸ਼ੱਕਤ ਦੀ ਸਜ਼ਾ ਹੋਵੇ, ਵਿਆਹ ਨਾਲ ਵੀ ਉਹਨੂੰ ਕੋਈ ਰਿਆਇਤ ਨਹੀਂ ਮਿਲ ਸਕਦੀ।"

"ਠੀਕ ਹੈ, ਪਰ..."

"ਮਾਫ ਕਰਨਾ, ਜੇ ਕੋਈ ਆਜ਼ਾਦ ਬੰਦਾ ਵੀ ਉਹਦੇ ਨਾਲ ਵਿਆਹ ਕਰਵਾ ਲਏ ਤਾਂ ਵੀ ਉਹਨੂੰ ਆਪਣੀ ਸਜ਼ਾ ਭੁਗਤਣੀ ਹੀ ਪਵੇਗੀ। ਏਹੋ ਜਿਹੇ ਮਾਮਲਿਆਂ ਵਿਚ ਸਵਾਲ ਇਹ ਹੁੰਦਾ ਹੈ ਕਿ ਸਜ਼ਾ ਬਹੁਤੀ ਕਰੜੀ ਕਿਸ ਦੀ ਹੈ—ਆਦਮੀ ਦੀ ਜਾਂ ਔਰਤ ਦੀ?"

"ਉਹਨਾਂ ਦੋਹਾਂ ਨੂੰ ਹੀ ਕੈਦ ਬਾ-ਮੁਸ਼ੱਕਤ ਦੀ ਸਜ਼ਾ ਹੋਈ ਹੈ।"

"ਬਸ ਫੇਰ, ਦੋਵੇਂ ਬਰਾਬਰ ਹੋ ਗਏ," ਜਨਰਲ ਨੇ ਹੱਸ ਕੇ ਆਖਿਆ। "ਜੋ ਔਰਤ ਦੀ ਸਜ਼ਾ ਉਹੋ ਮਰਦ ਦੀ ਸਜ਼ਾ। ਪਰ ਮਰਦ ਬੀਮਾਰ ਹੋ ਗਿਆ ਹੈ ਇਸ ਕਰਕੇ ਏਥੇ ਛੱਡਿਆ ਜਾ ਸਕਦਾ ਹੈ। ਤੇ ਉਹਦੀ ਵੇਖ ਭਾਲ ਵਾਸਤੇ ਜੋ ਹੋ ਸਕਦਾ ਹੈ ਕੀਤਾ ਜਾਏਗਾ। ਪਰ ਜਿਥੋਂ ਤੱਕ ਔਰਤ ਦਾ ਸਵਾਲ ਹੈ, ਉਹ ਉਸ ਨਾਲ ਜੇ ਵਿਆਹ ਕਰਵਾ ਵੀ ਲਏ ਤਾਂ ਵੀ ਉਹਨੂੰ ਏਥੇ ਨਹੀਂ ਰਹਿਣ ਦਿੱਤਾ ਜਾ ਸਕਦਾ..."

"ਮੇਮ ਸਾਹਿਬ ਕਾਫ਼ੀ ਪੀ ਰਹੇ ਨੇ," ਅਰਦਲੀ ਨੇ ਆ ਕੇ ਦੱਸਿਆ।

ਜਨਰਲ ਨੇ ਸਿਰ ਹਿਲਾਇਆ ਤੇ ਗੱਲ ਕਰੀ ਗਿਆ:

"ਪਰ ਖੈਰ, ਮੈਂ ਇਹਦੇ ਬਾਰੇ ਸੋਚਾਂਗਾ। ਉਹਨਾਂ ਦੇ ਨਾਂ ਕੀ ਹਨ? ਐਥੇ ਕਾਗਜ਼ ਉਤੇ ਲਿਖ ਦਿਓ।"

ਨੇਖਲੀਊਦੋਵ ਨੇ ਉਹਨਾਂ ਦੇ ਨਾਂ ਲਿਖ ਦਿੱਤੇ।

ਮਰ ਰਹੇ ਕੈਦੀ ਨੂੰ ਮਿਲਣ ਬਾਰੇ ਨੇਖਲੀਊਦੋਵ ਦੀ ਬੇਨਤੀ ਦੇ ਜਵਾਬ ਵਿਚ ਜਨਰਲ ਨੇ ਆਖਿਆ:

"ਇਸ ਗੱਲ ਦੀ ਇਜਾਜ਼ਤ ਵੀ ਮੈਂ ਨਹੀਂ ਦੇ ਸਕਦਾ। ਬੇਸ਼ਕ ਮੈਂ ਤੁਹਾਡੇ ਉਤੇ ਕੋਈ ਸ਼ੱਕ–ਸ਼ੁਬ੍ਹਾ ਨਹੀਂ ਕਰਦਾ, ਪਰ ਤੁਸੀਂ ਉਹਦੇ ਵਿਚ ਤੇ ਦੂਜੇ ਕੈਦੀਆਂ ਵਿਚ ਵੀ ਦਿਲਚਸਪੀ ਲੈ ਰਹੇ ਹੋ, ਤੇ ਤੁਹਾਡੇ ਕੋਲ ਪੈਸਾ ਹੈ। ਤੇ ਏਥੇ ਪੈਸੇ ਨਾਲ ਕੁਝ ਵੀ ਹੋ ਸਕਦਾ ਹੈ। ਮੈਨੂੰ ਆਖਦੇ ਹਨ, 'ਰਿਸ਼ਵਤਖੋਰੀ ਬੰਦ ਕਰਾਓ।' ਪਰ ਮੈਂ ਰਿਸ਼ਵਤਖੋਰੀ ਕਿਸ ਤਰ੍ਹਾਂ ਬੰਦ ਕਰਾ ਸਕਦਾ ਹਾਂ ਜਦੋਂ ਹਰ ਕੋਈ ਰਿਸ਼ਵਤ ਲੈਂਦਾ ਹੈ? ਜਿੰਨਾ ਕੋਈ ਅਫਸਰ ਛੋਟੇ ਰੁਤਬੇ ਵਾਲਾ ਓਨਾ ਹੀ ਰਿਸ਼ਵਤ ਲੈਣ ਲਈ ਬਹੁਤਾ ਉਤਾਵਲਾ। ਪੰਜ ਹਜ਼ਾਰ ਵੇਰਸਤ ਤੋਂ ਬਹੁਤੇ ਇਲਾਕੇ ਵਿਚ ਇਸ ਗੱਲ ਦਾ ਪਤਾ ਵੀ ਬੰਦੇ ਨੂੰ ਕਿਵੇਂ ਲੱਗ ਸਕਦਾ ਹੈ? ਬਾਹਰ ਤਾਂ ਹਰ ਅਫਸਰ ਨਿੱਕਾ ਮੋਟਾ ਜ਼ਾਰ ਬਣਿਆ ਫਿਰਦਾ ਹੈ ਜਿਸ ਤਰ੍ਹਾਂ ਮੈਂ ਏਥੇ ਹਾਂ।" ਤੇ ਉਹ ਹੱਸ ਪਿਆ। "ਹੋ ਸਕਦਾ ਹੈ ਤੁਸੀਂ ਰਾਜਸੀ ਕੈਦੀਆਂ ਨੂੰ ਮਿਲ ਵੀ ਲਿਆ ਹੋਵੇ: ਪੈਸੇ ਦਿੱਤੇ ਤੇ ਇਜਾਜ਼ਤ ਮਿਲ ਗਈ, ਹੈਂ?" ਉਸ ਨੇ ਮੁਸਕ੍ਰਾ ਕੇ ਆਖਿਆ। "ਕਿਉਂ ਠੀਕ ਗੱਲ ਨਹੀਂ?"

"ਹਾਂ, ਠੀਕ ਹੈ।"

"ਮੈਂ ਸਮਝਦਾ ਹਾਂ ਕਿ ਤੁਹਾਨੂੰ ਇਹ ਕਰਨਾ ਹੀ ਪੈਣਾ ਸੀ। ਇਕ ਰਾਜਸੀ ਕੈਦੀ ਵਾਸਤੇ ਤੁਹਾਡੇ ਦਿਲ ਵਿਚ ਤਰਸ ਆਉਂਦਾ ਹੈ ਤੇ ਤੁਸੀਂ ਉਸ ਨੂੰ ਮਿਲਣਾ ਚਾਹੁੰਦੇ ਹੋ। ਤੇ ਇੰਸਪੈਕਟਰ ਜਾਂ ਰਖਵਾਲ ਅਫਸਰ ਏਸ ਕਰਕੇ ਰਿਸ਼ਵਤ ਲੈਂਦਾ ਹੈ ਕਿ ਉਹਨੂੰ ਚਾਲੀ ਕਾਪੀਕ ਦਿਹਾੜੀ ਦੀ ਤਨਖਾਹ ਮਿਲਦੀ ਹੈ ਤੇ ਉਹ ਬਾਲ ਬੱਚੇ ਵਾਲਾ ਆਦਮੀ ਹੈ। ਰਿਸ਼ਵਤ ਨਾ ਲਵੇ ਤਾਂ ਕੀ ਕਰੇ? ਜੇ ਕਰ ਮੈਂ ਉਹਦੀ ਥਾਂ ਹੋਵਾਂ ਜਾਂ ਤੁਹਾਡੀ ਥਾਂ ਹੋਵਾਂ ਮੈਂ ਓਸੇ ਹੀ ਤਰ੍ਹਾਂ ਕਰਾਂ ਜਿਵੇਂ ਤੁਸੀਂ ਜਾਂ ਓਸ ਕੀਤਾ। ਪਰ ਆਪਣੀ ਥਾਂ ਮੈਂ ਕਾਨੂੰਨ ਤੋਂ ਇੰਚ ਵੀ ਏਧਰ ਓਧਰ ਨਹੀਂ ਹੁੰਦਾ। ਮੈਂ ਆਪਣੇ ਆਪ ਨੂੰ ਇਸ ਗੱਲ ਦੀ ਆਗਿਆ ਨਹੀਂ ਦੇਂਦਾ, ਕਿਉਂਕਿ ਮੈਂ ਵੀ ਆਖਰ ਇਨਸਾਨ ਹਾਂ, ਮੇਰੇ ਦਿਲ ਵਿਚ ਵੀ ਤਰਸ ਆ ਸਕਦਾ ਹੈ। ਮੈਂ ਰਾਜ ਦੇ ਪ੍ਰਬੰਧਕੀ ਮਹਿਕਮੇ ਦਾ ਕਰਮਚਾਰੀ ਹਾਂ, ਤੇ ਮੈਨੂੰ ਇਕ ਜ਼ਿੰਮੇਵਾਰੀ ਦਾ ਕੰਮ ਸੌਂਪਿਆ ਗਿਆ ਹੈ ਜਿਸ ਦੀਆਂ ਕੁਝ ਖਾਸ ਸ਼ਰਤਾਂ ਹਨ, ਅਤੇ ਇਹਨਾਂ ਸ਼ਰਤਾਂ ਨੂੰ ਪੂਰਾ ਕਰਨਾ ਮੇਰੇ ਵਾਸਤੇ ਜ਼ਰੂਰੀ ਹੈ... ਸੋ, ਇਹ ਕੰਮ ਤਾਂ ਮੁੱਕਾ। ਹੁਣ ਰਾਜਧਾਨੀ ਦੀ ਕੋਈ ਖਬਰ ਸੁਣਾਓ।"

ਅਤੇ ਜਨਰਲ ਬਹੁਤ ਕੁਝ ਪੁਛੱਣ ਦੱਸਣ ਲੱਗ ਪਿਆ। ਜ਼ਾਹਿਰ ਸੀ ਕਿ ਉਹ ਖਬਰਾਂ ਸੁਣਨਾ ਵੀ ਚਾਹੁੰਦਾ ਸੀ ਅਤੇ ਨਾਲ ਹੀ ਆਪਣੀ ਅਹਿਮੀਅਤ ਤੇ ਕੋਮਲਦਿਲੀ ਦਾ ਵਿਖਾਵਾ ਵੀ ਕਰਨਾ ਚਾਹੁੰਦਾ ਸੀ।

੨੩

"ਹੱਛਾ ਇਹ ਦੱਸੋ, ਠਹਿਰੇ ਕਿੱਥੇ ਹੋਏ ਓ?" ਜਦੋਂ ਨੇਖਲੀਊਦੋਵ ਜਾਣ ਲੱਗਾ ਤਾਂ ਜਨਰਲ ਨੇ ਪੁੱਛਿਆ। "ਦੀਊਕ ਹੋਟਲ ਵਿਚ? ਥਾਂ ਤਾਂ ਕਿਸੇ ਕੰਮ ਦੀ ਨਹੀਂ। ਅੱਜ ਸ਼ਾਮੀਂ ਪੰਜ ਵਜੇ ਖਾਣਾ ਸਾਡੇ ਨਾਲ ਖਾਓ। ਤੁਸੀਂ ਅੰਗ੍ਰੇਜ਼ੀ ਬੋਲਦੇ ਹੋ?"

"ਹਾਂ, ਬੋਲ ਲੈਂਦਾ ਹਾਂ।"

"ਇਹ ਬੜਾ ਚੰਗਾ ਹੋਇਆ। ਵੇਖੋ ਨਾ, ਇਕ ਅੰਗ੍ਰੇਜ਼ ਸੈਲਾਨੀ ਏਥੇ ਆਇਆ ਹੋਇਆ ਹੈ। ਉਹ ਜਲਾਵਤਨੀ ਦੇ ਸਵਾਲ ਦਾ ਅਧਿਅਨ ਕਰ ਰਿਹਾ ਹੈ ਤੇ ਸਾਇਬੇਰੀਆ ਦੀਆਂ ਜੇਲ੍ਹਾਂ ਦੀ ਜਾਂਚ-ਪੜਤਾਲ ਕਰ ਰਿਹਾ ਹੈ। ਅੱਜ ਸ਼ਾਮੀਂ ਉਹ ਸਾਡੇ ਨਾਲ ਰੋਟੀ ਖਾਵੇਗਾ, ਸੋ ਤੁਸੀਂ ਵੀ ਜ਼ਰੂਰ ਆਓ ਤੇ ਉਹਨੂੰ ਮਿਲੋ। ਅਸੀਂ ਪੰਜ ਵਜੇ ਰੋਟੀ ਖਾ ਲੈਂਦੇ ਹਾਂ ਤੇ ਮੇਰੀ ਬੀਵੀ ਵਕਤ ਦੀ ਪਾਬੰਦੀ ਦਾ ਬੜਾ ਖਿਆਲ ਰੱਖਦੀ ਹੈ। ਮੈਂ ਉਸ ਵੇਲੇ ਤੁਹਾਨੂੰ ਉਸ ਔਰਤ ਤੇ ਬੀਮਾਰ ਆਦਮੀ ਬਾਰੇ ਵੀ ਜਵਾਬ ਦੇ ਸਕਾਂਗਾ ਖਬਰੇ ਕਿਸੇ ਨੂੰ ਉਹਦੇ ਕੋਲ ਛੱਡ ਜਾਣ ਦੀ ਗੱਲ ਬਣ ਹੀ ਜਾਏ।"

ਜਨਰਲ ਕੋਲੋਂ ਉੱਠ ਕੇ ਨੇਖਲੀਊਦੋਵ ਬੱਘੀ ਵਿਚ ਬੈਠਾ ਤੇ ਡਾਕਖਾਨੇ ਵੱਲ ਤੁਰ ਪਿਆ। ਉਹ ਆਪਣੇ ਆਪ ਨੂੰ ਉਤਸ਼ਾਹ ਤੇ ਹੌਸਲੇ ਵਿਚ ਮਹਿਸੂਸ ਕਰ ਰਿਹਾ ਸੀ।

ਡਾਕਖਾਨਾ ਮਹਿਰਾਬਦਾਰ ਨੀਵੀਂ ਛੱਤ ਵਾਲੇ ਇਕ ਕਮਰੇ ਵਿਚ ਸੀ। ਇਕ ਕਾਊਂਟਰ ਦੇ ਪਿੱਛੇ ਕੁਝ ਮੁਲਾਜ਼ਮ ਬੈਠੇ ਕੰਮ ਕਰ ਰਹੇ ਸਨ ਤੇ ਕਾਊਂਟਰ ਦੇ ਸਾਮ੍ਹਣੇ ਲੋਕਾਂ ਦੀ ਭੀੜ ਲੱਗੀ ਹੋਈ ਸੀ। ਇਕ ਬਾਬੂ ਆਪਣਾ ਸਿਰ ਇਕ ਪਾਸੇ ਵੱਲ ਸੁੱਟੀ ਚਿੱਠੀਆਂ ਉੱਤੇ ਮੋਹਰਾਂ ਲਾ ਰਿਹਾ ਸੀ ਜਿਹੜੀਆਂ ਮੋਹਰ ਹੇਠਾਂ ਬੜੀ ਫੁਰਤੀ ਨਾਲ ਤਿਲਕਦੀਆਂ ਜਾ ਰਹੀਆਂ ਸਨ। ਨੇਖਲੀਊਦੋਵ ਨੂੰ ਬਹੁਤਾ ਚਿਰ ਉਡੀਕਣਾ ਨਹੀਂ ਪਿਆ। ਉਹਨੇ ਆਪਣਾ ਨਾਂ ਦੱਸਿਆ ਤੇ ਓਸੇ ਵੇਲੇ ਉਹਦੀ ਡਾਕ ਉਹਦੇ ਹੱਥ ਫੜਾ ਦਿੱਤੀ ਗਈ। ਡਾਕ ਵਿਚ ਬੜਾ ਕੁਝ ਸੀ: ਕਈ ਚਿੱਠੀਆਂ ਸਨ, ਪੈਸੇ, ਕਿਤਾਬਾਂ, "ਓਤੇਚੇਸਤਵੇਨੀਏ ਜ਼ਾਪੀਸਕੀ" ਰਸਾਲੇ ਦਾ ਨਵਾਂ ਅੰਕ ਸੀ। ਨੇਖਲੀਊਦੋਵ ਸਾਰੀਆਂ ਚੀਜ਼ਾਂ ਲੈ ਕੇ ਲੱਕੜ ਦੇ ਇਕ ਬੈਂਚ ਉੱਤੇ ਬਹਿ ਗਿਆ ਜਿਸ ਉੱਤੇ ਇਕ ਫੌਜੀ ਆਪਣੇ ਹੱਥ ਵਿਚ ਕਿਤਾਬ ਲਈ ਬੈਠਾ ਇੰਤਜ਼ਾਰ ਕਰ ਰਿਹਾ ਸੀ। ਨੇਖਲੀਊਦੋਵ ਉਹਦੇ ਕੋਲ ਬਹਿ ਕੇ ਆਪਣੀਆਂ ਚਿੱਠੀਆਂ ਛਾਂਟਣ ਲੱਗ ਪਿਆ। ਚਿੱਠੀਆਂ ਵਿਚ ਇਕ ਬੜੇ ਹੀ ਖ਼ੂਬਸੂਰਤ ਲਿਫਾਫੇ ਵਾਲੀ ਰਜਿਸਟਰੀ ਸੀ ਜਿਸ ਉੱਤੇ ਬੜੀ ਸਾਫ ਲਾਲ ਰੰਗ ਦੀ ਸੀਲ ਚਮਕ ਰਹੀ ਸੀ। ਨੇਖਲੀਊਦੋਵ ਨੇ ਸੀਲ ਤੋੜੀ ਅਤੇ ਸੇਲੇਨਿਨ ਦੀ ਚਿੱਠੀ ਦੇ ਨਾਲ ਨੱਥੀ ਕੁਝ ਸਰਕਾਰੀ ਕਾਗਜ਼ ਵੇਖ ਕੇ ਉਹਦਾ ਚਿਹਰਾ ਲਾਲ ਹੋ ਗਿਆ ਤੇ ਦਿਲ ਧੱਕ ਧੱਕ ਕਰਨ ਲੱਗਾ। ਇਹ ਕਾਤੀਊਸ਼ਾ ਦੀ ਅਪੀਲ ਦਾ ਜਵਾਬ ਸੀ। ਕੀ ਜਵਾਬ ਹੋਵੇਗਾ? ਅਪੀਲ ਰੱਦ ਤਾਂ ਨਹੀਂ ਕਰ ਦਿੱਤੀ ਗਈ? ਨੇਖਲੀਊਦੋਵ ਨੇ ਛੇਤੀ ਛੇਤੀ ਚਿੱਠੀ ਉੱਤੇ ਨਜ਼ਰ ਮਾਰੀ। ਲਿਖਾਈ ਬੜੀ ਬਾਰੀਕ ਸੀ। ਅੱਖਰ ਇਕ ਦੂਜੇ ਵਿਚ ਵੜੇ ਹੋਏ ਸਨ ਜਿਹੜੇ ਮੁਸ਼ਕਲ ਨਾਲ ਪੜ੍ਹੇ ਜਾਂਦੇ ਸਨ।

ਖ਼ਤ ਪੜ੍ਹ ਕੇ ਨੇਖਲੀਊਦੋਵ ਨੇ ਸੁਖ ਦਾ ਸਾਹ ਲਿਆ। ਜਵਾਬ ਢਾਰਸ ਦੇਣ ਵਾਲਾ ਸੀ।

"ਪਿਆਰੇ ਦੋਸਤ," ਸੇਲੇਨਿਨ ਨੇ ਲਿਖਿਆ ਸੀ, "ਪਿਛਲੀ ਵਾਰੀ ਜਦੋਂ ਅਸੀਂ ਮਿਲੇ ਸਾਂ ਤਾਂ ਸਾਡੇ ਵਿਚਕਾਰ ਹੋਈਆਂ ਗੱਲਾਂਬਾਤਾਂ ਦਾ ਮੇਰੇ ਉਤੇ ਡੂੰਘਾ ਅਸਰ ਹੋਇਆ ਸੀ। ਮਾਸਲੋਵਾ ਬਾਰੇ ਤੇਰਾ ਫਿਕਰ ਸੱਚਾ ਸੀ। ਮੈਂ ਮਿਸਲ ਨੂੰ ਬੜੇ ਧਿਆਨ ਨਾਲ ਪੜ੍ਹਿਆ ਹੈ ਅਤੇ ਵੇਖਿਆ ਹੈ ਕਿ ਉਹਦੇ ਨਾਲ ਘੋਰ ਬੇਇਨਸਾਫੀ ਹੋਈ ਹੈ। ਜਿਸ ਅਪੀਲ ਕਮੇਟੀ ਅੱਗੇ ਤੂੰ ਦਰਖ਼ਾਸਤ ਪੇਸ਼ ਕੀਤੀ ਹੈ ਓਹੋ ਹੀ ਇਸ ਹੋਈ ਬੇਇਨਸਾਫੀ ਨੂੰ ਦੂਰ ਕਰ ਸਕਦੀ ਸੀ। ਮਾਮਲੇ ਦੀ ਜਾਂਚ-ਪੜਤਾਲ ਵਿਚ ਮੈਂ ਮਦਦ ਕੀਤੀ ਸੀ। ਇਸ ਚਿੱਠੀ ਦੇ ਨਾਲ ਹੀ ਮੈਂ ਉਸ ਦੀ ਸਜ਼ਾ ਨੂੰ ਘਟ ਕਰਨ ਬਾਰੇ ਜਾਰੀ ਕੀਤੇ ਗਏ ਹੁਕਮ ਦੀ ਨਕਲ ਭੇਜ ਰਿਹਾ ਹਾਂ। ਤੇਰੀ ਮਾਸੀ, ਕਾਊਂਟੈਸ ਕਾਤੇਰੀਨਾ ਇਵਾਨੋਵਨਾ ਨੇ ਜਿਹੜਾ ਪਤਾ ਮੈਨੂੰ ਦਿੱਤਾ ਓਸੇ ਉਤੇ ਹੀ ਮੈਂ ਇਹ ਚਿੱਠੀ ਭੇਜ ਰਿਹਾ ਹਾਂ। ਅਸਲ ਦਸਤਾਵੇਜ਼ ਉਸ ਥਾਂ ਭੇਜ ਦਿੱਤੀ ਗਈ ਹੈ ਜਿਥੇ ਉਹ ਮੁਕੱਦਮੇ ਤੋਂ ਪਹਿਲਾਂ ਕੈਦ ਸੀ ਅਤੇ ਸ਼ਾਇਦ ਓਥੋਂ ਫੌਰਨ ਹੀ ਸਾਇਬੇਰੀਆ ਦੇ ਵੱਡੇ ਸਰਕਾਰੀ ਦਫਤਰ ਨੂੰ ਭੇਜ ਦਿੱਤੀ ਜਾਵੇਗੀ। ਇਹ ਖੁਸ਼ਖਬਰੀ ਫੌਰਨ ਤੇਰੇ ਤੱਕ ਪੁਜਦੀ ਕਰਨ ਲਈ ਮੈਂ ਖ਼ਤ ਲਿਖ ਰਿਹਾ ਹਾਂ। ਨਿਘੀ ਹੱਥ-ਘੁਟਣੀ ਸਹਿਤ, ਤੇਰਾ, ਸੇਲੇਨਿਨ।"

ਦਸਤਾਵੇਜ਼ ਵਿਚ ਲਿਖਿਆ ਹੋਇਆ ਸੀ: "ਸ਼ਹਿਨਸ਼ਾਹ ਹਜ਼ੂਰ ਦੇ ਅਪੀਲ ਦਫਤਰ ਵਲੋਂ ਜਿਥੇ ਹਜ਼ੂਰ ਦੇ ਨਾਂ ਦਰਖ਼ਾਸਤਾਂ ਲਈਆਂ ਜਾਂਦੀਆਂ ਹਨ" (ਇਸ ਤੋਂ ਅੱਗੇ ਤਾਰੀਖ ਤੇ ਹੋਰ ਕਾਨੂੰਨੀ ਹਵਾਲੇ ਦਿੱਤੇ ਗਏ ਸਨ)। "ਸ਼ਹਿਨਸ਼ਾਹ ਹਜ਼ੂਰ ਦੇ ਅਪੀਲ ਦਫਤਰ, ਜਿਥੇ ਹਜ਼ੂਰ ਦੇ ਨਾਂ ਦਰਖਾਸਤਾਂ ਲਈਆਂ ਜਾਂਦੀਆਂ ਹਨ, ਦੇ ਮੁਖੀ ਦੇ ਹੁਕਮ ਨਾਲ ਮੇਸ਼ਚਨਕਾ ਕਾਤੇਰੀਨਾ ਮਾਸਲੋਵਾ ਨੂੰ ਖਬਰ ਦਿੱਤੀ ਜਾਂਦੀ ਹੈ ਕਿ ਸ਼ਹਿਨਸ਼ਾਹ ਹਜ਼ੂਰ ਨੇ, ਉਸ ਵਲੋਂ ਪੇਸ਼ ਦਰਖ਼ਾਸਤ ਵਿਚ ਕੀਤੀ ਗੁਜ਼ਾਰਿਸ਼ ਉਤੇ ਵਿਚਾਰ ਕਰ ਕੇ ਉਸ ਨੂੰ ਮੰਜ਼ੂਰ ਫਰਮਾਇਆ ਹੈ ਅਤੇ ਹੁਕਮ ਦਿੱਤਾ ਹੈ ਕਿ ਕੈਦ ਬਾ-ਮੁਸ਼ੱਕਤ ਦੀ ਸਜ਼ਾ ਸਾਇਬੇਰੀਆ ਵਿਚ ਕਿਸੇ ਨੇੜੇ ਦੀ ਥਾਂ ਉਤੇ ਜਲਾਵਤਨੀ ਦੀ ਸਜ਼ਾ ਵਿਚ ਬਦਲ ਦਿੱਤੀ ਜਾਏ।"

ਇਹ ਬੜੀ ਖੁਸ਼ੀ ਭਰੀ ਤੇ ਅਹਿਮ ਖਬਰ ਸੀ। ਨੇਖਲੀਊਦੋਵ ਨੂੰ ਆਪਣੇ ਵਾਸਤੇ ਅਤੇ ਕਾਤੀਊਸ਼ਾ ਵਾਸਤੇ ਜਿਸ ਗੱਲ ਦੀ ਆਸ ਸੀ ਉਹ ਪੂਰੀ ਹੋ ਗਈ ਸੀ। ਇਹ ਠੀਕ ਹੈ ਕਿ ਮਾਸਲੋਵਾ ਦੀ ਨਵੀਂ ਪੁਜ਼ੀਸ਼ਨ ਨਾਲ ਕਈ ਨਵੀਆਂ ਉਲਝਣਾਂ ਪੈਦਾ ਹੋਣੀਆਂ ਸਨ। ਜਿੰਨਾਂ ਚਿਰ ਉਹ ਮੁਸ਼ੱਕਤੀ ਕੈਦਣ ਸੀ ਓਨਾ ਚਿਰ ਉਹਦੇ ਨਾਲ ਵਿਆਹ ਵੀ ਅਸਲ ਵਿਆਹ ਨਹੀਂ ਸੀ ਹੋਣਾ ਤੇ ਇਸ ਦਾ ਸਿਵਾਇ ਇਸ ਤੋਂ ਕੋਈ ਅਰਥ ਨਹੀਂ ਸੀ ਹੋਣਾ ਕਿ ਉਸ ਦੇ ਦੁਖਾਂ ਦਾ ਭਾਰ ਕੁਝ ਹੌਲਾ ਹੋ ਸਕਦਾ। ਪਰ ਹੁਣ ਉਹਨਾਂ ਦੋਹਾਂ ਦੇ ਇਕੱਠੇ ਰਹਿਣ ਵਿਚ ਕੋਈ ਅੜਿੱਕਾ ਨਹੀਂ ਸੀ ਅਤੇ ਇਹਦੇ ਵਾਸਤੇ ਨੇਖਲੀਊਦੋਵ ਨੇ ਆਪਣੇ ਆਪ ਨੂੰ ਤਿਆਰ ਨਹੀਂ ਸੀ ਕੀਤਾ। ਇਸ ਤੋਂ ਇਲਾਵਾ, ਸਿਮੋਨਸਨ ਨਾਲ ਉਹਦੇ ਸੰਬੰਧਾਂ ਦਾ ਕੀ ਬਣੇਗਾ? ਕਲ੍ਹ ਮਾਸਲੋਵਾ ਨੇ ਜੋ ਕੁਝ ਆਖਿਆ ਸੀ ਉਹਦਾ ਕੀ ਮਤਲਬ ਸੀ? ਤੇ ਜੇ ਉਹ ਸਿਮੋਨਸਨ ਨਾਲ ਵਿਆਹ ਕਰਨ ਵਾਸਤੇ ਰਾਜ਼ੀ ਹੋ ਗਈ ਤਾਂ ਇਹ

ਚੰਗੀ ਗੱਲ ਹੋਵੇਗੀ ਜਾਂ ਮਾੜੀ? ਇਹਨਾਂ ਸਾਰੇ ਸਵਾਲਾਂ ਦੀਆਂ ਗੁੰਝਲਾਂ ਉਹ ਖੋਹਲ ਨਹੀਂ ਸੀ ਸਕਦਾ, ਇਸ ਕਰਕੇ ਉਹਨੇ ਇਸ ਬਾਰੇ ਸੋਚਣਾ ਬੰਦ ਕਰ ਦਿੱਤਾ। "ਮਗਰੋਂ ਆਪੇ ਸਭ ਕੁਝ ਸਾਫ ਹੋ ਜਾਏਗਾ," ਉਸ ਨੇ ਸੋਚਿਆ ਸੀ। "ਇਸ ਵੇਲੇ ਮੈਨੂੰ ਸੋਚਾਂ ਵਿਚ ਪੈਣ ਦੀ ਲੋੜ ਨਹੀਂ, ਮੈਨੂੰ ਛੇਤੀ ਤੋਂ ਛੇਤੀ ਇਹ ਖੁਸ਼ਖਬਰੀ ਮਾਸਲੋਵਾ ਨੂੰ ਸੁਣਾਉਣੀ ਚਾਹੀਦੀ ਹੈ ਤੇ ਉਹਨੂੰ ਜੇਲ੍ਹ ਵਿਚੋਂ ਛੁਡਾਉਣਾ ਚਾਹੀਦਾ ਹੈ।" ਉਹਦਾ ਖਿਆਲ ਸੀ ਕਿ ਦਸਤਾਵੇਜ਼ ਦੀ ਨਕਲ ਇਸ ਕੰਮ ਵਾਸਤੇ ਕਾਫੀ ਹੋਵੇਗੀ। ਇਸ ਕਰਕੇ ਉਹ ਡਾਕਖਾਨੇ ਵਿਚੋਂ ਨਿਕਲਿਆ ਤੇ ਬੱਘੀ ਵਾਲੇ ਨੂੰ ਆਖਿਆ ਕਿ ਉਸ ਨੂੰ ਜੇਲ੍ਹ ਤੱਕ ਲੈ ਚੱਲੇ।

ਉਸ ਦਿਨ ਸਵੇਰੇ ਉਹਨੇ ਜੇਲ੍ਹ ਅੰਦਰ ਜਾਣ ਦੀ ਗਵਰਨਰ ਕੋਲੋਂ ਇਜਾਜ਼ਤ ਨਹੀਂ ਸੀ ਲਈ, ਪਰ ਆਪਣੇ ਤਜਰਬੇ ਤੋਂ ਉਹ ਜਾਣਦਾ ਸੀ ਕਿ ਜਿਹੜਾ ਕੰਮ ਵੱਡੇ ਅਫਸਰਾਂ ਪਾਸੋਂ ਕਰਾਉਣਾ ਮੁਮਕਿਨ ਨਹੀਂ ਹੁੰਦਾ ਉਹ ਛੋਟੇ ਅਫਸਰਾਂ ਕੋਲੋਂ ਕਰਵਾ ਲੈਣਾ ਬੜਾ ਸੌਖਾ ਹੁੰਦਾ ਹੈ। ਹੁਣ ਉਸ ਦਾ ਇਹੋ ਇਰਾਦਾ ਸੀ ਕਿ ਕੋਸ਼ਿਸ਼ ਕਰ ਕੇ ਜੇਲ੍ਹ ਅੰਦਰ ਚਲਾ ਜਾਏ ਤੇ ਕਾਤੀਊਸ਼ਾ ਨੂੰ ਇਹ ਖੁਸ਼ਖਬਰੀ ਸੁਣਾਏ ਤੇ ਜੇ ਹੋ ਸਕੇ ਤਾਂ ਉਹਨੂੰ ਜੇਲ੍ਹ ਵਿਚੋਂ ਛੁਡਾ ਲਵੇ। ਇਸ ਦੇ ਨਾਲ ਹੀ ਉਹ ਕ੍ਰਿਲਤਸੋਵ ਦੀ ਸਿਹਤ ਬਾਰੇ ਵੀ ਪੁੱਛ-ਗਿੱਛ ਕਰਨਾ ਚਾਹੁੰਦਾ ਸੀ ਅਤੇ ਜੋ ਕੁਝ ਜਨਰਲ ਨੇ ਆਖਿਆ ਸੀ ਉਹ ਕ੍ਰਿਲਤਸੋਵ ਨੂੰ ਤੇ ਮਾਰੀਆ ਪਾਵਲੋਵਨਾ ਨੂੰ ਦੱਸਣਾ ਚਾਹੁੰਦਾ ਸੀ।

ਜੇਲ੍ਹ ਦਾ ਇੰਸਪੈਕਟਰ ਇਕ ਉੱਚਾ ਲੰਮਾ, ਬਾਰੁਹਬ ਆਦਮੀ ਸੀ। ਮੁੱਛਾਂ ਤੇ ਗੱਲ੍ਹਮੁੱਛਾਂ ਦੋਵਾਂ ਨੂੰ ਉਸ ਨੇ ਹੇਠਾਂ ਬੁਲ੍ਹਾਂ ਦੇ ਸਿਰਿਆਂ ਵੱਲ ਮੋੜਿਆ ਹੋਇਆ ਸੀ। ਨੇਖਲੀਊਦੋਵ ਨਾਲ ਉਹ ਬੜੀ ਸਖ਼ਤੀ ਨਾਲ ਬੋਲਿਆ ਅਤੇ ਸਾਫ ਸਾਫ ਆਖਿਆ ਕਿ ਆਪਣੇ ਅਫਸਰ ਵਲੋਂ ਉਚੇਚੇ ਹੁਕਮ ਬਗੈਰ ਉਹ ਬਾਹਰ ਦੇ ਆਦਮੀਆਂ ਨੂੰ ਕੈਦੀਆਂ ਨਾਲ ਮੁਲਾਕਾਤ ਕਰਨ ਦੀ ਇਜਾਜ਼ਤ ਨਹੀਂ ਦੇ ਸਕਦਾ। ਜਦੋਂ ਨੇਖਲੀਊਦੋਵ ਨੇ ਆਖਿਆ ਕਿ ਉਸ ਨੂੰ ਤਾਂ ਰਾਜਧਾਨੀਆਂ ਵਿਚ ਵੀ ਕੈਦੀਆਂ ਨੂੰ ਮਿਲਣ ਦੀ ਇਜਾਜ਼ਤ ਮਿਲ ਜਾਂਦੀ ਰਹੀ ਹੈ ਤਾਂ ਉਹਨੇ ਜਵਾਬ ਦਿੱਤਾ:

"ਮਿਲਦੀ ਰਹੀ ਹੋਵੇਗੀ, ਪਰ ਮੈਂ ਇਜਾਜ਼ਤ ਨਹੀਂ ਦੇਂਦਾ।" ਉਹਦੇ ਲਹਿਜੇ ਵਿਚ ਇਹ ਭਾਵ ਲੁੱਕਿਆ ਹੋਇਆ ਸੀ, "ਤੁਸੀਂ ਸ਼ਹਿਰ ਦੇ ਅਮੀਰਜ਼ਾਦੇ ਸੋਚਦੇ ਹੋਵੋਗੇ ਕਿ ਸਾਨੂੰ ਹੈਰਾਨ ਪ੍ਰੇਸ਼ਾਨ ਕਰ ਸਕਦੇ ਹੋ, ਪਰ ਅਸੀਂ ਪੂਰਬੀ ਸਾਇਬੇਰੀਆ ਵਾਲੇ ਵੀ ਜਾਣਦੇ ਹਾਂ ਕਿ ਕਾਨੂੰਨ ਕੀ ਹੈ, ਸਗੋਂ ਅਸੀਂ ਤੁਹਾਨੂੰ ਸਿਖਾ ਸਕਦੇ ਹਾਂ।"

ਸ਼ਹਿਨਸ਼ਾਹ ਹਜ਼ੂਰ ਦੇ ਦਫਤਰ ਵਲੋਂ ਦਸਤਾਵੇਜ਼ ਦੀ ਜਿਹੜੀ ਨਕਲ ਆਈ ਸੀ ਉਸ ਦਾ ਵੀ ਜੇਲ੍ਹ ਦੇ ਇੰਸਪੈਕਟਰ ਉਤੇ ਕੋਈ ਅਸਰ ਨਾ ਹੋਇਆ। ਉਸ ਨੇ ਨੇਖਲੀਊਦੋਵ ਨੂੰ ਜੇਲ੍ਹ ਦੀ ਚਾਰਦੀਵਾਰੀ ਅੰਦਰ ਵੜਨ ਦੀ ਇਜਾਜ਼ਤ ਦੇਣ ਤੋਂ ਕਤਈ ਇਨਕਾਰ ਕਰ ਦਿੱਤਾ। ਉਸ ਨੇ ਨੇਖਲੀਊਦੋਵ ਦੇ ਇਸ ਭੋਲੇਪਨ ਉਤੇ ਨਫਰਤ ਨਾਲ ਮੁਸਕ੍ਰਾ ਛੱਡਿਆ ਜਿਸ ਨੇ ਇਹ ਸੁਝਾਓ ਦਿੱਤਾ ਸੀ ਕਿ ਮਾਸਲੋਵਾ ਨੂੰ ਜੇਲ੍ਹ ਵਿਚੋਂ ਛੁਡਾਉਣ ਵਾਸਤੇ ਇਹ ਨਕਲ ਹੀ ਕਾਫੀ ਹੋਵੇਗੀ। ਉਸ ਨੇ ਸਪਸ਼ਟ ਆਖਿਆ ਕਿ ਜਿੰਨਾ ਚਿਰ ਆਪਣੇ ਵੱਡੇ

ਅਫਸਰ ਤੋਂ ਸਿੱਧਾ ਹੁਕਮ ਨਹੀਂ ਮਿਲਦਾ ਕਿਸੇ ਨੂੰ ਵੀ ਜੇਲ੍ਹ ਵਿਚੋਂ ਛੱਡਿਆ ਨਹੀਂ ਜਾ ਸਕਦਾ। ਬਸ ਏਨਾ ਕੰਮ ਕਰਨ ਲਈ ਉਹ ਸਹਿਮਤ ਹੋਇਆ ਕਿ ਉਹ ਮਾਸਲੋਵਾ ਨੂੰ ਸੁਨੇਹਾ ਪਹੁੰਚਾ ਦੇਵੇਗਾ ਕਿ ਉਸ ਦੀ ਸਜ਼ਾ ਘਟ ਕਰਨ ਦਾ ਹੁਕਮ ਆ ਗਿਆ ਹੈ ਅਤੇ ਆਪਣੇ ਅਫਸਰ ਵਲੋਂ ਉਹਦੀ ਰਿਹਾਈ ਦਾ ਹੁਕਮ ਮਿਲਦੇ ਸਾਰ ਹੀ ਉਹ ਉਸ ਨੂੰ ਛੱਡ ਦੇਵੇਗਾ, ਇਕ ਮਿੰਟ ਵੀ ਹੋਰ ਜੇਲ੍ਹ ਵਿਚ ਨਹੀਂ ਰਖੇਗਾ।

ਕ੍ਰਿਲਤਸੋਵ ਨੂੰ ਵੀ ਕੋਈ ਖ਼ਬਰ ਦੇਣ ਲਈ ਉਹ ਰਜ਼ਾਮੰਦ ਨਾ ਹੋਇਆ। ਆਖਣ ਲੱਗਾ ਕਿ ਉਹ ਇਹ ਗੱਲ ਵੀ ਦੱਸਣ ਨੂੰ ਤਿਆਰ ਨਹੀਂ ਕਿ ਇਸ ਨਾਂ ਦਾ ਕੋਈ ਕੈਦੀ ਏਥੇ ਹੈ ਵੀ ਜਾਂ ਨਹੀਂ। ਇਸ ਤਰ੍ਹਾਂ ਕੁਝ ਵੀ ਨੇਖਲੀਊਦੋਵ ਦੇ ਹੱਥ ਪੱਲੇ ਨਾ ਲੱਗਾ ਤੇ ਉਹ ਬੱਘੀ ਵਿਚ ਬਹਿ ਕੇ ਆਪਣੇ ਹੋਟਲ ਨੂੰ ਮੁੜ ਪਿਆ।

ਇੰਸਪੈਕਟਰ ਦੀ ਸਖ਼ਤੀ ਦਾ ਵੱਡਾ ਕਾਰਨ ਇਹ ਸੀ ਕਿ ਜੇਲ੍ਹ ਵਿਚ ਜਿੰਨੇ ਬੰਦਿਆਂ ਲਈ ਥਾਂ ਸੀ ਉਸ ਤੋਂ ਦੁਗਣੇ ਰੱਖੇ ਹੋਏ ਸਨ। ਜਿਸ ਦੇ ਸਿੱਟੇ ਵਜੋਂ ਜੇਲ੍ਹ ਵਿਚ ਟਾਈਫਸ ਦੀ ਵਬਾ ਫੈਲੀ ਹੋਈ ਸੀ। ਨੇਖਲੀਊਦੋਵ ਨੂੰ ਬੱਘੀ ਵਾਲੇ ਨੇ ਦੱਸਿਆ ਸੀ, "ਜੇਲ੍ਹ ਵਿਚ ਰੋਜ਼ ਕਿੰਨੇ ਹੀ ਬੰਦੇ ਮਰ ਜਾਂਦੇ ਨੇ। ਕੋਈ ਭਿਆਨਕ ਮਰੀ ਪਈ ਹੋਈ ਏ। ਇਕ ਇਕ ਦਿਨ ਵਿਚ ਵੀਹ ਵੀਹ ਲਾਸ਼ਾਂ ਦੱਬੀਆਂ ਜਾਂਦੀਆਂ ਨੇ।"

੨੪

ਜੇਲ੍ਹ ਵਿਚ ਨਾਕਾਮੀ ਦਾ ਮੂੰਹ ਵੇਖਣ ਦੇ ਬਾਵਜੂਦ, ਨੇਖਲੀਊਦੋਵ ਓਸੇ ਹੀ ਉਤਸ਼ਾਹ ਤੇ ਹੌਸਲੇ ਦੇ ਰੌ ਵਿਚ ਗਵਰਨਰ ਦੇ ਦਫਤਰ ਇਹ ਪਤਾ ਕਰਨ ਚਲਾ ਗਿਆ ਕਿ ਮਾਸਲੋਵਾ ਵਾਸਤੇ ਅਸਲ ਦਸਤਾਵੇਜ਼ ਪਹੁੰਚ ਗਈ ਹੈ ਜਾਂ ਨਹੀਂ। ਦਸਤਾਵੇਜ਼ ਅਜੇ ਨਹੀਂ ਸੀ ਪਹੁੰਚੀ। ਇਸ ਕਰਕੇ ਨੇਖਲੀਊਦੋਵ ਵਾਪਸ ਹੋਟਲ ਚਲਾ ਗਿਆ ਅਤੇ ਜਾਂਦਾ ਹੀ ਸੇਲੇਨਿਨ ਅਤੇ ਵਕੀਲ ਨੂੰ ਇਸ ਬਾਰੇ ਖ਼ਤ ਲਿਖਣ ਬਹਿ ਗਿਆ। ਖ਼ਤ ਲਿਖ ਕੇ ਉਹਨੇ ਘੜੀ ਵੇਖੀ। ਜਨਰਲ ਦੇ ਘਰ ਰੋਟੀ ਲਈ ਜਾਣ ਦਾ ਵਕਤ ਹੋ ਗਿਆ ਸੀ।

ਰਾਹ ਵਿਚ ਫੇਰ ਉਹ ਸੋਚੀਂ ਪੈ ਗਿਆ ਕਿ ਆਪਣੀ ਸਜ਼ਾ ਘਟ ਜਾਣ ਦੀ ਖਬਰ ਦਾ ਮਾਸਲੋਵਾ ਦੇ ਮਨ ਉਤੇ ਕੀ ਅਸਰ ਹੋਵੇਗਾ? ਉਸ ਨੂੰ ਹੁਣ ਕਿੱਥੇ ਰਹਿਣਾ ਪਵੇਗਾ? ਉਹ ਆਪ ਉਹਦੇ ਨਾਲ ਕਿਸ ਤਰ੍ਹਾਂ ਦੇ ਸੰਬੰਧ ਰੱਖੇਗਾ? ਸਿਮੋਨਸਨ ਦਾ ਕੀ ਬਣੇਗਾ? ਮਾਸਲੋਵਾ ਨਾਲ ਉਸ ਦੇ ਸੰਬੰਧ ਕਿਸ ਤਰ੍ਹਾਂ ਦੇ ਹੋਣਗੇ? ਉਸ ਨੂੰ ਯਾਦ ਆਇਆ ਕਿ ਮਾਸਲੋਵਾ ਵਿਚ ਤਬਦੀਲੀ ਆ ਗਈ ਹੈ ਅਤੇ ਇਸ ਤਬਦੀਲੀ ਦੀ ਯਾਦ ਆਉਣ ਨਾਲ ਉਸ ਨੂੰ ਮਾਸਲੋਵਾ ਦੀ ਬੀਤੀ ਜ਼ਿੰਦਗੀ ਦਾ ਚੇਤਾ ਆ ਗਿਆ।

"ਹਾਲ ਦੀ ਘੜੀ ਮੈਨੂੰ ਇਹ ਸਭ ਕੁਝ ਭੁਲ ਜਾਣਾ ਚਾਹੀਦਾ ਹੈ," ਉਸ ਨੇ

ਸੋਇਆ ਅਤੇ ਮਾਸਲੋਵਾ ਨੂੰ ਆਪਣੇ ਮਨ ਵਿਚੋਂ ਕੱਢਣ ਦਾ ਉਪਰਾਲਾ ਕਰਨ ਲੱਗਾ। "ਵਕਤ ਆਵੇਗਾ ਤਾਂ ਵੇਖੀ ਜਾਏਗੀ," ਉਹਨੇ ਆਪਣੇ ਆਪ ਨੂੰ ਆਖਿਆ ਅਤੇ ਸੋਚਣ ਲੱਗ ਪਿਆ ਕਿ ਗਵਰਨਰ ਨਾਲ ਉਹਨੂੰ ਕੀ ਗੱਲ ਕਰਨੀ ਚਾਹੀਦੀ ਹੈ।

ਜਨਰਲ ਦੇ ਘਰ ਖਾਣਾ ਓਸੇ ਹੀ ਠਾਠ ਵਾਲਾ ਸੀ ਜਿਸ ਦਾ ਨੇਖਲੀਊਦੋਵ ਗਿੱਝਿਆ ਹੋਇਆ ਸੀ। ਅਮੀਰਾਂ ਤੇ ਵੱਡੇ ਵੱਡੇ ਅਫਸਰਾਂ ਦੇ ਘਰੀਂ ਏਸੇ ਤਰ੍ਹਾਂ ਦੇ ਖਾਣੇ ਦਾ ਬੰਦੋਬਸਤ ਹੁੰਦਾ ਹੈ। ਨੇਖਲੀਊਦੋਵ ਨੂੰ ਬਹੁਤ ਹੀ ਸਵਾਦ ਆਇਆ, ਖਾਸ ਕਰਕੇ ਇਸ ਲਈ ਕਿ ਐਸ਼ ਠਾਠ ਤਾਂ ਕਿਤੇ ਰਿਹਾ ਉਹ ਤਾਂ ਸਾਧਾਰਨ ਆਰਾਮ ਤੋਂ ਵੀ ਬੜੇ ਚਿਰਾਂ ਤੋਂ ਵਿਰਵਾ ਸੀ।

ਘਰ ਦੀ ਮਾਲਕਣ ਪੀਟਰਸਬਰਗ ਦੀ ਰਹਿਣ ਵਾਲੀ ਪੁਰਾਣੀ ਕਿਸਮ ਦੀ **Grande dame***, ਨਿਕੋਲਾਈ ਪਹਿਲੇ ਦੇ ਦਰਬਾਰ ਵਿਚ **Lady of honour** ਸੀ ਜਿਹੜੀ ਫਰਾਂਸੀਸੀ ਤਾਂ ਬੜੇ ਸੁਭਾਵਿਕ ਢੰਗ ਨਾਲ ਬੋਲਦੀ ਸੀ ਪਰ ਰੂਸੀ ਬਹੁਤ ਹੀ ਅਸੁਭਾਵਿਕ ਢੰਗ ਨਾਲ। ਪੂਰਾ ਵਕਤ ਉਹ ਸਿੱਧੀ ਤਣ ਕੇ ਖਲੋਤੀ ਰਹੀ ਅਤੇ ਜਦੋਂ ਹੱਥ ਹਿਲਾਉਂਦੀ ਤਾਂ ਆਪਣੀਆਂ ਅਰਕਾਂ ਨੂੰ ਆਪਣੇ ਲੱਕ ਨਾਲ ਜੋੜ ਰੱਖਦੀ। ਖਾਵੰਦ ਵੱਲ ਉਹਦੇ ਵਰਤਾਓ ਵਿਚ ਇਕ ਸੰਜਮ ਤੇ ਕੁਝ ਕੁਝ ਉਦਾਸੀ ਦਾ ਰੰਗ ਸੀ ਅਤੇ ਮਹਿਮਾਨਾਂ ਵੱਲ ਅੰਤਾਂ ਦਾ ਸੁਹਿਰਦ ਭਾਵੇਂ ਹਰ ਇਕ ਵੱਲ, ਉਹਦੀ ਥਾਂ ਮੁਤਾਬਿਕ, ਉਹਦੇ ਵਤੀਰੇ ਵਿਚ ਥੋੜਾ ਥੋੜਾ ਫਰਕ ਸੀ। ਨੇਖਲੀਊਦੋਵ ਨੂੰ ਉਹਨੇ ਇਉਂ ਜੀ ਆਇਆਂ ਆਖਿਆ ਜਿਵੇਂ ਉਹ ਘਰ ਦਾ ਹੀ ਬੰਦਾ ਹੋਵੇ ਅਤੇ ਉਹਦੀ ਸੂਖਮ ਤਰੀਕੇ ਨਾਲ ਕੀਤੀ ਸਿਫਤ ਤੋਂ, ਜਿਸ ਦਾ ਪਤਾ ਹੀ ਨਹੀਂ ਸੀ ਲੱਗਦਾ, ਨੇਖਲੀਊਦੋਵ ਨੂੰ ਫੇਰ ਇਕ ਵਾਰੀ ਆਪਣੇ ਗੁਣਾਂ ਦਾ ਅਹਿਸਾਸ ਹੋਣ ਲੱਗ ਪਿਆ ਅਤੇ ਇਸ ਨਾਲ ਉਹਦੇ ਦਿਲ ਨੂੰ ਬੜੀ ਤਸੱਲੀ ਹੋਈ। ਉਸ ਔਰਤ ਨੇ ਉਹਨੂੰ ਮਹਿਸੂਸ ਕਰਵਾ ਦਿੱਤਾ ਜਿਵੇਂ ਉਸ ਨੂੰ ਉਹਦੇ ਅਨੂਠੇ ਤੇ ਈਮਾਨਦਾਰੀ ਨਾਲ ਚੁੱਕੇ ਕਦਮ ਦਾ ਪਤਾ ਹੋਵੇ ਜਿਸ ਕਾਰਨ ਉਹਨੂੰ ਸਾਇਬੇਰੀਆ ਆਉਣਾ ਪਿਆ ਸੀ, ਜਿਵੇਂ ਉਹ ਉਸ ਨੂੰ ਇਕ ਵਿਲੱਖਣ ਆਦਮੀ ਸਮਝਦੀ ਹੋਵੇ। ਇਸ ਸੂਖਮ ਢੰਗ ਦੀ ਖੁਸ਼ਾਮਦ ਅਤੇ ਜਨਰਲ ਦੇ ਘਰ ਦੇ ਠਾਠ-ਬਾਠ ਤੇ ਸ਼ਾਨ-ਸ਼ੌਕਤ ਨੂੰ ਵੇਖ ਕੇ ਨੇਖਲੀਊਦੋਵ ਦਾ ਦਿਲ ਬਾਗ਼ ਬਾਗ਼ ਹੋ ਗਿਆ। ਘਰ ਦੇ ਖੂਬਸੂਰਤ ਵਾਤਾਵਰਣ, ਸਵਾਦੀ ਖਾਣਿਆਂ ਅਤੇ ਆਪਣੀ ਤਰ੍ਹਾਂ ਦੇ ਪੜ੍ਹੇ ਲਿਖੇ ਲੋਕਾਂ ਨਾਲ ਗਲਬਾਤ ਕਰਨ ਦੇ ਸਵਾਦ ਤੇ ਆਰਾਮ ਵਿਚ ਉਹ ਜਿਵੇਂ ਗੁਆਚ ਹੀ ਗਿਆ ਸੀ। ਉਸ ਨੂੰ ਇਉਂ ਲੱਗ ਰਿਹਾ ਸੀ ਜਿਵੇਂ ਉਹ ਵਾਤਾਵਰਣ ਜਿਸ ਵਿਚ ਉਹਨੇ ਪਿਛਲੇ ਮਹੀਨੇ ਬਿਤਾਏ ਸਨ ਇਕ ਸੁਪਨਾ ਸੀ ਜਿਸ ਵਿਚੋਂ ਜਾਗ ਕੇ ਹੁਣ ਉਹਦੇ ਸਾਮ੍ਹਣੇ ਵਾਸਤਵਿਕਤਾ ਸਾਕਾਰ ਹੋ ਗਈ ਹੋਵੇ।

ਘਰ ਦੇ ਬੰਦਿਆਂ ਤੋਂ ਇਲਾਵਾ—ਜਿਸ ਵਿਚ ਜਨਰਲ ਦੀ ਧੀ, ਜੁਆਈ ਅਤੇ ਏਡੀਕਾਂਗ ਸ਼ਾਮਲ ਸਨ—ਓਥੇ ਇਕ ਅੰਗ੍ਰੇਜ਼, ਇਕ ਵਪਾਰੀ ਜਿਸ ਦਾ ਸੰਬੰਧ ਸੋਨੇ ਦੀਆਂ ਖਾਣਾਂ ਨਾਲ ਸੀ, ਅਤੇ ਸਾਇਬੇਰੀਆ ਦੇ ਇਕ ਪਸਿਤੇ ਸ਼ਹਿਰ ਦਾ ਗਵਰਨਰ ਸ਼ਾਮਲ ਸਨ।

---

* ਉੱਚੇ ਤਬਕੇ ਦੀ ਔਰਤ (ਫਰਾਂਸੀਸੀ)—ਸੰਪਾ:

ਇਹ ਸਾਰੇ ਹੀ ਲੋਕ ਨੇਖਲੀਊਦੋਵ ਨੂੰ ਖੁਸ਼ਮਿਜ਼ਾਜ ਜਾਪੇ ਸਨ।

ਅੰਗ੍ਰੇਜ਼ ਨਰੋਈ ਸਿਹਤ ਤੇ ਗੁਲਾਬੀ ਚਿਹਰੇ ਵਾਲਾ ਬੰਦਾ ਸੀ ਜਿਹੜਾ ਫਰਾਂਸੀਸੀ ਬਹੁਤ ਖਰਾਬ ਬੋਲਦਾ ਸੀ ਪਰ ਆਪਣੀ ਜ਼ਬਾਨ ਉਹ ਖੂਬ ਜਾਣਦਾ ਸੀ ਤੇ ਉਹਦੇ ਬੋਲਣ ਦਾ ਅੰਦਾਜ਼ ਪ੍ਰਭਾਵਸ਼ਾਲੀ ਸੀ। ਉਹਨੇ ਦੁਨੀਆ ਵੇਖੀ ਹੋਈ ਸੀ। ਅਤੇ ਅਮ੍ਰੀਕਾ, ਹਿੰਦੁਸਤਾਨ, ਜਾਪਾਨ ਅਤੇ ਸਾਇਬੇਰੀਆ ਬਾਰੇ ਬਹੁਤ ਹੀ ਮਜ਼ੇਦਾਰ ਗੱਲਾਂ ਸੁਣਾ ਰਿਹਾ ਸੀ।

ਸੋਨੇ ਦੀਆਂ ਖਾਣਾਂ ਨਾਲ ਸੰਬੰਧ ਰਖਣ ਵਾਲਾ ਨੌਜਵਾਨ ਵਪਾਰੀ, ਇਕ ਕਿਸਾਨ ਦਾ ਪੁੱਤ ਸੀ, ਜਿਸ ਨੇ ਲੰਦਨ ਦਾ ਬਣਿਆ ਸ਼ਾਮ ਨੂੰ ਪਾਉਣ ਵਾਲਾ ਸੂਟ ਪਾਇਆ ਹੋਇਆ ਸੀ ਤੇ ਕਮੀਜ਼ ਦੀਆਂ ਬਾਹਵਾਂ ਨੂੰ ਹੀਰਿਆਂ ਦੇ ਸ਼ਟੱਡ ਲਾਏ ਹੋਏ ਸਨ। ਉਹਦੇ ਕੋਲ ਚੰਗੀਆਂ ਚੋਖੀਆਂ ਕਿਤਾਬਾਂ ਸਨ। ਪਰ ਉਪਕਾਰ ਦੇ ਕੰਮਾਂ ਵਾਸਤੇ ਉਹ ਖੁਲ੍ਹੇ ਦਿਲ ਨਾਲ ਪੈਸਾ ਦੇਂਦਾ ਸੀ ਤੇ ਵਿਚਾਰਾਂ ਦੇ ਪੱਖੋਂ ਉਹ ਯੂਰਪੀ ਉਦਾਰਵਾਦੀ ਸੀ। ਉਹ ਵੀ ਨੇਖਲੀਊਦੋਵ ਨੂੰ ਬੜਾ ਖੁਸ਼ਮਿਜ਼ਾਜ ਅਤੇ ਦਿਲਚਸਪ ਆਦਮੀ ਲੱਗਾ ਸੀ। ਜਿਸ ਨੂੰ ਸਿਹਤਮੰਦ ਤੇ ਸਿੱਧੇ ਸਾਦੇ ਕਿਸਾਨ ਉਤੇ ਚੜ੍ਹੀ ਯੂਰਪੀ ਸਭਿਆਚਾਰ ਦੀ ਪੁਠ ਦਾ ਇਕ ਬਿਲਕੁਲ ਨਵਾਂ ਤੇ ਵਧੀਆ ਨਮੂਨਾ ਆਖਿਆ ਜਾ ਸਕਦਾ ਸੀ।

ਸਾਇਬੇਰੀਆ ਦੇ ਦੂਰ ਦੁਰਾਡੇ ਦੇ ਸ਼ਹਿਰ ਦਾ ਗਵਰਨਰ ਸਰਕਾਰੀ ਮਹਿਕਮੇ ਦਾ ਉਹੋ ਸਾਬਕਾ ਡਾਇਰੈਕਟਰ ਸੀ ਜਿਸ ਦੀ ਪੀਟਰਸਬਰਗ ਵਿਚ ਓਹਨੀਂ ਦਿਨੀਂ ਬੜੀ ਚਰਚਾ ਸੀ ਜਦੋਂ ਨੇਖਲੀਊਦੋਵ ਓਥੇ ਸੀ। ਗੁਦਗਦਾ ਸਰੀਰ, ਬਾਰੀਕ ਤੇ ਕੁੰਡਲਾਂ ਵਾਲੇ ਵਾਲ, ਹਲਕੀਆਂ ਨੀਲੀਆਂ ਅੱਖਾਂ, ਬੜੇ ਸਵਾਰ ਬਣਾ ਕੇ ਰੱਖੇ ਗੋਰੇ ਗੋਰੇ ਹੱਥ ਜਿਨ੍ਹਾਂ ਦੀਆਂ ਉਂਗਲਾਂ ਅੰਗੂਠੀਆਂ ਨਾਲ ਭਰੀਆਂ ਹੋਈਆਂ ਸਨ ਅਤੇ ਚਿਹਰੇ ਉਤੇ ਖੁਸ਼ਗਵਾਰ ਮੁਸਕ੍ਰਾਹਟ। ਉਹਦੇ ਸਰੀਰ ਦਾ ਹੇਠਲਾ ਹਿੱਸਾ ਵਾਹਵਾਹ ਭਾਰੀ ਭਰਕਮ ਸੀ। ਜਨਰਲ ਇਸ ਗਵਰਨਰ ਦੀ ਬਹੁਤ ਕਦਰ ਕਰਦਾ ਸੀ ਕਿਉਂਕਿ ਉਹ ਚਾਰ ਚੁਫੇਰਿਓਂ ਰਿਸ਼ਵਤਖੋਰਾਂ ਵਿਚ ਘਿਰਿਆ ਹੋਣ ਦੇ ਖਾਵਜੂਦ ਰਿਸ਼ਵਤ ਨਹੀਂ ਸੀ ਲੈਂਦਾ। ਘਰ ਦੀ ਮਾਲਕਣ ਵੀ ਇਸ ਦੀ ਬਹੁਤ ਕਦਰ ਕਰਦੀ ਸੀ। ਮਾਲਕਣ ਨੂੰ ਸੰਗੀਤ ਦਾ ਸ਼ੌਕ ਸੀ ਤੇ ਉਹ ਆਪ ਪਿਆਨੋ ਬਹੁਤ ਵਧੀਆ ਵਜਾਉਂਦੀ ਸੀ। ਗਵਰਨਰ ਵੀ ਬਹੁਤ ਚੰਗਾ ਸੰਗੀਤਕਾਰ ਸੀ ਤੇ ਉਹਦੇ ਨਾਲ ਰਲ ਕੇ ਪਿਆਨੋ ਵਜਾਉਂਦਾ ਹੁੰਦਾ ਸੀ। ਨੇਖਲੀਊਦੋਵ ਇਸ ਵੇਲੇ ਏਡੇ ਚੰਗੇ ਰੌ ਵਿਚ ਸੀ ਕਿ ਉਸ ਨੂੰ ਇਹ ਆਦਮੀ ਵੀ ਬੁਰਾ ਨਹੀਂ ਸੀ ਲੱਗਾ ਰਿਹਾ।

ਖਿੜੇ ਹੋਏ ਚਿਹਰੇ ਤੇ ਫੁਰਤੀਲੇ ਸਰੀਰ ਵਾਲੇ ਏਡੀਕਾਂਗ, ਜਿਸ ਦੀ ਠੋਡੀ ਦਾ ਰੰਗ ਕੁਝ ਕੁਝ ਨੀਲੀ ਭਾਹ ਮਾਰਦਾ ਭੂਰਾ ਸੀ ਤੇ ਜਿਹੜਾ ਬਰਾਬਰ ਉਸ ਦੀ ਸੇਵਾ ਕਰ ਰਿਹਾ ਸੀ ਉਸ ਦਾ ਸੁਭਾ ਵੀ ਨੇਖਲੀਊਦੋਵ ਨੂੰ ਬੜਾ ਚੰਗਾ ਲੱਗਾ ਸੀ।

ਪਰ ਨੇਖਲੀਊਦੋਵ ਨੂੰ ਸਭ ਤੋਂ ਵਧ ਖੁਸ਼ੀ ਹੋਈ ਮਨਮੋਹਣੀ ਜਵਾਨ ਜੋੜੀ—ਜਨਰਲ ਦੀ ਧੀ ਤੇ ਉਹਦਾ ਖਾਵੰਦ—ਨੂੰ ਮਿਲ ਕੇ। ਕੁੜੀ ਸ਼ਕਲ ਤੋਂ ਸਿੱਧੀ ਸਾਦੀ ਅਤੇ ਸਾਦਾ

ਹੀ ਸੁਭਾ ਵਾਲੀ ਨੌਜਵਾਨ ਔਰਤ ਸੀ ਜਿਹੜੀ ਆਪਣੇ ਪਹਿਲੇ ਦੋ ਬੱਚਿਆਂ ਵਿਚ ਹੀ ਮਗਨ ਸੀ। ਉਸ ਨੂੰ ਇਸ ਨੌਜਵਾਨ ਨਾਲ ਪਿਆਰ ਹੋ ਗਿਆ ਸੀ ਤੇ ਇਹਦੇ ਨਾਲ ਵਿਆਹ ਕਰਾਉਣ ਲਈ ਆਪਣੇ ਮਾਪਿਆਂ ਨਾਲ ਲੰਮਾ ਸਮਾਂ ਲੜਾਈ ਝਗੜਾ ਕਰਨਾ ਪਿਆ ਸੀ। ਉਸ ਦਾ ਖਾਵੰਦ ਵਿਚਾਰਾਂ ਦਾ ਉਦਾਰਵਾਦੀ ਸੀ, ਮਾਸਕੋ ਯੂਨੀਵਰਸਿਟੀ ਤੋਂ ਆਨਰਜ਼ ਨਾਲ ਡਿਗਰੀ ਲੈ ਚੁੱਕਿਆ ਸੀ ਤੇ ਸੁਭਾ ਦਾ ਨਿਰਮਾਣ ਤੇ ਬੁਧੀਮਾਨ ਨੌਜਵਾਨ ਸੀ। ਇਸ ਵੇਲੇ ਉਹ ਸਰਕਾਰੀ ਨੌਕਰੀ ਵਿਚ ਸੀ ਅਤੇ ਅੰਕੜਾ-ਵਿਗਿਆਨ ਵਿਭਾਗ ਵਿਚ ਕੰਮ ਕਰਦਾ ਸੀ। ਸਥਾਨਕ ਕਬੀਲਿਆਂ ਵਿਚ ਉਸ ਦੀ ਖ਼ਾਸ ਦਿਲਚਸਪੀ ਸੀ। ਉਹ ਇਹਨਾਂ ਬਾਰੇ ਅਧਿਆਨ ਕਰਦਾ ਸੀ, ਇਹਨਾਂ ਨੂੰ ਪਸੰਦ ਕਰਦਾ ਸੀ, ਅਤੇ ਇਸ ਕੋਸ਼ਿਸ਼ ਵਿਚ ਸੀ ਕਿ ਇਹਨਾਂ ਦਾ ਨਾਮੋ-ਨਿਸ਼ਾਨ ਨਾ ਮਿਟ ਜਾਵੇ।

ਸਭਨਾਂ ਹੀ ਲੋਕਾਂ ਨੇ ਨੇਖਲੀਊਦੋਵ ਵੱਲ ਸਦਭਾਵਨਾ ਵਿਖਾਈ ਅਤੇ ਉਹਦੀਆਂ ਗੱਲਾਂ ਨੂੰ ਧਿਆਨ ਦੇ ਕੇ ਸੁਣਿਆ। ਏਨਾ ਹੀ ਨਹੀਂ ਸਗੋਂ ਪ੍ਰਤੱਖ ਸੀ ਕਿ ਇਸ ਨਵੇਂ ਅਤੇ ਦਿਲਚਸਪ ਬੰਦੇ ਨਾਲ ਜਾਣ-ਪਛਾਣ ਹੋ ਜਾਣ ਤੇ ਉਹਨਾਂ ਨੂੰ ਬੜੀ ਖ਼ੁਸ਼ੀ ਸੀ। ਜਨਰਲ ਆਪਣੀ ਵਰਦੀ ਵਿਚ ਖਾਣਾ ਖਾਣ ਆਇਆ ਸੀ ਜਿਸ ਨੇ ਚਿੱਟਾ ਕਰਾਸ ਮੈਡਲ ਗਲ ਵਿਚ ਪਾਇਆ ਹੋਇਆ ਸੀ। ਨੇਖਲੀਊਦੋਵ ਨੂੰ ਉਹ ਇਸ ਤਰ੍ਹਾਂ ਮਿਲਿਆ ਸੀ ਜਿਸ ਤਰ੍ਹਾਂ ਕੋਈ ਦੋਸਤਾਂ ਨੂੰ ਮਿਲਦਾ ਹੈ। ਉਸ ਨੇ ਮਹਿਮਾਨਾਂ ਨੂੰ ਨਾਲ ਹੀ ਇਕ ਪਾਸੇ ਲੱਗੀ ਮੇਜ਼ ਵੱਲ ਆਉਣ ਦਾ ਸੱਦਾ ਦਿੱਤਾ ਤਾਂ ਜੋ ਘੁਟ ਘੁਟ ਵੋਦਕਾ ਪੀ ਕੇ ਤੇ ਕੁਝ ਖਾ ਕੇ ਭੁਖ ਚਮਕਾ ਲਈ ਜਾਏ। ਜਨਰਲ ਨੇ ਨੇਖਲੀਊਦੋਵ ਨੂੰ ਪੁੱਛਿਆ ਕਿ ਸਵੇਰੇ ਉਹਨੂੰ ਮਿਲ ਕੇ ਜਾਣ ਮਗਰੋਂ ਉਹ ਸਾਰਾ ਦਿਨ ਕੀ ਕਰਦਾ ਰਿਹਾ ਹੈ। ਨੇਖਲੀਊਦੋਵ ਨੇ ਉਹਨੂੰ ਦੱਸਿਆ ਕਿ ਉਹ ਡਾਕਖਾਨੇ ਗਿਆ ਸੀ ਤੇ ਉਸ ਨੂੰ ਇਕ ਚਿੱਠੀ ਮਿਲੀ ਹੈ ਕਿ ਜਿਸ ਕੈਦਣ ਬਾਰੇ ਸਵੇਰੇ ਗੱਲ ਹੋਈ ਸੀ ਉਹਦੀ ਸਜ਼ਾ ਘਟਾ ਦਿੱਤੀ ਜਾਵੇਗੀ। ਇਹ ਦੱਸ ਕੇ ਉਹਨੇ ਫੇਰ ਜੇਲ੍ਹ ਵਿਚ ਜਾ ਕੇ ਮੁਲਾਕਾਤਾਂ ਕਰਨ ਦੀ ਇਜਾਜ਼ਤ ਮੰਗੀ।

ਜਨਰਲ ਦੀ ਤਿਊੜੀ ਚੜ੍ਹ ਗਈ ਪਰ ਉਹ ਬੋਲਿਆ ਕੁਝ ਨਹੀਂ। ਜ਼ਾਹਿਰ ਸੀ ਕਿ ਉਹਨੂੰ ਇਹ ਗੱਲ ਚੰਗੀ ਨਹੀਂ ਲੱਗੀ ਕਿ ਖਾਣਾ ਖਾਂਦਿਆਂ ਕਾਰੋਬਾਰੀ ਗੱਲਾਂ ਕੀਤੀਆਂ ਜਾਣ।

"ਵੋਦਕਾ ਪੀਓਗੇ?" ਜਨਰਲ ਨੇ ਫਰਾਂਸੀਸੀ ਬੋਲ ਕੇ ਅੰਗ੍ਰੇਜ਼ ਨੂੰ ਪੁੱਛਿਆ ਜਿਹੜਾ ਅਜੇ ਮੇਜ਼ ਕੋਲ ਆਇਆ ਹੀ ਸੀ। ਅੰਗ੍ਰੇਜ਼ ਨੇ ਵੋਦਕਾ ਦੀ ਗਲਾਸੀ ਪੀ ਲਈ ਅਤੇ ਦੱਸਿਆ ਕਿ ਉਹ ਗਿਰਜਾ ਤੇ ਫੈਕਟਰੀ ਵੇਖ ਆਇਆ ਹੈ ਪਰ ਉਹ ਵੱਡੀ ਜੇਲ੍ਹ ਵੇਖਣੀ ਚਾਹੁੰਦਾ ਹੈ ਜਿਥੇ ਜਲਾਵਤਨਾਂ ਨੂੰ ਰੱਖਿਆ ਜਾਂਦਾ ਹੈ।

"ਵਾਹ, ਇਹ ਤਾਂ ਵਧੀਆ ਗੱਲ ਹੋਈ," ਜਨਰਲ ਨੇ ਨੇਖਲੀਊਦੋਵ ਨੂੰ ਆਖਿਆ, "ਦੋਵੇਂ ਇਕੱਠੇ ਹੀ ਚਲੇ ਜਾਣਾ ਭਾਵੇਂ। ਇਹਨਾਂ ਨੂੰ ਪਾਸ ਬਣਾ ਦਿਓ," ਉਸ ਨੇ ਏਡੀਕਾਂਗ ਨੂੰ ਸੰਬੋਧਨ ਕਰ ਕੇ ਆਖਿਆ।

"ਕਦੋਂ ਜਾਣਾ ਚਾਹੁੰਦੇ ਹੋ?" ਨੇਖਲੀਊਦੋਵ ਨੇ ਅੰਗ੍ਰੇਜ਼ ਨੂੰ ਪੁੱਛਿਆ।

"ਮੈਨੂੰ ਸ਼ਾਮ ਵੇਲੇ ਜੇਲ੍ਹਾਂ ਵੇਖਣਾ ਚੰਗਾ ਲੱਗਦਾ ਹੈ," ਅੰਗ੍ਰੇਜ਼ ਨੇ ਜਵਾਬ ਦਿੱਤਾ। "ਸਾਰੇ ਅੰਦਰ ਹੁੰਦੇ ਨੇ ਤੇ ਪਹਿਲਾਂ ਤੋਂ ਕਿਸੇ ਕਿਸਮ ਦੀ ਕੋਈ ਤਿਆਰੀ ਨਹੀਂ ਕੀਤੀ ਹੁੰਦੀ। ਕੈਦੀਆਂ ਨੂੰ ਤੁਸੀਂ ਉਹਨਾਂ ਦੀ ਅਸਲੀ ਹਾਲਤ ਵਿਚ ਵੇਖ ਸਕਦੇ ਹੋ।"

"ਵਾਹ, ਸਭਨਾਂ ਨੂੰ ਆਪਣੇ ਠਾਠ ਵਿਚ ਵੇਖਣਾ ਚਾਹੁੰਦੇ ਨੇ? ਵੇਖੋ, ਜ਼ਰੂਰ ਵੇਖੋ। ਮੈਂ ਕਈ ਵਾਰੀ ਲਿਖਿਆ ਹੈ, ਪਰ ਉਹ ਸੁਣਦੇ ਹੀ ਨਹੀਂ। ਸੋ ਹੁਣ ਉਹਨਾਂ ਨੂੰ ਬਦੇਸੀ ਅਖਬਾਰਾਂ ਵਿਚੋਂ ਪਤਾ ਲੱਗੇਗਾ," ਜਨਰਲ ਨੇ ਆਖਿਆ ਅਤੇ ਖਾਣੇ ਦੀ ਮੇਜ਼ ਕੋਲ ਆ ਗਿਆ ਜਿਥੇ ਮਾਲਕਣ ਮਹਿਮਾਨਾਂ ਨੂੰ ਆਪੋ-ਆਪਣੀ ਥਾਈਂ ਬਿਠਾ ਰਹੀ ਸੀ।

ਨੇਖਲੀਊਦੋਵ ਦੀ ਥਾਂ ਆਪਣੀ ਮੇਜ਼ਬਾਨਣ ਅਤੇ ਅੰਗ੍ਰੇਜ਼ ਦੇ ਵਿਚਕਾਰ ਸੀ। ਉਸ ਦੇ ਸਾਮ੍ਹਣੇ ਜਨਰਲ ਦੀ ਧੀ ਅਤੇ ਸਰਕਾਰੀ ਮਹਿਕਮੇ ਦਾ ਸਾਬਕਾ ਡਾਇਰੈਕਟਰ ਬੈਠੇ ਹੋਏ ਸਨ।

ਖਾਣਾ ਖਾਂਦਿਆਂ ਕਦੇ ਗਲਬਾਤ ਹੋਣ ਲੱਗਦੀ ਕਦੇ ਬੰਦ ਹੋ ਜਾਂਦੀ। ਇਕ ਪਲ ਅੰਗ੍ਰੇਜ਼ ਹਿੰਦੁਸਤਾਨ ਦੀਆਂ ਗੱਲਾਂ ਸੁਣਾ ਰਿਹਾ ਹੁੰਦਾ ਤੇ ਦੂਜੇ ਪਲ ਜਨਰਲ ਟੋਨਕਿਨ ਦੀ ਮੁਹਿਮ ਦੀ ਗੱਲ ਛੇੜ ਲੈਂਦਾ ਜਿਸ ਦੇ ਉਹ ਸਖਤ ਖਿਲਾਫ ਸੀ। ਫੇਰ ਸਾਇਬੇਰੀਆ ਵਿਚ ਚੱਪੇ ਚੱਪੇ ਫੈਲੀ ਰਿਸ਼ਵਤਖੋਰੀ ਅਤੇ ਭ੍ਰਿਸ਼ਟਾਚਾਰ ਦੀ ਗੱਲ ਤੁਰ ਪਈ। ਇਹਨਾਂ ਵਿਚੋਂ ਕਿਸੇ ਵੀ ਮਾਮਲੇ ਵਿਚ ਨੇਖਲੀਊਦੋਵ ਦੀ ਖਾਸ ਦਿਲਚਸਪੀ ਨਹੀਂ ਸੀ।

ਪਰ ਰੋਟੀ ਖਾਣ ਤੋਂ ਮਗਰੋਂ, ਕਾਫੀ ਪੀਂਦਿਆਂ ਨੇਖਲੀਊਦੋਵ, ਘਰ ਦੀ ਮਾਲਕਣ ਅਤੇ ਅੰਗ੍ਰੇਜ਼ ਮਹਿਮਾਨ ਵਿਚਾਲੇ ਗਲੈਡਸਟੋਨ ਬਾਰੇ ਬਹੁਤ ਹੀ ਦਿਲਚਸਪ ਗੱਲਾਂਬਾਤਾਂ ਤੁਰ ਪਈਆਂ। ਨੇਖਲੀਊਦੋਵ ਨੂੰ ਮਹਿਸੂਸ ਹੋਇਆ ਕਿ ਉਹ ਬੜੀਆਂ ਹੀ ਸਿਆਣੀਆਂ ਗੱਲਾਂ ਕਰ ਰਿਹਾ ਸੀ ਜਿਸ ਤੋਂ ਉਹਦੇ ਨਾਲ ਗਲਬਾਤ ਕਰਨ ਵਾਲੇ ਪ੍ਰਭਾਵਤ ਹੋਏ ਸਨ। ਖਾਣਾ ਬਹੁਤ ਵਧੀਆ ਸੀ ਤੇ ਉਹਦੇ ਨਾਲ ਸ਼ਰਾਬ ਵੀ ਬੜੀ ਵਧੀਆ ਸੀ। ਏਡੇ ਸਵਾਦੀ ਖਾਣੇ ਤੋਂ ਮਗਰੋਂ ਆਰਾਮ ਕੁਰਸੀ ਤੇ ਬੈਠ ਕੇ ਖਾਂਦੇ-ਪੀਂਦੇ ਤੇ ਮਿਲਣਸਾਰ ਬੰਦਿਆਂ ਨਾਲ ਗਲਬਾਤ ਕਰਨ ਤੇ ਕਾਫੀ ਦੀਆਂ ਚੁਸਕੀਆਂ ਭਰਨ ਦਾ ਹੋਰ ਵੀ ਬਹੁਤਾ ਸਵਾਦ ਆ ਰਿਹਾ ਸੀ। ਅਤੇ ਫੇਰ ਜਦੋਂ ਅੰਗ੍ਰੇਜ਼ ਮਹਿਮਾਨ ਦੀ ਬੇਨਤੀ ਉਤੇ ਮਾਲਕਣ ਤੇ ਮਹਿਕਮੇ ਦੇ ਸਾਬਕ ਡਾਇਰੈਕਟਰ ਨੇ ਮਿਲ ਕੇ ਪਿਆਨੋ ਉਤੇ ਰਿਆਜ਼ ਕਰ ਕਰ ਕੇ ਪਕਾਈ ਬੀਥੋਵਨ ਦੀ ਪੰਜਵੀਂ ਸਿੰਫਨੀ ਵਜਾਉਣੀ ਸ਼ੁਰੂ ਕੀਤੀ ਤਾਂ ਨੇਖਲੀਊਦੋਵ ਪੂਰਨ ਆਤਮ-ਸੰਤੁਸ਼ਟੀ ਦੀ ਅਵਸਥਾ ਨੂੰ ਪਹੁੰਚ ਗਿਆ ਜਿਸ ਤੋਂ ਉਹ ਮੁੱਦਤ ਤੋਂ ਅਣਭਿਜ ਸੀ। ਉਸ ਨੂੰ ਇਉਂ ਲੱਗਾ ਜਿਵੇਂ ਉਸ ਨੂੰ ਹੁਣੇ ਹੀ ਪਤਾ ਲੱਗਾ ਹੋਵੇ ਕਿ ਉਹ ਕੇਡਾ ਚੰਗਾ ਆਦਮੀ ਹੈ।

ਵੱਡਾ ਪਿਆਨੋ ਬੜਾ ਸ਼ਾਨਦਾਰ ਸਾਜ਼ ਸੀ ਤੇ ਸਿੰਫਨੀ ਬੜੀ ਪ੍ਰਬੀਨਤਾ ਨਾਲ ਵਜਾਈ ਗਈ ਸੀ। ਘਟੋ ਘਟ ਨੇਖਲੀਊਦੋਵ ਨੂੰ ਇਸ ਤਰ੍ਹਾਂ ਹੀ ਜਾਪਿਆ ਸੀ ਜਿਸ ਨੂੰ ਇਸ ਸਿੰਫਨੀ ਦਾ ਗਿਆਨ ਸੀ ਅਤੇ ਉਹਨੂੰ ਇਹ ਪਸੰਦ ਵੀ ਸੀ। ਖ਼ੂਬਸੂਰਤ ਵਿਲੰਬਤ ਤਾਲ ਦੀ ਗੱਲ ਸੁਣ ਕੇ ਉਹਦਾ ਦਿਲ ਆਪਣੇ ਬਹੁਤ ਸਾਰੇ ਗੁਣਾਂ ਤੋਂ ਏਨਾ ਟੁੰਬਿਆ ਗਿਆ ਕਿ ਉਹਦੇ ਨੱਕ ਵਿਚ ਸੁਰਸੁਰ ਹੋਣ ਲੱਗ ਪਈ।

ਨੇਖਲੀਊਦੋਵ ਨੇ ਆਪਣੀ ਮੇਜ਼ਬਾਨਣ ਦਾ ਸ਼ੁਕਰੀਆ ਅਦਾ ਕੀਤਾ ਕਿ ਜੋ ਆਨੰਦ ਉਸ ਨੇ ਅਜ ਮਾਣਿਆ ਹੈ ਉਹ ਬੜੇ ਚਿਰਾਂ ਤੋਂ ਉਸ ਤੋਂ ਵਿਰਵਾ ਸੀ। ਉਹ ਅਲਵਿਦਾ ਆਖ ਕੇ ਤੁਰਨ ਹੀ ਵਾਲਾ ਸੀ ਕਿ ਜਨਰਲ ਦੀ ਧੀ ਉਹਦੇ ਕੋਲ ਆਈ। ਉਸ ਦੇ ਚਿਹਰੇ ਤੋਂ ਦ੍ਰਿੜ੍ਹਤਾ ਟਪਕਦੀ ਸੀ। ਸ਼ਰਮਾ ਕੇ ਆਖਣ ਲੱਗੀ :

"ਤੁਸੀਂ ਮੇਰੇ ਬੱਚਿਆਂ ਬਾਰੇ ਪੁੱਛਦੇ ਸੀ। ਉਹਨਾਂ ਨੂੰ ਵੇਖਣਾ ਚਾਹੋਗੇ?"

"ਇਹ ਸਮਝਦੀ ਹੈ ਕਿ ਹਰ ਕੋਈ ਇਹਦੇ ਬੱਚਿਆਂ ਨੂੰ ਵੇਖਣਾ ਚਾਹੁੰਦਾ ਹੈ," ਆਪਣੀ ਧੀ ਦੇ ਅਲ੍ਹੜਪੁਣੇ ਤੇ ਮੁਸਕ੍ਰਾਉਂਦੀ ਹੋਈ ਉਹਦੀ ਮਾਂ ਨੇ ਆਖਿਆ। "ਪ੍ਰਿੰਸ ਨੂੰ ਇਹਦੇ ਵਿਚ ਕੋਈ ਦਿਲਚਸਪੀ ਨਹੀਂ।"

"ਨਹੀਂ, ਨਹੀਂ। ਗੱਲ ਸਗੋਂ ਉਲਟੀ ਹੈ। ਮੈਨੂੰ ਬੇਹੱਦ ਦਿਲਚਸਪੀ ਹੈ," ਨੇਖਲੀਊਦੋਵ ਨੇ ਆਖਿਆ। ਡੁਲ੍ਹ ਡੁਲ੍ਹ ਪੈਂਦੀ ਮਾਂ ਦੀ ਮਮਤਾ ਨੇ ਉਹਦੇ ਦਿਲ ਨੂੰ ਟੁੰਬ ਘੱਤਿਆ ਸੀ। "ਚਲੋ, ਮੈਨੂੰ ਉਹਨਾਂ ਕੋਲ ਲੈ ਚੱਲੋ।"

"ਪ੍ਰਿੰਸ ਨੂੰ ਆਪਣੇ ਨਿਆਣੇ ਵਿਖਾਉਣ ਲਿਜਾ ਰਹੀ ਹੈ," ਜਨਰਲ ਨੇ ਠਹਾਕੇ ਮਾਰ ਕੇ ਹੱਸਦਿਆਂ ਉੱਚੀ ਆਵਾਜ਼ ਵਿਚ ਆਖਿਆ। ਉਹ ਆਪਣੇ ਜੁਆਈ, ਸੋਨੇ ਦੀਆਂ ਖਾਣਾਂ ਦੇ ਮਾਲਕ ਤੇ ਏਡੀਕਾਂਗ ਨਾਲ ਬੈਠਾ ਤਾਸ਼ ਖੇਡ ਰਿਹਾ ਸੀ। "ਜਾਓ, ਜਾਓ, ਆਪਣਾ ਫਰਜ਼ ਪੂਰਾ ਕਰੋ।"

ਨੌਜਵਾਨ ਔਰਤ ਛੋਹਲੇ ਛੋਹਲੇ ਕਦਮ ਰੱਖਦੀ ਅੰਦਰਲੇ ਕਮਰਿਆਂ ਵੱਲ ਤੁਰ ਪਈ। ਇਸ ਖਿਆਲ ਨਾਲ ਉਹਦੇ ਅੰਦਰ ਇਕ ਹਲਚਲ ਮੱਚੀ ਹੋਈ ਸੀ ਕਿ ਹੁਣੇ ਹੀ ਉਹਦੇ ਬੱਚਿਆਂ ਬਾਰੇ ਰਾਇ ਜ਼ਾਹਿਰ ਕੀਤੀ ਜਾਏਗੀ। ਨੇਖਲੀਊਦੋਵ ਉਹਦੇ ਮਗਰ ਮਗਰ ਸੀ। ਉਹ ਤੀਜੇ ਕਮਰੇ ਵਿਚ ਪਹੁੰਚ ਗਏ। ਕਮਰਾ ਬਾਕੀਆਂ ਨਾਲੋਂ ਉੱਚਾ ਸੀ, ਕੰਧਾਂ ਉਤੇ ਚਿੱਟਾ ਕਾਗ਼ਜ਼ ਚੜ੍ਹਿਆ ਹੋਇਆ ਸੀ। ਇਕ ਪਾਸੇ ਇਕ ਲੈਂਪ ਬਲ ਰਹੀ ਸੀ ਜਿਸ ਉਤੇ ਸ਼ੇਡ ਲੱਗਾ ਹੋਇਆ ਸੀ। ਕਮਰੇ ਵਿਚ ਦੋ ਛੋਟੇ ਛੋਟੇ ਪੰਘੂੜੇ ਸਨ ਜਿਨ੍ਹਾਂ ਦੇ ਵਿਚਕਾਰ ਆਯਾ ਬੈਠੀ ਸੀ ਜਿਸ ਨੇ ਆਪਣੇ ਮੋਢਿਆਂ ਉਤੇ ਚਿੱਟਾ ਕੇਪ ਟਿਕਾਇਆ ਹੋਇਆ ਸੀ। ਉਹਦੇ ਚਿਹਰੇ ਤੋਂ ਪਿਆਰ ਤੇ ਕੋਮਲਤਾ ਟਪਕਦੀ ਸੀ ਜੋ ਕਿ ਸਾਇਬੇਰੀਆ ਦੇ ਲੋਕਾਂ ਦੀ ਖਾਸੀਅਤ ਹੈ, ਅਤੇ ਗੱਲ੍ਹਾਂ ਦੀਆਂ ਹੱਡੀਆਂ ਉੱਭਰੀਆਂ ਹੋਈਆਂ ਸਨ। ਉਹ ਉਠ ਕੇ ਖੜੀ ਹੋਈ ਤੇ ਝੁਕ ਕੇ ਸਲਾਮ ਕੀਤਾ। ਮਾਂ ਪਹਿਲੇ ਪੰਘੂੜੇ ਉਤੇ ਉੱਲਰੀ ਜਿਸ ਵਿਚ ਦੋ ਕੁ ਵਰ੍ਹਿਆਂ ਦੀ ਕੁੜੀ ਬੜੇ ਆਰਾਮ ਨਾਲ ਸੁੱਤੀ ਹੋਈ ਸੀ। ਉਹਦਾ ਨਿੱਕਾ ਜਿਹਾ ਮੂੰਹ ਖੁਲ੍ਹਾ ਸੀ ਅਤੇ ਲੰਮੇ ਲੰਮੇ ਕੁੰਡਲਾਂ ਵਾਲੇ ਵਾਲ ਸਿਰਹਾਣੇ ਉਤੇ ਖਿਲਰੇ ਹੋਏ ਸਨ।

"ਇਹਦਾ ਨਾਂ ਕਾਤੀਆ ਏ," ਚਿੱਟੇ ਤੇ ਨੀਲੇ ਰੰਗ ਦਾ ਬਣਿਆ ਹੋਇਆ ਕੰਬਲ ਸਿੱਧਾ ਕਰਦਿਆਂ ਮਾਂ ਨੇ ਆਖਿਆ। ਕੰਬਲ ਹੇਠੋਂ ਬੱਚੀ ਦੇ ਨਿੱਕੇ ਨਿੱਕੇ ਗੋਰੇ ਪੈਰ ਬਾਹਰ ਨਿਕਲੇ ਹੋਏ ਸਨ। "ਸੁਹਣੀ ਏ ਨਾ? ਹਾਲੇ ਮਸਾਂ ਦੋ ਸਾਲਾਂ ਦੀ ਏ।"

"ਬਹੁਤ ਸੁਹਣੀ ਹੈ।"

"ਤੇ ਇਹਦਾ ਨਾਂ ਏ ਵਾਸੀਊਕ। ਇਹਦੇ ਨਾਨੇ ਨੇ ਰੱਖਿਆ ਏ। ਬਿਲਕੁਲ ਵੱਖਰੀ

ਹੀ ਕਿਸਮ ਦਾ। ਸਾਇਬੇਰੀਆ ਦੇ ਲੋਕਾਂ ਵਰਗੀ ਸ਼ਕਲ, ਹੈ ਨਾ?"

"ਬੜਾ ਪਿਆਰਾ ਬੱਚਾ ਹੈ।" ਨੇਖਲੀਊਦੋਵ ਨੇ ਆਖਿਆ। ਉਹ ਢਿੱਡ ਦੇ ਭਾਰ ਸੁੱਤੇ ਪਏ ਗੋਲ ਮਟੋਲ ਬੱਚੇ ਵੱਲ ਵੇਖ ਰਿਹਾ ਸੀ।

"ਹੈ ਨਾ?" ਮਾਂ ਨੇ ਆਖਿਆ। ਉਹਦੇ ਚਿਹਰੇ ਉਤੇ ਮਾਣਮੱਤੀ ਮੁਸਕਾਨ ਖਿਰਕ ਪਈ ਸੀ।

ਨੇਖਲੀਊਦੋਵ ਦੀ ਕਲਪਨਾ ਵਿਚ ਬੇੜੀਆਂ ਹੱਥਕੜੀਆਂ, ਮੁੰਨੇ ਹੋਏ ਸਿਰ, ਲੜਾਈਆਂ ਝਗੜੇ ਤੇ ਵਿਭਚਾਰ ਦੀਆਂ ਵਾਰਦਾਤਾਂ, ਮਰ ਰਹੇ ਕ੍ਰਿਲਤਸੋਵ ਦੀ ਸ਼ਕਲ, ਕਾਤੀਊਸ਼ਾ ਤੇ ਉਹਦੀ ਬੀਤੀ ਜ਼ਿੰਦਗੀ ਦੀ ਝਾਕੀ ਸਾਕਾਰ ਹੋ ਗਈ। ਉਹਨੂੰ ਈਰਖਾ ਮਹਿਸੂਸ ਹੋਣ ਲੱਗੀ। ਉਹਦਾ ਦਿਲ ਇਸ ਨਿਰਮਲ ਸਭਿਅ ਖੁਸ਼ੀ ਵਿਚੋਂ, ਜਿਹੜੀ ਉਸ ਨੇ ਵੇਖੀ ਸੀ, ਹਿੱਸਾ ਵੰਡਾਉਣ ਨੂੰ ਤਾਂਘਣ ਲੱਗ ਪਿਆ ਸੀ।

ਨੇਖਲੀਊਦੋਵ ਬੱਚਿਆਂ ਦੀਆਂ ਸਿਫਤਾਂ ਕਰ ਕਰ ਨਹੀਂ ਸੀ ਥੱਕਦਾ। ਇਸ ਤੋਂ ਕਿਸੇ ਹੱਦ ਤੱਕ ਜ਼ਰੂਰ ਮਾਂ ਦਾ ਜੀਅ ਰਾਜ਼ੀ ਹੋਇਆ ਹੋਵੇਗਾ ਜਿਹੜੀ ਇਹਨਾਂ ਸਿਫਤਾਂ ਨੂੰ ਬੜੇ ਧਿਆਨ ਨਾਲ ਕੰਨ ਲਾ ਕੇ ਸੁਣ ਰਹੀ ਸੀ। ਬੱਚਿਆਂ ਨੂੰ ਵੇਖ ਕੇ ਨੇਖਲੀਊਦੋਵ ਉਹਨਾਂ ਦੀ ਮਾਂ ਦੇ ਮਗਰ ਮਗਰ ਬੈਠਕ ਵਿਚ ਆ ਗਿਆ ਜਿਥੇ, ਜਿਵੇਂ ਕਿ ਬੰਦੋਬਸਤ ਕੀਤਾ ਗਿਆ ਸੀ, ਅੰਗ੍ਰੇਜ਼ ਬੈਠਾ ਜੇਲ੍ਹ ਜਾਣ ਵਾਸਤੇ ਨੇਖਲੀਊਦੋਵ ਦੀ ਉਡੀਕ ਕਰ ਰਿਹਾ ਸੀ। ਆਪਣੇ ਮੇਜ਼ਬਾਨ ਦੇ ਘਰ ਛੋਟੇ ਵੱਡੇ ਸਭਨਾਂ ਨੂੰ ਅਲਵਿਦਾ ਆਖ ਕੇ ਅੰਗ੍ਰੇਜ਼ ਅਤੇ ਨੇਖਲੀਊਦੋਵ ਬਾਹਰ ਡਿਉੜੀ ਵਿਚ ਆ ਗਏ।

ਮੌਸਮ ਬਦਲ ਗਿਆ ਸੀ। ਬਰਫ ਪੈ ਰਹੀ ਸੀ ਅਤੇ ਸੜਕ, ਛੱਤਾਂ, ਬਾਗ ਵਿਚ ਦਰੱਖਤ, ਪੋਰਚ ਦੀਆਂ ਪੌੜੀਆਂ, ਬੱਘੀ ਦੀ ਛੱਤ ਅਤੇ ਘੋੜੇ ਦੀ ਪਿੱਠ—ਸਭ ਕੁਝ ਬਰਫ ਦੇ ਮੋਟੇ ਮੋਟੇ ਗੋਹੜਿਆਂ ਹੇਠ ਕੱਜਿਆ ਗਿਆ ਸੀ। ਅੰਗ੍ਰੇਜ਼ ਕੋਲ ਆਪਣੀ ਬੱਘੀ ਸੀ। ਉਸ ਦੇ ਕੋਚਵਾਨ ਨੂੰ ਜੇਲ੍ਹ ਵੱਲ ਚਲਣ ਲਈ ਆਖ ਕੇ ਨੇਖਲੀਊਦੋਵ ਨੇ ਆਪਣੀ ਬੱਘੀ ਬੁਲਾਈ ਤੇ ਉਸ ਵਿਚ ਇਕੱਲਾ ਬੈਠਾ ਅੰਗ੍ਰੇਜ਼ ਦੀ ਬੱਘੀ ਦੇ ਮਗਰ ਮਗਰ ਤੁਰ ਪਿਆ। ਇਸ ਅਸੁਖਾਵੇਂ ਫਰਜ਼ ਨੂੰ ਪੂਰਾ ਕਰਨ ਦਾ ਉਹ ਆਪਣੇ ਦਿਲ ਉਤੇ ਇਕ ਭਾਰ ਜਿਹਾ ਮਹਿਸੂਸ ਕਰ ਰਿਹਾ ਸੀ। ਪੋਲੀ ਪੋਲੀ ਬਰਫ ਉਤੇ ਬਘੀ ਬੜੀ ਮੁਸ਼ਕਲ ਨਾਲ ਚਲ ਰਹੀ ਸੀ।

੨੫

ਰੌਸ਼ਨ ਖਿੜਕੀਆਂ ਦੀ ਇਕ ਲੰਮੀ ਕਤਾਰ ਵਾਲੀ ਜੇਲ੍ਹ ਦੀ ਉਦਾਸ ਇਮਾਰਤ ਜਿਸ ਦੇ ਸਾਮ੍ਹਣੇ ਸੰਤਰੀ ਖੜਾ ਸੀ ਤੇ ਫਾਟਕ ਨਾਲ ਬਲਦੀ ਲੈਂਪ ਲਟਕ ਰਹੀ ਸੀ, ਪੋਰਚ,

ਛੱਤ ਅਤੇ ਕੰਧਾਂ ਵਗੈਰਾ ਉਤੇ ਬਰਫ ਦੀ ਚਿੱਟੀ ਚਾਦਰ ਵਿੱਛ ਜਾਣ ਦੇ ਬਾਵਜੂਦ, ਸਵੇਰ ਨਾਲੋਂ ਵੀ ਬਹੁਤੀ ਉਦਾਸ ਲੱਗ ਰਹੀ ਸੀ।

ਜੇਲ੍ਹ ਦਾ ਬਾਰੁਹਬ ਇੰਸਪੈਕਟਰ ਫਾਟਕ ਤੇ ਆਇਆ। ਉਸ ਨੇ ਲੈਂਪ ਦੇ ਚਾਨਣ ਵਿਚ ਉਹ ਪਾਸ ਪੜ੍ਹਿਆ ਜਿਹੜਾ ਨੇਖਲੀਊਦੋਵ ਤੇ ਅੰਗ੍ਰੇਜ਼ ਨੂੰ ਦਿੱਤਾ ਗਿਆ ਸੀ ਅਤੇ ਹੈਰਾਨੀ ਨਾਲ ਆਪਣੇ ਸੁਡੌਲ ਮੋਢੇ ਛੰਡੇ। ਪਰ ਤਾਂ ਵੀ ਹੁਕਮ ਦਾ ਪਾਲਣ ਕਰਦਿਆਂ ਉਸ ਨੇ ਉਹਨਾਂ ਦੋਵਾਂ ਨੂੰ ਆਪਣੇ ਮਗਰ ਮਗਰ ਅੰਦਰ ਆਉਣ ਲਈ ਕਿਹਾ। ਵਿਹੜਾ ਪਾਰ ਕਰ ਕੇ ਉਹ ਸੱਜੇ ਹੱਥ ਇਕ ਦਰਵਾਜ਼ੇ ਵਿਚੋਂ ਲੰਘੇ ਅਤੇ ਦਫਤਰ ਦੀਆਂ ਪੌੜੀਆਂ ਚੜ੍ਹ ਗਏ। ਉਸ ਨੇ ਉਹਨਾਂ ਨੂੰ ਕੁਰਸੀਆਂ ਤੇ ਬਿਠਾਇਆ ਤੇ ਫੇਰ ਪੁੱਛਿਆ ਕਿ ਉਹ ਉਹਨਾਂ ਦੀ ਕੀ ਸੇਵਾ ਕਰ ਸਕਦਾ ਹੈ। ਨੇਖਲੀਊਦੋਵ ਨੇ ਜਦੋਂ ਉਹਨੂੰ ਆਖਿਆ ਕਿ ਉਹ ਹੁਣੇ ਮਾਸਲੋਵਾ ਨੂੰ ਮਿਲਣਾ ਚਾਹੁੰਦਾ ਹੈ ਤਾਂ ਇੰਸਪੈਕਟਰ ਨੇ ਇਕ ਵਾਰਡਰ ਨੂੰ ਆਖਿਆ ਕਿ ਉਹ ਮਾਸਲੋਵਾ ਨੂੰ ਸੱਦ ਲਿਆਵੇ। ਇਸ ਤੋਂ ਮਗਰੋਂ ਉਹ ਉਹਨਾਂ ਸਵਾਲਾਂ ਦੇ ਜਵਾਬ ਦੇਣ ਲਈ ਤਿਆਰ ਹੋ ਗਿਆ ਜਿਹੜੇ ਅੰਗ੍ਰੇਜ਼ ਨੇ ਪੁੱਛਣੇ ਸ਼ੁਰੂ ਕਰ ਦਿੱਤੇ ਸਨ। ਨੇਖਲੀਊਦੋਵ ਦੋਹਾਂ ਵਿਚਕਾਰ ਦੁਭਾਸ਼ੀਏ ਦਾ ਕੰਮ ਕਰ ਰਿਹਾ ਸੀ।

"ਇਹ ਜੇਲ੍ਹ ਕਿੰਨੇ ਬੰਦਿਆਂ ਨੂੰ ਰੱਖਣ ਵਾਸਤੇ ਬਣਾਈ ਗਈ ਹੈ?" ਅੰਗ੍ਰੇਜ਼ ਨੇ ਪੁੱਛਿਆ। "ਇਸ ਵਿਚ ਕਿੰਨੇ ਕੈਦੀ ਇਸ ਵੇਲੇ ਮੌਜੂਦ ਹਨ?... ਮਰਦ ਕਿੰਨੇ ਹਨ?... ਔਰਤਾਂ ਕਿੰਨੀਆਂ?... ਬੱਚੇ?... ਕਿੰਨਿਆਂ ਨੂੰ ਕੈਦ ਬਾ-ਮੁਸ਼ੱਕਤ ਦੀ ਸਜ਼ਾ ਹੈ?... ਜਲਾਵਤਨੀ ਦੀ ਸਜ਼ਾ ਵਾਲੇ ਕਿੰਨੇ ਹਨ?... ਬੀਮਾਰ ਕਿੰਨੇ ਹਨ?"

ਨੇਖਲੀਊਦੋਵ ਨੇ ਅੰਗ੍ਰੇਜ਼ ਦੇ ਅਤੇ ਇੰਸਪੈਕਟਰ ਦੇ ਸ਼ਬਦਾਂ ਦਾ ਅਨੁਵਾਦ ਕਰ ਦਿੱਤਾ ਸੀ ਪਰ ਉਹਨਾਂ ਦੇ ਅਰਥਾਂ ਵੱਲ ਕੋਈ ਧਿਆਨ ਨਹੀਂ ਸੀ ਦਿਤਾ। ਮਾਸਲੋਵਾ ਨਾਲ ਹੋਣ ਵਾਲੀ ਮੁਲਾਕਾਤ ਦੇ ਖਿਆਲ ਨਾਲ ਉਸ ਨੂੰ ਕੁਝ ਬੇਚੈਨੀ ਜਿਹੀ ਮਹਿਸੂਸ ਹੋਣ ਲੱਗ ਪਈ ਸੀ। ਵੈਸੇ ਇਸ ਤਰ੍ਹਾਂ ਦੀ ਕਿਸੇ ਗੱਲ ਦੀ ਉਹਨੂੰ ਆਸ ਨਹੀਂ ਸੀ। ਉਹ ਅੰਗ੍ਰੇਜ਼ ਦੇ ਇਕ ਫਿਕਰੇ ਦਾ ਅਨੁਵਾਦ ਕਰ ਰਿਹਾ ਸੀ ਜਦੋਂ ਨੇੜੇ ਆਉਂਦੇ ਕਦਮਾਂ ਦੀ ਆਵਾਜ਼ ਆਈ, ਦਫਤਰ ਦਾ ਬੂਹਾ ਖੁਲ੍ਹਿਆ, ਅਤੇ ਜਿਵੇਂ ਪਹਿਲਾਂ ਕਈ ਵਾਰੀ ਹੋ ਚੁੱਕਿਆ ਸੀ ਵਾਰਡਰ ਅੰਦਰ ਆਇਆ ਤੇ ਉਹਦੇ ਮਗਰ ਮਗਰ ਕਾਤੀਊਸ਼ਾ ਦਾਖਲ ਹੋ ਗਈ। ਕਾਤੀਊਸ਼ਾ ਨੇ ਆਪਣੇ ਸਿਰ ਉਤੇ ਰੁਮਾਲ ਬੰਨ੍ਹਿਆ ਹੋਇਆ ਸੀ ਤੇ ਕੈਦੀਆਂ ਵਾਲੀ ਜੈਕਟ ਪਾਈ ਹੋਈ ਸੀ। ਉਸ ਨੂੰ ਵੇਖਦਿਆਂ ਹੀ ਨੇਖਲੀਊਦੋਵ ਨਿਮੋਝੂਣ ਜਿਹਾ ਹੋ ਗਿਆ।

"ਮੈਂ ਜਿਊਣਾ ਚਾਹੁੰਦਾ ਹਾਂ। ਮੈਂ ਚਾਹੁੰਦਾ ਹਾਂ ਮੇਰਾ ਪਰਵਾਰ ਹੋਵੇ, ਬੱਚੇ ਹੋਣ, ਮੈਂ ਬੰਦਿਆਂ ਵਾਂਗ ਜਿਊਣਾ ਚਾਹੁੰਦਾ ਹਾਂ।" ਜਦੋਂ ਅੱਖਾਂ ਨੀਵੀਆਂ ਪਾਈ ਤੇ ਛੋਹਲੇ ਛੋਹਲੇ ਕਦਮ ਪੁਟਦੀ ਕਾਤੀਊਸ਼ਾ ਕਮਰੇ ਅੰਦਰ ਆਈ ਤੇ ਅਚਾਨਕ ਨੇਖਲੀਊਦੋਵ ਦੇ ਮਨ ਵਿਚ ਇਹ ਖਿਆਲ ਇਕ ਲਹਿਰ ਵਾਂਗ ਫਿਰ ਗਏ।

ਉਹ ਉੱਠਿਆ ਤੇ ਉਹਨੂੰ ਮਿਲਣ ਵਾਸਤੇ ਕੁਝ ਕਦਮ ਅੱਗੇ ਹੋਇਆ। ਉਸ ਨੂੰ

ਕਾਤੀਊਸ਼ਾ ਦਾ ਚਿਹਰਾ ਘੁੱਟਿਆ ਵੱਟਿਆ ਤੇ ਨਾਖੁਸ਼ਗਵਾਰ ਜਿਹਾ ਜਾਪਿਆ। ਅੱਜ ਵੀ ਉਹਦਾ ਚਿਹਰਾ ਉਸ ਤਰ੍ਹਾਂ ਦਾ ਸੀ ਜਿਸ ਤਰ੍ਹਾਂ ਦਾ ਉਸ ਵੇਲੇ ਸੀ ਜਦੋਂ ਉਹਨੇ ਨੇਖਲੀਊਦੋਵ ਨੂੰ ਝਾੜਿਆ ਫਿਟਕਾਰਿਆ ਸੀ। ਉਹ ਸ਼ਰਮਾ ਗਈ ਤੇ ਉਹਦਾ ਰੰਗ ਉੱਡ ਗਿਆ, ਘਬਰਾਈ ਹੋਈ ਉਹ ਆਪਣੀਆਂ ਉਂਗਲਾਂ ਨਾਲ ਜੈਕਟ ਦੇ ਇਕ ਸਿਰੇ ਨੂੰ ਮਰੋੜੀ ਜਾ ਰਹੀ ਸੀ। ਇਕ ਵਾਰ ਉਹਨੇ ਨਜ਼ਰ ਚੁੱਕ ਕੇ ਨੇਖਲੀਊਦੋਵ ਵੱਲ ਵੇਖਿਆ ਤੇ ਫੇਰ ਨੀਵੀਂ ਪਾ ਲਈ।

"ਤੁਹਾਨੂੰ ਪਤਾ ਹੈ, ਤੁਹਾਡੀ ਸਜ਼ਾ ਘਟ ਗਈ ਹੈ?"

"ਹਾਂ, ਵਾਰਡਰ ਨੇ ਮੈਨੂੰ ਦੱਸਿਆ ਸੀ।"

"ਸੋ ਅਸਲ ਚਿੱਠੀ ਆਉਂਦਿਆਂ ਹੀ ਤੁਸੀਂ ਬਾਹਰ ਆ ਜਾਓਗੇ ਤੇ ਫੇਰ ਫੈਸਲਾ ਕਰ ਸਕੋਗੇ ਕਿ ਕਿਥੇ ਰਹਿਣਾ ਟਿਕਣਾ ਹੈ। ਅਸੀਂ ਵਿਚਾਰ ਕਰ ਲਾਵਾਂਗੇ..."

ਕਾਤੀਊਸ਼ਾ ਨੇ ਫੌਰਨ ਉਹਦੀ ਗੱਲ ਟੁੱਕ ਦਿੱਤੀ:

"ਮੈਂ ਕੀ ਵਿਚਾਰਨਾ ਏ? ਜਿਥੇ ਵਲਾਦੀਮੀਰ ਸਿਮੋਨਸਨ ਜਾਵੇਗਾ, ਓਥੇ ਹੀ ਮੈਂ ਵੀ ਉਹਦੇ ਨਾਲ ਜਾਵਾਂਗੀ।"

ਆਪਣੇ ਅੰਦਰ ਮਚੀ ਹਲਚਲ ਦੇ ਬਾਵਜੂਦ ਉਸ ਨੇ ਨਜ਼ਰ ਚੁੱਕ ਕੇ ਉਹਦੇ ਵੱਲ ਵੇਖਿਆ ਅਤੇ ਛੇਤੀ ਛੇਤੀ ਪਰ ਸਾਫ ਸਾਫ ਇਹ ਲਫ਼ਜ਼ ਆਖ ਦਿੱਤੇ। ਲੱਗਦਾ ਸੀ ਜਿਵੇਂ ਉਸ ਨੇ ਪਹਿਲਾਂ ਹੀ ਸੋਚਿਆ ਹੋਇਆ ਸੀ ਕਿ ਕੀ ਆਖਣਾ ਹੈ।

"ਸਚਮੁਚ?"

"ਗੱਲ ਇਹ ਐ, ਦਮਿਤਰੀ ਇਵਾਨੋਵਿਚ, ਉਹ ਚਾਹੁੰਦਾ ਏ ਕਿ ਮੈਂ ਉਹਦੇ ਨਾਲ ਰਹਾਂ..." ਉਹ ਡਰ ਕੇ ਚੁੱਪ ਹੋ ਗਈ ਤੇ ਆਪਣੀ ਗ਼ਲਤੀ ਨੂੰ ਠੀਕ ਕਰਦੀ ਹੋਈ ਬੋਲੀ, "ਉਹ ਚਾਹੁੰਦਾ ਏ ਕਿ ਮੈਂ ਓਹਦੇ ਨੇੜੇ ਰਹਾਂ। ਮੈਨੂੰ ਹੋਰ ਕੀ ਚਾਹੀਦਾ ਏ? ਮੈਨੂੰ ਤਾਂ ਇਹ ਸੁਖ ਹੀ ਗਿਣਨਾ ਚਾਹੀਦੈ। ਹੋਰ ਮੇਰੇ ਵਾਸਤੇ ਰੱਖਿਆ ਹੀ ਕੀ ਏ?..."

"ਦੋਹਾਂ 'ਚੋਂ ਇਕ ਗੱਲ ਹੈ," ਨੇਖਲੀਊਦੋਵ ਸੋਚ ਰਿਹਾ ਸੀ। "ਜਾਂ ਤਾਂ ਇਸ ਨੂੰ ਸਿਮੋਨਸਨ ਨਾਲ ਮੁਹੱਬਤ ਹੋ ਗਈ ਹੈ ਤੇ ਇਹਨੂੰ ਮੇਰੀ ਉਸ ਕੁਰਬਾਨੀ ਦੀ ਕੋਈ ਲੋੜ ਨਹੀਂ ਜਿਹੜੀ ਆਪਣੇ ਖਿਆਲ ਮੁਤਾਬਿਕ ਮੈਂ ਇਹਦੇ ਵਾਸਤੇ ਕਰ ਰਿਹਾ ਸਾਂ। ਜਾਂ ਫੇਰ ਇਹ ਹਾਲੇ ਵੀ ਮੈਨੂੰ ਪਿਆਰ ਕਰਦੀ ਹੈ, ਤੇ ਮੈਨੂੰ ਮੇਰੀ ਖਾਤਰ ਹੀ ਛੱਡ ਰਹੀ ਹੈ ਅਤੇ ਸਿਮੋਨਸਨ ਨਾਲ ਆਪਣੀ ਕਿਸਮਤ ਦੀਆਂ ਤੰਦਾਂ ਜੋੜ ਕੇ ਆਪਣਾ ਬੇੜਾ ਗਰਕ ਕਰ ਰਹੀ ਹੈ।" ਤੇ ਉਹ ਸ਼ਰਮਸਾਰ ਜਿਹਾ ਹੋ ਗਿਆ। ਉਸ ਨੂੰ ਲੱਗਾ ਕਿ ਉਹਦਾ ਚਿਹਰਾ ਲਾਲ ਹੁੰਦਾ ਜਾ ਰਿਹਾ ਸੀ।

"ਜੇ ਤੁਸੀਂ ਉਹਨੂੰ ਪਿਆਰ ਕਰਦੇ ਹੋ..." ਉਹਨੇ ਆਖਿਆ।

"ਪਿਆਰ ਕਰਦੀ ਆਂ ਜਾਂ ਨਹੀਂ ਕਰਦੀ, ਇਸ ਨਾਲ ਕੀ ਫਰਕ ਪੈਂਦਾ ਏ? ਇਹ ਸਭ ਗੱਲਾਂ ਪੁਰਾਣੀਆਂ ਹੋ ਗਈਆਂ। ਤੇ ਨਾਲੇ ਵਲਾਦੀਮੀਰ ਸਿਮੋਨਸਨ ਬੜਾ ਹੀ ਨਿਰਾਲੀ ਕਿਸਮ ਦਾ ਬੰਦਾ ਏ।"

"ਹਾਂ, ਇਹ ਤਾਂ ਠੀਕ ਹੈ," ਨੇਖਲੀਊਦੋਵ ਆਖਣ ਲੱਗਾ। "ਉਹ ਕਮਾਲ ਦਾ ਆਦਮੀ ਹੈ, ਤੇ ਮੇਰਾ ਖ਼ਿਆਲ ਹੈ..."

ਪਰ ਕਾਤੀਊਸ਼ਾ ਨੇ ਫੇਰ ਉਹਦੀ ਗੱਲ ਟੁਕ ਦਿੱਤੀ ਜਿਵੇਂ ਡਰਦੀ ਹੋਵੇ ਕਿ ਜਾਂ ਤਾਂ ਉਹ ਬਹੁਤ ਕੁਝ ਆਖ ਦੇਵੇਗੀ ਜਾਂ ਉਹ ਆਪਣੀ ਗੱਲ ਨਹੀਂ ਆਖ ਸਕੇਗੀ।

"ਨਹੀਂ, ਦਮਿਤਰੀ ਇਵਾਨੋਵਿਚ, ਮੈਨੂੰ ਮਾਫ ਕਰ ਦਿਓ ਜੇ ਮੈਂ ਉਹ ਕੁਝ ਨਹੀਂ ਕਰ ਰਹੀ ਜੋ ਤੁਹਾਡੀ ਖਾਹਿਸ਼ ਏ," ਤੇ ਉਸ ਨੇ ਆਪਣੀਆਂ ਟੀਰੀਆਂ ਅੱਖਾਂ ਨਾਲ ਜਿਨ੍ਹਾਂ ਦੀ ਥਾਹ ਪਾਉਣਾ ਔਖਾ ਸੀ, ਉਹਦੇ ਵੱਲ ਵੇਖਿਆ। "ਹਾਂ, ਬਿਲਕੁਲ ਏਸੇ ਹੀ ਤਰ੍ਹਾਂ ਹੋਣਾ ਚਾਹੀਦਾ ਏ। ਤੁਹਾਨੂੰ ਵੀ ਜਿਊਣਾ ਚਾਹੀਦੈ।"

ਉਹਨੇ ਬਿਲਕੁਲ ਓਹੋ ਗੱਲ ਆਖੀ ਸੀ ਜਿਹੜੀ ਕੁਝ ਕੁ ਪਲ ਹੋਏ ਨੇਖਲੀਊਦੋਵ ਦੇ ਮਨ ਵਿਚ ਆਈ ਸੀ। ਪਰ ਇਸ ਵੇਲੇ ਉਹਦੇ ਮਨ ਵਿਚ ਇਸ ਤਰ੍ਹਾਂ ਦਾ ਕੋਈ ਖਿਆਲ ਨਹੀਂ ਸੀ। ਇਸ ਵੇਲੇ ਤਾਂ ਉਹ ਬਿਲਕੁਲ ਵਖਰੀ ਤਰ੍ਹਾਂ ਸੋਚ ਰਿਹਾ ਤੇ ਮਹਿਸੂਸ ਕਰ ਰਿਹਾ ਸੀ। ਕਾਤੀਊਸ਼ਾ ਦੇ ਜਾਣ ਨਾਲ ਜੋ ਕੁਝ ਓਹਦੇ ਹਥੋਂ ਨਿਕਲ ਜਾਣਾ ਸੀ ਉਸ ਦੀ ਉਹਨੂੰ ਸ਼ਰਮਿੰਦਗੀ ਹੀ ਨਹੀਂ ਝੋਰਾ ਵੀ ਮਹਿਸੂਸ ਹੋ ਰਿਹਾ ਸੀ।

"ਮੈਨੂੰ ਇਸ ਗੱਲ ਦੀ ਆਸ ਨਹੀਂ ਸੀ," ਉਹਨੇ ਆਖਿਆ।

"ਤੁਸੀਂ ਭਲਾ ਕਿਉਂ ਏਥੇ ਰਹੋ ਤੇ ਦੁਖੜੇ ਝੱਲੋ? ਬਥੇਰਾ ਦੁਖ ਭੋਗ ਲਿਐ ਤੁਸੀਂ," ਉਸ ਨੇ ਆਖਿਆ। ਉਹਦੇ ਬੁਲ੍ਹਾਂ ਤੇ ਇਕ ਅਜੀਬ ਕਿਸਮ ਦੀ ਮੁਸਕਾਨ ਆ ਗਈ ਸੀ।

"ਮੈਂ ਕੋਈ ਦੁਖ ਨਹੀਂ ਭੋਗਿਆ। ਮੇਰੇ ਵਾਸਤੇ ਇਹ ਚੰਗਾ ਰਿਹਾ ਤੇ ਮੈਂ ਚਾਹੁੰਦਾ ਹਾਂ ਜਿੰਨਾ ਚਿਰ ਹੋ ਸਕੇ ਤੁਹਾਡੀ ਸੇਵਾ ਕਰਦਾ ਰਹਾਂ।"

"ਸਾਨੂੰ..." "ਸਾਨੂੰ" ਆਖ ਕੇ ਉਹਨੇ ਨੇਖਲੀਊਦੋਵ ਵੱਲ ਵੇਖਿਆ... "ਸਾਨੂੰ ਕੁਝ ਨਹੀਂ ਚਾਹੀਦਾ। ਤੁਸੀਂ ਪਹਿਲਾਂ ਹੀ ਮੇਰੇ ਵਾਸਤੇ ਬੜਾ ਕੁਝ ਕੀਤਾ ਏ। ਜੇ ਤੁਸੀਂ ਨਾ ਹੁੰਦੇ..." ਉਹ ਕੁਝ ਹੋਰ ਕਹਿਣਾ ਚਾਹੁੰਦੀ ਸੀ ਪਰ ਉਹਦੀ ਆਵਾਜ਼ ਥਿੜਕ ਗਈ।

"ਕਿਸੇ ਵੀ ਤਰ੍ਹਾਂ ਮੇਰਾ ਸ਼ੁਕਰੀਆ ਅਦਾ ਕਰਨ ਦੀ ਕੋਈ ਵਜਾਹ ਨਹੀਂ," ਨੇਖਲੀਊਦੋਵ ਨੇ ਆਖਿਆ।

"ਲੇਖਾ ਜੋਖਾ ਕਰਨ ਦਾ ਕੀ ਫਾਇਦਾ? ਰੱਬ ਹੀ ਕਰੂ ਸਾਡਾ ਲੇਖਾ ਜੋਖਾ," ਉਸ ਨੇ ਆਖਿਆ ਅਤੇ ਗਲੇਡੂਆਂ ਨਾਲ ਭਰ ਆਈਆਂ ਉਹਦੀਆਂ ਕਾਲੀਆਂ ਅੱਖਾਂ ਲਿਸ਼ਕਣ ਲੱਗ ਪਈਆਂ।

"ਕੇਡੀ ਨੇਕ ਔਰਤ ਹੋ ਤੁਸੀਂ," ਉਸ ਨੇ ਆਖਿਆ।

"ਮੈਂ, ਨੇਕ?" ਉਸ ਨੇ ਅਥਰੂ ਕੇਰਦਿਆਂ ਆਖਿਆ, ਅਤੇ ਇਕ ਦਰਦਨਾਕ ਮੁਸਕ੍ਰਾਹਟ ਨਾਲ ਓਹਦਾ ਚਿਹਰਾ ਖਿੜ ਪਿਆ।

"Are you ready?* ਅੰਗ੍ਰੇਜ਼ ਨੇ ਪੁੱਛਿਆ।

"Directly," ** ਨੇਖਲੀਊਦੋਵ ਨੇ ਆਖਿਆ ਤੇ ਕਾਤੀਊਸ਼ਾ ਕੋਲੋਂ ਕ੍ਰਿਲਤਸੋਵ ਦਾ ਹਾਲ ਪੁੱਛਣ ਲੱਗਾ।

ਕਾਤੀਊਸ਼ਾ ਨੇ ਆਪਣੇ ਮਨ ਨੂੰ ਟਿਕਾਣੇ ਕੀਤਾ ਅਤੇ ਜੋ ਕੁਝ ਉਸ ਨੂੰ ਪਤਾ ਸੀ ਝਟ ਪਟ ਦੱਸ ਦਿੱਤਾ। ਕ੍ਰਿਲਤਸੋਵ ਬਹੁਤ ਹੀ ਕਮਜ਼ੋਰ ਹੋ ਗਿਆ ਸੀ ਤੇ ਉਸ ਨੂੰ ਮਰੀਜ਼ਖਾਨੇ ਭੇਜ ਦਿੱਤਾ ਗਿਆ ਸੀ। ਮਾਰੀਆ ਪਾਵਲੋਵਨਾ ਬੜੀ ਫਿਕਰਮੰਦ ਸੀ ਤੇ ਉਹਨੇ ਅਰਜ਼ੀ ਦਿੱਤੀ ਸੀ ਕਿ ਉਹਨੂੰ ਨਰਸ ਬਣਾ ਕੇ ਮਰੀਜ਼ਖਾਨੇ ਭੇਜ ਦਿੱਤਾ ਜਾਵੇ, ਪਰ ਉਹਨੂੰ ਇਜਾਜ਼ਤ ਨਹੀਂ ਸੀ ਮਿਲੀ।

"ਮੈਂ ਚੱਲਾਂ?" ਕਾਤੀਊਸ਼ਾ ਨੇ ਅੰਗ੍ਰੇਜ਼ ਨੂੰ ਉਡੀਕ ਵਿਚ ਖਲੋਤਾ ਵੇਖ ਕੇ ਨੇਖਲੀਊਦੋਵ ਤੋਂ ਪੁੱਛਿਆ।

"ਮੈਂ ਹਾਲੇ ਅਲਵਿਦਾ ਨਹੀਂ ਆਖਾਂਗਾ। ਮੈਂ ਤੁਹਾਨੂੰ ਫੇਰ ਮਿਲਾਂਗਾ।" ਨੇਖਲੀਊਦੋਵ ਨੇ ਕਿਹਾ।

"ਮੈਨੂੰ ਮਾਫ ਕਰ ਦਿਓ," ਕਾਤੀਊਸ਼ਾ ਨੇ ਏਨੀ ਹੌਲੀ ਆਖਿਆ ਕਿ ਬੋਲ ਮਸਾਂ ਹੀ ਨੇਖਲੀਊਦੋਵ ਦੇ ਕੰਨੀਂ ਪਏ। ਉਹਨਾਂ ਦੀਆਂ ਅੱਖਾਂ ਮਿਲੀਆਂ। ਉਸ ਦੀਆਂ ਟੀਰੀਆਂ ਅੱਖਾਂ ਦੀ ਅਜੀਬ ਤਕਣੀ ਤੇ ਉਸ ਦਰਦਨਾਕ ਮੁਸਕਾਨ ਤੋਂ ਜਿਸ ਨਾਲ ਉਹਨੇ ਇਹ ਲਫਜ਼ ਆਖੇ ਸਨ, ਨੇਖਲੀਊਦੋਵ ਜਾਣ ਗਿਆ ਕਿ ਜਿਨ੍ਹਾਂ ਦੋ ਕਾਰਨਾਂ ਕਰਕੇ ਉਹ ਇਸ ਨਤੀਜੇ ਉਤੇ ਪਹੁੰਚੀ ਹੋਵੇਗੀ ਉਹਨਾਂ ਵਿਚੋਂ ਦੂਜਾ ਹੀ ਅਸਲ ਕਾਰਨ ਸੀ। ਉਹ ਉਸ ਨੂੰ ਪਿਆਰ ਕਰਦੀ ਸੀ ਅਤੇ ਸਮਝਦੀ ਸੀ ਕਿ ਉਹਦੇ ਨਾਲ ਵਿਆਹ ਕਰਵਾ ਕੇ ਉਹ ਉਸਦੀ ਜ਼ਿੰਦਗੀ ਨੂੰ ਬਰਬਾਦ ਕਰ ਰਹੀ ਹੋਵੇਗੀ। ਉਹ ਸਮਝਦੀ ਸੀ ਕਿ ਸਿਮੋਨਸਨ ਨਾਲ ਜਾ ਕੇ ਉਹ ਨੇਖਲੀਊਦੋਵ ਨੂੰ ਆਜ਼ਾਦ ਕਰ ਦੇਵੇਗੀ। ਤੇ ਉਹ ਖੁਸ਼ ਲੱਗ ਰਹੀ ਸੀ ਕਿ ਜੋ ਕੁਝ ਉਹ ਕਰਨਾ ਚਾਹੁੰਦੀ ਸੀ ਉਸ ਨੇ ਕਰ ਲਿਆ ਹੈ ਪਰ ਤਾਂ ਵੀ ਨੇਖਲੀਊਦੋਵ ਨਾਲੋਂ ਵਿਛੜਨ ਦਾ ਉਹਨੂੰ ਦੁਖ ਸੀ।

ਕਾਤੀਊਸ਼ਾ ਨੇ ਉਹਦਾ ਹੱਥ ਘੁੱਟਿਆ ਤੇ ਛੇਤੀ ਨਾਲ ਮੂੰਹ ਭੁਆ ਦੇ ਕਮਰੇ ਤੋਂ ਬਾਹਰ ਆ ਗਈ।

ਨੇਖਲੀਊਦੋਵ ਜਾਣ ਵਾਸਤੇ ਤਿਆਰ ਸੀ, ਪਰ ਇਹ ਵੇਖ ਕੇ, ਕਿ ਅੰਗ੍ਰੇਜ਼ ਬੈਠਾ ਕੁਝ ਲਿਖ ਰਿਹਾ ਹੈ ਉਸ ਨੇ ਉਹਦੀ ਬਿਰਤੀ ਨਾ ਉਖੇੜੀ ਤੇ ਕੰਧ ਨਾਲ ਲੱਗੇ ਇਕ ਲਕੜ ਦੇ ਬੈਂਚ ਉਤੇ ਬਹਿ ਗਿਆ। ਅਚਾਨਕ ਉਸ ਨੂੰ ਮਹਿਸੂਸ ਹੋਣ ਲਗਾ ਜਿਵੇਂ ਉਹ ਥੱਕ ਟੁਟ ਕੇ ਚੂਰ ਹੋ ਗਿਆ ਹੈ। ਉਸ ਦੀ ਥਕਾਵਟ ਦਾ ਕਾਰਨ ਇਹ ਨਹੀਂ ਸੀ ਕਿ ਰਾਤ ਨੀਂਦ ਨਹੀਂ ਸੀ ਆਈ। ਨਾ ਹੀ ਉਹ ਸਫਰ ਕਰ ਕੇ ਥੱਕਿਆ ਹੋਇਆ ਸੀ ਤੇ ਨਾ ਹੀ ਦਿਲ

---

* ਤਿਆਰ ਹੋ ਤੁਸੀਂ?—ਲ. ਤ.

* ਹੁਣੇ।—ਲ. ਤ.

ਵਿਚ ਮਚੀ ਹਲਚਲ ਕਾਰਨ। ਉਸ ਨੂੰ ਲੱਗ ਰਿਹਾ ਸੀ ਜਿਵੇਂ ਉਹ ਜ਼ਿੰਦਗੀ ਤੋਂ ਹੀ ਬੁਰੀ ਤਰ੍ਹਾਂ ਥੱਕ ਗਿਆ ਹੋਵੇ। ਉਹਨੇ ਬੈਂਚ ਨਾਲ ਢੋ ਲਾ ਲਈ, ਅੱਖਾਂ ਬੰਦ ਕੀਤੀਆਂ ਤੇ ਅਗਲੇ ਹੀ ਪਲ ਉਹ ਡੂੰਘੀ ਬੋਝਲ ਨੀਂਦ ਦੀ ਝੋਲੀ ਜਾ ਪਿਆ।

"ਕੀ ਖਿਆਲ ਏ, ਹੁਣ ਜੇਲ੍ਹ ਦੀਆਂ ਕੋਠੜੀਆਂ ਵੇਖਣਾ ਚਾਹੋਗੇ?" ਇੰਸਪੈਕਟਰ ਨੇ ਪੁੱਛਿਆ।

ਨੇਖਲੀਊਦੋਵ ਦੀ ਅੱਖ ਖੁਲ੍ਹੀ ਤੇ ਉਹ ਆਪਣੇ ਆਪ ਨੂੰ ਉਸ ਥਾਂ ਬੈਠਾ ਵੇਖ ਕੇ ਹੈਰਾਨ ਰਹਿ ਗਿਆ। ਅੰਗ੍ਰੇਜ਼ ਨੇ ਖਾਸ ਖਾਸ ਗੱਲਾਂ ਜੋ ਲਿਖਣੀਆਂ ਸਨ ਲਿਖ ਲਈਆਂ ਸਨ ਤੇ ਉਹ ਕੋਠੜੀਆਂ ਵੇਖਣਾ ਚਾਹੁੰਦਾ ਸੀ। ਨੇਖਲੀਊਦੋਵ ਵੀ ਬੇਦਿਲੀ ਜਿਹੀ ਨਾਲ ਥੱਕਿਆ ਥੱਕਿਆ ਉਹਦੇ ਮਗਰ ਮਗਰ ਤੁਰ ਪਿਆ।

੨੬

ਵਾਰਡਰਾਂ ਦੇ ਨਾਲ ਨਾਲ ਅੰਗ੍ਰੇਜ਼, ਨੇਖਲੀਊਦੋਵ ਤੇ ਜੇਲ੍ਹ ਦਾ ਇੰਸਪੈਕਟਰ ਡਿਉੜੀ ਅਤੇ ਤੂਸਾਂ ਛੱਡਦੇ ਲਾਂਘੇ ਵਿਚੋਂ ਦੀ ਹੋ ਕੇ, ਜਿਥੇ ਫਰਸ਼ ਉਤੇ ਹੀ ਦੋ ਕੈਦੀਆਂ ਨੂੰ ਪਿਸ਼ਾਬ ਕਰਦਿਆਂ ਵੇਖ ਕੇ ਉਹਨਾਂ ਮੂੰਹ ਵਿਚ ਉਂਗਲਾਂ ਪਾ ਲਈਆਂ ਸਨ, ਪਹਿਲੇ ਵਾਰਡ ਵਿਚ ਆ ਗਏ। ਇਸ ਵਾਰਡ ਵਿਚ ਉਹ ਕੈਦੀ ਸਨ ਜਿਨ੍ਹਾਂ ਨੂੰ ਕੈਦ ਬਾ-ਮੁਸ਼ੱਕਤ ਦੀ ਸਜ਼ਾ ਮਿਲੀ ਹੋਈ ਸੀ। ਵਾਰਡ ਦੇ ਵਿਚਾਲੇ ਸੌਣ ਵਾਸਤੇ ਫੱਟੇ ਲੱਗੇ ਹੋਏ ਸਨ ਤੇ ਕੈਦੀ ਉਹਨਾਂ ਉਤੇ ਲੰਮੇ ਪਏ ਹੋਏ ਸਨ। ਵਾਰਡ ਵਿਚ ਕੋਈ ਸੱਤਰ ਕੈਦੀ ਸਨ। ਉਹ ਇਕ ਦੂਜੇ ਦੇ ਨਾਲ ਲੱਗ ਕੇ ਸਿਰ ਨਾਲ ਸਿਰ ਜੋੜੀ ਪਏ ਸਨ। ਇਹਨਾਂ ਲੋਕਾਂ ਦੇ ਅੰਦਰ ਜਾਣ ਉਤੇ ਸਾਰੇ ਭੁੜਕ ਕੇ ਫੱਟਿਆਂ ਦੇ ਸਾਮ੍ਹਣੇ ਖੜੇ ਹੋ ਗਏ। ਬੇੜੀਆਂ ਹੱਥਕੜੀਆਂ ਦੀ ਛਣਛਣ ਹੋਈ। ਸਿਰਫ ਦੋ ਕੈਦੀ ਨਹੀਂ ਉਠੇ। ਇਕ ਨੌਜਵਾਨ ਸੀ ਜਿਸ ਨੂੰ ਸਖਤ ਬੁਖਾਰ ਸੀ ਅਤੇ ਇਕ ਬੁੱਢਾ ਜਿਹੜਾ ਹੂੰਘੀ ਜਾ ਰਿਹਾ ਸੀ।

ਅੰਗ੍ਰੇਜ਼ ਨੇ ਪੁੱਛਿਆ ਕਿ ਇਹ ਗਭਰੂ ਬਹੁਤ ਦਿਨਾਂ ਤੋਂ ਬੀਮਾਰ ਹੈ। ਇੰਸਪੈਕਟਰ ਨੇ ਜਵਾਬ ਦਿੱਤਾ ਕਿ ਨਹੀਂ, ਅੱਜ ਸਵੇਰੇ ਹੀ ਉਹਨੂੰ ਤਾਪ ਚੜ੍ਹਿਆ ਹੈ, ਪਰ ਇਸ ਬੁੱਢੇ ਨੂੰ ਕਈਆਂ ਦਿਨਾਂ ਤੋਂ ਢਿਡ ਪੀੜ ਦੀ ਸ਼ਿਕਾਇਤ ਹੈ, ਪਰ ਮਰੀਜ਼ਖਾਨੇ ਵਿਚ ਕੋਈ ਥਾਂ ਨਾ ਹੋਣ ਕਰਕੇ ਇਹ ਏਥੇ ਹੀ ਪਿਆ ਹੈ। ਅੰਗ੍ਰੇਜ਼ ਨੇ ਇਸ ਗੱਲ ਨੂੰ ਪਸੰਦ ਨਾ ਕਰਦਿਆਂ ਸਿਰ ਹਿਲਾਇਆ ਤੇ ਆਖਿਆ ਕਿ ਉਹ ਇਹਨਾਂ ਲੋਕਾਂ ਨਾਲ ਇਕ ਦੋ ਗੱਲਾਂ ਕਰਨਾ ਚਾਹੁੰਦਾ ਹੈ। ਨੇਖਲੀਊਦੋਵ ਨੂੰ ਉਸ ਨੇ ਦੁਭਾਸ਼ੀਏ ਦਾ ਕੰਮ ਕਰਨ ਲਈ ਆਖਿਆ। ਗੱਲ ਵਿਚੋਂ ਇਹ ਨਿਕਲੀ ਕਿ ਸਾਇਬੇਰੀਆ ਵਿਚ ਜਲਾਵਤਨਾਂ ਨੂੰ ਰਖਣ ਦੀਆਂ ਥਾਵਾਂ ਤੇ ਜੇਲ੍ਹਾਂ ਦਾ ਅਧਿਅਨ ਕਰਨ ਦੇ ਨਾਲ ਨਾਲ ਅੰਗ੍ਰੇਜ਼ ਦਾ ਇਕ ਮਨੋਰਥ ਹੋਰ ਵੀ ਸੀ। ਉਹ

ਥਾਂ ਪਰ ਥਾਂ ਈਸਾਈ ਧਰਮ ਦਾ ਅਤੇ ਪਸ਼ਚਾਤਾਪ ਰਾਹੀਂ ਮੁਕਤੀ ਪ੍ਰਾਪਤ ਕਰਨ ਦਾ ਪਰਚਾਰ ਵੀ ਕਰਦਾ ਸੀ।

"ਇਹਨਾਂ ਨੂੰ ਦੱਸੋ," ਉਹਨੇ ਆਖਿਆ, "ਈਸਾ ਦੇ ਦਿਲ ਵਿਚ ਇਹਨਾਂ ਵਾਸਤੇ ਰਹਿਮ ਅਤੇ ਪਿਆਰ ਸੀ ਤੇ ਇਹਨਾਂ ਦੇ ਵਾਸਤੇ ਹੀ ਉਹਨੇ ਆਪਣੀ ਜਾਨ ਦੇ ਦਿੱਤੀ। ਜੇ ਉਹ ਇਸ ਗੱਲ ਉਤੇ ਨਿਹਚਾ ਕਰਨਗੇ ਤਾਂ ਇਹਨਾਂ ਉਤੇ ਬਖ਼ਸ਼ਿਸ਼ ਹੋਵੇਗੀ।" ਜਿੰਨਾ ਚਿਰ ਉਹ ਬੋਲਦਾ ਰਿਹਾ ਸਾਰੇ ਕੈਦੀ ਬਾਹਵਾਂ ਸਿੱਧੀਆਂ ਕਰ ਕੇ ਚੁੱਪ-ਚਾਪ ਖੜੇ ਰਹੇ। "ਇਸ ਕਿਤਾਬ ਵਿਚ ਇਹ ਸਭ ਕੁਝ ਲਿਖਿਆ ਹੋਇਆ ਹੈ, ਇਹਨਾਂ ਨੂੰ ਦੱਸੋ," ਉਹਨੇ ਆਖਿਆ। "ਇਹਨਾਂ ਵਿਚ ਕਿਸੇ ਨੂੰ ਪੜ੍ਹਨਾ ਆਉਂਦਾ ਹੈ।"

ਵੀਹਾਂ ਤੋਂ ਬਹੁਤੇ ਕੈਦੀ ਐਸੇ ਸਨ ਜਿਹੜੇ ਪੜ੍ਹ ਸਕਦੇ ਸਨ। ਅੰਗ੍ਰੇਜ਼ ਨੇ ਆਪਣੇ ਥੈਲੇ ਵਿਚੋਂ ਅੰਜੀਲ ਦੀਆਂ ਕੁਝ ਜਿਲਦ-ਬੱਝੀਆਂ ਕਾਪੀਆਂ ਕੱਢੀਆਂ। ਬਹੁਤ ਸਾਰੇ ਹੱਥ, ਮਜ਼ਬੂਤ ਤੇ ਸਖ਼ਤ ਕਾਲੇ ਨੌਂਹਾਂ ਵਾਲੇ ਹੱਥ, ਖੁਰਦਰੀਆਂ ਕਮੀਜ਼ਾਂ ਦੀਆਂ ਬਾਹਵਾਂ ਵਿਚੋਂ ਨਿਕਲੇ ਤੇ ਇਕ ਦੂਜੇ ਨੂੰ ਪਿੱਛੇ ਝਟਕਦੇ ਹੋਏ ਅੱਗੇ ਵਧੇ। ਇਸ ਵਾਰਡ ਵਿਚ ਅੰਗ੍ਰੇਜ਼ ਨੇ "ਅੰਜੀਲ" ਦੀਆਂ ਦੋ ਕਾਪੀਆਂ ਦੇ ਦਿੱਤੀਆਂ।

ਦੂਜੇ ਵਾਰਡ ਵਿਚ ਵੀ ਓਹੋ ਕੁਝ ਹੀ ਹੋਇਆ। ਓਹੋ ਗੰਦੀ ਤੂਸਾਂ ਛੱਡਦੀ ਹਵਾ, ਖਿੜਕੀਆਂ ਵਿਚਕਾਰ ਲਟਕਦੀ ਓਹੋ ਦੇਵ-ਮੂਰਤੀ, ਬੂਹੇ ਦੇ ਖੱਬੇ ਹੱਥ ਓਹੋ ਟੱਪ। ਸਾਰੇ ਕੈਦੀ ਇਕ ਦੂਜੇ ਦੇ ਨਾਲ ਜੁੜੇ ਲੰਮੇ ਪਏ ਸਨ। ਓਸੇ ਹੀ ਤਰ੍ਹਾਂ ਉਹ ਵੀ ਭੁੜਕ ਕੇ ਉਠੇ ਤੇ ਆਪਣੀਆਂ ਬਾਹਵਾਂ ਸਿੱਧੀਆਂ ਕਰ ਕੇ ਤਣ ਕੇ ਖੜੇ ਹੋ ਗਏ। ਇਹਨਾਂ ਵਿਚ ਤਿੰਨ ਕੈਦੀ ਖੜੇ ਨਹੀਂ ਸੀ ਹੋਏ। ਦੋ ਉਠ ਕੇ ਬਹਿ ਗਏ ਸਨ ਅਤੇ ਤੀਜਾ ਲੰਮਾ ਹੀ ਪਿਆ ਰਿਹਾ ਸੀ। ਉਹਨੇ ਤਾਂ ਆਉਣ ਵਾਲਿਆਂ ਵੱਲ ਵੇਖਿਆ ਤੱਕ ਨਹੀਂ ਸੀ। ਇਹ ਤਿੰਨੇ ਹੀ ਕੈਦੀ ਬੀਮਾਰ ਸਨ। ਅੰਗ੍ਰੇਜ਼ ਨੇ ਓਸੇ ਹੀ ਤਰ੍ਹਾਂ ਦੀ ਤਕਰੀਰ ਕੀਤੀ ਅਤੇ ਫੇਰ "ਅੰਜੀਲ" ਦੀਆਂ ਦੋ ਕਾਪੀਆਂ ਦੇ ਦਿੱਤੀਆਂ।

ਤੀਜੇ ਕਮਰੇ ਵਿਚ ਬੜੀ ਕਾਵਾਂ-ਰੌਲੀ ਮੱਚੀ ਹੋਈ ਸੀ। ਇੰਸਪੈਕਟਰ ਨੇ ਬੂਹੇ ਉਤੇ ਠੱਕ ਠੱਕ ਕੀਤਾ ਅਤੇ ਚੀਕ ਕੇ ਆਖਿਆ, "ਚੁੱਪ ਕਰ ਜਾਓ!" ਜਦੋਂ ਬੂਹਾ ਖੁਲ੍ਹਿਆ ਤਾਂ ਉਹਨਾਂ ਇਕ ਵਾਰੀ ਫੇਰ ਵੇਖਿਆ ਕਿ ਕੈਦੀ ਆਪਣੇ ਫੱਟਿਆਂ ਦੇ ਨਾਲ ਤਣੇ ਖੜੇ ਸਨ। ਕੁਝ ਕੈਦੀ ਇਸ ਕਰਕੇ ਨਹੀਂ ਸੀ ਖੜੇ ਹੋਏ ਕਿ ਉਹ ਬੀਮਾਰ ਸਨ ਅਤੇ ਦੋ ਆਪੋ ਵਿਚ ਗੁੱਥਮਗੁੱਥਾ ਹੋਏ ਪਏ ਸਨ। ਗੁੱਸਾ ਚੜ੍ਹਿਆ ਹੋਣ ਕਾਰਨ ਦੋਵਾਂ ਦੀਆਂ ਸ਼ਕਲਾਂ ਵਿਗੜੀਆਂ ਹੋਈਆਂ ਸਨ ਤੇ ਦੋਹਾਂ ਨੇ ਇਕ ਦੂਜੇ ਨੂੰ ਫੜਿਆ ਹੋਇਆ ਸੀ। ਇਕ ਨੇ ਦੂਜੇ ਦੇ ਵਾਲ ਕਾਬੂ ਕੀਤੇ ਹੋਏ ਸਨ ਤੇ ਉਹਨੇ ਉਸ ਦੀ ਦਾੜ੍ਹੀ ਫੜੀ ਹੋਈ ਸੀ। ਓਹਨਾਂ ਨੇ ਇਕ ਦੂਜੇ ਨੂੰ ਓਦੋਂ ਛੱਡਿਆ ਜਦੋਂ ਇੰਸਪੈਕਟਰ ਦੁੜੰਗਾ ਮਾਰ ਕੇ ਉਹਨਾਂ ਦੇ ਕੋਲ ਪਹੁੰਚ ਗਿਆ ਸੀ। ਇਕ ਜਣੇ ਦੇ ਨੱਕ ਤੇ ਘਸੁੰਨ ਵੱਜਿਆ ਸੀ ਤੇ ਉਹਦੇ ਨੱਕ ਵਿਚੋਂ ਤ੍ਰਿਪ ਤ੍ਰਿਪ ਲਹੂ ਦੇ ਨਾਲ ਹੀ ਸੀਂਢ ਵੀ ਵਗ ਰਿਹਾ ਸੀ। ਦੂਜਾ ਆਪਣੀ ਦਾੜ੍ਹੀ ਨਾਲੋਂ ਪੁੱਟੇ ਗਏ ਵਾਲਾਂ ਦੇ ਗੁੱਛੇ ਇੱਕਠੇ ਕਰ ਰਿਹਾ ਸੀ।

"ਮੋਚੀ!" ਇੰਸਪੈਕਟਰ ਘੂਰੀ ਵੱਟ ਕੇ ਕੜਕਿਆ।

ਇਕ ਹੱਟਾ ਕੱਟਾ ਤੇ ਸੁਹਣਾ ਜਿਹਾ ਗਭਰੂ ਅੱਗੇ ਵਧਿਆ।

"ਮੈਥੋਂ ਨਹੀਂ ਛੁਡਾਏ ਗਏ, ਜਨਾਬ," ਉਸ ਨੇ ਆਖਿਆ। ਉਹਦੀਆਂ ਅੱਖਾਂ ਵਿਚ ਚਮਕ ਨੱਚ ਰਹੀ ਸੀ।

"ਮੈਂ ਦਸੂੰ ਏਹਨਾਂ ਨੂੰ!" ਇੰਸਪੈਕਟਰ ਨੇ ਤਿਊੜੀ ਚਾੜ੍ਹਦਿਆਂ ਕਿਹਾ।

"What did they fight for?"* ਅੰਗ੍ਰੇਜ਼ ਨੇ ਪੁੱਛਿਆ।

ਨੇਖਲੀਊਦੋਵ ਨੇ ਵਾਰਡਰ ਨੂੰ ਪੁੱਛਿਆ ਕਿ ਇਹ ਝਗੜਾ ਕਿਉਂ ਹੋਇਆ।

"ਇਕ ਜਣੇ ਨੇ ਦੂਜੇ ਦੇ ਚੀਥੜੇ ਚੁਰਾ ਲਏ," ਉਹਨਾਂ ਦੇ ਮੋਚੀ ਨੇ ਮੁਸਕ੍ਰਾ ਕੇ ਆਖਿਆ। "ਏਹਨੇ ਘਸੁੰਨ ਜੜ ਦਿੱਤਾ ਤੇ ਮੋੜ ਕੇ ਦੂਜੇ ਨੇ ਵੀ ਇਕ ਠੋਕ ਦਿੱਤੀ।"

"ਮੈਂ ਇਹਨਾਂ ਨੂੰ ਕੁਝ ਆਖਣਾ ਚਾਹੁੰਦਾ ਹਾਂ," ਅੰਗ੍ਰੇਜ਼ ਨੇ ਇੰਸਪੈਕਟਰ ਨੂੰ ਆਖਿਆ।

ਨੇਖਲੀਊਦੋਵ ਨੇ ਅਨੁਵਾਦ ਕਰ ਦਿੱਤਾ।

"ਆਖੋ," ਇੰਸਪੈਕਟਰ ਨੇ ਕਿਹਾ ਅਤੇ ਅੰਗ੍ਰੇਜ਼ ਨੇ ਚਮੜੇ ਦੀ ਜਿਲਦ ਵਾਲੀ "ਅੰਜੀਲ" ਕੱਢ ਲਈ।

"ਮਿਹਰਬਾਨੀ ਕਰ ਕੇ ਅਨੁਵਾਦ ਕਰੋ," ਉਸ ਨੇ ਨੇਖਲੀਊਦੋਵ ਨੂੰ ਆਖਿਆ। "ਤੁਹਾਡਾ ਝਗੜਾ ਹੋ ਪਿਆ ਤੇ ਤੁਸੀਂ ਹਥੋਪਾਈ ਹੋ ਪਏ। ਪਰ ਈਸਾ ਨੇ, ਜਿਸ ਨੇ ਸਾਡੇ ਵਾਸਤੇ ਆਪਾ ਵਾਰ ਦਿੱਤਾ, ਸਾਨੂੰ ਆਪਣੇ ਝਗੜੇ ਨਿਬੇੜਨ ਲਈ ਇਕ ਹੋਰ ਤਰੀਕਾ ਦੱਸਿਆ ਹੈ। ਇਹਨਾਂ ਨੂੰ ਇਹ ਪੁੱਛੋ ਕਿ ਈਸਾ ਦੇ ਉਪਦੇਸ਼ ਅਨੁਸਾਰ ਸਾਨੂੰ ਉਹਨਾਂ ਲੋਕਾਂ ਨਾਲ ਕਿਸ ਤਰ੍ਹਾਂ ਦਾ ਸਲੂਕ ਕਰਨਾ ਚਾਹੀਦਾ ਹੈ ਜਿਹੜੇ ਸਾਡੇ ਨਾਲ ਧੱਕਾ ਕਰਨ?"

ਨੇਖਲੀਊਦੋਵ ਨੇ ਅੰਗ੍ਰੇਜ਼ ਦੇ ਆਖੇ ਲਫਜ਼ਾਂ ਤੇ ਪੁੱਛੇ ਸਵਾਲ ਦਾ ਅਨੁਵਾਦ ਕਰ ਦਿੱਤਾ।

"ਸਾਹਿਬ ਕੋਲ ਸ਼ਿਕਾਇਤ ਕਰੋ, ਉਹ ਝਗੜਾ ਨਜਿਠ ਦੇਵੇਗਾ। ਏਹੋ ਉਪਦੇਸ਼ ਹੈ?" ਝਗੜਨ ਵਾਲਿਆਂ ਵਿਚੋਂ ਇਕ ਨੇ ਰੁਹਬਦਾਬ ਵਾਲੇ ਇੰਸਪੈਕਟਰ ਵੱਲ ਕੰਨਖੀਆਂ ਨਾਲ ਵੇਖਦਿਆਂ ਕਿਹਾ।

"ਹੜਬਾਂ ਤੇ ਇਕ ਧਰ ਦਿਓ, ਫੇਰ ਉਹ ਤੁਹਾਡੇ ਨੇੜੇ ਨਹੀਂ ਆਉਣ ਲੱਗਾ," ਦੂਜੇ ਜਣੇ ਨੇ ਆਖਿਆ।

ਦੱਬੇ ਦੱਬੇ ਹਾਸੇ ਦੀ ਲਹਿਰ ਕਮਰੇ ਵਿਚ ਫੈਲ ਗਈ ਜਿਵੇਂ ਸਭ ਨੂੰ ਜਵਾਬ ਪਸੰਦ ਹੋਵੇ। ਨੇਖਲੀਊਦੋਵ ਨੇ ਦੋਹਾਂ ਬੰਦਿਆਂ ਦੇ ਜਵਾਬਾਂ ਦਾ ਅਨੁਵਾਦ ਕਰ ਦਿੱਤਾ।

"ਇਹਨਾਂ ਨੂੰ ਦੱਸੋ ਕਿ ਈਸਾ ਦੀ ਸਿਖਿਆ ਮੁਤਾਬਿਕ ਇਹਨਾਂ ਦਾ ਸਲੂਕ ਬਿਲਕੁਲ ਉਲਟਾ ਹੋਣਾ ਚਾਹੀਦਾ ਹੈ। ਜੇ ਤੁਹਾਡੀ ਗੱਲ੍ਹ ਉਤੇ ਕੋਈ ਚਪੇੜ ਮਾਰੇ ਤਾਂ ਦੂਜੀ ਗੱਲ੍ਹ ਅੱਗੇ ਕਰ ਦਿਓ," ਅੰਗ੍ਰੇਜ਼ ਨੇ ਆਪਣੀ ਗੱਲ੍ਹ ਅੱਗੇ ਕਰ ਕੇ ਵਿਖਾਉਂਦੇ ਹੋਏ ਆਖਿਆ।

---

* ਉਹ ਕਿਓਂ ਲੜ ਰਹੇ ਹਨ?

ਨੇਖਲੀਊਦੋਵ ਨੇ ਅਨੁਵਾਦ ਕਰ ਦਿੱਤਾ।

"ਇਹ ਆਪ ਅਜ਼ਮਾ ਕੇ ਵੇਖੇ," ਇਕ ਆਵਾਜ਼ ਆਈ।

"ਜੇ ਉਹ ਦੂਜੀ ਗੱਲ੍ਹ ਉਤੇ ਵੀ ਚਪੇੜ ਮਾਰ ਦੇਵੇ ਤਾਂ ਫੇਰ ਉਹਦੇ ਅੱਗੇ ਕੀ ਕੀਤਾ ਜਾਏ?" ਇਕ ਬੀਮਾਰ ਕੈਦੀ ਨੇ ਪੁੱਛਿਆ।

"ਫੇਰ ਉਹ ਸਿਰ ਤੋਂ ਪੈਰਾਂ ਤੱਕ ਹੱਡੀਆਂ ਪਸਲੀਆਂ ਚੂਰ ਕਰ ਦੇਵੇਗਾ।"

"ਕਰ ਕੇ ਵੇਖੇ ਤਾਂ ਸਹੀ!" ਕਿਸੇ ਨੇ ਠਹਾਕਾ ਮਾਰ ਕੇ ਆਖਿਆ। ਸਾਰੇ ਕਮਰੇ ਵਿਚ ਹਾਸੇ ਦੇ ਫੁਹਾਰੇ ਛੁਟ ਪਏ। ਏਥੋਂ ਤੱਕ ਕਿ ਜਿਸ ਦੇ ਨੱਕ ਵਿਚੋਂ ਲਹੂ ਤੇ ਸੀਂਢ ਵਗ ਰਿਹਾ ਸੀ ਉਹ ਵੀ ਹੱਸਣ ਲੱਗ ਪਿਆ ਅਤੇ ਬੀਮਾਰ ਕੈਦੀ ਵੀ ਇਸ ਹਾਸੇ ਵਿਚ ਸ਼ਾਮਲ ਹੋ ਗਏ।

ਪਰ ਅੰਗ੍ਰੇਜ਼ ਰਤਾ ਵੀ ਠਿੱਠ ਨਹੀਂ ਹੋਇਆ। ਉਸ ਨੇ ਨੇਖਲੀਊਦੋਵ ਨੂੰ ਆਖਿਆ ਕਿ ਉਹਨਾਂ ਨੂੰ ਆਖੇ ਕਿ ਜਿਨ੍ਹਾਂ ਦੇ ਦਿਲ ਵਿਚ ਸੱਚਾ ਨਿਹਚਾ ਹੈ ਉਹਨਾਂ ਲਈ ਅਣਹੋਣੀ ਵੀ ਹੋਣੀ ਬਣ ਜਾਂਦੀ ਹੈ ਤੇ ਸਭ ਕੰਮ ਸੌਖੇ ਹੋ ਜਾਂਦੇ ਹਨ।

"ਇਹਨਾਂ ਨੂੰ ਪੁੱਛੋ ਕਿ ਇਹ ਸ਼ਰਾਬ ਪੀਂਦੇ ਨੇ," ਉਹਨੇ ਕਿਹਾ।

"ਬਿਲਕੁਲ!" ਇਕ ਆਵਾਜ਼ ਆਈ ਤੇ ਇਸ ਦੇ ਨਾਲ ਹੀ ਹੱਸਣ ਤੇ ਨੱਕ ਸੁਣਕਣ ਦੀਆਂ ਆਵਾਜ਼ਾਂ ਆਉਣ ਲੱਗ ਪਈਆਂ।

ਇਸ ਕਮਰੇ ਵਿਚ ਚਾਰ ਬੀਮਾਰ ਕੈਦੀ ਸਨ। ਜਦੋਂ ਅੰਗ੍ਰੇਜ਼ ਨੇ ਇਹ ਪੁੱਛਿਆ ਕਿ ਸਾਰੇ ਬੀਮਾਰ ਕੈਦੀਆਂ ਨੂੰ ਇਕੋ ਹੀ ਵਾਰਡ ਵਿਚ ਕਿਉਂ ਨਹੀਂ ਰੱਖਿਆ ਜਾਂਦਾ, ਤਾਂ ਇੰਸਪੈਕਟਰ ਨੇ ਦੱਸਿਆ ਕਿ ਇਹ ਖੁਦ ਹੀ ਨਹੀਂ ਚਾਹੁੰਦੇ। ਇਹਨਾਂ ਦੀਆਂ ਬੀਮਾਰੀਆਂ ਛੂਤ ਦੀਆਂ ਬੀਮਾਰੀਆਂ ਨਹੀਂ ਅਤੇ ਸਹਾਇਕ ਡਾਕਟਰ ਇਹਨਾਂ ਦਾ ਪੂਰਾ ਪੂਰਾ ਧਿਆਨ ਵੀ ਰੱਖਦਾ ਹੈ ਅਤੇ ਜੋ ਕਰਨਾ ਜ਼ਰੂਰੀ ਹੁੰਦਾ ਹੈ ਕਰਦਾ ਹੈ।

"ਪੰਦਰਾਂ ਦਿਨ ਹੋ ਗਏ ਉਹਨੂੰ ਏਥੇ ਸ਼ਕਲ ਵਿਖਾਈ ਨੂੰ," ਕਿਸੇ ਨੇ ਬੁੜਬੁੜ ਕਰਦਿਆਂ ਕਿਹਾ।

ਇੰਸਪੈਕਟਰ ਜਵਾਬ ਵਿਚ ਕੁਝ ਨਹੀਂ ਬੋਲਿਆ ਅਤੇ ਉਹਨਾਂ ਨੂੰ ਲੈ ਕੇ ਅਗਲੇ ਵਾਰਡ ਵੱਲ ਤੁਰ ਪਿਆ। ਏਥੇ ਵੀ ਓਸੇ ਤਰ੍ਹਾਂ ਬੂਹੇ ਦਾ ਜੰਦਰਾ ਲਾਹਿਆ ਗਿਆ ਅਤੇ ਸਾਰੇ ਹੀ ਚੁੱਪ-ਚਾਪ ਸਿੱਧੇ ਤਣ ਕੇ ਖੜੇ ਹੋ ਗਏ। ਏਥੇ ਵੀ ਅੰਗ੍ਰੇਜ਼ ਨੇ "ਅੰਜੀਲ" ਦੀਆਂ ਕਾਪੀਆਂ ਵੰਡੀਆਂ। ਇਸ ਤੋਂ ਮਗਰੋਂ ਪੰਜਵੇਂ ਤੇ ਛੇਵੇਂ ਅਤੇ ਸੱਜੇ ਖੱਬੇ ਦੇ ਦੂਜੇ ਵਾਰਡਾਂ ਵਿਚ ਵੀ ਏਹੋ ਕੁਝ ਹੋਇਆ।

ਬਾ-ਮੁਸ਼ੱਕਤ ਕੈਦ ਦੀ ਸਜ਼ਾ ਵਾਲੇ ਕੈਦੀਆਂ ਦੇ ਵਾਰਡ ਵੇਖ ਕੇ ਉਹ ਜਲਾਵਤਨਾਂ ਦੇ ਵਾਰਡ ਵੇਖਣ ਚਲੇ ਗਏ। ਏਥੋਂ ਫੇਰ ਉਹ ਉਹਨਾਂ ਕੈਦੀਆਂ ਦੇ ਵਾਰਡਾਂ ਵਿਚ ਗਏ ਜਿਨ੍ਹਾਂ ਨੂੰ ਉਹਨਾਂ ਦੀਆਂ ਬਰਾਦਰੀਆਂ ਨੇ ਬਦਰ ਕੀਤਾ ਹੋਇਆ ਸੀ ਅਤੇ ਇਸ ਤੋਂ ਪਿਛੋਂ ਉਹਨਾਂ ਲੋਕਾਂ ਦੇ ਵਾਰਡਾਂ ਵਿਚ ਜਿਹੜੇ ਆਪਣੀ ਮਰਜ਼ੀ ਨਾਲ ਹੀ ਕੈਦੀਆਂ ਦੇ ਨਾਲ ਆਏ ਸਨ। ਹਰ ਥਾਂ ਉਹਨਾਂ ਨੂੰ ਇਹ ਪਾਲੇ ਨਾਲ ਠੁਰ ਠੁਰ ਕਰਦੇ, ਭੁੱਖੇ,

ਵਿਹਲੇ ਬੈਠੇ, ਬੀਮਾਰ, ਬੇਇਜ਼ਤ ਅਤੇ ਬੇੜੀਆਂ ਹੱਥਕੜੀਆਂ ਵਿਚ ਬੱਝੇ ਹੋਏ ਲੋਕ ਇਉਂ ਵਿਖਾਏ ਗਏ ਜਿਵੇਂ ਜੰਗਲੀ ਜਾਨਵਰ ਵਿਖਾਏ ਜਾਂਦੇ ਹਨ।

ਅੰਜੀਲ ਦੀਆਂ ਜਿੰਨੀਆਂ ਕਾਪੀਆਂ ਵੰਡਣੀਆਂ ਸਨ ਉਹ ਵੰਡਣ ਮਗਰੋਂ, ਅੰਗ੍ਰੇਜ਼ ਨੇ ਹੋਰ ਵੰਡਣੀਆਂ ਬੰਦ ਕਰ ਦਿੱਤੀਆਂ ਤੇ ਭਾਸ਼ਨ ਦੇਣਾ ਵੀ ਬੰਦ ਕਰ ਦਿੱਤਾ। ਇਹ ਝਾਕੀਆਂ ਉਦਾਸ ਕਰ ਦੇਣ ਵਾਲੀਆਂ ਸਨ ਅਤੇ ਵਾਤਾਵਰਣ ਖਾਸ ਕਰਕੇ ਗਲਘੋਟੂ ਸੀ ਜਿਸ ਕਾਰਨ ਉਂਜ ਵੀ ਉਹਦੇ ਵਿਚ ਸਾਹਸੱਤ ਨਹੀਂ ਸੀ ਰਿਹਾ। ਹਰ ਵਾਰਡ ਵਿਚ ਉਹ ਇਕ ਕੋਠੜੀ ਵਿਚੋਂ ਦੂਜੀ ਕੋਠੜੀ ਵਿਚ ਜਾਂਦਿਆਂ ਕੈਦੀਆਂ ਬਾਰੇ ਇੰਸਪੈਕਟਰ ਦੀ ਰਿਪੋਰਟ ਸੁਣ ਕੇ "all right"* ਹੀ ਆਖੀ ਜਾਂਦਾ ਸੀ। ਨੇਖਲੀਊਦੋਵ ਉਹਨਾਂ ਦੇ ਮਗਰ ਮਗਰ ਜਾ ਰਿਹਾ ਸੀ। ਉਸ ਨੂੰ ਲੱਗ ਰਿਹਾ ਸੀ ਜਿਵੇਂ ਉਹ ਕੋਈ ਸੁਪਨਾ ਵੇਖ ਰਿਹਾ ਹੋਵੇ। ਨਾ ਤਾਂ ਉਹਦੇ ਕੋਲੋਂ ਉਹਨਾਂ ਦੇ ਨਾਲ ਤੁਰੇ ਜਾਣ ਤੋਂ ਨਾਹ ਹੀ ਹੁੰਦੀ ਸੀ ਤੇ ਨਾ ਹੀ ਉਹਨਾਂ ਨੂੰ ਛੱਡ ਕੇ ਚਲੇ ਜਾਣ ਦੀ ਹਿੰਮਤ। ਉਹ ਬੜੀ ਲਾਚਾਰੀ ਤੇ ਬੇਦਿਲੀ ਮਹਿਸੂਸ ਕਰ ਰਿਹਾ ਸੀ।

੨੧

ਜਲਾਵਤਨਾਂ ਦੇ ਇਕ ਵਾਰਡ ਵਿਚ ਨੇਖਲੀਊਦੋਵ ਦੀ ਨਜ਼ਰ ਅਚਾਨਕ ਹੀ ਉਸ ਅਜੀਬ ਜਿਹੇ ਬੁੱਢੇ ਉਤੇ ਜਾ ਪਈ ਜਿਹੜਾ ਉਸ ਨੂੰ ਉਸ ਦਿਨ ਬੇੜੀ ਵਿਚ ਦਰਿਆ ਪਾਰ ਕਰਦਿਆਂ ਮਿਲਿਆ ਸੀ। ਇਹ ਖੁੱਥੜ ਜਿਹਾ ਝਰੜਾਏ ਚਿਹਰੇ ਵਾਲਾ ਬੁੱਢਾ ਫੱਟਿਆਂ ਦੇ ਕੋਲ ਹੀ ਫਰਸ਼ ਉਤੇ ਬੈਠਾ ਹੋਇਆ ਸੀ। ਉਹ ਪੈਰੋਂ ਨੰਗਾ ਸੀ ਤੇ ਗਲ ਧੂਏਂ ਰੰਗੀ ਕਮੀਜ਼ ਪਾਈ ਹੋਈ ਸੀ ਜਿਹੜੀ ਮੋਢਿਆਂ ਤੋਂ ਪਾਟੀ ਹੋਈ ਸੀ ਅਤੇ ਪਤਲੂਨ ਦਾ ਰੰਗ ਵੀ ਕਮੀਜ਼ ਵਰਗਾ ਹੀ ਸੀ। ਉਸ ਨੇ ਘੂਰੀ ਜਿਹੀ ਵੱਟ ਕੇ ਸਵਾਲੀਆ ਨਜ਼ਰਾਂ ਨਾਲ ਆਉਣ ਵਾਲਿਆਂ ਵੱਲ ਵੇਖਿਆ। ਉਹਦੀ ਮੈਲੀ ਤੇ ਥਾਂ ਥਾਂ ਤੋਂ ਪਾਟੀ ਹੋਈ ਕਮੀਜ਼ ਵਿਚੋਂ ਉਹਦਾ ਲਿੱਸਾ ਜਿਹਾ ਸਰੀਰ ਬੇਹੱਦ ਕਮਜ਼ੋਰ ਲੱਗ ਰਿਹਾ ਸੀ ਪਰ ਉਹਦੇ ਚਿਹਰੇ ਉਤੇ ਪਹਿਲਾਂ ਦੇ ਮੁਕਾਬਲੇ, ਜਦੋਂ ਉਹ ਨੇਖਲੀਊਦੋਵ ਨੂੰ ਬੇੜੀ ਵਿਚ ਮਿਲਿਆ ਸੀ, ਵਧੇਰੇ ਗੰਭੀਰਤਾ ਤੇ ਰੌਣਕ ਸੀ। ਬਾਕੀ ਸਭਨਾਂ ਵਾਰਡਾਂ ਵਾਂਗ ਏਥੇ ਵੀ ਅਫਸਰਾਂ ਦੇ ਅੰਦਰ ਆਉਣ ਤੇ ਕੈਦੀ ਉਛਲ ਕੇ ਸਿੱਧੇ ਤਣ ਕੇ ਖੜੇ ਹੋ ਗਏ ਸਨ ਪਰ ਇਹ ਬੁੱਢਾ ਬੈਠਾ ਰਿਹਾ ਸੀ। ਉਹਦੀਆਂ ਅੱਖਾਂ ਚਮਕ ਰਹੀਆਂ ਸਨ ਅਤੇ ਰੋਹ ਨਾਲ ਮੱਥੇ ਉਤੇ ਤਿਊੜੀਆਂ ਪੈ ਗਈਆਂ ਸਨ।

"ਖੜਾ ਹੋ ਜਾ!" ਇੰਸਪੈਕਟਰ ਨੇ ਉਸ ਨੂੰ 'ਵਾਜ ਦਿੱਤੀ।

---

* ਠੀਕ ਹੈ।—ਸੰਪਾ:

ਬੁੱਢਾ ਨਹੀਂ ਉੱਠਿਆ। ਉਸ ਨੇ ਸਿਰਫ ਨਫਰਤ ਨਾਲ ਮੁਸਕ੍ਰਾ ਛੱਡਿਆ ਸੀ।

"ਤੇਰੇ ਚਾਕਰ ਤੇਰੇ ਸਾਮ੍ਹਣੇ ਖੜੇ ਨੇ, ਮੈਂ ਤੇਰਾ ਚਾਕਰ ਨਹੀਂ। ਤੇਰਾ ਔਹ ਠੱਪਾ..." ਬੁੱਢੇ ਨੇ ਇਸਪੈਕਟਰ ਦੇ ਮੱਥੇ ਵੱਲ ਇਸ਼ਾਰਾ ਕਰ ਕੇ ਆਖਿਆ।

"ਕੀ... ਈ... ?" ਇੰਸਪੈਕਟਰ ਨੇ ਦੱਬਕਾ ਮਾਰਿਆ ਤੇ ਉਹਦੇ ਵੱਲ ਵਧਿਆ।

"ਮੈਂ ਇਸ ਆਦਮੀ ਨੂੰ ਜਾਣਦਾ ਹਾਂ," ਨੇਖਲੀਊਦੋਵ ਨੇ ਫੌਰਨ ਆਖਿਆ। "ਇਹ ਕਿਉਂ ਕੈਦ ਕੀਤਾ ਹੋਇਆ ਹੈ?"

"ਪੁਲਸ ਵਾਲਿਆਂ ਨੇ ਭੇਜਿਆ ਹੋਇਆ ਏ ਕਿਉਂਕਿ ਇਹਦੇ ਕੋਲ ਪਾਸਪੋਰਟ ਨਹੀਂ। ਅਸੀਂ ਕਈ ਵਾਰੀ ਆਖ ਚੁਕੇ ਆਂ ਕਿ ਏਹੋ ਜਿਹੇ ਬੰਦਿਆਂ ਨੂੰ ਨਾ ਭੇਜਿਆ ਕਰੋ, ਪਰ ਉਹ ਫੇਰ ਵੀ ਭੇਜ ਦੇਂਦੇ ਨੇ।" ਗੁੱਸੇ ਨਾਲ ਤਿਰਛੀ ਨਜ਼ਰ ਬੁੱਢੇ ਵੱਲ ਵੇਖਦਿਆਂ, ਇੰਸਪੈਕਟਰ ਨੇ ਆਖਿਆ।

"ਸੋ ਮਲੂਮ ਹੁੰਦੈ ਕਿ ਤੂੰ ਵੀ ਈਸਾ ਦੇ ਦੁਸ਼ਮਣਾਂ ਵਿਚੋਂ ਏਂ?" ਬੁੱਢੇ ਨੇ ਨੇਖਲੀਊਦੋਵ ਨੂੰ ਆਖਿਆ।

"ਨਹੀਂ, ਮੈਂ ਤਾਂ ਜੇਲ੍ਹ ਵੇਖਣ ਆਇਆ ਹਾਂ।"

"ਹੱਛਾ, ਤੂੰ ਇਹ ਵੇਖਣ ਆਇਆ ਏਂ ਕਿ ਈਸਾ ਦੇ ਦੁਸ਼ਮਣ ਲੋਕਾਂ ਨੂੰ ਕਿਵੇਂ ਤਸੀਹੇ ਦੇਂਦੇ ਨੇ। ਵੇਖ ਲੈ। ਹਜ਼ਾਰਾਂ ਬੰਦੇ ਇਹਨੇ ਪਿੰਜਰੇ ਵਿਚ ਤਾੜੇ ਹੋਏ ਨੇ। ਆਦਮੀ ਨੂੰ ਚਾਹੀਦਾ ਏ ਕਿ ਦਸਾ ਨੌਂਹਾਂ ਦੀ ਕਮਾਈ ਨਾਲ ਆਪਣਾ ਢਿੱਡ ਭਰੇ। ਪਰ ਈਸਾ ਦੇ ਦੁਸ਼ਮਣ ਨੇ ਉਹਨਾਂ ਨੂੰ ਸੂਰਾਂ ਵਾਂਗ ਤਾੜਿਆ ਹੋਇਆ ਏ ਤੇ ਉਹ ਹੱਥ ਤੇ ਹੱਥ ਧਰੀ ਬੈਠੇ ਨੇ। ਇਸ ਤਰ੍ਹਾਂ ਇਹ ਵੀ ਜਾਨਵਰ ਬਣ ਜਾਣਗੇ।"

"ਕੀ ਆਖ ਰਿਹਾ ਹੈ ਇਹ?" ਅੰਗ੍ਰੇਜ਼ ਨੇ ਪੁੱਛਿਆ।

ਨੇਖਲੀਊਦੋਵ ਨੇ ਉਸ ਨੂੰ ਦੱਸਿਆ ਕਿ ਇਹ ਬੁੱਢਾ ਇੰਸਪੈਕਟਰ ਤੇ ਇਲਜ਼ਾਮ ਲਾ ਰਿਹਾ ਹੈ ਕਿ ਉਹਨੇ ਲੋਕਾਂ ਨੂੰ ਜੇਲ੍ਹ ਵਿਚ ਬੰਦ ਕੀਤਾ ਹੋਇਆ ਹੈ।

"ਇਸ ਨੂੰ ਇਹ ਪੁੱਛੋ ਕਿ ਇਹਦੇ ਖਿਆਲ ਵਿਚ ਕਾਨੂੰਨ ਤੋੜਨ ਵਾਲਿਆਂ ਨਾਲ ਕਿਸ ਤਰ੍ਹਾਂ ਦਾ ਸਲੂਕ ਕਰਨਾ ਚਾਹੀਦਾ ਹੈ।" ਅੰਗ੍ਰੇਜ਼ ਨੇ ਆਖਿਆ।

ਨੇਖਲੀਊਦੋਵ ਨੇ ਸਵਾਲ ਦਾ ਅਨੁਵਾਦ ਕਰ ਦਿੱਤਾ।

ਬੁੱਢਾ ਅਜੀਬ ਤਰੀਕੇ ਇਉਂ ਹੱਸਿਆ ਕਿ ਉਹਦੇ ਦੰਦਾਂ ਦਾ ਬੀੜ ਵਿਖਾਈ ਦੇਣ ਲੱਗਾ।

"ਕਾਨੂੰਨ?" ਉਸ ਨੇ ਨਫਰਤ ਨਾਲ ਆਖਿਆ। "ਪਹਿਲਾਂ ਉਹਨੇ ਸਾਰਿਆਂ ਨੂੰ ਲੁੱਟਿਆ, ਸਾਰੀ ਜ਼ਮੀਨ ਤੇ ਕਬਜ਼ਾ ਕਰ ਲਿਆ, ਲੋਕਾਂ ਕੋਲੋਂ ਸਾਰੇ ਹੱਕ ਖੋਹ ਲਏ—ਸਾਰੇ ਹੱਕ ਆਪ ਸਾਂਭ ਲਏ—ਜਿਹੜੇ ਉਹਦੇ ਖਿਲਾਫ ਸਨ ਉਹਨਾਂ ਨੂੰ ਮਾਰ ਮੁਕਾਇਆ, ਤੇ ਇਸ ਤੋਂ ਮਗਰੋਂ ਚੋਰੀ ਨਾ ਕਰਨ ਤੇ ਕਿਸੇ ਨੂੰ ਨਾ ਮਾਰਨ ਦੇ ਕਾਨੂੰਨ ਲਿਖਣ ਬਹਿ ਗਿਆ। ਇਹ ਸਾਰੇ ਕਾਨੂੰਨ ਉਹਨੂੰ ਪਹਿਲੋਂ ਬਣਾਉਣੇ ਚਾਹੀਦੇ ਸਨ।"

ਨੇਖਲੀਊਦੋਵ ਨੇ ਅਨੁਵਾਦ ਕਰ ਦਿੱਤਾ। ਅੰਗ੍ਰੇਜ਼ ਮੁਸਕ੍ਰਾ ਪਿਆ।

"ਖੈਰ, ਇਸ ਨੂੰ ਇਹ ਪੁੱਛੋ ਕਿ ਹੁਣ ਚੋਰਾਂ ਤੇ ਕਾਤਲਾਂ ਨਾਲ ਕੀ ਸਲੂਕ ਕਰਨਾ ਚਾਹੀਦਾ ਹੈ?"

ਨੇਖਲੀਊਦੋਵ ਨੇ ਫੇਰ ਸਵਾਲ ਦਾ ਅਨੁਵਾਦ ਕੀਤਾ। ਬੁੱਢੇ ਨੇ ਸਖ਼ਤੀ ਨਾਲ ਤਿਊੜੀ ਚਾੜ੍ਹ ਲਈ।

"ਇਹਨੂੰ ਆਖ ਕਿ ਈਸਾ ਦੇ ਦੁਸ਼ਮਣ ਦਾ ਜਿਹੜਾ ਠੱਪਾ ਇਹਦੇ ਲੱਗਾ ਹੋਇਐ ਉਹਨੂੰ ਮਿਟਾ ਦੇਵੇ, ਫੇਰ ਇਸ ਨੂੰ ਨਾ ਚੋਰ ਨਜ਼ਰ ਆਉਣਗੇ ਤੇ ਨਾ ਕਾਤਲ। ਕਹਿ ਦੇ ਇਹਨੂੰ ਏਨੀ ਗੱਲ।"

"He is crazy,"* ਨੇਖਲੀਊਦੋਵ ਕੋਲੋਂ ਬੁੱਢੇ ਦੀ ਗੱਲ ਦਾ ਅਨੁਵਾਦ ਸੁਣ ਕੇ, ਅੰਗ੍ਰੇਜ਼ ਨੇ ਆਖਿਆ ਅਤੇ ਮੋਢੇ ਛੰਡਦਾ ਹੋਇਆ ਕੋਠੜੀ ਤੋਂ ਬਾਹਰ ਆ ਗਿਆ।

"ਤੂੰ ਆਪਣਾ ਕੰਮ ਕਰ ਦੂਜਿਆਂ ਦਾ ਸਿਰ ਨਾ ਖਾ। ਹਰ ਕੋਈ ਆਪਣਾ ਆਪ ਸੰਭਾਲੇ। ਕਿਸ ਨੂੰ ਸਜ਼ਾ ਦੇਣੀ ਏ ਤੇ ਕਿਸ ਨੂੰ ਮਾਫ ਕਰਨਾ ਏ, ਇਹ ਰੱਬ ਹੀ ਜਾਣਦਾ ਏ। ਅਸੀਂ ਨਹੀਂ ਕੁਝ ਵੀ ਜਾਣਦੇ," ਬੁੱਢੇ ਨੇ ਆਖਿਆ। "ਤੂੰ ਆਪਣਾ ਅਫਸਰ ਬਣ ਤੇ ਫੇਰ ਅਫਸਰਾਂ ਦੀ ਲੋੜ ਨਹੀਂ ਰਹਿਣੀ। ਜਾ, ਜਾ।" ਉਸ ਨੇ ਗੁੱਸੇ ਨਾਲ ਤਿਊੜੀਆਂ ਚੜ੍ਹਾਉਂਦਿਆਂ ਤੇ ਚਮਕਦੀਆਂ ਅੱਖਾਂ ਨਾਲ ਨੇਖਲੀਊਦੋਵ ਵੱਲ ਵੇਖਦਿਆਂ ਆਖਿਆ, ਜਿਹੜਾ ਅਜੇ ਵਾਰਡ ਵਿਚ ਹੀ ਖੜਾ ਸੀ। "ਵੇਖ ਕੇ ਰੱਜਿਆ ਨਹੀਂ ਅਜੇ ਪਈ ਕਿਵੇਂ ਈਸਾ ਦੇ ਦੁਸ਼ਮਣਾਂ ਦੇ ਚਾਕਰ ਇਨਸਾਨ ਦੇ ਲਹੂ ਨਾਲ ਜੂਆਂ ਪਾਲਦੇ ਨੇ? ਜਾ! ਤੁਰਦਾ ਹੋ!"

ਨੇਖਲੀਊਦੋਵ ਵਾਰਡ ਵਿਚੋਂ ਨਿਕਲਿਆ ਤੇ ਅੰਗ੍ਰੇਜ਼ ਦੇ ਕੋਲ ਆ ਗਿਆ ਜਿਹੜਾ ਇੰਸਪੈਕਟਰ ਦੇ ਨਾਲ ਇਕ ਖੁੱਲ੍ਹੇ ਦਰਵਾਜ਼ੇ ਕੋਲ ਖੜਾ ਇਹ ਪੁੱਛ ਰਿਹਾ ਸੀ ਕਿ ਇਹ ਕੋਠੜੀ ਕਿੰਨ੍ਹਾ ਵਾਸਤੇ ਹੈ।

"ਇਹ ਮੁਰਦਾਖਾਨਾ ਹੈ।"

"ਹੱਛਾ," ਅੰਗ੍ਰੇਜ਼ ਨੇ ਆਖਿਆ ਤੇ ਅੰਦਰ ਜਾਣ ਦੀ ਇੱਛਾ ਪ੍ਰਗਟ ਕੀਤੀ।

ਮੁਰਦਾਖਾਨਾ ਕੋਈ ਬਹੁਤਾ ਵੱਡਾ ਨਹੀਂ, ਇਕ ਸਾਧਾਰਨ ਜਿਹਾ ਕਮਰਾ ਸੀ। ਕੰਧ ਨਾਲ ਇਕ ਛੋਟੀ ਜਿਹੀ ਲੈਂਪ ਲਟਕ ਰਹੀ ਸੀ ਜਿਸ ਦੇ ਮਧਮ ਜਿਹੇ ਚਾਨਣ ਵਿਚ ਕਮਰੇ ਦੀ ਇਕ ਨੁਕਰ ਵਿਚ ਰੱਖੀਆਂ ਕੁਝ ਬੋਰੀਆਂ ਬੁਝਕੇ ਤੇ ਲਕੜ ਦੀਆਂ ਗੇਲੀਆਂ ਨਜ਼ਰ ਆ ਰਹੀਆਂ ਸਨ। ਸੱਜੇ ਪਾਸੇ ਸੌਣ ਵਾਲੇ ਫੱਟਿਆਂ ਉਤੇ ਚਾਰ ਲਾਸ਼ਾਂ ਪਈਆਂ ਸਨ। ਪਹਿਲੀ ਲਾਸ਼ ਛੋਟੀ ਛੋਟੀ ਦਾੜ੍ਹੀ ਤੇ ਅੱਧੇ ਮੁੰਨੇ ਸਿਰ ਵਾਲੇ ਉੱਚੇ ਲੰਮੇ ਆਦਮੀ ਦੀ ਸੀ ਜਿਸ ਦੇ ਗੱਲ ਕੋਰੀ ਲਿਨਿਨ ਦੀ ਕਮੀਜ਼ ਅਤੇ ਤੇੜ ਪਤਲੂਨ ਸੀ। ਲਾਸ਼ ਆਕੜੀ ਹੋਈ ਸੀ। ਨੀਲੇ ਨੀਲੇ ਹੱਥ ਜਿਹੜੇ ਪ੍ਰਤੱਖ ਤੌਰ ਤੇ ਛਾਤੀ ਉਤੇ ਟਿਕਾਏ ਗਏ ਸਨ ਖੁਲ੍ਹ ਗਏ ਸਨ। ਲੱਤਾਂ ਵੀ ਚੌੜੀਆਂ ਹੋ ਗਈਆਂ ਸਨ ਤੇ ਪੈਰ ਵੀ ਬਾਹਰ ਨੂੰ ਨਿਕਲੇ ਹੋਏ ਸਨ।

---

* ਇਹ ਪਾਗਲ ਹੈ।—ਸੰਪਾ:

ਇਹਦੇ ਨਾਲ ਹੀ ਇਕ ਬੁੱਢੀ ਔਰਤ ਦੀ ਲਾਸ਼ ਸੀ ਜਿਸ ਦਾ ਸਿਰ ਤੇ ਪੈਰ ਨੰਗੇ ਸਨ। ਉਹਦੇ ਗਲ ਜੈਕਟ ਤੇ ਤੇੜ ਚਿੱਟਾ ਪੇਟੀਕੋਟ ਸੀ। ਵਾਲਾਂ ਦੀ ਪਤਲੀ ਜਿਹੀ ਗੁੱਤ ਨੰਗੀ ਹੋ ਗਈ ਸੀ। ਚਿਹਰਾ ਪਿਚਕਿਆ ਹੋਇਆ ਤੇ ਪੀਲੇ ਰੰਗ ਦਾ ਅਤੇ ਨੱਕ ਤਿੱਖਾ। ਉਹਦੇ ਪਰਲੇ ਪਾਸੇ ਕਾਸ਼ਨੀ ਰੰਗ ਦੇ ਕਪੜਿਆਂ ਵਿਚ ਇਕ ਹੋਰ ਆਦਮੀ ਦੀ ਲਾਸ਼ ਸੀ। ਇਹ ਰੰਗ ਵੇਖ ਕੇ ਨੇਖਲੀਊਦੋਵ ਨੂੰ ਕੁਝ ਯਾਦ ਆ ਗਿਆ।

ਉਸ ਨੇ ਹੋਰ ਨੇੜੇ ਜਾ ਕੇ ਲਾਸ਼ ਨੂੰ ਵੇਖਿਆ।

ਛੋਟੀ ਛੋਟੀ ਨੁਕੀਲੀ ਦਾੜ੍ਹੀ ਉਪਰ ਵੱਲ ਨੂੰ ਮੁੜ ਗਈ ਸੀ। ਗਠਵੀਂ ਸੁਡੌਲ ਨੱਕ, ਉੱਚਾ, ਚਿੱਟਾ ਮੱਥਾ, ਬਾਰੀਕ, ਕੁੰਡਲਾਂ ਵਾਲੇ ਵਾਲ—ਉਸ ਨੇ ਜਾਣੇ-ਪਛਾਣੇ ਨੈਣ-ਨਕਸ਼ ਪਛਾਣ ਲਏ, ਪਰ ਉਹਨੂੰ ਆਪਣੀਆਂ ਅੱਖਾਂ ਉਤੇ ਵਿਸ਼ਵਾਸ ਨਹੀਂ ਆ ਰਿਹਾ। ਅਜੇ ਕੱਲ੍ਹ ਹੀ ਤਾਂ ਉਹਨੇ ਇਹ ਚਿਹਰਾ ਵੇਖਿਆ ਸੀ, ਕ੍ਰੋਧੀ, ਉਤਾਵਲਾ ਅਤੇ ਪੀੜ ਪੀੜ, ਪਰ ਹੁਣ ਇਹ ਬਿਲਕੁਲ ਸ਼ਾਂਤ ਸੀ, ਅਹਿਲ ਅਤੇ ਬੇਹੱਦ ਖ਼ੂਬਸੂਰਤ।

ਹਾਂ, ਇਹ ਕ੍ਰਿਲਤਸੋਵ ਹੀ ਸੀ, ਜਾਂ ਕਹਿਣਾ ਚਾਹੀਦਾ ਹੈ ਕਿ ਉਸ ਦੇ ਪੰਜ ਭੌਤਿਕ ਸਰੀਰ ਦੀ ਮਿਟੀ ਪਈ ਸੀ।

"ਕਿਉਂ ਇਸ ਨੇ ਦੁਖੜੇ ਝੱਲੇ? ਕਿਉਂ ਜੀਵਨ ਭੋਗਿਆ? ਭਲਾ ਹੁਣ ਉਸ ਨੇ ਇਸ ਗੱਲ ਦਾ ਭੇਤ ਪਾ ਲਿਆ ਹੈ?" ਨੇਖਲੀਊਦੋਵ ਸੋਚ ਰਿਹਾ ਸੀ ਤੇ ਇਸ ਗੱਲ ਦਾ ਕੋਈ ਜਵਾਬ ਲੱਭਦਾ ਨਹੀਂ ਸੀ ਜਾਪਦਾ। ਮੌਤ ਦੇ ਇਲਾਵਾ ਕੁਝ ਹੋਰ ਨਜ਼ਰ ਹੀ ਨਹੀਂ ਸੀ ਆਉਂਦਾ। ਨੇਖਲੀਊਦੋਵ ਨੂੰ ਜਾਪਿਆ ਜਿਵੇਂ ਉਹ ਬੇਹੋਸ਼ ਹੋ ਜਾਵੇਗਾ।

ਅੰਗ੍ਰੇਜ਼ ਨੂੰ ਅਲਵਿਦਾ ਆਖੇ ਬਗੈਰ ਹੀ ਨੇਖਲੀਊਦੋਵ ਨੇ ਇੰਸਪੈਕਟਰ ਨੂੰ ਆਖਿਆ ਕਿ ਉਸ ਨੂੰ ਬਾਹਰ ਵਿਹੜੇ ਵਿਚ ਛੱਡ ਆਵੇ। ਉਹ ਚਾਹੁੰਦਾ ਸੀ ਕਿ ਬਿਲਕੁਲ ਇਕੱਲਾ ਬੈਠ ਕੇ ਜੋ ਕੁਝ ਅੱਜ ਸ਼ਾਮ ਉਹਨੇ ਵੇਖਿਆ ਸੀ ਉਸ ਉਤੇ ਵਿਚਾਰ ਕਰੇ ਅਤੇ ਉਹ ਬੱਘੀ ਵਿਚ ਬੈਠਾ ਤੇ ਹੋਟਲ ਵਾਪਸ ਆ ਗਿਆ।

੨੮

ਨੇਖਲੀਊਦੋਵ ਮੰਜੇ ਉਤੇ ਨਹੀਂ ਪਿਆ ਸਗੋਂ ਢੇਰ ਚਿਰ ਤੱਕ ਆਪਣੇ ਕਮਰੇ ਵਿਚ ਤੁਰਿਆ ਫਿਰਦਾ ਰਿਹਾ। ਕਾਤੀਊਸ਼ਾ ਨਾਲ ਹੁਣ ਉਸ ਨੂੰ ਕੋਈ ਕੰਮ ਨਹੀਂ ਸੀ। ਉਹਨੂੰ ਹੁਣ ਨੇਖਲੀਊਦੋਵ ਦੀ ਲੋੜ ਨਹੀਂ ਸੀ ਤੇ ਇਹ ਸੋਚ ਕੇ ਉਹ ਉਦਾਸ ਤੇ ਸ਼ਰਮਿੰਦਾ ਹੋ ਗਿਆ। ਪਰ ਉਹਦਾ ਮਨ ਜਿਸ ਗੱਲੋਂ ਬੇਚੈਨ ਸੀ ਉਹ ਇਹ ਨਹੀਂ ਸੀ। ਉਹਦਾ ਦੂਜਾ ਕੰਮ ਅਜੇ ਅਧੂਰਾ ਹੀ ਨਹੀਂ ਸੀ ਪਿਆ ਸਗੋਂ ਉਸ ਨੂੰ ਪਹਿਲਾਂ ਨਾਲੋਂ ਬਹੁਤਾ ਬੇਚੈਨ ਵੀ ਕਰ ਰਿਹਾ ਸੀ ਅਤੇ ਉਸ ਤੋਂ ਹੋਰ ਵਧੇਰੇ ਸਰਗਰਮ ਹੋਣ ਦੀ ਮੰਗ ਕਰ ਰਿਹਾ ਸੀ।

ਪਿਛਲੇ ਕੁਝ ਸਮੇਂ ਤੋਂ ਉਹ ਜਿਸ ਖੌਫਨਾਕ ਬੁਰਾਈ ਨੂੰ ਵੇਖ ਰਿਹਾ ਸੀ ਅਤੇ ਜਿਸ ਦੀ ਉਸ ਨੂੰ ਸਮਝ ਆਈ ਸੀ, ਤੇ ਖਾਸ ਕਰ ਕੇ ਅੱਜ ਉਸ ਭਿਆਨਕ ਜੇਲ੍ਹ ਵਿਚ ਜੋ ਕੁਝ ਉਹਨੇ ਵੇਖਿਆ ਸੀ, ਉਹ ਘੋਰ ਬੁਰਾਈ ਜਿਸ ਨੇ ਏਡੇ ਪਿਆਰੇ ਕ੍ਰਿਲਤਸੋਵ ਨੂੰ ਮਾਰ ਮੁਕਾਇਆ ਸੀ, ਉਸ ਬੁਰਾਈ ਦਾ ਰਾਜ ਸੀ ਤੇ ਉਹ ਜੇਤੂ ਹੋਈ ਸੀ। ਨੇਖਲੀਊਦੋਵ ਨੂੰ ਇਸ ਗੱਲ ਦੀ ਕੋਈ ਸੰਭਾਵਨਾ ਨਹੀਂ ਸੀ ਦਿਸਦੀ ਕਿ ਇਸ ਬੁਰਾਈ ਉੱਤੇ ਕਾਬੂ ਪਾਇਆ ਜਾ ਸਕੇ। ਉਸ ਨੂੰ ਤਾਂ ਇਹ ਜਾਣ ਸਕਣ ਦੀ ਵੀ ਸੰਭਾਵਨਾ ਨਹੀਂ ਸੀ ਨਜ਼ਰ ਆਉਂਦੀ ਕਿ ਇਸ ਉਤੇ ਕਾਬੂ ਪਾਇਆ ਕਿਵੇਂ ਜਾ ਸਕਦਾ ਹੈ।

ਉਸ ਦੀ ਕਲਪਨਾ ਵਿਚ ਉਹਨਾਂ ਸੈਂਕੜੇ ਹਜ਼ਾਰਾਂ ਦੁਰਗਤ ਮਨੁੱਖਾਂ ਦੇ ਚਿਹਰੇ ਸਾਕਾਰ ਹੋ ਉੱਠੇ ਜਿਨ੍ਹਾਂ ਨੂੰ ਇਹਨਾਂ ਬੇਦਰਦ ਜਨਰਲਾਂ, ਸਰਕਾਰੀ ਵਕੀਲਾਂ ਅਤੇ ਇੰਸਪੈਕਟਰਾਂ ਨੇ ਤੂਸਾਂ ਮਾਰਦੀਆਂ ਕਾਲ-ਕੋਠੜੀਆਂ ਵਿਚ ਬੰਦ ਕੀਤਾ ਹੋਇਆ ਹੈ। ਉਸ ਦੀ ਕਲਪਨਾ ਵਿਚੋਂ ਉਸ ਵਚਿਤਰ ਆਜ਼ਾਦ ਬੁੱਢੇ ਦੀ ਤਸਵੀਰ ਲੰਘੀ ਜਿਹੜਾ ਅਫਸਰਾਂ ਦੀਆਂ ਕਰਤੂਤਾਂ ਨੰਗੀਆਂ ਕਰ ਰਿਹਾ ਸੀ ਤੇ ਇਸ ਕਰਕੇ ਉਹਨੂੰ ਪਾਗਲ ਆਖਿਆ ਜਾਂਦਾ ਸੀ। ਤੇ ਉਹਨਾਂ ਲਾਸ਼ਾਂ ਵਿਚੋਂ ਕ੍ਰਿਲਤਸੋਵ ਦਾ ਖ਼ੂਬਸੂਰਤ ਲਿਸ਼ ਲਿਸ਼ ਕਰਦਾ ਚਿਹਰਾ ਉਹਦੀਆਂ ਅੱਖਾਂ ਅੱਗੇ ਆ ਗਿਆ ਜਿਹੜਾ ਮਰਨ ਤੋਂ ਪਹਿਲਾਂ ਰੋਹ ਵਿਚ ਆਇਆ ਹੋਇਆ ਸੀ। ਇਸ ਤੋਂ ਮਗਰੋਂ ਫੇਰ ਓਹੋ ਸਵਾਲ ਸਿਰ ਚੁੱਕਣ ਲੱਗਾ ਕਿ ਉਹ ਆਪ ਪਾਗਲ ਹੈ ਜਾਂ ਉਹ ਲੋਕ ਜਿਹੜੇ ਇਹ ਕਰਤੂਤਾਂ ਕਰਦੇ ਹੋਏ ਵੀ ਸਮਝਦੇ ਹਨ ਕਿ ਉਹਨਾਂ ਦੇ ਦਿਮਾਗ਼ ਠੀਕ ਕੰਮ ਕਰਦੇ ਹਨ। ਇਹ ਸਵਾਲ ਪਹਿਲਾਂ ਨਾਲੋਂ ਵੀ ਵਧੇਰੇ ਤੀਬਰ ਰੂਪ ਵਿਚ ਉਹਦੇ ਮਨ ਵਿਚ ਉੱਠਿਆ ਤੇ ਉਹਦੇ ਕੋਲੋਂ ਜਵਾਬ ਦੀ ਮੰਗ ਕਰਨ ਲੱਗਾ।

ਕਮਰੇ ਵਿਚ ਫਿਰਦਾ ਫਿਰਦਾ ਅਤੇ ਸੋਚਦਾ ਸੋਚਦਾ ਜਦੋਂ ਉਹ ਥੱਕ ਗਿਆ ਤਾਂ ਲੈਂਪ ਦੇ ਨੇੜੇ ਇਕ ਸੋਫੇ ਉਤੇ ਬਹਿ ਗਿਆ। ਸੁਭੌਕੀ ਹੀ ਉਹਨੇ ਮੇਜ਼ ਉਤੋਂ ਅੰਜੀਲ ਚੁੱਕੀ ਤੇ ਉਹਦੇ ਵਰਕੇ ਪਲਟਣ ਲੱਗ ਪਿਆ। ਇਹ ਉਸ ਨੂੰ ਅੰਗ੍ਰੇਜ਼ ਨੇ ਭੇਟ ਕੀਤੀ ਸੀ ਤੇ ਬਾਹਰੋਂ ਆ ਕੇ ਉਸ ਨੇ ਜੇਬਾਂ ਖਾਲੀ ਕਰਦਿਆਂ ਇਸ ਨੂੰ ਮੇਜ਼ ਉਤੇ ਰੱਖ ਦਿੱਤਾ ਸੀ।

"ਕਹਿੰਦੇ ਹਨ ਕਿ ਇਹਦੇ ਵਿਚੋਂ ਹਰ ਸਵਾਲ ਦਾ ਜਵਾਬ ਮਿਲ ਜਾਂਦਾ ਹੈ," ਉਹ ਸੋਚਣ ਲੱਗਾ, ਅਤੇ ਜਿਹੜਾ ਸਫ਼ਾ ਸਾਮ੍ਹਣੇ ਆਇਆ ਓਥੋਂ ਹੀ ਖੋਹਲ ਕੇ ਉਹ ਪੜ੍ਹਨ ਲੱਗ ਪਿਆ। ਸੰਤ ਮੱਤੀ* ਦਾ ੧੮ ਵਾਂ ਅਧਿਆਇ ਸੀ :

੧. ਉਸ ਵੇਲੇ ਚੇਲੇ ਯਿਸੂ ਕੋਲ ਆ ਕੇ ਪੁੱਛਣ ਲੱਗੇ : "ਸਵਰਗ ਦੇ ਰਾਜ ਵਿਚ ਸਭ ਤੋਂ ਵੱਡਾ ਕੌਣ ਹੈ ?"

੨. ਯਿਸੂ ਨੇ ਇਕ ਬੱਚੇ ਨੂੰ ਸੱਦ ਕੇ ਉਹਨਾਂ ਦੇ ਵਿਚਕਾਰ ਖੜਾ ਕਰ ਦਿੱਤਾ।

---

* ਇਹਨਾਂ ਪਦਾਂ ਦਾ ਪਾਠ ਬਾਈਬਲ ਸੋਸਾਇਟੀ ਆਫ ਇੰਡੀਆ, ਬੰਗਲੌਰ ਵਲੋਂ ਪੰਜਾਬੀ ਵਿਚ ਪ੍ਰਕਾਸ਼ਤ (੧੯੭੯) "ਨਵਾਂ ਨੇਮ" ਵਿਚੋਂ ਲਿਆ ਗਿਆ ਹੈ।—ਅਨੁ :

੩. ਤੇ ਫਿਰ ਉਹਨਾਂ ਨੇ ਚੇਲਿਆਂ ਨੂੰ ਕਿਹਾ "ਇਹ ਚੇਤੇ ਰੱਖੋ, ਜਦੋਂ ਤੱਕ ਤੁਸੀਂ ਆਪਣੇ ਆਪ ਨਾਂ ਨਾ ਬਦਲੋਗੇ ਅਤੇ ਬੱਚਿਆਂ ਦੀ ਤਰ੍ਹਾਂ ਨਾ ਬਣੋਗੇ, ਤੁਸੀਂ ਸਵਰਗ ਦੇ ਰਾਜ ਵਿਚ ਦਾਖਲ ਨਹੀਂ ਹੋ ਸਕਦੇ ਹੋ।

੪. "ਇਸ ਲਈ ਜੋ ਮਨੁੱਖ ਆਪਣੇ ਆਪ ਨੂੰ ਨੀਵਾਂ ਕਰਦਾ ਹੈ ਅਤੇ ਇਸ ਬੱਚੇ ਦੀ ਤਰ੍ਹਾਂ ਬਣਾਉਂਦਾ ਹੈ, ਸਵਰਗ ਦੇ ਰਾਜ ਵਿਚ ਸਭ ਤੋਂ ਵੱਡਾ ਹੈ।"

"ਹਾਂ, ਹਾਂ, ਇਹ ਤਾਂ ਗੱਲ ਠੀਕ ਹੈ," ਨੇਖਲੀਊਦੋਵ ਨੇ ਸੋਚਿਆ। ਉਹਨੂੰ ਯਾਦ ਆਇਆ ਕਿ ਉਹਦੇ ਜੀਵਨ ਵਿਚ ਅਮਨ-ਚੈਨ ਤੇ ਖੁਸ਼ੀ ਦੇ ਦਿਨ ਓਹੋ ਸਨ ਜਦੋਂ ਉਹ ਆਪਣੇ ਆਪ ਨੂੰ ਨੀਵਾਂ ਰੱਖਦਾ ਸੀ।

੫. "ਇਸੇ ਤਰ੍ਹਾਂ ਜੋ ਮਨੁੱਖ ਇਹੋ ਜਿਹੇ ਕਿਸੇ ਇਕ ਬੱਚੇ ਦਾ ਸੁਆਗਤ ਮੇਰੇ ਨਾਂ ਤੇ ਕਰਦਾ ਹੈ, ਉਹ ਅਸਲ ਵਿਚ ਮੇਰਾ ਸੁਆਗਤ ਕਰਦਾ ਹੈ।"

੬. "ਉਹ ਆਦਮੀ ਜਿਹੜਾ ਇਹਨਾਂ ਛੋਟਿਆਂ ਵਿਚੋਂ ਜੋ ਮੇਰੇ ਉਤੇ ਵਿਸ਼ਵਾਸ ਕਰਦੇ ਹਨ, ਕਿਸੇ ਇਕ ਨੂੰ ਗ਼ਲਤ ਰਾਹ ਉਤੇ ਪਾਉਂਦਾ ਹੈ; ਉਸ ਲਈ ਇਹ ਚੰਗਾ ਹੈ ਕਿ ਉਸ ਦੇ ਗਲ ਵਿਚ ਇਕ ਚੱਕੀ ਦਾ ਪੁੜ ਬੰਨ੍ਹ ਕੇ ਸਮੁੰਦਰ ਵਿਚ ਡੂੰਘੀ ਥਾਂ ਡੋਬਿਆ ਜਾਵੇ।"

"ਉਹ ਕਾਹਦੇ ਵਾਸਤੇ?—ਜਿਹੜਾ ਸੁਆਗਤ ਕਰੇਗਾ। ਕਿਥੇ ਸੁਆਗਤ? ਤੇ ਇਸ ਦਾ ਕੀ ਮਤਲਬ ਹੋਇਆ ਮੇਰੇ ਨਾਂ ਤੇ?" ਉਹਨੇ ਆਪਣੇ ਆਪ ਕੋਲੋਂ ਪੁੱਛਿਆ। ਉਹ ਮਹਿਸੂਸ ਕਰ ਰਿਹਾ ਸੀ ਕਿ ਇਹਨਾਂ ਲਫਜ਼ਾਂ ਵਿਚੋਂ ਉਹਦੇ ਹੱਥ-ਪੱਲੇ ਕੁਝ ਨਹੀਂ ਪਿਆ। "ਤੇ ਉਹਦੇ ਗਲ ਵਿਚ ਚੱਕੀ ਦਾ ਪੁੜ ਕਿਉਂ? ਤੇ ਸਮੁੰਦਰ ਵਿਚ ਡੂੰਘੀ ਥਾਂ ਕਿਉਂ? ਨਹੀਂ, ਇਹ ਗਲ ਨਹੀਂ, ਇਹ ਗੱਲ ਦਰੁਸਤ ਨਹੀਂ, ਸਪਸ਼ਟ ਨਹੀਂ।" ਤੇ ਉਸ ਨੂੰ ਯਾਦ ਆਇਆ ਕਿ ਆਪਣੀ ਜ਼ਿੰਦਗੀ ਵਿਚ ਕਿੰਨੀ ਹੀ ਵਾਰੀ ਉਸ ਨੇ ਅੰਜੀਲ ਪੜ੍ਹਨੀ ਸ਼ੁਰੂ ਕੀਤੀ ਤੇ ਇਹਦੇ ਪੈਰੇ ਵਾਕ ਸਪਸ਼ਟ ਨਾ ਹੋਣ ਕਾਰਨ ਉਸ ਕੋਲੋਂ ਇਹ ਪੜ੍ਹੀ ਨਹੀਂ ਸੀ ਜਾਂਦੀ ਤੇ ਉਹ ਇਸ ਨੂੰ ਠੱਪ ਕਰ ਦੇਂਦਾ ਸੀ। ਉਸ ਨੇ ਸਤਵਾਂ, ਅਠਵਾਂ, ਨੌਂਵਾਂ ਅਤੇ ਦਸਵਾਂ ਪਦ ਪੜ੍ਹੇ। ਇਹਨਾਂ ਵਿਚ ਇਸ ਗੱਲ ਦਾ ਜ਼ਿਕਰ ਸੀ ਕਿ ਸੰਸਾਰ ਵਿਚ ਠੋਕਰਾਂ ਤਾਂ ਜ਼ਰੂਰ ਲੱਗਣੀਆਂ ਹਨ। ਨਰਕ ਦੀ ਅੱਗ ਵਿਚ ਸੜਨ ਦੀ ਸਜ਼ਾ ਦਾ ਜ਼ਿਕਰ ਸੀ ਅਤੇ ਕੁਝ ਫਰਿਸ਼ਤਿਆਂ ਦੀ ਚਰਚਾ ਸੀ ਜਿਹੜੇ ਸਵਰਗ ਵਿਚ ਪਿਤਾ ਦੇ ਮੁਖੜੇ ਦੇ ਦਰਸ਼ਨ ਕਰਦੇ ਹਨ। "ਕੇਡੇ ਅਫਸੋਸ ਦੀ ਗੱਲ ਹੈ ਕਿ ਇਸ ਵਿਚ ਏਨੀ ਅਸਪਸ਼ਟਤਾ ਹੈ," ਉਸ ਨੇ ਸੋਚਿਆ, "ਪਰ ਤਾਂ ਵੀ ਮਹਿਸੂਸ ਹੁੰਦਾ ਹੈ ਕਿ ਇਹਦੇ ਵਿਚ ਕੋਈ ਨਾ ਕੋਈ ਚੰਗੀ ਗੱਲ ਹੈ।"

੧੧. "ਕਿਉਂਕਿ ਮਨੁੱਖ ਦਾ ਪੁੱਤਰ ਗੁਆਚਿਆਂ ਹੋਇਆਂ ਨੂੰ ਲੱਭਣ ਆਇਆ ਹੈ," ਉਸ ਨੇ ਅੱਗੇ ਪੜ੍ਹਿਆ।

੧੨. "ਤੁਹਾਡਾ ਕੀ ਵਿਚਾਰ ਹੈ? ਜੇਕਰ ਕਿਸੇ ਆਦਮੀ ਕੋਲ ਸੌ ਭੇਡਾਂ ਹਨ। ਉਹਨਾਂ ਵਿਚੋਂ ਇਕ ਗੁਆਚ ਜਾਂਦੀ ਹੈ। ਉਹ ਆਦਮੀ ਕੀ ਕਰੇਗਾ? ਕੀ ਉਹ ਬਾਕੀ

ਨੜਿਨਵਿਆਂ ਨੂੰ ਪਹਾੜ ਉਤੇ ਚਰਦੀਆਂ ਛੱਡ ਕੇ, ਉਸ ਗੁਆਚੀ ਹੋਈ ਭੇਡ ਨੂੰ ਲਭਣ ਨਹੀਂ ਜਾਵੇਗਾ?

੧੩. "ਜਦੋਂ ਉਹ ਉਸ ਨੂੰ ਲੱਭ ਪਵੇਗੀ। ਤਾਂ ਮੈਂ ਤੁਹਾਨੂੰ ਵਿਸ਼ਵਾਸ ਨਾਲ ਕਹਿੰਦਾ ਹਾਂ ਕਿ ਉਸ ਨੂੰ ਇਸ ਦੇ ਲਈ ਬਾਕੀ ਨੜਿਨਵਿਆਂ ਦੀ ਬਜਾਏ, ਜੋ ਨਹੀਂ ਗੁਆਚੀਆਂ ਸਨ, ਜ਼ਿਆਦਾ ਖੁਸ਼ੀ ਹੋਵੇਗੀ।

੧੪. "ਇਸੇ ਤਰ੍ਹਾਂ ਤੁਹਾਡਾ ਪਿਤਾ, ਜੋ ਸਵਰਗ ਵਿਚ ਹੈ, ਇਹ ਨਹੀਂ ਚਾਹੁੰਦਾ ਕਿ ਇਹਨਾਂ ਛੋਟਿਆਂ ਵਿਚੋਂ ਕੋਈ ਇਕ ਵੀ ਗੁਆਚੇ।"

"ਹਾਂ, ਪਿਤਾ ਦੀ ਇਹ ਇੱਛਾ ਨਹੀਂ ਕਿ ਇਹ ਤਬਾਹ ਹੋ ਜਾਣ ਤੇ ਏਥੇ ਸੈਂਕੜੇ ਹਜ਼ਾਰਾਂ ਦੀ ਗਿਣਤੀ ਵਿਚ ਤਬਾਹ ਹੋ ਰਹੇ ਹਨ। ਤੇ ਇਹਨਾਂ ਨੂੰ ਬਚਾਉਣ ਦੀ ਕੋਈ ਸੰਭਾਵਨਾ ਨਹੀਂ," ਉਸ ਨੇ ਸੋਚਿਆ।

੨੧. ਪਤਰਸ, ਯਿਸੂ ਕੋਲ ਆਇਆ ਤੇ ਉਹਨਾਂ ਤੋਂ ਪੁੱਛਿਆ, ਉਹਨੇ ਅੱਗੇ ਪੜ੍ਹਿਆ, "ਪ੍ਰਭੂ ਜੀ, ਮੇਰਾ ਭਰਾ ਮੇਰੇ ਵਿਰੁੱਧ ਕਿੰਨੀ ਵਾਰ ਪਾਪ ਕਰ ਸਕਦਾ ਹੈ, ਅਤੇ ਮੈਨੂੰ ਕਿੰਨੀ ਵਾਰ ਉਸ ਨੂੰ ਮਾਫ ਕਰਨਾ ਚਾਹੀਦਾ ਹੈ? ਕੀ ਸੱਤ ਵਾਰ?"

੨੨. ਯਿਸੂ ਨੇ ਉਸ ਨੂੰ ਉੱਤਰ ਦਿੱਤਾ, "ਮੈਂ ਤੈਨੂੰ ਇਹ ਨਹੀਂ ਆਖਦਾ ਕਿ ਸੱਤ ਵਾਰ, ਸਗੋਂ ਸੱਤ ਦੇ ਸੱਤਰ ਵਾਰ।

੨੩. "ਇਸ ਕਰਕੇ ਸਵਰਗ ਦਾ ਰਾਜ ਇਕ ਰਾਜੇ ਵਰਗਾ ਹੈ ਜਿਸ ਨੇ ਇਕ ਵਾਰ ਆਪਣੇ ਨੌਕਰਾਂ ਦਾ ਹਿਸਾਬ ਕਿਤਾਬ ਵੇਖਣ ਦਾ ਫੈਸਲਾ ਕੀਤਾ।

੨੪. "ਜਦੋਂ ਉਸ ਨੇ ਦੇਖਣਾ ਸ਼ੁਰੂ ਹੀ ਕੀਤਾ, ਤਾਂ ਇਕ ਨੌਕਰ ਨੂੰ ਉਸ ਦੇ ਸਾਮ੍ਹਣੇ ਪੇਸ਼ ਕੀਤਾ ਗਿਆ, ਜਿਸ ਵੱਲ ਉਸ ਦੇ ਦਸ ਹਜ਼ਾਰ ਤੋੜੇ ਨਿਕਲਦੇ ਸਨ।

੨੫. "ਉਸ ਨੌਕਰ ਕੋਲ ਇਹ ਘਾਟਾ ਪੂਰਾ ਕਰਨ ਦੇ ਲਈ ਕੁਝ ਨਹੀਂ ਸੀ। ਤਾਂ ਇਸ ਲਈ ਰਾਜੇ ਨੇ ਹੁਕਮ ਦਿੱਤਾ ਕਿ ਇਸ ਨੌਕਰ ਨੂੰ ਇਸ ਦੇ ਟੱਬਰ ਅਤੇ ਜੋ ਕੁਝ ਇਸ ਕੋਲ ਹੈ, ਸਮੇਤ ਵੇਚ ਕੇ ਇਹ ਘਾਟਾ ਪੂਰਾ ਕੀਤਾ ਜਾਵੇ।

੨੬. "ਪਰ ਉਹ ਨੌਕਰ ਰਾਜਾ ਦੇ ਪੈਰੀਂ ਪੈ ਕੇ ਬੇਨਤੀ ਕਰਨ ਲੱਗਾ, 'ਮੇਰੇ ਉਤੇ ਥੋੜਾ ਰਹਿਮ ਕਰੋ, ਮੈਂ ਤੁਹਾਡਾ ਸਭ ਕੁਝ ਦੇ ਦੇਵਾਂਗਾ।'

੨੭. "ਉਸ ਨੌਕਰ ਦੇ ਮਾਲਕ ਨੂੰ ਉਸ ਤੇ ਬਹੁਤ ਤਰਸ ਆਇਆ। ਇਸ ਲਈ ਮਾਲਕ ਨੇ ਉਸ ਨੂੰ ਛੱਡ ਦਿੱਤਾ ਅਤੇ ਉਸ ਦਾ ਕਰਜ਼ਾ ਵੀ ਮਾਫ ਕਰ ਦਿੱਤਾ।

੨੮. "ਪਰ ਉਹ ਨੌਕਰ ਉਥੋਂ ਬਾਹਰ ਗਿਆ ਅਤੇ ਆਪਣੇ ਇਕ ਸਾਥੀ ਨੌਕਰ ਨੂੰ ਮਿਲਿਆ ਜਿਸ ਤੋਂ ਉਸ ਨੇ ਸੌ ਦੀਨਾਰ ਲੈਣੇ ਸਨ। ਉਸ ਨੇ ਇਸ ਦੂਜੇ ਨੌਕਰ ਨੂੰ ਗਲੇ ਤੋਂ ਜਾ ਫੜਿਆ ਅਤੇ ਕਿਹਾ, 'ਮੇਰਾ ਜੋ ਕੁਝ ਨਿਕਲਦਾ ਹੈ, ਹੁਣੇ ਏਥੇ ਰੱਖ।'

੨੯. "ਉਸ ਦਾ ਸਾਥੀ ਨੌਕਰ ਉਸ ਦੇ ਪੈਰੀਂ ਪੈ ਕੇ ਬੇਨਤੀ ਕਰਨ ਲੱਗਾ, 'ਮੇਰੇ ਤੇ ਥੋੜਾ ਰਹਿਮ ਕਰੋ, ਮੈਂ ਤੁਹਾਡਾ ਸਭ ਕੁਝ ਦੇ ਦੇਵਾਂਗਾ।'

੩੦. "ਪਰ ਉਹ ਨਾ ਮੰਨਿਆ, ਅਤੇ ਉਸ ਦੂਜੇ ਨੌਕਰ ਨੂੰ ਉਸ ਸਮੇਂ ਤੱਕ ਲਈ

ਕੈਦ ਕਰਵਾ ਦਿਤਾ, ਜਦੋਂ ਤੱਕ ਕਿ ਉਹ ਕਰਜ਼ਾ ਨਾ ਦੇਵੇ।

੩੧. "ਪਰ ਜਦੋਂ ਬਾਕੀ ਦੇ ਨੌਕਰਾਂ ਨੇ ਇਹ ਸਭ ਹੁੰਦਾ ਦੇਖਿਆ ਤਾਂ ਉਹ ਬਹੁਤ ਦੁਖੀ ਹੋਏ। ਉਹਨਾਂ ਸਾਰੀ ਗੱਲ ਮਾਲਕ ਨੂੰ ਜਾ ਦੱਸੀ।

੩੨. "ਇਸ ਤੇ ਮਾਲਕ ਨੇ ਉਸ ਪਹਿਲੇ ਨੌਕਰ ਨੂੰ ਫਿਰ ਅੰਦਰ ਸੱਦਿਆ ਅਤੇ ਉਸ ਨੂੰ ਕਿਹਾ, 'ਹੇ ਨਾ-ਸ਼ੁਕਰੇ ਨੌਕਰ ਮੈਂ ਤੇਰੀ ਬੇਨਤੀ ਤੇ ਤੇਰਾ ਸਾਰਾ ਕਰਜ਼ਾ ਮਾਫ ਕਰ ਦਿੱਤਾ ਸੀ।

੩੩. "'ਕੀ ਤੈਨੂੰ ਵੀ ਆਪਣੇ ਸਾਥੀ ਨੌਕਰ ਉਤੇ ਰਹਿਮ ਨਹੀਂ ਕਰਨਾ ਚਾਹੀਦਾ ਸੀ, ਜਿਸ ਤਰ੍ਹਾਂ ਮੈਂ ਤੇਰੇ ਉਤੇ ਰਹਿਮ ਕੀਤਾ ਸੀ।'

"ਤੇ ਬਸ ਏਨੀ ਹੀ ਗੱਲ ਹੈ?" ਨੇਖਲੀਊਦੋਵ ਸੁਤੇ-ਸਿਧ ਉੱਚੀ ਸਾਰੀ ਬੋਲ ਉੱਠਿਆ, ਤੇ ਉਹਦੇ ਰੋਮ ਰੋਮ ਵਿਚੋਂ ਇਕ ਅੰਦਰਲੀ ਆਵਾਜ਼ ਆਈ, "ਹਾਂ, ਏਨੀ ਹੀ ਗੱਲ ਹੈ।"

ਨੇਖਲੀਊਦੋਵ ਨਾਲ ਓਹੋ ਕੁਝ ਹੋਇਆ ਜੋ ਆਮ ਕਰ ਕੇ ਉਹਨਾਂ ਲੋਕਾਂ ਨਾਲ ਹੁੰਦਾ ਹੈ ਜਿਹੜੇ ਰੂਹਾਨੀ ਜੀਵਨ ਜੀਊਂ ਰਹੇ ਹੁੰਦੇ ਹਨ। ਜਿਹੜਾ ਵਿਚਾਰ ਪਹਿਲਾਂ ਪਹਿਲ ਅਨੂਠਾ, ਵਿਰੋਧਾਭਾਸੀ, ਜਾਂ ਸਗੋਂ ਇਕ ਮਜ਼ਾਕ ਜਿਹਾ ਜਾਪਦਾ ਸੀ, ਉਸ ਦੀ ਜਦੋਂ ਜ਼ਿੰਦਗੀ ਦੇ ਤਜਰਬਿਆਂ ਨਾਲ ਵਧੇਰੇ ਤੋਂ ਵਧੇਰੇ ਪੁਸ਼ਟੀ ਹੁੰਦੀ ਗਈ, ਤਾਂ ਅਚਾਨਕ ਹੀ ਉਹ ਵਿਚਾਰ ਅਤਿਅੰਤ ਸਰਲ ਅਤੇ ਅਟੱਲ ਸਚਾਈ ਜਾਪਣ ਲੱਗ ਪਿਆ। ਇਸ ਤਰੀਕੇ ਨਾਲ ਉਹਨਾਂ ਭਿਆਨਕ ਬੁਰਾਈਆਂ ਤੋਂ ਜਿਨ੍ਹਾਂ ਸਦਕਾ ਲੋਕ ਦੁਖੜੇ ਭੋਗ ਰਹੇ ਹਨ ਮੁਕਤੀ ਪ੍ਰਾਪਤ ਕਰਨ ਦਾ ਇਕੋ ਇਕ ਪੱਕਾ ਰਸਤਾ ਇਹ ਹੈ ਕਿ ਉਹ ਹਮੇਸ਼ਾ ਰੱਬ ਦੀ ਦਰਗਾਹੇ ਆਪਣੇ ਆਪ ਨੂੰ ਗੁਨਾਹਗਾਰ ਕਬੂਲ ਕਰਨ ਅਤੇ ਮੰਨਣ ਕਿ ਉਹ ਦੂਜਿਆਂ ਨੂੰ ਸਜ਼ਾ ਦੇਣ ਜਾਂ ਸੁਧਾਰਨ ਦੇ ਯੋਗ ਨਹੀਂ ਹਨ। ਇਹ ਗੱਲ ਹੁਣ ਨੇਖਲੀਊਦੋਵ ਦੇ ਸਾਮ੍ਹਣੇ ਸਪਸ਼ਟ ਹੋ ਗਈ ਸੀ। ਉਸ ਨੂੰ ਇਸ ਗੱਲ ਦੀ ਸਮਝ ਆ ਗਈ ਕਿ ਉਹ ਸਾਰੇ ਭਿਆਨਕ ਕੁਕਰਮ ਜਿਹੜੇ ਉਹ ਜੇਲ੍ਹਾਂ ਤੇ ਕੈਦਖਾਨਿਆਂ ਵਿਚ ਵੇਖਦਾ ਰਿਹਾ ਹੈ, ਤੇ ਇਹ ਕੁਕਰਮ ਕਰਨ ਵਾਲਿਆਂ ਦਾ ਆਤਮ-ਵਿਸ਼ਵਾਸ ਇਸ ਗੱਲ ਦਾ ਸਿੱਟਾ ਹੈ ਕਿ ਇਹ ਲੋਕ ਉਹ ਕੁਝ ਕਰਨ ਦੀ ਕੋਸ਼ਿਸ਼ ਕਰ ਰਹੇ ਹਨ ਜੋ ਕੁਝ ਸੰਭਵ ਨਹੀਂ। ਅਰਥਾਤ ਆਪ ਕੁਕਰਮੀ ਹੁੰਦਿਆਂ ਦੂਜਿਆਂ ਦੇ ਭੈੜ ਦੂਰ ਕਰਨ ਦੀ ਕੋਸ਼ਿਸ਼ ਕਰ ਰਹੇ ਹਨ। ਕੁਕਰਮੀ ਬੰਦੇ ਦੂਜੇ ਕੁਕਰਮੀ ਬੰਦਿਆਂ ਦਾ ਸੁਧਾਰ ਕਰਨ ਦੀ ਕੋਸ਼ਿਸ਼ ਕਰ ਰਹੇ ਹਨ, ਅਤੇ ਸਮਝਦੇ ਹਨ ਕਿ ਮਸ਼ੀਨੀ ਢੰਗ ਵਰਤ ਕੇ ਉਹ ਇਹ ਕੰਮ ਕਰ ਸਕਦੇ ਹਨ। ਇਸ ਸਭ ਕੁਝ ਦਾ ਨਤੀਜਾ ਇਹ ਹੋਇਆ ਹੈ ਕਿ ਲੋੜਵੰਦ ਤੇ ਸਵਾਰਥੀ ਬੰਦੇ ਇਸ ਵਿਖਾਵੇ ਦੀ ਸਜ਼ਾ ਅਤੇ ਦੂਜਿਆਂ ਦੇ ਸੁਧਾਰ ਨੂੰ ਆਪਣਾ ਪੇਸ਼ਾ ਬਣਾ ਕੇ, ਆਪ ਪਰਲੇ ਦਰਜੇ ਦੇ ਭ੍ਰਿਸ਼ਟ ਬਣ ਗਏ ਹਨ, ਅਤੇ ਉਹਨਾਂ ਲੋਕਾਂ ਨੂੰ ਲਗਾਤਾਰ ਭ੍ਰਿਸ਼ਟ ਕਰਦੇ ਜਾ ਰਹੇ ਹਨ ਜਿਨ੍ਹਾਂ ਨੂੰ ਇਹ ਤਸੀਹੇ ਦੇਂਦੇ ਹਨ। ਹੁਣ ਉਸ ਨੂੰ ਸਾਫ ਵਿਖਾਈ ਦੇਣ ਲੱਗ ਪਿਆ ਸੀ ਕਿ ਉਹਨਾਂ ਸਭਨਾਂ ਭਿਅੰਕਰਤਾਵਾਂ ਦੀ, ਜੋ ਉਸ ਨੇ ਵੇਖੀਆਂ ਹਨ, ਜੜ੍ਹ ਕੀ ਹੈ ਅਤੇ ਇਹਨਾਂ ਨੂੰ ਖਤਮ ਕਰਨ ਵਾਸਤੇ ਕੀ

ਕਰਨਾ ਚਾਹੀਦਾ ਹੈ। ਜਿਹੜਾ ਜਵਾਬ ਉਸ ਨੂੰ ਲਭ ਨਹੀਂ ਸੀ ਰਿਹਾ ਉਹ ਓਹੋ ਹੀ ਸੀ ਜਿਹੜਾ ਯਿਸੂ ਨੇ ਪਤਰਸ ਨੂੰ ਦਿੱਤਾ ਸੀ। ਅਰਥਾਤ, ਹਮੇਸ਼ਾ ਮਾਫ ਕਰਦੇ ਜਾਓ, ਹਰ ਇਕ ਨੂੰ ਮਾਫ ਕਰੋ, ਇਕ ਵਾਰ ਨਹੀਂ ਅਨੇਕਾਂ ਵਾਰ ਮਾਫ ਕਰਦੇ ਜਾਓ, ਕਿਉਂਕਿ ਕੋਈ ਬੰਦਾ ਐਸਾ ਨਹੀਂ ਜਿਹੜਾ ਆਪ ਗੁਨਾਹਗਾਰ ਨਾ ਹੋਵੇ, ਇਸ ਕਰਕੇ ਕੋਈ ਵੀ ਐਸਾ ਨਹੀਂ ਜਿਹੜਾ ਸਜ਼ਾ ਦੇ ਸਕਦਾ ਹੋਵੇ ਜਾਂ ਸੁਧਾਰ ਕਰ ਸਕਦਾ ਹੋਵੇ।

"ਹਾਂ, ਪਰ ਇਹ ਨਹੀਂ ਹੋ ਸਕਦਾ ਕਿ ਇਹ ਗੱਲ ਏਨੀ ਸਰਲ ਹੋਵੇ," ਨੇਖਲੀਊਦੋਵ ਨੇ ਸੋਚਿਆ। ਪਰ ਇਸ ਦੇ ਬਾਵਜੂਦ ਉਸ ਨੇ ਪੱਕੀ ਤਰ੍ਹਾਂ ਵੇਖਿਆ ਕਿ ਇਹ ਉਸ ਦੇ ਸਵਾਲ ਦਾ ਸਿਧਾਂਤਕ ਹੀ ਨਹੀਂ ਸਗੋਂ ਅਮਲੀ ਹੱਲ ਵੀ ਹੈ, ਭਾਵੇਂ ਪਹਿਲਾਂ ਇਹ ਗੱਲ ਅਜੀਬ ਹੀ ਜਾਪੀ ਸੀ। ਆਮ ਕਰ ਕੇ ਉਜ਼ਰ ਕੀਤਾ ਜਾਂਦਾ ਹੈ: 'ਭੈੜ ਭੜੱਥਿਆਂ ਬੰਦਿਆਂ ਦਾ ਕੋਈ ਕੀ ਕਰੇ? ਉਹਨਾਂ ਨੂੰ ਉੱਕਾ ਹੀ ਕੋਈ ਸਜ਼ਾ ਨਾ ਦਿੱਤੀ ਜਾਵੇ?' ਪਰ ਹੁਣ ਉਹ ਉਜ਼ਰ ਨੇਖਲੀਊਦੋਵ ਨੂੰ ਕਿਸੇ ਭੰਬਲ-ਭੂਸੇ ਵਿਚ ਨਹੀਂ ਸੀ ਪਾਉਂਦਾ। ਇਸ ਉਜ਼ਰ ਦਾ ਕੋਈ ਅਰਥ ਹੋ ਸਕਦਾ ਸੀ ਜੇ ਇਹ ਸਾਬਤ ਹੋ ਜਾਂਦਾ ਕਿ ਸਜ਼ਾ ਨਾਲ ਜੁਰਮ ਘਟੇ ਹਨ ਜਾਂ ਮੁਜਰਮ ਸੁਧਰੇ ਹਨ। ਪਰ ਗੱਲ ਤਾਂ ਇਸ ਦੇ ਉਲਟ ਸਾਬਤ ਹੋਈ ਹੈ ਤੇ ਇਹ ਗੱਲ ਪ੍ਰਤੱਖ ਹੋ ਗਈ ਹੈ ਕਿ ਦੂਸਰਿਆਂ ਨੂੰ ਸੁਧਾਰਨ ਦੀ ਸਮਰਥਾ ਕਿਸੇ ਵਿਚ ਵੀ ਨਹੀਂ ਅਤੇ ਵਾਜਿਬ ਗੱਲ ਏਹੋ ਹੈ ਕਿ ਉਹ ਕੰਮ ਕਰਨਾ ਬੰਦ ਕਰ ਦਿੱਤਾ ਜਾਵੇ ਜਿਹੜਾ ਨਾ ਸਿਰਫ ਬੇਫਾਇਦਾ ਹੈ, ਸਗੋਂ ਹਾਨੀਕਾਰਕ, ਅਸਦਾਚਾਰਕ ਅਤੇ ਨਿਰਦਈ ਵੀ ਹੈ। "ਸਦੀਆਂ ਤੋਂ ਮੁਜਰਮ ਸਮਝੇ ਜਾਣ ਵਾਲੇ ਲੋਕਾਂ ਨੂੰ ਫਾਹੇ ਲਾਇਆ ਜਾਂਦਾ ਰਿਹਾ ਹੈ। ਤਾਂ ਕੀ ਮੁਜਰਮਾਂ ਦਾ ਬੀ ਨਾਸ ਹੋ ਗਿਆ ਹੈ? ਬੀ ਨਾਸ ਹੋਣਾ ਤਾਂ ਕਿਤੇ ਰਿਹਾ, ਸਗੋਂ ਉਹਨਾਂ ਦੀ ਗਿਣਤੀ ਵਧੀ ਹੈ। ਇਸ ਗਿਣਤੀ ਨੂੰ ਵਧਾਉਣ ਵਾਲੀਆਂ ਦੋ ਧਿਰਾਂ ਹਨ, ਇਕ ਉਹ ਮੁਜਰਮ ਜਿਨ੍ਹਾਂ ਨੂੰ ਸਜ਼ਾਵਾਂ ਨੇ ਭ੍ਰਸ਼ਟ ਕੀਤਾ ਅਤੇ ਦੂਜੇ ਕਾਨੂੰਨੀ ਮੁਜਰਮ—ਜੱਜ, ਸਰਕਾਰੀ ਵਕੀਲ, ਮੇਜਿਸਟ੍ਰੇਟ ਤੇ ਜੇਲ੍ਹਾਂ ਦੇ ਦਾਰੋਗੇ—ਜਿਹੜੇ ਲੋਕਾਂ ਦੇ ਮੁਨਸਿਫ ਬਣਦੇ ਤੇ ਉਹਨਾਂ ਨੂੰ ਸਜ਼ਾਵਾਂ ਦੇਂਦੇ ਹਨ।" ਹੁਣ ਨੇਖਲੀਊਦੋਵ ਨੂੰ ਇਸ ਗੱਲ ਦੀ ਸਮਝ ਆ ਗਈ ਸੀ ਕਿ ਸਮਾਜ, ਅਤੇ ਵਿਆਪਕ ਰੂਪ ਵਿਚ ਇਸ ਦਾ ਅਮਨ ਅਮਾਨ ਜੇ ਕਾਇਮ ਹੈ ਤਾਂ ਇਹਨਾਂ ਕਾਨੂੰਨੀ ਮੁਜਰਮਾਂ ਦੀ ਬਦੌਲਤ ਨਹੀਂ ਜਿਹੜੇ ਦੂਜਿਆਂ ਲਈ ਮੁਨਸਿਫ ਬਣਦੇ ਤੇ ਉਹਨਾਂ ਨੂੰ ਸਜ਼ਾਵਾਂ ਦੇਂਦੇ ਹਨ, ਸਗੋਂ ਇਹਨਾਂ ਲੋਕਾਂ ਦੇ ਭ੍ਰਸ਼ਟਾਚਾਰੀ ਪ੍ਰਭਾਵ ਦੇ ਬਾਵਜੂਦ ਇਸ ਲਈ ਕਾਇਮ ਹੈ ਕਿ ਲੋਕਾਂ ਦੇ ਦਿਲਾਂ ਵਿਚ ਦਇਆ ਦੀ ਭਾਵਨਾ ਹੈ ਅਤੇ ਉਹ ਇਕ ਦੂਜੇ ਨੂੰ ਪਿਆਰ ਕਰਦੇ ਹਨ।

ਅੰਜੀਲ ਵਿਚੋਂ ਆਪਣੇ ਇਸ ਵਿਚਾਰ ਦੀ ਪੁਸ਼ਟੀ ਦੀ ਆਸ ਨਾਲ ਨੇਖਲੀਊਦੋਵ ਇਸ ਨੂੰ ਫੇਰ ਮੁੱਢ ਤੋਂ ਪੜ੍ਹਨ ਲੱਗ ਪਿਆ। ਜਦੋਂ ਉਸ ਨੇ ਪਹਾੜੀ ਉਪਦੇਸ਼ ਪੜ੍ਹ ਲਿਆ, ਜਿਸ ਨੇ ਹਮੇਸ਼ਾ ਹੀ ਉਹਦੇ ਦਿਲ ਉਤੇ ਡੂੰਘਾ ਅਸਰ ਕੀਤਾ ਸੀ, ਤਾਂ ਅੱਜ ਉਸ ਨੂੰ ਪਹਿਲੀ ਵਾਰੀ ਇਸ ਵਿਚ ਜੋ ਵਿਖਾਈ ਦਿੱਤਾ ਉਹ ਖੂਬਸੂਰਤ ਅਮੂਰਤ ਵਿਚਾਰ ਨਹੀਂ ਸੀ ਜੋ ਐਸੀਆਂ ਮੰਗਾਂ ਪੇਸ਼ ਕਰਦਾ ਹੋਵੇ ਜਿਨ੍ਹਾਂ ਵਿਚੋਂ ਬਹੁਤੀਆਂ ਅਤਿ ਦੀਆਂ ਸਿਖਰਾਂ ਨੂੰ

ਛੁੰਹਦੀਆਂ ਅਤੇ ਅਮਲੀ ਰੂਪ ਵਿਚ ਅਸੰਭਵ ਹੋਣ। ਅੱਜ ਉਸ ਨੂੰ ਇਹ ਸਰਲ, ਸਪਸ਼ਟ ਤੇ ਵਿਹਾਰਕ ਨੇਮ ਲੱਗੇ ਸਨ ਜਿਨ੍ਹਾਂ ਨੂੰ ਵਿਚਾਰ ਵਿਚ ਪੂਰਾ ਕਰਨ ਨਾਲ (ਅਤੇ ਅਜਿਹਾ ਕਰਨਾ ਸੰਭਵ ਸੀ) ਮਨੁਖੀ ਸਮਾਜ ਵਿਚ ਬਿਲਕੁਲ ਨਵੀਆਂ ਤੇ ਅਚੰਭਾਜਨਕ ਹਾਲਤਾਂ ਪੈਦਾ ਹੋ ਜਾਣਗੀਆਂ ਜਿਨ੍ਹਾਂ ਵਿਚ ਨਾ ਕੇਵਲ ਹਿੰਸਾ, ਜਿਸ ਲਈ ਨੇਖਲੀਊਦੋਵ ਦਾ ਦਿਲ ਜ਼ਬਰਦਸਤ ਰੋਹ ਨਾਲ ਭਰ ਜਾਂਦਾ ਸੀ, ਆਪਣੇ ਆਪ ਖਤਮ ਹੋ ਜਾਏਗੀ ਸਗੋਂ ਉਹ ਸਭ ਤੋ ਵੱਡੀ ਬਖਸ਼ਿਸ਼ ਜਿਸ ਤੱਕ ਮਨੁਖ ਦੀ ਰਸਾਈ ਹੋ ਸਕਦੀ ਹੈ ਪ੍ਰਾਪਤ ਹੋ ਜਾਵੇਗੀ— ਧਰਤੀ ਉਤੇ ਸਵਰਗ ਦਾ ਰਾਜ।

ਇਹ ਪੰਜ ਨੇਮ ਹਨ:

ਪਹਿਲਾ ਨੇਮ ਸੀ (ਮੱਤੀ, ਅਧਿਆਇ ੫, ਪਦ ੨੧–੨੬) ਕਿ ਮਨੁਖ ਕਿਸੇ ਦਾ ਕਤਲ ਨਾ ਕਰੇ, ਅਤੇ ਆਪਣੇ ਭਰਾ ਨਾਲ ਨਾਰਾਜ਼ ਤੱਕ ਨਾ ਹੋਵੇ; ਕਿਸੇ ਨੂੰ "ਰਾਕਾ", ਵਿਅਰਥ ਨਾ ਸਮਝੇ, ਤੇ ਜੇ ਉਹ ਕਿਸੇ ਨਾਲ ਝਗੜ ਪਿਆ ਹੈ ਤਾਂ ਆਪਣਾ ਚੜ੍ਹਾਵਾ ਰੱਬ ਅੱਗੇ ਪੇਸ਼ ਕਰਨ ਤੋਂ ਪਹਿਲਾਂ, ਅਰਥਾਤ ਪੂਜਾ ਪ੍ਰਾਰਥਨਾ ਤੋਂ ਪਹਿਲਾਂ, ਉਸ ਨਾਲ ਸੁਲਾਹ ਸਫਾਈ ਕਰ ਲਵੇ।

ਦੂਸਰਾ ਨੇਮ ਸੀ (ਮੱਤੀ, ਅਧਿਆਇ ੫, ਪਦ ੨੭–੩੨) ਕਿ ਮਨੁਖ ਪਰਾਈ ਔਰਤ ਨਾਲ ਵਿਭਚਾਰ ਨਾ ਕਰੇ, ਔਰਤ ਦੀ ਖੂਬਸੂਰਤੀ ਤੋਂ ਸਵਾਦ ਲੈਣ ਦੀ ਕੋਸ਼ਿਸ਼ ਨਾ ਕਰੇ। ਤੇ ਜੇ ਕਿਸੇ ਔਰਤ ਨਾਲ ਇਕ ਵਾਰ ਉਹਦਾ ਇਉਂ ਮੇਲ ਹੋ ਜਾਏ ਤਾਂ ਉਹ ਉਮਰ ਭਰ ਉਸ ਦਾ ਵਫਾਦਾਰ ਰਹੇ।

ਤੀਜਾ ਨੇਮ ਸੀ (ਮੱਤੀ, ਅਧਿਆਇ ੫, ਪਦ ੩੩–੩੭) ਕਿ ਮਨੁਖ ਕਦੇ ਵੀ ਆਪਣੇ ਆਪ ਨੂੰ ਸੌਹ ਖਾ ਕੇ ਬੰਧਨ ਵਿਚ ਨਾ ਪਾਵੇ।

ਚੌਥਾ ਨੇਮ ਸੀ (ਮੱਤੀ, ਅਧਿਆਇ ੫, ਪਦ ੩੮–੪੨) ਕਿ ਮਨੁਖ ਅੱਖ ਦੇ ਬਦਲੇ ਕਿਸੇ ਦੀ ਅੱਖ ਨਾ ਲਵੇ, ਸਗੋਂ ਜੇ ਕੋਈ ਇਕ ਗੱਲ੍ਹ ਉਤੇ ਚਪੇੜ ਮਾਰੇ ਤਾਂ ਦੂਜੀ ਗੱਲ੍ਹ ਅੱਗੇ ਕਰ ਦੇਵੇ। ਜੇ ਕੋਈ ਨੁਕਸਾਨ ਪਹੁੰਚਾਵੇ ਤਾਂ ਉਹਨੂੰ ਮਾਫ ਕਰ ਦੇਵੇ ਤੇ ਸਨਿਮਰ ਬਣ ਕੇ ਸਹਿ ਲਵੇ। ਜੇ ਕਿਸੇ ਨੂੰ ਉਹਦੀ ਖਿਦਮਤ ਦੀ ਲੋੜ ਹੋਵੇ ਤਾਂ ਕਦੇ ਇਨਕਾਰ ਨਾ ਕਰੇ।

ਪੰਜਵਾਂ ਨੇਮ ਸੀ (ਮੱਤੀ, ਅਧਿਆਇ ੫, ਪਦ ੪੩–੪੮) ਕਿ ਮਨੁਖ ਨੂੰ ਆਪਣੇ ਦੁਸ਼ਮਣਾਂ ਨਾਲ ਨਾ ਨਫਰਤ ਕਰਨੀ ਚਾਹੀਦੀ ਹੈ ਨਾ ਉਹਨਾਂ ਨਾਲ ਲੜਨਾ। ਸਗੋਂ ਉਹਨਾਂ ਨੂੰ ਪਿਆਰ ਕਰੇ, ਉਹਨਾਂ ਦੀ ਮਦਦ ਕਰੇ। ਉਹਨਾਂ ਦੀ ਸੇਵਾ ਕਰੇ।

ਨੇਖਲੀਊਦੋਵ ਆਪਣੀ ਥਾਂ ਬੈਠਾ ਲੈਂਪ ਵੱਲ ਟਿਕਟਿਕੀ ਬੰਨ੍ਹੀ ਵੇਖ ਰਿਹਾ ਸੀ ਤੇ ਉਹਦੇ ਦਿਲ ਦੀ ਧੜਕਣ ਜਿਵੇਂ ਖਲੋ ਗਈ ਹੋਵੇ।

ਸਾਡੀ ਜ਼ਿੰਦਗੀ ਕਿੰਨੀ ਬੁਰੀ ਤਰ੍ਹਾਂ ਉਲਝੀ ਹੋਈ ਹੈ, ਇਹ ਚੇਤਾ ਕਰ ਕੇ ਉਸ ਨੂੰ ਸਪਸ਼ਟ ਵਿਖਾਈ ਦੇਣ ਲੱਗਾ ਕਿ ਜੇ ਲੋਕਾਂ ਨੂੰ ਇਹਨਾਂ ਨੇਮਾਂ ਉਤੇ ਚਲਣਾ ਸਿਖਾਇਆ ਜਾਏ ਤਾਂ ਜ਼ਿੰਦਗੀ ਕੇਡੀ ਬਦਲ ਜਾਵੇ। ਉਸ ਦੇ ਦਿਲ ਦਿਮਾਗ਼ ਉਤੇ ਐਸੀ ਮਸਤੀ ਤਾਰੀ

ਹੋ ਗਈ ਜਿਸ ਦਾ ਅਹਿਸਾਸ ਉਸ ਨੂੰ ਪਹਿਲਾਂ ਕਦੇ ਨਹੀਂ ਸੀ ਹੋਇਆ। ਇਉਂ ਲੱਗਦਾ ਸੀ ਜਿਵੇਂ ਵਰ੍ਹਿਆਂ ਦੀ ਥਕਾਵਟ ਅਤੇ ਦੁਖ ਮੁਸੀਬਤ ਤੋਂ ਮਗਰੋਂ ਅਚਾਨਕ ਹੀ ਉਸ ਨੂੰ ਆਰਾਮ ਤੇ ਆਜ਼ਾਦੀ ਮਿਲ ਗਈ ਹੋਵੇ।

ਉਹ ਸਾਰੀ ਰਾਤ ਨਹੀਂ ਸੀ ਸੁੱਤਾ। ਅਤੇ ਜਿਵੇਂ ਅੰਜੀਲ ਪੜ੍ਹਨ ਵਾਲਿਆਂ ਅਣਗਿਣਤ ਲੋਕਾਂ ਨਾਲ ਹੁੰਦਾ ਹੈ, ਅੱਜ ਪਹਿਲੀ ਵਾਰੀ ਉਹਨੇ ਉਹਨਾਂ ਸ਼ਬਦਾਂ ਦੇ ਪੂਰੇ ਅਰਥ ਸਮਝੇ ਸਨ ਜਿਨ੍ਹਾਂ ਨੂੰ ਪਹਿਲਾਂ ਉਹ ਅਕਸਰ ਪੜ੍ਹ ਜਾਂਦਾ ਸੀ ਪਰ ਅਰਥਾਂ ਵੱਲ ਉਹਦਾ ਧਿਆਨ ਨਹੀਂ ਸੀ ਜਾਂਦਾ। ਇਸ ਸਾਰੇ ਜ਼ਰੂਰੀ, ਮਹੱਤਵਪੂਰਨ ਅਤੇ ਅਨੰਦਦਾਇਕ ਅਗਮ-ਗਿਆਨ ਨੂੰ ਉਹ ਆਪਣੇ ਅੰਦਰ ਇਉਂ ਸੰਜੋਈ ਜਾਂਦਾ ਸੀ ਜਿਵੇਂ ਸਪੰਜ ਪਾਣੀ ਨੂੰ ਆਪਣੇ ਅੰਦਰ ਸਮੋ ਲੈਂਦਾ ਹੈ। ਜੋ ਕੁਝ ਵੀ ਅੱਜ ਉਸ ਨੇ ਪੜ੍ਹਿਆ ਸੀ ਉਸ ਨੂੰ ਬੜਾ ਜਾਣਿਆ-ਪਛਾਣਿਆ ਲੱਗਦਾ ਸੀ ਤੇ ਐਸੀਆਂ ਗੱਲਾਂ ਉਹਦੀ ਚੇਤਨਾ ਵਿਚ ਲਿਆ ਰਿਹਾ ਤੇ ਉਹਨਾਂ ਦੀ ਪੁਸ਼ਟੀ ਕਰ ਰਿਹਾ ਸੀ ਜਿਨ੍ਹਾਂ ਨੂੰ ਉਹ ਬੜੇ ਚਿਰਾਂ ਤੋਂ ਜਾਣਦਾ ਸੀ ਪਰ ਕਦੇ ਪੂਰੀ ਤਰ੍ਹਾਂ ਮਹਿਸੂਸ ਨਹੀਂ ਸੀ ਕਰ ਸਕਿਆ ਤੇ ਉਹਨਾਂ ਉਤੇ ਬਿਲਕੁਲ ਵਿਸ਼ਵਾਸ ਨਹੀਂ ਸੀ ਕਰਦਾ। ਹੁਣ ਉਸ ਨੇ ਉਹਨਾਂ ਨੂੰ ਅਨੁਭਵ ਕਰ ਲਿਆ ਸੀ ਤੇ ਉਹਨਾਂ ਤੇ ਵਿਸ਼ਵਾਸ ਹੋ ਗਿਆ ਸੀ।

ਅੱਜ ਉਹਨੂੰ ਇਸ ਗੱਲ ਦਾ ਅਨੁਭਵ ਤੇ ਵਿਸ਼ਵਾਸ ਹੋ ਗਿਆ ਸੀ ਕਿ ਜੇ ਲੋਕ ਇਹਨਾਂ ਨੇਮਾਂ ਉਤੇ ਚਲਣ ਤਾਂ ਉਹ ਮਹਾਨਤਮ ਬਖਸ਼ਿਸ਼ਾਂ ਜੋ ਉਹਨਾਂ ਲਈ ਸੰਭਵ ਹਨ ਪ੍ਰਾਪਤ ਕਰ ਲੈਣ। ਏਨਾ ਹੀ ਨਹੀਂ ਉਸ ਨੂੰ ਇਹ ਵੀ ਅਨੁਭਵ ਤੇ ਵਿਸ਼ਵਾਸ ਹੋ ਗਿਆ ਸੀ ਕਿ ਹਰ ਮਨੁਖ ਦਾ ਇਕੋ ਇਕ ਫਰਜ਼ ਇਹਨਾਂ ਨੇਮਾਂ ਨੂੰ ਜੀਵਨ ਵਿਚ ਸਾਕਾਰ ਕਰਨਾ ਹੈ, ਕਿ ਇਸੇ ਵਿਚ ਹੀ ਜ਼ਿੰਦਗੀ ਦੀ ਇਕੋ ਇਕ ਉਚਿਤ ਸਾਰਥਕਤਾ ਹੈ ਅਤੇ ਵਾਲ ਭਰ ਵੀ ਇਹਨਾਂ ਨੇਮਾਂ ਤੋਂ ਏਧਰ ਓਧਰ ਭਟਕਣਾ ਇਕ ਐਸੀ ਗ਼ਲਤੀ ਹੋਵੇਗੀ ਜਿਸ ਦੀ ਤੁਰਤ ਸਜ਼ਾ ਭੁਗਤਣੀ ਪਵੇਗੀ। ਸਾਰੀ ਸਿਖਿਆ ਦਾ ਏਹੋ ਭਾਵ ਸੀ ਅਤੇ ਅੰਗੂਰਵਾੜੇ ਦੀ ਕਥਾ ਵਿਚ ਇਹ ਭਾਵ ਅਤਿਅੰਤ ਸਜੀਵ ਤੇ ਸਪਸ਼ਟ ਰੂਪ ਵਿਚ ਉਜਾਗਰ ਕੀਤਾ ਗਿਆ ਸੀ। ਕਾਮੇ ਸਮਝਦੇ ਸਨ ਕਿ ਅੰਗੂਰਾਂ ਦੇ ਜਿਸ ਬਾਗ਼ ਵਿਚ ਉਹਨਾਂ ਦੇ ਮਾਲਕ ਨੇ ਉਹਨਾਂ ਨੂੰ ਕੰਮ ਕਰਨ ਭੇਜਿਆ ਸੀ ਉਹ ਉਹਨਾਂ ਦਾ ਆਪਣਾ ਸੀ, ਕਿ ਉਸ ਵਿਚ ਜੋ ਕੁਝ ਵੀ ਸੀ ਉਹ ਉਹਨਾਂ ਵਾਸਤੇ ਹੀ ਸੀ ਤੇ ਉਹਨਾਂ ਦਾ ਕੰਮ ਏਹੋ ਸੀ ਕਿ ਇਸ ਅੰਗੂਰਾਂ ਦੇ ਵਾੜੇ ਵਿਚ ਮੌਜਾਂ ਲੁਟਣ, ਮਾਲਕ ਨੂੰ ਭੁੱਲੇ ਰਹਿਣ ਅਤੇ ਜਿਹੜਾ ਵੀ ਉਹਨਾਂ ਨੂੰ ਉਸ ਦੀ ਹੋਂਦ ਦਾ ਚੇਤਾ ਕਰਾਵੇ ਉਸ ਨੂੰ ਉਹ ਮਾਰ ਮੁਕਾਉਣ।

"ਏਹੋ ਕੁਝ ਤਾਂ ਅਸੀਂ ਕਰ ਰਹੇ ਹਾਂ!" ਨੇਖਲੀਊਦੋਵ ਨੇ ਸੋਚਿਆ। "ਜਦੋਂ ਅਸੀਂ ਇਹ ਸੋਚਣ ਲੱਗਦੇ ਹਾਂ ਕਿ ਆਪਣੀ ਜ਼ਿੰਦਗੀ ਦੇ ਅਸੀਂ ਆਪ ਮਾਲਕ ਹਾਂ ਅਤੇ ਸਮਝਦੇ ਹਾਂ ਕਿ ਇਹ ਜ਼ਿੰਦਗੀ ਸਾਨੂੰ ਆਨੰਦ ਲੁਟਣ ਵਾਸਤੇ ਮਿਲੀ ਹੈ। ਪ੍ਰਤੱਖ ਹੈ ਕਿ ਇਹ ਬੇਹੂਦਾ ਗੱਲ ਹੈ। ਸਾਨੂੰ ਏਥੇ ਕਿਸੇ ਦੀ ਰਜ਼ਾ ਨਾਲ ਤੇ ਕਿਸੇ ਮਨੋਰਥ ਵਾਸਤੇ ਭੇਜਿਆ ਗਿਆ ਹੈ। ਪਰ ਅਸੀਂ ਆਪਣੇ ਮਨ ਵਿਚ ਇਹ ਧਾਰੀ ਬੈਠੇ ਹਾਂ ਕਿ ਅਸੀਂ ਸਿਰਫ ਆਪਣੇ ਮੌਜ-ਮੇਲੇ

ਵਾਸਤੇ ਹੀ ਜਿਊਂਦੇ ਹਾਂ, ਅਤੇ ਨਿਰਸੰਦੇਹ ਅਸੀਂ ਦੁਖੀ ਹੁੰਦੇ ਹਾਂ ਜਿਸ ਤਰ੍ਹਾਂ ਉਹ ਕਾਮੇ ਦੁਖੀ ਹੁੰਦੇ ਹਨ ਜਿਹੜੇ ਆਪਣੇ ਮਾਲਕ ਦੇ ਹੁਕਮ ਤੇ ਫੁਲ ਨਹੀਂ ਚੜ੍ਹਾਉਂਦੇ। ਮਾਲਕ ਦੀ ਰਜ਼ਾ ਇਹਨਾਂ ਨੇਮਾਂ ਵਿਚ ਪ੍ਰਗਟ ਕੀਤੀ ਗਈ ਹੈ। ਜਿਵੇਂ ਹੀ ਲੋਕ ਇਹਨਾਂ ਨੇਮਾਂ ਉਤੇ ਚਲਣ ਲੱਗਣਗੇ ਧਰਤੀ ਉਤੇ ਸਵਰਗ ਦਾ ਰਾਜ ਕਾਇਮ ਹੋ ਜਾਏਗਾ ਅਤੇ ਲੋਕ ਵੱਡੀ ਤੋਂ ਵੱਡੀ ਖੁਸ਼ੀ ਪ੍ਰਾਪਤ ਕਰ ਲੈਣਗੇ

"ਇਸ ਲਈ ਤੁਸੀਂ ਸਭ ਤੋਂ ਪਹਿਲਾਂ ਸਵਰਗ ਦੇ ਰਾਜ ਅਤੇ ਉਸ ਦੇ ਸਤਿ ਨੂੰ ਖੋਜੋ, ਤਾਂ ਇਹ ਸਭ ਚੀਜ਼ਾਂ ਪਰਮੇਸ਼ਰ ਆਪ ਹੀ ਤੁਹਾਨੂੰ ਦੇਵੇਗਾ।" ਪਰ ਅਸੀਂ ਤਾਂ ਸਿਰਫ ਇਹਨਾਂ ਚੀਜ਼ਾਂ ਦੀ ਖੋਜ ਕਰਦੇ ਹਾਂ ਅਤੇ ਪ੍ਰਤੱਖ ਰੂਪ ਵਿਚ ਇਹਨਾਂ ਦੀ ਪ੍ਰਾਪਤੀ ਵਿਚ ਅਸਫਲ ਰਹੇ ਹਾਂ।

"ਸੋ ਇਹ ਹੈ ਮੇਰੀ ਜ਼ਿੰਦਗੀ ਦਾ ਮਕਸਦ। ਇਕ ਕੰਮ ਮੈਂ ਹਾਲੇ ਮੁਕਾਇਆ ਹੀ ਹੈ ਕਿ ਦੂਸਰਾ ਸ਼ੁਰੂ ਹੋ ਗਿਆ ਹੈ।"

ਉਸ ਰਾਤ ਨੇਖਲੀਊਦੋਵ ਵਾਸਤੇ ਬਿਲਕੁਲ ਹੀ ਨਵੀਂ ਜ਼ਿੰਦਗੀ ਸ਼ੁਰੂ ਹੋ ਗਈ। ਇਸ ਲਈ ਨਹੀਂ ਕਿ ਉਹਦੇ ਵਾਸਤੇ ਜ਼ਿੰਦਗੀ ਦੀਆਂ ਨਵੀਆਂ ਹਾਲਤਾਂ ਪੈਦਾ ਹੋ ਗਈਆਂ, ਸਗੋਂ ਇਸ ਲਈ ਕਿ ਉਸ ਰਾਤ ਤੋਂ ਮਗਰੋਂ ਜੋ ਕੁਝ ਵੀ ਉਸ ਨੇ ਕੀਤਾ ਉਹਦੇ ਵਾਸਤੇ ਉਸ ਦਾ ਇਕ ਨਵਾਂ ਤੇ ਬਿਲਕੁਲ ਵੱਖਰਾ ਅਰਥ ਸੀ। ਉਸ ਦੀ ਜ਼ਿੰਦਗੀ ਦੇ ਇਸ ਨਵੇਂ ਦੌਰ ਦਾ ਅੰਤ ਕਿਵੇਂ ਹੋਵੇਗਾ, ਸਿਰਫ ਸਮਾਂ ਹੀ ਦੱਸੇਗਾ।

੧੮੯੯

ਸੰਪਾਦਕੀ ਟਿਪਣੀਆਂ

ਪੰਨਾ ੧੪

ਸੰਤ ਮੱਤੀ, ਅਧਿਆਇ ੧੯, ਪਦ ੨੧... ਸੰਤ ਯੂਹੰਨਾ, ਅਧਿਆਇ ੮, ਪਦ ੭, ਸੰਤ ਲੂਕਾ, ਅਧਿਆਇ ੬, ਪਦ ੪੦।

ਬਾਈਬਲ—ਈਸਾਈਆਂ ਤੇ ਯਹੂਦੀਆਂ ਦਾ ਧਰਮ ਗ੍ਰੰਥ—ਪੁਰਾਤਨ ਨੇਮ (ਜਿਸ ਨੂੰ ਈਸਾਈ ਤੇ ਯਹੂਦੀ ਦੋਵੇਂ ਧਰਮ ਮਨੰਦੇ ਹਨ) ਅਤੇ ਨਵਾਂ ਨੇਮ (ਜਿਸ ਨੂੰ ਸਿਰਫ ਈਸਾਈ ਮਨੰਦੇ ਹਨ) ਤੇ ਆਧਾਰਤ ਹੈ। ਨਵਾਂ ਨੇਮ ਵਿਚ ਖਾਸ ਤੌਰ ਤੇ ਉਹ ਸ਼ੁਭ ਸਮਾਚਾਰ (ਗਰੀਕ ਭਾਸ਼ਾ ਦੇ ਸ਼ਬਦ ਗੌਸਪਲ ਦਾ ਅਰਥ ਹੈ—ਸ਼ੁਭ ਸਮਾਚਾਰ) ਸ਼ਾਮਲ ਹਨ ਜਿਹੜੇ ਬਾਈਬਲ ਅਨੁਸਾਰ, ਈਸਾਈ ਨਬੀਆਂ ਸੰਤ ਮਾਰਕ, ਸੰਤ ਮੱਤੀ, ਸੰਤ ਲੂਕਾ ਅਤੇ ਸੰਤ ਯੂਹੰਨਾ ਨੇ ਦਿੱਤੇ ਅਤੇ "ਪ੍ਰਭੂ ਯਿਸੂ ਦਾ ਸੰਸਾਰਕ ਜੀਵਨ" ਬਿਆਨ ਕੀਤਾ। ਨਾਵਲ ਤੇ ਆਦਿ-ਕਥਨ ਵਿਚ ਕਰਤਾ ਕਾਂਡਾਂ ਤੇ ਪੰਕਤੀਆਂ ਵੱਲ ਸੰਕੇਤ ਕਰ ਕੇ ਸੰਤ ਮੱਤੀ, ਸੰਤ ਯੂਹੰਨਾ ਤੇ ਸੰਤ ਲੂਕਾ ਦੇ ਸ਼ੁਭ ਸਮਾਚਾਰਾਂ ਵਿਚੋਂ ਸਤਰਾਂ ਦੀਆਂ ਟੂਕਾਂ ਦੇਂਦਾ ਹੈ।

ਪੰਨਾ ੨੩

ਦੁਕਾਨਦਾਰ ਦੇ ਕਰਿੰਦੇ ਨੀਜ਼ੁਨੀ ਨੂੰ ਚਲਾ ਗਿਆ—(ਨੀਜ਼ੁਨੀ ਨੋਵਗੋਰੋਦ। ਹੁਣ ਗੋਰਕੀ)—ਦਰਿਆ ਵੋਲਗਾ ਦੇ ਵਿਚਲੇ ਇਲਾਕੇ ਵਿਚ ਇਸ ਦੇ ਕਿਨਾਰੇ ਵਸਿਆ ਕੇਂਦਰੀ ਰੂਸ ਦਾ ਇਕ ਸ਼ਹਿਰ, ਇਕ ਵੱਡਾ ਸਨਅਤੀ ਤੇ ਵਪਾਰਕ ਕੇਂਦਰ।

ਪੰਨਾ ੩੧

ਇਕ ਖਾਸ ਮੀਟਿੰਗ ਹੋਣ ਵਾਲੀ ਹੈ...—ਜ਼ੇਮਸਤਵੋ ਸੋਬਰਾਨੀ (ਮੀਟਿੰਗ)—੧੮੬੪ ਦੇ ਸੁਧਾਰ ਦੇ ਸਿਟੇ ਵਜੋਂ ਕੇਂਦਰੀ ਰੂਸ ਦੇ ਗੁਬੇਰਨੀਆ ਵਿਚ ਸਥਾਨਕ ਸਵੈ-ਸ਼ਾਸਨ ਚੁਣੇ ਹੋਏ ਸੰਗਠਨ, ਜ਼ੇਮਸਤਵੋ ਦੀ ਵਿਧਾਨਕ ਜਥੇਬੰਦੀ। ਜ਼ੇਮਸਤਵੋ ਸੰਗਠਨ ਮੁਖ ਤੌਰ ਤੇ ਆਰਥਕ ਮਾਮਲੇ—ਵਿਦਿਆ, ਸਿਹਤ, ਸੜਕਾਂ ਦਾ ਨਿਰਮਾਣ, ਅੰਕੜੇ ਇੱਕਠੇ ਕਰਨ, ਆਦਿ—ਨਜਿਠਦੇ ਸਨ।

ਪੰਨਾ ੩੧

...**ਅਲੈਕਸਾਂਦਰ ਤੀਜਾ**... ਰੂਸੀ ਸ਼ਹਿਨਸ਼ਾਹ ਜਿਸ ਨੇ ੧੮੮੧ ਤੋਂ ੧੮੯੪ ਤਕ ਰਾਜ ਕੀਤਾ। ਇਨਕਲਾਬੀ-ਜਮਹੂਰੀ ਅਤੇ ਮਜ਼ਦੂਰ ਜਮਾਤ ਦੀ ਲਹਿਰ ਨੂੰ ਬੇਕਿਰਕੀ ਨਾਲ ਦਬਾਉਣਾ ਅਤੇ ਪੁਲੀਸ ਦੇ ਰੋਲ ਵਿਚ ਵਾਧਾ ਕਰਨਾ ਉਸ ਦੀ ਘਰੇਲੂ ਨੀਤੀ ਦਾ ਲਛਣ ਸੀ।

ਪੰਨਾ ੩੩

ਉਹ ਹਰਬਰਟ ਸਪੈਂਸਰ ਦਾ ਜ਼ਬਰਦਸਤ ਪ੍ਰਸ਼ੰਸਕ ਸੀ... ਉਹ ਉਸ ਦ੍ਰਿਸ਼ਟੀਕੋਣ ਤੋਂ ਖਾਸ ਕਰਕੇ ਟੁੰਬਿਆ ਗਿਆ ਸੀ ਜਿਹੜਾ ਸਪੈਂਸਰ ਨੇ ਆਪਣੀ "Social Statics" ਵਿਚ ਪੇਸ਼ ਕੀਤਾ ਹੈ—ਹਰਬਰਟ ਸਪੈਂਸਰ (੧੮੨੦-੧੯੦੩) ਬਰਤਾਨਵੀ ਫਿਲਾਸਫਰ ਤੇ ਸਮਾਜ-ਵਿਗਿਆਨੀ। "ਸਮਾਜਕ ਸਥਿਤੀ-ਵਿਗਿਆਨ" (੧੮੫੦) ਸਪੈਂਸਰ ਦੀਆਂ ਅਤਿ ਪ੍ਰਸਿਧ ਪੁਸਤਕਾਂ ਵਿਚੋਂ ਇਕ ਹੈ ਜਿਸ ਵਿਚ ਉਹ ਜ਼ਮੀਨ ਦੀ ਮਾਲਕੀ ਨੂੰ ਗੈਰ-ਵਾਜਿਬ ਸਿਧ ਕਰਦਾ ਹੈ ਜਿਸ ਨਾਲ ਕੁਝ ਲੋਕਾਂ ਨੂੰ ਭੂਮੀ ਲਗਾਨ ਮਿਲਦਾ ਹੈ ਅਤੇ ਬਾਕੀ ਇਸ ਤੋਂ ਵਿਰਵੇਂ ਰਹਿੰਦੇ ਹਨ।

ਪੰਨਾ ੩੪

ਹੈਨਰੀ ਜਾਰਜ ਦੀਆਂ ਲਿਖਤਾਂ ਵਿਚ... ਹੈਨਰੀ ਜਾਰਜ (੧੮੩੯-੧੮੯੭) ਅਮ੍ਰੀਕੀ ਨਿਕ-ਬੁਰਜੂਆ ਅਰਥ-ਵਿਗਿਆਨੀ ਤੇ ਜਨਤਕ ਸ਼ਖਸੀਅਤ। ਜਾਰਜ ਨੇ ਆਪਣੀ ਕਈ ਪੁਸਤਕਾਂ ਵਿਚ ਜ਼ਮੀਨ ਉਤੇ ਇਕਹਿਰਾ ਰਾਜਕੀ ਟੈਕਸ ਲਾ ਕੇ ਇਸ ਦੇ ਕੌਮੀਕਰਨ ਦੇ ਸਿਧਾਂਤ ਦੀ ਹਮਾਇਤ ਕੀਤੀ। ਲਿਓ ਤਾਲਸਤਾਏ ਹੈਨਰੀ ਜਾਰਜ ਦੇ ਸਿਧਾਂਤ ਦਾ ਕੱਟੜ ਹਮਾਇਤੀ ਸੀ ਅਤੇ ਇਸ ਵਿਸ਼ਵਾਸ ਨਾਲ ਇਸ ਦਾ ਉਹਨੇ ਬੜਾ ਪਰਚਾਰ ਕੀਤਾ ਕਿ ਇਹ ਰੂਸ ਵਿਚ ਜ਼ਮੀਨੀ ਮਸਲੇ ਦਾ ਹੱਲ ਪੇਸ਼ ਕਰਦਾ ਹੈ।

ਪੰਨਾ ੪੯

...**ਪਾਦਰੀ ਨੂੰ ਬੇਨਤੀ ਕੀਤੀ ਕਿ ਉਹ ਜਿਊਰੀ ਨੂੰ ਹਲਫ ਦਿਵਾਏ**...—ਅੰਜੀਲ— ਜੋ ਕੁਝ "ਨਵਾਂ ਨੇਮ" ਵਿਚ ਦਿੱਤਾ ਗਿਆ ਹੈ (ਵੇਖੋ ਟਿਪਣੀ ਪੰਨਾ ੬੨੭।)

ਪੰਨਾ ੫੦

...ਜਦੋਂ ਤੋਂ ਇਹ ਫੌਜਦਾਰੀ ਅਦਾਲਤ ਬਣੀ ਸੀ... ਅਰਥਾਤ ੧੮੬੪ ਦੇ ਅਦਾਲਤੀ ਸੁਧਾਰ ਦੇ ਸਮੇਂ ਤੋਂ ਜਿਸ ਨਾਲ ਰੂਸ ਵਿਚ ਜਿਊਰੀ ਵਾਲੀਆਂ ਅਦਾਲਤਾਂ ਸ਼ੁਰੂ ਹੋਈਆਂ ਅਤੇ ਫੌਜਦਾਰੀ ਦੇ ਮੁਕੱਦਮੇ ਖੁਲ੍ਹੀਆਂ ਅਦਾਲਤਾਂ ਵਿਚ ਸੁਣੇ ਜਾਣ ਲੱਗੇ।

ਪੰਨਾ ੬੦

ਤਾਜ਼ੀਰਾਤ—੧੮੪੫-੧੮੮੫ ਦੀ ਫੌਜਦਾਰੀ ਅਤੇ ਸੁਧਾਰਕ ਸਜ਼ਾਵਾਂ ਦੀ ਤਾਜ਼ੀਰਾਤ—ਇਨਕਲਾਬ ਤੋਂ ਪਹਿਲਾਂ ਦੇ ਰੂਸ ਦਾ ਜ਼ਾਬਤਾ ਫੌਜਦਾਰੀ।

ਪੰਨਾ ੭੨

ਨੇਖਲੀਊਦੋਵ ਨੇ ਦੋਸਤੋਯੇਵਸਕੀ ਤੇ ਤੁਰਗੇਨੇਵ ਦੀਆਂ ਰਚਨਾਵਾਂ ਉਸ ਨੂੰ ਦਿੱਤੀਆਂ... ਫਿਓਦਰ ਦੋਸਤੋਯੇਵਸਕੀ (੧੮੨੧-੧੮੮੧)—ਮਹਾਨ ਰੂਸੀ ਲੇਖਕ, "ਅਪਮਾਨਿਤ ਤੇ ਬੇਇਜ਼ਤ" (੧੮੬੧), "ਜੁਰਮ ਤੇ ਦੰਡ" (੧੮੬੬), "ਬੁੱਧੂ" (੧੮੬੮), "ਕਾਰਾਮਾਜ਼ੋਵ ਭਰਾ" (੧੮੭੯-੧੮੮੦) ਨਾਵਲ ਅਤੇ ਬਹੁਤ ਸਾਰੀਆਂ ਹੋਰ ਛੋਟੀਆਂ ਵੱਡੀਆਂ ਕਹਾਣੀਆਂ ਦਾ ਕਰਤਾ। ਇਵਾਨ ਤੁਰਗੇਨੇਵ (੧੮੧੮-੧੮੮੩)—ਮਹਾਨ ਰੂਸੀ ਲੇਖਕ, "ਰੂਦਿਨ" (੧੮੫੬), "ਰਈਸਾਂ ਦਾ ਆਲ੍ਹਣਾ" (੧੮੫੯), "ਸੰਧਿਆ ਵੇਲੇ" (੧੮੬੦), "ਪਿਓ ਪੁੱਤਰ" (੧੮੬੨), ਕਹਾਣੀਆਂ ਤੇ ਰੇਖਾਚਿਤਰ "ਸ਼ਿਕਾਰੀ ਦੀਆਂ ਯਾਦਾਂ" (੧੮੪੭-੧੮੫੨) ਅਤੇ ਕਈ ਹੋਰ ਵੱਡੀਆਂ ਛੋਟੀਆਂ ਕਹਾਣੀਆਂ ਦਾ ਕਰਤਾ।

ਪੰਨਾ ੭੨

ਉਸ ਨੂੰ ਤੁਰਗੇਨੇਵ ਦੀ "ਖਾਮੋਸ਼ ਖੂੰਜਾ" ਬਹੁਤ ਚੰਗੀ ਲਗੀ ਸੀ—"ਖਾਮੋਸ਼ ਖੂੰਜਾ" ਇਵਾਨ ਤੁਰਗੇਨੇਵ ਦੀ ਇਕ ਕਹਾਣੀ (੧੮੫੪)।

ਪੰਨਾ ੭੮

ਤੁਰਕਾਂ ਨਾਲ ਜੰਗ ਦਾ ਐਲਾਨ ਹੋਣ ਮਗਰੋਂ—ਬਾਲਕਾਨ ਟਾਪੂਹਾਰ ਉਤੇ ਆਪਣੇ

ਪ੍ਰਭਾਵ ਨੂੰ ਮਜ਼ਬੂਤ ਕਰਨ ਲਈ ਰੂਸ ਵਲੋਂ ਛੇੜੀ ੧੮੭੭-੧੮੭੮ ਦੀ ਰੂਸੀ-ਤੁਰਕੀ ਜੰਗ ਵੱਲ ਇਸ਼ਾਰਾ ਹੈ। ਇਸ ਜੰਗ ਨੇ ਤੁਰਕੀ ਜੂਲੇ ਤੋਂ ਬਾਲਕਾਨ ਲੋਕਾਂ ਦੀ ਆਜ਼ਾਦੀ ਵਿਚ ਮਦਦ ਕੀਤੀ।

ਪੰਨਾ ੮੧

...ਈਸਟਰ ਤੱਕ ਆਪਣੀਆਂ ਭੂਆ ਕੋਲ ਠਹਿਰਣ ਲਈ ਸਹਿਮਤ ਹੋ ਗਿਆ—ਈਸਟਰ ਹਜ਼ਰਤ ਈਸਾ ਦੇ ਪੁਨਰ-ਉਥਾਨ ਬਾਰੇ ਮਿੱਥ ਨਾਲ ਸੰਬੰਧਤ ਈਸਾਈਆਂ ਦਾ ਇਕ ਮੁਖ ਤਿਓਹਾਰ ਹੈ। ਆਰਥੋਡਾਕਸ ਈਸਾਈ ਧਰਮ ਨੂੰ ਮੰਨਣ ਵਾਲੇ ਬਹਾਰ ਦੀ ਪੂਰਨਮਾ ਤੋਂ ਮਗਰੋਂ ਪਹਿਲੇ ਐਤਵਾਰ ਨੂੰ ਇਹ ਤਿਓਹਾਰ ਮਨਾਉਂਦੇ ਹਨ।

ਪੰਨਾ ੮੬

ਘਰ ਵਾਲੀ ਨੇ... ਇਕ ਆਂਡਾ ਕਢਿਆ ਜਿਸ ਉਤੇ ਪੀਲਾ ਰੰਗ ਕੀਤਾ ਹੋਇਆ ਸੀ—ਪੁਰਾਤਨ ਰੂਸੀ ਰਵਾਜ ਅਨੁਸਾਰ, ਜਦੋਂ ਆਸਤਕ ਲੋਕ ਈਸਟਰ ਦੇ ਦਿਨ ਇਕ ਦੂਜੇ ਨੂੰ ਵਧਾਈ ਦੇਂਦੇ ਹਨ ਤਾਂ ਉਹ ਤਿੰਨ ਵਾਰੀ ਇਕ ਦੂਜੇ ਨੂੰ ਚੁੰਮਦੇ ਹਨ ਅਤੇ ਮੁਰਗੀ ਦਾ ਪੂਰਾ ਉਬਲਿਆ ਰੰਗ ਕੀਤਾ ਆਂਡਾ ਇਕ ਦੂਜੇ ਨੂੰ ਭੇਟ ਕਰਦੇ ਹਨ।

ਪੰਨਾ ੧੦੮

ਲੋਂਬਰੋਜ਼ੋ ਅਤੇ ਤਾਰਦ, ਕ੍ਰਮ-ਵਿਕਾਸ... ਸ਼ਾਰਕੋ...—ਕੈਸਰ ਲੋਂਬਰੋਜ਼ੋ (੧੮੩੫-੧੯੦੯) ਜੁਰਮ ਦੀ ਸੂਹ ਲਾਉਣ ਦਾ ਮਾਹਿਰ, ਅਖੌਤੀ ਇਤਾਲਵੀ ਪਰਪਾਟੀ ਦਾ ਮੋਢੀ। ਉਸ ਨੇ ਜੁਰਮ ਦੇ ਸਮਾਜਕ ਕਾਰਨਾਂ ਤੋਂ ਇਨਕਾਰ ਕੀਤਾ ਅਤੇ ਉਹ ਜੁਰਮ ਨੂੰ ਲੋਕਾਂ ਦੀ ਇਕ ਖਾਸ ਮਨੋਵਿਗਿਆਨਕ—ਸਰੀਰਕ ਕਿਸਮ ਨੂੰ ਵਿਰਸੇ ਵਿਚ ਮਿਲਿਆ ਸੰਪਤੀ ਦਾ ਲਛਣ ਸੀ। ਗਾਬਰੀਅਲ ਤਾਰਦ (੧੮੪੩-੧੯੦੫)—ਫਰਾਂਸੀਸੀ ਸਮਾਜ-ਵਿਗਿਆਨੀ ਤੇ ਅਪਰਾਧ-ਵਿਗਿਆਨੀ। ਯਾਂ ਮਾਰਟਨ ਸ਼ਾਰਕੋ (੧੮੨੫-੧੮੯੩)—ਫਰਾਂਸੀਸੀ ਡਾਕਟਰ, ਤੰਤੂ-ਰੋਗਾਂ ਦਾ ਮਾਹਿਰ, ਹਿਪਨੋਟਿਜ਼ਮ ਬਾਰੇ ਪੁਸਤਕਾਂ ਦਾ ਲੇਖਕ।

ਪੰਨਾ ੧੦੯

... ਰੂਸੀ ਵੀਰ ਨੂੰ ਇਸ ਨੇਕ-ਦਿਲ ਸਾਦਕੋ ਨੂੰ, ਅਮੀਰ ਵਪਾਰੀ ਨੂੰ ... —ਸਾਦਕੋ— ਅਮੀਰ-ਵਪਾਰੀ, ਇਕ ਬੋਗਾਤੀਰ, ਸੰਗੀਤਕਾਰ ਤੇ ਗਾਇਕ, ਰੂਸ ਦੇ ਉਤਰੀ ਲੋਕ ਮਹਾ-ਕਾਵਿ ਦਾ ਨਾਇਕ।

ਪੰਨਾ ੧੨੧

ਰਾਬਲੇ ... ਲਿਖਦਾ ਹੈ ... —ਫਰਾਂਸੂਆ ਰਾਬਲੇ (੧੪੯੪-੧੫੫੩) ਫਰਾਂਸ ਦਾ ਮਾਨਵਵਾਦੀ ਲੇਖਕ।

ਪੰਨਾ ੧੩੧

ਚਾਲੀ ਵਰ੍ਹਿਆਂ ਦੀ ਮੁਟਿਆਰ, ਇਕ ਸਲਾਵ-ਹਿਤੈਸ਼ੀ—ਸਲਾਵ-ਹਿਤੈਸ਼ੀ ੧੯ ਵੀਂ ਸਦੀ ਦੇ ਮੱਧ ਤੇ ਦੂਜੇ ਅੱਧ ਦੀ ਰੂਸੀ ਸਮਾਜਕ ਚਿੰਤਨ ਦੀ ਇਕ ਪ੍ਰਵਿਰਤੀ ਦੇ ਪ੍ਰਤਿਨਿਧ। ਉਹ ਰੂਸ ਦੇ ਵਿਕਾਸ ਲਈ ਪਛਮ-ਯੂਰਪੀ ਵਿਕਾਸ ਨਾਲੋਂ ਮੂਲੋਂ ਹੀ ਵਖਰੇ ਢੰਗ ਦੇ ਹਮਾਇਤੀ ਸਨ ਜਿਸ ਦਾ ਆਧਾਰ ਸੀ ਰੂਸ ਦੀ ਅਖੌਤੀ ਮੌਲਿਕਤਾ (ਪਿਤਾਮਾਵਾਦੀ ਚ੍ਰਿਤਰ, ਸਨਾਤਨਵਾਦ, ਆਰਥੋਡਾਕਸ ਈਸਾਈ ਧਰਮ)।

ਪੰਨਾ ੧੩੮

... ਰੇਪਿਨ ਨੇ ਮੈਨੂੰ ਆਪ ਆਖਿਆ ... —ਇਲੀਆ ਰੇਪਿਨ (੧੮੪੪-੧੯੩੦)— ਮਹਾਨ ਰੂਸੀ ਚਿਤਰਕਾਰ।

ਪੰਨਾ ੧੪੦

... ਡਾਰਵਿਨ ਦੇ ਸਿਧਾਂਤ ਵਿਚ ਢੇਰ ਸਾਰੀ ਸਚਾਈ ਹੈ ... —ਚਾਰਲਸ ਡਾਰਵਿਨ (੧੮੦੯-੧੮੮੨)। ਬਰਤਾਨਵੀ ਪ੍ਰਕਿਰਤੀ ਵਿਗਿਆਨੀ। ਉਸ ਨੇ ਜੀਵ ਜਗਤ ਦੇ

ਵਿਕਾਸ ਦੇ ਮੁਖ ਤੱਤ ਉਜਾਗਰ ਕੀਤੇ ਅਤੇ ਮਨੁਖ ਦੇ ਮੂਲ ਬਾਰੇ ਇਹ ਮਨੌਤ ਪੇਸ਼ ਕੀਤੀ ਕਿ ਇਸ ਦਾ ਵੱਡਾ ਵਡੇਰਾ ਇਕ ਬਾਦਰ-ਵਰਗਾ ਜੀਵ ਹੈ।

ਪੰਨਾ ੧੫੩

ਮੁਜਰਮਾਂ ਨੇ... ਕਈਆਂ ਦੇ ਅੱਧੇ ਸਿਰ ਵੀ ਮੁੰਨੇ ਹੋਏ ਸਨ—੧੯ ਵੀਂ ਸਦੀ ਵਿਚ ਰੂਸ ਅੰਦਰ ਬਾ-ਮੁਸ਼ੱਕਤ ਕੈਦ ਵਾਲੇ ਮੁਜਰਮਾਂ ਦੇ ਅੱਧੇ ਸਿਰ ਮੁੰਨ ਦਿੱਤੇ ਜਾਂਦੇ ਸਨ ਜੋ ਮੁਜਰਮ ਹੋਣ ਦਾ ਇਕ ਚਿੰਨ੍ਹ ਸੀ।

ਪੰਨਾ ੧੯੧

"ਨੱਬੀਆਂ ਦੀਆਂ ਕਰਨੀਆਂ" ਵਿਚੋਂ ਕਈ ਸਲੋਕ...—"ਨੱਬੀਆਂ ਦੀਆਂ ਕਰਨੀਆਂ"—ਨਵਾਂ ਨੇਮ ਦਾ ਇਕ ਹਿੱਸਾ, ਸ਼ੁਭ ਸਮਾਚਾਰਾਂ ਦੀ ਨਿਰੰਤਰਤਾ, ਜਿਸ ਵਿਚ ਯਸੂ ਈਸਾ ਦੀ ਮੌਤ ਮਗਰੋਂ ਨੱਬੀਆਂ ਦੁਆਰਾ ਈਸਾਈ ਧਰਮ ਦੇ ਪਸਾਰ ਦੀ ਚਰਚਾ ਹੈ (ਪੰਨਾ ੬੨੭ ਦੀ ਟਿਪਣੀ ਵੇਖੋ)

ਸੰਤ ਮਾਰਕ ਦੀ ਇੰਜੀਲ ਦਾ ਇਕ ਭਾਗ ਪੜ੍ਹਿਆ—...ਵੇਖੋ ਟਿਪਣੀ ਪੰਨਾ ੬੨੭

...ਪਹਿਲਾਂ ਮਰੀਅਮ ਮੈਗਦੋਲੀਨਾ ਨੂੰ ਦਰਸ਼ਨ ਦੇਂਦਾ ਹੈ—ਮਰੀਅਮ ਮੈਗਦੋਲੀਨਾ, ਅੰਜੀਲ ਦੀਆਂ ਮਿੱਥਾਂ ਅਨੁਸਾਰ, ਇਕ ਪਸ਼ਚਾਤਾਪੀ ਗੁਨਾਹਗਾਰ, ਇਕ ਸੁਧਾਰ ਲਈ ਵੇਸਵਾ, ਯਸੂ ਈਸਾ ਦੀ ਵਫਾਦਾਰ ਚੇਲੀ ਜਿਸ ਉਤੇ ਇਹ ਬਖਸ਼ਿਸ਼ ਹੋਈ ਕਿ ਯਸੂ ਈਸਾ ਦੇ ਪੁਨਰ-ਉਥਾਨ ਨੂੰ ਸਭ ਤੋਂ ਪਹਿਲਾਂ ਵੇਖੇ।

ਪੰਨਾ ੧੯੨

ਉਹਨਾਂ ਸਾਰਿਆਂ ਨੂੰ ਜਿਹੜੇ ਇਸ ਗੱਲ ਦੇ ਇੱਛਕ ਸਨ ਸੱਦਾ ਦਿੱਤਾ ਕਿ ਉਹ ਕੱਪ ਵਿਚੋਂ ਈਸ਼ਵਰ ਦਾ ਮਾਸ ਤੇ ਲਹੂ ਲੈ ਲੈਣ—ਪ੍ਰਸ਼ਾਦ ਦੀ ਰਸਮ ਵੱਲ ਇਸ਼ਾਰਾ ਹੈ ਜਿਸ ਦੇ ਫਲਸਰੂਪ, ਈਸਾਈ ਧਰਮ ਅਨੁਸਾਰ, ਸ਼ਰਧਾਵਾਨਾਂ ਦਾ ਈਸਾ ਨਾਲ ਮੇਲ ਹੁੰਦਾ ਹੈ।

ਪੰਨਾ ੨੧੯

ਅਸੀਂ ਵੀ ਤਾਂ, ਜਿਵੇਂ ਕਿਸੇ ਲੇਖਕ ਨੇ ਕਿਹਾ ਹੈ "ਆਪਣੀ ਦਵਾਤ ਵਿਚ ਆਪਣੇ ਮਾਸ ਦੀ ਬੋਟੀ ਛਡ ਜਾਂਦੇ ਹਾਂ"—ਪ੍ਰਤੱਖ ਤੌਰ ਤੇ ਏਥੇ ਲਿਓ ਤਾਲਸਤਾਏ ਆਪਣੇ ਹੀ ਵਿਚਾਰਾਂ ਨੂੰ ਕਿਸੇ ਦੂਜੇ ਲੇਖਕ ਨਾਲ ਜੋੜ ਕੇ ਦੁਹਰਾਉਂਦਾ ਹੈ। ਉਸ ਨੇ ਇਕ ਪਿਆਨੋਵਾਦਕ ਤੇ ਸਵਰਕਾਰ, ਅ. ਗੋਲਡਨਵੀਜ਼ਰ ਨਾਲ ਗਲਬਾਤ ਸਮੇਂ ਇਹ ਵਿਚਾਰ ਪ੍ਰਗਟ ਕੀਤਾ ਸੀ।

ਪੰਨਾ ੨੨੩

...ਤੁਹਾਨੂੰ... ਗਾਰਸ਼ਿਨ ਬਾਰੇ ਕੁਝ ਪੜ੍ਹ ਕੇ ਸੁਣਾਉਣਾ ਪਵੇਗਾ—ਵਸੇਵੋਲੋਦ ਗਾਰਸ਼ਿਨ (੧੮੫੫-੧੮੮੮)—ਪ੍ਰਸਿਧ ਰੂਸੀ ਲੇਖਕ।

ਪੰਨਾ ੨੩੬

ਲੈਂਟ ਤੋਂ ਥੋੜੇ ੀ ਦਿਨ ਪਹਿਲਾਂ—ਲੈਂਟ, ਸਲਾਵਈ ਲੋਕਾਂ ਵਲੋਂ ਮਨਾਇਆ ਜਾਂਦਾ ਪੂਰਵ-ਈਸਾ ਮੂਲ ਦਾ ਇਕ ਬਸੰਤ ਰੁਤ ਦਾ ਤਿਓਹਾਰ। ਇਹ ਸਿਆਲ ਨੂੰ ਅਲਵਿਦਾ ਕਹਿਣ ਅਤੇ ਬਸੰਤ ਦਾ ਸਵਾਗਤ ਕਰਨ ਦੀ ਪ੍ਰੰਪਰਾ ਦਾ ਪ੍ਰਤੀਕ ਹੈ।

ਪੰਨਾ ੨੩੭

ਮੈਂ ਚਾਹੁੰਦੀ ਹਾਂ ਕਿ ਯੂਨੀਵਰਸਿਟੀ ਦੀ ਪੜ੍ਹਾਈ ਕਰਾਂ...—੧੯ ਵੀਂ ਸਦੀ ਦੇ ਦੂਜੇ ਅੱਧ ਵਿਚ ਰੂਸ ਵਿਚ ਚਲ ਰਹੇ ਔਰਤਾਂ ਲਈ ਉਚੇਰੇ ਕੋਰਸਾਂ ਵੱਲ ਸੰਕੇਤ ਹੈ—ਉਚੇਰੀ ਵਿਦਿਆ ਦੀਆਂ ਸੰਸਥਾਵਾਂ ਜਿਥੇ ਔਰਤਾਂ ਡਾਕਟਰ ਤੇ ਅਧਿਆਪਕ ਬਣਨ ਦੀ ਪੜ੍ਹਾਈ ਕਰਦੀਆਂ ਸਨ।

ਪੰਨਾ ੨੪੪

ਇਸ ਵੇਲੇ ਕਲੇਮੇਨਟੀ ਦੀਆਂ ਸੰਗੀਤ ਰਚਨਾਵਾਂ ਸੁਣਾਈਆਂ ਜਾ ਰਹੀਆਂ ਸਨ...—

ਮੂਜ਼ੀਓ ਕਲੇਮੇਨਟੀ (੧੭੫੨-੧੯੩੨)—ਇਤਾਲਵੀ ਪਿਆਨੋਵਾਦਕ, ਸਵਰਕਾਰ ਤੇ ਅਧਿਆਪਕ ਜਿਹੜਾ ਲੰਦਨ ਵਿਚ ਰਹਿੰਦਾ ਤੇ ਕੰਮ ਕਰਦਾ ਸੀ। ਕਲੇਮੇਨਟੀ ਦੀਆਂ ਸਰਗਰਮਾਂ ਪਿਆਨੋਵਾਦਕਾਂ ਦੀ ਸਿਖਲਾਈ ਦੇ ਲਾਜ਼ਮੀ ਪ੍ਰੋਗਰਾਮ ਵਿਚ ਹਾਲੇ ਵੀ ਸ਼ਾਮਲ ਕੀਤੀਆਂ ਜਾਂਦੀਆਂ ਹਨ।

ਪੰਨਾ ੨੫੮

...ਨਾਰੋਦੋਵੋਲਸਤਵੋ ਦੇ ਸਾਰੇ ਭੇਤ...—"ਨਰੋਦਨਾਯਾ ਵੋਲੀਆ" (ਲੋਕਾਂ ਦੀ ਰਜ਼ਾ) (੧੮੭੯ ਵਿਚ ਸਥਾਪਤ)—ਇਨਕਲਾਬੀ ਨਰੋਦਵਾਦ (ਲੋਕਵਾਦ)—ਰੂਸ ਦੇ ਆਮ ਬੁੱਧੀਜੀਵੀਆਂ ਦੀ ਲਹਿਰ—ਦਾ ਅਤਿਅੰਤ ਅਹਿਮ ਤੇ ਪ੍ਰਭਾਵਸ਼ਾਲੀ ਸੰਗਠਨ। ਇਸ ਨੇ ਰੂਸ ਦੀ ਕਿਸਾਨੀ ਦੇ ਹਿਤ ਪ੍ਰਗਟਾਏ, ਰੂਸ ਵਿਚ ਖੇਤ-ਗੁਲਾਮੀ ਦਾ ਅਤੇ ਸਰਮਾਏਦਾਰੀ ਵਿਕਾਸ ਦਾ ਵਿਰੋਧ ਕੀਤਾ, ਅਮੀਰਸ਼ਾਹੀ ਦਾ ਤਖ਼ਤਾ ਉਲਟਾਉਣ ਲਈ ਮੈਦਾਨ ਵਿਚ ਨਿਤਰਿਆ। ਜ਼ਾਰਸ਼ਾਹੀ ਵਿਰੋਧੀ ਸੰਗਰਾਮ ਲਈ ਕਿਸਾਨਾਂ ਨੂੰ ਜਾਗ੍ਰਿਤ ਕਰਨ ਵਾਸਤੇ ਨੌਜਵਾਨ ਇਨਕਲਾਬੀ ਮਰਦ ਤੇ ਔਰਤਾਂ ਪਿੰਡਾਂ ਨੂੰ "ਲੋਕਾਂ ਵਿਚਕਾਰ" ਗਏ।

ਪੰਨਾ ੨੫੮

...ਪੀਟਰ-ਪਾਲ ਕਿਲ੍ਹੇ ਵਿਚ ਕੈਦ ਸੀ... ਸੇਂਟ ਪੀਟਰਸਬਰਗ (ਹੁਣ ਲੈਨਿਨਗ੍ਰਾਦ) ਵਿਚ ੧੮ ਵੀਂ ਸਦੀ ਦੇ ਸ਼ੁਰੂ ਵਿਚ ਬਣਾਈ ਗਈ ਇਕ ਗੜ੍ਹੀ। ੧੮ ਵੀਂ ਸਦੀ ਦੀ ਦੂਜੀ ਤਿਹਾਈ ਤੋਂ ੧੯੧੭ ਤੱਕ—ਰਾਜਨੀਤਕ ਕੈਦੀਆਂ ਲਈ ਖਾਸ ਤੌਰ ਤੇ ਬੇਕਿਰਤ ਪ੍ਰਬੰਧ ਵਾਲੀ ਜੇਲ੍ਹ।

ਪੰਨਾ ੨੮੦

ਇਹ ਉਹ ਵਾਸਤਵਿਕ ਗੁਲਾਮੀ ਨਹੀਂ ਸੀ ਜਿਹੜੀ ੧੮੬੧ ਵਿਚ ਖਤਮ ਕਰ ਦਿੱਤੀ ਗਈ ਸੀ...—੧੮੬੧ ਵਿਚ ਰੂਸ ਵਿਚੋਂ ਖੇਤ-ਗੁਲਾਮੀ ਦੇ ਖਾਤਮੇ ਵੱਲ ਇਸ਼ਾਰਾ ਹੈ। ਕਿਸਾਨਾਂ ਨੂੰ ਨਿੱਜੀ ਆਜ਼ਾਦੀ ਤਾਂ ਮਿਲ ਗਈ ਪਰ ਜ਼ਮੀਨ ਜਾਗੀਦਾਰਾਂ ਦੀ ਜਾਇਦਾਦ ਹੀ ਬਣੀ ਰਹੀ। ਕਿਸਾਨ ਜਾਗੀਰਦਾਰਾਂ ਕੋਲੋਂ ਜ਼ਮੀਨ ਲਗਾਨ ਉਤੇ ਲੈਣ ਜਾਂ ਕਚੂਮਰ

ਕੱਢਣ ਵਾਲੀਆਂ ਸ਼ਰਤਾਂ ਉਤੇ ਉਹਨਾਂ ਵਾਸਤੇ ਕੰਮ ਕਰਨ ਲਈ ਮਜਬੂਰ ਸਨ।

ਪੰਨਾ ੩੨੧

ਮਾਈਕਲ ਐਂਜਲੋ ਬੋਨਾਰੋਟੀ (੧੪੭੫-੧੫੬੪)—ਇਤਾਲਵੀ ਬੁਤਕਾਰ, ਚਿਤਰਕਾਰ, ਇਮਾਰਤ-ਕਲਾ ਦਾ ਮਾਹਿਰ ਤੇ ਕਵੀ। ਉਸ ਦੇ ਬਣਾਏ ਬੁੱਤ "ਮੋਜ਼ਿਸ" ਵਿਚ ਇਕ ਈਸਾਈ ਪੈਗੰਬਰ ਵਿਖਾਇਆ ਗਿਆ ਹੈ ਜਿਸ ਨੂੰ, ਬਾਈਬਲ ਦੀ ਇਕ ਕਹਾਣੀ ਅਨੁਸਾਰ, ਪ੍ਰਮਾਤਮਾ ਨੇ ਈਸਾਈ ਧਰਮ ਦੇ ਨੈਤਿਕ ਨੇਮਾਂ ਦੇ ਦਸ ਹੁਕਮਾਂ ਵਾਲੀਂ ਤਖ਼ਤੀ ਫੜਾਈ।

ਪੰਨਾ ੩੨੩

ਸਪੈਨਸਰ ਦੀਆਂ ਦਲੀਲਾਂ ਦੇਂਦਿਆਂ—ਵੇਖੋ ਟਿਪਣੀ ਪੰਨਾ ੬੨੮।

ਪੰਨਾ ੩੪੯

ਵੱਡਾ ਹਾਵਰਡ ਬਣਿਆ ਫਿਰਦੈਂ—ਜਾਨ ਹਾਵਰਡ (੧੭੨੬-੧੭੯੦)—ਬਰਤਾਨਵੀ ਮਨੁਖ-ਹਿਤੈਸ਼ੀ ਜਿਸ ਨੇ ਜੇਲ੍ਹ-ਪ੍ਰਬੰਧ ਨਰਮ ਕਰਨ ਦੀ ਹਮਾਇਤ ਕੀਤੀ।

ਪੰਨਾ ੩੫੦

ਐਲਿਨ ਇਕ ਬਹੁਤ ਵਧੀਆ ਆਸ਼ਰਮ ਚਲਾ ਰਹੀ ਏ।—ਮਰੀਅਮ ਮੈਗਦੋਲੀਨਾ—ਮੈਗਦੋਲੀਨਾ ਭਵਨ—ਵੇਖੋ ਟਿਪਣੀ ਪੰਨਾ ੬੩੨। ਇਥੇ "ਮੈਗਦੋਲੀਨਾ" ਨਾਂ ਪ੍ਰਤੀਕ ਰੂਪ ਵਿਚ ਵਰਤਿਆ ਗਿਆ ਹੈ ਜਿਸ ਦਾ ਮਤਲਬ ਹੈ ਉਹ ਵੇਸਵਾਵਾਂ ਜਿਨ੍ਹਾਂ ਨੇ ਆਪਣਾ ਪੇਸ਼ਾ ਛੱਡ ਦਿੱਤਾ ਤੇ ਜੋ ਸੁਸ਼ੀਲ ਜੀਵਨ ਵੱਲ ਪਰਤਣਾ ਚਾਹੁੰਦੀਆਂ ਸਨ।

ਪੰਨਾ ੩੫੨

ਕੱਟੇ ਹੋਏ ਛੌਂਤਿਆਂ ਵਾਲੀਆਂ... ਨਾਲ ਏਦਾਂ ਹੀ ਹੋਣਾ ਚਾਹੀਦਾ ਏ—੧੯ ਵੀਂ

ਸਦੀ ਦੇ ਦੂਜੇ ਅੱਧ ਵਿਚ ਅਗਾਂਹਵਧੂ ਸੋਚ ਵਾਲੀਆਂ ਕੁੜੀਆਂ ਅਤੇ ਨੌਜਵਾਨ ਇਸਤ੍ਰੀਆਂ, ਔਰਤਾਂ ਲਈ ਉਚੇਰੇ ਕੋਰਸਾਂ ਦੀਆਂ ਵਿਦਿਆਰਥਣਾਂ (ਵੇਖੋ ਟਿਪਣੀ ਪੰਨਾ ੬੩੩) ਡਾਕਟਰਾਂ, ਅਧਿਆਪਕਾਵਾਂ, ਨਰਸਾਂ, ਆਦਿ, ਨੇ ਆਪਣੇ ਕੇਸ ਕਟਵਾ ਕੇ ਛੋਟੇ ਕਰਵਾ ਲਏ ਸਨ ਅਤੇ ਉਹ ਸਾਧਾਰਨ ਜਿਹੇ ਢੰਗ ਨਾਲ ਵਾਲ ਬਣਾਉਂਦੀਆਂ ਸਨ ਜੋ ਉਹਨਾਂ ਨੂੰ ਰੂਸੀ ਸਮਾਜ ਦੇ ਉਤਲੇ ਤੇ ਦਰਮਿਆਨੇ ਤਬਕੇ ਦੀਆਂ ਔਰਤਾਂ ਨਾਲੋਂ ਨਿਖੇੜਦਾ ਸੀ।

ਪੰਨਾ ੩੬੩

ਜਦੋਂ ਉਹ ਪੋਲੈਂਡ ਦੇ ਇਕ ਪ੍ਰਾਂਤ ਦਾ ਗਵਰਨਰ ਸੀ ਤਾਂ ਉਸ ਨੇ ਸੈਂਕੜੇ ਬੇਗੁਨਾਹ ਲੋਕਾਂ ਨੂੰ ਬਰਬਾਦ ਕੀਤਾ—ਪੋਲਿਸ਼ ਬਾਦਸ਼ਾਹੀ—ਪੋਲੈਂਡ ਦੇ ਉਸ ਹਿੱਸੇ ਦਾ ਨਾਂ ਜਿਹੜਾ ੧੮੧੪-੧੮੧੫ ਦੀ ਵੀਆਨਾ ਕਾਂਗਰਸ ਦੇ ਫੈਸਲੇ ਮੁਤਾਬਿਕ ਰੂਸ ਦੇ ਹਵਾਲੇ ਕੀਤਾ ਗਿਆ ਸੀ। ੧੯੧੮ ਵਿਚ ਪੋਲਿਸ਼ ਬਾਦਸ਼ਾਹੀ ਦਾ ਇਲਾਕਾ ਪੋਲਿਸ਼ ਰਾਜ ਦੀ ਬੁਨਿਆਦ ਬਣਿਆ। ਨਾਵਲ ਵਿਚਲਾ ਇਸ਼ਾਰਾ ਜ਼ਾਰਸ਼ਾਹੀ ਵਿਰੁਧ, ਪੋਲੈਂਡ ਦੀ ਆਜ਼ਾਦੀ ਲਈ ੧੮੬੩-੧੮੬੪ ਦੀ ਪੋਲਿਸ਼ ਬਗ਼ਾਵਤ ਉਤੇ ਰੂਸੀ ਅਮੀਰਸ਼ਾਹੀ ਦੇ ਵਹਿਸ਼ੀਆਨਾ ਤਸ਼ੱਦਦ ਵੱਲ ਹੈ।

ਪੰਨਾ ੩੭੧

ਉਸ ਦੇ ਬਾਬੇ ਨੂੰ ਜ਼ਾਰ ਪਾਵੇਲ ਨੇ ਇਹ ਖਿਤਾਬ ਦਿੱਤਾ ਸੀ—ਪਾਵੇਲ ੧, ਰੂਸ ਦਾ ਸ਼ਹਿਨਸ਼ਾਹ ਜਿਸ ਨੇ ੧੭੯੬ ਤੋਂ ੧੮੦੧ ਤੱਕ ਰਾਜ ਕੀਤਾ।

ਪੰਨਾ ੩੭੪

ਇਹ ਤਮਗਾ... ਉਸ ਨੂੰ ਕਾਕੇਸ਼ੀਆ ਵਿਚ ਮਿਲਿਆ ਸੀ—ਕੋਹਕਾਫ ਦੇ ਕਈ ਇਲਾਕੇ ਫਤਿਹ ਕਰਨ ਲਈ ਚਾਰਕੇਸੀਅਨ, ਚੇਚਨ, ਦਾਗਿਸਤਾਨੀ ਤੇ ਦੂਜੇ ਪਹਾੜੀ ਕਬੀਲਿਆਂ ਦੇ ਖਿਲਾਫ ਰੂਸੀ ਅਮੀਰਸ਼ਾਹੀ ਵਲੋਂ ੧੮੧੭ ਤੋਂ ੧੮੬੪ ਤੱਕ ਲੜੀ ਕੋਹਕਾਫ ਦੀ ਲੜਾਈ ਵੱਲ ਇਸ਼ਾਰਾ ਹੈ।

ਇਸ ਤੋਂ ਮਗਰੋਂ ਉਸ ਨੇ ਪੋਲੈਂਡ ਵਿਚ ਰਹਿ ਕੇ ਕੰਮ ਕੀਤਾ—ਵੇਖੋ ਟਿਪਣੀ ਪੰਨਾ ੬੩੬

ਪੰਨਾ ੩੭੬

...ਜੋ ਉਸ ਨੇ ਦਸੰਬਰਵਾਦੀਆਂ ਦੀਆਂ ਯਾਦਾਂ ਵਿਚੋਂ ਪੜ੍ਹੀ ਸੀ—ਦਸੰਬਰਵਾਦੀਆਂ—ਰਾਠ ਘਰਾਣਿਆਂ ਦੇ ਰੂਸੀ ਇਨਕਲਾਬੀ ਜਿਨ੍ਹਾਂ ਨੇ ੧੮੨੫ ਵਿਚ ਅਮੀਰਸ਼ਾਹੀ ਤੇ ਖੇਤ-ਗੁਲਾਮੀ ਦੇ ਖਿਲਾਫ ਇਕ ਬਗਾਵਤ ਸ਼ੁਰੂ ਕੀਤੀ। ਬਗਾਵਤ ਵਹਿਸ਼ੀਆਨਾ ਢੰਗ ਨਾਲ ਕੁਚਲ ਦਿੱਤੀ ਗਈ—ਇਸ ਦੇ ਪੰਜ ਆਗੂ ਫਾਹੇ ਲਾ ਦਿੱਤੇ ਗਏ, ੧੨੧ ਨੂੰ ਸਖ਼ਤ ਮੁੱਸ਼ਕਤ ਦੀ ਸਜ਼ਾ ਦੇ ਕੇ ਸਾਇਬੇਰੀਆ ਭੇਜ ਦਿੱਤਾ ਗਿਆ। ਪੜਤਾਲ ਦੌਰਾਨ ਦਸੰਬਰਵਾਦੀਆਂ ਨੂੰ ਪੀਟਰ-ਪਾਲ ਗੜ੍ਹੀ ਵਿਚ ਕੈਦ ਰਖਿਆ ਗਿਆ।

ਪੰਨਾ ੩੭੬

...ਜਾਨ ਆਫ ਆਰਕ ਦੀ ਆਤਮਾ ਬੋਲ ਰਹੀ ਸੀ—ਜਾਨ ਆਫ ਆਰਕ--ਓਰਲੇਨ (ਅਨੁਮਾਨਿਤ ੧੪੧੨-੧੪੩੧) ਦੀ ਕੁਆਰੀ ਧੀ—ਫਰਾਂਸ ਦੀ ਕੌਮੀ ਵੀਰਾਂਗਣ ਜਿਸ ਨੇ ੧੩੩੭-੧੪੫੩ ਦੀ ਸੌ ਸਾਲਾ ਜੰਗ ਦੌਰਾਨ ਬਰਤਾਨਵੀ ਧਾੜਵੀਆਂ ਦੇ ਖਿਲਾਫ ਫਰਾਂਸੀਸੀ ਲੋਕਾਂ ਦੇ ਸੰਗਰਾਮ ਦੀ ਅਗਵਾਈ ਕੀਤੀ।

ਪੰਨਾ ੩੮੬

...ਦੋ ਉੱਚਤਮ ਦਰਜੇ ਦੇ ਕੁਝ ਖਾਸ ਅਧਿਕਾਰੀਆਂ ਬਾਰੇ—ਰੁਤਬਿਆਂ ਦੀ ਸਾਰਣੀ ਅਨੁਸਾਰ—੧੮ ਵੀਂ-੨੦ ਵੀਂ ਸਦੀ ਵਿਚ ਰੂਸ ਵਿਚ ਲਾਗੂ ਇਕ ਵਿਧਾਨਕ ਐਕਟ—ਜਿਸ ਨਾਲ ਕਰਮਚਾਰੀਆਂ ਦੀ ਸੇਵਾ ਦੀ ਤਰਤੀਬ ਨਿਸਚਿਤ ਹੁੰਦੀ ਸੀ। ਸਾਰੇ ਰੁਤਬੇ ੧੪ ਦਰਜਿਆਂ ਵਿਚ ਵੰਡੇ ਗਏ ਸਨ। ਪਹਿਲੇ ਦੋ ਦਰਜਿਆਂ ਦੇ ਕਰਮਚਾਰੀ ਰੂਸੀ ਰਾਜ ਵਿਚ ਉਚੀਆਂ ਪਦਵੀਆਂ ਵਾਲੇ ਉੱਚ ਅਧਿਕਾਰੀ ਹੁੰਦੇ ਸਨ।

ਪੰਨਾ ੩੮੭

ਇਸ ਸਦੀ ਦੇ ਸੱਠਵਿਆਂ ਦੀਆਂ ਉਦਾਰਵਾਦੀ ਰਵਾਇਤਾਂ ਨੂੰ ਉਹ ਪਵਿਤਰ ਸਮਝਦਾ ਸੀ—੧੮੬੦ ਵਿਆਂ ਦਾ ਵਿਸ਼ੇਸ਼ ਲਛਣ ਸੀ, ਰੂਸੀ ਬੁਧੀਜੀਵੀਆਂ ਤੇ ਰਾਠਸ਼ਾਹੀ ਦੇ ਵਿਸ਼ਾਲ ਹਲਕਿਆਂ ਵਿਚ, ਰੂਸੀ ਅਮੀਰਸ਼ਾਹੀ ਦੇ ਵਿਰੋਧੀ, ਅਗਾਂਹਵਧੂ

ਰੁਝਾਨ ਵਿਚ ਵਾਧਾ, ਇਨਕਲਾਬੀ ਜਮਹੂਰੀ ਲਹਿਰ ਦਾ ਚੜ੍ਹਾ।

ਪੰਨਾ ੩੯੦

ਸਕੋਵੋਰੋਦਨੀਕੋਵ ਇਕ ਪਦਾਰਥਵਾਦੀ, ਡਾਰਵਿਨ ਦੇ ਮੱਤ ਦਾ ਅਨੁਯਾਈ ਸੀ— ਡਾਰਵਿਨਵਾਦੀ—ਡਾਰਵਿਨ ਦੇ ਸਿਧਾਂਤ ਦਾ (ਵੇਖੋ ਟਿਪਣੀ ਪੰਨਾ ੬੩੧) ਹਮਾਇਤੀ।

ਪੰਨਾ ੩੯੭

ਇਸ ਸਵਾਲ ਨੂੰ ਹੱਲ ਕਰਨ ਲਈ ਉਸਨੇ ਵਾਲਟੇਅਰ, ਸ਼ੋਪਨਹਾਵਰ, ਹਰਬਰਟ ਸਪੈਂਸਰ ਜਾਂ ਕੋਨਤ ਦੀਆਂ ਲਿਖਤਾਂ ਹੀ ਨਹੀਂ ਪੜ੍ਹੀਆਂ ਸਗੋਂ ਹੀਗਲ ਦੀਆਂ ਦਾਰਸ਼ਨਿਕ ਰਚਨਾਵਾਂ ਅਤੇ ਵਿਨੇਤ ਤੇ ਖੋਮੀਆਕੋਵ ਦੀਆਂ ਧਾਰਮਿਕ ਲਿਖਤਾਂ ਦਾ ਅਧਿਅਨ ਵੀ ਕੀਤਾ— ਅਜਿਹੇ ਵਖੋ ਵਖ ਚਿੰਤਕਾਂ ਦੀ ਸੂਚੀ ਵਿਚ, ਜਿਵੇਂ ਕਿ ਇਕ ਪਾਸੇ ਫਰਾਂਸੂਆ ਮਾਰੀ ਵਾਲਟੇਅਰ (੧੬੯੪-੧੭੭੮) ਮਹਾਨਤਮ ਫਰਾਂਸੀਸੀ ਪ੍ਰਬੁਧਤਾਵਾਦੀ, ਆਰਥਰ ਸ਼ਾਪਨਹਾਵਰ (੧੭੮੮-੧੮੬੦) ਜਰਮਨ ਵਿਚਾਰਵਾਦੀ ਫਿਲਾਸਫਰ, ਹਰਬਰਟ ਸਪੈਂਸਰ (ਵੇਖੋ ਟਿਪਣੀ), ਆਗੁਸਤ ਕੋਂਤ (੧੭੯੮-੧੮੫੭) ਫਰਾਂਸ ਦਾ ਪ੍ਰਤੱਖਵਾਦੀ ਫਿਲਾਸਫਰ ਤੇ ਸਮਾਜ-ਵਿਗਿਆਨੀ, ਅਤੇ ਦੂਜੇ ਪਾਸੇ ਗਿਓਰਗ ਵਿਲਹੈਲਮ ਫਰੈਡਰੀਖ ਹੀਗਲ (੧੭੭੦-੧੮੩੧) ਕਲਾਸੀਕੀ ਜਰਮਨ ਦਰਸ਼ਨ ਦਾ ਸਭ ਤੋਂ ਵੱਡਾ ਪ੍ਰਤਿਨਿਧ, ਅਲੇਕਸਾਂਦਰ ਵੀਨੇਤ (੧੭੯੭-੧੮੪੭) ਸਵਿਟਜ਼ਰਲੈਂਡ ਦਾ ਧਰਮ-ਸ਼ਾਸਤ੍ਰੀ ਅਤੇ ਅਲੇਕਸੇਈ ਖੋਮੀਆਕੋਵ (ਵੇਖੋ ਟਿਪਣੀ) ਰੂਸ ਦਾ ਧਾਰਮਿਕ ਫਿਲਾਸਫਰ ਅਤੇ ਸਲਾਵ-ਹਿਤੈਸ਼ੀ ਲੇਖਕ (੧੮੦੪-੧੮੬੦) ਸ਼ਾਮਲ ਹਨ, ਇਕ ਸਾਂਝਾ ਗੁਣ ਹੈ—ਜਿਥੇ ਪਹਿਲਿਆਂ ਨੇ ਕਿਸੇ ਨਾ ਕਿਸੇ ਰੂਪ ਵਿਚ ਚਰਚ ਤੇ ਈਸਾਈ ਧਰਮ ਦੀ ਨੁਕਤਾਚੀਨੀ ਕੀਤੀ ਜਾਂ ਇਸ ਤੋਂ ਇਨਕਾਰ ਕੀਤਾ, ਪਿਛਲੇਰਿਆਂ ਨੇ ਕਿਸੇ ਨਾ ਕਿਸੇ ਪੈਂਤੜੇ ਤੋਂ ਚਰਚ ਦੇ ਕੱਟੜ-ਮੱਤ ਤੇ ਰੀਤਾਂ ਨੂੰ ਮੰਨਿਆ ਤੇ ਇਹਨਾਂ ਨੂੰ ਪ੍ਰਮਾਣਿਤ ਸਿਧ ਕੀਤਾ।

ਪੰਨਾ ੪੧੮

ਇਸ ਵਿਚ ਕੋਈ ਸ਼ਕ ਨਹੀਂ ਕਿ ਮਾਤਾ ਮਰੀਅਮ ਦੀਆਂ ਇਬੇਰੀਆਈ, ਕਾਜ਼ਾਨੀ

ਤੇ ਸਮੋਲੇਨਸਕੀ ਮੂਰਤੀਆਂ ਦੀ ਪੂਜਾ ਕਰਨਾ ਬਿਲਕੁਲ ਬੁਤ ਪੂਜਾ ਹੈ... ਇਹ ਈਸ਼ਵਰ ਦੀ ਮਾਂ (ਕੁਆਰੀ ਮਰੀਅਮ) ਦੀਆਂ ਮੂਰਤੀਆਂ ਦੇ ਨਾਂ ਹਨ ਜਿਨ੍ਹਾਂ ਦਾ ਰੂਸੀ ਈਸਾਈ ਧਰਮ-ਪਾਲਕ (ਖਾਸ ਕਰਕੇ ਕਿਸਾਨ, ਵਪਾਰੀ ਤੇ ਹੇਠਲੇ ਦਰਮਿਆਨੇ ਤਬਕੇ ਦੇ ਲੋਕ) ਵਿਸ਼ੇਸ਼ ਕਰਕੇ ਆਦਰ ਕਰਦੇ ਸਨ।

ਪਛਮੀ ਪ੍ਰਾਦੇਸਾਂ ਵਿਚ ਯੂਨਿਏਟਾਂ ਵਿਚਕਾਰ ਯੂਨਾਨੀ ਆਰਥੋਡਾਕਸ ਦਾ ਪਰਚਾਰ ਕਰ ਰਹੀ ਸੀ—ਯੂਨਿਏਟ ਚਰਚ ਨੂੰ ਮਨੰਣ ਵਾਲੇ, ਰੋਮ ਦੇ ਪੋਪ ਅਧੀਨ ਗਰੇਕੋ-ਕੈਥੋਲਿਕ ਚਰਚ ਦੇ ਅਨੁਯਾਈ। ਯੂਨਿਏਟ ਚਰਚ ੧੬ ਵੀਂ ਸਦੀ ਦੇ ਅਖੀਰ ਸਾਂਝੇ ਪੋਲਿਸ਼-ਲਿਥੂਆਨੀ ਰਾਜ ਵਲੋਂ ਕਾਬੂ ਕੀਤੇ ਇਲਾਕਿਆਂ ਵਿਚ ਲਾਗੂ ਕੀਤਾ ਗਿਆ ਸੀ। ੧੯ ਵੀਂ ਸਦੀ ਦੇ ਪਹਿਲੇ ਅੱਧ ਵਿਚ, ਪੋਲੈਂਡ ਦੀ ਵੰਡ ਪਿਛੋਂ, ਯੂਕਰੇਨ ਤੇ ਬੇਲੋਰੂਸ ਦੇ ਇਲਾਕੇ ਵਿਚ, ਜਿਹੜਾ ਰੂਸ ਦਾ ਭਾਗ ਬਣ ਗਿਆ ਸੀ, ਪਰਮੁਖ ਧਰਮ ਇਕ ਵਾਰੀ ਫੇਰ ਆਰਥੋਡਕਸ ਈਸਾਈਅਤ ਹੋ ਗਿਆ ਜੋ ਸਥਾਨਕ ਲੋਕਾਂ ਵਿਚ ਜ਼ਬਰਦਸਤੀ ਲਾਗੂ ਕੀਤਾ ਗਿਆ।

ਪੰਨਾ ੪੨੮

ਉਸ ਨੂੰ ਇਕ ਅਮ੍ਰੀਕੀ ਲੇਖਕ ਥੋਰੋ ਦਾ ਖਿਆਲ ਆਉਂਦਾ—ਹੈਨਰੀ ਥੋਰੋ (੧੮੧੭-੧੮੬੨)—ਅਮ੍ਰੀਕੀ ਲੇਖਕ। "ਸ਼ਹਿਰੀ ਨਾਫਰਮਾਨੀ" ਪੈਂਫਲਿਟ ਵਿਚ ਉਸ ਨੇ ਲਿਖਿਆ ਸੀ (੧੮੪੯) ਕਿ ਐਸੇ ਰਾਜ ਵਿਚ ਜਿਥੇ ਲੋਕਾਂ ਨੂੰ ਅਨਿਆਈਂ ਜੇਲ੍ਹਾਂ ਵਿਚ ਸੁਟਿਆ ਜਾਂਦਾ ਹੋਵੇ ਓਥੇ ਨਿਆਈਂ ਬੰਦੇ ਦੀ ਯੋਗ ਥਾਂ ਜੇਲ੍ਹ ਹੈ।

ਪੰਨਾ ੪੩੭

ਪੀਟਰ ਤੇ ਪਾਲ ਕਿਲ੍ਹੇ ਤੋਂ ਲੈ ਕੇ ਸਖ਼ਾਲਿਨ ਟਾਪੂ ਤਕ...—ਪੀਟਰ ਤੇ ਪਾਲ ਕਿਲ੍ਹਾ—(ਵੇਖੋ ਟਿਪਣੀ) ਸਖ਼ਾਲਿਨ ਟਾਪੂ—ਇਨਕਲਾਬ ਤੋਂ ਪਹਿਲਾਂ ਦੇ ਰੂਸ ਵਿਚ ਕੈਦ ਬਾਮੁਸ਼ੱਕਤ ਤੇ ਦੇਸ-ਬਦਰ ਦੀ ਥਾਂ—ਰੂਸ ਦੇ ਅਤਿ ਪੂਰਬੀ ਇਲਾਕੇ, ਏਸ਼ੀਆ ਦੇ ਪੂਰਬੀ ਕੰਢੇ ਸਥਿਤ ਹੈ।

ਪੰਨਾ ੪੩੮

ਪੋਲੈਂਡ ਤੇ ਚੇਰਕੇਸੀਆ ਦੇ ਲੋਕ ਅਜਿਹੇ ਹੀ ਸਨ ਜਿਨ੍ਹਾਂ ਨੇ ਆਪਣੀ ਸੁਆਧੀਨਤਾ

ਪ੍ਰਾਪਤ ਕਰਨ ਲਈ ਬਗਾਵਤ ਕੀਤੀ ਹੋਈ ਸੀ—(ਵੇਖੋ ਟਿਪਣੀ ਪੰਨਾ ੬੩੬।)

ਪੰਨਾ ੪੪੦

ਜਿਨ੍ਹਾਂ ਬਾਰੇ ਇਤਾਲਵੀ ਪਰਪਾਟੀ ਦੇ ਲੋਕਾਂ ਨੇ ਬੜਾ ਕੁਝ ਲਿਖਿਆ ਸੀ—(ਵੇਖੋ ਟਿਪਣੀ ਪੰਨਾ ੬੩੦)

ਉਸ ਨੇ ਲੋਂਬਰੋਜ਼ੋ ਤੇ ਗਾਰੋਫਾਲੋ, ਫੇਰੀ, ਲਿਸਟ, ਮਾਡਸਲੇ ਤੇ ਟਾਰਡੇ ਆਦਿ ਦੀਆਂ ਕਿਰਤਾਂ ਲੈ ਆਂਦੀਆਂ ਸਨ...—ਲੋਂਬਰੋਜ਼ੋ—(ਵੇਖੋ ਟਿਪਣੀ ਰਾਫੇਲੋ ਗਾਰੋਫਾਲੋ (ਜਨਮ ੧੮੫੨) ਤੇ ਐਨਰੀਕੋ ਫੇਰੀ (੧੮੫੬–੧੯੨੯) ਇਤਾਲਵੀ ਅਪਰਾਧ-ਵਿਗਿਆਨੀ ਅਤੇ ਲੋਂਬਰੋਜ਼ੋ ਦੀ ਕਾਇਮ ਕੀਤੀ ਜੁਰਮ ਦੀ ਸੂਹ ਲਾਉਣ ਦੀ ਇਤਾਲਵੀ ਪਰਪਾਟੀ ਦੇ ਅਨੁਯਾਈ; ਫਰਾਂਟਸ ਫਾਨ ਲਿਸਟ (੧੮੫੧–੧੯੧੯) ਆਸਟ੍ਰੀਆ ਦਾ ਕਾਨੂੰਨਦਾਰ, ਫੌਜਦਾਰੀ ਕਾਨੂੰਨ ਦੀ ਸਮਾਜ-ਵਿਗਿਆਨਕ ਪਰਪਾਟੀ ਦਾ ਪ੍ਰਤਿਨਿਧ; ਗਾਬੀਅਲ ਟਾਰਡ—(ਵੇਖੋ ਟਿਪਣੀ ਪੰਨਾ ੬੩੦)

ਪੰਨਾ ੪੫੫

ਤੁਲਾ ਤੋਂ ਇਰਕੁਤਸਕ ਗੁਬੇਰਨੀਆ ਜਾਂ ਕੁਰਸਕ ਤੋਂ...—ਤੁਲਾ ਤੇ ਕੁਰਸਕ ਗੁਬੇਰਨੀਆ ਰੂਸ ਦੇ ਕੇਂਦਰ ਵਿਚ ਹਨ; ਇਰਕੁਤਸਕ ਗੁਬੇਰਨੀਆ ਇਨਕਲਾਬ ਤੋਂ ਪਹਿਲਾਂ ਦੇ ਰੂਸ ਵਿਚ ਕੈਦ ਬਾਮੁਸ਼ੱਕਤ ਤੇ ਦੇਸ-ਬਦਰੀ ਦੀ ਇਕ ਥਾਂ ਸੀ, ਇਹ ਸਾਇਬੇਰੀਆ ਦੇ ਕੇਂਦਰ ਵਿਚ ਹੈ।

ਪੰਨਾ ੪੬੧

ਕੈਦ ਬਾ-ਮੁਸ਼ੱਕਤ...

ਸਾਰਿਆਂ ਨੇ ਸਲੇਟੀ ਰੰਗ ਦੀਆਂ ਪਤਲੂਣਾਂ ਤੇ ਕੁੜਤੇ ਪਾਏ ਹੋਏ ਸਨ, ਜਿਨ੍ਹਾਂ ਦੀ ਪਿਠ ਉਤੇ ਨੰਬਰ ਲਗੇ ਪੁਰਖ ਮੁਜਰਮਾ ਦੇ ਚੋਲਿਆਂ ਦੇ ਪਿਛਲੇ ਪਾਸੇ ਇਕ ਹੋਏ ਸਨ—ਪੀਲਾ ਚੁਕੋਨ ਸਿਊਂ ਦਿੱਤਾ ਜਾਂਦਾ ਸੀ। ਇਹ ਚਿੰਨ੍ਹ ਇੱਟ ਦੇ ਯੱਕੇ ਨਾਲ ਮਿਲਦਾ ਜੁਲਦਾ ਸੀ।

ਪੰਨਾ ੪੭੭

ਅੱਧੇ ਮੁੰਨੇ ਹੋਏ ਸਿਰ ਨਾਲ ਵਿਗੜੀ ਹੋਈ ਸ਼ਕਲ...—(ਵੇਖੋ ਟਿਪਣੀ ਪੰਨਾ ੬੩੨)

ਪੰਨਾ ੪੭੯

ਜਿਹੜੀ ਨੀਜ਼ੂਨੀ ਨੋਵਗੋਰੋਦ ਭੇਜੀ ਜਾਣੀ ਸੀ...(ਵੇਖੋ ਟਿਪਣੀ ਪੰਨਾ ੬੨੭) **ਜਦੋਂ ਉਹਨਾਂ ਨੂੰ ਬੂਤੀਰਸਕਾਯਾ ਜੇਲ੍ਹ ਤੋਂ ਨੀਜ਼ੂਨੀ ਨੋਵਗੋਰੋਦ ਜਾਣ ਵਾਲੇ ਰੇਲਵੇ ਸਟੇਸ਼ਨ ਲਿਜਾਇਆ ਜਾ ਰਿਹਾ ਸੀ**—ਬੂਤੀਰਸਕਾਯਾ ਜੇਲ੍ਹ ਇਨਕਲਾਬ ਤੋਂ ਪਹਿਲਾਂ ਦੇ ਮਾਸਕੋ ਵਿਚ ਇਕ ਸਭ ਤੋਂ ਵੱਡੀ ਜੇਲ੍ਹ ਸੀ। ਨੀਜ਼ੇਗਰੋਦਸਕਾਯਾ ਰੇਲਵੇ... ਮਾਸਕੋ ਤੋਂ ਨੀਜ਼ੂਨੀ ਨੋਵਗੋਰੋਦ ਤੱਕ ਰੇਲ ਮਾਰਗ।

ਪੰਨਾ ੪੯੩

ਆਖਿਆ ਜਾਂਦਾ ਹੈ ਕਿ ਪੁਗਾਚੋਵ ਤੇ ਰਾਜ਼ਿਨ ਬੜੇ ਖੌਫਨਾਕ ਸਨ—ਯੇਮੇਲਯਾਨ ਪੁਗਾਚੋਵ (੧੭੪੦/੪੨-੧੭੭੫)—ਅਮੀਰਸ਼ਾਹੀ ਦੇ ਖਿਲਾਫ ਯੂਰਾਲ ਦੇ ਕਜ਼ਾਕਾਂ ਦੀ ਬਗ਼ਾਵਤ ਦਾ ਆਗੂ ਜਿਸ ਨੇ ਜ਼ਾਰ ਦੀਆਂ ਫੌਜਾਂ ਉਤੇ ਕਈ ਜਿੱਤਾਂ ਪ੍ਰਾਪਤ ਕੀਤੀਆਂ। ਸਤੇਪਾਨ ਰਾਜ਼ਿਨ (ਅਨੁਮਾਨਿਤ ੧੬੩੦-੧੬੭੧) ੧੬੭੦-੧੬੭੧ ਵਿਚ ਰੂਸ ਦੀ ਕਿਸਾਨ ਜੰਗ ਦਾ ਆਗੂ, ਇਕ ਤਜਰਬਾਕਾਰ ਜਨਰਲ ਤੇ ਜਥੇਬੰਦਕ।

ਪੰਨਾ ੪੯੬

ਕ੍ਰਿਸਮਿਸ ਤੇ ਫੇਰ ਆਉਂ—ਕ੍ਰਿਸਮਿਸ—ਯਸੂ ਈਸਾ ਦੇ ਜਨਮ ਦੇ ਸਨਮਾਨ ਵਿਚ ਚਰਚ ਦੀ ਸਿਖਿਆ ਅਨੁਸਾਰ ਮਨਾਇਆ ਜਾਂਦਾ ਇਕ ਮੁਖ ਈਸਾਈ ਤਿਓਹਾਰ। ਰੂਸ ਵਿਚ ਇਹ ਦਿਨ ੭ ਜਨਵਰੀ (ਜਾਰਜੀਅਨ ਕਲੰਡਰ) ਨੂੰ ਮਨਾਇਆ ਜਾਂਦਾ ਹੈ।

ਪੰਨਾ ੫੧੦

ਪੇਰਮ ਸ਼ਹਿਰ ਤੱਕ ਉਹ... ਰੇਲ ਅਤੇ ਸਟੀਮ ਬੋਟ ਤੇ ਚੜ੍ਹਕੇ ਪਹੁੰਚੀ ਸੀ—ਪੇਰਮ—ਯੂਰਾਲ ਇਲਾਕੇ ਵਿਚ ਇਕ ਸ਼ਹਿਰ, ਇਹ ਪਹਾੜੀ ਇਲਾਕਾ ਰੂਸ ਦੇ ਯੂਰਪੀ ਤੇ ਏਸ਼ੀਆਈ ਇਲਾਕਿਆਂ ਦੀ ਸਰਹੱਦ ਹੈ।

ਪੰਨਾ ੫੧੨

ਦ. ਅ. ਲਿਨੀਯੇਵ ਨੇ ਆਪਣੀ ਪੁਸਤਕ "ਪੜਾ" ਵਿਚ ਇਸ ਘਟਨਾ ਦਾ ਵਰਣਨ ਕੀਤਾ ਹੈ।—ਦਮਿਤਰੀ ਲਿਨੀਯੇਵ (ਕਲਮੀ ਨਾਂ ਦੇਲਿਨ, ੧੮੫੩-੧੯੨੦)—ਰੂਸੀ ਲੇਖਕ ਤੇ ਪਰਚਾਰਕ, ਜੇਲ੍ਹਾਂ ਦੇ ਜੀਵਨ ਬਾਰੇ ਕਈ ਕਹਾਣੀਆਂ ਤੇ ਰੇਖਾਚਿਤਰਾਂ ਦਾ ਕਰਤਾ।

ਪੰਨਾ ੫੨੦

ਨਰੋਦਨਿਕਾਂ ਵਿਚ ਜਾ ਸ਼ਾਮਲ ਹੋਇਆ—ਵੇਖੋ ਟਿਪਣੀ ਪੰਨਾ ੬੩੪।

ਪੰਨਾ ੫੨੫

...ਪਹਿਲਾਂ ਯੇਕਾਤੇਰੀਨਬਰਗ ਵਿਚ—ਯੇਕਾਤੇਰੀਨਬਰਗ (ਹੁਣ ਸਵੇਰਦਲੋਵਸਕ) ਪੂਰਬੀ ਯੂਰਾਲ ਵਿਚ ਇਕ ਸ਼ਹਿਰ... (ਵੇਖੋ ਟਿਪਣੀ ਪੰਨਾ ੬੪੨)

ਪੰਨਾ ੫੨੮

...ਉਹ ਵਿਆਹ ਕਰਾਉਣ ਅਤੇ ਜ਼ੇਮਸਤਵੋ ਪ੍ਰੀਸ਼ਦ ਵਿਚ ਭਾਗ ਲੈਣ ਦੀਆਂ ਸੋਚਾਂ ਦੇ ਘੋੜੇ ਦੌੜਾਇਆ ਕਰਦਾ ਸੀ।—ਜ਼ੇਮਸਤਵੋ ਪ੍ਰੀਸ਼ਦ ਵਿਚ ਭਾਗ ਲੈਣ...—ਜ਼ੇਮਸਤਵੋ ਜਥੇਬੰਦੀਆਂ ਦੇ ਕੰਮ।

ਪੰਨਾ ੫੨੯

ਪੋਲਿਸ਼ ਇਸ਼ਤਿਹਾਰ ਫੜੇ ਗਏ ਸਨ...—੧੮੬੩-੧੮੬੪ ਦੀ ਪੋਲਿਸ਼ ਬਗ਼ਾਵਤ ਅਤੇ ਪੋਲੈਂਡ ਅੰਦਰ ਆਜ਼ਾਦੀ ਦੀ ਲਹਿਰ ਦੇ ਸਮਰਥਕਾਂ ਵਲੋਂ ਵੰਡੇ ਗਏ ਇਸ਼ਤਿਹਾਰ। ਵੇਖੋ ਟਿਪਣੀ ਪੰਨਾ ੬੩੬।

ਪੰਨਾ ੫੩੩

ਉਹਦਾ "ਨਾਰੋਦਨਾਯਾ ਵੋਲਿਆ" ਪਾਰਟੀ ਨਾਲ ਸੰਬੰਧ ਸੀ—ਵੇਖੋ ਟਿਪਣੀ ਪੰਨਾ ੬੩੪।

ਪੰਨਾ ੫੫੩

...ਉਸ ਨੂੰ ਜਲਾਵਤਨ ਕਰਕੇ ਆਰਖਾਂਗੇਲਸਕ ਗੁਬੇਰਨੀਆ ਭੇਜ ਦਿਤਾ ਗਿਆ। ਏਥੋਂ ਉਸਨੂੰ ਯਾਕੂਤਸਕ ਗੁਬੇਰਨੀਆ ਭੇਜ ਦਿੱਤਾ ਗਿਆ ਕਿਉਂਕਿ ਉਸ ਨੇ ਨਵੇਂ ਜ਼ਾਰ ਦਾ ਵਫ਼ਾਦਾਰ ਰਹਿਣ ਦੀ ਸੌਂਹ ਖਾਣ ਤੋਂ ਇਨਕਾਰ ਕਰ ਦਿੱਤਾ ਸੀ।... ਆਰਖਾਂਗੇਲਸਕ ਤੇ ਯਾਕੂਤਸਕ ਪ੍ਰਦੇਸ਼ ਇਨਕਲਾਬ ਤੋਂ ਪਹਿਲਾਂ ਦੇ ਰੂਸ ਦੀਆਂ ਦੇਸ-ਬਦਰ ਕਰਕੇ ਤੇ ਕੈਦ ਬਾਮੁਸ਼ੱਕਤ ਦੇ ਕੇ ਭੇਜਣ ਵਾਲਿਆਂ ਲਈ ਥਾਵਾਂ ਸਨ। ਆਰਖਾਂਗੇਲਸਕ ਗੁਬੇਰਨੀਆ ਰੂਸ ਦੇ ਯੂਰਪੀ ਭਾਗ ਦੇ ਉੱਤਰ ਵਿਚ ਹੈ ਅਤੇ ਯਾਕੂਤਸਕ ਗੁਬੇਰਨੀਆ—ਪੂਰਬੀ ਸਾਇਬੇਰੀਆ ਦੇ ਉਤਰ ਵਿਚ। ਨਵਾਂ ਜ਼ਾਰ—ਅਲੈਕਸਾਂਦਰ ਤੀਜਾ ਜਿਸ ਨੇ ੧੮੮੧ ਵਿਚ "ਨਾਰੋਦਨਾਯਾ ਵੋਲਿਆ" ਪਾਰਟੀ ਦੇ ਮੈਂਬਰਾਂ ਵਲੋਂ ਅਲੈਕਸਾਂਦਰ ਦੂਜੇ ਦੇ ਕਤਲ ਕੀਤੇ ਜਾਣ ਮਗਰੋਂ ਉਹਦੀ ਗੱਦੀ ਸੰਭਾਲੀ।

ਪੰਨਾ ੫੫੪

ਰੱਬ ਨੂੰ ਉਹ, ਅਰਾਗੋ ਵਾਂਗ ਹੀ,. ਇਕ ਮਨੋਕਲਪਨਾ ਹੀ ਸਮਝਦਾ ਸੀ...—ਦੋਮੀਨੀਕ ਅਰਾਗੋ (੧੭੮੬-੧੮੫੩)—ਫਰਾਂਸੀਸੀ ਭੌਤਿਕ-ਵਿਗਿਆਨੀ ਤੇ ਖਗੋਲ-ਵਿਗਿਆਨੀ।

ਪੰਨਾ ੫੬੪

...ਇਕ ਲਾਲ ਇਨਕਲਾਬੀ... ਬਣ ਗਿਆ।—ਵੇਖੋ ਟਿਪਣੀ ਪੰਨਾ ੬੩੪।

ਪੰਨਾ ੫੭੪

ਉਹ ਕਦੋਂ ਦਾ ਕਾਰਾ ਪਹੁੰਚ ਗਿਆ ਹੋਇਆ ਹੈ...—ਕਾਰਾ ਪੂਰਬੀ ਸਾਇਬੇਰੀਆ ਵਿਚ ਇਕ ਦਰਿਆ ਹੈ। ੧੯ ਵੀਂ ਸਦੀ ਦੇ ਅਖੀਰ ਰਾਜਸੀ ਮੁਜਰਮ ਓਥੇ ਸੋਨੇ ਦੀਆਂ ਖਾਣਾਂ ਵਿਚ ਕੰਮ ਕਰਦੇ ਸਨ।

ਪੰਨਾ ੫੭੬

ਜੀ, ਹਰਜ਼ਨ ਨੇ ਕਿਹਾ ਸੀ ਕਿ ਜਦੋਂ ਦਸੰਬਰਵਾਦੀ ਲੋਕਾਂ ਵਿਚੋਂ ਲਾਂਭੇ ਹੋ ਗਏ ਤਾਂ ਸਾਡੇ ਸਮਾਜ ਦੀ ਔਸਤ ਪੱਧਰ ਹੇਠਾਂ ਚਲੀ ਗਈ ਸੀ।—ਅਲੈਕਸਾਂਦਰ ਹਰਜ਼ਨ (੧੮੧੨-੧੮੭੦)—ਰੂਸੀ ਇਨਕਲਾਬੀ, ਲੇਖਕ ਤੇ ਫਿਲਾਸਫਰ—ਆਪਣੀ "ਸ਼ਹਿਨਸ਼ਾਹ ਅਲੈਕਸਾਂਦਰ ਦੂਜੇ ਦੇ ਨਾਂ ਚਿੱਠੀ" ਵਿਚ ਦਸੰਬਰਵਾਦੀਆਂ ਬਾਰੇ ਲਿਖਿਆ। "ਇਹਨਾਂ ਲੋਕਾਂ ਨੂੰ ਦੇਸ ਬਦਰ ਕਰਨ ਨਾਲ ਸਾਡੇ ਦੇਸ ਵਿਚ ਵਿਦਿਆ ਦਾ ਜੋਸ਼ ਪ੍ਰਤੱਖ ਘਟ ਗਿਆ ਹੈ, ਦਲੀਲ ਦਾ ਪਸਾਰ ਘਟ ਹੋ ਗਿਆ ਹੈ ਸਮਾਜ ਵਧੇਰੇ ਗੰਵਾਰ ਬਣ ਗਿਆ ਹੈ। ਗੌਰਵ ਦੀ ਉਭਰ ਰਹੀ ਭਾਵਨਾ ਮਿਟ ਗਈ ਹੈ।" ੧੮੪੭ ਵਿਚ ਹਰਜ਼ਨ ਨੂੰ ਰੂਸ ਵਿਚੋਂ ਨਿਕਲ ਜਾਣ ਅਤੇ ਆਪਣੀ ਬਾਕੀ ਜ਼ਿੰਦਗੀ ਬਦੇਸਾਂ ਵਿਚ ਗੁਜ਼ਾਰਨ ਲਈ ਮਜਬੂਰ ਕੀਤਾ ਗਿਆ।

ਪੰਨਾ ੫੮੦

ਤਿਊਮੇਨ, ਯੇਕਾਤੇਰੀਨਬਰਗ, ਤੋਮਸਕ ਦੀਆਂ ਜੇਲ੍ਹਾਂ ਵਿਚ... ਤਿਊਮੇਨ, ਤੋਮਸਕ—ਪਛਮੀ ਸਾਇਬੇਰੀਆ ਦੇ ਸ਼ਹਿਰ। ਯੇਕਾਤੇਰਿਨਬਰਗ—ਵੇਖੋ ਟਿਪਣੀ ਪੰਨਾ ੬੪੨।

੧੯ ਵੀਂ ਸਦੀ ਵਿਚ ਇਹ ਸਾਰੇ ਸ਼ਹਿਰ ਤੇ ਇਹਨਾਂ ਦੇ ਆਸ ਪਾਸ ਦਾ ਇਲਾਕਾ ਉਹ ਥਾਵਾਂ ਸਨ ਜਿਥੇ ਦੇਸ-ਬਦਰ ਹੋਏ ਤੇ ਕੈਦ ਬਾ-ਮੁਸ਼ੱਕਤ ਦੀ ਸਜ਼ਾ ਵਾਲੇ ਮੁਜਰਮ ਭੇਜੇ ਜਾਂਦੇ ਸਨ।

ਪੰਨਾ ੫੮੨

...ਪਹਿਲਾਂ ਪਹਿਲ ਲੋਕਾਂ ਦੇ ਨੱਕ ਤੇ ਕੰਨ ਕੱਟ ਦਿੱਤੇ ਜਾਂਦੇ ਸਨ ਫੇਰ... ਲੋਕਾਂ ਦੇ ਸਰੀਰਾਂ ਨੂੰ ਤਪਦੀਆਂ ਸੀਖਾਂ ਨਾਲ ਬੰਨ੍ਹਿਆ ਜਾਣ ਲੱਗ ਪਿਆ ਅਤੇ ਅਜ ਉਹਨਾਂ ਨੂੰ ਹੱਥੜੀਆਂ ਬੇੜੀਆਂ ਪਾਈਆਂ ਜਾਂਦੀਆਂ ਹਨ... —੧੭ ਵੀਂ-੧੮ ਵੀਂ ਸਦੀ ਵਿਚ ਕੈਦ ਬਾਮੁੱਸ਼ਕਤ ਵਾਲੇ ਕੈਦੀਆਂ ਦੇ ਨੱਕ ਤੇ ਕੰਨ ਜਲਾਦਾਂ ਕੋਲੋਂ ਵਢਵਾ ਦਿੱਤੇ ਜਾਂਦੇ ਸਨ। ੧੮ਵੀਂ-੧੯ਵੀਂ ਸਦੀ ਦੇ ਸ਼ੁਰੂ ਵਿਚ ਮੁਜਰਮਾਂ (ਰਾਠ ਖਾਨਦਾਨ ਵਾਲਿਆਂ ਨੂੰ ਛੱਡ ਕੇ) ਨਾਲ ਦੀਆਂ ਗੱਲ੍ਹਾਂ ਤੇ ਮਥਿਆਂ ਉਤੇ ਲੋਹੇ ਦੀਆਂ ਗਰਮ ਸਲਾਖ਼ਾਂ ਨਾਲ ਕਾਤ ਲਿਖ ਦਿੱਤਾ ਜਾਂਦਾ (ਇਹ ਰੂਸੀ ਸ਼ਬਦ ਕਾਤੋਰਜ਼ਨਿਕ—ਮੁਜਰਮ—ਦਾ ਸੰਖੇਪ ਰੂਪ ਹੈ)। ਕੈਦ ਬਾਮੁਸ਼ੱਕਤ ਦੀ ਥਾਂ ਵੱਲ ਜਾਂਦੇ ਸਮੇਂ ਉਹ ਲੰਮੇ ਸਾਰੇ ਸੰਗਲ ਨਾਲ ਬੰਨ੍ਹੇ ਹੁੰਦੇ ਸਨ।

ਪੰਨਾ ੫੮੨

ਲੋਕਾਂ ਨੂੰ ਬਿਜਲੀ ਨਾਲ ਫਾਹੇ ਲਾਇਆ ਜਾਂਦਾ ਹੈ ਜਿਵੇਂ ਕਿ ਤਾਰਦ ਨੇ ਸੁਝਾਓ ਦਿੱਤਾ ਸੀ... ਵੇਖੋ ਟਿਪਣੀ ਪੰਨਾ ੬੩੦।

ਪੰਨਾ ੫੯੦

ਪੁਰਾਤਨਪੰਥੀ ਤੇ ਨਵੀਨਪੰਥੀ, ਜੂਡਾਸਵਾਦੀ ਤੇ ਖਲਿਸਤੀ, ਪੋਪੋਵਤਸੀ ਤੇ ਬੇਜ਼ਪੋਪੋਵਤਸੀ, ਅਵਸਤ੍ਰੀਆਕ ਤੇ ਮੋਲੋਕਾਨ ਤੇ ਸਕੋਪਤਸੀ... —ਪੁਰਾਤਨਪੰਥੀ—ਉਹਨਾਂ ਧਾਰਮਿਕ ਦਲਾਂ ਦੇ ਮੈਂਬਰ ਜਿਨ੍ਹਾਂ ਨੇ ੧੭ ਵੀਂ ਸਦੀ ਵਿਚ ਰੂਸ ਅੰਦਰ ਚਰਚ ਦੇ ਸੁਧਾਰ ਨੂੰ ਰੱਦ ਕੀਤਾ ਅਤੇ ਸਰਕਾਰੀ ਆਰਥੋਡਾਕਸ ਚਰਚ ਦੇ ਵਿਰੋਧੀ ਬਣ ਗਏ। ਜੂਡਾਸਵਾਦੀ—ਯਹੂਦੀ ਧਰਮ ਦੇ ਮੂਲ ਸਿਧਾਂਤਾਂ ਦਾ ਪਰਚਾਰ ਕਰਨ ਤੇ ਸਾਬਾਥ (ਸਨਿਚਰ) ਮਨਾਉਣ ਵਾਲੇ ਇਕ ਧਾਰਮਿਕ ਫਿਰਕੇ ਦੇ ਲੋਕ। ਖਲਿਸਤੀ—ਇਕ ਜਨੂੰਨੀ ਧਾਰਮਿਕ ਈਸਾਈ ਫਿਰਕਾ। ਪੋਪੋਵਤਸੀ—ਪੁਰਾਤਨ ਈਸਾਈ ਮੱਤ ਦੀ ਇਕ ਪ੍ਰਵਿਰਤੀ, ਸਰਕਾਰੀ ਚਰਚ ਦੇ ਅਤਿ ਨੇੜੇ, ਇਹ ਲੋਕ ਪਾਦਰੀਆਂ ਅਤੇ ਚਰਚ ਦੀਆਂ ਦਰਜੇਬੰਦ ਪਦਵੀਆਂ ਨੂੰ ਮਨੰਦੇ ਹਨ। ਬੇਜ਼ਪੋਪੋਵਤਸੀ—ਪੁਰਾਤਨ ਈਸਾਈ ਮੱਤ ਦੀ ਇਕ ਪ੍ਰਵਿਰਤੀ, ਇਹ ਲੋਕ ਪਾਦਰੀਆਂ ਨੂੰ ਅਤੇ ਚਰਚ ਦੀਆਂ ਕਈ ਰੀਤਾਂ ਨੂੰ ਨਹੀਂ ਮਨੰਦੇ। ਅਵਸਤ੍ਰੀਆਕ ਪੁਰਾਤਨ ਈਸਾਈ ਮੱਤ ਦੇ ਮੰਨਣ ਵਾਲਿਆਂ ਨੂੰ ਦਿੱਤਾ ਗਿਆ ਨਿੰਦਾਵਾਚਕ ਨਾਂ ਜਿਹੜੇ ਚਰਚ ਦੀਆਂ ਦਰਜੇਬੰਦ ਪਦਵੀਆਂ ਨੂੰ ਮੰਨਦੇ ਹਨ ਅਤੇ ਜਿਨ੍ਹਾਂ

ਦਾ ਮੁਖ ਪਾਦਰੀ, ਇਸ ਪ੍ਰਵਿਰਤੀ ਦਾ ਮੁਖੀ, ਆਸਟਰੀਆ ਵਿਚ ਰਹਿੰਦਾ ਸੀ। ਮੋਲੋਕਾਨ— ਈਸਾਈ ਧਰਮ ਦਾ ਇੱਕ ਫਿਰਕਾ ਜਿਹੜਾ ਪਾਦਰੀਆਂ ਅਤੇ ਚਰਚਾਂ ਨੂੰ ਰੱਦ ਕਰਦਾ ਹੈ ਅਤੇ ਸਾਧਾਰਨ ਘਰਾਂ ਵਿਚ ਹੀ ਪ੍ਰਾਰਥਨਾ ਕਰਦਾ ਹੈ। ਸਕੋਪਤਸੀ (ਖੱਸੀ) ਇਕ ਕੱਟੜ ਧਾਰਮਿਕ ਫਿਰਕਾ ਜਿਹੜਾ ਮਰਦਾਂ ਤੇ ਔਰਤਾਂ ਨੂੰ ਖੱਸੀ ਕਰਕੇ ਕਾਮਵਾਸ਼ਨਾ ਨੂੰ ਮਾਰ ਕੇ "ਆਤਮਾ ਦੀ ਮੁਕਤੀ" ਦਾ ਪਰਚਾਰ ਕਰਦਾ ਹੈ।

ਪੰਨਾ ੬੦੪

ਟੋਨਕਿਨ ਦੀ ਮੁਹਿੰਮ ਦੀ ਗੱਲ...—ਟੋਨਕਿਨ ਦੀ ਮੁਹਿੰਮ—੧੯ ਵੀਂ ਸਦੀ ਵਿਚ ਯੂਰਪੀਨਾਂ ਵਲੋਂ ਵੀਅਤਨਾਮ ਦੇ ਉਤਰੀ ਇਲਾਕਿਆਂ ਲਈ ਵਰਤੇ ਗਏ ਨਾਂ, ਟੋਨਕਿਨ ਵਿਚ ੧੮੮੨—੧੮੯੮ ਦੀ ਫਰਾਂਸ ਵਲੋਂ ਲੜੀ ਬਸਤੀਵਾਦੀ ਜੰਗ।

...**ਗਲੈਡਸਟੋਨ ਬਾਰੇ**... ਗੱਲਾਂ ਬਾਤਾਂ ਤੁਰ ਪਈਆਂ।—ਵਿਲੀਅਮ ਗਲੈਡਸਟੋਨ (੧੮੦੯-੧੮੯੮)—ਬਰਤਾਨਵੀ ਰਾਜਨੇਤਾ ਤੇ ਨੀਤੀਵਾਨ, ੧੮੬੪-੧੮੭੪, ੧੮੮੦-੧੮੮੫, ੧੮੮੬ ਅਤੇ ੧੮੯੨-੧੮੯੪ ਵਿਚ ਬਰਤਾਨੀਆਂ ਦਾ ਪ੍ਰਧਾਨ ਮੰਤਰੀ।

ਪੰਨਾ ੬੨੯

ਸੰਤ ਮਤੀ ਦਾ ੧੮ ਵਾਂ ਅਧਿਆਇ... ਵੇਖੋ ਟਿਪਣੀ ਪੰਨਾ ੧੪।